# ਕੀ ਕਰੀਏ ਜਦੋਂ ਮਾਂ ਬਣੀਏ

## ਕਿਵੇਂ ਹੋਵੇਗਾ?
## ਹੁਣ ਕੀ ਹੋਵੇਗਾ?

ਹੈਇਦੀ ਮਰਕਆੱਫ ਅਤੇ ਸ਼ੈਰਾੱਨ ਮੇਜੇਲ

ਡਾਇਮੰਡ ਬੁਕਸ

ਐਮਾ ਤੇ ਵਿਆਤ ਦੇ ਨਾਮ (ਮੇਰੀ ਸਭ ਤੋਂ ਵੱਡੀ ਉਮੀਦ)
ਐਰਿਕ (ਮੇਰੇ ਸਭ ਕੁਝ)
ਹਰਲੀਨ ਦੇ ਲਈ, ਪਿਆਰ ਦੇ ਨਾਲ
ਸਾਰੇ ਮਾਂ, ਪਿਤਾ ਤੇ ਬੱਚਿਆਂ ਦੇ ਨਾਮ,
ਚਾਹੇ ਉਹ ਕਿਤੇ ਵੀ ਹੋਣ



ਪ੍ਰਕਾਸ਼ਕ :: **ਡਾਇਮੰਡ ਪਾਕੇਟ ਬੁਕਸ (ਪ੍ਰਾ.) ਲਿ.**
X-30, ਓਖਲਾ ਇੰਡਸਟ੍ਰੀਅਲ ਏਰੀਆ, ਫੇਜ਼-*II*
ਨਵੀਂ ਦਿੱਲੀ- 110020
ਫ਼ੋਨ : **011-40712200**
ਈਮੇਲ : **sales@dpb.in**
ਵੈੱਬਸਾਈਟ : **www.diamondbook.in.in**

---

**WHAT TO EXPECT WHEN YOU ARE EXPECTING**

# ਕਰੋੜਾਂ ਮਾਂਤਾ-ਪਿਤਾ ਅਤੇ ਡਾਕਟਰ ਇਸ ਪੁਸਤਕ ਨੂੰ ਕਿਉਂ ਚਾਹੁੰਦੇ ਹਨ?

''ਇਸ ਤੋਂ ਬਿਨਾਂ ਕਿਸੇ ਮਾਂ ਦਾ ਗੁਜਾਰਾ ਨਹੀਂ ਹੋ ਸਕਦਾ।''

*- ਨੀਰਾ, ਐਮ.ਡੀ.*

■ ■ ■

''ਇਹ ਗਰਭਕਾਲ ਦੌਰਾਨ ਹੋਣ ਵਾਲੀਆਂ
ਸਮੱਸਿਆਵਾਂ ਦਾ ਅਦਭੁਤ ਸਮਾਧਾਨ ਹੈ....
ਇਸੇ ਨੂੰ ਪ੍ਰਯੋਗ ਕਰਨਾ ਕਾਫ਼ੀ ਅਸਾਨ ਹੈ ਅਤੇ ਇਸ ਦੀ ਵਿਸ਼ਾ-ਸੂਚੀ ਵੀ
ਵਧੀਆ ਤਰੀਕੇ ਨਾਲ ਦਿੱਤੀ ਗਈ ਹੈ, ਤੁਸੀਂ ਜੋ ਵੀ ਵਿਸ਼ਾ ਸੋਚੋ,
ਉਸ ਸਬੰਧੀ ਪਲ ਭਰ ਵਿਚ ਜਾਣ ਸਕਦੇ ਹੋ।''

*–ਬ੍ਰੇਂਡਾ ਸਮਾਲੇਗੈਨ ਆਰ ਐਨ, ਬੀਐਐਨ*

■ ■ ■

''ਗਰਭਕਾਲ ਦੌਰਾਨ ਇਹ ਪੁਸਤਕ ਮੇਰੇ ਲਈ ਕਾਫ਼ੀ ਮਦਦਗਾਰ ਤੇ ਸਹਿਯੋਗੀ ਰਹੀ ਹੈ।
ਇਸ ਪੁਸਤਕ ਤੋਂ ਤੁਸੀਂ ਪੂਰਣ ਵਿਸ਼ਵਾਸ ਦੇ ਨਾਲ ਆਪਣੀਆਂ ਉਮੀਦਾਂ ਨੂੰ ਜਾਣ ਸਕਦੇ ਹੋ।''

*-ਟੇਰੇਸਾ ਓਲਸਨ, ਮਾਂ*

■ ■ ■

''ਇਹ ਪੁਸਤਕ ਕਿਸੇ ਜੀਵਨ ਰਖਿਅਕ ਤੋਂ ਘੱਟ ਨਹੀਂ ਹੈ।''

*-ਮਿਗੁਲ ਏ. ਕੈਨੋ, ਐਮਡੀ, ਐਫਏਸੀਓਜੀ*

■ ■ ■

''ਇਕ ਮਾਂ ਦੇ ਰੂਪ ਵਿਚ ਇਹ ਕਿਸੀ ਉਪਯੋਗੀ ਗਾਈਡ ਤੋਂ ਘੱਟ ਨਹੀਂ ਸੀ।''

*-ਬਾਲਾ, ਐਮ.ਡੀ.*

■ ■ ■

''ਨਵੀਆਂ ਮਾਵਾਂ ਦੇ ਲਈ ਅਦਭੁਤ ਪੁਸਤਕ ਹੈ। ਮੈਂ ਇਸ ਤੋਂ
ਬਿਨਾਂ ਸਚਮੁਚ ਕੁਝ ਨਹੀਂ ਕਰ ਸਕਦੀ ਸੀ।''

*-ਕੈਥੇਰਾਈਨ, ਮਾਂ*

■ ■ ■

''ਮੈਨੂੰ ਇਸ ਪੁਸਤਕ ਨਾਲ ਪਿਆਰ ਹੈ। ਇਹ ਜਾਣਕਾਰੀ ਭਰਪੂਰ ਹੈ।''

*-ਸੂਜ਼ੀ, ਐਮ.ਡੀ.*

■ ■ ■

''ਜਦੋਂ ਤੋਂ ਮੈਨੂੰ ਆਪਣੇ ਗਰਭਕਾਲ ਦਾ ਪਤਾ ਚਲਿਆ, ਮੈਂ ਇਸ ਨੂੰ ਪੜ੍ਹਨਾ ਸ਼ੁਰੂ ਕੀਤਾ।
ਇਸ ਨੇ ਮੈਨੂੰ ਤਨਾਅ ਮੁਕਤ ਗਰਭਕਾਲ ਵੱਲ ਨਿਰਦੇਸ਼ਿਤ ਕੀਤਾ।''

*-ਕੈਰੋਲੀਨ, ਗੋਲਡਸਟੀਨ, ਮਾਂ*

■ ■ ■

''ਸੰਭਾਵੀ ਮਾਤਾ-ਪਿਤਾ ਨੂੰ ਚਿੰਤਾ ਮੁਕਤ ਕਰਨ ਤੇਜਾਣਕਾਰੀ ਦੇਣ ਦੇ ਲਈ ਉੱਤਮ...
ਮੈਂ ਇਸ ਨੂੰ ਹੀ ਪੜ੍ਹਣ ਦੀ ਸਲਾਹ ਦੇਂਦਾ ਹਾਂ।''

***ਡਾੱਨਿਕਾ, ਐਮ.ਡੀ.***

■ ■ ■

''ਇਸ ਪੁਸਤਕ ਨੇ ਪ੍ਰਸੂਤ ਪੂਰਵ ਦੇਖਭਾਲ ਦੇ ਖੇਤਰ ਵਿਚ ਕ੍ਰਾਂਤੀ ਲਿਆ ਦਿੱਤੀ ਹੈ।''

***-ਜੇਮਜ਼, ਐਮ.ਡੀ.***

■ ■ ■

''ਮੈਂ ਆਪਣੇ ਦੋਨੋਂ ਗਰਭਕਾਲ ਦੌਰਾਨ ਇਸ ਨੂੰ ਪੂਰੀ ਦਿਲਚਸਪੀ ਨਾਲ ਪੜ੍ਹਿਆ ਤੇ
ਵਾਲ ਮਾਹਰ ਹੋਣ ਦੇ ਨਾਤੇ ਜਾਣਿਆ ਕਿ ਇਹ ਬਿਲਕੁਲ ਸਟੀਕ ਹੈ।''

***-ਸੂਮੈਨ, ਐਮ.ਡੀ.***

■ ■ ■

''ਮੈਂ ਆਪਣੇ ਮਰੀਜਾਂ ਨੂੰ ਸਿਰਫ਼ ਇਹੀ ਪੁਸਤਕ ਪੜ੍ਹਣ ਦੀ ਸਲਾਹ ਦੇਂਦੀ ਹਾਂ।''

***-ਐਲਿਜਾਬੈਥ ਡਾੱਲੀ***

■ ■ ■

'' ਪੂਰੀ ਲੜੀ ਵਧੀਆ ਹੈ ਮਾਤਾ-ਪਿਤਾ ਅਸਾਨੀ ਨਾਲ ਸਮਝ ਸਕਦੇ ਹਨ।
ਮੈਂ ਹਮੇਸ਼ਾਂ ਇਸ ਨੂੰ ਪੜ੍ਹਣ ਦੀ ਸਲਾਹ ਦੇਂਦਾ ਹਾਂ।''

***-ਜੈਨ, ਐਮ.ਡੀ.***

■ ■ ■

''ਇਕ ਮੈਟਰਨਿਟੀ ਡਿਜ਼ਾਇਨਰ ਤੇ ਮਾਂ ਹੋਣ ਦੇ ਨਾਤੇ ਮੈਂ ਮੰਨਦੀ ਹਾਂ ਕਿ
ਗਰਭਵਤੀ ਔਰਤ ਦੇ ਲਈ ਇਸ ਤੋਂ ਵਧੀਆ ਹੋਰ ਪੁਸਤਕ ਹੋ ਹੀ ਨਹੀਂ ਸਕਦੀ।''

***-ਮਦਰ, ਫਾਊਂਡਰ ਸੀ.ਈ.ਓ., ਲਿਜ਼ ਲੈਂਗੀ ਮੈਟਰਨਿਟੀ***

■ ■ ■

ਮੈਂ ਆਪਣੇ ਪਹਿਲੇ ਸਾਥੀ ਐਰਲੀਨ ਆਈਸਨਬਰਗ ਨੂੰ ਇਹੀ
ਕਹਿਣਾ ਚਾਹਵਾਂਗੀ ਕਿ ਤੁਹਾਡੀ ਦੇਖਭਾਲ ਨਾਲ ਭਰੇ ਪ੍ਰਕਿਰਤੀ,
ਦਇਆ ਤੇ ਸਚਾਈ ਹਮੇਸ਼ਾਂ ਜੀਵਿਤ ਰਹਿਣਗੇ
ਅਸੀਂ ਤੁਹਾਨੂੰ ਹਮੇਸ਼ਾਂ ਪਿਆਰ ਕਰਾਂਗੇ ਤੇ ਯਾਦ ਰੱਖਾਂਗੇ।

# ਬਹੁਤ-ਬਹੁਤ ਧੰਨਵਾਦ

ਮੈਂ ਪਿਛਲੇ 23 ਸਾਲਾਂ ਵਿਚ ਦੋ ਗੱਲਾਂ ਸਿੱਖੀਆਂ ਕਿਤਾਬਾਂ ਆਪਣੇ-ਆਪ ਨਹੀਂ ਲਿਖੀਆਂ ਜਾਂਦੀਆਂ ਅਤੇ ਬੱਚੇ ਆਪਣੇ-ਆਪ ਨੂੰ ਨਹੀਂ ਪਾਲਦੇ। ਹਾਲਾਂਕਿ ਹੁਣ ਤਾਂ ਮੈਂ ਆਪਣੇ ਬੱਚਿਆਂ ਨੂੰ ਪਾਲਣ ਦਾ ਰਸਮੀ ਕੰਮ ਕਰ ਚੁੱਕੀ ਹਾਂ, ਪ੍ਰੰਤੂ ਇਸ ਕੰਮ ਵਿਚ ਅਤੇ ਇਹ ਪੁਸਤਕ ਲਿੱਖਣ ਵਿਚ ਮੇਰੇ ਪਤੀ ਨੇ ਮੇਰਾ ਪੂਰਾ ਸਾਥ ਦਿੱਤਾ। ਇਸ ਪੁਸਤਕ ਨੂੰ ਬਣਾਂਦੇ ਸਮੇਂ ਮੇਰੇਕਈ ਦੋਸਤਾਂ, ਸਹਿਕਰਮੀਆਂ ਨੇ ਆਪਣੇ ਅਮੁੱਲ ਸੁਝਾਅ ਤੇ ਦ੍ਰਿਸ਼ਤੀਕੋਣ ਪ੍ਰਦਾਨ ਕੀਤੇ ਹਨ।

ਕੁਝ ਸਹਾਇਕ ਆਉਂਦੇ-ਜਾਂਦੇ ਰਹੇ ਅਤੇ ਕੁਝ ਪਹਿਲੇ ਦਿਨ ਤੋਂ ਮੇਰਾ ਸਾਥ ਨਿਭਾਂਦੇ ਆ ਰਹੇ ਹਨ। ਮੈਂ ਉਨ੍ਹਾਂ ਸਾਰਿਆਂ ਨੂੰ ਧੰਨਵਾਦ ਦੇਣਾ ਚਾਹਾਂਗੀ:

**ਸੈਂਡੀ ਹੈਵਾਵੇ**- ਤੁਹਾਡੇ ਅਮੁੱਲ ਸਹਿਯੋਗ ਦੇ ਲਈ ਧੰਨਵਾਦ; ਤੁਸੀਂ ਇਕ ਭੈਣ ਹੋਣ ਦੇ ਨਾਲ-2 ਚੰਗੀ ਦੋਸਤ ਵੀ ਹੋ।

**ਸੁਜਾਨੇ ਰੇਫਰ, ਦੋਸਤ ਤੇ ਸੰਪਾਦਕ,** ਜਿਨ੍ਹਾਂ ਨੇ ਇਸ ਪੁਸਤਕ ਦੇ ਸੰਪਾਦਨ ਤੇਨਵੇਂ ਰੂਪ ਵਿਚ ਲਿਆਣ ਵਿਚਮੇਰੀ ਕਈ ਵਾਰ ਮਦਦ ਕੀਤੀ ਤੇ ਸੈਂਕੜੇ ਵਿਸ਼ੇ, ਕਾਰਟੂਨ ਤੇ ਪੈਰੋਡੀ ਵੀ ਬਣਾਏ।

**ਪੀਟਰ ਵਰਕਮੈਨ,**ਇਕ ਸੁਦ੍ਰਿੜ ਤੇ ਵਚਨਬੱਧ ਪ੍ਰਕਾਸ਼ਕ, ਉਨ੍ਹਾਂ ਨੇ ਸਾਡੀ ਪੁਸਤਕ ਤੇ ਉਦੋਂ ਪੂਰਾ ਭਰੋਸਾ ਦਿਖਾਇਆ ਜਦੋਂਕਿ ਬੁਕਸਟੋਰ ਐਸਾ ਕਰਨ ਲਈ ਤਿਆਰ ਨਹੀਂ ਸਨ। ਉਨ੍ਹਾਂ ਇਸ ਪੁਸਤਕ ਦੀਆਂ ਜੜ੍ਹਾਂ ਮਜਬੂਤ ਤੇ ਬੂਟੇ ਦੇ ਫਲਣ-ਫੁਲਣ ਤਕ ਬੜੇ ਆਰਾਮ ਨਾਲ ਇੰਤਜ਼ਾਰ ਕੀਤਾ ਤੇ ਸਾਡਾ ਸਾਥ ਨਿਭਾਇਆ। ਡੈਵਿਡ ਮੈਟ ਨੇ ਕਲਾਤਮਕ ਯੋਗਦਾਨ ਦੇ ਨਾਲ-2 ਮੇਕਓਵਰ ਵਿਚ ਮਦਦ ਕੀਤੀ। ਜਾੱਨ ਗਿਲਮੈਨ ਨੇ ਮੇਕਓਵਰ ਤੇ ਤਸਵੀਰਾਂ ਦੇ ਨਿਰਮਾਦ ਵਿਚ ਯੋਗਦਾਨ ਦਿੱਤਾ। ਲੀਜ਼ ਹਾੱਲੈਂਡਰ ਸ਼ੁਰੂ ਤੋਂ ਹੀ ਮੇਰੀ ਮਨਪਸੰਦ ਡਿਜ਼ਾਇਨਰ ਔਰਤ ਰਹੀਂ ਹੈ। ਇਸ ਤੋਂ ਇਲਾਵਾ ਵੀਂਗ ਟੈਂਗ, ਟਿਮ ਓ' ਬ੍ਰਿਯਨ ਤੇ ਲਿਨੇਟ ਦਾ ਯੋਗਦਾਨ ਵੀ ਵਰਣਨਯੋਗ ਹੈ। ਕੈਟਨ, ਟਾਸੱਮ ਨਿਯੂਜਮੈਨ ਤੇ ਆਇਰੀਨ ਨੇ ਵੀ ਪੁਸਤਕ ਤਿਆਰੀ ਵਿਚ ਪੂਰੀ ਸਹਾਇਤਾ ਕੀਤੀ। ਮੈਂ ਆਪਣੇ ਹੋਰ ਦੋਸਤਾਂ ਸੂਜੀ, ਹੈਲਨ, ਬੈਥ, ਵਾਲਟਰ, ਜੇਪੀ, ਮੈਂਡਲ, ਕਿਮ ਤੇ ਐਮੀ ਦਾ ਵੀ ਨਾਮ ਲੈਣਾ ਚਾਹਵਾਂਗੀ। ਪਿਆਰੀ ਸ਼ੈਰੋਨ, ਡੈਨਿਏਲਾ, ਐਰਿਆਨੇ, ਕੀਰਾ ਤੇ ਸੋਫੀਆ ਵੀ ਬਹੁਤ ਕੰਮ ਆਏ। ਘਰ ਵਿਚ ਡਾਕਟਰ ਜੇ. ਨੇ ਕਾਫ਼ੀ ਵਧੀਆ ਜਾਣਕਾਰੀ ਦਿੱਤੀ। ਸਾਡੇ ਮੈਡੀਕਲ ਸਲਾਹਕਾਰ, **ਡਾ. ਚਾਰਲਸ ਲਾੱਕਵੁਡ;** ਇਨ੍ਹਾਂ ਨੇ ਹਰ ਛੋਟੀ-ਵੱਡੀ ਮੈਡੀਕਲ ਬਾਰੀਕੀ ਤੇ ਧਿਆਨ ਦਿੱਤਾ। ਇਨ੍ਹਾਂ ਵਿਦਵਤਾ ਦੇਖ ਕੇ ਸਚਮੁੱਚ ਦੰਦਾਂ ਹੇਠਾਂ ਉਂਗਲੀ ਦਬਾਉਣੀ ਪੈਂਦੀ ਹੈ। ਮੇਰੇ ਵਾਟਰ ਫ੍ਰੰਟ ਮੀਡੀਆ ਦੇ ਦੋਸਤਾਂ ਸਟੀਵਨ, ਮਾਈਕ, ਵੇਨ ਬੋਲਿਨ, ਜਿਮ ਕਰਟਿਸ ਤੇ ਸਰਾਹ ਹਟਰ ਨੂੰ ਬਹੁਤ-ਬਹੁਤ ਧੰਨਵਾਦ, ਜਿਨ੍ਹਾਂ ਨੇ ਆਪਣੀ ਜਾਣਕਾਰੀ ਤੇ ਸਮੱਸਿਆਵਾਂ ਮੇਰੇ ਨਾਲ ਵੰਡੀਆਂ। ਮਾਰਕ ਕੈਮਲਿਨ ਨੂੰ ਤੇਜ ਪਾਰਖੂ ਨਜ਼ਰ, ਵਿਵਹਾਰਕ ਨਿਪੁਨਤਾ, ਦੋਸਤੀ ਤੇ ਸਹਿਯੋਗ ਅਤੇਐਲਿਨ ਨੇਵਿੰਸ ਨੂੰ ਪ੍ਰਬੰਧਨ, ਆਖ਼ਰ ਤੱਕ ਧੀਰਜ, ਦ੍ਰਿੜਤਾ ਤੇ ਸਮਰੱਥਨ ਦੇ ਲਈ ਧੰਨਵਾਦ।

ਜੈਨੀਫਰ ਗੈਡੀਜ ਤੇ ਫ੍ਰਾਨ ਕ੍ਰਿਟਜ਼ ਜਿਨ੍ਹਾਂ ਦੀ ਮਦਦ ਨਾਲ ਅਸੀਂ ਆਪਣੇ ਤੱਥਾਂ ਦੀ ਸ਼ੁਧਤਾ ਪਰਖ ਸਕੇ। ਡਾ. ਜੈਸਿਕ ਨੂੰ ਗਰਭਕਾਲ ਵਿਚ ਚਮੜੀ ਦੀ ਦੇਖਭਾਲ ਨਾਲ ਜੁੜੀ ਸਲਾਹ ਦੇਣ ਲਈ ਧੰਨਵਾਵ। ਡਾ. ਹਾੱਵੀ ਮੰਡੇਲ ਨੇ ਹਮੇਸ਼ਾਂ ਪ੍ਰਸ਼ਨ ਪੁੱਛਣ ਦੇ ਲਈ

ਪ੍ਰੇਰਿਤ ਕੀਤਾ। 'ਵ੍ਹਾਟ ਟੂ ਐਕਸਪੈਕਟ ਫਾਊਂਡੇਸ਼ਨ' ਦੀ ਐਗਜ਼ੀਕਿਊਟਿਪ ਡਾਇਰੈਕਟਰ ਲੀਸਾ ਵਰਸਟੀਨ, ਜੋ, ਟੈਡੀ ਤੇ ਡੈਨ ਨੂੰ ਧੰਨਵਾਦ।

ਮੇਰੇ ਪਤੀ ਐਰਿਕ ਨੇ ਹਰ ਕੰਮ ਵਿਚ ਆਪਣਾ ਯੋਗਦਾਨ ਦਿੱਤਾ, ਉਨ੍ਹਾਂ ਦੇ ਸਹਿਯੋਗ ਦੀ ਤਾਂ ਮੈਂ ਗਿਣਤੀ ਵੀ ਨਹੀਂ ਕਰ ਸਕਦੀ। ਤੁਹਾਡੇ ਨਾਲ ਮੈਂ ਕੰਮ ਦੇ ਵਿਚ ਵੀ ਪੂਰਾ ਅਨੰਦ ਲੈ ਸਕੀ। ਮੈਂ ਤੁਹਾਡੇ ਨਾਲ ਬੇਹੱਦ ਪਿਆਰ ਹੈ। ਈਮਾ ਅਤੇ ਵਿਆਤ, ਮੈਂ ਤੁਹਾਡੇ ਨਾਲ ਬਹੁਤ ਪਿਆਰ ਕਰਦੀ ਹਾਂ। ਤੁਸੀਂ ਮੈਨੂੰ ਮਾਂ ਬਣਨ ਦਾ ਗੌਰਵ ਪ੍ਰਦਾਨਕੀਤਾ।

ਪਿਆਰੇ ਪਿਤਾ ਤੇ ਦੋਸਤ ਹਾਰਵਡ ਆਈਸਨਵਰਗ; ਵਿਕਟਰ ਸ਼ਰਗਈ ਤੇ ਜਾੱਨ ਐਨੀਯੇਲੋ ਅਤੇ ਦੁਨੀਆਂ ਦੇ ਸਭ ਤੋਂ ਵਧੀਆ ਸੱਸ-ਸਹੁਰਾ ਏਵੀ ਤੇ ਨਾੱਰਮਨ ਮਰਕਆੱਫ਼; ਰੈਚਲ, ਈਥਾਨ, ਲਿਜ, ਸੈਂਡੀ ਤੇ ਟਿਮ; ਤੁਹਾਨੂੰ ਸਾਰਿਆਂ ਨੂੰ ਬਹੁਤ-ਬਹੁਤ ਧੰਨਵਾਦ!

ਸਾਰੇਡਾਕਟਰਾਂ, ਨਰਸਾਂ ਤੇ ਦਾਈਆਂ ਨੂੰ ਧੰਨਵਾਦ ਜੋ ਹਰ ਰੋਜ਼ ਪਤਾ ਨਹੀਂ ਕਿੰਨੇ ਪਰਿਵਾਰਾਂ ਵਿਚ ਗਰਭਕਾਲ ਨੂੰ ਇਕ ਸੁਖੀ ਤੇ ਸਹਿਜ ਅਨੁਭਵ ਵਿਚ ਬਦਲਣ ਵਿਚ ਜੁਟੇ ਹਨ। ਸਭ ਤੋਂ ਵੱਡਾ ਧੰਨਵਾਦ ਤਾਂ ਸੰਭਾਵੀ ਤੇ ਪੁਰਾਣੇ ਮਾਤਾ-ਪਿਤਾ ਨੂੰ ਹੈ ਜਿਨ੍ਹਾਂ ਨੇ ਇਸ ਪੁਸਤਕ ਦੇ ਹਰੇਕ ਪ੍ਰਕਾਸ਼ਨ ਨੂੰ ਪਹਿਲਾਂ ਤੋਂ ਹੋਰ ਵਧੀਆ ਬਣਾਉਣ ਦੀ ਕੋਸ਼ਿਸ਼ ਕੀਤੀ ਜਿਵੇਂ ਕਿ ਮੈਂ ਪਹਿਲਾਂ ਵੀ ਕਿਹਾ। ਮਾਤਾ-ਪਿਤਾ ਹੀ ਮੇਰੀ ਸਭ ਤੋਂ ਅਨਮੋਲ ਵਸਤੂ ਹਨ- ਆਪਣੇ ਕਾਰਡ, ਚਿੱਠੀਆਂ ਤੇ ਈ-ਮੇਲ ਦਾ ਸਿਲਸਿਲਾ ਜਾਰੀ ਰੱਖੋ।

ਇਕ ਵਾਰ ਫਿਰ ਧੰਨਵਾਦ, ਬਹੁਤ-ਬਹੁਤ ਧੰਨਵਾਦ! ਪ੍ਰਮਾਤਮਾ ਕਰੇ ਕਿ ਤੁਹਾਡੀਆਂ ਸਾਰੀਆਂ ਆਸ਼ਾਵਾਂ ਪੂਰੀਆਂ ਹੋਣ।

Heidi

# ਵਿਸ਼ਾ-ਸੂਚੀ

# ਭਾਗ-2 ਨੌ ਮਹੀਨੇ ਅਤੇ ਉਨ੍ਹਾਂ ਦੀ ਗਿਣਤੀ

**(ਗਰਭਧਾਰਣ ਤੋਂ ਪ੍ਰਸੂਤ ਤੱਕ)**

# ਭਾਗ-3-ਜੁੜਵਾਂ, ਤਿੰਨ ਜਾਂ ਫਿਰ ਹੋਰ ਬੱਚੇ

**(ਜਦੋਂ ਤੁਸੀਂ ਇਕ ਤੋਂ ਵੱਧ ਬੱਚਿਆਂ ਦੀ ਮਾਂ ਬਣਨ ਵਾਲੀ ਹੋ)**



# ਭਾਗ-4 : ਬੱਚੇ ਦੇ ਜਨਮ ਤੋਂ ਬਾਅਦ

# ਭਾਗ-6, ਗਰਭਧਾਰਣ ਤੇ ਤੁਹਾਡੀ ਸਿਹਤ



# ਭਾਗ- 7 ਗੁੰਝਲਦਾਰ ਗਰਭਕਾਲ

# ਚੌਥੇ ਪ੍ਰਕਾਸ਼ਨ ਦੀ ਭੂਮਿਕਾ

**ਚਾਰਲਸ ਜੇ. ਲੱਕਵੁਡ, ਐਮ. ਡੀ.**

**ਅਨਿਤਾ ਓ, ਕੀਫੇ (ਯਾਲ ਯੂਨੀਵਰਸਿਟੀ ਸਕੂਲ ਆੱਫ਼ ਮੈਡੀਸਨ, ਡਿਪਾਰਟਮੈਂਟ ਐਂਡ ਆੱਬਸਟ੍ਰਿਕਸ, ਗਾਇਨੇਕਲਾੱਜੀ ਐਂਡ ਰਿਪ੍ਰੋਡਿਕਟਿਵ ਵਿਚ ਵੂਮੈਨ ਹੈਲਥ ਦੀ ਨੌਜਵਾਨ ਪ੍ਰੋਫ਼ੈਸਰ**

ਇਕ ਦਿਨ ਮੈਨੂੰ ਕਿਸੇ ਰੋਗੀ ਦਾ ਧੰਨਵਾਦ-ਪੱਤਰ ਮਿਲਿਆ, ਜਿਸ ਦੇ ਨਾਲ ਇਕ ਕਾਲਜ ਦੇ ਹਾੱਕੀ ਖਿਡਾਰੀ ਦੀ ਤਸਵੀਰ ਵੀ ਸੀ, ਮੈਂ ਉਨ੍ਹੀ ਸਾਲ ਪਹਿਲਾਂ ਉਸ ਦੀ ਡਿਲੀਵਰੀ ਕੀਤੀ ਸੀ। ਮੇਰਾ ਕੰਮ ਬਹੁਤ ਵਧੀਆ ਹੈ। ਮੈਨੂੰ ਇਨਸਾਨਾਂ ਦੀ ਦੀ ਜ਼ਿੰਦਗੀ ਦੇ ਸਭ ਤੋਂ ਅਦਭੁੱਤ, ਸੁਖੀ ਤੇ ਖ਼ੂਸੂਰਤ ਪਲਾਂ, 'ਬੱਚੇ ਦਾ ਜਨਮ' ਨੂੰ ਵੰਡਣ ਦਾ ਮੌਕਾ ਮਿਲਦਾ ਹੈ, 'ਬੱਚੇ ਦਾ ਜਨਮ' ਨੂੰ ਵੰਡਣ ਦਾ ਮੌਕਾ ਮਿਲਦਾ ਹੈ। ਮੰਨਿਆ ਪ੍ਰਸੂਤੀ ਮਾਹਰ ਹੋਣ ਦੇਨਾਤੇ ਜ਼ਿੰਦਗੀ ਆਸਾਨ ਨਹੀਂ ਹੁੰਦੀ, ਰਾਤ ਤਿੰਨ-ਤਿੰਨ ਵਜੇ ਤਕ ਕੰਮ, ਜੇਕਰ ਪ੍ਰਸੂਤੀ ਦਾ ਮਾਮਲਾ ਉਲਝ ਜਾਏ, ਤਾਂ ਉਸ ਦੀ ਸ਼ੱਕ ਆਦਿ... ਹਾਲਾਂਕਿ ਕੋਈ ਚੁਣੌਤੀਪੂਰਣ ਮਾਮਲਾ ਸਾਹਮਣੇ ਆਉਂਦੇ ਹੀ ਮੈਂ ਵੀ ਉਸਦਾ ਸਾਮ੍ਹਣਾ ਕਰਨ ਨੂੰ ਤਿਆਰ ਹੋ ਜਾਂਦੀ ਹਾਂ, ਅਜੀਬ ਜਿਹੀ ਮਿਸ਼੍ਰਤ ਭਾਵਨਾਵਾਂ ਦਾ ਜਵਾਰ ਉਮੜਦਾ ਹੈ ਲੇਕਿਨ ਕੁਲ ਮਿਲਾ ਕੇ ਇਸ ਕੰਮ ਦਾ ਆਪਣਾ ਹੀ ਅਨੰਦ ਹੈ।

ਉਂਝ ਸਚ ਮੰਨੋ ਤਾਂ ਮੇਰੀ ਨੌਕਰੀ ਵੀ ਗਰਭਕਾਲ ਦੀ ਤਰ੍ਹਾਂ ਹੀ ਹੈ ਜੋ ਕਿ ਥੋੜ੍ਹੀ ਰੁਮਾਂਚਕ ਹੋਣ ਦੇ ਬਾਵਜੂਦ ਮਸਤੀ ਤੋਂ ਭਰਪੂਰ ਹੁੰਦੀ ਹੈ। ਇਹ ਕਿਤਾਬ ਇਕ ਤਰ੍ਹਾਂ ਦੀ ਨਿੱਜੀ ਪ੍ਰਸੂਤੀ ਮਾਹਰ ਦੀ ਤਰ੍ਹਾਂ ਤੁਹਾਡਾ ਮਾਰਗ-ਦਰਸ਼ਨ ਕਰਦੀ ਹੈ। ਮੈਂ ਸਾਲਾਂ ਤੋਂ ਆਪਣੇ ਰੋਗੀਆਂ ਨੂੰ ਇਹੀ ਕਿਤਾਬ ਪੜ੍ਹਣ ਦੀ ਸਲਾਹ ਦੇਂਦਾ ਆ ਰਿਹਾ ਹਾਂ। ਇਸ ਵਿਚ ਕਾਫ਼ੀ ਉਪਯੋਗੀ ਜਾਣਕਾਰੀ ਹੈ, ਜੋ ਕਿ ਹਮੇਸ਼ਾਂ ਤੁਹਾਡੇ ਡਾਕਟਰ, ਦਾਈ ਜਾਂ ਕਿਸੀ ਜਾਣਕਾਰੀ ਤੋਂ ਮਿਲਦੀ ਹੈ।

ਇਹ ਤੁਹਾਨੂੰ ਬਹੁਤ ਸੁਲਝੇ ਹੋਏ ਤਰੀਕੇ ਨਾਲ ਰਾਏ ਦੇਂਦੀ ਹੈ ਕਿ ਗਰਭਧਾਰਣ ਤੋਂ ਪਹਿਲਾਂ ਕੀ-ਕੀ ਧਿਆਨ ਰੱਖੋ। ਆਪਣੀ ਜੀਵਨਸ਼ੈਲੀ, ਨੌਕਰੀ ਜਾਂ ਖ਼ੁਰਾਕ ਵਿਚ ਕੀ ਬਦਲਾਅ ਲਿਆਓ। ਫਿਰ ਹਫ਼ਤੇ-ਪ੍ਰਤੀ ਹਫ਼ਤੇ, ਤੁਹਾਡੇ ਬੱਚੇ ਦੇ ਵਿਕਾਸ ਦਾ ਹਵਾਲਾ ਦਿੱਤਾ ਗਿਆ ਹੈ। ਇਸ ਵਿਚਕਾਰ ਤੁਹਾਡੇ ਸਰੀਰ ਦ ਬਾਕੀ ਅੰਗਾਂ ਤੇ ਗਰਭਕਾਲ ਦੇ ਪ੍ਰਭਾਵ ਦੀ ਚਰਚਾ ਹੁੰਦੀ ਹੈ ਤੇ ਉਨ੍ਹਾਂ ਦੇ ਸਮਾਧਾਨ ਦਿੱਤੇ ਜਾਂਦੇ ਹਨ। ਤੁਸੀਂ ਕੀ ਮਹਿਸੂਸ ਕਰ ਰਹੀ ਹੋ, ਤੁਹਾਨੂੰ ਕਿਹੜਾ ਟੈਸਟ ਕਰਵਾਉਣਾ ਚਾਹੀਦਾ ਹੈ ਜਾਂ ਡਾਕਟਰ ਨੂੰ ਕਦੋਂ ਮਿਲਣਾ ਚਾਹੀਦਾ ਹੈ ਆਦਿ ਦੀ ਜਾਣਕਾਰੀ ਦਿੱਤੀ ਜਾਂਦੀ ਹੈ ਅਤੇ ਅਖ਼ੀਰ ਵਿਚ ਤੁਹਾਨੂੰ ਉਸ ਆਉਣ ਵਾਲੇ ਖ਼ਾਸ ਦਿਨ ਦੇ ਲਈ ਸਰੀਰਕ ਤੇ ਮਾਨਸਿਕ ਤੌਰ ਤੇ ਤਿਆਰ ਕੀਤਾ ਜਾਂਦਾ ਹੈ। ਇਸ ਵਿਚ ਐਸੇ ਬਹੁਤ ਸਾਰੇ ਸਵਾਲਾਂ ਦੇ ਜਵਾਬ ਵੀ ਹਨ ਜਿਨ੍ਹਾਂ ਨੂੰ ਤੁਸੀਂ ਡਾਕਟਰ ਤੋਂ ਚਾਹ ਕੇ ਵੀ ਨਹੀਂ ਪੁੱਛ ਸਕਦੀ।

ਪ੍ਰਸੂਤ ਤੋਂ ਬਾਅਦ ਤਨਾਅ, ਚਿਹਰੇ ਤੇ ਪੈਣ ਵਾਲੇ ਨੀਲੇ ਧੱਬਿਆਂ ਤੋਂ ਇਲਾਵਾ ਸਾਰੇ ਲੰਬੇ ਸਮੇਂ ਦੇ ਰੋਗਾਂ ਦੀ ਵੀ ਜਾਣਕਾਰੀ ਦਿੱਤੀ ਗਈ ਹੈ। ਇਸ

ਵਿਚ ਇਕ ਅਧਿਆਏ ਵਿਚ ਉਨ੍ਹਾਂ ਲੋਕਾਂ ਦੇ ਲਈ ਵੀ ਸੁਝਾਅ ਹਨ ਜੋ ਆਪਣਾ ਬੱਚਾ ਪ੍ਰਸੂਤ ਤੋਂ ਪਹਿਲਾਂ ਜਾਂ ਬਾਅਦ ਵਿਚ ਖੋਹ ਦੇਂਦੇ ਹਨ। ਇਹ ਕਿਤਾਬ ਤੁਹਾਡੇ ਪਤੀ ਤੇ ਕੋਚ ਦੀ ਵੀ ਚੰਗੀ ਮਾਰਗ-ਦਰਸ਼ਕ ਹੈ। ਜੇਕਰ ਜੁੜਵਾਂ ਜਾਂ ਦੋ ਤੋਂ ਵੱਧ ਬੱਚੇ ਹੋਣ ਤਾਂ ਕੀ ਕਰੋ; ਇਸ ਦੀ ਵੀ ਜਾਣਕਾਰੀ ਦਿੱਤੀ ਗਈ ਹੈ।

ਇਕ ਮਾਹਰ ਹੋਣ ਦੇ ਨਾਤੇ ਮੈਂ ਇਸ ਕਿਤਾਬ ਤੋਂ ਕਾਫ਼ੀ ਪ੍ਰਭਾਵਿਤ ਹੋਇਆ ਹਾਂ। ਇਕ ਸੰਪਾਦਕ ਦੇ ਤੌਰ ਤੇ ਮੈਨੂੰ ਇਸ ਦੇ ਸਟੀਕ-ਸੰਖੇਪ ਲੇਖਣ ਨੇ ਪ੍ਰਭਾਵਿਤ ਕੀਤਾ। ਪਿਤਾ ਤੇ ਪਤੀ ਹੋਣ ਦੇ ਨਾਤੇ ਮੈਂ ਦੇਖਿਆ ਕਿ ਲੇਖਕ ਇਹ ਵੀ ਜਾਣਦੇ ਹਨ ਕਿ ਸੰਭਾਵੀ ਪਿਤਾ ਨੂੰ ਕੀ-ਕੀ ਜਾਣਨਾ ਚਾਹੀਦਾ ਹੈ। ਮੇਰੇ ਹਜ਼ਾਰਾਂ ਮਰੀਜਾਂ, ਸਟਾਫ਼ ਤੇ ਦੂਜੇ ਮਰੀਜਾਂ ਨੇ ਇਸ ਨੂੰ ਪੜ੍ਹਿਆ ਹੈ, ਉਹ ਹੀ ਇਸ ਕਿਤਾਬ ਦੇ ਸੱਚੇ ਨਿਰੀਖਕ ਰਹੇ ਹਨ।

ਜੇਕਰ ਤੁਸੀਂ ਇਹ ਕਿਤਾਬ ਪੜ੍ਹ ਰਹੀ ਹੋ ਤਾਂ ਸੰਭਵ ਹੈ ਤੁਸੀਂ ਗਰਭਵਤੀ ਹੋ ਜਾਂ ਫਿਰ ਗਰਭ ਧਾਰਣ ਕਰਨ ਵਾਲੀ ਹੋ। ਵਧਾਈ ਹੋਵੇ। ਮੈਂ ਤਾਂ ਇਹੀ ਸਲਾਹ ਦੇਵਾਂਗਾ ਕਿ ਪਿੱਡ ਦੇ ਭਾਰ ਆਰਾਮ ਨਾਲ ਲੇਟ ਜਾਓ ਅਤੇ ਇਸ ਰੁਮਾਂਚਕ ਸਫ਼ਰ ਵੱਲ ਨਿਕਲ ਪਵੋ।

# ਇਸ ਪੁਸਤਕ ਦਾ ਜਨਮ ਵਾਰ-ਵਾਰ ਕਿਉਂ ਹੋਇਆ

ਚੌਵੀ ਸਾਲ ਪਹਿਲਾਂ, ਮੈਂ ਇਕ ਬੇਟੀ ਨੂੰ ਜਨਮ ਦਿੱਤਾ ਤੇ ਇਸ ਪੁਸਤਕ ਦੀ ਸ਼ੁਰੂਆਤ ਕੀਤੀ। ਬੇਟੀ ਈਸਾ, ਕਿਤਾਬ ਅਤੇ ਮੇਰੇ ਅਗਲੇ ਬੱਚੇ (ਬੇਟੇ ਵਿਯਾਤ) ਦਾ ਪਾਲਣ-ਪੋਸ਼ਣ ਆਪਣੇ-ਆਪ ਵਿਚ ਕਾਫ਼ੀ ਥਕਾਣ ਵਾਲਾ, ਆਨੰਦਦਾਇਕ ਤੇ ਰੋਚਕ ਰਿਹਾ। ਹੁਣ ਇਹ ਪੁਸਤਕ ਤੁਹਾਡੇ ਹੱਥਾਂ ਵਿਚ ਹੈ। ਮੈਨੂੰ ਇਸ ਦਾ ਨਵਾਂ ਪ੍ਰਕਾਸ਼ਨ ਪੇਸ਼ ਕਰਨ ਵਿਚ ਹਾਰਦਿਕ ਖ਼ੁਸ਼ੀ ਹੋ ਰਹੀ ਹੈ।

ਮੈਂ ਆਪਣੀ ਪੁਸਤਕ ਦੇ ਇਸ ਪ੍ਰਕਾਸ਼ਨ ਨੂੰ ਲੈ ਕੇ ਕਾਫ਼ੀ ਉਤਸਾਹਿਤ ਹਾਂ। ਹਫ਼ਤੇ-ਪ੍ਰਤੀ ਹਫ਼ਤੇ ਭਰੂਣ ਦਾ ਇਕ ਨੰਨ੍ਹੇ ਬੱਚੇ ਦੇ ਰੂਪ ਵਿਚ ਆਕਾਰ ਲੈਣਾ ਤੇ ਬੱਚੇ ਦਾ ਨਿਰੰਤਰ ਵਿਕਾਸ, ਉਹ ਛਾਤੀ ਦੀ ਜਲਨ, ਸਮੱਸਿਆਵਾਂ ਤੇ ਜਿਗਿਆਸਾਵਾਂ ਦੇ ਜਵਾਬ ਦਿੱਤੇ ਗਏ ਹਨ। ਗਰਭਕਾਲ ਦੌਰਾਨ ਕੰਮ-ਕਾਜ, ਚਮੜੀ ਦੀ ਪਿਆਰ ਭਰੀ ਦੇਖਭਾਲ, ਨੌਂਹਾਂ ਤੇ ਵਾਲਾਂ ਦੀ ਦੇਖਭਾਲ, ਗਰਭਕਾਲ ਜੀਵਨਸ਼ੈਲੀ ਤੇ ਸੈਕਸ, ਤੁਹਾਡੇ ਸੰਬੰਧ, ਭਾਵਨਾਵਾਂ; ਹਰ ਛੋਟੀ ਤੋਂ ਛੋਟੀ ਤੇ ਵੱਡੀ ਤੋਂ ਵੱਡੀ ਗੱਲ ਤੇ ਚਰਚਾ ਕੀਤੀ ਗਈ ਹੈ। ਤੁਹਾਡੀ ਖ਼ੁਰਾਕ ਨਾਲ ਜੁੜਿਆ ਵਿਵਹਾਹਰਕ ਅਧਿਆਏ, ਜੋ ਤੁਹਾਡੇ ਤੇ ਬੱਚੇ ਦੇ ਪੋਸ਼ਣ ਦੇ ਲਈ ਕਾਫ਼ੀ ਮਾਇਨੇ ਰੱਖਦਾ ਹੈ। ਗਰਭਧਾਰਣ ਤੋਂ ਪਹਿਲਾਂ ਦੀ ਸਾਵਧਾਨੀ ਤੇ ਜੁੜਵਾਂ ਬੱਚਿਆਂ ਸਬੰਧੀ ਇਕ ਵੱਡਾ ਅਧਿਆਏ ਦਿੱਤਾ ਗਿਆ ਹੈ। ਇਸ ਤੋਂ ਇਲਾਵਾ ਸੰਭਾਵੀ ਪਿਤਾ ਦੇ ਵਿਸ਼ੇ ਵਿਚ ਜਾਣਕਾਰੀ ਤੇ ਗਰਭਕਾਲ ਨਾਲ ਜੁੜੇ ਹਰ ਸੰਭਾਵੀ ਪਹਿਲੂ ਦੀ ਚਰਚਾ ਕੀਤੀ ਗਈ ਹੈ।

ਜਦੋਂ ਇਹ ਪੁਸਤਕ ਲਿਖੀ ਗਈ ਤਾਂ ਇਸ ਦਾ ਇਕ ਹੀ ਮਿਸ਼ਨ ਸੀ ਕਿ ਸੰਭਾਵੀ ਮਾਤਾ-ਪਿਤਾ ਚਿੰਤਾ ਕਰਨ ਦੀ ਥਾਂ, ਗਰਭਕਾਲ ਦਾ ਪੂਰਾ ਅਨੰਦ ਲੈ ਸਕਣ। ਮਿਸ਼ਨ ਤਾਂ ਹੁਣ ਵੀ ਉਹੀ ਹੈ ਪਰ ਇਸ ਦਾ ਰੂਪ ਪਹਿਲਾਂ ਤੋਂ ਕਾਫ਼ੀ ਵਿਸ਼ਾਲ ਹੋ ਗਿਆ ਹੈ।

ਮੈਂ ਉਮੀਦ ਕਰਦੀ ਹਾਂ ਕਿ ਸਾਰੀਆਂ ਸੰਭਾਵੀ ਮਾਤਾਵਾਂ ਇਸ ਪੁਸਤਕ ਦਾ ਪੂਰਾ ਲਾਭ ਲੈਣਗੀਆਂ ਤੇ ਬੱਚੇ ਦੇ ਵਿਕਾਸ ਤੋਂ ਅਨੰਦਮਈ ਹੋਣਗੀਆਂ। ਤੁਹਾਨੂੰ ਸਭ ਨੂੰ ਸਿਹਤਮੰਦ ਗਰਭਕਾਲ ਦੀ ਵਧਾਈ। ਤੁਸੀਂ ਇਕ ਬਿਹਤਰ ਮਾਤਾ-ਪਿਤਾ ਦੇਰੂਪ ਵਿਚ ਸਾਹਮਣੇ ਆਓ। ਪ੍ਰਮਾਤਮਾ ਕਰੇ, ਤੁਹਾਡੀਆਂ ਸਾਰੀਆਂ ਇਛਾਵਾਂ ਪੂਰੀਆਂ ਹੋਣ।

Heidi

## ਭਾਗ-1

# ਕੁਝ ਜ਼ਰੂਰੀ ਗੱਲਾਂ

# ਗਰਭ ਧਾਰਨ ਕਰਨ ਤੋਂ ਪਹਿਲਾਂ

ਤੇ ਫੇਰ ਤੁਸੀਂ ਪਰਿਵਾਰ ਬਨਾਉਣ ਜਾਂ ਉਸਨੂੰ ਵਧਾਉਣ ਦਾ ਫੈਸਲਾ ਲੈ ਹੀ ਲਿਆ ਹੈ। ਬਹੁਤ ਛੇਤੀ ਤੁਹਾਡੇ ਘਰ ਕੋਈ ਛੋਟਾ ਮਹਿਮਾਨ ਆਉਣ ਵਾਲਾ ਹੈ ਜਾਂ ਤੁਹਾਡੇ ਬੱਚਿਆਂ ਨੂੰ ਭਰਾ ਜਾਂ ਭੈਣ ਮਿਲਣ ਵਾਲੀ ਹੈ। ਇਸਤੋਂ ਪਹਿਲਾਂ ਕਿ ਬੱਚੇ ਦੇ ਕਦਮਾਂ ਦੀ ਅਵਾਜ਼ ਸੁਣਾਈ ਦੇਵੇ, ਤੁਹਾਨੂੰ ਕੁਝ ਜ਼ਰੂਰੀ ਕਦਮ ਚੁੱਕਣੇ ਪੈਣਗੇ ਤਾਂ ਕਿ ਤੁਸੀਂ ਅਤੇ ਤੁਹਾਡਾ ਆਉਣ ਵਾਲਾ ਬੱਚਾ ਪੂਰੀ ਤਰ੍ਹਾਂ ਤੰਦਰੁਸਤ ਰਹੇ। ਇਨ੍ਹਾਂ ਸੁਝਾਵਾਂ ਦੀ ਮੱਦਦ ਨਾਲ ਤੁਸੀਂ ਅਤੇ ਤੁਹਾਡੇ ਪਤੀਦੇਵ ਆਉਣ ਵਾਲੇ ਸਮੇਂ ਲਈ ਖੁਦ ਨੂੰ ਪੂਰੀ ਤਰ੍ਹਾਂ ਤਿਆਰ ਕਰ ਸਕਦੇ ਹਨ।

ਜੇਕਰ ਤੁਸੀਂ ਹੁਣ ਤੱਕ ਗਰਭਵਤੀ ਨਹੀਂ ਹੋ ਸਕੇ ਤਾਂ ਕੋਈ ਗੱਲ ਨਹੀਂ, ਕੋਸ਼ਿਸ਼ ਜਾਰੀ ਰੱਖੋ (ਕੋਸ਼ਿਸ਼ ਨਾਲ ਖੁਸ਼ਖਬਰੀ ਸੁਣ ਚੁੱਕੇ ਹੋ) ਤਾਂ ਪੁਸਤਕ ਵਿਚ ਦੂਜੇ ਅਧਿਆਇ ਤੋਂ ਪੜ੍ਹਨਾ ਸ਼ੁਰੂ ਕਰੋ। ਕੀ ਪਹਿਲਾ ਅਧਿਆਇ ਉਨ੍ਹਾਂ ਮਾਤਾਵਾਂ ਲਈ ਹੈ, ਜਿਹੜੀਆਂ ਗਰਭ ਧਾਰਨ ਕਰਨਾ ਚਾਹੁੰਦੀਆਂ ਹਨ।

## ਗਰਭ ਧਾਰਨ ਤੋਂ ਪਹਿਲਾਂ, ਕੁਝ ਸੁਝਾਅ

ਛੋਟਾ ਜਿਹਾ ਬੱਚਾ ਤੁਹਾਡੇ ਘਰ ਆਉਣ ਲਈ ਬੇਤਾਬ ਹੈ ਪਰ ਤੁਹਾਨੂੰ ਉਸਨੂੰ ਬੁਲਾਉਣ ਤੋਂ ਪਹਿਲਾਂ ਇਨ੍ਹਾਂ ਛੋਟੀਆਂ-ਛੋਟੀਆਂ ਗੱਲਾਂ ਤੇ ਧਿਆਨ ਦੇਣਾ ਪਵੇਗਾ।

**ਗਰਭ ਧਾਰਨ ਤੋਂ ਪਹਿਲਾਂ ਜਾਂਚ :** - ਹਾਲਾਂਕਿ ਤੁਹਾਨੂੰ ਜਣੇਪੇ ਤੋਂ ਪਹਿਲਾਂ ਦੇਖਭਾਲ ਕਰਨ ਵਾਲੇ ਡਾਕਟਰ ਦੀ ਜ਼ਰੂਰਤ ਨਹੀਂ ਹੈ। ਤੁਸੀਂ ਆਪਣੀ ਲੇਡੀ ਡਾਕਟਰ ਨੂੰ ਮਿਲ ਸਕਦੇ ਹੋ, ਜਿਸ ਤੋਂ ਤੁਸੀਂ ਨਿਯਮਿਤ ਜਾਂਚ ਕਰਵਾਉਂਦੇ ਆਏ ਹੋ। ਇਸ ਜਾਂਚ ਨਾਲ ਕਿਸੇ ਦੀ ਮੈਡੀਕਲ ਕਮੀ ਦਾ ਪਹਿਲਾਂ ਹੀ ਪਤਾ ਲੱਗ ਜਾਵੇਗਾ ਅਤੇ ਇਲਾਜ ਵਿਚ ਅਸਾਨੀ ਹੋਵੇਗੀ। ਡਾਕਟਰ ਤੁਹਾਨੂੰ ਉਨ੍ਹਾਂ ਦਵਾਈਆਂ ਤੋਂ ਵੀ ਦੂਰ ਰੱਖ ਸਕਣਗੇ, ਜਿਨ੍ਹਾਂ ਨੂੰ ਤੁਹਾਨੂੰ ਗਰਭ ਅਵਸਥਾ ਦੌਰਾਨ ਨਹੀਂ ਖਾਣਾ ਚਾਹੀਦਾ। ਆਪਣੇ ਭਾਰ, ਭੋਜਨ, ਖਾਣ-ਪੀਣ ਦੀਆਂ ਆਦਤਾਂ, ਜੀਵਨਸ਼ੈਲੀ ਅਤੇ ਟੀਕਾਕਰਣ ਆਦਿ ਵਿਸ਼ਿਆਂ ਤੇ ਉਨ੍ਹਾਂ ਦੀ ਸਲਾਹ ਲੈ ਲਓ।

**ਜਣੇਪੇ ਤੋਂ ਪਹਿਲਾਂ ਡਾਕਟਰ ਦੀ ਖੋਜ :** - ਤੁਹਾਨੂੰ ਆਪਣੇ ਲਈ ਕਿਸੇ ਦਾਈ, ਮਿਡਵਾਈਫ ਜਾਂ ਪ੍ਰੀਨੇਟਲ ਡਾਕਟਰ ਦੀ ਖੋਜ ਸ਼ੁਰੂ ਕਰ ਪਵੇਗੀ, ਹਾਲਾਂਸ਼ਕ ਤੁਸੀਂ ਹੁਣੇ ਗਰਭਵਤੀ ਨਹੀਂ ਹੋ ਪਰ ਅੱਗੇ ਜਾ ਕੇ ਤੁਸੀਂ ਬਹੁਤ ਰੁਝ ਜਾਣ ਵਾਲੇ ਹੋ ਇਸ ਲਈ ਪਹਿਲਾਂ ਪੁੱਛ-ਗਿੱਛ ਕਰ ਲਓ, ਸਲਾਹ ਲਓ ਅਤੇ ਆਪਣੇ ਮਨ ਵਿਚ ਆਪਣੇ ਲਈ ਡਾਕਟਰ ਦੀ ਚੋਣ ਕਰ ਲਓ।

**ਡੈਂਟਿਸਟ ਨਾਲ ਮੁਲਾਕਾਤ :** - ਗਰਭਵਤੀ ਹੋਣ ਤੋਂ ਪਹਿਲਾਂ ਇਕ ਵਾਰ ਡੈਂਟਿਸਟ ਕੋਲ ਜ਼ਰੂਰ ਜਾਓ ਕਿਉਂਕਿ ਤੁਹਾਡੀ ਗਰਭ ਅਵਸਥਾ ਦੰਦਾਂ ਅਤੇ ਮਸੂੜਿਆਂ ਤੇ ਆਪਣਾ ਅਸਰ ਦਿਖਾ ਸਕਦੀ ਹੈ। ਗਰਭ ਅਵਸਥਾ ਦੇ ਹਾਰਮੋਨ ਕਾਰਨ ਦੰਦਾਂ ਅਤੇ ਮਸੂੜਿਆਂ ਦੀਆਂ ਤਕਲੀਫਾਂ ਵੱਧ ਸਕਦੀਆਂ ਹਨ। ਅਧਿਐਨ ਤੋਂ ਇਹ ਵੀ ਪਤਾ ਲੱਗਾ ਹੈ ਕਿ ਗਰਭ ਅਵਸਥਾ ਦੀਆਂ ਮੁਸ਼ਕਲਾਂ ਵਿਚ, ਮਸੂੜਿਆਂ ਦੇ ਰੋਗ ਵੀ ਸ਼ਾਮਲ ਹੁੰਦੇ ਹਨ। ਬੇਬੀ ਨੂੰ ਇਸ ਦੁਨੀਆ ਵਿਚ ਲਿਆਉਣ ਤੋਂ ਪਹਿਲਾਂ ਖੁਦ ਇਕ ਵਾਰ ਡੈਂਟਿਸਟ ਕੋਲ ਹੋ ਆਓ। ਦੰਦਾਂ ਦਾ ਐਕਸਰਾ, ਫੀਲਿੰਗ ਜਾਂ ਸਰਜਰੀ ਵਗੈਰਾ ਕਰਵਾ ਲਓ ਕਿਉਂਕਿ ਗਰਭ ਅਵਸਥਾ ਦੌਰਾਨ ਇਹ ਸਭ ਕੁਝ ਨਹੀਂ ਹੋ ਸਕੇਗਾ।

**ਪਰਿਵਾਰ-ਬ੍ਰਿਛ ਦੀ ਜਾਂਚ :** - ਤੁਹਾਨੂੰ ਆਪਣੀ 'ਫੈਮਲੀ ਟ੍ਰੀ' ਤੇ ਇਕ ਨਜ਼ਰ ਮਾਰਨ ਤੋਂ ਇਲਾਵਾ ਪਤੀਦੇਵ ਦੇ 'ਫੈਮਲੀ ਟ੍ਰੀ' ਨੂੰ ਵੀ ਦੇਖ ਕੇ ਪਤਾ ਲਗਾਉਣਾ ਪਵੇਗਾ ਕਿ ਦੋਹਾਂ ਖਾਨਦਾਨਾਂ ਵਿਚ ਕਿਸੇ ਰੋਗ ਦਾ ਇਤਿਹਾਸ ਤਾਂ ਨਹੀਂ? ਅਜਿਹੇ ਰੋਗਾਂ ਵਿਚ ਡਾਊਨ ਸਿੰਡ੍ਰੋਮ, ਟੇ-ਸ਼ੇਕ ਰੋਗ, ਸਿਕਲ ਸੈਲ ਅਨੀਮੀਆ, ਥੈਲਾਸੀਮੀਆ, ਹਿਮੋਫੀਲੀਆ, ਸਿਸਟਿਕ ਫਾਈਬ੍ਰੋਸਿਸ ਜਾਂ ਫ੍ਰੇਗਾਈਲ ਐਕਸ ਸਿੰਡ੍ਰੋਮ ਦਾ ਨਾਮ ਲੈ ਸਕਦੇ ਹੋ।

**ਗਰਭ ਅਵਸਥਾ ਦੀ ਪੂਰੀ ਜਾਣਕਾਰੀ :** - ਜੇਕਰ ਤੁਹਾਡੀ ਪਹਿਲੀ ਗਰਭ ਅਵਸਥਾ ਵਿਚ ਕੋਈ ਪਰੇਸ਼ਾਨੀ ਆਈ ਸੀ ਸਮੇਂ ਤੋਂ ਪਹਿਲਾਂ ਜਾਂ ਬਾਅਦ ਵਿਚ ਜਣੇਪਾ ਹੋਇਆ ਸੀ ਜਾਂ ਇਕ ਤੋਂ ਜ਼ਿਆਦਾ ਗਰਭਪਾਤ ਹੋ ਚੁੱਕੇ ਹਨ, ਤਾਂ ਆਪਣੇ ਡਾਕਟਰ ਨੂੰ ਮਿਲੋ ਤਾਂ ਕਿ ਉਹੀ ਪਰੇਸ਼ਾਨੀ ਦੁਬਾਰਾ ਖੜ੍ਹੀ ਨਾ ਹੋ ਜਾਵੇ।

**ਜੇਕਰ ਜ਼ਰੂਰੀ ਹੋਵੇ ਤਾਂ, ਜੈਨੇਟਿਕ ਸਕ੍ਰੀਨਿੰਗ ਕਰਵਾਓ :** - ਜੇਕਰ ਕਿਸੇ ਵੀ ਸਿਸਟਿਕ ਅਨੁਵੰਸ਼ਿਕ ਰੋਗ ਬਾਰੇ ਪਤਾ ਲੱਗੇ ਤਾਂ ਡਾਕਟਰ ਤੋਂ ਜੈਨੇਟਿਕ ਸਕ੍ਰੀਨਿੰਗ ਬਾਰੇ ਸਲਾਹ ਲਓ। ਜੇਕਰ ਤੁਸੀਂ ਕਾਕੇਸਿਯਨ ਹੋ ਤਾਂ ਸਿਸਟਿਕ ਫ੍ਰਾਈਬ੍ਰੋਸਿਸ, ਯਹੂਦੀ-ਯੂਰਪੀਅਨ ਹੋ ਤਾਂ ਟੇ-ਸ਼ੇਕ ਅਫ੍ਰੀਕੀ ਹੋ ਤਾਂ ਸਿਕਲ ਸੈੱਲ ਟ੍ਰੈਟ ਜਾਂ ਫੇਰ ਗ੍ਰੀਕ, ਇਟੈਲੀਅਨ ਦੱਖਣ ਪੂਰਬ ਏਸ਼ੀਆਈ ਜਾਂ ਫਿਲੀਪੀਅਨ ਮੂਲ ਤੋਂ ਹੋ , ਤਾਂ ਤੁਸੀਂ ਥੈਲਾਸੀਮੀਆ ਰੋਗ ਨਾਲ ਗ੍ਰਸਤ ਹੋ ਸਕਦੇ ਹੋ।

ਪਹਿਲਾਂ ਕਈ ਗਰਭਪਾਤ ਹੋਣਾ, ਕਿਸੇ ਖੂਨ ਸਬੰਧੀ ਨਾਲ ਵਿਆਹ ਹੋਣਾ, ਬਹੁਤ ਸਮੇਂ ਤੱਕ ਗਰਭ ਧਾਰਨ ਨਾ ਕਰ ਸਕਣਾ ਵਰਗੇ ਕਾਰਨਾਂ ਵਿਚ ਵੀ ਜੈਨਟਿਕ ਸਕ੍ਰੀਨਿੰਗ ਦੀ ਜ਼ਰੂਰਤ ਪੈ ਸਕਦੀ ਹੈ।

**ਜਾਂਚ ਕਰਾਓ :**- ਇਸ ਸਾਰੀ ਛਾਣਬੀਣ ਦੌਰਾਨ ਤੁਹਾਨੂੰ ਆਪਣੇ ਲਈ ਕੁਝ ਟੈਸਟ ਕਰਾਉਣ ਲਈ ਵੀ ਤਿਆਰ ਰਹਿਣਾ ਪਵੇਗਾ। ਉਹ ਹਨ : -

- ਅਨੀਮੀਆ ਦੀ ਜਾਂਚ ਲਈ ਹਿਮੋਗਲੋਬਿਨ ਜਾਂ ਹਿਮੈਟੋਕ੍ਰਿਟ ਜਾਂਚ।
- ਆਰ ਐਚ ਫੈਕਟਰ, ਇਹ ਦੇਖਣ ਲਈ ਕਿ ਤੁਸੀਂ ਪਾਜ਼ਟਿਵ ਹੋ ਜਾਂ ਨੈਗਟਿਵ। ਜੇਕਰ ਤੁਸੀਂ ਨੈਗਟਿਵ ਹੋ ਤਾਂ ਸਾਥੀ ਦੀ ਜਾਂਚ ਕੀਤੀ ਜਾਵੇ ਗੀ ( ਜੇਕਰ ਦੋਨਾਂ ਦੀ ਜਾਂਚ ਨੈਗਟਿਵ ਆਵੇ ਤਾਂ ਇਸ ਬਾਰੇ ਜ਼ਿਆਦਾ ਨਾ ਸੋਚੋ)।
- 'ਰੁਬੇਲਾ ਟਿਟਰ', ਰੁਬੇਲਾ ਲਈ ਪ੍ਰਤੀਰੋਧ ਸਮਰੱਥਾ ਦੀ ਜਾਂਚ ਲਈ।
- 'ਵੈਰੀਸੇਲਾ ਟਿਟਰ', ਵੈਰੀਸਿਲਾ ਲਈ ਪ੍ਰਤੀਰੋਧ ਸਮਰੱਥਾ ਦੀ ਜਾਂਚ ਲਈ।
- ਹੈਪੇਟਾਈਟਿਸ ਬੀ (ਜੇਕਰ ਤੁਸੀਂ ਇਸਦਾ ਟੀਕਾ ਨਹੀਂ ਲਗਵਾਇਆ ਅਤੇ ਤੁਸੀਂ ਕੋਈ ਹੈਲਥ ਵਰਕਰ ਹੋ)।
- ਸਾਈਟੋਮੈਗਾਲੋਵਾਇਰਸ ਐਂਟੀਬਾਡੀਜ਼ ਜਾਂਚ, ਤਾਂ ਕਿ ਪਤਾ ਲੱਗ ਸਕੇ ਕਿ ਜਾਂਚ ਕਿਵੇਂ ਰਹੀ। ਜੇਕਰ ਤੁਸੀਂ ਇਸਦਾ ਇਲਾਜ ਕਰਵਾਇਆ ਹੈ ਤਾਂ ਇਸਦੇ ਛੇ ਮਹੀਨੇ ਤੱਕ ਗਰਭ ਧਾਰਨ ਨਾ ਕਰੋ।
- ਟਾਕਸੋਪਲਾਜ਼ਮੋਸਿਸ ਟਿਟਰ, ਤੁਹਾਡੀ ਕੋਈ ਪਾਲਤੂ ਬਿੱਲੀ ਹੈ, ਜਿਹੜੀ ਬਾਹਰ ਘੁੰਮਦੀ ਹੈ, ਕੱਚਾ ਮਾਸ ਖਾਂਦੀ ਹੈ ਜਾਂ ਤੁਸੀਂ ਦਸਤਾਨਿਆਂ ਤੋਂ ਬਿਨਾਂ ਬਾਗਬਾਨੀ ਕਰਦੇ ਹੋ। ਜੇਕਰ ਟੀਕਾ ਲੱਗਾ ਹੋਵੇ ਤਾਂ ਇਸ ਬਾਰੇ ਘਬਰਾਉਣ ਦੀ ਕੋਈ ਗੱਲ ਨਹੀਂ ਹੈ, ਜੇਕਰ ਨਾ ਲੱਗਾ ਹੋਵੇ ਤਾਂ, ਸਾਵਧਾਨੀ ਵਰਤੋ।
- ਥਾਇਰਡ ਫੰਕਸ਼ਨ, ਇਸ ਨਾਲ ਗਰਭ ਅਵਸਥਾ ਪ੍ਰਭਾਵਿਤ ਹੋ ਸਕਦੀ ਹੈ। ਜੇਕਰ ਤੁਹਾਨੂੰ ਜਾਂ ਪਰਿਵਾਰ ਵਿਚ ਕਿਸੇ ਨੂੰ ਵੀ ਇਹ ਰੋਗ ਸੀ ਜਾਂ ਤੁਹਾਨੂੰ ਇਸਦੇ ਲੱਛਣ ਦਿਖਾਈ ਦੇਣ ਤਾਂ ਇਸਦੀ ਜਾਂਚ ਜ਼ਰੂਰ ਕਰਵਾਓ।
- ਯੋਨੀ ਸਬੰਧੀ ਰੋਗ ਯੋਨੀ ਜਣਿਤ ਸਾਰੀਆਂ ਗਰਭਵਤੀ ਔਰਤਾਂ ਦੀ ਨਿਯਮਿਤ ਰੂਪ ਨਾਲ ਯੋਨੀ ਜਣਿਤ ਰੋਗਾਂ (ਸਿਫਲਿਸ, ਗੋਮੇਰੀਆ, ਕਾਲਮੀਡੀਆ, ਹਰਪੀਜ਼ ਐਚ ਪੀਵੀ ਅਤੇ ਆਈਆਈਵੀ) ਦੀ ਜਾਂਚ ਕੀਤੀ ਜਾਂਦੀ ਹੈ।

ਭਾਵੇਂ ਤੁਸੀਂ ਇਨ੍ਹਾਂ ਰੋਗਾਂ ਵੱਲੋਂ ਬੇਫਿਕਰ ਹੀ ਕਿਉਂ ਨਾ ਹੋਵੋ ਪਰ ਇਕ ਵਾਰ ਫੇਰ ਵੀ ਜਾਂਚ ਜ਼ਰੂਰ ਕਰਵਾਓ।

**ਇਲਾਜ ਕਰਵਾਓ** :- ਜੇਕਰ ਕਿਸੇ ਵੀ ਜਾਂਚ ਵਿਚ ਕੁਝ ਪਤਾ ਲੱਗੇ ਤਾਂ ਉਸਦਾ ਇਲਾਜ ਕਰਵਾਓ। ਕੋਈ ਵੀ ਛੋਟੀ ਮੋਟੀ ਸਰਜਰੀ ਜਾਂ ਕੋਈ ਅਜਿਹਾ ਇਲਾਜ, ਜਿਸਨੂੰ ਤੁਸੀਂ ਟਾਲਦੇ ਆ ਰਹੇ ਹੋ, ਹੁਣ ਕਰਵਾ ਲਓ। ਕਿਤੇ ਅਜਿਹਾ ਨਾ ਹੋਵੇ ਕਿ ਗਰਭ ਅਵਸਥਾ ਵਿਚ ਸਮੱਸਿਆ ਪੈਦਾ ਕਰ ਦੇਵੇ। ਅਜਿਹੀਆਂ ਪਰੇਸ਼ਾਨੀਆਂ ਵਿਚ ਹੇਠ ਲਿਖੀਆਂ ਸ਼ਾਮਲ ਹੋ ਸਕਦੀਆਂ ਹਨ : -

- ਯੂਟੇਰਾਈਨ ਪੋਲੀਪਸ, ਫਿਬਰਾਯਡਸ ਸਿਸਟ ਜਾਂ ਬੇਨਿਗ ਟਿਊਮਰ
- ਐਂਡੋਮੀਟ੍ਰਾਓਸਿਸ (ਜਦੋਂ ਬੱਚੇਦਾਨੀ ਦੇ ਨੇੜੇ ਤੇੜੇ ਰਹਿਣ ਵਾਲੀਆਂ ਕੋਸ਼ਿਕਾਵਾਂ, ਸਰੀਰ ਵਿਚ ਕਿਤੇ ਹੋਰ ਫੈਲ ਜਾਂਦੀਆਂ ਹਨ)
- ਪੈਲਵਿਕ ਇੰਫਲਾਮੇਟ੍ਰੀ ਰੋਗ
- ਮਸਾਨਾ ਵਿਚ ਬਾਰ-ਬਾਰ ਹੋਣ ਵਾਲਾ ਸਕ੍ਰਮਣ ਜਾਂ ਬੈਕਟੀਰੀਅਲ ਵੈਜੀਨੋਸਿਸ
- ਕੋਈ ਐਸਟੀਡੀ ਰੋਗ

**ਟੀਕਾਕਰਣ ਕਰਵਾਓ** : - ਜੇਕਰ ਤੁਸੀਂ ਪਿਛਲੇ 10 ਸਾਲਾਂ ਵਿਚ ਹੁਣ ਤੱਕ ਟਿਟਨਸ-ਡਿਪਥੀਰੀਆ ਬੂਸਟਰ ਦਾ ਟੀਕਾ ਨਹੀਂ ਲਗਵਾਇਆ ਤਾਂ ਉਸਨੂੰ ਲਗਵਾਓ। (ਰੁਬੇਲਾ) ਮੀਜ਼ਲਸ, ਮਮਸ ਅਤੇ ਰੁਬੇ ਲਾ ਦਾ ਟੀਕਾ ਨਾ ਲੱਗਿਆ ਹੋਵੇ ਤਾਂ ਉਸਨੂੰ ਲਗਵਾਓ, ਫੇਰ ਗਰਭ ਅਵਸਥਾ ਲਈ ਇਕ ਮਹੀਨਾ ਇੰਤਜ਼ਾਰ ਕਰੋ। ਜੇਕਰ ਤੁਸੀਂ ਪਹਿਲਾਂ ਹੀ ਗਰਭਵਤੀ ਹੋ ਚੁੱਕੀ ਹੋ, ਤਾਂ ਵੀ ਘਬਰਾਉਣ ਵਾਲੀ ਕੋਈ ਗੱਲ ਨਹੀਂ ਹੈ। ਭਾਵੇਂ ਤੁਹਾਨੂੰ ਹੈਪੇਟਾਈਟਿਸ ਬੀ ਜਾਂ ਚਿਕਨਪਾੱਕਸ ਦਾ ਕੋਈ ਡਰ ਨਹੀਂ ਹੈ ਪਰ ਹੁਣ ਇਸ ਲਈ ਪ੍ਰਬੰਧ ਕਰੋ। ਜੇਕਰ ਤੁਹਾਡੀ ਉਮਰ 26 ਸਾਲ ਤੋਂ ਘੱਟ ਹੈ ਤਾਂ ਐਚਪੀਵੀ ਦੀਆਂ ਤਿੰਨੋਂ ਡੋਜ਼ ਲੈਣੀਆਂ ਪੈਣਗੀਆਂ ਇਸ ਲਈ ਯੋਜਨਾ ਬਣਾ ਕੇ ਹੀ ਚੱਲੋ।

**ਕ੍ਰਾਨਿਕ ਰੋਗਾਂ ਤੇ ਕਾਬੂ ਪਾਓ** : - ਜੇਕਰ ਤੁਸੀਂ ਸ਼ੂਗਰ, ਦਮਾ, ਦਿਲ ਸਬੰਧੀ ਰੋਗ ਐਪੀਲੇਪਸੀ ਜਾਂ ਕਿਸੇ ਵੀ ਕ੍ਰਾਨਿਕ ਮਤਲਬ ਲੰਬੇ ਸਮੇਂ ਤੱਕ ਚੱਲਣ ਵਾਲੇ ਰੋਗ ਨਾਲ ਪੀੜ੍ਹਤ ਹੋ ਤਾਂ ਗਰਬ ਧਾਰਨ ਕਰਨ ਤੋਂ ਪਹਿਲਾਂ ਡਾਕਟਰ ਦੀ ਸਲਾਹ ਲੈ ਲਓ ਅਤੇ ਆਪਣੇ ਰੋਗ ਤੇ ਕਾਬੂ ਪਾਓ। ਆਪਣੀ ਚੰਗੀ ਤਰ੍ਹਾਂ ਧਿਆਨ ਰੱਖਣਾ ਸ਼ੁਰੂ ਕਰ ਦਿਓ। ਜੇਕਰ ਤੁਸੀਂ ਜਨਮ ਤੋਂ 'ਫਿਨਾਈਲਕੀਟੋਨਯੂਰੀਆ' ਨਾ ਪੀੜ੍ਹਤ ਹੋ ਤਾਂ ਹੁਣੇ ਤੋਂ ਫਿਨਾਈਲੇਲੇਨਿਨ ਵਾਲਾ ਭੋਜਨ ਲੈਣਾ ਸ਼ੁਰੂ ਕਰ ਦਿਓ ਅਤੇ ਇਸਨੂੰ ਗਰਭ ਅਵਸਥਾ ਵਿਚ ਵੀ ਜਾਰੀ ਰੱਖੋ। ਇਹ ਤੁਹਾਡੇ ਅਤੇ ਤੁਹਾਡੇ ਬੱਚੇ ਦੇ, ਦੋਹਾਂ ਦੀ ਸਿਹਤ ਲਈ ਵਧੀਆ ਹੋਵੇਗਾ।

ਜੇਕਰ ਤੁਹਾਨੂੰ ਏਲਰਜੀ ਸ਼ਾਟਸ ਦੀ ਜ਼ਰੂਰਤ ਪੈਂਦੀ ਹੈ ਤਾਂ ਇਸਤੇ ਹੁਣੇ ਤੋਂ ਧਿਆਨ ਦਿਓ। ਦੁੱਖ ਤੁਹਾਡੀ ਖੁਸ਼ੀ ਭਰਪੂਰ ਗਰਭ ਅਵਸਥਾ ਵਿਚ ਰੁਕਾਵਟ ਪਾ ਸਕਦਾ ਹੈ ਇਸ ਲਈ ਇਸਦਾ ਪਹਿਲਾਂ ਹੀ ਇਲਾਜ ਕਰਵਾ ਲਓ।

**ਬਰਥ ਕੰਟ੍ਰੋਲ ਬੰਦ ਕਰੋ** :- ਆਪਣੇ ਕੰਡੋਮ ਅਤੇ ਡਾਇਫ੍ਰਾਗਮ ਸੁੱਟ ਦਿਓ (ਹਾਲਾਂਕਿ ਗਰਭ ਅਵਸਥਾ ਤੋਂ ਬਾਅਦ ਉਨ੍ਹਾਂ ਦੀ ਦੁਬਾਰਾ ਲੋੜ ਪਵੇਗੀ) ਜੇਕਰ ਬਰਥ ਕੰਟ੍ਰੋਲ ਕਰਨ ਦੀਆਂ ਗੋਲੀਆਂ, ਵੈਜਾਈਨਲ ਰਿੰਗ ਜਾਂ ਪੈਚ ਪ੍ਰਯੋਗ ਕਰ ਰਹੇ ਹੋ ਤਾਂ ਇਸ ਸਬੰਧੀ ਡਾਕਟਰ ਤੋਂ ਸਲਾਹ ਲੈ ਲਓ। ਤੁਹਾਨੂੰ ਇਨ੍ਹਾਂ ਨੂੰ ਕਈ ਮਹੀਨੇ ਪਹਿਲਾਂ ਬੰਦ ਕਰਨਾ ਪਵੇਗਾ ਤਾਂ ਕਿ ਪ੍ਰਜਣ ਤੰਤਰ ਸਹੀ ਤਰੀਕੇ ਨਾਲ ਕੰਮ ਕਰਨ ਲੱਗੇ ਅਤੇ ਦੋ ਮਹੀਨੇ ਚੱਕਰ ਸਹੀ ਤਰੀਕੇ ਨਾ ਆ ਜਾਣ (ਉਸ ਦੌਰਾਨ ਕੰਡੋਮ ਦਾ ਪ੍ਰਯੋਗ ਕਰੋ) ਹੋ ਸਕਦਾ ਹੈ ਕਿ ਤੁਹਾਡੇ ਮਹੀਨਾ ਚੱਕਰ ਨੂੰ ਨਿਯਮਿਤ ਹੋਣ ਵਿਚ ਦੋ-ਤਿੰਨ ਜਾਂ ਫੇਰ ਉਸ ਤੋਂ ਵੀ ਜ਼ਿਆਦਾ ਮਹੀਨੇ ਲੱਗ ਜਾਣ।

ਜੇਕਰ ਤੁਸੀਂ 'ਆਈਯੂਡੀ' ਲਗਾਉਂਦੇ ਹੋ ਤਾਂ ਇਸਨੂੰ ਕੱਢਵਾ ਦਿਓ। ਡੇਪੋਪ੍ਰੋਵੇਰਾ ਬੰਦ ਕਰਨ ਦੇ ਛੇ ਮਹੀਨੇ ਤੱਕ ਇੰਤਜ਼ਾਰ ਕਰੋ। ਕਈ ਔਰਤਾਂ ਤਾਂ ਇਸਨੂੰ ਬੰਦ ਕਰਨ ਤੋਂ 10 ਮਹੀਨੇ ਤੱਕ ਵੀ ਗਰਭਵਤੀ ਨਹੀਂ ਹੁੰਦੀਆਂ। ਤੁਸੀਂ ਇਸਦੇ ਹਿਸਾਬ ਨਾਲ ਆਪਣੀ ਯੋਜਨਾ ਬਣਾਓ।

**ਭੋਜਨ ਵਿਚ ਸੁਧਾਰ** :- ਹੋ ਸਕਦਾ ਹੈ ਕਿ ਤੁਸੀਂ ਹੁਣੇ ਤੋਂ ਦੋ ਜਣਿਆਂ ਲਈ ਨਾ ਖਾ ਰਹੀ ਹੋਵੋ ਪਰ ਵਧੀਆ ਆਦਤ ਅਪਨਾਉਣ ਵਿਚ ਦੇਰ ਕਿਉਂ? ਤੁਸੀਂ ਆਪਣੀ ਫੋਲਿਕ ਐਸਿਡ ਦੀ ਖੁਰਾਕ ਲੈਣੀ ਨਾ ਭੁੱਲੋ। ਇਸ ਨਾਲ ਗਰਭ ਧਾਰਨ ਕਰਨ ਦੀ ਸਮਰੱਥਾ ਵਧੇ ਗੀ। ਅਧਿਐਨਾਂ ਤੋਂ ਇਹ ਵੀ ਪਤਾ ਲੱਗਾ ਹੈ ਕਿ ਗਰਭ ਧਾਰਨ ਤੋਂ ਪਹਿਲਾਂ, ਭੋਜਨ ਵਿਚ ਇਸ ਵਿਟਾਮਿਨ ਦੀ ਜ਼ਿਆਦਾ ਮਾਤਰਾ ਲੇਣ ਵਾਲੀਆਂ ਗਰਭਵਤੀ ਇਸਤਰੀਆਂ ਵਿਚ 'ਨਯੂਰਲ ਟਿਊਬ ਡਿਫੈਕਟ' ਦਾ ਖਤਰਾ ਬਹੁਤ ਘੱਟ ਜਾਂਦਾ ਹੈ। ਇਹ ਸਾਬਤ ਅਨਾਜ ਅਤੇ ਹਰੀਆਂ ਪੱਤੇਦਾਰ ਸਬਜੀਆਂ

ਅਤੇ ਰੀਫਾਈਂਡ ਅਨਾਜ ਵਿਚ ਪ੍ਰਾਪਤ ਕੀਤੀ ਜਾਂਦੀ ਹੈ ਪਰ ਤੁਹਾਨੂੰ ਇਸਨੂੰ ਖੁਰਾਕ ਦੇ ਰੂਪ ਵਿਚ ਲੈਣਾ ਪਵੇਗਾ। ਇਸ ਲਈ ਡਾਕਟਰ ਨੂੰ ਪੁੱਛੋ।

ਜੰਕ ਅਤੇ ਚਰਬੀ ਵਾਲੇ ਭੋਜਨ ਨੂੰ ਬਾਏ ਬਾਏ ਕਹੋ। ਭੋਜਨ ਵਿਚ ਫਲ, ਸਬਜੀਆਂ, ਘੱਟ ਚਰਬੀ ਵਾਲੇ ਡੇਅਰੀ ਪਦਾਰਥਾਂ ਦੀ ਮਾਤਰਾ ਵਧਾਓ। ਪੁਸਤਕ ਵਿਚ ਦਿੱਤੀ ਸੰਤੁਲਿਤ ਭੋਜਨ-ਯੋਜਨਾ ਤੇ ਵੀ ਧਿਆਨ ਦਿਓ। ਤੁਹਾਨੂੰ ਗਰਭ ਧਾਰਨ ਤੋਂ ਪਹਿਲਾਂ ਹਰ ਰੋਜ਼, ਦੋ ਸਰਵਿੰਗ ਪ੍ਰੋਟੀਨ, ਤਿੰਨ ਸਰਵਿੰਗ ਕੈਲਸ਼ੀਅਮ ਅਤੇ ਛੇ ਸਰਵਿੰਗ ਸਾਬਤ ਅਨਾਜ ਲੈਣਾ ਪਵੇਗਾ। ਤੁਹਾਨੂੰ ਇਸ ਵਿਚ ਕੈਲਰੀ ਦੀ ਮਾਤਰਾ ਵਧਾਉਣ ਦੀ ਜ਼ਰੂਰਤ ਨਹੀਂ ਹੈ।

ਮੱਛੀ ਦੇ ਬਾਰੇ ਵਿਚ ਵੀ ਦਿੱਤੇ ਗਏ ਤੱਥਾਂ ਤੇ ਧਿਆਨ ਦਿਓ, ਪਰ ਇਸਨੂੰ ਖਾਣਾ ਬੰਦ ਨਾ ਕਰੋ ਕਿਉਂਕਿ ਇਸ ਵਿਚ ਬਹੁਤ ਪੌਸ਼ਟਿਕ ਤੱਕ ਮਿਲਦੇ ਹਨ।

ਜੇਕਰ ਤੁਹਾਡੇ ਖਾਣ-ਪੀਣ ਦੀਆਂ ਕੁਝ ਆਦਤਾਂ, ਗਰਭ ਅਵਸਥਾ ਵਿਚ ਪਰੇਸ਼ਾਨੀ (ਵਰਤ ਰੱਖਣਾ, ਐਨੋਰੇਕਸਿਆ ਨਵਾਸ, ਬੁਲੇਮੀਆ, ਵਿਸ਼ੇਸ਼ ਭੋਜਨ) ਪੈਦਾ ਕਰ ਸਕਦੀਆਂ ਹਨ, ਤਾਂ ਇਸ ਬਾਰੇ ਵਿਚ ਪਹਿਲਾਂ ਹੀ ਡਾਕਟਰ ਦੀ ਸਲਾਹ ਲੈ ਲਓ)

**ਜਣੇਪੇ ਤੋਂ ਪਹਿਲਾਂ ਵਿਟਾਮਿਨ ਲਓ :-** ਫੋਲਿਕ ਐਸਿਡ ਦੀ ਭਰਪੂਰ ਮਾਤਰਾ ਨੂੰ ਭੋਜਨ ਵਿਚ ਸ਼ਾਮਲ ਕਰਨ ਦੇ ਬਾਵਜੂਦ ਤੁਹਾਨੂੰ ਗਰਭ ਧਾਰਨ ਕਰਨ ਤੋਂ ਦੋ ਮਹੀਨੇ ਪਹਿਲਾਂ ਤੋਂ, ਪ੍ਰੀਨੈਟਲ ਪੂਰਕ ਦੇ ਰੂਪ ਵਿਚ 400 ਐਮਸੀਜੀ ਦੀ ਖੁਰਾਕ ਲੈਣੀ ਪਵੇਗੀ। ਇਸਦੇ ਬਹੁਤ ਲਾਭ ਹਨ। ਅਧਿਐਨਾਂ ਤੋਂ ਪਤਾ ਲੱਗਾ ਹੈ ਕਿ ਜਿਹੜੀਆਂ ਇਸਤਰੀਆਂ ਗਰਭ ਧਾਰਨ ਕਰਨ ਤੋਂ ਪਹਿਲਾਂ ਜਾਂ ਸ਼ੁਰੂ ਦੇ ਹਫਤਿਆਂ ਵਿਚ ਮਲਟੀ ਵਿਟਾਮਿਨ ਦੀ ਖੁਰਾਕ ਲੈਂਦੀਆਂ ਹਨ, ਉਨ੍ਹਾਂ ਨੂੰ ਉਲਟੀ ਅਤੇ ਜੀਅ ਕੱਚਾ ਹੋਣ ਵਰਗੀ ਸ਼ਿਕਾਇਤ ਨਹੀਂ ਹੁੰਦੀ। ਇਸ ਵਿਚ 15 ਐਮਜੀ ਜਿੰਕ ਦੀ ਮਾਤਰਾ ਵੀ ਹੋਣੀ ਚਾਹੀਦੀ ਹੈ, ਜਿਸ ਨਾਲ ਗਰਭ ਧਾਰਨ ਦੀ ਸਮਰੱਥਾ ਵਧੇਗੀ। ਹਾਲਾਂਕਿ ਕੁਝ ਜ਼ਰੂਰਤ ਤੋਂ ਜ਼ਿਆਦਾ ਪੌਸ਼ਟਿਕ ਤੱਤਾਂ ਦੀ ਮਾਤਰਾ ਨੁਕਸਾਨ ਵੀ ਪਹੁੰਚਾ ਸਕਦੀ ਹੈ ਇਸ ਲਈ ਡਾਕਟਰ ਦੀ ਸਲਾਹ ਜ਼ਰੂਰ ਲਓ।

**ਭਾਰ ਦੀ ਜਾਂਚ :-** ਭਾਰ ਘੱਟ ਜਾਂ ਜ਼ਿਆਦਾ ਹੋਣਾ, ਇਹ ਦੋਨੋਂ ਸਥਿਤੀਆਂ ਹੀ ਗਰਭ ਧਾਰਨ ਸਮਰੱਥਾ ਨੂੰ ਪ੍ਰਭਾਵਿਤ ਕਰ ਸਕਦੀਆਂ ਹਨ। ਜੇਕਰ ਤੁਸੀਂ ਗਰਭ ਧਾਰਨ ਕਰ ਵੀ ਲਿਆ ਤਾਂ ਗਰਭ ਅਵਸਥਾ ਵਿਚ ਕਈ ਤਰ੍ਹਾਂ ਦੀਆਂ ਮੁਸ਼ਕਲਾਂ ਆ ਸਕਦੀਆਂ ਹਨ ਇਸ ਲਈ ਜ਼ਰੂਰਤ ਦੇ ਹਿਸਾਬ ਨਾਲ ਕੈਲਰੀ ਦੀ ਮਾਤਰਾ ਘਟਾਓ ਜਾਂ ਵਧਾਓ।

ਭਾਰ ਘਟਾਉਣਾ ਹੋਵੇ ਤਾਂ ਹੌਲੀ-ਹੌਲੀ ਘਟਾਓ ਅਤੇ ਗਰਭ ਅਵਸਥਾ ਦੀ ਯੋਜਨਾ ਨੂੰ 2 ਮਹੀਨੇ ਤੱਕ ਟਾਲ ਦਿਓ। ਬਹੁਤ ਸਖਤ ਅਤੇ ਅਸੰਤੁਲਿਤ ਡਾਈਟਿੰਗ ਤੁਹਾਨੂੰ ਨੁਕਸਾਨ ਪਹੁੰਚਾ ਸਕਦੀ ਹੈ। ਜੇਕਰ ਸਖਤ ਡਾਈਟਿੰਗ ਹੋ ਚੁੱਕੀ ਹੈ ਤਾਂ ਹੁਣ ਸੰਤੁਲਿਤ ਭੋਜਨ ਲੈਣਾ ਸ਼ੁਰੂ ਕਰ ਦਿਓ ਤਾਂ ਕਿ ਛੋਟਾ ਬੱਚਾ ਤੰਦਰੁਸਤ ਸਰੀਰ ਵਿਚ ਆਪਣਾ ਘਰ ਬਣਾ ਸਕੇ।

**ਸ਼ੇਪ ਅਪ, ਪਰ ਸ਼ਾਂਤ ਰਹੋ :** ਕਸਰਤ ਦਾ ਨਿੱਤਨੇਮ ਹੋਵੇਗਾ ਤਾਂ ਤੁਹਾਡੇ ਲਈ ਵਧੀਆ ਹੀ ਹੈ। ਮਾਸਪੇਸ਼ੀਆਂ ਲਚੀਲੀਆਂ ਅਤੇ ਮਜਬੂਤ ਬਣਗੀਆਂ। ਵਾਧੂ ਭਾਰ ਵੀ ਘਟੇਗਾ ਪਰ ਕਸਰਤ ਦੀ ਵੀ ਹੱਦ ਹੀ ਨਾ ਕਰੋ ਕਿਉਂਕਿ ਇਸ ਨਾਲ ਓਵਯੂਲੇਸ਼ਨ ਵਿਚ ਮੁਸ਼ਕਲ ਆਵੇਗੀ ਅਤੇ ਤੁਸੀਂ ਗਰਭਵਤੀ ਨਹੀਂ ਹੋ ਸਕੋਗੇ। ਵਰਕਆਊਟ ਦੌਰਾਨ ਆਪਣੇ ਘਰ ਨੂੰ ਕੂਲ ਰੱਖੋ। ਹਾੱਟ ਟਬ, ਸਾੱਨਾ, ਹੀਟਿੰਗ ਪੈਡ ਅਤੇ ਇਲੈਕਟ੍ਰਿਕ ਕੇਬਲ ਦਾ ਜ਼ਿਆਦਾ ਪ੍ਰਯੋਗ ਨਾ ਕਰੋ।

**ਮੈਡੀਕਲ ਕੈਬਨੇਟ ਦੀ ਜਾਂਚ :** - ਕੁਝ ਦਵਾਈਆਂ ਅਜਿਹੀਆਂ ਹੁੰਦੀਆਂ ਹਨ, ਜਿਨ੍ਹਾਂ ਨੂੰ ਗਰਭ ਅਵਸਥਾ ਤੋਂ ਪਹਿਲਾਂ ਅਤੇ ਇਸਦੇ ਦੌਰਾਨ ਲੈਣਾ ਖਤਰਨਾਕ ਹੋ ਸਕਦਾ ਹੈ। ਜੇਕਰ ਤੁਸੀਂ ਵੀ ਨਿਯਮਿਤ ਰੂਪ ਨਾਲ ਜਾਂ ਕਦੇ-ਕਦੇ ਕੋਈ ਦਵਾਈ ਲੈ ਰਹੇ ਹੋ ਤਾਂ ਇਸ ਬਾਰੇ ਆਪਣੇ ਡਾਕਟਰ ਤੋਂ ਸਲਾਹ ਲੈ ਲਓ। ਜੇਕਰ ਕੋਈ ਅਜਿਹੀ ਦਵਾਈ ਲੈਣੀ ਹੀ ਪਵੇ ਤਾਂ ਇਸਦਾ ਵਿਕਲਪ ਲੱਭਣ ਦਾ ਸਹੀ ਸਮਾਂ ਇਹੀ ਹੈ।

ਉਂਝ ਤਾਂ ਹਰਬਲ ਜਾਂ ਵਕਲਪਿਕ ਦਵਾਈਆਂ ਕੁਦਰਤੀ ਮੰਨੀਆਂ ਜਾਂਦੀਆਂ ਹਨ ਪਰ ਇਸਦਾ ਇਹ ਮਤਲਬ ਨਹੀਂ ਕਿ ਉਹ ਸੁਰੱਖਿਅਤ ਹੋਣਗੀਆਂ। ਕਈ ਹਰਬਲ ਦਵਾਈਆਂ (ਗਿੰਕਗੋ ਬਿਲੋਬਾ) ਗਰਭ ਧਾਰਣ ਵਿਚ ਰੁਕਵਾਟ ਬਣ ਸਕਦੀਆਂ ਹਨ। ਹਰਬਲ ਡਾਕਟਰ ਦੀ ਆਗਿਆ ਤੋਂ ਬਿਨਾਂ ਅਜਿਹੀ ਕੋਈ ਦਵਾਈ ਨਾ ਲਓ ਅਤੇ ਉਨ੍ਹਾਂ ਨੂੰ ਆਪਣੀ ਆਉਣ ਵਾਲੀ ਗਰਭ ਅਵਸਥਾ ਦਾ ਸੰਕੇਤ ਦੇ ਦਿਓ।

**ਕੈਫੀਨ ਦੀ ਮਾਤਰਾ :** - ਅਸੀਂ ਇਹ ਨਹੀਂ ਕਹਿ ਰਹੇ ਕਿ ਤੁਸੀਂ ਕੈਫੀਨ ਵਾਲੇ ਪਦਾਰਥ ਲੈਣਾ ਬਿਲਕੁਲ ਛੱਡ ਦਿਓ। ਕਿਉਂਕਿ ਤੁਸੀਂ ਗਰਭਵਤੀ ਹੋਣ ਦੀ ਯੋਜਨਾ ਬਣਾ ਰਹੇ ਹੋ ਜਾਂ ਗਰਭਵਤੀ ਹੋ ਚੁੱਕੇ ਹੋ, ਤਾਂ

## ਜ਼ਰਾ ਧਿਆਨ ਦਿਓ

ਏਨਾ ਤਾਂ ਨਿਸ਼ਚਿਤ ਹੈ ਕਿ ਬੱਚੇ ਨੂੰ ਜਨਮ ਦੇਣ ਦਾ ਫੈਸਲਾ ਲੈਂਦੇ ਹੀ ਤੁਹਾਡੇ ਦੋਨਾਂ ਦੀ ਸਰੀਰਕ ਨੇੜਤਾ ਬਹੁਤ ਵੱਧ ਜਾਵੇਗੀ,ਪਰ ਤੁਹਾਡੇ ਪ੍ਰੇਮ ਸਬੰਧ ਦਾ ਕੀ ਹੋਵੇਗਾ? ਕਿਤੇ ਅਜਿਹਾ ਤਾਂ ਨਹੀਂ ਕਿ ਤੁਸੀਂ ਆਉਣ ਵਾਲੇ ਮਹਿਮਾਨ ਦੇ ਚੱਕਰ ਵਿਚ ਸੈਕਸ ਜੀਵਨ ਨੂੰ ਅਣਦੇਖਿਆ ਕਰ ਰਹੇ ਹੋ।

ਜਦੋਂ ਤੁਹਾਨੂੰ ਹਮੇਸ਼ਾ ਆਉਣ ਵਾਲੇ ਦਾ ਧਿਆਨ ਰਹਿੰਦਾ ਹੈ, ਉਦੋਂ ਸੈਕਸ ਮਨੋਰੰਜਨ ਨਹੀਂ ਸਿਰਫ ਇਕ ਪ੍ਰਕ੍ਰਿਆ ਬਣ ਜਾਂਦਾ ਹੈ, ਜਦੋਂ ਤੁਸੀਂ ਇਸਨੂੰ ਇਕ ਮਸ਼ੀਨੀ ਪ੍ਰਕ੍ਰਿਆ ਮੰਨ ਲੈਂਦੇ ਹੋ ਤਾਂ ਕਈ ਵਾਰ ਰਿਸ਼ਤਿਆਂ ਵਿਚ ਦਰਾਰ ਪੈਣ ਲੱਗਦੀ ਹੈ, ਪਰ ਤੁਸੀਂ ਚਾਹੋ ਤਾਂ ਇਨ੍ਹਾਂ ਨੂੰ ਪਹਿਲਾਂ ਦੀ ਤਰ੍ਹਾਂ ਠੀਕ ਰੱਖ ਸਕਦੇ ਹੋ। ਗਰਭ ਧਾਰਨ ਸਮੇਂ ਪਤੀ ਨਾਲ ਭਾਵਨਾਤਮਕ ਲਗਾਓ ਬਣਾਈ ਰੱਖਣ ਲਈ : -

**ਬਾਹਰ ਜਾਓ :** ਤੁਹਾਨੂੰ ਅਤੇ ਤੁਹਾਡੇ ਪਤੀ ਨੂੰ ਘਰ ਜਾਂ ਸ਼ਹਿਰ ਤੋਂ ਬਾਹਰ ਥੋੜ੍ਹਾ ਸਮਾਂ ਬਿਤਾਉਣਾ ਚਾਹੀਦਾ ਹੈ ਕਿਉਂਕਿ ਸ਼ਾਇਦ ਇਸਤੋਂ ਬਾਅਦ ਬਹੁਤ ਸਮੇਂ ਤੱਕ ਅਜਿਹੀਆਂ ਛੁੱਟੀਆਂ ਦਾ ਮੌਕਾ ਨਹੀਂ ਮਿਲ ਸਕੇਗਾ। ਜੇਕਰ ਸਮਾਂ ਨਹੀਂ ਹੈ ਤਾਂ ਕੋਈ ਗੱਲ ਨਹੀਂ ਇਕ ਦੂਜੇ ਨਾਲ ਵੀਕੈਂਡ ਤਾਂ ਮਨਾ ਹੀ ਸਕਦੇ ਹੋ (ਘੋੜਸਵਾਰੀ ਕਰੋ, ਰਾਫਟਿੰਗ ਕਰੋ)। ਇਹ ਸਭ ਗਰਭ ਅਵਸਥਾ ਦੌਰਾਨ ਨਹੀਂ ਕਰ ਸਕੋਗੇ? ਕੋਈ ਸੰਗ੍ਰਹਿਆਲਾ ਦੇਖ ਆਓ। ਮਲਟੀਪਲੇਕਸ ਵਿਚ ਮੂਵੀ ਦੇਖਣ ਜਾਓ। (ਹਾਲੇ ਤਾਂ ਬੇਬੀਸਿਟਰ ਵੀ ਨਹੀਂ ਚਾਹੀਦਾ) ਜਾਂ ਫੇਰ ਆਪਣੇ ਮਨਪਸੰਦ ਰੈਸਟੋਰੈਂਟਾਂ ਵਿਚ ਭੋਜਨ ਕਰੋ।

**ਰੋਮਾਂਸ ਤਾਜਾ ਕਰੋ :** - ਸੈਕਸ ਬੋਰੀਅਤ ਨਾ ਬਣ ਜਾਵੇ ਇਸ ਲਈ ਬੈਡਰੂਮ ਵਿਚ ਥੋੜ੍ਹੀ ਮੌਜ-ਮਸਤੀ ਕਰੋ। ਕੋਈ ਸੈਕਸੀ ਨਾਈਟੀ, ਹਾੱਟ ਮੂਵੀ ਜਾਂ ਫੇਰ ਸੈਕਸੀ ਟਾੱਯ, ਕੋਈ ਨਵੀਂ ਮੁਦਰਾ (ਕਾਮ ਸੂਤਰ ਦੀ ਮੱਦਦ ਲਓ) ਨੂੰ ਸ਼ਾਮਲ ਕਰੋ। ਬੈਡ ਦੀ ਜਗ੍ਹਾ ਡਾਈਨਿੰਗ ਟੇਬਲ ਕਿਹੋ ਜਿਹਾ ਰਹੇਗਾ? ਆਈਸਕ੍ਰੀਮ ਤੇ ਹਾੱਟ ਫਜ ਖਾਣ ਦੀ ਬਜਾਏ ਇਕ-ਦੂਜੇ ਤੇ ਲਗਾ ਕੇ ਖਾਓ ਤਾਂ...? ਜੇਕਰ ਜ਼ਿਆਦਾ ਰੋਮਾਂਸ ਪਸੰਦ ਨਹੀਂ ਕਰਦੇ ਤਾਂ ਕੋਈ ਗੱਲ ਨਹੀਂ, ਚਾਂਦਨੀ ਰਾਤ ਨੂੰ ਸੈਰ ਤੇ ਜਾਓ। ਫਾਇਰਪਲੇਸ ਸਾਹਮਣੇ ਬਾਂਹਾਂ ਵਿਚ ਬਾਂਹਾਂ ਪਾ ਕੇ ਸੋਹਣੇ ਸੁਪਨੇ ਦੇਖੋ।

**ਕੁਝ ਉਨ੍ਹਾਂ ਦੇ ਬਾਰੇ ਵਿਚ :** - ਕੀ ਉਹ ਤੁਹਾਡੀ ਤਰ੍ਹਾਂ ਬੱਚੇ ਲਈ ਚਿੰਤਾ ਵਿਚ ਨਹੀਂ ਹਨ? ਕੀ ਉਹ ਤੁਹਾਨੂੰ ਬਾੱਡੀ ਟੈਂਪਰੇਚਰ ਚਾਰਟ ਬਨਾਉਣ ਵਿਚ ਮੱਦਦ ਦੇਣ ਦੀ ਬਜਾਏ ਸਟਾਕ ਮਾਰਕੀਟ ਦੀਆਂ ਖਬਰਾਂ ਵਿਚ ਰੁੱਝੇ ਹੋਏ ਹਨ? ਕੀ ਉਹ ਹਰ ਵਾਰ ਬੇਬੀ ਬੁਟੀਕ ਦੇ ਸਾਹਮਣਿਓਂ ਲੰਘਦੇ ਹੋਏ ਹਾਏ-ਹਾਏ ਨਹੀਂ ਕਰਦੇ? ਇਨ੍ਹਾਂ ਸਭ ਗੱਲਾਂ ਦਾ ਇਹ ਮਤਲਬ ਨਾ ਕੱਢੋ ਕਿ ਉਹ ਆਉਣ ਵਾਲੇ ਮਹਿਮਾਨ ਲਈ ਉਤਸ਼ਾਹਿਤ ਨਹੀਂ ਹਨ। ਹੋ ਸਕਦਾ ਹੈ ਕਿ ਉਹ ਕੰਮ ਤੇ ਜ਼ਿਆਦਾ ਧਿਆਨ ਦੇ ਰਹੇ ਹੋਣ ਤਾਂ ਕਿ ਬਾਅਦ ਵਿਚ ਤੁਹਾਡੇ ਨਾਲ ਜ਼ਿਆਦਾ ਸਮਾਂ ਗੁਜਾਰ ਸਕਣ। ਯਾਦ ਰੱਖੋ ਕਿ ਉਹ ਵੀ ਪਤਾ ਬਣਨ ਜਾ ਰਹੇ ਹਨ, ਇਹ ਇਕ ਟੀਮਵਰਕ ਹੈ ਅਤੇ ਤੁਹਾਡੀ ਤਰ੍ਹਾਂ ਉਹ ਵੀ ਇਸ ਵਿਚ ਬਹੁਤ ਗੰਭੀਰ ਹਨ। ਜਦੋਂ ਵੀ ਮੌਕਾ ਮਿਲੇ ਆਪਸ ਵਿਚ ਗੱਲਬਾਤ ਕਰੋ। ਉਨ੍ਹਾਂ ਤੇ ਗੁੱਸਾ ਨਾ ਕੱਢੋ। ਇਕ-ਦੂਜੇ ਦਾ ਸਾਥ ਮਹਿਸੂਸ ਕਰਦੇ ਰਹੋਗੇ ਤਾਂ ਤੁਹਾਡੇ ਲਈ ਹੀ ਵਧੀਆ ਰਹੇਗਾ।

ਵੀ ਤੁਸੀਂ ਦਿਨ ਵਿਚ ਦੋ ਕੱਪ ਕੈਫੀਨ ਵਾਲੀ ਕਾੱਫੀ ਜਾਂ ਕੋਈ ਪੀਣ ਵਾਲਾ ਪਦਾਰਥ ਲੈ ਸਕਦੇ ਹੋ ਪਰ ਜੇ ਕਰ ਤੁਸੀਂ ਜ਼ਰੂਰਤ ਤੋਂ ਜ਼ਿਆਦਾ ਆਦੀ ਹੋ ਤਾਂ ਥੋੜ੍ਹਾ ਜਿਹਾ ਸੰਭਲੋ। ਕਈ ਅਧਿਐਨਾਂ ਤੋਂ ਪਤਾ ਲੱਗਾ ਹੈ ਕਿ ਇਸਦੀ ਜ਼ਿਆਦਾ ਮਾਤਰਾ ਨਾਲ ਪ੍ਰਜਣ ਸਮਰੱਥਾ ਘੱਟਦੀ ਹੈ।

**ਅੱਲਕੋਹਲ ਦੀ ਮਾਤਰਾ :** - ਪੀਣ ਤੋਂ ਪਹਿਲਾਂ ਥੋੜ੍ਹਾ ਸੋਚੋ। ਹਾਲਾਂਕਿ ਗਰਭ ਅਵਸਥਾ ਤੋਂ ਪਹਿਲਾਂ ਦਿਨ ਵਿਚ ਇਕ ਅੱਧਾ ਪੈਗ ਪੀਣ ਨਾਲ ਕੋਈ ਫਰਕ ਨਹੀਂ ਪਵੇਗਾ, ਪਰ ਜ਼ਿਆਦਾ ਮਾਤਰਾ ਲੈਣ ਨਾਲ ਗਰਭ ਧਾਰਨ ਕਰਨ ਵਿਚ ਜ਼ਿਆਦਾ ਸਮਾਂ ਲੱਗ ਸਕਦਾ ਹੈ ਜਾਂ ਪਰੇਸ਼ਾਨੀ ਹੋ ਸਕਦੀ ਹੈ। ਹੋ ਸਕਦਾ ਹੈ ਕਿ ਤੁਸੀਂ ਗਰਭਵਤੀ ਹੋ ਚੁੱਕੀ ਹੋ, ਅਜਿਹੀ ਹਾਲਤ ਵਿਚ ਤਾਂ ਸ਼ਰਾਬ ਪੀਣ ਦੀ ਬਿਲਕੁਲ ਮਨਾਹੀ ਹੋ ਜਾਵੇਗੀ।

## ਪਨਪੁਆਂਇੰਟ ਓਵਯੂਲੇਸ਼ਨ

ਤੁਸੀਂ ਤਾਂ ਜਾਣਦੇ ਹੀ ਹੋ ਕਿ ਗਰਭ ਧਾਰਨ ਕਰਨ ਲਈ ਓਵਯੂਲੇਸ਼ਨ ਕਿੰਨੀ ਅਹਿਮੀਅਤ ਰੱਖਦਾ ਹੈ। ਇੱਥੇ ਕੁਝ ਸੁਝਾਅ ਦਿੱਤੇ ਗਏ ਹਨ, ਜਿਨ੍ਹਾਂ ਦੀ ਸਹਾਇਤਾ ਨਾਲ ਤੁਸੀਂ ਉਸ ਦਿਨ ਦਾ ਅੰਦਾਜ਼ਾ ਲਗਾ ਸਕਦੇ ਹੋ।

**ਕਲੰਡਰ ਦੇਖੋ** :- ਆਮ ਤੌਰ ਤੇ ਓਵਯੂਲੇਸ਼ਨ ਤੁਹਾਡੇ ਮਾਸਿਕ ਚੱਕਰ ਵਿਚਕਾਰ ਹੁੰਦਾ ਹੈ। ਔਸਤ ਚੱਕਰ 28 ਦਿਨ ਦਾ ਹੁੰਦਾ ਹੈ, ਜਿਸਨੂੰ ਪਹਿਲੇ ਪੀਰੀਅਡ ਦੇ ਪਹਿਲੇ ਦਿਨ ਤੋਂ ਅਗਲੇ ਪੀਰੀਅਡ ਦੇ ਪਹਿਲੇ ਦਿਨ ਤੱਕ ਗਿਣਿਆ ਜਾਂਦਾ ਹੈ ਪਰ ਗਰਭ ਅਵਸਥਾ ਦੀ ਤਰ੍ਹਾਂ ਮਾਸਿਕ ਚੱਕਰ ਦਾ ਵੀ ਆਪਣਾ ਹਿਸਾਬ ਹੋ ਸਕਦਾ ਹੈ। ਮਾਸਿਕ ਚੱਕਰ ਦੇ ਦਿਨ 23 ਤੋਂ 25 ਦੇ ਵਿਚਕਾਰ ਹੋ ਸਕਦਾ ਹੈ। ਤੁਹਾਡਾ ਆਪਣਾ ਚੱਕਰ ਮਹੀਨਾ-ਪ੍ਰਤੀਮਹੀਨਾ ਖਿਸਕ ਸਕਦਾ ਹੈ। ਕੁਝ ਮਹੀਨੇ ਤੱਕ ਮਾਸਿਕ ਚੱਕਰ ਦਾ ਕਲੰਡਰ ਰੱਖਣ ਨਾਲ ਤੁਹਾਨੂੰ ਆਪਣੇ ਸਧਾਰਣ ਚੱਕਰ ਦਾ ਅੰਦਾਜ਼ਾ ਹੋ ਸਕਦਾ ਹੈ। ਜੇਕਰ ਮਾਸਿਕ ਚੱਕਰ ਅਨਿਯਮਿਤ ਹੋਵੇ ਤਾਂ ਤੁਹਾਨੂੰ ਓਵਯੂਲੇਸ਼ਨ ਦੇ ਬਾਕੀ ਸੰਕੇਤਾਂ ਤੇ ਧਿਆਨ ਦੇਣਾ ਪਵੇਗਾ।

**ਆਪਣਾ ਤਾਪਮਾਨ ਲਓ** :- ਤੁਹਾਨੂੰ ਆਪਣੇ ਬੇਸਲ ਬਾੱਡੀ ਟੈਂਪਰੇਚਰ ਦਾ ਰਿਕਾਰਡ ਰੱਖਣਾ ਪਵੇਗਾ। ਤੁਹਾਨੂੰ ਸਵੇਰੇ ਬਿਸਤਰੇ ਤੋਂ ਉਠਦੇ ਹੀ ਇਕ ਵਿਸ਼ੇਸ਼ ਥਰਮਾਮੀਟਰ ਨਾਲ ਆਪਣਾ ਤਾਪਮਾਨ ਜਾਂਚਣਾ ਪਵੇਗਾ। ਇਹ ਤਾਪਮਾਨ ਤੁਹਾਡੇ ਚੱਕਰ ਨਾਲ-ਨਾਲ ਬਦਲਦਾ ਰਹਿੰਦਾ ਹੈ। ਓਵਯੂਲੇਸ਼ਨ ਸਮੇਂ ਸਭ ਤੋਂ ਘੱਟ ਹੋ ਜਾਂਦਾ ਹੈ ਅਤੇ ਉਸਤੋਂ ਬਾਅਦ ਅੱਧੀ ਡਿਗਰੀ ਤੱਕ ਵੱਧ ਜਾਂਦਾ ਹੈ। ਇਸ ਚਾਰਟ ਤੋਂ ਨਾ ਸਿਫਰ ਓਵਯੂਲੇਸ਼ਨ ਦਾ ਦਿਨ ਪਤਾ ਲੱਗੇਗਾ ਸਗੋਂ ਇਸਦਾ ਸਬੂਤ ਵੀ ਮਿਲੇਗਾ। ਕੁਝ ਮਹੀਨਿਆਂ ਬਾਅਦ ਤੁਹਾਨੂੰ ਆਪਣੇ ਮਾਸਿਕ ਚੱਕਰ ਦਾ ਢਾਂਚਾ ਪਤਾ ਲੱਗ ਜਾਵੇਗਾ ਅਤੇ ਜਣੇਪੇ ਦੀ ਅੰਦਾਜ਼ਨ ਮਿਤੀ ਦਾ ਅੰਦਾਜ਼ਾ ਵੀ ਲੱਗਾ ਸਕੋਗੇ।

**ਆਪਣੇ ਅੰਡਰਗਾਰਮੈਂਟਸ ਦੀ ਜਾਂਚ ਕਰੋ**:- ਸਰਵਾਈਕਲ ਮਿਊਕਸ ਦੀ ਮਾਤਰਾ ਅਤੇ ਰੰਗ ਵਿਚ ਬਦਲਾਅ ਤੋਂ ਵੀ ਇਹ ਸੰਕੇਤ ਮਿਲਦਾ ਹੈ। ਪੀਰੀਅਡ ਖਤਮ ਹੋਣ ਤੋਂ ਬਾਅਦ ਇਸਦੀ ਜ਼ਿਆਦਾ ਉਮੀਦ ਨਾ ਰੱਖੋ ਚੱਕਰ ਵੱਧਣ ਦੇ ਨਾਲ-ਨਾਲ ਮਿਊਕਸ ਦੀ ਮਾਤਰਾ ਵੀ ਵੱਧਦੀ ਹੈ ਜਿਸਨੂੰ ਉਂਗਲੀਆਂ ਵਿਚ ਵੀ ਲਿਆ ਜਾਵੇ ਤਾਂ ਉਹ ਚਿਪਚਿਪਾ ਪਦਾਰਥ ਟੁੱਟ ਜਾਂਦਾ ਹੈ। ਓਵਯੂਲੇਸ਼ਨ ਦੇ ਆਸੇ-ਪਾਸੇ ਇਹ ਰਸ ਪਹਿਲਾਂ ਤੋਂ ਕਿਤੇ ਪਤਲਾ, ਸਾਫ ਅਤੇ ਤਿਲਕਣ ਭਰਿਆ ਹੋ ਜਾਂਦਾ ਹੈ। ਇਸ ਨੂੰ ਤੁਸੀਂ ਉਂਗਲੀਆਂ ਵਿਚ ਲੈ ਕੇ ਥੋੜ੍ਹੀ ਦੂਰੀ ਤੱਕ ਤਾਰ ਦੀ ਤਰ੍ਹਾਂ ਖਿੱਚ ਸਕਦੇ ਹੋ। ਇਹ ਵੀ ਵੀ ਇਸ ਗੱਲ ਦਾ ਸੰਕੇਤ ਹੈ ਕਿ ਹੁਣ ਤੁਹਾਨੂੰ ਆਪਣੇ ਸੌਣ ਵਾਲੇ ਕਮਰੇ ਵਿਚ ਜਾਣਾ ਚਾਹੀਦਾ ਹੈ। ਓਵਯੂਲੇਸ਼ਨ ਤੋਂ ਬਾਅਦ ਯੋਨੀ ਸੁੱਕੀ ਹੋ ਜਾਵੇਗੀ ਜਾਂ ਇਹ ਰਸ ਬਹੁਤ ਗਾੜ੍ਹਾ ਹੋ ਜਾਵੇਗਾ। ਸਰਵਾਈਕਲ ਦੀ ਸਥਿਤੀ ਅਤੇ ਬੇਸਲ ਬਾੱਡੀ ਟੈਂਪਰੇਚਰ ਇਨ੍ਹਾਂ ਦੋਹਾਂ ਦੀ ਸਹਾਇਤਾ ਨਾਲ ਤੁਸੀਂ ਓਵਯੂਲੇਸ਼ਨ ਦੀ ਸਹੀ ਮਿਤੀ ਜਾਣ ਸਕਦੇ ਹੋ।

**ਸਰਵਿਕਸ ਸਥਿਤੀ** :- ਸਰਵਿਕਸ ਦੀ ਸਥਿਤੀ ਤੋਂ ਵੀ ਜਾਣ ਵਾਲੇ ਓਵਯੂਲੇਸ਼ਨ ਦਾ ਪਤਾ ਲੱਗ ਸਕਦਾ ਹੈ। ਚੱਕਰ ਦੇ ਸ਼ੁਰੂ ਵਿਚ ਯੋਨੀ ਅਤੇ ਬੱਚੇਦਾਨੀ ਵਿਚਕਾਰ ਦਾ ਰਸਤਾ ਥੋੜ੍ਹਾ ਖਿੱਚਿਆ ਹੋਇਆ ਅਤੇ ਬੰਦ-ਬੰਦ ਹੁੰਦਾ ਹੈ ਪਰ ਓਵਯੂਲੇਸ਼ਨ ਤੋਂ ਬਾਅਦ ਪਛਾਣ ਸਕਦੇ ਹੋ।

**ਧਿਆਨ ਦਿਓ** :- ਤੁਹਾਡਾ ਸਰੀਰ ਖੁਦ ਓਵਯੂਲੇਸ਼ਨ ਦਾ ਸੰਕੇਤ ਦਿੰਦਾ ਹੈ। ਇਸ ਦੌਰਾਨ ਪੇਟ ਦੇ ਹੇਠਲੇ ਹਿੱਸੇ ਵਿਚ ਦਰਦ ਦਾਂ ਮਰੋੜ ਮਹਿਸੂਸ ਹੁੰਦਾ ਹੈ। ਇਸ ਤੋਂ ਪਤਾ ਲੱਗਦਾ ਹੈ ਕਿ ਓਵਰੀ ਤੋਂ ਐਗ ਰੀਲੀਜ਼ ਹੋ ਰਿਹਾ ਹੈ।

**ਇਕ ਸਟਿਕ ਤੇ ਮੂਤਰ ਦੀ ਜਾਂਚ** :- ਹੁਣ ਬਜਾਰ ਵਿਚ 'ਓਵਯੂਲੇਸ਼ਨ ਪ੍ਰੇਡਿਕਟਰ' ਦੀ ਕਿਟ ਵੀ ਮਿਲਦੀ ਹੈ। ਇਹ ਇਸ ਹਾਰਮੋਨ ਜਾਂਚ ਤੋਂ ਓਵਯੂਲੇਸ਼ਨ ਦਾ ਸਹੀ ਸਮਾਂ ਦੱਸ ਦਿੰਦੀ ਹੈ। ਤੁਹਾਨੂੰ ਆਪਣੇ ਮੂਤਰ ਵਿਚ ਇਹ ਸਟਿਕ ਡਬੋ ਕੇ ਜਾਂਚ ਕਰਨੀ ਪਵੇਗੀ।

**ਆਪਣੀ ਘੜੀ ਤੇ ਨਜ਼ਰ** :- ਇਕ ਅਜਿਹਾ ਯੰਤਰ ਬਣਿਆ ਹੈ, ਜਿਸਨੂੰ ਤੁਸੀਂ ਘੜੀ ਵਾਂਗ ਹੱਥ ਤੇ ਪਾ ਸਕਦੇ ਹੋ, ਇਹ ਤੁਹਾਡੇ ਪਸੀਨੇ ਵਿਚ ਕਲੋਰਾਈਡ, ਸੋਡੀਅਮ ਅਤੇ ਪੋਟਾਸ਼ੀਅਮ ਦੀ ਮਾਤਰਾ ਤੇ ਨਜ਼ਰ ਰੱਖਦਾ ਹੈ, ਜਿਹੜੀ ਮਹੀਨੇ ਵਿਚ ਬਦਲਦੀ ਰਹਿੰਦੀ ਹੈ। ਇਹ ਕਲੋਰਾਈਡੀਅਨ ਟੈਸਟ ਚਾਰ ਦਿਨ ਪਹਿਲਾਂ ਵੀ ਓਵਯੂਲੇਸ਼ਨ ਦਾ ਪਤਾ ਦੇ ਸਕਦਾ ਹੈ। ਤੁਹਾਨੂੰ ਸਹੀ ਨਤੀਜੇ ਲਈ ਇਸ ਯੰਤਰ ਨੂੰ 6 ਘੰਟੇ ਤੱਕ ਲਗਾਤਾਰ ਆਪਣੇ ਹੱਥ ਤੇ ਪਾਉਣਾ ਪਵੇਗਾ।

**ਥੁੱਕ ਦੀ ਜਾਂਚ** : - ਤੁਹਾਡੇ ਸਲਾਈਵਾ ਟੈਸਟ ਵਿਚ ਐਸਟ੍ਰੋਜਨ ਦੀ ਮਾਤਰਾ ਤੋਂ ਪਤਾ ਲੱਗ ਸਕਦਾ ਹੈ ਕਿ ਓਵਯੂਲੇਸ਼ਨ ਹੋਣ ਵਾਲਾ ਹੈ। ਉਸ ਜਾਂਚ ਤੋਂ ਕਾਫੀ ਹੱਦ ਤੱਕ ਇਸਦੀ ਪੁਸ਼ਟੀ ਹੋ ਜਾਂਦੀ ਹੈ। ਇਹ 'ਪੀ ਆਨ ਸਟਿਕ' ਟੈਸਟ ਤੋਂ ਕਾਫੀ ਸਸਤਾ ਵੀ ਹੁੰਦਾ ਹੈ।

**ਤੰਬਾਕੂ ਛੱਡੋ** : - ਇਹ ਤੁਹਾਡੇ ਅੰਡਿਆਂ ਨੂੰ ਵੀ ਬੁੱਢਾ ਕਰ ਦਿੰਦਾ ਹੈ। ਜੀ ਹਾਂ ਗਰਭ ਧਾਰਨ ਵਿਚ ਮੁਸ਼ਕਲ ਆਉਂਦੀ ਹੈ ਅਤੇ ਗਰਭਪਾਤ ਦਾ ਖਤਰਾ ਵੀ ਵੱਧ ਜਾਂਦਾ ਹੈ। ਤੰਬਾਕੂ ਦੀ ਆਦਤ ਛੱਡ ਦਿਓ, ਇਹ ਆਉਣ ਵਾਲੇ ਬੱਚੇ ਲਈ ਅਨਮੋਲ ਤੋਹਫਾ ਹੋਵੇਗਾ। ਤੰਬਾਕੂ ਛੱਡਣ ਵਿਚ ਕੁਝ ਵਿਵਹਾਰਕ ਸੁਝਾਅ ਇਸੇ ਪੁਸਤਕ ਵਿਚ ਹਨ। ਉਨ੍ਹਾਂ ਤੇ ਅਮਲ ਕਰੋ ਅਤੇ ਲਾਭ ਉਠਾਓ।

**ਗੈਰ ਕਾਨੂੰਨੀ ਡ੍ਰਗਜ਼ ਤੋਂ ਤੋਬਾ** : - ਮਾਰਿਜੁਆਨਾ, ਕੋਕੀਨ, ਕ੍ਰੈਕ, ਹੈਰੋਈਨ ਜਾਂ ਦੂਜੇ ਡ੍ਰਗਜ਼ ਗਰਭ ਅਵਸਥਾ ਵਿਚ ਬਹੁਤ ਖਤਰਨਾਕ ਹੋ ਸਕਦੇ ਹਨ। ਭਾਵੇਂ ਤੁਸੀਂ ਇਨ੍ਹਾਂ ਨੂੰ ਰੋਜ਼ ਲੈਂਦੇ ਹੋ ਜਾਂ ਕਦੇ ਕਦੇ, ਇਹ ਤੁਹਾਨੂੰ ਗਰਭਵਤੀ ਨਹੀਂ ਹੋਣ ਦੇਣਗੇ, ਜੇਕਰ ਤੁਸੀਂ ਗਰਭਵਤੀ ਹੋ ਵੀ ਗਏ ਤਾਂ ਗਰਭ ਨੂੰ ਬਹੁਤ ਨੁਕਸਾਨ ਹੋ ਸਕਦਾ ਹੈ, ਜਿਸ ਨਾਲ ਗਰਭਪਾਤ ਜਾਂ ਸੱਤ ਮਹੀਨੇ ਦੇ ਬੱਚੇ ਦੇ ਜਨਮ ਲੈਣ ਦੀਆਂ ਹਾਲਤਾਂ ਵੱਧ ਸਕਦੀਆਂ ਹਨ। ਇਨ੍ਹਾਂ ਦਾ ਪ੍ਰਯੋਗ ਬਿਲਕੁਲ ਬੰਦ ਕਰ ਦਿਓ। ਇਸ ਤੋਂ ਬਾਅਦ ਹੀ ਗਰਭਵਤੀ ਹੋਣ ਦੀ ਯੋਜਨਾ ਬਣਾਓ।

**ਰੇਡੀਏਸ਼ਨ ਤੋਂ ਬਚਾਅ** :- ਜਿੱਥੋਂ ਤੱਕ ਹੋ ਸਕੇ ਐਕਸ-ਰੇ ਦੇ ਦੌਰਾਨ ਪ੍ਰਜਣ ਅੰਗਾਂ ਦਾ ਧਿਆਨ ਰੱਖੋ। ਜਦੋਂ ਤੁਸੀਂ ਗਰਭ ਧਾਰਨ ਕਰਨ ਵਾਲੀ ਹੋਵੋ ਤਾਂ ਐਕਸ-ਰੇ ਕਰਨ ਵਾਲੇ ਨੂੰ ਦੱਸ ਦਿਓ ਕਿ ਸ਼ਾਇਦ ਤੁਸੀਂ ਗਰਭਵਤੀ ਹੋ ਇਸ ਲਈ ਉਹ ਲੋੜੀਂਦੀ ਸਾਵਧਾਨੀ ਵਰਤਣ।

**ਵਾਤਾਵਰਣ ਵਿਚ ਫਸੇ ਖਤਰੇ** : - ਕੁਝ ਰਸਾਇਣ ਜ਼ਿਆਦਾ ਮਾਤਰਾ ਵਿਚ ਪ੍ਰਯੋਗ ਹੋਣ ਜਾਂ ਤੁਸੀਂ ਉਨ੍ਹਾਂ ਦੇ ਸੰਪਰਕ ਵਿਚ ਆਓ ਤਾਂ ਗਰਭ ਧਾਰਨ ਤੋਂ ਪਹਿਲਾਂ ਜਾਂ ਗਰਭ ਨੂੰ ਬਾਅਦ ਵਿਚ ਨੁਕਸਾਨ ਪਹੁੰਚਾ ਸਕਦੇ ਹਨ। ਕੰਮ ਦੇ ਦੌਰਾਨ ਇਨ੍ਹਾਂ ਰਸਾਇਣਾਂ ਦਾ ਸਾਵਧਾਨੀ ਨਾਲ ਪ੍ਰਯੋਗ ਕਰੋ ਦਵਾਈਆਂ, ਦੰਦਾਂ ਦਾ ਹਸਪਤਾਲ, ਕਲਾ, ਫੋਟੋਗ੍ਰਾਫੀ, ਆਵਾਜਾਈ, ਖੇਤੀਬਾੜੀ, ਲੈਂਡਸਕੇਪਿੰਗ, ਨਿਰਮਾਣ ਕਾਰਜ, ਹੇਅਰ ਡ੍ਰੈਸਿੰਗ, ਕਾੱਸਮੈਟੋਲਾਜੀ, ਡ੍ਰਾਈਕਲੀਨਿੰਗ ਅਤੇ ਫੈਕਟਰੀ ਦੇ ਕੰਮਾਂ ਵਿਚ ਵਿਸ਼ੇਸ਼ ਸਾਵਧਾਨੀ ਵਰਤੋ। ਜੇਕਰ ਹੋ ਸਕੇ ਤਾਂ ਖਤਰੇ ਵਾਲੇ ਸਥਾਨ ਤੋਂ ਕੁਝ ਸਮੇਂ ਲਈ ਬਦਲੀ ਕਰਵਾ ਲਓ।

ਜੇਕਰ ਕਾਰਜ ਖੇਤਰ ਘਰ ਵਿਚ ਲੈਡ (ਸੀਮਾ) ਦੀ ਮਾਤਰਾ ਦਾ ਪੱਧਰ ਜ਼ਿਆਦਾ ਹੋਵੇਗਾ ਤਾਂ ਤੁਸੀਂ ਤੇ ਬੱਚਾ ਦੋਵੇਂ ਹੀ ਪ੍ਰਭਾਵਿਤ ਹੋ ਸਕਦੇ ਹੋ। ਘਰੇਲੂ ਜਹਿਰੀਲੇ ਪਦਾਰਥਾਂ ਤੋਂ ਬਚ ਕੇ ਰਹੋ।

**ਵਿਤੀ ਰੂਪ ਤੋਂ ਫਿਟ** : - ਇਹ ਬਹੁਤ ਖਰਚੀਲੀ ਪ੍ਰਕ੍ਰਿਆ ਹੈ ਇਸ ਲਈ ਆਪਣੇ ਸਾਥੀ ਨਾਲ ਮਿਲ ਕੇ ਪਹਿਲਾਂ ਸਾਰਾ ਬਜਟ ਬਣਾ ਲਓ। ਆਪਣੇ ਹੈਲਥ ਇਨਸ਼ੋਰੈਂਸ ਤੋਂ ਪਤਾ ਕਰੋ ਕਿ ਤੁਹਾਨੂੰ ਜਣੇਪੇ ਤੋਂ ਪਹਿਲਾਂ ਅਤੇ ਬਾਅਦ ਦਾ ਖਰਚ ਮਿਲੇਗਾ ਜਾਂ ਨਹੀਂ। ਜੇਕਰ ਹੁਣੇ ਅਜਿਹੀ ਪਾਲਿਸੀ ਤਿਆਰ ਨਾ ਹੋਈ ਤਾਂ ਥੋੜ੍ਹਾ ਇੰਤਜ਼ਾਰ ਕਰ ਲਓ। ਜੇਕਰ ਤੁਸੀਂ ਹੁਣ ਤੱਕ ਅਜਿਹੀ ਕੋਈ ਪਾਲਿਸੀ ਨਹੀਂ ਕਰਵਾਈ ਤਾਂ ਉਸਨੂੰ ਕਰਵਾਉਣ ਦਾ ਵੀ ਇਹੀ ਸਮਾਂ ਹੈ।

**ਕੁਝ ਅਹਿਮ ਮੁੱਦੇ** :- ਗਰਭ ਅਵਸਥਾ ਦੌਰਾਨ ਆਪਣੇ ਕੰਮ ਦੇ ਬਾਰੇ ਵਿਚ ਸੋਚ ਲਓ। ਜੇਕਰ ਤੁਸੀਂ ਨੌਕਰੀ ਬਦਲਣ ਬਾਰੇ ਸੋਚ ਰਹੇ ਹੋ ਤਾਂ ਹੁਣੇ ਤੋਂ ਖੋਜ ਸ਼ੁਰੂ ਕਰ ਦਿਓ। ਸੱਚੀ ਤੁਸੀਂ ਉਭਰੇ ਹੋਏ ਪੇਟ ਨਾਲ ਤਾਂ ਇੰਟਰਵਿਊ ਨਹੀਂ ਦੇਣਾ ਚਾਹੋਗੇ।

**ਥੋੜ੍ਹਾ ਜਿਹਾ ਅੰਦਾਜ਼ਾ ਲਗਾਓ** : - ਆਪਣੇ ਮਾਸਿਕ ਚੱਕਰ ਅਤੇ ਓਵਯੂਲੇਸ਼ਨ ਦਾ ਧਿਆਨ ਰੱਖੋ। ਤਾਂ ਕਿ ਤੁਸੀਂ ਸਹੀ ਸਮੇਂ ਤੇ ਭੋਗ ਕਰੋ ਅਤੇ ਫੇਰ ਗਰਭ ਧਾਰਨ ਦੇ ਉਚਿਤ ਸਮੇਂ ਦਾ ਅੰਦਾਜ਼ਾ ਲਗਾ ਸਕੋ। ਭੋਗ ਦਾ ਸਮਾਂ ਅਤੇ ਮਿਤੀ ਲਿਖਣ ਨਾਲ ਵੀ ਅੰਦਾਜ਼ਾ ਲਗਾਉਣ ਵਿਚ ਅਸਾਨੀ ਰਹੇਗੀ।

**ਥੋੜ੍ਹਾ ਸਮਾਂ ਦਿਓ** : - ਯਾਦ ਰੱਖੋ ਕਿ ਇਕ ਔਸਤ ਤੰਦਰੁਸਤ 25 ਸਾਲ ਦੀ ਔਰਤ ਨੂੰ ਗਰਭ ਧਾਰਨ ਕਰਨ ਵਿਚ 6 ਮਹੀਨੇ ਹੋਰ ਜ਼ਿਆਦਾ ਉਮਰ ਦੀਆਂ ਇਸਤਰੀਆਂ ਨੂੰ ਜ਼ਿਆਦਾ ਸਮਾਂ ਲੱਗ ਸਕਦਾ ਹੈ। ਜੇ ਕਰ ਤੁਹਾਡੇ ਸਾਥੀ ਦੀ ਉਮਰ ਜ਼ਿਆਦਾ ਹੈ ਤਾਂ ਹੋਰ ਵੀ ਜ਼ਿਆਦਾ ਸਮਾਂ ਲੱਗ ਸਕਦਾ ਹੈ। ਕਿਸੇ ਵੀ ਡਾਕਟਰ ਕੋਲੋਂ ਸਲਾਹ ਲੈਣ ਤੋਂ ਪਹਿਲਾਂ ਘੱਟ ਤੋਂ ਘੱਟ 6 ਮਹੀਨੇ ਤੱਕ ਇੰਤਜ਼ਾਰ ਕਰੋ। ਜੇਕਰ ਤੁਹਾਡੀ ਉਮਰ 35 ਤੋਂ ਜ਼ਿਆਦਾ ਹੈ ਤਾਂ ਤੁਹਾਨੂੰ 7 ਮਹੀਨੇ ਦੇ ਇੰਤਜ਼ਾਰ ਤੋਂ ਬਾਅਦ ਹੀ ਡਾਕਟਰ ਦੀ ਸਲਾਹ ਲੈਣੀ ਚਾਹੀਦੀ ਹੈ।

**ਅਰਾਮ ਕਰੋ** : - ਸ਼ਾਇਦ ਇਹ ਤਾਂ ਸਭ ਤੋਂ ਜ਼ਰੂਰੀ ਕੰਮ ਹੈ। ਹਾਲਾਂਕਿ ਤੁਸੀਂ ਆਉਣ ਵਾਲੇ ਸਮੇਂ ਨੂੰ ਲੈ ਕੇ ਬਹੁਤ ਉਤੇਜਿਤ ਅਤੇ ਤਨਾਓ ਵਿਚ ਹੋ ਪਰ ਇਹੀ ਤਨਾਓ ਗਰਭ ਧਾਰਨ ਵਿਚ ਰੁਕਾਵਟ ਬਣ ਸਕਦਾ ਹੈ। ਥੋੜ੍ਹਾ ਧਿਆਨ ਅਤੇ ਅਰਾਮ ਦੇਣ ਵਾਲੀ ਕਸਰਤ ਕਰੋ। ਜੀਵਨ ਵਿਚ ਤਨਾਓ ਨੂੰ ਅਲਵਿਦਾ ਕਹਿ ਦਿਓ।

## ਜਜਬਾਤੀ ਪਿਤਾਵਾਂ ਲਈ ਕੁਝ ਸੁਝਾਅ

ਇਕ ਪਾਪਾ ਹੋਣ ਦੇ ਨਾਤੇ ਤੁਹਾਨੂੰ ਹੁਣੇ ਤੋਂ ਵੱਖਰਾ ਕਮਰਾ ਬਨਾਉਣ ਦੀ ਜ਼ਰੂਰਤ ਤਾਂ ਨਹੀਂ ਹੈ ਪਰ ਤੁਹਾਨੂੰ ਇਸ ਪ੍ਰਕ੍ਰਿਆ ਵਿਚ ਪੂਰਾ ਹੱਥ ਵੰਡਾਉਣਾ ਪਵੇਗਾ (ਮੰਮੀ ਇਕੱਲੀ ਕੀ ਕਰ ਲਵੇਗੀ) ਇਸ ਸੁਝਾਅ ਦੀ ਮੱਦਦ ਨਾਲ ਇਹ ਪ੍ਰਕ੍ਰਿਆ ਹੋਰ ਵੀ ਸੌਖੀ ਬਣਾਈ ਜਾ ਸਕਦੀ ਹੈ।

**ਡਾਕਟਰ ਨੂੰ ਮਿਲੋ :** - ਹਾਲਾਂਕਿ ਤੁਸੀਂ ਗਰਭ ਧਾਰਨ ਨਹੀਂ ਕਰਨਾ ਪਰ ਇਸਦੇ ਬਾਵਜੂਦ ਤੁਹਾਨੂੰ ਡਾਕਟਰ ਤੋਂ ਆਪਣੀ ਜਾਂਚ ਕਰਵਾ ਲੈਣੀ ਚਾਹੀਦੀ ਹੈ। ਇਕ ਤੰਦਰੁਸਤ ਬੱਚੇ ਦਾ ਜਨਮ, ਦੋ ਤੰਦਰੁਸਤ ਸਰੀਰਾਂ ਦੇ ਮੇਲ ਤੋਂ ਹੀ ਤਾਂ ਸੰਭਵ ਹੈ। ਪੂਰੀ ਡਾਕਟਰੀ ਜਾਂਚ ਤੋਂ ਇਹ ਪਤਾ ਲੱਗ ਜਾਵੇਗਾ ਕਿ ਤੁਸੀਂ ਟੈਸਟੀਕੁਲਰ ਸਿਸਟ ਜਾਂ ਟਿਊਮਰ ਵਰਗੇ ਰੋਗਾਂ ਨਾਲ ਪੀੜ੍ਹਤ ਤਾਂ ਨਹੀਂ ਹੋ ਜਾਂ ਮਾਨਸਿਕ ਦੁਖ (ਡਿਪ੍ਰੈਸ਼ਨ) ਤੁਹਾਡੇ ਪਾਪਾ ਬਣਨ ਦੇ ਰਾਹ ਵਿਚ ਰੁਕਾਵਟ ਤਾਂ ਨਹੀਂ ਹੈ। ਡਾਕਟਰ ਤੋਂ ਸੈਕਸੁਅਲ ਇਫੈਕਟ, ਹਰਬਲ ਦਵਾਈਆਂ ਅਤੇ ਸਪਰਮ ਕਾਊਂਟ ਦੇ ਬਾਰੇ ਵਿਚ ਜਾਣਕਾਰੀ ਲਓ। ਇਨ੍ਹਾਂ ਸਭ ਗੱਲਾਂ ਦੀ ਜਾਣਕਾਰੀ ਤੋਂ ਬਾਅਦ ਤੁਸੀਂ ਇਕ ਤੰਦਰੁਸਤ ਬੱਚੇ ਦੇ ਪਿਤਾ ਬਣਨ ਲਈ ਤਿਆਰ ਹੋ।

**ਜੈਨੇਟਿਕ ਸਕ੍ਰੀਨਿੰਗ, ਜੇਕਰ ਜ਼ਰੂਰੀ ਹੋਵੇ ਤਾਂ :-** ਜੇਕਰ ਤੁਹਾਡੇ ਪਰਿਵਾਰ ਵਿਚ ਕੋਈ ਜੈਨੇਟਿਕ ਰੋਗ ਰਿਹਾ ਹੈ ਅਤੇ ਤੁਹਾਡਾ ਸਾਥੀ ਸਕ੍ਰੀਨਿੰਗ ਕਰਵਾਉਣ ਜਾ ਰਿਹਾ ਹੈ ਤਾਂ ਤੁਸੀਂ ਵੀ ਇਹ ਜਾਂਚ ਜ਼ਰੂਰ ਕਰਵਾ ਲਓ।

**ਭੋਜਨ ਵਿਚ ਸੁਧਾਰ :** - ਪੋਸ਼ਣ ਜਿੰਨਾ ਵਧੀਆ ਹੋਵੇਗਾ, ਸਪਰਮ ਉਨੇ ਹੀ ਵਧੀਆ ਹੋਣਗੇ। ਤੁਹਾਨੂੰ ਤਾਜੇ ਫਲ, ਸਬਜੀਆਂ, ਸਾਬਤ ਅਨਾਜ ਅਤੇ ਪ੍ਰੋਟੀਨ ਭਰਪੂਰ ਸੰਤੁਲਿਤ ਭੋਜਨ ਲੈਣਾ ਪਵੇਗਾ। ਇਨ੍ਹਾਂ ਦਿਨਾਂ ਵਿਚ ਤੁਸੀਂ ਵਿਟਾਮਿਨ ਮਿਨਰਲ ਦੀ ਖੁਰਾਕ ਵੀ ਲੈ ਸਕਦੇ ਹੋ ਕਿਉਂਕਿ ਭੋਜਨ ਤੋਂ ਸਾਰੇ ਮਹੱਤਵਪੂਰਨ ਤੱਤ ਨਹੀਂ ਮਿਲ ਸਕਣਗੇ। ਇਸ ਵਿਚ ਫੌਲਿਕ ਐਸਿਡ ਵੀ ਸ਼ਾਮਲ ਕਰੋ। ਕਈ ਵਾਰ ਇਸੇ ਤੱਤ ਦੀ ਕਮੀ ਤੋਂ ਗਰਭ ਧਾਰਨ ਵਿਚ ਸਮਾਂ ਲੱਗਦਾ ਹੈ ਅਤੇ ਬੱਚੇ ਵਿਚ ਜਨਮ ਤੋਂ ਹੀ ਕਮੀਆਂ ਪਾਈਆਂ ਜਾਂਦੀਆਂ ਹਨ।

**ਜੀਵਨ ਸ਼ੈਲੀ ਤੇ ਇਕ ਨਜ਼ਰ :-** ਹਾਲਾਂਕਿ ਖੋਜ ਹਾਲੇ ਵੀ ਜਾਰੀ ਹੈ ਪਰ ਏਨਾ ਤਾਂ ਸਪੱਸ਼ਟ ਹੈ ਕਿ ਜੇ ਕਰ ਤੁਸੀਂ ਡ੍ਰਗਜ਼ ਲੈਂਦੇ ਹੋ ਅਤੇ ਬਹੁਤ ਜ਼ਿਆਦਾ ਅਲਕੋਹਲ ਲੈਂਦੇ ਹੋ ਤਾਂ ਤੁਸੀਂ ਅਸਾਨੀ ਨਾਲ ਪਿਤਾ ਨਹੀਂ ਬਣ ਸਕੋਗੇ। ਇਸ ਨਾਲ ਨਾ ਸਿਰਫ ਸਪਰਮ ਘੱਟਦੇ ਹਨ ਸਗੋਂ ਉਨ੍ਹਾਂ ਦੀ ਗਿਣਤੀ ਵੀ ਘਟਦੀ ਹੈ ਅਤੇ ਟੈਸਟੋਸਟੇਰਾੱਨ ਦਾ ਪੱਧਰ ਵੀ ਘਟਦਾ ਹੈ। ਇਹ ਠੀਕ ਨਹੀਂ ਹੈ। ਜ਼ਿਆਦਾ ਮਾਤਰਾ ਵਿਚ ਸ਼ਰਾਬ ਪੀਣ ਨਾਲ ਬੱਚੇ ਦੇ ਭਾਰ ਵਿਚ ਵੀ ਗਿਰਾਵਟ ਆ ਸਕਦੀ ਹੈ। ਜੇਕਰ ਤੁਸੀਂ ਅਲਕੋਹਲ ਦੀ ਮਾਤ੍ਰਾ ਘਟਾਓਗੇ ਤਾਂ ਸਾਥੀ ਲਈ ਵੀ ਅਜਿਹਾ ਕਰਨਾ ਸੌਖਾ ਹੋ ਜਾਵੇਗਾ। ਜੇਕਰ ਤੁਸੀਂ ਸ਼ਰਾਬ ਅਤੇ ਡ੍ਰਗਜ਼ ਨਹੀਂ ਛੱਡ ਸਕਦੇ ਤਾਂ ਡਾਕਟਰ ਦੀ ਮੱਦਦ ਲਓ।

**ਭਾਰ ਦੀ ਜਾਂਚ:-** ਜਿਨ੍ਹਾਂ ਪੁਰਸ਼ਾਂ ਦਾ ਬਾਡੀ ਮਾਸ ਇੰਡੈਕਸ ਜ਼ਿਆਦਾ ਹੁੰਦਾ ਹੈ ਉਹ ਸਧਾਰਣ ਪੁਰਸ਼ਾਂ ਦੀ ਤੁਲਨਾ ਵਿਚ ਨਿਪੁੰਸਕ ਹੁੰਦੇ ਹਨ। ਤੁਹਾਡੇ ਵਜਨ ਵਿਚ 20 ਪੌਂਡ ਦਾ ਵਾਧਾ ਵੀ ਇਸ ਤੇ ਅਸਰ ਪਾਉਂਦਾ ਹੈ ਇਸ ਲਈ ਗਰਭ ਧਾਰਨ ਕਰਵਾਉਣ ਦੀ ਪ੍ਰਕ੍ਰਿਆ ਤੋਂ ਪਹਿਲਾਂ ਆਪਣੇ ਭਾਰ ਦੀ ਜਾਂਚ ਕਰਵਾ ਲਓ।

**ਤੰਬਾਕੂ ਛੱਡੋ :-** ਇਥੇ ਕੋਈ ਬਹਾਨਾ ਨਹੀਂ ਚੱਲੇਗਾ। ਤੰਬਾਕੂ ਨਾਲ ਸਪਰਮ ਦੀ ਗਿਣਤੀ ਘਟਦੀ ਹੈ। ਇਸਨੂੰ ਛੱਡ ਦਿਓਗੇ ਤਾਂ ਤੁਹਾਡੇ ਪੂਰੇ ਪਰਿਵਾਰ ਦੀ ਸਿਹਤ ਲਈ ਲਾਭਦਾਇਕ ਹੋਵੇਗਾ। ਉਨ੍ਹਾਂ ਲਈ ਵੀ ਆਪਣੀ ਸਿਗਰਟ ਦਾ ਧੂੰਆ ਘੱਟ ਖਤਰਨਾਕ ਨਹੀਂ ਹੈ। ਇਸ ਨਾਲ ਤੁਹਾਡਾ ਬੱਚਾ ਐਸ.ਆਈ.ਡੀ.ਐਸ. (ਅਚਾਨਕ ਰੋਗਾਂ ਕਾਰਨ ਮੌਤ) ਤੋਂ ਵੀ ਬਚ ਜਾਵੇਗਾ।

**ਰਸਾਇਣਾਂ ਤੋਂ ਬਚੋ :** - ਪੇਂਟ, ਗੂੰਦ, ਵਾਰਨਿਸ਼ ਆਦਿ ਤਿੱਖੇ ਰਸਾਇਣਾਂ ਦੇ ਸਿੱਧੇ ਸੰਪਰਕ ਵਿਚ ਆਉਣ ਤੋਂ ਬਚੋ। ਇਸ ਨਾਲ ਵੀ ਤੁਹਾਨੂੰ ਪਰੇਸ਼ਾਨੀ ਪੈਦਾ ਹੋ ਸਕਦੀ ਹੈ।

**ਉਨ੍ਹਾਂ ਨੂੰ ਕੂਲ ਰੱਖੋ :-** ਜਦੋਂ ਟੈਸਟੀਕਲ ਜ਼ਰੂਰਤ ਤੋਂ ਜ਼ਿਆਦਾ ਗਰਮ ਹੋਣ ਤਾਂ ਸਪਰਮ ਦੇ ਉਤਪਾਦਨ ਤੇ ਅਸਰ ਪੈਂਦਾ ਹੈ। ਟੈਸਟੀਕਲ ਸਰੀਰ ਦੇ ਤਾਪਮਾਨ ਤੋਂ ਥੋੜ੍ਹੇ ਠੰਡੇ ਹੁੰਦੇ ਹਨ, ਤਾਂ ਹੀ ਉਹ ਤੁਹਾਡੇ ਸਰੀਰ ਨਾਲ ਵੱਖਰੇ ਲੱਟਕੇ ਰਹਿੰਦੇ ਹਨ। ਤੁਹਾਨੂੰ ਹਾੱਟ ਟੱਬ ਬਾਥ, ਸੌਨਾ, ਇਲੈਕਟ੍ਰਿਕ ਕੇਬਲ ਅਤੇ ਟਾਈਟ ਜੀਨਸ ਤੋਂ ਬਚਣਾ ਪਵੇਗਾ। ਸਿਨਥੈਟਿਕ ਪੈਂਟ ਜਾਂ ਅੰਡਰਵੀਅਰ ਨਾ ਪਾਓ। ਗੋਦੀ ਵਿਚ ਲੈਪਟਾਪ ਨਾ

## ਕਾਂਨਸੈਪਸ਼ਨ ਮਿਸਕਾਂਸੈਪਸ਼ਨ
## (ਗਰਭ ਧਾਰਨ ਨਾਲ ਜੁੜੇ ਮਿਥਕ)

ਤੁਸੀਂ ਇੰਟਰਨੈੱਟ ਤੇ ਅਤੇ ਆਪਣੀਆਂ ਪੁਰਾਣੀਆਂ ਦਾਈਆਂ ਤੋਂ ਇਸ ਬਾਰੇ ਸੁਣਿਆ ਹੀ ਹੋਵੇਗਾ। ਇੱਥੇ ਅਸੀਂ ਤੁਹਾਨੂੰ ਥੋੜ੍ਹੀ ਤੱਥਆਤਮਕ ਜਾਣਕਾਰੀ ਦੇਣੀ ਚਾਹਾਂਗੇ।

**ਮਿਥਕ :-** ਹਰ ਰੋਜ਼ ਸੈਕਸ ਕਰਨ ਨਾਲ ਸਪਰਮ ਦੀ ਗਿਣਤੀ ਘੱਟ ਹੁੰਦੀ ਹੈ ਅਤੇ ਗਰਭ ਧਾਰਨ ਕਰਨਾ ਮੁਸ਼ਕਲ ਹੋ ਜਾਂਦਾ ਹੈ।

**ਤੱਥ :-** ਹਾਲਾਂਕਿ ਇਸਨੂੰ ਪਹਿਲਾਂ ਸੱਚ ਮੰਨਿਆ ਜਾਂਦਾ ਸੀ ਪਰ ਅਧਿਐਨਾਂ ਤੋਂ ਪਤਾ ਲੱਗਾ ਹੈ ਕਿ ਓਵਯੂਲੇਸ਼ਨ ਦੌਰਾਨ ਹਰ ਰੋਜ਼ ਸੈਕਸ ਕਰਨ ਦੇ ਬਹੁਤ ਵਧੀਆ ਨਤੀਜੇ ਸਾਹਮਣੇ ਆ ਸਕਦੇ ਹਨ।

**ਮਿਥਕ :** - ਬਾੱਕਸਰ ਸ਼ਾੱਟ ਪਾਉਣ ਨਾਲ ਪ੍ਰਜਣ ਸਮਰੱਥਾ ਵੱਧਦੀ ਹੈ।

**ਤੱਥ :** - ਵਿਗਿਆਨੀ ਤਾਂ ਹਾਲੇ ਇਸੇ 'ਬਾੱਕਸਰ ਬਨਾਮ ਬ੍ਰੀਫ' ਦੇ ਝਗੜੇ ਵਿਚ ਉਲਝੇ ਹੋਏ ਹਨ। ਪਰ ਮਾਹਿਰਾਂ ਦਾ ਮੰਨਣਾ ਹੈ ਕਿ ਇਸ ਦਾ ਥੋੜ੍ਹਾ ਬਹੁਤ ਫਰਕ ਤਾਂ ਪੈਂਦਾ ਹੀ ਹੈ। ਪੁਰਸ਼ਾਂ ਨੂੰ ਅਜਿਹੇ ਅੰਡਰਗਾਰਮੈਂਟਸ ਪਾਉਣੇ ਚਾਹੀਦੇ ਹਨ ਜਿਸ ਨਾਲ ਵ੍ਰਿਸ਼ਣਾ ਦਾ ਤਾਪਮਾਨ ਠੰਡਾ ਰਹੇ ਅਤੇ ਉਨ੍ਹਾਂ ਨੂੰ ਹਵਾ ਲੱਗਦੀ ਰਹੇ।

**ਮਿਥਕ :-** ਇੰਟਰਕੋਰਸ ਵਿਚ ਮਿਸ਼ਨਰੀ ਪੋਜੀਸ਼ਨ ਗਰਭ ਧਾਰਨ ਲਈ ਸਭ ਤੋਂ ਵਧੀਆ ਹੁੰਦੀ ਹੈ।

**ਤੱਥ :-** ਓਵਯੂਲੇਸ਼ਨ ਦੇ ਸਮੇਂ ਜਿਹੜਾ ਮਯੂਕਸ ਪਤਲਾ ਹੋ ਜਾਂਦਾ ਹੈ ਉਥੇ ਹੀ ਸ਼ਕਰਾਣੂਆਂ ਨੂੰ ਫੇਲੋਪਿਯਨ ਟਿਊਬ ਤੱਕ ਲੈ ਜਾਂਦਾ ਹੈ। ਜੇਕਰ ਸ਼ਕਰਾਣੂ ਉਥੇ ਤੱਕ ਨਹੀਂ ਪਹੁੰਚਦੇ ਤਾਂ ਕੋਈ ਵੀ ਪੋਜੀਸ਼ਨ ਕੰਮ ਨਹੀਂ ਆਵੇਗੀ। ਤੁਹਾਨੂੰ ਇੰਟਰਕੋਰਸ ਤੋਂ ਬਾਅਦ ਥੋੜ੍ਹੀ ਦੇਰ ਸਿੱਧਾ ਲੇਟ ਜਾਣਾ ਚਾਹੀਦਾ ਤਾਂ ਕਿ ਸਪਰਮ, ਅੰਦਰ ਜਾਣ ਤੋਂ ਪਹਿਲਾਂ ਵੈਜਾਈਨਾ ਤੋਂ ਹੀ ਬਾਹਰ ਨਾ ਆ ਜਾਣ।

**ਮਿਥਕ :** - ਲੁਬਰ੍ਰੀਕੈਂਟ ਸਪਰਮ ਨੂੰ ਸਹੀ ਜਗ੍ਹਾ ਪਹੁੰਚਾਉਣ ਵਿਚ ਮੱਦਦ ਕਰਦੇ ਹਨ।

**ਤੱਥ :** - ਇਹ ਸੱਚ ਨਹੀਂ ਹੈ। ਇਸਦੇ ਕਾਰਨ ਵੈਜਾਈਨਾ ਦਾ ਪੀਐਚ ਬੈਲੈਂਸ ਬਦਲ ਸਕਦਾ ਹੈ ਜੋ ਕਿ ਸਪਰਮ ਲਈ ਚੰਗਾ ਨਹੀਂ ਹੁੰਦਾ।

**ਮਿਥਕ :-** ਦਿਨ ਵਿਚ ਸੈਕਸ ਕਰਨ ਨਾਲ ਗਰਭ ਧਾਰਨ ਕਰਨ ਵਿਚ ਅਸਾਨੀ ਹੁੰਦੀ ਹੈ।

**ਤੱਥ :-** ਸਵੇਰੇ ਸਪਰਮ ਦਾ ਪੱਧਰ ਉੱਚਾ ਹੁੰਦਾ ਹੈ ਪਰ ਇਸਦੇ ਕੋਈ ਮੈਡੀਕਲ ਪ੍ਰਭਾਵ ਨਹੀਂ ਹਨ। ਤੁਸੀਂ ਚਾਹੋ ਤਾਂ ਸਵੇਰੇ ਵੀ ਇੰਟਰਕੋਰਸ ਕਰੋ ਪਰ ਇਹ ਨਾ ਸੋਚੋ ਕਿ ਦੁਪਹਿਰ ਨੂੰ ਮਨ ਕਰਨ ਤੇ, ਇਸਨੂੰ ਨਹੀਂ ਕੀਤਾ ਜਾ ਸਕਦਾ।

ਰੱਖੋ। ਇਸ ਉਪਕਰਣ ਨਾਲ ਸਰੀਰ ਵਿਚ ਹੇਠਲੇ ਹਿੱਸਾ ਦਾ ਤਾਪਮਾਨ ਵੱਧ ਸਕਦਾ ਹੈ। ਜੇਕਰ ਲੈਪਟਾਪ ਪ੍ਰਯੋਗ ਕਰਨਾ ਹੀ ਹੋਵੇ ਤਾਂ ਉਸਨੂੰ ਡੈਸਕਟਾਪ ਦੀ ਤਰ੍ਹਾਂ ਪ੍ਰਯੋਗ ਕਰੋ।

**ਉਨ੍ਹਾਂ ਨੂੰ ਸੁਰੱਖਿਅਤ ਰੱਖੋ :** - ਤੁਸੀਂ ਕੋਈ ਰਫ ਖੇਡ (ਫੁਟਬਾਲ, ਸਾਕਰ, ਬਾਸਕਿਟਬਾਲ, ਹਾਕੀ, ਬੇਸਬਾਲ, ਘੋੜਸਵਾਰੀ) ਖੇਡਦੇ ਹੋ ਤਾਂ ਰੱਖਿਅਕ ਲਗਾ ਕੇ ਆਪਣੇ ਜਨਅੰਗਾਂ ਦੀ ਸੁਰੱਖਿਆ ਕਰੋ। ਜ਼ਿਆਦਾ ਸਾਈਕਲ ਚਲਾਉਣ ਨਾਲ ਵੀ ਪਰੇਸ਼ਾਨੀ ਹੋ ਸਕਦੀ ਹੈ। ਕੁਝ ਮਾਹਿਰਾਂ ਦਾ ਮੰਨਣਾ ਹੈ ਕਿ ਸਾਈਕਲ ਦੀ ਸੀਟ ਦਾ ਦਬਾਅ ਪੈਣ ਨਾਲ ਕਈ ਧਮਣੀਆਂ ਨੂੰ ਨੁਕਸਾਨ ਪਹੁੰਚ ਸਕਦਾ ਹੈ। ਜਦੋਂ ਜਨਅੰਗਾਂ ਸੁੰਨ ਹੋਣਾ ਜਾਂ ਝੁਜਲਾਹਟ ਬੰਦ ਨਾ ਹੋਵੇ ਤਾਂ ਡਾਕਟਰ ਨੂੰ ਦਿਖਾਓ।

**ਅਰਾਮ :-** ਜੀ ਹਾਂ, ਤੁਸੀਂ ਸਭ ਕੁਝ ਸਿੱਖ ਲਿਆ ਹੈ, ਹੁਣ ਅਰਾਮ ਨਾਲ ਸਾਰੀ ਸੂਚੀ ਤੇ ਅਮਲ ਕਰਨਾ ਹੈ। ਇਸ ਰੁਝੇਵੇਂ ਵਿਚ ਅਰਾਮ ਕਰਨਾ ਨਾ ਭੁੱਲੋ। ਤਨਾਓ ਨਾਲ ਤੁਹਾਡੇ ਪ੍ਰਦਰਸ਼ਨ ਦਾ ਪੱਧਰ ਘੱਟ ਸਕਦਾ ਹੈ ਅਤੇ ਸਪਰਮ ਬਣਨ ਵਿਚ ਰੁਕਾਵਟ ਆ ਸਕਦੀ ਹੈ। ਚਿੰਤਾ ਜਿੰਨੀ ਘੱਟ ਕਰੋਗੇ, ਨਤੀਜੇ ਉਨੀ ਜਲਦੀ ਸਾਹਮਣੇ ਆਉਣਗੇ। ਸ਼ਾਂਤ ਮਨ ਨਾਲ ਕੋਸ਼ਿਸ਼ ਕਰਦੇ ਰਹੋ।

■ ■ ■

# ਕੀ ਤੁਸੀਂ ਗਰਭਵਤੀ ਹੋ?

ਹੋ ਸਕਦਾ ਹੈ ਕਿ ਤੁਹਾਡੇ ਪੀਰੀਅਡ ਇਕ ਹੀ ਦਿਨ ਦੇਰ ਨਾਲ ਹੋਣ, ਜਾਂ ਫੇਰ ਤਿੰਨ ਹਫਤੇ ਹੋ ਚੁੱਕੇ ਹੋਣ ਜਾਂ ਫੇਰ ਤੁਹਾਨੂੰ ਪਹਿਲਾਂ ਹੀ ਲੱਗ ਰਿਹਾ ਹੋਵੇ ਕਿ ਕੋਈ ਗੜਬੜ ਹੈ ਜਾਂ ਫੇਰ ਤੁਸੀਂ ਪੀਰੀਅਡ ਨਾ ਹੋਣ ਕਾਰਨ ਅੰਦਾਜ਼ਾ ਲਗਾ ਲਿਆ ਹੋਵੇ। ਹੋ ਸਕਦਾ ਹੈ ਕਿ ਤੁਹਾਨੂੰ ਗਰਭ ਧਾਰਨ ਦੇ ਸਪੱਸ਼ਟ ਲੱਛਣ ਦਿਸਣ ਲੱਗੇ ਹੋਣ। ਹੋ ਸਕਦਾ ਹੈ ਕਿ ਤੁਸੀਂ ਪਿਛਲੇ ਛੇ ਮਹੀਨਿਆਂ ਤੋਂ ਇਹੀ ਕੋਸ਼ਿਸ਼ ਕਰ ਰਹੇ ਸੀ ਜਾਂ ਹੋ ਸਕਦਾ ਹੈ ਕਿ ਤੁਸੀਂ ਦੋ ਹਫਤੇ ਪਹਿਲਾਂ ਗਰਭ ਨਿਰੋਧਕ ਤੋਂ ਬਿਨਾਂ ਸਬੰਧ ਸਥਾਪਤ ਕਰ ਲਿਆ ਹੋਵੇ ਜਾਂ ਫੇਰ ਤੁਸੀਂ ਹਾਲੇ ਤੱਕ ਕ੍ਰਿਆਸ਼ੀਲ ਰੂਪ ਨਾਲ ਕੋਸ਼ਿਸ਼ ਨਾ ਕਰ ਰਹੇ ਹੋਵੋ; ਭਾਵੇ ' ਪਰਿਸਥਿਤੀਆਂ ਕੋਈ ਵੀ ਹੋਣ, ਭਾਵੇਂ ਤੁਸੀਂ ਕਿਸੇ ਵੀ ਹਾਲਾਤ ਵਿਚ ਇਹ ਪੁਸਤਕ ਪੜ੍ਹਨ ਬੈਠੇ ਹੋਵੋ; ਤੁਸੀਂ ਜ਼ਰੂਰ ਇਹੀ ਸੋਚ ਕੇ ਹੈਰਾਨ ਹੋ ਰਹੇ ਹੋਵੋਗੇ - ਕੀ ਮੈਂ ਗਰਭਵਤੀ ਹਾਂ? ਚਲੋ, ਅਸੀਂ ਦੱਸਣ ਵਿਚ ਮੱਦਦ ਕਰਦੇ ਹਾਂ।

## ਤੁਸੀਂ ਕੀ ਸੋਚ ਰਹੇ ਹੋਵੋਗੇ?

### ਗਰਭ ਅਵਸਥਾ ਦੇ ਆਰੰਭਕ ਲੱਛਣ

**"ਮੇਰੀ ਸਹੇਲੀ ਨੇ ਕਿਹਾ ਕਿ ਉਹ ਪ੍ਰੈਗਨੈਂਸੀ ਟੈਸਟ ਕਰਵਾਉਣ ਤੋਂ ਪਹਿਲਾਂ ਹੀ ਜਾਣਦੀ ਸੀ ਕਿ ਉਹ ਗਰਭਵਤੀ ਹੈ। ਕੀ ਮੈਂ ਵੀ ਪਹਿਲਾਂ ਇਸ ਤਰ੍ਹਾਂ ਪਤਾ ਕਰ ਸਕਦੀ ਹਾਂ?"**

ਇਸਦਾ ਸਭ ਤੋਂ ਸਹੀ ਤਰੀਕਾ ਤਾਂ ਇਹੀ ਹੈ ਕਿ ਤੁਹਾਡਾ ਪ੍ਰੈਗਨੈਂਸੀ ਟੈਸਟ ਪਾਜੀਟਿਵ ਆਏ। ਤਾਂ ਹੀ ਪਤਾ ਲੱਗ ਸਕੇਗਾ ਕਿ ਤੁਸੀਂ ਮਾਂ ਬਣਨ ਵਾਲੇ ਹੋ ਜਾਂ ਨਹੀਂ! ਕਈ ਔਰਤਾਂ ਨੂੰ ਕਈ ਹਫਤਿਆਂ ਤੱਕ ਗਰਭ ਅਵਸਥਾ ਦੇ ਲੱਛਣ ਪਤਾ ਨਹੀਂ ਲੱਗਦੇ ਅਤੇ ਕਈ ਔਰਤਾਂ ਨੂੰ ਪਹਿਲਾਂ ਹੀ ਪਤਾ ਲੱਗ ਜਾਂਦਾ ਹੈ ਕਿ ਉਹ ਮਾਂ ਬਣਨ ਵਾਲੀਆਂ ਹਨ। ਜੇਕਰ ਤੁਹਾਨੂੰ ਵੀ ਕਿਸੇ ਅਜਿਹੇ ਲੱਛਣ ਦਾ ਅਨੁਭਵ ਹੋਵੇ ਤਾਂ ਹੋਮ ਪ੍ਰੈਗਨੈਂਸੀ ਟੈਸਟ ਕਿਟ ਲਿਆਉਣ ਵਿਚ ਦੇਰ ਨਾ ਕਰੋ। ਇਹ ਕਿਸੇ ਵੀ ਕੈਮਿਸਟ ਸਟੋਰ ਤੋਂ ਅਸਾਨੀ ਨਾਲ ਮਿਲ ਜਾਵੇਗੀ।

**ਨਰਮ ਛਾਤੀ ਅਤੇ ਨਿੱਪਲ :-** ਤੁਸੀਂ ਜਾਣਦੇ ਹੀ ਹੋਵੋਗੇ ਕਿ ਪੀਰੀਅਡ ਤੋਂ ਪਹਿਲਾਂ ਕਿਸ ਤਰ੍ਹਾਂ ਛਾਤੀ ਨੂੰ ਹੱਥ ਲਾਉਣ ਨਾਲ ਵੀ ਪੀੜ ਹੁੰਦੀ ਹੈ? ਗਰਭ ਧਾਰਨ ਤੋਂ ਪਹਿਲਾਂ ਛਾਤੀ ਬਹੁਤ ਨਰਮ ਹੋ ਜਾਂਦੀ ਹੈ। ਕਈ ਔਰਤਾਂ ਵਿਚ ਹਲਕੇ ਸੰਵੇਦਨਸ਼ੀਲ, ਭਰੇ-ਭਰੇ , ਹੱਥ ਲਾਉਣ ਤੇ ਦੁਖਣ ਵਾਲੀ ਛਾਤੀ, ਗਰਭ ਅਵਸਥਾ ਦੇ ਲੱਛਣ ਹੋ ਸਕਦੇ ਹਨ। ਇਕ ਵਾਰ ਗਰਭ ਅਵਸਥਾ ਆਰੰਭ ਹੋ ਜਾਵੇ ਤਾਂ ਛਾਤੀ ਦੇ ਅਕਾਰ ਵਿਚ ਬਦਲਾਅ ਆਉਣ ਦੇ ਨਾਲ-ਨਾਲ

ਹੋਰ ਵੀ ਕਈ ਤਰ੍ਹਾਂ ਦੇ ਪਰਿਵਰਤਨ ਆਉਂਦੇ ਹਨ।

**ਛਾਤੀ ਦਾ ਗੂੜ੍ਹਾਪਣ :** ਨਿੱਪਲਾਂ ਦੇ ਆਲੇ-ਦੁਆਲੇ ਦਾ ਕਾਲਾ ਹਿੱਸਾ ਹੋਰ ਵੀ ਗੂੜ੍ਹਾ ਹੋਣ ਲੱਗਦਾ ਹੈ। ਗਰਭ ਅਵਸਥਾ ਦੌਰਾਨ ਅਜਿਹਾ ਹੋਣਾ ਸੁਭਾਵਕ ਹੀ ਹੈ। ਨਾਲ ਹੀ ਇਨ੍ਹਾਂ ਦਾ ਅਕਾਰ ਵੀ ਵੱਧ ਜਾਂਦਾ ਹੈ ਚਮੜੀ ਦੇ ਰੰਗ ਵਿਚ ਬਦਲਾਅ ਆਉਣ ਦਾ ਅਰਥ ਹੈ ਕਿ ਤੁਹਾਡੇ ਸਰੀਰ ਵਿਚ ਪ੍ਰੈਗਨੈਂਸੀ ਹਾਰਮੋਨਜ਼ ਨੇ ਆਪਣਾ ਕੰਮ ਕਰਨਾ ਸ਼ੁਰੂ ਕਰ ਦਿੱਤਾ ਹੈ।

**ਗੂਜ਼ ਬੰਪ :** ਨਹੀਂ, ਸੱਚਮੁੱਚ ਨਹੀਂ, ਪਰ ਨਿੱਪਲਾਂ ਦੇ ਆਲੇ-ਦੁਆਲੇ ਵਾਲੇ ਗੂੜ੍ਹੇ ਹਿੱਸੇ ਤੇ ਹਲਕੇ ਦਾਣੇ ਜਿਹੇ ਉੱਭਰ ਆਉਂਦੇ ਹਨ (ਮੋਂਟਗੁਮਰੀ ਟਿਯੂਬਰਕਲਸ)। ਦਰਅਸਲ ਇਹ ਉਹ ਗ੍ਰੰਥੀਆਂ ਹੁੰਦੀਆਂ ਹਨ ਜਿਹੜੀਆਂ ਤੇਲ ਦਾ ਵਹਾਅ ਕਰਦੀਆਂ ਹਨ ਅਤੇ ਤੁਹਾਡੇ ਨਿੱਪਲ ਅਤੇ ਆਲੇ-ਦੁਆਲੇ ਦੇ ਹਿੱਸੇ ਨੂੰ ਤੇਲ ਵਾਲਾ ਬਣਾ ਦਿੰਦੀਆਂ ਹਨ। ਇਸ ਸਭ ਇਸੇ ਗੱਲ ਦੀ ਤਿਆਰੀ ਹੈ ਕਿ ਤੁਹਾਨੂੰ ਆਪਣੇ ਬੱਚੇ ਨੂੰ ਦੁੱਧ ਪਿਲਾਉਣਾ ਪਵੇਗਾ। ਸਰੀਰ ਆਉਣ ਵਾਲੇ ਸਮੇਂ ਲਈ ਖੁਦ ਨੂੰ ਤਿਆਰ ਕਰ ਰਿਹਾ ਹੈ।

**ਧੱਬੇ :** ਜਦੋਂ ਬੱਚਾ ਬੱਚੇਦਾਨੀ ਵਿਚ ਆਪਣੀ ਜਗ੍ਹਾ ਬਣਾਉਣਾ ਹੈ ਤਾਂ ਕਈ ਔਰਤਾਂ ਨੂੰ ਵਹਾਅ ਹੁੰਦਾ ਹੈ। ਇਹ ਤੁਹਾਡੇ ਪੀਰੀਅਡ ਤੋਂ ਕੁਝ ਦਿਨ ਪਹਿਲਾਂ ਹੋ ਸਕਦਾ ਹੈ, ਇਹ ਰੰਗ ਵਿਚ ਹਲਕਾ ਗੁਲਾਬੀ ਹੁੰਦਾ ਹੈ (ਲਾਲ ਨਹੀਂ)

**ਵਾਰ-ਵਾਰ ਪਿਸ਼ਾਬ (ਮੂਤਰ) ਕਰਨ ਦੀ ਇੱਛਾ:** ਤੁਹਾਨੂੰ ਵਾਰ-ਵਾਰ ਪਿਸ਼ਾਬ (ਮੂਤਰ) ਦੀ ਇੱਛਾ ਹੁੰਦੀ ਹੈ? ਗਰਭਧਾਰਣ ਤੋਂ ਦੋ-ਤਿੰਨ ਹਫਤਿਆਂ ਤੋਂ ਬਾਅਦ ਤੁਹਾਨੂੰ ਬਹੁਤ ਛੇਤੀ ਛੇਤੀ ਪਿਸ਼ਾਬ (ਮੂਤਰ) ਲਈ ਜਾਣਾ ਪੈਂਦਾ ਹੈ। ਇਸ ਪੁਸਤਕ ਵਿਚ ਇਸਦਾ ਕਾਰਣ ਵੀ ਜਾਣ ਲਓਗੇ।

**ਥਕਾਵਟ:** ਏਨੀ ਥਕਾਵਟ ਹੁੰਦੀ ਹੈ ਕਿ ਪੂਰਾ ਸਰੀਰ ਥੱਕ ਜਾਂਦਾ ਹੈ। ਊਰਜਾ ਖਤਮ ਹੋ ਜਾਂਦੀ ਹੈ ਅਤੇ ਪੂਰੇ ਸਰੀਰ ਵਿਚ ਆਲਸ ਬਣਿਆ ਰਹਿੰਦਾ ਹੈ। ਤੁਹਾਡਾ ਸਰੀਰ ਆਉਣ ਵਾਲੇ ਸਮੇਂ ਲਈ ਤਿਆਰ ਹੋ ਰਿਹਾ ਹੈ।

**ਉਲਟੀ ਆਉਣਾ :** ਪਹਿਲੀ ਤਿਮਾਹੀ ਵਿਚ ਉਲਟੀ ਕਾਰਨ ਵੀ ਵਾਰ-ਵਾਰ ਬਾਥਰੂਮ ਭੱਜਣਾ ਪੈ ਸਕਦਾ ਹੈ। ਗਰਭਧਾਰਣ ਤੋਂ ਛੇਤੀ ਬਾਅਦ, ਕਈ ਔਰਤਾਂ ਨੂੰ ਉਲਟੀ (ਮਾਰਨਿੰਗ ਸਿਕਨੈਸ) ਦੀ ਸ਼ਿਕਾਇਤ ਹੋ ਜਾਂਦੀ ਹੈ। ਉਂਝ ਆਮ ਤੌਰ ਤੇ ਇਹ ਛੇਵੇਂ ਹਫਤੇ ਦੇ ਨੇੜੇ-ਤੇੜੇ ਸ਼ੁਰੂ ਹੁੰਦੀ ਹੈ।

**ਮਹਿਕ ਪ੍ਰਤੀ ਸੰਵੇਦਨਸ਼ੀਨਤਾ :** ਨਵੀਂਆਂ ਗਰਭਵਤੀ ਔਰਤਾਂ ਦੀ ਸੁੰਘਣ ਦੀ ਸਮਰੱਥਾ ਬਹੁਤ ਸੰਵੇਦਨਸ਼ੀਲ ਹੋ ਜਾਂਦੀ ਹੈ। ਉਨ੍ਹਾਂ ਨੂੰ ਹਰ ਚੰਗੀ-ਮਾੜੀ ਮਹਿਕ ਵੀ ਛੇਤੀ ਨਾਲ ਪਤਾ ਲੱਗਣ ਲੱਗਦੀ ਹੈ।

**ਫੁੱਲਣਾ ਜਾਂ ਬਲੋਟਿੰਗ:** ਅਜਿਹਾ ਲੱਗਦਾ ਹੈ ਕਿ ਪੇਟ ਵਿਚ ਕੁਝ ਫੁਲ ਰਿਹਾ ਹੈ? ਹਾਲਾਂਕਿ ਬਾਅਦ ਵਿਚ ਤਾਂ ਬੱਚੇ ਕਾਰਨ ਪੇਟ ਫੁਲ ਹੀ ਜਾਵੇਗਾ, ਪਰ ਸ਼ੁਰੂ ਵਿਚ ਇਸਦਾ ਥੋੜ੍ਹਾ ਜਿਹਾ ਅਹਿਸਾਸ ਮਹਿਸੂਸ ਹੁੰਦਾ ਹੈ

**ਤਾਪਮਾਨ ਵਧਣਾ :** 'ਬੇਸਲ ਬਾਡੀ ਤਾਪਮਾਨ'। ਜੇ ਕਰ ਤੁਸੀਂ ਖਾਸ ਬੇਸਲ ਬਾਡੀ ਥਰਮਾਮੀਟਰ ਨਾਲ ਸਵੇਰ ਦਾ ਤਾਪਮਾਨ ਮਾਪੋ ਤਾਂ ਤੁਹਾਨੂੰ ਪਤਾ ਲੱਗੇਗਾ ਕਿ ਸਰੀਰ ਦਾ ਤਾਪਮਾਨ 1 ਡਿਗਰੀ ਵੱਧ ਗਿਆ ਹੈ। ਇਹ ਗਰਭ ਅਵਸਥਾ ਦੌਰਾਨ ਵਧਿਆ ਹੀ ਰਹਿੰਦਾ ਹੈ। ਹਾਲਾਂਕਿ ਇਹ ਪੱਕਾ ਸੰਕੇਤ ਨਹੀਂ ਹੈ ਪਰ ਇਹ ਛੋਟਾ ਸੰਕੇਤ, ਉਸ ਵੱਡੀ ਖਬਰ ਦਾ ਅੰਦਾਜ਼ਾ ਤਾਂ ਦਿੰਦਾ ਹੀ ਹੈ।

**ਪੀਰੀਅਡ ਨਾ ਹੋਣਾ:** ਜੇਕਰ ਹਮੇਸ਼ਾਂ ਤੁਹਾਡੇ ਪੀਰੀਅਡ ਠੀਕ ਸਮੇਂ ਤੇ ਹੁੰਦੇ ਹਨ ਅਤੇ ਇਸ ਵਾਰ ਨਹੀਂ ਹੋਏ ਹਨ ਤਾਂ ਪ੍ਰੈਗਨੈਂਸੀ ਟੈਸਟ ਤੋਂ ਪਹਿਲਾਂ ਹੀ ਪ੍ਰੈਗਨੈਂਸੀ ਹੋਣ ਦਾ ਅੰਦਾਜ਼ਾ ਲਗਾ ਸਕਦੇ ਹੋ।

## ਗਰਭ ਅਵਸਥਾ ਦਾ ਪਤਾ ਲਗਾਉਣਾ

### ''ਮੈਂ ਇਹ ਪੱਕਾ ਪਤਾ ਕਿਵੇਂ ਲਗਾਵਾਂ ਕਿ ਮੈਂ ਗਰਭਵਤੀ ਹਾਂ ਜਾਂ ਨਹੀਂ?''

ਸਭ ਤੋਂ ਪਹਿਲਾਂ ਤਾਂ ਆਪਣੇ ਮਨ ਦੀ ਗੱਲ ਸੁਣੋ। ਇਸੇ ਵਿਚ ਤੁਹਾਨੂੰ ਕੁਝ-ਕੁਝ ਅੰਦਾਜ਼ਾ ਹੋ ਜਾਵੇਗਾ। ਉਂਝ ਸਹੀ ਅੰਦਾਜ਼ੇ ਲਈ ਡਾਕਟਰੀ ਵਿਗਿਆਨ ਤਾਂ ਹੈ ਹੀ। ਇਨ੍ਹਾਂ ਦਿਨਾਂ ਵਿਚ ਕਈ

ਤਰ੍ਹਾਂ ਦੇ ਟੈਸਟਾਂ ਤੋਂ ਅੰਦਾਜ਼ਾ ਲਗਾਇਆ ਜਾ ਸਕਦਾ ਹੈ ਕਿ ਤੁਸੀਂ ਗਰਭਵਤੀ ਹੋ ਜਾਂ ਨਹੀਂ?

**ਹੋਮ ਪ੍ਰੈਗਨੈਂਸੀ ਟੈਸਟ :-** ਤੁਸੀਂ ਇਸਨੂੰ ਆਪਣੇ ਬਾਥਰੂਮ ਵਿਚ ਬੜੇ ਅਰਾਮ ਨਾਲ ਪੂਰੇ ਗੁਪਤ ਰੂਪ ਵਿਚ ਕਰ ਸਕਦੇ ਹੋ। ਇਹ ਬਹੁਤ ਛੇਤੀ ਹੁੰਦੇ ਹਨ। ਕਈ ਤਾਂ ਅਜਿਹੇ ਹਨ ਜਿਨ੍ਹਾਂ ਨੂੰ ਤੁਸੀਂ ਪੀਰੀਅਡ ਮਿਸ ਕਰਨ ਤੋਂ ਪਹਿਲਾਂ ਵੀ ਕਰ ਸਕਦੇ ਹੋ (ਹਾਲਾਂਕਿ ਜ਼ਿਆਦਾ ਸਹੀ ਨਤੀਜੇ ਤਾਂ ਪੀਰੀਅਡ ਤੋਂ ਬਾਅਦ ਹੀ ਮਿਲਣਗੇ)।

ਇਸ ਵਿਚ ਮੂਤਰ ਵਿਚ ਐਚ.ਸੀ.ਜੀ. ਹਾਰਮੋਨ ਦੀ ਜਾਂਚ ਹੁੰਦੀ ਹੈ, ਜਿਸਨੂੰ ਪਲੇਸੈਂਟਾ ਬਣਾਉਂਦਾ ਹੈ। ਇਹ ਤੁਹਾਡੇ ਖੂਨ ਵਿਚ ਰਲਣ ਵਿਚ ਦੇਰ ਨਹੀਂ ਕਰਦਾ। ਮੂਤਰ ਵਿਚ ਇਸਦੀ ਜਾਂਚ ਹੁੰਦੇ ਹੀ ਤੁਹਾਨੂੰ ਪਾਜੀਟਿਵ ਨਤੀਜੇ ਮਿਲ ਜਾਣਗੇ। ਇਹ ਸੰਵੇਦਨਸ਼ੀਲ ਤਾਂ ਹੁੰਦੇ ਹਨ, ਪਰ ਇੰਨੇ ਵੀ ਨਹੀਂ! ਗਰਭ ਧਾਰਣ ਤੋਂ ਇਕ ਹਫਤੇ ਬਾਅਦ ਤੁਹਾਡੇ ਖੂਨ ਵਿਚ ਐਚ.ਸੀ.ਜੀ. ਤਾਂ ਹੁੰਦਾ ਹੈ ਪਰ ਟੈਸਟ ਵਿਚ ਇਸਦੀ ਜਾਂਚ ਨਹੀਂ ਹੋ ਸਕਦੀ। ਜੇਕਰ ਤੁਸੀਂ ਪੀਰੀਅਡ ਤੋਂ ਸੱਤ ਦਿਨ ਪਹਿਲਾਂ ਵੀ ਜਾਂਚ ਕਰਵਾਓਗੇ ਤਾਂ ਗਰਭ ਅਵਸਥਾ ਹੋਣ ਦੇ ਬਾਵਜੂਦ ਨੈਗਟਿਵ ਨਤੀਜੇ ਆਉਣਗੇ।

ਜੇਕਰ ਪੀਰੀਅਡ ਤੋਂ ਚਾਰ ਦਿਨ ਪਹਿਲਾਂ ਜਾਂਚ ਕਰਵਾਓਗੇ ਤਾਂ 60 ਪ੍ਰਤੀਸ਼ਤ ਤੱਕ ਸਹੀ ਨਤੀਜੇ ਮਿਲ ਸਕਦੇ ਹਨ। ਪੀਰੀਅਡ ਵਾਲੇ ਦਿਨ ਜਾਂਚ ਕਰਵਾਓਗੇ ਤਾਂ 90 ਪ੍ਰਤੀਸ਼ਤ ਸਹੀ ਨਤੀਜੇ ਮਿਲਣਗੇ ਅਤੇ ਇਕ ਹਫਤੇ ਬਾਅਦ ਇਹ 97 ਪ੍ਰਤੀਸ਼ਤ ਹੋ ਜਾਣਗੇ। ਜਿਵੇਂ-ਜਿਵੇਂ ਸਮਾਂ ਵੱਧਦਾ ਜਾਵੇਗਾ, ਨਤੀਜੇ ਉਨੇ ਹੀ ਸਾਫ ਅਤੇ ਸਪੱਸ਼ਟ ਹੁੰਦੇ ਜਾਣਗੇ। ਕਿਉਂਕਿ ਤੁਹਾਨੂੰ ਇਸ ਟੈਸਟ ਦੀ ਮੱਦਦ ਨਾਲ ਆਪਣੀ ਗਰਭ ਅਵਸਥਾ ਦਾ ਪਹਿਲਾਂ ਹੀ ਅੰਦਾਜ਼ਾ ਹੋ ਜਾਂਦਾ ਹੈ। ਇਸ ਲਈ ਤੁਸੀਂ ਪਹਿਲਾਂ ਹੀ ਡਾਕਟਰ ਜਾਂ ਦਾਈ ਦੀ ਸਲਾਹ ਲੈ ਕੇ ਆਪਣੀ ਪੂਰੀ ਦੇਖ-ਭਾਲ ਕਰ ਸਕਦੇ ਹੋ। ਹਾਲਾਂਕਿ ਇਸਤੋਂ ਬਾਅਦ ਮੈਡੀਕਲ ਟੈਸਟ ਹੈ। ਪੂਰੀ ਜਾਂਚ ਅਤੇ ਖੂਨ ਦੀ ਜਾਂਚ ਨਾਲ ਸਭ ਕੁਝ ਪੂਰੀ ਤਰ੍ਹਾਂ ਪੱਕਾ ਹੋ ਜਾਵੇਗਾ।

**ਖੂਨ ਜਾਂਚ :-** ਗਰਭ ਧਾਰਣ ਤੋਂ ਇਕ ਹਫਤੇ ਤੋਂ ਬਾਅਦ ਜੇਕਰ ਖੂਨ ਦੀ ਜਾਂਚ ਕਰਾਈ ਜਾਵੇ ਤਾਂ ਉਸ ਵਿਚ 100 ਪ੍ਰਤੀਸ਼ਤ ਪਤਾ ਲੱਗ ਜਾਂਦਾ ਹੈ ਕਿ ਤੁਸੀਂ ਗਰਭਵਤੀ ਹੋ ਜਾਂ ਨਹੀਂ! ਇਸ ਵਿਚ ਖੂਨ ਵਿਚ ਐਚ.ਸੀ.ਜੀ. ਦੀ ਸਹੀ ਮਾਤਰਾ ਅਤੇ ਪੱਧਰ ਦਾ ਅੰਦਾਜ਼ਾ ਲਗਾ ਕੇ ਗਰਭਅਵਸਥਾ ਦੀ ਤਾਰੀਖ ਵੀ ਦੱਸੀ ਜਾ ਸਕਦੀ ਹੈ ਕਿਉਂਕਿ ਗਰਭ ਅਵਸਥਾ ਵਧਣ ਦੇ ਨਾਲ-ਨਾਲ ਖੂਨ ਵਿਚ ਐਚ.ਸੀ.ਜੀ. ਦੀ ਮਾਤਰਾ ਵੀ ਵੱਧਦੀ ਹੈ। ਕਈ ਡਾਕਟਰ ਖੂਨ ਦੇ ਨਾਲ-ਨਾਲ ਮੂਤਰ ਦੀ ਜਾਂਚ ਦੇ ਨਿਰਦੇਸ਼ ਵੀ ਦਿੰਦੇ ਹਨ।

**ਮੈਡੀਕਲ ਜਾਂਚ :-** ਹਾਲਾਂਕਿ ਖੂਨ ਅਤੇ ਮੂਤਰ ਦੀ ਜਾਂਚ ਤੋਂ ਗਰਭ ਅਵਸਥਾ ਦਾ ਸਹੀ ਅੰਦਾਜ਼ਾ ਲਗਾਇਆ ਜਾ ਸਕਦਾ ਹੈ ਪਰ ਬੱਚੇਦਾਨੀ ਦੇ ਅਕਾਰ, ਯੋਨੀ ਅਤੇ ਸਰਵਿਕਸ ਦੇ ਰੰਗ ਜਾਂ ਸਰਵਿਕਸ ਦੀ ਬਣਾਵਟ ਵਿਚ ਅੰਤਰ ਤੋਂ ਵੀ ਗਰਭ ਅਵਸਥਾ ਦੀ ਮੈਡੀਕਲ ਜਾਂਚ ਹੋ ਸਕਦੀ ਹੈ।

## ਇਕ ਹਲਕੀ ਰੇਖਾ

**''ਜਦੋਂ ਮੈਂ ਘਰ ਵਿਚ ਹੋਮ ਪ੍ਰੈਗਨੈਂਸੀ ਟੈਸਟ ਕੀਤਾ ਤਾਂ ਉਸ ਵਿਚ ਸਿਰਫ ਹਲਕੀ ਜਿਹੀ ਰੇਖਾ ਦਿਖਾਈ ਦਿੱਤੀ। ਕੀ ਮੈਂ ਗਰਭਵਤੀ ਹਾਂ।''**

ਤੁਹਾਡੇ ਖੂਨ ਜਾਂ ਮੂਤਰ ਵਿਚ ਐਚ.ਸੀ.ਜੀ. ਦਾ ਪੱਧਰ ਨਜ਼ਰ ਆਉਣ ਤੇ ਹੀ ਇਸ ਟੈਸਟ ਵਿਚ ਪਾਜੀਟਿਵ ਨਤੀਜੇ ਦਿਖਾਈ ਦਿੰਦੇ ਹਨ। ਟੈਸਟ ਵਿਚ ਭਾਵੇਂ ਹਲਕੀ ਜਿਹੀ ਰੇਖਾ ਕਿਉਂ ਨਾ ਆ ਰਹੀ ਹੋਵੇ, ਤੁਸੀਂ ਗਰਭਵਤੀ ਹੋ।

ਤੁਹਾਨੂੰ ਗੂੜ੍ਹੀ ਦੀ ਬਜਾਏ ਹਲਕੀ ਰੇਖਾ ਇਸ ਲਈ ਦਿਖਾਈ ਦਿੱਤੀ ਹੋਵੇਗੀ ਕਿਉਂਕਿ ਤੁਸੀਂ ਜਿਹੜਾ ਟੈਸਟ ਕਰ ਰਹੇ ਹੋ, ਉਹ ਸੰਵੇਦਨਸ਼ੀਲਤਾ ਦੇ ਪੱਧਰ ਤੇ ਵੱਖ-ਵੱਖ ਹੁੰਦੇ ਹਨ। ਗਰਭ ਅਵਸਥਾ ਵਿਚ ਐਚ.ਸੀ.ਜੀ. ਦਾ ਪੱਧਰ ਹਰ ਰੋਜ਼ ਵੱਧਦਾ ਹੈ। ਇਹ ਵੀ ਦੇਖਣਾ ਪਵੇਗਾ ਕਿ ਗਰਭ ਧਾਰਣ ਕੀਤੇ ਕਿੰਨਾ ਸਮਾਂ ਬੀਤ ਗਿਆ ਹੈ। ਜੇਕਰ ਤੁਸੀਂ ਬਹੁਤ ਛੇਤੀ ਜਾਂਚ ਕੀਤੀ ਹੈ ਤਾਂ ਉਸ ਵਿਚ ਐਚ.ਸੀ.ਜੀ. ਦਾ ਹਲਕਾ ਸੰਕੇਤ ਹੀ ਮਿਲੇਗਾ।

ਆਪਣੇ ਪ੍ਰੈਗਨੈਂਸੀ ਟੈਸਟ ਦੀ ਸੰਵੇਦਨਸ਼ੀਲਤਾ ਜਾਚਣ ਲਈ ਪੈਕਟ ਪਿੱਛੇ ਦਿੱਤੇ ਮਾਪ ਅਤੇ ਮਾਤ੍ਰਾਵਾਂ ਨੂੰ ਧਿਆਨ ਨਾਲ ਪੜ੍ਹੋ। ਇਸ ਵਿਚ ਮਿਲੀ ਇੰਟਾਪੈਸ਼ਨਲ ਯੂਨਿਟ ਤੇ ਲੀਟਰ ਦੀ ਮਾਤਰਾ ਜਿੰਨੀ

ਘੱਟ ਹੋਵੇਗੀ, ਟੈਸਟ ਉਨਾ ਹੀ ਸੰਵੇਦਨਸ਼ੀਲ ਹੋਵੇਗਾ। 50 ਮਿਲੀ ਦੀ ਬਜਾਏ 20 ਮਿਲੀ ਵਾਲਾ ਟੈਸਟ ਤੁਹਾਨੂੰ ਛੇਤੀ ਤੇ ਵਧੀਆ ਨਤੀਜੇ ਦੇ ਸਕਦਾ ਹੈ। ਜ਼ਿਆਦਾ ਮਹਿੰਗੇ ਟੈਸਟ ਜ਼ਿਆਦਾ ਸੰਵੇਦਨਸ਼ੀਲ ਹੁੰਦੇ ਹਨ।

ਇਹ ਵੀ ਯਾਦ ਰੱਖੋ ਕਿ ਗਰਭ ਅਵਸਥਾ ਵਿਚ ਹਰ ਰੋਜ਼ ਐਚ.ਸੀ.ਜੀ. ਦਾ ਪੱਧਰ ਵਧੇਗਾ। ਜੇਕਰ ਤੁਸੀਂ ਬਹੁਤ ਛੇਤੀ ਟੈਸਟ ਕਰ ਰਹੇ ਹੋ ਤਾਂ ਰੇਖਾ ਹਲਕੀ ਹੀ ਆਵੇਗੀ। ਦੋ ਦਿਨ ਬਾਅਦ ਦੁਬਾਰਾ ਦੇਖੋ। ਤੁਹਾਡਾ ਸਾਰਾ ਸ਼ੱਕ ਦੂਰ ਹੋ ਜਾਵੇਗਾ।

## ਪਾਜੀਟਿਵ ਨਹੀਂ ਰਿਹਾ

**"ਮੇਰਾ ਪਹਿਲਾ ਪ੍ਰੈਗਨੈਂਸੀ ਟੈਸਟ ਪਾਜੀਟਿਵ ਸੀ ਪਰ ਕੁਝ ਦੇਰ ਬਾਅਦ ਨੈਗਟਿਵ ਨਤੀਜਾ ਆਇਆ ਫੇਰ ਮੇਰੇ ਪੀਰੀਅਡ ਹੋ ਗਏ। ਇਹ ਕੀ ਹੋ ਰਿਹਾ ਹੈ?**

ਲੱਗਦਾ ਹੈ ਕਿ ਤੁਹਾਨੂੰ ਕੈਮੀਕਲ ਪ੍ਰੈਗਨੈਂਸੀ ਹੋਈ ਸੀ। ਅਜਿਹੀ ਗਰਭ ਅਵਸਥਾ ਸ਼ੁਰੂ ਹੋਣ ਤੋਂ ਪਹਿਲਾਂ ਹੀ ਖਤਮ ਹੋ ਜਾਂਦੀ ਹੈ। ਅਜਿਹੀ ਗਰਭ ਅਵਸਥਾ ਵਿਚ ਅੰਡਾ ਫਰਟੀਲਾਈਜ ਹੋ ਕੇ ਬੱਚੇਦਾਨੀ ਵਿਚ ਇੰਪਲਾਂਟ ਹੋਣ ਲੱਗਦਾ ਹੈ ਪਰ ਪੂਰੀ ਤਰ੍ਹਾਂ ਇੰਮਪਲਾਂਟ ਨਹੀਂ ਹੁੰਦਾ। ਗਰਭ ਅਵਸਥਾ ਵਿਚ ਤਬਦੀਲ ਹੋਣ ਦੀ ਬਜਾਏ ਇਹ ਪੀਰੀਅਡ ਵਿਚ ਖਤਮ ਹੋ ਜਾਂਦਾ ਹੈ। ਮਾਹਿਰਾਂ ਦਾ ਅੰਦਾਜ਼ਾ ਹੈ ਕਿ ਸਾਰੀਆਂ ਬੱਚੇਦਾਨੀਆਂ ਵਿਚ ਤਕਰੀਬਨ 70 ਪ੍ਰਤੀਸ਼ਤ ਕੈਮੀਕਲ ਹੀ ਹੁੰਦੇ ਹਨ, ਜ਼ਿਆਦਾਤਰ ਔਰਤਾਂ ਨੂੰ ਪਤਾ ਹੀ ਨਹੀਂ ਲੱਗਦਾ ਕਿ ਉਹ ਗਰਭਵਤੀ ਹੋਈਆਂ ਸਨ (ਹੋਮ ਪ੍ਰੈਗਨੈਂਸੀ ਟੈਸਟ ਨਹੀਂ ਸਨ ਤਾਂ ਔਰਤਾਂ ਨੂੰ ਬਹੁਤ ਸਮੇਂ ਤੱਕ ਗਰਭ ਅਵਸਥਾ ਬਾਰੇ ਕੁਝ ਪਤਾ ਨਹੀਂ ਲੱਗਦਾ ਸੀ)। ਜਲਦੀ ਨਾਲ ਪ੍ਰੈਗਨੈਂਸੀ ਟੈਸਟ ਕਰਵਾ ਲੈਣਾ ਅਤੇ ਪੀਰੀਅਡ ਦਾ ਦੇਰ ਨਾਲ ਹੋਣਾ, ਇਸੇ ਕਾਰਨ ਕੈਮੀਕਲ ਪ੍ਰੈਗਨੈਂਸੀ ਦੇ ਲੱਛਣ ਸਾਹਮਣੇ ਆਉਂਦੇ ਹਨ।

ਮੈਡੀਕਲ ਦੇ ਨਜ਼ਰੀਏ ਤੋਂ, ਕੈਮੀਕਲ ਪ੍ਰੈਗਨੈਂਸੀ ਇਕ ਚੱਕਰ ਦੀ ਤਰ੍ਹਾਂ ਹੁੰਦੀ ਹੈ, ਜਿਸ ਵਿਚ ਪ੍ਰੈਗਨੈਂਸੀ ਵਿਚ ਕੋਈ ਗਰਭਪਾਤ ਨਹੀਂ ਹੁੰਦਾ ਤੁਹਾਡੇ ਵਰਗੀਆਂ ਜਜਬਾਤੀ ਔਰਤਾਂ ਲਈ ਇਹ ਦੂਜੀ ਹੀ ਕਹਾਣੀ ਹੋ ਜਾਂਦੀ ਹੈ, ਜਿਹੜੀਆਂ ਬਹੁਤ ਪਹਿਲਾਂ ਟੈਸਟ ਕਰ ਲੈਂਦੀਆਂ ਹਨ। ਹਾਲਾਂਕਿ ਇਹ ਤਕਨੀਕੀ ਰੂਪ ਨਾਲ ਗਰਭ ਅਵਸਥਾ ਦਾ ਨੁਕਸਾਨ ਨਹੀਂ ਹੈ। ਬਸ ਇਕ ਵਾਅਦਾ ਟੁੱਟ ਜਾਂਦਾ ਹੈ, ਜਿਹੜਾ ਤੁਹਾਡਾ ਅਤੇ ਤੁਹਾਡੇ ਸਾਥੀ ਦਾ ਦਿਲ ਦੁਖਾ ਦਿੰਦਾ ਹੈ। ਇਸ ਪੁਸਤਕ ਵਿਚ ਹੀ ਤੁਹਾਨੂੰ ਇਸ ਪਰਿਸਥਿਤੀ ਤੋਂ ਛੁਟਕਾਰਾ ਪਾਉਣ ਬਾਰੇ ਦੱਸਿਆ ਜਾਵੇਗਾ।

### ਅਨਿਯਮਿਤਤਾ ਦੀ ਜਾਂਚ

ਜੇਕਰ ਪੀਰੀਅਡ ਸਮੇਂ ਤੇ ਨਹੀਂ ਹੁੰਦੇ ਤਾਂ ਟੈਸਟ ਦੀ ਮਿਤੀ ਨਿਸ਼ਚਿਤ ਕਰਨਾ ਔਖਾ ਹੋ ਜਾਵੇਗਾ। ਜਦੋਂ ਪੀਰੀਅਡ ਦਾ ਹੀ ਪੱਕਾ ਪਤਾ ਨਹੀਂ ਤਾਂ ਟੈਸਟ ਕਿਵੇਂ ਕਰੋਗੇ? ਪਿਛਲੇ 6 ਮਹੀਨਿਆਂ ਵਿਚ ਜਿਹੜਾ ਸਭ ਤੋਂ ਲੰਬਾ ਪੀਰੀਅਡ ਚੱਕਰ ਰਿਹਾ, ਉਸਦੇ ਹਿਸਾਬ ਨਾਲ ਇੰਤਜ਼ਾਰ ਕਰਕੇ, ਟੈਸਟ ਕਰੋ। ਜੇਕਰ ਪੀਰੀਅਡ ਨਾ ਹੋਣ ਅਤੇ ਰਿਜ਼ਲਟ ਵੀ ਨੈਗਟਿਵ ਹੋਵੇ ਤਾਂ ਕੁਝ ਦਿਨ ਜਾਂ ਕੁਝ ਹਫਤੇ ਬਾਅਦ ਦੁਬਾਰਾ ਜਾਂਚ ਕਰੋ।

## ਇਕ ਨੈਗਟਿਵ ਨਤੀਜਾ

**"ਮੈਨੂੰ ਲੱਗਿਆ ਕਿ ਮੈਂ ਗਰਭਵਤੀ ਹਾਂ, ਪਰ ਮੇਰੇ ਤਿੰਨੋਂ ਟੈਸਟ ਨੈਗਟਿਵ ਆਏ। ਮੈਨੂੰ ਕੀ ਕਰਨਾ ਚਾਹੀਦਾ ਹੈ।"**

ਜੇਕਰ ਤੁਹਾਨੂੰ ਤਿੰਨ ਨੈਗਟਿਵ ਟੈਸਟਾਂ ਤੋਂ ਇਲਾਵਾ ਲੱਗ ਰਿਹਾ ਹੈ ਕਿ ਤੁਸੀਂ ਗਰਭਵਤੀ ਹੋ ਤਾਂ ਕੁਝ ਵੀ ਪੱਕਾ ਪਤਾ ਲੱਗਣ ਤੱਕ ਉਹ ਸਾਰੀਆਂ ਸਾਵਧਾਨੀਆਂ ਵਰਤੋ, ਜਿਹੜੀਆਂ ਇਕ ਨਵੀਂ ਗਰਭਵਤੀ ਇਸਤਰੀ ਨੂੰ ਧਿਆਨ ਵਿਚ ਰੱਖਣੀਆਂ ਚਾਹੀਦੀਆਂ ਹਨ। ਆਪਣੀ ਉਸੇ ਤਰ੍ਹਾਂ ਦੇਖਭਾਲ ਕਰੋ। ਹੋ ਸਕਦਾ ਹੈ ਕਿ ਤੁਹਾਡਾ ਸਰੀਰ, ਉਸ ਟੈਸਟ ਤੋਂ ਕਿਤੇ ਜ਼ਿਆਦਾ ਵਧੀਆ ਤਰੀਕੇ ਨਾਲ ਜਾਣਦਾ ਹੋਵੇ। ਇਕ ਹਫਤਾ ਇੰਤਜ਼ਾਰ ਕਰਨ ਤੋਂ ਬਾਅਦ ਦੁਬਾਰਾ ਟੈਸਟ ਕਰੋ, ਹੋ ਸਕਦਾ ਹੈ ਕਿ ਤੁਸੀਂ ਪਹਿਲਾਂ ਬਹੁਤ ਜਲਦੀ ਟੈਸਟ ਕਰ ਲਿਆ ਹੋਵੇ। ਆਪਣੇ ਡਾਕਟਰ ਤੋਂ ਖੂਨ ਦੀ ਜਾਂਚ ਵੀ ਕਰਵਾ ਸਕਦੇ ਹੋ ਉਹ ਜ਼ਿਆਦਾ ਸੰਵੇਦਨਸ਼ੀਲਤਾ ਨਾਲ ਮੂਤਰ ਵਿਚ ਐਚ.ਸੀ.ਜੀ. ਦੇ ਪੱਧਰ ਬਾਰੇ ਦੱਸ ਦੇਵੇਗਾ।

ਸੰਭਵ ਹੋ ਸਕਦਾ ਹੈ ਕਿ ਸਾਰੇ ਲੱਛਣ ਮਹਿਸੂਸ ਕਰਨ ਦੇ ਬਾਵਜੂਦ ਗਰਭਵਤੀ ਨਾ ਹੋਵੋ। ਜੇਕਰ ਟੈਸਟ ਨੈਗਟਿਵ ਆਉਂਦੇ ਰਹੇ ਅਤੇ ਪੀਰੀਅਡ ਵੀ

### ਜੇਕਰ ਤੁਸੀਂ ਗਰਭਵਤੀ ਨਹੀਂ ਹੋ...

ਜੇਕਰ ਤੁਹਾਡੀ ਜਾਂਚ ਨੈਗਟਿਵ ਨਿਕਲੀ, ਤੁਸੀਂ ਗਰਭਵਤੀ ਨਹੀਂ ਹੋ ਅਤੇ ਹੋਣਾ ਚਾਹੁੰਦੀ ਹੋ ਤਾਂ ਗਰਭਧਾਰਣ ਤੋਂ ਪਹਿਲਾਂ ਵਾਲੇ ਚਰਣਾਂ ਤੇ ਪੂਰਾ ਧਿਆਨ ਦਿਓ। ਤੁਹਾਨੂੰ ਬਹੁਤ ਛੇਤੀ ਖੁਸ਼ਖਬਰੀ ਮਿਲ ਜਾਵੇਗੀ।

## ਸਮਾਰਟ ਟੈਸਟਿੰਗ

ਹੋਮ ਪੈਕੇਜ ਟੈਸਟ ਬਹੁਤ ਸੌਖਾ ਹੈ, ਜਿਸ ਲਈ ਕੁਝ ਸਿੱਖਣਾ ਨਹੀਂ ਪੈਂਦਾ ਪਰ ਤੁਹਾਨੂੰ ਇਸਦੇ ਨਿਰਦੇਸ਼ ਜ਼ਰੂਰ ਪੜ੍ਹ ਲੈਣੇ ਚਾਹੀਦੇ ਹਨ ਅਤੇ ਇਸਦੇ ਹਿਸਾਬ ਨਾਲ ਚੱਲਣਾ ਚਾਹੀਦਾ ਹੈ। ਇਨ੍ਹਾਂ ਸੁਝਾਵਾਂ ਤੇ ਧਿਆਨ ਦਿਓ ਤਾਂ ਕਿ ਤੁਸੀਂ ਕੀ ਹੋਵੇਗਾ, ਕੀ ਨਹੀਂ ਹੋਵੇਗਾ ਦੀ ਭੱਜ-ਦੌੜ ਵਿਚ ਕੁਝ ਭੁੱਲ ਨਾ ਜਾਓ।

- ਬ੍ਰਾਂਡ ਦੇ ਹਿਸਾਬ ਨਾਲ ਤੁਸੀਂ ਜਾਂ ਤਾਂ ਸਟਿਕ ਨੂੰ ਮੂਤਰ ਦੇ ਵਹਾਓ ਵਿਚ ਕੁਝ ਸੈਕਿੰਡ ਰੱਖੋਗੇ ਜਾਂ ਫੇਰ ਇਕ ਕੱਪ ਵਿਚ ਮੂਤਰ ਲੈ ਕੇ ਉਸ ਵਿਚ ਸਟਿਕ ਡੁਬੋਵੋਗੇ ਜ਼ਿਆਦਾਤਰ ਵਿਚਕਾਰ ਵਾਲੇ ਮੂਤਰ ਨੂੰ ਲੈਣ ਦੀ ਸਲਾਹ ਦਿੰਦੇ ਹਨ ਕਿਉਂਕਿ ਇਸ ਵਿਚ ਨਤੀਜੇ ਜ਼ਿਆਦਾ ਵਧੀਆ ਹੁੰਦੇ ਹਨ। ਇਕ ਦੋ ਸੈਕਿੰਡ ਤੱਕ ਮੂਤਰ ਕਰਨ ਤੋਂ ਬਾਅਦ ਰੋਕੋ, ਹੱਥ ਵਿਚ ਸਟਿਕ ਜਾਂ ਕੱਪ ਲੈ ਕੇ, ਉਸ ਤੇ ਮੂਤਰ ਦੀ ਧਾਰ ਛੱਡ ਦਿਓ।
- ਉਂਝ ਤਾਂ ਸਵੇਰ ਦੇ ਮੂਤਰ ਦੀ ਜਾਂਚ ਵਧੀਆ ਹੁੰਦੀ ਹੈ ਪਰ ਜੇਕਰ ਤੁਸੀਂ ਪੀਰੀਅਡ ਤੋਂ ਵੀ ਪਹਿਲਾਂ ਟੈਸਟ ਕਰ ਰਹੇ ਹੋ ਤਾਂ ਚਾਰ ਘੰਟੇ ਤੱਕ ਮੂਤਰ ਰੋਕਣ ਤੋਂ ਬਾਅਦ ਟੈਸਟ ਕਰੋ ਤਾਂ ਕਿ ਮੂਤਰ ਵਿਚ ਐਚ.ਸੀ.ਜੀ. ਦਾ ਜ਼ਿਆਦਾ ਪੱਧਰ ਸਪੱਸ਼ਟ ਰੂਪ ਨਾਲ ਆ ਸਕੇ।
- ਕੰਟ੍ਰੋਲ ਇੰਡੀਕੇਟਰ ਤੇ ਧਿਆਨ ਦਿਓ ਤਾਂ ਕਿ ਪਤਾ ਲੱਗ ਸਕੇ ਕਿ ਟੈਸਟ ਠੀਕ ਕੰਮ ਕਰ ਰਿਹਾ ਹੈ ਜਾਂ ਨਹੀਂ (ਡਿਜੀਟਲ ਟੈਸਟ ਵਿਚ ਇਕ ਚਮਕਣ ਵਾਲਾ ਕੰਟ੍ਰੋਲ ਸਿੰਬਲ ਬਣਿਆ ਹੁੰਦਾ ਹੈ)
- ਧਿਆਨ ਨਾਲ ਦੇਖੋ -ਕਿਸੇ ਵੀ ਨਤੀਜੇ ਤੇ ਪਹੁੰਚਣ ਤੋਂ ਪਹਿਲਾਂ ਪੂਰਾ ਧਿਆਨ ਦਿਓ। ਕੋਈ ਵੀ ਲਾਈਨ ਦਿਸੇ (ਗੁਲਾਬੀ ਜਾਂ ਨੀਲੀ, ਪਾਜੀਟਿਵ ਸੰਕੇਤ ਜਾਂ ਡਿਜੀਟਲ ਰੀਡਿੰਗ) ਮੰਨ ਲਓ ਕਿ ਤੁਸੀਂ ਗਰਭਵਤੀ ਹੋ। ਵਧਾਈ ਹੋਵੇ! ਜੇਕਰ ਨਤੀਜਾ ਪਾਜੀਟਿਵ ਨਾ ਹੋਵੇ ਤਾਂ ਅਤੇ ਪੀਰੀਅਡ ਵੀ ਨਾ ਆਉਣ ਤਾਂ ਦੁਬਾਰਾ ਜਾਂਚ ਕਰੋ। ਸਹੀ ਨਤੀਜੇ ਸਾਹਮਣੇ ਆ ਜਾਣਗੇ।

ਨਾ ਹੋਣ ਤਾਂ ਡਾਕਟਰ ਨੂੰ ਕਹੋ ਕਿ ਉਹ ਇਨ੍ਹਾਂ ਲੱਛਣਾਂ ਦੇ ਦੂਜੇ ਜੈਵਿਕ ਕਾਰਣ ਦਾ ਪਤਾ ਲਗਾਉਣ। ਹੋ ਸਕਦਾ ਹੈ ਕਿ ਤੁਸੀਂ ਭਾਵਨਾਤਮਕ ਕਾਰਣਾਂ ਤੋਂ ਇਹ ਲੱਛਣ ਮਹਿਸੂਸ ਕਰ ਰਹੇ ਹੋ। ਕਈ ਵਾਰ ਮਨ ਦੀ ਇੱਛਾ ਸਰੀਰ ਤੇ ਏਨੀ ਹਾਵੀ ਹੋ ਜਾਂਦੀਹੈ ਕਿ ਗਰਭ ਅਵਸਥਾ ਨਾ ਹੋਣ ਦੇ ਬਾਵਜੂਦ ਉਸਦੇ ਲੱਛਣ ਦਿਸਣ ਲੱਗਦੇ ਹਨ। ਬਸ ਇਕ ਗਰਭ ਅਵਸਥਾ ਪ੍ਰਾਪਤ ਕਰਨ ਦੀ ਇੱਛਾ (ਜਾਂ ਉਸ ਤੋਂ ਬਚਣ ਦਾ ਡਰ)।

### ਪਹਿਲੀ ਮੁਲਾਕਾਤ ਕਦੋਂ ਹੋਵੇ?

**"ਮੇਰਾ ਹੋਮ ਪ੍ਰੈਗਨੈਂਸੀ ਟੈਸਟ ਪਾਜੀਟਿਵ ਆਇਆ ਹੈ। ਮੈਨੂੰ ਡਾਕਟਰ ਨਾਲ ਪਹਿਲੀ ਮੁਲਾਕਾਤ ਕਦੋਂ ਕਰਨੀ ਚਾਹੀਦੀ ਹੈ।"**

ਕਿਸੇ ਵੀ ਤੰਦਰੁਸਤ ਬੱਚੇ ਨੂੰ ਜਨਮ ਦੇਣ ਲਈ ਜ਼ਰੂਰੀ ਹੈ ਕਿ ਜਨਮ ਤੋਂ ਪਹਿਲਾਂ ਡਾਕਟਰ ਦੀ ਦੇਖ-ਭਾਲ ਅਤੇ ਸਲਾਹ ਮਿਲਦੀ ਰਹੇ। ਹੋਮ ਪ੍ਰੈਗਨੈਂਸੀ ਟੈਸਟ ਦੇ ਪਾਜੀਟਿਵ ਨਤੀਜੇ ਆਉਂਦੇ ਹੀ ਡਾਕਟਰ ਕੋਲ ਜਾਣ ਵਿਚ ਦੇਰ ਨਾ ਕਰੋ। ਹਾਲਾਂਕਿ ਕਈ ਹਸਪਤਾਲ ਅਜਿਹੇ ਹਨ, ਜਿੱਥੇ ਤੁਹਾਨੂੰ ਜਾਂਦੇ ਹੀ ਜਾਂਚ ਤੋਂ ਬਾਅਦ ਸਾਵਧਾਨੀਆਂ ਦੱਸ ਦਿੱਤੀਆਂ ਜਾਂਦੀਆਂ ਹਨ, ਪਰ ਕਈ ਡਾਕਟਰ ਚਾਹੁੰਦੇ ਹਨ ਕਿ ਗਰਭ ਅਵਸਥਾ ਸ਼ੁਰੂ ਹੋਣ ਤੋਂ 7-8 ਹਫਤਿਆਂ ਬਾਅਦ ਹੀ ਜਾਂਚ ਸ਼ੁਰੂ ਕਰਨ। ਕਈ ਜਗ੍ਹਾ ਗਰਭ ਅਵਸਥਾ ਦੀ ਜਾਂਚ ਲਈ ਪਹਿਲੀ ਮੁਲਾਕਾਤ ਦੀ ਉਮੀਦ ਕੀਤੀ ਜਾਂਦੀ ਹੈ।

ਜੇਕਰ ਤੁਹਾਡੇ ਡਾਕਟ ਨੇ ਅਜੇ ਮੁਲਾਕਾਤ ਦਾ ਸਮਾਂ ਨਹੀਂ ਦਿੱਤਾ ਹੈ ਤਾਂ ਇਸਦਾ ਮਤਲਬ ਇਹ ਨਹੀਂ ਕਿ ਤੁਸੀਂ ਆਪਣੇ ਅਤੇ ਆਪਣੇ ਬੱਚੇ ਦੀ ਦੇਖ ਭਾਲ ਦਾ ਕੰਮ ਸ਼ੁਰੂ ਨਹੀਂ ਕਰੋਗੇ। ਆਪਣੀ ਪਾਜੀਟਿਵ ਜਾਂਚ ਦਾ ਪਤਾ ਲੱਗਦੇ ਹੀ, ਆਪਣੇ ਆਪ ਨੂੰ ਇਕ ਗਰਭਵਤੀ ਮੰਨਣਾ ਸ਼ੁਰੂ ਕਰ ਦਿਓ। ਸ਼ਾਇਦ ਤੁਸੀਂ ਜਾਣਦੇ ਹੀ ਹੋ ਕਿ ਤੁਹਾਨੂੰ ਸ਼ਰਾਬ ਅਤੇ ਸਿਗਰਟ ਛੱਡਣੀ ਪਵੇਗੀ, ਪ੍ਰੋਟੀਨ ਦਾ ਭੋਜਨ ਲੈਣਾ ਪਵੇਗਾ-

# ਗਰਭ ਅਵਸਥਾ ਦੇ ਸੰਭਾਵਿਤ ਲੱਛਣ

| ਸੰਕੇਤ | ਕਦੋਂ ਉਭਰਦੇ ਹਨ | ਹੋਰ ਸੰਭਾਵਿਤ ਕਾਰਣ |
|---|---|---|
| ਯੋਨੀ ਵਾਹਓ ਅਤੇ ਬੱਚੇਦਾਨੀ ਦੇ ਮੂੰਹ ਦੇ ਊਤਕਾਂ ਦਾ ਰੰਗ ਬੈਂਗਣੀ ਪੈਣਾ | ਪਹਿਲੀ ਤਿਮਾਹੀ | ਮਾਸਕ ਚੱਕਰ ਪੂਰਾ ਨਾ ਹੋਣਾ |
| ਸਰਵਿਕਸ ਅਤੇ ਬੱਚੇਦਾਨੀ ਦਾ ਮੁਲਾਇਮ ਹੋਣਾ | ਤਕਰੀਬਨ ਛੇ ਹਫਤੇ | ਮਾਸਕ ਚੱਕਰ ਵਿਚ ਦੇਰੀ |
| ਪੇਟ ਦੇ ਹੇਠਲੇ ਹਿੱਸੇ ਅਤੇ ਬੱਚੇਦਾਨੀ ਦਾ ਫਲਾਓ | ਗਰਭ ਧਾਰਣ ਦੇ 8 ਤੋਂ 12 ਹਫਤੇ ਤੋਂ ਬਾਅਦ | ਫਾਇਬ੍ਰੋਡ ਟਿਊਮਰ |
| ਯੂਟੇਰਾਈਨ ਆਰਟਰੀ ਪਲਸੇਸ਼ਨ | ਅਰੰਭਕ ਗਰਭ ਅਵਸਥਾ | ਫਾਇਬ੍ਰੋਡ ਟਿਊਮਰ |
| ਬੱਚੇ ਦੀ ਹਲ-ਚਲ | ਗਰਭ ਅਵਸਥਾ ਦੇ 16-22 ਹਫਤਿਆਂ ਵਿਚੇ ਆਰੰਭ | ਗੈਸ, ਪੇਟ ਵਿਚ ਸੁੰਗੜਨ |

# ਗਰਭ ਅਵਸਥਾ ਦੇ ਸਕਾਰਾਤਮਕ ਲੱਛਣ

| ਸੰਕੇਤ | ਇਹ ਕਦੋਂ ਉਭਰਦੇ ਹਨ | ਹੋਰ ਸੰਭਾਵਿਤ ਕਾਰਣ |
|---|---|---|
| ਅਲਟ੍ਰਾਸਾਊਂਡ ਦੀ ਮੱਦਦ ਨਾਲ ਗੈਸਟੇਸ਼ਨਲ ਸੈਕ ਜਾਂ ਬੱਚਾ ਦੇਖਣਾ | ਗਰਭ ਧਾਰਣ ਤੋਂ 4 ਤੋਂ 6 ਹਫਤੇ ਬਾਅਦ | ਕੋਈ ਨਹੀਂ |
| ਬੱਚੇ ਦੇ ਦਿਲ ਦੀ ਧੜਕਣ | ਗਰਭ ਅਵਸਥਾ ਤੋਂ 10-12 ਹਫਤੇ ਬਾਅਦ | ਕੋਈ ਨਹੀਂ |

*ਗਰਭ ਅਵਸਥਾ ਦੇ ਲੱਛਣਾਂ ਦੀ ਮੈਡੀਕਲ ਜਾਂਚ ਹੁੰਦੀ ਹੈ।

**ਨਿਰਭਰ ਕਰਦਾ ਹੈ ਕਿ ਕਿਸ ਯੰਤਰ ਨਾਲ ਜਾਂਚ ਹੋ ਰਹੀ ਹੈ।

ਵਗੈਰਾ-ਵਗੈਰਾ! ਜੇਕਰ ਪ੍ਰੈਗਨੈਂਸੀ ਪ੍ਰੋਗਰਾਮ ਬਨਾਉਣਾ ਚਾਹੁੰਦੇ ਹੋ ਤਾਂ ਡਾਕਟਰ ਨੂੰ ਫੋਨ ਕਰਨ ਵਿਚ ਝਿਜਕ ਨਾ ਕਰੋ। ਉਥੇ ਤੁਹਾਨੂੰ ਇਕ ਪ੍ਰਸ਼ਨ-ਉੱਤਰ ਭਰਵਾਉਣ ਤੋਂ ਬਾਅਦ ਪੋਸ਼ਕ ਆਹਾਰ ਅਤੇ ਸੁਰੱਖਿਅਤ ਦਵਾਈਆਂ ਦੀ ਸੂਚੀ ਬਣਾ ਦਿੱਤੀ ਜਾਂਦੀ ਹੈ ਅਤੇ ਤੁਹਾਨੂੰ ਉਸੇ ਪ੍ਰੈਗਨੈਂਸੀ ਪ੍ਰੋਗਰਾਮ ਦੇ ਹਿਸਾਬ ਨਾਲ ਚੱਲਣ ਲਈ ਕਿਹਾ ਜਾਂਦਾ ਹੈ।

ਜੇਕਰ ਤੁਹਾਨੂੰ ਮੁਲਾਕਾਤ ਦਾ ਸਮਾਂ ਨਹੀਂ ਮਿਲ ਰਿਹਾ ਜਾਂ ਤੁਸੀਂ ਗਰਭਪਾਤ ਜਾਂ ਮੈਡੀਕਲ ਹਿਸਟਰੀ ਕਾਰਨ ਜਾਂ ਡਰ ਕਾਰਨ ਖਤਰਾ ਮਹਿਸੂਸ ਕਰ ਰਹੇ ਹੋ, ਤਾਂ ਉਨ੍ਹਾਂ ਤੋਂ ਪੁੱਛ ਕੇ ਦੇਖੋ ਕਿ ਕੀ ਤੁਸੀਂ ਪਹਿਲਾਂ ਜਾਂਚ ਕਰਵਾਉਣ ਜਾ ਸਕਦੇ ਹੋ।

## ਤੁਹਾਡੇ ਜਣੇਪੇ ਦੀ ਮਿਤੀ

**"ਮੇਰੇ ਡਾਕਟਰ ਨੇ ਜਣੇਪੇ ਦੀ ਮਿਤੀ ਦੱਸ ਦਿੱਤੀ ਹੈ। ਪਰ ਇਹ ਕਿੰਨੀ ਸਹੀ ਹੈ?"**

ਜੇਕਰ ਅਸੀਂ ਇਹ ਨਿਸ਼ਚਿਤ ਤੌਰ ਤੇ ਇਹ ਕਹਿ ਸਕਦੇ ਕਿ ਤੁਹਾਡਾ ਬੱਚਾ, ਡਾਕਟਰ ਦੀ ਦੱਸੀ ਮਿਤੀ ਤੇ ਹੀ ਹੋਵੇਗਾ ਤਾਂ ਇਹ ਦੁਨੀਆ ਕਿੰਨੀ ਸੌਖੀ ਹੁੰਦੀ ਪਰ ਅਜਿਹਾ ਨਹੀਂ ਹੈ। ਜ਼ਿਆਦਾਤਰ ਅਧਿਐਨਾਂ ਤਾਂ ਇਹੀ ਪਤਾ ਲੱਗਾ ਹੈ ਕਿ 20 ਵਿਚੋਂ 1 ਬੱਚਾ ਹੀ ਡਾਕਟਰ ਦੁਆਰਾ ਦਿੱਤੀ ਗਈ 'ਡਿਊ ਡੇਟ' ਤੇ ਜਨਮ ਲੈਂਦਾ ਹੈ। ਪੂਰਾ ਵਾਸਤਵਿਕ ਗਰਭਕਾਲ 38 ਤੋਂ 42 ਹਫਤਿਆਂ ਦਾ ਹੋ ਸਕਦਾ ਹੈ। ਜ਼ਿਆਦਾਤਰ ਬੱਚੇ ਉਸ ਮਿਤੀ ਦੇ ਦੋ ਹਫਤਿਆਂ ਦੇ ਨੇੜੇ-ਤੇੜੇ ਹੀ ਜਨਮ ਲੈਂਦੇ ਹਨ ਇਸ ਲਈ ਮਾਤਾ-ਪਿਤਾ ਕੋਲ ਅੰਦਾਜ਼ੇ ਤੋਂ ਸਿਵਾਏ ਕੋਈ ਚਾਰਾ ਨਹੀਂ ਹੁੰਦਾ।

ਇਸਨੂੰ ਈ.ਡੀ.ਡੀ. (ਜਣੇਪੇ ਦੀ ਅੰਦਾਜ਼ਨ ਮਿਤੀ) ਕਹਿੰਦੇ ਹਨ। ਤੁਹਾਨੂੰ ਜਿਹੜੀ ਮਿਤੀ ਦਿੱਤੀ ਜਾਂਦੀ ਹੈ, ਉਹ ਸਿਰਫ ਅੰਦਾਜ਼ਾ ਹੈ। ਇਸਨੂੰ ਇਸ ਤਰ੍ਹਾਂ ਕੱਢਦੇ ਹਨ- ਆਪਣੇ ਪਿਛਲੇ ਮਾਸਕ ਚੱਕਰ ਦੇ ਪਹਿਲੇ ਦਿਨ ਵਿਚੋਂ ਤਿੰਨ ਮਹੀਨੇ ਘਟਾ ਦਿਓ ਅਤੇ ਉਸ ਵਿਚ 7 ਦਿਨ ਜੋੜ ਦਿਓ। ਉਦਾਹਰਣ ਲਈ- ਤੁਹਾਡੇ ਪਿਛਲੇ ਪੀਰੀਅਡ 11 ਅਪ੍ਰੈਲ ਨੂੰ ਸ਼ੁਰੂ ਹੋਏ ਸਨ। ਪਿਛਲੇ ਤਿੰਨ ਮਹੀਨੇ ਗਿਣੋਗੇ ਤਾਂ ਤੁਸੀਂ ਜਨਵਰੀ ਤੱਕ ਆ ਜਾਓਗੇ। ਇਨ੍ਹਾਂ ਵਿਚ 7 ਦਿਨ ਜੋੜ ਦਿਓ, ਤੁਹਾਡੇ ਜਣੇਪੇ ਦੀ ਮਿਤੀ 18 ਜਨਵਰੀ ਹੋਵੇਗੀ।

ਇਹ ਤਰੀਕਾ ਉਥੇ ਕੰਮ ਆਉਂਦਾ ਹੈ, ਜਿੱਥੇ ਔਰਤਾਂ ਦਾ ਮਾਸਕ ਚੱਕਰ ਨਿਯਮਿਤ ਹੁੰਦਾ ਹੈ ਪਰ ਜੇਕਰ ਤੁਹਾਡਾ ਚੱਕਰ ਅਨਿਯਮਿਤ ਹੈ, ਤਾਂ ਇਹ ਤਰੀਕਾ ਕੰਮ ਨਹੀਂ ਆਵੇਗਾ। ਮੰਨ ਲਓ ਕਿ ਹਰ 6 ਤੋਂ 7 ਹਫਤੇ ਵਿਚ ਤੁਹਾਡੇ ਪੀਰੀਅਡ ਨਹੀਂ ਹੋਏ। ਤਿੰਨ ਮਹੀਨਿਆਂ ਵਿਚ ਤੁਹਾਨੂੰ ਇਕ ਵਾਰ ਪੀਰੀਅਡ ਨਹੀਂ ਹੋਏ। ਜਾਂਚ ਤੋਂ ਪਤਾ ਲੱਗਦਾ ਹੈ ਕਿ ਤੁਹਾਨੂੰ ਗਰਭ ਠਹਿਰ ਗਿਆ ਹੈ। ਫੇਰ ਤੁਸੀਂ ਗਰਭ ਧਾਰਣ ਕਦੋਂ ਕੀਤਾ। ਇਕ ਭਰੋਸੇਯੋਗ ਈ.ਡੀ.ਡੀ. ਦਾ ਹੋਣਾ ਜ਼ਰੂਰੀ ਹੈ ਇਸ ਲਈ ਤੁਸੀਂ ਅਤੇ ਤੁਹਾਡੇ ਡਾਕਟਰ ਇਸਦਾ ਪਤਾ ਲਗਾਉਣਾ ਚਾਹੁਣਗੇ। ਹਾਲਾਂਕਿ ਬਿਲਕੁਲ ਸਹੀ ਤਾਰੀਖ ਤਾਂ ਪਤਾ ਨਹੀਂ ਲੱਗੇਗੀ, ਪਰ ਕੁਝ ਸੂਤਰਾਂ ਅਤੇ ਸੰਕੇਤਾਂ ਤੋਂ ਮੱਦਦ ਲਈ ਜਾ ਸਕਦੀ ਹੈ।

ਪਹਿਲਾ ਸੰਕੇਤ ਹੈ, ਤੁਹਾਡੀ ਬੱਚੇਦਾਨੀ ਦਾ ਅਕਾਰ, ਤੁਹਾਡੀ ਅੰਦਰੂਨੀ ਜਾਂਚ ਦੌਰਾਨ ਇਸਨੂੰ ਵੀ ਜਾਂਚਿਆ ਜਾਵੇਗਾ। ਇਸ ਨਾਲ ਤੁਹਾਡੀ ਗਰਭ ਅਵਸਥਾ ਦਾ ਕੁਝ ਅੰਦਾਜ਼ਾ ਹੋ ਜਾਣਾ ਚਾਹੀਦਾ ਹੈ। ਇਕ ਅਲਟ੍ਰਾਸਾਊਂਡ ਜੋ ਮਿਤੀ ਦਾ ਬਹੁਤ ਸਹੀ ਅੰਦਾਜ਼ਾ ਦੇ ਦੇਵੇਗਾ। ਉਂਝ ਸਾਰੀਆਂ ਔਰਤਾਂ ਦਾ ਏਨੀ ਛੇਤੀ ਅਲਟ੍ਰਾਸਾਊਂਡ ਨਹੀਂ ਹੁੰਦਾ। ਕੁਝ ਡਾਕਟਰ ਨਿਯਮਿਤ ਰੂਪ ਨਾਲ ਇਸਨੂੰ ਕਰਦੇ ਹਨ ਤਾਂ ਕੁਝ ਡਾਕਟਰ ਉਦੋਂ ਹੀ ਕਰਨਾ ਪਸੰਦ ਕਰਦੇ ਹਨ ਜਦੋਂ ਤੁਹਾਡੇ ਪੀਰੀਅਡ ਅਨਿਯਮਿਤ ਹੋਣ ਗਰਭਪਾਤ ਦਾ ਇਤਿਹਾਸ ਰਿਹਾ ਹੋਵੇ ਜਾਂ ਤੁਹਾਡੀ ਸੰਭਾਵੀ ਜਣੇਪੇ ਦੀ ਮਿਤੀ ਦਾ ਪਤਾ ਨਾ ਲੱਗ ਰਿਹਾ ਹੋਵੇ। ਇਸ ਤੋਂ ਇਲਾਵਾ ਹੋਰ ਵੀ ਕਈ ਗੱਲਾਂ ਤੋਂ ਤਾਰੀਖ ਦਾ ਪਤਾ ਲਗਾ ਸਕਦੇ ਹਨ। 9 ਤੋਂ 12 ਹਫਤੇ ਵਿਚ, ਇਕ ਡਾਕਟਰ ਦੀ ਮੱਦਦ ਨਾਲ ਦਿਲ ਦੀ ਧੜਕਣ ਸੁਨ ਸਕਦੇ ਹੋ। 16 ਤੋਂ 22 ਹਫਤੇ ਵਿਚ ਜੀਵਨ ਦੀ ਪਹਿਲੀ ਅਵਾਜ਼ ਨੂੰ ਮਹਿਸੂਸ ਕਰ ਸਕਦੇ ਹੋ ਜਾਂ ਬੱਚੇ ਦੀ ਲੰਬਾਈ ਜਾਂ ਸਥਿਤੀ ਦਾ ਅੰਦਾਜ਼ਾ ਲਗਾ ਸਕਦੇ ਹੋ। ਇਹ ਤਕਰੀਬਨ 20ਵੇਂ ਹਫਤੇ ਵਿਚ ਧੁੰਨੀ ਤੱਕ ਪਹੁੰਚੀ ਜਾਵੇਗੀ। ਇਹ ਸੂਤਰ ਸਹਾਇਕ ਹੋਣ ਦੇ ਬਾਵਜੂਦ ਪੱਕੇ ਨਹੀਂ ਮੰਨੇ ਜਾ ਸਕਦੇ। ਸਿਰਫ ਬੱਚਾ ਹੀ ਜਾਣਦਾ ਹੈ ਕਿ ਉਹ ਕਦੋਂ ਜਨਮ ਲਵੇਗਾ ਅਤੇ ਉਹ ਤੁਹਾਨੂੰ ਦੱਸਣ ਨਹੀਂ ਆ ਰਿਹਾ।

## ਡਾਕਟਰ ਦੀ ਚੋਣ

ਹਾਲਾਂਕਿ ਅਸੀਂ ਸਾਰੇ ਜਾਣਦੇ ਹਾਂ ਕਿ ਮੰਮੀ-ਪਾਪਾ ਇਕ ਬੱਚੇ ਨੂੰ ਇਸ ਧਰਤੀ ਤੇ ਲਿਆਉਂਦੇ ਹਨ ਪਰ ਸ਼ਾਇਦ ਇਕ ਵਿਅਕਤੀ ਹੋਰ ਵੀ ਹੈ, ਜਿਸ ਤੋਂ ਬਿਨਾਂ ਇਹ ਕੰਮ ਬਹੁਤ ਮੁਸ਼ਕਲ ਹੋ ਸਕਦਾ ਹੈ। ਉਹੀ ਤਾਂ ਛੋਟੇ ਜਿਹੇ ਬੱਚੇ ਨੂੰ ਧਰਤੀ ਤੇ ਲਿਆਉਂਦਾ ਹੈ। ਜੀ ਹਾਂ! ਅਸੀਂ ਡਾਕਟਰ ਦੀ ਗੱਲ ਕਰ ਰਹੇ ਹਾਂ। ਉਂਝ ਤਾਂ

ਤੁਸੀਂ ਅਤੇ ਤੁਹਾਡਾ ਸਾਥੀ ਗਰਭ ਧਾਰਣ ਕਰਨ ਤੋਂ ਬਾਅਦ ਵਾਲੀਆਂ ਸਾਵਧਾਨੀਆਂ ਦਾ ਪਾਲਣ ਕਰ ਰਹੇ ਹੋ, ਪਰ ਹੁਣ ਤੁਸੀਂ ਆਪਣੇ ਲਈ ਡਾਕਟਰ ਦੀ ਚੋਣ ਵੀ ਕਰਨੀ ਹੈ। ਹਾਲਾਂਕਿ ਇਹ ਚੋਣ ਬਹੁਤ ਸੋਚ-ਸਮਝ ਕੇ ਕਰਨੀ ਹੋਵੇਗੀ ਕਿਉਂਕਿ ਤੁਸੀਂ ਉਸੇ ਡਾਕਟਰ ਦੀ ਮੱਦਦ ਨਾਲ ਆਪਣੇ ਜਣੇਪੇ ਦਾ ਸਮਾਂ ਬਿਤਾਉਣਾ ਹੈ।

## ਜਣੇਪਾ ਮਾਹਿਰ ਜਾਂ ਪਰਿਵਾਰਕ ਡਾਕਟਰ ਜਾਂ ਦਾਈ (ਮਿਡਵਾਈਫ)

ਤੁਸੀਂ ਕੋਈ ਅਜਿਹਾ ਵਧੀਆ ਡਾਕਟਰ ਕਿਥੋਂ ਲੱਭੋਗੇ ਜਿਹੜਾ ਜਣੇਪੇ ਤੋਂ ਪਹਿਲਾਂ ਅਤੇ ਬਾਅਦ ਤੱਕ ਤੁਹਾਡੀ ਰਹਿਨੁਮਾਈ ਕਰਦਾ ਰਹੇ? ਸਭ ਤੋਂ ਪਹਿਲਾਂ ਤਾਂ ਤੁਹਾਨੂੰ ਇਹ ਪਤਾ ਲਗਾਉਣਾ ਪਵੇਗਾ ਕਿ ਤੁਹਾਡੀ ਮੈਡੀਕਲ ਹਿਸਟਰੀ ਦੇ ਹਿਸਾਬ ਨਾਲ ਕੀ ਠੀਕ ਰਹੇਗਾ?

**ਜਣੇਪਾ- ਮਾਹਿਰ** :- ਕੀ ਤੁਸੀਂ ਕੋਈ ਇਕ ਅਜਿਹਾ ਡਾਕਟਰ ਚਾਹੁੰਦੇ ਹੋ, ਜਿਹੜਾ ਗਰਭ ਧਾਰਣ ਤੋਂ ਲੈ ਕੇ, ਜਣੇਪਾ ਸਮਾਂ, ਉਸਤੋਂ ਬਾਅਦ ਵੀ ਹਰ ਤਰ੍ਹਾਂ ਦੇ ਖਤਰੇ ਅਤੇ ਹਿੰਮਤਾਂ ਨਾਲ ਜੁੜ ਸਕੇ। ਉਦੋਂ ਤੁਹਾਨੂੰ ਇਕ ਜਣੇਪਾ-ਮਾਹਿਰ ਔਰਤ ਰੋਗ ਮਾਹਿਰ ਦੇ ਕੋਲ ਜਾਣਾ ਪਵੇਗਾ। ਨਾ ਸਿਰਫ ਤੁਹਾਨੂੰ ਪੂਰਾ ਜਣੇਪਾ ਦੇ ਖਭਾਲ ਦੇਵੇਗੀ ਸਗੋਂ ਗਰਭ ਅਵਸਥਾ ਤੋਂ ਇਲਾਵਾ ਦੂਜੇ ਇਸਤਰੀ ਰੋਗਾਂ ਦੀ ਵੀ ਜਾਂਚ ਕਰ ਸਕੇਗੀ, ਜਿਵੇਂ ਪੈਪ ਸਮੀਯਰ, ਗਰਭ ਨਿਰੋਧਕ, ਛਾਤੀ ਦੀ ਜਾਂਚ। ਕਈ ਡਾਕਟਰ ਸਧਾਰਣ ਇਲਾਜ ਵੀ ਦਿੰਦੇ ਹਨ। ਇਸ ਲਈ ਛੋਟੇ-ਮੋਟੇ ਰੋਗਾਂ ਦੇ ਇਲਾਜ ਵੀ ਉਨ੍ਹਾਂ ਤੋਂ ਕਰਵਾਏ ਜਾ ਸਕਦੇ ਹਨ।

ਜੇਕਰ ਤੁਹਾਡੀ ਹਾਈ ਰਿਸਕ ਪ੍ਰੇਗਨੈਂਸੀ ਹੈ ਤਾਂ ਤੁਹਾਨੂੰ ਜਣੇਪਾ ਮਾਹਿਰ-ਔਰਤ ਰੋਗ ਮਾਹਿਰ ਕੋਲ ਹੀ ਜਾਣਾ ਚਾਹੀਦਾ ਹੈ। ਹੋ ਸਕਦਾ ਹੈ ਕਿ ਤੁਹਾਨੂੰ ਕਿਸੇ ਅਜਿਹੇ ਮਾਹਿਰ ਦੀ ਵੀ ਭਾਲ ਕਰਨੀ ਪਵੇ ਜਿਹੜਾ ਤੁਹਾਡੀ ਇਸ ਵਿਸ਼ੇ ਵਿਚ ਮੱਦਦ ਕਰ ਸਕੇ। ਸਧਾਰਣ ਪ੍ਰੇਗਨੈਂਸੀ ਹੋਣ ਦੇ ਬਾਵਜੂਦ ਤੁਸੀਂ ਆਪਣਾ ਜਣੇਪਾ ਕਿਸੇ ਮਾਹਿਰ ਤੋਂ ਹੀ ਕਰਵਾਉਣਾ ਚਾਹੋਗੇ, ਜਿਵੇਂ ਕਿ 90 ਪ੍ਰਤੀਸ਼ਤ ਔਰਤਾਂ ਚਾਹੁੰਦੀਆਂ ਹਨ।

ਜੇਕਰ ਤੁਸੀਂ ਕਿਸੇ ਵਧੀਆ ਇਸਤਰੀ ਰੋਗ ਮਾਹਿਰ ਕੋਲ ਜਾਣ ਦਾ ਵਿਚਾਰ ਬਣਾ ਲਿਆ ਹੈ, ਤਾਂ ਉਸਦੀ ਭਾਲ ਦਾ ਸਭ ਤੋਂ ਉਚਿਤ ਸਮਾਂ ਇਹੀ ਹੈ।

ਇਸ ਸਮੇਂ ਥੋੜ੍ਹਾ ਅਰਾਮ ਨਾਲ ਛਾਣਬੀਣ ਕਰਕੇ ਕਿਸੇ ਵਧੀਆ ਜਣੇਪਾ-ਇਸਤਰੀ ਰੋਗ ਮਾਹਿਰ ਦਾ ਪਤਾ ਲਗਾ ਸਕਦੇ ਹੋ।

**ਪਰਿਵਾਰਕ ਇਲਾਜ** :- ਫੈਮਲੀ ਡਾਕਟਰ ਉਹ ਹੁੰਦੇ ਹਨ ਜਿਹੜੇ ਐਮ.ਡੀ. ਕਰਨ ਤੋਂ ਬਾਅਦ ਪਹਿਲਾਂ ਦੇਖਭਾਲ, ਮਾਤਾ ਹੋਣ ਸਬੰਧੀ ਅਤੇ ਬੱਚੇ ਸਬੰਧੀ ਦੇਖਭਾਲ ਦੀ ਸਿਖਲਾਈ ਲੈ ਚੁੱਕੇ ਹੁੰਦੇ ਹਨ।

## ਜਨਮ ਲਈ ਚੋਣ

ਅੱਜਕੱਲ੍ਹ ਗਰਭ ਅਵਸਥਾ ਦੌਰਾਨ ਵੀ ਚੋਣ ਕਰਨ ਦੀ ਕਮੀ ਨਹੀਂ ਹੈ। ਤੁਸੀਂ ਆਪਣੀ ਇੱਛਾ ਅਤੇ ਸੁਵਿਧਾ ਨਾਲ ਨਿਸ਼ਚਿਤ ਕਰ ਸਕਦੇ ਹੋ ਕਿ ਤੁਸੀਂ ਬੱਚੇ ਨੂੰ ਕਿੱਥੇ ਅਤੇ ਕਿਹੋ ਜਿਹੀਆਂ ਪਰਿਸਥਿਤੀਆਂ ਵਿਚ ਜਨਮ ਦੇਣਾ ਚਾਹੋਗੇ।

ਤੁਸੀਂ ਹੇਠ ਲਿਖਿਆਂ ਵਿਚੋਂ ਕੋਈ ਵੀ ਸਥਾਨ ਚੁਣ ਸਕਦੇ ਹੋ। ਤੁਸੀਂ ਖੁਦ ਅਤੇ ਤੁਹਾਡੀ ਸਾਥੀ ਮਿਲ ਕੇ ਇਨ੍ਹਾਂ ਦੇ ਵਿਚਾਰ ਕਰੋ ਅਤੇ ਯਾਦ ਰੱਖੋ ਕਿ ਅਜਿਹੇ ਫੈਸਲੇ ਅਖੀਰ ਤੱਕ ਮਝਦਾਰ ਵਿਚ ਹੀ ਰਹਿੰਦੇ ਹਨ। ਇਨ੍ਹਾਂ ਨੂੰ ਆਪਣੀ ਇੱਛਾ ਨਾਲ, ਅਖੀਰ ਤੱਕ ਬਦਲਿਆ ਜਾ ਸਕਦਾ ਹੈ।

**ਬਰਥਿੰਗ- ਰੂਮ** :- ਬਰਥਿੰਗ ਰੂਪ ਵਿਚ ਹਸਪਤਾਲ ਦਾ ਉਹ ਕਮਰਾ, ਬੱਚੇ ਦੇ ਜਨਮ ਤੋਂ ਲੈ ਕੇ, ਤੁਹਾਡੇ ਦੋਹਾਂ ਦੀ ਛੁੱਟੀ ਮਿਲਣ ਤੱਕ ਤੁਹਾਡੇ ਕੋਲ ਹੀ ਰਹਿੰਦਾ ਹੈ। ਜਨਮ ਤੋਂ ਬਾਅਦ ਬੱਚੇ ਨੂੰ ਤੁਹਾਡੇ ਕੋਲ ਹੀ ਝੂਲੇ ਵਿਚ ਰੱਖਿਆ ਜਾਂਦਾ ਹੈ। ਇਹ ਬਹੁਤ ਅਰਾਮਦੇਹ ਵੀ ਹੁੰਦੇ ਹਨ।

ਕੁਝ ਬਰਥਿੰਗ ਰੂਮ ਸਿਰਫ ਜਣੇਪਾ-ਦਰਦ, ਜਣੇਪਾ ਅਤੇ ਸਿਹਤ ਲਾਭ ਲਈ ਪ੍ਰਯੋਗ ਹੁੰਦੇ ਹਨ, ਜਿਨ੍ਹਾਂ ਨੂੰ ਐਲ.ਡੀ.ਆਰ. ਕਹਿੰਦੇ ਹਨ। ਜੇਕਰ ਤੁਸੀਂ ਅਤੇ ਤੁਹਾਡਾ ਬੱਚਾ ਐਲ.ਡੀ.ਆਰ. ਵਿਚ ਹੋਏ ਤਾਂ ਇਕ-ਦੋ ਘੰਟੇ ਬਾਅਦ, ਦੋਹਾਂ ਨੂੰ ਪੋਸਟਮਾਰਟਮ ਰੂਮ ਵਿਚ ਭੇਜ ਦਿੱਤਾ ਜਾਵੇਗਾ। ਕਈ ਹਸਪਤਾਲਾਂ ਵਿਚ ਇਨ੍ਹਾਂ ਕਮਰਿਆਂ ਵਿਚ ਬੱਚੇ ਦੇ ਪਿਤਾ ਅਤੇ ਭਰਾ -ਭੈਣ ਵੀ ਨਾਲ ਹੀ ਰਹਿ ਸਕਦੇ ਹਨ।

ਜ਼ਿਆਦਾਤਰ ਬਰਥਿੰਗ ਰੂਮ ਅਜਿਹੇ ਹੁੰਦੇ ਹਨ, ਜਿੱਥੇ ਦੀਵਾਰਾਂ ਤੇ ਸੋਹਣੇ ਵਾਲਪੇਪਰ, ਮੱਧਮ ਰੌਸ਼ਨੀ, ਰਾਕਿੰਗ ਚੇਅਰ, ਵਧੀਆ ਪਰਦੇ ਅਤੇ ਸੋਹਣੇ ਬੈੱਡ ਹੁੰਦੇ ਹਨ। ਇਹ ਕਮਰੇ ਕਿਸੇ ਵੀ ਤਰ੍ਹਾਂ ਹਸਪਤਾਲ ਦੇ ਕਮਰੇ ਨਹੀਂ ਲੱਗਦੇ। ਹਾਲਾਂਕਿ ਇੱਥੇ ਗਰਭ ਅਵਸਥਾ ਦੇ ਜਣੇਪੇ ਦੌਰਾਨ ਹੋਣ ਵਾਲੇ ਹਰ ਖਤਰੇ ਤੋਂ ਨਿਪਟਾਰਾ ਕਰਨ ਦੇ ਔਜ਼ਾਰ ਤਿਆਰ ਹੁੰਦੇ ਹਨ। ਇਨ੍ਹਾਂ ਨੂੰ ਲੁਕਾ ਕੇ ਅਲਮਾਰੀਆਂ ਵਿਚ ਰੱਖਿਆ ਜਾਂਦਾ ਹੈ, ਤਾਂ ਕਿ ਜ਼ਰੂਰਤ ਪੈਣ ਤੇ ਹੀ ਕੱਢਿਆ ਜਾ ਸਕੇ। ਬੈੱਡ ਨੂੰ ਸਿਰ ਵਾਲੇ ਹਿੱਸੇ ਤੋਂ ਉੱਪਰ ਹੇਠਾਂ ਕੀਤਾ ਜਾ ਸਕਦਾ ਹੈ। ਉਸਦੇ ਪੈਰਾਂ ਵਾਲੇ ਹਿੱਸੇ ਵਿਚ ਵੀ ਅਟੈਂਡੈਂਟ ਦੇ ਖੜ੍ਹੇ ਹੋਣ ਜੋਗੀ ਥਾਂ ਬਣ ਜਾਂਦੀ ਹੈ। ਜਣੇਪੇ ਤੋਂ ਬਾਅਦ ਥੋੜ੍ਹਾ ਜਿਹਾ ਬਦਲਾਓ ਆਉਂਦਾ ਹੈ ਅਤੇ ਤੁਸੀਂ ਉਸੇ ਬੈੱਡ ਤੇ ਵਾਪਸ ਆ ਜਾਂਦੇ ਹੋ। ਕਈ ਹਸਪਤਾਲਾਂ ਵਿਚ ਬਰਥਿੰਗ ਰੂਮ ਦੇ ਨਾਲ ਸ਼ਾਵਰ ਜਾਂ ਵਰਲਪੂਲ ਟੱਬ ਦੀ ਸੁਵਿਧਾ ਵੀ ਹੁੰਦੀ ਹੈ, ਉਹ ਜਣੇਪਾ ਦਰਦ ਦੌਰਾਨ ਹਾਈਡ੍ਰੋਥੈਰੇਪੀ ਦੇ ਸਕਦੇ ਹਨ।ਬਰਥਿੰਗ ਸੈਂਟਰ ਅਤੇ ਹਸਪਤਾਲਾਂ ਵਿਚ ਵਾਟਰ ਬਰਥ ਲਈ ਟਬ ਵੀ ਹੁੰਦੇ ਹਨ।

ਕਈ ਜਗ੍ਹਾ ਦੇ ਸੋਫੇ ਪਏ ਹੁੰਦੇ ਹਨ ਤਾਂ ਕਿ ਤੁਹਾਡਾ ਪਰਿਵਾਰ ਅਤੇ ਮਿੱਤਰ ਆਦਿ ਉਥੇ ਬੈਠ ਕੇ ਇੰਤਜ਼ਾਰ ਕਰ ਸਕਣ। ਕਈ ਜਗ੍ਹਾ ਤੇ ਸੋਫਾ ਕਮ ਬੈੱਡ ਦੀ ਸੁਵਿਧਾ ਹੁੰਦੀ ਹੈ ਤਾਂ ਕਿ ਤੁਹਾਡਾ ਸਾਥੀ ਉਥੇ ਰਾਤ ਬਤੀਤ ਕਰ ਸਕੇ।

ਕਈ ਹਸਪਤਾਲਾਂ ਵਿਚ ਬਰਥਿੰਗ ਰੂਮ ਦੀ ਸੁਵਿਧਾ ਉਨਾਂ ਔਰਤਾਂ ਨੂੰ ਮਿਲਦੀ ਹੈ ਜਿਨ੍ਹਾਂ ਦੀ ਗਰਭ ਅਵਸਥਾ ਨੂੰ ਜ਼ਿਆਦਾ ਖਤਰਾ ਨਹੀਂ ਹੁੰਦਾ। ਜੇਕਰ ਤੁਸੀਂ ਇਸ ਸੂਚੀ ਵਿਚ ਨਹੀਂ ਆਉਂਦੇ ਤਾਂ ਤੁਹਾਨੂੰ ਪਰੰਪਰਿਕ ਲੇਬਰ ਜਾਂ ਡਿਲੀਵਰੀ ਰੂਮ ਵਿਚ ਹੀ ਜਾਣਾ ਪਵੇਗਾ ਜਿੱਥੇ ਜ਼ਿਆਦਾ ਵਧੀਆ ਤਕਨੀਕ ਕੰਮ ਵਿਚ ਲਿਆਂਦੀ ਜਾ ਸਕੇ। ਉਥੇ ਸੀ-ਸੈਕਸ਼ਨ ਅਪਰੇਸ਼ਨ ਵੀ ਅਰਾਮ ਨਾਲ ਕੀਤਾ ਜਾ ਸਕਦਾ ਹੈ। ਉਂਝ ਅਸੀਂ ਤਾਂ ਇਹੀ ਦੁਆ ਕਰਦੇ ਹਾਂ ਕਿ ਤੁਹਾਨੂੰ ਪਰੰਪਰਿਕ ਹਸਪਤਾਲ ਮਾਹੌਲ ਵਿਚ ਵੀ ਉਹੀ ਦੋਸਤਾਨਾ ਰਵੱਈਆ ਅਤੇ ਆਪਣੱਤ ਮਿਲੇ।

**ਬਰਥਿੰਗ ਸੈਂਟਰ:-** ਇੱਥੇ ਤੁਹਾਨੂੰ ਜਣੇਪੇ ਸਬੰਧੀ ਦੇਖ -ਭਾਲ, ਜਣੇਪਾ, ਬੱਚੇ ਨੂੰ ਦੁੱਧ ਪਿਆਉਣ ਸਬੰਧੀ ਜਮਾਤਾਂ ਆਦਿ ਸਾਰੀਆਂ ਸੁਵਿਧਾਵਾਂ ਇਕ ਹੀ ਛੱਤ ਹੇਠਾਂ ਮਿਲ ਜਾਂਦੀਆਂ ਹਨ। ਉਂਝ ਤਕਰੀਬਨ ਬਰਥਿੰਗ ਸੈਂਟਰਾਂ ਵਿਚ ਵੀ ਪ੍ਰਾਈਵੇਟ ਕਮਰੇ ਹੁੰਦੇ ਹਨ ਜਿਹੜੇ ਬਹੁਤ ਅਰਾਮਦਾਇਕ ਅਤੇ ਸੁਖ-ਸੁਵਿਧਾਵਾਂ ਵਾਲੇ ਹੁੰਦੇ ਹਨ। ਇਨ੍ਹਾਂ ਵਿਚ ਪਰਿਵਾਰ ਦੇ ਬਾਕੀ ਮੈਂਬਰਾਂ ਦੇ ਪ੍ਰਯੋਗ ਲਈ ਰਸੋਈ ਘਰ ਵੀ ਹੁੰਦਾ ਹੈ। ਇੱਥੇ ਦਾਈਆਂ (ਮਿਡਵਾਈਫ) ਹੁੰਦੀਆਂ ਹਨ ਪਰ ਜਣੇਪਾ ਮਾਹਿਰ ਵੀ ਬੁਲਾਏ ਜਾਂਦੇ ਹਨ। ਉਹ ਲੋਕ ਸੰਕਟਕਾਲੀ ਸਥਿਤੀ ਵਿਚ ਛੇਤੀ ਪਹੁੰਚ ਜਾਂਦੇ ਹਨ। ਹਾਲਾਂਕਿ ਇੱਥੇ ਜ਼ਿਆਦਾ ਸੰਵੇਦਨਸ਼ੀਲ ਔਜ਼ਾਰ ਨਹੀਂ ਹੁੰਦੇ ਇਸ ਲਈ ਜ਼ਰੂਰਤ ਪੈਣ ਤੇ ਤੁਹਾਨੂੰ ਨੇੜੇ ਦੇ ਕਿਸੇ ਹਸਪਤਾਲ ਵਿਚ ਵੀ ਭੇਜਿਆ ਜਾ ਸਕਦਾ ਹੈ। ਅਜਿਹੀ ਜਗ੍ਹਾ ਉਨ੍ਹਾਂ ਔਰਤਾਂ ਨੂੰ ਜਾਣਾ ਚਾਹੀਦਾ ਹੈ, ਜਿਨ੍ਹਾਂ ਦੀ ਗਰਭ ਅਵਸਥਾ ਨੂੰ ਜ਼ਿਆਦਾ ਖਤਰਾ ਨਾ ਹੋਵੇ। ਜੇਕਰ ਤੁਹਾਡੀ ਗਰਭ ਅਵਸਥਾ ਵਿਚ ਕੋਈ ਮੁਸ਼ਕਲਾਂ ਰਹੀਆਂ ਹੋਣ ਤਾਂ ਇਸ ਜਗ੍ਹਾ ਜਣੇਪਾ ਦਾ ਵਿਚਾਰ ਨਾ ਬਣਾਓ।

**ਲੇਬੋਯਰ ਬਰਥ:-** ਜਦੋਂ ਫ੍ਰੈਂਚ ਜਣੇਪਾ ਮਾਹਿਰ ਫ੍ਰੇਡਰਿਕ ਲੇਬੋਯਰ ਨੇ ਹਿੰਸਾ ਤੋਂ ਬਿਨਾਂ ਬੱਚੇ ਦੇ ਜਨਮ ਦਾ ਇਹ ਸਿਧਾਂਤ ਦਿੱਤਾ ਤਾਂ ਇਲਾਜ ਸਮੁਦਾਏ ਹੈਰਾਨੀ ਵਿਚ ਪੈ ਗਿਆ। ਵਰਤਮਾਨ ਵਿਚ ਉਨ੍ਹਾਂ ਦੇ ਕਈ ਉਪਾਅ ਕੰਮ ਵਿਚ ਲਿਆਂਦੇ ਜਾਂਦੇ ਹਨ, ਤਾਂ ਕਿ ਬੱਚਾ ਸ਼ਾਂਤ ਅਤੇ ਸਹਿਜ ਵਾਤਾਵਰਣ ਵਿਚ ਜਨਮ ਲੈ ਸਕੇ। ਬੱਚੇ ਦਾ ਜਨਮ ਅਜਿਹੇ ਕਮਰੇ ਵਿਚ ਹੁੰਦਾ ਹੈ, ਜਿਸਦੀ ਤੇਜ ਰੋਸ਼ਨੀ ਨੂੰ ਜ਼ਰੂਰਤ ਪੈਣ ਤੇ ਘੱਟ ਕੀਤਾ ਜਾ ਸਕੇ। ਬੱਚਾ ਮਾਂ ਦੇ ਗਰਭ ਵਿਚ ਹਨ੍ਹੇਰੇ ਵਿਚ ਪਲਦਾ ਹੈ ਇਸ ਲਈ ਉਸਨੂੰ ਬਾਹਰ ਆਉਣ ਤੇ ਵੀ ਉਹੀ ਮਹੌਲ ਮਿਲੇ ਤਾਂ ਜ਼ਿਆਦਾ ਵਧੀਆ ਹੋਵੇਗਾ। ਹੁਣ ਨਵਜਾਤ ਨੂੰ ਜੋਰ-ਜੋਰ ਦੀ ਥਪਾਉਣ ਦੀ ਵੀ ਜ਼ਰੂਰਤ ਨਹੀਂ ਸਮਝੀ ਜਾਂਦੀ। ਜੇਕਰ ਉਸਦਾ ਸਾਹ ਆਪਣੇ ਆਪ ਨਾ ਚੱਲੇ ਤਾਂ ਇਸਦੇ ਲਈ ਘੱਟ ਤੇਜ ਤਰੀਕੇ ਅਪਣਾਏ ਜਾਂਦੇ ਹਨ। ਕਈ ਹਸਪਤਾਲਾਂ ਵਿਚ ਬੱਚਾ ਅਤੇ ਮਾਂ ਦੀ ਨਾਲ ਇਕਦਮ ਨਹੀਂ ਕੱਟੀ ਜਾਂਦੀ, ਇਹੀ ਮਾਂ ਅਤੇ ਬੱਚੇ ਦਾ ਆਖਰੀ ਬੰਧਨ ਹੁੰਦਾ ਹੈ। ਹਾਲਾਂਕਿ ਉਨ੍ਹਾਂ ਨੇ ਤਾਂ ਬੱਚੇ ਨੂੰ ਹਲਕੇ ਗੁਨਗੁਨੇ ਪਾਣੀ ਵਿਚ ਨਵਾਉਣ ਦੀ ਸਿਫਾਰਿਸ਼ ਵੀ ਕੀਤੀ ਸੀ ਪਰ ਮਾਂ ਦੀਆਂ ਬਾਹਾਂ ਵਿਚ ਦੇਣ ਦਾ ਸਿਧਾਂਤ ਜ਼ਰੂਰ ਅਪਣਾਇਆ ਜਾਂਦਾ ਹੈ।

ਹਾਲਾਂਕਿ ਇਨ੍ਹਾਂ ਸਿਧਾਂਤਾਂ ਨੂੰ ਕੁਝ-ਕੁਝ ਅਪਣਾਇਆ ਜਾਂਦਾ ਹੈ ਪਰ ਮੱਧਮ ਸੰਗੀਤ, ਮੱਧਮ ਰੌਸ਼ਨੀ ਅਤੇ ਬੱਚੇ ਲਈ ਇਸ਼ਨਾਨ ਵਰਗੀਆਂ ਗੱਲਾਂ ਅਸਾਨੀ ਨਾਲ ਉਪਲੱਬਧ ਨਹੀਂ ਹਨ। ਜੇ ਕਰ ਤੁਸੀਂ ਆਪਣੇ ਲਈ ਅਜਿਹਾ ਚਾਹੁੰਦੇ ਹੋ ਤਾਂ ਪਹਿਲਾਂ ਡਾਕਟਰ ਤੋਂ ਪਤਾ ਕਰ ਲਓ।

**ਘਰ ਵਿਚ ਬੱਚੇ ਦਾ ਜਨਮ :-** ਕਈ ਔਰਤਾਂ ਨੂੰ ਸਿਰਫ ਬੀਮਾਰ ਪੈਣ ਤੇ ਹੀ ਹਸਪਤਾਲ ਜਾਣਾ ਪਸੰਦ ਹੈ ਅਤੇ ਗਰਭ ਅਵਸਥਾ ਕੋਈ ਬੀਮਾਰੀ ਨਹੀਂ ਹੁੰਦੀ। ਜੇਕਰ ਤੁਸੀਂ ਵੀ ਉਨ੍ਹਾਂ ਵਿਚੋਂ ਹੋ ਤਾਂ ਸ਼ਾਇਦ ਤੁਸੀਂ ਵੀ ਆਪਣੇ ਬੱਚੇ ਨੂੰ ਘਰ ਵਿਚ ਜਨਮ ਦੇਣਾ ਚਾਹੋਗੇ। ਠੀਕ ਤਾਂ ਰਹੋਗੇ ਹੀ, ਤੁਹਾਡਾ ਬੱਚਾ ਪਰਿਵਾਰ ਅਤੇ ਮਿੱਤਰਾਂ ਵਿਚਕਾਰ ਆਪਣੀਆਂ ਅੱਖਾਂ ਖੋਲ੍ਹੇਗਾ, ਤੁਹਾਨੂੰ ਆਪਣੇ ਘਰ ਦਾ ਅਰਾਮ ਅਤੇ ਗੁਪਤਤਾ ਮਿਲੇਗੀ। ਤੁਹਾਨੂੰ ਹਸਪਤਾਲ ਦੇ ਕਾਇਦੇ-ਕਾਨੂੰਨਾਂ ਵਿਚ ਨਹੀਂ ਉਲਝਣਾ ਪਵੇਗਾ। ਨੁਕਸਾਨ ਇਹ ਹੈ ਕਿ ਜੇਕਰ ਕੋਈ ਪਰੇਸ਼ਾਨੀ ਖੜ੍ਹੀ ਹੋ ਗਈ ਤਾਂ ਸੰਕਟਕਾਲ ਵਿਚ ਕੀ ਕਰੋਗੇ। ਫੇਰ ਨਵਾਂ ਜਨਮਿਆ ਬੱਚਾ ਅਤੇ ਤੁਹਾਡੀ ਜਾਨ ਨੂੰ ਖਤਰਾ ਹੋ ਸਕਦਾ ਹੈ।

ਤੁਹਾਨੂੰ ਹੇਠ ਲਿਖੀਆਂ ਗੱਲਾਂ ਨੂੰ ਧਿਆਨ ਵਿਚ ਰੱਖਣਾ ਚਾਹੀਦਾ ਹੈ :-

ਤੁਸੀਂ ਹਾਈ ਬਲੱਡਪ੍ਰੈਸ਼ਰ, ਸ਼ੂਗਰ ਜਾਂ ਕਿਸੇ ਕ੍ਰਾਨਿਕ ਰੋਗ ਨਾਲ ਗ੍ਰਸਤ ਨਾ ਹੋਵੋ, ਤੁਹਾਡਾ ਪਿਛਲਾ ਜਣੇਪਾ ਵੀ ਸਧਾਰਣ ਰਿਹਾ ਹੋਵੇ ਮਤਲਬ ਤੁਸੀਂ ਘੱਟ-ਖਤਰੇ ਵਾਲੀ ਸ਼੍ਰੇਣੀ ਵਿਚ ਆਉਂਦੇ ਹੋਵੋ।

ਤੁਹਾਡੇ ਕੋਲ ਸਲਾਹ ਦੇਣ ਅਤੇ ਨਰਸ ਜਾਂ ਦਾਈ ਦੀ ਸਹਾਇਤਾ ਲਈ ਇਕ ਡਾਕਟਰ ਕੋਲ ਹੋਣਾ ਚਾਹੀਦਾ ਹੈ ਤਾਂ ਕਿ ਮੁਸੀਬਤ ਸਮੇਂ ਸਹੀ ਰਾਏ ਮਿਲ ਸਕੇ।

ਤੁਹਾਡੇ ਕੋਲ ਹਸਪਤਾਲ ਤੱਕ ਪਹੁੰਚਣ ਲਈ ਵਾਹਨ ਤਿਆਰ ਰਹਿਣਾ ਚਾਹੀਦਾ ਹੈ, ਤਾਂ ਕਿ ਜ਼ਰੂਰਤ ਪੈਂਦੇ ਹੀ ਤੁਹਾਨੂੰ ਹਸਪਤਾਲ ਪਹੁੰਚਾਇਆ ਜਾ ਸਕੇ।

**ਪਾਣੀ ਵਿਚ ਬੱਚੇ ਦਾ ਜਨਮ:-** ਹਾਲਾਂਕਿ ਇਲਾਜ ਸਮੁਦਾਏ ਨੇ ਇਸਨੂੰ ਪੂਰੀ ਤਰ੍ਹਾਂ ਨਹੀਂ ਅਪਣਾਇਆ। ਇਸ ਵਿਧੀ ਵਿਚ ਬੱਚੇ ਦਾ ਜਨਮ ਪਾਣੀ ਵਿਚ ਕਰਵਾਇਆ ਜਾਂਦਾ ਹੈ ਤਾਂ ਕਿ ਉਸ ਨੂੰ ਬਾਹਰ ਜਾ ਕੇ ਵੀ ਲੱਗੇ ਕਿ ਉਹ ਮਾਂ ਦੀ ਕੁੱਖ ਵਿਚ ਹੀ ਹੈ। ਬੱਚੇ ਦੇ ਜਨਮ ਤੋਂ ਤੁਰੰਤ ਬਾਅਦ ਪਾਣੀ ਵਿਚੋਂ ਕੱਢ ਕੇ ਮਾਂ ਦੀ ਗੋਦ ਵਿਚ ਦਿੱਤਾ ਜਾਂਦਾ ਹੈ। ਉਦੋਂ ਤੱਕ ਸਾਹ ਲੈਣਾ ਸ਼ੁਰੂ ਨਹੀਂ ਹੋਇਆ ਹੁੰਦਾ ਇਸ ਲਈ ਡੁੱਬਣ ਦਾ ਕੋਈ ਵੀ ਡਰ ਨਹੀਂ ਹੁੰਦਾ। ਇਹ ਤਰੀਕਾ ਘਰ, ਬਰਥ ਸੈਂਟਰ ਜਾਂ ਹਸਪਤਾਲ ਵਿਚ ਅਪਣਾਇਆ ਜਾ ਸਕਦਾ ਹੈ। ਕਈ ਪਤੀ ਆਪਣੀ ਪਤਨੀ ਨੂੰ ਸਹਾਰਾ ਦੇਣ ਲਈ ਟੱਬ ਵਿਚ ਨਾਲ ਬੈਠਦੇ ਹਨ।

ਘੱਟ ਖਤਰੇ ਵਾਲੀ ਗਰਭ ਅਵਸਥਾ ਹੋਵੇ ਤਾਂ ਮਾਂ ਇਹ ਤਰੀਕਾ ਅਪਣਾ ਸਕਦੀ ਹੈ। ਬਸ਼ਰਤੇ ਡਾਕਟਰ ਇਸਦੀ ਰਾਏ ਦੇਣ। ਜੇਕਰ ਤੁਹਾਡੀ ਗਰਭ ਅਵਸਥਾ ਮੁਸ਼ਕਲਾਂ ਭਰੀ ਹੈ ਤਾਂ ਆਪਣੀ ਦਾਈ ਦੀ ਹਾਮੀ ਦੇ ਬਾਵਜੂਦ ਇਹ ਤਰੀਕਾ ਨਾ ਅਪਣਾਓ।

ਉਂਝ ਤੁਸੀਂ ਵਰਲਪੂਲ ਟੱਬ ਜਾਂ ਨਿਯਮਿਤ ਇਸ਼ਨਾਨ ਦਾ ਤਰੀਕਾ ਅਪਣਾ ਸਕਦੇ ਹੋ। ਪਾਣੀ ਨਾਲ ਦਰਦ ਵਿਚ ਅਰਾਮ ਮਿਲਦਾ ਹੈ। ਗੁਰਤਾਕਰਸ਼ਣ ਦੇ ਬਲ ਤੋਂ ਵੀ ਮੁਕਤੀ ਮਿਲਦੀ ਹੈ। ਕਈ ਹਸਪਤਾਲਾਂ ਅਤੇ ਬਰਥ ਸੈਂਟਰਾਂ ਵਿਚ ਵੀ ਟੱਬ ਉਪਲੱਬਧ ਕਰਵਾਏ ਜਾਂਦੇ ਹਨ।

ਉਹ ਵੀ ਤੁਹਾਨੂੰ ਇਸੇ ਤਰ੍ਹਾਂ ਪੂਰੀ ਦੇਖਭਾਲ ਦੇ ਸਕਦੇ ਹਨ। ਕਿਉਂਕਿ ਉਹ ਤੁਹਾਡੇ ਅਤੇ ਤੁਹਾਡੇ ਪੂਰੇ ਪਰਿਵਾਰ ਦੇ ਇਤਿਹਾਸ ਤੋਂ ਚੰਗੀ ਤਰ੍ਹਾਂ ਜਾਣੂ ਹੁੰਦੇ ਹਨ ਇਸ ਲਈ ਉਹ ਤੁਹਾਡੀ ਸਿਹਤ ਦੇ ਹਰ ਪੱਖ ਦੀ ਜਾਣਕਾਰੀ ਦੇ ਸਕਦੇ ਹਨ। ਜੇਕਰ ਪਰੇਸ਼ਾਨੀ ਖੜ੍ਹੀ ਹੋ ਜਾਵੇ ਤਾਂ ਉਹ ਖੁਦ ਤੁਹਾਨੂੰ ਜਣੇਪਾ ਮਾਹਿਰ ਕੋਲ ਜਾਣ ਦੀ ਸਲਾਹ ਦੇਣਗੇ ਪਰ ਫਿਰ ਵੀ ਤੁਹਾਡੀ ਦੇਖਭਾਲ ਦੇ ਮੁੱਦੇ ਨਾਲ ਜੁੜੇ ਰਹਿਣਗੇ।

**ਪ੍ਰਮਾਣਿਤ ਨਰਸ-ਦਾਈ:-** ਜੇਕਰ ਤੁਸੀਂ ਕਿਸੇ ਅਜਿਹੇ ਵਿਅਕਤੀ ਨੂੰ ਲੱਭ ਰਹੇ ਹੋ, ਜਿਹੜਾ ਤੁਹਾਨੂੰ ਸਿਰਫ ਇਕ ਮਰੀਜ ਨਾ ਸਮਝ ਕੇ ਇਨਸਾਨ ਮੰਨੇ ਅਤੇ ਤੁਹਾਡੀਆਂ ਸਰੀਰਕ ਸਮੱਸਿਆਵਾਂ ਦੇ ਨਾਲ-ਨਾਲ ਭਾਵਨਾਤਮਕ ਉਲਝਣਾਂ ਵੀ ਸੁਲਝਾਵੇ, ਪੋਸ਼ਣ ਅਤੇ ਦੁੱਧ ਪਿਆਉਣ ਸਬੰਧੀ ਹਦਾਇਤਾਂ ਦੇਵੇ, ਬੱਚੇ ਦੇ ਜਨਮ ਨੂੰ ਇਕ ਕੁਦਰਤੀ ਪ੍ਰਕ੍ਰਿਆ ਬਣਾ ਦੇਵੇ ਤਾਂ ਸ਼ਾਇਦ ਤੁਸੀਂ ਕਿਸੇ ਨਰਸ/ਦਾਈ ਦੀ ਖੋਜ ਵਿਚ ਹੋ।

ਦਾਈ ਜਾਂ ਨਰਸ ਘਰੇਲੂ ਜਣੇਪਾ ਕਰਾਉਣ ਵਿਚ ਤੁਹਾਡੀ ਮੱਦਦ ਕਰ ਸਕਦੀਆਂ ਹਨ। ਉਂਝ ਬਰਥ ਸੈਂਟਰ, ਜੱਚਾ-ਬੱਚਾ ਘਰ ਹਸਪਤਾਲਾਂ ਵਿਚ ਵੀ ਸਿੱਖਿਅਕ ਦਾਈਆਂ ਅਤੇ ਨਰਸਾਂ ਕੰਮ ਕਰਦੀਆਂ ਹਨ। ਉਂਝ ਸੱਚ ਤਾਂ ਇਹੀ ਹੈ ਕਿ ਉਹ

ਘੱਟ ਖਤਰੇ ਵਾਲੇ ਜਣੇਪੇ ਨੂੰ ਹੀ ਸੰਭਾਲ ਸਕਦੀਆਂ ਹਨ ਜੇਕਰ ਅਚਾਨਕ ਕੋਈ ਪਰੇਸ਼ਾਨੀ ਸਾਹਮਣੇ ਆ ਜਾਵੇ ਤਾਂ ਉਨ੍ਹਾਂ ਨੂੰ ਵੀ ਡਾਕਟਰ ਅਤੇ ਹਸਪਤਾਲ ਦਾ ਹੀ ਆਸਰਾ ਲੈਣਾ ਪੈਂਦਾ ਹੈ। ਜੇਕਰ ਤੁਸੀਂ ਇਨ੍ਹਾਂ ਵਿਚੋਂ ਕਿਸੇ ਨੂੰ ਚੁਣਨਾ ਚਾਹੋ ਤਾਂ ਪਹਿਲਾਂ ਪਤਾ ਲਗਾ ਲਓ ਕਿ ਉਹ ਸਿੱਖਿਅਕ ਹਨ ਜਾਂ ਨਹੀਂ!

## ਪ੍ਰੈਕਟਿਸ ਦੀ ਪ੍ਰਕਾਰ

ਤੁਸੀਂ ਆਪਣੇ ਲਈ ਡਾਕਟਰ/ਜਣੇਪਾ ਮਾਹਿਰ/ਨਰਸ/ਦਾਈ ਨੂੰ ਚੁਣ ਲਿਆ ਹੈ। ਹੁਣ ਤੁਸੀਂ ਇਹ ਨਿਸ਼ਚਿਤ ਕਰਨਾ ਹੋਵੇਗਾ ਕਿ ਤੁਸੀਂ ਕਿਸ ਤਰ੍ਹਾਂ ਦੇ ਇਲਾਜ ਕਾਰਜ (ਮੈਡੀਕਲ ਪ੍ਰੈਕਟਿਸ) ਅਪਨਾਉਣਾ ਚਾਹੋਗੇ। ਹਰ ਕੰਮ ਦੇ ਆਪਣੇ ਫਾਇਦੇ ਅਤੇ ਨੁਕਸਾਨ ਹੁੰਦੇ ਹਨ।

### ਇਕੱਲੀ ਮੈਡੀਕਲ ਪ੍ਰੈਕਟਿਸ

ਇੱਥੇ ਡਾਕਟਰ ਇਕੱਲਾ ਕੰਮ ਕਰਦਾ ਹੈ। ਜੇ ਕਰ ਉਸਨੂੰ ਕਿਤੇ ਬਾਹਰ ਜਾਣਾ ਪਵੇ ਤਾਂ ਉਸਦੇ ਬਦਲੇ ਵਿਚ ਕੋਈ ਦੂਜਾ ਡਾਕਟਰ ਆਪਣੀਆਂ ਸੇਵਾਵਾਂ ਦਿੰਦਾ ਹੈ। ਕੋਈ ਫੈਮਲੀ ਡਾਕਟਰ ਜਾਂ ਜਣੇਪਾ ਮਾਹਿਰ ਇਸ ਸ਼੍ਰੇਣੀ ਵਿਚ ਆ ਸਕਦਾ ਹੈ। ਨਰਸ ਅਤੇ ਦਾਈਆਂ ਇਨ੍ਹਾਂ ਨਾਲ ਮਿਲੇ ਕੇ ਕੰਮ ਕਰਦੀਆਂ ਹਨ। ਇਨ੍ਹਾਂ ਦੇ ਨਾਲ ਰਹਿਣ ਨਾਲ ਇਹ ਫਾਇਦਾ ਹੋਵੇਗਾ ਕਿ ਉਹ ਹਰ ਮੁਲਾਕਾਤ ਵਿਚ ਤੁਹਾਨੂੰ ਜ਼ਿਆਦਾ ਵਧੀਆ ਤਰੀਕੇ ਨਾਲ ਜਾਨਣਗੇ ਇਸ ਲਈ ਤੁਹਾਨੂੰ ਜਣੇਪੇ ਦੇ ਸਮੇਂ ਸਭ ਕੁਝ ਕਾਫੀ ਅਰਾਮਦਾਇਕ ਲੱਗੇਗਾ।

ਨੁਕਸਾਨ ਇਹ ਹੈ ਕਿ ਡਾਕਟਰ ਕਿਤੇ ਬਾਹਰ ਚਲੇ ਜਾਣ ਅਤੇ ਪਿੱਛੋਂ ਤੁਹਾਨੂੰ ਜਣੇਪਾ ਦਰਦ ਸ਼ੁਰੂ ਹੋ ਜਾਵੇ ਤਾਂ? ਕਿਉਂਕਿ ਤੁਸੀਂ ਵੀ ਨਹੀਂ ਜਾਣਦੇ ਕਿ ਇਹ ਪ੍ਰਕ੍ਰਿਆ ਕਦੋਂ ਸ਼ੁਰੂ ਹੋ ਜਾਵੇਗੀ। ਹਾਲਾਂਕਿ ਉਹ ਇੰਤਜ਼ਾਮ ਤਾਂ ਕਰ ਜਾਣਗੇ ਪਰ ਉਹ ਕਾਫੀ ਨਾ ਹੋਇਆ ਤਾਂ।

ਇਕ ਦੂਜਾ ਨੁਕਸਾਨ ਇਹ ਹੈ ਕਿ ਤੁਹਾਨੂੰ ਗਰਭ ਅਵਸਥਾ ਦੌਰਾਨ ਮਹਿਸੂਸ ਹੋ ਸਕਦਾ ਹੈ ਕਿ ਡਾਕਟਰ ਨਾਲ ਮਾਮਲਾ ਫਿਟ ਨਹੀਂ ਹੋ ਰਿਹਾ ਮਤਲਬ ਤੁਹਾਨੂੰ ਸਹੀ ਦੇਖ-ਭਾਲ ਅਤੇ ਸਲਾਹ ਨਹੀਂ ਮਿਲ ਰਹੀ, ਅਜਿਹੀ ਹਾਲਤ ਵਿਚ ਤੁਹਾਨੂੰ ਨਵੇਂ ਸਿਰੇ ਤੋਂ ਡਾਕਟਰ ਦੀ ਭਾਲ ਕਰਨੀ ਪਵੇਗੀ।

**ਡਾਕਟਰ ਸਮੂਹ (ਗਰੁੱਪ ਮੈਡੀਕਲ ਪ੍ਰੈਕਟਿਸ):-**ਇਸ ਪ੍ਰਕ੍ਰਿਆ ਵਿਚ ਦੋ ਜਾਂ ਦੋ ਤੋਂ ਜ਼ਿਆਦਾ ਮਰੀਜਾਂ ਦੀ ਦੇਖ-ਭਾਲ ਕਰਦੇ ਹਨ। ਉਹ ਵਾਰੀ-ਵਾਰੀ ਮਰੀਜਾਂ ਨੂੰ ਦੇਖਦੇ ਹਨ। ਹਾਲਾਂਕਿ ਤੁਸੀਂ ਇਹ ਕੋਸ਼ਿਸ਼ ਕਰਦੇ ਹੋ ਕਿ ਉਸੇ ਡਾਕਟਰ ਕੋਲ ਜਾਂਚ ਲਈ ਜਾਓ ਜਿਹੜਾ ਤੁਹਾਨੂੰ ਸਭ ਤੋਂ ਸਿਆਣਾ ਲੱਗਦਾ ਹੈ। ਫੇਰ ਗਰਭ ਅਵਸਥਾ ਦੇ ਅਖੀਰ ਵਿਚ ਉਹ ਮਿਲ ਕੇ ਤੁਹਾਡੀ ਜਾਂਚ ਕਰਦੇ ਹਨ। ਪਰਿਵਾਰਕ ਡਾਕਟਰ ਅਤੇ ਜਣੇਪਾ ਮਾਹਿਰ ਇਸ ਸੂਚੀ ਵਿਚ ਆ ਸਕਦੇ ਹਨ। ਸਭ ਤੋਂ ਵੱਡਾ ਲਾਭ ਇਹ ਹੋਵੇਗਾ ਕਿ ਤੁਹਾਡੀ ਸਾਰੇ ਡਾਕਟਰਾਂ ਨਾਲ ਜਾਣ-ਪਛਾਣ ਹੋ ਜਾਵੇਗੀ ਅਤੇ ਡਿਲੀਵਰੀ ਰੂਮ ਵਿਚ ਤੁਹਾਨੂੰ ਅਨਜਾਣਿਆ ਚਿਹਰਾ ਨਹੀਂ ਦਿਸੇਗਾ। ਨੁਕਸਾਨ ਇਹ ਹੋਵੇਗਾ ਕਿ ਤੁਸੀਂ ਆਪਣੇ ਪਿਆਰੇ ਡਾਕਟਰ ਨੂੰ ਡਿਲੀਵਰੀ ਸਮੇਂ ਕੋਲ ਪਾਓਗੇ ਪਰ ਅਜਿਹਾ ਹੋਣਾ ਜ਼ਰੂਰੀ ਨਹੀਂ ਹੈ। ਵੱਖ-ਵੱਡ ਡਾਕਟਰਾਂ ਦੀ ਸਲਾਹ ਨਾਲ ਤੁਸੀਂ ਬੇਚੈਨ ਹੋ ਜਾਓਗੇ ਜਾਂ ਤੁਹਾਨੂੰ ਤਸੱਲੀ ਮਿਲੇਗੀ, ਇਹ ਤੁਹਾਡੀ ਸੋਚ ਤੇ ਨਿਰਭਰ ਕਰਦਾ ਹੈ।

**ਇਲਾਜ ਸੰਗਠਨ ਕੰਮ:-** ਇਸ ਲਾਗੂਕਰਨ ਵਿਚ ਡਾਕਟਰ ਅਤੇ ਜਣੇਪਾ ਮਾਹਿਰ ਨਾਲ ਨਰਸ ਅਤੇ ਦਾਈਆਂ ਵੀ ਸ਼ਾਮਲ ਹੁੰਦੀਆਂ ਹਨ। ਇਸਦੇ ਫਾਇਦੇ ਅਤੇ ਨੁਕਸਾਨ ਵੀ ਸਮੂਹਿਕ ਕੰਮ ਦੀ ਤਰ੍ਹਾਂ ਹੀ ਹਨ। ਇਕ ਫਾਇਦਾ ਇਹ ਹੈ ਕਿ ਤੁਹਾਨੂੰ ਨਰਸ ਜਾਂ ਦਾਈ ਵੱਲੋਂ ਅਤੇ ਹੋਰ ਸਮਾਂ ਅਤੇ ਸਲਾਹ ਮਿਲ ਸਕਦੀ ਹੈ। ਤੁਹਾਡੇ ਕੋਲ ਵਿਕਲਪ ਵੀ ਹੋਵੇਗਾ ਕਿ ਦਾਈ ਦੇ ਨਾਲ-ਨਾਲ ਡਾਕਟਰ ਵੀ ਜਨਮ ਸਮੇਂ ਮੌਜੂਦ ਰਹਿਣ ਅਤੇ ਕਿਸੇ ਵੀ ਸੰਕਟਕਾਲ ਨੂੰ ਸੰਭਾਲ ਲੈਣ।

**ਰਹਿਨੁਮਾਈ ਕੇਂਦਰ-ਬਰਥ ਸੈਂਟਰ ਪ੍ਰੈਕਟਿਸ:-** ਇੱਥੇ ਸਿਖਲਾਈ ਨਰਸ ਹੀ ਸਭ ਸੰਭਾਲਦੀ ਹੈ। ਡਾਕਟਰ ਨੂੰ ਲੋੜ ਪੈਣ ਤੇ ਹੀ ਬੁਲਾਇਆ ਜਾਂਦਾ ਹੈ। ਕਈ ਹਸਪਤਾਲਾਂ ਵਿਚ ਵੀ ਇਹ ਬਰਥ ਸੈਂਟਰ ਹੁੰਦੇ ਹਨ, ਜਿੱਥੇ ਘੱਟ ਖਤਰੇ ਵਾਲੀਆਂ ਗਰਭਵਤੀ ਔਰਤਾਂ ਦੇ ਬੱਚਿਆਂ ਨੂੰ ਜਨਮ ਦੁਆਇਆ ਜਾਂਦਾ ਹੈ।

ਇਨ੍ਹਾਂ ਥਾਵਾਂ ਤੇ ਜਾਣ ਦਾ ਸਭ ਤੋਂ ਵੱਡਾ ਲਾਭ ਇਹੀ ਹੈ ਕਿ ਇੱਥੇ ਖਰਚਾ ਘੱਟ ਹੁੰਦਾ ਹੈ। ਨੁਕਸਾਨ ਇਹ ਹੈ ਕਿ ਕੋਈ ਪਰੇਸ਼ਾਨੀ ਹੋਣ ਤੇ ਤੁਹਾਨੂੰ ਡਾਕਟਰ ਨਾਲ ਸੰਪਰਕ ਕਰਨਾ ਪਵੇਗਾ ਜਾਂ ਬੱਚਾ ਹੋਣ ਦੌਰਾਨ ਲੋੜ ਪੈਣ ਤੇ ਕਿਸੇ ਅਨਜਾਣ ਡਾਕਟਰ ਤੋਂ ਬੱਚੇ ਦਾ ਜਨਮ ਦੁਆਉਣਾ ਪਵੇਗਾ।

## ਇਕ ਸਹੀ ਆਸ ਦੀ ਖੋਜ

ਜਦੋਂ ਤੁਸੀਂ ਆਪਣੇ ਲਈ ਕੋਈ ਚੰਗਾ ਡਾਕਟਰ ਚੁਣ ਲਓ ਅਤੇ ਇਲਾਜ ਕਾਰਜ ਦੀ ਚੋਣ ਵੀ ਕਰ ਲਓ ਤਾਂ ਤੁਹਾਨੂੰ ਇਸਤੋਂ ਬਾਅਦ ਇਕ ਸਹੀ ਆਸ ਦੀ ਖੋਜ ਕਰਨੀ ਪਵੇਗੀ। ਇਸਦੇ ਹੇਠਾਂ ਲਿਖੇ ਚੰਗੇ ਸ੍ਰੋਤ ਹੋ ਸਕਦੇ ਹਨ:-

- ਤੁਹਾਡਾ ਇਸਤਰੀ ਰੋਗ ਮਾਹਿਰ ਅਤੇ ਫੈਮਲੀ ਡਾਕਟਰ, ਉਹ ਤੁਹਾਨੂੰ ਚੰਗੀ ਸਲਾਹ ਦੇ ਸਕਦੇ ਹਨ।
- ਮਿੱਤਰ ਅਤੇ ਸਹਿਕਰਮੀ, ਜਿਹੜੇ ਹੁਣੇ ਹੀ ਇਸ ਪ੍ਰਕ੍ਰਿਆ ਵਿਚੋਂ ਨਿਕਲੇ ਹੋਣ ਜਾਂ ਤੁਹਾਡੇ ਵਰਗੀ ਸੋਚ ਅਤੇ ਪੱਧਰ ਰੱਖਦੇ ਹੋਣ।
- ਕੋਈ ਸਥਾਨਕ ਜਣੇਪਾ ਕਰਾਉਣ ਵਾਲੀ ਦਾਈ/ਨਰਸ।
- ਤੁਹਾਡੇ ਸਥਾਨਕ ਇਲਾਜ-ਸਮਾਜ ਤੋਂ ਵੀ ਡਾਕਟਰਾਂ ਦੇ ਨਾਮ-ਪਤੇ ਮਿਲ ਸਕਦੇ ਹਨ।
- ਕੋਈ ਸਥਾਨਕ ਹਸਪਤਾਲ, ਜਿੱਥੋਂ ਤੁਹਾਨੂੰ ਬਰਥ ਸੈਂਟਰ ਦੀ ਵੀ ਜਾਣਕਾਰੀ ਮਿਲ ਸਕੇ।
- ਜੇਕਰ ਕੋਈ ਉਪਾਅ ਨਾ ਹੋਵੇ ਤਾਂ ਯੈਲੋ ਪੇਜ ਦੀ ਮਦਦ ਲਓ/ ਉਥੋਂ ਤੁਸੀਂ ਚੰਗੇ ਕਲੀਨਿਕ ਅਤੇ ਹਸਪਤਾਲਾਂ ਦਾ ਨਾਮ-ਪਤਾ ਲੈ ਸਕਦੇ ਹੋ।
- ਜੇਕਰ ਤੁਹਾਡੀ ਸਿਹਤ ਬੀਮਾ ਕੰਪਨੀ ਡਾਕਟਰਾਂ ਦੀ ਸੂਚੀ ਦਿੰਦੀ ਹੈ ਤਾਂ ਆਪਣੇ ਮਿੱਤਰਾਂ ਅਤੇ ਸਹਿਕਰਮੀਆਂ ਦੀ ਮਦਦ ਨਾਲ, ਉਸ ਵਿਚੋਂ ਵਧੀਆ ਡਾਕਟਰ ਚੁਣ ਲਓ। ਜੇਕਰ ਇੰਝ ਗੱਲ ਨਾ ਬਣੇ ਤਾਂ ਡਾਕਟਰਾਂ ਨੂੰ ਨਿਜੀ ਰੂਪ ਨਾਲ ਮਿਲੋ। ਤੁਸੀਂ ਖੁਦ ਆਪਣੇ ਲਈ ਵਧੀਆ ਡਾਕਟਰ ਚੁਣ ਸਕਦੇ ਹੋ।

## ਚੋਣ ਤੁਹਾਡੀ ਹੈ

ਡਾਟਕਰ ਦਾ ਨਾਮ-ਪਤਾ ਲੈਣ ਤੋਂ ਬਾਅਦ ਉਨ੍ਹਾਂ ਨਾਲ ਮੁਲਾਕਾਤ ਦਾ ਸਮਾਂ ਨਿਸ਼ਚਿਤ ਕਰੋ। ਕੁਝ ਅਜਿਹੇ ਪ੍ਰਸ਼ਨਾਂ ਦੀ ਸੂਚੀ ਤਿਆਰ ਕਰੋ, ਜਿਹੜੇ ਤੁਸੀਂ ਪਹਿਲੀ ਮੁਲਾਕਾਤ ਵਿਚ ਪੁੱਛਣਾ ਚਾਹੋਗੇ। ਇਹ ਮੰਨ ਕੇ ਨਾ ਚੱਲੋ ਕਿ ਤੁਹਾਡੇ ਦੋਹਾਂ ਦੀ ਗੱਲਬਾਤ ਵਿਚ ਹਰ ਗੱਲ ਤੇ ਸਮਝੌਤਾ ਹੋ ਜਾਵੇਗਾ। ਜਾਨਣ ਦੀ ਕੋਸ਼ਿਸ਼ ਕਰੋ ਕਿ ਉਹ ਵਿਅਕਤੀ ਤੁਹਾਨੂੰ ਭਾਵਨਾਤਮਕ ਲਗਾਓ ਦਿਖਾਉਂਦਾ ਹੈ ਜਾਂ ਨਹੀਂ?

**ਫੀਕਾ ਚ ਪਾਤ ਗਾਤ---**

ਸਅਿ ਡਾਜਚਤ ਘ.ਂਰਗੀ ਪਾਤਚਤ ਦਤ ਫਾਰਵਮਅ ਫੀਕਾ ਚ਼ਪੀ ਦਹਾਸਾ ਗਾਤ ਜਪਖਤ ਪੀ ਗਸ ਦਹ ਖ਼ਤ ਦਿ ਜੰ;ਰ ;ਤ ਜਪਖਤ ਰ ਫਅ ਦਤੁ ਾਬਤੱ ਦਿ; ਗਹਪ ਜਮਹਤ ਪ਼ਾਤਘਤਂ ਡਾਜਦੀ ਜੰ;ਰ਼ ;ਫੀ ਅਤੁਾ.ਾਖ ਦਾਛਚ ਅਤਚਤ ਰਾਖਾ ਪਛਂ

ਪੂਰੀ ਗੱਲ ਧਿਆਨ ਨਾਲ ਸੁਣਦਾ ਹੈ ਜਾਂ ਨਹੀਂ?

ਫੇਰ ਉਨ੍ਹਾਂ ਤੋਂ ਬੱਚੇ ਦੇ ਜਨਮ, ਦੁੱਧ ਪਿਆਉਣ, ਅਪਰੇਸ਼ਨ ਵਰਗੀਆਂ ਖਾਸ ਗੱਲਾਂ ਦੀ ਸਲਾਹ ਲਓ। ਇਹ ਪਤਾ ਲਗਾਓ ਕਿ ਹਰ ਮੁੱਦੇ ਤੇ ਉਨ੍ਹਾਂ ਦੀ ਕੀ ਸਲਾਹ ਹੋ ਸਕਦੀ ਹੈ ਉਹ ਕਿਹੜੇ ਤਰੀਕੇ ਅਪਨਾਉਣਾ ਪਸੰਦ ਕਰਨਗੇ?

ਡਾਕਟਰ ਨਾਲ ਇਸੇ ਮੁਲਾਕਾਤ ਵਿਚ ਡਾਕਟਰ ਦੇ ਬਾਰੇ ਵਿਚ ਸਭ ਕੁਝ ਜਾਨਣ ਦੇ ਨਾਲ-ਨਾਲ ਆਪਣੇ ਬਾਰੇ ਵਿਚ ਵੀ ਦੱਸੋ। ਇਕ ਮਰੀਜ ਵਾਂਗ ਆਪਣੇ ਡਾਕਟਰ ਕੋਲੋਂ ਕੁਝ ਨਾ ਛਿਪਾਓ ਤਾਂ ਕਿ ਉਹ ਸਹਿਜ ਭਾਵ ਨਾਲ ਤੁਹਾਡੇ ਨਾਲ ਗੱਲਬਾਤ ਕਰ ਸਕੇ।

ਤੁਹਾਨੂੰ ਇਸ ਬਰਥ ਸੈਂਟਰ ਅਤੇ ਹਸਪਤਾਲ ਦੇ ਬਾਰੇ ਵਿਚ ਵੀ ਜਾਨਣਾ ਪਵੇਗਾ। ਜਿਨ੍ਹਾਂ ਨਾਲ ਡਾਕਟਰ ਪ੍ਰਤੱਖ ਜਾਂ ਅਪ੍ਰਤੱਖ ਰੂਪ ਨਾਲ ਜੁੜੇ ਹੋਣ। ਪਤਾ ਕਰੋ ਕਿ ਉਨ੍ਹਾਂ ਦੇ ਹਸਪਤਾਲ ਵਿਚ ਕਿਹੋ ਜਿਹੀਆਂ ਸੁਵਿਧਾਵਾਂ ਹਨ। ਕੀ ਤੁਸੀਂ ਸਮਾਂ ਪੈਣ ਤੇ ਉਨ੍ਹਾਂ ਸੁਵਿਧਾਵਾਂ ਦਾ ਲਾਭ ਲੈ ਸਕੋਗੇ? ਕੀ ਉਥੇ ਬੱਚਿਆਂ ਅਤੇ ਪਿਤਾ ਨੂੰ ਜਾਣ ਦੀ ਆਗਿਆ ਹੋਵੇਗੀ? ਕੀ ਉਥੇ ਅਪਰੇਸ਼ਨ ਦੀ ਸੁਵਿਧਾ ਹੈ।

ਆਖਰੀ ਫੈਸਲਾ ਕਰਨ ਤੋਂ ਪਹਿਲਾਂ ਸੋਚ ਲਓ ਕਿ ਕੀ ਤੁਸੀਂ ਅੱਖਾਂ ਬੰਦ ਕਰਕੇ ਆਪਣੇ ਡਾਕਟਰ ਤੇ ਵਿਸ਼ਵਾਸ ਕਰ ਸਕਦੇ ਹੋ। ਗਰਭ ਅਵਸਥਾ ਤੁਹਾਡੇ ਜੀਵਨ ਦੀ ਮਹੱਤਵਪੂਰਨ ਯਾਤਰਾਵਾਂ ਵਿਚੋਂ ਇਕ ਹੈ। ਤੁਹਾਨੂੰ ਇੱਥੇ ਇਕ ਅਜਿਹੇ ਮਾਰਗਦਰਸ਼ਕ ਦੀ ਲੋੜ ਹੈ, ਜਿਸ ਤੇ ਤੁਸੀਂ ਪੂਰਾ ਭਰੋਸਾ ਕਰ ਸਕੋ।

## ਮਰੀਜ ਅਤੇ ਡਾਕਟਰ ਦਾ ਸਬੰਧ

ਸਹੀ ਡਾਕਟਰ ਦੀ ਚੋਣ ਪਹਿਲਾ ਕਦਮ ਹੁੰਦਾ ਹੈ। ਅਗਲਾ ਕਦਮ ਮਰੀਜ ਅਤੇ ਡਾਕਟਰ ਵਿਚਕਾਰ

ਇਕ ਵਧੀਆ ਹਿੱਸੇਦਾਰੀ ਨਿਭੇ। ਉਹ ਮਿਲ ਕੇ ਸਹੀ ਢੰਗ ਨਾਲ ਕੰਮ ਕਰ ਸਕਣ।

- ਡਾਕਟਰ ਨੂੰ ਸਿਰਫ ਸੱਚ ਦੱਸੋ, ਸੱਚ ਤੋਂ ਸਿਵਾਏ ਕੁਝ ਨਹੀਂ। ਉਨ੍ਹਾਂ ਨੂੰ ਆਪਣੀ ਪੂਰੀ ਬੀਮਾਰੀ ਦਾ ਇਤਿਹਾਸ ਬੇਝਿਜਕ ਦੱਸੋ। ਆਪਣੇ ਖਾਣ-ਪੀਣ ਦੀਆਂ ਅਤੇ ਬੀਮਾਰ ਅਤੇ ਗਲਤ ਆਦਤਾਂ ਬਾਰੇ ਦੱਸਣਾ ਨਾ ਭੁੱਲੋ। ਕਿਸੇ ਵੀ ਤਰ੍ਹਾਂ ਦੀਆਂ ਦਵਾਈਆਂ (ਹਰਬਲ, ਵੈਦ) ਤੰਬਾਕੂ, ਅਲਕੋਹਲ ਵਗੈਰਾ ਲੈਂਦੇ ਹੋਵੋ ਤਾਂ ਉਸ ਬਾਰੇ ਦੱਸੋ। ਤੁਹਾਡੀ ਕੋਈ ਸਰਜਰੀ ਹੋਈ ਹੋਵੇ ਤਾਂ ਉਸ ਬਾਰੇ ਦੱਸੋ। ਯਾਦ ਰੱਖੋ ਕਿ ਤੁਸੀਂ ਜੋ ਵੀ ਦੱਸੋਗੇ, ਡਾਕਟਰ ਉਸਨੂੰ ਪੂਰੀ ਤਰ੍ਹਾਂ ਗੁਪਤ ਰੱਖਣਗੇ।
- ਘਰ ਵਿਚ ਫਰਿੱਜ ਤੇ, ਟੀ.ਵੀ. ਤੇ, ਪਰਸ ਵਿਚ, ਕੰਮ ਵਾਲੇ ਮੇਜ਼ ਤੇ ਜਾਂ ਦਰਵਾਜ਼ੇ ਕੋਲ ਰਾਈਟਿੰਗ ਪੈਡ ਰੱਖੋ, ਤਾਂ ਕਿ ਤੁਹਾਨੂੰ ਡਾਕਟਰ ਕੋਲੋਂ ਪੁੱਛਣ ਲਈ ਜਿਹੜੇ ਵੀ ਪ੍ਰਸ਼ਨ ਯਾਦ ਆਉਣ, ਉਸਨੂੰ ਉਥੇ ਲਿਖ ਕੇ ਰੱਖ ਦਿਓ ਕਿਉਂਕਿ ਆਮ ਤੌਰ ਤੇ ਡਾਕਟਰ ਨੂੰ ਮਿਲਣ ਤੋਂ ਬਾਅਦ ਕਈ ਜ਼ਰੂਰੀ ਗੱਲਾਂ ਪੁੱਛਣਾ ਯਾਦ ਹੀ ਨਹੀਂ ਰਹਿੰਦਾ। ਇਸ ਤਰ੍ਹਾਂ ਡਾਕਟਰ ਨਾਲ ਹੋਈ ਹਰ ਮੁਲਾਕਾਤ ਅਤੇ ਗੱਲਬਾਤ ਦਾ ਰਿਕਾਰਡ ਰੱਖੋ ਕਿਉਂਕਿ ਉਥੋਂ ਆਉਣ ਤੋਂ ਕੁਝ ਦਿਨ ਬਾਅਦ ਹੀ ਤੁਹਾਨੂੰ ਉਨ੍ਹਾਂ ਦੀ ਸਲਾਹ ਭੁੱਲ ਜਾਵੇਗੀ। ਜੇਕਰ ਡਾਕਟਰ ਕਿਸੇ ਗੱਲ ਤੇ ਜਾਂ ਦਵਾਈ ਤੇ ਪੂਰੀ ਜਾਣਕਾਰੀ ਨਾ ਦੇ ਰਹੇ ਹੋਣ ਤਾਂ ਤੁਸੀਂ ਖੁਦ ਅਜਿਹੀਆਂ ਗੱਲਾਂ ਪੁੱਛੋ। ਉਸੇ ਸਮੇਂ ਉਨ੍ਹਾਂ ਦੀਆਂ ਗੱਲਾਂ ਰਫ ਨੋਟ ਕਰ ਲਓ ਅਤੇ ਉਨ੍ਹਾਂ ਨੂੰ ਘਰ ਜਾ ਕੇ ਸਾਫ-ਸਾਫ ਲਿਖ ਲਓ, ਤਾਂ ਕਿ ਤੁਸੀਂ ਕੋਈ ਵੀ ਜ਼ਰੂਰੀ ਗੱਲ ਨਾ ਭੁੱਲੋ!
- ਕਿਸੇ ਲੱਛਣ ਤੋਂ ਘਬਰਾ ਗਏ ਹੋ ਜਾਂ ਕਿਸੇ ਗੱਲ ਦਾ ਸ਼ੱਕ ਹੋਵੇ ਤਾਂ ਡਾਕਟਰ ਨੂੰ ਉਸੇ ਸਮੇਂ ਫੋਨ ਕਰੋ। ਹੋ ਸਕਦਾ ਹੈ ਕਿ ਕੋਈ ਦਵਾਈ ਮਾਫਕ ਨਾ ਆ ਰਹੀ ਹੋਵੇ। ਐਵੇਂ ਬੈਠ ਕੇ ਚਿੰਤਾ ਨਾ ਕਰੋ। ਡਾਕਟਰ ਨਾਲ ਫੋਨ ਤੇ ਗੱਲ ਕਰੋ। ਸਮੱਸਿਆ ਜ਼ਿਆਦਾ ਗੰਭੀਰ ਨਾ ਹੋਵੇ ਤਾਂ ਈ-ਮੇਲ ਵੀ ਕਰ ਸਕਦੇ ਹੋ। ਜੇਕਰ ਕੋਈ ਗੱਲ ਸੱਚਮੁਚ ਪਰੇਸ਼ਾਨ ਕਰ ਰਹੀ ਹੋਵੇ ਤਾਂ ਉਸਨੂੰ ਪੁੱਛਣ ਵਿਚ ਕੋਈ ਹਰਜ ਨਹੀਂ ਹੈ, ਭਾਵੇਂ ਉਹ ਗੱਲਾਂ ਮੂਰਖਤਾ ਵਾਲੀਆਂ ਹੀ ਕਿਉਂ ਨਾ ਲੱਗਣ, ਤੁਹਾਡੀ ਪਰੇਸ਼ਾਨੀ ਖਤਮ ਹੋਣੀ ਚਾਹੀਦੀ ਹੈ। ਡਾਕਟਰ ਅਤੇ ਦਾਈ ਚੰਗੀ ਤਰ੍ਹਾਂ ਜਾਣਦੇ ਹਨ ਕਿ ਜੇ ਕਰ ਕੋਈ ਇਸਤਰੀ ਪਹਿਲੀ ਵਾਰ ਮਾਂ ਬਣ ਰਹੀ ਹੈ ਤਾਂ ਉਸ ਕੋਲ ਕਈ ਪ੍ਰਸ਼ਨ ਹੋਣਗੇ, ਜਦੋਂ ਵੀ ਫੋਨ ਜਾਂ ਈ-ਮੇਲ ਕਰੋ ਤਾਂ ਸਪਸ਼ਟ ਰੂਪ ਨਾਲ ਲੱਛਣ ਦੱਸੋ।

ਜੇਕਰ ਕਿਤੇ ਦਰਦ ਹੋ ਰਿਹਾ ਹੋਵੇ ਤਾਂ ਦਰਦ ਦੀ ਜਗ੍ਹਾ, ਸਥਾਨ ਅਤੇ ਸਮਾਂ ਦੱਸੋ? ਇਹ ਦੱਸੋ ਕਿ ਦਰਦ ਤੇਜ ਹੈ ਜਾਂ ਘੱਟ। ਬਰਦਾਸ਼ਤ ਹੋ ਰਿਹਾ ਹੈ ਜਾਂ ਨਹੀਂ? ਹੋ ਸਕੇ ਤਾਂ ਇਹ ਵੀ ਦੱਸੋ ਕਿ ਕੋਈ ਪੋਜੀਸ਼ਨ ਬਦਲਣ ਨਾਲ ਥੋੜ੍ਹਾ ਅਰਾਮ ਆਇਆ ਜਾਂ ਨਹੀਂ। ਜੇਕਰ ਯੋਨੀ ਤੋਂ ਕੋਈ ਵਹਾਓ ਹੋ ਰਿਹਾ ਹੋਵੇ ਤਾਂ ਉਸਦਾ ਰੰਗ ਦੱਸੋ। ਸੰਘੇਣਾ ਲਾਲ, ਗੂੜ੍ਹਾ ਲਾਲ, ਭੂਰਾ, ਗੁਲਾਬੀ ਜਾਂ ਹਲਕਾ ਪੀਲਾ। ਇਹ ਕਦੋਂ ਸ਼ੁਰੂ ਹੋਇਆ ਅਤੇ ਘੱਟ ਹੈ ਜਾਂ ਜ਼ਿਆਦਾ। ਇਸਦੇ ਨਾਲ ਹੀ ਬੁਖਾਰ, ਦਿਲ ਖਰਾਬ, ਉਲਟੀ, ਠੰਡ ਜਾਂ ਦਸਤ ਵਰਗੇ ਲੱਛਣ ਹੋਣ, ਤਾਂ ਉਹ ਵੀ ਦੱਸੋ।

- ਪੂਰੀ ਤਰ੍ਹਾਂ ਨਾਲ ਅੱਪਡੇਟ ਰਹੋ, ਮਤਲਬ ਪੇਰੇਂਟਿੰਗ ਤੇ ਆਉਣ ਵਾਲੀਆਂ ਪੱਤ੍ਰਕਾਵਾਂ ਅਤੇ ਵੈਬਸਾਈਟ ਦੇਖਦੇ ਰਹੋ। ਹਾਲਾਂਕਿ ਤੁਹਾਨੂੰ ਹਰ ਗੱਲ ਤੇ ਪੂਰਾ ਭਰੋਸਾ ਕਰਨ ਦੀ ਜ਼ਰੂਰਤ ਨਹੀਂ ਹੈ ਕਿਉਂਕਿ ਮੀਡੀਆ ਵਿਚ ਕੀਤੀ ਗਈ ਰਿਪੋਟ, ਇਲਾਜ ਰੂਪ ਨਾਲ ਪ੍ਰਮਾਣਿਤ ਵੀ ਹੋਵੇ, ਇਹ ਜ਼ਰੂਰੀ ਨਹੀਂ ਹੈ। ਜਦੋਂ ਕੁਝ ਨਵਾਂ ਪੜ੍ਹੋ ਜਾਂ ਸੁਣੋ ਤਾਂ ਉਸਨੂੰ ਅਜਮਾਉਣ ਤੋਂ ਪਹਿਲਾਂ ਡਾਕਟਰ ਦੀ ਸਲਾਹ ਜ਼ਰੂਰ ਲਓ ਕਿਉਂਕਿ ਬੇਸ਼ੱਕ ਤੁਹਾਡੀ ਜਾਣਕਾਰੀ ਦਾ ਸਭ ਤੋਂ ਵਧੀਆ ਸ੍ਰੋਤ ਤਾਂ ਉਹੀ ਹਨ।
- ਜੇਕਰ ਕੋਈ ਅਜਿਹੀ ਗੱਲ ਪਤਾ ਲੱਗੇ ਜੋ ਤੁਹਾਡੇ ਡਾਕਟਰ ਨੇ ਨਹੀਂ ਦੱਸੀ ਤਾਂ ਉਸਨੂੰ ਆਪਣੇ ਤੱਕ ਹੀ ਨਾ ਰੱਖੋ। ਚੁਨੌਤੀ ਵਾਲੇ ਅੰਦਾਜ਼ ਵਿਚ ਨਹੀਂ, ਸਧਾਰਣ ਰੂਪ ਨਾਲ ਪੁੱਛੋ ਤਾਂ ਕਿ ਉਸ ਤੱਥ ਦੀ ਪੁਸ਼ਟੀ ਹੋ ਸਕੇ।
- ਜੇਕਰ ਡਾਕਟਰ ਗਲਤੀ ਨਾਲ ਕਿਸੇ ਗੱਲ ਦੀ ਹਾਮੀ ਭਰ ਰਹੇ ਹੋਣ ਜਾਂ ਗਲਤ ਫਹਿਮੀ ਨਾਲ ਕੁਝ ਕਹਿ ਦੇਣ (ਜਿਵੇਂ - ਕਿਸੇ ਮੈਡੀਕਲ ਹਿਸਟਰੀ ਦੇ ਬਾਵਜੂਦ ਇੰਟਰਕੋਰਸ ਦੀ ਆਗਿਆ) ਤਾਂ ਉਨ੍ਹਾਂ ਨੂੰ ਯਾਦ ਕਰਵਾਓ

ਕਿ ਤੁਹਾਨੂੰ ਪਹਿਲਾਂ ਕੀ ਪਰੇਸ਼ਾਨੀ ਹੋ ਚੁੱਕੀ ਹੈ ਕਿਉਂਕਿ ਇਹ ਜ਼ਰੂਰੀ ਨਹੀਂ ਕਿ ਉਨ੍ਹਾਂ ਨੂੰ ਤੁਹਾਡੀ ਮੈਡੀਕਲ ਹਿਸਟਰੀ ਦੀ ਇਕ-ਇਕ ਗੱਲ ਯਾਦ ਹੀ ਹੋਵੇਗੀ। ਤੁਸੀਂ ਵੀ ਤਾਂ ਆਪਣੀ ਸਿਹਤ ਪ੍ਰਤੀ ਜ਼ਿੰਮੇਵਾਰ ਹੋ, ਇਸ ਲਈ ਧਿਆਨ ਦਿਓ ਕਿ ਅਜਿਹੀ ਕੋਈ ਗਲਤੀ ਨਾ ਹੋ ਸਕੇ।

- ਉਨ੍ਹਾਂ ਤੋਂ ਹਰ ਗੱਲ ਦਾ ਵੇਰਵਾ ਮੰਗੋ। ਪਤਾ ਕਰੋ ਕਿ ਤੁਸੀਂ ਜਿਹੜੀ ਦਵਾਈ ਲੈ ਰਹੇ ਹੋ, ਉਸ ਨਾਲ ਕੋਈ ਦੂਜਾ ਪ੍ਰਭਾਵ ਤਾਂ ਨਹੀਂ ਹੋ ਸਕਦਾ। ਜਾਂ ਜਿਹੜੇ ਟੈਸਟ ਦੱਸੇ ਗਏ ਹਨ, ਉਸ ਵਿਚ ਕੀ ਖਤਰਾ ਹੋ ਸਕਦਾ ਹੈ ਜਾਂ ਉਸਦੇ ਨਤੀਜੇ ਕਦੋਂ ਤੱਕ ਮਿਲਣਗੇ।
- ਜੇਕਰ ਡਾਕਟਰ ਆਪਣੀ ਮੁਲਾਕਾਤ ਦੌਰਾਨ ਸਾਰੇ ਪ੍ਰਸ਼ਨਾਂ ਦੇ ਜਵਾਬ ਨਾ ਦੇ ਸਕਣ ਤਾਂ ਉਨ੍ਹਾਂ ਦੀ ਇਕ ਸੂਚੀ ਬਣਾ ਲਓ। ਉਨ੍ਹਾਂ ਤੋਂ ਪੁੱਛੋ ਕਿ ਕੀ ਅਗਲੀ ਵਾਰ ਮੁਲਾਕਾਤ ਦਾ ਲੰਬਾ ਸਮਾਂ ਦੇ ਸਕੋਗੇ ਜਾਂ ਫੇਰ ਫੋਨ ਅਤੇ ਈ-ਮੇਲ ਦੇ ਮਾਧਿਅਮ ਰਾਹੀਂ ਗੱਲ ਕੀਤੀ ਜਾ ਸਕਦੀ ਹੈ।
- ਡਾਕਟਰ ਦੇ ਨਿਰਦੇਸ਼ਾਂ ਦਾ ਪੂਰੀ ਤਰ੍ਹਾਂ ਪਾਲਣ ਕਰੋ ਜਿਵੇਂ ਭਾਰ, ਅਰਾਮ, ਦਵਾਈਆਂ, ਵਿਟਾਮਿਨ, ਕਸਰਤ ਆਦਿ। ਜੇਕਰ ਇਨ੍ਹਾਂ ਵਿਚੋਂ ਕਿਸੇ ਵੀ ਨਿਰਦੇਸ਼ ਦਾ ਪਾਲਣ ਕਰਨ ਵਿਚ ਕੋਈ ਸਮੱਸਿਆ ਹੋਵੇ ਤਾਂ ਡਾਕਟਰ ਕੋਲੋਂ ਉਸਦਾ ਹਲ ਪੁੱਛੋ।
- ਯਾਦ ਰੱਖੋ ਕਿ ਤੁਸੀਂ ਆਪਣੀ ਦੇਖ ਭਾਲ ਆਪ ਕਰਨੀ ਹੈ ਇਸ ਲਈ ਸਾਰੇ ਨਿਰਦੇਸ਼ਾਂ ਦਾ ਧਿਆਨ ਰੱਖੋ। ਖਾਣ-ਪੀਣ ਦੀਆਂ ਗਲਤ ਆਦਤਾਂ ਛੱਡ ਦਿਓ ਕਿਉਂਕਿ ਇਕ ਤੰਦਰੁਸਤ ਬੱਚੇ ਨੂੰ ਜਨਮ ਦੇਣਾ ਤੁਹਾਡੀ ਹੀ ਜ਼ਿੰਮੇਵਾਰੀ ਹੈ।
- ਕਈ ਬੀਮਾ ਕੰਪਨੀਆਂ ਝਗੜੇ ਦੀ ਹਾਲਤ ਵਿਚ ਡਾਕਟਰ ਅਤੇ ਮਰੀਜ਼ ਵਿਚਕਾਰ ਵਿਚੋਲਾ ਬਣਦੀਆਂ ਹਨ। ਜੇਕਰ ਤੁਹਾਨੂੰ ਡਾਕਟਰ ਤੋਂ ਕੋਈ ਸਮੱਸਿਆ ਹੋਵੇ ਤਾਂ ਸਿਹਤ ਸੰਗਠਨ ਤੋਂ ਮੱਦਦ ਲਓ।

ਜੇਕਰ ਤੁਹਾਨੂੰ ਲੱਗੇ ਕਿ ਤੁਸੀਂ ਸਹੀ ਡਾਕਟਰ ਜਾਂ ਦਾਈ ਦੀ ਚੋਣ ਨਹੀਂ ਕੀਤੀ ਜਾਂ ਤੁਹਾਡੇ ਬੱਚੇ ਦਾ ਜਨਮ ਉਨ੍ਹਾਂ ਦੇ ਹੱਥਾਂ ਵਿਚ ਸੁਰੱਖਿਅਤ ਨਹੀਂ ਹੈ ਤਾਂ ਡਾਕਟਰ ਬਦਲਣ ਵਿਚ ਦੇਰ ਨਾ ਕਰੋ।

■ ■ ■

# ਤੁਹਾਡਾ ਪ੍ਰੈਗਨੈਂਸੀ ਪ੍ਰੋਫਾਈਲ

ਜਾਂਚ ਦੇ ਨਤੀਜੇ ਆ ਚੁੱਕੇ ਹਨ; ਤੁਸੀਂ ਮਾਂ ਬਣਨ ਵਾਲੀ ਹੋ। ਬੱਚੇਦਾਨੀ ਦੇ ਵੱਧਦੇ ਅਕਾਰ ਦੇ ਨਾਲ-ਨਾਲ ਉਤੇਜਨਾ ਅਤੇ ਪ੍ਰਸ਼ਨਾਂ ਦੀ ਸੂਚੀ ਵੀ ਵੱਧ ਰਹੀ ਹੈ। ਇਸ ਵਿਚ ਕੋਈ ਸ਼ੱਕ ਨਹੀਂ ਕਿ ਤੁਸੀਂ ਕਈ ਅਜੀਬ ਲੱਗਣ ਵਾਲੇ, ਗਰਭ ਅਵਸਥਾ ਦੇ ਲੱਛਣਾਂ ਨਾਲ ਜੂਝ ਰਹੇ ਹੋ ਪਰ ਇਨ੍ਹਾਂ ਵਿਚੋਂ ਕਈ ਤਾਂ ਤੁਹਾਡੇ ਪ੍ਰੈਗਨੈਂਸੀ ਪ੍ਰੋਫਾਈਲ ਨਾਲ ਜੁੜੇ ਹੋ ਸਕਦੇ ਹਨ। ਪ੍ਰੈਗਨੈਂਸੀ ਪ੍ਰੋਫਾਈਲ ਕੀ ਹੈ? ਇਸਨੂੰ ਤੁਸੀਂ ਕੁਲ ਮਿਲਾ ਕੇ ਆਪਣੀ ਗਰਭ ਅਵਸਥਾ ਦਾ ਇਤਿਹਾਸ ਕਹਿ ਸਕਦੇ ਹੋ ਜਿਸਦਾ ਤੁਹਾਡੀ ਇਸ ਗਰਭ ਅਵਸਥਾ ਤੇ ਕਾਫੀ ਅਸਰ ਪੈ ਸਕਦਾ ਹੈ। ਤੁਸੀਂ ਆਪਣੇ ਇਸ ਪ੍ਰੋਫਾਈਲ ਦੀ ਪੂਰੀ ਜਾਣਕਾਰੀ ਲੈਣੀ ਹੈ, ਤਾਂ ਕਿ ਡਾਕਟਰ ਨੂੰ ਮਿਲਣ ਤੇ, ਇਸ ਬਾਰੇ ਵਿਚ ਗੱਲ ਕੀਤੀ ਜਾ ਸਕੇ।

ਇਹ ਗੱਲ ਯਾਦ ਰੱਖੋ ਕਿ ਇਸ ਅਧਿਆਇ ਦੀਆਂ ਬਹੁਤ ਸਾਰੀਆਂ ਗੱਲਾਂ ਦਾ ਤੁਹਾਡੇ ਤੋਂ ਕੋਈ ਲੈਣਾ-ਦੇਣਾ ਨਹੀਂ ਹੋਵੇਗਾ ਕਿਉਂਕਿ ਹਰ ਇਸਤਰੀ ਦਾ ਗਰਭ ਅਵਸਥਾ ਵੇਰਵਾ (ਪ੍ਰੈਗਨੈਂਸੀ ਰਿਕਾਰਡ) ਆਪਣੇ ਆਪ ਵਿਚ ਵੱਖ ਹੁੰਦਾ ਹੈ। ਤੁਸੀਂ ਇਥੋਂ ਆਪਣੇ ਕੰਮ ਦੀਆਂ ਚੀਜ਼ਾਂ ਪੜ੍ਹੋ ਅਤੇ ਬਾਕੀ ਛੱਡ ਦਿਓ।

## ਇਹ ਪੁਸਤਕ ਸਾਰਿਆਂ ਲਈ ਹੈ

ਜਦੋਂ ਤੁਸੀਂ ਇਹ ਪੁਸਤਕ ਪੜ੍ਹੋਗੇ ਤਾਂ ਪਤੀ-ਪਤਨੀ ਨਾਲ ਜਿਵੇਂ ਕਈ ਪਰੰਪਰਿਕ ਸੰਬੋਧਨ ਆਉਣਗੇ। ਇਸਦਾ ਮਤਲਬ ਇਹ ਨਹੀਂ ਹੈ ਕਿ ਇਕੱਲੀ ਰਹਿਣ ਵਾਲੀ ਮੰਮੀ ਜਾਂ ਅਣਵਿਆਹੀ ਮਾਂ ਜਾਂ ਫੇਰ ਗੈਰ ਪਰੰਪਰਿਕ ਰਿਸ਼ਤਿਆਂ ਲਈ ਇਹ ਜਾਣਕਾਰੀ ਨਹੀਂ ਹੈ। ਜਿਹੜਾ ਵਾਕ ਤੁਹਾਨੂੰ ਆਪਣੇ ਲਈ ਉਚਿਤ ਨਹੀਂ ਲੱਗਦਾ, ਉਸਨੂੰ ਛੱਡ ਦਿਓ ਅਤੇ ਬਾਕੀ ਜਾਣਕਾਰੀ ਤੋਂ ਪੂਰਾ ਲਾਭ ਲਓ।

## ਤੁਹਾਡੀ ਪੂਰੀ ਸਰੀਰਕ ਜਾਣਕਾਰੀ

### ਗਰਭ ਅਵਸਥਾ ਦੌਰਾਨ ਗਰਭ ਨਿਰੋਧਕ

**"ਮੈਂ ਗਰਭ ਨਿਰੋਧਕ ਗੋਲੀਆਂ ਦੀ ਵਰਤੋਂ ਕਰਨ ਦੌਰਾਨ ਹੀ ਗਰਭਵਤੀ ਹੋ ਗਈ। ਮੈਂ ਪੂਰਾ ਮਹੀਨਾ ਗੋਲੀਆਂ ਲੈਂਦੀ ਰਹੀ ਕਿਉਂਕਿ ਮੈਨੂੰ ਗਰਭ ਅਵਸਥਾ ਦਾ ਪਤਾ ਹੀ ਨਹੀਂ ਲੱਗਾ। ਕੀ ਇਸ ਨਾਲ ਮੇਰੇ ਬੱਚੇ ਤੇ ਕੋਈ ਅਸਰ ਪਵੇਗਾ?"**

ਉਂਞ ਤਾਂ ਗੋਲੀਆਂ ਦੀ ਵਰਤੋਂ ਬੰਦ ਕਰਨ ਤੋਂ ਬਾਅਦ ਇਕ ਮਾਸਿਕ ਚੱਕਰ ਪੂਰਾ ਹੁੰਦਾ ਅਤੇ ਫੇਰ ਤੁਸੀਂ ਗਰਭ ਧਾਰਣ ਕਰਦੇ ਤਾਂ ਠੀਕ ਰਹਿੰਦਾ ਪਰ ਇਹ ਤਾਂ ਅਚਾਨਕ ਹੀ ਹੋਇਆ ਇਸ ਲਈ ਕੁਝ

ਨਹੀਂ ਕੀਤਾ ਜਾ ਸਕਦਾ। ਇਸ ਵਿਚ ਏਨਾ ਗੰਭੀਰ ਹੋਣ ਜਾਂ ਚਿੰਤਾ ਕਰਨ ਵਾਲੀ ਕੋਈ ਗੱਲ ਨਹੀਂ ਹੈ। ਇਸ ਗੱਲ ਦੇ ਕੋਈ ਸਬੂਤ ਨਹੀਂ ਮਿਲਦੇ ਕਿ ਅਜਿਹੀ ਅਵਸਥਾ ਵਿਚ ਬੱਚੇ ਨੂੰ ਕੋਈ ਹਾਨੀ ਹੋ ਸਕਦੀ ਹੈ। ਜੇਕਰ ਮਨ ਦੀ ਤਸੱਲੀ ਚਾਹੁੰਦੇ ਹੋ ਤਾਂ ਆਪਣੇ ਡਾਕਟਰ ਦੀ ਸਲਾਹ ਵੀ ਲੈ ਲਓ।

**"ਮੈਂ ਕੰਡੋਮ ਅਤੇ ਸਪਰਮੀਸਾਈਡਸ ਇਸਤੇਮਾਲ ਕਰਨ ਦੌਰਾਨ ਹੀ ਗਰਭ ਧਾਰਨ ਕਰ ਲਿਆ ਅਤੇ ਅਨਜਾਣਪੁਣੇ ਵਿਚ ਉਨ੍ਹਾਂ ਦਾ ਇਸਤੇਮਾਲ ਕਰਦੀ ਰਹੀ। ਕੀ ਮੈਨੂੰ ਬੱਚੇ ਵੱਲੋਂ ਕੋਈ ਪਰੇਸ਼ਾਨੀ ਹੋ ਸਕਦੀ ਹੈ?"**

ਜੇਕਰ ਤੁਸੀਂ ਕੰਡੋਮ ਸਪਰਮੀਸਾਈਡ ਨਾਲ ਡਾਈਫ੍ਰਾਗਮ ਜਾਂ ਫੇਰ ਸਪਰਮੀਸਾਈਡ ਯੁਕਤ ਡਾਈਫ੍ਰਾਗਮ ਵਗੈਰਾ ਰੱਖਣ ਦੌਰਾਨ ਗਰਭਵਤੀ ਹੋ ਗਏ ਹੋ ਤਾਂ ਜਾਣ ਲਓ ਕਿ ਸਪਰਮੀਸਾਈਡ ਅਤੇ ਜਨਮਜਾਤ ਵਿਕਾਰਾਂ ਵਿਚ ਕੋਈ ਲੈਣ-ਦੇਣ ਨਹੀਂ ਹੈ। ਇਹ ਵੀ ਪਤਾ ਲੱਗਾ ਹੈ ਕਿ ਗਰਭ ਅਵਸਥਾ ਦੇ ਅਰੰਭ ਵਿਚ ਇਨ੍ਹਾਂ ਦੇ ਪ੍ਰਯੋਗ ਨਾਲ ਕੋਈ ਸਮੱਸਿਆ ਨਹੀਂ ਹੁੰਦੀ। ਭਾਵੇਂ ਤੁਸੀਂ ਅਨਜਾਣਪੁਣੇ ਵਿਚ ਹੀ ਗਰਭਵਤੀ ਹੋ ਗਏ ਹੋ ਪਰ ਇਸਦਾ ਪੂਰਾ ਅਨੰਦ ਲਓ।

**"ਮੈਂ ਗਰਭ ਨਿਰੋਧਕ ਦੇ ਤੌਰ ਤੇ ਆਈ ਯੂ ਡੀ ਪ੍ਰਯੋਗ ਕਰਦੀ ਆ ਰਹੀ ਸੀ, ਪਰ ਮੈਨੂੰ ਹੁਣੇ ਹੀ ਪਤਾ ਲੱਗਾ ਕਿ ਮੈਂ ਗਰਭਵਤੀ ਹਾਂ। ਕੀ ਮੇਰਾ ਗਰਭਕਾਲ ਤੰਦਰੁਸਤ ਅਤੇ ਸੁਰੱਖਿਅਤ ਹੋਵੇਗਾ?"**

ਹਾਲਾਂਕਿ ਗਰਭ ਨਿਰੋਧਕ ਦੇ ਪ੍ਰਯੋਗ ਦੇ ਬਾਵਜੂਦ ਗਰਭਵਤੀ ਹੋ ਜਾਣਾ ਥੋੜ੍ਹਾ ਪਰੇਸ਼ਾਨ ਕਰਨ ਵਾਲਾ ਹੋ ਸਕਦਾ ਹੈ। ਉਂਝ 1000 ਵਿਚੋਂ 1 ਮਾਮਲਾ ਹੀ ਅਜਿਹਾ ਹੁੰਦਾ ਹੈ, ਜਦੋਂ ਆਈ ਯੂ ਡੀ ਹੋਣ ਦੇ ਬਾਵਜੂਦ ਗਰਭ ਠਹਿਰ ਜਾਏ ਜਾਂ ਤਾਂ ਇਹ ਆਪਣੇ ਸਥਾਨ ਤੋਂ ਖਿਸਕ ਗਿਆ ਹੋਵੇਗਾ ਜਾਂ ਸਹੀ ਤਰ੍ਹਾਂ ਨਹੀਂ ਲੱਗਾ ਹੋਵੇਗਾ।

ਤੁਹਾਡੇ ਸਾਹਮਣੇ ਦੋ ਵਿਕਲਪ ਹਨ, ਜਿਨ੍ਹਾਂ ਬਾਰੇ ਛੇਤੀ ਤੋਂ ਛੇਤੀ ਡਾਕਟਰ ਨਾਲ ਗੱਲਬਾਤ ਕਰਨੀ ਚਾਹੀਦੀ ਹੈ। ਆਈ ਯੂ ਡੀ ਰੱਖਣਾ ਹੈ ਜਾਂ ਕੱਢਣਾ ਹੈ। ਡਾਕਟਰ ਜਾਂਚ ਤੋਂ ਬਾਅਦ ਦੱਸਣਗੇ ਕਿ ਤੁਹਾਡੇ ਮਾਮਲੇ ਵਿਚ ਕੀ ਕਰਨਾ ਚਾਹੀਦਾ ਹੈ। ਜੇਕਰ ਆਈ ਯੂ ਡੀ ਆਪਣੇ ਸਥਾਨ ਤੋਂ ਖਿਸਕ ਗਈ ਹੈ ਅਤੇ ਉਸਦਾ ਧਾਗਾ ਦਿਸ ਰਿਹਾ ਹੈ ਤਾਂ ਉਸ ਨੂੰ ਕੱਢਿਆ ਜਾ ਸਕਦਾ ਹੈ ਨਹੀਂ ਤਾਂ ਇਹ ਜਣੇਪੇ ਸਮੇਂ ਬਾਹਰ ਆਏਗੀ ਜੇਕਰ ਇਸਦਾ ਧਾਗਾ ਗਰਭ ਅਵਸਥਾ ਦੇ ਅਰੰਭ ਵਿਚ ਹੀ ਦਿਖਾਈ ਦੇ ਜਾਂਦਾ ਹੈ ਤਾਂ ਹਮਲੇ ਦਾ ਖਤਰਾ ਕਾਫੀ ਵੱਧ ਜਾਂਦਾ ਹੈ। ਜੇਕਰ ਇਸਨੂੰ ਛੇਤੀ ਕੱਢ ਦਿੱਤਾ ਜਾਵੇ ਤਾਂ ਹੀ ਸਫਲ ਅਤੇ ਤੰਦਰੁਸਤ ਗਰਭ ਅਵਸਥਾ ਦੀ ਉਮੀਦ ਕੀਤੀ ਜਾ ਸਕਦੀ ਹੈ। ਜੇਕਰ ਇਸਨੂੰ ਨਾ ਕੱਢਿਆ ਗਿਆ ਤਾਂ ਗਰਭਪਾਤ ਵੀ ਹੋ ਸਕਦਾ ਹੈ।

ਜੇਕਰ ਪਹਿਲੀ ਤਿਮਾਹੀ ਦੌਰਾਨ ਵੀ ਇਹ ਅੰਦਰ ਹੀ ਹੋਵੇ ਤਾਂ ਕਿਸੇ ਵੀ ਤਰ੍ਹਾਂ ਦੇ ਖੂਨ ਬਹਾਵ, ਮਰੋੜ ਜਾਂ ਬੁਖਾਰ ਲਈ ਸਾਵਧਾਨ ਰਹੋ ਕਿਉਂਕਿ ਤੁਹਾਨੂੰ ਇਸਦੇ ਕਾਰਣ ਕਈ ਤਰ੍ਹਾਂ ਦੀਆਂ ਮੁਸ਼ਕਲਾਂ ਦਾ ਸਾਹਮਣਾ ਕਰਨਾ ਪੈ ਸਕਦਾ ਹੈ। ਡਾਕਟਰ ਨੂੰ ਸਾਰੇ ਲੱਛਣ ਦੱਸਣ ਵਿਚ ਦੇਰ ਨਾ ਕਰੋ।

## ਫਾਇਬ੍ਰੇਡ

**"ਮੈਨੂੰ ਕਾਫੀ ਸਮੇਂ ਤੋਂ ਫਾਇਬ੍ਰੇਡ ਸਨ ਪਰ ਉਸਦੇ ਕਾਰਣ ਮੈਨੂੰ ਕੋਈ ਤਕਲੀਫ ਨਹੀਂ ਹੋਈ। ਕੀ ਗਰਭ ਅਵਸਥਾ ਵਿਚ ਉਨ੍ਹਾਂ ਕਾਰਣ ਕੋਈ ਪਰੇਸ਼ਾਨੀ ਹੋ ਸਕਦੀ ਹੈ?"**

ਉਮੀਦ ਤਾਂ ਇਹ ਹੈ ਕਿ ਫਾਇਬ੍ਰੇਡ ਤੁਹਾਡੇ ਅਤੇ ਗਰਭ ਅਵਸਥਾ ਵਿਚਕਾਰ ਦੀਵਾਰ ਨਹੀਂ ਬਣਨਗੇ। ਬੱਚੇਦਾਨੀ ਦੀਆਂ ਦੀਵਾਰਾਂ ਤੇ ਬਣੇ ਇਹ ਨਾਨਮੈਲੀਗਨੇਟ ਉਭਾਰ, ਗਰਭ ਅਵਸਥਾ ਵਿਚ ਕੋਈ ਰੁਕਾਵਟ ਨਹੀਂ ਬਣਦੇ।

ਹਾਲਾਂਕਿ ਅਜਿਹੀ ਗਰਭਵਤੀ ਇਸਤਰੀ ਨੂੰ ਕਦੇ-ਕਦੇ ਪੇਟ ਦੇ ਹੇਠਲੇ ਹਿੱਸੇ ਵਿਚ ਦਬਾਅ ਜਾਂ ਦਰਦ ਦੀ ਸ਼ਿਕਾਇਤ ਹੋ ਸਕਦੀ ਹੈ। ਉਂਝ ਇਹ ਚਿੰਤਾ ਦੀ ਗੱਲ ਤਾਂ ਨਹੀਂ ਹੈ, ਪਰ ਆਪਣੇ ਡਾਕਟਰ ਨੂੰ ਜ਼ਰੂਰ ਕਹੋ। ਚਾਰ-ਪੰਜ ਦਿਨ ਦੇ ਅਰਾਮ ਜਾਂ ਸੁਰੱਖਿਅਤ ਦਰਦ ਨਿਵਾਰਕ ਦਵਾਈ ਲੈਣ ਨਾਲ ਸਭ ਠੀਕ ਹੋ ਜਾਵੇਗਾ।

ਕਦੀ-ਕਦੀ ਫਾਇਬ੍ਰੇਡ ਕਾਰਣ ਪਲੇਸੇਂਟਾ ਦੇ ਵੱਖ ਹੋਣ, ਪ੍ਰੀਟਰਮ ਬਰਥ ਜਾਂ ਬ੍ਰੀਚ ਬਰਥ ਦਾ ਖਤਰਾ ਵੱਧ ਜਾਂਦਾ ਹੈ, ਪਰ ਸਾਵਧਾਨੀ ਰੱਖਣ ਨਾਲ ਇਨ੍ਹਾਂ ਖਤਰਿਆਂ ਨੂੰ ਵੀ ਟਾਲਿਆ ਜਾ ਸਕਦਾ ਹੈ। ਆਪਣੇ ਡਾਕਟਰ ਨਾਲ ਇਸ ਬਾਰੇ ਖੁਲ੍ਹ ਕੇ ਗੱਲ ਕਰੋ ਤਾਂ ਕਿ ਉਹ ਸਾਰੇ ਖਤਰਿਆਂ ਅਤੇ ਸਾਵਧਾਨੀਆਂ ਦੇ ਵਿਸ਼ੇ ਵਿਚ ਦੱਸ ਸਕਣ। ਜੇਕਰ ਡਾਕਟਰ ਨੂੰ ਲੱਗਦਾ ਹੈ ਕਿ ਫਾਇਬ੍ਰੇਡ ਕਾਰਣ ਸਧਾਰਣ ਜਣੇਪੇ ਵਿਚ ਮੁਸ਼ਕਲ ਆ ਸਕਦੀ ਹੈ ਤਾਂ ਉਹ ਸੀ-ਸੈਕਸ਼ਨ ਵਹਾਓ ਦੀ ਰਾਏ ਦੇ ਸਕਦੇ ਹਨ। ਜ਼ਿਆਦਾਤਰ ਮਾਮਲਿਆਂ

ਵਿਚ ਜਦੋਂ ਜਣੇਪੇ ਵਿਚ ਬੱਚੇਦਾਨੀ ਦਾ ਵਿਸਥਾਰ ਹੁੰਦਾ ਹੈ ਤਾਂ ਵੱਡਾ ਫਾਇਬ੍ਰੇਡ ਵੀ ਨਿਕਲ ਆਉਂਦਾ ਹੈ।

**"ਮੈਂ ਕੁਝ ਸਾਲ ਪਹਿਲਾਂ ਦੋ ਫਾਇਬ੍ਰੇਡ ਕੱਢਵਾਏ ਸਨ, ਕੀ ਇਸ ਨਾਲ ਮੇਰੀ ਗਰਭ ਅਵਸਥਾ ਪ੍ਰਭਾਵਿਤ ਹੋ ਸਕਦੀ ਹੈ।"**

ਜ਼ਿਆਦਾਤਰ ਮਾਮਲਿਆਂ ਵਿਚ ਬੱਚੇਦਾਨੀ ਦੇ ਫਾਇਬ੍ਰੇਡ ਟਿਊਮਰ ਕੱਢਣ ਦੀ ਸਰਜਰੀ ਲੈਪਰੋਸਕੋਪਿਕ ਹੁੰਦੀ ਹੈ। ਇਸ ਲਈ ਗਰਭ ਅਵਸਥਾ ਵਿਚ ਕੋਈ ਪਰੇਸ਼ਾਨੀ ਨਹੀਂ ਆਉਂਦੀ। ਹਾਲਾਂਕਿ ਵੱਡਾ ਫਾਇਬ੍ਰੇਡ ਕੱਢਿਆ ਹੋਵੇ ਤਾਂ ਬੱਚੇਦਾਨੀ ਕਮਜ਼ੋਰ ਹੋ ਜਾਂਦੀ ਹੈ। ਉਸ ਵਿਚ ਜਣੇਪੇ ਲਈ ਤਾਕਤ ਨਹੀਂ ਰਹਿੰਦੀ। ਜੇਕਰ ਡਾਕਟਰ ਤੁਹਾਡੇ ਰਿਕਾਰਡ ਦੇਖ ਕੇ ਇਹੀ ਮਹਿਸੂਸ ਕਰਨ ਤਾਂ ਉਹ ਸੀ-ਸੈਕਸ਼ਨ ਨਾਲ ਜਣੇਪੇ ਦੀ ਸਲਾਹ ਦੇ ਸਕਦੇ ਹਨ। ਜੇਕਰ ਸਰਜਰੀ ਸਮੇਂ ਤੋਂ ਪਹਿਲਾਂ ਹੀ ਜਣੇਪੇ ਦਾ ਦਰਦ ਸ਼ੁਰੂ ਹੋ ਜਾਵੇ ਤਾਂ ਉਨ੍ਹਾਂ ਲੱਛਣਾਂ ਦੀ ਪਛਾਣ ਕਰਕੇ, ਛੇਤੀ ਤੋਂ ਛੇਤੀ ਡਾਕਟਰ ਤੱਕ ਪਹੁੰਚੋ।

## ਐਂਡੋਮੈਟ੍ਰੋਸਿਸ

**"ਸਾਲਾਂ ਤੱਕ ਐਂਡੋਮੈਟ੍ਰੋਸਿਸ ਨਾਲ ਪੀੜ੍ਹਤ ਰਹਿਣ ਤੋਂ ਬਾਅਦ ਹੁਣ ਮੈਂ ਗਰਭਵਤੀ ਹੋਈ ਹਾਂ। ਕੀ ਮੇ ਰੀ ਗਰਭ ਅਵਸਥਾ ਵਿਚ ਕੋਈ ਸਮੱਸਿਆ ਹੋ ਸਕਦੀ ਹੈ?"**

ਇਸ ਨਾਲ ਦੋ ਸਾਲ ਦੀਆਂ ਚੁਣੌਤੀਆਂ ਜੁੜੀਆਂ ਹਨ। ਗਰਭ ਧਾਰਣ ਵਿਚ ਪਰੇਸ਼ਾਨੀ ਅਤੇ ਦਰਦ! ਗਰਭਵਤੀ ਹੋਣ ਦਾ ਮਤਲਬ ਹੈ ਕਿ ਤੁਸੀਂ ਪਹਿਲੀ ਚੁਣੌਤੀ ਤਾਂ ਪਾਰ ਕਰ ਲਈ ਹੈ। (ਮੁਬਾਰਕ ਹੋਵੇ) ਗਰਭਵਤੀ ਹੋਣ ਤੋਂ ਬਾਅਦ ਦੂਜੀ ਚੁਣੌਤੀ ਪਾਰ ਕਰਨ ਵਿਚ ਮੱਦਦ ਮਿਲੇਗੀ।

ਗਰਭ ਅਵਸਥਾ ਵਿਚ, ਐਂਡੋਮੈਟ੍ਰੋਸਿਸ ਦੇ ਲੱਛਣਾਂ ਅਤੇ ਦਰਦ ਵਿਚ ਸੁਧਾਰ ਹੁੰਦਾ ਹੈ। ਅਜਿਹਾ ਹਾਰਮੋਨਲ ਬਦਲਾਵਾਂ ਦੇ ਕਾਰਨ ਹੁੰਦਾ ਹੈ। ਓਵੋਯੂਲੇ ਸ਼ਨ ਤੋਂ ਬਾਅਦ ਐਂਡੋਮੈਟ੍ਰੀਅਲ ਅਤੇ ਨਰਮ ਪੈ ਜਾਂਦਾ ਹੈ। ਕਈ ਔਰਤਾਂ ਵਿਚ ਤਾਂ ਹੋਰ ਵੀ ਵਧੀਆ ਨਤੀਜੇ ਸਾਹਮਣੇ ਆਏ ਹਨ। ਕਈ ਔਰਤਾਂ ਵਿਚ ਤਾਂ ਸਾਰੀ ਗਰਭ ਅਵਸਥਾ ਵਿਚ ਇਸਦੇ ਲੱਛਣ ਹੀ ਸਾਹਮਣੇ ਨਹੀਂ ਆਉਂਦੇ। ਕੁਝ ਔਰਤਾਂ ਨੂੰ ਦਰਦ ਅਤੇ ਝਟਕਿਆਂ ਦੀ ਸ਼ਿਕਾਇਤ ਹੋ ਸਕਦੀ ਹੈ ਪਰ ਬੱਚੇ ਦੇ ਜਨਮ ਵਿਚ ਕੋਈ ਪਰੇਸ਼ਾਨੀ ਨਹੀਂ ਹੁੰਦੀ। ਜੇਕਰ ਬੱਚੇਦਾਨੀ ਦਾ ਅਪਰੇਸ਼ਨ ਹੋ ਚੁੱਕਾ ਹੋਵੇ ਤਾਂ ਡਾਕਟਰ ਸੀ ਸੈਕਸ਼ਨ ਦੀ ਸਲਾਹ ਦੇ ਸਕਦੇ ਹਨ।

ਗਰਭ ਅਵਸਥਾ ਵਿਚ ਐਂਡੋਮੈਟ੍ਰੋਸਿਸ ਦੇ ਲੱਛਣਾਂ ਤੋਂ ਛੁਟਕਾਰਾ ਮਿਲਦਾ ਹੈ ਪਰ ਇਸਦਾ ਇਲਾਜ ਨਹੀਂ ਹੁੰਦਾ। ਗਰਭ ਅਵਸਥਾ ਅਤੇ ਉਸਦੀ ਦੇਖਭਾਲ ਤੋਂ ਬਾਅਦ ਉਹੀ ਲੱਛਣ ਦੁਬਾਰਾ ਉਭਰ ਜਾਂਦੇ ਹਨ।

## ਕੋਲੋਪੋਸਕੋਪੀ

**"ਇਕ ਸਾਲ ਪਹਿਲਾਂ ਮੈਂ ਗਰਭਵਤੀ ਹੋਈ ਤਾਂ ਮੈਨੂੰ ਕੋਲੋਪੋਸਕੋਪੀ ਅਤੇ ਸਰਵਾਈਕਲ ਬਾਯੋਪਸੀ ਕਟਵਾਉਣੀ ਪਈ (ਕੀ ਮੇਰੀ ਗਰਭ ਅਵਸਥਾ ਖਤਰੇ ਵਿਚ ਹੈ)।"**

ਜੇਕਰ ਪੈਪ ਸਮੀਯਰ ਵਿਚ ਕੁਝ ਅਨਿਯਮਿਤ ਸਰਵਾਈਕਲ ਕੋਸ਼ਿਕਾਵਾਂ ਦਿਖਾਈ ਦੇਣ ਤਾਂ ਕੋਲੋਪੋਸਕੋਪੀ ਕੀਤੀ ਜਾਂਦੀ ਹੈ। ਸਧਾਰਣ ਪ੍ਰਕ੍ਰਿਆ ਵਿਚ ਯੋਨੀ ਅਤੇ ਸਰਵਿਕਸ ਨੂੰ ਇਕ ਖਾਸ ਮਾਈਕ੍ਰੋਸਕੋਪ ਦੀ ਮੱਦਦ ਨਾਲ ਦੇਖਿਆ ਜਾਂਦਾ ਹੈ। ਪੈਪ ਸਮੀਯਰ ਵਿਚ ਅਸਧਾਰਣ ਕੋਸ਼ਿਕਾ ਦਿਖਾਈ ਦੇਣ ਤਾਂ ਡਾਕਟਰ ਸਰਵਾਈਕਲ ਜਾਂ ਕੋਨ ਬਾਯੋਪਸੀ ਕਰਦੇ ਹਨ, ਜਿਸ ਵਿਚ ਸ਼ੱਕ ਵਾਲੀ ਜਗ੍ਹਾ ਤੋਂ ਨਮੂਨਾ ਲੈ ਕੇ, ਲੈਬ ਵਿਚ ਜਾਂਚ ਕੀਤੀ ਜਾਂਦੀ ਹੈ। ਇਸਦੇ ਲਈ ਕ੍ਰਾਯੋਸਰਜਰੀ (ਅਸਧਾਰਣ ਕੋਸ਼ਿਕਾਵਾਂ ਜਮਾਂ ਕਰ ਦਿੱਤੀਆਂ ਜਾਂਦੀਆਂ ਹਨ) ਜਾਂ ਲੀਪ ਇਲਾਜ ਕੀਤਾ ਜਾਂਦਾ ਹੈ, ਜਿਸ ਵਿਚ ਪ੍ਰਭਾਵਿਤ ਸਰਵਾਈਕਲ ਊਤਕਾਂ ਨੂੰ ਦਰਦ ਰਹਿਤ ਇਲੈਕਟ੍ਰੀਕਲ ਕਰੰਟ ਨਾਲ ਕੱਢ ਦਿੱਤਾ ਜਾਂਦਾ ਹੈ। ਚੰਗੀ ਖਬਰ ਇਹ ਹੈ ਕਿ ਇਸ ਪ੍ਰਕ੍ਰਿਆ ਵਿਚੋਂ ਲੰਘਣ ਦੇ ਬਾਵਜੂਦ ਗਰਭਵਤੀ ਔਰਤਾਂ ਤੰਦਰੁਸਤ ਬੱਚਿਆਂ ਨੂੰ ਜਨਮ ਦਿੰਦੀਆਂ ਹਨ। ਹਾਲਾਂਕਿ ਕੱਢੇ ਗਏ ਊਤਕਾਂ ਦੀ ਮਾਤਰਾ ਦੇ ਹਿਸਾਬ ਨਾਲ, ਕੁਝ ਔਰਤਾਂ ਨੂੰ ਗਰਭ ਅਵਸਥਾ ਵਿਚ ਪਰੇਸ਼ਾਨੀਆਂ ਆ ਸਕਦੀਆਂ ਹਨ। ਆਪਣੇ ਡਾਕਟਰ ਨੂੰ ਅਜਿਹੀ ਕਿਸੇ ਸਰਜਰੀ ਜਾਂ ਟੈਸਟ ਦੇ ਬਾਰੇ ਵਿਚ ਜਰੂਰ ਦੱਸੋ ਤਾਂ ਕਿ ਉਹ ਜ਼ਿਆਦਾ ਵਧੀਆ ਤਰੀਕੇ ਨਾਲ ਦੇਖਭਾਲ ਕਰ ਸਕਣ।

ਜੇਕਰ ਪਹਿਲੀ ਜਣੇਪਾ ਜਾਂਚ ਵਿਚ ਅਸਧਾਰਣ ਕੋਸ਼ਿਕਾਵਾਂ ਦਾ ਪਤਾ ਲੱਗੇ ਤਾਂ ਡਾਕਟਰ ਕੋਲੋਪੋਸਕੋਪੀ ਦੀ ਸਲਾਹ ਦੇ ਸਕਦੇ ਹਨ ਪਰ ਬਾਯੋਪਸੀ ਵਗੈਰਾ ਤਾਂ ਬੱਚੇ ਦੇ ਜਨਮ ਤੋ ਬਾਅਦ ਹੀ ਕੀਤੀ ਜਾਂਦੀ ਹੈ।

## ਐਚਪੀਵੀ (ਹਯੂਮਨ) ਪੈਪਲੋਮਾਵਾਇਰਸ

**"ਕੀ ਜੈਨੀਟਲ ਐਚਪੀਵੀ ਮੇਰੀ ਗਰਭ ਅਵਸਥਾ ਨੂੰ ਨੁਕਸਾਨ ਪਹੁੰਚਾ ਸਕਦਾ ਹੈ?"**

ਐਚ.ਪੀ.ਵੀ. ਇਕ ਸੈਕਸੁਅਲੀ ਟ੍ਰਾਂਸਮੀਟਿਡ ਵਾਇਰਸ ਹੈ। ਆਮ ਤੌਰ ਤੇ ਇਸਦੇ ਲੱਛਣ ਸਪੱਸ਼ਟ ਰੂਪ ਨਾਲ ਸਾਹਮਣੇ ਨਹੀਂ ਆਉਂਦੇ ਅਤੇ ਇਹ 6 ਤੋਂ 10 ਮਹੀਨਿਆਂ ਵਿਚ ਆਪਣੇ ਆਪ ਠੀਕ ਹੋ ਜਾਂਦਾ ਹੈ।

ਕਈ ਵਾਰ ਅਜਿਹਾ ਹੁੰਦਾ ਹੈ ਜਦੋਂ ਇਸਦੇ ਲੱਛਣ ਸਾਹਮਣੇ ਆ ਕੇ ਉਭਰਦੇ ਹਨ ਪੈਪ ਸਮੀਅਰ ਨਾਲ ਕੁਝ ਕੋਸ਼ਿਕਾਵਾਂ ਦੀ ਅਨਿਯਮਿਤਤਾ ਦਾ ਪਤਾ ਲੱਗਦਾ ਹੈ। ਕਈ ਵਾਰ ਹਲਕੇ ਪੀਲੇ ਜਾਂ ਗੁਲਾਬੀ ਮੋਹਕੇ ਵੀ ਉਭਰ ਆਉਂਦੇ ਹਨ ਜੋ ਕਿ ਯੋਨੀ, ਗੁੱਦਾ ਅਤੇ ਵਲਵਾ ਤੇ ਦਿਖਾਈ ਦਿੰਦੇ ਹਨ। ਹਾਲਾਂਕਿ ਇਨ੍ਹਾਂ ਵਿਚ ਦਰਦ ਨਹੀਂ ਹੁੰਦਾ ਪਰ ਕਦੇ-ਕਦੇ ਜਲਨ ਹੁੰਦੀ ਹੈ ਜਾਂ ਫੇਰ ਖੂਨ ਵੀ ਨਿਕਲ ਸਕਦਾ ਹੈ। ਜ਼ਿਆਦਾਤਰ ਮਾਮਲਿਆਂ ਵਿਚ ਇਹ ਮੋਹਕੇ ਇਕ-ਦੋ ਮਹੀਨੇ ਵਿਚ ਆਪਣੇ ਆਪ ਠੀਕ ਹੋ ਜਾਂਦੇ ਹਨ।

ਜੈਨੀਟਲ ਐਚਪੀਵੀ ਗਰਭ ਅਵਸਥਾ ਨੂੰ ਕਿਵੇਂ ਪ੍ਰਭਾਵਿਤ ਕਰਦਾ ਹੈ? ਹਾਲਾਂਕਿ ਇਸਦਾ ਕੋਈ ਸਿੱਧਾ ਅਸਰ ਨਹੀਂ ਹੁੰਦਾ ਪਰ ਕੁਝ ਗਰਭਵਤੀ ਔਰਤਾਂ ਵਿਚ ਇਹ ਮੋਹਕੇ ਜ਼ਿਆਦਾ ਕ੍ਰਿਆਸ਼ੀਲ ਹੋ ਜਾਂਦੇ ਹਨ। ਜੇਕਰ ਤੁਹਾਡੇ ਮੋਹਕੇ ਵੀ ਆਪਣੇ ਆਪ ਠੀਕ ਨਹੀਂ ਹੋ ਰਹੇ ਤਾਂ ਡਾਕਟਰ ਦੀ ਸਲਾਹ ਲੈਣ ਵਿਚ ਦੇਰ ਨਾ ਕਰੋ। ਉਹ ਇਨ੍ਹਾਂ ਨੂੰ ਫ੍ਰੀਜ਼ਿੰਗ, ਇਲੈਕਟ੍ਰੀਕਲ ਜਾਂ ਲੇਜ਼ਰ ਥਰੈਪੀ ਨਾਲ ਹਟਾ ਦੇਣਗੇ। ਕੁਝ ਮਾਮਲਿਆਂ ਵਿਚ ਇਲਾਜ ਨੂੰ ਜਣੇਪੇ ਤੱਕ ਟਾਲਣਾ ਪੈਂਦਾ ਹੈ।

ਜੇਕਰ ਤੁਸੀਂ ਵੀ ਐਚਪੀਵੀ ਨਾਲ ਗ੍ਰਸਤ ਹੋ ਤਾਂ ਡਾਕਟਰ ਨੂੰ ਸਰਵਾਈਕਲ ਸੈੱਲ ਦੀ ਵੀ ਜਾਂਚ ਕਰਨੀ ਪਵੇਗੀ। ਜੇਕਰ ਬਾਯੋਪਸੀ ਕਰਨੀ ਵੀ ਪਈ ਤਾਂ ਉਸਨੂੰ ਬੱਚੇ ਦੇ ਜਨਮ ਤੱਕ ਟਾਲ ਦਿੱਤਾ ਜਾਵੇਗਾ।

ਐਚਪੀਵੀ ਹਮਲੇ ਵਾਲਾ ਰੋਗ ਹੈ ਇਸ ਲਈ ਕਿਸੇ ਇਕ ਹੀ ਸਾਥੀ ਨਾਲ ਸੁਰੱਖਿਅਤ ਸੈਕਸ ਕਰੋ। ਹੁਣ 26 ਸਾਲ ਤੋਂ ਘੱਟ ਉਮਰ ਦੀਆਂ ਔਰਤਾਂ ਲਈ ਇਸਦਾ ਵੈਕਸੀਨ ਵੀ ਉਪਲੱਬਧ ਹੈ, ਪਰ ਗਰਭ ਅਵਸਥਾ ਵਿਚ ਇਸਦਾ ਪ੍ਰਯੋਗ ਨਹੀਂ ਕੀਤਾ ਜਾਣਾ ਚਾਹੀਦਾ। ਜੇਕਰ ਤੁਸੀਂ ਵੈਕਸੀਨ ਸ਼ੁਰੂ ਕਰਨ ਤੋਂ ਬਾਅਦ ਗਰਭਵਤੀ ਹੋ ਜਾਂਦੇ ਹੋ ਤਾਂ ਬਾਕੀ ਬੱਚੇ ਦੇ ਜਨਮ ਤੱਕ ਰੋਕਣੀ ਪਵੇਗੀ। ਇਸ ਸੀਰੀਜ਼ ਨੂੰ ਤਿੰਨ ਖੁਰਾਕਾਂ ਵਿਚ ਪੂਰਾ ਕੀਤਾ ਜਾਂਦਾ ਹੈ।

## ਹਰਪੀਜ਼

**"ਮੈਨੂੰ ਜੈਨੇਟਿਲ ਹਰਪੀਜ਼ ਹੈ। ਕੀ ਇਹ ਮੇਰੇ ਬੱਚੇ ਨੂੰ ਵੀ ਹੋ ਸਕਦਾ ਹੈ।"**

ਗਰਭ ਅਵਸਥਾ ਵਿਚ ਹਰਪੀਜ਼ ਹੋਣ ਦਾ ਮਤਲਬ ਹੈ ਕਿ ਤੁਹਾਨੂੰ ਕਾਫੀ ਸਾਵਧਾਨੀ ਰੱਖਣੀ ਪਵੇਗੀ ਪਰ ਇਹ ਕੋਈ ਬਹੁਤ ਵੱਡੇ ਖਤਰੇ ਦੀ ਘੰਟੀ ਨਹੀਂ ਹੈ। ਜੇਕਰ ਤੁਸੀਂ ਅਤੇ ਤੁਹਾਡਾ ਡਾਕਟਰ ਸਾਰੀ ਸਾਵਧਾਨੀ ਰੱਖਣਗੇ ਤਾਂ ਗਰਭ ਅਵਸਥਾ ਅਤੇ ਜਣੇਪੇ ਸਮੇਂ ਕੋਈ ਪਰੇਸ਼ਾਨੀ ਨਹੀਂ ਹੋਵੇਗੀ ਅਤੇ ਬੱਚਾ ਵੀ ਤੰਦਰੁਸਤ ਰਹੇਗਾ।

ਸਭ ਤੋਂ ਪਹਿਲਾਂ ਤਾਂ ਨਵੇਂ ਜੰਮੇ ਬੱਚੇ ਵਿਚ ਅਜਿਹੇ ਹਮਲੇ ਦੀ ਸੰਭਾਵਨਾ 1 ਪ੍ਰਤੀਸ਼ਤ ਦੇ ਨੇੜੇ ਹੁੰਦੀ ਹੈ। ਅਜਿਹਾ ਬਹੁਤ ਘੱਟ ਹੁੰਦਾ ਹੈ ਕਿ ਮਾਂ ਦੇ ਹਮਲੇ (ਇਨਫੈਕਸ਼ਨ) ਕਾਰਨ ਬੱਚੇ ਵੀ ਰੋਗ ਗ੍ਰਸਤ ਹੋ ਜਾਵੇ। ਹਾਲਾਂਕਿ ਪਹਿਲੀ ਤਿਮਾਹੀ ਵਿਚ ਹੋਣ ਵਾਲੇ ਇਨਫੈਕਸ਼ਨ ਨਾਲ ਮਿਸਕੈਰਜ ਅਤੇ ਪ੍ਰੀਮਿਚਿਉਰ ਡਿਲੀਵਰੀ ਦਾ ਖਤਰਾ ਵੱਧ ਜਾਂਦਾ ਹੈ, ਪਰ ਉਥੇ ਵੀ ਅਜਿਹਾ ਨਹੀਂ ਹੁੰਦਾ।

ਉਂਝ ਵੀ ਅੱਜਕੱਲ੍ਹ ਬੱਚਿਆਂ ਵਿਚ ਇਹ ਖਤਰਾ ਨਾਂਹ ਦੇ ਬਰਾਬਰ ਹੀ ਹੁੰਦਾ ਹੈ। ਵਧੀਆ ਡਾਕਟਰੀ ਦੇਖਭਾਲ ਨਾਲ ਤੁਸੀਂ ਇਸਨੂੰ ਕਾਫੀ ਹੱਦ ਤੱਕ ਸੰਭਾਲ ਸਕਦੇ ਹੋ।

ਹਰਪੀਜ਼ ਗ੍ਰਸਤ ਮਾਵਾਂ ਦੇ ਬੱਚਿਆਂ ਦੇ ਬਚਾਅ ਲਈ ਉਨ੍ਹਾਂ ਨੂੰ ਐਂਟੀਵਾਇਰਲ ਦਵਾਈਆਂ ਦਿੱਤੀਆਂ ਜਾਂਦੀਆਂ ਹਨ। ਜੇਕਰ ਬੱਚੇ ਨੂੰ ਵੀ ਇਨਫੈਕਸ਼ਨ ਹੋ ਜਾਵੇ ਤਾਂ ਉਸਨੂੰ ਵੀ ਐਂਟੀ-ਵਾਇਰਲ ਦਵਾਈਆਂ ਦਿੱਤੀਆਂ ਜਾਂਦੀਆਂ ਹਨ।

ਜਣੇਪੇ ਤੋਂ ਬਾਅਦ ਵੀ ਇਨਫੈਕਸ਼ਨ ਬਣਿਆ ਰਹੇ ਤਾਂ ਵੀ ਜ਼ਰੂਰੀ ਸਾਵਧਾਨੀ ਤੋਂ ਬਾਅਦ ਮਾਂ ਆਪਣੇ ਬੱਚੇ ਨੂੰ ਦੁੱਧ ਪਿਲਾ ਸਕਦੀ ਹੈ।

# ਹੋਰ ਐਸ ਟੀ ਡੀ ਅਤੇ ਗਰਭ ਅਵਸਥਾ

ਇਸ ਵਿਚ ਹੈਰਾਨੀ ਦੀ ਕੋਈ ਗੱਲ ਨਹੀਂ ਕਿ ਜ਼ਿਆਦਾਤਰ ਐਸਟੀਡੀ ਗਰਭ ਅਵਸਥਾ ਨੂੰ ਪ੍ਰਭਾਵਿਤ ਕਰ ਸਕਦੇ ਹਨ। ਹਾਲਾਂਕਿ ਇਨ੍ਹਾਂ ਦਾ ਪਹਿਲਾਂ ਹੀ ਪਤਾ ਲਗਾ ਕੇ ਇਲਾਜ ਕੀਤਾ ਜਾ ਸਕਦਾ ਹੈ, ਪਰ ਔਰਤਾਂ ਨੂੰ ਇਸ ਵਿਸ਼ੇ ਵਿਚ ਜਾਣਕਾਰੀ ਹੀ ਨਹੀਂ ਹੁੰਦੀ ਇਸ ਲਈ ਸਾਰੀਆਂ ਗਰਭਵਤੀ ਔਰਤਾਂ ਦੀ ਕਲਾਮਾਈਡੀਆ, ਗੋਨੋਰੀਆ, ਟ੍ਰਾਈਕੋਮੋਨਾਈਸਿਸ, ਹੈਪੇਟਾਈਟਿਸ ਬੀ, ਐਚ ਆਈ ਵੀ ਅਤੇ ਸਿਫਲਿਸ ਦੀ ਜਾਂਚ ਹੋਣੀ ਚਾਹੀਦੀ ਹੈ।

ਇਹ ਯਾਦ ਰੱਖੋ ਕਿ ਐਸਟੀਡੀ ਰੋਗ ਕਿਸੇ ਇਕ ਸਮੁਦਾਏ ਜਾਂ ਆਰਥਿਕ ਪੱਧਰ ਦੇ ਲੋਕਾਂ ਨੂੰ ਨਹੀਂ ਹੁੰਦੇ। ਉਹ ਹਰ ਉਮਰ, ਜਾਤ, ਵਰਗ, ਆਮਦਨ, ਛੋਟੇ ਪਿੰਡਾਂ ਅਤੇ ਵੱਡੇ ਸ਼ਹਿਰਾਂ ਵਿਚ ਰਹਿਣ ਵਾਲੀਆਂ ਇਸਤਰੀਆਂ-ਪੁਰਸ਼ਾਂ ਵਿਚੋਂ ਕਿਸੇ ਨੂੰ ਵੀ ਹੋ ਸਕਦੇ ਹਨ। ਪ੍ਰਮੁੱਖ ਐਸਟੀਡੀ ਰੋਗ ਹਨ :-

**ਗੋਨੋਰੀਆ :-** ਗੋਨੋਰੀਆ ਨੂੰ ਕਾਫੀ ਸਮੇਂ ਤੋਂ ਭਰੂਣ ਦੀ ਕੰਜਕਟਿਵਆਈਟਿਸ ਅੰਧਤਾ ਅਤੇ ਗੰਭੀਰ ਹਮਲੇ ਦਾ ਕਾਰਣ ਮੰਨਿਆ ਜਾਂਦਾ ਰਿਹਾ ਹੈ ਜੋ ਕਿ ਛੂਤ ਨਾਲ ਫੈਲੇ ਰੋਗ ਕਾਰਣ ਉਸ ਨੂੰ ਵੀ ਹੋ ਸਕਦਾ ਹੈ। ਇਸੇ ਕਾਰਣ ਪਹਿਲੀ ਹੀ ਮੁਲਾਕਾਤ ਵਿਚ ਗਰਭਵਤੀ ਔਰਤਾਂ ਦੀ ਜਾਂਚ ਕੀਤੀ ਜਾਂਦੀ ਹੈ। ਜੇਕਰ ਕਿਸੇ ਔਰਤ ਨੂੰ ਇਸ ਰੋਗ ਦਾ ਕਾਫੀ ਖਤਰਾ ਹੋਵੇ ਤਾਂ ਗਰਭ ਅਵਸਥਾ ਵਿਚ, ਬਾਅਦ ਵਿਚ ਵੀ ਇਸਦੀ ਜਾਂਚ ਕੀਤੀ ਜਾ ਸਕਦੀ ਹੈ। ਜੇਕਰ ਗੋਨੋਰੀਆ ਦਾ ਇਨਫੈਕਸ਼ਨ ਦੇਖਿਆ ਜਾਵੇ ਤਾਂ ਐਂਟੀਬਾਇਓਟਿਕਸ ਦੀ ਮੱਦਦ ਨਾਲ ਇਸਦਾ ਇਲਾਜ ਕਰਨ ਦੀ ਕੋਸ਼ਿਸ਼ ਕੀਤੀ ਜਾਂਦੀ ਹੈ। ਇਸਤੋਂ ਬਾਅਦ ਇਕ ਹੋਰ ਕਲਚਰ ਕੀਤਾ ਜਾਂਦਾ ਹੈ ਤਾਂ ਕਿ ਉਹ ਇਸਤਰੀ ਇਨਫੈਕਸ਼ਨ ਤੋਂ ਪੂਰੀ ਤਰ੍ਹਾਂ ਸੁਰੱਖਿਅਤ ਹੋ ਜਾਵੇ। ਹੋਰ ਸਾਵਧਾਨੀ ਦੇ ਤੌਰ ਤੇ ਹਰ ਨਵੇਂ ਜੰਮੇ ਬੱਚੇ ਦੀਆਂ ਅੱਖਾਂ ਵਿਚ ਇਕ ਐਂਟੀਬਾਇਓਟਿਕ ਪਾਇਆ ਜਾਂਦਾ ਹੈ। ਇਸ ਇਲਾਜ ਨੂੰ ਘੱਟ ਤੋਂ ਘੱਟ ਇਕ ਘੰਟੇ ਤੱਕ ਟਾਲਿਆ ਜਾ ਸਕਦਾ ਹੈ।

**ਸਿਫਲਿਸ :-** ਕਿਉਂਕਿ ਇਸ ਰੋਗ ਕਾਰਣ ਕਈ ਨਵੇਂ ਜੰਮੇ ਬੱਚਿਆਂ ਵਿਚ ਨੁਕਸ ਪੈਦਾ ਹੋ ਸਕਦੇ ਹਨ। ਇਸ ਲਈ ਸਭ ਤੋਂ ਪਹਿਲਾਂ ਇਸਦੀ ਜਾਂਚ ਦਾ ਪ੍ਰਬੰਧ ਕੀਤਾ ਜਾਂਦਾ ਹੈ। ਜੇਕਰ ਪੀੜ੍ਹਤ ਔਰਤ ਨੂੰ ਚੌਥੇ ਮਹੀਨੇ ਤੋਂ ਪਹਿਲਾਂ ਹੀ ਐਂਟੀਬਾਇਓਟਿਕ ਇਲਾਜ ਦੇ ਦਿੱਤਾ ਜਾਵੇ, ਤਾਂ ਬੱਚੇ ਨੂੰ ਨੁਕਸਾਨ ਤੋਂ ਬਚਾਇਆ ਜਾ ਸਕਦਾ ਹੈ ਕਿਉਂਕਿ ਉਸੇ ਸਮੇਂ ਇਨਫੈਕਸ਼ਨ ਬੱਚੇ ਤੱਕ ਪਹੁੰਚਦਾ ਹੈ। ਇਕ ਵਧੀਆ ਖਬਰ ਇਹ ਹੈ ਕਿ ਪਿਛਲੇ ਕੁਝ ਸਾਲਾਂ ਵਿਚ ਮਾਂ ਤੋਂ ਬੱਚੇ ਨੂੰ ਹੋਣ ਵਾਲੇ ਇਸ ਇਨਫੈਕਸ਼ਨ ਵਿਚ ਕਮੀ ਆਈ ਹੈ।

**ਕਲਾਮਾਈਡੀਆ:-** 26 ਸਾਲ ਤੋਂ ਘੱਟ ਉਮਰ ਦੀਆਂ ਔਰਤਾਂ ਵਿਚ ਸਿਫਲਿਸ ਅਤੇ ਗੋਨੋਰੀਆ ਦੀ ਬਜਾਏ ਕਲਾਮਾਈਡੀਆ ਦੇ ਮਾਮਲੇ ਜ਼ਿਆਦਾ ਸਾਹਮਣੇ ਆਉਂਦੇ ਹਨ। ਜੇ ਕਰ ਇਹ ਇਨਫੈਕਸ਼ਨ ਬੱਚੇ ਤੱਕ ਪਹੁੰਚ ਜਾਣ ਤਾਂ ਮਾਂ ਅਤੇ ਬੱਚੇ ਦੋਹਾਂ ਲਈ ਖਤਰਾ ਹੋ ਸਕਦਾ ਹੈ। ਜੇਕਰ ਤੁਹਾਡੇ ਪਹਿਲਾਂ ਕਈ ਸੈਕਸ ਪਾਟਨਰ ਰਹਿ ਚੁੱਕੇ ਹਨ ਤਾਂ ਸਕ੍ਰੀਨਿੰਗ ਹੋਰ ਵੀ ਜ਼ਰੂਰੀ ਹੋ ਜਾਂਦੀ ਹੈ ਕਿਉਂਕਿ ਅਜਿਹੇ ਮਾਮਲਿਆਂ ਵਿਚ ਇਨਫੈਕਸ਼ਨ ਦਾ ਖਤਰਾ ਜ਼ਿਆਦਾ ਹੁੰਦਾ ਹੈ। ਅੱਧੀ ਤੋਂ ਜ਼ਿਆਦਾ ਔਰਤਾਂ ਇਸ ਇਨਫੈਕਸ਼ਨ ਦੇ ਲੱਛਣ ਪਛਾਣ ਨਹੀਂ ਸਕਦੀਆਂ। ਇਸ ਲਈ ਜਾਂਚ ਤੋਂ ਬਿਨਾਂ ਇਸਦਾ ਇਲਾਜ ਵੀ ਨਹੀਂ ਹੋ ਸਕਦਾ।

ਗਰਭ ਅਵਸਥਾ ਤੋਂ ਪਹਿਲਾਂ ਜਾਂ ਇਸਦੇ ਦੌਰਾਨ ਕਲਾਮਾਈਡੀਆ ਦਾ ਸਹੀ ਤਰੀਕੇ ਨਾਲ ਇਲਾਜ ਹੋ ਜਾਵੇ ਤਾਂ ਕਾਫੀ ਹੱਦ ਤੱਕ ਇਸਦੇ ਇਨਫੈਕਸ਼ਨ (ਨਿਮੋਨੀਆ, ਅੱਖਾਂ ਦੇ ਗੰਭੀਰ ਇਨਫੈਕਸ਼ਨ) ਤੋਂ ਬਚਿਆ ਜਾ ਸਕਦਾ ਹੈ। ਉਂਝ ਤਾਂ ਗਰਭ ਧਾਰਣ ਤੋਂ ਪਹਿਲਾਂ ਹੀ ਇਲਾਜ ਹੋ ਜਾਣਾ ਚਾਹੀਦਾ ਹੈ ਤਾਂ ਕਿ ਮਾਂ ਦਾ ਇਨਫੈਕਸ਼ਨ ਬੱਚੇ ਤੱਕ ਨਾ ਪਹੁੰਚ ਸਕੇ। ਜਨਮ ਤੋਂ ਬਾਅਦ ਨਿਯਮਿਤ ਰੂਪ ਨਾਲ ਨਵੇਂ ਜੰਮੇ ਬੱਚੇ ਲਈ ਜਿਸ ਐਂਟੀਬਾਇਟਿਕ ਦਾ ਪ੍ਰਯੋਗ ਕੀਤਾ ਜਾਂਦਾ ਹੈ, ਉਹ ਉਸਨੂੰ ਕਲਾਮਾਈਡੀਆ ਅਤੇ ਗੋਨੋਰੀਆ ਹਮਲੇ ਤੋਂ ਬਚਾਉਂਦਾ ਹੈ।

**ਟ੍ਰਾਈਕੋਮੋਨਾਈਸਿਸ:** ਟ੍ਰਾਈਕੋਮੋਨਾਈਸਿਸ ਦਾ ਸਭ ਤੋਂ ਵੱਡਾ ਲੱਛਣ ਇਹੀ ਹੈ ਕਿ ਇਸਦੇ

ਇਨਫੈਕਸ਼ਨ ਵਿਚ ਯੋਨੀ ਤੋਂ ਹਰੇ ਰੰਗ ਦਾ ਭੈੜੀ ਮਹਿਕ ਵਾਲਾ ਵਹਾਓ ਹੁੰਦਾ ਹੈ। ਅੱਧੇ ਤੋਂ ਜ਼ਿਆਦਾ ਰੋਗ ਗ੍ਰਸਤ ਔਰਤਾਂ ਨੂੰ ਇਸਦੇ ਲੱਛਣ ਦਾ ਪਤਾ ਹੀ ਨਹੀਂ ਲੱਗਦਾ। ਹਾਲਾਂਕਿ ਇਸ ਰੋਗ ਨਾਲ ਕੋਈ ਗੰਭੀਰ ਪਰੇਸ਼ਾਨੀ ਪੈਦਾ ਨਹੀਂ ਹੁੰਦੀ, ਪ੍ਰੰਤੂ ਇਸਦੇ ਲੱਛਣਾਂ ਨਾਲ ਬੇਚੈਨੀ ਹੋ ਸਕਦੀ ਹੈ। ਗਰਭ ਅਵਸਥਾ ਵਿਚ ਉਨ੍ਹਾਂ ਔਰਤਾਂ ਦਾ ਇਲਾਜ ਕੀਤਾ ਜਾਂਦਾ ਹੈ, ਜਿਸਦੇ ਲੱਛਣ ਸਾਫ ਦਿਖਾਈ ਦਿੰਦੇ ਹਨ।

**ਐਚਆਈਵੀ (ਹਯੂਮਨ ਇਮਯੂਨੇਡੇਫਿਸ਼ਿਯੇਂਸੀ ਵਾਇਰਸ) ਇਨਫੈਕਸ਼ਨ:-** ਉਂਝ ਸਾਰੀਆਂ ਔਰਤਾਂ ਦੀ ਗਰਭ ਅਵਸਥਾ ਦੇ ਅਰੰਭ ਵਿਚ ਹੀ ਐਚ ਆਈ ਵੀ ਇਨਫੈਕਸ਼ਨ ਦੀ ਜਾਂਚ ਹੋਣੀ ਚਾਹੀਦੀ ਹੈ। ਉਨ੍ਹਾਂ ਦਾ ਇਸਦਾ ਕੋਈ ਪਿਛਲਾ ਇਤਿਹਾਸ ਹੋਵੇ ਜਾਂ ਨਾ ਹੋਵੇ! ਇਸਦੇ ਕਾਰਣ ਹੀ ਏਡਜ਼ ਹੁੰਦੀ ਹੈ, ਜਿਹੜੀ ਨਾ ਸਿਰਫ ਮਾਂ ਸਗੋਂ ਬੱਚੇ ਲਈ ਵੀ ਹਾਨੀਕਾਰਕ ਹੈ। ਇਲਾਜ ਤੋਂ ਬਿਨਾਂ ਹੀ, ਮਾਂ ਬੱਚੇ ਨੂੰ ਜਨਮ ਦੇਵੇ ਤਾਂ ਤਕਰੀਬਨ 25 ਪ੍ਰਤੀਸ਼ਤ ਬੱਚਿਆਂ ਵਿਚ ਇਹ ਇਨਫੈਕਸ਼ਨ ਪੈਦਾ ਹੋ ਸਕਦਾ ਹੈ (ਜੀਵਨ ਦੇ ਪਹਿਲੇ 6 ਮਹੀਨਿਆਂ ਵਿਚ ਰੋਗ ਦੀ ਪੁਸ਼ਟੀ ਹੋ ਸਕਦੀ ਹੈ)। ਹਾਲਾਂਕਿ ਇਸਦੇ ਇਲਾਜ ਦੇ ਬਾਰੇ ਵਿਚ ਕਾਫੀ ਜਾਗਰੁਕਤਾ ਆ ਗਈ ਹੈ। ਪਰ ਜਿਹੜੀ ਵੀ ਗਰਭਵਤੀ ਔਰਤ ਦੀ ਜਾਂਚ ਪਾਜੀਟਿਵ ਹੋਵੇ, ਉਸਨੂੰ ਦੁਬਾਰਾ ਜਾਂਚ ਵੀ ਕਰਾਉਣੀ ਚਾਹੀਦੀ ਹੈ। ਜਾਂਚ ਬਹੁਤ ਸਹੀ ਹੁੰਦੀ ਹੈ ਪਰ ਕਈ ਵਾਰ ਵਾਇਰਸ ਨਾ ਹੋਣ ਦੇ ਬਾਵਜੂਦ ਪਾਜੀਟਿਵ ਨਤੀਜੇ ਆ ਜਾਂਦੇ ਹਨ। ਜੇਕਰ ਦੂਜੀ ਜਾਂਚ ਵੀ ਪਾਜੀਟਿਵ ਆਵੇ ਤਾਂ ਪੀੜ੍ਹਤ ਮਾਂ ਨੂੰ ਐਂਟਾਇਰਟ੍ਰੋਵਾਇਰਲ ਦਵਾਈਆਂ ਦਿੱਤੀਆਂ ਜਾਣ ਤਾਂ ਬੱਚੇ ਨੂੰ ਇਨਫੈਕਸ਼ਨ ਹੋਣ ਦਾ ਖਤਰਾ ਘੱਟ ਜਾਂਦਾ ਹੈ। ਜੇਕਰ ਸੀ-ਸੈਕਸ਼ਨ ਦੀ ਮੱਦਦ ਨਾਲ ਜਣੇਪਾ ਕੀਤਾ ਜਾਵੇ ਤਾਂ ਵੀ ਇਨਫੈਕਸ਼ਨ ਦਾ ਖਤਰਾ ਘੱਟਦਾ ਹੈ।

ਜੇਕਰ ਤੁਹਾਨੂੰ ਲੱਗਦਾ ਹੈ ਕਿ ਤੁਸੀਂ ਕਿਸੇ ਵੀ ਐਸਟੀਡੀ ਰੋਗ ਨਾਲ ਪੀੜ੍ਹਤ ਹੋ ਤਾਂ ਆਪਣੇ ਡਾਕਟਰ ਦੀ ਸਲਾਹ ਨਾਲ ਜਾਂਚ ਕਰਵਾਓ। ਜਾਂਚ ਪਾਜੀਟਿਵ ਆਵੇ ਤਾਂ ਲੋੜ ਪੈਣ ਤੇ ਪੂਰਾ ਇਲਾਜ ਕਰਵਾਓ। ਇਸ ਇਲਾਜ ਨਾਲ ਨਾ ਸਿਰਫ ਤੁਹਾਡੀ ਸਗੋਂ ਬੱਚੇ ਦੀ ਸਿਹਤ ਵੀ ਸੁਰੱਖਿਅਤ ਰਹੇਗੀ।

# ਜਣੇਪੇ- ਸਬੰਧੀ ਪੂਰੀ ਜਾਣਕਾਰੀ

## ਵਿਟ੍ਰੋ ਫਰਟੀਲਾਈਜੇਸ਼ਨ

**"ਮੈਂ ਵਿਟ੍ਰੋ ਫਰਟੀਲਾਈਜੇਸ਼ਨ ਦੇ ਮਾਧਿਅਮ ਨਾਲ ਗਰਭ ਧਾਰਣ ਕੀਤਾ ਹੈ? ਮੇਰੀ ਗਰਭ ਅਵਸਥਾ ਕਿੰਨੀ ਵੱਖ ਹੋਵੇਗੀ?"**

ਬਹੁਤ-ਬਹੁਤ ਵਧਾਈ ਹੋਵੇ! ਪਰ ਜੇਕਰ ਤੁਸੀਂ ਪ੍ਰਯੋਗਸ਼ਾਲਾ ਵਿਚ ਗਰਭ ਧਾਰਣ ਕੀਤਾ ਹੈ ਤਾਂ ਇਸਦਾ ਮਤਲਬ ਇਹ ਨਹੀਂ ਹੈ ਕਿ ਤੁਹਾਡੀ ਗਰਭ ਅਵਸਥਾ ਵਿਚ ਕੋਈ ਪਰੇਸ਼ਾਨੀ ਆ ਸਕਦੀ ਹੈ। ਆਈਵੀਐਫ ਗਰਭ ਅਵਸਥਾ ਦੇ ਮਾਮਲੇ ਵਿਚ ਪਹਿਲੇ ਛੇ ਹਫਤੇ ਥੋੜ੍ਹੇ ਵੱਖਰੇ ਹੁੰਦੇ ਹਨ। ਤੁਹਾਨੂੰ ਕੁਝ ਵੀ ਪੱਕਾ ਪਤਾ ਨਹੀਂ ਹੁੰਦਾ। ਜੇਕਰ ਤੁਹਾਡਾ ਪਹਿਲਾਂ ਮਿਸਕੈਰਿਜ ਹੋ ਚੁੱਕਾ ਹੋਵੇ ਤਾਂ ਇੰਟਰਕੋਰਸ ਅਤੇ ਦੂਜੀਆਂ ਸਰੀਰਕ ਗਤੀਵਿਧੀਆਂ ਦੀ ਮਨਾਹੀ ਹੋ ਸਕਦੀ ਹੈ। ਇਸਦੇ ਨਾਲ ਹੀ ਗਰਭ ਅਵਸਥਾ ਤੋਂ ਪਹਿਲੇ ਦੋ ਮਹੀਨੇ ਵਿਚ ਪ੍ਰੋਜੇਸਟੇਰਾਨ ਵੀ ਦਿੱਤਾ ਜਾ ਸਕਦਾ ਹੈ।

ਇਕ ਵਾਰ ਇਹ ਸਮਾਂ ਬੀਤ ਜਾਵੇ ਤਾਂ ਤੁਹਾਨੂੰ ਯਕੀਨ ਹੋ ਜਾਵੇਗਾ ਕਿ ਤੁਹਾਡੀ ਗਰਭ ਅਵਸਥਾ ਵੀ ਸਧਾਰਣ ਹੋਵੇਗੀ ਬਸ਼ਰਤੇ ਤੁਸੀਂ ਇਕ ਤੋਂ ਜ਼ਿਆਦਾ ਭਰੂਣ ਵਿਕਸਿਤ ਨਾ ਕਰ ਰਹੇ ਹੋਵੋ। 30 ਪ੍ਰਤੀਸ਼ਤ ਤੋਂ ਜ਼ਿਆਦਾ ਆਈਵੀਐਫ ਮਾਤਾਵਾਂ ਨਾਲ ਅਜਿਹਾ ਹੀ ਹੁੰਦਾ ਹੈ। ਇਸੇ ਪੁਸਤਕ ਵਿਚ ਅੱਗੇ ਇਸਦੇ ਬਾਰੇ ਵਿਚ ਵਿਸਥਾਰ ਨਾਲ ਦੱਸਿਆ ਗਿਆ ਹੈ।

## ਦੂਜੀ ਗਰਭ ਅਵਸਥਾ

**"ਇਹ ਮੇਰੀ ਦੂਜੀ ਗਰਭ ਅਵਸਥਾ ਹੈ। ਇਹ ਪਹਿਲੀ ਤੋਂ ਕਿੰਨੀ ਵੱਖ ਹੋ ਸਕਦੀ ਹੈ।"**

ਕੋਈ ਵੀ ਦੋ ਗਰਭ ਅਵਸਥਾਵਾਂ ਹਮੇਸ਼ਾਂ ਇਕੋ ਜਿਹੀਆਂ ਨਹੀਂ ਹੁੰਦੀਆਂ। ਅਸੀਂ ਇਹ ਵੀ ਨਹੀਂ ਕਹਿ ਸਕਦੇ ਕਿ ਤੁਹਾਡ ਨੌਂ ਮਹੀਨੇ ਸ਼ੁਰੂ ਤੋਂ ਅਖੀਰ ਤੱਕ ਕਿੰਨੇ ਵੱਖ ਹੋਣਗੇ। ਹਾਲਾਂਕਿ ਕੁਝ ਸਧਾਰਣ

ਗੱਲਾਂ ਦਾ ਜ਼ਿਕਰ ਕੀਤਾ ਜਾ ਸਕਦਾ ਹੈ ਪਰ ਉਹ ਹਮੇਸ਼ਾਂ ਸੱਚ ਨਹੀਂ ਹੁੰਦੀਆਂ।

- ਤੁਹਾਨੂੰ ਪਹਿਲਾਂ ਦੇ ਮੁਕਾਬਲੇ ਗਰਭ ਅਵਸਥਾ ਦਾ ਛੇਤੀ ਅੰਦਾਜ਼ਾ ਹੋ ਜਾਵੇਗਾ। ਆਮ ਤੌਰ ਤੇ ਦੂਜੀ ਵਾਰ ਵਿਚ ਗਰਭ ਅਵਸਥਾ ਦੇ ਲੱਛਣ ਪਹਿਚਾਨਣੇ ਸੌਖੇ ਹੁੰਦੇ ਹਨ। ਹਾਲਾਂਕਿ ਉਹ ਪਹਿਲਾਂ ਤੋਂ ਕਾਫੀ ਘਟੇ ਹੋਏ ਹੋਣਗੇ। ਸਵੇਰੇ-ਸਵੇਰੇ ਜ਼ਿਆਦਾ ਜੀਅ ਨਹੀਂ ਖਰਾਬ ਹੋਏਗਾ ਪਾਚਣ ਦੀ ਗੜਬੜ ਵੀ ਜ਼ਿਆਦਾ ਨਹੀਂ ਹੋਵੇਗੀ। ਤੁਹਾਨੂੰ ਥਕਾਵਟ ਜ਼ਿਆਦਾ ਮਹਿਸੂਸ ਹੋਵੇਗੀ ਕਿਉਂਕਿ ਪਹਿਲੀ ਗਰਭ ਅਵਸਥਾ ਦੇ ਮੁਕਾਬਲੇ ਇਸ ਵਾਰ ਦਿਨ ਵਿਚ ਅਰਾਮ ਕਰਨ ਜਾਂ ਝਪਕੀ ਲੈਣ ਦਾ ਸਮਾਂ ਘੱਟ ਹੀ ਮਿਲੇਗਾ।

  ਖਾਣ ਵਿਚ ਘੱਟ ਦਿਲਚਸਪੀ ਜਾਂ ਕੋਈ ਖਾਸ ਖਾਣ ਦੀ ਇੱਛਾ ਵਰਗੇ ਲੱਛਣ, ਦੂਜੀ ਅਤੇ ਬਾਅਦ ਦੀ ਗਰਭ ਅਵਸਥਾ ਵਿਚ ਜ਼ਿਆਦਾ ਦਿਖਾਈ ਨਹੀਂ ਦਿੰਦੇ। ਛਾਤੀ ਵਿਚ ਜ਼ਿਆਦਾ ਬਦਲਾਓ ਨਹੀਂਆਉਂਦਾ। ਸੰਵੇਦਨਸ਼ੀਲਤਾ ਅਤੇ ਚਿੰਤਾ ਵੀ ਪਹਿਲਾਂ ਵਰਗੀ ਨਹੀਂ ਹੁੰਦੀ। ਜਣੇਪੇ ਵਿਚ ਜ਼ਿਆਦਾ ਤਕਲੀਫ ਵੀ ਨਹੀਂ ਹੁੰਦੀ।
- ਤੁਸੀਂ ਛੇਤੀ ਹੀ ਗਰਭਵਤੀ ਦਿਸਣ ਲੱਗੋਗੇ, ਮਤਲਬ ਉਭਾਰ ਸਾਫ ਦਿਖਾਈ ਦੇਵੇਗਾ। ਤੁਹਾਨੂੰ ਖੁਦ ਪਤਾ ਲੱਗੇਗਾ ਇਹ ਗਰਭ ਅਵਸਥਾ, ਪਹਿਲੀ ਦੇ ਮੁਕਾਬਲੇ ਥੋੜ੍ਹੀ ਵੱਖਰੀ ਹੈ। ਤੁਹਾਡੇ ਪੇਟ ਦਾ ਉਭਾਰ ਪਹਿਲਾਂ ਤੋਂ ਵੱਡਾ ਹੋਵੇਗਾ ਕਿਉਂਕਿ ਇਹ ਬੱਚਾ, ਪਹਿਲੇ ਬੱਚੇ ਦੇ ਮੁਕਾਬਲੇ ਵੱਡਾ ਹੋਵੇਗਾ। ਪੇਟ, ਕਮਰ ਦਰਦ ਅਤੇ ਗਰਭ ਅਵਸਥਾ ਦੀਆਂ ਬਾਕੀ ਤਕਲੀਫਾਂ ਵੀ ਪਹਿਲਾਂ ਤੋਂ ਘੱਟ ਹੋਣਗੀਆਂ।
- ਤੁਹਾਨੂੰ ਬੱਚੇ ਦੀ ਹਲਚੱਲ, ਪਹਿਲਾਂ ਦੇ ਮੁਕਾਬਲੇ ਛੇਤੀ ਸੁਣਾਈ ਦੇਵੇਗੀ। ਮਾਸਪੇਸ਼ੀਆਂ ਦੇ ਢਿੱਲੇ ਪਣ ਕਾਰਨ ਅਜਿਹਾ ਹੋਵੇਗਾ। ਤੁਸੀਂ ਅਸਾਨੀ ਨਾਲ ਇਸਨੂੰ ਮਹਿਸੂਸ ਕਰ ਸਕੋਗੇ। ਹੋ ਸਕਦਾ ਹੈ ਕਿ ਤੁਸੀਂ ਪਹਿਲੀ ਗਰਭ ਅਵਸਥਾ ਵਿਚ ਇਨ੍ਹਾਂ ਹਲਚਲਾਂ ਨੂੰ ਸਹੀ ਤਰੀਕੇ ਨਾਲ ਮਹਿਸੂਸ ਨਾ ਕਰ ਸਕੇ ਹੋਵੋ।
- ਤੁਹਾਡੇ ਵਿਚ ਪਹਿਲਾਂ ਜਿੰਨੀ ਉਤੇਜਨਾ ਨਹੀਂ ਹੋਵੇਗੀ। ਹਾਲਾਂਕਿ ਦਿਲ ਵਿਚ ਰੋਮਾਂਸ ਤਾਂ ਹੋਵੇਗਾ, ਪਰ ਹਰ ਰਾਹਗੀਰ ਨੂੰ ਇਹ ਖੁਸ਼ਖਬਰੀ ਸੁਨਾਉਣ ਦੀ ਉਮੀਦ ਨਹੀਂ ਹੋਵੇਗੀ। ਇਹ ਇਕ ਸਧਾਰਣ ਪ੍ਰਤਿਕ੍ਰਿਆ ਹੈ, ਇਸ ਨਾਲ ਦੂਜੇ ਬੱਚੇ ਲਈ ਪਿਆਰ ਵਿਚ ਕੋਈ ਕਮੀ ਨਹੀਂ ਆਵੇਗੀ। ਯਾਦ ਰੱਖੋ ਕਿ ਹੁਣ ਤੁਸੀਂ ਪਹਿਲੇ ਬੱਚੇ ਨਾਲ ਵੀ ਸਰੀਰਕ ਰੂਪ ਨਾਲ ਜੁੜੇ ਹੋਏ ਹੋ।
- ਜਣੇਪਾ- ਪਹਿਲਾਂ ਤੋਂ ਕਿਤੇ ਸੌਖਾ ਹੋ ਸਕੇਗਾ। ਪਹਿਲੇ ਬੱਚੇ ਦੇ ਜਨਮ ਸਮੇਂ ਉਹ ਮਾਸਪੇਸ਼ੀਆਂ ਢਿੱਲੀਆਂ ਪੈ ਗਈਆਂ ਹੋਣਗੀਆਂ ਇਸ ਲਈ ਦੂਜੇ ਬੱਚੇ ਦੇ ਜਨਮ ਵਿਚ ਜ਼ਿਆਦਾ ਸਮਾਂ ਨਹੀਂ ਲੱਗੇਗਾ। ਜਣੇਪਾ ਪੀੜ ਅਤੇ ਜਣੇਪੇ ਦਾ ਹਰ ਚਰਣ ਛੋਟਾ ਹੋਵੇਗਾ ਅਤੇ ਬੱਚੇ ਨੂੰ ਬਾਹਰ ਧੱਕਣ ਵਿਚ ਵੀ ਜ਼ਿਆਦਾ ਸਮਾਂ ਨਹੀਂ ਲੱਗੇਗਾ।

ਤੁਹਾਨੂੰ ਬਹੁਤ ਹੀ ਵਧੀਆ ਤਰੀਕੇ ਨਾਲ ਪਹਿਲੇ ਬੱਚੇ ਨੂੰ ਦੂਜੇ ਮਹਿਮਾਨ ਦੇ ਆਉਣ ਦੀ ਸੂਚਨਾ ਦੇਣੀ ਪਵੇਗੀ। ਇਸ ਲਈ ਤੁਹਾਨੂੰ ਸੋਚ-ਸਮਝ ਕੇ ਉਚਿਤ ਸ਼ਬਦਾਂ ਦੀ ਚੋਣ ਕਰਨੀ ਪਵੇਗੀ, ਤਾਂ ਕਿ ਉਹ ਬੱਚਾ ਵੀ ਨਵੇਂ ਭਰਾ-ਭੈਣ ਦੇ ਸੁਆਗਤ ਲਈ ਮਾਨਸਿਕ ਰੂਪ ਨਾਲ ਤਿਆਰ ਹੋ ਸਕੇ।

**"ਮੇਰਾ ਪਹਿਲਾ ਬੱਚਾ ਤੰਦਰੁਸਤ ਸੀ। ਹੁਣ ਮੈਂ ਫਿਰ ਤੋਂ ਗਰਭਵਤੀ ਹਾਂ। ਕੀ ਇਸ ਵਾਰ ਵੀ ਮੈਂ ਇੰਨੀ ਹੀ ਕਿਸਮਤ ਵਾਲੀ ਹੋਵਾਂਗੀ?"**

ਜੀ ਹਾਂ! ਇਸ ਵਾਰ ਵੀ ਤੁਹਾਡਾ ਬੇਬੀ ਜੈਕਪਾਟ ਲੱਗਣ ਵਾਲਾ ਹੈ। ਸਭ ਤੋਂ ਚੰਗੀ ਗੱਲ ਤਾਂ ਇਹ ਹੈ ਕਿ ਇਸ ਵਾਰ ਤਾਂ ਪਹਿਲਾਂ ਦੇ ਮੁਕਾਬਲੇ ਕਈ ਖਤਰੇ ਘੱਟ ਹੋਣਗੇ ਅਤੇ ਤੁਸੀਂ ਜ਼ਿਆਦਾ ਚੰਗਾ ਡਾਕਟਰੀ ਇਲਾਜ, ਭੋਜਨ, ਕਸਰਤ ਅਤੇ ਜੀਵਨ ਸ਼ੈਲੀ ਦੇ ਸਹਾਰੇ ਬੱਚੇ ਨੂੰ ਜਨਮ ਦੇ ਸਕੋਗੇ।

## ਜਣੇਪੇ ਸੰਬੰਧੀ ਇਤਿਹਾਸ ਦਾ ਦੁਹਰਾਓ

**"ਮੇਰਾ ਪਹਿਲਾ ਜਣੇਪਾ ਜ਼ਿਆਦਾ ਅਰਾਮਦਾਇਕ ਨਹੀਂ ਰਿਹਾ। ਮੈਂ ਸਾਰੇ ਤਕਲੀਫ ਦੇਣ ਵਾਲੇ ਲੱਛਣ ਸਹੇ ਹਨ। ਕੀ ਇਸ ਵਾਰ ਵੀ ਇਹੀ ਸਭ ਕੁਝ ਹੋਣ ਵਾਲਾ ਹੈ?"**

ਹਾਲਾਂਕਿ ਪਹਿਲੇ ਜਣੇਪੇ ਤੋਂ ਹੀ ਆਉਣ ਵਾਲੇ ਜਣੇਪਿਆਂ ਦੀ ਸੂਚਨਾ ਮਿਲ ਜਾਂਦੀ ਹੈ ਇਸ ਲਈ ਹੋ ਸਕਦਾ ਹੈ ਕਿ ਤੁਹਾਨੂੰ ਪਹਿਲਾਂ ਵਾਲੀਆਂ ਹੀ ਕੁਝ ਤਕਲੀਫਾਂ ਦਾ ਸਾਹਮਣਾ ਦੁਬਾਰਾ ਕਰਨਾ ਪਵੇ ਪਰ ਕੁਝ ਬਦਲਾਅ ਵੀ ਆ ਸਕਦੇ ਹਨ ਕਿਉਂਕਿ ਸਾਰੀਆਂ ਗਰਭ ਅਵਸਥਾਵਾਂ ਇਕੋ ਜਿਹੀਆਂ ਨਹੀਂ ਹੁੰਦੀਆਂ ਜਿਵੇਂ ਪਹਿਲੀ ਗਰਭ ਅਵਸਥਾ ਵਿਚ ਜੀਅ ਖਰਾਬ ਹੋਣਾ ਅਤੇ ਖਾਣ ਵਿਚ ਘੱਟ ਦਿਲਚਸਪੀ ਸੀ

ਤਾਂ ਇਸ ਵਾਰ ਵੀ ਅਜਿਹਾ ਨਹੀਂ ਹੋਵੇਗਾ। ਤੁਹਾਡੇ ਜੈਨੇਟਿਕ ਅਨੁਭਵਾਂ ਤੋਂ ਵੀ ਅੰਦਾਜ਼ਾ ਲਗਾਇਆ ਜਾ ਸਕਦਾ ਹੈ ਕਿ ਇਹ ਗਰਭ ਅਵਸਥਾ ਕਿੰਨੀ ਤਕਲੀਫ ਵਾਲੀ ਜਾਂ ਅਰਾਮਦਾਇਕ ਹੋਵੇਗੀ। ਇਸ ਵਿਚ ਕੁਝ ਅਜਿਹੇ ਕਾਰਨ ਵੀ ਸ਼ਾਮਲ ਹਨ, ਜਿਨ੍ਹਾਂ ਤੇ ਤੁਸੀਂ ਖੁਦ ਕਾਬੂ ਪਾ ਸਕਦੇ ਹੋ। ਉਹ ਹਨ :-

**ਸਧਾਰਣ ਸਿਹਤ** :- ਜੇਕਰ ਤੁਸੀਂ ਪੂਰੀ ਤਰ੍ਹਾਂ ਤੰਦਰੁਸਤ ਹੋਵੋਗੇ ਤਾਂ ਗਰਭ ਅਵਸਥਾ ਬਹੁਤ ਅਰਾਮਦਾਇਕ ਹੋ ਜਾਵੇਗੀ ਇਸ ਲਈ ਆਪਣੀ ਸਿਹਤ ਤੇ ਪੂਰਾ ਧਿਆਨ ਦਿਓ।

**ਭਾਰ** : - ਜੇਕਰ ਤੁਸੀਂ ਡਾਕਟਰ ਦੀ ਸਲਾਹ ਅਨੁਸਾਰ ਹੌਲੀ-ਹੌਲੀ ਭਾਰ ਵਧਾਓਗੇ ਜਾਂ ਫਾਲਤੂ ਭਾਰ ਘਟਾਓਗੇ ਤਾਂ ਵੈਰੀਕੋਜ਼ ਵੇਨਸ, ਸਟ੍ਰੈਚ ਮਾਰਕ, ਕਮਰ ਵਿਚ ਦਰਦ, ਥਕਾਵਟ, ਅਣਪਚ ਅਤੇ ਸਾਹ ਵਿਚ ਤਕਲਫੀ ਵਰਗੀਆਂ ਸਾਰੀਆਂ ਪਰੇਸ਼ਾਨੀਆਂ ਤੋਂ ਛੁਟਕਾਰਾ ਪਾ ਸਕਦੇ ਹੋ।

**ਭੋਜਨ** :- ਗਰਭਵਤੀ ਇਸਤਰੀ ਜਿੰਨਾ ਚੰਗਾ ਭੋਜਨ ਲਵੇਗੀ, ਇਕ ਤੰਦਰੁਸਤ ਬੱਚੇ ਦੇ ਜਨਮ ਦੀ ਸੰਭਾਵਨਾ ਵੱਧਦੀ ਜਾਵੇਗੀ, ਨਾਲ ਹੀ ਗਰਭ ਅਵਸਥਾ ਵੀ ਬਹੁਤ ਅਰਾਮਦਾਇਕ ਰਹੇਗੀ। ਇਸ ਨਾਲ ਨਾ ਸਿਰਫ ਉਲਟੀ ਜੀਅ ਖਰਾਬ ਹੋਣ ਵਰਗੀਆਂ ਤਕਲੀਫਾਂ ਤੋਂ ਛੁਟਕਾਰਾ ਮਿਲੇਗਾ ਸਗੋਂ ਥਕਾਵਟ, ਕਬਜ, ਯੋਨੀ ਇਨਫੈਕਸ਼ਨ, ਅਨੀਮੀਆ ਅਤੇ ਸਿਰ ਦਰਦ ਆਦਿ ਤੋਂ ਵੀ ਅਰਾਮ ਮਿਲੇਗਾ। ਜੇਕਰ ਗਰਭ ਅਵਸਥਾ ਦੌਰਾਨ ਕੋਈ ਪਰੇਸ਼ਾਨੀ ਹੋ ਵੀ ਗਈ, ਤਾਂ ਵੀ ਤੰਦਰੁਸਤ ਬੱਚੇ ਦੇ ਜਨਮ ਦੀ ਸੰਭਾਵਨਾ ਬਣੀ ਰਹੇਗੀ।

**ਤੰਦਰੁਸਤੀ (ਫਿਟਨੈਸ)**:- ਤੁਹਾਨੂੰ ਪੂਰੀ ਤਰ੍ਹਾਂ ਨਾਲ ਤੰਦਰੁਸਤ ਰਹਿਣ ਲਈ ਤੰਦਰੁਸਤੀ ਤੇ ਵੀ ਪੂਰਾ ਧਿਆਨ ਦੇਣਾ ਪਵੇਗਾ। ਦੂਜੀਆਂ ਅਤੇ ਉਸਤੋਂ ਬਾਅਦ ਵਾਲੀਆਂ ਗਰਭ ਅਵਸਥਾਵਾਂ ਵਿਚ ਕਸਰਤ ਬਹੁਤ ਮਹੱਤਵ ਰੱਖਦੀ ਹੈ ਕਿਉਂਕਿ ਇਸ ਨਾਲ ਪੇਟ ਦੇ ਹੇਠਲੇ ਹਿੱਸੇ ਦੀਆਂ ਮਾਸਪੇਸ਼ੀਆਂ ਦੀ ਲੋਚ ਵੱਧਦੀ ਹੈ। ਕਈ ਤਰ੍ਹਾਂ ਦੇ ਦਰਦ ਅਤੇ ਖਾਸ ਤੌਰ ਤੇ ਕਮਰ ਦੇ ਦਰਦ ਵਿਚ ਅਰਾਮ ਮਿਲਦਾ ਹੈ।

**ਜੀਵਨ ਸ਼ੈਲੀ ਵਿਚ ਬਦਲਾਓ** :- ਆਪਾ ਧਾਪੀ ਨਾਲ ਭਰੀ ਜੀਵਨ ਸ਼ੈਲੀ ਵਿਚ ਤੁਹਾਨੂੰ ਗਰਭ ਅਵਸਥਾ ਦੇ ਤਕਲੀਫਦਾਇਕ ਲੱਛਣਾਂ ਦਾ ਸਾਹਮਣਾ ਕਰਨਾ ਪੈ ਸਕਦਾ ਹੈ ਜਿਵੇਂ ਜੀ ਖਰਾਬ ਹੋਣਾ, ਥਕਾਵਟ, ਸਿਰ ਦਰਦ, ਨਾ ਪਚਣਾ ਆਦਿ। ਕੰਮ ਜ਼ਿਆਦਾ ਹੋਵੇ ਤਾਂ ਕਿਸੇ ਦੀ ਮਦਦ ਲਓ। ਤਨਾਓ ਜ਼ਿਆਦਾ ਹੋਣ ਲੱਗੇ ਤਾਂ ਥੋੜ੍ਹੀ ਦੇਰ ਕੰਮ ਛੱਡ ਦਿਓ ਜਾਂ ਯੋਗ ਅਤੇ ਅਰਾਮ ਦੀਆਂ ਤਕਨੀਕਾਂ ਅਪਣਾ ਕੇ ਮਨ ਨੂੰ ਸ਼ਾਂਤ ਕਰੋ। ਇਸ ਤਰ੍ਹਾਂ ਤੁਸੀਂ ਪਹਿਲਾਂ ਤੋਂ ਵਧੀਆ ਮਹਿਸੂਸ ਕਰੋਗੇ।

**ਦੂਜੇ ਬੱਚੇ** :- ਕਈ ਗਰਭਵਤੀ ਔਰਤਾਂ, ਘਰ ਵਿਚ ਦੂਜੇ ਬੱਚਿਆਂ ਨਾਲ ਏਨੀਆਂ ਰੁੱਝੀਆਂ ਰਹਿੰਦੀਆਂ ਹਨ ਕਿ ਉਨ੍ਹਾਂ ਨੂੰ ਆਪਣੀ ਗਰਭ ਅਵਸਥਾ ਨਾਲ ਜੁੜੀਆਂ ਤਕਲੀਫਾਂ ਦਾ ਅਹਿਸਾਸ ਹੀ ਨਹੀਂ ਹੁੰਦਾ। ਕੁਝ ਔਰਤਾਂ ਨੂੰ ਇਸ ਭੱਜ ਦੌੜ ਵਿਚਕਾਰ ਕਈ ਬੁਰੇ ਲੱਛਣਾਂ ਦਾ ਸਾਹਮਣਾ ਕਰਨਾ ਪੈਂਦਾ ਹੈ ਜਿਵੇਂ ਬੱਚਿਆਂ ਨੂੰ ਸਵੇਰੇ ਸਕੂਲ ਭੇਜਣ ਜਾਂ ਰਾਤ ਦੇ ਖਾਣੇ ਦੇ ਸਮੇਂ ਦੀ ਭੱਜ ਦੌੜ ਦੇ ਤਨਾਓ ਨਾਲ ਵੀ ਜੀ ਖਰਾਬ ਹੋਣ ਅਤੇ ਥਕਾਵਟ ਦੀ ਸ਼ਿਕਾਇਤ ਵੱਧ ਜਾਂਦੀ ਹੈ। ਕਮਰ ਵਿਚ ਦਰਦ ਰਹਿਣ ਲੱਗਦਾ ਹੈ। ਸਹੀ ਸਮੇਂ ਤੇ ਟੱਟੀ ਨਾ ਕਰਨ ਨਾਲ ਕਬਜ ਰਹਿਣ ਲੱਗਦੀ ਹੈ। ਬੱਚਿਆਂ ਦੇ ਸਰਦੀ-ਜ਼ੁਕਾਮ ਅਤੇ ਖਾਸੀ ਦੇ ਕੀਟਾਣੂਆਂ ਨਾਲ ਇਨਫੈਕਸ਼ਨ ਵੀ ਹੋ ਸਕਦੀ ਹੈ।

ਅਜਿਹਾ ਤਾਂ ਨਹੀਂ ਹੋ ਸਕਦਾ ਕਿ ਤੁਸੀਂ ਆਪਣੀ ਗਰਭ ਅਵਸਥਾ ਕਾਰਣ ਵੱਡੇ ਬੱਚੇ/ਬੱਚਿਆਂ ਨੂੰ ਆਪਣੇ ਤੋਂ ਦੂਰ ਕਰ ਦਿਓ (ਨਾ ਹੀ ਤੁਹਾਨੂੰ ਪਹਿਲੀ ਗਰਭ ਅਵਸਥਾ ਵਾਲੀ ਦੇਖ ਭਾਲ ਅਤੇ ਪਿਆਰ ਮਿਲ ਸਕਦਾ ਹੈ) ਤੁਹਾਡੇ ਲਈ ਖੁਦ ਆਪਣੀ ਦੇ ਖਭਾਲ ਕਾਫੀ ਹੋਵੇਗੀ। ਬੱਚੇ ਨੂੰ ਸੁਆਉਂਦੇ ਸਮੇਂ ਖੁਦ ਵੀ ਝਪਕੀ ਲੈ ਲਓ, ਆਪਣੇ ਖਾਣ-ਪੀਣ ਦਾ ਧਿਆਨ ਰੱਖੋ ਅਤੇ ਅਜਿਹੇ ਕੰਮ ਨਾ ਕਰੋ ਜਿਨ੍ਹਾਂ ਨਾਲ ਗਰਭ ਅਵਸਥਾ ਵਿਚ ਕੋਈ ਪਰੇਸ਼ਾਨੀ ਪੈਦਾ ਹੋ ਜਾਵੇ ਜਾਂ ਉਸ ਨਾਲ ਕਸ਼ਟ ਵੱਧ ਜਾਣ।

### "ਮੈਂ ਪਹਿਲੀ ਗਰਭ ਅਵਸਥਾ ਵਿਚ ਕੁਝ ਮੁਸ਼ਕਲਾਂ ਭੁਗਤ ਚੁੱਕੀ ਹਾਂ। ਕੀ ਇਸ ਵਾਰ ਵੀ ਅਜਿਹਾ ਹੀ ਹੋਵੇਗਾ?"

ਇਕ ਔਖੀ ਗਰਭ ਅਵਸਥਾ ਦਾ ਮਤਲਬ ਇਹ ਨਹੀਂ ਹੁੰਦਾ ਕਿ ਦੂਸਰੀ ਵੀ ਉਹੋ ਜਿਹੀ ਹੀ ਹੋਵੇਗੀ। ਹਾਲਾਂਕਿ ਇਨ੍ਹਾਂ ਵਿਚੋਂ ਕੁਝ ਔਖਿਆਈਆਂ ਦੁਬਾਰਾ ਸਾਹਮਣੇ ਆ ਸਕਦੀਆਂ ਹਨ ਪਰ ਸਭ ਲਈ ਅਜਿਹਾ ਨਹੀਂ ਕਹਿ ਸਕਦੇ। ਇਨ੍ਹਾਂ ਵਿਚੋਂ ਕਈ ਅਜਿਹੀਆਂ ਹੋਣਗੀਆਂ, ਜਿਹੜੀਆਂ ਸਿਰਫ ਇਕੋ ਵਾਰ ਹੋਣ, ਜਿਵੇਂ ਕੋਈ ਇਨਫੈਕਸ਼ਨ ਜਾਂ ਫੇਰ ਦੁਰਘਟਨਾ। ਜੇ ਕਰ ਉਹ ਮੁਸ਼ਕਲਾਂ ਜੀਵਨ ਸ਼ੈਲੀ ਦੇ ਕਾਰਣ ਸਨ

ਤਾਂ ਸ਼ਾਇਦ ਜੀਵਨ ਸ਼ੈਲੀ ਵਿਚ ਬਦਲਾਓ ਤੋਂ ਬਾਅਦ ਉਹ ਸਾਹਮਣੇ ਨਾ ਆਉਣ (ਜਿਵੇਂ ਤੰਬਾਕੂ, ਸ਼ਰਾਬ, ਨਸ਼ੀਲੇ ਪਦਾਰਥ ਜਾਂ ਕੋਈ ਵਾਤਾਵਰਣ ਸਬੰਧੀ ਕਾਰਣ)। ਹੋ ਸਕਦਾ ਹੈ ਕਿ ਤੁਸੀਂ ਇਸ ਵਾਰ ਬਹੁਤ ਡਾਕਟਰੀ ਦੇਖਭਾਲ ਲਓ, ਜਿਹੜੀ ਸ਼ਾਇਦ ਪਹਿਲਾਂ ਨਹੀਂ ਲੈ ਸਕੇ ਸੀ। ਜੇਕਰ ਕੋਈ ਕ੍ਰਾਨਿਕ ਰੋਗ ਕਾਰਣ ਮੁਸ਼ਕਲਾਂ ਆਈਆਂ ਸਨ ਜਿਨ੍ਹਾਂ ਦਾ ਸ਼ਾਇਦ ਤੁਸੀਂ ਹੁਣ ਗਰਭ ਧਾਰਣ ਤੋਂ ਪਹਿਲਾਂ ਹੀ ਉਨ੍ਹਾਂ ਦਾ ਇਲਾਜ ਕਰਵਾ ਲਿਆ ਹੋਵੇਗਾ; ਜਿਵੇਂ ਸ਼ੂਗਰ ਜਾਂ ਬਲੱਡ ਪ੍ਰੈਸ਼ਰ। ਉਨ੍ਹਾਂ ਸਾਰੀਆਂ ਮੁਸ਼ਕਲਾਂ ਨੂੰ ਧਿਆਨ ਵਿਚ ਰੱਖਦੇ ਹੋਏ ਹੀ ਡਾਕਟਰ ਇਸ ਵਾਰ ਪਹਿਲਾਂ ਹੀ ਸੰਭਲ ਗਏ ਹੋਣਗੇ ਅਤੇ ਤੁਹਾਡੀ ਪੂਰੀ ਦੇਖਭਾਲ ਕੀਤੀ ਜਾ ਰਹੀ ਹੋਵੇਗੀ। ਕਾਰਣ ਭਾਵੇਂ ਕੋਈ ਵੀ ਕਿਉਂ ਨਾ ਹੋਵੇ, ਜ਼ਰੂਰੀ ਸਾਵਧਾਨੀ ਅਤੇ ਦੇਖਭਾਲ ਦੇ ਸਹਾਰੇ ਤੰਦਰੁਸਤ ਬੱਚੇ ਦੇ ਜਨਮ ਦੀ ਗਰੰਟੀ ਦਿੱਤੀ ਜਾ ਸਕਦੀ ਹੈ।

## ਬਹੁਤ ਛੇਤੀ ਦੂਜੀ ਗਰਭ ਅਵਸਥਾ ਹੋਣਾ

**"ਮੈਂ ਪਹਿਲੇ ਬੱਚੇ ਨੂੰ ਜਨਮ ਦੇਣ ਤੋਂ 10 ਹਫਤੇ ਬਾਅਦ ਹੀ ਦੁਬਾਰਾ ਗਰਭਵਤੀ ਹੋ ਗਈ। ਇਸ ਨਾਲ ਮੇਰੇ ਅਤੇ ਬੱਚੇਦਾਨੀ ਵਿਚ ਮੇਰੇ ਬੱਚੇ ਦੀ ਸਿਹਤ ਤੇ ਕੀ ਅਸਰ ਪੈ ਸਕਦਾ ਹੈ?"**

ਇਕ ਬੱਚੇ ਦੇ ਜਨਮ ਤੋਂ ਬਾਅਦ ਅਚਾਨਕ ਦੁਬਾਰਾ ਗਰਭਵਤੀ ਹੋਣਾ, ਇਹ ਘਟਨਾ ਬਹੁਤ ਤਨਾਓਪੂਰਣ ਹੋ ਸਕਦੀ ਹੈ ਕਿਉਂਕਿ ਤੁਸੀਂ ਇਸ ਲਈ ਮਾਨਸਿਕ ਰੂਪ ਨਾਲ ਤਿਆਰ ਨਹੀਂ ਸੀ। ਸਭ ਤੋਂ ਪਹਿਲਾਂ ਤਾਂ ਆਪਣਾ ਮਨ ਸ਼ਾਂਤ ਕਰੋ। ਹਾਲਾਂਕਿ ਇਕ ਤੋਂ ਬਾਅਦ ਦੂਜੀ ਗਰਭ ਅਵਸਥਾ ਮਾਂ ਦੀ ਸਿਹਤ ਤੇ ਬਹੁਤ ਅਸਰ ਪਾਉਂਦੀ ਹੈ ਪਰ ਫਿਰ ਵੀ ਤੁਸੀਂ ਕੁਝ ਗੱਲਾਂ ਦਾ ਧਿਆਨ ਰੱਖ ਕੇ ਇਸ ਚੁਣੌਤੀ ਦਾ ਸਾਹਮਣਾ ਕਰ ਸਕਦੇ ਹੋ।

- ਗਰਭ ਅਵਸਥਾ ਦਾ ਪਤਾ ਲੱਗਦੇ ਹੀ ਜਣੇਪੇ ਸਬੰਧੀ ਦੇਖਭਾਲ ਸ਼ੁਰੂ ਕਰ ਦਿਓ।
- ਆਪਣੇ ਖਾਣ ਪੀਣ ਦੀਆਂ ਆਦਤਾਂ ਵਿਚ ਬਦਲਾਓ ਲਿਆਓ। ਜੇਕਰ ਤੁਸੀਂ ਪਹਿਲੇ ਬੱਚੇ ਨੂੰ ਦੁੱਧ ਵੀ ਪਿਆ ਰਹੇ ਹੋ ਤਾਂ ਸ਼ਾਇਦ ਹੁਣ ਤੁਹਾਡੇ ਸਰੀਰ ਨੂੰ ਜ਼ਰੂਰੀ ਪੋਸ਼ਣ ਨਹੀਂ ਮਿਲ ਸਕਿਆ ਹੋਵੇਗਾ। ਤੁਹਾਨੂੰ ਆਪਣੇ ਅਤੇ ਗਰਭ ਵਿਚ ਪਲ ਰਹੇ ਬੱਚੇ ਲਈ ਪੋਸ਼ਣ ਦੀ ਭਰਪੂਰ ਮਾਤਰਾ ਲੈਣੀ ਪਵੇਗੀ। ਡਾਕਟਰ ਦੀ ਸਲਾਹ ਨਾਲ ਪ੍ਰੋਟੀਨ, ਆਇਰਨ ਅਤੇ ਦੂਜੇ ਵਿਟਾਮਿਨਾਂ ਨੂੰ ਆਪਣੀ ਖੁਰਾਕ ਵਿਚ ਸ਼ਾਮਲ ਕਰੋ। ਖਾਣ ਲਈ ਪੂਰਾ ਸਮਾਂ ਕੱਢੋ। ਹਾਲਾਂਕਿ ਤੁਹਾਡਾ ਨਿੱਤਨੇਮ ਬਹੁਤ ਰੁੱਝਿਆ ਹੋਵੇਗਾ, ਪਰ ਆਪਣੇ ਲਈ ਸਮਾਂ ਤਾਂ ਕੱਢਣਾ ਹੀ ਪਵੇਗਾ।
- ਕਾਫੀ ਮਾਤਰਾ ਵਿਚ ਭਾਰ ਵਧਾਉਣਾ ਪਵੇਗਾ। ਨਵੇਂ ਭਰੂਣ ਬੱਚੇ ਨੂੰ ਵੀ ਉਹੀ ਸਭ ਕੁਝ ਚਾਹੀਦਾ ਹੈ ਜਿਹੜਾ ਤੁਹਾਡੇ ਪਹਿਲੇ ਬੱਚੇ ਲਈ ਕੀਤਾ ਸੀ। ਡਾਕਟਰ ਤੋਂ ਸਲਾਹ ਲਓ ਅਤੇ ਉਸੇ ਹਿਸਾਬ ਨਾਲ ਆਪਣਾ ਭਾਰ ਵਧਾਓ। ਉਤਮ-ਪੋਸ਼ਣ ਵਾਲੇ ਆਹਰ ਦੀ ਮੱਦਦ ਨਾਲ ਹੌਲੀ-ਹੌਲੀ ਆਪਣਾ ਭਾਰ ਵਧਾਓ। ਜੇਕਰ ਪੂਰੀ ਕੋਸ਼ਿਸ਼ ਦੇ ਬਾਵਜੂਦ ਭਾਰ ਨਾ ਵਧੇ ਤਾਂ ਆਪਣੀ ਕੈਲਰੀ ਦੀ ਮਾਤਰਾ ਤੇ ਧਿਆਨ ਦਿਓ।
- ਜੇਕਰ ਹੁਣ ਤੱਕ ਤੁਸੀਂ ਆਪਣੇ ਬੱਚੇ ਨੂੰ ਦੁੱਧ ਪਿਆ ਰਹੇ ਸੀ ਤਾਂ ਹੁਣ ਡਾਕਟਰ ਦੀ ਸਲਾਹ ਨਾਲ ਉਸ ਨੂੰ ਡੱਬੇ ਵਾਲਾ ਜਾਂ ਦੂਜਾ ਦੁੱਧ ਦੇ ਸਕਦੇ ਹੋ। ਤੁਸੀਂ ਆਪਣੇ ਛੋਟੇ ਬੱਚੇ ਅਤੇ ਗਰਭ ਵਿਚ ਪਲ ਰਹੇ ਬੱਚੇ, ਦੋਹਾਂ ਦੀ ਸਿਹਤ ਦਾ ਧਿਆਨ ਰੱਖਣਾ ਹੈ ਪਰ ਨਾਲ ਹੀ ਖੁਦ ਅਰਾਮ ਕਰਨਾ ਨਾ ਭੁੱਲੋ।
- ਹੋ ਸਕਦਾ ਹੈ ਕਿ ਤੁਹਾਡੇ ਸਰੀਰ ਨੂੰ ਦੂਜਿਆਂ ਤੋਂ ਜ਼ਿਆਦਾ ਅਰਾਮ ਦੀ ਜ਼ਰੂਰਤ ਪਵੇ। ਤੁਸੀਂ ਆਪਣਾ ਘਰ ਵੀ ਸੰਭਾਲਣਾ ਹੈ ਇਸ ਲਈ ਪਹਿਲ ਦੇ ਅਧਾਰ ਤੇ ਨਿਸ਼ਚਿਤ ਕਰੋ। ਇਹ ਜ਼ਰੂਰੀ ਨਹੀਂ ਕਿ ਹਰੇਕ ਗੈਰ ਜ਼ਰੂਰੀ ਕੰਮ ਵੀ ਤੁਸੀਂ ਹੀ ਕਰਨਾ ਹੈ। ਜਦੋਂ ਬੱਚਾ ਸੌਂ ਜਾਏ ਤਾਂ ਖੁਦ ਵੀ ਅਰਾਮ ਕਰੋ। ਰਾਤ ਨੂੰ ਪਾਪਾ ਦੀ ਡਿਊਟੀ ਲਗਾਓ ਕਿ ਉਹ ਛੋਟੇ ਨੂੰ ਬੋਤਲ ਦਾ ਦੁੱਧ ਬਣਾ ਕੇ ਪਿਆਵੇ। ਜੇਕਰ ਦੁੱਧ ਪਿਆਉਂਦੀ ਹੋਵੋ ਤਾਂ ਵੀ ਰਾਤ ਨੂੰ ਬੱਚੇ ਨੂੰ

ਖਿਡਾਉਣ ਲਈ ਪਾਪਾ ਨੂੰ ਚੁਕਾ ਸਕਦੇ ਹੋ।

- ਏਨੀ ਕਸਰਤ ਜ਼ਰੂਰ ਕਰੋ, ਜਿਸ ਨਾਲ ਤੁਹਾਨੂੰ ਥਕਾਵਟ ਮਹਿਸੂਸ ਨਾ ਹੋਵੇ। ਜੇਕਰ ਵੱਖ ਕਸਰਤ ਲਈ ਸਮਾਂ ਕੱਢਣਾ ਔਖਾ ਹੋਵੇ ਤਾਂ ਛੋਟੇ ਬੇਬੀ ਨੂੰ ਸਟਾਲਰ ਵਿਚ ਪਾ ਕੇ ਫਿਰਨ ਲਈ ਜਾਓ। ਬੇਬੀ ਨੂੰ ਕਿਸੇ ਕੋਲ ਛੱਡ ਕੇ ਕਸਰਤ ਦੀ ਜਮਾਤ ਵਿਚ ਜਾ ਸਕਦੇ ਹੋ।

- ਆਪਣੇ ਆਪ ਨੂੰ ਗਰਭ ਅਵਸਥਾ ਨਾਲ ਜੁੜੇ ਖਤਰਿਆਂ ਤੋਂ ਦੂਰ ਰੱਖੋ; ਜਿਵੇਂ ਤੰਬਾਕੂ ਜਾਂ ਸ਼ਰਾਬ ਦੀ ਵਰਤੋਂ! ਤੁਸੀਂ ਅਤੇ ਗਰਭ ਵਿਚ ਪਲ ਰਹੇ ਬੱਚੇ ਨੇ ਹਰ ਹਾਲਤ ਵਿਚ ਤਨਾਓ ਤੋਂ ਬਚਣਾ ਹੋਵੇਗਾ।

## ਇਕ ਵੱਡਾ ਪਰਿਵਾਰ

**''ਮੈਂ ਛੇਵੀਂ ਵਾਰ ਗਰਭਵਤੀ ਹੋ ਰਹੀ ਹਾਂ। ਕੀ ਇਸ ਨਾਲ ਮੇਰੇ ਬੱਚੇ ਦੀ ਸਿਹਤ ਤੇ ਭੈੜਾ ਅਸਰ ਪੈ ਸਕਦਾ ਹੈ?''**

ਜੇਕਰ ਤੁਹਾਨੂੰ ਆਪਣੇ ਹਰ ਜਣੇਪੇ ਤੋਂ ਪਹਿਲਾਂ ਪੂਰੀ ਤਰ੍ਹਾਂ ਦੇਖਭਾਲ ਅਤੇ ਡਾਕਟਰੀ ਦੇਖਭਾਲ ਮਿਲਦੀ ਰਹੀ ਹੈ ਤਾਂ ਉਮੀਦ ਹੈ ਕਿ ਇਸ ਵਾਰ ਵੀ ਤੁਹਾਨੂੰ ਤੰਦਰੁਸਤ ਬੱਚਾ ਹੀ ਪੈਦਾ ਹੋਵੇਗਾ।ਜੇਕਰ ਜੁੜਵਾ ਜਾਂ ਤਿੰਨ ਬੱਚਿਆਂ ਦੀ ਗਰਭ ਅਵਸਥਾਂ ਨਾ ਹੋਵੇ ਤਾਂ ਆਮ ਤੌਰ ਤੇ ਇਹ ਗਰਭ ਅਵਸਥਾ ਵੀ ਪਹਿਲਾਂ ਵਾਂਗ ਸੁਰੱਖਿਅਤ ਰਹੇਗੀ।

ਇਸ ਗਰਭ ਅਵਸਥਾ ਦਾ ਪੂਰਾ ਅਨੰਦ ਲਓ ਪਰ ਨਾਲ ਹੀ ਹੇਠ ਲਿਖੀਆਂ ਗੱਲਾਂ ਦਾ ਧਿਆਨ ਵੀ ਰੱਖੋ :-

- **ਅਰਾਮ ਕਰੋ** :- ਜਿੰਨਾ ਸੰਭਵ ਹੋ ਸਕੇ, ਅਰਾਮ ਕਰੋ। ਹਾਲਾਂਕਿ ਤੁਸੀਂ ਅਰਾਮ ਤਾਂ ਕਰਦੇ ਹੀ ਹੋਵੋਗੇ ਪਰ ਜਿਸ ਗਰਭਵਤੀ ਮਾਂ ਨੂੰ ਪਹਿਲਾਂ ਛੋਟੇ-ਛੋਟੇ ਪੰਜ ਬੱਚਿਆਂ ਦੀ ਦੇਖਭਾਲ ਵੀ ਕਰਨੀ ਹੋਵੇ, ਉਸ ਲਈ ਅਰਾਮ ਹੋਰ ਵੀ ਜ਼ਰੂਰੀ ਹੋ ਜਾਂਦਾ ਹੈ।

- **ਮੱਦਦ ਲਓ** :- ਤੁਹਾਨੂੰ ਆਪਣੇ ਕੰਮਾਂ ਲਈ ਮੱਦਦ ਲੈਣੀ ਪਵੇਗੀ। ਸਭ ਤੋਂ ਪਹਿਲਾਂ ਤਾਂ ਆਪਣੇ ਪਤੀਦੇਵ ਤੋਂ ਮੱਦਦ ਲਓ। ਆਪਣੇ ਵੱਡੇ ਬੱਚੇ ਨੂੰ ਖੁਦ ਕੰਮ ਕਰਨ ਦੀ ਆਦਤ ਪਾਓ। ਉਨ੍ਹਾਂ ਨੂੰ ਉਨ੍ਹਾਂ ਦੀ ਉਮਰ ਦੇ ਹਿਸਾਬ ਨਾਲ ਕੰਮ ਦਿਓ। ਜੇਕਰ ਆਪਣੇ ਕੁਝ ਕੰਮ ਘਰ ਦੇ ਦੂਜੇ ਮੈਂਬਰ ਤੋਂ ਕਰਵਾ ਸਕੋ ਤਾਂ ਹੋਰ ਵੀ ਵਧੀਆ ਹੋਵੇਗਾ।

- **ਭੋਜਨ** :- ਆਮ ਤੌਰ ਤੇ ਛੋਟੇ ਬੱਚਿਆਂ ਦੀਆਂ ਮਾਵਾਂ ਸਾਰਿਆਂ ਦਾ ਪੇਟ ਭਰਨ ਦੇ ਚੱਕਰ ਵਿਚ ਆਪਣੇ ਖਾਣ-ਪੀਣ ਤੇ ਧਿਆਨ ਨਹੀਂ ਦਿੰਦੀਆਂ। ਜੇਕਰ ਸਹੀ ਸਮੇਂ ਤੇ ਭੋਜਨ ਨਹੀਂ ਕਰਨਗੀਆਂ ਜਾਂ ਜੰਕ ਫੂਡ ਨਾਲ ਕੰਮ ਚਲਾਉਣਾ ਚਾਹੁਣਗੀਆਂ ਤਾਂ ਤੁਹਾਡੀ ਊਰਜਾ ਦਾ ਪੱਧਰ ਘੱਟ ਸਕਦਾ ਹੈ। ਖਾਣ ਲਈ ਪੂਰਾ ਸਮਾਂ ਕੱਢੋ। ਵਧੀਆ ਖਾਣ-ਪੀਣ ਦੀਆਂ ਆਦਤਾਂ ਲਾਭਦਾਇਕ ਹੋ ਸਕਦੀਆਂ ਹਨ।

- **ਭਾਰ** :- ਆਪਣੇ ਭਾਰ ਤੇ ਧਿਆਨ ਦਿਓ। ਆਮ ਤੌਰ ਤੇ ਕਈ ਵਾਰ ਗਰਭਵਤੀ ਹੋਣ ਵਾਲੀਆਂ ਔਰਤਾਂ ਦਾ ਭਾਰ ਜ਼ਿਆਦਾ ਹੀ ਹੁੰਦਾ ਹੈ ਜੇਕਰ ਤੁਹਾਡੇ ਨਾਲ ਵੀ ਅਜਿਹਾ ਹੀ ਹੈ ਤਾਂ ਡਾਕਟਰ ਦੀ ਸਲਾਹ ਨਾਲ ਭਾਰ ਵੰਡੋ। ਨਾਲ ਹੀ ਇਹ ਧਿਆਨ ਵੀ ਦਿਓ ਕਿ ਭਾਰ ਜ਼ਰੂਰਤ ਤੋਂ ਜ਼ਿਆਦਾ ਨਾ ਘੱਟ ਜਾਵੇ।

### ਗਰਭਪਾਤ ਦੀ ਸਮੱਸਿਆ

**''ਮੈਂ ਦੋ ਵਾਰ ਗਰਭਪਾਤ ਕਰਵਾ ਚੁੱਕੀ ਹਾਂ। ਕੀ ਇਸ ਨਾਲ ਮੇਰੀ ਗਰਭ ਅਵਸਥਾ ਤੇ ਕੋਈ ਅਸਰ ਪਵੇਗਾ?''**

ਪਹਿਲੇ ਤਿੰਨ ਮਹੀਨਿਆਂ ਵਿਚ ਕਈ ਵਾਰ ਗਰਭਪਾਤ ਹੋਇਆ ਹੋਵੇ ਤਾਂ ਆਉਣ ਵਾਲੀ ਗਰਭ

### ਡਾਕਟਰ ਨੂੰ ਕਹੋ

ਤੁਹਾਡੇ ਇਲਾਜ ਜਾਂ ਇਸਤਰੀ ਰੋਗ ਦਾ ਜੋ ਵੀ ਇਤਿਹਾਸ ਰਿਹਾ ਹੋਵੇ ਉਸਨੂੰ ਡਾਕਟਰ ਨੂੰ ਜ਼ਰੂਰ ਦੱਸੋ, ਜਿਵੇਂ ਪਹਿਲੀ ਗਰਭ ਅਵਸਥਾ, ਮਿਸਕੈਰਿਜ, ਏਬਾਰਸ਼ਨ, ਸਰਜਰੀ ਜਾਂ ਫੇਰ ਕੋਈ ਇਨਫੈਕਸ਼ਨ। ਡਾਕਟਰ ਨੂੰ ਇਨ੍ਹਾਂ ਗੱਲਾਂ ਦੀ ਜਿੰਨੀ ਵਧੀਆ ਜਾਣਕਾਰੀ ਹੋਵੇਗੀ, ਤੁਹਾਡੀ ਦੇਖਭਾਲ ਉਨੀ ਹੀ ਵਧੀਆ ਤਰੀਕੇ ਨਾਲ ਹੋ ਸਕੇਗੀ। ਉਹ ਇਨ੍ਹਾਂ ਸਭ ਗੱਲਾਂ ਨੂੰ ਗੁਪਤ ਰੱਖਣਗੇ।

ਅਵਸਥਾ ਤੇ ਇਸਦਾ ਕੋਈ ਅਸਰ ਨਹੀਂ ਹੁੰਦਾ। ਜੇ ਕਰ ਤੁਹਾਡਾ ਗਰਭਪਾਤ 14 ਹਫਤੇ ਤੋਂ ਪਹਿਲਾਂ ਹੋਇਆ ਸੀ ਤਾਂ ਇਸ ਵਿਚ ਘਬਰਾਉਣ ਵਾਲੀ ਕੋਈ ਗੱਲ ਨਹੀਂ ਹੈ। 14 ਤੋਂ 27 ਹਫਤਿਆਂ ਵਿਚ ਹੋਣ ਵਾਲੇ ਗਰਭਪਾਤ ਨਾਲ ਸਮੇਂ ਤੋਂ ਪਹਿਲਾਂ ਜਣੇਪੇ ਦਾ ਖਤਰਾ ਥੋੜ੍ਹਾ ਵੱਧ ਜਾਂਦਾ ਹੈ। ਡਾਕਟਰ ਨੂੰ ਇਨ੍ਹਾਂ ਗਰਭਪਾਤਾਂ ਦੇ ਵਿਸ਼ੇ ਵਿਚ ਪਹਿਲਾਂ ਹੀ ਦੱਸ ਦਿਓ ਤਾਂ ਕਿ ਤੁਹਾਨੂੰ ਪੂਰੀ ਮੈਡੀਕਲ ਦੇਖਭਾਲ ਦਿੱਤੀ ਜਾ ਸਕੇ।

## ਪ੍ਰੀ ਟਰਮ ਬਰਥ

**"ਮੇਰੀ ਪਹਿਲੀ ਗਰਭ ਅਵਸਥਾ ਵਿਚ ਪ੍ਰੀ ਟਰਮ ਬਰਥ ਹੋਇਆ ਸੀ ਹਾਲਾਂਕਿ ਮੈਂ ਇਸ ਨਾਲ ਜੁੜੇ ਸਾਰੇ ਖਤਰਿਆਂ ਦਾ ਇਲਾਜ ਕਰਵਾ ਚੁੱਕਾ ਹਾਂ ਪਰ ਕੀ ਹੁਣ ਵੀ ਇਹੀ ਸਮੱਸਿਆ ਹੋ ਸਕਦੀ ਹੈ?"**

ਮੁਬਾਰਕ ਹੋਵੇ! ਜੇਕਰ ਤੁਸੀਂ ਪਹਿਲਾਂ ਹੀ ਸਾਰਾ ਇਲਾਜ ਕਰਵਾ ਚੁੱਕੇ ਹੋ ਤਾਂ ਤੁਹਾਡਾ ਬੱਚਾ ਬਿਲਕੁਲ ਸਹੀ ਸਮੇਂ ਤੇ ਹੀ ਇਸ ਧਰਤੀ ਤੇ ਆਵੇਗਾ।

ਹਾਲਾਂਕਿ ਤੁਸੀਂ ਡਾਕਟਰ ਨਾਲ ਮਿਲ ਕੇ ਕੁਝ ਅਜਿਹੇ ਹੋਰ ਕਦਮ ਵੀ ਚੁੱਕ ਸਕਦੇ ਹੋ ਜਿਸ ਨਾਲ ਪ੍ਰੀਟਰਮ ਬਰਥ ਦਾ ਕੋਈ ਖਤਰਾ ਹੀ ਨਾ ਰਹੇ।

ਸਭ ਤੋਂ ਪਹਿਲਾਂ ਤਾਂ ਆਪਣੇ ਡਾਕਟਰ ਤੋਂ ਪੁੱਛੋ ਕਿ ਇਸ ਬਾਰੇ ਵਿਚ ਕੋਈ ਤਾਜ਼ੇ ਅਧਿਐਨ ਹੋਏ ਹਨ? ਖੋਜਕਰਤਾਵਾਂ ਨੇ ਪਤਾ ਲਗਾਇਆ ਹੈ ਕਿ 16 ਤੋਂ 36 ਹਫਤਿਆਂ ਦੌਰਾਨ ਜੇਕਰ ਸ਼ਾਟ ਜਾਂ ਜੇਲ੍ਹ ਦੇ ਰੂਪ ਵਿਚ ਪ੍ਰੋਜੇਸਟੇਰਾਨ ਹਾਰਮੋਨ ਦਿੱਤੇ ਜਾਣ ਤਾਂ ਪ੍ਰੀਟਰਮ ਬਰਥ ਦੇ ਖਤਰੇ ਨੂੰ ਕਾਫੀ ਹੱਦ ਤੱਕ ਟਾਲਿਆ ਜਾ ਸਕਦਾ ਹੈ। ਤੁਸੀਂ ਵੀ ਆਪਣੇ ਡਾਕਟਰ ਦੀ ਸਲਾਹ ਨਾਲ ਇਸ ਨੂੰ ਲੈ ਸਕਦੇ ਹੋ।

ਫੇਰ ਆਪਣੇ ਡਾਕਟਰ ਤੋਂ ਪੁੱਛੋ ਕਿ ਕੀ ਤੁਹਾਡੇ ਸਕ੍ਰੀਨਿੰਗ ਟੈਸਟ ਕਰਵਾਉਣ ਦੀ ਲੋੜ ਹੈ ਜਾਂ ਨਹੀਂ ਕਿਉਂਕਿ ਇਨ੍ਹਾਂ ਟੈਸਟਾਂ ਦੇ ਪਾਜੀਟਿਵ ਨਤੀਜੇ ਦਾ ਇਹ ਮਤਲਬ ਹੁੰਦਾ ਹੈ ਕਿ ਅੱਗੇ ਹੋਰ ਜਾਂਚ ਕਰਨੀ ਪਵੇਗੀ।

ਫੈਟਲ ਫਾਈਬ੍ਰੋਨੇਕਟੀਨ ( ) ਸਕ੍ਰੀਨਿੰਗ ਜਾਂਚ ਨਾਲ ਯੋਨੀ ਵਿਚ ਪ੍ਰੋਟੀਨ ਦਾ ਪਤਾ ਤਾਂ ਹੀ ਲੱਗਦਾ ਹੈ ਜੇਕਰ ਐਮਨੀਯੋਟਿਕ ਸੈਕ ਬੱਚੇਦਾਨੀ ਦੀਆਂ ਦੀਵਾਰਾਂ ਤੋਂ ਵੱਖ ਹੋ ਜਾਵੇ (ਇਹ ਸਮੇਂ ਤੋਂ ਪਹਿਲਾਂ ਜਣੇਪਾ ਪੀੜ੍ਹਾਂ ਦਾ ਸੰਕੇਤ ਹੈ) ਜੇਕਰ ਇਸ ਜਾਂਚ ਦੀ ਰਿਪੋਟ ਨੈਗਟੀਵ ਆਉਂਦੀ ਹੈ ਤਾਂ ਫੇਰ ਘਬਰਾਉਣ ਦੀ ਕੋਈ ਲੋੜ ਨਹੀਂ ਹੈ। ਜੇਕਰ ਜਾਂਚ ਪਾਜੀਟਿਵ ਆਉਂਦੀ ਹੈ ਅਤੇ ਪ੍ਰੀਟਰਮ ਲੇਬਰ ਦਾ ਖਤਰਾ ਦਿਖਾਈ ਦਿੰਦਾ ਹੈ ਤਾਂ ਡਾਟਕਰ ਤੁਹਾਡੀ ਗਰਭ ਅਵਸਥਾ ਨੂੰ ਲੰਬਾ ਕਰਨ ਦਾ ਉਪਾਅ ਕਰ ਸਕਦੇ ਹਨ ਜਾਂ ਬੱਚੇ ਦੇ ਫੇਫੜਿਆਂ ਨੂੰ ਸਮੇਂ ਤੋਂ ਪਹਿਲਾਂ ਹੋਣ ਵਾਲੇ ਜਣੇਪੇ ਲਈ ਤਿਆਰ ਕਰ ਸਕਦੇ ਹਨ।

ਦੂਜੇ ਸਕ੍ਰੀਨਿੰਗ ਟੈਸਟ ਨਾਲ ਸਰਵਿਕਸ ਦੀ ਲੰਬਾਈ ਪਤਾ ਲੱਗਦੀ ਹੈ। ਇਸਨੂੰ ਅਲਟ੍ਰਾਸਾਊਂਡ ਦੀ ਮੱਦਦ ਨਾਲ ਨਾਪਿਆ ਜਾਂਦਾ ਹੈ। ਜੇਕਰ ਇਹ ਛੋਟੀ ਹੈ ਜਾਂ ਇਸਦੇ ਖੁੱਲ੍ਹਣ ਦੇ ਸੰਕੇਤ ਮਿਲਦੇ ਹਨ ਤਾਂ ਡਾਕਟਰ ਤੁਹਾਨੂੰ ਬੈੱਡ ਰੈਸਟ ਦੀ ਸਲਾਹ ਦੇ ਸਕਦੇ ਹਨ ਜਾਂ ਫੇਰ ਸਰਵਿਕਸ ਵਿਚ ਟਾਂਕੇ ਲਗਾ ਸਕਦੇ ਹਨ। (ਜੇਕਰ ਹਾਲੇ 22 ਹਫਤੇ ਨਹੀਂ ਹੋਏ)।

ਜਾਣਕਾਰੀ ਨਾਲ ਹਮੇਸ਼ਾਂ ਤਾਕਤ ਮਿਲਦੀ ਹੈ, ਪਰ ਇਸ ਮਾਮਲੇ ਵਿਚ ਤੁਸੀਂ ਦੂਜੇ ਬੱਚੇ ਦਾ ਸਮੇਂ ਤੇ ਜਣੇਪਾ ਨਿਸ਼ਚਿਤ ਕਰ ਸਕਦੇ ਹੋ ਅਤੇ ਇਹ ਇਕ ਚੰਗੀ ਗੱਲ ਹੈ।

## ਸਰਵਿਕਸ ਦੀ ਕਮੀ

**"ਮੇਰੀ ਪਹਿਲੀ ਗਰਭ ਅਵਸਥਾ ਦੇ ਪੰਜਵੇਂ ਮਹੀਨੇ ਵਿਚ ਮਿਸਕੈਰਿਜ ਹੋ ਗਿਆ ਸੀ। ਡਾਕਟਰਾਂ ਨੇ ਕਿਹਾ ਕਿ ਇਹ ਸਰਵਿਕਸ ਦੀ ਕਮੀ ਕਾਰਣ ਸੀ। ਹੁਣੇ ਹੀ ਮੇਰੇ ਹੋਮ ਪ੍ਰੈਗਨੈਂਸੀ ਦੀ ਜਾਂਚ ਪਾਜੀਟਿਵ ਆਈ ਹੈ। ਮੈਨੂੰ ਚਿੰਤਾ ਹੋ ਰਹੀ ਹੈ ਕਿ ਕਿਤੇ ਫੇਰ ਉਹੀ ਸਮੱਸਿਆ ਨਾ ਹੋ ਜਾਵੇ।"**

ਤੁਹਾਡੇ ਲਈ ਚੰਗੀ ਖਬਰ ਇਹੀ ਹੈ ਕਿ ਅਜਿਹਾ ਦੁਬਾਰਾ ਨਹੀਂ ਹੋਵੇਗਾ ਕਿਉਂਕਿ ਹੁਣ ਤੱਕ ਡਾਕਟਰ ਤੁਹਾਡੀ ਇਸ ਤਕਲੀਫ ਦਾ ਪਤਾ ਲਗਾ ਕੇ, ਇਸਦਾ ਇਲਾਜ ਕਰ ਚੁੱਕੇ ਹੋਣਗੇ ਤਾਂ ਕਿ ਇਸ ਗਰਭ ਅਵਸਥਾ ਵਿਚ ਅਜਿਹੀ ਪਰੇਸ਼ਾਨੀ ਨਾ ਹੋਵੇ। ਪੂਰੀ ਦੇਖਭਾਲ ਅਤੇ ਇਲਾਜ ਤੋਂ ਬਾਅਦ ਤੁਸੀਂ ਇਕ ਤੰਦਰੁਸਤ ਬੱਚੇ ਨੂੰ ਜਨਮ ਦੇ ਸਕੋਗੇ।

ਜੇਕਰ ਤੁਸੀਂ ਇਸ ਵਾਰ ਡਾਕਟਰ ਬਦਲਿਆ ਹੈ ਤਾਂ ਉਨ੍ਹਾਂ ਨੂੰ ਵੀ ਉਹ ਸਾਰੀਆਂ ਗੱਲਾਂ ਜ਼ਰੂਰ ਦੱਸੋ ਤਾਂ ਕਿ ਉਹ ਲੋੜੀਂਦੀ ਡਾਕਟਰੀ ਦੇਖਭਾਲ ਅਤੇ ਇਲਾਜ ਦੇ ਸਕਣ।

ਜੇਕਰ ਸਰਵਿਕਸ ਵਿਚ ਕਮੀ ਹੋਵੇ ਤਾਂ ਉਹ ਬੱਚੇਦਾਨੀ ਤੇ ਵੱਧਦੇ ਦਬਾਅ ਕਾਰਣ, ਸਮੇਂ ਤੋਂ ਪਹਿਲਾਂ ਖੁੱਲ੍ਹ ਜਾਂਦੀ ਹੈ। ਅਜਿਹਾ 100 ਵਿਚੋਂ 1-2 ਗਰਭ ਅਵਸਥਾ ਵਿਚ ਹੀ ਹੁੰਦਾ ਹੈ। ਆਮ ਤੌਰ ਤੇ ਦੂਜੀ ਤਿਮਾਹੀ ਦੇ 10 ਤੋਂ 20 ਪ੍ਰਤੀਸ਼ਤ ਮਿਸਕੈਰਿਜ ਕਾਰਣ ਵੀ ਇਹੀ ਹੁੰਦਾ ਹੈ। ਅਜਿਹਾ ਜੈਨੇਟਿਕ ਕਮਜ਼ੋਰੀ, ਜਣੇਪੇ ਦੌਰਾਨ ਸਰਵਿਕਸ ਤੇ ਪੈਣ ਵਾਲੇ ਖਿਚਾਅ, ਬਾਯੋਪਸੀ, ਸਰਵਾਈਕਲ ਸਰਜਰੀ ਜਾਂ ਲੇਜ਼ਰ ਥਰੈਪੀ ਕਾਰਣ ਹੋ ਸਕਦਾ ਹੈ। ਇਕ ਤੋਂ ਜ਼ਿਆਦਾ ਬੱਚੇ ਹੋਣ ਕਾਰਨ ਵੀ ਇਹ ਮੁਸ਼ਕਲ ਆ ਸਕਦੀ ਹੈ ਪਰ ਜੇਕਰ ਇਕ ਹੀ ਬੱਚਾ ਗਰਭ ਵਿਚ ਹੋਵੇ ਤਾਂ ਇਹ ਸਮੱਸਿਆ ਦੁਬਾਰਾ ਨਹੀਂ ਹੁੰਦੀ।

ਜਦੋਂ ਕਿਸੇ ਗਰਭਵਤੀ ਇਸਤਰੀ ਦਾ ਦੂਜੀ ਤਿਮਾਹੀ ਵਿਚ, ਬੱਚੇਦਾਨੀ ਸੁੰਗੜਨ ਜਾਂ ਯੋਨੀ ਦੇ ਖੂਨ ਬਹਾਅ ਤੋਂ ਬਗੈਰ, ਦਰਦ ਰਹਿਤ ਮਿਸਕੈਰਿਜ ਹੋ ਜਾਂਦਾ ਹੈ ਤਾਂ ਉਸ ਸਮੇਂ ਸਰਵਿਕਸ ਦੀ ਇਸ ਸਮੱਸਿਆ ਦਾ ਪਤਾ ਲੱਗਦਾ ਹੈ।

ਜੇਕਰ ਅਜਿਹੀ ਸਮੱਸਿਆ ਸਾਹਮਣੇ ਆਵੇ ਤਾਂ ਡਾਕਟਰ ਸਰਵਿਕਸ ਨੂੰ ਸਟਿੱਚ ਕਰ ਦਿੰਦੇ ਹਨ (12 ਤੋਂ 22 ਹਫਤਿਆਂ ਵਿਚ)। ਉਂਝ ਹਾਲੇ ਇਸ ਵਿਸ਼ੇ ਵਿਚ ਕਈ ਹੋਰ ਅਧਿਐਨ ਹੋਣੇ ਬਾਕੀ ਹਨ। ਉਂਝ ਜ਼ਿਆਦਾਤਰ ਡਾਕਟਰ ਇਸ ਪ੍ਰਕਿਰਿਆ ਨੂੰ ਉਦੋਂ ਅਪਣਾਉਂਦੇ ਹਨ ਜਦੋਂ ਉਨ੍ਹਾਂ ਨੂੰ ਲੱਗਦਾ ਹੈ ਕਿ ਸਰਵਿਕਸ ਖੁੱਲ੍ਹ ਰਿਹਾ ਹੈ। ਇਹ ਪ੍ਰਕਿਰਿਆ ਲੋਕਲ ਐਨਥੀਸੀਆ ਦੁਆਰਾ ਯੋਨੀ (ਵੈਜਾਈਨਾ) ਦੇ ਮਾਧਿਅਮ ਨਾਲ ਕੀਤੀ ਜਾਂਦੀ ਹੈ। ਸਰਜਰੀ ਦੇ ਬਾਰ੍ਹਾਂ ਘੰਟੇ ਬਾਅਦ ਤੁਸੀਂ ਆਪਣੀਆਂ ਸਧਾਰਣ ਗਤੀਵਿਧੀਆਂ ਸ਼ੁਰੂ ਕਰ ਸਕਦੇ ਹੋ। ਹਾਲਾਂਕਿ ਗਰਭ ਅਵਸਥਾ ਦੇ ਬਾਕੀ ਸਮੇਂ ਵਿਚ ਤੁਸੀਂ ਇੰਟਰਕੋਰਸ ਨਹੀਂ ਕਰ ਸਕੋਗੇ ਅਤੇ ਸਮੇਂ-ਸਮੇਂ ਤੇ ਡਾਕਟਰੀ ਦੇਖਭਾਲ ਲਈ ਵੀ ਜਾਣਾ ਪਵੇਗਾ। ਟਾਂਕੇ ਕਦੋਂ ਖੋਲ੍ਹੇ ਜਾਣਗੇ, ਇਹ ਡਾਕਟਰ ਦੀ ਸਲਾਹ ਅਤੇ ਤੁਹਾਡੀ ਹਾਲਤ ਤੇ ਨਿਰਭਰ ਕਰਦਾ ਹੈ। ਉਂਝ ਉਨ੍ਹਾਂ ਨੂੰ ਅੰਦਾਜ਼ੇ ਦੇ ਤੌਰ ਤੇ ਜਣੇਪਾ ਤਰੀਖ ਤੋਂ ਕੁਝ ਦਿਨ ਪਹਿਲਾਂ ਕੱਢਿਆ ਜਾਂਦਾ ਹੈ। ਕਈ ਮਾਮਲਿਆਂ ਵਿਚ ਇਨ੍ਹਾਂ ਨੂੰ ਜਣੇਪਾ ਪੀੜ੍ਹ ਅਰੰਭ ਹੋਣ ਤੱਕ ਨਹੀਂ ਕੱਢਿਆ ਜਾਂਦਾ, ਬਸ਼ਰਤੇ ਕੋਈ ਇਨਫੈਕਸ਼ਨ, ਖੂਨ ਬਹਾਅ ਜਾਂ ਮੈਮਬ੍ਰੇਨ ਦੀ ਖਰਾਬੀ ਨਾ ਹੋਵੇ।

ਤੁਹਾਨੂੰ ਪਹਿਲੀ ਅਤੇ ਦੂਜੀ ਤਿਮਾਹੀ ਵਿਚ ਕੁਝ ਲੱਛਣਾਂ ਤੇ ਧਿਆਨ ਦੇਣਾ ਪਵੇਗਾ; ਜਿਵੇਂ ਪੇਟ ਦੇ ਹੇਠਲੇ ਹਿੱਸੇ ਵਿਚ ਦਬਾਅ, ਖੂਨ ਨਾਲ ਡਿਸਚਾਰਜ, ਮੂਤਰ ਕਰਨ ਵਾਲੇ ਭਾਗ ਦਾ ਇਨਫੈਕਸ਼ਨ ਜਾਂ ਯੋਨੀ ਵਿਚ ਕਿਸੇ ਦੇ ਹੋਣ ਦਾ ਅਹਿਸਾਸ। ਅਜਿਹਾ ਕੋਈ ਵੀ ਲੱਛਣ ਮਹਿਸੂਸ ਹੋਣ ਤਾਂ ਉਸੇ ਸਮੇਂ ਡਾਕਟਰ ਨਾਲ ਸੰਪਰਕ ਕਰੋ।

## ਆਰ ਐਚ ਪ੍ਰਤਿਕੂਲਤਾ

**"ਮੇਰੇ ਡਾਕਟਰ ਅਨੁਸਾਰ ਬਲੱਡ ਟੈਸਟ ਵਿਚ ਨੈਗਟਿਵ ਆਇਆ ਹੈ। ਇਸ ਨਾਲ ਮੇਰੇ ਬੱਚੇ ਨੂੰ ਕੀ ਨੁਕਸਾਨ ਹੋ ਸਕਦਾ ਹੈ?"**

ਉਂਝ ਹੁਣ ਘਬਰਾਉਣ ਵਾਲੀ ਕੋਈ ਗੱਲ ਨਹੀਂ ਹੈ ਕਿਉਂਕਿ ਇਹ ਗੱਲ ਡਾਕਟਰ ਅਤੇ ਤੁਹਾਡੀ ਜਾਣਕਾਰੀ ਵਿਚ ਆ ਗਈ ਹੈ। ਇਸਤੋਂ ਬਾਅਦ ਤੁਸੀਂ ਅਸਾਨੀ ਨਾਲ ਕੁਝ ਅਜਿਹੇ ਕਦਮ ਚੁੱਕ ਸਕਦੇ ਹੋ, ਜਿਸ ਨਾਲ ਬੱਚਾ ਪੂਰੀ ਤਰ੍ਹਾਂ ਸੁਰੱਖਿਅਤ ਹੋ ਜਾਵੇਗਾ।

ਉਂਝ ਆਰ.ਐਚ. ਪ੍ਰਤਿਕੂਲਤਾ ਕੀ ਹੈ ਅਤੇ ਤੁਹਾਡੇ ਬੱਚੇ ਨੂੰ ਇਸ ਤੋਂ ਬਚਾਅ ਦੀ ਜ਼ਰੂਰਤ ਕਿਉਂ ਹੈ? ਜੀਵ ਵਿਗਿਆਨ ਦੇ ਛੋਟੇ ਜਿਹੇ ਪਾਠ ਤੋਂ ਇਹ ਗੱਲ ਸਮਝ ਆ ਸਕਦੀ ਹੈ। ਸਰੀਰ ਦੀ ਹਰੇਕ ਕੋਸ਼ਿਸ਼ ਤੇ, ਸਤਹ ਤੇ ਅਣਗਿਣਤ ਐਂਟੀਜ ਹੁੰਦੇ ਹਨ। ਇਸ ਵਿਚੋਂ ਇਕ ਹੈ।

ਆਰ. ਐਚ. ਫੈਕਟਰ! ਹਰ ਕੋਈ ਆਪਣੀਆਂ ਖੂਨ ਕੋਸ਼ਿਕਾਵਾਂ ਵਿਚ ਆਰ ਐਚ ਫੈਕਟਰ ਪਾਉਂਦਾ ਹੈ ਜਾਂ ਫੇਰ ਨਹੀਂ। ਆਰ ਐਚ ਫੈਕਟਰ ਹੋਵੇ ਤਾਂ ਉਸਨੂੰ ਆਰ ਐਚ ਪਾਜੀਟਿਵ ਕਹਿੰਦੇ ਹਨ। ਆਰ ਐਚ ਫੈਕਟਰ ਨਾ ਹੋਵੇ ਤਾਂ ਉਸਨੂੰ ਆਰ ਐਚ ਨੈਗਟਿਵ ਕਹਿੰਦੇ ਹਨ। ਗਰਭ ਅਵਸਥਾ ਵਿਚ ਜੇ ਕਰ ਮਾਂ ਆਰ ਐਚ ਨੈਗਟਿਵ ਹੋਵੇ ਅਤੇ ਬੱਚਾ ਆਪਣੇ ਪਿਤਾ ਤੋਂ ਆਰ ਐਚ ਪਾਜੀਟਿਵ ਹੋਵੇ, ਤਾਂ ਉਹ ਮਾਂ ਦੀ ਇਮਯੂਨ ਪ੍ਰਣਾਲੀ ਲਈ 'ਅਜਨਬੀ' ਹੋ ਜਾਂਦੇ ਹਨ। ਇਮਯੂਨ ਪ੍ਰਤੀਕ੍ਰਿਆ ਵਿਚ ਮਾਂ ਦਾ ਸਿਸਟਮ ਇਸ ਐਂਟੀਬਾਡੀ ਨਾਲ ਲੜਨ ਲਈ ਪੂਰੀ ਫੌਜ ਤਿਆਰ ਕਰ ਲੈਂਦਾ ਹੈ, ਜਿਸਨੂੰ ਅਸੀਂ ਆਰ ਐਚ ਪ੍ਰਤੀਕੂਲਤਾ ਕਹਿੰਦੇ ਹਾਂ।

ਹਰ ਗਰਭਵਤੀ ਔਰਤ ਦੀ ਸ਼ੁਰੂ ਵਿਚ ਜਾਂਚ ਦੁਆਰਾ ਆਰ ਐਚ ਫੈਕਟਰ ਦਾ ਪਤਾ ਲਗਾਇਆ ਜਾਂਦਾ ਹੈ। ਜੇਕਰ ਉਹ ਔਰਤ ਆਰ ਐਚ ਪਾਜੀਟਿਵ ਹੈ ਤਾਂ ਇਸ ਗੱਲ ਨਾਲ ਜ਼ਿਆਦਾ ਫਰਕ ਨਹੀਂ ਪੈਂਦ ਕਿ ਬੱਚਾ ਆਰ ਐਚ ਪਾਜੀਟਿਵ ਹੈ ਜਾਂ ਆਰ ਐਚ ਨੈਗਟਿਵ।

ਜੇਕਰ ਮਾਂ ਆਰ ਐਚ ਨੈਗਟਿਵ ਹੋਵੇ, ਪਿਤਾ ਵੀ ਆਰ ਐਚ ਨੈਗਟਿਵ ਹੋਵੇ ਤਾਂ ਬੱਚਾ ਵੀ ਆਰ ਐਚ ਨੈਗਟਿਵ ਹੋਵੇਗਾ ਕਿਉਂਕਿ ਦੋ ਨੈਗਟਿਵ ਸਾਥੀ ਇਕ ਪਾਜੀਟਿਵ ਬੇਬੀ ਨਹੀਂ ਬਣਾ ਸਕਦੇ, ਪਰ ਜੇ ਕਰ ਤੁਹਾਡਾ ਸਾਥੀ ਆਰ ਐਚ ਪਾਜੀਟਿਵ ਹੈ ਤਾਂ ਤੁਹਾਡਾ ਬੱਚਾ ਵੀ ਆਰ ਐਚ ਪਾਜੀਟਿਵ ਹੋ ਸਕਦਾ ਹੈ, ਜਿਸ ਨਾਲ ਮਾਂ ਅਤੇ ਬੱਚੇ ਵਿਚਕਾਰ ਪ੍ਰਤਿਕੂਲਤਾ ਪੈਦਾ ਹੋ ਸਕਦੀ ਹੈ।

ਪਹਿਲੀ ਗਰਭ ਅਵਸਥਾ ਵਿਚ ਇਹ ਸਮੱਸਿਆ ਨਹੀਂ ਹੁੰਦੀ। ਜੇਕਰ ਜਣੇਪੇ, ਅਬਾਰਸ਼ਨ ਜਾਂ ਮਿਸਕੈਰਿਜ ਦੌਰਾਨ ਬੱਚੇ ਦਾ ਖ਼ੂਨ ਮਾਂ ਦੇ ਖ਼ੂਨ ਪਰਿਸੰਚਰਣ ਤੰਤਰ ਵਿਚ ਮਿਲ ਜਾਵੇ ਤਾਂ ਪਰੇਸ਼ਾਨੀ ਖੜ੍ਹੀ ਹੋ ਜਾਂਦੀ ਹੈ। ਉਦੋਂ ਮਾਂ ਦੇ ਸਰੀਰ ਵਿਚ ਆਰ ਐਚ ਫੈਕਟਰ ਲਈ ਐਂਟੀਬਾਡੀਜ਼ ਪੈਦਾ ਹੋ ਜਾਂਦੀਆਂ ਹਨ। ਮਾਂ ਜਦੋਂ ਤੱਕ ਦੂਜੇ ਆਰ ਐਚ ਪਾਜੀਟਿਵ ਬੱਚੇ ਨਾਲ ਗਰਭਵਤੀ ਨਹੀਂ ਹੁੰਦੀ, ਉਦੋਂ ਤੱਕ ਉਹ ਐਂਟੀਬਾਡੀਜ਼ ਕੋਈ ਨੁਕਸਾਨ ਨਹੀਂ ਪਹੁੰਚਾਉਂਦੀ। ਬਾਅਦ ਵਿਚ ਉਹ ਪਲੇਸੇਂਟਾ ਨੂੰ ਪਾਰ ਕਰਕੇ ਬੱਚੇ ਦੀ ਲਾਲ ਖ਼ੂਨ ਕੋਸ਼ਿਕਾਵਾਂ ਤੇ ਹਮਲਾ ਕਰ ਦਿੰਦੀਆਂ ਹਨ। ਜਿਸ ਨਾਲ ਭਰੂਣ ਵਿਚ ਥੋੜ੍ਹੇ ਤੋਂ ਲੈ ਕੇ ਗੰਭੀਰ ਐਨੀਮੀਆ ਤੱਕ ਹੋ ਸਕਦਾ ਹੈ। ਅਜਿਹਾ ਬਹੁਤ ਘੱਟ ਹੁੰਦਾ ਹੈ ਕਿ ਇਹ ਐਂਟੀਬਾਡੀਜ਼ ਪਹਿਲੀ ਗਰਭ ਅਵਸਥਾ ਵਿਚ ਕੋਈ ਨੁਕਸਾਨ ਪਹੁੰਚਾਉਣ।

ਅਜਿਹੀ ਸਥਿਤੀ ਤੋਂ ਨਿਬੜਣ ਦਾ ਸਭ ਤੋਂ ਵੱਡਾ ਉਪਾਅ ਇਹੀ ਹੈ ਕਿ ਐਂਟੀਬਾਡੀਜ਼ ਬਣਨ ਹੀ ਨਾ ਦਿੱਤੇ ਜਾਣ। 28ਵੇਂ ਹਫਤੇ ਵਿਚ ਡਾਕਟਰ ਆਰ ਐਚ ਨੈਗਟਿਵ ਗਰਭਵਤੀ ਔਰਤ ਨੂੰ ਆਰ ਐਚ ਇਮਯੂਨ-ਗਲੋਵਿਯੂਲਿਨ ਦਾ ਇਨਜੈਕਸ਼ਨ ਦਿੰਦੇ ਹਨ। ਇਸਨੂੰ ਆਰ ਐਚ ਓਗੈਮ ਕਹਿੰਦੇ ਹਨ। ਜੇਕਰ ਖ਼ੂਨ ਦੀ ਜਾਂਚ ਤੋਂ ਪਤਾ ਲੱਗੇ ਕਿ ਬੱਚਾ ਆਰ ਐਚ ਪਾਜੀਟਿਵ ਹੈ ਤਾਂ ਜਣੇਪੇ ਤੋਂ 72 ਘੰਟੇ ਬਾਅਦ ਇਕ ਹੋਰ ਖ਼ੁਰਾਕ ਦਿੱਤੀ ਜਾਂਦੀ ਹੈ। ਜੇਕਰ ਬੱਚਾ ਆਰ ਐਚ ਨੈਗਟਿਵ ਹੈ ਤਾਂ ਕਿਸੇ ਇਲਾਜ ਦੀ ਜ਼ਰੂਰਤ ਨਹੀਂ ਹੈ। ਇਹ ਇਨਜੈਕਸ਼ਨ; ਕਿਸੇ ਮਿਸਕੈਰਿਜ, ਐਕਟੋਪਿਕ ਪ੍ਰੈਗਨੈਂਸੀ, ਅਬਾਰਸ਼ਨ, ਕੋਰਿਓਨਿਕ ਵਿਲਸ ਸੈਂਪਲਿੰਗ, ਐਮਨਿਓਸੈਂਟੇਸਿਸ, ਯੋਨੀ ਤੋਂ ਖ਼ੂਨ ਵਹਾਓ ਜਾਂ ਸਦਮੇ ਦੌਰਾਨ ਵੀ ਦਿੱਤਾ ਜਾਂਦਾ ਹੈ। ਜੇਕਰ ਇਸ ਨੂੰ ਜ਼ਰੂਰਤ ਪੈਣ ਤੇ ਤਿੰਨ ਕਰ ਦਿੱਤਾ ਜਾਵੇ ਤਾਂ ਆਉਣ ਵਾਲੀ ਗਰਭ ਅਵਸਥਾ ਬਹੁਤ ਸੁਰੱਖਿਅਤ ਹੋ ਜਾਂਦੀ ਹੈ।

ਜੇਕਰ ਕਿਸੇ ਆਰ ਐਚ ਨੈਗਟਿਵ ਗਰਭਵਤੀ ਔਰਤ ਨੂੰ ਪਿਛਲੀ ਗਰਭ ਅਵਸਥਾ ਵਿਚ ਆਰ ਐਚ ਓਗੈਮ ਨਹੀਂ ਦਿੱਤਾ ਗਿਆ ਸੀ ਅਤੇ ਟੈਸਟ ਤੋਂ ਪਤਾ ਲੱਗਾ ਹੈ ਕਿ ਉਸਦੇ ਸਰੀਰ ਵਿਚ ਆਰ ਐਚ ਐਂਟੀਬਾਡੀਜ਼ ਪੈਦਾ ਹੋ ਗਈਆਂ ਹਨ ਤਾਂ ਐਮਨਿਓਸੇਂਟੇਸਿਸ ਦੀ ਮੱਦਦ ਨਾਲ ਭਰੂਣ ਦੇ ਖ਼ੂਨ ਦੀ ਜਾਂਚ ਹੋ ਸਕਦੀ ਹੈ। ਜੇਕਰ ਇਹ ਆਰ ਐਚ ਨੈਗਟਿਵ ਹੈ ਤਾਂ ਮਾਂ ਅਤੇ ਬੱਚੇ ਦਾ ਖ਼ੂਨ ਅਨੁਕੂਲ ਹੋਵੇਗਾ ਅਤੇ ਕਿਸੇ ਇਲਾਜ ਦੀ ਲੋੜ ਨਹੀਂ ਪਵੇਗੀ। ਜੇਕਰ ਇਹ ਆਰ ਐਚ ਪਾਜੀਟਿਵ ਹੈ ਅਤੇ ਮਾਂ ਦੇ ਖ਼ੂਨ ਨਾਲ ਮੇਲ ਨਹੀਂ ਖਾਂਦਾ ਤਾਂ ਮਾਂ ਦੇ ਸਰੀਰ ਵਿਚ ਐਂਟੀਬਾਡੀ ਦੇ ਪੱਧਰ ਦਾ ਨਿਯਮਿਤ ਰੂਪ ਨਾਲ ਧਿਆਨ ਰੱਖਣਾ ਪਵੇਗਾ।

ਜੇਕਰ ਇਹ ਪੱਧਰ ਖਤਰਨਾਕ ਰੂਪ ਨਾਲ ਵੱਧ ਜਾਵੇ ਤਾਂ ਅਲਟ੍ਰਾਸਾਊਂਡ ਦੀ ਮੱਦਦ ਨਾਲ ਭਰੂਣ ਦੀ ਹਾਲਤ ਦਾ ਪਤਾ ਲਗਾਇਆ ਜਾਂਦਾ ਹੈ। ਜੇਕਰ ਉਸ ਲਈ ਕਿਸੇ ਪ੍ਰਕਾਰ ਦਾ ਖਤਰਾ ਪੈਦਾ ਹੋ ਜਾਵੇ ਤਾਂ, ਭਰੂਣ ਦੇ ਆਰ ਐਚ ਨੈਗਟਿਵ ਖ਼ੂਨ (ਬਲੱਡ ਟ੍ਰੋਸਫਿਊਜ਼ਨ) ਜ਼ਰੂਰੀ ਹੋ ਜਾਂਦਾ ਹੈ।

ਆਰ ਐਚ ਓਗੈਮ ਦੇ ਪ੍ਰਯੋਗ ਨਾਲ ਖ਼ੂਨ (ਬਲੱਡ ਟ੍ਰਾਂਸਫਿਊਜ਼ਨ) ਦੀ ਨੌਬਤ ਨਹੀਂ ਆਉਂਦੀ ਅਤੇ ਆਉਣ ਵਾਲੀਆਂ ਗਰਭ ਅਵਸਥਾਵਾਂ ਵੀ ਕਾਫੀ ਹੱਦ ਤੱਕ ਸੁਰੱਖਿਅਤ ਹੋ ਜਾਂਦੀਆਂ ਹਨ।

ਖ਼ੂਨ ਵਿਚ ਦੂਜੀਆਂ ਅਨਿਯਮਿਤਤਾਵਾਂ ਕਾਰਣ ਅਜਿਹੀ ਪ੍ਰਤਿਕੂਲਤਾ ਪੈਦਾ ਹੋ ਸਕਦੀ ਹੈ ਜਿਵੇਂ ਕੈਲ ਐਂਟੀਜਨ, ਹਾਲਾਂਕਿ ਇਹ ਆਰ ਐਚ ਫੈਕਟਰ ਦੇ ਮੁਕਾਬਲੇ ਘੱਟ ਹੀ ਹੁੰਦੇ ਹਨ। ਜੇਕਰ ਮਾਂ ਨੂੰ ਇਹ ਐਂਟੀਜਨ ਨਹੀਂ ਹੈ ਅਤੇ ਪਿਤਾ ਕੋਲ ਹਨ ਤਾਂ ਇਸ ਨਾਲ ਸਮੱਸਿਆ ਪੈਦਾ ਹੋ ਸਕਦੀ ਹੈ। ਪਹਿਲਾ ਰੁਟੀਨ ਟੈਸਟ ਵਿਚ ਮਾਂ ਦੇ ਸਰੀਰ ਵਿਚ ਐਂਟੀਬਾਡੀਜ਼ ਦੀ ਜਾਂਚ ਕੀਤੀ ਜਾਂਦੀ ਹੈ। ਜੇਕਰ ਐਂਟੀਬਾਡੀਜ਼ ਕੋਲ ਆਉਂਦੇ ਹਨ ਤਾਂ ਬੱਚੇ ਦੇ ਪਿਤਾ ਦੀ ਜਾਂਚ ਹੁੰਦੀ ਹੈ ਕਿ ਕਿਤੇ ਉਹ ਪਾਜੀਟਿਵ ਤਾਂ ਨਹੀਂ। ਅਜਿਹੀ ਸਥਿਤੀ ਵਿਚ ਉਹੀ ਇਲਾਜ ਹੁੰਦਾ ਹੈ, ਜਿਵੇਂ ਕਿ ਆਰ ਐਚ ਪ੍ਰਤਿਕੂਲਤਾ ਵਿਚ ਹੁੰਦਾ ਹੈ।

## ਤੁਹਾਡਾ ਪ੍ਰੈਗਨੈਂਸੀ ਪ੍ਰੋਫਾਈਲ ਅਤੇ ਪ੍ਰੀਟਰਮ ਬਰਥ

ਉਂਝ ਤੁਹਾਡੇ ਲਈ ਇਹ ਖੁਸ਼ਖਬਰੀ ਹੈ ਕਿ ਸਿਰਫ 12 ਪ੍ਰਤੀਸ਼ਤ ਜਣੇਪਾ ਦਰਦ ਦੇ ਮਾਮਲੇ ਅਜਿਹੇ ਹੁੰਦੇ ਹਨ ਜਿਨ੍ਹਾਂ ਨੂੰ ਪ੍ਰੀਮਿਚਿਓਰ ਜਾਂ ਪ੍ਰੀਟਰਮ ਕਿਹਾ ਜਾ ਸਕਦਾ ਹੈ, ਮਤਲਬ ਜਿਹੜੇ ਪ੍ਰੈਗਨੈਂਸੀ ਦੇ 11ਵੇਂ ਹਫਤੇ ਤੋਂ ਪਹਿਲਾਂ ਹੁੰਦੇ ਹਨ। ਇਨ੍ਹਾਂ ਵਿਚੋਂ ਅੱਧੇ ਉਨ੍ਹਾਂ ਔਰਤਾਂ ਨਾਲ ਹੁੰਦੇ ਹਨ, ਜਿਹੜੀਆਂ ਜਾਣਦੀਆਂ ਹਨ ਕਿ ਉਨ੍ਹਾਂ ਦੀ ਸਮੇਂ ਸਬੰਧੀ (ਪ੍ਰੀਮਿਚਿਓਰ ਡਲੀਵਰੀ) ਹੋ ਸਕਦੀ ਹੈ।

ਜੇਕਰ ਤੁਸੀਂ ਵੀ ਇਸ ਖਤਰੇ ਦਾ ਸਾਹਮਣਾ ਕਰ ਰਹੇ ਹੋ ਤਾਂ ਕੀ ਇਸ ਸਮੇਂ ਸਬੰਧੀ ਜਣੇਪੇ ਤੋਂ ਨਿਬੜਣ ਲਈ ਕੋਈ ਤਰੀਕਾ ਅਪਣਾ ਸਕਦੇ ਹੋ। ਕੁਝ ਮਾਮਲੇ ਤਾਂ ਅਜਿਹੇ ਹਨ, ਜਿਨ੍ਹਾਂ ਵਿਚ ਖਤਰਾ ਪਛਾਨਣ ਤੋਂ ਬਾਅਦ ਵੀ ਉਨ੍ਹਾਂ ਤੇ ਕਾਬੂ ਨਹੀਂ ਪਾਇਆ ਜਾ ਸਕਦਾ ਪਰ ਕੁਝ ਮਾਮਲਿਆਂ ਵਿਚ ਖਤਰੇ ਦੀ ਦਰ ਘਟਾਈ ਜਾ ਸਕਦੀ ਹੈ। ਇਨ੍ਹਾਂ ਵਿਚੋਂ ਜਿਹੜੇ ਵੀ ਲੱਛਣ ਤੁਹਾਡੇ ਨਾਲ ਹੋਣ, ਉਨ੍ਹਾਂ ਨੂੰ ਘਟਾਉਣ ਦੀ ਕੋਸ਼ਿਸ਼ ਕਰੋ, ਉਨ੍ਹਾਂ ਤੇ ਕਾਬੂ ਪਾਓ ਤਾਂ ਕਿ ਛੋਟਾ ਬੱਚਾ ਸਹੀ ਸਮੇਂ ਤੇ ਇਸ ਧਰਤੀ ਤੇ ਆ ਸਕੇ।

**ਭਾਰ ਘੱਟ ਜਾਂ ਜ਼ਿਆਦਾ ਹੋਣਾ :-**

ਭਾਰ ਲੋੜ ਤੋਂ ਜ਼ਿਆਦਾ ਘੱਟ ਜਾਂ ਜ਼ਿਆਦਾ ਹੋਣ ਤੇ ਵੀ ਜਣੇਪਾ ਜਲਦੀ ਹੋ ਸਕਦਾ ਹੈ। ਤੁਹਾਨੂੰ ਬਿਲਕੁਲ ਸਹੀ ਤਰੀਕੇ ਨਾਲ, ਡਾਕਟਰ ਦੀ ਸਲਾਹ ਅਨੁਸਾਰ ਆਪਣਾ ਭਾਰ ਵਧਾਉਣਾ ਪਵੇਗਾ। ਉਸ ਲਈ ਇਕ ਸਿਹਤਮੰਦ ਮਾਹੌਲ ਤਿਆਰ ਕਰਨਾ ਪਵੇਗਾ ਤਾਂ ਕਿ ਉਹ ਅਸਾਨੀ ਨਾਲ ਗਰਭ ਕਾਲ ਪੂਰਾ ਹੋਣ ਤੇ ਹੀ ਦੁਨੀਆ ਵਿਚ ਕਦਮ ਰੱਖੇ।

**ਪੋਸ਼ਣ ਵਿਚ ਕਮੀ :-** ਸਿਰਫ ਸਹੀ ਤਰੀਕੇ ਨਾਲ ਭਾਰ ਵਧਾਉਣਾ ਹੀ ਕਾਫੀ ਨਹੀਂ ਹੈ। ਤੁਹਾਨੂੰ ਬੱਚੇ ਦੇ ਜੀਵਨ ਦੀ ਸਿਹਤਮੰਦ ਸ਼ੁਰੂਆਤ ਕਰਨੀ ਪਵੇਗੀ। ਅਜਿਹ ਭੋਜਨ ਲੈਣਾ ਪਵੇਗਾ, ਜਿਸ ਨਾਲ ਸਮੇਂ ਤੋਂ ਪਹਿਲਾਂ ਜਣੇਪੇ ਦਾ ਡਰ ਨਾ ਰਹੇ। ਉਸਦੇ ਪੋਸ਼ਣ ਨਾਲ ਇਹ ਖਤਰੇ ਕਾਫੀ ਹੱਦ ਤੱਕ ਘੱਟ ਜਾਣ। ਉਂਝ ਕਈ ਪ੍ਰਮਾਣ ਵੀ ਮਿਲੇ ਹਨ ਕਿ ਦਿਨ ਵਿਚ ਪੰਜ ਵਾਰ ਨਿਯਮਿਤ ਰੂਪ ਨਾਲ ਭੋਜਨ ਕਰਨ ਤੇ ਸਮੇਂ ਤੋਂ ਪਹਿਲਾਂ ਜਣੇਪੇ ਦਾ ਖਤਰਾ ਟਾਲਿਆ ਜਾ ਸਕਦਾ ਹੈ।

**ਕਾਫੀ ਸਮੇਂ ਤੱਕ ਖੜ੍ਹੇ ਰਹਿਣਾ ਅਤੇ ਭਾਰੀ ਸਰੀਰਕ ਮਿਹਨਤ ਕਰਨਾ :-** ਗਰਭ ਦੇ ਅਖੀਰੀ ਦਿਨਾਂ ਵਿਚ ਡਾਕਟਰ ਦੀ ਸਲਾਹ ਨਾਲ ਘੱਟ ਤੋਂ ਘੱਟ ਸਮੇਂ ਤੱਕ ਪੈਰਾਂ ਤੇ ਖੜ੍ਹੇ ਹੋਵੋ। ਕਾਫੀ ਲੰਬੇ ਸਮੇਂ ਤੱਕ ਖੜ੍ਹੇ ਰਹਿਣ ਅਤੇ ਸਰੀਰਕ ਮਿਹਨਤ ਕਰਨ ਨਾਲ ਪ੍ਰੀਟਰਮ ਲੇਬਰ ਦੇ ਮਾਮਲੇ ਸਾਹਮਣੇ ਆਏ ਹਨ।

**ਭਾਵਨਾਤਮਕ ਤਨਾਓ :-** ਕਈ ਅਧਿਐਨਾਂ ਤੋਂ ਪਤਾ ਲੱਗਾ ਹੈ ਕਿ ਭਾਵਨਾਤਮਕ ਤਨਾਓ ਦਾ ਵੀ ਸਮੇਂ ਅਨੁਸਾਰ ਜਣੇਪਾ-ਦਰਦ (ਪ੍ਰੀਮਿਚਿਓਰ ਲੇਬਰ) ਨਾਲ ਡੂੰਘਾ ਸਬੰਧ ਹੈ। ਕਈ ਵਾਰ ਤਾਂ ਤਨਾਓ ਕਾਰਣ ਅਜਿਹੇ ਹੁੰਦੇ ਹਨ, ਜਿਨ੍ਹਾਂ ਨੂੰ ਤੁਸੀਂ ਕਿਸੇ ਵੀ ਤਰ੍ਹਾਂ ਘੱਟ ਨਹੀਂ ਕਰ ਸਕਦੇ ਜਿਵੇਂ ਨੌਕਰੀ ਗੁਆਚਣਾ ਜਾਂ ਪਰਿਵਾਰ ਵਿਚ ਕਿਸੇ ਦੀ ਮੌਤ ਹੋਣਾ। ਚੰਗੇ ਪੋਸ਼ਣ, ਰਿਲੈਕਸੇਸ਼ਨ ਤਕਨੀਕੀ ਕਸਰਤ ਅਤੇ ਅਰਾਮ ਦੇ ਸਹੀ ਸੰਤੁਲਨ ਅਤੇ ਮਿੱਤਰਾਂ ਅਤੇ ਸਾਥੀ ਨਾਲ ਗੱਲਬਾਤ ਦੁਆਰਾ ਇਸ ਤਨਾਓ ਨੂੰ ਘਟਾਇਆ ਜਾ ਸਕਦਾ ਹੈ। ਤੁਸੀਂ ਆਪਣੇ ਡਾਕਟਰ ਦੀ ਮੱਦਦ ਵੀ ਲੈ ਸਕਦੇ ਹੋ।

**ਸ਼ਰਾਬ ਅਤੇ ਨਸ਼ੀਲੇ ਪਦਾਰਥਾਂ ਦੀ ਵਰਤੋਂ :-** ਸ਼ਰਾਬ ਅਤੇ ਨਸ਼ੀਲੇ ਪਦਾਰਥਾਂ ਦੀ ਵਰਤੋਂ ਕਰਨ ਵਾਲੀਆਂ ਗਰਭਵਤੀ ਔਰਤਾਂ ਲਈ ਸਮੇਂ ਅਨੁਸਾਰ ਜਣੇਪਾ-ਦਰਦ ਦਾ ਖਤਰਾ ਬਹੁਤ ਵੱਧ ਜਾਂਦਾ ਹੈ।

**ਤੰਬਾਕੂ :-** ਤੰਬਾਕੂ ਕਾਰੇਣ ਵੀ, ਸਮੇਂ ਤੋਂ ਪਹਿਲਾਂ ਜਣੇਪਾ ਹੋ ਸਕਦਾ ਹੈ। ਗਰਭ ਧਾਰਣ ਤੋਂ ਪਹਿਲਾਂ ਜਾਂ ਗਰਭਕਾਲ ਦੌਰਾਨ ਇਸਨੂੰ ਛੱਡ ਦਿਓ। ਜੇਕਰ ਹੁਣ ਵੀ ਨਾ ਛੱਡਿਆ ਤਾਂ ਇਸਤੋਂ ਵਧੀਆ ਸਮਾਂ ਹੋਰ ਕਿਹੜਾ ਹੋਵੇਗਾ।

**ਮਸੂੜਿਆਂ ਦੀ ਇਨਫੈਕਸ਼ਨ:-** ਕਈ ਅਧਿਐਨਾਂ ਤੋਂ ਪਤਾ ਲੱਗਾ ਹੈ ਕਿ ਮਸੂੜਿਆਂ ਦੇ ਰੋਗਾਂ ਦਾ ਵੀ ਸਮੇਂ ਤੋਂ ਪਹਿਲਾਂ ਜਣੇਪਾ-ਪੀੜ ਨਾਲ ਸਬੰਧ ਹੈ। ਕੁਝ ਖੋਜਕਰਤਾਵਾਂ ਦਾ ਮੰਨਣਾ ਹੈ ਕਿ ਮਸੂੜਿਆਂ ਵਿਚ ਜਲਨ ਪੈਦਾ ਕਰਨ ਵਾਲੇ ਬੈਕਟੀਰੀਆ ਖੂਨ ਧਾਰਾ ਵਿਚ ਜਾਂਦੇ ਹਨ।

ਕਈ ਖੋਜ ਕਰਤਾ ਇਕ ਹੋਰ ਸੰਭਾਵਨਾ ਜਤਾਉਂਦੇ ਹਨ। ਉਨ੍ਹਾਂ ਦਾ ਕਹਿਣਾ ਹੈ ਕਿ

ਮਸੂੜਿਆਂ ਵਿਚ ਸੋਜ ਪੈਦਾ ਕਰਨ ਵਾਲੇ ਬੈਕਟੀਰੀਆ ਪ੍ਰਤਿਰੋਧਕ ਤੰਤਰ ਨੂੰ ਉਤੇਜਿਤ ਕਰ ਦਿੰਦੇ ਹਨ, ਜਿਸ ਨਾਲ ਸਰਵਿਕਸ ਅਤੇ ਬੱਚੇ ਦਾਨੀ ਵਿਚ ਵੀ ਜਲਨ ਹੋਣ ਲੱਗਦੀ ਹੈ ਅਤੇ ਜਣੇਪਾ ਸਮੇਂ ਤੋਂ ਪਹਿਲਾਂ ਹੋ ਜਾਂਦਾ ਹੈ। ਤੁਹਾਨੂੰ ਮੂੰਹ ਦੀ ਸਾਫ-ਸਫਾਈ ਦਾ ਪੂਰਾ ਧਿਆਨ ਦੇਣਾ ਪਵੇਗਾ। ਬੈਕਟੀਰੀਆ ਤੋਂ ਦੰਦਾਂ ਦਾ ਬਚਾਅ ਕਰਨਾ ਪਵੇਗਾ ਤਾਂ ਕਿ ਤੁਸੀਂ ਸਮੇਂ ਤੋਂ ਪਹਿਲਾਂ ਜਣੇਪਾ-ਪੀੜ ਦੇ ਖਤਰੇ ਨੂੰ ਘਟਾ ਸਕੋ।

ਗਰਭ ਅਵਸਥਾ ਤੋਂ ਪਹਿਲਾਂ ਹੀ ਅਜਿਹੇ ਇਨਫੈਕਸ਼ਨ ਦਾ ਇਲਾਜ ਕਰਵਾ ਲਿਆ ਜਾਵੇ ਤਾਂ ਕਈ ਪ੍ਰਕਾਰ ਦੀਆਂ ਮੁਸ਼ਕਲਾਂ ਦੇ ਨਾਲ-ਨਾਲ ਸਮੇਂ ਸਬੰਧੀ ਜਣੇਪਾ-ਪੀੜ ਦਾ ਖਤਰਾ ਵੀ ਘੱਟ ਜਾਂਦਾ ਹੈ।

**ਸਰਵਿਕਸ ਵਿਚ ਕਮੀ:-** ਕਈ ਵਾਰ ਸਰਵਿਕਸ ਕਮਜ਼ੋਰ ਹੋਣ ਕਾਰਨ ਪਹਿਲਾਂ ਖੁੱਲ੍ਹ ਜਾਂਦੀ ਹੈ। ਗਰਭਵਤੀ ਔਰਤਾਂ ਨੂੰ ਮਿਸਕੈਰਿਜ ਜਾਂ ਬਿਨਾਂ ਸਮੇਂ ਤੋਂ ਜਣੇਪਾ ਪੀੜ ਤੋਂ ਬਾਅਦ ਹੀ ਇਸਦਾ ਪਤਾ ਲੱਗਦਾ ਹੈ। ਅਲਟ੍ਰਾਸਾਊਂਡ ਦੁਆਰਾ ਸਮੇਂ-ਸਮੇਂ ਤੇ ਇਸਦੀ ਸਥਿਤੀ ਦੀ ਜਾਂਚ ਨਾਲ ਖਤਰੇ ਨੂੰ ਕਾਫੀ ਹੱਦ ਤੱਕ ਟਾਲ ਸਕਦੇ ਹੋ।

**ਸਮੇਂ ਤੋਂ ਪਹਿਲਾਂ ਜਣੇਪਾ :-** ਜੇਕਰ ਤੁਹਾਡੀ ਗਰਭ ਅਵਸਥਾ ਵਿਚ ਵੀ ਅਜਿਹਾ ਹੋ ਚੁੱਕਾ ਹੈ ਤਾਂ ਤੁਹਾਡੇ ਲਈ ਇਹ ਖਤਰਾ ਹੋਰ ਵੀ ਵੱਧ ਸਕਦਾ ਹੈ। ਤੁਹਾਡੇ ਡਾਕਟਰ ਇਸ ਖਤਰੇ ਨੂੰ ਟਾਲਣ ਲਈ ਦੂਸਰੀ ਅਤੇ ਤੀਸਰੀ ਤਿਮਾਹੀ ਵਿਚ ਪ੍ਰੋਜੇਸਟਰਾਨ ਦੀ ਖੁਰਾਕ ਦੇ ਸਕਦੇ ਹਨ।

ਹੇਠ ਲਿਖੇ ਖਤਰਿਆਂ ਤੇ ਕਾਬੂ ਤਾਂ ਨਹੀਂ ਪਾਇਆ ਜਾ ਸਕਦਾ ਪਰ ਕੁਝ ਸੁਧਾਰ ਤਾਂ ਹੋ ਹੀ ਸਕਦਾ ਹੈ। ਡਾਕਟਰ ਇਨ੍ਹਾਂ ਖਤਰਿਆਂ ਤੋਂ ਛੁਟਕਾਰਾ ਪਾਉਣ ਲਈ ਤੁਹਾਨੂੰ ਖੁਦ ਨੂੰ ਪਹਿਲਾਂ ਤੋਂ ਤਿਆਰ ਵੀ ਕਰ ਸਕਦੇ ਹਨ।

**ਮਲਟੀਪਲਾਈ :-** ਇਕ ਤੋਂ ਜ਼ਿਆਦਾ ਬੱਚੇ ਹੋਣ ਤੇ ਗਰਭਵਤੀ ਔਰਤ, ਔਸਤ ਨਾਲ ਤਿੰਨ ਹਫਤੇ ਪਹਿਲਾਂ ਬੱਚਿਆਂ ਨੂੰ ਜਨਮ ਦਿੰਦੀ ਹੈ। (ਹਾਲਾਂਕਿ ਜੁੜਵਾ ਬੱਚਿਆਂ ਦਾ ਪੂਰਾ ਜਣੇਪਾ ਕਾਲ 27 ਹਫਤਿਆਂ ਦਾ ਹੁੰਦਾ ਹੈ ਜਿਸਦਾ ਅਰਥ ਹੈ ਕਿ ਤਿੰਨ ਹਫਤੇ ਦੀ ਜਲਦੀ ਕੋਈ ਜਲਦੀ ਨਹੀਂ ਹੈ) ਜਣੇਪਾ ਪਹਿਲਾਂ ਵਧੀਆ ਦੇਖਭਾਲ, ਕਾਫੀ ਪੋਸ਼ਣ ਅਤੇ ਬਾਕੀ ਖਤਰਿਆਂ ਨੂੰ ਘਟਾਉਣ, ਆਖਰੀ ਤਿਮਾਹੀ ਵਿਚ ਪੂਰਾ ਅਰਾਮ ਲੈਣ ਨਾਲ ਕੁਝ ਖਤਰਿਆਂ ਨੂੰ ਘਟਾਇਆ ਜਾ ਸਕਦਾ ਹੈ।

**ਸਰਵਿਕਸ ਦੀ ਸਮੱਸਿਆ :-** ਕਈ ਔਰਤਾਂ ਵਿਚ ਸਰਵਿਕਸ ਕਾਰਣ ਵੀ ਸਮੇਂ ਤੋਂ ਪਹਿਲਾਂ ਜਣੇਪਾ-ਪੀੜ ਦੀ ਸਮੱਸਿਆ ਹੋ ਜਾਂਦੀ ਹੈ। ਜੇਕਰ ਸਮੇਂ-ਸਮੇਂ ਤੇ ਅਲਟ੍ਰਾਸਾਊਂਡ ਨਾਲ ਜਾਂਚ ਹੁੰਦੀ ਰਹੇ ਤਾਂ ਖਤਰਿਆਂ ਦੇ ਘੇਰੇ ਵਿਚ ਆਉਣ ਵਾਲੀਆਂ ਔਰਤਾਂ ਦੀ ਮੱਦਦ ਹੋ ਸਕਦੀ ਹੈ।

**ਗਰਭ ਅਵਸਥਾ ਦੀਆਂ ਮੁਸ਼ਕਲਾਂ :-** ਗੈਸਟੇਸ਼ਨਲ ਸ਼ੂਗਰ, ਪ੍ਰੀਏਕਲੇਪਸਿਯਾ ਅਤੇ ਜ਼ਰੂਰਤ ਤੋਂ ਜ਼ਿਆਦਾ ਐਮਨੀਯੋਟਿਕ ਫਲੱਡ ਅਤੇ ਪਲੇਸੇਂਟਾ ਨਾਲ ਜੁੜੀਆਂ ਸਮੱਸਿਆਵਾਂ ਕਾਰਣ ਸਮੇਂ ਤੋਂ ਪਹਿਲਾਂ ਜਣੇਪਾ-ਪੀੜ ਹੋ ਸਕਦੀ ਹੈ।

ਇਨ੍ਹਾਂ ਮੁਸ਼ਕਲਾਂ ਤੇ ਕਾਬੂ ਪਾ ਕੇ ਗਰਭ ਕਾਲ ਦਾ ਸਮਾਂ ਵਧਾਇਆ ਜਾ ਸਕਦਾ ਹੈ।

**ਲੰਬਾ ਸਮਾਂ ਰੋਗ :** - ਹਾਈ ਬਲੱਡ ਪ੍ਰੈਸ਼ਰ, ਦਿਲ, ਕਿਡਨੀ ਜਾਂ ਲੀਵਰ ਦੇ ਰੋਗ ਅਤੇ ਸ਼ੂਗਰ ਆਦਿ ਲੰਬਾ ਸਮਾਂ ਰੋਗ ਵੀ ਸਮੇਂ ਤੋਂ ਪਹਿਲਾਂ ਜਣੇਪੇ ਦਾ ਕਾਰਣ ਬਣਦੇ ਹਨ ਪਰ ਵਧੀਆ ਇਲਾਜ ਪ੍ਰਬੰਧਨ ਅਤੇ ਦੇਖਭਾਲ ਨਾਲ ਇਨ੍ਹਾਂ ਤੋਂ ਬਚਿਆ ਜਾ ਸਕਦਾ ਹੈ।

**ਸਧਾਰਣ ਇਨਫੈਕਸ਼ਨ :-** ਸੈਕਸ ਵਾਲੇ ਰੋਗਾਂ ਕਾਰਣ, ਸਮੇਂ ਤੋਂ ਪਹਿਲਾਂ ਜਣੇਪਾ ਹੋ ਸਕਦਾ ਹੈ। ਜੇਕਰ ਇਨਫੈਕਸ਼ਨ ਨਾਲ ਬੱਚੇ ਨੂੰ ਖਤਰਾ ਹੋਵੇ ਤਾਂ ਸਰੀਰ ਬੱਚੇ ਦੀ ਰੱਖਿਆ ਲਈ ਸਮੇਂ ਤੋਂ ਪਹਿਲਾਂ ਜਣੇਪੇ ਦਾ ਤਰੀਕਾ ਅਪਣਾਉਂਦਾ ਹੈ। ਇਨਫੈਕਸ਼ਨ ਤੋਂ ਬਚਾਅ ਕਰਕੇ ਕਾਫੀ ਹੱਦ ਤੱਕ ਇਸ ਸਮੱਸਿਆ ਤੋਂ ਬਚਿਆ ਜਾ ਸਕਦਾ ਹੈ।

**17 ਸਾਲ ਤੋਂ ਘੱਟ ਉਮਰ :-** 17 ਸਾਲ ਤੋਂ ਘੱਟ ਉਮਰ ਦੀਆਂ ਗਰਭਵਤੀ ਲੜਕੀਆਂ ਲਈ ਸਮੇਂ ਤੋਂ ਪਹਿਲਾਂ ਜਣੇਪੇ ਦਾ ਖਤਰਾ ਬਹੁਤ ਜ਼ਿਆਦਾ ਹੁੰਦਾ ਹੈ। ਚੰਗੇ ਪੋਸ਼ਣ ਅਤੇ ਜਣੇਪੇ ਤੋਂ ਪਹਿਲਾਂ ਵਧੀਆ ਦੇਖਭਾਲ ਨਾਲ ਮਾਂ ਅਤੇ ਬੱਚੇ ਦਾ ਪੂਰਵ ਵਿਕਾਸ ਕੀਤਾ ਜਾ ਸਕਦਾ ਹੈ।

# ਏਡਜ਼ ਦਾ ਅਰਥ

**''ਮੈਂ ਅਤੇ ਪਤੀ, ਸਾਡੇ ਦੋਨਾਂ ਦੇ ਮਿਲਣ ਤੋਂ ਪਹਿਲਾਂ ਕਈ ਹੋਰਾਂ ਨਾਲ ਵੀ ਸਰੀਰਕ ਸਬੰਧ ਰਹੇ। ਕਿਉਂਕਿ ਏਡਜ਼ ਦੇ ਲੱਛਣ ਕਈ ਸਾਲ ਬਾਅਦ ਉਭਰਦੇ ਹਨ ਤਾਂ ਮੈਂ ਇਸ ਬਾਰੇ ਵਿਚ ਕਿਵੇਂ ਨਿਸ਼ਚਿਤ ਹੋਵਾਂ ਕਿ ਮੈਨੂੰ ਇਹ ਰੋਗ ਨਹੀਂ ਹੈ ਅਤੇ ਇਹ ਮੇਰੇ ਬੱਚੇ ਤੱਕ ਨਹੀਂ ਪਹੁੰਚੇਗਾ।''**

- ਜੇਕਰ ਤੁਸੀਂ ਅਤੇ ਤੁਹਾਡਾ ਸਾਥੀ ਹਾਈ ਰਿਸਕ ਗਰੁੱਪ ਹੋਮੋਫੀਲੀਏਮਸ, ਆਈ ਬੀ, ਡ੍ਰਗ ਪ੍ਰਯੋਗ ਕਰਨ ਵਾਲੇ, ਦਿਵਲਿੰਗੀ ਜਾਂ ਸਮਲਿੰਗੀ ਪੁਰਸ਼ ਨਾਲ ਸੈਕਸ ਕਰਨ ਵਾਲਿਆਂ ਵਿਚੋਂ ਨਹੀਂ ਹਨ ਤਾਂ ਕਈ ਸਾਥੀਆਂ ਨਾਲ ਸਰੀਰਕ ਸਬੰਧ ਹੋਣ ਦੇ ਬਾਵਜੂਦ ਏਡਜ਼ ਹੋਣ ਦੀ ਸੰਭਾਵਨਾ ਘੱਟ ਹੀ ਹੈ। ਜੇਕਰ ਜਾਂਚ ਪਾਜੀਟਿਵ ਆਈ ਵੀ ਤਾਂ ਉਸੇ ਸਮੇਂ ਇਲਾਜ ਹੋ ਜਾਵੇਗਾ। ਤੁਹਾਡੀ ਤਾਂ ਨਹੀਂ ਪਰ ਬੱਚੇ ਦੀ ਰੱਖਿਆ ਤਾਂ ਹੋ ਹੀ ਸਕਦੀ ਹੈ।

**''ਜਦੋਂ ਡਾਕਟਰ ਨੇ ਮੈਨੂੰ ਐਚ.ਆਈ.ਵੀ. ਟੈਸਟ ਬਾਰੇ ਪੁੱਛਿਆ ਤਾਂ ਮੈਂ ਹੈਰਾਨ ਹੋ ਗਈ- ਮੈਂ ਤਾਂ ਹਾਈ-ਰਿਸਕ ਗਰੁੱਪ ਵਿਚ ਵੀ ਨਹੀਂ ਆਉਂਦੀ।''**

ਭਾਵੇਂ ਗਰਭਵਤੀ ਔਰਤਾਂ ਦੇ ਮੈਡੀਕਲ ਇਤਿਹਾਸ ਵਿਚ ਐਚ.ਆਈ.ਵੀ. ਦਾ ਜ਼ਿਕਰ ਹੋਵੇ ਜਾਂ ਨਾ ਹੋਵੇ, ਉਨ੍ਹਾਂ ਦੀ ਐਚ.ਆਈ.ਵੀ. ਜਾਂਚ ਸਧਾਰਣ ਹੁੰਦੀ ਜਾ ਰਹੀ ਹੈ। ਉਂਝ ਵੀ ਇਹ ਬਚਾਅ ਦੀ ਦ੍ਰਿਸ਼ਟੀ ਨਾਲ ਵੀ ਵਧੀਆ ਹੈ। ਪਰੇਸ਼ਾਨ ਨਾ ਹੋਵੋ ਡਾਕਟਰ ਤੁਹਾਡੇ ਭਲੇ ਲਈ ਹੀ ਇਸ ਜਾਂਚ ਦੀ ਗੱਲ ਕਰ ਰਹੇ ਹਨ।

# ਪਹਿਲਾਂ ਤੁਹਾਡੀ ਡਾਕਟਰੀ ਜਾਣਕਾਰੀ

## ਰੁਬੇਲਾ ਐਂਟੀਬਾਡੀ ਲੈਵਲ

**''ਜਦੋਂ ਮੈਂ ਛੋਟੀ ਸੀ ਤਾਂ ਰੁਬੇਲਾ ਦਾ ਟੀਕਾਕਰਣ ਹੋਇਆ ਸੀ, ਪਰ ਗਰਭਵਤੀ ਹੋਣ ਤੋਂ ਬਾਅਦ ਖੂਨ ਦੀ ਜਾਂਚ ਵਿਚ ਪਤਾ ਲੱਗਾ ਕਿ ਮੇਰਾ ਰੁਬੇਲਾ ਐਂਟੀਬਾਡੀ ਦਾ ਲੈਵਲ ਕਾਫੀ ਘੱਟ ਹੈ। ਮੈਨੂੰ ਕੀ ਕਰਨਾ ਚਾਹੀਦਾ ਹੈ?''**

ਤੁਹਾਨੂੰ ਰੁਬੇਲਾ ਦੇ ਬਾਰੇ ਵਿਚ ਏਨਾ ਚਿੰਤਾ ਵਿਚ ਹੋਣ ਦੀ ਲੋੜ ਨਹੀਂ ਹੈ। ਇਸ ਨਾਲ ਅਣ ਜਨਮੇ ਬੱਚੇ ਨੂੰ ਕਿਸੇ ਤਰ੍ਹਾਂ ਦਾ ਖਤਰਾ ਨਹੀਂ ਹੋ ਸਕਦਾ। ਇਸ ਰੋਗ ਪ੍ਰਤੀ ਪਹਿਲਾਂ ਹੀ ਕਾਫੀ ਸਾਵਧਾਨੀ ਵਰਤੀ ਜਾ ਰਹੀ ਹੈ।

ਹਾਲਾਂਕਿ ਤੁਹਾਨੂੰ ਗਰਭ ਅਵਸਥਾ ਵਿਚ ਤਾਂ ਇਸਦਾ ਟੀਕਾ ਨਹੀਂ ਲਗਾ ਸਕਦੇ ਪਰ ਤੁਹਾਨੂੰ ਜਣੇਪੇ ਤੋਂ ਬਾਅਦ ਇਸਦਾ ਟੀਕਾ ਲਗਾ ਦਿੱਤਾ ਜਾਵੇਗਾ, ਭਾਵੇਂ ਤੁਸੀਂ ਦੁੱਧ ਕਿਉਂ ਨਾ ਪਿਆਉਣਾ ਹੋਵੇ।

### ਗਰਭ ਅਵਸਥਾ ਅਤੇ ਟੀਕਾਕਰਣ

ਕਈ ਤਰ੍ਹਾਂ ਦੇ ਇਨਫੈਕਸ਼ਨ ਗਰਭ ਅਵਸਥਾ ਵਿਚ ਪਰੇਸ਼ਾਨੀ ਪੈਦਾ ਕਰ ਸਕਦੇ ਹਨ ਇਸ ਲਈ ਗਰਭ ਧਾਰਣ ਤੋਂ ਪਹਿਲਾਂ ਟੀਕਾਕਰਣ ਪੂਰਾ ਕਰਵਾ ਲਓ ਕਿਉਂਕਿ ਗਰਭ ਅਵਸਥਾ ਵਿਚ ਉਨ੍ਹਾਂ ਦੇ ਟੀਕੇ ਨਹੀਂ ਲੱਗ ਸਕਦੇ ਜਿਵੇਂ ਐਮਐਮਆਰ ਆਦਿ। ਗਰਭ ਅਵਸਥਾ ਵਿਚ ਕੁਝ ਟੀਕੇ ਲਗਾਏ ਜਾ ਸਕਦੇ ਹਨ ਹੋਰ ਕੁਝ ਨਹੀਂ। ਹਰੇਕ ਗਰਭਵਤੀ ਔਰਤ ਨੂੰ ਟਿਟਨੈਸ, ਡਿਪਥੀਰੀਆ, ਹੈਪੇਟਾਈਟਿਸ ਬੀ ਦੇ ਟੀਕੇ ਸੁਰੱਖਿਅਤ ਰੂਪ ਨਾਲ ਦਿੱਤੇ ਜਾ ਸਕਦੇ ਹਨ।

## ਮੋਟਾਪਾ

**''ਮੇਰਾ ਭਾਰ 60 ਪੌਂਡ ਤੋਂ ਜ਼ਿਆਦਾ ਹੈ ਜਾਂ ਇਸ ਨਾਲ ਮੈਨੂੰ ਜਾਂ ਮੇਰੇ ਬੱਚੇ ਨੂੰ ਗਰਭ ਅਵਸਥਾ ਵਿਚ ਕੋਈ ਖਤਰਾ ਹੋ ਸਕਦਾ ਹੈ।''**

ਆਮ ਤੌਰ ਤੇ ਮੋਟੀਆਂ ਗਰਭਵਤੀ ਔਰਤਾਂ ਵੀ ਤੰਦਰੁਸਤ ਬੱਚਿਆਂ ਨੂੰ ਹੀ ਜਨਮ ਦਿੰਦੀਆਂ

ਹਨ। ਹਾਲਾਂਕਿ ਮੋਟਾਪੇ ਕਾਰਣ ਸਿਹਤ ਨੂੰ ਖਤਰਾ ਹੋ ਸਕਦਾ ਹੈ ਅਤੇ ਗਰਭ ਅਵਸਥਾ ਵਿਚ ਵੀ ਪਰੇਸ਼ਾਨੀ ਪੈਦਾ ਹੋ ਸਕਦੀ ਹੈ।ਗਰਭ ਧਾਰਣ ਕਰਨ ਤੋਂ ਇਲਾਵਾ ਜੇਕਰ ਤੁਹਾਡਾ ਆਪਣਾ ਭਾਰ ਵੀ ਕਾਫੀ ਜ਼ਿਆਦਾ ਹੈ ਤਾਂ ਗੈਸਟੇਸ਼ਨਲ ਡਾਇਬਟੀਜ਼ ਤੋਂ ਇਲਾਵਾ ਹਾਈ ਬਲੱਡ ਪ੍ਰੈਸ਼ਰ ਦੀ ਸ਼ਿਕਾਇਤ ਹੋ ਸਕਦੀ ਹੈ। ਇਸ ਨਾਲ ਕਈ ਵਿਵਹਾਰਕ ਗਰਭ ਅਵਸਥਾ ਸਮੱਸਿਆਵਾਂ ਵੀ ਪੈਦਾ ਹੋ ਜਾਂਦੀਆਂ ਹਨ। ਸ਼ੁਰੂ ਵਿਚ ਅਲਟ੍ਰਾਸਾਊਂਡ ਤੋਂ ਬਿਨਾਂ ਤੁਹਾਡੇ ਜਣੇਪੇ ਦੀ ਅੰਦਾਜ਼ਾ ਮਿਤੀ ਦਾ ਪਤਾ ਨਹੀਂ ਲਗਾਇਆ ਜਾ ਸਕਦਾ ਕਿਉਂਕਿ ਮੋਟੀਆਂ ਔਰਤਾਂ ਵਿਚ ਓਵਯੂਲੇਸ਼ਨ ਦਾ ਸਮਾਂ ਅਨਿਯਮਿਤ ਹੁੰਦਾ ਹੈ। ਕਈ ਡਾਕਟਰ ਬੱਚੇ ਦਾਨੀ ਦੇ ਅਕਾਰ, ਸਥਿਤੀ ਜਾਂ ਦਿਲ ਦੀ ਧੜਕਣ ਸੁਣ ਕੇ ਜਿਹੜਾ ਅੰਦਾਜ਼ਾ ਲਗਾਉਂਦੇ ਹਨ, ਉਹ ਚਰਬੀ ਦੀਆਂ ਪਰਤਾਂ ਕਾਰਣ ਨਹੀਂ ਲਗਾਇਆ ਜਾ ਸਕਦਾ।

ਡਾਕਟਰ ਭਰੂਣ ਦੇ ਅਕਾਰ ਅਤੇ ਸਥਿਤੀ ਦਾ ਸਹੀ ਪਤਾ ਨਹੀਂ ਲਗਾ ਸਕਦੇ ਅਤੇ ਤੁਹਾਨੂੰ ਵੀ ਬੱਚੇ ਦੀ ਪਹਿਲੀ ਹਲਚਲ ਦਾ ਅਸਾਨੀ ਨਾਲ ਪਤਾ ਨਹੀਂ ਲੱਗ ਸਕੇਗਾ।

ਜੇਕਰ ਭਰੂਣ ਔਸਤ ਤੋਂ ਵੱਡਾ ਹੋਇਆ ਤਾਂ ਜਣੇਪੇ ਵਿਚ ਮੁਸ਼ਕਲ ਹੋ ਸਕਦੀ ਹੈ। ਆਮ ਤੌਰ ਤੇ ਮੋਟੀਆਂ ਔਰਤਾਂ ਨਾਲ ਅਜਿਹਾ ਹੀ ਹੁੰਦਾ ਹੈ। (ਇਨ੍ਹਾਂ ਵਿਚ ਉਹ ਵੀ ਸ਼ਾਮਲ ਹਨ ਜਿਹੜੀਆਂ ਸ਼ੂਗਰ ਨਾਲ ਗ੍ਰਸਤ ਹਨ ਜਾਂ ਗਰਭ ਅਵਸਥਾ ਵਿਚ ਵੀ ਜ਼ਿਆਦਾ ਨਹੀਂ ਖਾਂਦੀਆਂ) ਜੇਕਰ ਸਜੇਰੀਅਨ ਕਰਨਾ ਹੀ ਪਵੇ ਤਾਂ ਸਰਜਰੀ ਦੌਰਾਨ ਅਤੇ ਉਸਤੋਂ ਬਾਅਦ ਵੀ ਮੁਸ਼ਕਲ ਹੋ ਸਕਦੀ ਹੈ।

ਫਿਰ ਗਰਭ ਅਵਸਥਾ ਦੌਰਾਨ ਹੋਣ ਵਾਲੀਆਂ ਪਰੇਸ਼ਾਨੀਆਂ ਅਤੇ ਅਸਹਿਜਤਾ ਦਾ ਅੰਦਾਜ਼ਾ ਤਾਂ ਤੁਸੀਂ ਖੁਦ ਵੀ ਲਗਾ ਸਕਦੇ ਹੋ ਜ਼ਿਆਦਾ ਭਾਰ ਵੱਧਣ ਨਾਲ ਕਮਰ ਵਿਚ ਦਰਦ ਰਹੇਗਾ, ਵੈਰੀਕੋਜ਼ ਵੇਨਜ਼ ਸੋਜ ਅਤੇ ਛਾਤੀ ਵਿਚ ਜਲਨ ਦੀ ਸਮੱਸਿਆ ਬਣੀ ਰਹੇਗੀ।

ਘਬਰਾ ਗਏ। ਨਹੀਂ, ਨਹੀਂ! ਡਾਕਟਰ ਤੇ ਤੁਸੀਂ ਮਿਲ ਕੇ ਬੱਚੇ ਵੱਲ ਵੱਧਣ ਵਾਲੇ ਇਸ ਖਤਰੇ ਨੂੰ ਘਟਾ ਸਕਦੇ ਹੋ। ਤੁਹਾਨੂੰ ਥੋੜ੍ਹਾ ਜਿਹਾ ਹੋਰ ਧਿਆਨ ਦੇਣਾ ਪਵੇਗਾ।

ਮੈਡੀਕਲ ਪੱਧਰ ਤੇ ਘੱਟ ਖਤਰੇ ਵਾਲੀਆਂ ਗਰਭਵਤੀ ਔਰਤਾਂ ਦੀ ਤੁਲਨਾ ਵਿਚ ਜ਼ਿਆਦਾ ਜਾਂਚ ਕਰਵਾਉਣੀ ਪੈ ਸਕਦੀ ਹੈ। ਤੁਹਾਨੂੰ ਸ਼ੁਰੂ ਵਿਚ ਅਲਟ੍ਰਾਸਾਊਂਡ ਕਰਵਾਉਣਾ ਪਵੇਗਾ ਤਾਂ

## ਗੈਸਟ੍ਰਿਕ ਬਾਇਪਾਸ ਤੋਂ ਬਾਅਦ ਗਰਭ ਅਵਸਥਾ

ਮੁਬਾਰਕ ਹੋਵੇ! ਤੁਸੀਂ ਕਾਫੀ ਭਾਰ ਘਟਾਉਣ ਤੋਂ ਬਾਅਦ ਗਰਭ ਧਾਰਣ ਕੀਤਾ ਹੈ, ਪਰ ਤੁਸੀਂ ਸੋਚ ਰਹੇ ਹੋਵੋਗੇ ਕਿ ਇਸ ਬਾਇਪਾਸ ਤੋਂ ਬਾਅਦ ਤੁਹਾਡੀ ਗਰਭ ਅਵਸਥਾ ਕਿੰਨੀ ਸੁਰੱਖਿਅਤ ਰਹੇਗੀ। ਉਂਝ ਤਾਂ ਤੁਹਾਨੂੰ ਸਲਾਹ ਦਿੱਤੀ ਗਈ ਹੋਵੇਗੀ ਕਿ ਸਰਜਰੀ ਦੇ 12-18 ਮਹੀਨੇ ਤੱਕ ਗਰਭ ਧਾਰਣ ਨਾ ਕਰੋ ਕਿਉਂਕਿ ਉਸ ਵਿਚ ਭਾਰ ਬਹੁਤ ਘੱਟਦਾ ਹੈ ਅਤੇ ਕੁਪੋਸ਼ਣ ਦਾ ਡਰ ਵੀ ਬਣਿਆ ਰਹਿੰਦਾ ਹੈ, ਪਰ ਉਸ ਸਥਿਤੀ ਨੂੰ ਪਾਰ ਕਰ ਲੈਣ ਤੋਂ ਬਾਅਦ ਤੁਸੀਂ ਅਸਾਨੀ ਨਾਲ ਸੁਰੱਖਿਅਤ ਗਰਭ ਅਵਸਥਾ ਦੀ ਉਮੀਦ ਰੱਖ ਸਕਦੇ ਹੋ। ਉਂਝ ਤੁਹਾਨੂੰ ਇਸ ਲਈ ਥੋੜ੍ਹੀ ਅਨਿਸ਼ਚਿਤ ਮਿਹਨਤ ਕਰਨੀ ਪਵੇਗੀ।

- ਆਪਣੇ ਗੈਸਟ੍ਰਿਕ ਬਾਇਪਾਸ ਡਾਕਟਰ ਦੀ ਔਲਾਦ ਮਾਹਿਰ ਨਾਲ ਗੱਲਬਾਤ ਕਰਵਾ ਦਿਓ, ਤਾਂ ਕਿ ਤੁਹਾਡੇ ਬਾਰੇ ਕੋਈ ਖਾਸ ਹਿਦਾਇਤ ਹੋਵੇ ਤਾਂ ਉਹ ਉਨ੍ਹਾਂ ਨੂੰ ਸਮਝਾ ਸਕਣ।
- ਤੁਹਾਨੂੰ ਗਰਭ ਧਾਰਣ ਕਰਨ ਤੋਂ ਬਾਅਦ ਵਿਟਾਮਿਨ, ਆਇਰਨ, ਕੈਲਸ਼ੀਅਮ, ਫਾਲਿਕ ਐਸਿਡ ਅਤੇ ਵਿਟਾਮਿਨ $B_{12}$ ਦੀ ਭਰਪੂਰ ਮਾਤਰਾ ਲੈਣੀ ਪਵੇਗੀ। ਇਸ ਬਾਰੇ ਵਿਚ ਡਾਕਟਰ ਤੋਂ ਸਲਾਹ ਲੈ ਕੇ ਦਵਾਈਆਂ ਲਓ।
- ਤੁਹਾਨੂੰ ਆਪਣੇ ਭਾਰ ਤੇ ਵੀ ਧਿਆਨ ਦੇਣਾ ਪਵੇਗਾ। ਹੁਣ ਇਸਨੂੰ ਥੋੜ੍ਹਾ-ਥੋੜ੍ਹਾ ਕਰਕੇ ਵਧਾਉਣਾ ਚਾਹੀਦਾ ਹੈ। ਜੇਕਰ ਭਾਰ ਨਾ ਵਧਿਆ ਤਾਂ ਬੱਚੇ ਦਾ ਪੂਰਾ ਵਿਕਾਸ ਨਹੀਂ ਹੋ ਸਕੇਗਾ।
- ਤੁਸੀਂ ਭੋਜਨ ਦੀ ਮਾਤਰਾ ਦੀ ਬਜਾਏ ਗੁਣਵੱਤਾ ਤੇ ਧਿਆਨ ਦੇਣਾ ਹੈ। ਅਜਿਹਾ ਭੋਜਨ ਚੁਣੋ, ਜਿਸਦੀ ਥੋੜ੍ਹੀ ਮਾਤਰਾ ਵੀ ਜ਼ਿਆਦਾ ਤੋਂ ਜ਼ਿਆਦਾ ਪੋਸ਼ਣ ਦੇ ਸਕੇ।
- ਜੇਕਰ ਕਦੇ ਵੀ ਪੇਟ ਵਿਚ ਤੇਜ ਦਰਦ ਜਾਂ ਖੂਨ ਵਹਾਓ ਹੋਵੇ ਤਾਂ ਉਸੇ ਸਮੇਂ ਡਾਕਟਰ ਨੂੰ ਮਿਲੋ।

ਕਿ ਜਣੇਪੇ ਦੀ ਅੰਦਾਜ਼ਨ ਮਿਤੀ ਪਤਾ ਲੱਗ ਸਕੇ। ਬਾਅਦ ਵਿਚ ਬੱਚੇ ਦੇ ਅਕਾਰ ਅਤੇ ਸਥਿਤੀ ਗੁਲੂਕੋਜ਼ ਟਾਲਰੈਂਸ ਟੈਸਟ ਅਤੇ ਸਕਰੀਨਿੰਗ ਕਰਾਉਣੀ ਪਵੇਗੀ ਤਾਂ ਕਿ ਪਤਾ ਲੱਗ ਸਕੇ ਕਿ ਤੁਸੀਂ ਗੈਸਟੇਸ਼ਨਲ ਸ਼ੂਗਰ ਦੇ ਰੋਗੀ ਤਾਂ ਨਹੀਂ! ਗਰਭ ਅਵਸਥਾ ਦੇ ਅੰਤ ਵਿਚ ਵੀ ਬੱਚੇ ਦੀ ਸਹੀ ਅਵਸਥਾ ਜਾਨਣ ਲਈ ਨਾਨਸਟ੍ਰੈਸ ਅਤੇ ਦੂਜੇ ਟੈਸਟ ਕਰਾਉਣੇ ਪੈਣਗੇ।

ਤੁਸੀਂ ਆਪਣੀ ਦੇਖਭਾਲ ਖ਼ੁਦ ਕਰੋਗੇ ਤਾਂ ਇਸ ਨਾਲ ਬਹੁਤ ਫਰਕ ਪਵੇਗਾ। ਤੁਹਾਨੂੰ ਤੰਬਾਕੂ ਅਤੇ ਜਰਦੇ ਵਰਗੀਆਂ ਆਦਤਾਂ ਛੱਡਣੀਆਂ ਪੈਣਗੀਆਂ ਜਿਹੜੀਆਂ ਗਰਭ ਅਵਸਥਾ ਦੇ ਖਤਰਿਆਂ ਨੂੰ ਵਧਾ ਦਿੰਦੀਆਂ ਹਨ। ਆਪਣੇ ਭਾਰ ਦੇ ਟੀਚੇ ਨੂੰ ਬਣਾਈ ਰੱਖਣਾ ਹੋਵੇਗਾ, ਹਾਲਾਂਕਿ ਉਹ ਹੋਰ ਸੰਭਾਵਿਤ ਮਾਤਾਵਾਂ ਤੋਂ ਘੱਟ ਹੀ ਹੋਵੇਗਾ। ਸਮੇਂ-ਸਮੇਂ ਤੇ ਡਾਕਟਰਾਂ ਦੀ ਸਲਾਹ ਲੈਣੀ ਪਵੇਗੀ। ਇਸ ਬਾਰੇ ਵਿਚ ਡਾਕਟਰਾਂ ਦੀ ਸਲਾਹ ਵੱਖ-ਵੱਖ ਹੋ ਸਕਦੀ ਹੈ।

ਤੁਹਾਨੂੰ ਆਪਣੇ ਰੋਜ਼ਾਨਾ ਦੇ ਭੋਜਨ ਵਿਚ ਪੋਸ਼ਕ ਤੱਤ ਸ਼ਾਮਲ ਕਰਨੇ ਪੈਣਗੇ ਅਤੇ ਕੈਲਰੀ ਦੀ ਮਾਤਰਾ ਤੇ ਧਿਆਨ ਦੇਣਾ ਪਵੇਗਾ। ਵਿਟਾਮਿਨ, ਪ੍ਰੋਟੀਨ ਅਤੇ ਖਣਿਜ ਲੂਣ ਦੀ ਭਰਪੂਰ ਮਾਤਰਾ ਲੈਣੀ ਪਵੇਗੀ। ਤੁਹਾਨੂੰ ਆਪਣੇ ਭੋਜਨ ਵਿਚ ਮਾਤਰਾ ਦੀ ਬਜਾਏ ਗੁਣਵੱਤਾ ਤੇ ਧਿਆਨ ਦੇਣਾ ਪਵੇਗਾ। ਆਪਣੇ ਭੋਜਨ ਤੋਂ ਇਲਾਵਾ ਵਿਟਾਮਿਨ ਆਦਿ ਦੀਆਂ ਗੋਲੀਆਂ ਵੀ ਲੈਂਦੇ ਰਹੋ। ਡਾਕਟਰ ਕੋਲੋਂ ਪੁੱਛ ਕੇ ਸਹੀ ਤਰੀਕੇ ਨਾਲ ਕਸਰਤ ਕਰੋ ਤਾਂ ਕਿ ਭਾਰ ਵੀ ਨਾ ਵਧੇ ਅਤੇ ਤੁਹਾਨੂੰ ਅਤੇ ਬੱਚੇ ਨੂੰ ਵੀ ਪੂਰਾ ਪੋਸ਼ਣ ਮਿਲਦਾ ਰਹੇ।

ਜੇਕਰ ਇਸਤੋਂ ਬਾਅਦ ਵੀ ਗਰਭ ਧਾਰਣ ਕਰਨ ਦੀ ਯੋਜਨਾ ਹੋਵੇ ਤਾਂ ਆਪਣਾ ਆਦਰਸ਼ ਭਾਰ ਰੱਖਣ ਤੋਂ ਬਾਅਦ ਹੀ ਅੱਗੇ ਵਧੋ, ਤਾਂ ਕਿ ਗਰਭ ਅਵਸਥਾ ਦਾ ਪੂਰਾ ਸਮਾਂ ਸੁਰੱਖਿਅਤ ਅਤੇ ਸੁਖੀ ਰਹੇ।

## ਭਾਰ ਘੱਟ ਹੋਣਾ

**"ਮੇਰਾ ਭਾਰ ਬਹੁਤ ਘੱਟ ਹੈ, ਕੀ ਇਸ ਨਾਲ ਮੇਰੀ ਗਰਭ ਅਵਸਥਾ ਨੂੰ ਕੋਈ ਖਤਰਾ ਹੋ ਸਕਦਾ ਹੈ।"**

ਉਂਝ ਤਾਂ ਗਰਭ ਅਵਸਥਾ ਵਿਚ ਪੂਰਾ ਭੋਜਨ ਲੈਣਾ ਚਾਹੀਦਾ ਹੈ, ਤਾਂ ਕਿ ਮਾਂ ਅਤੇ ਬੱਚੇ ਦੀ ਸਿਹਤ ਨੂੰ ਕੋਈ ਨੁਕਸਾਨ ਨਾ ਹੋਵੇ। ਪਰ ਜੇਕਰ ਤੁਹਾਡਾ ਭਾਰ ਕਾਫੀ ਘੱਟ ਹੋਵੇ ਤਾਂ ਤੁਹਾਨੂੰ ਭੋਜਨ ਦੀ ਮਾਤਰਾ ਵਧਾਉਣੀ ਪਵੇਗੀ ਨਹੀਂ ਤਾਂ ਘੱਟ ਭਾਰ ਵਾਲੇ ਬੱਚੇ ਦੇ ਜਨਮ ਦਾ ਖਤਰਾ ਪੈਦਾ ਹੋ ਸਕਦਾ ਹੈ।

ਤਾਜੇ ਫਲ-ਸਬਜੀਆਂ ਨਾਲ ਭਰਪੂਰ ਅਹਾਰ ਲਓ ਤਾਂ ਕਿ ਸਰੀਰ ਵਿਚ ਪੋਸ਼ਕ ਤੱਤ ਸ਼ਾਮਲ ਹੋ ਸਕਣ।

ਹੋ ਸਕਦਾ ਹੈ ਕਿ ਡਾਕਟਰ ਤੁਹਾਨੂੰ ਔਸਤ ਔਰਤ ਦੇ ਭਾਰ ਦੀ ਤੁਲਨਾ ਵਿਚ ਥੋੜ੍ਹਾ ਜ਼ਿਆਦਾ ਭਾਰ ਵਧਾਉਣ ਦੀ ਸਲਾਹ ਦੇਣ।

## ਅਨਿਯਮਿਤ ਭੋਜਨ

**"ਮੈਂ ਪਿਛਲੇ ਦਸ ਸਾਲਾਂ ਤੋਂ ਬੁਲੀਮੀਆ ਨਾਲ ਪੀੜ੍ਹਤ ਹਾਂ। ਮੈਂ ਸੋਚਿਆ ਸੀ ਕਿ ਮੈਂ ਗਰਭ ਅਵਸਥਾ ਵਿਚ ਇਸ ਤੋਂ ਮੁਕਤੀ ਪਾ ਲਵਾਂਗੀ ਪਰ ਅਜਿਹਾ ਨਹੀਂ ਹੋ ਸਕਿਆ। ਕੀ ਇਸ ਨਾਲ ਮੇਰੇ ਬੱਚੇ ਨੂੰ ਨੁਕਸਾਨ ਹੋ ਸਕਦਾ ਹੈ।"**

ਤੁਸੀਂ ਕਈ ਸਾਲਾਂ ਤੋਂ ਬੁਲੀਮੀਆ (ਅਨੋਰੇਕਸੀਆ) ਤੇ ਕਾਬੂ ਨਹੀਂ ਪਾ ਸਕੇ, ਇਸਦਾ ਮਤਲਬ ਹੈ ਕਿ ਤੁਹਾਡੇ ਸਰੀਰ ਵਿਚ ਪੋਸ਼ਣ ਦਾ ਪੱਧਰ ਬਹੁਤ ਘਟਿਆ ਹੋਇਆ ਹੋਵੇਗਾ। ਕਿਸਮਤ ਨਾਲ, ਗਰਭ ਅਵਸਥਾ ਦੇ ਅਰੰਭ ਵਿਚ ਏਨੇ ਪੋਸ਼ਣ ਦੀ ਜ਼ਰੂਰਤ ਨਹੀਂ ਪੈਂਦੀ ਇਸ ਲਈ ਤੁਹਾਡੇ ਕੋਲ ਹੁਣ ਵੀ ਸੰਭਲਣ ਦਾ ਮੌਕਾ ਹੈ, ਤੁਸੀਂ ਆਪਣੇ ਸਰੀਰ ਦੇ ਪੋਸ਼ਕ ਤੱਤਾਂ ਦੀ ਕਮੀ ਪੂਰੀ ਕਰ ਸਕਦੇ ਹੋ ਤਾਂ ਕਿ ਇਕ ਤੰਦਰੁਸਤ ਬੱਚੇ ਨੂੰ ਜਨਮ ਦੇ ਸਕੋ।

ਹਾਲਾਂਕਿ ਇਸ ਖੇਤਰ ਵਿਚ ਹੁਣ ਕਾਫੀ ਘੱਟ ਖੋਜਾਂ ਕੀਤੀਆਂ ਗਈਆਂ ਹਨ। ਇਨ੍ਹਾਂ ਕਾਰਣ ਮਾਸਿਕ ਵਹਾਓ ਦੇ ਚੱਕਰ ਵਿਚ ਪਰੇਸ਼ਾਨੀ ਆ ਸਕਦੀ ਹੈ। ਅਧਿਐਨਾਂ ਤੋਂ ਹੇਠ ਲਿਖੀਆਂ ਗੱਲਾਂ ਪਤਾ ਲੱਗੀਆਂ ਹਨ:-

- ਜੇਕਰ ਤੁਸੀਂ ਖਾਣ-ਪੀਣ ਦੀਆਂ ਆਦਤਾਂ ਬਦਲ ਲੈਂਦੇ ਹੋ ਉਨ੍ਹਾਂ ਨੂੰ ਨਿਯਮਿਤ ਕਰ ਲੈਂਦੇ ਹੋ ਤਾਂ ਤੁਹਾਨੂੰ ਵੀ ਤੰਦਰੁਸਤ ਬੱਚੇ ਦਾ ਜਨਮ ਹੋਵੇਗਾ।
- ਆਪਣੇ ਡਾਕਟਰ ਨੂੰ ਇਸ ਬਾਰੇ ਵਿਚ ਪਹਿਲਾਂ ਹੀ ਦੱਸ ਦਿਓ ਨਹੀਂ ਤਾਂ ਹਾਲਤ ਹੋਰ ਵੀ ਖਰਾਬ ਸਕਦੀ ਹੈ।
- ਤੁਹਾਡੇ ਮਾਮਲੇ ਵਿਚ ਕਿਸੇ ਮਾਹਿਰ ਦੀ ਸਲਾਹ ਵੀ ਕੰਮ ਆ ਸਕਦੀ ਹੈ ਪਰ ਗਰਭ ਅਵਸਥਾ ਤੋਂ ਬਾਅਦ ਤਾਂ ਇਹ ਇਕ ਤਰ੍ਹਾਂ ਜ਼ਰੂਰੀ ਹੋ ਜਾਂਦਾ ਹੈ।
- ਜੇਕਰ ਤੁਸੀਂ ਬੁਲੀਮੀਆ ਲਈ ਬਣਾਈਆਂ ਗਈਆਂ ਦਵਾਈਆਂ ਹੀ ਜਾਰੀ ਰੱਖੋਗੇ ਤਾਂ ਬੱਚੇ ਦੇ ਵਿਕਾਸ ਨੂੰ ਖਤਰਾ ਹੋ ਸਕਦਾ ਹੈ। ਉਹ ਤੁਹਾਡੇ ਸਰੀਰ ਤੋਂ ਪੋਸ਼ਣ ਅਤੇ ਦ੍ਰਵ ਨੂੰ ਖਿੱਚ ਲੈਣਗੇ ਅਤੇ ਬੱਚੇ ਨੂੰ ਉਸਦਾ ਲਾਭ ਨਹੀਂ ਮਿਲ ਸਕੇਗਾ। ਨਿਯਮਿਤ ਪ੍ਰਯੋਗ ਨਾਲ ਭਰੂਣ ਅਸਧਾਰਣਤਾ

ਵੀ ਹੋ ਸਕਦੀ ਹੈ। ਡਾਕਟਰ ਦੀ ਸਲਾਹ ਤੋਂ ਬਿਨਾਂ ਕਿਸੇ ਵੀ ਗਰਭਵਤੀ ਇਸਤਰੀ ਨੂੰ ਇਨ੍ਹਾਂ ਦਵਾਈਆਂ ਪ੍ਰਯੋਗ ਨਹੀਂ ਕਰਨਾ ਚਾਹੀਦਾ।

- ਬੁਲੀਮੀਆ ਦੇ ਕਾਰਣ ਗਰਭਪਾਤ, ਸਮੇਂ ਤੋਂ ਪਹਿਲਾਂ ਜਣੇਪਾ ਜਾਂ ਕਮਜ਼ੋਰੀ ਦਾ ਖਤਰਾ ਵੱਧ ਜਾਂਦਾ ਹੈ। ਹੁਣ ਤੁਹਾਨੂੰ ਆਪਣੀਆਂ ਪੁਰਾਣੀਆਂ ਆਦਤਾਂ ਛੱਡ ਕੇ ਬੱਚੇ ਅਤੇ ਆਪਣੀ ਸਿਹਤ ਦਾ ਧਿਆਨ ਰੱਖਣਾ ਪਵੇਗਾ। ਜੇਕਰ ਅਜਿਹਾ ਕਰਨ ਵਿਚ ਮੁਸ਼ਕਲ ਆ ਰਹੀ ਹੋਵੇ ਤਾਂ ਕਿਸੇ ਦੀ ਮੱਦਦ ਵੀ ਲੈ ਸਕਦੇ ਹੋ।
- ਗਰਭ ਅਵਸਥਾ ਵਿਚ ਸਹੀ ਤਰੀਕੇ ਨਾਲ ਭਾਰ ਨਾ ਵਧਣ ਤੇ ਕਈ ਤਰ੍ਹਾਂ ਦੀਆਂ ਮੁਸ਼ਕਲਾਂ ਪੈਦਾ ਹੋ ਸਕਦੀਆਂ ਹਨ। ਹੋ ਸਕਦਾ ਹੈ ਕਿ, ਬੱਚਾ ਆਪਣੀ ਗੈਸਟੇਸ਼ਨਲ ਉਮਰ ਤੋਂ ਛੋਟਾ ਪੈਦਾ ਹੋਵੇ। ਤੁਸੀਂ ਸਭ ਤੋਂ ਪਹਿਲਾਂ ਸਹੀ ਕਦਮ ਚੁੱਕਣਾ ਹੈ, ਤਾਂ ਕਿ ਉਸ ਅਣਜੰਮੇ ਬੱਚੇ ਲਈ ਆਪਣਾ ਫਰਜ ਨਿਭਾ ਸਕੋ। ਤੁਹਾਨੂੰ ਸਮਝਣਾ ਪਵੇਗਾ ਕਿ ਗਰਭ ਅਵਸਥਾ ਵਿਚ ਭਾਰ ਵਧਾਉਣਾ ਕਿੰਨਾ ਜ਼ਰੂਰੀ ਹੈ।
- ਗਰਭ ਅਵਸਥਾ ਵਿਚ ਤੁਹਾਡੇ ਸਰੀਰ ਦਾ ਉਹ ਗੋਲ ਅਕਾਰ ਇਸ ਗੱਲ ਦਾ ਸੰਕੇਤ ਦਿੰਦਾ ਹੈ ਕਿ ਛੋਟਾ ਬੱਚਾ ਸਹੀ ਤਰੀਕੇ ਨਾਲ ਵੱਧ ਰਿਹਾ ਹੈ। ਤੁਹਾਨੂੰ ਵੀ ਆਪਣੇ ਸਰੀਰ ਦਾ ਉਹੀ ਅਕਾਰ ਪ੍ਰਾਪਤ ਕਰਨਾ ਚਾਹੀਦਾ ਹੈ।
- ਸਹੀ ਸਮੇਂ ਤੇ, ਸਹੀ ਆਹਾਰ ਲੈਣ ਨਾਲ ਤੁਹਾਨੂੰ ਭਾਰ ਵਧਾਉਣ ਵਿਚ ਕੋਈ ਮੁਸ਼ਕਲ ਨਹੀਂ ਹੋਵੇਗੀ। ਇਸ ਬਾਰੇ ਵਿਚ ਨਿਸ਼ਚਿਤ ਰਹੋ ਕਿ ਜਣੇਪੇ ਤੋਂ ਬਾਅਦ ਤੁਹਾਡਾ ਸਰੀਰ ਫੇਰ ਦੁਬਾਰਾ ਆਪਣੇ ਅਕਾਰ ਵਿਚ ਆ ਜਾਵੇਗਾ। ਨਾਲ ਹੀ ਤੁਸੀਂ ਇਕ ਤੰਦਰੁਸਤ ਬੱਚੇ ਦੀ ਮਾਂ ਵੀ ਬਣ ਸਕੋਗੇ।
- ਤੁਸੀਂ ਭੁੱਖੇ ਰਹਿੰਦੇ ਹੋ ਤਾਂ ਬੱਚੇ ਨੂੰ ਵੀ ਭੁੱਖ ਲੱਗਦੀ ਹੈ। ਬੱਚਾ ਕਾਫੀ ਹੱਦ ਤੱਕ ਪੋਸ਼ਕ ਤੱਤਾਂ ਲਈ ਤੁਹਾਡੇ ਤੇ ਹੀ ਨਿਰਭਰ ਕਰਦਾ ਹੈ। ਤੁਸੀਂ ਨਹੀਂ ਖਾਓਗੇ ਤਾਂ ਉਹ ਵੀ ਭੁੱਖਾ ਰਹੇਗਾ। ਜੇਕਰ ਉਲਟੀ ਜਾਂ ਲੇਮਸੇਟਿਨ ਕਾਰਣ ਪੋਸ਼ਕ ਤੱਤ ਸਰੀਰ ਵਿਚੋਂ ਨਿਕਲਦੇ ਰਹੇ ਤਾਂ ਬੱਚੇ ਨੂੰ ਵਿਕਸਿਤ ਹੋਣ ਦਾ ਪੂਰਾ ਮੌਕਾ ਨਹੀਂ ਮਿਲੇਗਾ।
- ਕਸਰਤ ਦੀ ਮੱਦਦ ਨਾਲ ਵੀ ਤੁਸੀਂ ਆਪਣਾ ਭਾਰ ਸਹੀ ਤਰੀਕੇ ਨਾਲ ਵਧਾ ਸਕਦੇ ਹੋ। ਬੱਸ ਏਨਾ ਯਾਦ ਰੱਖੋ ਕਿ ਤੁਹਾਡੀ ਉਹ ਕਸਰਤ ਤੁਹਾਡੀ ਸੁਰੱਖਿਆ ਅਨੁਸਾਰ ਹੋਣੀ ਚਾਹੀਦੀ ਹੈ। ਇਸ ਬਾਰੇ ਵਿਚ ਤੁਹਾਨੂੰ ਡਾਕਟਰ ਤੋਂ ਪੁੱਛਣਾ ਪਵੇਗਾ। ਜ਼ਰੂਰਤ ਤੋਂ ਜ਼ਿਆਦਾ ਤੇਜ ਕਸਰਤ ਤੁਹਾਡੇ ਲਈ ਨੁਕਸਾਨਦਾਇਕ ਹੋ ਸਕਦੀ ਹੈ।
- ਜਣੇਪੇ ਤੋਂ ਤੁਰੰਤ ਬਾਅਦ ਭਾਰ ਨਹੀਂ ਘਟਦਾ। ਔਸਤਨ ਇਸਨੂੰ ਹੌਲੀ-ਹੌਲੀ ਘਟਾਇਆ ਜਾਂਦਾ ਹੈ। ਆਪਣੇ ਪੁਰਾਣੇ ਫਿਗਰ ਵਿਚ ਵਾਪਸ ਆਉਣ ਲਈ ਥੋੜ੍ਹਾ ਜ਼ਿਆਦਾ ਸਮਾਂ ਵੀ ਲੱਗ ਸਕਦਾ ਹੈ। ਬੁਲੀਮੀਆ ਨਾਲ ਗ੍ਰਸਤ ਔਰਤਾਂ, ਜਣੇਪੇ ਤੋਂ ਬਾਅਦ ਨਕਾਰਾਤਮਕ ਸੋਚ ਰੱਖਦੇ ਹੋਏ ਦੁਬਾਰਾ ਉਹੀ ਆਦਤਾਂ ਆਪਣਾ ਲੈਂਦੀਆਂ ਹਨ। ਉਹ ਚਾਹ ਕੇ ਵੀ ਸਹੀ ਤਰੀਕੇ ਨਾਲ ਆਪਣੇ ਬੱਚੇ ਨੂੰ ਦੁੱਧ ਨਹੀਂ ਪਿਆਉਂਦੀਆਂ। ਅਜਿਹੀਆਂ ਔਰਤਾਂ ਨੂੰ ਜਣੇਪੇ ਤੋਂ ਬਾਅਦ ਵੀ ਆਪਣੇ ਮਾਹਿਰ ਤੋਂ ਸਲਾਹ ਲੈਂਦੇ ਰਹਿਣਾ ਚਾਹੀਦਾ ਹੈ ਤਾਂ ਕਿ ਖਾਣ-ਪੀਣ ਦੀਆਂ ਗਲਤ ਅਤੇ ਅਨਿਯਮਿਤ ਆਦਤਾਂ ਨੂੰ ਸੁਧਾਰਿਆ ਜਾ ਸਕੇ।

ਸਭ ਤੋਂ ਜ਼ਰੂਰੀ ਗੱਲ ਇਹੀ ਹੈ ਕਿ ਗਰਭ ਅਵਸਥਾ ਵਿਚ ਤੁਹਾਡੀ ਸਿਹਤ ਨਾਲ ਹੀ ਬੱਚੇ ਦੀ ਸਿਹਤ ਜੁੜੀ ਹੈ। ਜੇਕਰ ਤੁਸੀਂ ਤੰਦਰੁਸਤ ਨਹੀਂ ਹੋ ਤਾਂ ਬੱਚਾ ਵੀ ਤੰਦਰੁਸਤ ਨਹੀਂ ਹੋ ਸਕਦਾ। ਆਪਣੇ ਘਰ, ਆਫਿਸ, ਫਰਿੱਜ, ਮੇਜ਼ ਜਾਂ ਦਰਾਜ ਤੇ ਤੰਦਰੁਸਤ ਹੱਸਦੇ-ਖੇਡਦੇ ਬੱਚਿਆਂ ਦੀਆਂ ਫੋਟੋ ਲਗਾਓ ਤਾਂ ਕਿ ਤੁਹਾਨੂੰ ਵੀ ਪ੍ਰੇਰਣਾ ਮਿਲ ਸਕੇ। ਸੋਚੋ ਕਿ ਤੁਸੀਂ ਜੋ ਕੁਝ ਵੀ ਖਾ ਰਹੇ ਹੋ, ਉਸਦੇ ਪੋਸ਼ਕ ਤੱਤ ਬੱਚੇ ਤੱਕ ਪਹੁੰਚ ਰਹੇ ਹਨ। ਜੇਕਰ ਡਿਸਆਰਡਰ ਤੇ ਕਾਬੂ ਪਾਉਣਾ ਮੁਸ਼ਕਲ ਹੋਵੇ ਤਾਂ ਡਾਕਟਰ ਦੀ ਸਲਾਹ ਨਾਲ ਹਸਪਤਾਲ ਵਿਚ ਦਾਖਲ ਹੋ ਕੇ ਇਲਾਜ ਕਰਵਾਓ।

## 35 ਸਾਲ ਦੀ ਉਮਰ ਤੋਂ ਬਾਅਦ ਮਾਂ ਬਣਨਾ

**"ਮੇਰੀ ਉਮਰ 38 ਸਾਲ ਹੈ ਅਤੇ ਮੈਂ ਪਹਿਲੀ ਵਾਰ ਮਾਂ ਬਣਨ ਵਾਲੀ ਹਾਂ। ਮੈਂ ਸੁਣਿਆ ਹੈ ਕਿ 35 ਸਾਲ ਦੀ ਗਰਭ ਅਵਸਥਾ ਤੋਂ ਬਾਅਦ ਕਈ ਖਤਰੇ ਹੋ ਸਕਦੇ ਹਨ। ਅਜਿਹੀ ਹਾਲਤ ਵਿਚ ਮੈਨੂੰ ਕੀ ਧਿਆਨ ਵਿਚ ਰੱਖਣਾ ਚਾਹੀਦਾ ਹੈ।"**

ਪਿਛਲੇ ਕੁਝ ਸਾਲਾਂ ਵਿਚ ਅਜਿਹੀਆਂ ਔਰਤਾਂ ਦੀ ਗਿਣਤੀ ਕਾਫੀ ਵਧੀ ਹੈ, ਜਿਹੜੀਆਂ 35 ਸਾਲ ਤੋਂ ਬਾਅਦ ਮਾਂ ਬਣਦੀਆਂ ਹਨ। ਤੁਹਾਡੀ ਉਮਰ 35

## ਕੀ 35 ਇਕ ਜਾਦੂਮਈ ਅੰਕ ਹੈ

ਕਿਉਂਕਿ ਤੁਸੀਂ 35 ਸਾਲ ਦੀ ਉਮਰ ਪਾਰ ਕਰ ਲਈ ਹੈ, ਇਸਦਾ ਮਤਲਬ ਇਹ ਨਹੀਂ ਹੈ ਕਿ ਤੁਹਾਨੂੰ ਆਪਣੇ ਤੋਂ ਘੱਟ ਉਮਰ ਵਾਲੀਆਂ ਗਰਭਵਤੀ ਔਰਤਾਂ ਵਾਂਗ ਸਕ੍ਰੀਨਿੰਗ ਅਤੇ ਟੈਸਟ ਨਹੀਂ ਕਰਵਾਉਣੇ ਪੈਣਗੇ।

ਹਰ ਉਮਰ ਵਰਗ ਦੀਆਂ ਔਰਤਾਂ ਲਈ ਇਹ ਜ਼ਰੂਰੀ ਹੈ। ਜੇਕਰ ਇਨ੍ਹਾਂ ਟੈਸਟਾਂ ਦੀ ਜਾਂਚ ਤੋਂ ਬਾਅਦ ਕੋਈ ਅਸਧਾਰਣਤਾ ਦਿਖਾਈ ਦੇਵੇ ਤਾਂ ਹੋਰ ਜ਼ਿਆਦਾ ਟੈਸਟ ਜਾਂ ਜਾਂਚ ਦੀ ਲੋੜ ਪੈ ਸਕਦੀ ਹੈ।

ਸਾਲ ਤੋਂ ਜ਼ਿਆਦਾ ਹੈ ਤਾਂ ਤੁਸੀਂ ਏਨਾ ਵੀ ਜਾਣਦੇ ਹੀ ਹੋਵੋਗੇ ਕਿ ਜ਼ਿੰਦਗੀ ਵਿਚ ਕੁਝ ਖਤਰੇ ਤੋਂ ਖਾਲੀ ਨਹੀਂ ਹੁੰਦਾ। ਹਾਲਾਂਕਿ ਹੁਣ ਗਰਭ ਅਵਸਥਾ ਵਿਚ ਏਨੇ ਖਤਰੇ ਨਹੀਂ ਰਹੇ ਪਰ ਉਮਰ ਵਧਣ ਨਾਲ ਖਤਰੇ ਥੋੜ੍ਹੇ ਵੱਧ ਜਾਂਦੇ ਹਨ। ਅੱਜਕੱਲ੍ਹ ਮੈਡੀਕਲ ਸੁਵਿਧਾਵਾਂ ਏਨੀਆਂ ਵੱਧ ਗਈਆਂ ਹਨ ਕਿ ਤੁਹਾਡੇ ਕੋਲ ਆਪਣੀ ਸੁਵਿਧਾ ਦੇ ਹਿਸਾਬ ਨਾਲ ਪਰਿਵਾਰ ਵਧਾਉਣ ਦੀ ਅਜ਼ਾਦੀ ਹੈ।

ਇਸ ਉਮਰ ਵਿਚ ਸਭ ਤੋਂ ਵੱਡੀ ਪਰੇਸ਼ਾਨੀ ਇਹੀ ਹੁੰਦੀ ਹੈ ਕਿ ਔਰਤਾਂ ਗਰਭ ਧਾਰਣ ਨਹੀਂ ਕਰ ਸਕਦੀਆਂ। ਜੇਕਰ ਤੁਸੀਂ ਇਸ ਕਾਰਣ ਨੂੰ ਪਾਰ ਕਰਕੇ ਗਰਭਵਤੀ ਹੋ ਜਾਂਦੇ ਹੋ ਤਾਂ ਤੁਹਾਨੂੰ ਇਕ ਹੋਰ ਚੁਣੌਤੀ ਦਾ ਸਾਹਮਣਾ ਕਰਨਾ ਪੈ ਸਕਦਾ ਹੈ। ਤੁਹਾਨੂੰ ਡਾਊਨ ਸਿੰਡ੍ਰੋਮ ਨਾਲ ਗ੍ਰਸਤ ਬੱਚੇ ਦਾ ਜਨਮ ਹੋ ਸਕਦਾ ਹੈ। ਮਾਂ ਦੀ ਉਮਰ ਵਧਣ ਨਾਲ ਇਹ ਖਤਰਾ ਵੱਧਦਾ ਜਾਂਦਾ ਹੈ। 25 ਸਾਲ ਦੀਆਂ ਮਾਤਾਵਾਂ ਵਿਚ; 1250 ਵਿਚੋਂ 1, ਤੀਹ ਸਾਲ ਦੀਆਂ ਮਾਤਾਵਾਂ ਵਿਚ; 1000 ਵਿਚੋਂ 3, 35 ਸਾਲ ਦੀਆਂ ਮਾਤਾਵਾਂ ਵਿਚ; 500 ਵਿਚੋਂ 1 (ਧਿਆਨ ਦਿਓ ਕਿ ਇਹ ਖਤਰਾ ਹੌਲੀ-ਹੌਲੀ ਵੱਧਦਾ ਹੈ। 35 ਸਾਲ ਦੀ ਉਮਰ ਵਿਚ ਅਚਾਨਕ ਨਹੀਂ ਵੱਧਦਾ)। ਉਂਝ ਮੰਨਿਆ ਜਾਂਦਾ ਹੈ ਕਿ ਆਮ ਤੌਰ ਤੇ ਇਸ ਉਮਰ ਵਰਗ ਦੀਆਂ ਗਰਭਵਤੀ ਔਰਤਾਂ ਵਿਚ ਕ੍ਰੋਮੋਸੋਮਲ ਅਸਧਾਰਣਤਾਵਾਂ ਜ਼ਿਆਦਾ ਹੁੰਦੀਆਂ ਹਨ। ਉਹ ਉਦੋਂ ਤੱਕ ਕਈ ਦਵਾਈਆਂ, ਐਕਸ-ਰੇ, ਇਨਫੈਕਸ਼ਨ ਅਤੇ ਡ੍ਰਗਸ ਆਦ ਦੇ ਸੰਪਰਕ ਵਿਚ ਆ ਚੁੱਕੀਆਂ ਹੁੰਦੀਆਂ ਹਨ। ਹਾਲਾਂਕਿ ਜਦੋਂ ਇਹ ਵੀ ਪਤਾ ਲੱਗਾ ਹੈ ਕਿ ਕਈ ਵਾਰ ਜ਼ਿਆਦਾ ਉਮਰ ਦੇ ਪਿਤਾ ਦੇ ਸਪਰਮ ਕਾਰਣ ਵੀ ਕੁਝ ਪਰੇਸ਼ਾਨੀਆਂ ਹੋ ਸਕਦੀਆਂ ਹਨ।

ਉਮਰ ਵੱਧਣ ਦੇ ਨਾਲ-ਨਾਲ ਕੁਝ ਹੋਰ ਖਤਰੇ ਵੀ ਵੱਧ ਜਾਂਦੇ ਹਨ। ਜੇਕਰ ਤੁਹਾਡਾ ਭਾਰ ਵੀ ਜ਼ਿਆਦਾ ਹੋਵੇ ਤਾਂ ਤੁਸੀਂ ਹਾਈ ਬਲੱਡ ਪ੍ਰੈਸ਼ਰ ਦੇ ਸ਼ਿਕਾਰ ਹੋ ਸਕਦੇ ਹੋ, ਪਰ ਆਮ ਤੌਰ ਤੇ ਇਨ੍ਹਾਂ ਲੱਛਣਾਂ ਤੇ ਕਾਬੂ ਕੀਤਾ ਜਾ ਸਕਦਾ ਹੈ। ਇਸ ਉਮਰ ਦੀਆਂ ਗਰਭਵਤੀ ਔਰਤਾਂ ਗਰਭਪਾਤ, ਪ੍ਰੀਐਕਲੈਂਪਸੀਆ ਅਤੇ ਪ੍ਰੀਟਰਮ ਲੇਬਰ ਦੀ ਪਰੇਸ਼ਾਨੀ ਵਿਚ ਪੈ ਸਕਦੀਆਂ ਹਨ।

ਔਸਤਨ ਇਸ ਉਮਰ ਵਿਚ ਜਣੇਪਾ-ਪੀੜਾਂ (ਲੇਬਰ) ਅਤੇ ਜਣੇਪੇ (ਡਲੀਵਰੀ) ਦਾ ਸਮਾਂ ਵੀ ਥੋੜ੍ਹਾ ਲੰਬਾ ਹੋ ਜਾਂਦਾ ਹੈ। ਮਾਸਪੇਸ਼ੀਆਂ ਦੀ ਟੋਨ ਅਤੇ ਲੋਚ ਦੀ ਕਮੀ ਕਾਰਣ ਜਣੇਪੇ ਵਿਚ ਥੋੜ੍ਹੀ ਮੁਸ਼ਕਲ ਹੋ ਸਕਦੀ ਹੈ। ਜੇਕਰ ਤੁਹਾਡਾ ਫਿਗਰ ਬਿਲਕੁਲ ਸਹੀ ਹੈ, ਸਹੀ ਸਮੇਂ ਤੇ ਕਸਰਤ ਕਰਦੇ ਹੋ ਅਤੇ ਪੂਰਾ ਪੋਸ਼ਣ ਵਾਲਾ ਭੋਜਨ ਕਰਦੇ ਹੋ, ਫੇਰ ਤਾਂ ਤੁਹਾਨੂੰ ਇਸ ਬਾਰੇ ਵਿਚ ਚਿੰਤਾ ਕਰਨ ਦੀ ਜ਼ਰੂਰਤ ਨਹੀਂ ਹੈ।

ਇਨ੍ਹਾਂ ਸਾਰੀਆਂ ਗੱਲਾਂ ਤੋਂ ਇਲਾਵਾ, ਤੁਹਾਡੇ ਲਈ ਇਕ ਖੁਸ਼ਖਬਰੀ ਵੀ ਹੈ। ਉਂਝ ਤਾਂ ਡਾਊਨ ਸਿੰਡ੍ਰੋਮ ਨਾਲ ਬਚਾਅ ਨਹੀਂ ਹੋ ਸਕਦਾ ਪਰ ਕਈ ਤਰ੍ਹਾਂ ਦੀਆਂ ਸਕ੍ਰੀਨਿੰਗ ਅਤੇ ਟੈਸਟ ਨਾਲ ਇਸਨੂੰ ਪਛਾਣਿਆ ਜਾ ਸਕਦਾ ਹੈ। ਉਹ ਟੈਸਟ ਅਜਿਹੇ ਹਨ, ਜਿਨ੍ਹਾਂ ਵਿਚ ਚੀਰਫਾੜ ਦੀ ਕੋਈ ਲੋੜ ਨਹੀਂ ਹੁੰਦੀ, ਪੈਸਾ ਤਾਂ ਬਚਦਾ ਹੀ ਹੈ ਨਾਲ ਹੀ ਤਨਾਓ ਦੀ ਮਾਤਰਾ ਵੀ ਘਟਦੀ ਹੈ। ਜ਼ਿਆਦਾ ਉਮਰ ਦੀਆਂ ਗਰਭਵਤੀ ਔਰਤਾਂ ਵਿਚ ਕਈ ਤਰ੍ਹਾਂ ਦੇ ਲੰਬਾ ਸਮਾਂ ਰੋਗਾਂ ਤੇ ਅਸਾਨੀ ਨਾਲ ਕਾਬੂ ਪਾਇਆ ਜਾ ਸਕਦਾ ਹੈ। ਦਵਾਈਆਂ ਅਤੇ ਡਾਕਟਰੀ ਦੇਖਭਾਲ ਨਾਲ ਕਈ ਤਰ੍ਹਾਂ ਦੇ ਖਤਰਿਆਂ ਨੂੰ ਟਾਲਿਆ ਜਾ ਸਕਦਾ ਹੈ।

ਉਂਝ ਦਵਾਈਆਂ ਅਤੇ ਡਾਕਟਰੀ ਦੇਖਭਾਲ ਤੋਂ ਇਲਾਵਾ, ਤੁਸੀਂ ਖੁਦ ਵੀ ਆਪਣੀ ਗਰਭ ਅਵਸਥਾ ਨੂੰ ਸੁਰੱਖਿਅਤ ਅਤੇ ਤੰਦਰੁਸਤ ਬਣਾਉਣ ਲਈ ਬਹੁਤ ਕੁਝ ਕਰ ਸਕਦੇ ਹੋ। ਤੁਹਾਨੂੰ ਵੀ ਆਪਣੇ ਆਹਾਰ, ਕਸਰਤ ਅਤੇ ਜਣੇਪੇ ਤੋਂ ਪਹਿਲਾਂ ਦੇਖਭਾਲ ਤੇ ਪੂਰਾ ਧਿਆਨ ਦੇਣਾ ਪਵੇਗਾ। ਜੇਕਰ ਤੁਸੀਂ ਪ੍ਰੈਗਨੈਂਸੀ ਪ੍ਰੋਫਾਈਲ ਦੇ ਖਤਰੇ ਘਟਾ ਸਕੋ ਤਾਂ ਉਸੀ ਤਰ੍ਹਾਂ ਇਕ ਤੰਦਰੁਸਤ ਬੱਚੇ ਨੂੰ ਜਨਮ ਦੇ ਸਕੋਗੇ, ਜਿਸ ਤਰ੍ਹਾਂ ਜਵਾਨ ਮਾਤਾਵਾਂ ਦਿੰਦੀਆਂ ਹਨ ਜਾਂ ਸ਼ਾਇਦ ਉਨ੍ਹਾਂ ਤੋਂ ਵੀ ਵਧੀਆ ਨਤੀਜੇ ਸਾਹਮਣੇ ਆ ਸਕਦੇ ਹਨ।

ਇਸ ਲਈ ਅਰਾਮ ਨਾਲ ਆਪਣੀ ਗਰਭ ਅਵਸਥਾ ਦਾ ਪੂਰਾ ਅਨੰਦ ਲਓ। 25 ਸਾਲ ਤੋਂ ਜ਼ਿਆਦਾ ਉਮਰ ਤੋਂ ਬਾਅਦ ਵੀ ਮਾਂ ਬਣਨ ਵਿਚ ਕੋਈ ਸਮੱਸਿਆ ਨਹੀਂ ਹੁੰਦੀ।

## ਪਿਤਾ ਦੀ ਉਮਰ

**"ਮੇਰੀ ਉਮਰ 31 ਸਾਲ ਦੀ ਹੈ ਪਰ ਮੇਰੇ ਪਤੀ 50 ਸਾਲ ਤੋਂ ਜ਼ਿਆਦਾ ਉਮਰ ਦੇ ਹਨ। ਕੀ ਇਸ ਨਾਲ ਮੇਰੇ ਬੱਚੇ ਤੇ ਕੋਈ ਅਸਰ ਹੋ ਸਕਦਾ ਹੈ।"**

ਆਮ ਤੌਰ ਤੇ ਹੁਣ ਤੱਕ ਇਹੀ ਮੰਨਿਆ ਜਾਂਦਾ ਹੈ ਸੀ ਕਿ ਜਨਣ ਪ੍ਰਕਿਰਿਆ ਵਿਚ ਪਿਤਾ ਦੀ ਜ਼ਿੰਮੇ ਵਾਰੀ ਸਿਰਫ ਗਰਭ ਧਾਰਣ ਕਰਨ ਤੱਕ ਸੀਮਿਤ ਹੈ ਪਰ 20ਵੀਂ ਸਦੀ ਵਿਚ ਹੀ ਪਤਾ ਲੱਗ ਸਕਿਆ ਹੈ ਕਿ ਪਿਤਾ ਦੇ ਸਪਰਮ ਤੋਂ ਹੀ ਇਹ ਨਿਸ਼ਚਿਤ ਹੁੰਦਾ ਹੈ ਕਿ ਪੈਦਾ ਹੋਣ ਵਾਲੇ ਬੱਚੇ ਦਾ ਲਿੰਗ ਕੀ ਹੋਵੇਗਾ। ਉਹ ਲੜਕਾ ਹੋਵੇਗਾ ਜਾਂ ਲੜਕੀ! ਇਸ ਕਾਰਣ ਪਤਾ ਨਹੀਂ ਕਿੰਨੀਆਂ ਰਾਣੀਆਂ ਦੇ ਸਿਰ ਧੜ ਤੋਂ ਵੱਖਰੇ ਕਰਵਾ ਦਿੱਤੇ ਗਏ ਕਿਉਂਕਿ ਉਹ ਇਕ ਪੁੱਤਰ ਦੀ ਮਾਂ ਨਹੀਂ ਬਣ ਸਕਦੀਆਂ ਸਨ। ਇਸ ਤੋਂ ਕਾਫੀ ਸਮਾਂ ਬਾਅਦ ਖੋਜਕਰਤਾਵਾਂ ਨੂੰ ਇਹ ਸ਼ੱਕ ਵੀ ਹੋਣ ਲੱਗਾ ਕਿ ਜ਼ਿਆਦਾ ਉਮਰ ਵਾਲੇ ਪਿਤਾ ਦੇ ਸ਼ੁਕਰਾਣੂਆਂ (ਸਪਰਮ) ਦੇ ਕਾਰਨ ਹੀ ਜਨਮ ਤੋਂ ਹੀ ਵਿਕਾਰ ਅਤੇ ਗਰਭਪਾਤ ਦਾ ਖਤਰਾ ਬਹੁਤ ਵੱਧ ਜਾਂਦਾ ਹੈ। ਜ਼ਿਆਦਾ ਉਮਰ ਦੀ ਮਾਤਾ ਦੀ ਤਰ੍ਹਾਂ, ਜ਼ਿਆਦਾ ਉਮਰ ਦੇ ਪਿਤਾ ਦੇ ਸਪਰਮਾਟੋਸਾਈਟਿਸ ਵੀ ਵਾਤਾਵਰਣਕ ਕਾਰਨਾਂ ਤੋਂ ਪ੍ਰਭਾਵਿਤ ਹੁੰਦੇ ਹਨ, ਇਨ੍ਹਾਂ ਤੇ ਵੀ ਬੁਰਾ ਅਸਰ ਪੈ ਸਕਦਾ ਹੈ। ਖੋਜ ਕਰਤਾਵਾਂ ਨੇ ਦੇਖਿਆ ਕਿ ਮਾਂ ਦੀ ਉਮਰ ਤੋਂ ਇਲਾਵਾ, ਜ਼ਿਆਦਾ ਉਮਰ ਦੇ ਪਤੀ-ਪਤਨੀ ਲਈ ਗਰਭਪਾਤ ਦਾ ਖਤਰਾ ਜ਼ਿਆਦਾ ਹੁੰਦਾ ਹੈ। ਜੇਕਰ ਪਿਤਾ ਦੀ ਉਮਰ 50 ਜਾਂ ਉਸਤੋਂ ਜ਼ਿਆਦਾ ਹੋਵੇ ਤਾਂ ਡਾਊਨ ਸਿੰਡ੍ਰੋਮ ਦੇ ਮਾਮਲੇ ਵੀ ਕਾਫੀ ਵੱਧ ਜਾਂਦੇ ਹਨ।

ਹਾਲਾਂਕਿ ਇਸ ਬਾਰੇ ਵਿਚ ਕੋਈ ਪੱਕੇ ਨਤੀਜੇ ਨਹੀਂ ਮਿਲਦੇ ਕਿਉਂਕਿ ਖੋਜ ਹਾਲੇ ਪੂਰੀ ਨਹੀਂ ਹੋਈ ਹੈ। ਉਂਝ ਜੈਨੇਟਿਕ ਸਲਾਹਕਾਰ, ਹਰ ਉਮਰ ਦੀ ਗਰਭਵਤੀ ਮਾਂ ਲਈ ਜਿਸ ਸਕ੍ਰੀਨਿੰਗ ਦੀ ਸਲਾਹ ਦਿੰਦੇ ਹਨ, ਉਸ ਤੋਂ ਕਾਫੀ ਹੱਦ ਤੱਕ ਨਿਸ਼ਚਿਤ ਹੋ ਜਾਣਾ ਚਾਹੀਦਾ ਹੈ। ਜੇਕਰ ਤੁਹਾਡੇ ਸਕ੍ਰੀਨਿੰਗ ਦੀ ਜਾਂਚ ਸਧਾਰਣ ਹੈ ਤਾਂ ਇਸ ਬਾਰੇ ਵਿਚ ਕੋਈ ਚਿੰਤਾ ਨਾ ਕਰੋ। ਤੁਹਾਨੂੰ 'ਐਮਨੀਯੋਸੈਂਟੇਨਿਸ' ਕਰਵਾਉਣ ਦੀ ਵੀ ਕੋਈ ਜ਼ਰੂਰਤ ਨਹੀਂ ਹੈ।

## ਜੈਨਟਿਕ ਸਲਾਹ

**"ਮੈਨੂੰ ਇਹੀ ਡਰ ਲੱਗਾ ਰਹਿੰਦਾ ਹੈ ਕਿ ਮੈਨੂੰ ਕੋਈ ਜੈਨਟਿਕ ਰੋਗ ਹੋਇਆ ਅਤੇ ਮੈਨੂੰ ਉਸਦਾ ਪਤਾ ਹੀ ਨਾ ਲੱਗਾ ਤੇ ਫੇਰ? ਕੀ ਮੈਨੂੰ ਜੈਨਟਿਕ ਸਲਾਹ ਲੈਣੀ ਚਾਹੀਦੀ ਹੈ?"**

ਉਂਝ ਤਾ ਇਹ ਵਿਕਾਰ ਥੋੜ੍ਹੇ ਬਹੁਤ ਹੁੰਦੇ ਹੀ ਹਨ, ਪਰ ਇਹ ਜ਼ਰੂਰੀ ਨਹੀਂ ਕਿ ਮਾਤਾ-ਪਿਤਾ ਦੇ ਉਹ ਦੋਸ਼ ਬੱਚੇ ਵਿਚ ਵੀ ਦਿਖਾਈ ਦੇਣ।

ਗਰਭ ਧਾਰਨ ਤੋਂ ਪਹਿਲਾਂ ਜਾਣ ਬਾਅਦ ਵਿਚ ਮਾਤਾ-ਪਿਤਾ ਜਾਂ ਕਿਸੇ ਇਕ ਦੀ ਸਾਰੀ ਜਾਂਚ ਹੋ ਸਕਦੀ ਹੈ ਪਰ ਇਸ ਜਾਂਚ ਦੀ ਹਮੇਸ਼ਾਂ ਲੋੜ ਨਹੀਂ ਹੁੰਦੀ। ਇਹ ਉਦੋਂ ਹੀ ਕਰਨੀ ਪੈਂਦੀ ਹੈ ਜਦੋਂ ਕੋਈ ਨਿਸ਼ਚਿਤ ਅਨਿਯਮਿਤਤਾ ਸਾਹਮਣੇ ਆਵੇ। ਇਹ ਸੰਕੇਤ ਭੂਗੋਲਿਕ ਜਾਂ ਜਾਤੀ ਸਬੰਧੀ ਵੀ ਹੋ ਸਕਦਾ ਹੈ। ਜਿਵੇਂ ਸਾਰੇ ਕਾਕੇਸ਼ਿਯੰਸ ਨੂੰ 'ਸਿਸਟਿਕ ਫਈਬ੍ਰੋਸਿਸ' ਦੀ ਜਾਂਚ ਕਰਵਾਉਣ ਦੀ ਸਲਾਹ ਦਿੱਤੀ ਜਾਂਦੀ ਹੈ। ਜਿਨ੍ਹਾਂ ਯਹੂਦੀ ਵਿਆਹੁਤਾ ਦੇ ਪੂਰਵਜ ਪੂਰਬੀ ਯੂਰਪ ਤੋਂ ਆਏ ਸਨ, ਉਨ੍ਹਾਂ ਨੂੰ 'ਟੇ-ਸ਼ੇਕ' ਅਤੇ ਕਾਨਾਵਾਨ ਰੋਗ ਲਈ ਜਾਂਚ ਕਰਾਉਣ ਦੀ ਸਲਾਹ ਦਿੱਤੀ ਜਾਂਦੀ ਹੈ। ਜੇਕਰ ਤੁਹਾਡੇ ਪਰਿਵਾਰ ਵਿਚ ਕਿਸੇ ਵੀ ਰੋਗ ਦਾ ਇਤਿਹਾਸ ਰਿਹਾ ਹੋਵੇ ਤਾਂ ਉਸਦੀ ਜਾਂਚ ਜ਼ਰੂਰ ਕੀਤੀ ਜਾਣੀ ਚਾਹੀਦੀ ਹੈ। ਉਸੇ ਤਰ੍ਹਾਂ ਕਾਲੇ ਰੰਗ ਵਾਲੇ ਪਤੀ-ਪਤਨੀ ਨੂੰ 'ਸਿਕਲ ਸੈੱਲ ਅਨੀਮੀਆ ਟ੍ਰੇਟ' ਅਤੇ ਏਸ਼ੀਆਈ ਲੋਕਾਂ ਨੂੰ ਪੈਲਾਸੀਮੀਆ ਦੀ ਜਾਂਚ ਕਰਵਾਉਣੀ ਚਾਹੀਦੀ ਹੈ।

ਉਂਝ ਜ਼ਿਆਦਾਤਰ ਮਾਮਲਿਆਂ ਵਿਚ ਦੋਨਾਂ ਵਿਚੋਂ ਕਿਸੇ ਇਕ ਦੀ ਜਾਂਚ ਦੀ ਹੀ ਜ਼ਰੂਰਤ ਪੈਂਦੀ

### ਗਰਭ ਅਵਸਥਾ ਅਤੇ ਸਿੰਗਲ ਮਦਰ

ਜੇਕਰ ਤੁਸੀਂ ਇਕ ਸਿੰਗਲ ਮਾੱਮ ਹੋ ਤਾਂ ਇਸਦਾ ਮਤਲਬ ਇਹ ਨਹੀਂ ਕਿ ਗਰਭ ਅਵਸਥਾ ਵਿਚ ਤੁਹਾਡੀ ਮੱਦਦ ਲਈ ਕੋਈ ਨਹੀਂ ਹੋਵੇਗਾ। ਕੋਈ ਚੰਗਾ ਦੋਸਤ ਜਾਂ ਸਕਾ, ਸਬੰਧੀ, ਸਹਾਇਕ ਹੋ ਸਕਦਾ ਹੈ। ਉਹ ਤੁਹਾਡੀ ਸਰੀਰਕ ਅਤੇ ਭਾਵਨਾਤਮਕ ਦੇਖ ਭਾਲ ਕਰ ਸਕਦਾ ਹੈ। ਤੁਹਾਡੇ ਡਰ, ਚਿੰਤਾ ਅਤੇ ਤਨਾਓ ਨੂੰ ਸਮਝਣ ਵਾਲਾ ਸਾਥੀ ਬਣ ਸਕਦਾ ਹੈ। ਇਸ ਸਮੇਂ ਨੂੰ ਇਕੱਲੇ ਕੱਟਣ ਦੀ ਬਜਾਏ ਕੋਈ ਸਾਥੀ ਜਾਂ ਸਹਾਇਕ ਖੋਜ ਲਓ, ਤਾਂ ਕਿ ਇਹ ਸਮਾਂ ਅਸਾਨੀ ਨਾਲ ਬੀਤ ਜਾਵੇ ਅਤੇ ਤੁਹਾਡਾ ਸਾਥ ਦੇਣ ਵਾਲਾ ਛੋਟਾ ਜਿਹਾ ਸਾਥੀ ਇਸ ਦੁਨੀਆ ਵਿਚ ਕਦਮ ਰੱਖ ਸਕੇ।

ਹੈ। ਜੇਕਰ ਉਹ ਜਾਂਚ ਪਾਜੀਟਿਵ ਆਈ ਤਾਂ ਦੋਹਾਂ ਦੀ ਜਾਂਚ ਕਰਨੀ ਪੈਂਦੀ ਹੈ।

ਤੁਹਾਨੂੰ ਆਪਣੇ ਦਾਦਾ-ਦਾਦੀ ਅਤੇ ਹੋਰ ਨੇੜਲੇ ਸਬੰਧੀਆਂ ਨਾਲ ਪੁਰਾਣੇ ਰੋਗਾਂ ਦੇ ਇਤਿਹਾਸ ਦੀ ਸਾਰੀ ਜਾਣਕਾਰੀ ਲੈ ਲੈਣੀ ਚਾਹੀਦੀ ਹੈ ਤਾਂ ਸ਼ਕ ਗਰਭ ਧਾਰਣ ਤੋਂ ਪਹਿਲਾਂ ਹੀ ਆਪਣੀ ਤਸੱਲੀ ਕੀਤੀ ਜਾ ਸਕੇ।

ਆਮ ਤੌਰ ਤੇ ਜ਼ਿਆਦਾਤਰ ਮਾਤਾ-ਪਿਤਾ ਨੂੰ ਕਿਸੇ ਵੀ ਜੈਨੇਟਿਕ ਸਲਾਹ ਦੀ ਲੋੜ ਨਹੀਂ ਪੈਂਦੀ। ਕੁਝ ਮਾਮਲੇ ਹੀ ਅਜਿਹੇ ਹੁੰਦੇ ਹਨ, ਜਦੋਂ ਡਾਕਟਰ ਨੂੰ ਮਾਤਾ-ਪਿਤਾ ਨਾਲ ਇਸ ਵਿਸ਼ੇ ਵਿਚ ਗੱਲ ਕਰਨੀ ਪੈਂਦੀ ਹੈ, ਉਹ ਹਨ -

- ਜਿਹੜੇ ਪਤੀ-ਪਤਨੀਆਂ ਦੇ ਖੂਨ ਦੀ ਜਾਂਚ ਵਿਚ ਅਜਿਹੇ ਜੈਨੇਟਿਕ ਰੋਗਾਂ ਦਾ ਪਤਾ ਲੱਗਦਾ ਹੈ, ਜਿਹੜੇ ਉਨ੍ਹਾਂ ਦੇ ਬੱਚਿਆਂ ਤੱਕ ਪਹੁੰਚ ਸਕਦੇ ਹਨ।
- ਜਿਹੜੇ ਪਤੀ-ਪਤਨੀਆਂ ਦੇ ਤਿੰਨ ਤੋਂ ਜ਼ਿਆਦਾ ਗਰਭਪਾਤ ਹੋ ਚੁੱਕੇ ਹਨ।
- ਜਿਹੜੇ ਪਤੀ-ਪਤਨੀਆਂ ਦੇ ਪਰਿਵਾਰਕ ਇਤਿਹਾਸ ਵਿਚ ਕੋਈ ਜੈਨੇਟਿਕ ਰੋਗ ਹੋਵੇ। ਕੁਝ ਮਾਮਲਿਆਂ ਵਿਚ ਮਾਤਾ-ਪਿਤਾ ਦੀ ਡੀ.ਐਨ.ਏ. ਜਾਂਚ ਤੋਂ ਵੀ ਕਈ ਸ਼ੱਕ ਸਪੱਸ਼ਟ ਹੋ ਜਾਂਦੇ ਹਨ।
- ਅਜਿਹੇ ਮਾਤਾ-ਪਿਤਾ, ਜਿਨ੍ਹਾਂ ਵਿਚੋਂ ਇਕ ਜਨਮ ਤੋਂ ਹੀ ਕੋਝ ਹੋਵੇ।
- ਅਜਿਹੀ ਗਰਭਵਤੀ ਮਾਂ ਜਿਸਦੇ ਸਕ੍ਰੀਨਿੰਗ ਟੈਸਟ ਦੀ ਜਾਂਚ ਪਾਜੀਟਿਵ ਆਈ ਹੋਵੇ।
- ਨੇੜਲੇ ਸਬੰਧੀਆਂ ਵਾਲੇ ਪਤੀ-ਪਤਨੀਆਂ ਵਿਚ ਵੀ ਇਹ ਸ਼ਿਕਾਇਤ ਵੇਖੀ ਜਾ ਸਕਦੀ ਹੈ।

ਗਰਭ ਧਾਰਣ ਤੋਂ ਪਹਿਲਾਂ ਹੀ ਜੈਨੇਟਿਕ ਸਲਾਹ ਲੈਣੀ ਚਾਹੀਦੀ ਹੈ। ਉਹ ਇਹ ਸਲਾਹ ਦੇ ਸਕਦਾ ਹੈ ਕਿ ਪਤੀ-ਪਤਨੀ ਇਕ ਤੰਦਰੁਸਤ ਬੱਚੇ ਨੂੰ ਜਨਮ ਦੇ ਸਕਣਗੇ ਜਾਂ ਨਹੀਂ! ਉਹ ਉਨ੍ਹਾਂ ਨੂੰ ਸਾਰੀ ਸੰਭਾਵਿਤ ਜਾਂਚ ਅਤੇ ਇਲਾਜ ਦੀ ਜਾਣਕਾਰੀ ਦੇ ਸਕਦਾ ਹੈ। ਜੈਨੇਟਿਕ ਸਲਾਹ ਦੇ ਸਹਾਰੇ ਅਣਗਿਣਤ ਪਤੀ-ਪਤਨੀਆਂ ਨੂੰ ਬਾਅਦ ਵਿਚ ਹੋਣ ਵਾਲੀ ਥਕਾਵਟ ਅਤੇ ਤਕਲੀਫ ਤੋਂ ਛੁਟਕਾਰਾ ਮਿਲ ਜਾਂਦਾ ਹੈ ਅਤੇ ਇਲਾਜ ਤੋਂ ਬਾਅਦ ਉਹ ਤੰਦਰੁਸਤ ਬੱਚੇ ਦੇ ਜਨਮ ਦਾ ਸੁਪਨਾ ਪੂਰਾ ਕਰ ਸਕਦੇ ਹਨ।

**"ਮੈਂ ਅਤੇ ਮੇਰੇ ਪਤੀ ਗਰਭਪਾਤ ਵਿਚ ਯਕੀਨ ਨਹੀਂ ਰੱਖਦੇ। ਮੇਰੀ ਉਮਰ ਹੁਣ ਸਿਰਫ 37 ਸਾਲ ਹੈ, ਮੈਨੂੰ ਬੱਚੇ ਦੇ ਜਨਮ ਤੋਂ ਪਹਿਲਾਂ ਦੀ ਜਾਂਚ ਕਿਉਂ ਕਰਵਾਉਣੀ ਚਾਹੀਦੀ ਹੈ?"**

ਇਸ ਤਰ੍ਹਾਂ ਜਾਂਚ ਕਰਵਾਉਣ ਨਾਲ ਤੁਸੀਂ ਕਾਫੀ ਹੱਦ ਤੱਕ ਨਿਸ਼ਚਿਤ ਹੋ ਸਕਦੇ ਹੋ। ਜ਼ਿਆਦਾਤਰ ਬੱਚੇ ਅਜਿਹੀ ਜਾਂਚ ਤੋਂ ਬਾਅਦ ਕਲੀਨ ਚਿਟ ਪ੍ਰਾਪਤ ਕਰ ਲੈਂਦੇ ਹਨ।

ਜੇਕਰ ਜਾਂਚ ਵਿਚ ਕੋਈ ਖਰਾਬੀ ਹੋਵੇ ਅਤੇ ਗਰਭਪਾਤ ਕਰਾਉਣ ਦੀ ਨੌਬਤ ਆ ਹੀ ਜਾਵੇ ਤਾਂ ਮਾਂ-ਪਿਉ ਨੂੰ ਇਸ ਸਦਮੇ ਤੋਂ ਨਿਕਲਣ ਦਾ ਸਮਾਂ ਮਿਲ ਜਾਂਦਾ ਹੈ ਜਾਂ ਫੇਰ ਉਹ ਇਸ ਬੱਚੇ ਦੀ ਦੇਖਭਾਲ ਲਈ ਮਾਨਸਿਕ ਰੂਪ ਨਾਲ ਤਿਆਰ ਹੋ ਜਾਂਦੇ ਹਨ ਜਿਹੜੇ 'ਸਪੈਸ਼ਲ ਬੱਚਿਆਂ' ਦੀ ਲਿਸਟ ਵਿਚ ਆ ਸਕਦੇ ਹਨ। ਉਸਦੀਆਂ ਆਪਣੀਆਂ ਕੁਝ ਵਿਸ਼ੇਸ਼ ਮੰਗਾਂ ਹੁੰਦੀਆਂ ਹਨ। ਜਾਂਚ ਤੋਂ ਇਹ ਪਤਾ ਲਗਾਉਣ ਵਿਚ ਵੀ ਮੱਦਦ ਮਿਲੇਗੀ ਕਿ ਡਲੀਵਰੀ ਕਿੱਥੇ ਅਤੇ ਕਿਵੇਂ ਹੋਣੀ ਚਾਹੀਦੀ ਹੈ।

ਮਾਤਾ-ਪਿਤਾ ਨੂੰ ਡਲੀਵਰੀ ਤੋਂ ਪਹਿਲਾਂ ਹੀ ਪਤਾ ਲੱਗ ਜਾਂਦਾ ਹੈ ਕਿ ਉਨ੍ਹਾਂ ਨੂੰ ਆਉਣ ਵਾਲੇ ਸਮੇਂ ਵਿਚ ਕਿਹੋ ਜਿਹੇ ਹਲਾਤ ਦਾ ਸਾਹਮਣਾ ਕਰਨਾ ਪਵੇਗਾ। ਕਈ ਵਾਰ ਇਹ ਵੀ ਪਤਾ ਲੱਗ ਜਾਂਦਾ ਹੈ ਕਿ ਜਨਮ ਤੋਂ ਪਹਿਲਾਂ ਹੀ ਦੋਸ਼ ਨੂੰ ਸੁਧਾਰਿਆ ਜਾ ਸਕਦਾ ਹੈ। ਉਸਦੀਆਂ ਆਪਣੀਆਂ ਕੁਝ ਵਿਸ਼ੇਸ਼ ਮੰਗਾਂ ਹੋ ਸਕਦੀਆਂ ਹਨ। ਜਾਂਚ ਤੋਂ ਇਹ ਪਤਾ ਲਗਾਉਣ ਵਿਚ ਮੱਦਦ ਮਿਲੇਗੀ ਕਿ ਡਲੀਵਰੀ ਕਿੱਥੇ ਕਿਵੇਂ ਹੋਣੀ ਚਾਹੀਦੀ ਹੈ।

ਮਾਤਾ-ਪਿਤਾ ਨੂੰ ਡਲੀਵਰੀ ਤੋਂ ਪਹਿਲਾਂ ਹੀ ਪਤਾ ਲੱਗ ਜਾਂਦਾ ਹੈ ਕਿ ਉਨ੍ਹਾਂ ਨੂੰ ਆਉਣ ਵਾਲੇ ਸਮੇਂ ਵਿਚ ਕਿਵੇਂ ਹਲਾਤ ਦਾ ਸਾਹਮਣਾ ਕਰਨਾ ਪਵੇਗਾ। ਕਈ ਵਾਰ ਇਹ ਵੀ ਪਤਾ ਲੱਗ ਜਾਂਦਾ ਹੈ ਕਿ ਜਨਮ ਤੋਂ ਪਹਿਲਾਂ ਹੀ ਦੋਸ਼ ਨੂੰ ਸੁਧਾਰਿਆ ਜਾ ਸਕਦਾ ਹੈ। ਜੇਕਰ ਡਾਕਟਰ ਨੇ ਤੁਹਾਨੂੰ ਅਜਿਹੀ ਜਾਂਚ ਕਰਾਉਣ ਦੀ ਸਲਾਹ ਦਿੱਤੀ ਹੈ ਤਾਂ ਉਸਨੂੰ ਅਣਦੇਖਿਆ ਨਾ ਕਰੋ। ਆਪਣੇ ਡਾਕਟਰ ਜਾਂ ਜੈਨੇਟਿਕ ਵਿਸ਼ੇਸ਼ ਤੋਂ ਸਲਾਹ ਲਓ। ਜੇਕਰ ਡਾਕਟਰ ਇਸ ਜਾਂਚ ਤੋਂ ਕੋਈ ਬਹੁਮੁੱਲੀ ਸੂਚਨਾ ਪ੍ਰਾਪਤ ਕਰਨਾ ਚਾਹੁੰਦੇ ਹਨ ਤਾਂ ਉਨ੍ਹਾਂ ਨੂੰ ਅਜਿਹਾ ਕਰਨ ਤੋਂ ਨਾ ਰੋਕੋ।

## ਜਣੇਪੇ ਤੋਂ ਪਹਿਲਾਂ ਕਾਰਣ

ਮੁੰਡਾ ਹੋਵੇ ਜਾਂ ਕੁੜੀ? ਉਸਦੇ ਵਾਲ ਭੂਰੇ ਹੋਣਗੇ ਜਾਂ ਸੁਨਹਿਰੀ? ਅੱਖਾਂ ਨੀਲੀਆਂ ਹੋਣਗੀਆਂ ਜਾਂ ਹਰੀਆਂ? ਕੀ ਉਸਦਾ ਚਿਹਰਾ ਮੰਮੀ ਵਰਗਾ ਅਤੇ

ਡਿੰਪਲ ਪਾਪਾ ਵਰਗੇ ਹੋਣਗੇ? ਕੀ ਉਸਦੀ ਅਵਾਜ਼ ਪਾਪਾ ਵਰਗੀ ਹੋਵੇਗੀ?

ਬੱਚੇ ਆਪਣੇ ਜਨਮ ਤੋਂ ਪਹਿਲਾਂ, ਇੱਥੋਂ ਤੱਕ ਕਿ ਗਰਭ ਧਾਰਣ ਤੋਂ ਵੀ ਪਹਿਲਾਂ, ਮਾਤਾ-ਪਿਤਾ ਲਈ ਅੰਦਾਜ਼ੇ ਦਾ ਵਿਸ਼ਾ ਬਣੇ ਰਹਿੰਦੇ ਹਨ ਪਰ ਇਕ ਪ੍ਰਸ਼ਨ ਅਜਿਹਾ ਹੈ, ਜਿਸ ਤੇ ਮਾਤਾ-ਪਿਤਾ ਸਭ ਤੋਂ ਜ਼ਿਆਦਾ ਹੈਰਾਨ-ਪਰੇਸ਼ਾਨ ਹੁੰਦੇ ਹਨ। ਕੀ ਸਾਡਾ ਹੋਣ ਵਾਲਾ ਬੱਚਾ ਤੰਦਰੁਸਤ ਹੋਵੇਗਾ?

ਹੁਣ ਤੱਕ, ਬੱਚੇ ਦੇ ਜਨਮ ਤੱਕ ਇਸ ਪ੍ਰਸ਼ਨ ਦਾ ਉੱਤਰ ਦੇਣਾ ਮੁਸ਼ਕਲ ਸੀ, ਪਰ ਹੁਣ ਪਹਿਲੀ ਤਿਮਾਹੀ ਵਿਚ ਹੀ ਇਸ ਪ੍ਰਸ਼ਨ ਦਾ ਉੱਤਰ ਦਿੱਤਾ ਜਾ ਸਕਦਾ ਹੈ। ਕਿਉਂਕਿ ਹੁਣ ਜਣੇਪੇ ਤੋਂ ਪਹਿਲਾਂ ਹੀ ਕਈ ਤਰ੍ਹਾਂ ਦੀ ਜਾਂਚ ਅਤੇ ਸਕ੍ਰੀਨਿੰਗ ਕੀਤੀ ਜਾਣ ਲੱਗੀ ਹੈ।

ਜ਼ਿਆਦਾਤਰ ਭਾਵਕ ਮਾਤਾਵਾਂ ਆਪਣੇ ਚਾਲ੍ਹੀ ਹਫਤਿਆਂ ਦੇ ਜਣੇਪਾ ਕਾਲ ਵਿਚ ਕਈ ਤਰ੍ਹਾਂ ਦੀ ਪ੍ਰੀਖਿਆਵਾਂ ਵਿਚੋਂ ਲੰਘਦੀਆਂ ਹਨ- ਇਨ੍ਹਾਂ ਵਿਚ ਉਹ ਮਾਤਾਵਾਂ ਵੀ ਸ਼ਾਮਲ ਹਨ ਜਿਨ੍ਹਾਂ ਦੇ ਬੱਚੇ ਉਮਰ, ਚੰਗੇ ਪੋਸ਼ਣ ਅਤੇ ਜਣੇਪੇ ਤੋਂ ਪਹਿਲਾਂ ਵਧੀਆ ਦੇਖਭਾਲ ਕਾਰਣ ਤੰਦਰੁਸਤ ਜਨਮ ਲੈਂਦੇ ਹਨ। ਇਨ੍ਹਾਂ ਸਕ੍ਰੀਨਿੰਗ ਟੈਸਟਾਂ ਤੋਂ ਮਾਂ ਜਾਂ ਬੱਚੇ ਨੂੰ ਕੋਈ ਨੁਕਸਾਨ ਨਹੀਂ ਹੁੰਦਾ ਸਗੋਂ ਉਨ੍ਹਾਂ ਦੀ ਸਿਹਤ ਦੀ ਪੁਸ਼ਟੀ ਹੋ ਜਾਂਦੀ ਹੈ।

ਹਾਲਾਂਕਿ ਸੀਵੀਐਸ ਅਤੇ ਐਮਨਿਊ ਵਰਗੇ ਵਿਸਤ੍ਰਿਤ ਅਲਟ੍ਰਾਸਾਊਂਡ ਦੀ ਜ਼ਰੂਰਤ ਸਾਰਿਆਂ ਨੂੰ ਨਹੀਂ ਪੈਂਦੀ। ਜਿਹੜੇ ਮਾਤਾ-ਪਿਤਾ ਦੇ ਟੈਸਟ ਦੀ ਰਿਪੋਟ ਨਕਾਰਾਤਮਕ ਆਉਂਦੀ ਹੈ ਉਹ ਆਉਣ ਵਾਲੇ ਐਡਵਾਂਸ ਟੈਸਟ ਵੀ ਕਰਵਾਉਂਦੇ ਰਹਿੰਦੇ ਹਨ ਕਿ ਸ਼ਾਇਦ ਕਿਤੋਂ ਤੰਦਰੁਸਤ ਬੱਚੇ ਦੇ ਜਨਮ ਲੈਣ ਦਾ ਭਰੋਸਾ ਮਿਲ ਸਕੇ। ਅਜਿਹੇ ਟੈਸਟਾਂ ਲਈ ਹੇਠ ਲਿਖੀਆਂ ਔਰਤਾਂ ਨੂੰ ਉਚਿਤ ਉਮੀਦ ਵਾਲਾ ਮੰਨਿਆ ਜਾ ਸਕਦਾ ਹੈ:-

- **35 ਸਾਲ ਤੋਂ ਵੱਧ ਦੀਆਂ ਔਰਤਾਂ** :- ਹਾਲਾਂਕਿ ਮਾਤਾਵਾਂ ਅਰੰਭਿਕ ਸਕ੍ਰੀਨਿੰਗ ਜਾਂਚ ਤੋਂ ਸੰਤੁਸ਼ਟ ਹੋ ਕੇ ਹੀ ਆਪਣੇ ਡਾਕਟਰ ਦੀ ਸਲਾਹ ਨਾਲ ਅੱਗੇ ਵਾਲੇ ਟੈਸਟ ਨੂੰ ਨਕਾਰ ਸਕਦੀਆਂ ਹਨ।
- ਆਪਣੇ ਡਾਕਟਰ ਤੋਂ ਪੁੱਛ ਕੇ ਸਲਾਹ ਲਈ ਜਾ ਸਕਦੀ ਹੈ ਕਿ ਕਿਸੇ ਮਾਮਲੇ ਵਿਚ ਜਣੇਪੇ ਤੋਂ ਪਹਿਲਾਂ ਦੀ ਸਾਰੀ ਜਾਣਕਾਰੀ ਜ਼ਰੂਰੀ ਹੈ ਜਾਂ ਨਹੀਂ।
- ਪਰਿਵਾਰ ਵਿਚ ਜੈਨੇਟਿਕ ਰੋਗ ਦਾ ਇਤਿਹਾਸ ਜਾਂ ਰੋਗ ਦਾ ਪਤਾ ਲੱਗਣਾ।
- ਕਿਸੇ ਵੀ ਤਰ੍ਹਾਂ ਦੀ ਇਨਫੈਕਸ਼ਨ ਦਾ ਪਤਾ ਲੱਗਣਾ, ਜਿਹੜਾ ਬੱਚੇ ਦੇ ਜਨਮ ਨਾਲ ਜੁੜਿਆ ਹੋਵੇ (ਰੁਬੇਲਾ/ਟਾਸੋਪਲਾਜ਼ਮੋਸਿਸ)
- ਪਹਿਲਾਂ ਗਰਭਪਾਤ ਹੋਣਾ ਜਾਂ ਜਨਮ ਤੋਂ ਹੀ ਵਿਕਾਰਾਂ ਵਾਲੇ ਬੱਚੇ ਦਾ ਜਨਮ
- ਜਣੇਪੇ ਤੋਂ ਪਹਿਲਾਂ ਸਕ੍ਰੀਨਿੰਗ ਜਾਂਚ ਵਿਚ ਪਾਜੀਟਿਵ ਰਿਜ਼ਲਟ ਆਉਣਾ।

ਅਜਿਹੀ ਜਾਂਚ ਕਿਉਂ ਕਰਵਾਈ ਜਾਵੇ, ਜਿਸ ਨਾਲ ਬੱਚੇ ਨੂੰ ਖਤਰਾ ਹੋ ਸਕਦਾ ਹੈ। ਅਸਲ ਵਿਚ ਇਸਦਾ ਸਭ ਤੋਂ ਵੱਡਾ ਕਾਰਣ ਇਹ ਹੈ ਕਿ ਜੇਕਰ ਬੱਚੇ ਨੂੰ ਕੋਈ ਰੋਗ ਹੈ ਤਾਂ ਉਸਦਾ ਇਲਾਜ ਹੋ ਸਕੇਅ ਤੇ ਕੁਝ ਨਹੀਂ ਹੈ ਤਾਂ ਉਸਦੇ ਮੰਮੀ-ਪਾਪਾ ਚਿੰਤਾ ਛੱਡ ਕੇ, ਗਰਭ ਅਵਸਥਾ ਦਾ ਪੂਰਾ ਅਨੰਦ ਲੈ ਸਕਣ।

## ਪਹਿਲੀ ਤਿਮਾਹੀ

**ਪਹਿਲੀ ਤਿਮਾਹੀ ਅਲਟ੍ਰਾਸਾਊਂਡ** :- ਇਹ ਕੀ ਹੈ? ਇਹ ਇਕ ਸਧਾਰਣ ਜਿਹਾ ਸਕ੍ਰੀਨਿੰਗ ਟੈਸਟ ਹੈ। ਇਸ ਵਿਚ ਅਜਿਹੀ ਧੁਨੀ ਤਰੰਗਾਂ ਦਾ ਪ੍ਰਯੋਗ ਕੀਤਾ ਜਾਂਦਾ ਹੈ, ਜਿਨ੍ਹਾਂ ਨੂੰ ਕੰਨ ਨਾਲ ਸੁਣ ਸਕਦੇ ਹਾਂ, ਸੋਨੋਗ੍ਰਾਫੀ ਵਿਚ ਭਰੂਣ ਦਾ ਐਕਸ-ਰੇ ਲਏ ਬਿਨਾਂ ਉਸਦੀ ਜਾਂਚ ਕੀਤੀ ਜਾ ਸਕਦੀ ਹੈ। ਹਾਲਾਂਕਿ ਇਸ ਨਾਲ ਕਈ ਜਨਮਜਾਤ ਵਿਕ੍ਰਤੀਆਂ ਦਾ ਪਤਾ ਲੱਗ ਜਾਂਦਾ ਹੈ ਪਰ ਕਈ ਵਾਰ ਬਹੁਤ ਵੱਡੀ ਕਮੀ ਵੀ ਰਹਿ ਸਕਦੀ ਹੈ। (ਸਭ ਠੀਕ ਲੱਗਣ ਦੇ ਬਾਵਜੂਦ ਠੀਕ ਨਾ ਹੋਣਾ) ਜਾਂ ਇਸਦਾ ਉਲਟਾ ਹੋ ਸਕਦਾ ਹੈ (ਸਭ ਠੀਕ ਹੋਣ ਦੇ ਬਾਵਜੂਦ ਠੀਕ ਨਾ ਲੱਗਣਾ)

ਪਹਿਲਾ ਤਿਮਾਹੀ ਅਲਟ੍ਰਾਸਾਊਂਡ ਕੀਤਾ ਜਾਂਦਾ ਹੈ ਤਾਂ ਕਿ :

- ਗਰਭ ਅਵਸਥਾ ਦੀ ਉਚਿਤਤਾ
- ਗਰਭ ਅਵਸਥਾ ਦੀ ਤਾਰੀਖ
- ਭਰੂਣਾਂ ਦੀ ਗਿਣਤੀ
- ਜੇਕਰ ਖੂਨ ਬਹਾਓ ਹੈ ਤਾਂ ਉਸਦਾ ਕਾਰਨ
- ਗਰਭ ਧਾਰਣ ਦੇ ਸਮੇਂ ਲਗਾਏ ਗਏ ਆਈਡੀਯੂ ਦੀ ਭਾਲ
- ਸੀਵੀਐਸ ਤੋਂ ਪਹਿਲਾਂ ਭਰੂਣ ਦੀ ਭਾਲ
- ਕ੍ਰੋਮੋਸੋਮਲ ਅਸਧਾਰਣਤਾ ਦੇ ਖਤਰੇ ਦੀ ਜਾਂਚ

**ਇਹ ਕਿਵੇਂ ਹੁੰਦਾ ਹੈ** ? ਟ੍ਰਾਂਸਐਬਡ੍ਰਾਮਿਨਲ ਜਾਂਚ ਲਈ ਬਲੈਡਰ ਨੂੰ ਪੂਰਾ ਭਰਨਾ ਪੈਂਦਾ ਹੈ। ਕਾਫੀ ਸਾਰਾ ਪਾਣੀ ਜਾਂ ਪੀਣ ਵਾਲੇ ਪਦਾਰਥ ਲੈਣ ਤੋਂ

ਬਾਅਦ ਪੇਟ ਭਰਿਆ ਹੋਇਆ ਮਹਿਸੂਸ ਹੋਣ ਨਾਲ ਥੋੜ੍ਹੀ ਉਲਝਣ ਹੁੰਦੀ ਹੈ। ਇਸ ਤੋਂ ਇਲਾਵਾ ਕੋਈ ਦਰਦ ਜਾਂ ਤਕਲੀਫ ਨਹੀਂ ਹੁੰਦੀ। ਪੇਟ ਦੇ ਹੇਠਲੇ ਹਿੱਸੇ ਤੇ ਜੈਲ ਲਗਾ ਕੇ ਇਕ ਕਾਰਡ ਨੂੰ ਉਸ ਤੇ ਘੁੰਮਾਇਆ ਜਾਂਦਾ ਹੈ।

ਤੁਹਾਨੂੰ ਕਮਰ ਦੇ ਸਹਾਰੇ ਲਿਟਾਇਆ ਜਾਂਦਾ ਹੈ। ਜੈਲ ਲਗਾਉਣ ਨਾਲ ਧੁਨੀ ਦੀ ਤੀਬਰਤਾ ਵਿਚ ਸੁਧਾਰ ਹੁੰਦਾ ਹੈ। ਜੇਕਰ ਟ੍ਰਾਂਸਵੈਜਾਈਨਲ ਜਾਂਚ ਕਰਨੀ ਹੋਵੇ ਤਾਂ ਟ੍ਰਾਂਸਡਯੂਸਰ ਨੂੰ ਯੋਨੀ ਵਿਚ ਪਾਇਆ ਜਾਂਦਾ ਹੈ। ਯੰਤਰ ਤੁਹਾਡੇ ਸਰੀਰ ਦੀ ਧੁਨੀ ਤਰੰਗਾਂ ਨੂੰ ਸਕ੍ਰੀਨ ਤੇ ਤਸਵੀਰ ਦੇ ਰੂਪ ਵਿਚ ਪੇਸ਼ ਕਰ ਦਿੰਦੇ ਹਨ।

**ਇਹ ਕਦੋਂ ਹੁੰਦਾ ਹੈ?**:- ਇਹ ਪਹਿਲੀ ਤਿਮਾਹੀ ਵਿਚ ਕਦੇ ਵੀ ਕੀਤਾ ਜਾ ਸਕਦਾ ਹੈ, ਬਸ ਇਸਨੂੰ ਕਰਨ ਦੇ ਕਾਰਨ ਵੱਖ-ਵੱਖ ਹੋ ਸਕਦੇ ਹਨ। ਤੁਹਾਡੇ ਆਖਰੀ ਪੀਰੀਅਡ ਦੇ ਸਾਢੇ ਚਾਰ ਹਫਤੇ ਬਾਅਦ ਜੈਸਟੇਸ਼ਨ ਸੈਕ ਨੂੰ ਅਲਟ੍ਰਾਸਾਊਂਡ ਦੀ ਮੱਦਦ ਨਾਲ ਦੇਖ ਸਕਦੇ ਹਨ। 5 ਤੋਂ 6 ਹਫਤਿਆਂ ਤੋਂ ਬਾਅਦ ਦਿਲ ਦੀ ਧੜਕਣ ਸੁਣੀ ਜਾ ਸਕਦੀ ਹੈ।

**ਇਹ ਕਿੰਨਾ ਸੁਰੱਖਿਅਤ ਹੈ?**:- ਸਾਲਾਂ ਦੇ ਅਧਿਐਨ ਤੋਂ ਸਾਫ ਹੈ ਕਿ ਇਸ ਨਾਲ ਕੋਈ ਨੁਕਸਾਨ ਨਹੀਂ ਸਗੋਂ ਫਾਇਦਾ ਹੀ ਹੁੰਦਾ ਹੈ। ਜ਼ਿਆਦਾਤਰ ਡਾਕਟਰ, ਗਰਭ ਅਵਸਥਾ ਵਿਚ ਘੱਟ ਤੋਂ ਘੱਟ ਇਕ ਵਾਰ ਅਲਟ੍ਰਾਸਾਊਂਡ ਕਰਾਉਣ ਦੀ ਸਲਾਹ ਤਾਂ ਦਿੰਦੇ ਹੀ ਹਨ। ਹਾਲਾਂਕਿ ਕਿਹਾ ਇਹੀ ਜਾਂਦਾ ਹੈ ਕਿ ਕੋਈ ਠੋਸ ਕਾਰਨ ਹੋਣ ਤੇ ਹੀ ਅਲਟ੍ਰਾਸਾਊਂਡ ਕਰਵਾਉਣਾ ਚਾਹੀਦਾ ਹੈ।

## ਪਹਿਲੀ ਤਿਮਾਹੀ (ਇਕੱਠੀ ਸਕ੍ਰੀਨਿੰਗ)

**ਇਹ ਕੀ ਹੈ?**:- ਪਹਿਲੀ ਤਿਮਾਹੀ ਦੀ ਕੰਬਾਈਂਡ ਸਕ੍ਰੀਨਿੰਗ ਵਿਚ ਅਲਟ੍ਰਾਸਾਊਂਡ, ਬੱਚੇ ਨਾਲ ਖੂਨ ਦੀ ਜਾਂਚ ਵੀ ਹੁੰਦੀ ਹੈ। ਪਹਿਲੇ ਅਲਟ੍ਰਾਸਾਊਂਡ, ਬੱਚੇ ਦੀ ਪਿੱਠ ਦੇ ਪਿਛਲੇ ਹਿੱਸੇ ਵਿਚ ਇਕੱਠਾ, ਦ੍ਰਵ ਦੀ ਹਲਕੀ ਜਿਹੀ ਪਰਤ ਨੂੰ ਮਾਪਦਾ ਹੈ। ਜੇਕਰ ਇਹ ਦ੍ਰਵ ਨਿਊਕਲ ਟ੍ਰਾਂਸਲੂਸੈਂਸੀ ਦੀ ਮਾਤਰਾ ਜ਼ਿਆਦਾ ਹੋਵੇ ਤਾਂ, ਕ੍ਰੋਮੋਸੋਮਲ ਅਸਧਾਰਣਤਾਵਾਂ (ਡਾਊਨ ਸਿੰਡ੍ਰੋਮ, ਕਾਨਜੈਨੇਨਿਟਲ ਹਾਰਟ ਡਿਫੈਕਟ) ਅਤੇ ਦੂਜੇ ਜੈਨੇਕਿਟ ਡਿਸਆਰਡਰ ਦਾ ਖਤਰਾ ਵੱਧ ਜਾਂਦਾ ਹੈ।

ਫੇਰ ਖੂਨ ਦੀ ਜਾਂਚ ਪੀਏਪੀਪੀ-ਏ ਅਤੇ ਐਚਸੀਜੀ (ਭਰੂਣ ਦੁਆਰਾ ਉਤਪਾਦਤ ਦੋ ਹਾਰਮੋਨ, ਜਿਹੜੇ ਮਾਂ ਦੇ ਖੂਨ ਪ੍ਰਵਾਹ ਵਿਚ ਸ਼ਾਮਲ ਹੁੰਦੇ ਹਨ) ਦਾ ਪਤਾ ਲਗਾਇਆ ਜਾਂਦਾ ਹੈ। ਇਨ੍ਹਾਂ ਪੱਧਰਾਂ ਨੂੰ ਐਨਟੀ ਕੀ ਮਾਪ ਅਤੇ ਮਾਂ ਦੀ ਉਮਰ ਨਾਲ ਜੋੜਿਆ ਜਾਂਦਾ ਹੈ ਅਤੇ ਡਾਊਨ ਸਿੰਡ੍ਰੋਮ ਦੇ ਖਤਰੇ ਦੀ ਜਾਂਚ ਕੀਤੀ ਜਾਂਦੀ ਹੈ।

ਕਈ ਮੈਡੀਕਲ ਸੈਂਟਰ, ਇਸ ਅਲਟ੍ਰਾਸਾਊਂਡ ਵਿਚ ਭਰੂਣ ਦੀ ਨੇਸਲ ਬੋਨ ਦੀ ਵੀ ਜਾਂਚ ਕਰਦੇ ਹਨ। ਅਧਿਐਨਾਂ ਤੋਂ ਪਤਾ ਲੱਗਾ ਹੈ ਕਿ ਜੇਕਰ ਪਹਿਲੇ ਅਲਟ੍ਰਾਸਾਊਂਡ ਵਿਚ ਇਸ ਬੋਨ ਦਾ ਪਤਾ ਨਾ ਲੱਗੇ ਤਾ ਡਾਊਨ ਸਿੰਡ੍ਰੋਮ ਦਾ ਖਤਰਾ ਵੱਧ ਜਾਂਦਾ ਹੈ। ਕੁਝ ਅਧਿਐਨ ਇਸਦੇ ਖਿਲਾਫ ਹਨ। ਨਤੀਜਾ ਇਹ ਹੈ ਕਿ ਇਹ ਮਾਮਲਾ ਝਗੜੇ ਵਾਲਾ ਹੈ।

ਹਾਲਾਂਕਿ ਇਕੱਠੇ ਹੋਣ ਵਾਲੀ ਇਸ ਸਕ੍ਰੀਨਿੰਗ ਤੋਂ ਤੁਹਾਨੂੰ ਉਹ ਨਤੀਜੇ ਨਹੀਂ ਮਿਲ ਸਕਦੇ ਜਿਹੜੇ 'ਇਨਵੇਸਿਵ ਡਾਯਗਨਾਸਟਿਕ ਟੈਸਟ' ਤੋਂ ਮਿਲਦੇ ਪਰ ਇਸਦੀ ਮੱਦਦ ਨਾਲ ਤੁਸੀਂ ਫੈਸਲਾ ਲੈ ਸਕਦੇ ਹੋ ਕਿ ਤੁਹਾਨੂੰ 'ਡਾਯਗਨਾਸਟਿਕ ਟੈਸਟ' ਕਰਵਾਉਣਾ ਚਾਹੀਦਾ ਹੈ ਜਾਂ ਨਹੀਂ? ਜੇਕਰ ਤੁਹਾਨੂੰ ਇਨ੍ਹਾਂ ਮਰੀਜ਼ਾਂ ਤੋਂ ਪਤਾ ਲੱਗਦਾ ਹੈ ਕਿ ਬੱਚੇ ਵਿਚ ਕ੍ਰੋਮੋਸੋਮਲ ਵਿਕਾਰ ਹੋ ਸਕਦੇ ਹਨ ਤਾਂ ਸੀ.ਵੀ.ਐਸ. (ਕੋਰੀਆਨਿਕ ਵਿਲਸ ਸੈਂਪਲਿੰਗ) ਜਾਂ ਅਮਨਿਯੋ ਸੈਂਟੇਸਿਸ) ਜਾਂਚ ਕਰਨ ਲਈ ਕਿਹਾ ਜਾਵੇਗਾ।

ਜੇਕਰ ਟੈਸਟ ਵਿਚ ਜ਼ਿਆਦਾ ਖਤਰੇ ਦਾ ਸੰਕੇਤ ਨਹੀਂ ਮਿਲਦਾ ਤਾਂ ਡਾਕਟਰ ਤੁਹਾਨੂੰ ਦੂਜੀ ਤਿਮਾਹੀ ਵਿਚ ਕਵੈਡ ਸਕ੍ਰੀਨ ਟੈਸਟ ਕਰਾਉਣ ਲਈ ਸਲਾਹ ਦੇਣਗੇ ਤਾਂ ਕਿ ਨਿਊਰਲ ਟਿਊਬ ਡਿਫੈਕਟ ਪਤਾ ਲੱਗ ਸਕੇ। ਕਿਉਂਕਿ ਇਹ ਚੀਜ਼ ਦਿਲ ਦੇ ਰੋਗਾਂ ਜਾਂ ਵਿਕਾਰਾਂ ਨਾਲ ਵੀ ਜੁੜੀ ਹੈ ਇਸ ਲਈ ਵੀਹਵੇਂ ਹਫਤੇ ਦੌਰਾਨ ਫੈਟਲ ਇਕੋਕਾਡ੍ਰਿਯੋਗ੍ਰਾਮ ਕਰਾਉਣ ਦੀ ਸਲਾਹ ਵੀ ਦਿੱਤੀ ਜਾ ਸਕਦੀ ਹੈ ਤਾਂ ਕਿ ਦਿਲ ਦੇ ਵਿਕਾਰਾਂ ਦਾ ਪਤਾ ਲੱਗ ਸਕੇ। ਐਨ ਟੀ ਦੀ ਜਾਂਚ ਸਹੀ ਨਾ ਹੋਣ ਤੇ ਪ੍ਰੀਟਰਮ ਲੇਬਰ ਦਾ ਖਤਰਾ ਵੀ ਵੱਧ ਸਕਦਾ ਹੈ ਇਸ ਲਈ ਤੁਹਾਨੂੰ ਉਸ ਲਈ ਵੀ ਧਿਆਨ ਦੇਣਾ ਪਵੇਗਾ।

**ਇਹ ਕਦੋਂ ਹੁੰਦਾ ਹੈ?**:- ਪਹਿਲੀ ਤਿਮਾਹੀ ਕੰਬਾਈਂਡ ਸਕ੍ਰੀਨਿੰਗ ਗਰਭ ਅਵਸਥਾ ਦੇ 11 ਤੋਂ 14 ਹਫਤਿਆਂ

ਵਿਚਕਾਰ ਕੀਤੀ ਜਾਂਦੀ ਹੈ।

**ਇਹ ਕਿੰਨੀ ਸਹੀ ਹੁੰਦੀ ਹੈ :-** ਇਹ ਸਕਰੀਨ ਟੈਸ, ਪ੍ਰਤੱਖ ਰੂਪ ਨਾਲ ਕ੍ਰੋਮੋਸੋਮਲ ਪਰੇਸ਼ਾਨੀਆਂ ਦੀ ਜਾਂਚ ਨਹੀਂ ਕਰਦਾ ਅਤੇ ਨਾ ਹੀ ਕਿਸੇ ਨਿਸ਼ਚਿਤ ਸਥਿਤੀ ਦਾ ਹੱਲ ਕਰਦਾ ਹੈ। ਸਿਰਫ ਏਨਾ ਅੰਦਾਜ਼ਾ ਹੋ ਜਾਂਦਾ ਹੈ ਕਿ ਬੱਚੇ ਨੂੰ ਕੋਈ ਤਕਲੀਫ ਹੋ ਸਕਦੀ ਹੈ। ਅਸਧਾਰਣ ਨਤੀਜੇ ਦਾ ਮਤਲਬ ਇਹ ਨਹੀਂ ਕਿ ਉਸਨੂੰ ਕੋਈ ਕ੍ਰੋਮੋਸੋਮਲ ਰੋਗ ਹੀ ਹੋਵੇਗਾ, ਸਿਰਫ ਖਤਰੇ ਦਾ ਸੰਕੇਤ ਹੋ ਸਕਦਾ ਹੈ।

ਆਮ ਤੌਰ ਤੇ ਅਸਧਾਰਣ ਨਤੀਜਿਆਂ ਵਾਲੀਆਂ ਤੰਦਰੁਸਤ ਔਰਤਾਂ ਵੀ ਸਧਾਰਣ ਅਤੇ ਤੰਦਰੁਸਤ ਬੱਚਿਆਂ ਨੂੰ ਜਨਮ ਦਿੰਦੀਆਂ ਹਨ। ਸਧਾਰਣ ਨਤੀਜੇ ਵੀ ਇਸ ਗੱਲ ਦੀ ਗਰੰਟੀ ਨਹੀਂ ਦਿੰਦੇ ਕਿ ਤੰਦਰੁਸਤ ਬੱਚੇ ਦਾ ਹੀ ਜਨਮ ਹੋਵੇਗਾ, ਇਹ ਵੀ ਹੋ ਸਕਦਾ ਹੈ ਕਿ ਉਹ ਕ੍ਰੋਮੋਸੋਮਲ ਵਿਕਾਰ ਨਾਲ ਗ੍ਰਸਤ ਹੋਵੇ।

ਇਸ ਕੰਬਾਈਂਡ ਸਕ੍ਰੀਨ ਟੈਸਟ ਤੋਂ 80 ਪ੍ਰਤੀਸ਼ਤ ਡਾਊਨ ਸਿੰਡ੍ਰੋਮ ਅਤੇ 80 ਪ੍ਰਤੀਸ਼ਤ ਟ੍ਰਾਈਸੋਮੀ ਸਮੱਸਿਆਵਾਂ ਦਾ ਪਤਾ ਲੱਗਦਾ ਹੈ।

**ਇਹ ਕਿੰਨਾ ਸੁਰੱਖਿਅਤ ਹੈ :-** ਅਲਟ੍ਰਾਸਾਊਂਡ ਅਤੇ ਖ਼ੂਨ ਦੀ ਜਾਂਚ ਦੋਵੇਂ ਹੀ ਦਰਦ ਰਹਿਤ ਹਨ (ਜੇਕਰ ਤੁਸੀਂ ਸੂਈ ਚੁਭਣ ਦਾ ਦਰਦ ਸਹਿ ਲਓ ਤਾਂ) ਇਨ੍ਹਾਂ ਵਿਚ ਤੁਹਾਨੂੰ ਜਾਂ ਬੱਚੇ ਨੂੰ ਕੋਈ ਖਤਰਾ ਨਹੀਂ ਹੁੰਦਾ। ਬੱਸ ਇਕ ਗੱਲ ਹੈ, ਇਸ ਤਰ੍ਹਾਂ ਦੇ ਸਕ੍ਰੀਨ ਟੈਸਟ ਲਈ ਬਹੁਤ ਵਧੀਆ ਅਲਟ੍ਰਾਸਾਊਂਡ ਤਕਨੀਕ ਦੀ ਲੋੜ ਪੈਂਦੀ ਹੈ ਇਸ ਲਈ ਤੁਹਾਨੂੰ ਇਸ ਵਿਸ਼ੇਸ਼ ਉਪਕਰਣ (ਵਧੀਆ ਕੁਆਲਟੀ) ਨਾਲ ਹੀ ਕਰਵਾਉਣਾ ਚਾਹੀਦਾ ਹੈ। ਡਾਕਟਰ ਅਤੇ ਸੋਨੋਗ੍ਰਾਫਰ ਵੀ ਸਿੱਖਿਅਕ ਹੋਣ, ਤਾਂ ਠੀਕ ਰਹੇਗਾ। ਯਾਦ ਰੱਖੋ ਕਿ ਹਲਕੀਆਂ ਮਸ਼ੀਨਾਂ ਨਾਲ ਟੈਸਟ ਕਰਵਾਉਣ ਤੇ ਝੂਠੇ ਸੱਚੇ ਨਤੀਜੇ ਵੀ ਨਿਕਲ ਸਕਦੇ ਹਨ ਜਿਹੜੇ ਅੱਗੇ ਜਾ ਕੇ ਖਤਰਾ ਬਣ ਜਾਣਗੇ। ਇਨ੍ਹਾਂ ਨਤੀਜਿਆਂ ਦੇ ਹਿਸਾਬ ਨਾਲ ਕੋਈ ਵੀ ਅਗਲਾ ਫੈਸਲਾ ਲੈਣ ਤੋਂ ਪਹਿਲਾਂ ਇਨ੍ਹਾਂ ਨੂੰ, ਜੈਨੇਟਿਕ ਸਲਾਹਕਾਰ ਜਾਂ ਅਨੁਭਵੀ ਡਾਕਟਰ ਨੂੰ ਦਿਖਾ ਲਓ ਜੇਕਰ ਕੋਈ ਸ਼ੱਕ ਹੋਵੇ ਤਾਂ ਇਸਦੀ ਸਲਾਹ ਵੀ ਜ਼ਰੂਰ ਲਓ।

## ਕੋਰਿਆਨਿਕ ਵਿਲਸ ਸੈਂਪਲਿੰਗ

**ਇਹ ਕੀ ਹੈ ?** ਸੀਵੀਐਸ ਇਕ ਜਣੇਪਾ ਪੂਰਵ ਹੱਲ ਜਾਂਚ ਹੈ, ਜਿਸ ਵਿਚ ਪਲੇਸੇਂਟਾ ਦੇ ਉਂਗਲੀ ਜਿੰਨੇ ਅਕਾਰ ਨਾਲ, ਛੋਟੀ ਕੋਸ਼ਿਕਾ ਦਾ ਨਮੂਨਾ ਲੈ ਕੇ ਜਾਂਚ ਕੀਤੀ ਜਾਂਦੀ ਹੈ ਕਿ ਕਿਤੇ ਕ੍ਰੋਮੋਸੋਮਲ ਅਸਧਾਰਣ ਤਾਂ ਨਹੀਂ? ਵਰਤਮਾਨ ਵਿਚ, ਡਾਊਨ ਸਿੰਡ੍ਰੋਮ, ਟੇ-ਸ਼ੇਕ, ਸਿਕਿਲ ਸੈੱਲ ਅਨੀਮੀਆ ਅਤੇ ਸਿਸਟਿਕ ਫਾਈਬਰੋਸਿਸ ਦੀ ਜਾਂਚ ਲਈ ਸੀਵੀਐਸ ਟੈਸਟ ਕੀਤਾ ਜਾਂਦਾ ਹੈ।

ਇਸ ਨਾਲ ਨਿਊਰਲ ਟਿਊਬ ਅਤੇ ਇਸ ਨਾਲ ਏਨਾਟੋਮਿਕਲ ਵਿਕਾਰਾਂ ਦਾ ਪਤਾ ਨਹੀਂ ਲੱਗਦਾ। ਕਿਸੇ ਵਿਸ਼ੇਸ਼ ਰੋਗ ਦੀ ਜਾਂਚ ਉਦੋਂ ਕੀਤੀ ਜਾਂਦੀ ਹੈ ਹੈ, ਜਦੋਂ ਪਰਿਵਾਰ ਵਿਚ ਇਸਦਾ ਇਤਿਹਾਸ ਰਿਹਾ ਹੋਵੇ ਜਾਂ ਮਾਤਾ-ਪਿਤਾ ਵਿਚੋਂ ਕਿਸੇ ਇਕ ਨੂੰ ਉਹ ਰੋਗ (ਮੰਨਿਆ ਜਾਂਦਾ ਹੈ ਕਿ ਸੀਵੀਐਸ ਅਜਿਹੀ 1000 ਤੋਂ ਜ਼ਿਆਦਾ ਵਿਕਾਰਾਂ ਦਾ ਪਤਾ ਲਗਾ ਸਕੇਗਾ) ਜਿਸਦੇ ਲਈ ਭੈੜੇ ਜੀਨਸ ਜਾਂ ਕ੍ਰੋਮੋਸੋਮ ਜ਼ਿੰਮੇਵਾਰ ਹਨ।

**ਇਹ ਕਿਵੇਂ ਹੁੰਦਾ ਹੈ?:-** ਇਹ ਹਸਪਤਾਲ ਵਿਚ ਹੀ ਕੀਤਾ ਜਾਂਦਾ ਹੈ, ਹਾਲਾਂਕਿ ਇਸ ਨੂੰ ਡਾਕਟਰ ਦੇ ਕਲੀਨਿਕ ਵਿਚ ਵੀ ਕੀਤਾ ਜਾ ਸਕਦਾ ਹੈ। ਪਲੇਸੇਂਟਾ ਦੀ ਸਥਿਤੀ ਅਨੁਸਾਰ ਵੈਜਾਈਨਾ ਜਾਂ ਸਰਵਿਕਸ ਟ੍ਰਾਂਸਸਰਵਾਈਕਲ ਜਾਂ ਪੇਟ ਦੇ ਹੇਠਲੇ ਹਿੱਸੇ ਦੀ ਦੀਵਾਰ ਤੱਕ ਸੂਈ ਘੁੰਮਾ ਕੇ (ਟ੍ਰਾਂਸਐਬਡਾਮਿਨਲ ਸੀ ਵੀ ਐਸ) ਕੋਸ਼ਿਕਾਵਾਂ ਦਾ ਨਮੂਨਾ ਲਿਆ ਜਾਂਦਾ ਹੈ। ਕੋਈ ਵੀ ਤਰੀਕਾ ਅਜਿਹਾ ਨਹੀਂ ਜਿਹੜਾ ਪੂਰੀ ਤਰ੍ਹਾਂ ਦਰਦ ਰਹਿਤ ਹੋਵੇ। ਥੋੜ੍ਹੀ ਬਹੁਤ ਤਕਲੀਫ ਸਾਰੇ ਤਰੀਕਿਆਂ ਵਿਚ ਹੁੰਦੀ ਹੈ। ਕਈ ਔਰਤਾਂ ਨੂੰ ਨਮੂਨਾ ਲੈਂਦੇ ਸਮੇਂ ਮੁੜਦੇ ਸਮੇਂ ਹਲਕੇ ਦਰਦ ਦੀ ਤਕਲੀਫ ਵੀ ਹੁੰਦੀ ਹੈ। ਇਨ੍ਹਾਂ ਤਰੀਕਿਆਂ ਵਿਚ ਸ਼ੁਰੂ ਤੋਂ ਅਖੀਰ ਤੱਕ 30 ਮਿੰਟ ਲੱਗਦੇ ਹਨ ਜਦੋਂ ਕਿ ਨਮੂਨਾ ਲੈਣ ਵਿਚ ਇਕ-ਦੋ ਮਿੰਟ ਦਾ ਸਮਾਂ ਲੱਗਦਾ ਹੈ।

ਟ੍ਰਾਂਸਐਬਡਾਕਲ ਤਰੀਕਿਆਂ ਵਿਚ ਤੁਹਾਨੂੰ ਪਿੱਠ ਦੇ ਭਾਰ ਲੰਮਾ ਪਾ ਕੇ, ਯੋਨੀ ਦੇ ਰਸਤੇ ਬੱਚੇ ਦਾਨੀ ਤੱਕ ਲੰਮੀ ਪਤਲੀ ਟਿਊਬ ਪਾਈ ਜਾਂਦੀ ਹੈ ਇਸਦੇ ਨਾਲ ਹੀ ਅਲਟ੍ਰਾਸਾਊਂਡ ਜੁੜਿਆ ਹੁੰਦਾ ਹੈ। ਡਾਕਟਰ ਟਿਊਬ ਦੀ ਸਥਿਤੀ ਨੂੰ ਸਹੀ ਕਰਦੇ ਹਨ ਫੇਰ ਉਸ ਕੋਸ਼ਿਕਾ ਦਾ ਨਮੂਨਾ ਲੈ ਲਿਆ ਜਾਂਦਾ ਹੈ।

ਟ੍ਰਾਂਸਐਬਡਾਮਿਨਲ ਤਰੀਕੇ ਵਿਚ ਵੀ ਪਿੱਠ ਦੇ ਸਹਾਰੇ ਲੰਮਾ ਪਾਇਆ ਜਾਂਦਾ ਹੈ। ਅਲਟ੍ਰਾਸਾਊਂਡ ਦੀ ਮੱਦਦ ਨਾਲ ਪਲੇਸੇਂਟਾ ਦੀ ਸਥਿਤੀ ਅਤੇ ਯੂਟੇਰਾਸ ਦੀਆਂ ਦੀਵਾਰਾਂ ਦਾ ਅੰਦਾਜ਼ਾ ਲਗਾਇਆ ਜਾਂਦਾ ਹੈ। ਫੇਰ ਪੇਟ ਦੇ ਹੇਠਲੇ ਹਿੱਸੇ ਵਿਚ ਇਕ ਸੂਈ ਪਾਈ ਜਾਂਦੀ ਹੈ ਅਤੇ ਇਸੇ ਦੀ ਮੱਦਦ ਨਾਲ ਸਾਰਾ ਕੰਮ ਹੁੰਦਾ ਹੈ।

ਭਰੂਣ ਦੀ ਜਾਂਚ ਨਾਲ ਉਸਦੇ ਜੈਨੇਟਿਕ ਮੇਕਅੱਪ

ਦਾ ਪੂਰਾ ਅੰਦਾਜ਼ਾ ਹੋ ਜਾਂਦਾ ਹੈ। ਇਕ-ਦੋ ਹਫਤਿਆਂ ਵਿਚ ਜਾਂਚ ਦੇ ਨਤੀਜੇ ਆ ਜਾਂਦੇ ਹਨ।

**ਇਹ ਕਦੋਂ ਹੁੰਦਾ ਹੈ :-** ਇਹ ਗਰਭ ਅਵਸਥਾ ਦੇ 10 ਤੋਂ 13 ਹਫਤਿਆਂ ਵਿਚ ਹੁੰਦਾ ਹੈ। ਇਸਦਾ ਸਭ ਤੋਂ ਵੱਡਾ ਲਾਭ ਇਹ ਹੁੰਦਾ ਹੈ ਕਿ ਇਸਨੂੰ ਪਹਿਲੀ ਤਿਮਾਹੀ ਵਿਚ ਕੀਤਾ ਜਾਂਦਾ ਹੈ ਅਤੇ ਇਹ ਐਮਨਿਯੂਸੈਂਟੇਸਿਸ ਤੋਂ ਕਿਤੇ ਪਹਿਲਾਂ ਨਤੀਜਾ ਦੇ ਦਿੰਦਾ ਹੈ, ਜਿਹੜੇ ਕਿ ਆਮ ਤੌਰ ਤੇ 16 ਹਫਤਿਆਂ ਬਾਅਦ ਹੁੰਦਾ ਹੈ। ਅਰੰਭਕ ਉਪਚਾਰ ਉਨ੍ਹਾਂ ਲੋਕਾਂ ਲਈ ਹੈ, ਜਿਹੜੇ ਪਹਿਲਾਂ ਹੀ ਕਿਸੇ ਪਰੇਸ਼ਾਨੀ ਜਾਂ ਤਕਲੀਫ ਨੂੰ ਜਾਣ ਕੇ ਉਸਦਾ ਇਲਾਜ ਕਰਨਾ ਚਾਹੁੰਦੇ ਹਨ। ਇਸ ਪ੍ਰਕਾਰ ਜੇਕਰ ਗਰਭਪਾਤ ਵੀ ਪਹਿਲਾਂ ਹੀ ਹੋ ਜਾਵੇ ਤਾਂ ਜ਼ਿਆਦਾ ਮੁਸ਼ਕਲ ਨਹੀਂ ਹੁੰਦੀ ਅਤੇ ਸਦਮਾ ਵੀ ਨਹੀਂ ਲੱਗਦਾ।

**ਇਹ ਕਿੰਨਾ ਸਹੀ ਹੁੰਦਾ ਹੈ**?:- ਸੀਵੀਐਸ 98% ਤੱਕ ਕ੍ਰੋਮੋਸੋਮਲ ਸਮੱਸਿਆਵਾਂ ਦਾ ਸਹੀ-ਸਹੀ ਪਤਾ ਲਗਾ ਲੈਂਦਾ ਹੈ।

**ਇਹ ਕਿੰਨਾ ਸੁਰੱਖਿਅਤ ਹੈ**?:- ਇਹ ਸੁਰੱਖਿਅਤ ਅਤੇ ਭਰੋਸੇਮੰਦ ਹੈ। 370 ਵਿਚੋਂ ਇਕ ਗਰਭਪਾਤ ਦਾ ਮਾਮਲਾ ਹੋ ਸਕਦਾ ਹੈ। ਤੁਹਾਨੂੰ ਵਧੀਆ ਰਿਕਾਰਡ ਵਾਲਾ ਜਾਂਚ ਕੇਂਦਰ ਚੁਣਨਾ ਚਾਹੀਦਾ ਹੈ ਅਤੇ ਠੀਕ 10 ਹਫਤਿਆਂ ਤੱਕ ਇੰਤਜ਼ਾਰ ਕਰਨਾ ਚਾਹੀਦਾ ਹੈ, ਤਾਂ ਕਿ ਇਸ ਵਿਧੀ ਨਾਲ ਜੁੜੇ ਕਿਸੇ ਵੀ ਖਤਰੇ ਨੂੰ ਘਟਾਇਆ ਜਾ ਸਕੇ।

ਸੀਵੀਐਸ ਤੋਂ ਬਾਅਦ ਯੋਨੀ ਵਿਚੋਂ ਥੋੜ੍ਹਾ ਖੂਨ ਵਹਾਓ ਹੋ ਸਕਦਾ ਹੈ। ਇਸਨੂੰ ਗੰਭੀਰਤਾ ਨਾਲ ਨਾ ਲਓ ਹਾਲਾਂਕਿ ਇਸਦੇ ਬਾਰੇ ਵਿਚ ਡਾਕਟਰ ਨੂੰ ਦੱਸ ਦੇਣਾ ਚਾਹੀਦਾ ਹੈ ਜੇਕਰ ਇਹ ਤਿੰਨ ਤੋਂ ਜ਼ਿਆਦਾ ਦਿਨ ਤੱਕ ਹੁੰਦਾ ਰਹੇ, ਉਦੋਂ ਤਾਂ ਡਾਕਟਰ ਨੂੰ ਜ਼ਰੂਰ ਦੱਸੋ। ਉਂਝ ਤਾਂ ਇਨਫੈਕਸ਼ਨ ਦਾ ਕੋਈ ਡਰ ਨਹੀਂ ਹੁੰਦਾ ਪਰ ਕੁਝ ਦਿਨਾਂ ਵਿਚ ਬੁਖਾਰ ਹੋ ਜਾਵੇ ਤਾਂ ਡਾਕਟਰ ਨੂੰ ਦਿਖਾਓ।

## ਪਹਿਲੀ ਅਤੇ ਦੂਜੀ ਤਿਮਾਹੀ

## ਇੰਟੀਗ੍ਰੇਟਿਡ ਸਕ੍ਰੀਨਿੰਗ

**ਇਹ ਕੀ ਹੈ**?:- ਪਹਿਲੀ ਤਿਮਾਹੀ ਦੀ ਕੰਬਾਈਂਡ ਸਕ੍ਰੀਨਿੰਗ ਵਾਂਗ, ਇੰਟੀਗ੍ਰੇਟਿਡ ਸਕ੍ਰੀਨਿੰਗ ਟੈਸਟ ਵਿਚ ਅਲਟ੍ਰਾਸਾਊਂਡ ਅਤੇ ਬਲੱਡ ਟੈਸਟ ਦੋਵੇਂ ਹੁੰਦੇ ਹਨ, ਪਰ ਇਸ ਮਾਮਲੇ ਵਿਚ, ਅਲਟ੍ਰਾਸਾਊਂਡ (ਐਨ ਟੀ ਦੀ ਜਾਂਚ), ਪਹਿਲਾ ਬਲੱਡ ਟੈਸਟ ਪੀਏਪੀਵੀ ਦੀ ਜਾਂਚ ਆਦਿ ਪਹਿਲੀ ਤਿਮਾਹੀ ਵਿਚ ਕੀਤੇ ਜਾਂਦੇ ਹਨ ਅਤੇ ਦੂਜਾ ਬਲੱਡ ਟੈਸਟ (ਕਵੈਡ ਸਕ੍ਰੀਨਿੰਗ ਵਾਂਗ ਚਾਰੇ ਤੱਥਾਂ ਦੀ ਜਾਂਚ ਲਈ) ਦੂਜੀ ਤਿਮਾਹੀ ਵਿਚ ਕੀਤਾ ਜਾਂਦਾ ਹੈ। ਇਨ੍ਹਾਂ ਤਿੰਨਾਂ ਟੈਸਟਾਂ ਦਾ ਮਿਲਿਆ-ਜੁਲਿਆ ਨਤੀਜਾ ਦਿੱਤਾ ਜਾਂਦਾ ਹੈ।

ਦੂਜੇ ਸਕ੍ਰੀਨਿੰਗ ਟੈਸਟ ਵਾਂਗ ਇਹ ਵੀ ਪ੍ਰਤੱਖ ਰੂਪ ਨਾਲ ਕ੍ਰੋਮੋਸੋਮਲ ਸਮੱਸਿਆਵਾਂ ਦੀ ਜਾਂਚ ਨਹੀਂ ਕਰਦਾ ਅਤੇ ਨਾ ਹੀ ਕਿਸੇ ਵਿਸ਼ੇਸ਼ ਸਥਿਤੀ ਦੀ ਜਾਂਚ ਕਰਦਾ ਹੈ ਇਹ ਸਿਰਫ ਇਹੀ ਅੰਦਾਜ਼ਾ ਦਿੰਦਾ ਹੈ ਕਿ ਬੱਚੇ ਨੂੰ ਕੋਈ ਤਕਲਫੀ ਹੋ ਸਕਦੀ ਹੈ। ਇਹ ਜਾਣਕਾਰੀ ਮਿਲਣ ਤੋਂ ਬਾਅਦ ਤੁਸੀਂ ਡਾਕਟਰ ਨੂੰ ਮਿਲ ਕੇ ਨਿਸ਼ਚਿਤ ਕਰ ਸਕਦੇ ਹੋ, ਕਿ ਤੁਸੀਂ ਡਾਇਗਨਾਸਟਿਕ ਟੈਸਟ ਕਰਵਾਉਣਾ ਚਾਹੋਗੇ ਜਾਂ ਨਹੀਂ।

**ਇਹ ਕਦੋਂ ਹੁੰਦਾ ਹੈ**?:- ਇਹ ਅਲਟ੍ਰਾਸਾਊਂਡ 10 ਤੋਂ 14 ਹਫਤਿਆਂ ਵਿਚਕਾਰ ਹੁੰਦਾ ਹੈ। ਪਹਿਲਾ ਬਲੱਡ ਟੈਸਟ, ਅਲਟ੍ਰਾਸਾਊਂਡ ਵਾਲੇ ਦਿਨ ਹੀ ਹੁੰਦਾ ਹੈ ਅਤੇ ਦੂਜਾ ਬਲੱਡ ਟੈਸਟ 16 ਤੋਂ 18 ਹਫਤਿਆਂ ਵਿਚ ਹੁੰਦਾ ਹੈ। ਦੂਜੇ ਬਲੱਡ ਟੈਸਟ ਤੋਂ ਬਾਅਦ ਜਾਂਚ ਦੇ ਨਤੀਜੇ ਦਿੱਤੇ ਜਾਂਦੇ ਹਨ।

**ਇਹ ਕਿੰਨਾ ਸਹੀ ਹੁੰਦਾ ਹੈ**? :- ਗਰਭ ਅਵਸਥਾ ਵਿਚ ਪਹਿਲੀ ਅਤੇ ਦੂਜੀ ਤਿਮਾਹੀ ਦੀ ਸ਼ਾਮਲ ਜਾਂਚ ਦੇ ਨਤੀਜੇ ਇਕ ਤਿਮਾਹੀ ਦੀ ਜਾਂਚ ਤੋਂ ਜ਼ਿਆਦਾ ਪ੍ਰਭਾਵੀ ਹੁੰਦੇ ਹਨ। ਇੰਟੀਗ੍ਰੇਟਿਡ ਸਕ੍ਰੀਨਿੰਗ ਟੈਸਟ ਤੋਂ 90 ਪ੍ਰਤੀਸ਼ਤ ਡਾਊਨ ਸਿੰਡ੍ਰੋਮ ਕੇਸ ਅਤੇ 80 ਤੋਂ 85 ਪ੍ਰਤੀਸ਼ਤ ਤੱਕ ਨਿਊਰਲ ਟੈਸਟ ਡਿਫੈਕਟਸ ਦਾ ਪਤਾ ਲਗਾਇਆ ਜਾ ਸਕਦਾ ਹੈ।

**ਇਹ ਕਿੰਨਾਂ ਸੁਰੱਖਿਅਤ ਹੈ :-** ਅਲਟ੍ਰਾਸਾਊਂਡ ਅਤੇ ਬਲੱਡ ਟੈਸਟ ਵਿਚ ਕੋਈ ਦਰਦ ਨਹੀਂ ਹੁੰਦਾ। ਇਸ ਨਾਲ ਮਾਂ ਜਾਂ ਬੱਚੇ ਨੂੰ ਵੀ ਕੋਈ ਖਤਰਾ ਨਹੀਂ ਹੈ।

## ਦੂਜੀ ਤਿਮਾਹੀ

## ਕਵੈਡ ਸਕ੍ਰੀਨਿੰਗ

**ਇਹ ਕੀ ਹੈ**? :- ਇਸ ਵਿਚ ਭਰੂਣ ਦੁਆਰਾ ਬਣਨ ਵਾਲੇ ਚਾਰੇ ਪਦਾਰਥਾਂ ਦੀ ਜਾਂਚ ਹੁੰਦੀ ਹੈ, ਜਿਹੜੇ ਮਾਂ ਦੇ ਖੂਨ ਪ੍ਰਵਾਹ ਵਿਚ ਮਿਲਦੇ ਹਨ।

ਐਲਫਾ ਫਿਟੋਪ੍ਰੋਟੀਨ, ਏਸੀਜੀ ਐਸਟ੍ਰੀਔਲ ਅਤੇ ਇਨਹਿਬਨ ਏ, ਕੁਝ ਡਾਕਟਰ ਸਿਰਫ ਤਿੰਨ ਪਦਾਰਥਾਂ ਦੀ ਹੀ ਜਾਂਚ ਕਰਦੇ ਹਨ। ਏਐਫਵੀ ਦੇ ਵੱਧੇ ਹੋਏ ਪੱਧਰ ਨਾਲ 'ਨਿਊਰਲ ਟਿਊਬ ਡਿਫੈਕਟ' ਦਾ ਅੰਦਾਜ਼ਾ ਲਗਾਇਆ ਜਾ ਸਕਦਾ ਹੈ। ਏਐਫਪੀ ਦਾ ਘੱਟਦਾ ਪੱਧਰ ਅਤੇ ਇਸਦੇ ਅਸਧਾਰਣ ਪੱਧਰ ਸੰਕੇਤ ਦੇ ਸਕਦੇ ਹਨ ਕਿ ਵੱਧਦੇ ਹੋਏ ਬੱਚੇ ਨੂੰ ਕ੍ਰੋਮੋਸੋਮਲ ਅਸਧਾਰਣਤਾ ਦਾ ਖਤਰਾ ਹੈ। ਜਿਵੇਂ-ਡਾਊਨ ਸਿੰਡ੍ਰੋਮ। ਸਾਰੇ ਸਕ੍ਰੀਨ ਟੈਸਟ ਵਾਂਗ ਕਵੇਡ ਵੀ ਜਨਮ ਤੋਂ ਹੀ ਵਿਕਾਰਾਂ ਦਾ ਪਤਾ ਨਹੀਂ ਲਗਾ ਸਕਦਾ। ਇਹ ਸਿਰਫ ਖਤਰਾ ਜਾਂਚ ਸਕਦਾ ਹੈ। ਕਿਸੇ ਵੀ ਅਸਧਾਰਣ ਨਤੀਜੇ ਦਾ ਇਹੀ ਮਤਲਬ ਹੋਵੇਗਾ ਕਿ ਅੱਗੇ ਜਾਂਚ ਦੀ ਜ਼ਰੂਰਤ ਹੈ।

ਦਿਲਚਸਪ ਰੂਪ ਨਾਲ, ਅਧਿਐਨਾਂ ਤੋਂ ਪਤਾ ਲੱਗਾ ਹੈ ਕਿ ਜਿੰਨ੍ਹਾਂ ਔਰਤਾਂ ਦੇ ਕਵੈਡ ਸਕ੍ਰੀਨਿੰਗ ਦੇ ਨਤੀਜੇ ਅਸਧਾਰਣ ਆਉਂਦੇ ਹਨ ਪਰ ਉਸਤੋਂ ਬਾਅਦ ਵਾਲੇ ਟੈਸਟ ਸਹੀ ਆਉਂਦੇ ਹਨ, ਉਨ੍ਹਾਂ ਨੂੰ ਗਰਭ ਅਵਸਥਾ ਦੀਆਂ ਕਈ ਮੁਸ਼ਕਲਾਂ ਦਾ ਸਾਹਮਣਾ ਕਰਨਾ ਪੈ ਸਕਦਾ ਹੈ। ਜੇਕਰ ਤੁਹਾਨੂੰ ਵੀ ਅਜਿਹੇ ਨਤੀਜੇ ਮਿਲਣ ਦਾ ਇਸ ਬਾਰੇ ਵਿਚ ਆਪਣੇ ਡਾਕਟਰ ਤੋਂ ਸਲਾਹ ਲਓ। ਧਿਆਨ ਰੱਖੋ ਕਿ ਅਜਿਹੀਆਂ ਮੁਸ਼ਕਲਾਂ ਅਤੇ ਅਸਧਾਰਣ ਨਤੀਜਿਆਂ ਵਿਚ ਡੂੰਘਾ ਸਬੰਧ ਹੋ ਸਕਦਾ ਹੈ।

**ਇਹ ਕਦੋਂ ਹੁੰਦਾ ਹੈ?**:- ਇਹ 14 ਤੋਂ 22 ਹਫਤਿਆਂ ਵਿਚਕਾਰ ਕੀਤਾ ਜਾਂਦਾ ਹੈ।

**ਇਹ ਕਿੰਨਾ ਸਹੀ ਹੁੰਦਾ ਹੈ?**:- **ਇਹ** ਤਕਰੀਬਨ 85 ਪ੍ਰਤੀਸ਼ਤ ਤੱਕ ਨਿਊਰਲ ਟਿਊਬ ਡਿਫੈਕਟ ਦਾ ਪਤਾ ਲਗਾ ਸਕਦਾ ਹੈ। 80 ਪ੍ਰਤੀਸ਼ਤ ਤੱਕ ਡਾਊਨ ਸਿੰਡ੍ਰੋਮ ਅਤੇ ਟ੍ਰਿਸੋਮੀ ਦੀਆਂ 18 ਸਮੱਸਿਆਵਾਂ ਦਾ ਪਤਾ ਲਗਾ ਸਕਦਾ ਹੈ। ਸੁਤੰਤਰ ਕਵੈਡ ਸਕ੍ਰੀਨਿੰਗ ਵਿਚ ਝੂਠੇ ਪਾਜੀਟਿਵ ਨਜੀਤੇ ਵੀ ਆ ਜਾਂਦੇ ਹਨ। ਸਿਰਫ 50 ਵਿਚੋਂ 1 ਜਾਂ 2 ਔਰਤਾਂ ਵਿਚ ਹਾਈ ਰੀਡਿੰਗ ਦੇ ਬਾਵਜੂਦ ਭਰੂਣ ਪ੍ਰਭਾਵਿਤ ਹੁੰਦਾ ਹੈ। ਬਾਕੀ 48 ਜਾਂ 49 ਵਿਚ ਅਗਲੀ ਜਾਂਚ ਤੋਂ ਪਤਾ ਲੱਗਦਾ ਹੈ ਕਿ ਹਾਰਮੋਨਲ ਪੱਧਰ ਅਸਧਾਰਣ ਹੈ ਕਿਉਂਕਿ ਉਥੇ ਇਕ ਤੋਂ ਜ਼ਿਆਦਾ ਭਰੂਣ ਹੈ। ਉਹ ਭਰੂਣ ਸੋਚੀ ਗਈ ਉਮਰ ਤੋਂ ਛੋਟਾ/ਵੱਡਾ ਹੋ ਸਕਦਾ ਹੈ ਜਾਂ ਫੇਰ ਟੈਸਟ ਦੇ ਨਤੀਜੇ ਗਲਤ ਨਿਕਲਦੇ ਹਨ। ਜੇਕਰ ਔਰਤ ਇਕ ਹੀ ਭਰੂਣ ਨੂੰ ਵਿਕਸਿਤ ਕਰ ਰਹੀ ਹੋਵੇ ਅਤੇ ਅਲਟ੍ਰਾਸਾਊਂਡ ਨਾਲ ਸਹੀ ਮਿਤੀਆਂ ਪਤਾ ਲੱਗ ਜਾਣ ਤਾਂ ਇਸਤੋਂ ਬਾਅਦ ਐਮਨੇਓਸੈਂਟੇਸਿਸ ਦੀ ਸਲਾਹ ਦਿੱਤੀ ਜਾਂਦੀ ਹੈ।

**ਇਹ ਕਿੰਨਾ ਸੁਰੱਖਿਅਤ ਹੈ** :- ਇਸ ਵਿਚ ਸਿਰਫ ਖੂਨ ਦਾ ਨਮੂਨਾ ਚਾਹੀਦਾ ਹੈ ਇਸ ਲਈ ਇਹ ਕਾਫੀ ਸੁਰੱਖਿਅਤ ਹੈ। ਸਭ ਤੋਂ ਵੱਡਾ ਖਤਰਾ ਇਹੀ ਹੈ ਕਿ ਪਾਜੀਟਿਵ ਨਤੀਜੇ ਤੋਂ ਬਾਅਦ ਖਤਰਨਾਕ ਜਾਂਚ ਕਰਨੀ ਪੈ ਸਕਦੀਹੈ। ਇਸ ਸਕ੍ਰੀਨਿੰਗ ਦੇ ਅਧਾਰ ਤੇ ਕੋਈ ਵੀ ਫੈਸਲਾ ਲੈਣ ਤੋਂ ਪਹਿਲਾਂ ਕਿਸੇ ਅਨੁਭਵੀ ਡਾਕਟਰ ਜਾਂ ਜੈਨੇਟਿਕ ਸਲਾਹਕਾਰ ਦੀ ਸਲਾਹ ਲੈ ਲਓ।

> ## ਇਹ ਇਕ ਸਰਪ੍ਰਾਈਜ਼ ਹੈ
>
> ਡਾਇਗਨਾਸਟਿਕ ਟੈਸਟ ਤੋਂ ਤੁਹਾਡੇ ਬੱਚੇ ਦਾ ਲਿੰਗ ਪਤਾ ਲੱਗ ਸਕਦਾ ਹੈ ਪਰ ਤੁਸੀਂ ਇਹ ਨਿਸ਼ਚਿਤ ਕਰਨਾ ਹੈ ਕਿ ਤੁਸੀਂ ਇਸ ਜਾਂਚ ਦੌਰਾਨ ਇਸਨੂੰ ਜਾਨਣਾ ਚਾਹੋਗੇ ਜਾਂ ਬਰਥ ਰੂਮ ਵਿਚ ਹੀ ਇਸ ਰਾਜ ਨੂੰ ਖੋਲ੍ਹਣਾ ਚਾਹੋਗੇ। ਆਪਣੇ ਡਾਕਟਰ ਨੂੰ ਇਸ ਬਾਰੇ ਪਹਿਲਾਂ ਹੀ ਗੱਲ ਕਰ ਲਓ ਤਾਂ ਕਿ ਤੁਹਾਡਾ ਸਰਪ੍ਰਾਈਜ਼ ਬਣਿਆ ਰਹਿ ਸਕੇ। ਸਾਰੇ ਭਾਰਤ ਵਿਚ ਲਿੰਗ ਜਾਂਚ ਕਰਨਾ ਹੁਣ ਅਪਰਾਧ ਹੈ।

# ਐਮਨੇਓਸੈਂਟੇਸਿਸ

**ਇਹ ਕੀ ਹੈ?**:- ਭਰੂਣ ਦੇ ਆਲੇ-ਦੁਆਲੇ ਘਿਰੇ ਹੋਏ ਐਮਨੇਓਟਿਕ ਦ੍ਰਵ ਵਿਚ ਭਰੂਣ ਕੋਸ਼ਿਕਾ ਰਸਾਇਣ ਅਤੇ ਮਾਈਕ੍ਰੋਆਰਗੇਨਿਕਜ਼ਮ ਦੀ ਮੱਦਦ ਨਾਲ ਵਿਕਸਿਤ ਹੋ ਰਹੇ ਬੱਚੇ ਦੇ ਬਾਰੇ ਵਿਚ ਕਾਫੀ ਜਾਣਕਾਰੀ ਲਈ ਜਾ ਸਕਦੀ ਹੈ ਜਿਵੇਂ - ਜੈਨੇਟਿਕ ਮੇਕਅਪ, ਵਰਤਮਾਨ ਅਤੇ ਪੂਰੀ ਤਰ੍ਹਾਂ ਪੱਕੀ ਮਿਤੀ। ਜਣੇਪੇ ਤੋਂ ਪਹਿਲਾਂ ਉਪਚਾਰ ਵਿਚ ਇਹ ਜਾਂਚ ਕਾਫੀ ਮਹੱਤਵਪੂਰਨ ਹੁੰਦੀ ਹੈ। ਇਹ ਉਦੋਂ ਕੀਤੀ ਜਾਂਦੀ ਹੈ, ਜਦੋਂ :-

- ਜਦੋਂ ਕਿਸੇ ਸਕ੍ਰੀਨਿੰਗ ਟੈਸਟ ਦੇ ਨਤੀਜੇ ਅਸਧਾਰਣ ਆਉਣ ਤਾਂ ਭਰੂਣ ਦੇ ਐਮਨੀਓਟਿਕ ਦ੍ਰਵ ਦੀ ਜਾਂਚ ਬਹੁਤ ਜ਼ਰੂਰੀ ਹੋ ਜਾਂਦੀ ਹੈ, ਤਾਂ ਕਿ ਪਤਾ ਲੱਗ ਸਕੇ ਕਿ ਕਿਤੇ ਭਰੂਣ ਵਿਚ ਕੋਈ ਅਸਧਾਰਣਤਾ ਤਾਂ ਨਹੀਂ!
- ਜੇਕਰ ਮਾਂ ਦੀ ਉਮਰ 35 ਸਾਲ ਤੋਂ ਜ਼ਿਆਦਾ ਹੈ ਤਾਂ ਬੱਚਾ ਡਾਊਨ ਸਿੰਡ੍ਰੋਮ ਨਾਲ ਗ੍ਰਸਤ ਹੋ

ਸਕਦਾ ਹੈ, ਉਦੋਂ ਡਾਕਟਰ ਦੀ ਸਲਾਹ ਨਾਲ ਇਹ ਜਾਂਚ ਕੀਤੀ ਜਾਂਦੀ ਹੈ।

- ਘਰ ਵਿਚ ਇਕ ਬੱਚਾ ਪਹਿਲਾਂ ਹੀ ਜਨਮ ਲੈ ਚੁੱਕਾ ਹੈ, ਜਿਹੜਾ ਕ੍ਰੋਮੋਸੋਮਲ ਅਸਧਾਰਣਤਾ ਨਾਲ ਗ੍ਰਸਤ ਹੈ; ਜਿਵੇਂ ਸਿੰਡ੍ਰੋਮ, ਮੈਟਾਵਾਲਿਕ ਡਿਸਆਰਡਰ ਜਾਂ ਐਂਜਾਈਮ ਡੈਫੀਸ਼ਿਯੇਂਸੀ ਵਗੈਰਾ!
- ਜੇਕਰ ਮਾਂ ਕਿਸੇ ਐਕਸ ਲਿੰਗਡ ਜੈਨੇਟਿਕ ਅਸਧਾਰਣਤਾ ਜਿਵੇਂ- ਹੀਮੋਫੀਲੀਆ ਨਾਲ ਗ੍ਰਸਤ ਹੈ।
- ਟਾਮਸੋਪਲਾਜਮੋਸਿਸ ਫਿਫਥੇ ਡਿਜ਼ੀਜ, ਸਾਈਟੋਮੈਗਾਲੋਵਾਇਰਸ ਜਾਂ ਕਿਸੇ ਹੋਰ ਨਾਲ ਭਰੂਣ ਇਨਫੈਕਸ਼ਨ ਦੀ ਸੰਭਾਵਨਾ ਹੈ।
- ਗਰਭ ਅਵਸਥਾ ਵਿਚ ਬਾਅਦ ਵਿਚ, ਭਰੂਣ ਦੇ ਫੇਫੜਿਆਂ ਦੀ ਜਾਂਚ ਜ਼ਰੂਰੀ ਹੋ ਜਾਂਦੀ ਹੈ।

**ਇਹ ਕਿਵੇਂ ਹੁੰਦਾ ਹੈ**?:- ਤੁਹਾਨੂੰ ਕਮਰ ਦੇ ਸਹਾਰੇ ਲੰਮਾ ਪਾ ਕੇ, ਅਲਟ੍ਰਾਸਾਊਂਡ ਦੀ ਮੱਦਦ ਨਾਲ ਬੱਚੇ ਅਤੇ ਪਲੇਸੈਂਟਾ ਦਾ ਪਤਾ ਲਗਾਇਆ ਜਾਂਦਾ ਹੈ ਤਾਂ ਕਿ ਡਾਕਟਰ ਇਸ ਪ੍ਰਕਿਰਿਆ ਵਿਚ ਉਨ੍ਹਾਂ ਨੂੰ ਸਾਫ ਤੌਰ ਤੇ ਦੇਖ ਸਕਣ। ਹੋ ਸਕਦਾ ਹੈ ਕਿ ਲੋਕਲ ਐਨਸਥੀਸੀਆ ਦਾ ਇਨਜੈਕਸ਼ਨ ਦੇ ਕੇ ਪੇਟ ਦੇ ਹੇਠਲੇ ਹਿੱਸੇ ਨੂੰ ਸੁੰਨ ਕੀਤਾ ਜਾਵੇਗਾ ਪਰ ਇਹ ਇਨਜੈਕਸ਼ਨ ਦੀ ਪ੍ਰਕਿਰਿਆ ਜ਼ਿਆਦਾ ਦਰਦ ਦੇਣ ਵਾਲੀ ਹੁੰਦੀ ਹੈ। ਇਸ ਲਈ ਡਾਕਟਰ ਇਸਨੂੰ ਨਹੀਂ ਲਗਾਉਂਦੇ। ਤੁਹਾਡੀ ਬੱਚੇਦਾਨੀ ਵਿਚ ਇਕ ਲੰਬੀ ਖੋਖਲੀ ਸੂਈ ਪਹੁੰਚਾਈ ਜਾਂਦੀ ਹੈ ਅਤੇ ਉਸ ਵਿਚ ਥੋੜ੍ਹਾ ਐਮਨੇਓਟਿਵ ਦ੍ਰਵ ਲਿਆ ਜਾਂਦਾ ਹੈ। (ਭਰੂਣ ਆਪਣੇ ਆਪ ਉਸ ਦ੍ਰਵ ਦੀ ਦੁਬਾਰਾ ਪੂਰਤੀ ਕਰ ਲੈਂਦਾ ਹੈ)। ਇਸਦੇ ਨਾਲ-ਨਾਲ ਅਲਟ੍ਰਾਸਾਊਂਡ ਵੀ ਹੁੰਦਾ ਰਹਿੰਦਾ ਹੈ ਤਾਂ ਕਿ ਗਲਤੀ ਨਾਲ ਵੀ ਭਰੂਣ ਨੂੰ ਕਿਸੇ ਤਰ੍ਹਾਂ ਦੀ ਸੱਟ ਨਾ ਲੱਗੇ ਜਾਂ ਉਸਨੂੰ ਸੂਈ ਨਾ ਚੁਭੇ। ਇਸ ਪੂਰੇ ਤਰੀਕੇ ਵਿਚ ਅੱਧਾ ਘੰਟਾ ਲੱਗਦਾ ਹੈ ਜਦੋਂ ਕਿ ਦ੍ਰਵ ਲੈਣ ਵਿਚ ਮੁਸ਼ਕਲ ਨਾਲ 1-2 ਮਿੰਟ ਲੱਗਦੇ ਹਨ। ਜੇਕਰ ਤੁਸੀਂ ਆਰ ਐਚ ਨੈਗਟਿਵ ਹੋ ਤਾਂ ਤੁਹਾਨੂੰ ਐਮਨਿਓਸੈਂਟੇਸਿਸ ਤੋਂ ਬਾਅਦ ਆਰ ਐਚ ਓਗੈਮ ਇਮਯੂਨ ਗਲੋਬੂਲੀਨ ਦਾ ਇਨਜੈਕਸ਼ਨ ਦਿੱਤਾ ਜਾਂਦਾ ਹੈ ਤਾਂ ਕਿ ਆਰ ਐਚ ਨਾਲ ਜੁੜੀਆਂ ਸਮੱਸਿਆਵਾਂ ਖੜ੍ਹੀਆਂ ਨਾ ਹੋ ਜਾਣ।

**ਇਹ ਕਦੋਂ ਹੁੰਦਾ ਹੈ**?:- ਇਹ ਗਰਭ ਅਵਸਥਾ ਦੇ 16 ਤੋਂ 18 ਹਫਤਿਆਂ ਵਿਚਕਾਰ ਹੁੰਦਾ ਹੈ, ਪਰ ਕਈ ਵਾਰ 13 ਜਾਂ 14 ਜਾਂ ਫੇਰ 23 ਜਾਂ 24ਵੇਂ ਹਫਤੇ ਵਿਚ ਵੀ ਕੀਤਾ ਜਾ ਸਕਦਾ ਹੈ। 10 ਤੋਂ 14 ਦਿਨ ਵਿਚ ਜਾਂਚ ਦੇ ਨਤੀਜੇ ਆ ਜਾਂਦੇ ਹਨ। ਕਈ ਪ੍ਰਯੋਗਸ਼ਾਲਾਵਾਂ ਵਿਚ ਫਿਸ਼ ਤਕਨੀਕ (ਫਲੋਰੋਸੈਂਟ ਇਨ ਸਿਟੂ ਹਾਈਬ੍ਰਿਡਿਜੇਸ਼ਨ) ਦਾ ਪ੍ਰਯੋਗ ਕੀਤਾ ਜਾਂਦਾ ਹੈ। ਜਿਸ ਵਿਚ ਕੋਸ਼ਿਕਾਵਾਂ ਦੇ ਨਿਸ਼ਚਿਤ ਕ੍ਰੋਮੋਸੋਮ ਦੇ ਨੰਬਰ ਛੇਤੀ ਨਾਲ ਗਿਣੇ ਜਾ ਸਕਦੇ ਹਨ। ਇਹ ਐਮਨੀਓਸੈਂਟੇਸਿਸ ਨਮੂਨੇ ਵਿਚ ਵੀ ਛੇਤੀ ਨਾਲ ਨਤੀਜੇ ਪ੍ਰਾਪਤ ਕਰਨ ਲਈ ਕੀਤਾ ਜਾ ਸਕਦਾ ਹੈ। ਕਿਉਂਕਿ ਇਹ ਨਤੀਜੇ ਪੂਰੇ ਨਹੀਂ ਹੋਣਗੇ ਇਸ ਲਈ ਲੈਬ ਵਿਚ ਦੂਜੀ ਕ੍ਰੋਮੋਸੋਮਲ ਜਾਂਚ ਵੀ ਕੀਤੀ ਜਾ ਸਕਦੀ ਹੈ। ਇਹ ਟੈਸਟ ਆਖਰੀ ਤਿਮਾਹੀ ਵਿਚ ਵੀ ਕੀਤਾ ਜਾ ਸਕਦਾ ਹੈ ਤਾਂ ਕਿ ਭਰੂਣ ਦੇ ਫੇਫੜਿਆਂ ਦੀ ਪੂਰੀ ਤਰ੍ਹਾਂ ਜਾਂਚ ਹੋ ਸਕੇ।

**ਇਹ ਕਿੰਨਾ ਸਹੀ ਹੁੰਦਾ ਹੈ**?:- ਇਹ 99 ਪ੍ਰਤੀਸ਼ਤ ਤੋਂ ਜ਼ਿਆਦਾ ਸਹੀ ਹੁੰਦਾ ਹੈ। ਇਕ ਸਧਾਰਣ ਫਿਸ਼ ਟੈਸਟ ਤਕਰੀਬਨ 98 ਪ੍ਰਤੀਸ਼ਤ ਸਹੀ ਹੁੰਦਾ ਹੈ।

**ਇਹ ਕਿੰਨਾ ਸੁਰੱਖਿਅਤ ਹੈ**?:- ਇਹ ਪੂਰੀ ਤਰ੍ਹਾਂ ਸੁਰੱਖਿਅਤ ਮੰਨਿਆ ਜਾਂਦਾ ਹੈ। 1,600 ਵਿਚੋਂ ਇਕ ਮਾਮਲੇ ਵਿਚ ਗਰਭਪਾਤ ਦੀ ਸੰਭਾਵਨਾ ਹੋ ਸਕਦੀ ਹੈ। ਇਸ ਪ੍ਰਕਿਰਿਆ ਤੋਂ ਬਾਅਦ ਕੁਝ ਘੰਟੇ ਤੱਕ ਪੇਟ ਵਿਚ ਥੋੜ੍ਹਾ ਦਰਦ ਮਹਿਸੂਸ ਹੋ ਸਕਦਾ ਹੈ। ਕੁਝ ਡਾਕਟਰ ਇਸਤੋਂ ਬਾਅਦ ਅਰਾਮ ਦੀ ਸਲਾਹ ਦਿੰਦੇ ਹਨ ਹੋਰ ਕੁਝ ਨਹੀਂ! ਕਦੇ-ਕਦੇ ਥੋੜ੍ਹਾ ਖ਼ੂਨ ਵਹਾਓ ਜਾਂ ਦ੍ਰਵ ਦਾ ਵਹਾਓ ਹੋ ਸਕਦਾ ਹੈ। ਹਾਲਾਂਕਿ ਥੋੜ੍ਹੇ ਅਰਾਮ ਨਾਲ ਇਹ ਠੀਕ ਹੋ ਜਾਣਗੇ ਪਰ ਲੋੜੀਂਦੀ ਸਾਵਧਾਨੀ ਵਰਤਣਾ ਨਾ ਭੁੱਲੋ।

## ਐਮਨਿਯੋ ਮੁਸ਼ਕਲ

ਉਂਝ ਤਾਂ ਸਮਨਿਯੋਸੈਂਟੇਸਿਸ ਵਿਚ ਮੁਸ਼ਕਲਾਂ ਘੱਟ ਹੋ ਜਾਂਦੀਆਂ ਹਨ। 100 ਵਿਚੋਂ 1 ਪ੍ਰਕਿਰਿਆਵਿਚ ਐਮਨਾਯੋਟਿਕ ਦ੍ਰਵ ਦੇ ਰਿਸਣ ਦੀ ਸ਼ਿਕਾਇਤ ਹੁੰਦੀ ਹੈ। ਜੇਕਰ ਤੁਹਾਨੂੰ ਯੋਨੀ ਵਿਚੋਂ ਕਿਸੇ ਦ੍ਰਵ ਦੇ ਰਿਸਣ ਦਾ ਪਤਾ ਲੱਗੇ ਤਾਂ ਉਸੇ ਸਮੇਂ ਡਾਕਟਰ ਨੂੰ ਦੱਸੋ ਹੋ ਸਕਦਾ ਹੈ ਕਿ ਰਿਸਣਾ ਕੁਝ ਦਿਨਾਂ ਵਿਚ ਬੰਦ ਹੋ ਜਾਵੇ ਪਰ ਇਨ੍ਹਾਂ ਦਿਨਾਂ ਵਿਚ ਪੂਰੇ ਅਰਾਮ ਅਤੇ ਸਾਵਧਾਨੀ ਦੀ ਲੋੜ ਪਵੇਗੀ।

## ਦੂਜੀ - ਤਿਮਾਹੀ ਅਲਟ੍ਰਾਸਾਊਂਡ

**ਇਹ ਕੀ ਹੈ? :-** ਭਾਵੇਂ ਤੁਸੀਂ ਗਰਭ ਧਾਰਣ ਤੋਂ ਬਾਅਦ ਪਹਿਲੀ ਤਿਮਾਹੀ ਵਿਚ ਜਾਂ ਫੇਰ ਕੰਬਾਈਂਡ ਜਾਂ ਇੰਟੀਗ੍ਰੇਟਿਡ ਸਕ੍ਰੀਨਿੰਗ ਟੈਸਟ ਵਿਚ ਆਪਣਾ ਅਲਟ੍ਰਾਸਾਊਂਡ ਕਰਵਾ ਚੁੱਕੇ ਹੋ ਪਰ ਇਸਦੇ ਬਾਵਜੂਦ ਤੁਹਾਨੂੰ ਦੂਜੀ ਤਿਮਾਹੀ ਵਿਚ ਇਹ ਅਲਟ੍ਰਾਸਾਊਂਡ ਕਰਵਾਉਣਾ ਪਵੇਗਾ ਕਿਉਂਕਿ ਇਸ ਨਾਲ ਭਰੂਣ ਦੇ ਵਿਕਾਸ ਅਤੇ ਅੰਗਾਂ ਦੀ ਸਰੰਚਨਾ ਦਾ ਪਤਾ ਲੱਗਦਾ ਹੈ। ਇਸ ਨਾਲ ਭਰੂਣ ਦੇ ਵਿਕਾਸ ਦਾ ਵੀ ਅੰਦਾਜ਼ਾ ਲਗਾਇਆ ਜਾ ਸਕਦਾ ਹੈ। ਇਸ ਵਿਚ ਤੁਹਾਡੇ ਬੱਚੇ ਦੀ ਜ਼ਿਆਦਾ ਵਧੀਆ ਤਸਵੀਰ ਦਿਸਣ ਲੱਗਦੀ ਹੈ।

ਅੱਜ ਕੱਲ੍ਹ ਅਲਟ੍ਰਾਸਾਊਂਡ ਦੀਆਂ ਤਸਵੀਰਾਂ ਏਨੀਆਂ ਸਾਫ ਆਉਂਦੀਆਂ ਹਨ ਕਿ ਗੈਰ ਮਾਹਿਰ ਮਤਲਬ ਮਾਤਾ-ਪਿਤਾ ਤੱਕ ਸਿਰ ਤੋਂ ਪੈਰਾਂ ਤੱਕ ਪੂਰਾ ਅਕਾਰ ਪਛਾਣ ਸਕਦੇ ਹਨ। ਤੁਸੀਂ ਇਸ ਅਲਟ੍ਰਾਸਾਊਂਡ ਵਿਚ ਡਾਕਟਰ ਦੀ ਮੱਦਦ ਨਾਲ ਆਪਣੇ ਬੱਚੇ ਦੇ ਧੜਕਦੇ ਦਿਲ, ਉਸਦੀ ਰੀੜ੍ਹ ਦੀ ਹੱਡੀ ਦੇ ਮੋੜ, ਚਿਹਰਾ, ਬਾਹਾਂ ਅਤੇ ਲੱਤਾਂ ਨੂੰ ਪਛਾਣ ਸਕਦੇ ਹੋ। ਹੋ ਸਕਦਾ ਹੈ ਕਿ ਉਹ ਤੁਹਾਨੂੰ ਆਪਣਾ ਅੰਗੂਠਾ ਚੂਸਦਾ ਹੋਇਆ ਵੀ ਦਿਸ ਜਾਵੇ, ਹਾਲਾਂਕਿ ਲਿੰਗ ਦੀ ਪਛਾਣ ਵੀ ਹੋ ਜਾਂਦੀ ਹੈ ਜੇਕਰ ਤੁਸੀਂ ਇਸਨੂੰ ਸਰਪ੍ਰਾਈਜ਼ ਰੱਖਣਾ ਚਾਹੁੰਦੇ ਹੋ ਤਾਂ ਡਾਕਟਰ ਨੂੰ ਪਹਿਲਾਂ ਹੀ ਦੱਸ ਦਿਓ। ਜ਼ਿਆਦਾਤਰ ਮਾਮਲਿਆਂ ਵਿਚ ਤੁਸੀਂ ਇਸ ਅਲਟ੍ਰਾਸਾਊਂਡ ਦੀ 3-ਡੀ ਜਾਂ 4 ਡੀ ਡਿਜੀਟਲ ਵੀਡੀਓ ਘਰ ਲਿਆ ਸਕਦੇ ਹੋ ਤਾਂ ਕਿ ਉਸਨੂੰ ਪਰਿਵਾਰ ਅਤੇ ਦੋਸਤਾਂ ਨੂੰ ਦਿਖਾਇਆ ਜਾ ਸਕੇ।

**ਇਹ ਕਦੋਂ ਹੁੰਦਾ ਹੈ?:-** ਆਮ ਤੌਰ ਤੇ ਇਸਨੂੰ 18 ਤੋਂ 22 ਹਫਤਿਆਂ ਦੌਰਾਨ ਕੀਤਾ ਜਾਂਦਾ ਹੈ।

### ਭਰੂਣ ਸਕ੍ਰੀਨ

ਕਈ ਵਾਰ ਸਕ੍ਰੀਨ ਵਿਚ ਕਈ ਵਾਰ ਜਾਂਚ ਕਰਾਉਣ ਤੋਂ ਬਾਅਦ ਵੀ ਸਹੀ ਨਤੀਜੇ ਸਾਹਮਣੇ ਨਹੀਂ ਆਉਂਦੇ। ਉਦੋਂ ਤੁਸੀਂ ਅਜਿਹੀ ਚਿੰਤਾ ਵਿਚ ਪੈ ਜਾਂਦੇ ਹੋ, ਜਿਸ ਤੋਂ ਤੁਸੀਂ ਸਚਮੁੱਚ ਬਚਣਾ ਚਾਹੁੰਦੇ ਸੀ। ਇਸ ਬਾਰੇ ਵਿਚ ਡਾਕਟਰ ਤੋਂ ਸਲਾਹ ਲੈਣ ਤੋਂ ਬਾਅਦ ਹੀ ਕੋਈ ਕਦਮ ਵਧਾਓ। ਆਮ ਤੌਰ ਤੇ 90 ਪ੍ਰਤੀਸ਼ਤ ਔਰਤਾਂ ਪਾਜੀਟਿਵ ਸਕ੍ਰੀਨ ਤੋਂ ਬਾਅਦ ਤੰਦਰੁਸਤ ਬੱਚਿਆਂ ਨੂੰ ਜਨਮ ਦਿੰਦੀਆਂ ਹਨ।

**ਇਹ ਕਿੰਨਾ ਸੁਰੱਖਿਅਤ ਹੈ?:-** ਇਸ ਵਿਚ ਕੋਈ ਖਤਰਾ ਨਹੀਂ ਸਗੋਂ ਕਈ ਲਾਭ ਹੀ ਹੁੰਦੇ ਹਨ। ਡਾਕਟਰ ਆਮ ਤੌਰ ਤੇ ਗਰਭ ਅਵਸਥਾ ਵਿਚ ਕਈ ਵਾਰ ਅਲਟ੍ਰਾਸਾਊਂਡ ਪੜਤਾਲ ਦੀ ਸਲਾਹ ਦਿੰਦੇ ਹਨ। ਕੁਝ ਮਾਹਿਰ ਅਜਿਹੇ ਹਨ, ਜਿਨ੍ਹਾਂ ਦੇ ਅਨੁਸਾਰ ਖਾਸ ਪਰਿਸਥਿਤੀਆਂ ਵਿਚ ਹੀ ਅਲਟ੍ਰਾਸਾਊਂਡ ਹੋਣਾ ਚਾਹੀਦਾ ਹੈ।

**ਹੋਰ ਤਰ੍ਹਾਂ ਦੀ ਜਨਮ ਤੋਂ ਪਹਿਲਾਂ ਜਾਂਚ:-** ਦਿਨੋਂ ਦਿਨ ਇਸ ਖੇਤਰ ਦਾ ਵਿਸਥਾਰ ਹੁੰਦਾ ਜਾ ਰਿਹਾ ਹੈ। ਕਈ ਨਵੀਆਂ ਦਵਾਈਆਂ ਬਜ਼ਾਰ ਵਿਚ ਆ ਰਹੀਆਂ ਹਨ। ਕਈ ਪ੍ਰਕਾਰ ਦੇ ਟੈਸਟ ਅਤੇ ਜਾਂਚ ਵੀ ਕੀਤੀ ਜਾਣ ਲੱਗੀ ਹੈ। ਜਿਨ੍ਹਾਂ ਵਿਚੋਂ ਪ੍ਰਮੁੱਖ ਹੇਠ ਲਿਖੇ ਹਨ।

**ਪਰਕਿਊਟੇਨਿਯਸ ਅੰਬਲੀਕਿਲ ਬਲੱਡ ਸੈਂਪਲਿੰਗ:-** ਪੀਯੂਬੀਐਸ ਜਾਂਚ ਗਰਭ ਅਵਸਥਾ ਦੇ 18ਵੇਂ ਹਫਤੇ ਵਿਚ ਕੀਤੀ ਜਾਂਦੀ ਹੈ। ਇਸ ਨਾਲ ਕਈ ਖੂਨ ਅਤੇ ਚਮੜੀ ਰੋਗਾਂ ਦਾ ਪਤਾ ਲੱਗ ਜਾਂਦਾ ਹੈ, ਜੋ ਕਿ ਫ੍ਰਮਨਿਓਸੈਂਟੇਸਿਸ ਵਿਚ ਪਤਾ ਨਹੀਂ ਲੱਗਦੇ। ਜੇਕਰ ਐਮਨਿਓਸੈਂਟੇਸਿਸ ਦੇ ਨਤੀਜੇ ਅਸਧਾਰਣ ਹੋਣ, ਤਾਂ ਵੀ ਇਹ ਜਾਂਚ ਹੁੰਦੀ ਹੈ। ਇਸਤੋਂ ਪਤਾ ਲੱਗ ਜਾਂਦਾ ਹੈ ਕਿ ਕਿਤੇ ਬੱਚਾ ਕਿਸੇ ਗੰਭੀਰ ਰੋਗ ਦੇ ਇਨਫੈਕਸ਼ਨ ਨਾਲ ਗ੍ਰਸਤ ਤਾਂ ਨਹੀਂ ਹੈ; ਜਿਵੇਂ ਰੁਬੇਲਾ, ਟਾਕਸੋ ਪਲਾਜਮੋਸਿਲ, ਫਿਕ ਡਿਜੀਜ਼। ਹਾਲਾਂਕਿ ਇਹ ਜਾਂਚ ਨਵੀਂ ਹੈ ਪਰ ਇਸਦੇ ਨਤੀਜੇ ਪ੍ਰਮਾਣਿਕ ਹੀ ਮੰਨੇ ਜਾਂਦੇ ਹਨ।

ਇਹ ਵੀ ਐਮਨਿਓਸੈਂਟਿਸਸ ਵਾਂਗ ਹੀ ਹੁੰਦਾ ਹੈ ਸਿਰਫ ਅੰਤਰ ਏਨਾ ਹੈ ਕਿ ਅਲਟ੍ਰਾਸਾਊਂਡ ਦੀ ਸੂਈ ਐਮੀਨਾਯੋਟਿਕ ਸੈਕ ਵਿਚ ਪਾਉਣ ਦੀ ਬਜਾਏ ਅਣਜਨਮੇ ਬੱਚੇ ਦੇ ਅੰਬਲਿਕਨ ਕਾਰਡ ਦੀ ਖੂਨ ਨਾਲੀ ਵਿਚ ਪਾਈ ਜਾਂਦੀ ਹੈ। ਇਸਦੇ ਨਤੀਜੇ ਤਿੰਨ ਦਿਨ ਵਿਚ ਮਿਲਦੇ ਹਨ। ਇਸ ਜਾਂਚ ਨਾਲ ਸਮੇਂ ਤੋਂ ਪਹਿਲਾਂ ਡਲੀਵਰੀ ਹੋਣ ਜਾਂ ਤਿੱਲੀ ਫਟ ਜਾਣ ਦਾ ਖਤਰਾ ਵੀ ਸ਼ਾਮਲ ਹੁੰਦਾ ਹੈ।

**ਭਰੂਣ ਲਿੰਗ ਨਿਰਧਾਰਣ ਲਈ ਮੈਟਰਨਲ ਬਲੱਡ ਟੈਸਟ :-** ਹਾਲਾਂਕਿ ਇਹ ਪ੍ਰਯੋਗ ਅਵਸਥਾ ਵਿਚ ਹੈ ਪਰ ਅਨੁਵੰਸ਼ਿਕ ਕਾਰਣਾਂ ਦੀ ਸਕ੍ਰੀਨਿੰਗ ਲਈ ਵਧੀਆ ਹੈ ਜਿਹੜੇ ਸਿਰਫ ਨਰ ਬੱਚੇ ਤੇ ਹੀ ਅਸਰ ਪਾਉਂਦੇ ਹਨ।

**ਸਕਿਨ ਸੈਂਪਲਿੰਗ :-** ਭਰੂਣ ਦੀ ਚਮੜੀ ਦਾ ਥੋੜ੍ਹਾ ਜਿਹਾ ਨਮੂਨਾ ਲੈ ਕੇ ਜਾਂਚ ਕੀਤੀ ਜਾਂਦੀ ਹੈ।

**ਐਮ.ਆਰ.ਆਈ.** ਇਸਤੋਂ ਭਰੂਣ ਅਤੇ ਉਸਦੀ ਅਸਧਾਰਣਤਾ ਦੇ ਵਿਸ਼ੇ ਵਿਚ ਪੂਰੀ ਜਾਣਕਾਰੀ ਮਿਲ

# ਜੇਕਰ ਕੋਈ ਸਮੱਸਿਆ ਹੋਵੇ ਤਾਂ...

ਆਮਤੌਰ ਤੇ ਨਤੀਜਿਆਂ ਤੋਂ ਇਹ ਪਤਾ ਲੱਗਦਾ ਹੈ ਕਿ ਸਭ ਕੁਝ ਠੀਕ-ਠਾਕ ਹੀ ਹੋਵੇਗਾ ਪਰ ਕਈ ਵਾਰ ਅਜਿਹੀ ਖਬਰ ਵੀ ਸਾਹਮਣੇ ਆ ਜਾਂਦੀ ਹੈ ਜਿਹੜੀ ਮਾਂ-ਪਿਉ ਦਾ ਦਿਲ ਤੋੜਨ ਲਈ ਬਹੁਤ ਹੁੰਦੀ ਹੈ। ਅਜਿਹੀ ਹਾਲਤ ਵਿਚ, ਆਉਣ ਵਾਲੇ ਸਮੇਂ ਲਈ ਤੁਸੀਂ ਮਾਹਿਰ ਦੀ ਸਲਾਹ ਲਓ, ਜਿਹੜੇ ਸੰਭਾਵਿਕ ਵਿਕਲਪ ਦੇ ਸਕਦੇ ਹਨ-

**ਗਰਭ ਅਵਸਥਾ ਵਿਚ ਸਲਾਹ :-** ਕਈ ਮਾਮਲੇ ਅਜਿਹੇ ਹੁੰਦੇ ਹਨ, ਜਦੋਂ ਮਾਤਾ-ਪਿਤਾ ਨੂੰ ਪਤਾ ਲੱਗਦਾ ਹੈ ਕਿ ਆਉਣ ਵਾਲਾ ਬੱਚਾ ਤੰਦਰੁਸਤ ਅਤੇ ਸਧਾਰਣ ਨਹੀਂ ਹੈ ਅਤੇ ਉਹ ਕਿਸੇ ਹਾਲਤ ਵਿਚ ਗਰਭਪਾਤ ਨਹੀਂ ਕਰਾਉਣਾ ਚਾਹੁੰਦੇ ਤਾਂ ਉਹ ਬੱਚੇ ਦੇ ਜਨਮ ਤੋਂ ਪਹਿਲਾਂ ਹੀ ਆਪਣੇ ਆਪ ਨੂੰ ਉਸ ਸਥਿਤੀ ਲਈ ਤਿਆਰ ਕਰਨ ਲੱਗਦੇ ਹਨ। ਉਹ ਉਸ ਬੱਚੇ ਦੇ ਵਧੀਆ ਜੀਵਨ ਲਈ ਉਪਾਅ ਜਾਣ ਸਕਦੇ ਹਨ। ਉਸਦੀਆਂ ਸਮੱਸਿਆਵਾਂ ਤੋਂ ਨਿਪਟਾਰੇ ਲਈ ਹਿੰਮਤ ਇਕੱਠੀ ਕਰ ਸਕਦੇ ਹਨ ਅਤੇ ਭਾਵਨਾਤਮਕ ਅਤੇ ਵਿਵਹਾਰਕ ਰੂਪ ਨਾਲ ਚੁਣੌਤੀ ਦਾ ਸਾਹਮਣਾ ਕਰ ਸਕਦੇ ਹਨ।

**ਗਰਭ ਅਵਸਥਾ ਦੀ ਸਮਾਪਤੀ :-** ਜੇਕਰ ਕੋਈ ਅਜਿਹਾ ਨਤੀਜਾ ਸਾਹਮਣੇ ਆਉਂਦਾ ਹੈ ਜਿਸ ਵਿਚ ਕੋਹੜ ਜਾਣ ਲੈਣਾ ਵਾਲਾ ਹੋ ਸਕਦਾ ਹੈ ਤਾਂ ਮਾਤਾ-ਪਿਤਾ ਮਾਹਿਰ ਦੀ ਸਲਾਹ ਨਾਲ ਗਰਭਪਾਤ ਕਰਵਾਉਣ ਲਈ ਤਿਆਰ ਹੋ ਸਕਦੇ ਹਨ। ਹਾਲਾਂਕਿ ਉਹ ਇਸਤੋਂ ਪਹਿਲਾਂ ਆਟੋਪਸੀ ਦੀ ਸਲਾਹ ਲੈ ਸਕਦੇ ਹਨ, ਜਿਸ ਵਿਚ ਭਰੂਣ ਦੀ ਕੋਸ਼ਿਕਾ ਦੀ ਸਾਵਧਾਨੀ ਪੂਰਵਕ ਜਾਂਚ ਕੀਤੀ ਜਾਂਦੀ ਹੈ, ਤਾਂ ਕਿ ਅਗਲੀ ਗਰਭ ਅਵਸਥਾ ਵਿਚ ਇਸ ਤਰ੍ਹਾਂ ਦੀ ਅਸਧਾਰਣਤਾ ਨਾ ਆਵੇ। ਉਹ ਇਸ ਜਾਂਚ ਅਤੇ ਮਾਹਿਰ ਦੀ ਸਲਾਹ ਤੋਂ ਬਾਅਦ ਖੁਦ ਨੂੰ ਅਗਲੀ ਆਉਣ ਵਾਲੀ ਸਧਾਰਣ ਗਰਭ ਅਵਸਥਾ ਲਈ ਤਿਆਰ ਕਰਦੇ ਹਨ। ਜ਼ਿਆਦਾਤਰ ਮਾਮਲਿਆਂ ਵਿਚ ਅਗਲੀ ਵਾਰ ਤੰਦਰੁਸਤ ਬੱਚੇ ਦਾ ਜਨਮ ਹੁੰਦਾ ਹੈ।

**ਭਰੂਣ ਦਾ ਜਣੇਪੇ ਤੋਂ ਪਹਿਲਾਂ ਇਲਾਜ :-** ਇਸ ਵਿਚ ਬਲੱਡ ਟ੍ਰਾਂਸਫਿਊਜ਼ਨ ਆਰਐਚ ਰੋਗ ਵਿਚ ਸਰਜਰੀ (ਜਿਵੇਂ ਬੰਦ ਬਲੈਡਰ ਨੂੰ ਕੱਢਣਾ), ਐਂਜਾਈਮ ਜਾਂ ਕੋਈ ਦਵਾਈ ਦੇਣਾ (ਜਦੋਂ ਡਲੀਵਰੀ ਛੇਤੀ ਕਰਨੀ ਹੋਵੇ ਤਾਂ ਬੱਚੇ ਦੇ ਫੇਫੜਿਆਂ ਦਾ ਵਿਕਾਸ ਤੇਜ ਕਰਨ ਲਈ) ਜਾਂ ਫੇਰ ਕਿਸੇ ਹੋਰ ਜਣੇਪੇ ਤੋਂ ਪਹਿਲਾਂ ਸਰਜਰੀ, ਜੈਨੇਟਿਕ ਮੈਨੀਪੁਲੇਸ਼ਨ ਵਗੈਰਾ ਨੂੰ ਸ਼ਾਮਲ ਕਰ ਸਕਦੇ ਹੋ। ਅੱਜਕੱਲ੍ਹ ਇਹ ਸਭ ਆਮ ਹੁੰਦਾ ਜਾ ਰਿਹਾ ਹੈ।

**ਅੰਗ ਦਾਨ ਕਰਨਾ :-** ਜੇਕਰ ਜਾਂਚ ਵਿਚ ਪਤਾ ਲੱਗਾ ਹੈ ਕਿ ਭਰੂਣ ਜੀਉਂਦਾ ਨਹੀਂ ਰਹਿ ਸਕੇਗਾ ਤਾਂ ਮਾਤਾ-ਪਿਤਾ ਉਸਦੇ ਤੰਦਰੁਸਤ ਅੰਗ, ਕਿਸੇ ਦੂਜੇ ਨਵੇਂ ਜੰਮੇ ਬੱਚੇ ਨੂੰ ਦਾਨ ਵਿਚ ਦੇਣ ਦਾ ਫੈਸਲਾ ਲੈ ਸਕਦੇ ਹਨ। ਇਸ ਤਰ੍ਹਾਂ ਉਨ੍ਹਾਂ ਨੂੰ ਲੱਗਦਾ ਹੈ ਕਿ ਉਨ੍ਹਾਂ ਦੇ ਨੁਕਸਾਨ ਦਾ ਕੁਝ ਤਾਂ ਫਾਇਦਾ ਹੋਇਆ ਹੈ। ਅਜਿਹੀ ਸਥਿਤੀ ਵਿਚ ਕੋਈ ਨਿਯੋਨੇਟੋਲਾਜਿਸਟ ਸਹੀ ਜਾਣਕਾਰੀ ਦੇ ਸਕਦਾ ਹੈ।

ਜਿੱਥੋਂ ਤੱਕ ਜਣੇਪੇ ਤੋਂ ਪਹਿਲਾ ਉਪਚਾਰ ਦੀ ਗੱਲ ਹੈ, ਇਹ ਹਮੇਸ਼ਾਂ ਯਾਦ ਰੱਖੋ ਕਿ ਚੰਗੀਆਂ ਤੋਂ ਚੰਗੀਆਂ ਸੁਵਿਧਾਵਾਂ ਵਾਲੀ ਲੈਬ ਵਿਚ ਵੀ ਗੜਬੜ ਹੋ ਸਕਦੀ ਹੈ। ਮਾਹਿਰਾਂ ਅਤੇ ਚੰਗੀਆਂ ਤਕਨੀਕਾਂ ਦੇ ਬਾਵਜੂਦ ਗਲਤੀਆਂ ਹੋ ਸਕਦੀਆਂ ਹਨ। ਅਜਿਹੀ ਅਵਸਥਾ ਵਿਚ ਕਿਸੇ ਮਾਹਿਰ ਦੀ ਸਲਾਹ ਲਏ ਬਿਨਾਂ ਕੋਈ ਕਦਮ ਨਾ ਚੁੱਕੋ।

ਯਾਦ ਰੱਖੋ ਕਿ ਆਮ ਤੌਰ ਤੇ ਅਜਿਹੇ ਮਾਮਲੇ ਘੱਟ ਹੀ ਹੁੰਦੇ ਹਨ, ਜਦੋਂ ਇਸ ਜਾਂਚ ਵਿਚ ਬੱਚੇ ਨੂੰ ਕੋਈ ਸਮੱਸਿਆ ਹੋਵੇ। ਆਮ ਤੌਰ ਤੇ ਤੰਦਰੁਸਤ ਮਾਵਾਂ ਤੰਦਰੁਸਤ ਬੱਚਿਆਂ ਨੂੰ ਹੀ ਜਨਮ ਦਿੰਦੀਆਂ ਹਨ। ਅੰਤ ਵਿਚ ਸਾਰੀਆਂ ਸਮੱਸਿਆਵਾਂ ਅਤੇ ਸ਼ੱਕਾਂ ਦਾ ਕੋਰਾ ਹਟਦਾ ਹੈ ਅਤੇ ਗਰਭ ਅਵਸਥਾ ਦਾ ਸੁਖਮਈ ਨਤੀਜਾ ਸਾਹਮਣੇ ਆਉਂਦਾ ਹੈ।

ਜਾਂਦੀ ਹੈ। ਖੋਜਕਰਤਾ ਜ਼ਿਆਦਾ ਵਧੀਆ ਚਿੱਤਰ ਪ੍ਰਾਪਤ ਕਰਨ ਲਈ ਖੋਜ ਕਰ ਰਹੇ ਹਨ। ਗਰਭ ਅਵਸਥਾ ਵਿਚ ਇਸਦਾ ਪ੍ਰਯੋਗ ਪੂਰੀ ਤਰ੍ਹਾਂ ਸੁਰੱਖਿਅਤ ਹੈ।

**ਕੋਕਾਡ੍ਰਿਯੋਗ੍ਰਾਫੀ :-** ਇਸ ਨਾਲ ਭਰੂਣ ਦੇ ਦਿਲ ਦੀ ਜਾਂਚ ਹੁੰਦੀ ਹੈ। ਇਹ ਅਲਟ੍ਰਾਸਾਊਂਡ ਦਿਲ ਵਿਚ ਜਾਣ ਵਾਲੇ ਖੂਨ ਪ੍ਰਵਾਹ ਨੂੰ ਵੀ ਦਰਸਾਉਂਦਾ ਹੈ।

■ ■ ■

# ਤੁਹਾਡੇ ਗਰਭਕਾਲ ਦੀ ਜੀਵਨ ਸ਼ੈਲੀ

ਨਿਸ਼ਚਿਤ ਹੀ, ਹੁਣ ਤੁਸੀਂ ਆਪਣੀ ਰੋਜ਼ਾਨਾ ਦੀ ਜ਼ਿੰਦਗੀ ਵਿਚ ਕੁਝ ਬਦਲਾਅ ਲਿਆਣਾ ਚਾਹੋਗੀ, ਕਿਉਂਕਿ ਹੁਣ ਤੁਸੀਂ ਸਿਰਫ਼ ਆਪਣੇ ਲਈ ਨਹੀਂ, ਕਿਸੀ ਦੂਜੇ ਦੇ ਲਈ ਵੀ ਜੀ ਰਹੀ ਹੋ, ਪ੍ਰੰਤੂ ਤੁਹਾਨੂੰ ਇਸ ਗੱਲ ਦੀ ਹੈਰਾਨੀ ਹੋਵੇਗੀ ਕਿ ਤੁਹਾਡੀ ਜੀਵਨ ਸ਼ੈਲੀ ਵਿਚ ਕਿੰਨਾ ਵੱਡਾ ਬਦਲਾਅ ਆਉਣ ਵਾਲਾ ਹੈ। ਡਿਨਰ ਤੋਂ ਪਹਿਲਾਂ ਵਾਲੀ ਕਾੱਕਟੇਲ ਯਾਦ ਕਰੋ-ਕੀ ਉਸ ਨੂੰ ਪ੍ਰਸੂਤ ਤਕ ਛੱਡਣਾ ਹੋਵੇਗਾ? ਹਾੱਟ ਟਬ ਵਿਚ ਡੁਬਕੀਆਂ ਅਤੇ ਜਿਮ ਵੀ ਛੁਟ ਜਾਏਗਾ ਨਾ? ਕੀ ਤੁਸੀਂ ਉਸ ਬਦਬੂਦਾਰ ਤਰਲ ਪਦਾਰਥ ਨਾਲ ਆਪਣੇ ਘਰ ਦਾ ਸਿੰਕ ਸਾਫ਼ ਕਰ ਸਕੋਗੀ? ਕੀ ਹੁਣ ਤੁਹਾਨੂੰ ਆਪਣੀ ਬਿੱਲੀ ਦੀਖੁੱਥ ਵਾਲੀ ਗੱਲ ਤੇ ਵੀ ਧਿਆਨ ਦੇਣਾ ਹੋਵੇਗਾ? ਕੀ ਪ੍ਰੈਗਨੈਂਟ ਹੋਣ ਦਾ ਭਾਵ ਹੈ ਕਿ ਤੁਹਾਨੂੰ ਆਪਣੇ ਕਮਰੇ ਵਿਚ ਸਹੇਲੀ ਵੱਲੋਂ ਸਿਗਰਟ ਪੀਣ ਜਾਂ ਮਾਈਕ੍ਰੋਵੇਵ ਵਿਚ ਖਾਣ ਰੱਖਣ ਵਰਗੀਆਂ ਗੱਲਾਂ ਤੇ ਵੀ ਦੋ ਵਾਰ ਸੋਚਣਾ ਹੋਵੇਗਾ? ਐਸੀਆਂ ਗੱਲਾਂ, ਜਿਨ੍ਹਾਂ ਸਬੰਧੀ ਤੁਸੀਂ ਕਦੀ, ਸੁਪਨੇ ਵਿਚ ਨਹੀਂ ਸੋਚਿਆ ਸੀ। ਕਈ ਕੇਸਾਂ ਵਿਚ ਤਾਂ, ਅਸੀਂ ਕਹਾਂਗੇ ਕਿ 'ਹਾਂ', ਇਹ ਠੀਕ ਹੈ(ਜਿਵੇਂ-ਮੈਂ ਗੱਡੀ ਨਹੀਂ ਲਵਾਂਗੀ, ਧੰਨਵਾਦ) ਪ੍ਰੰਤੂ ਬਾਕੀ ਕਈ ਕੇਸਾਂ ਵਿਚ ਤੁਸੀਂ ਥੋੜ੍ਹੀ ਜਿਹੀ ਸਾਵਧਾਨੀ ਰਖਦੇ ਹੋਏ, ਪਹਿਲਾਂ ਦੀ ਤਰ੍ਹਾਂ ਮੌਜ-ਮਸਤੀ ਨਾਲ ਜੀ ਸਕਦੀ ਹੋ।

## ਤੁਸੀਂ ਕੀ ਸੋਚ ਰਹੀ ਹੋਵੋਗੀ?

### ਖੇਡਕੁਦ ਅਤੇ ਕਸਰਤ

**''ਕੀ ਮੈਂ ਗਰਭਵਤੀ ਹੋਣ ਦੇ ਬਾਵਜੂਦ ਆਪਣੀ ਨਿਯਮਿਤ ਕਸਰਤ ਕਰ ਸਕਦੀ ਹਾਂ?''**

ਜ਼ਿਆਦਾਤਰ ਕੇਸਾਂ ਵਿਚ ਗਰਭਕਾਲ ਦਾ ਭਾਵ ਇਹ ਨਹੀਂ ਹੁੰਦਾ ਕਿ ਤੁਸੀਂ ਖੇਡਣਾ ਛੱਡ ਦਿਉ, ਬਸ ਇੰਨਾ ਧਿਆਨ ਰਹੇ ਕਿ ਤੁਹਾਨੂੰ ਉਸ ਨੀਂ ਜਾਣ ਦਾ ਵੀ ਧਿਆਨ ਰੱਖਣਾ ਹੈ। ਜ਼ਿਆਦਾਤਰ ਡਾਕਟਰ ਗਰਭਵਤੀ ਔਰਤਾਂ ਨੂੰ ਇਹੀ ਸਲਾਹ ਦੇਂਦੇ ਹਨ ਕਿ ਉਹ ਥੋੜ੍ਹੀ ਸਾਵਧਾਨੀ ਦੇ ਨਾਲ ਆਪਣਾ ਵਰਕਆਊਟ ਰੁਟੀਨ ਜਾਂ ਖੇਡ-ਕੁਦ ਜਾਰੀ ਰੱਖ ਸਕਦੀਆਂ ਹਨ। ਇਹ ਗੱਲ ਕਾਫ਼ੀ ਅਹਿਮੀਅਤ ਰੱਖਦੀ ਹੈ ਕਿ ਤੁਸੀਂ ਕੋਈ ਨਵੀਂ ਖੇਡ ਜਾਂ ਵਰਕਆਊਟ ਸ਼ੁਰੂ ਕਰਨ ਤੋਂ ਪਹਿਲਾਂ ਡਾਕਟਰ ਦੀ ਸਲਾਹ ਲਉ। ਇੰਨੀ ਕਸਰਤ ਵੀ ਨਾ ਕਰੋ ਕਿ ਥਕਾਵਟ ਨਾਲ ਹਾਲਤ ਖ਼ਰਾਬ ਹੋ ਜਾਏ।

# ਕੈਫ਼ੀਨ

### "ਮੈਂ ਦਿਨ ਭਰ ਕੋਈ ਕੱਪ ਕਾੱਫ਼ੀ ਪੀਂਦੀ ਸੀ, ਕੀ ਹੁਣ ਮੈਂ ਕੈਫ਼ੀਨ ਲੈਣਾ ਛੱਡਣਾ ਹੋਵੇਗਾ?"

ਤੁਹਾਨੂੰ ਪੂਰੀ ਤਰ੍ਹਾਂ ਨਾਲ ਕਾੱਫ਼ੀ ਛੱਡਣ ਦੀ ਲੋੜ ਨਹੀਂ ਹੈ, ਬਸ ਥੋੜ੍ਹਾ ਸੰਭਲਣਾ ਹੋਵੇਗਾ। ਕਈ ਸਬੂਤਾਂ ਤੋਂ ਪਤਾ ਲਗਾ ਹੈ ਕਿ ਇਨ੍ਹਾਂ ਦਿਨਾਂ ਵਿਚ ਹਰਰੋਜ਼ 200 ਮਿ.ਗ੍ਰਾ. ਤਕ ਕੈਫ਼ੀਨ ਦੀ ਮਾਤਰਾ ਲੈਣਾ ਸੁਰੱਖਿਅਤ ਰਹਿੰਦੀ ਹੈ। ਇਹ ਇਸ ਗੱਲ ਤੇ ਵੀ ਨਿਰਭਰ ਕਰਦਾ ਹੈ ਕਿ ਤੁਸੀਂ ਦੁੱਧ ਦੇ ਨਾਲ ਕਾਫ਼ੀ ਲੈਂਦੀ ਹੋ ਜਾਂ ਬਲੈਕ ਕਾੱਫ਼ੀ? ਉਦੋਂ ਤੁਹਾਨੂੰ ਆਪਣੀ ਕਾੱਫ਼ੀ ਨੂੰ ਦੋ ਕੱਪਾਂ ਤਕ ਲਿਆਣਾ ਹੋਵੇਗਾ। ਜੇਕਰ ਥੋੜ੍ਹੀ ਹਲਕੀ ਕਾੱਫ਼ੀ ਪੀਂਦੀ ਹੋ ਤਾਂ, ਚੰਗਾ ਹੈ ਪ੍ਰੰਤੂ ਤੇਜ਼ ਕਾੱਫ਼ੀ ਦੀ ਮਾਤਰਾ ਘਟਾਣੀ ਹੀ ਪਵੇਗੀ।

ਦਰਅਸਲ ਤੁਸੀਂ ਕਾੱਫ਼ੀ ਵਿਚ ਜੋ ਕੈਫ਼ੀਨ ਲੈਂਦੀ ਹੋ, ਉਹ ਕਾੱਫ਼ੀ ਤੋਂ ਇਲਾਵਾ ਹੋਰ ਵੀ ਕਈ ਤਰਲ ਪਦਾਰਥਾਂ ਵਿਚ ਹੁੰਦੀ ਹੈ, ਇਹ ਕਿਸ ਹੱਦ ਤਕ ਬੱਚੇ ਤਕ ਪਹੁੰਚਦੀ ਹੈ, ਇਸ ਸਬੰਧੀ ਕੁਝ ਨਹੀਂ ਕਹਿ ਸਕਦੇ। ਉਂਝ ਤਾਜਾ ਜਾਣਕਾਰੀ ਤਾਂ ਨਹੀਂ ਹੈ ਕਿ ਗਰਭ ਦੇ ਸ਼ੁਰੂਆਤੀ ਦਿਨਾਂ ਵਿਚ ਕੈਫ਼ੀਨ ਦੀ ਵੱਧ ਮਾਤਰਾ ਨਾਲ ਗਰਭਪਾਤ ਹੋ ਸਕਦਾ ਹੈ।

ਕੈਫ਼ੀਨ ਸਬੰਧੀ ਇਕ ਹੋਰ ਕਹਾਣੀ ਵੀ ਹੈ। ਇਸ ਵਿਚ ਪਿਕ-ਮੀ ਆਪ ਤਾਕਤ ਤਾਂ ਹੈ ਪ੍ਰੰਤੂ ਇਹ ਕੈਲਸ਼ੀਅਮ ਅਤੇ ਕਈ ਦੂਜੇ ਪੋਸ਼ਕ ਤੱਤਾਂ ਨੂੰ ਸਰੀਰ ਵਿਚ ਪੂਰੀ ਤਰ੍ਹਾਂ ਘੁੱਲਣ ਤੋਂ ਪਹਿਲਾਂ ਹੀ ਬਹਾ ਦੇਂਦੀ ਹੈ। ਤੁਹਾਨੂੰ ਵਾਰ-2 ਪਿਸ਼ਾਬ ਜਾਣਾ ਪੈ ਰਿਹਾ ਹੈ। ਕੈਫ਼ੀਨ ਦੇ ਉਤੇਜਕ ਦ੍ਰਵ ਤੁਹਾਡੇ ਮੂਡ ਦੇ ਉਤਾਰ-ਚੜ੍ਹਾਅ ਨੂੰ ਵਧਾ ਸਕਦੇਹਨ। ਜੇਕਰ ਤੁਸੀਂ ਇਸ ਨੂੰ ਦੁਪਹਿਰ ਤੋਂ ਬਾਅਦ ਲੈਂਦੀ ਹੋ ਤਾਂ ਸ਼ਾਇਦ ਰਾਤ ਦੀ ਨੀਂਦ ਵੀ ਪੂਰੀ ਨਹੀਂ ਲੈ ਸਕੋਗੀ। ਜ਼ਿਆਦਾ ਕੈਫ਼ੀਨ ਦੀ ਮਾਤਰਾ ਲਈ ਤਾਂ ਤੁਹਾਡੇ ਤੇ ਬੱਚੇ ਦੇ ਲਈ ਆਇਰਨ ਦੀ ਮਾਤਰਾ ਘੱਟ ਸਕਦੀ ਹੈ।

ਸਾਰੇ ਡਾਕਟਰ ਇਸ ਸਬੰਧੀ ਵੱਖ-ਵੱਖ ਰਾਏ ਦੇਂਦੇ ਹਨ। ਇਸ ਲਈ ਤੁਸੀਂ ਆਪਣੇ ਡਾਕਟਰ ਤੋਂ ਇਸ ਦੇ ਸੇਵਨ ਦੀ ਮਾਤਰਾ ਦਾ ਅੰਦਾਜ਼ਾ ਲੈ ਲਉ ਤਾਂ ਬਿਹਤਰ ਹੋਵੇਗਾ। ਰੋਜ਼ ਦੀਕੈਫ਼ੀਨ ਦੀ ਮਾਤਰਾ ਦਾ ਅੰਦਾਜ਼ਾ, ਪ੍ਰਤੀ ਕੱਪ ਕਾੱਫ਼ੀ ਦੀ ਤਰ੍ਹਾਂ ਨਹੀਂ ਲਗਾ ਸਕਦੇ। ਕਾੱਫ਼ੀ ਤੋਂ ਇਲਾਵਾ; ਤਰਲ ਪਦਾਰਥਾਂ, ਕਾੱਫ਼ੀ, ਆਈਸਕ੍ਰੀਮ, ਚਾਹ, ਅਨਰਜੀ ਬਾਰ ਤੇ ਡ੍ਰਿੰਕ ਅਤੇ ਚਾੱਕਲੇਟ ਵਿਚ ਵੀ ਕੈਫ਼ੀਨ ਹੁੰਦੀ ਹੈ। ਉਤਪਾਦਾਂ ਦੇ ਹਿਸਾਬ ਨਾਲ ਮਾਤਰਾ ਵੱਖ-ਵੱਖ ਹੋ ਸਕਦੀ ਹੈ। ਤੁਹਾਨੂੰ ਇਹ ਵੀ ਜਾਣਨਾ ਹੋਵੇਗਾ ਕਿ ਘਰ ਵਿਚ ਬਣੀ ਬ੍ਰੂ ਦੇ ਮੁਕਾਬਲੇ ਕਾੱਫ਼ੀ ਹਾਊਸ ਦੀ ਬ੍ਰੂ ਵਿਚ ਜ਼ਿਆਦਾ ਕੈਫ਼ੀਨ ਹੁੰਦੀ ਹੈ।

ਤੁਸੀਂ ਕੈਫ਼ੀਨ ਦੀਆਦਤ ਤੋਂ ਕਿਵੇਂ ਛੁਟਕਾਰਾ ਪਾ ਸਕਦੀ ਹੋ। ਇਹ ਇਸ ਗੱਲ ਤੇ ਨਿਰਭਰ ਕਰਦਾ ਹੈ ਕਿ ਤੁਹਾਡੇ ਲਈ ਕੈਫ਼ੀਨ ਵਿਚ ਕੀ ਹੈ। ਇਹ ਤੁਹਾਡੀ ਸਵੇਰ ਦਾ ਖ਼ਾਸ ਹਿੱਸਾ ਹੈ, ਕੰਮ ਦੇ ਲਈ ਜ਼ਰੂਰੀ ਹੈ, ਦੁਪਹਿਰ ਦੀ ਨੀਂਦ ਤੋਂ ਬਾਦ ਚਾਹੀਦੀ ਹੈ ਜਾਂ ਦਿਨ ਵਿਚਜਦੋਂ ਵੀ ਮਨ ਚਾਹੇ... ਸਵੇਰ ਦੀ ਮਾਤਰਾ ਤਾਂ ਲੈਂਦੀ ਰਹੋ ਪ੍ਰੰਤੂ ਦੁਪਹਿਰ ਬਾਦ ਦੀ ਕਾੱਫ਼ੀ ਦੀ ਮਾਤਰਾ ਘਟਾਣੀ ਹੋਵੇਗੀ। ਤੁਸੀਂ ਕਾੱਫ਼ੀ ਵਿਚ ਐਸਪ੍ਰੈਸੋ ਦੀ ਮਾਤਰਾ ਘਟਾ ਕੇ ਦੁੱਧ ਦੀ ਮਾਤਰਾ ਵਧਾਓ। ਤੁਹਾਨੂੰ ਕੈਲਸ਼ੀਅਮ ਦਾ ਬੋਨਸ ਵੀ ਮਿਲੇਗਾ।

ਜੇਕਰ ਤੁਸੀਂ ਕਾੱਫ਼ੀ ਦੀ ਆਦੀ ਹੋ ਤਾਂ ਇਹ ਵੀ ਜਾਣਕੀ ਹੋਵੇਗੀ ਕਿ ਇਸ ਨੂੰ ਛੱਡਣਾ ਅਸਾਨ ਨਹੀਂ ਹੁੰਦਾ। ਕਿਸੀ ਵੀ ਚੀਜ਼ ਦੀ ਲਤ ਪੈ ਜਾਏ ਤਾਂ ਉਸ ਨੂੰ ਛੱਡਣ ਤੇ ਕਈ ਲੱਛਣ ਉਭਰ ਸਕਦੇ ਹਨ। ਜਿਵੇਂ-ਸਿਰਦਰਦ, ਬੇਚੈਨੀ, ਥਕਾਵਟ, ਆਲਸ ਆਦਿ। ਤੁਹਾਨੂੰ ਹੋਲੀ-2 ਆਪਣੀ ਖ਼ੁਰਾਕ ਘਟਾਣੀ ਹੋਵੇਗੀ। ਪਹਿਲਾਂ ਇਕ ਕਪ ਦੀ ਮਾਤਰਾ ਘਟਾਓ। ਜਦੋਂ ਕੁਝ ਦਿਨ ਵਿਚ ਉਸਦੀ ਆਦਤ ਪੈ ਜਾਏ ਤਾਂ ਹਰ ਇਕ ਕੱਪ ਨੂੰ ਅੱਧੇ ਕਪ ਵਿਚ ਬਦਲ ਦਿਉ ਤੇ ਉਦੋਂ ਤੱਕ ਮਾਤਰਾ ਘਟਾਂਦੀ ਰਹੋ, ਜਦੋਂ ਤਕ ਤੁਸੀਂ ਆਪਣੀ ਮੰਜ਼ਿਲ ਤੇ ਨਾ ਪਹੁੰਚ ਜਾਓ।

ਜੇਕਰ ਤੁਸੀਂ ਹੇਠਾਂ ਦਿੱਤੇ ਗਏ ਸੁਝਾਅ ਅਪਣਾਓਗੀ ਤਾਂ ਉਰਜਾ ਪਾਣ ਦੇਲਈ ਕਾੱਫ਼ੀ ਵਾਰ-2 ਨਹੀਂ ਲੈਣਾ ਚਾਹੋਗੀ।

- ਆਪਣੀ ਬਲੱਡ ਸ਼ੂਗਰ ਅਤੇ ਊਰਜਾ ਦਾ ਪੱਧਰ ਉੱਚਾ ਰੱਖੋ। ਤਾਜੇ ਤੇ ਸਿਹਤਮੰਦ ਭੋਜਨ ਦੇ ਸੇਵਨ ਤੋਂ ਵੀ ਤੁਹਾਨੂੰ ਕੈਫ਼ੀਨ ਲੈਣ ਦੀ ਦੀ ਲੋੜ ਮਹਿਸੂਸ ਨਹੀਂ ਹੋਵੇਗੀ।
- ਹਰ ਰੋਜ਼ ਕੁਝ ਕਸਰਤ ਕਰੋ। ਇਸ ਨਾਲ ਊਰਜਾ ਦਾ ਪੱਧਰ ਤੇ ਐਡ੍ਰੋਫਿਨ ਦਾ ਰਿਸਾਅ ਵਧੇਗਾ। ਕਸਰਤ ਤੋਂਬਾਅਦ ਮਿਲੀ ਤਾਜੀ ਹਵਾ ਤਾਂ ਕਮਾਲ ਕਰ ਦੇਵੇਗੀ।
- ਸਹੀ ਸਮੇਂ ਤੇ ਪੂਰੀ ਨੀਂਦ ਲਉ। ਰਾਤ ਨੂੰ ਪੂਰੀ ਨੀਂਦ ਲਉਗੀ ਤਾਂ ਸਵੇਰੇ ਆਪਣੇ-ਆਪ ਤਾਜੀ ਹੋਵੋਗੀ। ਸ਼ਾਇਦ ਤੁਹਾਨੂੰ ਕਾੱਖੀ ਲੈਣ ਦੀ ਲੋੜ ਹੀ ਨਾ ਪਵੇ।

## ਕੈਫ਼ੀਨ ਕਾਊਂਟਰ

ਤੁਸੀਂ ਹਰ ਰੋਜ਼ ਕੈਫ਼ੀਨ ਦੀ ਕਿੰਨੀ ਮਾਤਰਾ ਲੈਂਦੀ ਹੋ। ਇਹ ਅਨੁਮਾਨ 200 ਮਿ.ਗ੍ਰਾ. ਤੋਂ ਘੱਟ-ਵੱਧ ਹੋ ਸਕਦਾ ਹੈ। ਇਸ ਸੂਚੀ ਦੀ ਮਦਦ ਲਉ:-

1ਕੱਪ ਬ੍ਰੂ ਕਾੱਫ਼ੀ (8 ਔਂਸ) = 135 ਮਿ.ਗ੍ਰਾ.
1 ਕੱਪ ਇੰਸਟੈਂਟ ਕਾੱਫ਼ੀ = 95 ਮਿ. ਗ੍ਰਾ.
1 ਕੱਪ ਡੀਕੇਫ ਕਾੱਫ਼ੀ = 5 ਮਿ.ਗ੍ਰਾ.
6 ਔਂਸ ਕੈਪੇਚੀਨੀ = 90 ਮਿ. ਗ੍ਰਾ.
1 ਡਾ.ਛ; ,:ਜੰਤ;ਾਤ = 90 ਮਿ. ਗ੍ਰਾ.
1 ਦਜ ਬਾਸ = 90 ਤੋਂ 60ਮਿ. ਗ੍ਰਾ.
(ਹਰੀ ਦੀ ਥਾਂ ਕਾਲੀ ਚਾਹ ਵਿਚ ਵੱਧ ਕੈਫ਼ੀਨ ਹੁੰਦੀ ਹੈ।)
1 ਕੇਨ ਕੋਲਾ (12 ਔਂਸ) 235 ਮਿ.ਗ੍ਰਾ. ਕੈਫ਼ੀਨ
1 ਕੇਨ ਡਾਈਟ-ਕੋਲਾ = 45 ਮਿ. ਗ੍ਰਾ.
1 ਔਂਸ ਮਿਲਕ ਚਾੱਕਲੇਟ = 6 ਮਿ. ਗ੍ਰਾ.
1 ਔਂਸ ਡਾਰਕ ਚਾੱਕਲੇਟ = 20 ਮਿ. ਗ੍ਰਾ.
1 ਕੱਪ ਚਾੱਕਲੇਟ ਮਿਲਕ = 5 ਮਿ. ਗ੍ਰਾ.
8 ਔਂਸ ਕਾੱਫ਼ੀ ਆਈਸਕ੍ਰੀਮ = 40-80 ਮਿ. ਗ੍ਰਾ.

## ਸ਼ਰਾਬ ਪੀਣਾ

**"ਮੈਨੂੰ ਪਤਾ ਨਹੀਂ ਸੀ ਕਿ ਮੈਂ ਗਰਭਵਤੀ ਹਾਂ। ਮੈਂ ਅਣਜਾਣੇ ਵਿਚ ਦੋ ਵਾਰ ਸ਼ਰਾਬ ਪੀ ਲਈ। ਕੀ ਇਸ ਨਾਲ ਬੱਚੇ ਕੋਈ ਨੁਕਸਾਨ ਹੋ ਸਕਦਾ ਹੈ?"**

ਦਰਅਸਲ ਆਮ ਤੌਰ ਤੇ, ਮਾਂ ਨੂੰ ਸ਼ੁਰੂ ਵਿਚ ਪਤਾ ਹੀ ਨਹੀਂ ਚਲ ਸਕਿਆ ਕਿ ਉਹ ਗਰਭ ਤੋਂ ਹੈ। ਇਸ ਦੌਰਾਨ ਉਹ ਇਕ-ਦੋ ਕੰਮ ਕਰ ਲੈਂਦੀ ਹਾਂ: ਜੋ ਇਸ ਸਬੰਧੀ ਪਤਾ ਹੋਣ ਤੇ ਸ਼ਾਇਦ ਨਾ ਕਰਦੀ। ਤਾਂ ਹੀ ਅਸੀਂ ਇਥੇ ਇਨ੍ਹਾਂ ਮੁੱਦਿਆਂ ਨੂੰ ਉਠਾ ਰਹੇ ਹਾਂ। ਇਸ ਗੱਲ ਦਾ ਕੋਈ ਸਬੂਤ ਨਹੀਂ ਮਿਲਦਾ ਕਿ ਗਰਭ ਦੇ ਆਰੰਭਕ ਸਮੇਂ ਥੋੜ੍ਹੀ-ਬਹੁਤ ਸ਼ਰਾਬ ਪੀਣ ਨਾਲ ਭਰੂਣ ਨੂੰ ਨੁਕਸਾਨ ਹੋ ਸਕਦਾ ਹੈ। ਇਸ ਲਈ ਘਬਰਾਉਣ ਦੀ ਕੋਈ ਗੱਲ ਨਹੀਂ ਹੈ।

ਇਹ ਸੱਚ ਹੈ ਕਿ ਹੁਣ ਤੁਹਾਨੂੰ ਪੀਣ ਦੀ ਆਦਤ ਛੱਡਣੀ ਹੋਵੇਗੀ। ਉਂਝ ਤੁਸੀਂ ਉਨ੍ਹਾਂ ਔਰਤਾਂ ਬਾਰੇ ਵੀ ਸੁਣਿਆ ਹੋਵੇਗਾ, ਜੋ ਪੂਰੇ ਨੌਂ ਮਹੀਨੇ, ਰਾਤ ਨੂੰ ਸੌਂਦੇ ਸਮੇਂ, ਇਕ ਗਿਲਾਸ ਹਲਕੀ ਵਾਈਨ ਲੈਣ ਦੇ ਬਾਵਜੂਦ, ਸਿਹਤਮੰਦ ਬੱਚੇ ਨੂੰ ਜਨਮ ਦੇਂਦੀਆਂ ਹਨ ਪ੍ਰੰਤੂ ਇਹ ਇਸ ਗੱਲ ਦੀ ਗਰੰਟੀ ਨਹੀਂ ਹੈ ਕਿ ਤੁਸੀਂ ਵੀ ਸੇਫ਼ ਮੰਨ ਸਕਦੀ ਹੋ। ਸਗੋਂ ਅਮਰੀਕਨ ਅਕਾਦਮੀ ਦੇ ਬੱਚਾ ਮਾਹਰਾਂ ਦੀ ਸਲਾਹ ਹੈ ਕਿ ਗਰਭਵਤੀ ਮਾਤਾ ਦੇ ਲਈ ਅਲਕੋਹਲ ਦਾ ਸੇਵਨ ਨੁਕਸਾਨਦਾਇਕ ਹੁੰਦਾ ਹੈ। ਇਸ ਸਿਫ਼ਾਰਸ਼ ਦੇ ਬਾਵਜੂਦ ਤੁਸੀਂ ਉਸ ਸ਼ਰਾਬ ਸਬੰਧੀ ਸੋਚ ਕੇ ਪ੍ਰੇਸ਼ਾਨ ਨਾ ਹੋਣ, ਜੋ ਤੁਸੀਂ ਅਣਜਾਣੇ ਵਿਚ ਪੀਤੀ ਹੈ। ਤੁਸੀਂ ਚਾਹੋ ਤਾਂ ਆਪਣੇ ਡਾਕਟਰ ਤੋਂ ਪੁੱਛ ਕੇ ਵੀ ਨਿਸ਼ਚਿੰਤ ਹੋ ਸਕਦੀ ਹੋ।

ਜਦੋਂ ਵੀ ਨੰਨ੍ਹਾ ਮਹਿਮਾਨ ਆਣ ਵਾਲਾ ਹੋਵੇ ਤਾਂ ਖ਼ੁਦ ਹੀ ਸੰਭਲ ਕੇ ਰਹਿਣ ਵਿਚ ਕੀ ਬੁਰਾਈ ਹੈ? ਹਾਲਾਂਕਿ ਇਸ ਦੀ ਸੁਰੱਖਿਅਤ ਮਾਤਰਾ ਸਬੰਧੀ ਕੋਈ ਨਹੀਂ ਜਾਣਦਾ ਪ੍ਰੰਤੂ ਗਰਭਕਾਲ ਵਿਚ ਅਲਕੋਹਲ ਦੇ ਸੇਵਨ ਦੀ ਗੱਲ ਆਉਂਦੀ ਹੈ ਤਾਂ ਹਰ ਔਰਤ ਦੇ ਹਿਸਾਬ ਨਾਲ ਇਸ ਦੀ ਮਾਤਰਾ ਲੈਣ ਨਾਲ ਇਹ ਬੱਚੇ ਦੇ ਖ਼ੂਨ ਵਿਚ ਵੀ ਮਿਲ ਸਕਦੀ ਹੈ। ਇਕ ਗਰਭਵਤੀ ਔਰਤ ਕਦੀ ਇਕੱਲੇ ਸ਼ਰਾਬ ਨਹੀਂ ਪੀਂਦੀ। ਉਹ ਹਰ ਵਾਈਨ, ਬੀਅਰ ਜਾਂ ਕਾੱਕਟੇਲ ਦਾ ਗਿਲਾਸ ਆਪਣੇ ਬੱਚੇ ਦੇ ਨਾਲ ਪੀਂਦੀ ਹੈ। ਇਸ ਤਰ੍ਹਾਂ ਕਿਹੜੀ ਸੰਭਾਵਨਾ ਹੋ ਸਕਦੀ ਹੈ, ਇਹ ਤੁਸੀਂ ਖ਼ੁਦ ਹੀ ਅੰਦਾਜਾ ਲਗਾ ਲਉ।

ਜੇਕਰ ਗਰਭਵਤੀ ਔਰਤ ਹਰ ਰੋਜ਼ ਸ਼ਰਾਬ ਜਾਂ ਬੀਅਰ ਪੰਜ ਪੰਜ-ਛੇ ਪੈਗ ਲਉ, ਤਾਂ ਕਈ ਤਰ੍ਹਾਂ ਦੀਆਂ ਗੰਭੀਰ ਪ੍ਰੇਸ਼ਾਨੀਆਂ ਪੈਦਾ ਹੋ ਸਕਦੀਆਂ ਹਨ। ਕਹਿੰਦੇ ਹਨ ਕਿ ਇਹ ਹੈਂਗਓਵਰ ਸਾਰੀ ਜ਼ਿੰਦਗੀ ਬਣਿਆ ਰਹਿੰਦਾ ਹੈ। ਐਸੇ ਹਾਲਾਤ ਵਿਚ ਜਨਮ ਲੈਣ ਵਾਲੇ

ਬੱਚਿਆਂ ਦਾ ਆਕਾਰ ਪੂਰਾ ਨਹੀਂ ਹੁੰਦਾ, ਮਾਨਸਿਕ ਖ਼ਰਾਬੀ ਪਾਈ ਜਾਂਦੀ ਹੈ। ਸਿਰ, ਮੂੰਹ ਦਿਲ, ਹੱਥ-ਪੈਰ ਤੇ ਕੇਂਦਰੀ ਤੰਤਰਿਕਾ ਤੰਤਰ ਵਿਚ ਵੀ ਖ਼ਰਾਬੀ ਹੋ ਸਕਦੀ ਹੈ। ਉਹ ਛੋਟੀ ਉਮਰ ਦੇ ਹੁੰਦੇ ਹਨ। ਜੋ ਬੱਚੇ ਬਚ ਵੀ ਜਾਂਦੇ ਹਨ ਉਨ੍ਹਾਂ ਦੇ ਨਾਲ ਕੋਈ ਨਾ ਕੋਈ ਸਮੱਸਿਆ ਹਮੇਸ਼ਾਂ ਬਣੀ ਰਹਿੰਦੀ ਹੈ। ਉਹ ਸਹੀ ਤਰ੍ਹਾਂ ਨਾਲ ਫ਼ੈਸਲਾ ਨਹੀਂ ਲੈ ਸਕਦੇ। ਉਹ ਖ਼ੁਦ ਵੀ 21 ਸਾਲ ਦੀ ਉਮਰ ਤਕ ਆਉਂਦੇ-ਜਾਂਦੇ ਸ਼ਰਾਬ ਪੀਣਾ, ਜਿੰਨਾ ਜਲਦੀ ਰੋਕਣਗੇ; ਖ਼ਤਰਾ ਉਨਾਂ ਹੀ ਘਟੇਗਾ।

ਤੁਹਾਡੀ ਪੀਣ ਦੀ ਖ਼ੁਰਾਕ ਜਿੰਨੀ ਵੱਧ ਹੋਵੇਗੀ, ਖ਼ਤਰਾ ਉਨਾਂ ਹੀ ਵੱਧਦਾ ਜਾਏਗਾ। ਪੀਣ ਦੀ ਬੁਰੀ ਆਦਤ ਦੇ ਕਾਰਣ ਗਰਭਪਾਤ ਹੋ ਸਕਦਾ ਹੈ, ਪ੍ਰਸੂਤ ਦੇ ਸਮੇਂ ਔਖਿਆਈ ਆ ਸਕਦੀ ਹੈ, ਜਨਮ ਦੇ ਸਮੇਂ ਬੱਚੇ ਔਖਿਆਈ ਆ ਸਕਦੀ ਹੈ, ਜਨਮ ਦੇ ਸਮੇਂ ਬੱਚੇ ਦਾ ਭਾਰ ਘੱਟ ਹੋ ਸਕਦਾ ਹੈ, ਅਸੁਭਾਵਿਕ ਬੁੱਧੀ ਹੋ ਸਕਦੀ ਹੈ। ਬੱਚਾ ਮੰਦ ਬੁੱਧੀ ਪੈਦਾ ਹੋ ਸਕਦਾ ਹੈ। ਇਸੇ ਕਾਰਣ ਕਈ ਵਿਕਾਸਾਤਮਕ ਅਤੇ ਵਿਵਹਾਰਗਤ ਲੱਛਣ ਵੀ ਸਾਹਮਣੇ ਆ ਸਕਦੇ ਹਨ। ਕੁਝ ਔਰਤਾਂ ਦੇ ਲਈ ਗਰਭਕਾਲ ਵਿਚ ਸ਼ਰਾਬ ਛੱਡਣਾ ਆਸਾਨ ਵੀ ਹੋ ਸਕਦਾ ਹੈ ਕਿਉਂਕਿ ਉਨ੍ਹਾਂ ਨੂੰ ਇਸ ਦੀ ਖ਼ੁਸ਼ਬੂ ਤੋਂ ਨਫ਼ਰਤ ਹੋਣ ਲਗਦੀ; ਇਹ ਗਰਭ ਦੇ ਆਰੰਭਕ ਸਮੇਂ ਤੋਂ ਲੈ ਕੇ ਅੰਤ ਤਕ ਹੋ ਸਕਦੀ ਹੈ। ਜੋ ਔਰਤਾਂ ਇਸ ਤੋਂ ਬਿਨਾਂ ਰਹਿ ਨਹੀਂ ਸਕਦੀਆਂ ਜਾਂ ਡਿਨਰ ਵਿਚ ਰੈਡ ਵਾਈਨ ਲੈਂਦੀਆਂ ਹਨ, ਉਨ੍ਹਾਂ ਨੂੰ ਆਪਣੀ ਜੀਵਨਸ਼ੈਲੀ ਵਿਚ ਥੋੜ੍ਹਾ ਬਦਲਾਅ ਲਿਆਣਾ ਹੋਵੇਗਾ। ਜੇਕਰ ਤੁਸੀਂ ਆਰਾਮ ਕਰਨ ਦੇ ਲਈ ਪੀਂਦੀ ਹੋ, ਤਾਂ ਕੋਈ ਹੋਰ ਤਰੀਕਾ ਲੱਭੋ- ਸੰਗੀਤ ਸੁਣੋ, ਗਰਮ ਪਾਣੀ ਨਾਲ ਨਹਾਓ, ਮਾਲਿਸ਼ ਜਾਂ ਕਸਰਤ ਕਰੋ ਜਾਂ ਕੁਝ ਪੜ੍ਹੋ। ਜੇਕਰ ਤੁਸੀਂ ਪੀਤੇ ਬਿਨਾਂ ਨਹੀਂ ਰਹਿ ਸਕਦੀ ਜਾਂ ਛੱਡਣਾ ਹੀ ਨਹੀਂ ਚਾਹੁੰਦੀ ਤਾਂ ਬ੍ਰੰਚ ਵਿਚ ਬਲਡੀ ਮੈਰੀ ਦੀ ਥਾਂ ਵਰਜਿਨ ਮੈਰੀ ਲਉ, ਡਿਨਰ ਵਿਚ ਜੂਸ ਜਾਂ ਨਾੱਨ-ਅਲਕੋਹਲ ਬੀਅਰ ਲਉ। ਜੂਸ ਵਿਚ ਪਾਣੀ ਮਿਲਾ ਕੇ ਉਸੀਤ ਰ੍ਹਾਂ ਲਉ, ਜਿਵੇਂ ਤੁਸੀਂ ਵਾਈਨ ਲੈਂਦੀ ਹੋ, ਗਿਲਾਸ ਉਸੀ ਤਰ੍ਹਾਂ ਲਉ ਅਤੇ ਮਾਹੌਲ ਵੀ ਉਹੀ ਹੋਵੇ। ਜੇਕਰ ਪਤੀਦੇਵ ਸਾਥ ਦੇਣਗੇ ਤਾਂ ਮਜਾ ਦੁਗਣਾ ਹੋ ਜਾਏਗਾ।

ਜੇਕਰ ਅਲਕੋਹਲ ਛੱਡਣ ਵਿਚ ਪ੍ਰੇਸ਼ਾਨੀ ਹੋ ਰਹੀ ਹੋਵੇ ਤਾਂ ਆਪਣੇ ਡਾਕਟਰ ਦੀ ਰਾਏ ਲਉ। ਉਹ ਕਿਸੀ ਪ੍ਰੋਗਰਾਮ ਦੀ ਮਦਦ ਨਾਲ, ਪ੍ਰੇਸ਼ਾਨੀ ਦੂਰ ਕਰ ਸਕਦੇ ਹਨ।

## ਪਾਈਪ ਤੇ ਸਿਗਾਰ ਤੋਂ ਬਚੋ

ਪਾਈਪ ਤੇ ਸਿਗਾਰ ਪੀਣਾ ਛੱਡੋਗੀ ਤਾਂ ਬੱਚਾ ਵੀ ਤੁਹਾਨੂੰ ਧੰਨਵਾਦ ਕਹੇਗਾ। ਪਾਈਪ ਤੇ ਸਿਗਾਰ ਨਾਲ, ਸਿਗਰਟ ਨਾਲ ਵੀ ਵੱਧ ਧੂੰਆ ਅੰਦਰ ਜਾਂਦਾ ਹੈ ਅਤੇ ਬੱਚੇ ਦੇ ਲਈ ਖ਼ਤਰਾ ਪੈਦਾ ਹੋ ਜਾਂਦਾ ਹੈ। ਜੇਕਰ ਤੁਸੀਂ ਆਪਣੇ ਆਣ ਵਾਲੇ ਮਹਿਮਾਨ ਦੀ ਖ਼ਬਰ ਸਭ ਨੂੰ ਸੁਣਾਨਾ ਚਾਹੁੰਦੀ ਹੋ ਤਾਂ ਚਾੱਕਲੇਟ ਤੋਂ ਬਣੇ ਸਿਗਾਰ ਤੇ ਪਾਈਪ ਪੀ ਕੇ ਦੇ ਸਕਦੇ ਹੋ।

## ਸਿਗਰਟਨੋਸ਼ੀ

**"ਮੈਂ ਪਿਛਲੇ ਦਸ ਸਾਲਾਂ ਤੋਂ ਸਿਗਰਟ ਪੀਂਦੀ ਆ ਰਹੀ ਹਾਂ। ਕੀ ਇਸ ਤੋਂ ਮੇਰੇ ਬੱਚੇ ਨੂੰ ਨੁਕਸਾਨ ਹੋਵੇਗਾ?"**

ਬੜੀ ਖ਼ੁਸ਼ੀ ਦੀ ਗੱਲ ਹੈ ਕਿ ਤੁਸੀਂ ਗਰਭਕਾਲ ਤੋਂ ਪਹਿਲਾਂ ਸਿਗਰਟਨੋਸ਼ੀ ਕੀਤੀ ਹੈ। ਉਸ ਦਾ ਤੁਹਾਡੇ ਅਜੰਮੇ ਬੱਚੇ ਤੇ ਕੋਈ ਅਸਰ ਨਹੀਂ ਹੋਵੇਗਾ, ਪ੍ਰੰਤੂ ਗਰਭਕਾਲ ਤੇ ਖ਼ਾਸ ਤੌਰ ਤੇ ਤੀਜੇ ਮਹੀਨੇ ਵਿਚ ਸਿਗਰਟਨੋਸ਼ੀ ਨਾਲ ਤੁਹਾਨੂੰ ਤੇ ਬੱਚੇ ਦੀ ਸਿਹਤ ਨੂੰ ਖ਼ਤਰਾ ਹੋ ਸਕਦਾ ਹੈ। ਜਦੋਂ ਤੁਸੀਂ ਸਿਗਰਟਨੋਸ਼ੀ ਕਰਦੀ ਹੋ, ਤਾਂ ਭਰੂਣ ਨੂੰ ਧੂੰਏ ਨਾਲ ਭਰੀ ਕੁੱਖ ਵਿਚ ਪਾਲਦੀ ਹੋ, ਇਸ ਦੇ ਦਿਲ ਦੀ ਧੜਕਣ ਵੱਧ ਜਾਂਦੀ ਹੈ ਅਤੇ ਆੱਕਸੀਜਨ ਦੀ ਕਮੀ ਦੇ ਕਾਰਣ ਉਹ ਸਹੀ ਤਰੀਕੇ ਨਾਲ ਫ਼ਲ-ਫੁਲ ਨਹੀਂ ਸਕਦਾ।

ਇਸ ਦੇ ਬੜੇ ਭਿਆਨਕ ਨਤੀਜੇ ਹੋ ਸਕਦੇ ਹਨ ਗਰਭਕਾਲ ਦੌਰਾਨ ਵੀ ਕਈ ਤਰ੍ਹਾਂ ਦੀਆਂ ਸਮੱਸਿਆਵਾਂ ਪੈਦਾ ਹੋ ਸਕਦੀਆਂ ਹਨ ਜਿਨ੍ਹਾਂ ਵਿਚ ਇਕਟੋਪਿਕ ਪ੍ਰੈਗਨੈਂਸੀ, ਐਬਨਾਰਮਲ ਪਲੇਸੈਂਟਲ ਡਿਟੈਚਮੈਂਟ, ਪ੍ਰੀਮਿਚਿਓਰ ਰਪਚਰ ਆਫ਼ ਮੈਮਬ੍ਰੇਨ ਆਦਿ ਵੀ ਸ਼ਾਮਲ ਹਨ। ਇਥੋਂ ਤਕ ਕਿ ਸਮੇਂ ਤੋਂ ਪਹਿਲਾਂ ਪ੍ਰਸੂਤ ਵੀ ਹੋ ਕਸਦਾ ਹੈ। ਪ੍ਰਮਾਣ ਮਿਲੇ ਹਨ ਕਿ ਸਿਗਰਟਨੋਸ਼ੀ ਨਾਲ ਬੱਚੇ ਦਾ ਵਿਕਾਸ ਬੁਰੀ ਤਰ੍ਹਾਂ ਪ੍ਰਭਾਵਿਤ ਹੁੰਦਾ ਹੈ। ਸਭ ਤੋਂ ਵੱਧ ਖ਼ਤਰਾ ਤਾਂ ਇਹ ਹੁੰਦਾ ਹੈ ਕਿ ਜਨਮ ਲੈਣ ਵਾਲੇ ਬੱਚਿਆਂ ਦਾ ਭਾਰ ਕਾਫ਼ੀ ਘੱਟ ਹੁੰਦਾ ਹੈ, ਲੰਬਾਈ ਘੱਟ ਹੁੰਦੀ ਹੈ ਅਤੇ ਸਿਰ ਦਾ ਘੇਰਾ ਵੀ ਘੱਟ ਹੁੰਦਾ ਹੈ। ਇਸ ਕਾਰਣ ਬੱਚੇ ਪ੍ਰਸੂਤ ਦੌਰਾਨ ਬੀਮਾਰ ਹੋ ਜਾਂਦੇ ਹਨ ਜਾਂ ਉਨ੍ਹਾਂ ਦੀ ਮੌਤ ਤਕ ਹੋ ਜਾਂਦੀ ਹੈ।

ਸਿਗਰਟਨੋਸ਼ੀ ਕਰਨ ਵਾਲੀਆਂ ਔਰਤਾਂ ਦੇ ਬੱਚਿਆਂ ਵਿਚ ਸਿਡਮ ਸਿੰਡ੍ਰੋਮ ਪਾਇਆ ਜਾਂਦਾ ਹੈ

ਉਹ ਉਨ੍ਹਾਂ ਬੱਚਿਆਂ ਵਰਗੇ ਸਿਹਤਮੰਦ ਨਹੀਂ ਹੁੰਦੇ, ਜੋ ਔਰਤਾਂ ਸਿਗਰਟਨੋਸ਼ੀ ਨਹੀਂ ਕਰਦੀਆਂ। ਇਨ੍ਹਾਂ ਬੱਚਿਆਂ ਵਿਚ ਸਰੀਰਕ ਤੇ ਬੌਧਿਕ ਕਮੀ ਵੀ ਪਾਈ ਜਾਂਦੀ ਹੈ, ਜੇਕਰ ਮਾਤਾ-ਪਿਤਾ ਉਨ੍ਹਾਂ ਦੇ ਆਸਪਾਸ ਸਿਗਰਟਨੋਸ਼ੀਕਰਦੇ ਰਹਿੰਦੇ ਹਨ ਤਾਂ ਇਹ ਖ਼ਤਰਾ ਹੋਰ ਵੀ ਵੱਧ ਸਕਦਾ ਹੈ। ਉਨ੍ਹਾਂ ਦਾ ਹਿਯੂਮਨ ਸਿਸਟਮ ਕਮਜ਼ੋਰ ਹੁੰਦਾ ਹੈ, ਸਾਹ ਤੰਤਰ ਵਿਚ ਖ਼ਰਾਬੀ ਹੁੰਦੀ ਹੈ, ਕੰਨਾਂ ਵਿਚ ਇਨਫੈਕਸ਼ਨ ਜਲਦੀ ਹੋ ਜਾਂਦਾ ਹੈ। ਖੋਜ ਤੋਂ ਪਤਾ ਲਗਾ ਹੈ ਕਿ ਐਸੇ ਬੱਚਿਆਂ ਵਿਚ ਆਮ ਤੌਰ ਤੇ ਵਿਵਹਾਰ ਨਾਲ ਜੁੜੀਆਂ ਸਮੱਸਿਆਵਾਂ ਵੀ ਪਾਈਆਂ ਜਾਂਦੀਆਂ ਹਨ। ਉਹ ਉਨ੍ਹਾਂ ਬੱਚਿਆਂ ਦੀ ਤੁਲਨਾ ਵਿਚ, ਜਨਮ ਦੇ ਪਹਿਲੇ ਸਾਲ ਵਿਚ ਵੱਧ ਬੀਮਾਰ ਪੈਂਦੇ ਹਨ, ਜੋ ਸਿਗਰਟਨੋਸ਼ੀ ਨਹੀਂ ਕਰਦੀਆਂ। ਬੜੇ ਹੋ ਕੇ ਉਹ ਵੀ ਅਸਾਨੀ ਨਾਲ ਸਿਗਰਟਨੋਸ਼ੀ ਕਰਨ ਵਾਲਿਆਂ ਵਿਚ ਸ਼ਾਮਲ ਹੋ ਜਾਂਦੇ ਹਨ।

ਤੰਬਾਕੂ ਦਾ ਵੀ ਬੁਰਾ ਅਸਰ ਪੈਂਦਾ ਹੈ। ਪੂਰੇ ਦਿਨ ਵਿਚ ਇਕ ਪੈਕੇਟ ਸਿਗਰਟ ਪੀਣ ਵਾਲੀਆਂ ਔਰਤਾਂ ਦੇ ਬੱਚਿਆਂ ਦਾ ਭਾਰ, ਜਨਮ ਤੋਂ ਹੀ ਕਾਫ਼ੀ ਘੱਟ ਹੁੰਦਾ ਹੈ। ਤੁਸੀਂ ਜੇਗਰ ਸਿਗਰਟ ਪੀਂਦੀ ਹੋ ਤਾਂ ਡੂੰਘੇ ਕਸ਼ ਲਗਾਣ ਅਤੇ ਵੱਧ ਸਿਗਰਟ ਪੀਣ ਦਾ ਮੋਹ ਛੱਡਣਾ ਹੋਵੇਗਾ। ਘੱਟ ਨਿਕੋਟੀਨ ਵਾਲੀ ਸਿਗਰਟ ਪੀਣ ਨਾਲ ਖ਼ਤਰਾ ਨਹੀਂ ਘਟੇਗਾ। ਤੁਹਾਨੂੰ ਇਸ ਨੂੰ ਪੂਰੀ ਤਰ੍ਹਾਂ ਛੱਡਣਾ ਹੋਵੇਗਾ।

## ਬੱਚੇ ਦੇ ਲਈ ਅਨਮੋਲ ਖ਼ੁਰਾਕ

ਜਦੋਂ ਵੀ ਨੰਨ੍ਹੇ ਦੇ ਆਣ ਦੀ ਸੂਚਨਾ ਮਿਲਦੀ ਹੈ ਤਾਂ ਪੂਰਾ ਘਰ ਖ਼ੁਸ਼ੀਆਂ ਨਾਲ ਭਰ ਜਾਂਦਾ ਹੈ। ਇਸ ਤਰ੍ਹਾਂ ਤੁਹਾਨੂੰ ਸਿਗਰਟ ਤੇ ਸ਼ਰਾਬ ਨੂੰ ਉਸੀ ਸਮੇਂ ਛੱਡ ਦੇਣਾ ਹੋਵੇਗਾ। ਹਾਲਾਂਕਿ ਤੁਸੀਂ ਐਸੀਆਂ ਔਰਤਾਂ ਸਬੰਧੀ ਵੀ ਸੁਣਿਆ ਹੋਵੇਗਾ, ਜੋ ਸ਼ਰਾਬ ਤੇ ਸਿਗਰਟ ਪੀਣ ਦੇ ਨਾਲ-ਨਾਲ, ਸਿਹਤਮੰਦ ਬੱਚਿਆਂ ਨੂੰ ਜਨਮ ਦੇਂਦੀਆਂ ਹਨ ਪ੍ਰੰਤੂ ਇਹ ਸਭ ਇਸ ਤੇ ਨਿਰਭਰ ਕਰਦਾ ਹੈ ਕਿ ਉਹ ਕਿੰਨੀ ਮਾਤਰਾ ਵਿਚ ਸ਼ਰਾਬ ਤੇ ਸਿਗਰਟ ਲੈਂਦੀਆਂ ਹਨ। ਹੋ ਸਕਦਾ ਹੈ ਕਿ ਤੁਸੀਂ ਤੇ ਤੁਹਾਡਾ ਬੱਚਾ ਇੰਨੀ ਕਿਸਮਤ ਵਾਲੇ ਨਾ ਹੋਣ। ਗਰਭਵਤੀ ਮਾਤਾਵਾਂ ਅਤੇ ਬੱਚੇ ਵੱਖ-2 ਤਰ੍ਹਾਂ ਨਾਲ ਪ੍ਰਤਿਕ੍ਰਿਆ ਦੇਂਦੇ ਹਨ। ਹੋ ਸਕਦਾ ਹੈ ਕਿ ਉਸ ਸਮੇਂ ਕੋਈ ਲੱਛਣ ਨਾ ਉਭਰੇ ਪ੍ਰੰਤੂ ਕਈ ਸਾਲ ਬਾਦ ਬੱਚਾ ਰੋਗੀ, ਤੇ ਹਾਈਪਰਐਕਟਿਵ ਹੋ ਜਾਏ ਅਤੇ ਕੁਝ ਵੀ ਸਿੱਖਣ ਵਿਚ ਪ੍ਰੇਸ਼ਾਨੀ ਹੋਵੇ।

ਸ਼ਰਾਬ ਤੇ ਸਿਗਰਟ ਵਰਗੀਆਂ ਬੁਰੀਆਂ ਆਦਤਾਂ ਛੱਡਣਾ ਆਸਾਨ ਨਹੀਂ ਹੁੰਦਾ ਪ੍ਰੰਤੂ ਜੇਕਰ ਤੁਸੀਂ ਇੰਝ ਕਰਸਕਦੀ ਹੈ, ਤਾਂ ਜਾਣ ਲਉ ਕਿ ਤੁਸੀਂ ਅਜੰਮੇ ਬੱਚੇ ਨੂੰ ਇਕ ਅਨਮੋਲ ਤੋਹਫ਼ਾ ਦੇ ਰਹੀਆਂ ਹਨ।

## ਸਿਗਰਟਨੋਸ਼ੀ ਦੀ ਆਦਤ ਛੱਡਣਾ

ਵਧਾਈ ਹੋਵੇ। ਤੁਸੀਂ ਆਪਣੇ ਬੱਚੇ ਨੂੰ ਧੂੰਆਂ ਰਹਿਤ, ਸਿਹਤਮੰਦ ਵਾਤਾਵਰਣ ਦੇਣ ਦਾ ਫ਼ੈਸਲਾ ਕਰ ਹੀ ਲਿਆ। ਐਸਾ ਸੋਚਣਾ ਹੀ ਪਹਿਲਾ ਕਦਮ ਹੈ। ਸਚਮੁੱਚ ਹੁਣ ਸਿਗਰਟ ਪੀਣਾ ਛੱਡਣ ਵਿਚ ਮੁਸ਼ਕਲ ਨਹੀਂ ਹੋਵੇਗੀ। ਸਾਡੇ ਹੇਠ-ਲਿਖੇ ਸੁਝਾਵਾਂ ਦੀ ਮਦਦ ਲਉ:-

**ਆਪਣੇ ਉਦੇਸ਼ ਪਹਿਚਾਣੋ**:- ਤੁਸੀਂ ਗਰਭਵਤੀ ਹੋ, ਸਿਗਰਟ ਛੱਡਣ ਦਾ ਇਸ ਤੋਂ ਵੱਡਾ ਉਦੇਸ਼ ਕੀ ਹੋਵੇਗਾ।

**ਛੱਡਣ ਦਾ ਤਰੀਕਾ**:- ਇਸ ਆਦਤ ਨੂੰ ਖ਼ੁਸ਼ੀ-2 ਵਿਦਾ ਦਿਉ। ਇਸ ਦਿਨ ਦੇ ਲਈ ਮੌਜ ਮਸਤੀ ਨਾਲ ਭਰੇ ਕੰਮ ਚੁਣੋ ਤਾਂ ਜੋ ਸਿਗਰਟ ਦੀ ਕਮੀ ਮਹਿਸੂਸ ਹੀਨਾ ਹੋਵੇ ਅਤੇ ਸਿਗਰਟ ਪੀਣ ਦੀ ਲੋੜ ਹੀ ਨਾ ਪਵੇ।

**ਪੀਣ ਦਾ ਉਦੇਸ਼ ਪਹਿਚਾਣੋ**:- ਪਤਾ ਲਗਾਓ ਕਿ ਤੁਸੀਂ ਆਨੰਦ, ਉਤੇਜਨਾ ਜਾਂ ਵਿਸ਼ਵਾਸ; ਇਨ੍ਹਾਂ ਵਿਚੋਂ ਕਿਸ ਦੇ ਲਈ ਸਿਗਰਟ ਪੀਂਦੀ ਹੋ? ਕੀ ਤੁਸੀਂ ਤਨਾਅ ਅਤੇ ਭੈ ਘਟਾਣਾ ਚਾਹੁੰਦੀ ਹੋ? ਜਾਂ ਮੂੰਹ ਅਤੇ ਹੱਥ ਵਿਚ ਕੁਝ ਪਕੜੀ ਰੱਖਦਾ ਚਾਹੁੰਦੀ ਹੋ? ਆਪਣੀ ਇੱਛਾ ਸ਼ਾਂਤ ਕਰਨਾ ਚਾਹੁੰਦੀ ਹੋ ਜਾਂ ਫਿਰ ਐਵੇਂ ਹੀ ਸਿਗਰਟ ਜਲਾ ਲੈਂਦੀ ਹੋ? ਜੇਕਰ ਇਕ ਵਾਰ ਤੁਸੀਂ ਆਪਦਾ ਉਦੇਸ਼ ਪਹਿਚਾਣ ਲਿਆ ਤਾਂ ਵਿਕਲਪ ਲੱਭਣ ਵਿਚ ਅਸਾਨੀ ਹੋਵੇਗੀ।

- ਜੇਕਰ ਸਿਰਫ਼ ਹੱਥਾਂ ਨੂੰ ਰੁਝਿਆ ਰੱਖਣ ਦੇ ਲਈ ਪੀਂਦੀ ਹੋ ਤਾਂ ਹੱਥਾਂ ਵਿਚ ਪੈਨਸਿਲ, ਰਬੜਬੈਂਡ ਜਾਂ ਤਿਨਕਾ ਪਕੜਨ ਦੀ ਆਦਤ ਪਾਓ। ਬੁਲਾਈ ਕਰੋ, ਕੰਪਿਊਟਰ ਤੇ ਬੁਝਾਰਤ ਹੱਲ ਕਰੋ, ਵੀਡੀਓ ਗੇਮ ਖੇਡੋ, ਆਪਣੀ ਈ-ਮੇਲ ਜਾਂਚੋ, ਬਸ ਕੁਝ ਵੀ ਐਸਾ ਕਰੋ ਕਿ ਸਿਗਰਟ ਯਾਦ ਹੀ ਨਾ ਆਏ।
- ਮੂੰਹ ਵਿਚ ਰੱਖਣ ਦੀ ਆਦਤ ਦੇ ਕਾਰਣ ਸਿਗਰੇਟ ਪੀਂਦੀ ਹੈ ਤਾਂ ਇਸ ਦੀ ਥਾਂ ਟੂਥਪਿਕ,

ਗਮ, ਕੱਚੀਆਂ ਸਬਜ਼ੀਆਂ, ਪਾਪਕੋਰਨ ਜਾਂ ਲਾਲੀਪਾੱਪ ਅਜਮਾਓ।

- ਜੇਕਰ ਉਤੇਜਨਾ ਦੇ ਲਈ ਪੀਂਦੀ ਹੈ ਤਾਂ ਹਲਕੀ ਚਹਿਲਕਦਮੀ ਕਰੋ, ਕੋਈ ਕਿਤਾਬ ਪੜ੍ਹੋ ਜਾਂ ਦੋਸਤ ਦੇ ਨਾਲ ਗੱਪਸ਼ੱਪ ਕਰੋ।
- ਜੇਕਰ ਤਨਾਅ ਘਟਾਉਣ ਦੇ ਲਈ ਪੀਂਦੀ ਹੈ ਤਾਂ ਕਸਰਤ ਕਰੋ ਜਾਂ ਆਰਾਮ ਕਰਨ ਦੀਆਂ ਤਕਨੀਕਾਂ ਅਪਣਾਓ। ਹਲਕਾ ਸੰਗੀਤ ਸੁਣੋ, ਸੈਰ ਤੇ ਜਾਓ, ਮਾਲਸ਼ ਕਰੋ ਜਾਂ ਫਿਰ ਸੈਕਸ ਦੇ ਲਈ ਤਿਆਰ ਹੋ ਜਾਓ।
- ਜੇਕਰ ਆਦਤ ਦੇ ਕਾਰਣ ਸਿਗਰਟਨੋਸ਼ੀ ਕਰਦੀ ਹੋ ਤਾਂ ਐਸੀਆਂ ਥਾਵਾਂ ਤੇ ਜ਼ਿਆਦਾ ਜਾਓ ਜਿਥੇ ਸਿਗਰਟਨੋਸ਼ੀ ਮਨ੍ਹਾ ਹੋਵੇ।
- ਜੇਕਰ ਤੁਸੀਂ ਸਿਗਰਟਨੋਸ਼ੀ ਦੇ ਨਾਲ ਕਿਸੀ ਵਿਸ਼ੇਸ਼ ਖਾਣ-ਵੀਣ ਨੂੰ ਜੋੜ ਰਖਿਆ ਹੈ ਤਾਂ ਉਹ ਆਦਤਾਂ ਬਦਲੋ। ਜੇਕਰ ਤੁਸੀਂ ਨਾਸ਼ਤੇ ਦੇ ਨਾਲ ਸਿਗਰਟ ਪੀਂਦੀ ਹੋ ਅਤੇ ਬਿਸਤਰ ਵਿਚ ਨਹੀਂ ਪੀਂਦੀ ਤਾਂ ਬਿਸਤਰ ਵਿਚ ਨਾਸ਼ਤਾ ਕਰਨ ਦਾ ਵਿਚਾਰ ਬੁਰਾ ਨਹੀਂ ਹੈ।
- ਜਦੋਂ ਵੀ ਸਿਗਰਟ ਦੀ ਤਲਬ ਉਠੇ ਤਾਂ ਰੁਕ-ਰੁਕ ਕੇ ਗਹਿਰੀ ਸਾਂਹ ਲਉ ਫਿਰ ਹੋਲੀ-2 ਛੱਡੋ। ਇੰਞ ਦਿਖਾਵਾ ਕਰੋ ਕਿ ਤੁਸੀਂ ਸਿਗਰਟ ਦਾ ਧੂੰਆ ਛੱਡ ਰਹੀ ਹੋ।

**ਜੇਕਰ ਸਿਗਰਟ ਦਿਖ ਜਾਏ ਤਾਂ -**

- ਜੇਕਰ ਸਿਰਟ ਦਿਖ ਵੀ ਜਾਏ ਤਾਂ ਉਸ ਦੀ ਥਾਂ ਉਨ੍ਹਾਂ ਸਿਗਰਟਾਂ ਸਬੰਧੀ ਸੋਚੋ, ਜਿਨ੍ਹਾਂ ਨੂੰ ਤੁਸੀਂ ਪੀ ਚੁਕੀ ਹੋ। ਮਨ ਹੀ ਮਨ ਯਾਦ ਕਰੋ ਕਿ ਤੁਸੀਂ ਜੋ ਸਿਗਰਟ ਨਹੀਂ ਪੀ ਰਹੀ, ਉਹੀ ਬੱਚੇ ਦੇ ਲਈ ਕਿੰਨੀ ਫ਼ਾਇਦੇਮੰਦ ਹੋਵੇਗੀ।

**ਬੱਚੇ ਤੋਂ ਲਉ ਪ੍ਰੇਰਣਾ....**

- ਆਭਦੀ ਰਸੋਈ ਦੀ ਮੇਜ, ਅਲਮਾਰੀ ਜਾਂ ਦਰਾਜ ਵਿਚ ਬੱਚੇ ਦੇ ਅਲਟ੍ਰਾਸਾਊਂਡ ਦੀ ਤਸਵੀਰ ਲਗਾ ਦਿਉ। ਜੇਕਰਉਹ ਨਹੀਂ ਹੈ ਤਾਂ ਸੁੰਦਰ ਬੱਚਿਆਂ ਦੀਆਂ ਤਸਵੀਰਾਂ ਵੀ ਇਹ ਕੰਮ ਕਰ ਸਕਦੀਆਂ ਹਨ।

**ਥੋੜ੍ਹੀ ਸਹਾਇਤਾ ਲਓ**

- ਹਿਪਨੋਸਿਸ ਐਕਯੂਪੰਚਰ ਤੇ ਆਰਾਮ ਕਰਨ ਦੀਆਂ ਤਕਨੀਕਾਂ ਦੀ ਮਦਦ ਨਾਲ ਸਿਗਰਟਨੋਸ਼ੀ ਛੱਡੀ ਜਾ ਸਕਦੀ ਹੈ। ਕਈ ਸੰਸਥਾਵਾਂ ਵੀ ਹਨ ਜੋ ਇਸ ਵਿਸ਼ੇ ਵਿਚ ਤੁਹਾਡੀ ਮਦਦ ਕਰ ਸਕਦੀਆਂ ਹਨ। ਤੁਸੀਂ ਹੋਰ ਗਰਭਵਤੀ ਔਰਤਾਂ ਤੋਂ ਆੱਨਲਾਈਨ ਮਦਦ ਵੀ ਲੈ ਸਕਦੀ ਹੋ ਜੋ ਸਿਗਰਟਨੋਸ਼ੀ ਛੱਡਣ ਦੀ ਕੋਸ਼ਿਸ਼ ਕਰ ਰਹੀਆਂ ਹਨ।

**ਵਾਰ-ਵਾਰ ਕੋਸ਼ਿਸ਼ ਕਰੋ...**

ਨਿਕੋਟੀਨ ਇਕ ਤਾਕਤਵਰ ਡ੍ਰਗ ਹੈ, ਜਿਸ ਤੋਂ ਛੁਟਕਾਰਾ ਪਾਉਣਾ ਆਸਾਨ ਨਹੀਂ ਹੁੰਦਾ। ਪਹਿਲੀ ਵਾਰ ਸਫ਼ਲਤਾ ਨਾ ਵੀ ਮਿਲੇ ਤਾਂ ਵੀ ਲਗਾਤਾਰ ਕੋਸ਼ਿਸ਼ ਕਰਦੀ ਰਹੋ। ਕੋਸ਼ਿਸ਼ਾਂ ਦੇ ਲਈ ਆਪਣੀ ਪਿੱਠ ਥਪਥਪਾਓ। ਹਾਰ ਤੇ ਸ਼ਰਮਿੰਦਾ ਹੋਣ ਦੀ ਥਾਂ ਦੁਗਣੇ ਜੋਸ਼ ਨਾਲ ਫਿਰ ਉਠ ਖੜੀ ਹੋਵੋ। ਤੁਸੀਂ ਇਸ ਨੂੰ ਕਰ ਸਕਦੀ ਹੋ।

**ਨੋਟ :-** ਗਰਭਕਾਲ ਦੌਰਾਨ ਨਿਕੋਟੀਨ ਪੈਚ, ਲਾਂਜਿਸ ਜਾਂ ਗਮ ਦਾ ਸੇਵਨ ਵੀ ਖ਼ਤਰਨਾਕ ਹੋ ਸਕਦਾ ਹੈ। ਡਾਕਟਰ ਇਨ੍ਹਾਂ ਨੂੰ ਲੈਣ ਦੀ ਸਲਾਹ ਨਹੀਂ ਦੇਂਦੇ।

ਕੁਝ ਖੋਜਾਂ ਤੋਂ ਇਹ ਵੀ ਪਤਾ ਲਗਾ ਹੈ ਕਿ ਜੋ ਗਰਭਵਤੀ ਔਰਤਾਂ ਗਰਭ ਦੇ ਪਹਿਲੇ ਤਿੰਨ ਮਹੀਨੇ ਵਿਚ ਹੀ ਸਿਗਰਟਨੋਸ਼ੀ ਛੱਡ ਦੇਂਦੀਆਂ ਹਨ, ਉਨ੍ਹਾਂ ਦੇ ਲਈ ਖ਼ਤਰਾ ਕਾਫ਼ੀ ਘੱਟ ਜਾਂਦਾ ਹੈ। ਕਈ ਵਾਰ ਜੋ ਔਰਤਾਂ ਸ਼ੁਰੂ ਵਿਚ ਨਿਕੋਟੀਨ ਨਹੀਂ ਛੱਡ ਸਕਦੀਆਂ, ਉਹ ਬਾਦ ਵਿਚ ਆਪਣੇ ਅੰਦਰ ਦੀ ਆਵਾਜ਼ ਸੁਣਕੇ ਸਿਗਰਟ ਪੀਣਾ ਛੱਡ ਦੇਂਦੀਆਂ ਹਨ। ਜੇਕਰ ਪਹਿਲਾਂ ਛੱਡ ਦਿਉ ਤਾਂ ਵਧੀਆ ਹੈ ਪ੍ਰੰਤੂ ਬਾਦ ਵਿਚ ਵੀ ਛੱਡ ਦਿਉਗੀ ਤਾਂ ਬੱਚੇ ਦੇ ਲਈ ਆੱਕਸੀਜਨ ਦਾ ਪ੍ਰਵਾਹ ਨਿਯਮਿਤ ਹੋ ਜਾਏਗਾ।

ਜੇਕਰ ਤੁਹਾਨੂੰ ਲਗਦਾ ਹੈ ਕਿ ਸਿਗਰਟਨੋਸ਼ੀ ਛੱਡਣ ਕਾਰਣ ਵੱਧ ਜਾਏਗੀ ਤਾਂ ਧਿਆਨ ਰੱਖੋ ਕਿ ਹੁਣ ਤਕ ਇਸ ਗੱਲ ਦੇ ਕੋਈ ਪ੍ਰਭਾਵ ਨਹੀਂ ਮਿਲੇ ਹਨ। ਕਈ ਸਿਗਰਟਨੋਸ਼ੀ ਕਰਨ ਵਾਲੇ ਵੀ ਮੋਟੇ ਹੁੰਦੇ ਹਨ ਹਾਲਾਂਕਿ ਛੱਡਣ ਦੀ ਪ੍ਰਕ੍ਰਿਆ ਵਿਚ ਭਾਰ ਥੋੜ੍ਹਾ ਵੱਧ ਸਕਦਾ ਹੈ, ਬਾਦ ਵਿਚ ਉਹ ਭਾਰ ਆਸਾਨੀ ਨਾਲ ਘਟਾਇਆ ਜਾ ਸਕਦਾ ਹੈ। ਇਸ ਪ੍ਰਕ੍ਰਿਆ ਦੌਰਾਨ ਡਾਇਟਿੰਗ ਦਾ ਵਿਚਾਰ ਮਨ ਤੋਂ ਕੱਢ ਦਿਉ। ਉਞ ਵੀ ਇਹ ਤੁਹਾਡੇ ਅਤੇ ਬੱਚੇ ਦੀ ਸਿਹਤ ਦੇ ਲਈ ਠੀਕ ਨਹੀਂ ਹੈ।

ਕਈ ਲੋਕਾਂ ਵਿਚ ਸਿਗਰਟ ਛੱਡਣ ਤੋਂ ਬਾਦ ਕਈ ਤਰ੍ਹਾਂ ਦੇ ਲੱਛਣ ਵੀ ਉਭਰਦੇ ਹਨ ਜੋ ਵੱਖ-2

ਲੋਕਾਂ ਵਿਚ ਵੱਖ-2 ਹੋ ਸਕਦੇ ਹਨ। ਬੇਚੈਨੀ, ਉਤੇਜਨਾ, ਤਨਾਅ, ਤਕੜਨ, ਸਰੀਰ ਸੁੰਨ ਪੈਣਾ, ਹੱਥ-ਪੈਰ ਕੰਬਣਾ, ਸਿਰ ਚਕਰਾਉਣਾ, ਥਕਾਵਟ, ਨੀਂਦ ਤੇ ਗੈਸ ਦੀਆਂ ਪ੍ਰੇਸ਼ਾਨੀਆਂ ਆਮ ਲੱਛਣ ਹਨ। ਕੁਝ ਲੋਕਾਂ ਦਾ ਮੰਨਣਾ ਹੈ ਕਿ ਇਸ ਨਾਲ ਮਾਨਸਿਕ ਤੇ ਸਰੀਰਕ ਪ੍ਰਦਰਸ਼ਨ ਵੀ ਪ੍ਰਭਾਵਿਤ ਹੁੰਦਾ ਹੈ। ਜ਼ਿਆਦਾ ਤਰ ਲੋਕਾਂ ਨੂੰ ਕੱਫ਼ ਦੀ ਸ਼ਿਕਾਇਤ ਹੋ ਜਾਂਦੀ ਹੈ।

ਨਿਕੋਟੀਨ ਦਾ ਅਸਰ ਘਟਾਉਣਾ ਚਾਹੁੰਦੇ ਹੋ ਤਾਂ ਕੈਫ਼ੀਨ ਲੈਣਾ ਛੱਡੋ। ਥਕਾਵਟ ਤੋਂ ਬਚਾਅ ਦੇ ਲਈ ਕਸਰਤ ਕਰੋ ਤੇ ਭਰਪੂਰ ਆਰਾਮ ਕਰੋ। ਜ਼ਿਆਦਾ ਦਿਮਾਗੀ ਥਕਾਵਟ ਵਾਲੇ ਕੰਮ ਕਰਨ ਦੀ ਥਾਂ ਹਲਕੇ-ਫੁਲਕੇ ਕੰਮ ਕਰੋ। ਜੇਕਰ ਤਨਾਅ ਬਹੁਤ ਵੱਧ ਜਾਏ ਤਾਂ ਡਾਕਟਰ ਤੋਂ ਰਾਏ ਲੈਣ ਵਿਚ ਦੇਰ ਨਾ ਕਰੋ।

ਇਹ ਪ੍ਰਭਾਵ ਕੁਝ ਦਿਨਾਂ ਤੋਂ ਕੁਝ ਹਫ਼ਤੇ ਤੱਕ ਚਲ ਸਕਦੇ ਹਨ ਪ੍ਰੰਤੂ ਇਸ ਦਾ ਲਾਭ ਤਾਂ ਜੀਵਨਭਰ ਮਿਲੇਗਾ।

## ਸੈਕੰਡਹੈਂਡ ਸਮੋਕ

**"ਮੈਂ ਸਿਗਰਟ ਨਹੀਂ ਪੀਂਦੀ ਪ੍ਰੰਤੂ ਮੇਰੇ ਪਤੀ ਪੀਂਦੇ ਹਨ। ਕੀ ਇਸ ਨਾਲ ਬੱਚੇ ਨੂੰ ਕੋਈ ਨੁਕਸਾਨ ਹੋ ਸਕਦਾ ਹੈ?"**

ਸਿਗਰਟਨੋਸ਼ੀ ਦੇ ਧੂੰਏ ਤੋਂ ਸਿਰਫ਼ ਪੀਣ ਵਾਲੇ ਨੂੰ ਹੀ ਨੁਕਸਾਨ ਨਹੀਂ ਹੁੰਦਾ। ਉਹ ਉਸ ਦੇ ਆਸਪਾਸ ਦੇ ਵਾਤਾਵਰਣ ਅਤੇ ਮਾਤਾ ਦੇ ਗਰਭ ਵਿਚ ਪਲ ਰਹੇ ਬੱਚੇ ਤੇ ਵੀ ਬੁਰਾ ਅਸਰ ਪਾਉਂਦਾ ਹੈ। ਜੇਕਰ ਤੁਹਾਡੇ ਪਤੀ ਸਿਗਰਟ ਪੀਂਦੇ ਹਨ ਤਾਂ ਅਜੰਮੇ ਬੱਚੇ ਨੂੰ ਉਨਾਂ ਹੀ ਨੁਕਸਾਨ ਹੋ ਸਕਦਾ ਹੈ ਜਿੰਨਾ ਤੁਹਾਡੇ ਸਿਗਰਟ ਪੀਣ ਨਾਲ ਹੋਵੇਗਾ।

ਜੇਕਰ ਉਹ ਸਿਗਰਟ ਪੀਣਾ ਨਹੀਂ ਛੱਡ ਸਕਦੇ ਤਾਂ ਉਨ੍ਹਾਂ ਨੂੰ ਕਹੋ ਕਿ ਉਹ ਤੁਹਾਡੇ ਤੋਂ ਦੂਰ ਜਾਂ ਘਰ ਤੋਂ ਬਾਹਰ ਜਾ ਕੇ ਪੀਣ (ਹਾਲਾਂਕਿ ਥੋੜ੍ਹਾ-ਬਹੁਤ ਬੁਰਾ ਅਸਰ ਤਾਂ ਫਿਰ ਵੀ ਹੋਵੇਗਾ)।

ਸਿਗਰਟਨੋਸ਼ੀ ਛੱਡਣ ਨਾਲ ਨਾ ਸਿਰਫ਼ ਉਨ੍ਹਾਂ ਦੀ ਸਿਹਤ ਚੰਗੀ ਰਹੇਗੀ ਸਗੋਂ ਬੱਚਾ ਵੀ ਸਿਹਤਮੰਦ ਰਹੇਗਾ। ਬੱਚੇ ਨੂੰ ਇਸੀ ਧੂੰਏ ਕਾਰਣ ਸਾਂਹ ਪ੍ਰਣਾਲੀ ਦੇ ਰੋਗ ਹੋ ਸਕਦੇ ਹਨ ਜਿਸ ਨਾਲ ਫੇਫੜਿਆਂ ਨੂੰ ਨੁਕਸਾਨ ਪਹੁੰਚ ਸਕਦਾ ਹੈ। ਇਹ ਵੀ ਹੋ ਸਕਦਾ ਹੈ ਕਿ ਤੁਹਾਡਾ ਬੱਚਾ ਵੀ ਇਕ ਦਿਨ ਸਮੋਕਰ ਬਣ ਜਾਏ।

ਹਾਲਾਂਕਿ ਦੋਸਤਾਂ ਤੇ ਰਿਸ਼ਤੇਦਾਰਾਂ ਨੂੰ ਸਿਗਰਟ-ਨੋਸ਼ੀ ਤੋਂ ਨਹੀਂ ਰੋਕ ਸਕਦੀ ਪ੍ਰੰਤੂ ਜਿੰਨਾ ਸੰਭਵ ਹੋ ਸਕੇ, ਉਨ੍ਹਾਂ ਤੋਂ ਦੂਰ ਹੀ ਰਹੋ(ਜਦੋਂ ਉਹ ਸਿਗਰਟ ਪੀ ਰਹੇ ਹੋਣ)। ਜੇਕਰ ਤੁਹਾਡੇ ਕੰਮ ਦੀ ਜਗ੍ਹਾ ਤੇ ਵੀ ਸਿਗਰਟ ਪੀਣਾ ਮਨ੍ਹਾ ਹੋਵੇ ਤਾਂ ਤੁਸੀਂ ਖ਼ੁਲ੍ਹੀ ਤੇ ਤਾਜ਼ਾ ਹਵਾ ਵਿਚ ਸਾਂਹ ਲੈ ਸਕੋਗੀ। ਜੇਕਰ ਇੰਝ ਨਹੀਂ ਹੈਤਾਂ ਆਪਣੇ ਸਹਿਕਰਮੀਆਂ ਨੂੰ ਦੱਸੋ ਕਿ ਸਿਗਰਟ-ਨੋਸ਼ੀ ਨਾਲ ਭਰੂਣ ਨੂੰ ਕਿੰਨਾ ਖ਼ਤਰਾ ਹੋ ਸਕਦਾ ਹੈ। ਜੇਕਰ ਤਾਂ ਵੀ ਗੱਲ ਨਾ ਬਣੇ ਤਾਂ ਐਸਾ ਕਾਨੂੰਨ ਬਣਵਾਉਣ ਦੀ ਕੋਸ਼ਿਸ਼ ਕਰੋ ਕਿ ਉਹ ਨਿਸ਼ਚਿਤ ਸਥਾਨ ਤੇ ਹੀ ਸਿਗਰਟਨੋਸ਼ੀ ਕਰ ਸਕੇ। ਜੇਕਰ ਇਹ ਵੀ ਸੰਭਵ ਨਾ ਹੋਵੇ ਤਾਂ ਕੁਝ ਸਮੇਂ ਦੇ ਲਈ ਉਥੇ ਕੰਮ ਨਾ ਕਰੋ।

## ਮਾਰਿਜੁਆਨਾ ਦਾ ਪ੍ਰਯੋਗ

**"ਮੈਂ ਕਈ ਸਾਲਾਂ ਤੋਂ, ਸਮਾਜਕ ਰੂਪ ਤੋਂ ਮਾਰਿ-ਜੁਆਨਾ ਦਾ ਪ੍ਰਯੋਗ ਕਰਦੀ ਆ ਰਹੀ ਹਾਂ। ਕੀ ਇਸ ਨਾਲ ਮੇਰੀ ਬੱਚੇਦਾਨੀ ਬੱਚੇ ਨੂੰ ਕੋਈ ਨੁਕਸਾਨ ਹੋ ਸਕਦਾ ਹੈ? ਕੀ ਮਾਰਿਜੁਆਨਾ ਦਾ ਸੇਵਨ ਗਰਭਕਾਲ ਵਿਚ ਹਾਨੀਕਾਰਕ ਹੁੰਦਾ ਹੈ?"**

ਜੋ ਬੀਤ ਗਿਆ, ਉਸ ਨੂੰ ਭੁੱਲ ਜਾਓ। ਜੇਕਰ ਕੋਈ ਸਮੱਸਿਆ ਆਉਣੀ ਹੁੰਦੀ ਤਾਂ ਗਰਭ ਧਾਰਣ ਕਰਦੇ ਸਮੇਂ ਆ ਸਕਦੀ ਸੀ। ਹੁਣ ਤਾਂ ਤੁਸੀਂ ਗਰਭਵਤੀ ਹੋ। ਇਸ ਲਈ ਉਸ ਤੋਂ ਕੋਈ ਪ੍ਰੇਸ਼ਾਨੀ ਨਹੀਂ ਹੈ। ਐਸਾ ਕੋਈ ਸਬੂਤ ਵੀ ਨਹੀਂ ਮਿਲਦਾ ਕਿ ਗਰਭ ਧਾਰਣ ਤੋਂ ਪਹਿਲਾਂ ਲਈ ਗਈ ਮਾਰਿਜੁਆਨਾ ਦਾ ਅਸਰ ਭਰੂਣ ਤੇ ਪੈ ਸਕਦਾਹੈ।

ਪ੍ਰੰਤੂ ਹੁਣ ਤੁਹਾਨੂੰ ਇਸ ਨੂੰ ਛੱਡਣਾ ਹੋਵੇਗਾ। ਹਾਲਾਂਕਿ ਇਸ ਸਬੰਧੀ ਹੁਣ ਤੱਕ ਸੰਤੋਖਜਨਕ ਖੋਜ ਨਹੀਂ ਹੋ ਸਕਦੀ ਹੈ ਇਸ ਲਈ ਇਸ ਸਬੰਧੀ ਜ਼ਿਆਦਾ ਕੁਝ ਨਹੀਂ ਕਿਹਾ ਜਾ ਸਕਦਾ। ਗਰਭਕਾਲ ਦੌਰਾਨ ਮਾਰਿਜੁਆਨਾ ਲੈਣ ਵਾਲੀਆਂ ਜ਼ਿਆਦਾਤਰ ਔਰਤਾਂ ਸ਼ਰਾਬ, ਸਿਗਰਟ ਤੇ ਦੂਜੇ ਡ੍ਰਗਜ਼ ਦੀਆਂ ਸ਼ਿਕਾਰ ਵੀ ਹੁੰਦੀਆਂ ਹਨ। ਉਹ ਪ੍ਰਸੂਤ ਤੋਂ ਪਹਿਲਾਂ ਦੇਖਭਾਲ ਵੀ ਨਹੀਂ ਕਰ ਸਕਦੀਆਂ। ਇਸ ਲਈ ਇਹ ਕਹਿਣਾ ਮੁਸ਼ਕਲ ਹੈ ਕਿ ਕਿਸ ਕਾਰਣ ਬੁਰੇ ਨਤੀਜੇ ਸਾਮ੍ਹਣੇ

ਆਉਂਦੇ ਹਨ।ਹੁਣ ਤਕ ਦੀ ਖੋਜ ਤੋਂ ਇਹੀ ਪਤਾ ਲਗਾ ਹੈ ਕਿ ਜਦੋਂ ਤੁਸੀਂ ਇਹ ਨਸ਼ਾ ਕਰਦੀ ਹੋ ਤਾਂ ਇਸ ਦਾ ਅਸਰ ਅਜੰਮੇ ਬੱਚੇ ਤਕ ਵੀ ਜਾਂਦਾ ਹੈ। ਇਸ ਨਾਲ ਭਰੂਣ ਪੂਰੀ ਤਰ੍ਹਾਂ ਵਿਕਸਿਤ ਨਹੀਂ ਹੁੰਦਾ। ਕੁਝ ਖੋਜਾਂ ਤੋਂ ਤਾਂ ਹੋਰ ਵੀ ਨਕਾਰਾਤਮਕ ਪ੍ਰਭਾਵ ਸਾਮ੍ਹਣੇ ਆਏ ਹਨ। ਇਸ ਦੇ ਕਾਰਣ ਬੱਚੇ ਦੇ ਵਿਕਾਸ ਵਿਚ ਕਈ ਤਰ੍ਹਾਂ ਦੀਆਂ ਰੁਕਾਵਟਾਂ ਆ ਸਕਦੀਆਂ ਹਨ।

ਤੁਹਾਨੂੰ ਇਸ ਨੂੰ ਵੀ ਹੋਰ ਮਾਦਕ ਦ੍ਰਵਾਂ ਦੀ ਤਰ੍ਹਾਂ ਹੀ ਗਰਭਕਾਲ ਦੇ ਲਈ ਹਾਨੀਕਾਰਕ ਮੰਨ ਕੇ ਛੱਡਣਾ ਹੋਵੇਗਾ। ਪਹਿਲਾਂ ਜੋ ਹੋਇਆ ਸੋ ਹੋਇਆ। ਇਸ ਲਈ ਗਰਭਕਾਲ ਵਿਚ ਇਹ ਸਭ ਕੁਝ ਨਹੀਂ ਚਲੇਗਾ। ਅਸੀਂ ਸਿਗਰਟ ਛੱਡਣ ਦੇ ਜੋ ਨੁਸਖੇ ਦੱਸੇ ਹਨ, ਉਨ੍ਹਾਂ ਵਿਚੋਂ ਹੀ ਕੁਝ ਅਜਮਾ ਸਕਦੇ ਹੋ। ਯੋਗਾ, ਧਿਆਨ ਤੇ ਮਾਲਸ਼ ਵਰਗੀਆਂ ਆਰਾਮ ਕਰਨ ਦੀਆਂ ਤਕਨੀਕਾਂ ਤੇ ਧਿਆਨ ਦਿਉ। ਜੇਕਰ ਫਿਰ ਵੀ ਗੱਲ ਨਾ ਬਣੇ ਤਾਂ ਆਪਣੇ ਡਾਕਟਰ ਦੀ ਸਲਾਹ ਲਉ।

# ਕੋਕੀਨ ਤੇ ਹੋਰ ਮਾਦਕ ਦ੍ਰਵ

**"ਮੈਂ ਹਫ਼ਤਾ ਪਹਿਲਾਂ ਕੋਕੀਨ ਲਈ ਸੀ। ਫਿਰ ਮੈਨੂੰ ਪਤਾ ਲਗਾ ਕਿ ਮੈਂ ਗਰਭਵਤੀ ਹਾਂ। ਇਸ ਤੋਂ ਮੇਰੇ ਬੱਚੇ ਤੇ ਕੋਈ ਬੁਰਾ ਅਸਰ ਤਾਂ ਨਹੀਂ ਪਵੇਗਾ?"**

ਉਸ ਕੋਕੀਨ ਦੀ ਚਿੰਤਾ ਨਾ ਕਰੋ ਬਸ ਇਹੀ ਧਿਆਨ ਰੱਖੋ ਕਿ ਉਹ ਆਖ਼ਰੀ ਹੋਵੇ। ਉਸ ਕੋਕੀਨ ਦਾ ਤੁਹਾਡੇ ਬੱਚੇ ਤੇ ਕੋਈ ਬੁਰਾ ਅਸਰ ਨਹੀਂ ਪਵੇਗਾ। ਗਰਭਕਾਲ ਵਿਚ ਵੀ ਕੋਕੀਨ ਲੈਂਦੀ ਰਹੇਗੀ ਤਾਂ ਉਹ ਖ਼ਤਰਨਾਕ ਹੋ ਸਕਦਾ ਹੈ। ਇਹ ਕਿੰਨਾ ਹਾਨੀਕਾਰ ਹੋ ਸਕਦਾ ਹੈ, ਇਸ ਦਾ ਕੋਈ ਅੰਦਾਜਾ ਨਹੀਂ ਹੈ। ਇਨ੍ਹਾਂ ਪ੍ਰਭਾਵਾਂ ਨੂੰ ਸਪਸ਼ਟ ਰੂਪ ਵਿਚ ਨਹੀਂ ਜਾਣਿਆ ਜਾ ਸਕਦਾ ਕਿਉਂਕਿ ਆਮ ਤੌਰ ਤੇ ਕੋਕੀਨ ਲੈਣ ਵਾਲੇ ਸਿਗਰਟ ਵੀ ਪੀਂਦੇਹਨ। ਖੋਜ ਤੋਂ ਇਹ ਤਾਂ ਪਤਾ ਲਗਾ ਹੈ ਕਿ ਮਾਦਕ ਦ੍ਰਵਾਂ ਦਾ ਪ੍ਰਭਾਵ ਭਰੂਣ ਤੇ ਪੈਂਦਾਹੈ। ਖ਼ੂਨ ਸੰਚਾਰ ਤੇ ਵਿਕਾਸ ਵਿਚ ਰੁਕਾਵਟ ਆਉਂਦੀ ਹੈ, ਖ਼ਾਸ ਤੌਰ ਤੇ ਬੱਚੇ ਦੇ ਸਿਰ ਵਾਲੇ ਹਿੱਸੇ ਵਿਚ... ਗਰਭਪਾਤ, ਸਮੇਂ ਤੋਂ ਪਹਿਲਾਂ ਪ੍ਰਸੂਤ, ਜਨਮ ਦੇ ਸਮੇਂ ਭਾਰ ਵਿਚ ਕਮੀ ਜਾਂ ਜਨਮ ਤੋਂ ਬਾਦ ਦੇਰ ਨਾਲ ਰੋਣ ਵਾਲੀਆਂ ਸਮੱਸਿਆਵਾਂ ਤੋਂ ਇਲਾਵਾ ਲੰਬੇ ਸਮੇਂ ਦੀਆਂ ਸਮੱਸਿਆਵਾਂ ਵੀ ਪੈਦਾ ਹੋ ਸਕਦੀਆਂ ਹਨ। ਗਰਭਵਤੀ ਔਰਤ ਕੋਕੀਨ ਦਾ ਜਿੰਨਾ ਪ੍ਰਯੋਗ ਕਰਦੀ ਹੈ ਬੱਚੇ ਦੇ ਲਈ ਉਨਾਂ ਹੀ ਹਾਨੀਕਾਰ ਹੁੰਦਾ ਚਲਿਆ ਜਾਂਦਾ ਹੈ।

ਇਸ ਸਬੰਧੀ ਡਾਕਟਰ ਨੂੰ ਵੀ ਦਸ ਦਿਉ। ਉਨ੍ਹਾਂ ਨੂੰ ਜਾਂ ਮਿਡਵਾਈਫ ਨੂੰ ਮੈਡੀਕਲ ਹਿਸਟ੍ਰੀ ਪਤਾ ਹੋਵੇਗੀ ਤਾਂ ਠੀਕ ਰਹੇਗਾ। ਜੇਕਰ ਚਾਹ ਕੇਵੀ ਕੋਕੀਨ ਛੱਡਣ ਵਿਚ ਮੁਸ਼ਕਲ ਹੋਰਹੀ ਹੋਵੇਤਾਂ ਡਾਕਟਰ ਦੀ ਸਲਾਹ ਲਉ।

ਹੀਰੋਇਨ, ਐਲਸੀਡੀ, ਪੀਸੀਪੀ ਤੋਂ ਇਲਾਵਾ ਨਾਰਕੋਟਿਕ, ਟ੍ਰੈਂਕਵਲਾਈਜ਼ਰਸ,ਸਿਡੇਟਿਵ ਤੇ ਨੀਂਦ ਦੀਆਂ ਗੋਲੀਆਂ ਵੀ ਹਾਨੀਕਾਰਕ ਹੋ ਸਕਦੀਆਂਹਨ। ਆਪਣੇ ਗਰਭਕਾਲ ਨੂੰ ਨਸ਼ੇ ਦੇ ਸੇਵਨ ਤੋਂ ਮੁਕਤ ਰੱਖੋ ਤਾਂ ਜੋ ਤੁਹਾਡਾ ਪ੍ਰਸੂਤ ਸੁਰੱਖਿਅਤ ਹੋ ਸਕੇ।

# ਸੈਲ ਫ਼ੋਨ

**"ਮੈਂ ਹਰਰੋਜ਼ ਸੈਲ ਫ਼ੋਨ ਤੇ ਘੰਟਿਆਂਬੱਧੀ ਗੱਲ ਕਰਦੀ ਹਾਂ। ਕੀ ਇਸ ਨਾਲ ਬੱਚਾ ਪ੍ਰਭਾਵਿਤ ਹੋਵੇਗਾ?"**

ਦੇਖੋ, ਅੱਜਕਲ ਤਾਂ ਹਰ ਕੋਈ ਸੈੱਲ ਫੋਨ ਦਾ ਪ੍ਰਯੋਗ ਕਰਦਾ ਹੈ। ਹੁਣ ਤੁਸੀਂ ਦੋ ਲੋਕ ਇਕੋ ਸਮੇਂ ਫ਼ੋਨ ਪ੍ਰਯੋਗ ਕਰ ਰਹੇ ਹੋ ਤਾਂ ਉਸ ਨਾਲ ਕੋਈ ਫਰਕ ਨਹੀਂ ਪੈਂਦਾ। ਹੁਣ ਤਕ ਐਸੇ ਕੋਈ ਪ੍ਰਭਾਵ ਨਹੀਂ ਮਿਲੇ ਕਿ ਸੈਲ ਫ਼ੋਨ ਦੇ ਪ੍ਰਯੋਗੀ ਨਾਲ ਗਰਭਕਾਲ ਵਿਚਕੋਈ ਨੁਕਸਾਨ ਹੁੰਦਾ ਹੋਵੇ। ਇਹ ਤਾਂ ਤੁਹਾਡੇ ਲਈ ਫ਼ਾਇਦੇਮੰਦ ਹੀ ਹੈ ਕਿਉਂਕਿ ਇਸ ਤਰ੍ਹਾਂ ਤੁਸੀਂ ਆਪਣੇ ਡਾਕਟਰ ਜਾਂ ਮਿਡਵਾਈਫ ਨਾਲ ਕਿਸੇ ਵੀ ਸਮੱਸਿਆ ਸਬੰਧੀ ਗੱਲ ਕਰ ਸਕਦੀ ਹੋ। ਇਸ ਤਰ੍ਹਾਂ ਤੁਸੀਂ ਕੰਮ ਦੇਮਾਮਲੇ ਵਿਚ ਵੀ ਥੋੜ੍ਹੀ ਸੋਚ ਅਪਨਾ ਸਕਦੀ ਹੋ ਜਿਸ ਨਾਲ ਆਰਾਮ ਦੇ ਲਈ ਵੱਧ ਸਮਾਂ ਮਿਲ ਸਕੇਗਾ।

ਉੱਝ ਸੈਲ ਫ਼ੋਨ ਨੂੰ ਪੂਰੀਤਰ੍ਹਾਂ ਖ਼ਤਰੇ ਤੋਂ ਖ਼ਾਲੀ ਨਹੀਂ ਮੰਨਿਆ ਜਾ ਸਕਦਾ। ਗੱਡੀ ਚਲਾਂਦੇ ਸਮੇਂ ਫ਼ੋਨ ਤੇ ਗੱਲ ਕਰਨਾ ਖ਼ਤਰਨਾਕ ਹੋ ਸਕਦਾ ਹੈ। ਚਾਹੇ ਤੁਹਾਡੇ ਹੱਥ ਵਿਚ ਮੋਬਾਇਲ ਨਾ ਹੋਵੇ, ਕੰਮ ਨਾਲ ਮਸ਼ੀਨ ਲਗੀ ਹੋਣ ਦੇਬਾਵਜੂਦ, ਗੱਲਬਾਤ ਨਾਲ ਧਿਆਨ ਤਾਂ ਭਟਕਦਾ ਹੀ ਹੈ। ਜਦੋਂ ਵੀ ਫ਼ੋਨ ਤੇ ਗੱਲ ਕਰੋ ਤਾਂ ਕਿਸੀ ਸੁਰੱਖਿਅਤ ਸਥਾਨ ਤੇ ਹੀ ਬੈਠੋ। ਸੈਲ ਫ਼ੋਨ ਨੂੰ ਹਰ ਸਮੇਂ ਆਪਣੇ ਬਿਸਤਰ ਜਾਂ ਜੇਬ ਵਿਚ ਨਾ ਰੱਖੋ।

# ਮਾਈਕ੍ਰੋਵੇਵ

**''ਮੈਂ ਹਰਰੋਜ਼ ਮਾਈਕ੍ਰੋਵੇਵ ਵਿਚ ਖਾਣਾ ਪਕਾਂਦੀ ਜਾਂ ਗਰਮ ਕਰਦੀ ਹਾਂ ਕੀ ਗਰਭਕਾਲ ਵਿਚ ਇਸ ਦਾ ਪ੍ਰਯੋਗ ਸੁਰਖਿਅਤ ਹੈ?''**

ਤੁਸੀਂ ਮਾਂ ਬਣਨ ਵਾਲੀ ਹੋ। ਇਸ ਲਈ ਤਾਂ ਇਹ ਕਿਸੇਦੋਸਤ ਤੋਂ ਘੱਟ ਨਹੀਂ ਹੈ। ਘੱਟ ਸਮਾਂ ਅਤੇ ਥੋੜ੍ਹੀ ਮਿਹਨਤ ਵਿਚ ਤਾਜ਼ਾ ਤੇ ਸਵਾਦੀ ਭੋਜਨ ਤਿਆਰ ਹੋ ਸਕਦਾਹੈ। ਖੋਜ ਤੋਂ ਪਤਾ ਲਗਾ ਹੈ ਕਿ ਇਸ ਦਾ ਪ੍ਰਯੋਗ ਪੂਰੀ ਤਰ੍ਹਾਂ ਸੁਰਖਿਅਤ ਹੈ। ਮਾਈਕ੍ਰੋਵੇਵ ਵਿਚ ਉਹੀ ਭੋਜਨ ਪਕਾਓ ਜਿਸ ਨੂੰ ਉਸ ਵਿਚ ਬਣਾਇਆ ਜਾ ਸਕੇ ਅਤੇ ਪਲਾਸਟਿਕ ਰੈਪ ਨੂੰ ਖਾਣੇ ਨਾਲ ਛੂਹਣ ਨਾ ਦਿਉ।

## ਹਾੱਟ ਟਬ ਤੇ ਨਹਾਉਣਾ

**''ਮੇਰੇ ਘਰ ਵਿਚ ਹਾੱਟ ਟਬ ਹੈ। ਕੀ ਗਰਭਕਾਲ ਵਿਚ ਇਸ ਦਾ ਪ੍ਰਯੋਗ ਸੁਰਖਿਅਤ ਰਹੇਗਾ?''**

ਤੁਹਾਨੂੰ ਠੰਡੇ ਪਾਣੀ ਵਿਚ ਵੀ ਨਹਾਉਣ ਦੀ ਜ਼ਰੂਰਤ ਨਹੀਂ ਪ੍ਰੰਤੂ ਹਾੱਟ ਟਬ ਵਿਚ ਨਾ ਜਾਣਾ ਹੀ ਬਿਹਤਰ ਹੋਵੇਗਾ। ਜਿਸ ਕਿਸੀ ਵਸਤੂ ਨਾਲ ਸਰੀਰ ਦਾ ਤਾਪਮਾਨ 102$^o$ ਫਾਰਨਹੀਟ ਤੋਂ ਵੱਧ ਜਾਏ, ਉਹ ਤੁਹਾਡੇ ਤੇ ਬੱਚੇ ਦੇ ਲਈ ਖ਼ਾਸ ਤੌਰ ਤੇ ਸ਼ੁਰੂਆਤੀ ਮਹੀਨਿਆਂ ਵਿਚ ਖ਼ਤਰਨਾਕ ਹੋ ਸਕਦਾ ਹੈ। ਖੋਜ ਤੋਂ ਪਤਾ ਲਗਾ ਹੈ ਕਿ ਪਹਿਲੇ ਦਸ ਮਿੰਟ ਵਿਚ ਤਾਂ ਸਰੀਰ ਦਾ ਤਾਪਮਾਨ ਨਹੀਂ ਵਧਦਾ ਪ੍ਰੰਤੂ ਤੁਸੀਂ ਸੁਰਖਿਆ ਦੇ ਲਿਹਾਜ ਨਾਲ ਆਪਣਾ ਪੇਟ ਗਰਮ ਪਾਣੀ ਤੋਂ ਬਾਹਰ ਹੀ ਰੱਖੋ। ਆਮ ਤੌਰ ਤੇ ਔਰਤਾਂ ਸਰੀਰ ਦਾ ਤਾਪਮਾਨ 102$^o$ ਤਕ ਪਹੁੰਚਣ ਤੋਂ ਪਹਿਲਾਂ ਹੀ ਗਰਮ ਪਾਣੀ ਤੋਂ ਬਾਹਰ ਆ ਜਾਂਦੀਆਂ ਹਨ ਅਤੇਉਨ੍ਹਾਂ ਨੂੰ ਅਸਹਿਜ ਲੱਗਣ ਲਗਦਾ ਹੈ। ਤੁਸੀਂ ਆਪਣੇ ਮਨ ਦੀ ਤਸੱਲੀ ਦੇਲਈਡਾਕਟਰ ਦੀ ਸਲਾਹ ਨਾਲ ਭਰੂਣਸਾਊਂਡ ਕਰਵਾ ਸਕਦੀ ਹੋ।

ਸੋਣਾਂ ਜਾਂ ਸਟੀਮ ਰੂਮ ਵਿਚ ਵੀ ਜ਼ਿਆਦਾ ਦੇਰ ਤਕ ਰੁਕਣਾ ਠੀਕ ਨਹੀਂ ਹੈ। ਗਰਭਵਤੀ ਔਰਤਾਂ ਵਿਚ ਡੀਹਾਈਡ੍ਰੇਸ਼ਨ ਤੇ ਘੱਟ ਬਲੱਡਪ੍ਰੈਸ਼ਰ ਦਾ ਖ਼ਤਰਾ ਵੱਧ ਹੁੰਦਾ ਹੈ ਜੋ ਕਿ ਉਥੇ ਜਾਣ ਨਾਲ ਹੋਰ ਵੀ ਵੱਧ ਸਕਦਾ ਹੈ। ਇਸ ਕਿਤਾਬ ਵਿਚ ਅਸੀਂ ਸਪਾ ਇਲਾਜ ਨਾਲ ਜੁੜੀਆਂ ਸਾਵਧਾਨੀਆਂ ਸਬੰਧੀ ਵੀ ਦਸਿਆ ਹੈ। ਉਨ੍ਹਾਂ ਤੇ ਵੀ ਧਿਆਨ ਦਿਉ।

## ਪਾਲਤੂ ਬਿੱਲੀ

**''ਮੇਰੇ ਘਰ ਦੋ ਬਿੱਲੀਆਂ ਹਨ। ਮੈਂ ਸੁਣਿਆ ਹੈ ਕਿ ਉਨ੍ਹਾਂ ਦੇ ਕਾਰਣ ਬੱਚਾ ਰੋਗੀ ਹੋ ਸਕਦਾ ਹੈ। ਕੀ ਮੈਨੂੰ ਬਿੱਲੀਆਂ ਤੋਂ ਛੁਟਕਾਰਾ ਪਾਉਣਾ ਹੋਵੇਗਾ?''**

- ਆਪਣੇ ਦੋਸਤਾਂ ਤੋਂ ਇੰਝ ਛੁਟਕਾਰਾ ਪਾਉਣ ਦੀ ਨਾ ਸੋਚੋ। ਤੁਸੀਂ ਉਨ੍ਹਾਂ ਦੇ ਕੋਲ ਕਾਫ਼ੀ ਸਮੇਂ ਤੋਂ ਹੋ ਇਸ ਲਈ ਹੋ ਸਕਦਾ ਹੈ ਕਿ ਤੁਹਾਡੇ ਵਿਚ ਬਿੱਲੀਆਂ ਨਾਲ ਜੋੜੇ ਰੋਗ ਟੋਸੋਪਲਾਜ਼ਮੋਸਿਸ ਦੇ ਲਈ ਪ੍ਰਤੀਰੋਧਕ ਸਮਰੱਥਾ ਪੈਦਾ ਹੋ ਗਈ ਹੋਵੇ। ਇਕ ਅੰਦਾਜਾ ਹੈ ਕਿ 40 ਪ੍ਰਤੀਸ਼ਤ ਅਮਰੀਕੀ ਲੋਕ ਇਸ ਦੇ ਸ਼ਿਕਾਰ ਹਨ। ਜਿਨ੍ਹਾਂ ਲੋਕਾਂ ਦੀਆਂ ਪਾਲਤੂ ਬਿੱਲੀਆਂ, ਘਰ ਦੇ ਬਾਹਰ ਜ਼ਿਆਦਾ ਸਮਾਂ ਬਿਤਾਂਦੀਆਂ ਹਨ, ਉਥੇ ਇਹ ਪ੍ਰੇਸ਼ਾਨੀ ਹੋਰ ਵੀ ਵਧ ਹੈ। ਕੱਚਾ ਮਾਸ ਅਤੇ ਪਾਇਸ਼ਚਰਾਇਜ਼ਰ ਰਹਿਤ ਦੁੱਧ ਪੀਣ ਵਾਲੀਆਂ ਬਿੱਲੀਆਂ ਤੋਂ ਵੀ ਇਹ ਖ਼ਤਰਾ ਪੈਦਾ ਹੋ ਸਕਦਾ ਹੈ। ਉਂਞ ਤੁਸੀਂ ਚਾਹੋ ਤਾਂ ਆਪਣਾ ਟੈਸਟ ਵੀ ਕਰਵਾ ਸਕਦੀ ਹੋ। ਜੇਕਰ ਟੈਸਟ ਤੋਂ ਕੁਝ ਤੈਟ ਨਾ ਹੋ ਸਕੇ ਤਾਂ ਹੇਠ-ਲਿਖੀਆਂ ਸਾਵਧਾਨੀਆਂ ਅਪਣਾਓ।
- ਬਿੱਲੀਆਂ ਦੀ ਜਾਂਚ ਕਰਾਓ ਕਿ ਕਿਤੇ ਉਹ

### ਇਕਲੈਟ੍ਰਿਕ ਕੰਬਲ ਤੇ ਹੀਟਿੰਗ ਪੈਡ

ਕੜਕਦੀ ਸਰਦੀ ਵਿਚ ਹੀਟਿੰਗ ਪੈਡ ਜਾਂ ਇਲੈਕਟ੍ਰਿਕ ਕੰਬਲ ਪ੍ਰਯੋਗ ਕਰਨਾ ਚਾਹੁੰਦੀ ਹੋ ਤਾਂ ਆਪਣੇ ਆਪਣੇ ਪਤੀ ਦਾ ਅਲਿੰਗਨ ਵੀ ਬੁਰਾ ਨਹੀਂ ਹੈ। ਜੇਕਰ ਠੰਡਾ ਜ਼ਿਆਦਾ ਹੈ ਤਾਂ ਉਸ ਕੰਬਲ ਤੋਂ ਬਿਸਤਰ ਵਿਚ ਗਰਮਾਹਟ ਪੈਦਾ ਕਰੋ। ਫਿਰ ਉਥੇਸੋਂਦੇ ਸਮੇਂ ਉਸ ਨੂੰ ਹਟਾ ਦਿਉ। ਹੀਟਿੰਗ ਪੈਡ ਨੂੰ ਕਿਸੀ ਤੋਲੀਏ ਵਿਚ ਲਪੇਟ ਕੇ ਹੀ ਸਰੀਰ ਦੇ ਅੰਗਾਂ ਨੂੰ ਆਰਾਮ ਦਿਉ। ਉਂਞ ਜਿਉਂ-2 ਗਰਭਕਾਲ ਵਧੇਗਾ ਤੁਹਾਡੇ ਆਪਣੇ ਸਰੀਰ ਵਿਚ ਹੀ ਕਾਫ਼ੀ ਗਰਮਾਹਟ ਪੈਦਾ ਹੋਵਗੀ। ਹੀਟਿੰਗ ਪੈਡ ਵੀ 15 ਮਿੰਟ ਤੋਂ ਵੱਧ ਪ੍ਰਯੋਗ ਨਾ ਕਰੋ ਅਤੇ ਰਾਤ ਨੂੰ ਸੋਂਦੇ ਸਮੇਂ ਤਾਂ ਬਿਲਕੁਲ ਵੀ ਨਹੀਂ। ਕਿਤੇ ਤੁਸੀਂ ਇਸ ਨੂੰ ਆੱਨ ਰਖ ਕੇ ਹੀ ਸੌਂ ਨਾ ਜਾਓ। ਜੇਕਰ ਪਹਿਲਾਂ ਕੁਝ ਸਮੇਂ ਤਕ ਹੀਟਿੰਗ ਪੈਡ ਜਾਂ ਬਿਜਲੀ ਵਾਲਾ ਕੰਬਲ ਪ੍ਰਯੋਗ ਕਰ ਚੁਕੀ ਹੋ ਤਾਂ ਇਸਨਾਲ ਕੋਈ ਫ਼ਰਕ ਨਹੀਂ ਪੈਂਦਾ, ਨਿਸ਼ਚਿੰਤ ਰਹੋ।

ਇਨਫੈਕਸ਼ਨ ਦੀ ਸ਼ਿਕਾਰ ਤਾਂ ਨਹੀਂ। ਜੇਕਰ ਇਨਫੈਕਸ਼ਨ ਹੋਵੇ ਤਾਂ ਕੁਝ ਸਮੇਂ ਦੇਲਈ ਕਿਸੇ ਸਹੇਲੀ ਦੇ ਕੋਲ ਛੱਡ ਦਿਉ ਤਾਂ ਜੋ ਉਹ ਠੀਕ ਹੋ ਜਾਣ। ਇਸ ਤੋਂ ਬਾਦ ਉਨ੍ਹਾਂ ਨੂੰ ਕੱਚਾ ਮਾਸ ਖਾਣ, ਜੰਗਲੀ ਬਿੱਲੀਆਂ ਦੇ ਨਾਲ ਘੁੰਮਣ, ਕਮਰਿਆਂ ਵਿਚ ਇਥੇ-ਉਥੇ ਘੁੰਮਣ ਤੇ ਚੂਹੇ ਜਾਂ ਪੰਛੀ ਖਾਣ ਦੀ ਇਜਾਜ਼ਤ ਨਾ ਦਿਉ।

- ਕਿਸੀ ਦੂਜੇ ਨੂੰ ਉਨ੍ਹਾਂ ਦੀ ਸਫ਼ਾਈ ਕਰਨ ਦਿਉ। ਜੇਕਰ ਤੁਸੀਂ ਹੀ ਇਹ ਸਭ ਕਰਨਾ ਹੋਵੇ ਤਾਂ ਹੱਥਾਂ ਵਿਚ ਦਸਤਾਨੇ ਪਾਓ, ਬਿੱਲੀਆਂ ਨੂੰ ਛੂਹਣ ਤੋਂ ਤੁਰੰਤ ਬਾਦ ਆਪਣੇ ਹੱਥ ਧੋਵੋ।
- ਬਾਗ਼ਵਾਨੀ ਦੌਰਾਨ ਵੀ ਹੱਥਾਂ ਵਿਚ ਦਸਤਾਨੇ ਪਾਓ। ਜੇਕਰ ਤੁਹਾਨੂੰ ਲਗਦਾ ਹੈ ਕਿ ਮਿੱਟੀ ਵਿਚ ਬਿੱਲੀ ਨੇ ਟੱਟੀ-ਪਿਸ਼ਾਬ ਕੀਤਾ ਹੋਵੇਗਾ ਤਾਂ ਉਥੇ ਬਾਗਵਾਨੀ ਨਾ ਕਰੋ। ਬਿੱਲੀ ਜਾਂ ਦੂਜੇ ਜਾਨਵਰ ਵੱਲੋਂ ਪ੍ਰਯੋਗ ਕੀਤੀ ਗਈ ਰੇਤ ਦੇ ਨਾਲ ਬੱਚਿਆਂ ਨੂੰ ਖੇਡਣ ਨਾ ਦਿਉ।
- ਘਰ ਦੇ ਬਗੀਚੇ ਤੋਂ ਤੋੜੇ ਗਏ ਫ਼ਲ ਤੇ ਸਬਜੀਆਂ ਧੋ ਕੇ ਪ੍ਰਯੋਗ ਕਰੋ। ਉਨ੍ਹਾਂ ਨੂੰ ਛਿੱਲ ਕੇਤੇ ਪਕਾ ਕੇ ਹੀ ਖਾਓ।
- ਕੱਚਾ ਜਾਂ ਅੱਧ ਪਕਿਆ ਮਾਸ ਨਾ ਖਾਓ। ਰੈਸਟੋਰੈਂਟ ਵਿਚ ਚੰਗੀ ਤਰ੍ਹਾਂ ਪਕਾਏ ਗਏ ਮਾਸ ਨੂੰ ਹੀ ਮੰਗਵਾਓ।
- ਕੱਚੇ ਮਾਸ ਦੀ ਸਫ਼ਾਈ ਤੋਂ ਬਾਦ ਸਹੀ ਤਰ੍ਹਾਂ ਨਾਲ ਹੱਥ ਧੋਵੋ।

ਕਈ ਡਾਕਟਰ ਕਹਿੰਦੇ ਹਨ ਕਿ ਹਰੇਕ ਗਰਭਵਤੀ ਔਰਤ ਨੂੰ ਇਹ ਟੈਸਟ ਕਰਵਾਉਣੇ ਹੀ ਚਾਹੀਦੇ ਹਨ ਤਾਂ ਜੋ ਉਸ ਨੂੰ ਆਪਣੀ ਸਥਿਤੀ ਪਤਾ ਚਲ ਸਕੇ। ਜੇਕਰ ਉਹ ਇਨਫੈਕਸ਼ਨ ਤੋਂ ਪੀੜ੍ਹਿਤ ਹੋਵੇ ਤਾਂ, ਉਸ ਵਿਸ਼ੇ ਵਿਚ ਸਾਵਧਾਨੀ ਵਰਤ ਸਕੇ। ਤੁਸੀਂ ਆਪਣੇ ਡਾਕਟਰ ਦੀ ਰਾਏ ਨਾਲ ਚਲੋ।

## ਘਰੇਲੂ ਰੁਕਾਵਟਾਂ

**"ਮੈਨੂੰ ਘਰ ਦੀ ਸਾਫ਼-ਸਫ਼ਾਈ ਕਰਨ ਵਾਲੇ ਪਦਾਰਥਾਂ ਤੇ ਮੱਛਰ-ਮਾਰ ਸਪ੍ਰੇ ਤੋਂ ਕਿੰਨਾ ਧਿਆਨ ਰਖਣਾ ਹੋਵੇਗਾ? ਕੀ ਗਰਭਕਾਲ ਵਿਚ ਟੂਟੀ ਦਾ ਪਾਣੀ ਪੀਣਾ ਸੁਰਖਿਅਤ ਰਹੇਗਾ?"**

ਗਰਭਕਾਲ ਵਿਚ ਤਾਂ ਛੋਟੀਆਂ-2 ਗੱਲਾਂ ਵੀ ਬਹੁਤ ਮਾਇਨੇ ਰਖਦੀਆਂ ਹਨ। ਤੁਸੀਂ ਵੀ ਸੁਣਿਆ ਜਾਂ ਪੜ੍ਹਿਆ ਹੋਵੇਗਾ ਕਿ ਜਦੋਂ ਤੁਸੀਂ ਖ਼ਾਸ ਤੌਰ ਤੇ ਦੋ ਲੋਕਾਂ ਦੇਲਈ ਜੀ ਰਹੀ ਹੋ ਤਾਂ ਸਫ਼ਾਈ ਕਰਨ ਵਾਲੇ ਪਦਾਰਥ, ਮੱਛਰ ਮਾਰਨ ਦੀਆਂ ਦਵਾਈਆਂ ਤੇ ਪੀਣ ਦਾ ਪਾਣੀ ਆਦਿ ਹਾਨੀਕਾਰਕ ਹੋ ਸਕਦੇਹਨ। ਜੇਕਰ ਤੁਸੀਂ ਥੋੜ੍ਹੀ ਜਿਹੀ ਸਾਵਧਾਨੀ ਵਰਤੋ ਤਾਂ ਤੁਹਾਡੇ ਤੇ ਤੁਹਾਡੇ ਬੱਚੇ ਲਈ ਘਰ ਤੋਂ ਸੁਰਖਿਅਤ ਜਗ੍ਹਾ ਹੋ ਹੀ ਨਹੀਂ ਸਕਦੀ। ਤੁਹਾਨੂੰ ਇਨ੍ਹਾਂ ਅਤੇ ਕਥਿਤ ਘਰੇਲੂ ਰੁਕਾਵਟਾਂ ਸਬੰਧੀ ਹੇਠ-ਲਿਖੀ ਜਾਣੀ ਹੋਣੀ ਚਾਹੀਦੀ ਹੈ :

**ਘਰ ਦੀ ਸਫ਼ਾਈ ਦੇਲਈ ਬਣੇ ਉਤਪਾਦਨ:-** ਰਸੋਈ ਦਾ ਪੂੰਝਣਾ ਲਗਾਉਣਾ ਹੋਵੇ ਜਾਂ ਖਾਣੇ ਦੀ ਮੇਜ ਚਮਕਾਉਣੀ ਹੋਵੇ, ਕੰਮ ਤਾਂ ਤੁਸੀਂ ਹੀ ਕਰਨਾ ਹੈ। ਬਸ ਗਰਭਕਾਲ ਵਿਚ ਥੋੜ੍ਹੀ ਜਿਹੀ ਸਾਵਧਾਨੀ ਵਰਤੋਂ ਅਤੇ ਇਨ੍ਹਾਂ ਸੁਝਾਵਾਂ ਤੇ ਦਿਉ ਧਿਆਨ:-

- ਜੇਕਰ ਇਸ ਉਤਪਾਦਨਾਂ ਦੀ ਮਹਿਕ ਬਹੁਤ ਤੇ ਜ ਹੋਵੇ ਤਾਂ ਉਸ ਨੂੰ ਨੱਕ ਦੇ ਕੋਲ ਲੈਜਾ ਕੇ ਨਾ ਸੁੰਘੋ। ਇਸ ਨੂੰ ਐਸੀ ਜਗ੍ਹਾ ਪ੍ਰਯੋਗ ਕਰੋ, ਜੋਹਵਾਦਾਰ ਹੋਵੇ। ਵਧੀਆ ਹੋਵੇਗਾ ਕਿ ਤੁਸੀਂ ਆਪਣੇ ਪਤੀ ਤੋਂ ਟਾਯਲੇਟ ਦੀ ਸਫ਼ਾਈ ਕਰਨ ਨੂੰ ਕਹੋ।
- ਅਮੋਨੀਆ ਤੇ ਕਲੋਰੀਨ ਵਾਲੇ ਪਦਾਰਥ(ਚਾਹੇ ਗਰਭਕਾਲ ਨਾ ਵੀ ਹੋਵੇ) ਕਦੀ ਨਾ ਮਿਲਾਓ। ਇਸ ਮੇਲ ਤੋਂ ਤੇਜ ਲਪਟਾਂ ਉਠ ਸਕਦੀਆਂ ਹਨ।
- ਐਸੇ ਉਤਪਾਦਨਾਂ ਦਾ ਪ੍ਰਯੋਗ ਨਾ ਕਰੋ, ਜਿਨ੍ਹਾਂ ਤੇ ਕਈ ਜਗ੍ਹਾ ਜ਼ਹਿਰੀਲੀਆਂ ਹੋਣ ਦੇ ਲੇਬਲ ਹੋਣ ਜਾਂ ਜਿਵੇਂ ਓਵਨ ਸਾਫ਼ ਕਰਨ ਵਾਲੇ ਜਾਂ ਡਾਈਕਲੀਨਿੰਗ ਦੇ ਲਈ ਬਣੇ ਦ੍ਰਵ।
- ਕੋਈ ਵੀ ਉਤਪਾਦਨ ਪ੍ਰਯੋਗ ਕਰਨ ਤੋਂ ਪਹਿਲਾਂ ਦਸਤਾਨੇ ਪਾਓ। ਇਸ ਤਰ੍ਹਾਂ ਹੱਥਾਂ ਦੀ ਚਮੜੀ ਸੁਰਖਿਅਤ ਰਹੇਗੀ ਅਤੇ ਚਮੜੀ ਦਾ ਰਸਾਇਣ ਨਾਲ ਸਿੱਧਾ ਸੰਪਰਕ ਵੀ ਨਹੀਂ ਹੋ ਸਕੇਗਾ।

**(ਸੀਮਾ) ਲੈਡ :-** ਹਾਲਾਂਕਿ ਇਹ ਬੱਚਿਆਂ ਦੇ ਲਈ ਇੰਨਾ ਹਾਨੀਕਾਰਕ ਨਹੀਂ ਹੁੰਦਾ, ਪ੍ਰੰਤੂ ਗਰਭਵਤੀ ਔਰਤਾਂ ਤੇ ਬੱਚਿਆਂ ਨੂੰ ਇਸ ਤੋਂ ਨੁਕਸਾਨ ਹੋ ਸਕਦਾ ਹੈ। ਇਸ ਤੋਂ ਬੱਚਣ ਦੇ ਲਈ :-

- ਪੀਣ ਦੇ ਪਾਣੀ ਵਿਚ ਲੈਡ ਪਾਇਆ ਜਾਂਦਾ ਹੈ। ਆਪਣੇ ਪਾਣੀ ਤੋਂ ਇਸ ਨੂੰ ਬਚਾਓ।

- ਪੁਰਾਣੇ ਪੇਂਟ ਦੀ ਮਿਆਦ ਹੁੰਦੀ ਹੈ। ਜੇਕਰ ਤੁਹਾਡਾ ਘਰ 50 ਸਾਲ ਪਹਿਲਾਂ ਦਾ ਹੋਵੇ ਅਤੇ ਪਪੜੀਆਂ ਵਿਚ ਪੇਂਟ ਉਤਰਦਾ ਹੋਵੇ ਤਾਂ ਉਸ ਦਾ ਕੰਮ ਖ਼ਤਮ ਹੋਣ ਤਕ ਕਿਤੇ ਹੋਰ ਰਹੋ। ਜੇ ਕਰ ਘਰ ਦੀ ਕਿਸੇ ਦੀਵਾਰ ਜਾਂ ਪੁਰਾਣੇ ਫਰਨੀਚਰ ਦਾ ਪੇਂਟ ਉਖੜ ਰਿਹਾ ਹੋਵੇ ਤਾਂ ਉਸ ਨੂੰ ਮੁਰੰਮਤ ਕਰਵਾਉਣ ਵਿਚ ਦੇਰ ਨਾ ਕਰੋ।
- ਮਿੱਟੀ, ਪਾੱਟਰੀ ਤੇ ਚੀਨੀ ਮਿੱਟੀ ਦੇ ਪੁਰਾਣੇ ਭਾਂਡਿਆਂ ਵਿਚ ਵੀ ਲੈਡ ਪਾਇਆ ਜਾਂਦਾ ਹੈ। ਹਾਲਾਂਕਿ ਇਨ੍ਹਾਂ ਦੀ ਮਾਤਰਾ ਸਪਸ਼ਟ ਨਹੀਂ ਹੈ ਪ੍ਰੰਤੂ ਤੁਸੀਂ ਐਸੀਆਂ ਪਲੇਟਾਂ ਜਾਂ ਭਾਂਡਿਆਂ ਵਿਚ ਖੱਟੇ ਫ਼ਲ, ਸਿਰਕਾ, ਟਮਾਟਰ, ਸ਼ਰਾਬ ਜਾਂ ਸਾੱਫ਼ਟ ਡ੍ਰਿੰਕ ਨਾ ਪਰੋਸੋ।

**ਨਲਕੇ ਦਾ ਪਾਣੀ**:- ਆਮ ਤੌਰ ਤੇ ਨਲਕੇ ਤੋਂ ਆਉਣ ਵਾਲਾ ਪਾਣੀ ਹੋਰ ਸੁਰਖਿਅਤ ਹੁੰਦਾ ਹੈ। ਸੁਰਖਿਅਤ ਪਾਣੀ ਹੀ ਬੱਚੇ ਤਕ ਪਹੁੰਚੇ ਤਾਂ ਇਸ ਦੇ ਲਈ ਤੁਹਾਨੂੰ ਹੇਠ-ਲਿਖੇ ਉਪਾਅ ਕਰਨੇ ਚਾਹੀਦੇ ਹਨ:-

- ਤੁਸੀਂ ਸਥਾਨ ਸਿਹਤ ਵਿਭਾਗ ਤੋਂ ਪੀਣ ਵਾਲੇ ਪਾਣੀ ਦੀ ਸ਼ੁੱਧਤਾ ਦੀ ਜਾਂਚ ਕਰਵਾਓ। ਪਤਾ ਲਗਾਓ ਕਿ ਤੁਹਾਡੇ ਘਰ, ਦੂਜਿਆਂ ਦੇ ਮੁਕਾਬਲੇ ਗੰਦਾ ਜਾਂ ਬਦਬੂ ਵਾਲਾ ਪਾਣੀ ਤਾਂ ਨਹੀ ਆ ਰਿਹਾ ਕਿਉਂਕਿ ਕਦੇ-2 ਡਿਸਪੋਜ਼ਲ ਲਾਈਨ ਵੀ ਉਸ ਵਿਚ ਮਿਲ ਜਾਂਦੀ ਹੈ ਜਾਂ ਪੀਣ ਦੇ ਪਾਣੀ ਦੀ ਪਾਈਪਲਾਈਨ ਖ਼ਰਾਬ ਹੋ ਸਕਦੀ ਹੈ। ਉਨ੍ਹਾਂ ਤੋਂ ਪਾਣੀ ਨੂੰ ਸ਼ੁੱਧ ਕਰਨ ਦਾ ਤਰੀਕਾ ਪੁੱਛੋ ਅਤੇ ਕਿਸੀ ਵੀ ਤਰ੍ਹਾਂ ਦੀ ਸ਼ਿਕਾਇਤ ਹੋਣ ਤੇ ਜਾਂਚ ਜ਼ਰੂਰ ਕਰਵਾਓ।
- ਜੇਕਰ ਜਾਂਚ ਵਿਚ ਪਾਣੀ ਖ਼ਰਾਬ ਆਏ ਤਾਂ ਫਿਲਟਰ ਲਗਾਓ ਜਾਂ ਫਿਰ ਪੀਣ ਤੇ ਖਾਣਾ ਪਕਾਉਣ ਦੇ ਲਈ ਬੋਤਲਬੰਦ ਪਾਣੀ ਪ੍ਰਯੋਗ ਕਰੋ। ਇਹ ਨਾ ਸੋਚੋ ਕਿ ਸਾਰੇ ਬੋਤਲਬੰਦ ਪਾਣੀ ਦੀਆਂ ਬੋਤਲਾਂ ਸੁਰਖਿਅਤ ਹੁਦੀਆਂ ਹਨ। ਇਹ ਵੀ ਹੋ ਸਕਦਾਹੈ ਕਿ ਉਹ ਵੀ ਸਾਦੇ ਪਾਣੀ ਨਾਲ ਹੀ ਭਰੀਆਂ ਗਈਆਂ ਹੋਣ। ਕੁਝ ਬੋਤਲਾਂ ਦੇ ਪਾਣੀ ਵਿਚ ਫਲੋਰਾਈਡ ਵੀ ਨਹੀਂ ਹੁੰਦਾ, ਜੋ ਤੁਹਾਡੇ ਬੱਚੇ ਦੇ ਦੰਦਾਂ ਦੇ ਲਈ ਜ਼ਰੂਰੀ ਹੈ। ਡਿਸਟਿਲਡ ਪਾਣੀ ਵੀ ਨਾ ਲਉ ਕਿਉਂਕਿ ਉਸ ਵਿਚੋਂ ਵੀ ਲੋੜੀਂਦੇ ਖਣਿਜ ਕੱਢ ਦਿੱਤੇ ਜਾਂਦੇ ਹਨ।
- ਜੇਕਰ ਜਾਂਚ ਤੋਂ ਬਾਦ ਪਾਣੀ ਵਿਚ ਸ਼ਿਸ਼ੇ ਦੀ ਮਾਤਰਾ ਵੱਧ ਨਿਕਲੇ ਤਾਂ ਪਾਈਪਲਾਈਨ ਦਾ ਕਨੈਕਸ਼ਨ ਕਿਤੋਂ ਹੋਰ ਲੈ ਲਉ। ਹਾਲਾਂਕਿ ਇਹ ਹਮੇਸ਼ਾਂ ਸੰਭਵ ਨਹੀਂ ਹੁੰਦਾ। ਇਸ ਲਈ ਪੀਣ ਤੇ ਪਕਾਉਣ ਦੇ ਲਈ ਠੰਡਾ ਪਾਣੀ ਹੀ ਪ੍ਰਯੋਗ ਕਰੋ। ਪਾਣੀ ਪ੍ਰਯੋਗ ਕਰਨ ਤੋਂ ਪਹਿਲਾਂ ਟੂਟੀ ਨੂੰ ਪੰਜ ਮਿੰਟ ਖੁਲ੍ਹਾ ਛੱਡ ਦਿਉ।
- ਜੇਕਰ ਤੁਹਾਡੇ ਪਾਣੀ ਵਿਚ ਕਲੋਰੀਨ ਦੀ ਵਧੇਰੇ ਮਹਿਕ ਆਏ ਤਾਂ ਉਸ ਨੂੰ ਉਬਾਲੋ ਜਾਂ ਬਿਨਾਂ ਢਕੇ 24 ਘੰਟੇ ਪਿਆ ਰਹਿਣ ਦਿਉ ਤਾਂ ਜੋ ਉਹ ਮਹਿਕ ਉਡ ਜਾਏ।

**ਕੀਟਨਾਸ਼ਕ ਉਤਪਾਦਨ(ਪੈਸਟੀਸਾਇਡ)**:- ਸਾਨੂੰ ਅਕਸਰ ਕੀੜੇ-ਮਕੋੜਿਆਂ ਤੋਂ ਸੁਰੱਖਿਆ ਦੇ ਲਈ ਕੀਟਨਾਸ਼ਕ ਉਤਪਾਦਨ ਪ੍ਰਯੋਗ ਕਰਨੇ ਪੈਂਦੇ ਹਨ। ਹਾਲਾਂਕਿ ਗਰਭਕਾਲ ਵਿਚ ਵੀ ਕੁਝ ਸਾਵਧਾਨੀਆਂ ਦੇ ਨਾਲ ਸਭ ਠੀਕ ਹੋ ਸਕਦਾ ਹੈ। ਜੇਕਰ ਪੜੋਸ ਵਿਚ ਛਿੜਕਾਅ ਹੋਇਆ ਹੋਵੇ ਤਾਂ ਦਵਾਈ ਦੀ ਮਹਿਕ ਰਹਿਣ ਤਕ ਉਥੇ ਨਾ ਜਾਓਂ। ਘਰ ਦੀਆਂ ਖਿੜਕੀਆਂ ਬੰਦ ਕਰ ਲਉ।

ਜੇਕਰ ਆਪਣੇ ਹੀ ਘਰ ਵਿਚ ਸਪ੍ਰੇ ਕਰਵਾਉਣਾ ਪਵੇ ਤਾਂ ਧਿਆਨ ਰਖੋ ਕਿ ਭਾਂਡੇ ਤੇ ਖਾਣ-ਪੀਣ ਦਾ ਸਮਾਨ ਉਸ ਤੋਂ ਸੁਰਖਿਅਤ ਰਖੋ। ਘਰ ਵਿਚੋਂ ਮਹਿਕ ਭਜਾਉਣ ਲਈ ਖਿੜਕੀਆਂ ਖੁਲ੍ਹੀਆਂ ਰੱਖੋ। ਸਾਰੀ ਜਗ੍ਹਾ ਧੋ-ਪੂੰਝ ਕੇ ਸਾਫ਼ ਕਰਨ ਤੋਂ ਬਾਦ ਹੀ ਉਸ ਜਗ੍ਹਾ ਤੇ ਭੋਜਨ ਪਕਾਓ। ਉਂਝ ਪੈਸਟ ਕਾਬੂ ਕਰਨ ਦੇ ਕੁਦਰਤੀ ਤਰੀਕੇ ਅਪਣਾਉਣਾ ਵਧੀਆ ਹੋਵੇਗਾ। ਆਪਣੇ ਬਾਗ ਦੇ ਵੱਡੇ ਪਾਈਪ ਦੇਪਾਣੀ ਦੀ ਬੁਛਾਰ ਪ੍ਰਯੋਗ ਕਰੋ। ਇਸ ਕੰਮ ਦੇ ਲਈ ਖ਼ਾਸ ਤੌਰ ਤੇ ਬਣਿਆ 'ਸੋਪ ਮਿਕਸ' ਆਉਂਦਾ ਹੈ, ਉਸ ਨੂੰ ਪ੍ਰਯੋਗ ਕਰੋ। ਕੁਝ ਐਸੇ ਕੀੜਿਆਂ ਨੂੰ ਪਾਲਤੂ ਬਣਾ ਲਉ ਜੋ ਤੁਹਾਨੂੰ ਪ੍ਰੇਸ਼ਾਨ ਕਰਨ ਵਾਲੇ ਕੀੜੇ-ਮਕੋੜਿਆਂ ਦਾ ਕੰਮ ਤਮਾਮ ਕਰ ਸਕਣ।

ਕੀਟਨਾਸ਼ਕ ਲੈਣੇ ਹੀ ਪੈਣ ਤਾਂ ਐਸੇਲਉ ਜੋ ਜ਼ਹਿਰੀਲੇ ਨਾ ਹੋਣ। ਘਰ ਵਿਚ ਨੇਪਥਲੀਨ ਬਾੱਲਜ਼ ਰੱਖਣ ਦੀ ਥਾਂ ਨਿੰਮ ਦੀਆਂ ਪੱਤੀਆਂ ਰੱਖੋ। ਇਨ੍ਹਾਂ ਤੋਂ ਕਪੜੇ ਵਧੇਰੇ ਸੁਰਖਿਅਤ ਰਹਿਣਗੇ।

ਘਰ ਵਿਚ ਬੱਚੇ ਜਾਂ ਪਾਲਤੂ ਪਸ਼ੂ-ਪੰਛੀ ਹੋਣ ਤਾਂ ਉਨ੍ਹਾਂ ਨੂੰ ਕੀਟਨਾਸ਼ਕ ਉਤਪਾਦਨਾਂ ਤੋਂ ਦੂਰ ਹੀ ਰੱਖੋ। ਇਥੋਂ ਤਕ ਕਿ ਜ਼ਹਿਰੀਲੇ ਮੰਨੇ ਜਾਣ ਵਾਲੇ ਕੀਟਨਾਸ਼ਕਾਂ ਵਿਚ ਵੀ ਬੋਰਿਕ ਐਸਿਡ ਹੁੰਦਾ ਹੈ ਜੋ ਨਿਗਲਣ ਜਾਂ ਸੁੰਘਣ ਤੇਜ਼ਹਿਰੀਲਾ ਹੋ ਸਕਦਾ ਹੈ, ਅੱਖਾਂ ਵਿਚ ਜਲਨ ਪੈਦਾ ਕਰ ਸਕਦਾਹੈ। ਕਿਸੀ ਸਥਾਨਕ ਵਾਤਾਵਰਣ ਕੈਂਪ ਤੋਂ ਕੁਦਰਤੀ ਤਰੀਕਿਆਂ ਤੇ ਵਿਧੀਆਂ ਸਬੰਧੀ ਰਾਏ ਲਈ ਜਾ ਸਕਦੀ ਹੈ।

ਹਾਲਾਂਕਿ ਇਨ੍ਹਾਂ ਵਸਤਾਂ ਦੇ ਥੋੜ੍ਹੇ-ਬਹੁਤ ਪ੍ਰਯੋਗ ਨਾਲ ਕੋਈ ਨੁਕਸਾਨ ਨਹੀਂ ਹੁੰਦਾ। ਜੇਕਰ ਇਨ੍ਹਾਂ ਨੂੰ ਲੰਬੇ ਸਮੇਂ ਤਕ ਪ੍ਰਯੋਗ ਕੀਤਾ ਜਾਏ ਤਾਂ - ਜਿਵੇਂਕਿ ਰਸਾਇਣ ਫੈਕਟਰੀ ਵਿਚ ਕੰਮ ਕਰਨ ਨਾਲ ਇਨ੍ਹਾਂ ਦੇ ਬੁਰੇ ਪ੍ਰਭਾਵ ਸਾਮ੍ਹਣੇ ਆ ਸਕਦੇ ਹਨ।

**ਪੇਂਟ ਦੀ ਮਹਿਕ**:- ਸਾਰੇ ਪਸ਼ੂ ਜਗਤ ਵਿਚ ਨੰਨ੍ਹੇ ਦੇ ਆਉਣ ਤੋਂ ਪਹਿਲਾਂ ਜ਼ਬਰਦਸਤ ਤਿਆਰੀਆਂ ਕੀਤੀਆਂ ਜਾਂਦੀਆਂ ਹਨ। ਪੰਛੀ ਆਲ੍ਹਣੇ ਬਣਾਉਂਦੇ ਹਨ, ਗਲਹਿਰੀਆਂ ਆਪਣੇ ਘਰ ਨੂੰ ਟਹਿਣੀਆਂ ਤੇ ਪੱਤੀਆਂ ਨਾਲ ਨਰਮ ਬਣਾਉਂਦੀਆਂ ਹਨ, ਪੁਰਸ਼ ਤੇ ਔਰਤ, ਆਨਲਾਈਨ ਡਿਜ਼ਾਇਨ ਦੇ ਨਮੂਨੇ ਦੇਖਣ ਵਿਚ ਰੁਝ ਜਾਂਦੇਹਨ। ਆਮ ਤੌਰ ਤੇ ਇਸ ਵਿਚ ਬੱਚੇ ਦੇ ਕਮਰੇ ਦਾ ਪੇਂਟ ਵੀ ਸ਼ਾਮਲ ਹੁੰਦਾ ਹੈ।(ਜਦੋਂ ਤੁਸੀਂ ਰੰਗ ਚੁਣ ਲਉ) ਉਂਝ ਅੱਜਕਲ ਪੇਂਟ ਵਿਚ ਸ਼ਿਸ਼ਾ ਜਾਂ ਮਰਕਰੀ ਨਹੀਂ ਪਾਇਆ ਜਾਂਦਾ, ਇਸ ਲਈ ਉਹ ਗਰਭਕਾਲ ਵਿਚ ਵੀ ਪੂਰੀ ਤਰ੍ਹਾਂ ਸੁਰਖਿਅਤ ਮੰਨੇ ਜਾਂਦੇ ਹਨ। ਫਿਰ ਵੀ ਐਸੇ ਕਈ ਕਾਰਕ ਹਨ, ਜਿਨ੍ਹਾਂ ਦੇਕਾਰਣ ਤੁਹਾਨੂੰ ਆਪਣੇ ਪੇਂਟਿੰਗ ਬੁਰਸ਼ ਕਿਸੇ ਦੂਜੇ ਦੇਹੱਥ ਵਿਚ ਦੇਣਾ ਪੈ ਸਕਦਾ ਹੈ। ਗਰਭਕਾਲ ਵਿਚ ਭਾਰ ਜ਼ਿਆਦਾ ਹੁੰਦਾ ਹੈ, ਲਗਾਤਾਰ ਪੇਂਟ ਕਰਨ ਨਾਲ ਪਿੱਠ ਦੀਆਂ ਮਾਸਪੇਸ਼ੀਆਂ ਤੇ ਦਬਾਅ ਪੈ ਕੇ, ਉਨ੍ਹਾਂ ਵਿਚ ਦਰਦ ਹੋ ਸਕਦਾ ਹੈ। ਪੇਂਟ ਕਰਦੇ ਸਮੇਂ ਪੌੜੀ ਤੇ ਚੜ੍ਹਣ ਨਾਲ ਪੈਰ ਫਿਸਲ ਸਕਦਾਹੈ ਅਤੇ ਪੇਂਟ ਦੀ ਮਹਿਕ ਨਾਲ ਜੀਅ ਮਿਚਲਾ ਸਕਦਾ ਹੈ।

ਜਦੋਂ ਦਰ ਵਿਚ ਪੇਂਟ ਹੋ ਰਿਹਾ ਹੋਵੇ ਤਾਂ ਇਸ ਦੌਰਾਨ ਬਾਹਰ ਰਹਿਣ ਦੀ ਕੋਸ਼ਿਸ਼ ਕਰੋ। ਘਰ ਦੀਆਂ ਸਾਰੀਆਂ ਖਿੜਕੀਆਂ ਖੁਲ੍ਹੀਆਂ ਹੋਣ। ਪੇਂਟ ਰਿਮੂਵਰ ਦੇ ਪ੍ਰਯੋਗ ਤੋਂ ਬਚੋ ਕਿਉਂਕਿ ਇਹ ਕਾਫ਼ੀ ਜ਼ਹਿਰੀ ਹੁੰਦੇਹਨ। ਜੇ ਕਰ ਪੁਰਾਣਾ ਪੇਂਟ ਉਤਾਰਿਆ ਜਾ ਰਿਹਾ ਹੈਤਾਂ ਉਸ ਵਿਚ ਮਰਕਰੀ ਜਾਂ ਲੈਡ ਦਾ ਪ੍ਰਯੋਗ ਵੀ ਹੋ ਸਕਦਾ ਹੈ।

## ਹਵਾ ਪ੍ਰਦੂਸ਼ਣ

### "ਕੀ ਸ਼ਹਿਰੀ ਪ੍ਰਦੂਸ਼ਣ ਮੇਰੇ ਬੱਚੇ ਨੂੰ ਨੁਕਸਾਨ ਪਹੁੰਚਾ ਸਕਦਾ ਹੈ?"

ਇਕ ਗਹਿਰੀ ਸਾਂਹ ਲਉ। ਇਹ ਗਹਿਰੀ ਸਾਂਹ ਕਾਫ਼ੀ ਹੱਦ ਤਕ ਸੁਰਖਿਅਤ ਹੀ ਹੈ। ਕਰੋੜਾਂ ਗਰਭਵਤੀ ਔਰਤਾਂ ਇਸੀ ਗਹਿਰੀ ਹਵਾ ਵਿਚ ਸਾਂਹ ਲੈ ਰਹੀਆਂ ਹਨ ਅਤੇ ਸਿਹਤਮੰਦ ਬੱਚਿਆਂ ਨੂੰ ਜਨਮ

### ਗ੍ਰੀਨ-ਗ੍ਰੀਨ ਟਿਪਸ

ਘਰ ਦੀ ਹਵਾ ਨੂੰ ਖ਼ੁਸ਼ਨੁਮਾ ਬਣਾਉਣਾ ਚਾਹੁੰਦੀ ਹੋ। ਆਪਣੇ ਘਰ ਨੂੰ ਹਰਿਆਲੀ ਨਾਲ ਭਰ ਦਿਉ। ਪੌਦੇ ਘਰ ਦੇ ਪ੍ਰਦੂਸ਼ਣ ਨੂੰ ਮਿਟਾਕੇ ਆੱਕਸੀਜਨ ਤਾਂ ਦੇਣਗੇ ਹੀ, ਨਾਲ ਹੀ ਤੁਹਾਡੀਆਂ ਅੱਖਾਂ ਨੂੰ ਵੀ ਠੰਡਦ ਮਿਲੇਗੀ। 'ਫਿਲੋਡੇਨਡ੍ਰਾਨ' ਜਾਂ 'ਇੰਗਲਿਸ਼ ਆਈਵੀ' ਵਰਗੇ ਜ਼ਹਿਰੀਲੇ ਪੌਦੇ ਨਾ ਲਗਾਓ। ਹਾਲਾਂਕਿ ਜਦੋਂ ਬੱਚੇ ਗੋਡਿਆਂ ਦੇ ਭਾਰ ਚੱਲਣ ਲਗੇਗਾ ਤਾਂ ਤੁਹਾਨੂੰ ਇਸ ਯੋਜਨਾ ਵਿਚ ਕੁਝ ਫੇਰਬਦਲ ਕਰਨੀ ਪੈ ਸਕਦੀ ਹੈ।

ਦੇਂਦੀਆਂ ਆ ਰਹੀਆਂ ਹਨ। ਉਂਝ ਤੁਹਾਨੂੰ ਹਵਾ ਵਿਚ ਪ੍ਰਦੂਸ਼ਣ ਫੈਲਾਉਣ ਵਾਲੇ ਕਾਰਕਾਂ ਤੋਂ ਥੋੜ੍ਹੀ ਸਾਵਧਾਨੀ ਤਾਂ ਵਰਤਣੀ ਹੀ ਹੋਵੇਗੀ।

- ਧੂਏਂ ਨਾਲ ਭਰੇਕਮਰੇ ਵਿਚ ਨਾ ਬੈਠੋ। ਤੰਬਾਕੂ ਦਾ ਧੂੰਆ ਭਰੂਣ ਦੇ ਵਿਕਾਸ ਤੇ ਬੁਰਾ ਅਸਰ ਪਾ ਸਕਦਾ ਹੈ। ਆਪਣੇ ਦੋਸਤਾਂ, ਪਰਿਵਾਰਕ ਮੈਂਬਰਾਂ ਤੇ ਸਹਿਕਰਮੀਆਂ ਨੂੰ ਕਹੋ ਕਿ ਉਹ ਤੁਹਾਡੇ ਨੇੜੇ ਸਿਗਰਟਨੋਸ਼ੀ ਨਾ ਕਰਨ। ਸਿਗਰਟ ਦੇ ਨਾਲ-2 ਸਿਗਾਰ ਤੇ ਪਾਈਪ ਤੋਂਵੀ ਦੂਰ ਰਹੋ ਕਿਉਂਕਿ ਇਨ੍ਹਾਂ ਦੇ ਪ੍ਰਯੋਗ ਨਾਲ ਵਾਧੂ ਧੂੰਆ ਨਿਕਲਦਾ ਹੈ।
- ਆਪਣੀ ਕਾਰ ਦੇ ਧੂੰਏ ਦੀ ਜਾਂਚ ਕਰਾਓ। ਗੈਰਜ ਦਾ ਦਰਵਾਜ਼ਾ ਬੰਦ ਕਰਕੇ ਗੱਡੀ ਚਾਲੂ ਨਾ ਕਰੋ। ਜਦੋਂ ਇੰਜ਼ਨ ਚਾਲੂ ਹੋਵੇ ਤਾਂ ਗੱਡੀ ਦਾ ਦਰਵਾਜ਼ਾ ਤੇ ਖਿੜਕੀ ਦਾ ਸ਼ਿਸ਼ਾ ਬੰਦ ਕਰ ਲਉ।
- ਤੁਹਾਡੇ ਸ਼ਹਿਰ ਵਿਚ ਵੱਧ ਪ੍ਰਦੂਸ਼ਣ ਹੋਵੇ ਤਾਂ ਜ਼ਿਆਦਾ ਸਮਾਂ ਘਰ ਹੀ ਬਿਤਾਓ। ਖਿੜਕੀਆਂ ਬੰਦ ਰੱਖੋ ਤੇ ਏ.ਸੀ. ਚਲਾ ਦਿਉ। ਸਿਹਤ ਅਧਿਕਾਰੀਆਂ ਵੱਲੋਂ ਦਿੱਤੇ ਗਏ ਸਾਰੇ ਨਿਰਦੇਸ਼ਾਂ ਦਾ ਪਾਲਣ ਕਰੋ। ਜੇਕਰ ਵਰਕ ਆਊਟ ਕਰਨਾ ਚਾਹੋ ਤਾਂ ਜਿਮ ਜਾਓ ਜਾਂ ਕਿਸੀ ਇਨਡੋਰ ਮਾੱਲ ਵਿਚ ਸੈਰ ਕਰੋ।
- ਚਾਹੇ ਕੋਈ ਵੀ ਮੌਸਮ ਹੋਵੇ, ਗੰਦੇ ਪ੍ਰਦੂਸ਼ਿਤ ਵਾਤਾਵਰਣ ਵਿਚ ਨਾ ਤਾਂ ਦੌੜੋ ਤੇ ਨਾ ਹੀ ਸਾਈਕਲ ਚਲਾਓ। ਇਸ ਤਰ੍ਹਾਂ ਤੁਸੀਂ ਵਧੇਰੇ ਪ੍ਰਦੂਸ਼ਿਤ ਹਵਾ ਅੰਦਰ ਲੈ ਜਾਓਗੀ। ਕੋਈ ਐਸਾ ਰਸਤਾ ਚੁਣੋ- ਜਿਥੇ ਪਾਰਕ ਹੋਵੇ ਜਾਂ ਸੜਕ ਦੇ

ਕਿਨਾਰੇ ਘਣੇ ਦਰੱਖਤ ਹੋਣ, ਮੇਨ ਰੋਡ ਤੇ ਨਾ ਜਾਓ। ਦਰੱਖ਼ਤ ਕਿਸੇ ਵੀ ਜਗ੍ਹਾ ਦੀ ਹਵਾ ਨੂੰ ਸ਼ੁੱਧ ਕਰਦੇ ਹਨ।

- ਤੁਹਾਡੇ ਘਰ ਵਿਚ ਫਾਇਰਪਲੇਸ, ਗੈਸ ਸਟੋਪ ਤੇ ਲਕੜੀ ਦੇ ਚੁਲ੍ਹੇ ਦੇ ਧੂੰਏ ਦੀ ਨਿਕਾਸੀ ਦਾ ਪੂਰਾ ਪ੍ਰਬੰਧ ਹੋਣਾ ਚਾਹੀਦਾ ਹੈ। ਫਾਇਰਪਲੇਸ ਵਿਚ ਅੱਗ ਜਲਾਉਣ ਤੋਂ ਪਹਿਲਾਂ ਉਸ ਦੀ ਚਿੰਮਨੀ ਖੋਲ੍ਹ ਦਿਉ।
- ਸਾਡੇ ਦੱਸੇ ਗ੍ਰੀਨ-ਗ੍ਰੀਨ ਸੁਝਾਅ ਅਜਮਾਓ, ਤੇ ਉਹ ਵੀ ਕਾਫ਼ੀ ਕਾਰਗਰ ਹਨ।

## ਪੂਰਕ ਤੇ ਬਦਲਵਾਂ ਇਲਾਜ

### ਘਰੇਲੂ ਹਿੰਸਾ

ਹਰ ਗਰਭਵਤੀ ਔਰਤ ਇਹੀ ਚਾਹੁੰਦੀ ਹੈ ਕਿ ਆਪਣੇ ਬੱਚੇਦੀ ਹਰ ਤਰ੍ਹਾਂ ਦੀ ਸੁਰੱਖਿਆ ਕਰੇ ਪ੍ਰੰਤੂ ਬੜੇ ਅਫ਼ਸੋਸ ਨਾਲ ਕਹਿਣਾ ਪੈਂਦਾ ਹੈ ਕਿ ਕਈ ਔਰਤਾਂ ਗਰਭਕਾਲ ਦੌਰਾਨ ਆਪਣਾ ਬਚਾਓ ਤਕ ਨਹੀਂ ਕਰਦੀਆਂ ਕਿਉਂਕਿ ਉਨ੍ਹਾਂ ਨੂੰ ਘਰੇਲੂ ਹਿੰਸਾ ਦਾ ਸ਼ਿਕਾਰ ਹੋਣਾ ਪੈਂਦਾਹੈ। ਜੇਕਰ ਗਰਭਕਾਲ ਪਹਿਲਾਂ ਤੋਂ ਨਿਯੋਜਿਤ ਨਾ ਹੋਵੇ ਤਾਂ ਕਈ ਵਾਰ ਇਹ ਉਸ ਔਰਤ ਦੇ ਪਤੀ ਦੇ ਲਈ ਜਲਨ, ਕ੍ਰੋਧ ਤੇ ਬਦਲੇ ਦਾ ਕਾਰਣ ਬਣ ਜਾਂਦਾ ਹੈ, ਉਸ ਦੇ ਲਈ ਮਨ ਵਿਚ ਨਕਾਰਾਤਮਕ ਸੋਚ ਜਨਮ ਲੈ ਲੈਂਦੀ ਹੈ। ਕਈ ਵਾਰ ਉਹੀ ਭਾਵਨਾਵਾਂ ਮਾਂ ਤੇ ਅਣਜੰਮੇ ਬੱਚੇ ਦੇ ਲਈ ਹਿੰਸਾ ਦਾ ਰੂਪ ਲੈ ਲੈਂਦੀਆਂ ਹਨ।

ਗਰਭਕਾਲ ਦੀਆਂ ਮੁਸ਼ਕਲਾਂ ਤੇ ਕਾਰ ਦੁਰਘਟਨਾਵਾਂ ਦੇ ਮੁਕਾਬਲੇ ਗਰਭਵਤੀ ਔਰਤਾਂ ਘਰੇਲੂ ਹਿੰਸਾ ਨਾਲ ਵੱਧ ਮਰਦੀਆਂ ਹਨ। ਕਰੀਬ 20 ਪ੍ਰਤੀਸ਼ਤ ਔਰਤਾਂ ਨੂੰ ਆਪਣੇ ਪਤੀ ਦੇ ਹੱਥੀਂ ਹਿੰਸਾ ਦਾ ਸ਼ਿਕਾਰ ਹੋਣਾ ਪੈਂਦਾ ਹੈ। ਸਰੀਰਕ ਤਸੀਹੇ ਸਹਿਣ ਵਾਲੀਆਂ ਔਰਤਾਂ ਦੇ ਬੱਚਿਆਂ ਦਾ ਸਮੇਂ ਤੋਂ ਪਹਿਲਾਂ ਹੀ ਜਨਮ ਲੈਣ ਦੀ ਸੰਭਾਵਨਾ ਵਧ ਜਾਂਦੀ ਹੈ।

ਗਰਭਵਤੀ ਔਰਤ ਤੇ ਬੱਚੇ ਨੂੰ ਲਗੀ ਕਿਸੀ ਸੱਟ ਦੇ ਮੁਕਾਬਲੇ ਸਰੀਰਕ ਤੇ ਮਾਨਸਿਕ ਤਸੀਹੇ ਕਿਤੇ ਜ਼ਿਆਦਾ ਨੁਕਸਾਨ ਪਹੁੰਚਾਉਂਦੇ ਹਨ। ਘਟੀਆ ਖ਼ੁਰਾਕ ਤੇ ਪ੍ਰਸੂਤ ਤੋਂ ਪਹਿਲਾਂ ਦੇਖਭਾਲ ਵਿਚ ਕਮੀ ਦੇ ਕਾਰਣ ਐਸੀਆਂ ਮਾਵਾਂ ਦੇ ਸਿਹਤਮੰਦ ਬੱਚਿਆਂ ਦਾ ਜਨਮ ਨਹੀਂ ਹੁੰਦਾ।

ਜਨਮ ਲੈਣ ਤੋਂ ਤੁਰੰਤ ਬਾਦ ਬੱਚਾ ਵੀ ਉਸ ਪ੍ਰਤੱਖ ਹਿੰਸਾ ਦਾ ਸ਼ਿਕਾਰ ਹੋਣ ਲਗਦਾ ਹੈ। ਸਮਾਜ ਦੇ ਸਾਰੇ ਵਰਗਾਂ ਵਿਚ ਐਸੀਆਂ ਔਰਤਾਂ ਮਿਲਦੀਆਂ ਹਨ। ਜਿਨ੍ਹਾਂ ਵਿਚ ਹਰ ਉਮਰ, ਜਾਤ ਤੇ ਸਿਖਿਅਕ ਪੱਧਰ ਦੀਆਂ ਔਰਤਾਂ ਸ਼ਾਮਲ ਹਨ। ਜੇਕਰ ਤੁਸੀਂ ਵੀ ਘਰੇਲੂ ਹਿੰਸਾ ਦੀ ਸ਼ਿਕਾਰ ਹੋ ਤਾਂ ਯਾਦ ਰੱਖੋ ਕਿ ਇਹ ਤੁਹਾਡੀ ਗਲਤੀ ਨਹੀਂ ਹੈ। ਤੁਸੀਂ ਕੁਝ ਨਹੀਂ ਕੀਤਾ। ਤੁਹਾਨੂੰ ਐਸੇ ਬੁਰੇ ਰਿਸ਼ਤਿਆਂ ਤੋਂ ਬਾਹਰ ਆਣ ਦੇ ਲਈ ਮਦਦ ਲੈਣੀ ਹੋਵੇਗੀ। ਜੇਕਰ ਵਿਚ-ਬਚਾਅ ਨਾ ਹੋਇਆ ਤਾਂ ਹਿੰਸਾ ਵਧਦੀ ਹੀ ਜਾਏਗੀ। ਜੇ ਕਰ ਤੁਸੀਂ ਇਸ ਸਬੰਧੀ ਸੁਰਖਿਅਤ ਨਹੀਂ ਹੋ ਤਾਂ ਤੁਹਾਡਾ ਬੱਚਾ ਵੀ ਨਹੀਂ ਰਹੇਗਾ।

ਆਪਣੇ ਡਾਕਟਰ ਨਾਲ ਗੱਲ ਕਰੋ। ਭਰੋਸੇਮੰਦ ਦੋਸਤਾਂ ਨਾਲ ਗੱਲ ਕਰੋ ਜਾਂ ਕਿਸੀ ਸਥਾਨਕ ਘਰੇਲੂ ਹਿੰਸਾ ਹਾੱਟਲਾਈਨ ਤੇ ਸੰਪਰਕ ਕਰੋ। ਕਈ ਰਾਜਾਂ ਵਿਚ ਐਸੇ ਪ੍ਰੋਗਰਾਮ ਚਲਾਏ ਜਾਂਦੇ ਹਨ ਜਿਥੇ ਤੁਹਾਨੂੰ ਰਹਿਣ-ਖਾਣ ਦੀ ਜਗ੍ਹਾ ਤੇ ਪ੍ਰਸੂਤ ਤੋਂ ਪਹਿਲਾਂ ਦੇਖਭਾਲ ਮਿਲ ਸਕਦੀ ਹੈ।

---

ਪਹਿਲਾਂ ਦਾਈਆਂ ਹੀ ਇਨ੍ਹਾਂ ਪਰਿਸਥਿਤੀਆਂ ਦਾ ਸਾਮਣਾ ਪਰੰਪਰਿਕ ਇਲਾਜ ਵਿਧੀਆਂ ਦੇ ਨਾਲ ਕਰਦੀਆਂ ਸਨ ਪ੍ਰੰਤੂ ਹੁਣ ਇਹ ਇਲਾਜ ਸ਼ਾਖਾਵਾਂ, ਪਹਿਲਾਂ ਤੋਂ ਕਿਤੇ ਵੱਧ ਵਧੀਆ ਹੋ ਕੇ ਸਾਡੀ ਇਲਾਜ ਵਿਧੀ ਦੀ ਪੂਰਕ ਹੋ ਗਈ ਹੈ। ਇਹ ਤੁਹਾਡੇ ਤੇ ਤੁਹਾਡੇ ਪਰਿਵਾਰ ਦਾ ਇਕ ਅੰਗ ਬਣਦੀ ਜਾ ਰਹੀ ਹੈ।

ਪੂਰਕ ਤੇ ਬਦਲਵੇਂ ਇਲਾਜ ਆਪਣੇ ਰੋਗੀਆਂ ਦੀ ਸੰਪੂਰਣ ਸਿਹਤ ਤੇ ਧਿਆਨ ਦੇਂਦੇ ਹਨ ਤੇ ਪੋਸ਼ਟਿਕ, ਭਾਵਨਾਤਮਕ, ਅਧਿਆਤਮਕ ਤੇ ਸਰੀਰਕ ਪ੍ਰਭਾਵਾਂ ਦੇ ਮਲ ਦੀ ਵੀ ਜਾਂਚ ਕਰਦੇ ਹਨ। ਇਹ ਇਸ ਸਿਧਾਂਤ ਤੇ ਵਿਸ਼ਵਾਸ ਰਖਦੇ ਹਨ ਕਿ ਸਰੀਰ ਆਪਣੇ ਸਿਹਤ ਰਖਿਆ ਖ਼ੁਦ ਕਰਦਾ ਹੈ, ਬਸ ਉਸ ਨੂੰ ਕੁਝ ਕੁਦਰਤੀ ਦੋਸਤਾਂ, ਜੜੀਆਂ-ਬੂਟੀਆਂ, ਸਰੀਰਕ ਕੁਸ਼ਲਤਾ, ਆਤਮਾ ਤੇ ਮਨ ਦੀ

ਸਹਾਇਤਾ ਲੈਣੀ ਪੈਂਦੀ ਹੈ।

ਗਰਭਕਾਲ ਇਕ ਰੋਗ ਨਹੀਂ ਸਗੋਂ ਜੀਵਨ ਦਾ ਇਕ ਆਮ ਅੰਗ ਹੈ। ਗਰਭਵਤੀ ਔਰਤਾਂ ਨੂੰ ਪੂਰਕ ਤੇ ਬਦਲਵੀਆਂ ਇਲਾਜ ਵਿਧੀਆਂ ਦੀ ਮਦਦ ਲੈਣੀ ਚਾਹੀਦੀ ਹੈ। ਅੱਜਕਲ ਇਹ ਸਭ ਵਿਧੀਆਂ ਗਰਭਕਾਲ ਤੇ ਪ੍ਰਸੂਤ ਦੇ ਲਈ ਪੂਰਕ ਸਿੱਧ ਹੋ ਰਹੀਆਂ ਹਨ। ਉਹ ਹਨ-

**ਐਕਯੂਪੰਚਰ**:- ਚੀਨੀ ਹਜ਼ਾਰਾਂ ਸਾਲਾਂ ਤੋਂ ਜਾਣਦੇ ਸਨ ਕਿ ਐਕਯੂਪੰਚਰ ਨਾਲ ਗਰਭਕਾਲ ਦੇ ਕਈ ਲੱਛਣਾਂ ਤੋਂ ਮੁਕਤੀ ਪਾਈ ਜਾ ਸਕਦੀ ਹੈ ਪ੍ਰੰਤੂ ਪਰੰਪਰਿਕ ਪ੍ਰਸੂਤੀ ਵਿਗਿਆਨ ਨੇ ਕੁਝ ਹੀ ਸਮੇਂ ਤੋਂ ਇਸ ਤੇ ਧਿਆਨ ਦੇਣਾ ਸ਼ੁਰੂ ਕੀਤਾ ਹੈ। ਵਿਗਿਆਨ ਖੋਜ ਪ੍ਰਾਚੀਨ ਬੁੱਧੀਮਤਾ ਵੱਲ ਮੁੜ ਰਿਹਾ ਹੈ। ਖੋਜ-ਕਰਤਾਵਾਂ ਨੇ ਪਤਾ ਕੀਤਾ ਹੈ ਕਿ ਐਕਯੂਪੰਚਰ ਦੀ ਮਦਦ ਨਾਲ ਦੀਮਾਗ ਤੋਂ ਕਈ ਤਰ੍ਹਾਂ ਰਸਾਇਣਾਂ ਦਾ ਰਿਸਾਅ ਹੁੰਦਾ ਹੈ ਜਿਸ ਨਾਲ ਦਰਦ ਦੇ ਲੱਛਣਾਂ ਵਿਚ ਕਮੀ ਆਉਂਦੀ ਹੈ। ਇੰਝ ਕਿਵੇਂ ਹੁੰਦਾ ਹੈ? ਐਕਯੂਪੰਚਰ ਵਿਧੀ ਦੇ ਮਾਹਰ ਸਰੀਰ ਦੇ ਵੱਖ-2 ਮੈਰੀਡਿਯਨਾਂ ਵਿਚ ਪਤਲੀਆਂ ਸੂਈਆਂ ਚੁਭੋਦੇਂ ਹਨ। ਪ੍ਰਾਚੀਨ ਪਰਪਰਾ ਅਨੁਸਾਰ ਇਹ ਰਸਤਾ 'ਚੈਨਲ' ਹਨ ਜਿਨ੍ਹਾਂ ਦੇ ਰਾਹੀਂ ਸਰੀਰ ਦੀ ਜੀਵਨ ਊਰਜਾ 'ਚੀ' ਪ੍ਰਭਾਵਿਤ ਹੁੰਦੀ ਹੈ।

ਖੋਜਕਰਤਾਵਾਂ ਨੇ ਇਹ ਵੀ ਪਤਾ ਕੀਤਾ ਹੈ ਕਿ ਜਦੋਂ ਇਲੈਕਟ੍ਰੋਪੰਚਰ ਤਰੀਕੇ ਨਾਲ ਇਹ ਸੂਈਆਂ ਚੁਭੋਈਆਂ ਜਾਂਦੀਆਂ ਹਨ ਤਾਂ ਸਨਾਯੂ ਉਤੇਜਿਤ ਹੁੰਦੇ ਹਨ ਜਿਸ ਨਾਲ ਐਂਡੋਰਫਿਨ ਦਾ ਰਿਸਾਅ ਵੱਧਦਾ ਹੈ ਅਤੇ ਪਿੱਠ ਦਰਦ, ਜੀ ਮਿਚਲਾਣ, ਗਰਭਕਾਲ ਦੇ ਤਨਾਅ ਤੇ ਹੋਰ ਲੱਛਣਾਂ ਤੋਂ ਛੁਟਕਾਰਾ ਮਿਲਦਾ ਹੈ। ਇਸ ਨੂੰ ਪ੍ਰਸੂਤ ਦੇ ਸਮੇਂ ਹੋਣ ਵਾਲੇ ਦਰਦ ਨੂੰ ਘਟਾਉਣ ਦੇ ਲਈ ਵੀ ਪ੍ਰਯੋਗ ਕੀਤਾ ਜਾ ਸਕਦਾ ਹੈ। ਐਕਯੂਪੰਚਰ ਨਾਲ ਬਾਂਝਪਨ ਦੀ ਸਮੱਸਿਆ ਵਿਚ ਮਦਦ ਲਈ ਜਾ ਸਕਦੀ ਹੈ।

**ਐਕਯੂਪ੍ਰੈਸ਼ਰ**:- ਐਕਯੂਪ੍ਰੈਸ਼ਰ ਜਾਂ 'ਸ਼ਿਏਤਸੂ' ਵੀ ਐਕਯੂਪੰਚਰ ਦੇ ਸਿਧਾਂਤ ਤੇ ਹੀ ਕੰਮ ਕਰਦਾ ਹੈ। ਇਸ ਵਿਚ ਸੂਈਆਂ ਚੁਭੋਣ ਦੀ ਬਜਾਏ ਹੱਥ ਦੀਆਂ ਉਂਗਲੀਆਂ ਤੇ ਅੰਗੂਠੇ ਤੋਂ ਦਬਾਅ ਦਿੱਤਾ ਜਾਂਦਾ ਹੈ ਜਾਂ ਫਿਰ ਅਨਾਜ ਦੇ ਦਾਣਿਆਂ ਨਾਲ ਦਬਾਅ ਦੇ ਕੇ ਟੇਪ ਚਿਪਕਾ ਦਿੱਤੀ ਜਾਂਦੀ ਹੈ। ਕਲਾਈ ਦੇ ਅੰਦਰ ਵੱਲ ਇਕ ਖ਼ਾਸ ਬਿੰਦੂ ਤੇ ਦਬਾਅ ਦੇਣ ਨਾਲ ਜੀ ਮਿਚਲਾਣ ਤੋਂ ਛੁਟਕਾਰਾ ਮਿਲ ਸਕਦਾ ਹੈ। ਇਸ ਤਰ੍ਹਾਂ ਐਕਯੂਪ੍ਰੈਸ਼ਰ ਵਿਚ ਹੱਥਾਂ-ਪੈਰਾਂ ਦੇ ਕਈ ਬਿੰਦੂ ਹੁੰਦੇ ਹਨ, ਜਿਨ੍ਹਾਂ ਨੂੰ ਕਿਸੀ ਪ੍ਰੋਫੈਸ਼ਨਲ ਦੀ ਮਦਦ ਨਾਲ ਸਿੱਖਣ ਤੋਂ ਬਾਦ ਹੀ ਅਜਮਾਉਣਾ ਚਾਹੀਦਾ ਹੈ।

**ਬਾਇਓਫੀਡਬੈਕ**:- ਇਹ ਇਕ ਐਸੀ ਵਿਧੀ ਹੈ ਜਿਸ ਵਿਚ ਰੋਗੀਆਂ ਨੂੰ ਸਿਖਾਇਆ ਜਾਂਦਾ ਹੈ ਕਿ ਉਹ ਸਰੀਰਕ ਜਾਂ ਭਾਵਨਾਤਮਕ ਤਨਾਅ ਤੋਂ ਮੁਕਤੀ ਪਾਉਣ ਦੇ ਲਈ ਆਪਣੀ ਜੈਵਿਕ ਪ੍ਰਤਿਕ੍ਰਿਆ ਦੀ ਕੋਸ਼ਿਸ਼ ਕਿਵੇਂ ਕਰ ਸਕਦੇ ਹੋ। ਇਸ ਨਾਲਸਿਰਦਰਦ, ਪਿੱਠ ਦਰਦ, ਸਰੀਰ ਦੇ ਕਿਸੀ ਵੀ ਹਿੱਸੇ ਵਿਚ ਦਰਦ, ਅਨਿੰਦ੍ਰਾ ਤੇ ਜੀ ਮਿਚਲਾਣਾ ਵਰਗੇ ਗਰਭਕਾਲ ਦੇ ਕਈ ਲੱਛਣਾਂ ਵਿਚ ਆਰਾਮ ਆ ਸਕਦਾ ਹੈ। ਖ਼ੂਨ ਰਿਸਾਅ ਘਟਾਣ, ਤਨਾਅ, ਉਤੇਜਨਾ ਤੇ ਤਨਾਅ ਨਾਲ ਲੜਣ ਦੇ ਲਈ ਵੀ ਬਾਇਓਫੀਡਬੈਕ ਦਾ ਪ੍ਰਯੋਗ ਕਰ ਸਕਦੇ ਹੋ।

**ਕੀਰੋਪ੍ਰੈਕਟਿਕ ਇਲਾਜ**:- ਇਸ ਇਲਾਜ ਵਿਚ ਰੀੜ ਦੀ ਹੱਡੀ ਤੇ ਹੋਰ ਜੋੜਾਂ ਅਤੇ ਸਨਾਯੂ ਆਮ ਗਤੀ ਨਾਲ ਚਲਦੇ ਰਹਿਣ ਅਤੇ ਸਰੀਰ ਦਾ ਖ਼ੁਦ ਇਲਾਜ ਕਰਨ ਦੀ ਸਮਰੱਥਾ ਵੱਧ ਸਕੇ। ਕੀਰੋਪ੍ਰੈਕਟਿਕ ਦੀ ਮਦਦ ਨਾਲ ਗਰਭਵਤੀ ਔਰਤ ਨੂੰ ਵਮਨ, ਪਿੱਠਦਰਦ, ਜੋੜਾਂ ਦੇ ਦਰਦ, ਸ਼ਿਯਾਟਿਕਾ ਤੇ ਹੋਰ ਦਰਦਾਂ ਤੋਂ ਛੁਟਕਾਰਾ ਮਿਲ ਸਕਦਾ ਹੈ। ਕੀਰੋਪ੍ਰੈਕਟਰ ਗਰਭਵਤੀ ਔਰਤਾਂ ਦੇ ਲਈ ਐਸੇ ਹੀ ਤਰੀਕੇ ਅਜਮਾਉਂਦੇ ਹਨ ਜਿਸ ਨਾਲ ਔਰਤਾਂ ਸੁਰੱਖਿਤ ਰਹਿਣ ਤੇ ਉਨ੍ਹਾਂ ਦੇ ਪੇਟ ਦੇ ਹੇਠਲੇ ਹਿੱਸੇ ਤੇ ਦਬਾਅ ਨਾ ਪਵੇ।

**ਮਾਲਿਸ਼**:- ਮਾਲਿਸ਼ ਨਾਲ ਵਮਨ ਤੋਂ ਛੁਟਕਾਰਾ ਮਿਲ ਸਕਦਾ ਹੈ, ਪ੍ਰੰਤੂ ਕੁਝ ਗਰਭਵਤੀ ਔਰਤਾਂ ਮਾਲਿਸ਼ ਤੋਂ ਬਾਦ ਹੀ ਜੀ ਮਿਚਲਾਣ ਦੀ ਸ਼ਿਕਾਇਤ ਕਰ ਸਕਦੀਆਂ ਹਨ। ਇਸ ਨਾਲ ਪਿੱਠ ਦਰਦ, ਸਿਰ ਦਰਦ ਤੇ ਸ਼ਿਯਾਟਿਕਾ ਤੋਂ ਆਰਾਮ ਮਿਲਣ ਦੇ ਨਾਲ-2, ਸਰੀਰ ਦੀਆਂ ਮਾਸਪੇਸ਼ੀਆਂ ਪ੍ਰਸੂਤ ਦੇ ਲਈ ਵੀ ਤਿਆਰ ਹੁੰਦੀਆਂ ਹਨ।

ਪ੍ਰਸੂਤ ਦਰਦ ਦੌਰਾਨ ਵੀ ਇਸ ਦਾ ਪ੍ਰਯੋਗ ਹੁੰਦਾ ਹੈ ਤਾਂ ਜੋ ਮਾਸਪੇਸ਼ੀਆਂ ਨੂੰ ਆਰਾਮ ਮਿਲੇ ਤੇ ਦਰਦ ਘੱਟ ਸਕੇ। ਇਸ ਨਾਲ ਤਨਾਅ ਤੋਂ ਵੀ ਛੁਟਕਾਰਾ ਮਿਲਦਾ ਹੈ। ਤੁਸੀਂ ਮਾਲਿਸ਼ ਕਰਵਾਉਣ ਤੋਂ ਪਹਿਲਾਂ ਦੇਖ ਲਉ ਕਿ ਉਕਤ ਵਿਅਕਤੀ ਪ੍ਰਸੂਤ-ਪੂਰਵ ਮਾਲਿਸ਼ ਦੇ ਲਈ ਸਿਖਿਅਤ ਹੈ ਜਾਂ ਨਹੀਂ।

**ਰਿਫਲੈਕਸੋਲਾੱਜੀ**:- ਐਕਯੂਪ੍ਰੈਸ਼ਰ ਦੀਤਰ੍ਹਾਂ ਰਿਫਲੈਕਸੋਲਾੱਜੀ ਵਿਚ ਹੱਥ-ਪੈਰ ਤੇ ਕੰਨਾਂ ਤੇ ਹਲਕਾ ਦਬਾਅ ਦਿੱਤਾ ਜਾਂਦਾ ਹੈ ਤਾਂ ਜੋ ਕਈ ਤਰ੍ਹਾਂ ਦੇ ਦਰਦ ਦੇ

ਲੱਛਣਾਂ ਤੋਂ ਮੁਕਤੀ ਮਿਲ ਸਕੇ। ਜਦੋਂ ਵੀ ਤੁਸੀਂ ਇਸ ਇਲਾਜ ਦੇ ਲਈ ਜਾਓ ਤਾਂ ਆਪਣੇ ਗਰਭਵਤੀ ਹੋਣ ਦੀ ਸੂਚਨਾ ਦੇ ਦਿਉ ਤਾਂ ਜੋ ਇਲਾਜ ਵਿਚ ਪੂਰੀ ਤਰ੍ਹਾਂ ਸਾਵਧਾਨੀ ਵਰਤਦੇ ਹੋਏ, ਨਿਸ਼ਚਿਤ ਬਿੰਦੂਆਂ ਤੇ ਦਬਾਅ ਦਿਉ।

**ਜਲ ਇਲਾਜ (ਹਾਈਡ੍ਰੋਥੈਰੇਪੀ):-** ਕਈ ਹਸਪਤਾਲਾਂ ਜਾਂ ਬਰਥ ਸੈਂਟਰਾਂ ਵਿਚ ਵੀ ਗਰਭਵਤੀ ਔਰਤਾਂ ਨੂੰ ਗਰਮ ਪਾਣੀ ਦੇ ਟਬ ਵਿਚ ਲਿਟਾਇਆ ਜਾਂਦਾ ਹੈ। ਕਈ ਔਰਤਾਂ ਪਾਣੀ ਵਿਚ ਹੀ ਬੱਚੇ ਨੂੰ ਜਨਮ ਦੇਣਾ ਚਾਹੁੰਦੀਆਂ ਹਨ।

**ਅਰੋਮਾ ਥੈਰੇਪੀ:-** ਸਰੀਰ ਮਨ ਤੇ ਆਤਮਾ ਦੇ ਅਰੋਗ ਦੇ ਲਈ ਖ਼ੁਸ਼ਬੂਦਾਰ ਤੇਲਾਂ ਦਾ ਪ੍ਰਯੋਗ ਕੀਤਾ ਜਾਂਦਾ ਹੈ। ਹਾਲਾਂਕਿ ਕੁਝ ਅਰੋਮਾ ਮਾਹਰਾਂ ਦਾ ਮੰਨਣਾ ਹੈ ਕਿ ਇਸ ਵਿਸ਼ੇ ਵਿਚ ਲੋੜੀਂਦੀ ਸਾਵਧਾਨੀ ਵਰਤੋਂ ਕਿਉਂਕਿ ਕੁਝ ਤੇਲ, ਗਰਭਵਤੀ ਔਰਤਾਂ ਨੂੰ ਨੁਕਸਾਨ ਪਹੁੰਚਾ ਸਕਦੇ ਹਨ।

**ਧਿਆਨ, ਮਾਨਸਿਕ ਚਿਤਰਣ ਤੇ ਰਿਲੈਕਸੇਸ਼ਨ ਦੀਆਂ ਤਕਨੀਕਾਂ:-** ਇਨ੍ਹਾਂ ਦੀ ਮਦਦ ਨਾਲ ਗਰਭਵਤੀ ਔਰਤ ਨੂੰ ਸਰੀਰਕ ਤੇ ਮਾਨਸਿਕ ਤਨਾਅ ਤੋਂ ਛੁਟਕਾਰਾ ਦਿਵਾਇਆ ਜਾ ਸਕਦਾ ਹੈ ਜਿਨ੍ਹਾਂ ਵਿਚ ਮਾਰਨਿੰਗ ਸਿਕਨੈਸ ਤੋਂ ਲੈ ਕੇ, ਪ੍ਰਸੂਤ ਦਰਦ ਤਕ ਸ਼ਾਮਲ ਹਨ। ਇਸ ਨਾਲ ਸੰਭਾਵੀ ਮਾਂ ਦੀ ਉਤੇਜਨਾ ਤੇ ਕਾਫ਼ੀ ਹੱਦ ਤਕ ਕਾਬੂ ਪਾਇਆ ਜਾ ਸਕਦਾ ਹੈ। ਤੁਸੀਂ ਇਸ ਕਿਤਾਬ ਵਿਚ ਦਿੱਤੀ ਕਸਰਤ ਕਰ ਸਕਦੀ ਹੋ।

**ਸੰਮੋਹਨ ਵਿਧੀ (ਹਿਪਨੋਥੈਰੇਪੀ):-** ਸੰਮੋਹਨ ਨਾਲ ਵੀ ਗਰਭਕਾਲ ਦੇ ਲੱਛਣਾਂ ਤੋਂ ਮੁਕਤੀ ਮਿਲਦੀ ਹੈ। ਤਨਾਅ ਘਟਦਾ ਹੈ, ਅਨਿੰਦ੍ਰਾ ਰੋਗ ਤੋਂ ਛੁਟਕਾਰਾ ਮਿਲਦਾ ਹੈ। ਪ੍ਰਸੂਤ-ਦਰਦ ਦੌਰਾਨ ਦਰਦ ਦਾ ਪ੍ਰਬੰਧਕ ਕਰਨਾ ਆਉਂਦਾ ਹੈ ਅਤੇ ਬੱਚੇ ਦਾ ਜਨਮ ਇਕ ਘੱਟ ਦਰਦ ਵਾਲੀ ਸਰਲ ਪ੍ਰਕ੍ਰਿਆ ਵਿਚ ਬਦਲਿਆ ਜਾ ਸਕਦਾ ਹੈ। ਇਸ ਸਥਿਤੀ ਵਿਚ ਸਰੀਰ ਨੂੰ ਡੂੰਘਾਈ ਨਾਲ ਰਿਲੈਕਸ ਕਰ ਦਿੱਤਾ ਜਾਂਦਾ ਹੈ। ਤਾਂ ਜੋ ਸਰੀਰ ਨੂੰ ਦਰਦ ਮਹਿਸੂਸ ਹੀ ਨਾ ਹੋਵੇ। ਯਾਦ ਰੱਖੋ ਕਿ ਇਹ ਵਿਧੀ ਸਭ ਦੇ ਕੰਮ ਨਹੀਂ ਆ ਸਕਦੀ। ਕੁਝ ਲੋਕਾਂ ਤੇ ਹੀ ਸੰਮੋਹਨ ਦੇ ਸੁਝਾਵਾਂ ਦਾ ਪ੍ਰਭਾਵ ਹੁੰਦਾ ਹੈ। ਕਿਸੀ ਸੰਮੋਹਨ ਮਾਹਰ ਦੀਆਂ ਸੇਵਾਵਾਂ ਲੈਣ ਤੋਂ ਪਹਿਲਾਂ ਪਤਾ ਲਗਾ ਲਉ ਕਿ ਉਹ ਪ੍ਰਮਾਣਿਤ ਹੋਵੇ ਅਤੇ ਗਰਭਕਾਲ ਥੈਰੇਪੀ ਦਾ ਅਨੁਭਵੀ ਹੋਵੇ।

**ਮਾੱਕਸੀਬਸ਼ਨ:-** ਇਕ ਬਦਲਵੇਂ ਇਲਾਜ ਵਿਧੀ ਵਿਚ ਐਕਯੂਪੰਚਰ ਦੇ ਨਾਲ-2 ਉਸਮਾ ਨੂੰ ਸ਼ਾਮਲ ਕੀਤਾ ਜਾਂਦਾ ਹੈ ਤਾਂ ਜੋ 'ਬ੍ਰੀਚ ਬੇਬੀ' ਨੂੰ ਹੌਲੀ ਜਿਹੇ ਪਲਟਿਆ ਜਾ ਸਕੇ। ਜੇਕਰ ਤੁਸੀਂ ਵੀ ਇਸ ਤਕਨੀਕ ਦੀ ਮਦਦ ਲੈਣਾ ਚਾਹੋ ਤਾਂ ਕਿਸੇ ਅਨੁਭਵੀ ਐਕਯੂਪੰਚਰਿਸਟ ਦੀ ਮਦਦ ਲਉ।

**ਜੜ੍ਹੀ ਬੂਟੀਆਂ ਨਾਲ ਇਲਾਜ:-** ਸਦੀਆਂ ਤੋਂ ਜੜ੍ਹੀ-ਬੂਟੀਆਂ ਰੋਗਾਂ ਦਾ ਇਲਾਜ ਕਰਦੀਆਂ ਆ ਰਹੀਆਂ ਹਨ। ਉਹ ਗਰਭਕਾਲ ਦੇ ਲੱਛਣਾਂ ਨਾਲ ਨਿਪਟਣ ਵਿਚ ਪੂਰੀ ਤਰ੍ਹਾਂ ਸਮਰੱਥ ਹਨ। ਹਾਲਾਂਕਿ ਮਾਹਰ ਇਨ੍ਹਾਂ ਨੂੰ ਪੂਰੀ ਤਰ੍ਹਾਂ ਪ੍ਰਯੋਗ ਵਿਚ ਲਿਆਉਣ ਦੀ ਸਲਾਹ ਨਹੀਂ ਦੇਂਦੇ ਕਿਉਂਕਿ ਇਸ ਵਿਸ਼ੇ ਵਿਚ ਅਜੇ ਪੂਰੀ ਤਰ੍ਹਾਂ ਖੋਜ ਨਹੀਂ ਹੋਈ ਹੈ।

ਹਾਲਾਂਕਿ ਪੂਰਕ ਅਤੇ ਬਦਲਵੀਂ ਇਲਾਜ ਵਿਧੀ, ਪ੍ਰਸੂਤੀ ਵਿਗਿਆਨ ਵਿਚ ਪ੍ਰਵੇਸ਼ ਕਰ ਚੁੱਕੀ ਹੈ। ਇਨ੍ਹਾਂ ਦੇ ਪ੍ਰਯੋਗ ਤੋਂ ਪਹਿਲਾਂ ਉਚਿਤ ਸਾਵਧਾਨੀ ਵਰਤਣੀ ਚਾਹੀਦੀ ਹੈ ਤੇ ਇਨ੍ਹਾਂ ਦੀਆਂ ਕਮੀਆਂ ਨੂੰ ਵੀ ਧਿਆਨ ਵਿਚ ਰੱਖਣਾ ਚਾਹੀਦਾ ਹੈ।

- ਆਪਣੀ ਦਾਈ ਜਾਂ ਲੇਡੀ ਡਾਕਟਰ ਨੂੰ ਵੀ ਇਸ ਸਬੰਧੀ ਦਸ ਦਿਉ ਤਾਂ ਜੋ ਤੁਹਾਨੂੰ ਸੰਪੂਰਣ ਪੂਰਕ ਇਲਾਜ ਮਿਲ ਸਕੇ। ਇਸ ਨਾਲ ਤੁਹਾਨੂੰ ਤੇ ਬੱਚੇ ਨੂੰ ਪੂਰੀ ਸੁਰੱਖਿਆ ਵੀ ਮਿਲੇਗੀ।
- ਪੂਰਕ ਦਵਾਈਆਂ (ਜੜ੍ਹੀ-ਬੂਟੀਆਂ ਤੋਂ ਤਿਆਰ) ਨਾਲ ਤੁਸੀਂ ਸੁਰਖਿਆ ਦੇ ਪ੍ਰਤੀ ਪੂਰੀ ਤਰ੍ਹਾਂ ਆਸਵੰਦ ਨਹੀਂ ਹੋ ਸਕਦੇ ਕਿਉਂਕਿ ਉਨ੍ਹਾਂ ਦੀ ਡਾਕਟਰੀ ਜਾਂਚ ਨਹੀਂ ਹੋਈ ਹੁੰਦੀ। ਹਾਲਾਂਕਿ ਉਨ੍ਹਾਂ ਦੇ ਪ੍ਰਯੋਗ ਵਿਚ ਕੋਈ ਦਿੱਕਤ ਨਹੀਂ ਹੈ, ਬਸ ਅਸੀਂ ਅਧਿਕਾਰਕ ਤੌਰ ਤੇ ਉਨ੍ਹਾਂ ਦੇ ਲਾਭ-ਹਾਨੀਆਂ ਦੀ ਵਿਆਖਿਆ ਨਹੀਂ ਕਰ ਸਕਦੇ। ਜਦੋਂ ਤਕ ਇਸ ਵਿਸ਼ੇ ਵਿਚ ਹੋਰ ਵੱਧ ਜਾਣਕਾਰੀ ਨਾ ਮਿਲੇ, ਇਨ੍ਹਾਂ ਦਵਾਈਆਂ ਦੇ ਪ੍ਰਯੋਗ ਤੋਂ ਪਹਿਲਾਂ ਅਨੁਭਵੀ ਮਾਹਰਾਂ ਦੀ ਰਾਏ ਜ਼ਰੂਰ ਲਉ।
- ਕਈ ਪੂਰਕ ਵਿਧੀਆਂ ਐਸੀਆਂ ਵੀ ਹਨ ਜੋ ਉਂਝ ਤਾਂ ਫਾਇਦੇਮੰਦ ਹੈ। ਪ੍ਰੰਤੂ ਗਰਭਵਤੀ ਔਰਤਾਂ ਨੂੰ ਉਨ੍ਹਾਂ ਦੇ ਪ੍ਰਯੋਗ ਤੋਂ ਪਹਿਲਾਂ ਸਾਵਧਾਨੀ ਵਰਤਣੀ ਪੈਂਦੀ ਹੈ। ਇਸ ਲਈ ਆਪਣੇ ਡਾਕਟਰ ਨੂੰ ਗਰਭਕਾਲ ਸਬੰਧੀ ਦੱਸਣਾ ਨਾ ਭੁੱਲੋ।
- ਇਨ੍ਹਾਂ ਇਲਾਜ ਵਿਧੀਆਂ ਦੇ ਪ੍ਰਯੋਗ ਦੇ ਤਰੀਕੇ ਤੇ ਵੀ ਕਾਫ਼ੀ ਕੁਝ ਨਿਰਭਰ ਕਰਦਾ ਹੈ। ਯਾਦ ਰੱਖੋ ਕਿ ਕੁਦਰਤੀ ਦਾ ਭਾਵ 'ਸੁਰਖਿਅਤ' ਅਤੇ ਰਸਾਇਣ ਦਾ ਭਾਵ 'ਹਾਨੀਕਾਰਕ' ਨਹੀਂ ਹੁੰਦਾ। ਆਪਣੀ ਪੂਰਕ ਇਲਾਜ ਵਿਧੀਆਂ ਨੂੰ ਗਰਭਕਾਲ ਦੇ ਨਾਲ ਲੈ ਕੇ ਚਲੋ, ਪਰ ਥੋੜ੍ਹੀ ਸਾਵਧਾਨੀ ਦੇ ਨਾਲ...।

■ ■ ■

# ਨੌ ਮਹੀਨੇ ਅਤੇ ਤੁਹਾਡਾ ਖਾਣ-ਪੀਣ

**ਤੁਹਾਡੇ ਅੰਦਰ ਇਕ ਛੋਟਾ ਜਿਹਾ, ਨੰਨ੍ਹਾ ਜਿਹਾ ਬੱਚਾ ਪਲ ਰਿਹਾ ਹੈ। ਨੰਨ੍ਹੇ ਹੱਥ-ਪੈਰ ਦੀਆਂ ਉਂਗਲੀਆਂ, ਕੰਨ ਅਤੇਅੱਖ ਬਣ ਰਹੇ ਹਨ ਅਤੇ ਦੀਮਾਗ ਦੀਆਂ ਕੋਸ਼ਕਾਵਾਂ ਤੇ ਜੀ ਨਾਲ ਵੱਧ ਰਹੀਆਂ ਹਨ। ਇਸ ਤੋਂ ਪਹਿਲਾਂ ਕਿ ਤੁਹਾਨੂੰ ਪਤਾ ਲਗੇ, ਉਹ ਨੰਨ੍ਹਾ ਜਿਹਾ ਭਰੂਣ ਤੁਹਾਡਾ ਬੱਚਾ ਬਣ ਜਾਏਗਾ, ਜਿਸ ਨੂੰ ਬਾਹਾਂ ਵਿਚ ਲੈਕੇ ਸੁਆਇਆ ਜਾ ਸਕੇਗਾ।**

ਇਸ ਵਿਚ ਕੋਈ ਹੈਰਾਨੀ ਦੀ ਗੱਲ ਨਹੀਂ ਕਿ ਕੰਮ ਵਿਚ ਕਾਫ਼ੀ ਮਿਹਨਤ ਲਗੇਗੀ। ਖ਼ੁਸ਼ੀ ਦੀ ਗੱਲ ਹੈ ਕਿ ਇਕ-ਦੂਜੇ ਨਾਲ ਪਿਆਰ ਕਰਨ ਵਾਲੇ ਮਾਂ-ਬਾਪ ਅਤੇ ਬੱਚੇ ਦਾ ਕੁਦਰਤ ਵੀ ਧਿਆਨ ਰਖਦੀ ਹੈ। ਇਸ ਦਾ ਭਾਵ ਹੈ ਕਿ ਤੁਹਾਡੇ ਘਰ ਇਕ ਪਿਆਰਾ, ਸਿਹਤਮੰਦ ਬੱਚਾ ਜਨਮ ਲਵੇਗਾ, ਬਸ ਤੁਹਾਨੂੰ ਇੰਨਾ ਧਿਆਨ ਰਖਣਾ ਹੈ ਕਿ ਤੁਹਾਡਾ ਗਰਭਕਾਲ ਪੂਰੀ ਤਰ੍ਹਾਂ ਆਰਾਮਦਾਇਕ ਅਤੇ ਸਿਹਤਮੰਦ ਹੋਵੇ। ਹਾਲਾਂਕਿ ਇਹ ਸਭ ਕਰਨਾ ਮੁਸ਼ਕਲ ਨਹੀਂ ਹੈ, ਤੁਸੀਂ ਪਹਿਲਾਂ ਤੋਂ ਇਹ ਕੰਮ ਕਰ ਰਹੀ ਹੋ।

ਜੀ ਹਾਂ, ਤੁਸੀਂ ਦਿਨ ਵਿਚ ਤਿੰਨ ਵਾਰ ਭੋਜਨ ਕਰ ਰਹੀ ਹੋ ਪ੍ਰੰਤੂ ਗਰਭਕਾਲ ਵਿਚਸਿਰਫ਼ ਖਾਣ ਨਾਲ ਹੀ ਚੁਣੌਤੀ ਪੂਰੀ ਨਹੀਂ ਹੁੰਦੀ-ਤੁਹਾਨੂੰ ਉਨਾਂ ਖਾਣਾ ਹੋਵੇਗਾ ਜਿੰਨਾ ਤੁਸੀਂ ਖਾ ਸਕਦੀ ਹੋ। ਚੰਗੀ ਤਰ੍ਹਾਂ ਭੋਜਨ ਖਾਣ ਦਾ ਭਾਵ ਹੋਵੇਗਾ ਕਿ ਤੁਸੀਂ ਆਪਣੇ ਲਾਡੇ ਜਾਂ ਲਾਡਲੀ ਨੂੰ ਚੰਗੇ ਸਿਹਤਮੰਦ ਜੀਵਨ ਦਾ ਤੋਹਫ਼ਾ ਦੇਣ ਜਾ ਰਹੀ ਹੋ।

ਗਰਭਕਾਲ ਖ਼ੁਰਾਕ ਯੋਜਨਾ, ਤੁਹਾਨੂੰ ਤੇ ਬੱਚੇ ਨੂੰ ਸਮਰਪਿਤ ਹੁੰਦੀ ਹੈ, ਇਸਨਾਲ ਬੱਚੇ ਨੂੰ ਕੀ ਲਾਭ ਹੋਵੇਗਾ? ਬਹੁਤ ਸਾਰੇ ਫ਼ਾਇਦਿਆਂ ਵਿਚੋਂ ਇਕ ਹੈ ਕਿ ਜਨਮ ਦੇ ਸਮੇਂ ਉਸ ਦਾ ਭਾਰ ਚੰਗਾ ਹੋਵੇਗਾ। ਦੀਮਾਗ ਚੰਗੀ ਤਰ੍ਹਾਂ ਵਿਕਸਿਤ ਹੋਵੇਗਾ, ਜਨਮ ਦੇ ਸਮੇਂ ਹੋਣ ਵਾਲੇ ਨੁਕਸ ਜਾਂ ਰੋਗ ਨਹੀਂ ਰਹਿਣਗੇ। ਤੁਸੀਂ ਮੰਨੋ ਜਾਂ ਨਾ ਮੰਨੋ, ਜੇਕਰ ਤੁਸੀਂ ਹੁਣੇ ਤੋਂ ਰਾਤ ਦੇ ਖਾਣੇ ਵਿਚਹਰੀ ਗੋਭੀ... ਤੇ ਦੂਜੀਆਂ ਹਰੀਆਂ ਸਬਜੀਆਂ ਸ਼ਾਮਲ ਕਰ ਲਓਗੀ ਤਾਂ ਤੁਹਾਡਾ ਪ੍ਰੀਸਕੂਲਰ ਬੱਚਾ ਖਾਣ-ਪੀਣ ਦੀਆਂ ਸਿਹਤਮੰਦ ਆਦਤਾਂ ਅਪਣਾਏਗਾ ਅਤੇ ਇਕ ਸਿਹਤਮੰਦ ਇਨਸਾਨ ਬਣੇਗਾ।

ਇਸ ਨਾਲ ਸਿਰਫ਼ ਤੁਹਾਡੇ ਸਰੀਰ ਨੂੰਹੀ ਲਾਭ ਨਹੀਂ ਹੋਵੇਗਾ। ਤੁਹਾਡੀ ਗਰਭਕਾਲ ਖ਼ੁਰਾਕ ਇਸ ਗੱਲ ਦੀ ਪੁਸ਼ਟੀ ਕਰਦੀ ਹੈ ਕਿ ਪ੍ਰਸੂਤ ਸੁਰੱਖਿਅਤ ਹੋਵੇਗਾ। ਚੰਗਾ ਖਾਣ-ਪੀਣ ਵਾਲੀਆਂ ਔਰਤਾਂ ਵਿਚ ਅਨੀਮੀਆ, ਗੈਸਟੇਸ਼ਨਲ ਡਾਯਬਿਟੀਜ਼ ਤੇ ਪ੍ਰੀਕਲੈਂਪਸਿਆ ਵਰਗੀਆਂ ਪ੍ਰੇਸ਼ਾਨੀਆਂ ਪੈਦਾ ਨਹੀਂ ਹੁੰਦੀਆਂ; ਸੋਚ-ਸਮਝ ਕੇ ਚੁਣੇ ਗਏ ਖਾਦ-ਪਦਾਰਥਾਂ ਤੋਂ ਵੀ ਰਾਹਤ ਮਿਲਦੀ ਹੈ। ਚੰਗਾ ਪੋਸ਼ਣ ਤੁਹਾਡੇ ਮੂਡ ਨੂੰ ਵੀ ਸੰਤੁਲਿਤ ਬਣਾਈ ਰਖਦਾ ਹੈ। ਐਸੀਆਂ ਔਰਤਾਂ ਦਾ ਪ੍ਰਸੂਤ ਸਮੇਂ ਤੋਂ ਪਹਿਲਾਂ ਜਾਂ ਬਾਦ ਵਿਚ ਨਾ ਹੋ ਕੇ , ਸਮੇਂ ਤੇ ਹੀ ਹੁੰਦਾ ਹੈ। ਪ੍ਰਸੂਤ ਤੋਂ ਬਾਦ ਸਰੀਰ ਨੂੰ ਆਪਣੇ ਸਹੀ ਆਕਾਰ ਵਿਚ ਆਉਣ ਵਿਚ ਵੀ ਦੇਰ ਨਹੀਂ ਲਗਦੀ।

ਜੇਕਰ ਤੁਸੀਂ ਇਨ੍ਹਾਂ ਸਾਰੇ ਲਾਭਾਂ ਦਾ ਭਾਵ ਸਮਝ ਗਈ ਹੋ ਤਾਂ ਤੁਹਾਨੂੰ ਆਪਣੇ ਭੋਜਨ ਨੂੰ ਪੌਸ਼ਟਿਕ ਬਣਾਉਣ ਦੇ ਲਈ ਕਮਰ ਕਸਣੀ ਹੋਵੇਗੀ ਕਿਉਂਕਿ ਗਰਭਕਾਲ ਖ਼ੁਰਾਕ ਅਤੇ ਔਸਤਨ ਪੌਸ਼ਟਿਕ ਭੋਜਨ ਵਿਚ ਖ਼ਾਸ ਅੰਤਰ ਨਹੀਂ ਹੁੰਦਾ। ਬਸ ਗਰਭਕਾਲ ਖ਼ੁਰਾਕ ਦੇ ਲਈ ਥੋੜ੍ਹੇ ਜਿਹੇ ਬਦਲਾਅ ਲਿਆਉਣੇ

ਪੈਂਦੇ ਹਨ।ਕਿਉਂਕਿ ਬੱਚੇਦੇ ਲਈ ਵੱਧ ਮਾਤਰਾ ਵਿਚ ਕੈਲੇਰੀ ਤੇ ਪੋਸ਼ਣ ਦੀ ਲੋੜ ਹੁੰਦੀ ਹੈ। ਬੁਨਿਆਦ ਤਾਂ ਉਹੀ ਰਹੇਗੀ, ਪ੍ਰੋਟੀਨ ਤੇ ਕੈਲਸ਼ੀਅਮ, ਸਾਬਤ ਅਨਾਜ, ਫਲ ਤੇ ਸਬਜ਼ੀਆਂ ਅਤੇ ਸਿਹਤਮੰਦ ਮਾਸ ਦਾ ਪੌਸ਼ਟਿਕ ਸੰਤੁਲਨ ਸਭ ਕੁਝ ਸੁਣਿਆ ਹੋਇਆ ਲਗਦਾ ਹੈ, ਨਾ? ਸਾਡੇ ਪੋਸ਼ਣ ਵਿਗਿਆਨੀ ਸਾਲਾਂ ਤੋਂ ਤੁਹਾਨੂੰ ਇਹੀ ਖਾਣ ਦੀ ਰਾਏ ਤਾਂ ਦੇਂਦੇ ਆ ਰਹੇ ਹਨ।

ਇਕ ਹੋਰ ਚੰਗੀ ਖ਼ਬਰ ਹੈ। ਜੇਕਰ ਤੁਸੀਂ ਹੁਣ ਤਕ ਕਾਫ਼ੀ ਘੱਟ ਮਾਤਰਾ ਵਿਚ ਆਦਰਸ਼ ਭੋਜਨ ਲੈਂਦੀ ਆਈ ਹੋ ਤਾਂ ਉਨ੍ਹਾਂ ਨੂੰ ਗਰਭਕਾਲ ਖ਼ੁਰਾਕ ਵਿਚ ਬਦਲਣਾ ਜ਼ਿਆਦਾ ਮੁਸ਼ਕਲ ਨਹੀਂ ਹੋਵੇਗਾ ਕਿਉਂਕਿ ਬਦਲਾਅ ਸਬੰਧੀ ਸੋਚਣ ਨਾਲ ਹੀ ਸ਼ੁਰੂਆਤ ਹੋ ਜਾਏਗੀ। ਤੁਸੀਂ ਹੁਣ ਵੀ ਮਜੇ ਨਾਲ ਆਪਣੇ ਕੇਕ ਅਤੇ ਚਿਪਸ ਖਾ ਸਕਦੀ ਹੋ, ਬਸ ਉਨ੍ਹਾਂ ਵਿਚ ਥੋੜ੍ਹੇ ਜਿਹੇ ਫੇਰ ਬਦਲ ਲਿਆਉਣੇ ਪੈਣਗੇ। ਤੁਸੀਂ ਕਈ ਸਵਾਦਿਸ਼ਟ ਵਿਅੰਜਨਾਂ ਰਾਹੀਂ ਵਿਟਾਮਿਨ ਅਤੇ ਖਣਿਜਾਂ ਦੀ ਮਾਤਰਾ ਲੈ ਸਕਦੀ ਹੈ ਭਾਵ ਸਿਹਤ ਦੇ ਨਾਲ-2 ਸਵਾਦ ਤੇ ਵੀ ਪੂਰੀ ਨਜ਼ਰ।

ਬਿਹਤਰੀ ਦੇ ਲਈ ਖ਼ੁਰਾਕ ਵਿਚ ਬਦਲਾਅ ਲਿਆਉਣ ਤੋਂ ਪਹਿਲਾਂ ਇਕ ਗੱਲ ਦਾ ਖ਼ਾਸ ਤੌਰ ਤੇ ਧਿਆਨ ਰੱਖੋ। ਇਸ ਲੇਖ ਵਿਚ ਗਰਭਕਾਲ ਦੇ ਸਮੇਂ ਲਈ ਜਾਣ ਵਾਲੀ ਆਦਰਸ਼ ਖ਼ੁਰਾਕ ਸਬੰਧੀ ਦਸਿਆ ਗਿਆ ਹੈ ਪ੍ਰੰਤੂ ਜੇਕਰ ਤੁਹਾਨੂੰ ਇਸ ਪੌਸ਼ਟਿਕ ਭੋਜਨ ਤੋਂ ਕੁਝ ਬੇਚੈਨੀ ਹੋਣ ਲਗੇ ਤਾਂ ਆਪਣੀ ਇੱਛਾ ਅਨੁਸਾਰ ਇਸ ਵਿਚ ਥੋੜ੍ਹਾ ਬਦਲਾਅ ਲਿਆ ਸਕਦੀ ਹੋ। ਬਸ ਅਸੀਂ ਇੰਨਾ ਕਹਿਣਾ ਚਾਹੁੰਦੇ ਹਾਂ ਕਿ ਬਿਲਕੁਲ ਅਣਜਾਨ ਹੋਣ ਦੀ ਥਾਂ ਥੋੜ੍ਹਾ ਜਿਹਾ ਸੋਚ-ਸਮਝ ਕੇ ਖਾਣ-ਪੀਣ ਦੀਆਂ ਆਦਤਾਂ ਅਪਨਾਓ। ਤੁਹਾਡੇ ਬਰਗਰ ਜਾਂ ਫ੍ਰੈਂਚ ਫ੍ਰਾਈ ਖਾਣੇ ਵਿਚ ਕੋਈ ਹਰਜ ਨਹੀਂ ਪ੍ਰੰਤੂ ਥੋੜ੍ਹਾ ਸਲਾਦ ਹੋਵੇਤਾਂ ਕੀ ਕਹਿਣਾ।

## ਨੌ ਮਹੀਨੇ ਦੇ ਸਿਹਤਮੰਦ ਭੋਜਨ ਦੇ ਬੁਨਿਆਦੀ ਨਿਯਮ

**ਕੌਣ ਗਿਣੇ**:- ਤੁਸੀਂ ਪੂਰੇ ਨੌਂ ਮਹੀਨੇ ਤਕ ਆਪਣੇ ਬੱਚੇ ਲਈ ਢੇਰ ਸਾਰਾ ਪੌਸ਼ਟਿਕ ਆਹਾਰ ਲੈਣਾ ਹੈ। ਉਸ ਅਜੰਮੇ ਬੱਚੇ ਨੂੰ ਇਕ ਸਿਹਤਮੰਦ ਸ਼ੁਰੂਆਤ ਦੇਣੀ ਹੈ। ਜਦੋਂ ਵੀ ਆਪਣਾ ਭੋਜਨ ਚਬਾਓ ਤਾਂ ਆਪਣੇ ਬੱਚੇ ਸਬੰਧੀ ਸੋਚੋ। ਯਾਦ ਰੱਖੋ ਕਿ ਹਰ ਇਕ ਬੁਰਕੀ ਨੰਨ੍ਹੇ ਬੱਚੇ ਨੂੰ ਪੋਸ਼ਣ ਪਹੁੰਚਾਣ ਦਾ ਸੁਨਹਿਰਾ ਮੌਕਾ ਹੋਵੇਗਾ।

### ਆਪਣੇ ਤਰੀਕੇ ਨਾਲ ਚੱਲੋ!

ਕੀ ਤੁਹਾਨੂੰ ਆਪਣੀ ਖ਼ੁਰਾਕ ਸਬੰਧੀ ਕੋਈ ਸ਼ੱਕ ਹੈ? ਕੀ ਤੁਸੀਂ ਖ਼ੁਰਾਕ ਯੋਜਨਾ ਨਹੀਂ ਬਣਾਉਣਾ ਚਾਹੁੰਦੀ? ਕੀ ਖਾਓ, ਕਿੰਨਾ ਖਾਓ, ਵਰਗੇ ਸਵਾਲ ਨਹੀਂ ਪੁੱਛਣਾ ਚਾਹੁੰਦੀ? ਕੋਈ ਗੱਲ ਨਹੀਂ, ਤੁਸੀਂ ਆਪਣੇ ਤਰੀਕੇ ਨਾਲ ਚਲੋ। ਸੰਤੁਲਿਤ ਤੇ ਪੌਸ਼ਟਿਕ ਖ਼ੁਰਾਕ ਲਉ, ਜਿਸ ਵਿਚ ਫਲ-ਦੁੱਧ, ਦਹੀ, ਅਨਾਜ ਤੇ ਸਬਜ਼ੀਆਂ ਆਦਿ ਸਭ ਕੁਝ ਸ਼ਾਮਲ ਹੋਵੇ। ਤੁਹਾਨੂੰ ਹਰ ਰੋਜ਼ 300 ਕੈਲੇਰੀ ਵੱਧ ਲੈਣੀ ਹੈ। ਇਸੀ ਨਾਲ ਗੱਲ ਬਣ ਜਾਵੇਗੀ।

**ਸਾਰੀ ਕੈਲੇਰੀ ਬਰਾਬਰ ਨਹੀਂ ਹੁੰਦੀ**:- ਕੈਲੇਰੀ ਚੁਣਦੇ ਸਮੇਂ ਸਾਵਧਾਨ ਰਹੋ, ਉਸ ਦੀ ਮਾਤਰਾ ਦੀ ਥਾਂ ਗੁਣਵੱਤਾ ਤੇ ਧਿਆਨ ਦਿਉ। 10 ਆਲੂ ਚਿਪਸ ਦੀ 100 ਕੈਲੇਰੀ, ਛਿਲਕੇ ਸਮੇਤ ਖਾਦੇ ਆਲੂ ਦੀ 100 ਕੈਲੇਰੀ ਦੇ ਸਮਾਨ ਨਹੀਂ ਹੋਵੇਗੀ। ਤੁਹਾਨੂੰ ਤੇ ਬੱਚੇ ਨੂੰ 2000 ਖ਼ਾਲੀ ਕੈਲੇਰੀ ਦੀ ਥਾਂ 2000 ਖ਼ੁਰਾਕੀ ਕੈਲੇਰੀ ਤੋਂ ਕਿਤੇ ਵੱਧ ਲਾਭ ਹੋਵੇਗਾ। ਪ੍ਰਸੂਤ ਤੋਂ ਬਾਦ ਤੁਹਾਡੇ ਸਰੀਰ ਤੇ ਇਸ ਦਾ ਅਸਰ ਦਿਖਾਈ ਦੇਵੇਗਾ।

**ਤੁਸੀਂ ਭੁੱਖੀ ਰਹੋਗੀ ਤਾਂ ਬੱਚਾ ਵੀ ਭੁੱਖਾ ਰਹੇਗਾ**:- ਕੀ ਤੁਸੀਂ ਨੰਨ੍ਹੇ ਬੱਚੇ ਨੂੰ ਭੁੱਖਾ ਰਖਣਾ ਚਾਹੋਗੀ ਤਾਂ ਉਸ ਨੂੰ ਜਨਮ ਤੋਂ ਪਹਿਲਾਂ ਭੁੱਖਾ ਕਿਉਂ ਰੱਖੋ? ਉਸ ਨੂੰ ਹਰਰੋਜ਼ ਨਿਯਮਿਤ ਰੂਪ ਵਿਚ ਖ਼ੁਰਾਕ ਮਿਲਣਾ ਜ਼ਰੂਰੀ ਹੈ। ਤੁਸੀਂ ਹੀ ਤਾਂ 'ਯੂਟੇਰਾਈਨ ਕੈਫੇ' ਵਿਚ ਭੋਜਨ ਦੇਂਦੀ ਹੋ। ਚਾਹੇ ਤੁਹਾਨੂੰ ਭੁੱਖ ਨਾ ਵੀ ਲਗੀ ਹੋਵੇ, ਬੱਚਾ ਤਾਂ ਭੁੱਖਾ ਹੈ। ਇਸਲਈ ਖਾਣਾ ਨਾ ਛੱਡੋ। ਸਹੀ ਸਮੇਂ ਤੇ ਸੰਤੁਲਿਤ ਭੋਜਨ ਲਉ। ਖੋਜ ਤੋਂ ਪਤਾ ਲਗਾ ਹੈਕਿ ਦਿਨ ਵਿਚ ਪੰਜ ਵਾਰ ਖਾਣ ਵਾਲੀ (ਤਿੰਨ ਭੋਜਨ+ਦੋ ਸਨੈਕਸ ਜਾਂ ਛੇ ਵਾਰ ਥੋੜ੍ਹਾ ਭੋਜਨ) ਮਾਵਾਂ ਕਾਫ਼ੀ ਸਿਹਤਮੰਦ ਰਹਿੰਦੀਆਂ ਹਨ। ਹਾਲਾਂਕਿ ਇਹ ਸਿਰਫ ਕਹਿਣਾ ਆਸਾਨ ਹੈ, ਖ਼ਾਸ ਤੌਰ ਤੇ ਜਦੋਂ ਖਾਣ ਦੇ ਨਾਮ ਤੋਂ ਹੀ ਤੁਹਾਨੂੰ ਉਬਕ ਆਉਂਦੀ ਹੋਵੇ। ਇਸੇ ਪੁਸਤਕ ਵਿਚ ਤੁਹਾਨੂੰ ਐਸੇ ਸੁਝਾਅ

ਮਿਲ ਜਾਣਗੇ ਜੋ ਤੁਹਾਡੇ ਕੰਮ ਆ ਸਕਦੇ ਹਨ।

**ਥੋੜ੍ਹੀ ਜਿਹੀ ਕਾਰਜਕੁਸ਼ਲਤਾ:-** ਕਿਤੇ ਤੁਸੀਂ ਇਹ ਸੋਚ ਕੇ ਤਾਂ ਨਹੀਂ ਡਰ ਰਹੀ ਕਿ ਇਸ ਤਰ੍ਹਾਂ ਅੰਨ੍ਹੇ ਵਾਹ ਖਾਣ ਨਾਲ ਤੁਸੀਂ ਕਿਵੇਂ ਦਿਖੇਗੀ। ਇਸ ਸਬੰਧੀ ਜ਼ਿਆਦਾ ਚਿੰਤਾ ਨਾ ਕਰੋ। ਤੁਹਾਨੂੰ ਥੋੜ੍ਹਾ ਕੁਸ਼ਲ ਹੋਣਾ ਹੋਵੇਗਾ। ਜਿਵੇਂ ਫੁਲ ਫੈਟ ਚਰਬੀ ਵਾਲੇ ਡੇਅਰੀ ਪਦਾਰਥਾਂ ਦੀ ਥਾਂ ਲੋ ਫੈਟ ਡੇਅਰੀ ਪਦਾਰਥ, ਤਲੇ ਹੋਏ ਦੀ ਥਾਂ ਸੇਕਿਆ ਜਾਂ ਉਬਲਿਆ ਭੋਜਨ, ਮੱਖਣ ਦੀ ਮਾਤਰਾ ਘੱਟ ਲਉ ਜਾਂ ਭੁੰਨਦੇ ਸਮੇਂ ਜੈਤੂਨ ਦੇ ਤੇਲ ਦੀ ਘੱਟ ਮਾਤਰਾ ਲਉ। ਜੇਕਰ ਤੁਹਾਡਾ ਭਾਰ ਘੱਟ ਵੱਧ ਰਿਹਾ ਹੋਵੇ ਤਾਂ ਇਸ ਤਰ੍ਹਾਂ ਖਾਦ ਪਦਾਰਥ ਚੁਣੋ ਜੋ ਤੁਹਾਡਾ ਭਾਰ ਵਧਾ ਸਕਣ। ਜੇਕਰ ਤੁਹਾਡਾ ਭਾਰ ਜ਼ਿਆਦਾ ਵੱਧ ਹੋਵੇਤਾਂ ਐਸੇ ਖਾਦ ਪਦਾਰਥ ਚੁਣੋ, ਜਿਸ ਨਾਲ ਤੁਹਾਡਾ ਭਾਰ ਤਾਂ ਵੱਧ ਨਾ ਵਧੇ ਪ੍ਰੰਤੂ ਬੱਚੇ ਨੂੰ ਪੂਰੀ ਖ਼ੁਰਾਕ ਮਿਲ ਸਕੇ।

**ਕਾਰਬੋਹਾਈਡ੍ਰੇਟ ਦਾ ਮਾਮਲਾ:-** ਕਈ ਗਰਭਵਤੀ ਔਰਤਾਂ ਭਾਰ ਵੱਧਣ ਦੇ ਡਰ ਤੋਂ ਆਪਣੇ ਭੋਜਨ ਵਿਚੋਂ ਕਾਰੋਹਾਈਡ੍ਰੇਟ ਦੀ ਮਾਤਰਾ ਘਟਾ ਦੇਂਦੀਆਂ ਹਨ ਜਿਵੇਂ ਕਿ 'ਆਲੂ'। ਇਸ ਵਿਚ ਕੋਈ ਸ਼ੱਕ ਨਹੀਂ ਕਿ ਰਿਫਾਇੰਡ ਕਾਰਬੋਹਾਈਡ੍ਰੇਟ(ਸਾਬਤ ਅਨਾਜ ਦੀ ਡਬਲਰੋਟੀ, ਬ੍ਰਾਊਨ ਚਾਵਲ, ਤਾਜੇ ਫਲ ਤੇ ਸਬਜ਼ੀਆਂ, ਸੁਕੀ ਬੀਨਜ਼ ਤੇ ਨਾਸ਼ਪਾਤੀ ਦੇ ਛਿਲਕੇ ਸਮੇਤ ਆਲੂ, ਇਹ ਵਿਟਾਮਿਨ ਬੀ ਦੀ ਪੂਰਤੀ ਕਰਦੇ ਹਨ। ਜ਼ਰੂਰੀ ਰੇਸ਼ਾ ਤੇ ਪ੍ਰੋਟੀਨ ਦੀ ਮਾਤਰਾ ਦੇਂਦੇਹਨ। ਇਹ ਨਾ ਸਿਰਫ ਬੱਚੇ ਸਗੋਂ ਤੁਹਾਡੇ ਲਈ ਵੀ ਲਾਭਦਾਇਕ ਹਨ। ਇਸ ਨਾਲ ਜੀਅ ਨਹੀਂ ਮਿਚਲਾਏਗਾ ਅਤੇ ਨਾ ਹੀ ਕਬਜ ਹੋਵੇਗੀ। ਇਸ ਨਾਲ ਪੇਟ ਭਰਿਆ ਮਹਿਸੂਸ ਹੋਵੇਗਾ ਤਾਂ ਤੁਹਾਡਾ ਭਾਰ ਵੀ ਵੱਧ ਨਹੀਂ ਵਧੇਗਾ।

ਇਕ ਹੋਰ ਖੋਜ ਤੋਂ ਪਤਾ ਲਗਾ ਹੈ ਕਿ ਕੰਪਲੈਕਸ ਕਾਰਬੋਹਾਈਡ੍ਰੇਟ ਦੀ ਵੱਧ ਮਾਤਰਾ ਲੈਣ ਨਾਲ ਰੇਸ਼ਾ ਵੱਧ ਮਾਤਰਾ ਵਿਚ ਮਿਲਦਾਹੈ ਅਤੇ 'ਗੈਸਟੇਸ਼ਨਲ ਡਾਯਬਿਟੀਜ' ਹੋਣ ਦਾ ਖ਼ਤਰਾ ਘੱਟ ਜਾਂਦਾ ਹੈ। ਰੇਸ਼ੇ ਦੀ ਮਾਤਰਾ ਹੋਲੀ-2 ਵਧਾਓ। ਇਕ ਦਮ ਜਲਦੀ ਰੇਸ਼ੇ ਦੀ ਮਾਤਰਾ ਵਧਾਓਗੀ ਤਾਂ ਪੇਟ ਵਿਚ ਗੈਸ ਬਣ ਸਕਦੀ ਹੈ।

**ਕੁਝ ਮਿੱਠਾ ਹੋ ਜਾਏ:-** ਮਿੱਠਾ ਖਾਣਾ ਕਿਸ ਨੂੰ ਪਸੰਦ ਨਹੀਂ ਹੁੰਦਾ ਪ੍ਰੰਤੂ ਖੋਜਕਰਤਾਵਾਂ ਦਾ ਮੰਨਣਾ ਹੈ ਕਿ ਮਿੱਠੇ ਦੀ ਵੱਧ ਮਾਤਰਾ ਤੁਹਾਡੇ ਲਈ ਨੁਕਸਾਨਦੇਹ ਹੋ ਸਕਦੀ ਹੈ। ਇਸ ਨਾਲ ਮੋਟਾਪੇ ਤੋਂ ਇਲਾਵਾ ਦੰਦਾਂ ਤੇ ਮਸੂੜਿਆਂ ਦੇਰੋਗ, ਸ਼ੂਗਰ, ਦਿਲਰੋਗ ਤੇ ਕੋਲੋਨ ਕੈਂਸਰ ਦਾ ਖ਼ਤਰਾ ਵੀ ਵੱਧ ਜਾਂਦਾ ਹੈ। ਅਕਸਰ ਕੁਝ ਮਿੱਠੇ ਪਦਾਰਥਾਂ ਵਿਚ ਖ਼ੁਰਾਕੀ ਤੱਤਾਂ ਦੀ ਮਾਤਰਾ ਕਾਫ਼ੀ ਘੱਟ ਹੁੰਦੀ ਹੈ। ਐਸੇ ਸਮੇਂ ਕੈਂਡੀ ਅਤੇ ਸੋਡਾ ਸਭ ਤੋਂ ਪਹਿਲਾਂ ਦਿਮਾਗ ਵਿਚ ਆਉਂਦੇ ਹਨ।

ਰਿਫਾਇੰਡ ਚੀਨੀ ਬਾਜ਼ਾਰ ਵਿਚ ਕਈ ਰੂਪਾਂ ਵਿਚ ਮਿਲਦੀ ਹੈ, ਜਿਸ ਵਿਚ ਤੁਸੀਂ ਕਾਰਨ ਸੀਡ ਡੀਹਾਈ-ਡ੍ਰੇਟਿਡ ਕੈਨ ਜੂਸ ਨੂੰ ਸ਼ਾਮਲ ਕਰ ਸਕਦੀ ਹੋ।

ਸ਼ਹਿਦ ਇਕ ਐਸਾ ਸ਼ੂਗਰ ਹੈ ਜੋ ਰਿਫਾਇੰਡ ਨਹੀਂ ਹੁੰਦਾ। ਇਸ ਵਿਚ ਰੋਗਾਂ ਨਾਲ ਲੜਣ ਵਾਲੇ

## ਸਿਹਤਮੰਦ ਵਿਕਲਪ

ਆਪਣੇ ਮਨਪਸੰਦ ਭੋਜਨ ਦੇ ਕੁਝ ਸਿਹਤਮੰਦ ਵਿਕਲਪ ਚਾਹੋ ਤਾਂ ਇਸ ਸੂਚੀ ਨੂੰ ਪੜ੍ਹੋ:-

| ਇਨ੍ਹਾਂ ਦੀ ਥਾਂ | ਇਹ ਖਾਓ |
|---|---|
| ਆਲੂ ਚਿਪਸ | ਸੋਯਾ ਚਿਪਸ |
| ਤਲਿਆ ਚਿਕਨ | ਸੇਕਿਆ ਚਿਕਨ |
| ਹਾੱਟ ਫਜ ਸੰਡੇ | ਫਲ ਤੇਗ੍ਰੇਨੋਲਾ ਸਹਿਤ ਠੰਡਾ ਦਹੀ |
| ਟਾਕੋ ਚਿਪਸ ਤੇ ਚੀਜ਼ ਸਾੱਸ | ਬੈਜੀਸ ਤੇ ਚੀਜ਼ ਸਾੱਸ |
| ਫ੍ਰੈਂਚ ਫ਼ਾਈ | ਸੇਕੇ ਹੋਏ ਮਿੱਠੇ ਆਲੂ ਚਿਪਸ |
| ਸਫੇਦ ਬ੍ਰੈਡ | ਆਟਾ ਬ੍ਰੈਡ |
| ਸਾਫ਼ਟ ਡ੍ਰਿੰਕ | ਫਲਾਂ ਦਾ ਰਸ |
| ਸ਼ੂਗਰ ਕੁਕੀਜ | ਹੋਲਗ੍ਰੇਨ ਫਿਗ ਨਿਯੂਟਨ |

## 'ਸਿਕਸ ਮੀਲ' ਸੋਲਯੂਸ਼ਨ

ਤੇਜ ਪਿਆਸ ਲਗਣਾ, ਛਾਤੀ ਵਿਚ ਜਲਨ, ਕਬਜ ਜਾਂ ਫਿਰ ਕੋਈ ਵੀ ਕਾਰਣ ਤੁਹਾਡੀ ਖ਼ੁਰਾਕ ਤੋਂ ਦੂਰ ਲੈ ਜਾ ਰਿਹਾ ਹੋਵੇ ਤਾਂ 'ਮਿਕਸ ਮੀਲ' ਦਾ ਸਮਾਧਾਨ ਅਪਣਾਓ। ਦਿਨਵਿਚ ਤਿੰਨ ਵਾਰ ਪੂਰਾ ਭੋਜਨ ਕਰਨ ਦੀ ਬਜਾਏ ਉਸ ਨੂੰ ਛੋਟੇ-ਛੋਟੇ 6 ਹਿੱਸਿਆਂ ਵਿਚ ਵੰਡ ਲਉ। ਇਸ ਤਰ੍ਹਾਂ ਤੁਹਾਡੀ ਊਰਜਾ ਦਾ ਪੱਧਰ ਬਣਿਆ ਰਹੇਗਾ। ਸਿਰ ਵਿਚ ਦਰਦ ਵੀ ਘੱਟ ਤੋਂ ਘੱਟ ਹੋਵੇਗਾ ਅਤੇ ਮੂਡ ਵਿਚ ਉਤਾਰ-ਚੜਾਅ ਵੀ ਨਹੀਂ ਆਏਗਾ।

ਐਂਟੀਆੱਸੀਡੈਂਟਪਾਏ ਜਾਂਦੇ ਹਨ। ਤੁਸੀਂ ਇਸ ਦੀ ਮਦਦ ਨਾਲ ਕਈ ਤਰ੍ਹਾਂ ਦੇ ਪੌਸ਼ਟਿਕ ਭੋਜਨ ਤਿਆਰ ਕਰ ਸਕਦੀ ਹੋ। ਹਾਲਾਂਕਿ ਤੁਹਾਨੂੰ ਉਨ੍ਹਾਂ ਸਾਰੇ ਖਾਦ ਪਦਾਰਥਾਂ ਦੇ ਪ੍ਰਯੋਗ ਤੇ ਰੋਕ ਲਗਾਣੀ ਹੋਵੇਗੀ ਜਿਨ੍ਹਾਂ ਵਿਚ ਸ਼ੂਗਰ(ਚੀਨੀ) ਦੀ ਭਰਪੂਰ ਮਾਤਰਾ ਪਾਈ ਜਾਂਦੀ ਹੈ। ਇਸ ਤਰ੍ਹਾਂ ਤੁਸੀਂ ਕੁਝ ਐਸੇ ਪੌਸ਼ਟਿਕ ਭੋਜਨ ਚੁਣ ਸਕੋਗੀ ਜਿਨ੍ਹਾਂ ਵਿਚ ਥੋੜ੍ਹਾ ਬਹੁਤ ਮਿੱਠਾ ਵੀ ਹੁੰਦਾ ਹੈ।

ਸਵਾਦਿਸ਼ਟ ਤੇ ਪੌਸ਼ਟਿਕ ਮਿੱਠਾ ਲੈਣਾ ਚਾਹੁੰਦੀ ਹੋ ਤਾਂ ਚੀਨੀ ਦੀ ਥਾਂ ਫਲ, ਮੇਵੇ ਅਤੇ ਫਲਾਂ ਦਾ ਰਸ ਲਓ। ਇਨ੍ਹਾਂ ਨਾਲ ਤੁਹਾਨੂੰ ਮਿਠਾਸ ਦੇ ਨਾਲ ਵਿਟਾਮਿਨ, ਖਣਿਜ ਪਦਾਰਥ ਤੇ ਫਾਈਟੋਕੈਮੀਕਲ ਵੀ ਮਿਲਣਗੇ। ਤੁਸੀਂ ਕੈਲੇਰੀ ਫ੍ਰੀ ਸ਼ੂਗਰ ਵਿਕਲਪ ਵੀ ਲੈ ਸਕਦੀ ਹੋ ਜੋ ਗਰਭਕਾਲ ਵਿਚ ਬਿਲਕੁਲ ਨੁਕਸਾਨ ਨਹੀਂ ਪਹੁੰਚਾਉਂਦੇ।

**ਪੌਸ਼ਟਿਕ ਭੋਜਨ ਦੇ ਸ੍ਰੋਤ:-** ਕੁਦਰਤ ਦਾ ਖ਼ੁਰਾਕ ਨਾਲ ਡੂੰਘਾ ਨਾਤਾ ਹੈ। ਅਕਸਰ ਕਈ ਕੁਦਰਤੀ ਖਾਦ ਪਦਾਰਥ ਆਪਣੇ ਮੂਲ ਰੂਪ ਵਿਚ ਖ਼ੁਰਾਕ ਨਾਲ ਭਰਪੂਰ ਹੁੰਦੇਹਨ।ਤਾਜੇ ਮੌਸਮੀ ਫਲ ਖਾਓ। ਡੱਬਾਬੰਦ ਫਲ ਨਾ ਹੀ ਲਓ ਤਾਂ ਬਿਹਤਰ ਹੋਵੇਗਾ। ਜੇਕਰ ਉਹ ਲੈਣੇ ਵੀ ਪੈਣ ਤਾਂ ਐਸੇਪੈਕ ਚੁਣੋ ਜਿਨ੍ਹਾਂ ਵਿਚ ਨਮਕ, ਚੀਨੀ ਤੇ ਚਰਬੀ ਦੀ ਮਾਤਰਾ ਘੱਟ ਹੋਵੇ। ਹਰ ਰੋਜ ਕੱਚੇ ਫਲ ਤੇ ਸਬਜ਼ੀਆਂ ਜ਼ਰੂਰ ਖਾਓ। ਜਦੋਂ ਫਲ ਜਾਂ ਸਬਜ਼ੀਆਂ ਪਕਾਣੇ ਪੈਣ ਤਾਂ ਉਨ੍ਹਾਂ ਨੂੰ ਹਲਕੀ ਭਾਫ ਵਿਚ ਹੀ ਪਕਾਓ ਤਾਂ ਜੋ ਵਿਟਾਮਿਨ ਤੇ ਖਣਿਜ ਤੱਤ ਨਸ਼ਟ ਨਾ ਹੋਣ।

ਪ੍ਰੋਸੈਸਡ ਫੂਡ ਵਿਚ ਕਈ ਤਰ੍ਹਾਂ ਦੇ ਰਸਾਇਣ, ਚਰਬੀ ਤੇ ਚੀਨੀ ਮਿਲਾਏ ਜਾਂਦੇ ਹਨ ਜਿਸ ਨਾਲ ਉਨ੍ਹਾਂ ਦਾ ਖ਼ੁਰਾਕੀ ਮੁੱਲ ਕਾਫ਼ੀ ਘਟ ਜਾਂਦਾ ਹੈ। ਸਮੋਕਡ ਟਰਕੀ ਦੀ ਬਜਾਏ ਤਾਜ਼ੀ ਭੁੰਨੀ ਟਰਕੀ ਲਓ। ਸਾਬਤ ਅਨਾਜ ਨਾਲ ਬਣੀ ਮੈਕਰੋਨੀ ਦੇ ਨਾਲ ਚੀਜ਼ ਲਓ। ਚੀਜ਼ ਵੀਤਾਜ਼ਾ ਹੋਵੇ ਤਾਂ ਵਧੀਆ ਹੋਵੇਗਾ। ਤੁਸੀਂ ਤਾਜ਼ਾ ਅਤੇ ਓਟਮੀਲ ਵੀ ਲੈ ਸਕਦੀ ਹੋ।

## ਅਪਰਾਧਬੋਧ ਕੈਸਾ?

ਹੁਣ ਤਾਂ ਤੁਸੀਂ ਦੋ ਲੋਕਾਂ ਦੇ ਲਈ ਖਾ ਰਹੀ ਹੋ ਇਸ ਲਈ ਸਾਰੇ ਖਾਦ-ਪਦਾਰਥਾਂ ਦੀ ਚੋਣ ਸੋਚ-ਸਮਝਕੇ ਕਰਨੀ ਹੋਵੇਗੀ। ਹਾਲਾਂਕਿ ਤੁਸੀਂ ਕਦੀ-ਕਦੀ ਥੋੜ੍ਹੀ ਛੋਟ ਵੀ ਲੈ ਸਕਦੀ ਹੋ। ਜੇਕਰ ਕੁਝ ਮਨਪਸੰਦ ਵਿਅੰਜਨ (ਘੱਟ ਖ਼ੁਰਾਕੀ ਤੱਤਾਂ ਵਾਲਾ) ਖਾਣ ਦੀ ਇੱਛਾ ਹੋਵੇਤਾਂ ਇਕ-ਅੱਧ ਵਾਰ ਖਾਣ ਵਿਚ ਕੋਈ ਹਰਜ ਨਹੀਂ ਹੁੰਦਾ। ਮੰਨਿਆ ਕਿ ਬਲਿਯੂਵੈਰੀ ਮਫਿਨ ਵਿਚ ਬਲਿਯੂਵੈਰੀ ਤੋਂ ਵੱਧ ਚੀਨੀ ਹੋਵੇਗੀ, ਪ੍ਰੰਤੂ ਜਦੋਂ ਮਨ ਕਰ ਰਿਹਾ ਹੈ ਤਾਂ ਖਾਣਾ ਹੀ ਚਾਹੀਦਾ ਹੈ। ਜਦੋਂ ਵੀ ਮਨਪਸੰਦ ਕੈਂਡੀ, ਬਰਗਰ, ਕੁਕੀਜ ਕ੍ਰੀਮ ਖਾਣ ਦੀ ਇੱਛਾ ਹੋਵੇ ਤਾਂ ਜ਼ਰੂਰ ਖਾਓ ਪ੍ਰੰਤੂ ਨਾਲ ਹੀ ਕੁਝ ਐਸਾ ਲਓ ਜਿਸ ਨਾਲ ਖ਼ੁਰਾਕੀ ਤੱਤਾਂ ਦੀ ਮਾਤਰਾ ਪੂਰੀ ਹੋ ਸਕੇ; ਉਂਞ-ਅਖਰੋਟ ਵਾਲੀ ਕੈਂਡੀ ਚੁਣੋ, ਆਈਸਕ੍ਰੀਮ ਤੇ ਥੋੜ੍ਹੇ ਮੇਵੇ ਅਤੇ ਕੇਲੇ ਦੇ ਟੁਕੜੇ ਪਾ ਲਓ। ਪਨੀਰ ਤੇ ਟਮਾਟਰ ਵਾਲਾ ਬਰਗਰ ਮੰਗਾਓ। ਨਾਲ ਹੀ ਥੋੜ੍ਹਾ ਸਲਾਦ ਵੀ ਮੰਗਾਓ।

ਕੋਸ਼ਿਸ਼ ਇਹੀ ਰਹੇ ਕਿ ਐਸੇ ਭੋਜਨ ਦੀ ਮਾਤਰਾ ਵੱਧ ਨਾ ਹੋ ਸਕੇ। ਇਨ੍ਹਾਂ ਨੂੰ ਸਿਰਫ਼ ਸਵਾਦ ਦੇ ਲਈ ਖਾਓ। ਇਸ ਨਾਲ ਪੇਟ ਨਾ ਭਰੋ। ਆਪਣੀ ਹਦ ਵਿਚ ਹੀ ਰਹੋ। ਜੇਕਰ ਜ਼ਰੂਰਤ ਤੋਂ ਵੱਧ ਖਾ ਲਓਗੀ ਤਾਂ ਫਿਰ ਸ਼ਰਮਿੰਦਗੀ ਮਹਿਸੂਸ ਹੋਵੇਗੀ।

**ਸਿਹਤਮੰਦ ਭੋਜਨ ਦੀ ਸ਼ੁਰੂਆਤ ਹੋਵੇ ਘਰ ਤੋਂ:-** ਅਸੀਂ ਮੰਨਦੇ ਹਾਂ ਕਿ ਜਦੋਂ ਤੁਹਾਡੇ ਪਤੀ ਦੇਵ ਸੋਫ਼ੇ ਤੇ ਨਾਲ ਬੈਠੇ, ਵੱਡੇ ਜਿਹੇ ਕਟੋਰੇ ਵਿਚ ਆਈਸਕ੍ਰੀਮ ਖਾ ਰਹੇ ਹੋਣ ਤਾਂ ਤੁਹਾਡੇ ਲਈ ਆਪਣੇ ਮਨ ਨੂੰ ਸਮਝਾਣਾ ਥੋੜ੍ਹਾ ਔਖਾ ਹੋ ਸਕਦਾ ਹੈ। ਉਸ ਸਮੇਂ ਤੁਹਾਡਾ ਮਨ ਤਾਜ਼ੇ ਫਲ ਤੇ ਤਾਂ ਬਿਲਕੁਲ ਨਹੀਂ ਟਿਕੇਗਾ। ਰਸੋਈ ਦੀ ਅਲਮਾਰੀ ਵਿਚ ਸੰਤਰੀ ਚੀਜ਼ ਬਾੱਲਜ਼ ਪਏਹਨ ਤਾਂ ਤੁਹਾਨੂੰ ਸੋਯਾ ਚਿਪਸ ਦਾ ਸਵਾਦ ਨਹੀਂ ਆਏਗਾ। ਇਸਲਈ ਘਰ ਦੇ ਸਾਰੇ ਮੈਂਬਰਾਂ ਦੀ ਮਦਦ ਨਾਲ ਸਿਹਤਮੰਦ ਮਾਹੌਲ ਬਣਾਉਣ ਦੀ ਕੋਸ਼ਿਸ਼ ਕਰੋ।

ਘਰ ਵਿਚ ਸਾਬਤ ਅਨਾਜ ਦੀ ਡਬਲਰੋਟੀ ਰੱਖੋ, ਫਰਿਜ ਵਿਚ ਤਾਜਾ ਦਹੀ ਪਿਆ ਹੋਵੇ। ਐਸੇ ਸਨੈਕਸ ਉਥੋਂ ਹਟਾ ਦਿਓ ਜੋ ਸਨੈਕਸ ਸਿਹਤਮੰਦ ਖਾਦ ਪਦਾਰਥਾਂ ਦੀ ਸ਼੍ਰੇਣੀ ਵਿਚ ਨਹੀਂ ਆਉਂਦੇ। ਪ੍ਰਸੂਤ ਤੋਂ ਬਾਦ ਵੀ ਇਹੀ ਅਭਿਆਸ ਜਾਰੀ ਰੱਖੋ।

ਚੰਗੀ ਖ਼ੁਰਾਕ ਨਾਲ ਗਰਭਕਾਲ ਦੇ ਵਧੀਆ ਨਤੀਜੇ ਸਾਮ੍ਹਣੇ ਆਉਂਦੇ ਹਨ ਅਤੇ ਕਈ ਤਰ੍ਹਾਂ ਦੇ ਰੋਗਾਂ ਦਾ ਖ਼ਤਰਾ ਵੀ ਘਟਦਾਹੈ ਜੋ ਪਰਿਵਾਰ ਮਿਲਕੇ ਸਿਹਤਮੰਦ ਭੋਜਨ ਕਰਦਾ ਹੈ, ਉਹ ਹਮੇਸ਼ਾਂ ਸਿਹਤਮੰਦ ਰਹਿੰਦਾ ਹੈ।

**ਬੁਰੀ ਆਦਤਾਂ ਤੋਂ ਬਚੋ:-** ਪ੍ਰਸੂਤ ਤੋਂ ਪਹਿਲਾਂ ਸਿਹਤਮੰਦ ਭੋਜਨ ਲੈਣਾ ਹੀ ਕਾਫ਼ੀ ਨਹੀਂ ਹੋਵੇਗਾ। ਤੁਹਾਨੂੰ ਸ਼ਰਾਬ, ਤੰਬਾਕੂ ਤੇ ਹੋਰ ਨਸ਼ੀਲੇ ਪਦਾਰਥਾਂ

ਦਾ ਸੇਵਨ ਬੰਦ ਕਰਨਾ ਹੋਵੇਗਾ। ਜੇਕਰ ਤੁਸੀਂ ਹੁਣ ਤੱਕ ਆਪਣੀਆਂ ਆਦਤਾਂ ਨਹੀਂ ਬਦਲੀਆਂ ਤਾਂ ਹੁਣ ਤੋਂ ਆਪਣੀ ਜੀਵਨਸ਼ੈਲੀ ਵਿਚ ਬਦਲਾਅ ਲਿਆਣਾ ਸ਼ੁਰੂ ਕਰ ਦਿਉ।

# ਗਰਭਕਾਲ ਦੌਰਾਨ ਖਾਣ-ਪੀਣ

## ਕੈਲੇਰੀਜ਼

ਇਹ ਤਾਂ ਸਭ ਜਾਣਦੇ ਹਨ ਕਿ ਗਰਭਵਤੀ ਔਰਤ ਨੂੰ ਇਕ ਨਹੀਂ, ਦੋ ਲੋਕਾਂ ਦੇ ਲਈ ਖਾਣਾ ਪੈਂਦਾ ਹੈ, ਪ੍ਰੰਤੂ ਇਹ ਯਾਦ ਰੱਖੋ ਕਿ ਇਸ ਸਮੇਂ ਦੋ ਵਿਚੋਂ ਇਕ ਜੀਵ ਕਾਫ਼ੀ ਛੋਟਾ ਹੈ। ਉਸ ਨੂੰ ਆਪਣੀ ਮੰਮੀ ਤੋਂ ਕਾਫ਼ੀ ਕੈਲੇਰੀ ਦੀ ਜ਼ਰੂਰਤ ਹੋਵੇਗੀ। ਜੇਕਰ ਤੁਸੀਂ ਔਸਤ ਭਾਰ ਵਾਲੀ ਹੋ ਤਾਂ ਤੁਹਾਨੂੰ ਕੇਵਲ 300 ਕੈਲੇਰੀ ਦੀ ਵਧ ਜ਼ਰੂਰਤ ਹੋਵੇਗੀ। ਜੋ ਕਿ ਦੋ ਗਿਲਾਸ ਮਲਾਈ ਉਤਾਰਿਆ ਹੋਇਆ ਦੁੱਧ (ਸਿਕਮਡ ਮਿਲਕ) ਅਤੇ ਇਕ ਕਟੋਰੇ ਓਟ ਮੀਲ ਤੋਂ ਹੀ ਮਿਲਜਾਏਗੀ।

ਪਹਿਲੀ ਤਿਮਾਹੀ ਵਿਚ ਉਂਝ ਵੀ ਵੱਧ ਖ਼ੁਰਾਕ ਦੀ ਲੋੜ ਨਹੀਂ ਪਵੇਗੀ ਕਿਉਂਕਿ ਉਸ ਸਮੇਂ ਭਰੂਣ ਦਾ ਆਕਾਰ ਮਟਰ ਦੇ ਦਾਣੇ ਦੇ ਸਮਾਨ ਹੁੰਦਾ ਹੈ। ਦੂਜੀ ਤਿਮਾਹੀ ਵਿਚ ਤੁਹਾਨੂੰ ਉਸ ਦੇ ਲਈ ਵਾਧੂ ਖ਼ੁਰਾਕ ਦੀ ਲੋੜ ਹੋਵੇਗੀ। ਬਾਦ ਵਿਚ ਬੱਚੇਦਾ ਆਕਾਰ ਹੋਰ ਵੱਧ ਜਾਏਗਾ ਤਾਂ ਤੁਹਾਨੂੰ ਹਰ ਰੋਜ਼ 500 ਵੱਧ ਕੈਲੇਰੀ ਦੀ ਲੋੜ ਪੈ ਸਕਦੀ ਹੈ।

ਆਪਣੀ ਤੇ ਬੱਚੇ ਦੀ ਲੈਲੇਰੀ ਲੋੜ ਤੋਂ ਵੱਧ ਖਾਣ ਨਾਲ ਕੋਈ ਲਾਭ ਨਹੀਂ ਹੋਵੇਗਾ, ਇਸ ਨਾਲ ਤੁਹਾਡਾ ਭਾਰ ਕਾਫ਼ੀ ਫਾਲਤੂ ਹੋ ਸਕਦਾ ਹੈ। ਇਹ ਨਾ ਸਿਰਫ਼ ਭਾਰ ਵਧਾ ਦੇਵੇਗਾ ਸਗੋਂ ਗਰਭਕਾਲ ਵੱਧ ਦੇਨਾਲ-2 ਕੈਲੇਰੀ ਦੀ ਉਚਿਤ ਮਾਤਰਾ ਨਹੀਂ ਲਉਗੀ ਤਾਂ ਉਨ੍ਹਾਂ ਬੱਚੇਦਾ ਵਿਕਾਸ ਕਾਫ਼ੀ ਹੌਲੀ ਪੈ ਸਕਦਾ ਹੈ।

ਇਸ ਬੁਨਿਆਦੀ ਨਿਯਮ ਦੇ ਚਾਰ ਅਪਵਾਦ ਹਨ। ਜੇਕਰ ਇਸ ਵਿਚੋਂ ਇਕ ਵੀ ਤੁਹਾਡੇ ਤੇ ਲਾਗੂ ਹੁੰਦਾ ਹੋਵੇ ਤਾਂ ਪਹਿਲਾਂ ਆਪਣੇ ਡਾਕਟਰ ਤੋਂ ਕੈਲੇਰੀ ਦੀ ਲੋੜ ਸਬੰਧੀ ਸਲਾਹ ਲੈ ਲਉ। ਜੇਕਰ ਤੁਹਾਡਾ ਭਾਰ ਪਹਿਲਾਂ ਤੋਂ ਹੀ ਵੱਧ ਹੈਤਾਂ ਤੁਹਾਡੀ ਸਹੀ ਖ਼ੁਰਾਕ ਦੇਨਾਲ ਉਸੀ ਅਨੁਪਾਤ ਵਿਚ ਵੱਧ ਕੈਲੇਰੀ ਦੀ ਲੋੜ ਹੋਵੇਗੀ। ਜੇਕਰ ਤੁਸੀਂ ਹੁਣ ਨੌਜਵਾਨ ਹੋ ਭਾਵ ਵਿਕਾਸ ਸਥਿਤੀ ਵਿਚ ਹੋ ਤਾਂ ਤੁਹਾਡੀ ਖ਼ੁਰਾਕ ਦੀ ਮੰਗ ਵੀ ਵੱਖ ਹੋਵੇਗੀ। ਜੇਕਰ ਤੁਸੀਂ ਜੁੜਵਾਂ ਬੱਚਿਆਂ ਨੂੰ ਜਨਮ ਦੇਣ ਵਾਲੀ ਹੋ ਤਾਂ ਤੁਹਾਨੂੰ ਪ੍ਰਤੀ ਬੱਚਾ 300 ਕੈਲੇਰੀ ਵਾਧੂ ਲੈਣੀ ਹੋਵੇਗੀ।

ਗਰਭਕਾਲ ਵਿਚ ਕੈਲੇਰੀ ਦੀ ਗਿਣਤੀ ਤੋਂ ਇਹ ਭਾਵ ਨਾ ਕੱਢੋ ਕਿ ਤੁਸੀਂ ਸਚਮੁੱਚ ਉਨ੍ਹਾਂ ਨੂੰ ਗਿਣਨਾ ਹੈ। ਹਰ ਭੋਜਨ ਤੋਂ ਬਾਦ ਉਨ੍ਹਾਂ ਨੂੰ ਗਿਣਨ ਦੀ ਥਾਂ ਇਕ-ਦੋ ਹਫ਼ਤੇ ਬਾਦ ਜਾਂਚ ਕਰੋ ਤੇ ਆਪਣੀ ਪ੍ਰਗਤੀ ਦਾ ਪਤਾ ਲਗਾਓ। ਦਿਨ ਦੇ ਉਸੀ ਸਮੇਂ ਵਿਚ ਆਪਣਾ ਭਾਰ ਪਰਖੋ, ਉਹੀ ਕਪੜੇ ਪਾਓ ਜਾਂ ਬਿਨਾਂ ਕਪੜਿਆਂ ਦੇ ਭਾਰ ਲਉ ਤਾਂ ਜੋ ਕਿਸੀ ਇਕ ਗੱਲ ਦੇ ਭਾਰੀ ਭੋਜਨ ਜਾਂ ਜੀਨਜ਼ ਕਾਰਣ ਭਾਰ ਵਿਚ ਫਰਕ ਨਾ ਆ ਸਕੇ। ਜੇਕਰ ਤੁਹਾਡਾ ਭਾਰ ਰੋਜ਼ਮਰਾ ਦੇ ਹਿਸਾਬ ਨਾਲ ਬਿਲਕੁਲ ਸਹੀ ਵੱਧ ਰਿਹਾ ਹੈ ਤਾਂ ਇਸ ਦਾ ਭਾਵ ਹੋਵੇਗਾ ਕਿ ਤੁਸੀਂ ਕੈਲੇਰੀ ਦੀ ਸਹੀ ਮਾਤਰਾ ਲੈ ਰਹੀ ਹੋ। ਜੇਕਰ ਉਹ ਘੱਟ ਹੈਤਾਂ ਇਸ ਦਾ ਭਾਵ ਹੋਵੇਗਾ ਕਿ ਤੁਸੀਂ ਪੂਰੀ ਕੈਲੇਰੀ ਨਹੀਂ ਲੈ ਰਹੀ ਹੋ। ਲੋੜ ਦੇ ਹਿਸਾਬ ਨਾਲ ਭੋਜਨ ਦੀ ਮਾਤਰਾ ਘਟਾਓ ਜਾਂ ਵਧਾਓ ਪ੍ਰੰਤੂ ਕੈਲੇਰੀ ਦੇ ਲਏ ਜਾਣ ਵਾਲੇ ਖ਼ੁਰਾਕੀ ਤੱਤਾਂ ਨੂੰ ਅਣਦੇਖਾ ਨਾ ਕਰੋ।

## ਪ੍ਰੋਟੀਨ ਆਹਾਰ : ਦਿਨ ਵਿਚ ਤਿੰਨ ਵਾਰ

ਤੁਹਾਡੇ ਬੱਚੇ ਦਾ ਵਿਕਾਸ ਕਿਵੇਂ ਹੋਵੇਗਾ? ਤੁਸੀਂ ਜੋ ਪ੍ਰੋਟੀਨ ਲਉਗੀ, ਉਸ ਦੇ ਅਮੀਨੋ ਐਸਿਡ ਤੇ ਹੋਰ ਖ਼ੁਰਾਕੀ ਤੱਤਾਂ ਦੀਮਦਦ ਨਾਲ ਉਹ ਵਧੇਗਾ। ਕਿਉਂਕਿ ਬੱਚੇ ਦੀਆਂ ਕੋਸ਼ਕਾਵਾਂ ਤੇਜ਼ੀ ਨਾਲ ਵੱਧ ਰਹੀਆਂ ਹਨ। ਇਸ ਲਈ ਤੁਹਾਡੇ ਭੋਜਨ ਵਿਚ ਪ੍ਰੋਟੀਨ ਦੀ ਮਾਤਰਾ ਕਾਫ਼ੀ ਮਹੱਤਵਪੂਰਣ ਹੋ ਜਾਂਦੀ ਹੈ। ਤੁਹਾਨੂੰ ਹਰ ਰੋਜ਼ 95 ਗ੍ਰਾਮ ਪ੍ਰੋਟੀਨ ਲੈਣ ਦਾ ਟੀਚਾ ਰਖਣਾ ਹੋਵੇਗਾ।

ਜੇਕਰ ਸੁਣਨ ਵਿਚ ਅਜੀਬ ਲਗ ਰਿਹਾ ਹੋਵੇ ਤਾਂ ਜ਼ਰਾ ਧਿਆਨ ਦਿਉ, ਆਮ ਤੌਰ ਤੇ ਅਮਰੀਕਨ ਲੋਕ ਤਾਂ ਇਸਦੀ ਮਾਤਰਾ ਇੰਝ ਹੀ ਹਰਰੋਜ਼ ਲੈ ਲੈਂਦੇ ਹਨ। ਜੋ ਲੋਕ ਹਾਈ ਪ੍ਰੋਟੀਨ ਹਾਰ ਲੈ ਲੈਂਦੇ ਹਨ ਉਹ ਇਸ ਤੋਂ ਵੀ ਵੱਧ ਮਾਤਰਾ ਲੈਂਦੇ ਹਨ।

ਤੁਹਾਨੂੰ ਦਿੱਤੀ ਗਈ ਸੂਚੀ ਵਿਚੋਂ, ਦਿਨ ਵਿਚ ਤਿੰਨ ਵਾਰ ਪ੍ਰੋਟੀਨ ਵਾਲੇ ਆਹਾਰ ਲੈਣੇ ਹੋਣਗੇ। ਪ੍ਰੋਟੀ ਦੀ ਗਿਣਤੀ ਕਰਦੇ ਸਮੇਂ ਉੱਚ ਕੈਲਸ਼ੀਅਮ ਵਾਲੇ ਆਹਾਰ ਵਿਚ ਮਿਲਣ ਵਾਲੇ ਪ੍ਰੋਟੀਨ ਨੂੰ ਗਿਣਨਾ ਨਾ ਭੁੱਲੋ।

ਇਕ ਗਲਾਸ ਦੁੱਧ ਤੇ ਇਕ ਔਂਸ ਪਨੀਰ ਨਾਲ ਇਕ ਤਿਹਾਈ ਪ੍ਰੋਟੀਨ ਦੀ ਮਾਤਰਾ ਮਿਲਦੀ ਹੈ। ਇਕ ਕਪ ਦਹੀ ਨਾਲ ਇਕ ਸਮੇਂ ਦੇ ਅੱਧੇ ਪ੍ਰੋਟੀਨ ਦੀ ਪੂਰਤੀ ਹੁੰਦੀ ਹੈ। ਸਾਬਤ ਅਨਾਜ ਤੇ ਫਲੀਆਂ ਵਿਚ ਵੀ ਪ੍ਰੋਟੀਨ ਦੀ ਮਾਤਰਾ ਪਾਈ ਜਾਂਦੀ ਹੈ।

ਹਰ ਰੋਜ਼ ਇਕ ਸੂਚੀ ਵਿਚੋਂ ਪ੍ਰੋਟੀਨ ਪਦਾਰਥਾਂ ਦਾ ਮੇਲ ਚੁਣੋ ਤੇ ਆਪਣੇ ਆਹਾਰ ਵਿਚ ਸ਼ਾਮਲ ਕਰੋ। ਯਾਦ ਰੱਖੋ ਕਿ ਡੇਅਰੀ ਪਦਾਰਥਾਂ ਤੋਂ ਵੀ ਪ੍ਰੋਟੀਨ ਦੀ ਕਮੀ ਪੂਰੀ ਹੁੰਦੀ ਹੈ :

24 ਔਂਸ ਦੁੱਧ ਜਾਂ ਛਾਛ

1 ਕਪ ਪਨੀਰ

2 ਕਪ ਦਹੀ

3 ਔਂਸ ਕੱਦੂਕੱਸ ਪਨੀਰ

4 ਵੱਡੇ ਸਾਬਤ ਅੰਡੇ

7 ਅੰਡੇ ਦੀ ਸਫ਼ੇਦੀ

3-5 ਔਂਸ ਡੱਬਾਬੰਦ ਟਿਊਨਾ ਜਾਂ ਸਾਰਡਿਨ

4 ਔਂਸ ਡੱਬਾਬੰਦ ਸਾਲਮਨ

4 ਔਂਸ ਪਕੀ ਸ਼ੈਲਫਿਸ਼ (ਸ਼ਿੰਪ, ਲਾੱਬਸਟਰ ਗਲਾਮਸ, ਮੂਸਲ)

4 ਔਂਸ (ਪਕਾਣ ਤੋਂ ਪਹਿਲਾਂ) ਤਾਜ਼ੀ ਮਛਲੀ

4 ਔਂਸ (ਪਕਾਣ ਤੋਂ ਪਹਿਲਾਂ) ਚਿਕਨ, ਟਰਕੀ, ਡਕ ਜਾਂ ਹੋਰ ਪੋਲਟ੍ਰੀ ਉਤਪਾਦ

4 ਔਂਸ(ਪਕਾਣ ਤੋਂ ਪਹਿਲਾਂ) ਲੀਨ ਬੀਫ, ਲੈਂਬ, ਬੀਲ, ਪੋਰਕ ਜਾਂ ਬਫੈਲੋ

## ਕੈਲਸ਼ੀਅਮ ਆਹਾਰ ਦਿਨ ਵਿਚ ਚਾਰ ਵਾਰ

ਤੁਸੀਂ ਆਪਣੇ ਸਕੂਲ ਵਿਚ ਜ਼ਰੂਰ ਪੜ੍ਹਿਆ ਹੋਵੇਗਾ ਕਿ ਬੱਚਿਆਂ ਨੂੰ ਦੰਦਾਂ ਤੇ ਹੱਡੀਆਂ ਦੀ ਮਜ਼ਬੂਤੀ ਦੇ ਲਈ ਢੇਰ ਸਾਰੇ ਕੈਲਸ਼ੀਅਮ ਦੀ ਲੋੜ ਹੁੰਦੀ ਹੈ। ਭਰੂਣ ਵੀ ਤਾਂ ਵਿਕਸਿਤ ਹੋ ਕੇ ਬੱਚਾ ਬਣਦਾ ਹੈ। ਕੈਲਸ਼ੀਅਮ ਮਾਸਪੇਸ਼ੀਆਂ, ਦਿਲ, ਸਨਾਯੂ ਵਿਕਾਸ, ਖ਼ੂਨ ਜੰਮਣ ਤੇ ਐਂਜਾਇਮ ਗਤੀਵਿਧੀਆਂ ਦੇ ਲਈ ਵੀ ਬਹੁਤ ਮਹੱਤਵਪੂਰਣ ਹੁੰਦਾ ਹੈ। ਜੇਕਰ ਤੁਸੀਂ ਭਰਪੂਰ ਕੈਲਸ਼ੀਅਮ ਨਹੀਂ ਲਓਗੀ ਤਾਂ ਸਿਰਫ਼ ਬੱਚੇ ਨੂੰ ਹੀ ਨੁਕਸਾਨ ਨਹੀਂ ਹੋਵੇਗਾ। ਤੁਹਾਡੀਆਂ ਹੱਡੀਆਂ ਵੀ ਪ੍ਰਭਾਵਿਤ ਹੋਣਗੀਆਂ। ਬੱਚੇ ਦੀਆਂ ਹੱਡੀਆਂ ਦੇ ਲਈ ਕੈਲਸ਼ੀਅਮ ਦੀ ਭਰਪਾਈ ਤੁਹਾਡੇ ਸਰੀਰ ਤੋਂ ਹੋਵੇਗੀ ਅਤੇ ਤੁਸੀਂ ਅੱਗੇ ਚੱਲ ਕੇ ਆੱਸਟਿਓਪੋਰੋਸਿਸ ਦਾ ਸ਼ਿਕਾਰ ਹੋ ਸਕਦੀ ਹੋ। ਤੁਹਾਨੂੰ ਹਰ ਰੋਜ਼ ਦਿਨ ਵਿਚ ਚਾਰ ਵਾਰ ਕੈਲਸ਼ੀਅਮ ਵਾਲੇ ਆਹਾਰ ਲੈਣੇ ਹੀ ਚਾਹੀਦੇ ਹਨ।

ਕੀ ਹਰ ਰੋਜ਼ ਚਾਰ ਗਲਾਸ ਦੁੱਧ ਦੀ ਗੱਲ ਹਜਮ ਨਹੀਂ ਹੋ ਰਹੀ? ਉਂਝ ਕੈਲਸ਼ੀਅਮ ਹਮੇਸ਼ਾਂ ਗਿਲਾਸਾਂ ਵਿਚ ਹੀ ਨਹੀਂ ਮਿਲਦਾ। ਇਸ ਨੂੰ ਤੁਸੀਂ ਇਕ ਕਪ ਯੋਗਰਟ ਜਾਂ ਪਨੀਰ ਦੇ ਰੂਪ ਵਿਚ ਵੀ ਲੈ ਸਕਦੀ ਹੋ। ਇਨ੍ਹਾਂ ਨੂੰ ਸਮੂਦੀਜ਼, ਸੂਪ, ਕੈਸੇਰੋਲ, ਸੈਰੇਲ, ਡਿਪ, ਮਾਸ ਅਤੇ ਡੈਜ਼ਰਟ ਦੇਰੂਪ ਵਿਚ ਵੀ ਲੈ ਸਕਦੇ ਹੋ।

ਜੋ ਲੋਕ ਡੇਅਰੀ ਪਦਾਰਥ ਨਹੀਂ ਲੈ ਸਕਦੇ, ਉਨ੍ਹਾਂ ਦੇ ਲਈ ਕੈਲਸ਼ੀਅਮ ਆਮ ਰੂਪ ਵਿਚ ਵੀ ਉਪਲਬਧ ਹੈ। ਕੈਲਸ਼ੀਅਮ ਵਾਲੇ ਸੰਤਰੇ ਦੇ ਰਸ ਦਾ ਗਲਾਸ ਕਿਹੋ ਜਿਹਾ ਰਹੇਗਾ। 4 ਔਂਸ ਡੱਬਾਬੰਦ ਸਾਲਮਨ ਨਾਲ ਕੈਲਸ਼ੀਅਮ ਦੇ ਨਾਲ-2 ਪ੍ਰੋਟੀਨ ਵੀ ਮਿਲੇਗਾ। ਤਾਜ਼ੀ ਪਕੀ ਹਰੀ ਸਬਜ਼ੀ ਤੋਂ ਵਿਟਾਮਿਨ ਸੀ ਦੀ ਪੂਰਤੀ ਵੀ ਹੋ ਜਾਏਗੀ।

ਜੇਕਰ ਕੁਝ ਗਰਭਵਤੀ ਔਰਤਾਂ ਨੂੰ ਭੋਜਨ ਤੋਂ ਕੈਲਸ਼ੀਅਮ ਦੀ ਪੂਰੀ ਮਾਤਰਾ ਨਾ ਮਿਲ ਰਹੀ ਹੋਵੇ ਤਾਂ ਉਨ੍ਹਾਂ ਨੂੰ ਖ਼ੁਰਾਕ ਦੇ ਰੂਪ ਵਿਚ ਲੈਣ ਦੀ ਸਲਾਹ ਦਿੱਤੀ ਜਾ ਸਕਦੀ ਹੈ।

ਤੁਹਾਨੂੰ ਹਰ ਰੋਜ਼ ਦਿਨ ਵਿਚ ਚਾਰ ਵਾਰ ਕੈਲਸ਼ੀਅਮ ਵਾਲੇ ਆਹਾਰ ਲੈਣੇ ਹਨ। ਇਸ ਗਿਣਤੀ ਵਿਚ ਉਸ ਅੱਧੇ ਕਪ ਕਹੀ(ਯੋਗਰਟ) ਨੂੰ ਸ਼ਾਮਲ ਕਰਨਾ ਨਾ ਭੁੱਲੋ ਜਿਸ ਨੂੰ ਤੁਸੀਂ ਪਨੀਰ ਛਿੜਕ ਕੇ ਖਾਧਾ ਸੀ।

ਹੇਠਾਂ ਦਿੱਤੀ ਗਈ ਸੂਚੀ ਵਿਚ, ਹਰ ਵਿਅੰਜਨ ਜਾਂ ਖਾਦ ਪਦਾਰਥ ਵਿਚ 300 ਮਿ.ਗ੍ਰਾ. ਕੈਲਸ਼ੀਅਮ ਦੀ ਮਾਤਰਾ ਸ਼ਾਮਲ ਹੈ। ਕਿਸੀ-2 ਖਾਦ ਪਦਾਰਥ ਵਿਚ ਕੈਲਸ਼ੀਅਮ ਦੇ ਨਾਲ-2 ਪ੍ਰੋਟੀਨ ਦੀ ਵੀ ਪੂਰੀ ਹੁੰਦੀ ਹੈ।

1/4 ਕਪ ਕੱਦੂਕਸ ਪਨੀਰ

1 ਔਂਸ ਸਖ਼ਤ ਪਨੀਰ

1/2 ਕੱਪ ਪਾਸ਼ਚਰਾਇਜ਼ਡ ਰਿਸੋਟਾ ਪਨੀਰ

1 ਕੱਪ ਦੁੱਧ ਜਾਂ ਲੱਸੀ

5 ਔਂਸ ਕੈਲਸ਼ੀਅਮ ਯੁਕਤ ਦੁੱਧ (ਪੀਣ ਤੋਂ ਪਹਿਲਾਂ ਹਿਲਾ ਲਉ)

1/3 ਕਪ ਬਿਨਾ ਚਰਬੀ ਦੇ ਸੁਕਾ ਦੁੱਧ (ਇਸ ਤੋਂ 1 ਕਪ ਤਿਆਰ ਹੋਵੇਗਾ।)

1 ਕਪ ਦਹੀ

1 ਕਪ ਕੈਲਸ਼ੀਅਮ ਵਾਲੇ ਰਸ (ਪੀਣ ਤੋਂ ਪਹਿਲਾਂ ਹਿਲਾ ਲਉ)

4 ਔਂਸ ਡੱਬਾਬੰਦ ਸਾਲਮਨ(ਹੱਡੀਆਂ ਸਮੇਤ)

3 ਔਂਸ ਡੱਬਾਬੰਦ ਸਾਰਡਿਨ (ਹੱਡੀਆਂ ਸਮੇਤ)

3 ਵੱਡੇ ਚਮਚ ਪਿਸੇ ਤਿਲ

1 ਕਪ ਪਕੀ ਸ਼ਲਗਮ

1-1/2 ਕਪ ਪਕੀ ਚੀਨੀ ਪਤਾ ਗੋਭੀ

1-1/2 ਕਪ ਪਕੀ ਐਡਾਮਾਮੇ

1-3/4 ਵੱਡਾ ਚਮਚ ਬਲੈਕਸਟ੍ਰੈਪ ਮੋਲਾਸਿਸ

ਤੁਸੀਂ ਕਾੱਟੇਜ ਪਨੀਰ, ਟੀਫੂ, ਸੁਕੇ ਅੰਜੀਰ, ਬਦਾਮ, ਹਰੀ ਗੋਭੀ ਬ੍ਰੋਕਲੀ, ਪਾਲਕ, ਸੁਕੀ ਬੀਨਜ਼ ਆਦਿ ਤੋਂ ਵੀ ਕੈਲਸ਼ੀਅਮ ਪ੍ਰਾਪਤ ਕਰ ਸਕਦੀ ਹੋ।

## ਸ਼ਾਕਾਹਾਰੀ ਪ੍ਰੋਟੀਨ

ਜੇਕਰ ਤੁਸੀਂ ਹਰ ਰੋਜ਼ (ਫਲੀਆਂ, ਅਨਾਜ, ਬੀਜ ਤੇ ਮੇਵਿਆਂ) ਦੀ ਮਾਤਰਾ ਲੈਂਦੀ ਹੋ ਤਾਂ ਇਸ ਸੂਚੀ ਦੇ ਹਿਸਾਬ ਨਾਲ ਚੁਣੋ। ਇਹ ਖ਼ੁਰਾਕ ਸਾਰੀਆਂ ਗਰਭਵਤੀ ਔਰਤਾਂ ਦੇ ਲਈ ਜ਼ਰੂਰੀ ਹੈ।

**ਲੈਗਯੂਮਸ(ਹਾੱਫ ਪ੍ਰੋਟੀਨ ਸਰਵਿੰਗ)**

3/4 ਕਪ ਪਕੇ ਬੀਨਜ਼, ਦਾਲਾਂ

3/4 ਕਪ ਹਰੇ ਮਟਰ

1-1/2 ਔਂਸ ਮੂੰਗਫਲੀ

3 ਵੱਡੇ ਚਮਕ ਪੀਨਟ ਬਟਰ

1/4 ਕਪ ਮੀਸੋ

4 ਔਂਸ ਟੋਫੂ (ਬੀਨ ਕਰਡ)

3 ਔਂਸ ਟੈਂਪੇ

1-1/2 ਕਪ ਸੋਯਾ ਮਿਲਕ

3 ਔਂਸ ਸੋਯਾ ਪਨੀਰ

1/4 ਕਪ ਵੈਜ 'ਗ੍ਰਾਊਂਡ ਬੀਫ'

1 ਵੱਡਾ ਵੈਜ 'ਹਾਟ ਡਾੱਗ' ਜਾਂ ਬਰਗਰ

1 ਔਂਸ (ਪਕਾਉਣ ਤੋਂ ਪਹਿਲਾਂ) ਸੋਯਾ ਜਾਂ ਹਾਈ ਪ੍ਰੋਟੀਨ ਪਾਸਤਾ

**ਗ੍ਰੇਨਜ਼ (ਹਾੱਫ ਪ੍ਰੋਟੀਨ ਸਰਵਿੰਗ)**

3 ਔਂਸ (ਪਕਾਉਣ ਤੋਂ ਪਹਿਲਾਂ) ਸਾਬਤ ਕਣਕ ਦਾ ਪਾਸਤਾ

3/4 ਕਪ ਜਈ ਦਾ ਚੋਕਰ

1 ਕਪ ਬਿਨਾ ਪਕੇ (2 ਕਪ ਪਕੀ) ਜਈ

2 ਕਪ ਰੈਡੀ ਟੂ ਈਟ ਸੈਰੇਲ

1/2 ਕਪ ਬਿਨਾ ਪਕੇ (1-1/2 ਕਪ ਪਕੇ) ਕਾਸ਼ਕੋਸ, ਵਲਗਰ ਜਾਂ ਬਕਵੀਟ

1/2 ਕਪ ਬਿਨਾ ਪਕੇ ਕੁਇਨੋਵਾ

4 ਸਲਾਇਸ ਕਣਕ ਦੀ ਬ੍ਰੈਡ

2 ਸਾਬਤ ਪੀਟਾ ਜਾਂ ਇੰਗਲਿਸ਼ ਮਫਿਨ

**ਨੱਟਸ ਤੇ ਸੀਡਜ਼ (ਹਾੱਫ ਪ੍ਰੋਟੀਨ ਸਰਵਿੰਗ)**

3 ਔਂਸ ਨਟ (ਅਖਰੋਟ ਜਾਂ ਬਦਾਮ)

2 ਔਂਸ ਤਿਲ, ਸੂਰਜਮੁਖੀ ਜਾਂ ਕੱਦੂ ਦੇ ਬੀਜ

1/2 ਕਪ ਪਿਸੇਫਲੈਕਸੀਡ

(ਪ੍ਰੋਟੀਨ ਦੀ ਮਾਤਰਾ ਵੱਖ ਹੋ ਸਕਦੀ ਹੈ। ਇਸ ਲਈ ਹਾੱਫ ਸਰਵਿੰਗ 12 ਤੋਂ 15 ਗ੍ਰਾਮ ਪ੍ਰੋਟੀ ਦੇ ਲਈ ਲੈਵਲ ਪਰਖੋ)

## ਵਿਟਾਮਿਨ ਸੀ ਭੋਜਨ : ਦਿਨ ਵਿਚ ਤਿੰਨ ਵਾਰ

ਤੁਹਾਨੂੰ ਤੇ ਬੱਚੇ ਨੂੰ ਟਿਸ਼ੂਆਂ ਦੀ ਮੁਰੰਮਤ, ਜ਼ਖ਼ਮ ਭਰਨ ਤੇ ਕਈ ਹੋਰ ਕ੍ਰਿਆਵਾਂ ਦੇ ਲਈ ਵਿਟਾਮਿਨ ਸੀ ਚਾਹੀਦਾ ਹੈ। ਮਜਬੂਤ ਹੱਡੀਆਂ ਤੇ ਦੰਦਾਂ ਲਈ ਵੀ ਇਸ ਦੀ ਜ਼ਰੂਰਤ ਹੁੰਦੀ ਹੈ। ਇਸਨੂੰ ਸਰੀਰ ਸਟੋਰ ਕਰ ਸਕਦਾ ਹੈ। ਇਸ ਲਈ ਇਸ ਦੀ ਨਿਯਮਿਤ ਮਾਤਰਾ ਜ਼ਰੂਰ ਲਉ। ਵਿਟਾਮਿਨ ਸੀ ਕੁਝ ਐਸੇ ਖ਼ਾਸ ਪਦਾਰਥਾਂ ਤੋਂ ਮਿਲਦਾ ਹੈ, ਜੋ ਖ਼ਾਣ ਵਿਚ ਬੇਹੱਦ ਸਵਾਦੀ ਹੁੰਦੇਹਨ। ਤੁਹਾਨੂੰ ਸੂਚੀ ਵਿਚੋਂ ਪਤਾ ਚਲ ਜਾਏਗਾ ਕਿ ਸਿਰਫ਼ ਸੰਤਰੇ ਦਾ ਰਸ ਹੀ ਵਿਟਾਮਿਨ ਸੀ ਦਾ ਸਭ ਤੋਂ ਵਧੀਆ ਸ੍ਰੋਤ ਨਹੀਂ ਹੈ।

ਇਹ ਵੀ ਯਾਦ ਰੱਖੋ ਕਿ ਵਿਟਾਮਿਨ ਸੀ ਵਾਲੇ ਭੋਜਨ ਹਰੀ ਪੱਤੇਦਾਰ ਤੇ ਪੀਲੀਆਂ ਸਬਜ਼ੀਆਂ ਅਤੇ ਪੀਲੇ ਫਲਾਂ ਦੀਕਮੀ ਵੀ ਪੂਰੀ ਕਰਦਾ ਹੈ।

1/2 ਮਧਿਅਮ ਅਕਾਰ ਦਾ ਗ੍ਰੇਪਫਰੂਟ

1/2 ਕਪ ਗ੍ਰੇਪ ਫਰੂਟ ਰਸ

1/2 ਮਧਿਅਮ ਅਕਾਰ ਦਾ ਸੰਤਰਾ

1/2 ਕਪ ਸੰਤਰੇ ਦਾ ਰਸ

2 ਵੱਡੇ ਚਮਚ ਸੰਤਰਾ, ਸਫੇਦ ਅੰਗਰੂਰ ਜਾਂ ਦੂਜੇ ਜੂਸ ਕਾਂਸਟ੍ਰੇਟ

1/4 ਕਪ ਨਿੰਬੂ ਦਾ ਰਸ

1/2 ਮਧਿਅਮ ਅਕਾਰ ਦਾ ਅੰਬ

1/2 ਮਧਿਅਮ ਅਕਾਰ ਦਾ ਪਪੀਤਾ

1/8 ਛੋਟੇ ਕੈਂਟਾਲੋਪ ਜਾਂ ਹਨੀਡਿਊ (1/2 ਕਪ ਕਿਯੂਬ)

1/3 ਕਪ ਸਟ੍ਰਾਬੇਰੀ

2/3 ਕਪ ਬਲੈਕਬੇਰੀ ਜਾਂ ਰਸਭਰੀ

1/2 ਮਧਿਅਮ ਅਕਾਰ ਦੀ ਕੀਵੀ

1/2 ਕਪ ਤਾਜਾ ਕਟਿਆ ਅਨਾਨਾਸ

2 ਕਪ ਤਰਬੂਜ ਦੇ ਟੁਕੜੇ

1/4 ਮਧਿਅਮ ਅਕਾਰ ਦੀ ਲਾਲ, ਪੀਲੀ ਜਾਂ ਸੰਤਰੀ ਬੈਲ ਪੈਪਰ

1/2 ਮਧਿਅਮ ਅਕਾਰ ਦੀ ਹਰੀ ਬੈਲ ਪੈਪਰ

1/2 ਕਪ ਕੱਚੀ ਜਾਂ ਪਕੀ ਹਰੀ ਗੋਭੀ (ਬ੍ਰੋਕਲੀ)

1 ਮਧਿਅਮ ਅਕਾਰ ਦਾ ਟਮਾਟਰ

3/4 ਕਪ ਟਮਾਟਰ ਦਾ ਰਸ

1/2 ਕਪ ਸਬਜ਼ੀਆਂ ਦਾ ਰਸ

1/2 ਕਪ ਕੱਚੀ ਜਾਂ ਪਕੀ ਫੁਲ ਗੋਭੀ

1/2 ਕਪ ਪਕੇ ਮਾਲੇ

1 ਪੈਕਡ ਕਪ ਕੱਚੀ ਪਾਲਕ ਜਾਂ 1/2 ਕਪ ਪਕੀ ਹੋਈ

1/4 ਕਪ ਪਕੀ ਮਸਟਰਡ ਜਾਂ ਹਰੇ ਸ਼ਲਗਮ

2 ਕਪ ਰੋਮੇਨ ਸਲਾਦ ਪਤਾ

3/4 ਕਪ ਕਤਰੀ ਲਾਲ ਪੱਤਾਗੋਭੀ

1 ਸ਼ਕਰਕੰਦੀ ਜਾਂ ਛਿਲਕੇ ਸਮੇਤ ਸੇਕੇ ਆਲੂ

## ਹਰੀ ਪੱਤੇਦਾਰ ਤੇ ਪੀਲੀਆਂ ਸਬਜ਼ੀਆਂ ਤੇ ਪੀਲੇ ਫਲ

ਦਿਨ ਵਿਚ 3 ਤੋਂ ਚਾਰ ਵਾਰ ਲਉ :-

ਇਨ੍ਹਾਂ ਤੋਂ ਵਿਟਾਮਿਨ ਏ ਦੀ ਪੂਰਤੀ ਹੁੰਦੀ ਹੈ। ਬੀਟਾ ਕੇਰੋਟਿਨ ਬੈਚੇ ਦੀਆਂ ਕੋਸ਼ਕਾਵਾਂ, ਸਿਹਤਮੰਦ ਚਮੜੀ ਹੱਡੀਆਂ ਤੇ ਅੱਖਾਂ ਦੇ ਲਹੀ ਫਾਇਦੇਮੰਦ ਹੈ। ਹਰੀ ਪੱਤੇਦਾਰ ਸਬਜ਼ੀਆਂ ਤੇ ਪੀਲੇ ਫਲਾਂ ਵਿਚ ਵਿਟਾਮਿਨ ਈ, ਰਾਇਬੋਫਲੇਬਿਨ, ਦੂਜੇ ਵਿਟਾਮਿਨ ਬੀ, ਕਈ ਖਣਿਜ ਪਦਾਰਥ, ਰੋਗਾਂ ਨਾਲ ਲੜਨ ਵਾਲੇ ਫੋਟੋਕੈਮਿਕਲ ਤੇ ਰੇਸ਼ਾ ਪਾਇਆ ਜਾਂਦਾ ਹੈ। ਹੇਠ ਲਿਖੀ ਸੂਚੀ ਤੋਂ ਤੁਹਾਨੂੰ ਇਨ੍ਹਾਂ ਦੀ ਪੂਰੀ ਜਾਣਕਾਰੀ ਮਿਲ ਸਕਦੀ ਹੈ। ਸਬਜ਼ੀਆਂ ਪਸੰਦ ਨ ਕਰਨ ਵਾਲਿਆਂ ਨੂੰ ਇਹ ਜਾਣ ਕੇ ਹੈਰਾਨੀ ਹੋਵੇਗੀ ਕਿ ਸਿਰਫ ਬ੍ਰੋਕਲੀ ਅਤੇ ਪਾਲਕ ਹੀ ਵਿਟਾਮਿਨ ਏ ਦਾ ਇਕ ਇਕੋ ਸ੍ਰੋਤ ਨਹੀਂ ਹੈ। ਸੁਕੀ ਖੁਰਮਾਨੀ, ਪੀਲੇ ਆੜੂ ਕੈਂਟਾਲੋਪ ਅਤੇ ਅੰਬ ਵਿਚ ਵੀ ਵਿਟਾਮਿਨ ਏ ਦੀ ਭਰਪੂਰ ਮਾਤਰਾ ਹੁੰਦੀ ਹੈ। ਆਪਣੀ ਮਨਪਸੰਦ ਸਬਜ਼ੀਆਂ ਦਾ ਰਸ ਪੀਣ ਦੀ ਇੱਛਾ ਰੱਖਣ ਵਾਲਿਆਂ ਨੂੰ ਜਾਣ ਕੇ ਖ਼ੁਸ਼ੀ ਹੋਵੇਗੀ ਕਿ ਉਹ ਹਰੀ ਤੇ ਪੀਲੀਆਂ ਸਬਜ਼ੀਆਂ ਦਾ ਰਸ, ਇਕ ਕਟੋਰਾ ਗਾਜਰ ਦਾ ਸੂਪ ਜਾਂ ਅੰਬ ਸਮੂਦੀ ਲੈ ਸਕਦੇ ਹਨ।

ਦਿਨ ਵਿਚ ਤਿੰਨ ਤੋਂ ਚਾਰ ਵਾਰ ਖਾਣ ਦੀ ਕੋਸ਼ਿਸ਼ ਕਰੋ। ਇਨ੍ਹਾਂ ਵਿਚੋਂ ਕੱਚਾ ਵੀ ਖਾਓ ਤਾਂ ਜੋ ਰੇਸ਼ੇਦਾਰ ਪਦਾਰਥ ਵੀ ਮਿਲ ਸਕਣ। ਯਾਦ ਰੱਖੋ ਕਿ ਇਨ੍ਹਾਂ ਵਿਚੋਂ ਕਈ ਖਾਦ ਪਦਾਰਥ ਵਿਟਾਮਿਨ ਸੀ ਦੀ ਕਮੀ ਵੀ ਪੂਰੀ ਕਰਦੇ ਹਨ।

1/8 ਕੈਂਟਾਲੋਪ (1/2 ਕਪ ਕਿਯੂਬ)

2 ਵੱਡੀ ਤਾਜ਼ੀ ਜਾਂ 6 ਸੁਕੀ ਖੁਰਮਾਨੀ।

1/2 ਮਧਿਅਮ ਅਕਾਰ ਦਾ ਅੰਬ

1/4 ਮਧਿਅਮ ਅਕਾਰ ਦਾ ਪਪੀਤਾ

1 ਵੱਡਾ ਨੈਕਟੇਰਾਇਨ ਜਾਂ ਪੀਲਾ ਆੜੂ

3/4 ਕਪ ਗੁਲਾਬੀ ਗ੍ਰੇਪਫਰੂਟ ਦਾ ਰਸ

1 ਗੁਲਾਬੀ ਜਾਂ ਲਾਲ ਗ੍ਰੇਪਫਰੂਟ

1 ਕਲੇਮੈਂਟਾਇਨ

1/2 ਗਾਜਰ (1/4 ਕਪ ਕੱਦੂਕਸ)

1/2 ਕਪ ਕੱਚੇ ਜਾਂ ਪਕੇ ਹਰੀ ਗੋਭੀ (ਬ੍ਰੋਕਲੀ) ਦੇ ਟੁਕੜੇ

1 ਕਾੱਲੇਸਲਾ

1/4 ਕਪ ਪਕੇ ਸਵਿਸ ਕਾਰਡ

1 ਕਪ ਪੈਕਡ ਹਰੀ ਪੱਤੇਦਾਰ ਸਲਾਦ

1 ਪੈਕਡ ਕਪ ਤਾਜੀ ਪਾਲਕ ਜਾਂ 1/2 ਕਪ ਪਕੀ ਹੋਈ

1/4 ਕਪ ਪਕੀ ਹੋਈ ਵਿੰਟਰ ਸੁੰਵਸ਼

1/2 ਛੋਟੀ ਸ਼ਕਰਕੰਦੀ

2 ਮਧਿਅਮ ਅਕਾਰ ਦੇ ਟਮਾਟਰ

1 ਮਧਿਅਮ ਅਕਾਰ ਦੀ ਲਾਲ ਸ਼ਿਮਲਾ ਮਿਰਚ

1/4 ਕਪ ਕਟੀ ਅਜਮੋਦ(ਪਾਸਲੇ)

## ਹੋਰ ਫਲ ਤੇ ਸਬਜ਼ੀਆਂ

ਹਰ ਰੋਜ਼ 1 ਜਾਂ 2 ਵਾਰ ਲਉ। ਬੀਟਾ ਕੈਰੋਟਿਨ ਤੇ ਵਿਟਾਮਿਨ ਸੀ ਦੀ ਮਾਤਰਾ ਲੈਣ ਤੋਂ ਇਲਾਵਾ ਦੂਜੀ ਤਰ੍ਹਾਂ ਦੇ ਫਲ ਤੇ ਸਬਜ਼ੀਆਂ ਵੀ ਲਉ ਤਾਂ ਜੋ ਤੁਹਾਡੇ ਸਰੀਰ ਵਿਚ ਖਣਿਜ, ਪੋਟਾਸ਼ੀਅਮ ਤੇ ਮੈਗਨੀਸ਼ੀਅਮ ਦੀ ਭਰਪੂਰ ਮਾਤਰਾ ਜਾ ਸਕੇ।

*ਇਨ੍ਹਾਂ ਵਿਚੋਂ ਕਈ ਫਲਾਂ ਵਿਚ ਤਾਂ ਭਰਪੂਰ ਮਾਤਰਾ ਵਿਚ ਫਾਇਟੋਕੈਮੀਕਲ ਤੇ ਐਂਟੀਆਕਸੀਡੈਂਟ ਵੀ ਪਾਏ ਜਾਂਦੇ ਹਨ ਤਾਂ ਉਨ੍ਹਾਂ ਦੇ ਨਾਲ ਅਨਾਰ ਅਤੇ ਬਲਿਯੂਬੈਰੀ ਵੀ ਲਉ ਤਾਂ ਜੋ ਖ਼ੁਰਾਕ ਵਿਚ ਕਸਰ ਨਾ ਰਹੇ।*

*ਕਈ ਫਲਾਂ ਤੇ ਸਬਜ਼ੀਆਂ ਦੀ ਸੂਚੀ ਵਿਚੋਂ ਤੁਹਾਨੂੰ ਮਨਚਾਹੇ ਫਲ-ਸਬਜ਼ੀਆਂ ਮਿਲ ਹੀ ਜਾਣਗੇ। ਹੇਠ-ਲਿਖੀ ਸੂਚੀ ਵਿਚੋਂ ਚੁਣੋ :-*

1 ਮਧਿਅਮ ਅਕਾਰ ਦਾ ਸੇਬ

1/2 ਕਪ ਸੇਵ ਦਾ ਰਸ ਜਾਂ ਸਾੱਸ

1/2 ਕਪ ਅਨਾਰ ਦਾ ਰਸ

2 ਵੱਡੇ ਚਮਚ ਸੇਬ ਦਾ ਰਸ ਕਾੱਸਨਟ੍ਰੇਟ

1 ਮਧਿਅਮ ਅਕਾਰ ਦਾ ਕੇਲਾ

1/2 ਕਪ ਤਾਜੀ ਬੇਰੀ

1/4 ਕਪ ਪਕੀ ਕਾਰਨਬੈਰੀ

1 ਮਧਿਅਮ ਅਕਾਰ ਦਾ ਸਫ਼ੇਦ ਆੜੂ

1 ਮਧਿਅਮ ਅਕਾਰ ਦੀ ਨਾਸ਼ਪਾਤੀ

1/2 ਕਪ ਅਨਾਨਾਸ ਜੂਸ(ਮਿੱਠਾ ਨਾ ਹੋਵੇ)

2 ਛੋਟੇ ਆਲੂ ਬੁਖ਼ਾਰੇ

1/2 ਕਪ ਬਲਿਯੂਬੈਰੀ

1/2 ਮਧਿਅਮ ਅਕਾਰ ਦਾ ਐਪੋਕੈਡੋ

1/2 ਕਪ ਹਰੀ ਬੀਨਜ਼

1/2 ਕਪ ਪਕੀ ਓਕਰਾ

1/2 ਕਪ ਕਟੇ ਪਿਆਜ

1/2 ਕਪ ਪਕੀ ਚੁਕੰਦਰ(ਪਾਰਸਨਿਪਸ)

1/2 ਕਪ ਪਕੀ ਜੁਕੀਨੀ

1 ਛੋਟੀ ਪਕੀ ਸਵੀਟਕਾਰਨ

1 ਕਪ ਕਤਰਾ ਸਲਾਦ ਪੱਤਾ

1/2 ਕਪ ਹਰੇ ਮਟਰ ਜਾਂ ਸਨੋ ਪੀਜ਼

## ਸਾਬਤ ਅਨਾਜ ਤੇ ਫਲੀਆਂ

6 ਜਾਂ ਇਸ ਤੋਂ ਵੱਧ ਵਾਰ, ਦਿਨਵਿਚ ਜ਼ਰੂਰ ਲਉ। ਅਨਾਜ ਲੈਣਾ ਵੀਬਹੁਤ ਜ਼ਰੂਰੀ ਹੈ। ਜੌਂ, ਕਣਕ, ਓਟ, ਮੱਕੀ, ਚਾਵਲ, ਜਵਾਰ ਅਤੇ ਮਟਰ, ਬੀਨਜ਼, ਮੂੰਗਫਲੀ ਵਰਗੇ ਫਲੀਦਾਰ ਖਾਦ ਪਦਾਰਥ ਖ਼ੁਰਾਕੀ ਤੱਤਾਂ ਨਾਲਮਾਲਾਮਾਲ ਹੁੰਦੇਹਨ। ਇਸ ਵਿਚ ਵਿਟਾਮਿਨ ਬੀ (ਇਹ ਸਿਰਫ ਪਸ਼ੂ ਉਤਪਾਦ ਵਿਚ ਹੁੰਦਾ ਹੈ) ਨੂੰ ਛੱਡ ਕੇ, ਵਿਟਾਮਿਨ $B_{12}$ ਦੇ ਸਾਰੇ ਤੱਤ ਹੁੰਦੇ ਹਨ ਜੋ ਬੱਚੇ ਦੇ ਸਰੀਰਕ ਵਿਕਾਸ ਵਿਚ ਸਹਾਇਕ ਹੁੰਦੇ ਹਨ। ਇਹ ਜਟਿਲ ਕਾਰਬੋਹਾਈਡ੍ਰੇਟ ਆਇਰਨ ਅਤੇ ਖਣਿਜ ਗੁਣਾਂ ਤੋਂ ਵੀ ਭਰਪੂਰ ਹੁੰਦੇ ਹਨ ਜਿਵੇਂ-ਜਿੰਕ, ਸੈਲੇਨਿਯਮ ਅਤੇ ਮੈਗਨੀਸ਼ੀਅਮ, ਇਹ ਵੀ ਗਰਭਕਾਲ ਵਿਚ ਬਹੁਤ ਮਹੱਤਵ ਰੱਖਦੇ ਹਨ।

ਸਟਾਰਚ ਵਾਲੇ ਖਾਦ ਪਦਾਰਥ ਲੈਣ ਨਾਲ ਵੀ ਮਾਰਨਿੰਗ ਸਿਕਨੈਸ ਘੱਟ ਸਕਦੀ ਹੈ। ਇਸ ਵਿਚ ਕਈ ਖ਼ੁਰਾਕੀ ਤੱਤ ਇਕੋ ਜਿਹੇ ਹਨ ਅਤੇ ਹਰ ਪਾਸੇ ਆਪਣੇ-ਆਪ ਵਿਚ ਕਾਫ਼ੀ ਤਾਕਤਵਰ ਹਨ। ਭਰਪੂਰ ਖ਼ੁਰਾਕ ਪਾਉਣਾ ਚਾਹੋ ਤਾਂ ਆਪਣੇ ਆਹਾਰ ਵਿਚ ਸਾਬਤ ਅਨਾਜ ਤੇ ਫਲੀਦਾਰ ਪਦਾਰਥ ਸ਼ਾਮਲ ਕਰੋ।

ਥੋੜ੍ਹੇ ਨਵੇਂ ਪ੍ਰਯੋਗ ਕਰੋ, ਤੁਸੀਂ ਆਪਣੀ ਮਛੀ ਜਾਂ ਚਿਕਨ ਨੂੰ ਸਾਬਤ ਕਣਕ ਦੀ ਡਬਲਰੋਟੀ ਨੂੰ ਚੂਰੇ ਵਿਚ ਲਪੇਟ ਕੇ, ਹਰਬਜ਼ ਤੇ ਪਾਰਮੇਜ਼ਨ ਚੀਜ਼ ਛਿੜਕ ਕੇ ਖਾ ਸਕਦੀ ਹੋ। ਹੋਰ ਪ੍ਰੋਟੀਨ ਵਾਲੇ ਅਨਾਜ ਕਵਿਨੋਆ ਨੂੰ ਸਾਈਡ ਡਿਸ਼ ਦੀਤਰ੍ਹਾਂ ਲਉ। ਆਪਣੀ ਸਵਾਦੀ ਰੈਪਿਸੀ ਵਿਚ ਥੋੜ੍ਹਾ ਓਟ ਮਿਲਾ ਲਉ। ਸੂਪ ਵਿਚ ਲੀਮਾ ਦੀ ਥਾਂ ਨੇਵੀ ਬੀਨਜ਼ ਮਿਲਾਓ। ਹਾਲਾਂਕਿ ਤੁਹਾਨੂੰ ਪਤਾ ਹੋਣਾ ਚਾਹੀਦਾ ਹੈ ਕਿ ਰਿਫਾਇੰਡ ਅਨਾਜ ਵਿਚਸਾਬਤ ਅਨਾਜ ਦੇ ਸਾਰੇ ਗੁਣ ਤੇ ਖ਼ੂਬੀਆਂ ਨਹੀਂ ਪਾਈਆਂ ਜਾਂਦੀਆਂ। ਉਨ੍ਹਾਂ ਵਿਚ ਰੇਸ਼ਾ, ਪ੍ਰੋਟੀਨ, ਵਿਟਾਮਿਨ ਤੇ ਖਣਿਜ ਦੀ ਭਰਪੂਰ

### ਸਫ਼ੇਦ ਸਾਬਤ ਕਣਕ

ਹੁਣ ਤੁਸੀਂ ਸਫ਼ੇਦ ਕਣਕ ਦੀ ਡਬਲਰੋਟੀ ਦਾ ਸਵਾਦ ਵੀ ਲੈ ਸਕਦੀ ਹੋ। ਇਹ ਕੁਦਰਤੀ ਸਫ਼ੇਦ ਕਣਕ ਤੋਂ ਬਣੀ ਹੁੰਦੀ ਹੈ ਜਿਸ ਵਿਚ ਹਲਕੀ ਮਿਠਾਸ ਹੁੰਦੀਹੈ। ਇਹ ਆਮ ਬ੍ਰੈਡ ਦੀ ਤਰ੍ਹਾਂ ਪ੍ਰੋਸੈਸ ਅਨਾਜ ਤੋਂ ਨਹੀਂ ਬਣਦੀ। ਇਸ ਲਈ ਇਸ ਦੇ ਖ਼ੁਰਾਕੀ ਤੱਤ ਭਰਪੂਰ ਰਹਿੰਦੇ ਹਨ। ਤੁਸੀਂ ਆਪਣੇ ਸਵਾਦ ਤੇ ਜ਼ਰੂਰਤ ਦੇ ਹਿਸਾਬ ਨਾਲ ਕੁਝ ਵੀ ਚੁਣ ਸਕਦੀ ਹੋ।

ਮਾਤਰਾ ਨਹੀਂ ਹੁੰਦੀ।

ਦਿੱਤੀ ਗਈ ਸੂਚੀ ਵਿਚੋਂ ਆਪਣੇ ਮਨਪਸੰਦ ਵਿਅੰਜਨ ਛਾਂਟ ਕੇ ਹਰਰੋਜ਼ ਲਉ। ਭੁਲੋ ਨਹੀਂ ਕਿ ਉਹ ਸਰੀਰ ਵਿਚ ਪ੍ਰੋਟੀਨ ਦੀ ਘਾਟ ਵੀ ਪੂਰਨ ਕਰਨਗੇ।

1-ਕਿਸੀ ਵੀ ਸਾਬਤ ਅਨਾਜ, ਕਣਕ ਜਾਂ ਸੋਯਾ ਤੋਂ ਬਣੀ ਡਬਲਰੋਟੀ ਦਾ ਸਲਾਇਸ

1/2 ਸਾਬਤ ਅਨਾਜ ਤੋਂ ਬਣਿਆ ਪੀਟਾ, ਰੋਲ, ਬੈਗਲ ਜਾਂ ਟਾਰਟਿਲਾ

1 ਕਪ ਸਾਬਤ ਅਨਾਜ (ਖਾਣ ਦੇ ਲਈ ਤਿਆਰ ਸੈਰੇਲ)

1/2 ਕਪ ਗ੍ਰੇਨੋਲਾ

2 ਵੱਡੇ ਚਮਚ ਵ੍ਹੀਟ ਜਰਮ

1/2 ਕਪ ਪਕੇ ਪੂਰੇ ਚਾਵਲ

1/2 ਕਪ ਪਕੇ ਜਵਾਰ, ਬਾਜਰਾ ਜਾਂ ਕਿਵਨੋਆ

1 ਔਂਸ(ਪਕਾਣ ਤੋਂ ਪਹਿਲਾਂ) ਸਾਬਤ ਅਨਾਜ ਜਾਂ ਯੋਯਾ ਪਾਸਤ੍ਰ

1/2 ਕਪ ਪਕੀ ਬੀਨਜ਼, ਦਾਲਾਂ, ਸਪਿਲਟ

2 ਕਪ ਪਾੱਪਕਾਰਨ

1 ਔਂਸ ਸਾਬਤ ਅਨਾਜ ਸੋਯਾ ਕ੍ਰਿਸਪ

1/4 ਕਪ ਸਾਬਤ-ਅਨਾਜ ਜਾਂ ਸੋਯਾ ਆਟਾ

## ਆਇਰਨ ਵਾਲੇ ਪਦਾਰਥ - ਹਰਰੋਜ਼ ਲਉ

ਇਨ੍ਹਾਂ ਨੌ ਮਹੀਨਿਆਂ ਵਿਚ ਤੁਹਾਨੂੰ ਤੇ ਤੁਹਾਡੇ ਬੱਚੇ ਨੂੰ ਸਰੀਰ ਦੀਆਂ ਸਾਰੀਆਂ ਜ਼ਰੂਰੀ ਗਤੀਵਿਧੀਆਂ ਦੇ ਲਈ ਢੇਰ ਸਾਰੇ ਆਇਰਨ ਦੀ ਲੋੜ ਹੋਵੇਗੀ। ਇਸ ਲਈ ਆਪਣੇ ਭੋਜਨ ਵਿਚ ਆਇਰਨ ਦੀ ਮਾਤਰਾ ਵਧਾਓ। ਵਿਟਾਮਿਨ ਸੀ ਵਾਲੀ ਖ਼ੁਰਾਕ ਲੈਣ ਦੇ ਨਾਲ-2 ਆਇਰਨ ਤੋਂ ਭਰਪੂਰ ਭੋਜਨ ਵੀ ਲੈਣਾ ਹੋਵੇਗਾ। ਤੁਸੀਂ ਸਾਡੀ ਸੂਚੀ ਵਿਚੋਂ ਮਨਪਸੰਦ ਵਿਅੰਜਨ ਛਾਂਟ ਸਕਦੀ ਹੋ।

ਹਾਲਾਂਕਿ ਸਿਰਫ ਖ਼ੁਰਾਕ ਤੋਂ ਹੀ ਆਇਰਨ ਦੀ ਪੂਰਤੀ ਨਹੀਂ ਹੋਵੇਗੀ ਇਸਲਈ ਡਾਕਟਰ ਤੁਹਾਨੂੰ ਸਰੀਰ ਵਿਚ ਆਇਰਨ ਦੇ ਹਿਸਾਬ ਨਾਲ ਇਸ ਦੀਆਂ ਗੋਲੀਆਂ ਵੀ ਦੇਣਗੀ। ਆਇਰਨ ਦਾ ਭਰਪੂਰ ਲਾਭ ਲੈਣਾ ਚਾਹੋ ਤਾਂ ਉਸ ਨੂੰ ਦੋ ਖਾਣਿਆਂ ਦੇ ਵਿਚਕਾਰ, ਵਿਟਾਮਿਨ ਸੀ ਤੋਂ ਭਰਪੂਰ ਰਸ ਦੇ ਨਾਲ ਲਉ ਜਿਵੇ '(ਕੈਫੀਨ ਵਾਲੇ ਪੇਯ ਪਦਾਰਥ, ਰੇਸ਼ੇ ਵਾਲੇ ਪਦਾਰਥ, ਹੋਰ ਕੈਲਸ਼ੀਅਮ ਵਾਲੇ ਪਦਾਰਥ)

ਸਾਰੀਆਂ ਸਬਜ਼ੀਆਂ, ਫਲਾਂ, ਅਨਾਜਾਂ ਤੇ ਮਾਸ ਵਿਚ ਆਇਰਨ ਦੀ ਥੋੜ੍ਹੀ ਬਹੁਤ ਮਾਤਰਾ ਪਾਈ ਜਾਂਦੀ ਹੈ ਪ੍ਰੰਤੂ ਤੁਹਾਨੂੰ ਤਾਂ ਆਇਰਨ ਦੀ ਭਰਪੂਰ ਮਾਤਰਾ ਚਾਹੀਦੀ ਹੈ। ਇਹ ਆਇਰਨ ਵਾਲੇ ਪਦਾਰਥ ਸਰੀਰ ਦੀਆਂ ਬਾਕੀ ਜ਼ਰੂਰਤਾਂ ਵੀ ਪੂਰੀਆਂ ਕਰਨਗੇ:

ਬੀਫ਼, ਬਫੈਲੋ, ਡਕ, ਟਰਕੀ,

ਪਕੇ ਕਲਾਮਜ਼, ਆੱਯਸਟਰ, ਸੇਕੇ ਆਲੂ

ਪਾਲਕ, ਕੈਲ, ਸ਼ਲਗਮ, ਸੀ ਵੀਡ

ਕੱਦੂ ਦੇ ਬੀਜ

ਓਟ ਦਾ ਚੋਕਰ

ਜੌਂ, ਬਲਗਰ ਤੇ ਕਿਵੀਨੋਆ

ਬੀਨਜ਼ ਅਤੇ ਮਟਰ

ਸੋਯਾ ਉਤਪਾਦ

ਸੁਕੇ ਮੇਵੇ

ਬਲੈਕਸਟ੍ਰੈਪ ਮੋਲੇਸਿਜ਼

ਸੁਕੇ ਫਲ

### ਚਰਬੀ ਤੇ ਉੱਚ ਚਰਬੀ ਵਾਲੇ ਭੋਜਨ - ਦਿਨ ਵਿਚ ਚਾਰ ਵਾਰ(ਤੁਹਾਡੇ ਭਾਰ ਦੇ ਹਿਸਾਬ ਨਾਲ)

ਤੁਸੀਂ ਜਾਣਦੀ ਹੀ ਹੋ ਕਿ ਚਰਬੀ ਦੀ ਪੂਰਤੀ ਕਈ ਵਾਰ ਲੋੜ ਤੋਂ ਵੀ ਵੱਧ ਹੋ ਸਕਦੀਹੈ। ਇਸਲਈ ਹਰੀ ਪੱਤੇਦਾਰ ਸਬਜ਼ੀਆਂ ਤੇ ਵਿਟਾਮਿਨ ਸੀ ਲੈਣ ਵਿਚ ਕੋਈ ਨੁਕਸਾਨ ਨਹੀਂ ਹੈ। ਚਰਬੀ ਦਾ ਸੇਵਨ ਸੀਮਤ ਮਾਤਰਾ ਵਿਚ ਹੀ ਕਰੋ ਤਾਂ ਜੋ ਥੋੜ੍ਹਾ ਫਾਲਤੂ ਭਾਰ ਛੱਟ ਸਕੇ। ਭੋਜਨ ਤੋਂ ਚਰਬੀ ਨੂੰ ਇਕਦਮ ਕੱਢਣਾ ਵੀ ਠੀਕ ਨਹੀਂ ਹੈ ਕਿਉਂਕਿ ਬੱਚੇ ਨੂੰ ਚਰਬੀ ਚਾਹੀਦੀ ਹੈ।

## ਥੋੜ੍ਹੀ ਜਿਹੀ ਚਰਬੀ....

ਕੈਲੇਰੀ ਘਟਾਉਣਾ ਚਾਹੋ ਤਾਂ ਸਲਾਦ ਦੀ ਡ੍ਰੈਸਿੰਗ ਤੇ ਤੱਲਣ-ਭੁਨਣ ਦੇ ਤੇਲ ਤੋਂ ਪਰਹੇਜ ਕਰੋ। ਆਪਣੀਆਂ ਸਬਜ਼ੀਆਂ ਵਿਚ ਥੋੜ੍ਹੀ ਚਰਬੀ ਸ਼ਾਮਲ ਕਰੋ ਕਿਉਂਕਿ ਖੋਜ ਤੋਂ ਪਤਾ ਲਗਾ ਹੈ ਕਿ ਸਬਜ਼ੀਆਂ ਦੇ ਨਾਲ ਥੋੜ੍ਹੀ ਚਰਬੀ ਲੈਣ ਨਾਲ ਉਹ ਪੂਰੀ ਤਰ੍ਹਾਂ ਹਜਮ ਹੋ ਜਾਂਦੀ ਹੈ। ਸਲਾਦ ਵਿਚ ਡ੍ਰੈਸਿੰਗ, ਸਿਟਰ ਫ੍ਰਾਈ ਤੇ ਨੱਟਸ ਦੇ ਛਿੜਕਾਅ ਨਾਲ ਚਰਬੀ ਨੂੰ ਅਪਣਾਓ ਕਿਉਂਕਿ ਇਹ ਥੋੜ੍ਹੀ ਜਿਹੀ ਚਰਬੀ ਲੰਬੇ ਸਮੇਂ ਤਕ ਸਾਥ ਨਿਭਾਏਗੀ।

ਤੀਜੀ ਤਿਮਾਹੀ ਵਿਚ ਤਾਂ ਇਹ ਹੋਰ ਵੀ ਮਹੱਤਵਪੂਰਨ ਹੋ ਜਾਂਦੇ ਹਨ।

## ਗੁਡ ਫੈਟ ਦੇ ਫੈਕਟਰਜ਼

ਕੀ ਤੁਸੀਂ ਚਰਬੀ ਤੋਂ ਡਰਦੀ ਹੋ। ਚਰਬੀ ਤੋਂ ਡਰਨ ਦੀ ਥਾਂ ਗੁਡ ਫੈਟ ਅਪਨਾਓ। ਸਾਰੀ ਚਰਬੀ ਬੁਰੀ ਨਹੀਂ ਹੁੰਦੀ। ਕੁਝ ਚਰਬੀ ਤਾਂ ਗਰਭਕਾਲ ਵਿਚ ਬਹੁਤ ਹੀ ਫਾਇਦੇਮੰਦ ਹੁੰਦੀ ਹੈ: ਜਿਵੇਂ ਓਮੇਗਾ 3 ਫੈਟੀ ਐਸਿਡ! ਤੁਹਾਨੂੰ ਆਪਣੇ ਭੋਜਨ ਵਿਚ ਇਸ ਨੂੰ ਜ਼ਰੂਰ ਸ਼ਾਮਲ ਕਰਨਾ ਚਾਹੀਦਾ ਹੈ। ਡੀਐਚਏ ਨਾਲ ਭਰੂਣ ਤੇ ਬੱਚਿਆਂ ਦੇ ਦਿਮਾਗ ਤੇ ਅੱਖਾਂ ਦਾ ਸੰਪੂਰਣ ਵਿਕਾਸ ਹੁੰਦਾ ਹੈ। ਖੋਜਕਰਤਾਵਾਂ ਨੇ ਪਤਾ ਲਗਾਇਆ ਹੈ ਕਿ ਗਰਭਕਾਲ ਵਿਚ ਭਰਪੂਰ ਡੀਐਚਏ ਲੈਣ ਵਾਲੀਆਂ ਮਾਵਾਂ ਦੇ ਬੱਚਿਆਂ ਵਿਚ ਹੱਥ ਤੇ ਅੱਖ ਦਾ ਵਧੀਆ ਤਾਲਮੇਲ ਪਾਇਆ ਗਿਆ। ਆਖ਼ਰੀ ਤਿੰਨ ਮਹੀਨਿਆਂ ਵਿਚ ਤੇ ਨਰਸਿੰਗ ਦੌਰਾਨ ਤਾਂ ਇਸ ਲੋੜ ਹੋਰ ਵੀ ਵੱਧ ਜਾਂਦੀ ਹੈ।

ਜੋ ਬੱਚੇ ਦੇ ਲਈ ਚੰਗਾ ਹੈ ਪ੍ਰੰਤੂ ਤੁਹਾਡੇ ਲਈ ਵੀ ਲਾਭਦਾਇਕ ਹੈ। ਇਸ ਨਾਲ ਤੁਹਾਡੇ ਮੂਡ ਦੇ ਉਤਾਰ-ਚੜਾਅ ਵਿਚ ਸੁਧਾਰ ਹੋਵੇਗਾ ਅਤੇ ਸਮੇਂ ਤੋਂ ਪਹਿਲਾਂ ਪ੍ਰਸੂਤ ਤੇ ਤਨਾਅ ਦੀ ਪ੍ਰੇਸ਼ਾਨੀ ਨਹੀਂ ਹੋਗੀ। ਤੁਹਾਡੇ ਬੱਚੇ ਦੀ ਸੋਣ ਦੀ ਆਦਤ ਕਾਫ਼ੀ ਵਧੀਆ ਹੋਵੇਗੀ। ਤੁਸੀਂ ਜੋ ਭੋਜਨ ਪਹਿਲਾਂ ਤੋਂ ਲੈ ਰਹੀ ਹੋ, ਉਸ ਵਿਚ ਡੀਐਚਏ ਦੀ ਭਰਪੂਰ ਮਾਤਰਾ ਪਾਈ ਜਾਂਦੀ ਹੈ; ਜਿਵੇਂ ਸਾਲਮਨ, ਦੂਜੀ ਤੇਲੀ ਮੱਛੀ; ਜਿਵੇਂ-ਸਾਰਡਿਨ, ਅਖਰੋਟ, ਡੀਐਚਏ ਤੋਂ ਭਰਪੂਰ ਅੰਡੇ, ਆਰੂਗੁਲਾ, ਕ੍ਰੇਵ ਤੇ ਸ਼ਿੰਪ, ਫਲੇਮਨੀਡ ਤੇ ਚਿਕਨ ਤੁਸੀਂ ਡਾਕਟਰ ਤੋਂ ਗਰਭਕਾਲ ਵਿਚ ਸੁਰਖਿਅਤ ਡੀਐਚਏ ਸਪਲੀਮੈਂਟ ਸਬੰਧੀ ਵੀ ਪੁੱਛ ਸਕਦੀ ਹੋ। ਕੁਝ ਪ੍ਰਸੂਤ ਤੋਂ ਪਹਿਲਾਂ ਸਪਲੀਮੈਂਟ ਵਿਚ ਡੀਐਚਏ ਵੀ ਪਾਇਆ ਜਾਂਦਾ ਹੈ।

ਹਰ ਰੋਜ਼ ਦੀ ਚਰਬੀ ਦਾ ਹਿਸਾਬ ਰੱਖੋ, ਆਪਣਾ ਕੋਟਾ ਪੂਰਾ ਕਰੋ, ਪਰ ਲੋੜ ਤੋਂ ਵੱਧ ਚਰਬੀ ਨਾ ਲਉ। ਇਹ ਨਾ ਭੁਲੋ ਕਿ ਖਾਣਾ ਪਕਾਣ ਵਿਚ ਵੀ ਚਰਬੀ ਲਗਦੀ ਹੈ। ਜੇਕਰ ਤੁਸੀਂ 1/2 ਚਮਚ ਮੱਖਣ ਵਿਚ ਅੰਡੇ ਫ੍ਰਾਈ(ਅੱਧੀ ਸਰਵਿੰਗ) ਕੀਤੇਹਨ ਜਾਂ ਕਾੱਲੇਸਲਾ ਵਿਚ 1 ਵੱਡਾ ਚਮਚ ਮੇਯੋਨੀਜ਼(ਇਕ ਸਰਵਿੰਗ) ਪਾਈ ਹੈ ਤਾਂ ਇਸ ਡੇਢ ਸਰਵਿੰਗ ਨੂੰ ਆਪਣੀ ਗਿਣਤੀ ਵਿਚ ਰੱਖੋ।

ਜੇਕਰ ਪੌਸ਼ਟਿਕ ਭੋਜਨ ਲੈਣ ਦੇ ਬਾਵਜੂਦ ਭਾਰ ਨ ਵੱਧ ਰਿਹਾ ਹੋਵੇ ਤਾਂ ਥੋੜ੍ਹੀ ਚਰਬੀ ਦੀ ਮਾਤਰਾ ਵਧਾ ਦਿਉ। ਜੇਕਰ ਭਾਰ ਤੇਜੀ ਨਾਲ ਵੱਧ ਰਿਹਾ ਹੈ ਤਾਂ ਚਰਬੀ ਦੀ ਮਾਤਰਾ ਥੋੜ੍ਹੀ ਘਟਾ ਦਿਉ।

ਇਸ ਸੂਚੀ ਦੇ ਸਾਰੇ ਖਾਦ ਪਦਾਰਥ ਚਰਬੀ ਵਾਲੇ ਹਨ ਹਾਲਾਂਕਿ ਸਿਰਫ ਉਹ ਹੀ ਚਰਬੀ ਦੇ ਸ੍ਰੋਤ ਨਹੀਂ ਹਨ ਪ੍ਰੰਤੂ ਤੁਹਾਨੂੰ ਇਸ ਦੀ ਕਾਫ਼ੀ ਲੋੜ ਹੈ। ਜੇਕਰ ਤੁਹਾਡਾ ਭਾਰ ਸਹੀ ਤਰੀਕੇ ਨਾਲ ਵੱਧ ਰਿਹਾ ਹੈ ਤਾਂ ਇਕ ਦਿਨ ਵਿਚ ਚਾਰ ਪੂਰੀ ਸਰਵਿੰਗ ਲਉ। ਜੇ ਕਰ ਨਹੀਂ ਤਾਂ ਚਰਬੀ ਦੀ ਮਾਤਰਾ ਉਸੀ ਹਿਸਾਬ ਨਾਲ ਘਟਾ-ਵਟਾ ਲਉ।

**1 ਵੱਡਾ ਚਮਚ ਤੇਲ(ਜੈਤੂਨ, ਕਨੋਲਾ, ਤਿਲ)**
**1 ਵੱਡਾ ਚਮਚ ਮੱਖਣ(ਮਾਰਜਰਿਨ)**
**1 ਵੱਡਾ ਚਮਚ ਰੈਗੂਲਰ ਮਿਓਨੀਜ਼**
**2 ਵੱਡੇ ਚਮਚ ਸਲਾਦ ਡ੍ਰੈਸਿੰਗ**
**2 ਵੱਡੇ ਚਮਚ ਭਾਰੀ ਕ੍ਰੀਮ**
**1/4 ਕਪ ਹਾੱਫ ਐਂਡ ਹਾੱਫ**
**1/4 ਕਪ ਫੇਟੀ ਕ੍ਰੀਮ**
**1/4 ਕਪ ਸਾੱਰ ਕ੍ਰੀਮ**
**2 ਵੱਡੇ ਚਮਚ ਰੈਗੂਲਰ ਕ੍ਰੀਮ ਚੀਜ਼**
**2 ਵੱਡੇ ਚਮਚ ਮੂੰਗਫਲੀ ਜਾਂ ਬਦਾਮ ਦਾ ਮੱਖਣ**

## ਨਮਕੀਨ ਖਾਦ ਪਦਾਰਥ(ਸੀਮਤ ਮਾਤਰਾ ਵਿਚ)

ਪਹਿਲਾਂ ਗਰਭਕਾਲ ਵਿਚ ਘੱਟੋ ਘੱਟ ਨਮਕੀਨ ਪਦਾਰਥ ਲੈਣ ਦੀ ਸਲਾਹ ਦਿੱਤੀ ਜਾਂਦੀ ਸੀ ਕਿਉਂਕਿ ਇਸ ਨਾਲ ਸਰੀਰ ਵਿਚ ਸੋਜਸ ਵੱਧਦੀ ਹੈ ਪ੍ਰੰਤੂ ਬਾਦ ਵਿਚ ਪਤਾ ਲਗਾ ਕਿ ਗਰਭਕਾਲ ਵਿਚ ਸਰੀਰ ਵਿਚ ਤਰਲ ਪਦਾਰਥਾਂ ਦਾ ਵਾਧਾ ਆਮ ਹੁੰਦਾ ਹੈ। ਤਰਲ ਪਦਾਰਥਾਂ ਦੀ ਮਾਤਰਾ ਦਾ ਸੰਤੁਲਨ ਬਣਾਈ ਰੱਖਣ ਦੇ ਲਈ ਸੋਡੀਅਮ ਲੈਣਾ ਵੀ ਜ਼ਰੂਰੀ ਹੈ। ਜੇ ਕਰ ਸੋਡੀਅਮ ਦੀ ਕਮੀ ਹੋ ਜਾਏ ਤਾਂ ਉਸ ਨਾਲ ਵੀ ਭਰੂਣ ਨੂੰ ਨੁਕਸਾਨ ਹੋ ਸਕਦਾ ਹੈ। ਹਾਲਾਂਕਿ ਅਚਾਰ, ਚਟਣੀ ਤੇ ਸਾੱਸ ਦੀ ਲੋੜ ਤੋਂ ਵੱਧ ਮਾਤਰਾ ਵੀ ਨੁਕਸਾਨ ਪਹੁੰਚਾ ਸਕਦੀ ਹੈ। ਸੋਡੀਅਮ ਦੀ ਵੱਧ ਮਾਤਰਾ ਦਾ ਉੱਚ ਬਲੱਡਪ੍ਰੈਸ਼ਰ ਨਾਲ ਸਿੱਧਾ ਸਬੰਧ

ਹੈ। ਇਸ ਨਾਲਗਰਭਕਾਲ ਤੇ ਪ੍ਰਸੂਤ ਵਿਚ ਕਈ ਤਰ੍ਹਾਂ ਦੀਆਂ ਪ੍ਰੇਸ਼ਾਨੀਆਂ ਪੈਦਾ ਹੋ ਸਕਦੀਆਂ ਹਨ। ਖਾਣ ਵਿਚ ਹਲਕੇ ਨਮਕ ਦਾ ਪ੍ਰਯੋਗ ਕਰੋ। ਅਚਾਰ ਖਾਣ ਦਾ ਮਨ ਕਰੇ ਤਾਂ ਇਕ ਅੱਧ ਟੁਕੜਾ ਖਾ ਲਉ ਪਰ ਕ੍ਰਿਪਾ ਅੱਧਾ ਜਾਰ ਖ਼ਤਮ ਨਾ ਕਰੋ। ਆਇਓਡੀਨ ਵਾਲੇ ਨਮਕ ਦਾ ਪ੍ਰਯੋਗ ਕਰੋ ਤਾਂ ਜੋ ਸਰੀਰ ਵਿਚ ਡਾਇਓਡੀਨ ਦੀ ਕਮੀ ਨਾ ਹੋਵੇ, ਉਂਞ ਥਾਇਰਾਇਡ ਦੀ ਜਾਂਚ ਵੀ ਜ਼ਰੂਰ ਕਰਵਾ ਲਉ।

## ਤਰਲ ਪਦਾਰਥ : 8 ਔਂਸ ਦੇ ਗਿਲਾਸ ਹਰਰੋਜ਼

ਤੁਸੀਂ ਦੋ ਲੋਕਾਂ ਦੇ ਲਈ ਖਾਣ ਦੇ ਨਾਲ-2 ਪੀ ਵੀ ਰਹੀ ਹੋ। ਤੁਹਾਡੇ ਵਾਂਗ ਬੱਚੇ ਦਾ ਸਰੀਰ ਵੀ ਪਾਣੀ ਤੋਂ ਬਣਿਆ ਹੈ। ਇਨ੍ਹਾਂ ਦਿਨਾਂ ਵਿਚ ਸਰੀਰ ਨੂੰ ਤਰਲ ਪਦਾਰਥਾਂ ਦੀ ਕਾਫ਼ੀ ਲੋੜ ਹੈ। ਜੇਕਰ ਤੁਸੀਂ ਉਂਞ ਵੀ ਘੱਟ ਪਾਣੀ ਪੀਂਦੀ ਹੋ ਤਾਂ ਜਰਾ ਸੰਭਲ ਜਾਓ। ਇਸ ਨਾਲ ਤੁਹਾਡੀ ਚਮੜੀ ਬਿਖਰੀ ਰਹੇਗੀ, ਕਬਜ ਨਹੀਂ ਹੋਵੇਗੀ, ਸਰੀਰ ਦੇ ਜ਼ਹਿਰੀਲੇ ਤੱਤ ਬਾਹਰ ਨਿਕਲਦੇ ਰਹਿਣਗੇ। ਪਿਸ਼ਾਬਦਾਨੀ ਦਾ ਇਨਫੈਕਸ਼ਨ ਨਹੀਂ ਹੋਵੇਗਾ ਤੇ ਪ੍ਰਸੂਤ ਵਿਚ ਅਸਾਨੀ ਰਹੇਗੀ। ਦਿਨ ਵਿਚ ਘੱਟੋ ਘੱਟ 8 ਗਿਲਾਸ ਪਾਣੀ ਜ਼ਰੂਰ ਲਉ। ਜੇ ਕਰ ਬਹੁਤ ਗਰਮੀ ਹੈ ਜਾਂ ਕਸਰਤ ਕਰਦੀ ਹੋ ਤਾਂ ਪਾਣੀ ਦੀ ਵੱਧ ਮਾਤਰਾ ਲਉ। ਖਾਣ ਤੋਂ ਇਕਦਮ ਪਹਿਲਾਂ ਕਾਫ਼ੀ ਪਾਣੀ ਨਾ ਪੀਓ।

ਪਾਣੀ ਤੋਂ ਇਲਾਵਾ ਦੁੱਧ, ਫਲਾਂ ਤੇ ਸਬਜ਼ੀਆਂ ਦੇ ਰਸ, ਜੂਸ, ਸੂਪ ਗਰਮ ਜਾਂ ਠੰਡੀ ਚਾਹ ਤੋਂ ਵੀ ਤਰਲ ਪਦਾਰਥਾਂ ਦੀ ਮਾਤਰਾ ਮਿਲਦੀ ਹੈ।

ਫਰੂਟ ਜੂਸ ਵਿਚ ਅੱਧਾ ਪਾਣੀ ਮਿਲਾ ਕੇ ਲਉ, ਕੈਲੋਰੀ ਵੀ ਨਹੀਂ ਵਧੇਗੀ।

## प्रसव पूर्व विटामिन सप्लीमेंट एक प्रेगनेंसी फार्मूला प्रतिदिन

इतना बढ़िया पौष्टिक खाने के बावजूद विटामिन की दवा लेने की जरूरत क्यों पड़ती है? हां, यदि आप किसी प्रयोगशाला में रहतीं तो शायद जरूरत न पड़ती वहां आपको हर तरह की खुराक माप-तोल कर मिलती किंतु वास्तव में ऐसा नहीं हो सकता। आपको व अजन्मे शिशु विटामिन की खुराक हर हालत में चाहिए, इससे वो सब कमी पूरी हो जाएगी जो पौष्टिक खुराक से नहीं हो पाती।

हालांकि दवा तो दवा है, वे कभी भी अच्छी खुराक की जगह नहीं ले सकती बेहतर होगा कि आप भोजन में विटामिन व प्रोटीन को शामिल करें। भोजन से आपको जल व रेशे की मात्रा भी मिलती है। कई महत्वपूर्ण कैलोरी व प्रोटीन तो दवा से मिल ही नहीं सकते।

यह न सोचें कि विटामिन जितने ज्यादा हों, बढ़िया हैं।

कुछ विटामिनों की अधिक मात्रा लेने से नुकसान भी हो सकते हैं। वे शरीर के लिए जहरीले साबित हो सकते हैं। विटामिन-प्रोटीन की कोई भी दवा डॉक्टर की राय के बिना न लें। इसी तरह हर्बल दवाओं के बारे में सावधान रहना चाहिए। आहार में गाजर और ब्रोकली की अधिक मात्रा लेने से कोई नुकसान नहीं होगा। ये तो आपको फायदा पहुंचाएँगी।

## ਦਵਾਈ ਵਿਚ ਕੀ ਹੈ?

ਇਹ ਇਸ ਗੱਲ ਤੇ ਨਿਰਭਰ ਕਰਦਾ ਹੈ ਕਿ ਤੁਸੀਂ ਕਿਹੜੀ ਦਵਾਈ ਲੈ ਰਹੀ ਹੋ। ਡਾਕਟਰ ਤੁਹਾਡੀ ਮੈਡੀਕਲ ਹਿਸਟਰੀ ਦੇ ਹਿਸਾਬ ਨਾਲ ਤੁਹਾਡੇ ਲਈ ਦਵਾਈ ਚੁਣਦੇ ਹਨ ਕਿਉਂਕਿ ਇਨ੍ਹਾਂ ਦਾ ਕੋਈ ਤੈਅਸ਼ੁਦਾ ਨਿਯਮ ਨਹੀਂ ਹੁੰਦਾ। ਜੇਕਰ ਤੁਸੀਂ ਖ਼ੁਦ ਕੈਮਿਸਟ ਦੀ ਦੁਕਾਨ ਤੇ ਜਾਣਾ ਚਾਹ ਰਹੀ ਹੋ ਤਾਂ ਪਹਿਲਾਂ ਇਸ ਨੂੰ ਪੜ੍ਹ ਲਉ।

- ਵਿਟਾਮਿਨ ਏ ਦੀ 4,000 ਆਈ ਯੂ (ਦੇ ਲਈ) ਮਿ.ਗ੍ਰਾ. ਤੋਂ ਵੱਧ ਮਾਤਰਾ ਨਾ ਲਉ। 10,000 ਆਈਯੂ ਤੋਂ ਵੱਧ ਮਾਤਰਾ ਵਿਸ਼ੈਲੀ ਹੋ ਸਕਦੀ ਹੈ। ਕਈ ਨਿਰਮਾਤਾਵਾਂ ਨੇ ਵਿਟਾਮਿਨ ਏ ਦੀ ਮਾਤਰਾ ਘਟਾ ਦਿੱਤੀ ਹੈ ਜਾਂ ਇਸ ਦੀ ਜਗ੍ਹਾਂ ਬੀਟਾ-ਕੈਰੋਟਿਨ ਦਾ ਪ੍ਰਯੋਗ ਕਰਨ ਲਗੇ ਹਨ।
- ਘੱਟੋ ਘੱਟ 400 ਤੋਂ 600 ਮਿ.ਗ੍ਰਾ. ਫੌਲਿਕ ਐਸਿਡ।

- 250 ਮਿ.ਗ੍ਰਾ. ਕੈਲਸ਼ੀਅਮ। ਜੇਕਰ ਖ਼ੁਰਾਕ ਵਿਚ ਪੂਰਾ ਕੈਲਸ਼ੀਅਮ ਨਹੀਂ ਲੈ ਰਹੀ ਹੋ ਤਾਂ ਤੁਹਾਨੂੰ 1200 ਮਿ.ਗ੍ਰਾ. ਤਕ ਦੀ ਖ਼ੁਰਾਕ ਲੈਣੀ ਪੈ ਸਕਦੀ ਹੈ। ਸਪਲੀਮੈਂਟਰੀ ਆਇਰਨ ਦੇ ਨਾਲ ਕੈਲਸ਼ੀਅਮ ਦੀ ਮਾਤਰਾ 250 ਮਿ.ਗ੍ਰਾ. ਤੋਂ ਵੱਧ ਨਾ ਲਉ ਕਿਉਂਕਿ ਮਿਨਰਲ ਆਇਰਨ ਦੇ ਅਪਸ਼ੋਸ਼ਣ ਵਿਚ ਰੁਕਾਵਟ ਪਾਂਦੇ ਹਨ। ਆਇਰਨ ਸਪਲੀਮੈਂਟ ਲੈਣ ਤੋਂ ਦੋ ਘੰਟੇ ਪਹਿਲਾਂ ਜਾਂ ਬਾਦ ਵਿਚ ਕੈਲਸ਼ੀਅਮ ਲਉ।
- 30 ਮਿ.ਗ੍ਰਾ. ਆਇਰਨ
- 50-80 ਮਿ.ਗ੍ਰਾ. ਵਿਟਾਮਿਨ ਸੀ, 15 ਮਿ.ਗ੍ਰਾ. ਜਿੰਕ
- 2 ਮਿ.ਗ੍ਰਾ. ਕਾੱਪਰ
- 2 ਮਿ.ਗ੍ਰਾ. ਵਿਟਾਮਿਨ ਬੀ
- ਵਿਟਾਮਿਨ ਡੀ. 500 ਮਿ.ਗ੍ਰਾ. ਤੋਂ ਵੱਧ ਨਹੀਂ।
- ਵਿਟਾਮਿਨ ਈ-(16 ਮਿ.ਗ੍ਰਾ.) ਥਿਯਾਮਿਨ (1-4 ਮਿ.ਗ੍ਰਾ.) ਰਾਇਬੋਫਲੇਵਿਨ (1-4 ਮਿ.ਗ੍ਰਾ.), ਨਿਯਾਸਿਨ (18 ਮਿ.ਗ੍ਰਾ.) ਵਿਟਾਮਿਨ ਬੀ-(2.6 ਮਿ.ਗ੍ਰਾ.)। ਇਸ ਖ਼ੁਰਾਕ ਨਾਲ ਕਿਸੀ ਤਰ੍ਹਾਂ ਦਾ ਨੁਕਸਾਨ ਨਹੀਂ ਹੋਵੇਗਾ।
- ਕਈ ਦਵਾਈਆਂ ਵਿਚ ਮੈਗਨੀਸ਼ੀਅਮ, ਫਲੋਰਾਈਡ, ਬਾਇਓਟੀਨ, ਫਾਸਫੋਰਸ, ਪੈਂਟੋਥੈਨਿਕ ਐਸਿਡ ਤੇ ਬੀ ਵੀ ਸ਼ਾਮਲ ਹੋ ਸਕਦਾ ਹੈ।

  ਆਪਣੇ ਡਾਕਟਰ ਦੀ ਰਾਏ ਤੋਂ ਬਿਨਾਂ ਕੋਈ ਦਵਾਈ ਨਾ ਲਉ।

# ਤੁਸੀਂ ਕੀ ਸੋਚ ਰਹੀ ਹੋਵੇਗੀ?

## ਮਿਲਕ-ਫ੍ਰੀ-ਮਾੱਮ

**''ਮੈਂ ਦੁੱਧ ਬਰਦਾਸ਼ਤ ਨਹੀਂ ਕਰ ਸਕਦੀ। ਦਿਨ ਵਿਚ ਚਾਰ ਕਪ ਦੁੱਧ ਪੀਣਾ ਮੇਰੇ ਵੱਸ ਦੀ ਗੱਲ ਨਹੀਂ ਹੈ ਪ੍ਰੰਤੂ ਕੀ ਬੱਚੇਨੂੰ ਦੁੱਧ ਨਹੀਂ ਚਾਹੀਦਾ?''**

ਬੱਚੇ ਨੂੰ ਦੁੱਧ ਨਹੀਂ ਕੈਲਸ਼ੀਅਮ ਚਾਹੀਦਾ ਹੈਅਤੇ ਤੁਹਾਡੀ ਖ਼ੁਰਾਕ ਵਿਚ ਦੁੱਧ ਹੀ ਕੈਲਸ਼ੀਅਮ ਦਾ ਸਭ ਤੋਂ ਚੰਗਾ ਤੇ ਕੁਦਰਤੀ ਸ੍ਰੋਤ ਹੈ। ਗਰਭਕਾਲ ਵਿਚ ਇਸ ਨੂੰ ਪੀਣ ਦੀ ਰਾਏ ਇਸ ਲਈ ਹੀ ਦਿੱਤੀ ਜਾਂਦੀ ਹੈ। ਪ੍ਰੰਤੂ ਇਸ ਨੂੰ ਪੀਣ ਨਾਲ ਤੁਹਾਡੇ ਮੂੰਹ ਦਾ ਸਵਾਦ ਵਿਗੜਦਾ ਹੈ, ਗੈਸ ਬਣਦੀ ਹੈ ਤਾਂ ਇਸ ਨੂੰ ਪੀਣ ਤੋਂ ਪਹਿਲਾਂ ਦੋ ਵਾਰ ਸੋਚਦੀ ਹੋਵੋਗੀ। ਬੱਚੇ ਦੇ ਦੰਦ ਤੇ ਹੱਡੀਆਂ ਦੇ ਲਈ ਸਿਰਫ਼ ਦੁੱਧ ਤੋਂ ਹੀ ਕੈਲਸ਼ੀਅਮ ਨਹੀਂ ਮਿਲੇਗਾ। ਇਸ ਦੇ ਹੋਰ ਵੀ ਕਈ ਵਿਕਲਪ ਹੋ ਸਕਦੇ ਹਨ। ਤੁਸੀਂ ਹਾਰਡ ਚੀਜ਼, ਯੋਗਰਟ ਜਾਂ ਲੈਕਟੀਜ਼ ਫ੍ਰੀ ਮਿਲਕ ਜਿਵੇਂ ਡੇਅਰੀ ਉਤਪਾਦ ਲੈ ਸਕਦੀ ਹੋ। ਇਸ ਤਰ੍ਹਾਂ ਦੇ ਉਤਪਾਦਾਂ ਵਿਚ ਕੈਲਸ਼ੀਅਮ ਫੋਰਟੀਫਾਇਡ ਵੀ ਹੁੰਦਾ ਹੈ। ਤੁਸੀਂ ਦੁੱਧ ਵਿਚ ਲੈਕਟੋਸ ਟੇਬਲੇਟ ਪਾ ਸਕਦੀ ਹੋ ਤਾਂ ਜੋ ਦੁੱਧ ਪੀਣ ਤੋਂ ਬਾਦ ਪੇਟ ਵਿਚ ਉਥਲ-ਪੁਥਲ ਨਾ ਹੋਵੇ, ਉਹ ਆਸਾਨੀ ਨਾਲ ਪਚ ਜਾਏ।

ਉਂਝ ਇਸ ਦੀ ਤਿਮਾਹੀ ਆਉਂਦੇ-2 ਤੁਹਾਨੂੰ ਖ਼ੁਦ ਥੋੜ੍ਹੇ ਬਹੁਤ ਡੇਅਰੀ ਉਤਪਾਦ ਲੈਣ ਦੀ ਆਦਤ ਹੋ ਜਾਏਗੀ। ਉਸ ਸਮੇਂ ਭਰੂਣ ਨੂੰ ਕੈਲਸ਼ੀਅਮ ਦੀ ਸਭ ਤੋਂ ਵੱਧ ਜ਼ਰੂਰਤ ਹੁੰਦੀ ਹੈ। ਕੁਝ ਐਸੇ ਉਤਪਾਦਾਂ ਦੀ ਖੋਜ ਵਿਚ ਰਹੋ ਜਿਨ੍ਹਾਂ ਤੋਂ ਤੁਹਾਨੂੰ ਜ਼ਿਆਦਾ ਪ੍ਰੇਸ਼ਾਨੀ ਨਾ ਹੋਵੇ।

ਤੁਸੀਂ ਆਪ ਡੇਅਰੀ ਉਤਪਾਦਾਂ ਤੋਂ ਅਲਰਜਿਕ ਹੋ ਤਾਂ ਕੈਲਸ਼ੀਅਮ ਵਾਲੇ ਜੂਸ ਲਉ ਜਾਂ ਐਸੇ ਨਾੱਨ ਡੇਅਰੀ ਉਤਪਾਦ ਲਉ ਜਿਨ੍ਹਾਂ ਤੋਂ ਕੈਲਸ਼ੀਅਮ ਮਿਲੇ।

ਜੇਕਰ ਤੁਹਾਨੂੰ ਦੁੱਧ ਦੇ ਸਵਾਦ ਤੋਂ ਦਿੱਕਤ ਹੁੰਦੀ ਹੈ ਤਾਂ ਕੁਝ ਦੂਜੇ ਵਿਕਲਪ ਖੋਜੋ ਜਾਂ ਸੈਰੇਲ ਸੂਪ ਤੇ ਸਮੂਦੀਜ਼ ਵਿਚ ਦੁੱਧ ਮਿਲਾਓ।

### ਪਾਸ਼ਚਰਾਇਜ਼

ਲੁਈ ਪਾਸ਼ਚਰ ਨੇ 1800 ਦੇ ਮੱਧ ਵਿਚ ਪਾਸ਼ਚਰਾਇਜ਼ ਕਰਨ ਦੀ ਜੋ ਤਕਨੀਕ ਲੱਭੀ, ਇਹ ਸਚਮੁੱਚ ਲਾਜਵਾਬ ਹੈ। ਖ਼ੁਦ ਨੂੰ ਤੇ ਬੱਚੇ ਨੂੰ ਬੈਕਟੀਰੀਆ ਇਨਫੈਕਸ਼ਨ ਤੋਂ ਬਚਾਣਾ ਚਾਹੁੰਦੀ ਹੋ ਤਾਂ ਹਮੇਸ਼ਾਂ ਪਾਸ਼ਚਰਾਇਜ਼ ਦੁੱਧ ਪੀਓ ਤੇ ਪਾਸ਼ਚਰਾਇਜ਼ ਡੇਅਰੀ ਉਤਪਾਦ ਹੀ ਖਾਓ। ਅੱਜ ਕਲ ਅੰਡੇ ਤਾਂ ਪਾਸ਼ਚਰਾਇਜ਼ ਆਉਂਦੇ ਹਨ ਤਾਂ ਜੋ ਤੁਸੀਂ ਕਈ ਤਰ੍ਹਾਂ ਦੀਆਂ ਬੀਮਾਰੀਆਂ ਤੋਂ ਬੱਚ ਸਕੋ। ਗਰਭਕਾਲ ਵਿਚ ਇਹ ਛੋਟੀਆਂ-2 ਸਾਵਧਾਨੀਆਂ ਵੀ ਕਾਫ਼ੀ ਫਾਇਦੇਮਦ ਹੁੰਦੀਆਂ ਹਨ। ਇਨ੍ਹਾਂ ਨੂੰ ਕਿਸੀ ਵੀ ਕੀਮਤ ਤੇ ਨਜ਼ਰਅੰਦਾ ਨਾ ਕਰੋ।

ਜੇਕਰ ਤੁਹਾਨੂੰ ਖ਼ੁਰਾਕ ਤੋਂ ਪੂਰਾ ਕੈਲਸ਼ੀਅਮ ਨਹੀਂ ਮਿਲ ਰਿਹਾ ਤਾਂ ਡਾਕਟਰ ਨੂੰ ਸਪਲੀਮੈਂਟ ਦੇਣ ਲਈ ਕਹੋ। ਅੱਜ ਕਲ ਤਾਂ ਇਸ ਦੀਆਂ ਮਿੱਠੀਆਂ ਗੋਲੀਆਂ ਆਉਂਦੀਆਂ ਹਨ ਜਿਨ੍ਹਾਂ ਨੂੰ ਮੂੰਹ ਵਿਚ ਰੱਖ ਕੇ ਚੂਸਿਆ ਜਾ ਸਕਦਾ ਹੈ। ਤੁਹਾਨੂੰ ਕੈਲਸ਼ੀਅਮ ਤੋਂ ਇਲਾਵਾ ਵਿਟਾਮਿਨ ਡੀ ਦੀ ਮਾਤਰਾ ਤੇ ਵੀ ਧਿਆਨ ਦੇਣਾ ਹੋਵੇਗਾ ਜੋ ਕਿ ਗਾਂ ਦੇ ਦੁੱਧ ਵਿਚ ਪਾਇਆ ਜਾਂਦਾ ਹੈ। ਇਹ ਵੀ ਕੈਲਸ਼ੀਅਮ ਦੇ ਨਾਲ ਲੈਣਾ ਜ਼ਰੂਰੀ ਹੈ।

## ਆਪਣੀ ਖ਼ੁਰਾਕ ਵਿਚ ਰੈਡ ਮੀਟ ਸ਼ਾਮਲ ਨਾ ਕਰੋ।

**"ਮੈਂ ਚਿਕਨ ਅਤੇ ਫਿਸ਼ ਤਾਂ ਖਾਂਦੀ ਹਾਂ ਪਰ ਰੈਡ ਮੀਟ ਨਹੀਂ ਖਾਂਦੀ। ਕੀ ਇਸ ਤੋਂ ਬਿਨਾਂ ਵੀ ਬੱਚੇ ਨੂੰ ਪੌਸ਼ਟਿਕ ਤੱਤ ਮਿਲ ਸਕਣਗੇ?"**

ਗਰਭਕਾਲ ਵਿਚ ਫਿਸ਼ ਤੇ ਪੋਲਟ੍ਰੀ ਉਤਪਾਦ ਤੁਹਾਨੂੰ ਇਥੇ ਹੀ ਵੱਧ ਪੌਸ਼ਟਿਕ ਤੱਤ ਦੇਣਗੇ। ਕੇਵਲ ਤੁਹਾਨੂੰ ਆਇਰਨ ਨਹੀਂ ਮਿਲੇਗਾ ਜੋ ਕਿ ਰੈਡ ਮੀਟ ਵਿਚ ਹੁੰਦਾ ਹੈ। ਇਸ ਦੀ ਪੂਰਤੀ ਤੁਸੀਂ ਦੂਜੇ ਵਿਕਲਪਾਂ ਤੋਂ ਕਰ ਸਕਦੀ ਹੋ।

## ਸ਼ਾਕਾਹਾਰੀ ਡਾਇਟ

**"ਮੈਂ ਸਿਹਤਮੰਦ ਸ਼ਾਕਾਹਾਰੀ ਹਾਂ ਪ੍ਰੰਤੂ ਹਰ ਕੋਈ ਕਹਿੰਦਾ ਹੈ ਕਿ ਮੈਨੂੰ ਸਿਹਤਮੰਦ ਬੱਚੇ ਦੇ ਲਈ ਪਸ਼ੂ ਉਤਪਾਦ ਖਾਣੇ ਚਾਹੀਦੇ ਹਨ।"**

ਜੇਕਰ ਸ਼ਾਕਾਰੀ ਆਪਣੇ ਭੋਜਨ ਨੂੰ ਥੋੜ੍ਹਾ ਜਿਹਾ ਵੀ ਨਿਯੋਜਿਤ ਕਰ ਲੈਣ ਤਾਂ ਉਹ ਵੀ ਮਾਸਾਹਾਰੀਆਂ ਦੀ ਤਰ੍ਹਾਂ ਪੂਰਾ ਪੋਸ਼ਣ ਪਾ ਸਕਦੇ ਹਨ। ਸ਼ਾਕਾਰੀ ਭੋਜਨ ਵਿਚ ਹੇਠ-ਲਿਖੇ ਜ਼ਰੂਰ ਸ਼ਾਮਲ ਕਰੋ:

**ਉਚਿਤ ਮਾਤਰਾ ਵਿਚ ਪ੍ਰੋਟੀਨ :** ਜੇਕਰ ਤੁਸੀਂ ਦੁੱਧ ਤੇ ਅੰਡੇ ਲੈਂਦੀ ਹੋ ਤਾਂ ਬੇਸ਼ਕ ਤੁਹਾਨੂੰ ਉਚਿਤ ਮਾਤਰਾ ਵਿਚ ਪ੍ਰੋਟੀਨ ਮਿਲ ਰਿਹਾ ਹੋਵੇਗਾ ਪ੍ਰੰਤੂ ਜੇਕਰ ਤੁਸੀਂ ਕੱਟੜ ਸ਼ਾਕਾਹਾਰੀ ਹੋ ਭਾਵ ਦੁੱਧ ਤੇ ਅੰਡੇ ਵੀ ਨਹੀਂ ਲੈਂਦੀ ਤਾਂ ਤੁਹਾਨੂੰ ਭੋਜਨ ਵਿਚ ਸੁਕੀ ਬੀਨਜ਼, ਮਟਰ, ਮਸਰ, ਤੋਫੂ ਤੇ ਸੋਯਾ ਉਤਪਾਦਾਂ ਦੀ ਮਾਤਰਾ ਵਧਾਉਣੀ ਹੋਵੇਗੀ ਤਾਂ ਜੋ ਪ੍ਰੋਟੀ ਦੀ ਕਮੀ ਪੂਰੀ ਹੋ ਸਕੇ।

**ਉਚਿਤ ਮਾਤਾਰਾ ਵਿਚ ਕੈਲਸ਼ੀਅਮ :** ਡੇਅਰੀ ਉਤਪਾਦ ਲੈਣ ਵਾਲੇ ਸ਼ਾਕਾਹਾਰੀਆਂ ਦੇ ਲਈ ਤਾਂ ਕੋਈ ਮੁਸ਼ਕਲ ਨਹੀਂ ਹੈ ਪ੍ਰੰਤੂ ਜੇਕਰ ਤੁਸੀਂ ਡੇਅਰੀ ਉਤਪਾਦ ਵੀ ਨਹੀਂ ਲੈਂਦੇ ਤਾਂ ਕੈਲਸ਼ੀਅਮ ਵਾਲੇ ਜੂਸ, ਹਰੀ ਪੱਤੇਦਾਰ ਸਬਜ਼ੀਆਂ, ਤਿਲ, ਬਦਾਮ, ਸੋਯਾ ਉਤਪਾਦ ਆਦਿ ਕੰਮ ਆ ਸਕਦੇ ਹਨ। ਜੇਕਰ ਫਿਰ ਵੀ ਗੱਲ ਨਾ ਬਣੇ ਤਾਂ ਕੈਲਸ਼ੀਅਮ ਦੀ ਦਵਾਈ ਵੀ ਲੈ ਸਕਦੇ ਹੋ ਪਰ ਉਸ ਦੇ ਲਈ ਡਾਕਟਰ ਦੀ ਰਾਏ ਲੈਣੀ ਹੋਵੇਗੀ।

**ਵਿਟਾਮਿਨ $B_{12}$ :** ਉਂਝ ਤਾਂ $B_{12}$ ਦੀ ਕਮੀ ਦੁਰਲੱਭ ਹੁੰਦੀ ਹੈ ਪਰ ਕੱਟੜ ਸ਼ਾਕਾਹਾਰੀਆਂ ਨੂੰ ਇਹ ਨਹੀਂ ਮਿਲਦਾ ਕਿਉਂਕਿ ਇਹ ਪਸ਼ੂ ਉਤਪਾਦਾਂ ਵਿਚ ਪਾਇਆ ਜਾਂਦਾ ਹੈ। ਤੁਹਾਨੂੰ ਡਾਕਟਰ ਤੋਂ ਪੁੱਛ ਕੇ ਫੌਲਿਕ ਐਸਿਡ ਤੇ ਆਇਰਨ ਦੇ ਨਾਲ ਵਿਟਾਮਿਨ $B_{12}$ ਦੀ ਦਵਾਈ ਵੀ ਲੈਣੀ ਚਾਹੀਦੀ ਹੈ। ਇਸ ਤੋਂ ਇਲਾਵਾ ਸੋਯਾ ਦੁੱਧ, ਫੋਰਟੀ ਫਾਇਡ ਸੈਰੇਲ, ਪੌਸ਼ਟਿਕ ਖ਼ਮੀਰ ਆਦਿ ਤੋਂ ਇਸ ਕਮੀ ਨੂੰ ਪੂਰਾ ਕਰ ਸਕਦੇ ਹੋ।

**ਵਿਟਾਮਿਨ ਡੀ:** ਚਮੜੀ ਸੂਰਜ ਦੀ ਰੋਸ਼ਨੀ ਵਿਚ ਖ਼ੁਦ ਇਸ ਨੂੰ ਬਣਾਦੀ ਹੈ ਪ੍ਰੰਤੂ ਜ਼ਰੂਰਤ ਤੋਂ ਵੱਧ ਧੁੱਪ ਵਿਚ ਰਹਿਣ ਨਾਲ ਚਮੜੀ ਕਾਲੀ ਪੈ ਜਾਂਦੀ ਹੈ। ਕਾਲੇ ਰੰਗ ਦੀਆਂ ਔਰਤਾਂ ਇਸ ਨੂੰ ਉਚਿਤ ਮਾਤਰਾ ਵਿਚ ਲੈ ਵੀ ਨਹੀਂ ਸਕਦੀਆਂ। ਜੇਕਰ ਤੁਸੀਂ ਗਾਂ ਦਾ ਦੁੱਧ ਨਹੀਂ ਲੈਂਦੀ ਤਾਂ ਵਿਟਾਮਿਨ ਡੀ ਵਾਲਾ ਸੋਯਾ ਦੁੱਧ ਲਉ ਜਾਂ ਫਿਰ ਦਵਾਈ ਵਿਚ ਇਸ ਨੂੰ ਸ਼ਾਮਲ ਕਰੋ। ਬ੍ਰੈਡ ਤੇ ਸੈਰੇਲ ਵੀ ਵਿਟਾਮਿਨ ਡੀ ਫੋਰਟੀਫਾਇਡ ਹੁੰਦੇ ਹਨ।

## ਲੋ-ਕਾਰਬ ਡਾਇਟ

**"ਮੈਂ ਭਾਰ ਵਧਾਣ ਦੇ ਲਈ ਲੋ ਕਾਰਬ ਹਾਈ ਪ੍ਰੋਟੀਨ ਡਾਇਟ ਤੇ ਸੀ, ਕੀ ਮੈਂ ਗਰਭਕਾਲ ਵਿਚ ਵੀ ਇਹੀ ਖ਼ੁਰਾਕ ਲੈ ਸਕਦੀ ਹਾਂ?"**

ਗਰਭਕਾਲ ਵਿਚ ਕਿਸੀ ਵੀ ਪੌਸ਼ਟਿਕ ਤੱਤ ਦੀ ਮਾਤਰਾ ਵਿਚ ਕਮੀ ਨਹੀਂ ਮੰਨੀ ਜਾਵੇਗੀ। ਤੁਸੀਂ ਸਾਰੇ ਪੌਸ਼ਟਿਕ ਤੱਤ ਸੰਤੁਲਿਤ ਮਾਤਰਾ ਵਿਚ ਲੈਣੇ ਹਨ। ਘੱਟ ਕਾਰਬ ਵਾਲੇ ਆਹਾਰ ਵਿਚ ਫੌਲਿਕ ਐਸਿਡ ਦੀ ਵੀ ਕਮੀ ਹੋ ਜਾਵੇਗੀ ਜੋ ਬੱਚੇ ਦੇ ਵਿਕਾਸ ਦੇ ਲਈ ਬਹੁਤ ਹੀ ਜ਼ਰੂਰੀ ਹੈ। ਬੱਚੇ ਦੇ ਲਈ ਜੋ ਬੁਰਾ

ਹੈ, ਉਹੀ ਮਾਂ ਦੇ ਲਈ ਵੀ ਬੁਰਾ ਹੋ ਸਕਦਾ ਹੈ। ਕਾਂਪਲੈਕਸ ਕਾਰਬ ਤੁਹਾਨੂੰ ਕਬਜ ਤੋਂ ਬਚਾਂਦਾ ਹੈ ਤਾਂ ਵਿਟਾਮਿਨ ਬੀ, ਮਾਰਨਿੰਗ ਸਿਕਨੈਸ ਨਾਲ ਲੜਣ ਦੀ ਤਾਕਤ ਦੇਂਦਾ ਹੈ।

ਗਰਭਕਾਲ ਡਾਇਟਿੰਗ ਦਾ ਨਹੀਂ, ਪੂਰਾ ਪੋਸ਼ਣ ਲੈਣ ਦਾ ਸਮਾਂ ਹੈ। ਭਾਰ ਘਟਾਣ ਦੀ ਗੱਲ ਭੁੱਲ ਜਾਓ ਤੇ ਬੱਚੇ ਨੂੰ ਸੰਤੋਲਿਤ ਪੌਸ਼ਣ ਦਿਉ।

## ਕਾੱਲੇਸਟ੍ਰਾਲ ਦੀ ਚਿੰਤਾ

**ਮੈਂ ਤੇ ਮੇਰੇ ਪਤੀ ਨੇ ਆਪਣੇ ਭੋਜਨ ਵਿਚ ਕਾੱਲਸਟ੍ਰਾੱਲ ਦੀ ਮਾਤਰਾ ਕਾਫ਼ੀ ਘਟਾ ਰਖੀ ਹੈ। ਕੀ ਮੈਂ ਗਰਭਕਾਲ ਵਿਚ ਵੀ ਇੰਝ ਕਰ ਸਕਦੀ ਹਾਂ?"**

ਸਾਨੂੰ ਨਹੀਂ ਪਤਾ ਕਿ ਤੁਸੀਂ ਕੀ ਸੁਣਿਆ ਹੈ ਜਾਂ ਕੀ ਨਹੀਂ ਸੁਣਿਆ। ਗਰਭਕਾਲ ਵਿਚ ਤੁਹਾਨੂੰ ਕਾੱਲਸਟ੍ਰਾਲ ਘਟਾਣ ਦੀ ਕੋਈ ਜ਼ਰੂਰਤ ਨਹੀਂ ਹੈ। ਇਸ ਉਮਰ ਵਿਚ ਤੁਹਾਨੂੰ ਕਾੱਲੇਸਟ੍ਰਾਲ ਦੇ ਕਾਰਣ ਧਮਣੀਆਂ ਵਿਚ ਜਮਾਓ ਦੀ ਪ੍ਰੇਸ਼ਾਨੀ ਨਹੀਂ ਹੋ ਸਕਦੀ। ਦਰਅਸਲ ਇਹ ਤਾਂ ਭਰੂਣ ਦੇ ਵਿਕਾਸ ਦੇ ਲਈ ਵੀ ਜ਼ਰੂਰੀ ਹੈ। ਗਰਭਵਤੀ ਮਾਤਾ ਦੇ ਸਰੀਰ ਵਿਚ ਖ਼ੁਦ ਹੀ ਇਸ ਦਾ ਉਤਪਾਦ ਵੱਧ ਜਾਂਦਾ ਹੈ। ਖ਼ੂਨ ਕਾੱਲਸਟ੍ਰਾਲ ਦਾ ਪੱਧਰ 25-40 ਪ੍ਰਤੀਸ਼ਤ ਤੱਕ ਵੱਧ ਜਾਂਦਾ ਹੈ। ਹਾਲਾਂਕਿ ਤੁਹਾਨੂੰ ਆਪਣੇ ਵੱਲੋਂ ਕਾੱਲੇਸਟ੍ਰਾਲ ਵਧਾਣ ਵਾਲੀ ਖ਼ੁਰਾਕ ਲੈਣ ਦੀ ਕੋਈ ਜ਼ਰੂਰਤ ਨਹੀਂ ਹੈ ਪਰ ਤੁਸੀਂ ਬੜੇ ਆਰਾਮ ਨਾਲ ਅੰਡਿਆਂ ਦੀ ਭੁਰਜੀ ਖਾ ਸਕਦੀ ਹੋ, ਕੈਲਸ਼ੀਅਮ ਦੀ ਪੂਰਤੀ ਦੇ ਲਈ ਚੀਜ਼ ਖਾ ਸਕਦੀ ਹੋ ਜਾਂ ਫਿਰ ਬੜੇ ਮਜੇ ਨਾਲ ਆਪਣੇ ਬਰਗਰ ਦਾ ਸਵਾਦ ਲੈ ਸਕਦੀ ਹੋ।

## ਜੰਕ ਫੂਡ ਦਾ ਸੇਵਨ

**"ਮੈਂ ਨਟਸ, ਚਿਪਸ ਅਤੇ ਫਾਸਟ ਫੂਡ ਦੀ ਦੀਵਾਨੀ ਹਾਂ। ਮੈਨੂੰ ਪਤਾ ਹੈ ਕਿ ਮੈਨੂੰ ਸਿਹਤਮੰਦ ਖਾਣਾ ਲੈਣਾ ਚਾਹੀਦਾ ਹੈ ਅਤੇ ਮੈਂ ਲੈਣਾ ਵੀ ਚਾਹੁੰਦੀ ਹਾਂ ਪ੍ਰੰਤੂ ਮੈਂ ਆਪਣੀਆਂ ਆਦਤਾਂ ਬਦਲਣ ਤੋਂ ਅਸਮਰੱਥ ਹੋ ਰਹੀ ਹਾਂ।"**

ਜੇਕਰ ਤੁਸੀਂ ਆਦਤਾਂ ਬਦਲਾਂ ਚਾਹ ਰਹੀ ਹੋ ਤਾਂ ਮੰਨ ਲਉ ਕਿ ਤੁਸੀਂ ਆਦਤਾਂ ਬਦਲਣ ਦੀ ਦਿਸ਼ਾ ਵਿਚ ਪਹਿਲਾ ਕਦਮ ਉਠਾ ਹੀ ਦਿੱਤਾ ਹੈ। ਸਭ ਤੋਂ ਪਹਿਲਾਂ ਤਾਂ ਇਸ ਦੇ ਲਈ ਆਪਣੇ-ਆਪ ਨੂੰ ਵਧਾਈ ਦਿਉ। ਹਾਲਾਂਕਿ ਇਸ ਬਦਲਾਅ ਦੇ ਲਈ ਕੁਝ ਗੰਭੀਰ ਕਦਮ ਉਠਾਣੇ ਹੋਣਗੇ ਪ੍ਰੰਤੂ ਐਸੇ ਕਈ ਰਸਤੇ ਹਨ ਜਿਨ੍ਹਾਂ ਦੀ ਮਦਦ ਨਾਲ ਅਸੀਂ ਤੁਹਾਡੀ ਆਦਤ ਬਦਲ ਸਕਦੇ ਹਾਂ।

**1. ਖਾਣਾ ਨਾ ਲੈ ਜਾਓ:-** ਜੇਕਰ ਨਾਸ਼ਤੇ ਦੀ ਮੇਜ ਤੇ ਕਾਫ਼ੀ ਪੀਣ ਦੀ ਇੱਛਾ ਹੋਵੇ ਤਾਂ ਘਰ ਤੋਂ ਹੀ ਪੌਸ਼ਟਿਕ ਤੇ ਸਿਹਤਮੰਦ ਨਾਸ਼ਤਾ ਲੈਕੇ ਜਾਓ ਜਿਸ ਵਿਚ ਕਾਂਪਲੈਕਸ ਕਾਰਬ ਅਤੇ ਪ੍ਰੋਟੀਨ ਦਾ ਮਿਸ਼ਰਣ ਹੋਵੇ। ਇਸ ਤਰ੍ਹਾਂ ਤੁਹਾਡਾ ਪੇਟ ਭਰਿਆ ਰਹੇਗਾ। ਜੇਕਰ ਤੁਸੀਂ ਜਾਣਦੀ ਹੋ ਕਿ ਦੁਕਾਨ ਵਿਚ ਜਾ ਕੇ ਤੁਸੀਂ ਉਥੇ ਖਾਣਾ ਦੇਖਕੇ ਮਚਲ ਜਾਓਗੀ ਤਾਂ ਉਥੇ ਨਾ ਹੀ ਜਾਓ। ਆਪਣੇ ਆਸਪਾਸ ਦੀ ਦੁਕਾਨ ਤੋਂ ਹੈਲਦੀ ਸੈਂਡਵਿਚ ਆਰਡਰ ਕਰੋ ਜਾਂ ਫਿਰ ਐਸੀ ਜਗ੍ਹਾ ਜਾਓ ਜਿਥੇ ਤਲੇ-ਭੁਨੇ ਵਿਅੰਜਨ ਨਾ ਮਿਲਣ।

**2. ਥੋੜ੍ਹੀ ਪਲਾਨਿੰਗ ਜ਼ਰੂਰੀ ਹੈ:-** ਗਰਭਕਾਲ ਦੇ ਦੌਰਾਨ ਲਗਾਤਾਰ ਸਿਹਤਮੰਦ ਅਤੇ ਪੌਸ਼ਟਿਕ ਭੋਜਨ ਚਾਹੀਦਾ ਹੈ। ਆਪਣੇ ਘਰ ਦੀਆਂ ਅਲਮਾਰੀਆਂ ਵਿਚ ਐਸੇ ਖਾਦ ਪਦਾਰਥ ਰੱਖਣਾ ਨਾ ਭੁਲੋ। ਉਨ੍ਹਾਂ ਹੋਟਲਾਂ ਜਾਂ ਰੈਸਟੋਰੈਂਟਾਂ ਦੇ ਨੰਬਰ ਆਪਣੇ ਕੋਲ ਰੱਖੋ ਜਿਥੋਂ ਫੋਨ ਕਰਕੇ ਸਾਫ਼-ਸੁਥਰਾ ਪੌਸ਼ਟਿਕ ਖਾਣਾ ਮੰਗਵਾਇਆ ਜਾ ਸਕਦਾ ਹੈ। ਭੁੱਖ ਬਹੁਤ ਤੇਜ ਹੋਣ ਤੋਂ ਪਹਿਲਾਂ ਹੀ ਖਾਣਾ ਆਰਡਰ ਕਰ ਦਿਉ। ਘਰ, ਕੰਮ ਦੀ ਜਗ੍ਹਾ, ਬੈਗ ਤੇ ਕਾਰ ਵਿਚ ਐਸੇ ਸਨੈਕਸ ਰੱਖੋ ਜੋ ਭੁੱਖ ਮਿਟਾ ਸਕਣ ਜਿਵੇਂ- ਫਲ, ਐਲ ਮਿਕਸ, ਸੋਯਾਚਿਪਸ, ਸਾਬਤ ਅਨਾਜ ਤੋਂ ਬਣੇ ਗ੍ਰੇਨੋਲਾ ਬਾਰ ਤੇ ਕ੍ਰੈਕਰ, ਯੋਗਰਟ ਜਾਂ ਸਮੂਦੀਜ਼, ਸਟਰਿੰਗ ਚੀਜ਼ ਜਾਂ ਵੈਜੀਸ। ਅਗਲੀ ਵਾਰ ਪਿਆਸ ਲੱਗਣ ਤੇ ਸੋਡਾ ਪੀਣ ਦਾ ਮਨ ਨਾ ਕਰੇ ਇਸ ਲਈ ਆਪਣੇ ਕੋਲ ਪਾਣੀ ਰੱਖੋ।

**3. ਲਾਲਚ ਤੋਂ ਬਚੋ:-** ਕੈਂਡੀ, ਚਿਪਸ, ਕੁਕੀਜ਼ ਤੇ ਸਾਫਟ ਡ੍ਰਿੰਕ ਨੂੰ ਘਰ ਤੋਂ ਕੱਢ ਦਿਉ ਤਾਂ ਜੋ ਦਿਮਾਗ ਵਿਚ ਵੀ ਇਨ੍ਹਾਂ ਦਾ ਖ਼ਿਆਲ ਨਾ ਆਏ। ਪੇਸਟ੍ਰੀ ਦੇ ਡੱਬੇ ਦੇ ਲਾਲ ਵਿਚ ਨਾ ਆਓ। ਇਹ ਲਾਲਚ ਤੁਹਾਨੂੰ ਮਹਿੰਗਾ ਪੈ ਸਕਦਾ ਹੈ।

**4. ਵਿਕਲਪ ਖੋਜੋ:-** ਕੋਈ ਵੀ ਪਦਾਰਥ ਜੋ ਬਹੁਤ ਸਵਾਦੀ ਲਗਦਾ ਹੋਵੇ, ਤੁਸੀਂ ਉਸ ਦਾ ਵਿਕਲਪ ਵੀ ਖੋਜ ਸਕਦੀ ਹੋ। ਵਿਲਕਪ ਐਸਾ ਹੋਵੇ ਕਿ ਸਵਾਦ

ਦਾ ਚਸਕਾ ਵੀ ਪੂਰਾ ਹੋ ਜਾਏ ਅਤੇ ਤੁਹਾਨੂੰ ਉਚਿਤ ਮਾਤਰਾ ਵਿਚ ਖ਼ੁਰਾਕੀ ਤੱਤ ਵੀ ਮਿਲ ਜਾਣ। ਜੇਕਰ ਤੁਹਾਡਾ ਮਨ ਆਈਕ੍ਰੀਮ ਦੇ ਲਈ ਲਲਚਾ ਰਿਹਾ ਹੈ ਤਾਂ ਤੁਸੀਂ ਮਿੱਠੇ ਵਿਚ ਜੂਸ ਬਾਰ ਜਾਂ ਗਾੜ੍ਹਾ ਕ੍ਰੀਮੀ ਫਰੂਟ ਸਮੂਦੀ ਵੀ ਲੈ ਸਕਦੀ ਹੋ।

**5. ਬੱਚੇ ਦਾ ਰੱਖੋ ਧਿਆਨ :-** ਤੁਸੀਂ ਜੋ ਖਾਂਦੀ ਹੋ, ਬੱਚਾ ਵੀ ਉਹੀ ਖਾਂਦਾ ਹੈ ਪ੍ਰੰਤੂ ਕਈ ਵਾਰ ਉਦੋਂ ਤੁਹਾਡਾ ਮਨ ਆਪਣੇ ਮਨਪਸੰਦ ਸਵਾਦ ਦੇ ਲਈ ਲਲਚਾ ਰਿਹਾ ਹੋਵੇ ਤਾਂ ਇਸ ਗੱਲ ਨੂੰ ਯਾਦ ਰਖਣਾ ਥੋੜ੍ਹਾ ਮੁਸ਼ਕਿਲ ਹੋ ਜਾਂਦਾ ਹੈ। ਆਪਣੇ ਕਮਰੇ ਵਿਚ ਆਸ-ਪਾਸ ਸੁੰਦਰ ਬੱਚਿਆਂ ਦੀਆਂ ਤਸਵੀਰਾਂ ਲਗਾਓ। ਘਰ, ਦਫ਼ਤਰ ਜਾਂ ਕੁਰਸੀ ਦੇ ਆਸਪਾਸ ਲਗੀਆਂ ਇਹ ਤਸਵੀਰਾਂ ਸਹੀ-ਗਲਤ ਦੀ ਪਹਿਚਾਣ ਦੀ ਪ੍ਰੇਰਣਾ ਦੇਂਦੀਆਂ ਰਹਿਣਗੀਆਂ।

**6. ਆਪਣੀਆਂ ਹਦਾਂ ਪਹਿਚਾਣੋ:-** ਕੁਝ ਜੰਕ ਕਦੀ ਕਦਾਈਂ ਖਾਦੇ ਜਾ ਸਕਦੇ ਹਨ ਪ੍ਰੰਤੂ ਕੁਝ ਨਾ ਖਾਣ ਵਿਚ ਹੀ ਲਾਭ ਹੈ। ਜੇਕਰ ਤੁਸੀਂ ਥੋੜ੍ਹੀ ਜਿਹੀ ਮਾਤਰਾ ਨਾਲ ਤਸੱਲੀ ਨਹੀਂ ਲੈ ਸਕਦੀ ਜਾਂ ਥੋੜ੍ਹਾ ਖਾਣ ਤੋਂ ਬਾਦ ਹੋਰ ਜ਼ਿਆਦਾ ਖਾਣ ਦੀ ਇੱਛਾ ਹੋਣ ਲਗਦੀ ਹੈ ਤਾਂ ਤੁਹਾਨੂੰ ਆਪਣੀ ਹੱਦ ਪਹਿਚਾਣੀ ਹੋਵੇਗੀ।

**7. ਚੰਗੀਆਂ ਆਦਤਾਂ ਲੰਬੇ ਸਮੇਂ ਤਕ ਸਾਥ ਨਿਭਾਉਂਦੀਆਂ ਹਨ:-** ਵਧੀਆ ਆਦਤਾਂ ਲੰਬੇ ਸਮੇਂ ਤੱਕ ਸਾਥ ਨਿਭਾਉਂਦੀਆਂ ਹਨ। ਡਿਲੀਵਰੀ ਤੋਂ ਬਾਦ ਵੀ ਨਵੀਂ ਮਾਂ ਨੂੰ ਕਾਫ਼ੀ ਵਧੇਰੇ ਊਰਜਾ ਚਾਹੀਦੀ ਹੈ, ਉਸ ਸਮੇਂ ਇਹੀ ਆਦਤਾਂ ਤੁਹਾਡੇ ਕੰਮ ਆਣਗੀਆਂ। ਇਸ ਤਰ੍ਹਾਂ ਬੱਚਾ ਵੀ ਸ਼ੁਰੂ ਤੋਂ ਆਦਤਾਂ ਦੇ ਨਾਲ ਫਲੇਗਾ-ਫੁਲੇਗਾ।

## ਸਿਹਤਮੰਦ ਖਾਣ-ਪੀਣ ਦੇ ਸ਼ਾਰਟਕੱਟ

ਫਾਸਟ ਫਰੂਟ ਵੀ ਸਿਹਤਮੰਦ ਹੋ ਸਕਦਾ ਹੈ, ਕਿਵੇਂ -

- ਜੇਕਰ ਤੁਸੀਂ ਹਮੇਸ਼ਾਂ ਜਲਦੀ ਵਿਚ ਰਹਿੰਦੀ ਹੋ ਤਾਂ ਯਾਦ ਰੱਖੋ ਕਿ ਬਰਗਰ ਦੇ ਲਈ ਲਾਈਨ ਵਿਚ ਲੱਗਣ ਦੀ ਥਾਂ ਝਟਪਟ ਭੁਨੀ ਟਰਕੀ ਚੀਜ਼, ਸਲਾਦ ਤੇ ਟਮਾਟਰ ਦਾ ਸੈਂਡਵਿਚ ਤਿਆਰ ਕੀਤਾ ਜਾ ਸਕਦਾ ਹੈ।
- ਜੇਕਰ ਹਰ ਰਾਤ ਡਿਨਰ ਨਹੀਂ ਖਾ ਸਕਦੀ ਤਾਂ ਦੋ-ਤਿੰਨ ਰਾਤ ਦਾ ਡਿਨਰ ਇਕੋ ਸਮੇਂ ਬਣਾ ਕੇ ਰੱਖ ਲਉ।
- ਸਿਹਤ ਤੋਂ ਭਰਪੂਰ ਵਿਅੰਜਨ ਬਣਾਂਦੇ ਸਮੇਂ ਜ਼ਿਆਦਾ ਤਾਮਝਾਮ ਵਿਚ ਨਾ ਪਉ, ਬਸ ਧਿਆਨ ਰੱਖੋ ਕਿ ਤੁਸੀਂ ਜੋ ਵੀ ਪਕਾ ਰਹੀ ਹੋ, ਉਹ ਸਾਦਾ ਅਤੇ ਪੌਸ਼ਟਿਕ ਹੋਵੇ। ਤੁਸੀਂ ਪਕੇ ਹੋਏ ਬੋਨਲੈਸ ਚਿਕਨ ਤੇ ਟਮਾਟੋ ਸਾੱਸ ਤੇ ਮਾੱਜਰੇਲਾ ਚੀਜ਼ ਦੀ ਪਰਤ ਲਗਾਕੇ ਉਸ ਨੂੰ ਬ੍ਰੋਲਰ ਵਿਚ ਤਿਆਰ ਕਰ ਸਕਦੀ ਹੋ। ਇਥੇ ਤੁਹਾਨੂੰ ਆਪਣੀ ਤਰਜੀ ਨਾਲ ਕੁਝ ਫੇਰ-ਬਦਲ ਕਰਨੇ ਹੋਣਗੇ।
- ਜਦੋਂ ਸਚਮੁੱਚ ਕੁਝ ਵੀ ਪਕਾਉਣ ਦਾ ਸਮਾਂ ਨਾ ਹੋਵੇ ਤਾਂ ਸੁਪਰ ਮਾਰਕੀਟ ਵਿਚ ਮਿਲਣ ਵਾਲੇ ਸੂਪ, ਜੂਸ ਜਾਂ ਰੇਡੀਮਿਕਸ ਖਾਦ ਪਦਾਰਥ ਤਾਂ ਲਏ ਹੀ ਜਾ ਸਕਦੇ ਹਨ। ਅਜਿਹੀਆਂ ਸਬਜ਼ੀਆਂ ਤੇ ਖਾਦ ਪਦਾਰਥ ਲਉ ਜਿਨ੍ਹਾਂ ਨੂੰ ਮਾਈਕ੍ਰੋਵੇਵ ਵਿਚ ਅਸਾਨੀ ਨਾਲ ਪਕਾਕੇ ਖਾਧਾ ਜਾ ਸਕੇ।

## ਦਰ ਤੋਂ ਬਾਹਰ ਖਾਣਾ

**"ਮੈਂ ਸਿਹਤਮੰਦ ਭੋਜਨ ਲੈਣ ਦੀ ਪੂਰੀ ਕੋਸ਼ਿਸ਼ ਕਰ ਰਹੀ ਹਾਂ। ਜ਼ਿਆਦਾਤਰ ਘਰ ਤੋਂ ਬਾਹਰ ਖਾਣ ਦੇ ਕਾਰਣ ਇਹ ਸੰਭਵ ਨਹੀਂ ਹੋ ਸਕਦਾ।"**

- ਕਈ ਗਰਭਵਤੀ ਔਰਤਾਂ ਦੇ ਲਈ ਅਸਾਨ ਨਹੀਂ ਹੁੰਦਾ ਕਿ ਉਹ ਰੈਸਟੋਰੈਂਟ ਵਿਚ ਮਿਨਰਲ ਵਾਟਰ ਪੀਣ ਅਤੇ ਮਾਰਟਿਨੀ ਨੂੰ ਨਜ਼ਰਅੰਦਾਜ਼ ਕਰ ਸਕਣ। ਤੁਸੀਂ ਆਪਣੇ ਲਈ ਐਸਾ ਭੋਜਨ ਚੁਣੋ ਜੋ ਬੱਚੇ ਦੀ ਸਿਹਤ ਦੇ ਨਾਲ-2 ਤੁਹਾਡੇ ਕੈਲੋਰੀ ਬੈਂਕ ਦੇ ਹਿਸਾਬ ਨਾਲ ਵੀ ਹੋਵੇ। ਹੇਠ-ਲਿਖੇ ਸੁਝਾਵਾਂ ਦੀ ਮਦਦ ਨਾਲ ਤੁਸੀਂ ਘਰ ਤੋਂ ਬਾਹਰ ਲਈ ਜਾਣ ਵਾਲੇ ਲੰਚ ਜਾਂ ਡਿਨਰ ਨੂੰ ਵੀ ਆਪਣੇ ਅਨੁਕੂਲ ਬਣਾ ਸਕਦੀ ਹੋ।
- ਬ੍ਰੈਡ ਤੇ ਧਿਆਨ ਦੇਣ ਤੋਂ ਪਹਿਲਾਂ ਸਾਬਤ ਅਨਾਜ ਤੋਂ ਬਣੇ ਪਦਾਰਥ ਜਾਂ ਬ੍ਰੈਡ ਲਉ ਉਨ੍ਹਾਂ

ਤੋਂ ਸਾਬਤ ਅਨਾਜ ਤੋਂ ਬਣੀ ਬ੍ਰੈਡ ਮੰਗਾਓ। ਜੇ ਕਰ ਨਾ ਹੋਵੇ ਤਾਂ ਦੂਜੀ ਬ੍ਰੈਡ ਜ਼ਿਆਦਾ ਨਾ ਲਉ।ਬ੍ਰੈਡ ਤੇ ਥੋੜ੍ਹਾ ਮੱਖਣ ਜਾਂ ਜੈਤੂਨ ਦਾ ਤੇਲ ਲਗਾ ਲਉ। ਇਸ ਤੋਂ ਇਲਾਵਾ ਰੈਸਟੋਰੈਂਟ ਵਿਚ ਸਲਾਦ ਦੀ ਡ੍ਰੈਸਿੰਗ ਜਾਂ ਸਬਜ਼ੀਆਂ ਦੇ ਮੱਖਣ ਤੇ ਤੇਲ ਵਿਚ ਵੀ ਚਰਬੀ ਹੁੰਦੀ ਹੈ।

- ਪਹਿਲੇ ਕੋਰਸ ਵਿਚ ਹੀ ਹਰਾ ਸਲਾਦ ਲਉ ਇਸ ਦੇ ਨਾਲ ਤੁਸੀਂ ਸ਼ਰਿੰਪ ਕਾੱਕਟੇਲ, ਸਟੀਮਡ ਸੀ ਫੂਡ, ਗ੍ਰਿਲਡ ਸਬਜ਼ੀਆਂ ਜਾਂ ਸੂਪ ਲੈ ਸਕਦੀ ਹੋ।
- ਜੇਕਰ ਸੂਪ ਲਉ ਤਾਂ ਉਹ ਸਬਜ਼ੀਆਂ ਦੇ ਬੇਸ ਵਾਲੀ (ਸ਼ਕਰਕੰਦੀ, ਗਾਜਰ, ਟਮਾਟਰ) ਹੋਣ। ਲੇਟਿਲ ਜਾਂ ਬੀਨ ਸੂਪ ਵਿਚ ਵੀ ਪ੍ਰੋਟੀਨ ਦੀ ਕਾਫ਼ੀ ਹੁੰਦਾ ਹੈ। ਜੇਕਰ ਇਸ ਤੇ ਕੱਦੂਕੱਸ ਚੀਜ਼ ਪਾ ਲਉ ਤਾਂ ਤੁਸੀਂ ਇਸ ਨੂੰ ਖਾਣੇ ਦੇ ਤੌਰ ਤੇ ਵੀ ਲੈ ਸਕਦੀ ਹੋ।
- ਆਪਣੇ ਮੇਨ ਫੂਡ ਵਿਚ ਗ੍ਰਿਲਡ, ਬਯਲਡ, ਸਟੀਮਡ ਜਾਂ ਪੋਚਰਡ ਫਿਸ਼, ਸੀ ਫੂਡ, ਚਿਕਨ ਬ੍ਰੈਸਟ ਜਾਂ ਬੀਫ ਤੋਂ ਪ੍ਰੋਟੀਨ ਦੀ ਪੂਰਤੀ ਕਰੋ। ਜੇ ਕਰ ਕੋਈ ਖ਼ਾਸ ਇੱਛਾ ਹੋਵੇ ਤਾਂ ਕਹਿਣ ਵਿਚ ਸੰਕੋਚ ਨਾ ਕਰੋ। ਤੁਹਾਨੂੰ ਕੋਈ ਨਾ ਨਹੀਂ ਕਹੇ ਗਾ। ਤੁਸੀਂ ਉਨ੍ਹਾਂ ਨੂੰ ਕਹਿ ਸਕਦੀ ਹੋ ਕਿ ਚਿਕਨ ਬ੍ਰੈਸਟ ਫ੍ਰਾਈ ਕਰਨ ਦੀ ਥਾਂ ਗ੍ਰਿਲਡ ਦਿਉ। ਜੇਕਰ ਸ਼ਾਕਾਹਾਰੀ ਹੋ ਤਾਂ ਮੈਨਯੂ ਵਿਚ ਟੋਫੂ, ਬੀਨਜ਼, ਮਟਰ, ਚੀਜ਼ ਜਾਂ ਇਸ ਦੇ ਮੇਲ ਨੂੰ ਸ਼ਾਮਲ ਕਰੋ।
- ਆਪਣੇ ਲਈ ਬੇਕਡ ਸਫ਼ੇਦ ਜਾਂ ਮਿੱਠੀ ਸ਼ਕਰਕੰਦੀ, ਚਾਵਲ, ਬੀਨਜ਼, ਮਟਰ ਤੇ ਹਰੀ ਤਾਜ਼ੀ ਸਬਜ਼ੀਆਂ ਚੁਣੋ।
- ਤੁਸੀਂ ਰੈਸਟੋਰੈਂਟ ਵਿਚ ਫਲ ਵੀ ਆਰਡਰ ਕਰ ਸਕਦੀ ਹੋ ਜਿਵੇਂ ਤਾਜ਼ੀ ਬੈਰੀ ਤੁਹਾਨੂੰ ਸਿਰਫ ਫਲ ਕੱਟ ਕੇ ਖਾਣ ਦੀ ਜ਼ਰੂਰਤ ਨਹੀਂ। ਕਟੇ ਫਲਾਂ ਤੇ ਦੋ ਚਮਚ ਫੈਟੀ ਕ੍ਰੀਮ, ਸੋਡਾਵਾਟਰ ਜਾਂ ਆਈਕ੍ਰੀਮ ਪਾਕੇ ਦੂਜਿਆਂ ਦੇ ਨਾਲ ਡੈਜ਼ਰਟ ਦਾ ਸਵਾਦ ਲਉ।

## ਲੇਬਲ ਪੜ੍ਹਣਾ

**"ਮੈਂ ਚੰਗਾ ਪੌਸ਼ਟਿਕ ਖਾਣਾ ਲੈਣਾ ਚਾਹੁੰਦੀ ਹਾਂ ਪ੍ਰੰਤੂ ਖਰੀਦੇ ਗਏ ਡੱਬਿਆਂ ਦੇ ਲੇਬਲ ਪੜ੍ਹਣਾ ਮੁਸ਼ਕਿਲ ਲਗਦਾ ਹੈ।ਉਹ ਮੈਨੂੰ ਸਮਝ ਹੀ ਨਹੀਂ ਆਉਂਦੇ।"**

ਲੇਬਲ ਤੁਹਾਡੀ ਮਦਦ ਦੇ ਲਈ ਹੀ ਲਗਾਏ ਜਾਂਦੇ ਹਨ। ਅਗਲੀ ਵਾਰ ਜਦੋਂ ਵੀ ਡੱਬਾਬੰਦ ਖਾਦ ਪਦਾਰਥਾਂ ਦੀ ਖਰੀਦਦਾਰੀ ਕਰੋ ਤਾਂ ਬਰੀਕ ਅਖ਼ਰਾਂ ਵਿਚ ਲਿਖੀ ਸੂਚੀ ਪੜ੍ਹੋ ਜਿਸ ਵਿਚ ਖ਼ੁਰਾਕੀ ਮੁੱਲ ਤੇ ਸ਼ਾਮਲ ਕੀਤੀ ਗਈ ਸਮੱਗਰੀ ਲਿਖੀ ਹੁੰਦੀ ਹੈ।

ਇਸ ਸੂਚੀ ਤੋਂ ਤੁਹਾਨੂੰ ਪਤਾ ਲਗ ਜਾਏਗਾ ਕਿ ਉਸ ਉਤਪਾਦ ਵਿਚ ਕਿਸ ਪਦਾਰਥ ਦੀ ਮਾਤਰਾ ਸਭ ਤੋਂ ਵੱਧ ਹੈ ਅਤੇ ਕਿਸ ਦੀ ਸਭ ਤੋਂ ਘੱਟ।

ਇਕ ਨਜ਼ਰ ਮਾਰਨ ਨਾਲ ਹੀ ਤੁਹਾਨੂੰ ਅੰਦਾਜ਼ਾ ਹੋ ਜਾਏਗਾ ਕਿ ਸੈਰੇਲ ਵਿਚ ਰਿਫਾਇੰਡ ਅਨਾਜ ਹੈ ਜਾਂ ਸਾਬਤ। ਇਸ ਤੋਂ ਪਤਾ ਲਗੇਗਾ ਕਿ ਖਾਦ ਪਦਾਰਥ ਵਿਚ ਚੀਨੀ, ਨਮਕ, ਚਰਬੀ ਜਾਂ ਦੂਜੇ ਪਦਾਰਥਾਂ ਦੀ ਵੱਧ ਮਾਤਰਾ ਤਾਂ ਨਹੀਂ ਹੈ। ਜੇਕਰ ਚੀਨੀ ਸਭ ਤੋਂ ਉਪਰ ਹੋਵੇ ਤਾਂ ਸੂਚੀ ਵਿਚ ਵੱਖ-2 ਰੂਪਾਂ( ਕਾਰਨ ਸਿਰਪ, ਹਨੀ, ਚੀਨੀ) ਵਿਚ ਦਿਖੇ ਤਾਂ ਇਸ ਦਾ ਭਾਵ ਹੈ ਕਿ ਉਹ ਖਾਦ ਪਦਾਰਥ ਚੀਨੀ ਨਾਲ ਭਰਪੂਰ ਹੈ।

ਕਈ ਵਾਰ ਚੀਨੀ ਦੀ ਮਾਤਰਾ, ਪੋਸ਼ਕ ਤੱਤਾਂ ਦੀ ਮਾਤਰਾ ਤੋਂ ਵੱਖਰੀ ਵੀ ਦਿੱਤੀ ਗਈ ਹੁੰਦੀ ਹੈ। ਹੋ ਸਕਦਾ ਹੈ ਕਿ ਫਰੂਟ ਡ੍ਰਿੰਕ ਤੇ ਸੰਤਰੇ ਦੇ ਜੂਸ ਦੇ ਡੱਬੇ ਤੇ ਲਗੇ ਲੇਬਲਾਂ ਵਿਚ ਚੀਨੀ ਦੀ ਮਾਤਰਾ ਇਕੋ ਜਿਹੀ ਹੋਵੇ ਪ੍ਰੰਤੂ ਇਸ ਦਾ ਭਾਵ ਇਹ ਨਹੀਂ ਕਿ ਉਹ ਬਰਾਬ ਹੀ ਹੋਣਗੇ। ਜਿਵੇਂ ਔਰੇਂਜ ਤੇ ਕਾਰਨ ਸਿਪ ਦੀ ਤੁਲਨਾ ਕਰੋ- ਸੰਤਰੇ ਦੇ ਅਸਲੀ ਜੂਸ ਵਿਚ ਫਲ ਤੋਂ ਚੀਨੀ ਦੀ ਮਿਠਾਸ ਆ ਰਹੀ ਹੈ ਜਦੋਂ ਕਿ ਫਰੂਟ ਡ੍ਰਿੰਕ ਵਿਚ ਚੀਨੀ ਪਾਈ ਗਈ ਹੈ।

ਜੋ ਗਰਭਵਤੀ ਔਰਤ ਪ੍ਰੋਟੀਨ ਤੇ ਕੈਲੋਰੀ ਦਾ ਅਨੁਮਾਨ ਲਗਾ ਕੇ ਚਲ ਰਹੀ ਹੋਵੇ,ਉਸ ਦੇ ਲਈ ਇਹ ਲੇਬਲ ਪੜ੍ਹਣਾ ਕਾਫ਼ੀ ਲਾਭਦਾਇਕ ਹੋ ਸਕਦਾ ਹੈ। ਜਿਸ ਵਿਚ ਖਾਦ ਪਦਾਰਥ ਵਿਚ ਪੌਸ਼ਟਿਕ

### ਬਾਹਰੀ ਦਿੱਖ ਤੋਂ ਗੁਣਵੱਤਾ ਦਾ ਪਤਾ ਨਹੀਂ ਲਗਦਾ

ਜੀ ਹਾਂ, ਫਲਾਂ, ਸਬਜ਼ੀਆਂ ਦੇ ਬਾਹਰ ਰੰਗ ਤੇ ਨਾ ਜਾਓ। ਜਿਨ੍ਹਾਂ ਫਲਾਂ ਦੇ ਰੰਗ(ਛਿਲਕੇ ਨਹੀਂ) ਹੁਦੇ ਹਨ। ਉਹ ਵਿਟਾਮਿਨ ਤੇ ਖਣਿਜ-ਗੁਣਾਂ ਤੋਂ ਭਰਪੂਰ ਹੁੰਦੇ ਹਲ। ਗਾੜ੍ਹੇ ਹਰੇ ਛਿਲਕੇ ਵਾਲੇ ਖੀਰਿਆਂ ਦੀ ਥਾਂ ਉਹ ਖੀਰੇ ਲਉ ਜੋ ਛਿੱਲਣ ਤੋਂ ਬਾਦ ਹਰੇ ਰਗ ਦੇ ਹੋਣ। ਐਸੇ ਖਰਬੂਜੇ ਲਉ ਜੋ ਬਾਹਰ ਤੋਂ ਪੀਲੇ ਹੋਣ ਤੇ ਅੰਦਰੋਂ ਗਾੜ੍ਹੇ ਰੰਗ ਦੇ ਹੋਣ।

ਪਦਾਰਣ ਦੀ ਮਾਤਰਾ ਵੱਧ ਦਿਖਾਈ ਦੇਵੇ, ਉਸ ਨੂੰ ਹੀ ਖ਼ਰੀਦ ਲਉ।

ਕਈ ਵਾਰ ਵੱਡੇ ਅਖ਼ਰਾਂ ਵਿਚ ਲਿਖਿਆ ਹੋ ਸਕਦਾ ਹੈ- ਇੰਗਲਿਸ਼ ਮਫਿਨ-'ਸਾਬਤ ਕਣਕ, ਚੋਕਰ ਤੇ ਅਨਾਜ ਤੋਂ ਬਣੇ'। ਜੇਕਰ ਤੁਸੀਂ ਛੋਟੇ ਅਖ਼ਰ ਪੜ੍ਹੋ ਤਾਂ ਪਤਾ ਚਲੇਗਾ ਕਿ ਉਹ ਤਾਂ ਮੈਦੇ ਤੋਂ ਬਣੇ ਹਨ ਅਤੇ ਸੂਚੀ ਵਿਚ ਚੋਕਰ ਦਾ ਨਾਮ-ਨਿਸ਼ਾਨ ਨਹੀਂ ਹੈ। ਹਨੀ ਦਾ ਤਾਂ ਸਿਰਫ ਨਾਮ ਹੈ, ਉਸ ਵਿਚ ਚੀਨੀ ਹੀ ਪਾਈ ਗਈ ਹੈ।

'ਐਨਰਿਚਡ ਜਾਂ ਫੋਰਟੀਫਾਇਡ' ਬੈਨਰਜ਼ ਤੋਂ ਵੀ ਸਾਵਧਾਨ ਰਹੋ। ਕਿਸੀ ਵੀ ਖਾਦ ਪਦਾਰਥ ਵਿਚ ਕੁਝ ਵਿਟਾਮਿਨ ਮਿਲਾਣ ਨਾਲ ਹੀ ਉਹ ਚੰਗਾ ਨਹੀਂ ਹੋ ਜਾਂਦਾ। ਤੁਸੀਂ ਉਸ ਰਿਫਾਇੰਡ ਸੈਰੇਲ (12 ਗ੍ਰਾਮ ਸ਼ੂਗਰ ਤੇ ਵਿਟਾਮਿਨ ਸਮੇਤ) ਦੀ ਥਾਂ ਓਟਮੀਲ ਨੂੰ ਲੈਣਾ ਚਾਹੋਗੀ ਜਿਸ ਵਿਚ ਕੁਦਰਤੀ ਪੌਸ਼ਟਿਕ ਤੱਤ ਪਾਏ ਜਾਂਦੇ ਹਨ।

## ਸੁਸ਼ੀ ਲਵਾਂ ਜਾਂ ਨਾ

**''ਸੁਸ਼ੀ ਮੇਰਾ ਮਨ ਪਸੰਦ ਭੋਜਨ ਹੈ। ਮੈਂ ਸੁਣਿਆ ਹੈ ਕਿ ਇਸ ਨੂੰ ਗਰਭਾਲ ਵਿਚ ਨਹੀਂ ਖਾਣਾ ਚਾਹੀਦਾ। ਕੀ ਇਹ ਸੱਚ ਹੈ?''**

ਮਾਫ਼ ਕਰਨਾ, ਤੁਹਾਨੂੰ ਸੁਸ਼ੀ, ਸਾਸ਼ੀਸ, ਕੱਚੇ ਆਇਸਟਰ, ਸੇਵਿਯਚ, ਫਿਸ਼, ਟਾਰਟਰਸ, ਕਾਰਪੈਲਸ਼ੀਅਮ ਵਰਗੇ ਖਾਦ ਪਦਾਰਥਾਂ ਤੋਂ ਦੂਰ ਹੀ ਰਹਿਣਾ ਹੋਵੇਗਾ। ਘੱਟ ਪਕੀ ਹੋਈ ਮਛਲੀ ਤੇ ਰੋਲ ਫਿਸ਼ ਆਦਿ ਸਾਰੇ ਸੀ ਫੂਡ ਪਕੇ ਨਹੀਂ ਹੁੰਦੇ। ਇਸ ਲਈ ਤੁਸੀ਼ ਬੀਮਾਰ ਪੈ ਸਕਦੀ ਹੋ। ਇਸਦਾ ਭਾਵ ਇਹ ਨਹੀਂ ਕਿ ਤੁਸੀਂ ਮਨਪਸੰਦ ਜਾਪਾਨੀ ਰੇਸਟੋਰੈਂਟ ਤੋਂ ਮੂੰਹ ਮੋੜ ਲਉ। ਤੁਸੀਂ ਪਕੀ ਮਛਲੀ, ਸੀ ਫੂਡ ਜਾਂ ਸਬਜ਼ੀਆਂ ਲੈ ਸਕਦੀ ਹੋ। ਜੇਕਰ ਹੁਣ ਤਕ ਤੁਸੀਂ ਐਸਾ ਭੋਜਨ ਕਰਦੀ ਆਈ ਹੋ ਤਾਂ ਵੀ ਚਿੰਤਾ ਵਾਲੀ ਕੋਈ ਗੱਲ ਨਹੀਂ ਹੈ।

## ਹਾੱਟ ਹਾੱਟ ਫਿਸ਼

**''ਮੈਨੂੰ ਗਰਮ ਤੇ ਤਿੱਖਾ ਭੋਜਨ ਬੇਹੱਦ ਪਸੰਦ ਹੈ। ਕੀ ਗਰਭਕਾਲ ਵਿਚ ਇਸ ਨੂੰ ਖਾਣਾ ਠੀਕ ਰਹੇਗਾ?''**

ਜੇਕਰ ਤੁਸੀਂ ਛਾਤੀ ਵਿਚ ਜਲਨ ਅਤੇ ਅਪਾਚਣ ਵਰਗੀਆਂ ਤਕਲੀਫ਼ਾਂ ਤੋਂ ਬਚੀ ਹੋਈ ਹੋ ਤਾਂ ਬੜੇ ਆਰਾਮ ਨਾਲ ਮਿਰਚ-ਮਸਾਲੇਦਾਰ ਖਾਣ, ਸਾਲਸਾ ਤੇ ਸਟਿਰ-ਫ੍ਰਾਈਡ ਦਾ ਮਜਾ ਲੈ ਸਕਦੀ ਹੋ। ਇਸ ਤੋਂ ਕੋਈ ਨੁਕਸਾਨ ਨਹੀਂ ਸਗੋਂ ਕੁਝ ਮਸਾਲਿਆਂ ਵਿਚ ਤਾਂ ਵਿਟਾਮਿਨ 'ਸੀ' ਵੀ ਹੁੰਦਾ ਹੈ।

## ਖ਼ਰਾਬ ਭੋਜਨ (ਬਾਸੀ)

**''ਅੱਜ ਸਵੇਰੇ ਮੈਂ ਐਸਾ ਯੋਗਰਟ ਖਾ ਲਿਆ ਜੋ ਬਾਸੀ ਸੀ ਅਤੇ ਇਕ ਹਫ਼ਤਾ ਪਹਿਲਾਂ ਉਸ ਦੀ ਐਕਸਪਾਇਰੀ ਹੋ ਚੁਕੀ ਸੀ। ਸਵਾਦ ਤਾਂ ਠੀਕ ਹੀ ਸੀ ਪ੍ਰੰਤੂ ਕੀ ਉਹ ਨੁਕਸਾਨ ਕਰ ਸਕਦਾ ਹੈ?''**

ਜੋ ਹੋ ਗਿਆ ਸੋ ਹੋ ਗਿਆ। ਉਂਝ ਐਕਸਪਾਇਰੀ ਤੋਂ ਬਾਦ ਡੇਅਰੀ ਉਤਪਾਦ ਖਾਣਾ ਖ਼ਤਰਨਾਕ ਹੋ ਸਕਦਾ ਹੈ। ਜੇਕਰ ਖਾਣ ਦੇ ਅੱਠ ਘੰਟੇ ਦੇਅੰਦਰ ਫੂਡ ਪੁਆਜ਼ਨਿੰਗ ਦੇ ਕੋਈ ਲੱਛਣ ਨਹੀਂ ਉਭਰਦੇ, ਇਸ ਦਾ ਭਾਵ ਹੈ ਕਿ ਤੁਹਾਨੂੰ ਕੋਈ ਨੁਕਸਾਨ ਨਹੀਂ ਹੋਵੇਗਾ। ਹੋ ਸਕਦਾ ਹੈ ਕਿ ਤੁਹਾਡਾ ਯੋਗਰਟ ਫਰਿਜ ਵਿਚ ਪਿਆ ਰਿਹਾ ਹੈ। ਅੱਗੇ ਤੋਂ ਕੁਝ ਵੀ ਖਾਣ ਤੋਂ ਪਹਿਲਾਂ ਉਸ ਦੀ ਐਕਸਪਾਇਰੀ ਡੇਟ ਜ਼ਰੂਰ ਪੜ੍ਹੋ।

**''ਮੈਨੂੰ ਕਲ ਰਾਤ ਕੁਝ ਖਾਣ ਨਾਲ ਭੋਜਨ ਇਨਫੈਕਸ਼ਨ ਹੋ ਗਿਆ ਜਿਸ ਦੇ ਕਾਰਣ ਉਲਟੀ ਅਤੇ ਦਸਤ ਹੋ ਰਹੇ ਹਨ। ਕੀ ਇਸ ਤੋਂ ਮੇਰੇ ਬੱਚੇ ਨੂੰ ਕੋਈ ਨੁਕਸਾਨ ਹੋਵੇਗਾ?''**

ਬੱਚੇ ਤੋਂ ਵੱਧ ਨੁਕਸਾਨ ਤੁਹਾਨੂੰ ਹੋਵੇਗਾ। ਤੁਸੀਂ ਦੋਨਾਂ ਦੇ ਲਈ ਜ਼ਿਆਦਾ ਖ਼ਤਰਾ ਉਦੋਂ ਹੋ ਸਕਦਾ ਹੈ ਜਦੋਂ ਉਲਟੀ ਤੇ ਦਸਤ ਦੇ ਕਾਰਣ ਸਰੀਰ ਵਿਚ ਪਾਣੀ ਦੀ ਕਮੀ ਹੋ ਜਾਏ। ਉਚਿਤ ਮਾਤਰਾ ਵਿਚ ਤਰਲ ਪਦਾਰਥ ਲੈਂਦੀ ਰਹੋਗੀ ਤਾਂ ਐਸੀ ਨੌਬਤ ਨਹੀਂ ਆਏਗੀ। ਜੇਕਰ ਦਸਤ ਵਿਚ ਖ਼ੂਨ ਜਾਂ ਮਿਯੂਕਸ ਵੀ ਆਣ ਲਗੇ ਤਾਂ ਡਾਕਟਰ ਦੇ ਕੋਲ ਜਾਣ ਵਿਚ ਦੇਰ ਨਾ ਕਰੋ।

## ਚੀਨੀ ਦੇ ਵਿਕਲਪ

**''ਮੈਨੂੰ ਜ਼ਿਆਦਾ ਭਾਰ ਨਹੀਂ ਵਧਾਣਾ ਪ੍ਰੰਤੂ ਮਿੱਠਾ ਬੇਹੱਦ ਵਸੰਦ ਹੈ। ਕੀ ਮੈਂ ਚੀਨੀ ਦੇ ਬਦਲਾ ਪ੍ਰਯੋਗ ਕਰ ਸਕਦੀ ਹਾਂ?''**

ਸੁਣਨ ਵਿਚ ਚਾਹੇ ਭਲਾ ਲਗੇ ਪ੍ਰੰਤੂ ਗਰਭਵਤੀ

ਔਰਤਾਂ ਦੇ ਲਈ ਚੀਨੀ ਦੇ ਵਿਕਲਪਾਂ ਦਾ ਮਿਲਿਆ ਜੁਲਿਆ ਅਸਰ ਹੀ ਹੁੰਦਾ ਹੈ। ਉਂਝ ਤਾਂ ਇਹ ਸੁਰੱਖਿਅਤ ਹਨ ਪ੍ਰੰਤੂ ਅਜੇ ਇਸ ਵਿਸ਼ੇ ਵਿਚ ਖੋਜ ਨਹੀਂ ਸਕੀ ਹੈ।

**ਸੁਕਾਲੋਜ਼(ਸਪਲੇਂਡਾ)**:- ਇਹ ਚੀਨੀ ਤੋਂ ਬਣਦੀ ਹੈ ਪ੍ਰੰਤੂ ਇਸ ਨੂੰ ਰਸਾਇਣਕ ਰੂਪ ਨਾਲ ਇਸ ਤਰ੍ਹਾਂ ਬਦਲ ਦਿੱਤਾ ਜਾਂਦਾ ਹੈ ਕਿ ਸਰੀਰ ਇਸ ਨੂੰ ਪਚਾ ਨਹੀਂ ਸਕਦਾ। ਗਰਭਵਤੀ ਔਰਤਾਂ ਕੈਲੇਰੀ ਨਹੀਂ ਵਧਾਣਾ ਚਾਹੁੰਦੀਆਂ, ਉਨ੍ਹਾਂ ਨੂੰ ਇਹ ਲੈਣਾ ਚਾਹੀਦਾ ਹੈ। ਤੁਸੀਂ ਇਸ ਨੂੰ ਚਾਹ, ਕਾਫ਼ੀ ਜਾਂ ਫਿਰ ਕੁਝ ਪਕਾਂਦੇ ਜਾਂ ਬੇਕ ਕਰਦੇ ਸਮੇਂ ਮਿਲਾ ਸਕਦੀ ਹੋ ਜਾਂ ਫਿਰ ਐਸੇ ਉਤਪਾਦ ਹੀ ਲਉ ਜਿਸ ਵਿਚ ਸੁਕ੍ਰਾਲੋਜ਼ ਮਿਲੀ ਹੋਵੇ (ਡ੍ਰਿੰਕ, ਯੋਗਰਟ, ਕੈਂਡੀ ਤੇ ਆਈਸਕ੍ਰੀਮ)। ਯਾਦ ਰੱਖੋ ਕਿ ਸੀਮਤ ਮਾਤਰਾ ਹੀ ਵਧੀਆ ਰਹੇਗੀ। ਹਾਲਾਂਕਿ ਉਤਪਾਦ ਨਵਾਂ ਹੈ ਇਸ ਲਈ ਇਸ ਸਬੰਧੀ ਵਧੇਰੇ ਅੰਕੜੇ ਵੀ ਉਪਲਬੱਧ ਨਹੀਂ ਹਨ।

**ਐਂਪਾਰਟਰਮ (ਇਕੁਵਲ, ਨਿਯੁਟ੍ਰਾਸਵੀਟ)**:-ਇਸ ਨੂੰ ਡ੍ਰਿੰਕ, ਯੋਗਰਟ ਤੇ ਫ੍ਰੋਜਨ ਫੂਡ ਵਿਚ ਮਿਲਾ ਸਕਦੇ ਹੋ ਪ੍ਰੰਤੂ ਪਕਾ ਨਹੀਂ ਸਕਦੇ ਜਾਂ ਬੇਕ ਨਹੀਂ ਕਰ ਸਕਦੇ ਕਿਉਂਕਿ ਵੱਧ ਪਕਾਣ ਨਾਲ ਇਸ ਦੀ ਮਿਠਾਸ ਚਲੀ ਜਾਂਦੀ ਹੈ। ਜ਼ਿਆਦਾਤਰ ਡਾਕਟਰ ਇਸ ਨੂੰ ਸੁਰੱਖਿਅਤ ਮੰਨਦੇ ਹੋਏ ਇਹੀ ਰਾਏ ਦੇਂਦੇ ਹਨ ਕਿ ਇਸਦਾ ਥੋੜ੍ਹਾ-ਬਹੁਤ ਪ੍ਰਯੋਗ ਕੀਤਾ ਜਾ ਸਕਦਾ ਹੈ। ਕੁਝ ਡਾਕਟਰ ਕਹਿੰਦੇ ਹਨ ਕਿ ਗਰਭਵਤੀ ਔਰਤਾਂ ਨੂੰ ਘੱਟ ਮਿਠਾਸ ਦਾ ਚੋਣ ਕਰਦੇ ਸਮੇਂ ਸਾਵਧਾਨੀ ਰੱਖਣੀ ਚਾਹੀਦੀ ਹੈ। ਤੁਸੀਂ ਆਪਣੇ ਡਾਕਟਰ ਤੋਂ ਰਾਏ ਲੈਣ ਤੋਂ ਬਾਦ ਹੀ ਅੱਗੇ ਵਧੋ।

**ਸੈਕ੍ਰੀਨ**:- ਮਨੁੱਖਾਂ ਵਿਚ ਸੈਕ੍ਰੀਨ ਦੇ ਪ੍ਰਯੋਗ ਤੇ ਜ਼ਿਆਦਾ ਖੋਜ ਨਹੀਂ ਹੋਈ ਪ੍ਰੰਤੂ ਜਾਨਵਰਾ ਤੇ ਹੋਈ ਇਸ ਦੀ ਖੋਜ ਤੋਂ ਪਤਾ ਚਲਾ ਹੈ ਕਿ ਇਸ ਦਾ ਵੱਧ ਮਾਤਰਾ ਲੈਣ ਵਾਲੀ ਮਾਦਾ ਵਿਚ ਕੈਂਸਰ ਦੀ ਸੰਭਾਵਨਾ ਵੱਧ ਗਈ , ਇਹ ਸਪੱਸ਼ਟ ਨਹੀਂ ਹੈ ਕਿ ਕੀ ਗਰਭਵਤੀ ਔਰਤ ਨੂੰ ਵੀ ਇਹ ਖ਼ਤਰਾ ਹੋ ਸਕਦਾ ਹੈ? ਜ਼ਿਆਦਾਤਰ ਡਾਕਟਰ ਇਸ ਦੇ ਘੱਟ ਤੋਂ ਘੱਟ ਪ੍ਰਯੋਗ ਦੀ ਹੀ ਰਾਏ ਦੇਂਦੇ ਹਨ। ਹਾਲਾਂਕਿ ਜੋ ਸੈਕ੍ਰੀਨ ਤੁਸੀਂ ਪਹਿਲਾਂ ਲੈ ਚੁਕੀ ਹੋ, ਇਸ ਸਬੰਧੀ ਸੋਚ ਕੇ ਪ੍ਰੇਸ਼ਾਨ ਨਾ ਹੋਵੋ।

**ਐਸੁਲਫੇਮ-ਕੇ(ਸੁਨੈਟ)**:- ਚੀਨੀ ਤੋਂ ਵੀ ਦੋ ਸੌ ਗੁਣਾ ਮਿਠਾ ਇਹ ਸਵੀਟਨਰ ਬੇਕਡ ਪਦਾਰਥਾਂ, ਜਿਲੇਟਿਨ, ਡੇਵਰਟ, ਗਰਮ ਤੇ ਸਾਫ਼ਟ ਡ੍ਰਿੰਕ ਵਿਚ ਪਾਇਆ ਜਾਂਦਾ ਹੈ। ਐਫਡੀਏ ਦੇ ਅਨੁਸਾਰ ਗਰਭਕਾਲ ਵਿਚ ਇਸ ਦਾ ਸੀਮਤ ਮਾਤਰਾ ਵਿਚ ਪ੍ਰਯੋਗ ਕੀਤਾ ਜਾ ਸਕਦਾ ਹੈ ਪਰ ਤੁਸੀਂ ਆਪਣੇ ਡਾਕਟਰ ਤੋਂ ਪੁੱਛੋ ਕਿ ਉਹ ਇਸ ਸਬੰਧੀ ਕੀ ਕਹਿੰਦੇ ਹਨ।

**ਸਾੱਰਬੀਟਾੱਲ**:- ਇਹ ਚੀਨ(ਮਿਠਾਸ) ਕੁਦਰਤੀ ਕਈ ਫਲਾਂ ਤੇ ਬੈਰੀ ਵਿਚ ਪਾਈ ਜਾਂਦੀ ਹੈ। ਚੀਨੀ ਦੀ ਅੱਧੀ ਮਿਠਾਸ ਵਾਲੀ ਸਾੱਰਬਟਾੱਲ ਨੂੰ ਖਾਣ-ਪੀਣ ਦੀਆਂ ਚੀਜ਼ਾਂ ਵਿਚ ਮਿਲਾਇਆ ਜਾਂਦਾ ਹੈ। ਗਰਭਕਾਲ ਵਿਚ ਸੀਮਤ ਮਾਤਰਾ ਵਿਚ ਸੇਵਨ ਤਾਂ ਠੀਕ ਰਹੇਗਾ, ਵੱਧ ਮਾਤਰਾ ਲੈਣ ਨਾਲ ਗੈਸ ਦਾ ਦਰਦ ਜਾਂ ਡਾਇਰੀਆ ਆਦਿ ਹੋ ਸਕਦਾ ਹੈ।

**ਮੈਨੀਟਾੱਲ**:- ਇਹ ਚੀਨੀ ਤੋਂ ਘੱਟ ਮਿਠਾਸ ਵਾਲੀ ਹੁੰਦੀ ਹੈ। ਇਹ ਚੀਨੀ ਤੋਂ ਬਹੁਤ ਘੱਟ ਕੈਲੇਰੀ ਦੇਂਦੀ ਹੈ। ਸਾੱਰਬੀਟਾੱਲ ਦੀ ਤਰ੍ਹਾਂ, ਸੀਮਤ ਮਾਤਰਾ ਵਿਚ ਇਸਦਾ ਪ੍ਰਯੋਗ ਕਰ ਸਕਦੇ ਹੋ ਪ੍ਰੰਤੂ ਜ਼ਿਆਦਾ ਲੈਣ ਨਾਲ ਗੈਸਟ੍ਰੋਇੰਟੇਸਟਾਇਨਲ ਗੜਬੜੀ ਹੋ ਸਕਦੀ ਹੈ।

**ਜ਼ਾਯਲਿਟਾੱਲ**:- ਇਹ ਕੁਦਰਤੀ ਕਈ ਫਲਾਂ ਤੇ ਸਬਜ਼ੀਆਂ ਵਿਚ ਪਾਈ ਜਾਣ ਵਾਲੀ ਮਿਠਾਸ ਹੈ। ਸਰੀਰ ਵੀ ਆਮ ਤੌਰ ਤੇ ਮੈਟਾਬਾਲਿਜ਼ਮ ਦੀ ਕ੍ਰਿਆ ਵਿਚ ਇਸ ਨੂੰ ਬਣਾਉਂਦਾ ਹੈ। ਇਹ ਚਿਯੁਇੰਗਮ, ਟੁਥਪੇਸਟ, ਕੈਂਡੀ ਤੇ ਕੁਝ ਖਾਦ-ਪਦਾਰਥਾਂ ਵਿਚ ਹੁੰਦੀ ਹੈ। ਇਹ ਦੰਦਾਂ ਦੀ ਸੜਨ ਰੋਕਦੀ ਹੈ। ਇਸ ਵਿਚ ਚੀਨੀ ਤੋਂ 40 ਪ੍ਰਤੀਸ਼ਤ ਘੱਟ ਕੈਲੇਰੀ ਹੁੰਦੀ ਹੈ। ਗਰਭਕਾਲ ਵਿਚ ਇਸ ਦਾ ਸੀਮਤ ਪ੍ਰਯੋਗ ਕਰੋ। ਜਾਯਲਿਟਾੱਲ ਵਾਲੇ ਇਕ ਚਿੰਗਮ ਫਾਇਦਾ ਕਰੇ ਗੀ ਪ੍ਰੰਤੂ ਤੁਸੀਂ ਇਸ ਦੇ ਪੰਜ ਪੈਕੇਟ ਚਬਾਉਣਾ ਪਸੰਦ ਨਹੀਂ ਕਰੋਗੀ?

**ਸਟੇਵਿਆ**:- ਦੱਖਣੀ ਅਮਰੀਕੀ ਜੜ੍ਹੀ-ਬੂਟੀ ਤੋਂ ਬਣੀ ਸਟੇਵਿਆ ਇਕ ਐਸਾ ਸਵੀਟਨਰਹੈ, ਜਿਸ ਸਬੰਧੀ ਅਜੇ ਤਕ ਐਸੀ ਖੋਜ ਨਹੀਂ ਹੋਈ ਹੈ। ਇਸ ਦਾ ਪ੍ਰਯੋਗ ਕਰਨ ਤੋਂ ਪਹਿਲਾਂ ਡਾਕਟਰ ਤੋਂ ਪੁੱਛਣਾ ਨਾ ਭੁੱਲੋ।

**ਲੈਕਟੋਜ**:- ਇਸ ਮਿਲਕ ਸ਼ੁਗਰ ਵਿਚ ਚੀਨੀ ਦੀ 116 ਹਿੱਸਾ ਮਿਠਾਸ ਹੁੰਦੀ ਹੈ। ਇਹ ਖਾਦ ਪਦਾਰਥ ਵਿਚ ਹਲਕੀ ਮਿਠਾਸ ਪੈਦਾ ਕਰਦੀ ਹੈ। ਲੈਕਟੋਜ਼ ਇੰਟਾੱਲਰੇਂਟ ਦੇ ਲੱਛਣ ਹੋਣ, ਤਾਂ ਇਸ ਦਾ ਪ੍ਰਯੋਗ ਨਾ ਕਰੋ।

**ਸ਼ਹਿਦ:-** ਐਂਟੀਆੱਕਸੀਡੈਂਟ ਤੱਤਾਂ ਦੇ ਕਾਰਣ ਅੱਜ ਕਲ ਸ਼ਹਿਦ(ਹਨੀ) ਕਾਫ਼ੀ ਵਰਤੋਂ ਵਿਚ ਹੈ। ਹਾਲਾਂਕਿ ਇਹ ਚੀਨੀ ਦਾ ਚੰਗਾ ਬਦਲਾਅ ਹੈ। ਪ੍ਰੰਤੂ ਇਸ ਵਿਚ ਕੈਲੋਰੀ ਦੀ ਮਾਤਰਾ ਘੱਟ ਨਹੀਂ ਹੁੰਦੀ। ਇਸ ਵਿਚ ਇਕ ਵੱਡਾ ਚਮਚ ਚੀਨੀ ਦੀ ਕੈਲੋਰੀ ਦੇ ਮੁਕਾਬਲੇ 19 ਕੈਲੋਰੀ ਵੱਧ ਹੁੰਦੀ ਹੈ।

**ਫਰੂਟ ਜੂਸ ਕਾਂਸਟ੍ਰੇਟ:-** ਅੰਗੂਰ ਤੇ ਸੇਬ ਵਰਗੇ ਜੂਸ ਕਾਂਸਟ੍ਰੇਟ ਗਰਭਕਾਲ ਵਿਚ ਕਾਫ਼ੀ ਸੁਰੱਖਿਅਤ ਰਹਿੰਦੇ ਹਨ ਤੁਸੀਂ ਕਈ ਵਿਅੰਜਨਾਂ ਵਿਚ ਚੀਨੀ ਦੀ ਜਗ੍ਹਾ ਉਨ੍ਹਾਂ ਦਾ ਪ੍ਰਯੋਗ ਕਰਸਕਦੀ ਹੋ। ਉਹ ਸੁਪਰਮਾਰਕੀਟ ਤੋਂ ਫ੍ਰੋਜ਼ਨ ਸਥਿਛੀ ਵਿਚ ਮਿਲਦੇ ਹਨ। ਜੈਮ, ਜੈਲੀ, ਸਾਬਤ ਅਨਾਜ ਦੀਆਂ ਕੁਕੀਜ, ਮਫ਼ਿਨ, ਸੈਰੇਲ, ਗ੍ਰੇਨੋਲਾ ਬਾਰ ਅਤੇ ਪੱਪ ਤੁਸੀਂ ਟੋਸਟਰ ਪੇਸਟ੍ਰੀਜ ਵਿਚ ਵੀ ਇਨ੍ਹਾਂ ਨੂੰ ਪਾਇਆ ਜਾਂਦਾ ਹੈ।

ਫਰੂਟ ਜੂਸ ਦੀ ਮਿਠਾਸ ਵਾਲੇ ਉਤਪਾਦ, ਸਾਬਤ ਅਨਾਜ, ਸਿਹਤਮੰਦ ਚਰਬੀ ਜਿਵੇਂ ਪੌਸ਼ਟਿਕ ਖਾਦ ਪਦਾਰਥਾਂ ਤੋਂ ਬਣਦੇ ਹਨ। ਇਹ ਸਚਮੁੱਚ ਬਹੁਤ ਲਾਜਵਾਬ ਹੁੰਦੇ ਹਨ।

## ਹਰਬਲ ਚਾਹ

**"ਮੈਂ ਕਾਫ਼ੀ ਹਰਬਲ ਚਾਹ ਪੀਂਦੀ ਹਾਂ। ਗਰਭਕਾਲ ਵਿਚ ਇਸ ਨੂੰ ਪੀਣਾ ਸੁਰੱਖਿਅਤ ਰਹੇਗਾ?"**

ਕੀ ਤੁਹਾਨੂੰ ਆਪਣੇ ਦੰਦਾਂ ਦੇ ਲਈ ਹਰਬਲ ਚਾਹ ਪੀਣੀ ਚਾਹੀਦੀ ਹੈ? ਦਰਅਸਲ ਅਜੇ ਇਸ ਸਬੰਧੀ ਉਚਿਤ ਖੋਜ ਨਹੀਂ ਹੋਈ, ਇਸ ਲਈ ਇਸ ਸਵਾਲ ਦਾ ਸਹੀ-2 ਜਵਾਬ ਨਹੀਂ ਦਿੱਤਾ ਜਾ ਸਕਦਾ। ਕੁਝ ਹਰਬਲ ਚਾਹ, ਸੁਰੱਖਿਅਤ ਮੰਨੀ ਜਾਂਦੀ ਹੈ ਅਤੇ ਕੁਝ ਨਹੀਂ ਜਿਵੇਂ 'ਰਸਬੈਰੀ ਲੀਫ਼ ਚਾਹ', ਇਸ ਨੂੰ ਜ਼ਿਆਦਾ ਲੈਣ ਨਾਲ ਕਾਂਟ੍ਰੈਕਸ਼ਨ ਸ਼ੁਰੂ ਹੋ ਸਕਦਾ ਹੈ। ਇਹ ਤੁਹਾਡੀ ਸਥਿਤੀ ਦੇ ਹਿਸਾਬ ਨਾਲ ਚੰਗਾ ਜਾਂ ਬੁਰਾ ਹੋ ਸਕਦਾ ਹੈ।

ਉਂਝ ਕਿਹਾ ਇਹੀ ਜਾਂਦਾ ਹੈ ਕਿ ਗਰਭਕਾਲ ਵਿਚ ਇਸ ਵਿਸ਼ੇ ਵਿਚ ਸਾਵਧਾਨੀ ਵਰਤੋ ਜਾਂ ਫਿਰ ਸੀਮਤ ਮਾਤਰਾ ਵਿਚ ਇਸ ਦਾ ਪ੍ਰਯੋਗ ਕਰੋ। ਆਪਣੇ ਡਾਕਟਰ ਤੋਂ ਪੁੱਛ ਲਉ ਕਿ ਉਹ ਕਿਹੜੀ ਹਰਬਲ ਚਾਹ ਨੂੰ ਤੁਹਾਡੇ ਲਈ ਸੁਰੱਖਿਅਤ ਮੰਨਦੇ ਹਨ।

ਕਿਤੇ ਤੁਸੀਂ ਮੁਸੀਬਤ ਦੀ ਚੁਸਕੀ ਨਾ ਲੈ ਰਹੀ ਹੋਵੋ ਇਸ ਲਈ ਚਾਹ ਪੀਣ ਤੋਂ ਪਹਿਲਾਂ ਲੇਬਲ ਨੂੰ ਧਿਆਨ ਨਾਲ ਪੜ੍ਹੋ। ਕੁਝ ਉਹ ਜੋ ਫਰੂਟ ਬੇਸ ਹੋਣ ਦੇ ਨਾਲ-2 ਜੜੀ-ਬੂਟੀ ਵਾਲੇ ਵੀ ਹੁੰਦੇ ਹਨ। ਤੁਸੀਂ ਆਪਣੀ ਸਧਾਰਣ ਕਾਲੀ ਚਾਹ ਵਿਚ ਸੰਤਰਾ, ਸੇਬ, ਅਨਾਨਾਸ, ਫਰੂਟ ਜੂਸ, ਨਿੰਬੂ ਦੇ ਕਤਲੇ, ਨਿੰਬੂ ਦਾ ਰਸ, ਨਾਸ਼ਪਾਤੀ, ਦਾਲਚੀਨੀ, ਲੋਂਗ, ਅਦਰਕ ਜਾਂ ਇਲਾਚੀ ਆਦਿ ਮਿਲਾ ਕੇ ਲੈ ਸਕਦੀ ਹੋ। ਹਰ ਚਾਹ ਸਬੰਧੀ ਮੰਨਿਆ ਜਾਂਦਾ ਹੈ ਕਿ ਇਸ ਨਾਲ ਫੌਲਿਕ ਐਸਿਡ ਦੀ ਮਾਤਰਾ ਘਟ ਸਕਦੀ ਹੈ। ਜੋ ਕਿ ਗਰਭਕਾਲ ਵਿਚ ਬਹੁਤ ਮਹੱਤਵ ਰਖਦਾ ਹੈ। ਇਸ ਲਈ ਜੇਕਰ ਹਰੀ ਚਾਹ ਪੀਂਦੀ ਹੋ ਤਾਂ ਸੀਮਤ ਮਾਤਰਾ ਵਿਚ ਲਉ। ਆਪਣੇ ਘਰ ਦੇ ਪਿੱਛੇ ਉਗੀ ਕਿਸੀ ਵੀ ਚਾਹ ਨੂੰ ਪੀਣ ਤੋਂ ਪਹਿਲਾਂ ਪਤਾ ਕਰ ਲਉ ਕਿ ਇਹ ਗਰਭਕਾਲ ਵਿਚ ਸੁਰੱਖਿਅਤ ਹੈ ਜਾਂ ਨਹੀਂ।

## ਖਾਦ ਪਦਾਰਥਾਂ ਵਿਚ ਰਸਾਇਣ

**"ਡੱਬਾਬੰਦ ਭੋਜਨ ਵਿਚ ਪ੍ਰੀਜਰਵੇਟਿਵ, ਸਬਜ਼ੀਆਂ ਤੇ ਪੈਸਟੀਸਾਇਡ, ਫਿਸ਼ ਵਿਚ ਜੀ ਸੀ ਬੀ ਅਤੇ ਮਰਕਰੀ ਵਿਚ ਐਂਟੀਬਾਔਟੀ ਹਾੱਟ ਡਾੱਗਜ਼' ਵਿਚ ਨਾਈਟ੍ਰੇਟ ਗਰਭਕਾਲ ਵਿਚ ਐਸਾ ਕੀ ਖਾਈਏ, ਜੋ ਮੇਰੇ ਲਈ ਸੁਰੱਖਿਅਤ ਹੋਵੇ?"**

ਇੰਨੀ ਪ੍ਰੇਸ਼ਾਨ ਨਾ ਹੋਵੋ। ਤੁਹਾਨੂੰ ਇਨ੍ਹਾਂ ਗੱਲਾਂ ਤੋਂ ਘਬਰਾ ਕੇ ਭੁੱਖੇ ਰਹਿਣ ਦੀ ਨੌਬਤ ਨਹੀਂ ਆਏਗੀ। ਖਾਦ-ਪਦਾਰਥਾਂ ਵਿਚ ਸ਼ਾਮਲ ਤੱਤਾਂ ਵਿਚੋਂ ਕੁਝ ਹੀ ਐਸੇ ਹੁੰਦੇ ਹਨ ਜੋ ਤੁਹਾਡੇ (ਅਣਜੰਮੇ) ਬੱਚੇ ਨੂੰ ਨੁਕਸਾਨ ਪਹੁੰਚਾ ਸਕਦੇ ਹਨ।

ਉਂਝ ਬਿਹਤਰ ਹੀ ਹੈ ਕਿ ਤੁਸੀਂ ਹਮੇਸ਼ਾਂ ਸਾਵਧਾਨੀ ਦੇ ਨਾਲ ਚਲੋ। ਇਨ੍ਹਾਂ ਦਿਨਾਂ ਵਿਚ ਇੰਝ ਕਰਨ ਵਿਚ ਮੁਸ਼ਕਿਲ ਵੀ ਨਹੀਂ ਹੋਵੇਗੀ। ਆਪਣੇ ਤੇ ਬੱਚੇ ਦੀ ਸਿਹਤ ਖਾਣ-ਪੀਣ ਦੇ ਲਈ ਸਾਡੇ ਟਿਪਸ ਤੇ ਧਿਆਨ ਦਿਉ ਤਾਂ ਜੋ ਤੁਹਾਨੂੰ ਖ਼ਰੀਦਦਾਰੀ ਕਰਦੇ ਸਮੇਂ ਜ਼ਿਆਦਾ ਸੋਚਨਾ ਨਾ ਪਵੇ।

- ਗਰਭਕਾਲ ਆਹਾਰਵਿਚੋਂ ਆਪਣਾ ਭੋਜਨ ਚੁਣੋ, ਇਸ ਤਰ੍ਹਾਂ ਤੁਸੀਂ ਕਈ ਤਰ੍ਹਾਂ ਦੇ ਪ੍ਰੋਸੈਸਡ ਫੂਡ ਤੋਂ ਬਚ ਜਾਓਗੀ। ਇਸ ਤਰ੍ਹਾਂ ਤੁਹਾਨੂੰ ਹਰੀ ਤੇ ਪੀਲੇ ਪੱਤੇ ਵਾਲੀਆਂ ਸਬਜ਼ੀਆਂ, ਫਾਇਟੋਕੈਮੀਕਲ ਵਾਲੇ ਫਲ ਤੇ ਸਬਜ਼ੀਆਂ ਮਿਲ ਜਾਣਗੀਆਂ ਜੋ ਭੋਜਨ ਦੇ ਜ਼ਹਿਰੀਲੇ ਤੱਤਾਂ ਨੂੰ ਬੇਅਸਰ ਕਰ ਸਕਦੇ ਹਨ।
- ਜਦੋਂ ਵੀ ਸੰਭਵ ਹੋਵੇ, ਤਾਜ਼ੇ, ਫ੍ਰੋਜ਼ਨ ਜਾਂ ਡੱਬਾਬੰਦ

ਆਰਗੈਨਿਕ ਪਦਾਰਥ ਹੀ ਖਾਓ। ਇਸਤਰ੍ਹਾਂ ਪ੍ਰੋਸੈਸਡ ਫੂਡ ਦੇ ਸਟੋਰੇਜ ਤੋਂ ਬਚ ਜਾਓਗੀ ਅਤੇ ਤੁਹਾਡਾ ਭੋਜਨ ਪਹਿਲਾਂ ਤੋਂ ਕਾਫ਼ੀ ਪੌਸ਼ਟਿਕ ਹੋ ਜਾਏਗਾ।

- ਜਦੋਂ ਵੀ ਮੌਕਾ ਮਿਲੇ, ਕੁਦਰਤ ਦੇਨਾਲ ਚਲੋ ਭਾਵ ਐਸਾ ਖਾਣਾ ਖਾਓ ਜਿਸ ਵਿਚ ਬਨਾਵਟੀ ਰੰਗ ਜਾਂ ਪ੍ਰੀਜ਼ਰਵੇਟਿਵ ਨਾ ਹੋਣ। ਲੇਬਲ ਧਿਆਨ ਨਾਲ ਪੜ੍ਹੋ। ਯਾਦ ਰੱਖੋ ਕਿ ਇਹ ਸਾਰੇ ਪਦਾਰਥ ਤੁਹਾਡੇ ਲਈ ਸੁਰੱਖਿਅਤ ਨਹੀਂ ਹਨ ਜਾਂ ਫਿਰ ਪੌਸ਼ਟਿਕ ਨਹੀਂ ਹਨ।
- ਨਾਈਟ੍ਰੇਟ ਵਾਲੇ ਹਾੱਟ ਡਾੱਗ, ਸਲਾਮੀ, ਬੋਲੋਗਨਾ, ਸਮੋਕਡ ਫਿਸ਼ ਤੇ ਮਾਸ ਨਾ ਖਾਓ। ਐਸੇ ਹੀ ਬ੍ਰਾਂਡ ਲਉ, ਜਿਨ੍ਹਾਂ ਵਿਚ ਪ੍ਰੀਜ਼ਰਵੇਟਿਵ ਨਾ ਹੋਣ।
- ਫਿਸ਼ ਤੋਂ ਤੁਹਾਨੂੰ ਲੀਨ ਪ੍ਰੋਟੀਨ ਮਿਲਦਾ ਹੈ। ਇਸ ਵਿਚ ਓਮੇਗਾ-3 ਫੈਟੀ ਐਸਿਡ ਵੀਹੁੰਦੇ ਹਨ ਜੋ ਬੱਚੇ ਦੇ ਦੀਮਾਗ਼ ਵਿਕਾਸ ਵਿਚ ਸਹਿਯੋਗ ਦੇਂਦੇ ਹਨ। ਇਹ ਤੁਹਾਡੇ ਲਈਕਾਫ਼ੀ ਫਾਇਦੇਮੰਦ ਹਨ, ਹਾਲਾਂਕਿ ਜੇਕਰ ਤੁਸੀਂ ਇਸ ਨੂੰ ਪਹਿਲਾਂ ਕਦੀ ਨਹੀਂ ਖਾਦਾ ਤਾਂ ਇਸ ਵਿਚ ਦਿਲਚਸਪੀ ਨਹੀਂ ਹੋਵੇਗੀ। ਖੋਜ ਤੇ ਅਧਿਐਨ ਨੇ ਵੀ ਇਸ ਤੱਥ ਦੀ ਪੁਸ਼ਟੀ ਕੀਤੀ ਹੈ ਕਿ ਗਰਭਵਤੀ ਔਰਤਾਂ ਮੱਛੀ ਖਾਣ ਤਾਂ ਤੇਜ ਦੀਮਾਗ ਵਾਲੇ ਬੱਚਿਆਂ ਨੂੰ ਜਨਮ ਦੇਂਦੀਆਂ ਹਨ। ਮੱਛੀ ਖਾਓ ਪਰ ਉਹੀ ਕਿਸਮ ਚੁਣੋ ਜੋ ਤੁਹਾਡੇ ਲਈ ਸੁਰੱਖਿਅਤ ਹੋਵੇ। ਸ਼ਾਰਕ, ਸਵਾਰਡ ਫਿਸ਼, ਕਿੰਗ ਮੈਕਰੇਲ, ਟਾਈਲਫਿਸ਼ ਅਤੇ ਕਿਯੂਨਾ ਸਟੀਟਸ ਤੋਂ ਦੂਰ ਰਹੋ। ਇਨ੍ਹਾਂ ਵੱਡੀਆਂ ਮੱਛੀਆਂ ਵਿਚ ਮਿਥਾਇਲ ਮਰਕਰੀ ਨਾਮਕ ਰਸਾਇਣ ਹੁੰਦਾ ਹੈ ਹੋ ਭਰੂਣ ਦੇ ਵਿਕਾਸ-ਸ਼ੀਲ ਸਨਾਯੂਤੰਤਰ ਨੂੰ ਨੁਕਸਾਨ ਪਹੁੰਚਾ ਸਕਦਾ ਹੈ। ਜੇਕਰ ਪਹਿਲਾਂ ਤੋਂ ਖਾ ਚੁਕੀ ਹੋ ਤਾਂ ਕੋਈ ਗੱਲ ਨਹੀਂ ਪਰਹੁਣ ਬੰਦ ਕਰ ਦਿਉ।

ਜੇਕਰ ਤੁਸੀ਼ ਇਕ-ਦੋ ਵਾਰਸਵਾਰਡਫਿਸ਼ ਖਾ ਵੀ ਲਈ ਤਾਂ ਉਸ ਤੋਂ ਕੋਈ ਫਰਕ ਨਹੀਂ ਪੈਂਦਾ ਕਿਉਂਕਿ ਇਨ੍ਹਾਂ ਦੀ ਨਿਯਮਿਤ ਖਪਤ ਵੀ ਘਟਾ ਦਿਉ। ਤੁਹਾਨੂੰ ਜ਼ਿਆਦਾਤਰ ਬਜ਼ਾਰ ਵਿਚ ਮਿਲਣ ਵਾਲੀ ਫਿਸ਼ ਹੀ ਪ੍ਰਯੋਗ ਕਰਨੀ ਚਾਹੀਦੀ ਹੈ। ਕਈਵਾਰ ਕੁਝ ਮੱਛੀਆਂ ਪ੍ਰਦੂਸ਼ਣ ਦੇ ਕਾਰਣ ਜ਼ਹਿਰੀਲੀ ਵੀ ਹੋ ਜਾਂਦੀ ਹੈ। ਤੁਸੀਂ ਡਾਕਟਰ ਦੀ ਰਾਏ ਨਾਲ ਹੀ ਆਪਣੇ ਲਈ ਫਿਸ਼ ਦੀ ਖਪਤ ਤੈਅ ਕਰੋ।

ਸਾਲਮਨ, ਸੀਲ, ਫਲਾਊਂਡਰ, ਹੈਡਡਾੱਕ, ਟਿਲਾਪਿਆ, ਹੈਲੀਬਟ, ਓਸ਼ਨ ਪਰਚ, ਪੈਲੋਕ, ਕਾੱਡ ਤੇ ਟ੍ਰਾਉਟ ਤੋਂ ਇਲਾਵਾ ਛੋਟੀ ਸਮੁੰਦਰੀ ਫਿਸ਼ ਵੀ ਲਉ। ਉਹ ਓਮੇਗਾ 3 ਤੋਂ ਭਰਪੂਰ ਹੁੰਦੀ ਹੈ। ਬਸ ਯਾਦ ਰੱਖੋ ਕਿ ਸਾਰਾ ਸੀ ਫੂਡ ਤੇ ਫਿਸ਼ ਚੰਗੀ ਤਰ੍ਹਾਂ ਪਕਿਆ ਹੋਣਾ ਚਾਹੀਦਾ ਹੈ।

- ਮੀਟ ਦੇ ਲੀਨ ਕਟ ਹੀ ਚੁਣੋ ਤੇ ਪਕਾਉਣ ਤੋਂ ਪਹਿਲਾਂ ਉਸ ਦੀ ਫਾਲਤੂ ਚਰਬੀ ਹਟਾ ਦਿਉ। ਪੋਲਟ੍ਰੀ ਵਿਚ ਚਰਬੀ ਦੇ ਨਾਲ-2 ਥੋੜ੍ਹੀ ਖੱਲ ਵੀ ਹਟਾ ਦਿਉ ਤਾਂ ਜੋ ਘੱਟ ਤੋਂ ਘੱਟ ਰਸਾਇਣਾਂ ਦੀ ਮਾਤਰਾ ਅੰਦਰ ਜਾਏ। ਲੀਵਰ ਜਾਂ ਕਿਡਨੀ ਵਰਗੇ ਮੀਟ ਨਾ ਹੀ ਖਾਓ ਤਾਂ ਬਿਹਤਰ ਹੋਵੇਗਾ।
- ਜੇਕਰ ਤੁਹਾਡਾ ਬਜਟ ਹੋਵੇ ਤਾਂ ਆਰਗੈਨਿਕ ਮੀਟ ਤੇ ਪੋਲਟ੍ਰੀ ਉਤਪਾਦ ਹੀ ਖਾਓ, ਇਸ ਵਿਚ ਹਾਰਮੋਨ ਤੇਐਂਟੀ ਬਾਇਓਟਿਕਸ ਸ਼ਾਮਲ ਨਹੀਂ ਹੁੰਦੇ। ਤੁਹਹਾਡੇ ਡੇਅਰੀ ਉਤਪਾਦ ਤੇ ਐੱਗ ਵੀ ਆਰਗੈਨਿਕ ਹੋਣਗੇ ਤਾਂ ਵਧੀਆ ਹੋਵੇਗਾ। ਇਹ ਰਸਾਇਣਾਂ ਨਾਲ ਜ਼ਹਿਰੀਲੇ ਨਹੀਂ ਹੁੰਦੇ ਤੇ ਇਸ ਤੋਂ ਇਨਫੈਕਸ਼ਨ ਦੀ ਸੰਭਾਵਨਾ ਵੀ ਨਹੀਂ ਹੁੰਦੀ। ਇਹ ਕੈਲੇਰੀ ਵਿਚ ਘੱਟ ਅਤੇ ਪ੍ਰੋਟੀਨ ਤੇ ਰੇਸ਼ੇ ਤੋਂ ਭਰਪੂਰ ਹੁੰਦੇਹਨ। ਇਨ੍ਹਾਂ ਵਿਚ ਬੱਚੇ ਦੇ ਲਈ ਫਾਇਦੇਮੰਦ ਓਮੇਗੇ-3 ਫੈਟੀ ਐਸਿਡ ਵੀ ਹੁੰਦੇ ਹਨ।
- ਜੇਕਰ ਹੋ ਸਕੇ ਤਾਂ ਆਰਗੈਨਿਕ ਉਤਪਾਦ ਹੀ

## ਆਰਗੈਨਿਕ ਚੁਣੋ

ਹਮੇਸ਼ਾਂ ਆਪਣੀ ਜ਼ੇਬ ਖ਼ਾਲੀ ਕਰਨ ਦੀ ਨਾ ਸੋਚੋ। ਆਰਗੈਨਿਕ ਉਤਪਾਦ ਚੁਣਦੇ ਸਮੇਂ ਹੇਠ-ਲਿਖੀਆਂ ਗੱਲਾਂ ਤੇ ਧਿਆਨ ਦਿਓ।

**ਇਨ੍ਹਾਂ ਨੂੰ ਆਰਗੈਨਿਕ ਹੀ ਲਉ:** ਇਨ੍ਹਾਂ ਤੇ ਧੋਣ ਤੋਂ ਬਾਦ ਵੀ ਪੈਸਟੀਸਾਈਡ ਦਾ ਅਸਰ ਰਹਿ ਜਾਂਦਾ ਹੈ, ਜਿਵੇਂ-ਸੇਬ, ਚੈਰੀ, ਅੰਗੂਰ, ਆੜੂ, ਨਾਸ਼ਪਾਤੀ ਰਸਭਰੀ, ਵੈਲ ਪੇਪਰ, ਆਲੂ ਤੇ ਪਾਲਕ।

**ਇਨ੍ਹਾਂ ਨੂੰ ਆਰਗੈਨਿਕ ਨਾ ਲਉ:** ਆਮ ਤੌਰ ਤੇ ਇਨ੍ਹਾਂ ਉਤਪਾਦਾਂ ਤੇ ਪੈਸਟੀਸਾਈਡ ਨਹੀਂ ਟਿਕਦੇ ਜਿਵੇਂ ਕੇਲਾ, ਲੀਚੀ, ਅੰਬ, ਫੁਲ ਗੋਭੀ, ਕਾਰਨ, ਪਿਆਜ ਤੇ ਮਟਰ ਬੀਫ ਤੇ ਪੋਲਟ੍ਰੀ ਉਤਪਾਦ ਜੇ ਕਰ ਆਰਗੈਨਿਕ ਲੈਣੇ ਹੋਣ ਤਾਂ ਜੇਬ ਢਿੱਲੀ ਕਰਨੀ ਹੋਵੇਗੀ ਕਿਉਂ ਇਹ ਥੋੜ੍ਹੇ ਮਹਿੰਗੇ ਆਉਂਦੇ ਹਨ।

ਖ਼ਰੀਦੋ। ਇਹ ਹਰ ਤਰ੍ਹਾਂ ਦੇ ਰਸਾਇਣਕ ਪ੍ਰਭਾਵਾਂ ਤੋਂ ਮੁਕਤ ਹੁੰਦੇ ਹਨ ਇਸ ਲਈ ਕਾਫ਼ੀ ਹੱਦ ਤਕ ਸੁਰੱਖਿਅਤ ਮੰਨੇ ਜਾ ਸਕਦੇ ਹਨ। ਜੇਕਰ ਇਹ ਸਭ ਕੁਝ ਸਥਾਨਕ ਰੂਪ ਵਿਚ ਉਪਲਬਧ ਹਨ ਅਤੇ ਕਾਰਣ ਦੀ ਚਿੰਤਾ ਨਹੀਂ ਹੈ ਤਾਂ ਇਨ੍ਹਾਂ ਨੂੰ ਬੇਝਿਜਕ ਖਰੀਦੋ ਪ੍ਰੰਤੂ ਜੇਕਰ ਬਜਟ ਦੀ ਚਿੰਤਾ ਹੈ ਤਾਂ ਕੁਝ ਖ਼ਾਸ ਜੈਵਿਕ ਉਤਪਾਦ ਹੀ ਖਰੀਦੋ।

- ਸਾਵਧਾਨੀ ਦੇ ਤੌਰ ਤੇ ਸਾਰੇ ਫਲ-ਸਬਜ਼ੀਆਂ ਧੋ ਕੇ ਹੀ ਪ੍ਰਯੋਗ ਕਰੋ। ਹਾਲਾਂਕਿ ਧੋਣ ਨਾਲ ਕੁਝ ਫਰਕ ਤਾਂ ਪਵੇਗਾ ਪ੍ਰੰਤੂ ਜੇਕਰ ਪਾਣੀ ਵਿਚ ਡੁਬੋਵੋਗੀ ਜਾਂ ਸਪ੍ਰੇ ਵਾਸ਼ ਪ੍ਰਯੋਗ ਕਰੋਗੀ ਤਾਂ ਜ਼ਿਆਦਾ ਬਿਹਤਰ ਹੋਵੇਗਾ। ਸਬਜ਼ੀਆਂ ਦੇ ਛਿਲਕੇ ਹੱਥ ਨਾਲ ਵੀ ਮਲੋ ਤਾਂਜੋ ਕਿਸੀ ਵੀ ਤਰ੍ਹਾਂ ਦੀ ਗੰਦਗੀ ਜਾਂ ਰਸਾਇਣਕ ਪਰਤ ਨਾ ਰਹਿ ਜਾਏ।
- ਸਥਾਨਕ ਉਤਪਾਦਾਂ ਵਿਚ ਖ਼ੁਰਾਕੀ ਤੱਤਾਂ ਦੀ ਮਾਤਰਾ ਵੱਧ ਹੁੰਦੀ ਹੈ। ਇਸ ਲਈ ਸਥਾਨਕ ਉਤਪਾਦ ਖ਼ਰੀਦੋ। ਉਨ੍ਹਾਂ ਦੇ ਉਤਪਾਦ ਜੈਵਿਕ ਨਾ ਹੋਣ ਦੇ ਬਾਵਜੂਦ ਜ਼ਿਆਦਾ ਹਾਨੀਕਾਰਕ ਨਹੀਂ ਹੋਣਗੇ ਕਿਉਂ ਕਈ ਕਿਸਾਨ ਚਾਹ ਕੇ ਵੀ 'ਆਰਗੈਨਿਕ' ਦਾ ਪ੍ਰਮਾਣ ਪੱਤਰ ਨਹੀਂ ਲੈ ਸਕਦੇ।
- ਆਪਣੀ ਖ਼ੁਰਾਕ ਵਿਚ ਵਿਦਵਤਾ ਲਿਆਓ। ਵਿਦਵਤਾ ਨਾਲ ਹੀ ਖ਼ੁਰਾਕ ਮਿਲੇਗੀ। ਮਹਿੰਗੇ ਬੇਮੌਸਮੀ ਫਲ-ਸਬਜ਼ੀਆਂ ਖਾਣ ਦੀ ਬਜਾਏ ਮੌਸਮੀ ਫਲ ਤੇ ਸਬਜ਼ੀਆਂ ਲਉ।
- ਮੰਨਿਆ ਦਿ ਤੁਸੀਂ ਸਿਹਤ ਦੀ ਬਹੁਤ ਪ੍ਰਵਾਹ ਕਰਦੀ ਹੋ ਪ੍ਰੰਤੂ ਹੈਲਥ ਫੂਡ ਦੇ ਪਿਛੇ ਅੰਧਾਧੁੰਦ ਨ ਭੱਜੋ। ਕਿਤੇ ਇੰਝ ਨਾ ਹੋਵੇ ਕਿ ਤੁਸੀਂ ਇਸ ਦੇ ਕਾਰਣ ਤਨਾਅ ਗ੍ਰਸਤ ਹੋ ਜਾਓ। ਪ੍ਰਕ੍ਰਿਤੀ ਦੇ ਨਾਲ ਰਹੋ ਤੇ ਕੁਦਰਤੀ ਭੋਜਨ ਦਾ ਸਵਾਦ ਲਉ ਤੇ ਚੈਨ ਦੀ ਨੀਂਦ ਸੋਵੋ।

## ਪ੍ਰੋਟੀਨ ਦੀ ਪੂਰਤੀ

ਉਂਝ ਤਾਂ ਜ਼ਿਆਦਾਤਰ ਔਰਤਾਂ ਗਰਭਕਾਲ ਵਿਚ ਪ੍ਰੋਟੀਨ ਦੀ ਪੂਰਤੀ ਕਰ ਹੀ ਲੈਂਦੀਆਂ ਹਨ ਪ੍ਰੰਤੂ ਜੇ ਕਰ ਤੁਹਾਨੂੰ ਲਗਦਾ ਹੈ ਕਿ ਤੁਸੀਂ ਭਰਪੂਰ ਮਾਤਰਾ ਵਿਚ ਪ੍ਰੋਟੀਨ ਨਹੀਂ ਲੈ ਰਹੀ ਤਾਂ ਹਾਈ-ਪ੍ਰੋਟੀਨ ਵੈਡਟਾਈਮ ਸਨੈਕ ਲੈ ਕੇ ਉਹ ਕਮੀ ਪੂਰੀ ਕਰ ਲਉ। ਡੇ ਅਤੇ 2 ਅੰਡਿਆਂ ਦੀ ਸਫੈਦੀ ਨਾਲ ਐਡ ਸਲਾਦ ਬਣਾ ਕੇ ਅੱਧੀ ਪ੍ਰੋਟੀਨ ਸਰਵਿੰਗ ਦੀ ਕਮੀ ਪੂਰੀ ਹੋ ਸਕਦੀ ਹੈ। ਇਸ ਦੇ ਨਾਲ ਸਾਬਤ ਅਨਾਜ ਤੋਂ ਬਣੇ ਕ੍ਰੈਕਰਜ਼ ਲਉ। ਦੁਗਣਾ ਮਿਲਕ ਸ਼ੇਕ ਦੋ ਤਿਹਾਈ ਸਰਵਿੰਗ ਦੀ ਕਮੀ ਪੂਰੀ ਕਰੇਗਾ। 3/4 ਕਪ ਘੱਟ ਚਰਬੀ ਵਾਲੇ ਚੀਜ਼ ਤੋਂ ਵੀ ਪ੍ਰੋਟੀਨ ਸਰਵਿੰਗ ਦੀ ਜ਼ਰੂਰਤ ਪੂਰੀ ਹੋਵੇਗੀ। ਇਸ ਨੂੰ ਤੁਸੀਂ ਤਾਜੇ ਫਲਾਂ, ਕਿਸ਼ਮਿਸ਼, ਮੁਨੱਕਿਆਂ, ਕਟੇ ਟਮਾਟਰਾਂ ਜਾਂ ਸਾਲਸਾ ਨਾਲ ਸਜਾ ਸਕਦੀ ਹੋ। ਤੁਹਾਨੂੰ ਤਰਲ ਜਾਂ ਚੂਰਣ ਰੂਪ ਵਿਚ ਪ੍ਰੋਟੀਨ ਪਾਊਡਰ ਤੋਂ ਇਸ ਕਮੀ ਨੂੰ ਪੂਰਾ ਨਹੀਂ ਕਰਨਾ ਚਾਹੀਦਾ। ਇਨ੍ਹਾਂ ਵਿਚ ਐਸੇ ਤੱਤ ਹੋ ਸਕਦੇ ਹਨ ਜੋ ਤੁਹਾਨੂੰ ਗਰਭਕਾਲ ਵਿਚ ਨੁਕਸਾਨ ਪਹੁੰਚਾ ਸਕਦੇ ਹਨ। ਇਹ ਕਾਫ਼ੀ ਮਹਿੰਗੇ ਵੀ ਹੁੰਦੇ ਹਨ। ਇਸ ਤਰ੍ਹਾਂ ਤੁਹਾਡੇ ਅੰਦਰ ਪ੍ਰੋਟੀਨ ਦੀ ਲੋੜ ਤੋਂ ਵੱਧ ਮਾਤਰਾ ਵੀ ਜਾ ਸਕਦੀ ਹੈ।

## ਦੋਨਾਂ ਦੇ ਲਈ ਸੁਰੱਖਿਅਤ ਭੋਜਨ

ਤੁਸੀਂ ਫਲਾਂ ਤੇ ਛਿੜਕੇ ਗਏ ਕੀਟਨਾਸ਼ਕ ਦੇ ਦੂਰ ਪ੍ਰਭਾਵ ਤੋਂ ਚਿੰਤਤ ਹੋ। ਹੋਣਾ ਵੀ ਚਾਹੀਦਾ ਹੈ ਕਿਉਂਕਿ ਇਸ ਸਮੇਂ ਤੁਸੀਂ ਦੋ ਲੋਕਾਂ ਦੇ ਲਈ ਖਾ ਰਹੀ ਹੋ ਪ੍ਰੰਤੂ ਕੀ ਤੁਸ੍ਹੀ ਸੋਚਿਆ ਹੈ ਕਿ ਜਿਸ ਸਪੰਜ ਨਾਲ ਆੜੂ ਨੂੰ ਸਾਫ਼ ਕੀਤਾ ਹੈ, ਉਹ ਤਿੰਨ ਹਫ਼ਤੇ ਤੋਂ ਤੁਹਾਡੀ ਸਿੰਕ ਵਿਚ ਐਵੇਂ ਹੀ ਪਿਆ ਸੀ। ਕੀ ਉਹ ਸਾਫ਼ ਸੀ।

ਕੀ ਤੁਸੀਂ ਉਸੀ ਚਾਕੂ ਨਾਲ ਨਾਸ਼ਪਤੀ ਨਹੀਂ ਕੱਟ ਰਹੀ- ਜਿਸ ਨਾਲ ਤੁਸ੍ਹੀ ਰਾਤ ਨੂੰ ਕੱਚਾ ਚਿਕਨ ਕਟਿਆ ਸੀ। ਇਨ੍ਹਾਂ ਛੋਟੀਆਂ-2 ਗਲਾਂ ਦੇ ਕਾਰਣ ਹੀ ਵੱਡੀਆਂ-2 ਪ੍ਰੇਸ਼ਾਨੀਆਂ ਖੜੀਆਂ ਹੋ ਜਾਂਦੀਆਂ ਹਨ। ਪੇਟ ਵਿਚ ਹਲਕੇ ਦਰਦ ਤੋਂ ਲੈ ਕੇ ਗੰਭੀਰ ਉਥਲ-ਪੁਥਲ ਤਕ...। ਛਾਤੀ ਵਿਚ ਜਲਨ ਵੀ ਇਕ ਲੱਛਣ ਹੋ ਸਕਦਾ ਹੈ। ਇਸ ਲਈ ਜ਼ਰਾ ਸਮਾਰਟ ਮਾਂ ਬਣੋ।

- ਜਦੋਂ ਵੀ ਕਿਸੇ ਖਾਣ-ਪੀਣ ਦੀ ਸੁਰੱਖਿਆ ਤੇ

ਸਵਾਲ ਖੜਾ ਹੋਵੇ ਤਾਂ ਉਸ ਨੂੰ ਸੁੱਟਣ ਵਿਚ ਹੀ ਭਲਾਈ ਹੈ। ਖਾਣ ਤੋਂ ਪਹਿਲਾਂ ਪੈਕਟ ਤੇ ਦਿੱਤੇ ਲੇਬਲ ਪੜ੍ਹਣਾ ਨਾ ਭੁੱਲੋ।

■ ਜੋ ਮੀਟ, ਅੰਡੇ ਜਾਂ ਫਿਸ਼ ਫ੍ਰਿਜ ਵਿਚ ਰੱਖੇ ਹੋਣ ਜਾਂ ਬਰਫ਼ ਤੇ ਨਾ ਪਏ ਹੋਣ, ਉਨ੍ਹਾਂ ਨੂੰ ਕਦੀ ਨਾ ਖ਼ਰੀਦੋ। ਡੱਬੇ ਖੋਲ੍ਹਣ ਤੋਂ ਪਹਿਲਾਂ ਧੋਵੋ ਅਤੇ ਆਪਣਾ ਕੈਨ ਓਪਨਰ ਵੀ ਸਮੇਂ-2 ਤੇ ਗਰਮ ਪਾਣੀ ਨਾਲ ਧੋਵੋ।

■ ਖਾਣ ਤੋਂ ਪਹਿਲਾਂ, ਮੀਟ ਅੰਡੇ ਤੇ ਮਾਸ ਛੂਹਣ ਤੋਂ ਬਾਦ ਆਪਣੇ ਹੱਥ ਥੋਵੋ। ਹੱਥ ਵਿਚ ਕੱਟ ਹੋਵੇ ਤਾਂ ਖਾਣਾ ਪਕਾਣ ਤੋਂ ਪਹਿਲਾਂ ਦਸਤਾਨਾ ਪਾਓ। ਸਮੇਂ-2 ਤੇ ਦਸਤਾਨੇ ਵੀ ਧੋਵੋ।

■ ਰਸੋਈ ਦਾ ਕਾਊਂਟਰ ਤੇ ਸਿੰਕ ਸਾਫ਼ ਰੱਖੋ। ਭਾਂਡੇ ਥੋਣ ਦਾ ਸਪੰਜ ਤੇ ਕਪੜਾ ਸਾਫ਼ ਰੱਖੋ ਤੇ ਸਮੇਂ-2 ਤੇ ਬਦਲੋ।

■ ਠੰਡਾ ਖਾਣਾ ਠੰਡਾ ਤੇ ਗਰਮ ਖਾਣਾ ਗਰਮ ਹੀ ਪਰੋਸੋ। ਬਚਿਆ ਖਾਣਾ ਉਸੀ ਸਮੇਂ ਫ੍ਰਿਜ ਵਿਚ ਰੱਖੋ ਅਤੇ ਭਾਫ਼ ਵਿਚ ਗਰਮ ਕਰਨ ਤੋਂ ਬਾਦ ਹੀ ਖਾਓ। ਫ੍ਰਿਜਰ ਵਿਚ ਰਖਿਆ ਸਮਾਨ ਜੇਕਰ ਪਿਘਲ ਗਿਆ ਹੋਵੇ ਤਾਂ ਦੋਬਾਰਾ ਫ੍ਰੀਜ ਕਰਕੇ ਨਾ ਖਾਓ।

■ ਫ਼ਿਜ ਦੇ ਤਾਪਮਾਨ ਦੀ ਸਮੇਂ-2 ਤੇਜਾਂਚ ਕਰੋ। ਫ੍ਰਿਜ ਦਾ ਤਾਪਮਾਨ 0°F ਤੇ ਹੋਣਾ ਚਾਹੀਦਾ ਹੈ। ਜੇਕਰ ਤੁਹਾਡਾ ਫ੍ਰਿਜਰ ਇੰਝ ਨਹੀਂ ਹੈ ਤਾਂ ਵੀ ਕੋਈ ਗੱਲ ਨਹੀਂ।

■ ਫ੍ਰਿਜ ਵਿਚ ਰੱਖੇ ਜਾਣ ਵਾਲੇ ਭੋਜਨ ਨੂੰ ਕਮਰੇ ਦੇਤਾਪਮਾਨ ਤੇ ਨਾ ਗਲਾਓ। ਜੇਕਰ ਤੁਸੀਂ ਜਲਦੀ ਵਿਚ ਹੋ ਤਾਂ ਉਸ ਨੂੰ ਠੰਡੇ ਪਾਣੀ ਵਿਚ ਗਲਾ ਕੇ ਪ੍ਰਯੋਗ ਕਰੋ।

■ ਮੀਟ, ਫਿਸ਼ ਜਾਂ ਪ੍ਰੋਲਟ੍ਰੀ ਨੂੰ ਕਾਊਂਟਰ ਦੀ ਥਾਂ ਫ਼ਿਜ ਵਿਚ ਮੈਰੀਨੇਟ ਕਰੋ। ਬਾਦ ਵਿਚ ਮੈਰੀਨੇਟ ਹਟਾ ਦਿਉ ਕਿਉਂਕਿ ਇਸ ਵਿਚ ਜ਼ਹਿਰੀਲੇ ਬਟਨ ਹੋ ਸਕਦੇ ਹਨ। ਜੇਕਰ ਤੁਸੀਂ ਮੈਰੀਨਟ ਨੂੰ ਡਿਪ ਦੀ ਤਰ੍ਹਾਂ ਪ੍ਰਯੋਗ ਕਰਨਾ ਚਾਹੋ ਤਾਂ ਕੁਝ ਹਿੱਸਾ ਪਹਿਲਾਂ ਹੀ ਕੱਢ ਕੇ ਰੱਖੋ। ਹਰ ਵਾਰ ਮੈਰੀਨੇਟ ਦੇ ਲਈ ਕੀ ਲਗਾਓ।

■ ਗਰਭਕਾਲ ਵਿਚ ਕੱਚਾ ਜਾਂ ਅੱਧਪਕਿਆ ਮੀਟ, ਪੋਲਟ੍ਰੀ, ਫਿਸ਼ ਜਾਂ ਸੀ-ਫੂਡ ਨਾ ਖਾਓ। ਇਹ ਸਾਰੇ ਖਾਦ ਪਦਾਰਥ ਉਚਿਤ ਤਾਪਮਾਨ ਤੇ ਪਕਾਏ ਜਾਣੇ ਚਾਹੀਦੇ ਹਨ।

■ ਅੰਡੇ ਚੰਗੀ ਤਰ੍ਹਾਂ ਫੈਂਟ ਕੇ ਹੀ ਪਕਾਓ। ਜੇਕਰ ਕਿਸੇ ਵਿਅੰਜਨ ਵਿਚ ਕੱਚੇ ਅੰਡੇ ਪਾਏ ਗਏ ਹਨ ਤਾਂ ਉਨ੍ਹਾਂ ਨੂੰ ਆਪਣੀਆਂ ਉਂਗਲੀਆਂ ਨਾਲ ਕੱਟਣ ਤੋਂ ਬਾਜ ਆਓ। ਜੇਕਰ ਅੰਡੇ ਪਾਸ਼ਚਰਾਇਜ਼ ਹੋਣ ਤਾਂ ਵਧੀਆ ਹੋਵੇਗਾ।

■ ਕੱਚੀਆਂ ਸਬਜ਼ੀਆਂ ਚੰਗੀ ਤਰ੍ਹਾਂ ਧੋਵੋ। ਇਹ ਜ਼ਰੂਰੀ ਨਹੀਂ ਕਿ ਆਰਗੈਨਿਕ ਸਬਜ਼ੀ ਵੀ ਧੂੜ ਮਿਟੀ ਅਤੇ ਪ੍ਰਦੂਸ਼ਣ ਰਹਿਤ ਹੋਵੇਗੀ।

■ ਪਾਸ਼ਚਰਾਈਜ਼ ਡੇਰੀ ਉਤਪਾਦ ਹੀ ਲਉ ਤੇ ਇਨ੍ਹਾਂ ਨੂੰ ਫ਼ਿਜ ਵਿਚ ਰੱਖੋ। ਅਨਪਾਸ਼ਚਰਾਈਜ਼ ਦੁੱਧ ਤੋਂ ਬਣੇ ਚੀਜ਼ ਤੇ ਡੇਅਰੀ ਉਤਪਾਦ ਨਾ ਹੀ ਲਉ ਤਾਂ ਵਧੀਆ ਹੋਵੇਗਾ। ਜੇਕਰ ਖਾਣੇ ਹੀ ਹੋਣ ਤਾਂ ਇਨ੍ਹਾਂ ਨੂੰ ਚੰਗੀ ਤਰ੍ਹਾਂ ਪਕਾ ਲਉ।

■ ਹਾੱਟ ਡਾੱਗ,ਡੇਲੀ ਮੀਟ ਤੇ ਕੋਲਡ ਸਮੋਕਡ ਸੀ ਫੂਡ ਵੀ ਇਨਫੈਕਟਿਡ ਹੋ ਸਕਦਾਹੈ। ਸਾਵਧਾਨੀ ਦੇ ਤੌਰ ਤੇ ਕੋਈ ਵੀ ਮੀਟ ਖਾਣ ਤੋਂ ਪਹਿਲਾਂ ਭਾਫ਼ ਵਿਚਗਰਮ ਕਰ ਲਉ।

■ ਜੂਸ ਨੂੰ ਪਾਸ਼ਚਰਾਈਜ਼ ਹੋਣਾ ਚਾਹੀਦਾਹੈ। ਈਖ਼ ਫੂਡ ਸਟੋਰ ਹੋਵੇ ਜਾਂ ਰੋਡ ਦੇ ਕਿਨਾਰੇ ਬਣਿਆ ਸਟੈਂਡ, ਹਮੇਸ਼ਾਂ ਪਾਸ਼ਚਰਾਈਜ਼ ਜੂਸ ਹੀ ਪੀਓ। ਜੇ ਕਰ ਉਸ ਸਬੰਧੀ ਪੱਕਾ ਪਤਾ ਨਾ ਹੋਵੇ ਤਾਂ ਨਾ ਪੀਓ।

■ ਬਾਹਰ ਖਾਣਾ ਖਾਂਦੇ ਸਮੇਂ ਸਾਫ਼-ਸਫ਼ਾਈ ਤੇ ਪੂਰਾ ਧਿਆਨ ਦਿਉ। ਜੇਕਰ ਖ਼ਰਾਬ ਹੋਣ ਵਾਲੇ ਖਾਦ ਪਦਾਰਥ ਬਾਹਰ ਹੀ ਪਏ ਹੋਣ ਅਤੇ ਬਾਥਰੂਮ ਗੰਦੇ ਪਏ ਹੋਣ ਤਾਂ ਉਥੇ ਮੱਖੀਆਂ ਨੂੰ ਆਣ ਦਾ ਖੁਲ੍ਹਾ ਸੱਦਾ ਮਿਲਦਾ ਹੈ, ਐਸੀ ਜਗ੍ਹਾ ਨਾ ਜਾਣਾ ਹੀ ਠੀਕ ਹੋਵੇਗਾ।

ਭਾਗ - 2

# ਨੌ ਮਹੀਨੇ ਅਤੇ ਉਨ੍ਹਾਂ ਦੀ ਗਿਣਤੀ

( ਗਰਭਧਾਰਣ ਤੋਂ ਪ੍ਰਸੂਤ ਤੱਕ )

# ਪਹਿਲਾ ਮਹੀਨਾ

## ਲਗਭਗ 1 ਤੋਂ 4 ਹ.ਫ਼ਤੇ

ਵਧਾਈ ਹੋਵੇ! ਗਰਭਕਾਲ ਵਿਚ ਤੁਹਾਡਾ ਸੁਾਗਤ ਹੈ। ਹਾਲਾਂਕਿ ਅਜੇ ਤੁਸੀਂ ਦੇਖਣ ਵਿਚ ਗਰਭਵਤੀ ਨਹੀਂ ਲਗਦੀ ਪ੍ਰੰਤੂ ਉਮੀਦ ਹੈ ਕਿ ਤੁਹਾਨੂੰ ਇੰਝ ਮਹਿਸੂਸ ਹੋਣਾ ਸ਼ੁਰੂ ਹੋ ਗਿਆ ਹੋਵੇਗਾ। ਹੋ ਸਕਦਾ ਹੈ ਕਿ ਥਕਾਵਟ ਅਤੇ ਛਾਤੀ ਵਿਚ ਆਣ ਵਾਲੇ ਬਦਲਾਵਾਂ ਦੇਨਾਲ ਦੂਜੇ ਲੱਛਣ ਵੀ ਸਾਹਮ੍ਹਣੇ ਆਣੇ ਸ਼ੁਰੂ ਹੋ ਗਏ ਹੋਣ। ਜਿਵੇਂ-ਜਿਵੇਂ ਸਮਾਂ ਬੀਤੇਗਾ, ਤੁਹਾਨੂੰ ਆਪਣੇ ਸਰੀਰ ਦੇਹਰ ਹਿੱਸੇ ਵਿਚ ਬਦਲਾਅ ਨਜ਼ਰ ਆਵੇਗਾ। ਐਸੈ ਹਿੱਸਿਆਂ ਵਿਚ ਵੀ, ਜਿਨ੍ਹਾਂ ਦੀ ਤੁਸੀਂ ਉਮੀਦ ਤਕ ਨਹੀਂ ਕੀਤੀ ਸੀ। ਤੁਹਾਡੀ ਜੀਵਨਸ਼ੈਲੀ ਵਿਚ ਵੀ ਕਾਫ਼ੀ ਬਦਲਾਅ ਆਉਣ ਵਾਲਾ ਹੈ।

ਓਹ, ਘਬਰਾਓ ਨਾ। ਅਜੇ ਤਾਂ ਆਰਾਮ ਨਾਲ ਬੈਠਕ ਕੇ ਆਪਣੇ ਗਰਭਕਾਲ ਦੀ ਸ਼ੁਰੂਆਤ ਦਾ ਮਜ਼ਾ ਲਉ। ਇਹ ਤੁਹਾਡੇ ਜੀਵਨ ਦੇ ਬੜੇ ਰੁਮਾਂਚਕਾਂ ਵਿਚੋਂ ਇਕ ਹੈ।

## ਇਸ ਮਹੀਨੇ ਤੁਹਾਡੇ ਬੱਚੇ ਦਾ ਵਿਕਾਸ

**ਪਹਿਲਾ ਹ.ਫ਼ਤਾ:-** ਇਸ ਹ.ਫ਼ਤੇ ਬੇਬੀ ਦਾ ਕਾਊਂਟ ਡਾਊਨ ਸ਼ੁਰੂ ਹੋ ਗਿਆ ਹੈ। ਬਸ ਫਰਕ ਇਹ ਹੈ ਕਿ ਅਜੇ ਬੱਚਾ ਨਾ ਤਾਂ ਦਿਖਦਾ ਹੈ ਅਤੇ ਨਾ ਹੀ ਅੰਦਰ ਹੈ ਤਾਂ ਇਸ ਨੂੰ ਗਰਭਕਾਲ ਦਾ ਪਹਿਲਾ ਹ.ਫ਼ਤਾ ਕਿਉਂ ਕਹਿੰਦੇ ਹਨ। ਦਰਅਸਲ ਅਸੀਂ ਉਸ ਸਹੀ ਸਮੇਂ ਦਾ ਅੰਦਾਜ਼ਾ ਨਹੀਂ ਲਗਾ ਸਕਦੇ ਜਦੋਂ ਸਪਰਮ ਐੱਗ ਨਾਲ ਮਿਲਦਾ ਹੈ)ਤੁਹਾਦੇ ਪਤੀ ਦਾ ਸਪਰਮ ਤੁਹਾਡੇ ਸਰੀਰ ਵਿਚ ਕਾਫ਼ੀ ਸਮੇਂ ਤਕ ਰਹਿ ਸਕਦਾ ਹੈ ਜਦੋਂ ਤੱਕ ਕਿ ਉਹ ਐੱਗ ਨਾਲ ਨਾ ਮਿਲੇ ਜਾਂ ਫਿਰ ਤੁਹਾਡਾ ਐੱਗ, ਸਪਰਮ ਨਾਲ ਮਿਲਣ ਦੇ ਲਈ ਇਕ ਦਿਨ ਤਕ ਠਹਿਰ ਸਕਦਾ ਹੈ)

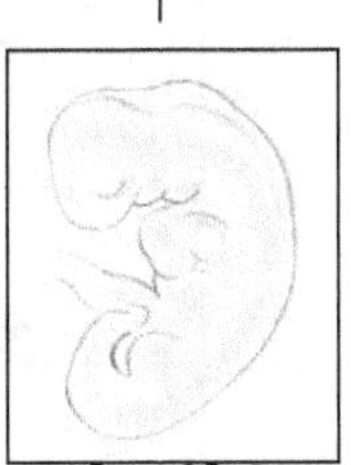

ਪਹਿਲੇ ਮਹੀਨੇ ਵਿਚ ਤੁਹਾਡਾ ਬੱਚਾ

ਅਸੀਂ ਤੁਹਾਡੇ ਪਿਛਲੇ ਮਾਸਕ ਧਰਮ ਦੇਪਹਿਲੇ ਦਿਨ ਦਾ ਪਤਾ ਲਗਾ ਲੈਂਦੇ ਹਾਂ। ਇਸੀ ਤੋਂ ਤੁਹਾਡਾ 40 ਹ.ਫ਼ਤਿਆਂ ਦਾ ਗਰਭਕਾਲ ਸ਼ੁਰੂ ਮੰਨਿਆ ਜਾਂਦਾ ਹੈ। ਇਸ ਤਰੀਕੇ ਨਾਲ ਤੁਸੀ਼ ਗਰਭਕਾਲ ਸ਼ੁਰੂ ਹੋਣ ਤੋਂ ਪਹਿਲਾਂ ਹੀ ਉਸ ਦੀ ਗਿਣਤੀ ਵਿਚ ਆ ਜਾਂਦੀ ਹੈ।

**ਦੂਜਾ ਹ.ਫ਼ਤਾ:-** ਜੀ ਨਹੀਂ, ਬੇਬੀ ਤਾਂ ਅਜੇ ਵੀ ਨਹੀਂ ਹੈ ਪਰ ਉਹ ਬ੍ਰੇਕ ਲੈਣ ਲਈ ਤਿਆਰ ਹੈ। ਦਰਅਸਲ ਓਵਯੂਲੇਸ਼ਨ ਦੀ ਤਿਆਰੀ ਚਲ ਰਹੀ ਹੈ। ਤੁਹਾਡੀ ਗਰਭਦਾਨੀ ਦੀਆਂ ਦੀਵਾਰਾਂ ਮੋਟੀਆਂ ਹੋ ਰਹੀਆਂ ਹਨ। (ਫਰਟੀ-ਲਾਈਜ਼ਡ ਐੱਗ ਦਾ ਘੋਂਸਲਾ ਤਿਆਰ ਹੋ ਰਿਹਾ ਹੈ) ਤੁਹਾਡੀ ਓਵਰੀ ਦੇ ਫਾੱਲਿਕਲ ਪੱਕੇ ਹੋ ਰਹੇ ਹਨ ਜਿਸ ਵਿਚੋਂ ਕੁਝ ਕਾਫ਼ੀ ਫੁਰਤੀ ਨਾਲ ਆਪਣਾ ਕੰਮ ਕਰ ਰਹੇ ਹਨ। ਕਿਸੀ ਇਕ ਫਾੱਲਿਕਲ ਵਿਚ ਇਕ ਅੰਡਾ ਬੜੀ ਉਤਸੁਕਤਾ ਨਾਲ ਆਪਣਾ ਸ.ਫ਼ਰ ਸ਼ੁਰੂ ਕਰਨ ਦਾ ਇੰਤਜ਼ਾਰ ਕਰ ਰਿਹਾ ਹੈ। ਉਹ ਇਕ

ਕੋਸ਼ਿਕ ਜੀਵ ਇਕ ਲੜਕਾ ਜਾਂ ਲੜਕੀ ਬਣਨ ਵਾਲਾ ਹੈ ਪ੍ਰੰਤੂ ਪਹਿਲਾਂ ਇਸ ਨੂੰ ਫੈਲੋਪਿਯਨ ਟਿਯੂਬ ਵਿਚ ਮਿ0 ਰਾਈਟ(ਲਕੀ ਸਪਰਮ) ਨਾਲ ਮਿਲਣਾ ਹੋਵੇਗਾ।

**ਤੀਜਾ ਹਫ਼ਤਾ:**-ਵਧਾਈ ਹੋਵੇ! ਤੁਸੀਂ ਗਰਭਧਾਰਣ ਕਰ ਲਿਆ ਹੈ। ਜਿਸਦਾ ਭਾਵ ਹੈ ਕਿ ਬਹੁਤ ਜਲਦੀ ਹੀ ਤੁਹਾਡੇ ਗਰਭ ਵਿਚ ਇਕ ਬੱਚਾ ਹੋਵੇਗਾ, ਜਿਸ ਨੂੰ ਜਨਮ ਤੋਂ ਬਾਦ ਜੀਅ ਭਰ ਦੇ ਦੁਲਾਰਿਆ ਜਾ ਸਕਦਾ ਹੈ। ਕੁਝ ਹੀ ਘੰਟਿਆਂ ਵਿਚ ਜਦੋਂ ਸਪਰਮ ਤੇ ਐਂਡ ਮਿਲਣਗੇ ਤਾਂ ਫਰਟੀਲਾਈਜ਼ਡ ਸੇਲ (ਏਕਾ ਜਾਈਗੋਟ) ਵੰਡੇਗਾ ਅਤੇ ਫਿਰ ਲਗਾਤਾਰ ਵੰਡਦਾ ਜਾਏਗਾ। ਕੁਝ ਹੀ ਦਿਨਾਂ ਵਿਚ ਤੁਹਾਡਾ ਬੱਚਾ ਕੋਸ਼ਕਾਵਾਂ ਦਾ ਮਾਈਕ੍ਰੋਸਕੋਪਿਕ ਬਾੱਲ ਬਣ ਜਾਏਗਾ। ਬਲਾਸਟੋਸਾਈਟ ਫੇਲੋਂਪਿਸਨ ਟਿਯੂਬ ਤੋਂ ਗਰਭਦਾਨੀ ਤਕ ਸਫ਼ਰ ਸ਼ੁਰੂ ਕਰ ਦੇਵੇਗਾ।

**ਚੌਥਾ ਹਫ਼ਤਾ:**- ਇਹ ਇੰਪਲਾਟੇਸ਼ਨ ਦਾ ਸਮਾਂ ਹੈ। ਹੁਣ ਉਹ ਭਰੂਣ(ਐਂਬਰਿਓ) ਕਹਿਲਾਣ ਲਗਾ ਹੈ। ਇਹ ਡਿਲੀਵਰੀ ਤਕ ਗਰਭਦਾਨੀ ਵਿਚ ਹੀ ਰਹੇਗਾ। ਇਕ ਵਾਰ ਆਪਣੀ ਜਗ੍ਹਾ ਬਣਾਉਣ ਤੋਂ ਬਾਦ ਇਹ ਦੋ ਹਿਸਿਆਂ ਵਿਚ ਵੰਡ ਜਾਏਗਾ। ਅੱਧਾ ਤੁਹਾਡਾ ਬੇਟਾ/ਬੇਟੀ ਤੇ ਬਾਕੀ ਅੱਧਾ ਪਲੇਸੈਂਟਾ ਜੋ ਤੁਹਾਡੇ ਬੇਬੀ ਦੀ ਲਾਈਫਲਾਈਨ ਹੋਵੇਗੀ। ਹਾਲਾਂਕਿ ਇਹ ਅਜੇ ਵੀ ਕੋਸ਼ਕਾਵਾਂ ਦੀ ਛੋਟੀ ਗੇਂਦ ਤੋਂ ਵੱਧ ਕੁਝ ਨਹੀਂ ਹੈ ਪਰ ਇਸ ਨੂੰ ਘੱਟ ਨਾ ਸਮਝੋ। ਇਹ ਕਾਫ਼ੀ ਲੰਬਾ ਸਫ਼ਰ ਤੈਅ ਕਰ ਕੇ ਆਇਆ ਹੈ।(ਐਮਨੀਯੋਟਿਕ ਸੈਕ) ਪਾਣੀ ਦੀ ਥੈਲੀ ਤਿਆਰ ਹੋ ਰਹੀ ਹੈ। ਭਰੂਣ ਦੀ ਹਰਪਰਤ, ਸਰੀਰ ਦੇ ਵਿਸ਼ੇਸ਼ ਅੰਗਾਂ ਵਿਚ ਬਦਲਣ ਜਾ ਰਹੀ ਹੈ। ਅੰਦਰੂਨੀ ਪਰਤ (ਐਂਡੋਡਰਮ) ਪਾਚਨਤੰਤਰ, ਲੀਵਰ ਅਤੇ ਫੇਫੜੇ ਬਣੇਗੀ। ਵਿਚਲੀ ਪਰਤ(ਮੈਸੋਂਡਰਮ), ਦਿਲ, ਸੈਕਸ ਅੰਗ, ਹੱਡੀਆਂ, ਕਿਡਨੀ ਤੇ ਮਾਸਪੇਸ਼ੀਆਂ ਬਣਨਗੀਆਂ ਅਤੇ ਤੀਜੀ ਪਰਤ (ਐਕਟੋਡਰਮ) ਸਨਾਯੂ ਤੰਤਰ, ਬਾਲ, ਚਮੜੀ ਤੇ ਅੱਖਾਂ ਬਣਗੀਆਂ।

## ਪ੍ਰੈਗਨੈਂਸੀ ਟਾਈਮਟੇਬਲ

ਉਂਝ ਤਾਂ ਗਰਭਕਾਲ ਮਹੀਨਿਆਂ ਵਿਚ ਨਾਪਿਆ ਜਾਂਦਾ ਹੈ ਪ੍ਰੰਤੂ ਡਾਕਟਰ ਤੇ ਮਿਡਵਾਈਫ ਇਸ ਨੂੰ ਹਫ਼ਤਿਆਂ ਵਿਚ ਗਿਣਦੇ ਹਨ। ਤੁਹਾਡੇ ਲਈ ਇਹ ਥੋੜ੍ਹਾ ਮੁਸ਼ਕਲ ਹੋ ਸਕਦਾ ਹੈ। ਕਿਉਂਕਿ ਹਰ ਔਸਤ ਗਰਭਕਾਲ 40 ਹਫ਼ਤੇ ਦਾ ਹੁੰਦਾ ਹੈ। ਪ੍ਰੰਤੂ ਇਸ ਦੀ ਗਿਣਤੀ ਤੁਹਾਡੇ ਆਖ਼ਰੀ ਮਾਸਕ ਧਰਮ ਦੇ ਪਹਿਲੇ ਦਿਨ ਤੋਂ ਕੀਤੀ ਜਾਂਦੀ ਹੈ। ਓਵਯੂ-ਲੇਸ਼ਨ ਤੇ ਗਰਭਧਾਰਣ ਉਸ ਦੇ ਦੋ ਹਫ਼ਤੇ ਤਕ ਨਹੀਂ ਹੁੰਦਾ। ਤੁਸੀਂ ਆਪਣੇ ਗਰਭਕਾਲ ਦੇ ਤੀਜੇ ਹਫ਼ਤੇ ਵਿਚ ਸਹੀ ਅਰਥਾਂ ਵਿਚ ਗਰਭਵਤੀ ਹੁੰਦੀ ਹੋ। ਜਿਉਂ-2 ਤੁਸੀਂ ਇਨ੍ਹਾਂ ਚਰਣਾਂ ਵਿਚ ਵਧਦੀ ਜਾਓਗੀ। ਤੁਹਾਨੂੰ ਵੀ ਸਪਤਾਹਿਕ ਕੈਲੰਡਰ ਦੇ ਹਿਸਾਬ ਨਾਲ ਬਦਲਾਵਾਂ ਨੂੰ ਨਾਪਣਾ ਆ ਜਾਏਗਾ। ਇਹ ਕਿਤਾਬ ਮਹੀਨਿਆਂ ਦੇ ਹਿਸਾਬ ਨਾਲ ਵੰਡੀ ਹੈ ਪਰ ਇਸ ਵਿਚ ਹਫ਼ਤੇ ਵੀ ਦਿੱਤੇ ਗਏ ਹਨ।

**1-13 ਹਫ਼ਤੇ=ਪਹਿਲੀ ਤਿਮਾਹੀ=1-3 ਮਹੀਨੇ**
**14-27 ਹਫ਼ਤੇ=ਦੂਜੀ ਤਿਮਾਹੀ=4-6 ਮਹੀਨੇ**
**28-40 ਹਫ਼ਤੇ=ਤੀਜੀ ਤਿਮਾਹੀ=7-9 ਮਹੀਨੇ**

ਤਕਰਬੀਨ ਮੰਨੇ ਜਾ ਸਕਦੇ ਹਨ।

## ਤੁਸੀਂ ਕੀ ਮਹਿਸੂਸ ਕਰ ਰਹੀ ਹੋਵੋਗੀ।

ਗਰਭਕਾਲ ਸਚਮੁੱਚ ਇਕ ਅਜੀਬ ਜਿਹੀ ਸਥਿਤੀ ਹੈ ਵਿਜਸ ਵਿਚ ਤੁਹਾਨੂੰ ਕਈ ਨਵੇਂ ਅਨੁਭਵਾਂ ਤੇ ਲੱਛਣਾਂ ਵਿਚੋਂ ਗੁਜਰਨਾ ਹੁੰਦਾ ਹੈ। ਕਈ ਵਾਰ ਤਾਂ ਤੁਸੀਂ ਸਭ ਦੇ ਸਾਮ੍ਹਣੇ ਉਨ੍ਹਾਂ ਦਾ ਜ਼ਿਕਰ ਕਰ ਲੈਂਦੀ ਹੋ ਪ੍ਰੰਤੂ ਕਈ ਵਾਰ ਕੁਝ ਕਹਿ ਵੀ ਨਹੀਂ ਸਕਦੀ। ਉਭਕਾਈ ਆਣ ਸਬੰਧੀ ਤਾਂ ਦੱਸਿਆ ਜਾ ਸਕਦਾ ਹੈ ਪ੍ਰੰਤੂ ਗੈਸ ਪਾਸ ਹੋ ਰਹੀ ਹੋਵੇ ਤਾਂ? ਕਈ ਵਾਰ ਤਾਂ ਭੁੱਲਣ ਦੀ ਵੀ ਸਮੱਸਿਆ ਹੋਜਾਂਦੀ ਹੈ।

ਗਰਭਕਾਲ ਲੱਛਣਾਂ ਸਬੰਧੀ ਕੁਝ ਗੱਲਾਂ ਖ਼ਾਸ ਤੌਰ ਤੇ ਧਿਆਨ ਵਿਚ ਰੱਖੋ। ਹਰ ਔਰਤ ਤੇ ਉਸ ਦਾ ਗਰਭਕਾਲ ਆਪਣੇ ਆਪ ਵਿਚ ਵੱਖ ਹੁੰਦਾ ਹੈ। ਕੇਵਲ ਕੁਝ ਲੱਛਣ ਐਸੇਹਨ ਜੋ ਸਭ ਜਗ੍ਹਾ ਇਕੋ ਜਿਹੇ ਹੁੰਦੇ ਹਨ। ਜੇਕਰ ਤੁਹਾਡੀ ਭੈਣ ਜਾਂ ਸਹੇਲੀ ਨੂੰ ਗਰਭਕਾਲ ਵਿਚ ਇਕ ਵੀ ਉਲਟੀ ਨਹੀਂ ਹੋਈ ਤਾਂ ਹੋ ਸਕਦਾ ਹੈ ਕਿ ਤੁਹਾਡੀ ਹਰ ਸਵੇਰੇ ਸਿੰਕ ਤੇ ਉਲਟੀ ਕਰਨ ਤੋਂ ਸ਼ੁਰੂ ਹੁੰਦੀ ਹੋਵੇ। ਉਂਝ ਤਾਂ ਾਉਣ ਵਾਲੇ ਸਮੇ ਵਿਚ ਤੁਹਾਨੂੰ ਕਈ ਸਰੀਰਕ ਤੇ ਮਾਨਸਿਕ ਲੱਛਣਾਂ ਤੇ ਬਦਲਾਵਾਂ ਤੋਂ ਗੁਜਰਨਾ ਹੈ, ਜਿਸ ਵਿਚੋਂ ਜ਼ਿਆਦਾਤਰ ਆਮ ਹੀ ਹੁੰਦੇ ਹਨ। ਪ੍ਰੰਤੂ ਫਿਰ ਵੀ ਜੇਕਰ ਤੁਹਾਡੇ ਮਨ ਵਿਚ ਜ਼ਰਾ ਜਿਹਾ ਵੀ ਸ਼ੱਕ ਹੋਵੇ ਤਾਂ ਡਾਕਟਰ ਦੀ ਰਾਏ ਲੈਣ ਵਿਚ ਦੇਰ ਨਾ ਕਰੋ।

ਹੋ ਸਕਦਾ ਹੈ ਕਿ ਤੁਹਾਨੂੰ ਹੇਠ-ਲਿਖੇ ਲੱਛਣਾਂ ਦਾ ਅਹਿਸਾਸ ਹੋਵੇ।

### ਸਰੀਰਕ

■ ਜਦੋਂ ਫਰਟੀਲਾਈਜ਼ ਐਗ ਤੁਹਾਡੀ ਗਰਭਦਾਨੀ ਵਿਚ ਇੰਪਲਾਂਟ ਹੋਵੇਗਾ ਤਾਂ ਹਲਕਾ ਖ਼ੂਨ ਦਾ ਧੱਬਾ

ਲਗ ਸਕਦਾ ਹੈ। ਇਸ ਨੂੰ ਔਰਤਾਂ ਇੰਪਲੋਂ-ਟੇਸ਼ਨ ਬਲੀਡਿੰਗ ਵੀ ਕਹਿੰਦੀਆਂ ਹਨ।

- ਬ੍ਰੈਸ ਵਿਚ ਕਈਤਰ੍ਹਾਂ ਦੇ ਬਦਲਾਅ ਆਣਗੇ, ਹਲਕਾ ਭਾਰੀਪਨ, ਮੁਲਾਇਮ, ਪਹਿਲਾਂ ਤੋਂ ਕਿਤੇ ਵੱਧ ਸੰਵੇਦਨਸ਼ੀਲ, ਨਿੱਪਲਾਂ ਦੇ ਆਸਪਾਸ ਦਾ ਰੰਗ ਗਹਿਰਾਉਣਾ।
- ਪੇਟ ਭਰਿਆ-2 ਮਹਿਸੂਸ ਹੋਣਾ, ਫਾਰਾ।
- ਥਕਾਵਟ, ਊਰਜਾ ਵਿਚ ਕਮੀ, ਉਨੀਂਦਾਪਨ।
- ਵਾਰ-2 ਪਿਸ਼ਾਬ ਜਾਣਾ।
- ਉਪਕਾਈ ਆਣਾ ਜਾਂ ਜੀ ਮਚਲਾਣਾ। ਕਈ ਔਰਤਾਂ ਵਿਚ ਇਹ ਛੇਵੇਂ ਹਫ਼ਤੇ ਤਕ ਸ਼ੁਰੂ ਨਹੀਂ ਹੁੰਦੀ ਜਾਂ ਫਿਰ ਲਾਰ ਬਣਨਾ।
- ਬਦਬੂ ਦੇ ਪ੍ਰਤੀ ਸੰਵੇਦਨਸ਼ੀਲਤਾ ਵਧਣਾ।

### ਭਾਵਨਾਤਮਕ

- ਪੀਐਮਐਸ ਦੀ ਤਰ੍ਹਾਂ ਭਾਵਨਾਤਮਕ ਉਤਾਰ-ਚੜ੍ਹਾਅ, ਜ਼ਿਆਦਾ ਰੋਣਾ ਆਉਣਾ।
- ਹੋਮ ਪ੍ਰੈਗਨੈਂਸੀ ਟੈਸਟ ਕਰਨ ਦੀ ਉਤਸੁਕਤਾ ਤੇ ਉਤੇਜਨਾ।

### ਲਕ੍ਸ਼ਣ ਜਲ੍ਦੀ ਆਰੰਭ ਹੋ ਗਏ

ਜ਼ਿਆਦਾਤਰ ਲੱਛਣ ਛੇਵੇਂ ਹਫ਼ਤੇ ਸਾਹਮਣੇ ਆਉਂਦੇ ਹਨ ਪ੍ਰੰਤੂ ਹੋ ਸਕਦਾ ਹੈ ਕਿ ਤੁਹਾਡੇ ਸਾਮ੍ਹਣੇ ਇਹ ਲੱਛਣ ਪਹਿਲਾਂ ਆ ਜਾਣ ਜਾਂ ਫਿਰ ਬਾਦ ਵਿਚ ਆਣ। ਕਿਉਂਕਿ ਹਰ ਗਰਭਕਾਲ ਆਪਣੇ-ਆਪ ਵਿਚ ਅਨੋਖਾ ਹੁੰਦਾ ਹੈ।

## ਪਹਿਲੀ ਗਰਭਕਾਲ ਜਾਂਚ

ਗਰਭਕਾਲ ਵਿਚ ਪਹਿਲੀ ਵਾਰ ਜਾਂਚ ਦੇ ਲਈ ਜਾ ਰਹੀ ਹੋ। ਇਹ ਤੁਹਾਡੇ ਲਈ ਕਾਫ਼ੀ ਅਹਿਮੀਅਤ ਰਖਦੀ ਹੈ। ਕਈ ਤਰ੍ਹਾਂ ਦੀ ਮੈਡੀਕਲ ਜਾਂਚ ਤੇ ਟੈਸਟ ਤੋਂ ਇਲਾਵਾ ਨਵੇਂ-2 ਸਵਾਲ ਪੁੱਛੇ ਜਾਣਗੇ ਤਾਂ ਜੋ ਤੁਹਾਡੀ ਮੈਡੀਕਲਕਲ ਹਿਸਟ੍ਰੀ ਦਾ ਅੰਦਾਜ਼ਾ ਹੋਸਕੇ। ਡਾਕਰ ਤੁਹਾਨੂੰ ਕਈ ਤਰ੍ਹਾਂ ਦੀ ਸਲਾਹ ਦੇਣਗੇ ਤੇ ਤੁਸੀ਼ ਆਪਣੀਆਂ ਕਈ ਜਿਗਿਆਸਾਵਾਂ ਨੂੰ ਸ਼ਾਂਤ ਕਰਨਾ ਚਾਹੋਗੀ ਜਿਵੇਂ ਤੁਸੀ਼ ਵਿਟਾਮਿਨ ਦੀਆਂ ਗੋਲੀਆਂ ਲਉ ਜਾਂ ਨਾ ਜਾਂ ਤੁਹਾਨੂੰ ਕਿਹੋ ਜਿਹੀ ਕਸਰਤ ਕਰਨੀ ਚਾਹੀਦੀ ਹੈ ਆਦਿ-ਆਦਿ।

ਘਰ ਵਿਚ ਹੀ ਐਸੇ ਸਵਾਲਾਂ ਦੀ ਸੂਚੀ ਨਾਲ ਲੈ ਕੇ ਚਲੋ। ਤੁਹਾਡੇ ਕੋਲ ਆਪਣੀ ਡਾਇਰੀ ਅਤੇ ਪੈਨ ਹੋਵੇ ਤਾਂ ਜੋ ਖ਼ਾਸ ਗੱਲਾਂ ਨੋਟ ਕੀਤੀਆਂ ਜਾ ਸਕਣ। ਆਮ ਤੌਰ ਤੇ ਡਾਕਟਰਾਂ ਦੀ ਜਾਂਚ ਦਾ ਤਰੀਕਾ ਥੋੜ੍ਹਾ ਵੱਖ ਹੋ ਸਕਦਾ ਹੈ।

### ਇਕ ਨਜ਼ਰ

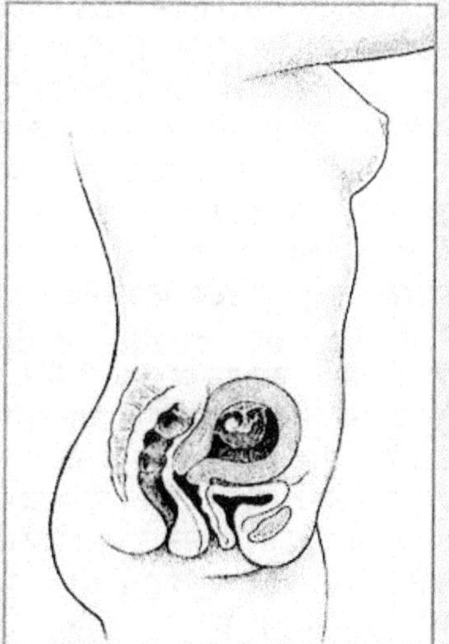

ਹਾਲਾਂਕਿ ਉਪਰ ਤੋਂ ਦੇਖ ਕੇ ਂਦਰ ਦਾ ਹਾਲ ਪਤਾ ਨਹੀਂ ਲਗ ਸਕਦਾ ਪ੍ਰੰਤੂ ਤੁਸੀ਼ ਆਪਣੇ ਸਰੀਰ ਵਿਚ ਹੋਣ ਵਾਲੇ ਕੁਝ ਸਰੀਰਕ ਬਦਲਾਵਾਂ ਨੂੰ ਤਾਂ ਪਹਿਚਾਣ ਹੀ ਸਕਦੀ ਹੋ। ਤੁਹਾਡੇ ਪੇਟ ਵਿਚ ਹਲਕਾ ਅਫਾਰਾ ਰਹੇਗਾ, ਛਾਤੀਆਂ ਸੰਵੇਦਨਸ਼ੀਲ ਹੋ ਜਾਣਗੀਆਂ। ਇਸ ਸਮੇਂ ਆਪਣੀ ਕਮਰ ਤੇ ਇਕ ਨਜ਼ਰ ਜ਼ਰੂਰ ਮਾਰੋ ਕਿਉਂਕਿ ਅਗਲੇ ਨੌਂ ਮਹੀਨੇ ਤਕ ਪੇਟ ਅੱਗੇ ਆਣ ਦੇ ਕਾਰਣ ਤੁਸੀਂ ਇਸ ਨੂੰ ਦੇਖ ਨਹੀਂ ਸਕੋਗੀ।

**ਗਰਭਕਾਲ ਦੀ ਪੁਸ਼ਟੀ**:- ਤੁਹਾਡੇ ਡਾਕਟਰ ਹੇਠ-ਲਿਖੇ ਟੈਸਟ ਕਰਨਗੇ:

ਤੁਹਾਡੇ ਗਰਭਕਾਲ ਦੇ ਲੱਛਣ, ਤੁਹਾਡੇ ਆਖ਼ਰੀ ਮਾਸਕ ਧਰਮ ਦਾ ਪਹਿਲਾ ਦਿਨ ਤਾਂ ਜੋ ਪ੍ਰਸੂਤ ਦੀ ਅਨੁਮਾਨਤ ਮਿਤੀ ਦਾ ਪਤਾ ਲਗ ਸਕੇ, ਗਰਭਕਾਲ ਦੀਸਹੀ ਉਮਰ ਦਾ ਅਨੁਮਾਨ ਲਗਾਣ ਦੇ ਲਈ ਯੂਟ੍ਰਸ ਅਤੇ ਸਰਵਿਕਸ ਦੀ ਜਾਂਚ, ਗਰਭਕਾਲ ਦਾ ਪਤਾ ਲਗਾਣ ਦੇ ਲਈ ਪ੍ਰੈਗਨੈਂਸੀ ਟੈਸਟ(ਪਿਸ਼ਾਬ ਤੇ ਖ਼ੂਨ) ਕੀਤਾ ਜਾਵੇਗਾ। ਕਈ ਡਾਕਟਰ ਇਸ ਹਾਲਤ ਵਿਚ ਅਲਟ੍ਰਾਸਾਊਂਡ ਵੀ ਕਰਦੇਹਨ ਜੋ ਗਰਭਕਾਲ ਦੀ ਮਿਤੀ ਦਾ ਸਹੀ ਤਰੀਕਾ ਹੈ।

**ਪੂਰੀ ਹਿਸਟ੍ਰੀ** :- ਤੁਹਾਡੀ ਪੂਰੀ ਦੇਖਭਾਲ ਦੇ ਲਈ ਜ਼ਰੂਰੀ ਹੈ ਕਿ ਡਾਕਟਰ ਨੂੰ ਸਭ ਕੁਝ ਪਤਾ ਹੋਵੇ। ਡਾਕਟਰ ਨੂੰ ਮਿਲਣ ਤੋਂ ਪਹਿਲਾਂ, ਘਰ ਤੋਂ ਹੀ ਤਿਆਰੀ ਕਰਕੇ ਆਓ। ਆਪਣੇ ਪਿਛਲੇ ਮੈਡੀਕਲ ਰਿਕਾਰਡ ਪੜ੍ਹੋ। ਕੋਈ ਗੰਭੀਰ ਬੀਮਾਰੀ, ਅਲਰਜੀ ਪੌਸ਼ਟਿਕਤਾ ਨਾਲ ਜੁੜੀਆਂ ਦਵਾਈਆਂ ਜਾਂ ਕੋਈ ਅਜਿਹੀ ਦਵਾਈ ਜੋ ਅਜੇ ਜਾਂ ਗਰਭਧਾਰਣ ਤਕ ਲੈਂਦੀ ਰਹੀ ਹੋ, ਤੁਹਾਡੇ ਪਰਿਵਾਰ ਦਾ ਮੈਡੀਕਲ ਇਤਿਹਾਸ(ਜੈਨੇਟਿਕ ਡਿਸਆਰਡਰ, ਲੰਬੇ ਰੋਗ ਗਰਭਕਾਲ ਦੇ ਅਸਧਾਰਣ ਨਤੀਜੇ ਆਦਿ), ਤੁਹਾਡੀ ਨਾਰੀ ਰੋਗਾਂ ਸਬੰਧੀ ਇਤਿਹਾਸ(ਪਹਿਲੇ ਮਾਸਕ ਧਰਮ ਦੇ ਸਮੇਂ ਉਮਰ, ਚਕ੍ਰ ਦੀ ਅਵਧੀ, ਸਮਾਂ ਤੇ ਨਿਯਮਤਤਾ), ਗਰਭਕਾਲ ਸਬੰਧੀ ਪਿਛਲਾ ਰਿਕਾਰਡ(ਜਨਮ, ਮਿਸਕੈਰਿਜ ਜਾਂ ਐਬਾਰਸ਼ਨ) ਇਸ ਤੋਂ ਇਲਾਵਾ ਪਿਛਲੇ ਪ੍ਰਸੂਤ ਤੇ ਡਿਲੀਵਰੀ! ਤੁਹਾਡੇ ਤੋਂ ਤੁਹਾਡੀ ਉਮਰ, ਪੇਸ਼ੇ ਜੀਵਨਸ਼ੈਲੀ ਨਾਲ ਜੁੜੀਆਂ ਆਦਤਾਂ(ਖਾਣ-ਪੀਣ, ਕਸਰਤ ਤੇ ਸਿਗਰਟਨੋਸ਼ੀ) ਆਦਿ ਤੇ ਨਿੱਜੀ ਜੀਵਨ ਨਾਲ ਜੁੜੇ ਉਨ੍ਹਾਂ ਕਾਰਣਾਂ ਸਬੰਧੀ ਵੀ ਪੁਛਿਆ ਜਾਵੇਗਾ ਜੋ ਕਿ ਤੁਹਾਡੇ ਗਰਭਕਾਲ ਨੂੰ ਪ੍ਰਭਾਵਿਤ ਕਰਨਗੇ, ਜਿਵੇਂ ਬੱਚੇ ਦਾ ਪਿਤਾ ਤੇ ਉਸ ਦੀ ਹੋਰ ਜਾਣਕਾਰੀ।

**ਇਕ ਸੰਪੂਰਣ ਸਰੀਰਕ ਜਾਂਚ**:- ਇਸ ਵਿਚ ਤੁਹਾਡੇ ਦਿਲ, ਫੇਫੜੇ, ਛਾਤੀ, ਪੇਟ, ਬਲੱਡਪ੍ਰੈਸ਼ਰ ਆਦਿ ਦੀ ਜਾਂਚ ਹੋਵੇਗੀ। ਤੁਹਾਡੇ ਭਾਰ ਤੇ ਉਚਾਈ ਦਾ ਨਾਪ ਲਿਆ ਜਾਵੇਗਾ। ਤੁਹਾਡੀ ਬਾਂਹ ਤੇ ਲੱਤਾਂ ਦੀ ਜਾਂਚ ਰਾਹੀਂ ਪਤਾ ਲਗਾਉਣ ਦੀ ਕੋਸ਼ਿਸ਼ ਹੋਵੇਗੀ ਕਿ ਕਿਤੇ ਤੁਸੀਂ ਵੈਰੀਕੋਜ਼ ਵੇਨਜ਼ ਤੋਂ ਗ੍ਰਸਤ ਤਾਂ ਨਹੀਂ ਹੋਵੋਗੀ। ਇਸ ਤੋਂ ਇਲਾਵਾ ਤੁਹਾਡੇ ਸਾਰੇ ਅੰਦਰੂਨੀ ਅੰਗਾਂ ਦੇ ਆਕਾਰ ਤੇ ਆਪਸੀ ਅਨੁਪਾਤ ਦੀ ਜਾਂਚ ਹੋਵੇਗੀ।

**ਕਈ ਤਰ੍ਹਾਂ ਦੇ ਟੈਸਟ**:- ਹਰ ਗਰਭਵਤੀ ਔਰਤ ਨੂੰ ਕਈ ਤਰ੍ਹਾਂ ਦੇ ਟੈਸਟ ਨਿਯਮਿਤ ਰੂਪ ਨਾਲ ਕਰਵਾਣ ਪੈਂਦੇ ਹਨ; ਕੁਝ ਖੇਤਰਾਂ ਵਿਚ ਡਾਕਟਰ ਉਨ੍ਹਾਂ ਨੂੰ ਜ਼ਰੂਰੀ ਮੰਨਦੇ ਹਨ ਤਾਂ ਕੁਝ ਵਿਚ ਨਹੀਂ, ਕੁਝ ਟੈਸਟ ਐਸੇ ਹਨ, ਜੋ ਸਿਰਫ ਜ਼ਰੂਰਤ ਪੈਣ ਤੇ ਹੀ ਕੀਤੇ ਜਾਂਦੇ ਹਨ। ਪਹਿਲੀ ਮੁਲਾਕਾਤ ਵਿਚ ਆਮ ਤੌਰ ਤੇ ਹੇਠ-ਲਿਖੇ ਟੈਸਟ ਹੋਣਗੇ -

- ਖ਼ੂਨ ਦੀ ਕਿਸਮ ਤੇ *Rh* ਪੱਧਰ ਦੀ ਜਾਂਚ, ਐਚਸੀਜੀ ਪੱਧਰ ਤੇ ਅਨੀਮੀਆ ਦੀ ਜਾਂਚ ਦੇ ਲਈ ਬਲੱਡ ਟੈਸਟ।
- ਗੁਲੂਕੋਜ਼, ਪ੍ਰੋਟੀਨ, ਸਫ਼ੇਦ ਖ਼ੂਨ ਕੋਸ਼ਕਾਵਾਂ, ਖ਼ੂਨ ਤੇ ਬੈਕਟੀਰੀਆ ਦੀ ਜਾਂਚ ਦੇ ਲਈ ਯੂਰੀਨ-ਲੇਸਿਸਿ।
- ਐਂਟੀਬਾੱਡੀ ਪੱਧਰ ਤੇ ਰੂਵੇਲਾ ਵਰਗੀਆਂ ਬੀਮਾਰੀਆਂ ਦੇ ਲਈ ਇਮਿਊਨਿਟੀ ਦੀ ਜਾਂਚ ਦੇ ਲਈ ਬਲੱਡ ਸਕ੍ਰੀਨ।
- ਸਿਫਲਿਸ, ਗੋਨੋਰੀਆ, ਹੈਪੇਟਾਈਟਿਸ ਬੀ, ਕਲਮਾਈਡੀਆ ਜਾਂ ਐਚਆਈਵੀ ਵਰਗੇ ਇਨਫੈਕਸ਼ਨ ਦੀ ਜਾਂਚ।
- ਅਸਮਾਨ ਸਰਵਾਈਕਲ ਕੋਸ਼ਕਾਵਾਂ ਦੀ ਜਾਂਚ ਦੇ ਲਈ ਪੈਪ ਸਮੀਯਰ ਤੁਹਾਡੀ ਨਿਸ਼ਚਿਤ ਸਥਿਤੀ ਦੇ ਹਿਸਾਬ ਨਾਲ ਹੇਠ-ਲਿਖੇ ਟੈਸਟ ਵੀ ਕਰਾਣੇ ਪੈ ਸਕਦੇ ਹਨ।
- ਸਿਸਟਿਕ ਫਾਈਬ੍ਰੋਸਿਸ, ਸਿਕਲ ਸੈਲ ਐਨੀਮੀਆ ਤੇ ਦੂਜੇ ਜੈਨੇਟਿਕ ਰੋਗਾਂ ਦੇ ਲਈ ਜੈਨੇਟਿਕ ਟੈਸਟ।
- ਸ਼ੂਗਰ, ਉੱਚ ਬਲੱਡ ਪ੍ਰੈਸ਼ਰ, ਜੇਕਰ ਪਹਿਲਾਂ ਕਾਫ਼ੀ ਵਧ ਭਾਰ ਵਾਲੇ ਬੱਚੇ ਦਾ ਜਨਮ ਹੋਇਆ ਹੋਵੇ, ਜਨਮ ਤੋਂ ਵਿਗਾੜ ਹੋਵੇ, ਪਹਿਲੇ ਗਰਭਕਾਲ ਵਿਚ ਭਾਰ ਕਾਫ਼ੀ ਪੱਧ ਗਿਆ ਹੋਵੇ ਤਾਂ ਬਲੱਡ ਸ਼ੂਗਰ ਪੱਧਰ ਦੀ ਜਾਂਚ(ਸਾਰੀਆਂ ਔਰਤਾਂ ਦੇ ਗੈਸਟੇਸ਼ਨਲ ਸ਼ੂਗਰ ਦੀ ਜਾਂਚ ਦੇ ਲਈ ਗੁਲੂਕੋਜ਼ ਸਕ੍ਰੀਨਿੰਗ ਟੈਸਟ ਕੀਤਾ ਜਾਂਦਾ ਹੈ, ਇਹ ਕਰੀਬ 28ਵੇਂ ਹਫ਼ਤੇ ਵਿਚ ਹੁੰਦਾ ਹੈ)।

**ਚਰਚਾ ਦਾ ਮੌਕਾ** :- ਇਸ ਸਮੇਂ ਤੁਹਾਡੇ ਕੋਲ ਆਪਣੀਆਂ ਕਈ ਜਿਗਿਆਸਾਂ ਤੇ ਪ੍ਰਸ਼ਨਾਂ ਦਾ ਜਵਾਬ ਲੈਣ ਦਾ ਉਚਿਤ ਮੌਕਾ ਹੈ।

# ਤੁਸੀਂ ਕੀ ਸੋਚ ਰਹੀ ਹੋਵੋਗੀ?

## ਬ੍ਰੇਕਿੰਗ ਨਿਊਜ਼

**''ਸਾਨੂੰ ਦੋਸਤਾਂ ਤੇ ਮਿੱਤਰਾਂ ਨੂੰ ਕਦੋਂ ਦੱਸਣਾ ਚਾਹੀਦਾ ਹੈ ਕਿ ਮੈਂ ਗਰਭਵਤੀ ਹਾਂ?''**

ਇਸ ਸਾਵਲ ਦਾ ਜਵਾਬ ਤਾਂ ਤੁਸੀਂ ਹੀ ਦੇ ਸਕਦੀ ਹੋ। ਕੁਝ ਸੰਭਾਵੀ ਮਾਤਾ-ਪਿਤਾ ਤਾਂ ਇਸ ਖ਼ੁਸ਼ਖ਼ਬਰੀ ਨੂੰ ਹਰ ਆਪਣੇ-ਪਰਾਏ ਨੂੰ ਝਟਪਟ ਸੁਣਾ ਦੇਣਾ ਚਾਹੁੰਦੇ ਹਨ ਜਦੋਂਕਿ ਕੁਝ ਐਸੇ ਵੀ ਹੁੰਦੇ ਹਨ, ਜੋ ਕੇਵਲ ਨੇੜਲੇ ਸੰਬੰਧੀਆਂ ਨੂੰ ਹੋਲੀ-ਹੋਲੀ, ਚੁਪਕੇ-2 ਖ਼ੁਸ਼ਖ਼ਬਰੀ ਦੇਣਾ ਚਾਹੁੰਦੇ ਹਨ। ਉਹ ਚਾਹੁੰਦੇਹਨ ਕਿ ਲੋਕਾਂ ਨੂੰ ਦਸਣਾ ਨਾ ਪਵੇ, ਸਮਾਂ ਆਣ ਤੇ ਸਭ ਨੂੰ ਪਤਾ ਚਲ ਜਾਏਗਾ। ਕੁਝ ਲੋਕ ਪਹਿਲੀ ਤਿਮਾਹੀ ਤੇ ਉਸ ਨਾਲ ਜੁੜੇ ਟੈਸਟ ਹੋਣ ਦਾ ਇੰਤਜ਼ਾਰ ਕਰਦੇ ਹਨ।

ਤੁਹਾਨੂੰ ਜਿਵੇਂ ਪਸੰਦ ਹੋਵੇ, ਉਂਝ ਹੀ ਕਰੋ, ਬਸ ਯਾਦ ਰੱਖੋ ਕਿ ਸਭ ਤੋਂ ਪਹਿਲਾਂ ਇਹ ਖ਼ੁਸ਼ਖ਼ਬਰੀ ਤੁਹਾਡੇ ਦੋਨਾਂ ਨਾਲ ਜੁੜੀ ਹੈ।

### ਸੰਪੂਰਣ ਸਿਹਤਮੰਦ ਗਰਭਕਾਲ

ਇਸ ਵਿਚ ਕੋਈ ਸ਼ੱਕ ਨਹੀਂ ਕਿ ਇਸ ਪਹਿਲੇ ਗਰਭਕਾਲ ਦੀ ਮੁਲਾਕਾਤ ਦਾ ਤੁਹਾਡੇ ਪੂਰੇ ਗਰਭਕਾਲ ਨਾਲ ਗਹਿਰਾ ਰਿਸ਼ਤਾ ਹੈ। ਇਸ ਤਰ੍ਹਾਂ ਤੁਸੀਂ ਇਕ ਸਿਹਤਮੰਦ ਬੱਚੇ ਨੂੰ ਜਨਮ ਦਿਉਗੀ ਅਤੇ ਕਿਸੀ ਵੀ ਤਰ੍ਹਾਂ ਦੀ ਗੰਭੀਰ ਪ੍ਰਸੂਤ ਸਮੱਸਿਆ ਤੋਂ ਬਚੀ ਰਹੋਗੀ।

ਹਾਲਾਂਕਿ ਸਿਹਤ ਦੀ ਦੇਖਭਾਲ ਇਥੋਂ ਸ਼ੁਰੂਹੁੰਦੀ ਹੈ ਪ੍ਰੰਤੂ ਸਿਰਫ ਡਾਕਟਰ ਦੇ ਕੋਲ ਨਿਯਮਿਤ ਰੂਪ ਨਾਲ ਜਾਣਾ ਹੀ ਕਾਫ਼ੀ ਨਹੀਂ ਹੋਵੇਗਾ। ਤੁਹਾਨੂੰ ਸਰੀਰ ਦੇ ਸਾਰੇ ਅੰਗਾਂ ਦਾ ਪੂਰਾ ਧਿਆਨ ਰਖਣਾ ਹੋਵੇਗਾ।

ਪੂਰੇ ਨੌਂ ਮਹੀਨੇ ਤਕ ਆਪਣੀ ਪੂਰਣ ਸਿਹਤ ਨੂੰ ਹਾਸਲ ਕਰਨ ਲਈ ਕਮਰ ਕਸ ਲਉ। ਦੰਦਾਂ ਦੇ ਡਾਕਟਰ ਦੇ ਕੋਲ ਦੰਦਾਂ ਦੀ ਜਾਂਚ ਕਰਾਣ ਜਾਓ ਤਾਂ ਆਪਣੇ ਫੈਮਿਲੀ ਡਾਕਟਰ ਦੇ ਕੋਲ ਜਾਓ। ਜੇ ਕਰ ਅਲਰਜੀ ਹੋਵੇ ਤਾਂ ਡਾਕਟਰ ਦੀ ਰਾਏ ਲਉ। ਹੋ ਸਕਦਾ ਹੈ ਕਿ ਇਲਾਜ ਵਿਚ ਕੁਝ ਬਦਲਾਅ ਲਿਆਣਾ ਪਵੇ।

ਜੇਕਰ ਕੋਈ ਨਵੀਂ ਮੈਡੀਕਲ ਸਮੱਸਿਆ ਸਾਮ੍ਹਣੇ ਆ ਜਾਏ ਤਾਂ ਉਸ ਨੂੰ ਅਣਦੇਖਾ ਕਰਨ ਦੀ ਥਾਂ ਉਸੀ ਸਮੇਂ ਡਾਕਟਰ ਦੀ ਰਾਏ ਲਉ। ਛੋਟੀ-ਮੋਟੀ ਬੀਮਾਰੀ ਨੂੰ ਵੀ ਗੰਭੀਰਤਾ ਨਾਲ ਲਉ। ਤੁਹਾਡੇ ਬੱਚੇ ਨੂੰ ਇਕ ਪੂਰਣ ਸਿਹਤਮੰਦ ਮਾਂ ਦੀ ਲੋੜ ਹੈ।

## ਵਿਟਾਮਿਨ ਸਪਲੀਮੈਂਟ

**''ਕੀ ਮੈਨੂੰ ਵਿਟਾਮਿਨ ਸਪਲੀਮੈਂਟ ਲੈਣੇ ਚਾਹੀਦੇ ਹਨ?''**

ਕੋਈ ਵੀ ਪੂਰੀ ਤਰ੍ਹਾਂ ਪੌਸ਼ਟਿਕ ਆਹਾਰ ਨਿਯਮਿਤ ਰੂਪ ਨਾਲ ਨਹੀਂ ਲੈ ਸਕਦਾ। ਉਂਝ ਵੀ ਆਰੰਭਕ ਦਿਨਾਂ ਵਿਚ ਮਾਰਨਿੰਗ ਸਿਕਨੈਸ ਦੇ ਕਾਰਣ ਪੂਰੀ ਖ਼ੁਰਾਕ ਲੈਣਾ ਕਾਫ਼ੀ ਮੁਸ਼ਕਲ ਹੁੰਦਾ ਹੈ। ਚਾਹੇ ਵਿਟਾਮਿਨ ਦੀ ਦਵਾਈ, ਪੌਸ਼ਟਿਕ ਆਹਾਰ ਦੀ ਜਗ੍ਹਾ ਨਹੀਂ ਲੈ ਸਕਦੀ ਪ੍ਰੰਤੂ ਇਸ ਨਾਲ ਆਹਾਰ ਨਾਲ ਜੁੜੀਆਂ ਕੁਝ ਜ਼ਰੂਰਤਾਂ ਜ਼ਰੂਰ ਪੂਰੀਆਂ ਹੁੰਦੀਆਂ ਹਨ। ਇਨ੍ਹਾਂ ਦਿਨਾਂ ਵਿਚ ਤਾਂ ਇਹ ਇਸ ਲਈ ਵੀ ਜ਼ਰੂਰੀ ਹੈ ਕਿ ਬੱਚੇ ਦਾ ਵਿਕਾਸ ਸ਼ੁਰੂ ਹੋ ਰਿਹਾ ਹੈ।

ਵਿਟਾਮਿਨ ਜਾਂ ਫਾੱਲਿਕ ਐਸਿਡ ਲੈਣ ਵਾਲੀਆਂ ਗਰਭਵਤੀ ਮਾਵਾਂ ਦੇ ਬੱਚੇ ਕਈ ਜਨਮ ਦੇ ਰੋਗਾਂ ਤੋਂ ਬਚ ਜਾਂਦੇ ਹਨ। ਖੋਜ ਤੋਂ ਪਤਾ ਲਗਾ ਹੈ ਕਿ ਵਿਟਾਮਿਨ $B^6$ ਦੀ ਖ਼ੁਰਾਕ ਨਾਲ ਮਾਰਨਿੰਗ ਸਿਕਨੈਸ ਵੀ ਘਟਦੀ ਹੈ।

ਤੁਸੀਂ ਡਾਕਟਰ ਦੀ ਮਦਦ ਨਾਲ ਆਪਣੀ ਦਵਾਈ ਦੀ ਖ਼ੁਰਾਕ ਤੈਅ ਕਰ ਸਕਦੀ ਹੋ। ਕਈ ਔਰਤਾਂ ਨੂੰ ਮਾਰਨਿੰਗ ਸਿਕਨੈਸ ਦੇ ਕਾਰਣ ਦਵਾਈ ਲੈਣ ਵਿਚ ਮੁਸ਼ਕਿਲ ਹੁੰਦੀ ਹੈ। ਦਵਾਈ ਉਸ ਸਮੇਂ ਲਉ, ਜਦੋਂ ਮਨ ਪੂਰੀ ਤਰ੍ਹਾਂ ਸ਼ਾਂਤ ਹੋਵੇ ਅਤੇ ਉਬਕਾਈ ਨਾ ਆ ਰਹੀ ਹੋਵੇ। ਕੋਟੇਡ ਗੋਲੀ ਲੈਣ ਤੇ ਨਿਗਲਣ ਵਿਚ ਅਸਾਨੀ ਰਹਿੰਦੀ ਹੈ। ਜੇਕਰ ਤੁਸੀਂ ਚਾਹੋ ਤਾਂ ਚੂਸਣ ਵਾਲੀ ਗੋਲੀ ਵੀ ਲੈ ਸਕਦੀ ਹੋ। ਉਬਕਾਈ ਜ਼ਿਆਦਾ ਆਏ ਤਾਂ ਕੁਝ ਘਰੇਲੂ ਉਪਾਅ ਕਰੋ- ਜਿਵੇਂ 'ਅਦਰਕ' ਤੁਹਾਡੀ ਦਵਾਈ ਗਰਭਕਾਲ ਦੀਆਂ ਲੋੜਾਂ ਦੇ ਹਿਸਾਬ ਨਾਲ ਹੀ ਹੋਣੀ ਚਾਹੀਦੀ ਹੈ। ਦਵਾਈਬਦਲਣ ਤੋਂ ਪਹਿਲਾਂ ਡਾਕਟਰ ਦੀ ਰਾਏ ਲਉ।

ਕਈ ਔਰਤਾਂ ਨੂੰ ਆਇਰਨ ਦੇ ਕਾਰਣ ਕਬਜ ਜਾਂ ਡਾਇਰੀਆ ਦੀ ਸ਼ਿਕਾਇਤ ਹੋ ਜਾਂਦੀ ਹੈ। ਡਾਕਟਰ ਤੁਹਾਡੀ ਸ਼ਿਕਾਇਤ ਦੇ ਹਿਸਾਬ ਨਾਲ ਦਵਾਈ ਬਦਲ ਦੇਣਗੇ। ਉਹ ਕੋਸ਼ਿਸ਼ ਕਰਨਗੇ ਕਿ ਤੁਹਾਨੂੰ ਦੂਜੇ ਰੂਪ

ਵਿਚ ਆਇਰਨ ਦਿੱਤਾ ਜਾ ਸਕੇ।

**"ਮੈਂ ਕਾਫ਼ੀ ਪੌਸ਼ਟਿਕ ਸੈਰੇਲ ਤੇ ਬ੍ਰੈਡ ਲੈਂਦੀ ਹਾਂ ਅਤੇ ਨਾਲ ਵਿਟਾਮਿਨ ਦੀ ਖ਼ੁਰਾਕ ਵੀ ਲੈ ਰਹੀ ਹਾਂ। ਕਿਤੇ ਵਿਟਾਮਿਨ ਦੀ ਮਾਤਰਾ ਵਧ ਤਾਂ ਨਹੀਂ ਹੋ ਜਾਵੇਗੀ?"**

ਔਸਤ ਖ਼ੁਰਾਕ ਦੇ ਨਾਲ ਵਿਟਾਮਿਨ ਲੈਣਾ ਤਾਂ ਠੀਕ ਰਹਿੰਦਾ ਹੈ ਪ੍ਰੰਤੂਜੇਕਰ ਤੁਸੀਂ ਫੋਰਟੀਫਾਈਡ ਉਤਪਾਦਾਂ ਦੇ ਨਾਲ ਵਿਟਾਮਿਨ ਦੀਆਂ ਦਵਾਈਆਂ ਲੈ ਰਹੀ ਹੋ ਤਾਂ ਤੁਹਾਨੂੰ ਕਈ ਸਪਲੀਮੈਂਟ ਸ਼ਾਮਲ ਕਰਨੇ ਹੋਣਗੇ ਪਰ ਡਾਕਟਰਦੀ ਰਾਏ ਲੈਣਾ ਜ਼ਰੂਰੀ ਹੈ। ਜਿਨ੍ਹਾਂ ਉਤਪਾਦਾਂ ਤੋਂ ਵਿਟਾਮਿਨ ਦੀ ਰੋਜ ਦੀ ਖ਼ੁਰਾਕ ਵਧ ਹੋ ਰਹੀ ਹੋਵੇ, ਉਨ੍ਹਾਂ ਨੂੰ ਲੈਂਦੇ ਸਮੇਂ ਧਿਆਨ ਰੱਖੋ ਕਿਉਂਕਿ ਵਿਟਾਮਿਨ 'ਏ', 'ਡੀ', 'ਈ' ਦੀ ਵਧ ਮਾਤਰਾ ਲੈਣ ਨਾਲ ਉਹ ਨੁਕਸਾਨ ਪਹੁੰਚਾ ਸਕਦੇ ਹਨ।

ਉਂਝ ਬਾਕੀ ਵਿਟਾਮਿਨ ਪਾਣੀ ਵਿਚ ਘੁਲਣਸ਼ੀਲ ਹੁੰਦੇ ਹਨ। ਇਸ ਲਈ ਉਨ੍ਹਾਂ ਦੀ ਵੱਧ ਮਾਤਰਾ ਪਿਸ਼ਾਬ ਦੇ ਨਾਲ ਬਾਹਰ ਨਿਕਲ ਜਾਂਦੀ ਹੈ। ਤਾਂ ਹੀ ਸਪਲੀਮੈਂਟ ਦੇ ਦੀਵਾਨੇ ਅਮਰੀਕਾ ਵਾਲਿਆਂ ਦੇ ਪਿਸ਼ਾਬ ਨੂੰ ਦੁਨੀਆਂ ਵਿਚ ਸਭ ਤੋਂ ਮਹਿੰਗਾ ਕਿਹਾ ਜਾਂਦਾ ਹੈ।

## ਥਕਾਵਟ

**"ਇਨ੍ਹਾਂ ਦਿਨਾਂ ਵਿਚ ਮੈਂ ਗਰਭਵਤੀ ਹਾਂ। ਮੈਨੂੰ ਸਾਰਾ ਦਿਨ ਥਕਾਵਟ ਹੁੰਦੀ ਹੈ। ਕਈ ਵਾਰ ਤਾਂ ਇੰਝ ਲਗਦਾ ਹੈ ਕਿ ਦਿਨ ਕੱਟਣਾ ਭਾਰੀ ਹੋ ਜਾਵੇਗਾ।**

ਕੀ ਸਵੇਰੇ ਸਰ੍ਹਾਣੇ ਨਾਲਸਿਰ ਵੀ ਨਹੀਂ ਉਠਾ ਸਕਦੀ। ਸਾਰਾ ਦਿਨ ਆਪਣੇ ਪੈਰ ਘਸੀਟਣੇ ਪੈਂਦੇ ਹਨ? ਰਾਤ ਨੂੰ ਸੌਣ ਦਾ ਇੰਤਜ਼ਾਰ ਨਹੀਂ ਹੁੰਦਾ? ਉਂਝ ਇਸ ਵਿਚ ਹੈਰਾਨੀ ਵਾਲੀ ਕੋਈ ਗੱਲ ਨਹੀਂ ਹੈ ਕਿਉਂਕਿ ਤੁਸੀਂ ਹਿਨ੍ਹਾਂ ਦਿਨਾਂ ਵਿਚ ਗਰਭਵਤੀ ਹੋ। ਚਾਹੇ ਉਪਰ ਤੋਂ ਕੁਝ ਨਾ ਦਿਖੇ ਪ੍ਰੰਤੂ ਅੰਦਰ ਹੀ ਅੰਦਰ ਬੱਚੇ ਦੇ ਬਣਨ ਦੀ ਪ੍ਰਕ੍ਰਿਆ ਜੋਰਾਂ ਤੇ ਹੈ। ਇਸ ਸਮੇਂ ਤੁਹਾਡਾ ਸਰੀਰ ਇਕ ਆਮ ਔਰਤ ਦੀ ਤੁਲਨਾ ਵਿਚ ਕਾਫ਼ੀ ਮਿਹਨਤ ਕਰ ਰਿਹਾ ਹੈ। ਇਸਲਈ ਤੁਹਾਨੂੰ ਅਕਸਰ ਥਕਾਵਟ ਮਹਿਸੂਸ ਹੁੰਦੀ ਹੈ।

ਤਾਂ ਫਿਰ ਤੁਹਾਡਾ ਸਰੀਰ ਕੀ ਚਾਹੁੰਦਾ ਹੈ? ਇਸ ਸਮੇਂ ਬੱਚੇਦਾ ਜੀਵਨ-ਰਖਿਅਕ ਤੰਤਰ ਪਲੇਸੈਂਟਾ ਤਿਆਰ ਹੋ ਰਿਹਾ ਹੈ, ਜੋ ਪਹਿਲੀ ਤਿਮਾਹੀ ਤਕ ਹੀ ਪੂਰਾ ਹੋਵੇਗਾ। ਤੁਹਾਡੇ ਸਰੀਰ ਵਿਚ ਹਾਰਮੋਨ ਦਾ ਪੱਧਰ ਕਾਫ਼ੀ ਵੱਧ ਗਿਆ ਹੈ। ਤੁਸੀਂ ਜ਼ਿਆਦਾ ਖ਼ੂਨ ਬਣਾ ਰਹੀ ਹੋ, ਤੁਹਾਡੇ ਦਿਲ ਗਤੀ ਵੱਧ ਹੈਅਤੇ ਬਲੱਡ ਸ਼ੂਗਰ ਘੱਟ ਹੈ, ਚਯਾਪਚਯ(ਮੈਆਬਾਲਿਜ਼ਮ) ਹਮੇਸ਼ਾਂ ਊਰਜਾ ਲੈ ਰਿਹਾ ਹੈ। (ਚਾਹੇ ਤੁਸੀਂ ਲੇਟੀ ਹੀ ਕਿਉਂ ਨਾ ਹੋਵੋ) ਤੁਸੀਂ ਜ਼ਿਆਦਾ ਪਾਣੀ ਤੇ ਪੌਸ਼ਟਿਕ ਪਦਾਰਥਾਂ ਦੀ ਮਾਤਰਾ ਖਪਾ ਰਹੀ ਹੋ। ਤੁਹਾਡਾ ਸਰੀਰ ਗਰਭਕਾਲ ਦੀਆਂ ਕਈ ਸਰੀਰਕ ਤੇ ਮਾਨਸਿਕ ਮੰਗਾਂ ਦੀ ਪੂਰਤੀ ਵਿਚ ਜੁਟਿਆ ਹੈ। ਇਸ ਵਿਚ ਕੋਈ ਸ਼ੱਕ ਨਹੀਂ ਕਿ ਇਸੇ ਕਾਰਣ ਤੁਸੀਂ ਸਾਰਾ ਦਿਨ ਥਕੀ-ਥਕੀ ਤੇ ਨਿਢਾਲ ਮਹਿਸੂਸ ਕਰਦੀ ਹੋ।

ਉਂਝ ਕੁਝ ਤਰੀਕੇ ਹਨ ਜਿਨ੍ਹਾਂ ਦੀ ਮਦਦ ਨਾਲ ਤੁਹਾਨੂੰ ਆਰਾਮ ਪਹੁੰਚਾਇਆ ਜਾ ਸਕਦਾ ਹੈ। ਚੌਥੇ ਮਹੀਨੇ ਦੇ ਕਰੀਬ ਜਦੋਂ ਹਾਰਮੋਨਲ ਅਤੇ ਭਾਵਨਾਤਮਕ ਬਦਲਾਅ ਪੂਰੇ ਹੋ ਜਾਣਗੇ ਤਾਂ ਤੁਸੀਂ ਥੋੜ੍ਹਾ ਬਿਹਤਰ ਕਰੋਗੀ।

ਉਦੋਂ ਤਕ ਯਾਦ ਰੱਖੋ, ਥਕਾਵਟ ਦਾ ਭਾਵ ਹੈ ਕਿ ਤੁਸੀਂ ਸਭ ਕੁਝ ਸਹਿਜ ਰੂਪ ਵਿਚ ਲੈਣਾ ਹੈ। ਆਪਣੇ ਸਰੀਰ ਦੀ ਆਵਾਜ ਸੁਣੋ ਅਤੇ ਉਸ ਨੂੰ ਪੂਰਾ ਆਰਾਮ ਦਿਉ। ਤੁਸੀਂ ਸਾਡੇ ਕੁਝ ਟਿਪਸ ਵੀ ਅਜਮਾ ਸਕਦੀ ਹੋ :-

**ਆਪਣਾ ਧਿਾਨ ਰੱਖੋ:-** ਜੇਕਰ ਤੁਸੀਂ ਪਹਿਲੀ ਵਾਰ ਮਾਂ ਬਣਨ ਵਾਲੀ ਹੋ ਤਾਂ ਇਸ ਸਮੇਂ ਦਾ ਪੂਰਾ ਅਨੰਦ ਲਉ ਕਿਉਂਕਿ ਜ਼ਿੰਦਗੀ ਵਿਚ ਇਹ ਸਮਾਂ ਦੁਬਾਰਾ ਨਹੀਂ ਆਣ ਵਾਲਾ। ਜੇਕਰ ਘਰ ਵਿਚ ਪਹਿਲਾਂ ਇਕ-ਦੋ ਬੱਚੇ ਹਨ ਤਾਂ ਤਾਂ ਤੁਹਾਡਾ ਧਿਆਨ ਉਨ੍ਹਾਂ ਵਿਚ ਵੀ ਵੰਡ ਜਾਏਗਾ। ਬਸ ਇਸਸਮੇਂ ਸੁਪਰਮਾਂ ਬਣਨ ਦੀ ਕੋਸ਼ਿਸ਼ ਨਾ ਕਰੋ। ਘਰ ਵਿਚ ਵਧੀਆ ਭੋਜਨ ਪਕਾਣ ਜਾਂ ਘਰ ਦੀ ਸਾਫ਼-ਸਫ਼ਾਈ ਤੋਂ ਕਿਤੇ ਵਧੀਆ ਹੈ ਕਿ ਤੁਸੀਂ ਆਪਣੇ ਸਰੀਰ ਨੂੰ ਆਰਾਮ ਦਿਉ। ਸਿੰਕ ਵਿਚ ਜੂਠੇ ਭਾਂਡੇ ਪਏ ਰਹਿਣ ਦਿਉ, ਮੇਜ ਦੇ ਹੇਠਾਂ ਧੂੜ ਜਮੀ ਹੈ, ਕੋਈ ਗੱਲ ਨਹੀਂ। ਖ਼ਰੀਦ-ਦਾਰੀ ਦੇ ਸਿਰਦਰਦੀ ਵਾਲੇ ਕੰਮ ਕਰਨ ਦੀ ਥਾਂ ਆੱਨਲਾਈਨ ਸ਼ਾਪਿੰਗ ਕਰੋ। ਦੂਜਾ ਆਪਣਾ ਧਿਆਨ ਰੱਖੋ, ਸੱਸ ਮਾਂ ਘਰ ਦੀ ਸਾਫ਼-ਸਫ਼ਾਈ ਵਿਚ ਮਦਦ ਕਰਨਾ ਚਾਹੇ ਤਾਂ ਇਨਕਾਰ ਨਾ ਕਰੋ। ਜੇਕਰ ਕੋਈ ਸਹੇਲੀ ਆਪਣੀ ਖ਼ਰੀਦਦਾਰੀ ਦੇ ਨਾਲ-2 ਤੁਹਾਡੇ ਲਈ ਵੀ ਸਮਾਨ ਲੈ ਆਏ ਤਾਂ ਬਹੁਤ ਵਧੀਆ ਰਹੇਗਾ। ਇਸ ਤਰ੍ਹਾਂ ਤੁਸੀਂ ਆਪਣੇ ਲਈਕਾਫ਼ੀ ਊਰਾ

ਬਚਾ ਲਉਗੀ ਅਤੇ ਰਾਤ ਨੂੰ ਬਿਸਤਰੇ ਵਿਚ ਪੈਣ ਤੋਂ ਪਹਿਲਾਂ ਥੋੜ੍ਹੀ ਚਹਿਲਕਦਮੀ ਕਰ ਸਕੋਗੀ।

**ਨੀਂਦ ਦਾ ਰੱਖੋ ਧਿਆਨ:-** ਦਿਨ ਚੜ੍ਹਣ ਤੱਕ ਕਾਫ਼ੀ ਥੱਕ ਜਾਂਦੀ ਹੋ? ਦੁਪਹਿਰ ਦੀ ਝਪਕੀ ਲੈਣ ਦਾ ਕੋਈ ਮੌਕਾ ਨਾ ਛੱਡੋ। ਜੇਕਰ ਨੀਂਦ ਨਾ ਆਏ ਤਾਂ ਲੇਟ ਕੇ ਕੁਝ ਪੜ੍ਹੋ। ਇਸਨਾਲ ਸਰੀਰ ਨੂੰ ਆਰਾਮ ਮਿਲੇਗਾ। ਜੇਕਰ ਤੁਸੀਂ ਕੰਮ ਕਰਦੀ ਹੋ ਤਾਂ ਦਫ਼ਤਰ ਵਿਚ ਨੀਂਦ ਲੈਣਾ ਸ਼ਾਇਦ ਮੁਸ਼ਕਲ ਹੋਵੇਗਾ ਕਿਉਂਕਿ ਹਰ ਦਫ਼ਤਰ ਵਿਚ ਆਰਾਮਦਾਇਕ ਸੋਫ਼ਾ ਅਤੇ ਕੰਮ ਕਰਨ ਦਾ ਮਾਹੌਲ ਨਹੀਂ ਹੁੰਦਾ। ਜੇਕਰ ਤੁਹਾਡੇ ਦਫ਼ਤਰ ਵਿਚ ਲੇਡੀਜ਼ ਰੂਮ ਹੈ ਤਾਂ ਉਥੇ ਕੁਰਸੀ ਜਾਂ ਸੋਫ਼ੇ ਤੇ ਪੈਰ ਉਚਾ ਕਰਕੇ ਬੈਠੋ। ਜੇਕਰ- ਤੁਸੀਂ ਲੰਚ ਦੇ ਸਮੇਂ ਆਰਾਮ ਕਰ ਰਹੀ ਹੋ ਤਾਂ ਖਾਣ ਦਾ ਵੀ ਧਿਆਨ ਰੱਖੋ))।

**ਬਚਿਆ ਤੋਂ ਲਉ ਮਦਦ:-**ਕੀ ਤੁਹਾਡੇ ਹੋਰ ਬੱਚੇ ਹਨ? ਕਈ ਵਾਰ ਵਧ ਕੰਮ ਦੇ ਕਾਰਣ ਥਕਵਾਟ ਕਾਫ਼ੀ ਵਧ ਹੋ ਜਾਂਦੀ ਹੈ। ਸਰੀਰ ਨੂੰ ਆਰਾਮ ਦਾ ਸਮਾਂ ਹੀ ਨਹੀਂ ਮਿਲ ਸਕਦਾ। ਹਾਲਾਂਕਿ ਤੁਹਾਨੂੰ ਥਕਾਵਟ ਦੀ ਆਦਤ ਪੈ ਚੁੱਕੀ ਹੈ। ਪ੍ਰੰਤੂ ਗਰਭਕਾਲ ਵਿਚ ਤਾਂ ਆਪਣੇ ਉਪਰ ਧਿਆਨ ਦੇਣਾ ਹੀ ਹੋਵੇਗਾ। ਬੱਚਿਆਂ ਨੂੰ ਦਸੋ ਕਿ ਉਹ ਤੁਹਾਡਾ ਧਿਆਨ ਰੱਖਣ, ਤੁਹਾਡੇ ਕੰਮ ਵਿਚ ਹੱਥ ਵੰਡਾਉਣ ਤਾਂ ਜੋ ਤੁਹਾਨੂੰ ਆਰਾਮ ਦਾ ਸਮਾਂ ਮਿਲ ਸਕੇ। ਪਾਰਕ ਵਿਚ ਬੱਚਿਆਂ ਦੇ ਪਿਛੇ ਭੱਜਣ-ਦੌੜਨ ਦੀ ਥਾਂ ਲੇਟਕੇ ਕੁਝ ਪੜ੍ਹੋ, ਪਹੇਲੀਆਂ ਹੱਲ ਕਰੋ ਜਾਂ ਫਿਰ ਕੋਈ ਡੀ.ਵੀ.ਡੀ. ਦੇਖੋ। ਜਦੋਂ ਬੱਚੇ ਝਪਕੀ ਲੈਣ ਤਾਂ ਤੁਸੀਂ ਵੀ ਸਾਰਾ ਕੰਮ ਛੱਡ ਕੇ ਆਰਾਮ ਕਰੋ।

**ਥੋੜ੍ਹੀ ਹੋਰ ਨੀਂਦ ਲਉ:-** ਰਾਤ ਨੂੰ ਇਕ ਘੰਟੇ ਦੀ ਵੀ ਨੀਂਦ ਵੱਧ ਲੈ ਲਉਗੀ ਤਾਂ ਅਗਲੀ ਸਵੇਰੇ ਤਰੋਤਾਜ਼ਾ ਹੋਵੋਗੀ। ਰਾਤ ਨੂੰ ਲੇਟ ਸ਼ੋ ਦੇਖਣ ਦੀ ਥਾਂ ਸੌਂ ਜਾਓ। ਪਤੀਦੇਵ ਨੂੰ ਕਹੋ ਕਿ ਉਹ ਸਵੇਰ ਦਾ ਨਾਸ਼ਤਾ ਲਗਾਣ ਤਾਂ ਜੋ ਤੁਸੀਂ ਆਰਾਮ ਨਾਲ ਉਠ ਸਕੋ, ਪ੍ਰੰਤੂ ਯਾਦ ਰੱਖੋ ਕਿ ਜ਼ਰੂਰਤ ਤੋਂ ਵੱਧ ਨੀਂਦ ਵੀ ਥਕਾ ਦੇਂਦੀ ਹੈ।

**ਖਾਣ-ਪੀਣ ਤੇ ਦਿਉ ਧਿਆਨ:-** ਊਰਜਾ ਦਾ ਪੱਧਰ ਬਣਾਈ ਰੱਖਣ ਲਈ ਖਾਣ-ਪੀਣ ਤੇ ਪੂਰਾ ਧਿਆਨ ਦੇਣਾ ਹੋਵੇਗਾ। ਹਰ ਰੋਜ਼ ਦੇ ਲਈ ਕੈਲੋਰੀ ਦੀ ਭਰਪੂਰ ਮਾਤਰਾ ਲਉ। ਇੰਝ ਅਨਰਜੀ ਬੂਸਟਰ ਤੇ ਧਿਆਨ ਦਿਉ, ਜੋ ਲੰਬੇ ਸਮੇਂ ਤਕ ਊਰਜਾ ਦਾ ਪੱਧਰ ਬਣਾਈ ਰੱਖੋ: ਉਝ- ਪ੍ਰੋਟੀਨ, ਕੰਪਲੈਕਸ ਕਾਰਬੋਹਾਈਡ੍ਰੇਟ ਤੇ ਆਇਰਨ ਵਾਲੇ ਭੋਜਨ। ਇਸ ਦੇ ਚੰਗੇ ਵਿਕਲਪ ਹਨ। ਹਾਲਾਂਕਿ ਕੈਫੀਨ ਜਾਂ ਚੀਨੀ ਤੋਂ ਇਕ ਦਮ ਊਰਜਾ ਤਾਂ ਮਿਲਦੀ ਹੈ ਪ੍ਰੰਤੂ ਬਾਦ ਵਿਚ ਸਰੀਰਕ ਇਕਦਮ ਨਿਢਾਲ ਹੋ ਜਾਂਦਾ ਹੈ। ਅਨਰਜੀ ਡ੍ਰਿੰਕ ਤੋਂ ਬਲੱਡ ਸ਼ੂਗਰ ਹਾਈ ਹੁੰਦੀ ਹੈ ਪ੍ਰੰਤੂ ਇਸ ਤੋਂ ਬਾਦ ਪਹਿਲਾਂ ਤੋਂ ਵੀ ਵੱਧ ਥਕਾਵਟ ਹੋਣ ਲਗਦੀ ਹੈ। ਉਝ ਵੀ ਕੁਝ ਡੱਬਾਬੰਦ ਅਨਰਜੀ ਡ੍ਰਿੰਕ ਵਿਚ ਐਸੇ ਤੱਤ ਹੋ ਸਕਦੇ ਹਨ, ਜੋ ਗਰਭਕਾਲ ਵਿਚ ਨੁਕਸਾਨ ਪਹੁੰਚਾ ਸਕਦੇ ਹਨ।

**ਥੋੜ੍ਹੇ-2 ਸਮੇਂ ਬਾਦ ਖਾਓ:-** ਗਰਭਕਾਲ ਦੇ ਬਾਕੀ ਲੱਛਣਾਂ ਦੀ ਤਰ੍ਹਾਂ ਥਕਾਵ ਵੀ ਹਮੇਸ਼ਾਂ ਛਾਈ ਰਹੇਗੀ। ਇਸ ਲਈ ਦਿਨ ਵਿਚ ਥੋੜ੍ਹੇ-2 ਸਮੇਂ ਬਾਦ ਕੁਝ ਖਾਂਦੀ ਰਹੋ ਤਾਂ ਜੋ ਸਰੀਰ ਵਿਚ ਊਰਜਾ ਦਾ ਪੱਧਰ ਬਣਿਆ ਰਹੇ। ਖਾਣ ਸਮੇਂ ਖਾਣਾ ਜ਼ਰੂਰ ਖਾਓ ਤੇ ਉਹ ਪੂਰੀ ਤਰ੍ਹਾਂ ਪੌਸ਼ਟਿਕ ਹੋਣਾ ਚਾਹੀਦਾ ਹੈ।

**ਥੋੜ੍ਹੀ ਜਿਹੀ ਕਸਰਤ:-** ਥੋੜ੍ਹੀ ਕਸਰਤ ਤੇ ਚਹਿਲ ਕਦਮੀ ਜਾਰੀ ਰਖੋ। ਯੋਗਾ ਕਰੋ। ਇਸ ਵਿਚ ਕੋਈ ਸ਼ੱਕ ਨਹੀਂ ਕਿ ਬਿਸਤਰਾ ਇੰਨਾ ਪਿਆਰਾ ਕਦੀ ਨਹੀਂ ਗਿਆ ਹੋਵੇਗਾ ਪਰ ਜ਼ਿਆਦਾ ਆਰਾਮ ਕਰਨ ਨਾਲ ਵੀ ਥਕਾਵਟ ਵਧਦੀ ਹੈ। ਸਰੀਰ ਹਿਲਾਂਦੀ-ਜੁਲਾਂਦੀ ਰਹੋਗੀ ਤਾਂ ਠੀਕ ਰਹੇਗ। ਆਪਣੇ ਕੰਮ ਤੇ ਆਰਾਮ ਵਿਚ ਚੰਗਾ ਸੰਤੁਲਨ ਬਣਾਈ ਰੱਖੋ।

ਹਾਲਾਂਕਿ ਚੌਥੇ ਮਹੀਨੇ ਤਕ ਥਕਾਵਟ ਕਾਫ਼ੀ ਘੱਟ ਜਾਏਗੀ ਪ੍ਰੰਤੂ ਆਫ਼ੀ ਤਿਮਾਹੀ ਵਿਚ ਇਹ ਵਾਪਸ ਆਏਗੀ। ਤੁਸੀਂ ਰਾਤਾਂ ਜਾਗ ਕੇ ਬਿਤਾਓਗੀ, ਸ਼ਾਇਦ ਕੁਦਰਤ ਇਸੇ ਤਰ੍ਹਾਂ ਸਿਖਾਂਦੀ ਹੈ ਕਿਉਂਕਿ ਬੱਚੇ ਦੇ ਜਨਮ ਤੋਂ ਬਾਦ ਤੁਹਾਡੀ ਜ਼ਿੰਮੇਵਾਰੀ ਵੱਧਣ ਵਾਲੀ ਹੈ।

## ਮਾਰਨਿੰਗ ਸਿਕਨੈਸ

### "ਮੈਂ ਅਜੇ ਤਕ ਕੋਈ ਮਾਰਨਿੰਗ ਸਿਕਨੈਸ ਨਹੀਂ ਹੋਈ। ਕੀ ਮੈਂ ਹੁਣ ਵੀ ਗਰਭਵਤੀ ਹੋ ਸਕਦੀ ਹਾਂ?"

ਗਰਭਕਾਲ ਵਿਚ ਮਾਰਨਿੰਗ ਸਿਕਨੈਸ ਕੁਝ ਇਸ ਤਰ੍ਹਾਂ ਹੁੰਦੀ ਹੈ ਜਿਵੇਂ ਅਚਾਰ ਜਾਂ ਆਈਸਕ੍ਰੀਮ ਖਾਣ ਦੀ ਇੱਛਾ। ਖੋਜ ਤੋਂ ਪਤਾ ਲਗਾ ਹੈ ਕਿ ਕਰੀਬ 75 ਪ੍ਰਤੀਸ਼ਤ

## ਤੁਹਾਡੀ ਨੱਕ ਜਾਣਦੀ ਹੈ?

ਕੀ ਤੁਸੀਂ ਧਿਆਨ ਦਿੱਤਾ ਹੈ, ਗਰਭਵਤੀ ਹੋਣ ਤੋਂ ਬਾਦ ਰੈਸਟੋਰੈਂਟ ਵਿਚ ਪੈਰ ਰੱਖਣ ਤੋਂ ਪਹਿਲਾਂ ਹੀ ਤੁਸੀਂ ਜਾਣ ਲੈਂਦੀ ਹੋ ਕਿ ਉਥੇ ਕੀ ਪਕ ਰਿਹਾ ਹੈ? ਦਰਅਸਲ ਗਰਭਕਾਲ ਦੇ ਹਾਰਮੋਨਾਂ ਕਾਰਣ ਹੀ ਤੁਹਾਡੀ ਸੁੰਘਣ ਸ਼ਕਤੀ ਵੱਧ ਜਾਂਦੀ ਹੈ। ਇਸ ਦੇ ਕਾਰਨ ਕਈ ਵਾਰ ਮਾਰਨਿੰਗ ਸਿਕਨੈਸ ਹੁੰਦੀ ਹੈ। ਤੁਸੀਂ ਇਸ ਸਮੱਸਿਆ ਤੋਂ ਬੱਚਣ ਦੇ ਲਈ ਹੇਠ-ਲਿਖੇ ਉਪਾਅ ਅਪਨਾ ਸਕਦੀ ਹੋ :-

- ਜੇਕਰ ਸਮੈਲ ਬਰਦਾਸ਼ਤ ਨਾ ਹੋਵੇ ਤਾਂ ਰਸੋਈ ਤੋਂ ਬਾਹਰ ਹੋ ਜਾਓ। ਡਿਪਾਰਟਮੈਂਟਲ ਸਟੋਰ ਦੇ ਪਰਫਿਊਮ ਕਾਰਨਰ ਜਾਂ ਉਸ ਰੈਸਟੋਰੈਂਟ ਤੋਂ ਵਧਾ ਲੈਂ ਲਉ।
- ਬੁਰੀ ਸਮੈਲ ਨੂੰ ਭਜਾਣ ਦੇਲਈ ਕਮਰੇ ਦੀਆਂ ਖਿੜਕੀਆਂ ਖੋਲ੍ਹ ਦਿਉ ਜਾਂ ਫਿਰ ਐਗਜ਼ਾਸਟ ਫੈਨ ਚਲਾਓ।
- ਟਾਇਲਟ ਵਿਚ ਵੀ ਘੱਟ ਸਮੈਲ ਵਾਲਾ ਸਮਾਨ ਪ੍ਰਯੋਗ ਕਰੋ।
- ਆਪਣੇ ਪਤੀ ਨੂੰ ਕਹੋ ਕਿ ਉਹ ਆਪਣੀ ਸਰੀਰ ਦੀ ਸਾਫ਼-ਸਫ਼ਾਈ ਦਾ ਧਿਆਨ ਰਖੇ। ਕੁਝ ਖਾਣ ਤੋਂ ਬਾਦ ਬ੍ਰਸ਼ ਕਰੇ ਤੇ ਕਪੜੇ ਬਦਲੋ। ਤੇਜ ਪਰਫਿਊਮ ਲਗਾਣ ਵਾਲਿਆਂ ਤੇ ਸਿਗਰਟਨੋਸ਼ੀ ਕਰਨ ਵਾਲਿਆਂ ਤੋਂ ਦੂਰ ਰਹੋ।
- ਐਸੀ ਸਮੈਲ ਦੇ ਆਸਪਾਸ ਰਹੋ ਜੋ ਤੁਹਾਡੇ ਮਨ ਨੂੰ ਰਾਹਤ ਪਹੁੰਚਾਏ ਜਿਵੇਂ ਪੁਦੀਨਾ, ਨਿੰਬੂ ਤੇ ਅਦਰਕ ਆਦਿ। ਉਂਝ ਕੁਝ ਮਾਂ ਬਣਨ ਵਾਲੀਆਂ ਔਰਤਾਂ ਨੂੰ ਬੇਬੀ ਪਾਊਡਰ ਦੀ ਸਮੈਲ ਵੀ ਚੰਗੀ ਲਗਣ ਲਗਦੀ ਹੈ।

ਗਰਭਵਤੀ ਔਰਤਾਂ, ਮਾਰਨਿੰਗ ਸਿਕਨੈਸ ਤੋਂ ਹੋਣ ਵਾਲੀ ਮਿਚਲੀ ਤੇ ਉਲਟੀਆਂ ਤੋਂ ਪ੍ਰੇਸ਼ਾਨ ਹੁੰਦੀਆਂ ਹਨ ਇਸ ਦਾ ਭਾਵ ਹੈ ਕਿ ਬਾਕੀ 25 ਪ੍ਰਤੀਸ਼ਤ ਔਰਤਾਂ ਦਾ ਨਾਲ ਸਿਰਫ ਇਕ-ਅੱਧ ਵਾਰ ਜੀਅ ਘਬਰਾਇਆ ਹੋਵੇ ਤਾਂ ਉਲਟੀ ਆਣ ਨੂੰ ਹੋਈ ਹੋਵੇ ਤਾਂ ਤੁਸੀਂ ਸਿਰ ਗਰਭਵਤੀ ਹੀ ਨਹੀਂ ਸਗੋਂ ਕਿਸਮਤਵਾਲੀ ਵੀ ਹੋ।

**"ਮੇਰੀ ਮਾਰਨਿੰਗ ਸਿਕਨੈਸ ਸਾਰਾ ਦਿਨ ਰਹਿੰਦੀ ਹੈ। ਮੈਨੂੰ ਡਰ ਹੈ ਕਿ ਮੈਂ ਬੱਚੇ ਨੂੰ ਪੂਰੇ ਖ਼ੁਰਾਕੀ ਤੱਤ ਨਹੀਂ ਦੇ ਸਕਦੀ।"**

ਹਾਲਾਂਕਿ ਇਹ ਮਾਰਨਿੰਗ ਸਿਕਨੈਸ; ਦਿਨ, ਦੁਪਹਿਰ ਸ਼ਾਮ ਜਾਂ ਰਾਤ ਕਿਸੇ ਸਮੇਂ ਵੀ ਹੋ ਸਕਦੀ ਹੈ ਪਰ ਇਸ ਨੂੰ ਮਾਰਨਿੰਗ ਸਿਕਨੈਸ ਹੀ ਕਿਹਾ ਜਾਂਦਾ ਹੈ। ਇਸ ਸਮੇਂ ਤੁਹਾਡੇ ਬੱਚੇ ਨੂੰ ਖ਼ੁਰਾਕੀ ਤੱਤਾਂ ਦੀ ਮਾਤਰਾ ਵਧ ਨਹੀਂ ਚਾਹੀਦੀ ਕਿਉਂਕਿ ਉਸਦਾ ਅਕਾਰ ਮਟਰ ਦੇ ਦਾਣੇ ਤੋਂ ਵੱਧ ਨਹੀਂ ਹੈ। ਜੋ ਔਰਤਾਂ ਇਸ ਦੌਰਾਨ ਆਪਣਾ ਭਾਰ ਕਾਫ਼ੀ ਘਾ ਲੈਂਦੀਆਂ ਹਨ, ਉਨ੍ਹਾਂ ਦੇਬੱਚਿਆਂ ਨੂੰ ਵੀ ਕੋਈ ਨੁਕਸਾਨ ਨਹੀਂ ਹੁੰਦਾ ਕਿਉਂਕਿ ਉਹ ਬਾਦ ਦੇ ਮਹੀਨਿਆਂ ਵਿਚ ਆਪਣਾ ਭਾਰ ਵਧਾ ਲੈਂਦੀਆਂ ਹਨ। ਮਾਰਨਿੰਗ ਸਿਕਨੈਸ 12-14 ਹਫ਼ਤਿਆਂ ਤਕ ਹੀ ਚਲਦੀ ਹੈ(ਕੁਝ ਕੇਸਾਂ ਵਿਚ ਇਹ ਸਥਿਤੀ ਦੂਜੀ ਤਿਮਾਹੀ ਤਕ ਕੁਝ ਵਿਚ ਤੀਜੀ ਤਿਮਾਹੀ ਤਕ ਵੀ ਚਲ ਸਕਦੀ ਹੈ)।

ਮਾਰਨਿੰਗ ਸਿਕਨੈਸ ਕਿਉਂ ਹੁਦੀ ਹੈ? ਇਸ ਸਬੰਧੀ ਪੱਕੀ ਤਰ੍ਹਾਂ ਤਾਂ ਕੁਈ ਨਹੀਂ ਜਾਣਦਾ ਪ੍ਰੰਤੂ ਕੁਝ ਲੋਕਾਂ ਦਾ ਮੰਨਣਾ ਹੈ ਕਿ ਪਹਿਲੀ ਤਿਮਾਹੀ ਵਿਚ ਖ਼ੂਨ ਵਿਚ ਐਚਸੀਜੀ ਦੀ ਵੱਧ ਮਾਤਰਾ, ਐਸਟ੍ਰੋਜਨ ਦਾ ਵਧਦਾ ਪੱਧਰ, ਗੈਸਟ੍ਰੋਈਸੋਫਾਜਿਯਲ ਰਿਫਲਕਸ, ਪਾਚਨ ਵਿਚ ਕਮੀ ਤੇ ਸਮੈਲ ਪ੍ਰਤੀ ਵੱਧੀ ਹੋਈ ਸੰਵੇਦਨਸ਼ੀਲਤਾ ਦੇ ਕਾਰਣ ਇੰਝ ਹੁੰਦਾ ਹੈ।

ਸਾਰੀਆਂ ਗਰਭਵਤੀ ਔਰਤਾਂ ਨੂੰ ਇਕੋ ਜਿਹੀ ਮਾਰਨਿੰਗ ਸਿਕਨੈਸ ਨਹੀਂ ਹੁੰਦੀ। ਕੁਝ ਔਰਤਾਂ ਦਾ ਸਮੇਂ-ਸਮੇਂ ਜੀ ਮਿਚਲਾਂਦਾ ਹੈ, ਉਭਕਾਈ ਆਉਂਣੀ ਹੈ ਪਰ ਉਲਟੀ ਨਹੀਂ ਹੁੰਦੀ। ਕੁਝ ਔਰਤਾਂ ਲਗਾਤਾਰ ਉਲਟੀਆਂ ਕਰਦੀਆਂ ਹਨ। ਕੁਝ ਕਦੀ-ਕਦੀ! ਇਸ ਦੇ ਵੀ ਕਈ ਕਾਰਣ ਹੋ ਸਕਦੇਹਨ :-

**ਹਾਰਮੋਨ ਦਾ ਪੱਧਰ:-** ਔਸਤ ਤੋਂ ਵੱਧ ਪੱਧਰ ਮਾਰਨਿੰਗ ਸਿਕਨੈਸ ਵਧਾ ਸਕਦਾ ਹੈ। ਘਟਦੇ ਪੱਧਰ ਇਸ ਨੂੰ ਘਟਾ ਸਕਦੇ ਹਨ ਜਾਂ ਮਿਟਾ ਸਕਦੇ ਹਨ। ਹਾਲਾਂਕਿ ਆਮ ਪੱਧਰ ਵਾਲੀਆਂ ਗਰਭਵਤੀ ਔਰਤਾਂ ਨੂੰ ਵੀ ਮਾਰਨਿੰਗ ਸਿਕਨੈਸ ਹੋ ਸਕਦੀ ਹੈ ਜਾਂ ਬਿਲਕੁਲ ਨਹੀਂ ਹੁੰਦੀ।

**ਸੰਵੇਦਨਸ਼ੀਲਤਾ:-** ਕੁਝ ਦਿਮਾਗ ਲੋੜ ਤੋਂ ਵੱਧ ਸੰਵੇਦਨਸ਼ੀਲ ਹੁੰਦੇ ਹਨ, ਭਾਵ ਐਸੀਆਂ ਗਰਭਵਤੀ ਔਰਤਾਂ ਦਾ ਜੀਅ ਵੱਧ ਘਬਰਾਂਦਾ ਹੈ। ਜੇਕਰ ਤੁਸੀਂ ਵੀ ਜਲਦੀ ਤੋਂ 'ਕਾਰਸਿਕ, ਸੀ ਸਿਕ ਜਾਂ ਟ੍ਰੈਬਲ ਸਿਕਨੈਸ' ਦਾ ਸ਼ਿਕਾਰ ਹੋ ਜਾਂਦੀ ਹੋ ਤਾਂ ਗਰਭਕਾਲ

ਵਿਚ ਇਹ ਸਭ ਕਾਫ਼ੀ ਵੱਧ ਹੋ ਸਕਦਾ ਹੈ। ਉਨ੍ਹਾਂ ਦਿਨਾਂ ਵਿਚ ਤੁਹਾਨੂੰ ਇਹ ਸਭ ਝੇਲਣਾ ਹੀ ਹੋਵੇਗਾ।

**ਤਨਾਅ:-** ਇਹ ਸਾਰੇ ਜਾਣਦੇ ਹਨ ਕਿ ਭਾਵਨਾਤਮਕ ਤਨਾਅ ਦੇ ਕਾਰਣ ਵੀ ਗੈਸਟ੍ਰੋਇੰਟੈਸਟਾਈਨਲ ਸਮੱਸਿਆ ਹੋ ਸਕਦੀਆਂ ਹਨ। ਇਸ ਲਈ ਜੇਕਰ ਤੁਸੀਂ ਤਨਾਅਗ੍ਰਸਤ ਹੋ ਤਾਂ ਮਾਰਨਿੰਗ ਸਿਕਨੈਸ ਦੇ ਲੱਛਣ ਬੁਰੇ ਹੋ ਸਕਦੇਹਨ।

**ਥਕਾਵਟ:-** ਸਰੀਰਕ ਜਾਂ ਮਾਨਸਿਕ ਥਕਾਵਟ ਵੀ ਮਾਰਨਿੰਗ ਸਿਕਨੈਸ ਦੇ ਲੱਛਣਾਂ ਨੂੰ ਉਭਾਰ ਦੇਂਦੀ ਹੈ (ਲੋੜ ਤੋਂ ਵੱਧ ਮਾਰਨਿੰਗ ਸਿਕਨੈਸ ਤੁਹਾਨੂੰ ਥਕਾ ਵੀ ਦੇਂਦੀ ਹੈ)।

**ਪਹਿਲੀ ਵਾਰ ਵਿਚ ਗਰਭਕਾਲ ਦਾ ਪੱਧਰ:-** ਪਹਿਲੇ ਗਰਭਕਾਲ ਵਿਚ ਅਕਸਰ ਮਾਰਨਿੰਗ ਸਿਕਨੈਸ ਦਾ ਪੱਧਰ ਕਾਫ਼ੀ ਗੰਭੀਰ ਹੁੰਦਾ ਹੈ, ਜਿਸ ਵਿਚ ਸਰੀਰਕ ਤੇ ਮਾਨਸਿਕ ਦੋਨੋਂ ਹੀ ਕਾਰਣ ਸ਼ਾਮਲ ਹੋ ਸਕਦੇ ਹਨ। ਪਹਿਲਾ ਕਾਰਣ ਤਾਂ ਇਹ ਹੈ ਕਿ ਸਰੀਰ ਜੇ ਇਸ ਤਰ੍ਹਾਂ ਦੇ ਬਦਲਾਵਾਂ ਦੇ ਲਈ ਤਿਆਰਨਹੀਂ ਹੁੰਦਾ। ਭਾਵਨਾਤਮਕ ਰੂਪ ਵਿਚ ਵੀ ਪਹਿਲੀ ਵਾਰ ਗਰਭਵਤੀ ਹੋਣ ਵਾਲੀਆਂ ਔਰਤਾਂ ਕਾਫ਼ੀ ਉਤੇਜਿਤ ਹੁਦੀਆਂ ਹਨ ਜਿਸ ਦੇ ਕਾਰਣ ਉਨ੍ਹਾਂ ਦੀ ਪ੍ਰੇਸ਼ਾਨੀ ਵੱਧ ਜਾਂਦੀ ਹੈ। ਬਾਦ ਦੇ ਕੇਸਾਂ ਵਿਚ ਆਮ ਤੌਰ ਤੇ ਉਨ੍ਹਾਂ ਦਾ ਧਿਆਨ ਪਹਿਲੇ ਬੱਚੇ ਦੀ ਦੇਖਰੇਖ ਵਿਚ ਲਗਿਆ ਰਹਿੰਦਾ ਹੈ। ਇਸ ਲਈ ਐਸੇ ਲੱਛਣ ਨਹੀਂ ਉਭਰਦੇ ਹਾਲਾਂਕਿ ਇਸ ਦੇ ਕੁਝ ਕਾਰਣ ਵੀ ਹਨ।

ਕਾਰਣ ਚਾਹੇ ਕੋਈ ਵੀ ਹੋਵੇ, ਮਾਰਨਿੰਗ ਸਿਕਨੈਸ ਦਾ ਪ੍ਰਭਾਵ ਇਕੋ ਜਿਹਾ ਹੀ ਹੁੰਦਾ ਹੈ। ਹਾਲਾਂਕਿ ਇਸ ਦਾ ਕੋਈ ਪੱਕਾ ਇਲਾਜ ਨਹੀਂ ਹੈ ਪਰ ਕਿਸੇ ਤਰ੍ਹਾਂ ਇਹ ਸਮਾਂ ਬਿਤਾਣ ਅਤੇ ਇਸ ਨੂੰ ਥੋੜ੍ਹਾ ਸਹਿਜ ਬਣਾਣ ਦੇ ਲਈ ਹੇਠ-ਲਿਖੇ ਉਪਾਅ ਅਪਨਾ ਸਕਦੇ ਹਨ:-

- ਜਲਦੀ ਖਾਓ। ਮਾਰਨਿੰਗ ਸਿਕਨੈਸ, ਤੁਹਾਡਾ ਸੌਂ ਕੇ ਉਠਣ ਤਕ ਇੰਤਜ਼ਾਰ ਨਹੀਂ ਕਰੇਗੀ। ਇਹ ਖ਼ਾਲੀ ਪੇਟ ਜ਼ਿਆਦਾ ਤੰਗ ਕਰਦੀ ਹੈ। ਖ਼ਾਸ ਤੌਰ ਤੇ ਰਾਤ ਦੀ ਲੰਬੀ ਨੀਂਦ ਤੋਂ ਬਾਦ। ਜਦੋਂ ਪੇ ਖ਼ਾਲੀ ਹੁੰਦਾ ਹੈ ਤਾਂ ਪੇਟ ਦੇ ਅੰਦਰ ਬਣਨ ਵਾਲੇ ਅਮਲਾਂ ਨੂੰ ਪਚਾਉਣ ਦੇ ਲਈ ਕੁਝ ਨਹੀਂ ਮਿਲਦਾ, ਨਤੀਜੇ ਵਜੋਂ ਮਿਚਲੀ ਵੱਧ ਜਾਂਦੀ ਹੈ। ਰਾਤ ਨੂੰ ਸੌਣ ਤੋਂ ਪਹਿਲਾਂ ਬਿਸਤਰ ਦੇ ਕੋਲ ਹੀ ਖਾਣ ਦੇ ਲਈ ਕੁਝ ਰਖ ਲਓ ਤਾਂ ਜੋ ਰਾਤ ਨੂੰ ਭੁੱਖ ਲਗੇ ਤਾਂ ਤੁਹਾਨੂੰ ਰਸੋਈ ਵਿਚ ਨਾ ਜਾਣਾ ਪਵੇ। ਰਾਤ ਨੂੰ ਬਾਥਰੂਮ ਜਾਣ ਦੇ ਲਈ ਵੀ ਉਠੋ ਤਾਂ ਇਕਅੱਧ ਟੁਕੜਾ ਮੂੰਹ ਵਿਚ ਪਾ ਲਓ ਤਾਂ ਜੋ ਸਵੇਰੇ ਆਣ ਤੇ ਪੇਟ ਨੂੰ ਖ਼ਾਲੀਪਨ ਦਾ ਅਹਿਸਾਸ ਨਾ ਹੋਵੇ।
- ਰਾਤ ਨੂੰ ਦੇਰ ਨਾਲ ਖਾਓ। ਰਾਤ ਨੂੰ ਸੌਣ ਤੋਂ ਠੀਕ ਪਹਿਲਾਂ ਇਕ ਮਫਿਨ ਤੇ ਦੁੱਧ ਦਾ ਗਿਲਾਸ, ਸਟ੍ਰਿੰਗ ਚੀਜ਼ ਜਾਂ ਸੁਕੀ ਖੁਰਮਾਣੀ ਖਾਓ। ਸਵੇਰੇ ਸੌਂ ਕੇ ਉਠੋਗੀ ਤਾਂ ਪੇਟ ਭਰਿਆ-2 ਹੋਵੇਗਾ।
- ਹਲਕਾ ਖਾਣਾ ਖਾਓ। ਲੋੜ ਤੋਂ ਵੱਧ ਪੇਟ ਭਰਿਆ ਹੋਣ ਨਾਲ ਵੀ ਮਿਚਲੀ ਵਧ ਸਕਦੀ ਹੈ। ਭੁੱਖ ਲਗੇ ਤਾਂ ਇਕੋ ਵਾਰ ਸਾਰਾ ਖਾਣਾ ਖਾਣ ਦੀ ਥਾਂ ਥੋੜ੍ਹੇ ਸਮੇਂ ਤੋਂ ਬਾਦ ਖਾਓ।
- ਵਿਚ-2 ਖਾਓ। ਆਪਣੇ ਬਲੱਡ ਸ਼ੂਗਰ ਦੇ ਪੱਧਰ ਨੂੰ ਇਕੋ ਜਿਹਾ ਬਣਾਈ ਰਖੋ ਤਾਂ ਜੋ ਤੁਹਾਡਾ ਪੇਟ ਹਮੇਸ਼ਾਂ ਭਰਿਆ-2 ਰਹੇ। ਦਿਨ ਵਿਚ ਤਿੰਨ ਵਾਰ ਭਾਰੀ ਭੋਜਨ ਕਰਨ ਦੀ ਥਾਂ ਘੱਟ ਤੋਂ ਘੱਟ ਛੇ ਵਾਰ ਹਲਕਾ ਭੋਜਨ ਕਰੋ। ਘਰ ਤੋਂ ਬਾਹਰ ਜਾ ਰਹੀ ਹੋ ਤਾਂ ਹਲਕੇ ਸਨੈਕਸ (ਸੁਕੇ ਫਲ-ਮੇਵੇ, ਗ੍ਰੇਨੋਲਾ ਬਾਰ, ਸੁਕਾ ਸੈਰੇਲ, ਕ੍ਰੈਕਰਜ਼, ਸੋਯਾ ਚਿਪਸ ਜਾਂ ਪ੍ਰੈਜ਼ਲਜ਼) ਖਾਦੇ ਬਿਨਾਂ ਬਾਹਰ ਨਾ ਨਿਕੋ।
- ਚੰਗੀ ਤਰ੍ਹਾਂ ਖਾਓ। ਤੁਹਾਡੀ ਖ਼ੁਰਾਕ ਪ੍ਰੋਨ ਤੇ ਕੰਪਲੈਕਸ ਕਾਰਬੋਹਾਈਡ੍ਰੇਟ ਤੋਂ ਭਰਪੂਰ ਹੋਣੀ ਚਾਹੀਦੀ ਹੈ। ਚੰਗੇ ਪੌਸ਼ਣ ਨਾਲ ਵੀ ਤੁਹਾਨੂੰ ਕਾਫ਼ੀ ਮਦਦ ਮਿਲ ਸਕਦੀ ਹੈ।
- ਜੋ ਖਾ ਸਕਦੀ ਹੋ, ਖਾਓ। ਹੁਣ ਪੇਟਵਿਚਕੁਝ ਪਾਣਾ ਹੀ ਤੁਹਾਡਾ ਪਹਿਲਾ ਕੰਮ ਹੋਣਾ ਚਾਹੀਦਾ ਹੈ ਭਾਵ ਤੁਹਾਨੂੰ ਕੁਝ ਨਾ ਕੁਝ ਤਾਂ ਖਾਣਾ ਹੀ ਹੈ। ਗਰਭਕਾਲ ਤੋਂ ਬਾਦ, ਸੰਤੋਲਿਤ ਭੋਜਨ ਕਰਨ ਦੇ ਲਈਕਾਫ਼ੀ ਸਮਾਂ ਹੋਵੇਗਾ। ਹੁਣ ਤਾਂ ਜੋ ਮਨ ਚਾਹੇ, ਖਾਓ। ਜੇ ਕਰ ਉਹ ਪੌਸ਼ਟਿਕ ਹੋ ਸਕੇ ਤਾਂ ਹੋਰ ਵੀ ਵਧੀਆ ਹੋਵੇਗਾ।
- ਤਰਲ ਪਦਾਰਥ ਲਓ। ਉਲਟੀ ਦੇ ਕਾਰਣ ਸਰੀਰ ਦਾ ਪਾਣੀ ਘਟ ਸਕਦਾਹੈ। ਇਸ ਲਈ ਵੱਧ ਤੋਂ ਵੱਧ ਤਰਲ ਪਦਾਰਥਾਂ ਦਾ ਸੇਵਨ ਕਰੋ। ਜੇਕਰ ਤਰਲ ਪਦਾਰਥ ਲੈਣ ਵਿਚ ਅਸਾਨੀ ਹੋਵੇ ਤਾਂ ਉਨ੍ਹਾਂ ਤੋਂ ਹੀ ਪੌਸ਼ਟਿਕਤਾ ਲੈਣ ਦੀ ਕੋਸ਼ਿਸ਼ ਕਰੋ। ਸਮੂਦੀਜ਼, ਸੂਪ ਤੇ ਜੂਸ ਦੇ ਰਾਹੀਂ ਆਪਣੇ ਵਿਟਾਮਿਨ ਤੇ ਖਣਿਜ ਤੱਤ ਲਓ। ਜੇਕਰ ਤਰਲ ਪਦਾਰਥਾਂ ਤੋਂ ਵੀ ਮਿਚਲੀ ਆਵੇ ਤਾਂ ਐਸੇਠੋਸ ਪਦਾਰਥ ਲਓ ਜਿਨ੍ਹਾਂ ਵਿਚ ਪਾਣੀ ਦੀ ਮਾਤਰਾ

ਵੱਧ ਹੋਵੇ; ਜਿਵੇਂ ਤਾਜੇ ਫਲ ਤੇ ਸਬਜ਼ੀਆਂ, ਸਲਾਦ, ਨਿੰਬੂ ਤੇ ਖੱਟੇ ਫਲ। ਜੇਕਰ ਇਕੋ ਵਾਰ ਲੈਣ ਨਾਲ ਪੇਟ ਭਾਰੀਪਨ ਮਹਿਸੂਸ ਹਵੇ ਤਾਂ ਖਾਣੇ ਦੇ ਵਿਚ ਵੀ ਤਰਲ ਪਦਾਰਥ ਲੈ ਸਕਦੀ ਹੋ।

- ਤਾਪਮਾਨ ਬਦਲ ਕੇ ਵੀ ਦੇਖੋ। ਕਈ ਗਰਭਵਤੀ ਔਰਤਾਂ ਨੂੰ ਠੰਡੇ ਤਰਲ ਪਦਾਰਥ ਤੇ ਭੋਜਨ ਲੈਣ ਵਿਚ ਅਸਾਨੀ ਹੁੰਦੀ ਹੈ ਜਦੋਂਕਿ ਕੁਝ ਹਲਕੇ ਗਰਮ ਖਾਦ ਪਦਾਰਥ ਖਾਣਾ ਪਸੰਦ ਕਰਦੀਆਂ ਹਨ(ਠੰਡੇ ਦੀ ਥਾਂ ਗਰਮ ਚੀਜ਼ ਸੈਂਡਵਿਚ)।
- ਭੋਜਨ ਬਦਲੋ। ਜਿਨ੍ਹਾਂ ਕ੍ਰੈਕਰਜ਼ ਤੇ ਤੁਸੀਂ ਜਾਨ ਦੇਂਦੀ ਹੋ ਜੇਕਰ ਹੁਣ ਉਨ੍ਹਾਂ ਦੇ ਨਾਮ ਤੋਂ ਹੀ ਮਿਚਲੀ ਆਣ ਲਗੀ ਹੈ ਤਾਂ ਆਪਣੇ ਲਈ ਕੁਝ ਹੋਰ ਚੁਣੋ।
- ਜੋ ਖਾਣਾ ਜਾਂ ਉਸ ਦੀ ਖ਼ੁਸ਼ਬੂ ਸਹਿਣ ਨਾ ਹੋਵੇ, ਉਸ ਨੂੰ ਜਬਰਦਸਤੀ ਨਾ ਖਾਓ ਅਤੇ ਨਾ ਹੀ ਐਸੀ ਜਗ੍ਹਾ ਜਾ ਕੇ ਬੈਠੋ। ਤੁਹਾਨੂੰ ਖ਼ੁਦ ਪਤਾ ਹੋਵੇਗਾ ਕਿ ਮਿੱਠਾ ਜ਼ਿਆਦਾ ਪਸੰਦ ਆ ਰਿਹਾ ਹੈ ਜਾਂ ਨਮਕੀਨ ਜੇਕਰ ਮਿੱਠਾ ਪਸੰਦ ਆ ਰਿਹਾ ਹੋਵੇ ਤਾਂ ਬ੍ਰੋਕਲੀ ਜਾਂ ਚਿਕਨ ਦੀ ਥਾਂ ਆੜੂ ਤੇ ਯੋਗਰਟ ਤੋਂ ਵਿਟਾਮਿਨ ਏ ਤੇ ਪ੍ਰੋਟੀਨ ਦੀ ਖ਼ੁਰਾਕ ਲੈਣ ਦੀ ਕੋਸ਼ਿਸ਼ ਕਰੋ ਜਾਂ ਨਮਕੀਨ ਪਸੰਦ ਆਏ ਤਾਂ ਨਾਸ਼ਤੇ ਵਿਚ ਪਿਜ਼ਾ ਲੈ ਲਉ।
- ਗਰਭਵਤੀ ਔਰਤਾਂ ਖ਼ੁਦ ਜਾਣਦੀਆਂ ਹਨ ਕਿ ਕਿਹੜੀ ਮਹਿਕ ਸਹਿਣ ਕਰ ਸਕੋਗੀ ਜਾਂ ਕਿਸ ਮਹਿਕ ਤੋਂ ਉਸ ਦਾ ਜੀ ਮਿਚਲਾ ਰਿਹਾ ਹੈ। ਇਸ ਲਈ ਇਸ ਆਵਾਜ਼ ਨੂੰ ਪਹਿਚਾਣੋ ਅਤੇ ਉਨ੍ਹਾਂ ਚੀਜ਼ਾਂ ਤੋਂ ਦੂਰ ਰਹੋ। ਆਪਣੇ ਪਤੀ ਦੇ ਜਿਸ ਆਫ਼ਟਰ ਸ਼ੇਵ ਦੀ ਮਹਿਕ ਦੀ ਤੁਸੀਂ ਦੀਵਾਨੀ ਸੀ, ਉਹੀ ਹੁਣ ਤੁਹਾਨੂੰ ਬਾਥਰੂਮ ਵਿਚ ਭੱਜਣ ਲਈ ਮਜ਼ਬੂਰ ਕਰ ਸਕਦਾ ਹੈ ਭਾਵ ਤੁਹਾਨੂੰ ਉਲਟੀ ਹੋ ਸਕਦੀ ਹੈ।
- ਸਪਲੀਮੈਂਟ! ਜੋ ਖ਼ੁਰਾਕੀ ਤੱਤ ਤੁਹਾਨੂੰ ਨਹੀਂ ਮਿਲ ਰਹੇ ਉਸ ਕਮੀ ਨੂੰ ਪੂਰਾ ਕਰਨ ਦੇ ਲਈ ਵਿਟਾਮਿਨ ਦੀ ਖ਼ੁਰਾਕ ਲਉ। ਜਿਸ ਸਮੇਂ ਜੀ ਮਿਚਲਾ ਰਿਹਾ ਹੋਵੇ, ਉਸ ਸਮੇਂ ਦਵਾਈ ਨਾ ਲਉ। ਉਹ ਉਲਟੀ ਦੇ ਨਾਲ ਬਾਹਰ ਆ ਜਾਏਗੀ। ਜੇਕਰ ਤੁਹਾਡੇ ਲੱਛਣ ਜ਼ਿਆਦਾ ਗੰਭੀਰ ਹੋਣ ਤਾਂ ਡਾਕਟਰ ਤੋਂ ਵਿਟਾਮਿਨ $B_6$ ਦੀ ਵਾਧੂ ਖ਼ੁਰਾਕ ਸਬੰਧੀ ਪੁੱਛੋ। ਇਸ ਨਾਲ ਤੁਹਾਡੀ ਤਬੀਅਤ ਕਾਫ਼ੀ ਹੱਦ ਤਕ ਸੰਭਲ ਸਕਦੀ ਹੈ।
- ਅਦਰਕ ਲੈ ਕੇ ਦੇਖੋ। ਜੇਕਰ ਜੀ ਮਿਚਲਾ ਰਿਹਾ ਹੋਵੇ ਤਾਂ ਇਹ ਵਧੀਆ ਅਸਰ ਦਿਖਾਂਦਾ ਹੈ। ਖਾਣੇ ਵਿਚ ਸੂਪ ਵਿਚ ਜਾਂ ਮਫਿਨ ਵਿਚ ਇਸਦਾ ਪ੍ਰਯੋਗ ਕਰੋ। ਅਦਰਕ ਵਾਲੀ ਚਾਹ ਪੀਓ। ਤੁਸੀਂ ਜਿੰਜਰ ਕੈਂਡੀ ਜਾਂ ਲਾੱਲੀਪਾੱਪ ਵੀ ਖਾ ਸਕਦੀ ਹੋ। ਅਦਰਕ ਤੋਂ ਬਣਿਆ ਤਰਲ ਵੀ ਰਾਹਤ ਦੇ ਸਕਦਾ ਹੈ।

  ਜੇਕਰ ਜੀ ਮਿਚਲਾ ਰਿਹਾ ਹੋਵੇ ਤਾਂ ਅਦਰਕ ਦਾ ਟੁਕੜਾ ਸੁੰਘਣ ਨਾਲ ਵੀ ਆਰਾਮ ਮਿਲਦਾ ਹੈ। ਕਈ ਔਰਤਾਂ ਨੂੰ ਨਿੰਬੂ ਚੂਸਣ ਨਾਲ ਆਰਾਮ ਮਿਲਦਾ ਹੈ। ਜੇਕਰ ਨਿੰਬੂ ਵੀ ਕੰਮ ਨਾ ਆਏ ਤਾਂ ਤੁਸੀਂ ਖੱਟੀ ਮਿੱਠੀ ਗੋਲੀਆਂ ਚੂਸ ਸਕਦੀ ਹੋ।
- ਥੋੜ੍ਹਾ ਫਾਲਤੂ ਆਰਾਮ ਅਤੇ ਨੀਂਦ ਲਉ ਕਿਉਂਕਿ ਸਰੀਰਕ ਅਤੇ ਭਾਵਨਾਤਮਕ ਥਕਾਵਟ ਮਿਚਲਾਣਾ ਵਧਾ ਸਕਦੀ ਹੈ।
- ਸਵੇਰੇ ਉਠਦੇ ਹੀ ਹੜਬੜਾਹਟ ਨਾ ਮਚਾਓ। ਇਸ ਨਾਲ ਤਾਂ ਜੀਅ ਜ਼ਰੂਰ ਘਬਰਾਏਗਾ। ਆਰਾਮ ਨਾਲ ਉਠੋ। ਕੋਲ ਹੀ ਮੇਜ ਤੇ ਉਠ ਕੇ ਕੁਝ ਖਾਓ। ਫਿਰ ਆਰਾਮ ਨਾਲ ਨਾਸ਼ਤਾ ਕਰੋ। ਹਾਲਾਂਕਿ ਤੁਹਾਡੀ ਪਹਿਲਾਂ ਤੋਂ ਕੋਈ ਔਲਾਦ ਹੈ ਤਾਂ ਐਸਾ ਹੋਣਾ ਮੁਸ਼ਕਲ ਹੀ ਹੈ ਪ੍ਰੰਤੂ ਉਨ੍ਹਾਂ ਦੇ ਉਠਣ ਤੋਂ ਥੋੜ੍ਹਾ ਪਹਿਲਾਂ ਉਠਣ ਦੀ ਕੋਸ਼ਿਸ਼ ਕਰੋ ਜਾਂ ਪਣੇ ਪਤੀ ਨੂੰ ਕਹੋ ਕਿ ਉਹ ਸਵੇਰ ਦਾ ਕੰਮ ਸੰਭਾਲ ਲੈਣ।
- ਤਨਾਅ ਘਟਾਓ। ਤਨਾਅ ਨਾਲ ਮਿਚਲਾਣਾ ਵਧ ਸਕਦਾ ਹੈ।
- ਦੰਦਾਂ ਦੀ ਸਾਫ਼-ਸਫ਼ਾਈ ਦਾ ਪੂਰਾ ਧਿਆਨ ਰੱਖੋ। ਆਪਣੇ ਦੰਦਾਂ ਨੂੰ ਬ੍ਰਸ਼ ਕਰੋ। ਉਲਟੀ ਆਣ ਤੋਂ ਬਾਦ ਚੰਗੀ ਤਰ੍ਹਾਂ ਕੁਰਲੀ ਕਰੋ। ਇਸ ਨਾਲ ਦੰਦ ਸਾਫ਼ ਹੋਣਗੇ ਤੇ ਦੰਦਾਂ ਤੇ ਮਸੂੜਿਆਂ ਨੂੰ ਨੁਕਸਾਨ ਨਹੀਂ ਹੋਵੇਗਾ।
- ਸੀ-ਬੈਂਡ ਟ੍ਰਾਈ ਕਰੋ। 1'' ਚੌੜ੍ਹੇ ਇਲਾਸਟਿਕ ਬੈਂਡ ਦੋਨੋਂ ਕਲਾਈਆਂ ਤੇ ਪਾ ਲਉ। ਇਸ ਨਾਲ ਅੰਦਰ ਕਲਾਈਆਂ ਦੇ ਐਕਯੂਪ੍ਰੈਸ਼ਰ ਬਿੰਦੂਆਂ ਤੇ ਦਬਾਅ ਪਵੇਗਾ ਅਤੇ ਜੀਅ ਨਹੀਂ ਮਿਚਲਾਏਗਾ। ਇਹ ਆਮ ਤੌਰ ਤੇ ਦਵਾਈ ਦੀਆਂ ਦੁਕਾਨਾਂ ਤੋਂ ਮਿਲਦੀ ਹੈ ਅਤੇ ਇਨ੍ਹਾਂ ਨਾਲ ਕੋਈ ਨੁਕਸਾਨ ਵੀ ਨਹੀਂ ਹੁੰਦਾ। ਤੁਹਾਡੇ ਡਾਕਟਰ ਬੈਟਰੀ ਵਾਲੇ ਬੈਂਡ ਪਾਉਣ ਦੀ ਸਲਾਹ ਵੀ ਦੇ ਸਕਦੇ ਹਨ। ਇਸ ਨੂੰ 'ਰਿਲੀਫ਼ ਬੈਂਡ' ਕਹਿੰਦੇ ਹਨ, ਇਲੈਕਟ੍ਰਾਨਿਕ ਸਟਿਮੂਲੇਸ਼ਨ ਦੇ ਲਈ ਇਸ ਦਾ ਪ੍ਰਯੋਗ ਹੁੰਦਾ ਹੈ।

- ਮਾਰਨਿੰਗ ਸਿਕਨੈਸ ਦੇ ਗੰਭੀਰ ਲੱਛਣਾਂ ਤੋਂ ਬਚਾਅ ਦੇ ਲਈ ਵਿਕਲਪਿਕ ਮੈਡੀਕਲ ਤਰੀਕਿਆਂ-ਐਕਯੂਪੰਚਰ, ਐਕਯੂਪ੍ਰੈਸ਼ਰ, ਬਾਇਓਫੀਡਬੈਕ, ਹਿਪਨੋਸਿਸ ਆਦਿ ਦਾ ਪ੍ਰਯੋਗ ਕਰੋ। ਧਿਆਨ ਤੇ ਵਿਜ਼ੂਲਾਈਜੇਸ਼ਨ (ਮਾਨਸਿਕ ਚਿਤਰਣ) ਵੀ ਕਾਰਗਰ ਹੋ ਸਕਦਾ ਹੈ।

ਹਾਲਾਂਕਿ ਮਾਰਨਿੰਗ ਸਿਕਨੈਸ ਦੇ ਲਈ ਕੁਝ ਦਵਾਈਆਂ ਵੀ ਬਣੀਆਂ ਹਨ(ਡਾੱਕਸੀਲੇਮਾਈਨ) ਇਹ ਤਦ ਦਿੱਤੀ ਜਾਂਦੀ ਹੈ ਜਦੋਂ ਹਾਲਤ ਜ਼ਿਆਦਾ ਖ਼ਰਾਬ ਹੋਵੇ। ਇਸ ਨਾਲ ਉਨੀਂਦ੍ਰਾਪਨ ਮਹਿਸੂਸ ਹੁੰਦਾ ਹੈ। ਨੀਂਦ ਲੈਣਾ ਤਾਂ ਚੰਗੀ ਗੱਲ ਹੈ ਪ੍ਰੰਤੂ ਜੇਕਰ ਤੁਸੀਂ ਗੱਡੀ ਚਲਾ ਕੇ ਕੰਮ ਤੇਜਾਣ ਵਾਲੀ ਹੋ ਤਾਂ ਇਹ ਠੀਕ ਨਹੀਂ ਹੈ। ਡਾਕਟਰ ਤੋਂ ਪੁੱਛੇ ਬਿਨਾਂ ਕਿਸੀ ਵੀ ਤਰ੍ਹਾਂ ਦੀ ਪਾਰੰਪਰਿਕ ਜਾਂ ਹਰਬਲ ਦਵਾਈ ਨਾ ਲਓ।

ਕੇਵਲ 5 ਪ੍ਰਤੀਸ਼ਤ ਕੇਸ ਹੀ ਐਸੇ ਹੁੰਦੇ ਹਨ, ਜਿਥੇ ਮੈਡੀਕਲ ਇਲਾਜ ਦੀ ਲੋੜ ਪੈਂਦੀ ਹੈ।

**"ਮੇਰੇ ਮੂੰਹ ਵਿਚ ਹਮੇਸ਼ਾਂ ਲਾਰ ਬਣਦੀ ਰਹਿੰਦੀ ਹੈ ਅਤੇ ਇਸ ਨੂੰ ਨਿਗਲਣ ਨਾਲ ਮੈਨੂੰ ਮਿਚਲੀ ਆਉਂਦੀ ਹੈ। ਇੰਝ ਕਿਉਂ ਹੋ ਰਿਹਾ ਹੈ?"**

ਗਰਭਕਾਲ ਵਿਚ ਅਕਸਰ ਮੂੰਹ ਵਿਚ ਜ਼ਿਆਦਾ ਲਾਰ ਬਣਦੀ ਹੈ। ਮਾਰਨਿੰਗ ਸਿਕਨੈਸ ਤੋਂ ਗ੍ਰਸਤ ਔਰਤਾਂ ਦੇਨਾਲ ਇੰਝ ਜ਼ਿਆਦਾ ਹੁੰਦਾ ਹੈ। ਉਂਝ ਪਹਿਲਾਂ ਕੁਝ ਮਹੀਨਿਆਂ ਤੋਂ ਬਾਦ ਇਹ ਸਮੱਸਿਆ ਆਪਣੇ-ਆਪ ਠੀਕ ਹੋ ਜਾਂਦੀ ਹੈ।

ਵਾਰ-ਵਾਰ ਥੁੱਕਣ ਤੋਂ ਪ੍ਰੇਸ਼ਾਨ ਹੋ। ਦੰਦਾਂ ਨੂੰ ਲੱਸਣ ਵਾਲੇ ਪੇਸਟ ਨਾਲ ਬੁਰਸ਼ ਕਰੋ। ਸਮੇਂ-ਸਮੇਂ ਤੇ ਕੁਰਲੀ ਕਰਦੀ ਰਹੋ ਜਾਂ ਬਿਨਾਂ ਚੀਨੀ ਦੀ ਬਬਲਗਮ ਚਬਾਓ।

## ਮੈਟੇਲਿਕ ਸਵਾਦ

**"ਮੇਰੇ ਮੂੰਹ ਵਿਚ ਹਮੇਸ਼ਾਂ ਮੈਟੇਲਿਕ ਸਵਾਦ ਰਹਿੰਦਾ ਹੈ। ਇਹ ਗਰਭਕਾਲ ਦੇ ਕਾਰਣ ਹੈਜਾਂ ਕੁਝ ਖਾਣ ਦੇ ਕਾਰਣ ਇੰਝ ਹੋ ਰਿਹਾ ਹੈ?"**

ਹਾਰਮੋਨਲ ਬਦਲਾਵਾਂ ਦੇ ਕਾਰਣ ਗਰਭਵਤੀ ਔਰਤਾਂ ਦੇ ਮੂੰਹ ਦਾ ਸਵਾਦ ਅਜੀਬ ਜਿਹਾ ਰਹਿੰਦਾ ਹੈ। ਹਾਰਮੋਨ ਤੁਹਾਡੇ ਸਵਾਦ ਤੇ ਕਾਫ਼ੀ ਹੱਦ ਤਕ ਨਿਯੰਤਰਣ ਰਖਦੇ ਹਨ। ਜਦੋਂ ਉਹ ਬੇਕਾਬੂ ਹੋ ਜਾਂਦੇ ਹਨ ਤਾਂ ਸਵਾਦ ਗ੍ਰੰਥੀਆਂ ਤੇ ਵੀ ਇਸ ਦਾ ਅਸਰ ਹੁੰਦਾ ਹੈ। ਜਦੋਂ ਹਾਰਮੋਨ ਦਾ ਪੱਧਰ ਸੰਭਲਣ ਲਗਦਾ ਹੈ (ਦੂਜੀ ਤਿਮਾਹੀ) ਤਾਂ ਇਹ ਸਮੱਸਿਆ ਵੀ ਆਪਣੇ ਆਪ ਘੱਟਣ ਲਗਦੀ ਹੈ।

ਉਦੋਂ ਤਕ ਤੁਹਾਨੂੰ ਇਸ ਦਾ ਸਾਮ੍ਹਣਾ ਕਰਨਾ ਹੀ ਹੋਵੇਗਾ। ਖੱਟੇ ਫਲ, ਲੈਮਨੇਡ ਤੇ ਕੈਂਡੀ ਲਓ। ਇਸ ਨਾਲ ਲਾਰ ਵੀ ਘੱਟ ਬਣੇਗੀ। ਦੰਦਾਂ ਦੇ ਨਾਲ-ਨਾਲ ਜੀਭ ਵੀ ਸਾਫ਼ ਕਰੋ। ਮੂੰਹ ਵਿਚ ਪੀ ਐਚ ਪੱਧਰ ਨੂੰ ਨਿਯੂਟ੍ਰਲਾਈਜ਼ ਕੀਤਾ ਜਾ ਸਕੇ। ਤੁਸੀਂ ਡਾਕਟਰ ਦੀ ਰਾਏ ਨਾਲ ਵਿਟਾਮਿਨ ਦੀ ਖ਼ੁਰਾਕ ਵੀ ਬਦਲ ਸਕਦੀ ਹੋ।

## ਵਾਰ-ਵਾਰ ਪਿਸ਼ਾਬ ਜਾਣਾ

**"ਮੈਨੂੰ ਹਰ ਅੱਧੇ ਘੰ ਬਾਦ ਪਿਸ਼ਾਬ ਦੇ ਲਈ ਜਾਣਾ ਪੈਂਦਾ ਹੈ। ਕੀ ਇਹ ਆਮ ਹੈ?"**

ਮੰਨਿਆ ਇਹ ਤੁਹਾਡੇ ਘਰ ਦੀ ਸਭ ਤੋਂ ਵਧੀਆ ਜਗ੍ਹਾ ਨਹੀਂ ਹੈ ਪ੍ਰੰਤੂ ਜ਼ਿਆਦਾਤਰ ਗਰਭਵਤੀ ਔਰਤਾਂ ਨੂੰ ਇਸ ਨੂੰ ਅਪਨਾਉਣਾ ਪੈਂਦਾ ਹੈ। ਜਦੋਂ ਜ਼ਰੂਰਤ ਪਵੇ ਤਾਂ ਜਾਣਾ ਹੀ ਪਏਗਾ। ਦਿਨ ਹੋਵੇ ਜਾਂ ਰਾਤ, ਤੁਹਾਨੂੰ ਉਠ ਕੇ ਬਾਥਰੂਮ ਜਾਣਾ ਹੋਵੇਗਾ। ਹਾਲਾਂਕਿ ਇਹ ਇੰਨਾ ਆਰਾਮਦੇਹ ਨਹੀਂ ਲਗਦਾ ਪ੍ਰੰਤੂ ਇਹ ਪੂਰੀ ਤਰ੍ਹਾਂ ਆਮ ਹੈ।

ਵਾਰ-2 ਪਿਸ਼ਾਬ ਦਾ ਇੱਛਾ ਕਿਉਂ ਹੁੰਦੀ ਹੈ? ਹਾਰਮੋਨਾਂ ਦੇ ਕਾਰਣ ਖ਼ੂਨ ਦੇ ਨਾਲ-2 ਪਿਸ਼ਾਬ ਦੇ ਪ੍ਰਵਾਹ ਵਿਚ ਵੀ ਤੇਜੀ ਆਉਂਦੀ ਹੈ। ਦੂਜੇ ਗਰਭਕਾਲ ਵਿਚ ਕਿਡਨੀ ਦੀ ਸਮਰੱਥਾ ਵਿਚ ਸੁਧਾਰ ਹੁੰਦਾ ਹੈ ਸਰੀਰ ਅਸਾਨੀ ਨਾਲ ਫਾਲਤੂ ਪਦਾਰਥਾਂ ਤੋਂ ਛੁਟਕਾਰਾ ਪਾ ਲੈਂਦਾ ਹੈ। (ਤੁਸੀਂ ਦੋ ਲੋਕਾਂ ਦੇ ਲਈ ਪਿਸ਼ਾਬ ਜਾ ਰਹੀ ਹੋ) ਗਰਭਦਾਨੀ ਦੇ ਵਧਦੇ ਅਕਾਰ ਨਾਲ ਬਲੈਡਰ ਤੇ ਦਬਾਅ ਪੈਂਦਾਹੈ ਅਤੇ ਤੁਹਾਨੂੰ ਵਾਰ-2 ਪਿਸ਼ਾਬ ਕਰਨ ਜਾਣਾ ਪੈਂਦਾਹੈ। ਜਦੋਂ ਦੂਜੀ ਤਿਮਾਹੀ ਵਿਚ ਗਰਭਦਾਨੀ ਪੇਟ ਦੇ ਖ਼ਾਲੀ ਹਿੱਸੇ ਵੱਲ ਉਠ ਜਾਂਦੀ ਹੈ ਤਾਂ ਇਹ ਦਬਾਅ ਆਪਣੇ ਆਪ ਘੱਟ ਜਾਂਦਾ ਹੈ। ਇਹ ਤੀਜੀ ਤਿਮਾਹੀ ਤਕ ਹੇਠਾਂ ਨਹੀਂ ਆਉਂਦੀ ਜਦੋਂ ਤਕ ਬੱਚੇ ਦਾ ਸਿਰ ਪੈਲਵਿਸ ਤਕ ਨਹੀਂ ਪਹੁੰਚਦਾ। ਸਰੀਰ ਦੇ ਅੰਦਰੂਨੀ ਅੰਗਾਂ ਦੀ ਕਾਰਜਪ੍ਰਣਾਲੀ ਦੇ ਹਿਸਾਬ ਨਾਲ ਔਰਤਾਂ ਦੇ ਸਰੀਰ ਵਿਚ ਇਸ ਦੀ

ਪ੍ਰਕ੍ਰਿਆ ਵੱਖ-2 ਹੋ ਸਕਦੀ ਹੈ। ਕੁਝ ਔਰਤਾਂ ਨੂੰ ਇਸ ਨਾਲ ਕੋਈ ਫਰਕ ਨਹੀਂ ਪੈਂਦਾ ਹੈ ਅਤੇ ਕੁਝ ਪੂਰੇ ਨੌਂ ਮਹੀਨੇ ਇਸ ਦੇਕਾਰਣ ਪ੍ਰੇਸ਼ਾਨ ਰਹਿੰਦੀਆਂ ਹਨ।

ਤੁਹਾਨੂੰ ਬਾਥਰੂਮ ਕਰਦੇ ਸਮੇਂ ਬਲੈਡਰ ਪੂਰੀ ਤਰ੍ਹਾਂ ਖ਼ਾਲੀ ਕਰਨਾ ਚਾਹੀਦਾ ਹੈ। ਇਸ ਤਰ੍ਹਾਂ ਵਾਰ-2 ਬਾਥਰੂਮ ਜਾਣ ਦੀ ਮੁਸੀਬਤ ਕੁਝ ਤਾਂ ਘਟੇਗੀ। ਇਸ ਪ੍ਰੇਸ਼ਾਨ ਤੋਂ ਘਬਰਾ ਕੇ, ਤਰਲ ਪਦਾਰਥਾਂ ਦੀ ਮਾਤਰਾ ਨਾ ਘਟਾਓ। ਤੁਹਾਨੂੰ ਤੇ ਤੁਹਾਡੇ ਸਰੀਰ ਨੂੰ ਤਰਲ ਪਦਾਰਥਾਂ ਦੀ ਭਰਪੂਰ ਮਾਤਰਾ ਚਾਹੀਦੀ ਹੈ ਕਿਉਂਕਿ ਡੀਹਾਈਡ੍ਰੇਸ਼ਨ ਦੇ ਕਾਰਣ ਪਿਸ਼ਾਬਦਾਨੀ ਦਾ ਇਨਫੈਕਸ਼ਨ ਵੀ ਹੋ ਸਕਦਾ ਹੈ।

ਉਂਝ ਤੁਹਾਨੂੰ ਕੈਫੀਨ ਦੀ ਮਾਤਰਾ ਘਟਾਣ ਤੇ ਧਿਆਨ ਦੇਣਾ ਚਾਹੀਦਾ ਹੈ। ਜੇਕਰ ਰਾਤ ਨੂੰ ਵਾਰ-2 ਬਾਥਰੂਮ ਦੇ ਲਈ ਉਠਣਾ ਪਵੇ ਤਾਂ ਸੌਂਦੇ ਸਮੇਂ ਤਰਲ ਪਦਾਰਥਾਂ ਦੀ ਵਧ ਮਾਤਰਾ ਨਾ ਲਉ।

ਜੇਕਰ ਬਾਥਰੂਮ ਜਾਣ ਤੋਂ ਇਕਦਮ ਬਾਦ ਵੀ, ਫਿਰ ਤੋਂ ਬਾਥਰੂਮ ਆਵੇ ਤਾਂ ਡਾਕਟਰ ਦੀ ਰਾਏ ਲਉ। ਹੋ ਸਕਦਾ ਹੈ ਕਿ ਤੁਹਾਨੂੰ ਪਿਸ਼ਾਬਦਾਨੀ ਦਾ ਇਨਫੈਕਸ਼ਨ ਹੋਵੇ।

**''ਮੈਨੂੰ ਵਾਰ-2 ਪਿਸ਼ਾਬ ਦੇ ਲਈ ਕਿਉਂ ਨਹੀਂ ਜਾਣਾ ਪੈਂਦਾ?''**

ਜੇਕਰ ਤੁਹਾਨੂੰ ਵਾਰ-2 ਪਿਸ਼ਾਬ ਦੇਲਈ ਨਹੀਂ ਜਾਣਾ ਪੈ ਰਿਹਾ ਤਾਂ ਹੋ ਸਕਦਾ ਹੈ ਕਿ ਤੁਹਾਡੇ ਲਈ ਇਹੀ ਆਮ ਹੋਵੇ। ਤੁਹਾਨੂੰ ਦਿਨ ਵਿਚ ਘੱਟ ਤੋਂ ਘੱਟ 8 ਗਿਲਾਸ ਪਾਣੀ ਪੀਣਾ ਹੋਵੇਗਾ। ਉਲਟੀਆਂ ਆ ਰਹੀਆਂ ਹੋਣ ਤਾਂ ਪਾਣੀ ਮਾਤਰਾ ਹੋਰ ਵੀ ਵਧਾ ਦਿਉ। ਜੇਕਰ ਪਾਣੀ ਤੇ ਤਰਲ ਪਦਾਰਥਾਂ ਦੀ ਘੱਟ ਮਾਤਰਾ ਲਉਗੀ ਤਾਂ ਪਿਸ਼ਾਬਦਾਨੀ ਦੇ ਇਨਫੈਕਸ਼ਨ ਦੇ ਨਾਲ ਨਾਲ ਡੀਹਾਈਡ੍ਰੇਸ਼ਨ ਵੀ ਹੋ ਸਕਦਾ ਹੈ।

## ਛਾਤੀਆਂ ਵਿਚ ਆਣ ਵਾਲੇ ਬਦਲਾਅ

**''ਮੇਰੀ ਬ੍ਰੈਸਟ ਇੰਨੀ ਵੱਡੀ ਹੋ ਗਈ ਹੈ ਕਿ ਪਹਿਚਾਣ ਵਿਚ ਹੀ ਨਹੀਂ ਆਉਂਦੀ। ਉਹ ਪਹਿਲਾਂ ਤੋਂ ਕਾਫ਼ੀ ਨਰਮ ਵੀ ਹੋ ਗਈਆਂ ਹਨ। ਉਹ ਹਮੇਸ਼ਾਂ ਇੰਝ ਰਹਿਣਗੀਆਂ ਜਾਂ ਬੱਚੇ ਦੇ ਜਨਮ ਤੋਂ ਬਾਦ ਠੀਕ ਹੋ ਜਾਣਗੀਆਂ।**

ਲਗਦਾ ਹੈ ਕਿ ਤੁਸੀਂ ਗਰਭਕਾਲ ਵਿਚ ਸਭ ਤੋਂ ਪਹਿਲਾਂ ਵੱਡੀ ਹੋਣ ਵਾਲੀ ਚੀਜ਼ ਦੇਖ ਲਈ ਹੈ। ਹਾਲਾਂਕਿ ਦੂਜੀ ਤਿਮਾਹੀ ਤਕ ਵੀ ਪੇਟ ਕਾਫ਼ੀ ਨਹੀਂ ਫੈਲਦਾ ਪ੍ਰੰਤੂ ਗਰਭਧਾਰਣ ਦੇ ਕੁਝ ਸਮੇਂ ਬਾਦ ਹੀ ਛਾਤੀਆਂ ਵੱਡੀਆਂ ਹੋਣ ਲਗਦੀਆਂ ਹਨ। ਹੋ ਸਕਦਾਹੈ ਕਿ ਤੁਹਾਡੀ ਬ੍ਰਾ ਦਾ ਕਪ ਸਾਈਜ਼ ਤਿਗੁਣਾ ਹੋ ਜਾਏ। ਤੁਹਾਡੀਆਂ ਛਾਤੀਆਂ ਵਿਚ ਚਰਬੀ ਜਮਾ ਹੋ ਰਹੀ ਹੈ ਅਤੇ ਖ਼ੂਨ ਦਾ ਪ੍ਰਵਾਹ ਵੀ ਤੇਜ ਹੋ ਰਿਹਾ ਹੈ। ਤੁਹਾਡੀ ਛਾਤੀ ਨੰਨ੍ਹੇ ਬੱਚੇ ਨੂੰ ਖ਼ੁਰਾਕ ਦੇਣ ਦੇਲਈ ਤਿਆਰ ਹੋ ਰਹੀਆਂ ਹਨ।

ਤੁਹਾਨੂੰ ਬ੍ਰੈਸਟ ਦੇ ਅਕਾਰ ਤੋਂ ਇਲਾਵਾ ਹੋਰ ਵੀ ਕਈ ਬਦਲਾਅ ਦਿਖਾਈ ਦੇਣਗੇ। ਨਿੱਪਲ ਦੇ ਆਸ-ਪਾਸ ਦਾ ਭੂਰਾ ਹਿੱਸਾ ਫੈਲੇਗਾ ਤੇ ਰੰਗ ਵੀ ਕਾਫ਼ੀ ਗੂੜ੍ਹਾ ਹੋ ਜਾਏਗਾ। ਇਸ ਦੇ ਉਪਰ ਛੋਟੇ-2 ਜਿਹੇ ਉਭਾਰ ਦਿਖਾਈ ਦੇਣਗੇ। ਇਹ ਗ੍ਰੰਥੀਆਂ ਹਨ, ਜੋ ਗਰਭਕਾਲ ਵਿਚ ਹੋਰ ਵੀ ਸਾਫ਼ ਦਿਖਾਈ ਦੇਣਗੀਆਂ ਬਾਦ ਵਿਚ ਆਮ ਹੋ ਜਾਣਦੀਆਂ। ਤੁਹਾਡੀਆਂ ਛਾਤੀਆਂ ਤੇ ਨੀਲੀਆਂ ਨਸਾਂ ਦਾ ਉਭਾਰ ਵੀ ਦਿਖਾਈ ਦੇ ਸਕਦਾ ਹੈ ਜਿਸ ਤੋਂ ਪਤਾ ਚਲਦਾ ਹੈ ਕਿ ਮਾਂ ਵੱਲੋਂ ਬੱਚੇ ਨੂੰ ਖ਼ੁਰਾਕੀ ਤੱਤ ਪਹੁੰਚ ਰਹੇ ਹਨ। ਬੱਚੇ ਨੂੰ ਦੁੱਧ ਪਿਲਾਣ ਜਾਂ ਫਿਰ ਪ੍ਰਸੂਤ ਤੋਂ ਬਾਦ ਇਹ ਨੀਲੀਆਂ ਧਾਰੀਆਂ ਮਿਟ ਜਾਣਦੀਆਂ।

ਹਾਲਾਂਕਿ ਪੂਰੇ ਨੌਂ ਮਹੀਨੇ ਤਕ ਇਸ ਦੇਅਕਾਰ ਵਿਚ ਬਦਲਾਅ ਆਏਗਾ ਪ੍ਰੰਤੂ ਸੰਵੇਦਨਸ਼ੀਲਤਾ ਪਹਿਲੇ ਦੋ-ਚਾਰ ਮਹੀਨੇ ਵਿਚ ਹੀ ਜ਼ਿਆਦਾ ਹੋਵੇਗੀ। ਉਸ ਸਮੇਂ ਹਲਕਾ ਗਰਮ-ਠੰਡਾ ਸੇਕ ਫਾਇਦੇਮੰਦ ਹੋ ਸਕਦਾ ਹੈ।

ਉਂਝ ਜੇਕਰ ਤੁਸੀਂ ਬ੍ਰੈਸਸ਼ ਨੂੰ ਸਹੀ ਤਰ੍ਹਾਂ ਨਾਲ ਸਪੋਰਟ ਨਹੀਂ ਦਿਉਗੀ ਤਾਂ ਉਹ ਲਟਕ ਵੀ ਸਕਦੀਆਂ ਹਨ। ਤੁਹਾਨੂੰ ਚੰਗੀ ਸਹਾਰਾ ਦੇਣ ਵਾਲੀ ਬ੍ਰਾ ਚੁਣਨੀ ਹੋਵੇਗੀ। ਕਾਟਨ ਦੀ ਸਪੋਰਟਸ ਬ੍ਰਾ ਪਾਓ, ਇਹ ਕਾਫ਼ੀ ਸਹੀ ਰਹੇਗੀ।

ਕਈ ਔਰਤਾਂ ਨੂੰ ਮੋਮਿਆਂ ਦੇ ਅਕਾਰ ਵਿਚ ਇਕਦਮ ਬਦਲਾਅ ਦਿਖਦਾ ਹੈ ਤੇ ਕਈਆਂ ਵਿਚ ਇਹ ਬਦਲਾਅ ਕਾਫ਼ੀ ਹਲਕਾ ਹੁੰਦਾ ਹੈ ਕਿ ਇਸ ਦਾ ਇਕਦਮ ਪਤਾ ਨਹੀਂ ਚਲ ਸਕਦਾ। ਗਰਭਕਾਲ ਦੇ ਬਾਕੀ ਬਦਲਾਵਾਂ ਦੀਤਰ੍ਹਾਂ ਬ੍ਰੈਸਟ ਵਿਚ ਹੋਣ ਵਾਲੇ ਸਾਰੇ ਬਦਲਾਅ ਵੀ ਆਮ ਹੀ ਹਨ। ਜੇਕਰ ਮੋਮਿਆਂ ਦੇ ਅਕਾਰ ਵਿਚ ਜ਼ਿਾਦਾ ਬਦਲਾਅ ਨਹੀਂ ਆਇਆ ਤਾਂ ਤੁਹਾਨੂੰ ਬ੍ਰਾ ਦੇ ਵੱਧ ਨੰਬਰ ਨਹੀਂ ਬਦਲਣੇ ਪੈਣਗੇ ਪਰ ਇਸ ਨਾਲ ਦੁੱਧ ਪਿਲਾਣ ਦੀ ਸਮਰੱਥਾ ਤੇ ਵੀ ਕੋਈ ਅਸਰ ਨਹੀਂ ਹੋਵੇਗਾ।

**''ਪਹਿਲੇ ਗਰਭਕਾਲ ਵਿਚ ਮੇਰੀ ਛਾਤੀ ਦਾ ਅਕਾਰ ਕਾਫ਼ੀ ਵੱਡਾ ਹੋ ਗਿਆ ਸੀ। ਦੂਜੇ ਗਰਭ-ਕਾਲ ਵਿਚ ਇੰਝ ਨਹੀਂ ਹੋ ਰਿਹਾ। ਕੀ ਇਹ ਆਮ ਹੈ?''**

ਪਿਛਲੀ ਵਾਰ ਤੁਹਾਡਾ ਪਹਿਲਾ ਗਰਭਕਾਲ ਸੀ। ਇਸ ਵਾਰ ਬ੍ਰੈਸਟ ਨੂੰ ਉਸਦਾ ਅਨੁਭਵ ਹੋ ਚੁੱਕਾ ਹੈ। ਇਸ ਲਈ ਹੋ ਸਕਦਾ ਹੈ ਕਿ ਉਨ੍ਹਾਂ ਵਿਚ ਉਹੋ ਨਾਟਕੀ ਬਦਲਾਅ ਨਾ ਆਏ। ਹੋ ਸਕਦਾ ਹੈ ਕਿ ਉਨ੍ਹਾਂ ਦੇ ਅਕਾਰ ਵਿਚ ਹੌਲੀ-ਹੌਲੀ ਬਦਲਾਅ ਆਏ ਜਾਂ ਫਿਰ ਪ੍ਰਸੂਤ ਤੋਂ ਬਾਦ ਦੁੱਧ ਪਿਲਾਣ ਸਮੇਂ ਅਕਾਰ ਵਧੇ। ਉਂਝ ਇਹ ਹੌਲੀ ਹੌਲੀ ਵੱਧਣ ਦੀ ਪ੍ਰਕ੍ਰਿਆ ਬਿਲਕੁਲ ਆਮ ਹੈ। ਇਨ੍ਹਾਂ ਵਿਚ ਆਣ ਵਾਲਾ ਇਹ ਬਦਲਾਅ ਦੋ ਗਰਭਕਾਲਾਂ ਦੇ ਵਿਚ ਹੋਣ ਵਾਲੇ ਅੰਤਰ ਵਿਚੋਂ ਇਕ ਹੈ।

## ਪੇਅ ਦੇ ਹੇਠਲੇ ਹਿੱਸੇ ਤੇ ਦਬਾਅ

**"ਮੇਰੇ ਪੇਟ ਦੇ ਹੇਠਲੇ ਹਿੱਸੇ ਵਿਚ ਹਲਕਾ ਜਿਹਾ ਦਬਾ ਬਣਿਆ ਰਹਿੰਦਾ ਹੈ। ਕੀ ਮੈਨੂੰ ਇਸ ਵੱਲ ਧਿਆਨ ਦੇਣਾ ਚਾਹੀਦਾ ਹੈ?"**

ਇੰਝ ਲਗਦਾ ਹੈ ਕਿ ਤੁਸੀਂ ਆਪਣੇ ਸਰੀਰ ਦੀ ਹਰ ਆਵਾਜ਼ ਪਹਿਚਾਨਦੀ ਹੋ, ਇਹ ਇਕ ਇਕ ਚੰਗਾ ਸੰਕੇਤ ਹੈ ਪ੍ਰੰਤੂ ਜਦੋਂ ਤੁਸੀਂ ਇਸ ਨਾਲ ਜੁੜੇ ਦਰਦ ਤੇ ਤਕਲੀਫ਼ਾਂ ਨਾਲ ਵਧ ਜੁੜਦੀ ਹੋ ਤਾਂ ਉਸ ਨੂੰ ਚੰਗਾ ਨਹੀਂ ਕਿਹਾ ਜਾ ਸਕਦਾ।

ਚਿੰਤਾ ਨਾ ਕਰੋ। ਪਹਿਲੇ ਗਰਭਕਾਲ ਵਿਚ, ਪੇਟ ਦੇ ਹੇਠਲੇ ਹਿੱਸੇ ਵਿਚ ਹਲਕੀ ਸੁੰਗੜਣ ਜਾਂ ਦਬਾਅ ਦਾ ਭਾਵ ਹੈ ਕਿ ਸਭ ਕੁਝ ਸਹੀ ਹੈ, ਕੁਝ ਗਲਤ ਨਹੀਂ ਹੋ ਰਿਹਾ।

ਹੋ ਸਕਦਾ ਹੈ ਕਿ ਤੁਹਾਡਾ ਸੰਵੇਦਨਸ਼ੀਲ ਬਾੱਡੀ ਰਾਡਾਰ, ਉਨ੍ਹਾਂ ਨਾਟਕੀ ਬਦਲਾਵਾਂ ਦਾ ਸੰਕੇਤ ਦੇ ਰਿਹਾ ਹੋਵੇ,ਜੋ ਪੇਟ ਦੇ ਹੇਠਲੇ ਹਿੱਸੇ ਵਿਚ ਹੋ ਰਹੇ ਹਨ। ਹੋ ਸਕਦਾ ਹੈ ਕਿ ਤੁਹਾਨੂੰ ਵਧੇ ਹੋਏ ਖ਼ੂਨ ਪ੍ਰਾਹ, ਯੂਟੇਰਾਈਨ ਲਾਇਨਿੰਗ ਦੇ ਬਣਨ ਜਾਂ ਗਰਭਦਾਨੀ ਦੇ ਵੱਡੇ ਹੋਣ ਦਾ ਅਹਿਸਾਸ ਹੋ ਰਿਹਾ ਹੈ। ਕਈ ਵਾਰ ਕਬਜ ਜਾਂ ਗੈਸ ਦੇ ਦਰਦ ਕਾਰਣ ਵੀ ਇੰਝ ਹੁੰਦਾ ਹੈ।

## ਹਲਕਾ ਦਾਗ ਲਗਣਾ

**"ਮੈਂ ਟਾੱਯਲਟ ਪ੍ਰਯੋਗ ਕਰ ਰਹੀ ਸੀ ਤਾਂ ਹੀ ਪੁੰਝਣ ਸਮੇਂ ਮੈਨੂੰ ਖ਼ੂਨ ਦਾ ਹਲਕਾ ਜਿਹਾ ਧੱਬਾ ਦਿਖਿਆ, ਕੀ ਮੇਰਾ ਮਿਸਕੈਰੇਜ ਹੋ ਗਿਆ ਹੈ?"**

ਗਰਭਕਾਲ ਵਿਚ ਇਸ ਤਰ੍ਹਾਂ ਖ਼ੂਨ ਦਾ ਧੱਬਾ ਦਿਖਣਾ ਕਾਫ਼ੀ ਡਰਾ ਦੇਣ ਵਾਲਾ ਹੁੰਦਾ ਹੈ। ਪ੍ਰੰਤੂ ਇਸ ਦਾ ਮਤਲਬ ਇਹ ਨਹੀਂ ਹੁੰਦਾ ਹੈ ਕਿ ਤੁਹਾਡੇ ਨਾਲ ਕੁਝ ਗਲਤ ਹੀ ਹੋਵੇਗਾ। 5 ਵਿਚੋਂ 1 ਗਰਭਵਤੀ ਔਰਤ ਨੂੰ ਅਕਸਰ ਇਸੀ ਤਰ੍ਹਾਂ ਦੇ ਹਲਕੇ ਖ਼ੂਨ ਰਿਸਾਅ(ਬਲੀਡਿੰਗ) ਦਾ ਅਨੁਭਵ ਹੁੰਦਾਹੈ ਅਤੇ ਉਹ ਸਿਹਤਮੰਦ ਬੱਚੇ ਨੂੰ ਜਨਮ ਦੇਂਦੀਆਂ ਹਨ। ਹੋ ਸਕਦਾ ਹੈ ਕਿ ਇਹ ਹਲਕਾ ਧੱਬਾ ਪੀਰਿਯਦ ਦੇ ਸ਼ੁਰੂਆਤ ਦਾ ਆਖ਼ਰੀ ਦਾ ਸੰਕੇਤ ਹੋਵੇ। ਦਿਲ ਕਾਬੂ ਕਰਕੇ ਅੱਗੇ ਲਿਖੀਆਂ ਗੱਲਾਂ ਪੜ੍ਹੋ। ਇਸ ਹਲਕੇ ਜਿਹੇ ਧੱਬੇ ਦੇ ਹੇਠ-ਲਿਖੇ ਕਾਰਣ ਹੋ ਸਕਦੇ ਹਨ।

**ਯੂਟੇਰਾਈਨ ਵਾੱਲ ਵਿਚ ਐਂਬਰਿਓ ਦਾ ਆਣਾ:-** 20-30 ਪ੍ਰਤੀਸ਼ਤ ਔਰਤਾਂ ਨੂੰ ਇਸ ਸਭਾਟਿੰਗ ਭਾਵ 'ਇੰਪਲਾਟੇਸ਼ਨ ਬਲੀਡਿੰਗ' ਦੀ ਸ਼ਿਕਾਇਤ ਹੁੰਦੀ ਹੈ। ਗਰਭਧਾਰਣ ਦੇ ਪੰਚ ਤੋਂ ਦਸ ਦਿਨ ਤੋਂ ਬਾਦ, ਜਦੋਂ ਤੁਹਾਡੇ ਪੀਰੀਯਡ ਆਣ ਵਾਲੇ ਹੁੰਦੇ ਹਨ, ਉਦੋਂ ਇੰਝ ਹੋ ਸਕਦਾਹ ਹੈ। ਇਹ ਤੁਹਾਡੀ ਮਾਹਵਾਰੀ ਤੋਂ ਕਾਫ਼ੀ ਘੱਟ, ਕੁਝ ਘੰਟਿਆਂ ਤੋਂ ਕੁਝ ਦਿਨਾਂ ਦੀ ਹੋ ਸਕਦੀ ਹੈ। ਇਹ ਹਲਕੇ ਗੁਲਾਬੀ ਜਾਂ ਭੂਰੇਰੰਗ ਦੀ ਬਲੀਡਿੰਗ ਦੀ ਛੋਟੀ ਗੇਂਦ, ਗਰਭਦਾਨੀ ਦੀ ਦੀਵਾਰ ਤੋਂ ਆਪਣਾ ਰਸਤਾ ਬਣਾਂਦੀ ਹੈ। 'ਇੰਪਲਾਟੇਸ਼ਨ ਬਲੀਡਿੰਗ' ਦਾ ਇਹ ਮਤਲਬ ਬਿਲਕੁਲ ਨਹੀਂ ਹੈ ਕਿ ਕੁਝ ਗਲਤ ਹੋ ਰਿਹਾ ਹੈ।

**ਇੰਟਰਕੋਰਸ(ਸਹਿਵਾਸ) ਜਾਂ ਅੰਦਰੂਨੀ ਪੈਲਵਿਕ ਜਾਂਚ ਜਾਂ ਪੈਮ ਸਮੀਅਰ:-** ਗਰਭਕਾਲ ਵਿਚ ਸਰਵਿਕਸ ਪਹਿਲਾਂ ਤੋਂ ਕਾਫ਼ੀ ਨਾਜ਼ੁਕ ਹੋ ਜਾਂਦੀ ਹੈ ਅਤੇ ਖ਼ੂਨ ਨਲੀਆਂ ਉਭਰ ਆਉਂਦੀਆਂ ਹਨ, ਉਹ ਇੰਟਰਕੋਰਸ ਦੀ ਅੰਦਰੂਨੀ ਜਾਂਚ ਕਾਰਣ ਹਲਕੀ ਬਲੀਡਿੰਗ ਦੇ ਕਾਰਣ ਬਣ ਸਕਦੀ ਹੈ।

ਐਸੀ ਬਲੀਡਿੰਗ ਗਰਭਕਾਲ ਵਿਚ ਕਿਸੇ ਵੀ ਸਮੇਂ ਹੋ ਸਕਦੀ ਹੈ। ਇਹ ਆਮ ਤੌਰ ਤੇ ਕਿਸੀ ਸਮੱਸਿਆ ਦਾ ਸੰਕੇਤ ਨਹੀਂ ਹੁੰਦੀ ਪ੍ਰੰਤੂ ਤੁਸੀਂ ਆਪਣੀ ਤਸੱਲੀ ਦੇਲਈ ਡਾਕਟਰ ਤੋਂ ਚੈਕਅਪ ਕਰਵਾ ਸਕਦੀ ਹੋ।

**ਵਿਜਾਇਨਾ(ਯੋਨੀ) ਦਾ ਸਰਵਿਕਸ ਇਨਫੈਕਸ਼ਨ:** ਇਨ੍ਹਾਂ ਦੋਨਾਂ ਦੇ ਇਨਫੈਕਸ਼ਨ ਦੇ ਕਾਰਣ ਵੀ ਹਲਕੇ ਖ਼ੂਨ ਰਿਸਾਅ(ਬਲੀਡਿੰਗ) ਹੋ ਸਕਦੀ ਹੈ।

**ਸਬਕਾੱਰਿਓਨਿਕ ਬਲੀਡਿੰਗ:-** ਐਸੀ ਬਲੀਡਿੰਗ ਉਦੋਂ ਹੁੰਦੀ ਹੈ ਜਦੋਂ ਕੋਰੀਅਨ (ਪਲੇਸੈਂਟਾ ਦੇ ਨਾਲ

## ਡਾਕਟਰ ਨੂੰ ਫ਼ੋਨ ਕਦੋਂ ਕਰੀਏ?

ਕੋਈ ਵੀ ਐਮਰਜੈਂਸੀ ਆਣ ਤੋਂ ਪਹਿਲਾਂ ਉਸ ਦਾ ਪ੍ਰੋਟੋਕਾਲ ਤੈਅ ਕਰ ਲਉ। ਜੇਕਰ ਅਚਾਨਕ ਕੋਈ ਨਵਾਂ ਲੱਛਣ ਸਾਮ੍ਹਣੇ ਆ ਜਾਏ ਤਾਂ ਹੇਠ-ਲਿਖਿਆ ਤਰੀਕਾ ਅਪਣਾਓ:-

ਸਭ ਤੋਂ ਪਹਿਲਾਂ ਡਾਕਟਰ ਦੇ ਦਫ਼ਤਰ ਵਿਚ ਫ਼ੋਨ ਕਰੋ। ਉਹ ਉਥੇ ਨਹੀਂ ਹੈ, ਤਾਂ ਲੱਛਣ ਦੱਸਦੇ ਹੋਏ ਸੰਦੇਸ਼ਾ ਛੱਡੋ। ਜੇਕਰ ਕੁਝ ਹੀ ਮਿੰਟਾਂ ਵਿਚ ਉਥੋਂ ਫ਼ੋਨ ਨ ਆਏ ਤਾਂ ਦੁਬਾਰਾ ਫ਼ੋਨ ਕਰੋ ਜਾਂ ਕੋਲ ਦੇ ਐਮਰਜੈਂਸੀ ਕਮਰੇ ਵਿਚ ਨਰਸ ਨੂੰ ਸਾਰੀ ਸਥਿਤੀ ਦੱਸੋ। ਜੇਕਰ ਉਹ ਆਣ ਨੂੰ ਕਹੇ ਤਾਂ ਡਾਕਅਰ ਨੂੰ ਸੂਚਨਾ ਦੇ ਕੇ ਉਥੇ ਪਹੁੰਚੋ।

ਆਪਣੀ ਸਮੱਸਿਆ ਜਾਂ ਤੁਰੰਤ ਲੱਛਣ ਦਸਦੇ ਸਮੇਂ ਹਰ ਉਸ ਲੱਛਣ ਸਬੰਧੀ ਦੱਸੋ ਜਿਸ ਦਾ ਅਹਿਸਾਸ ਹੋਇਆ ਹੋਵੇ। ਉਨ੍ਹਾਂ ਨੂੰ ਦੱਸੋ ਕਿ ਲੱਛਣ ਨੂੰ ਸਭ ਤੋਂ ਪਹਿਲਾਂ ਕਦੋਂ ਦੇਖਿਆ ਜਾਂ ਉਹ ਕਿੰਨੀ ਵਾਰ ਹੋਇਆ ਜਾਂ ਕਿੰਨਾ ਹਲਕਾ ਜਾਂ ਗੰਭੀਰ ਸੀ।

**ਤੁਰੰਤ ਫ਼ੋਨ ਕਰੋ :-**

- ਹਲਕੀ ਸੁੰਗੜਨ ਦਾ ਪੇਟ ਦੇ ਹੇਠਲੇ ਹਿੱਸੇ ਵਿਚ ਦਰਦ ਦੇਨਾਲ ਬਲੀਡਿੰਗ ਹੋਣਾ।
- ਪੇਟ ਦੇ ਹੇਠ ਹਿੱਸੇ, ਵਿਚਕਾਰ ਜਾਂ ਦੋਨਾਂ ਪਾਸੇ ਲਗਾਤਾਰ ਹੋਣ ਵਾਲਾ ਦਰਦ, ਚਾਹੇ ਬਲੀਡਿੰਗ।
- ਜ਼ਰੂਰਤ ਤੋਂ ਵੱਧ ਪਿਆਸ ਲਗਣਾ, ਪਿਸ਼ਾਬ, ਵਿਚ ਕਮੀ ਜਾਂ ਪੂਰਾ ਦਿਨ ਪਿਸ਼ਾਬ ਨਾ ਹੋਣਾ।
- ਪਿਸ਼ਾਬ ਦੇ ਸਮੇਂ ਜਲਣ ਜਾਂ ਦਰਦ, ਤੇਜ ਬੁਖ਼ਾਰ ਦੇ ਨਾਲ ਸਿਰ ਦਰਦ।
- 101.5° ਫਾਰਨਹੀਟ ਤੋਂ ਤੇਜ ਬੁਖ਼ਾਰ।
- ਹੱਥ-ਪੈਰ ਅਤੇ ਅੱਖਾਂ ਵਿਚ ਅਚਾਨਕ ਭਾਰੀ ਸੋਜਸ਼, ਧੁੰਦਲੀ ਨਜ਼ਰ, ਅਚਾਨਕ ਭਾਰ ਵਧਣਾ।
- ਨਜ਼ਰ ਧੁੰਦਲਾਣਾ ਜਾਂ ਦੋ-ਦੋ ਚੀਜ਼ਾਂ ਦਿਖਣਾ (ਕੁਝ ਸਮੇਂ ਤਕ)
- ਤੇਜ ਸਿਰ ਦਰਦ (ਲਗਾਤਾਰ ਦੋ-ਤਿੰਨ ਘੰਟੇ)।
- ਖ਼ੂਨੀ ਡਾਇਰੀਆ।

**ਉਸੀ ਦਿਨ ਫ਼ੋਨ ਕਰੋ (ਅਗਲੀ ਸਵੇਰ ਜੇਕਰ ਰਾਤ ਨੂੰ ਤਕਲੀਫ਼ ਹੋਵੇ)**

- ਪਿਸ਼ਾਬ ਦੇ ਨਾਲ ਖ਼ੂਨ ਆਉਣਾ।
- ਹੱਥਾਂ-ਪੈਰਾਂ ਤੇਅੱਖਾਂ ਵਿਚ ਸੋਜਸ।
- ਜਲਣ ਦੇ ਨਾਲ ਪਿਸ਼ਾਬ ਆਉਣਾ।
- ਬੇਹੋਸ਼ੀ।
- ਕੋਲਡ ਜਾਂ ਫਲਯੂ ਦੇ ਲੱਛਣਾਂ ਤੋਂ ਬਿਨਾਂ ਤੇਜ ਬੁਖ਼ਾਰ।
- ਜੀਮਚਲਾਉਣਾ ਤੇ ਉਲਟੀ ਹੋਣਾ (ਗਰਭਕਾਲ ਤੋਂ ਬਾਦ ਦੇ ਦਿਨਾਂ ਵਿਚ)
- ਪਿਸ਼ਾਬ ਦਾ ਗੂੜ੍ਹਾ ਰੰਗ, ਲੈਟਰੀਨ ਵਿਚ ਪੀਲਾਪਨ ਜਾਂ ਪੀਲਿਆ ਦੇ ਲੱਛਣ।

ਡਾਕਟਰ ਆਪਣੇ ਹਿਸਾਬ ਨਾਲ ਤੇ ਲੱਛਣਾਂ ਦੇ ਹਿਸਾਬ ਨਾਲ ਤੁਹਾਨੂੰ ਬੁਲਾਣਾ ਚਾਹੁਣਗੇ। ਇਸ ਲਈ ਤੁਹਾਨੂੰ ਪਹਿਲਾਂ ਹੀ ਇਸ ਪ੍ਰੋਟੋਕਾਲ ਦੇ ਵਿਸ਼ੇ ਵਿਚ ਪੁੱਛ ਲੈਣਾ ਚਾਹੀਦਾ ਹੈ।

ਯਾਦ ਰੱਖੋ ਕਿ ਕਈ ਵਾਰ ਕੋਈ ਲੱਛਣ ਨਾ ਦਿੱਖਣ ਦੇ ਬਾਵਜੂਦ ਤੁਸੀਂ ਬੇਚੈਨੀ ਜਾਂ ਥਕਾਵਟ ਮਹਿਸੂਸ ਕਰ ਸਕਦੀ ਹੋ। ਜੇਕਰ ਇਕ-ਦੋ ਦਿਨ ਧਿਆਨ ਦੇਣ ਦੇ ਬਾਵਜੂਦ ਥਕਾਵਟ ਨਾ ਮਿਟੇ ਤਾਂ ਡਾਕਟਰ ਨੂੰ ਦਿਖਾਓ। ਹੋ ਸਕਦਾ ਹੈ ਕਿ ਤੁਹਾਡੇ ਵਿਚ ਖ਼ੂਨ ਦੀ ਕਮੀ ਹੋਵੇਜਾਂ ਸਰੀਰ ਵਿਚ ਕਿਸੀ ਤਰ੍ਹਾਂ ਦਾ ਇਨਫੈਕਸ਼ਨ ਹੋਵੇ। ਜਿਵੇਂ 'ਯੂਟੀਆਈ', ਬਿਨਾਂ ਕਿਸੇ ਲੱਛਣ ਦੇ ਵੀ ਆਪਣਾ ਕੰਮ ਕਰਦੇ ਰਹਿੰਦੇਹਨ, ਜਦੋਂ ਵੀ ਕਿਸੀ ਤਰ੍ਹਾਂ ਦਾ ਸ਼ੱਕ ਹੋਵੇ, ਡਾਕਰ ਨੂੰ ਜ਼ਰੂਰ ਦਿਖਾਓ।

ਬਾਹਰੀ ਫੈਟਲੀ ਮੈਮਬ੍ਰੇਨ) ਜਾਂ ਗਰਭਦਾਨੀ ਤੇ ਪਲੇਸੈਂਟਾ ਦੇਵਿਚ ਖ਼ੂਨ ਇਕੱਠਾ ਹੋ ਜਾਂਦਾ ਹੈ। ਇਸ ਦੇਕਾਰਣ ਹਲਕੀ ਜਾਂ ਭਾਰੀ ਬਲੀਡਿੰਗ ਹੋ ਸਕਦੀ ਹੈ ਜੋ ਆਮ ਤੌਰ ਤੇ ਆਮ ਅਲਟ੍ਰਾਸਾਊਂਡ ਦੀ ਪਕੜ ਵਿਚ ਨਹੀਂ ਆਉਂਦੀ। ਇਹ ਬਲੀਡਿੰਗ ਖ਼ੁਦ ਹੀ ਠੀਕ ਹੋ ਜਾਂਦੀ ਹੈ ਅਤੇ ਇਸ ਦੇਕਾਰਣ ਕੋਈ ਸਮੱਸਿਆ ਪੈਦਾ ਨਹੀਂ ਹੁੰਦੀ।

ਗਰਭਕਾਲ ਦੇਬਾਕੀ ਲੱਛਣਾਂ ਦੀ ਤਰ੍ਹਾਂ ਹਲਕੀ

ਬਲੀਡਿੰਗ ਵੀ ਆਮ ਲੱਛਣ ਹੈ। ਕਈ ਔਰਤਾਂ ਨੂੰ ਪੂਰੇ ਗਰਭਕਾਲ ਦੇ ਦੌਰਾਨ ਐਸੀ ਬਲੀਡਿੰਗ ਹੁੰਦੀ ਰਹਿੰਦੀ ਹੈ। ਕੁਝ ਔਰਤਾਂ ਨੂੰ ਸਿਰਫ਼ ਇਕ ਜਾਂ ਦੋ ਦਿਨ ਦੇ ਲਈ ਹੁੰਦੀ ਹੈ। ਕੁਝ ਔਰਤਾਂ ਨੂੰ ਮਿਯੂਕਸ ਦੇ ਨਾਲ ਭੂਰੀ ਜਾਂ ਗੁਲਾਬੀ ਰੰਗ ਦੀ ਬਲੀਡਿੰਗ ਹੁੰਦੀ ਹੈ ਤੇ ਕੁਝ ਨੂੰ ਲਾਲ ਕਤਰਿਆਂ ਵਿਚ... ਇਨ੍ਹਾਂ ਸਭ ਵਿਚ ਸਭ ਤੋਂ ਆਮ ਗੱਲ ਇਹ ਹੈ ਕਿ ਉਨ੍ਹਾਂ ਦਾ ਗਰਭਕਾਲ ਪੂਰੀ ਤਰ੍ਹਾਂ ਸੁਰੱਖਿਅਤ ਰਹਿੰਦਾ ਹੈ ਅਤੇ ਉਹ ਸਿਹਤਮੰਦ ਬੱਚਿਆਂ ਨੂੰ ਜਨਮ ਦੇਂਦੀਆਂ ਹਨ। ਤੁਹਾਨੂੰ ਚਿੰਤਾ ਕਰਨ ਦੀ ਲੋੜ ਨਹੀਂ ਹੈ ਪ੍ਰੰਤੂ ਇਸ ਪਾਸੇ ਬਿਲਕੁਲ ਲਾਪਰਵਾਹੀ ਵੀ ਠੀਕ ਨਹੀਂ ਹੈ।

ਜੇਕਰ ਹਲਕੀ ਸੁੰਗੜਨ ਦੇ ਨਾਲ ਲਾਲ ਖ਼ੂਨ ਦੇ ਧੱਬੇ ਦਿਖਣ(ਜਿਨ੍ਹਾਂ ਤੋਂ ਪੂਰਾ ਪੈਡ ਭਰ ਜਾਏ) ਤਾਂ ਤੁਹਾਨੂੰ ਡਾਕਟਰ ਤੋਂ ਜ਼ਰੂਰ ਪੁੱਛ ਲੈਣਾ ਚਾਹੀਦਾ ਹੈ। ਉਹ ਅਲਟ੍ਰਾਸਾਊਂਡ ਦੀ ਰਾਏ ਦੇ ਸਕਦੇ ਹਨ। ਜੇਕਰ 6 ਹਫ਼ਤੇ ਬੀਤ ਗਏਹਨ ਤਾਂ ਤੁਸੀਂ ਬੱਚੇ ਦੇ ਦਿਲ ਦੀ ਧੜਕਣ ਵੀ ਸੁਣ ਸਕਦੀ ਹੋ ਜਿਸ ਤੋਂ ਤੁਹਾਨੂੰ ਪਤਾ ਚਲ ਜਾਏਗਾ ਕਿ ਸਭ ਠੀਕ-ਠਾਕ ਹੈ।

ਜੇਕਰ ਇਹ ਹਲਕੇ ਧੱਬੇ ਭਾਰੀ ਬਲੀਡਿੰਗ ਵਿਚ ਬਦਲ ਜਾਣ ਤਾਂ ਤੁਹਾਨੂੰ ਉਸੀ ਸਮੇਂ ਡਾਕਟਰ ਨੂੰ ਮਿਲਣਾ ਹੋਵੇਗਾ। ਹਾਲਾਂਕਿ ਉਦੋਂ ਵੀ ਮਿਸਕੈਰੇਜ ਦਾਖ਼ਿਆਲ ਮਨ ਵਿਚ ਨਾ ਲਿਆਉ। ਕਈ ਗਰਭਵਤੀ ੌਰਤਾਂ ਨੂੰ ਬਿਨਾਂ ਕਿਸੀ ਕਾਰਣ ਤੋਂ ਵੀ ਭਾਰੀ ਬਲੀਡਿੰਗ ਹੁੰਦੀ ਹੈ ਅਤੇ ਬਾਦ ਵਿਚ ਜੱਚਾ-ਬੱਚਾ ਦੋਨੋਂ ਹੀ ਸਿਹਤਮੰਦ ਰਹਿੰਦੇ ਹਨ।

## ਐਚਸੀਜੀ ਲੈਵਲ

**"ਡਾਕਟਰ ਨੇ ਮੈਨੂੰ ਬਲੱਡ ਟੈਸਟ ਦੀਰਿਪੋਟ ਦਿੱਤੀ ਹੈ, ਜਿਸ ਵਿਚ ਐਚਸੀਜੀ ਦਾ ਲੈਵਲ (ਪੱਧਰ) 412 ml U/L ਆਇਆ ਹੈ। ਇਸ ਨੰਬਰ ਦਾ ਕੀ ਮਤਲਬ ਹੈ?"**

ਇਸ ਦਾ ਮਤਲਬ ਹੈ ਕਿ ਤੁਸੀਂ ਨਿਸ਼ਚਿਤ ਰੂਪ ਨਾਲ ਗਰਭਵਤੀ ਹੋ। ਨਵੀਂ ਵਿਕਸਿਤ ਪਲੇਸੈਂਟਾ ਕੋਸ਼ਕਾਵਾਂ ਫਰਟੀਲਾਈਜ਼ਡ ਐੱਗ ਦੇ ਇੰਪਲਾਂਟ ਹੋਣ ਦੇ ਕੁਝ ਦਿਨ ਦੇ ਅੰਦਰ ਹੀ ਚਸੀਜੀ ਬਣਾਂਦੀ ਹੈ। ਇਹ ਤੁਹਾਡੇ ਪਿਸ਼ਾਬ ਦਾ ਜਾਂਚ ਤੋਂ ਪਤਾ ਲਗਦਾ ਹੈ। ਇਸ ਤੋਂ ਬਾਦ ਡਾਕਟਰ, ਖ਼ੂਨ ਵਿਚ ਇਸ ਦੀ ਜਾਂਚ ਤੋਂ ਬਾਦ ਗਰਭਕਾਲ ਦੀ ਪੁਸ਼ਟੀ ਕਰ ਦੇਂਦੇ ਹਨ। ਗਰਭਕਾਲ ਦੀ ਸ਼ੁਰੂਆਤ ਵਿਚ, ਖ਼ੂਨ ਵਿਚ ਇਸ ਦਾ ਪੱਧਰ ਵਧ ਨਹੀਂ ਹੁੰਦਾ। ਪ੍ਰੰਤੂ ਕੁਝ ਹੀ ਦਿਨਾਂ ਵਿਚ ਇਹ ਕਾਫ਼ੀ ਵੱਧਣ ਲਗਦਾ ਹੈ। ਇਹ ਗਰਭਕਾਲ ਦੇ 7-10 ਹਫ਼ਤਿਆਂ ਵਿਚ ਆਪਣੀ ਸਿਖ਼ਰ ਤੇ ਹੁੰਦਾ ਹੈ। ਫਿਰ ਘੱਟਣ ਲਗਦਾ ਹੈ।

ਤੁਹਾਨੂੰ ਦੂਜੀਆਂ ਗਰਭਵਤੀ ਔਰਤਾਂ ਦੇ ਨਾਲ ਇਸ ਨੰਬਰ ਦਾ ਮੇਲਜੋਲ ਨਹੀਂ ਕਰਨਾ ਚਾਹੀਦਾ ਕਿਉਂਕਿ ਜਿਸ ਤਰ੍ਹਾਂ ਉਨ੍ਹਾਂ ਦੇ ਐਚਸੀਜੀ ਦੇ ਪੱਧਰ ਵੀ ਇਕ ਨਹੀਂ ਹੁੰਦੇ। ਉਹ ਹਰ ਵਿਅਕਤੀ ਤੇ ਸਮੇਂ ਦੇ ਹਿਸਾਬ ਨਾਲ ਵੱਖ-ਵੱਖ ਹੋ ਸਕਦੇ ਹਨ।

### ਐਚਸੀਜੀ ਪੱਧਰ

ਕੀ ਤੁਸੀਂ ਐਚਸੀਜੀ ਨੰਬਰ ਗੇਮ ਖੇਡਣਾ ਚਾਹੁੰਦੀ ਹੋ? ਇਥੇ ਤੁਹਾਡੇ ਲਈ ਕੁਝ ਰੇਂਜ ਦਿੱਤੀ ਗਈ ਹੈ।

| ਗਰਭਕਾਲ ਦੇ ਹਫ਼ਤੇ | ਐਚਸੀਜੀ ਦੀ ਮਾਤਰਾ ml U/L ਵਿਚ |
|---|---|
| 3 ਹਫ਼ਤੇ | 5 ਤੋਂ 50 |
| 4 ਹਫ਼ਤੇ | 5 ਤੋਂ 426 |
| 5 ਹਫ਼ਤੇ | 19 ਤੋਂ 7,340 |
| 6 ਹਫ਼ਤੇ | 1,080 ਤੋਂ 56,500 |
| 7 ਤੋਂ 8 ਹਫ਼ਤੇ | 7,650 ਤੋਂ 229,000 |
| 9 ਤੋਂ 12 ਹਫ਼ਤੇ | 25,700 ਤੋਂ 288,000 |

ਸਭ ਤੋਂ ਧਿਆਨ ਦੇਣ ਲਾਇਕ ਗੱਲ ਤਾਂ ਇਹ ਹੈ ਕਿ ਤੁਹਾਡੇ ਐਚਸੀਜੀ ਦਾ ਪੱਧਰ ਆਪਣੀ ਗਿਣਤੀ ਦੇ ਹਿਸਾਬ ਨਾਲ ਇਕ ਨਿਸ਼ਚਿਤ ਪੱਧਰ ਤੋਂ ਵੱਧੇਗਾ ਅਤੇ ਫਿਰ ਆਪਣੇ ਆਪ ਘੱਟਣ ਲਗ ਜਾਏਗਾ। ਇਥੇ ਦਿੱਤੇ ਬਾੱਕਸ ਦੀ ਮਦਦ ਨਾਲ ਤੁਹਾਨੂੰ ਇਸ ਦਾ ਅੰਦਾਜਾ ਹੋ ਜਾਏਗਾ। ਹਾਲਾਂਕਿ ਇਹ ਜ਼ਰੂਰੀ ਨਹੀਂ ਕਿ ਬਾੱਕਸ ਵਿਚ ਦਿੱਤੀ ਗਈ ਰੀਡਿੰਗ ਤੁਹਾਡੇ ਨੰਬਰ ਨਾਲ ਮੇਲ ਖਾਏਗੀ। ਤੁਹਾਨੂੰ ਇਸ ਬਾਰੇ ਚਿੰਤਾ ਨਹੀਂ ਕਰਨੀ ਚਾਹੀਦੀ।

ਜੇਕਰ ਤੁਹਾਡਾ ਗਰਭਕਾਲ ਆਮ ਰੂਪ ਨਾਲ ਅੱਗੇ ਵੱਧ ਰਿਹਾ ਹੈ ਤਾਂ ਤੁਹਾਨੂੰ ਇਸ ਸਬੰਧੀ ਜ਼ਿਆਦਾ ਸੋਚਣਾ ਨਹੀਂ ਚਾਹੀਦਾ। ਇਸ ਸਬੰਧੀ ਡਾਕਟਰ ਹੀ ਧਿਆਨ ਰਖ ਲੈਣਗੇ। ਅਲਟ੍ਰਾਸਾਊਂਡ ਦੇ ਨਤੀਜਿਆਂ ਤੋਂ ਵੀ ਕਾਫ਼ੀ ਹੱਦ ਤਕ ਸਾਫ਼ ਤਸਵੀਰ ਸਾਮ੍ਹਣੇ ਆ ਜਾਂਦੀ ਹੈ। ਉਂਝ ਕਿਸੀ ਵੀ ਤਰ੍ਹਾਂ ਦੇ ਸ਼ੱਕ ਦੀ ਗੁੰਜਾਇਸ਼ ਹੋਵੇ ਤਾਂ ਹਮੇਸ਼ਾਂ ਦੀ ਤਰ੍ਹਾਂ ਡਾਕਟਰ ਦੀ ਰਾਏ ਲੈ ਲਉ।

## ਚਿੰਤਾ ਨਾ ਕਰੋ

ਕੁਝ ਗਰਭਵਤੀ ਔਰਤਾਂ ਬਿਨਾਂ ਕਿਸੀ ਕਾਰਣ ਆਪਣੀ ਪਹਿਲੀ ਤਿਮਾਹੀ ਵਿਚ ਜਾਂ ਪੂਰੇ ਗਰਭਕਾਲ ਦੌਰਾਨ ਚਿਤਤ ਰਹਿੰਦੀਆਂ ਹਨ। ਇਨ੍ਹਾਂ ਸਭ ਚਿੰਤਾਵਾਂ ਵਿਚ ਸਭ ਤੋਂ ਉਪਰ ਹੁੰਦੀ ਹੈ - 'ਗਰਭਪਾਤ ਦੀ ਚਿੰਤਾ'।

ਜ਼ਿਆਦਾਤਰ ਗਰਭਵਤੀ ਔਰਤਾਂ ਆਮ ਲੱਛਣਾਂ ਤੇ ਛੋਟੀ-ਮੋਟੀ ਪ੍ਰੇਸ਼ਾਨੀ ਦੇ ਬਾਵਜੂਦ ਸਿਹਤਮੰਦ ਬੱਚਿਆਂ ਨੂੰ ਜਨਮ ਦੇਂਦੀਆਂ ਹਨ। ਹਰ ਆਮ ਲੱਛਣ ਦੀ ਤਰ੍ਹਾਂ ਪੇਟ ਦੇ ਹੇਠਲੇ ਹਿੱਸੇ ਵਿਚ ਸੁੰਗੜਣ, ਦਰਦ, ਹਲਕਾ ਖ਼ੂਨ ਰਿਸਾਅ ਆਦਿ ਵੀ ਆਮ ਹੁੰਦਾ ਹੈ। ਇਹ ਸਭ ਸੰਕੇਤ ਤੁਹਾਡੀ ਘਬਰਾਹਟ ਦੇਕਾਰਣ ਤਾਂ ਬਣ ਸਕਦੇ ਹਨ ਪ੍ਰੰਤੂ ਤੁਹਾਨੂੰ ਇਹ ਨਹੀਂ ਮੰਨਣਾ ਚਾਹੀਦਾ ਕਿ ਇਸ ਨਾਲ ਗਰਭਕਾਲ ਨੂੰ ਕੋਈ ਖ਼ਤਰਾ ਹੈ। ਹਾਲਾਂਕਿ ਤੁਹਾਨੂੰ ਆਪਣੀ ਅਗਲੀ ਮੁਲਾਕਾਤ ਵਿਚ ਡਾਕਟਰ ਦੀ ਰਾਇ ਜ਼ਰੂਰ ਲੈ ਲੈਣੀ ਚਾਹੀਦੀ ਹੈ। ਜੇਕਰ ਹੇਠ-ਲਿਖੇ ਕਾਰਣ ਹੋਣ ਤਾਂ ਬਿਨਾਂ ਕਾਰਣ ਚਿੰਤਤ ਨਾ ਹੋਵੋ।

- ਹਲਕੀ ਸੁੰਗੜਣ, ਦਰਦ, ਪੇਟ ਦੇ ਹੇਠਲੇ, ਵਿਚਲੇ ਹਿੱਸੇ ਵਿਚ ਹਲਕਾ ਦਰਦ। ਕਈ ਵਾਰ ਗਰਭਦਾਨੀ ਨੂੰ ਸਹਾਰਾ ਦੇਣ ਵਾਲੇ ਲਿਗਾਮੈਂਟ ਵਿਚ ਖਿਚਾਅ ਦੇ ਕਾਰਣ ਵੀ ਐਸਾ ਹੁੰਦਾ ਹੈ। ਜੇਕਰ ਤੇਜ ਸੁੰਗੜਨ ਦੇ ਨਾਲ ਬਲੀਡਿੰਗ ਨਾ ਹੋਵੇ, ਉਦੋਂ ਤਕ ਘਬਰਾਉਣ ਵਾਲੀ ਕੋਈ ਗੱਲ ਨਹੀਂ ਹੈ।
- ਖ਼ੂਨ ਰਿਸਾ ਜਾਂ ਬਲੀਡਿੰਗ ਸਿਰਫ਼ ਗਰਭਪਾਤ ਦੇ ਕਾਰਣ ਨਹੀਂ ਹੁੰਦਾ। ਅਸੀਂ ਇਸ ਦੇ ਕਾਰਣ ਪਹਿਲਾਂ ਹੀ ਸਪੱਸ਼ਟ ਕਰ ਚੁੱਕੇ ਹਾਂ।

ਕਈ ਵਾਰ ਲੱਛਣਾਂ ਦੀ ਕਮੀ ਨਾਲ ਵੀ ਗਰਭਵਤੀ ਔਰਤਾਂ ਘਬਰਾਉਂਦੀਆਂ ਹਨ। ਆਮ ਤੌਰ ਤੇ ਪਹਿਲੀ ਤਿਮਾਹੀ ਵਿਚ ਉਨ੍ਹਾਂ ਨੂੰ ਲਗਦਾ ਹੈ ਕਿ ਉਹ ਗਰਭਵਤੀ ਹੀ ਨਹੀਂ ਹਨ। ਇਸੇ ਕਾਰਣ ਉਹ ਕਾਫ਼ੀ ਪ੍ਰੇਸ਼ਾਨ ਹੋ ਜਾਂਦੀਆਂ ਹਨ। ਆਪਣੇ ਗਰਭਕਾਲ ਦੀ ਪੁਸ਼ਟੀ ਹੋਣ ਤੋਂ ਬਾਦ ਘਬਰਾਉਣਾ ਕੈਸਾ?

ਜ਼ਰੂਰੀ ਨਹੀਂ ਕਿ ਸਭ ਦੀ ਤਰ੍ਹਾਂ ਤੁਹਾਨੂੰ ਵੀ ਮਾਰਨਿੰਗ ਸਿਕਨੈਸ ਹੋਵੇ ਜਾਂ ਛਾਤੀਆਂ ਦਾ ਅਕਾਰ ਵਧੇ। ਹੋ ਸਕਦਾ ਹੈ ਕਿ ਤੁਹਾਡੇ ਵਿਚ ਇਹ ਲੱਛਣ ਪੈਦਾ ਨਾ ਹੋਣ ਜਾਂ ਦੇਰ ਨਾਲ ਪੈਦਾ ਹੋਣ ਪ੍ਰੰਤੂ ਹਰ ਗਰਭਵਤੀ ਔਰਤ ਵਿਚ ਵੱਖ ਤਰ੍ਹਾਂ ਦੇ ਲੱਛਣ ਹੁੰਦੇ ਹਨ ਜਾਂ ਹੁੰਦੇ ਹੀ ਨਹੀਂ।

## ਤਨਾਅ

**"ਮੇਰੇ ਕੰਮ ਵਿਚ ਕਾਫ਼ੀ ਤਨਾਅ ਰਹਿੰਦਾ ਹੈ। ਹਾਲਾਂ ਕਿ ਮੈਂ ਅਜੇ ਮਾਂ ਨਹੀਂ ਬਣਨਾ ਚਾਹੁੰਦੀ ਸੀ ਪ੍ਰੰਤੂ ਅਚਾਨਕ ਗਰਭਵਤੀ ਹੋ ਗਈ। ਕੀ ਮੈਨੂੰ ਕੰਮ ਛੱਡ ਦੇਣਾ ਚਾਹੀਦਾ ਹੈ?"**

ਤਨਾਅ ਨੂੰ ਤੁਸੀਂ ਕਿਸ ਰੂਪ ਵਿਚ ਲੈਂਦੀ ਹੋ, ਇਹ ਉਸੀ ਅਧਾਰ ਤੇ ਚੰਗਾ ਜਾਂ ਬੁਰਾ ਹੋ ਸਕਦਾ ਹੈ। ਜੇਕਰ ਤੁਸੀਂ ਇਸ ਨੂੰ ਚੰਗੇ ਤਰੀਕੇ ਨਾਲ ਲੈਣਾ ਜਾਣਦੀ ਹੋ ਤਾਂ ਇਸੀ ਬੱਲ ਵਧੀਆ ਤੋਂ ਵਧੀਆ ਪ੍ਰਦਰਸ਼ਨ ਕਰ ਸਕਦੀ ਹੋ ਨਹੀਂ ਤਾਂ ਇਹ ਤੁਹਾਡੇ ਤੇ ਹਾਵੀ ਹੋ ਕੇ ਤੁਹਾਨੂੰ ਤਹਿਸ-ਨਹਿਸ ਕਰ ਸਕਦਾ ਹੈ। ਖੋਜ ਤੋਂ ਪਤਾ ਲਗਾ ਹੈ ਕਿ ਗਰਭਕਾਲ ਕੁਝ ਖ਼ਾਸ ਤਰ੍ਹਾਂ ਦੇ ਤਨਾਅ ਦੇ ਪੱਧਰ ਤੋਂ ਪ੍ਰਭਾਵਿਤ ਨਹੀਂ ਹੁੰਦਾ, ਜੇਕਰ ਤੁਸੀਂ ਉਸ ਤਨਾਅ ਤੋਂ ਉਭਰ ਸਕਦੀ ਹੋ ਤਾਂ ਤੁਹਾਡਾ ਬੱਚਾ ਵੀ ਉਸਦਾ ਸਾਮ੍ਹਣਾ ਕਰ ਲਵੇਗਾ ਪ੍ਰੰਤੂ ਜੇਕਰ ਇਸ ਤਨਾਅ ਦੇ ਕਾਰਣ ਤੁਹਾਡੀਆਂ ਰਾਤਾਂ ਦੀ ਨੀਂਦ ਉਡ ਜਾਏ ਜਾਂ ਤੁਸੀਂ ਤਨਾਅ ਵਿਚ ਘਿਰ ਜਾਓ। ਸਿਰ ਦਰਦ, ਪੇਟ ਦਰਦ ਜਾਂ ਭੁੱਖ ਦੀ ਕਮੀ ਮਹਿਸੂਸ ਕਰਨ ਲਗਣ। ਇਸਦੇ ਕਾਰਣ ਸਿਗਰਟ ਨੋਸ਼ੀ ਜਾਂ ਸ਼ਰਾਬਨੋਸ਼ੀ ਵਰਗੀਆਂ ਗਲਤ ਆਦਤਾਂ ਅਪਨਾ ਲਉ ਜਾਂ ਬੁਰੀ ਤਰ੍ਹਾਂ ਨਿਢਾਲ ਹੋ ਜਾਓ ਤਾਂ ਬੇ ਸ਼ੱਕ ਇਹ ਇਕ ਸਮੱਸਿਆ ਬਣ ਸਕਦਾ ਹੈ। ਜੇਕਰ ਦੂਜੀ ਤੇ ਤੀਜੀ ਤਿਮਾਹੀ ਵਿਚ ਵੀ ਤਨਾਅ ਦੇ ਲਈ ਇਹ ਨਕਾਰਾਤਮਕ ਪ੍ਰਕ੍ਰਿਆ ਜਾਰੀ ਰਹੇ ਤਾਂ ਉਸ ਨੂੰ ਖ਼ਤਮ ਕਰਨਾ ਇਕ ਪ੍ਰਾਥਮਿਕਤਾ ਬਣ ਜਾਣਾ ਚਾਹੀਦਾ ਹੈ। ਹੇਠ-ਲਿਖੇ ਉਪਾਅ ਤੁਹਾਡੇ ਕੰਮ ਆ ਸਕਦੇ ਹਨ :

**ਭਾਰ ਹਲਕਾ ਕਰੋ**:- ਆਪਣੇ ਮਨ ਦਾ ਭਾਰ ਕਿਸੀ ਦੇ ਸਾਹਮਣੇ ਹਲਕਾ ਕਰ ਦਿਉ। ਆਪਣੇ ਪਤੀ ਦੇ ਨਾਲ ਮਨ ਦੀ ਹਰ ਗੱਲ ਵੰਡੋ। ਰਾਤ ਨੂੰ ਬਿਸਤਰ ਤੇ ਜਾਣ ਤੋਂ ਪਹਿਲਾਂ ਹਰ ਤਨਾਅ, ਹਰ ਚਿੰਤਾ ਤੋਂ ਛੁਟਕਾਰਾ ਪਾ ਲਉ। ਹਰ ਸਮੱਸਿਆ ਦਾ ਹਲ ਲੱਭੋ। ਮਿਲ ਕੇ ਹੱਸੋ, ਬੋਲੋ। ਜੇਕਰ ਉਹ ਵੀ ਤਨਾਅਗ੍ਰਸਤ

## ਰਿਲੈਕਸ ਹੋ ਜਾਓ

ਕੀ ਤਨਾਅ ਹਾਵੀ ਹੋ ਰਿਹਾ ਹੈ? ਤਾਂ ਤੁਹਾਨੂੰ ਯੋਗ ਦੀ ਰਿਲੈਕਸੇਸ਼ਨ ਤਕਨੀਕਾਂ ਅਪਣਾਨੀਆਂ ਹੋਣਗੀਆਂ। ਤੁਸੀਂ ਕਿਸੀ ਯੋਗ ਕਲਾਸ ਵਿਚ ਜਾਂ ਡੀਵੀਡੀ ਦੀ ਮਦਦ ਨਾਲ ਘਰ ਬੈਠੇ ਇਸ ਯਸਾਨ ਤਕਨੀਕ ਨੂੰ ਤੁਸੀਂ ਕਿਤੇ ਵੀ ਤੇ ਕਿਸੀ ਵੀ ਸਮੇਂ ਅਸਾਨੀ ਨਾਲ ਸਿੱਖ ਸਕਦੀ ਹੋ। ਤੁਸੀਂ ਜਦੋਂ ਵੀ ਚਿੰਤਾ ਵਿਚ ਹੋਵੋ ਇਸ ਨੂੰ (ਯੋਗ) ਦਿਨ ਵਿਚ ਇਕ ਵਾਰ ਕਰਕੇ ਇਸ ਦਾ (ਚਿੰਤਾ) ਨਿਵਾਰਣ ਕਰ ਸਕਦੀ ਹੈ। ਅੱਖਾਂ ਬੰਦ ਕਰਕੇ ਬੈਠ ਜਾਓ। ਕਿਸੀ ਸੁੰਦਰ ਦ੍ਰਿਸ਼ ਦੀ ਕਲਪਨਾ ਕਰੋ ਤੇ ਸੋਚੋ ਕਿ ਤੁਸੀਂ ਬੱਚੇ ਨੂੰ ਬਾਹਾਂ ਵਿਚ ਲਈ ਬੈਠੀ ਹੋ। ਸਰੀਰ ਦੀ ਹਰ ਮਾਸਪੇਸ਼ੀ ਨੂੰ ਢਿੱਲਾ ਛੱਡੋ ਤਾਂ 'ਹਾਂ' ਜਾਂ 'ਨਾ' ਸ਼ਬਦ ਜ਼ੋਰ ਨਾਲ ਬੋਲੋ।

ਇਸ ਨੂੰ 10-20 ਮਿੰਟ ਤਕ ਦੁਹਰਾਓ। 1-2 ਮਿੰਟ ਵੀ ਕਰ ਲਉਗੀ ਤਾਂ ਵੀ ਕਾਫ਼ੀ ਫਰਕ ਪਵੇਗਾ। ਤੁਹਾਨੂੰ ਤਨਾਅ ਤੇ ਉਤੇਜਨਾ ਤੋਂ ਮੁਕਤੀ ਮਿਲੇਗੀ।

ਹੋਣ ਤਾਂ ਕਿਸੇ ਦੂਜੇ ਸਾਥੀ ਦੀ ਮਦਦ ਲਉ। ਜੇਕਰ ਤਨਾਅ ਦੇ ਸਰੀਰਕ ਲੱਛਣ ਵੀ ਸਾਮ੍ਹਣੇ ਆ ਰਹੇ ਹੋਣ ਤਾਂ ਡਾਕਟਰ ਦੀ ਰਾਏ ਲਉ। ਦੂਜੀ ਗਰਭਵਤੀ ਮਾਵਾਂ ਨਾਲ ਮੇਲਜੋਲ ਵਧਾਓ। ਦੋਸਤਾਨਾ ਮਾਹੌਲ ਵਿਚ ਤੁਸੀਂ ਆਪਣੇ ਮਨ ਨੂੰ ਕਾਫ਼ੀ ਹਦ ਤਕ ਸ਼ਾਂਤ ਕਰ ਸਕਦੀ ਹੋ।

**ਇਸ ਬਾਰੇ ਕੁਝ ਕਰੋ**:- ਆਪਣੇ ਜੀਵਨ ਵਿਚ ਤਨਾਅ ਦੇ ਸ੍ਰੋਤਾਂ ਦਾ ਪਤਾ ਲਗਾਓ ਅਤੇ ਦੇਖੋ ਕਿ ਉਨ੍ਹਾਂ ਨੂੰ ਕਿਵੇਂ ਸੁਧਾਰਿਆ ਜਾ ਸਕਦਾ ਹੈ। ਕੁਝ ਐਸੇ ਕੰਮ ਛੱਡ ਦਿਉ, ਜੋ ਪਹਿਲ ਦੀ ਸੂਚੀ ਵਿਚ ਨਾ ਆਉਂਦੇ ਹੋਣ। ਜੇਕਰ ਤੁਸੀਂ ਘਰ ਤੇ ਦਫ਼ਤਰ ਵਿਚ ਕਈ ਜ਼ਿੰਮੇਵਾਰੀਆਂ ਲਈਆਂ ਹਨ ਤਾਂ ਤੈਅ ਕਰੋ ਕਿ ਉਨ੍ਹਾਂ ਨੂੰ ਕਿਸ ਨੂੰ ਸੌਂਪਿਆ ਜਾ ਸਕਦਾ ਹੈ ਜਾਂ ਕਦੋਂ ਤਕ ਟਾਲਿਆ ਜਾ ਸਕਦਾ ਹੈ।

ਜਦੋਂ ਜ਼ਿਆਦਾ ਘਬਰਾਹਟ ਹੋਵੇ ਤਾਂ ਕਾਗਜ-ਕਲਮ ਲੈ ਕੇ ਬੈਠ ਜਾਓ ਅਤੇ ਕੀਤੇ ਜਾਣ ਵਾਲੇ ਕੰਮਾਂ ਦੀ ਸੂਚੀ ਬਣਾਓ ਤੇ ਤੈਅ ਕਰੋ ਕਿ ਤੁਸੀਂ ਉਨ੍ਹਾਂ ਨੂੰ ਕਦੋਂ ਕਰਨਾ ਚਾਹੋਗੀ। ਇਸ ਤਰ੍ਹਾਂ ਤੁਹਾਨੂੰ ਸਭ ਕੁਝ ਕਾਬੂ ਲਗੇਗਾ ਜੋ ਕੰਮ ਹੁੰਦੇ ਜਾਣ ਸੂਚੀ ਵਿਚੋਂ ਕਟਦੀ ਜਾਓ ਤਾਂ ਜੋ ਤੁਹਾਨੂੰ ਲਗੇ ਕਿ ਭਾਰ ਕੁਝ ਹਲਕਾ ਹੋਇਆ ਹੈ।

**ਪੂਰੀ ਨੀਂਦ ਲਉ**:- ਨੀਂਦ ਵੀ ਕਿਸੀ ਦਵਾਈ ਤੋਂ ਘੱਟ ਨਹੀਂ ਹੈ। ਇਸ ਨਾਲ ਤਨ-ਮਨ ਹੀ ਸ਼ਾਂਤ ਹੋ ਜਾਂਦੇ ਹਲ। ਕਈ ਵਾਰ ਸੌਣ ਨਾਲ ਵੀ ਕਾਫ਼ੀ ਤਨਾਅ ਅਤੇ ਉਤੇਜਨਾ ਸ਼ਾਂਤ ਹੋ ਜਾਂਦੀ ਹੈ। ਜੇਕਰ ਤੁਹਾਨੂੰ ਸੌਣ ਵਿਚ ਦਿੱਕਤ ਹੋ ਰਹੀ ਹੋਵੇ ਤਾਂ ਇਸੀ ਪੁਸਤਕ ਵਿਚ ਦਿੱਤੇ ਗਏ ਉਪਾਅ ਅਜਮਾਓ।

**ਉਚਿਤ ਖ਼ੁਰਾਕ**:- ਕੰਮਕਾਰ ਦੀ ਰੋਜ਼ਮਰਾ ਤੁਹਾਡੀਆਂ ਖਾਣ-ਪੀਣ ਦੀਆਂ ਆਦਤਾਂ ਨੂੰ ਵੀ ਪ੍ਰਭਾਵਿਤ ਕਰਦੀ ਹੈ। ਗਰਭਕਾਲ ਵਿਚ ਤਾਂ ਗਲਤ ਖਾਣ-ਪੀਣ ਦੀਆਂ

## ਆਸ਼ਾਵਾਦੀ ਬਣੋ

ਮੰਨਿਆ ਜਾਂਦਾ ਹੈ ਕਿ ਆਸ਼ਾਵਾਦੀ ਵੱਧ ਲੰਬਾ ਤੇ ਸਿਹਤਮੰਦ ਜੀਵਨ ਜੀਉਂਦੇ ਹਨ। ਗਰਭਵਤੀ ਮਾਂ ਆਸ਼ਾਵਾਦੀ ਹੋਵੇ ਤਾਂ ਬਾਲਕ ਦਾ ਨਜ਼ਰੀਆ ਵੀ ਬਦਲ ਸਕਦਾ ਹੈ। ਖੋਜਕਰਤਾਵਾਂ ਨੇ ਦੇਖਿਆ ਅਤੇ ਖੋਜਿਆ ਹੈ ਕਿ ਗਰਭਵਤੀ ਔਰਤਾਂ ਵਿਚ ਪ੍ਰਸੂਤ ਤੋਂ ਪਹਿਲਾਂ ਖ਼ਤਰਿਆਂ ਦੀ ਸੰਭਾਵਨਾ ਕਾਫ਼ੀ ਘੱਟ ਹੁੰਦੀ ਹੈ। ਇਸ ਤਰ੍ਹਾਂ ਗਰਭਕਾਲ ਨਾਲ ਜੁੜੇ ਖ਼ਤਰੇ ਵੀ ਘੱਟ ਜਾਂਦੇ ਹਨ।

ਤਨਾਅ ਦੇ ਹੇਠਲੇ ਪੱਧਰ ਦੀ ਆਸ਼ਾਵਾਦੀ ਔਰਤਾਂ ਦੇ ਗਰਭਕਾਲ ਦੇ ਖ਼ਤਰੇ ਨਿਸ਼ਚਿਤ ਰੂਪ ਨਾਲ ਘੱਟ ਜਾਂਦੇ ਹਨ। ਤਨਾਅ ਦੇ ਉੱਚ ਪੱਧਰ ਤੇ ਗਰਭਕਾਲ ਦੇ ਸਮੇਂ ਤੇ ਬਾਦ ਵਿਚ ਔਰਤਾਂ ਸਿਹਤ ਦੀਆਂ ਕਈ ਸਮੱਸਿਆਵਾਂ ਨਾਲ ਉਲਝਦੀਆਂ ਹਨ। ਤਨਾਅ ਵਿਚ ਉਹ ਪੂਰੀਆਂ ਗੱਲਾਂ ਨਹੀਂ ਦਸਦੀਆਂ। ਐਸੀਆਂ ਔਰਤਾਂ ਜੋ ਆਸ਼ਾਵਾਦੀ ਹੋਣ ਕਿਤੇ ਵਧੀਆ ਤਰੀਕੇ ਨਾਲ ਆਪਣਾ ਧਿਆਨ ਰੱਖ ਸਕਦੀਆਂ ਹਨ, ਉਚਿਤ ਖਾਣ-ਪੀਣ, ਕਸਰਤ,ਉਚਿਤ ਦੇਖਭਾਲ ਕਰੋ, ਸਿਗਰਟਨੋਸ਼ੀ ਤੇ ਸ਼ਰਾਬ ਤੋਂ ਦੂਰ ਰਹਿ ਕੇ ਦਵਾਈਆਂ ਦੇ ਉਚਿਤ ਉਪਯੋਗ ਨਾਲ ਉਹ ਆਪਣੇ ਸਾਕਾਰਾਤਮਕ ਵਿਵਹਾਰ ਤੇ ਚਿੰਤਨ ਨਾਲ ਗਰਭਕਾਲ ਤੇ ਸਾਕਾਰਾਤਮਕ ਪ੍ਰਭਾਵ ਪਾਉਂਦੀਆਂ ਹਨ।

ਤੁਸੀਂ ਵੀ ਆਪਣੇ ਗਰਭਕਾਲ ਵਿਚ ਇਨ੍ਹਾਂ ਆਸ਼ਾਵਾਦੀ ਰਵਈਏ ਨੂੰ ਅਪਨਾ ਕੇ ਬਹੁਤ ਕੁਝ ਪਾ ਸਕਦੀ ਹੋ। ਬਸ ਤੁਹਾਨੂੰ ਦੁੱਧ ਨਾਲ ਭਰੇ ਹੋਏ ਗਿਲਾਸ ਨੂੰ 'ਅੱਧਾ ਖ਼ਾਲੀ' ਦੇਖਣ ਦੀ ਥਾਂ 'ਅੱਧਾ ਭਰਿਆ ਹੋਇਆ' ਦੇਖਣਾ ਹੋਵੇਗਾ।

ਆਦਤਾਂ ਹੋਰ ਵੀ ਤਕਲੀਫ ਦੇਸਦੀਆਂ ਹਨ। ਦਿਨ ਵਿਚ ਘੱਟੋ ਘੱਟ 6 ਵਾਰ ਹਲਕਾ ਭੋਜਨਕਰੋ। ਜਟਿਲ ਕਾਰਬੋਜ ਤੇ ਪ੍ਰੋਟੀਨ ਤੇ ਜ਼ੋਰ ਦੇਂਦੇ ਹੋਏ, ਕੈਫੀਨ ਤੇ ਚੀਨੀ ਦੀ ਮਾਤਰਾ ਘਟਾਓ। ਪੌਸ਼ਟਿਕ ਆਹਾਰ ਲੈਣ ਨਾਲ ਵੀ ਤਨਾਅ ਘਟਦਾ ਹੈ।

**ਇਸ਼ਨਾਨ ਕਰੋ**:- ਹਲਕੇ ਗੁਨਗੁਨੇ ਪਾਣੀ ਨਾਲ ਨਹਾ ਲਉ। ਇਸ ਨਾਲ ਤਨਾਅ ਘਟੇਗਾ ਅਤੇਮਨ ਸ਼ਾਂਤ ਹੋ ਜਾਏਗਾ। ਤੁਹਾਨੂੰ ਵਧੀਆ ਨੀਂਦੀ ਵੀ ਆਏਗੀ।

**ਯੋਗ ਅਪਣਾਓ**:- ਆਪਣਾ ਤਨਾਅ ਘਟਾਣ ਲਈ ਯੋਗ ਜਾਂ ਤੈਰਾਕੀ ਵਰਗੀ ਕਸਰਤ ਦੀ ਮਦਦ ਲਉ। ਆਪਣੇ ਰੋਜ਼ਮਰਾ ਦੇ ਕੰਮਕਾਰ ਵਿਚੋਂ ਇਸ ਲਈ ਸਮਾਂ ਜ਼ਰੂਰ ਕਢੋ।

**ਵਿਕਲਪਿਕ ਇਲਾਜ਼**:- ਕਈ ਪੂਰਕ ਤੇ ਵਿਕਲਪਿਕ ਇਲਾਜ ਪ੍ਰਣਾਲੀਆਂ ਰਾਹੀਂ ਵੀ ਤਨਾਅ ਘਟਾਇਆ ਜਾ ਸਕਦਾਹੇ; ਜਿਵੇਂ ਐਕਯੂਪੰਚਰ, ਬਾਇਓਫੀਡਬੈਕ, ਸੰਮੋਹਨਥੈਰੇਪੀ ਜਾਂ ਮਾਲਸ਼। ਧਿਆਨ ਤੇ ਮਾਨਸਿਕ ਚਿਤਰਣ ਵੀ ਕਾਰਗਰ ਹੋਸਕਦੇਹਲ। ਮਨ ਹੀ ਮਨ ਸੁੰਦਰ ਕੁਦਰਤੀ ਦ੍ਰਿਸ਼ਾਂ ਦੀ ਕਲਪਨਾ ਕਰੋ। ਰਿਲੈਕੇਸ਼ਿਨ ਤਕਨੀਕਾਂ ਦਾ ਅਭਿਆਸ ਵੀ ਕਾਰਗਰ ਹੋ ਸਕਦਾ ਹੈ।

**ਇਸ ਤੋਂ ਦੂਰ ਹੋ ਜਾਏ**:- ਤਟਾਲ ਨਾਲ ਲੜੋ, ਇਸ ਦਾ ਸਾਮ੍ਹਣਾ ਕਰੋ। ਕੋਈ ਚੰਗੀ ਫਿਲਮ ਦੇਖੋ, ਕਿਤਾਬ ਪੜ੍ਹੋਜਾਂ ਸੰਗੀਤ ਸੁਣੋ। ਬੇਬੀ ਦੇ ਲਈ ਸੁੰਦਰ ਜੁੜੇ ਬੁਣੋ। ਕਿਸੀ ਦੋਸਤ ਦੇ ਨਾਲ ਲੰਚ ਤੇ ਜਾਓ। ਡਾਇਰੀ ਲਿਖੋ। ਆੱਨਲਾਈਨ ਸਰਚ ਕਰੋ ਜਾਂ ਫਿਰ ਉਂਝ ਹੀਚਹਿਲਕਦਮੀ ਦੇਲਈ ਨਿਕਲ ਜਾਓ।

**ਕਾਰਣ ਹੀ ਮਿਟਾ ਦਿਉ**:- ਜੇਕਰ ਕੋਈ ਕਾਰਣ ਐਸਾ ਹੈ ਜਿਸ ਨੂੰ ਮਿਟਾਇਆ ਜਾਂ ਹਟਾਇਆ ਜਾ ਸਕਦਾ ਹੈ ਤਾਂ ਉਸ ਵਿਚ ਦੇਰ ਨਾ ਲਗਾਓ। ਕੰਮ ਦਾ ਜ਼ਿਆਦਾ ਬੋਝ ਹੋਵੇ ਤਾਂ, ਉਸ ਨੂੰ ਦੂਜਿਆਂ ਦੇ ਨਾਲ ਵੰਡੋ। ਜੇਕਰ ਜ਼ਿਆਦਾ ਤਨਾਅ ਦੇਕਾਰਣ ਨੌਕਰੀ ਬਦਲਣਾ ਚਾਹ ਰਹੀ ਹੋ ਤਾਂ ਘੱਟ ਤੋਂ ਘੱਟ ਕੁਝ ਸਮਾਂ ਤਾਂ ਰੁਕ ਹੀ ਜਾਓ। ਬੱਚੇਦੇ ਜਨਮ ਤੋਂ ਬਾਦ ਹੀ ਇਸ ਬਾਰੇ ਸੋਚੋ।

ਯਾਦ ਰੱਖੋ ਕਿ ਬੱਚਾ ਆਣ ਤੋਂ ਬਾਦ ਤਨਾਅ ਦੀ ਸੀਮਾ ਵਧਣ ਵਾਲੀ ਹੈ। ਇਸ ਲਈ ਅਜੇ ਇਸ ਨਾਲ ਨਿਪਟਣਾ ਸਿਖ ਲਉ।

## ਗਰਭਕਾਲ ਵਿਚ ਪਿਆਰ ਭਰੀ ਦੇਖਭਾਲ

ਇਸ ਵਿਚ ਕੋਈ ਸ਼ੱਕ ਨਹੀਂ ਕਿ ਗਰਭਕਾਲ ਵਿਚ ਚਿਹਰੇ ਤੇ ਇਕ ਵੱਖਰੀ ਜਿਹੀ ਸੁੰਦਰਤਾ ਤੇ ਨੂਰ ਝਲਕਣ ਲਗਦਾ ਹੈ। ਪ੍ਰੰਤੂ ਇਸ ਦੇ ਬਾਵਜੂਦ ਤੁਹਾਡੀ ਸੁੰਦਰਤਾ ਨੂੰ ਮੇਕਓਵਰ ਦੀ ਜ਼ਰੂਰਤ ਪਵੇਗੀ। ਗਰਭਵਤੀ ਹੋਣ ਤੋਂ ਬਾਦ; ਆਪਣੀ ਏਕਨੇ ਕ੍ਰੀਮ ਪ੍ਰਯੋਗ ਕਰਨ ਤੋਂ ਪਹਿਲਾਂ ਜਾਂ ਬਿਕਨੀ ਵੈਕਰਜ਼ ਦਾ ਸਪਾ ਲੈਣ ਤੋਂ ਪਹਿਲਾਂ ਜਾਂ ਫਿਰ ਫੈਸ਼ੀਅਲ ਕਰਾਣ ਤੋਂ ਪਹਿਲਾਂ ਤੁਹਾਨੂੰ ਕਾਫ਼ੀ ਕੁਝ ਜਾਣਨਾ ਹੋਵੇਗਾ। ਇਥੇ ਤੁਹਾਨੂੰ ਸਿਰ ਤੋਂ ਲੈ ਕੇ ਪੈਰ ਤਕ ਦੀ ਦੇਖਭਾਲ ਨਾਲ ਜੁੜੇ ਟਿਪਸ ਦਿੱਤੇ ਜਾਣਗੇ, ਜਿਨ੍ਹਾਂ ਦੀ ਮਦਦ ਨਾਲ ਤੁਸੀਂ ਸੁੰਦਰ ਦਿਖਣ ਦੇ ਨਾਲ-2 ਸੁਰਖਿਅਤ ਵੀ ਰਹੋਗੀ।

## ਤੁਹਾਡੇ ਵਾਲ

ਗਰਭਕਾਲ ਵਿਚ ਜਾਂ ਤਾਂ ਤੁਹਾਡੇ ਵਾਲ ਬਹੁਤ ਭੱਦੇ ਹੋ ਸਕਦੇਹਨ ਜਾਂ ਫਿਰ ਪਹਿਲਾਂ ਤੋਂ ਕਾਫ਼ੀ ਵਧੀਆ ਹੋ ਸਕਦੇਹਲ। ਹਾਰਮੋਨ ਦੇਕਾਰਣ ਇਨ੍ਹਾਂ ਦੀ ਗਿਣਤੀ ਪਹਿਲਾਂ ਤੋਂ ਕਾਫ਼ੀ ਵਧੀਆ ਹੋ ਸਕਦੀ ਹੈ। ਹਾਰਮੋਨ ਦੇਕਾਰਣ ਇਨ੍ਹਾਂ ਦੀ ਗਿਣਤੀ ਪਹਿਲਾਂ ਤੋਂ ਕਾਫ਼ੀ ਵਧੇਗੀ ਪ੍ਰੰਤੂ ਅਫ਼ਸੋਸ ਦੀਗੱਲ ਇਹ ਹੈ ਕਿ ਇੰਝ ਸਿਰਫ ਸਿਰ ਦੇਵਾਲਾਂ ਦੇਨਾਲ ਨਹੀਂਹੋਵੇਗਾ। ਪੂਰੇ ਸਰੀਰ ਦੇ ਵਾਲਾਂ ਦੇ ਵਾਧੇ ਤੇ ਅਸਰ ਹੋਵੇਗਾ।

**ਕਲੀਨਿੰਗ**:- ਜਦੋਂ ਤੁਸੀਂ ਗਰਭਕਾਲ ਵਿਚ ਵੀ ਵਾਲਾਂ ਨੂੰ ਰੰਗਣਾ ਚਾਹੁੰਦੀ ਹੋ ਤਾਂ ਅਕਸਰ ਚਮੜੀ ਵਿਚਰਿਸਣ ਵਾਲੇ ਰਸਾਇਣਾਂ ਤੇ ਚਰਚਾ ਹੁੰਦੀ ਹੈ ਪ੍ਰੰਤੂ ਜਦੋਂ ਤਕ ਇਸ ਗੱਲ ਦੇ ਕੋਈ ਪ੍ਰਮਾਣ ਨਹੀਂ ਮਿਲੇ ਕਿ ਇਹ ਨੁਕਸਾਨਦੇਹ ਹੋਸਕਦੀਹੈ। ਕਈ ਮਾਹਰ ਹੁਣਵੀ ਇਹ ਸਲਾਹ ਦੇਂਦੇਹਨ ਕਿ ਤੁਹਾਨੂੰ ਪਹਿਲੀ ਤਿਮਾਹੀ ਵਿਚ ਇਸ ਵੱਲ ਸਾਵਧਾਨੀ ਵਰਤਣੀ ਚਾਹੀਦੀ ਹੈ। ਕਈਆਂ ਦਾ ਮੰਨਣਾ ਹੈ ਕਿ ਪੂਰੇ ਗਰਭਕਾਲ ਵਿਚ ਵਾਲ ਡਾਈ ਕਰਨ ਵਿਚ ਕੋਈ ਹਰਜ ਨਹੀਂ। ਤੁਹਾਨੂੰ ਇਸ ਸਬੰਧੀ ਆਪਣੇ ਡਾਕਟਰ ਦੀਰਾਏਲੈਣੀ ਹੋਵੇਗੀ। ਜੇਕਰ ਸਾਰੇ ਵਾਲਾਂ ਨੂੰ ਰੰਗਣ ਵਿਚ ਦਿੱਕਤ ਹੋਵੇਤਾਂ ਉਨ੍ਹਾਂ ਨੂੰ ਹਾਈਲਾਈਟ ਕਰੋ।

ਤੁਸੀਂ ਆਪਣੇ ਹੇਅਰ ਕਲਰਿਸਟ ਤੋਂ ਪੁੱਛ ਸਕਦੀ ਹੋ ਕਿ ਕੀ ਉਹ ਤੁਹਾਡੇ ਵਾਲਾਂ ਨੂੰ ਅਮੋਨੀਆ-ਰਹਿਤ ਡਾਈ ਕਰ ਦੇਣਗੇ। ਇਹ ਯਾਦ ਰੱਖੋ ਕਿ ਹਾਰਮੋਨਲ ਬਦਲਾਵਾਂ ਦੇ ਕਾਰਣ ਤੁਹਾਡੇ ਵਾਲ ਅਜੀਬ ਤਰ੍ਹਾਂ ਦੀ ਪ੍ਰਕ੍ਰਿਆ ਦੇ ਸਕਦੇ ਹਨ। ਉਹ ਉਸ ਤਰ੍ਹਾਂ ਨਹੀਂ ਰਹਿਣਗੇ ਜਿਵੇਂ ਕਿ ਆਮ ਤੌਰ ਤੇ ਹੁੰਦੇ ਹਨ। ਪੂਰੇ ਸਿਰ ਦੇ ਵਾਲ ਰੰਗਣ ਤੋਂ ਪਹਿਲਾਂ ਥੋੜ੍ਹਾ ਪੈਚ ਟੈਸਟ ਕਰ ਲਓ ਕਿਤੇ ਐਸਾ ਨਾ ਹੋਵੇ ਕਿ ਲਾਲ ਵਾਲਾਂ ਦੀ ਚਾਹਤ ਵਿਚ ਤੁਸੀਂ ਬੈਂਗਨੀ ਵਾਲ ਰੰਗ ਲਉ।

**ਵਾਲਾਂ ਨੂੰ ਸਟ੍ਰੇਟ ਕਰਨ ਵਾਲੀਆਂ ਤਕਨੀਕਾਂ**:- ਕੀ ਤੁਸੀਂ ਆਪਣੇ ਘੁੰਘਰਾਲੇ ਵਾਲਾਂ ਨੂੰ ਸਟ੍ਰੇਟ ਕਰਨ ਸਬੰਧੀ ਸੋਚ ਰਹੀ ਹੋ? ਹਾਲਾਂਕਿ ਐਸਾ ਕੋਈ ਸਬੂਤ ਤਾਂ ਨਹੀਂ ਮਿਲਿਆ ਕਿ ਗਰਭਕਾਲ ਵਿਚ ਇਨ੍ਹਾਂ ਦੇ ਪ੍ਰਯੋਗ ਨਾਲ ਕੋਈ ਨੁਕਸਾਨ ਹੁੰਦਾ ਹੈ ਪਰ ਐਸਾ ਵੀ ਕੋਈ ਸਬੂਤ ਨਹੀਂ ਮਿਲਿਆ ਕਿ ਇਹ ਪੂਰੀ ਤਰ੍ਹਾਂ ਸੁਰਖਿਅਤ ਹੁੰਦੇ ਹਨ। ਇਸ ਲਈ ਆਪਣੇ ਡਾਕਟਰ ਦੀ ਰਾਏ ਲਉ। ਉਂਝ ਤੁਸੀਂ ਵੀ ਸੁਣਿਆ ਹੋਵੇਗਾ ਕਿ ਪਹਿਲੀ ਤਿਮਾਹੀ ਵਿਚ ਵਾਲਾਂ ਨੂੰ ਉਨ੍ਹਾਂ ਦੀ ਕੁਦਰਤੀ ਹਾਲਤ ਵਿਚ ਛੱਡਣਾ ਹੀ ਵਧੀਆ ਹੋਵੇਗਾ।

ਜੇਕਰ ਤੁਸੀਂ ਇਨ੍ਹਾਂ ਨੂੰ ਸਿੱਧਾ ਕਰਨਾ ਹੀ ਚਾਹੁੰਦੀ ਹੋ ਤਾਂ ਹੋ ਸਕਦਾ ਹੈ ਕਿ ਹਾਰਮੋਨਲ ਬਦਲਾਵਾਂ ਕਾਰਣ ਤੁਹਾਨੂੰ ਮਨਚਾਹੇ ਨਤੀਜੇ ਨਾ ਮਿਲ ਸਕਣ। ਦੂਜੇ ਗਰਭਕਾਲ ਵਿਚ ਵਾਲਾਂ ਦਾ ਵਾਧਾ ਵੀ ਕਾਫ਼ੀ ਹੁੰਦਾ ਹੈ। ਹੋ ਸਕਦਾ ਹੈ ਕਿ ਵਾਲ ਸਿੱਧੇ ਕਰਾਣ ਦੇ ਬਾਵਜੂਦ ਉਹ ਜੜ੍ਹਾਂ ਤੋਂ ਬਹੁਤ ਜਲਦੀ ਘੁੰਘਰਾਲੇ ਹੋਣ ਲਗਣ। ਉਂਝ ਤੁਸੀਂ 'ਥਰਮਲ ਰੀਕੰਡੀਸ਼ਨਿੰਗ ਪ੍ਰਕ੍ਰਿਆ' ਪ੍ਰਯੋਗ ਕਰ ਸਕਦੀ ਹੋ ਕਿਉਂਕਿ ਇਸ ਵਿਚ ਸਖ਼ਤ ਰਸਾਇਣ ਪ੍ਰਯੋਗ ਨਹੀਂ ਹੁੰਦੇ ਪ੍ਰੰਤੂ ਇਥੇ ਵੀ ਪਹਿਲਾਂ ਡਾਕਟਰ ਤੋਂ ਪੁੱਛ ਲਉ ਜਾਂ ਇਕ ਫਲੈਟ ਆਇਰਨ ਖ਼ਰੀਦ ਲਉ ਅਤੇ ਵਾਲਾਂ ਨੂੰ ਆਰਾਮ ਨਾਲ ਸਟ੍ਰੇਟ ਕਰੋ।

**ਪਰਮਾਨੈਂਟ ਜਾਂ ਬਾੱਡੀ ਵੇਵ**:- ਤੁਹਾਡੇ ਵਾਲ ਇੰਨੇ ਲਹਿਰਦਾਰ ਨਹੀਂ ਹਨ ਜਿੰਨੇ ਤੁਸੀਂ ਚਾਹੁੰਦੀ ਹੋ ਪ੍ਰੰਤੂ ਗਰਭਕਾਲ ਵਿਚ ਪਰਮਾਨੈਂਟ ਜਾਂ ਬਾੱਡੀ ਵੇਬ ਸਬੰਧੀ ਨਾ ਹੀ ਸੋਚੋ ਕਿਉਂਕਿ ਅਸੀਂ ਨਹੀਂ ਚਾਹੁੰਦੇ ਕਿ ਹਾਰਮੋਨਲ ਬਦਲਾਵਾਂ ਦੇ ਕਾਰਣ ਪ੍ਰਤਿਕ੍ਰਿਆ ਕੀ ਹੋਵੇਗੀ ਜਾਂ ਇਹ ਤਕਨੀਕ ਪੂਰੀ ਤਰ੍ਹਾਂ ਸੁਰਖਿਅਤ ਹੈਵੀ ਜਾਂ ਨਹੀਂ। ਕਿਤੇ ਇੰਝ ਨਾ ਹੋਵੇ ਕਿ ਵਾਲਾਂ ਦੀ ਰਹਿੰਦੀ ਸੁੰਦਰਤਾ ਵੀ ਖ਼ਰਾਬ ਹੋ ਜਾਏ।

**ਹੇਰ ਰਿਮੂਵਲ ਤੇ ਲਾਇਟਨਿੰਗ ਟ੍ਰੀਟਮੈਂਟ**:- ਗਰਭਕਾਲ ਵਿਚ ਸਰੀਰ ਤੇ ਉਗਣ ਵਾਲੇ ਵਾਲਾਂ ਕਾਰਣ ਪ੍ਰੇਸ਼ਾਨ ਹੋ ਤਾਂ ਚਿੰਤਾ ਨਾ ਕਰੋ। ਇਹ ਸਥਿਤੀ ਜ਼ਿਆਦਾ ਸਮੇਂ ਤਕ ਨਹੀਂ ਰਹੇਗੀ। ਹੋ ਸਕਦਾ ਹੈ ਕਿ ਇਨ੍ਹਾਂ ਹਾਰਮੋਨਾਂ ਕਾਰਣ ਤੁਹਾਡੀਆਂ ਗਲਾਂ, ਹੋਠਾਂ ਦੇ ਹੇਠਾਂ, ਪਿੱਠ ਤੇ ਪੇਟ ਤੇ ਵਾਲਾਂ ਦਾ ਵਾਧਾ ਕਾਫ਼ੀ ਵਧ ਹੋ ਜਾਏ ਪ੍ਰੰਤੂ ਇਨ੍ਹਾਂ ਦੇ ਲਈ ਲੇਜ਼ਰ, ਇਲੈਕ੍ਰੋਲੈਸਿਸ, ਡੈਪੀਲੈਅਰੀਜ਼ (ਬਲੀਚਿੰਗ) ਪ੍ਰਯੋਗ ਕਰਨ ਤੋਂ ਪਹਿਲਾਂ ਦੋ ਵਾਰ ਸੋਚੋ ਤੇ ਡਾਕਟਰ ਦੀ ਰਾਏ ਲਉ। ਕੋਈ ਐਸੇ ਸਬੂਤ ਨਹੀਂ ਮਿਲਦੇ ਕਿ ਗਰਭਕਾਲ ਵਿਚ ਵਾਲ ਹਟਾਣ ਜਾਂ ਉਨ੍ਹਾਂ ਦਾ ਰੰਗ ਹਲਕਾ ਕਰਨ ਦੀਆਂ ਇਹ ਤਕਨੀਕਾਂ ਸੁਰਖਿਅਤ ਹਨ। ਬਿਹਤਰ ਹੋਵੇਗਾ ਕਿ ਤੁਸੀਂ ਘੱਟੋ ਘੱਟ ਪਹਿਲੀ ਤਿਮਾਹੀ ਨਿਕਣ ਦਾ ਇੰਤਜ਼ਾਰ ਕਰ ਲਉ। ਹਾਲਾਂਕਿ ਤੁਸੀਂ ਜੋ ਕੋਈ ਟ੍ਰੀਟਮੈਂਟ ਲੈ ਚੁਕੀ ਹੋ, ਉਸ ਦੇ ਲਈ ਐਵੇਂ ਚਿੰਤਾ ਨਾ ਕਰੋ ਕਿਉਂਕਿ ਇਸ ਨਾਲ ਕੋਈ ਐਸਾ ਨੁਕਸਾਨ ਨਹੀਂ ਹੁੰਦਾ।

**ਸ਼ੇਵਿੰਗ, ਵਾਲ ਖਿੱਚ ਕੇ ਉਖਾੜਨਾ ਤੇ ਵੈਕਸਿੰਗ ਕਰਨਾ**:- ਗਰਭਕਾਲ ਵਿਚ ਸਰੀਰ ਦੇ ਕਿਸੀ ਵੀ ਅੰਗ ਤੇ ਅਣਚਾਹੇ ਵਾਲ ਉਗ ਸਕਦੇ ਹਨ। ਇਹ ਚੰਗੀ ਗੱਲ ਨਹੀਂ ਹੈ। ਪਰ ਇਕ ਚੰਗੀ ਗੱਲ ਇਹ ਹੈ ਕਿ ਤੁਸੀਂ ਐਸੇ ਵਾਲਾਂ ਨੂੰ ਸ਼ੇਵ ਕਰ ਸਕਦੀ ਹੋ, ਵੈਕਸ ਕਰ ਸਕਦੀ ਹੋ ਇਥੋਂ ਤਕ ਕਿ ਬਿਕਨੀ ਵੈਕਸ ਵੀ ਪ੍ਰਯੋਗ ਕਰ ਸਕਦੀ ਹੋ। ਪ੍ਰੰਤੂ ਥੋੜ੍ਹੀ ਸਾਵਧਾਨੀ ਰਖਣੀ ਹੋਵੇਗੀ ਕਿਉਂਕਿ ਗਰਭਕਾਲ ਵਿਚ ਚਮੜੀ ਕਾਫ਼ੀ ਸੰਵੇਦਨਸ਼ੀਲ ਹੋ ਜਾਂਦੀ ਹੈ ਅਤੇ ਅਸਾਨੀ ਨਾਲ ਨੁਕਸਾਨ ਹੋ ਸਕਦਾ ਹੈ। ਜੇਕਰ ਤੁਸੀਂ ਕਿਸੀ ਸੈਲੂਨ ਵਿਚ ਜਾ ਰਹੀ ਹੋ ਤਾਂ ਕੋਈ ਵੀ ਟ੍ਰੀਟਮੈਂਟ ਲੈਣ ਤੋਂ ਪਹਿਲਾਂ ਉਨ੍ਹਾਂ ਨੂੰ ਦੱਸ ਦਿਉ ਕਿ ਤੁਸੀਂ ਗਰਭਵਤੀ ਹੋ। ਤਾਂ ਜੋ ਉਹ ਵਧੇਰੇ ਸਾਵਧਾਨੀ ਵਰਤ ਸਕਣ।

## ਤੁਹਾਡਾ ਚਿਹਰਾ

ਚਾਹੇ ਗਰਭਕਾਲ ਤੁਹਾਡੇ ਪੇਟ ਤੋਂ ਪਤਾ ਨਾ ਲਗੇ ਪ੍ਰੰਤੂ ਚਿਹਰੇ ਤੋਂ ਜਲਦੀ ਝਲਕਣ ਲਗਦੀ ਹੈ। ਗਰਭਕਾਲ ਦੌਰਾਨ ਚਿਹਰੇ ਦੇ ਨਾਲ ਚੰਗਾ, ਬੁਰਾ ਜਾਂ ਬਹੁਤ ਬੁਰਾ ਕੁਝ ਵੀ ਹੋ ਸਕਦਾ ਹੈ।

**ਫ਼ੈਸ਼ੀਅਲ**:- ਆਪਣੇ ਚਿਹਰੇ ਦੇ ਜਿਸ ਨੂਰ ਬਾਰੇ

ਪੜ੍ਹਿਆ ਹੈ, ਹਰ ਗਰਭਵਤੀ ਮਾਂ ਨੂੰ ਇਹ ਵਰਦਾਨ ਨਹੀਂ ਮਿਲਦਾ। ਹਾਲਾਂਕਿ ਗਰਭਕਾਲ ਦੌਰਾਨ ਫ਼ੇਸ਼ੀਅਲ ਕਰਾਣਾ ਸੁਰਖਿਅਤ ਰਹੇਗਾ ਪ੍ਰੰਤੂ ਹਾਰਮੋਨਲ ਬਦਲਾਵਾਂ ਕਾਰਣ ਚਮੜੀ ਕਾਫ਼ੀ ਸੰਵੇਦਨਸ਼ੀਲ ਹੋ ਜਾਂਦੀ ਹੈ। ਇਸ ਲਈ 'ਗਲਾਈਕੋਲਿਕ ਪੀਲ' ਜਾਂ 'ਮਾਈਕ੍ਰੋਡਰਮਾਬ੍ਰੇਸਿਅਨ' ਵਰਗੇ ਇਲਾਜ ਨਾ ਹੀ ਕਰਵਾਓ ਤਾਂ ਵਧੀਆ ਹੋਵੇ ਗਾ। ਇਨ੍ਹਾਂ ਤੋਂ ਫਾਇਦੇ ਦੀ ਥਾਂ ਨੁਕਸਾਨ ਹੋ ਸਕਦਾ ਹੈ। ਫ਼ੇਸ਼ੀਅਲ ਦੌਰਾਨ ਮਾਈਕ੍ਰੋਕਰੰਟ ਵੀ ਦਿੱਤਾ ਜਾਂਦਾ ਹੈ। ਤੁਸੀਂ ਪਾਰਲਰ ਵਿਚ ਆਪਣੇ ਗਰਭਕਾਲ ਦੀ ਸੂਚਨਾ ਦੇ ਦਿਉ ਤਾਂਜੋ ਉਹ ਇਸ ਸਬੰਧੀ ਪੂਰਾ ਧਿਆਨ ਰਖਸਕਣ। ਜੇਕਰ ਕਿਸੇ ਇਲਾਜ ਦੀ ਸੁਰਖਿਆ ਤੇ ਸ਼ੱਕ ਹੋਵੇ ਤਾਂ ਡਾਕਟਰ ਦੀ ਰਾਏ ਲੈਕੇ ਹੀ ਅੱਗੇ ਵਧੋ।

**ਐਂਟੀਰਿੰਕਲ ਟ੍ਰੀਟਮੈਂਟ:-** ਝੁਰੀਦਾਰ ਬੱਚੇ ਤਾਂ ਪਿਆਰੇ ਲਗਦੇ ਹਨ ਪ੍ਰੰਤੂ ਮੰਮੀ ਨਹੀਂ। ਕਿਸੇ ਡਰਮਟਾਇਲੋਜਿਸਟ ਦੇ ਕੋਲ ਜਾਣ ਤੋਂ ਪਹਿਲਾਂ ਇਨ੍ਹਾਂ ਗੱਲਾਂ ਤੇ ਧਿਆਨ ਦਿਉ- ਕੋਲਾਂਜਨ, ਰਿਸਟਾਈਲੇਨ, ਜੁਵੇਡਰਮ ਜਾਂ ਬੋਟੋਕਸ ਅਤੇ ਗਰਭਕਾਲ ਵਰਗੇ ਵਿਸ਼ੇ ਤੇ ਕੁਝ ਖ਼ਾਸ ਖੋਜ ਨਹੀਂ ਹੋਈ ਹੈ। ਇਸ ਲਈ ਇਨ੍ਹਾਂ ਤੋਂ ਜ਼ਰਾ ਦੂਰ ਹੀ ਰਹੋ। ਜੇਕਰ ਐਂਟੀਰਿੰਕਲ ਕ੍ਰੀਮ ਪ੍ਰਯੋਗ ਕਰਨਾ ਚਾਹੁੰਦੀ ਹੋ ਤਾਂ ਪ੍ਰਯੋਗ ਤੋਂ ਪਹਿਲਾਂ ਉਸ ਦੇ ਨਿਰਦੇਸ਼ ਪੜ੍ਹੋ ਤੇ ਆਪਣੇ ਡਾਕਟਰ ਦੀਰਾਏ ਵੀ ਲੈ ਲਉ। ਤੁਹਾਨੂੰ ਅਸਥਾਈ ਤੌਰ ਤੇ ਉਨ੍ਹਾਂ ਉਤਪਾਦਾਂ ਨੂੰ ਅਲਵਿਦਾ ਕਹਿਣਾ ਹੋਵੇਗਾ ਜਿਨ੍ਹਾਂ ਵਿਚ ਵਿਟਾਮਿਨ ਏ, ਕੇ ਜਾਂ ਬੀ ਐਚ ਏ (ਬੀਟਾ ਹਾਈਡ੍ਰੋਕਸੀ ਐਸਿਡ) ਦੀ ਮਾਤਰਾ ਹੋਵੇ। ਜਿਨ੍ਹਾਂ ਹੋਰ ਗੱਲਾਂ ਸਬੰਧੀ ਸ਼ੱਕ ਹੋਵੇ, ਉਨ੍ਹਾਂ ਨੂੰ ਵੀ ਆਪਣੇ ਡਾਕਟਰ ਤੋਂ ਪੁਛੋ। ਉਹ ਫਰੂਟ ਐਸਿਡ ਏ ਐਚਏ (ਅਲਫਾ-ਹਾਈਡ੍ਰੋਕਸੀ ਐਸਿਡ) ਦੇ ਲਈ ਹਾਮੀ ਭਰ ਸਕਦੇਹਨ। ਪ੍ਰੰਤੂ ਉਸ ਦੇ ਲਈ ਵੀ ਪਹਿਲਾਂ ਰਾਏ ਲੈ ਲਉ। ਉਂਝ ਤੁਸੀਂ ਧਿਆਨ ਦਿੱਤਾ ਹੋਵੇਗਾ ਕਿ ਗਰਭਕਾਲ ਵਿਚ ਚਿਹਰੇ ਦੀਆਂ ਝੁਰਰੀਆਂ ਕਾਫ਼ੀ ਹੱਦ ਤਕ ਦਿਖਾਈ ਨਹੀਂ ਦੇਂਦੀਆਂ ਤੇ ਤੁਸੀਂ ਕੱਸਮੈਟਿਕ ਪ੍ਰਕ੍ਰਿਆਵਾਂ ਤੋਂ ਬਿਨਾਂ ਵੀ ਗੁਜਾਰਾ ਚਲਾ ਸਕਦੀ ਹੋ।

**ਐਕਨੇ ਦਾ ਇਲਾਜ:-** ਕੀ ਜਵਾਨੀ ਤੋਂ ਵੱਧ ਐਕਨੇ ਹੋ ਗਏ ਹੋ? ਤੁਸੀਂ ਗਰਭਕਾਲ ਹਾਰਮੋਨ ਨੂੰ ਇਸ ਦਾ ਦੋਸ਼ੀ ਠਹਿਰਾ ਸਕਦੀ ਹੋ।ਆਪਣੀ ਜਾਣੀ-ਪਹਿਚਾਣੀ ਕ੍ਰੀਮ ਤੇ ਦਵਾਈਆਂ ਦੇ ਪ੍ਰਯੋਗ ਤੋਂ ਪਹਿਲਾਂ ਡਾਕਟਰ ਤੋਂ ਪੁੱਛਣਾ ਨਾ ਭੁਲੋ। ਤੁਹਾਨੂੰ ਪ੍ਰਸੂਤ ਤੋਂ ਪਹਿਲਾਂ ਲੇਜ਼ਰ ਟ੍ਰੀਟਮੈਂਟ ਅਤੇ ਕੈਮੀਕਲ ਪੀਲ ਵਰਗੇ ਇਲਾਜਾਂ ਤੋਂ ਸਾਵਧਾਨੀ ਰੱਖਣੀ ਹੋਵੇਗੀ। ਐਕਨੇ ਦੀਆਂ ਦੋ ਮੰਨੀਆਂ-ਪ੍ਰਮੰਨੀਆਂ ਦਵਾਈਆਂ ਬੀਟਾ ਹਾਈਡ੍ਰੋਕਸੀ ਐਸਿਡ ਤੇ ਸੈਲੀਸਾਈਕਲਿਕ ਐਸਿਡ ਦੀ ਗਰਭਕਾਲ ਦੇ ਲਈ ਜਾਂਚ ਨਹੀਂ ਹੋਈ, ਹੋ ਸਕਦਾ ਹੈ ਕਿ ਉਹ ਇਲਾਜ ਦੇ ਦੌਰਾਨ ਚਮੜੀ ਤੇ ਅਸਰ ਕਰੇ। ਡਾਕਟਰ ਤੋਂ ਐਸੇ ਉਤਪਾਦਾਂ ਦੀ ਸੁਰੱਖਿਆ ਸਬੰਧੀ ਪੁੱਛੋ। ਆਮ ਤੌਰ ਤੇ ਐਸੀਆਂ ਦਵਾਈਆਂ ਤੇ ਬੈਨੀਜੋਲ ਪੈਰਾਕਸਾਈਡ ਦੀ ਮਾਤਰਾ ਵਾਲੀਆਂ ਦਵਾਈਆਂ ਨੂੰ ਸੁਰਖਿਅਤ ਨਹੀਂ ਮੰਨਿਆ ਜਾਂਦਾ। ਗਲਾਈਕੋਲਿਕ ਐਸਿਡ ਐਕਸਫੋਲੀਏਟਿੰਗ ਸਕਰਬ ਤੇ ਐਰੀਥ੍ਰੋਮਾਈਸਿਨ ਵਰਗੀ ਐਂਟੀਬਾਇਓਟਿਕ ਪ੍ਰਯੋਗ ਹੋ ਸਕਦੀ ਹੈ ਪ੍ਰੰਤੂ ਪਹਿਲਾਂ ਡਾਕਟਰ ਦੀ ਰਾਏ ਲਉ ਕਿਉਂਕਿ ਉਹ ਵੀ ਚਮੜੀ ਵਿਚ ਬੇਚੈਨੀ ਪੈਦਾ ਕਰ ਸਕਦੀਆਂ ਹਨ। ਤੁਸੀਂ ਆਪਣੇ ਕੁਦਰਤੀ ਨੁਸਖ਼ੇ ਵੀ ਅਜਮਾ ਸਕਦੀ ਹੋ; ਜਿਵੇਂ-ਢੇਰ ਸਾਰਾ ਪਾਣੀ ਪੀਣਾ, ਸਹੀ ਖਾਣ-ਪੀਣ ਤੇ ਚਿਹਰੇ ਦੀ ਨਿਯਮਿਤ ਸਫ਼ਾਈ। ਇਨ੍ਹਾਂ ਨਾਲ ਕੋਈ ਨੁਕਸਾਨ ਵੀ ਨਹੀਂ ਹੋਵੇਗਾ।

## ਤੁਹਾਡੇ ਦੰਦ

ਤੁਸੀਂ ਗਰਭਕਾਲ ਦੌਰਾਨ ਕਾਫ਼ੀ ਮੁਸਕਰਾਉਣਾ ਹੈ ਪ੍ਰੰਤੂ ਕੀ ਤੁਹਾਡੇ ਦੰਦ ਇਸ ਦੇ ਲਈ ਤਿਆਰ ਹਨ? ਹਾਲਾਂਕਿ ਕਾੱਸਮੈਕਿ ਦੰਦ ਇਲਾਜ ਕਾਫ਼ੀ ਲੋਕਪ੍ਰਿਯ ਹੈ ਪ੍ਰੰਤੂ ਗਰਭਕਾਲ ਵਿਚ ਇਸ ਦਾ ਪ੍ਰਯੋਗ ਨਹੀਂ ਹੁੰਦਾ।

**ਦੰਦਾਂ ਦੀ ਸਫ਼ੇਦੀ:-** ਮੋਤੀਆਂ ਵਰਗੇ ਚਮਚਮਾਤੇ ਦੰਦ ਚਾਹੁੰਦੀ ਹੋ। ਹਾਲਾਂਕਿ ਗਰਭਕਾਲ ਵਿਚਦੰਦਾਂ ਦੀਸਫ਼ੇਦੀ ਲਿਆਣ ਵਾਲੇ ਉਤਪਾਦਾਂ ਤੋਂ ਕੋਈ ਪ੍ਰੇਸ਼ਾਨੀ ਨਹੀਂ ਹੁੰਦੀ ਪ੍ਰੰਤੂ ਜੇਕਰ ਤੁਸੀਂ ਕੁਝ ਮਹੀਨੇ ਇੰਤਜ਼ਾਰ ਕਰ ਹੀ ਲਉ ਤਾਂ ਬਿਹਤਰ ਹੋਵੇਗਾ। ਆਪਣੇ ਦੰਦਾਂ ਦੀ ਨਿਯਮਿਤ ਸਾਫ਼-ਸਫ਼ਾਈ ਤੇ ਧਿਆਨ ਦਿਉ। ਇਸ ਸਮੇਂ ਤੁਹਾਡੇ ਸੰਵੇਦਨਸ਼ੀਲ ਮਸੂੜੇ ਵੀ ਇਹੀ ਚਾਹੁੰਦੇ ਹਨ।

**ਮੁਲੰਮਾ ਜਾਂ ਪੁਸ਼ਠਾਵਰਣ(ਵੀਨਰਜ਼):-** ਇਥੇ ਖ਼ਤਰੇ

ਵਾਲੀ ਤਾਂ ਕੋਈ ਗੱਲ ਨਹੀਂ ਹੈ ਪ੍ਰੰਤੂ ਫਿਰ ਵੀ ਤੁਹਾਨੂੰ ਦੰਦਾਂ ਨਾਲ ਜੁੜੇ ਕਿਸੇ ਵੀ ਇਲਾਜ ਜਾਂ ਟ੍ਰੀਟਮੈਂਟ ਤੋਂ ਪਹਿਲਾਂ ਡਿਲੀਵਰੀ ਤਕ ਇੰਤਜ਼ਾਰ ਕਰ ਲੈਣਾ ਚਾਹੀਦਾ ਹੈ ਕਿਉਂਕਿ ਇਸ ਸਥਿਤੀ ਵਿਚ ਮਸੂੜੇ ਕਾਫ਼ੀ ਸੰਵੇਦਨਸ਼ੀਲ ਹੋ ਜਾਂਦੇ ਹਨ ਅਤੇ ਕੋਈ ਵੀ ਦੰਦ ਇਲਾਜ ਪਹਿਲਾਂ ਤੋਂ ਕਿਤੇ ਵਧ ਤਕਲੀਫ਼ਦੇਹ ਹੋ ਸਕਦੇ ਹਨ।

## ਤੁਹਾਡਾ ਸਰੀਰ

ਗਰਭਕਾਲ ਵਿਚ ਤੁਹਾਡਾ ਸਰੀਰ ਕਿੰਨੀ ਮਿਹਨਤ ਕਰਦਾਹੈ, ਸ਼ਾਇਦ ਤੁਸੀਂ ਇਸ ਦੀ ਕਲਪਨਾ ਵੀ ਨਹੀਂ ਕਰ ਸਕਦੀ। ਇਸ ਸਮੇਂ ਤਾਂ ਇਸ ਨੂੰ ਤੁਹਾਡਾ ਢੇਰ ਸਾਰਾ ਲਾਡ ਅਤੇ ਦੇਖਭਾਲ ਲੋੜੀਂਦੀ ਹੈ। ਆਓ, ਤੁਹਾਨੂੰ ਸਿਖਾਈਏ ਕਿ ਇਸ ਨੂੰ ਸੁਰਖਿਅਤ ਰੂਪ ਵਿਚ ਕਿਵੇਂ ਕੀਤਾ ਜਾ ਸਕਦਾ ਹੈ।

**ਮਾਲਸ਼(ਮਸਾਜ)**:- ਪਿੱਠ ਦਰਦ ਜਾਂ ਰਾਤ ਨੂੰ ਜਗਾਣ ਵਾਲੀ ਬੇਚੈਨੀ ਤੋਂ ਛੁਟਕਾਰਾ ਪਾਨਾ ਚਾਹੁੰਦੀ ਹੋ ਤਾਂ ਸਰੀਰ ਦੀ ਮਾਲਸ਼ ਕਰੋ। ਗਰਭਕਾਲ ਵਿਚ ਤਨਾਅ ਅਤੇ ਦਰਦ ਤੋਂ ਬੱਚਣ ਦਾ ਇਸ ਤੋਂ ਵਧੀਆ ਤਰੀਕਾ ਹੋ ਹੀ ਨਹੀਂ ਸਕਦਾ। ਪ੍ਰੰਤੂ ਫਿਰ ਵੀ ਤੁਹਾਨੂੰ ਇਸ ਨਾਲ ਜੁੜੇ ਕੁਝ ਨਿਰਦੇਸ਼ਾਂ ਦਾ ਪਾਲਣਾ ਕਰਨਾ ਹੋਵੇ ਗਾ ਤਾਂ ਜੋ ਇਹ ਮਾਲਸ਼ ਅਰਾਮਦਾਇਕ ਹੋਣ ਦੇ ਨਾਲ-2 ਸੁਰਖਿਅਤ ਵੀ ਹੋਵੇ।

■ਸਹੀ ਹੱਥਾਂ ਨਾਲ ਮਾਲਸ਼ ਕਰਵਾਓ। ਇਹ ਦੇਖ ਲਉ ਕਿ ਮਾਲਸ਼ ਦੇਣ ਵਾਲੇ ਦੇ ਕੋਲ ਇਸ ਦਾ ਲਾਇਸੈਂਸ ਹੈ ਜਾਂ ਨਹੀਂ? ਉਨ੍ਹਾਂ ਨੂੰ ਗਰਭਕਾਲ ਨਾਲ ਜੁੜੀਆਂ ਸਾਰੀਆਂ ਸਾਵਧਾਨੀਆਂ ਦੀ ਜਾਣਕਾਰੀ ਹੈ ਜਾਂ ਨਹੀਂ?

■ਗਰਭਕਾਲ ਦੀ ਪਹਿਲੀ ਤਿਮਾਹੀ ਵਿਚ ਮਾਲਸ਼ ਤੋਂ ਪਰਹੇਜ਼ ਕਰੋ ਕਿਉਂਕਿ ਇਸ ਨਾਲ ਮਾਰਨਿੰਗ ਸਿਕਨੈਸ ਉਨੀਂਦ੍ਰਾਪਨ ਵੱਧ ਸਕਦੇਹਨ। ਜੇਕਰ ਤੁਸੀਂ ਪਹਿਲੀ ਤਿਮਾਹੀ ਵਿਚ ਮਾਲਸ਼ ਕਰਾ ਚੁਕੀ ਹੋ ਤਾਂ ਵੀ ਕੋਈ ਗੱਲ ਨਹੀਂ, ਇਸ ਵਿਚ ਕੋਈ ਖ਼ਤਰੇ ਵਾਲੀ ਗੱਲ ਨਹੀਂ ਹੁੰਦੀ।

■ਸਹੀ ਸਥਿਤੀ ਵਿਚ ਆਰਾਮ ਕਰੋ। ਚੌਥੇ ਮਹੀਨੇ ਤੋਂ ਬਾਦ ਲੋੜ ਤੋਂ ਵਧ ਪਿੱਠ ਦੇ ਭਾਰ ਲੇਟੋ। ਆਪਣੇ ਮਸਾਜ ਥੈਰੇਪਿਸਟ ਨੂੰ ਕਹੋ ਕਿ ਉਹ ਮਾਲਸ਼ ਦੇ ਸਮੇਂ ਖ਼ਾਸ ਤਰ੍ਹਾਂ ਦੇ ਸਰਾਹਰਣੇ ਦਾ ਪ੍ਰਯੋਗ ਕਰੋ ਜਾਂ ਫੋਮ ਵਾਲੇ ਕੁਸ਼ਨ ਲਗਾਓ, ਜਿਸ ਨਾਲ ਤੁਹਾਡੇ ਸਰੀਰ ਨੂੰ ਆਰਾਮ ਮਿਲ ਸਕੇ।

■ਬਿਨਾਂ ਮਹਿਕ ਵਾਲੇ ਲੋਸ਼ਨ ਦਾ ਪ੍ਰਯੋਗ ਕਰੋ।ਤੇਜ ਮਹਿਕ ਨਾਲ ਤੁਹਾਨੂੰ ਪ੍ਰੇਸ਼ਾਨੀ ਹੋ ਸਕਦੀ ਹੈ।

■ਕੇਵਲ ਸਹੀ ਜਗ੍ਹਾ ਤੇਹੀ ਮਲੋ। ਸਰੀਰ ਦੇ ਕਈ ਹਿੱਸੇ ਐਸੇਹਨ ਜਿਨ੍ਹਾਂ ਤੇ ਦਬਾਅ ਦੇਣ ਨਾਲ ਕੰਟ੍ਰਕਸ਼ਨ ਵਧ ਸਕਦਾ ਹੈ। ਤੁਹਾਡੇ ਮਾਲਸ਼ ਕਰਨ ਵਾਲੇ ਕੋਲ ਗਰਭਕਾਲ ਨਾਲ ਜੁੜੀ ਦੇਖਭਾਲ ਦੀ ਸਿਖਲਾਈ ਹੋਣੀ ਚਾਹੀਦੀ ਹੈ। ਪੇਟ ਦੇ ਹੇਠਲੇ ਹਿੱਸੇ ਤੇ ਮਾਲਸ਼ ਨਾ ਕਰਵਾਓ। ਜੇਕਰ ਉਹ ਜ਼ਿਆਦਾ ਤੇ ਜ ਹੱਥ ਲਗਾ ਰਹੇ ਹੋਣ ਜਾਂ ਤੁਹਾਨੂੰ ਤਕਲੀਫ ਮਹਿਸੂਸ ਹੋ ਰਹੀ ਹੋਵੇ ਤਾਂ ਉਨ੍ਹਾਂ ਨੂੰ ਉਸੀ ਸਮੇਂ ਦਸੋ। ਇਸ ਸਬੰਧੀ ਤੁਸੀਂ ਜ਼ਿਆਦਾ ਵਧੀਆ ਰਾਏ ਦੇ ਸਕਦੀ ਹੋ।

**ਅਰੋਮਾਥੈਰੇਪੀ**:- ਗਰਭਕਾਲ ਵਿਚ ਸੈਂਟ ਦੇਮਾਮਲੇ ਵਿਚ ਥੋੜ੍ਹਾ ਕਾੱਮਨ ਸੈਂਸ ਦਾ ਪ੍ਰਯੋਗ ਕਰੋ ਕਿਉਂਕਿ ਇਸ ਦੇ ਕੁਝ ਤੇਲ ਤੁਹਾਡੇ ਲਈ ਨੁਕਸਾਨਦੇਹ ਹੋ ਸਕਦੇ ਹਨ। ਕਿਸੇਵੀ ਤਰ੍ਹਾਂ ਦੀ ਅਰੋਮਾਥੈਰੇਪੀ ਦਾ ਸਾਵਧਾਨੀ ਨਾਲ ਪ੍ਰਯੋਗ ਕਰੋ। ਗੁਲਾਬ, ਲੈਵੇਂਡਰ, ਚਮੇਲੀ, ਜੈਸਮਿਨ, ਟੈਂਗਿਨ, ਨੈਰੋਲੀ ਤੇ ਯਲਾਂਗ-ਯਲਾਂਗ ਵਰਗੇ ਤੇਲ ਕੁਝ ਹੱਦ ਤਕ ਪ੍ਰਯੋਗ ਹੋ ਸਕਦੇ ਹਨ।

ਪ੍ਰੰਤੂ ਗਰਭਵਤੀ ਔਰਤਾਂ ਨੂੰ ਬੇਸਿਲ, ਜੂਨੀਪਰ, ਰੋਜਮੈਰੀ, ਸੈਗ ਪਿਪਰਮੈਂਟ, ਮਾਰੀਨੋ ਤੇਥਾਈਮ ਆਦਿ ਤੇਲਾਂ ਦੇ ਪ੍ਰਯੋਗ ਤੋਂ ਬਚਣਾ ਚਾਹੀਦਾ ਹੈ ਕਿਉਂਕਿ ਇਸ ਨਾਲ ਯੂਟੇਰਾਈਨ ਕੰਟ੍ਰਕਸ਼ਨ ਹੋ ਸਕਦਾਹੈ। (ਮਿਡਵਾਈਫ਼ ਪ੍ਰਸੂਤ ਦੇ ਸਮੇਂ ਇਨ੍ਹਾਂ ਤੇਲਾਂ ਦਾ ਪ੍ਰਯੋਗ ਕਰਦੀ ਹੈ।) ਜੇਕਰ ਤੁਸੀਂ ਇਨ੍ਹਾਂ ਤੇਲਾਂ ਦਾ ਪ੍ਰਯੋਗ ਕਰ ਚੁਕੀਹੋ ਤਾਂ ਵੀ ਘਬਰਾਉਣ ਦੀ ਕੋਈ ਗੱਲ ਨਹੀਂ ਹੈ। ਇਹਤੇਲ ਚਮੜੀ ਵਿਚ ਹੁਣ ਰਚ ਨਹੀਂ ਸਕਦੇ ਕਿਉਂਕਿ ਪਿੱਠ ਦੀ ਚਮੜੀ ਕਾਫ਼ੀ ਮੋਟੀ ਹੁੰਦੀ ਹੈ। ਬਾਥ ਤੇਬਿਊਟੀ ਸ਼ਾੱਪ ਤੇ ਵਿੱਕਣ ਵਾਲੇ ਸਾਰੇ ਉਤਪਾਦ ਸੁਰਖਿਅਤ ਹੁੰਦੇ ਹਨ ਬਸ਼ਰਤੇ ਉਨ੍ਹਾਂ ਦੀ ਸੈਂਟ ਕੰਸਟ੍ਰੇਟੇਡ ਨਾ ਹੋਵੇ।

**ਬਾੱਡੀ ਟ੍ਰੀਟਮੈਂਟ, ਸਕਰਬ, ਰੈਪ, ਹਾਈਡ੍ਰੋਥੈਰੇਪੀ**: ਜੇਕਰ ਬਾੱਡੀ ਸਕਰਬ ਤੁਹਾਡੀ ਸੰਵੇਦਨਸ਼ੀਲ ਚਮੜੀ ਨੂੰ ਨੁਕਸਾਨ ਨਾ ਪਹੁੰਚਾਏ ਤਾਂ ਉਨ੍ਹਾਂ ਨੂੰ ਸੁਰਖਿਅਤ ਮੰਨਿਆ ਜਾ ਸਕਦਾ ਹੈ। ਕੁਝ ਹਰਬਲ ਰੈਪ ਫਾਇਦੇਮੰਦ ਹੁੰਦੇ ਹਨ ਪ੍ਰੰਤੂ ਇਨ੍ਹਾਂ ਤੋਂ ਤੁਹਾਡੇ ਸਰੀਰ ਦਾ ਤਾਪਮਾਨ ਵੱਧ ਸਕਦਾ ਹੈ। ਹਾਈਡ੍ਰੋਥੈਰੇਪੀ ਵਿਚ ਵੀ $100^o$ ਫਾਰਨਹੀਟ ਤਕ ਦਾ ਗੁਨਗੁਨਾ

ਇਸ਼ਨਾਨ ਕੀਤਾ ਜਾ ਸਕਦਾ ਹੈ ਪ੍ਰੰਤੂ ਸੋਣਾ ਬਾਥ, ਸਟੀਮ ਰੂਮ ਤੇਹਾੱਟ ਟੱਬ ਤੋਂ ਦੂਰ ਹੀ ਰਹੋ।

**ਟੈਨਿੰਗ ਬੈਡ, ਸਪ੍ਰੇ ਤੇ ਲੋਸ਼ਨ**:- ਗਰਭਕਾਲ ਵਿਚ ਚਿਹਰੇ ਤੇ ਛਾਏ ਪੀਲੇਪਨ ਤੋਂ ਪ੍ਰੇਸ਼ਾਨ ਹੋ। ਮਾਫ਼ ਕਰਨਾ ਪਰ ਟੈਨਿੰਗ ਬੈਡ ਤੁਹਾਡੇ ਕੰਮ ਨਹੀਂ ਆਣਗੇ। ਇਨ੍ਹਾਂ ਨਾਲ ਤੁਹਾਡੇ ਸਰੀਰ ਦਾ ਤਾਪਮਾਨ ਇੰਨਾ ਵੱਧ ਸਕਦਾ ਹੈ ਜੋ ਕਿ ਬੱਚੇ ਦੇ ਸਰੀਰਕ ਵਿਕਾਸ ਲਈ ਘਾਤਕ ਹੋਵੇਗਾ। ਜੇਕਰ ਤੁਸੀਂ ਸਨਗਲਾਸ ਟੈਨਿੰਗ ਲੋਸ਼ਨ ਜਾਂ ਸਪ੍ਰੇ ਪ੍ਰਯੋਗ ਕਰਨ ਜਾ ਰਹੀ ਹੋ ਤਾਂ ਪਹਿਲਾਂ ਆਪਣੇ ਡਾਕਟਰ ਦੀ ਰਾਏ ਲਉ। ਤੁਹਾਨੂੰ ਪਤਾ ਹੋਣਾ ਚਾਹੀਦਾ ਹੈ ਕਿ ਕਈ ਵਾਰ ਹਾਰਮੋਨਲ ਬਦਲਾਅ ਕਾਰਣ ਵੀ ਰੰਗ ਬਦਲਦਾ ਹੈ। ਅਸੀਂ ਤੁਹਾਨੂੰ ਇਸ ਕਿਤਾਬ ਵਿਚ ਟੈਟੂ, ਮਹਿੰਦੀ ਤੇ ਸਰੀਰ ਛਿਦਵਾਣ ਵਾਲੀਆਂ ਪ੍ਰਕ੍ਰਿਆਵਾਂ ਨਾਲ ਜੁੜੀ ਸੁਰਖਿਆ ਸਬੰਧੀ ਵੀ ਦਸਾਂਗੇ। ਇਸ ਲਈ ਉਸ ਤੇ ਵੀ ਧਿਆਨ ਦਿਉ।

## ਸਪਾ ਦਾ ਇਕ ਦਿਨ

ਆਹ! ਸਪਾ ਗਰਭਵਤੀ ਔਰਤ ਦੇ ਲਈ ਇਕ ਆਰਾਮਦਾਇਕ ਸਪਾ ਤੋਂ ਵੱਧ ਕੇ ਕੁਝ ਹੋ ਹੀ ਨਹੀਂ ਸਕਦਾ। ਅੱਜ ਕਲ ਕਈ ਜਗ੍ਹਾ ਸਪਾ ਦੀ ਇਹ ਸੁਵਿਧਾ ਵਿਸ਼ੇਸ਼ ਤੌਰ ਤੇ ਦਿੱਤੀ ਜਾਣ ਲਗੀ ਹੈ। ਸਪਾ ਦੇ ਲਈ ਜਾਂਦੇ ਹੀ ਦੱਸ ਦਿਉ ਕਿ ਤੁਸੀਂ ਗਰਭਵਤੀ ਹੋ। ਜੇਕਰ ਡਾਕਟਰ ਕੁਝ ਸਾਵਧਾਨੀਆਂ ਰੱਖਣ ਲਈ ਕਿਹਾ ਹੈ ਤਾਂ ਉਨ੍ਹਾਂ ਨੂੰ ਉਹ ਵੀ ਦੱਸ ਦਿਉ ਤਾਂ ਜੋ ਉਹ ਉਸੀ ਹਿਸਾਬ ਨਾਲ ਟ੍ਰੀਟਮੈਂਟ ਦੇ ਸਕਣ। ਜੇਕਰ ਡਾਕਟਰ ਤੋਂ ਪੁੱਛ ਕੇ ਜਾਓ ਤਾਂ ਹੋਰ ਵੀ ਚੰਗਾ ਹੋਵੇਗਾ।

## ਗਰਭਕਾਲ ਅਤੇ ਤੁਹਾਡਾ ਮੇਕਅਪ

ਗਰਭਕਾਲ ਵਿਚ ਚਿਹਰੇ ਤੇ ਆਈ ਸੋਜਸ਼, ਰੰਗ ਵਿਚ ਆਏ ਬਦਲਾਅ ਕਾਰਣ ਚਿਹਰੇ ਨੂੰ ਕਾਫ਼ੀ ਚੁਣੌਤੀਆਂ ਦਾ ਸਾਮ੍ਹਣਾ ਕਰਨਾ ਪੈ ਸਕਦਾ ਹੈ। ਹਾਲਾਂਕਿ ਤੁਸੀਂ ਥੋੜ੍ਹੇ ਮੇਕਅਪ ਦੇ ਪ੍ਰਯੋਗ ਨਾਲ ਇਨ੍ਹਾਂ ਨੂੰ ਕਾਫ਼ੀ ਹੱਦ ਤਕ ਛੁਪਾ ਸਕਦੀ ਹੋ।

ਕਲੋਜ਼ਮਾ ਤੇਡਿਕਲਰੇਸ਼ਨ ਕਾਰਣ ਚਿਹਰੇ ਵਿਚ ਆਈਆਂ ਕਮੀਆਂ ਨੂੰ ਛਿਪਾਣ ਦੇ ਲਈ ਕਰੈਕਟਿਵ ਕੰਸੀਲਰ ਪ੍ਰਯੋਗ ਕਰੋ। ਡਾਰਕ ਸਪਾੱਟ ਦੇ ਲਈ ਐਸੇ ਬ੍ਰਾਂਡ ਲਉ ਜੋ ਹਾਈਪਰ ਪਿਮੈਂਟੇਸ਼ਨ ਨੂੰ ਛਿਪਾ ਸਕਣ ਪਰ ਧਿਆਨ ਰੱਖੋ ਕਿ ਉਹ ਮੇਕਅਪ ਨਾੱਨ ਕਾਰਮੇਡੋਜੀਨਿਕ ਹੋਵੇ। ਆਪਣੀ ਰੰਗਤ ਨਾਲ ਇਕ ਟੋਨ ਹਲਕਾ ਕੰਸੀਲਰ ਪ੍ਰਯੋਗ ਕਰੋ ਇਸ ਨੂੰ ਕੋਨੇ ਤੇ ਲਗਾ ਕੇ, ਪੂਰੇ ਚਿਹਰੇ ਤੇ ਇਕਸਾਰ ਕਰੋ।ਫਿਰ ਉਸ ਨੂੰ ਪਾਊਡਰ ਨਾਲ ਸੈੱਟ ਕਰੋ।

ਪਿੰਪਲ(ਮੁਹਾਸੇ) ਨੂੰ ਢੱਕਣਾ ਚਾਹੋ ਤਾਂ ਜ਼ਿਆਦਾ ਮੇਕਅਪ ਨਾ ਲਗਾਓ। ਫਾਊਂਡੇਸ਼ਨ ਤੋਂ ਬਾਦ ਚਮੜੀ ਨਾਲ, ਮੇਲ ਖਾਂਦਾ ਕੰਸੀਲਰ ਲਗਾਓ ਫਿਰ ਉਂਗਲੀਆਂ ਨਾਲ ਇਕਸਾਰ ਕਰੋ।

ਆਪਣੀਆਂ ਗਲਾਂ ਨੂੰ ਖ਼ੂਬਸੂਰਤ ਗੁਲਾਬੀ ਆਭਾ ਦਿਉ ਤਾਂ ਜੋ ਤੁਹਾਡੀ ਸੁਰਖਿਆ ਵਿਚ ਚਾਰ ਚੰਨ ਲਗ ਜਾਣ।

ਹੋ ਸਕਦਾਹੈ ਕਿ ਗਰਭਕਾਲ ਦੇ ਕਾਰਣ ਤੁਹਾਡੀ ਨੱਕ ਤੇਹਲਕੀ ਸੋਜਸ਼ ਆਜਾਏ। ਤੁਸੀਂ ਇਸ ਨੂੰ ਫਾਊਂਡੇਸ਼ਨ ਦੀ ਮਦਦ ਨਾਲ ਪਤਲਾ ਦਿਖਾ ਸਕਦੀ ਹੋ। ਫਾਊਂਡੇਸ਼ਨ ਨੂੰ ਚੰਗੀ ਤਰ੍ਹਾਂ ਇਕ ਸਾਰ ਕਰੋ।

## ਤੁਹਾਡੇ ਹੱਥ ਤੇ ਪੈਰ

ਉਂਝ ਤੁਸੀਂ ਤੀਜੀ ਤਿਮਾਹੀ ਤੋਂ ਬਾਦ ਆਪਣੀਆਂ ਲੱਤਾਂ ਨੂੰ ਢੰਗ ਨਾਲ ਦੇਖ ਹੀ ਨਹੀਂ ਸਕੋਗੀ ਪਰ ਫਿਰ ਵੀ ਗਰਭਕਾਲ ਹੱਥਾਂ-ਪੈਰਾਂ ਤੇ ਆਪਣਾ ਅਸਰ ਤਾਂ ਦਿਖਾਂਦਾ ਹੀ ਹੈ। ਹਾਲਾਂਕਿ ਤੁਹਾਡੇ ਹੱਥਾਂ-ਪੈਰਾਂ ਵਿਚ ਸੋਜਸ਼ ਹੋਵੇਗੀ ਪਰ ਫਿਰ ਵੀ ਉਹ ਚੰਗੇ ਹੀ ਦਿਖਣਗੇ।

**ਮੈਨੀਕਿਓਰ ਤੇ ਪੈਡੀਕਿਓਰ**:- ਤੁਸੀਂ ਗਰਭਕਾਲ ਵਿਚ ਅਸਾਨੀ ਨਾਲ ਮੈਨੀਕਿਓਰ ਤੇ ਪੈਡੀਕਿਓਰ ਕਰਾ ਸਕਦੀ ਹੋ। ਇਨ੍ਹਾਂ ਦਿਨਾਂ ਵਿਚ ਤੁਹਾਡੇ ਨਹੁੰ ਵੀ ਪਹਿਲਾਂ ਤੋਂ ਮਜਬੂਤ ਤੇਲੰਬੇ ਹੋ ਜਾਣਗੇ। ਜਿਸ ਵੀ ਸੈਲੂਨ ਵਿਚ ਜਾਓ ਉਹ ਹਵਾਦਾਰ ਹੋਣਾ ਚਾਹੀਦਾ ਹੈ। ਉਨ੍ਹਾਂ ਤਿੱਖੇਰਸਾਇਣਾਂ ਦੀ ਮਹਿਕ ਤੁਹਾਨੂੰ ਥੋੜ੍ਹਾ ਪ੍ਰੇਸ਼ਾਨ ਕਰ ਸਕਦੀ ਹੈ। ਮੈਨੀਕਿਓਰ ਕਰਨ ਵਾਲੇ ਨੂੰ ਕਹੋ ਕਿ ਉਹ ਪੈਡੀਕਿਓਰ ਦੌਰਾਨ ਗੋਡੇ ਦੀ ਹੱਡੀ ਤੇ ਅੱਡੀ ਦੇ ਵਿਚ ਮਸਾਜ ਨਾ ਕਰਨ। ਜਿਥੋਂ ਤਕ ਐਕ੍ਰਲਿਕ ਦਾ ਸਵਾਲ ਹੈ ਇਸ ਬਾਰੇ ਥੋੜ੍ਹੀ ਸਾਵਧਾਨੀ ਹੀ ਰੱਖੋ ਕਿਉਂਕਿ ਗਰਭਕਾਲ ਵਿਚ ਹਰ ਕੇਸ ਵਿਚ ਸਾਵਧਾਨੀ ਹੀ ਵਧੀਆ ਹੁੰਦੀ ਹੈ। ਇਹ ਤੁਹਾਨੂੰ ਕਈ ਤਰ੍ਹਾਂ ਦੀਆਂ ਉਲਝਣਾਂ ਤੋਂ ਬਚਾ ਲੈਂਦੀ ਹੈ।

## ਰਿਲੈਕਸ ਹੋ ਜਾਓ

ਤੁਸੀਂ ਯੋਗ ਤੇ ਧਿਆਨ ਤੋਂ ਇਲਾਵਾ ਹੋਰ ਵੀ ਕਈ ਉਪਾਵਾਂ ਨਾਲ ਰਿਲੈਕਸ ਹੋਣਾ ਸਿੱਖ ਸਕਦੀ ਹੋ। ਤੁਸੀਂ ਕਿਸੇ ਸਮੂਹ ਵਿਚ ਸ਼ਾਮਲ ਹੋ ਸਕਦੀ ਹੋ ਜਾਂ ਕਿਸੇ ਯੋਗ ਗੁਰੂ ਤੋਂ ਨਿਰਦੇਸ਼ ਲੈ ਸਕਦੀ ਹੋ। ਜੇਕਰ ਤੁਹਾਡੇ ਕੋਲ ਇਨ੍ਹਾਂ ਦੇਲਈ ਸਮਾਂ ਨਹੀਂ ਹੈਤਾਂ ਅਸਾਨ ਰਿਲੈਕਸ਼ਨ ਤਕਨੀਕਾਂ ਅਪਣਾਓ। ਥੋੜ੍ਹਾ ਜਿਹਾ ਤਨਾਅ ਵਧਦੇ ਹੀ ਅਭਿਆਸ ਕਰੋ:

1. ਅੱਖਾਂ ਬੰਦ ਕਰਕੇ ਬੈਠ ਜਾਓ। ਕਿਸੀਸ਼ਾਂਤ ਤੇ ਸੁੰਦਰ ਦ੍ਰਿਸ਼ ਦੀ ਕਲਪਨਾ ਕਰੋ। ਫਿਰ ਹੋਲੀ-2 ਆਪਣੇ ਸਰੀਰ ਦੇ ਸਾਰੇ ਅੰਗਾਂ ਦੀਆਂ ਮਾਸ-ਪੇਸ਼ੀਆਂ ਨੂੰ ਸਥਿਰ ਕਰਨਾ ਸ਼ੁਰੂ ਕਰ ਦਿਉ। ਜੇ ਕਰ ਸੰਭਵ ਹੋਵੇ ਤਾਂ ਨੱਕ ਤੋਂ ਸਾਹ ਲਉ ਅਤੇ ਮਨ ਹੀ ਮਨ ਕੋਈ ਵੀ ਅਸਾਨ ਸ਼ਬਦ ਦੁਹਰਾਓ। ਦਸ ਤੋਂ ਵੀਹ ਮਿੰਟ ਤਕ ਅਭਿਆਸ ਕਰੋ।
2. ਨੱਕ ਤੋਂ ਹੋਲੀ ਤੇ ਗਹਿਰੀ ਸਾਹ ਲਉ ਤੇ ਪੇਟ ਨੂੰ ਬਾਹਰ ਵੱਲ ਧਕੋ। ਚਾਰ ਤਕ ਗਿਣੋ। ਫਿਰ ਮੋਢੇ ਤੇ ਗਲੇ ਦੀਆਂ ਮਾਸਪੇਸ਼ੀਆਂ ਨੂੰ ਢਿੱਲਾ ਛੱਡ ਦਿਉ। ਹੋਲੀ ਜਿਹੇ ਸਾਹ ਛੱਡਦੇ ਹੋਏ 6 ਤਕ ਗਿਣੋ। ਇਸ ਨੂੰ ਵੀ 4-6 ਵਾਰ ਦੁਹਰਾ ਕੇ ਤਨਾਅ ਨੂੰ ਦੂਰ ਭਜਾਓ।

## ਗਰਭਪਾਤ ਦੇ ਸੰਭਾਵੀ ਲੱਛਣ

**ਡਾਕਟਰ ਨੂੰ ਜਲਦੀ ਤੇ ਕਦੋਂ ਬੁਲਾਓ :-**

1. ਜਦੋਂ ਪੇਟ ਦੇ ਹੇਠਲੇ ਹਿੱਸੇ ਵਿਚ ਦਰਦ ਦੇ ਨਾਲ ਖ਼ੂਨ ਰਿਸਦਾ ਹੋਵੇ। ਆਰੰਭਕ ਗਰਭ-ਕਾਲ ਵਿਚ ਇਹ ਇਕਟੋਪਿਕ ਗਰਭਕਾਲ ਦੇ ਲੱਛਣ ਵੀ ਹੋ ਸਕਦੇ ਹਨ।
2. ਜਦੋਂ ਇਕ ਦਿਨ ਤੋਂ ਵੱਧ ਤੇਜ ਦਰਦ ਰਹੇ ਅਤੇ ਖ਼ੂਨ ਦਾ ਹਲਕਾ ਧੱਬਾ ਦਿਖੇ।
3. ਜਦੋਂ ਭਾਰੀ ਖ਼ੂਨ ਰਿਸਾਅ ਹੋਵੇ ਜਾਂ ਹਲਕਾ ਖ਼ੂਨ ਦੋ-ਤਿੰਨ ਦਿਨ ਤਕ ਰਹੇ।
4. ਜੇਕਰ ਗਰਭਪਾਤ, ਖ਼ੂਨ ਰਿਸਾਅ ਜਾਂ ਦਰਦ ਦੀ ਮੈਡੀਕਲਨ ਹਿਸਟ੍ਰੀ ਰਹੀ ਹੋਵੇ।

**ਐਮਰਜੈਂਸੀ ਸਹਾਇਤਾ ਕਦੋ ਲਉ:-**

1. ਜਦੋਂ ਬਹੁਤ ਭਾਰੀ ਖ਼ੂਨ ਰਿਸਦਾ ਹੋਵੇ ਜਾਂ ਅਸਹਿਣਯੋਗ ਦਰਦ ਹੋਜਾਏ।
2. ਜਦੋਂਹਲਕਾ ਸਲੇਟੀ ਜਾਂ ਗੁਲਾਬੀ ਰਿਸਾਅ ਹੋਵੇ ਤਾਂ ਸਮਝ ਲਉ ਕਿ ਗਰਭਪਾਤ ਸ਼ੁਰੂ ਹੋ ਚੁੱਕਾ ਹੈ। ਜੇਕਰ ਆਪਣੇ ਡਾਕਟਰ ਕੋਲ ਨਾ ਜਾ ਸਕੋ ਤਾਂ ਕਿਸੀ ਦੂਜੇ ਕਲੀਨਿਕ ਵਿਚ ਤੁਰੰਤ ਪਹੁੰਚੋ। ਉਹ ਤੁਹਾਨੂੰ ਇਸ ਰਿਸਾਅ ਨੂੰ ਜਾਰ ਵਿਚ ਰੱਖਣ ਲਈ ਕਹਿਣਗੇ ਤਾਂ ਜੋ ਪਤਾਲਗ ਸਕੇ ਕਿ ਗਰਭਪਾਤ ਪੂਰਾ ਹੋਇਆ ਹੈਜਾਂ ਨਹੀਂ, ਕੋਈ ਖ਼ਤਰਾ ਹੈ ਜਾਂ ਨਹੀਂ, ਡੀ ਐਂਡ ਸੀ ਕਰਨੀ ਹੈ ਜਾਂ ਨਹੀਂ।

# ਦੂਜਾ ਮਹੀਨਾ

## ਲਗਭਗ 5 ਤੋਂ 8 ਹਫ਼ਤੇ

ਚਾਹੇ ਤੁਸੀਂ ਅਜੇ ਤਕ ਇਹ ਖ਼ਬਰ ਕਿਸੇ ਨੂੰ ਨਹੀਂ ਸੁਣਾਈ, ਹਾਲਾਂਕਿ ਕੋਈ ਵੀ ਇਸ ਨੂੰ ਤੁਹਾਡੇ ਦੱਸੇ ਬਿਨਾਂ ਜਾਣ ਵੀ ਨਹੀਂ ਸਕਦਾ(ਜਦੋਂ ਤਕ ਤੁਸੀਂ ਖ਼ੁਦ ਨਾ ਚਾਹੋ), ਇਸ ਦੇ ਬਾਵਜੂਦ ਬੱਚੇ ਦੀ ਹਰਕਤ ਅੰਦਰ ਹੀ ਅੰਦਰ ਸ਼ੁਰੂਹੋ ਚੁਕੀ ਹੈ। ਕਈ ਲੱਛਣ ਸਾਮ੍ਹਣੇ ਆਣ ਲਗੇ ਹਨ। ਤੁਸੀਂ ਜਿਥੇ ਵੀ ਜਾਂਦੀ ਹੋ, ਉਬਕਾਈ ਅਤੇ ਮੂੰਹ ਦੀ ਲਾਰ-ਤੁਹਾਡਾ ਪਿਛਾ ਨਹੀਂ ਛੱਡਦੇ। ਦਿਨ-ਰਾਤ ਬਾਥਰੂਮ ਦੇ ਚੱਕਰ ਲਗ ਰਹੇ ਹਨ ਅਤੇ ਪੇਟ ਗੈਸ ਦੇ ਕਾਰਣ ਫੁਲਿਆ ਰਹਿੰਦਾ ਹੈ।

ਇਨ੍ਹਾਂ ਸਭ ਲੱਛਣਾਂ ਨੇ ਤੁਹਾਨੂੰ ਇੰਨਾ ਯਕੀਨ ਤਾਂ ਦਿਵਾ ਹੀ ਦਿੱਤਾ ਹੋਵੇਗਾ ਕਿ ਤੁਹਾਡੇ ਅੰਦਰ ਇਕ ਨਵਾਂ ਜੀਵਨ ਪਲ ਰਿਹਾ ਹੈ। ਤੁਸੀਂ ਪਤਾ ਵੀ ਤਾਂ ਲਗਾ ਲਿਆ ਹੈ ਕਿ ਤੁਸੀਂ ਗਰਭਵਤੀ ਹੋ ਚੁਕੀ ਹੋ। ਇਹ ਸਭ ਪੇਟ ਦੀ ਕਿਸੇ ਗੜਬੜੀ ਦੇ ਲੱਛਣ ਨਹੀਂ ਹਨ। ਤੁਸੀਂ ਖ਼ੁਦ ਨੂੰ ਸਮਝਾਣਾ ਵੀ ਸ਼ੁਰੂ ਕਰ ਦਿੱਤਾ ਹੋਵੇਗਾ। ਜਦੋਂ ਥਕਾਵਟ ਜ਼ਿਆਦਾ ਲਗੇ ਜਾਂ ਬਾਥਰੂਮ ਦੇ ਲਈ ਵਾਰ-2 ਜਾਣਾ ਪਵੇ। ਕਿ ਤੁਸੀਂ ਗਰਭਵਤੀ ਹੋ। ਇਸਲਈ ਇਹ ਸਭ ਹੋ ਰਿਹਾ ਹੈ। ਦਿਲ ਸੰਭਲ ਕੇ ਬੈਠੋ, ਇਹ ਤਾਂ ਅਜੇ ਸ਼ੁਰੂਆਤ ਹੈ।

## ਇਸ ਤੁਹਾਡੇ ਮਹੀਨੇ ਬੱਚੇ ਦਾ ਵਿਕਾਸ

**ਪੰਜਵਾਂ ਹਫ਼ਤਾ:-** ਤੁਹਾਡਾ ਛੋਟਾ ਜਿਹਾ ਪੂੰਛ ਸਮੇਤ ਭਰੂਣ ਇਸ ਸਮੇਂ ਇਕ ਬੱਚੇ ਤੋਂ ਵੱਧ ਟੈਡਪੋਲ ਲਗਦਾ ਹੈ। ਉਹ ਤੇ ਜੀ ਨਾਲ ਵਧਦੇ ਹੋਏ ਸੰਤਰੇ ਦੇਬੀਜ ਜਿੰਨਾਂ ਹੋ ਗਿਆ ਹੈ। ਅਜੇ ਵੀ ਛੋਟਾ ਹੈ ਪਰ ਪਹਿਲਾਂ ਤੋਂ ਕਿਤੇ ਵੱਡਾ ਹੋਇਆ ਹੈ। ਇਸ ਹਫ਼ਤੇ ਦਿਲ ਵੀ ਆਪਣਾ ਆਕਾਰ ਲੈਣ ਲਗਾ ਹੈ। ਸਭ ਤੋਂ ਪਹਿਲਾਂ ਖ਼ੂਨ ਪਰਿਸੰਚਾਰ ਤੰਤਰ ਤੇ ਦਿਲ ਹੀ ਤਿਆਰ ਹੁੰਦੇ ਹਨ। ਦਿਲ ਦਾ ਅਕਾਰ ਪਾੱਪੀਸੀਡ ਜਿੰਨਾ ਹੈ ਅਤੇ ਦੋ ਟਿਯੂਬ ਤੋਂ ਮਿਲ ਕੇ ਬਣਿਆ ਹੈ। ਹਾਲਾਂਕਿ ਜੇ ਇਹ ਪੂਰੀ ਤਰ੍ਹਾਂ ਕੰਮ ਕਰਨ ਲਾਇਕ ਨਹੀਂ ਹੈ। ਉਂਞ ਤੁਸੀਂ ਅਲਟ੍ਰਾਸਾਊਂਡ ਵਿਚ ਇਸ ਦੀ ਧੜਕਣ ਸੁਣ ਸਕਦੀ ਹੋ। ਨਿਯੂਟਲ ਟਿਯੂਬ ਵੀ ਕੰਮ ਕਰ ਰਹੀ ਹੈਜੋ ਤੁਹਾਡੇ ਬੱਚੇ ਦਾ ਬ੍ਰੇਨ ਅਤੇ ਸਪਾਇਨਲ ਕਾੱਰਡ ਬਣਨ ਵਾਲੀ ਹੈ। ਅਜੇ ਇਹ ਟਿਯੂਬ ਖ਼ੁਲ੍ਹੀ ਹੈ ਪ੍ਰੰਤੂ ਅਗਲੇ ਹਫ਼ਤੇ ਤਕ ਬੰਦ ਹੋ ਜਾਏਗੀ।

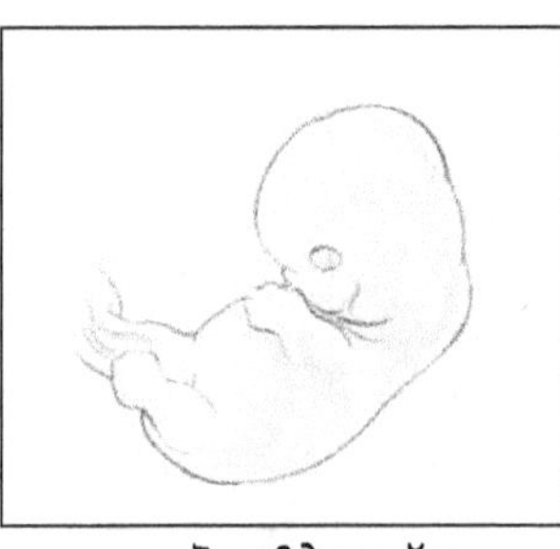

ਤੁਹਾਡਾ ਦੋ ਮਹੀਨੇ ਦਾ ਬੱਚਾ

**ਛੇਵਾਂ ਹ.ਫ਼ਤਾ**:- ਗਰਭਦਾਨੀ ਵਿਚ ਬੱਚੇਦਾ ਪੂਰਾ ਅਕਾਰ ਨਾਪਣ ਵਿਚ ਥੋੜ੍ਹੀ ਮੁਸ਼ਕਲ ਹੁੰਦੀ ਹੈ ਕਿਉਂਕਿ ਉਸਦੀ ਨਵੀਆਂ ਛੋਟੀਆਂ-2 ਲੱਤਾਂ ਮੁੜੀਆਂ ਹੁੰਦੀਆਂ ਹਨ। ਇਸਲਈਉਸਨੂੰ ਸਿਰਫ ਕ੍ਰਾਊਨ ਤੋਂ ਬਾੱਟਮ ਤਕ ਨਾਪਿਆ ਜਾਂਦਾ ਹੈ। ਇਸ ਹ.ਫ਼ਤੇ ਉਸ ਦਾ ਨਾਮ ਨੂੰਹ ਦੇ ਸਿਰੇ ਤੋਂ ਵੱਧ ਨਹੀਂ ਹੋਵੇਗਾ। ਇਸ ਹ.ਫ਼ਤੇ ਬੱਚੇ ਦੇ ਜਬਾੜੇ, ਗਲ ਤੇ ਚਿਬੁਕ ਦਾ ਵਿਕਾਸ ਵੀ ਸ਼ੁਰੂ ਹੋਵੇਗਾ। ਕੰਨਾਂ ਦੇ ਬਣਨ ਦੀ ਤਿਆਰੀ ਵੀ ਸ਼ੁਰੂ ਹੋ ਜਾਏਗੀ। ਚਿਹਰੇ ਤੇ ਦੋ ਛੋਟੇ ਛੇਕਾਂ ਵਿਚੋਂ ਅੱਖਾਂ ਬਣਗੀਆਂ। ਸਿਰ ਦੇ ਅੱਗੇ ਛੋਟਾ ਜਿਹਾ ਉਭਾਰ, ਕੁਝ ਹੀ ਦਿਨਾਂ ਵਿਚ ਬਟਨ ਜਿੰਨੀ ਨੱਕ ਵਿਚ ਬਦਲ ਜਾਏਗਾ। ਇਸ ਹ.ਫ਼ਤੇ ਕਿਡਨੀ, ਲੀਵਰ ਤੇ ਫੇਫੜੇ ਵੀ ਆਪਣਾ ਅਕਾਰ ਲੈਣਾ ਸ਼ੁਰੂ ਕਰ ਦੇਣਗੇ। ਤੁਹਾਡੇ ਬੱਚੇ ਦਾ ਨੰਨ੍ਹਾ ਜਿਹਾ ਦਿਲ ਇਕ ਮਿੰਟ ਵਿਚ 80 ਵਾਰ ਧੜਕਦਾ ਹੈ ਅਤੇ ਹਰ ਰੋਜ਼ ਇਸ ਦੀ ਗਤੀ ਤੇਜ ਹੁੰਦੀ ਜਾਏਗੀ।

**ਸਤਵਾਂ ਹ.ਫ਼ਤਾ**:- ਤੁਹਾਡੇ ਬੱਚੇ ਸਬੰਧੀ ਇਕ ਹੈਰਾਨੀ ਵਾਲੀ ਗੱਲ-ਹੁਣ ਉਹ ਗਰਭਧਾਰਣ ਦੀ ਤੁਲਨਾ ਵਿਚ 10,000 ਗੁਣਾਂ ਵੱਡਾ ਹੋਚੁੱਕਾ ਹੈ- ਇਕ ਬਲਿਯੂਬੈਰੀ ਜਿੰਨਾ ਇਹ ਵਿਕਾਸ ਜ਼ਿਆਦਾਤਰ ਸਿਰ ਵਾਲੇ ਹਿੱਸੇ ਵਿਚ ਹੋਇਆ ਹੈ। ਦਿਮਾਗ ਦੀਆਂ ਨਵੀਆਂ ਕੋਸ਼ਕਾਵਾਂ 100 ਕੋਸ਼ਿਕਾ ਪ੍ਰਤੀ ਮਿੰਟ ਦੇ ਹਿਸਾਬ ਨਾਲ ਪੈਦਾ ਹੋਈਆਂ ਹਨ। ਇਸ ਹ.ਫ਼ਤੇ ਤੁਹਾਡੇ ਬੱਚੇ ਦਾ ਮੂੰਹ ਅਤੇ ਜੀਭ ਬਣ ਰਹੇ ਹਨ। ਉਸ ਦੇ ਸਰੀਰ ਵਿਚ ਬਾਂਹ ਤੇ ਲੱਤਾਂ ਦੇਅੰਗ ਬਣ ਰਹੇਹਨ। ਬੇਬੀ ਦੀ ਕਿਡਨੀ ਵੀ ਸਹੀ ਜਗ੍ਹਾ ਤੇ ਜਾ ਕੇ ਆਪਣਾ ਕੰਮ ਕਰਨ ਲਗੀ ਹੈ। ਪਿਸ਼ਾਬ ਨਿਰਮਾਣ (ਪਿਸ਼ਾਬ ਨਿਕਲਣਾ) ਤੁਹਾਨੂੰ ਅਜੇ ਤੋਂ ਗੰਦੇ ਡਾਇਪਰਾਂ ਦੀ ਚਿੰਤਾ ਕਰਨ ਦੀ ਲੋੜ ਨਹੀਂ ਹੈ।

**ਅੱਠਵਾਂ ਹ.ਫ਼ਤਾ**:- ਤੁਹਾਡਾ ਬੱਚਾ ਤੂ.ਫ਼ਾਨੀ ਗਤੀ ਨਾਲ ਵੱਧ ਰਿਹਾ ਹੈ। ਉਹ ਇਸ ਸਮੇਂ ਲੰਬਾਈ ਵਿਚ ਅੱਧਾ ਇੰਚ ਜਾਂ ਵੱਡੀ ਰਸਭਰੀ ਜਿੰਨਾ ਹੋ ਗਿਆ ਹੈ। ਉਹ ਛੋਟੀ ਜਿਹੀ ਰਸਭਰੀ ਹੁਣ ਕਾਫ਼ੀ ਹੱਦ ਤਕ ਮਾਨਵੀ ਚਿੱਤਰ ਲਗਣ ਲਗੀ ਹੈ ਕਿਉਂਕਿ ਉਸ ਦੇ ਹੋਂਠ, ਨੱਕ, ਪਲਕਾਂ, ਲੱਤਾਂ ਤੇ ਪਿੱਠ ਆਪਣਾ ਅਕਾਰ ਲੈਣ ਲਗੇ ਹਨ। ਹਾਲਾਂਕਿ ਤੁਸੀਂ ਬਾਹਰ ਤੋਂ ਨਹੀਂ ਸੁਣ ਸਕਦੀ। ਪ੍ਰੰਤੂ ਤੁਹਾਡੇ ਬੱਚੇ ਦਾ ਦਿਲ ਇਕ ਮਿੰਟ ਵਿਚ 150 ਵਾਰ ਧੜਕਣ ਲਗਾ ਹੈ ਜੋ ਕਿ (ਤੁਹਾਡੇ ਦਿਲ ਦੀ ਧੜਕਣ ਤੋਂ ਦੁਗਣਾ ਹੈ)। ਇਸ ਹ.ਫ਼ਤੇ ਕੁਝ ਹੋਰ ਨਵਾਂ ਵੀ ਹੋ ਰਿਹਾ ਹੈ। ਤੁਹਾਡਾ ਬੱਚਾ ਲਗਾਤਾਰ ਹਰਕਤਾਂ ਵੀ ਕਰਨ ਲਗਾ ਹੈ ਪ੍ਰੰਤੂ ਤੁਸੀਂ ਅਜੇ ਮਹਿਸੂਸ ਨਹੀਂ ਕਰ ਸਕਦੀ।

**ਤੁਹਾਨੂੰ ਕੀ ਲਗ ਰਿਹਾ ਹੋਵੇਗਾ?**:- ਹਮੇਸ਼ਾਂ ਦੀ ਤਰ੍ਹਾਂ ਯਾਦ ਰੱਖੋ ਕਿ ਦੋ ਗਰਭਕਾਲ ਇਕੋ ਜਿਹੇ ਨਹੀਂ ਹੁੰਦੇ। ਹੋ ਸਕਦਾ ਹੈ ਕਿ ਤੁਹਾਨੂੰ ਇਨ੍ਹਾਂ ਸਾਰੇ ਲੱਛਣਾਂ ਦਾ ਸਾਮ੍ਹਣਾ ਕਰਨਾ ਪਵੇ ਜਾਂ ਫਿਰ ਇਕ-ਦੋ ਲੱਛਣ ਹੀ ਸਾਮ੍ਹਣੇ ਆਣ। ਕੁਝ ਪਿਛਲੇ ਮਹੀਨੇ ਤੋਂ ਹੀ ਚਲੇ ਆ ਰਹੇ ਹੋਣਗੇ ਅਤੇ ਕੁਝ ਬਿਲਕੁਲ ਨਵੇਂ ਹੋਣਗੇ। ਇਹ ਵੀ ਹੋ ਸਕਦਾ ਹੈ ਕਿ ਜ਼ਿਆਦਾ ਲੱਛਣ ਹੋਣ ਜਾਂ ਨਾ ਹੋਣ ਨਾਲ ਤੁਹਾਡੇ ਗਰਭਕਾਲ ਤੇ ਕੋਈ ਫਰਕ ਨਹੀਂ ਪੈਂਦਾ। ਇਸ ਮਹੀਨੇ ਤੁਸੀਂ ਹੇਠ-ਲਿਖੇ ਲੱਛਣ ਮਹਿਸੂਸ ਕਰ ਸਕਦੀ ਹੋ-

**ਸਰੀਰਕ**:- ਥਕਾਵਟ, ਊਰਜਾ ਵਿਚ ਕਮੀ, ਉਨੀਂਦ੍ਰਾਪਨ, ਵਾਰ-2 ਪਿਸ਼ਾਬ ਦੀ ਇੱਛਾ, ਉਲਟੀ ਸਮੇਤ ਜਾਂ ਉਲਟੀ ਤੋਂ ਬਿਨਾਂ ਵੱਧ ਵਾਰਲਾਰ ਬਣਨਾ, ਕਬਜ, ਛਾਤੀ ਵਿਚ ਜਲਨ, ਅਪਾਚਣ, ਪੇਟ ਵਿਚ ਅ.ਫ਼ਾਰਾ, ਖਾਣ ਦੀ ਪਸੰਦ, ਨਾ ਪਸੰਦ।

■ **ਬ੍ਰੈਸਟ ਵਿਚ ਬਦਲਾਅ**:- ਸੰਵੇਦਨਸ਼ੀਲਤਾ, ਭਾਰੀ-ਪਨ, ਨਿੱਪਲਾਂ ਦੇ ਆਸਪਾਸ ਦੇ ਪਿਗਮੈਂਟ ਦਾ ਗਹਿਰਾਣਾ, ਉਨ੍ਹਾਂ ਤੇ ਮੋਟੇ-ਮੋਟੇ ਗੁਮੜ੍ਹਾਂ ਦਾ ਉਭਾਰ, ਹਲਕੀ ਨੀਲੀਆਂ ਰੇਖਾਵਾਂ ਦਾ ਜਾਲ, ਤੁਹਾਡੀ ਬ੍ਰੈਸਟ ਦੇ ਲਈ ਖ਼ੂਨ ਦੀ ਅਪੂਰਤੀ ਵਧ ਜਾਏਗੀ।

■ ਯੋਨੀ ਤੋਂ ਹਲਕਾ ਸ.ਫ਼ੇਦ ਰਿਸਾਵ।

■ ਕਦੀ-ਕਦੀ ਸਿਰ ਵਿਚ ਦਰਦ।

■ ਹਲਕੀ ਬੇਹੋਸ਼ੀ ਜਾਂ ਸਿਰ ਚਕਰਾਉਣਾ।

■ ਪੇਅ ਦਾ ਹਲਕਾ ਗੋਲਾਈ ਵਿਚ ਆਉਣਾ।

**ਭਾਵਨਾਤਮਕ**:- ਭਾਵਨਾਤਮਕ ਉਤਾਰ-ਚੜ੍ਹਾਅ (ਜਿਵੇਂ ਪੀਐਮਐਸ ਵਿਚ ਹੁੰਦਾ ਹੈ)। ਮੂਡ ਵਿਚ ਉਤਾਰ-ਚੜ੍ਹਾਅ, ਬੇਚੈਨੀ, ਵਿਆਕੁਲਤਾ ਜਾਂ ਐਵੇਂ ਹੀ ਰੋਣ ਦੀ ਇੱਛਾ।

● ਡਰ, ਆਨੰਦ ਜਾਂ ਐਸੇ ਹੀ ਭਾਵਾਂ ਦਾ ਪ੍ਰਗਟ ਹੋਣਾ।

● ਗਰਭਕਾਲ ਨਾ ਹੋਣ ਦਾ ਡਰ।

**ਇਸ ਮਹੀਨੇ ਦਾ ਚੈਕਅਪ**:- ਜੇਕਰ ਇਹ ਤੁਹਾਡੀ ਪਹਿਲੀ ਮੈਡੀਕਲ ਜਾਂਚ ਹੈ ਤਾਂ ਇਸ ਸਬੰਧੀ ਅਸੀਂ ਪਹਿਲਾਂ ਹੀ ਦਸ ਚੁਕੇਹਾਂ। ਇਹ ਦੂਜੀ ਜਾਂਚ ਹੈ ਤਾਂ ਇਹ ਪਹਿਲਾਂ ਤੋਂ ਛੋਟੀ ਰਹੇਗੀ। ਜੇਕਰ ਪਹਿਲਾਂ ਸਾਰੇ ਟੈਸਟ ਹੋ ਚੁਕੇ ਹਨ ਤਾਂ ਇਸ ਵਾਰ ਜ਼ਿਆਦਾ

ਖਿਚੋਤਾਨ ਦੀ ਜ਼ਰੂਰਤ ਨਹੀਂ ਹੈ। ਹਾਲਾਂਕਿ ਸਾਰੇ ਡਾਕਟਰ ਆਪਣੇ-2 ਸਟਾਇਲ ਵਿਚ ਜਾਂਚ ਕਰਦੇ ਹਨ ਪ੍ਰੰਤੂ ਤੁਸੀਂ ਇਸ ਟੈਸਟ ਵਿਚ ਹੇਠ-ਲਿਖੀ ਜਾਂਚ ਦੀ ਉਮੀਦ ਰਖ ਸਕਦੀ ਹੋ।

– ਭਾਰ ਅਤੇ ਬਲੱਡਪ੍ਰੈਸ਼ਰ।
– ਪਿਸ਼ਾਬ, ਸ਼ੂਗਰ ਤੇ ਪ੍ਰੋਟੀ ਦੀ ਜਾਂਚ ਦੇ ਲਈ।
– ਸੋਜਸ਼ ਦੇ ਲਈ ਹੱਥ-ਪੈਰ ਅਤੇ ਵੈਰੀਕੋਜ਼ ਵੇਨਜ਼ ਦੇ ਲਈ ਲੱਤਾਂ।
– ਕੁਝ ਐਸੇ ਲੱਛਣ, ਜੋ ਤੁਸੀਂ ਮਹਿਸੂਸ ਕਰ ਰਹੀ ਹੋ।
– ਕੁਝ ਪ੍ਰਸ਼ਨ ਤੇ ਜਿਗਿਆਸਾਵਾਂ ਜੋ ਤੁਸੀਂ ਜਾਣਨਾ ਚਾਹੋ। (ਸੂਚੀ ਨਾਲ ਲੈ ਜਾਓ)

## ਇਕ ਨਜ਼ਰ

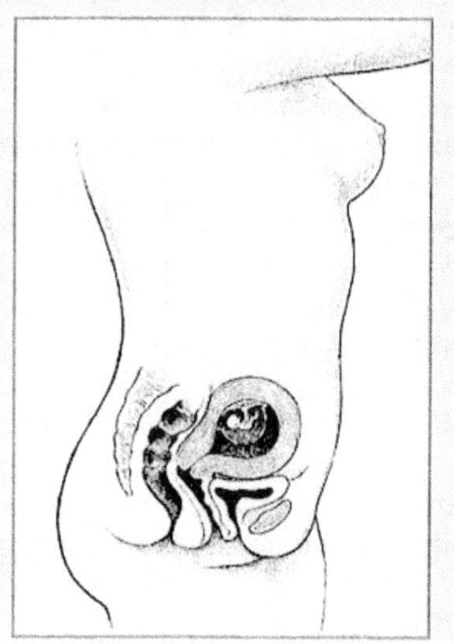

ਹਾਲਾਂਕਿ ਤੁਸੀਂ ਅਜੇ ਵੀ ਆਪਣੇ ਆਸਪਾਸ ਵਾਲਿਆਂ ਨੂੰ ਗਰਭਵਤੀ ਨਹੀਂ ਦਿਖਦੀ ਪ੍ਰੰਤੂ ਤੁਹਾਨੂੰ ਆਪਣੇ ਕਪੜੇ ਕਮਰ ਤੋਂ ਥੋੜ੍ਹੇ ਆਈਟ ਲਗਣਗੇ। ਸ਼ਾਇਦ ਤੁਹਾਨੂੰ ਪਹਿਲਾਂ ਤੋਂ ਵੱਡੀ ਬ੍ਰਾ ਦੀ ਲੋੜ ਹੋਵੇਗੀ। ਇਸ ਮਹੀਨੇ ਦੇਅੰਤ ਤਕ ਤੁਹਾਡੀ ਦੇ ਅਕਾਰ ਦੀ ਬੱਚੇਦਾਨੀ, ਵਡੇ ਗ੍ਰੇਪ ਫਰੂਟ ਜਿੰਨੀ ਵੱਡੀ ਹੋ ਜਾਏਗੀ।

# ਤੁਸੀਂ ਕੀ ਸੋਚ ਰਹੀ ਹੋਵੋਗੀ?

## ਛਾਤੀ ਵਿਚ ਜਲਨ ਤੇ ਅਪਾਚਣ

**"ਮੈਨੂੰ ਹਮੇਸ਼ਾਂ ਛਾਤੀ ਵਿਚ ਜਲਨ ਤੇ ਅਪੱਚ ਦੀ ਸ਼ਿਕਾਇਤ ਰਹਿੰਦੀ ਹੈ, ਕਿਉਂ? ਇਸ ਦੇ ਲਈ ਮੈਂ ਕੀ ਕਰ ਸਕਦੀ ਹਾਂ?"**

ਕਿਸੇ ਨੂੰ ਵੀ ਗਰਭਵਤੀ ਔਰਤ ਦੀ ਤਰ੍ਹਾਂ ਛਾਤੀ ਵਿਚ ਜਲਨ ਨਹੀਂ ਹੁੰਦੀ। ਇਹੀ ਨਹੀਂ, ਇੰਝ ਤੁਹਾਡੇ ਨਾਲ ਪੂਰੇ ਗਰਭਕਾਲ ਵਿਚ ਹੋ ਸਕਦਾ ਹੈ।

ਗਰਭਕਾਲ ਦੀ ਸ਼ੁਰੂਆਤ ਵਿਚ ਤੁਹਾਡੇ ਸਰੀਰ ਵਿਚ ਕਾਫ਼ੀ ਵੱਧ ਮਾਤਰਾ ਵਿਚ ਪ੍ਰੋਜੈਸਟੇਰਾੱਨ ਤੇ ਰਿਲੇਕਸਿਨ ਨਾਮਕ ਹਾਰਮੋਨ ਬਣਦੇ ਹਨ ਜੋ ਪੂਰੇ ਸਰੀਰ ਦੀਆਂ ਮਾਸਪੇਸ਼ੀਆਂ ਤੇ ਟਿਸ਼ੂਆਂ ਨੂੰ ਸਿਥਿਲ ਕਰ ਦੇਂਦੇ ਹਨ, ਜਿਸ ਵਿਚ ਗੈਸਟ੍ਰੋਇੰਟੈਸਟਾਨਿਲ ਟ੍ਰੈਕਟ ਵੀਸ਼ਾਮਲ ਹੈ। ਨਤੀਜੇ ਵਜੋਂ ਭੋਜਨ ਤੁਹਾਡੇ ਪਾਚਨ ਤੰਤਰ ਵਿਚ ਦੇਰ ਨਾਲ ਹਜਮ ਹੁੰਦਾ ਹੈ ਅਤੇ ਤੁਹਾਨੂੰ ਅਪੱਚ ਦੀ ਸ਼ਿਕਾਇਤ ਰਹਿੰਦੀ ਹੈ। ਪੇਟ ਦੇ ਉਪਰਲੇ ਹਿੱਸੇ ਵਿਚ ਅਫਸਾਰਾ ਤੇ ਛਾਤੀ ਵਿਚ ਜਲਨ ਦੋਨੋਂ ਹੀ ਅਪੱਚ ਦੇ ਲੱਛਣ ਹਨ। ਇਹ ਤੁਹਾਡੇ ਲਈ ਤਕਲੀਫਦੇਹ ਹੋਸਕਦਾ ਹੈ ਪ੍ਰੰਤੂ ਬੱਚੇਦੇਲਈ ਫਾਇਦੇਮੰਦ ਹੈ। ਇਸ ਹੋਲੀ ਪ੍ਰਕ੍ਰਿਆ ਵਿਚ ਪੋਸ਼ਕ ਤੱਤ ਜ਼ਿਆਦਾ ਬਿਹਤਰ ਤਰੀਕੇ ਨਾਲ ਖ਼ੂਨ ਪ੍ਰਵਾਹ ਵਿਚ ਘੁਲਦੇ ਹਨ ਤੇ ਪਲੇਸੈਂਟਾ ਤਕ ਪਹੁੰਚਦੇ ਹਨ।

ਜਦੋਂ ਇਸੋਫੈਗਸ ਨੂੰ ਪੇਟ ਤੋਂ ਅਲੱਗ ਕਰਨਵਾਲੀਾਂ ਮਾਸਪੇਸ਼ੀਆਂ ਦਾ ਰਿੰਗ ਸਿਥਿਲ ਹੋਜਾਂਦਾ ਹੈ ਤਾਂ ਖਾਣਾ ਦੇਰ ਨਾਲ ਪੱਚਣ ਲਗਦਾ ਹੈ। ਪੇਟ ਵਿਚ ਬਣਨ ਵਾਲੇ ਐਸਿਡ ਸੰਵੇਦਨਸ਼ੀਲਇਸੋਫ਼ੈਗੀਅਲ ਦੀਵਾਰਾਂ ਨੂੰ ਉਤੇਜਿਤ ਕਰ ਦੇਂਦੇ ਹਨ ਜਿਨ੍ਹਾਂ ਦੇਕਾਰਣ ਆਸਪਾਸ ਦੇ ਹਿੱਸੇ ਤੇ ਛਾਤੀ ਵਿਚ ਜਲਨ ਹੋਣ ਲਗਦੀਹੈ। ਹਾਲਾਂਕਿ ਇਸ ਸਮੱਸਿਆ ਦਾ ਤੁਹਾਡੇ ਦਿਲ ਨਾਲ ਕੋਈ ਲੈਣਾ-ਦੇਣਾ ਨਹੀਂ ਹੁੰਦਾ। ਆਖ਼ਰੀ ਦੋ ਤਿਮਾਹੀਆਂ ਵਿਚ ਇਹ ਸਮੱਸਿਆ ਹੋਰ ਵੀ ਵੱਧ ਸਕਦੀ ਹੈ ਕਿਉਂਕਿ ਤੁਹਾਡਾ ਵੱਡੀ ਹੋਈ ਬੱਚੇਦਾਨੀ, ਪੇਟ ਤੇ ਦਬਾਅ ਪਾਉਂਦੀ ਹੈ।

ਇੰਝ ਨਹੀਂ ਹੋ ਸਕਦਾ ਕਿ ਗਰਭਕਾਲ ਦੇ ਪੂਰੇ ਨੌਂ ਮਹੀਨੇ ਤੁਸੀਂ ਇਸ ਪ੍ਰੇਸ਼ਾਨੀ ਤੋਂ ਬਚੀ ਰਹੋ। ਹਾਲਾਂਕਿ ਇਸ ਅਪੱਚ ਦੀ ਜਲਨ ਤੋਂ ਬੱਚਣ ਤੇ ਤਕਲੀਫ ਘਟਾਉਣ ਦੀ ਥੋੜ੍ਹੀ ਕੋਸ਼ਿਸ਼ ਕੀਤੀ ਜਾ ਸਕਦੀ ਹੈ।

- ਜੇਕਰ ਕਿਸੀ ਖਾਣ-ਪੀਣ ਦੀ ਚੀਜ਼ ਤਕਲੀਫ ਵਧਦੀ ਹੈ ਤਾਂ ਉਸ ਨੂੰ ਮੈਨਯੂ ਤੋਂ ਹਟਾਣ ਵਿਚ ਦੇਰ ਨਾ ਕਰੋ। ਤੁਹਾਨੂੰ ਤੀਖੇ ਤੇ ਮਸਾਲੇਦਾਰ ਭੋਜਨ ਤੋਂ ਪਰਹੇਜ ਕਰਨਾ ਹੋਵੇਗਾ। ਤਲਿਆ-ਭੁੰਨਿਆ ਚਰਬੀ ਵਾਲਾ ਭੋਜਨ, ਪ੍ਰੋਸੈਸਡ ਮੀਟ, ਚਾੱਕਲੇਟ, ਕਾਫ਼ੀ, ਕਾਰਬੋਨਟੇਡ ਤਰਲ ਪਦਾਰਥ ਤੇਮੀਟ ਦਾ ਵੀ ਵਧ ਮਾਤਰਾ ਵਿਚ ਸੇਵਨ ਕਰੋ।
- ਵਾਚਨ ਤੰਤਰ ਤੇ ਜ਼ਿਆਦਾ ਜ਼ੋਰ ਨਾ ਪਾਓ। ਥੋੜ੍ਹੀ-2 ਦੇਰ ਬਾਦ ਖਾਣ ਦੀ ਥੋੜ੍ਹੀ ਮਾਤਰਾ ਲਉ। ਤੁਹਾਡੇ ਲਈ 'ਮਿਕਸ ਮੀਲ ਸੋਲਿਯੂਸ਼ਨ' ਸਭ ਤੋਂ ਵਧੀਆ ਰਹੇਗਾ।
- ਜਦੋਂ ਤੁਸੀਂ ਜਲਦੀ-2 ਖਾਂਦੀਹੋ ਤਾਂ ਖਾਣ ਦੇ ਨਾਲ ਬਹੁਤ ਸਾਰੀ ਹਵਾ ਵੀ ਅੰਦਰ ਚਲੀ ਜਾਂਦੀ ਹੈ ਜਿਸ ਨਾਲ ਗੈਸ ਬਣਦੀ ਹੈ। ਜਲਦੀ-2 ਖਾਣ ਦਾ ਭਾਵ ਹੈ ਕਿ ਤੁਸੀਂ ਭੋਜਨ ਨੂੰ ਚੰਗੀਤਰ੍ਹਾਂ ਚਬਾਂਦੀ ਵੀ ਹੋਜਿਸ ਨਾਲ ਪੇਟ ਨੂੰ ਵੱਧ ਮਿਹਨਤ ਕਰਨੀ ਪੈਂਦੀ ਹੈ। ਚਾਹੇ ਬਹੁਤ ਭੁੱਖ ਲਗੀ ਹੋਵੇ ਜਾਂ ਫਿਰ ਤੁਸੀਂ ਜਲਦੀ ਵਿਚ ਹੋਵੋ, ਛੋਟੇ-2 ਕੌਰ ਚਬਾਂਦੇ ਹੋਏ ਆਰਾਮ ਨਾਲ ਖਾਣਾ ਖਾਓ।
- ਖਾਣੇ ਦੇ ਨਾਲ-2 ਤਰਲ ਪਦਾਰਥ ਪੀਓ। ਖਾਣ ਦੇ ਨਾਲ-2 ਬਹੁਤ ਸਾਰਾ ਤਰਲ ਪਦਾਰਥ ਲੈਣ ਨਾਲ ਅਪਾਚਣ ਹੋਵੇਗਾ। ਜੇਕਰ ਕੁਝ ਪੀਣਾ ਹੋਵੇ ਤਾਂ ਦੋ ਖਾਦ ਪਦਾਰਥਾਂ ਦੌਰਾਨ ਪੀਓ।
- ਲੇਟ ਕੇ ਕੁਝ ਵੀ ਨਾ ਖਾਓ-ਪੀਓ। ਇਸ ਤਰ੍ਹਾਂ ਪਾਚਕ ਰਸਾਂ ਨੂੰ ਵੱਧ ਉਛਲ-ਕੁੱਦ ਮਚਾਉਣ ਦੀ ਗੁੰਜਾਇਸ਼ ਨਹੀਂ ਰਹੇਗੀ ਜਾਂ ਖਾਣ ਦੇ ਇਕਦਮ ਬਾਦ ਬਿਸਤਰ ਤੇ ਨਾ ਪਵੋ। ਇਕ ਤਰੀਕਾ ਇਹ ਹੈ ਕਿ ਕਮਰ ਦੀ ਥਾਂ ਗੋਡਿਆਂ ਦੇ ਭਾਰ ਝੁਕੋ, ਤੁਹਾਡਾ ਸਿਰ ਜਿੰਨੀ ਵਾਰ ਹੇਠਾਂ ਵੱਲ ਹੋਵੇਗਾ, ਜਲਨ ਉਨੀ ਵਧ ਹੋਵੇਗੀ।
- ਆਪਣਾ ਭਾਰ ਹੋਲੀ-2 ਵਧਾਓ। ਹੋਲੀ-2 ਭਾਰਤ ਵੱਧ ਨਾਲ ਪਾਚਨ ਤੰਤਰ ਤੇ ਘੱਟ ਤੋਂ ਘੱਟ ਦਬਾਅ ਪਵੇਗਾ।
- ਕਮਰ ਜਾਂ ਪੇਟ ਆਸਪਾਸ ਸਰੀਰ ਕੱਸਣ ਵਾਲੇ ਕਪੜੇ ਨਾ ਪਹਿਨੋ। ਕੱਸ ਕੇ ਪੇਟ ਬੰਨ੍ਹਿਆ ਹੋਣ ਨਾਲ ਵੀ ਜ਼ਿਆਦਾ ਜਲਨ ਹੁੰਦੀ ਹੈ।
- ਕੈਲਸ਼ੀਅਮ ਵਾਲੇਪਾੱਪ ਤੁਹਾਡੀ ਜਲਨ ਨੂੰ ਥੋੜ੍ਹਾ ਸ਼ਾਂਤ ਕਰ ਸਕਦੇਹਨ। ਡਾਕਟਰ ਦੀ ਰਾਏਤੋਂ ਬਿਨਾਂ, ਜਲਨ ਦੇ ਲਈ ਕੋਈ ਦੂਜੀ ਦਵਾਈ ਨਾ ਲਉ। ਐਂਟੀ ਐਸਿਡ ਤੋਂ ਤੰਗ ਹੋ ਤਾਂ ਘਰੇਲੂ ਉਪਾਅ ਅਪਣਾਓ-ਗੁਨਗੁਨੇ ਦੁੱਧ ਵਿਚ। ਚਮਚ ਸ਼ਹਿਦ ਵਿਚ ਥੋੜ੍ਹੇ ਬਦਾਮ ਜਾਂ ਫਿਰ ਤਾਜ਼ਾ ਪਪੀਤਾ ਖਾਓ।
- ਖਾਣ ਤੋਂ ਬਾਦ ਚੀਨੀ ਰਹਿਤ ਗਮ ਚਬਾਉਣ ਨਾਲ ਵੀ ਰਾਹਤ ਮਿਲਦੀ ਹੈ। ਕਈਲੋਕਾਂ ਦਾ ਮੰਨਣਾ ਹੈ ਕਿ ਮਿੰਟ ਨਾਲ ਪ੍ਰੇਸ਼ਾਨੀ ਵਧਦੀ ਹੈ ਇਸਲਈ ਮਿੰਟ ਵਾਲੇ ਗਮ ਨਾ ਲਉ।
- ਜੇਕਰ ਹੁਣ ਤਕ ਸਿਗਰਟਨੋਸ਼ੀ ਕਰਦੀ ਆ ਰਹੀ ਹੋ ਤਾਂ ਕ੍ਰਿਪਾ ਛੱਡ ਦਿਉ।
- ਤਨਾਅ ਵੀ ਜਲਨ ਤੇ ਅਪੱਚ ਦਾ ਮੁੱਖ ਕਾਰਣ ਹੁੰਦਾ ਹੈ। ਥੋੜ੍ਹਾ ਸ਼ਾਂਤ ਰਹਿਣਾ ਸਿੱਖੋ। ਧਿਆਨ, ਮਾਨਸਿਕ ਚਿਤਰਣ ਬਾਇਓਫੀਡਬੈਕ ਤੇ ਹਿਪਨੋਸਿਸ ਵਰਗੀਆਂ ਤਕਨੀਕਾਂ ਅਪਣਾਓ।

## ਜ਼ਰਾ ਧਿਆਨ ਦਿਉ

ਜੇਕਰ ਤੁਸੀਂ ਜੀ.ਈ.ਆਰ.ਡੀ. ਤੋਂ ਗ੍ਰਸਤ ਹੋ ਤਾਂ ਗਰਭਕਾਲ ਵਿਚ ਇਸ ਦੇ ਇਲਾਜ ਵਿਚ ਬਦਲਾਅ ਲਿਆਣਾ ਹੋਵੇਗਾ। ਹੋਸਕਦਾ ਹੈ ਕਿ ਛਾਤੀ ਵਿਚ ਜਲਨ ਦੀਆਂ ਜੋ ਦਵਾਈਆਂ ਤੁਸੀਂ ਲੈ ਰਹੀ ਹੋ ਉਹ ਹੁਣ ਸੁਰੱਖਿਅਤ ਨਾ ਹੋਣ। ਪਹਿਲਾਂ ਡਾਕਟਰ ਦੀ ਰਾਏ ਲੈ ਲਉ ਤੇ ਨਾਲ ਹੀ ਸਾਡੇ ਦਿੱਤੇ ਉਪਾਵਾਂ ਤੇ ਵੀ ਅਮਲ ਕਰੋ।

## ਛਾਤੀ ਦੀ ਜਲਨ ਅਤੇਵਾਲ?

ਕਹਿੰਦੇ ਹਨ ਕਿ ਛਾਤੀ ਵਿਚਜਲਨ ਹੋਵੇਗੀ ਤਾਂ ਬੱਚੇ ਦੇ ਵਾਲ ਉਨੇ ਹੀ ਘਣੇ ਹੋਣਗੇ। ਇਨ੍ਹਾਂ ਦੋਨਾਂ ਦੇ ਲਈ ਜ਼ਿੰਮੇਵਾਰ ਹਾਰਮੋਨ ਇਕ ਹੀ ਹੁੰਦੇ ਹਨ ਤਾਂ ਹੁਣੇ ਤੋਂ ਬੇਬੀ ਸ਼ੈਂਪੂ ਇਕੱਠਾ ਕਰਨਾ ਸ਼ੁਰੂ ਕਰ ਦਿਉ।

## ਭੋਜਨ ਦੀ ਪਸੰਦ-ਨਾਪਸੰਦ

**"ਜੋ ਭੋਜਨ ਜਾਂ ਖਾਦ ਪਦਾਰਥ ਸ਼ੁਰੂ ਤੋਂ ਹੀ ਪਸੰਦ ਸਨ, ਉਹ ਹੁਣ ਬੇਸਵਾਦ ਲੱਗਣ ਲਗੇ ਹਨ। ਮੈਂ ਅਜਿਹੇ ਖਾਦ ਪਦਾਰਥ ਪਸੰਦ ਕਰਨ ਲਗੀ ਹਾਂ, ਜੋ ਮੈਂ ਕਦੀ ਨਹੀਂ ਖਾਂਦੀ ਸੀ। ਇਹ ਕੀ ਹੋ ਰਿਹਾ ਹੈ?"**

- ਤੁਸੀਂ ਵੀ ਫ਼ਿਲਮਾਂ ਵਿਚ ਦੇਖਿਆ ਹੋਵੇਗਾ ਜਾਂ ਪੜ੍ਹਿਆ ਹੋਵੇਗਾ ਕਿਸ ਤਰ੍ਹਾਂ ਗਰਭਵਤੀ ਔਰਤ ਦਾ ਪਤੀ, ਅੱਧੀ ਰਾਤ ਨੂੰ ਪਜਾਮੇ ਤੇ ਰੇਨਕੋਟ ਪਾ ਕੇ ਆਪਣੀ ਪਤਨੀ ਦੀ ਮਨਪਸੰਦ ਆਈਸਕ੍ਰੀਮ ਲੈਣ ਨਿਕਲਦਾ ਹੈ ਪ੍ਰੰਤੂ ਹਕੀਕਤ ਵਿਚ ਇੰਝ ਨਹੀਂ ਹੁੰਦਾ। ਪਤੀਦੇਵ ਨੂੰ ਇੰਨੀ ਜ਼ਹਿਮਤ ਨਹੀਂ ਉਠਾਣੀ ਪੈਂਦੀ।

ਹਾਲਾਂਕਿ ਜ਼ਿਆਦਾਤਰ ਮਾਵਾਂ ਦੇ ਮੂੰਹ ਦੇ ਸਵਾਦ ਵਿਚ ਫ਼ਰਕ ਆ ਜਾਂਦਾ ਹੈ। ਉਨ੍ਹਾਂ ਨੂੰ ਕੋਈ ਇਕ ਖਾਣ ਦੀ ਚੀਜ਼ ਚੰਗੀ ਲਗਣ ਲਗਦੀ ਹੈ ਜਾਂ ਫਿਰ ਕਿਸੇ ਖਾਣ ਦੀ ਚੀਜ਼ ਨਾਪਸੰਦ ਹੋ ਜਾਂਦੀਹੈ। ਪਹਿਲੀ ਤਿਮਾਹੀ ਵਿਚ ਆਣ ਵਾਲੇ ਹਾਰਮੋਨਲ ਬਦਲਾਵਾਂ ਨੂੰ ਇਸ ਦਾ ਦੋਸ਼ੀ ਠਹਿਰਾ ਸਕਦੇ ਹਾਂ। ਕਈ ਵਾਰ ਸਾਡੇ ਸਰੀਰ ਨੂੰ ਜੋ ਚੀਜ਼ ਚੰਗੀ ਲਗਦੀ ਹੈ, ਸਾਨੂੰ ਉਸਦਾ ਸਵਾਦ ਆਣ ਲਗਦਾ ਹੈ ਅਤੇ ਜੋ ਚੰਗੀ ਨਹੀਂ ਲਗਦੀ, ਸਰੀਰ ਉਸ ਨੂੰ ਸਵੀਕਾਰ ਹੀ ਨਹੀਂ ਕਰਦਾ।

ਤੁਹਾਨੂੰ ਆਪਣੇ ਸਰੀਰ ਦੇ ਇਨ੍ਹਾਂ ਸੰਕੇਤਾਂ ਨੂੰ ਪਹਿਚਾਣ ਕੇ ਇਨ੍ਹਾਂ ਦੇ ਹਿਸਾਬ ਨਾਲ ਚਲਣਾ ਚਾਹੀਦਾ ਹੈ। ਜੇਕਰ ਤੁਸੀਂ ਕਾੱਟੇਜ ਚੀਜ਼ ਖਾਣਾ ਚਾਹ ਰਹੀ ਹੋ ਤਾਂ ਖਾਕੇ ਆਪਣਾ ਮਨ ਸ਼ਾਂਤ ਕਰੋ। ਚਾਹੇ ਤੁਹਾਡੀ ਡਾਇਟ ਥੋੜ੍ਹੀ ਜਿਹੀ ਅਸੰਤੁਲਿਤ ਹੀ ਕਿਉਂ ਨਾ ਹੋਜਾਏ। ਜਦੋਂ ਤੁਹਾਡੀ ਇਹ ਇੱਛਾ ਸ਼ਾਂਤ ਹੋ ਜਾਏਗੀ ਤਾਂ, ਡਾਇਟ ਨੂੰ ਕਿਸੇ ਦੂਜੇ ਰੂਪ ਵਿਚ ਸੰਤੁਲਿਤ ਕਰ ਸਕਦੇ ਹੋ।

ਜੇਕਰ ਤੁਹਾਨੂੰ ਲਗਦਾ ਹੈ ਕਿ ਤੁਹਾਡੀ ਮਨਪਸੰਦ ਚੀਜ ਬਿਲਕੁਲ ਵੱਖ ਹੈ ਤਾਂ ਉਸ ਦਾ ਐਸਾ ਵਿਕਲਪ ਖੋਜੋ, ਜੋ ਥੋੜ੍ਹਾ ਬਹੁਤ ਪੌਸ਼ਟਿਕ ਹੋਵੇ ਅਤੇ ਉਸਵਿਚ ਸਿਰਫ਼ ਕੈਲੋਰੀ ਨਾ ਹੋਣ। ਫ੍ਰੋਜ਼ਨ ਚਾੱਕਲੇਟ ਬਾਰ ਦੀ ਜਗ੍ਹਾ ਬ੍ਰੋਧ ਮਿਕਸ ਦਾ ਬੈਗ ਲਉ, ਬੇਕਡ ਚੀਜ਼ ਪਕਾਓ ਖਾਓ। ਆਪਣੇ ਮਨ ਨੂੰ ਥੋੜ੍ਹਾ ਬਦਲਾਓ। ਕਿਤੇ ਘੁੰਮਣ ਨਿਕਲ ਜਾਓ, ਦੋਸਤਾਂ ਨਾਲ ਗੱਪਾਂ ਲਗਾਓ। ਜੇਕਰ ਤੁਸੀਂ ਕੋਈ ਪੌਸ਼ਟਿਕ ਸਨੈਕਸ ਨਹੀਂ ਖਾ ਰਹੀ ਤਾਂ ਉਸ ਦਾ ਅਪਰਾਧ ਨਾ ਪਾਲੋ ਬਸ ਇਹ ਧਿਆਨ ਰਹੇ ਕਿ ਉਹ ਤੁਹਾਡੇ ਅਤੇ ਬੱਚੇ ਦੇ ਲਈ ਖ਼ਤਰਨਾਕ ਨਾ ਹੋਵੇ ਅਤੇ ਉਹ ਖਾਦ ਪਦਾਰਥ ਤੁਹਾਡੀ ਆਦਤ ਦਾ ਹਿੱਸਾ ਨਾ ਬਣ ਜਾਏ।

ਚੌਥੇ ਮਹੀਨੇ ਤਕ ਇਹ ਲੱਛਣ ਕਾਫ਼ੀ ਹੱਦ ਤਕ ਸ਼ਾਂਤ ਹੋ ਜਾਂਦੇ ਹਨ। ਕਈ ਵਾਰ ਭਾਵਨਾਤਮਕ ਮੰਗਾਂ ਦੇ ਕਾਰਣ ਮਨਪਸੰਦ ਭੋਜਨ ਦੇ ਲਈ ਇੱਤਾ ਬਾਕੀ ਰਹਿ ਜਾਂਦੀ ਹੈ। ਜੇਕਰ ਤੁਸੀਂ ਤੇ ਤੁਹਾਡਾ ਸਾਥੀ ਇਸ ਨੂੰ ਸਮਝਦੇ ਹੋ ਤਾਂ ਇਸ ਨੂੰ ਸ਼ਾਂਤ ਕਰਨਾ ਕਾਫ਼ੀ ਆਸਾਨ ਹੋਵੇਗਾ। ਜੇਕਰ ਅੱਧੀ ਰਾਤ ਨੂੰ ਕੁਝ ਅਟਪਟਾ ਖਾਣ ਦੀ ਇੱਛਾ ਹੋਣ ਲਗੇ ਤਾਂ ਕੁਝ ਹੋਰ ਖਾ ਕੇ ਤਸੱਲੀ ਕਰ ਲਉ ਜਾਂ ਫਿਰ ਪਤੀ ਦੇ ਨਾਲ ਇਕ ਰੁਮਾਂਟਿਕ ਜਗ੍ਹਾ ਦਾ ਮਜਾ ਲੈਣ ਚੱਲ ਦਿਉ।

ਕੁਝ ਔਰਤਾਂ ਮਿੱਟੀ, ਸੁਆਹ ਜਾਂ ਕਾਗਜ਼ ਵਰਗੀਆਂ ਚੀਜ਼ਾਂ ਖਾਣ ਲਗਦੀਆਂ ਹਨ ਪਰ ਆਦਤ ਕਾਫ਼ੀ ਹੱਦ ਤਕ ਖ਼ਤਰਨਾਕ ਹੋ ਸਕਦੀ ਹੈ। ਇਸ ਨਾਲ ਪੌਸ਼ਟਿਕ ਤੱਤਾਂ ਦੀ ਕਮੀ ਦਾ ਪਤਾ ਚਲਦਾ ਹੈ। ਖ਼ਾਸ ਤੌਰ ਆਇਰਨ ਦੀ ਕਮੀ। ਆਪਣੇ ਡਾਕਟਰ ਨੂੰ ਇਸ ਬਾਰੇ ਦੱਸੋ। ਬਰਫ਼ ਖਾਣ ਦਾ ਮਨਹੋਵੇ ਤਾਂ ਵੀ ਆਇਰਨ ਦੀ ਕਮੀ ਹੋ ਸਕਦੀ ਹੈ।

## ਨੱਸਾਂ ਦਿੱਖਣਾ

**"ਮੇਰੀ ਛਾਤੀ ਤੇ ਪੇਟ ਤੇ ਹਲਕੀਆਂ ਨੀਲੇ ਰੰਗ ਦੀਆਂ ਨੱਸਾਂ ਦਿੱਖਣ ਲਗੀਆਂ ਹਨ। ਕੀ ਇਹ ਆਮ ਹਨ?"**

ਇਨ੍ਹਾਂ ਦੇ ਕਾਰਣ ਤੁਹਾਡੀਆਂ ਛਾਤੀਆਂ ਅਤੇ ਪੇ ਟ ਰੋਡਮੇਪ ਵਰਗੀਆਂ ਤਾਂ ਦਿਖਦੀਆਂ ਹਨ ਪ੍ਰੰਤੂ ਚਿੰਤਾ ਵਾਲੀ ਕੋਈ ਗੱਲ ਨਹੀਂ ਹੈ। ਇਹ ਇਸ ਗੱਲ ਦਾ ਸੰਕੇਤ ਹੈ ਕਿ ਸਰੀਰ ਸਰੀਰ ਤਰੀਕੇ ਨਾਲ ਆਪਣਾ ਕੰਮ ਕਰ ਰਿਹਾ ਹੈ। ਇਹ ਉਨ੍ਹਾਂ ਨੱਸਾਂ ਦੇ ਜਾਲ ਦਾ ਹਿੱਸਾ ਹੈ ਜੋ ਗਰਭਕਾਲ ਵਿਚ ਵਧ ਖ਼ੂਨ ਸੰਚਾਰ ਦੀ ਪੂਰਤੀ ਦੇ ਲਈ ਹਨ। ਮੋਟੀ ਜਾਂ ਪਤਲੀ ਚਮੜੀ ਦੀ ਔਰਤਾਂ ਵਿਚ ਇਹ ਨੱਸਾਂ ਸਾਫ਼ ਅਤੇ ਜਲਦੀ ਦਿੱਖਣ ਲਗਦੀਆਂ ਹਨ। ਗੂੜ੍ਹੇ ਰੰਗ ਵਾਲੀਆਂ ਔਰਤਾਂ ਵਿਚ ਇਹ ਨੱਸਾਂ ਨਹੀਂ ਦਿਖਦੀਆਂ ਜਾਂ ਫਿਰ ਕਾਫ਼ੀ ਬਾਦ ਵਿਚ ਦਿਖਦੀਆਂ ਹਨ।

## ਸਪਾਈਡਰ ਨੱਸਾਂ

**"ਜਦੋਂ ਤੋਂ ਮੈਂ ਗਰਭਵਤੀ ਹੋਈ ਹਾਂ। ਮੇਰੇ ਪੱਟਾਂ ਤੇ ਹਲਕੀਆਂ ਮਕੜੇ ਵਰਗੀਆਂ ਬੈਂਗਨੀ ਲਾਲ ਧਾਰੀਆਂ ਪੈ ਗਈਆਂ ਹਨ। ਕੀ ਇਹ ਬੈਰੀਕੋਜ਼ ਵੇਨਜ਼ ਹਨ?"**

ਉਹ ਸੁੰਦਰ ਤਾਂ ਨਹੀਂ ਲਗਦੀਆਂ ਪਰ ਉਹ ਬੈਰੀਕੋਜ਼ ਵੇਨਜ਼ ਨਹੀਂ ਹਨ। ਇਨ੍ਹਾਂ ਨੂੰ 'ਸਪਾਈਡਰ ਵੇਨਜ਼'

ਦੇ ਨਾਮ ਨਾਲ ਜਾਣਿਆ ਜਾਂਦਾ ਹੈ। ਇਹ ਤੁਹਾਡੀਆਂ ਲੱਤਾਂ ਤੇ ਆਪਣਾ ਘਰ ਕਿਉਂ ਬਣਾ ਲੈਂਦੀਆਂ ਹਨ, ਇਸ ਦੇ ਵੀ ਕੁਝ ਕਾਰਣ ਹਨ। ਖ਼ੂਨ ਦੀ ਵੱਡੀ ਮਾਤਰਾ ਕਾਰਣ ਖ਼ੂਨ ਨਲੀਆਂ ਤੇ ਦਬਾਅ ਪੈਂਦਾ ਹੈ ਅਤੇ ਉਹ ਸੁਜ ਕੇ ਦਿੱਖਣ ਲਗਦੀਆਂ ਹਨ। ਦੂਜਾ ਪ੍ਰੇਗਨੈਂਸੀ ਹਾਰਮੋਨ ਕਾਰਣ ਵੀ ਇੰਝ ਹੁੰਦਾ ਹੈ। ਤੀਜਾ ਇਹ ਜੈਨੇਟਿਕ ਕਾਰਨਾਂ ਤੋਂ ਵੀ ਹੋ ਸਕਦਾ ਹੈ।

ਜੇਕਰ ਤੁਹਾਡੇ ਸਰੀਰ ਵਿਚ ਸਪਾਈਡਰ ਵੇਨਜ਼ ਬਣਨੀਆਂ ਹਨ ਤਾਂ ਤੁਸੀਂ ਇਨ੍ਹਾਂ ਨੂੰ ਕਿਸੇ ਵੀ ਕੀਮਤ ਤੇ ਰੋਕ ਨਹੀਂ ਸਕਦੀ। ਪ੍ਰੰਤੂ ਇਨ੍ਹਾਂ ਨੂੰ ਫੈਲਣ ਤੋਂ ਰੋਕਿਆ ਜਾ ਸਕਦਾ ਹੈ। ਉਹ ਤੁਹਾਡੀ ਖ਼ੁਰਾਕ ਜਿੰਨੀ ਹੀ ਸਿਹਤਮੰਦ ਹੁੰਦੀਆਂ ਹਨ। ਇਸ ਲਈ ਆਪਣੀ ਖ਼ੁਰਾਕ ਵਿਚ ਵਿਟਾਮਿਨ ਸੀ ਵਾਲੇ ਭੋਜਨ ਸ਼ਾਮਲ ਕਰੋ। ਇਨ੍ਹਾਂ ਤੋਂ ਸਰੀਰ ਕੋਲਾਜਨ ਅਤੇ ਇਲਾਸਟਿਨ ਬਣਾਂਦਾ ਹੈ। ਇਹ ਖ਼ੂਨ ਨਲੀਆਂ ਦੀ ਮੁਰਮੰਤ ਕਰਦੇ ਹਨ। ਤੁਹਾਨੂੰ ਹਰਰੋਜ਼ ਕਸਰਤ ਕਰਨੀ ਚਾਹੀਦੀ ਹੈ ਤੇ ਲੱਤਾਂ ਮੋੜ ਕੇ ਨਹੀਂ ਬੈਠਣਾ ਚਾਹੀਦਾ।

ਬਚਾਅ ਨਾਲ ਵੀ ਗੱਲ ਨਾ ਬਣੇ ਤਾਂ ਘਬਰਾਓ ਨਾ। ਡਿਲੀਵਰੀ ਤੋਂ ਬਾਦ ਇਹ ਨੱਸਾਂ ਹਲਦੀਆਂ ਪੈਕੇ ਗਾਇਬ ਹੋ ਜਾਣਗੀਆਂ। ਜੇਕਰ ਨਾ ਹੋਈਆਂ ਤਾਂ ਕਿਸੇ ਚਮੜੀ ਰੋਗ ਮਾਹਰ ਦੀ ਮਦਦ ਲਈ ਜਾ ਸਕਦੀ ਹੈ। ਉਹ ਤੁਹਾਨੂੰ ਸੇਲਾਈਨ ਜਾਂ ਗਲਿਸਰੀਨ ਦੇ ਇੰਜੈਕਸ਼ਨ ਦੇਣਗੇ ਜਾਂ ਫਿਰ ਲੇਜ਼ਰ ਦੀ ਮਦਦ ਲੈਣਗੇ। ਗਰਭਕਾਲ ਵਿਚ ਇਹ ਇਲਾਜ ਨਹੀਂ ਕਰਵਾ ਸਕਦੀ। ਉਦੋਂ ਤੱਕ ਤਾਂ ਤੁਹਾਨੂੰ ਇਨ੍ਹਾਂ ਨੂੰ ਖ਼ਾਸ ਤੌਰ ਤੇ ਬਣੇ ਕਲੀਂਜਰ ਦੀ ਮਦਦ ਨਾਲ ਛਿਪਾਣਾ ਹੋਵੇਗਾ।

## ਵੈਰੀਕੋਜ਼ ਵੇਨਜ਼

**"ਮੇਰੀ ਮਾਂ ਤੇ ਦਾਦੀ ਦੋਨੋਂ ਹੀ ਗਰਭਕਾਲ ਵਿਚ ਵੈਰੀਕੋਜ਼ ਵੇਨਜ਼ ਦਾ ਸ਼ਿਕਾਰ ਹੋਈਆਂ ਸਨ। ਕੀ ਮੈਂ ਗਰਭਕਾਲ ਵਿਚ ਇਸ ਤੋਂ ਬਚ ਸਕਦੀ ਹਾਂ?"**

ਇਹ ਵੰਸ਼ਕ ਹੈ ਅਤੇ ਉਮੀਦ ਹੈ ਕਿ ਤੁਹਾਡੀਆਂ ਲੱਤਾਂ ਵਿਚ ਵੀ ਹੋਣਗੀਆਂ। ਪ੍ਰੰਤੂ ਜੇਕਰ ਤੁਸੀਂ ਚਾਹੋ ਤਾਂ ਥੋੜ੍ਹੇ ਜਿਹੇ ਪਰਹੇਜ਼ ਨਾਲ ਇਸ ਪਰਿਵਾਰਕ ਪਰੰਪਰਾ ਨੂੰ ਤੋੜ ਸਕਦੀ ਹੋ।

ਇਹ ਆਮ ਤੌਰ ਤੇ ਪਹਿਲੇ ਗਰਭਕਾਲ ਵਿਚ ਉਭਰਦੀਆਂ ਹਨ ਅਤੇ ਬਾਦ ਦੇ ਗਰਭਕਾਲ ਵਿਚ ਕਾਫ਼ੀ ਭੈੜੀਆਂ ਹੋ ਜਾਂਦੀਆਂ ਹਨ। ਗਰਭਕਾਲ ਵਿਚ ਖ਼ੂਨ ਦਾ ਵੱਧ ਸੰਚਾਰ ਖ਼ੂਨ ਨੀਆਂ ਤੇ ਦਬਾਅ ਪਾਉਂਦਾ ਹੈ ਖ਼ਾਸ ਤੌਰ ਤੇ ਲੱਤਾਂ ਦੀਆਂ ਨੱਸਾਂ ਵਿਚ ਜਿਸ ਨੂੰ ਗੁਰੂਤਾਕਰਸ਼ਣ ਦੇ ਵਿਰੁੱਧ ਕੰਮ ਕਰਨਾ ਪੈਂਦਾ ਹੈ ਭਾਵ ਫਾਲਤੂ ਖ਼ੂਨ ਨੂੰ ਤੁਹਾਡੇ ਦਿਲ ਵੱਲ ਧੱਕਣਾ ਪੈਂਦਾ ਹੈ। ਬੱਚੇਦਾਨੀ ਦੇ ਕਾਰਣ ਪੈਲਵਿਕ ਖ਼ੂਨ ਨਲੀਆਂ ਤੇ ਵੀ ਦਬਾਅ ਪੈਂਦਾ ਹੈ। ਕੁਝ ਹਾਰਮੋਨ ਦਾ ਅਸਰ ਹੁੰਦਾ ਹੈ ਅਤੇ ਤੁਸੀਂ ਵੈਰੀਕੋਜ਼ ਵੇਨਜ਼ ਤੋਂ ਗ੍ਰਸਤ ਹੋ ਜਾਂਦੀ ਹੋ।

ਇਸ ਦੇ ਲੱਛਣ ਪਹਿਚਾਨਣਾ ਮੁਸ਼ਕਲ ਨਹੀਂ ਹਨ- ਪਰ ਉਹ ਕਾਫ਼ੀ ਹੱਦ ਤਕ ਵੱਲ ਹੋ ਸਕਦੇ ਹਨ। ਜਿਨ੍ਹਾਂ ਵਿਚ ਲੱਤਾਂ ਵਿਚ ਹਲਕਾ ਜਾਂ ਤੇਜ ਦਰਦ, ਭਾਰੀਪਨ, ਸੋਜਸ਼ ਜਾਂ ਫਿਰ ਕੁਝ ਵੀ ਨਹੀਂ ਹੋ ਸਕਦਾ। ਹਲਕੀ ਨੀਲੀਆਂ ਨੱਸਾਂ ਦੀ ਰੇਖਾ ਦਿਖ ਸਕਦੀ ਹੈ ਜਾਂ ਫਿਰ ਗੋਡੇ ਤੋਂ ਉਪਰ ਪੱਟ ਤਕ ਸਰਪੀਲੀਆਂ ਨੱਸਾਂ ਹੋ ਸਕਦੀਆਂ ਹਨ।

ਗੰਭੀਰ ਕੇਸਾਂ ਵਿਚ ਨੱਸਾਂ ਦੀ ਉਪਰਲੀ ਚਮੜੀ ਸੁਜੀ ਹੋਈ ਤੇ ਖ਼ੁਸ਼ਕ ਹੋ ਜਾਂਦੀ ਹੈ(ਡਾਕਟਰ ਦੀ ਰਾਏ ਨਾਲ ਮੁਆਇਸ਼ਚਰ ਦਾ ਪ੍ਰਯੋਗ ਕਰ ਸਕਦੀ ਹੋ)। ਕਈ ਵਾਰ ਨੱਸਾਂ ਦੀ ਸਤ੍ਹਾ ਤੇ ਹਲਕੀ ਜਲਨ ਵੀ ਹੋ ਸਕਦੀ ਹੈ ਇਸ ਲਈ ਡਾਕਟਰ ਤੋਂ ਇਸ ਨੂੰ ਲੱਛਣ ਦੱਸਣ ਵਿਚ ਦੇਰੀ ਨਾ ਕਰੋ।

- ਖ਼ੂਨ ਦਾ ਸੰਚਾਰ ਬਣਾਈ ਰੱਖੋ। ਲੋੜ ਤੋਂ ਵੱਧ ਦੇਰ ਤਕ ਖੜਾ ਹੋਣਾ ਜਾਂ ਬੈਠਣਾ ਠੀਕ ਨਹੀਂ ਹੈ। ਵਿਚ-2 ਆਪਣੇ ਗੋਡੇ ਹਿਲਾਓ। ਲੇਟਦੇ ਸਮੇਂ ਆਪਣੀਆਂ ਲੱਤਾਂ ਦੇ ਹੇਠਾਂ ਸਰ੍ਹਾਣਾ ਰੱਖਲਉ। ਆਰਾਮ ਕਰਦੇ ਜਾਂ ਸੌਂਦੇ ਸਮੇਂ ਆਪਣੀ ਖੱਬੀ ਕਰਵਟ ਲੇਟੋ। ਇਸ ਨਾਲ ਖ਼ੂਨ ਦਾ ਸੰਚਾਰ ਸਹੀ ਹੋਵੇਗਾ। (ਇਸ ਤਰ੍ਹਾਂ ਦੂਜੇ ਪਾਸੇ ਵੀ ਰਹੇਗਾ)
- ਭਾਰ ਤੇ ਨਜ਼ਰ ਰੱਖੋ। ਲੋੜ ਤੋਂ ਵੱਧ ਭਾਰ ਹੋਵੇਗਾ ਤਾਂ ਖ਼ੂਨ ਸੰਚਾਰ ਤੰਤਰ ਨੂੰ ਦੁਗਣੀ ਮਿਹਨਤ ਕਰਨੀ ਪਵੇਗੀ।
- ਭਾਰੀ ਸਮਾਨ ਨਾ ਉਠਾਓ। ਇਸ ਨਾਲ ਉਹ ਨੱਸਾਂ ਸੁਜ ਸਕਦੀਆਂ ਹਨ।
- ਲੈਟਰੀਨ ਸਮੇਂ ਵਧ ਜ਼ੋਰ ਨਾ ਲਗਾਓ। ਇਸ ਨਾਲ ਨੱਸਾਂ ਤੇ ਵੀ ਦਬਾਅ ਪਵੇਗਾ, ਕਬਜ ਨਾ ਰਹਿਣ ਦਿਉ।
- ਸਹਾਰਾ ਦੇਣ ਵਾਲੇ ਪੈਂਟੀ ਹੋਜ਼ ਪਾਓ ਜਾਂ ਇਲਾਸਟਿਕ ਦੀਆਂ ਸਟਾਕਿਸ ਪਾਓ। ਇਨ੍ਹਾਂ ਨੂੰ ਰਾਤ ਨੂੰ ਸੋਣ ਤੋਂ ਪਹਿਲਾਂ ਉਤਾਰ ਦਿਉ।
- ਐਸੇ ਕਪੜੇ ਨਾ ਪਾਓ, ਜਿਨ੍ਹਾਂ ਨਾਲ ਖ਼ੂਨ ਸੰਚਾਰ ਵਿਚ ਰੁਕਾਵਟ ਆਉਂਦੀ ਹੋਵੇ।
- ਟਾਈਟ ਪੈਂਟੀ, ਬੈਲਟ, ਪੈਂਟੀ ਹੋਜ਼ ਜਾਂ ਇਲਾਸਟਿਕ

ਵਾਲੀਆਂ ਜੁਰਾਬਾਂ ਆਦਿ ਨਾ ਪਾਓ। ਉੱਚੀ ਹੀਲ ਵੀ ਨੁਕਸਾਨ ਪਹੁੰਚਾ ਸਕਦੀ ਹੈ।

- ਹਰ ਰੋਜ਼ ਥੋੜ੍ਹੀ ਕਸਰਤ ਤੇ ਚਹਿਲਕਦਮੀ ਕਰੋ। ਜੇਕਰ ਤਕਲੀਫ਼ ਹੋਵੇ ਤਾਂ ਐਰੋਬਿਕਸ, ਜਾਗਿੰਗ, ਸਾਈਕਲਿੰਗ ਜਾਂ ਭਾਰ ਉਠਾਣ ਵਰਗੀਆਂ ਕਸਰਤਾਂ ਨਾ ਕਰੋ।
- ਖ਼ੁਰਾਕ ਵਿਚ ਵਿਟਾਮਿਨ ਸੀ ਦੀ ਭਰਪੂਰ ਮਾਤਰਾ ਸ਼ਾਮਲ ਕਰੋ ਤਾਂ ਜੋ ਨੱਸਾਂ ਦੀ ਲਚਕ ਤੇ ਸਿਹਤ ਬਣੀ ਰਹੇ।

ਗਰਭਕਾਲ ਵਿਚ ਇਨ੍ਹਾਂ ਨੱਸਾਂ ਦੀ ਸਰਜਰੀ ਦੀ ਸਲਾਹ ਨਹੀਂ ਦਿੱਤੀ ਜਾਂਦੀ। ਇਸ ਨੂੰ ਤੁਸੀਂ ਡਿਲੀਵਰੀ ਦੇ ਕੁਝ ਮਹੀਨੇ ਬਾਦ ਕਰਵਾ ਸਕਦੀ ਹੋ ਉਂਝ ਤਾਂ ਆਮ ਤੌਰ ਡਿਲੀਵਰੀ ਤੋਂ ਬਾਦ ਇਹ ਸਮੱਸਿਆ ਆਪਣੇ ਆਪ ਹੱਲ ਹੋ ਜਾਂਦੀ ਹੈ।

## ਪੈਲਵਿਕ ਵਿਚ ਸੋਜਸ਼ ਤੇ ਦਰਦ

**"ਮੇਰੇ ਪੈਲਵਿਕ ਏਰੀਏ ਵਿਚ ਕਾਫ਼ੀ ਸੋਜਸ਼ ਤੇ ਦਰਦ ਹੈ। ਮੈਨੂੰ ਲਗਦਾ ਹੈ ਕਿ ਮੇਰੇ ਵਲਵਾ ਵਿਚ ਵੀ ਕੋਈ ਦਿੱਕਤ ਹੈ। ਇਹ ਸਭ ਕੀ ਹੋ ਰਿਹਾ ਹੈ?"**

ਲੱਤਾਂ ਵਿਚ ਵੈਰੀਕੋਜ਼ ਵੇਨਜ਼ ਦੀ ਸ਼ਿਕਾਇਤ ਹੁੰਦੀ ਹੈ ਪ੍ਰੰਤੂ ਇਨ੍ਹਾਂ ਦਾ ਏਕਾਧਿਕਾਰ ਨਹੀਂ ਚਲਦਾ। ਵੈਰੀਕੋਜ਼ ਵੇਨਜ਼ ਤੁਹਾਡੇ ਰੈਕਟਸ ਦੇ ਆਸਪਾਸ ਵੀ ਹੋ ਸਕਦੀਆਂ ਹਨ, ਇਥੇ ਇਨ੍ਹਾਂ ਨੂੰ 'ਹੀਮੋਰਾਯਡਜ਼' ਕਹਿੰਦੇ ਹਨ। ਲਗਦਾ ਹੈ ਕਿ ਤੁਹਾਨੂੰ ਵੀ ਉਹੀ ਸਮੱਸਿਆ ਹੋਗਈ ਹੈ। ਇਸ ਨੂੰ ਪੈਲਵਿਕ ਕੰਜੇਸ਼ਨ ਸਿੰਡ੍ਰੋਮ ਕਹਿੰਦੇ ਹਨ।

ਇਸ ਵਿਚ ਇਸ ਹਿੱਸੇ ਜਾਂ ਪੇਟ ਵਿਚ ਦਰਦ ਰਹਿੰਦਾ ਹੈ ਤੇ ਸੋਜਸ਼ ਦਾ ਲਗਾਤਾਰ ਅਹਿਸਾਸ ਬਣਿਆ ਰਹਿੰਦਾ ਹੈ। ਕਈਵਾਰ ਇੰਟਰਕੋਰਸ ਤੋਂ ਬਾਦ ਵੀ ਦਰਦ ਹੁੰਦਾ ਹੈ। ਵੈਰੀਕੋਜ਼ ਵੇਨਜ਼ ਵਾਲੇ ਸਾਰੇ ਉਪਾਅ ਇਥੇ ਵੀ ਅਜਮਾਓ ਪ੍ਰੰਤੂ ਡਾਕਟਰ ਨੂੰ ਜ਼ਰੂਰ ਦਿਖਾਓ। ਹਾਲਾਂਕਿ ਇਸਦਾ ਇਲਾਜ ਵੀ ਡਿਲੀਵਰੀ ਤੋਂ ਬਾਦ ਹੀ ਹੋ ਸਕਦਾ ਹੈ।

## ਮੁੰਹਾਸੇ

**"ਮੇਰੀ ਚਮੜੀ ਤੇ ਮੁੰਹਾਸੇ ਰਹਿੰਦੇ ਹਨ, ਜਿਸ ਤਰ੍ਹਾਂ ਜਵਾਨੀ ਵਿਚ ਹੋਇਆ ਕਰਦੇ ਸਨ?"**

ਗਰਭਕਾਲ ਵਿਚ ਚਿਹਰੇ ਤੇ ਛਾਣ ਵਾਲੀ ਲਾਲੀ ਜਾਂ ਆਭਾ, ਖ਼ੁਸ਼ੀ ਦੇ ਕਾਰਣ ਨਹੀਂ ਹੁੰਦੀ। ਇਹ ਹਾਰਮੋਨਲ ਬਦਲਾਵਾਂ ਤੇ ਤੈਲ ਗ੍ਰੰਥੀਆਂ ਦੇ ਰਿਸਾਬ ਦੇ ਕਾਰਣ ਹੁੰਦਾ ਹੈ। ਕੁਝ ਗਰਭਵਤੀ ਔਰਤਾਂ ਦੀ ਚਮੜੀ ਤੇ ਮੁੰਹਾਸੇ ਹੋਣ ਲਗਦੇ ਹਨ। ਕੁਝ ਸੁਝਾਵਾਂ ਦੀ ਮਦਦ ਨਾਲ ਤੁਸੀਂ ਇਸ ਸਥਿਤੀ ਵਿਚ ਥੋੜ੍ਹਾ ਕਾਬੂ ਪਾ ਸਕਦੀ ਹੋ।

- ਕਿਸੀ ਹਲਕੇ ਕਲੀਂਜ਼ਰ ਨਾਲ ਦਿਨ ਵਿਚ ਦੋ-ਤਿੰਨ ਵਾਰ ਮੂੰਹ ਧੋਵੋ ਪ੍ਰੰਤੂ ਲੋੜ ਤੋਂ ਵੱਧ ਸਕ੍ਰਬ ਨਾ ਕਰੋ ਨਹੀਂ ਤਾਂ ਤੁਹਾਡੇ ਚਿਹਰੇ ਦੀ ਚਮੜੀ ਹੋਰ ਵੀ ਸੰਵੇਦਨਸ਼ੀਲ ਹੋਵੇਗੀ ਅਤੇ ਮੁੰਹਾਸੇ ਹੋ ਜਾਣਗੇ।
- ਮੁੰਹਾਸਿਆਂ ਵਾਲੀ ਕੋਈ ਦਵਾਈ ਡਾਕਟਰ ਦੀ ਰਾਏ ਤੋਂ ਬਿਨਾਂ ਪ੍ਰਯੋਗ ਨਾ ਕਰੋ। ਜ਼ਰੂਰੀ ਨਹੀਂ ਕਿ ਉਹ ਸਭ ਸੁਰੱਖਿਅਤ ਹੀ ਹੋਣਗੀਆਂ।
- ਚਮੜੀ ਨੂੰ ਸੁਕਾ ਰੱਖਣ ਦੇ ਲਈ ਤੇਲ ਰਹਿਤ ਮੁਆਇਸ਼ਚਰ ਪ੍ਰਯੋਗ ਕਰੋ। ਕਈ ਵਾਰ ਲੋੜ ਤੋਂ ਵੱਧ ਸੁਕੀ ਚਮੜੀ ਤੇ ਵੀ ਮੁੰਹਾਸੇ ਹੋਣ ਲਗਦੇ ਹਨ।
- ਐਸੇ ਕਾਸਮੈਟਿਕਸ ਪ੍ਰਯੋਗ ਕਰੋ, ਜੋ ਤੁਹਾਡੇ ਚਿਹਰੇ ਦੇ ਰੋਮ ਛੇਕ ਬੰਦ ਨਾ ਕਰੋ। ਇਨ੍ਹਾਂ ਤੇ ਨਾੱਨ-ਕਾਮੇਡੋਜੈਨਿਕ ਲਿਖਿਆ ਹੁੰਦਾ ਹੈ।
- ਚਿਹਰੇ ਨੂੰ ਛੂਹਣ ਵਾਲੀ ਹਰ ਚੀਜ਼ ਸਾਫ਼-ਸੁਥਰੀ ਰੱਖੋ। ਤੁਹਾਡੇ ਮੇਕਅਪ ਬੈਗ ਦੇ ਸਾਰੇ ਬੁਰਸ਼ ਸਾਫ਼ ਹੋਣੇ ਚਾਹੀਦੇ ਹਨ।
- ਆਪਣੇ ਮੁੰਹਾਸਿਆਂ ਨੂੰ ਨਾ ਤਾਂ ਨੋਚੋ ਅਤੇ ਨਾ ਹੀ ਛਿਲੋ ਨਹੀਂ ਤਾਂ ਇਨਫੈਕਸ਼ਨ ਹੋ ਸਕਦਾ ਹੈ। ਗਰਭਕਾਲ ਵਿਚ ਤਾਂ ਇਸ ਦਾ ਹੋਰ ਵੀ ਵਧੇਰੇ ਡਰ ਹੁੰਦਾ ਹੈ। ਇਸ ਨਾਲ ਚਮੜੀ ਤੇ ਨਿਸ਼ਾਨ ਵੀ ਪੈ ਜਾਂਦੇ ਹਨ।
- ਸੰਤੁਲਿਤ ਮਾਤਰਾ ਵਿਚ ਪੌਸ਼ਟਿਕ ਖਾਣ-ਪੀਣ ਲਊ।
- ਪਾਣੀ ਪੀਣ ਵਿਚ ਕਸਰ ਨਾ ਛੱਡੋ। ਇਸ ਨਾਲ ਤੁਹਾਡੀ ਚਮੜੀ ਨਮ ਤੇ ਸਾਫ਼ ਰਹੇਗੀ।

## ਖ਼ੁਸ਼ਕ ਚਮੜੀ

**"ਮੇਰੀ ਚਮੜੀ ਬਹੁਤ ਸੁਕੀ ਹੈ। ਕੀ ਇਹ ਵੀ ਗਰਭਕਾਲ ਦੇ ਕਾਰਣ ਹੈ?"**

- ਤੁਸੀਂ ਆਪਣੇ ਹਾਰਮੋਨਾਂ ਨੂੰ ਇਸ ਖ਼ੁਸ਼ਕ ਚਮੜੀ ਦੇ ਲਈ ਦੋਸ਼ੀ ਠਹਿਰਾ ਸਕਦੀ ਹੋ। ਹਾਰਮੋਨ ਤੁਹਾਡੀ ਚਮੜੀ ਦੀ ਨਮੀ ਅਤੇ ਲਚਕ ਚੁਰਾ ਲੈਂਦੇ ਹਨ। ਚਮੜੀ ਨੂੰ ਆਪਣੇ ਬੱਚੇ ਦੀ ਤਰ੍ਹਾਂ ਕੋਮਲ ਬਣਾਈ ਰੱਖਣ ਦੇ ਲਈ ਹੇਠ-ਲਿਖੇ ਉਪਾਅ ਅਜਮਾਓ -
- ਐਸਾ ਕਲੀਂਜਰ ਅਪਣਾਓ ਜੋ ਸੋਪ ਰਹਿਤ ਹੋਣ। ਇਸ ਨੂੰ ਦਿਨ ਵਿਚ ਇਕ ਵਾਰ ਜਾਂ ਫਿਰ ਰਾਤ ਨੂੰ ਮੇਕਅਪ ਉਤਾਰਣ ਤੋਂ ਬਾਦ ਪ੍ਰਯੋਗ ਕਰੋ। ਇਸ ਤੋਂ ਇਲਾਵਾ ਪਾਣੀ ਨਾਲ ਚਿਹਰਾ ਧੋਵੋ।
- ਹਲਕੀ ਗਿਲੀ ਚਮੜੀ ਤੇ ਮੁਆਇਸ਼ਚਰ ਲਗਾਓ ਤੇ ਦਿਨ ਵਿਚ ਕਈ ਵਾਰ ਪ੍ਰਯੋਗ ਕਰੋ।
- ਨਹਾਉਣ ਦਾ ਸਮਾਂ ਘਟਾਓ। ਵੱਧ ਧੋਣ ਨਾਲ ਵੀ ਚਮੜੀ ਖ਼ੁਸ਼ਕ ਹੋ ਜਾਂਦੀ ਹੈ। ਪਾਣੀ ਗਰਮ ਨਾ ਹੋ ਕੇ ਹਲਕਾ ਗੁਨਗੁਨਾ ਹੋਣਾ ਚਾਹੀਦਾ ਹੈ। ਗਰਮ ਪਾਣੀ ਚਿਹਰੇ ਦੇ ਕੁਦਰਤੀ ਤੇਲ ਸੋਖ ਲੈਂਦਾ ਹੈ ਤੇ ਉਸ ਨੂੰ ਰੁਖਾ ਅਤੇ ਬੇਜਾਨ ਬਣਾਂਦਾ ਹੈ।
- ਆਪਣੇ ਟਬ ਵਿਚ ਬਿਨਾਂ ਮਹਿਕ ਵਾਲੇ ਬਾਥ ਆੱਯਲ ਮਿਲਾਓ। ਉਥੇ ਫਿਸਲਨ ਵਿਚ ਸਾਵਧਾਨੀ ਨਾਲ ਪੈਰ ਰੱਖੋ। ਕਿਤੇ ਤੁਹਾਡਾ ਪੈਰ ਹੀ ਨਾ ਫਿਸਲ ਜਾਏ।
- ਸਾਰਾ ਦਿਨ ਉਚਿਤ ਮਾਤਰਾ ਵਿਚ ਪਾਣੀ ਪੀਓ ਤੇ ਆਪਣੇ ਭੋਜਨ ਵਿਚ ਚਰਬੀ ਨੂੰ ਸ਼ਾਮਲ ਕਰੋ। ਓਮੇਗਾ 3 ਬੱਚੇ ਦੇ ਨਾਲ ਤੁਹਾਡੀ ਚਮੜੀ ਦੇ ਲਈ ਵੀ ਫਾਇਦੇਮੰਦ ਹਨ।
- ਆਪਣੇ ਕਮਰੇ ਵਿਚ ਹੁੰਮਸ ਨਾ ਰਹਿਣ ਦਿਉ।
- ਧੁੱਪ ਵਿਚ ਨਿਕਲਣ ਤੋਂ ਪਹਿਲਾਂ ਸੰਸਕ੍ਰੀਮ ਲਗਾਓ।

## ਐਗਜ਼ੀਮਾ

**''ਮੈਨੂੰ ਹਮੇਸ਼ਾਂ ਤੋਂ ਐਗਜ਼ੀਮਾ ਦੀ ਸ਼ਿਕਾਇਤ ਰਹੀ ਹੈ ਪ੍ਰੰਤੂ ਗਰਭਕਾਲ ਵਿਚ ਹਾਲਤ ਹੋਰ ਵੀ ਵਿਗੜ ਗਈ ਹੈ। ਮੈਂ ਕੀ ਕਰ ਸਕਦੀ ਹਾਂ?''**

ਬਦਕਿਸਮਤੀ ਨਾਲ ਗਰਭਕਾਲ ਦੇਹਾਰਮੋਨ ਐਗਜ਼ੀਮਾ ਨੂੰ ਹੋਰ ਵੀ ਬੁਰਾ ਬਣਾ ਦੇਂਦੇ ਹਨ। ਜੋ ਔਰਤਾਂ ਇਸ ਤੋਂ ਪੀੜ੍ਹਿਤ ਹਨ ਉਨ੍ਹਾਂ ਦੇ ਲਈ ਚਮੜੀ ਦੀ ਖ਼ਾਰਸ਼ ਤੇ ਦਰਦ ਬਰਦਾਸ਼ਤ ਤੋਂ ਬਾਹਰ ਹੋ ਜਾਂਦੇ ਹਨ। ਕੁਝ ਐਗਜ਼ੀਮਾ ਰੋਗੀਆਂ ਦਾ ਰੋਡ, ਕੁਝ ਮਹੀਨੇ ਦੇ ਲਈ ਗਾਇਬ ਵੀ ਹੋ ਜਾਂਦਾ ਹੈ। ਸਚਮੁੱਚ ਉਹ ਬੜੇ ਕਿਸਮਤ ਵਾਲੇ ਹਨ।

ਉਂਝ ਤੁਸੀਂ ਗਰਭਕਾਲ ਵਿਚ ਘੱਟ ਡੋਜ਼ ਵਾਲੀ ਹਾਈਡ੍ਰੋਕਾੱਟੀਸਨ ਦਵਾਈਆਂ ਤੇ ਕ੍ਰੀਮ ਪ੍ਰਯੋਗ ਕਰ ਸਕਦੇ ਹੋ। ਆਪਣੇ ਚਮੜੀ ਮਾਹਰ ਦੀ ਰਾਏ ਲਉ। ਐਂਟੀਹਿਸਟੇਮਾਈਨ ਨਾਲ ਵੀ ਆਰਾਮ ਆ ਸਕਦਾ ਹੈ। ਪ੍ਰੰਤੂ ਪਹਿਲਾਂ ਡਾਕਟਰ ਤੋਂ ਪੁੱਛ ਲਉ। ਹੋ ਸਕਦਾ ਹੈ ਕਿ ਆਮ ਤੌਰ ਤੇ ਪ੍ਰਯੋਗ ਹੋਣ ਵਾਲੇ ਐਂਟੀਬਾਇਓਟਿਕਸ ਇਥੇ ਸੁਰਖਿਅਤ ਨਾ ਹੋਣ। ਇਸ ਲਈ ਪਹਿਲਾਂ ਡਾਕਟਰ ਤੋਂ ਪੁੱਛ ਲਉ। ਨਵੇਂ ਨਾੱਨਸਟੀਰਾਇਡਲ ਵਸਤੂ ਪ੍ਰਯੋਗ ਕਰਨ ਦੀ ਇਜਾਜ਼ਤ ਨਹੀਂ ਦਿੱਤੀ ਜਾਂਦੀ ਕਿਉਂਕਿ ਉਨ੍ਹਾਂ ਨੂੰ ਗਰਭਕਾਲ ਦੇ ਲਈ ਪਰਖਿਆ ਨਹੀਂ ਗਿਆ ਹੈ।

ਜੇਕਰ ਤੁਸੀਂ ਐਗਜ਼ੀਮਾ ਤੋਂ ਪੀੜ੍ਹਿਤ ਹੋ ਤਾਂ ਇਹ ਵੀ ਜਾਣੀ ਹੋਵੋਗੀ ਕਿ ਇਲਾਜ ਤੋਂ ਪਰਹੇਜ ਬਿਹਤਰ ਹੁੰਦਾ ਹੈ।

- ਹਲਕੀ ਖੁਜਲੀ ਦੇ ਲਈ ਨੁੰਹ ਨਹੀਂ ਠੰਡਾ ਸੇਕ ਪ੍ਰਯੋਗ ਕਰੋ। ਖੁਰਚਣ ਨਾਲ ਹਾਲਤ ਵਿਗੜ ਜਾਏਗੀ ਅਤੇ ਇਨਫੈਕਸ਼ਨ ਵੀ ਹੋ ਸਕਦਾ ਹੈ। ਆਪਣੇ ਨੁੰਹ ਛੋਟੇ ਰੱਖੋ ਤਾਂ ਜੋ ਇਕਦਮ ਖੁਜਲੀ ਹੁੰਦੇ ਹੀ ਤੁਸੀਂ ਨੁੰਹ ਨਾ ਲਗਾ ਸਕੋ।
- ਲਾਂਡ੍ਰੀ ਡਿਟ੍ਰਜੈਂਟ, ਹਾਊਸਹੋਲਡ ਕਲੀਨਰ, ਸੋਪ, ਬਨਲ ਬਾਥ, ਕਾੱਸਮੈਟਿਕਸ, ਪਰਫਿਊਮ, ਵੂਲ, ਪੌਦੇ, ਗਹਿਣੇ ਤੇ ਮਾਸ ਅਤੇ ਫਲਾਂ ਦੇ ਰਸ ਵਰਗੇ ਉਤੇਜਕਾਂ ਤੋਂ ਬੱਚੋ।
- ਹਲਕੀ ਗਿਲੀ ਚਮੜੀ ਤੇ ਵੀ ਮੁਆਇਸ਼ਚਰ ਲਗਾਓ ਤਾਂ ਜੋ ਉਹ ਸੁਕੇ ਨਹੀਂ ਅਤੇ ਨਾ ਹੀ ਉਸ ਤੇ ਨਿਸ਼ਾਨ ਪੈਣ।
- ਪਾਣੀ ਵਿਚ ਜ਼ਿਆਦਾ ਸਮਾਂ ਨਾ ਬਿਤਾਓ (ਖ਼ਾਸ ਤੌਰ ਤੇ ਗਰਮ ਪਾਣੀ ਵਿਚ)।
- ਪਸੀਨਾ ਨਾ ਆਣ ਦਿਉ। ਉਂਝ ਵੀ ਸੰਭਾਵੀ ਮਾਂ ਨੂੰ ਪਸੀਨਾ ਕਾਫ਼ੀ ਆਉਂਦਾ ਹੈ। ਹਲਕੇ ਸੂਤੀ ਕਪੜੇ ਪਾਓ। ਸਿੰਥੈਟਿਕ ਕਪੜਿਆਂ ਤੋਂ ਤੌਬਾ ਕਰੋ।
- ਤਨਾਅ ਤੋਂ ਬਚੋ। ਜਦੋਂ ਵੀ ਤਨਾਅ ਹੋਣ ਲਗੇ

ਤਾਂ ਹਲਕੀ ਡੂੰਘੀ ਸਾਹ ਲਉ।

ਉਂਝ ਤਾਂ ਇਹ ਵੰਸ਼ਕ ਹੁੰਦਾ ਹੈ। ਜੇਕਰ ਤੁਹਾਨੂੰ ਐਗਜ਼ੀਮਾ ਹੈ ਤਾਂ ਇਹ ਬੱਚੇ ਨੂੰ ਵੀ ਹੋ ਸਕਦਾ ਹੈ ਪਰ ਕਹਿੰਦੇ ਹਨ ਕਿ ਦੁੱਧ ਪੀਣ ਵਾਲੇ ਬੱਚਿਆਂ ਵਿਚ ਇਸ ਦੀ ਸੰਭਾਵਨਾ ਘੱਟ ਜਾਂਦੀ ਹੈ। ਤੁਸੀਂ ਆਪਣੇ ਬੱਚੇ ਨੂੰ ਦੁੱਧ ਪਿਲਾਓ, ਇਹ ਉਸ ਦੇ ਲਈ ਬੋਨਸ ਹੋ ਸਕਦਾ ਹੈ।

## ਉਭਾਰ ਦਿਖਣਾ ਤੇ ਛੁਪਣਾ

**"ਵੱਡੀ ਅਜੀਬ ਗੱਲ ਹੈ, ਇਕ ਦਿਨ ਮੇਰਾ ਉਭਾਰ ਦਿੱਖਣ ਲਗਦਾ ਹੈ ਤਾਂ ਅਗਲੇ ਦਿਨ ਪੇਟ ਸਪਾਟ ਦਿੱਖਦਾ ਹੈ। ਇਹ ਸਭ ਕੀ ਹੈ?"**

ਇਹ ਸਭ ਕਬਜ ਤੇ ਗੈਸ ਦਾ ਕਮਾਲ ਹੈ। ਇਸ ਨਾਲ ਫੁਲੇ ਹੋਏ ਪੇਟ ਨੂੰ ਸਪਾਟ ਬਣਨ ਵਿਚ ਦੇਰ ਨਹੀਂ ਲਗਦੀ। ਜਿੰਨੀ ਜਲਦੀ ਉਭਾਰ ਦਿਖਦਾ ਹੈ ਉਨੀ ਜਲਦੀ ਗਾਇਬ ਵੀ ਹੋ ਜਾਂਦਾ ਹੈ। ਚਿੰਤਾ ਨਾ ਕਰੋ, ਬਹੁਤ ਜਲਦੀ ਤੁਹਾਡਾ ਉਭਾਰ ਇੰਝ ਹੋਵੇਗਾ ਜੋ ਗਾਇਬ ਨਹੀਂ ਹੋਵੇਗਾ ਅਤੇ ਉਸ ਵਿਚ ਤੁਹਾਡਾ ਨੰਨ੍ਹਾ ਬੱਚਾ ਮਜੇ ਨਾਲ ਰਹੇਗਾ।

## ਮੇਰਾ ਫਿਗਰ

**"ਕੀ ਬੱਚੇ ਦੇ ਜਨਮ ਤੋਂ ਬਾਦ ਮੇਰਾ ਫਿਗਰ ਪਹਿਲਾਂ ਵਰਗਾ ਹੋ ਜਾਏਗਾ?"**

ਇਹ ਕਾਫ਼ੀ ਹੱਦ ਤਕ ਤੁਹਾਡੇ ਤੇ ਹੀ ਨਿਰਭਰ ਕਰਦਾ ਹੈ। ਹਰ ਔਸਤ ਔਰਤ ਦਾ ਭਾਰ 2-4 ਪੌਂਡ ਤਕ ਵਧਦਾ ਹੈ ਤੇ ਫਿਰ ਡਿਲੀਵਰੀ ਤੋਂ ਬਾਦ ਘੱਟ ਜਾਂਦਾ ਹੈ। ਜੇਕਰ ਤੁਸੀਂ ਸਹੀ ਤਰੀਕੇ ਨਾਲ ਸਹੀ ਦਰ ਨਾਲ ਤੇ ਸਹੀ ਭੋਜਨ ਗ੍ਰਹਿਣ ਕਰ ਰਹੀ ਹੋ ਤਾਂ ਹੋ ਸਕਦਾ ਹੈ ਕਿ ਡਿਲੀਵਰੀ ਤੋਂ ਬਾਦ ਤੁਹਾਡਾ ਫਿਗਰ ਬਿਲਕੁਲ ਪਹਿਲਾਂ ਦੀ ਤਰ੍ਹਾਂ ਹੋ ਜਾਏ। ਜੇ ਕਰ ਤੁਸੀਂ ਬੱਚੇ ਦੇ ਜਨਮ ਤੋਂ ਬਾਦ ਵੀ ਉਚਿਤ ਖਾਣ-ਪੀਣ ਅਤੇ ਕਸਰਤ ਦੀਆਂ ਆਦਤਾਂ ਬਰਕਰਾਰ ਰਖਦੀ ਹੋ ਤਾਂ ਸ਼ੇਪ ਵਾਪਸ ਆਏਗੀ ਪ੍ਰੰਤੂ ਇਸ ਪ੍ਰਕ੍ਰਿਆ ਵਿਚ ਘੱਟੋ ਘੱਟ ਛੇ ਮਹੀਨੇ ਲੱਗਣਗੇ।

### ਨਾਭਿਛੇਦਨ

ਇਹ ਕੂਲ ਹੈ, ਸਟਾਇਲਿਸ਼ ਹੈ, ਆਪਣੀ ਸੁੰਦਰ ਨਾਭਿ ਦਿਖਾਣ ਦਾ ਵਧੀਆ ਤਰੀਕਾ ਹੈ। ਪ੍ਰੰਤੂ ਜਦੋਂ ਪੇਟ ਵੱਧ ਲਗੇਗਾ ਤਾਂ? ਤਾਂ ਕੀ ਤੁਹਾਨੂੰ ਾਪਣੀ ਬੈਲੀ ਰਿੰਗ ਕੱਢਣੀ ਹੋਵੇਗੀ? ਉਂਝ ਇਹ ਜਗ੍ਹਾ ਸੁਜੀ ਹੋਈ ਜਾਂ ਇਨਫੈਕਟਿਡ ਨਹੀਂ ਹੋਣੀ ਚਾਹੀਦੀ। ਇਹ ਉਹ ਜਗ੍ਹਾ ਹੈ ਜਿਥੋਂ ਤੁਸੀਂ ਆਪਣੀ ਮਾਂ ਨਾਲ ਜੁੜੀ ਸੀ। ਬੱਚੇ ਨਾਲ ਇਸ ਦਾ ਕੋਈ ਨਾਤਾ ਨਹੀਂ ਹੈ ਭਾਵ ਨਾਭਿ ਛੇਦਨ ਤੋਂ ਤੁਹਾਡੇ ਬੱਚੇ ਨੂੰ ਕੋਈ ਤੰਗੀ ਨਹੀਂ ਹੋਵੇਗੀ। ਉਸ ਦੇ ਜਨਮ ਜਾਂ ਓਪਰੇਸ਼ਨ ਦੇ ਸਮੇਂ ਵੀ ਕੋਈ ਪ੍ਰੇਸ਼ਾਨੀ ਨਹੀਂ ਹੋਵੇਗੀ।

ਪ੍ਰੰਤੂ ਜਦੋਂ ਤੁਹਾਡਾ ਪੇਟ ਵਧੇਗਾ ਤਾਂ ਇਹ ਬੈਲੀ ਰਿੰਗ ਕਪੜਿਆਂ ਵਿਚ ਫਸ ਸਕਦਾ ਹੈ ਜਾਂ ਤੁਹਾਨੂੰ ਚੁਭ ਸਕਦਾ ਹੈ। ਜੇਕਰ ਤੁਸੀਂ ਇਸ ਨੂੰ ਉਤਾਰਨਾ ਚਾਹੁੰਦੀ ਹੋ ਤਾਂ ਕੁਝ ਦਿਨ ਬਾਦ ਰਿੰਗ ਨੂੰ ਛੇਦ ਵਿਚੋਂ ਲੰਘਾ ਲਿਆ ਕਰੋ ਨਹੀਂ ਤਾਂ ਉਹ ਬੰਦ ਹੋ ਜਾਏਗਾ। ਜੇਕਰ ਪਾ ਕੇ ਰੱਖਣਾ ਚਾਹੁੰਦੀ ਹੋ ਤਾਂ ਟੈਪਲਾੱਨ ਤੋਂ ਬਣਿਆ ਰਿੰਗ ਪਾਓ ਜੋ ਲਚਕਦਾਰ ਹੁੰਦਾ ਹੈ।

ਜੇਕਰ ਗਰਭਕਾਲ ਵਿਚ ਨਾਭਿਛੇਦਨ ਕਰਵਾਣਾ ਚਾਹੁੰਦੀ ਹੋ ਤਾਂ ਇੰਝ ਨਾ ਕਰੋ। ਇਸ ਨੂੰ ਡਿਲੀਵਰੀ ਤੋਂ ਬਾਦ ਹੀ ਕਰਾਓ। ਗਰਭਕਾਲ ਵਿਚ ਚਮੜੀ ਵਿਚ ਛੇਕ ਕਰਵਾਉਣਾ ਚੰਗੀ ਗੱਲ ਨਹੀਂ ਹੈ ਕਿਉਂਕਿ ਇਸ ਨਾਲ ਇਨਫੈਕਸ਼ਨ ਦਾ ਖ਼ਤਰਾ ਕਾਫ਼ੀ ਵੱਧ ਜਾਂਦਾ ਹੈ।

ਗਰਭਕਾਲ ਵਿਚ ਭਾਰ ਵੱਧਣ ਦੀ ਚਿੰਤਾ ਛੱਡ ਦਿਉ ਕਿਉਂ ਇਹ ਤੁਹਾਡੇ ਬੱਚੇ ਦੇ ਪੌਸ਼ਣ ਤੇ ਬਾਦ ਵਿਚ ਉਸ ਦੇ ਦੁੱਧ ਪੀਣ ਦੇ ਲਈ ਬਹੁਤ ਜ਼ਰੂਰੀ ਹੈ।

## ਬੱਚੇਦਾਨੀ ਦਾ ਆਕਾਰ

**"ਜਾਂਚ ਦੌਰਾਨ ਮਿਡਵਾਈਫ ਨੇ ਦੱਸਿਆ ਕਿ ਮੇਰੀ ਬੱਚੇਦਾਨੀ ਦਾ ਅਕਾਰ ਥੋੜ੍ਹਾ ਛੋਟਾ ਹੈ। ਕੀ ਇਸ ਦਾ ਭਾਵ ਹੈ ਕਿ ਬੱਚੇ ਦਾ ਵਿਕਾਸ ਸਹੀ ਢੰਗ ਨਾਲ ਨਹੀਂ ਹੋ ਰਿਹਾ ਹੈ?"**

ਮਾਤਾ-ਪਿਤਾ ਅਕਸਰ ਅਣਜੰਮੇ ਬੱਚੇ ਦੇ ਭਾਰ ਨੂੰ ਲੈ ਕੇ ਚਿੰਤਤ ਰਹਿੰਦੇ ਹਨ ਪ੍ਰੰਤੂ ਇਸ ਵਿਚ ਚਿੰਤਾ ਕਰਨ ਵਾਲੀ ਕੋਈ ਗੱਲ ਨਹੀਂ ਹੁੰਦੀ। ਬਾਹਰ ਤੋਂ ਤੁਹਾਡੀ ਬੱਚੇਦਾਨੀ ਦੇ ਆਕਾਰ ਨੂੰ ਨਾਪ ਕੇ ਵਿਗਿਆਨਕ ਤਰੀਕੇ ਨਾਲ ਕੁਝ ਨਹੀਂ ਕਹਿ ਸਕਦੇ। ਹੋ ਸਕਦਾ ਹੈ ਕਿ ਤੁਹਾਡੀ ਮਿਡਵਾਈਫ ਅਲਟ੍ਰਾਸਾਊਂਡ ਕਰਨਾ ਚਾਹੇ ਕਿਉਂਕਿ ਉਸ ਦੇ ਬਿਨਾਂ ਤਾਂ ਕੁਝ ਵੀ ਨਹੀਂ ਕਹਿਣਾ ਸੰਭਵ ਨਹੀਂ ਹੈ। ਉਸ ਤੋਂ ਉਨ੍ਹਾਂ ਬੱਚੇਦਾਨੀ ਦੇ ਅਕਾਰ ਤੇ ਗਰਭਕਾਲ ਦੀ ਸੰਭਾਵੀ ਮਿਤੀ ਦਾ ਅੰਦਾਜਾ ਹੋਵੇਗਾ।

## ਬੱਚੇਦਾਨੀ ਦਾ ਵੱਡਾ ਅਕਾਰ

**"ਮੈਨੂੰ ਕਿਹਾ ਗਿਆ ਕਿ ਮੇਰੀ ਬੱਚੇਦਾਨੀ ਦਾ ਅਕਾਰ ਦਸਹਫ਼ਤੇ ਦੇ ਹਿਸਾਬ ਨਾਲ ਹੈ ਜਦੋਂਕਿ ਮਾਸਕ ਧਰਮ ਦੇ ਹਿਸਾਬ ਨਾਲ ਮੇਰਾ ਗਰਭਕਾਲ ਅੱਠ ਹਫ਼ਤੇ ਦਾ ਹੈ। ਮੇਰੀ ਬੱਚੇਦਾਨੀ ਦਾ ਅਕਾਰ ਵੱਡਾ ਕਿਉਂ ਹੈ?"**

ਇਹਵੀ ਹੋ ਸਕਦਾ ਹੈ ਕਿ ਤੁਹਾਡੇ ਤੋਂ ਕੋਈ ਗਲਤੀ ਹੋਈ ਹੋਵੇ ਜਾਂ ਫਿਰ ਤੁਹਾਨੂੰ ਆਪਣੀ ਮਿਤੀ ਧਿਆਨ ਨਾ ਹੋਵੇ। ਹੋ ਸਕਦਾ ਹੈ ਕਿ ਪੇਟ ਵਿਚ ਜੁੜਵਾਂ ਹੋਣ, ਹਾਲਾਂਕਿ ਇੰਨੀ ਜਲਦੀ ਬੱਚੇਦਾਨੀ ਦੇ ਅਕਾਰ ਨੂੰ ਪ੍ਰਭਾਵਿਤ ਨਹੀਂ ਕਰਦੇ। ਡਾਕਟਰ ਤੁਹਾਨੂੰ ਅਲਟ੍ਰਾਸਾਊਂਡ ਦੀ ਰਾਏ ਦੇਣਗੇ, ਉਸ ਤੋਂ ਬਾਦ ਹੀ ਕੁਝ ਪਤਾ ਲਗੇ ਸਕੇਗਾ।

## ਪਿਸ਼ਾਬ ਵਿਚ ਔਖਿਆਈ

**"ਪਿਛਲੇ ਕੁਝ ਦਿਨਾਂ ਤੋਂ ਮੈਨੂੰ ਪਿਸ਼ਾਬ ਕਰਨ ਵਿਚ ਕਾਫ਼ੀ ਮੁਸ਼ਕਲ ਹੋ ਰਹੀ ਹੈ। ਬਲੈਡਰ ਭਰਿਆ ਲੱਗਣ ਦੇ ਬਾਵਜੂਦ ਪਿਸ਼ਾਬ ਨਹੀਂ ਕਰ ਸਕਦੀ।"**

ਇਹ ਸੰਭਵ ਹੈ ਕਿ ਤੁਹਾਡੀ ਬੱਚੇਦਾਨੀ ਅੱਗੇ ਦੀ ਥਾਂ ਪਿੱਛੇ ਵੱਲ ਝੁਕੀ ਹੋਵੇ। ਪੰਜ ਵਿਚੋਂ ਇਕ ਗਰਭਵਤੀ ਔਰਤ ਦੇ ਨਾਲ ਇਹ ਸਮੱਸਿਆ ਹੁੰਦੀ ਹੈ। ਇਹ ਬਲੈਡਰ ਵੱਲ ਆਣ ਵਾਲੀ ਟਿਊਬ ਯੂਰੇਥ੍ਰਾ ਤੇ ਦਬਾਅ ਪਾਉਂਦੀ ਹੈ ਜਿਸ ਨਾਲ ਪਿਸ਼ਾਬ ਕਰਨ ਵਿਚ ਔਖਿਆਈ ਹੁੰਦੀ ਹੈ। ਜਦੋਂ ਬਲੈਡਰ ਕਾਫ਼ੀ ਭਰ ਜਾਂਦਾ ਹੈ ਤਾਂ ਪਿਸ਼ਾਬ ਲੀਕ(ਰਿਸਾਅ) ਵੀ ਹੋਣ ਲਗਦਾ ਹੈ।

ਸਾਰੇ ਕੇਸਾਂ ਵਿਚ ਕਿਸੇ ਮੈਡੀਕਲ ਦਖ਼ਲ-ਅੰਦਾਜੀ ਤੋਂ ਬਿਨਾਂ ਬੱਚੇਦਾਨੀ ਪਹਿਲੀ ਤਿਮਾਹੀ ਦੇ ਅੰਤ ਤਕ ਆਪਣੀ ਸਥਿਤੀ ਵਿਚ ਆ ਜਾਂਦੀ ਹੈ। ਜੇ ਕਰਤੁਹਾਨੂੰ ਸਚਮੁੱਚ ਜ਼ਿਆਦਾ ਮੁਸ਼ਕਿਲੇ ਹੋ ਰਹੀ ਹੈ ਤਾਂ ਆਪਣੇ ਡਾਕਟਰ ਨੂੰ ਮਿਲੋ। ਹੋ ਸਕਦਾ ਹੈ ਕਿ ਉਹ ਬੱਚੇਦਾਨੀ ਨੂੰ ਹੱਥ ਨਾਲ ਸਹੀ ਜਗ੍ਹਾ ਬਿਠਾਣ ਦੀ ਕੋਸ਼ਿਸ਼ ਕਰਨ ਤਾਂ ਜੋ ਯੂਰੇਥ੍ਰਾ ਤੇਦਬਾਅ ਨਾ ਪਵੇ। ਉਂਝ ਇਹ ਤਰੀਕਾ ਕੰਮ ਆ ਜਾਂਦਾ ਹੈ ਨਹੀਂ ਤਾਂ ਕੈਥੇਟਰਾਈਜੇਸ਼ਨ (ਟਿਊਬ ਰਾਹੀਂ ਪਿਸ਼ਾਬ ਕੱਢਣਾ) ਜ਼ਰੂਰੀ ਹੋ ਜਾਂਦਾ ਹੈ।

ਇਹ ਵੀ ਹੋ ਸਕਦਾ ਹੈ ਕਿ ਪਿਸ਼ਾਬ ਨਲੀ ਵਿਚ ਇਨਫੈਕਸ਼ਨ ਦੇ ਕਾਰਣ ਪਿਸ਼ਾਬ ਕਰਨ ਵਿਚ ਔਖਿਆਈ ਹੋ ਰਹੀ ਹੋਵੇ।

## ਮੂਡ ਵਿਚ ਉਤਾਰ-ਚੜ੍ਹਾਅ

**"ਮੈਂ ਜਾਣਦੀ ਹਾਂ ਕਿ ਮੈਨੂੰ ਆਪਣੇ ਗਰਭਕਾਲ ਵਿਚ ਖ਼ੁਸ਼ ਰਹਿਣਾ ਚਾਹੀਦਾ ਹੈ ਅਤੇ ਮੈਂ ਕਦੀ-2 ਰਹਿੰਦੀ ਵੀ ਹਾਂ, ਪ੍ਰੰਤੂ ਕਦੀ-2 ਮੈਂ ਕਾਫ਼ੀ ਉਦਾਸ ਹੋ ਜਾਂਦੀ ਹਾਂ ਅਤੇ ਰੋਣ ਦਾ ਮਨ ਕਰਦਾ ਹੈ।"**

ਉਤਾਰ-ਚੜ੍ਹਾਅ ਤਾਂ ਆਉਂਦੇ ਹੀ ਰਹਿੰਦੇ ਹਨ। ਗਰਭਕਾਲ ਵਿਚ ਤਾਂ ਇਹ ਮੂਡ ਇਸ ਤਰ੍ਹਾਂ ਬਣਦਾ ਵਿਗੜਦਾ ਹੈ ਕਿ ਕੀ ਕਰੀਏ। ਇਕ ਪਲ ਵਿਚ ਤੁਸੀਂ ਚੰਨ ਤੇ ਹੁੰਦੀ ਹੋ ਅਤੇ ਦੂਜੀ ਹੀ ਪਲ ਬੀਮੇ ਦੀ ਰਾਸ਼ੀ ਦੇ ਲਈ ਰੋ ਰਹੀ ਹੁੰਦੀ ਹੋ। ਕੀ ਹਾਰਮੋਨ ਨੂੰ ਇਸ ਦੇ ਲਈ ਦੋਸ਼ੀ ਠਹਿਰਾ ਸਕਦੇ ਹੋ? ਪਹਿਲੀ ਤਿਮਾਹੀ ਵਿਚ ਜਦੋਂ ਹਾਰਮੋਨ ਆਪਣਾ ਅਸਲੀ ਰੰਗ ਦਿਖਾਂਦੇ ਹਨ ਤਾਂ ਇਹ ਸਮੱਸਿਆ ਪੂਰੇ ਜ਼ੋਰਾਂ ਤੇ ਹੁੰਦੀ ਹੈ। ਆਮ ਤੌਰ ਤੇ ਜੋ ਔਰਤਾਂ ਆਪਣੇ ਪੀਐਮਐਸ ਦੌਰਾਨ ਵੀਮੂਡ ਦੇ ਉਤਾਰ-ਚੜ੍ਹਾਅ ਤੋਂ ਗੁਜਰਦੀਆਂ ਹਨ। ਉਨ੍ਹਾਂ ਦੇਲਈ ਗਰਭਕਾਲ ਵਿਚ ਵੀ ਇਹ ਆਮ ਗੱਲ ਹੁੰਦੀ ਹੈ। ਕੋਈ ਵੀ ਸਰੀਰਕ, ਭਾਵਨਾਤਮਕ ਜਾਂ ਮਾਨਸਿਕ ਬਦਲਾਅ ਤੁਹਾਡੇ ਮੂਡ ਵਿਚ ਬਦਲਾਅ ਲਿਆ ਸਕਦਾ ਹੈ।

ਹਾਲਾਂਕਿ ਪਹਿਲੀ ਤਿਮਾਹੀ ਤੋਂ ਬਾਦ ਇਹ ਸਭ ਕੁਝ ਕਾਫ਼ੀ ਹੱਦ ਤਕ ਸ਼ਾਂਤ ਹੋ ਜਾਂਦਾ ਹੈ। ਤੁਸੀਂ

ਗਰਭਕਾਲ ਦੇ ਉਨ੍ਹਾਂ ਬਦਲਾਵਾਂ ਦੀ ਆਦੀ ਵੀ ਹੋ ਜਾਂਦੀ ਹੋ। ਹਾਲਾਂਕਿ ਅਸੀਂ ਇਸ ਚੀਜ਼ ਤੋਂ ਪੂਰਾ ਬਚਾਅ ਨਹੀਂ ਕਰ ਸਕਦੇ ਪ੍ਰੰਤੂ ਬਚਾਅ ਦੇ ਉਪਾ ਤਾਂ ਕਰ ਹੀ ਸਕਦੇ ਹਾਂ।

- ਆਪਣੇ ਬਲੱਡ ਸ਼ੂਗਰ ਦਾ ਪੱਧਰ ਉੱਚਾ ਰੱਖੋ। ਇਸ ਦਾ ਮੂਡ ਤੋਂ ਕੀ ਲੈਣਾ ਦੇਣਾ ਹੈ? ਬਹੁਤ! ਜਦੋਂ ਬਲੱਡ ਸ਼ੂਗਰ ਘਟਦੀ ਹੈ ਤਾਂ ਮੂਡ ਵਿਗੜਣ ਲਗਦਾ ਹੈ। ਆਪਣੇ ਤਿੰਨ ਸਮੇਂ ਦੇ ਭਾਰੀ ਭੋਜਨ ਨੂੰ ਮਿਕਸ ਮੀਲ ਸੋਲਿਯੂਸ਼ਨ ਵਿਚ ਬਦਲੋ ਅਤੇ ਇਸ ਵਿਚ ਕੰਪਲੈਕਸ ਕਾਰਬ ਤੇ ਪ੍ਰੋਟੀਨ ਨੂੰ ਸ਼ਾਮਲ ਕਰੋ। ਬਲੱਡ ਸ਼ੂਗਰ ਦਾ ਪੱਧਰ ਉੱਚਾ ਰਹੇਗਾ ਤਾਂ ਮੂਡ ਵੀ ਠੀਕ ਰਹੇਗਾ।
- ਚੀਨੀ ਤੇ ਕੈਫ਼ੀਨ ਦੀ ਮਾਤਰਾ ਘਟਾਓ। ਇਨ੍ਹਾਂ ਨੂੰ ਖਾਣ ਨਾਲ ਬਲੱਡ ਸ਼ੂਗਰ ਦਾ ਪੱਧਰ ਜਿੰਨੀ ਤੇਜੀ ਨਾਲ ਵਧਾ ਹੈ ਉਨੀ ਹੀ ਤੇਜੀ ਨਾਲ ਘੱਟ ਵੀ ਜਾਂਦਾ ਹੈ। ਇਨ੍ਹਾਂ ਦੋਨਾਂ ਦਾ ਸੀਮਤ ਮਾਤਰਾ ਵਿਚ ਸੇਵਨ ਕਰੋ।
- ਆਪਣੇ ਗਰਭਕਾਲ ਖ਼ੁਰਾਕ ਯੋਜਨਾ ਦਾ ਸਹੀ ਤਰੀਕੇ ਨਾਲ ਪਾਲਣ ਕਰੋ। ਖ਼ੁਰਾਕ ਵਿਚ ਓਮੇਗਾ 3 ਫੈਟੀ ਐਸਿਡ ਸ਼ਾਮਲ ਕਰੋ (ਅਖਰੋਟ, ਮੱਛੀ ਤੇ ਅੰਡੇ ਆਦਿ)। ਇਸ ਨਾਲ ਮੂਡ ਵਿਚ ਸੁਧਾਰ ਦੇਨਾਲ-2 ਬੱਚੇ ਦੇ ਦੀਮਾਗ ਦਾ ਵੀ ਵਿਕਾਸ ਹੋਵੇਗਾ।
- ਕਸਰਤ ਨਾਲ ਐਂਡੋਰਫਿਨ ਦਾ ਰਿਸਾਵ ਹੁੰਦਾ ਹੈ ਅਤੇ ਤੁਸੀਂ ਪਹਿਲਾਂ ਤੇ ਵਧੀਆ ਮਹਿਸੂਸ ਕਰਦੀ ਹੋ। ਆਪਣੇ ਡਾਕਟਰ ਦੀਰਾਏ ਨਾਲ ਰੋਜ਼ਾਨਾ ਦੇ ਰੂਟੀਨ ਵਿਚ ਕਸਰਤ ਨੂੰ ਸ਼ਾਮਲ ਕਰੋ।
- ਥੋੜ੍ਹਾ ਰੁਮਾਂਟਿਕ ਹੋ ਜਾਓ। ਸੈਕਸ ਨਾ ਵੀ ਹੋਵੇ ਪ੍ਰੰਤੂ ਇਕ-ਦੂਜੇ ਦਾ ਹੱਥ ਫੜ ਕੇ ਸੋਫੇ ਤੇ ਬੈਠਣਾ, ਬੀਤੀਆਂ ਗਲਾਂ ਦੁਹਰਾਣਾ, ਗਲਵਕੜੀ, ਚੁੰਬਨ ਆਦਿ ਵੀ ਮੂਡ ਸੁਧਾਰ ਸਕਦਾ ਹੈ। ਤੁਸੀਂ ਦੋਨੋਂ ਹੀ ਉਸ ਸਮੇਂ ਨਵੀਆਂ ਚੁਣੌਤੀਆਂ ਦਾ ਸਾਮ੍ਹਣਾ ਕਰਰਹੇ ਹੋ। ਆਤਮਵਿਸ਼ਵਾਸ ਦੋਨਾਂ ਨੂੰ ਹੋਰ ਨੇੜੇ ਲਿਆਏਗਾ ਅਤੇ ਮੂਡ ਵੀ ਬਦਲ ਜਾਏਗਾ।
- ਆਪਣੀ ਜ਼ਿੰਦਗੀ ਵਿਚ ਰੋਸ਼ਨੀ ਲਿਆਓ। ਸਰਵੇ ਤੋਂ ਪਤਾ ਲਗਾ ਹੈ ਕਿ ਸੂਰਜ ਦੀ ਰੋਸ਼ਨੀ ਨਾਲ ਵੀ ਮੂਡ ਬਣਦਾ ਹੈ ਪ੍ਰੰਤੂ ਇਸ ਦੇ ਨਾਲ ਹੀ ਸੰਸਕ੍ਰੀਮ ਲਗਾਣਾ ਨਾ ਭੁਲੋ।
- ਚਿੰਤਾ, ਤਨਾ, ਪ੍ਰੇਸ਼ਾਨੀ, ਅਸੁਰੱਖਿਆ! ਗਰਭਕਾਲ ਵਿਚ ਐਸੇ ਮਿਲੇ-ਜੁਲੇ ਵਿਚਾਰਾਂ ਦਾ ਆਉਣਾ ਸੁਭਾਵਕ ਹੈ। ਜਦੋਂ ਵੀ ਇਨ੍ਹਾਂ ਵਿਚ ਘਿਰ ਜਾਓ ਤਾਂ ਕਿਸੇ ਨਾਲ ਗੱਲ ਕਰੋ। ਆਪਣੇ ਪਤੀ, ਦੋਸਤ ਜਾਂ ਕਿਸੀ ਗਰਭਵਤੀ ਸਹੇਲੀ ਨਾਲ ਮਨ ਦੀ ਗੱਲ ਕਹੋ। ਤੁਹਾਡਾ ਮੂਡ ਸੰਭਲ ਜਾਏਗਾ।
- ਅਰਾਮ ਕਰੋ। ਥਕਾਵਟ ਨਾਲ ਮੂਡ ਦਾ ਉਤਾਰ-ਚੜ੍ਹਾਅ ਕਾਫ਼ੀ ਵੱਧ ਜਾਂਦਾ ਹੈ। ਪੂਰੀ ਨੀਂਦ ਲਉ। ਲੋੜ ਤੋਂ ਵੱਧ ਨਹੀਂ। ਨਹੀਂ ਤਾਂ ਥਕਾਵਟ ਅਤੇ ਭਾਵਨਾਤਮਕ ਅਸੁਰੱਖਿਆ ਵਧ ਸਕਦੀ ਹੈ।
- ਅਰਾਮ ਕਰਨਾ ਸਿੱਖੋ। ਤਨਾਅ ਤੁਹਾਨੂੰ ਬੁਰੀ ਤਰ੍ਹਾਂ ਥਕਾ ਦੇਂਦਾ ਹੈ। ਇਸ ਨੂੰ ਹਟਾਉਣ ਦੇ ਕੁਝ ਉਪਾਅ ਕਰੋ।
- ਤੁਹਾਡੇ ਜੀਵਨ ਵਿਚ, ਇਕ ਵਿਅਕਤੀ ਐਸਾ ਹੈ ਜੋ ਤੁਹਾਡੇ ਇਸ ਵਰਤਾਅ ਤੋਂ ਹੈਰਾਨ ਤਾਂ ਹੋਵੇਗਾ, ਤੁਹਾਡਾ ਜੀਵਨ ਸਾਥੀ, ਉਸ ਨੂੰ ਇਹ ਸਮਝਣਾ ਹੋਵੇਗਾ ਕਿ ਤੁਸੀਂ ਇਸ ਤਰ੍ਹਾਂ ਨਾਲ ਪੇਸ਼ ਕਿਉਂ ਆ ਰਹੀ ਹੋ। ਇਸ ਤਰ੍ਹਾਂ ਉਸ ਨੂੰ ਇਹ ਵੀ ਸਮਝ ਆ ਜਾਏਗੀ ਕਿ ਉਹ ਤੁਹਾਡੀ ਕਿਸ ਤਰ੍ਹਾਂ ਮਦਦ ਕਰ ਸਕਦਾ ਹੈ। ਉਸ ਨੂੰ ਦੱਸੋ ਕਿ ਤੁਸੀਂ ਕੀ ਚਾਹੁੰਦੀ ਹੋ ਜਾਂ ਕੀ ਨਹੀਂ ਚਾਹੁੰਦੀ। ਕਿਸ ਗੱਲ ਤੋਂ ਤੁਹਾਨੂੰ ਬੁਰਾ ਲਗਦਾ ਹੈ ਜਾਂ ਕਿਸ ਗੱਲ ਤੋਂ ਤੁਸੀਂ ਵਧੀਆ ਮਹਿਸੂਸ ਕਰਦੀ ਹੋ। ਆਪਣੀ ਗੱਲ ਸਾਫ਼ ਸ਼ਬਦਾਂ ਵਿਚ ਕਹੋ ਤਾਂ ਜੋ ਕਿਸੀ ਗਲਤਫਹਿਮੀ ਦੀ ਗੁੰਜਾਇਸ਼ ਹੀ ਨਾ ਰਹੇ।

## ਡਿਪ੍ਰੈਸ਼ਨ

**"ਮੈਨੂੰ ਗਰਭਕਾਲ ਦੇ ਮੂਡ ਵਿਚ ਉਤਾਰ-ਚੜ੍ਹਾਅ ਦਾ ਲੱਛਣ ਤਾਂ ਪਤਾ ਸੀ ਪ੍ਰੰਤੂ ਮੈਂ ਤਾਂ ਹਮੇਸ਼ਾਂ ਹੀ ਡਿਪ੍ਰੈਸ਼ਨ ਵਿਚ ਘਿਰੀ ਰਹਿੰਦੀ ਹਾਂ।"**

- ਹਰ ਗਰਭਵਤੀ ਔਰਤ ਮੂਡ ਵਿਚ ਉਤਾਰ-ਚੜ੍ਹਾਅ ਦਾ ਸਾਮ੍ਹਣਾ ਕਰਦੀ ਹੈ। ਪ੍ਰੰਤੂ ਜੇਕਰ ਤੁਸੀਂ ਲਗਾਤਾਰ ਉਦਾਸੀ ਨਾਲ ਘਿਰੀ ਰਹਿੰਦੀਹੋ ਤਾਂ ਤੁਸੀਂ ਉਨ੍ਹਾਂ 10-15 ਪ੍ਰਤੀਸ਼ਤ ਔਰਤਾਂ ਵਿਚੋਂ ਹੋ ਜੋ ਗਰਭਕਾਲ ਦੌਰਾਨ ਡਿਪ੍ਰੈਸ਼ਨ ਦੀ ਲਪੇਟ ਵਿਚ ਆ ਜਾਂਦੀਆਂ ਹਨ। ਹੇਠ-ਲਿਖੇ ਕਾਰਣਾਂ ਦੇ ਕਾਰਣ ਕੋਈ ਸੰਭਾਵੀ ਮਾਂ ਤਨਾਅ ਗ੍ਰਸਤ ਹੋ ਸਕਦੀ ਹੈ -

- ਮੂਡ ਡਿਸਆਰਡਰ ਦਾ ਨਿੱਜੀ ਜਾਂ ਪਰਿਵਾਰਕ ਇਤਿਹਾਸ।
- ਵਿੱਤੀ ਜਾਂ ਵਿਆਹੁਤਾ ਤਨਾਅ।
- ਬੱਚੇ ਦੇ ਪਿਤਾ ਪੱਲੋਂ ਭਾਵਨਾਤਮਕ ਸਹਾਰੇ ਤੇ ਸਰਵੇਖਣ ਦੀ ਕਮੀ।
- ਸਰਗਭਾਲ ਦੀ ਗੁੰਝਲਾਂ ਦੇ ਕਾਰਣ ਹਸਪਤਾਲ ਵਿਚ ਦਾਖ਼ਲ ਹੋਣਾ ਜਾਂ ਬਿਸਤਰ ਤੇ ਆਰਾਮ।
- ਜੇਕਰ ਕੋਈ ਔਰਤ ਕ੍ਰਾਨਿੰਕ ਰੋਗੀ ਰਹੀ ਹੈ ਤਾਂ ਆਪਣੀ ਸਿਹਤ ਦੀ ਚਿੰਤਾ ਜਾਂ ਪਿਛਲੇ ਗਰਭਕਾਲ ਦੌਰਾਨ ਹੋਈ ਪ੍ਰੇਸ਼ਾਨੀ ਜਾਂ ਬੀਮਾਰੀ।
- ਜੇਕਰ ਮਿਸਕੈਰੇਜ, ਜਨਮ ਤੋਂ ਵਿਗਾੜ ਜਾਂ ਦੂਜੀਆਂ ਸਮੱਸਿਆਵਾਂ ਦਾ ਨਿੱਜੀ ਜਾਂ ਪਰਿਵਾਰਕ ਇਤਿਹਾਸ ਰਿਹਾ ਹੈ ਤਾਂ ਆਪਣੇ ਬੱਚੇ ਦੀ ਚਿੰਤਾ।

ਉਦਾਸੀ, ਖ਼ਾਲੀਪਨ, ਭਾਵਨਾਤਮਕ ਚਿੰਤਾ, ਨੀਂਦ ਦਾ ਵੱਧ ਜਾਂ ਘੱਟ ਆਣਾ, ਖਾਣ-ਪੀਣ ਦੀਆਂ ਆਦਤਾਂ ਵਿਚ ਬਦਲਾਅ, ਲੰਬੀ ਥਕਾਵਟ, ਕੰਮ, ਖੇਡ ਤੇ ਹੋਰ ਗਤੀਵਿਧੀਆਂ ਵਿਚ ਅਰੁਚੀ, ਇਕਾਗਰਤਾ ਸ਼ਕਤੀ ਵਿਚ ਕਮੀ, ਮੂਡ ਵਿਚ ਉਤਾਰ-ਚੜ੍ਹਾਅ, ਆਪਦੇ ਆਪ ਨੂੰ ਸੱਟ ਪਹੁੰਚਾਣ ਦਾ ਅਹਿਸਾਸ, ਸਰੀਰ ਵਿਚ ਕਿਤੇ ਨਾ ਕਿਤੇ ਦੁੱਖ ਜਾਂ ਦਰਦ ਦਾ ਅਹਿਸਾਸ ਆਦਿ ਡਿਪ੍ਰੈਸ਼ਨ ਦੇ ਲੱਛਣ ਹਨ। ਜੇਕਰ ਤੁਸੀਂ ਵੀ ਇਨ੍ਹਾਂ ਨਾਲ ਜੂਝ ਰਹੀ ਹੋ ਤਾਂ ਸਾਡੇ ਦਿੱਤੇ ਗਏ ਸੁਝਾਅ ਅਜਮਾਓ।

ਜੇਕਰ ਇਹ ਲੱਛਣ ਦੋ ਹ.ਫ਼ਤੇ ਤਕ ਨਾ ਰਹਿਣ ਤਾਂ ਡਾਕਟਰ ਨੂੰ ਦਸੋ ਉਹ ਥਾਇਰਾਇਡ ਜਾਂਚ ਦੇ ਲਈ ਕਹਿ ਸਕਦੀ ਹੈ। ਕਿਉਂਕਿ ਜਿਵੇਂ ਹੀ ਡਿਪ੍ਰੈਸ਼ਨ ਵਧਦਾ ਹੈ ਜਾਂ ਫਿਰ ਸਾਈਕੋਥੈਰੇਪੀ ਵੀ ਦਿੱਤੀ ਜਾ ਸਕਦੀ ਹੈ। ਸਹੀ ਤਰੀਕੇ ਦੀ ਮਦਦ ਮਿਲਣਾ ਬਹੁਤ ਜ਼ਰੂਰੀ ਹੈ। ਡਿਪ੍ਰੈਸ਼ਨ ਦੇ ਕਾਰਣ ਤੁਸੀਂ ਆਪਣੀ ਤੇ ਬੱਚੇ ਦੀ ਦੇਖਰੇਖ ਨਹੀਂ ਕਰ ਸਕੋਗੀ। ਗਰਭਕਾਲ ਵਿਚ ਤਨਾਅ ਦੇਕਾਰਣ ਕਈ ਗੁੰਝਲਾਂ ਵੀ ਵਧ ਜਾਂਦੀਆਂ ਹਨ। ਇਹ ਤੁਹਾਡੀ ਸਿਹਤ ਨੂੰ ਵੀ ਬੁਰੀ ਤਰ੍ਹਾਂ ਨੁਕਸਾਨ ਪਹੁੰਚਾ ਸਕਦਾ ਹੈ। ਡਾਕਟਰ ਜਾਂ ਥੈਰੇਪਿਸਟ ਹੀ ਤੈਅ ਕਰਨਗੇ ਕਿ ਇਨਾਜ ਵਿਚ ਐਂਟੀਡਿਪ੍ਰੈਸ਼ਨ ਦੀ ਦਵਾਈ ਨੂੰ ਸ਼ਾਮਲ ਕਰਨਾ ਹੈ ਜਾਂ ਨਹੀਂ ਜਾਂ ਇਸ ਦੇ ਕੀ-2ੀ ਫਾਇਦੇ-ਨੁਕਸਾਨ ਹੋ ਸਕਦੇ ਹਨ।

ਕੋਈ ਵੀ ਵਿਕਲਪਿਕ ਇਲਾਜ ਲੈਣ ਤੋਂ ਪਹਿਲਾਂ ਵੀ ਡਾਕਟਰ ਦੀ ਰਾਏ ਲਉ। ਵਿਕਲਪਿਕ ਇਲਾਜ ਪ੍ਰਣਾਲੀਆਂ ਕਾਫ਼ੀ ਹੱਦ ਤਕ ਸਹਾਇਕ ਹੋ ਸਕਦੀਆਂਹਨ। ਓਮੇਗਾ 1 ਫੈਟੀ ਐਸਿਡ ਵਾਲੇ ਖਾਣ-ਪੀਣ ਵੀ ਸਹਾਇਕ ਹਨ। ਤੁਸੀਂ ਡਾਕਟਰ ਦੀ ਰਾਏ ਨਾਲ ਓਮੇਗਾ 3 ਫੈਟੀ ਐਸਿਡ ਦੀ ਸਪਲੀਮੈਂਟ ਵੀ ਲੈ ਸਕਦੀ ਹੋ।

ਗਰਭਕਾਲ ਵਿਚ ਤਨਾਅ ਗ੍ਰਸਤ ਹੋਣ ਨਾਲ ਡਿਲੀਵਰੀ ਤੋਂ ਬਾਦ ਵੀ ਡਿਪ੍ਰੈਸ਼ਨ ਦਾ ਖ਼ਤਰਾ ਕਾਫ਼ੀ ਵਧ ਜਾਂਦਾ ਹੈ। ਚੰਗੀ ਖ਼ਬਰ ਇਹ ਹੈ ਕਿ ਗਰਭਕਾਲ ਤੋਂ ਪਹਿਲਾਂ ਤੇ ਬਾਦ ਵਿਚ ਸਹੀ ਤਰ੍ਹਾਂ ਦਾ ਇਲਾਜ ਮਿਲਣ ਨਾਲ ਡਿਪ੍ਰੈਸ਼ਨ ਨੂੰ ਰੋਕਿਆ ਜਾ ਸਕਦਾ ਹੈ। ਆਪਣੇ ਡਾਕਟਰ ਤੋਂ ਇਸ ਸਬੰਧੀ ਰਾਏ ਲਉ।

## ਘਬਰਾਹਟ ਭਰੇ ਦੌਰੇ

ਪਹਿਲੀ ਵਾਰ ਹੋਣ ਵਾਲੇ ਗਰਭਕਾਲ ਕਿਸੀ ਵੀ ਗਰਭਵਤੀ ਔਰਤ ਦੇ ਲਈ ਚਿੰਤਾ ਅਤੇ ਘਬਰਾਹਟ ਦਾ ਕਾਰਣ ਬਣ ਸਕਦੀ ਹੈ ਪ੍ਰੰਤੂ ਜੇਕਰ ਇਹ ਚਿੰਤਾ ਡਰ ਵਿਚ ਬਦਲ ਜਾਏ ਤਾਂ?

ਜੇਕਰ ਤੁਹਾਨੂੰ ਪਹਿਲਾਂ ਵੀ ਡਰ ਦੇ ਦੌਰੇ ਪੈਂਦੇ ਹਨ, ਉਦੋਂ ਤਾਂ ਹੋਰ ਵੀ ਧਿਆਨ ਦੇਣਾ ਹੋਵੇਗਾ। ਦੌਰੇ ਵਿਚ ਡਰ ਦੇ ਕਾਰਣ ਦਿਲ ਦੀ ਧੜਕਣ ਵਧ ਜਾਂਦੀ ਹੈ, ਪਸੀਨਾ ਆਉਂਦਾ ਹੈ, ਹੱਥ-ਪੈਰ ਕੰਬਦੇ ਹਨ, ਸਾਹ ਲੈਣ ਵਿਚ ਔਖਿਆਈ ਹੁੰਦੀ ਹੈ, ਪਲਾ ਸੁਕਦਾ ਹੈ ਤੇ ਛਾਤੀ ਵਿਚ ਦਰਦ ਹੋਣ ਲਗਦਾ ਹੈ। ਪੇਟ ਵਿਚ ਗੜਬੜੀ, ਹੱਟ ਫਲੈਸ਼ ਜਾਂ ਚਿਲਜ਼ ਫਲੈਸ਼ ਦੀ ਸ਼ਿਕਾਇਤ ਹੋ ਜਾਂਦੀ ਹੈ। ਉਂਝ ਇਹ ਨਾ ਮੰਨੋ ਕਿ ਉਨ੍ਹਾਂ ਦਾ ਬੱਚੇ ਤੇ ਵੀ ਕੋਈ ਅਸਰ ਹੁੰਦਾ ਹੈ।

ਐਸਾ ਕੋਈ ਦੌਰਾ ਪੈਂਦੇ ਹੀ ਡਾਕਟਰ ਨੂੰ ਦੱਸੋ। ਜੇਕਰ ਇਸ ਦੇ ਕਾਰਣ ਤੁਹਾਡਾ ਖਾਣਾ-ਪੀਣਾ ਤੇ ਸੌਣਾ ਦੁਰਭਰ ਹੋ ਰਿਹਾ ਹੋਵੇ ਤਾਂ ਡਾਕਟਰ ਥੇਰੇਪਿਸਟ ਦੀ ਮਦਦ ਨਾਲ ਹਲਕੀ ਦਵਾਈ ਦੀ ਖ਼ੁਰਾਕ ਦੇ ਸਕਦੇ ਹਨ।

ਦਵਾਈ ਦੇ ਨਾਲ-2 ਕੋਈ ਦੂਜੀ ਇਲਾਜ ਪ੍ਰਣਾਲੀ ਦੀ ਮਦਦ ਵੀ ਲੈਣੀ ਪੈ ਸਕਦੀ ਹੈ। ਆਪਣੀ ਖ਼ੁਰਾਕ ਵਿਚ ਓਮੇਗਾ 3 ਫੈਟੀ ਐਸਿਡ ਸ਼ਾਮਲ ਕਰੋ, ਚੀਨੀ ਤੇ ਕੈਫੀਨ ਤੋਂ ਬਚੋ, ਨਿਯਮਿਤ ਸਮੇਂ ਤੇ ਕਸਰਤ ਕਰੋ। ਧਿਆਨ ਤੇ ਦੂਜੀ ਰਿਲੈਕੇਸ਼ਿਨ ਤਕਨੀਕਾਂ ਸਿੱਖੋ। ਦੂਜੀ ਗਰਭਵਤੀ ਮਾਵਾਂ ਨਾਲ ਗੱਲਬਾਤ ਕਰੋ ਤਾਂ ਹੀ ਤੁਸੀਂ ਆਪਣੀ ਭੇਤਜਨਾ ਤੇ ਕਾਫ਼ੀ ਹੱਦ ਤਕ ਕਾਬੂ ਪਾ ਸਕਦੀ ਹੋ।

## ਗਰਭਕਾਲ ਅਤੇ ਤੁਹਾਡਾ ਭਾਰ

ਕਿਸੇ ਦੋ ਗਰਭਵਤੀ ਔਰਤਾਂ ਨੂੰ ਡਾਕਟਰ ਦੇ ਕਮਰੇ ਦੇ ਬਾਹਰ ਵੇਟਿੰਗ ਲਿਸਟ, ਲਿਫਟ ਜਾਂ ਬਿਜਨਸ ਮੀਟਿੰਗ ਵਿਚ ਖੜਾ ਕਰ ਦਿਉ। ਉਹ ਕੁਝ ਐਸੇ ਹੀ ਸਵਾਲ ਪੁੱਛਦੀਆਂ ਹਨ...'ਤੁਹਾਡੀ ਡਿਊ ਡੇਟ ਕੀ ਹੈ?''

''ਕੀ ਬੱਚਾ ਲੱਤਾਂ ਮਾਰਦਾ ਹੈ?''

''ਕੀ ਤੁਸੀਂ ਬੀਮਾਰ ਮਹਿਸੂਸ ਕਰਦੀ ਹੋ?''

ਸਭ ਤੋਂ ਖਾਸ ਸਵਾਲ ਹੁੰਦਾ ਹੈ...''ਤੁਹਾਡਾ ਭਾਰ ਕਿੰਨਾ ਵਧਿਆ ਹੈ?''

ਗਰਭਕਾਲ ਵਿਚ ਸਾਰੀਆਂ ਔਰਤਾਂ ਦਾ ਭਾਰ ਵਧਦਾ ਹੈ ਅਤੇ ਇਹ ਕਾਫ਼ੀ ਹੱਦ ਤਕ ਜ਼ਰੂਰੀ ਵੀ ਹੈ ਕਿਉਂਕਿ ਸਹੀ ਤਰ੍ਹਾਂ ਨਾਲ ਭਾਰ ਵੱਧਣ ਨਾਲ, ਬੱਚੇ ਦਾ ਵਿਕਾਸ ਵੀ ਪੂਰੀ ਤਰ੍ਹਾਂ ਹੁੰਦਾ ਹੈ ਪ੍ਰੰਤੂ ਭਾਰ ਦੀ ਸਹੀ ਗਤੀ ਕੀ ਹੈ? ਕਿੰਨਾ ਵਧ ਹੋਣ ਤੇ ਜ਼ਿਆਦਾ ਹੋਵੇਗਾ? ਜਾਂ ਕਿੰਨਾ ਘੱਟ ਹੋਣ ਤੇ ਘੱਟ ਮੰਨਿਆ ਜਾਵੇਗਾ? ਤੁਸੀਂ ਕਿੰਨੀ ਤੇਜੀ ਨਾਲ ਇਸ ਨੂੰ ਹਾਸਲ ਕਰਨਾ ਹੈ? ਕੀ ਡਿਲੀਵਰੀ ਤੋਂ ਬਾਦ ਭਾਰ ਛੰਟ ਜਾਏਗਾ।

**ਉੱਤਰ**:- ਜੀ ਹਾਂ, ਜੇਕਰ ਤੁਸੀਂ ਸਹੀ ਦਰ ਨਾਲ, ਸਹੀ ਤਰ੍ਹਾਂ ਦੇ ਭੋਜਨ ਨਾਲ ਸਹੀ ਗਤੀ ਵਿਚ ਭਾਰ ਵਧਾਂਦੀ ਹੋ, ਤਾਂ।

## ਤੁਹਾਨੂੰ ਕਿੰਨਾ ਭਾਰ ਵਧਾਣਾ ਚਾਹੀਦਾ ਹੈ?

ਹਾਲਾਂਕਿ ਬੱਚੇਦਾ ਵਿਕਾਸ ਕਰਦੇ ਸਮੇਂ ਤੁਹਾਡਾ ਭਾਰ ਵਧਣਾ ਬਹੁਤ ਜ਼ਰੂਰੀ ਹੁੰਦਾ ਹੈ ਪ੍ਰੰਤੂ ਜੇਕਰ ਤੁਸੀਂ ਜ਼ਿਆਦਾ ਭਾਰ ਵਧਾ ਲੈਂਦੀ ਹੋ ਤਾਂ ਇਸ ਨਾਲ ਪ੍ਰੇਸ਼ਾਨੀ ਹੋਸਕਦੀ ਹੈ। ਤੁਹਾਡੇ ਬੱਚੇ ਤੇ ਗਰਭਕਾਲ ਦੇ ਲਈ ਵੀ ਸਮੱਸਿਆ ਪੈਦਾ ਹੋ ਸਕਦੀਹੈ। ਜੇਕਰ ਤੁਸੀਂ ਪੂਰਾ ਭਾਰ ਨਹੀਂ ਵਧਾਂਦੀ ਤਾਂ ਵੀ ਇਹ ਸਭ ਹੋ ਸਕਦਾ ਹੈ।

ਪ੍ਰੈਗਨੈਂਸੀ ਵਿਚ ਭਾਰ ਵਧਾਣ ਦਾ ਸਹੀ ਫਾਰਮੂਲਾ ਕੀ ਹੈ? ਕਿਉਂਕਿ ਇਹ ਗਰਭਕਾਲ ਤੇ ਗਰਭਵਤੀ ਔਰਤ ਆਪਣੇ-ਆਪ ਵਿਚ ਵੱਖ ਹੁੰਦੇ ਹਨ ਇਸ ਲਈ ਇਹ ਫਾਰਮੂਲਾ ਵੀ ਇਕੋ ਜਿਹਾ ਨਹੀਂ ਹੁੰਦਾ। ਤੁਹਾਨੂੰ 40 ਹਫ਼ਤੇ ਦੇ ਗਰਭਕਾਲ ਦੇ ਲਈ ਕਿੰਨੇ ਪੌਂਡ ਭਾਰ ਵਧਾਣਾ ਹੈ, ਇਹ ਇਸ ਗੱਲ ਤੇ ਨਿਰਭਰ ਕਰਦਾ ਹੈ ਕਿ ਗਰਭਕਾਲ ਤੋਂ ਪਹਿਲਾਂ ਤੁਹਾਡਾ ਭਾਰ ਕੀ ਸੀ।

ਡਾਕਟਰ ਤੁਹਾਨੂੰ ਸਹੀ ਤਰੀਕੇ ਨਾਲ ਭਾਰ ਵਧਾਣ ਦਾ ਟੀਚਾ ਦੇਣਗੇ, ਉਹ ਤੁਹਾਡੇ ਗਰਭਕਾਲ ਦੇ ਹਿਸਾਬ ਨਾਲ ਵੀ ਰਾਏ ਦੇ ਸਕਦੇ ਹਨ। ਆਮ ਤੌਰ ਤੇ ਪ੍ਰੀ ਪ੍ਰੈਗਨੈਂਸੀ ਬੀ ਐਮ ਆਈ ਦੇ ਹਿਸਾਬ ਨਾਲ ਭਾਰ ਦਾ ਟੀਚਾ ਦਿੱਤਾ ਜਾਂਦਾ ਹੈ। ਇਹ ਸਰੀਰ ਦੀ ਚਰਬੀ ਦਾ ਨਾਮ ਹੈ ਜਿਸ ਵਿਚਤੁਹਾਡੇ ਭਾਰ ਨੂੰ ਪੌਂਡ ਵਿਚ 70 ਤੋਂ ਗੁਣਾ ਕੀਤਾ ਜਾਂਦਾ ਹੈ। ਫਿਰ ਇਸ ਨੂੰ ਤੁਹਾਡੀ ਇੰਝ ਸੁਕੇਅਰ ਹਾਈਟ ਨਾਲ ਭਾਗ ਦਿੱਤਾ ਜਾਂਦਾ ਹੈ। ਜੇਕਰ ਬੀ ਐਮ ਆਈ ਔਸ ਹੈ( 185 ਤੋਂ 26 ਵਿਚ) ਤਾਂ ਤੁਹਾਨੂੰ 25 ਤੋਂ 35 ਪੌਂਡ ਭਾਰ ਵਧਾਣ ਦੀ ਸਲਾਹ ਦਿੱਤੀ ਜਾਏਗੀ ਜੋ ਕਿ ਆਮ ਤੌਰ ਤੇ ਔਸਤ ਗਰਭਵਤੀ ਔਰਤਾਂ ਦੇ ਲਈ ਹੈ। ਜੇ ਕਰ ਤੁਸੀ ਪ੍ਰੈਗਨੈਂਸੀ ਦੀ ਸ਼ੁਰੂਆਤ ਵਿਚ ਓਵਰਵੇਟ ਹੋ( 26-29 ਬੀ ਐਮ ਆਈ) ਤਾਂ ਤੁਹਾਡਾ ਟੀਚਾ 15 ਤੋਂ 25 ਪੌਂਡ ਦਾ ਹੋਵੇਗਾ। ਜੇਕਰ ਤੁਸੀਂ ਮੋਟੀ ਹੋ ( 29 ਤੋਂ ਵੱਧ ਬੀਐਮਆਈ) ਤਾਂ 15-20 ਪੌਂਡ ਜਾਂ ਉਸ ਤੋਂ ਵੀ ਘੱਟ ਭਾਰ ਵਧਾਣ ਦੀ ਸਲਾਹ ਦਿੱਤੀ ਜਾਵੇਗੀ। ਬਹੁਤ ਵੱਧ ਪਤਲੀ ਹੋ ( 18.5 ਤੋਂ ਘੱਟ ਵੀਐਮਆਈ) ਤਾਂ ਤੁਹਾਨੂੰ 28-40 ਪੌਂਡ ਤਕ ਭਾਰ ਵਧਾਣਾ ਹੋਵੇਗਾ। ਜੇਕਰ ਬੱਚਾ ਇਕ ਤੋਂ ਵੱਧ ਹੈ ਤਾਂ ਲੋੜ ਵੀ ਉਸੀ ਦੇ ਹਿਸਾਬ ਨਾਲ ਵੱਧ ਜਾਏਗੀ।

ਆਦਰਸ਼ ਭਾਰ ਦਾ ਟੀਚਾ ਬਣਾਣਾ ਇਕ ਵੱਲ ਗੱਲ ਹੈ ਅਤੇ ਉਸ ਨੂੰ ਪਾਉਣਾ ਇਕ ਵੱਲ ਗੱਲ ਹੈ ਕਿਉਂਕਿ ਆਦਰਸ਼ ਕਦੀ ਹਕੀਕਤ ਨਾਲ ਮੇਲ ਨਹੀਂ ਖਾਂਦੇ। ਸਹੀ ਪੌਂਡ ਪਾਣ ਦਾ ਭਾਵ ਇਹ ਨਹੀਂ ਕਿ ਬਸ ਤੁਹਾਨੂੰ ਸਹੀ ਖਾਣ-ਪੀਣ ਤੇ ਧਿਆਨ ਦੇਣਾ ਹੈ। ਇਸ ਤੋਂ ਇਲਾਵਾ ਹੋਰ ਵੀ ਕਾਰਣ ਹੋ ਸਕਦੇ ਹਨ। ਤੁਹਾਡਾ ਮੇਟਾਬਾਲਿਜ਼ਮ, ਜੀਂਜ਼ ਗਤੀਵਿਧੀ ਦਾ ਪੱਧਰ, ਗਰਭਕਾਲ ਦੇ ਲੱਛਣ (ਛਾਤੀ ਵਿਚ ਜਲਨ, ਉਪਕਾਈ, ਭੋਜਨ ਨਾਲ ਅਰੁਚੀ), ਇਹ ਸਭ ਤੁਹਾਨੂੰ ਸਹੀ ਪੌਂਡ ਦੀ ਗਿਣਤੀ ਤੋਂ ਦੂਰ ਲੈ ਜਾਣ ਵਿਚ ਖ਼ਾਸ ਭੂਮਿਕਾ ਨਿਭਾਂਦੇ ਹਨ। ਇਸ ਲਈ ਤੁਹਾਨੂੰ ਲਗਾਤਾਰ ਭਾਰ ਦੀ ਤਕੜੀ ਤੇ ਨਜ਼ਰ ਰੱਖਣੀ ਚਾਹੀਦੀ ਹੈ।

## ਕਿਸ ਦਰ ਨਾਲ ਭਾਰ ਵਧਾਣਾ ਚਾਹੀਦਾ ਹੈ?

ਗਰਭਕਾਲ ਵਿਚ ਤੁਹਾਨੂੰ ਇਹ ਕੰਮ ਕਾਫ਼ੀ ਹੋਲੀ ਗਤੀ ਨਾਲ ਕਰਨਾ ਹੋਵੇਗਾ। ਇਹ ਤੁਹਾਡੇ ਤੇ ਬੱਚੇ

ਦੋਨਾਂ ਦੇ ਸਰੀਰ ਲਈ ਠੀਕ ਰਹੇਗਾ। ਪੌਂਡ ਦੀ ਗਿਣਤੀ ਦੇ ਨਾਲ-2 ਕਿਸ ਦਰ ਨਾਲ ਭਾਰ ਵਧਾਣਾ ਹੈ, ਇਹ ਵੀ ਕਾਫ਼ੀ ਮਹੱਤਵ ਰਖਦਾ ਹੈ। ਇੰਝ ਇਸ ਲਈ ਹੈ ਕਿਉਂਕਿ ਬੱਚੇ ਨੂੰ ਤੁਹਾਡੀ ਕੁਖ ਵਿਚ ਰਹਿਣ ਦੇ ਦੌਰਾਨ ਪੌਸ਼ਕ ਤੱਤਾਂ ਤੇ ਕੈਲੋਰੀ ਦੀ ਭਰਪੂਰ ਮਾਤਰਾ ਚਾਹੀਦੀ ਹੈ।

ਸਹੀ ਤਰੀਕੇ ਨਾਲ ਭਾਰ ਵੱਧਣ ਨਾਲ ਤੁਹਾਡੇ ਤੇ ਕਿਸੀ ਵੀ ਤਰ੍ਹਾਂ ਦਾ ਸਰੀਰਕ ਦਬਾਅ ਨਹੀਂ ਵਧੇਗਾ ਤੇਸਕਿਨ ਤੇਸਟ੍ਰੈਚ ਮਾਰਕ ਵੀ ਨਹੀਂ ਹੋਣਗੇ। ਇਸ ਤਰ੍ਹਾਂ ਬੱਚੇ ਦੇ ਜਨਮ ਤੋਂ ਬਾਦ ਤੁਹਾਨੂੰ ਆਪਣੀ ਸ਼ੇਪ ਫਿਰ ਤੋਂ ਹਾਸਲ ਕਰਨ ਵਿਚ ਦੇਰ ਨਹੀਂ ਲਗੇਗੀ।

ਕੀ ਹੋਲੀ ਦਾ ਮਤਲਬ ਹੈ ਕਿ ਉਨ੍ਹਾਂ 30 ਪੌਂਡ ਨੂੰ ਪੂਰੇ 40 ਹਫ਼ਤੇ ਦੇ ਹਿਸਾਬ ਨਾਲ ਵੰਡਿਆ ਜਾਏ। ਨਹੀਂ ਇਹ ਕਥਨ ਠੀਕ ਨਹੀਂ ਰਹੇਗਾ। ਪਹਿਲੀ ਤਿਮਾਹੀ ਵਿਚ ਬੱਚੇਦਾ ਅਕਾਰ ਛੋਟੇ ਦਾਣੇ ਤੋਂ ਵੱਡਾ ਨਹੀਂ ਹੁੰਦਾ, ਇਸ ਸਮੇਂ ਘੱਟੋ ਘੱਟ ਭਾਰ ਵਧਾਣ ਦੀ ਲੋੜ ਹੁੰਦੀ ਹੈ। ਪਹਿਲੀ ਤਿਮਾਹੀ ਵਿਚ 2-4 ਪੌਂਡ ਕਾਫ਼ੀ ਹੈ। ਹਾਲਾਂਕਿ ਕੁਝ ਔਰਤਾਂ ਇਸ ਨੂੰ ਬਿਲਕੁਲ ਨਹੀਂ ਵਧਾ ਸਕਦੀਆਂ(ਮਾਰਨਿੰਗ ਸਿਕਨੈਸ ਤੇ ਉਲਟੀਆਂ ਦੇ ਕਾਰਣ) ਕਈ ਔਰਤਾਂ ਕੈਲੋਰੀ ਵਾਲੇ ਭੋਜਨ ਲੈਣ ਕਾਰਣ ਵਧ ਵਧਾ ਲੈਂਦੀਆਂ ਹਨ। ਜੋ ਔਰਤਾਂ ਹੋਲੀ-2 ਭਾਰ ਵਧਾਂਦੀਆਂ ਹਨ। ਉਨ੍ਹਾਂ ਦੇ ਲਈ ਅੱਗੇ ਚਲ ਕੇ ਵੀ ਅਸਾਨੀ ਰਹਿੰਦੀ ਹੈ। ਉਨ੍ਹਾਂ ਨੂੰ ਆਪਣੇ ਟੀਚੇ ਤੱਕ ਪਹੁੰਚਣਾ ਸੌਖਾ ਹੁੰਦਾ ਹੈ।

ਦੂਜੀ ਤਿਮਾਹੀ ਵਿਚ ਬੱਚਾ ਵੱਧਣ ਲਗਦਾ ਹੈ ਇਸ ਲਈ ਤੁਹਾਨੂੰ ਵੀ ਆਪਣਾ ਭਾਰ ਵਧਾਣਾ ਚਾਹੀਦਾ ਹੈ। ਤੁਹਾਡਾ ਭਾਰ 4-6 ਹਫ਼ਤੇ ਵਿਚ

## ਭਾਰਤ ਵਾਧੇ ਵਿਚ ਰੁਕਾਵਟ

### (ਭਾਰ ਅੰਦਾਜਨ ਹੈ)

| | |
|---|---|
| ਬੱਚਾ | 7 1/2 ਪੌਂਡ |
| ਪਲੇਸੈਂਟਾ | 1 1/2 ਪੌਂਡ |
| ਐਮੀਨਾਓਟਿਕ ਫਲਿਯੂਡ | 2 ਪੌਂਡ |
| ਯੂਏਰਾਈਨ ਐਂਲਾਰਜਮੈਂਟ | 2 ਪੌਂਡ |
| ਮੈਟਰਨਲ ਬ੍ਰੈਸਟ ਟਿਸ਼ੂ | 2 ਪੌਂਡ |
| ਮੈਟਰਨਲ ਬਲੱਡ ਵਾਲਿਯੂਮ | 4 ਪੌਂਡ |
| ਮੈਟਰਨਲ ਟਿਸ਼ੂ ਵਿਚ ਫਲਿਯੂਡ | 4 ਪੌਂਡ |
| ਮੈਟਰਨਲ ਫੈਟ ਸਟੋਰ | 7 ਪੌਂਡ |
| ਕੁਲ ਔਸਤ | 30 ਪੌਂਡ |

ਕੁਲ ਭਾਰ ਵਧੇਗਾ।

## ਭਾਰਤ ਵੱਧਣ ਨਾਲ ਖ਼ਤਰਾ

ਜੇਕਰ ਤੁਸੀਂ ਦੂਜੀ ਤਿਮਾਹੀ ਵਿਚ ਇਕ ਹਫ਼ਤੇ ਵਿਚ 3 ਪੌਂਡ ਤੋਂ ਵੱਧ ਭਾਰ ਵਧਾ ਲੈਂਦੀ ਹੋ ਅਤੇ ਇਹ ਫਾਲਤੂ ਖਾਣ-ਪੀਣ ਨਾਲ ਨਹੀਂ ਜੁੜਿਆ ਹੈ ਤਾਂ ਤੁਸੀਂ 4 ਤੋਂ 8 ਮਹੀਨੇ ਦੇ ਵਿਚ ਲਗਾਤਾਰ ਦੋ ਹਫ਼ਤੇ ਤਕ ਭਾਰ ਨਹੀਂ ਵਧਾਂਦੀ ਤਾਂ ਦੋਨਾਂ ਸਥਿਤੀਆਂ ਵਿਚ ਡਾਕਟਰ ਨੂੰ ਮਿਲੋ।

ਔਸਤਨ ਪ੍ਰਤੀ ਹਫ਼ਤਾ 1-1 1/2 ਪੌਂਡ ਵਧਣਾ ਚਾਹੀਦਾ ਹੈ ਭਾਵ ਕੁਲ 12-14 ਪੌਂਡ।

ਆਖ਼ਰੀ ਤਿਮਾਹੀ ਵਿਚ ਤੁਹਾਡਾ ਭਾਰ 8-10

## ਭਾਰ ਵਧਾਣਾ......

ਗਰਭਕਾਲ ਵਿਚ ਲੋੜ ਤੋਂ ਵੱਧ ਭਾਰ ਵਧਾਣਾ ਕਈ ਤਰ੍ਹਾਂ ਦੀਆਂ ਸਮੱਸਿਆਵਾਂ ਨੂੰ ਦਾਅਵਤ ਦੇ ਸਕਦਾ ਹੈ। ਤੁਹਾਡੇ ਬੱਚੇ ਦੇ ਨਾਪ ਦਾ ਅੰਦਾਜ਼ਾ ਨਹੀਂ ਹੋ ਸਕੇਗਾ। ਗਰਭਕਾਲ ਦੇ ਲੱਛਣ ਹੋਰ ਵੀ ਬੁਰੇ ਹੋ ਜਾਣਗੇ। ਇਸ ਨਾਲ ਪ੍ਰੀਟਰਮ ਲੇਬਰ, ਗੈਸਟੇਸ਼ਨਲ ਡਾਯਬਿਟੀਜ ਜਾਂ ਹਾਈਪਰਟੈਂਸ਼ਨ ਦਾ ਖ਼ਤਰਾ ਵੱਧ ਜਾਏਗਾ। ਵਧੇ ਅਕਾਰ ਦੇ ਬੱਚੇ ਲਈ ਯੋਨੀ ਰਸਤੇ ਤੋਂ ਆਣਾ ਮੁਸ਼ਕਲ ਹੋਵੇਗਾ ਤੇ ਦੁੱਧ ਪਿਲਾਣ ਵਿਚ ਵੀ ਦਿੱਕਤਾਂ ਆਣਗੀਆਂ।

ਗਰਭਕਾਲ ਦੌਰਾਨ ਜਮ੍ਹਾਂ ਕੀਤਾ ਗਿਆ ਫਾਲਤੂ ਭਾਰ ਬਾਦ ਵਿਚ ਵੀ ਅਸਾਨੀ ਨਾਲ ਨਹੀਂ ਘੱਟ ਸਕਦਾ। ਕਈ ਵਾਰ ਤਾਂ ਇਸ ਦੇ ਵੱਧਣ ਦਾ ਵੀ ਖ਼ਤਰਾ ਹੋ ਜਾਂਦਾ ਹੈ। ਜਿਨ੍ਹਾਂ ਬੱਚਿਆਂ ਦੀਆਂ ਮਾਵਾਂ 20 ਪੌਂਡ ਤੋਂ ਘੱਟ ਭਾਰ ਵਧਾਂਦੀਆਂ ਹਨ ਤਾਂ ਬੱਚਾ ਪ੍ਰੀਮੈਚਿਓਰ ਹੋ ਸਕਦੇ ਹਨ ਤੇ ਬੱਚੇਦਾਨੀ ਵਿਚ ਉਨ੍ਹਾਂ ਦਾ ਅਕਾਰ ਸਹੀ ਤਰੀਕੇ ਨਾਲ ਨਹੀਂ ਵਧ ਸਕਦਾ(ਉਂਝ ਇਸ ਦੇ ਫਾਇਦੇ ਵੀ ਹਨ)।

ਪੌਂਡ ਤੋਂ ਵਧ ਨਹੀਂ ਵਧਾ ਚਾਹੀਦਾ। ਉਸ ਸਮੇਂ ਬੱਚੇ ਦਾ ਭਾਰ ਵਧਣਾ ਜ਼ਰੂਰੀ ਹੈ। ਕਈ ਔਰਤਾਂ ਦਾ ਭਾਰ, ਨੌਵੇਂ ਮਹੀਨੇ ਵਿਚ ਬਿਲਕੁਲ ਨਹੀਂ ਵਧਦਾ ਜਾਂ ਫਿਰ ਇਕਅੱਧ ਪੌਂਡ ਘੱਟ ਜਾਂਦਾ ਹੈ।

ਤੁਸੀਂ ਇਸ ਟੀਚੇ ਨੂੰ ਕਿਸ ਹੱਦ ਤਕ ਹਾਸਲ ਕਰ ਸਕਦੀ ਹੋ? ਕਦੀ ਖਾਣ ਦਾ ਮਨ ਨਹੀਂ ਹੋਵੇਗਾ ਤਾਂ ਕਦੀ ਉਭਕਾਈ ਆਏਗੀ, ਤੁਸੀਂ ਆਪਣੇ ਟੀਚੇ ਤਕ ਕਿਵੇਂ ਪਹੁੰਚੋਗੀ? ਕਈ ਹਫ਼ਤੇ ਐਸੇ ਹੋਣਗੇ ਜਦੋਂ ਖਾਂਦੇ ਹੀ ਸਭ ਬਾਹਰ ਆ ਜਾਏਗਾ। ਉਸ ਸਮੇਂ ਭਾਰ ਦੀ ਤਕੜੀ ਦੀ ਚਿੰਤਾ ਨਾ ਕਰੋ। ਜੇਕਰ ਤੁਹਾਡਾ ਔਸਤ ਭਾਰ ਪ੍ਰਤੀ ਹਫ਼ਤਾ ਸਹੀ ਤਰੀਕੇ ਨਾਲ ਵੱਧ ਰਿਹਾ ਹੈ ਤਾਂ ਤੁਹਾਨੂੰ ਘਬਰਾਉਣ ਦੀ ਲੋੜ ਨਹੀਂ ਹੈ। ਦਿਨ ਵਿਚ ਇਕ ਹੀ ਸਮੇਂ, ਇਕੋ ਜਿਹੇ ਕਪੜਿਆਂ ਵਿਚ, ਹਫ਼ਤੇ ਵਿਚ ਇਕ ਵਾਰ ਭਾਰ ਪਰਖੋ। ਜੇਕਰ ਤੁਸੀਂ ਜ਼ਿਆਦਾ ਸੰਭਲ ਕੇ ਚਲਣਾ ਚਾਹੁੰਦੀ ਹੋ ਤਾਂ ਹਫ਼ਤੇ ਵਿਚ ਦੋ ਵਾਰ ਪਰਖੋ। ਜੇਕਰ ਤੁਸੀਂ ਪਹਿਲੀ ਤਿਮਾਹੀ ਵਿਚ ਲੋੜ ਤੋਂ ਵੱਧ ਭਾਰ ਵਧਾ ਚੁਕੀ ਹੋ ਤਾਂ ਦੂਜੀ ਤਿਮਾਹੀ ਵਿਚ ਮਨਚਾਹਿਆ ਭਾਰ ਨਹੀਂ ਵਧਾ ਸਕੀ ਹੋ ਤਾਂ ਉਸ ਨੂੰ ਪਟਰੀ ਤੇ ਲਿਆਣ ਦੀ ਪੂਰੀ ਕੋਸ਼ਿਸ਼ ਕਰੋ। ਗਰਭਕਾਲ ਵਿਚ ਅਸੀਂ ਤੁਹਾਨੂੰ ਕਦੀ ਵੀ ਡਾਇਟਿੰਗ ਦੀ ਸਲਾਹ ਨਹੀਂ ਦਿਆਂਗੇ। ਇਹ ਖ਼ਤਰਨਾਕ ਹੋ ਸਕਦਾ ਹੈ। ਆਪਣੇ ਡਾਕਟਰ ਦੀ ਮਦਦ ਨਾਲ ਭਾਰ ਦਾ ਟੀਚਾ ਫਿਰ ਤੋਂ ਤੈਅ ਕਰੋ ਅਤੇ ਆਪਣੇ ਬੱਚੇ ਨੂੰ ਸੰਪੂਰਣ ਵਿਕਾਸ ਦਿਉ।

## ਸੁਰੱਖਿਅਤ ਰਹਿਣਾ ਸਿਖੋ

ਘਰ, ਹਾਈਵੇ, ਵਿਹੜੇ; ਜ਼ਿਆਦਾਤਰ ਗਰਭਵਤੀ ਔਰਤਾਂ ਨੂੰ ਗਰਭਕਾਲ ਦੀਆਂ ਗੁੰਝਲਾਂ ਦੀ ਥਾਂ ਇਨ੍ਹਾਂ ਥਾਵਾਂ ਤੇ ਦੁਰਘਟਨਾਵਾਂ ਨਾਲ ਵਧੇਰੇ ਹਾਨੀ ਹੁੰਦੀ ਹੈ। ਹਾਲਾਂਕਿ ਇਹ ਦੁਰਘਟਨਾ ਸਾਡੀ ਹੀ ਲਾਪਰਵਾਹੀ ਦਾ ਨਤੀਜਾ ਹੁੰਦੀ ਹੈ। ਥੋੜ੍ਹੀ ਜਿਹੀ ਸਾਵਧਾਨੀ ਤੇ ਸੂਝ-ਬੂਝ ਤੋਂ ਇਨ੍ਹਾਂ ਦੁਰਘਟਨਾਵਾਂ ਨੂੰ ਟਾਲ ਸਕਦੇ ਹੋ। ਗਰਭਕਾਲ ਵਿਚ ਤੁਸੀਂ ਹੇਠ-ਲਿਖੀਆਂ ਗੱਲਾਂ ਨੂੰ ਧਿਆਨ ਵਿਚ ਰਖਦੇ ਹੋਏ ਸੁਰੱਖਿਅਤ ਰਹਿ ਸਕਦੀ ਹੋ।

- ਧਿਆਨ ਦਿਉ ਕਿ ਤੁਸੀਂ ਪਹਿਲਾਂ ਵਰਗੀ ਨਹੀਂ ਰਹੀ। ਪੇਟ ਦਾ ਘੇਰਾ ਵਧਣ ਦੇ ਨਾਲ-2 ਗੁਰੂਤਾਕ੍ਰਸ਼ਣ ਦਾ ਕੇਂਦਰ ਬਿੰਦੂ ਵੀ ਬਦਲ ਗਿਆ ਹੈ। ਤੁਸੀਂ ਕਿਤੇ ਵੀ ਅਸਾਨੀ ਨਾਲ ਆਪਣਾ ਸੰਤੁਲਨ ਖੋਹ ਸਕਦੀ ਹੋ। ਹੌਲੀ-2 ਤੁਹਾਨੂੰ ਆਪਣੇ ਪੈਰ ਤਕ ਦਿਖਣੇ ਬੰਦ ਹੋ ਜਾਣਗੇ ਅਤੇ ਇਹ ਬਦਲਾਅ ਦੁਰਘਟਨਾਵਾਂ ਦੇ ਕਾਰਣ ਬਣਗੇ।
- ਚਾਹੇ ਔਂ ਵਿਚ ਹੋ ਜਾਂ ਪਲੇਨ ਵਿਚ ਹੋ, ਆਪਣੀ ਕੁਰਸੀ ਦੀਪੇਟੀ ਬੰਨ੍ਹ ਕੇ ਹੀ ਬੈਠੋ। ਜੇਕਰ ਤੁਸੀਂ ਕਾਰ ਦੀ ਅਗਲੀ ਸੀਟ ਤੇ ਏਅਰ ਬੈਗ ਦੇ ਨਾਲ ਬੈਠੀ ਹੋ ਤਾਂ ਸੀਟ ਪਿਛੇ ਵੱਲ ਰੱਖੋ। ਜੇਕਰ ਕਾਰ ਚਲਾ ਰਹੀ ਹੋ ਤਾਂ ਸਟੀਅਰਿੰਗ ਵੀਲ੍ਹ ਨੂੰ ਛਾਤੀ ਵੱਲ ਝੁਕਾ ਲਉ ਤੇ ਉਸ ਤੋਂ ਘੱਟੋ ਘੱਟ $10^{o}$ ਦੀ ਦੂਰੀ ਤੇ ਬੈਠੋ ਤਾਂ ਜੋ ਉਹ ਪੇਟ ਨਾਲ ਨਾ ਟਕਰਾਏ। ਆਪਣੀ ਗੋਦੀ ਜਾਂ ਡੈਸ਼ਬੋਰਡ ਤੇ ਕੋਈ ਸਮਾਨ ਨਾ ਰੱਖੋ। ਜੇਕਰ ਹੋ ਸਕੇ ਤਾਂ ਕਾਰ ਵਿਚ ਪਿਛੇ ਹੀ ਬੈਠੋ।
- ਕਿਸੀ ਵੀ ਢਿੱਲੀ ਕੁਰਸੀ ਜਾਂ ਪੌੜੀ ਤੇ ਨਾ ਚੜ੍ਹੋ। ਇਨ੍ਹਾਂ ਤੋਂ ਗਿਰ ਕੇ ਨੁਕਸਾਨ ਹੋ ਸਕਦਾ ਹੈ।
- ਉਚੀ ਅੱਡੀ ਦੇ ਜਾਂ ਫਿਸਲਣ ਵਾਲੇ ਜੁਤੇ-ਚੱਪਲ ਨਾ ਪਾਓ। ਫਿਸਲਣ ਭਰੇ ਫ਼ਰਸ਼ ਤੇ ਜੁਰਾਬਾਂ ਜਾਂ ਸਟਾਕਿੰਗ ਪਾ ਕੇ ਨਾ ਚਲੋ।
- ਬਾਥ ਟੱਬ ਵਿਚ ਜਾਂਦੇ ਤੇ ਬਾਹਰ ਨਿਕਲਦੇ ਸਮੇਂ ਸਾਵਧਾਨੀ ਰੱਖੋ। ਉਸ ਵਿਚ ਐਸੀ ਮੈਟ ਲਗੀ ਹੋਵੇ ਜੋ ਤੁਹਾਨੂੰ ਫਿਸਲਣ ਤੋਂ ਬਚਾ ਸਕੇ।
- ਘਰੇਲੂ ਰੁਕਾਵਟਾਂ ਨੂੰ ਦੂਰ ਕਰੋ। ਪੌੜੀਆਂ ਤੇ ਆਲਤੂ-ਫਾਲਤੂ ਸਮਾਨ ਨਾ ਪਿਆ ਹੋਵੇ।ਪੌੜੀਆਂ ਤੇ ਹਨੇਰਾ ਨਾ ਹੋਵੇ। ਫ਼ਰਸ਼ ਤੇ ਕੋਈ ਤਾਰਾਂ ਨਾ ਹੋਣ। ਪੌੜੀਆਂ ਤੇ ਬਰਫ਼ ਨਾ ਜੰਮੀ ਹੋਵੇ।
- ਰਾਤ ਨੂੰ ਟਾਇਲਟ ਦੇ ਰਸਤੇ ਵਿਚ ਬੱਤੀਆਂ ਜਗਾ ਕੇ ਸੋਵੋ ਤੇ ਉਥੇ ਕੋਈ ਸਮਾਨ ਨਾ ਰੱਖੋ। ਤੁਹਾਨੂੰ ਰਾਤ ਨੂੰ ਕਈ ਵਾਰ ਉਥੇ ਜਾਣਾ ਹੋਵੇਗਾ। ਇਸ ਲਈ ਸਾਵਧਾਨੀ ਜ਼ਰੂਰੀ ਹੈ।
- ਜੋ ਵੀ ਖੇਡ ਖੇਡੋ, ਉਸ ਦੇ ਸੁਰੱਖਿਆ ਨਿਯਮਾਂ ਦਾ ਪੂਰਾ ਪਾਲਣ ਕਰੋ। ਕਿਸੀ ਵੀ ਕੰਮ ਦੀ ਅਤਿ ਨਾ ਕਰੋ। ਕਈ ਵਾਰ ਥਕਾਵਟ ਦੇ ਕਾਰਣ ਵੀ ਦੁਰਘਟਨਾਵਾਂ ਹੋ ਜਾਂਦੀਆਂ ਹਨ।

■ ■ ■

## ਅਭਿਆਸ - 8

# ਤੀਜਾ ਹਫ਼ਤਾ

## ਲਗਭਗ 9 ਤੋਂ 13 ਹਫ਼ਤਾ

**ਜਦੋਂ ਤੁਸੀਂ ਪਹਿਲੀ ਤਿਮਾਹੀ ਦੇ ਆਖ਼ਰੀ ਮਹੀਨੇ ਵਿਚ ਕਦਮ ਰੱਖੋਗੀ ਤਾ ਗਰਭਕਾਲ ਦੇ ਕਈ ਆਰੰਭਕ ਲੱਛਣ ਪਹਿਲਾਂ ਤੋਂ ਕਿਤੇ ਤੇਜ ਹੋਜਾਣਗੇ। ਉਦੋਂ ਇਹ ਕਹਿਣਾ ਮੁਸ਼ਕਲ ਹੋਵੇਗਾ ਕਿ ਤੁਸੀਂ ਪਹਿਲੀ ਤਿਮਾਹੀ ਦੀ ਥਕਾਵਟ ਤੋਂ ਨਿਢਾਲ ਹੋ ਜਾਂ ਪਿਛਲੀ ਰਾਤ ਤੁਹਾਨੂੰ ਤਿੰਨ ਵਾਰ ਬਾਥਰੂਮ ਜਾਣ ਦੇ ਲਈ ਉਠਣਾ ਪਿਆ, ਉਸ ਦੀ ਥਕਾਵਟ ਹੈ। ਜੇਕਰ ਹਿੰਮਤ ਹੈ ਤਾਂ ਸਿਰ ਉਠਾ ਕੇ ਗੱਲ ਕਰੋ। ਚੰਗੇ ਦਿਨ ਆਣ ਹੀ ਵਾਲੇ ਹਨ। ਜੇਕਰ ਮਾਰਨਿੰਗ ਸਿਕਨੈਸ ਨੇਹਾਲਤ ਖ਼ਰਾਬ ਕਰ ਦਿੱਤੀ ਹੈ ਤਾਂ ਉਹ ਸਭ ਕਾਫ਼ੀ ਹੱਦ ਤਕ ਸੰਭਲਣ ਵਾਲਾ ਹੈ। ਊਰਜਾ ਦਾ ਪੱਧਰ ਉੱਚਾ ਹੋਵੇਗਾ ਅਤੇ ਬਾਥਰੂਮ ਦੇ ਚੱਕਰ ਵੀ ਕੁਝ ਘੱਟ ਜਾਣਗੇ। ਇਸ ਮਹੀਨੇ ਦੀ ਜਾਂਚ ਵਿਚ ਤੁਸੀਂ ਬੱਚੇ ਦੇ ਦਿਲ ਦੀ ਧੜਕਣ ਵੀ ਸੁਣ ਸਕੋਗੀ ਉਦੋਂ ਤੁਹਾਨੂੰ ਉਹ ਸਭ ਤਕਲੀਫ਼ਦੇਹ ਲੱਛਣ ਵੀ ਇੰਨੀ ਦੁਖਦਾਈ ਨਹੀਂ ਲੱਗਣਗੇ।**

## ਇਸ ਮਹੀਨੇ ਤੁਹਾਡੇ ਬੱਚੇ ਦਾ ਵਿਕਾਸ

**9ਵਾਂ ਹਫ਼ਤਾ:-** ਹੁਣ ਤੁਹਾਡੇ ਬੱਚੇ ਦੀ ਲੰਬਾਈ 1'' ਭਾਵ ਇਕ ਮਧਿਅਮ ਹਰੇ ਜੈਤੂਨ ਦੇ ਬਰਾਬਰ ਹੋ ਗਈ ਹੈ। ਉਸਦਾ ਸਿਰ ਕਾਫ਼ੀ ਹੱਦ ਤਕ ਬੱਚੇ ਦੀ ਤਰ੍ਹਾਂ ਵਿਕਸਿਤ ਹੋ ਰਿਹਾ ਹੈ। ਇਸ ਹਫ਼ਤੇ ਛੋਟੀਆਂ ਮਾਸ ਪੇਸ਼ੀਂ ਬਣ ਰਹੀਆਂ ਹਨ ਤਾਂ ਜੋ ਉਹ ਆਪਣੇ ਹੱਥ-ਪੈਰ ਹਿਲਾ ਸਕੇ। ਕਰੀਬ ਇਕ ਮਹੀਨੇ ਬਾਦ ਤੁਹਾਨੂੰ ਵੀ ਉਸ ਦੇ ਮੁੱਕੇ ਅਤੇ ਲੱਤਾਂ ਪਤਾ ਚਲਣਗੀਆਂ। ਫਿਲਹਾਲ ਤੁਹਾਨੂੰ ਕੁਝ ਸੁਣਾਈ ਨਹੀਂ ਦੇਣ ਵਾਲਾ। ਹਾਂ, ਤੁਸੀਂ ਡਾੱਪਲਰ ਯੰਤਰ ਨਾਲ ਉਸ ਦੇ ਦਿਲ ਦੀ ਧੜਕਣ ਸੁਣ ਸਕਦੀ ਹੋ। ਜਿਸ ਨੂੰ ਸੁਣ ਕੇ ਤੁਹਾਡੇ ਦਿਲ ਦੀ ਧੜਕਣ ਤੇਜ ਹੋ ਸਕਦੀ ਹੈ।

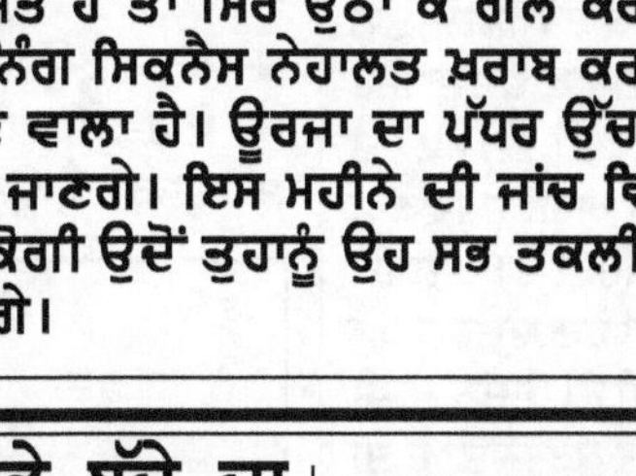

**ਤੁਹਾਡਾ ਤਿੰਨ ਮਹੀਨੇ ਦਾ ਬੱਚਾ**

**10ਵਾਂ ਹਫ਼ਤਾ:-** ਕਰੀਬ 1 1/2'' ਲੰਬਾ, ਤੁਹਾਡਾ ਬੱਚਾ ਦਿਨ ਦੁਗਣੀ ਰਾਤ ਚੌਗੁਣੀ ਤਰੱਕੀ ਕਰ ਰਿਹਾ ਹੈ। ਉਸ ਦੀਆਂ ਹੱਡੀਆਂ, ਕਾਰਟੀਲੇਜ, ਗੋਡੇ ਤੇ ਪੈਰ ਬਣ ਰਹੇ ਹਨ। ਉਸ ਦੇ ਹੱਥ ਦੀਆਂ ਕੋਹਣੀਆਂ ਵੀ ਹੁਣੇ ਤੋਂ ਕੰਮ ਕਰਨ ਲਗੀਆਂ ਹਨ। ਮਸੂੜਿਆਂ ਵਿਚ ਬੇਬੀ ਦੇ ਦੰਦ ਉਗਣੇ ਸ਼ੁਰੂ ਹੋ ਗਏ ਹਨ। ਪੇਟ ਵਿਚ ਪਾਚਕ ਰਸ ਬਣ ਰਹੇ ਹਨ। ਕਿਡਨੀ ਪਿਸ਼ਾਬ ਬਣਾ ਰਹੀ ਹੈ। ਜੇਕਰ ਤੁਹਾਡਾ ਬੱਚਾ ਇਕ ਲੜਕਾ ਹੈ ਤਾਂ ਉਸ ਦੇ ਵਰਿਸ਼ਣ ਟੈਸਟਾਸਟੀਰਾੱਨ ਬਣਾ ਰਹੇ ਹਨ (ਚਾਹੇ ਜੋ ਵੀ,

ਲੜੇ ਤਾਂ ਲੜਕੇ ਹੀ ਰਹਿਣਗੇ))।

**11ਵਾਂ ਹਫ਼ਤਾ:-** ਹੁਣ ਤੁਹਾਡਾ ਬੱਚਾ 2'' ਤੋਂ ਲੰਬਾ ਹੈ ਅਤੇਉਸ ਦਾ ਭਾਰ ਇਕ ਤਿਹਾਈ ਔਂਸ ਹੈ। ਉਸਦਾ ਸਰੀਰ ਲੰਬਾ ਹੋ ਰਿਹਾ ਹੈ। ਸਿਰ ਤੇ ਵਾਲ ਅਤੇ ਹੱਥਾਂ-ਪੈਰਾਂ ਵਿਚ ਨੂੰਹ ਦੇ ਪੋਰ ਉਗਣ ਦੀ ਤਿਆਰੀ ਚਲ ਰਹੀ ਹੈ। (ਅਗਲੇ ਕੁਝ ਮਹੀਨਿਆਂ ਵਿਚ ਨੂੰਹ ਬਣਨਗੇ) ਚਾਹੇ ਤੁਸੀਂ ਅਲਟ੍ਰਾਸਾਉਂਡ ਤੋਂ ਉਸ ਦਾ ਲਿੰਗ ਪਤਾ ਨਾ ਕਰਸਕੋ ਪ੍ਰੰਤੂਜੇਕਰ ਉਹਲੜਕੀ ਹੈ ਤਾਂ ਉਸਦੀ ਓਪਰੀ ਬਣਨੀ ਸ਼ੁਰੂ ਹੋ ਚੁਕੀ ਹੈ।

ਹੁਣ ਤਾਂ ਉਸ ਵਿਚ ਸਾਰੀਆਂ ਮਾਨਵੀ ਵਿਸ਼ੇਸ਼-ਤਾਈਆਂ ਆ ਚੁਕੀਆਂ ਹਨ। ਸਰੀਰ ਦੇਅਗਲੇ ਵਿੱਸੇ ਵਿਚ ਹੱਥ-ਪੈਰ ਹਨ, ਕੰਨ ਆਪਣੀ ਆਖ਼ਰੀ ਸਥਿਤੀ ਵਿਚ ਤਿਆਰ ਹੋ ਰਹੇ ਹਨ। ਮੂੰਹ ਵਿਚ ਜੀਭ ਅਤੇ ਤਾਲੂ ਹੈ ਅਤੇ ਨਿੱਪਲ ਦਿੱਖਣ ਲਗੇ ਹਨ।

**12ਵਾਂ ਹਫ਼ਤਾ:-** ਬੱਚੇ ਦਾ ਅਕਾਰ ਪਿਛਲੇ ਤਿੰਨ ਹਫ਼ਤੇ ਤੋਂ ਦੁਗਣਾ ਹੋ ਗਿਆ ਹੈ। ਹੁਣ ਉਸਦਾ ਭਾਰ ਕਰੀਬ 1 1/2 ਔਂਸ ਅਤੇ ਲੰਬਾਈ 2 1/2'' ਹੋ ਗਈ ਹੈ। ਉਸ ਦਾ ਸਰੀਰ ਸਾਰੇ ਅੰਗਾਂ ਦੇ ਵਿਕਾਸ ਦੇ ਲਈ ਬੜੀ ਮਿਹਨਤ ਕਰ ਰਿਹਾ ਹੈ। ਹਾਲਾਂਕਿ ਉਸ ਦੇ ਸਾਰੇ ਤੰਤਰ ਪੂਰੀ ਤਰ੍ਹਾਂ ਬਣ ਚੁਕੇਹਨ ਪਰ ਫਿਰ ਵੀ ਅਜੇ ਕਾਫ਼ੀ ਕੰਮ ਬਾਕੀ ਹੈ। ਪਾਚਨ ਤੰਤਰ ਨੇ ਸੁੰਘੜਨ ਦਾ ਅਭਿਆਸ ਸ਼ੁਰੂ ਕਰ ਦਿੱਤਾ ਹੈ ਤਾਂ ਜੋ ਉਹ ਖਾਣ ਯੋਗ ਬਣ ਸਕੇ। ਬੋਨ ਮੈਰੋਸਫ਼ੇਦ ਖ਼ੂਨ ਕੋਸ਼ਕਾਵਾਂ ਬਣਾ ਰਿਹਾ ਹੈ ਤਾਂ ਜੋ ਬੱਚਾ ਆਸਪਾਸ ਦੇ ਸਾਰੇ ਕੀਟਾਣੂਆਂ ਨਾਲ ਲੜ ਸਕੇ। ਬ੍ਰੇਨ ਵਿਚ ਪਿਟਵੂਰੀ ਗਲੈਂਡ ਹਾਰਮੋਨ ਬਣਨ ਲਗਾ ਹੈ ਤਾਂ ਜੋ ਇਕ ਦਿਨ ਤੁਹਾਡਾ ਬੱਚਾ ਆਪਣੇ ਬੱਚੇ ਤਿਆਰ ਕਰ ਸਕੇ।

**13ਵਾਂ ਹਫ਼ਤਾ:-** ਪਹਿਲੀ ਤਿਮਾਹੀ ਜਨਮ ਹੋਣ ਨੂੰ ਹੈ। ਇਸ ਸਮੇਂ ਬੱਚੇ ਦਾ ਅਕਾਰ ਕਰੀਬ 3'' ਲੰਬੇ ਆੜੂ ਜਿੰਨਾ ਹੈ। ਹੁਣ ਇਸ ਦਾ ਸਿਰ ਉਸ ਦੀ ਲੰਬਾਈ ਦਾ ਤਕਰੀਬਨ ਅੱਧਾ ਹੈ ਪ੍ਰੰਤੂ ਬਹੁਤ ਜਲਦੀ ਸਿਰ ਅਨੁਪਾਤ ਵਿਚ ਆ ਜਾਏਗਾ। ਉਦੋਂ ਤਕ ਬੱਚੇ ਦੀਆਂ ਆਂਤੜਾਂ (ਜੋ ਹੁਣ ਤਕ ਅੰਬਲਿਕਲ ਕਾੱਡ ਵਿਚ ਸਨ) ਪੇਟ ਵਿਚ ਸਹੀ ਥਾਂ ਬਨਾਣ ਜਾ ਰਹੀਆ ਹਨ। ਇਸ ਹਫ਼ਤੇ ਉਸਦੇ ਵੋਕਲ ਕਾੱਡ ਵੀ ਬਣ ਜਾਣਗੇ ਭਾਵ (ਉਹ ਰੋਣ ਦੀ ਤਿਆਰੀ ਕਰ ਰਿਹਾ ਹੈ....)

## ਤੁਸੀਂ ਕੀ ਮਹਿਸੂਸ ਕਰ ਸਕਦੀ ਹੋ?

ਹਮੇਸ਼ਾਂ ਦੀ ਤਰ੍ਹਾਂ ਯਾਦ ਰੱਖੋ ਕਿ ਹਰ ਗਰਭਕਾਲ ਆਪਣੇ-ਆਪ ਵਿਚ ਅਨੋਖਾ ਹੁੰਦਾ ਹੈ ਅਤੇ ਹਰ ਔਰਤ ਵੀ ਵੱਖ ਹੁੰਦੀ ਹੈ। ਤੁਸੀਂ ਇਕ ਹੀ ਸਮੇਂ ਵਿਚ ਜਾਂ ਫਿਰ ਵੱਖ-ਵੱਖ ਸਾਲ ਵਿਚ ਇਨ੍ਹਾਂ ਸਾਰੇ ਲੱਛਣਾਂ ਨੂੰ ਮਹਿਸੂਸ ਕਰ ਸਕਦੀ ਹੋ। ਕੁਝ ਲੱਛਣ ਤਾਂ ਪਿਛਲੇ ਮਹੀਨੇ ਤੋਂ ਚਲ ਰਹੇ ਹੋਣਗੇ ਅਤੇ ਕੁਝ ਨਵੇਂ ਲਗਣਗੇ। ਇਸ ਤੋਂ ਇਲਾਵਾ ਕੁਝ ਐਸੇ ਲੱਛਣ ਵੀ ਹੋ ਸਕਦੇ ਹਨ ਜੋ ਆਮ ਨਾ ਹੋਣ। ਇਸ ਮਹੀਨੇ ਤੁਸੀਂ ਹੇਠ-ਲਿਖੇ ਲੱਛਣਾਂ ਨੂੰ ਮਹਿਸੂਸ ਕਰੋਗੀ।

### ਸਰੀਰਕ :-

- ਥਕਾਵਟ ਊਰਜਾ ਦੀ ਕਮੀ, ਉਨੀਂਦ੍ਰਾਪਨ।
- ਵਾਰ-2 ਪਿਸ਼ਾਬ ਦੇਲਈ ਜਾਣਦੀ ਇੱਛਾ।
- ਉਭਕਾਈ, ਉਲਟੀ ਜਾਂ ਉਲਟੀ ਦੇ ਬਿਨਾਂ।

### ਇਕ ਨਜ਼ਰ

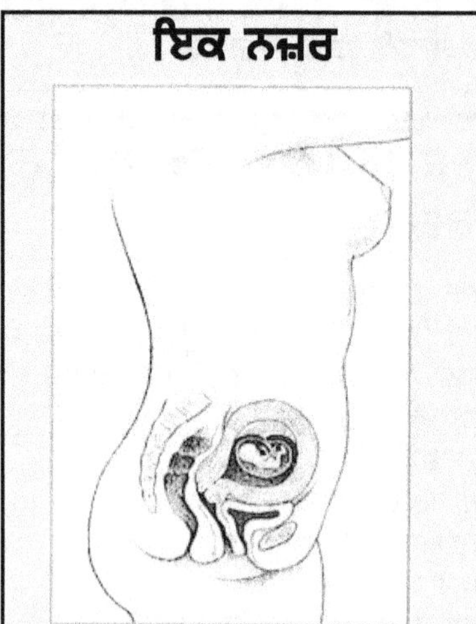

ਇਸ ਮਹੀਨੇ ਬੱਚੇਦਾਨੀ ਦਾ ਅਕਾਰ ਗ੍ਰੇਪਫਰੂਟ ਤੋਂ ਵੱਡਾ ਹੋਵੇਗਾ ਅਤੇ ਕਮਰ ਮੋਟੀ ਹੋਣ ਲਗੇ ਗੀ। ਮਹੀਨੇ ਦੇ ਅੰਤ ਵਿਚ, ਤੁਹਾਡੀ ਵਿਯੂਨਿਕ ਬੀਨ ਦੇ ਉਪਰ ਪੇਟ ਦੇ ਹੇਠਲੇ ਹਿੱਸੇ ਵਿਚ ਬੱਚੇ ਦਾਨੀ ਨੂੰ ਮਹਿਸੂਸ ਕੀਤਾ ਜਾ ਸਕਦਾ ਹੈ।

- ਵਧੇਰੇ ਲਾਰ ਬਣਨਾ।
- ਕਬਜ।
- ਛਾਤੀ ਵਿਚ ਜਲਨ, ਅਪਾਚਣ, ਅਫਾਰਾ।
- ਭੋਜਨ ਦੀ ਪਸੰਦ-ਨਾਪਸੰਦ।
- ਭੁੱਖ ਖੁਲ੍ਹਣਾ, ਜੇਕਰ ਮਾਰਨਿੰਗ ਸਿਕਨੈਸ ਠੀਕ ਹੋ ਜਾਣ।
- ਬ੍ਰੈਸਟ ਵਿਚ ਬਦਲਾਅ-ਭਾਰੀਪਨ, ਸੰਵੇਦਨਸ਼ੀਲਤਾ, ਛਾਤੀ ਦੇ ਨਿੱਪਲ ਦੇ ਆਸਪਾਸ ਦਾ ਰੰਗ ਗਹਿਰਾਣਾ, ਉਸ ਹਿੱਸੇ ਤੇ ਹਲਕੇ ਗੂਮੜ ਉਭਰਨਾ, ਚਮੜੀ ਦੇ ਹੇਠਾਂ ਨੀਲੀਆਂ ਰੇਖਾਵਾਂ ਦੇ ਜਾਲ ਦਾ ਫੈਲਾਅ।
- ਪੇਟ, ਲੱਤਾਂ ਜਾਂ ਸਰੀਰ ਦੇ ਕੁਝ ਅੰਗਾਂ ਤੇ ਨੱਸਾਂ ਦਿਖਣਾ।
- ਯੋਨੀ ਰਿਸਾਵ ਵਿਚ ਹਲਕਾ ਵਾਧਾ।
- ਕਦੀ-2 ਸਿਰ ਵਿਚ ਦਰਦ ਹੋਣਾ।
- ਕਦੀ-2 ਸਿਰ ਚਕਰਾਉਣਾ।
- ਪੇਟ ਦੀ ਹਲਕੀ ਗੋਲਾਈ, ਕਪੜੇ ਤੰਗ ਮਹਿਸੂਸ ਹੋਣਾ।

## ਭਾਵਨਾਤਮਕ :-

- ਭਾਵਨਾਤਮਕ ਉਤਾਰ-ਚੜ੍ਹਾਅ, ਮੂਡ ਚੰਗਾ ਹੋਣਾ ਜਾਂ ਵਿਗੜਨਾ, ਅਚਾਨਕ ਰੋਣ ਦਾ ਮਨ।
- ਨਫ਼ਰਤ, ਡਰ, ਅਨੰਦ ਆਦਿ ਭਾਵ ਪ੍ਰਗਟ ਹੋਣਾ।
- ਸ਼ਾਂਤੀ ਦਾ ਨਵਾਂ ਅਹਿਸਾਸ।
- ਗਰਭਕਾਲ ਦੇ ਨਾ ਹੋਣ ਦਾ ਡਰ....

**ਇਸ ਮਹੀਨੇ ਦਾ ਐਕਅਪ:-** ਇਸ ਮਹੀਨੇ ਤੁਸੀਂ ਡਾਕਟਰ ਤੋਂ ਹੇਠ-ਲਿਖੀ ਜਾਂਚ ਦੀ ਉਮੀਦ ਰੱਖ ਸਕਦੀ ਹੋ। ਹਾਲਾਂਕਿ ਹਰ ਡਾਕਟਰ ਆਪਣੇ-ਆਪਣੇ ਹਿਸਾਬ ਨਾਲ ਚੈਕਅਪ ਕਰਦੇ ਹਨ।

- ਭਾਰ ਤੇ ਬਲੱਡਪ੍ਰੈਸ਼ਰ।
- ਪ੍ਰੋਟੀਨ ਦੇ ਲਈ ਪਿਸ਼ਾਬ ਤੇ ਸ਼ੂਗਰ ਦੀ ਜਾਂਚ।
- ਭਰੂਣ ਦੇ ਦਿਲ ਦੀ ਧੜਕਣ।
- ਬੱਚੇਦਾਨੀ ਦਾ ਅਕਾਰ(ਬਾਹਰ ਵੱਲ)।
- ਫੰਡਸ (ਬੱਚੇਦਾਨੀ ਦਾ ਉਪਰੀ ਹਿੱਸਾ) ਉਚਾਈ।
- ਹੱਥਾਂ ਪੈਰਾਂ ਦੀ ਸੋਜਸ਼, ਵੈਰੀਕੋਜ਼ ਵੇਨਜ਼ ਦੇ ਲਈ ਲੱਤਾ।
- ਕੁਝ ਸਵਾਲ ਤੇ ਜਿਗਿਆਸਵਾਂ ਜੋ ਤੁਸੀਂ ਜਾਣਨਾ ਚਾਹੋ।

## ਤੁਸੀਂ ਕੀ ਸੋਚ ਰਹੀ ਹੋਵੋਗੀ?

**''ਮੈਨੂੰ ਪਿਛਲੇ ਕੁਝ ਹਫ਼ਤੇ ਤੋਂ ਕਬਜ ਦੀ ਸ਼ਿਕਾਇਤ ਹੈ। ਕੀ ਇਹ ਆਮ ਗੱਲ ਹੈ?''**

**ਅਨਿਯਮਤਤ:-** ਪੇਟ ਵਿਚ ਅਫਾਰਾ, ਗੈਸ ਆਦਿ ਗਰਭਕਾਲ ਦੀਆਂ ਆਮ ਸਮੱਸਿਆਵਾਂ ਹਨ। ਇਨ੍ਹਾਂ ਦੇ ਵੀ ਕਾਰਣ ਹਨ। ਪ੍ਰੋਜੈਸਟੇਰਾੱਨ ਹਾਰਮੋਨ ਦੀ ਮੌਜੂਦਗੀ ਤੁਹਾਡੇ ਸਰੀਰ ਦੀਆਂ ਸਾਰੀਆਂ ਮਾਸ ਪੇਸ਼ੀਆਂ ਨੂੰ ਸਿਥਿਲ ਕਰਦੀਆਂ ਹਨ ਅਤੇ ਭੋਜਨ ਕਾਫ਼ੀ ਸਮੇਂ ਤਕ ਪਾਚਨ ਤੰਤਰ ਵਿਚ ਪਿਆ ਰਹਿੰਦਾ ਹੈ ਭਾਵ ਪਾਚਨ ਦੀ ਕ੍ਰਿਆ ਵੀ ਖ਼ਰਾਬ ਹੋ ਜਾਂਦੀ ਹੈ। ਫਾਇਦਾ ਇਹ ਹੁੰਦਾ ਹੈ ਕਿ ਇਸ ਸਮੇਂ ਪੌਸ਼ਕ ਤੱਤ ਤੁਹਾਡੇ ਖ਼ੂਨ ਸੰਚਾਰ ਵਿਚ ਘੁਲਦੇਹਨ ਤੇਵਧੇਰੇ ਬਿਹਤਰ ਤਰੀਕੇ ਨਾਲ ਬੱਚੇ ਤੱਕ ਪਹੁੰਚਦੇ ਹਨ। ਨੁਕਸਾਨ ਇਹ ਹੁੰਦਾ ਹੈ ਕਿ ਤੁਹਾਡੇ ਸਰੀਰ ਦੇ ਫਾਲਤੂ ਪਦਾਰਥਾਂ ਦਾ ਟ੍ਰੈਫਿਕ ਜਾਮ ਹੋ ਜਾਂਦਾ ਹੈ। ਤੁਹਾਡੀ ਵਧਦੀ ਬੱਚੇਦਾਨੀ ਵੀ ਆਂਤੜੀਆਂ ਤੇਦਬਾਅ ਪਾਂਦੀ ਹੈ। ਇਸ ਤਰ੍ਹਾਂ ਤੁਸੀਂ ਸਮਝ ਸਕਦੀ ਹੋ ਕਿ ਤੁਹਾਨੂੰ ਕਬਜ ਕਿਉਂ ਰਹਿੰਦੀ ਹੈ।

ਇੰਝ ਨਹੀਂ ਕਿ ਸਾਰੇ ਗਰਭਕਾਲ ਵਿਚ ਕਬਜ ਤੁਹਾਡੇ ਨਾਲ ਰਹੇਗੀ। ਤੁਸੀਂ ਇਸ ਤੋਂ ਨਿਬਟਣ ਦੇ ਲਈ ਹੇਠ-ਲਿਖੇ ਉਪਾਅ ਕਰਵਾ ਸਕਦੀ ਹੋ।

**ਰੇਸ਼ੇਦਾਰ ਪਦਾਰਥ:-** ਤੁਸੀਂ ਅਤੇ ਤੁਹਾਡੇ ਕੋਲੋਨ ਨੂੰ ਹਰ ਰੋਜ਼ 25-35 ਗ੍ਰਾਮ ਰੇਸ਼ੇ ਦੀ ਮਾਤਰਾ ਚਾਹੀਦੀ ਹੈ। ਹਾਲਾਂਕਿ ਤੁਹਾਨੂੰ ਗਿਣਨ ਦੀ ਲੋੜ ਨਹੀਂ ਹੈ ਬਸ ਰੇਸ਼ੇਦਾਰ ਪਦਾਰਥ ਲੈਣ ਦੀ ਕੋਸ਼ਿਸ਼ ਕਰੋ,ਜਿਵੇਂ ਤਾਜੇ ਫਲ ਤੇ ਸਬਜ਼ੀਆਂ(ਕੱਚੇ ਜਾਂ ਹਲਕੇ ਪਕੇ, ਛਿਲਕੇ ਸਹਿਤ) ਸਾਬਤ ਅਨਾਜ ਦੇ ਸੈਰੇਲ ਤੇਬ੍ਰੈਡ, ਫਲੀਦਾਰ ਪਦਾਰਥ(ਬੀਨਜ਼ ਤੇ ਮਟਰ) ਤੇ ਸੁਕੇ ਮੇਵੇ। ਹਰੀਆਂ ਸਬਜ਼ੀਆਂ ਕਾਫ਼ੀ ਫਾਇਦੇਮੰਦ ਰਹਿਣਗੀਆਂ। ਇਨ੍ਹਾਂ ਦੇ ਨਾਲ ਹੀ ਤੁਸੀਂ ਰਸੀਲੀ ਮਿੱਠੀ ਕੀਵੀ (ਛੋਟਾ ਜਿਹਾ ਫਲ ਜਿਸ ਵਿਚ ਕਾਫੀ ਲੈਕਸੇਟਿਵ ਹੁੰਦਾਹੈ) ਨੂੰ ਅਪਨਾ ਸਕਦੀ ਹੋ। ਜੇਕਰ ਤੁਸੀਂ ਅੱਜ ਤੋਂ ਪਹਿਲਾਂ ਰੇਸ਼ੇਦਾਰ ਪਦਾਰਥਾਂ ਦੀ ਵਧੇਰੇ ਮਾਤਰਾ ਨਹੀਂ ਲਈ ਤਾਂ ਇਸ ਮਾਤਰਾ ਨੂੰ ਹੋਲੀ-2 ਵਧਾਓ ਨਹੀਂ ਤਾਂ ਪਾਚਨ ਤੰਤਰ ਵਿਰੋਧ ਕਰ ਸਕਦਾ ਹੈ। ਪੇਟ ਗੈਸ ਵਿਚ ਵਧ ਸਕਦੀ ਹੈ। ਕਿਉਂਕਿ ਤੁਹਾਡੇ ਅਹਾਰ ਵਿਚਰੇਸ਼ੇ ਦੀ ਮਾਤਰਾ

ਵਧੀ ਹੈ।

ਤੁਸੀਂ ਆਪਣੇ ਖਾਣੇ ਵਿਚ ਕਣਕ ਦੀ ਚੋਕਰ ਵੀਸ਼ਾਮਲ ਕਰ ਸਕਦੀ ਹੋ। ਜੋਸ਼-2 ਵਿਚ ਲੋੜ ਤੋਂ ਵੱਧ ਫਾਇਬਰ ਨਾ ਲਓ। ਇਹ ਤੇਜੀ ਨਾਲ ਤੁਹਾਡੇ ਤੰਤਰ ਵਿਚ ਪਹੁੰਚਦੇ ਹਨ। ਇਸ ਤਰ੍ਹਾਂ ਤਾਂ ਮਹੱਤਵਪੂਰਣ ਪੌਸ਼ਕ ਤੱਤ ਵੀ ਸਰੀਰਕ ਵਿਚ ਘੁਲੇ ਬਿਨਾਂ ਬਾਹਰ ਨਿਕਲ ਜਾਣਗੇ।

**ਰਿਫਾਇੰਡ ਪਦਾਰਥਾਂ ਦੀ ਮਨਾਹੀ:-** ਜਿਸ ਤਰ੍ਹਾਂ ਫਾਇਬਰ ਕਬਜ ਦੇ ਲਈ ਫਾਇਦੇਮੰਦ ਹੈ ਉਸੇ ਤਰ੍ਹਾਂ ਰਿਫਾਇੰਡ ਪਦਾਰਥ ਕਬਜ ਵਧਾਂਦੇ ਹਨ। ਸਫ਼ੇਦ ਬ੍ਰੈਡ, ਚਾਵਲ ਤੇ ਹੋਰ ਬੇਕਡ ਪਦਾਰਥਾਂ ਤੋਂ ਦੂਰ ਰਹੋ।

**ਤਰਲ ਪਦਾਰਥਾਂ ਦਾ ਸੇਵਨ:-** ਜੇਕਰ ਤੁਸੀਂ ਉਚਿਤ ਮਾਤਰਾ ਵਿਚ ਤਰਲ ਪਦਾਰਥ ਲੈਂਦੀ ਹੋ ਤਾਂ ਕਬਜ ਟਿਕ ਹੀ ਨਹੀਂ ਸਕਦੀ। ਪਾਣੀ, ਫਲਾਂ ਤੇ ਸਬਜ਼ੀਆਂ ਦੇ ਰਸ, ਭੋਜਨ ਨੂੰ ਪਾਚਨ ਤੰਤਰ ਵਿਚ ਅੱਗੇ ਲੈ ਜਾਂਦੇ ਹਨ। ਜੇਕਰ ਹਲਕਾ ਗੁਨਗੁਨਾ ਪਾਣੀ ਲਓਗੀ ਤਾਂ ਹੋਰ ਵੀ ਵਧੀਆ ਹੋਵੇਗਾ: ਜਿਵੇਂ ਹਲਕੇ ਗਰਮ ਪਾਣੀ ਵਿਚ ਨਿੰਬੂ ਦਾ ਰਸ। ਇਸ ਨਾਲ ਤੁਹਾਡੇ ਪੇਟ ਦੀਆਂ ਅੰਤੜੀਆਂ ਵਿਚ ਸੁੰਘੜਨ ਹੋਵੇਗਾ ਜਾਂ ਦੂਜੇ ਸ਼ਬਦਾਂ ਵਿਚ ਪ੍ਰੈਸ਼ਰ ਬਣੇਗਾ।

**ਸਹੀ ਸਮੇਂ ਤੇ ਜਾਓ:-** ਅੰਤੜੀਆਂ ਦੀ ਪ੍ਰਕ੍ਰਿਆ ਨੂੰ ਲਗਾਤਾਰ ਰੋਕਿਆ ਜਾਏ ਤਾਂ ਕਾਬੂ ਰੱਖਣ ਵਾਲੀਆਂ ਮਾਸਪੇਸ਼ੀਆਂ ਕਮਜ਼ੋਰ ਪੈ ਜਾਂਦੀਆਂ ਹਨ। ਉਸ ਦੇ ਲਈਸਹੀ ਟਾਈਮਿੰਗ ਅਪਨਾਓ। ਆਪਣਾ ਫਾਇਬਰ ਵਾਲਾ ਨਾਸ਼ਤਾ ਸਮੇਂ ਤੋਂ ਥੋੜ੍ਹਾ ਪਹਿਲਾਂ ਲਓ ਤਾਂ ਜੋ ਟ੍ਰੈਫਿਕ ਵਿਚ ਫਸੀ ਕਾਰ ਵਿਚ ਪਿਸ਼ਾਬ ਜਾਣ ਦੀ ਇੱਛਾ ਨਾ ਹੋਵੇ। ਤੁਸੀਂ ਘਰ ਤੋਂ ਹੀ ਪੇਟ ਸਾਫ਼ ਕਰਕੇ ਜਾ ਸਕੋ।

**ਸਿਕਸ ਮੀਲ ਸੋਲਿਯੂਸ਼ਨ:-** ਭਾਰੀ ਭੋਜਨ ਤੋਂ ਤੁਹਾਡੇ ਪਾਚਨਤੰਤਰ ਤੇ ਕਾਫ਼ੀ ਦਬਾਅ ਪੈਂਦਾ ਹੈ ਜਿਸਨਾਲ ਕਬਜ ਹੁੰਦੀ ਹੈ। ਦਿਨ ਵਿਚ ਤਿੰਨ ਵਾਰੀ ਭਾਰੀ ਭੋਜਨ ਕਰਨ ਦੀ ਥਾਂ ਸਿਕਸ ਮੀਲ ਸੋਲਿਯੂਸ਼ਨ ਅਪਨਾਓ ਭਾਵ ਦਿਨ ਵਿਚ ਛੇ ਵਾਰ ਹਲਕਾ ਭੋਜਨ ਕਰੋ। ਇਸ ਤਰ੍ਹਾਂ ਗੈਸ ਤੇ ਅਫਾਰੇ ਤੋਂ ਬਚੀ ਰਹੋਗੀ।

**ਸਪਲੀਮੈਂਟ ਤੇ ਦਵਾਈਆਂ:-** ਕਈ ਗਰਭਕਾਲ ਸਪਲੀਮੈਂਟ ਤੇ ਦਵਾਈਆਂ ਤਾਕਤ ਦੇਣ ਦੇ ਬਾਵਜੂਦ ਕਬਜ ਨੂੰ ਵੀ ਦਾਅਵਤ ਦੇਂਦੇਹਨ। ਐਂਟੀ ਐਸਿਡ ਗਰਭਵਤੀ ਔਰਤਾਂ ਦੇ ਦੋਸਤ ਕਹੇ ਜਾ ਸਕਦੇ ਹਨ। ਆਪਣੇ ਡਾਕਰ ਤੋਂ ਪੁੱਛ ਕੇ ਉਨ੍ਹਾਂ ਨੂੰ ਲੈ ਸਕਦੀ ਹੋ। ਉਂਞ ਮੈਗਨੀਸ਼ੀਅਮ ਸਪਲੀਮੈਂਟ ਵੀ ਨਾਲ ਲੜਨ ਵਿਚ ਮਦਦ ਕਰਦੇ ਹਨ।

**ਕੁਝ ਬੈਕਟੀਰੀਆ ਲਓ:-** ਪ੍ਰੋਬਾਇਓਟਿਕਸ ਬੈਕਟੀਰੀਆ, ਅੰਤੜੀਆਂ ਵਿਚ ਬੈਕਟੀਰੀਆ ਨਾਲ ਉਤੇਜਿਤ ਕਰ ਸਕਦੇਹਨ ਜਿਸ ਨਾਲ ਭੋਜਨ ਦਾ ਪਾਚਣ ਸਹੀ ਤਰੀਕੇ ਨਾਲ ਹੋ ਸਕੇ। ਦਹੀ ਤੇ ਯੋਗਰਟ ਤੋਂ ਬਣੇ ਤਰਲ ਪਦਾਰਥਾਂ ਦਾ ਸਵਾਦ ਲਓ। ਤੁਸੀਂ ਡਾਕਟਰ ਦੀ ਰਾਏ ਨਾਲ ਪ੍ਰੋਬਾਇਓਟਿਕਸ ਸਪਲੀਮੈਂਟ ਵੀ ਲੈ ਸਕਦੀ ਹੋ। ਇਸ ਦਾ ਕੋਈ ਸਵਾਦ ਨਹੀਂ ਹੁੰਦਾ। ਇਸ ਦੇ ਪਾਊਡਰ ਫਾਰਮ ਨੂੰ ਅਸਾਨੀ ਨਾਲ ਕਿਸੇ ਵੀ ਸਮੂਦੀਜ਼ ਵਿਚ ਮਿਲਾ ਸਕਦੇ ਹੋ।

**ਕਸਰਤ ਕਰੋ:-** ਚੁਸਤ ਸਰੀਰ ਵਿਚ ਕਬਜ ਨਹੀਂ ਰਹਿੰਦੀ। ਆਪਣੇ ਰੂਟੀਨ ਵਿਚ ਘੱਟੋ ਘੱਟ ਅੱਧੇ ਘੰਟੇ ਦੀ ਚਹਿਲਕਦਮੀ ਸ਼ਾਮਲ ਕਰੋ। ਇਸ ਦੇ ਨਾਲ ਗਰਭਕਾਲ ਵਿਚ ਸੁਰੱਖਿਅਤ ਕਸਰਤ ਵੀ ਦਿੱਤੀ ਜਾ ਸਕਦੀ ਹੈ।

ਜੇਕਰ ਤੁਹਾਡੇ ਸਾਰੇ ਉਪਾਅ ਨਾਕਾਮਯਾਬ ਹੋ ਜਾਣ ਤਾਂ ਡਾਕਟਰ ਦੀ ਰਾਏ ਲਓ। ਆਪਣੀ ਮਰਜੀ ਨਾਲ ਕੋਈ ਵੀ ਹਰਬਲ ਉਪਾਅ ਜਾਂ ਕੈਸਟ੍ਰਲ ਤੇਲ ਆਦਿ ਪ੍ਰਯੋਗ ਨਾ ਕਰੇ।

## ਕਬਜ

**''ਮੇਰੀਆਂ ਸਾਰੀਆਂ ਗਰਭਵਤੀ ਸਹੇਲੀਆਂ ਨੂੰ ਕਬਜ ਦੀ ਸ਼ਿਕਾਇਤ ਹੈ ਜਦੋਂਕਿ ਮੈਨੂੰ ਨਹੀਂ। ਮੈਂ ਨਿਯਮਿਤ ਸਮੇਂ ਤੇ ਲੈਟਰੀਨ ਜਾਂਦੀ ਹਾਂ। ਕੀ ਮੇਰਾ ਸਿਸਟਮ ਸਹੀ ਤਰੀਕੇ ਨਾਲ ਕੰਮ ਕਰ ਰਿਹਾ ਹੈ?''**

ਹੋ ਸਕਦਾ ਹੈ ਕਿ ਤੁਸੀਂ ਸ਼ੁਰੂ ਤੋਂ ਹੀ ਇਕ ਸੰਤੁਲਿਤ ਜੀਵਨਸ਼ੈਲੀ ਜੀ ਰਹੀ ਹੋਵੋ ਜਾਂ ਫਿਰ ਗਰਭਧਾਰਣ ਤੋਂ ਬਾਦ ਆਪਣੀ ਜੀਵਨਸ਼ੈਲੀ ਵਿਚ ਬਦਲਾਅ ਲੈ ਆਈ ਹੋਵੋ। ਤਰਲ ਪਦਾਰਥ, ਕਸਰਤ ਤੇ ਫਾਇਬਰ ਵਾਲੇ ਭੋਜਨ ਨਾਲ ਨਿਸ਼ਚਿਤ ਹੀ ਗਰਭਕਾਲ ਦੀ ਕਬਜ ਨੂੰ ਕਾਬੂ ਕੀਤਾ ਜਾ ਸਕਦਾ ਹੈ। ਜੇਕਰ ਤੁਹਾਡੇ ਲਈ ਫਾਇਬਰ ਵਾਲੇ ਭੋਜਨ ਦੀ ਸ਼ੈਲੀ ਥੋੜ੍ਹੀ ਨਵੀਂ ਹੋਵੇ ਤਾਂ ਥੋੜ੍ਹੀ ਮੁਸ਼ਕਲ ਹੋ ਸਕਦੀ ਹੈ ਕਿਉਂਕਿ ਤੁਹਾਡੇ ਸਰੀਰ ਨੂੰ ਰੇਸ਼ੇ ਦੀ ਆਦਤ ਨਹੀਂ ਹੈ ਪ੍ਰੰਤੂ ਤੁਹਾਡਾ ਪੇਟ ਰੋਜ਼ ਸਹੀ ਸਮੇਂ ਤੇ ਸਾਫ਼ ਹੁੰਦਾ ਹੈ।

## ਥਕਾਵਟ, ਕਬਜ ਤੇ ਮੂਡੀ ਹੋਣ ਦਾ ਇਕ ਹੋਰ ਕਾਰਣ

ਉਂਝ ਇਹ ਸਭ ਗੈਸਟੇਸ਼ਨਲ ਹਾਰਮੋਨ ਦੀ ਦੇਣ ਹੈ ਪ੍ਰੰਤੂ ਕਈ ਵਾਰ ਥਾਯਰਾੱਕਿਸਨ ਹਾਰਮੋਨ ਦੀ ਘਾਟ ਕਾਰਣ ਵੀ ਇੰਝ ਹੁੰਦਾ ਹੈ। ਚਮੜੀ ਦੀ ਸਮੱਸਿਆ, ਭਾਰ ਵਧਣਾ, ਮਾਸਪੇਸ਼ੀਆਂ ਦਾ ਦਰਦ ਤੇ ਸੰਗੁਠਨ, ਯਾਦਾਸ਼ਤ ਵਿਚ ਕਮੀ, ਹੱਥਾਂ-ਪੈਰਾਂ ਦੀ ਸੋਜਸ਼, ਠੰਡ ਪ੍ਰਤੀ ਸੰਵੇਦਨਸ਼ੀਲਤਾ ਆਦਿ ਇਸ ਦੇ ਹੀ ਲੱਛਣ ਹਨ। ਇਸ ਤੋਂ ਇਲਾਵਾ 'ਹਾਈਪੋ ਥਾਯਰਾੱਜ਼ਿਮ' ਦੀ ਸ਼ਿਕਾਇਤ ਹੋ ਸਕਦੀ ਹੈ। ਇਸ ਵਿਚ ਥਾਯਰਾਇਡ ਦੀ ਕਮੀ ਹੁੰਦੀ ਹੈ। 'ਹਾਈਪੋ ਥਾਯਰਾੱਜ਼ਿਮ' ਵਿਚ ਥਾਯਰਾਇਡ ਵੱਧ ਮਾਤਰਾ ਵਿਚ ਬਣਦਾ ਹੈ। ਇਨ੍ਹਾਂ ਦੇ ਲੱਛਣ ਆਮ ਤੌਰ ਤੇ ਗਰਭਕਾਲ ਦੇ ਲੱਛਣਾਂ ਨਾਲ ਹੀ ਮਿਲਦੇ ਹਨ। ਜੇਕਰ ਤੁਸੀਂ ਪਹਿਲਾਂ ਕਦੀ ਥਾਯਰਾਇਡ ਦੀ ਦਵਾਈ ਖਾ ਚੁਕੀ ਹੋ ਤਾਂ ਆਪਣੇ ਡਾਕਟਰ ਨੂੰ ਦੱਸੋ ਕਿਉਂਕਿ ਗਰਭਕਾਲ ਵਿਚ ਥਾਯਰਾਇਡ ਦੀ ਲੋੜ ਘੱਟ-ਵੱਧ ਸਕਦੀ ਹੈ। ਜੇਕਰ ਪਰਿਵਾਰ ਵਿਚ ਕਿਸੀ ਨੂੰ ਇਹ ਰੋਗ ਰਹਿ ਚੁੱਕਾ ਹੈ ਅਤੇ ਤੁਸੀਂ ਵੀ ਇਹੀ ਲੱਛਣ ਨੋਟ ਕਰ ਰਹੀ ਹੋ ਤਾਂ ਤੁਰੰਤ ਡਾਕਟਰ ਨੂੰ ਦਿਖਾਓ। ਇਕ ਛੋਟੇ ਜਿਹੇ ਬਲੱਡ ਟੈਸਟ ਨਾਲ ਇਸ ਦੀ ਪੁਸ਼ਟੀ ਹੋ ਸਕਦੀ ਹੈ।

## ਡਾਇਰੀਆ

**"ਮੈਨੂੰ ਤਾਂ ਬਿਲਕੁਲ ਕਬਜ ਨਹੀਂ ਹੈ ਸਗੋਂ ਪਿਛਲੇ ਦੋ ਹਫ਼ਤੇ ਤੋਂ ਮੈਨੂੰ ਪਤਲੇ ਦਸਤ ਹੋ ਰਹੇ ਹਨ-ਡਾਇਰੀਆ ਵੀ ਕਹਿ ਸਕਦੇ ਹਾਂ। ਕੀ ਇਹ ਆਮ ਹੈ?"**

ਜਦੋਂ ਵੀ ਗਰਭਕਾਲ ਦੇ ਲੱਛਣਾਂ ਦੀ ਗੱਲ ਆਂਦੀ ਹੈ ਤਾਂ ਉਹੀ ਆਮ ਹੁੰਦਾ ਹੈ ਜੋ ਤੁਹਾਡੇ ਲਈ ਆਮ ਹੈ। ਤੁਹਾਡੇ ਕੇਸ ਵਿਚ ਲੂਜ਼ ਮੋਸ਼ਨ(ਪਤਲੇ ਦਸਤ) ਵੀ ਆਮ ਹੋ ਸਕਦੇ ਹਨ। ਹਰ ਸਰੀਰ ਗਰਭਕਾਲ ਹਾਰਮੋਨ ਪ੍ਰਤੀ ਵੱਲ ਤਰ੍ਹਾਂ ਨਾਲ ਪ੍ਰਤਿਕ੍ਰਿਆ ਦੇਂਦਾ ਹੈ। ਹੋ ਸਕਦਾ ਹੈ ਕਿ ਤੁਹਾਡੇ ਸਰੀਰ ਵਿਚ ਪਾਚਨ ਪ੍ਰਕ੍ਰਿਆ ਹੋਲੀ ਹੋਣ ਦੀ ਥਾਂ ਤੇਜ ਹੋ ਗਈ ਹੋਵੇ। ਇਹ ਵੀ ਹੋ ਸਕਦਾ ਹੈ ਕਿ ਇਹ ਤੁਹਾਡੀ ਖ਼ੁਰਾਕ ਵਿਚ ਸਕਾਰਾਤਮਕ ਬਦਲਾਅ ਅਤੇ ਕਸਰਤ ਦੀਆਂ ਆਦਤਾਂ ਦਾ ਨਤੀਜਾ ਹੋਵੇ।

ਤੁਸੀਂ ਚਾਹੋ ਤਾਂ ਖਾਣੇ ਵਿਚ ਸੁਕੇ ਮੇਵੇ ਵਰਗੇ ਖਾਦ ਪਦਾਰਥਾਂ ਦੀ ਮਾਤਰਾ ਘਟਾ ਕੇ ਕੇਲੇ ਸ਼ਾਮਲ ਕਰ ਸਕਦੀ ਹੋ ਤਾਂ ਜੋ ਤੁਹਾਡਾ ਮਲ ਬਿਲਕੁਲ ਪਤਲਾ ਨਾ ਰਹੇ। ਪਤਲੇ ਦਸਤ ਕਾਰਣ ਸਰੀਰ ਵਿਚ ਪਾਣੀ ਦੀ ਘਾਟ ਹੋ ਸਕਦੀ ਹੈ। ਇਸ ਲਈ ਉਚਿਤ ਮਾਤਰਾ ਵਿਚ ਤਰਲ ਪਦਾਰਥ ਲਉ।

ਜੇਕਰ ਤੁਹਾਨੂੰ ਦਿਨ ਵਿਚ ਘੱਟੋ ਘੱਟ ਤਿੰਨ ਵਾਰ ਪਤਲੇ, ਖ਼ੂਨ ਵਾਲੇ ਜਾਂ ਮਿਊਕਸ ਦਸਤ ਆ ਰਹੇ ਹੋਣ ਤਾਂ ਡਾਕਟਰ ਨੂੰ ਮਿਲੋ, ਤੁਹਾਨੂੰ ਇਲਾਜ ਦੀ ਲੋੜ ਪੈ ਸਕਦੀ ਹੈ।

## ਗੈਸ

**"ਮੇਰਾ ਪੇਟ ਹਮੇਸ਼ਾਂ ਫੁਲਿਆ ਰਹਿੰਦਾ ਹੈ ਅਤੇ ਗੈਸ ਪਾਸ ਹੁੰਦੀ ਰਹਿੰਦੀ ਹੈ। ਕੀ ਸਾਰੇ ਗਰਭਕਾਲ ਵਿਚ ਇੰਝ ਹੀ ਹੋਵੇਗਾ?"**

ਕੀ ਤੁਸੀਂ ਬਹੁਤ ਗੈਸ ਪਾਸ ਕਰ ਰਹੀ ਹੋ? ਕੀ ਤੁਹਾਡੇ ਆਸਪਾਸ ਦਾ ਮਾਹੌਲ ਵੀ ਇਸੇ ਕਾਰਣ ਬਦਬੂਦਾਰ ਰਹਿੰਦਾ ਹੈ? ਮਾਫ਼ ਕਰਨਾ, ਗਰਭਵਤੀ ਔਰਤ ਦੇ ਲਈ ਇਹ ਆਮ ਗੱਲ ਹੈ।

ਗੈਸ ਦੀ ਉਸ ਭੱਦੀ ਆਵਾਜ਼ ਤੇ ਬਦਬੂ ਤੋਂ ਬੱਚਣਾ ਚਾਹੁੰਦੀ ਹੋ ਤਾਂ ਤੁਹਾਨੂੰ ਹੇਠ-ਲਿਖੇ ਉਪਾਅ ਅਪਨਾਣੇ ਚਾਹੀਦੇ ਹਨ।

**ਨਿਯਮਿਤ ਸਮੇਂ ਤੇ ਜਾਓ:-** ਕਬਜ ਤੇ ਪੇਟ ਫੁਲਣ ਦੇ ਕਾਰਣ ਵੀ ਗੈਸ ਬਣਦੀ ਹੈ, ਹਰ ਰੋਜ਼ ਸਹੀ ਸਮੇਂ ਤੇ ਲੈਟਰੀਨ ਜਾਓ।

**ਸਿਕਸ ਮੀਲ:-** ਦਿਨ ਵਿਚ ਤਿਨ ਵਾਰ ਨੂਸ ਕੇ ਖਾਣਾ ਖਾਣ ਦੀ ਥਾਂ ਹਰ ਥੋੜ੍ਹੀ ਦੇਰ ਬਾਦ ਕੁਝ ਖਾਓ। ਪੇਅ ਜ਼ਿਆਦਾ ਭਰਿਆ ਰਹੇਗਾ ਤਾਂ ਅਫਾਰਾ ਹੋਵੇ ਗਾ ਅਤੇ ਪਾਚਨ ਤੰਤਰ ਤੇ ਵੀ ਵਧੇਰੇ ਦਬਾਅ ਵਧੇ ਗਾ। 'ਸਿਕਸ ਮੀਲ ਸੋਲਿਯੂਸ਼ਨ' ਅਪਣਾਓ।

**ਖਾਣਾ ਨਿਗਲੋ ਨਹੀਂ:-** ਜਦੋਂ ਤੁਸੀਂ ਭੱਜਦੌੜ ਵਿਚ ਕੁਝ ਖਾਂਦੀ ਹੋ ਤਾਂ ਜਲਦੀਬਾਜੀ ਵਿਚ ਬਹੁਤ ਸਾਰੀ ਹਵਾ ਵੀ ਅੰਦਰ ਚਲੀ ਜਾਂਦੀ ਹੈ। ਇਹੀ ਤੁਹਾਡੇ ਪੇਟ

ਵਿਚ ਜਾ ਗੈਸ ਬਣਦੀ ਹੈ। ਖਾਣ ਤੋਂ ਪਹਿਲਾਂ ਕੁਝ ਡੂੰਘੀ ਸਾਹ ਲੈਣ ਨਾਲ ਤੁਹਾਨੂੰ ਅਰਾਮ ਮਿਲ ਸਕਦਾ ਹੈ।

**ਸ਼ਾਂਤ ਰਹੋ**:- ਖਾਣੇ ਵਿਚ ਤਨਾਅ ਤੇ ਉਤੇਜਨਾ ਦੇ ਕਾਰਣ ਪੇਟ ਵਿਚ ਕਾਫ਼ੀ ਹਵਾ ਚਲੀ ਜਾਂਦੀ ਹੈ ਅਤੇ ਤੁਸੀਂ ਗੈਸ ਦਾ ਟੈਂਕ ਬਣ ਜਾਂਦੀ ਹੋ।

**ਗੈਸ ਬਣਾਣ ਵਾਲੇ ਖਾਦ ਪਦਾਰਥ**:-ਹਰ ਆਦਮੀ ਦੇ ਲਈ ਇਨ੍ਹਾਂ ਦਾ ਅਸਰ ਵੱਖ-2 ਹੁੰਦਾ ਹੈ। ਤੁਸੀਂ ਖ਼ੁਦ ਪਤਾ ਲਗਾ ਸਕਦੀ ਹੋ ਕਿ ਕਿੰਨਾ ਚੀਜ਼ਾਂ ਨੂੰ ਖਾਣ ਨਾਲ ਤੁਹਾਡੇ ਪੇਟ ਵਿਚ ਗੈਸ ਬਣਦੀ ਹੈ, ਉਂਝ ਤੁਹਾਨੂੰ ਪਿਆਜ, ਪੱਤਗੋਭੀ, ਤਲੇ ਭੁਨੇ, ਭਾਰੀ ਸਾੱਸ, ਚੀਨੀ ਵਾਲੀ ਮਿਠਾਈ, ਕਾਰਬੋਨੇਟਿਡ ਤਰਲ ਪਦਾਰਥ, ਬੀਨਜ਼ ਤੋਂ ਬੱਚਣਾ ਚਾਹੀਦਾ ਹੈ।

**ਜਲਦੀ ਨਾ ਮਚਾਓ**:- ਆਪਣੀ ਮਰਜੀ ਨਾਲ ਕੋਈ ਵੀ ਐਂਟੀਗੈਸ ਦਵਾਈ ਲੈਣ ਦੀ ਥਾਂ ਡਾਕਟਰ ਤੋਂ ਪੁੱਛ ਲਉ। ਹਲਕੇ ਗਰਮ ਪਾਣੀ ਵਿਚ ਵਿਚ ਨਿੰਬੂ ਦਾ ਰਸ ਮਿਲਾ ਕੇ ਪੀਓ। ਇਸ ਨਾਲ ਗੈਸ ਦੂਰ ਹੋਵੇ ਗੀ, ਇਹ ਇਕ ਅਚੂਕ ਦਵਾਈ ਹੈ।

## ਸਿਰ ਵਿਚ ਦਰਦ

**"ਮੈਨੂੰ ਪਹਿਲਾਂ ਤੋਂ ਕਾਫ਼ੀ ਵੱਧ ਸਿਰ ਦਰਦ ਰਹਿਣ ਲਗਾ ਹੈ। ਕੀ ਮੈਨੂੰ ਕੁਝ ਲੈਣਾ ਚਾਹੀਦਾ ਹੈ?"**

ਗਰਭਕਾਲ ਵਿਚ ਔਰਤਾਂ ਨੂੰ ਪੇਨਕਿਲਰ ਦਵਾਈਆਂ ਤੋਂ ਬੱਚਣਾ ਹੁੰਦਾ ਹੈ ਅਤੇ ਇਨ੍ਹਾਂ ਦਿਨਾਂ ਵਿਚ ਉਨ੍ਹਾਂ ਦਾ ਸਿਰ ਵਧ ਦੁੱਖਣ ਲਗਦਾ ਹੈ। ਤੁਹਾਨੂੰ ਇਸ ਦੇ ਨਾਲ ਹੀ ਰਹਿਣਾ ਹੋਵੇਗਾ ਪ੍ਰੰਤੂ ਬਚਾਅ ਦਾ ਕੋਈ ਉਪਾਅ ਤਾਂ ਕਰ ਹੀ ਸਕਦੇ ਹੋ। ਅਸੀਂ ਐਸੇ ਉਪਾਅ ਅਪਣਾ ਸਕਦੇ ਹਾਂ ਜਿਨ੍ਹਾਂ ਵਿਚ ਦਵਾਈ ਲੈਣ ਦੀ ਲੋੜ ਨਾ ਪਵੇ।

ਸਭ ਤੋਂ ਪਹਿਲਾਂ ਤਾਂ ਪਤਾ ਲਗਾਣਾ ਹੋਵੇਗਾ ਕਿ ਸਿਰ ਵਿਚ ਦਰਦ ਕਿਉਂ ਹੋ ਰਿਹਾ ਹੈ। ਕਈ ਹਾਰਮੋਨਲ ਬਦਲਾਵਾਂ ਕਾਰਣ ਵੀ ਗਰਭਕਾਲ ਵਿਚ ਸਿਰ ਦਰਦ ਹੁੰਦਾ ਹੈ। ਇਨ੍ਹਾਂ ਦੇ ਕਾਰਣ ਹੀ ਸਿਰ ਦਰਦ, ਥਕਾਵਟ, ਤਨਾਅ ਭੁੱਖ ਸਰੀਰਕ ਜਾਂ ਮਾਨਸਿਕ ਤਨਾਅ ਆਦਿ ਕਾਫ਼ੀ ਵੱਧ ਜਾਂਦੇ ਹਨ।

ਹਾਲਾਂਕਿ ਇਸ ਤੋਂ ਬਚਾਅ ਦੇ ਕਈ ਉਪਾਅ ਹੋ ਸਕਦੇ ਹਨ ਪਰ ਇਨ੍ਹਾਂ ਵਿਚੋਂ ਕੋਈ ਵੀ ਦਵਾਈ ਜਾਂ ਕੈਪਸੂਲ ਦੇ ਰੂਪ ਵਿਚ ਨਹੀਂ ਆਉਂਦਾ। ਕਈ ਕੇਸਾਂ ਵਿਚ ਥੋੜ੍ਹੀ ਜਿਹੀ ਕੋਸ਼ਿਸ਼ ਕਰਨ ਤੇ ਸਫ਼ਲਤਾ ਮਿਲ ਸਕਦੀ ਹੈ।

**ਰਿਲੈਕਸ**:- ਗਰਭਕਾਲ ਵਿਚ ਉਤੇਜਨਾ ਤੇ ਤਨਾਅ ਦੇ ਕਾਰਣ ਅਕਸਰ ਸਿਰਦਰਦ ਹੋ ਜਾਂਦਾ ਹੈ। ਕਈ ਔਰਤਾਂ ਨੂੰ ਧਿਆਨ ਤੇ ਯੋਗਾ ਨਾਲ ਕਾਫ਼ੀ ਅਰਾਮ ਮਿਲਦਾ ਹੈ। ਤੁਸੀਂ ਵੀ ਰਿਲੈਕਸੇਸ਼ਨ ਤਕਨੀਕਾਂ ਸਿੱਖ ਕੇ ਅਪਨਾ ਸਕਦੀ ਹੋ। ਜਾਂ ਹਨੇਰੇ ਕਮਰੇ ਵਿਚ 10 ਮਿੰਟ ਦੇ ਲਈ ਲੇਟ ਜਾਓ ਜਾਂ 10-15 ਮਿੰਟ ਦੇ ਲਈ ਡੈਸਕ ਜਾਂ ਸੋਫ਼ੇ ਤੇ ਪੈਰ ਉੱਚੇ ਕਰ ਲਉ। ਇਸ ਨਾਲ ਵੀ ਤਨਾਅ ਅਤੇ ਸਿਰ ਦਰਦ ਤੋਂ ਰਾਹਤ ਮਿਲੇਗੀ।

**ਪੂਰਾ ਆਰਾਮ ਲਉ**:- ਗਰਭਕਾਲ ਵਿਚ ਅਰਾਮ ਦੀ ਕਮੀ ਨਾਲ ਵੀ ਸਿਰ ਦਰਦ ਹੋ ਸਕਦਾ ਹੈ। ਖ਼ਾਸ ਤੌਰ ਤੇ ਪਹਿਲੀ ਅਤੇ ਤੀਜੀ ਤਿਮਾਹੀ ਵਿਚ ਥਕਾਵਟ ਵੱਧ ਹੁੰਦੀ ਹੈ। ਜੋ ਔਰਤਾਂ ਲੰਬੇ ਘੰਟਿਆਂ ਤਕ ਕੰਮ ਕਰਦੀਆਂ ਹਨ ਜਾਂ ਜਿਨ੍ਹਾਂ ਨੂੰ ਬੱਚਿਆਂ ਦੀ ਦੇਖਰੇਖ ਕਰਨੀ ਪੈਂਦੀ ਹੈ। ਇਸ ਸਮੇਂ ਨੀਂਦ ਵੀ ਨਹੀਂ ਆਉਂਦੀ। ਤੁਸੀਂ ਆਪਣੇ ਪੇਟ ਦਾ ਉਭਾਰ ਦੇਖ-2 ਕੇ ਸੋਚਣਾ ਸ਼ੁਰੂ ਕਰ ਦੇਂਦੀ ਹੋ:- ਕੀ ਮੈਨੂੰ ਕਦੀ ਅਰਾਮ ਮਿਲੇ ਗਾ? ਬੱਚੇ ਦੇ ਆਣ ਤੋਂ ਬਾਦ ਸਾਰੇ ਕੰਮ ਕਿਵੇਂ ਪੂਰੇ ਹੋਣਗੇ? ਇਸ ਨਾਲ ਥਕਾਵਟ ਦੁਗਣੀ ਹੋ ਜਾਂਦੀ ਹੈ। ਜਦੋਂ ਵੀ ਮੌਕਾ ਮਿਲੇ ਅਰਾਮ ਕਰੋ, ਸਿਰ ਦਰਦ ਵਿਚ ਫਰਕ ਪਵੇਗਾ। ਲੋੜ ਤੋਂ ਵੱਧ ਨੀਂਦ ਨਾ ਲਉ ਕਿਉਂਕਿ ਇਸ ਨਾਲ ਸਿਰ ਦਰਦ ਵੱਧ ਸਕਦਾ ਹੈ।

**ਨਿਯਮਿਤ ਸਮੇਂ ਤੇ ਖਾਓ**:- ਬਲੱਡ ਪ੍ਰੈਸ਼ਰ ਘਟਿਆ ਹੋਇਆ ਹੋਵੇ ਤਾਂ ਭੁੱਖ ਦੇ ਕਾਰਣ ਵੀ ਸਿਰ ਵਿਚ ਦਰਦ ਹੋਣ ਲਗਦਾ ਹੈ। ਖ਼ਾਲੀ ਪੇਟ ਨਾ ਰਹੋ। ਆਪਣੇ ਬੈਗ, ਕਾਰ ਦੇ ਕੰਪਾਰਟਮੈਂਟ ਜਾਂ ਘਰ ਵਿਚ ਹਮੇਸ਼ਾਂ ਪੌਸ਼ਟਿਕ ਸਨੈਕਸ(ਸੋਯਾ ਚਿਪਸ, ਗ੍ਰੇਨੋਲਾ ਬਾਰ, ਸੁਕੇ ਮੇਵੇ) ਰੱਖੋ ਤਾਂ ਜੋ ਭੁੱਲ ਲਗਦੇ ਹੀ ਕੁਝ ਖਾ ਸਕੋ।

**ਥੋੜ੍ਹਾਂ ਸ਼ਾਂਤ ਰਹੋ**: ਜੇਕਰ ਤੁਸੀਂ ਸ਼ੋਰ ਪ੍ਰਤੀ ਸੰਵੇਦਨ-ਸ਼ੀਲ ਹੋ ਤਾਂ ਸ਼ੋਰ ਤੋਂ ਵੀ ਸਿਰ ਦੁੱਖਣ ਲਗਦਾ ਹੈ। ਸ਼ੋਰ ਤੇ ਭੀੜਭਾੜ ਵਾਲੇ ਇਲਾਕਾ ਵਿਚ ਜਾਣ ਤੋਂ ਬੱਚੋ। ਜੇਕਰ ਤੁਹਾਡੀ ਨੌਕਰੀ ਸ਼ੋਰ-ਸ਼ਰਾਬੇ ਵਾਲੇ ਇਲਾਕੇ ਵਿਚ ਹੈ ਤਾਂ ਆਪਣੇ ਬਾੱਸ ਨਾਲ ਗੱਲ ਕਰੋ

## ਕਾੱਰਪਸ ਲੂਟੇਯਮ ਸਿਸਟ ਕੀ ਹਨ?

ਤੁਸੀਂ ਵੀ ਜਾਣਨਾ ਚਾਹੋਗੀ ਕਿ ਭਲਾ ਕਾੱਰਪਸ ਲੂਟੇਯਮ ਸਿਸਟ ਕੀ ਹੈ? ਤੁਹਾਡੇ ਪ੍ਰਜਨਨ ਜੀਵਨ ਦੇ ਹਰ ਮਹੀਨੇ ਵਿਚ ਓਵਿਯੂਲੇਸ਼ਨ ਤੋਂ ਬਾਦ ਕੋਸ਼ਕਾਵਾਂ ਦਾ ਪੀਲਾ ਸਰੀਰ ਜਿਹਾ ਬਣਦਾ ਹੈ, ਜਿਸ ਨੂੰ ਯੈਲੋ ਬਾੱਡੀ(ਕਾੱਰਪਸ ਲੂਟੇਯਮ) ਕਹਿੰਦੇ ਹਨ। ਇਹ ਕੁਝ ਮਾਤਰਾਵਾਂ ਪ੍ਰੋਜੈਸਟੋਰਾੱਨ ਤੇ ਹਸਟ੍ਰੋਜਨ ਬਣਾਦਾ ਹੈ। ਜਦੋਂ ਤੁਸੀਂ ਗਰਭਵਤੀ ਹੁੰਦੀ ਹੋ ਤਾਂ ਇਹ ਘੱਟਣ ਦੀ ਥਾਂ ਫੈਲਣ ਲਗਦਾ ਹੈ। (ਪਲੇਸੈਂਟਾ ਬਣਨ ਤਕ) ਆਮ ਤੌਰ ਤੇ ਕਰੀਬ 10ਵੇਂ ਹਫ਼ਤੇ ਤਕ ਕੰਮ ਕਰਨਾ ਬੰਦ ਕਰ ਦੇਂਦਾ ਹੈ ਪ੍ਰੰਤੂ ਕੁਝ ਗਰਭਕਾਲ ਵਿਚ ਇਹ ਸਿਸਟ ਵਿਚ ਬਦਲ ਜਾਂਦਾ ਹੈ।

ਇਹ ਗਰਭਕਾਲ ਤੇ ਕੋਈ ਅਸਰ ਨਹੀਂ ਪਾਂਦਾ। ਇਹ ਆਪਣੇ-ਆਪ ਦੂਜੀ ਤਿਮਾਹੀ ਵਿਚ ਖ਼ਤਮ ਹੋ ਜਾਂਦਾ ਹੈ। ਉਂਝ ਡਾਕਟਰ ਇਸ ਤੇ ਨਜ਼ਰ ਰਖਦੇ ਹਨ ਅਤੇ ਅਲਟ੍ਰਾਸਾਊਂਡ ਦੇ ਰਾਹੀਂ ਇਸ ਦੀ ਤਾਜ਼ਾ ਜਾਣਕਾਰੀ ਦੇਂਦੇ ਰਹਿੰਦੇ ਹਨ ਭਾਵ ਤੁਹਾਨੂੰ ਆਪਣੇ ਬੱਚੇ ਦੀ ਝਲਕ ਪਾਣ ਦੇ ਕੁਝ ਹੋਰ ਮੌਕੇ ਮਿਲ ਜਾਂਦੇ ਹਨ।

ਜਾਂ ਕਿਸੀ ਸ਼ਾਂਤ ਇਲਾਕੇ ਵਿਚ ਤਬਦੀਲੀ ਕਰਵਾ ਲਉ। ਘਰ ਵਿਚ ਟੀ.ਵੀ., ਟੈਲੀਫ਼ੋਨ ਤੇ ਰੇਡਿਓ ਦੀ ਅਵਾਜ਼ ਹੋਲੀ ਰੱਖੋ।

**ਹਵਾਦਾਰ ਜਗ੍ਹਾ ਵਿਚ ਰਹੋ:-** ਭੀੜ-ਭੜੱਕੇ ਤੇ ਹੁੰਮਸ ਭਰੀ ਜਗ੍ਹਾ ਵਿਚ ਨਾ ਰਹੋ ਨਹੀਂ ਤਾਂ ਤੁਹਾਡਾ ਸਿਰ ਦੁੱਖਣ ਲਗੇਗਾ। ਜੇਕਰ ਤੁਸੀਂ ਕਿਸੇ ਐਸੀ ਜਗ੍ਹਾ ਫਸ ਗਈ ਹੋ ਤਾਂ ਬਾਹਰ ਨਿਕਲ ਕੇ ਤਾਜ਼ੀ ਹਵਾ ਵਿਚ ਸਾਹ ਲਉ। ਸਵੈਟਰ ਆਦਿ ਉਤਾਰ ਦਿਉ। ਜੇਕਰ ਬਾਹਰ ਜਾਣ ਦਾ ਹਿਸਾਬ ਨਾ ਬਣੇ ਤਾਂ ਘੱਟੋ ਘੱਟ ਖਿੜਕੀ ਤਾਂ ਖੋਲ੍ਹ ਦਿਉ।

**ਲਾਈਟ ਦਾ ਰੱਖੋ ਧਿਆਨ:-** ਆਪਣੇ ਆਸਪਾਸ ਦੀ ਰੋਸ਼ਨੀ ਨੂੰ ਇਕ ਨਵੀਂ ਨਜ਼ਰ ਨਾਲ ਦੇਖੋ। ਕਈ ਜਗ੍ਹਾ ਫਲੋਰੋਸੈਂਟ ਬਲਬ ਦੀ ਰੋਸ਼ਨ ਵੀ ਸਿਰ ਵਿਚ ਦਰਦ ਕਰ ਸਕਦੀ ਹੈ। ਜੇਕਰ ਬੱਤੀਆਂ ਜਲਾਏ ਬਿਨਾਂ ਗੱਲ ਨਾ ਬਣੇ ਤਾਂ ਵਿਚ-2 ਬਾਹਰ ਦੀ ਹਵਾ ਲਵੋ।

**ਵਿਕਲਪ ਅਜਮਾਓ:-** ਐਕਯੂਪੰਚਰ, ਐਕਯੂਪ੍ਰੈਸ਼ਰ, ਬਾਇਓਫੀਡਬੈਕ ਤੇ ਮਾਲਸ਼ ਵਰਗੇ ਵਿਕਲਪਿਕ ਇਲਾਜ ਪ੍ਰਣਾਲੀਆਂ ਅਜਮਾਓ।

**ਗਰਮ ਤੇ ਠੰਡਾ ਸੇਕ:-** ਸਾਇਨਜ਼ ਦੇ ਸਿਰ ਦਰਦ ਤੋਂ ਬਚਾਅ ਦੇ ਲਈ ਦਿਨ ਵਿਚ ਚਾਰ ਵਾਰ 10 ਮਿੰਟ ਤਕ, 30-30 ਸਕਿੰਟ ਲਈ ਸਿਰ ਤੇ ਗਰਮ-ਠੰਡਾ ਸੇਕ ਕਰੋ। ਤਨਾਅ ਦੇਕਾਰਣ ਸਿਰ ਦਰਦ ਹੋਵੇ ਤਾਂ ਗਰਦਨ ਦੇ ਪਿਛਲੇ ਹਿੱਸੇ ਤੇ ਬਰਫ਼ ਲਗਾਓ ਤੇ ਅੱਖਾਂ ਬੰਦ ਕਰੋ। ਆਮ ਆਈਸ ਪੈਕ ਜਾਂ ਜੈਲ ਬੇਸਡ ਪਿਲੋ ਪ੍ਰਯੋਗ ਕਰੋ।

**ਪੋਸ਼ਚਰ ਸਿੱਧਾ ਰੱਖੋ:-** ਝੁਕ ਕੇ ਜਾਂ ਆਡਾ-ਤਿਰਛਾ ਬੈਠ ਕੇ ਲੰਬੇ ਸਮੇਂ ਤਕ ਕੰਮ (ਬੱਚੇ ਦੀਆਂ ਜੁਰਾਬਾਂ ਬੁਣਨਾ ਆਦਿ) ਨਾ ਕਰੋ। ਆਪਣੇ ਪੋਸ਼ਚਰ ਤੇ ਪੂਰਾ ਧਿਆਨ ਦਿਉ।

**ਦਵਾਈ ਲਉ:-** ਜੇਕਰ ਅਰਾਮ ਨਾ ਆਏ ਤਾਂ ਦਵਾਈ ਲਉ। ਉਂਝ ਟਾਇਲੀਜੋਲ ਨਾਲ ਕਾਫ਼ੀ ਅਰਾਮ ਆ ਜਾਂਦਾ ਹੈ। ਇਸ ਨੂੰ ਗਰਭਕਾਲ ਵਿਚ ਸੁਰੱਖਿਅਤ ਵੀ ਮੰਨਿਆ ਜਾਂਦਾ ਹੈ। ਡਾਕਟਰ ਦੀ ਮਦਦ ਨਾਲ ਸਹੀ ਖ਼ੁਰਾਕ ਲਉ। ਜੇਕਰ ਕੁਝ ਘੰਟਿਆਂ ਤਕ ਲਗਾਤਾਰ ਵਖ਼ਰਾ ਦਰਦ ਰਹੇ, ਬੁਖ਼ਾਰ ਹੋਵੇ ਅਤੇ ਦਰਦ ਵਾਰ-2 ਹੋਵੇ ਜਾਂ ਹੱਥਾਂ-ਪੈਰਾਂ ਵਿਚ ਸੋਜਸ਼ ਆ ਜਾਏਤਾਂ ਡਾਕਟਰ ਦੀ ਮਦਦ ਲਉ।

**"ਮੈਨੂੰ ਮਾਈਗ੍ਰੇਨ ਦਾ ਦਰਦ ਹੁੰਦਾ ਹੈ। ਮੈਂ ਸੁਣਿਆ ਹੈ ਕਿ ਇਹ ਗਰਭਕਾਲ ਵਿਚ ਕਾਫ਼ੀ ਵੱਧ ਜਾਂਦਾ ਹੈ। ਕੀ ਇਹ ਸੱਚ ਹੈ?"**

ਕੁਝ ਗਰਭਵਤੀ ਔਰਤਾਂ ਨੂੰ ਇੰਝ ਲਗਦਾ ਹੈ ਕਿ ਗਰਭਕਾਲ ਵਿਚ ਉਨ੍ਹਾਂ ਦਾ ਮਾਈਗ੍ਰੇਨ ਦਾ ਦਰਦ ਕਾਫ਼ੀ ਵੱਧ ਗਿਆ ਹੈ। ਕੁਝ ਕਿਸਮਤਵਾਲੀ ਔਰਤਾਂ ਹੀ ਐਸੀਆਂ ਹਨ, ਜਿਨ੍ਹਾਂ ਦੇ ਕੇਸਾਂ ਵਿਚ ਇਹ ਦਰਦ ਘੱਟਦਾ ਹੈ। ਇਹ ਪਤਾ ਨਹੀਂ ਲਗ ਸਕਿਆ ਕਿ ਮਾਈਗ੍ਰੇਨ ਦੀ ਮਾਤਰਾ ਘੱਟ ਜਾਂ ਵੱਧ ਕਿਉਂ ਹੁੰਦੀ ਹੈ।

ਜੇਕਰ ਤੁਸੀਂ ਪਹਿਲਾਂ ਹੀ ਮਾਈਗ੍ਰੇਨ ਤੋਂ ਪੀੜ੍ਹਤ ਹੋ ਤਾਂ ਆਪਣੇ ਡਾਕਟਰ ਤੋਂ ਪੁੱਛੋ ਕਿ ਗਰਭਕਾਲ ਵਿਚ ਕਿਹੜੀ ਦਵਾਈ ਲੈਣਾ ਠੀਕ ਰਹੇਗਾ। ਇਸ ਤਰ੍ਹਾਂ ਤੁਸੀਂ ਪਹਿਲਾਂ ਤੋਂ ਹੀ ਜਾਨਲੇਵਾ ਦਰਦ ਤੋਂ

ਬਚਾਅ ਦਾ ਉਪਾਅ ਕਰ ਸਕੋਗੀ।

ਜੇਕਰ ਤੁਸੀਂ ਜਾਣਦੀ ਹੋ ਕਿ ਮਾਈਗ੍ਰੇਨ ਕਿਸ ਕਾਰਣ ਹੁੰਦਾ ਹੈ ਤਾਂ ਤੁਸੀਂ ਉਸ ਨੂੰ ਰੋਕਣ ਦਾ ਉਪਾਅ ਵੀ ਕਰ ਸਕਦੀ ਹੋ। ਚਾੱਕਲੇਟ, ਚੀਜ਼,ਕਾ.ਫੀ ਜਾਂ ਫਿਰ ਤਨਾਅ। ਆਪਣੇ ਮੂੰਹ ਤੇਠੰਡੇਪਾਣੀ ਦੇ ਛਿੱਟੇ ਮਾਰੋ, ਚਿਹਰੇ ਤੇ ਠੰਡਾ ਕਪੜਾ ਮਲੋ। ਸ਼ੋਰ, ਰੋਸ਼ਨੀ ਅਤੇ ਮਹਿਕ ਤੋਂ ਦੂਰ ਕਿਸੀ ਹਨੇਰੇ ਕਮਰੇ ਵਿਚ 2-3 ਘੰਟੇ ਲੇਟੋ। ਅੱਖਾਂ ਬੰਦ ਕਰਕੇ ਧਿਆਨ ਕਰੋ ਜਾਂ ਸੰਗੀਤ ਸੁਣੋ। ਕੁਝ ਪੜ੍ਹੋ ਨਹੀਂ ਅਤੇ ਨਾ ਹੀ ਟੀ.ਵੀ. ਦੇਖੋ। ਬਾਇਓਫੀਡਬੈਕ ਜਾਂ ਐਕਯੂਪੰਚਰ ਵਰਗੀਆਂ ਤਕਨੀਕਾਂ ਵੀ ਅਪਨਾ ਸਕਦੀ ਹੋ।

## ਸਟ੍ਰੈਚ ਮਾਰਕ

**"ਮੈਨੂੰ ਡਰ ਹੈ ਕਿ ਮੇਰੇਸਰੀਰ ਤੇ ਸਟ੍ਰੈਚ ਮਾਰਕਸ ਹੋ ਜਾਣਗੇ। ਕੀ ਇਨ੍ਹਾਂ ਨੂੰ ਰੋਕਿਆ ਜਾ ਸਕਦਾ ਹੈ?"**

ਇਨ੍ਹਾਂ ਨੂੰ ਤਾਂ ਕੋਈ ਵੀ ਪਸੰਦ ਨਹੀਂ ਕਰਦਾ ਪ੍ਰੰਤੂ ਜ਼ਿਆਦਾਤਰ ਗਰਭਵਤੀ ਔਰਤਾਂ ਨੂੰ ਗਰਭਕਾਲ ਦੇ ਦੌਰਾਨ ਬ੍ਰੈਸਟ, ਹਿਪਸ ਜਾਂ ਪੇਟ ਤੇ ਹਲਕੇ ਲਾਲ, ਗੁਲਾਬੀ ਸਟ੍ਰੈਚ ਮਾਰਕ ਹੋ ਹੀ ਜਾਂਦੇ ਹਨ।

ਜਦੋਂ ਤੁਹਾਡੀ ਚਮੜੀ ਦੇ ਹੇਠਾਂ ਟਿਸ਼ੂਆਂ ਦੀ ਪਰਤ ਵਿਚ ਹਲਕੀਆਂ ਦਰਾਰਾਂ ਆ ਜਾਂਦੀਆਂ ਹਨ ਤਾਂ ਇਹ ਨਿਸ਼ਾਨ ਪੈਂਦੇ ਹਨ। ਇਹ ਆਪਣੀ ਹੱਦ ਤੋਂ ਖਿਚ ਜਾਂਦੇ ਹਨ ਜਿਨ੍ਹਾਂ ਗਰਭਵਤੀ ਮਾਵਾਂ ਦੀ ਚਮੜੀ ਵਿਚ ਕਾ.ਫੀ ਲਚਕ ਹੁੰਦੀ ਹੈ ਜਾਂ ਉਨ੍ਹਾਂ ਨੇ ਪੌਸ਼ਣ ਤੇ ਕਸਰਤ ਨਾਲ ਚਮੜੀ ਨੂੰ ਪੌਸ਼ਤ ਕੀਤਾ ਹੋਵੇ, ਉਹ ਕਈ ਵਾਰ ਮਾਂ ਬਣਨ ਦੇ ਬਾਵਜੂਦ ਐਸੇ ਸਟ੍ਰੈਚ ਮਾਰਕ ਤੋਂ ਬਚੀਆਂ ਰਹਿੰਦੀਆਂ ਹਨ। ਜੇਕਰ ਤੁਹਾਡੀ ਮਾਂ ਨੂੰ ਵੀ ਗਰਭਕਾਲ ਵਿਚ ਐਸੇ ਸਟ੍ਰੈਚ ਮਾਰਕ ਹੋਏਸਨ ਤਾਂ ਸ਼ਾਇਦ ਤੁਸੀਂ ਵੀ ਨਹੀਂ ਬਚੋਗੀ। ਜੇਕਰ ਉਹ ਉਨ੍ਹਾਂ ਕਿਸਮਤ ਵਾਲੀਆਂ ਔਰਤਾਂ ਵਿਚੋਂ ਹਨ ਜੋ ਇਨ੍ਹਾਂ ਤੋਂ ਬਚੀਆਂ ਰਹਿੰਦੀਆਂ ਹਨ ਤਾਂ ਸ਼ਾਇਦ ਤੁਹਾਡਾ ਵੀ ਬਚਾਅ ਹੋ ਜਾਏ।

ਉਂਝ ਤੁਸੀਂ ਚਾਹੋ ਤਾਂ ਆਪਣੇ ਵੱਲੋਂ ਵੀ ਬਚਾਅ ਦੇ ਕੁਝ ਉਪਾਅ ਅਪਨਾ ਸਕਦੀਹੋ, ਜਿਵੇਂ-ਭਾਰ ਹੋਲੀ-ਹੋਲੀ ਵਧਣਾ(ਚਮੜੀ ਜਿੰਨੀ ਤੇਜੀ ਨਾਲ ਖਿਚੇ ਗੀ, ਉਨੀ ਜਲਦੀ ਨਿਸ਼ਾਨ ਪੈਣਗੇ)। ਆਪਣੀ ਚਮੜੀ ਨੂੰ ਵਿਟਾਮਿਨ ਸੀ ਵਾਲੇ ਆਹਾਰ ਦਿਉ ਤਾਂ ਜੋ ਉਸ ਦੀ ਲਚਕ ਬਣੀ ਰਹੇ। ਉਂਝ ਤੁਸੀਂ ਚਾਹੋ ਤਾਂ ਕੋਕੋ ਵਾਟਰ ਵਰਗਾ ਕੋਈ ਮੁਆਇਸ਼ਚਰ ਵੀ ਪ੍ਰਯੋਗ ਕਰ ਸਕਦੀ ਹੋ।ਇਸ ਨਾਲ ਘੱਟੋ ਘੱਟ ਚਮੜੀ ਤੇ ਸੁਕਾਪਨ ਨਹੀਂ ਆਇਗਾ ਅਤੇ ਨਾ ਹੀ ਦਰਦ ਹੋਵੇਗਾ। ਆਪਣੇ ਪਤੀਦੇਵ ਨੂੰ ਕਹੋ ਕਿ ਉਹ ਇਸ ਨੂੰ ਤੁਹਾਡੇ ਪੇਟ ਤੇ ਮੱਲਣ, ਬੇਬੀ ਨੂੰ ਵੀ ਮਸਾਜ ਦਾ ਮਜ਼ਾ ਆ ਜਾਏਗਾ।

ਜੇਕਰ ਤੁਹਾਡੇ ਨਿਸ਼ਾਨ ਗੂੜੇ ਹੋ ਗਏ ਹੋਣ ਤਾਂ ਵੀ ਘਬਰਾਓ ਨਾ, ਡਿਲੀਵਰੀ ਦੇ ਕੁਝ ਮਹੀਨੇ ਬਾਦ ਹੀ ਉਹ ਧਾਰੀਂ ਹਲਕੀਆਂ ਪੈਣ ਲਗਣਗੀਆਂ। ਉਂਝ ਬਾਦ ਵਿਚ ਤੁਸੀਂ ਕਿਸੇ ਚਮੜੀ ਮਾਹਰ ਦੀ ਰਾਏ ਵੀ ਲੈ ਸਕਦੀ ਹੋ। ਉਦੋਂ ਤਕ ਇਨ੍ਹਾਂ ਨੂੰ ਬੜੀ ਸ਼ਾਨ ਨਾਲ ਅਪਣਾਓ।

### ਦੋਨਾਂ ਦੇ ਲਈ ਬਾੱਡੀ ਆਰਟ

'ਹਾੱਟ ਮਾਂ' ਦਾ ਟੈਟੂ ਖੁਦਵਾਣ ਜਾ ਰਹੀ ਹੋ ਤਾਂ ਜ਼ਰਾ ਰੁਕੋ। ਉਂਝ ਉਸ ਦੀ ਇੰਝ ਆਪਣੇ ਆਪ ਤਾਂ ਤੁਹਾਡੇ ਖ਼ੂਨ ਵਿਚ ਨਹੀਂ ਮਿਲੇਗੀ ਪ੍ਰੰਤੂ ਸੂਈ ਨਾਲ ਇਨਫੈਕਸ਼ਨ ਹੋ ਸਕਦਾ ਹੈ। ਖ਼ਤਰਾ ਕਿਉਂ ਮੁੱਲ ਲਉ?

ਕਈ ਵਾਰ ਇੰਝ ਵੀ ਹੁੰਦਾ ਹੈ ਕਿ ਗਰਭਕਾਲ ਦੌਰਾਨ ਬਣਿਆ ਟੈਟੂ, ਡਿਲੀਵਰੀ ਤੋਂ ਬਾਦ ਅਜੀਬ ਜਿਹਾ ਲੱਗਣ ਲਗਦਾ ਹੈ। ਇਸ ਲਈ ਬਾੱਡੀ ਆਰਟ ਕਰਨ ਤੋਂ ਪਹਿਲਾਂ ਥੋੜ੍ਹਾ ਇੰਤਜ਼ਾਰ ਕਰੋ। ਆਪਦੇ ਬੱਚੇ ਨੂੰ ਇਸ ਦੁਨੀਆਂ ਵਿਚ ਆਣ ਦਿਉ।

ਉਂਝ ਸ਼ੌਕ ਪੂਰਾ ਹੀ ਕਰਨਾ ਹੋਵੇ ਤਾਂ ਹਿਨਾ ਵੀ ਪ੍ਰਯੋਗ ਕਰ ਸਕਦੀ ਹੋ। ਤੁਸੀਂ ਕੁਦਰਤੀ ਹਿਨਾ(ਮਹਿੰਦੀ) ਪ੍ਰਯੋਗ ਕਰਨੀ ਹੈ। ਕੈਮੀਕਲ ਵਾਲੀ ਮਹਿੰਦੀ (ਕਾਲੀ) ਨੁਕਸਾਨ ਪਹੁੰਚਾ ਸਕਦੀਹੈ। ਇਸ ਦੇ ਲਈ ਵੀ ਪਹਿਲਾਂ ਆਪਣੇ ਡਾਕਟਰ ਤੋਂ ਪੁੱਛ ਲਉ ਕਿਉਂ ਤੁਹਾਡੀ ਅਤਿ ਸੰਵੇਦਨਸ਼ੀਲ ਚਮੜੀ ਤੇ ਅਲਰਜੀ ਹੋ ਸਕਦੀਹੈ। ਇਸ ਨੂੰ ਆਪਣੀ ਚਮੜੀ ਤੇ ਲਗਾਤਾਰ ਪੈਚ ਟੈਸਟ ਕਰੋ। ਜੇਕਰ 24 ਘੰਟੇ ਤਕ ਕੋਈ ਲੱਛਣ ਨਾ ਦਿਖੇ ਤਾਂ ਇਸ ਨੂੰ ਪ੍ਰਯੋਗ ਕਰਨਾ ਸੁਰੱਖਿਅਤ ਰਹੇਗਾ।

## ਪਹਿਲੀ ਤਿਮਾਹੀ ਅਤੇ ਭਾਰ ਵੱਧਣਾ

**"ਪਹਿਲੀ ਤਿਮਾਹੀ ਖ਼ਤਮ ਹੋਣ ਨੂੰ ਹੈ ਪਰ ਅਜੇ ਤਕ ਮੇਰਾ ਭਾਰ ਨਹੀਂ ਵਧਿਆ?"**

ਕੁਝ ਗਰਭਵਤੀ ਔਰਤਾਂ ਸ਼ੁਰੂ ਵਿਚ ਭਾਰ ਨਹੀਂ

ਵਧਾ ਸਕਦੀਆਂ ਸਗੋਂ ਕਈ ਔਰਤਾਂ ਦਾ ਭਾਰ ਘੱਟ ਵੀ ਜਾਂਦਾ ਹੈ। ਇੰਝ ਮਾਰਨਿੰਗ ਸਿਕਨੈਸ ਕਾਰਣ ਹੋ ਸਕਦਾ ਹੈ। ਕਿਸਮਤ ਨਾਲ, ਕੁਦਰਤ ਆਪ ਤੁਹਾਡੇ ਬੱਚੇ ਦਾ ਬਚਾਅ ਕਰਦੀ ਹੈ, ਫਿਰ ਚਾਹੇ ਤੁਸੀਂ ਉਬਕਾਈ ਅਤੇ ਭੋਜਨ ਨਾਪਸੰਦ ਹੋਣ ਕਾਰਣ ਉਸ ਨੂੰ ਨਾ ਖਾਓ। ਛੋਟੇ ਜਿਹੇ ਭਰੂਣ ਨੂੰ ਵੱਧ ਪੌਸ਼ਣ ਦੀ ਲੋੜ ਨਹੀਂ ਹੁੰਦੀ, ਇਸ ਦਾ ਭਾਵ ਹੈ ਕਿ ਹਾਲੇ ਭਾਰ ਨਾ ਵਧਣ ਨਾਲ ਉਸ ਤੇ ਕੋਈ ਬੁਰਾ ਅਸਰ ਨਹੀਂ ਪਵੇਗਾ। ਜਿਉਂ-2 ਬੇਬੀ ਵਧੇ ਗਾ, ਸਰੀਰ ਨੂੰ ਵੱਧ ਪੌਸ਼ਣ ਤੇਕੈਲੋਰੀ ਦੀ ਲੋੜ ਹੋਵੇਗੀ ਉਸ ਸਮੇਂ ਤੁਹਾਨੂੰ ਭਾਰ ਵਧਾਣਾ ਹੋਵੇਗਾ।

ਅਜੇ ਇਸ ਬਾਰੇ ਚਿੰਤਾ ਨਾ ਕਰੋ। ਚੌਥੇ ਮਹੀਨੇ ਤੋਂ ਤੁਹਾਡਾ ਭਾਰ ਸਹੀ ਤਰੀਕੇ ਨਾਲ ਵਧਣ ਲਗੇਗਾ। ਜੇ ਕਰ ਭਾਰ ਵਧਾਣ ਵਿਚ ਦਿੱਕਤ ਹੋਵੇ ਤਾਂ ਆਪਣੇ ਭੋਜਨ ਵਿਚ ਕੈਲੋਰੀ ਦੀ ਮਾਤਰਾ ਵਧਾ ਦਿਉ। ਵਿਚ-2 ਸਨੈਕਸ ਖਾਂਦੀ ਰਹੋ। ਭੋਜਨ ਦੀ ਮਾਤਰਾ ਵਧਾਓ। ਇਕ ਹੀ ਵਾਰ ਵਿਚ ਵਧ ਨਾ ਖਾ ਸਕੋ ਤਾਂ ਕੋਈ ਗੱਲ ਨਹੀਂ। ਮਿਕਸ ਮੀਲ ਸੋਲਿਊਸ਼ਨ ਅਪਣਾਓ। ਸਲਾਦ ਤੇ ਸੂਪ ਨੂੰ ਮੇਨ ਕੋਰਸ ਤੋਂ ਵੱਖ ਕਰੋ ਕਿਉਂਕਿ ਹੋ ਸਕਦਾਹੈ ਕਿ ਸਲਾਦ ਤੇ ਸੂਪ ਹੀ ਤੁਹਾਡਾ ਪੇਟ ਭਰ ਦੇਣ ਅਤੇ ਤੁਹਾਡੇ ਕੋਲ ਖਾਣ ਲਈ ਭੁੱਖ ਹੀ ਨਾ ਰਹੇ। ਚਰਬੀ ਵਾਲੇ ਭੋਜਨ(ਮੇਵੇ, ਬੀਜ, ਐਵੋਕਾਡੋ, ਜੈਤੂਨ ਦਾ ਤੇਲ) ਦਾ ਮਜ਼ਾ ਲਉ ਪ੍ਰੰਤੂ ਜੰਕ ਫੂਡ ਨਾ ਖਾਓ। ਇਸ ਤਰ੍ਹਾਂ ਦਾ ਭਾਰ ਵਧਿਆ ਤਾਂ ਉਸ ਦਾ ਅਸਰ ਬੱਚੇ ਤੇ ਨਹੀਂ, ਤੁਹਾਡੇ ਪੁੱਠਿਆਂ ਤੇ ਪੱਟਾਂ ਤੇ ਪਵੇਗਾ।

**''ਮੈਨੂੰ 12 ਹਫ਼ਤੇ ਦਾ ਗਰਭ ਹੈ। ਮੈਂ ਇਹ ਦੇਖ ਕੇ ਹੈਰਾਨ ਹੋ ਗਈ ਕਿ ਮੈਂ ਹੁਣੇ ਤੋਂ 13 ਪੌਂਡ ਭਾਰ ਵਧਾ ਲਿਆ ਹੈ। ਹੁਣ ਮੈਨੂੰ ਕੀ ਕਰਨਾ ਚਾਹੀਦਾ ਹੈ?''**

ਸਭ ਤੋਂ ਪਹਿਲਾਂ ਤਾਂ ਘਬਰਾਓ ਨਾ, ਕਈ ਔਰਤਾਂ ਨੂੰ ਪਹਿਲੀ ਤਿਮਾਹੀ ਤੋਂ ਬਾਦ ਐਸੇ ਝਟਕੇ ਦਾ ਸਾਮ੍ਹਣਾ ਕਰਨਾ ਪੈਂਦਾ ਹੈ। ਉਹ ਭਾਰ ਦੇਕੰਡੇ ਤੋਂ ਉਤਰਦੇ ਹੀ ਹੈਰਾਨ ਹੋ ਜਾਂਦੀਆਂ ਹਨ ਕਿ ਉਨ੍ਹਾਂ ਦਾ ਭਾਰ ਇੰਨਾ ਕਿਵੇਂ ਵੱਧ ਗਿਆ। ਕਈ ਵਾਰ ਐਸੇ ਖਾਣ-ਪੀਣ ਦੇਕਾਰਣ ਵੀ ਹੁੰਦਾ ਹੈ। ਉਨ੍ਹਾਂ ਪਹਿਲੇ ਦਿਨ ਤੋਂ ਹੀ ਲੱਗਣ ਲਗਦਾਹੈ ਕਿ ਉਹ ਦੋ ਲੋਕਾਂ ਲਈ ਖਾ ਰਹੀ ਹੈ।

ਕਈ ਵਾਰਉਹ ਜੀ ਮਿਚਲਾਣ ਜਾਂ ਉਬਕਾਈ ਆਣ ਤੇ ਲੋੜ ਤੋਂ ਵੱਧ ਆਈਸਕ੍ਰੀਮ, ਪਾਸਤਾ, ਬਰਗਰ ਜਾਂ ਬ੍ਰੈਡ ਲੈਣ ਲਗਦੀਆਂ ਹਨ।

ਇਸ ਭਾਰ ਤੋਂ ਘਬਰਾਉਣ ਦੀ ਲੋੜ ਨਹੀਂ ਹੈ। ਤੁਸੀਂ ਇਸ ਭਾਰ ਨੂੰ ਛੇ ਮਹੀਨੇ ਤਕ ਨਹੀਂ ਲੈ ਜਾ ਸਕਦੀ ਕਿਉਂਕਿ ਬੱਚੇ ਦੇ ਵੱਧਣ ਦੇ ਨਾਲ ਹੋਲੀ-2 ਵਧੇਰੇ ਪੌਸ਼ਣ ਦੀ ਲੋੜ ਹੋਵੇਗੀ। ਇਸ ਲਈ ਕੈਲਰੀ ਘਟਾਉਣ ਸਬੰਧੀ ਨਾ ਸੋਚੋ। ਉਂਝ ਤੁਸੀਂ ਥੋੜ੍ਹੀ ਸਾਵਧਾਨੀ ਵਰਤ ਕੇ ਇਸ ਨੂੰ ਹੋਲੀ ਕਰ ਸਕਦੀ ਹੋ।

ਡਾਕਟਰ ਦੀ ਰਾਏ ਲਉ। ਅਗਲੀਆਂ ਦੋ ਤਿਮਾਹੀਆਂ ਦੇਲਈ ਭਾਰ ਦਾ ਟੀਚਾ ਬਣਾਓ ਤੇ ਉਸੀ ਹਿਸਾਬ ਨਾਲ ਚੱਲਣ ਦੀ ਕੋਸ਼ਿਸ਼ ਕਰੋ ਕਿਉਂਕਿ ਜੇ ਕਰ ਇਸੀ ਹਿਸਾਬ ਨਾਲ ਭਾਰ ਵਧਾਓਗੀ ਤਾਂ ਬੱਚੇ ਨੂੰ ਪੂਰਾ ਪੌਸ਼ਣ ਮਿਲੇਗਾ ਅਤੇ ਤੁਹਾਨੂੰ ਡਿਲੀਵਰੀ ਤੋਂ ਬਾਦ ਫਾਲਤੂ ਭਾਰ ਘਟਾਣ ਵਿਚ ਵੀ ਸਮਾਂ ਨਹੀਂ ਲਗੇਗਾ।

## ਗਰਭਵਤੀ ਦਿਖਣਾ

**''ਮੈਂ ਅਜੇ ਪਹਿਲੀ ਤਿਮਾਹੀ ਵਿਚ ਹਾਂ ਅਤੇਮੇਰਾ ਉਭਾਰ ਦਿਖਣ ਲਗਾ ਹੈ?''**

ਕੁਝ ਗਰਭਵਤੀ ਔਰਤਾਂ ਦਾ ਉਭਾਰ ਕਾਫ਼ੀ ਸਮੇਂ ਤਕ ਨਹੀਂ ਦਿੱਖਦਾ ਅਤੇ ਕੁਝ ਸ਼ੁਰੂ ਤੋਂ ਹੀ ਪੇਟ ਦਾ ਉਭਾਰ ਮਹਿਸੂਸ ਕਰਨ ਲਗਦੀਆਂ ਹਨ। ਇੰਝ ਇਸ ਲਈ ਹੁੰਦਾ ਹੈ ਕਿਉਂਕਿ ਹਰ ਗਰਭਕਾਲ ਆਪਣੇ ਆਪ ਵਿਚ ਵੱਖ ਹੈ। ਤੁਹਾਨੂੰ ਇਹੀ ਡਰ ਹੈ ਕਿ ਹੁਣੇ ਇੰਨਾ ਉਭਾਰ ਹੈ ਤਾਂ ਮੈਂ ਅੱਗੇਚਲ ਕੇ ਕਿਵੇਂ ਦਿਖਾਂਗੀ। ਘਬਰਾਓ ਨਾ, ਘੱਟੋ ਘੱਟ ਤੁਹਾਨੂੰ ਇਹ ਡਰ ਤਾਂ ਨਹੀਂ ਸਤਾਏਗਾ ਕਿ ਤੁਸੀਂ ਗਰਭਵਤੀ ਨਹੀਂ ਹੋ।

ਜਲਦੀ ਉਭਾਰ ਦਿੱਖਣ ਦੇ ਹੇਠ-ਲਿਖੇ ਕਾਰਣ ਹੋ ਸਕਦੇ ਹਨ :-

### ਲੜਕੇ ਤਾਂ ਲੜਕੇ ਹੀ ਹਨ

ਦੂਜੀ ਤਿਮਾਹੀ ਖ਼ਤਮ ਹੁੰਦੇ ਹੀ ਤੁਹਾਡੀ ਗੁਆਚੀ ਹੋਈ ਭੁੱਖ ਵਾਪਸ ਆਏਗੀ ਪ੍ਰੰਤੂ ਜੇਕਰ ਬਹੁਤ ਜ਼ਿਆਦਾ ਭੁੱਖ ਲਗੀ ਹੈ ਤਾਂ ਸ਼ਾਇਦ ਤੁਹਾਡੇ ਅੰਦਰ ਇਕ ਨਰ ਭਰੂਣ ਪਨਪ ਰਿਹਾ ਹੈ। ਖੋਜ ਤੋਂ ਪਤਾ ਲਗਾਹੈ ਕਿ ਲੜਕਿਆਂ ਦੀਆਂ ਮਾਵਾਂ ਲੜਕੀਆਂ ਦੀਆਂ ਮਾਵਾਂ ਦੇ ਮੁਕਾਬਲੇ ਵੱਧ ਖਾਂਦੀਆਂ ਹਨ ਤਾਂ ਹੀ ਜਨਮ ਦੇ ਸਮੇਂ ਲੜਕਿਆਂ ਦਾ ਭਾਰ ਵੱਧ ਹੁੰਦਾ ਹੈ। ਤੁਸੀਂ ਬਸ ਭੋਜਨ ਹੋਰ ਭੋਜਨ ਸਬੰਧੀ ਹੀ ਸੋਚਦੀ ਰਹਿੰਦੀ ਹੋ।

- ਤੁਹਾਡੀ ਗੜ੍ਹਨ ਛੋਟੀ ਹੈ ਤਾਂ ਤੁਹਾਡੇ ਵਧਦੀ ਬੱਚੇਦਾਨੀ ਨੂੰ ਛੁਪਣ ਦੀ ਕੋਈ ਜਗ੍ਹਾ ਨਹੀਂ ਮਿਲੇ ਗੀ ਅਤੇ ਤੁਹਾਡਾ ਉਭਾਰ ਸਾਫ਼ ਦਿਖੇਗਾ।
- ਤੁਹਾਡੀਆਂ ਮਾਸਪੇਸ਼ੀਆਂ ਦੀ ਟੋਨ ਘੱਟ ਹੋਵੇਗੀ ਤਾਂ ਵੀ ਪੇਟ ਦਾ ਉਭਾਰ ਜਲਦੀ ਦਿਖੇਗਾ। ਤਾਂ ਹੀ ਦੂਜੇ ਗਰਭਕਾਲ ਵਿਚ ਵੀ ਉਭਾਰ ਜਲਦੀ ਦਿੱਖਣ ਲਗਦਾ ਹੈ ਕਿਉਂਕਿ ਉਨ੍ਹਾਂ ਦੇ ਪੇਟ ਦੀਆਂ ਮਾਸ ਪੇ ਸ਼ੀਆਂ ਪਹਿਲਾਂ ਤੋਂ ਖਿੱਚ ਚੁੱਕੀਆਂ ਹੁੰਦੀਆਂ ਹਨ।
- ਜੇਕਰ ਤੁਸੀਂ ਗਰਭਵਤੀ ਹੋਣ ਦੀ ਖ਼ਬਰ ਪਾਉਂਦੇ ਹੀ ਲੋੜ ਤੋਂ ਵੱਧ ਖਾਣ-ਪੀਣ ਲਗੀ ਹੋ ਤਾਂ ਤੁਹਾਡੇ ਪੇਟ ਦਾ ਉਭਾਰ ਜਲਦੀ ਦਿਖੇਗਾ।
- ਜੇਕਰ ਤੁਹਾਨੂੰ ਗਰਭਧਾਰਣ ਦੀ ਸਹੀ ਮਿਤੀ ਦਾ ਅੰਦਾਜਾ ਨਹੀਂ ਹੈ ਤਾਂ ਵੀ ਐਸਾ ਹੋ ਸਕਦਾ ਹੈ।
- ਕਈ ਵਾਰ ਪੇਟ ਵਿਚ ਗੈਸ ਤੇ ਅਫਾਰੇ ਕਾਰਣ ਵੀ ਪੇਟ ਫੁਲਿਆ ਹੋਇਆ ਦਿਖਦਾ ਹੈ।
- ਕਈ ਵਾਰ ਪਹਿਲੀ ਤਿਮਾਹੀ ਵਿਚ ਉਭਾਰ ਦਿਖਣ ਲਗਦਾ ਹੈ। ਐਸੀਆਂ ਔਰਤਾਂ ਦੇ ਪੇਟ ਵਿਚ ਜੁੜਵਾਂ ਬੱਚੇ ਵੀ ਹੋ ਸਕਦੇ ਹਨ। ਉਂਝ ਆਮ ਤੌਰ ਤੇ ਪੇਟ ਦੇ ਇਸ ਉਭਾਰ ਦਾ ਇਹ ਭਾਵ ਨਹੀਂ ਕਿ ਤੁਹਾਨੂੰ ਦੋ ਬੱਚੇ ਸੰਭਾਲਣੇ ਹੋਣਗੇ।

## ਜੁੜਵਾਂ ਬੱਚੇ

**"ਡਾਕਟਰ ਕਿਵੇਂ ਪਤਾ ਲਗਾਣਗੇ ਕਿ ਮੇਰੇ ਪੇਟ ਵਿਚ ਜੁੜਵਾਂ ਬੱਚੇ ਹਨ ਜਾਂ ਨਹੀਂ?"**

ਕੀ ਤੁਹਾਨੂੰ ਲਗ ਰਿਹਾ ਹੈ ਕਿ ਪੇਟ ਵਿਚ ਜੁੜਵਾਂ ਹਨ। ਇਸ ਨੂੰ ਪਤਾ ਲਗਾਣ ਦੇ ਵੀ ਕਈ ਤਰੀਕੇ ਹੋ ਸਕਦੇ ਹਨ।

**ਸਮੇਂ ਤੋਂ ਪਹਿਲਾਂ ਵੱਡੀ ਬੱਚੇਦਾਨੀ:-** ਜੁੜਵਾਂ ਬੱਚਿਆਂ ਦਾ ਪਤਾ ਲਗਾਣ ਦੇ ਲਈ ਪੇਟ ਨਹੀਂ, ਬੱਚੇਦਾਨੀ ਦੇ ਅਕਾਰ ਤੇ ਧਿਆਨ ਦਿੱਤਾ ਜਾਂਦਾ ਹੈ। ਜੇਕਰ ਡਿਊ ਡੇਟ ਦੀ ਤੁਲਨਾ ਵਿਚ ਬੱਚੇਦਾਨੀ ਵੱਧ ਤੇਜੀ ਨਾਲ ਵੱਧ ਰਹੀ ਹੈ ਤਾਂ ਤੁਹਾਨੂੰ ਮਲਟੀਪਲ ਪ੍ਰੈਗਨੈਂਸੀ ਹੋ ਸਕਦੀ ਹੈ। ਸਿਰ ਵੱਡੇ ਪੇਟ ਤੋਂ ਹੀ ਅੰਦਾਜਾ ਨਹੀਂ ਹੋ ਸਕਦਾ।

**ਗਰਭਕਾਲ ਵਿਚ ਵੱਧੇ ਲੱਛਣ:-** ਜੁੜਵਾਂ ਬੱਚਿਆਂ ਦੇ ਮਾਮਲੇ ਵਿਚ ਗਰਭਕਾਲ ਦੇ ਲੱਛਣ ਵਧੇਰੇ ਵਿਗੜੇ ਹੋਏ ਰੂਪ ਵਿਚ (ਮਾਰਨਿੰਗ ਸਿਕਨੈਸ ਤੇ ਅਪਾਚਣ ਆਦਿ) ਸਾਮ੍ਹਣੇ ਆ ਸਕਦੇ ਹਨ ਪ੍ਰੰਤੂ ਇਹ ਸਭ ਕਈ ਵਾਰ ਇਕ ਭਰੂਣ ਵਾਲੇ ਗਰਭਕਾਲ ਵਿਚ ਵੀ ਹੋ ਸਕਦਾ ਹੈ।

**ਝੁਕਾਅ:-** ਕਈ ਕਾਰਕ ਤੈਅ ਕਰਦੇ ਹਨ ਕਿ ਮਾਂ ਇਕ ਜਾਂ ਦੋ ਬੱਚਿਆਂ ਨੂੰ ਜਨਮ ਦੇਵੇਗੀ। 35 ਸਾਲ ਤੋਂ ਵੱਧ ਉਮਰ ਦੀਆਂ ਔਰਤਾਂ ਤੇ ਆਈਵੀਐਫ ਵਿਚ ਐਸਾ ਹੋ ਸਕਦਾ ਹੈ। ਕਈ ਵਾਰ ਜੈਨੇਟਿਕ ਪ੍ਰਭਾਵ ਕਾਰਣ ਵੀ ਇੰਝ ਹੁੰਦਾ ਹੈ।

ਡਾਕਟਰ ਦੋਨਾਂ ਦੇ ਦਿਲ ਦੀ ਧੜਕਣ ਵੱਖ-2 ਸੁਣਨ ਦੀ ਕੋਸ਼ਿਸ਼ ਕਰ ਸਕਦੇ ਹਨ। ਪ੍ਰੰਤੂ ਇਹ ਕੋਈ ਵਿਗਿਆਨਕ ਤਰੀਕਾ ਨਹੀਂ ਹੈ। ਅਲਟ੍ਰਾਸਾਉਂਡ ਨਾਲ ਹੀ ਜੁੜਵਾਂ ਬੱਚਿਆਂ ਦਾ ਸਹੀ ਤਰੀਕੇ ਨਾਲ ਪਤਾ ਲਗ ਸਕਦਾ ਹੈ। ਆਮ ਤੌਰ ਤੇ ਇਹ ਤਰੀਕਾ ਕਾਰਗਰ ਹੁੰਦਾ ਹੈ। (ਜੇਕਰ ਇਕ ਭਰੂਣ ਦੂਜੇ ਭਰੂਣ ਦੇ ਪਿਛੇ ਛੁਪਿਆ ਨਾ ਹੋਵੇ) ਇਸੀ ਤਰੀਕੇ ਨਾਲ ਮਲਟੀਪਲ ਪ੍ਰੈਗਨੈਂਸੀ ਦਾ ਪਤਾ ਚਲ ਸਕਦਾ ਹੈ।

## ਬੱਚੇ ਦੇ ਦਿਲ ਦੀ ਧੜਕਣ

**"ਮੇਰੀ ਸਹੇਲੀ ਨੇ ਬੱਚੇ ਦੀ ਧੜਕਣ 10ਵੇਂ ਹਫ਼ਤੇ ਵਿਚ ਸੁਣੀ ਸੀ। ਮੈਂ ਉਸ ਤੋਂ ਇਕ ਹਫ਼ਤਾ ਅੱਗੇ ਹਾਂ ਪ੍ਰੰਤੂ ਹੁਣ ਵੀ ਡਾਕਟਰ ਬੱਚੇ ਦੀ ਧੜਕਣ ਨਹੀਂ ਸੁਣ ਸਕੇ।"**

ਕਿਸੀ ਵੀ ਸੰਭਾਵੀ ਮਾਂ-ਪਿਉ ਦੇ ਲਈ ਨੰਨ੍ਹੇ ਦੇ ਦਿਲ ਦੀ ਧੜਕਣ ਮਧੁਰ ਸੰਗੀਤ ਤੋਂ ਘੱਟ ਨਹੀਂ ਹੁੰਦੀ। ਚਾਹੇ ਤੁਸੀਂ ਇਸ ਨੂੰ ਪਹਿਲੇ ਅਲਟ੍ਰਾਸਾਉਂਡ ਵਿਚ ਦੇਖ ਚੁਕੀ ਹੋ ਪ੍ਰੰਤੂ ਡਾਕਟਰ ਦੇ ਆਫਿਸ ਵਿਚ ਡਾੱਪਲਰ ਦੀ ਮਦਦ ਨਾਲ ਸੁਣਨ ਦਾ ਆਪਣਾ ਹੀ ਅਨੰਦ ਹੈ।

ਹਾਲਾਂਕਿ 10-12 ਹਫ਼ਤੇ ਤੋਂ ਬੀ ਡਾੱਪਲਰ ਦੀ ਮਦਦ ਨਾਲ ਬੱਚੇ ਦੇ ਦਿਲ ਦੀ ਧੜਕਣ ਸੁਣੀ ਜਾ ਸਕਦੀ ਹੈ ਪ੍ਰੰਤੂ ਸਾਰੇ ਮਾਂ-ਪਿਉ ਨੂੰ ਇਹ ਮੌਕਾ ਇੰਨੀ ਜਲਦੀ ਨਹੀਂ ਮਿਲਦਾ। ਕਈ ਵਾਰ ਬੱਚੇ ਜਾਂ ਪਲੇਸੈਂਟਾ ਦੀ ਹਾਲਤ ਕਾਰਣ ਇਹ ਸੰਭਵ ਨਹੀਂ ਹੁੰਦਾ। ਜਾਂ ਫਿਰ ਤੁਹਾਡੇ ਪੇਟ ਤੇ ਚਰਬੀ ਦੀਆਂ ਕਈ ਪਰਤਾਂ ਜਮ੍ਹਾ ਹੁੰਦੀਆਂ ਹਨ। ਡਿਊ ਡੇਟ ਦਾ ਗਲਤ ਅਨੁਮਾਨ ਵੀ ਇਸ ਦਾ ਇਕ ਕਾਰਣ ਹੋ ਸਕਦਾ ਹੈ। 14ਵੇਂ ਹਫ਼ਤੇ ਤਕ ਨਿਸ਼ਚਿਤ ਰੂਪ ਨਾਲ ਤੁਸੀਂ ਬੱਚੇ ਦੇ ਦਿਲ ਦੀ ਧੜਕਣ ਸੁਣ ਸਕੋਗੀ। ਜੇਕਰ ਤੁਸੀਂ ਇੰਨਾ ਵੀ ਰੁਕਣ ਨੂੰ

## ਲੜਕਾ ਜਾਂ ਲੜਕੀ

ਪੁਰਾਣੀਆਂ ਦਾਈਆਂ ਤੇ ਕੁਝ ਡਾਕਟਰਾਂ ਦਾ ਮੰਨਣਾ ਹੈਕਿ ਦਿਲ ਦੀ ਗਤੀ ਬੱਚੇ ਦੇ ਲਿੰਗ ਦਾ ਅੰਦਾਜਾ ਹੋ ਸਕਦੀ ਹੈ। 140 ਤੋਂ ਵੱਧ ਦਿਲ ਦੀ ਗਤੀ ਹੋਣ ਤੇ ਲੜਕੀ ਜਾਂ 140 ਤੋਂ ਘੱਟ ਹੋਣ ਤੇ ਲੜਕਾ ਹੋ ਸਕਦਾਹੈ। ਇਸ ਨੂੰ ਮੌਜ-ਮਸਤੀ ਦੇ ਹਿਸਾਬ ਨਾਲ ਤਾਂ ਸਚ ਮੰਨ ਸਕਦੇ ਹਾਂ ਪ੍ਰੰਤੂ ਇਸ ਦੇ ਹਿਸਾਬ ਨਾਲ ਨਰਸਰੀ ਦੇ ਰੰਗਾਂ ਦੀ ਚੋਣ ਨਾ ਕਰੋ।

ਤਿਆਰਨਹੀਂ ਤਾਂ ਡਾਕਟਰ ਉਸਨੂੰ ਅਲਟ੍ਰਾਸਾਊਂਡ ਤੇ ਦਿਖਾ ਦੇਣਗੇ।

ਜਦੋਂ ਵੀ ਬੱਚੇ ਦੇ ਦਿਲ ਦੀ ਧੜਕਣ ਸੁਣੋਂ, ਤਾਂ ਥੋੜ੍ਹਾ ਧਿਆਨ ਦੇਵੋ। ਤੁਹਾਡੀ ਔਸਤ ਦਿਲ ਦਰ ਪ੍ਰਤੀ ਮਿੰਟ 100 ਵਾਰ ਹੁੰਦੀ ਹੈ। ਬੱਚੇ ਦੀ ਉੱਤਮ ਦਰ ਗਰਭਕਾਲ ਦੇ ਆਰੰਭ ਵਿਚ 110 ਤੋਂ 100 ਵਾਰ ਪ੍ਰਤੀ ਮਿੰਟ ਹੋਵੇਗੀ। ਹਰ ਬੱਚੇ ਦੇ ਦਿਲ ਦੀ ਧੜਕਣ ਵੱਖ-ਵੱਖ ਹੋ ਸਕਦੀ ਹੈ। ਇਸ ਦੀ ਕਿਸੀ ਦੂਜੇ ਬੱਚੇ ਨਾਲ ਤੁਲਨਾ ਨਾ ਕਰੋ।

18 ਤੋਂ 20 ਹਫ਼ਤੇ ਤੋਂ ਬਾਦ ਤੁਸੀਂ ਇਸ ਧੜਕਣ ਨੂੰ ਡਾੱਪਲਰ ਤੋਂ ਬਿਨਾਂ ਰੈਗੂਲਰ ਸਟੈਟਥਸਕੋਪ ਦੀ ਮਦਦ ਨਾਲ ਵੀ ਸੁਣ ਸਕਦੀ ਹੋ।

## ਐਟ-ਹੋਮ ਡਾੱਪਲਰ

ਖ਼ਤੁਸੀਂ ਵੀ ਇਕ ਪ੍ਰੀਨੈਟਲ ਹਾਰਟ ਲਿਸਨਰ ਲੈਣਾ ਚਾਹੁੰਦੀ ਹੋ। ਇਸ ਨਾਲ ਤੁਸੀਂ ਘਰ ਬੈਠੇ ਬੱਚੇ ਦੇ ਦਿਲ ਦੀ ਧੜਕਣ ਸੁਣ ਸਕਦੇ ਹੋ। ਇਹ ਯੰਤਰ ਸੁਰੱਖਿਅਤ ਤਾਂ ਹਨ ਪਰ ਇੰਨੇ ਸੰਵੇਦਨਸ਼ੀਲ ਨਹੀਂ ਹੁੰਦੇ ਅਤੇ ਪੰਜਵੇਂ ਮਹੀਨੇ ਤਕ ਬੱਚੇ ਦੇ ਦਿਲ ਦੀ ਧੜਕਣ ਨਹੀਂ ਸੁਣਾ ਸਕਦੇ। ਜੇਕਰ ਉਸ ਤੋਂ ਇਸ ਦਾ ਪ੍ਰਯੋਗ ਕਰੋਗੀ ਤਾਂ ਤੁਹਾਡੇ ਹੱਥ ਨਿਰਾਸ਼ਾ ਹੀ ਆਵੇਗੀ। ਜੇਕਰ ਬੱਚਾ ਸਹੀ ਹਾਲਤ ਵਿਚ ਨਾ ਹੋਵੇ ਤਾਂ ਵੀ ਤੁਹਾਡੇ ਦਿਲ ਦੀ ਧੜਕਣ ਸੁਣਨ ਵਿਚ ਦਿੱਕਤ ਆ ਸਕਦੀ ਹੈ। ਯਾਦ ਰੱਖੋ, ਯੰਤਰ ਜਿੰਨਾ ਵਧੀਆ ਹੋਵੇਗਾ, ਨਤੀਜੇ ਵੀ ਉਨੇ ਹੀ ਚੰਗੇ ਆਉਣਗੇ।

## ਸੈਕਸ ਦੀ ਇੱਛਾ

**''ਮੇਰੀਆਂ ਸਾਰੀਆਂ ਸਹੇਲੀਆਂ ਨੇ ਦੱਸਿਆ ਕਿ ਗਰਭ ਦੀ ਆਰੰਭਕ ਸਥਿਤੀ ਵਿਚ ਉਨ੍ਹਾਂ ਦੀ ਸੈਕਸ ਦੀ ਇੱਛਾ ਕਾਫ਼ੀ ਵਧ ਗਈ ਹੈ, ਮੈਂ ਇੰਝ ਮਹਿਸੂਸ ਕਿਉਂ ਨਹੀਂ ਕਰ ਰਹੀ?''**

ਗਰਭਕਾਲ ਵਿਚ ਤੁਹਾਡੇ ਜੀਵਨ ਦੇ ਕਈ ਪਹਿਲੂਆਂ ਵਿਚ ਬਦਲਾਅ ਆਉਂਦਾ ਹੈ। ਸੈਕਸ ਲਾਈਫ ਵੀ ਇਨ੍ਹਾਂ ਵਿਚੋਂ ਇਕ ਹੈ। ਹਾਰਮੋਨ ਤੁਹਾਨੂੰ ਸਰੀਰਕ ਜਾਂ ਮਾਨਸਿਕ ਰੂਪ ਤੋਂ ਉਤੇਜਿਤ ਕਰਦੇ ਹਨ ਤੇ ਨਿਢਾਲ ਕਰ ਦੇਂਦੇਹਨ ਪ੍ਰੰਤੂ ਹਰ ਔਰਤ ਤੇ ਇਨ੍ਹਾਂ ਦਾ ਅਸਰ ਵੱਖ ਤਰ੍ਹਾਂ ਨਾਲ ਹੁੰਦਾਹੈ। ਕੁਝ ਤਾਂ ਗਰਮ ਹੋ ਜਾਂਦੀਆਂ ਹਨ ਅਤੇ ਕੁਝ ਤੇ ਬਰਫ਼ ਦਾ ਠੰਡਾ ਪਾਣੀ ਪੈ ਜਾਂਦਾ ਹੈ। ਕੁਝ ਗਰਭਵਤੀ ਔਰਤਾਂ ਤਾਂ ਸਹੀ ਅਰਥਾਂ ਵਿਚ ਪਹਿਲੀ ਵਾਰ ਚਰਮ ਸੁਖ (ਆਰਗੇਜ਼ਮ) ਨੂੰ ਮਹਿਸੂਸ ਕਰਦੀਆਂ ਹਨ। ਕੁਝ ਔਰਤਾਂ ਜੋ ਸੈਕਸ ਜੀਵਨ ਵਿਚ ਪੂਰੀ ਦਿਲਚਸਪੀ ਲੈਂਦੀਆਂ ਰਹੀਆਂ ਹਨ- ਉਹ ਅਚਾਨਕ ਹੀ ਆਪਦੇ ਆਪ ਨੂੰ ਇਸ ਤੋਂ ਦੂਰ ਮਹਿਸੂਸ ਕਰਨ ਲਗਦੀਆਂ ਹਨ। ਹਾਲਾਂਕਿ ਹਾਰਮੋਨ ਸੈਕਸ ਇੱਛਾ ਨੂੰ ਜਾਗ੍ਰਿਤ ਕਰਦੇ ਹਨ ਪ੍ਰੰਤੂ ਉਲਟੀ, ਥਕਾਵਟ ਤੇ ਦੂਜੇ ਲੱਛਣ ਵਿਚਲੀ ਰੁਕਾਵਟ ਬਣ ਜਾਂਦੇ ਹਨ। ਇਹ ਸਾਰੇ ਬਦਲਾਅ ਆਮ ਹੋਣ ਦੇ ਬਾਵਜੂਦ ਮਨ ਵਿਚ ਅਪਰਾਧ ਬੋਧ ਦੀ ਭਾਵਨਾ ਪੈਦਾ ਕਰਦੇ ਹਨ ਤੇ ਸੈਕਸ ਤੋਂ ਬੇਮੁੱਖ ਕਰ ਦੇਂਦੇਹਨ।

ਤੁਹਾਨੂੰ ਇਹ ਯਾਦ ਰੱਖਣਾ ਹੋਵੇਗਾ ਕਿ ਇਨ੍ਹਾਂ ਦਿਨਾਂ ਵਿਚ ਤੁਹਾਡੀਆਂ ਭਾਵਨਾਵਾਂ ਵਿਚ ਕਾਫ਼ੀ ਬਦਲਾਅ ਆਉਂਦਾ ਹੈ। ਜੇਕਰ ਇਕ ਪਲ ਤੁਸੀਂ ਸੈਕਸੀ ਮਹਿਸੂਸ ਕਰਦੀ ਹੋ ਤਾਂ ਕੁਝ ਹੀ ਘੰਟਿਆਂ ਵਿਚ ਮੂਡ ਉਖੜ ਜਾਂਦਾ ਹੈ। ਆਪਸੀ ਸਮਝ, ਸੂਝ-ਬੂਝ ਤੇ ਪਿਆਰ ਦੀ ਮਦਦ ਨਾਲ ਇਨ੍ਹਾਂ ਹਾਲਾਤਾਂ ਨਾਲ ਨਿਪਟਿਆ ਜਾ ਸਕਦਾ ਹੈ। ਦੂਜੀ ਤਿਮਾਹੀ ਆਉਂਦੇ-2 ਸਭ ਕੁਝ ਪਹਿਲਾਂ ਵਾਂਗ ਹੋ ਜਾਏਗਾ।

**''ਜਦੋਂ ਤੋਂ ਮੈਂ ਗਰਭਵਤੀ ਹੋਈ ਹਾਂ। ਸੈਕਸ ਦੀ ਕਾਫ਼ੀ ਇੱਛਾ ਰਹਿਣ ਲਗੀ ਹੈ ਪ੍ਰੰਤੂ ਮੇਰੀ ਇੱਛਾ ਪੂਰੀ ਨਹੀਂ ਹੁੰਦੀ। ਕੀ ਇਹ ਆਮ ਹੈ?''**

ਇਸ ਵਿਚ ਅਸਮਾਨਤਾ ਵਾਲੀ ਵੀ ਕੋਈ ਗੱਲ

ਨਹੀਂ ਹੈ। ਤੁਸੀਂ ਤਾਂ ਕਿਸਮਤ ਵਾਲੀ ਹੋ ਕਿ ਪਹਿਲੀ ਤਿਮਾਹੀ ਦੇ ਉਨ੍ਹਾਂ ਮੁਸ਼ਕਲ ਲੱਛਣਾਂ ਦੇ ਬਾਵਜੂਦ ਤੁਹਾਡੀ ਸੈਕਸ ਦੀ ਇੱਛਾ ਬਰਕਾਰਾ ਹੈ। ਤੁਸੀਂ ਇਸ ਦੇ ਲਈ ਉਨ੍ਹਾਂ ਹਾਰਮੋਨਾਂ ਦਾ ਧੰਨਵਾਦ ਕਰ ਸਕਦੀ ਹੋ ਜਿਨ੍ਹਾਂ ਦੇ ਕਾਰਣ ਪੈਲਵਿਕ ਰੀਜਨ ਵਿਚ ਖ਼ੂਨ ਦਾ ਸੰਚਾਰ ਵੱਧ ਗਿਆ ਹੈ ਅਤੇ ਤੁਸੀਂਹਾੱਟ ਮਹਿਸੂ ਕਰਰਹੀ ਹੋ। ਇਸ ਸਮੇਂ ਤਾਂ ਤੁਸੀਂ ਕਿਸੀ ਸੈਕਸੀ ਮਾਂ ਤੋਂ ਘੱਟ ਨਹੀਂ ਹੋ। ਸ਼ਾਇਦ ਇਹੀ ਉਹ ਪਲ ਹਨ ਜਦੋਂ ਤੁਹਾਨੂੰ ਸੰਬੰਧ ਬਣਾਣ ਤੋਂ ਬਾਦ ਕਿਸੇ ਤਰ੍ਹਾਂ ਦੀ ਚਿੰਤਾ ਨਹੀਂ ਕਰਨੀ ਪੈ ਰਹੀ ਜਾਂ ਪੀਰੀਅਡ ਦੇਦਿਨਾਂ ਦੇ ਹਿਸਾਬ ਨਾਲ ਨਹੀਂ ਚਲਣਾ ਪੈ ਰਿਹਾ। ਸੈਕਸ ਸੰਬੰਧਾਂ ਦੀ ਇਹ ਰੁਮਾਂਚਕ ਦਾਸਤਾਨ ਪਹਿਲੀ ਤਿਮਾਹੀ ਤਕ ਚਲੇਗੀ ਜਾਂ ਫਿਰ ਪੂਰੇ ਗਰਭਕਾਲ ਤਕ ਤੁਹਾਡਾ ਸਾਥ ਨਿਭਾ ਸਕਦੀ ਹੈ।

ਤੁਹਾਡੀ ਇਹ ਇੱਛਾ ਬਿਲਕੁਲ ਸੁਭਾਵਿਕ ਹੈ ਅਤੇ ਤੁਹਾਨੂੰ ਇਸ ਦੇਲਈ ਸ਼ਰਮਿੰਦਾ ਹੋਣ ਦੀ ਕੋਈ ਲੋੜ ਨਹੀਂ ਹੈ। ਜੇਕਰ ਤੁਸੀਂ ਬਹੁਤ ਚੰਗੇ ਤਰੀਕੇ ਨਾਲ ਚਰਮ ਸੁੱਖ ਨੂੰ ਮਹਿਸੂਸ ਕਰਰਹੀ ਹੋ ਤਾਂ ਇਹ ਘਬਰਾਣ ਵਾਲੀ ਗੱਲ ਨਹੀਂ ਹੈ। ਜੇਕਰ ਇੰਝ ਪਹਿਲੀ ਵਾਰ ਹੋ ਰਿਹਾਹੈ ਤਾਂ ਫਿਰ ਤਾਂ ਜਸ਼ਨ ਮਨਾਉਣ ਵਾਲੀ ਗੱਲ ਹੈ। ਜੇਕਰਡਾਕਟਰ ਇਜਾਜ਼ਤ ਦੇਂਦੇ ਹਨ ਤਾਂ ਪੇਟ ਦਾ ਉਭਾਰ ਬਣਨ ਤੋਂ ਪਹਿਲਾਂ ਕੁਝ ਨਵੇਂ ਆਸਨ ਅਜਮਾਓ ਅਤੇ ਇਨ੍ਹਾਂ ਪੱਲਾਂ ਦਾ ਭਰਪੂਰ ਅਨੰਦ ਮਾਣੋ।

**"ਇਨ੍ਹਾਂ ਦਿਨਾਂ ਵਿਚ ਮੇਰੇ ਮਨ ਵਿਚ ਸੈਕਸ ਦੀ ਇੱਛਾ ਰਹਿੰਦੀ ਹੈ ਪ੍ਰੰਤੂ ਪਤੀ ਦਾ ਬਿਲਕੁਲ ਮੂਡ ਨਹੀਂ ਹੁੰਦਾ। ਹੁਣ ਮੈਂ ਇਹ ਬੁਰਾ ਲੱਗਦਾ ਹੈ।**

ਜਦੋਂ ਤੁਸੀਂ ਬਿਲਕੁਲ ਤਿਆਰ ਹੋ ਤਾਂ ਉਹ ਕਿਉਂ ਨਹੀਂ ਮੰਨ ਰਹੇ? ਇਸ ਦੇ ਕਈ ਕਾਰਣ ਹੋ ਸਕਦੇ ਹਨ। ਹੋ ਸਕਦਾ ਹੈ ਕਿ ਉਨ੍ਹਾਂ ਨੂੰ ਇਹ ਡਰ ਹੋਵੇ ਕਿ ਤੁਹਾਨੂੰ ਜਾਂ ਬੱਚੇ ਨੂੰ ਸੱਟ ਨਾ ਪਹੁੰਚੇ (ਜਦੋਂਕਿ ਇੰਝ ਹੁੰਦਾ ਨਹੀਂ)। ਬੱਚੇ ਦੇ ਸਾਮ੍ਹਣੇ ਸੰਬੰਧ ਬਣਾਣ ਦਾ ਅਹਿਸਾਸ ਜਾਂ ਫਿਰ ਇਸ ਗੱਲ ਦਾ ਅਹਿਸਾਸ ਕਿ ਬੱਚਾ ਉਨ੍ਹਾਂ ਦੇ ਲਿੰਗ ਨੂੰ ਦੇਖ ਜਾਂ ਮਹਿਸੂਸ ਕਰ ਸਕਦਾ ਹੈ। ਹੋ ਸਕਦਾ ਹੈ ਕਿ ਉਹ ਇਸ ਸਮੇਂ ਤੁਹਾਡੇ ਸਰੀਰ ਵਿਚ ਆਣ ਵਾਲੇ ਬਦਲਾਵਾਂ ਨੂੰ ਦੇਖਦੇ ਹੋਏ ਖ਼ੁਦ ਨੂੰ ਸਮਾਂ ਰਹੇ ਹੋਣ ਕਿ ਤੁਸੀਂ ਕਿਸੇ ਦੀ ਮਾਂ ਬਣਨ ਵਾਲੀ ਹੋ।

ਹੋ ਸਕਦਾ ਹੈ ਕਿ ਪ੍ਰੇਮੀ ਦੀ ਜਗ੍ਹਾ ਪਿਤਾ ਨੇ ਲੈ ਲਈ ਹੋਵੇ। ਉਂਝ ਕਈ ਵਾਰ ਸੰਭਾਵੀ ਪਿਤਾ ਦੇ ਮਨ ਵਿਚ ਸੈਕਸ ਦੀ ਇੱਛਾ ਘੱਟ ਜਿਹੀ ਜਾਂਦੀ ਹੈ।

ਕਾਰਣ ਚਾਹੇ ਕੋਈ ਵੀ ਹੋਵੇ, ਤੁਸੀਂ ਉਨ੍ਹਾਂ ਦੇ ਇਸ ਵਰਤਾਓ ਦਾ ਬੁਰਾ ਨਾ ਮੰਨੋ। ਆਪਣੇ ਇਸ ਸਮੇਂ ਨੂੰ ਵੀ ਇੰਝ ਹੀ ਨਾ ਜਾਣ ਦਿਉ। ਉਨ੍ਹਾਂ ਨਾਲ ਖੁਲ੍ਹ ਕੇ ਗੱਲ ਕਰੋ। ਉਨ੍ਹਾਂ ਨੂੰ ਅਹਿਸਾਸ ਦਿਵਾਓ ਕਿ ਇਨ੍ਹਾਂ ਦਿਨਾਂ ਵਿਚ ਸੈਕਸ ਬਿਲਕੁਲ ਸੁਰੱਖਿਅਤ ਹੈ ਅਤੇ ਇਸ ਨਾਲ ਅਣਜੰਮੇ ਬੱਚੇ ਦਾ ਕੋਈ ਲੈਣਾ-ਦੇਣਾ ਨਹੀਂ ਹੈ। ਇਸ ਤਰ੍ਹਾਂ ਉਨ੍ਹਾਂ ਨੂੰ ਆਪਣੇ ਮਨ ਦੀ ਗੱਠ ਖੋਲ੍ਹਣ ਵਿਚ ਅਸਾਨੀ ਰਹੇਗੀ। ਉਨ੍ਹਾਂ ਵੱਲੋਂ ਪਹਿਲ ਦੀ ਉਮੀਦ ਨਾ ਰੱਖਦੇ ਹੋਏ ਖ਼ੁਦ ਪਹਿਲ ਕਰੋ। ਇਕ ਨਵੀਂ ਸੈਕਸੀ ਨਾਇਟੀ, ਮੂਨਲਾਈਟ ਤੇ ਹਲਕਾ ਸੰਗੀਤ ਕਿਹੋ ਜਿਹਾ ਰਹੇਗਾ? ਜੇਕਰ ਮਾਲਿਸ਼ ਨਾਲ ਵੀ ਉਨ੍ਹਾਂ ਦਾ ਮੂਡ ਨਾ ਬਣੇ ਤਾਂ ਸੋਫ਼ੇ ਤੇ ਹੀ ਪਿਆਰ ਜਤਾਉਣ ਵਿਚ ਕੀ ਹਰਜ ਹੈ।

ਹੋ ਸਕਦਾ ਹੈ ਕਿ ਮਨ ਸ਼ਾਂਤ ਹੁੰਦੇ ਹੀ ਉਨ੍ਹਾਂ ਦਾ ਵੀ ਮੂੰਡ ਬਣ ਜਾਏ।

## ਆਰਗੈਨਜ਼ ਤੋਂ ਬਾਅਦ ਖਿਚਾਅ

**"ਮੈਨੂੰ ਆਰਗੈਨਜ਼ ਤੋਂ ਬਾਅਦ ਪੇਟ ਵਿਚ ਖਿਚਾਅ ਜਿਹੀ ਹੁੰਦੀ ਹੈ। ਕੀ ਇਹ ਆਮ ਹੈ ਜਾਂ ਕੁਝ ਗ਼ਲਤ ਹੋ ਰਿਹਾ ਹੈ?"**

ਚਿੰਤਾ ਨਾ ਕਰੋਅਤੇ ਇਸ ਕਾਰਣ ਸੈਕਸ ਤੋਂ ਦੂਰ ਨਾ ਭੱਜੋ। ਘੱਟ ਖ਼ਤਰੇ ਵਾਲੇ ਗਰਭਕਾਲ ਵਿਚ ਵੀ ਕਈ ਵਾਰ ਆਰਗੈਨਜ਼ ਤੋਂ ਬਾਅਦ ਜਾਂ ਉਸ ਦੌਰਾਨ, ਪਿੱਠ ਵਿਚਦਰਦ ਤੇ ਪੇਟ ਵਿਚ ਖਿਚਾਅ ਦੀ ਸ਼ਿਕਾਇਤ ਹੋ ਸਕਦੀ ਹੈ। ਬੱਚੇਦਾਨੀ ਵਿਚ ਆਮ ਸੰਗੁਠਨ ਤੇ ਇੰਟਰਕੋਰਸ ਤੋਂ ਬਾਅਦ ਇੰਝ ਹੋ ਸਕਦਾ ਹੈ। ਕਈ ਵਾਰ ਇਹ ਸਭ ਮਾਨਸਿਕ ਵੀ ਹੁੰਦਾ ਹੈ। ਸੈਕਸ ਦੌਰਾਨ ਬੱਚੇ ਨੂੰ ਸੱਟ ਲੱਗਣ ਦਾ ਡਰ ਸਤਾਉਂਦਾ ਰਹਿੰਦਾ ਹੈ। ਇਹ ਮਾਨਸਿਕ ਤੇ ਸਰੀਰਕ ਕਾਰਣਾਂ ਦਾ ਮੇਲ ਵੀ ਹੋ ਸਕਦਾ ਹੈ।

ਦੂਜੇ ਸ਼ਬਦਾਂ ਵਿਚ ਖਿਚਾਅ ਦਾ ਭਾਵ ਇਹ ਨਹੀਂ ਕਿ ਤੁਹਾਡੇ ਅਨੰਦ ਨਾਲ ਬੱਚੇ ਨੂੰ ਤਕਲੀਫ਼ ਹੋ ਰਹੇ ਹਨ। ਜੇਕਰ ਡਾਕਟਰ ਨੇ ਹਰੀ ਝੰਡੀ ਦਿਖਾ ਦਿੱਤੀ

ਹੈ ਤਾਂ ਤੁਹਾਨੂੰ ਕੈਸਾ ਡਰ?

ਜੇਕਰ ਫਿਰ ਵੀ ਖਿਚਾਅ ਮਹਿਸੂਸ ਹੋਵੇ ਤਾਂ ਪਤੀ ਨੂੰ ਕਹੋ ਕਿ ਉਹ ਹਲਕੇ ਹੱਥ ਨਾਲ ਪਿੱਠ ਮਲੇ। ਇਸਨਾਲ ਤੁਹਾਡਾ ਤਨਾਅ ਵੀ ਦੂਰ ਹੋ ਜਾਏਗਾ।

ਕੁਝ ਔਰਤਾਂ ਨੂੰ ਸੈਕਸ ਤੋਂ ਬਾਅਦ ਲੱਤਾਂ ਵਿਚ ਵੀ ਖਿਚਾਅ ਮਹਿਸੂਸ ਹੁੰਦਾ ਹੈ। ਤੁਹਾਨੂੰ ਇਸ ਪੁਸਤਕ ਵਿਚ ਇਸ ਤੋਂ ਬਚਾਅ ਦੇ ਉਪਾਅ ਵੀ ਮਿਲ ਜਾਣਗੇ।

## ਨੌਕਰੀ ਅਤੇ ਗਰਭਕਾਲ

ਜੇਕਰ ਤੁਸੀਂ ਮਾਂ ਬਣਨ ਵਾਲੀ ਹੋ ਤਾਂ ਤੁਸੀਂ ਆਪਣਾ ਕਾਫ਼ੀ ਕੰਮ ਪਹਿਲਾਂ ਹੀ ਵਧਾ ਲਿਆ ਹੈ। ਨੌਕਰੀ ਦੇ ਨਾਲ ਬੱਚੇ ਨੂੰ ਜਨਮ ਦੇਣ ਦਾ ਕੰਮ ਵੀ ਤੁਹਾਡੇ ਜ਼ਿੰਮੇ ਹੈ ਭਾਵ ਓਵਰਟਾਈਮ ਜਾੱਬ। ਤੁਹਾਡਾ ਵਰਕਲੋਡ ਦੁਗਣਾ ਹੋ ਗਿਆ ਹੈ। ਤੁਹਾਨੂੰ ਗਾਹਕਾਂ ਤੇ ਡਾਕਟਰਾਂ ਨਾਲ ਮੀਟਿੰਗ, ਬਾਥਰੂਮ ਤੇ ਮਾੱਲ ਰੂਮ ਦੇ ਟ੍ਰਿਪ, ਬਿਜਨੈਸ ਲੰਚ ਤੇ ਮਾਰਨਿੰਗ ਸਿਕਨੈਸ, ਸਹੇਲੀ ਤੋਂ ਲੈ ਕੇ ਬਾੱਸ ਨੂੰ ਦੱਸਣ ਦੀ ਉਤਸੁਕਤਾ, ਸਿਹਤ ਤੇ ਪ੍ਰੇਰਣਾ ਨਾਲ ਭਰਪੂਰ ਰਹਿਣ ਦੀ ਕੋਸ਼ਿਸ਼, ਬੱਚੇ ਦੇ ਆਉਣ ਤੇ ਮੈਟਰਨਿਟੀ ਲੀਵ ਲੈਣ ਦੀ ਤਿਆਰੀ ਵਰਗੀਆਂ ਚੁਣੌਤੀਆਂ ਨਾਲ ਜੂਝਣਾ ਹੋਵੇਗਾ। ਇਥੇ ਅਸੀਂ ਤੁਹਾਡੀ ਮਦਦ ਦੇ ਲਈ ਕੁਝ ਟਿਪਸ ਦੇ ਰਹੇ ਹਾਂ:-

**ਬਾੱਸ ਨੂੰ ਕਦੋਂ ਕਹੋ**:- ਤੁਸੀਂ ਵੀ ਸੋਚ ਰਹੀ ਹੋਵੋਗੀ ਕਿ ਇਹ ਖ਼ਬਰ ਬਾੱਸ ਨੂੰ ਜਦੋਂ ਸੁਣਾਉਣੀ ਚਾਹੀਦੀ ਹੈ? ਹਾਲਾਂਕਿ ਇਸ ਦਾ ਕੋਈ ਖ਼ਾਸ ਨਿਯਮ ਨਹੀਂ ਹੈ ਪਰ ਤੁਹਾਨੂੰ ਥੋੜ੍ਹੀ ਜਲਦੀ ਕਰਨੀ ਹੋਵੇਗੀ, ਕਿਤੇ ਤੁਹਾਡੇ ਪੇਟ ਦਾ ਉਭਾਰ ਹੀ ਸਭ ਕੁਝ ਨਾ ਕਹਿ ਦੇਵੇ। ਇਹ ਸਭ ਇਸ ਗੱਲ ਤੇ ਨਿਰਭਰ ਕਰਦਾ ਹੈ ਕਿ ਤੁਹਾਡੇ ਕੰਮ ਕਰਨ ਦਾ ਮਾਹੌਲ ਕਿੰਨਾ ਦੋਸਤਾਨਾ ਜਾਂ ਉਪਚਾਰਕ ਹੈ ਜਾਂ ਸਰੀਰਕਜਾਂ ਭਾਵਨਾਤਮਕ ਰੂਪ ਨਾਲ ਇਸ ਨੂੰ ਕਿਵੇਂ ਲੈਂਦੀ ਹੋ।

**ਤੁਸੀਂ ਕਿਵੇਂ ਮਹਿਸੂਸ ਕਰ ਰਹੀ ਹੋ**:- ਜੇਕਰ ਮਾਰਨਿੰਗ ਸਿਕਨੈਸ ਦੇਕਾਰਣ ਤੁਹਾਡਾਕਾਫ਼ੀ ਸਮਾਂ ਸਿੰਕ ਤੇ ਬੀਤ ਰਿਹਾ ਹੈ, ਜੇਕਰ ਤੁਹਾਡੇ ਤੇ ਪਹਿਲੀ ਤਿਮਾਹੀ ਦੀ ਥਕਾਨ ਇੰਨੀ ਬੁਰੀ ਤਰ੍ਹਾਂ ਨਾਲ ਹਾਵੀ ਹੈ ਕਿ ਤੁਸੀਂ ਬਿਸਤਰੇ ਤੋਂ ਸਿਰ ਵੀ ਨਹੀਂ ਉਠਾ ਪਾ ਰਹੀ ਹੋ, ਤਾਂ ਇਹ ਰਾਜ਼ ਜ਼ਿਆਦਾ ਸਮੇਂ ਤਕ ਨਹੀਂ ਟਿਕੇਗਾ। ਬਿਹਤਰ ਹੋਵੇਗਾ ਕਿ ਤੁਸੀਂ ਖ਼ੁਦ ਹੀ ਸਭ ਨੂੰ ਅਤੇ ਬਾੱਸ ਨੂੰ ਇਸ ਸਬੰਧੀ ਦੱਸ ਦਿਉ। ਜੇਕਰ ਤੁਸੀਂ ਬਿਲਕੁਲ ਠੀਕ ਮਹਿਸੂਸ ਕਰ ਰਹੀ ਹੋ ਤਾਂ ਆਪਣੀ ਮਰਜੀ ਨਾਲ ਇਸ ਖ਼ਬਰ ਨੂੰ ਕੁਝ ਸਮੇਂ ਤਕ ਛੁਪਾ ਸਕਦੀ ਹੋ।

**ਤੁਸੀਂ ਕਿਹੋ ਜਿਹਾ ਕੰਮ ਕਰਦੀ ਹੋ**:- ਜੇਕਰ ਤੁਸੀਂ ਐਸੇ ਹਾਲਾਤ ਵਿਚ ਕੰਮ ਕਰਦੀ ਹੋ, ਜੋ ਤੁਹਾਨੂੰ ਤੇ ਬੱਚੇ ਦੇ ਲਈ ਨੁਕਸਾਨਦੇਹ ਹੋ ਸਕਦੇ ਹਨ ਤਾਂ ਤੁਹਾਨੂੰ ਬਦਲੀ ਜਾਂ ਕੰਮ ਬਦਲਣ ਦੇ ਲਈ ਇਹ ਖ਼ਬਰ ਦੇਣੀ ਹੀ ਹੋਵੇਗੀ।

**ਕੰਮ ਕਿਵੇਂ ਚਲ ਰਿਹਾ ਹੈ**:- ਜਦੋਂ ਵੀ ਕੋਈ ਗਰਭਵਤੀ ਔਰਤ ਇਹ ਸੂਚਨਾ ਦਫ਼ਤਰ ਵਿਚ ਦੇਂਦੀ ਹੈ ਤਾਂ ਸਾਮ੍ਹਣੇ ਵਾਲੇ ਦੇ ਮਨ ਵਿਚ ਇਹੀ ਸਵਾਲ ਪੈਦਾ ਹੁੰਦਾ ਹੈ ਕਿ "ਕੀ ਇਹ ਗਰਭਕਾਲ ਦੌਰਾਨ ਕੰਮ ਕਰ ਸਕੇਗੀ?" ਕਿਤੇ ਉਸ ਦਾ ਮਨ ਕੰਮ ਦੀ ਥਾਂ ਅਣਜੰਮੇ ਬੱਚੇ ਵਿਚ ਤਾਂ ਨਹੀਂ ਰਮਿਆ ਰਹੇਗਾ? ਕਿਤੇ ਉਹ ਸਾਡੇ ਕੰਮ ਨੂੰ ਅਧੂਰਾ ਤਾਂ ਨਹੀਂ ਛੱਡ ਦੇਵੇਗੀ? ਤੁਸੀਂ ਇਹ ਖ਼ਬਰ ਤਾਂ ਹੀ ਦਿਉਜਦੋਂ ਕੋਈ ਰਿਪੋਟ ਪੂਰੀ ਕਰੋ, ਕੋਈ ਡੀਲ ਕਰੋ, ਕੋਈ ਨਵਾਂ ਆਇਡੀਆ ਦਿਉ ਜਾਂ ਇਹ ਸਾਬਤ ਕਰ ਦਿਉ ਕਿ ਤੁਸੀਂ ਗਰਭਵਤੀ ਹੋਣ ਦੇ ਬਾਵਜੂਦ ਕੰਮ ਵਿਚ ਕੋਈ ਕੋਤਾਹੀ ਨਹੀਂ ਵਰਤਣ ਵਾਲੀ ਹੋ।

**ਕੋਈ ਖ਼ਬਰ ਆਣੀ ਹੋਵੇ ਤਾਂ**:- ਜੇਕਰ ਤੁਹਾਡੇ ਕਿਸੇ ਪ੍ਰਦਰਸ਼ਨ ਦਾ ਨਤੀਜਾ ਆਣ ਵਾਲਾ ਹੈ, ਤਨਖ਼ਾਹ ਵੱਧਣ ਵਾਲੀ ਹੈ ਜਾਂ ਫਿਰ ਪ੍ਰਮੋਸ਼ਨ ਦਾ ਚਾਂਸ ਹੈ ਤਾਂ ਆਪਣੀ ਇਸ ਖ਼ਬਰ ਨੂੰ ਉਦੋਂ ਤਕ ਦਬਾਈ ਰੱਖੋ ਕਿਉਂ ਜੇਕਰ ਤੁਸੀਂ ਪਹਿਲਾਂ ਇਹ ਖ਼ਬਰ ਸੁਣਾ ਦਿੱਤੀ ਤਾਂ ਤਰੱਕੀ ਦੇ ਰਸਤੇ ਵਿਚ ਰੁਕਵਾਟ ਆ ਸਕਦੀ ਹੈ। ਉਨ੍ਹਾਂ ਨੂੰ ਲਗੇਗਾ ਕਿ ਤੁਸੀਂ ਆਣ ਵਾਲੇ ਸਮੇਂ ਵਿਚ ਇਕ ਵਧੀਆ ਵਰਕਰ ਬਣਨ ਦੀ ਥਾਂ ਵਧੀਆ ਮਾਂ ਬਣਨ ਤੇ ਧਿਆਨ ਦਿਉਗੀ।

**ਗੱਪਾਂ ਦੀ ਫੈਕਟਰੀ**:- ਜੀ ਹਾਂ। ਜੇਕਰ ਤੁਸੀਂ ਗੱਪਾਂ ਦੀ ਫੈਕਟਰੀ ਵਿਚ ਕੰਮ ਕਰਦੀ ਹੋ ਤਾਂ ਥੋੜ੍ਹਾ ਸੰਭਲ ਜਾਓ। ਕੀ ਤੁਸੀਂ ਚਾਹੋਗੀ ਕਿ ਤੁਹਾਡੇ ਦੱਸਣ ਨਾਲ ਪਹਿਲਾਂ ਹੀ ਕੋਈ ਇਸ ਖ਼ਬਰ ਨੂੰ ਬਾੱਸ ਤੱਕ ਪਹੁੰਚਾ ਦੇਵੇ। ਤੁਹਾਨੂੰ ਸਿਰਫ਼ ਭਰੋਸੇਮੰਦ ਸਾਥੀਆਂ ਨੂੰ ਹੀ ਇਹ ਗੱਲ ਦੱਸਣੀ ਚਾਹੀਦੀ ਹੈ ਤਾਂ ਜੋ ਉਹ ਤੁਹਾਡੀ ਮਰਜੀ ਦੇ ਬਿਨਾਂ ਦੂਜਿਆਂ ਦੇ ਅੱਗੇ ਮੂੰਹ ਨਾ ਖੋਲ੍ਹਣ।

**ਨਿਯੋਜਕ ਦਾ ਰਵੱਈਆ:-** ਤੁਹਾਨੂੰ ਇਸ ਸਬੰਧੀ ਆਪਣੇ ਨਿਯੋਜਕ ਦਾ ਰਵੱਈਆ ਜਾਣਨਾ ਹੋਵੇਗਾ। ਉਨ੍ਹਾਂ ਔਰਤਾਂ ਤੋਂ ਪੁੱਛੋ ਜੋ ਹੁਣੇ ਹੀ ਮਾਂ ਬਣੀਆਂ ਹੋਣ ਪ੍ਰੰਤੂ ਇਹ ਗੱਲਬਾਤ ਗੁਪਚੁਪ ਤਰੀਕੇ ਨਾਲ ਹੋਣੀ ਚਾਹੀਦੀ ਹੈ। ਪਤਾ ਕਰੋ ਕਿ ਦਫ਼ਤਰ ਵਿਚ ਮੈਟਰੀਨਿਟੀ ਲੀਵ ਦੇ ਲਈ ਕੀ ਨੀਤੀ ਅਪਣਾਈ ਜਾਂਦੀ ਹੈ। ਤੁਸੀਂ ਐਚ.ਆਰ. ਦੇ ਕਿਸੇ ਵਿਅਕਤੀ ਨਾਲ ਵੀ ਮੀਟਿੰਗ ਕਰ ਸਕਦੀ ਹੈ। ਉਹ ਤੁਹਾਨੂੰ ਇਸ ਸਬੰਧੀ ਵਧੇਰੇ ਜਾਣਕਾਰੀ ਦੇ ਸਕਣਗੇ। ਜੇਕਰ ਕੰਪਨੀ ਗਰਭਵਤੀ ਮਾਵਾਂ ਦੀ ਸੁਵਿਧਾ ਦਾ ਪੂਰਾ ਧਿਆਨ ਰੱਖਦੀ ਹੈ, ਫਿਰ ਤਾਂ ਤੁਹਾਨੂੰ ਜਲਦੀ ਤੋਂ ਜਲਦੀ ਇਹ ਖ਼ਬਰ ਦੇਣੀ ਹੋਵੇਗੀ। ਜੇਕਰਨਹੀਂ ਤਾਂ ਤੁਸੀਂ ਵਧੀਆ ਜਾਣਦੀ ਹੋ ਕਿ ਕੀ ਕਰਨਾ ਹੋਵੇਗਾ।

**ਖ਼ਬਰ ਸੁਣਾਉਣਾ:-** ਜੇਕਰ ਇਕ ਵਾਰ ਤੁਸੀਂ ਖ਼ਬਰ ਸੁਣਾਉਣ ਸਬੰਧੀ ਫ਼ੈਸਲਾ ਲੈ ਲੈਂਦੀ ਹੋ ਤਾਂ ਫਿਰ ਤੁਹਾਨੂੰ ਇਹ ਤੈਅ ਕਰਨਾ ਚਾਹੀਦਾ ਹੈ ਕਿ ਇਹ ਸਹੀ ਤਰੀਕੇ ਨਾਲ ਪਹੁੰਚੇ।

**ਆਪਣੇ-ਆਪ ਨੂੰ ਤਿਆਰ ਕਰੋ:-** ਆਪਣੀ ਖ਼ਬਰ ਸੁਣਾਉਣ ਤੋਂ ਪਹਿਲਾਂ ਥੋੜ੍ਹੀ ਛਾਣਬੀਣ ਕਰ ਲਉ, ਆਪਦੇ ਦਫ਼ਤਰ ਦੀ ਮੈਟਰਨਿਟੀ ਪਾਲਿਸੀ ਦੀ ਜਾਣਕਾਰੀ ਲਉ। ਕਈ ਜਗ੍ਹਾ ਤਨਖ਼ਾਹ ਸਮੇਤ ਛੁਟੀ ਮਿਲਦੀ ਹੈ ਤਾਂ ਕਈ ਜਗ੍ਹਾ ਤਨਖ਼ਾਹ ਨਹੀਂ ਦਿੱਤੀ ਜਾਂਦੀ। ਕਈ ਜਗ੍ਹਾ ਤੁਹਾਨੂੰ ਆਪਣੀ ਸਿਕਲੀਵ ਨੂੰ ਇਨ੍ਹਾਂ ਛੁਟੀਆਂ ਵਿਚ ਸ਼ਾਮਿਲ ਕਰਨ ਦੀ ਇਜਾਜ਼ਤ ਦਿੱਤੀ ਜਾਂਦੀ ਹੈ।

**ਆਪਣੇ ਅਧਿਕਾਰੀ ਜਾਣੋ:-** ਤੁਹਾਨੂੰ ਪਤਾ ਹੋਣਾ ਚਾਹੀਦਾ ਹੈ ਕਿ ਗਰਭਵਤੀ ਹੋਣ ਦੇ ਨਾਤੇ ਤੁਹਾਨੂੰ ਕਿਹੜੇ ਅਧਿਕਾਰ ਪ੍ਰਾਪਤ ਹਨ। ਜਾਣਕਾਰੀ ਹੋਣ ਤੇ ਹੀ ਤੁਸੀਂ ਉਨ੍ਹਾਂ ਸੁਵਿਧਾਵਾਂ ਦਾ ਲਾਭ ਲੈ ਸਕੋਗੀ।

**ਯੋਜਨਾ ਬਣਾਓ:-** ਹਰ ਕੰਮ ਪੂਰੀ ਤਰ੍ਹਾਂ ਯੋਜਨਾਬੱਧ ਹੋਣਾ ਚਾਹੀਦਾ ਹੈ। ਤੁਹਾਡੀ ਕਾਰਜਕੁਸ਼ਲਤਾ ਦੀ ਤਾਰੀਫ਼ ਵੀ ਹੋਵੇਗੀ। ਜਦੋਂ ਵੀ ਇਹ ਖ਼ਬਰ ਸੁਣਾਓ ਤਾਂ ਯੋਜਨਾ ਵੀ ਬਣਾ ਲਉ ਕਿ ਤੁਸੀਂ ਅੰਦਾਜਨ ਕਿੰਨੇ ਸਮੇਂ ਤੱਕ ਦਫ਼ਤਰ ਆ ਸਕੋਗੀ, ਕਿੰਨੇ ਦਿਨ ਦੀ ਛੁਟੀ ਲਉਗੀ, ਜਾਣ ਤੋਂ ਪਹਿਲਾਂ ਕੰਮ ਕਿਵੇਂ ਖ਼ਤਮ ਕਰੋਗੀ ਜਾਂ ਆਪਣਾ ਕੰਮ ਦੂਜਿਆਂ ਨੂੰ ਕਿਵੇਂ ਸੌਂਪੋਗੀ? ਜੇਕਰ ਤੁਸੀਂ ਬਾਅਦ ਵਿਚ ਪਾਰਟ-ਟਾਈਮ ਆਣਾ ਚਾਹੋ ਤਾਂ ਉਸ ਨੂੰ ਵੀ ਹੁਣੇ ਦੱਸ ਦਿਉ। ਜੇ ਕਰ ਇਹ ਯੋਜਨਾ ਲਿਖਤੀ ਹੋਵੇਗੀ ਤਾਂ ਤੁਸੀਂ ਕੁਝ ਭੁਲੋਗੀ ਨਹੀਂ ਅਤੇ ਵਾਧੂ ਕਾਰਜਕੁਸ਼ਲਤਾ ਦੇ ਨੰਬਰ ਵੀ ਹਾਸਲ ਕਰੋਗੀ।

**ਸਮਾਂ ਕੱਢੋ:-** ਪੌੜੀ, ਲਿਫ਼ਟ ਜਾਂ ਮੀਟਿੰਗ ਵਿਚ ਆਉਂਦੇ-ਜਾਂਦੇ ਇਹ ਖ਼ਬਰ ਨਾ ਸੁਣਾਓ। ਆਪਣੇ ਬੱਸ ਨੂੰ ਮਿਲਣ ਦਾ ਸਮਾਂ ਲਉ ਤਾਂ ਜੋ ਉਹ ਭੱਜਦੌੜ ਮਚਾਏ ਬਿਨਾਂ ਤੁਹਾਡੀ ਗੱਲ ਸੁਣ ਸਕੇ। ਐਸਾ ਸਮਾਂ ਚੁਣੋ-ਜਦੋਂ ਦਫ਼ਤਰ ਵਿਚ ਕੰਮ ਦਾ ਜ਼ਿਆਦਾ ਤਨਾਅ ਨਾ ਹੋਵੇ। ਜੇਕਰ ਅਚਾਨਕ ਮਾਹੌਲ ਗਰਮ ਹੋ ਜਾਏ ਤਾਂ ਆਪਣੀ ਮੀਟਿੰਗ ਟਾਲ ਦਿਉ।

**ਸਕਾਰਾਤਮਕ ਰਹੋ:-** ਆਪਣੀ ਖ਼ਬਰ ਨੂੰ ਮਾਫ਼ੀ ਅਤੇ ਬਹਾਨਿਆਂ ਤੋਂ ਸ਼ੁਰੂ ਨਾ ਕਰੋ। ਬੜੇ ਆਤਮਵਿਸ਼ਵਾਸ ਨਾਲ ਦੱਸੋ ਕਿ ਤੁਸੀਂ ਗਰਭਵਤੀ ਹੋਣ ਨਾਲ ਖ਼ੁਸ਼ ਹੋ ਅਤੇ ਬਾਖ਼ੂਬੀ ਘਰ ਤੇ ਦਫ਼ਤਰ ਦੇ ਕੰਮਾਂ ਨੂੰ ਸੰਭਾਲ ਸਕੋਗੀ।

**ਲਚਕ ਬਣਾਈ ਰੱਖੋ:-** ਆਪਣੀ ਯੋਜਨਾ ਬਣਾ ਕੇ, ਉਸ ਵਿਚ ਫੇਰ ਬਦਲ ਦੀ ਥੋੜ੍ਹੀ ਗੁੰਜਾਇਸ਼ ਰੱਖੋ ਤਾਂ ਜੋ ਉਨ੍ਹਾਂ ਨੂੰ ਲਗੇ ਕਿ ਤੁਸੀਂ ਆਪਣੀ ਜ਼ਿਦ ਤੇਨਹੀਂ ਅੜੀ ਹੋ ਪ੍ਰੰਤੂ ਬਿਲਕੁਲ ਹੀ ਹਥਿਆਰ ਨਾ ਸੁਟੋ। ਇਕ ਵਿਵਹਾਰਿਕ ਬਾੱਟਮ ਲਾਈਨ ਤੈਅ ਕਰ ਲਉ ਤੇ ਉਸੀ ਹਿਸਾਬ ਨਾਲ ਚੱਲੋ।

**ਲਿਖਤੀ ਰੂਪ ਹੋਵੇ:-** ਆਪਣੇ ਪ੍ਰੈਗਨੈਂਸੀ ਪ੍ਰੋਟੋਕਾੱਲ ਤੇ ਮੈਟਰਨਿਟੀ ਲੀਵ ਦੀ ਯੋਜਨਾ ਬਣਾ ਲੈਣ ਤੋਂ ਬਾਦ ਉਸਨੂੰ ਲਿਖਤੀ ਰੂਪ ਦਿਉ ਤਾਂ ਜੋ ਕਿਸੀ ਵੀ ਗਲਤ ਫ਼ਹਿਮਤੀ ਦੀ ਗੁੰਜਾਇਸ਼ ਨਾ ਰਹੇ(ਮੈਂ ਇੰਝ ਤਾਂ ਨਹੀਂ ਕਿਹਾ ਸੀ....)

**ਕੰਮ ਤੇ ਆਰਾਮ ਨਾਲ-ਨਾਲ:-** ਥਕਾਵਟ, ਉਬਕਾਈ,ਪਿੱਠ ਤੇ ਸਿਰ ਦਰਦ, ਸੁਜੇ ਹੋਏ ਗੋਡੇ ਅਤੇ ਵਾਰ-2 ਪਿਸ਼ਾਬ ਦੀ ਇੱਛਾ। ਇਨ੍ਹਾਂ ਵਿਚ ਕੋਈ ਗਰਭਵਤੀ ਔਰਤ ਨੌਕਰੀ ਦੇ ਘੰਟਿਆਂ ਵਿਚ ਅਰਾਮਦੇਹ ਕਿਵੇਂ ਮਹਿਸੂਸ ਕਰ ਸਕਦੀਹੈ। ਜੇਕਰ ਉਸ ਨੂੰ ਸੋਜੇ ਹੋਏ ਪੈਰ ਲੈ ਕੇ ਵਾਰ-2 ਝੁਕਣਾ ਪਵੇ ਜਾਂ ਸਮਾਨ ਉਠਾਣਾ ਪਵੇ ਤਾਂ ਗਰਭਕਾਲ ਵਿਚ ਆਰਾਮ ਲੈਣ ਦੇ ਸਾਡੇ ਟਿਪਸ ਪੜ੍ਹੋ:-

- ਆਰਾਮਦੇਹ ਕਪੜੇ ਪਾਓ। ਤੰਗ ਜਾਂ ਫਸੇ ਹੋਏ ਕਪੜੇ ਨਾ ਪਾਓ ਜਿਨ੍ਹਾਂ ਨਾਲ ਖ਼ੂਨ ਪ੍ਰਵਾਹ ਵਿਚ

## ਥੋੜ੍ਹੀ ਜਿਹੀ ਤਿਆਰੀ

ਮੰਨਿਆ ਕਿ ਅਜੇ ਤੁਹਾਡੇ ਘਰ ਵਿਚ ਕੋਈ ਬੱਚਾ ਨਹੀਂ ਹੈ। ਤੁਸੀਂ ਆਪਣੇ ਗਰਭਕਾਲ ਅਤੇ ਨੌਕਰੀ ਦੇ ਘੰਟਿਆਂ ਵਿਚਕਾਰ ਤਾਲਮੇਲ ਬਣਾਉਣਾ ਹੈ। ਜੇਕਰ ਤੁਸੀਂ ਪਹਿਲਾਂ ਤੋਂ ਹੀ ਸਾਰੀ ਤਿਆਰੀ ਤੇ ਅਭਿਆਸ ਕਰ ਲਉਗੀ ਤਾਂ ਆਣ ਵਾਲੇ ਸਮੇਂ ਵਿਚ ਕਾਫ਼ੀ ਆਸਾਨੀ ਰਹੇਗੀ। ਸਾਡੇ ਸੁਝਾਵਾਂ ਦੀ ਮਦਦ ਨਾਲ ਤੁਸੀਂ ਆਪਣੇ ਦੋ-ਤਿੰਨ ਕੰਮ ਇਕੋ ਸਮੇਂ ਕਰਦੇ ਹੋਏ ਵੀ ਸਹਿਜ ਰੂਪ ਨਾਲ ਚੱਲ ਸਕਦੀ ਹੋ।

■ਸੋਚ-ਸਮਝ ਕੇ ਦਿਨ ਦੇ ਕੰਮ ਚੁਣੋ। ਆਪਣੇ ਹਰ ਤਰ੍ਹਾਂ ਦੇ ਟੇਸਟ ਤੇ ਜਾਂਚ ਦਾ ਸਮਾਂ ਦੁਪਹਿਰ ਦਾ ਰੱਖੋ। ਜੇਕਰ ਅੱਧੇ ਦਿਨ ਦੀ ਛੁੱਟੀ ਲੈਣੀ ਹੈ ਤਾਂ ਪਹਿਲਾਂ ਬਾੱਸ ਤੋਂ ਪੁੱਛ ਲਉ। ਇਨ੍ਹਾਂ ਦਿਨਾਂ ਦਾ ਸਾਰਾ ਹਿਸਾਬ ਵੀ ਰੱਖੋ।

■ ਆਪਣੇ ਦਿਮਾਗ ਦੀ ਯਾਦਾਸ਼ਤ ਬਣਾਈ ਰੱਖੋ। ਹਰ ਕੰਮ ਦੀ ਲਿਸਟ ਬਣਾਓ। ਆਪਣੇ ਕੋਲ ਕਾਗਜ਼, ਪੈਨ ਰੱਖੋ ਤਾਂ ਜੋ ਕੁਝ ਵੀ ਯਾਦ ਆਉਂਦੇ ਹੀ ਨੋਟ ਕਰ ਸਕੋ।

■ਆਪਣੀਆਂ ਹੱਦਾਂ ਸਮਝੋ ਤੇ ਉਨ੍ਹਾਂ ਤੋਂ ਅੱਗੇ ਨਾ ਵਧੋ। ਇਸ ਸਮੇਂ ਫਾਲਤੂ ਕੰਮ ਹੱਥ ਵਿਚ ਲੈਣ ਦੀ ਥਾਂ, ਦੂਜਿਆਂ ਨੂੰ ਆਪਣੇ ਕੰਮ ਸੌਂਪੋ ਤੇ ਇਕ ਵਾਰ ਵਿਚ ਇਕ ਹੀ ਕੰਮ ਕਰੋ।

■ਜੇਕਰ ਕੋਈ ਮਦਦ ਦੇਣਾ ਚਾਹੇ ਤਾਂ 'ਹਾਂ' ਕਹਿਣ ਵਿਚ ਸੰਕੋਚ ਨਾ ਕਰੋ। ਹੋ ਸਕਦਾ ਹੈ ਕਿ ਅੱਗੇ ਚਲ ਕੇ ਉਹ ਵੀ ਤੁਹਾਡੇ ਤੋਂ ਮਦਦ ਮੰਗੇ। ਪ੍ਰੰਤੂ ਇਸ ਸਮੇਂ ਤਾਂ ਉਸ ਦੀ ਵਾਰੀ ਹੈ।

■ਆਪਣੇ ਆਪ ਨੂੰ ਰਿਚਾਰਜ ਕਰੋ। ਥੋੜ੍ਹੀ ਚਹਿਲ-ਕਦਮੀ ਕਰੋ, ਬਾਥਰੂਮ ਤਕ ਹੋ ਆਓ। ਰਿਲੈਕ-ਸੇਸ਼ਨ ਤਕਨੀਕਾਂ ਅਪਣਾਓ ਜਾਂ ਫਿਰ ਕੁਝ ਸਮੇਂ ਦੇ ਲਈ ਆਪਣੀ ਦੀਵਾਨਗੀ ਵਿਚ ਖੋਹ ਜਾਓ।

■ਜਦੋਂ ਵੀ ਮਨ ਉਦਾਸ ਹੋਵੇ ਤਾਂ ਆਪਣੀ ਗੱਲ ਕਹਿਣ ਤੋਂ ਪਿਛੇ ਨਾ ਹਟੋ। ਆਖ਼ਰ ਤੁਸੀਂ ਵੀ ਇਕ ਇਨਸਾਨ ਹੋ। ਜੇਕਰ ਮੇਜ ਤੇ ਫਾਈਲਾਂ ਦਾ ਢੇਰ ਹੋਵੇ ਅਤੇ ਸਿਰ ਉਠਾਣ ਦੀ ਹਿੰਮਤ ਨਾ ਹੋਵੇ ਤਾਂ ਬਾੱਸ ਤੋਂ ਵਾਧੂ ਮਦਦ ਜਾਂ ਸਮਾਂ ਮੰਗੋ। ਯਾਦ ਰੱਖੋ ਕਿ ਤੁਸੀਂ ਨਾਕਾਬਿਲ ਜਾਂ ਆਲਸੀ ਨਹੀਂ, ਇਨ੍ਹਾਂ ਦਿਨਾਂ ਵਿਚ ਤੁਸੀਂ ਗਰਭਵਤੀ ਹੋ।

ਰੁਕਾਵਟ ਆਏ। ਉੱਚੀ ਹੀਲ ਵੀ ਤੰਗ ਕਰ ਸਕਦੀ ਹੈ। ਸਪੋਰਟਿੰਗ ਹੋਜ਼ ਪਾਉਗੀ ਤਾਂ ਵੈਰੀਕੋਜ਼ ਵੇਨਜ਼ ਤੋਂ ਬੱਚ ਸਕਦੀ ਹੋ ਕਿਉਂਕਿ ਹੋ ਸਕਦਾ ਹੈ ਕਿ ਤੁਹਾਨੂੰ ਕਈ ਘੰਟੇ ਖੜ੍ਹਾ ਰਹਿਣਾ ਪੈਂਦਾ ਹੋਵੇ।

■ ਆਪਣੇ ਅੰਦਰ ਦਾ ਮੌਸਮ ਜਾਣੋ। ਸ਼ਹਿਰ ਦਾ ਤਾਪਮਾਨ ਜੋ ਵੀ ਹੋਵੇ। ਗਰਭਕਾਲ ਵਿਚ ਤੁਹਾਡੇ ਸਰੀਰ ਦਾ ਤਾਪਮਾਨ ਬਦਲਦਾ ਰਹਿੰਦਾ ਹੈ। ਇਕ ਮਿੰਟ ਵਿਚ ਪਸੀਨਾ ਨਿਕਲਦਾ ਹੈ ਤਾਂ ਦੂਜੇ ਮਿੰਟ ਵਿਚ ਕੰਬਣੀ ਹੋਣ ਲਗਦੀ ਹੈ। ਤੁਹਾਨੂੰ ਆਪਣੇ ਕਪੜੇ ਇਸ ਹਿਸਾਬ ਨਾਲ ਪਾਉਣੇ ਹਨ ਕਿ ਗਰਮ ਤੇ ਸਰਦ ਦੋਨੋਂ ਤਾਪਮਾਨ ਦਾ ਮੁਕਾਬਲਾ ਹੋ ਸਕੇ। ਜੇਕਰ ਸੰਭਵ ਹੋਵੇ ਤਾਂ ਆਪਣੇ ਡ੍ਰਾਇਰ ਵਿਚ ਸਕਾਫ਼ ਤੇ ਸਵੈਟਰ ਰੱਖੋ। ਜਦੋਂ ਅਚਾਨਕ ਠੰਡ ਲੱਗਣ ਲਗੇ ਤਾਂ ਤੁਹਾਨੂੰ ਝੱਟ ਹੀਗਰਮਾਹਟ ਮਿਲ ਜਾਏ। ਇਨ੍ਹਾਂ ਦਿਨਾਂ ਵਿਚ ਤੁਹਾਡੇ ਸਰੀਰ ਦਾ ਤਾਪਮਾਨ ਤੇਜੀ ਨਾਲ ਘੱਟ-ਵੱਧ ਸਕਦਾ ਹੈ।

■ ਆਪਣੇ ਪੈਰ ਤੇ ਭਾਰ ਦੇ ਕੇ ਨਾ ਖੜੀ ਹੋਵੋ। ਜੇ ਕਰ ਕੰਮ ਦੇ ਘੰਟਿਆਂ ਵਿਚ ਲਗਾਤਾਰ ਖੜ੍ਹਾ ਹੋਣਾ ਪੈਂਦਾ ਹਵੇ ਤਾਂ ਵਿਚ-ਵਿਚ ਬੈਠੋ ਜਾਂ ਹਲਕੀ ਚਹਿਲਕਦਮੀ ਕਰੋ। ਇਕ ਪੈਰ ਛੋਟੇ ਸਟੂਲ ਤੇ ਰੱਖੋ ਤੇ ਗੋਡਾ ਮੋੜ ਲਉ। ਇਸ ਤਰ੍ਹਾਂ ਥੋੜ੍ਹਾ ਭਾਰ ਘਟੇਗਾ। ਵਾਰ-2 ਪੈਰ ਬਦਲਦੀ ਰਹੋ ਤੇ ਉਨ੍ਹਾਂ ਨੂੰ ਹਿਲਾਓ-ਡੁਲਾਓ।

■ ਕੋਈ ਵੀ ਬਾਕਸ ਜਾਂ ਉਚੀ ਚੀਜ਼ ਦਿਖਾਈ ਦੇਵੇ ਤਾਂ ਥੋੜ੍ਹੀ ਦੇਰ ਦੇ ਲਈ ਪੈਰ ਉੱਚੇ ਕਰ ਲਉ।

■ ਵਿਚ-ਵਿਚ ਬ੍ਰੇਕ ਲਉ। ਬੈਠੀ ਹੋ ਤਾਂ ਉਠ ਕੇ ਇਕ ਚੱਕਰ ਲਗਾ ਲਉ। ਖੜੀ ਹੋ ਤਾਂ ਪੈਰ ਉੱਚੇ ਕਰਕੇ ਬੈਠ ਜਾਓ। ਜੇਕਰ ਕੈਬਿਨ ਵਿਚ ਸੋਫ਼ਾ ਹੋਵੇ ਤਾਂ ਮੌਕਾ ਮਿਲਦੇ ਹੀ ਪਿੱਠ ਦੇ ਭਾਰ ਲੇਟ ਜਾਓ। ਸਰੀਰ ਵਿਚ ਖਿਚਾਅ ਦੇਣ ਵਾਲੇ ਕੁਝ ਕਸਰਤ ਕਰੋ ਤਾਂ ਜੋ ਪਿੱਠ, ਲੱਤਾਂ ਤੇ ਗਰਦਨ ਨੂੰ ਆਰਾਮ ਮਿਲ ਸਕੇ। ਤਕਰੀਬਨ ਹਰ ਘੰਟੇ ਬਾਦ ਆਪਣੀਆਂ ਦੋਵੇਂ ਬਾਹਾਂ ਟਿਕਾਂ ਕੇ ਪਿੱਠ ਅਕੜਾਓ। ਜੇਕਰ ਬੈਠੇ-ਬੈਠੇ ਝੁਕ ਸਕੋ ਤਾਂ ਆਪਣੇ ਹੱਥਾਂ ਨੂੰ ਪੈਰਾਂ ਤਕ ਲੈ ਜਾ ਕੇ ਗਰਦਨ ਤੇ ਮੋਢਿਆਂ ਦਾ ਤਨਾਅ ਦੂਰ ਕਰੋ।

■ ਆਪਣੀ ਕੁਰਸੀ ਠੀਕ ਕਰੋ। ਜੇਕਰ ਪਿੱਠ ਨੂੰ

ਆਰਾਮ ਦੇਣਾ ਚਾਹੁੰਦੀ ਹੋ ਤਾਂ ਕੁਸ਼ਨ ਲਗਾਓ। ਆਪਣੀ ਸੀਟ ਦੇ ਹੇਠਾਂ ਇਕ ਹਲਕਾ ਜਿਹਾ ਸਰ੍ਹਾਣਾ ਰੱਖੋ। ਜੇਕਰ ਕੁਰਸੀ ਖਿਸਕ ਸਕਦੀ ਹੈ ਤਾਂ ਮੇਜ ਤੇ ਕੁਰਸੀ ਵਿਚਕਾਰ ਥੋੜ੍ਹੀ ਜਗ੍ਹਾ ਬਣਾ ਲਉ ਤਾਂ ਜੋ ਤੁਹਾਡੇ ਪੇਟ ਨੂੰ ਪੂਰੀ ਜਗ੍ਹਾ ਮਿਲ ਸਕੇ।

- ਵਾਟਰ ਕੂਲਰ ਦੇ ਆਸਪਾਸ ਰਹੋ। ਜੀ ਨਹੀਂ, ਗੱਪਾਂ ਮਾਰਨ ਦੇ ਲਈ ਨਹੀਂ, ਪਾਣੀ ਭਰਣ ਦੇ ਲਈ। ਤੁਸੀਂ ਦਿਨ ਵਿਚ ਉਚਿਤ ਮਾਤਰਾ ਵਿਚ ਪਾਣੀ ਪੀਣਾ ਹੈ ਤਾਂ ਜੋ ਸਰੀਰ ਵਿਚ ਸੋਜਸ਼ ਨਾ ਆਏ ਅਤੇ ਪਿਸ਼ਾਬਦਾਨੀ ਦਾ ਇਨਫੈਕਸ਼ਨ ਵੀ ਨਾ ਹੋਵੇ। ਇਸ ਤੋਂ ਇਲਾਵਾ ਹੋਰ ਵੀ ਕਈ ਤਰ੍ਹਾਂ ਦੀਆਂ ਤਕਲੀਫ਼ਾਂ ਤੋਂ ਛੁਟਕਾਰਾ ਮਿਲੇਗਾ।
- ਹਰ ਦੋ ਘੰਟੇ ਬਾਦ ਪਿਸ਼ਾਬ ਦੇ ਲਈ ਬਾਥਰੂਮ ਜਾਓ। ਇਸ ਤਰ੍ਹਾਂ ਤੁਸੀਂ ਇਨਫੈਕਸ਼ਨ ਤੋਂ ਬਚੀ ਰਹੋਗੀ। ਚਾਹੇ ਲੋੜ ਹੋਵੇ ਜਾਂ ਨਾ ਹੋਵੇ, ਟਾੱਯਲੇਟ ਜ਼ਰੂਰ ਜਾਓ ਕਿਉਂਕਿ ਹੁਣ ਤੁਹਾਡੇ ਹੜਬੜਾਹਟ ਵਿਚ ਭੱਜਣ ਦੇ ਦਿਨ ਨਹੀਂ ਰਹੇ।

## ਕਾਰਪਲ ਟਨਲ ਸਿੰਡ੍ਰੋਮ

ਦਿਨ-ਰਾਤ ਕੀ-ਬੋਰਡਾਂ ਤੇ ਉਂਗਲੀਆਂ ਚਲਾਣ ਵਾਲੇ ਇਸ ਸਬੰਧੀ ਜਾਣਦੇ ਹਨ। ਇਸ ਨਾਲ ਹੱਥਾਂ ਵਿਚ ਦਰਦ ਹੁੰਦਾ ਹੈ, ਉਹ ਸੁੰਨ ਹੋ ਜਾਂਦੇ ਹਨ। ਸੰਭਾਵੀ ਮਾਵਾਂ ਨੂੰ ਵੀ ਇਹੀ ਪ੍ਰੇਸ਼ਾਨੀ ਹੋ ਸਕਦੀ ਹੈ। ਇਹ ਖ਼ਤਰਨਾਕ ਨਹੀਂ, ਪਰ ਥੋੜ੍ਹਾ ਤਕਲੀਫ਼ਦੇਹ ਤਾਂ ਹੈ ਹੀ। ਸਾਡੇ ਕੁਝ ਸੁਝਾਅ ਸ਼ਾਇਦ ਤੁਹਾਡੇ ਕੰਮ ਆ ਸਕਣ।

- ਐਸਾ ਕੀ-ਬੋਰਡ ਰੱਖੋ ਜੋ ਕਿ ਕਲਾਈ ਦੇ ਅਨੁਕੂਲ ਹੋਵੇ।
- ਟਾਈਪਿੰਗ ਕਰਦੇ ਸਮੇਂ ਕਲਾਈ ਦਾ ਬੈਂਡ ਪਾਓ।
- ਕੰਪਿਊਟਰ ਤੋਂ ਥੋੜ੍ਹਾ-2 ਬਰੇਕ ਲਉ।
- ਫ਼ੋਨ ਤੇ ਲੰਬੀ ਗੱਲ ਦੇ ਲਈ ਸਪੀਕਰਫ਼ੋਨ ਜਾਂ ਹੈਡਸੈੱਟ ਪ੍ਰਯੋਗ ਕਰੋ।
- ਸ਼ਾਮ ਨੂੰ ਠੰਡੇ ਪਾਣੀ ਵਿਚ ਹੱਥ ਪਾਓ ਤਾਂ ਜੋ ਸੋਜਸ਼ ਉਤਰੇ।
- ਡਾਕਟਰ ਦੀ ਰਾਏ ਨਾਲ ਦਵਾਈ ਲਉ ਤੇ ਐਕਯੂਪੰਚਰ ਆਦਿ ਕਰਵਾਓ।

ਇਸ ਲਈ ਹਰ ਥੋੜ੍ਹੀ ਦੇਰ ਬਾਦ ਪਿਸ਼ਾਬ ਦੇ ਲਈ ਜਾਓ।

- ਹਰ ਗਰਭਵਤੀ ਮਾਂ ਦੇ ਲਈ ਸਭ ਤੋਂ ਜ਼ਰੂਰੀ ਕੰਮ ਹੈ, ਆਪਣੇ ਬੱਚੇ ਦਾ ਪੇਟ ਭਰਨਾ। ਆਪਣੇ ਬਿਜ਼ੀ ਸ਼ਡਿਊਲ ਵਿਚੋਂ ਵੀ ਖਾਣ ਦਾ ਸਮਝ ਕੱਢਣਾ ਨਾ ਭੁਲੋ। ਤੁਹਾਡੀ ਮੇਜ ਤੇ ਵੀ ਪੌਸ਼ਟਿਕ ਸਨੈਕਸ ਹੋਣੇ ਚਾਹੀਦੇ ਹਨ। ਜੇਕਰ ਪਰਸ ਵੱਡਾ ਹੈ ਤਾਂ ਉਸ ਵਿਚ ਵੀ ਕੁਝ ਰੱਖੋ। ਤੁਹਾਡੇ ਲਈ ਤੇ ਬੱਚੇ ਦੇ ਲਈ ਸਹੀਸਮੇਂ ਤੇ ਕੁਝ ਨਾ ਕੁਝ ਖਾਣਾ ਜ਼ਰੂਰੀ ਹੈ।
- ਭਾਰ ਦੇ ਕੰਡੇ ਤੇ ਰੱਖੋ ਨਜ਼ਰ! ਕਿਤੇਂ ਇੰਝ ਨਾ ਹੋਵੇ ਕਿ ਦਫ਼ਤਰ ਦੇ ਤਨਾਅ ਕਾਰਣ ਤੁਸੀਂ ਅੰਧਾਧੁੰਦ ਖਾਣ ਲਗੋ ਅਤੇ ਫਾਲਤੂ ਭਾਰ ਵਧਾ ਲਉ। ਜੇਕਰ ਤੁਹਾਡਾ ਦਫ਼ਤਰ ਕਿਸੇ ਵੈਡਿੰਗ ਮਸ਼ੀਨ ਜਾਂ ਜੰਕਫੂਡ ਰੈਸਟੋਰੈਂਟ ਦੇ ਕੋਲ ਹੈ, ਤਾਂ ਤਾਂ ਹੋਰ ਵੀ ਧਿਆਨ ਰੱਖਣਾ ਹੋਵੇਗਾ।
- ਆਪਣੇ ਦੰਦਾਂ ਦਾ ਬੁਰਸ਼ ਰੱਖੋ। ਉਲਟੀਆਂ ਤੋਂ ਪ੍ਰੇਸ਼ਾਨ ਹੋ ਤਾਂ ਵਿਚ-2 ਬੁਰਸ਼ ਕਰਨ ਨਾਲ ਦੰਦਾਂ ਦੀ ਸਫ਼ਾਈ ਹੋਵੇਗੀ ਅਤੇ ਸਾਹ ਵੀ ਤਰੋਤਾਜ਼ਾ ਰਹੇਗੀ। ਮਾਊਥਵਾਸ਼ ਵੀ ਕੰਮ ਆ ਸਕਦਾ ਹੈ। ਜੇਕਰ ਬਹੁਤ ਜ਼ਿਆਦਾ ਲਾਰ ਬਣ ਰਹੀ ਹੋਵੇ ਤਾਂ ਇਸ ਨਾਲ ਫ਼ਰਕ ਪਵੇਗਾ। (ਪਹਿਲੀ ਤਿਮਾਹੀ ਵਿਚ ਅਕਸਰ ਇੰਝ ਹੁੰਦਾ ਹੈ, ਜੋ ਕਿ ਦਫ਼ਤਰ ਵਿਚ ਕਾਫ਼ੀ ਬੁਰਾ ਲਗ ਸਕਦਾ ਹੈ)।
- ਸਮਾਨ ਆਰਾਮ ਨਾਲ ਉਠਾਓ ਤਾਂ ਜੋ ਪਿੱਠ ਤੇ ਕਿਸੀ ਤਰ੍ਹਾਂ ਦਾ ਦਬਾਅ ਨਾ ਪਵੇ।
- ਧੂੰਏ ਨਾਲ ਭਰੀਆ ਥਾਵਾਂ ਤੋਂ ਦੂਰ ਰਹੋ। ਧੂੰਆਂ ਤੁਹਾਡੇ ਤੇ ਬੱਚੇ ਦੇ ਲਈ ਹਾਨੀਕਾਰਕ ਹੈ। ਇਸ ਨਾਲ ਥਕਾਵਟ ਵੀ ਹੋ ਸਕਦੀ ਹੈ।
- ਲੋੜ ਤੋਂ ਵੱਧ ਤਨਾਅ ਨਾ ਰੱਖੋ। ਕੂਲ ਰਹੋ। ਆਈਪਾੱਡ ਨਾਲ ਸੰਗੀਤ ਸੁਣੋ। ਅੱਖਾਂ ਬੰਦ ਕਰਕੇ ਧਿਆਨ ਲਗਾਓ। ਇਮਾਰਤ ਦੇ ਆਸਪਾਸ ਚੱਕਰ ਲਗਾਓ।
- ਆਪਣੇ ਸਰੀਰ ਦੀ ਸੁਣਨਾ ਸਿਖੋ। ਜੇਕਰ ਥਕਾਵਟ ਹੋ ਰਹੀ ਹੈ ਤਾਂ ਜਲਦੀ ਛੁੱਟੀ ਲੈ ਕੇ ਘਰ ਜਾਣ ਵਿਚ ਕੋਈ ਹਰਜ ਨਹੀਂ ਹੈ।

**ਨੌਕਰੀ ਤੇ ਤੁਹਾਡੀ ਸੁਰੱਖਿਆ**:- ਕਈ ਨੌਕਰੀਆਂ ਐਸੀਆਂ ਹੁੰਦੀਆਂ ਹਨ ਜਿਥੇ ਜ਼ਿਆਦਾਤਰ ਮਾਂ ਬਣਨ ਵਾਲੀਆਂ ਔਰਤਾਂ ਆਪਣੇ ਅਣਜੰਮੇ ਬੱਚੇ ਨੂੰ ਪੂਰੀ ਖ਼ੁਰਾਕ ਤੇ ਸੁਰੱਖਿਆ ਦੇ ਸਕਦੀਆਂ ਹਨ, ਜੋ ਕਿ ਉਨ੍ਹਾਂ ਔਰਤਾਂ ਦੇਲਈ ਬਹੁਤ ਵੱਡੀ ਖ਼ੁਸ਼ਖ਼ਬਰੀ ਹੈ,

ਜੋ ਨੌਕਰੀ ਤੇ ਗਰਭਕਾਲ ਦੋਨੋਂ ਨਾਲ-ਨਾਲ ਸੰਭਾਲਣਾ ਚਾਹੁੰਦੀਆਂ ਹਨ।

ਫਿਰ ਵੀ ਕੁਝ ਜਾੱਬ ਐਸੇ ਹਨ, ਜੋ ਦੂਜਿਆਂ ਦੇ ਮੁਕਾਬਲੇ ਵੱਧ ਸੁਰੱਖਿਅਤ ਮੰਨੇ ਜਾਂਦੇ ਹਨ। ਜੇਕਰ ਕੁਝ ਸਾਵਧਾਨੀਆਂ ਰੱਖੀਆਂ ਜਾਣ ਤਾਂ ਤੁਸੀਂ ਕੰਮ ਦੇ ਮਾਹੌਲ ਨੂੰ ਆਪਣੇ ਹਿਸਾਬ ਨਾਲ ਢਾਲ ਸਕਦੀ ਹੋ। ਆਪਣੇ ਮਾਮਲੇ ਵਿਚ ਡਾਕਟਰ ਦੀ ਰਾਏ ਲੈ ਕੇ ਹੀ ਅੱਗੇ ਵੱਧੋ।

**ਦਫ਼ਤਰ ਦਾ ਕੰਮ:-** ਹਰ ਕੋਈ ਜਾਣਦਾ ਹੈ ਕਿ ਲਗਾਤਾਰ ਮੇਜ ਤੇ ਕੰਮ ਕਰਨ ਵਾਲਿਆਂ ਦੀ ਗਰਦਨ, ਪਿੱਠ, ਲੱਤਾਂ ਤੇਸਿਰ ਵਿਚ ਕਿੰਨਾ ਦਰਦ ਹੁੰਦਾ ਹੈ, ਫਿਰ ਗਰਭਵਤੀ ਔਰਤ ਦੇ ਲਈ ਤਾਂ ਇਹ ਪ੍ਰੇਸ਼ਾਨੀ ਹੋਰ ਵੀ ਵੱਧ ਜਾਂਦੀ ਹੈ। ਬੱਚੇ ਨੂੰ ਤਾਂ ਕੋਈ ਨੁਕਸਾਨ ਨਹੀਂ ਹੁੰਦਾ ਪ੍ਰੰਤੂ ਮਾਂ ਦੇ ਸਰੀਰ ਨੂੰ ਤਕਲੀਫ਼ ਝੇਲਣੀ ਪੈਂਦੀ ਹੈ। ਜੇਕਰ ਤੁਸੀਂ ਬੈਠ ਕੇ ਕਾਫ਼ੀ ਸਮੇਂ ਤਕ ਕੰਮ ਕਰਦੀ ਹੋ ਤਾਂ ਵਿਚ-2 ਉਠ ਕੇ ਚਹਿਲਕਦਮੀ ਕਰੋ। ਆਪਣੀਆਂ ਬਾਹਾਂ ਫੈਲਾਓ। ਕੁਰਸੀ ਵਿਚ ਬੈਠੇ-2 ਹੀ ਗਰਦਨ ਤੇ ਮੋਢੇ ਅਕੜਾਓ। ਕੁਰਸੀ ਦੇ ਕੋਲ ਹੀ ਕੋਈ ਛੋਟਾ ਸਟੂਲ ਰੱਖ ਲਉ ਤਾਂ ਜੋ ਸੂਜੇ ਹੋਏ ਪੈਰ ਉਥੇ ਰੱਖ ਕੇ ਆਰਾਮ ਦਿੱਤਾ ਜਾ ਸਕੇ। ਆਪਣੀ ਪਿੱਠ ਨੂੰ ਕੁਸ਼ਨ ਨਾਲ ਸਹਾਰਾ ਦਿਉ।

ਕੰਪਿਊਟਰ ਤੋਂ ਸੁਰੱਖਿਆ? ਸ਼ੁਕਰ ਹੈ ਕਿ ਕੰਪਿਊਟਰ ਸਕ੍ਰੀਨ ਤੇ ਲੈਪਟਾਪ ਗਰਭਵਤੀ ਔਰਤ ਦੇ ਲਈ ਹਾਨੀਕਾਰਕ ਨਹੀਂ ਹੁੰਦੇ। ਹਾਂ, ਕੰਪਿਊਟਰ ਦੇ ਸਾਹਮਣੇ ਕਈ ਘੰਟੇ ਬਿਤਾਣ ਨਾਲ ਸਿਰ ਚਕਰਾਣਾ, ਸਿਰ ਦਰਦ, ਕਲਾਈ ਵਿਚ ਮੋਚ ਤੇ ਬਾਂਹ ਵਿਚ ਅਕੜਨ ਦੀ ਸ਼ਿਕਾਇਤ ਹੋ ਸਕਦੀ ਹੈ। ਐਸੀ ਕੁਰਸੀ ਪ੍ਰਯੋਗ ਕਰੋ ਜਿਸਨਾਲ ਪੂਰੀ ਪਿੱਠ ਨੂੰ ਆਰਾਮ ਮਿਲ ਸਕੇ। ਮਾੱਨੀਟਰ ਵੀ ਸਹੀ ਉਚਾਈ ਤੇ ਪਿਆ ਹੋਵੇ। ਉਸ ਦੀ ਟਾੱਪ ਦਾ ਅੱਖਾਂ ਦੇ ਨਾਲ ਲੇਬਲ ਹੋਵੇ ਅਤੇ ਇਹ ਇਕ ਬਾਂਹ ਦੀ ਦੂਰੀ ਤੇ ਹੋਵੇ। ਐਸੀ ਸਕ੍ਰੀਨ ਪ੍ਰਯੋਗ ਕਰੋ ਜਿਸ ਨਾਲ 'ਕਾਰਪਲ ਟਰਨਿੰਗ ਸਿੰਡ੍ਰੋਮ' ਦਾ ਡਰ ਨਾ ਰਹੇ। ਜਦੋਂ ਵੀ ਕੀ-ਬੋਰਡ ਤੇ ਹੱਥ ਰੱਖੋ ਤਾਂ ਉਹ ਤੁਹਾਡੀਆਂ ਕੁਹਣੀਆਂ ਤੋਂ ਹੇਠਾਂ ਹੋਣੇ ਚਾਹੀਦੇ ਹਨ।

**ਸਿਹਤ ਸੇਵਾ ਨਾਲ ਜੁੜੇ ਕੰਮ:-** ਹਰ ਹੈਲਥ ਕੇਅਰ ਪ੍ਰੋਫ਼ੈਸ਼ਨਲ ਦੀ ਸਭ ਤੋਂ ਪਹਿਲੀ ਪ੍ਰਾਥਮਿਕਤਾ ਇਹੀ ਹੁੰਦੀ ਹੈ ਕਿ ਉਹ ਖ਼ੁਦ ਸਿਹਤਮੰਦ ਰਹੇ ਪ੍ਰੰਤੂ ਜੇਕਰ ਤੁਸੀਂ ਮਾਂ ਬਣਨ ਵਾਲੀ ਹੋ ਤਾਂ ਇਹ ਹੋਰ ਵੀ ਜ਼ਰੂਰੀ ਹੋ ਜਾਂਦਾ ਹੈ। ਸਭ ਤੋਂ ਪਹਿਲਾਂ ਤਾਂ ਤੁਹਾਨੂੰ ਯੰਤਰ ਸਟਰਲਾਈਜ਼ ਕਰਨ ਵਾਲੇ ਕੈਮੀਕਲਾਂ ਤੋਂ ਖ਼ੁਦ ਨੂੰ ਤੇ ਬੱਚੇ ਨੂੰ ਬਚਾਣਾ ਹੋਵੇਗਾ। (ਜਿਵੇਂ ਐਥਲੀਨ ਆੱਕਸਾਈਡ ਤੇ ਫਾੱਰਮਲਹਿਹਾਈਡ) ਕੁਝ ਐਂਟੀ ਕੈਂਸਰ ਦਵਾਈਆਂ, ਹੈਪੇਟਾਇਟਸ ਬੀ ਤੇ ਏਡਜ਼ ਵਰਗੇ ਕੁਝ ਇਨਫੇਕਸ਼ਨ ਤੇ ਰੈਡੀਏਸ਼ਨ ਆਦਿ। ਘੱਟ ਡੋਜ਼ ਵਾਲੀ ਐਕਸਰੇ ਦੇ ਨਾਲ ਕੰਮ ਕਰਨ ਵਾਲੇ ਤਕਨੀਸ਼ਨਾਂ ਨੂੰ ਰੈਡੀਏਸ਼ਨ ਦਾ ਖ਼ਤਰਾ ਨਹੀਂ ਹੁੰਦਾ। ਸਿਫ਼ਾਰਸ਼ ਕੀਤੀ ਜਾਂਦੀ ਹੈ ਕਿ ਜੋ ਔਰਤਾਂ ਸੰਤਾਨ ਪੈਦਾ ਕਰਨ ਦੀ ਉਮਰ ਵਿਚ ਹਨ ਉਹ ਵੱਧ ਡੋਜ਼ ਵਾਲੇ ਰੈਡੀਏਸ਼ਨ ਦੇ ਸੰਪਰਕ ਵਿਚ ਆਣ ਤੋਂ ਪਹਿਲਾਂ, ਵਿਸ਼ੇਸ਼ ਤਰ੍ਹਾਂ ਦਾ ਉਪਕਰਣ ਪਾਣ ਤਾਂ ਜੋ ਉਹ ਸੁਰੱਖਿਅਤ ਰਹਿ ਸਕਣ। ਤੁਹਾਨੂੰ ਕੰਮ ਦੇ ਹਿਸਾਬ ਨਾਲ ਸੁਰੱਖਿਆ ਦੇ ਉਪਾਅ ਅਪਨਾਣੇ ਚਾਹੀਦੇ ਸਨ। ਫਿਰ ਕੋਈ ਦੂਜੀ ਸੁਰੱਖਿਅਤ ਨੌਕਰੀ ਲੱਭ ਲੈਣੀ ਚਾਹੀਦੀ ਹੈ।

## ਸ਼ਾਂਤ ਰਹੋ

ਕਰੀਬ 24 ਹਫ਼ਤੇ ਵਿਚ ਤੁਹਾਡੇ ਬੱਚੇ ਦੇ ਬਾਹਰ, ਵਿਚਕਾਰਲੇ ਅਤੇ ਅੰਦਰੂਨੀ ਕੰਮ ਵਿਕਸਿਤ ਹੋ ਗਏ ਹਨ। 27-30 ਹਫ਼ਤੇ ਤਕ ਉਹ ਬਾਹਰ ਆਵਾਜ਼ਾਂ ਸੁਣਨ ਯੋਗ ਹੋਜਾਂਏਗਾ। ਹਾਲਾਂਕਿ ਤੇਜ ਸ਼ੋਰ ਉਸ ਤਕ ਨਹੀਂ ਪਹੁੰਚ ਸਕਦਾ ਪ੍ਰੰਤੂ ਫਿਰ ਵੀ ਤੁਹਾਨੂੰ ਗਰਭਕਾਲ ਵਿਚ ਤੇਜ ਸ਼ੋਰ ਤੋਂ ਬਚਾਅ ਕਰਨਾ ਚਾਹੀਦਾ ਹੈ। ਜ਼ਿਆਦਾ ਸ਼ੋਰ ਨਾਲ ਬੱਚੇ ਦੀ ਸੁਣਨ ਸਮਰੱਥਾ ਤੇ ਅਸਰ ਪੈ ਸਕਦਾਹੈ। ਜੇਕਰ ਸ਼ੋਰ ਦੀ ਤੀਬਰਤਾ 40-60 ਡੇਸੀਬਲ ਤਕ ਹੈਤਾਂ ਇਸਨਾਲ ਪ੍ਰਿਮੈਚਿਓਰ ਬੇਬੀ ਜਾਂ ਘੱਟ ਭਾਰ ਵਾਲੇ ਬੱਚੇ ਦੇ ਜਨਮ ਦਾ ਖ਼ਤਰਾ ਹੋ ਸਕਦਾ ਹੈ। 150-155 ਡੇਸੀਬਲ ਧੁਨੀ ਤੀਬਰਤਾ ਨਾਲ ਵੀ ਇਹੀ ਸਮੱਸਿਆ ਹੋ ਸਕਦੀਹੈ। ਤੇਜ ਸੰਗੀਤ ਵਾਲੇ ਕਲੱਬ, ਸ਼ੋਰ-ਸ਼ਰਾਬੇ ਵਾਲੀਆਂ ਮਸ਼ੀਨਾਂ ਦੇਨਾਲ ਕੰਮ ਕਰਨ ਵਾਲੀਆਂ ਗਰਭਵਤੀ ਔਰਤਾਂ ਨੂੰ ਕੁਝ ਸਮੇਂ ਦੇ ਲਈ ਕੰਮ ਛੱਡ ਕੇ ਸੁਰੱਖਿਅਤ ਜਗ੍ਹਾ ਤੇ ਬਦਲੀ ਕਰਵਾ ਲੈਣੀ ਚਾਹੀਦੀ ਹੈ। ਜੇਕਰ ਕੈਸਟ ਸੁਣਨਾ ਹੋਵੇ ਤਾਂ ਐਮਫੀਥੀਏਟਰ ਦੇ ਵਿਚ ਬੈਠੋ। ਗੱਡੀ ਵਿਚਤੇਜ ਆਵਾਜ਼ ਵਿਚ ਸੰਗੀਤ ਨਾ ਸੁਣੋ। ਤੇਜ ਕੰਨਫਾੜ ਸੰਗਤੀ ਸੁਣਨ ਦੀ ਥਾਂ ਕੰਨਾਂ ਤੇ ਹੈਡ ਫ਼ੋਨ ਲਗਾ ਲਉ।

**ਨਿਰਮਾਣ ਕਾਰਜ**:- ਜੇਕਰ ਤੁਸੀਂ ਐਸੀ ਜਗ੍ਹਾ ਕੰਮ ਕਰਦੀ ਹੋ ਜਿਥੇ ਕਾਫ਼ੀ ਭਾਰੀ ਅਤੇ ਖ਼ਤਰਨਾਕ ਮਸ਼ੀਨਰੀ ਬਣਦੀ ਹੈ, ਤਾਂ ਤੁਹਾਨੂੰ ਆਪਣੇ ਬਾੱਸ ਨੂੰ ਡਿਊਟੀ ਬਦਲਣ ਸਬੰਧੀ ਗੱਲ ਕਰਨੀ ਚਾਹੀਦੀ ਹੈ। ਤੁਸੀਂ ਉਤਪਾਦ ਦੀ ਸੁਰੱਖਿਆ ਸਬੰਧੀ ਉਨ੍ਹਾਂ ਦੇ ਨਿਰਮਾਣਕਰਤਾ ਤੋਂ ਵੀ ਜਾਣਕਾਰੀ ਲੈ ਸਕਦੀ ਹੋ। ਕਿਸੀ ਫੈਕਟਰੀ ਵਿਚ ਕੀ ਬਣਦਾ ਹੈ ਅਤੇ ਉਹ ਲੋਕ ਉਸ ਨੂੰ ਕਿਵੇਂ ਬਣਾਂਦੇ ਹਨ, ਇਨ੍ਹਾਂ ਗੱਲਾਂ ਤੇ ਵੀ ਕਾਫ਼ੀ ਕੁਝ ਨਿਰਭਰ ਕਰਦਾ ਹੈ।

**ਭਾਰੀ ਸਰੀਰਕ ਕੰਮ**:- ਜੇਕਰ ਕੋਈ ਗਰਭਵਤੀ ਔਰਤ ਭਾਰੀ ਸਮਾਨ ਉਠਾਣ, ਸਰੀਰਕ ਮਿਹਨਤ ਕਰਨ ਜਾਂ ਘੰਟਿਆਂਬਧੀ ਖੜੇ ਰਹਿਣ ਦਾ ਕੰਮ ਕਰਦੀ ਹੈ ਤਾਂ ਪ੍ਰੀਟਰਮ ਲੇਬਰ ਦਾ ਖ਼ਤਰਾ ਵੱਧ ਜਾਂਦਾ ਹੈ। ਤੁਹਾਨੂੰ ਬਾੱਸ ਨੂੰ ਬੇਨਤੀ ਕਰਨੀ ਚਾਹੀਦੀ ਹੈ ਕਿ ਤੁਹਾਨੂੰ 20-28 ਹਫ਼ਤੇ ਤਕ ਕਿਸੀ ਐਸੀ ਜਗ੍ਹਾ ਕੰਮ ਤੇ ਲਗਾ ਦੇਣ ਜਿਥੇ ਭਾਰੀ ਸਰੀਰਕ ਮਿਹਨਤ ਨਾ ਹੋਵੇ। ਡਿਲੀਵਰੀ ਤੋਂ ਬਾਦ ਤੁਸੀਂ ਆਪਣੇ ਕੰਮ ਤੇ ਵਾਪਸ ਆ ਸਕਦੀ ਹੋ।

**ਭਾਵਨਾਤਮਕ ਰੂਪ ਨਾਲ ਤਨਾਅਗ੍ਰਸਤ ਕੰਮ**:- ਕਈ ਵਾਰ ਕਾਰਜਖੇਤਰ ਵਿਚ ਤਨਾਅ ਦਾ ਵੀ ਗਰਭਵਤੀ ਔਰਤ ਤੇ ਬੁਰਾ ਅਸਰ ਪੈਂਦਾ ਹੈ। ਤੁਹਾਨੂੰ ਤਨਾਅ ਦੀ ਮਾਤਰਾ ਘਟਾਉਣ ਦੀ ਪੂਰੀ ਕੋਸ਼ਿਸ਼ ਕਰਨੀ ਚਾਹੀਦੀ ਹੈ। ਜਾਂ ਤਾਂ ਮੈਟਰਨਿਟੀ ਲੀਵ ਜਲਦੀ ਲੈ ਲਉ ਜਾਂ ਕਿਸੇ ਘੱਟ ਤਨਾਅ ਵਾਲੀ ਜਗ੍ਹਾ ਨੌਕਰੀ ਕਰੋ। ਐਸਾ ਕਰਨਾ ਹਮੇਸ਼ਾਂ ਸੰਭਵ ਨਹੀਂ ਹੁੰਦਾ; ਜੇਕਰ ਇਹ ਆਰਥਿਕ ਰੂਪ ਤੋਂ ਹੋਰ ਵੀਜ਼ਰੂਰੀ ਹੈ ਤਾਂਨੌਕਰੀ ਛੱਡਣ ਤੋਂ ਬਚਾਅ ਅਤੇ ਪ੍ਰੇਸ਼ਾਨੀ ਵਧਾ ਜਾਣਗੇ।

ਤੁਹਾਨੂੰ ਉਚਿਤ ਕਸਰਤ, ਧਿਆਨ ਤੇ ਸਿਹਤ ਕ੍ਰਿਆਵਾਂ ਨਾਲ ਤਨਾਅ ਘਟਾਣਾ ਸਿੱਖਣਾ ਹੋਵੇਗਾ। ਆਪਣੇ ਬਾੱਸ ਨਾਲ ਗੱਲ ਕਰੋ ਕਿ ਲੋੜ ਤੋਂ ਵੱਧ ਕੰਮ, ਦਬਾਅ ਤੇ ਤਨਾਅ ਤੁਹਾਡੇ ਗਰਭਕਾਲ ਦੇ ਲਈ ਨੁਕਸਾਨਦੇਹ ਹੋ ਸਕਦਾ ਹੈ। ਜੇਕਰ ਤੁਸੀਂ ਸੈਲਫ਼-ਇੰਪਲਾਯਡ ਹੋ ਤਾਂ ਕੰਮ ਦਾ ਬੋਝ ਘਟਾਣਾ ਥੋੜ੍ਹਾ ਮੁਸ਼ਕਲ ਹੋਵੇਗਾ ਕਿਉਂਕਿ ਤੁਸੀਂ ਖ਼ੁਦ ਹੀ ਬਾੱਸ ਹੋ, ਪ੍ਰੰਤੂ ਇਥੇ ਤਾਂ ਥੋੜ੍ਹਾ ਧਿਆਨ ਦੇਣ ਵਿਚ ਹੀ ਸਮਝਦਾਰੀ ਹੈ।

**ਦੂਜੇ ਕੰਮ**:- ਅਧਿਆਪਕ ਤੇ ਸਮਾਜ ਸੇਵਕ ਔਰਤਾਂ ਛੋਟੇ ਬੱਚੇ ਦੇ ਨਾਲ ਰਹਿਣ ਦੇ ਕਾਰਣ ਐਸੇ ਇਨਫੈਕਸ਼ਨਾਂ ਦੀ ਲਪੇਟ ਵਿਚ ਆ ਸਕਦੀਆਂ ਹਨ ਜੋ ਗਰਭਕਾਲ ਤੇ ਅਸਰ ਪਾਂਦੇ ਹਨ ਜਿਵੇਂ ਚਿਕਨਪਾੱਕਸ, ਫਿਫਥ ਡਿਸੀਜ਼ ਤੇ ਸੀਐਮਵੀ। ਜਾਨਵਰਾਂ ਦੇ ਨਾਲ ਕੰਮ ਕਰਨ ਵਾਲੇ ਜਾਂ ਮਾਂਸ ਵੇਚਣ ਵਾਲੇ 'ਟਾੱਕਸੋਪਲ਼ਾਮੋਸਿਜ਼' ਤੋਂ ਪੀੜ੍ਹਤ ਹੋ ਸਕਦੇ ਹਨ(ਹਾਲਾਂਕਿ ਜੇਕਰ ਉਨ੍ਹਾਂ ਵਿਚ ਪ੍ਰਤੀਰੋਧਕ ਸਮਰੱਥਾ ਪੈਦਾ ਹੋ ਚੁਕੀ ਹੈ ਤਾਂ ਬੱਚੇ ਨੂੰ ਕੋਈ ਖ਼ਤਰਾ ਨਹੀਂ ਹੈ) ਜੇਕਰ ਐਸੀ ਜਗ੍ਹਾ ਕੰਮ ਕਰਦੀ ਹੋ ਜਿਥੇ ਕਿਸੇ ਵੀ ਤਰ੍ਹਾਂ ਦੇ ਇਨਫੈਕਸ਼ਨ ਦੀ ਪੂਰੀ-2 ਸੰਭਾਵਨਾ ਹੈ ਤਾਂ ਆਪਣੇ ਵੱਲੋਂ ਪੂਰਾ ਧਿਆਨ ਰੱਖੋ। ਸਮੇਂ-2 ਤੇ ਹੱਥ ਧੋਵੋ, ਦਸਤਾਨੇ ਤੇਮਾਸਕ ਆਦਿ ਪਾਓ।

ਫਲਾਈਟ ਅਟੈਂਡੈਂਟ ਜਾਂ ਪਾਇਲਟਸ ਦੇ ਲਈ ਪ੍ਰੀਟਰਮ ਲੇਬਰ ਦਾ ਖ਼ਤਰਾ ਥੋੜ੍ਹਾ ਵੱਧ ਜਾਂਦਾ ਹੈ। ਹਾਈ-ਅਲਟੀਚਿਊਡ ਵਾਲੀ ਫਲਾਈਟ ਵਿਚ ਸੂਰਜ ਦੇ ਰੈਡੀਏਸ਼ਨ ਦੇ ਸੰਪਰਕ ਵਿਚ ਆਣ ਕਾਰਣ ਇੰਝ ਹੁੰਦਾ ਹੈ। ਉਨ੍ਹਾਂ ਨੂੰ ਘੱਟ ਦੂਰੀ ਦੇ ਸਫ਼ਰ ਕਰਨੇ ਚਾਹੀਦੇ ਹਨ ਜਾਂ ਪ੍ਰੈਗਨੈਂਸੀ ਦੌਰਾਨ ਗ੍ਰਾਂਊਂਡ ਵਰਕ ਕਰਨਾ ਚਾਹੀਦਾ ਹੈ।

ਕਲਾਕਾਰੀ ਫ਼ੋਟੋਗ੍ਰਾਫ਼ੀ, ਕੈਮਿਸਟ, ਕਾੱਸਮੈਟੀਸ਼ਿਨ ਤੇ ਡ੍ਰਾਈਕਲੀਨਿੰਗ ਦੇ ਕੰਮ ਵਿਚ ਲਗੀਆਂ ਗਰਭਵਤੀ ਔਰਤਾਂ ਕਈ ਤਰ੍ਹਾਂ ਦੇ ਕੈਮੀਕਲਾਂ ਦੇ ਸੰਪਰਕ ਵਿਚ ਆ ਸਕਦੀਆਂ ਹਨ। ਇਸ ਸਮੇਂ ਪੂਰੀ ਸਾਵਧਾਨੀ ਵਰਤੋ ਜਾਂ ਫਿਰ ਕੁਝ ਸਮੇਂ ਦੇ ਲਈ ਇਹ ਜਗ੍ਹਾ ਛੱਡ ਦਿਉ।

**ਨੌਕਰੀ ਤੇ ਟਿਕੇ ਰਹਿਣ**:- ਕੀ ਤੁਸੀਂ ਬਿਲਕੁਲ ਅਖ਼ੀਰ ਤੱਕ ਕੰਮ ਕਰਨ ਦਾ ਫ਼ੈਸਲਾ ਕੀਤਾ ਹੈ? ਕਈ ਗਰਭਵਤੀ ਔਰਤਾਂ ਪੂਰੇ ਨੌ ਮਹੀਨੇ ਤਕ ਦੋਨੋਂ ਕੰਮ ਬਾਖ਼ੂਬੀ ਨਿਭਾ ਲੈਂਦੀਆਂ ਹਨ। ਹਾਲਾਂਕਿ ਕੁਝ ਨੌਕਰੀਆਂ ਵੀ ਐਸੀਆਂ ਹੁੰਦੀਆਂ ਹਨ ਜਿਥੇ ਉਨ੍ਹਾਂ ਨੂੰ ਵੱਧ ਮੁਸ਼ਕਲ ਨਹੀਂ ਆਉਂਦੀ। ਜੇਕਰਤੁਸੀਂ ਮੇਜ ਦਾ ਕੰਮ ਸੰਭਾਲਦੀ ਹੋ ਤਾਂ ਸ਼ਾਇਦ ਤੁਸੀਂ ਸਿੱਧਾ ਬਰਥ ਰੂਮ ਵਿਚ ਜਾਣ ਦਾ ਫ਼ੈਸਲਾ ਲਿਆ ਹੋਵੇਗਾ। ਜੇਕਰ ਨੌਕਰੀ ਆਰਾਮਦੇਹ ਹੈ, ਤਾਂ ਤਾਂ ਤੁਸੀਂ ਘਰ ਬੈਠ ਕੇ ਵੈਕਯੂਮ ਕਲੀਨਰ ਨਾਲ ਨਹੀਂ ਜੂਝਣਾ ਚਾਹੋਗੀ ਫਿਰ ਤਾਂ ਦਫ਼ਤਰ ਵਿਚ ਵੱਧ ਆਰਾਮ ਹੋਵੇਗਾ। ਦਫ਼ਤਰ ਤੋਂ ਪੈਦਲ ਆਣ-ਜਾਣ ਦਾ ਫ਼ਾਇਦਾ ਵੀ ਮਿਲ ਜਾਏਗਾ(ਬਸ਼ਰਤੇ ਤੁਸੀਂ ਵੱਧ ਭਾਰ ਨਾ ਉਠਾ ਰਹੀ ਹੋਵੇ)।

ਇਕ ਖੋਜ ਤੋਂ ਪਤਾ ਲਗਾ ਹੈ ਕਿ ਇਕ ਹਫ਼ਤੇ ਵਿਚ 65 ਘੰਟੇ ਕੰਮ ਕਰਨ ਵਾਲੀ ਗਰਭਵਤੀਖ ਔਰਤ ਵੀ ਗਰਭਕਾਲ ਦੀਆਂ ਮੁਸ਼ਕਲਾਂ ਤੋਂ ਉਨਾਂ ਹੀ ਸੁਰੱਖਿਅਤ ਨਹੀਂ ਜਿੰਨਾ ਕਿ ਕੰਮਕਾਜੀ ਗਰਭਵਤੀ ਔਰਤ। ਜੇ ਕਰ ਕੋਈ ਔਰਤ ਪਹਿਲਾਂ ਤੋਂ ਮਾਂ ਹੈ, ਜੇਕਰ ਉਹ

## ਗਰਭਕਾਲ ਤੇ ਦੁਰਵਿਵਹਾਰ

ਕੀ ਗਰਭਕਾਲ ਦੇ ਕਾਰਣ ਕਾਰਜਖੇਤਰ ਵਿਚ ਤੁਹਾਡੇ ਨਾਲ ਬੁਰਾ ਵਰਤਾਅ ਹੋ ਰਿਹਾ ਹੈ? ਚੁਪਚਾਪ ਬੈਠਣ ਦੀਥਾਂ ਕਿਸੇ ਭਰੋਸੇਮੰਦ ਆਦਮੀ ਨਾਲ ਆਪਣੇ ਮਨ ਦੀ ਗੱਲ ਕਰੋ। ਐਸੀਆਂ ਗੱਲਾਂ ਜਾਂ ਘਟਨਾਵਾਂ ਦੀ ਸੂਚੀ ਤੇ ਰਿਕਾਰਡ ਆਪਣੇ ਕੋਲ ਰੱਖੋ ਤਾਂ ਜੋ ਲੋੜ ਪੈਣ ਤੇ ਸਬੂਤ ਪੇਸ਼ ਹੋ ਸਕਣ।

ਗਰਭਕਾਲ ਵਿਚ ਕਈ ਘੰਟੇ ਤਕ ਖੜੇ ਰਹਿਕੇ ਕੰਮ ਕਰਦੀ ਹੈ ਤਨਾਅ ਦੇ ਨਾਲ ਜੀਉਂਦੀ ਹੈ ਜਾਂ ਭਾਰੀ ਕੰਮ ਕਰਦੀ ਹੈ ਤਾਂ ਉਸ ਦੇ ਲਈ ਪ੍ਰੀਟਰਮ ਲੇਬਰ, ਹੋਰ ਬਲੱਡਪ੍ਰੈਸ਼ਰ ਤੇ ਘੱਟ ਭਾਰ ਵਾਲੇ ਬੱਚੇ ਦੇ ਜਨਮ ਦਾ ਖ਼ਤਰਾ ਵੱਧ ਸਕਦਾ ਹੈ।

ਕੀ ਸੇਲਜ਼ ਗਰਲ, ਸ਼ੈਫ, ਰੇਸਟੋਰੈਂਟ ਵਰਕਰ, ਪੁਲਿਸ ਅਧਿਕਾਰੀ, ਡਾਕਟਰ ਤੇ ਨਰਸ ਨੂੰ 28 ਹਫ਼ਤੇ ਤੋਂ ਬਾਦ ਕੰਮ ਕਰਨਾ ਚਾਹੀਦਾ ਹੈ? ਡਾਕਟਰ ਤਾਂ ਇਹੀ ਕਹਿੰਦੇ ਹਨ ਕਿ ਜੇਕਰ ਉਹ ਆਰਾਮ ਮਹਿਸੂਸ ਕਰਦੀਆਂ ਹਨ ਤਾਂ ਉਹ ਆਮ ਰੂਪ ਨਾਲ ਕੰਮ ਜਾਰੀ ਰੱਖ ਸਕਦੀਆਂ ਹਨ। ਉਂਝ ਸਰੀਰਕ ਤਕਲੀਫ਼ਾਂ ਦੀ ਮਾਤਰਾ ਤਾਂ ਵੱਧ ਹੀ ਜਾਂਦੀ ਹੈ: ਜਿਵੇਂ ਪਿੱਠ ਵਿਚ ਦਰਦ, ਵੈਰੀਕੋਜ਼ ਵੇਨਜ਼ ਤੇ ਹੈਮਰਾਯਡ ਆਦਿ।

ਹੋ ਸਕੇ ਤਾਂ ਥੋੜ੍ਹਾ ਪਹਿਲਾਂ ਛੁੱਟੀ ਲਉ। ਵੱਧ ਥਕਾਵਟ ਦੇਣ ਵਾਲੇ ਕੰਮ ਨਾ ਕਰੋ ਜਾਂ ਐਸੇ ਕੰਮ ਨਾ ਕਰੋ ਜਿਨਾਂ ਵਿਚ ਗਿਰ ਕੇ ਸੱਟ ਲੱਗਣ ਦਾ ਡਰ ਹੋਵੇ। ਖ਼ਾਸ ਗੱਲ ਤਾਂ ਇਹੀ ਹੈ ਕਿ ਹਰ ਗਰਭਵਤੀ ਔਰਤ ਲਈ ਹਰ ਕੰਮ ਤੇ ਹਰ ਗਰਭਕਾਲ ਆਪਣੇ ਆਪ ਵਿਚ ਵੱਖਰਾ ਹੁੰਦਾ ਹੈ। ਤੁਸੀਂ ਡਾਕਟਰ ਨੂੰ ਮਿਲਕੇ ਆਪਣੀ ਸਥਿਤੀ ਦੇ ਹਿਸਾਬ ਨਾਲ ਕੋਈ ਵੀ ਫ਼ੈਸਲਾ ਲੈ ਸਕਦੀ ਹੋ।

**ਨੌਕਰੀ ਬਦਲਣਾ:-** ਜ਼ਿੰਦਗੀ ਵਿਚ ਆਣ ਵਾਲੇ ਕਈ ਬਦਲਾਵਾਂ ਤੋਂ ਇਲਾਵਾ ਸ਼ਾਇਦ ਤੁਸੀਂ ਇਕ ਹੋਰ ਬਦਲਾਅ ਲਿਆਣਾ ਚਾਹੋਗੀ। ਉਂਝ ਇਨ੍ਹਾਂ ਦੇ ਦਰਜਨ ਕਾਰਣ ਹੋ ਸਕਦੇ ਹਨ ਕਿ ਕੋਈ ਸੰਭਾਵੀ ਮਾਂ ਆਪਣੀ ਨੌਕਰੀ ਕਿਉਂ ਬਦਲਣਾ ਚਾਹੁੰਦੀ ਹੈ। ਹੋ ਸਕਦਾ ਹੈ ਕਿ ਮਾਹੌਲ ਦੋਸਤਾਨਾ ਨਾ ਹੋਵੇ ਅਤੇ ਕੰਮ ਤੇ ਮਾਤ-ਧਰਮ ਦੇ ਵਿਚਕਾਰ ਸੰਤੁਲਨ ਰੱਖਣਾ ਮੁਸ਼ਕਲ ਲਗ ਰਿਹਾ ਹੋਵੇ। ਹੋ ਸਕਦਾ ਹੈ ਕਿ ਕੰਮ ਦੇ ਘੰਟੇ ਕਾਫ਼ੀ ਵੱਧ ਹੋਣ। ਹੋ ਸਕਦਾ ਹੈ ਕਿ ਤੁਸੀਂ ਕੰਮ ਤੋਂ ਉਕਤਾ ਗਈ ਹੋਵੋ। ਹੋ ਸਕਦਾ ਹੈ ਕਿ ਉਥੇ ਤੁਹਾਡੇ ਤੇਬ ਚੇ ਦੇਲਈ ਖ਼ਤਰਾ ਹੋਵੇ। ਕਾਰਣ ਚਾਹੇ ਜੋ ਵੀ ਹੋਣ ਕੰਮ ਛੱਡਣ ਤੋਂ ਪਹਿਲਾਂ ਕੁਝ ਗੱਲਾਂ ਤੇ ਵਿਚਾਰ ਕਰ ਲਉ।

ਕੀ ਕੰਮ ਦੇਖਣ ਦੇ ਲਈ ਸਮਾਂ, ਊਰਜਾ ਤੇ ਫੋਕਸ ਚਾਹੀਦਾ ਹੈ। ਕਿਉਂਕਿ ਤੁਸੀਂ ਸਿਹਤਮੰਦ ਪ੍ਰੈਗਨੈਂਸੀ ਤੇ ਧਿਆਨ ਦੇ ਰਹੀ ਹੋ। ਤੁਹਾਨੂੰ ਨੌਕਰੀ ਦੇਣ ਤੋਂ ਪਹਿਲਾਂ ਕਈ ਤਰ੍ਹਾਂ ਦੇ ਇੰਟਰਵਿਊ ਦੇਣੇ ਹੋਣਗੇ ਤੇ ਮੁਲਾਕਾਤਾਂ ਕਰਨੀਆਂ ਹੋਣਗੀਆਂ। ਇਸ ਲਈ ਸ਼ਾਇਦ ਇਸ ਵੱਲ ਧਿਆਨ ਨਾ ਦੇ ਸਕੋ। ਗਰਭਕਾਲ ਦੀਆਂ ਮੁਸ਼ਕਲਾਂ ਦੇ ਨਾਲ ਪਹਿਲੀ ਛਾਪ ਛੱਡਣਾ ਥੋੜ੍ਹਾ ਚੁਣੌਤੀਭਰਪੂਰ ਹੋ ਸਕਦਾ ਹੈ। ਨਵੀਂ ਨੌਕਰੀ ਤੇ ਵੀ ਕਾਫ਼ੀ ਧਿਆਨ ਦੇਣਾ ਹੋਵੇਗਾ। ਸਭ ਦੀਆਂ ਨਜ਼ਰਾਂ ਤੁਹਾਡੇ ਤੇ ਹੋਣਗੀਆਂ। ਇਸ ਲਈ ਗਲਤੀ ਕਰਨ ਦੀ ਗੁੰਜਾਇਸ਼ ਵੀ ਨਹੀਂ ਰਹੇਗੀ। ਤੈਅ ਕਰ ਲਉ ਕਿ ਕੀ ਤੁਹਾਡੇ ਕੋਲ ਇੰਨੀ ਹਿੰਮਤ ਅਤੇ ਜੋਸ਼ ਹੈ?

ਨਵੀਂ ਜਗ੍ਹਾ ਜਾਣ ਤੋਂ ਪਹਿਲਾਂ ਚੰਗੀ ਤਰ੍ਹਾਂ ਦੇਖ ਲਉ ਕਿ ਉਥੇ ਜਾਣ ਦਾ ਕੋਈ ਲਾਭ ਹੋਵੇਗਾ ਵੀ ਜਾਂ ਨਹੀਂ। ਕੀ ਕੰਪਨੀ ਤੁਹਾਨੂੰ ਫ਼ਾਲਤੂ ਛੁਟੀਆਂ ਦੇਣ ਬਦਲੇ ਹੈਲਥ ਇੰਸ਼ੋਰੈਂਸ਼ ਦੀ ਦੁਗਣੀ ਰਕਮ ਲੈ ਲਵੇਗੀ? ਕੀ ਉਹ ਲੋਕਾਂ ਨੂੰ ਘਰ ਤੋਂ ਕੰਮ ਕਰਕੇ ਲਿਆਣ ਦੀ ਛੋਟ ਦੇਂਦੇ ਹਨ? ਕੀ ਤਨਖ਼ਾਹ ਇਸ ਜਗ੍ਹਾ ਤੋਂ ਚੰਗੀ ਹੈ? ਯਾਦ ਰੱਖੋ ਕਿ ਦਿੱਖਣ ਵਿਚ ਅਸਾਨ ਲੱਗਣ ਦੇ ਬਾਵਜੂਦ ਸਭ ਕੁਝ ਅਸਾਨ ਨਹੀਂ ਹੁੰਦਾ। ਤੁਹਾਡੇ ਘਰ ਦਾ ਮਾਹੌਲ ਉਂਝ ਵੀ ਕਾਫ਼ੀ ਬਿਖਰਿਆ-2 ਰਹੇਗਾ। ਕੀ ਤੁਸੀਂ ਚਾਹੋਗੀ ਕਿ ਦਫ਼ਤਰ ਵਿਚ ਵੀ ਇੰਝ ਹੀ ਹੋਵੇ? ਇਹ ਵੀ ਯਾਦ ਰੱਖੋ ਕਿ ਕਈ ਕੰਪਨੀਆਂ ਆਪਣੇ ਨਿਯੋਜਕਾਂ ਨੂੰ ਪਹਿਲੇ ਸਾਲ ਵਿਚ ਘੱਟ ਤਨਖ਼ਾਹ ਤੇ ਸੁਵਿਧਾਵਾਂ ਦੇਂਦੀ ਹੈ।

ਉਂਝ ਤਾਂ ਕੋਈ ਵੀ ਸੰਭਾਵੀ ਨਿਯੋਜਕ ਨੂੰ ਇਹ ਹੱਕ ਨਹੀਂ ਕਿ ਉਹ ਤੁਹਾਨੂੰ ਗਰਭਕਾਲ ਦੇ ਕਾਰਣ ਕੰਮ ਤੇ ਰੱਖੇ ਪ੍ਰੰਤੂ ਜੇਕਰ ਤੁਸੀਂ ਇਹ ਗੱਲ ਛੁਪਾਂਦੀ ਹੋ ਅਤੇ ਕੰਮ ਦੇ ਕੁਝ ਦਿਨ ਬਾਦ ਹੀ ਮੈਟਰਨਿਟੀ ਲੀਵ ਮੰਗਦੀ ਹੋ ਤਾਂ ਇਸ ਨਾਲ ਤੁਹਾਡੇ ਸਬੰਧ ਖ਼ਰਾਬ ਹੋ ਸਕਦੇ ਹਨ। ਜਦੋਂ ਉਹ ਤੁਹਾਨੂੰ ਰੱਖਣ ਲਈ ਤਿਆਰ ਹੋਜਾਣ ਤਾਂ ਉਨ੍ਹਾਂ ਉਸੀ ਸਮੇਂ ਇਸ ਸਬੰਧੀ ਦੱਸ ਦਿਉ।

ਜੇਕਰ ਤੁਹਾਨੂੰ ਨਵੀਂ ਨੌਕਰੀ ਤੇ ਜਾਣ ਤੋਂ ਬਾਦ ਪਤਾ ਲਗੇ ਕਿ ਤੁਸੀਂ ਗਰਭਵਤੀ ਹੋ, ਤਾਂ? ਜੋ ਵੀ ਹੋਵੇ, ਉਸੇ ਨੂੰ ਅੱਗੇ ਵੱਧ ਕੇ ਸਵੀਕਾਰੋ ਅਤੇ ਤੁਹਾਡੇ ਤੋਂ ਜੋ ਉਮੀਦ ਕੀਤੀ ਜਾਵੇ। ਉਹ ਕੰਮ ਪੂਰਾ ਕਰੋ। ਬਸ ਤੁਹਾਨੂੰ ਨੌਕਰੀ ਦੀ ਸੁਰੱਖਿਆ ਸਬੰਧੀ ਆਪਣੇ ਅਧਿਕਾਰ ਪਤਾ ਹੋਣੇ ਚਾਹੀਦੇ ਹਨ ਤਾਂ ਜੋ ਹਾਲਾਤ ਨਕਾਰਾਤਮਕ ਨਾ ਹੋ ਜਾਣ।

# ਨੌਕਰੀ ਦੌਰਾਨ ਸੁਰੱਖਿਆ ਤੇ ਆਰਾਮ

ਮੰਨਿਆ ਇਹ ਤੁਹਾਡਾ ਪਹਿਲਾ ਬੱਚਾ ਹੋਵੇਗਾ ਪ੍ਰੰਤੂ ਤੁਹਾਨੂੰ ਨੌਕਰੀ ਅਤੇ ਪਰਿਵਾਰ ਵਿਚ ਸੰਤੁਲਨ ਬਣਾਣਾ ਤਾਂ ਸਿੱਖਣਾ ਹੀ ਹੋਵੇਗਾ। ਪਹਿਲੀ ਅਤੇ ਆਖ਼ਰੀ ਤਿਮਾਹੀ ਵਿਚ ਜਦੋਂ ਗਰਭਕਾਲ ਦੇ ਲੱਛਣ ਖੁਲ੍ਹ ਕੇ ਸਾਮ੍ਹਣੇ ਆਣਗੇ ਤਾਂ ਤੁਹਾਡੇ ਤੇ ਥਕਾਵਟ ਹਾਵੀ ਹੋ ਸਕਦੀ ਹੈ। ਸਾਡੇ ਟਿਪਸ ਅਪਨਾ ਕੇ, ਤੁਸੀਂ ਨਾ ਕੇਵਲ ਦੋਨੋਂ ਮੋਰਚੇ ਸਹੀ ਤਰੀਕੇ ਨਾਲ ਸੰਭਾਲ ਸਕੋਗੀ ਸਗੋਂ ਇਹ ਸਭ ਕਾਫ਼ੀ ਹੱਦ ਤਕ ਅਸਾਨ ਤੇ ਸੁਰੱਖਿਅਤ ਵੀ ਹੋ ਜਾਏਗਾ।

- ਦਿਨ ਵਿਚ ਦਿਨ ਵਾਰ ਭੋਜਨ ਖਾਓ। ਵਿਚ-2 ਹਲਕਾ ਨਾਸ਼ਤਾ ਲਊ। ਆਪਣੇ ਪੂਰੇ ਕੰਮਕਾਜ ਵਿਚ ਹੈਲਦੀ ਸਨੈਕਸ ਖਾਣਾ ਨਾ ਭੁੱਲੋ। ਤੁਸੀਂ ਚਾਹੋ ਤਾਂ ਪਰਸ ਵਿਚ ਵੀ ਕੁਝ ਖਾਣ ਦਾ ਸਮਾਨ ਰੱਖ ਸਕਦੀ ਹੋ।
- ਆਪਣਾ ਭਾਰ ਪਰਖੋ। ਪਤਾ ਕਰੋ ਕਿ ਕਿਤੇ ਤਨਾਅ ਤੁਹਾਡਾ ਭਰਾ ਤਾਂ ਨਹੀਂ ਘਟਾ ਰਿਹਾ।
- ਵਾਟਰ ਕੂਲਰ ਨੂੰ ਆਪਣਾ ਦੋਸਤ ਬਣਾਓ। ਤੁਹਾਨੂੰ ਵਾਰ-2 ਆਪਣੀ ਖ਼ਾਲੀ ਗਿਆਸ ਭਰਨ ਉਥੇ ਜਾਣਾ ਹੋਵੇਗਾ ਜਾਂ ਫਿਰ ਮੇਜ ਤੇ ਪਾਣੀ ਦੀ ਬੋਤਲ ਰੱਖੋ ਜਿਸ ਨੂੰ ਦਿਨ ਵਿਚ ਵਾਰ-2 ਭਰਿਆ ਜਾਏ। ਜਿੰਨਾ ਵੱਧ ਪਾਣੀ ਪੀਓਗੀ ਪਿਸ਼ਾਬਦਾਨੀ ਇਨਫੈਕਸ਼ਨ ਤੋਂ ਬਚੀ ਰਹੋਗੀ।
- ਪਿਸ਼ਾਬ ਦੀ ਇੱਛਾ ਨੂੰ ਨਾ ਰੋਕੋ। ਹਰ ਦੋ ਘੰਟੇ ਬਾਦ ਖ਼ੁਦ ਹੀ ਪਿਸ਼ਾਬ ਦੇਲਈ ਜਾਓ।
- ਤੁਹਾਡੇ ਕਪੜੇ ਆਰਾਮਦੇਹ ਹੋਣ। ਟਾਈਟ ਜਾਂ ਖ਼ੂਨ ਪ੍ਰਵਾਹ ਰੋਣ ਵਾਲੇ ਕਪੜੇ ਨਾ ਪਾਓ। ਜੇਕਰ ਕਈ ਘੰਟੇ ਤਕ ਖੜੀ ਰਹਿ ਕੇ ਕੰਮ ਕਰਦੀ ਹੋ ਤਾਂ ਸਪੋਰਟਿੰਗ ਹੋਜ਼ ਪਹਿਨਣਾ ਨਾ ਭੁੱਲੋ।
- ਜੇਕਰ ਕਈ ਘੰਟੇ ਖੜੇ ਹੋਣ ਦੀ ਮਜਬੂਰੀ ਹੈ ਤਾਂ ਵਿਚ-2 ਬੈਠੋ ਜਾਂ ਚੱਕਰ ਲਗਾਓ। ਜੇਕਰ ਕੋਈ ਛੋਟਾ ਸਟੂਲ ਮਿਲ ਸਕੇ ਤਾਂ ਖੜੇ ਹੁੰਦੇ ਸਮੇਂ ਆਪਣਾ ਇਕ ਪੈਰ ਵਾਰ-2 ਉਸ ਵਿਚ ਟਿਕਾਓ।
- ਕੰਮ ਤੋਂ ਬ੍ਰੇਕ ਲਊ। ਖੜੀ ਸੀ ਤਾਂ ਬੈਠ ਜਾਓ। ਬੈਠੀ ਸੀ ਤਾਂ ਚੱਕਰ ਲਗਾ ਲਊ। ਜੇਕਰ ਸੰਭਵ ਹੋਵੇ ਤਾਂ ਸੋਫ਼ੇ ਤੇ ਲੇਟ ਕੇ ਕਮਰ ਸਿੱਧੀ ਕਰਲਊ। ਪਿੱਠ, ਲੱਤਾਂ ਤੇ ਗਰਦਨ ਦੇ ਲਈ ਖਿਚਾਅ ਵਾਲੀ ਕਸਰਤ ਕਰੋ।
- ਆਪਣੇ ਸਾਹ ਤੇ ਧਿਆਨ ਕੇਂਦ੍ਰਿਤ ਕਰੋ। ਧੂੰਏ ਦਾਰ ਥਾਵਾਂ ਤੇ ਨਾ ਜਾਓ। ਧੂੰਏ ਨਾਲ ਬੱਚੇ ਨੂੰ ਨੁਕਸਾਨ ਹੋਵੇਗਾ ਅਤੇ ਤੁਸੀਂ ਥਕਾਵਟ ਮਹਿਸੂਸ ਕਰੋਗੀ।
- ਕੋਈ ਵੀ ਸਮਾਨ ਉਠਾਂਦੇ ਸਮੇਂ ਪਿੱਠ ਤੇ ਦਬਾਅ ਨਾ ਪੈਣ ਦਿਓ।
- ਹਰ ਵਾਰ ਖਾਣਾ ਖਾਣ ਤੋਂ ਬਾਦ ਦੰਦ ਸਾਫ਼ ਕਰੋ। ਸਾਹ ਤਾਜ਼ਾ ਰਹੇਗੀ, ਦੰਦ ਸਿਹਤਮੰਦ ਹੋਣਗੇ ਅਤੇ ਤੁਹਾਡਾ ਜੀ ਵੀ ਨਹੀਂ ਮਿਚਲਾਏ ਗਾ। ਮੂੰਹ ਵਿਚ ਜ਼ਿਆਦਾ ਲਾਰ ਬਣੇ ਤਾਂ ਮਾਊਥਵਾਸ਼ ਦਾ ਪ੍ਰਯੋਗ ਕਰੋ। ਪਹਿਲੀ ਤਿਮਾਹੀ ਵਿਚ ਅਕਸਰ ਇੰਝ ਹੁੰਦਾ ਹੈ।
- ਕੋਟਪਲ ਟਨਲ ਸਿੰਡ੍ਰੋਮ ਦਾ ਪਿੱਠ ਦਰਦ ਦਫ਼ਤਰ ਜਾਣ ਵਾਲਿਆਂ ਨੂੰ ਇਨ੍ਹਾਂ ਦੋਨਾਂ ਪ੍ਰੇਸ਼ਾਨੀਆਂ ਦਾ ਸਾਮ੍ਹਣਾ ਕਰਨਾ ਪੈ ਸਕਦਾ ਹੈ। ਇਸ ਸਬੰਧੀ ਤੁਹਾਨੂੰ ਪੂਰਾ ਧਿਆਨ ਰੱਖਣਾ ਚਾਹੀਦਾ ਹੈ।
- ਤਨਾਅ ਤੋਂ ਦੂਰ ਹੀ ਰਹੋ। ਜਦੋਂ ਵੀ ਮੌਕਾ ਮਿਲੇ ਤਾਂ ਥੋੜ੍ਹਾ ਰਿਲੈਕਸ ਹੋ ਜਾਓ। ਸੰਗੀਤ ਸੁਣੋ, ਅੱਖਾਂ ਬੰਦ ਕਰਕੇ ਲੇਟ ਜਾਓ, ਧਿਆਨ ਲਗਾਓ ਜਾਂ ਚਹਿਲਕਦਮੀ ਕਰੋ। ਕੁਝ ਵੀ ਐਸਾ ਕਰੋ ਜਿਸ ਨਾਲ ਤੁਸੀਂ ਨਵੇਂ ਸਿਰੇ ਤੋਂ ਤਰੋਤਾਜਾ ਹੋ ਸਕੋ।
- ਆਪਣੇ ਸਰੀਰ ਨੂੰ ਸੁਣੋ। ਜੇਕਰ ਥਕਾਵਟ ਮਹਿਸੂਸ ਹੋਵੇ ਤਾਂ ਕੰਮ ਦੀ ਗਤੀ ਘਟਾ ਦਿਵੁ, ਥੋੜ੍ਹਾ ਆਰਾਮ ਕਰ ਲਊ। ਸ਼ਾਮ ਨੂੰ ਛੁੱਟੀ ਲੈ ਕੇ ਘਰ ਚਲੀ ਜਾਓ।

■ ■ ■

# ਚੌਥਾ ਮਹੀਨਾ

## ਲਗਭਗ 14 ਤੋਂ 17 ਹਫ਼ਤੇ

**ਤਾਂ ਦੂਜੀ ਤਿਮਾਹੀ ਦੀ ਸ਼ੁਰੂਆਤ ਆ ਹੀ ਗਈ। ਇਹ ਜ਼ਿਆਦਾਤਰ ਗਰਭਵਤੀ ਔਰਤਾਂ ਦੇ ਲਈ ਕਾਫ਼ੀ ਆਰਾਮਦਾਇਕ ਰਹਿੰਦੀ ਹੈ। ਇਸ ਦੇ ਨਾਲ ਹੀ ਸਰੀਰ ਵਿਚ ਕੁਝ ਬਦਲਾਅ ਆਉਂਦੇ ਹਨ। ਗਰਭਕਾਲ ਦੇ ਤਕਲੀਫ਼ਦੇਹ ਲੱਛਣ ਕਾਫ਼ੀ ਹੱਦ ਤਕ ਘਟ ਜਾਂਦੇ ਹਨ। ਖਾਣ-ਪੀਣ ਦੀਆਂ ਚੀਜ਼ਾਂ ਵਿਚ ਫਿਰ ਤੋਂ ਸਵਾਦ ਆਣ ਲਗਦਾ ਹੈ। ਊਰਜਾ ਦਾ ਪੱਧਰ ਪਹਿਲਾਂ ਤੋਂ ਕਾਫ਼ੀ ਵੱਧ ਜਾਂਦਾ ਹੈ। ਛਾਤੀਆਂ ਦੀ ਸੰਵੇਦਨਸ਼ੀਲਤਾ ਵੀ ਕੁਝ ਘੱਟ ਜਾਂਦੀ ਹੈ। ਇਨ੍ਹਾਂ ਦਿਨਾਂ ਵਿਚ ਤੁਹਾਡੇ ਗਰਭ ਦਾ ਉਭਾਰ ਵੀ ਦਿੱਖਣ ਲਗਦਾ ਹੈ।**

## ਇਸ ਮਹੀਨੇ ਤੁਹਾਡੇ ਬੱਚੇ ਦਾ ਵਿਕਾਸ

**14ਵਾਂ ਹਫ਼ਤਾ:-** ਇਸ ਹਫ਼ਤੇ ਭਰੂਣ ਦੀ ਵਿਕਾਸ ਦਰ ਵੱਖ-2 ਹੁੰਦੀ ਹੈ। ਇਸ ਦਰ ਤੋਂ ਇਲਾਵਾ ਸਾਰੇ ਬੱਚਿਆਂ ਦੇ ਵਿਕਾਸ ਦਾ ਰਾਹ ਇਕ ਹੀ ਹੁੰਦਾ ਹੈ। ਇਸ ਮਹੀਨੇ ਤਕ ਤੁਹਾਡਾ ਬੱਚਾ ਬੰਦ ਮੁੱਠੀ ਦੇ ਆਕਾਰ ਜਿੰਨਾ ਸੀ, ਹੁਣ ਉਹ ਕਾਫ਼ੀ ਹੱਦ ਤਕ ਸਿੱਧੀ ਸਥਿਤੀ ਵਿਚ ਆ ਰਿਹਾ ਹੈ। ਗਰਦਨ ਪਹਿਲਾਂ ਤੋਂ ਲੰਬੀ ਹੋ ਰਹੀ ਹੈ ਅਤੇ ਸਿਰ ਸਿੱਧਾ ਹੋ ਰਿਹਾ ਹੈ। ਸ਼ਾਇਦ ਛੋਟੇ ਜਿਹੇ ਸਿਰ ਤੇ ਹਲਕੇ ਵਾਲ ਉੱਗਣੇ ਵੀ ਸ਼ੁਰੂ ਹੋ ਗਏ ਹੋਣ। ਸਰੀਰ ਦੇ ਵਾਲਾਂ ਦੇ ਨਾਲ-2 ਭਰਵੱਟੇ ਦੇ ਵਾਲ ਵੀ ਉੱਗਣ ਲਗੇ ਹੋਣ। ਵਾਲਾਂ ਦੀ ਇਹ ਪਰਤ ਉਸ ਨੂੰ ਗਰਮਾਹਟ ਦੇਵੇਗੀ। ਸਰੀਰ ਵਿਚ ਚਰਬੀ ਜਮ੍ਹਾਂ ਹੋਵੇਗੀ ਤਾਂ ਵਾਲਾਂ ਦੀ ਪਰਤ ਘੱਟ ਜਾਏਗੀ। ਜਲਦੀ ਪੈਦਾ ਹੋਣ ਵਾਲੇ ਕੁਝ ਬੱਚਿਆਂ ਵਿਚ ਵਾਲਾਂ ਦੀ ਅਸਥਾਈ ਪਰਤ ਦੇਖੀ ਜਾ ਸਕਦੀ ਹੈ।

**15ਵਾਂ ਹਫ਼ਤਾ:-** ਇਸ ਹਫ਼ਤੇ ਬੱਚੇ ਦਾ ਨਾਪ 4 1/2'' ਅਤੇ ਭਾਰ 2 ਤੋਂ 3 ਔਂਸ ਹੋਵੇਗਾ। ਉਹ ਇਕ ਛੋਟੇ ਸੰਤਰੇ ਜਿੰਨਾ ਹੈ। ਉਸ ਦੇ ਕੰਨ ਸਹੀ ਜਗ੍ਹਾ ਤੇ ਆ ਗਏ ਹੋਣ। ਅੱਖਾਂ ਵੀ ਸਿਰ ਦੇ ਕੰਨਾਂ ਤੋਂ ਲੰਘਕੇ ਚਿਹਰੇ ਤੇ ਆ ਗਈਆਂ ਹਨ। ਉਹ ਆਪਣੇ ਪੈਰ ਦੀਆਂ ਉਂਗਲੀਆਂ ਹਿਲਾ ਸਕਦਾ ਹੈ। ਆਪਣਾ ਅੰਗੂਠਾ ਚੂਸ ਸਕਦਾ ਹੈ। ਉਹ ਬੜੀ ਅਸਾਨੀ ਨਾਲ ਸਾਹ ਲੈ ਤੇ ਛੱਡ ਸਕਦਾ ਹੈ, ਹਾਲਾਂਕਿ ਤੁਸੀਂ ਉਸ ਦੀ ਹਲਚਲ ਮਹਿਸੂਸ ਨਹੀਂ ਕਰ ਸਕਦੀ ਪ੍ਰੰਤੂ ਉਹ ਬੜੇ ਮਜੇ ਨਾਲ ਹੱਥ-ਪੈਰ ਚਲਾਂਦਾ ਹੈ।

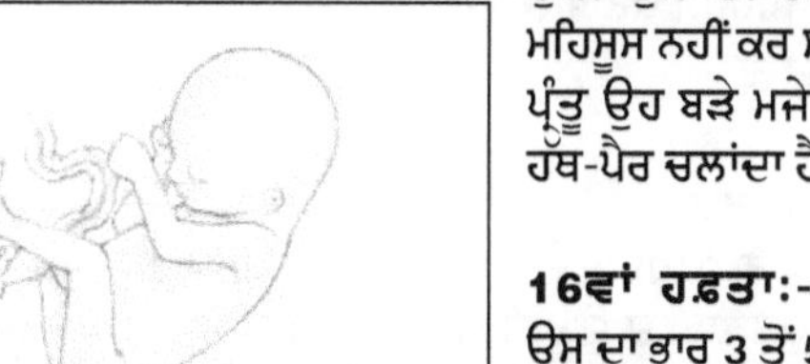

आपका चार महीने का बच्चा

**16ਵਾਂ ਹਫ਼ਤਾ:-** ਹੁਣ ਉਸ ਦਾ ਭਾਰ 3 ਤੋਂ 5 ਔਂਸ ਅਤੇ ਲੰਬਾਈ 4 ਤੋਂ 5'' ਹੋਵੇਗੀ। ਉਸ ਦੀਆਂ ਮਾਸ-ਪੇਸ਼ੀਆਂ ਪਹਿਲਾਂ ਤੋਂ ਮਜਬੂਤ ਹੋ ਰਹੀਆਂ ਹਨ। ਉਸ ਦਾ ਚਿਹਰਾ ਸੁੰਦਰ

ਹੁੰਦਾ ਜਾ ਰਿਹਾ ਹੈ। ਅੱਖਾਂ ਕੰਮ ਕਰਨ ਲਗੀਆਂ ਹਨ। ਹਾਲਾਂਕਿ ਪਹਲਕਾਂ ਅਜੇ ਬੰਦ ਹਨ। ਉਹ ਛੂਹਣ ਦੇ ਲਈ ਵੀ ਸੰਵੇਦਨਸ਼ੀਲ ਹੋ ਰਿਹਾ ਹੈ। ਤੁਸੀਂ ਪੇਟ ਦਾ ਉਭਾਰ ਛੂੰਹਦੀ ਹੋ ਤਾਂ ਉਸ ਨੂੰ ਇਸ ਛੁਹ ਦਾ ਅਹਿਸਾਸ ਹੁੰਦਾ ਹੈ। ਤੁਸੀਂ ਉਸ ਦੀ ਹਲਚਲ ਨੂੰ ਪਹਿਚਾਣ ਨਹੀਂ ਸਕਦੀ।

**17ਵਾਂ ਹਫ਼ਤਾ:-** ਜਦੋਂ ਬੱਚਾ ਤੁਹਾਡੀ ਹਥੇਲੀ ਜਿੰਨਾ ਹੋ ਗਿਆ ਹੋਵੇ। ਉਸ ਦਾ ਭਾਰ 5 ਔਂਸ ਤੋਂ ਵੱਧ ਅਤੇ ਉਚਾਈ 5'' ਦੇ ਕਰੀਬ ਹੋਵੇ। ਉਸ ਦੀ ਪਾਰਦਰਸ਼ੀ ਚਮੜੀ ਹੈ ਅਤੇ ਸਰੀਰ ਦੀ ਚਰਬੀ ਬਣਨ ਲਗੀ ਹੈ। ਉਸ ਨੇ ਇਨ੍ਹਾਂ ਦਿਨਾਂ ਵਿਚ ਚੂਸਣ ਅਤੇ ਨਿਗਲਣ ਦੀ ਕਲਾ ਸਿਖ ਲਈ ਹੈ ਕਿਉਂਕਿ ਦੁਨੀਆਂ ਵਿਚ ਆਉਂਦੇ ਹੀ ਉਸ ਨੂੰ ਪੇਟ ਭਰਨ ਦੇ ਲਈ ਸਭ ਤੋਂ ਪਹਿਲਾਂ ਇਹੀ ਕੰਮ ਕਰਨਾ ਹੋਵੇਗਾ। ਹੁਣ ਉਸ ਦੇ ਦਿਲ ਦੀ ਧੜਕਣ ਵੀ ਨਿਯਮਿਤ ਹੋ ਗਈ ਹੈ।

## ਤੁਸੀਂ ਕੀ ਮਹਿਸੂਸ ਕਰ ਸਕਦੀ ਹੋ?

ਹਮੇਸ਼ਾਂ ਦੀ ਤਰ੍ਹਾਂ ਯਾਦ ਰੱਖੋ ਕਿ ਹਰ ਔਰਤ ਅਤੇ ਗਰਭਕਾਲ ਆਪਣੇ-ਆਪ ਵਿਚ ਵੱਖ ਹੁੰਦਾ ਹੈ। ਤੁਸੀਂ ਇਨ੍ਹਾਂ ਵਿਚੋਂ ਸਾਰੇ ਲੱਛਣ ਮਹਿਸੂਸ ਕਰਦੀ ਹੋ ਜਾਂ ਫਿਰ ਕੋਈ ਇਕ-ਦੋ ਮਹਿਸੂਸ ਕਰ ਸਕਦੀ ਹੋ। ਕੁਝ ਪਿਛਲੇ ਮਹੀਨੇ ਤੋਂ ਚਲੇ ਆ ਰਹੇ ਹੋਣਗੇ ਅਤੇ ਕੁਝ ਇਸ ਮਹੀਨੇ ਤੋਂ ਸ਼ੁਰੂ ਹੋਣਗੇ। ਕੁਝ ਲੱਛਣਾਂ ਦਾ ਤਾਂ ਪਤਾ ਤਕ ਨਹੀਂ ਚਲੇਗਾ ਕਿਉਂਕਿ ਤੁਸੀਂ ਉਨ੍ਹਾਂ ਦੀ ਆਦੀ ਹੋ ਗਈ ਹੋ। ਤੁਹਾਡੇ ਕੁਝ ਕੰਮ ਗਰਭਕਾਲ ਲੱਛਣ ਵੀ ਹੋ ਸਕਦੇ ਹਨ। ਇਸ ਮਹੀਨੇ ਹੇਠ-ਲਿਖੇ ਲੱਛਣ ਮਹਿਸੂਸ ਕਰ ਸਕਦੀ ਹੋ।

### ਸਰੀਰਕ

- ਥਕਾਵਟ
- ਵਾਰ-2 ਪਿਸ਼ਾਬ ਦੇ ਲਈ ਜਾਣ ਵਿਚ ਕਮੀ।
- ਉਬਕਾਈ ਤੇ ਉਲਟੀ ਆਣਾ ਬੰਦ ਹੋਣਾ ਜਾਂ ਘੱਟ ਹੋਣਾ। ਕੁਝ ਔਰਤਾਂ ਦੇ ਲਈ ਮਾਰਨਿੰਗ ਸਿਕਨੈਸ ਜਾਰੀ ਰਹੇਗੀ।
- ਕਬਜ।
- ਛਾਤੀ ਵਿਚ ਜਲਨ, ਅਪਾਚਣ, ਅਫ਼ਾਰਾ, ਪੇਟ ਫੁਲਣਾ।
- ਛਾਤੀਆਂ ਦਾ ਅਕਾਰ ਵੱਧਣਾ ਪ੍ਰੰਤੂ ਕੋਮਲਤਾ ਵਿਚ ਕਮੀ।
- ਕਦੀ-ਕਦੀ ਸਿਰ ਵਿਚ ਦਰਦ ਹੋਣਾ।
- ਕਦੀ-ਕਦੀ ਬੇਹੋਸ਼ੀ ਜਾਂ ਸਿਰ ਚਕਰਾਉਣਾ।
- ਨੱਕ ਬੰਦ ਹੋਣਾ ਤੇ ਕਦੀ-ਕਦੀ ਨੱਕ ਤੋਂ ਖ਼ੂਨ ਆਣਾ, ਕੰਨ ਵਿਚ ਗੰਦਗੀ।
- ਬੁਰਸ਼ ਕਰਦੇ ਸਮੇਂ ਮਸੂੜਿਆਂ ਤੋਂ ਖ਼ੂਨ ਆਣਾ।
- ਭੁੱਖ ਵੱਧਣਾ।
- ਗੋਡਿਆਂ ਤੇ ਪੈਰਾਂ ਜਾਂ ਫਿਰ ਹੱਥਾਂ-ਪੈਰਾਂ ਵਿਚ ਸੋਜਸ਼।
- ਲੱਤਾਂ ਦੀ ਵੈਰੀਕੋਜ਼ ਵੇਨਜ਼। ਹੈਮਰਾੱਯਡਜ਼।
- ਯੋਨੀ ਰਿਸਾਵ ਵਿਚ ਹਲਕਾ ਵਾਧਾ।
- ਮਹੀਨੇ ਦੇ ਅੰਤ ਵਿਚ ਭਰੂਣ ਦੀ ਗਿਤੀਵਿਧੀ ਵੱਧਣਾ। (ਇੰਨੀ ਜਲਦੀ ਨਹੀਂ....)

### ਇਕ ਨਜ਼ਰ

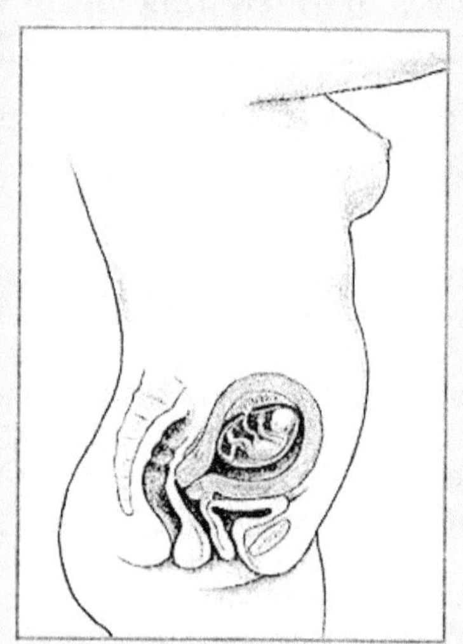

**ਤੁਹਾਡੀ ਛੋਟੇ ਖਰਬੂਜੇ ਦੇ ਆਕਾਰ ਦੀ ਬੱਚੇਦਾਨੀ ਇਸ ਮਹੀਨੇ ਪੈਲਵਿਕ ਦੇ ਕੈਵਿਟੀ ਤੋਂ ਬਾਹਰ ਆ ਜਾਏਗੀ। ਤੁਹਾਡੀ ਨਾਭੀ ਦੇ 2'' ਹੇਠਾਂ ਇਸ ਦੇ ਟਾਪ ਨੂੰ ਮਹਿਸੂਸ ਕਰ ਸਕਦੀ ਹੋ। ਡਾਕਟਰ ਦੀ ਮਦਦ ਨਾਲ ਹੀ ਪਤਾ ਲਗਾ ਸਕੋਗੀ। ਇਨ੍ਹਾਂ ਦਿਨਾਂ ਵਿਚ ਤੁਹਾਡੇ ਪਹਿਲੇ ਕਪੜੇ ਤੰਗ ਹੋਣ ਲੱਗਣਗੇ।**

## ਭਾਵਨਾਤਮਕ

ਮੂਡ ਵਿਚ ਉਤਾਰ-ਚੜ੍ਹਾਅ, ਬੇਚੈਨੀ, ਚਿੜਚਿੜਾਪਨ ਅਚਾਨਕ ਰੋਣ ਦਾ ਮਨ ਕਰਨਾ।

- ਗਰਭਵਤੀ ਦਿੱਖਣ ਦੀ ਉਤਸੁਕਤਾ।
- ਕਿਸੀ ਵੀ ਤਰ੍ਹਾਂ ਦੇ ਕਪੜੇ ਫਿਟ ਨਾ ਆਣ ਦੀ ਚਿੰਤਾ, ਕਿਉਂਕਿ ਤਾਂ ਹੀ ਤੁਸੀਂ ਗਰਭਕਾਲ ਦੇ ਵਿਸ਼ੇਸ਼ ਕਪੜਿਆਂ ਦੇ ਯੋਗ ਵੀ ਨਹੀਂ ਹੋ।
- ਆਪਣੀ ਤਬੀਅਤ ਸਹੀ ਨਾ ਹੋਣ ਦਾ ਅਹਿਸਾਸ, ਭੁੱਲਣ ਤੇ ਇਕਾਗਰਤਾ ਵਿਚ ਕਦੀ-2 ਝੁੰਝਲਾਹਟ।

## ਇਸ ਮਹੀਨੇ ਦਾ ਚੈਕਅਪ

ਇਸ ਮਹੀਨੇ ਡਾਕਟਰ ਤੁਹਾਡਾ ਹੇਠ-ਲਿਖਿਆ ਚੈਕਅਪ ਕਰ ਸਕਦੇ ਹਨ। ਇਥੇ ਕਾਫ਼ੀ ਕੁਝ ਤੁਹਾਡੀ ਲੋੜ ਅਤੇ ਡਾਕਟਰ ਦੀ ਸ਼ੈਲੀ ਤੇ ਵੀ ਨਿਰਭਰ ਕਰਦਾ ਹੈ।

- ਭਾਰ ਤੇ ਬਲੱਡਪ੍ਰੈਸ਼ਰ
- ਸ਼ੁਗਰ ਤੇ ਪ੍ਰੋਟੀਨ ਦੀ ਜਾਂਚ ਦੇ ਲਈ ਪਿਸ਼ਾਬ।
- ਭਰੂਦ ਦੇ ਦਿਲ ਦੀ ਧੜਕਣ।
- ਬੱਚੇਦਾਨੀ ਦਾ ਅਕਾਰ (ਬਾਹਰੀ ਜਾਂਚ)।
- ਬੱਚੇਦਾਨੀ ਦੇ ਉਪਰੀ ਹਿੱਸੇ ਦੀ ਉਚਾਈ।
- ਹੱਥਾਂ-ਪੈਰਾਂ ਦੀ ਸੋਜਸ਼ ਤੇ ਵੈਰੀਕੋਜ਼ ਵੇਨਜ਼।
- ਕੁਝ ਵੱਖ ਤਰ੍ਹਾਂ ਦੇ ਲੱਛਣ।
- ਪ੍ਰਸ਼ਨ ਤੇ ਉਤਸੁਕਤਾ, ਜੋ ਤੁਸੀਂ ਪੁੱਛਣਾ ਚਾਹੋ।

# ਤੁਸੀਂ ਕੀ ਸੋਚ ਰਹੀ ਹੋਵੋਗੀ?

## ਦੰਦਾਂ ਨਾਲ ਜੁੜੀਆਂ ਸਮੱਸਿਆਵਾਂ

**"ਮੇਰੇ ਮੂੰਹ ਦੀ ਹਾਲਤ ਕਾਫ਼ੀ ਖ਼ਰਾਬ ਹੈ। ਬੁਰਸ਼ ਕਰਦੇ ਸਮੇਂ ਮਸੂੜਿਆਂ ਤੋਂ ਖ਼ੂਨ ਨਿਕਲਦਾ ਹੈ। ਸ਼ਾਇਦ ਉਨ੍ਹਾਂ ਵਿਚ ਛੇਕ ਹੈ। ਕੀ ਹੁਣੇ ਦੰਦਾਂ ਦੇ ਡਾਕਟਰ ਕੋਲ ਜਾਣਾ ਠੀਕ ਰਹੇਗਾ?"**

- ਮੁਸਕਰਾਓ! ਤੁਸੀਂ ਗਰਭਵਤੀ ਹੋ ਪ੍ਰੰਤੂ ਆਪਣੇ ਵਧਦੇ ਪੇਟ ਤੇ ਧਿਆਨ ਦੇਣ ਦੇ ਕਾਰਣ ਤੁਸੀਂ ਆਪਣੇ ਮੂੰਹ ਤੇ ਦੰਦਾਂ ਤੇ ਇੰਨਾਂ ਧਿਆਨ ਨਹੀਂ ਦੇ ਰਹੀ ਹੋਵੋਗੀ।ਗਰਭਕਾਲ ਹਾਰਮੋਨ ਤੁਹਾਡੇ ਮਸੂੜਿਆਂ ਦੇ ਯੋਗ ਨਹੀਂ ਹੁੰਦੇ। ਉਹ ਤੁਹਾਡੇ ਦੂਜੇਮਿਊਕਸ ਮੈਮਬ੍ਰੇਨ ਦੀ ਤਰ੍ਹਾਂ ਸੁਜ ਜਾਂਦੇ ਹਨ, ਉਨ੍ਹਾਂ ਵਿਚ ਜਲਨ ਹੁੰਦੀ ਹੈ ਤੇ ਖ਼ੂਨ ਨਿਕਲਦਾ ਹੈ। ਇਨ੍ਹਾਂ ਦੇ ਕਾਰਣ ਹੀ ਮਸੂੜੇ ਪਲਾੱਕ ਬੈਕਟੀਰੀਆ ਦੇ ਲਈ ਕਾਫ਼ੀ ਸੰਵੇਦਨਸ਼ੀਲ ਹੋ ਜਾਂਦੇ ਹਨ। ਕਈ ਔਰਤਾਂ ਦੀ ਸਥਿਤੀ ਤਾਂ ਕਾਫ਼ੀ ਵਿਗੜ ਜਾਂਦੀ ਹੈ। ਉਨ੍ਹਾਂ ਨੂੰ 'ਜਿੰਜੀਵਾਇਟਿਸ' ਹੋ ਜਾਂਦਾ ਹੈ। ਸਾਡੇ ਸੁਝਾਅ ਅਜਮਾਓ, ਸਿਹਤਮੰਦ ਦੰਦ ਤੇ ਮਸੂੜੇ ਪਾਓ।
- ਹਰਰੋਜ਼ ਦੰਦਾਂ ਦੀ ਸਫ਼ਾਈ ਤੇ ਬੁਰਸ਼ ਕਰੋ। ਫਲੋਰਾਈਡ ਵਾਲਾ ਟੁਥਪੇਸਟ ਪ੍ਰਯੋਗ ਕਰੋ। ਜੀਭ ਦੀ ਵੀ ਸਫ਼ਾਈ ਕਰੋ। ਇਸ ਨਾਲ ਸਾਹ ਤਾਜ਼ਾ ਰਹੇਗੀ ਅਤੇ ਬੈਕਟੀਰੀਆ ਨਹੀਂ ਫੈਲਣਗੇ।
- ਡਾਕਟਰ ਦੀ ਸਲਾਹ ਨਾਲ ਕੁਰਲੀ ਕਰਨ ਦੀ ਕੋਈ ਦਵਾਈ ਲਉ ਤਾਂ ਜੋ ਦੰਦ ਤੇ ਮਸੂੜੇ ਸਿਹਤਮੰਦ ਰਹਿਣ।
- ਜੇਕਰ ਖਾਣ ਤੋਂ ਬਾਦ ਬੁਰਸ਼ ਨਾ ਕਰ ਸਕੋ ਤਾਂ ਸ਼ੁਗਰਰਹਿਤ ਗਮ ਚਬਾਓ। ਇਸ ਨਾਲ ਮੂੰਹ ਵਿਚ ਲਾਰ ਵਧੇਗੀ ਜੋ ਦੰਦ ਸਾਫ਼ਕਰੇਗੀ। ਜੇ ਕਰ ਗਮ ਜਾਇਲੇਟੋਲ ਵਾਲੀ ਹੋਵੇਗੀ ਤਾਂ ਦੰਦਾਂ ਦੀ ਸੜਨ ਵੀ ਰੁਕੇਗੀ ਜਾਂ ਸਖ਼ਤ ਚੀਜ਼ ਦਾ ਟੁਕੜਾ ਚਬਾਓ। ਇਸ ਨਾਲ ਮੂੰਹ ਦੀ ਅਮਲਤਾ ਘਟੇਗੀ।
- ਭੋਜਨ ਦੇ ਵਿਚ ਜੋ ਵੀ ਖਾਓ, ਉਸ ਤੇ ਨਜ਼ਰ ਰੱਖੋ। ਮਿੱਠਾ ਤਾਂ ਹੀ ਖਾਓ, ਜਦੋਂ ਤੁਸੀਂ ਉਸ ਤੋਂ ਬਾਅਦ ਬੁਰਸ਼ ਕਰ ਸਕੋ। ਵਿਟਾਮਿਨ ਸੀ ਵਾਲੇ ਖਾਦ ਪਦਾਰਥ ਲਉ ਤਾਂ ਜੋ ਮਸੂੜੇ ਸਿਹਤਮੰਦ ਰਹਿਣ ਤੇ ਉਨ੍ਹਾਂ ਵਿਚੋਂ ਖ਼ੂਨ ਨਾ ਨਿਕਲੇ। ਕੈਲਸ਼ੀਅਮ ਦੀ ਰੋਜ਼ ਦੀ ਖ਼ੁਰਾਕ ਵੀ ਲਉ।

### ਸਾਵਧਾਨ

ਜੇਕਰ ਦੰਦਾਂ ਵਿਚ ਬੁਰਸ਼ ਕਰਦੇ ਸਮੇਂ ਮਸੂੜਿਆਂ ਤੋਂ ਖ਼ੂਨ ਆਏ ਤਾਂ ਡਾਕਟਰ ਨੂੰ ਦਿਖਾਓ। ਹੋ ਸਕਦਾ ਹੈ ਕਿ ਇਹ 'ਪ੍ਰੈਗਨੈਂਸੀ ਟਿਊਮਰ' ਦੇ ਕਾਰਣ ਹੋਵੇ। ਹਾਲਾਂਕਿ ਇਸ ਨਾਲ ਕੋਈ ਨੁਕਸਾਨ ਨਹੀਂ ਹੁੰਦਾ। ਉਂਝ ਤਾਂ ਇਹ ਡਿਲੀਵਰੀ ਤੋਂ ਬਾਅਦ ਖ਼ੁਦ ਹੀ ਠੀਕ ਹੋ ਜਾਂਦਾ ਹੈ। ਪ੍ਰੰਤੂ ਇਹ ਵੱਧ ਤਕਲੀਫ਼ ਦੇਣ ਲਗੇ ਤਾਂ ਡਾਕਟਰ ਜਾਂ ਡੈਂਟਿਸਟ ਇਸ ਦਾ ਇਲਾਜ ਕਰ ਦੇਣਗੇ।

- ਚਾਹੇ ਕੋਈ ਤਕਲੀਫ਼ ਹੋਵੇ ਨਾ ਹੋਵੇ, ਗਰਭਕਾਲ ਦੇ ਨੌਂ ਮਹੀਨੇ ਦੌਰਾਨ, ਇਕ ਵਾਰ ਦੰਦਾਂ ਦੀ ਜਾਂਚ਼ ਰੂਰ ਕਰਵਾਓ। ਦੰਦਾਂ ਦੀ ਸਫ਼ਾਈ ਨਾ ਹੋਵੇ ਤਾਂ ਮਸੂੜਿਆਂ ਦੀ ਹਾਲਤ ਹੋਰ ਵੀ ਵਿਗੜ ਸਕਦੀ ਹੈ। ਜੇਕਰ ਪਹਿਲਾਂ ਵੀ ਮਸੂੜਿਆਂ ਵਿਚ ਤਕਲੀਫ਼ ਰਹਿ ਚੁਕੀ ਹੋਵੇ ਤਾਂ ਆਪਣੇ ਡਾਕਟਰ ਨੂੰ ਦਿਖਾਓ।

ਡਾਕਟਰ ਜਾਂ ਦੰਦ ਚਿਕਿਤਸਕ ਨੂੰ ਮਿਲਣ ਵਿਚ ਦੇਰੀ ਨਾ ਕਰੋ। ਜਿੰਜੀਵਾਇਟਿਸ ਦਾ ਇਲਾਜ ਨਾ ਹੋਵੇ ਤਾਂ ਮਸੂੜਿਆਂ ਦੀ ਗੰਭੀਰ ਸਮੱਸਿਆ ਪੈਦਾ ਹੋ ਸਕਦੀ ਹੈ, ਜੋ ਗਰਭਕਾਲ ਦੀ ਮੁਸ਼ਕਲ ਨਾਲ ਜੁੜੀ ਹੈ। ਦੰਦਾਂ ਦੀ ਸੜਨ ਨਾਲ ਇਨਫੈਕਸ਼ਨ ਹੋ ਸਕਦਾ ਹੈ ਜੋ ਤੁਹਾਡੇ ਦੋਨਾਂ ਦੇ ਲਈ ਖ਼ਤਰਨਾਕ ਹੈ।

ਜੇਕਰ ਗਰਭਕਾਲ ਵਿਚ ਦੰਦਾਂ ਦਾ ਇਲਾਜ ਜ਼ਰੂਰੀ ਹੋ ਜਾਏ ਤਾਂ? ਉਂਝ ਤਾਂ ਲੋਕਲ ਐਨਸਥੈਟਿਕ ਤੇ ਪਹਿਲੀ ਤਿਮਾਹੀ ਤੋਂ ਬਾਦ ਨਾਇਟ੍ਰਸ ਆੱਕਸਾਈਡ ਦੀ ਹਲਕੀ ਖ਼ੁਰਾਕ ਸਹੀ ਹੈ ਪ੍ਰੰਤੂ ਵੱਧ ਗੰਭੀਰ ਇਲਾਜ ਨੂੰ ਟਾਲਣਾ ਚਾਹੀਦਾ ਹੈ। ਕਈ ਵਾਰ ਦੰਦਾਂ ਦੇ ਇਲਾਜ ਤੋਂ ਪਹਿਲਾਂ ਤੇ ਬਾਦ ਭਾਰੀ ਐਂਟੀਬਾਇਓ-ਟਿਕਸ ਲੈਣੇ ਪੈਂਦੇ ਹਨ। ਇਸ ਲਈ ਪਹਿਲਾਂ ਆਪਣੇ ਡਾਕਟਰ ਤੋਂ ਪੁੱਛ ਲਉ।

## ਸਾਹ ਲੈਣ ਵਿਚ ਤਕਲੀਫ਼

**"ਕਦੀ-ਕਦੀ ਮੈਨੂੰ ਸਾਹ ਲੈਣ ਵਿਚ ਤਕਲੀਫ਼ ਹੁੰਦੀ ਹੈ। ਕੀ ਇਹ ਆਮ ਹੈ?"**

ਡੂੰਘੀ ਸਾਹ ਲਉ ਤੇ ਸ਼ਾਂਤ ਹੋ ਜਾਓ। ਦੂਜੀ ਤਿਮਾਹੀ ਦੀ ਸ਼ੁਰੂਆਤ ਵਿਚ ਅਕਸਰ ਕਈ ਔਰਤਾਂ ਦੇ ਨਾਲ ਇੰਝ ਹੋ ਸਕਦਾ ਹੈ। ਇਸ ਦੇ ਲਈ ਤੁਸੀਂ ਗਰਭਕਾਲ ਹਾਰਮੋਨ ਨੂੰ ਦੋਸ਼ੀ ਠਹਿਰਾ ਸਕਦੀ ਹੋ। ਇਨ੍ਹਾਂ ਨਾਲ ਤੁਹਾਡੇ ਸਾਹ ਦੀ ਡੂੰਘਾਈ ਅਤੇ ਬਾਰੰਬਾਰਤਾ ਵੱਧ ਜਾਂਦੀ ਹੈ। ਇਸ ਨਾਲ ਤੁਹਾਨੂੰ ਕਾਫ਼ੀ ਥਕਾਵਟ ਹੋ ਸਕਦੀ ਹੈ। ਇਸ ਨਾਲ ਸਰੀਰ ਦੀ ਕੈਲੀਪਰੀਜ਼ ਸੁਜ ਜਾਂਦੀ ਹੈ ਜਿਨ੍ਹਾਂ ਵਿਚਸਾਹ ਤੰਤਰ ਵੀ ਸ਼ਾਮਲ ਹੈ। ਫੇਫੜਿਆਂ ਤੇ ਬ੍ਰੋਕਾਇਲ ਟਿਊਬ ਦੀਆਂ ਮਾਸਪੇਸ਼ੀਆਂ ਸਿਥਿਲ ਹੋ ਜਾਂਦੀਆਂ ਹਨ ਤੇ ਸਾਹ ਲੈਣ ਵਿਚ ਤਕਲੀਫ਼ ਹੋਣ ਲਗਦੀ ਹੈ। ਗਰਭਕਾਲ ਵੱਧਣ ਤੇ, ਬੱਚੇਦਾਨੀ ਦੇ ਕਾਰਣ ਵੀ ਇੰਝ ਹੁੰਦਾ ਹੈ। ਫੇਫੜਿਆਂ ਦਾ ਪੂਰਾ ਵਿਸਥਾਰ ਨਹੀਂ ਹੁੰਦਾ।

ਹਾਲਾਂਕਿ ਇਸ ਨਾਲ ਤੁਹਾਨੂੰ ਥੋੜ੍ਹਾ ਅਸਹਿਜ ਲਗ ਸਕਦਾ ਹੈ ਪ੍ਰੰਤੂ ਇਸ ਨਾਲ ਬੱਚੇ ਵਿਚ ਕੋਈ ਤਕਲੀਫ਼ ਨਹੀਂ ਹੁੰਦੀ। ਉਸ ਦੇ ਕੋਲ ਪਲੇਸੈਂਟਾ ਵਿਚ ਆੱਕਸੀਜਨ ਦੀ ਭਰਪੂਰ ਮਾਤਰਾ ਹੁੰਦੀ ਹੈ। ਜੇਕਰ ਤੁਹਾਨੂੰ ਸਾਹ ਲੈਣ ਵਿਚ ਵਧ ਤਕਲੀਫ਼ ਹੋਵੇ, ਹੋਂਠ ਤੇ ਉਂਗਲੀਆਂ ਦੇ ਪੋਰ ਨੀਲੇ ਪੈਣ, ਛਾਤੀ ਵਿਚ ਦਰਦ ਹੋਵੇ ਜਾਂ ਨਬਜ ਤੇਜ ਚਲੇ ਤਾਂ ਡਾਕਟਰ ਨੂੰ ਮਿਲਣ ਵਿਚ ਦੇਰ ਨਾ ਕਰੋ।

### ਐਕਸਰੇ

ਉਂਝ ਤਾਂ ਸੁਰੱਖਿਆ ਦੇ ਲਿਹਾਜ ਨਾਲ ਕਿਸੇ ਵੀ ਡੈਂਟਲ ਐਕਸਰੇ ਨੂੰ ਡਿਲੀਵਰੀ ਤਕ ਟਾਲਿਆ ਜਾਂਦਾ ਹੈ। ਹਾਲਾਂਕਿ ਇਨ੍ਹਾਂ ਦੇ ਖ਼ਤਰੇ ਨੂੰ ਕਾਫ਼ੀ ਹੱਦ ਤਕ ਘਟਾਇਆ ਜਾ ਸਕਦਾ ਹੈ। ਐਕਸਰੇ ਮੂੰਹ ਵਿਚ ਹੋਵੇਗਾ ਇਸ ਲਈ ਉਹ ਬੱਚੇਦਾਨੀ ਤੋਂ ਕਾਫ਼ੀ ਦੂਰੀ ਤੇ ਹੈ। ਇਸ ਦਾ ਰੇਡੀਏਸ਼ਨ ਇੰਨਾ ਹੀ ਹੁੰਦਾ ਹੈ ਜਿੰਨਾ ਆਮ ਤੌਰ ਤੇ ਕੁਝ ਦਿਨ ਦੇ ਸਨ-ਬਾਥ ਤੋਂ ਮਿਲਦਾ ਹੈ। ਫਿਰ ਵੀ ਜੇਕਰ ਐਕਸਰੇ ਕਰਵਾਣਾ ਹੀ ਪਵੇ ਤਾਂ ਹੇਠ-ਲਿਖੀਆਂ ਸਾਵਧਾਨੀਆਂ ਵਰਤੋ:-

- ਐਕਸਰੇ ਕਰਨ ਵਾਲੇ ਨੂੰ ਪਹਿਲਾਂ ਹੀ ਗਰਭਕਾਲ ਦੀ ਸੂਚਨਾ ਦੇ ਦਿਉ।
- ਕਿਸੀ ਚੰਗੇ ਅਨੁਭਵੀ ਤਕਨੀਕੀ ਮਾਹਰ ਤੋਂ ਹੀ ਐਕਸਰੇ ਕਰਵਾਓ।
- ਕੇਵਲ਼ ਰੂਰੀ ਹਿੱਸਾ ਹੀ ਰੇਡੀਏਸ਼ਨ ਦੇ ਸੰਪਰਕ ਵਿਚ ਆਏ। ਬੱਚੇਦਾਨੀ ਦੇ ਬਚਾਅ ਲਈ ਲੀਡ ਏਪ੍ਰਨ ਤੇ ਗਰਦਨ ਦੇ ਬਚਾਅ ਲਈ ਥਾਇਰਾਈਡ ਕਾੱਲਰ ਪਾਓ।
- ਤਸਵੀਰ ਲੈਂਦੇ ਸਮੇਂ ਹਿਲੋ ਨਾ ਤਾਂ ਜੋ ਦੁਬਾਰਾ ਐਕਸਰੇ ਲੈਣ ਦੀ ਨੌਬਤ ਨਾ ਆਏ।
- ਜੇਕਰ ਤੁਸੀਂ ਅਣਜਾਣੇ ਵਿਚ ਪਹਿਲਾਂ ਵੀ ਐਕਸਰੇ ਕਰਵਾ ਚੁਕੀ ਹੋ ਤਾਂ ਉਸ ਦੀ ਚਿੰਤਾ ਨਾ ਰੱਖੋ।

## ਨੱਥਾਂ ਦੀ ਗੰਦਗੀ ਤੇ ਨੱਕ ਤੋਂ ਖ਼ੂਨ ਆਉਣਾ

**"ਮੇਰੀ ਨੱਕ ਗੰਦਗੀ ਨਾਲ ਕਾਫ਼ੀ ਭਰ ਜਾਂਦੀ ਹੈ। ਕਦੀ-ਕਦੀ ਬਿਨਾਂ ਕਿਸੇ ਕਾਰਣ ਨੱਕ ਤੋਂ ਖ਼ੂਨ ਨਿਕਲਣ ਲਗਦਾ ਹੈ। ਕੀ ਇਹ ਗਰਭਕਾਲ ਦੇ ਕਾਰਣ ਹੈ?"**

ਇਨ੍ਹਾਂ ਦਿਨਾਂ ਵਿਚ ਸਿਰਫ਼ਤੁਹਾਡਾ ਪੇਟ ਹੀ ਨਹੀਂ ਫੁਲ ਰਿਹਾ ਸਗੋਂ ਐਸਟ੍ਰੋਜਨ ਤੇ ਪ੍ਰੋਜੈਸਟੇਰਾੱਨ ਦੀ ਵਧਦੀ ਮਾਤਰਾ ਨੱਕ ਵਿਚ ਮਿਯੂਕਸ ਜਾਂ ਗੰਦਗੀ ਨੂੰ ਵੀ ਵਧਾ ਰਹੀ ਹੈ। ਇਸ ਮਿਯੂਕਸ ਨੂੰ ਪੈਦਾ ਕਰਨ ਦਾ ਇਕ ਹੀ ਕਾਰਣ ਹੈ ਕਿ ਤੁਸੀਂ ਇਨਫੈਕਸ਼ਨ ਫੈਲਾਣ ਵਾਲੇ ਕੀਟਾਣੂਆਂ ਤੋਂ ਬਚ ਸਕੋ। ਗਰਭਕਾਲ ਵਿਚ ਨੱਕ ਦੀ ਗੰਦਗੀ ਵੀ ਵਧੇਗੀ ਅਤੇ ਕਦੀ-2 ਨੱਕ ਤੋਂ ਖ਼ੂਨ ਵੀ ਆਏਗਾ।

ਜੇਕਰ ਨੱਕਬੁਰੀ ਤਰ੍ਹਾਂ ਬੰਦ ਹੋਜਾਏ ਤਾਂ ਤੁਸੀਂ ਸੇ ਲਾਈਨ ਸਪ੍ਰੇ ਜਾਂ ਸੇਲਾਈਨ ਸਟ੍ਰਿਪ ਪ੍ਰਯੋਗ ਕਰ ਸਕਦੀ ਹੋ। ਜੇਕਰ ਕਮਰੇ ਵਿਚ ਹਿਯੂਮਡੀਫਾਇਰ ਲਗਿਆ ਹੋਵੇਗਾ ਤਾਂ ਵੀ ਨੱਕ ਖ਼ੁਲ੍ਹਣ ਵਿਚ ਅਸਾਨੀ ਰਹੇਗੀ। ਗਰਭਕਾਲ ਦੌਰਾਨ ਐਂਟੀਹਿਸਟੇਮਾਈਨ ਸਪ੍ਰੇ ਪ੍ਰਯੋਗ ਕਰਨ ਦੀ ਇਜਾਜ਼ਤ ਨਹੀਂ ਹੁੰਦੀ ਪ੍ਰੰਤੂ ਤੁਸੀਂ ਆਪਣੇ ਡਾਕਟਰ ਤੋਂ ਪੁੱਛ ਕੇ ਕੁਝ ਹੋਰ ਪ੍ਰਯੋਗ ਕਰ ਸਕਦੀ ਹੋ।

ਵਿਟਾਮਿਨ ਸੀ ਵਾਲੇ ਆਹਾਰ ਦੇ ਨਾਲ ਵਿਟਾਮਿਨ ਸੀ ਦੀ 250 ਮਿ.ਗ੍ਰ. ਦੀ ਖ਼ੁਰਾਕ ਵੀ ਤੁਹਾਨੂੰ ਆਰਾਮ ਦੇਵੇਗੀ ਅਤੇ ਨੱਕ ਤੋਂ ਖ਼ੂਨ ਰਿਸਾਅ ਦਾ ਖ਼ਤਰਾ ਘੱਟ ਜਾਏਗਾ।

ਜੇਕਰ ਨੱਕ ਤੋਂ ਖ਼ੂਨ ਆਏ ਤਾਂ ਹਲਕਾ ਜਿਹਾ ਝੁਕ ਕੇ ਖੜੀ ਹੋਵੋ ਜਾਂ ਬੈਠ ਜਾਓ, ਉਸਸਮੇਂ ਲੇਟੋ ਨਾ। ਆਪਣੇ ਅੰਗੂਠੇ ਤੇ ਤਰਜਨੀ ਦੀਮਦਦ ਨਾਲ ਨੱਥਾਂ ਦਾ ਉਪਰੀ ਹਿੱਸਾ ਦਬਾਓ ਤੇ ਪੰਜ ਮਿੰਟ ਤਕ ਪਕੜੀ ਰੱਖੋ; ਜੇਕਰ ਖ਼ੂਨ ਨਿਕਲਣਾ ਬੰਦ ਨਾ ਹੋਵੇ ਤਾਂ ਇਹੀ ਪ੍ਰਕਿਰਿਆ ਦੁਹਰਾਓ। ਜੇਕਰ ਤਿੰਨ ਵਾਰ ਕੋਸ਼ਿਸ਼ ਕਰਨ ਤੇ ਵੀ ਖ਼ੂਨ ਨਿਕਲਣਾ ਬੰਦ ਨਾ ਹੋਵੇ ਜਾਂ ਖ਼ੂਨ ਕਾਫ਼ੀ ਵੱਧ ਮਾਤਰਾ ਵਿਚ ਨਿਕਲੇ ਤਾਂ ਡਾਕਟਰ ਨੂੰ ਦਿਖਾਓ।

## ਖਰਾਟੇ

**"ਮੇਰੇ ਪਤੀ ਨੇ ਦੱਸਿਆ ਕਿ ਮੈਂ ਅਕਸਰ ਰਾਤ ਨੂੰ ਖਰਾਟੇ ਲੈਣ ਲਗਦੀ ਹਾਂ। ਇੰਝ ਕਿਉਂ ਹੁੰਦਾ ਹੈ?"**

ਖਰਾਟੇ ਲੈਣ ਵਾਲੇ ਅਤੇ ਸੁਣਨ ਵਾਲੇ, ਦੋਨਾਂ ਦੀ ਨੀਂਦ ਖ਼ਰਾਬ ਕਰ ਸਕਦੇਹਨ। ਪ੍ਰੰਤੂ ਗਰਭਕਾਲ ਵਿਚ ਇਹ ਇਕ ਆਮ ਗੱਲ ਹੈ। ਜੇਕਰ ਨੱਕ ਵਿਚ ਗੰਦਗੀ ਭਰਨ ਕਾਰਣ ਜਾਂ ਨੱਕ ਬੰਦ ਹੋਣ ਕਾਰਣ ਇੰਝ ਹੋ ਰਿਹਾ ਹੈ ਤਾਂ ਨੋਜ਼ਲ ਡ੍ਰਾਪ ਪਾਣ ਜਾਂ ਸਿਰ ਉੱਚਾ ਕਰਕੇ ਸੋਣ ਨਾਲ ਤਕਲੀਫ਼ ਤੋਂ ਕਾਫ਼ੀ ਹੱਦ ਤਕ ਛੁਟਕਾਰਾ ਮਿਲ ਸਕਦਾ ਹੈ। ਭਾਰ ਵਧ ਹੋਣ ਨਾਲ ਵੀ ਖਰਾਟੇ ਆਉਂਦੇ ਹਨ। ਇਸਲਈ ਆਪਣਾ ਭਾਰ ਲੋੜ ਤੋਂ ਵੱਧ ਨਾ ਵੱਧਣ ਦਿਉ।

ਕਦੀ-2 ਖਰਾਟੇ, 'ਸਲੀਪ ਐਪਨਿਆ' ਦੇ ਲੱਛਣ ਵੀ ਹੁੰਦੇ ਹਨ, ਜਿਸ ਵਿਚ ਸੌਂਦੇ ਸਮੇਂ, ਸਾਹ ਕੁਝ ਦੇ ਰ ਦੇ ਲਈ ਰੁਕ ਜਾਂਦੀ ਹੈ। ਕਿਉਂਕਿ ਤੁਸੀਂ ਦੋ ਲੋਕਾਂ ਦੇ ਲਈ ਸਾਹ ਲੈ ਰਹੀ ਹੋ ਇਸ ਲਈ ਅਗਲੀ ਵਾਰ ਡਾਕਟਰ ਨੂੰ ਇਸ ਸਬੰਧੀ ਦੱਸਣਾ ਨਾ ਭੁੱਲੋ।

### ਨੀਂਦ ਨਹੀਂ ਆਉਂਦੀ?

ਕੀ ਪ੍ਰੈਗਨੈਂਸੀ ਹਾਰਮੋਨਜ਼ ਅਤੇ ਪੇਟ ਦਾ ਉਭਾਰ ਚੰਗੀ ਨੀਂਦ ਵਿਚ ਰੁਕਾਵਟ ਦੇ ਰਹੇ ਹਨ? ਕੋਈ ਵੀ ਨੀਂਦ ਲਿਆਣ ਦੀ ਦਵਾਈ ਲੈਣ ਤੋਂ ਪਹਿਲਾਂ ਡਾਕਟਰ ਤੋਂ ਪੁੱਛੋ ਜਾਂ ਸਾਡੇ ਸੁਝਾਅ ਅਜਮਾਓ, ਜੋ ਕਿ ਇਸੇ ਪੁਸਤਕ ਵਿਚ ਦਿੱਤੇ ਗਏ ਹਨ।

## ਅਲਰਜੀ

**"ਗਰਭਕਾਲ ਦੀ ਸ਼ੁਰੂਆਤ ਦੇ ਨਾਲ ਹੀ ਮੇਰੀ ਅਲਰਜੀ ਵਿਗੜਦੀ ਜਾ ਰਹੀ ਹੈ। ਮੇਰੀ ਨੱਕ ਹਮੇਸ਼ਾਂ ਵਹਿੰਦੀ ਰਹਿੰਦੀ ਹੈ।"**

ਉਂਝ ਤਾਂ ਗਰਭਕਾਲ ਵਿਚ ਨੱਕ ਵਿਚ ਮਿਯੂਕਸ ਵੱਧ ਜਾਂਦਾ ਹੈ, ਕਿਤੇ ਤੁਸੀਂ ਆਮ ਕੰਜੈਸ਼ਨ ਨੂੰ ਅਲਰਜੀ ਤਾਂ ਨਹੀਂ ਸਮਝ ਰਹੀ। ਹਾਲਾਂਕਿ ਕੁਝ ਲੋਕਾਂ ਦਾ ਮੰਨਣਾ ਹੈ ਕਿ ਗਰਭਕਾਲ ਵਿਚ ਉਨ੍ਹਾਂ ਦੀ ਅਲਰਜੀ ਕਾਫ਼ੀ ਹੱਦ ਤਕ ਸੰਭਲ ਜਾਂਦੀ ਹੈ ਪ੍ਰੰਤੂ ਕੁਝ ਲੋਕਾਂ ਦੇ ਲੱਛਣ ਹੋਰ ਵੀ ਬਦਤਰ ਹੋ ਜਾਂਦੇ ਹਨ। ਕੁਝ ਐਸੇ ਵੀ ਹਨ, ਜੋ ਕਹਿੰਦੇ ਹਨ ਕਿ ਉਨ੍ਹਾਂ ਦੇ ਲੱਛਣ ਪਹਿਲਾਂ ਵਰਗੇ ਹੀ ਹਨ। ਲਗਦਾ ਹੈ ਤੁਹਾਡੇ ਲੱਛਣ ਵੀ ਵਿਗੜ ਰਹੇ ਹੋਣ ਅਤੇ ਤੁਸੀਂ ਉਨ੍ਹਾਂ ਕਿਸਮਤ ਵਾਲਿਆਂ ਦੀ ਸੂਚੀ ਵਿਚ ਨਹੀਂ ਹੋ। ਕੈਮਿਸਟ ਦੀ ਦੁਕਾਨ ਤੋਂ ਅਲਰਜੀ ਦੀ ਕੋਈ ਵੀ ਦਵਾਈ ਲੈਣ ਤੋਂ ਪਹਿਲਾਂ ਆਪਣੇ ਡਾਕਟਰ ਤੋਂ ਪੁੱਛ ਲਉ ਕਿਉਂਕਿ ਸਾਰੀਆਂ ਐਂਟੀਹਿਸਟੇਮਾਈਨ ਦਵਾਈਆਂ ਗਰਭਕਾਲ ਵਿਚ ਸੁਰੱਖਿਅਤ ਨਹੀਂ ਹੁੰਦੀਆਂ। ਹਾਲਾਂਕਿ ਤੁਸੀਂ ਅਣਜਾਣੇ ਵਿਚ ਜੋ ਦਵਾਈ ਲੈ ਚੁਕੀ ਹੋ, ਉਨ੍ਹਾਂ ਬਾਰੇ ਚਿੰਤਾ ਨਾ ਕਰੋ।

> **ਅਲਰਜੀ ਵਿਚ ਤੁਹਾਡੀ ਖ਼ੁਰਾਕ**
>
> ਅਕਸਰ ਇਹੀ ਡਰ ਰਹਿੰਦਾਹੈ ਕਿ ਮਾਂ ਦੀ ਅਲਰਜੀ ਬੱਚੇ ਨੂੰ ਵੀ ਨਾ ਹੋ ਜਾਏ। ਖੋਜ ਤੋਂ ਪਤਾ ਲਗਾ ਹੈ ਕਿ ਦੁੱਧ ਪਿਲਾਣ ਵਾਲੀਆਂ ਔਰਤਾਂ ਜੇ ਕਰ ਅਲਰਜੀ ਕਰਨ ਵਾਲੇ ਖਾਦ ਪਦਾਰਥਾਂ ਦਾ ਵੱਧ ਮਾਤਰਾ ਵਿਚ ਸੇਵਨ ਕਰਦੀ ਰਹੇ ਤਾਂ ਉਨ੍ਹਾਂ ਦੇ ਬੱਚੇ ਨੂੰ ਵੀ ਅਲਰਜੀ ਹੋ ਸਕਦੀ ਹੈ।
>
> ਜੇਕਰ ਤੁਹਾਨੂੰ ਵੀ ਕੋਈ ਅਲਰਜੀ ਹੈ ਤਾਂ ਆਪਣੇ ਖਾਣ-ਪੀਣ ਵਿਚੋਂ ਅਲਰਜੀ ਕਰਨ ਵਾਲੇ ਖਾਦ ਪਦਾਰਥਾਂ ਨੂੰ ਹਟਾਨ ਤੋਂ ਪਹਿਲਾਂ ਡਾਕਟਰ ਦੀ ਰਾਏ ਲੈ ਲਉ। ਜੇਕਰ ਉਹ ਕਹਿਣ ਕਿ ਤੁਹਾਨੂੰ ਇੰਝ ਕਰਨਾ ਚਾਹੀਦਾ ਹੈ, ਤਾਂ ਇੰਝ ਕਰੋ।

ਗਰਭਧਾਰਣ ਤੋਂ ਪਹਿਲਾਂ ਅਲਰਜੀ ਸ਼ਾੱਟ ਲਏ ਜਾ ਸਕਦੇ ਹਨ। ਉਂਝ ਅਲਰਜਿਸਟ ਦਾ ਮੰਨਣਾ ਹੈ ਕਿ ਗਰਭਧਾਰਣ ਤੋਂ ਬਾਦ ਅਲਰਜੀ ਸ਼ਾੱਟ ਠੀਕ ਨਹੀਂ ਹੁੰਦਾ।

ਉਂਝ ਤਾਂ ਤੁਸੀਂ ਵੀ ਸੁਣਿਆ ਹੋਵੇਗਾ-ਇਲਾਜ ਤੋਂ ਪਰਹੇਜ ਬਿਹਤਰ। ਸਭ ਤੋਂ ਪਹਿਲਾਂ ਤਾਂ ਆਪਣੀ ਅਲਰਜੀ ਦਾ ਕਾਰਣ ਪਹਿਚਾਣੋ, ਫਿਰ ਉਸ ਤੋਂ ਬੱਚਣ ਦੀ ਕੋਸ਼ਿਸ਼ ਕਰੋ। ਇਸ ਤਰ੍ਹਾਂ ਆਣ ਵਾਲਾ ਬੱਚਾ ਵੀ ਉਸ ਅਲਰਜੀ ਦੇ ਖ਼ਤਰੇ ਤੋਂ ਬਚ ਸਕਦਾ ਹੈ।

ਸਾਡੇ ਸੁਝਾਅ ਅਜਮਾਓ, ਕਾਫ਼ੀ ਕਾਰਗਰ ਹਨ।

- ਜੇਕਰ ਤੁਸੀਂ ਬਾਹਰੀ ਪ੍ਰਦੂਸ਼ਣਾਂ ਤੋਂ ਪ੍ਰੇਸ਼ਾਨ ਹੋ ਤਾਂ ਘਰ ਵਿਚ ਏਸੀ ਕਮਰੇ ਵਿਚ ਹੀ ਰਹੋ। ਜਦੋਂ ਵੀ ਬਾਹਰ ਤੋਂ ਆਓ ਤਾਂ ਮੂੰਹ-ਹੱਥ ਅਤੇ ਕਪੜੇ ਧੋ ਲਉ। ਘਰ ਤੋਂ ਬਾਹਰ ਵੱਡੇ ਫਰੇਮ ਦਾ ਚਸ਼ਮਾ ਪਾਓ ਤਾਂ ਜੋ ਪ੍ਰਦੂਸ਼ਣ ਤੁਹਾਡੀਆਂ ਅੱਖਾਂ ਵਿਚ ਨਾ ਜਾਏ।
- ਜੇਕਰ ਧੂੜ ਤੋਂ ਪ੍ਰੇਸ਼ਾਨੀ ਹੈ ਤਾਂ ਕਿਸੇ ਦੂਜੇ ਤੋਂ ਘਰ ਦੀ ਸਾਫ਼-ਸਫ਼ਾਈ ਤੇ ਝਾੜ-ਪੂੰਝ ਕਰਨ ਨੂੰ ਕਹੋ। ਆਮ ਝਾੜੂ ਦੀ ਥਾਂ ਵੈਕਿਯੂਮ ਕਲੀਨਰ ਪ੍ਰਯੋਗ ਕਰੋ। ਧੂੜ ਭਰੀਆਂ ਅਲਮਾਰੀਆਂ ਤੇ ਪੁਰਾਣੀਆਂ ਪੁਸਤਕਾਂ ਤੋਂ ਦੂਰ ਰਹੋ।
- ਜੇਕਰ ਤੁਹਾਨੂੰ ਕਿਸੀ ਖ਼ਾਸ ਤਰੀਕੇ ਦੇ ਖਾਣ ਤੋਂ ਅਲਰਜੀ ਹੁੰਦੀ ਹੈ ਤਾਂ ਕੁਝ ਦੂਜੇ ਖਾਦ ਪਦਾਰਥਾਂ ਦੀ ਚੋਣ ਕਰੋ। ਤੁਸੀਂ ਸਾਡੇ ਪੰਜਵੇਂ ਅਧਿਆਇ ਦੀ ਮਦਦ ਨਾਲ ਗਰਭਕਾਲ ਦਾ ਆਹਾਰ ਚੁਣ ਸਕਦੀ ਹੋ।
- ਜੇਕਰ ਜਾਨਵਰਾਂ ਤੋਂ ਵੀ ਅਲਰਜੀ ਹੈ ਤਾਂ ਆਪਣੇ ਦੋਸਤਾਂ ਨੂੰ ਵੀ ਇਸ ਸਬੰਧੀ ਦੱਸ ਦਿਉ ਤਾਂ ਜੋ ਤੁਸੀਂ ਉਨ੍ਹਾਂ ਦੇ ਘਰ ਜਾਓ ਤਾਂ ਉਹ ਆਪਣੇ ਜਾਨਵਰਾਂ ਨੂੰ ਉਥੋਂ ਹਟਾ ਦੇਣ। ਜੇਕਰ ਤੁਹਾਡੇ ਆਪਣੇ ਘਰ ਵਿਚ ਐਸਾ ਕੋਈ ਜਾਨਵਰ ਹੈ ਤਾਂ ਆਪਣੇ ਸੋਣ ਦੇ ਕਮਰੇ ਵਿਚ ਉਸ ਨੂੰ ਡੇਰਾ ਨਾ ਪਾਣ ਦਿਉ।
- ਤੁਸੀਂ ਅਸਾਨੀ ਨਾਲ ਸਿਗਰਟ ਤੇ ਤੰਬਾਕੂ ਦੇ ਧੂੰਏ ਤੋਂ ਬਚ ਸਕਦੀਹੋ ਕਿਉਂਕਿ ਸਰਕਾਰ ਨੇ ਕਈ ਜਗ੍ਹਾ ਇਸ ਦੇ ਲਈ ਪਾਬੰਦੀ ਲਗਾ ਦਿੱਤੀ ਹੈ। ਸਿਗਰਟ, ਪਾਈਪ ਤੇ ਸਿਗਾਰ ਦੇ ਧੂੰਏ ਤੋਂ ਬਚੋ।

## ਯੋਨੀ ਰਿਸਾਅ

**"ਮੇਰੀ ਯੋਨੀ(ਵੈਜਾਇਨਾ) ਤੋਂ ਹਲਕਾ ਪਤਲਾ ਤੇ ਸਫ਼ੇਦ ਡਿਸਚਾਰਜ ਹੋ ਰਿਹਾ ਹੈ। ਕੀ ਮੈਨੂੰ ਕੋਈ ਇਨਫੈਕਸ਼ਨ ਹੋ ਗਿਆ ਹੈ?"**

- ਪਤਲਾ, ਦੁਧੀਆ ਤੇ ਹਲਕੀ ਗੰਧ ਵਾਲਾ ਡਿਸਚਾਰਜ(ਲੁਕੋਰੀਆ) ਆਮ ਤੌਰ ਤੇ ਗਰਭਕਾਲ ਵਿਚ ਹੋ ਹੀ ਜਾਂਦਾ ਹੈ। ਇਹ ਤੁਹਾਡੀ ਯੋਨੀ ਨੂੰ ਇਨਫੈਕਸ਼ਨ ਤੋਂ ਬਚਾਂਦਾ ਹੈ ਅਤੇ ਬੈਕਟੀਰੀਆ ਦਾ ਸਿਹਤਮੰਦ ਸੰਤੁਲਨ ਬਣਾਈ ਰਖਦਾ ਹੈ। ਬਦਕਿਸਮਤੀ ਨਾਲ ਇਸ ਦੇ ਕਾਰਣ ਤੁਹਾਡੇ ਅੰਡਰਵਿਯਰ ਦੀ ਹਾਲਤ ਕਾਫ਼ੀ ਬੁਰੀ ਹੋ ਜਾਂਦੀ ਹੈ। ਕਿਉਂਕਿ ਇਹ ਆਖ਼ਰੀ ਮਹੀਨਿਆਂ ਤਕ ਜਾਂਦੇ-2 ਗਾੜ੍ਹਾ ਹੋ ਜਾਂਦਾ ਹੈ। ਇਸ ਲਈ ਕਈ ਔਰਤਾਂ ਪੈਂਟੀ ਲਾਈਨਰ ਪੈਡ ਲਗਾਣਾ ਪਸੰਦ ਕਰਦੀਆਂ ਹਨ। ਇਨ੍ਹਾਂ ਦੇ ਲਈ ਟੈਂਪੂਨ ਨ ਲਗਾਓ ਕਿਉਂਕਿ ਉਨ੍ਹਾਂ ਦੇ ਕਾਰਣ ਯੋਨੀ ਵਿਚ ਅਣਚਾਹੇ ਕੀਟਾਣੂ ਪੈਦਾ ਹੋ ਸਕਦੇ ਹਨ।

ਹਾਲਾਂਕਿ ਉਸ ਨਾਲ ਤੁਹਾਡੇ ਸਾਥੀ ਨੂੰ ਓਰਲ ਸੈਕਸ ਕਰਨ ਵਿਚ ਥੋੜ੍ਹੀ ਪ੍ਰੇਸ਼ਾਨੀ ਵੀ ਹੋ ਸਕਦੀ ਹੈ ਅਤੇ ਤੁਹਾਨੂੰ ਥੋੜ੍ਹੀ ਦਿੱਕਤ ਹੋ ਸਕਦੀ ਹੈ ਪ੍ਰੰਤੂ ਇਸ ਵਿਚ ਚਿੰਤਾ ਵਾਲੀ ਕੋਈ ਗੱਲ ਨਹੀਂ ਹੈ। ਆਪਣੇ-ਆਪ ਨੂੰ ਸਾਫ਼-ਸੁਥਰਾ ਰਖੋਗੀ ਤਾਂ ਸਭ ਠੀਕ ਰਹੇਗਾ ਪ੍ਰੰਤੂ ਇਸ ਦੇ ਲਈ ਡਾਊਚ ਨਾ ਕਰੋ। ਇਸ ਨਾਲ ਯੋਨੀ ਵਿਚ ਮਾਈਕ੍ਰੋਆਰਗੇਨਿਜ਼ਮ ਦਾ ਆਮ ਸੰਤੁਲਨ ਵਿਗੜ ਸਕਦਾ ਹੈ ਤੇ 'ਬੈਕਟੀਰੀਅਲ ਵਿਜਾਇਨੋਸਿਸ' ਹੋ ਸਕਦਾ ਹੈ।

## ਵਧਿਆ ਹੋਇਆ ਬਲੱਡਪ੍ਰੈਸ਼ਰ

**"ਜਦੋਂ ਮੈਂ ਪਿਛਲੀ ਵਾਰ ਡਾਕਟਰ ਦੇ ਕੋਲ ਗਈ ਤਾਂ ਮੇਰਾ ਬਲੱਡਪ੍ਰੈਸ਼ਰ ਕੁਝ ਵਧਿਆ ਹੋਇਆ ਸੀ। ਕੀ ਚਿੰਤਾ ਦੀ ਕੋਈ ਗੱਲ ਹੈ?"**

ਘਬਰਾਓ ਨਾ, ਜੇਕਰ ਬਲੱਡਪ੍ਰੈਸ਼ਰ ਦੀ ਚਿੰਤਾ ਕਰੋਗੀ ਤਾਂ ਇਹ ਹੋਰ ਵੱਧ ਜਾਏਗਾ ਹੋ ਸਕਦਾ ਹੈ ਕਿ ਉਸ ਦਿਨ ਟ੍ਰੈਫਿਕ ਵਿਚ ਫਸਣ ਦੇ ਕਾਰਣ ਜਾਂ ਘਰ ਜਾ ਕੇ ਕੰਮ ਨਿਪਟਾਣ ਦੀ ਹੜਬੜਾਹਟ ਨਾਲ ਪ੍ਰੇਸ਼ਾਨੀ ਸੀ। ਹੋ ਸਕਦਾ ਹੈ ਕਿ ਤੁਹਾਨੂੰ ਆਪਣੇ ਘੱਟਦੇ ਵੱਧਦੇ ਭਾਰ ਜਾਂ ਨਵੀਂ ਤਰ੍ਹਾਂ ਦੇ ਲੱਛਣ ਉਭਰਣ ਦੇ ਕਾਰਣ ਚਿੰਤਾ ਹੋਵੇ ਜਾਂ ਹੋ ਸਕਦਾ ਹੈ ਕਿ ਤੁਹਾਡੇ ਵਿਚ ਬੱਚੇ ਦੇ ਦਿਲ ਦੀ ਧੜਕਣ ਸੁਣਨ ਦੀ ਉਤੇਜਨਾ ਹੋਵੇ। ਹੋ ਸਕਦਾ ਹੈ ਕਿ ਇਕ ਘੰਟੇ ਬਾਅਦ ਤੁਹਾਡੇ ਆਮ ਹੁੰਦੇਹੀ ਤੁਹਾਡਾ ਬਲੱਡਪ੍ਰੈਸ਼ਰ ਵੀ ਸਹੀ ਹੋ ਗਿਆ ਹੈ। ਅਗਲੀ ਵਾਰ ਜਦੋਂ ਵੀ ਬਲੱਡਪ੍ਰੈਸ਼ਰ ਦੀ ਜਾਂਚ ਦੇ ਲਈ ਜਾਓ ਤਾਂ ਮਨ ਨੂੰ ਸ਼ਾਂਤ ਕਰਨ ਦੀਆਂ ਕੁਝ ਤਕਨੀਕਾਂ ਅਪਨਾਓ। ਚੰਗੀ ਖ਼ੁਸ਼ਨੁਮਾ ਗੱਲਾਂ ਸੋਚੋ।

ਜੇਕਰ ਅਗਲੀ ਵਾਰ ਵੀ ਬਲੱਡਪ੍ਰੈਸ਼ਰ ਥੋੜ੍ਹਾ ਵਧਿਆ ਹੋਇਆ ਨਿਕਲੇ ਤਾਂ ਇਸ ਵਿਚ ਘਬਰਾਣ ਦੀ ਕੋਈ ਗੱਲ ਨਹੀਂ ਹੈ। ਇਸ ਨਾਲ ਕੋਈ ਨੁਕਸਾਨ ਨਹੀਂ ਹੋਵੇਗਾ। ਇਹ ਡਿਲੀਵਰੀ ਤੋਂ ਬਾਦ ਆਪਣੇ ਆਪ ਠੀਕ ਹੋ ਜਾਵੇਗਾ।

ਜ਼ਿਆਦਾਤਰ ਗਰਭਵਤੀ ਮਾਵਾਂ ਦਾ ਬਲੱਡਪ੍ਰੈਸ਼ਰ ਦੂਜੀ ਤਿਮਾਹੀ ਵਿਚ ਹਲਕਾ ਗਿਰ ਜਾਂਦਾ ਹੈ ਕਿਉਂਕਿ ਸਰੀਰ ਨੂੰ ਬੱਚੇ ਦੇ ਵਿਕਾਸ ਲਈ ਕਈ ਲੰਬੇ ਘੰਟਿਆਂ ਤਕ ਮਿਹਨਤ ਕਰਨੀ ਪੈਂਦੀ ਹੈ।

ਪ੍ਰੰਤੂ ਤੀਜੀ ਤਿਮਾਹੀ ਵਿਚ ਇਹ ਥੋੜ੍ਹਾ ਵੱਧਣ ਲਗਦਾ ਹੈ। ਜੇਕਰ ਇਕ-ਦੋ ਮੁਲਾਕਾਤਾਂ ਤੇ ਜਾਂਚ ਤੋਂ ਬਾਦ ਵੀ ਇਹ ਇੰਝ ਹੀ ਵਧਿਆ ਰਿਹਾ ਤਾਂ ਡਾਕਟਰ ਥੋੜ੍ਹਾ ਧਿਆਨ ਨਾਲ ਚੈਕਅਪ ਕਰਨਗੇ ਕਿਉਂਕਿ ਇਸ ਦਾ ਸਬੰਧ ਪਿਸ਼ਾਬ ਵਿਚ ਪ੍ਰੋਟੀਨ, ਹੱਥਾਂ-ਪੈਰਾਂ ਦੀ ਸੋਜਸ਼ ਤੇ ਅਚਾਨਕ ਭਾਰ ਵੱਧਣ ਨਾਲ ਵੀ ਹੋ ਸਕਦਾ ਹੈ।

## ਪਿਸ਼ਾਬ ਵਿਚ ਸ਼ੂਗਰ

**"ਪਿਛਲੀ ਵਾਰ ਡਾਕਟਰ ਨੇ ਦੱਸਿਆ ਕਿ ਮੇਰੇ ਪਿਸ਼ਾਬ ਵਿਚ ਸ਼ੂਗਰ ਪਾਈ ਗਈ ਹੈ ਪ੍ਰੰਤੂ ਚਿੰਤਾ ਵਾਲੀ ਕੋਈ ਗੱਲ ਨਹੀਂ ਹੈ। ਕੀ ਇਹ ਸ਼ੂਗਰ ਦਾ ਲੱਛਣ ਨਹੀਂ ਹੈ?"**

ਡਾਕਟਰ ਦੀ ਸਲਾਹ ਮੰਨੋ-ਚਿੰਤਾ ਨਾ ਕਰੋ। ਤੁਹਾਡਾ ਸਰੀਰ ਉਹੀ ਕਰ ਰਿਹਾ ਹੈ ਜੋ ਇਸ ਨੂੰ ਕਰਨਾ ਚਾਹੀਦਾ ਹੈ। ਉਹ ਇਸ ਗੱਲ ਦਾ ਪੱਕਾ ਇੰਤਜ਼ਾਮ ਕਰ ਰਿਹਾ ਹੈ ਕਿ ਤੁਹਾਡੇ ਭਰੂਣ ਨੂੰ ਉਚਿਤ ਮਾਤਰਾ ਵਿਚ ਗੁਲੂਕੋਜ਼(ਸ਼ੂਗਰ) ਮਿਲੇ।

ਇੰਸੁਲਿਨ ਹਾਰਮੋਨ ਤੁਹਾਡੇ ਸਰੀਰ ਵਿਚ ਗੁਲੂਕੋਜ਼ ਦੇ ਪੱਧਰ ਨੂੰ ਕੰਟਰੋਲ ਰੱਖਦਾ ਹੈ ਅਤੇ ਇਸ ਗੱਲ ਦਾ ਧਿਆਨ ਰੱਖਦਾ ਹੈ ਕਿ ਸਰੀਰ ਦੀਆਂ ਕੋਸ਼ਕਾਵਾਂ ਨੂੰ ਉਚਿਤ ਖ਼ੁਰਾਕ ਮਿਲੇ। ਗਰਭਕਾਲ ਵਿਚ ਤੁਹਾਡਾ ਸਰੀਰ ਕੋਸ਼ਿਸ਼ ਕਰਦਾ ਹੈ ਕਿ ਖ਼ੂਨ ਪ੍ਰਵਾਹ ਵਿਚ ਉਚਿਤ ਮਾਤਰਾ ਵਿਚ ਸ਼ੂਗਰ ਹੋਵੇ ਤਾਂ ਜੋ ਤੁਹਾਡੇ ਭਰੂਣ ਦਾ ਵਿਕਾਸ ਹੋ ਸਕੇ ਪ੍ਰੰਤੂ ਇਹ ਹਮੇਸ਼ਾਂ ਸਹੀ ਤਰੀਕੇ ਨਾਲ ਕੰਮ ਨਹੀਂ ਕਰਦਾ। ਕਈ ਵਾਰ ਐਂਟੀ-ਇੰਸੁਲਿਨ ਪ੍ਰਭਾਵ ਇੰਨਾ ਵੱਧ ਹੁੰਦਾ ਹੈ ਕਿ ਮਾਂ ਤੇ ਬੱਚੇ ਦੀ ਲੋੜ ਤੋਂ ਵੱਧ ਸ਼ੂਗਰ ਖ਼ੂਨ ਪ੍ਰਵਾਹ ਵਿਚ ਘੁੱਲ ਜਾਂਦੀ ਹੈ ਅਤੇ ਕਿਡਨੀ ਵੀ ਇਸ ਨੂੰ ਸੰਭਾਲ ਨਹੀਂ ਸਕਦੀ। ਇਹੀ ਵਾਧੂ ਮਾਤਰਾ ਪਿਸ਼ਾਬ ਵਿਚ ਆ ਜਾਂਦੀ ਹੈ। ਦੂਜੀ ਤਿਮਾਹੀ ਵਿਚ ਇਸ ਨੂੰ ਇਕ ਆਮ ਗੱਲ ਕਿਹਾ ਜਾ ਸਕਦਾ ਹੈ। ਆਮ ਤੌਰ ਤੇ 50 ਪ੍ਰਤੀਸ਼ਤ ਔਰਤਾਂ ਨੂੰ ਐਸੀ ਸਥਿਤੀ ਦਾ ਸਾਮ੍ਹਣਾ ਕਰਨਾ ਪੈਂਦਾ ਹੈ।

ਜ਼ਿਆਦਾਤਰ ਔਰਤਾਂ ਵਿਚ, ਬਲੱਡ ਸ਼ੂਗਰ ਵੱਧਣ ਤੇ, ਸਰੀਰ ਇੰਸੁਲਿਨ ਦੀ ਮਾਤਰਾ ਵਧਾਕੇ ਪ੍ਰਤਿਕ੍ਰਿਆ ਦੇਂਦਾ ਹੈ। ਤੁਸੀਂ ਜਦੋਂ ਅਗਲੀ ਵਾਰ ਜਾਂਚ ਦੇ ਲਈ ਜਾਓਗੀ ਤਾਂ ਸਭ ਕੁਝ ਆਮ ਹੋਵੇਗਾ ਪ੍ਰੰਤੂ ਕੁਝ ਔਰਤਾਂ, ਜੋ ਸ਼ੂਗਰ ਤੋਂ ਪੀੜ੍ਹਿਤ ਸਨ, ਸ਼ੂਗਰ ਤੋਂ ਪੀੜ੍ਹਿਤ ਹੋਣ ਦੇ ਲੱਛਣ ਰੱਖਦੀਆਂ ਹੋਣ, ਵੱਧ ਮਾਤਰਾ ਵਿਚ ਸਰੀਰ ਵਿਚ ਇੰਸੁਲਿਨ ਨ ਬਣਦਾ ਹੋਵੇ, ਉਸ ਦੇ ਪਿਸ਼ਾਬ ਤੇ ਖ਼ੂਨ ਵਿਚ ਸ਼ੂਗਰ ਦੀ ਵੱਧ ਮਾਤਰਾ ਆਉਂਦੀ ਰਹਿੰਦੀ ਹੈ। ਜੋ ਔਰਤਾਂ ਪਹਿਲਾਂ ਤੋਂ ਸ਼ੂਗਰ ਤੋਂ ਪੀੜ੍ਹਿਤ ਨਹੀਂ ਸਨ, ਉਨ੍ਹਾਂ ਦੇ ਲਈ ਇਹ 'ਗੈਸਟੇਸ਼ਨਲ ਡਾਇਬਿਟੀਜ਼' ਕਹਿਲਾਂਦੀ ਹੈ।

ਤੁਹਾਨੂੰ ਵੀ ਹਰ ਗਰਭਵਤੀ ਔਰਤ ਦੀ ਤਰ੍ਹਾਂ 26ਵੇਂ ਹਫ਼ਤੇ ਵਿਚ ਗੁਲੂਕੋਜ਼ ਸਕ੍ਰੀਨਿੰਗ ਟੈਸਟ ਕਰਵਾਣਾ ਹੋਵੇਗਾ ਤਾਂ ਜੋ ਗੈਸਟੇਸ਼ਨਲ ਡਾਇਬਿਟੀਜ਼ ਦੀ ਜਾਂਚ ਹੋ ਸਕੇ। ਉਦੋਂ ਤੱਕ ਪਿਸ਼ਾਬ ਵਿਚ ਆਣ ਵਾਲੀ ਸ਼ਕਰ ਤੇ ਇੰਨਾ ਧਿਆਨ ਨਾ ਦਿਉ।

## ਅਨੀਮੀਆ

**"ਮੇਰੀ ਇਕ ਸਹੇਲੀ ਗਰਭਕਾਲ ਵਿਚ ਅਨੀਮੀਆ ਤੋਂ ਪੀੜ੍ਹਿਤ ਹੋਗਈ ਸੀ। ਕੀ ਇਹ ਆਮ ਹੈ?"**

ਆਮਤੌਰ ਤੇ ਗਰਭਕਾਲ ਵਿਚ ਆਯਰਨ ਦੀਘਾਟ ਨਾਲ ਅਨੀਮੀਆ(ਖ਼ੂਨ ਦੀ ਕਮੀ) ਹੋ ਜਾਂਦਾ ਹੈ ਪ੍ਰੰਤੂ ਤੁਸੀਂ ਇਸ ਤੋਂ ਬੱਚ ਸਕਦੀ ਹੋ। ਡਾਕਟਰ ਨਾਲ ਪਹਿਲੀ ਮੁਲਾਕਾਤ ਤੋਂ ਬਾਦ ਅਨੀਮੀਆ ਦੇ ਲਈ ਤੁਹਾਡੀ ਜਾਂਚ ਹੋਈ ਹੋਵੇਗੀ ਪ੍ਰੰਤੂ ਇਹ ਜ਼ਰੂਰੀ ਨਹੀਂ ਕਿ ਉਸ ਸਮੇਂ ਤੁਹਾਡੇ ਸਰੀਰ ਵਿਚ ਆਯਰਨ ਦੀਘਾਟ ਰਹੀ ਹੋਵੇਗੀ।

ਜਿਵੇਂ-2 ਸਮਾਂ ਵਧੇਗਾ ਤਾਂ ਕਰੀਬ 20 ਹ.ਫਤੇ ਬਾਦ ਸਰੀਰ ਵਿਚ ਲਾਲ ਖ਼ੂਨ ਕੋਸ਼ਕਾਵਾਂ ਦੇ ਨਿਰਮਾਣ ਦੇ ਲਈ ਆਯਰਨ ਦੀ ਲੋੜ ਵਧੇਗੀ। ਉਂਝ ਜੇਕਰ ਤੁਸੀਂ ਹਰਰੋਜ਼ ਸਹੀ ਤਰੀਕੇ ਨਾਲ ਆਯਰਨ ਦੀ ਖ਼ੁਰਾਕ ਲੈਂਦੀ ਰਹੋਗੀ ਤਾਂ ਅਨੀਮੀਆ ਦੀ ਸ਼ਿਕਾਰ ਨਹੀਂ ਹੋਵੋਗੀ। ਗਰਭਕਾਲ ਦੌਰਾਨਡਾਕਟਰਹੀ ਤੁਹਾਨੂੰ ਦਵਾਈ ਲਿਖ ਦੇਣਗੇ। ਤੁਹਾਨੂੰ ਖ਼ੁਰਾਕ ਵਿਚ ਆਯਰਨ ਵਾਲੇ ਪਦਾਰਥਾਂ ਦੀ ਮਿਕਦਾਰ ਵੀ ਵਧਾ ਦੇਣੀ ਚਾਹੀਦੀ ਹੈ। ਇਸ ਦੇ ਨਾਲ ਹੀ ਵਿਟਾਮਿਨ-ਸੀ ਵਾਲੇ ਆਹਾਰ ਲੈਣ ਨਾਲ ਵੀ ਆਯਰਨ ਵੱਧਣ ਵਿਚ ਮਦਦ ਮਿਲੇਗੀ।

### ਅਨੀਮੀਆ ਦੇ ਲੱਛਣ

ਅਨੀਮੀਆ ਤੋਂ ਗ੍ਰਸਤ ਮਾਂ ਦਾ ਚਿਹਰਾ ਪੀਲਾ ਪੈ ਜਾਂਦਾ ਹੈ, ਉਹ ਕਾਫ਼ੀ ਕਮਜ਼ੋਰ ਹੋ ਜਾਂਦੀ ਹੈ, ਜਲਦੀ ਥੱਕ ਜਾਂਦੀ ਹੈ, ਕਦੀ-2 ਬੇਹੋਸ਼ੀ ਵੀ ਹੋਣ ਲਗਦੀ ਹੈ। ਉਂਝ ਤਾਂ ਸਾਰੇ ਡਾਕਟਰ ਆਯਰਨ ਦੀਆਂ ਗੋਲੀਆਂ ਦੇਂਦੇਹਨ ਪ੍ਰੰਤੂ ਜੋ ਮਾਵਾਂ ਜਲਦੀ-2 ਦੋ-ਤਿੰਨ ਬੱਚਿਆਂ ਨੂੰ ਜਨਮ ਦੇ ਚੁੱਕੀਆਂ ਹੋਣ, ਉਲਟੀਆਂ ਬੰਦ ਨਾ ਹੁੰਦੀਆਂ ਹੋਣ, ਮਾਰਨਿੰਗ ਸਿਕਨੈਸ ਦੇ ਕਾਰਣ ਕੁਝ ਖਾਂਦੀਆਂ-ਪੀਂਦੀਆਂ ਨਾ ਹੋਣ ਇਹ ਈਟਿੰਗ ਡਿਸਆਰਡਰ ਦੇ ਕਾਰਣ ਅਲਪਪੋਸ਼ਕ ਹੋਣ, ਉਹ ਅਨੀਮੀਆ ਦੀ ਅਸਾਨੀ ਨਾਲ ਸ਼ਿਕਾਰ ਹੋ ਸਕਦੀਆਂ ਹਨ। ਡਾਕਟਰ ਦੀ ਸਹੀ ਦਵਾਈ ਤੇ ਖ਼ੁਰਾਕ ਲੈਣ ਨਾਲ ਇਸ ਤੋਂ ਬਚਿਆ ਜਾ ਸਕਦਾ ਹੈ।

## ਭਰੂਣ ਦੀ ਹਲਚਲ

**"ਮੈਨੂੰ ਹੁਣ ਤੱਕ ਬੱਚੇ ਦੀ ਹਲਚਲ ਮਹਿਸੂਸ ਨਹੀਂ ਹੋਈ। ਕੀ ਕੁਝ ਗਲਤ ਹੋ ਸਕਦਾ ਹੈ? ਜਾਂ ਸ਼ਾਇਦ ਮੈਨੂੰ ਇਸ ਹਲਚਲ ਨੂੰ ਪਹਿਚਾਨਣਾ ਨਹੀਂ ਆ ਰਿਹਾ।"**

ਉਹ ਸਾਰੇ ਟੈਸਟ, ਅਲਟ੍ਰਾਸਾਉਂਡ, ਪੇਟ ਦਾ ਉਭਾਰ, ਬੱਚੇ ਦੇ ਦਿਲ ਦੀਧੜਕਣ ਆਦਿ ਸਭ ਕੁਝ ਭੁੱਲ ਜਾਓ। ਕੇਵਲ ਬੱਚੇ ਦੀ ਹਲਚਲ ਹੀ ਉਸ ਗੱਲ ਦਾ ਸੱਚਾ ਸਬੂਤ ਦੇਂਦੀ ਹੈ ਕਿ ਤੁਸੀਂ ਮਾਂ ਬਣਨ ਵਾਲੀ ਹੋ।

ਹੁਣ ਤੁਸੀਂ ਇਸ ਨੂੰ ਮਹਿਸੂਸ ਕਰਨਾ ਹੈ। ਆਮ ਤੌਰ ਤੇ ਕਈ ਮਾਵਾਂ ਨੂੰ ਇਸ ਹਲਚਲ ਦਾ ਪਤਾ ਚੌਥੇ ਮਹੀਨੇ ਤੋਂ ਚਲਦਾ ਹੈ ਜਦੋਂਕਿ ਐਮਬ੍ਰਿਓ ਸੱਤਵੇਂ ਹ.ਫਤੇ ਤੋਂ ਹਲਚਲ ਸ਼ੁਰੂ ਕਰ ਦੇਂਦਾ ਹੈ। ਮਾਂ ਨੂੰ ਉਨ੍ਹਾਂ ਨੰਨ੍ਹੀ ਲੱਤਾਂ ਤੇ ਹੱਥਾਂ ਦੀ ਹਲਚਲ ਪਤਾ ਨਹੀਂ ਚੱਲ ਸਕਦੀ। 14 - 26 ਹ.ਫਤੇ ਵਿਚ ਅਕਸਰ ਇਹ ਹਲਚਲ ਸੁਣਾਈ ਦੇਣ ਲਗਦੀ ਹੈ ਪ੍ਰੰਤੂ 18-22 ਹ.ਫਤੇ ਵਿਚ ਵੱਧ ਆਸਾਰ ਹੁੰਦੇ ਹਨ। ਪਹਿਲਾਂ ਮਾਂ ਬਣ ਚੁਕੀ ਔਰਤ ਇਸ ਹਲਚਲ ਨੂੰ ਜਲਦੀ ਪਹਿਚਾਣ ਲੈਂਦੀ ਹੈ। ਉਸ ਦੇ ਪੇਟ ਤੇ ਬੱਚੇਦਾਨੀ ਦੀਆਂ ਮਾਸਪੇਸ਼ੀਆਂ ਵੀ ਢਿੱਲੀਆਂ ਹੁੰਦੀਆਂ ਹਨ। ਇਸ ਲਈ ਵੱਧ ਦਿੱਕਤ ਨਹੀਂ ਹੁੰਦੀ। ਪਹਿਲੀ ਵਾਰ ਮਾਂ ਬਣਨ ਵਾਲੀ ਔਰਤ ਜੇਕਰ ਮੋਟੀ ਹੈ ਤਾਂ ਉਸ ਨੂੰ ਵੀ ਬੱਚੇ ਦੀ ਹਲਚਲ ਇੰਨੀ ਜਲਦੀ ਮਹਿਸੂਸ ਨਹੀਂ ਹੋਵੇਗੀ। ਪਲੇਸੈਂਟਾ ਦੀ ਸਥਿਤੀ ਨਾਲ ਵੀ ਕਾਫ਼ੀ ਅਸਰ ਪੈਂਦਾ ਹੈ। ਇਸ ਦੇ ਕਾਰਣ ਹਲਚਲ ਮਹਿਸੂਸ ਕਰਨ ਵਿਚ ਕਈ ਹ.ਫਤੇ ਦਾ ਸਮਾਂ ਲਗ ਸਕਦਾ ਹੈ।

ਕਈ ਵਾਰ ਗਰਭਕਾਲ ਦੀ ਡਿਊ ਡੇਟ ਦਾ ਗਲਤ ਅੰਦਾਜ਼ਾ ਹੋਣ ਨਾਲ ਵੀ ਬੱਚੇ ਦੀ ਹਲਚਲ ਮਹਿਸੂਸ ਨਹੀਂ ਹੋ ਸਕਦੀ। ਕਈ ਵਾਰ ਮਾਂ ਇਸ ਨੂੰ ਗੈਸ ਜਾਂ ਪਾਚਨ ਸੰਸਥਾਨ ਦੀ ਗੜਗੜਾਹਟ ਸਮਝ ਲੈਂਦੀ ਹੈ। ਇਸ ਆਰੰਭਕ ਹਲਚਲਾਂ ਸਬੰਧੀ ਕੁਝ ਕਹਿਣਾ ਜਾਂ ਇਨ੍ਹਾਂ ਨੂੰ ਸੁਣਨਾ, ਦੋਨੋਂ ਹੀ ਕਾਫ਼ੀ ਮੁਸ਼ਕਿਲ ਹਨ। ਕਈ ਵਾਰ ਲਗਦਾ ਹੈ ਕਿ ਪੇਟ ਵਿਚ ਘਬਰਾਹਟ ਜਿਹੀ ਹੋ ਰਹੀ ਹੈ ਜਾਂ ਕੋਈ ਨੰਨ੍ਹੀ ਚੀਜ਼ ਪੇਟ ਨੂੰ ਬਾਹਰ ਵੱਲ ਧੱਕ ਰਹੀਹੈ ਜਾਂ ਫਿਰ.... ਕਿਉਂਕਿ ਹਰ ਮਾਂ ਇਸ ਹਲਚਲ ਜਾਂ ਅਹਿਸਾਸ ਨੂੰ ਆਪਣੇ ਹੀ ਤਰੀਕੇ ਨਾਲ ਲੈਂਦੀ ਹੈ ਚਾਹੇ ਜੋ ਵੀ ਹੋਵੇ, ਇਸ ਨਾਲ ਤੁਹਾਡੇ ਚਿਹਰੇ ਤੇ ਇਕ ਮੁਸਕਰਾਹਟ ਤਾਂ ਆ ਹੀ ਜਾਂਦੀ ਹੈ।

## ਬਾਡੀ ਈਮੇਜੇ

**"ਮੈਂ ਹਮੇਸ਼ਾਂ ਆਪਣੇ ਭਾਰ ਤੇ ਨਜ਼ਰ ਰੱਖੀ ਹੈ। ਹੁਣ ਜਦੋਂ ਮੈਂ ਸ਼ੀਸ਼ੇ ਵਿਚ ਦੇਖਦੇ ਹਾਂ ਜਾਂ ਭਾਰ ਦੇ**

**ਕੰਡੇ ਤੇ ਪੈਰ ਰੱਖਦੀ ਹਾਂ ਤਾਂ ਤਨਾਅ ਨਾਲ ਘਿਰ ਜਾਂਦੀ ਹਾਂ।ਮੈਂ ਕਾਫ਼ੀ ਮੋਟੀ ਦਿੱਖਣ ਲਗੀ ਹਾਂ।''**

ਮੰਨਿਆ ਕਿ ਤੁਸੀਂ ਹਮੇਸ਼ਾਂ ਆਪਣੀ ਸਰੀਰਕ ਦਿੱਖ ਦੇ ਲਈ ਕਾਫ਼ੀ ਸੁਚੇਤ ਰਹੀ ਹੋ ਅਤੇ ਆਪਣੇ ਭਾਰ ਦੇ ਕੰਡੇ ਤੇ ਹੀ ਹਮੇਸ਼ਾਂ ਨਜ਼ਰ ਰੱਖੀ ਹੈ। ਇਸ ਲਈ ਇਹ ਸਭ ਕੁਝ ਕਾਫ਼ੀ ਟੈਂਸ਼ਨ ਨਾਲ ਭਰਿਆ ਹੋ ਸਕਦਾ ਹੈ। ਪ੍ਰੰਤੂ ਇੰਝ ਹੋਣਾ ਨਹੀਂ ਚਾਹੀਦਾ। ਗਰਭਕਾਲ ਵਿਚ ਤਾਂ ਇੰਝ ਹੋਵੇਗਾ ਹੀ। ਤੁਹਾਡਾ ਭਾਰ ਵੱਧਣਾ ਹੀ ਚਾਹੀਦਾ ਹੈ। ਤੁਹਾਡੇ ਬੱਚੇ ਨੂੰ ਵੀ ਤਾਂ ਉਚਿਤ ਪੋਸ਼ਣ ਚਾਹੀਦਾ ਹੈ ਨਾ।

## ਗਰਭਕਾਲ ਦੀਆਂ ਤਸਵੀਰਾਂ

ਬਹੁਤ ਜਲਦੀ ਤੁਸੀਂ ਇਹ ਦਿਨ ਭੁੱਲ ਜਾਓਗੀ ਕਿਉਂਕਿ ਤੁਸੀਂ ਬੱਚੇ ਦੇ ਲਾਲਨ-ਪਾਲਣ ਵਿਚ ਰੁੱਝਣ ਵਾਲੀ ਹੋ। ਗਰਭਕਾਲ ਦੇ ਸਾਰੇ ਮਹੀਨਿਆਂ ਵਿਚ ਇਕ-2 ਤਸਵੀਰ ਖਿੱਚਵਾ ਕੇ ਫ਼ੋਟੋ ਐਲਬੰਮ ਬਣਾਓ। ਇਸ ਵਿਚ ਤੁਸੀਂ ਅਲਟ੍ਰਾਸਾਊਂਡ ਦੀ ਕਾਪੀ ਵੀ ਲਗਾ ਸਕਦੀ ਹੋ। ਇਨ੍ਹਾਂ ਦਿਨਾਂ ਦੀਆਂ ਸੁੰਦਰ ਯਾਦਾਂ ਤੁਹਾਡੇ ਬੱਚੇ ਨੂੰ ਵੀ ਬਹੁਤ ਭਾਣਗੀਆਂ।

ਉਂਝ ਜ਼ਿਆਦਾਤਰ ਲੋਕਾਂ ਨੂੰ ਗੋਲ-ਮਟੋਲ ਗਰਭਵਤੀ ਮਾਵਾਂ ਪਿਆਰੀਆਂ ਲਗਦੀਆਂ ਹਨ। ਉਨ੍ਹਾਂ ਦੇ ਪਤੀ ਵੀ ਉਨ੍ਹਾਂ ਪਸੰਦ ਕਰਦੇ ਹਨ। ਆਪਣੇ ਬੀਤੇ ਦਿਨਾਂ ਦੀ ਯਾਦ ਵਿਚ ਪ੍ਰੇਸ਼ਾਨ ਹੋਣ ਦੀ ਥਾਂ ਇਸ ਗੋਲ-ਮਟੋਲ ਫਿਗਰ ਦਾ ਪੂਰਾ ਆਨੰਦ ਲਉ। ਆਪਣੇ ਵੱਧਦੇ ਭਾਰ ਦੀ ਚਿੰਤਾ ਛੱਡਕੇ ਨੰਨ੍ਹੇ ਬੱਚੇ ਦੇ ਸੁਪਨੇ ਦੇਖੋ। ਜੇਕਰ ਤੁਸੀਂ ਡਾਕਟਰ ਦੀ ਸਲਾਹ ਨਾਲ, ਸਹੀ ਤਰੀਕੇ ਨਾਲ ਖਾਂਦੀ ਰਹੋਗੀ ਤਾਂ ਗਰਭਕਾਲ ਵਿਚ ਸਿਰਫ਼ ਭਾਰ ਵੱਧੇਗਾ, ਤੁਸੀਂ ਮੋਟੀ ਨਹੀਂ ਹੋਵੋਗੀ। ਵਧਿਆ ਹੋਇਆ ਭਾਰ ਇਸ ਗੱਲ ਦਾ ਸਬੂਤ ਹੈ ਕਿ ਬੱਚੇ ਨੂੰ ਉਚਿਤ ਪੋਸ਼ਣ ਮਿਲ ਰਿਹਾ ਹੈ। ਬੱਚੇ ਦੇ ਇਸ ਧਰਤੀ ਤੇ ਆਉਂਦੇ ਹੀ ਤੁਹਡਾ ਭਾਰ ਪਹਿਲਾਂ ਵਰਗਾ ਹੋ ਜਾਏਗਾ।

ਜੇਕਰ ਤੁਸੀਂ ਡਾਕਟਰ ਦੀਸਲਾਹ ਤੇ ਧਿਆਨ ਨਹੀਂ ਦਿੱਤਾ ਤਾਂ ਤਨਾਅ ਵਾਰ-2 ਤੁਹਾਨੂੰ ਫਰਿਜ ਵੱਲ ਖਿੱਚ ਲੈ ਜਾਏਗਾ ਅਤੇ ਤੁਸੀਂ ਸਚਮੁੱਚ ਮੋਟੀ ਹੋ ਜਾਓਗੀ। ਤੁਸੀਂ ਇਕਦਮ ਭਾਰ ਘਟਾਣ ਤੋਂ ਵੀ ਬਚਣਾ ਹੈ ਬਸ ਇਹ ਉਚਿਤ ਦਰ ਨਾਲ ਵੱਧਣਾ ਚਾਹੀਦਾ ਹੈ। ਤੁਸੀਂ ਆਪਣੇ ਆਹਾਰ ਵਿਚ ਫਾਲਤੂ ਕੈਲੋਰੀ ਘਟਾਣੀ ਹੈ ਪ੍ਰੰਤੂ ਪੋਸ਼ਕ ਆਹਾਰ ਦੀ ਮਾਤਰਾ ਘੱਟ ਨਹੀਂ ਕਰਨੀ।

ਆਪਣੇ ਭਾਰ ਤੇ ਨਜ਼ਰ ਰੱਖੋ ਅਤੇ ਕਸਰਤ ਕਰੋ

## ਉਭਾਰ ਦੇ ਨਾਲ ਪੱਤਲਾ ਦਿੱਖਣ ਦੀ ਚਾਹਤ

ਗਰਭਕਾਲ ਵਿਚ ਮੋਟੀ ਹੋਣ ਦੇ ਬਾਵਜੂਦ ਤੁਸੀਂ ਪਤਲਾ ਦਿੱਖਣ ਦੇ ਕੁਝ ਤਰੀਕੇ ਅਪਨਾ ਸਕਦੀ ਹੋ। ਆਓ, ਤੁਹਾਨੂੰ ਦਸੀਏ ਕਿ ਇੰਝ ਕਿਵੇਂ ਹੋ ਸਕਦਾ ਹੈ:

**ਕਾਲਾ ਰੰਗ:**- ਕਾਲਾ, ਨੇਵੀ ਬਲਿਯੂ, ਚਾੱਕਲੇਟ ਜਾਂ ਭੂਰੇ ਵਰਗੇ ਗਾੜ੍ਹੇ ਰੰਗ ਤੁਹਾਡੇ ਸਰੀਰ ਨੂੰ ਛਰਹਰਾ ਅਕਾਰ ਦੇਂਦੇ ਹਨ, ਫਿਰ ਚਾਹੇ ਤੁਸੀਂ ਟੀ-ਸ਼ਰਟ ਅਤੇ ਚੋਗਾ ਪੈਂਟ ਹੀ ਕਿਉਂ ਨਾ ਪਾਈ ਹੋਵੇ।

**ਇਕ ਹੀ ਰੰਗ ਦੀ ਚੋਣ:**- ਪੂਰੇ ਸਰੀਰ ਤੇ ਇਕੋ ਜਿਹੇ ਰੰਗ ਵਾਲੇ ਕਪੜੇ ਪਾਉਣ ਨਾਲ ਵੀ ਪਤਲੀ ਤੇ ਛਰਹਰੀ ਦਿਖੋਗੀ। ਦੋ ਰੰਗ ਵਾਲੇ ਕਪੜਿਆਂ ਵਿਚ, ਅਕਸਰ ਸਭ ਦਾ ਧਿਆਨ ਉਸੇ ਵੱਲ ਜਾਏਗਾ ਜਿਥੇ ਮਾਸ ਦੀਆਂ ਪਰਤਾਂ ਚੜ੍ਹਨ ਲਗੀਆਂ ਹਨ।

**ਖੜੀਆਂ ਧਾਰੀਆਂ:**- ਜੀ ਹਾਂ, ਖੜੀਆਂ ਧਾਰੀਆਂ ਵਾਲੇ ਕਪੜੇ ਪਾਣ ਨਾਲ ਤੁਸੀਂ ਲੰਬੀ ਤੇ ਪਤਲੀ ਲਗੋਗੀ। ਤਿਰਛੀ ਧਾਰੀਆਂ ਪਾਣ ਨਾਲ ਮੋਟਾਪਾ ਹੋਰ ਵੀ ਬੇਡੌਲ ਦਿਖੇਗਾ। ਐਸੇ ਹੀ ਕਪੜੇ ਪਾਓ ਜਿਨ੍ਹਾਂ ਵਿਚ ਲੰਬਾਈ ਵਿਚ ਜਿਪ, ਬਟਨ ਜਾਂ ਸਿਲਾਈਆਂ ਲਗੀਆਂ ਹੋਣ।

**ਕੁਝ ਖ਼ਾਸ:**- ਆਪਣੇ ਸਰੀਰ ਦੇ ਜਿਨ੍ਹਾਂ ਅੰਗਾਂ, ਛਿਪਾਣਾ ਚਾਹੁੰਦੀ ਹੋ ਉਨ੍ਹਾਂ ਨੂੰ ਕਪੜਿਆਂ ਨਾਲ ਢਕੋ ਜਿਵੇਂ ਸੁਜੀ ਹੋਈ ਅੱਡੀ ਕਿਸੀ ਨੂੰ ਵੀ ਨਹੀਂ ਦਿਖਾਣਾ ਚਾਹੋਗੀ, ਉਨ੍ਹਾਂ ਨੂੰ ਆਰਾਮਦਾਇਕ ਜੁਤਿਆਂ ਜਾਂ ਪੈਂਟ ਨਾਲ ਢੱਕ ਲਉ।

**ਫਿਟ ਰਹੋ:**- ਐਸੇ ਕਪੜੇ ਚੁਣੋ ਜੋ ਤੰਗ ਤਾਂ ਨਾ ਹੋਣ ਪ੍ਰੰਤੂ ਪੂਰੀ ਤਰ੍ਹਾਂ ਫਿਟ ਹੋਣ। ਲਟਕਦੇ ਹੋਏ ਮੋਢਿਆਂ ਨਾਲ ਤੁਹਾਡੀ ਢਿੱਲੀ-ਢਾਲੀ ਤਸਵੀਰ ਹੀ ਸਾਮ੍ਹਣੇ ਆਏਗੀ। ਕਪੜੇ ਫਿਟ ਹੋਣਗੇ ਤਾਂ ਤੁਸੀਂ ਛਰਹਰੀ ਤੇ ਸਮਾਰਟ ਦਿਖੋਗੀ।

ਤਾਂ ਜੋ ਤੁਹਾਡੇ ਸਰੀਰ ਦੇ ਸਾਰੇ ਅੰਗਾਂ ਵਿਚ ਸਹੀ ਤਰੀਕੇ ਨਾਲ ਭਾਰ ਵਧੇ। ਕਸਰਤ ਕਰਨ ਨਾਲ ਐਂਡੋਰਫਿਨ ਦਾ ਰਿਸਾਅ ਵੀ ਹੋਵੇਗਾ ਅਤੇ ਤੁਸੀਂ ਖ਼ੁਸ਼ ਰਹੋਗੀ।

ਆਪਣੇ ਲਈ ਕੁਝ ਗਰਭਕਾਲ ਦੇਲਈ ਖ਼ਾਸ ਤੌਰ ਤੋਂ ਬਣੇ ਫ਼ੈਸ਼ਨੇਬਲ ਕਪੜੇ ਚੁਣੋ ਕਿਉਂਕਿ ਉਨ੍ਹਾਂ ਨੂੰ ਪਾਣ ਦਾ ਸਹੀ ਮੌਕਾ ਹੁਣ ਹੈ। ਜੇਕਰ ਤੁਸੀਂ ਪਹਿਲੇ ਸਮੇਂ ਦੀ ਛੋਟੀ ਟਾੱਪ ਪਾਉਣ ਦੀ ਕੋਸ਼ਿਸ਼ ਕਰੋਗੀ ਤਾਂ ਬੇਸ਼ਕ ਨਮੂਨਾ ਹੀ ਲਗੋਗੀ। ਆਪਣੇ ਵਾਲਾਂ ਦੀ ਸ਼ੈਲੀ ਤੇ ਮੇਕਅਪ ਦੇ ਤੌਰ-ਤਰੀਕਿਆਂ ਵਿਚ ਥੋੜ੍ਹਾ ਬਦਲਾਅ ਲਿਆਓ ਅਤੇ ਖ਼ੂਬਸੂਰਤ ਦਿਖੋ।

## ਗਰਭਕਾਲ ਦੇ ਕਪੜੇ

**''ਮੈਂ ਆਪਣੀ ਪੁਰਾਣੀ ਡ੍ਰੈਸ ਨਹੀਂ ਪਾ ਰਹੀ ਪ੍ਰੰਤੂ ਮੈਨੂੰ ਗਰਭਕਾਲ ਦੇ ਕਪੜੇ ਖ਼ਰੀਦਣ ਦੀ ਹਿੰਮਤ ਨਹੀਂ ਪੈਂਦੀ।''**

ਉਹ ਜਮਾਨੇ ਚਲੇ ਗਏ ਜਦੋਂ ਗਰਭਵਤੀ ਔਰਤਾਂ ਚੋਗਿਆਂ ਵਰਗੀਆਂ ਲੰਬੀਆਂ ਪੋਸ਼ਾਕਾਂ ਵਿਚ ਨੌ ਮਹੀਨੇ ਕੱਟ ਦੇਂਦੀਆਂ ਸਨ। ਹੁਣ ਤਾਂ ਸਟਾਇਲ ਦਾ ਜਮਾਨਾ ਹੈ। ਅੱਜਕਲ੍ਹ ਤਾਂ ਇਕ ਤੋਂ ਇਕ ਖ਼ੂਬਸੂਰਤ ਰੰਗਾਂ ਤੇ ਨਮੂਨਿਆਂ ਦੇ ਕਪੜੇ ਆ ਰਹ ਹਨ। ਆਪਣੇ ਘਰ ਦੇ ਆਸਪਾਸ ਦੇ ਕਿਸੇ ਮੈਟਰਨਿਟੀ ਸਟੋਰ ਜਾਂ ਕਿਸੇ ਵੱਡੇ ਸਟੋਰ ਦੇ 'ਮੈਟਰਨਿਟੀ ਕਾਰਨਰ' ਤੋਂ ਆਪਣੇ ਲਈ ਪੋਸ਼ਾਕ ਚੁਣੋ।

ਆਪਣੀ ਖ਼ਰੀਦਦਾਰੀ ਕਰਦੇ ਸਮੇਂ ਹੇਠ-ਲਿਖੇ ਸੁਝਾਵਾਂ ਤੇ ਧਿਆਨ ਦਿਉ:-

- ਅਜੇ ਤੁਹਾਡੇ ਸਰੀਰ ਦਾ ਕਾਫ਼ੀ ਵਾਧਾ ਹੋਣਾ ਹੈ। ਇਹ ਕਪੜੇ ਕਾਫ਼ੀ ਮਹਿੰਗੇ ਹੋ ਸਕਦੇਹਨ। ਇਸ ਲਈ ਸੋਚ-ਸਮਝ ਕੇ ਹੀ ਇਨ੍ਹਾਂ ਨੂੰ ਚੁਣੋ। ਬਾਜ਼ਾਰ ਜਾਣ ਤੋਂ ਪਹਿਲਾਂ ਆਪਣੀ ਅਲਮਾਰੀ ਖੰਗਾਲ ਲਉ। ਹੋ ਸਕਦਾ ਹੈ ਕਿ ਕੁਝ ਕੰਮ ਦੇ ਕਪੜੇ ਉਥੋਂ ਨਿਕਲ ਆਣ। ਮੈਟਰੀਨਿਟੀ ਸਟੋਰਾਂ ਵਿਚ 'ਪ੍ਰੈਗਨੈਂਸੀ ਪਿਲੋ' ਵੀ ਹੁੰਦੇ ਹਨ। ਕਪੜੇ ਟ੍ਰਾਈ ਕਰਦੇ ਸਮੇਂ ਉਨ੍ਹਾਂ ਨੂੰ ਲਗਾਓ ਤਾਂ ਜੋ ਤੁਹਾਨੂੰ ਅੰਦਾਜਾ ਹੋ ਜਾਏ ਕਿ ਕੁਝ ਮਹੀਨੇ ਬਾਦ ਵੀ ਉਹ ਕਪੜੇ ਤੁਹਾਨੂੰ ਫਿਟ ਆਣਗੇ ਜਾਂ ਨਹੀਂ।
- ਕਪੜਾ ਕਿਸੇ ਵੀ ਸਟੋਰ ਤੋਂ ਕਿਉਂ ਨਾ ਲਿਆ ਜਾਏ, ਜੇਕਰ ਤੁਹਾਨੂੰ ਫਿਟ ਆਉਂਦਾ ਹੈ, ਤਾਂ ਆਰਾਮ ਨਾਲ ਪਾਓ। ਇਸ ਤਰ੍ਹਾਂ ਕਾਫ਼ੀ ਫਾਲਤੂ ਖ਼ਰਚ ਵੀ ਬਚ ਜਾਏਗਾ। ਜੇਕਰ ਤੁਸੀਂ ਲੋੜ ਤੋਂ ਵੱਧ ਫ਼ੈਸ਼ਨ ਦੇ ਚੱਕਰ ਵਿਚ ਪਉਗੀ ਤਾਂ ਨੁਕਸਾਨ ਹੀ ਹੋਵੇਗਾ ਕਿਉਂਕਿ 'ਮੈਟਰਨਿਟੀ ਕਪੜੇ' ਕੁਝ ਸਮੇਂ ਹੀ ਪਾਉਣੇ ਹਨ। ਡਿਲੀਵਰੀ ਤੋਂ ਬਾਦ ਜਦੋਂ ਬੇਬੀ ਫੈਟ ਖ਼ਤਮ ਹੋ ਜਾਏਗੀ ਤਾਂ ਤੁਹਾਡਾ ਉਨ੍ਹਾਂ ਨੂੰ ਦੇਖਣ ਨੂੰ ਵੀ ਮਨ ਨਹੀਂ ਕਰੇਗਾ।
- ਕਪੜੇ ਐਸੇ ਪਾਓ ਜਿਨ੍ਹਾਂ ਨਾਲ ਉਭਾਰ ਥੋੜ੍ਹਾ ਛੁਪ ਜਾਏ, ਲੋ-ਕਟ ਜੀਨ੍ਹ ਤੇ ਪੈਂਟ ਪਾਉਣਾ ਵੀ ਠੀਕ ਰਹੇਗੀ।
- ਆਪਣੇ ਅੱਧਵਸਤਰਾਂ ਦੇ ਨਾਲ ਸਮਝੌਤਾ ਨਾ ਕਰੋ ਕਿਸੇ ਚੰਗੇ ਸਟੋਰ ਤੋਂ ਐਸੀ ਬ੍ਰਾ ਚੁਣੋ, ਜੋ ਤੁਹਾਡੀ ਵਧਦੀਆਂ ਛਾਤੀਆਂ ਨੂੰ ਸਹੀ ਅਕਾਰਾ ਤੇ ਸਹਾਰਾ ਦੇ ਸਕੇ। ਇਕ ਵਾਰ ਵਿਚ ਦੋ ਤੋਂ ਵੱਧ ਬ੍ਰਾ ਨਾ ਲਉ। ਜਦੋਂ ਤੁਹਾਡੀ ਦੁਧੀ ਦਾ ਆਕਾਰਾ ਹੋਰ ਵੱਧ ਜਾਏ ਤਾਂ ਫਿਰ ਨਵੀਂ ਬ੍ਰਾ ਖ਼ਰੀਦ ਲਉ।
- ਉਂਝ ਤਾਂ ਵਿਸ਼ੇਸ਼ ਮੈਟਰਨਿਟੀ ਅੰਡਰਵਿਯਰ ਪਾਉਣਾ ਜ਼ਰੂਰੀ ਨਹੀਂ ਪ੍ਰੰਤੂ ਜੇਕਰ ਪਾਉਣਾ ਹੀ ਚਾਹੋ ਤਾਂ ਅਸੀਂ ਤੁਹਾਨੂੰ ਦਸ ਕਈਏ ਕਿ ਨਵੇਂ ਸਟਾਇਲਿਸ਼ ਥਾਂਗਜ਼ ਅਤੇ ਬਿਕਨੀ ਪੈਂਟੀਜ਼ ਤੁਹਾਡੇ ਲਈ ਹਾਜ਼ਰ ਹਨ। ਆਪਣੇ ਸਾਈਜ਼ ਤੋਂ ਥੋੜ੍ਹਾ ਵੱਡਾ ਸਾਈਜ਼ ਲਉ। ਇਹ ਵੱਧ ਸੈਕਸੀ ਲਗਦੀ ਹੈ। ਮਨਪਸੰਦ ਰੰਗ ਚੁਣੋ, ਬਸ ਧਿਆਨ ਰੱਖੋ ਕਿ ਕਪੜਾ ਸੂਤੀ ਹੀ ਹੋਵੇ।
- ਆਪਣੇ ਪਤੀ ਦੇ ਕਪੜਿਆਂ ਦੀ ਅਲਮਾਰੀ ਵਿਚ ਝਾਕੋ। ਉਸਦੇ ਕਈ ਢੀਲੇ-ਢਾਲੇ ਕਪੜੇ ਤੁਹਾਡੇ ਕੰਮ ਆ ਜਾਣਗੇ। ਪਹਿਲੇ ਪੰਜ-ਛੇ ਮਹੀਨੇ ਵਿਚ ਤਾਂ ਤੁਸੀਂ ਮਜੇ ਨਾਲ ਉਸ ਦੇ ਪੈਂਟ, ਟੀ-ਸ਼ਰਟ, ਲੈਗਿੰਗ, ਸ਼ਰਟ ਜਾਂ ਸ਼ਾਰਟ ਪਾ ਸਕਦੀ ਹੋ। ਇਸ ਤੋਂ ਬਾਦ ਤੁਹਾਨੂੰ ਆਪਣੇ ਕਪੜਿਆਂ ਦਾ ਇੰਤਜ਼ਾਮ ਕਰਨਾ ਹੋਵੇਗਾ।
- ਮੈਟਰੀਨਿਟੀ ਕਪੜਿਆਂ ਦੇ ਮਾਮਲਿਆਂ ਵਿਚ 'ਲੈਣਾ ਤੇ ਦੇਣਾ', ਦੋਨੋਂ ਸਿਖਣੇ ਪੈਣਗੇ। ਦੂਜਿਆਂ ਦੇ ਕਪੜੇ ਫਿਟ ਆਂਦੇ ਹੋਣ ਤਾਂ ਪਾਣ ਵਿਚ ਕੋਈ ਹਰਜ ਨਹੀਂ ਹੈ। ਤੁਸੀਂ ਉਸ ਪੋਸ਼ਾਕ ਨੂੰ ਆਪਣੀ ਸਹਾਇਕ ਸਮੱਗਰੀ ਦੇ ਮੇਲ ਨਾਲ ਪਾਓ। ਆਪਣੇ ਆਪ ਥੋੜ੍ਹਾ ਨਵਾਂਪਨ ਆਜਾਏਗਾ। ਜੋ ਮੈਟਰਨਿਟੀ ਕਪੜੇ ਨਾ ਪਾਉਣਾ ਚਾਹੋ, ਉਨ੍ਹਾਂ ਨੂੰ ਆਪਣੀਆਂ ਸਹੇਲੀਆਂ ਨੂੰ ਦੇ ਦਿਉ। ਇਸ ਤਰ੍ਹਾਂ ਕਾਫ਼ੀ ਘੱਟ

ਖ਼ਰਚ ਵਿਚ ਹੀ ਗੁਜ਼ਾਰਾ ਹੋ ਜਾਏਗਾ।

- ਗਰਭਕਾਲ ਵਿਚ ਮੈਟਾਬਾਲਿਕ ਦਰ ਵੱਧ ਹੋਣ ਦੇ ਕਾਰਣ ਤੁਹਾਡਾ ਸਰੀਰ ਗਰਮ ਰਹਿੰਦਾ ਹੈ। ਇਸ ਲਈ ਸੂਤੀ ਕਪੜੇ ਚੁਣਨਾ ਹੀ ਬਿਹਤਰ ਹੋਵੇਗਾ। ਇਸ ਤਰ੍ਹਾਂ ਤੁਸੀਂ 'ਹੀਟ ਰੈਸ਼' ਤੋਂ ਵੀ ਬਚ ਜਾਓਗੀ। ਹਲਕੇ ਰੰਗਾਂ ਦੇ ਢੀਲੇ ਆਰਾਮਦੇਹ ਕਪੜੇ ਚੁਣੋ। ਮੌਸਮ ਠੰਡਾ ਹੋਵੇ ਤਾਂ ਕਈ ਪਰਤਾਂ ਵਿਚ ਕਪੜੇ ਪਾਓ ਤਾਂ ਜੋ ਘਬਰਾਹਟ ਹੋਣ ਤੇ ਕਪੜਿਆਂ ਦਾ ਭਾਰ ਹਲਕਾ ਕੀਤਾ ਜਾ ਸਕੇ।

## ਪ੍ਰੀ-ਬੇਬੀ ਸਿਟਰ

**"ਹੁਣ ਮੇਰੇ ਪੇਟ ਦਾ ਉਭਾਰ ਸਾਫ਼ ਦਿੱਖਣ ਲਗਾ ਹੈ, ਮੈਂ ਸਚਮੁੱਚ ਗਰਭਵਤੀ ਹਾਂ ਹਾਲਾਂਕਿ ਅਸੀਂ ਸੋਚ-ਸਮਝ ਕੇ ਇਹ ਫ਼ੈਸਲਾ ਲਿਆ ਸੀ ਪ੍ਰੰਤੂ ਹੁਣ ਸਾਨੂੰ ਡਰ ਲਗ ਰਿਹਾ ਹੈ।"**

ਲਗਦਾ ਹੈ ਕਿ ਤੁਹਾਡਾ ਮਾਮਲਾ ਵੀ ਪ੍ਰੀ-ਬੇਬੀ ਸਿਟਰ ਦਾ ਹੀ ਹੈ। ਤੁਹਾਡੇ ਵਰਗੇ ਕਈ ਮਾਂ-ਬਾਪ ਗਰਭਕਾਲ ਵਿਚ ਇਸ ਮਾਨਸਿਕਤਾ ਦੇ ਸ਼ਿਕਾਰ ਹੋ ਜਾਂਦੇਹਨ। ਉਨ੍ਹਾਂ ਨੂੰ ਆਪਣੇ ਹੀ ਫ਼ੈਸਲੇ ਤੇ ਸ਼ੱਕ ਹੋਣ ਲਗਦਾ ਹੈ। ਜ਼ਰਾ ਸੋਚੋ ਨਾ ਕਿ ਇਕ ਫ਼ੈਸਲੇ ਦੇ ਕਾਰਣ ਤੁਹਾਡੀ ਪੂਰੀ ਜ਼ਿੰਦਗੀ ਬਦਲਣ ਵਾਲੀ ਹੈ। ਤੁਸੀਂ ਲੋਕ ਕਦੋਂ ਖਾਓਗੇ, ਪੀਓਗੇ, ਸੋਵੋਗੇ ਜਾਂ ਫਿਰ ਕਿਵੇਂ ਜੀਓਗੇ, ਇਹ ਸਭ ਕੁਝ ਆਣ ਵਾਲਾ ਬੱਚਾ ਤੈਅ ਕਰੇਗਾ। ਮੰਨੋ ਤੁਹਾਡੀ ਲਾਈਫ਼ ਨਵੇਂ ਸਿਰੇ ਤੋਂ ਪ੍ਰੋਗਰਾਮ ਹੋਵੇਗੀ। ਕਈ ਮਾਨਸਿਕ ਅਤੇ ਸਰੀਰਕ ਮੰਗਾਂ ਵੱਧ ਜਾਣਗੀਆਂ।

ਉਂਝ ਤਾਂ ਇਹ ਸਮੇਂ ਹੋਣ ਵਾਲੀ ਇਹ ਘਬਰਾਹਟ ਠੀਕ ਹੀ ਹੈ। ਇਸ ਤਰ੍ਹਾਂ ਬੱਚੇ ਦੇ ਆਣ ਤੋਂ ਪਹਿਲਾਂ ਹੀ ਤੁਸੀਂ ਮਾਨਸਿਕ ਰੂਪ ਤੋਂ ਤਿਆਰ ਹੋਜਾਓਗੇ ਅਤੇ ਹਰ ਤਰ੍ਹਾਂ ਦੀ ਚੁਣੌਤੀ ਦਾ ਸਾਮ੍ਹਣਾ ਕਰ ਸਕੋਗੀ। ਆਪਣੇ ਦੋਸਤਾਂ ਤੇ ਸਹਾਇਕਾਂ ਨਾਲ ਇਸ ਸਬੰਧੀ ਗੱਲ ਕਰੋ ਤਾਂ ਜੋ ਉਹ ਤੁਹਾਡੇ ਮਨ ਨੂੰ ਤਸੱਲੀ ਅਤੇ ਸਹਾਰਾ ਦੇ ਸਕਣ।

ਹਾਲਾਂਕਿ ਜੀਵਨ ਪੂਰੀ ਤਰ੍ਹਾਂ ਨਾਲ ਬਦਲ ਜਾਏਗਾ ਪ੍ਰੰਤੂ ਤੁਹਾਨੂੰ ਜਲਦੀ ਹੀ ਇਹ ਵੀ ਸਮਝ ਆ ਜਾਏਗਾ ਕਿ ਇਹ ਬਦਲਾਅ ਬਿਹਤਰੀ ਦੇ ਲਈ ਹੀ ਸੀ।

## ਅਣਚਾਹੀ ਸਲਾਹ

**"ਸਭ ਨੂੰ ਦਿਖਾਈ ਦੇਂਦਾ ਹੈ ਕਿ ਮੈਂ ਇਨ੍ਹਾਂ ਦਿਨਾਂ ਵਿਚ ਗਰਭ ਤੋਂ ਹਾਂ। ਰਿਸ਼ਤੇਦਾਰਾਂ ਤੋਂ ਲੈਕੇ ਹਰ ਆਉਂਦਾ-ਜਾਂਦਾ ਜਾਣਕੇ ਵੀ ਮੈਨੂੰ ਸਲਾਹ ਦੇਣ ਲਗਦਾ ਹੈ। ਮੈਨੂੰ ਲਗਦਾ ਹੈ ਕਿ ਮੈਂ ਪਾਗਲ ਹੋ ਜਾਵਾਂਗੀ।"**

ਦਰਅਸਲ ਤੁਹਾਡੇ ਪੇਟ ਦਾ ਉਭਾਰ, ਹਰ ਅਨੁਭਵੀ ਔਰਤ ਨੂੰ ਸਲਾਹ ਦੇਣ ਦੇ ਲਈ ਮਜਬੂਰ ਕਰਦਾ ਹੈ। ਤੁਸੀਂ ਸਵੇਰੇ ਪਾਰਕ ਵਿਚ ਜਾੱਗਿੰਗ ਕਰੋ, ਕਿਸੇ ਨਾ ਕਿਸੇ ਕੋਨੇ ਤੋਂ ਆਵਾਜ਼ ਆ ਹੀ ਜਾਏਗੀ। ਐਸੀ ਹਾਲਤ ਵਿਚ ਦੌੜਨਾ ਠੀਕ ਨਹੀਂ ਹੁੰਦਾ ਹੈ। ਸੁਪਰਮਾਰਕੀਟ ਵਿਚ ਦੋ ਥੈਲੇ ਉਠਾਕੇ ਚਲੋਗੀ ਤਾਂ ਕੋਈ ਨਾ ਕੋਈ ਜ਼ਰੂਰ ਕਹੇਗਾ। ਤੁਹਾਨੂੰ ਐਸੀ ਹਾਲਤ ਵਿਚ ਇੰਨਾ ਭਾਰ ਨਹੀਂ ਉਠਾਣਾ ਚਾਹੀਦਾ। ਆਈਸਕ੍ਰੀਮ ਪਾਰਲਰ ਵਿਚ ਆਈਸਕ੍ਰੀਮ ਤੇ ਡਬਲ ਡਿਪ ਪਾਓਗੀ ਤਾਂ ਕੋਈ ਜ਼ਰੂਰ ਕਹੇਗਾ-

"ਹਨੀ ਇੰਨਾ ਬੇਬੀ ਫੈਟ ਘਟਾਣਾ ਮੁਸ਼ਕਲ ਹੋ ਜਾਏਗਾ।"

ਇਸ ਦੌਰਾਨ ਸਲਾਹ ਦੇਣ ਵਾਲੇ ਇਹ ਵੀ ਅੰਦਾਜ਼ਾ ਲਗਾਂਦੇ ਰਹਿੰਦੇ ਹਨ ਕਿ ਤੁਹਾਡੇ ਲੜਕਾ ਪੈਦਾ ਹੋਵੇਗਾ ਜਾਂ ਲੜਕੀ। ਹਾਲਾਂਕਿ ਸਾਡੀਆਂ ਦਾਈਆਂ ਦੀਆਂ ਕਾਫ਼ੀ ਗੱਲਾਂ ਵਿਗਆਨਿਕ ਕਸੌਟੀ ਤੇ ਕਸੀਆਂ ਗਈਆਂ ਹਨ। ਪ੍ਰੰਤੂ ਜੋ ਗੱਲਾਂ ਬੇ ਸਿਰ ਪੈਰ ਦੀਆਂ ਹੋਣ, ਉਨ੍ਹਾਂ ਨੂੰ ਇਕ ਕੰਨ ਤੋਂ ਸੁਣ ਕੇ ਦੂਜੇ ਕੰਨ ਤੋਂ ਕੱਢ ਦਿਉ। ਜੇਕਰ ਕਿਸੇ ਦੀ ਕੋਈ ਸਲਾਹ ਸ਼ੱਕ ਪਾ ਦੇਵੇ ਤਾਂ ਡਾਕਟਰ ਤੋਂ ਪੁੱਛਣ ਵਿਚ ਦੇਰ ਨਾ ਕਰੋ। ਉਂਝ ਫਾਲਤੂ ਗੱਲਾਂ ਸੁਣ-ਸੁਣਕੇ ਤਨਾਅ ਮੋਲ ਨਾ ਹੀ ਲਉ ਤਾਂਵਧੀਆ ਰਹੇਗਾ। ਆਪਣੇ ਮਜਾਕਿਆ ਸੁਭਾਅ ਦੀ ਮਦਦ ਲਉ। ਸਲਾਹ ਦੇਣ ਵਾਲੇ ਨੂੰ ਉਸੀ ਸਮੇਂ ਦੱਸ ਦਿਉ ਕਿ ਤੁਸੀਂ ਆਪਣੇ ਭਰੋਸੇਮੰਦ ਡਾਕਟਰ ਤੋਂ ਸਿਵਾ ਕਿਸੇ ਦੂਜੇ ਦੀ ਸਲਾਹ ਲੈਣਾ ਪਸੰਦ ਨਹੀਂ ਕਰਦੀ ਜਾਂ ਫਿਰ ਮੁਸਕਰਾ ਕੇ ਫਟਕਾਰ ਦਿਉ ਅਤੇ ਅੱਗੇ ਵੱਧ ਜਾਓ।

ਉਂਝ ਹੋਲੀ-ਹੋਲੀ ਤੁਸੀਂ ਇਸ ਦੀ ਆਦੀ ਹੋ ਜਾਓਗੀ ਕਿਉਂਕਿ ਆਣ ਵਾਲੇ ਸਮੇਂ ਵਿਚ ਤਾਂ ਇਹ ਭੀੜ ਹੋਰ ਵੀ ਵੱਧਣ ਵਾਲੀ ਹੈ। ਨੌ ਬੱਚੇ ਦੀ ਮਾਂ ਨੂੰ ਸਲਾਹ ਦੇਣ ਵਾਲਿਆਂ ਦੀ ਵੀ ਕਮੀ ਨਹੀਂ ਹੁੰਦੀ।

## ਪੇਟ ਨੂੰ ਛੂਹਣਾ

**"ਦੋਸਤਾਂ, ਸਹੇਲੀਆਂ ਤੇ ਇਥੋਂ ਤਕ ਕਿ ਅਜਨਬੀ ਔਰਤਾਂ ਨੂੰ ਵੀ ਮੇਰੇ ਪੇਟ ਦੇ ਉਭਾਰ ਨੂੰ ਛੂਹਣਾ ਪਸੰਦ ਹੈ ਪ੍ਰੰਤੂ ਮੈਂ ਇਹ ਬਿਲਕੁਲ ਚੰਗਾ ਨਹੀਂ ਲਗਦਾ, ਕੀ ਕਰਾਂ?"**

ਨੰਨ੍ਹੇ ਬੱਚੇ ਦਾ ਗੋਲ-ਮਟੋਲ ਉਭਾਰ ਵਾਕਈ ਕਾਫ਼ੀ ਪਿਆਰਾ ਲਗਦਾ ਹੈ। ਹਾਲਾਂਕਿ ਮਾਂ ਦੀ ਮਰਜੀ ਤੋਂ ਬਿਨਾਂ ਉਸ ਦੇ ਅਣਜੰਮੇ ਬੱਚੇ ਨੂੰ ਛੂਹਣਾ ਚੰਗੀ ਗੱਲ ਨਹੀਂ ਹੈ।

ਕਈ ਔਰਤਾਂ ਨੂੰ ਆਰਕਸ਼ਣ ਦਾ ਕੇਂਦਰ ਬਣਨਾ ਪਸੰਦ ਹੈ ਤਾਂ ਕਈਆਂ ਨੂੰ ਇਸ ਤੋਂ ਕਾਫ਼ੀ ਉਲਝਣ ਹੁੰਦੀ ਹੈ। ਜੇਕਰ ਤੁਹਾਨੂੰ ਇਹ ਚੰਗਾ ਨਹੀਂ ਲਗਦਾ ਤਾਂ ਕਹਿਣ ਵਿਚ ਸੰਕੋਚ ਨਾ ਕਰੋ। ਤੁਸੀਂ ਸਾਫ਼ ਸ਼ਬਦਾਂ ਵਿਚ ਕਹਿ ਸਕਦੀ ਹੋ, ਹਾਲਾਂਕਿ ਤੁਹਾਨੂੰ ਮੇਰਾ ਪੇਟ ਛੂਹਣਾ ਚੰਗਾ ਲਗ ਰਿਹਾ ਹੈ ਪ੍ਰੰਤੂ ਮੈਨੂੰ ਇਹ ਪਸੰਦ ਨਹੀਂ ਹੈ। ਜਾਂ ਫਿਰ ਹੱਸ ਕੇ ਕਹੋ, ਹੱਥ ਨਾ ਲਗਾਓ, ਬੇਬੀ ਸੋ ਰਿਹਾ ਹੈ। ਤੁਸੀਂ ਆਪਣਾ ਪੇਟ ਥੋੜ੍ਹਾ ਘੁਮਾ ਸਕਦੀ ਹੋ ਜਾਂ ਫਿਰ ਸਾਹਮਣੇ ਵਾਲੇ ਨੂੰ ਐਸੀ ਚਿਕੋਟੀ ਭਰੋ ਕਿ ਉਹ ਕਿਸੇ ਨੂੰ ਵੀ ਛੂਹਣ ਤੋਂ ਪਹਿਲਾਂ ਸੌ ਵਾਰ ਸੋਚੇ। ਕੁਝ ਵੀ ਕਹੇਬਿਨਾਂ, ਦੋਨੋਂ ਹੱਥ ਪੇਟ ਤੇ ਬੰਨ੍ਹ ਲਉ ਜਾਂ ਸਾਮ੍ਹਣੇਵਾਲੇ ਦਾ ਹੱਥ ਆਪਣੇ ਵੱਲ ਆਉਂਦੇ ਹੀ, ਉਸ ਨੂੰ ਵਿਚੋ ਰੋਕ ਦਿਉ।

## ਭੁੱਲਣ ਦੀ ਆਦਤ

**"ਪਿਛਲੇ ਹਫ਼ਤੇ ਮੈਂ ਆਪਣਾ ਪਰਸ ਘਰ ਭੁੱਲ ਗਈ; ਅੱਜ ਤਾਂ ਮੈਨੂੰ ਇੰਨੀ ਖ਼ਾਸ ਮੀਟਿੰਗ ਵੀ ਯਾਦ ਨਹੀਂ ਰਹੀ। ਮੈਂ ਆਪਣਾ ਦਿਮਾਗ ਫੋਕਸ ਨਹੀਂ ਕਰ ਰਹੀ, ਲਗਦਾ ਹੈ ਮੇਰਾ ਦਿਮਾਗ ਖ਼ਰਾਬ ਹੋ ਗਿਆ ਹੈ।"**

ਅਕਸਰ ਕਈ ਗਰਭਵਤੀ ਔਰਤਾਂ ਨੂੰ ਲਗਦਾ ਹੈ ਕਿ ਉਨ੍ਹਾਂ ਦੀ ਭੁੱਲਣ ਦੀ ਆਦਤ ਵੱਧਦੀ ਜਾ ਰਹੀ ਹੈ। ਆਪਣੀ ਸੰਗਠਨਾਤਮਕ ਸ਼ਕਤੀ ਤੇ ਭਰੋਸਾ ਕਰਨ ਵਾਲੀਆਂ ਔਰਤਾਂ ਵੀ ਜਟਿਲ ਹਾਲਾਤ ਤੋਂ ਘਬਰਾਉਣ ਲਗਦੀਆਂ ਹਨ। ਉਹ ਆਪਣਾ ਸਮਾਨ ਭੁੱਲਣ ਤੋਂ ਇਲਾਵਾ ਆਪਣਾ-ਆਪਾ ਵੀ ਖੋਹਣ ਲਗਦੀਆਂ ਹਨ।

ਖੋਜ ਤੋਂ ਪਤਾ ਲਗਾ ਹੈ ਕਿ ਗਰਭਵਤੀ ਔਰਤਾਂ ਦੇ ਦਿਮਾਗ ਦੀਆਂ ਕੋਸ਼ਕਾਵਾਂ ਦੀ ਮਾਤਰਾ ਵਿਚ ਕਮੀ ਆਉਂਦੀ ਹੈ, ਕਹਿੰਦੇ ਹਨ ਕਿ ਬੇਟੇ ਨੂੰ ਜਨਮ ਦੇਣ ਵਾਲੀਆਂ ਮਾਵਾਂ ਦੇ ਮੁਕਾਬਲੇ ਲੜਕੀਆਂ ਦੀਆਂ ਮਾਵਾਂ ਜ਼ਿਆਦਾ ਭੁਲੱਕੜ ਹੋ ਜਾਂਦੀਆਂ ਹਨ। ਚੰਗੀ ਗੱਲ ਇਹ ਹੈ ਕਿ ਇਹ ਸਭ ਕੁਝ ਅਸਥਾਈ ਤੌਰ ਤੇ ਹੁੰਦਾ ਹੈ।

ਡਿਲੀਵਰੀ ਤੋਂ ਕੁਝ ਹੀ ਮਹੀਨਿਆਂ ਵਿਚ ਦਿਮਾਗ ਪੂਰੀ ਫੁਰਤੀ ਨਾਲ ਕੰਮ ਕਰਨ ਲਗਦਾ ਹੈ। ਇਹ ਵੀ ਹਾਰਮੋਨ ਬਦਲਾਵਾਂ ਦੇ ਕਾਰਣ ਹੀ ਹੁੰਦਾ ਹੈ। ਨੀਂਦ ਪੂਰੀ ਨਾ ਹੋਣ ਨਾਲ ਵੀ ਊਰਜਾ ਘਟਦੀ ਹੈ ਅਤੇ ਦਿਮਾਗ ਕੇਂਦ੍ਰਿਤ ਨਹੀਂ ਰਹਿ ਸਕਦਾ। ਸੰਭਾਵੀ ਮਾਂ ਦਾ ਪੂਰਾ ਦਿਮਾਗ ਨੰਨ੍ਹੇ ਬੱਚੇ ਦੇ ਕਪੜਿਆਂ ਦੇ ਰੰਗ ਤੇ ਨਾਮ ਚੁਣਨ ਵਿਚ ਹੀ ਰੁਝਿਆ ਰਹਿਣ ਲਗਾ ਹੈ।

ਜੇਕਰ ਤੁਸੀਂ ਇਸ ਆਦਤ ਨੂੰ ਲੈਕੇ ਤਨਾਅ ਪਾਲ ਲਉਗੀ ਤਾਂ ਮਾਮਲਾ ਹੋਰ ਵਿਗੜ ਜਾਏਗਾ। ਥੋੜ੍ਹੀ ਹਸੀ-ਮਜਾਕ ਨਾਲ ਗੱਲ ਬਣ ਜਾਏਗੀ। ਤੁਸੀਂ ਖ਼ੁਦ ਬਿਹਤਰ ਮਹਿਸੂਸ ਕਰੋਗੀ। ਦਰਅਸਲ ਇਸ ਸਮੇਂ ਤੁਸੀਂ ਬੱਚਾ ਬਨਾਣ ਦੇ ਜ਼ਰੂਰੀ ਕੰਮ ਵਿਚ ਜੁਟੀ ਹੋ। ਇਸ ਲਈ ਪਹਿਲਾਂ ਵਰਗੀ ਯੋਗਤਾ ਕਿਥੋਂ ਆ ਸਕਦੀ ਹੈ? ਘਰ ਵਿਚ ਕੀਤੇ ਜਾਦ ਵਾਲੇ ਕੰਮਾਂ ਦੀ ਸੂਚੀ ਬਣਾ ਕੇ ਰੱਖੋ। ਘਰ ਦੀਆਂ ਚਾਬੀਆਂ ਰੱਖਣ ਦੀ ਇਕ ਜਗ੍ਹਾ ਬਣਾਓ। ਇਸ ਆਦਤ ਤੋਂ ਛੁਟਕਾਰਾ ਪਾਣ ਦੇਲਈ ਕਿਸੇ ਵੀ ਤਰ੍ਹਾਂ ਦੀ ਦਵਾਈ ਨਾ ਲਉ।

ਹੋਲੀ-ਹੋਲੀ ਤੁਹਾਨੂੰ ਇਸੇ ਤਰ੍ਹਾਂ ਕੰਮ ਕਰਨ ਦੀ ਆਦਤ ਪੈ ਜਾਏਗੀ। ਬੱਚੇ ਦੇ ਆਣ ਤੋਂ ਬਾਦ ਦਿਮਾਗ ਦੀ ਚੁਸਤੀ-ਫੁਰਤੀ ਫਿਰ ਤੋਂ ਆ ਜਾਏਗੀ ਕਿਉਂਕਿ ਉਦੋਂ ਤੁਸੀਂ ਭਰਪੂਰ ਨੀਂਦ ਵੀ ਲੈ ਸਕੋਗੀ।

# ਗਰਭਕਾਲ ਅਤੇ ਕਸਰਤ

ਪੂਰੇ ਸਰੀਰ ਵਿਚ ਤਕਲੀਫ਼ ਹੈ, ਤੁਸੀਂ ਸੌ ਨਹੀਂ ਸਕਦੀ, ਪਿੱਠ ਵਿਚ ਤੇਜ ਦਰਦ ਹੈ, ਅੱਡੀਆਂ ਵਿਚ ਸੋਜਸ਼ ਹੈ, ਬੁਰੀ ਤਰ੍ਹਾਂ ਨਾਲ ਕਬਜ ਹੈ, ਪੇਟ ਵਿਚ ਅਫ਼ਾਰਾ ਹੈ ਅਤੇ ਤੁਸੀਂ ਇੰਨੀ ਬਦਬੂਦਾਰ ਗੈਸ ਛੱਡ ਰਹੀ ਹੈ ਜਿੰਨੀ ਪੂਰੀ ਬਸ ਦੇ ਹਾਈਸਕੂਲ ਫੁਟਬਾਲ ਖਿਡਾਰੀ ਮਿਲ ਕੇ ਛੱਡਦੇ ਹਨ। ਦੂਜੇ ਸ਼ਬਦਾਂ ਵਿਚ ਕਹੋ ਤਾਂ ਤੁਸੀਂ ਗਰਭਵਤੀ ਹੋ। ਤੁਸੀਂ ਤਾਂ ਉਨਾ ਹੀ ਕਰ ਸਕਦੀ ਹੋ ਕਿ ਇਨ੍ਹਾਂ ਦੁੱਖ-ਤਕਲੀਫ਼ਾਂ ਨੂੰ ਘਟਾਉਣ ਦੀ ਥੋੜ੍ਹੀ ਕੋਸ਼ਿਸ਼ ਕਰੋ, ਬਸ ਇਸ ਤੋਂ ਸਿਵਾ ਕੋਈ ਉਪਾਅ ਨਹੀਂ ਹੈ।

## ਵਰਕ ਆਊਟ - ?

ਆਪਣੇ ਗਰਭਕਾਲ ਵਿਚ ਹਰ ਰੋਜ਼ 30 ਮਿੰਟ ਵਰਕਆਊਟ ਦਾ ਸਮਾਂ ਕੱਢਣਾ ਹੀ ਹੈ। ਜੇਕਰ ਇਹ ਮੁਸ਼ਕਲ ਲਗੇ ਤਾਂ ਇਸ ਨੂੰ 10-20 ਮਿੰਟ ਵਿਚ ਵੰਡ ਲਓ। ਦਿਨ ਵਿਚ ਤਿੰਨ ਵਾਰ ਦਸ-2 ਮਿੰਟ ਟਹਿਲਣ ਨਾਲ ਵੀ ਵਰਕਆਊਟ ਹੋਵੇਗਾ। ਇਸ ਨੂੰ ਆਪਣੇ ਰੂਟੀਨ ਵਿਚ ਸ਼ਾਮਲ ਕਰੋ, ਤਾਂ ਹੀ ਤੁਸੀਂ ਇਸ ਦੇ ਆਦੀ ਹੋ ਸਕੋਗੀ। ਜੇਕਰ ਰੂਟੀਨ ਵਿਚ ਜਿਮ ਜਾਣ ਦਾ ਸਮਾਂ ਨਹੀਂ ਹੈ ਤਾਂ ਦਫ਼ਤਰੋਂ ਆਉਂਦੇ ਸਮੇਂ ਬਸ ਦੇ ਦੋ ਸਟਾਪ ਪਹਿਲਾਂ ਉਤਰ ਕੇ, ਪੈਦਲ ਘਰ ਆਓ। ਕਾਰ ਥੋੜ੍ਹੀ ਦੂਰੀ ਤੇ ਪਾਰਕ ਕਰਕੇ ਪੈਦਲ ਚਲੋ। ਲਿਫ਼ਟ ਦੀ ਥਾਂ ਪੌੜੀਆਂ ਪ੍ਰਯੋਗ ਕਰੋ। ਆਪਣੇ ਦਫ਼ਤਰ ਵਿਚ ਸਭ ਤੋਂ ਦੂਰੀ ਤੇ ਬਣੇ ਲੇਡੀਜ਼ ਟਾੱਯਲੇਟ ਦਾ ਪ੍ਰਯੋਗ ਕਰੋ।

ਸਮਾਂ ਤਾਂ ਹੈ ਪਰ ਪ੍ਰੇਰਣਾਂ ਦੀ ਕਮੀ ਹੈ। ਪ੍ਰੈਗਨੈਂਸੀ ਕਸਰਤ ਕਲਾਸ ਵਿਚ ਜਾਓ। ਪ੍ਰੈਗਨੈਂਸੀ ਯੋਗਾ ਕਰੋ। ਪ੍ਰੈਗਨੈਂਸੀ ਡੀ.ਵੀ.ਡੀ. ਦੀ ਮਦਦ ਨਾਲ ਵੀ ਵਰਕਆਊਟ ਕਰ ਸਕਦੀ ਹੋ।

ਹਾਲਾਂਕਿ ਐਸਾ ਸਮਾਂ ਵੀ ਆਏਗਾ ਜਦੋਂ ਸਚਮੁੱਚ ਹਿੱਲਣ ਨੂੰ ਵੀ ਜੀ ਨਹੀਂ ਕਰੇਗਾ, ਪ੍ਰੰਤੂ ਤੁਸੀਂ ਵੀ ਹਿੰਮਤ ਨਹੀਂ ਹਾਰਨੀ ਅਤੇ ਕਿਸੀ ਨਾ ਕਿਸੇ ਰੂਪ ਵਿਚ ਵਰਕਆਊਟ ਕਰਨਾ ਹੀ ਹੈ।

ਉਂਝ ਦਿਨ ਵਿਚ 30 ਮਿੰਟ ਦੀ ਕਸਰਤ ਨਾਲ ਕਾਫ਼ੀ ਮੁਸ਼ਕਲਾਂ ਹੱਲ ਹੋ ਸਕਦੀਆਂ ਹਨ। ਤੁਹਾਨੂੰ ਆਪਣਾ ਆਲਸ ਛੱਡਕੇ, ਦਿਨ ਵਿਚ ਘੱਟੋ ਘੱਟ ਅੱਧਾ ਘੰਟਾ ਤਾਂ ਕਸਰਤ ਕਰਨੀ ਹੀ ਚਾਹੀਦੀ ਹੈ।

ਜ਼ਿਆਦਾਤਰ ਔਰਤਾਂ ਇਸ ਸਲਾਹ ਨੂੰ ਅਪਣਾ ਕੇ ਫਿਟ ਰਹਿੰਦੀਆਂ ਹਨ। ਜੇਕਰ ਡਾਕਟਰ ਮਨ੍ਹਾ ਨਾ ਕਰੇ ਤਾਂ ਤੁਸੀਂ ਵੀ ਇਸ ਸਲਾਹ ਤੇ ਅਮਲ ਕਰ ਸਕਦੀ ਹੋ। ਤੁਹਾਨੂੰ ਪਤਾ ਹੋਣਾ ਚਾਹੀਦਾ ਹੈ ਕਿ ਇਸ ਕਸਰਤ ਨਾਲ ਤੁਹਾਨੂੰ ਤੇ ਬੱਚੇ ਨੂੰ ਕਿੰਨਾ ਲਾਭ ਹੋ ਸਕਦਾ ਹੈ।

## ਕਸਰਤ ਦੇ ਲਾਭ

ਨਿਯਮਿਤ ਕਸਰਤ ਨਾਲ :-

- ਕਈ ਵਾਰ ਵੱਧ ਆਰਾਮ ਵੀ ਤੁਹਾਨੂੰ ਥਕਾ ਦੇ 'ਦਾ ਹੈ। ਥੋੜ੍ਹੀ ਕਸਰਤ ਨਾਲ ਤੁਹਾਡੀ ਊਰਜਾ ਦਾ ਪੱਧਰ ਵਧਦਾ ਹੈ।
- ਕਸਰਤ ਕਰਨ ਨਾਲ ਤੁਹਾਡੀ ਨੀਂਦ ਪਹਿਲਾਂ ਤੋਂ ਕਾਫ਼ੀ ਬਿਹਤਰ ਹੋ ਜਾਂਦੀ ਹੈ ਅਤੇ ਤੁਸੀਂ ਸੌਂ ਕੇ ਉੱਠਣ ਤੋਂ ਬਾਦ ਤਰੋਤਾਜ਼ਾ ਮਹਿਸੂਸ ਕਰਦੀ ਹੋ।
- ਕਸਰਤ ਕਰੋਗੀ ਤਾਂ ਗੈਸਟੇਸ਼ਨਲ ਸ਼ੂਗਰ ਤੋਂ ਬਚੀ ਰਹੋਗੀ।
- ਕਸਰਤ ਕਰਨ ਨਾਲ ਦਿਮਾਗ ਤੋਂ ਐਂਡੋਰਫਿਟ ਦਾ ਰਿਸਾਅ ਹੁੰਦਾ ਹੈ। ਤੁਹਾਡਾ ਮੂਡ ਕਾਫ਼ੀ ਵਧੀਆ ਤੇ ਖ਼ੁਸ਼ਨੁਮਾ ਰਹਿੰਦਾ ਹੈ। ਤਨਾਅ ਤੇ ਉਤੇਜਨਾ ਘਟਦੇ ਹਨ।
- ਪਿੱਠ ਦੇ ਦਰਦ ਤੇ ਦਬਾਅ ਤੋਂ ਰਾਹਤ ਪਾਣ ਦਾ ਵੀ ਚੰਗਾ ਉਪਾਅ ਹੈ।
- ਸਟ੍ਰੈਚਿੰਗ ਕਰਨ ਨਾਲ ਮਾਸਪੇਸ਼ੀਆਂ ਨੂੰ ਅਰਾਮ ਮਿਲਦਾ ਹੈ ਤੇ ਉਨ੍ਹਾਂ ਦੀ ਲਚਕ ਕਾਫ਼ੀ ਵੱਧ ਜਾਂਦੀ ਹੈ। ਮਾਸਪੇਸ਼ੀਆਂ ਦਾ ਤਨਾਅ ਘਟਦਾ ਹੈ। ਇਹ ਕਸਰਤ ਕਿਤੇ ਵੀ, ਕਦੀ ਵੀ ਕੀਤੀ ਜਾ ਸਕਦੀ ਹੈ। ਇਸ ਦੇ ਲਈ ਪਸੀਨਾ ਵਹਾਣ ਦੀ ਵੀ ਲੋੜ ਨਹੀਂ ਪੈਂਦੀ।
- 10 ਮਿੰਟ ਦੀ ਚਹਿਲਕਦਮੀ ਵੀ ਤੁਹਾਨੂੰ ਕਬਜ

## ਕੀਗਲ ਆਸਣ

ਜੇਕਰ ਤੁਸੀਂ ਸਿਰਫ਼ ਇਕ ਹੀ ਆਸਣ ਕਰਨਾ ਚਾਹੋ ਤਾਂ ਇਸ ਨੂੰ ਹੀ ਕਰੋ। ਕੀਗਲ ਨਾਲ ਤੁਹਾਡੇ ਪੈਲਵਿਕ ਖੇਤਰ ਨੂੰ ਮਜਬੂਤੀ ਮਿਲਦੀ ਹੈ। ਇਸ ਤਰ੍ਹਾਂ ਤੁਸੀਂਅਣਚਾਹੇ ਪਿਸ਼ਾਬ ਰਿਸਾਅ ਦੀ ਸਮੱਸਿਆ ਤੇ ਕਾਬੂ ਪਾ ਸਕਦੀ ਹੋ। ਇਸ ਤਰ੍ਹਾਂ ਤੁਹਾਡਾ ਸਰੀਰ ਲੇਬਰ ਅਤੇ ਡਿਲੀਵਰੀ ਦੇ ਲਈ ਵੀ ਤਿਆਰ ਹੋਵੇਗਾ ਤੇ ਤੁਸੀਂ ਓਪਰੇਸ਼ਨ ਅਤੇ ਚੀਰ ਫਾੜ ਤੋਂ ਬੱਚ ਜਾਓਗੀ।

ਕੀਗਲ ਦੌਰਾਨ ਤੁਸੀਂ ਆਪਣੇ ਸਰੀਰ ਦੀਆਂ ਮਾਸਪੇਸ਼ੀਆਂ ਨੂੰ ਇਸ ਤਰ੍ਹਾਂ ਸਿੰਗੋੜਨਾ ਹੈ ਜਿਸ ਤਰ੍ਹਾਂ ਪਿਸ਼ਾਬ ਕਰਦੇ ਸਮੇਂ ਰੋਕ ਲਿਆ ਜਾਏ। ਇਸ ਨਾਲ ਡਿਲੀਵਰੀ ਤੋਂ ਬਾਦ ਤੁਹਾਡੀ ਸੈਕਸ ਸਮਰੱਥਾ ਵੀ ਵਧੇਗੀ। ਇਸ ਪੁਸਤਕ ਵਿਚ ਕੀਗਲ ਦੇ ਵਿਸ਼ੇ ਵਿਚ ਹੋਰ ਵੀ ਜਾਣਕਾਰੀ ਦਿੱਤੀ ਗਈ ਹੈ।

## ਕੀਗਲ ਆਸਣ

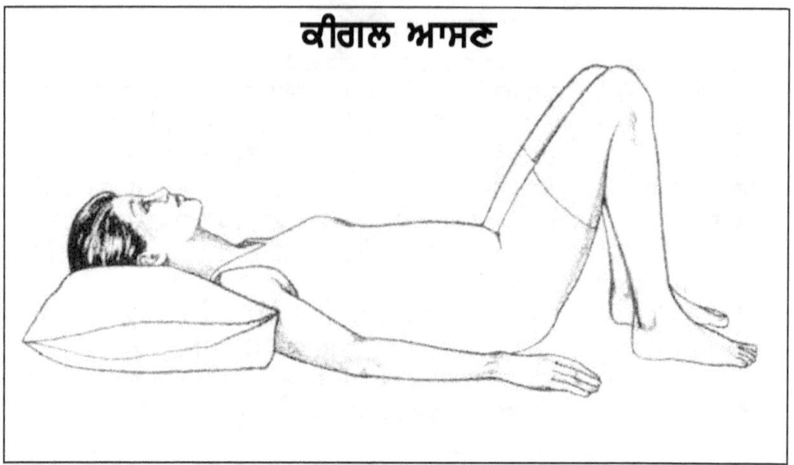

## ਐਕਸਰਸਾਈਜ਼ ਸਮਾਰਟ

ਬੱਚੇ ਦੇ ਨਾਲ ਕਸਰਤ ਕਰਨ ਜਾ ਰਹੀ ਹੋ ਤਾਂ ਸਾਡੇ ਸੁਝਾਵਾਂ ਦਾ ਪਾਲਣ ਕਰੋ:-

- ਕਸਰਤ ਤੋਂ ਪਹਿਲਾਂ ਕੁਝ ਪੀਓ ਚਾਹੇ ਪਿਆਸ ਹੋਵੇ ਨਾ ਹੋਵੇ,ਕੁਝ ਪੀਣ ਨਾਲ, ਸਰੀਰ ਵਿਚਪਾਣੀ ਦੀ ਕਮੀ ਨਹੀਂ ਹੋਵੇਗੀ। ਵਰਕਆਊਟ ਤੋਂ ਬਾਦ ਵੀ ਕੁਝ ਪੀਣਾ ਨਾ ਭੁੱਲੋ। ਪਸੀਨਾ ਵਹਿਣ ਨਾਲ ਜੋ ਤਰਲ ਪਦਾਰਥ ਘੱਟ ਗਏ ਹਨ, ਉਨ੍ਹਾਂ ਦੀ ਪੂਰਤੀ ਕਰਨਾ ਨਾ ਭੁੱਲੋ।
- ਹਲਕੇ-ਫੁਲਕੇ ਸਨੈਕਸ ਲਉ। ਕਸਰਤ ਤੋਂ ਕੁਝ ਸਮੇਂ ਪਹਿਲਾਂ ਥੋੜ੍ਹਾ ਖਾ ਲਉਗੀ ਤਾਂ ਊਰਜਾ ਦਾ ਪੱਧਰ ਬਣਿਆ ਰਹੇਗਾ। ਜੇਕਰ ਤੁਸੀਂ ਜ਼ਿਆਦਾ ਕੈਲੇਰੀ ਗਲਾ ਰਹੀ ਹੋ ਤਾਂ ਤਾਂ ਇਹ ਹੋਰ ਵੀ ਜ਼ਰੂਰੀ ਹੋ ਜਾਂਦਾ ਹੈ।
- ਠੰਡੇ ਤਾਪਮਾਨ ਵਿਚ ਰਹੋ। ਐਸਾ ਕੋਈ ਆਸਣ ਨਾ ਕਰੋ, ਜਿਸ ਨਾਲ ਤੁਹਾਡੇ ਸਰੀਰ ਦਾ ਤਾਪਮਾਨ 1.5° ਤੋਂ ਵੱਧ ਵਧੇ। ਸੋਣਾ, ਸਟੀਮ ਰੂਮ ਤੇ ਆੱਟ ਟਬ ਤੋਂ ਦੂਰ ਰਹੋ। ਵੱਧ ਗਰਮ ਮਾਹੌਲ ਜਾਂ ਭੀੜ-ਭੜੱਕੇ ਵਾਲੀ ਜਗ੍ਹਾਂ ਵਿਚ ਨਾ ਰਹੋ। ਜਦੋਂ ਤਾਪਮਾਨ ਵੱਧ ਹੋਵੇ ਤਾਂ ਕਿਸੇ ਏਸੀ ਮਾੱਲ ਵਿਚ ਚਹਿਲਕਦਮੀ ਕਰੋ।
- ਖੁਲ੍ਹੇ, ਲਚਕਦਾਰ ਕਪੜੇ ਪਾਓ, ਜਿਨ੍ਹਾਂ ਨੂੰ ਪਾ ਕੇ ਆਸਾਨੀ ਨਾਲ ਸਾਹ ਲਈ ਜਾ ਸਕੇਗੀ। ਐਸੀ ਬ੍ਰਾ ਪਾਓ ਜਿਸ ਨਾਲ ਦੁਧੀਆਂ ਨੂੰ ਸਹਾਰਾ ਮਿਲੇ। ਉਂਝ ਸਪੋਰਟ ਬ੍ਰਾ ਠੀਕ ਰਹੇਗੀ।
- ਸਭ ਤੋਂ ਪਹਿਲਾਂ ਪੈਰਾਂ ਤੇ ਧਿਆਨ ਦਿਉ। ਜੇ ਕਰ ਸਲੀਪਰਜ਼ ਬਦਲਨ ਵਾਲੇ ਹਨ ਤਾਂ ਪੈਰਾਂ ਤੇ ਸੱਟ ਲੱਗਣ ਤੋਂ ਪਹਿਲਾਂ ਉਨ੍ਹਾਂ ਬਦਲ ਲਉ। ਐਸੇ ਜੁਤੇ ਲਉ ਜੋ ਵਰਕਆਊਟ ਦੇ ਲਈ ਉਪਯੋਗੀ ਹੋਣ।
- ਸਹੀ ਸਤਹ ਦੀ ਚੋਣ ਕਰੋ। ਟਾਈਲ ਜਾਂ ਸੀਮੇ ਂਟ ਦੇ ਫ਼ਰਸ਼ ਤੇ ਵਰਕਆਊਟ ਕਰਨ ਦੀ ਥਾਂ ਲਕੜੀ ਜਾਂ ਕਾਰਪੈਟ ਵਾਲੇ ਫ਼ਰਸ਼ ਚੁਣੋ। ਰਪਟੀਲੀ ਸਤਹ ਤੇ ਵਰਕਆਊਟ ਨਾ ਕਰੋ। ਸਖ਼ਤ ਸੜਕਾਂ ਦੀ ਥਾਂ ਘਾਹ ਜਾਂ ਮਿੱਟੀ ਵਾਲੇ ਫੁਟਪਾਥ ਤੇ ਉਭੜ-ਖਾਬੜ ਜਗ੍ਹਾ ਦੀ ਥਾਂ ਸਮਤਲ ਸਤਹ ਕਿਤੇ ਵਧੀਆ ਹੈ।
- ਢਲਾਣ ਵਾਲੇ ਹਿੱਸਿਆਂ ਤੋਂ ਦੂਰ ਰਹੋ ਕਿਉਂਕਿ ਗਿਰਦੇ ਹੀ ਸਭ ਤੋਂ ਪਹਿਲਾਂ ਪੇਟ ਤੇ ਚੋਟ ਆ ਸਕਦੀ ਹੈ। ਐਸੀ ਕੋਈ ਵੀ ਖੇਡ ਨਾ ਖੇਡੋ ਜਿਸ ਨੂੰ ਤੁਸੀਂ ਪਹਿਲੀ ਵਾਰ ਖੇਡ ਰਹੀ ਹੋ ਜਾਂ ਜਿਸ ਨਾਲ ਸੱਟ ਲੱਗਣ ਦੀ ਸੰਭਾਵਨਾ ਹੋਵੇ।
- ਸਤਹ ਤੇ ਰਹੋ। ਜੇਕਰ ਤੁਸੀਂ ਉਚਾਈ ਤੇ ਨਹੀਂ

ਰਹਿੰਦੀ ਤਾਂ 6000 ਫੁਟ ਤੋਂ ਉਪਰ ਜਾਣ ਵਾਲੀ ਕਿਸੇ ਗਤੀਵਿਧੀ ਵਿਚ ਹਿੱਸਾ ਨਾ ਲਉ। ਇਸ ਸਮੇਂ ਸਕੂਵਾ ਡਾਇਵਿੰਗ ਵਰਗੇ ਖੇਡਾਂ ਸਬੰਧੀ ਤਾਂ ਬਿਲਕੁਲ ਨਾ ਸੋਚੋ।

- ਚੌਥੇ ਮਹੀਨੇ ਤੋਂ ਬਾਦ ਪਿੱਠ ਦੇ ਭਾਰਲੇਟ ਕੇ ਕਸਰਤ ਨਾ ਕਰੋ। ਬੱਚੇਦਾਨੀ ਦੇ ਵੱਧੇ ਹੋਏ ਭਾਰ ਦੇ ਕਾਰਣ ਖ਼ੂਨ ਨਲੀਆਂ ਤੇ ਦਬਾਅ ਪਵੇਗਾ ਅਤੇ ਖ਼ੂਨ ਪ੍ਰਵਾਹ ਵਿਚ ਰੁਕਾਵਟ ਆਏਗੀ।
- ਐਸੀ ਕੋਈ ਵੀ ਗਤੀਵਿਧੀ ਨਾ ਕਰੋ ਜਿਸ ਨਾਲ ਸਰੀਰ ਦੇ ਕਿਸੇ ਵੀ ਹਿੱਸੇ ਵਿਚ ਦਰਦ ਜਾਂ ਸੱਟ ਪਹੁੰਚੇ। ਅਚਾਨਕ ਲੱਖਣ ਵਾਲੇ ਝਟਕੇ ਜਾਂ ਸਦਮੇ ਤੋਂ ਵੀ ਨੁਕਸਾਨ ਹੋ ਸਕਦਾ ਹੈ। ਸਰੀਰ ਦੀ ਲਚਕ ਬਣਾਈ ਰੱਖੋ। ਖ਼ਤਰਨਾਕ ਤਰੀਕੇ ਨਾਲ ਉਠਣਾ-ਬੈਠਣਾ ਛੱਡ ਦਿਉ। ਯਾਦ ਰੱਖੋ ਕਿ ਹੁਣ ਤੁਸੀਂ ਇਕ ਨਹੀਂ 'ਦੋ' ਹੋ।

ਤੋਂ ਛੁਟਕਾਰਾ ਦਿਵਾ ਸਕਦੀ ਹੈ। ਤੁਹਾਡੇ ਪੇਟ ਸਾਫ਼ ਰਹਿੰਦਾ ਹੈ ਅਤੇ ਚਿਹਰੇ ਦੀ ਤਾਜ਼ਗੀ ਬਣੀ ਰਹਿੰਦੀ ਹੈ।

- ਕਹਿੰਦੇ ਹਨ ਕਿ ਕਸਰਤ ਕਰਨ ਵਾਲੀ ਗਰਭਵਤੀ ਔਰਤ ਨੂੰ ਪ੍ਰਸੂਤ ਦੇ ਸਮੇਂ ਜ਼ਿਆਦਾ ਤਕਲੀਫ਼ ਨਹੀਂ ਉਠਾਣੀ ਪੈਂਦੀ। ਉਨ੍ਹਾਂ ਦਾ ਪ੍ਰਸੂਤ ਜਲਦੀ ਤੇ ਆਰਾਮਦੇਹ ਹੋ ਜਾਂਦਾ ਹੈ। ਸੀ. ਸੈਕਸ਼ਨ ਦੀ ਨੌਬਤ ਵੀ ਨਹੀਂ ਆਉਂਦੀ।
- ਕਸਰਤ ਕਰਨ ਨਾਲ ਤੁਸੀਂ ਗਰਭਕਾਲ ਤੋਂ ਬਾਦ ਵੀ ਫਿਟ ਰਹੋਗੀ। ਫਿਗਰ ਆਪਣੇ ਪਹਿਲੇ ਵਾਲੇ ਅਕਾਰ ਵਿਚ ਆ ਜਾਏਗੀ ਅਤੇ ਤੁਸੀਂ ਮਜੇ ਨਾਲ ਆਪਣੀ ਪੁਰਾਣੀ ਜੀਨਜ਼ ਪਾ ਸਕੋਗੀ।
- ਬੱਚੇ ਨੂੰ ਕਸਰਤ ਨਾਲ ਕੀ ਫ਼ਾਇਦਾ ਹੋ ਸਕਦਾ ਹੈ। ਕਈ ਖੋਜਾਂ ਤੋਂ ਪਤਾ ਲਗਾ ਹੈ ਕਿ ਬੱਚਾ ਵਰਕਆਊਟ ਦੌਰਾਨ ਹੋਣ ਵਾਲੀਆਂ ਆਵਾਜ਼ਾਂ ਤੇ ਕੰਬਣੀ ਦਾ ਅਨੁਭਵ ਕਰਦੇਹਨ।
- ਕਸਰਤ ਕਰਨ ਵਾਲੀਆਂ ਮਾਵਾਂ ਦੇ ਸਿਹਤਮੰਦ ਬੱਚੇ ਜਨਮ ਲੈਂਦੇ ਹਨ। ਉਨ੍ਹਾਂ ਦੇ ਪ੍ਰਸੂਤ ਦੇ ਸਮੇਂ ਨਵੀਂ ਦੁਨੀਆ ਵਿਚ ਕਦਮ ਰਖਣ ਵਿਚ ਔਖਿਆਈ ਨਹੀਂ ਹੁੰਦੀ ਅਤੇ ਉਹ ਜਨਮ ਦੇ ਤਨਾਵਾਂ ਤੋਂ ਜਲਦੀ ਮੁਕਤੀ ਪਾ ਲੈਂਦੇ ਹਨ।
- ਮੰਨੋ ਨਾ ਮੰਨੋ, ਖੋਜ ਤੋਂ ਪਤਾ ਲਗਾ ਹੈ ਕਿ ਕਸਰਤ ਕਰਨ ਵਾਲੀਆਂ ਮਾਵਾਂ ਦੇ ਬੱਚੇ ਔਸਤ ਬੱਚਿਆਂ ਤੋਂ ਵੱਧ ਬੁੱਧੀਮਾਨ ਤੇ ਚੁਸਤ ਹੁੰਦੇ ਹਨ। ਇਸ ਨਾਲ ਉਨ੍ਹਾਂ ਦੀਆਂ ਮਾਸਪੇਸ਼ੀਆਂ ਦੇ ਨਾਲ-2 ਦਿਮਾਗੀ ਦਸਰਤ ਵੀ ਵਧਦੀ ਹੈ।
- ਐਸੇ ਬੱਚੇ ਰਾਤ ਨੂੰ ਸਹੀ ਸਮੇਂ ਤੇ ਪੂਰੀ ਨੀਂਦ ਲੈਂਦੇ ਹਨ, ਕਾੱਲਿਕ ਨਹੀਂ ਹੁੰਦੇ ਅਤੇ ਖ਼ੁਦ ਨੂੰ ਬਿਹਤਰ ਤਰੀਕੇ ਨਾਲ ਸੰਭਾਲ ਸਕਦੇ ਹਨ।

## ਥਰਟੀ ਮਿੰਟ ਪਲੱਸ

ਜੇਕਰ ਡਾਕਟਰ ਨੇ ਹਰੀ ਝੰਡੀ ਦਿਖਾ ਦਿਖਾ ਦਿੱਤੀ ਹੈ ਤਾਂ ਤੁਸੀਂ ਆਪਣੀ ਮਰਜੀ ਨਾਲ ਦਿਨ ਵਿਚ ਘੰਟੇ ਤੋਂ ਵੱਧ ਵਰਕਆਊਟ ਕਰ ਸਕਦੀ ਹੋ। ਇਸ ਹਾਲਤ ਵਿਚ ਥਕਾਵਟ ਜਲਦੀ ਹੁੰਦੀ ਹੈ ਅਤੇ ਥਕਾਵਟ ਹੋਣ ਤੇ ਸੱਟ ਲਗ ਸਕਦੀ ਹੈ। ਲੋੜ ਤੋਂ ਵੱਧ ਥਕਾਵਟ ਨਾਲ ਸਰੀਰ ਵਿਚ ਪਾਣੀ ਦੀ ਕਮੀ ਹੋ ਸਕਦੀ ਹੈ ਜਾਂ ਤੁਹਾਨੂੰ ਸਾਹ ਲੈਣ ਵਿਚ ਤਕਲੀਫ਼ ਹੋ ਸਕਦੀ ਹੈ। ਇਸ ਹਾਲਤ ਵਿਚ ਵੱਧ ਕੈਲੋਰੀ ਖ਼ਰਚ ਕਰੋਗੀ ਤਾਂ ਤੁਹਾਨੂੰ ਵੱਧ ਕੈਲੋਰੀ ਲੈਣੀ ਵੀ ਪਵੇਗੀ। ਇਸ ਲਈ ਇਸ ਦਾ ਇੰਤਜ਼ਾਮ ਵੀ ਪਹਿਲਾਂ ਤੋਂ ਹੀ ਕਰ ਲਉ।

## ਸਹੀ ਤਰੀਕੇ ਨਾਲ ਕਸਰਤ ਕਰਨਾ

ਜਿਸ ਤਰ੍ਹਾਂ ਗਰਭਕਾਲ ਵਿਚ ਪੁਰਾਣੇ ਕਪੜੇ ਫਿਟ ਨਹੀਂ ਆਉਂਦੇ। ਉਸੇ ਤਰ੍ਹਾਂ ਤੁਹਾਨੂੰ ਆਪਣੇ ਫਿਟਨੈਸ ਰੂਟੀਨ ਵਿਚ ਵੀ ਥੋੜ੍ਹਾ ਬਦਲਾਅ ਲਿਆਣਾ ਹੋਵੇ ਗਾ। ਹੁਣ ਤੁਹਾਨੂੰ ਸਿਰ.ਫ਼ ਇਕ ਦੇ ਲਈ ਨਹੀਂ, ਦੋ ਲੋਕਾਂ ਦੇ ਲਈ ਕਸਰਤ ਕਰਨੀ ਹੈ। ਚਾਹੇ ਤੁਸੀਂ ਜਿਮ ਜਾਓ ਜਾਂ ਚਹਿਲਕਦਮੀ ਕਰੋ, ਸਾਡੇ ਇਨ੍ਹਾਂ ਸੁਝਾਵਾਂ ਤੇ ਧਿਆਨ ਦਿਉ।

**ਡਾਕਟਰ ਦੇ ਕੋਲ**:- ਆਪਣੇ ਸਪੀਕਰਜ਼ ਦੇ ਫਿਤੇ ਬੰਨ੍ਹਣ ਤੋਂ ਪਹਿਲਾਂ ਡਾਕਟਰ ਦੇ ਕੋਲ ਜਾਣਦਾ ਨਾ ਭੁੱਲੋਂ। ਜੇਕਰ ਤੁਹਾਡੇ ਗਰਭਕਾਲ ਵਿਚ ਕੋਈ ਮੁਸ਼ਕਲ ਹੈ ਤਾਂ ਡਾਕਟਰ ਤੁਹਾਨੂੰ ਕਸਰਤ ਦੇ ਲਈ ਮਨ੍ਹਾ ਕਰ ਸਕਦੇ ਹਨ ਜਾਂ ਫਿਰ ਕੁਝ ਆਸਣਾਂ ਦੀ ਹੀ ਇਜਾਜ਼ਤ ਦੇ ਸਕਦੇ ਹਨ। ਉਨ੍ਹਾਂ ਤੋਂ ਚੰਗੀ ਤਰ੍ਹਾਂ ਸਮਝ ਲਉ ਕਿ ਤੁਹਾਡੀ ਸਥਿਤੀ ਦੇ ਹਿਸਾਬ ਨਾਲ ਕੈਸਾ ਫਿਟਨੈਸ ਰੂਟੀਨ ਠੀਕ ਰਹੇਗਾ। ਜੇਕਰ ਤੁਸੀਂ ਪੂਰੀ ਤਰ੍ਹਾਂ ਸਿਹਤਮੰਦ ਹੋ ਤਾਂ ਵੀ ਕੁਝ ਖੇਡ ਐਸੇ ਹਨ, ਜੋ ਗਰਭਕਾਲ ਦੇ ਲਈ ਠੀਕ ਨਹੀਂ ਰਹਿਣਗ

## कंधे व टांगों के स्ट्रैच

ਮੋਢਿਆਂ ਦੇ ਤਨਾਅ ਨੂੰ ਘਟਾਣ ਦੇ ਲਈ ਆਪਣੇ ਪੈਰ ਖੋਲ੍ਹਕੇ ਖੜ੍ਹੀ ਹੋਵੋ ਤੇ ਗੋਡੇ ਥੋੜ੍ਹੇ-2 ਮੋੜੋ। ਖੱਬੀ ਬਾਂਹ ਛਾਤੀ ਤਕ ਲਿਆ ਕੇ ਹਲਕੀ ਜਿਹੀ ਝੁਕਾਓ। ਆਪਣੀ ਸੱਜੀ ਬਾਂਹ, ਖੱਬੀ ਕੂਹਨੀ ਤੇ ਟਿਕਾਓ ਤੇ ਸਾਹ ਛੱਡਦੇ ਹੋਏ ਉਸ ਨੂੰ ਖੱਬੇ ਮੋਢੇ ਵੱਲ ਧੱਕੋ। ਇਸ ਸਟ੍ਰੈਚ ਨੂੰ 5-10 ਮਿੰਟ ਤਕ ਕਰੋ। ਫਿਰ ਸਾਰਾ ਬਦਲੋ।

ਖੜੇ ਹੋ ਕੇ ਲੱਤਾਂ ਸਟ੍ਰੈਚ ਕਰਨ ਦੇ ਲਈ ਕਿਸੀ ਕੁਰਸੀ ਜਾਂ ਕਾਊਂਟਰ ਦਾ ਟਾੱਪ ਪਕੜੋ। ਆਪਣਾ ਗੋਡਾ ਮੋੜਕੇ ਪੈਰ ਨੂੰ ਪੁੱਠੇ ਤੱਕ ਲੈ ਜਾਓ। ਖੱਬੇ ਹੱਥ ਨਾਲ ਪੈਰ ਪਕੜੋ ਤੇ ਅੱਡੀ ਨੂੰ ਪੁੱਠੇ ਦੇ ਕੋਲ ਲੈ ਜਾ ਕੇ ਪੱਟ ਨੂੰ ਫੈਲਾਓ। ਪਿੱਠ ਸਿੱਧੀ ਰੱਖੋ। ਸਟ੍ਰੈਚ ਨੂੰ 10-30 ਸੈਕੰਡ ਤਕ ਰੱਖਣ ਤੋਂ ਬਾਅਦ ਸੱਜੀ ਲੱਤ ਨਾਲ ਦੁਹਰਾਓ।

**ਸਰੀਰ ਦੇ ਬਦਲਾਵਾਂ ਦਾ ਆਦਰ ਕਰੋ:-** ਸਰੀਰ ਦੇ ਹਿਸਾਬ ਨਾਲ ਆਪਣੇ ਰੁਟੀਨ ਵਿਚ ਵੀ ਬਦਲਾਅ ਲਿਆਓ। ਸਰੀਰ ਦਾ ਸੰਤੁਲਨ ਬਦਲਣ ਦੇ ਨਾਲ-ਨਾਲ ਵਰਕਆਊਟ ਵਿਚ ਵੀ ਬਦਲਾਅ ਲਿਆਣੇ ਹੋਣਗੇ। ਕੁਝ ਆਸਣਾਂ ਦੀ ਗਿਣਤੀ ਘਟਾਣੀ ਹੋਵੇ ਗੀ। ਚਾਹੇ ਤੁਸੀਂ ਸਾਲਾਂ ਤੋਂ ਚਹਿਲਕਦਮੀ ਕਰਦੀ ਆ ਰਹੀ ਹੋ ਪ੍ਰੰਤੂ ਗਰਭਕਾਲ ਵਿਚ ਤੁਹਾਡੇ ਜੋੜ ਢਿਲੇ ਪੈ ਜਾਂਦੇ ਹਨ। ਲੱਤਾਂ ਵਿਚਸੋਜਸ਼ ਆ ਜਾਂਦੀ ਹੈ। ਇਸ ਲਈ ਤੁਹਾਨੂੰ ਆਪਣਾ ਅਭਿਆਸ ਘਟਾਣਾ ਪੈ ਸਕਦਾ ਹੈ। ਪਿੱਠ ਦੇ ਭਾਰ ਲੇਟਣ ਵਾਲੀ ਤਾਈ ਚੀ ਦੀਆਂ ਕੁਝ ਮੁਦਰਾਵਾਂ ਵੀ ਖ਼ੂਨ ਦੇ ਪ੍ਰਵਾਹ ਵਿਚ ਰੁਕਾਵਟ ਦੇ ਸਕਦੀਆਂ ਹਨ। ਉਨ੍ਹਾਂ ਨੂੰ ਬਿਲਕੁਲ ਨਾ ਕਰੋ।

**ਸ਼ੁਰੂਆਤ ਹੋਲੀ ਹੋਵੇ:-** ਹੋਲੀ ਹੋਲੀ ਸ਼ੁਰੂਆਤ ਕਰੋ। ਲੋੜ ਤੋਂ ਵੱਧ ਜੋਸ਼ ਦਿਖਾਣ ਨਾਲ ਫ਼ਾਇਦੇ ਦੀ ਥਾਂ ਨੁਕਸਾਨ ਹੋ ਜਾਏਗਾ। ਪਹਿਲੇ ਦਿਨ 10 ਮਿੰਟ ਹਲਕਾ ਵਾਰਮਅਪ ਕਰਕੇ 5 ਮਿੰਟ ਵਰਕਆਊਟ ਕਰੋ। ਥਕਾਵਟ ਲੱਗਣ ਤੇ ਬੰਦ ਕਰ ਦਿਉ ਤੇ ਕੂਅ-ਡਾਊਨ ਹੋ ਜਾਓ। ਕੁਝ ਹੀ ਦਿਨ ਵਿਚ ਸਰੀਰ ਨੂੰ ਇਸ ਦੀ ਆਦਤ ਹੋ ਜਾਏ ਤਾਂ ਤੁਸੀਂ ਵਰਕਆਊਟ ਦਾ ਸਮਾਂ ਵਧਾ ਸਕਦੀ ਹੋ। ਜੇਕਰ ਤੁਸੀਂ ਪਹਿਲਾਂ ਤੋਂ ਜਿਮ ਜਾਂਦੀ ਹੋ, ਜੋ ਵੀ ਇਨ੍ਹਾਂ ਦਿਨਾਂ ਵਿਚ ਕੋਈ ਨਵੀਂ ਕਸਰਤ ਆਪਣੀ ਮਰਜੀ ਨਾਲ ਨਾ ਚੁਣੋ।

**ਵਰਕਆਊਟ ਤੋਂ ਪਹਿਲਾਂ:-** ਮੰਨਿਆ ਤੁਸੀਂ ਵਰਕਆਊਟ ਸ਼ੁਰੂ ਕਰਨ ਦੀ ਜਲਦੀ ਵਿਚ ਹੋ ਪ੍ਰੰਤੂ

ਤੁਹਾਨੂੰ ਵਰਕਆਊਟ ਤੋਂ ਪਹਿਲਾਂ ਸਰੀਰ ਨੂੰ ਵਾਰਮਅਪ ਕਰਨਾ ਹੈ ਤਾਂ ਜੋ ਦਿਲ ਦੀ ਧੜਕਣ ਅਚਾਨਕ ਨਾ ਵਧੇ। ਘੱਟੋ ਘੱਟ ਸੱਟ ਆਏ। ਸਰਦੀ ਤੇ ਗਰਭਕਾਲ ਵਿਚ ਇਸ ਦਾ ਖ਼ਾਸ ਧਿਆਨ ਰੱਖੋ। ਦੌੜਨ ਤੋਂ ਪਹਿਲਾਂ ਚਲੋ ਤੇ ਤੈਰਾਕੀ ਤੋਂ ਪਹਿਲਾਂ ਹੋਲੀ ਤੈਰੋ ਜਾਂ ਜਾੱਗਿੰਗ ਕਰੋ।

**ਵਰਕਆਊਟ ਤੋਂ ਬਾਅਦ**:- ਜੇਕਰ ਤੁਸੀਂ ਅਚਾਨਕ ਵਰਕਆਊਟ ਬੰਦ ਕਰਦੀ ਹੋ ਤਾਂ ਮਾਸਪੇਸ਼ੀਆਂ ਵਿਚ ਹੀ ਖ਼ੂਨ ਰਹਿ ਜਾਂਦਾ ਹੈ ਅਤੇ ਸਰੀਰ ਦੇ ਬਾਕੀ ਹਿੱਸਿਆਂ ਨੂੰ ਖ਼ੂਨ ਨਹੀਂ ਮਿਲਦਾ। ਨਤੀਜੇ ਵਜੋਂ ਸਿਰ ਚਕਰਾ ਸਕਦਾ ਹੈ। ਬੇਹੋਸ਼ੀ ਜਾਂ ਉਲਟੀਆਂ ਆ ਸਕਦੀਆਂ ਹਨ। ਦੌੜਨ ਤੋਂ ਪੰਜ ਮਿੰਟ ਬਾਦ ਚਲੋ, ਤੇਜ ਤੈਰਾਕੀ ਤੋਂ ਬਾਦ ਹਲਕੀ ਤੈਰਾਕੀ ਕਰੋ। ਸਰੀਰ ਨੂੰ ਹਲਕਾ ਸ਼ਿਥਿਲ ਹੋਣ ਦਿਉ। ਜੇਕਰ ਜਮੀਨ ਤੇ ਬੈਠ ਕੇ ਕਸਰਤ ਕਰ ਰਹੀ ਹੋ ਤਾਂ ਉਥੋਂ ਹੋਲੀ ਉਠੋ।

**ਘੜੀ ਤੇ ਰੱਖੋ ਨਜ਼ਰ**:- ਥੋੜ੍ਹੀ ਵੱਧ ਕਸਰਤ, ਦੋਨਾਂ ਤੋਂ ਹੀ ਕੋਈ ਫ਼ਾਇਦਾ ਨਹੀਂ ਹੋਵੇਗਾ। ਵਾਰਮਅੱਪ ਤੋਂ ਲੈ ਕੇ ਕੂਲ ਡਾਊਨ ਤਕ ਪੂਰੇ ਵਰਕਆਊਟ ਵਿਚ ਅੱਧੇ ਘੰਟੇ ਤੋਂ ਲੈ ਕੇ ਇਕ ਘੰਟਾ ਤਕ ਲਗ ਸਕਦਾ ਹੈ। ਥਕਾਵਟ ਦਾ ਪੱਧਰ ਵੱਧ ਨਾ ਹੋਣ ਦਿਉ।

**ਵਰਕਆਊਟ ਨੂੰ ਵੰਡੋ**:- 30 ਮਿੰਟ ਦੇ ਵਰਕਆਊਟ ਦਾ ਸਮਾਂ ਨਹੀਂ ਮਿਲਦਾ? ਆਪਣੇ ਆਸਣਾਂ ਨੂੰ ਦੋ-ਤਿੰਨ ਜਾਂ ਫਿਰ ਚਾਰ ਹਿੱਸਿਆਂ ਵਿਚ ਵੰਡ ਲਉ। ਇਸ ਤਰ੍ਹਾਂ ਮਾਸਪੇਸ਼ੀਆਂ ਦੀ ਲਚਕ ਬਣੀ ਰਹੇਗੀ।

**ਕਸਰਤ ਜ਼ਰੂਰ ਕਰੋ**:- ਹਰ ਹਫ਼ਤੇ ਵਿਚ ਚਾਰ ਵਾਰ ਅਤੇਅਗਲੇ ਹਫ਼ਤੇ ਵਿਚ ਬਿਲਕੁਲ ਕਸਰਤ ਨਾ ਕਰਨਾ, ਐਸੀ ਆਦਤ ਨਾ ਪਾਓ। ਜੇਕਰ ਤੁਸੀਂ ਸਖ਼ਤ ਵਰਕਆਊਟ ਤੋਂ ਥੱਕ ਗਈ ਹੋ ਤਾਂ ਵੀ ਵਾਰਮਅਪ ਕਸਰਤ ਤਾਂ ਕਰ ਹੀ ਸਕਦੀ ਹੋ। ਇਸ ਤਰ੍ਹਾਂ ਤੁਹਾਡੇ ਆਸਣ ਨਿਰੰਤਰ ਬਣੇ ਰਹਿਣਗੇ। ਕਈ ਗਰਭਵਤੀ ਔਰਤਾਂ ਦਾ ਮੰਨਣਾ ਹੈ ਕਿ ਚਾਹੇ ਉਹ ਹਰਰੋਜ਼ ਪੂਰਾ ਵਰਕਆਊਟ ਨਾ ਕਰਨ, ਥੋੜ੍ਹੇ-ਬਹੁਤ ਆਸਣਾਂ ਨਾਲ ਬਿਹਤਰ ਮਹਿਸੂਸ ਹੁੰਦਾ ਹੈ।

## ਡ੍ਰੋਮਡ੍ਰੇ ਡ੍ਰੂਪ

ਪਿੱਠ ਦਾ ਤਨਾਅ ਘਟਾਣ ਲਈ ਹੱਥਾਂ ਤੇ ਗੋਡਿਆਂ ਭਾਰ ਬੈਠੋ। ਸਿਰ ਸਿੱਧਾ ਹੋਵੇ, ਗਰਦਨ ਰੀੜ੍ਹ ਦੀ ਹੱਡੀ ਦੀ ਸੀਧ ਵਿਚ ਹੋਵੇ। ਪਿੱਠ ਨੂੰ ਧਨੁੱਸ਼ਕਾਰ ਦਿਉ ਤਾਂ ਜੋ ਪੁੱਠਿਆਂ ਵਿਚ ਅਕੜਨ ਮਹਿਸੂਸ ਹੋਵੇ। ਸਿਰ ਥੋੜ੍ਹਾ ਹੇਠਾਂ ਝੁਕਾਓ। ਫਿਰ ਪਹਿਲੇ ਵਾਲੀ ਸਥਿਤੀ ਵਿਚ ਵਾਪਸ ਆਓ। ਜੇਕਰ ਖੜੇ ਹੋ ਕੇ ਜਾਂ ਬੈਠ ਕੇ ਕੰਮ ਕਰਦੀ ਹੋ ਤਾਂ ਇਸ ਆਸਣ ਨੂੰ ਦਿਨ ਵਿਚ ਕਈ ਵਾਰ ਦੁਹਰਾਓ।

## ਗਰਦਨ ਦਾ ਆਰਾਮ

ਇਸ ਨਾਲ ਗਰਦਨ ਦੇ ਤਨਾਅ ਤੋਂ ਰਾਹਤ ਮਿਲੇ ਗੀ। ਇਕ ਚੰਗੇ ਸਹਾਰੇਵਾਲੀ ਕੁਰਸੀ ਵਿਚ ਸਿੱਧਾ ਬੈਠੋ। ਅੱਖਾਂ ਬੰਦ ਕਰਕੇ ਡੂੰਘੀ ਸਾਹ ਲਉ, ਗਰਦਨ ਇਕ ਪਾਸੇ ਝੁਕਾਂਦੇ ਹੋਏ ਮੋਢੇ ਤਕ ਲੈ ਜਾਓ। ਮੋਢਾ ਉਠਾ ਕੇ ਸਿਰ ਨਾਲ ਨਾ ਛੂਓ ਜਾਂ ਸਿਰ ਨੂੰ ਜਬਰੀ ਹੇਠਾਂ ਨਾ ਲੈ ਜਾਓ। ਉਸ ਨੂੰ 6 ਸਕਿੰਟ ਰੋਕਣ ਤੋਂ ਬਾਦ ਦੂਜੀ ਪਾਸੇ ਕਰੋ। ਫਿਰ ਆਪਣਾ ਸਿਰ ਅੱਗੇ ਵੱਲ ਲਿਆਓ। ਠੋਡੀ ਨੂੰ ਛਾਤੀ ਤਕ ਲਿਆਉ। ਗਲੇ ਨੂੰ ਖੱਬੇ ਪਾਸੇ ਮੋਢੇ ਤੱਕ ਆਰਾਮ ਨਾਲ ਘੁਮਾਓ। ਇਸ ਨੂੰ ਵੀ 3 ਤੋਂ 6 ਸਕਿੰਟ ਤਕ ਕਰੋ। ਇਨ੍ਹਾਂ ਨੂੰ 3-4 ਵਾਰ ਹਰਰੋਜ਼ ਦੁਹਰਾਓ।

**ਕੈਲੋਰੀ ਦੀ ਪੂਰਤੀ ਕਰੋ**:- ਤੁਹਾਨੂੰ ਹਰਰੋਜ਼ ਦੇ ਵਰਕਆਊਟ ਵਿਚ ਲੱਗਣ ਵਾਲੀ ਕੈਲੋਰੀ ਦੇ ਲਈ ਫਾਲਤੂ ਭੋਜਨ ਕਰਨਾ ਹੋਵੇਗਾ। ਹਰਰੋਜ਼ ਦੇ ਅੱਧੇ ਘੰਟੇ ਦੇ ਆਸਣ ਦੇ ਲਈ 150 ਤੋਂ 200 ਵਾਧੂ ਕੈਲੋਰੀ ਲੈਣੀ ਪੈ ਸਕਦੀ ਹੈ।

ਜੇਕਰ ਤੁਹਾਨੂੰ ਲਗਦਾ ਹੈ ਕਿ ਤੁਸੀਂ ਕਾਫ਼ੀ ਕੈਲੋਰੀ ਲੈਣ ਤੋਂ ਬਾਦ ਵੀ ਭਾਰ ਨਹੀਂ ਵਧਾ ਰਹੀ ਤਾਂ ਇੰਝ ਵੀ ਹੋ ਸਕਦਾ ਹੈਕਿ ਤੁਸੀਂ ਲੋੜ ਤੋਂ ਵੱਧ ਕਸਰਤ ਕਰ ਰਹੀ ਹੋ।

**ਤਰਲ ਪਦਾਰਥਾਂ ਦੀ ਮਾਤਰਾ**:- ਹਰ ਅੱਧੇ ਘੰਟੇ ਦੀ ਗਤੀਵਿਧੀ ਤੋਂ ਬਾਦ ਤੁਹਾਨੂੰ ਇਕ ਗਿਲਾਸ ਫਾਲਤੂ ਤਰਲ ਪਦਾਰਥ ਚਾਹੀਦਾ ਹੈ ਤਾਂ ਜੋ ਉਸ ਨਾਲ ਪਸੀਨੇ ਦੀ ਪੂਰਤੀ ਹੋ ਸਕਦੇ। ਜੇਕਰ ਪਸੀਨਾ ਵੱਧ ਆਏ, ਮੌਸਮ ਗਰਮ ਹੋਵੇ ਤਾਂ ਵੱਧ ਪਾਣੀ ਚਾਹੀਦਾ ਹੈ। ਕਸਰਤ ਤੋਂ ਪਹਿਲਾਂ, ਬਾਦ ਤੇ ਉਸ ਦੇ ਦੌਰਾਨ ਪਾਣੀ ਪੀਓ ਪ੍ਰੰਤੂ ਇਕ ਵਾਰ ਵਿਚ 16 ਔਂਸ ਤੋਂ ਵੱਧ ਨਾ ਲਉ। ਆਪਣੇ ਵਰਕਆਊਟ ਤੋਂ 30-45 ਮਿੰਟ ਪਹਿਲਾਂ ਤਰਲ ਪਦਾਰਥਾਂ ਦੀ ਮਾਤਰਾ ਲੈਣਾ ਸ਼ੁਰੂ ਕਰ ਦਿਉ।

**ਸਹੀ ਸਮੂਹ ਦੀ ਚੋਣ**:- ਜੇਕਰ ਤੁਸੀਂ ਕਸਰਤ ਦੇ ਲਈ ਕਿਸੇ ਸਮੂਹ ਦੀ ਚੋਣ ਕਰਨ ਜਾ ਰਹੀ ਹੋ ਤਾਂ ਐਸਾ ਸਮੂਹ ਚੁਣੋ, ਜੋ ਗਰਭਵਤੀ ਔਰਤਾਂ ਦੇ ਲਈ ਹੀ ਹੋਵੇ (ਪਤਾ ਕਰ ਲਉ ਕਿ ਸਮੂਹ ਦਾ ਸੰਚਾਲਕ ਕਿਹੋ ਜਿਹਾ ਹੈ) ਕਈ ਔਰਤਾਂ ਦੇ ਲਈ ਇਕੱਲੇ ਕਸਰਤ ਕਰਨ ਦੀ ਥਾਂ ਸਮੂਹ ਵਿਚ ਕਸਰਤ ਕਰਨਾ ਠੀਕ ਰਹਿੰਦਾ ਹੈ। ਉਨ੍ਹਾਂ ਨੂੰ ਕਿਸੇ ਦੇ ਸਹਾਰੇ ਤੇ ਫੀਡਬੈਕ ਦੀ ਲਗਾਤਾਰ ਲੋੜ ਹੁੰਦੀਹੈ। ਇਨ੍ਹਾਂ ਪ੍ਰੋਗਰਾਮਾਂ ਵਿਚ ਹਰ ਔਰਤ ਦੀ ਨਿੱਜੀ ਲੋੜ ਤੇ ਸਮਰੱਥਾ ਦੇ ਹਿਸਾਬ ਨਾਲ, ਹਫ਼ਤੇ ਵਿਚ ਤਿੰਨ ਦਿਨ ਕਲਾਸਾਂ ਦਿੱਤੀਆਂ ਜਾਂਦੀਆਂ ਹਨ। ਉਨ੍ਹਾਂ ਦੇ ਕੋਲ ਮੈਡੀਕਲ ਤੇ ਐਕਸਰਸਾਈਜ਼ ਮਾਹਰ ਵੀ ਹੁੰਦੇ ਹਨ, ਜੋ ਤੁਹਾਡੇ ਸਾਰੇ ਸਵਾਲਾਂ ਦੇ ਉੱਤਰ ਦੇ ਸਕਦੇ ਹਨ।

**ਥੋੜ੍ਹੀ ਮਸਤੀ ਹੋ ਜਾਏ**:- ਕੋਈ ਵੀ ਆਸਣ ਜਾਂ ਗਤੀਵਿਧੀ, ਤੁਹਾਡੇ ਲਈ ਸਜ਼ਾ ਨਹੀਂ ਮਜ਼ਾ ਹੋਣਾ ਚਾਹੀਦਾ ਹੈ। ਤੁਸੀਂ ਜੋ ਕੁਝ ਵੀ ਆਪਣੇ ਮਨ ਨਾਲ ਚੁਣੋ, ਉਸੀ ਦੇ ਨਾਲ ਚਲੋ। ਇਸ ਵਿਚ ਪ੍ਰਸੂਤ ਤੋਂ ਪਹਿਲਾਂ ਯੋਗ ਤੋਂਲੈ ਕੇ ਡਿਨਰ ਤੋਂ ਬਾਦ ਦੀ ਰੂਮਾਨੀ ਚਹਿਲਕਦਮੀ ਸ਼ਾਮਲ ਹੈ। ਕਿਸੇ ਦੋਸਤ ਜਾਂ ਸਹੇਲੀ ਨੂੰ ਵੀ ਨਾਲ ਚੱਲਣ ਲਈ ਕਹਿ ਸਕਦੀ ਹੋ।

**ਜ਼ਰਾ ਆਰਾਮ ਨਾਲ**:- ਇੰਨੀ ਕਸਰਤ ਨਾ ਕਰੋ ਕਿ ਉਹ ਤੁਹਾਨੂੰ ਥਕਾ ਦੇਵੇ। ਚਾਹੇ ਵਧੀਆ ਐਥਲੀਟ ਹੀ ਕਿਉਂ ਨਾ ਹੋਵੇ, ਪੂਰੀ ਸਮਰੱਥਾ ਤਕ ਕਸਰਤ ਨਾ ਕਰੋ। ਅਤਿ ਤੋਂ ਬਚੋ। ਉਦੋਂ ਤਕ ਹੀ ਕਸਰਤ ਕਰੋ, ਜਦੋਂ ਤਕ ਤਨ ਨੂੰ ਚੰਗਾ ਲਗੇ। ਹਲਕਾ ਜਿਹਾ ਦਰਦ ਜਾਂ ਦਬਾਅ ਮਹਿਸੂਸ ਹੁੰਦੇਹੀ ਕਸਰਤ ਰੋਕ

ਦਿਉ। ਥੋੜ੍ਹਾ ਪਸੀਨਾ ਆਣਾ ਜਾਂ ਹਲਕਾ ਸਾਹ ਚੜ੍ਹਣਾ, ਇਥੋਂ ਤਕ ਤਾਂ ਠੀਕ ਹੈ ਪ੍ਰੰਤੂ ਇੰਨੀ ਬੁਰੀ ਤਰ੍ਹਾਂ ਸਾਹ ਨਾ ਚੜ੍ਹਾ ਲਉ ਕਿ ਤੁਹਾਡੇ ਤੋਂ ਬੋਲਿਆ ਵੀ ਨਾ ਜਾਏ। ਵਰਕਆਊਟ ਤੋਂ ਬਾਦ ਝਪਕੀ ਆਣ ਦਾ ਮਤਲਬ ਹੋਵੇਗਾ ਕਿ ਤੁਸੀਂ ਕਾਫ਼ੀ ਸਖ਼ਤ ਮਿਹਨਤ ਕਰ ਲਈ ਹੈ। ਕਸਰਤ ਤੋਂ ਬਾਦ ਤੁਹਾਨੂੰ ਥੋੜ੍ਹਾ ਚੰਗਾ ਲਗਣਾ ਚਾਹੀਦਾ ਹੈ, ਇੰਝ ਨਹੀਂ ਕਿ ਕਿਸੇ ਨੇ ਸਰੀਰ ਦੀ ਤਾਕਤ ਨਿਚੋੜ ਲਈ ਹੈ।

**ਕਦੋਂ ਰੁਕਣਾ ਹੈ:-** ਤੁਹਾਡਾ ਸਰੀਰ ਖ਼ੁਦ ਥਕਾਵਟ ਦਾ ਸੰਕੇਤ ਦੇਂਦਾ ਹੈ। ਉਸ ਸੰਕੇਤ ਨੂੰ ਸਮਝੋ ਤੇ ਕਸਰਤ ਕਰਨਾ ਬੰਦ ਕਰ ਦਿਉ। ਜੇਕਰ ਪੁੱਠੇ, ਪਿੱਠ, ਪੈਲਵਿਸ, ਛਾਤੀ ਜਾਂ ਸਿਰ ਵਿਚ ਅਚਾਨਕ ਦਰਦ ਹੋਵੇ ਤਾਂ ਡਾਕਟਰ ਨੂੰ ਮਿਲਣ ਵਿਚ ਦੇਰ ਨਾ ਕਰੋ। ਕਸਰਤ ਰੋਕਣ ਤੋਂ ਬਾਅਦ ਵੀ ਦਰਦ ਬਣੀ ਰਹੇ, ਪਿਸ਼ਾਬਦਾਨੀ ਵਿਚ ਸੁੰਗੜਨ ਹੋਵੇ, ਹਲਕਾ ਸਿਰ ਚਕਰਾਏ, ਦਿਲ ਦੀ ਧੜਕਣ ਤੇਜ ਹੋਜਾਏ, ਸਾਹ ਲੈਣ ਵਿਚ ਕਾਫ਼ੀ ਤਕਲੀਫ਼ ਹੋਵੇ, ਚਲਣਾ ਵੀ ਮੁਸ਼ਕਲ ਹੋ ਜਾਏ, ਮਾਸਪੇਸ਼ੀਆਂ ਤੇ ਕਾਬੂ ਨਾ ਰਹੇ, ਅਚਾਨਕ ਸਿਰ ਦਰਦ ਹੋਵੇ, ਹੱਥ-ਪੈਰ ਤੇ ਅੱਡੀਆਂ ਤੇ ਸੋਜਸ਼ ਵੱਧ ਜਾਏ, ਐਮਨੀਓਟਿਕ ਦ੍ਰਵ ਰਿਸਣ ਲਗੇ ਜਾਂ ਯੋਨੀ ਤੋਂ ਖ਼ੂਨ ਰਿਸਾਅ ਹੋਵੇ ਜਾਂ 28ਵੇਂ ਹ਼ਫ਼ਤੇ ਬਾਦ ਬੱਚੇ ਦੀ ਹਲਚਲ ਘੱਟ ਜਾਏ ਜਾਂ ਬੰਦ ਹੋ ਜਾਏ, ਤਾਂ ਵੀ ਡਾਕਟਰ ਨੂੰ ਬੁਲਾਓ। ਦੂਜੀ ਤੇ ਤੀਜੀ ਤਿਮਾਹੀ ਵਿਚ ਤੁਹਾਡੀ ਸਮਰੱਥਾ ਤੇ ਪ੍ਰਦਰਸ਼ਨ ਵਿਚ ਥੋੜ੍ਹੀ ਕਮੀ ਆ ਸਕਦੀ ਹੈ। ਇਹ ਇਕ ਆਮ ਪ੍ਰਕ੍ਰਿਆ ਹੈ।

**ਆਖ਼ਰੀ ਤਿਮਾਹੀ ਵਿਚ:-** ਜ਼ਿਆਦਾਤਰ ਔਰਤਾਂ ਨੂੰ ਲਗਦਾ ਹੈ ਕਿ ਆਖ਼ਰੀ ਤਿਮਾਹੀ ਖ਼ਾਸ ਤੌਰ ਤੇ ਨੌਵੇਂ ਮਹੀਨੇ ਵਿਚ ਉਨ੍ਹਾਂ ਨੂੰ ਥੋੜ੍ਹਾ ਪ੍ਰਦਰਸ਼ਨ ਘਟਾਣਾ ਪੈਂਦਾ ਹੈ ਜਦੋਂ ਸਟ੍ਰੈਚਿੰਗ ਰੂਟੀਨ, ਹਲਕੀ ਚਹਿਲ-ਕਦਮੀ ਜਾਂ ਵਾਟਰ ਵਰਕਆਊਟ ਨਾਲ ਹੀਕਾਫ਼ੀ ਕਸਰਤ ਹੋ ਜਾਂਦੀ ਹੈ। ਜੇਕਰ ਤੁਸੀਂ ਚੰਗੀ ਐਥਲੈਟਿਕ ਸ਼ੇਪ ਵਿਚ ਹੋ ਅਤੇ ਵੱਧ ਔਖੇ ਆਸਣ ਕਰਨਾ ਚਾਹੁੰਦੀ ਹੋ ਤਾਂ ਡਾਕਟਰ ਦੀ ਰਾਏ ਨਾਲ ਆਪਣੀ ਕਸਰਤ ਜਾਰੀ ਰੱਖ ਸਕਦੀ ਹੋ।

**ਚਾਹੇ ਕਸਰਤ ਨਾ ਕਰੋ:-** ਬਿਨਾਂ ਕਿਸੇ ਕੰਮ ਤੋਂ ਲੰਬੇ ਸਮੇਂ ਤਕ ਬੈਠੇ ਰਹਿਣ ਨਾਲ ਵੀ ਤੁਹਾਡੀਆਂ ਲੱਤਾਂ ਦੀਆਂ ਨਸਾਂ ਵਿਚ ਖ਼ੂਨ ਇਕੱਠਾ ਹੋ ਜਾਂਦਾ ਹੈ ਅਤੇ ਪੈਰ ਸੁਜ ਜਾਂਦੇ ਹਨ। ਇਸ ਨਾਲ ਹੋਰ ਵੀ ਕਈ ਤਕਲੀਫ਼ਾਂ ਪੈਦਾ ਹੋ ਸਕਦੀਆਂ ਹਨ। ਜੇਕਰ ਤੁਸੀਂ ਕਈ ਘੰਟੇ ਤਕ ਬੈਠਕੇ ਟੀ.ਵੀ. ਦੇਖ ਰਹੀ ਹੋ ਤਾਂ ਵਿਚ-2 ਬ੍ਰੇਕ ਲਉ। 5-10 ਮਿੰਟ ਤੱਕ ਪੈਦਲ ਚਲੋ। ਸੀਟ ਤੇ ਬੈਠੇ-2 ਹੀ ਥੋੜ੍ਹੇ ਆਸਣ ਕਰੋ। ਡੂੰਘੀ ਸਾਹ ਲਉ, ਥੋੜ੍ਹੀਆਂ ਲੱਤਾਂ ਫੈਲਾਓ, ਆਪਣੇ ਪੈਰਾਂ ਦੀਆਂ ਉਂਗਲੀਆਂ ਘੁਮਾਓ। ਆਪਣੇ ਪੇਟ ਤੇ ਪੁੱਠਿਆਂ ਦੀਆਂ ਮਾਸਪੇਸ਼ੀਆਂ ਸਿੰਗੋੜੋ। ਜੇਕਰਹੱਥਾਂ ਵਿਚ ਵੀ ਸੋਜਸ਼ ਆਉਂਦੀ ਹੋਵੇ ਤਾਂ ਬਾਹਾਂ ਨੂੰ ਸਿਰ ਤੋਂ ਉਪਰ ਲੈ ਜਾਓ। ਵਾਰ-2 ਮੁੱਠੀਆਂ ਖੋਲ੍ਹੋ ਤੇ ਬੰਦ ਕਰੋ।

## ਪੈਲਵਿਕ ਟਿਲਟ

ਇਸ ਨਾਲ ਪੋਸਚਰ ਵਿਚ ਸੁਧਾਰ ਹੋਵੇਗਾ, ਮਾਸਪੇਸ਼ੀਆਂ ਨੂੰ ਮਜਬੂਤੀ ਤੇ ਲੇਬਰ ਵਿਚ ਆਸਾਨੀ ਰਹੇਗੀ। ਆਪਣੀ ਪਿੱਠ ਦੀਵਾਰ ਨਾਲ ਲਗਾ ਕੇਰੀੜ੍ਹ ਦੀ ਹੱਡੀ ਨੂੰ ਸਹਾਰਾ ਦਿਉ। ਸਾਹ ਲੈਂਦੇ ਤੇਛੱਡਦੇ ਸਮੇਂਪਿੱਠ ਦੇ ਹਿੱਸੇ ਨੂੰ ਦੀਵਾਰ ਵੱਲ ਦਬਾਓ। ਸ਼ਿਯਾਟਿਕਾ ਦੇ ਲਈ ਪਿੱਠ ਸਿੱਧੀ ਰੱਖਦੇ ਹੋਏ, ਪੈਲਵਿਸ ਨੂੰ ਇੱਧਰ-ਉਧਰ ਝੁਲਾਓ। ਇਸ ਨੂੰ ਦਿਨ ਵਿਚ ਕਈ ਵਾਰ ਦੁਹਰਾਓ।

## ਬਾਇਸੈਪ ਕਰਲ

ਜੇਕਰ ਪਹਿਲੀ ਵਾਰ ਭਾਰ ਉਠਾ ਰਹੀ ਹੋ ਤਾਂ ਉਸ ਨੂੰ 5 ਪੌਂਡ ਤੋਂ ਸ਼ੁਰੂ ਕਰੋ। 12 ਪੌਂਡ ਤੋਂ ਵੱਧ ਭਾਰ ਕਦੀ ਨਾ ਉਠਾਓ। ਆਪਣੀਆਂ ਲੱਤਾਂ ਮੋਢਿਆਂ ਦੀ ਚੁੜਾਈ ਜਿੰਨੀਆਂ ਖੋਲ੍ਹੋ, ਗੋਡੇ ਜਾਮ ਨਾ ਹੋਣ। ਕੂਹਣੀਆਂ ਅੰਦਰ ਵੱਲ ਤੇ ਛਾਤੀ ਉੱਚੀ ਹੋਵੇ। ਦੋਨੋਂ ਬਾਹਾਂ ਸਾਮ੍ਹਣੇ ਰੱਖਦੇ ਹੋਏ, ਹੱਥਾਂ ਦਾ ਭਾਰ ਮੋਢਿਆਂ ਵੱਲ ਲਿਆਉ ਤੇ ਸਾਹ ਲਉ। ਜਦੋਂ ਭਾਰ ਛਾਤੀ ਵੱਲ ਹੋਜਾਏਤਾਂ ਹੋਲੀ ਜਿਹੇ ਹੇਠਾਂ ਲਿਆਉ ਤੇ ਫਿਰ ਤੋਂ ਦੁਹਰਾਓ। 8 ਤੋਂ 10 ਵਾਰ ਕਰੋ। ਜੇਕਰ ਥਕਾਵਟ ਲਗੇ ਤਾਂ ਬ੍ਰੇਕ ਲੈ ਲਉ। ਮਾਸਪੇਸ਼ੀਆਂ ਵਿਚ ਜਲਨ ਜਿਹੀ ਮਹਿਸੂਸ ਹੋਵੇਗੀ ਪ੍ਰੰਤੂ ਆਪਣੇ ਉਪਰ ਦਬਾਅ ਨਾ ਪਾਓ ਅਤੇ ਨਾ ਹੀ ਸਾਹ ਰੋਕੋ।

## ਲੱਤਾਂ ਉਠਾਣਾ

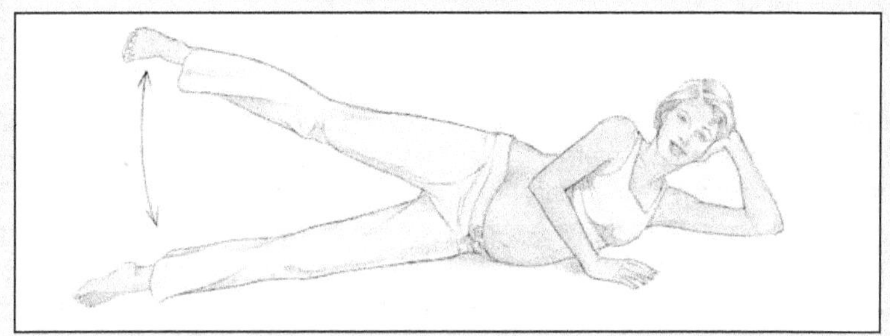

ਇਸ ਵਿਚ ਤੁਹਾਡੇ ਸਰੀਰ ਦੇ ਭਾਰ ਨਾਲ ਹੀ ਪੱਟਾਂ ਦੀਆਂ ਮਾਸਪੇਸ਼ੀਆਂ ਨੂੰ ਟੋਨ ਕੀਤਾ ਜਾਂਦਾ ਹੈ। ਆਪਣੇ ਖੱਬੇ ਪਾਸੇ ਲੇਟੋ। ਮੋਢੇ, ਪੁੱਠੇ ਤੇ ਗੋਡੇ ਇਕ ਹੀ ਸੀਧ ਵਿਚ ਹੋਣ। ਸੱਜਾ ਹੱਥ ਫ਼ਰਸ਼ ਤੇ ਟਿਕਾ ਕੇ ਆਪਣੇ ਸਿਰ ਨੂੰ ਸਹਾਰਾ ਦਿਉ। ਸਾਹ ਲੈਂਦੇ ਹੋਏ ਆਪਣੇ ਖੱਬੇ ਪੈਰ ਨੂੰ ਜਿੰਨਾ ਹੋ ਸਕੇ, ਉੱਚਾ ਲੈ ਜਾਓ, ਫਿਰ ਵਾਪਸ ਲਿਆਉ। ਇਸ ਨੂੰ 10 ਵਾਰ ਕਰਨ ਤੋਂ ਬਾਅਦ ਦੂਜੇ ਲੱਤ ਨਾਲ ਵੀ ਕਰੋ।

## ਟੇਲਰ ਸਟ੍ਰੈਚ

ਲੱਤਾਂ ਮੋੜ ਕੇ ਬੈਠੋ ਤੇ ਸਰੀਰ ਨੂੰ ਖਿਚਾਅ ਦਿਉ। ਇਸ ਨਾਲ ਪੂਰੇ ਸਰੀਰ ਨੂੰ ਆਰਾਮ ਮਿਲੇਗਾ। ਦੋਨੋਂ ਬਾਹਾਂ ਸਿਰ ਤੋਂ ਉੱਚੇਲੈ ਜਾਓ। ਇਕ ਬਾਂਹ ਉਪਰ ਲੈ ਜਾਓ, ਇਕ ਹੇਠਾਂ ਪਈ ਰਹਿਣ ਦਿਉ। ਇਕ ਬਾਂਹ ਉੱਚੀ ਲੈ ਜਾ ਕੇ ਦੂਜੇ ਪਾਸੇ ਝੁੱਕਣ ਦੀ ਕੋਸ਼ਿਸ਼ ਕਰੋ।

# ਉਚਿਤ ਗਰਭਕਾਲ ਆਸਣ ਦੀ ਚੋਣ

ਇਹ ਸੱਚ ਹੈ ਕਿ ਤੁਸੀਂ ਗਰਭਕਾਲ ਵਿਚ ਵਾਟਰ ਸਕੀ ਜਾਂ ਘੋੜਦੌੜ ਮੁਕਾਬਲੇ ਵਿਚ ਹਿੱਸਾ ਨਹੀਂ ਲੈ ਸਕਦੀ। ਪ੍ਰੰਤੂ ਫਿਰ ਵੀ ਕੁਝ ਫਿਟਨੈਸ ਆਸਣ ਤਾਂ ਕਰ ਹੀ ਸਕਦੀ ਹੋ। ਗਰਭਵਤੀ ਔਰਤਾਂ ਦੇ ਲਈ ਕਸਰਤ ਦੇ ਪ੍ਰੋਗਰਾਮ ਚੁਣਨ ਤੋਂ ਪਹਿਲਾਂ ਆਪਣੇ ਡਾਕਟਰ ਤੋਂ ਪੁੱਛ ਲਉ। ਤੁਹਾਨੂੰ ਪਤਾ ਚਲੇਗਾ ਕਿ ਐਸੀ ਹਾਲਤ ਵਿਚ ਕਿੰਨੀਆਂ ਹੀ ਐਸੀਆਂ ਗਤੀ ਵਿਧੀਆਂ ਹਨ, ਜੋ ਤੁਹਾਡੇ ਲਈ ਖ਼ਤਰਨਾਕ ਹੋ ਸਕਦੀਆਂ ਹਨ। ਜਿਵੇਂ ਫੁਟਬਾੱਲ, ਬਾਸਕੇਟਬਾੱਲ, ਸਕੂਬਾ ਡ੍ਰਾਇਵਿੰਗ ਜਾਂ ਫਿਰ ਮਾਊਂਟੇਨ ਬਾਇਕਿੰਗ, ਪ੍ਰੈਗਨੈਂਸੀ ਵਰਕਆਊਟ ਵਿਚ ਕੀ ਕਰੋ ਤੇ ਕੀ ਨਾ ਕਰੋ। ਇਹ ਜਾਣਨ ਦੇ ਲਈ ਹੇਠ-ਲਿਖੇ ਟਿਪਸ ਤੇ ਧਿਆਨ ਦਿਉ:-

**ਟਹਿਲਣਾ:-** ਇਹ ਕਸਰਤ ਤਾਂ ਕਿਤੇਵੀ, ਕਦੀ ਵੀ ਹੋ ਸਕਦੀ ਹੈ। ਤੁਹਾਡੇ ਰੋਜ਼ਾਨਾ ਰੁਝੇਵੇਂ ਵਿਚ ਇਸ ਤੋਂ ਆਸਾਨ ਕਸਰਤ ਹੋ ਹੀ ਨਹੀਂ ਸਕਦੀ। ਯਾਦ ਰੱਖੋ ਕਿ ਕੁੱਤੇ ਨੂੰ ਘੁੰਮਾਣ ਦੇ ਲਈ ਕੀਤੀ ਗਈ ਚਹਿਲਕਦਮੀ ਜਾਂ ਫਿਰ ਬਾਜ਼ਾਰ ਤੋਂ ਸਮਾਨ ਖ਼ਰੀਦ ਲਿਆਣਾ ਵੀ ਇਸ ਵਿਚ ਸ਼ਾਮਲ ਹੈ। ਇਸ ਨੂੰ ਤੁਸੀਂ ਨੌਵੇਂ ਮਹੀਨੇ ਤਕ ਬੇਹਿਚਕ ਜਾਰੀ ਰੱਖ ਸਕਦੀ ਹੋ। ਇਸ ਦੇ ਲਈ ਕਿਸੇ ਯੰਤਰ ਜਿਮ ਦੀ ਮੈਂਬਰਸ਼ਿਪ ਜਾਂ ਫੀਸ ਦੀ ਲੋੜ ਨਹੀਂ ਪੈਂਦੀ। ਬਸ ਤੁਹਾਨੂੰ ਵਧੀਆ ਤੇ ਆਰਾਮਦੇਹ ਜੁਤੇ ਅਤੇ ਕਪੜੇ ਚਾਹੀਦੇ ਹਨ। ਜੇਕਰ ਨਵਾਂ-2 ਘੁੰਮਣਾ ਸ਼ੁਰੂ ਕੀਤਾ ਹੋਵੇਤਾਂ ਜ਼ਿਆਦਾ ਨਾ ਘੁੰਮੋ। ਆਪਣੇ ਦੋਸਤਾਂ, ਪਤੀ ਜਾਂ ਸਾਥੀ ਦੇ ਨਾਲ ਟਹਿਲੋ। ਤੁਸੀਂ ਚਾਹੋ ਤਾਂ ਵਾਕਿੰਗ ਕਲੱਬ ਵੀ ਸ਼ੁਰੂ ਕਰ ਸਕਦੀ ਹੋ। ਮੌਸਮ ਸਾਥ ਨਾ ਦੇ ਤਾਂ ਮਾੱਲ ਵਿਚ ਚਹਿਲਕਦਮੀ ਕਰੋ।

**ਜਾੱਗਿੰਗ:-** ਜੇਕਰ ਤੁਸੀਂ ਅਨੁਭਵੀ ਨਹੀਂ ਹੋ ਤਾਂ ਤੁਹਾਨੂੰ ਆਪਣੀ ਜਾੱਗਿੰਗ ਦਾ ਸਮਾਂ ਤੇ ਦੂਰੀ ਧਿਆਨ ਵਿਚ ਰੱਖਣੇ ਹੋਣਗੇ। ਟ੍ਰੇਡਮਿਲ ਤੇ ਵੀ ਇਸੀ ਗੱਲ ਦਾ ਧਿਆਨ ਰੱਖੋ। ਯਾਦ ਰੱਖੋ ਕਿ ਗਰਭਕਾਲ ਵਿਚ ਲਿਗਾਮੈਂਟ ਤੇ ਜੋੜਾਂ ਦੇ ਢਿੱਲੇਪਨ ਦੇ ਕਾਰਣ, ਦੌੜਨਾ ਮੁਸ਼ਕਲ ਹੋ ਸਕਦਾ ਹੈ ਤੇ ਸੱਟ ਲਗ ਸਕਦੀ ਹੈ। ਇਸ ਲਈ ਇਸ ਨੂੰ ਲੋੜ ਤੋਂ ਵੱਧ ਨਾ ਕਰੋ।

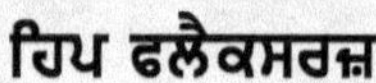

## ਹਿਪ ਫਲੈਕਸਰਜ਼

ਇਨ੍ਹਾਂ ਹੀ ਮਾਸਪੇਸ਼ੀਆਂ ਦੀ ਮਦਦ ਨਾਲ ਤੁਸੀਂ ਗੋਡੇ ਮੋੜਦੇ ਹੋ ਤੇ ਕਮਰ ਝੁਕਾਂਦੇ ਹੋ। ਇਸ ਨਾਲ ਪ੍ਰਸੂਤ ਦੇ ਸਮੇਂ ਕਾਫ਼ੀ ਆਸਾਨੀ ਹੋਵੇ ਗੀ। ਪੌੜੀਆਂ ਦੇ ਹੇਠਲੇ ਹਿੱਸੇ ਤੇ ਖੜੀ ਹੋਵੋ, ਇਕ ਹੱਥ ਨਾਲ ਰੇਲਿੰਗ ਦਾ ਸਹਾਰਾ ਲਉ। ਪਹਿਲੀ ਜਾਂ ਦੂਜੀ ਪੌੜੀ ਤਕ ਇਕ ਪੈਰ ਰੱਖੋ ਤੇ ਗੋਡਾ ਮੋੜੋ। ਇਸ ਦੀ ਲੱਤ ਆਪਣੇ ਪਿੱਛੇ ਰੱਖੋ, ਗੋਡਾ ਸਿੱਧਾ ਤੇ ਪੈਰ ਫ਼ਰਸ਼ ਤੇ ਟਿਕਿਆ ਹੋਵੇ। ਆਪਣੇ ਮੁੜੇ ਗੋਡੇ ਵੱਲ ਝੁਕੋ। ਪਿੱਠ ਸਿੱਧੀ ਰਹੇ। ਸਿੱਧੀ ਲੱਤ ਵਿਚ ਖਿਚਾਅ ਮਹਿਸੂਸ ਹੋਵੇਗਾ। ਇਸੇ ਤਰ੍ਹਾਂ ਲੱਤਾਂ ਬਦਲ ਕੇ ਦੁਹਰਾਓ।

## ਉਕੜੂ ਮੁਦਰਾ

ਇਸ ਮੁਦਰਾ ਨਾਲ ਪੱਟਾਂ ਦੀਆਂ ਮਾਸਪੇਸ਼ੀਆਂ ਟੋਨ ਹੁੰਦੀਆਂ ਹਨ। ਉਕੜੂੰ ਮੁਦਰਾ ਵਿਚ ਡਿਲੀਵਰੀ ਚਾਹੁਣ ਵਾਲੀਆਂ ਔਰਤਾਂ ਇਹ ਕਸਰਤ ਜ਼ਰੂਰ ਕਰਨ। ਆਪਣੀਆਂ ਲੱਤਾਂ ਮੋਢਿਆਂ ਦੀ ਚੁੜਾਈ ਦੇ ਬਰਾਬਰ ਫੈਲਾ ਕੇ ਹੋਲੀ-2 ਹੇਠਾਂ ਬੈਠ ਜਾਓ। 10 ਤੋਂ 30 ਸਕਿੰਟ ਤਕ ਇਸ ਮੁਦਰਾ ਵਿਚ ਰਹੋ। ਫਿਰ ਹੋਲੀ-2 ਖੜੀ ਹੋ ਜਾਓ। 5 ਵਾਰ ਦੁਹਰਾਓ। ਉਂਝ ਆਸਣ ਵਿਚ ਜੋੜਾਂ ਦਾ ਵੀ ਧਿਆਨ ਰੱਖੋ। ਉਨ੍ਹਾਂ ਨੂੰ ਆਸਾਨੀ ਨਾਲ ਸੱਟ ਪਹੁੰਚ ਸਕਦੀ ਹੈ।

**ਕਸਰਤ ਦੀਆਂ ਮਸ਼ੀਨਾਂ:-** ਗਰਭਕਾਲ ਵਿਚ ਟ੍ਰੇਡਮਿਲ, ਐਲਿਪਟੀਕਲਜ਼ ਤੇ ਸਟੇਯਰ ਕਲਾਈਂਬਰਜ਼ ਠੀਕ ਰਹਿੰਦੇ ਹਨ। ਮਸ਼ੀਨ ਦੀ ਗਤੀ, ਝੁਕਾਅ ਤੇ ਤਨਾਅ ਇਸ ਤਰ੍ਹਾਂ ਤੈਅ ਕਰੋ ਕਿ ਉਹ ਤੁਹਾਡੇ ਲਈ ਆਰਾਮਦਾਇਕ ਹੋਣ। ਪਹਿਲਾਂ-2 ਹੌਲੀ-2 ਸ਼ੁਰੂਆਤ ਕਰੋ। ਆਖ਼ਰੀ ਤਿਮਾਹੀ ਵਿਚ ਮਸ਼ੀਨਾਂ ਦਾ ਵਰਕਆਊਟ ਕਾਫ਼ੀ ਸਖ਼ਤ ਹੋ ਸਕਦਾ ਹੈ।

**ਐਰੋਬਿਕਸ:-** ਚੰਗੀ ਸ਼ੇਪ ਵਾਲੇ ਅਨੁਭਵੀ ਐਥਲੀਟ ਗਰਭਕਾਲ ਵਿਚ ਵੀ ਡਾਂਸ ਐਰੋਬਿਕ ਚਾਲੂ ਰੱਖ ਸਕਦੇ ਹਨ। ਆਪਣੇ-ਆਪ ਨੂੰ ਲੋੜ ਤੋਂ ਵੱਧ ਨਾ ਥਕਾਓ। ਜੇਕਰ ਤੁਸੀਂ ਨਵੀਂ ਹੋ ਤਾਂ ਪਾਣੀ ਵਾਲੇ ਆਸਣ ਕਰੋ, ਉਹ ਤੁਹਾਡੇ ਲਈ ਸਹੀ ਰਹਿਣਗੇ।

**ਸਟੈਪ ਰੂਟੀਨ:-** ਜੇਕਰ ਤੁਸੀਂ ਪਹਿਲਾਂ ਤੋਂ ਚੰਗੀ ਸ਼ੇਪ ਵਿਚ ਹੋ ਅਤੇ ਸਟੈਪ ਰੂਟੀਨ ਦਾ ਅਨੁਭਵ ਵੀ ਹੈ, ਤਾਂ ਇਸ ਨੂੰ ਗਰਭਕਾਲ ਵਿਚ ਵੀ ਜਾਰੀ ਰੱਖ ਸਕਦੀ ਹੋ। ਬਸ ਯਾਦ ਰੱਖੋ ਕਿ ਇਨ੍ਹਾਂ ਦਿਨਾਂ ਵਿਚ ਜੋੜਾਂ ਵਿਚ ਆਸਾਨੀ ਨਾਲ ਸੱਟ ਆ ਸਕਦੀ ਹੈ। ਇਸ ਲਈ ਆਪਣੇ ਨੂੰ ਲੋੜ ਤੋਂ ਵੱਧ ਨਾ ਥਕਾਓ। ਕਿਸੇ ਐਸੀ ਉੱਚੀ ਜਗ੍ਹਾ ਤੇ ਪੈਰ ਨਾ ਰੱਖੋ ਜਿਥੋਂ ਗਿਰਣ ਦਾ ਖ਼ਤਰਾ ਰਹਿੰਦਾ ਹੈ। ਇਸ ਲਈ ਐਸੀਆਂ ਗਤੀ-ਵਿਧੀਆਂ ਨਾ ਕਰੋ ਜਿਨ੍ਹਾਂ ਵਿਚ ਸੰਤੁਲਨ ਰੱਖਣਾ ਪੈਂਦਾ ਹੈ।

**ਕਿਕਬਾੱਕਸਿੰਗ:-** ਇਸ ਦੇ ਲਈ ਕਾਫ਼ੀ ਸਖ਼ਤ ਮਿਹਨਤ ਅਤੇ ਗਤੀ ਚਾਹੀਦੀ ਹੈ। ਗਰਭਵਤੀ ਔਰਤ ਦੇ ਲਈ ਇਹ ਦੋਨੋਂ ਹੀ ਠੀਕ ਨਹੀਂ ਹਨ। ਜੇ ਕਰ ਤੁਸੀਂ ਇਸ ਮਾਮਲੇ ਵਿਚ ਕਾਫ਼ੀ ਅਨੁਭਵੀ ਹੋ ਤਾਂ ਇਸ ਦਾ ਥੋੜ੍ਹਾ ਅਭਿਆਸ ਕਰ ਸਕਦੀ ਹੋ। ਨਵੇਂ ਖਿਡਾਰੀਆਂ ਨੂੰ ਤਾਂ ਅਸੀਂ ਮਨ੍ਹਾ ਹੀ ਕਰਾਂਗੇ। ਐਸੀ ਕੋਈ ਗਤੀਵਿਧੀ ਨਾ ਕਰੋ ਜਿਸ ਨਾਲ ਤੁਹਾਡੇ ਤੇ ਦਬਾਅ ਪਵੇ। ਦੂਜੇ ਕਿਕਬਾੱਕਸਰਜ਼ ਤੋਂ ਦੂਰੀ ਰੱਖੋ। ਤੁਸੀਂ ਨਹੀਂ ਚਾਹੋਗੀ ਕਿ ਕੋਈ ਗਲਤੀ ਨਾਲ ਤੁਹਾਡੇਪੇਟ ਤੇਕਿਕ ਲਗਾ ਦੇਵੇ। ਕਲਾਸ ਵਿਚ ਸਭ ਨੂੰ ਪਤਾ ਹੋਣਾ ਚਾਹੀਦਾ ਹੈ ਕਿ ਤੁਸੀਂ ਗਰਭਵਤੀ ਹੋ ਜਾਂ ਫਿਰ ਤੁਸੀਂ ਗਰਭਵਤੀ ਔਰਤਾਂ ਦੀ ਕਲਾਸ ਵਿਚ ਹੀ ਜਾਓ।

**ਤੈਰਾਕੀ ਤੇ ਪਾਣੀ ਵਿਚ ਵਰਕਆਊਟ:-** ਮੰਨਿਆ ਤੁਸੀਂ ਇਨ੍ਹਾਂ ਦਿਨਾਂ ਵਿਚ ਛੋਟੀ ਜਿਹੀ ਬਿਕਨੀ ਪਾਣ ਦੇ ਮੂਡ ਵਿਚ ਨਹੀਂ ਹੋ ਪ੍ਰੰਤੂ ਪਾਣੀ ਵਿਚ ਵਰਕਆਊਟ

## ਕਮਰ ਘੁਮਾਉਣਾ

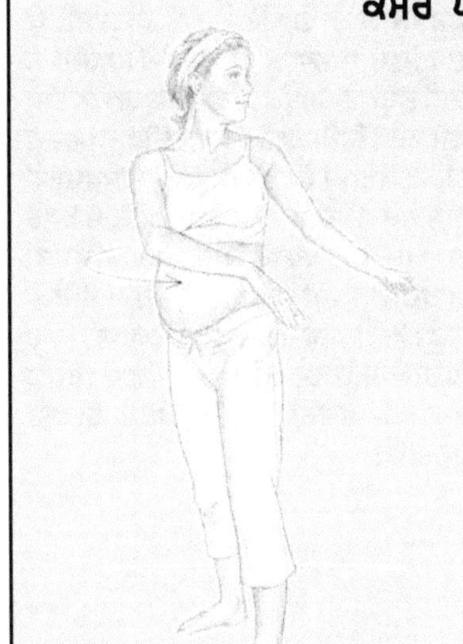

**ਜੇਕਰ ਤੁਸੀਂ ਥੋੜ੍ਹੀ ਦੇਰ ਬੈਠ ਚੁੱਕੀ ਹੋ ਜਾਂ ਫਿਰ ਐਵੇਂ ਹੀ ਬੇਚੈਨੀ ਮਹਿਸੂਸ ਕਰ ਰਹੀ ਹੋ ਤਾਂ ਖ਼ੂਨ ਪ੍ਰਵਾਹ ਵਧਾਉਣ ਵਾਲਾ ਇਹ ਆਸਣ ਕਰੋ। ਦੋਨੋਂ ਲੱਤਾਂ ਫੈਲਾ ਕੇ ਖੜੀ ਹੋਵੋ। ਇਕ ਤੋਂ ਦੂਜੇ ਪਾਸੇ ਹੌਲੀ-ਹੌਲੀ ਮੁੜੋ। ਪਿੱਠ ਸਿੱਧੀ ਰੱਖੋ ਤੇ ਬਾਹਾਂ ਝੁਲਣ ਦਿਉ। ਤੁਸੀਂ ਬੈਠੇ-ਬੈਠੇ ਵੀ ਇਹ ਆਸਣ ਕਰ ਸਕਦੀ ਹੋ।**

ਤੁਹਾਡੇ ਲਈ ਕਾਫ਼ੀ ਫ਼ਾਇਦੇਮੰਦ ਹੈ। ਇਸ ਨਾਲ ਤੁਹਾਡੀ ਮਜਬੂਤੀ ਤੇ ਲਚਕ ਵਧੇਗੀ, ਜੋੜਾਂ ਦਾ ਕੋਈ ਨੁਕਸਾਨ ਨਹੀਂ ਹੋਵੇਗਾ ਅਤੇ ਲੋੜ ਤੋਂ ਵੱਧ ਗਰਮੀ ਲੱਗਣ ਦਾ ਡਰ ਨਹੀਂ ਰਹੇਗਾ। ਲੱਤਾਂ ਤੇ ਪੈਰਾਂ ਦੀ ਸੋਜਸ਼ ਤੇ ਸ਼ਿਯਾਟਿਕਾ ਦੇ ਦਰਦ ਤੋਂ ਰਾਹਤ ਮਿਲੇਗੀ। ਕਈ ਜਗ੍ਹਾ ਪੂਲ ਵਿਚ ਐਰੋਬਿਕਸ ਦੀ ਸੁਵਿਧਾ ਵੀ ਦਿੱਤੀ ਜਾਂਦੀ ਹੈ। ਬਸ ਉਥੇ ਫਿਸਲਣ ਭਰੀ ਜਗ੍ਹਾ ਦਾ ਧਿਆਨ ਰੱਖੋ ਤੇ ਛਲਾਂਗ ਨਾ ਲਗਾਓ, ਕਲੋਰੀਨ ਵਾਲੇ ਪੂਲ ਵਿਚ ਹੀ ਜਾਓ।

**ਆਊਟਡੋਰ ਖੇਡ (ਹਾਈਕਿੰਗ, ਸਕੇਟਿੰਗ, ਬਾਇਸਾਈਕਲਿੰਗ ਤੇ ਸਕੀਇੰਗ):-** ਗਰਭਕਾਲ ਕਿਸੇ ਨਵੇਂ ਖੇਡ ਦੀ ਚੁਣੌਤੀ ਲੈਣ ਦਾ ਸਮਾਂ ਨਹੀਂ ਹੈ, ਖ਼ਾਸ ਤੌਰ ਤੇ ਜਿਸ ਵਿਚ ਵੱਧ ਸੰਤੁਲਨ ਰੱਖਣਾ ਪੈਂਦਾ ਹੈ। ਉਂਝ ਅਨੁਭਵੀ ਖਿਡਾਰੀ ਆਪਣੇ ਅਭਿਆਸ ਨੂੰ ਜਾਰੀ ਰੱਖ ਸਕਦੇਹਨ। ਉਂਝ ਹਾਈਕਿੰਗ ਕਰਦੇ ਸਮੇਂ ਥੋੜ੍ਹਾ ਸਾਵਧਾਨ ਰਹੋ। ਬਾਇਕਿੰਗ ਕਰਦੇ ਸਮੇਂ ਹੈਲਮੈਟ ਪਾਓ, ਫਿਸਲਣ ਭਰੀ ਜਗ੍ਹਾ ਤੇ ਬਾਈਕ ਨਾ ਚਲਾਓ (ਗਿਰਣ ਤੋਂ ਬੱਚੋ) ਰੇਸ ਲਗਾਉਂਦੇ ਸਮੇਂ ਜ਼ਿਆਦਾ ਨਾ ਝੁਕੋ। ਉਂਝ ਵੀ ਇਹ ਸਮਾਂ ਕੋਈ ਰੇਸ ਲਗਾਣ ਦਾ ਨਹੀਂ ਹੈ। ਆਈਸ ਸਕੇਟਿੰਗ ਸ਼ੁਰੂਆਤ ਵਿਚ ਤਾਂ ਕਰ ਸਕਦੀ ਹੋ ਪ੍ਰੰਤੂ ਬਾਅਦ ਵਿਚ ਤੁਹਾਨੂੰ ਸੰਤੁਲਨ ਬਨਾਣ ਵਿਚ ਮੁਸ਼ਕਲ ਹੋ ਸਕਦੀ ਹੈ। ਇਸੇ ਤਰ੍ਹਾਂ ਘੋੜਸਵਾਰੀ ਵਿਚ ਵੀ ਸਾਵਧਾਨ ਰਹੋ। ਕੋਈ ਵੀ ਆਊਟਡੋਰ ਖੇਡ ਕਿਉਂ ਨਾ ਹੋਵੇ, ਖ਼ੁਦ ਨੂੰ ਥਕਾਵਟ ਤੋਂ ਬਚਾਓ।

**ਭਾਰ ਸਿਖਲਾਈ:-** ਭਾਰ ਉਠਾਣ ਨਾਲ ਤੁਹਾਡੀਆਂ ਮਾਸਪੇਸ਼ੀਆਂ ਦੀ ਟੋਨ ਵੱਧ ਸਕਦੀ ਹੈ ਪ੍ਰੰਤੂ ਐਸਾ ਭਾਰ ਨਾ ਉਠਾਓ ਜਿਸ ਵਿਚ ਸਾਹ ਰੋਕਣੀ ਪੈਂਦੀ ਹੈ। ਇਸ ਨਾਲ ਬੱਚੇਦਾਨੀ ਵੱਲ ਖ਼ੂਨ ਪ੍ਰਵਾਹ ਵਿਚ ਰੁਕਾਵਟ ਆਏਗੀ। ਤੁਸੀਂ ਚਾਹੋ ਤਾਂ ਹਲਕਾ ਭਾਰ ਉਠਾ ਸਕਦੀ ਹੋ।

**ਯੋਗ:-** ਯੋਗ ਨਾਲ ਸ਼ਿਥਿਲਤਾ ਆਉਂਦੀ ਹੈ ਤੇ ਕੇਂਦ੍ਰਿਤ ਹੋਣ ਵਿਚ ਮਦਦ ਮਿਲਦੀ ਹੈ। ਇਹ ਗਰਭਕਾਲ ਦੇ ਲਈ ਸਭ ਤੋਂ ਉੱਤਮ ਹੈ। ਇਸ ਲਾਲ ਬੱਚੇ ਨੂੰ ਵੱਧ ਆੱਕਸੀਜਨ ਮਿਲਦੀ ਹੈ। ਸਰੀਰ ਦੀ

## ਛਾਤੀ ਨੂੰ ਖਿੱਚਣਾ

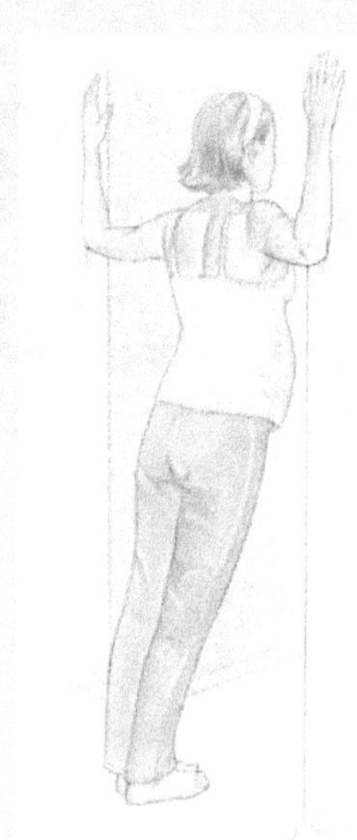

**ਗਰਭਕਾਲ ਤੋਂ ਪੋਸਚਰ ਤੇ ਗੁਰੂਤਾਕਰਸ਼ਣ ਕੇਂਦਰ ਵਿਚ ਬਦਲਾਅ ਆਉਂਦਾ ਹੈ। ਸਰੀਰ ਨੂੰ ਕਈ ਤਰ੍ਹਾਂ ਦੇ ਸਮਝੌਤੇ ਕਰਨੇ ਪੈਂਦੇ ਹਨ।ਨਤੀਜੇ ਵਜੋਂ ਕਈ ਹਿੱਸਿਆਂ ਵਿਚ ਤਕਲੀਫ਼ ਜਾਂ ਦਰਦ ਰਹਿਣ ਲਗਦਾ ਹੈ। ਛਾਤੀ ਦੀਆਂ ਮਾਸਪੇਸ਼ੀਆਂ ਨੂੰ ਹਲਕਾ ਖਿਚਾਅ ਦੇਣ ਨਾਲ ਆਰਾਮ ਆਏਗਾ ਅਤੇ ਖ਼ੂਨ ਪ੍ਰਵਾਹ ਵਿਚ ਸੁਧਾਰ ਹੋਵੇਗਾ। ਆਪਣੇ ਦੋਨੋਂ ਹੱਥ ਦਰਵਾਜੇ ਦੇ ਦੋਨੋਂ ਪਾਸੇਟਿਕਾ ਲਉ। ਅੱਗੇ ਪੱਲ ਹਲਕਾ ਝੁਕ ਕੇ ਛਾਤੀ ਵਿਚ ਖਿਚਾਅ ਮਹਿਸੂਸ ਕਰੋ। 10 ਤੋਂ 20 ਸਕਿੰਟ ਤਕ ਇਸ ਮੁਦਰਾ ਵਿਚ ਰਹੋ ਅਤੇ 5 ਵਾਰ ਦੁਹਰਾਓ।**

ਲਚਕ ਵੱਧਦੀ ਹੈ। ਡਿਲੀਵਰੀ ਤੇ ਪ੍ਰੈਗਨੈਂਸੀ ਦੋਨੋਂ ਹੀ ਕਾਫ਼ੀ ਆਸਾਨ ਹੋ ਜਾਂਦੇ ਹਨ। ਐਸੀ ਕਲਾਸ ਚੁਣੋਂ, ਜਿਥੇ ਗਰਭਵਤੀ ਔਰਤਾਂ ਨੂੰ ਹੀ ਯੋਗ ਸਿਖਾਇਆ ਜਾਂਦਾ ਹੋਵੇ ਕਿਉਂਕਿ ਸਮਾਂ ਵੱਧਣ ਦੇ ਨਾਲ-2 ਮੁਦਰਾਵਾਂ ਵਿਚ ਥੋੜ੍ਹਾ ਬਦਲਾਅ ਲਿਆਣਾ ਪੈਂਦਾ ਹੈ।

**ਨੋਟ:**- ਬਿਕ੍ਰਮ ਯੋਗ ਨਾ ਕਰੋ ਕਿਉਂਕਿ ਇਹ ਗਰਮ ਤਾਪਮਾਨ ਵਿਚ ਕੀਤਾ ਜਾਂਦਾ ਹੈ।

**ਪਿਲੈਟ੍ਰਮ:**- ਇਹ ਵੀ ਯੋਗ ਦੀ ਤਰ੍ਹਾਂ ਹੀ ਹੁੰਦਾ ਹੈ। ਇਸ ਨਾਲ ਵੀ ਮਾਸਪੇਸ਼ੀਆਂ ਦੀ ਲਚਕ ਤੇ ਤਾਕਤ ਵੱਧਦੀ ਹੈ। ਤੁਹਾਡੇ ਪੋਸਚਰ ਵਿਚ ਸੁਧਾਰ ਹੁੰਦਾ ਹੈ ਤੇ ਪਿੱਠ ਦਰਦ ਵਿਚ ਆਰਾਮ ਮਿਲਦਾ ਹੈ। ਗਰਭਵਤੀ ਔਰਤਾਂ ਦੀ ਕਲਾਸ ਵਿਚ ਜਾਓ ਜਾਂ ਟੀਚਰ ਨੂੰ ਦਸ ਦਿਉ ਕਿ ਤੁਸੀਂ ਗਰਭ ਤੋਂ ਹੋ।

**ਤਾਈ ਚੀ:**- ਇਹ ਧਿਆਨ ਦੀ ਇਕ ਪ੍ਰਾਚੀਨ ਪ੍ਰਣਾਲੀ ਹੈ। ਇਸ ਦੀਆਂ ਹੋਲੀ ਪ੍ਰਕ੍ਰਿਆਵਾਂ ਨਾਲ ਸਰੀਰ ਨੂੰ ਕੋਈ ਸੱਟ ਨਹੀਂ ਪਹੁੰਚਦੀ ਪ੍ਰੰਤੂ ਸਰੀਰ ਨੂੰ ਮਜਬੂਤੀ ਮਿਲਦੀ ਹੈ। ਜੇਕਰ ਤੁਸੀਂ ਇਸ ਖੇਤਰ ਦੀ ਅਨੁਭਵੀ ਹੋ ਤਾਂ ਗਰਭਕਾਲ ਵਿਚ ਵੀ ਇਸ ਨੂੰ ਜਾਰੀ ਰੱਖ ਸਕਦੀ ਹੋ। ਗਰਭਵਤੀ ਔਰਤਾਂ ਦੀ ਕਲਾਸ ਵਿਚ ਹੀ ਜਾਓ ਤੇ ਐਸੀਆਂ ਮੁਦਰਾਵਾਂ ਹੀ ਕਰੋ ਜਿਨ੍ਹਾਂ ਵਿਚ ਤੁਸੀਂ ਆਸਾਨੀ ਨਾਲ ਸੰਤੁਲਨ ਬਣਾ ਸਕੋ।

**ਸ਼ਵਾਸ ਕ੍ਰਿਆ:**- ਮੰਨੋ ਜਾਂ ਨਾ ਮੰਨੋ, ਜੇਕਰ ਸਹੀ ਤਰੀਕੇ ਨਾਲ ਕੀਤੀ ਜਾਏ ਤਾਂ ਸ਼ਵਾਸ ਕ੍ਰਿਆ ਵੀ ਇਕ ਕਸਰਤ ਬਣ ਸਕਦੀ ਹੈ। ਡੂੰਘੀ ਸਾਹ ਲੈਣ ਨਾਲ ਸਰੀਰ ਦੇ ਪ੍ਰਤੀ ਸਜੱਗਤਾ ਵੱਧਦੀ ਹੈ। ਤੁਸੀਂ ਵੱਧ ਮਾਤਰਾ ਵਿਚ ਆੱਕਸੀਜਨ ਲੈਂਦੀ ਹੋ। ਸਿੱਧਾ ਬੈਠਕੇ ਆਪਣੇ ਦੋਨੋਂ ਹੱਥ ਪੇਟ ਤੇ ਰੱਖੋ। ਸਾਹ ਲੈਂਦੇ ਤੇ ਛੱਡਦੇ ਸਮੇਂ ਪੇਟ ਦਾ ਗਿਰਨਾ ਤੇ ਉਠਣਾ ਮਹਿਸੂਸ ਕਰੋ। ਨੱਕ ਤੋਂ ਸਾਹ ਲਉ ਤੇ ਮੂੰਹ ਨਾਲ ਛੱਡੋ। ਗਿਣਦੇ ਹੋਏ ਆਪਣੀ ਸਾਹ ਤੇ ਧਿਆਨ ਇਕਾਗ੍ਰ ਕਰੋ। ਸਾਹ ਲੈਂਦੇ ਸਮੇਂ 4 ਤਕ ਤੇ ਸਾਹ ਛੱਡਦੇ ਸਮੇਂ 6 ਤੱਕ ਗਿਣੋ। ਹਰਰੋਜ਼ ਸ਼ਵਾਸ ਤੇ ਧਿਆਨ ਕੇਂਦ੍ਰਿਤ ਕਰਨ ਦਾ ਅਭਿਆਸ ਕਰੋ।

## ਜੇਕਰ ਤੁਸੀਂ ਕਸਰਤ ਨਹੀਂ ਕਰਦੀ

ਉਂਝ ਤਾਂ ਗਰਭਕਾਲ ਵਿਚ ਕਸਰਤ ਕਾਫ਼ੀ ਫ਼ਾਇਦੇ ਮੰਦ ਹੁੰਦੀ ਹੈ ਪ੍ਰੰਤੂ ਜੇਕਰ ਤੁਸੀਂ ਕਿਸੇ ਮਜਬੂਰੀ ਜਾਂ ਸਮੇਂ ਦੀ ਕਮੀ ਕਾਰਣ ਕਸਰਤ ਨਹੀਂ ਕਰਦੀ ਤਾਂ ਕੋਈ ਗੱਲ ਨਹੀਂ। ਡਾਕਟਰ ਦੀ ਗੱਲ ਮੰਨ ਕੇ ਵੀ ਤੁਸੀਂ ਬੱਚੇ ਦਾ ਹੀ ਧਿਆਨ ਰੱਖ ਰਹੀ ਹੋ। ਜੇ ਕਰ ਤੁਹਾਡਾ ਕੋਈ ਮਿਸਕੈਰਿਜ, ਸਮੇਂ ਤੋਂ ਪਹਿਲਾਂ ਡਿਲੀਵਰੀ, ਸਰਵਿਕਸ ਵਿਚ ਕਮੀ, ਦੂਜੀ-ਤੀਜੀ ਤਿਮਾਹੀ ਵਿਚ ਖ਼ੂਨ ਰਿਸਾਅ। ਦਿਲ ਦਾ ਰੋਗ ਜਾਂ ਪ੍ਰੀਕਲੈਂਪਸਿਆ ਦੀ ਪੂਰਵ ਮੈਡੀਕਲ ਹਿਸਟਰੀ ਰਹੀ ਹੈ ਤਾਂ ਉਹ ਤੁਹਾਨੂੰ ਕਸਰਤ ਕਰਨ ਦੀ ਇਜਾਜ਼ਤ ਨਹੀਂ ਦੇਣਗੇ।

ਜੇਕਰ ਤੁਸੀਂ ਜੁੜਵਾਂ ਨੂੰ ਜਨਮ ਦੇਣ ਵਾਲੀ ਹੋ, ਵੱਧ ਬਲੱਡਪ੍ਰੈਸ਼ਰ, ਥਾਯਰਾਇਡ, ਅਨੀਮੀਆ ਜਾਂ ਕਿਸੀ ਦੂਜੇ ਰੋਗ ਤੋਂ ਪੀੜ੍ਹਿਤ ਹੋ, ਤੁਹਾਡਾ ਭਾਰ ਲੋੜ ਤੋਂ ਵੱਧ ਜਾਂ ਘੱਟ ਹੈ, ਹੁਣ ਤਕ ਕਾਫ਼ੀ ਆਰਾਮਦਾਇਕ ਜੀਵਨਸ਼ੈਲੀ ਨੀਤੀ ਆਈ ਹੈ ਤਾਂ ਵੀ ਕਸਰਤ ਦੀ ਮਨਾਹੀ ਹੋ ਸਕਦੀਹੈ। ਕੁਝ ਕੇਸਾਂ ਵਿਚ ਕੁਝ ਗਿਣੇ-ਚੁਣੇ ਆਸਣ ਕਰਨ ਦੀ ਹੀ ਇਜਾਜ਼ਤ ਦਿੱਤੀ ਜਾਂਦੀ ਹੈ। ਗਰਭਕਾਲ ਵਿਚ ਕੋਈ ਵੀ ਕਸਰਤ ਕਰਨ ਤੋਂ ਪਹਿਲਾਂ ਡਾਕਟਰ ਦੀ ਰਾਏ ਲੈਣਾ ਨਾ ਭੁੱਲੋ।

■ ■ ■

# ਪੰਜਵਾਂ ਮਹੀਨਾ

## ਲਗਭਗ 18 ਤੋਂ 22 ਹਫ਼ਤੇ

**ਹੁਣ ਤੋਂ ਕੁਝ ਸਮਾਂ ਪਹਿਲਾਂ ਜਿਸ ਦਾ ਕੋਈ ਵਜੂਦ ਤਕ ਨਹੀਂ ਸੀ, ਉਹੀ ਹੁਣ ਇਕ ਸੁੰਦਰ ਜਿਹਾ ਆਕਾਰ ਲੈ ਚੁੱਕਾ ਹੈ। ਹੁਣ ਬਹੁਤ ਜਲਦੀ ਬੱਚੇਦੀ ਹਲਚਲ ਤੁਸੀਂ ਸੁਣ ਸਕੋਗੀ। ਤੁਹਾਡੇ ਪੇਟ ਦਾ ਗੋਲ ਉਭਾਰ ਤੁਹਾਨੂੰ ਗਰਭਕਾਲ ਦੀ ਹਕੀਕਤ ਵੱਲ ਨੇੜੇ ਲੈ ਜਾਏਗਾ। ਹਾਲਾਂਕਿ ਹਾਲੇ ਬੱਚਾ ਤੁਹਾਡੀ ਨਰਸਰੀ ਵਿਚ ਨਹੀਂ ਹੈ ਪ੍ਰੰਤੂ ਇਹ ਅਹਿਸਾਸ ਹੀ ਕਾਫ਼ੀ ਹੈ ਕਿ ਬਹੁਤ ਜਲਦੀ ਉਹ ਉਥੇਂ ਖੇਡੇਗਾ।**

### ਇਸ ਮਹੀਨੇ ਤੁਹਾਡੇ ਬੱਚੇ ਦਾ ਵਿਕਾਸ

**18ਵਾਂ ਹਫ਼ਤਾ:-** ਹੁਣ ਤੁਹਾਡਾ ਬੱਚਾ ਕਰੀਬ 5 1/2'' ਲੰਬਾ ਅਤੇ ਭਾਰ ਵਿਚ 5 ਔਂਸ ਦਾ ਹੋ ਗਿਆ ਹੈ। ਇਹ ਚਿਕਨ ਬ੍ਰੈਸਟ ਜਿੰਨਾ ਹੈ ਪ੍ਰੰਤੂ ਉਸ ਤੋਂ ਕਿਤੇ ਵੱਧ ਪਿਆਰਾ ਹੈ। ਤੁਹਾਨੂੰ ਉਸ ਦੀਆਂ ਲੱਤਾਂ, ਮੁੱਕਿਆਂ ਅਤੇ ਹਲਚਲਾਂ ਤੋਂ ਇਸ ਗੱਲ ਦਾ ਅੰਦਾਜਾ ਹੋ ਹੀ ਗਿਆ ਹੋਵੇਗਾ। ਹੁਣ ਉਸ ਨੂੰ ਜੰਬਾਈ ਅਤੇ ਚਿਹਕੀ ਲੈਣਾ ਵੀ ਆ ਗਿਆ ਹੈ। ਸ਼ਾਇਦ ਤੁਸੀਂ ਉਸ ਦੀਆਂ ਹਿਚਕੀਆਂ ਮਹਿਸੂਸ ਕਰ ਸਕਦੀ ਹੋ। ਉਸ ਦੇ ਹੱਥਾਂ ਤੇ ਪੈਰਾਂ ਦੀ ਅਨੋਖੀ ਛਾਪ ਤਿਆਰ ਹੋਗਈ ਹੈ।

आपका चार महीने का बच्चा

**19ਵਾਂ ਹਫ਼ਤਾ:-** ਇਸ ਹਫ਼ਤੇ ਤੁਹਾਡੇ ਬੱਚੇ ਦੀ ਲੰਬਾਈ 6'' ਅਤੇ ਭਾਰ ਕਰੀਬ ਅੱਧਾ ਪੌਂਡ ਹੈ। ਇਸ ਹਫ਼ਤੇ ਉਹ ਇਕ ਫਲ ਦੀ ਤਰ੍ਹਾਂ ਹੈ? ਉਹ ਇਕ ਵੱਡੇ ਆਕਾਰ ਦਾ ਅੰਬ ਬਣ ਗਿਆ ਹੈ। ਗ੍ਰਿਸੀ ਚੀਜ਼ ਵਿਚ ਡੁਬਿਆ ਅੰਬ। ਇਕ ਗ੍ਰਿਸੀ ਸਫ਼ੇਦ ਪਦਾਰਥ ਉਸ ਦੀ ਚਮੜੀ ਨੂੰ ਘੇਰੇ ਹੋਏ ਹੈ, ਜੋ ਉਸ ਨੂੰ ਐਮਨਿਓਟਿਕ ਦ੍ਰਵ ਤੋਂ ਬਚਾਂਦਾ ਹੈ। ਇਸ ਸੁਰੱਖਿਆ ਤੋਂ ਬਿਨਾਂ, ਬੱਚਾ ਜਨਮ ਤੋਂ ਬਾਦ ਕਾਫ਼ੀ ਝੁਰਰੀਦਾਰ ਲਗਦਾ ਹੈ। ਡਿਲੀਵਰੀ ਤੋਂ ਪਹਿਲਾਂ ਇਹ ਕੋਟਿੰਗ ਹਟ ਜਾਂਦੀ ਹੈ ਪ੍ਰੰਤੂ ਕੁਝ ਬੱਚੇ ਜੋ ਸਮੇਂ ਤੋਂ ਪਹਿਲਾਂ ਜਨਮ ਲੈਂਦੇ ਹਨ, ਉਹ ਇਸ ਕੋਟਿੰਗ ਦੇ ਅੰਦਰ ਹੀ ਹੁੰਦੇ ਹਨ।

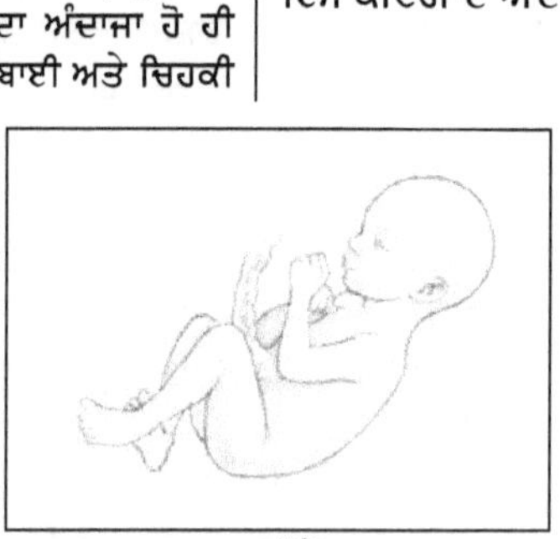

**20ਵਾਂ ਹਫ਼ਤਾ:-** ਇਸ ਹਫ਼ਤੇ ਤੁਹਾਡੇ ਖਰਬੂਜੇ ਦੇ ਆਕਾਰ ਦੇ ਪੇਟ ਵਿਚ ਕੈਂਟਾਲੋਪ ਜਿੰਨਾ ਵੱਡਾ ਬੱਚਾ ਪਲ ਰਿਹਾ ਹੈ ਜੋ ਕਿ ਕਰੀਬ 6 1/2'' ਲੰਬਾ ਅਤੇ 10 ਔਂਸ ਦਾ ਹੈ। ਅਲਟ੍ਰਾਸਾਊਂਡ ਦੀ ਮਦਦ ਨਾਲ, ਇਸ ਮਹੀਨੇ ਬੱਚੇ ਦੇ ਲਿੰਗ ਦਾ ਪਤਾ ਲਗਾਇਆ ਜਾ ਸਕਦਾ ਹੈ। ਜੇਕਰ ਉਹ ਲੜਕੀ ਹੈ ਤਾਂ ਉਸ ਦੀ ਬੱਚੇ

ਦਾਨੀ ਪੂਰੀ ਤਰ੍ਹਾਂ ਬਣ ਚੁਕੀ ਹੈ, ਉਸ ਦੀ ਓਵਰੀਜ਼ ਵੀ ਹਨ। ਯੋਨੀ ਰਾਹ ਵੀ ਤਿਆਰ ਹੋ ਰਿਹਾ ਹੈ। ਜੇ ਕਰਉਹ ਲੜਕਾ ਹੈ ਤਾਂ ਉਸ ਦੇ ਗੁਪਤ ਅੰਗ ਤਿਆਰ ਹੋ ਰਹੇ ਹਨ। ਬੱਚੇ ਦੇ ਕੋਲ ਤੁਹਾਡੀ ਕੁੱਖ ਵਿਚ ਉਛਲਣ-ਕੁੱਦਣ, ਕਲਾਬਾਜੀ ਖਾਣ ਤੇ ਪਲਟਣ ਦੇ ਲਈ ਕਾਫ਼ੀ ਜਗ੍ਹਾ ਹੈ। ਆਣ ਵਾਲੇ ਕੁਝ ਹਫ਼ਤੇ ਵਿਚ ਤੁਸੀਂ ਜ਼ਿਆਦਾ ਵਧੀਆ ਤਰੀਕੇ ਨਾਲ ਇਸ ਨੂੰ ਮਹਿਸੂਸ ਕਰ ਸਕੋਗੀ।

**21ਵਾਂ ਹਫ਼ਤਾ**:- ਇਸ ਹਫ਼ਤੇ ਬੱਚੇ ਦਾ ਆਕਾਰ ਕੀ ਹੈ? ਉਹ ਕਰੀਬ 7'' ਲੰਬਾ ਅਤੇ 11 ਔਂਸ ਦਾ ਹੈ। ਜੇਕਰ ਤੁਸੀਂ ਚਾਹੁੰਦੀ ਹੋ ਕਿ ਬੱਚੇ ਨੂੰ ਕੇਲੇ ਚੰਗੇ ਲੱਗਣ ਤਾਂ ਇਸ ਮਹੀਨੇ ਤੋਂ ਖਾਣਾ ਸ਼ੁਰੂ ਕਰ ਦਿਉ ਕਿਉਂ ਐਮਨਿਓਟਿਕ ਦ੍ਰਵ, ਹਰ ਰੋਜ਼ ਤੁਹਾਡੇ ਭੋਜਨ ਦੇ ਹਿਸਾਬ ਨਾਲ ਬਦਲੇਗਾ। ਬੱਚਾ ਹਰ ਰੋਜ਼ ਉਸ ਨੂੰ ਹੀ ਖਾ ਕੇ ਨਿਗਲਣ ਤੇ ਪਚਾਉਣ ਦਾ ਅਭਿਆਸ ਕਰ ਰਿਹਾ ਹੈ। ਤੁਸੀਂ ਜੋ ਵੀ ਖਾ ਰਹੀ ਹੋ, ਉਸ ਦਾ ਸਵਾਦ ਉਸ ਨੂੰ ਵੀ ਮਿਲ ਰਿਹਾ ਹੈ। ਉਸ ਦੇ ਹੱਥ-ਪੈਰ ਪੂਰੀ ਤਰ੍ਹਾਂ ਸੰਤੁਲਨ ਵਿਚ ਹਨ। ਦਿਮਾਗ ਤੇ ਮਾਸਪੇਸ਼ੀਆਂ ਦੇ ਵਿਚ ਨਿਊਰਾੱਨ ਜੁੜ ਗਏ ਹਨ। ਹੁਣ ਉਨ੍ਹਾਂ ਦੀ ਹਲਚਲ ਪਹਿਲਾਂ ਤੋਂ ਕਿਤੇ ਵੱਧ ਠੋਸ ਹੋਵੇਗੀ।

**22ਵਾਂ ਹਫ਼ਤਾ**:- ਇਸ ਹਫ਼ਤੇ, ਬੱਚੇ ਦਾ ਭਾਰ 1 ਪੌਂਡ ਅਤੇ ਲੰਬਾਈ ਕਰੀਬ 8'' ਹੋਵੇਗੀ। ਉਹ ਇਕ ਛੋਟੀ ਜਿਹੀ ਗੁਡੀ ਜਿੰਨਾ ਹੈ ਪ੍ਰੰਤੂ ਤੁਹਾਡੀ ਇਸ ਗੁਡੀ ਦੀਆਂ ਸਾਰੀਆਂ ਇੰਦਰੀਆਂ ਵਿਕਸਿਤ ਹੋ ਰਹੀਆਂ ਹਨ। ਉਹ ਹੁਣੇ ਤੋਂ ਤੁਹਾਡੇ ਵਾਲ ਖਿੱਚਣ ਦਾ ਅਭਿਆਸ ਕਰਨ ਲਗੀ ਹੈ। ਹਾਲਾਂਕਿ ਉਥੇ ਕਾਫ਼ੀ ਹਨੇਰਾ ਹੈ ਪ੍ਰੰਤੂ ਬੱਚਾ ਹਨੇਰੇ ਤੇ ਉਜਾਲੇ ਦਾ ਥੋੜ੍ਹਾ-ਬਹੁਤ ਫਰਕ ਸਮਝਣ ਲਗਾ ਹੈ। ਜੇਕਰ ਤੁਸੀਂ ਪੇਟ ਤੇ ਫਲੈਸ਼ਲਾਈਟ ਜਲਾਓਗੀ ਤਾਂ ਬੱਚਾ ਪ੍ਰਤਿਕ੍ਰਿਆ ਦੇਵੇਗਾ ਅਤੇ ਰੋਸ਼ਨੀ ਤੋਂ ਪਰੇ ਹੋਣ ਦੀ ਕੋਸ਼ਿਸ਼ ਕਰੇਗਾ। ਬੱਚਾ ਤੁਹਾਡੇ ਤੇ ਤੁਹਾਡੇ ਪਤੀ ਦੀ ਆਵਾਜ਼ ਪੇਟ ਦੀ ਗੜਗੜਾਹਟ, ਖ਼ੂਨ ਪ੍ਰਵਾਹ ਦਾ ਸੁਰ, ਤੁਹਾਡੇ ਦਿਲ ਦੀ ਧੜਕਣ, ਟੀ.ਵੀ. ਦੀ ਤੇਜ ਆਵਾਜ, ਤੇਜ ਸਾਇਰਨ ਤੇ ਕੁੱਤੇ ਦੇ ਭੌਂਕਣ ਦਾ ਸੁਰ ਇਹ ਸਭ ਕੁਝ ਸੁਣ ਸਕਦਾ ਹੈ। ਉਸ ਨੂੰ ਕੀ ਖਾਣਾ ਹੈ? ਉਹੀ ਸਭ ਜੋ ਤੁਸੀਂ ਉਸ ਨੂੰ ਖਿਲਾਣਾ ਚਾਹੋਗੀ ਤਾਂ ਫਿਰ ਝਟ ਤੋਂ ਸਲਾਦ ਦੀ ਪਲੇਟ ਸਾਮ੍ਹਣੇ ਲੈ ਆਓ ਅਤੇ ਖਾਣਾ ਸ਼ੁਰੂ ਕਰ ਦਿਉ।

# ਤੁਸੀਂ ਕੀ ਮਹਿਸੂਸ ਕਰ ਸਕਦੀ ਹੋ?

ਹਮੇਸ਼ਾਂ ਦੀ ਤਰ੍ਹਾਂ ਯਾਦ ਹੈ ਨਾ, ਹਰ ਗਰਭਕਾਲ ਤੇ ਗਰਭਵਤੀ ਔਰਤ ਆਪਣੇ-ਆਪ ਵਿਚ ਵੱਖ ਹੁੰਦੀ ਹੈ। ਹੋ ਸਕਦਾ ਹੈ ਕਿ ਤੁਸੀਂ ਇਕ ਹੀ ਵਾਰ ਵਿਚ ਇਹ ਸਭ ਲੱਛਣ ਮਹਿਸੂਸ ਕਰ ਰਹੀ ਹੋਵੇ ਜਾਂ ਇਨ੍ਹਾਂ ਵਿਚੋਂ ਕੁਝ ਲੱਛਣ ਮਹਿਸੂਸ ਕਰ ਰਹੀ ਹੋਵੇ। ਕੁਝ ਲੱਛਣ ਐਸੇ ਹੋਣਗੇ ਜਿਨ੍ਹਾਂ ਦੀ ਤੁਸੀਂ ਆਦੀ ਹੋ ਗਈ ਹੋਵੋਗੀ। ਉਂਝ ਇਸ ਮਹੀਨੇ ਤੁਸੀਂ ਹੇਠ-ਲਿਖੇ ਲੱਛਣਾਂ ਦੀ ਉਮੀਦ ਰੱਖ ਸਕਦੀ ਹੋ :-

## ਸਰੀਰਕ

- ਵੱਧ ਊਰਜਾ
- ਭਰੂਣ ਦੀ ਹਲਚਲ
- ਯੋਨੀਰਿਸਾਅ ਵਿਚ ਵਾਧਾ
- ਪੇਟ ਦੇ ਹੇਠਲੇ ਹਿੱਸੇ ਤੇ ਕਿਨਾਰਿਆਂ ਵਿਚ ਦਰਦ
- ਕਬਜ
- ਛਾਤੀ ਵਿਚ ਜਲਨ, ਅਪਾਚਣ, ਅਫ਼ਾਰਾ
- ਕਦੀ-2 ਸਿਰ ਵਿਚ ਦਰਦ, ਸਿਰ ਚਕਰਾਣਾ
- ਪਿੱਠ ਵਿਚ ਦਰਦ
- ਨੱਕ ਤੇ ਕੰਨ ਵਿਚ ਗੰਦਗੀ, ਕਦੀ-2 ਨੱਕ ਤੋਂ ਖ਼ੂਨ ਆਉਣਾ
- ਬੁਰਸ਼ ਕਰਦੇ ਸਮੇਂ ਮਸੂੜਿਆਂ ਤੋਂ ਖ਼ੂਨ ਆਉਣਾ
- ਖ਼ੁਲ੍ਹ ਕੇ ਭੁੱਖ ਲਗਣਾ
- ਲੱਤਾਂ ਵਿਚ ਦਰਦ
- ੜੀਆਂ, ਪੈਰਾਂ, ਚਿਹਰੇ ਤੇ ਹੱਥਾਂ ਤੇ ਹਲਕੀ ਸੋਜਸ਼
- ਲੱਤਾਂ ਦੀ ਵੈਰੀਕੋਜ਼ ਵੇਨਜ਼
- ਚਮੜੀ, ਪੇਟ ਜਾਂ ਚਿਹਰੇ ਦੇ ਰੰਗ ਵਿਚ ਬਦਲਾਅ
- ਨਾਭੀ ਵਿਚ ਉਭਾਰ
- ਦਿਲ ਦੀ ਧੜਕਣ ਤੇਜ ਹੋਣਾ
- ਆਰਗੇਜ਼ਮ ਵਿਚ ਅਸਾਨੀ ਜਾਂ ਫਿਰ ਮੁਸ਼ਕਲ

## ਇਕ ਨਜ਼ਰ

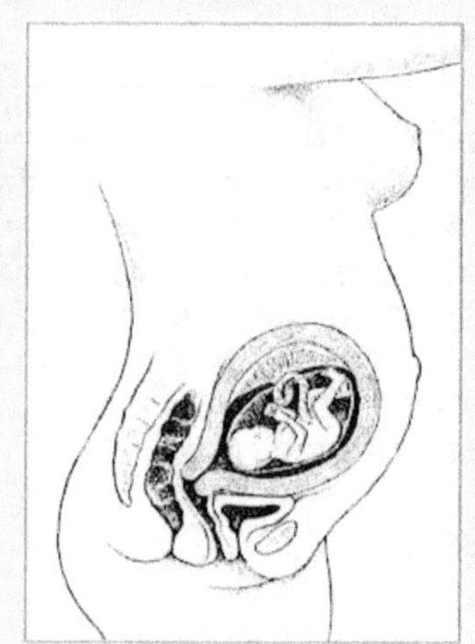

**ਅੱਧਾ ਗਰਭਕਾਲ ਬੀਤ ਚੁੱਕਾ ਹੈ। ਕਰੀਬ 20ਵੇ ਹਫ਼ਤੇ ਵਿਚ ਬੱਚੇਦਾਨੀ ਤੁਹਾਡੀ ਨਾਭੀ ਨੂੰ ਛੂਹੇ ਗੀ। ਇਸ ਮਹੀਨੇ ਦੇ ਅੰਤ ਵਿਚ ਬੱਚੇਦਾਨੀ, ਨਾਭੀ ਤੋਂ ਕਰੀਬ 1'' ਉਪਰ ਹੋਵੇਗੀ ਭਾਵ ਹੁਣ ਤੁਸੀਂ ਕਿਸੇ ਤੋਂ ਛੁਪਾ ਨਹੀਂ ਸਕਦੀ ਕਿ ਤੁਸੀਂ ਗਰਭਵਤੀ ਹੋ।**

## ਭਾਵਨਾਤਮਕ

- ਗਰਭਕਾਲ ਦੀ ਅਸਲੀਅਤ ਦਾ ਗਿਆਨ
- ਮੂਡ ਦੇ ਉਤਾਰ-ਚੜ੍ਹਾਅ ਵਿਚ ਕਮੀ
- ਦਿਮਾਗ ਤੇ ਮਨ ਦਾ ਭਟਕਣਾ

ਇਸ ਮਹੀਨੇ ਡਾਕਟਰ ਹੇਠ-ਲਿਖੀ ਜਾਂਚ ਕਰ ਸਕਦੇ ਹਨ।

ਉਂਝ ਇਹ ਕਾਫ਼ੀ ਹੱਦ ਤੱਕ ਤੁਹਾਡੀ ਹਾਲਤ ਤੇ ਡਾਕਟਰ ਦੀ ਜਾਂਚ ਸ਼ੈਲੀ ਤੇ ਵੀ ਨਿਰਭਰ ਕਰਦਾ ਹੈ।

- ਭਾਰ ਤੇ ਬਲੱਡਪ੍ਰੈਸ਼ਰ
- ਪਿਸ਼ਾਬ, ਸ਼ੂਗਰ ਤੇ ਪ੍ਰੋਟੀਨ ਦੇ ਲਈ
- ਭਰੂਣ ਦੇ ਦਿਲ ਦੀ ਧੜਕਣ
- ਬਾਹਰ ਤੋਂ ਬੱਚੇਦਾਨੀ ਦੇ ਆਕਾਰ ਦੀ ਜਾਂਚ
- ਬੱਚੇਦਾਨੀ ਦੀ ਉਚਾਈ
- ਕੁਝ ਖ਼ਾਸ ਲੱਛਣ
- ਤੁਹਾਡੇ ਪ੍ਰਸ਼ਨ ਤੇ ਉਤਸੁਕਤਾਵਾਂ

# ਤੁਸੀਂ ਕੀ ਸੋਚ ਰਹੀ ਹੋਵੋਗੀ?

## ਗਰਮੀ ਲਗਣਾ

**''ਮੈਨੂੰ ਹਮੇਸ਼ਾਂ ਗਰਮੀ ਲਗਦੀ ਹੈ ਅਤੇ ਪਸੀਨਾ ਆਉਂਦਾ ਹੈ ਜਦੋਂਕਿ ਬਾਕੀ ਸਭ ਨੂੰ ਤਾਪਮਾਨ ਆਮ ਲਗਦਾਹੈ। ਇਹ ਕੀ ਹੈ?''**

ਇਨ੍ਹਾਂ ਦਿਨਾਂ ਵਿਚ ਤੁਸੀਂ ਕਾਫ਼ੀ ਗਰਮੀ ਮਹਿਸੂਸ ਕਰ ਰਹੀ ਹੋ, ਇਹ ਗਰਭਕਾਲ ਦੇ ਹਾਰਮੋਨ ਕਾਰਨ ਹੋ ਰਿਹਾ ਹੈ। ਅਸੀਂ ਤੁਹਾਡੀ ਇਸ ਉਲਝਣ ਨੂੰ ਸੁਲਝਾ ਤਾਂ ਨਹੀਂ ਸਕਦੇ ਪ੍ਰੰਤੂ ਕੁਝ ਐਸੇ ਉਪਾਅ ਦਸ ਸਕਦੇ ਹਾਂ ਜਿਨ੍ਹਾਂ ਨਾਲ ਤੁਹਾਨੂੰ ਚੈਨ ਦੀ ਸਾਹ ਆ ਸਕੇ:-

- ਢਿਲੇ ਤੇ ਆਰਾਮਦਾਇਕ ਕਪੜੇ ਪਾਓ। ਇਕ ਹੀ ਮੋਟਾ ਕਪੜਾ ਪਾਉਣ ਦੀ ਥਾਂ ਦੋ-ਤਿੰਨ ਪਰਤਾਂ ਵਿਚ ਕਪੜੇ ਪਾਓ ਤਾਂ ਜੋ ਉਨ੍ਹਾਂ ਨੂੰ ਗਰਮੀ ਲੱਗਣ ਤੇ ਉਤਾਰਿਆ ਜਾ ਸਕੇ।
- ਗਰਮੀ ਵਿਚ ਕਸਰਤ ਨਾ ਕਰੋ। ਆਪਣੀ ਸੈਰ ਰਾਤ ਨੂੰ ਖਾਣੇ ਤੋਂ ਬਾਦ ਕਰੋ ਜਾਂ ਏ.ਸੀ. ਫਿਟਨੈਸ ਸੈਂਟਰ ਵਿਚ ਜਾਓ। ਲੋੜ ਤੋਂ ਵੱਧ ਗਰਮੀ ਲੱਗਣ ਤੋਂ ਪਹਿਲਾਂ ਕਸਰਤ ਬੰਦ ਕਰ ਦਿਉ।
- ਗਰਮੀ ਲਗੇ ਤਾਂ ਨਹਾ ਲਉ ਜਾਂ ਤੈਰਾਕੀ ਕਰੋ। ਇਸ ਕਸਰਤ ਨਾਲ ਤੁਹਾਨੂੰ ਗਰਮੀ ਨਹੀਂ ਲਗੇਗੀ।
- ਘਰ ਵਿਚ ਏ.ਸੀ. ਲਗਵਾਓ। ਸਿਰਫ ਪੱਖੇ ਦੀ ਹਵਾ ਨਾਲ ਗਰਮੀ ਦਾ ਫਰਕ ਨਹੀਂ ਪਵੇਗਾ। ਜੇ ਕਰ ਏ.ਸੀ. ਨਾ ਹੋਵੇ ਤਾਂ ਆਪਣਾ ਵੱਧ ਤੋਂ ਵੱਧ ਸਮਾਂ ਫਿਲਮ, ਮਿਊਜ਼ੀਅਮ, ਮਾੱਲ ਜਾਂ ਕਿਸੇ ਦੋਸਤ ਦੇ ਘਰ ਬਿਤਾਓ।
- ਘਰ ਵਿਚ ਤਾਪਮਾਨ ਨੂੰ ਆਪਣੇ ਹਿਸਾਬ ਨਾਲ ਆਰਾਮਦਾਇਦ ਬਣਾਓ, ਚਾਹੇ ਤੁਹਾਡੇ ਪਤੀਦੇਵ ਨੂੰ ਸਵੈਟਰ ਹੀ ਕਿਉਂ ਨਾ ਪਾਉਣਾ ਪਵੇ।
- ਢੇਰ ਸਾਰਾ ਪਾਣੀ ਪੀਓ। ਸਰੀਰ ਵਿਚ ਪਾਣੀ ਦੀ ਕਮੀ ਨਾ ਹੋਣ ਦਿਉ। ਇਕ ਦਿਨ ਵਿਚ ਘੱਟੋ ਘੱਟ 8 ਗਿਲਾਸ ਪਾਣੀ ਜ਼ਰੂਰ ਲਉ। ਜੇਕਰ ਕਸਰਤ ਕਰਦੀ ਹੋ ਤਾਂ ਇਸ ਦੀ ਮਾਤਰਾ ਵੀ ਵਧਾ ਦਿਉ।
- ਥੋੜ੍ਹਾ ਖ਼ੁਸ਼ਬੂਦਾਰ ਪਾਊਡਰ ਛਿੜਕਣ ਨਾਲ ਵੀ

ਗਰਮੀ ਤੋਂ ਰਾਹਤ ਮਿਲੇਗੀ।

- ਉਂਝ ਸਰੀਰ ਤੋਂ ਜਿੰਨਾ ਪਸੀਨਾ ਨਿਕਲੇਗਾ, ਬਦਬੂ ਉਨੀ ਹੀ ਘੱਟ ਜਾਏਗੀ।

## ਸਿਰ ਚਕਰਾਉਣਾ

**"ਜਦੋਂ ਮੈਂ ਲੇਟ ਕੇ ਜਾਂ ਬੈਠਣ ਤੋਂ ਬਾਦ ਇਕਦਮ ਉਠਦੀ ਹਾਂ ਤਾਂ ਸਿਰ ਚਕਰਾ ਜਾਂਦਾ ਹੈ। ਕਲ ਤਾਂ ਮੈਂ ਖ਼ਰੀਦਦਾਰੀ ਕਰਦੇ-2 ਬੇਹੋਸ਼ ਜਿਹੀ ਹੋ ਗਈ ਸੀ। ਕੀ ਮੈਂ ਠੀਕ ਹਾਂ?"**

ਗਰਭਕਾਲ ਵਿਚ ਅਕਸਰ ਇੰਝ ਹੋ ਜਾਂਦਾਹੈ ਇਸ ਲਈ ਘਬਰਾਓ ਨਾ, ਇਸ ਨੂੰ ਗਰਭਕਾਲ ਦਾ ਇਕ ਆਮ ਲੱਛਣ ਮੰਨਿਆ ਜਾ ਸਕਦਾ ਹੈ।

- ਪਹਿਲੀ ਤਿਮਾਹੀ ਵਿਚ ਖ਼ੂਨ ਦੀ ਪੂਰਤੀ ਘੱਟ ਹੋਣ ਕਾਰਣ ਇੰਝ ਹੋ ਸਕਦਾ ਹੈ। ਦੂਜੀ ਤਿਮਾਹੀ ਵਿਚ ਬੱਚੇਦਾਨੀ ਫੈਲਕੇ ਖ਼ੂਨ ਨਲੀਆਂ ਨੂੰ ਦਬਾਣ ਲਗਦੀ ਹੈ, ਉਸ ਦੇ ਕਾਰਣ ਸਿਰ ਚਕਰਾ ਸਕਦਾ ਹੈ।
- ਪੂਰੇ ਗਰਭਕਾਲ ਵਿਚ ਤੁਹਾਡੀਆਂ ਖ਼ੂਨ ਨਲੀਆਂ ਸ਼ਿਥਿਲ ਹੋ ਜਾਂਦੀਆਂ ਹਨ। ਬੱਚੇ ਵੱਲ ਖ਼ੂਨ ਪ੍ਰਵਾਹ ਤੇਜ ਹੁੰਦਾ ਹੈ ਜਦੋਂ ਕਿ ਮਾਂ ਵੱਲ ਪ੍ਰਵਾਹ ਹੋਲੀ ਹੁੰਦਾ ਹੈ। ਇਸ ਨਾਲ ਬਲੱਡਪ੍ਰੈਸ਼ਰ ਘਟਦਾ ਹੈ ਤੇ ਦਿਮਾਗ ਨੂੰ ਪੂਰਾ ਖ਼ੂਨ ਨਹੀਂ ਮਿਲਦਾ ਜਿਸ ਨਾਲ ਸਿਰ ਚਕਰਾਉਣ ਲਗਦਾ ਹੈ।

### ਜਦੋਂ ਹੋ ਜਾਏ ਹੱਦ?

ਜਾੱਗਿੰਗ ਕਰਦੇ ਸਮੇਂ ਥਕਾਵਟ ਮਹਿਸੂਸ ਹੁੰਦੀ ਹੈ? ਸਾਫ਼-ਸਫ਼ਾਈ ਕਰਦੇ ਸਮੇਂ ਵੈਕਿਊਮ ਕਲੀਨਰ ਚਲਾਣਾ ਭਾਰੀ ਪੈ ਜਾਂਦਾ ਹੈ। ਆਪਣੇ-ਆਪ ਨੂੰ ਹੱਣ ਤੋਂ ਵੱਧ ਥਕਾਉਣ ਦਾ ਵਿਚਾਰ ਬਿਲਕੁਲ ਚੰਗਾ ਨਹੀਂ ਹੈ। ਇਸ ਤਰ੍ਹਾਂ ਬੱਚੇ ਤੇ ਵੀ ਗਲਤ ਅਸਰ ਪੈਂਦਾ ਹੈ। ਆਪਣੇ-ਆਪ ਨੂੰ ਥੋੜ੍ਹਾ ਆਰਾਮ ਦਿਉ। ਕੰਮ ਤੋਂ ਬਾਦ ਥੋੜ੍ਹਾ ਆਰਾਮ ਕਰੋ। ਜੇਕਰ ਕਦੀ-2 ਵੱਧ ਥਕਾਵਟ ਹੋਣ ਲਗੇ ਤਾਂ ਇਸ ਨੂੰ ਆਣ ਵਾਲੇ ਸਮੇਂ ਦੀ ਟ੍ਰੇਨਿੰਗ ਮੰਗ ਲਉ ਕਿਉਂਕਿ ਬੱਚੇ ਦੇ ਆਣ ਤੋਂ ਬਾਅਦ ਤਾਂ ਕੰਮਾਂ ਦੀ ਲਿਸਟ ਕਦੀ ਘੱਟ ਨਹੀਂ ਹੋਵੇਗੀ ਅਤੇ ਤੁਸੀਂ ਹਮੇਸ਼ਾਂ ਰੁਝੀ ਰਹੋਗੀ।

- ਇਕਦਮ ਅਚਾਨਕ ਉੱਠਣ ਨਾਲ ਵੀ ਹਲਕਾ ਜਿਹਾ ਸਿਰ ਚਕਰਾ ਸਕਦਾ ਹੈ। ਤੁਹਾਨੂੰ ਹੋਲੀ-2 ਉਠਣਾ ਚਾਹੀਦਾ ਹੈ। ਜੇਕਰ ਭੱਜ ਕੇਫੋਨ ਉਠਾਣ ਜਾਓਗੀ ਤਾਂ ਸਿਰ ਘੁੰਮੇਗਾ ਅਤੇ ਤੁਹਾਨੂੰ ਦੁਬਾਰਾ ਸੋਫ਼ੇ ਤੇ ਬੈਠਣਾ ਪਵੇਗਾ।
- ਬਲੱਡ ਸ਼ੁਗਰ ਘੱਟਹੋਣ ਨਾਲ ਵੀ ਸਿਰ ਚਕਰਾਂਦਾ ਹੈ। ਆਪਣੇ ਭੋਜਨ ਵਿਚ ਪ੍ਰੋਟੀਨ ਤੇ ਕੰਪਲੈਕਸ ਕਾਰਬ ਨੂੰ ਸ਼ਾਮਲ ਕਰੋ ਤੇ ਦੋ ਭੋਜਨ ਦੌਰਾਨ ਵੀ ਕੁਝ ਹਲਕਾ-ਫੁਲਕਾ ਖਾਂਦੀ ਰਹੋ। ਆਪਣੇ ਨਾਲ ਕੁਝ ਸਨੈਕਸ ਜ਼ਰੂਰ ਰੱਖੋ।
- ਡਿਹਾਈਡ੍ਰੇਸ਼ਨ ਦੇ ਕਾਰਣ ਵੀ ਇੰਝ ਹੁੰਦਾ ਹੈ। ਤਰਲ ਪਦਾਰਥਾਂ ਦੀ ਭਰਪੂਰ ਮਾਤਰਾ ਲਉ। ਜੇ ਕਰ ਪਸੀਨਾ ਆਉਂਦਾ ਹੈ ਤਾਂ ਤਰਲ ਪਦਾਰਥਾਂ ਦੀ ਮਾਤਰਾ ਵਧਾ ਦਿਉ।
- ਕਿਸੀ ਭੀੜ ਵਾਲੇ ਇਲਾਕੇ, ਬਸ, ਦਫ਼ਤਰ ਜਾਂ ਘੁਟਣ ਵਾਲੇ ਮਾਹੌਲ ਵਿਚ ਸਿਰ ਚਕਰਾਂਦਾ ਹੈ। ਵੱਧ ਕਪੜੇ ਪਾਉਣ ਨਾਲ ਵੀ ਘਬਰਾਹਟ ਹੁੰਦੀ ਹੈ। ਇਸ ਸਮੇਂ ਕਪੜਿਆਂ ਦਾ ਭਾਰ ਕੁਝ ਹਲਕਾ ਕਰੋ। ਥੋੜ੍ਹਾ ਤਾਜੀ ਹਵਾ ਵਿਚ ਨਿਕਲੋ। ਜੇਕਰ ਕਪੜੇਉਤਾਰਨਾ ਮੁਮਕਿਨ ਨਾ ਹੋਵੇ ਤਾਂ ਗਲੇ ਤੇ ਕਮਰ ਦੇ ਆਸਪਾਸ ਦੇ ਕਪੜੇ ਢਿਲੇ ਕਰ ਲਉ।

ਜੇਕਰ ਬੇਹੋਸ਼ੀ ਆਏਤਾਂ ਆਪਣੀ ਸੱਜੀ ਕਰਵਟ ਲੇਟੋ ਤੇ ਲੱਤਾਂ ਉਚੀਆਂ ਰੱਖੋ ਜਾਂ ਗੋਡਿਆਂ ਵਿਚ ਸਿਰ ਦੇ ਕੇ ਬੈਠ ਜਾਓ। ਡੂੰਘੀ ਸਾਹ ਲਉ ਤੇ ਕਪੜੇ ਢਿੱਲੇ ਕਰੋ। ਥੋੜ੍ਹਾ ਵਧੀਆ ਮਹਿਸੂਸ ਕਰਦੇ ਹੀ ਕੁਝ ਖਾਓ-ਪੀਓ।

ਅਗਲੀ ਮੁਲਾਕਾਤ ਵਿਚ ਡਾਕਟਰ ਨੂੰ ਜ਼ਰੂਰ ਦੱਸੋ। ਉਂਝ ਤਾਂ ਤੁਸੀਂ ਬੇਹੋਸ਼ ਨਹੀਂ ਹੋਵੋਗੀ ਜੇ ਕਰਹਲਕੀ ਬੇਹੋਸ਼ੀ ਆ ਵੀ ਜਾਏਤਾਂ ਇਸ ਨਾਲ ਬੱਚੇ ਨੂੰ ਕੋਈ ਖ਼ਤਰਾ ਨਹੀਂ ਹੈ। ਡਾਕਟਰ ਨੂੰ ਇਸ ਸਬੰਧੀ ਦੱਸਣਾ ਨਾ ਭੁੱਲੋ।

## ਪਿੱਠ ਦਾ ਦਰਦ

**'ਮੇਰੀ ਪਿੱਠ ਵਿਚ ਬਹੁਤ ਦਰਦ ਰਹਿੰਦਾ ਹੈ। ਮੈਨੂੰ ਡਰ ਹੈ ਕਿ ਮੈਂ ਪੂਰੇ ਨੌ ਮਹੀਨੇ ਕਿਵੇਂ ਬਿਤਾਵਾਂਗੀ?"**

ਹਾਲਾਂਕਿ ਗਰਭਕਾਲ ਵਿਚ ਪਿੱਠ ਤੇ ਸਰੀਰ ਦੇ ਦੂਜੇ ਹਿੱਸਿਆਂ ਵਿਚ ਤਕਲੀਫ਼ ਹੁੰਦੀ ਹੈ ਪ੍ਰੰਤੂ ਇਸ ਦਾ ਭਾਵ ਇਹ ਨਹੀਂ ਕਿ ਤੁਸੀਂ ਬਿਲਕੁਲ ਹਥਿਆਰ

ਛੱਡ ਦਿਉ। ਉਹ ਇਸ ਗੱਲ ਦਾ ਸੰਕੇਤ ਹਨ ਕਿ ਸਰੀਰ ਹਰ ਪੱਲ ਆਪਣੇ-ਆਪ ਨੂੰ ਆਣਵਾਲੇ ਪ੍ਰਸੂਤ ਦੇ ਲਈ ਤਿਆਰ ਕਰ ਰਿਹਾ ਹੈ। ਪਿੱਠ ਦਰਦ ਵੀ ਤਨਾਅ ਰਹਿਤ ਨਹੀਂ ਹੈ। ਗਰਭਕਾਲ ਦੌਰਾਨ ਪੈਲਵਿਸ ਦੇਜੋੜ ਖੁਲ੍ਹਣ ਲਗਦੇਹਨ ਤਾਂ ਜੋ ਬੇਬੀ ਦੀ ਡਿਲੀਵਰੀ ਦੇ ਸਮੇਂ ਬਾਹਰ ਆਣ ਵਿਚ ਆਸਾਨੀ ਰਹੇ। ਤਾਂ ਹੀ ਤਾਂ ਤੁਹਾਡੇ ਮੋਢਿਆਂ ਤੇ ਗਰਦਨ ਵਿਚ ਦਰਦ ਰਹਿੰਦਾ ਹੈ। ਪੇਟ ਦਾ ਉਭਾਰ ਵੱਧਣ ਨਾਲ ਸਭ ਨੂੰ ਗਰਭਕਾਲ ਦੀ ਸੂਚਨਾ ਤਾਂ ਮਿਲਦੀ ਹੈ ਪ੍ਰੰਤੂ ਤੁਹਾਡੀ ਪਿੱਠ ਦਾ ਮੋੜ; ਮਾਸਪੇਸ਼ੀਆਂ ਵਿਚ ਦਰਦ ਤੇ ਦਬਾਅ ਦਾ ਸੰਦੇਸ਼ ਲੈ ਆਉਂਦਾ ਹੈ।

ਤੁਸੀਂ ਹੇਠ-ਲਿਖੇ ਉਪਾਵਾਂ ਦੀ ਮਦਦ ਨਾਲ ਪਿੱਠ ਦਰਦ ਵਿਚ ਰਾਹਤ ਲੈ ਸਕਦੀ ਹੋ।

ਸਹੀ ਤਰੀਕੇ ਨਾਲ ਬੈਠੋ। ਬੈਠਣ ਨਾਲਰੀੜ੍ਹ ਦੀ ਹੱਡੀ ਤੇ ਕਾਫ਼ੀ ਅਸਰ ਪੈਂਦਾ ਹੈ। ਘਰ ਵਿਚ ਜਾਂ ਦਫ਼ਤਰ ਵਿਚ ਤੁਹਾਡੀ ਕੁਰਸੀ ਐਸੀ ਹੋਵੇ ਜੋ ਪਿੱਠ ਨੂੰ ਪੂਰੀ ਤਰ੍ਹਾਂ ਸਹਾਰਾ ਦੇ ਸਕੇ। ਉਸ ਦੀ ਪਿੱਠ ਸਿੱਧੀ, ਦੋ ਬਾਹਾਂ ਤੇ ਸਖ਼ਤ ਕਕੁਸ਼ਨ ਹੋਣਾ ਚਾਹੀਦਾ ਹੈ। ਕੁਰਸੀ ਦੀ ਪਿੱਠ ਜੇਕਰਹਲਕੀ ਜਿਹੀ ਪਿਛੇ ਜਾ ਸਕੇ ਤਾਂ ਉਸ ਨਾਲ ਵੀ ਲਾਭ ਹੋਵੇਗਾ। ਕੁਰਸੀ ਤੇ ਬੈਠ ਕੇ ਪੈਰਾਂ ਨੂੰ ਹਲਕਾ ਉੱਚਾ ਰੱਖੋ। ਲੱਤਾਂ ਕ੍ਰਾਸ ਨਾ ਕਰੋ ਨਹੀਂ ਤਾਂ ਤੁਹਾਡੀ ਪੈਲਵਿਸ ਅੱਗ ਵੱਲ ਝੁਕ ਜਾਏ ਗੀ ਅਤੇ ਮਾਸਪੇਸ਼ੀਆਂ ਦਾ ਦਬਾਅ ਕਾਫ਼ੀ ਵੱਧ ਜਾਏ ਗਾ।

- ਲੰਬੇ ਸਮੇਂ ਤਕ ਬੈਠੇ ਰਹਿਣ ਨਾਲ ਵੀ ਪਿੱਠ ਦਾ ਦਰਦ ਕਾਫ਼ੀ ਵੱਧ ਜਾਂਦਾ ਹੈ। ਜੇਕਰ ਤੁਸੀਂ ਇਕ ਘੰਟੇ ਤਕ ਬੈਠੀ ਰਹੀ ਹੋ ਤਾਂ ਉਠ ਕੇ ਥੋੜ੍ਹਾ ਟਹਿਲੋ ਤੇ ਲੱਤਾਂ ਦੀ ਸਟ੍ਰੈਚਿੰਗ ਕਰੋ; ਉਂਝ ਅੱਧੇ ਘੰਟੇ ਦੀ ਇਕ ਬੈਠਕ ਠੀਕ ਰਹੇਗੀ।
- ਜ਼ਿਆਦਾ ਲੰਬੇ ਸਮੇਂ ਤਕ ਖੜੇ ਵੀ ਨਾ ਰਹੋ। ਜੇ ਕਰ ਇੰਝ ਹੋਵੇ ਤਾਂ ਆਪਣਾ ਇਕ ਪੈਰ ਸਟੂਲ ਤੇ ਰੱਖੋ ਇਸ ਨਾਲ ਪਿੱਠ ਦੇਹੇਠਲੇ ਹਿੱਸੇ ਤੇ ਵੱਧ ਭਾਰ ਨਹੀਂ ਪਵੇਗਾ। ਜੇਕਰ ਸਖ਼ਤ ਫ਼ਰਸ਼ ਤੇ ਖੜੀ ਹੋ ਤਾਂ ਪੈਰਾਂ ਦੇ ਹੇਠਾਂ ਪਾਯਦਾਨ ਰੱਖ ਲਉ ਤਾਂ ਜੋ ਪੈਰਾਂ ਤੇ ਦਬਾਅ ਘੱਟ ਪਵੇ।
- ਭਾਰੀ ਸਮਾਨ ਉਠਾਣ ਤੋਂ ਬਚੋ। ਜੇਕਰ ਉਠਾਣਾ ਹੀ ਪਵੇ ਤਾਂ ਹੋਲੀ-2 ਉਠਾਓ। ਆਪਣਾ ਸੰਤੁਲਨ ਸਥਿਰ ਕਰੋ, ਗੋਡਿਆਂ ਦੇ ਭਾਰ ਝੁਕੋ ਅਤੇ ਆਪਣੀਆਂ ਬਾਹਾਂ ਦੀ ਮਦਦ ਨਾਲ ਸਮਾਨ ਉਠਾਓ। ਜੇਕਰ ਰਾਸ਼ਨ ਦੇ ਭਾਰੀ ਥੈਲੇ ਉਠਾਣੇ ਹੋਣ ਤਾਂ ਸਮਾਨ ਨੂੰ ਦੋ ਥੈਲਿਆਂ ਵਿਚ ਕਰ ਲਉ ਤੇ ਦੋਨੋਂ ਹੱਥਾਂ ਨਾਲ ਇਕ-2 ਥੈਲਾ ਉਠਾਂਦੇ

ਉਠਦੇ ਸਮੇਂ ਗੋਡੇ ਮੋੜੋ

ਹੋਏ ਸੰਤੁਲਨ ਬਣਾਓ।

- ਦਿੱਤੇ ਗਏ ਨਿਰਦੇਸ਼ਾਂ ਦੇ ਹਿਸਾਬਨਾਲ ਹੀ ਭਾਰ ਵਧਾਓ।ਵੱਧ ਭਾਰ ਹੋਣ ਨਾਲ ਪਿੱਠ ਤੇਦਬਾਅ ਕਾਫ਼ੀ ਵੱਧ ਜਾਏਗਾ।
- ਸਹੀ ਤਰ੍ਹਾਂ ਦੇ ਜੁਤੇ ਪਾਓ। ਵੱਧ ਉੱਚੀ ਹੀਲ ਨਾਲ ਪਿੱਠ ਵਿਚ ਦਰਦ ਹੋ ਸਕਦਾ ਹੈ, ਉਂਝ ਫਲੈਟ ਚੱਪਲ ਨਾਲ ਵੀਪਿੱਠ ਵਿਚ ਦਰਦ ਹੋ ਸਕਦਾ ਹੈ। ਇਸ ਲਈ 2" ਦੀਹੀਲ ਪਾਣਾ ਠੀਕ ਰਹੇਗਾ। ਉਂਝ ਤੁਸੀਂ ਮਾਸਪੇਸ਼ੀਆਂ ਨੂੰ ਅਰਾਮ ਦੇਣ ਵਾਲੇ ਆਰਥੋਪੈਡਿਕ ਜੁਤੇ ਵੀ ਪਾ ਸਕਦੀ ਹੋ।
- ਰਾਤ ਨੂੰ ਇਕ ਬਾਡੀ ਪਿਲੋ ਲਗਾ ਕੇ ਸਰੀਰ ਨੂੰ ਅਰਾਮਦਾਇਕ ਮੁਦਰਾ ਵਿਚ ਰੱਖ ਕੇ ਸੋਓਗੀ ਤਾਂ ਸਵੇਰੇ ਉਠ ਕੇ ਦਰਦ ਵਿਚ ਕਾਫ਼ੀ ਅਰਾਮ ਮਿਲੇਗਾ। ਇਸ ਤੋਂ ਇਲਾਵਾ ਸਵੇਰੇ ਸੋ ਕੇ ਉੱਠਣ ਤੋਂ ਬਾਦ ਬਿਸਤਰ ਤੋਂ ਉਤਰਣ ਤੋਂ ਪਹਿਲਾਂ ਆਪਣੀਆਂ ਲੱਤਾਂ ਹੇਠਾਂ ਝੁਲਾਓ।
- ਉੱਚੀਆਂ ਸੈਲਫ਼ਾਂ ਤੇ ਰਖਿਆ ਸਮਾਨ ਖ਼ੁਦ ਉਠਾਣ ਦੀ ਹੜਬੜਾਹਟ ਨਾ ਦਿਖਾਓ। ਛੋਟਾ ਸਟੂਲ ਪ੍ਰਯੋਗ ਕਰੋ ਨਹੀਂ ਤਾਂ ਪਿੱਠ ਦਾ ਦਬਾਅ ਵੱਧ ਜਾਏਗਾ।
- ਠੰਡੇ ਤੇ ਗਰਮ ਪਾਣੀ ਦਾ ਸੇਕ ਰਾਹਤ ਦੇ ਸਕਦਾ ਹੈ। 15 ਮਿੰਟ ਦੇ ਲਈ ਆਈਸ ਪੈਕ ਅਤੇ 15 ਮਿੰਟ ਦੇ ਲਈ ਹੀਟਿੰਗ ਪੈਡ ਲਗਾਓ। ਇਨ੍ਹਾਂ ਦੋਨਾਂ ਨੂੰ ਕਪੜੇ ਵਿਚ ਲਪੇਟ ਕੇ ਪ੍ਰਯੋਗ ਕਰੋ।
- ਹਲਕੇ ਗਰਮ ਪਾਣੀ ਨਾਲ ਸਨਾਨ ਕਰੋ ਤੇ ਪਿੱਠ ਦੀ ਮਾਲਸ਼ ਕਰਵਾਓ।
- ਆਪਣੀ ਪਿੱਠ ਸਹੀ ਤਰੀਕੇ ਨਾਲ ਮਲੋ। ਕਿਸੇ ਜਾਣਕਾਰ ਵਿਅਕਤੀ ਤੋਂ ਮਾਲਸ਼ ਕਰਵਾਓ। ਉਸ ਨੂੰ ਪਤਾ ਹੋਣਾ ਚਾਹੀਦਾ ਹੈ ਕਿ ਗਰਭਵਤੀ ਔਰਤ ਦੀ ਮਾਲਸ਼ ਕਿਵੇਂ ਕੀਤੀ ਜਾਂਦੀ ਹੈ।
- ਆਰਾਮ ਕਰਨਾ ਸਿਖੋ। ਕਈ ਵਾਰ ਤਨਾਅ ਨਾਲ ਵੀ ਪਿੱਠ ਦਰਦ ਕਾਫ਼ੀ ਵੱਧ ਜਾਂਦਾ ਹੈ। ਦਰਦ ਵੱਧ ਹੋਵੇ ਤਾਂ ਸ਼ਿਥਿਲਤਾ ਤਕਨੀਕਾਂ ਅਪਣਾਓ। ਤਨਾਅ ਘਟਾਣ ਦੇ ਉਪਾਵਾਂ ਤੇ ਵੀ ਅਮਲ ਕਰੋ।
- ਪੇਟ ਦੀਆਂ ਮਾਸਪੇਸ਼ੀਆਂ ਨੂੰ ਮਜਬੂਤੀ ਦੇਣ ਵਾਲੇ ਸਾਦੇ ਆਸਣ ਕਰੋ। ਜਿਮਨਾਸਟਿਕ ਜਾਂ ਯੋਗਾ ਦੀ ਕਲਾਸ ਵਿਚ ਜਾਓ।
- ਜੇਕਰ ਦਰਦ ਵਿਚ ਆਰਾਮ ਨਾ ਮਿਲੇ ਤਾਂ ਡਾਕਟਰ ਦੀ ਰਾਏ ਨਾਲ ਬਦਲਵੀਂ ਇਲਾਜ ਪ੍ਰਣਾਲੀ (ਐਕਯੂਪੰਚਰ) ਦੀ ਮਦਦ ਲਓ।

# ਪੇਟ ਵਿਚ ਦਰਦ

**"ਪੇਟ ਦੇ ਹੇਠਲੇ ਹਿੱਸੇ ਵਿਚ ਦਰਦ ਤੇ ਤਕਲੀਫ਼ ਕਿਉਂ ਰਹਿਣ ਲਗੀ ਹੈ?"**

ਤੁਸੀਂ ਵੀ ਸੋਚ ਰਹੀ ਹੋਵੋਗੀ ਕਿ ਗਰਭਕਾਲ ਵੱਧਣ ਦੇ ਨਾਲ ਤਰ੍ਹਾਂ-2 ਦੇ ਦਰਦ ਵੀ ਵੱਧਣ ਲਗੇ ਹਨ। ਤੁਹਾਡੀ ਵੱਧਦੀ ਬੱਚੇਦਾਨੀ ਨੂੰ ਸਹਾਰਾ ਦੇਣ ਲਈ ਮਾਸਪੇਸ਼ੀਆਂ ਤੇ ਲਿਗਮੈਂਟ ਵਿਚ ਖਿਚਾਅ ਆ ਰਿਹਾ ਹੈ। ਤਕਨੀਕੀ ਤੌਰ ਤੇ ਇਸ ਨੂੰ 'ਰਾਊਂਡ ਲਿਗਾਮੈਂਟ ਪੈਨ' ਕਹਿੰਦੇ ਹਨ। ਜ਼ਿਆਦਾਤਰ ਗਰਭਵਤੀ ਮਾਵਾਂ ਨੂੰ ਇਸ ਦਾ ਅਹਿਸਾਸ ਹੁੰਦਾ ਹੈ ਪ੍ਰੰਤੂ ਇਸ ਦੇ ਅਨੁਭਵ ਆਪਣੇ ਆਪ ਵਿਚ ਕਾਫ਼ੀ ਵੱਖ ਵੀ ਹੁੰਦੇਹਨ। ਇਹ ਕਾਫ਼ੀ ਤਿੱਖਾ, ਹਲਕਾ, ਚੁਭਨ ਵਾਲਾ ਜਾਂ ਮਿੱਠਾ ਹੋ ਸਕਦਾ ਹੈ। ਜੇਕਰ ਇਸ ਨਾਲ ਬੁਖ਼ਾਰ, ਸਰਦੀ ਲਗਣਾ, ਖ਼ੂਨ ਰਿਸਾਅ, ਸਿਰ ਚਕਰਾਣ ਵਰਗੇ ਲੱਛਣ ਨਾ ਹੋਣ ਤਾਂ ਇਹ ਆਪਣੇ ਆਪ ਵਿਚ ਇਕ ਆਮ ਲੱਛਣ ਹੈ।

ਆਪਣੇ ਪੈਰ ਥੋੜ੍ਹੇ ਉੱਚੇ ਕਰਕੇ ਲੇਟਣ ਨਾਲ ਥੋੜ੍ਹਾ

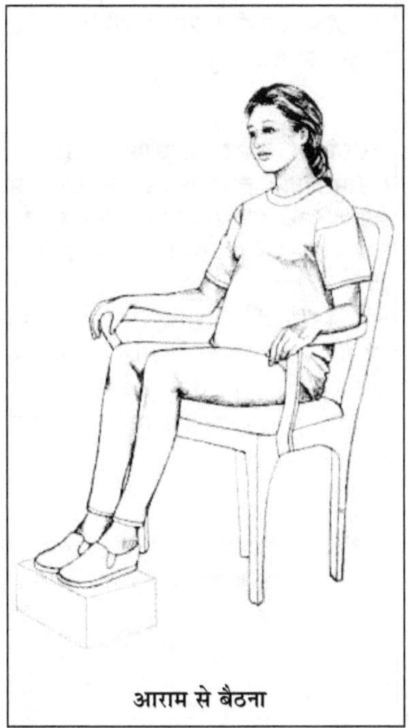

आराम से बैठना

## ਤੁਹਾਡੀ ਨਵੀਂ ਚਮੜੀ

ਗਰਭਕਾਲ ਤੁਹਾਡੇ ਪੂਰੇ ਸਰੀਰ ਤੇ ਕਿਸੇ ਨਾ ਕਿਸੇ ਰੂਪ ਵਿਚ ਆਪਣਾ ਅਸਰ ਦਿਖਾਂਦੀ ਹੈ। ਚਮੜੀ ਤੇ ਵੀ ਉਸ ਦਾ ਕਾਫ਼ੀ ਅਸਰ ਦਿਖਦਾ ਹੈ। ਇਨ੍ਹਾਂ ਦਿਨਾਂ ਵਿਚ ਤੁਹਾਡੀ ਚਮੜੀ ਵਿਚ ਹੇਠ-ਲਿਖੇ ਬਦਲਾਅ ਆ ਸਕਦੇ ਹਨ:-

**ਲੀਨਿਆ ਨਿਗ੍ਰਾ:-** ਜਿਸ ਤਰ੍ਹਾਂ ਗਰਭਕਾਲ ਹਾਰਮੋਨ ਦੇ ਕਾਰਣ ਨਿੱਪਲਾਂ ਦੇ ਆਸਪਾਸ ਦਾ ਰੰਗ ਗੂੜ੍ਹਾ ਹੋ ਜਾਂਦਾ ਹੈ ਉਸੀ ਤਰ੍ਹਾਂ ਨਾਭੀ ਤੋਂ ਲੈ ਕੇ ਹੇਠਾਂ ਤੱਕ ਜਾਣ ਵਾਲੀ ਸਫ਼ੇਦ ਧਾਰੀ ਵੀ ਗੂੜੀ ਹੋ ਜਾਂਦੀ ਹੈ। ਕਾਲੀਆਂ ਔਰਤਾਂ ਵਿਚ ਇਹ ਵੱਧ ਸਪੱਸ਼ਟ ਰੂਪ ਵਿਚ ਦਿਖਦੀ ਹੈ। ਇਹ ਦੂਜੀ ਤਿਮਾਹੀ ਵਿਚ ਉਭਰਦੀ ਹੈ ਤੇ ਡਿਲੀਵਰੀ ਦੇ ਕੁਝ ਮਹੀਨੇ ਬਾਦ ਹਲਕੀ ਪੈ ਜਾਂਦੀ ਹੈ। ਦਾਈਆਂ ਕਹਿੰਦੀਆਂ ਹਨ ਕਿ ਜੇਕਰਇਹ ਲਾਈਨ ਨਾਭੀ ਤਕ ਜਾਂਦੀ ਹੈ ਤਾਂ ਬੱਚਾ ਲੜਕੀ ਹੈ ਤੇ ਜੇਕਰ ਇਹ ਲਾਈਨ ਤੁਹਾਡੀਆਂ ਪਸਲੀਆਂ ਤਕ ਜਾਂਦੀ ਹੈ ਤਾਂ ਹੋਣ ਵਾਲਾ ਬੱਚਾ ਲੜਕਾ ਹੁੰਦਾ ਹੈ।

**ਗਰਭਕਾਲ ਦੀਆਂ ਛਾਈਆਂ:-** 50-75 ਪ੍ਰਤੀਸ਼ਤ ਗਰਭਵਤੀ ਔਰਤਾਂ ਦੇ ਚਿਹਰੇ ਤੇ ਛਾਈਆਂ ਹੁੰਦੀਆਂਹਨ। ਸਾਂਵਲੀ ਔਰਤ ਦੇ ਮੱਥੇ, ਨੱਕ ਤੇ ਗਲਾਂ ਤੇ ਧੱਬੇ ਜਿਹੇ ਪੈ ਜਾਂਦੇ ਹਨ। ਉਂਝ ਤਾਂ ਇਹ ਡਿਲੀਵਰੀ ਦੇ ਕੁਝ ਮਹੀਨੇ ਬਾਦ ਆਪਣੇ ਆਪ ਹਲਕੀਆਂ ਪੈ ਜਾਂਦੀਆਂ ਹਨ। ਜੇਕਰ ਨਹੀਂ ਤਾਂ ਬਲੀਚ, ਪੀਲ ਜਾਂ ਲੇਜ਼ਰ ਦੀ ਮਦਦ ਲਈ ਜਾ ਸਕਦੀ ਹੈ। ਹਾਲੇ ਤੁਸੀਂ ਇਨ੍ਹਾਂ ਇਲਾਜਾਂ ਤੋਂ ਬਚਣਾ ਹੈ। ਫਿਲਹਾਲ ਕੰਸੀਲਰ ਦੀ ਮਦਦ ਨਾਲ ਇਨ੍ਹਾਂ ਨੂੰ ਛੁਪਾਓ।

**ਹਾਈਪਰ ਪਿਮੇਂਟੇਸ਼ਨ:-** ਕਈ ਔਰਤਾਂ ਦੇ ਸਰੀਰ ਦੀ ਚਮੜੀ ਕੁਝ ਅੰਗਾਂ ਵਿਚ ਕਾਫ਼ੀ ਗੂੜੀ ਹੋ ਜਾਂਦੀ ਹੈ ਤੇ ਤਿਲ ਵੀ ਕਾਫ਼ੀ ਗੂੜ੍ਹੇ ਹੋ ਜਾਂਦੇ ਹਨ। ਇਹ ਵੀ ਡਿਲੀਵਰੀ ਤੋਂ ਬਾਦ ਹਲਕੇ ਹੋ ਜਾਂਦੇ ਹਨ। ਸੂਰਜ ਦੀ ਧੁੱਪ ਵਿਚ ਵੱਧ ਸਮਾਂ ਨਾ ਬਿਤਾਓ। ਸਨਸਕ੍ਰੀਮ ਦਾ ਪ੍ਰਯੋਗ ਕਰੋ। ਇਕ ਵੱਡਾ ਹੈਟ ਤੇ ਪੂਰੀ ਬਾਂਹ ਦੇਕਪੜੇ ਤੁਹਾਡੇ ਸਾਥੀ ਹੋ ਸਕਦੇ ਹਨ।

**ਹਥੇਲੀਆਂ ਤੇ ਤਾਲੂਆਂ ਦੀ ਲਾਲੀ:-** ਖ਼ੂਨ ਪ੍ਰਵਾਹ ਵੱਧਣ ਨਾਲ ਇੰਝ ਹੁੰਦਾ ਹੈ। ਠੰਡੇ ਪਾਣੀ ਨਾਲ ਥੋੜ੍ਹੀ ਰਾਹਤ ਮਿਲਦੀ ਹੈ। ਹੱਥਾਂ ਨੂੰ ਸਿੱਧਾ ਸੇਕ ਦੇਣ ਵਾਲੀਆਂ ਚੀਜ਼ਾਂ ਤੋਂ ਦੂਰ ਰਹੋ। ਸਖ਼ਤ ਸਾਬਣ ਤੇ ਖ਼ੁਸ਼ਬੂਦਾਰ ਲੋਸ਼ਨ ਨੂੰ ਅਲਵਿਦਾ ਕਹੋ। ਇਹ ਵੀ ਡਿਲੀਵਰੀ ਤੋਂ ਬਾਦ ਠੀਕ ਹੋ ਜਾਏਗਾ।

**ਮੱਸਾ:-** ਅਕਸਰ ਗਰਭਵਤੀ ਔਰਤ ਵਿਚ ਮੱਸੇ ਦੀ ਸਮੱਸਿਆ ਵੱਧ ਜਾਂਦੀ ਹੈ। ਚਮੜੀ ਤੇ ਫਾਲਤੂ ਚਮੜੀ ਦਾ ਜਮਾਓ ਜਿਹਾ ਹੋ ਜਾਂਦਾ ਹੈ। ਇਹ ਦੂਜੀ-ਤੀਜੀ ਤਿਮਾਹੀ ਵਿਚ ਹੁੰਦੇ ਹਨ ਅਤੇ ਡਿਲੀਵਰੀ ਤੋਂ ਬਾਦ ਠੀਕ ਹੋ ਜਾਂਦੇ ਹਨ। ਜੇਕਰ ਨਹੀਂ, ਤਾਂ ਡਾਕਟਰ ਇਨ੍ਹਾਂ ਨੂੰ ਹਟਾ ਵੀ ਸਕਦੇ ਹਨ।

**ਹੀਟ ਰੈਸ਼ੇਜ਼:-** ਗਰਭਵਤੀ ਮਾਵਾਂ ਅਕਸਰ ਹੀਟ ਰੈਸ਼ ਤੋਂ ਪ੍ਰੇਸ਼ਾਨ ਰਹਿੰਦੀਆਂ ਹਨ। ਪਸੀਨੇ ਵਾਲੀ ਚਮੜੀ ਜਦੋਂ ਆਪਸ ਵਿਚ ਰਗੜ ਖਾਂਦੀ ਹੈ ਤਾਂ ਚਮੜੀ ਲਾਲ ਹੋ ਜਾਂਦੀ ਹੈ ਅਤੇ ਉਥੇ ਜਲਨ ਹੋਣ ਲਗਦੀ ਹੈ। ਛਾਤੀ ਦੇ ਹੇਠਾਂ, ਬਗਲਾਂ ਵਿਚ, ਪੱਟਾਂ ਦੇ ਵਿਚ ਤੇਪੇਟ ਦੇ ਹੇਠਲੇ ਹਿੱਸੇ ਵਿਚ ਜ਼ਿਆਦਾ ਤਕਲੀਫ਼ ਹੁੰਦੀ ਹੈ। ਆਪਣੀ ਸਰੀਰ ਨੂੰ ਸਾਫ਼-ਸੁਥਰਾ ਰੱਖੋ। ਉਸਜਗ੍ਹਾ ਕਪੜੇ ਨਾਲ ਥਪਥਪਾ ਕੇ ਸੁਕਾਓ ਤੇ ਪਾਊਡਰ ਲਗਾਓ। ਥੋੜ੍ਹਾ ਕੈਲੇਮਾਈਨ ਲੋਸ਼ਨ ਵੀ ਰਾਹਤ ਦੇਵੇਗਾ ਪ੍ਰੰਤੂ ਪਹਿਲਾਂ ਆਪਣੇ ਡਾਕਟਰ ਤੋਂ ਪੁੱਛਣਾ ਨਾ ਭੁੱਲੋ। ਜੇਕਰ ਦੋ-ਤਿੰਨ ਦਿਨ ਵਿਚ ਵੀ ਇਹ ਠੀਕ ਨਾ ਹੋਣ ਤਾਂ ਡਾਕਟਰ ਦੀ ਰਾਏ ਲਉ।

**ਕੁਝ ਵੀ ਹੋ ਸਕਦਾਹੈ:-** ਇਹ ਸਭ ਤਾਂ ਕੁਝ ਉਦਾਹਰਣ ਹਨ। ਤੁਹਾਡੀ ਚਮੜੀ ਕਿਸੇ ਵੀ ਤਰ੍ਹਾਂ ਨਾਲ ਪ੍ਰਤਿਕ੍ਰਿਆ ਪ੍ਰਗਟ ਕਰ ਸਕਦੀ ਹੈ।

ਆਰਾਮ ਆਏਗਾ। ਉਂਝ ਬਾਕੀ ਲੱਛਣਾਂ ਦੀ ਤਰ੍ਹਾਂ ਇਸ ਨੂੰ ਵੀ ਡਾਕਟਰ ਨੂੰ ਦੱਸਣਾ ਨਾ ਭੁੱਲੋ।

## ਪੈਰਾਂ ਦਾ ਵਾਧਾ

**"ਮੇਰੇ ਜੁੱਤੇ ਕਾਫ਼ੀ ਤੰਗ ਹੁੰਦੇ ਜਾ ਰਹੇ ਹਨ। ਕੀ ਮੇਰੇ ਪੈਰਾਂ ਦਾ ਆਕਾਰਾ ਵੀ ਵੱਧ ਰਿਹਾ ਹੈ?"**

ਗਰਭਕਾਲ ਵਿਚ ਸਿਰਫ਼ ਪੇਟ ਹੀ ਨਹੀਂ ਵੱਧਦਾ। ਕਈ ਗਰਭਵਤੀ ਔਰਤਾਂ ਦੀ ਤਰ੍ਹਾਂ ਤੁਹਾਨੂੰ ਵੀ ਇਕ ਅਹਿਸਾਸ ਹੋਵੇਗਾ ਕਿ ਪੈਰਾਂ ਦਾ ਆਕਾਰ ਵੀ ਵੱਧ ਰਿਹਾਹੈ। ਜੇਕਰ ਤੁਸੀਂ ਨਵੇਂ ਤਰ੍ਹਾਂ ਦੇ ਜੁੱਤੇ-ਚੱਪਲ ਲੈਣਾ ਚਾਹੁੰਦੀ ਹੋ ਤਾਂ ਇਹ ਚੰਗੀ ਗੱਲ ਹੈ ਪ੍ਰੰਤੂ ਜੇ ਕਰ ਤੁਸੀਂ ਹਾਲੇ ਹੁਣੇ ਹੀ ਦੋ-ਤਿੰਨ ਕੀਮਤੀ ਜੋੜੇ ਲਏ ਹਨ, ਤਾਂ ਇਹ ਬਹੁਤ ਬੁਰੀ ਗੱਲ ਹੈ।

ਇਨ੍ਹਾਂ ਦਿਨਾਂ ਵਿਚ ਪੈਰ ਦਾ ਸਾਈਜ਼ ਕਿਉਂ ਵੱਧਦਾ ਹੈ? ਗਰਭਕਾਲ ਵਿਚ ਤਰਲ ਪਦਾਰਥ ਦੀ ਮਾਤਰਾ ਤੇ ਸੋਜਸ਼ ਹੋਣ ਤੋਂ ਇਲਾਵਾ ਇਸ ਦਾ ਇਕ ਹੋਰ ਕਾਰਣ ਹੋ ਸਕਦਾ ਹੈ। ਗਰਭਕਾਲ ਹਾਰਮੋਨ 'ਰਿਲੈਕਸਨ' ਤੁਹਾਡੀ ਪੈਲਵਿਸ ਦੇ ਆਸਪਾਸ ਦੇ ਲਿਗਾਮੈਂਟ ਤੇ ਜੋੜਾਂ ਨੂੰ ਢਿਲਾ ਕਰ ਦੇਂਦਾ ਹੈ ਤਾਂ ਜੋ ਉਥੇ ਬੱਚੇ ਦੇ ਲਈ ਜਗ੍ਹਾ ਬਣ ਸਕੇ। ਇਸ ਤਰ੍ਹਾਂ ਪੈਰਾਂ ਦੇ ਲਿਗਾਮੈਂਟ ਢਿਲੇ ਪੈ ਜਾਂਦੇ ਹਨ ਤਾਂ ਉਨ੍ਹਾਂ ਦੇ ਹੇਠਾਂ ਦੀਆਂ ਹੱਡੀਆਂ ਹਲਕੀਆਂ ਜਿਹੀਆਂ ਫੈਲ ਜਾਂਦੀਆਂ ਹਨ, ਜਿਸਨਾਲ ਕਈ ਔਰਤਾਂ ਦੇ ਪੈਰ ਅੱਧਾ ਜਾਂ ਇਕ ਇੰਚ ਤਕ ਵੱਧ ਜਾਂਦੇ ਹਨ। ਹਾਲਾਂਕਿ ਗਰਭਕਾਲ ਤੋਂ ਬਾਦ ਜੋੜ੍ਹ ਫਿਰ ਤੋਂ ਟਾਈਟ ਹੋ ਜਾਂਦੇ ਹਨ। ਪ੍ਰੰਤੂ ਹੋ ਸਕਦਾ ਹੈ ਕਿ ਪੈਰ ਦਾ ਸਾਈਜ਼ਹਮੇਸ਼ਾਂ ਦੇ ਲਈ ਵੱਡਾ ਹੋ ਜਾਏ।

ਉਦੋਂ ਤਕ ਤੁਹਾਨੂੰ ਪੈਰ ਦੀ ਸੋਜਸ਼ ਘਟਾਣ ਵਾਲੇ ਸੁਝਾਵਾਂ ਤੇਅਮਲਾ ਕਰਨਾ ਚਾਹੀਦਾ ਹੈ। ਜੇਕਰ ਸਾਈਜ਼ ਇਕ ਇੰਝ ਤਕ ਵੱਧ ਗਿਆ ਹੋਵੇਤਾਂ ਨਵੇਂ ਆਰਾਮਦਾਇਕ ਜੁੱਤੇਲੈ ਲਉ ਤਾਂ ਜੋ ਗਰਭਕਾਲ ਵਿਚ ਤੁਹਾਨੂੰ ਨੰਗੇ ਪੈਰ ਨਾ ਰਹਿਣਾ ਪਵੇ। ਜੁੱਤੇ ਖ਼ਰੀਦਦੇ ਸਮੇਂ ਫ਼ੈਸ਼ਨ ਤੋਂ ਪਹਿਲਾਂ ਆਰਾਮ ਤੇ ਧਿਆਨ ਦਿਉ। ਜੁੱਤੇ ਦੀਹੀਲ 2" ਤੋਂ ਵੱਧ ਨਾ ਹੋਵੇ । ਸੋਲ ਐਸਾ ਹੋਵੇ ਕਿ ਤੁਹਾਡਾ ਪੈਰ ਆਰਾਮ ਨਾਲ ਫਿਟ ਹੋ ਜਾਏ। ਸ਼ਾਮ ਦੇ ਸਮੇਂ ਖ਼ਰੀਦਦਾਰੀ ਕਰੋ, ਉਸ ਸਮੇਂ ਪੈਰ ਤੇ ਉਂਝ ਜ਼ਿਆਦਾ ਸੋਜਸ਼ ਹੁੰਦੀ ਹੈ। ਜੁੱਤੇ ਐਸੀ ਸਮੱਗਰੀ ਦੇ ਬਣੇ ਹੋਣ ਜਿਸ ਵਿਚ ਤੁਹਾਡੇ ਸੁਜੇ ਤੇ ਪਸੀਨੇ ਨਾਲ ਭਰੇ ਪੈਰਾਂ ਨੂੰ ਵੀ ਸਾਹ ਮਿਲਦੀ ਰਹੇ(ਸਿੰਥੈਟਿਕ ਲਉ)।

ਕੀ ਸ਼ਾਮ ਨੂੰ ਤੁਹਾਡੇ ਪੈਰ ਤੇ ਲੱਤਾਂ ਦਰਦ ਹੋਣ ਲਗਦੇ ਹਨ? ਖ਼ਾਸ ਤੌਰ ਤੇ ਬਣੇ ਜੁੱਤੇ ਤੁਹਾਡੀ ਤਕਲੀਫ਼ ਘਟਾ ਸਕਦੇਹਨ। ਇਸ ਤੋਂ ਇਲਾਵਾ ਤੁਹਾਨੂੰ ਪਿੱਠ ਤੇ ਲੱਤਾਂ ਦੇ ਦਰਦ ਤੋਂ ਵੀ ਰਾਹਤ ਮਿਲੇਗੀ। ਜਦੋਂ ਵੀ ਮੌਕਾ ਮਿਲੇ, ਪੈਰ ਉੱਚਾ ਕਰਕੇ ਲੇਟੋ। ਘਰ ਵਿਚ ਇਲਾਸਟਿਕ ਵਾਲੇ ਸਲੀਪਰ ਪਾਓ, ਹਾਲਾਂਕਿ ਇਹ ਫ਼ੈਸ਼ਨ ਵਿਚ ਨਹੀਂ ਹਨ ਪਰ ਪੈਰਾਂ ਦੀ ਥਕਾਵਟ ਅਤੇਦਰਦ ਤੋਂ ਛੁਟਕਾਰਾ ਤਾਂ ਮਿਲੇਗਾ।

## ਵਾਲਾਂ ਤੇ ਨਹੁੰਾਂ ਦਾ ਤੇਜ ਵਾਧਾ

**"ਇੰਝ ਲਗਦਾ ਹੈ ਕਿ ਇਨ੍ਹਾਂ ਦਿਨਾਂ ਵਿਚ ਮੇਰੇ ਵਾਲ ਤੇ ਨਹੁੰ ਕਾਫ਼ੀ ਤੇਜੀ ਨਾਲ ਵੱਧ ਰਹੇ ਹਨ। ਇੰਝ ਕਿਉ?"**

ਲਗਦਾ ਹੈ ਕਿ ਪ੍ਰੈਗਨੈਂਸੀ ਹਾਰਮੋਨ ਨੇ ਮਿਲ ਕੇ ਤੁਹਾਡੇ ਪੂਰੇ ਗਰਭਕਾਲ ਨੂੰ ਬਦਤਰ ਬਨਾਣ ਦਾ ਠੇਕਾ ਲੈ ਲਿਆ ਹੈ। (ਕਬਜ, ਛਾਤੀ ਵਿਚ ਜਲਨ, ਉਲਟੀ) ਪ੍ਰੰਤੂ ਇਸ ਤੋਂ ਇਲਾਵਾ ਕੁਝ ਹਾਰਮੋਨ ਐਸੇ ਵੀ ਹਨ ਜੋ ਗਰਭਕਾਲ ਵਿਚ ਕੁਝ ਚੀਜ਼ਾਂ ਦਾ ਵਾਧਾ ਵੀ ਕਰਦੇਹਨ। ਤੁਸੀਂ ਤੇਜੀ ਨਾਲ ਵੱਧਦੇ ਨਹੁੰਾਂ ਨੂੰ ਮੈਨੀਕਿਯੋਰ ਕਰ ਸਕਦੀ ਹੋ। ਆਪਣੇ ਹੇਅਰ ਸਟਾਇਲਿਸਟ ਦੇ ਕੋਲ ਜਾਣ ਤੋਂ ਪਹਿਲਾਂ ਵਾਲ ਲੰਬੇ ਕਰ ਸਕਦੀ ਹੋ। ਵਾਲ ਪਹਿਲਾਂ ਤੋਂ ਕਿਤੇ ਘਣੇ ਵੀ ਹੋ ਸਕਦੇਹਨ। ਇਨ੍ਹਾਂ ਨਾਲ ਖ਼ੂਨ ਪ੍ਰਵਾਹ ਤੇ ਮੈਟਾਬਾਲਿਜ਼ਮ ਵਿਚ ਵਾਧਾ ਹੁੰਦਾ ਹੈ ਜਿਸ ਨਾਲ ਵਾਲਾਂ ਤੇ ਨਹੁੰਾਂ ਦੀਆਂ ਕੋਸ਼ਕਾਵਾਂ ਦਾ ਪੋਸ਼ਣ ਹੁੰਦਾ ਹੈ ਤੇ ਪਹਿਲਾਂ ਤੋਂ ਕਿਤੇ ਵੱਧ ਸਿਹਤਮੰਦ ਹੋ ਜਾਂਦੇ ਹਨ।

ਹਾਲਾਂਕਿ ਹਰ ਫ਼ਾਇਦੇ ਦੀ ਇਕ ਕੀਮਤ ਹੁੰਦੀ ਹੈ। ਇਸ ਪੋਸ਼ਣ ਦੇ ਕਾਰਣ ਕਈ ਦੂਜੇ ਪ੍ਰਭਾਵ ਵੀ ਸਾਮ੍ਹਣੇ ਆਣਗੇ। ਇਨ੍ਹਾਂ ਦੇ ਕਾਰਣ ਸਰੀਰ ਦੇ ਐਸੇ ਹਿੱਸਿਆਂ ਤੇ ਵੀ ਵਾਲਾਂ ਦਾ ਵਾਧਾ ਹੋ ਜਾਏਗਾ ਜਿਥੇ ਤੁਸੀਂ ਨਹੀਂ ਚਾਹੁੰਦੀ। ਹੋਠ, ਚਿਬੁਕ ਤੇ ਗਾਲਾਂ ਤੋਂ ਇਲਾਵਾ ਬਾਹਾਂ, ਲੱਤਾਂ, ਛਾਤੀ, ਪਿੱਠ ਤੇ ਪੇਟ ਤੇ ਵੀ ਕਾਫ਼ੀ ਵਾਲ ਉਗਣੇ ਸ਼ੁਰੂ ਹੋ ਜਾਂਦੇ ਹਨ। ਤੁਹਾਡੇ ਲੰਬੇ ਨਹੁੰ ਵੀ ਸੁਕ ਕੇ ਸਖ਼ਤ ਹੋ ਸਕਦੇ ਹਨ।

ਯਾਦ ਰੱਖੋ ਕਿ ਵਾਲਾਂ ਤੇ ਨਹੁੰਾਂ ਦਾ ਇਹ ਵਾਧਾ ਅਸਥਾਈ ਹੈ। ਡਿਲੀਵਰੀ ਤੋਂ ਬਾਦ ਸਭ ਕੁਝ ਪਹਿਲਾਂ ਵਰਗਾ ਹੋ ਜਾਏਗਾ। ਵਾਲ ਪਹਿਲਾਂ ਦੀ ਤਰ੍ਹਾਂ ਛੋਟੇ ਤੇ ਪਤਲੇ ਹੋ ਜਾਣਗੇ। ਨਹੁੰਾਂ ਦਾ ਵਾਧਾ ਵੀ ਰੁਕ

ਜਾਏਗਾ। ਚਲੋ ਉਂਞ ਵੀ ਤੁਹਾਨੂੰ ਬੱਚੇ ਦੇ ਲਈ ਵੀ ਆਪਣੇ ਨਹੁੰ ਕੱਟਣੇ ਹੀ ਹਨ।

## ਨਜ਼ਰ

**"ਗਰਭਕਾਲ ਤੋਂ ਬਾਦ ਤੋਂ ਮੇਰੀ ਨਜ਼ਰ ਪਹਿਲਾਂ ਤੋਂ ਕਮਜ਼ੋਰ ਹੋ ਗਈ ਹੈ। ਮੇਰੇ ਕੰਟੈਕਟ ਲੈਂਸ ਵੀ ਸਹੀ ਤਰੀਕੇ ਨਾਲ ਕੰਮ ਨਹੀਂ ਕਰ ਰਹੇ। ਕਿਤੇ ਇਹ ਮੇਰੀ ਕਲਪਨਾ ਤਾਂ ਨਹੀਂ?"**

ਨਹੀਂ, ਇਹ ਤੁਹਾਡੀ ਕਲਪਨਾ ਨਹੀਂ ਹੈ। ਇਨ੍ਹਾਂ ਦਿਨਾਂ ਵਿਚ ਨਾ ਕੇਵਲ ਨਜ਼ਰ ਕਮਜ਼ੋਰ ਹੋ ਸਕਦੀ ਹੈ ਸਗੋਂ ਤੁਹਾਡੇ ਕੰਟੈਕਟ ਲੈਨਜ਼ ਵੀ ਇੰਨੇ ਆਰਾਮਦੇਹ ਨਹੀਂ ਰਹਿਣਗੇ। ਅੱਖਾਂ ਵਿਚ ਸੁਕੇਪਨ ਦੇ ਕਾਰਣ ਜਲਨ, ਖ਼ਾਰਸ਼ ਤੇ ਬੇਚੈਨੀ ਹੋ ਸਕਦੀ ਹੈ। ਜੇਕਰ ਅੱਖਾਂ ਵਿਚ ਵੱਧ ਪਾਣੀ ਆਣ ਲਗੇ ਤਾਂ ਕੰਟੈਕਟ ਲੈਨਜ਼ ਲਗਾਣ ਵਾਲੀਆਂ ਔਰਤਾਂ ਦੀ ਨਜ਼ਰ ਧੁੰਧਲਾ ਸਕਦੀ ਹੈ। ਡਿਲੀਵਰੀ ਤੋਂ ਬਾਦ ਸਭ ਕੁਝ ਪਹਿਲਾਂ ਦੀ ਤਰ੍ਹਾਂ ਆਮ ਹੋ ਜਾਏਗਾ। ਇਸ ਲਈ ਕੋਈ ਵੀ ਨਵਾਂ ਬਦਲਾਅ ਲਿਆਣ ਤੋਂ ਪਹਿਲਾਂ ਸੋਚ ਲਉ।

ਇਹ 'ਕਰੈਕਟਿਵ ਲੇਜ਼ਰ ਆਈ ਸਰਜਰੀ' ਕਰਾਣ ਦਾ ਸਮਾਂ ਨਹੀਂ ਹੈ, ਹਾਲਾਂਕਿ ਬੱਚੇ ਤੇ ਕੋਈ ਅਸਰ ਨਹੀਂ ਹੋਵੇਗਾ ਪ੍ਰੰਤੂ ਤੁਹਾਨੂੰ ਸੰਭਲਣ ਵਿਚ ਥੋੜ੍ਹਾ ਸਮਾਂ ਲਗ ਸਕਦਾ ਹੈ। ਇਸ ਲਈ ਇਸ ਨੂੰ ਡਿਲੀਵਰੀ ਤੋਂ ਬਾਦ ਹੀਕਰਾਓ। ਇਹ ਵੀ ਹੋ ਸਕਦਾ ਹੈ ਕਿ ਅੱਖਾਂ ਵਿਚ ਪਾਣ ਵਾਲੀਆਂ ਕੁਝ ਦਵਾਈਆਂ ਗਰਭਵਤੀ ਔਰਤਾਂ ਦੇ ਕੰਮ ਦੀਆਂ ਨਾ ਹੋਣ। ਅੱਖਾਂ ਦੇ ਡਾਕਟਰ ਕਹਿੰਦੇ ਹਨ ਕਿ ਗਰਭ ਧਾਰਣ ਕਰਨ ਤੋਂ ਛੇ ਮਹੀਨੇ ਪਹਿਲਾਂ ਤੇ ਡਿਲੀਵਰੀ ਤੋਂ ਛੇ ਮਹੀਨੇ ਬਾਦ ਤਕ ਆਈ ਸਰਜਰੀ ਨੂੰ ਟਾਲਣਾ ਚਾਹੀਦਾ ਹੈ।

ਹਾਲਾਂਕਿ ਨਜ਼ਰ ਵਿਚ ਥੋੜ੍ਹੀ ਬਹੁਤ ਖ਼ਰਾਬੀ ਨਾਲ ਕੋਈ ਫਰਕ ਨਹੀਂ ਪੈਂਦਾ ਪ੍ਰੰਤੂ ਜੇਕਰ ਜ਼ਿਆਦਾ ਅਸਰ ਦਿਖਾਈ ਦੇਵੇ ਤਾਂ ਡਾਕਟਰ ਨਾਲਸੰਪਰਕ ਕਰਨ ਵਿਚ ਦੇਰ ਨਾ ਕਰੋ। ਜੇਕਰਅਚਾਨਕ ਨਜ਼ਰ ਧੁੰਧਲਾ ਜਾਏ, ਅੱਖਾਂ ਦੇਅੱਗੇ ਧੱਬੇ ਦਿਖਾਈ ਦੇਣ ਅਤੇ ਦੋ-ਤਿੰਨ ਘੰਟੇ ਤਕ ਇੰਝ ਹੀ ਰਹੇ ਤਾਂ ਡਾਕਟਰ ਨੂੰ ਮਿਲੋ। ਅਚਾਨਕ ਖੜੇ ਹੁੰਦੇ ਸਮੇਂ ਜੇਕਰ ਅੱਖਾਂ ਦੇ ਅੱਗੇ ਧੱਬੇ ਜਿਹੇ ਦਿੱਖਣ ਤਾਂ ਘਬਰਾਓ ਨਾ, ਪਰ ਫਿਰ ਵੀ ਅਗਲੀ ਮੁਲਾਕਾਤ ਵਿਚ ਡਾਕਟਰ ਨੂੰ ਜ਼ਰੂਰ ਕਹੋ।

## ਭਰੂਣ ਦੀਆਂ ਗਤੀਵਿਧੀਆਂ

**"ਪਿਛਲੇ ਹਫ਼ਤੇ ਮੈਨੂੰ ਹਰਰੋਜ਼ ਪੇਟ ਵਿਚ ਹਲਕੀ ਹਲਚਲੀ ਮਹਿਸੂਸ ਹੁੰਦੀ ਰਹੀ ਪ੍ਰੰਤੂ ਅੱਜ ਕੁਝ ਪਤਾ ਨਹੀਂ ਚਲ ਰਿਹਾ। ਸਭ ਠੀਕ ਹੈ, ਨਾ?"**

ਬੱਚੇ ਦਾ ਪੇਟ ਵਿਚ ਕਿਕ ਮਾਰਨਾ, ਪਲਟਣਾ, ਉਛਲਣਾ ਤੇ ਮੁੱਕੇ ਲਗਾਣਾ ਤਾਂ ਕਾਫ਼ੀ ਰੋਮਾਂਚਕ ਲਗਦਾ ਹੈ। ਇਹ ਇਸ ਗੱਲ ਦਾ ਪੱਕਾ ਸਬੂਤ ਹੁੰਦਾ ਹੈ ਕਿ ਇਕ ਊਰਜਾ ਤੋਂ ਭਰਪੂਰ ਜੀਉਂਦੀ-ਜਾਗਦੀ ਜ਼ਿੰਦਗੀ ਤੁਹਾਡੇ ਅੰਦਰ ਪਲ ਰਹੀ ਹੈ। ਹਾਲਾਂਕਿ ਇਹੀ ਹਲਚਲਾਂ ਕਈ ਵਾਰੀ ਸੰਭਾਵੀ ਮਾਂ ਦੇ ਲਈ ਕਈ ਸਵਾਲ ਤੇ ਸ਼ੰਕਾਵਾਂ ਵੀ ਖੜੀਆਂ ਕਰ ਦੇਂਦੀਆਂ ਹਨ। ਇਕ ਪਲ ਵਿਚ ਤੁਹਾਨੂੰ ਲਗਦਾ ਹੈ ਕਿ ਕਿਤੇ ਐਸਾ ਗੈਸ ਦੇ ਕਾਰਣ ਤਾਂ ਨਹੀਂ ਸੀ। ਇਕ ਦਿਨ ਤਾਂ ਉਸ ਦੀਆਂ ਹਲਚਲਾਂ ਰੁਕਦੀਆਂ ਹੀ ਨਹੀਂ ਅਤੇ ਦੂਜੇ ਦਿਨ ਉਹ ਬਿਲਕੁਲ ਨਹੀਂ ਹਿਲਦਾ ਜਿਵੇਂ ਗਹਿਰੀ ਨੀਂਦ ਸੌਂ ਗਿਆ ਹੋਵੇ।

ਘਬਰਾਓ ਨਹੀਂ, ਗਰਭਕਾਲ ਵਿਚ ਇਸ ਸਮੇਂ ਬੱਚੇ ਦੀਆਂ ਹਲਚਲਾਂ ਸਬੰਧੀ ਸੋਚਣ ਜਾਂ ਚਿੰਤਾ ਕਰਨ ਦੀ ਕੋਈ ਲੋੜ ਨਹੀਂ ਹੈ। ਹਲਚਲ ਕਦ ਤੇ ਕਿੰਨੀ ਵਾਰ ਹੋਵੇਗੀ, ਇਸ ਦਾ ਢਾਂਚਾ ਕਾਫ਼ੀ ਹੱਦ ਤਕ ਵੱਖ਼ਰਾ ਹੋ ਸਕਦਾ ਹੈ। ਕਈ ਵਾਰ ਬੱਚਾ ਆਪਣੀ ਸਥਿਤੀ ਬਦਲ ਲੈਂਦਾ ਹੈ। ਉਸ ਕਾਰਣ ਵੀ ਉਸ ਦੀ ਹਲਚਲ ਮਹਿਸੂਸ ਨਹੀਂ ਹੁੰਦੀ ਜਾਂ ਫਿਰ ਤੁਸੀਂ ਖ਼ੁਦ ਚਲ ਰਹੀ ਹੁੰਦੀ ਹੈ ਜਾਂ ਡੂੰਘੀ ਨੀਂਦ ਵਿਚ ਹੁੰਦੀ ਹੋ। ਕਈ ਵਾਰ ਇੰਝ ਹੁੰਦਾ ਹੈ ਕਿ ਰੁਝੇਵੇਂ ਦੇਕਾਰਣ ਵੀ ਉਸਦੀ ਹਲਚਲ ਮਹਿਸੂਸ ਨਹੀਂ ਹੁੰਦੀ। ਕਈ ਬੱਚੇ ਅੱਧੀ ਰਾਤ ਨੂੰ ਆਪਣੀ ਹਲਚਲ ਸ਼ੁਰੂ ਕਰਦੇ ਹਨ ਅਤੇ ਉਨ੍ਹਾਂ ਮਾਂ ਉਸ ਸਮੇਂ ਡੂੰਘੀ ਨੀਂਦ ਵਿਚ ਹੁੰਦੀ ਹੈ।

ਜੇਕਰ ਤੁਸੀਂ ਕਈ ਘੰਟਿਆਂ ਤੋਂ ਬੱਚੇ ਦੀ ਹਲਚਲ ਨਾ ਸੁਣ ਸਕੀ ਹੋਵੋ ਤਾਂ ਇਕ ਗਿਲਾਸ ਦੁੱਧ ਸੰਤਰੇ ਦਾ ਰਸ ਜਾਂ ਕੋਈ ਸਨੈਕਸ ਲੈ ਕੇ ਇਕ ਅੱਧ ਘੰਟੇ ਦੇ ਲਈ ਲੇਟ ਜਾਓ। ਤੁਹਾਡੀ ਕਾਮਨਾ ਤੇ ਭੋਜਨ ਤੋਂ ਮਿਲੀ ਊਰਜਾ ਨਾਲ ਬੱਚਾ ਚਲਚਲ ਵਿਚ ਆ ਸਕਦਾ ਹੈ। ਜੇਕਰ ਤਾਂ ਵੀ ਗੱਲ ਨਾ ਬਣੇ ਤਾਂ ਚਿੰਤਾ ਨਾ ਕਰੋ ਕਿਉਂਕਿ ਕਈ ਬੱਚਿਆਂ ਦੀ ਹਲਚਲ ਅਕਸਰ ਦੋ-ਤਿੰਨ ਦਿਨ ਤਕ ਵੀ ਮਹਿਸੂਸ ਨਹੀਂ ਹੁੰਦੀ। ਜੇਕਰ ਚਿੰਤਾ ਨਾ ਮਿਟੇ ਤਾਂ ਡਾਕਟਰ ਨੂੰ ਮਿਲੋ।

28ਵੇਂ ਹਫ਼ਤੇ ਤੋਂ ਬਾਅਦ ਉਸ ਦੀ ਹਲਚਲ ਪਹਿਲਾਂ ਤੋਂ ਕਿਤੇ ਜੇਜ ਹੋ ਜਾਏਗੀ। ਇਸ ਲਈ ਤੁਹਾਨੂੰ ਹਰਪੱਲ ਉਸ ਦੀ ਹਲਚਲ ਤੇ ਨਜ਼ਰ ਰੱਖਣ ਦੀ ਆਦਤ ਪਾਉਣੀ ਚਾਹੀਦੀ ਹੈ।

## ਦੂਜੀ ਤਿਮਾਹੀ ਦਾ ਅਲਟ੍ਰਾਸਾਊਂਡ

**"ਮੇਰਾ ਗਰਭਕਾਲ ਸਹਿਜ ਤੇ ਆਮ ਰੂਪ ਨਾਲ ਚੱਲ ਰਿਹਾ ਹੈ ਪ੍ਰੰਤੂ ਫਿਰ ਵੀ ਮੇਰੇ ਡਾਕਟਰ ਚਾਹੁੰਦੇ ਹਨ ਕਿ ਮੈਨੂੰ ਇਸ ਵਾਰ ਅਲਟ੍ਰਾਸਾਊਂਡ ਕਰਵਾਣਾ ਚਾਹੀਦਾ ਹੈ। ਕੀ ਸਚਮੁੱਚ ਇਸ ਦੀ ਲੋੜ ਹੈ?"**

ਅੱਜਕਲ ਸਾਰੀਆਂ ਗਰਭਵਤੀ ਔਰਤਾਂ ਦਾ ਦੂਜੀ ਤਿਮਾਹੀ ਵਿਚ ਅਲਟ੍ਰਾਸਾਊਂਡ ਕੀਤਾ ਜਾਂਦਾ ਹੈ, ਚਾਹੇ ਉਨ੍ਹਾਂ ਦੀ ਪ੍ਰੈਗਨੈਂਸੀ ਕਿੰਨੀ ਵੀ ਸਹਿਜ ਤੇ ਆਮ ਕਿਉਂ ਨਾ ਹੋਵੇ। ਡਾਕਟਰ ਦੇਖਣਾ ਚਾਹੁੰਦੇ ਹਨ ਕਿ ਬੱਚੇ ਦਾ ਪੂਰੀ ਤਰ੍ਹਾਂ ਨਾਲ ਵਿਕਾਸ ਹੋ ਰਿਹਾ ਹੈ ਜਾਂ ਨਹੀਂ, ਜਿੰਨਾ ਵਿਕਾਸ ਹੁਣ ਤਕ ਹੋਣਾ ਚਾਹੀਦਾ ਹੈ। ਦੂਜਾ ਤੁਹਾਨੂੰ ਵੀ ਤਾਂ ਆਪਣੇ ਬੱਚੇ ਦਾ ਅਲਟ੍ਰਾਸਾਊਂਡ ਦੀ ਮਦਦ ਨਾਲ ਦੇਖਣ ਦਾ ਮੌਕਾ ਮਿਲ ਜਾਂਦਾ ਹੈ। ਇਸੇ ਸਮੇਂ ਬੱਚੇ ਦੇ ਲਿੰਗ ਦਾ ਵੀ ਪਤਾ ਚਲਦਾ ਹੈ।

ਚਾਹੇ ਤੁਸੀਂ ਗਰਭਕਾਲ ਦੀ ਮਿਤੀ ਜਾਣਨ ਦੇ ਲਈ ਪਹਿਲੀ ਤਿਮਾਹੀ ਵਿਚ ਅਲਟ੍ਰਾਸਾਊਂਡ ਕਰਵਾ ਚੁਕੀ ਹੋ ਜਾਂ ਫਿਰ ਵਿਸਤਾਰਪੂਰਕ ਜਾਣਕਾਰੀ ਪਾਣ ਦੇ ਲਈ ਸਕੈਨ ਕਰਵਾ ਚੁਕੀ ਹੋ ਫਿਰ ਵੀ ਇਸ ਨਾਲ ਤੁਹਾਡੇ ਡਾਕਟਰ ਨੂੰ ਕਾਫ਼ੀ ਵੱਧ ਜਾਣਕਾਰੀ ਮਿਲਦੀ ਹੈ; ਜਿਵੇਂ-ਬੇਬੀ ਦਾ ਆਕਾਰ ਤੇ ਸਾਰੇ ਅੰਗ, ਐਮਨਿਓਟਿਕ ਦ੍ਰਵ ਦੀ ਸਹੀ ਮਾਤਰਾ ਤੇ ਪਲੇਸੈਂਟਾ ਦਾ ਸਹੀ ਸਥਾਨ ਆਦਿ। ਇਸ ਨਾਲ ਡਾਕਟਰ ਨੂੰ ਤੁਹਾਡੀ ਤੇ ਬੱਚੇ ਦੀ ਸਾਫ਼ ਸਿਹਤਮੰਦ ਤਸਵੀਰ ਮਿਲ ਜਾਂਦੀ ਹੈ।

### ਇਕ ਖ਼ੂਬਸੂਰਤ ਤਸਵੀਰ

ਦੂਜੀ ਤਿਮਾਹੀ ਦੇ ਅਲਟ੍ਰਾਸਾਊਂਡ ਵਿਚ ਤੁਹਾਨੂੰ ਬੱਚੇ ਦੀ ਪਿਆਰੀ ਜਿਹੀ ਤਸਵੀਰ ਮਿਲ ਗਈ ਹੈ। ਇਸ ਨੂੰ ਆਪਣੇ ਕੰਪਿਊਟਰ ਵਿਚ ਸਕੈਨ ਕਰਕੇ ਸੇਵ ਕਰੋ। ਇਸ ਨੂੰ ਫ਼ੋਟੋ ਵੈਬਸਾਈਟ ਤੇ ਸਕੈਨ ਕਰਕੇ ਰਿਯਲ ਫ਼ੋਟੋ ਇੰਝ ਲਾਲ ਐਸਿਡ ਫ੍ਰੀ ਪੇਪਰ ਤੇ ਪ੍ਰਿੰਟ ਕਰ ਲਉ। ਇਸ ਤਰ੍ਹਾਂ ਤੁਹਾਡੀਆਂ ਯਾਦਾਂ ਕਦੀ ਧੁੰਧਲੀਆਂ ਨਹੀਂ ਪੈਣਗੀਆਂ।

ਜੇਕਰ ਤੁਸੀਂ ਉਸ ਅਲਟ੍ਰਾਸਾਊਂਡ ਨੂੰ ਚੰਗੀ ਤਰ੍ਹਾਂ ਸਮਝ ਨਾ ਸਕੋ ਤਾਂ ਡਾਕਟਰ ਤੋਂ ਪੁੱਛਣ ਵਿਚ ਸੰਕੋਚ ਨਾ ਕਰੋ।

## ਪਲੇਸੈਂਟਾ ਦਾ ਸਥਾਨ

**"ਡਾਕਟਰ ਦੇ ਅਨੁਸਾਰ ਮੇਰੇ ਪਲੇਸੈਂਟਾ ਤੋਂ ਪਤਾ ਚਲਦਾ ਹੈ ਕਿ ਉਹ ਹੇਠਾਂ ਸਰਵਿਕਸ ਦੇ ਕੋਲ ਹੈ। ਹਾਲਾਂਕਿ ਉਨ੍ਹਾਂ ਦੇ ਹਿਸਾਬ ਨਾਲ ਅਜੇ ਚਿੰਤਾ ਵਾਲੀ ਕੋਈ ਗੱਲ ਨਹੀਂ ਹੈ ਪਰ ਮੈਨੂੰ ਹੁਣੇ ਤੋਂ ਚਿੰਤਾ ਹੋਣ ਲਗੀ ਹੈ।"**

ਤੁਹਾਡਾ ਬੱਚਾ ਬੱਚੇਦਾਨੀ ਵਿਚ ਇਥੇ-ਉਥੇ ਘੁੰਮਦਾ ਹੈ? ਭਰੂਣ ਦੀ ਤਰ੍ਹਾਂ ਪਲੇਸੈਂਟਾ ਹੀ ਬੱਚੇਦਾਨੀ ਵਿਚ ਆਪਣੀ ਸਥਿਤੀ ਬਦਲ ਸਕਦਾ ਹੈ। ਕੇਵਲ 10 ਪ੍ਰਤੀਸ਼ਤ ਪਲੇਸੈਂਟਾ ਬੱਚੇਦਾਨੀ ਦੇ ਹੇਠਲੇ ਹਿੱਸੇ ਤਕ ਜਾਂਦੇ ਹਨ। ਡਿਲੀਵਰੀ ਦਾ ਸਮਾਂ ਆਣ ਤਕ ਜ਼ਿਆਦਾਤਰ ਪਲੇਸੈਂਟਾ ਉਪਰ ਵੱਲ ਜਾਂਦੇ ਹਨ। ਜੇ ਕਰ ਇੰਝ ਨਾ ਹੋਵੇ ਅਤੇ ਪਲੇਸੈਂਟਾ ਸਰਵਿਕਸ(ਬੱਚੇ ਦਾਨੀ ਦੇ ਮੂੰਹ) ਨੂੰ ਢਕੇ ਤਾਂ ਪਲੇਸੈਂਟਾ ਪ੍ਰੀਵਿਆ ਦਾ ਪਤਾ ਲਗਾਇਆ ਜਾਂਦਾ ਹੈ। ਕਰੀਬ 200 ਵਿਚੋਂ 1 ਕੇਸ ਵਿਚ ਹੀ ਇੰਝ ਹੁੰਦਾ ਹੈ। ਦੂਜੇ ਸ਼ਬਦਾਂ ਵਿਚ ਡਾਕਟਰ ਸਹੀ ਕਹਿ ਰਹੇ ਹਨ। ਅਜੇ ਚਿੰਤਾ ਨਾ ਕਰੋ, ਸਭ ਠੀਕ ਹੋ ਜਾਏਗਾ।

**"ਅਲਟ੍ਰਾਸਾਊਂਡ ਦੌਰਾਨ ਤਕਨੀਸ਼ਿਯਨ ਨੇ ਮੈਨੂੰ ਦੱਸਿਆ ਕਿ ਮੇਰਾ 'ਐਂਟੀਰਿਯਰ ਪਲੇਸੈਂਟਾ' ਹੈ। ਇਸ ਦਾ ਕੀ ਮਤਲਬ ਹੈ?"**

ਇਸ ਦਾ ਮਤਲਬ ਹੈ ਕਿ ਤੁਹਾਡਾ ਬੱਚਾ ਪਲੇਸੈਂਟਾ ਦੇ ਪਿਛੇ ਹੈ। ਆਮ ਤੌਰ ਤੇ ਇਕ ਫਰਟੀਲਾਈਜ਼ਡ ਅੰਡਾ ਖ਼ੁਦ ਹੀ ਬੱਚੇਦਾਨੀ ਦੇ ਪਿਛਲੇ ਹਿੱਸੇ ਵਿਚ, ਤੁਹਾਡੀ ਰੀੜ੍ਹ ਦੀ ਹੱਡੀ ਦੇ ਕੋਲ ਸਥਿਤ ਹੋ ਜਾਂਦਾ ਹੈ। ਉਥੇ ਪਲੇਸੈਂਟਾ ਵਿਕਸਿਤ ਹੁੰਦਾ ਹੈ। ਕਦੀ-2 ਇਹ ਅੰਡਾ, ਬੱਚੇਦਾਨੀ ਦੇ ਉਲਟ ਪਾਸੇ, ਨਾਭੀ ਦੇ ਕੋਲ ਸਥਿਤ ਹੋ ਜਾਂਦਾ ਹੈ। ਇਹ ਤੁਹਾਡੀ ਬੱਚੇਦਾਨੀ ਦੇ ਅੱਗੇ ਵੱਲ ਵੱਧਣ ਲਗਦਾ ਹੈ ਅਤੇ ਬੱਚਾ ਇਸ ਦੇ ਪਿਛੇ ਹੁੰਦਾਹੈ। ਤੁਹਾਡੇ ਕੇਸ ਵਿਚ ਵੀ ਇੰਝ ਹੀ ਹੋਇਆ ਹੈ।

ਉਂਝ ਬੱਚੇ ਨੂੰ ਇਸ ਗੱਲ ਤੋਂ ਕੋਈ ਫ਼ਰਕ ਨਹੀਂ ਪੈਂਦਾ ਕਿ ਉਹ ਕਿਸ ਪਾਸੇ ਹੈ। ਪਲੇਸੈਂਟਾ ਦਾ ਉਸਦੇ ਵਿਕਾਸ ਨਾਲ ਕੋਈ ਲੈਣਾ-ਦੇਣਾ ਨਹੀਂ ਹੈ। ਤੁਹਾਨੂੰ

ਨੁਕਸਾਨ ਇਹ ਹੋ ਸਕਦਾ ਹੈ ਕਿ ਤੁਸੀਂ ਉਸ ਦੀ ਹਲਚਲ, ਮੁਕੇ ਅਤੇ ਕਲਾਬਾਜ਼ੀਆਂ ਨੂੰ ਸਹੀ ਢੰਗ ਨਾਲ ਮਹਿਸੂਸ ਨਹੀਂ ਕਰ ਸਕੋਗੀ। ਪਲੇਸੈਂਟਾ ਤੁਹਾਡੇ ਦੋਨਾਂ ਦੇ ਵਿਚ ਕੁਸ਼ਨ ਦਾ ਕੰਮ ਕਰੇਗਾ।

ਇਸ ਨਾਲ ਬੇਕਾ ਦੀ ਚਿੰਤਾ ਵਧੇਗੀ। ਇਸੇ ਕਾਰਣ ਡਾਕਟਰ ਨੂੰ ਵੀ ਭਰੂਣ ਦੇ ਦਿਲ ਦੀ ਧੜਕਣ ਸੁਣਨ ਵਿਚ ਮੁਸ਼ਕਲ ਹੋਵੇਗੀ ਪ੍ਰੰਤੂ ਇਸ ਸਾਰੀ ਅਸੁਵਿਧਾ ਦੇ ਬਾਵਜੂਦ ਘਬਰਾਣ ਵਾਲੀ ਕੋਈ ਗੱਲ ਨਹੀਂ ਹੈ। ਐਂਟੀਟਿਯਰ ਪਲੇਸੈਂਟਾ ਅਕਸਰ ਆਪਣੇ-ਆਪ ਪੋਸਟੀਰਿਯਰ ਪੁਜੀਸ਼ਨ ਵਿਚ ਆ ਜਾਂਦਾ ਹੈ।

## ਸੌਣ ਦੀ ਸਥਿਤੀ

**"ਮੈਂ ਹਮੇਸ਼ਾਂ ਪੇਟ ਦੇ ਭਾਰ ਸੌਂਦੀ ਹਾਂ। ਹੁਣ ਮੈਨੂੰ ਡਰ ਲਗਦਾ ਹੈ। ਮੈਨੂੰ ਕਿਸੀ ਦੂਜਸਰੇ ਤਰੀਕੇ ਨਾਲ ਸੋਣਾ ਅਰਾਮਦਾਇਕ ਨਹੀਂ ਲਗਦਾ।"**

ਬਦਕਿਸਮਤੀ ਨਾਲ ਗਰਭਕਾਲ ਵਿਚ ਪੇਟ ਤੇ ਪਿੱਠ ਦੇ ਭਾਰ(ਆਰਾਮਦਾਇਕ ਮੁਦਰਾਵਾਂ) ਸੋਣਾ ਨਹੀਂ ਹੁੰਦਾ। ਪੇਟ ਦੇ ਭਾਰ ਸੋਣ ਦਾ ਮਤਲਬ ਹੋਵੇਗਾ ਕਿ ਤੁਸੀਂ ਕਿਸੇ ਤਰਬੂਜ ਤੇ ਸੌਂ ਰਹੀ ਹੋ। ਪਿੱਠ ਵਾਲੀ ਮੁਦਰਾ ਅਰਾਮਦਾਇਕ ਤਾਂ ਹੈ ਪ੍ਰੰਤੂ ਤੁਹਾਡੀ ਬੱਚੇ ਦਾਨੀ ਦਾ ਸਾਰਾ ਭਾਰ; ਪਿੱਠ, ਅੰਤੜੀਆਂ ਤੇ ਪ੍ਰਮੁੱਖ ਖ਼ੂਨ ਪ੍ਰਵਾਹ ਵਿਚ ਰੁਕਾਵਟ ਆਏਗੀ। ਤੁਸੀਂ ਹਾਈਪੋਟੈਂਸ਼ਨ ਜਾਂ ਲੋ ਬਲੱਡ ਪ੍ਰੈਸ਼ਰ ਦੀ ਸ਼ਿਕਾਰ ਹੋ ਸਕਦੀ ਹੈ, ਜਿਸ ਨਾਲ ਤੁਸੀਂ ਹਮੇਸ਼ਾਂ ਉਨੀਂਦ੍ਰਾ ਮਹਿਸੂਸ ਕਰੋਗੀ।

ਇਸ ਦਾ ਮਤਲਬ ਇਹ ਨਹੀਂ ਕਿ ਤੁਹਾਨੂੰ ਖੜੇ ਹੋ ਕੇ ਸੋਣਾ ਪਵੇਗਾ। ਆਪਣੇ ਖੱਬੇ ਪਾਸੇ ਕਰਵਟ ਲਓ ਤੇ ਦੋਨੋਂ ਲੱਤਾਂ ਦੇ ਵਿਚ ਇਕ ਸਰ੍ਹਾਣਾ ਰੱਖੋ। ਇਹ ਬੱਚੇ ਦੇ ਲਈ ਵੀ ਠੀਕ ਰਹੇਗਾ। ਇਸ ਨਾਲ ਪਲੇਸੈਂਟਾ ਦੇ ਖ਼ੂਨ ਪ੍ਰਵਾਹ ਵਿਚ ਰੁਕਾਵਟ ਨਹੀਂ ਆਏਗੀ। ਕਿਡਨੀ ਸਹੀ ਤਰੀਕੇ ਨਾਲ ਕੰਮ ਕਰੇਗੀ ਭਾਵ ਵਿਅਰਥ ਪਦਾਰਥ ਸਰੀਰ ਤੋਂ ਬਾਹਰ ਨਿਕਲਦੇ ਰਹਿਣਗੇ। ਹੱਥਾਂ, ਪੈਰਾਂ ਤੇ ਅੱਡੀਆਂ ਵਿਚ ਘੱਟੋ ਘੱਟ ਸੋਜਸ਼ ਹੋਵੇਗੀ।

ਬਹੁਤ ਘੱਟ ਲੋਕ, ਸਾਰੀ ਰਾਤ ਇਕ ਹੀ ਕਰਵਟ ਵਿਚ ਸੌਂ ਸਕਦੇ ਹਨ। ਜੇਕਰ ਅੱਖ ਖੁਲ੍ਹਣ ਤੇ ਤੁਸੀਂ ਖ਼ੁਦ ਨੂੰ ਪਿੱਠ ਜਾਂ ਪੇਟ ਦੇ ਭਾਰ ਪਾਓ ਤਾਂ ਚਿੰਤਾ ਨਾ ਕਰੋ। ਇਸ ਨਾਲ ਕੋਈ ਨੁਕਸਾਨ ਨਹੀਂ ਹੋਵੇਗਾ,

ਬਸ ਆਪਣੀ ਕਰਵਟ ਬਦਲ ਲਉ। ਹੋ ਸਕਦਾ ਹੈ ਕੁਝ ਰਾਤਾਂ ਤਕ ਥੋੜ੍ਹਾ ਅਜੀਬ ਲਗੇ ਪਰ ਜਲਦੀ ਹੀ ਤੁਹਾਨੂੰ ਇਸ ਦੀ ਆਦਤ ਹੋ ਜਾਏਗੀ। ਜੇਕਰ 5 ਫੁਟ ਲੰਬਾ ਜਾਂ ਬੈਜ ਦੇ ਆਕਾਰ ਦਾ ਸਰ੍ਹਾਣਾ ਲਗਾ ਲਉਗੀ ਤਾਂ ਤੁਹਾਨੂੰ ਇਸ ਤਰ੍ਹਾਂ ਸੌਣ ਵਿਚ ਅਸਾਨੀ ਰਹੇਗੀ। ਜੇਕਰ ਤੁਹਾਡੇ ਕੋਲ ਐਸੇ ਸਰ੍ਹਾਣੇ ਨਾ ਹੋਣ ਤਾਂ ਫਾਲਤੂ ਸਰ੍ਹਾਣੇ ਲੈ ਕੇ ਸਰੀਰ ਨੂੰ ਇੰਨੀ ਆਰਾਮ-ਦਾਇਕ ਮੁਦਰਾ ਵਿਚ ਲਿਆ ਕਿ ਤੁਹਾਨੂੰ ਗੂੜ੍ਹੀ ਨੀਂਦ ਆ ਸਕੇ।

## ਕੁੱਖ ਵਿਚ ਹੀ ਕਲਾਸ

**"ਮੇਰੀ ਸਹੇਲੀ ਦਾ ਕਹਿਣਾ ਹੈ ਕਿ ਅਣਜੰਮੇ ਬੱਚੇ ਨੂੰ ਕੰਸਰਟ ਵਿਚ ਲੈ ਜਾਣ ਨਾਲ ਉਹ ਸੰਗੀਤ ਪ੍ਰੇਮੀ ਪੈਦਾ ਹੋਵੇਗਾ। ਦੂਜੀ ਸਹੇਲੀ ਦੇ ਪਤੀ ਆਪਣੇ ਅਣਜੰਮੇ ਬੱਚੇ ਨੂੰ ਪਿਆਰੀ-2 ਕਹਾਣੀਆਂ ਸੁਣਾਂਦੇ ਹਨ। ਕੀ ਮੈਨੂੰ ਵੀ ਇੰਝ ਹੀ ਕੁਝ ਕਰਨਾ ਚਾਹੀਦਾ ਹੈ?"**

ਹਰ ਮਾਤਾ-ਪਿਤਾ ਕਿਸੀ ਨਾ ਕਿਸੀ ਤਰੀਕੇ ਨਾਲ ਆਪਣੇ ਬੱਚੇ ਦੀ ਬਿਤਹਰੀ ਚਾਹੁੰਦੇ ਹਨ ਪ੍ਰੰਤੂ ਤੁਹਾਨੂੰ

## ਪਾਂਚਵਾਂ ਮਹੀਨਾ

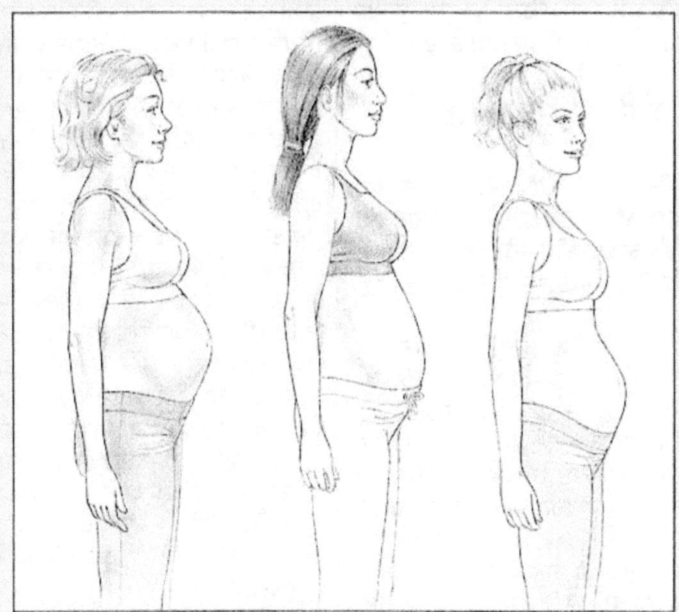

**ਪੰਜਵੇਂ ਮਹੀਨੇ ਦੇ ਅੰਤ ਵਿਚ ਗਰਭਵਤੀ ਔਰਤਾਂ ਤਿੰਨ ਵੱਖ ਤਰ੍ਹਾਂ ਨਾਲ ਦਿਖਾਈ ਦੇਂਦੀਆਂ ਹਨ। ਇਹ ਸਭ ਤੁਹਾਡੇ ਆਕਾਰ-ਪ੍ਰਕਾਰ, ਭਾਰ ਤੇ ਬੱਚੇਦਾਨੀ ਦੀ ਸਥਿਤੀ ਤੇ ਨਿਰਭਰ ਕਰਦਾ ਹੈ। ਤੁਹਾਨੂੰ ਉੱਚਾ, ਥੋੜ੍ਹਾ ਨੀਵਾਂ, ਹਲਕਾ ਭਾਰੀ ਜਾਂ ਚੌੜ੍ਹਾ ਗਰਭ ਠਹਿਰ ਸਕਦਾ ਹੈ।**

ਹੁਣੇ ਤੋਂ ਉਸ ਦੀ ਪੜ੍ਹਾਈ ਦੀ ਚਿੰਤਾ ਕਰਨ ਦੀ ਲੋੜ ਨਹੀਂ ਹੈ।

ਇਹ ਤਾਂ ਸੱਚ ਹੈ ਕਿ ਦੂਜੀ ਤਿਮਾਹੀ ਦੇ ਅੰਤ ਵਿਚ ਬੱਚੇ ਦੇ ਸੁਣਨ ਦੀ ਸਮਰੱਥਾ ਵਿਕਸਿਤ ਹੋ ਜਾਂਦੀ ਹੈ ਪ੍ਰੰਤੂ ਇਸ ਦਾ ਭਾਵ ਇਹ ਨਹੀਂ ਹੈ ਕਿ ਉਹ ਕੰਸਰਟ ਵਿਚ ਸੰਗੀਤ ਸੁਣੇਗਾ ਅਤੇ ਜਨਮ ਲੈਣ ਤੋਂ ਬਾਅਦ ਸੰਗੀਤ ਵਿਸ਼ਾਰਦ ਬਣ ਜਾਏਗਾ।

ਨੰਨ੍ਹੇ ਅਜੰਮੇ ਬੱਚੇ ਤੇ ਹੁਣੇ ਤੋਂ ਇੰਨੀਆਂ ਜਿੰਮੇ-ਵਾਰੀਆਂ ਦਾ ਬੋਝ ਨਾ ਲੱਦੋ। ਉਹ ਵੱਡਾ ਹੋ ਕੇ ਖ਼ੁਦ ਹੀ ਆਪਣੀ ਇੱਛਾ ਤੇ ਪ੍ਰਤਿਭਾ ਦੇ ਬੱਲ ਤੇ ਸਭ ਕੁਝ ਸਿਖ ਲਵੇਗਾ। ਜੇਕਰ ਤੁਸੀਂ ਕੁੱਖ ਨੂੰ ਹੀ ਕਲਾਸ ਬਣਾਣ ਦੀ ਕੋਸ਼ਿਸ਼ ਕਰੋਗੀ ਤਾਂ ਸ਼ਾਇਦ ਉਸ ਦੀ ਕੁਦਰਤੀ ਨੀਂਦ ਵਿਚ ਖਲਲ ਪੈ ਸਕਦਾ ਹੈ ਜਾਂ ਉਸ ਦੇ ਕੁਦਰਤੀ ਵਿਕਾਸ ਵਿਚ ਰੁਕਾਵਟ ਆ ਸਕਦੀ ਹੈ।

ਹਾਲਾਂਕਿ ਆਪਣੇ ਬੱਚੇ ਨੂੰ ਕੋਲੋਂ ਮਹਿਸੂਸ ਕਰਨ ਦੇ ਲਈ ਤੁਸੀਂ ਕੋਈ ਵੀ ਤਰੀਕਾ ਅਪਨਾ ਸਕਦੀ ਹੋ। ਉਸ ਦੇ ਲਈ ਕੁਝ ਗਾਓ, ਉਸ ਨੂੰ ਕੁਝ ਪੜ੍ਹਕੇ ਸੁਣਾਓ। ਉਸ ਨੂੰ ਆਪਣੇ ਹੱਥਾਂ ਦੀ ਛੁਹ ਦਿਉ। ਇਸ ਤਰ੍ਹਾਂ ਪੜ੍ਹਾਈ-ਲਿਖਾਈ ਦੇ ਮਾਹੌਲ ਵਿਚ ਉਸ ਨੂੰ ਕਿਸੇ ਯੂਨੀਵਰਸਿਟੀ ਦੀ ਡਿਗਰੀ ਤਾਂ ਨਹੀਂ ਮਿਲ ਜਾਏਗੀ ਪ੍ਰੰਤੂ ਉਸ ਦੀ ਤੇ ਤੁਹਾਡੀ ਨੇੜਤਾ ਕਾਫ਼ੀ ਵੱਧ ਜਾਏਗੀ।

ਅਜੰਮੇ ਬੱਚੇ ਨੂੰ ਸ਼ਾਸਤਰੀ ਸੰਗੀਤ ਦੀ ਸੁਰ-ਲਹਿਰੀਆਂ ਵੀ ਪਸੰਦ ਆ ਸਕਦੀਆਂ ਹਨ। ਇਸ ਨਾਲ ਜਨਮ ਤੋਂ ਬਾਦ ਵੀ ਉਸ ਨੂੰ ਹਲਕੇ ਸੰਗੀਤ ਦੇ ਵਿਚ ਚੈਨ ਮਿਲਿਆ ਕਰੇਗਾ।

ਆਪਣੇ ਪੇਟ ਨੂੰ ਹਲਕੇ ਹੱਥਾਂ ਨਾਲ ਛੂਹੋ। ਨੰਨ੍ਹੇ ਨੂੰ ਸੰਗੀਤ ਸੁਣਾਓ। ਉਸ ਨੂੰ ਤੁਹਾਡੀ ਆਵਾਜ਼ ਸੁਣਨ ਦਾ ਅਭਿਆਸ ਹੋ ਜਾਏਗਾ ਅਤੇ ਨਜ਼ਦੀਕੀਆਂ ਕਾਫ਼ੀ ਵੱਧ ਜਾਣਗੀਆਂ। ਬੱਚੇ ਨਾਲ ਪਿਆਰ ਦਾ ਨਾਤਾ

ਜੋੜੋ। ਉਸ ਨੂੰ ਹੁਣੇ ਤੋਂ ਪੜ੍ਹਾਣ ਦਾ ਚੱਕਰ ਛੱਡ ਦਿਉ, ਇਸ ਦੇ ਲਈ ਤਾਂ ਪੂਰੀ ਜ਼ਿੰਦਗੀ ਪਈ ਹੈ। ਘੱਟੋ ਘੱਟ ਜਨਮ ਤੋਂ ਪਹਿਲਾਂ ਤਾਂ ਉਸ ਨੂੰ ਇਸ ਪ੍ਰਤੀਯੋਗੀ ਦੁਨੀਆ ਦੀ ਭੱਜ-ਦੌੜ ਤੋਂ ਦੂਰ ਰੱਖੋ।

## ਵੱਡੇ ਬੱਚੇ ਨੂੰ ਉਠਾਉਣਾ

**"ਮੇਰਾ ਤਿੰਨ ਸਾਲ ਦਾ ਬੱਚਾ ਹੈ, ਜੋ ਹਮੇਸ਼ਾਂ ਗੋਦ ਵਿਚ ਆਣ ਦੀ ਜਿੱਦ ਕਰਦਾ ਹੈ। ਕੀ ਗਰਭਕਾਲ ਵਿਚ ਇੰਝ ਕਰਨਾ ਠੀਕ ਰਹੇਗਾ? ਇਸ ਨਾਲ ਮੇਰੀ ਪਿੱਠ ਵਿਚ ਤੇਜ ਦਰਦ ਹੁੰਦਾ ਹੈ।"**

ਜੇਕਰ ਡਾਕਟਰ ਨੇ ਮਨ੍ਹਾ ਨਹੀਂ ਕੀਤਾ ਤਾਂ ਗਰਭਕਾਲ ਵਿਚ ਹਲਕਾ ਭਾਰ(35 ਤੋਂ 40 ਪੌਂਡ) ਉਠਾਇਆ ਜਾ ਸਕਦਾ ਹੈ ਪ੍ਰੰਤੂ ਇਹ ਤੁਹਾਡੀ ਪਿੱਠ ਦੇ ਲਈ ਦਰਦ ਦਾ ਕਾਰਣ ਬਣ ਸਕਦਾ ਹੈ। ਜੇਕਰ ਤੁਸੀਂ ਉਸ ਦੀ ਆਦਤ ਨਾ ਬਦਲੀ ਤਾਂ ਪਿੱਠ ਦਾ ਕਚੂਮਰ ਨਿਕਲ ਜਾਏਗਾ। ਬੱਚੇ ਨੂੰ ਪੈਦਲ ਚੱਲਣ ਦੇ ਲਈ ਕਹੋ। ਉਸ ਨਾਲ ਛੋਟੀ-2 ਦੌੜ ਲਗਾਓ, ਪੌੜੀਆਂ ਤੇ ਚੜ੍ਹੋ ਜਾਂ ਨਾਲ ਚੱਲਦੇ ਹੋਏ ਗਾਓ। ਜੇਕਰ ਉਹ ਤੁਹਾਡੀ ਗੋਦ ਵਿਚ ਜਾਣ ਦੀ ਥਾਂ ਦੋ ਕਦਮ ਵੀ ਪੈਦਲ ਚੱਲਣ ਲਈ ਮੰਨ ਜਾਏ ਤਾਂ ਉਸਦੀ ਤਾਰੀਫ਼ ਜ਼ਰੂਰ ਕਰੋ। ਜਦੋਂ ਬੈਠ ਜਾਏ ਤਾਂ ਗੋਦ ਵਿਚ ਲੈ ਕੇ ਢੇਰ ਸਾਰਾ ਪਿਆਰ ਦਿਉ। ਕਦੀ-2 ਜਦੋਂ ਗੋਦ ਵਿਚ ਉਠਾਣ ਤੋਂ ਸਿਵਾ ਕੋਈ ਚਾਰਾ ਨਾ ਹੋਵੇ ਤਾਂ ਐਸੇ ਮੌਕਿਆਂ ਦੇ ਲਈ ਆਪਣੀ ਪਿੱਠ ਦਾ ਦਮ-ਖਮ ਬਚਾ ਕੇ ਰੱਖੋ।

## ਮਾਤਾ-ਪਿਤਾ ਬਣਨ ਦੀ ਉਤਸੁਕਤਾ

**"ਮੈਨੂੰ ਹੈਰਾਨੀ ਹੋ ਰਹੀ ਹੈ ਕਿ ਕੀ ਮੈਨੂੰ ਇਨ੍ਹਾਂ ਸਭ ਤੋਂ ਕੋਈ ਖ਼ੁਸ਼ੀ ਮਿਲੇਗੀ। ਮੈਨੂੰ ਕੋਈ ਅੰਦਾਜਾ ਨਹੀਂ ਹੈ ਕਿ ਮੈਂ ਕੀ ਮਹਿਸੂਸ ਕਰਨ ਵਾਲੀ ਹਾਂ।"**

ਜ਼ਿਆਦਾਤਰ ਲੋਕ ਜੀਵਨ ਵਿਚ ਨਵੇਂ-2 ਬਦਲਾਵਾਂ ਤੋਂ ਗੁਜਰਦੇ ਹਨ ਅਤੇ ਤੁਹਾਡੇ ਇਥੇ ਕਿਸੇ ਬੱਚੇ ਦਾ ਜਨਮ ਵੀ ਬੜੇ ਬਦਲਾਅ ਤੋਂ ਘੱਟ ਨਹੀਂ ਹੈ। ਜ਼ਰੂਰੀ ਹੀ ਇਹ ਬਦਲਾਅ ਤੁਹਾਡੇ ਜੀਵਨ ਵਿਚ ਖ਼ੁਸ਼ੀਆਂ ਲਿਆਏਗਾ। ਬਸ ਤੁਹਾਨੂੰ ਆਪਣੀਆਂ ਉਮੀਦਾਂ ਅਸਲੀਅਤ ਦੇ ਦਾਇਰੇ ਵਿਚ ਰਖਣੀਆਂ ਹਨ।

ਜੇਕਰ ਤੁਸੀਂ ਇਕ ਹੱਸਦਾ-ਖਿਲਖਿਲਾਂਦਾ ਬੱਚਾ ਹਸਪਤਾਲ ਤੋਂ ਲਿਆਣ ਦਾ ਸੁਪਨਾ ਦੇਖ ਰਹੀ ਹੋ ਤਾਂ ਤੁਹਾਨੂੰ ਇਹ ਵੀ ਜਾਣ ਲੈਣਾ ਚਾਹੀਦਾ ਹੈ ਕਿ ਜ਼ਿਆਦਾਤਰ ਨਵਜਾਤ ਜਨਮ ਤੋਂ ਬਾਦ ਕਿਹੋ ਜਿਹੇ ਦਿਖਦੇ ਹਨ। ਹੋ ਸਕਦਾ ਹੈ ਕਿ ਤੁਹਾਡਾ ਬੱਚਾ ਰੋਂਦੇ ਹੋਏ ਘਰ ਆਏ ਕਿਉਂਕਿ ਅਜੇ ਤਕ ਉਸ ਦਾ ਤੁਹਾਡੇ ਨਾਲ ਲਗਾਅ ਨਹੀਂ ਹੋਇਆ ਹੋਵੇਗਾ ਜਾਂ ਉਸ ਨੂੰ ਹੱਸਣਾ ਨਹੀਂ ਆਉਂਦਾ ਹੋਵੇਗਾ। ਜਦੋਂ ਤੁਸੀਂ ਕੁਝ ਖਾਣ ਬੈਠੋਗੀ, ਬਾਥਰੂਮ ਜਾਣ ਵਾਲੀ ਹੋਵੋਗੀ ਜਾਂ ਗੂੜ੍ਹੀ ਨੀਂਦ ਵਿਚ ਹੋਵੋਗੀ, ਤਾਂ ਹੀ ਉਸ ਨੂੰ ਅੱਥਰੂ ਵਹਾਣਾ ਅਤੇ ਚੀਕ-2 ਕੇ ਰੋਣਾ ਯਾਦ ਆਏਗਾ।

ਜੇਕਰ ਤੁਸੀਂ ਸੋਚ ਰਹੀ ਹੋ ਕਿ ਆਣ ਵਾਲੇ ਸਮੇਂ ਵਿਚ ਤੁਸੀਂ ਹਰ ਸਵੇਰ ਸੈਰ ਤੇ ਜਾਓਗੀ। ਦੁਪਹਿਰ ਨੂੰ ਜ਼ਰੂਰ ਚਿੜਿਆਘਰ ਜਾਓਗੀ ਅਤੇ ਬੱਚੇ ਨੂੰ ਸੁੰਦਰ ਕਪੜਿਆਂ ਵਿਚ ਸਜਾਓਗੀ। ਹਾਲਾਂਕਿ ਤੁਸੀਂ ਸੈਰ ਤੇ ਜਾ ਸਕੋਗੀ ਪ੍ਰੰਤੂ ਕਈ ਸਵੇਰ ਐਸੀਆਂ ਵੀ ਹੋਣਗੀਆਂ, ਜਿਨ੍ਹਾਂ ਨੂੰ ਸ਼ਾਮ ਵਿਚ ਬਦਲਦੇ ਦੇਰ ਨਹੀਂ ਲਗੇਗੀ। ਤੁਸੀਂ ਤੇ ਤੁਹਾਡਾ ਬੱਚਾ ਰੋਸ਼ਨੀ ਦਾ ਕਤਰਾ ਤਕ ਨਹੀਂ ਦੇਖ ਪਾਣਗੇ। ਕਈ ਮਿੱਠੀ ਧੁੱਪ ਕਪੜੇ ਧੋਂਦੇ ਬੀਤੇਗੀ। ਬਹੁਤ ਘੱਟ ਜੋੜੇ ਹੀ ਐਸੇ ਹੋਣਗੇ ਜਿਨ੍ਹਾਂ ਨੂੰ ਬੱਚੇ ਦੇ ਦਾਗ-ਧੱਬਿਆਂ ਨੇ ਨਹੀਂ ਭਰਿਆ ਹੋਵੇਗਾ।

ਉਂਝ ਜੇਕਰ ਹਕੀਕਤ ਵਿਚ ਕੁਝ ਉਮੀਦ ਰੱਖਣਾ ਚਾਹੁੰਦੀ ਹੋ ਤਾਂ ਤੁਹਾਡੇ ਜੀਵਨ ਵਿਚ ਕੁਝ ਐਸੇ ਕਰਿਸ਼ਮਾਈ ਪਲ ਆਣਗੇ ਜੋ ਹੋਰ ਕਿਸੇ ਦੇ ਹੋ ਹੀ ਨਹੀਂ ਸਕਦੇ। ਆਪਣੇ ਗੋਲ-ਮਟੋਲ ਬੱਚੇ ਨੂੰ ਗੋਦ ਵਿਚ ਉਠਾਣ ਤੇ ਚੁਮਣ ਦਾ ਸੁਖ, ਉਸ ਦੀ ਪੋਪਲੀ ਮੁਸਕਾਨ, ਜੋ ਸਿਰਫ ਤੁਹਾਡੇ ਲਈ ਹੋਵੇਗੀ, ਇਹ ਸਭ ਤੁਹਾਨੂੰ ਰਾਤ-2 ਭਰ ਜਾਗਣ, ਦੇਰ ਨਾਲ ਖਾਣਾ ਖਾਣ, ਢੇਰ ਸਾਰੇ ਕਪੜੇ ਧੋਣ ਤੇ ਪਤੀ ਦੇ ਨਾਲ ਸਮਾਂ ਨਾ ਬਿਤਾ ਸਕਣ ਦਾ ਦਰਦ ਭੁਲਾ ਦੇਵੇਗਾ।

ਖ਼ੁਸ਼! ਬਸ ਉਨ੍ਹਾਂ ਪਲਾਂ ਦਾ ਇੰਤਜ਼ਾਰ ਕਰੋ।

## ਸੀਟ ਬੈਲਟ ਲਗਾਉਣਾ

**"ਕੀ ਕਾਰ ਵਿਚ ਸੀਟ ਬੈਲਟ ਲਗਾਣਾ ਠੀਕ ਰਹੇਗਾ?"**

ਗਰਭਵਤੀ ਮਾਂ ਤੇ ਅਜੰਮੇ ਬੱਚੇ ਦੇ ਲਈ ਸਫ਼ਰ ਦੌਰਾਨ ਸੀਟ ਬੈਲਟ ਲਗਾਣਾ ਬਹੁਤ ਜ਼ਰੂਰੀ ਹੁੰਦਾ ਹੈ। ਉਂਝ ਵੀ ਕਈ ਜਗ੍ਹਾ ਤਾਂ ਇਹ ਕਾਨੂੰਨਨ ਵੀ ਜ਼ਰੂਰੀ ਹੈ। ਸੁਰੱਖਿਆ ਤੇ ਆਰਾਮ ਦੇ ਲਿਹਾਜ ਨਾਲ

ਬੈਲਟ ਨੂੰ ਪੇਟ ਦੇ ਹੇਠਾਂ, ਪੱਟਾਂ ਦੇ ਕੋਲ ਬੰਨ੍ਹੋ। ਮੋਢੇ ਵਾਲੀ ਬੈਲਟ, ਦੋਨੋਂ ਛਾਤੀਆਂ ਦੇ ਵਿਚੋਂ ਲੈ ਜਾਂਦੇ ਹੋਏ ਬੰਨ੍ਹੋ। ਇੰਝ ਨਾ ਸੋਚੋ ਕਿ ਬੈਲਟ ਦੇ ਦਬਾਅ ਨਾਲ ਬੱਚੇ ਨੂੰ ਨੁਕਸਾਨ ਹੋ ਸਕਦਾ ਹੈ। ਉਹ ਤੁਹਾਡੀ ਬੱਚੇ ਦਾਨੀ ਵਿਚ ਪੂਰੀ ਤਰ੍ਹਾਂ ਸੁਰੱਖਿਅਤ ਹੈ।

ਜੇਕਰ ਤੁਸੀਂ ਪੈਸਿੰਜਰ ਸੀਟ ਤੇ ਬੈਠਦੀ ਹੋ ਤਾਂ ਆਪਣੀ ਸੀਟ ਪਿਛੇ ਵੱਲ ਧਕੇਲ ਲਉ ਤਾਂ ਜੋ ਲੱਤਾਂ ਲੰਬੀਆਂ ਕਰਕੇ ਬੈਠਿਆ ਜਾ ਸਕੇ। ਜੇਕਰ ਤੁਸੀਂ ਗੱਡੀ ਚਲਾ ਰਹੀ ਹੋ ਤਾਂ ਡਰਾਇਵਿੰਗ ਵਹੀਲ ਨੂੰ ਛਾਤੀ ਦੇ ਕੋਲ ਲੈ ਆਓ, ਜੇਕਰ ਹੋ ਸਕੇ ਤਾਂ ਵਹੀਲ ਤੋਂ 10'' ਦੀ ਦੂਰੀ ਰੱਖੋ।

## ਸਫ਼ਰ

**''ਕੀ ਮੈਂ ਇਸ ਮਹੀਨੇ ਛੁਟੀਆਂ ਬਿਤਾਣ ਜਾ ਸਕਦੀ ਹਾਂ?''**

ਇਸ ਤੋਂ ਬਾਦ ਫਿਰ ਕਦੀ ਬੱਚੇ ਦੇ ਨਾਲ ਇੰਨੀ ਅਸਾਨ ਯਾਤਰਾ ਕਰਨ ਦਾ ਮੌਕਾ ਨਹੀਂ ਮਿਲੇਗਾ ਕਿਉਂਕਿ ਅਗਲੇ ਸਾਲ ਤਾਂ ਤੁਹਾਡੀ ਕਾਰ ਵਿਚ ਬੱਚੇ ਦੇ ਨਾਲ ਖਿਡੋਣੇ, ਕਪੜੇ, ਡਾਇਪਰ ਤੇ ਬੋਤਲਾਂ ਹੋਣਗੇ। ਇਸ ਸਮੇਂ ਤੁਸੀਂ ਪਹਿਲੀ ਤਿਮਾਹੀ ਦੀ ਥਕਾਵਟ, ਉਪਕਾਈ ਤੇ ਘਬਰਾਹਟ ਤੋਂ ਛੁਟ ਚੁਕੀ ਹੋ ਅਤੇ ਅਜੇ ਉਸ ਬਿੰਦ ਤੇ ਨਹੀਂ ਪਹੁੰਚੀ ਕਿ ਜਿਥੇ ਬੱਚਾ ਵੀ ਇਕ ਸਮਾਨ ਬਣ ਜਾਏ।

ਪ੍ਰੰਤੂ ਆਪਣਾ ਸਮਾਨ ਬੰਨ੍ਹਣ ਤੋਂ ਪਹਿਲਾਂ ਡਾਕਟਰ ਦੀ ਰਾਏ ਜ਼ਰੂਰ ਲੈ ਲਉ। ਜੇਕਰ ਕੋਈ ਮੈਡੀਕਲ ਰੁਕਾਵਟ ਨਾ ਹੋਵੇ ਤਾਂ ਗਰਭਕਾਲ ਵਿਚ ਯਾਤਰਾ ਦੇ ਲਈ ਕੋਈ ਪਾਬੰਦੀ ਨਹੀਂ ਹੁੰਦੀ। ਇਕ ਵਾਰ ਡਾਕਟਰ ਦੀ ਆਗਿਆ ਲਿਆਣ ਤੋਂ ਬਾਦ ਬਸ ਤੁਹਾਨੂੰ ਸੁਰੱਖਿਅਤ ਸਫ਼ਰ ਦੇ ਲਈ ਥੋੜ੍ਹੀ ਜਿਹੀ ਯੋਜਨਾ ਬਨਾਣੀ ਹੋਵੇਗੀ।

**ਸਮਾਂ ਸਹੀ ਹੈ:-** ਚੰਗੀ ਤੇ ਸੁਖਮਈ ਯਾਤਰਾ ਦੇ ਲਈ ਸਹੀ ਸਮੇਂ ਦਾ ਹੋਣਾ ਜ਼ਰੂਰੀ ਹੈ ਕਿਉਂਕਿ ਜੇਕਰ ਤੁਸੀਂ ਪਹਿਲੀ ਤਿਮਾਹੀ ਵਿਚ ਸਫ਼ਰ ਦੀ ਯੋਜਨਾ ਬਣਾਈ ਤਾਂ ਸਿਰ ਚਕਰਾਣਾ, ਉਲਟੀ, ਉਬਕਾਈ ਆਦਿ ਲੱਛਣ ਚੈਨ ਨਹੀਂ ਲੈਣ ਦੇਣਗੇ ਅਤੇ ਆਖ਼ਰੀ ਤਿਮਾਹੀ ਦੇ ਅੰਤ ਵਿਚ ਕਈ ਵਾਰ ਸਫ਼ਰ ਦੀ ਇਜਾਜ਼ਤ ਵੀ ਨਹੀਂ ਮਿਲਦੀ।

**ਸਹੀ ਜਗ੍ਹਾ ਦੀ ਚੋਣ:-** ਗਰਮ ਤੇ ਸਿਲ ਭਰਿਆ ਮਾਹੌਲ ਤੁਹਾਡੀ ਪ੍ਰੇਸ਼ਾਨੀ ਵਧਾ ਸਕਦਾ ਹੈ। ਜੇਕਰ ਤੁਸੀਂ ਐਸੀ ਜਗ੍ਹਾ ਚੁਣੀ ਹੈ ਤਾਂ ਤੁਹਾਡਾ ਹੋਟਲ ਤੇ ਆਵਾਜਾਈ ਏ.ਸੀ. ਹੋਣੀ ਚਾਹੀਦੀ ਹੈ। ਤੁਹਾਨੂੰ ਸੂਰਜ ਦੇ ਤੇਜ ਤਾਪ ਤੋਂ ਆਪਣਾ ਬਚਾਅ ਕਰਨਾ ਚਾਹੀਦਾ ਹੈ। ਜ਼ਿਆਦਾ ਉੱਚੇ ਸਥਾਨਾਂ ਦੀ ਯਾਤਰਾ ਤੋਂ ਤੁਹਾਨੂੰ ਤੇ ਬੱਚੇ ਨੂੰ ਆੱਕਸੀਜਨ ਦੀ ਕਮੀ ਹੋ ਸਕਦੀ ਹੈ। ਕੁਝ ਐਸੀ ਜਗ੍ਹਾ ਹੋਵੇ ਜਿਥੇ ਜਾ ਕੇ ਕੁਝ ਟੀਕਾਕਰਣ ਜ਼ਰੂਰੀ ਹੋ ਜਾਂਦੇ ਹਨ ਜਦੋਂ ਕਿ ਤੁਹਾਡੇ ਗਰਭਕਾਲ ਵਿਚ ਉਨ੍ਹਾਂ ਦੀ ਮਨਾਹੀ ਹੋ ਸਕਦੀ ਹੈ। ਆਪਣੇ ਡਾਕਟਰ ਤੋਂ ਪੁੱਛੋ। ਕਿਸੀ ਖ਼ਾਸ ਜਗ੍ਹਾਂ ਤੋਂ ਇਨਫੈਕਸ਼ਨ ਦਾ ਖ਼ਤਰਾ ਵੀ ਹੋ ਸਕਦਾ ਹੈ ਜਿਸ ਨਾਲ ਤੁਸੀਂ ਗਰਭਕਾਲ ਵਿਚ ਬਿਲਕੁਲ ਮੁੱਲ ਨਹੀਂ ਲੈਣਾ ਚਾਹੋਗੀ। ਖਾਣ-ਪੀਣ ਨਾਲ ਜੁੜੀਆਂ ਬੀਮਾਰੀਆਂ ਨੂੰ ਵੀ ਅਨਦੇਖਾ ਨਾ ਕਰੋ।

**ਇਕ ਆਸਾਨ ਟ੍ਰਿਪ:-** ਐਸੀ ਟ੍ਰਿਪ ਬਣਾਓ ਜਿਥੇ ਜਾ ਕੇ ਮਨ ਨੂੰ ਸੁੱਖ ਮਿਲ ਸਕੇ। ਤੁਹਾਨੂੰ ਕਿਸੇ ਗਰੁੱਪ

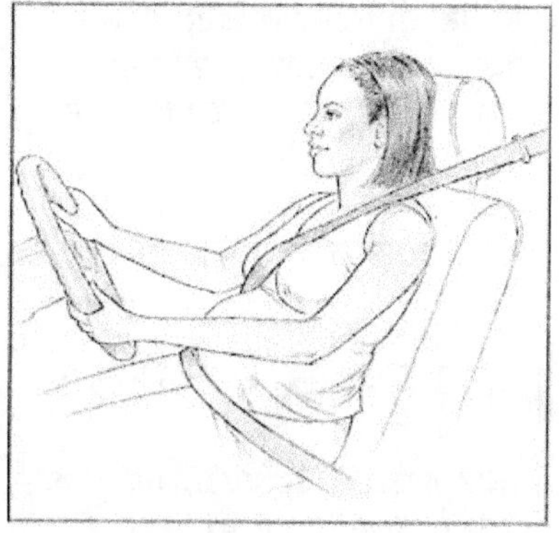

ਗਾਈਡ ਦੇ ਨਾਲ ਯਾਤਰਾ ਕਰਨ ਦੀ ਥਾਂ ਆਪਣੇ ਹਿਸਾਬ ਨਾਲ ਘੁਮਣਾ ਚਾਹੀਦਾ ਹੈ ਕਿਉਂਕਿ ਘੁਮਣ ਤੇ ਖ਼ਰੀਦਦਾਰੀ ਕਰਨ ਤੋਂ ਬਾਦ ਤੁਹਾਡਾ ਸਰੀਰ ਆਪਣੇ ਹਿਸਾਬ ਨਾਲ ਆਰਾਮ ਚਾਹੇਗਾ ਅਤੇ ਬਾਕੀ ਲੋਕ ਸ਼ਡਿਊਲ ਦੇ ਹਿਸਾਬ ਨਾਲ ਚੱਲਣਾ ਚਾਹੋਗੇ।

**ਪ੍ਰੈਗਨੈਂਸੀ ਕਿਟ ਨਾਲ ਰੱਖੋ:-** ਤੁਹਾਡੇ ਕੋਲ ਆਪਣੇ ਵਿਟਾਮਿਨਾਂ ਦੀ ਪੂਰੀ ਖ਼ੁਰਾਕ ਹੋਣੀ ਚਾਹੀਦੀ ਹੈ। ਕੁਝ ਵਧੀਆ ਸਨੈਕਸ, ਸੀ ਬੈਂਡ, ਡਾਕਟਰ ਦੀ ਸਲਾਹ ਨਾਲ ਪੇਟ ਦੀ ਗੜਬੜੀ ਦੀਆਂ ਦਵਾਈਆਂ, ਅਰਾਮਦਾਇਕ ਜੁੱਤੇ ਤੇ ਸਨਸਕ੍ਰੀਮ ਆਪਣੇ ਕੋਲ ਰੱਖੋ।

ਜੇਕਰ ਤੁਸੀਂ ਵਿਦੇਸ਼ ਜਾ ਰਹੀ ਹੋ ਤਾਂ ਕਿਸ ਸਥਾਨਕ ਡਾਕਟਰ ਦਾ ਪਤਾ ਰੱਖੋ। 'ਇੰਟਰਨੈਸ਼ਨਲ ਐਸੋਸੀਏ

## ਜੈੱਟ ਲੈਗ

ਜੇਕਰ ਗਰਭਕਾਲ ਦੀ ਥਕਾਵਟ ਦੇ ਨਾਲ ਜੈਟ ਲੈਗ ਨੂੰ ਸ਼ਾਮਲ ਕਰੋਗੀ ਤਾਂ ਸਫ਼ਰ ਸ਼ੁਰੂ ਹੋਣ ਤੋਂ ਪਹਿਲਾਂ ਹੀ ਖ਼ਤਮ ਹੋ ਜਾਏਗਾ। ਜੇਕਰ ਤੁਸੀਂ ਟਾਈਮ ਜ਼ੋਨ ਨਾਲ ਹੋਣ ਵਾਲੀ ਪ੍ਰੇਸ਼ਾਨੀ ਮਿਟਾ ਨਹੀਂ ਸਕਦੀ ਤਾਂ ਉਸ ਨੂੰ ਘਟਾ ਤਾਂ ਸਕਦੀ ਹੋ-

■ਜਾਣ ਤੋਂ ਪਹਿਲਾਂ ਆਪਣੀ ਘੜੀ ਉਸੇ ਟਾਈਮ ਜ਼ੋਨ ਵਿਚ ਸੈਟ ਕਰੋ ਤੇ ਆਪਣੇ-ਆਪ ਨੂੰ ਉਸੇ ਹਿਸਾਬ ਨਾਲ ਢਾਲੋ। ਜੇਕਰ ਜਹਾਜ ਯਾਤਰਾ ਦੌਰਾਨ ਟਾਈਮ ਜ਼ੋਨ ਦੇਹਿਸਾਬ ਨਾਲ ਸੋਣ ਦਾ ਸਮਾਂ ਹੈ ਤਾਂ ਸੋ ਜਾਓ ਨਹੀਂ ਤਾਂ ਜਾਗਦੀ ਰਹੋ।

■ਲੋਕਲ ਟਾਈਮ ਦੇ ਹਿਸਾਬ ਨਾਲ ਹੀ ਸਫ਼ਰ ਕਰੋ। ਜੇਕਰ ਤੁਸੀਂ ਉਥੇ ਸਵੇਰੇ ਪਹੁੰਚ ਜਾਂਦੀ ਹੋ ਤਾਂ ਸੋਣ ਦੀ ਥਾਂ ਨਹਾਕੇ ਟਹਿਲਣ ਨਿਕਲੋ। ਥੋੜ੍ਹਾ ਆਰਾਮ ਕਰ ਲਉ ਪ੍ਰੰਤੂ ਨੀਂਦ ਨਾ ਲਉ। ਰਾਜ ਨੂੰ ਉਥੋਂ ਦੇ ਟਾਈਮ ਦੇ ਹਿਸਾਬ ਨਾਲ ਚੱਲ ਸਕੋ।

■ਧੁੱਪ ਸੇਕਣ ਨਾਲ ਵੀ ਸਰੀਰ ਨੂੰ ਬਾਇਓਲਾਜੀਕਲ ਬਲਾਕ ਦੇ ਹਿਸਾਬ ਨਾਲ ਚੱਲਣ ਵਿਚ ਮਦਦ ਮਿਲੇਗੀ। ਜੇਕਰ ਉਥੇ ਧੁੱਪ ਨਾ ਹੋਵੇ ਤਾਂ ਥੋੜ੍ਹਾ ਸਮਾਂ ਖੁਲ੍ਹੇ ਵਿਚ ਬਿਤਾਓ।

■ਖਾਣਾ-ਪੀਣਾ ਸਹੀ ਰੱਖੋ ਨਹੀਂ ਤਾਂ ਜੈਟ ਲੈਗ ਦੇ ਲੱਛਣ ਹੋਰ ਵੀ ਥਕਾ ਦੇਣਗੇ।। ਸਹੀ ਸਮੇਂ ਤੇ ਖਾਓ-ਪੀਓ ਤੇ ਊਰਜਾ ਦਾ ਪੱਧਰ ਬਣਾਈ ਰੱਖੋ। ਥੋੜ੍ਹੀ ਬਹੁਤ ਕਸਰਤ ਵੀ ਥਕਾਵਟ ਮਿਟਾਏਗੀ।

■ਕਰਿਸ਼ਮੇ ਦੀ ਉਮੀਦ ਨਾ ਕਰੋ। ਆਪਣੇ ਡਾਕਟਰ ਦੀ ਮਰਜੀ ਤੋਂ ਬਿਨਾਂ ਜੈਟ ਲੈਗ ਦੀ ਕੋਈ ਦਵਾਈ ਨਾ ਲਉ।

■ਤੁਸੀਂ ਦੋ-ਇਕ ਦਿਨ ਵਿਚ ਉਥੋਂ ਸਥਾਨਕ ਸਮੇਂ ਦੇ ਹਿਸਾਬ ਨਾਲ ਸਰੀਰ ਨੂੰ ਢਾਲ ਲਉਗੀ।

ਇਸ ਦੇ ਨਾਲ ਹੀ ਤੁਹਾਨੂੰ ਨੀਂਦ ਨਾ ਆਣ ਦੀ ਸ਼ਿਕਾਇਤ ਹੋ ਸਕਦੀ ਹੈ। ਇਹ ਸਿਰਫ਼ ਜੈਟ ਲੈਗ ਦੇ ਕਾਰਣ ਨਹੀਂ, ਉਸ ਭਾਰ ਦੇ ਕਾਰਣ ਵੀ ਹੈ ਜਿਸ ਨੂੰ ਤੁਸੀਂ ਉਠਾਇਆ ਹੈ। ਇਸ ਨੂੰ ਉਠਾਣ ਦੇ ਲਈ ਤੁਸੀਂ ਕਿਸੇ ਕੁਲੀ ਦੀ ਮਦਦ ਵੀ ਨਹੀਂ ਲੈ ਸਕਦੀ।

## ਗਰਭਕਾਲ ਤੇ ਉੱਚੇ ਇਲਾਕੇ

ਜੇਕਰ ਗਰਭਕਾਲ ਵਿਚ ਵੱਧ ਉਚੇ ਇਲਾਕਿਆਂ ਵਿਚ ਜਾਣ ਦਾ ਵਿਚਾਰ ਛੱਡ ਦਿਉ ਤਾਂ ਹੀ ਠੀਕ ਰਹੇਗਾ ਕਿਉਂ ਉਥੇ ਜਾਕੇ ਤੁਹਾਡੇ ਲਈ ਪ੍ਰੇਸ਼ਾਨੀ ਵੱਧ ਸਕਦੀ ਹੈ। ਜੇਕਰ ਸਮੁੰਦਰ ਤਲ ਤੋਂ ਉਚੇ ਇਲਾਕੇ ਵਿਚ ਜਾਣਾ ਹੀ ਪਵੇ ਤਾਂ ਇਕ ਹੀ ਦਿਨ ਵਿਚ ਕਾਫ਼ੀ ਉਚਾਈ ਤੈਅ ਨਾ ਕਰੋ ਜਿਵੇਂ ਇਕ ਹੀ ਦਿਨ ਵਿਚ 8000 ਫੁਟ ਜਾਣ ਦੀ ਥਾਂ 2000 ਫੁਟ ਦੀ ਉਚਾਈ ਤੈਅ ਕਰੋ। ਮਾਊਂਟੇਨ ਸਿਕਨੈਸ ਤੋਂ ਬੱਚਣ ਦੇਲਈ ਡਾਕਟਰ ਤੋਂ ਪੁੱਛ ਕੇ ਦਵਾਈ ਲਉ। ਭਾਰੀ ਖਾਣਾ ਖਾਣ ਦੀ ਥਾਂ ਦਿਨ ਵਿਚ ਕਈ ਵਾਰ ਕੁਝ ਨਾ ਕੁਝ ਖਾਓ ਤੇ ਪਾਣੀ ਦੀ ਮਾਤਰਾ ਵਧਾ ਦਿਉ।

ਸ਼ਨ ਫ਼ਾਰ ਡਿਕਸ਼ਨਰੀ ਮਿਲ ਸਕਦੀ ਹੈ। ਜਿਸ ਵਿਚ ਪੂਰੀ ਦੁਨੀਆਂ ਦੇ ਅੰਗ੍ਰੇਜ਼ੀ ਜਾਣਨ ਵਾਲੇ ਡਾਕਟਰਾਂ ਦੇ ਨਾਮ-ਪਤੇ ਹੋਣਗੇ ਕਈ ਵੱਡੇ ਹੋਟਲਾਂ ਵਿਚ ਵੀ ਇਹ ਸੁਵਿਧਾ ਦਿੱਤੀ ਜਾਂਦੀ ਹੈ। ਜੇਕਰ ਤੁਸੀਂ ਮੈਡੀਕਲ ਟ੍ਰੈਵਲ ਇੰਸ਼ੋਰੈਂਸ ਕਰਵਾਇਆ ਹੈ ਤਾਂ ਤੁਹਾਡੇ ਕੋਲ ਉਨ੍ਹਾਂ ਦਾ ਨੰਬਰ ਵੀ ਹੋਣਾ ਚਾਹੀਦਾ ਹੈ।

**ਖਾਣ-ਪੀਣ ਦੀ ਸਿਹਤਮੰਦ ਆਦਤ:**- ਚਾਹੇ ਤੁਸੀਂ ਛੁੱਟੀਆਂ ਤੇ ਹੋ। ਪ੍ਰੰਤੂ ਬੱਚਾ ਤਾਂ ਦਿਨ-ਰਾਤ ਮਿਹਨਤ ਕਰ ਰਿਹਾ ਹੈ। ਉਸ ਨੂੰ ਤਾਂ ਪੋਸ਼ਕ ਤੱਤਾਂ ਦੀ ਭਰਪੂਰ ਮਾਤਰਾ ਚਾਹੀਦੀ ਹੈ। ਸੋਚ-ਸਮਝ ਕੇ ਖਾਣ ਦਾ ਆਰਡਰ ਕਰੋ ਤਾਂ ਜੋ ਤੁਸੀਂ ਸਥਾਨਕ ਭੋਜਨ ਦਾ ਸਵਾਦ ਲੈਣ ਤੋਂ ਇਲਾਵਾ ਬੱਚੇ ਦੇ ਪੋਸ਼ਣ ਸਬੰਧੀ ਜ਼ਰੂਰਤ ਵੀ ਪੂਰੀ ਕਰ ਸਕੋ। ਸਭ ਤੋਂ ਜ਼ਰੂਰੀ ਇਹ ਹੈ ਕਿ ਤੁਹਾਡਾ ਭੋਜਨ ਨਿਯਮਿਤ ਹੋਣਾ ਚਾਹੀਦਾ ਹੈ। ਛੇ ਕੋਰਸ ਵਾਲੇ ਡਿਨਰ ਦੇ ਲਈ ਨਾਸ਼ਤਾ ਜਾਂ ਲੰਚ ਨਾ ਛੱਡੋ।

**ਚੁਣ ਕੇ ਖਾਓ:**- ਕੁਝ ਇਲਾਕੇ ਐਸੇਹੁਦੇਹਨ ਜਿਥੇ ਛਿਲਕਾ ਛਿੱਲੇ ਬਿਨਾਂ ਫ਼ਲ-ਸਬਜੀਆਂ ਖਾਣਾ ਨੁਕਸਾਨਦਾਇਕ ਹੋ ਸਕਦਾ ਹੈ। ਆਪਣੇ-ਆਪ ਫ਼ਲ ਛਿੱਲੋ। ਫਿਰ ਫ਼ਲ ਅਤੇ ਆਪਣੇ ਹੱਥ ਧੋਣ ਤੋਂ ਬਾਦ

## ਗਰਭਵਤੀ ਔਰਤਾਂ ਦਾ ਸਵਾਦ

ਜੀ ਹਾਂ, ਗਰਭਵਤੀ ਔਰਤਾਂ ਕਾਫ਼ੀ ਸਵਾਦਿਸ਼ਟ ਹੁੰਦੀਆਂ ਹਨ। ਵਿਗਿਆਨਕਾਂ ਦਾ ਵੀ ਮੰਨਣਾ ਹੈ ਕਿ ਉਹ ਆਮ ਔਰਤਾਂ ਦੇ ਮੁਕਾਬਲੇ ਮੱਛਰਾਂ ਨੂੰ ਦੁਗਣੀ ਤੇਜੀ ਨਾਲ ਆਕ੍ਰਸ਼ਤ ਕਰਦੀਆਂ ਹਨ। ਸ਼ਾਇਦ ਉਹ ਮੱਛਾਂ ਦੀ ਮਨਪਸੰਦ ਕਾਰਬਨ ਡਾਇਆਕਸਾਈਡ ਗੈਸ ਜ਼ਿਆਦਾ ਛੱਡਦੀਆਂ ਹਨ। ਇਨ੍ਹਾਂ ਔਰਤਾਂ ਦੇ ਸਰੀਰ ਦਾ ਤਾਪਮਾਨ ਵੀ ਵੱਧ ਹੁੰਦਾ ਹੈ। ਜੇਕਰ ਤੁਸੀਂ ਵੀ ਕਿਸੇ ਇਲਾਕੇ ਵਿਚ ਜਾ ਰਹੀ ਹੋ, ਜਿਥੇ ਕਾਫ਼ੀ ਮੱਛਰ ਹੁੰਦੇ ਹਨ ਤਾਂ ਆਪਣਾ ਪੂਰਾ ਬਚਾਅ ਕਰਕੇ ਚੱਲੋ।

ਫ਼ਲ ਖਾਓ। ਕੱਚਾ ਜਾਂ ਅੱਧਪਕਿਆ ਮੀਟ, ਪੋਲਟ੍ਰੀ ਜਾਂ ਫਰਿਜ ਵਿਚ ਰਖੇ ਗਏ ਡੇਅਰੀ ਉਤਪਾਦ ਕਦੀ ਨਾ ਲਓ। ਜੇਕਰ ਫ਼ਲ ਖਾਣੇ ਹੀ ਹੋਣ ਤਾਂ ਕੇਲਾ ਜਾਂ ਸੰਤਰਾ ਵਰਗੇ ਫ਼ਲ ਲਓ ਕਿਉਂਕਿ ਇਨ੍ਹਾਂ ਦਾ ਛਿਲਕਾ ਮੋਟਾ ਹੁੰਦਾ ਹੈ।

**ਜੇਕਰ ਪਾਣੀ ਸਾਫ਼ ਨਾ ਹੋਵੇ ਤਾਂ ਨਾ ਪੀਓ ਅਤੇ ਨਾ ਹੀ ਉਸ ਵਿਚ ਬੁਰਸ਼ ਕਰੋ।**

ਪੀਣ ਦਾ ਪਾਣੀ ਸਾਫ਼ ਨਾ ਹੋਵੇ ਤਾਂ ਬੋਤਲ ਬੰਦ ਪਾਣੀ ਪ੍ਰਯੋਗ ਕਰੋ। ਬਰਫ਼ ਪੀ ਤਾਂ ਹੀ ਲਓ, ਜੇਕਰ ਉਹਬੋਤਲਬੰਦ ਜਾਂ ਉਬਲੇ ਪਾਣੀ ਤੋਂ ਬਣੀ ਹੋਵੇ।

**ਗੰਦੇ ਪਾਣੀ ਵਿਚ ਤੈਰਾਕੀ:-** ਕੁਝ ਇਲਾਕਿਆਂ ਵਿਚਝੀਲਾਂ ਤੇ ਸਾਗਰ ਪ੍ਰਦੂਸ਼ਿਤ ਹੋ ਸਕਦੇ ਹਨ। ਪਾਣੀ ਵਿਚ ਡੁਬਕੀ ਲਗਾਣ ਤੋਂ ਪਹਿਲਾਂ ਇਹ ਪਤਾ ਕਰ ਲਓ। ਤੁਸੀਂ ਜਿਸ ਵੀ ਪੂਲ ਵਿਚ ਤੈਰਾਕੀ ਕਰਨ ਜਾਓ, ਉਹ ਕਲੋਰੀਨ ਵਾਲਾ ਹੋਣਾ ਚਾਹੀਦਾ ਹੈ।

**ਕਬਜ ਤੋਂ ਬੱਚੋ:-** ਘਰ ਤੋਂ ਬਾਹਰ ਜਾਂਦੇ ਹੀ ਖਾਣ-ਪੀਣ ਅਨਿਯਮਿਤ ਹੋ ਜਾਂਦਾ ਹੈ ਅਤੇ ਕਬਜ ਦੀ ਸ਼ਿਕਾਇਤ ਹੋ ਜਾਂਦੀ ਹੈ। ਰੇਸ਼ੇ, ਤਰਲ ਪਦਾਰਥ ਤੇ ਕਸਰਤ, ਇਨ੍ਹਾਂ ਤਿੰਨਾਂ ਨੂੰ ਆਪਣੇ ਰੂਟੀਨ ਤੋਂ ਨਾ ਕੱਢੋ। ਜੇਕਰ ਤੁਸੀਂ ਸਵੇਰੇ ਨਾਸ਼ਤਾ ਜਲਦੀ ਲੈ ਲਉਗੀ ਤਾਂ ਹੋਟਲ ਛੱਡਣ ਤੋਂ ਪਹਿਲਾਂ ਫਰੈਸ਼ ਹੋਣ ਦੇ ਲਈ ਵੀ ਸਮਾਂ ਮਿਲ ਜਾਏਗਾ।

**ਬਾਥਰੂਮ ਜ਼ਰੂਰ ਜਾਓ:-** ਬਾਥਰੂਮ ਜਾਣਾ ਹੋਵੇ ਤਾਂ ਜ਼ਰੂਰ ਜਾਓ। ਮਲ-ਪਿਸ਼ਾਬ ਰੋਕਣ ਨਾਲ ਜਾਂ ਤਾਂ ਪਿਸ਼ਾਬਦਾਨੀ ਵਿਚ ਇਨਫੈਕਸ਼ਨ ਜਾਂ ਫਿਰ ਕਬਜ ਹੋ ਜਾਏਗਾ। ਜਿਉਂ ਹੀ ਮਲ ਜਾਂ ਪਿਸ਼ਾਬ ਦੇ ਲਈ ਬਾਥਰੂਮ ਜਾਣ ਦੀ ਇੱਛਾ ਹੋਵੇ, ਆਸਪਾਸ ਰੈਸਟ ਰੂਮ ਲੱਭਕੇ ਜ਼ਰੂਰ ਜਾਓ।

**ਲੱਤਾਂ ਦਾ ਆਰਾਮ:-** ਚਾਹੇ ਤੁਹਾਨੂੰ ਵੈਰੀਕੋਜ਼ ਵੇਨਜ਼ ਦੀ ਸਮੱਸਿਆ ਨਹੀਂ ਹੈ ਪ੍ਰੰਤੂ ਯਾਤਰਾ ਦੌਰਾਨ ਲੰਬੇ ਸਮੇਂ ਤਕ ਖੜਾ ਰਹਿਣਾ ਪਵੇਗਾ ਜਾਂ ਫਿਰ ਗੱਡੀ ਵਿਚ ਬੈਠਣਾ ਪਵੇਗਾ। ਇਸ ਸਮੇਂ ਆਪਣੇ ਪੈਰਾਂ ਤੇ ਅੱਡੀਆਂ ਨੂੰ ਸੋਜਸ਼ ਤੋਂ ਬਚਾਣ ਦੇ ਲਈ ਸਪੋਰਟ ਹੋਜ਼ ਦਾ ਪ੍ਰਯੋਗ ਕਰੋ।

**ਸਰੀਰ ਹਿਲਾਂਦੀ ਜੁਲਾਂਦੀ ਰਹੋ:-** ਜੇਕਰ ਤੁਸੀਂ ਲੰਬੇ ਸਮੇਂ ਤਕ ਬੈਠਕੇ ਕੰਮ ਕਰੋਗੀ ਤਾਂ ਲੱਤਾਂ ਦੇ ਖ਼ੂਨ ਪ੍ਰਵਾਹ ਵਿਚ ਰੁਕਾਵਟ ਆ ਸਕਦੀ ਹੈ। ਆਪਣੀਆਂ ਲੱਤਾਂ ਫੈਲਾਓ, ਹਿਲਾਓ, ਥੋੜ੍ਹਾ ਆਸਪਾਸ ਟਹਿਲੋ। ਆਪਣੀਆਂ ਲੱਤਾਂ ਮੋੜ ਕੇ ਨਾ ਬੈਠੋ। ਥੋੜ੍ਹੀ ਦੇਰ ਲਈ ਲੱਤਾਂ ਉਚੀਆਂ ਕਰ ਲਉ। ਜੇਕਰ ਟ੍ਰੇਨ ਜਾਂ ਜਹਾਜ ਵਿਚ ਹੋ ਤਾਂ ਹਰ ਅੱਧੇ ਘੰਟੇ ਬਾਦ ਉਥੇ ਹੀ ਚੱਕਰ ਲਗਾਓ। ਜੇਕਰ ਗੱਡੀ ਵਿਚ ਹੋ ਤਾਂ ਦੋ ਘੰਟੇ ਤੋਂ ਵੱਧ ਸਫ਼ਰ ਨਾ ਕਰੋ। ਵਿਚ-2 ਰੁਕ ਕੇ ਥੋੜ੍ਹੀ ਚਹਿਲਕਦਮੀ ਕਰ ਲਉ।

**ਜੇਕਰ ਜਹਾਜ ਵਿਚ ਹੋ ਤਾਂ:-** ਜੇਕਰ ਜਹਾਜ ਵਿਚ ਸਫ਼ਰ ਕਰ ਰਹੀ ਹੋ ਤਾਂ ਪਤਾ ਕਰ ਲਉ ਕਿ ਉਥੇ ਗਰਭਵਤੀ ਔਰਤਾਂ ਦੇ ਲਈ ਕੁਝ ਖ਼ਾਸ ਨਿਯਮ ਤਾਂ ਲਾਗੂ ਹਨ ਜਾਂ ਨਹੀਂ। ਜੇਕਰ ਹੈ ਤਾਂ ਬਾਥਰੂਮ ਦੇ ਆਸਪਾਸ ਸੀਟ ਲਉ ਤਾਂ ਜੋ ਵਾਰ-2 ਉਥੇ ਤੱਕ ਜਾਣ ਵਿਚ ਦਿੱਕਤ ਨਾ ਹੋਵੇ।

ਇਹ ਵੀ ਪਤਾ ਕਰ ਲਉ ਕਿ ਉਡਾਨ ਵਿਚ ਭੋਜਨ ਮਿਲੇਗਾ ਜਾਂ ਤੁਹਾਨੂੰ ਖ਼ਰੀਦ ਕੇ ਖਾਣਾ ਹੋਵੇਗਾ। ਜੇ ਕਰ ਉਥੇ ਸਿਰਫ਼ ਹਲਕੇ-ਫੁਲਕੇ ਸਨੈਕਸ ਮਿਲਦੇ ਹਨ ਤਾਂ ਤੁਸੀਂ ਆਪਣਾ ਖਾਣਾ ਘਰ ਤੋਂ ਲੈ ਜਾਓ। ਖਾਣਾ ਸਹੀ ਤਰੀਕੇ ਨਾਲ ਪੈਕ ਹੋਵੇ। ਪਾਣੀ ਸਾਫ਼-ਸੁਥਰਾ ਹੋਣਾ ਚਾਹੀਦਾ ਹੈ। ਬੋਤਲਬੰਦ ਪਾਣੀ ਪੀਣਾ ਹੀ ਵਧੀਆ ਹੋਵੇਗਾ। ਇਸ ਤਰ੍ਹਾਂ ਵਾਰ-2 ਬਾਥਰੂਮ ਜਾਣਾ ਪਵੇਗਾ ਅਤੇ ਲੱਤਾਂ ਨੂੰ ਆਰਾਮ ਮਿਲ ਜਾਏਗਾ।

ਆਪਣੀ ਸੀਟ ਬੈਲਟ ਬੜੇ ਆਰਾਮ ਨਾਲ ਪੇਟ ਦੇ ਹੇਠਾਂ ਬੰਨ੍ਹੋ। ਜੇਕਰ ਤੁਸੀਂ ਦੂਜੇ ਟਾਈਮ-ਜ਼ੋਨ ਵਿਚ ਜਾ ਰਹੀ ਹੋ ਤਾਂ ਜੇਟ ਲੈਗ ਦਾ ਧਿਆਨ ਰੱਖੋ। ਉਥੇ ਪਹੁੰਚ ਕੇ ਟ੍ਰਿਪ ਵਿਚ ਆਪਣੇ ਆਰਾਮ ਦੀ ਵੀ ਗੁੰਜਾਇਸ਼ ਰੱਖੋ।

**ਜੇਕਰ ਕਾਰ ਤੇ ਸਫ਼ਰ ਕਰਨਾ ਹੈ ਤਾਂ:-** ਆਪਣੇ ਨਾਲ ਇਕ ਥੈਲਾ ਪੌਸ਼ਟਿਕ ਸਨੈਕਸ ਤੇ ਥਰਮਸ ਭਰ ਕੇ ਜੂਸ ਜਾਂ ਦੁੱਧ ਰੱਖੋ ਤਾਂ ਜੋ ਭੁੱਖ ਲੱਗਣ ਤੇ ਸੜਕ ਦੇ ਕਿਨਾਰੇ ਬਣੇ ਹੋਟਲਾਂ ਤੋਂ ਕੁਝ ਨਾ ਖਾਣਾ ਪਵੇ। ਤੁਹਾਡੀ ਸੀਟ ਆਰਾਮਦੇਹ ਹੋਣੀ ਚਾਹੀਦੀ ਹੈ ਜਿਸ ਦੇ ਪਿੱਛੇ ਪਿੱਠ ਨੂੰ ਸਹਾਰਾ ਦੇਣ ਦੇ ਲਈ ਕੁਸ਼ਨ ਲਗਿਆ ਹੋਵੇ। ਗਰਦਨ ਦੇ ਲਈ ਖ਼ਾਸ ਤੌਰ ਤੇ ਬਣਿਆ ਕੁਸ਼ਨ ਵੀ ਬੜਾ ਕੰਮ ਆਏਗਾ।

**ਜੇਕਰ ਟ੍ਰੇਨ ਤੇ ਸਫ਼ਰ ਕਰ ਰਹੀ ਹੋ ਤਾਂ:-** ਇਹ ਪਤਾ ਲਗਾ ਲਉ ਕਿ ਉਸ ਵਿਚ ਫੁਲ ਮੈਨਯੂ ਦੇ ਨਾਲ ਡਾਇਨਿੰਗ ਕਾਰ ਹੈ ਜਾਂ ਨਹੀਂ। ਜੇਕਰ ਸਾਰੀ ਰਾਤ ਦਾ ਸਫ਼ਰ ਹੈ ਤਾਂ ਸਲੀਪਰ ਕਾਰ ਬੁੱਕ ਕਰੋ। ਕਿਤੇ ਇੰਝ ਨਾ ਹੋਵੇ ਕਿ ਸਫ਼ਰ ਸ਼ੁਰੂ ਹੋਣ ਤੋਂ ਪਹਿਲਾਂ ਹੀ ਤੁਹਾਡੇ ਤੇ ਥਕਾਵਟ ਹਾਵੀ ਹੋ ਜਾਏ।

# ਸੈਕਸ ਅਤੇ ਗਰਭਵਤੀ ਔਰਤ

ਧਾਰਮਿਕ ਅਤੇ ਮੈਡੀਕਲ ਕਰਿਸ਼ਮਿਆਂ ਨੂੰ ਛੱਡ ਦਿਉ ਤਾਂ ਹਰ ਗਰਭਕਾਲ ਸੈਕਸ ਤੋਂ ਹੀ ਸ਼ੁਰੂ ਹੁੰਦੀ ਹੈ ਤਾਂ ਫਿਰ ਉਸ ਚੀਜ਼ ਤੋਂ ਆਪਣੇ ਤੋਂ ਇੰਨਾ ਦੂਰ ਕਿਉਂ ਰਖਿਆ ਜਾਵੇ, ਜੋ ਤੁਹਾਨੂੰ ਇਥੋਂ ਤੱਕ ਲਿਆਈ ਹੈ?

ਚਾਹੇ ਤੁਸੀਂ ਇਸ ਨੂੰ ਥੋੜ੍ਹਾ ਕਰ ਰਹੀ ਹੋ ਜਾਂ ਵੱਧ, ਚਾਹੇ ਤੁਸੀਂ ਇਸ ਦਾ ਪੂਰਾ ਅਨੰਦ ਲੈ ਰਹੀ ਹੈ ਜਾਂ ਨਹੀਂ, ਵੱਧ ਅੰਦੇਸ਼ਾ ਤਾਂ ਇਸ ਗੱਲ ਦਾ ਹੈ ਕਿ ਪੇਟ ਵਿਚ ਬੱਚਾ ਆਣ ਤੋਂ ਬਾਦ ਤੁਹਾਡੇ ਸੈਕਸ ਜੀਵਨ ਵਿਚ ਕਾਫ਼ੀ ਬਦਲਾਅ ਆ ਗਿਆ ਹੋਵੇਗਾ। ਬੈਡਰੂਮ, ਕਿਚਨ ਜਾਂ ਕਮਰੇ ਦੇ ਪਾਯਦਾਨ ਵਿਚੋਂ ਕੀ ਸੁਰੱਖਿਅਤ ਹੈ ਅਤੇ ਕੀ ਨਹੀਂ, ਤੁਹਾਡੇ ਵਧੇ ਹੋਏ ਪੇਟ ਦੇ ਨਾਲ ਕਿਹੜੀਆਂ ਮੁਦਰਾਵਾਂ ਠੀਕ ਰਹਿਣਗੀਆਂ, ਤੁਹਾਡੇ ਦੋਨਾਂ ਦੇ ਮੂਡ ਇਕੋ ਸਮੇਂ ਕਿਉਂ ਨਹੀਂ ਬਣਦੇ, ਇਨ੍ਹਾਂ ਸਭ ਗੱਲਾਂ ਦੇ ਨਾਲ ਪ੍ਰੈਗਨੈਂਸੀ ਸੈਕਸ ਕਾਫ਼ੀ ਚੁਣੌਤੀਪੂਰਣ ਹੋ ਜਾਂਦਾ ਹੈ ਪ੍ਰੰਤੂ ਚਿੰਤਾ ਨਾ ਕਰੋ। ਥੋੜ੍ਹੀ ਜਿਹੀ ਸਿਰਜਣਸ਼ੀਲਤਾ, ਥੋੜ੍ਹੀ ਜਿਹੀ ਹਾਸਾ ਮਜ਼ਾਕ ਅਤੇ ਢੇਰ ਸਾਰੇ ਧੀਰਜ ਨਾਲ ਤੁਸੀਂ ਪ੍ਰੈਗਨੈਂਸੀ ਸੈਕਸ ਨੂੰ ਵੀ ਪਹਿਲਾਂ ਤੋਂ ਵੱਧ ਆਕ੍ਰਸ਼ਕ ਬਣਾ ਸਕਦੀ ਹੋ।

> **ਸੈਕਸਰਸਾਈਜ਼**
>
> ਸੈਕਸ ਦੌਰਾਨ ਕੀਗਲ ਕਰੋਗੀ ਤਾਂ ਆਨੰਦ ਦੇ ਨਾਲ-2 ਕਸਰਤ ਵੀ ਹੋ ਜਾਏਗੀ। ਇਹ ਕਾਫ਼ੀ ਫ਼ਾਇਦੇਮੰਦ ਆਸ ਹੈ। ਉਂਝ ਤਾਂ ਤੁਸੀਂ ਇਸ ਨੂੰ ਕਿਤੇ ਵੀ, ਕਦੀ ਵੀ ਕਰ ਸਕਦੀ ਹੋ ਪ੍ਰੰਤੂ ਸੈਕਸ ਦੌਰਾਨ ਕਰੋਗੀ ਤਾਂ ਮਜ਼ਾ ਵੀ ਦੁਗਣਾ ਹੋ ਜਾਏਗਾ। ਅੱਜ ਕਲ੍ਹ ਕਦੀ ਕਿਸੇ ਆਸਣ ਵਿਚ ਇੰਨਾ ਮਜ਼ਾ ਨਹੀਂ ਸੁਣਿਆ ਸੀ।

# ਸੈਕ ਤੇ ਤਿਮਾਹੀ

ਸਾਰੇ ਜੋੜੇ ਜਾਣਦੇ ਹਨ ਕਿ ਗਰਭਕਾਲ ਦੇ ਨੌਂ ਮਹੀਨਿਆਂ ਵਿਚ ਉਨ੍ਹਾਂ ਦੀ ਸੈਕਸ ਲਾਈਫ਼ ਰੋਲਰ-ਕੋਸਟਰ ਦੀ ਤਰ੍ਹਾਂ ਉਪਰ-ਹੇਠਾਂ ਹੁੰਦੀ ਰਹਿੰਦੀ ਹੈ। ਪਹਿਲੀ ਤਿਮਾਹੀ ਵਿਚ ਗਰਭਕਾਲ ਹਾਰਮੋਨ ਦੇ ਕਾਰਣ ਕਈ ਔਰਤਾਂ ਵਿਚ ਸੈਕਸ ਦੀ ਇੱਛਾ ਵੱਧ ਜਾਂਦੀ ਹੈ ਅਤੇ ਫਿਰ ਹੋਲੀ-2 ਸੈਕਸ ਵਿਚ ਰੁਚੀ ਘੱਟਣ ਲਗਦੀ ਹੈ। ਥਕਾਵਟ, ਉਪਕਾਈ, ਉਲਟੀ ਅਤੇ ਦੁਧੀਆਂ ਦਾ ਹਲਕਾ ਦਰਦ, ਸੈਕਸ ਵਿਚ ਰੁਚੀ ਲੈਣ ਦੀ ਨਹੀਂ ਦੇਂਦਾ। ਪ੍ਰੰਤੂ ਹਰ ਗਰਭਕਾਲ ਦੀ ਤਰ੍ਹਾਂ ਦੋ ਔਰਤਾਂ ਵੀ ਇਕ ਜਿਹੀਆਂ ਨਹੀਂ ਹੁੰਦੀਆਂ। ਤੁਸੀਂ ਵੀ ਧਿਆਨ ਦਿੱਤਾ ਹੋਵੇਗਾ ਕਿ ਪਹਿਲੀ ਤਿਮਾਹੀ ਕਾਫ਼ੀ ਹੱਦ ਤਕ ਹਾੱਟ ਬਣਾ ਦੇਂਦੀ ਹੈ। ਇਸ ਨੂੰ ਤੁਸੀਂ ਹਾਰਮੋਨ ਦਾ ਸੁਖੀ ਬਦਲਾਅ ਕਹਿ ਸਕਦੀ ਹੋ। ਤੁਹਾਡੀਆਂ ਗੁਪਤਇੰਦ੍ਰੀਆਂ ਪਹਿਲਾਂ ਤੋਂ ਕਿਤੇ ਵੱਧ ਸੰਵੇਦਨਸ਼ੀਲ ਹੋ ਜਾਂਦੀਆਂ ਹਨ।

ਜਦੋਂ ਦੂਜੀ ਤਿਮਾਹੀ ਵਿਚ ਗਰਭਕਾਲ ਦੇ ਕਈ ਲੱਛਣ ਸਾਮ੍ਹਣੇ ਆਉਂਦੇ ਹਨ ਤਾਂ ਸੈਕਸ ਦੇ ਲਾਇਕ ਊਰਜਾ ਹੀ ਨਹੀਂ ਬਚਦੀ। ਬੈਡਰੂਮ ਦੀ ਥਾਂ ਬਾਥਰੂਮ ਵਿਚ ਹੀ ਜ਼ਿਆਦਾ ਸਮਾਂ ਬੀਤਦਾ ਹੈ। ਇਸ ਨਾਲ ਪਹਿਲਾਂ ਤੁਸੀਂ ਕਦੀ ਚਰਮ ਸੁੱਖ ਨਹੀਂ ਪਾਇਆ ਸ਼ਾਇਦ ਤੁਹਾਨੂੰ ਵਾਰ-2 ਇਸ ਆੱਜੈਜ਼ਮ ਨੂੰ ਪਾਣ ਦਾ ਮੌਕਾ ਮਿਲੇਗਾ। ਇੰਝ ਇਸ ਲਈ ਹੁੰਦਾ ਹੈ ਕਿਉਂਕਿ ਸਰੀਰ ਦੇ ਗੁਪਤ ਅੰਗ ਨੂੰ ਪਹਿਲਾਂ ਤੋਂ ਕਿਤੇ ਵੱਧ ਖ਼ੂਨ ਪ੍ਰਵਾਹ ਮਿਲਦਾ ਹੈ। ਆਰਗੈਨਜ਼ ਪਹਿਲਾਂ ਤੋਂ ਕਿਤੇ ਲੰਬਾ ਅਤੇ ਮਜਬੂਤ ਹੁੰਦਾ ਹੈ ਪ੍ਰੰਤੂ ਕੁਝ ਔਰਤਾਂ ਅਜੀਆਂ ਵੀ ਹਨ ਜੋ ਦੂਜੀ ਤਿਮਾਹੀ ਵਿਚ ਇਸ ਪਿਆਰੇ ਜਿਹੇ ਅਹਿਸਾਸ ਨੂੰ ਗੁਆ ਦੇ

'ਦੀਆਂ ਹਨ।

ਕਈ ਔਰਤਾਂ ਨੂੰ ਪੂਰੇ ਨੌਂ ਮਹੀਨੇ ਤੱਕ ਇਸ ਦਾ ਅਹਿਸਾਸ ਨਹੀਂ ਹੁੰਦਾ ਅਤੇ ਗਰਭਕਾਲ ਵਿਚ ਤੁਸੀਂ ਇਸ ਨੂੰ ਵੀ ਆਮ ਕਰ ਸਕਦੇ ਹੋ।

ਜਿਵੇਂ-2 ਡਿਲੀਵਰੀ ਨਜ਼ਦੀਕ ਆਉਂਦੀ ਜਾਂਦੀ ਹੈ ਵਧੇ ਹੋਏ ਪੇਟ ਦੇ ਨਾਲ ਸੈਕਸ ਕਰਨਾ ਨਾਮੁਮਕਿਨ ਜਿਹਾ ਲੱਗਣ ਲਗਦਾ ਹੈ। ਗਰਭਕਾਲ ਦੇ ਦੁੱਖ ਤੇ ਕਸ਼ਟ ਸਾਰੇ ਹਾੱਟ ਪੈਸ਼ਨ ਨੂੰ ਠੰਡਾ ਕਰ ਦੇਂਦੇ ਹਨ ਅਤੇ ਉਸ ਸਮੇਂ ਆਣ ਵਾਲੇ ਸਮੇਂ ਦੇ ਇੰਤਜ਼ਾਰ ਤੋਂ ਸਿਵਾ ਕਿਤੇ ਹੋਰ ਧਿਆਨ ਹੀ ਨਹੀਂ ਜਾਂਦਾ। ਫਿਰ ਵੀ ਕੁਝ ਜੋੜੇ ਗਰਭਕਾਲ ਦੀਆਂ ਇਨ੍ਹਾਂ ਰੁਕਾਵਟਾਂ ਨੂੰ ਪਾਰ ਕਰਕੇ ਆਖ਼ਰ ਤਕ ਸੈਕਸ ਲਾਈਫ਼ ਦਾ ਮਜ਼ਾ ਲੈਂਦੇ ਹਨ।

## ਤੁਹਾਡੇ ਮੂਡ ਦਾ ਬਦਲਾਅ

ਗਰਭਕਾਲ ਵਿਚ ਆਣ ਵਾਲੇ ਇਨ੍ਹਾਂ ਸਰੀਰਕ ਬਦਲਾਵਾਂ ਕਾਰਨ ਸੈਕਸ ਇੱਛਾ ਵੀ ਸਾਕਾਰਾਤਮਕ ਜਾਂ ਨਾਕਾਰਾਤਮਕ ਰੂਪ ਤੋਂ ਪ੍ਰਭਾਵਿਤ ਹੁੰਦੀ ਹੈ। ਤੁਹਾਨੂੰ ਉਨ੍ਹਾਂ ਨਾਕਾਰਾਤਮਕ ਪ੍ਰਭਾਵਾਂ ਨੂੰ ਵੱਧ ਤੋਂ ਵੱਧ ਘਟਾਣਾ ਸਿਖਣਾ ਹੋਵੇਗਾ ਤਾਂ ਜੋ ਸੈਕਸ ਜੀਵਨ ਤਕ ਉਨ੍ਹਾਂ ਦਾ ਵੱਧ ਅਸਰ ਨਾ ਪਵੇ।

**ਉਬਕਾਈ ਤੇ ਉਲਟੀ**:- ਮਾਰਨਿੰਗ ਸਿਕਨੈਸ ਤੁਹਾਡੇ ਚੰਗੇ ਪਲਾਂ ਵਿਚਕਾਰ ਰੁਕਾਵਟ ਬਣ ਸਕਦੀ ਹੈ। ਡਿਨਰ ਦੇ ਸਮੇਂ ਤਾਂ ਤੁਸੀਂ ਕੁਝ ਹੋਰ ਨਹੀਂ ਕਰ ਸਕਦੀ, ਨਾ! ਇਸ ਲਈ ਆਪਣੇ ਸਮੇਂ ਦਾ ਸੋਚ-ਸਮਝ ਕੇ ਪ੍ਰਯੋਗ ਕਰਨਾ ਸਿਖੋ। ਜੇਕਰ ਸੂਰਜ ਨਿਕਲਣ ਤੇ ਤੁਸੀਂ ਜ਼ਿਆਦਾ ਪ੍ਰੇਸ਼ਾਨ ਹੁੰਦੀ ਹੋ ਤਾਂ ਸੈਕਸ ਲਈ ਸ਼ਾਮ ਦੇ ਘੰਟੇ ਰੱਖੋ। ਜੇਕਰ ਸ਼ਾਮ ਨੂੰ ਜ਼ਿਆਦਾ ਜੀਅ ਮਿਚਲਾਂਦਾ ਹੈ ਤਾਂ ਸੈਕਸ ਦੇਲਈ ਸਵੇਰ ਵਾਲਾ ਸਮਾਂ ਠੀਕ ਰਹੇਗਾ। ਜੇਕਰ ਤੁਹਾਡੀ ਸਵੇਰ-ਸ਼ਾਮ ਹਾਲਤ ਖ਼ਰਾਬ ਰਹਿੰਦੀ ਹੈ ਤਾਂ ਤੁਸੀਂ ਦੋਨੋਂ ਇਨ੍ਹਾਂ ਲੱਛਣਾਂ ਦੇ ਸੰਭਲਣ ਤਕ ਠਹਿਰੋ। ਪਹਿਲੀ ਤਿਮਾਹੀ ਦੇ ਆਖ਼ਰ ਤੱਕ ਕਾਫ਼ੀ ਕੁਝ ਸੰਭਲ ਜਾਏਗਾ। ਚਾਹੇ ਜੋ ਵੀ ਹੋਵੇ, ਜੇਕਰ ਤਬੀਅਤ ਠੀਕ ਨਾ ਹੋਵੇ ਤਾਂ ਖ਼ੁਦ ਨੂੰ ਸੈਕਸੀ ਬਣਾਨ ਦੀ ਕੋਸ਼ਿਸ਼ ਨਾ ਕਰੋ। ਇਸ ਨਾਲ ਕੋਈ ਨਤੀਜਾ ਨਹੀਂ ਨਿਕਲੇਗਾ।

**ਥਕਾਵਟ**:- ਜਦੋਂ ਤੁਹਾਡੇ ਵਿਚ ਕਪੜੇ ਉਤਾਰਣ ਤਕ ਦੀ ਹਿੰਮਤ ਨਾ ਹੋਵੇ ਤਾਂ ਇਸ ਸਮੇਂ ਸੈਕਸ ਦਾ ਤਾਂ ਸਵਾਲ ਹੀ ਨਹੀਂ ਪੈਦਾ ਹੁੰਦਾ। ਉਂਝ ਚੌਥੇ ਮਹੀਨੇ ਦੇ ਅੰਤ ਤੱਕ ਇਹ ਥਕਾਵਟ ਕਾਫ਼ੀ ਹੱਦ ਤਕ ਸੰਭਲ ਜਾਏਗੀ। ਹਾਲਾਂਕਿ ਇਹ ਆਖ਼ਰੀ ਤਿਮਾਹੀ ਵਿਚ ਵਾਪਸ ਆਏਗੀ। ਉਦੋਂ ਤਕ ਜਦੋਂ ਵੀ ਮੌਕਾ ਮਿਲੇ, ਥੋੜ੍ਹਾ ਰੂਮਾਨੀ ਹੋ ਜਾਓ। ਇਸ ਦੇ ਲਈ ਰਾਤ ਦੇ ਖਾਣ ਤੋਂ ਬਾਦ ਦਾ ਇੰਤਜ਼ਾਰ ਨਾ ਕਰੋ। ਦੁਪਹਿਰ ਦੀ ਝਪਕੀ ਦੇ ਨਾਲ ਥੋੜ੍ਹਾ ਸੈਕਸ ਠੀਕ ਰਹੇਗਾ ਜਾਂ ਫਿਰ ਬਿਸਤਰ ਵਿਚ ਸਵੇਰ ਦਾ ਐਸਾ ਨਾਸ਼ਤਾ ਲਉ ਜੋ ਸਾਰਾ ਦਿਨ ਯਾਦ ਰਹੇ।

### ਗਰਭਕਾਲ ਵਿਚ ਸੈਕਸ

ਸੈਕਸ ਦਾ ਕਿਹੜਾ ਤਰੀਕਾ ਸੁਰੱਖਿਅਤ ਰਹੇਗਾ। ਇਸ ਦੇ ਲਈ ਇਨ੍ਹਾਂ ਨੂੰ ਪੜ੍ਹੋ:

**ਮੁਖ ਮੈਥੁਨ(ਓਰਲ ਸੈਕਸ)**:- ਓਰਲ ਸੈਕਸ ਨਾਲ ਕੋਈ ਨੁਕਸਾਨ ਨਹੀਂ ਹੋਵੇਗਾ। ਬਸ ਪਤੀ ਨੂੰ ਕਹੋ ਕਿ ਉਹ ਤਬੀਹਡ। ਗਬਪਤ ਅੰਗ ਵਿਚ ਜ਼ੋਰ ਨਾਲ ਹਵਾ ਨਾ ਫੂਕੇ। ਜੇਕਰ ਇੰਟਰਕੋਰਸ ਦੀ ਇਜਾਜ਼ਤ ਨਾ ਹੋਵੇ ਤਾਂ ਇਸ ਨਾਲ ਦੋਨੋਂ ਆਨੰਦ ਲੈ ਸਕਦੇ ਹੋ। ਬਸ਼ਰਤੇ ਪਤੀ ਨੂੰ ਕੋਈ ਐਸ.ਟੀ.ਡੀ. ਰੋਗ ਨਾ ਹੋਵੇ।

**ਗੁਦਾ ਮੈਥੁਨ(ਐਨਲ ਸੈਕਸ)**:- ਜੇਕਰ ਤੁਸੀਂ ਕਰਨਾ ਚਾਹੋ ਤਾਂ ਇਹ ਵੀ ਸੁਰੱਖਿਤ ਹੈ। ਪ੍ਰੰਤੂ ਥੋੜ੍ਹੀ ਸਾਵਧਾਨੀ ਰੱਖੋ। ਉਥੋਂ ਦੇ ਲਈ ਵੀ ਕੰਡੋਮ ਲਗਾਓ। ਗੁਦਾ ਤੋਂ ਯੋਨੀ ਮੈਥੁਨ ਵੱਲ ਜਾਣ ਤੋਂ ਪਹਿਲਾਂ ਸਾਫ਼ ਕਰ ਲਉ ਨਹੀਂ ਤਾਂ ਹਾਨੀਕਾਰਕ ਬੈਕਟੀਰੀਆ ਯੋਨੀ ਰਸਤੇ ਤੋਂ ਅੰਦਰ ਜਾ ਸਕਦੇ ਹਨ ਤੇ ਬੱਚੇ ਨੂੰ ਇਨਫੈਕਸ਼ਨ ਦਾ ਖ਼ਤਰਾ ਹੋ ਸਕਦਾ ਹੈ।

**ਹਸਤਮੈਥੁਨ(ਮਾਸਟਰਬੇਸ਼ਨ)**: ਜੇਕਰ ਗਰਭਕਾਲ ਖ਼ਤਰੇ ਵਾਲਾ ਹੋਵੇ ਜਾਂ ਆਰਗੈਂਨਜ਼ ਵੀ ਮਨ੍ਹਾ ਹੋਵੇ ਤਾਂ ਹਸਤਮੈਥੁਨ ਕੀਤਾ ਜਾ ਸਕਦਾ ਹੈ। ਇਹ ਪੂਰੀ ਤਰ੍ਹਾਂ ਸੁਰੱਖਿਅਤ ਹੈ। ਇਸ ਨਾਲ ਤੁਹਾਡਾ ਸਾਰਾ ਤਨਾਅ ਦੂਰ ਹੋ ਜਾਏਗਾ।

**ਵਾਇਬ੍ਰੇਟਰ**:-ਜੇਕਰ ਡਾਕਟਰ ਇਜਾਜ਼ਤ ਦੇਣ ਤਾਂ ਤੁਸੀਂ ਯੋਨੀ ਵਿਚ ਉਤੇਜਨਾ ਦੇ ਲਈ ਵਾਇਬ੍ਰੇਟਰ ਪ੍ਰਯੋਗ ਕਰ ਸਕਦੀ ਹੋ। ਬਸ ਉਸ ਨੂੰ ਜ਼ਿਆਦਾ ਅੰਦਰ ਨਾ ਲੈ ਜਾਓ। ਤੁਹਾਡੇ ਸੈਕਸ ਟਾੱਪ ਸਾਫ਼ ਹੋਣੇ ਚਾਹੀਦੇ ਹਨ। ਇਸ ਤਰ੍ਹਾਂ ਯੰਤਰਿਕ ਤਰੀਕੇ ਨਾਲ ਵੀ ਸੈਕਸ ਦਾ ਅਨੰਦ ਲਿਆ ਜਾ ਸਕਦਾ ਹੈ।

**ਤੁਹਾਡਾ ਬਦਲਦਾ ਆਕਾਰ**:-ਜਦੋਂ ਤੁਹਾਡਾ ਪੇਟ ਹਿਮਾਲਯ ਪਰਬਤ ਦੀ ਤਰ੍ਹਾਂ ਫੁਲ ਰਿਹਾ ਹੋਵੇਤਾਂ ਪਿਆਰ ਕਰਨਾ ਕਾਫ਼ੀ ਅਸਹਿਜ ਅਤੇ ਬੇਤੁੱਕਾ ਜਿਹਾ ਲਗ ਸਕਦਾ ਹੈ। ਉਂਝ ਵੀ ਐਸੀ ਦੇਹ ਤੁਹਾਨੂੰ ਸੈਕਸੀ ਮਹਿਸੂਸ ਹੀ ਨਹੀਂ ਕਰਨ ਦੇਂਦੀ ਜਦੋਂਕਿ ਕੁਝ ਮਰਦਾਂ ਵਿਚ ਐਸਾ ਸਰੀਰ ਦੇਖ ਕੇ ਸੈਕਸ ਦੀ ਸੁਭਾਵਕ ਇੱਛਾ ਪੈਦਾ ਹੁੰਦੀ ਹੈ। ਆਪਣੇ ਸਰੀਰ ਨੂੰ ਲੇਸ ਵਾਲੀ ਲਿੰਗਰੀ ਨਾਲ ਸਜਾਓ ਜਾਂ ਪਿਆਰ ਦੇ ਆਲ੍ਹਣੇ ਨੂੰ ਹਲਕੀ ਕੈਂਡਲ ਲਾਈਟ ਨਾਲ ਰੌਸ਼ਨ ਕਰੋ। ਆਪਣੇ ਮਨ ਨਾਲ ਤੋਂ ਨਾਕਾਰਾਤਮਕ ਸੋਚ ਨੂੰ ਕੱਢ ਦਿਉ ਅਤੇ ਹਮੇਸ਼ਾਂ ਯਾਦ ਰੱਖੋ ਕਿ ਪ੍ਰੈਗਨੈਂਸੀ ਵਿਚ 'ਬਿਗ ਇਜ਼ ਬਿਊਟੀਫੁਲ'।

**ਕੋਲੋਸਟ੍ਰਮ ਦਾ ਰਿਸਾਅ**:- ਗਰਭਕਾਲ ਦੇ ਅੰਤਮ ਕੁਝ ਮਹੀਨਿਆਂ ਵਿਚ ਕਈ ਔਰਤਾਂ ਦੇ ਦੁਧੀਆਂ 'ਚੋਂ ਕੋਲੋਸਟ੍ਰਮ ਦਾ ਰਿਸਾਅ ਹੋਣ ਲਗਦਾ ਹੈ। ਫੋਰਪਲੇ ਦੌਰਾਨ ਤੁਹਾਨੂੰ ਇਸ ਨਾਲ ਥੋੜ੍ਹੀ ਉਲਝਣ ਹੋ ਸਕਦੀ ਹੈ। ਇਸ ਤੋਂ ਪ੍ਰੇਸ਼ਾਨ ਨਾ ਹੋਵੋ, ਤੁਹਾਡੇ ਪਤੀ ਨੂੰ ਕੋਈ ਦਿੱਕਤ ਨਹੀਂ ਹੋਵੇਗੀ। ਤੁਸੀਂ ਇਥੋਂ ਧਿਆਨ ਹਟਾ ਕੇ ਸਰੀਰ ਦੇ ਦੂਜੇ ਹਿੱਸਿਆਂ ਤੇ ਲਗਾਓ।

**ਸੰਵੇਦਨਸ਼ੀਲ ਦੁੱਧੀਆਂ**:- ਕੁਝ ਜੋੜਿਆਂ ਦੇ ਲਈ ਤਾਂ ਇਨ੍ਹਾਂ ਦਿਨਾਂ ਵਿਚ ਦੁੱਧੀਆਂ ਦਾ ਆਕ੍ਰਸ਼ਣ ਕਾਫ਼ੀ ਵੱਧ ਗਿਆ ਹੈ ਪ੍ਰੰਤੂ ਕਈ ਔਰਤਾਂ ਦੀਆਂ ਦੁੱਧੀਆਂ ਸੁੱਜ ਜਾਂਦੀਆਂ ਹਨ ਅਤੇ ਹੱਥ ਲਗਾਣ ਨਾਲ ਹੀ ਦਰਦ ਹੋਣ ਲਗਦਾ ਹੈ। ਜੇਕਰ ਤੁਹਾਡੇ ਨਾਲ ਵੀ ਇੰਝ ਹੈ ਤਾਂ ਪਤੀ ਨੂੰ ਪਹਿਲਾਂ ਹੀ ਦੱਸ ਦਿਉ ਤੇ ਉਸ ਇਹਵੀ ਯਾਦ ਦਿਵਾ ਦਿਉ ਕਿ ਪਹਿਲੀ ਤਿਮਾਹੀ ਤੋਂ ਬਾਦ ਸਭ ਠੀਕ ਹੋ ਜਾਏਗਾ।

**ਯੋਨੀ ਦੇ ਰਿਸਾਅ ਵਿਚ ਬਦਲਾਅ**:- ਗਰਭਕਾਲ ਵਿਚਯੋਨੀ ਦਾ ਰਿਸਾਅ ਅਕਸਰ ਵੱਧ ਜਾਂਦਾ ਹੈ। ਉਸ ਦੇ ਰੰਗ ਤੇ ਗੰਧ ਵਿਚ ਵੀ ਬਦਲਾਅ ਆ ਸਕਦਾਹੈ। ਜੇ ਕਰ ਤੁਹਾਡੀ ਯੋਨੀ ਪਹਿਲਾਂ ਕਾਫ਼ੀ ਸੁਕੀ ਰਹਿੰਦੀਸੀ ਤਾਂ ਇਹ ਗਿਲਾਪਨ ਸੈਕਸ ਨੂੰ ਆਨੰਦਦਾਇਕ ਬਣਾ ਸਕਦਾਹੈ, ਕਈ ਵਾਰ ਗਿੱਲਾਪਨ ਇੰਨਾ ਵੱਧ ਹੁੰਦਾਹੈ ਕਿ ਤੁਹਾਡੇ ਪਤੀ ਦੇ ਲਈ ਸੈਕਸ ਕਰਨਾ ਮੁਸ਼ਕਲ ਹੋ ਜਾਂਦਾ ਹੈ।ਰਿਸਾਅ ਦੀ ਗੰਧ ਤੇ ਸਵਾਦ ਕਾਰਣ ਮੁਖ ਮੈਥੁਨ ਵੀ ਨਹੀਂ ਹੁੰਦਾ। ਪਿਊਬਿਕ ਏਰੀਆ ਤੇ ਪੱਟਾਂ ਤੇ ਹਲਕੇ ਖ਼ੁਸ਼ਬੂਦਾਰ ਤੇਲ ਦੀ ਮਾਲਸ਼ ਨਾਲ ਥੋੜ੍ਹੀ ਰਾਹਤ ਮਿਲ ਸਕਦੀ ਹੈ। ਕੁਝ ਗਰਭਵਤੀ ਮਾਵਾਂ ਨੂੰ ਅਕਸਰ ਯੋਨੀ ਵਿਚ ਸੁਕੇਪਨ ਦੀ ਸ਼ਿਕਾਇਤ ਰਹਿੰਦੀ ਹੈ ਤੇ ਸੈਕਸ ਦੌਰਾਟ ਵਾਟਰ ਬੇਸਡ ਲਿਯੂਬਰੀਕੈਂਟ(ਕੇ-ਵਾਈ ਜਾਂ ਐਸਟ੍ਰੋਗਲਾਈਡ) ਪ੍ਰਯੋਗ ਕਰ ਸਕਦੀ ਹੋ।

**ਸਰਵਿਕਸ ਦੀ ਸੰਵੇਦਨਸ਼ੀਲਤਾ ਤੇ ਖ਼ੂਨ ਰਿਸਾਅ**:- ਗਰਭਕਾਲ ਵਿਚ ਬੱਚੇਦਾਨੀ ਦੇ ਮੂੰਹ ਦੀ ਸੰਵੇਦਨ-ਸ਼ੀਲਤਾ ਵੀ ਕਾਫ਼ੀ ਵੱਧ ਜਾਂਦੀ ਹੈ। ਜੇਕਰ ਸੰਭੋਗ ਸਮੇਂ ਲਿੰਗ ਕਾਫ਼ੀ ਅੰਦਰ ਤਕ ਜਾਏ ਤਾਂ ਹਲਕਾ ਖ਼ੂਨ ਰਿਸਾਅ ਹੋ ਸਕਦਾ ਹੈ। ਇਸ ਤੋਂ ਘਬਰਾਓ ਨਾ ਪ੍ਰੰਤੂ ਆਪਣੇ ਡਾਕਟਰ ਨੂੰ ਇਸ ਦੀ ਜਾਣਕਾਰੀ ਦਿਓ।

ਇਸ ਤੋਂ ਇਲਾਵਾ ਹੋਰ ਵੀ ਕਈ ਭਾਵਨਾਤਮਕ ਕਾਰਣ ਤੁਹਾਡੇ ਸੈਕਸ ਆਨੰਦ ਨੂੰ ਘਟਾ ਸਕਦੇ ਹਨ। ਬਿਹਤਰ ਹੋਵੇਗਾ ਕਿ ਸਾਰੇ ਵਿਸ਼ਿਆਂ ਤੇ ਖ਼ੁਲ੍ਹਕੇ ਗੱਲ ਕੀਤੀ ਜਾਏ।

**ਭਰੂਣ ਨੂੰ ਸੱਟ ਲੱਗਣ ਜਾਂ ਮਿਸਕੈਰੇਜ ਹੋਣ ਦਾ ਡਰ**:- ਚਿੰਤਾ ਛੱਡੋ ਤੇ ਸੈਕਸ ਦਾ ਭਰਪੂਰ ਆਨੰਦ ਲਉ। ਆਮ ਗਰਭਕਾਲ ਵਿਚ ਸੈਕਸ ਤੋਂ ਕੁਈ ਨੁਕਸਾਨ ਨਹੀਂ ਹੁੰਦਾ। ਬੱਚਾ ਬੜੇਆਰਾਮ ਨਾਲ ਐਮਨਿਓਟਿਕ ਦ੍ਰਵ ਵਿਚ ਸੁਰੱਖਿਅਤ ਹੈ। ਤੁਹਾਡੀ ਬੱਚੇਦਾਨੀ ਵੀ ਪੂਰੀ ਤਰ੍ਹਾਂ ਬੰਦ ਹੈ ਜੇਕਰ ਡਾਕਟਰ ਨਹੀਂ ਚਾਹਣਗੇ ਕਿ ਤੁਸੀਂ ਗਰਭਕਾਲ ਵਿਚ ਸੈਕਸ ਕਰੋ ਤਾਂ ਉਹ ਇਸ ਦਾਕਾਰਣ ਪਹਿਲੇ ਹੀ ਰੂਪ ਵਿਚ ਦੇਣਗੇ ਨਹੀਂ ਤਾਂ ਤੁਸੀਂ ਬੜੇ ਆਰਾਮ ਨਾਲ ਆਪਣੀ ਸੈਕਸ ਲਾਈਫ਼ ਜੀਅ ਸਕਦੀ ਹੋ।

**ਆੱਗ੍ਰੈਮ ਨਾਲ ਮਿਸਕੈਰੇਜ ਤੇ ਜਲਦੀ ਪ੍ਰਸੂਤ ਹੋਣ ਦਾ ਡਰ**:- ਹਾਲਾਂਕਿ ਚਰਮ ਸੁੱਖ ਤੋਂ ਬਾਦ ਬੱਚੇਦਾਨੀ ਵਿਚ ਕਾਫ਼ੀ ਸੁੰਗੜਨ ਹੋਸਕਦੀ ਹੈਅਤੇ ਇਹ ਕਈ ਔਰਤਾਂ ਵਿਚ ਕਾਫ਼ੀ ਵੱਧ ਹੁੰਦਾ ਵੀ ਹੈ। ਇਹ ਸੰਭੋਗ ਤੋਂ ਬਾਦ ਅੱਧੇ ਘੰਟੇ ਤਕ ਵੀ ਜਾਰੀ ਰਹਿ ਸਕਦਾ ਹੈ ਪ੍ਰੰਤੂ ਇਹ ਲੇਬਰ ਦਾ ਸੰਕੇਤ ਨਹੀਂ ਹੈ। ਆਮ ਗਰਭਕਾਲ ਵਿਚ ਇਸ ਨਾਲ ਕੋਈ ਨੁਕਸਾਨ ਨਹੀਂ ਹੁੰਦਾ। ਜੇਕਰ ਇਸ ਤੋਂ ਬੱਚਣ ਦਾ ਕੋਈ ਕਾਰਣ (ਮਿਸ ਕੈਰੇਜ ਜਾਂ ਪ੍ਰੀਟਰਮ ਲੇਬਰ ਦਾ ਡਰ, ਪਲੇਸੈਂਟਾ ਦੀ ਸਮੱਸਿਆ) ਹੁੰਦਾ ਤਾਂ ਡਾਕਟਰ ਨੇ ਪਹਿਲਾਂ ਹੀ ਦੱਸ ਦਿੱਤਾ ਹੁੰਦਾ।

**ਇਸ ਗੱਲ ਦਾ ਡਰ ਕਿ ਭਰੂਣ ਸਭ ਦੇਖ ਰਿਹਾ ਹੈ ਜਾਂ ਉਸ ਨੂੰ ਪਤਾ ਚਲਦਾਹੈ**:- ਇੰਝ ਹੋ ਹੀ ਨਹੀਂ ਸਕਦਾ। ਹਾਲਾਂਕਿ ਚਰਮ ਸੁੱਖ ਦੇ ਸੁੰਗੜਨ ਨਾਲ

ਉਸ ਨੂੰ ਹਲਕੇ ਝੂਲੇ ਦਾ ਮਜ਼ਾ ਤਾਂ ਮਿਲੇਗਾ ਪ੍ਰੰਤੂ ਉਹ ਨਹੀਂ ਦੇਖ ਸਕਦਾ ਕਿ ਤੁਸੀਂ ਕੀ ਕਰ ਰਹੇ ਹੋ ਅਤੇ ਨਾ ਹੀ ਉਸ ਦੇ ਕੋਲ ਇਸ ਦੀ ਕੋਈ ਯਾਦ ਰਹੇਗੀ। ਪਿਸ਼ਾਬਦਾਨੀ ਦੀ ਗਤੀਵਿਧੀ ਦੇਕਾਰਣ ਹੀ ਭਰੂਣ ਦੀ ਪ੍ਰਤਿਕ੍ਰਿਆ(ਸੈਕਸ ਦੌਰਾਨ ਹਲਚਲ ਘਟਨਾ ਫਿਰ ਹਲਚਲ ਤੇ ਲੱਤਾਂ ਮਾਰਨਾ ਤੇਜ ਹੋਣਾ, ਚਰਮ ਸੁੱਖ ਤੋਂ ਬਾਦ ਦਿਲ ਦੀ ਧੜਕਣ ਵੱਧਣਾ) ਸਾਮ੍ਹਣੇ ਆਉਂਦੀ ਹੈ।

**ਬੱਚੇ ਦੇ ਸਿਰ ਤੇ ਸੱਟ ਲੱਗਣ ਦਾ ਡਰ:-** ਹਾਲਾਂਕਿ ਤੁਹਾਡਾ ਪਤੀ ਮੂੰਹ ਨਾਲ ਨਹੀਂ ਕਹੇਗਾ ਪ੍ਰੰਤੂ ਉਸ ਦੇ ਮਨ ਵਿਚ ਇਹ ਡਰ ਹੁੰਦਾ ਹੈ। ਦਰਅਸਲ ਕੋਈ ਵੀ ਲਿੰਗ ਇੰਨਾ ਵੱਡਾ ਨਹੀਂ ਹੁੰਦਾ ਕਿ ਉਹ ਬੱਚੇ ਦੇ ਸਿਰ ਦੇ ਕੋਲ ਪਹੁੰਚ ਸਕੇ। ਬੇਬੀ ਬੜੇਆਰਾਮ ਨਾਲ ਆਪਣੇ ਘਰ ਵਿਚ ਹੈ। ਇਥੋਂ ਤਕ ਤੁਹਾਡੇ ਬੱਚੇਦਾ ਸਿਰ ਪੈਲਵਿਸ ਦੇ ਕੋਲ ਵੀ ਹੈ ਤਾਂ ਵੀ ਲਿੰਗ ਉਸਨੂੰ ਨੁਕਸਾਨ ਨਹੀਂ ਪਹੁੰਚਾ ਸਕਦਾ। ਹਾਂ ਜੇਕਰ ਇਸ ਨਾਲ ਬੇਚੈਨੀ ਹੁੰਦੀ ਹੋਵੇ ਤਾਂ ਨਾ ਕਰੋ?

**ਸੈਕਸ ਨਾਲ ਇਨਫੈਕਸ਼ਨ ਦਾ ਡਰ:-** ਜੇਕਰ ਤੁਹਾਹਡੇ ਸਰਵਿਕਸ ਦਾ ਮੂੰਹਬੰਦ ਹੈ ਅਤੇ ਪਤੀ ਨੂੰ ਯੌਨ ਰੋਗ ਨਹੀਂ ਹੈਤਾਂ ਸੰਭੋਗ ਨਾਲ ਤੁਹਾਨੂੰ ਜਾਂ ਬੱਚੇ ਨੂੰ ਇਨਫੈਕਸ਼ਨ ਦਾ ਕੋਈ ਖ਼ਤਰਾ ਨਹੀਂ ਹੈ। ਬੱਚਾ, ਵੀਰਯ ਤੇ ਇਨਫੈਕਸ਼ਨ ਦੇ ਕੀਟਾਣੂਆਂ ਤੋਂ ਪੂਰੀ ਤਰ੍ਹਾਂ ਸੁਰੱਖਿਅਤ ਹੈ।

**ਆਕ੍ਰਸ਼ਣ ਤੇ ਹਾਵੀ ਹੁੰਦੀ ਚਿੰਤਾ:-** ਮੰਨਿਆ ਤੁਸੀਂ ਇਸ ਸਮੇਂ ਤਨਾਅਗ੍ਰਸਤ ਹੋ। ਬੱਚਾ ਆਣ ਦਾ ਸਮਾਂ ਨਜ਼ਦੀਕ ਆ ਰਿਹਾ ਹੈ। ਇਸ ਸਮੇਂ ਸੈਕਸੀ ਭਾਵਨਾਵਾਂ ਪੈਦਾ ਨਹੀਂ ਹੁੰਦੀਆਂ। ਆਣ ਵਾਲੀਆਂ ਨਵੀਆਂ ਜ਼ਿੰਮੇ ਵਾਰੀਆਂ, ਭਾਵਨਾਂਤਮਕ ਤੇ ਆਰਥਿਕ ਚੁਣੌਤੀਆਂ ਦਿਮਾਗ ਵਿਚ ਚੱਕਰ ਕੱਟਦੀਆਂ ਰਹਿੰਦੀਆਂ ਹਨ। ਬਿਹਤਰ ਹੋਵੇਗਾ ਕਿ ਇਨ੍ਹਾਂ ਗੱਲਾਂ ਨੂੰ ਬਿਸਤਰ ਵਿਚ ਨਾਲ ਲਿਆਣ ਦੀ ਥਾਂ ਪਹਿਲਾਂ ਹੀ ਕਹਿ ਦਿਉ।

> **ਆਰਾਮਦੇਹ ਮੁਦਰਾ**
>
> ਗਰਭਕਾਲ ਵਿਚ ਸੈਕਸ ਦੀ ਮੁਦਰਾ ਬਦਲਣੀ ਪੈਂਦੀਹੈ। ਜੇਕਰ ਤੁਹਾਡਾ ਪਤੀ ਤੁਹਾਡੇ ਉਪਰ ਭਾਰ ਪਾਏ ਬਿਨਾਂ ਆ ਸਕੇ ਤਾਂ ਠੀਕ ਹੈ ਨਹੀਂ ਤਾਂ ਤੁਸੀਂ ਇਕ ਪਾਸੇ ਲੇਟ ਜਾਓ ਜਾਂ ਫਿਰ ਤੁਸੀਂ ਪਤੀ ਦੇ ਉਪਰ ਵੀ ਲੇਟ ਸਕਦੀ ਹੋ। ਮੁਦਰਾ ਚਾਹੇ ਜੋ ਵੀ ਹੋਵੇ, ਇਹ ਤੁਹਾਡੇ ਲਈ ਆਰਾਮਦੇਹ ਹੋਣੀ ਚਾਹੀਦੀ ਹੈ।

**ਰਿਸ਼ਤਿਆਂ ਵਿਚ ਆਉਂਦਾ ਬਦਲਾਅ:-** ਹੋ ਸਕਦਾ ਹੈ ਕਿ ਤੁਹਾਨੂੰ ਇਨ੍ਹਾਂ ਬਦਲਦੇ ਰਿਸ਼ਤਿਆਂ ਦੇ ਨਾਲ ਸਮਝੌਤਾ ਕਰਨ ਵਿਚ ਮੁਸ਼ਕਲ ਹੋ ਰਹੀ ਹੋਵੇ। ਤੁਹਾਨੂੰ ਲਗ ਰਿਹਾ ਹੋਵੇਗਾ ਕਿ ਹੁਣ ਤੁਸੀਂ ਸਿਰਫ਼ ਪ੍ਰੇਮੀ-ਪ੍ਰੇਮਿਕਾ, ਜਾਂ ਪਤੀ-ਪਤਨੀ ਨਹੀਂ ਸਗੋਂ ਮਾਂ-ਬਾਪ ਬਣਨ ਵਾਲੇ ਹੋ। ਇਹ ਵੀ ਹੋ ਸਕਦਾ ਹੈ ਕਿ ਇਹ ਬਦਲਾਅ ਤੁਹਾਡੇ ਸੰਬੰਧਾਂ ਨੂੰ ਪਹਿਲਾਂ ਤੋਂਵੀ ਮਜਬੂਤ ਅਤੇ ਸੁਖਦ ਬਣਾ ਦੇਵੇ।

**ਜਲਨ:-** ਹੋ ਸਕਦਾ ਹੈਕਿ ਪਤੀ ਦੇ ਮਨ ਵਿਚ ਜਲਨ ਆ ਜਾਏ। ਉਸ ਨੂੰ ਲੱਗਣ ਲਗੇ ਕਿ ਗਰਭਕਾਲ ਨੇ ਤੁਹਾਨੂੰ ਸਭ ਦੇ ਆਕ੍ਰਸ਼ਣ ਦਾ ਕੇਂਦਰ ਬਣਾ ਦਿੱਤਾ ਹੈ ਜਾਂ ਫਿਰ ਤੁਹਾਨੂੰ ਲੱਗਣ ਲਗੇ ਕਿ ਤੁਹਾਨੂੰ ਫਸਾ ਕੇ ਉਹ ਜ਼ਿੰਦਗੀ ਦੇ ਮਜ਼ੇ ਲੈ ਰਿਹਾ ਹੈ। ਐਸੀਆਂ ਭਾਵਨਾਵਾਂ ਬਿਸਤਰ ਤੋਂ ਬਾਹਰ ਹੀ ਵੰਡ ਲਉ ਤਾਂ ਵਧੀਆ ਹੈ।

**ਗਰਭਕਾਲ ਦੇ ਅੰਤ ਵਿਚ ਸੈਕਸ ਨਾਲ ਪ੍ਰਸੂਤ ਜਲਦੀ ਹੋ ਸਕਦਾ ਹੈ:-** ਇਹ ਸੱਚ ਹੈ ਕਿ ਗਰਭਕਾਲ ਕੋਲ ਆਣ ਤੇ ਚਰਮ ਸੁੱਖ ਤੋਂ ਬਾਦ ਹੋਣ ਵਾਲੀ ਸੁੰਗੜਨ ਸ਼ਕਤੀਸ਼ਾਲੀ ਹੋ ਜਾਂਦੀ ਹੈ ਪ੍ਰੰਤੂ ਜਦੋਂ ਤਕ ਸਰਵਿਕਸ ਤਿਆਰ ਨਹੀਂ ਹੋਵੇਗਾ, ਇਸ ਸੁੰਗੜਣ ਨਾਲ ਪ੍ਰਸੂਤ ਨਹੀਂ ਹੋਵੇਗਾ। ਖੋਜ ਤਾਂ ਕਹਿੰਦੀ ਹੈ ਕਿ ਗਰਭਕਾਲ ਦੇ ਅੰਤ ਤਕ ਸੈਕਸ ਦੇ ਲਈ ਉਤੇਜਿਤ ਰਹਿਣ ਵਾਲੀ ਔਰਤ ਸਹੀਸਮੇਂ ਤੇ ਹੀ ਪ੍ਰਸੂਤ ਕਰਦੀ ਹੈ।

ਉਂਝ ਇਕ ਗੱਲ ਹੋਰਵੀ ਹੈ, ਪਹਿਲਾਂ-2 ਤੁਹਾਡੇ ਸੈਕਸ ਦਾ ਉਦੇਸ਼ ਸੀ-ਇਕ ਬੱਚੇ ਦਾ ਜਨਮ। ਹੁਣ ਤੁਸੀਂ ਸਿਰਫ਼ ਮੰਨੋਰੰਜਨ ਦੇ ਲਈ ਇਹ ਸਭ ਕਰ ਰਹੇ ਹੋ। ਇਸ ਲਈ ਮਾਸਕ ਧਰਮ ਦੀ ਮਿਤੀ, ਚਾਰਟ, ਕੈਲੰਡਰ ਜਾਂ ਗਰਭਨਿਰੋਧਕਾਂ ਦਾ ਕੋਈ ਝੰਝਟ ਹੀ ਨਹੀਂ ਹੈ। ਨਾਲ ਹੀ ਕਈ ਜੋੜੇ ਮੰਨਦੇ ਹਨ ਕਿ ਗਰਭਕਾਲ ਉਨ੍ਹਾਂ ਨੂੰ ਹੋਰ ਵੀ ਨੇੜੇ ਲੈ ਆਉਂਦਾ ਹੈ। ਇਸ ਲਈ ਉਹ ਵਧੇ ਹੋਏ ਪੇਟ ਨੂੰ ਰੁਕਾਵਟ ਨਾ ਮੰਨ ਕੇ ਪਿਆਰ ਦਾ ਪ੍ਰਤੀਕ ਮੰਨਦੇ ਹਨ।

## ਜਦੋਂ ਸੈਕਸ ਸੀਮਿਤ ਹੋ ਸਕਦਾ ਹੈ

ਹਾਲਾਂਕਿ ਗਰਭਕਾਲ ਵਿਚ ਵੀ ਤੁਹਾਡੇ ਤੇ ਪਤੀ ਦੇ ਲਈ ਸੈਕਸ ਕਾਫ਼ੀ ਆਰਾਮਦਾਇਕ ਹੋ ਸਕਦਾ ਹੈ

ਅਤੇ ਤੁਸੀਂ ਦੋਨੋਂ ਇਸ ਦਾ ਪੂਰਾ ਮਜ਼ਾ ਲੈ ਸਕਦੇ ਹੋ ਪ੍ਰੰਤੂ ਸਾਰੇ ਇੰਨੇ ਕਿਸਮਤ ਵਾਲੇ ਨਹੀਂ ਹੁੰਦੇ। ਖ਼ਤਰੇ ਵਾਲੇ ਗਰਭਕਾਲ ਵਿਚ ਕੁਝ ਸਮੇਂ ਦੇ ਲਈ ਜਾਂ ਫਿਰ ਪੂਰੇ ਨੌ ਮਹੀਨੇ ਦੇ ਲਈ ਸੈਕਸ ਤੇ ਪਾਬੰਦੀ ਲਗਾ ਦਿੱਤੀ ਜਾਂਦੀ ਹੈ। ਜਾਂ ਫਿਰ ਔਰਤ ਦੇ ਚਰਮ ਸੁੱਖ ਤੋਂ ਬਿਨਾਂ ਸੰਭਗ ਦੀ ਇਜਾਜ਼ਤ ਦਿੱਤੀ ਜਾਂਦੀ ਹੈ ਜਾਂ ਕੇਵਲ ਫੋਰਪਲੇ ਦੀ ਇਜਾਜ਼ਤ ਮਿਲਦੀ ਹੈ ਜਾਂ ਫਿਰ ਕੰਡੋਮ ਦੇ ਨਾਲ ਲਿੰਗ ਪ੍ਰਵੇਸ਼ ਦੀ ਇਜਾਜ਼ਤ ਮਿਲਦੀ ਹੈ। ਜੇਕਰ ਡਾਕਟਰ ਨੇ ਤੁਹਾਡੇ ਤੇ ਵੀ ਇਹੀ ਪਾਬੰਦੀਆਂ ਲਗਾਈਆਂ ਹਨ ਤਾਂ ਉਨ੍ਹਾਂ ਤੋਂ ਇਸ ਵਿਸ਼ੇ ਵਿਚ ਬੇਝਿਜਕ ਪੂਰੀ ਜਾਣਕਾਰੀ ਲੈ ਲਉ। ਪਤਾ ਕਰੋ ਕਿ ਮਨਾਹੀ ਕਿਉਂ ਕੀਤੀ ਗਈ ਹੈ ਜਾਂ ਇਹ ਕਿੰਨੇ ਸਮੇਂ ਦੇ ਲਈ ਮਨ੍ਹਾ ਹੈ? ਹੇਠ-ਲਿਖੀਆਂ ਸਥਿਤੀਆਂ ਵਿਚ ਸੈਕਸ ਤੇ ਪਾਬੰਦੀ ਹੋ ਸਕਦੀ ਹੈ-

■ ਜੇਕਰ ਪ੍ਰੀ ਟਰਮ ਲੇਬਰ ਦੇ ਸੰਕੇਤ ਹੋਣ ਜਾਂ ਪਹਿਲਾਂ ਇੰਝ ਹੋ ਚੁੱਕਾ ਹੋਵੇ।

■ ਜੇਕਰ ਬੱਚੇਦਾਨੀ ਦੀ ਘਾਟ ਹੋਵੇ ਜਾਂ ਪਲੇਸੈਂਟਾ ਦੀ ਪ੍ਰੇਸ਼ਾਨੀ ਹੋਵੇ।

■ ਜੇਕਰ ਤੁਹਾਨੂੰ ਖ਼ੂਨ ਰਿਸਾਅ ਹੋ ਰਿਹਾ ਹੈ ਜਾਂ ਪਹਿਲਾਂ ਮਿਸਕੈਰੇਜ ਹੋ ਚੁੱਕਾ ਹੋਵੇ।

ਜੇਕਰ ਕੇਵਲ ਆੱਗੈਜ਼ਮ ਦੀ ਆਗਿਆ ਹੈ ਤਾਂ ਹਸਤਮੈਥੁਨ ਕਰੋ ਜੇਕਰ ਸੰਭੋਕ ਕਰ ਸਕਦੇਹੋ ਪਰ ਆੱਗੈਜ਼ਮ ਤਕ ਜਾਣਾ ਮਨ੍ਹਾ ਹੈ ਤਾਂ ਤੁਸੀਂ ਸੰਭੋਗ ਕਰੋ ਪ੍ਰੰਤੂ ਚਰਮ ਸੁੱਖ ਪਾਣ ਤੋਂ ਉਸ ਨੂੰ ਰੋਕ ਦਿਉ। ਹਾਲਾਂਕਿ ਇਸ ਨਾਲ ਪੂਰੀ ਸੰਤੁਸ਼ਟੀ ਤਾਂ ਨਹੀਂ ਮਿਲੇਗੀ ਪ੍ਰੰਤੂ ਤੁਹਾਨੂੰ ਪਤੀ ਦੇ ਨੇੜੇ ਆਣ ਦਾ ਮੌਕਾ ਤਾਂ ਮਿਲ ਜਾਏਗਾ। ਜੇਕਰ ਕਿਸੇ ਵੀ ਗੱਲ ਦੀ ਇਜਾਜ਼ਤ ਨਾ ਹੋਵੇਤਾਂ ਇਸ ਪਾਬੰਦੀ ਨੂੰ ਆਪਣੇ ਰਿਸ਼ਤੇ ਦੇ ਵਿਚ ਨਾ ਆਣ ਦਿਉ। ਕੋਲ ਆਣ ਦੇ ਰੁਮਾਂਟਿਕ ਤਰੀਕੇ ਅਪਣਾਓ; ਜਿਵੇਂ ਹੱਥ ਪਕੜਨਾ, ਗਲਵਕੜੀ ਲੈਣਾ ਜਾਂ ਬਾਹਰ ਜਾਣਾ।

## ਥੋੜ੍ਹੇ ਵਿਚ ਜ਼ਿਆਦਾ ਲਉ ਅਨੰਦ

ਚੰਗੇ ਯੌਨ ਸੰਬੰਧ ਇਕ ਹੀ ਦਿਨ-ਰਾਤ ਵਿਚ ਨਹੀਂ ਬਣ ਜਾਂਦੇ। ਇਨ੍ਹਾਂ ਦੇ ਲਈ ਹੌਂਸਲਾ, ਸਮਝਦਾਰੀ ਅਤੇ ਆਪਸੀ ਪਿਆਰ ਚਾਹੀਦਾ ਹੈ। ਇਹ ਵੀ ਸੱਚ ਹੈ ਕਿ ਗਰਭਕਾਲ ਵਿਚ ਯੌਨ ਸੰਬੰਧਾਂ ਨੂੰ ਕਈ ਤਰ੍ਹਾਂ ਦੇ ਮਾਨਸਿਕ ਤੇ ਸਰੀਰਕ ਬਦਲਾਵਾਂ ਤੋਂ ਗੁਜਰਨਾ ਪੈਂਦਾ ਹੈ। ਇਥੇ ਉਨ੍ਹਾਂ ਨਾਲ ਹੀ ਨਿਬਟਣ ਦੇ ਕੁਝ ਉਪਾਅ ਪੇਸ਼ ਹਨ:-

■ ਸੈਕਸ ਦਾਵਿਸ਼ਲੇਸ਼ਣ ਕਰਨ ਦੀ ਥਾਂ ਉਸਦਾ ਆਨੰਦ ਲਉ। ਇਨ੍ਹਾਂ ਪਲਾਂ ਨੂੰ ਐਵੇਂ ਹੀ ਨਾ ਜਾਣ ਦਿਉ। ਮਾਤਰਾ ਦੀ ਥਾਂ ਗੁਣਵੱਤਾ ਤੇ ਧਿਆਨ ਦਿਉ। ਆਪਣੀ ਪਿਛਲੀ ਸੈਕਸ ਲਾਈਫ਼ ਅਤੇ ਇਨ੍ਹਾਂ ਦਿਨਾਂ ਦੀ ਸੈਕਸ ਲਾਈਫ਼ ਦੀ ਤੁਲਨਾ ਨਾ ਕਰੋ। ਹੁਣ ਤਾਂ ਇਸ ਵਿਚ ਕਾਫ਼ੀ ਅੰਤਰ ਆ ਗਿਆ ਹੈ।

■ ਸਾਕਾਰਾਤਮਕ ਸੋਚ ਬਣਾਈ ਰੱਖੋ। ਯਾਦ ਰੱਖੋ ਕਿ ਸੈਕਸ ਨਾਲ ਤੁਹਾਡਾ ਸਰੀਰ ਆਣ ਵਾਲੇ ਪ੍ਰਸੂਤ ਦੇ ਲਈ ਵੀ ਤਿਆਰ ਹੋ ਰਿਹਾ ਹੈ। ਜੇਕਰਤੁਸੀਂ ਇੰਟਰਕੋਰਸ(ਸੰਭੋਗ) ਦੇ ਦੌਰਾਨਕੀਗਲ ਕਰ ਸਕੋ ਤਾਂ ਇਹ ਹੋਰ ਵੀ ਵਧੀਆ ਹੋਵੇਗਾ। ਆਪਣੇ ਗੋਲ-ਮਟੋਲ ਸਰੀਰ ਨੂੰ ਸੈਕਸੀ ਮੰਨੋ। ਸੋਚੋ ਕਿ ਹਰ ਗਲਵਕੜੀ ਨਾਲ ਤੁਸੀਂ ਦੋਨੋਂ ਮਨ ਤੋਂ ਵੀ ਕੋਲ ਆ ਰਹੇ ਹੋ।

■ ਥੋੜ੍ਹਾ ਰੁਮਾਂਸ ਅਪਣਾਓ। ਜੇਕਰ ਪੁਰਾਣੀ ਸਥਿਤੀ ਨਾਲ ਗੱਲ ਨਹੀਂ ਬਣ ਰਹੀ ਤਾਂ ਕੁਝ ਨਵਾਂ ਸੋਚੋ। ਯਾਦ ਰੱਖੋ ਕਿ ਕਿਸੇ ਵੀ ਨਵੀਂ ਸਥਿਤੀ ਵਿਚ ਫਿਟ ਹੋਣ ਵਿਚ ਸਮਾਂ ਲਗਦਾ ਹੈ।

■ ਆਪਣੀਆਂ ਉਮੀਦਾਂ ਅਸਲੀਅਤ ਦੀ ਸੀਮਾ ਵਿਚ ਰੱਖੋ। ਇਨ੍ਹਾਂ ਦਿਨਾਂ ਵਿਚ ਤੁਹਾਨੂੰ ਕਈ ਤਰ੍ਹਾਂ ਦੀਆਂ ਚੁਣੌਤੀਆਂ ਦਾ ਸਾਮ੍ਹਣਾ ਕਰਨਾ ਪੈ ਸਕਦਾ ਹੈ। ਕੁਝ ਔਰਤਾਂ ਨੂੰ ਚਰਮ ਸੁੱਖ ਪਾਣ ਵਿਚ ਦੇਰ ਨਹੀਂ ਲਗਦੀ ਤੇਕੁਝ ਪੂਰੇ ਨੌ ਮਹੀਨੇ ਤਕ ਇਸ ਦਾ ਇੰਤਜ਼ਾਰ ਕਰਦੀਆਂ ਰਹਿ ਜਾਂਦੀਆਂ ਹਨ। ਯਾਦ ਰੱਖੋ ਕਿ ਕਈ ਵਾਰ ਚਰਮ ਸੁੱਖ ਨਾ ਮਿਲਣ ਤੇ ਵੀ ਇਕ-ਦੂਜੇ ਦਾ ਸਾਥ ਹੀ ਕਾਫ਼ੀ ਹੁੰਦਾ ਹੈ।

ਯਾਦ ਰੱਖੋ ਕਿ ਰਿਸ਼ਤਿਆਂ ਵਿਚ ਛੂਹਣ ਦੀ ਵੀ ਬਹੁਤ ਅਹਿਮੀਅਤ ਹੁੰਦੀਹੈ। ਆਪਸੀ ਗੱਲਬਾਤ ਨਾਲ ਤੁਸੀਂ ਇਨ੍ਹਾਂ ਨਵੀਆਂ ਚੁਣੌਤੀਆਂ ਦੇ ਨਾਲ ਵਧੀਆ ਸਮਝੌਤੇ ਕਰ ਸਕੋਗੀ। ਕੋਈ ਵੀ ਸਮੱਸਿਆ ਹੋਵੇ ਤਾਂ ਉਸ ਨੂੰ ਬਿਸਤਰ ਤੇ ਲੈ ਜਾਣ ਤੋਂ ਪਹਿਲਾਂ ਹੀ ਸੁਲਝਾ ਲਉ। ਜੇਕਰ ਫਿਰ ਵੀ ਗੱਲ ਨਾ ਬਣੇ ਤਾਂ ਵਿਵਹਾਰਕ ਮਦਦ ਲਉ। ਅਜੇ ਤਾਂ ਤੁਸੀਂ ਦੋਨਾਂ ਸਬੰਧੀ ਸੋਚ ਰਹੀ ਹੋ ਪ੍ਰੰਤੂ ਆਣ ਵਾਲੇ ਸਮੇਂ ਵਿਚ ਤਿਨਾਂ ਸਬੰਧੀ ਸੋਚੋਗੀ।

ਯਾਦ ਰੱਖੋ ਕਿ ਸਾਰੇ ਜੋੜੇ ਗਰਭਕਾਲ ਸੈਕਸ ਦੇ ਲਈ ਵੱਖ-2 ਤਰ੍ਹਾਂ ਨਾਲ ਪ੍ਰਤਿਕ੍ਰਿਆ ਦੇਂਦੇਹਨ। ਤੁਹਾਡੇ ਦੋਨਾਂ ਦੇ ਲਈ ਇਸ ਸਮੇਂ ਉਹੀ ਆਮ ਹੈ, ਜੋ ਤੁਹਾਨੂੰ ਚੰਗਾ ਲਗੇ। ਇਕ ਦੂਜੇ ਦੀਆਂ ਬਾਹਾਂ ਵਿਚ ਖੋ ਜਾਓ, ਇਸ ਤੋਂ ਵਧੀਆ ਸਮਾਂ ਫਿਰ ਨਹੀਂ ਮਿਲੇਗਾ।

■ ■ ■

# ਛੇਵਾਂ ਮਹੀਨਾ

## ਲਗਭਗ 23 ਤੋਂ 27 ਹਫ਼ਤੇ

**ਹੁਣ ਤਾਂ ਪੇਟ ਵਿਚ ਹੋਣ ਵਾਲੀ ਹਲਚਲ ਦੇ ਲਈ ਸ਼ੱਕ ਦੀ ਕੋਈ ਗੁੰਜਾਇਸ਼ ਹੀ ਨਹੀਂ ਰਹੀ, ਨਹੀਂ ਗੈਸ ਨਹੀਂ ਜੀਉਂਦੇ-ਜਾਗਦੇ ਬੱਚੇ ਦਾ ਕਮਾਲ ਹੈ। ਹਾਲਾਂਕਿ ਗੈਸ ਵੀ ਕਾਫ਼ੀ ਹੁੰਦੀ ਹੋਵੇਗੀ। ਹੁਣ ਤਾਂ ਛੋਟੇ-2 ਲੱਤਾਂ ਤੇਬਾਹਾਂ ਦੇ ਮੁੱਕੇ ਵਰਸਣੇ ਸ਼ੁਰੂ ਹੋ ਗਏ ਹੋਣਗੇ, ਕਦੀ-2 ਤੁਹਾਨੂੰ ਉਸਦੀ ਚਿਹਕੀ ਮਹਿਸੂਸ ਕਰਨ ਦਾ ਮੌਕਾ ਵੀ ਮਿਲਦਾ ਹੋਵੇ ਗਾ। ਇਸ ਮਹੀਨੇ ਤੋਂ ਬਾਦ ਦੂਜੀ ਤਿਮਾਹੀ ਦਾ ਅੰਤ ਹੋ ਜਾਏਗਾ। ਹੁਣ ਤੁਹਾਨੂੰ ਦੋਨਾਂ ਨੂੰ ਵਿਕਾਸ ਦੀਆਂ ਕਈ ਪੌੜੀਆਂ ਚੜ੍ਹਨੀਆਂ ਹਨ। ਆਪਣੇ ਪੈਰਾਂ ਨੂੰ ਇਕ ਨਜ਼ਰ ਦੇਖ ਲਉ ਕਿਉਂਕਿ ਹੋਲੀ-2 ਪੇਟ ਦਾ ਉਭਾਰ ਤੁਹਾਨੂੰ ਇਹ ਮੌਕਾ ਨਹੀਂ ਦੇਵੇਗਾ।**

### ਇਸ ਮਹੀਨੇ ਤੁਹਾਡੇ ਬੱਚੇ ਦਾ ਵਿਕਾਸ

**23ਵਾਂ ਹਫ਼ਤਾ:-** ਜੇਕਰ ਕੁੱਖ ਵਿਚ ਕੋਈ ਖਿੜਕੀ ਹੁੰਦੀ ਤੁਸੀਂ ਦੇਖ ਸਕਦੀ ਕਿ ਇਸ ਸਮੇਂ ਬੱਚੇ ਦੀ ਚਮੜੀ ਕਿਵੇਂ ਲਟਕ ਰਹੀ ਹੈ। ਇੰਝ ਇਸ ਲਈ ਹੈ ਕਿਉਂਕਿ ਚਮੜੀ, ਚਰਬੀ ਨਾਲ ਜਲਦੀ ਵਧਕੀ ਹੈ ਅਤੇ ਅਜੇ ਇੰਨੀ ਚਰਬੀ ਨਹੀਂ ਹੈ ਕਿ ਚਮੜੀ ਨੂੰ ਭਰ ਸਕੇ। ਇਸ ਹਫ਼ਤੇ ਵਿਚ ਬੱਚੇ ਦੀ ਲੰਬਾਈ ਤਕਰੀਬਨ 8'' ਅਤੇ ਭਾਰ ਇਕ ਪੌਂਡ ਦੇ ਕਰੀਬ ਹੋਵੇ ਗਾ। ਮਹੀਨੇ ਦੇ ਆਖ਼ਰ ਵਿਚ ਉਸਦਾ ਭਾਰ ਦੁੱਗਣਾ ਹੋ ਜਾਏਗਾ। ਇਕ ਵਾਰ ਚਰਬੀ ਬਣਨੀ ਸ਼ੁਰੂ ਹੋ ਗਈ ਤਾਂ ਉਸ ਦੀ ਪਾਰਦਰਸ਼ਤਾ ਵੀ ਘੱਟ ਜਾਏਗੀ। ਹਾਲੇ ਤਾਂ ਚਮੜੀ ਦੇ ਹੇਠਾਂ ਦੇਅੰਗ ਤੇ ਹੱਡੀਆਂ ਦੇਖੇ ਜਾ ਸਕਦੇ ਹਨ ਪ੍ਰੰਤੂ ਅੱਠਵੇ ਤੱਕ ਤੁਹਾਡਾ ਬੱਚਾ ਇਸ ਤਰ੍ਹਾਂ ਪਾਰਦਰਸ਼ੀ ਨਹੀਂ ਰਹੇਗਾ।

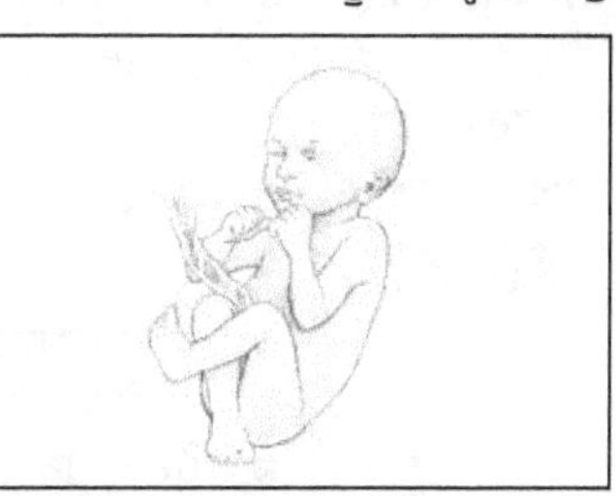

आपका 5 माह का बच्चा

**24ਵਾਂ ਹਫ਼ਤਾ:-** ਉਸਦੀ ਲੰਬਾਈ ਤਕਰੀਬਨ 8 1/2'' ਤੇ ਭਾਰ 1 1/2 ਪੌਂਡ ਹੋਵੇਗਾ। ਹੁਣ ਤੁਹਾਡੇ ਬੱਚੇ ਦੀ ਤੁਲਨਾ ਫਲਾਂ ਦੇ ਆਕਾਰ ਨਾਲ ਨਹੀਂ ਕੀਤੀ ਜਾ ਸਕਦੀ। ਉਹ ਹਰ ਹਫ਼ਤੇ ਤਕਰੀਬਨ 6 ਔਂਸ ਭਾਰ ਵਧਾ ਰਿਹਾ ਹੈ। ਇਹ ਸਾਰਾ ਭਾਰ ਅੰਗਾਂ, ਹੱਡੀਆਂ, ਮਾਸਪੇਸ਼ੀਆਂ ਤੇ ਚਰਬੀ ਦੇ ਕਾਰਣ ਵੱਧ ਰਿਹਾ ਹੈ। ਹੁਣ ਉਸ ਦਾ ਪਿਆਰਾ ਜਿਹਾ ਚਿਹਰਾ ਪੂਰੀ ਤਰ੍ਹਾਂ ਬਣ ਚੁੱਕਾ ਹੈ ਪਰ ਉਸ ਦੇ ਵਾਲਾਂ ਵਿਚ ਪਿਗਮੈਂਟ ਦਾ ਅਸਰ ਨਹੀਂ ਹੈ। ਇਸ ਲਈ ਅਸੀਂ ਉਸ ਦੇ ਵਾਲਾਂ ਦਾ ਰੰਗ ਨਹੀਂ ਦਸ ਸਕਦੇ।

**25ਾਂਵ ਹਫ਼ਤਾ:-** ਬੇਬੀ ਦਿਨ ਦੁਗਣੀ ਰਾਤ ਚੁਗਣੀ ਤਰੱਕੀ ਕਰ ਰਿਹਾ ਹੈ। ਇਸ ਸਮੇਂ ਉਸਦੀ ਲੰਬਾਈ ਕਰੀਬ 9'' ਅਤੇ ਭਾਰ 1 1/2 ਪੌਂਡ ਦੇ ਕਰੀਬ ਹੈ। ਹੋਰ ਵੀ

ਕਈ ਰੋਚਕ ਵਿਕਾਸ ਹੋ ਰਹੇ ਹਨ। ਉਸ ਦੀ ਖ਼ੂਨ ਨਲੀਆਂ ਵਿਚ ਖ਼ੂਨ ਭਰ ਰਿਹਾ ਹੈ। ਇਸ ਹਫ਼ਤੇ ਦੇ ਅੰਤ ਤਕ ਫੇਫੜੇ ਵੀ ਤਾਜੀ ਹਵਾ ਲੈਣ ਦੇ ਲਈ ਪੂਰੀ ਤਰ੍ਹਾਂ ਤਿਆਰ ਹੋ ਜਾਣਗੇ। ਹਾਲਾਂਕਿ ਹਾਲੇ ਫੇਫੜੇ ਪੂਰੀ ਤਰ੍ਹਾਂ ਤਿਆਰ ਨਹੀਂ ਹਨ, ਉਸ ਦੇ ਲਈ ਤਾਂ ਥੋੜ੍ਹਾ ਸਮਾਂ ਲਗੇਗਾ। ਉਹ ਹਾਲੇ ਖ਼ੂਨ ਪ੍ਰਵਾਹ ਵਿਚ ਆੱਕਸੀਜਨ ਪਹੁੰਚਾਣ ਲਾਇਕ ਤਿਆਰ ਨਹੀਂ ਹੋਏ। ਇਸ ਹਫ਼ਤੇ ਉਸ ਦੀਆਂ ਬੰਦ ਨਸਾਂ ਵੀ ਖੁਲ੍ਹਣ ਵਾਲੀਆਂ ਹਨ। ਇਸ ਤਰ੍ਹਾਂ ਉਹ ਸਾਹ ਲੈਣ ਦਾ ਅਭਿਆਸ ਕਰ ਸਕੇਗਾ। ਉਸ ਦੇ ਵੋਕਲ ਕਾੱਡ ਵੀ ਕੰਮ ਕਰ ਰਹੇ ਹਨ। ਤੁਸੀਂ ਉਸ ਦੀਆਂ ਹਿਚਕੀਆਂ ਤਾਂ ਮਹਿਸੂਸ ਕੀਤੀਆਂ ਹੋਣਗੀਆਂ।

**26ਵਾਂ ਹਫ਼ਤਾ:-** 2 ਪੌਂਡ ਦਾ ਕੋਈ ਮੀਟ ਦਾ ਟੁਕੜਾ ਦੇਖੋ, ਬਸ ਬੱਚਾ ਵੀ ਇਸ ਸਮੇਂ ਇੰਨਾ ਹੀ ਹੈ। ਉਸ ਦੀ ਲੰਬਾਈ ਤਕਰੀਬਨ 9'' ਹੈ। ਉਸ ਦੀਆਂ ਅੱਖਾਂ ਹੋਲੀ-2 ਖੁਲ੍ਹਣ ਲਗੀਆਂ ਹਨ। ਹਾਲੇ ਅੱਖਾਂ ਦਾ ਰੰਗ ਨਹੀਂ ਦੱਸਿਆ ਜਾ ਸਕਦਾ। ਹਾਲਾਂਕਿ ਉਹ ਹਨੇਰੇ ਵਿਚ ਥੋੜ੍ਹਾ-ਬਹੁਤ ਦੇਖ ਸਕਦਾਹੈ। ਕੋਈ ਤੇਜ ਰੋਸ਼ਨੀ ਜਾਂ ਆਵਾਜ਼ ਹੋਣ ਤੇ ਉਹ ਪ੍ਰਤਿਕ੍ਰਿਆ ਜ਼ਰੂਰ ਦੇਂਦਾ ਹੈ। ਉਹ ਤੇਜੀ ਨਾਲ ਆਪਣੀਆਂ ਪਲਕਾਂ ਝਪਕਾਣ ਲਗਦਾ ਹੈ।

**27ਵਾਂ ਹਫ਼ਤਾ:-** ਇਸ ਹਫ਼ਤੇ ਉਸ ਦਾ ਵਿਕਾਸ ਚਾਰਟ ਨਵੇਂ ਸਿਰ ਤੋਂ ਬਣਾਨਾ ਹੋਵੇਗਾ। ਹੁਣ ਅਸੀਂ ਉਸ ਨੂੰ ਸਿਰ ਤੋਂ ਪੈਰ ਤਕ ਮਾਪ ਸਕਦੇਹਾਂ। ਇਸ ਹਫ਼ਤੇ ਉਸ ਦੀ ਲੰਬਾਈ ਕਰੀਬ 15'' ਹੋਵੇਗੀ ਅਤੇ ਭਾਰ 2 ਪੌਂਡ ਤੋਂ ਵੱਧ ਹੋਵੇਗਾ। ਉਸ ਦੀਆਂ ਸਵਾਦ-ਇੰਦ੍ਰੀਆਂ ਜਾਗ ਜਾਣਗੀਆਂ ਅਤੇ ਤੁਸੀਂ ਜੋ ਵੀ ਖਾਓਗੀ ਐਮਨਿਓਟਿਕ ਦ੍ਰਵ ਰਾਹੀਂ ਉਸ ਨੂੰ ਉਸਦਾ ਸਵਾਦ ਮਿਲੇਗਾ। ਮਿਸਾਲ ਦੇ ਤੌਰ ਤੇ ਕੁਝ ਬੱਚੇ ਤਿੱਖੇ ਭੋਜਨ ਤੋਂ ਬਾਦ ਚਿਹਕੀਆਂ ਲੈਣ ਲਗਦੇ ਹਨ ਜਾਂ ਫਿਰ ਤੇਜੀ ਨਾਲ ਲੱਤਾਂ ਚਲਾਣ ਲਗਦੇ ਹਨ।

## ਤੁਸੀਂ ਕੀ ਮਹਿਸੂਸ ਕਰ ਰਹੀ ਹੋਵੋਗੀ?

ਹਮੇਸ਼ਾਂ ਦੀ ਤਰ੍ਹਾਂ ਯਾਦ ਹੈ ਕਿ ਹਰ ਗਰਭਵਤੀ ਔਰਤ ਅਤੇ ਗਰਭਕਾਲ ਆਪਣੇ-ਆਪ ਵਿਚ ਅਨੋਖਾ ਹੁੰਦਾ ਹੈ। ਹੋ ਸਕਦਾ ਹੈ ਕਿ ਤੁਸੀਂ ਇਕੋ ਸਮੇਂ ਜਾਂ ਫਿਰ ਕਦੀ-2 ਇਨ੍ਹਾਂ ਸਾਰੇ ਲੱਛਣਾਂ ਨੂੰ ਮਹਿਸੂਸ ਕਰ ਰਹੀ ਹੋ। ਕੁਝ ਲੱਛਣ ਪਿਛਲੇ ਮਹੀਨੇ ਤੋਂ ਚਲੇ ਆ ਰਹੇ ਹੋਣਗੇ ਅਤੇ ਕੁਝ ਬਿਲਕੁਲ ਨਵੇਂ ਹੋਣਗੇ। ਕੁਝ ਲੱਛਣਾਂ ਦੀ ਇੰਨੀ ਆਦੀ ਹੋ ਜਾਓਗੀ ਕਿ ਉਨ੍ਹਾਂ ਨੂੰ ਪਹਿਚਾਨਣਾ ਵੀ ਮੁਸ਼ਕਲ ਹੋਵੇਗਾ। ਤੁਹਾਡੇ ਲੱਛਣ ਇਨ੍ਹਾਂ ਤੋਂ ਕੁਝ ਘੱਟ ਵੀ ਹੋ ਸਕਦੇ ਹਨ। ਇਸ ਮਹੀਨੇ ਤੁਸੀਂ ਹੇਠ-ਲਿਖੇ ਲੱਛਣ ਮਹਿਸੂਸ ਕਰ ਸਕਦੀ ਹੋ:-

### ਇਕ ਨਜ਼ਰ

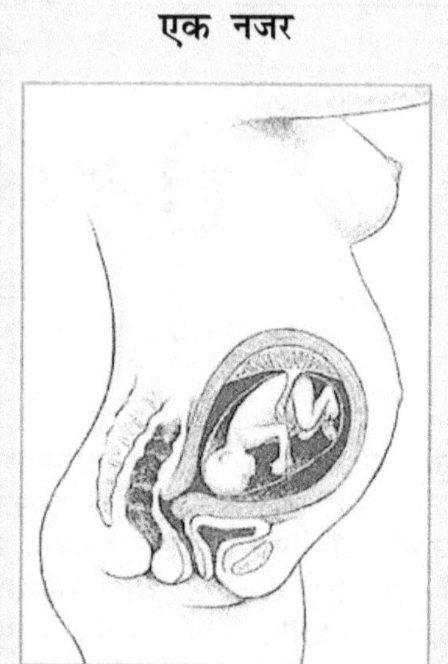

**ਇਸ ਮਹੀਨੇ ਦੀ ਸ਼ੁਰੂਆਤ ਵਿਚ ਤੁਹਾਡੀ ਬੱਚੇਦਾਨੀ ਨਾਭੀ ਤੋਂ ਕਰੀਬ 1 1/2'' ਉਪਰ ਹੋਵੇਗੀ। ਮਹੀਨੇ ਦੇ ਅੰਤ ਵਿਚ ਇਸ ਦੀ ਉਚਾਈ 2 1/2'' ਤਕ ਪਹੁੰਚ ਸਕਦੀ ਹੈ। ਹੁਣ ਇਸ ਦਾ ਆਕਾਰ ਇਕ ਬਾੱਸਕੇਟ ਬਾੱਲ ਜਿੰਨਾ ਹੈ।**

### ਸਰੀਰਕ :-

- ਭਰੂਣ ਦੀ ਹਲਚਲ ਵਿਚ ਵਾਧਾ।
- ਯੋਨੀ ਤੋਂ ਲਗਾਤਾਰ ਰਿਸਾਅ।
- ਪੇਟ ਦੇ ਹੇਠਲੇਹਿੱਸੇ ਤੇ ਦੋਨਾਂ ਪਾਸੇ ਦਰਦ।
- ਕਬਜ
- ਛਾਤੀ ਵਿਚ ਜਲਨ, ਅਪਾਚਣ ਤੇ ਅਫ਼ਾਰਾ।

- ਕਦੀ-2 ਸਿਰ ਵਿਚ ਦਰਦ, ਬੇਹੋਸ਼ੀ ਜਾਂ ਸਿਰ ਚਕਰਾਉਣਾ।
- ਨੱਕ ਬੰਦ ਹੋਣਾ ਜਾਂ 2ਦੀ-2 ਨੱਕ ਤੋਂ ਖ਼ੂਨ ਆਣਾ, ਕੰਨ ਵਿਚ ਗੰਦਗੀ।
- ਬੁਰਸ਼ ਕਰਦੇ ਸਮੇਂ ਮਸੂੜਿਆਂ ਤੋਂ ਖ਼ੂਨ ਆਣਾ।
- ਖ਼ੁਲ੍ਹ ਕੇ ਭੁੱਖ ਲੱਗਣਾ।
- ਲੱਤਾਂ ਵਿਚ ਦਰਦ।
- ਅੱਡੀਆਂ ਤੇ ਪੈਰਾਂ ਦੀ ਹਲਕੀ ਸੋਜਸ਼।
- ਪੈਰਾਂ ਦੀ ਵੈਰੀਕੋਜ਼ ਵੇਨਜ਼ ਹੈਮਰਾਯਡਜ਼।
- ਪੇਟ ਦੇ ਹੇਠਲੇ ਹਿੱਸੇ ਵਿਚ ਖ਼ਾਰਸ਼।
- ਨਾਭੀ ਦਾ ਬਾਹਰ ਭੁਭਰਨਾ।
- ਪਿੱਠ ਵਿਚ ਦਰਦ।
- ਪੇਟ ਦੇ ਹੇਠਲੇ ਹਿੱਸੇ ਤੇ ਚਿਹਰੇ ਤੇ ਪਿਗਮੈਂਟੇਸ਼ਨ
- ਸਟ੍ਰੈਚ ਮਾਰਕਸ।
- ਛਾਤੀ ਦਾ ਫੈਲਾਅ।

## ਭਾਵਨਾਤਮਤਕ

- ਮੂਡ ਦੇ ਉਤਾਰ-ਚੜ੍ਹਾਅ ਵਿਚ ਕਮੀ।
- ਦਿਮਾਗ ਗੁਆਚਿਆ-2 ਜਿਹਾ ਰਹਿਣਾ।
- ਗਰਭਕਾਲ ਨਾਲ ਹਲਕੀ ਉਭ।
- ਭਵਿੱਖ ਦੇ ਪ੍ਰਤੀ ਥੋੜ੍ਹਾ ਤਨਾਅ।
- ਭਵਿੱਖ ਦੇ ਪ੍ਰਤੀ ਢੇਰ ਸਾਰੀ ਉਤੇਜਨਾ।

## ਇਸ ਮਹੀਨੇ ਦਾ ਚੈਕਅਪ

ਦੂਜੀ ਤਿਮਾਹੀ ਦੇ ਆਖ਼ਰ ਵਿਚ ਡਾਕਟਰ ਹੇਠ-ਲਿਖੀ ਜਾਂਚ ਕਰ ਸਕਦੇ ਹਨ। ਹਾਲਾਂਕਿ ਇਹ ਤੁਹਾਡੀ ਸਥਿਤੀ ਅਤੇ ਡਾਕਟਰ ਦੀ ਜਾਂਚਸ਼ੈਲੀ ਤੇ ਵੀ ਕਾਫ਼ੀ ਹੱਦ ਤਕ ਨਿਰਭਰ ਕਰਦਾ ਹੈ।

- ਭਾਰ ਤੇ ਬਲੱਡਪ੍ਰੈਸ਼ਰ।
- ਸ਼ੁਗਰ ਤੇ ਪ੍ਰੋਈਨ ਦੀ ਜਾਂਚ ਦੇ ਲਈ ਪਿਸ਼ਾਬ।
- ਬੱਚੇਦਾਨੀ ਦੀ ਉਚਾਈ।
- ਬੱਚੇਦਾਨੀ ਦਾ ਆਕਾਰ ਤੇ ਭਰੂਣ ਦੀ ਸਥਿਤੀ (ਬਾਹਰ ਤੋਂ ਅਨੁਮਾਨ)
- ਹੱਥਾਂ-ਪੈਰਾਂ ਦੀ ਸੋਜਸ਼।
- ਕੁਝ ਖ਼ਾਸ ਤਰ੍ਹਾਂ ਦੇ ਲੱਛਣ, ਜੋ ਤੁਸੀਂ ਮਹਿਸੂਸ ਕਰੋ।
- ਕੁਝ ਪ੍ਰਸ਼ਨ ਤੇ ਉਤਸੁਕਤਾ ਜੋ ਤੁਸੀਂ ਪੁੱਛਣਾ ਚਾਹੋ।

# ਤੁਸੀਂ ਕੀ ਸੋਚ ਰਹੀ ਹੋਵੋਗੀ।

## ਨੀਂਦ ਆਉਣ ਵਿਚ ਪ੍ਰੇਸ਼ਾਨੀ

"ਮੈਨੂੰ ਆਪਣੇ ਪੂਰੇ ਜੀਵਨ ਵਿਚ ਕਦੀ ਵੀ ਸੋਣ ਵਿਚ ਦਿੱਕਤ ਨਹੀਂ ਆਈ। ਹੁਣ ਮੈਂ ਰਾਤ ਭਰ ਸੌਂ ਨਹੀਂ ਸਕਦੀ।"

ਅੱਧੀ ਰਾਤ ਨੂੰ ਵਾਰ-2 ਬਾਥਰੂਮ ਜਾਣਾ, ਲੱਤਾਂ ਵਿਚ ਜਕੜਨ, ਛਾਤੀ ਵਿਚ ਜਲਨ, ਸਰੀਰ ਵਿਚ ਗਰਮੀ ਮਹਿਸੂਸ ਹੋਣਾ ਅਤੇ ਪੇਟ ਤੇ ਇੰਨਾ ਉਭਾਰ ਲੈ ਕੇ ਚੰਗੀ ਨੀਂਦ ਆ ਵੀ ਕਿਵੇਂ ਸਕਦੀ ਹੈ। ਉਂਞ ਤਾਂ ਚਲੋ ਠੀਕ ਹੀ ਹੈ, ਤੁਸੀਂ ਆਣ ਵਾਲੇ ਸਮੇਂ ਦੀ ਦੀ ਸਿਖਲਾਈ ਲੈ ਰਹੀ ਹੋ। ਨੰਨ੍ਹੇ ਬੱਚੇ ਨੇ ਧਰਤੀ ਤੇ ਆਣ ਤੋਂ ਬਾਦ ਵੀ ਤੁਹਾਨੂੰ ਇਸੀ ਤਰ੍ਹਾਂ ਜਗਾਣਾ ਹੈ ਪ੍ਰੰਤੂ ਹੁਣੇ ਤੋਂ ਇੰਨਾ ਅਭਿਆਸ ਨਾ ਕਰੋ। ਚੰਗੀ ਨੀਂਦ ਲਿਆਣ ਦੇ ਕੁਝ ਖ਼ਾਸ ਉਪਾਅ ਅਜਮਾਓ:-

- ਦਿਨ ਵਿਚ ਸਰੀਰ ਤੋਂ ਥੋੜ੍ਹਾ ਕੰਮ ਲਉ। ਦਿਨ ਵਿਚ ਕੰਮ ਕਰਨ ਵਾਲਾ ਸਰੀਰ, ਰਾਤ ਨੂੰ ਗੂੜ੍ਹੀ ਨੀਂਦ ਸੌਂਦਾ ਹੈ। ਜੇਕਰ ਕੰਮ ਨਹੀਂ ਹੈ ਤਾਂ ਵਰਕਆਊਟ ਕਰੋ ਪ੍ਰੰਤੂ ਰਾਤ ਨੂੰ ਸੋਣ ਤੋਂ ਪਹਿਲਾਂ ਕਸਰਤ ਨਾ ਕਰੋ ਨਹੀਂ ਤਾਂ ਤੁਹਾਡੀ ਬਚੀ-ਖੁਚੀ ਨੀਂਦ ਵੀ ਉਡ ਜਾਏਗੀ।
- ਆਪਣਾ ਦਿਮਾਗ ਸ਼ਾਂਤ ਰੱਖੋ। ਘਰ ਜਾਂ ਦਫ਼ਤਰ ਵਿਚ ਕੰਮ ਦਾ ਬੋਝ ਵੱਧ ਹੋਵੇ ਤਾਂ ਉਸ ਨੂੰ ਦੂਜਿਆਂ ਦੇ ਨਾਲ ਵੰਡ ਲਉ। ਜੇਕਰ ਕੋਈ ਗੱਲ ਸੁਣਨ ਵਾਲਾ ਨਾ ਹੋਵੇ ਤਾਂ ਸਾਰੀਆਂ ਚਿੰਤਾਵਾਂ ਇਕ ਕਾਗਜ਼ ਤੇ ਲਿਖੋ ਅਤੇ ਫਿਰ ਚੈਨ ਦੀ ਨੀਂਦ ਸੋਵੋ। ਇਸ ਤਰ੍ਹਾਂ ਸਮੱਸਿਆ ਦਾ ਕੋਈ ਨਾ ਕੋਈ ਹਲ ਵੀ ਨਿਕਲ ਆਏਗਾ। ਰਾਤ ਨੂੰ ਸੋਂਦੇ ਸਮੇਂ ਪ੍ਰਸ਼ਨਾਨੁਸਾਰ ਵਿਚਾਰ ਮਨ ਵਿਚ ਲਿਆਓ।
- ਆਪਣਾ ਰਾਤ ਦਾ ਖਾਣਾ ਠੂਸਣ ਦੀ ਥਾਂ ਬੜੇ ਆਰਾਮ ਨਾਲ ਹੋਲੀ-2 ਖਾਓ ਤਾਂ ਜੋ ਰਾਤ ਨੂੰ ਛਾਤੀ ਵਿਚ ਜਲਨ ਦੇ ਕਾਰਣ ਕਰਵਟਾਂ ਨਾ ਬਦਲਣੀਆਂ ਪੈਣ। ਖਾਣਾ ਖਾਂਦੇ ਹੀ ਬਿਸਤਰ ਵਿਚ ਨਾ ਪਵੋ। ਪੇਟ ਭਰਨ ਨਾਲ ਅਸੀਂ ਊਰਜਾ ਤੋਂ ਭਰਪੂਰ ਹੋ ਜਾਂਦੇ ਹਨ ਅਤੇ ਇਸ ਤਰ੍ਹਾਂ ਸੋਣਾ ਵੀ ਮੁਸ਼ਕਲ ਹੋ ਜਾਂਦਾ ਹੈ।

- ਲੋੜ ਤੋਂ ਵੱਧ ਭੋਜਨ ਵੀ ਨੀਂਦ ਵਿਚ ਰੁਕਾਵਟ ਬਣਦਾ ਹੈ। ਆਪਣੇ ਕੋਲ ਹਲਕੇ-ਫੁਲਕੇ ਸਨੈਕਸ ਰੱਖੋ ਤਾਂ ਜੋ ਰਾਤ ਨੂੰ ਭੁੱਖ ਮਹਿਸੂਸ ਹੋਣ ਤੇ ਖਾ ਸਕੋ। ਦਾਦੀ ਮਾਂ ਦਾ ਨੁਸਖ਼ਾ ਅਜਮਾਓ, ਸੌਣ ਤੋਂ ਪਹਿਲਾਂ ਇਕ ਗਿਲਾਸ ਗੁਣਗੁਣਾ ਦੁੱਧ ਪੀਓ। ਪ੍ਰੋਟੀ ਅਤੇ ਕਾੱਪਲੈਕਸ ਕਾਰਬ ਦੇ ਮੇਲ ਨਾਲ ਵੀ ਇਹੀ ਪ੍ਰਭਾਵ ਮਿਲਦਾ ਹੈ। ਕੋਈ ਫ਼ਲ ਖਾਓ, ਚੀਜ਼ ਜਾਂ ਕਿਸ਼ਮਿਸ਼ ਵਾਲਾ ਦਹੀਂ ਲਉ। ਆਪਣੇ ਦੁੱਧ ਵਿਚ ਇਕ ਮਫਿਨ ਜਾਂ ਓਟਮੀਲ ਕੁਕੀਜ਼ ਡੁਬੋ ਕੇ ਖਾਓ।
- ਜੇਕਰ ਰਾਤ ਨੂੰ ਵਾਰ-2 ਬਾਥਰੂਮ ਜਾਣ ਨਾਲ ਨੀਂਦ ਟੁਟਦੀ ਹੈ ਤਾਂ ਸ਼ਾਮ 6 ਵਜੇ ਤੋਂ ਬਾਦ ਤਰਲ ਪਦਾਰਥ ਦੀ ਮਾਤਰਾ ਥੋੜ੍ਹੀ ਘਟਾ ਦਿਉ। ਪਿਆਸ ਲੱਗਣ ਤੇ ਪਾਣੀ ਜ਼ਰੂਰ ਪੀਓ ਪ੍ਰੰਤੂ ਸੌਣ ਤੋਂ ਠੀਕ ਪਹਿਲਾਂ 16 ਔਂਸ ਦੀ ਪੂਰੀ ਬੋਤਲ ਨਾ ਪੀਓ।
- ਦੁਪਹਿਰ ਤੋਂ ਬਾਦ ਕਿਸੀ ਵੀ ਰੂਪ ਵਿਚ ਕੈਫ਼ੀਨ ਤੋਂ ਬੱਚੋ। ਇਹ ਤੁਹਾਨੂੰ ਛੇ ਘੰਟੇ ਤਕ ਚੁਸਤ ਬਣਾਈ ਰਖਦਾ ਹੈ। ਚੀਨੀ ਵੀ ਕੰਮ ਕਰਦੀ ਹੈ। ਇਹ ਵੀ ਤੁਹਾਡੀ ਊਰਜਾ ਦੇ ਪੱਧਰ ਨੂੰ ਉੱਚਾ ਕਰ ਦੇਂਦੀ ਹੈ।
- ਆਪਣਾ ਸੌਣ ਦਾ ਰੂਟੀਨ ਤੈਅ ਕਰੋ। ਇਹ ਸਿਰਫ਼ ਬੱਚਿਆਂ ਦੇ ਲਈ ਨਹੀਂ ਹੁੰਦਾ। ਜੇਕਰ ਤੁਸੀਂ ਵੀ ਪੂਰਾਣਾ ਰੂਟੀਨ ਅਪਣਾਓਗੀ ਤਾਂ ਗੂੜ੍ਹੀ ਨੀਂਦ ਲੈ ਸਕੋਗੀ। ਖਾਣ ਤੋਂ ਬਾਦ ਆਪਣੀਆਂ ਗਤੀ-ਵਿਧੀਆਂ ਘਟਾ ਦਿਉ। ਕੁਝ ਹਲਕਾ-ਫੁਲਕਾ ਸੰਗੀਤ ਸੁਣੋ, ਯੋਗਾ ਜਾਂ ਸ਼ਿਥਿਲਤਾ ਤਕਨੀਕਾਂ ਦਾ ਅਭਿਆਸ ਕਰੋ। ਗੁਣਗੁਣੇ ਪਾਣੀ ਵਿਚ ਨਹਾਓ ਜਾਂ ਫਿਰ ਥੋੜ੍ਹਾ ਰੁਮਾਂਸ ਕਰ ਲਉ।
- ਗਰਭਕਾਲ ਵਿਚ ਬਿਸਤਰ ਤੇ ਕਈ ਸਾਰੇ ਸਰ੍ਹਾਣੇ ਤੁਹਾਡੇ ਸਰੀਰ ਨੂੰ ਕਾਫ਼ੀ ਆਰਾਮ ਪਹੁੰਚਾ ਸਕਦੇ ਹਨ। ਉਨ੍ਹਾਂ ਤੋਂ ਆਪਣੇ ਸਰੀਰ ਨੂੰ ਸਹੀ ਤਰ੍ਹਾਂ ਨਾਲ ਸਹਾਰਾ ਦਿਉ ਤੇ ਆਰਾਮਦਾਇਕ ਮੁਦਰਾ ਵਿਚ ਲੇਟੋ। ਤੁਹਾਡਾ ਗੱਦਾ ਠੀਕ ਹੋਣਾ ਚਾਹੀਦਾ ਹੈ। ਬੈਡਰੂਮ ਵੀ ਜ਼ਿਆਦਾ ਠੰਡਾ ਜਾਂ ਫਿਰ ਜ਼ਿਆਦਾ ਗਰਮ ਨਾ ਹੋਵੇ।
- ਘੁਟਣ ਭਰੇ ਮਾਹੌਲ ਵਿਚ ਵੀ ਨੀਂਦ ਨਹੀਂ ਆਂਦੀ। ਸੌਣ ਦਾ ਕਮਰਾ ਥੋੜ੍ਹਾ ਹਵਾਦਾਰ ਹੋਣਾ ਚਾਹੀਦਾ ਹੈ। ਆਪਣਾ ਸਿਰ ਢੱਕ ਕੇ ਨਾ ਸੋਵੋ। ਇਸ ਨਾਲ ਆੱਕਸੀਜਨ ਦੀ ਕਮੀ ਹੋਵੇਗੀ ਅਤੇ ਕਾਰਬਨ ਡਾਇਆੱਕਸਾਈ ਵੱਧ ਜਾਏਗੀ। ਤੁਹਾਡੇ ਸਿਰ ਵਿਚ ਦਰਦ ਹੋਣ ਲਗੇਗਾ।
- ਨੀਂਦ ਲਿਆਣ ਦੀ ਕੋਈ ਵੀ ਦਵਾਈ ਲੈਣ ਤੋਂ ਪਹਿਲਾਂ ਡਾਕਟਰ ਤੋਂ ਪੁੱਛ ਲਉ। ਜੇਕਰ ਡਾਕਟਰ ਨੇ ਮੈਗਨੀਸ਼ੀਅਮ ਦੀ ਦਵਾਈ ਲਿਖੀ ਹੈ ਤਾਂ ਉਸ ਨੂੰ ਬਿਸਤਰੇ ਤੇ ਜਾਣ ਤੋਂ ਪਹਿਲਾਂ ਲਉ ਕਿਉਂ ਮੈਗਨੀਸ਼ੀਅਮ ਸਰੀਰ ਨੂੰ ਸ਼ਿਥਿਲ ਕਰ ਦੇਂਦਾ ਹੈ।
- ਬਿਸਤਰੇ ਤੇ ਨੀਂਦ ਤੇ ਸੈਕਸ ਤੋਂ ਸਿਵਾ ਦੂਜੀਆਂ ਗਤੀਵਿਧੀਆਂ ਨਾ ਕਰੋ। ਐਸੇ ਕੰਮ ਘਰ ਦੇਦੂਜੇ ਹਿੱਸਿਆਂ ਵਿਚ ਕਰੋ ਤਾਂ ਜੋ ਬਿਸਤਰ ਤੇ ਜਾਂਦੇ ਹੀ ਨੀਂਦ ਆਏ।
- ਥਕਾਵਟ ਹੋਣ ਤੇ ਹੀ ਸੌਣ ਜਾਓ। ਜੇਕਰ ਘੜੀ ਦੇਖ ਕੇ ਲੇਟੋਗੀ ਤਾਂ ਨੀਂਦ ਨਹੀਂ ਆਏਗੀ। ਇਸ ਦੇ ਨਾਲ ਹੀ ਲੋੜ ਤੋਂ ਵੱਧ ਥਕਾਵਟ ਵੀ ਨਾ ਹੋਣ ਦਿਉ ਉਸ ਨਾਲ ਵੀ ਨੀਂਦ ਆਣ ਵਿਚ ਮੁਸ਼ਕਲ ਹੁੰਦੀ ਹੈ।
- ਆਪਣੀ ਨੀਂਦ ਨੂੰ ਘੰਟਿਆਂ ਨਾਲ ਨਾ ਬੰਨ੍ਹੋ। ਕੁਝ ਲੋਕ ਜੋ ਕਹਿੰਦੇ ਹਨ ਕਿ ਉਨ੍ਹਾਂ ਨੂੰ ਨੀਂਦ ਨਾਲ ਜੁੜੀਆਂ ਤਕਲੀਫ਼ਾਂ ਹਨ, ਉਹ ਦਰਅਸਲ ਲੋੜ ਤੋਂ ਵੱਧ ਨੀਂਦ ਲੈਂਦੇ ਹਨ। ਜੇਕਰ ਤੁਸੀਂ ਲਗਾਤਾਰ ਥਕਾਵਟ ਮਹਿਸੂਸ ਨਹੀਂ ਕਰਦੀ ਤਾਂ ਇਸ ਦਾ ਭਾਵ ਹੈ ਕਿ ਤੁਸੀਂ ਪੂਰੀ ਨੀਂਦ ਲੈ ਰਹੀ ਹੋ।
- ਜੇਕਰ ਨੀਂਦ ਨਾ ਆਏ ਤਾਂ ਐਵੇਂ ਬਿਸਤਰੇ ਤੇ ਪਏ ਰਹਿਣ ਦੀ ਥਾਂ ਕੁਝ ਹੋਰ ਕੰਮ ਕਰੋ। ਉਸ ਸਮੇਂ ਨੀਂਦ ਨਾ ਆਣ ਦੀ ਚਿੰਤਾ ਤਾਂ ਬਿਲਕੁਲ ਹੀ ਨਾ ਕਰੋ।
- ਆਪਦੀ ਅਧੂਰੀ ਨੀਂਦ ਦੀ ਚਿੰਤਾ ਵਿਚ ਅੱਗੇ ਦੀ ਨੀਂਦ ਖ਼ਰਾਬ ਨਾ ਕਰੋ।

## ਸਮੇਂ ਨੂੰ ਕਰ ਲਉ ਕੈਦ

ਇਕ ਬਾੱਕਸ ਲਉ, ਉਸ ਵਿਚ ਆਪਣੇ ਗਰਭਕਾਲ ਦੀ ਤਸਵੀਰ, ਆਪਣੇ ਪਤੀ ਤੇ ਪਾਲਤੂ ਦੀ ਤਸਵੀਰ ਆਦਿ ਪਾਓ। ਇਸ ਵਿਚ ਬੱਚੇ ਦੇ ਅਲਟ੍ਰਾਸਾਊਂਡ ਦੀ ਰਿਪੋਟ ਰੱਖੋ। ਤੁਹਾਡੇ ਮਨਪਸੰਦ ਰੈਸਟੋਰੈਂਟ ਦਾ ਮੈਨਯੂ ਇਸ ਸਮੇਂ ਦੀ ਕੋਈ ਮੈਗਜ਼ਿਨ ਜਾਂ ਅਖ਼ਬਾਰ ਪਾਓ। ਇਸ ਬਾੱਕਸ ਨੂੰ ਇੰਝ ਹੀ ਬੰਦ ਕਰਕੇ ਰੱਖੋ। ਜਦੋਂ ਬੱਚਾ ਥੋੜ੍ਹਾ ਵੱਡਾ ਹੋਵੇਗਾ ਤਾਂ ਉਸ ਨੂੰ ਆਪਣੇ ਜਨਮ ਤੋਂ ਪਹਿਲਾਂ ਇਨ੍ਹਾਂ ਚੀਜ਼ਾਂ ਨੂੰ ਦੇਖਕੇ ਬੜਾ ਮਜ਼ਾ ਆਏਗਾ।

## ਨਾਭੀ ਦਾ ਉਭਾਰ

**"ਮੇਰੀ ਨਾਭੀ ਬਿਲਕੁਲ ਅੰਦਰ ਵੱਲ ਸੀ। ਹੁਣ ਇਹ ਬਾਹਰ ਵੱਲ ਉਭਰ ਆਈ ਹੈ। ਕੀ ਇਹ ਡਿਲੀਵਰੀ ਤੋਂ ਬਾਦ ਵੀ ਇੰਝ ਰਹੇਗੀ?"**

ਕੀ ਇਹ ਇਨ੍ਹਾਂ ਦਿਨਾਂ ਵਿਚ ਤੁਹਾਡੇ ਕਪੜਿਆਂ ਨੂੰ ਛੂਹਣ ਲਗੀ ਹੈ? ਚਿੰਤਾ ਨਾ ਕਰੋ, ਗਰਭਕਾਲ ਵਿਚ ਅਕਸਰ ਇੰਝ ਹੀ ਹੋ ਜਾਂਦਾ ਹੈ। ਜਦੋਂ ਸੁਜੀ ਹੋਈ ਬੱਚੇਦਾਨੀ ਉਪਰ ਵੱਲ ਆਉਂਦੀ ਹੈ ਤਾਂ ਨਾਭੀ ਅੱਗੇ ਵੱਲ ਉਭਰ ਆਉਂਦੀ ਹੈ। ਇਹ ਡਿਲੀਵਰੀ ਤੋਂ ਕੁਝ ਸਮੇਂ ਬਾਦ ਆਪਣੇ-ਆਪ ਠੀਕ ਹੋ ਜਾਏਗੀ। ਉਦੋਂ ਤਕ ਤੁਸੀਂ ਇਸ ਵਿਚ ਜਮੀ ਗੰਦੀਗ ਕੱਢੋ। ਉਂਝ ਜੇਕਰ ਇਹ ਫ਼ੈਸ਼ਨ ਵਿਚ ਲਾ ਹੋਵੇ ਤਾਂ ਇਸ ਨੂੰ ਬੈਂਡੇਜ ਨਾਲ ਢੱਕ ਵੀ ਸਕਦੀ ਹੋ। ਉਂਝ ਯਾਦ ਰੱਖੋ ਕਿ ਇਸ ਵਿਚ ਸ਼ਰਮਾਣ ਦੀ ਕੋਈ ਗੱਲ ਨਹੀਂ, ਇਹ ਵੀ ਗਰਭਕਾਲ ਦੇ ਗੌਰਵਸ਼ਾਲੀ ਪੁਰਸਕਾਰਾਂ ਵਿਚੋਂ ਇਕ ਹੈ।

## ਬੱਚੇ ਦਾ ਲੱਤਾਂ ਮਾਰਨਾ

**"ਕਦੀ-2 ਮੇਰਾ ਬੱਚਾ ਸਾਰਾ ਦਿਨ ਲੱਤਾਂ ਚਲਾਂਦਾ ਰਹਿੰਦਾ ਹੈ ਅਤੇ ਕਦੀ-2 ਪੂਰਾ ਦਿਨ ਸ਼ਾਂਤ ਰਹਿੰਦਾ ਹੈ। ਕੀ ਇਹ ਆਮ ਹੈ?"**

ਉਹ ਵੀ ਇਨਸਾਨ ਹੈ, ਕਦੀ-2 ਉਸ ਦਾ ਮਨ ਕਰਦਾ ਹੈ ਕਿ ਉਹ ਜੀ-ਭਰਕੇ ਉਛਲ-ਕੁਦ ਮਚਾਏ। ਕਦੀ-2 ਦਿਲ ਕਰਦਾ ਹੈ ਕਿ ਬਸ ਚੁਪਚਾਪ ਪਿਆ ਰਹੇ। ਉਸ ਦੀ ਹਲਚਲ ਤੁਹਾਡੀਆਂ ਗਤੀਵਿਧੀਆਂ ਤੇ ਵੀ ਨਿਰਭਰ ਕਰਦੀ ਹੈ। ਜੇਕਰ ਤੁਸੀਂ ਸਾਰਾ ਦਿਨ ਗੀਤਸ਼ੀਲ ਰਹੋਗੀ ਤਾਂ ਉਹ ਤੁਹਾਡੀ ਤਾਲ ਤੇ ਹਿਲਦਾ ਰਹੇਗਾ ਅਤੇ ਬਹੁਤ ਘੱਟ ਹਲਚਲ ਕਰੇਗਾ। ਤੁਸੀਂ ਰੁਝੇਵੇਂ ਦੇ ਕਾਰਣ ਉਸ ਹਲਚਲ ਨੂੰ ਵੀ ਮਹਿਸੂਸ ਨਹੀਂ ਕਰ ਸਕੋਗੀ। ਜਦੋਂ ਤੁਸੀਂ ਸ਼ਾਂਤ ਹੋ ਕੇ ਬੈਠੋਗੀ ਤਾਂ ਉਸ ਦੀ ਹਲਚਲ ਵੱਧ ਜਾਏਗੀ। ਤਾਂ ਅਕਸਰ ਰਾਤ ਨੂੰ ਸੌਂਦੇ ਸਮੇਂ ਜਾਂ ਦਿਨ ਵਿਚ ਅਰਾਮ ਕਰਦੇ ਸਮੇਂ ਹੀ ਉਸ ਦੀ ਹਲਚਲ ਵੱਧ ਮਹਿਸੂਸ ਹੁੰਦੀ ਹੈ। ਤੁਹਾਡੀ ਘਬਰਾਹਟ ਜਾਂ ਉਤੇਜਨਾ ਦੇ ਸਮੇਂ ਵੀ ਉਸ ਦੀ ਗਤੀਵਿਧੀ ਵੱਧ ਜਾਂਦੀ ਹੈ।

ਬੱਚਾ ਆਮ ਤੌਰ ਤੇ 24 ਤੋਂ 28 ਹਫ਼ਤੇ ਵਿਚ ਸਭ ਤੋਂ ਵੱਧ ਗਤੀਸ਼ੀਲ ਹੁੰਦੇ ਹਨ। ਉਸ ਸਮੇਂ ਵੱਧ ਉਛਲ-ਕੁਦ ਜਾਂ ਕਲਾਬਾਜੀਆਂ ਤਾਂ ਨਹੀਂ ਖਾ ਸਕਦੇ। ਇਸ ਲਈ ਰੁਝੀ ਮਾਂ ਉਸ ਦੀ ਥੋੜ੍ਹੀ-ਬਹੁਤ ਹਲਚਲ ਦਾ ਅੰਦਾਜਾ ਨਹੀਂ ਲਗਾ ਸਕਦੀ। 28-32 ਹਫ਼ਤੇ ਵਿਚ ਭਰੂਣ ਦੀ ਹਲਚਲ ਕਿਤੇ ਸਾਫ਼, ਤੇਜ ਅਤੇ ਸੰਗਠਿਤ ਹੋ ਜਾਂਦੀ ਹੈ।

ਜੇਕਰ ਐਂਟੀਟਿਯਰ ਪਲੇਸੈਂਟਾ ਦੀ ਸਥਿਤੀ ਹੋਵੇ ਤਾਂ ਬੱਚੇ ਦੀ ਹਲਚਲ ਮਹਿਸੂਸ ਹੋਣ ਵਿਚ ਹੋਰ ਵੀ ਵੱਧ ਸਮਾਂ ਲਗ ਸਕਦਾ ਹੈ।

ਆਪਣੇ ਬੱਚੇ ਦੀ ਹਲਚਲ ਦਾ ਦੂਜੇ ਗਰਭ ਦੇ ਬੱਚੇ ਨੂੰ ਹਲਚਲ ਨਾਲ ਮੁਕਾਬਲਾ ਨਾ ਕਰੋ। ਹਰ ਬੱਚੇ ਦੀ ਹਲਚਲ ਤੇ ਵਿਕਾਸ ਦਾ ਢਾਂਚਾ ਵੱਖ-2 ਹੁੰਦਾ ਹੈ। ਕੁਝ ਬੱਚੇ ਹਮੇਸ਼ਾਂ ਗਤੀਸ਼ੀਲ ਰਹਿੰਦੇ ਹਨ ਤੇ ਕੁਝ ਸ਼ਾਂਤ ਰਹਿਣਾ ਪਸੰਦ ਕਰਦੇ ਹਨ। ਕੁਝ ਇੰਨੇ ਨਿਯਮਿਤ ਹੁੰਦੇ ਹਨ ਕਿ ਮਾਵਾਂ ਉਨ੍ਹਾਂ ਦੀਆਂ ਹਲਚਲਾਂ ਨਾਲ ਘੜੀ ਮਿਲਾਦੀਆਂ ਹਨ ਅਤੇ ਕੁਝ ਬੱਚੇ ਆਪਣੇ ਤਰੀਕੇ ਨਾਲ ਚੱਲਣਾ ਪਸੰਦ ਕਰਦੇ ਹਨ। 28ਵੇਂ ਹਫ਼ਤੇ ਤਕ ਬੱਚੇ ਦੀ ਹਲਚਲ ਦਾ ਰਿਕਾਰਡ ਰੱਖਣਾ ਜ਼ਰੂਰੀ ਨਹੀਂ ਹੈ।

**"ਕਦੀ-2 ਬੱਚਾ ਇੰਨੀ ਬੁਰੀ ਤਰ੍ਹਾਂ ਨਾਲ ਲੱਤ ਮਾਰਦਾ ਹੈ ਕਿ ਮੈਨੂੰ ਸੱਟ ਪਹੁੰਚਦੀ ਹੈ।"**

ਬੱਚੇਦਾਨ ਵਿਚ ਤੁਹਾਡਾ ਬੱਚਾ ਪਰਪੱਕ ਹੁੰਦਾ ਜਾ ਰਿਹਾ ਹੈ। ਉਹ ਦਿਨ ਬ ਦਿਨ ਮਜ਼ਬੂਤ ਹੋ ਰਿਹਾ ਹੈ। ਇਸ ਲਈ ਹਲਕੀ-ਫੁਲਕੀ ਲੱਤ ਹੁਣ ਭਾਰੀ-ਭਰਕਮ ਕਿਕ ਬਣ ਜਾਏਗੀ। ਜੇਕਰ ਤੁਹਾਨੂੰ ਪੇਟ, ਸਰਵਿਕਸ ਜਾਂ ਪਸਲੀਆਂ ਵਿਚ ਜ਼ੋਰ ਦੀ ਲੱਤ ਪੈਣ ਨਾਲ ਸੱਟ ਪਹੁੰਚੇ ਤਾਂ ਹੈਰਾਨ ਨਾ ਹੋਵੋ, ਜਦੋਂ ਵੀ ਇੰਝ ਹਮਲਾ ਹੋਵੇ ਤਾਂ ਆਪਣੀ ਸਥਿਤੀ ਬਦਲਣ ਦੀ ਕੋਸ਼ਿਸ਼ ਕਰੋ। ਇਸ ਤਰ੍ਹਾਂ ਬੱਚੇ ਦਾ ਸੰਤੁਲਨ ਬਦਲੇਗਾ ਅਤੇ ਉਹ ਕੁਝ ਦੇਰ ਲਈ ਆਪਣੀਆਂ ਲੱਤਾਂ ਚਲਾਣਾ ਬੰਦ ਕਰ ਦੇਵੇਗਾ।

**"ਬੱਚਾ ਹਮੇਸ਼ਾਂ ਲੱਤਾ ਚਲਾਂਦਾ ਰਹਿੰਦਾ ਹੈ। ਕੀ ਮੇਰੇ ਪੇਟ ਵਿਚ ਜੁੜਵਾਂ ਬੱਚੇ ਹਨ?"**

ਹਰ ਗਰਭਵਤੀ ਔਰਤ ਨੂੰ ਕਿਸੇ ਨਾ ਕਿਸੇ ਕਾਰਣ ਲਗਣ ਲਗਦਾ ਹੈ ਕਿ ਉਸ ਦੇ ਪੇਟ ਵਿਚ ਜੁੜਵਾਂ ਫਲ ਰਹੇ ਹਨ। ਦਰਅਸਲ ਬੱਚਾ ਕਈ ਤਰ੍ਹਾਂ ਨਾਲ ਕਲਾਬਾਜੀਆਂ ਖਾਂਦਾ ਹੈ। ਜੇਕਰ ਤੁਹਾਨੂੰ ਲਗਦਾ ਹੈ

ਕਿ ਦੋ ਹੱਥਾਂ ਤੋਂ ਇਲਾਵਾ ਹੋਰ ਵੀ ਮੁੱਕੇ ਪੈ ਰਹੇ ਹਨ ਤਾਂ ਉਹ ਬੱਚੇਦੇ ਗੋਡੇ, ਕੁਹਨੀ, ਜਾਂ ਪੈਰ ਦੀ ਹਲਚਲ ਹੋ ਸਕਦੀ ਹੈ। ਜੇਕਰ ਸਚਮੁੱਚ ਤੁਹਾਡੇ ਪੇਟ ਵਿਚ ਜੁੜਵਾਂ ਬੱਚੇ ਹੁੰਦੇ ਤਾਂ ਤੁਹਾਨੂੰ ਹੁਣ ਤਕ ਅਲਟ੍ਰਾ-ਸਾਊਂਡ ਤੋਂ ਪਤਾ ਚਲ ਚੁੱਕਾ ਹੁੰਦਾ।

## ਪੇਟ ਤੇ ਖ਼ਾਰਸ਼ ਹੋਣਾ

**"ਮੇਰੇ ਪੇਟ ਤੇ ਲਗਾਤਾਰ ਖ਼ਾਰਸ਼ ਹੁੰਦੀ ਰਹਿੰਦੀ ਹੈ। ਇਸ ਨੇ ਮੈਨੂੰ ਪਾਗਲ ਬਣਾ ਦਿੱਤਾ ਹੈ।"**

ਗਰਭਕਾਲ ਵਿਚ ਪੇਟ ਤੇ ਖ਼ਾਰਸ਼ ਹੁੰਦੀ ਹੈ। ਜਿਉਂ-2 ਪੇਟ ਫੁਲੇਗਾ ਖ਼ਾਰਸ਼ ਵੱਧਦੀ ਹੀ ਜਾਏਗੀ ਕਿਉਂਕਿ ਚਮੜੀ ਲਗਾਤਾਰ ਖਿੱਚ ਰਹੀ ਹੈ ਜਿਸ ਨਾਲ ਉਸ ਦੀ ਨਮੀ ਖ਼ਤਮ ਹੋ ਰਹੀ ਹੈ ਅਤੇ ਉਸ ਤੇ ਖ਼ਾਰਸ਼ ਹੋ ਰਹੀ ਹੈ। ਜੇਕਰ ਤੁਸੀਂ ਉਸ ਨੂੰ ਨਹੁੰ ਨਾਲ ਖੁਰਚਿਆ ਤਾਂ ਗੱਲ ਹੋਰ ਵਿਗੜ ਜਾਏਗੀ। ਮੁਆਇਸ਼ਚਰ ਨਾਲ ਥੋੜ੍ਹਾ ਆਰਾਮ ਮਿਲ ਸਕਦਾ ਹੈ। ਖ਼ਾਰਸ਼ ਰੋਕਣ ਦੇ ਲਈ ਕੈਲੇਮਾਈਨ ਲੋਸ਼ਨ ਲਗਾਓ ਜਾਂ ਓਟਮੀਲ ਬਾਥ ਲਉ। ਜੇਕਰ ਤੁਹਾਨੂੰ ਕੋਈ ਐਸੀ ਖ਼ਾਰਸ਼ ਹੋ ਰਹੀ ਹੈ ਜਿਸ ਦਾ ਖ਼ੁਸ਼ਕ ਚਮੜੀ ਨਾਲ ਕੋਈ ਲੈਣਾ-ਦੇਣਾ ਨਹੀਂ ਦਿੱਖਦਾ ਜਾਂ ਤੁਹਾਡੇ ਪੇਟ ਤੇ ਰੈਸ਼ੇਜ਼ ਪੈ ਰਹੇ ਹਨ ਤਾਂ ਡਾਕਟਰ ਨੂੰ ਦਿਖਾਣ ਵਿਚ ਦੇਰ ਨਾ ਕਰੋ।

## ਬੇਡੌਲ (ਬੇਢੰਗ)

**"ਮੈਂ ਜੋ ਵੀ ਉਠਾਂਦੀ ਹਾਂ,ਹੱਥ ਤੋਂ ਛੁਟ ਜਾਂਦਾ ਹੈ। ਮੈਂ ਅਚਾਨਕ ਇੰਨੀ ਬੇਡੌਲ ਕਿਵੇਂ ਹੋ ਗਈ?"**

ਪੇਟ ਤੇ ਫਾਲਤੂ ਮਾਸ ਚੜ੍ਹਣ ਤੋਂ ਇਲਾਵਾ ਇਸ ਗਰਭਕਾਲ ਵਿਚ ਹੋਰ ਵੀ ਕਈ ਤਰ੍ਹਾਂ ਦੇ ਬਦਲਾਅ ਆਂਦੇ ਹਨ। ਜੋੜਾਂ ਤੇ ਲਿਗਾਮੈਂਟ ਦਾ ਢਿੱਲਾਪਨ ਤੇ ਪਾਣੀ ਜਮ੍ਹਾ ਹੋਣ ਨਾਲ ਤੁਹਾਡੀ ਪਕੜ ਢਿੱਲੀ ਹੋਣ ਲਗਦੀ ਹੈ। ਤੁਸੀਂ ਗਰਭਕਾਲ ਦੀਆਂ ਚੁਣੌਤੀਆਂ ਨਾਲ ਜੂਝ ਰਹੀ ਹੋ, ਭੁਲੱਕੜ ਬਣਦੀ ਜਾ ਰਹੀ ਹੋ। ਇਸ ਲਈ ਤੁਸੀਂ ਕਿਸੇ ਵੀ ਵਸਤੂ ਤੇ ਵਿਸ਼ੇ ਤੇ ਪੂਰੀ ਤਰ੍ਹਾਂ ਇਕਾਗਰ ਨਹੀਂ ਹੋ ਸਕਦੀ। ਪੇਟ ਦਾ ਭਾਰ ਵੱਧਣ ਨਾਲ ਤੁਹਾਡੇ ਗੁਰੂਤਾਕ੍ਰਸ਼ਣ ਦਾ ਕੇਂਦਰ ਬਦਲ ਗਿਆ ਹੈ। ਇਸ ਲਈ ਕਦੀ-2 ਤੁਹਾਡਾ ਸੰਤੁਲਨ ਵੀ ਵਿਗੜ ਜਾਂਦਾ ਹੋਵੇਗਾ। ਜਦੋਂ ਤੁਸੀਂ ਪੌੜੀਆਂ ਚੜ੍ਹਦੀ ਹੋ, ਢਲਾਨ ਤੋਂ ਉਤਰਦੀ ਹੋ ਜਾਂ ਭਾਰੀ ਸਮਾਨ ਉਠਾਂਦੀ ਹੋ ਤਾਂ ਇਸ ਵਿਗੜੇ ਹੋਏ ਸੰਤੁਲਨ ਦਾ ਵੱਧ ਅਹਿਸਾਸ ਹੁੰਦਾ ਹੈ। ਪੇਟ ਅੱਗੇ ਆਣ ਦੇ ਕਾਰਣ ਤੁਸੀਂ ਆਪਣੇ ਪੈਰ ਦੇ ਅੱਗੇ ਆਇਆ ਸਮਾਨ ਨਹੀਂ ਦੇਖ ਸਕਦੀ ਅਤੇ ਉਲਝ ਕੇ ਗਿਰ ਜਾਂਦੀ ਹੋ। ਗਰਭਕਾਲ ਦੀ ਥਕਾਵਟ ਨੂੰ ਵੀ ਇਸ ਦੇ ਲਈ ਕਾਫ਼ੀ ਹੱਦ ਤਕ ਦੋਸ਼ੀ ਠਹਿਰਾ ਸਕਦੇ ਹੋ।

ਇਸ ਤਰ੍ਹਾਂ ਦੇ ਫੂਹੜ ਜਾਂ ਅਨਾੜੀਪਨ ਨਾਲ ਚਿੜਚਿੜਾਪਨ ਮਹਿਸੂਸ ਹੁੰਦਾ ਹੈ। ਕਾਰ ਦੀਆਂ ਚਾਬੀਆਂ ਦਾ ਗੁੱਛਾ ਵਾਰ-2 ਫ਼ਰਸ਼ ਤੇਗਿਰੇਗਾ ਤਾਂ ਉਸ ਨੂੰ ਉਠਾਣ ਦੇ ਚੱਕਰ ਵਿਚ ਪਿੱਠ ਜਾਂ ਗਰਦਨ ਵਿਚ ਦਰਦ ਹੋ ਸਕਦਾ ਹੈ।

ਜੇਕਰ ਤੁਸੀਂ ਅਚਾਨਕ ਗਿਰਦੀ ਹੋ ਤਾਂ ਕੋਈ ਗੰਭੀਰ ਸੱਟ ਆਣ ਨਾਲ ਮੁਸੀਬਤ ਵੀ ਖੜੀ ਹੋ ਸਕਦੀ ਹੈ।

ਹੁਣ ਤੁਹਾਨੂੰ ਰੋਜ਼ਮਰਾ ਦੇ ਕੰਮਾਂ ਵਿਚ ਥੋੜ੍ਹਾ ਬਦਲਾਅ ਲਿਆਣਾ ਹੋਵੇਗਾ। ਆਪਣੇ ਘਰ ਦੇ ਕੱਚ ਦੇ ਭਾਂਡਿਆਂ ਨੂੰ ਸਾਫ਼ ਕਰਨ ਦੀ ਜ਼ਿੰਮਾ ਕਿਸੇ ਦੂਜੇ ਨੂੰ ਸੌਂਪ ਦਿਉ। ਜਮੀਨ ਬਰਫ਼ ਹੋਵੇ ਤਾਂ ਜ਼ਰਾ ਸੰਭਲ ਕੇ ਚੱਲੋ। ਟਬ ਵਿਚ ਫਾਲਤੂ ਕੁਸ਼ਨ ਰੱਖੋ। ਪੌੜੀਆਂ ਵਿਚ ਸਮਾਨ ਨਾ ਰੱਖੋ, ਤੁਸੀਂ ਉਲਝ ਸਕਦੀ ਹੋ। ਕੁਰਸੀ ਤੇਚੜ੍ਹ ਕੇ ਕੋਈ ਕੰਮ ਨਾ ਕਰੋ। ਥਕਾਵਟ ਹੋ ਰਹੀ ਹੈ ਤਾਂ ਵੱਧ ਕੰਮ ਨਾ ਕਰੋ। ਆਪਣੀਆਂ ਹੱਦਾਂ ਪਹਿਚਾਣੋ ਤੇ ਉਸੇ ਅਨੁਸਾਰ ਚਲੋ ਅਤੇ ਇਸੇ ਨੂੰ ਥੋੜ੍ਹਾ ਹਲਕੇ ਅੰਦਾਜ ਵਿਚ ਲੈਣਾ ਸਿੱਖੋ।

## ਹੱਥ ਸੁੰਨ ਹੋਣਾ

**"ਅੱਧੀ ਰਾਤ ਨੂੰ ਅਕਸਰ ਅੱਖ ਖੁਲ੍ਹਦੀ ਹੈ ਤਾਂ ਮੈਨੂੰ ਆਪਣੇ ਹੱਣ ਦੀਆਂ ਉਂਗਲਾਂ ਸੁੰਨ ਮਹਿਸੂਸ ਹੁੰਦੀਆਂ ਹਨ। ਕੀ ਇਹ ਵੀ ਗਰਭਕਾਲ ਦੇ ਕਾਰਣ ਹੈ?"**

ਜਦੋਂ ਸੁਜੇ ਹੋਏ ਪੁੱਠਿਆਂ ਦੇਕਾਰਣ ਨੱਸਾਂ ਤੇ ਦਬਾਅ ਪੈਂਦਾ ਹੈ ਤਾਂ ਅਕਸਰ ਗਰਭਵਤੀ ਔਰਤਾਂ ਹੱਥਾਂ-ਪੈਰਾਂ ਦੀਆਂ ਉਂਗਲਾਂ ਵਿਚ ਸੁੰਨਾਪਨ ਮਹਿਸੂਸ ਕਰਦੀਆਂ ਹਨ। ਇਹ ਇਕ ਆਮ ਲੱਛਣ ਹੈ। ਜੇ ਕਰ ਇਹ ਦਰਦ ਅਤੇ ਸੁੰਨਾਪਨ ਤੁਹਾਡੇ ਖੱਬੇ ਹੱਥ ਵਿਚ ਹੈ ਤਾਂ ਤੁਸੀਂ ਕਾਰਪਲ ਟਨਲ ਸਿੰਡ੍ਰੋਮ ਤੋਂ ਵੀ ਪੀੜ੍ਹਿਤ ਹੋ। ਇਕ ਹੀ ਹੱਥ ਨਾਲ ਕਾਫ਼ੀ ਕੰਮ ਕਰਨ ਵਾਲੇ ਲੋਕਾਂ ਨੂੰ ਅਕਸਰ ਇਹ ਤਕਲੀਫ਼ ਹੋ ਜਾਂਦੀ

ਹੈ। ਕਈ ਗਰਭਵਤੀ ਔਰਤਾਂ ਵਿਚ ਕਾਰਪਲ ਟਨਲ ਹੈ ਤਾਂ ਇਸ ਨਾਲ ਉਂਗਲਾਂ ਵੀ ਪ੍ਰਭਾਵਿਤ ਹੋ ਕੇ ਸੁੰਨ ਹੋ ਸਕਦੀਆਂ ਹਨ। ਇਸੇ ਕਾਰਣ ਸੁੰਨ ਹੋਣਾ, ਜਲਨ ਤੇ ਦਰਦ ਦਾ ਅਹਿਸਾਸ ਵੀ ਹੋ ਸਕਦਾ ਹੈ। ਇਹੀ ਲੱਛਣ ਹੱਥ ਤੇ ਕਲਾਈ ਤੇ ਅਸਰ ਪਾਉਂਦੇ ਹੋਏ ਬਾਹਾਂ ਤੇ ਵੀ ਜਾ ਸਕਦੇ ਹਨ।

ਹਾਲਾਂਕਿ ਸੀ.ਟੀ.ਐਸ. ਦਾ ਦਰਦ ਦਿਨ ਵਿਚ ਕਦੀ ਵੀ ਹੋ ਸਕਦਾ ਹੈ ਪ੍ਰੰਤੂ ਇਹ ਅਕਸਰ ਰਾਤ ਨੂੰ ਵੱਧ ਮਹਿਸੂਸ ਹੁੰਦਾ ਹੈ। ਆਪਣੇ ਹੱਥਾਂ ਦੇ ਭਾਰ ਸੋਣ ਨਾਲ ਹਾਲਤ ਹੋਰ ਵਿਗੜ ਸਕਦੀ ਹੈ। ਸੋਂਦੇ ਸਮੇਂ ਹੱਥਾਂ ਨੂੰ ਉੱਚੇ ਸਰ੍ਹਾਣੇ ਤੇ ਵੱਲ ਤੋਂ ਰੱਖ ਕੇ ਸੋਵੋ। ਸੁੰਨਾਪਨ ਮਹਿਸੂਸ ਹੋਵੇ ਤਾਂ ਹੱਥ ਝਟਕੋ। ਜੇਕਰ ਇਨ੍ਹਾਂ ਨਾਲ ਨੀਂਦ ਵਿਚ ਰੁਕਾਵਟ ਆ ਰਹੀ ਹੋਵੇ ਤਾਂ ਡਾਕਟਰ ਦੀ ਰਾਏ ਲਓ। ਕਲਾਈ ਸਵਿਲਟ ਪਾਣ ਜਾਂ ਐਕਯੂਪੰਚ ਕਰਾਣ ਨਾਲ ਰਾਹਤ ਮਿਲਦੀ ਹੈ।

ਸੀਟੀਐਸ ਦੇ ਲਈ ਦਿੱਤੀ ਜਾਣ ਵਾਲੀ ਨਾੱਨਸਟੀਰਾਇਡਲ ਤੇ ਐਂਟੀ ਇੰਕਜਾਮੇਟ੍ਰ ਦਵਾਈਆਂ ਗਰਭਕਾਲ ਦੌਰਾਨ ਨਹੀਂ ਦਿੱਤੀਆਂ ਜਾ ਸਕਦੀਆਂ। ਆਪਣੇ ਡਾਕਟਰ ਤੋਂ ਪਤਾ ਕਰਲਉ। ਉਂਝ ਡਿਲੀਵਰੀ ਤੋਂ ਬਾਦ ਜਦੋਂ ਸਰੀਰ ਦੀ ਸੋਜਸ਼ ਉਤਰ ਜਾਏਗੀ ਤਾਂ ਸੀਟੀਐਸ ਵਿਚ ਵੀ ਆਪਣੇ ਆਪ ਆਰਾਮ ਆ ਜਾਏਗਾ।

## ਲੱਤਾਂ ਵਿਚ ਦਰਦ/ਜਕੜਨ

"ਲੱਤਾਂ ਵਿਚ ਅਕਸਰ ਦਰਦ ਹੋਣ ਕਾਰਣ ਮੈਂ ਰਾਤ ਨੂੰ ਸੌਂ ਨਹੀਂ ਸਕਦੀ।"

- ਦੂਜੀ ਤੀਜੀ ਤਿਮਾਹੀ ਵਿਚ ਅਕਸਰ ਲੱਤਾਂ ਵਿਚ ਦਰਦ ਦੀ ਸ਼ਿਕਾਇਤ ਦੇਖੀ ਜਾਂਦੀ ਹੈ। ਹਾਲਾਂਕਿ ਇਨ੍ਹਾਂ ਦਾ ਨਿਸ਼ਚਿਤ ਕਾਰਣ ਕੋਈ ਨਹੀਂ ਜਾਣਦਾ। ਕਈ ਸਿਧਾਂਤ ਐਸੇ ਹਨ ਜੋ ਗਰਭਕਾਲ ਦੇ ਭਾਰ, ਖ਼ੂਨ ਨਲੀਆਂ ਦਾ ਲੱਤਾਂ ਤੇ ਦਬਾਅ ਤੇ ਆਹਾਰ (ਫਾਸਫੋਰਸ ਦਾ ਵਾਧਾ, ਕੈਲਸ਼ੀਅਮ ਤੇ ਮੈਗਨੀਸ਼ੀਅਮ ਦੀ ਕਮੀ) ਨੂੰ ਇਸ ਦਾ ਦੋਸ਼ੀ ਠਹਿਰਾਂਦੇ ਹਨ। ਤੁਸੀਂ ਹਾਰਮੋਨ ਨੂੰ ਵੀ ਇਸ ਦਾ ਦੋਸ਼ੀ ਠਹਿਰਾ ਸਕਦੀ ਹੋ ਕਿਉਂਕਿ ਉਨ੍ਹਾਂ ਦੇ ਕਾਰਣ ਵੀ ਗਰਭਕਾਲ ਵਿਚ ਕਈ ਤਕਲੀਫ਼ਾਂ ਹੁੰਦੀਆਂ ਹਨ।

**ਕਾਰਣ ਕੋਈ ਵੀ ਹੋਵੇ, ਤੁਸੀਂ ਉਨ੍ਹਾਂ ਤੋਂ ਬਚਾਅ ਦੇ ਉਪਾਅ ਕਰ ਸਕਦੀ ਹੋ।**

- ਜਦੋਂ ਵੀ ਲੱਤਾਂ ਵਿਚ ਜਕੜਨ ਹੋਵੇ ਤਾਂ ਲੱਤਾਂ ਸੀਧੀਆਂ ਕਰੋ। ਆਪਣੀ ਅੱਡੀ ਤੇ ਪੰਜ ਉਪਰ ਵੱਲ ਖਿੱਚੋ। ਇਸ ਨਾਲ ਦਰਦ ਘਟੇਗਾ। ਰਾਤ ਨੂੰ ਸੋਣ ਤੋਂ ਪਹਿਲਾਂ ਇਸ ਨੂੰ ਦੋਨਾਂ ਲੱਤਾਂ ਨਾਲ ਕਈ ਵਾਰ ਕਰੋ।
- ਸਟ੍ਰੈਚਿੰਗ ਕਸਰਤ ਨਾਲ, ਦਰਦ ਹੋਣ ਤੋਂ ਪਹਿਲਾਂ ਹੀ ਉਸ ਨੂੰ ਰੋਕਿਆ ਜਾ ਸਕਦਾ ਹੈ। ਸੋਣ ਤੋਂ ਪਹਿਲ, ਦੀਵਾਰ ਤੋਂ 2 ਫੁਟ ਦੀ ਦੂਰੀ ਤੇ ਖੜੇ ਹੋਵੋ। ਆਪਣੀਆਂ ਹਥੇਲੀਆਂ ਦੀਵਾਰ ਤੇ ਟਿਕਾਓ। ਅੱਗੇ ਵੱਲ ਝੁਕੋ। ਤੁਹਾਡੀਆਂ ਅੱਡੀਆਂ ਫ਼ਰਸ਼ ਤੇ ਟਿਕੀਆਂ ਰਹਿਣ। 10 ਸਕਿੰਟ ਤਕ ਸਹੀ ਮੁਦਰਾ ਬਣਾਈ ਰੱਖੋ। ਫਿਰ 5 ਸਕਿੰਟ ਆਰਾਮ ਕਰੋ। ਇਸ ਨੂੰ ਤਿੰਨ ਵਾਰ ਕਰੋ।
- ਆਪਣੇ ਪੈਰਾਂ ਦਾ ਫਾਲਤੂ ਭਾਰ ਘਟਾਣ ਦੇ ਲਈ

### ਜਦੋਂ ਕੁਝ ਠੀਕ ਨਾ ਲਗੇ

ਕਦੀ-2 ਪੇਟ ਵਿਚ ਤੇਜ ਦਰਦ, ਯੋਲ. ਦੇ ਰਿਸਾਅ ਦੇ ਰੰਗ ਵਿਚ ਬਦਲਾਅ, ਪਿੱਠ ਜਾਂ ਪੈਲਵਿਕ ਖੇਤਰ ਵਿਚ ਦਰਦ ਵਰਗਾ ਕੋਈ ਵੀ ਲੱਛਣ ਗੰਭੀਰ ਲਗੇ ਤਾਂ ਡਾਕਟਰ ਨੂੰ ਬੁਲਾਣ ਵਿਚ ਦੇਰ ਨਾ ਕਰੋ। ਉਨ੍ਹਾਂ ਨੂੰ ਆਪਣੇ ਪਿਛਲੇ ਲੱਛਣ ਵੀ ਦੱਸੋ ਤਾਂ ਜੋ ਉਹ ਉਨ੍ਹਾਂ ਨੂੰ ਇਨ੍ਹਾਂ ਦੇ ਨਾਲ ਜੋੜ ਕੇ ਦੇਖ ਸਕੇ। ਯਾਦ ਰੱਖੋ ਕਿ ਤੁਸੀਂ ਹੀ ਆਪਣੇ ਸਰੀਰ ਨੂੰ ਸਭ ਤੋਂ ਵਧੀਆ ਜਾਣਦੀ ਹੋ। ਸੁਣੋ ਕਿ ਇਹ ਤੁਹਾਨੂੰ ਕੀ ਕਹਿਣਾ ਚਾਹੁੰਦਾ ਹੈ।

ਇਨ੍ਹਾਂ ਨੂੰ ਉੱਚਾ ਕਰਕੇ ਬੈਠੋ। ਦਿਨ ਵਿਚ ਸਪੋਰਟ ਹੋਜ਼ ਪਾਓ। ਪੈਰਾਂ ਦੀ ਲਚਕ ਬਣਾਈ ਰੱਖੋ।

- ਠੰਡੀ ਜਗ੍ਹਾ ਖੜੇ ਹੋਣ ਨਾਲ ਵੀ ਇਸ ਜਕੜਨ ਤੋਂ ਆਰਾਮ ਮਿਲਦਾ ਹੈ।
- ਤੁਸੀਂ ਮਾਲਿਸ਼ ਜਾਂ ਸੇਕ ਦੀ ਮਦਦ ਵੀ ਲੈ ਸਕਦੀ ਹੋ ਪ੍ਰੰਤੂ ਫਲੈਕਸਿੰਗ ਜਾਂ ਠੰਡੇ ਫ਼ਰਸ਼ ਨਾਲ ਵੀ ਆਰਾਮ ਨਾ ਮਿਲੇ ਤਾਂ ਮਾਲਿਸ਼ ਜਾਂ ਸੇਕ ਨ ਅਜਮਾਓ।
- ਦਿਨ ਵਿਚ ਘੱਟੋ ਘੱਟ ਅੱਠ ਗਿਲਾਸ ਪਾਣੀ ਜ਼ਰੂਰ ਪੀਓ।
- ਪੂਰੀ ਤਰ੍ਹਾਂ ਨਾਲ ਸੰਤੁਲਿਤ ਆਹਾਰ ਲਉ, ਜਿਸ ਵਿਚ ਕੈਲਸ਼ੀਅਮ ਦੀ ਭਰਪੂਰ ਮਾਤਰਾ ਹੋਵੇ।

ਕਈਵਾਰ ਜ਼ਿਆਦਾ ਦਰਦ ਨਾਲ ਮਾਸਪੇਸ਼ੀਆਂ ਵਿਚ ਵੀ ਸੋਜਸ਼ ਆ ਜਾਂਦੀ ਹੈ। ਉਸ ਤੋਂ ਬਿਲਕੁਲ ਨਾ ਘਬਰਾਓ। ਜੇਕਰਦਰਦ ਵੱਧ ਹੋਵੇ ਤਾਂ ਡਾਕਟਰ ਨੂੰ ਦਿਖਾਓ। ਹੋ ਸਕਦਾ ਹੈ ਕਿ ਨਸ ਵਿਚ ਖ਼ੂਨ ਦਾ ਕਤਰਾ ਜੰਮ ਗਿਆ ਹੋਵੇ।

## ਹੀਮਰਾੱਯਡਜ਼

**"ਮੈਨੂੰ ਹੀਮਾਰਾੱਯਡਜ਼ ਦੀ ਸ਼ਿਕਾਇਤ ਹੈ। ਸੁਣਿਆ ਹੈ ਕਿ ਗਰਭਕਾਲ ਵਿਚ ਇਸ ਦੀ ਹਾਲਤ ਹੋਰ ਵੀ ਖ਼ਰਾਬ ਹੋ ਜਾਂਦੀ ਹੈ। ਮੈਂ ਬਚਾਅ ਦੇ ਲਈ ਕੀ ਕਰ ਸਕਦੀ ਹਾਂ?"**

ਤਕਰੀਬਨ 50 ਪ੍ਰਤੀਸ਼ਤ ਔਰਤਾਂ ਇਸ ਤਕਲੀਫ਼ ਨੂੰ ਝੇਲਦੀਆਂ ਹਨ ਜਿਸ ਤਰ੍ਹਾਂ ਲੱਤਾਂ ਵਿਚ ਵੈਰੀਕੋਜ਼ ਵੇਨਜ਼ ਹੋਣ ਦਾ ਡਰ ਰਹਿੰਦਾ ਹੈ। ਉਸੇ ਤਰ੍ਹਾਂ ਰੈਕਟਮ ਦੀ ਵੇਨਜ਼ ਤੇ ਵੀ ਅਸਰ ਪੈਂਦਾ ਹੈ। ਬੱਚੇਦਾਨੀ ਦਾ ਵਧਦਾ ਦਬਾਅ ਪੈਲਵਿਕ ਖੇਤਰ ਵਿਚ ਖ਼ੂਨ ਦੇ ਕਿਸਮ ਦੇ ਵਾਧੇ ਨਾਲ ਮਲਾਸ਼ਯ ਦੀਆਂ ਨਸਾਂ ਸੂਜ ਜਾਂਦੀਆਂ ਹਨ ਤੇ ਉਨ੍ਹਾਂ ਵਿਚ ਹਲਕੀ ਖ਼ਾਰਸ਼ ਹੋਣ ਲਗਦੀ ਹੈ। ਕਬਜ ਹੋ ਸਕਦੀ ਹੈ ਜਾਂ ਫਿਰ ਵਾਇਲਜ਼ ਹੋ ਸਕਦੀ ਹੈ। ਇਸ ਨੂੰ ਪਾਇਲਜ਼ ਇਸ ਲਈ ਕਹਿੰਦੇ ਹਨ ਕਿਉਂਕਿ ਨਸਾਂ; ਅੰਗੂਰਾਂ ਦੇ ਪਾਇਲ ਦੀ ਤਰ੍ਹਾਂ ਹੋ ਜਾਂਦੀਆਂ ਹਨ।

ਸਭ ਤੋਂ ਪਹਿਲਾਂ ਤਾਂ ਕਬਜ ਤੋਂ ਆਪਣਾ ਬਚਾਅ ਕਰੋ-ਕੀਗਲ ਆਸਣ ਕਰੋ, ਲੰਬੇ ਘੰਟਿਆਂ ਤਕ ਖੜੇ ਹੋਣ ਤੇ ਬੈਠੇ ਰਹਿਣ ਦਾ ਕੰਮ ਨਾ ਕਰੋ। ਟਾਯਲੇਟ ਜਾਣਾ ਹੋਵੇ ਤਾਂ ਉਸ ਨੂੰ ਨਾ ਟਾਲੋ। ਸਟੈਪ ਸਟੂਲ ਤੇ ਬੈਠਣ ਨਾਲ ਲੈਟਰੀਨ ਵਿਚ ਅਸਾਨੀ ਹੋ ਜਾਏਗੀ।

ਹੈਜ਼ਲ ਪੈਕ ਜਾਂ ਆਈਸ ਪੈਕ ਨਾਲ ਥੋੜ੍ਹੀ ਰਾਹਤ ਮਿਲ ਸਕਦੀ ਹੈ। ਗੁਣਗੁਣੇਪਾਣੀ ਦਾ ਇਸ਼ਨਾਨ ਵੀ ਆਰਾਮ ਦੇਵੇਗਾ। ਜੇਕਰ ਬੈਠਣ ਨਾਲ ਦਰਦ ਹੋਵੇ ਤਾਂ ਹੇਠਾਂ ਸਰ੍ਹਾਣਾ ਲਗਾਓ। ਕੋਈ ਵੀ ਦਵਾਈ ਲੈਣ ਤੋਂ ਪਹਿਲਾਂ ਡਾਕਟਰ ਨੂੰ ਪੁੱਛੋ। ਦਾਦੀ ਮਾਂ ਦਾ ਨੁਸਖ਼ਾ ਨਾ ਅਜਮਾਓ। ਉਹ ਇਕ ਚਮਚ ਮਿਨਰਲ ਆੱਯਲ ਲਗਾਣ ਨੂੰ ਕਹੇਗੀ ਜਿਸ ਨਾਲ ਕਈ ਅਨਮੋਲ ਪੋਸ਼ਕ ਤੱਤ ਪਿਛਲੇ ਦਰਵਾਜੇ ਤੋਂ ਬਾਹਰ ਨਿਕਲ ਜਾਣਗੇ।

ਜਦੋਂ ਵੀ ਇਨ੍ਹਾਂ ਨਾਲ ਖ਼ੂਨ ਰਿਸਾਅ ਹੋਵੇ ਤਾਂ ਆਪਣੇ ਡਾਕਟਰ ਦਾ ਰਾਏ ਲਉ ਉਂਝ ਹੈਮੋਰਾੱਯਡਜ਼ ਡਿਲੀਵਰੀ ਤੋਂ ਬਾਦ ਠੀਕ ਹੋ ਜਾਂਦੇ ਹਨ। ਇਹ ਇੰਨੇ ਖ਼ਤਰਨਾਕ ਨਹੀਂ ਹੁੰਦੇ। ਉਂਝ ਇਹ ਡਿਲੀਵਰੀ ਤੋਂ ਬਾਅਦ ਵੀ ਹੋ ਸਕਦੇ ਹਨ।

## ਦੁੱਧੀਆਂ ਵਿਚ ਗੱਠ

**"ਮੇਰੀ ਦੁੱਧੀ ਦੇ ਇਕ ਕੋਨੇ ਵਿਚ ਹਲਕੀ ਜਿਹੀ ਗੱਠ ਹੈ। ਇਹ ਕੀ ਹੋ ਸਕਦਾ ਹੈ?"**

ਹਾਲਾਂਕਿ ਅਜੇ ਬੱਚੇ ਨੂੰ ਦੁੱਧ ਪਿਲਾਣ ਵਿਚ ਕਾਫ਼ੀ ਸਮਾਂ ਹੈ ਪ੍ਰੰਤੂ ਦੁੱਧੀਆਂ ਨੇ ਆਪਣਾ ਕੰਮ ਸ਼ੁਰੂ ਕਰ ਦਿੱਤਾ ਹੈ। ਗਰਭਕਾਲ ਦੇ ਇਨ੍ਹਾਂ ਦਿਨਾਂ ਵਿਚ ਜੇ ਕਰ ਲਾਲ ਤੇ ਨਰਮ ਗੱਠਾਂ ਦੁੱਧੀਆਂਤੇ ਦਿਖਾਈ ਦੇ ਦੀਆਂ ਹਨ। ਹਲਕੇ ਸੇਕ ਤੇ ਮਾਲਿਸ਼ ਨਾਲ ਇਹ ਗੱਠਾਂ ਕੁਝ ਹੀ ਦਿਨ ਵਿਚ ਬੈਠ ਜਾਂਦੀਆਂ ਹਨ। ਮਾਹਰ ਮੰਨਦੇ ਹਨ ਕਿ ਇਨ੍ਹਾਂ ਦਿਨ ਵਿਚ

ਅੰਡਰਵਿਯਰ ਬ੍ਰਾ ਨਹੀਂ ਪਾਣੀ ਚਾਹੀਦੀ ਪ੍ਰੰਤੂ ਜੋ ਵੀ ਪਾਓ, ਉਸ ਨਾਲ ਛਾਤੀਆਂ ਨੂੰ ਪੂਰਾ ਸਹਾਰਾ ਮਿਲੇ।

ਯਾਦ ਰੱਖੋ ਕਿ ਤੁਸੀਂ ਗਰਭਕਾਲ ਵਿਚ ਵੀ ਦੁੱਧੀਆਂ ਦੀ ਮਾਸਕ ਜਾਂਚ ਕਰਵਾਉਣੀ ਹੈ। ਹਾਲਾਂਕਿ ਦੁੱਧੀ ਵਿਚ ਆਣ ਵਾਲੇ ਬਦਲਾਵਾਂ ਦੇ ਕਾਰਣ ਇਹ ਜਾਂਚ ਥੋੜ੍ਹੀ ਮੁਸ਼ਕਿਲ ਹੋ ਸਕਦੀ ਹੈ। ਪ੍ਰੰਤੂ ਇਸ ਗੱਠ ਨੂੰ ਡਾਕਟਰ ਨੂੰ ਜ਼ਰੂਰ ਦਿਖਾਓ।

## ਬੱਚੇ ਦੇ ਜਨਮ ਨਾਲ ਹੋਣ ਵਾਲਾ ਦਰਦ

**"ਮੈਂ ਮਾਂ ਬਣਨ ਲਈ ਬੇਤਾਬ ਹਾਂ ਪ੍ਰੰਤੂ ਬੱਚੇ ਦੇ ਜਨਮ ਦਾ ਅਨੁਭਵ ਕੈਸਾ ਹੋਵੇਗਾ? ਮੈਨੂੰ ਦਰਦ ਦੇ ਬਾਰੇ ਸੋਚ ਕੇ ਕਾਫ਼ੀ ਚਿੰਤਾ ਹੁੰਦੀ ਹੈ।"**

ਅਕਸਰ ਹਰ ਮਾਂ ਬੜੀ ਬੇਤਾਬੀ ਨਾਲ ਬੱਚੇ ਦੇ ਜਨਮ ਦਾ ਇੰਤਜ਼ਾਰ ਕਰਦੀ ਹੈ ਪ੍ਰੰਤੂ ਉਨ੍ਹਾਂ ਨੂੰ ਲੇਬਰ, ਡਿਲੀਵਰੀ ਤੇ ਦਰਦ ਦੇ ਨਾਮ ਤੋਂ ਹੀ ਘਬਰਾਹਟ ਹੋਣ ਲਗਦੀ ਹੈ। ਉਹ ਇਸ ਦਰਦ ਸਬੰਧੀ ਸੋਚ-ਸੋਚ ਕੇ ਪ੍ਰੇਸ਼ਾਨ ਰਹਿੰਦੀ ਹੈ। ਇਸ ਵਿਚ ਹੈਰਾਨੀ ਦੀ ਕੋਈ ਗੱਲ ਨਹੀਂ ਹੈ ਜਿਸ ਨੇ ਕਦੀ ਥੋੜ੍ਹਾ ਵੀ ਦਰਦ ਸਹਿਣ ਨਾ ਕੀਤਾ ਹੋਵੇ, ਇਹ ਦਰਦ ਉਸ ਦੇ ਲਈ ਹਊਆ ਬਣ ਸਕਦਾ ਹੈ।

ਇਹ ਵੀ ਯਾਦ ਰੱਖੋ ਕਿ ਗਰਭਕਾਲ ਦਾ ਦਰਦ ਜੀਵਨ ਦੀ ਪ੍ਰਕ੍ਰਿਆ ਦਾ ਇਕ ਹਿੱਸਾ ਹੈ। ਸਦੀਆਂ ਤੋਂ ਔਰਤਾਂ ਹੀ ਇਸ ਨੂੰ ਸਹਿੰਦੀਆਂ ਆਈਆਂ ਹਨ ਅਤੇ ਇਸ ਦਰਦ ਦਾ ਇਕ ਸਾਕਾਰਾਤਮਕ ਉਦੇਸ਼ ਹੁੰਦਾ ਹੈ। ਇਸੇ ਦਰਦ ਤੋਂ ਬਾਦ ਤਾਂ ਨੰਨ੍ਹਾ ਬੱਚਾ ਤੁਹਾਡੀਆਂ ਬਾਹਾਂ ਵਿਚ ਆਏਗਾ। ਇਹ ਦਰਦ ਕੁਝ ਸਮੇਂ ਦੇ ਲਈ ਹੀ ਹੁੰਦਾ ਹੈ। ਇਹ ਸਾਰੀ ਜ਼ਿੰਦਗੀ ਤੁਹਾਡੇ ਨਾਲ ਨਹੀਂ ਰਹਿਣ ਵਾਲਾ। ਦਰਦ ਘਟਾਣ ਦੀ ਦਵਾਈ ਵੀ ਮੰਗਣਾ ਜਾਂ ਚਾਹੁਣ ਤੇ ਹੀ ਦਿੱਤੀ ਜਾਂਦੀ ਹੈ। ਇਸ ਦਰਦ ਤੋਂ ਨਾ ਘਬਰਾਓ। ਇਸ ਦੇ ਲਈ ਵਾਸਤਵਿਕ ਰੂਪ ਨਾਲ ਤਿਆਰ ਹੋਵੋ। ਆਪਣੇ ਮਨ ਤੇ ਸਰੀਰ ਦੋਨਾਂ ਨੂੰ ਹੀ ਇਸ ਦਰਦ ਦੇ ਲਈ ਤਿਆਰ ਕਰੋ।

**ਜਾਣਕਾਰੀ ਲਉ**:- ਦਰਅਸਲ ਔਰਤਾਂ ਨੂੰ ਪਤਾ ਹੀ ਨਹੀਂ ਚਲ ਸਕਦਾ ਕਿ ਉਨ੍ਹਾਂ ਦੇ ਸਰੀਰ ਦੇ ਨਾਲ ਕੀ ਹੋ ਰਿਹਾ ਹੈ। ਇਸ ਲਈ ਉਹ ਜ਼ਿਆਦਾ ਘਬਰਾਉਂਦੀਆਂ ਹਨ। ਉਨ੍ਹਾਂ ਨੂੰ ਬਸ ਇੰਨਾ ਪਤਾ ਹੈ ਕਿ ਉਸ ਨਾਲ ਤਕਲੀਫ਼ ਹੁੰਦੀ ਹੈ। ਸਾਨੂੰ ਜਿਸ ਸਬੰਧੀ ਪਤਾ ਨਾ ਹੋਵੇ, ਉਹ ਗੱਲ ਸਾਨੂੰ ਜ਼ਿਆਦਾ ਡਰਾਉਂਦੀ ਹੈ। ਇਸ ਲਈ ਇਸ ਸਬੰਧੀ ਵੱਧ ਤੋਂ ਵੱਧ ਜਾਣਕਾਰੀ ਲੈਣ ਦੀ ਵੀ ਕੋਸ਼ਿਸ਼ ਕਰੋ।

**ਕਸਰਤ ਕਰੋ**:- ਇਹ ਸਾਰੀ ਪ੍ਰਕ੍ਰਿਆ ਸਰੀਰ ਨਾਲ ਜੁੜੀ ਹੈ। ਇਸ ਲਈ ਆਪਣੇ ਡਾਕਟਰ ਦੀ ਸਲਾਹ ਨਾਲ ਸਟ੍ਰੈਚਿੰਗ ਤੇ ਟੋਨਿੰਗ ਦੇ ਸਾਰੇ ਆਸਣ ਕਰਦੀ ਰਹੋ ਤਾਂ ਜੋ ਸਰੀਰ ਦੀ ਮਜਬੂਤੀ ਤੇ ਲਚਕ, ਪ੍ਰਸੂਤ ਤੇ ਡਿਲੀਵਰੀ ਦੇ ਸਮੇਂ ਕੰਮ ਆ ਸਕੇ। ਆਪਣਾ ਕੀਗਲ ਆਸਣ ਵੀ ਕਰਨਾ ਭੁੱਲੋ।

### ਗਰਭਕਾਲ ਵਿਚ ਜਾਂ ਬਾਦ ਦੇ ਦਿਨਾਂ ਵਿਚ ਖ਼ੂਨ ਰਿਸਾਅ

ਦੂਜੀ ਜਾਂ ਤੀਜੀ ਤਿਮਾਹੀ ਵਿਚ ਹਲਕਾ ਗੁਲਾਬੀ ਖ਼ੂਨ ਰਿਸਾਅ ਦੇਖ ਕੇ ਨਾ ਘਬਰਾਓ। ਇਹ ਅੰਦਰੂਨੀ ਚੈਕਅਪ ਜਾਂ ਸੰਭੋਗ ਕਾਰਣ ਹੋ ਸਕਦਾ ਹੈ। ਜੇਕਰ ਇਸ ਦੇ ਨਾਲ ਤੇਜ ਦਰਦ ਹੋਵੇ ਅਤੇ ਬਲੀਡਿੰਗ ਕਾਫ਼ੀ ਤੇਜ ਹੋਵੇ ਤਾਂ ਡਾਕਟਰ ਦੇ ਕੋਲ ਜਾਣ ਵਿਚ ਦੇਰ ਨਾ ਕਰੋ। ਉਹ ਅਲਟ੍ਰਾਸਾਊਂਡ ਨਾਲ ਸਹੀ ਹਾਲਤ ਦਾ ਪਤਾ ਲਗਾ ਲੈਣਗੇ।

### ਪ੍ਰੀਕਲੈਂਪਸੀਆ ਦਾ ਨਿਦਾਨ

ਪ੍ਰੀਕਲੈਂਪਸੀਆ ਭਾਵ ਗਰਭਕਾਲ ਦੌਰਾਨ 'ਹਾਈਪਰਟੈਂਸ਼ਨ' ਇਹ ਅਕਸਰ 3-7 ਪ੍ਰਤੀਸ਼ਤ ਗਰਭਕਾਲਾਂ ਵਿਚ ਹੁੰਦੀ ਹੈ। ਜੇਕਰ ਇਸ ਦੀ ਸਹੀ ਸਮੇਂ ਤੇ ਪਹਿਚਾਣ ਹੋ ਸਕੇ ਤਾਂ ਕਈ ਮੁਸ਼ਕਲਾਂ ਤੋਂ ਬਚਿਆ ਜਾ ਸਕਦਾ ਹੈ। ਇਸ ਦੇ ਆਰੰਭਕ ਲੱਛਣਾਂ ਵਿਚ ਅਚਾਨਕ ਭਾਰ ਵੱਧਣਾ, ਹੱਥਾਂ-ਪੈਰਾਂ ਦੀ ਸੋਜਸ਼, ਸਿਰ ਦਰਦ, ਪੇਟ ਦਰਦ ਜਾਂ ਨਜ਼ਰ ਧੁੰਧਲਾਣਾ ਹੋ ਸਕਦੇ ਹਨ। ਜੇਕਰ ਐਸਾ ਕੋਈ ਲੱਛਣ ਦਿਖੇ ਤਾਂ ਡਾਕਟਰ ਨੂੰ ਦਿਖਾਣ ਵਿਚ ਦੇਰ ਨਾ ਕਰੋ। ਨਿਯਮਿਤ ਮੈਡੀਕਲ ਦੇਖਭਾਲ ਤੁਹਾਨੂੰ ਕਿਸੇ ਵੀ ਰੋਗ ਦੀ ਗੁੰਝਲ ਤੋਂ ਬਚਾ ਸਕਦੀ ਹੈ।

**ਟੀਮ ਬਣਾਓ:-** ਕਿਸੇ ਨੂੰ ਆਪਣਾ ਅਮਦਰਦ ਬਣਾਓ। ਇਹ ਤੁਹਾਡੀ ਕੋਈ ਸਾਥੀ, ਪਤੀ ਜਾਂ ਰਿਸ਼ਤੇਦਾਰ ਹੋ ਸਕਦਾ ਹੈ। ਉਹ ਪ੍ਰਸੂਤ ਦੇ ਸਮੇਂ ਤੁਹਾਨੂੰ ਸਹਾਰਾ ਦੇਣਗੇ ਤਾਂ ਜੋ ਤੁਹਾਡਾ ਡਰ ਤੇ ਤਨਾਅ ਦੂਰ ਹੋ ਸਕੇ।

## ਪ੍ਰਸੂਤ ਨਾਲ ਜੁੜਿਆ ਡਰ

**"ਮੈਨੂੰ ਡਰ ਹੈ ਕਿ ਮੈਂ ਪ੍ਰਸੂਤ ਦੌਰਾਨ ਕੋਈ ਗੜਬੜ ਕਰ ਬੈਠਾਂਗੀ।"**

ਕਿਉਂਕਿ ਹਾਲੇ ਤੁਸੀਂ ਉਨ੍ਹਾਂ ਹਾਲਾਤ ਵਿਚ ਨਹੀਂ ਹੋ ਇਸ ਲਈ ਚੀਕਣ-ਚਿਲਾਣ, ਰੋਣ ਜਾਂ ਫਿਰ ਕੁਝ ਗੜਬੜ ਕਰਨ ਦੀ ਸੋਚ ਤੋਂ ਵੀ ਡਰ ਲਗਦਾ ਹੈ। ਪ੍ਰੰਤੂ ਇਕ ਵਾਰ ਪ੍ਰਸੂਤ ਸ਼ੁਰੂ ਹੋ ਗਿਆ ਤਾਂ ਇਹ ਗੱਲ ਤੁਹਾਡੇ ਦਿਮਾਗ ਵਿਚ ਵੀ ਨਹੀਂ ਆਏਗਾ। ਤੁਹਾਡੇ ਕਮਰੇ ਵਿਚ ਜੋ ਵੀ ਨਰਸ ਜਾਂ ਸਹਾਇਕ ਹੋਣਗੇ, ਉਨ੍ਹਾਂ ਨੇ ਇਹ ਸਭ ਕੁਝ ਪਹਿਲਾਂ ਦੇਖਿਆ ਹੋਇਆ ਹੈ। ਉਹ ਜਾਣਦੇ ਹਨ ਕਿ ਔਰਤਾਂ ਇਸ ਹਾਲਾਤ ਵਿਚ ਕਿਵੇਂ ਵਰਤਾਅ ਕਰਦੀਆਂ ਹਨ। ਜੇਕਰ ਤੁਸੀਂ ਖ਼ੁਲ੍ਹਕੇ ਆਪਣੇ ਮਨ ਦੇ ਭਾਵ ਪ੍ਰਗਟ ਕਰਨਾ ਚਾਹੁੰਦੀ ਹੋ ਤਾਂ ਦਿਲ ਖੋਲ੍ਹ ਕੇ ਚੀਕੋ ਪ੍ਰੰਤੂ ਜੇਕਰ ਤੁਹਾਨੂੰ ਚੁਪ ਰਹਿ ਕੇ ਤਕਲੀਫ਼ ਝੇਲਣੀ ਆਉਂਦੀ ਹੈ ਤਾਂ ਜ਼ਰੂਰੀ ਨਹੀਂ ਕਿ ਤੁਸੀਂ ਦੂਜਿਆਂ ਦੀ ਦੇਖਾ-ਦੇਖੀ ਹਾਏ-ਤੋਬਾ ਮਚਾਓ।

■ ■ ■

# ਸਤਵਾਂ ਮਹੀਨਾ

## ਲਗਭਗ 28 ਤੋਂ 31 ਹਫ਼ਤੇ

ਤੀਜੀ ਤੇ ਆਖ਼ਰੀ ਤਿਮਾਹੀ ਵਿਚ ਤੁਹਾਡਾ ਸਵਾਗਤ ਹੈ। ਮੰਨੋ ਜਾਂ ਨਾ ਮੰਨੋ ਦੌੜ ਵਿਚ ਕਾਫ਼ੀ ਅੱਗੇ ਆ ਚੁੱਕੀ ਹੋ। ਨੰਨ੍ਹੇ ਜਿਹੇ ਬੱਚੇ ਨੂੰ ਬਾਹਾਂ ਵਿਚ ਲੈ ਕੇ ਘੁੰਮਣ ਲਈ ਥੋੜ੍ਹਾ ਹੀ ਸਮਾਂ ਰਹਿ ਗਿਆ ਹੈ। ਇਨ੍ਹਾਂ ਦਿਨਾਂ ਵਿਚ ਗਰਭ-ਅਵਸਥਾ ਦੀ ਤਕਲੀਫ਼ ਤੇ ਪਰੇਸ਼ਾਨੀਆਂ ਤੋਂ ਇਲਾਵਾ ਤੁਹਾਡੀ ਉਤੇਜਨਾ ਤੇ ਉਤਸੁਕਤਾ ਵੀ ਆਪਣੀ ਸਿਖ਼ਰ ਤੇ ਹੋਵੇਗੀ, ਜਿਸ ਨਾਲ ਤੁਹਾਡਾ ਬੋਝ ਕਈ ਗੁਣਾਂ ਭਾਰੀ ਲੱਗਣ ਲਗੇਗਾ।

ਗਰਭ ਅਵਸਥਾ ਦੇ ਅੰਤ ਦਾ ਇਹ ਵੀ ਭਾਵ ਹੈ ਕਿ ਪ੍ਰਸਵ ਤੇ ਡਿਲੀਵਰੀ ਦਾ ਸਮਾਂ ਨਜ਼ਦੀਕ ਨੇੜੇ ਆ ਰਿਹਾ ਹੈ। ਤੁਸੀਂ ਉਸ ਦੀ ਵੀ ਯੋਜਨਾ ਬਣਾਉਣੀ ਹੈ, ਤਿਆਰੀ ਕਰਨੀ ਹੈ ਅਤੇ ਉਸ ਸਬੰਧੀ ਜਾਣਕਾਰੀ ਲੈਣੀ ਹੈ।

## ਇਸ ਮਹੀਨਾ ਤੁਹਾਡੇ ਬੱਚੇ ਦਾ ਵਿਕਾਸ

**28ਵਾਂ ਹਫ਼ਤਾ :-** ਇਸ ਮਹੀਨੇ ਤੁਹਾਡਾ ਪਿਆਰਾ ਜਿਹਾ ਬੱਚਾ 2 1/2 ਪੌਂਡ ਦਾ ਹੋ ਗਿਆ ਹੈ ਅਤੇ ਤਕਰੀਬਨ 10″ ਲੰਬਾ ਹੋ ਸਕਦਾ ਹੈ। ਇਸ ਦੇ ਨਾਲ ਹੀ ਉਸ ਨੇ ਖੰਘਣਾ, ਚੂਸਣਾ, ਹਿਚਕੀ ਲੈਣਾ ਵੀ ਸਿਖ ਲਿਆ ਹੈ। ਬੱਚੇ ਦੇ ਸੁਪਨਿਆਂ ਵਿਚ ਖੋਹ ਗਏ। ਹੋ ਸਕਦਾ ਹੈ ਉਹ ਵੀ ਨੰਨ੍ਹੀ ਪਲਕਾਂ ਝਪਕਾ ਕੇ ਮੰਮਾ ਨੂੰ ਆਪਣੇ ਸੁਪਨੇ ਵਿਚ ਦੇਖ ਰਿਹਾ ਹੋਵੇ ਕਿਉਂਕਿ ਉਸ ਨੂੰ ਵੀ ਹੁਣ ਰੈਮ (ਰੈਪਿਡ ਆਈ ਮੂਵਮੈਂਟ) ਸਲੀਪ ਆਉਣ ਲਗੀ ਹੈ ਹਾਲਾਂਕਿ ਇਹ ਜਨਮ ਦਿਨ ਦੇ ਲਈ ਤਿਆਰ ਨਹੀਂ ਹੈ। ਵੈਸੇ ਉਸ ਦੇ ਫੇਫੜੇ ਪੂਰੀ ਤਰ੍ਹਾਂ ਵਿਕਸਿਤ ਹੋ ਗਏ ਹਨ। ਹੁਣ ਵੀ ਬਹੁਤ ਸਾਰਾ ਵਿਕਾਸ ਹੋਣਾ ਬਾਕੀ ਹੈ।

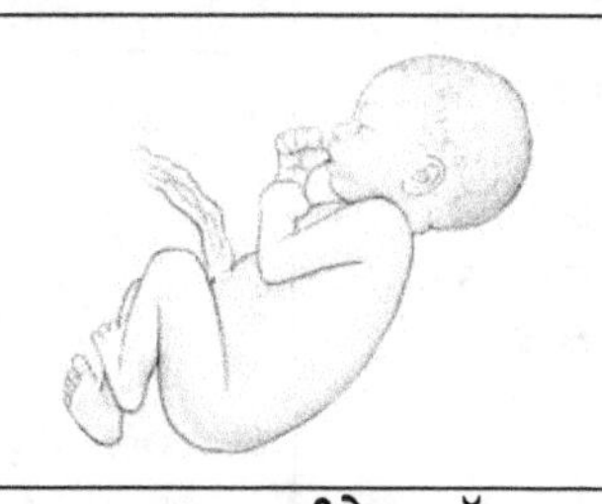
ਤੁਹਾਡਾ 6 ਮਹੀਨੇ ਦਾ ਬੱਚਾ

**29ਵਾਂ ਹਫ਼ਤਾ :-** ਇਸ ਸਮੇਂ ਤੁਹਾਡਾ ਬੱਚਾ ਕਰੀਬ 17″ ਲੰਬਾ ਅਤੇ ਉਸਦਾ ਵਜਨ ਕਰੀਬ 3 ਪੌਂਡ ਹੋ ਸਕਦਾ ਹੈ। ਹਾਲਾਂਕਿ ਉਸਦੀ ਲੰਬਾਈ ਜਨਮ ਦੇ ਲਈ ਕਾਫ਼ੀ ਹੱਦ ਤਕ ਤਿਆਰ ਹੈ ਪ੍ਰੰਤੂ ਹੁਣ ਵੀ ਕਈ ਕੰਮ ਬਾਕੀ ਹਨ। ਦਰਅਸਲ ਅਗਲੇ 11 ਹਫ਼ਤਿਆਂ ਵਿਚ ਬੱਚੇ ਦਾ ਵਜਨ ਦੁਗਣਾ ਜਾਂ ਫਿਰ ਤਿੰਨ ਗੁਣਾ ਵੀ ਹੋ ਸਕਦਾ ਹੈ। ਇਹ ਸਾਰਾ ਵਜਨ ਉਸ ਦੇ ਸਰੀਰ ਵਿਚ ਜਮਾਂ ਹੋਣ ਵਾਲੀ ਵਸਾ ਤੋਂ ਆਏਗਾ। ਹੁਣ ਤੁਹਾਡੀ ਕੁੱਖ ਕਾਫ਼ੀ ਹੱਦ ਤਕ ਭਰੀ-ਭਰੀ ਮਹਿਸੂਸ ਹੋਵੇਗੀ ਅਤੇ ਕਿਕ ਦੀ ਬਜਾਏ, ਘੁਟਣਾ ਜਾਂ ਕੋਹਣੀ ਚੁੱਭਣ ਦਾ ਅਹਿਸਾਸ ਹੋਵੇਗਾ।

**30ਵਾਂ ਹਫ਼ਤਾ :-** 17 ਇੰਚ ਲੰਬਾ ਅਤੇ 3 ਪੌਂਡ ਦਾ ਪਿਆਰਾ ਜਿਹਾ ਬੱਚਾ ਉਹ ਦਿਨ ਪ੍ਰਤੀਦਿਨ ਵੱਧ ਰਿਹਾ ਹੈ। ਤੁਸੀਂ ਆਪਣੇ ਪੇਟ ਦੇ ਬਾਹਰ ਤੋਂ ਇਸ ਦਾ ਅੰਦਾਜ਼ਾ ਨਹੀਂ ਲਗਾ ਸਕਦੇ। ਉਸ ਦਾ ਦਿਮਾਗ਼ ਵੀ ਬਾਹਰ ਦੁਨੀਆ ਵਿਚ ਆਉਣ ਦੇ ਲਈ ਤਿਆਰ ਹੋ ਰਿਹਾਹੈ। ਉਸਦੇ ਦਿਮਾਗ਼ ਦੇ ਹਿੱਸੇ ਹੌਲੀ-ਹੌਲੀ ਵਿਕਸਿਤ ਹੋਣਗੇ ਕਿਉਂਕਿ ਉਸ ਨੇ ਜਨਮ ਲੈ ਕੇ ਘੁਟਨਿਆਂ ਦੇ ਸਹਾਰੇ ਰੇਂਗਨਾ ਹੈ, ਸਕੂਲ ਜਾਣਾ ਹੈ ਅਤੇ ਫਿਰ ਇਕ ਚੰਗੇ ਦਿਮਾਗ਼ ਵਾਲਾ ਵਿਅਕਤੀ ਬਣਨਾ ਹੈ। ਉਸ ਦੇ ਸਰੀਰ ਦਾ ਤਾਪਮਾਨ ਵੀ ਵਿਕਸਿਤ ਹੋਣ ਲਗਾ ਹੈ। ਉਸ ਦੇ ਸਰੀਰ ਤੇ ਵਾਲ ਉਗ ਗਏ ਹਨ।

**31ਵਾਂ ਹਫ਼ਤਾ :-** ਹਾਲਾਂਕਿ ਬੱਚੇ ਦਾ ਵਜਨ 3-5 ਪੌਂਡ ਦੇ ਵਿਚਕਾਰ ਹੈ ਪ੍ਰੰਤੂ ਅਜੇ ਉਸ ਨੂੰ ਡਿਲੀਵਰੀ ਤਕ ਕਾਫ਼ੀ ਵਜਨ ਵਧਾਉਣਾ ਹੈ। ਇਸ ਹਫ਼ਤੇ ਉਸ ਦਾਵਜਨ 5 ਪੌਂਡ ਤੋਂ ਵੀ ਜ਼ਿਆਦਾ ਹੋ ਸਕਦਾ ਹੈ। ਉਹ ਆਪਣੇ ਜਨਮ ਦੀ ਲੰਬਾਈ ਤਕ ਬੜੀ ਤੇਜੀ ਨਾਲ ਵੱਧ ਰਿਹਾ ਹੈ। ਉਸ ਦੇ ਦਿਮਾਗ਼ ਦੇ ਸੰਪਰਕ ਬਣਨ ਲਗੇ ਹਨ। ਉਹ ਆਪਣੀਆਂ ਪੰਜਾਂ ਇੰਦਰੀਆਂ ਦੇ ਸੰਕੇਤ ਸਮਝਣ ਲਗਾ ਹੈ। ਇਨ੍ਹਾਂ ਦਿਨਾਂ ਵਿਚ ਉਹ ਕਾਫ਼ੀ ਹੱਦ ਤਕ ਰੈਮ ਸਲੀਪ ਵਿਚ ਵੀ ਰਹਿਣ ਲਗਿਆ ਹੈ। ਉਸ ਦੇ ਕਿਕ ਮਾਰਨ ਜਾਂ ਹਲਚਲ ਕਰਨ ਦੇ ਪੈਟਰਨ ਤੋਂ ਵੀ ਤੁਸੀਂ ਕਾਫ਼ੀ ਹੱਦ ਤਕ ਉਸ ਦੇ ਸੋਣ-ਜਾਗਣ ਦਾ ਪਤਾ ਲਗਾ ਸਕਦੀ ਹੋ।

## ਤੁਸੀਂ ਕੀ ਮਹਿਸੂਸ ਕਰ ਰਹੀ ਹੋਵੋਗੀ?

ਹਮੇਸ਼ਾਂ ਦੀ ਤਰ੍ਹਾਂ ਯਾਦ ਰਖੋ ਕਿ ਹਰ ਗਰਭ-ਅਵਸਥਾ ਅਤੇ ਹਰ ਔਰਤ ਆਪਣੇ-ਆਪ ਵਿਚ ਅਨੋਖੀ ਹੁੰਦੀ ਹੈ। ਹੋ ਸਕਦਾ ਹੈ ਕਿ ਤੁਸੀਂ ਇਕ ਵਾਰ ਜਾਂ ਫਿਰ ਕਦੀ-ਕਦੀ ਇਨ੍ਹਾਂ ਲੱਛਨਾਂ ਨੂੰ ਮਹਿਸੂਸ ਕਰ ਰਹੀ ਹੋਵੋ। ਕੁਝ ਲੱਛਣ ਪਿਛਲੇ ਮਹੀਨੇ ਤੋਂ ਚਲੇ ਆ ਰਹੇ ਹੋਣਗੇ ਅਤੇ ਕੁਝ ਨਵੇਂ ਹੋਣਗੇ। ਕੁਝ ਲੱਛਣਾਂ ਦੀ ਇੰਨੀ ਆਦੀ ਹੋ ਜਾਵੋਗੀ ਕਿ ਉਨ੍ਹਾਂ ਨੂੰ ਪਹਿਚਾਨਣਾ ਵੀ ਮੁਸ਼ਕਿਲ ਹੋਵੇਗਾ। ਤੁਹਾਡੇ ਲੱਛਣ ਇਨ੍ਹਾਂ ਵਿਚੋਂ ਕੁਝ ਘੱਟ ਵੀ ਹੋ ਸਕਦੇ ਹਨ। ਇਸ ਮਹੀਨੇ ਤੁਸੀਂ ਹੇਠ-ਲਿਖੇ ਲੱਛਣ ਮਹਿਸੂਸ ਕਰ ਸਕਦੀ ਹੋ।

### ਸ਼ਰੀਰਕ :-

- ਭਰੂਣ ਦੀਆਂ ਪਹਿਲਾਂ ਤੋਂ ਜ਼ਿਆਦਾ ਗਤੀਵਿਧੀਆਂ
- ਯੋਨੀ ਦੇ ਰਸਾਵ ਵਿਚ ਵਾਧਾ
- ਪੇਟ ਦੇ ਹੇਠਲੇ ਹਿੱਸੇ ਤੇ ਦੋਨੋਂ ਪਾਸੇ ਦਰਦ
- ਦਬਜ
- ਛਾਤੀ ਵਿਚ ਜਲਣ, ਅਪਾਚਣ ਤੇ ਅਫ਼ਾਰਾ
- ਸਿਰ ਵਿਚ ਦਰਦ, ਬੇਹੋਸ਼ੀ ਜਾਂ ਸਿਰ ਚਕਰਾਣਾ
- ਨੱਕ ਬੰਦ ਹੋਣਾ ਜਾਂ ਨੱਕ ਤੋਂ ਖ਼ੂਨ ਆਉਣਾ, ਕੰਨ ਵਿਚ ਗੰਦਗੀ
- ਬ੍ਰਸ਼ ਕਰਦੇ ਸਮੇਂ ਮਸੂੜਿਆਂ ਵਿਚ ਖ਼ੂਨ ਆਨਾ
- ਲੱਤਾਂ ਵਿਚ ਅਕੜਾਅ

**ਬੇਬੀ ਬ੍ਰੇਨ ਫੂਡ**

ਕੀ ਤੁਸੀਂ ਬੱਚੇ ਦੇ ਦਿਮਾਗ ਨੂੰ ਪੌਸ਼ਣ ਦੇ ਰਹੇ ਹੋ? ਉਸਦੇ ਦਿਮਾਗ ਦੇ ਵਿਕਾਸ ਲਈ ਤੀਜੀ ਤਿਮਾਹੀ ਵਿਚ ਓਮੇਗਾ-3 ਦੇਣਾ ਜ਼ਰੂਰੀ ਹੈ।

**ਇਕ ਨਜ਼ਰ**

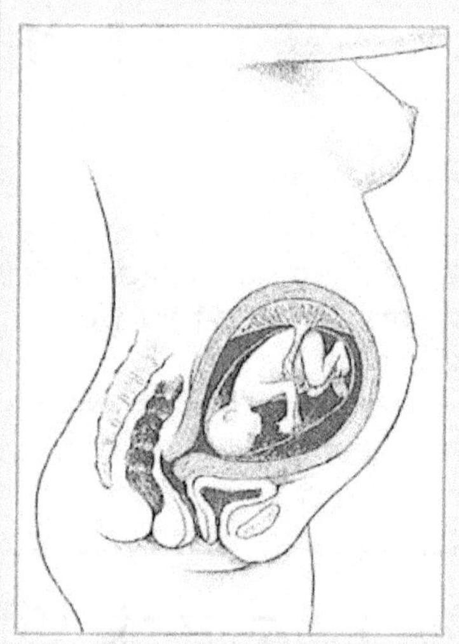

**ਇਸ ਮਹੀਨੇ ਦੀ ਸ਼ੁਰੂਆਤ ਵਿਚ ਗਰਭ ਯੋਨੀ ਪਿਊਬਿਕ ਬੋਨ ਤੋਂ ਕਰੀਬ 11" ਉਪਰ ਹੋਵੇਗਾ ਅਗਲੇ ਮਹੀਨੇ ਬੱਚੇ ਦਾ ਸਿਰ ਥੋੜ੍ਹਾ ਵੱਡਾ ਹੋ ਜਾਵੇਗਾ। ਤੁਸੀਂ ਇਸ ਨੂੰ ਨਾਭੀ ਤੋਂ 4 1/2" ਉਪਰ ਮਹਿਸੂਸ ਕਰ ਸਕੋਗੀ। ਹੁਣ ਇਸ ਨੇ 8 ਤੋਂ 10 ਹਫ਼ਤਿਆਂ ਤਕ ਹੋਰ ਵੀ ਵਿਸਤਾਰ ਪਾਉਣਾ ਹੈ, ਹੈਰਾਨ ਹੋ ਗਈ ਨਾ!**

- ਪਿੱਠ ਦਰਦ
- ਲੱਤਾਂ ਦੇ ਬੈਰੀਕੋਜ਼ ਵੇਂਸ।
- ਹੈਮਰਾੱਯਡਜ਼
- ਪੇਟ ਤੇ ਖੁਜਲੀ
- ਨਾਭੀ ਦਾ ਉਭਾਰ
- ਸਟ੍ਰੈਚ ਮਾਰਕਸ
- ਸਾਹ ਲੈਣ ਵਿਚ ਤਕਲੀਫ਼
- ਨੀਂਦ ਨਾ ਆਉਣਾ
- ਗਰਭਾਸ਼ਯ ਦਾ ਸੰਕੁਚਨਾ
- ਬੇਡੌਲ
- ਛਾਤੀ ਦਾ ਫੈਲਾਅ

### ਭਾਵਾਨਾਤਮਕ

- ਉਤੇਜਨਾ ਵਿਚ ਵਾਧਾ
- ਦੀਮਾਗ਼ ਗੁਆਚਿਆ-2 ਰਹਿਣਾ
- ਅਜੀਬ ਤੇ ਨਿਰਾਲੇ ਸੁਪਨੇ
- ਉਦਾਸੀ ਜਾਂ ਉਬ ਦਾ ਵਧਣਾ
- ਜੇਕਰ ਸਰੀਰਕ ਤੌਰ ਤੇ ਫਿਟ ਹੋ ਤਾਂ ਸੰਤੁਸ਼ਟੀ ਦਾ ਅਹਿਸਾਸ

## ਇਸ ਮਹੀਨੇ ਦਾ ਚੈੱਕਅਪ

ਇਸ ਮਹੀਨੇ ਦੇ ਚੈੱਕਅਪ ਵਿਚ ਦੋ ਨਵੀਆਂ ਗੱਲਾਂ ਸ਼ਾਮਲ ਜਾਣਗੀਆਂ। ਤੀਜੀ ਤਿਮਾਹੀ ਦੀ ਸ਼ੁਰੂਆਤ ਵਿਚ ਤੁਹਾਡੇ ਹੇਠ-ਲਿਖੇ ਚੈੱਕਅਪ ਹੋ ਸਕਦੇ ਹਨ। ਹਾਲਾਂਕਿ ਇਹ ਕਾਫ਼ੀ ਹੱਦ ਤੱਕ ਤੁਹਾਡੀ ਅਵਸਥਾ ਜਾਂ ਡਾਕਟਰ ਦੀ ਜਾਂਚ ਸ਼ੈਲੀ ਤੇ ਵੀ ਨਿਰਭਰ ਕਰਦਾ ਹੈ।

- ਵਜਨ ਤੇ ਬਲੱਡਪ੍ਰੈਸ਼ਰ
- ਸ਼ੁਗਰ ਤੇ ਪ੍ਰੋਟੀਨ ਦੇ ਲਈ ਪਿਸ਼ਾਬ ਦੀ ਜਾਂਚ
- ਗਰਭਾਸ਼ਯ ਦੀ ਉਚਾਈ
- ਗਰਭਾਸ਼ਯ ਦਾ ਆਕਾਰ ਤੇ ਸਥਿਤੀ
- ਹੱਥਾਂ-ਪੈਰਾਂ ਦੀ ਸੋਜਸ਼
- ਗੁਲੂਕੋਜ਼ ਸਕ੍ਰੀਨਿੰਗ ਟੈਸਟ
- ਅਨੀਮੀਆ ਦੇ ਲਈ ਖ਼ੂਨ ਦੀ ਜਾਂਚ
- ਕੁਝ ਨਵੇਂ ਲੱਛਣ, ਜੋ ਤੁਸੀਂ ਮਹਿਸੂਸ ਕਰ ਰਹੇ ਹੋਵੋ।

## ਤੁਸੀਂ ਕੀ ਸੋਚ ਰਹੀ ਹੋਵੋਗੀ ?

### ਥਕਾਨ ਦਾ ਆਉਣਾ

**"ਪਿਛਲੇ ਕੁਝ ਮਹੀਨਿਆਂ ਵਿਚ ਮੇਰੀ ਗੁਆਚੀ ਊਰਜਾ ਵਾਪਸ ਆਈ ਸੀ ਪ੍ਰੰਤੂ ਹੁਣ ਮੈਂ ਦੁਬਾਰਾ ਹਾਰਨ ਲਗੀ ਹਾਂ। ਕੀ ਤੀਜੀ ਤਿਮਾਹੀ ਵਿਚ ਇਸੇ ਤਰ੍ਹਾਂ ਥਕਾਨ ਰਹੇਗੀ?"**

ਗਰਭਾਸ਼ਯ ਤਾਂ ਉਤਾਰ-ਚੜ੍ਹਾਵਾਂ ਨਾਲ ਭਰੀ ਹੈ। ਸਿਰਫ਼ ਮੂਡ ਹੀ ਨਹੀਂ, ਊਰਜਾ ਦੇ ਲਈ ਵੀ ਇਹ ਗੱਲ ਕਹੀ ਜਾ ਸਕਦੀ ਹੈ। ਪਹਿਲੀ ਤਿਮਾਹੀ ਦੀ ਥਕਾਨ ਤੋਂ ਬਾਅਦ ਦੂਜੀ ਤਿਮਾਹੀ ਵਿਚ ਅਕਸਰ ਗੁਆਚੀ ਊਰਜਾ ਵਾਪਸ ਆਉਂਦੀ ਹੈ ਇਸ ਲਈ ਤੁਸੀਂ ਦੂਜੀ ਤਿਮਾਹੀ ਵਿਚਕੁਝ ਵੀ ਕਰ ਸਕਦੀ ਹੋ (ਕਸਰਤ!ਸੈਕਸ!ਸਫ਼ਰ!) ਪ੍ਰੰਤੂ ਤੀਜੀ ਤਿਮਾਹੀ ਆਉਂਦੇ-ਆਉਂਦੇ ਜ਼ਿਆਦਾਤਰ ਮੰਮੀਆਂ ਫਿਰ ਤੋਂ ਥਕਾਨ ਦੀ ਗ੍ਰਿਫ਼ਤ ਵਿਚ ਆਉਣ ਲਗਦੀਆਂ ਹਨ ਅਤੇ ਸੋਫ਼ੇ ਤੇ ਪੈਣ ਤੋਂ ਇਲਾਵਾ ਕੋਈ ਉਪਾਅ ਨਹੀਂ ਬਚਦਾ।

ਵੈਸੇ ਇਸ ਵਿਚ ਹੈਰਾਨੀ ਵਾਲੀ ਕੋਈ ਗੱਲ ਨਹੀਂ ਹੈ। ਹਾਲਾਂਕਿ ਤੀਜੀ ਤਿਮਾਹੀ ਵਿਚ ਥਕਾਨ ਹੋਣਾ ਸੁਭਾਵਕ ਹੈ ਪ੍ਰੰਤੂ ਇਸ ਦੇ ਬਾਵਜੂਦ ਹੋਰ ਵੀ ਕਈ ਕਾਰਣਾਂ ਕਰਕੇ ਤੁਸੀਂ ਥਕਦੇ ਹੋ। ਦੇਖੋ, ਇਸ ਸਮੇਂ ਤੁਸੀਂ ਕਿੰਨਾ ਭਾਰ ਉਠਾ ਰਖਿਆ ਹੈ। ਇਹ ਵਧਿਆ ਹੋਇਆ ਵਜਨ ਤੁਹਾਡੀ ਥਕਾਨ ਦਾ ਕਾਰਨ ਬਣ ਗਿਆ ਹੈ। ਇਸ ਦੇ ਕਾਰਣ : ਇਨ੍ਹਾਂ ਦਿਨਾਂ ਵਿਚ ਵਧੇ ਹੋਏ ਪੇਟ ਦੇਕਾਰਣ ਤੁਸੀਂ ਰਾਤ ਨੂੰ ਗਹਿਰੀ ਨੀਂਦ ਨਹੀਂ ਲੈ ਸਕਦੀ ਹੋਵੋਗੀ। ਤੁਹਾਡੇ ਦਿਮਾਗ਼ ਵਿਚ ਢੇਰ ਸਾਰੇ ਕੰਮਾਂ ਦੀ ਲਿਸਟ (ਸਾਮਾਨ, ਬੱਚੇ ਦਾ ਨਾਮ, ਡਾਕਟਰ ਤੋਂ ਪੁੱਛੇ ਜਾਣ ਵਾਲੇ ਪ੍ਰਸ਼ਨ ਆਦਿ) ਘੁੰਮਦੀ ਰਹਿੰਦੀ ਹੈ ਅਤੇ ਊਰਜਾ ਦਾ ਪੱਧਰ ਘਟਦਾ ਚਲਿਆ ਜਾਂਦਾ ਹੈ। ਇਸ ਤੋਂ ਇਲਾਵਾ ਦੂਜੇ ਬੱਚੇ ਨੂੰ ਖੁਆਉਣਾ-ਪਿਲਾਣਾ, ਦਫ਼ਤਰ ਤੇ ਘਰ ਦੀਆਂ ਕਈ ਜ਼ਿੰਮੇਵਾਰੀਆਂ ਦਿਮਾਗ਼ ਉਲਝਾਈ ਰਖਦੀਆਂ ਹਨ। ਇਨ੍ਹਾਂ ਸਭ ਦੇ ਕਾਰਣ ਥਕਾਨ ਦੁਗਣੀ-ਚੌਗੁਣੀ ਹੋ ਜਾਂਦੀ ਹੈ।

ਪ੍ਰੰਤੂ ਅਕਸਰ ਤੀਜੀ ਤਿਮਾਹੀ ਦੇਨਾਲ ਥਾਨ ਆਉਂਦੀ ਹੈ, ਇਸਦਾ ਮਤਲਬ ਇਹ ਨਹੀਂ ਕਿ ਤੁਸੀਂ ਤਿੰਨ ਮਹੀਨੇ ਕੰਮ ਤੋਂ ਛੁੱਟੀ ਲੈ ਕੇ ਸੋਫ਼ੇ ਤੇ ਪਸਰ ਜਾਓਗੀ। ਥਕਾਨ ਤਾਂ ਇਕ ਸੰਕੇਤ ਹੈ ਕਿ

ਤੁਹਾਡਾ ਸਰੀਰ ਆਰਾਮ ਚਾਹੁੰਦਾ ਹੈ। ਆਪਣੀ ਤੇਜ਼ੀ ਨਾਲ ਭੱਜਦੀ ਜ਼ਿੰਦਗੀ ਨੂੰ ਥੋੜ੍ਹਾ ਆਰਾਮ ਦਿਉ। ਗੈਰ-ਜ਼ਰੂਰੀ ਕੰਮਾਂ ਨੂੰ ਲਿਸਟ ਵਿਚੋਂ ਕੱਟ ਦਿਉ। ਆਪਣੇ ਰੋਜ਼ਮਰਾ ਵਿਚ ਕੁਝ ਸਥਿਰ ਤਕਨੀਕਾਂ ਸ਼ਾਮਲ ਕਰੋ। ਥੋੜ੍ਹੀ ਕਸਰਤ ਕਰੋ ਪ੍ਰੰਤੂ ਉਹ ਤੁਹਾਡੇ ਲਈ ਫ਼ਾਇਦੇਮੰਦ ਹੋਣ। 30 ਮਿੰਟ ਦੀ ਚਹਿਲਕਦਮੀ ਤੁਹਾਨੂੰ ਊਰਜਾ ਦੇਵੇਗੀ ਪ੍ਰੰਤੂ ਇਕ ਘੰਟੇ ਦੀ ਚਹਿਲਕਦਮੀ ਕਰੋਗੀ ਤਾਂ ਦੁਬਾਰਾ ਸੋਫ਼ੇ ਤੇ ਲੇਟਣਾ ਪਵੇਗਾ। ਕਸਰਤ ਵੀ ਸਹੀ ਸਮੇਂ ਤੇ ਕਰੋ। ਜੇਕਰ ਸੌਣ ਤੋਂ ਪਹਿਲਾਂ ਕਸਰਤ ਕਰੋਗੀ ਤਾਂ ਬਚੀ-ਖੁਚੀ ਨੀਂਦ ਵੀ ਭੱਜ ਜਾਵੇਗੀ ਕਿਉਂਕਿ ਸਰੀਰ ਨੂੰ ਸ਼ਾਂਤ ਹੋਣ ਵਿਚ ਸਮਾਂ ਲਗਦਾ ਹੈ। ਖ਼ਾਲੀ ਪੇਟ ਨ ਰਹੋ ਆਪਣੀ ਊਰਜਾ ਦਾ ਪੱਧਰ ਬਣਾਈ ਰੱਖਣ ਲਈ ਸਮੇਂ-ਸਮੇਂ ਤੇ ਪੌਸ਼ਟਿਕ ਸਨੈਕਸ ਲੈਂਦੀ ਰਹੋ ਜਿਵੇਂ-ਚੀਜ਼ ਤੇ ਕ੍ਰੈਕਰਜ਼, ਟ੍ਰੇਲ ਮਿਕਸ, ਕੈਫ਼ੀਨ ਜਾਂ ਚੀਨੀ ਦੀ ਥਾਂ ਇਸ ਤੋਂ ਇਲਾਵਾ ਤੁਹਾਨੂੰ ਬਿਹਤਰ ਊਰਜਾ ਮਿਲ ਸਕਦੀ ਹੈ।

ਉਂਝ ਤਾਂ ਤੀਜੀ ਤਿਮਾਹੀ ਦੀ ਥਕਾਨ ਦੇ ਰਾਹੀਂ ਕੁਦਰਤ ਸੰਕੇਤ ਦੇਂਦੀ ਹੈ ਕਿ ਹੁਣ ਸੰਭਾਵੀ ਮਾਂ ਨੂੰ ਆਪਣੀ ਊਰਜਾ ਦਾ ਇਕ-ਇਕ ਕਤਰਾ ਸੰਜੋਣਾ ਹੋਵੇਗਾ। ਪ੍ਰਸਵ ਦੇ ਲਈ ਆਪਣੀ ਸਾਰੀ ਤਾਕਤ ਬਚਾਕੇ ਰਖਣੀ ਹੋਵੇਗੀ ਅਤੇ ਉਸ ਤੋਂ ਬਾਅਦ ਤਾਂ ਤਾਕਤ ਤੇ ਊਰਜਾ ਦੀ ਹੋਰ ਵੀ ਜ਼ਰੂਰਤ ਪਵੇਗੀ।

ਜੇਕਰ ਵਾਧੂ ਆਰਾਮ ਦੇ ਬਾਵਜੂਦ ਤੁਹਾਡੀ ਥਕਾਨ ਨਹੀਂ ਘਟਦੀ ਤਾਂ ਆਪਣੇ ਡਾਕਟਰ ਨੂੰ ਮਿਲੋ। ਕਦੀ-ਕਦੀ ਅਨੀਮੀਆ ਦੇ ਕਾਰਣ ਵੀ ਤੀਜੀ ਤਿਮਾਹੀ ਵਿਚ ਥਕਾਨ ਰਹਿਣ ਲਗਦੀ ਹੈ। ਇਸੇ ਕਾਰਣ ਡਾਕਟਰ ਸਤਵੇਂ ਮਹੀਨੇ ਵਿਚ ਖ਼ੂਨ ਦੀ ਜਾਂਚ ਵੀ ਕਰਦੇ ਹਨ ਤਾਂ ਜੋ ਸਮਾਂ ਰਹਿੰਦਿਆਂ ਅਨੀਮੀਆ ਦਾ ਇਲਾਜ ਹੋ ਸਕੇ।

## ਸੋਜਸ਼

**"ਦਿਨ ਦੇ ਢਲਦੇ ਹੀ ਮੇਰੇ ਪੈਰਾਂ ਅਤੇ ਗੋਡਿਆਂ ਵਿਚ ਅਕਸਰ ਸੋਜਸ਼ ਆ ਜਾਂਦੀ ਹੈ। ਇੰਝ ਕਿਉਂ ਹੁੰਦਾ ਹੈ?**

ਇਨ੍ਹਾਂ ਦਿਨਾਂ ਵਿਚ ਸਿਰਫ਼ ਤੁਹਾਡਾ ਪੇਟ ਹੀ ਨਹੀਂ ਫੁਲ ਰਿਹਾ ਹੈ। ਗਰਭਵਤੀ ਮਾਂ ਨੂੰ ਇਸ ਤੋਂ ਇਲਾਵਾ ਹੋਰ ਵੀ ਬਹੁਤ ਕੁਝ ਸਹਿਣਾ ਪੈਂਦਾ ਹੈ। ਨਾ ਕੇਵਲ ਤੁਹਾਡੇ ਜੁਤੇ ਟਾਈਟ ਲੱਗਦੇ ਹੋਣਗੇ ਸਗੋਂ ਹੱਥਾਂ ਤੋਂ ਅੰਗੂਠੀਆਂ ਉਤਾਰਣਾ ਵੀ ਮੁਸ਼ਕਿਲ ਹੋ ਰਿਹਾ ਹੋਵੇਗਾ। ਗਰਭ ਸਮੇਂ ਹੱਥਾਂ-ਪੈਰਾਂ ਤੇ ਗੋਡਿਆਂ ਦੀ ਸੋਜਸ਼ ਇਕ ਆਮ ਗੱਲ ਹੈ ਕਿਉਂਕਿ ਇਨ੍ਹਾਂ ਦਿਨਾਂ ਵਿਚ ਸਰੀਰ ਵਿਚ ਦ੍ਰਵਾਂ ਦੀ ਮਾਤਰਾ ਵੱਧ ਜਾਂਦੀ ਹੈ। ਗਰਭ ਸਮੇਂ ਤਕਰੀਬਨ 75 ਪ੍ਰਤੀਸ਼ਤ ਔਰਤਾਂ ਕਦੀ-ਨ-ਕਦੀ ਸੋਜਸ਼ ਦੀ ਸ਼ਿਕਾਇਤ ਕਰਦੀਆਂ ਹਨ ਜਦੋਂਕਿ 25 ਪ੍ਰਤੀਸ਼ਤ ਔਰਤਾਂ ਨੂੰ ਅਜਿਹੀ ਕੋਈ ਸ਼ਿਕਾਇਤ ਨਹੀਂ ਹੁੰਦੀ। ਤੁਸੀਂ ਧਿਆਨ ਦਿੱਤਾ ਹੋਵੇਗਾ ਕਿ ਗਰਮ ਮੌਸਮ ਵਿਚ, ਜ਼ਿਆਦਾ ਦੇਰ ਤਕ ਖੜੇ ਹੋਣ ਜਾਂ ਬੈਠਨ ਨਾਲ ਜਾਂ ਫਿਰ ਦਿਨ ਦੇ ਅਖ਼ੀਰ ਵਿਚ ਇਹ ਸੋਜਸ਼ ਕਾਫ਼ੀ ਵੱਧ ਜਾਂਦੀ ਹੈ। ਜੇਕਰ ਕਈ ਘੰਟੇ ਆਰਾਮ ਕੀਤਾ ਜਾਵੇ ਜਾਂ ਗੂੜ੍ਹੀ ਨੀਂਦ ਲੈ ਲਈ ਜਾਵੇ ਤਾਂ ਇਹ ਸੋਜਸ਼ ਕਾਫ਼ੀ ਹੱਦ ਤਕ ਘਟ ਸਕਦੀ ਹੈ।

> **ਅੰਗੂਠੀਆਂ ਦਾ ਕੀ ਕਰਾਂ?**
>
> ਤੁਹਾਡੇ ਹੱਥਾਂ ਦੀਆਂ ਉਂਗਲੀਆਂ ਹੌਲੀ-ਹੌਲੀ ਸੁਜ ਰਹੀਆਂ ਹਨ। ਇਸ ਵਿਚ ਪਾਈਆਂ ਅੰਗੂਠੀਆਂ ਬਾਅਦ ਵਿਚ ਮੁਸੀਬਤ ਬਣ ਸਕਦੀਆਂ ਹਨ। ਇਨ੍ਹਾਂ ਨੂੰ ਹੁਣ ਤੋਂ ਉਤਾਰਨ ਵਿਚ ਪਰੇਸ਼ਾਨੀ ਹੋ ਰਹੀ ਹੈ ਤਾਂ ਇਨ੍ਹਾਂ ਨੂੰ ਸਵੇਰੇ-ਸਵੇਰੇ ਆਪਣੇ ਹੱਥ ਠੰਢੇ ਕਰਨ ਤੋਂ ਬਾਅਦ ਉਤਾਰੋ ਤੇ ਉਤਾਰਦੇ ਸਮੇਂ ਹੱਥਾਂ ਤੇ ਥੋੜ੍ਹਾ ਸਾਬਣ ਲਗਾ ਲਉ।

ਆਮ ਤੌਰ ਤੇ ਇਸ ਸੋਜਸ਼ ਨਾਲ ਹਲਕੀ ਜਿਹੀ ਪਰੇਸ਼ਾਨੀ ਹੁੰਦੀ ਹੈ ਜਾਂ ਫਿਰ ਫ਼ੈਸ਼ਨ ਨਾਲ ਸਮਝੌਤਾ ਕਰਨਾ ਪੈਂਦਾ ਹੈ। ਤੁਸੀਂ ਆਪਣੇ ਸਟਾਇਲਿਸ਼ ਸ਼ੂ ਨਹੀਂ ਪਾ ਸਕਦੀਆਂ। ਜੇਕਰ ਫਿਰ ਵੀ ਤੁਸੀਂ ਇਸ ਸੋਜਸ਼ ਤੋਂ ਰਾਹਤ ਪਾਉਣ ਦੇ ਕੁਝ ਉਪਾਅ ਜਾਣਨਾ ਚਾਹੁੰਦੀਆਂ ਹੋ ਤਾਂ ਇਨ੍ਹਾਂ ਨੂੰ ਪੜ੍ਹੋ :

- ਜੇਕਰ ਬਹੁਤ ਦੇਰ ਤਕ ਖੜੀ ਰਹਿ ਕੇ ਕੰਮ ਕੀਤਾ ਹੈ ਤਾਂ ਥੋੜ੍ਹੀ ਦੇਰ ਬੈਠ ਜਾਓ। ਜੇਕਰ ਬਹੁਤ ਦੇਰ ਤਕ ਬੈਠਕੇ ਕੰਮ ਕੀਤਾ ਹੈ ਤਾਂ ਕੁਝ ਦੇਰ ਟਹਿਲ ਲਉ। ਦਫ਼ਤਰ ਵਿਚ ਹਰ ਥੋੜ੍ਹੀ ਦੇਰ ਬਾਅਦ ਖੜੀ ਹੋਵੋ। 5 ਮਿੰਟ ਦੀ ਚਹਿਲਕਦਮੀ ਨਾਲ ਸਰੀਰ ਦਾ ਖ਼ੂਨ ਦੌਰਾ ਸੁਚਾਰੂ ਹੋ ਜਾਵੇਗਾ।
- ਆਪਣੀਆਂ ਲੱਤਾਂ ਉਚੀਆਂ ਰੱਖੋ। ਬੈਠਦੇ ਸਮੇਂ ਆਪਣੇ ਪੈਰ ਉੱਚੇ ਰਖ ਲਉ ਕੇਵਲ ਤੁਸੀਂ ਹੀ ਹੋ, ਜਿਸ ਨੂੰ ਬੈਠਦੇ ਸਮੇਂ ਲੱਤਾਂ ਉੱਚੀਆਂ ਰੱਖਣ ਦਾ ਪੂਰਾ ਹੱਕ ਹੈ।
- ਆਪਣੀ ਇਕ ਸਾਈਡ ਲੇਟਕੇ ਆਰਾਮ ਕਰੋ। ਜੇਕਰ ਤੁਸੀਂ ਹੁਣ ਤਕ ਇਵੇਂ ਨਹੀਂ ਸੌਂਦੇ ਤਾਂ

ਇਸ ਦੀ ਆਦਤ ਪਾ ਲਉ। ਇਸ ਨਾਲ ਕਿਡਨੀ ਪੂਰੀ ਗਤੀ ਨਾਲ ਆਪਣਾ ਕੰਮ ਕਰਦੀ ਰਹੇਗੀ। ਵਿਅਰਥ ਦੇ ਦ੍ਰਵ ਸਰੀਰ ਤੋਂ ਨਿਕਲਦੇ ਰਹਿਣਗੇ ਅਤੇ ਸੋਜਸ਼ ਘਟੇਗੀ।

- ਇਸ ਸਮੇਂ ਆਪਣੇ ਫ਼ੈਸ਼ਨ ਨਹੀਂ, ਸਰੀਰ ਦਾ ਆਰਾਮ ਪਹਿਲਾਂ ਦੇਖਣਾ ਚਾਹੀਦਾ ਹੈ। ਠੀਕ ਹੈ ਥੋੜ੍ਹੀ ਦੇਰ ਦੇ ਲਈ ਫ਼ੈਸ਼ਨ ਦਾ ਸਾਥ ਦਿਉ ਪ੍ਰੰਤੂ ਘਰ ਆਉਂਦੇ ਹੀ ਆਰਾਮਦਾਇਕ ਸਲੀਪਰ ਪਾ ਲਉ।
- ਜੇਕਰ ਡਾਕਟਰ ਨੇ ਹਰੀ ਝੰਡੀ ਦੇ ਦਿੱਤੀ ਹੈ ਤਾਂ ਕਸਰਤ ਕਰਦੀ ਰਹੋ, ਸੋਜਸ਼ ਕਾਫ਼ੀ ਹਦ ਤਕ ਘਟ ਜਾਵੇਗੀ। ਚੱਲਣ ਨਾਲ ਖ਼ੂਨ ਸੰਚਾਰ ਹੁੰਦਾ ਰਹੇਗਾ। ਇਕ ਜਗ੍ਹਾ ਖ਼ੂਨ ਜੰਮੇਗਾ ਨਹੀਂ। ਤੈਰਾਕੀ ਜਾਂ ਪਾਣੀ ਵਿਚ ਐਰੋਬਿਕਸ ਵੀ ਫ਼ਾਇਦੇਮੰਦ ਹੋ ਸਕਦੇ ਹਨ ਕਿਉਂਕਿ ਪਾਣੀ ਨਾਲ ਉੱਤਕਾਂ ਤੇ ਕਬਾਅ ਪਏਗਾ, ਦ੍ਰਵ ਤੁਹਾਡੀਆਂ ਨਸਾਂ ਵਿਚੋਂ ਹੁੰਦੇ ਹੋਏ ਕਿਡਨੀ ਤਕ ਜਾਣਗੇ ਅਤੇ ਫਿਰ ਤੁਸੀਂ ਉਨ੍ਹਾਂ ਨੂੰ ਸਰੀਰ ਤੋਂ ਬਾਹਰ ਕੱਢ ਸਕੋਗੀ।
- ਤੁਸੀਂ ਜਿੰਨਾਂ ਪਾਣੀ ਪੀਓ, ਉਨਾਂ ਹੀ ਵਧੀਆ ਹੋਵੇਗਾ। ਦਿਨ ਵਿਚ ਘੱਟ ਤੋਂ ਘੱਟ 8 ਗਿਲਾਸ ਪਾਣੀ ਪੀਣ ਨਾਲ ਸਰੀਰ ਦੇ ਵਿਅਰਥ ਪਦਾਰਥ ਬਾਹਰ ਨਿਕਲਦੇ ਰਹਿਣਗੇ ਦ੍ਰਵ ਜਾਂ ਤਰਲ ਪਦਾਰਥ ਦੀ ਮਾਤਰਾ ਘਟਾਉਣ ਨਾਲ ਸੋਜਸ਼ ਨਹੀਂ ਘਟੇਗੀ।
- ਸਵਾਦ ਦੇ ਹਿਸਾਬ ਨਾਲ ਹੀ ਨਮਕ ਦਾ ਇਸਤੇਮਾਲ ਕਰੋ। ਕਹਿੰਦੇ ਹਨ ਕਿ ਨਮਕ ਘਟ ਲੈਣ ਨਾਲ ਸੋਜਸ਼ ਘਟਦੀ ਹੈ ਪ੍ਰੰਤੂ ਹੁਣ ਪਤਾ ਚਲਿਆ ਹੈ ਕਿ ਨਮਕ ਘੱਟ ਲੈਣ ਨਾਲ ਵੀ ਸੋਜਸ਼ ਵਧਦੀ ਹੈ ਇਸ ਲਈ ਨਮਕ ਲਉ ਪ੍ਰੰਤੂ ਸੀਮਿਤ ਮਾਤਾਰਾ ਵਿਚ...
- ਸਪੋਰਟ ਹੋਜ਼ ਦੇਖਣ ਵਿਚ ਚਾਹੇ ਸੈਕਸੀ ਨ ਲਗੇ ਪ੍ਰੰਤੂ ਇਸ ਨਾਲ ਤੁਹਾਡੀਆਂ ਲੱਤਾਂ ਨੂੰ ਸਹਾਰਾ ਮਿਲਦਾ ਹੈ। ਗਰਭ ਸਮੇਂ ਪਾਉਣ ਲਈ ਕਈ ਤਰ੍ਹਾਂ ਦੇ ਹੋਜ਼ ਮਿਲਦੇ ਹਨ। ਤੁਸੀਂ ਆਪਣੀ ਪਸੰਦ ਦੇ ਹਿਸਾਬ ਨਾਲ ਕੁਝ ਵੀ ਚੁਣ ਸਕਦੀ ਹੋ।

ਸੋਜਸ਼ ਸਬੰਧੀ ਚੰਗੀ ਗੱਲ ਇਹ ਹੈ ਕਿ ਇਹ ਅਸਥਾਈ ਹੁੰਦੀ ਹੈ। ਡਿਲੀਵਰੀ ਤੋਂ ਬਾਅਦ ਤੁਹਾਡੇ ਹੱਥਾਂ-ਪੈਰਾਂ ਦੀ ਸੋਜਸ਼ ਉਤਰਨ ਵਿਚ ਇਕ ਹਫ਼ਤਾ ਜਾਂ ਫਿਰ ਪੂਰਾ ਮਹੀਨਾ ਵੀ ਲਗ ਸਕਦਾ ਹੈ ਉਦੋਂ ਤਕ ਤਾਂ ਇਸਦਾ ਹੀ ਆਨੰਦ ਲਉ ਕਿਉਂਕਿ ਪੇਟ ਵਧਿਆ ਹੋਣ ਕਾਰਣ ਤੁਹਾਨੂੰ ਪੈਰਾਂ ਦੀ ਸੋਜਸ਼ ਦਿਖਾਈ ਨਹੀਂ ਦੇਵੇਗੀ।

ਜੇਕਰ ਤੁਹਾਡੀ ਸੋਜਸ਼ ਆਮ ਨਾਲੋਂ ਕੁਝ ਵੱਧ ਲਗ ਰਹੀ ਹੈ ਤਾਂ ਆਪਣੇ ਡਾਕਟਰ ਨੂੰ ਦਿਖਾਉ। ਜ਼ਰੂਰਤ ਤੋਂ ਜ਼ਿਆਦਾ ਸੋਜਸ਼ 'ਪ੍ਰੀਕਲੈਂਪਸਿਆ' ਦੇ ਕਾਰਣ ਵੀ ਹੋ ਸਕਦੀ ਹੈ ਪ੍ਰੰਤੂ ਇਸ ਦੇ ਨਾਲ ਅਚਾਨਕ ਵਜਨ ਵਧਣਾ, ਖ਼ੂਨ ਦਾ ਦਬਾਅ ਵਧਣਾ ਜਾਂ ਪਿਸ਼ਾਬ ਵਿਚ ਪ੍ਰੋਟੀਨ ਵੱਧ ਵਰਗੇ ਲੱਛਣ ਵੀ ਹੁੰਦੇ ਹਨ। ਡਾਕਟਰ ਹਰ ਵਾਰ ਇਨ੍ਹਾਂ ਲੱਛਣਾਂ ਦੀ ਜਾਂਚ ਕਰਦੇ ਹਨ। ਇਸ ਲਈ ਇਸ ਦੀ ਚਿੰਤਾਂ ਨਾ ਕਰੋ। ਜੇਕਰ ਸੋਜਸ਼ ਦੇ ਨਾਲ ਵਜਨ ਕਾਫ਼ੀ ਵੱਧ ਜਾਏ, ਸਿਰ ਵਿਚ ਦਰਦ ਹੋਣ ਲਗੇ ਜਾਂ ਫਿਰ ਨਜ਼ਰ ਕਮਜ਼ੋਰ ਲਗੇ ਤਾਂ ਡਾਕਟਰ ਦੇ ਕੋਲ ਜਾਣ ਵਿਚ ਦੇਰ ਨਾ ਕਰੋ।

## ਚਮੜੀ ਤੇ ਉਭਾਰ (ਗੂਮੜ)

**"ਹਾਲਾਂਕਿ ਇਹ ਸਟ੍ਰੈਚ ਮਾਰਕਸ ਹੁਣ ਤਕ ਇੰਨੇ ਭੱਦੇ ਤਾਂ ਨਹੀਂ ਲਗਦੇ ਸੀ ਲੇਕਿਨ ਹੁਣ ਇਨ੍ਹਾਂ ਸਟ੍ਰੈਚ ਮਾਰਕਸ ਤੇ ਕੁਝ ਗੂਮੜ ਜਿਹੇ ਵੀ ਉਭਰ ਆਏ ਹਨ, ਇਹ ਕੀ ਹਨ?**

ਖ਼ੁਸ਼ ਹੋਜਾਓ, ਡਿਲੀਵਰੀ ਵਿਚ ਤਿੰਨ ਮਹੀਨੇ ਤੋਂ ਵੀ ਘੱਟ ਸਮਾਂ ਰਹਿ ਗਿਆ ਹੈ। ਤੁਸੀਂ ਬੜੀ ਆਸਾਨੀ ਨਾਲ ਇਨ੍ਹਾਂ ਸਭ ਬੇਹੁਦੇ ਅਤੇ ਭੱਦੇ ਲੱਛਣਾਂ ਨੂੰ ਅਲਵਿਦਾ ਕਹਿ ਸਕੋਗੀ। ਉਦੋਂ ਤੱਕ ਇੰਨਾ ਸਮਝ ਲਉ ਕਿ ਇਹ ਤੁਹਾਡੇ ਤੇ ਤੁਹਾਡੇ ਬੱਚੇ ਦੇ ਲਈ ਖ਼ਤਰਨਾਕ ਨਹੀਂ ਹਨ। ਇਸ ਨੂੰ ਮੈਡੀਕਲ ਭਾਸ਼ਾ ਵਿਚ ਪਾੱਲੀਮੌਫਿਕ ਈਪਸ਼ਨ ਆੱਫ ਪ੍ਰੇਗਨੈਂਸੀ ਕਹਿੰਦੇ ਹਨ। ਡਿਲੀਵਰੀ ਤੋਂ ਬਾਅਦ ਇਹ ਠੀਕ ਹੋ ਜਾਂਦੇ ਹਨ ਅਤੇ ਆਉਣ ਵਾਲੀ ਦੂਜੇ ਗਰਭ ਸਮੇਂ ਵਿਚ ਪ੍ਰਗਟ ਨਹੀਂ ਹੁੰਦੇ ਉਂਝ ਤਾਂ ਇਹ ਪੇਟ ਦੇ ਸਟ੍ਰੈਚ ਮਾਰਕਸ ਤੇ ਉਭਰਦੇ ਹਨ। ਪ੍ਰੰਤੂ ਕਦੀ-ਕਦੀ ਪੱਟਾਂ, ਪੁਠਿਆਂ ਜਾਂ ਬਾਹਾਂ ਤੇ ਵੀ ਦਿਖਾਈ ਦੇਂਦੇ ਹਨ। ਡਾਕਟਰ ਨੂੰ ਦਿਖਾਉ ਤੇ ਕੋਈ ਦਵਾਈ, ਐਂਟੀਹਿਸਟੇਮਾਈਨ ਜਾਂ ਇਨ੍ਹਾਂ ਨੂੰ ਘਟਲਾਉਣ ਦਾ ਤਰੀਕਾ ਦੱਸਣਗੇ।

ਪਰਵ ਸਮੇਂ ਚਮੜੀ ਤੇ ਕਿਸੇ ਵੀ ਤਰ੍ਹਾਂ ਦੀ ਪ੍ਰਤਿਕ੍ਰਿਆ ਦਿਖਾਈ ਦੇ ਸਕਦੀ ਹੈ। ਕਿਸੇ ਵੀਤਰ੍ਹਾਂ ਦੇ ਲੱਛਣ ਸਾਹਮਣੇ ਆ ਸਕਦੇ ਹਨ। ਹਾਲਾਂਕਿ ਤੁਹਾਨੂੰ ਇਨ੍ਹਾਂ ਨੂੰ ਡਾਕਟਰ ਨੂੰ ਜ਼ਰੂਰ ਦਿਖਾਉਣਾ ਚਾਹੀਦਾ ਹੈ ਪ੍ਰੰਤੂ ਇਨ੍ਹਾਂ ਨੂੰ ਐਨੀ ਗੰਭੀਰਤਾ ਨਾਲ ਨਹੀਂ ਲੈਣਾ ਚਾਹੀਦਾ।

## ਪਿੱਠ ਦੇ ਹੇਠਲੇ ਹਿੱਸੇ ਤੇ ਲੱਤ ਵਿਚ ਦਰਦ (ਸ਼ਿਯਾਟਿਕਾ)

**"ਮੇਰੀ ਪਿੱਠ ਦੇ ਹੇਠਲੇ ਹਿੱਸੇ ਤੇ ਪੁਠਿਆਂ ਹੁੰਦੇ ਹੋਏ ਲੱਤ ਵਿਚ ਦਰਦ ਹੋ ਰਿਹਾ ਹੈ। ਇਹ ਕੀ ਹੈ?"**

ਇੰਝ ਲਗਦਾ ਹੈ ਕਿ ਤੁਹਾਡੇ ਸਰੀਰ ਦੀ ਸ਼ਿਯਾਟਿਕਾ ਨਸ ਦਬ ਰਹੀ ਹੈ। ਹੁਣ ਤੁਹਾਡਾ ਬੱਚਾ ਡਿਲੀਵਰੀ ਦੇ ਲਈ ਸਹੀ ਸਥਿਤੀ ਵਿਚ ਆ ਰਿਹਾ ਹੈ। ਇਸ ਪ੍ਰਕ੍ਰਿਆ ਵਿਚ ਉਸ ਦਾ ਸਿਰ ਤੇ ਵਧੀ ਹੋਈ ਗਰਭ ਯੋਨੀ ਸ਼ਿਯਾਟਿਕਾ ਨਸ ਤੇ ਭਾਰ ਪਾ ਰਹੇ ਹਨ। ਇਸੀ ਸ਼ਿਯਾਟਿਕਾ ਦੇ ਕਾਰਣ ਤੁਹਾਡੀ ਪਿੱਠ ਦੇ ਹੇਠਲੇ ਹਿੱਸੇ ਤੇ ਪੁਠਿਆਂ ਤੋਂ ਹੁੰਦੇ ਹੋਏ ਲੱਤ ਤਕ ਤੇਜ, ਹਲਕਾ, ਤਿੱਖਾ ਦਰਦ ਜਾ ਰਿਹਾ ਹੈ ਜਾਂ ਸੁੰਨ ਹੋਣ ਦਾ ਅਹਿਸਾਸ ਹੋ ਰਿਹਾ ਹੈ।

ਸ਼ਿਯਾਟਿਕਾ ਦਾ ਦਰਦ ਕਾਫ਼ੀ ਤੇਜ਼ ਹੁੰਦਾ ਹੈ। ਜੇਕਰ ਬੱਚਾ ਆਪਣੀ ਸਥਿਤੀ ਬਦਲ ਲਏ ਤਾਂ ਥੋੜ੍ਹਾ ਆਰਾਮ ਆ ਸਕਦਾ ਹੈ। ਇਹ ਡਿਲੀਵਰੀ ਤਕ ਵੀ ਚਲ ਸਕਦਾ ਹੈ ਜਾਂ ਫਿਰ ਡਿਲੀਵਰੀ ਤੋਂ ਬਾਅਦ ਵੀ ਕੁਝ ਸਮੇਂ ਤੱਕ ਰਹਿ ਸਕਦਾ ਹੈ।

**ਤੁਸੀਂ ਸ਼ਿਯਾਟਿਕਾ ਤੋਂ ਰਾਹਤ ਪਾਉਣ ਲਈ ਹੇਠ -ਲਿਖੇ ਉਪਾਅ ਅਜਮਾ ਸਕਦੀ ਹੋ :**

- ਜਦੋਂ ਵੀ ਮੌਕਾ ਮਿਲੇ, ਥੋੜ੍ਹਾ ਆਰਾਮ ਕਰੋ। ਲੇਟਣ ਨਾਲ ਵੀ ਲੱਤ ਨੂੰ ਆਰਾਮ ਮਿਲਦਾ ਹੈ, ਬਸ਼ਰਤੇ ਤੁਹਾਨੂੰ ਆਰਾਮਦਾਇਕ ਪਾਸਾ ਮਿਲ ਜਾਵੇ।
- ਲੱਤ ਨੂੰ ਸੇਕੋ। ਹੀਟਿੰਗ ਪੈਡ ਨਾਲ ਦਰਦ ਵਿਚ ਰਾਹਤ ਮਿਲਦੀ ਹੈ। ਹਲਕੇ ਗਰਮ ਪਾਣੀ ਦਾ ਸੇਕ ਵੀ ਕਰ ਸਕਦੇ ਹੋ।
- ਪੇਲਵਿਕ ਟਿਲਟ ਜਾਂ ਸਟ੍ਰੈਚ ਕਸਰਤ ਨਾਲ ਦਬਾਅ ਥੋੜ੍ਹਾ ਘੱਟ ਜਾਵੇਗਾ।
- ਤੈਰਾਕੀ ਅਤੇ ਪਾਣੀ ਦੀ ਕਸਰਤ, ਸ਼ਿਯਾਟਿਕਾ ਦੇ ਦਰਦ ਨੂੰ ਘਟਲਾਉਣ ਦਾ ਵਧੀਆ ਉਪਾਅ ਹੈ। ਇਸ ਨਾਲ ਪਿੱਠ ਦੀਆਂ ਮਾਸਪੇਸ਼ੀਆਂ ਵਿਚ ਖਿਚਾਅ ਅਤੇ ਮਜ਼ਬੂਤੀ ਆਉਂਦੀ ਹੈ ਅਤੇ ਸ਼ਿਯਾਟਿਕਾ ਦੇ ਦਰਦ ਤੋਂ ਰਾਹਤ ਮਿਲਦੀ ਹੈ।
- ਕੋਈ ਬਦਲਵਾਂ ਉਪਚਾਰ ਅਪਣਾਓ। ਐਕਯੂਪੰਚਰ, ਕੀਰੋਪ੍ਰੈਕਟਿਕ ਜਾਂ ਮਾਲਸ਼ ਆਦਿ ਨਾਲ ਥੋੜ੍ਹਾ ਆਰਾਮ ਆ ਸਕਦਾ ਹੈ।

ਜੇਕਰ ਦਰਦ ਸਚਮੁੱਚ ਬਰਦਾਸ਼ਤ ਤੋਂ ਬਾਹਰ ਹੋਵੇ ਤਾਂ ਡਾਕਟਰ ਨੂੰ ਦਿਖਾ ਕੇ ਕੋਈ ਦਵਾਈ ਲਉ।

## ਪੈਰਾਂ ਵਿਚ ਬੇਚੈਨੀ ਦਾ ਲੱਛਣ

**"ਮੈਂ ਰਾਤ ਨੂੰ ਥਕਾਨ ਦੇ ਬਾਵਜੂਦ ਸੋ ਨਹੀਂ ਸਕਦੀ ਕਿਉਂਕਿ ਮੇਰੀਆਂ ਲੱਤਾਂ ਵਿਚ ਬੜੀ ਬੇਚੈਨੀ ਰਹਿੰਦੀ ਹੈ। ਮੈਂ ਲੱਤਾਂ ਦੇ ਦਰਦ ਨੂੰ ਖ਼ਤਮ ਕਰਨ ਦੇ ਲਈ ਸਾਰੇ ਉਪਾਅ ਅਜਮਾ ਚੁਕੀ ਹਾਂ ਅਤੇ ਮੈਂ ਕੀ ਕਰ ਸਕਦੀ ਹਾਂ?"**

ਆਖ਼ਰੀ ਤਿਮਾਹੀ ਵਿਚ ਅਕਸਰ ਰੈਸਟਲੈਸ ਲੇਗ ਸਿੰਡ੍ਰੋਮ ਵੀ ਤੁਹਾਡੇ ਤੇ ਅੱਛੀ ਨੀਂਦ ਦੇ ਵਿਚਕਾਰ ਰੁਕਾਵਟ ਬਣ ਜਾਂਦਾਹੈ। ਲੱਤਾਂ ਵਿਚ ਬੇਚੈਨੀ, ਛਟਪਟਾਹਟ ਅਤੇ ਅਜੀਬ ਜਿਹੀ ਵਿਆਕੁਲਤਾ ਦਾ ਅਹਿਸਾਸ ਹੁੰਦਾ ਰਹਿੰਦਾ ਹੈ। ਉਂਝ ਤਾਂ ਇਹ ਅਕਸਰ ਰਾਤ ਨੂੰ ਹੁੰਦਾ ਰਹਿੰਦਾ ਹੈ ਪ੍ਰੰਤੂ ਦੁਪਹਿਰ ਨੂੰ ਲੇਟਣ ਸਮੇਂ ਵੀ ਇਹ ਸ਼ਿਕਾਇਤ ਹੋ ਸਕਦੀ ਹੈ।

ਮਾਹਰ ਨਹੀਂ ਕਹਿ ਸਕਦੇ ਕਿ ਗਰਭਵਤੀ ਔਰਤਾਂ ਵਿਚ ਪੈਰਾਂ ਵਿਚ ਬੇਚੈਨੀ ਦਾ ਲੱਛਣ ਕਿਉਂ ਹੁੰਦਾ ਹੈ। ਸ਼ਾਇਦ ਇਸ ਦਾ ਕੋਈ ਜੈਨੇਟਿਕ ਕਾਰਣ ਹੁੰਦਾ ਹੋਵੇ। ਉਨ੍ਹਾਂ ਨੂੰ ਇਸ ਦੇ ਇਲਾਜ ਸਬੰਧੀ ਵੀਕੁਝ ਖ਼ਾਸ ਪਤਾ ਨਹੀਂ ਹੈ। ਲੱਤਾਂ ਦੇ ਦਰਦ ਲਈ ਸਾਰੇ ਉਪਾਅ ਇਥੇ ਫ਼ੇਲ੍ਹ ਹੋ ਜਾਂਦੇ ਹਨ। ਦਵਾਈ ਵੀ ਸੁਰੱਖਿਅਤ ਨਹੀਂ ਕਿਉਂਕਿ ਪੈਰਾਂ ਵਿਚ ਬੇਚੈਨੀ ਦੀਆਂ ਸਾਰੀਆਂ ਦਵਾਈਆਂ ਗਰਭ ਸਮੇਂ ਪਰਖੀਆਂ ਨਹੀਂ ਗਈਆਂ ਹਨ। ਇਸ ਸਬੰਧੀ ਤੁਸੀਂ ਪਹਿਲਾਂ ਆਪਣੇ ਡਾਕਟਰ ਦੀ ਰਾਏ ਲਉ।

ਹੋ ਸਕਦਾ ਹੈ ਕਿ ਤਨਾਅ, ਆਹਾਰ ਤੇ ਵਾਤਾਵਰਣ ਦੇ ਦੂਜੇ ਕਾਰਕਾਂ ਕਾਰਨ ਸਮੱਸਿਆ ਵੱਧ ਰਹੀ ਹੋਵੇ। ਆਪਣੇ ਖਾਣ-ਪੀਣ ਅਤੇ ਜੀਵਨਸ਼ੈਲੀ ਦੀਆਂ ਆਦਤਾਂ ਤੇ ਧਿਆਨ ਦਿਉ। ਕੁਝ ਔਰਤਾਂ ਜੇ ਕਰ ਰਾਤ ਨੂੰ ਕਾਰਬੋਹਾਈਡ੍ਰੇਟ ਲੈਂਦੀਆਂ ਹਨ ਤਾਂ ਪੈਰਾਂ ਵਿਚ ਬੇਚੈਨੀ ਦੀ ਸਮੱਸਿਆ ਵੱਧ ਜਾਂਦੀ ਹੈ। ਕਈ ਵਾਰ ਆਇਰਨ ਦੀ ਘਾਟ ਨਾਲ ਹੋਣ ਵਾਲੇ ਅਨੀਮੀਆ ਦੇ ਕਾਰਣ ਵੀ ਪੈਰਾਂ ਵਿਚ ਬੇਚੈਨੀ ਹੋ ਜਾਂਦੀ ਹੈ। ਆਪਣੇ ਡਾਕਟਰ ਤੋਂ ਪੁੱਛ ਕੇ ਹੀ ਕੋਈ ਉਪਾਅ ਕਰੋ। ਯੋਗਾ, ਐਕਯੂਪੰਚਰ ਤੇ ਧਿਆਨ ਆਦਿ ਨਾਲ ਥੋੜ੍ਹੀ-ਬਹੁਤ ਰਾਹਤ ਮਿਲ ਸਕਦੀ ਹੈ।

ਜੇਕਰ ਤੁਸੀਂ ਨੀਂਦ ਦੇ ਮਾਮਲੇ ਵਿਚ ਵੀ ਬਦਕਿਸਮਤ ਹੋ ਤਾਂ ਸ਼ਾਇਕ ਤੁਹਾਨੂੰ ਡਿਲੀਵਰੀ ਤੱਕ ਪੈਰਾਂ ਵਿਚ ਬੇਚੈਨੀ ਦਾ ਸਾਮ੍ਹਣਾ ਕਰਨਾ ਹੀ ਪਵੇਗਾ। ਇਹ ਵੀ ਹੋ ਸਕਦਾ ਹੈ ਕਿ ਤੁਸੀਂ ਡਿਲੀਵਰੀ ਤੋਂ ਬਾਅਦ ਵੀ ਦਵਾਈ ਨਾ ਲੈ ਸਕੋ ਕਿਉਂਕਿ ਉਸ ਸਮੇਂ ਤੁਸੀਂ ਬੱਚੇ ਨੂੰ ਦੁੱਧ ਚੁੰਘਾ ਰਹੀ ਹੋਵੇਗੀ।

## ਸ਼ਿਸ਼ੂ ਦੀਆਂ ਹਿਚਕੀਆਂ

**"ਕਦੀ-ਕਦੀ ਮੈਨੂੰ ਪੇਟ ਵਿਚ ਹਲਕਾ ਜਿਹਾ ਝਟਕਾ ਮਹਿਸੂਸ ਹੁੰਦਾ ਹੈ। ਇਹ ਕਿਕ ਹੈ ਜਾਂ ਫਿਰ ਕੁਝ ਹੋਰ?"**

ਮੰਨੋ ਜਾਂ ਨਾ ਮੰਨੋ, ਪੇਟ ਵਿਚ ਵੀ ਨੰਨ੍ਹਾ ਭਰੂਣ ਚਿਹਕੀਆਂ ਲੈਂਦਾ ਹੈ। ਕਈਆਂ ਨੂੰ ਦਿਨ ਵਿਚ ਕਾਫ਼ੀ ਦੇਰ ਤਕ ਹਿਚਕੀਆਂ ਆਉਂਦੀਆਂ ਹਨ ਤਾਂ, ਕੁਝ ਸ਼ਿਸ਼ੂਆਂ ਨੂੰ ਬਿਲਕੁਲ ਹੀ ਨਹੀਂ ਆਉਂਦੀਆਂ। ਜਨਮ ਤੋਂ ਬਾਅਦ ਹੀ ਇਹੀ ਢਾਂਚਾ ਬਣਿਆ ਰਹਿੰਦਾ ਹੈ।

ਤੁਹਾਨੂੰ ਹੁਣੇ ਤੋਂ ਹਿਚਕੀ ਰੋਕਣ ਦੇ ਉਪਾਅ ਅਜਮਾਉਣ ਦੀ ਜ਼ਰੂਰਤ ਨਹੀਂ ਹੈ ਕਿਉਂਕਿ ਇਸ ਨਾਲ ਤੁਹਾਡੇ ਗਰਭ ਵਿਚ ਸ਼ਿਸ਼ੂ ਨੂੰ ਕੋਈ ਤਕਲੀਫ਼ ਨਹੀਂ ਹੋ ਰਹੀ। ਅਜੇ ਤਾਂ ਤੁਸੀਂ ਪੇਟ ਵਿਚ ਹੋਣ ਵਾਲੇ ਇਸ ਮੰਨੋਰੰਜਨ ਦਾ ਮਜ਼ਾ ਲਉ।

## ਅਚਾਨਕ ਗਿਰਨਾ

**"ਜਦੋਂ ਮੈਂ ਘਰ ਤੋਂ ਬਾਹਰ ਸੀ ਤਾਂ ਅਚਾਨਕ ਗਿਰ ਪਈ ਅਤੇ ਮੇਰਾ ਪੇਟ ਫੁਟਪਾਥ ਨਾਲ ਟਕਰਾਇਆ। ਕੀ ਇਸ ਨਾਲ ਸ਼ਿਸ਼ੂ ਨੂੰ ਚੋਟ ਪਹੁੰਚ ਸਕਦੀ ਹੈ।?"**

ਤੀਜੀ ਤਿਮਾਹੀ ਵਿਚ ਅਕਸਰ ਅਜਿਹਾ ਹੁੰਦਾ ਹੈ ਕਿ ਤੁਸੀਂ ਆਪਣਾ ਸੰਤੁਲਨ ਨਹੀਂ ਰਖ ਸਕਦੀ। ਤੁਹਾਡਾ ਪੇਟ ਵੱਧਣ ਨਾਲ ਗੁਰਤਆਕਰਸ਼ਣ ਦਾ ਕੇਂਦਰ ਬਦਲ ਜਾਂਦਾ ਹੈ। ਜੋੜ ਇੰਨੇ ਮਜ਼ਬੂਤ ਨਹੀਂ ਰਹਿੰਦੇ। ਇਸ ਲਈ ਤੁਹਾਨੂੰ ਗਿਰਨ ਵਿਚ, ਖ਼ਾਸ ਤੌਰ ਤੇ ਪੇਟ ਦੇ ਭਾਰ ਗਿਰਨ ਵਿਚ ਦੇਰ ਨਹੀਂ ਲਗਦੀ। ਤੁਹਾਡੇ ਹੱਥ ਤੋਂ ਸਮਾਨ ਛੁਟ-ਛੁਟ ਕੇ ਗਿਰਨ ਲਗਦਾ ਹੈ। ਤੁਸੀਂ ਦਿਨ ਵਿਚ ਵੀ ਸੁਪਨੇ ਦੇਖਦੀ ਹੋ ਅਤੇ ਪੇਟ ਦੇ ਹੇਠਾਂ ਆਪਣੇ ਪੈਰਾਂ ਨੂੰ ਨਹੀਂ ਦੇਖ ਸਕਦੀ, ਨਤੀਜਾ ਕਿਤੇ ਵੀ ਗਿਰਨ ਦਾ ਡਰ ਬਣਿਆ ਰਹਿੰਦਾ ਹੈ।

ਤੁਹਾਡਾ ਸ਼ਿਸ਼ੂ ਪੂਰੀ ਤਰ੍ਹਾਂ ਨਾਲ ਗਰਭ ਵਿਚ ਸੁਰੱਖਿਅਤ ਹੈ। ਤੁਹਾਡੇ ਹਲਕੇ ਝਟਕੇ ਜਾਂ ਖਰੋਂਚਾਂਉਸ ਦਾ ਕੁਝ ਨਹੀਂ ਵਿਗਾੜ ਸਕਦੇ। ਉਹ ਸ਼ਾੱਕ ਐਬਜ਼ਾਰਪਸ਼ਨ ਸਿਸਟਮ ਵਿਚ ਸੁਰਖਿਅਤ ਹੈ ਜੋ ਕਿ ਐਮਿਨਓਟਿਕ ਦ੍ਰਵ, ਸਖ਼ਤ ਮੈਮਬ੍ਰੇਨ, ਇਲਾਸਟਿਕ, ਮਾਸਪੇਸ਼ੀਆਂ ਦੇ ਗਰਭਾਸ਼ਯ ਅਤੇ ਪੇਟ ਦੀ ਕੈਵਿਟੀ ਤੋਂ ਮਿਲਕੇ ਬਣਿਆ ਹੈ। ਜੇਕਰ ਤੁਸੀਂ ਗੰਭੀਰ ਰੂਪ ਨਾਲ ਜ਼ਖ਼ਮੀ ਹੁੰਦੀ ਹੋ, ਤਾਂ ਹੀ ਸ਼ਿਸ਼ੂ ਨੂੰ ਚੋਟ ਪਹੁੰਚ ਸਕਦੀ ਹੈ ਅਤੇ ਤੁਹਾਨੂੰ ਹਸਪਤਾਲ ਜਾਣਾ ਪੈ ਸਕਦਾ ਹੈ। ਜੇਕਰ ਤੁਸੀਂ ਚਿੰਤਤ ਹੋ ਤਾਂ ਡਾਕਟਰ ਨੂੰ ਮਿਲਕੇ ਆਪਣੀ ਤੱਸੀ ਕਰ ਲਉ।

## ਆੱਰਗੈਜ਼ਮ ਅਤੇ ਬੇਬੀ ਦੀਆਂ ਲੱਤਾਂ

**"ਮੇਰੇ ਆੱਰਗੈਜ਼ਮ ਤੋਂ ਬਾਅਦ ਸ਼ਿਸ਼ੂ ਅਕਸਰ ਅੱਧੇ ਘੰਟੇ ਤਕ ਲੱਤਾਂ ਚਲਾਉਣਾ ਬੰਦ ਕਰ ਦੇਂਦਾ ਹੈ, ਕੀ ਇਸ ਦਾ ਮਤਲਬ ਹੈ ਕਿ ਇਸ ਸਮੇਂ ਸੈਕਸ ਸੁਰਖਿਅਤ ਨਹੀਂ ਹੈ?"**

ਤੁਸੀਂ ਜੋ ਵੀ ਕਰੋਗੀ, ਸ਼ਿਸ਼ੂ ਇਨ੍ਹਾਂ ਦਿਨਾਂ ਵਿਚ ਤੁਹਾਡੇ ਨਾਲ ਰਹੇਗਾ। ਜਦੋਂ ਸੈਕਸ ਦੀ ਗੱਲ ਆਉਂਦੀ ਹੈ ਤਾਂ ਇਸ ਦੌਰਾਨ ਸ਼ਿਸ਼ੂ ਨੂੰ ਨੀਂਦ ਆ ਜਾਂਦੀ ਹੈ। ਸੈਕਸ ਦੌਰਾਨ ਰਾੱਕਿੰਗ ਗਤੀ ਅਤੇ ਆੱਰਗੈਜ਼ਮ ਨਾਲ ਗਰਭਾਸ਼ਯ ਵਿਚ ਹੋਣ ਵਾਲੇ ਸੰਕੁਚਨ ਨਾਲ ਉਹ ਸੁਪਨਿਆਂ ਦੀ ਦੁਨੀਆ ਵਿਚ ਪਹੁੰਚ ਜਾਂਦਾ ਹੈ। ਉਥੇ ਹੀ ਦੂਜੇ ਪਾਸੇ ਕੁਝ ਸ਼ਿਸ਼ੂ ਐਸੇ ਵੀ ਹਨ, ਜੋ ਇਸ ਪ੍ਰਕ੍ਰਿਆ ਤੋਂ ਬਾਅਦ ਹੋਰ ਵੀ ਸਤਰਕ ਹੋ ਜਾਂਦੇ ਹਨ। ਇਸ ਪ੍ਰਤਿਕ੍ਰਿਆ ਦਾ ਇਹ ਭਾਵ ਬਿਲਕੁਲ ਨਹੀਂ ਹੈ ਕਿ ਸੈਕਸ ਸੁਰਖਿਅਤ ਨਹੀਂ ਹੈ। ਐਸਾ ਵੀ ਨਹੀਂ ਕਿ ਸ਼ਿਸ਼ੂ ਨੂੰ ਪਤਾ ਚਲ ਰਿਹਾ ਹੈ ਕਿ ਤੁਹਾਡੇ ਦੋਨਾਂ ਵਿਚ ਕੀ ਚਲ ਰਿਹਾ ਹੈ। ਉਹ ਤਾਂ ਇਸ ਸਮੇਂ ਬੜੇ ਆਰਾਮ ਨਾਲ ਹਨ੍ਹੇਰੇ ਵਿਚ ਹੈ।

ਜੇਕਰ ਡਾਕਟਰ ਨੇ ਮਨ੍ਹਾ ਨਹੀਂ ਕੀਤਾ ਤਾਂ ਬੜੇ ਆਰਾਮ ਨਾਲ ਡਿਲੀਵਰੀ ਤਕ ਸੈਕਸ ਕਰ ਸਕਦੀ ਹੋ। ਕਿਉਂਕਿ ਆਉਣ ਵਾਲੇ ਸਮੇਂ ਵਿਚ ਤੁਹਾਨੂੰ ਐਸੇ ਮੌਕੇ ਜਲਦੀ ਨਹੀਂ ਮਿਲਣਗੇ।

## ਸੁਪਨੇ ਤੇ ਕਲਪਨਾਵਾਂ

**"ਮੈਨੂੰ ਸ਼ਿਸ਼ੂ ਸਬੰਧੀ ਦਿਨ ਰਾਤ ਅਜੀਬ-ਅਜੀਬ ਜਿਹੇ ਸੁਪਨੇ ਆਉਂਦੇ ਰਹਿੰਦੇ ਹਨ। ਕੀ ਮੇਰਾ ਦੀਮਾਗ ਖ਼ਰਾਬ ਹੋ ਰਿਹਾ ਹੈ?"**

ਗਰਭ ਸਮੇਂ ਅਕਸਰ ਚੰਗੇ-ਬੁਰੇ ਸੁਪਨੇ ਆਉਂਦੇ ਹੀ ਰਹਿੰਦੇ ਹਨ। ਕਦੀ ਤੁਹਾਨੂੰ ਲਗਦਾ ਹੈ ਕਿ ਤੁਸੀਂ ਸ਼ਿਸ਼ੂ ਨੂੰ ਬਸ ਵਿਚ ਇਕੱਲਾ ਛੱਡ ਦਿੱਤਾ , ਕਦੀ ਲਗਦਾ ਹੈ ਕਿ ਤੁਸੀਂ ਉਸ ਨੂੰ ਪਾਰਕ ਵਿਚ ਘੁਮਾ ਰਹੀ ਹੋ ਤੇ ਕਦੀ ਲਗਦਾ ਹੈ ਕਿ ਤੁਸੀਂ ਪੂੰਛ ਵਾਲੇ ਏਲੀਅਨ ਨੂੰ ਜਨਮ ਦਿੱਤਾ ਹੈ। ਇਹ ਸਾਰੇ ਸੁਪਨੇ ਇਨ੍ਹਾਂ ਦਿਨਾਂ ਵਿਚ ਪੂਰੀ ਤਰ੍ਹਾਂ ਨਾਲ ਆਮ ਹਨ। ਹਾਂ, ਤੁਹਾਨੂੰ ਇਨ੍ਹਾਂ ਦਿਨਾਂ ਵਿਚ ਇੰਝ ਲਗ ਸਕਦਾ ਹੈ ਕਿ ਤੁਹਾਡਾ ਦਿਮਾਗ ਖ਼ਰਾਬ ਹੋ ਗਿਆ। ਇਸ ਸਮੇਂ ਤੁਹਾਡਾ ਅਵਚੇਤਨ ਮਨ ਸ਼ਿਸ਼ੂ ਦੇ ਲਈ ਤਰ੍ਹਾਂ-ਤਰ੍ਹਾਂ ਦੀ ਚਿੰਤਾ, ਉਤੇਜਨਾ, ਪਿਆਰ, ਉਤਸਾਹ ਤੇ ਸੁਰਖਿਆ ਆਦਿ ਭਾਵਾਂ ਨਾਲ ਭਰਿਆ ਹੈ। ਤੁਸੀਂ ਚਾਹ ਕੇ ਵੀ ਇਨ੍ਹਾਂ ਸਾਰੇ ਭਾਵਾਂ ਨੂੰ ਪ੍ਰਗਟ ਨਹੀਂ ਕਰ ਸਕਦੀ ਅਤੇ ਰਾਤ ਨੂੰ ਸੁਪਨਿਆਂ ਰਾਹੀਂ ਉਹ ਭਾਵ ਪ੍ਰਗਟ ਹੁੰਦੇ ਹਨ।

ਇਸ ਵਿਚ ਹਾਰਮੋਨ ਦਾ ਵੀ ਪੂਰਾ-ਪੂਰਾ ਹੱਥ ਹੁੰਦਾ ਹੈ ਜੇਕਰ ਤੁਹਾਡੀ ਨੀਂਦ ਗਹਿਰੀ ਨਾ ਹੋਵੇ ਤਾਂ ਉਠਣ ਤੇ ਵੀ ਤੁਹਾਨੂੰ ਉਹ ਸੁਪਨੇ ਯਾਦ ਰਹਿੰਦੇ ਹਨ। ਕਿਉਂਕਿ ਤੁਸੀਂ ਰਾਤ ਨੂੰ ਜ਼ਰੂਰਤ ਤੋਂ ਵੱਧ ਉਠ ਰਹੀ ਹੋ ਤਾਂ ਪੂਰੀ ਉਮੀਦ ਹੈ ਕਿ ਤੁਸੀਂ ਰੈਮ ਡ੍ਰੀਮ ਸਾਈਕਲ ਦੇ ਵਿਚਕਾਰ ਵੀ ਉਠਦੀ ਹੋਵੋਗੀ ਇਸ ਲਈ ਉਹ ਸੁਪਨੇ ਤੁਹਾਨੂੰ ਪੂਰੀ ਤਰ੍ਹਾਂ ਨਾਲ ਯਾਦ ਵੀ ਰਹਿੰਦੇ ਹਨ।

ਗਰਭ ਸਮੇਂ ਅਕਸਰ ਔਰਤਾਂ ਹੇਠ-ਲਿਖੇ ਸੁਪਨੇ ਤੇ ਫੈਂਟੇਸੀ ਦੇਖਦੀਆਂ ਹਨ -

- ਓਹ! ਸੁਪਨੇ। ਕੋਈ ਚੀਜ਼ ਗੁੰਮਣ ਜਾਂ ਗ਼ਲਤ ਜਗ੍ਹਾ ਰੱਖਣ ਦਾ ਸੁਪਨਾ( ਕਾਰ ਦੀ ਚਾਬੀ ਤੋਂ ਲੈ ਕੇ ਸ਼ਿਸ਼ੂ ਤਕ); ਬੱਚੇ ਨੂੰ ਖੁਆਉਣਾ ਭੁੱਲ ਗਈ; ਡਾਕਟਰ ਦੇ ਕੋਲ ਜਾਣਾ ਭੁੱਲ ਗਈ, ਬਾਜ਼ਾਰ ਚਲੀ ਗਈ ਅਤੇ ਬੱਚਾ ਘਰ ਵਿਚ ਇਕੱਲਾ ਰਹਿ ਗਿਆ, ਸ਼ਿਸ਼ੂ ਨੂੰ ਸੰਭਾਲਣ ਦੇ ਲਈ ਪੂਰੀ ਤਰ੍ਹਾਂ ਨਾਲ ਤਿਆਰ ਨਾ ਹੋਣਾ।
- ਓਹ! ਸੁਪਨੇ, ਦੁਸ਼ਮਣ, ਗੁੰਡੇ ਜਾਂ ਜਾਨਵਰ-ਹਮਲਾ ਕਰਕੇ ਚੋਟ ਪਹੁੰਚਾ ਰਹੇ ਹਨ; ਤੁਸੀਂ ਧੱਕਾ ਖਾ ਕੇ ਗਿਰ ਗਈ ਹੋ।
- ਬਚਾਓ! ਸੁਪਨੇ, ਕਿਸੀ ਕਾਰ, ਛੋਟੇ ਕਮਰੇ, ਸੁਰੰਗ ਵਿਚ ਫਸਣ ਦਾ ਡਰ; ਕਿਸੀ ਤਲਾਬ ਵਿਚ ਡੁਬਿਆ ਨੰਨ੍ਹੇ ਸ਼ਿਸ਼ੂ ਦੇ ਆ ਜਾਣ ਤੋਂ ਬਾਅਦ ਜ਼ਿੰਦਗੀ ਦਾ ਬੰਨ੍ਹ ਜਾਣਾ।
- ਅਰੇ ਨਹੀਂ, ਸੁਪਨੇ! ਵਜ਼ਨ ਨਹੀਂ ਵੱਧ ਰਿਹਾ ਸੀ ਰਾਤੋ-ਰਾਤ ਵਜ਼ਨ ਵੱਧ ਗਿਆ; ਕੁਝ ਨਹੀਂ ਖਾਧਾ ਜਾਂ ਜ਼ਰੂਰਤ ਤੋਂ ਵੱਧ ਖਾ ਲਿਆ।
- ਉਂਹ, ਸੁਪਨੇ! ਤੁਸੀਂ ਆਪਣੇ ਸਾਥੀ ਨੂੰ ਪਸੰਦ ਨਹੀਂ ਆਉਂਦੀ, ਉਹ ਕਿਸੀ ਹੋਰ ਨਾਲ ਗੱਲ ਕਰਦਾ ਹੈ। ਤੁਹਾਨੂੰ ਡਰ ਹੈ ਕਿ ਗਰਭ ਸਮੇਂ ਵਾਲੀ ਇਹ ਫਿਗਰ ਸਾਰੀ ਜ਼ਿੰਦਗੀ ਐਸੀ ਹੀ ਰਹੇਗੀ ਅਤੇ ਤੁਸੀਂ ਕਦੀ ਆਕ੍ਰਸ਼ਕ ਨਹੀਂ ਲਗ ਸਕੋਗੀ।
- ਸੈਕਸੂਅਲ ਸੁਪਨੇ-ਸੰਭੋਗ ਦੇ ਸਾਕਾਰਾਤਮਕ ਜਾਂ ਨਾਕਾਰਾਤਮਕ ਸੁਪਨੇ, ਗਰਭ ਸਮੇਂ ਸੈਕਸ ਪ੍ਰਤੀ ਸੰਦੇਹੀ ਧਾਰਣਾ ਦੇ ਕਾਰਣ ਇੰਝ ਹੁੰਦਾ ਹੈ।
- ਮਰਨ ਜਾਂ ਪੁਨਰਜਨਮ ਦੇ ਸੁਪਨੇ, ਮਾਂ-ਬਾਪ ਜਾਂ ਰਿਸ਼ਤੇਦਾਰ ਦੀ ਮੌਤ; ਸ਼ਾਇਦ ਮਨ ਨਵੀਂ ਪੁਰਾਣੀ ਪੀੜ੍ਹੀ ਦੇ ਵਿਚ ਸੰਬੰਧ ਬਣਾਉਣਾ ਚਾਹ ਰਿਹਾ ਹੈ।
- ਬੇਬੀ ਸਬੰਧੀ ਤਰ੍ਹਾਂ-ਤਰ੍ਹਾਂ ਦੀਆਂ ਕਲਪਨਾਵਾਂ। ਉਹ ਛੋਟਾ-ਵਡਾ ਜਾਂ ਟੇਡਾ-ਮੇਡਾ ਪੈਦਾ ਹੋਵੇ ਗਾ, ਇਸ ਨਾਲ ਤੁਹਾਡੀ ਸਿਹਤ ਦੇ ਲਈ ਚਿੰਤਾ ਝਲਕਦੀ ਹੈ ਬੱਚੇ ਵਿਚ ਜਨਮਜਾਤ ਪ੍ਰਤਿਭਾ ਹੈ। ਉਠਦੇ ਹੀ ਬੋਲਣ ਜਾਂ ਚੱਲਣ ਲਗੇਗਾ। ਇਸ ਤੋਂ ਪਤਾ ਚਲਦਾ ਹੈ ਕਿ ਤੁਸੀਂ ਇਸ ਦੇ ਬੌਧਿਕ ਭਵਿੱਖ ਦੇ ਲਈ ਚਿੰਤਾਤੁਰ ਹੋ। ਇਸ ਤਰ੍ਹਾਂ ਤੁਹਾਨੂੰ ਸੁਪਨਾ ਆ ਸਕਦਾ ਹੈ ਕਿ ਸ਼ਿਸ਼ੂ ਦੀਆਂ ਅੱਖਾਂ ਅਤੇ ਵਾਲ ਮੰਮੀ-ਪਾਪਾ, ਦੋਨਾਂ ਵਿਚੋਂ ਕਿਸੀ ਇਕ ਜਿਹੇ ਹਨ। ਸ਼ਿਸ਼ੂ ਸਬੰਧੀ ਆਉਣ ਵਾਲੇ ਡਰਾਉਣੇ ਸੁਪਨੇ ਇਸ ਗੱਲ ਦਾ ਸੰਕੇਤ ਹਨ ਕਿ ਤੁਸੀਂ ਅਜੇ ਨਵਜਾਤ ਨੂੰ ਸੰਭਾਲਣ ਲਈ ਡਰਦੀ ਹੋ।

  ਪ੍ਰਸੂਤ ਨਾਲ ਜੁੜੇ ਸੁਪਨੇ ਵੀ ਆ ਸਕਦੇ ਹਨ, ਜਿਵੇਂ ਤੁਸੀਂ ਸ਼ਿਸ਼ੂ ਨੂੰ ਜਨਮ ਨਹੀਂ ਦੇ ਸਕਦੀ। ਇਸ ਨਾਲ ਸ਼ਿਸ਼ੂ ਪ੍ਰਤੀ ਤੁਹਾਡੀ ਚਿੰਤਾ ਝਲਕਦੀ ਹੈ।

ਸੁਪਨੇ ਜ਼ਰੂਰ ਦੇਖੋ ਪਰੰਤੂ ਇਨ੍ਹਾਂ ਦੇ ਪਿਛੇ ਆਪਣੀ ਨੀਂਦ ਖ਼ਰਾਬ ਨਾ ਕਰੋ। ਉਹ ਛਾਤੀ ਵਿਚ ਜਲਨ ਜਾਂ ਸਟ੍ਰੈਚ ਮਾਰਕਸ ਦੀ ਤਰ੍ਹਾਂ ਬਿਲਕੁਲ ਆਮ ਹਨ। ਯਾਦ ਰਖੋ ਕਿ ਸਿਰਫ਼ ਤੁਸੀਂ ਹੀ ਐਸੇ ਸੁਪਨੇ ਨਹੀਂ ਦੇਖ ਰਹੀ ਹੋ ਸ਼ਿਸ਼ੂ ਦੇ ਸੰਭਾਵੀ ਪਿਤਾ ਵੀ ਐਸੇ ਸੁਪਨੇ ਦੇਖਦੇ ਹਨ, ਉਥੇ ਤਾਂ ਅਸੀਂ ਹਾਰਮੋਨ ਨੂੰ ਵੀ ਦੋਸ਼ੀ ਨਹੀਂ ਠਹਿਰਾ ਸਕਦੇ। ਜੇ ਕਰ ਤੁਸੀਂ ਤੁਨੋਂ ਆਪਣੇ ਸੁਪਨੇ ਇਕ-ਦੂਜੇ ਨੂੰ ਸੁਣਾ ਸਕੋ ਤਾਂ ਇਕ-ਦੂਜੇ ਦੇ ਹੋਰ ਕੋਲ ਆਉਣ ਵਿਚ ਮਦਦ ਮਿਲੇਗੀ।

## ਸਭ ਕੁਝ ਸੰਭਾਲਣਾ

**"ਮੈਨੂੰ ਚਿੰਤਾ ਹੋਣ ਲਗੀ ਹੈ ਕਿ ਮੈਂ ਘਰ, ਨੌਕਰੀ, ਸ਼ਾਦੀ ਅਤੇ ਫਿਰ ਬੱਚਾ ਸਭ ਕਿਵੇਂ ਸੰਭਾਲ ਸਕਾਂਗੀ?"**

ਇਹ ਯਾਦ ਰੱਖੋ ਕਿ ਤੁਸੀਂ ਸਭ ਕੁਝ ਇਕੋ ਸਮੇਂ ਨਹੀਂ ਸੰਭਾਲ ਸਕਦੀ ਬਸ ਇੰਨਾ ਯਾਦ ਰਖੋ ਕਿ ਜੋ ਵੀ ਕਰੋ, ਚੰਗੇ ਤਰੀਕੇ ਨਾਲ ਕਰੋ। ਤੁਸੀਂ ਸੁਪਰ ਮਾੱਮ ਨਹੀਂ ਬਣ ਸਕਦੀ ਬਸ ਇਕ ਚੰਗਾ ਇਨਸਾਨ ਬਣਨ ਦੀ ਕੋਸ਼ਿਸ਼ ਕਰੋ। ਹਰ ਨਵੀਂ ਮਾਂ ਚਾਹੁੰਦੀ ਹੈ ਕਿ ਘਰ ਸਾਫ਼-ਸੁਥਰਾ ਹੋਵੇ, ਸ਼ਿਸ਼ੂ ਦੀ ਦੇਖਭਾਲ ਚੰਗੀ ਤਰ੍ਹਾਂ ਨਾਲ ਹੋਵੇ, ਮੈਲੇ ਕਪੜਿਆਂ ਦਾ ਢੇਰ ਨਾ ਬਣੇ, ਘਰ ਵਿਚ ਸਵਾਦੀ ਖਾਣਾ ਪਕਦਾ ਰਹੇ ਅਤੇ ਉਹ ਸਾਥੀ ਲਈ ਸੈਕਸੀ ਬਣੀ ਰਹੇ ਪ੍ਰੰਤੂ ਇਹ ਸਭ ਸਿਰਫ਼ ਕਹਿਣਾ ਆਸਾਨ ਹੈ ਕਿਉਂਕਿ ਇਹ ਸਭ ਇਕੋ ਸਮੇਂ ਹੋ ਸਕਣਾ ਸੰਭਵ ਨਹੀਂ ਹੈ।

ਤੁਸੀਂ ਆਪਣੇ ਨਵੇਂ ਜੀਵਨ ਨੂੰ ਕਿਸ ਰੂਪ ਵਿਚ ਲਉਗੀ ਇਹ ਇਸ ਗੱਲ ਤੇ ਨਿਰਭਰ ਕਰਦਾ ਹੈ ਕਿ ਤੁਸੀਂ ਕਿੰਨੀ ਜਲਦੀ ਇਸ ਹਕੀਕਤ ਨੂੰ ਜਾਣ ਲੈਂਦੀ ਹੋ। ਚੁਣੌਤੀਆਂ ਸਾਹਮਣੇ ਆਉਣ ਤੋਂ ਪਹਿਲਾਂ ਹੀ ਇਸ ਹਕੀਕਤ ਨੂੰ ਸਮਝ ਲਉਗੀ ਤਾਂ ਵਧੀਆ ਹੋਵੇਗਾ।

ਸਭ ਤੋਂ ਪਹਿਲਾਂ ਤਾਂ ਤੁਹਾਨੂੰ ਮਹੱਤਵ ਦੇ ਹਿਸਾਬ ਨਾਲ ਆਪਣੀ ਜ਼ਰੂਰਤਾਂ ਤੈਅ ਕਰਨੀਆਂ ਹੋਣਗੀਆਂ। ਜੇਕਰ ਨੌਕਰੀ, ਸ਼ਿਸ਼ੂ ਤੇ ਪਤੀ ਤੁਹਾਡੀਆਂ ਜ਼ਰੂਰਤਾਂ ਹਨ ਤਾਂ ਸ਼ਾਇਦ ਘਰ ਦੀ ਸਾਫ਼-ਸਫ਼ਾਈ ਨੂੰ ਇਕ ਪਾਸੇ ਕਰਨਾ ਪਏਗਾ। ਕੁਝ ਸਮੇਂ ਤੱਕ ਤੁਸੀਂ ਕਿਸੇ ਹੋਰ ਤੋਂ ਖਾਣਾ ਪਕਵਾ ਸਕਦੀ ਹੋ ਜਾਂ ਕਪੜੇ ਧੋਣ ਵਾਲੀ ਰੱਖ ਸਕਦੀ ਹੋ। ਜੇਕਰ ਤੁਸੀਂ ਕੁਝ ਸਮੇਂ ਦੇ ਲਈ ਨੌਕਰੀ ਛੱਡ ਸਕਦੀ ਹੋ ਜਾਂ ਘਰ ਤੋਂ ਹੀ ਕੰਮ ਕਰ ਸਕਦੀ ਹੋ ਤਾਂ ਤੁਸੀਂ ਉਸ ਹਿਸਾਬ ਨਾਲ ਵੀ ਆਪਣੀਆਂ ਜ਼ਰੂਰਤਾਂ ਤੈਅ ਕਰ ਸਕਦੀ ਹੋ।

ਜ਼ਰੂਰਤਾਂ ਤੈਅ ਕਰਨ ਤੋਂ ਬਾਅਦ ਅਜਿਹੀਆਂ ਉਮੀਦਾਂ ਨਾ ਕਰੋ ਜੋ ਬਿਲਕੁਲ ਵੀ ਅਸਲੀਅਤ ਨਾ ਹੋਣ। ਕਿਸੀ ਵੀ ਮਾਹਰ ਮਾਂ ਤੋਂ ਪੁੱਛੋ, ਉਸ ਨੂੰ ਦੇਰ-ਸਵੇਰ ਪਤਾ ਚਲ ਹੀ ਜਾਂਦਾ ਹੈ ਕਿ ਉਹ ਸੰਪੂਰਣ ਨਹੀਂ ਹੈ, ਉਹ ਇਕੱਲੇ ਸਭ ਕੁਝ ਨਹੀਂ ਸੰਭਾਲ ਸਕਦੀ। ਜੇਕਰ ਤੁਸੀਂ ਵੀ ਐਸਾ ਹੀ ਕਰਨ ਦੀ ਕੋਸ਼ਿਸ਼ ਕੀਤੀ ਤਾਂ ਆਖ਼ਰ ਵਿਚ ਤਨਾਅ ਦੇ ਸਿਵਾ ਕੁਝ ਹੱਥ ਨਹੀਂ ਆਏਗਾ। ਕੁਝ ਐਸੇ ਪਲ ਆਉਣਗੇ ਜਦੋਂ ਤੁਹਾਨੂੰ ਲਗੇਗਾ ਕਿ ਸਭ ਬੇਕਾਰ ਹੈ। ਬਿਸਤਰ

### ਕੁਝ ਖ਼ਾਸ ਤਿਆਰੀ

ਹਾਲਾਂ ਕਿ ਸ਼ਿਸ਼ੂ ਡਿਲੀਵਰੀ ਦੇ ਲਈ ਤਿਆਰ ਨਹੀਂ ਹੈ ਪ੍ਰੰਤੂ ਤੁਹਾਨੂੰ ਤਾਂ ਆਪਣਾ ਸਰੀਰ ਤਿਆਰ ਕਰਨਾ ਹੈ। ਪੇਲਵਿਕ ਦੀਆਂ ਮਾਸ-ਪੇਸ਼ੀਆਂ ਹੀ ਗਰਭਾਸ਼ਯ ਤੇ ਮੂਤਰਾਸ਼ਯ ਆਦਿ ਅੰਗਾਂ ਨੂੰ ਸਹਾਰਾ ਦੇਂਦੀਆਂ ਹਨ। ਇਨ੍ਹਾਂ ਨੂੰ ਇਸ ਤਰ੍ਹਾਂ ਬਣਾਇਆ ਗਿਆ ਹੈ ਕਿ ਸ਼ਿਸ਼ੂ ਬਾਹਰ ਆ ਸਕੇ। ਇਹੀ ਮਾਸ-ਪੇਸ਼ੀਆਂ ਹੱਸਣ ਜਾਂ ਖੰਘਣ ਸਮੇਂ ਪਿਸ਼ਾਬ ਦਾ ਰਿਸਾਵ ਵੀ ਰੋਕਦੀਆਂ ਹਨ। ਇਹੀ ਮਾਸ-ਪੇਸ਼ੀਆਂ ਤੁਹਾਡੀ ਯੋਨ ਸੰਤੁਸ਼ਟੀ ਦਾ ਵੀ ਮਾਧਿਅਮ ਬਣਦੀਆਂ ਹਨ। ਕੀਗਲ ਕਸਰਤ ਦੀ ਮਦਦ ਨਾਲ ਤੁਸੀਂ ਬੜੀ ਆਸਾਨੀ ਨਾਲ ਇਨ੍ਹਾਂ ਮਾਸ-ਪੇਸ਼ੀਆਂ ਦੀ ਕਸਰਤ ਕਰ ਸਕਦੀ ਹੋ। ਦਿਨ ਵਿਚ ਤਿੰਨ ਵਾਰ ਕੀਗਲ ਕਸਰਤ ਲੰਮੇ ਸਮੇਂ ਤੇ ਥੋੜ੍ਹੇ ਸਮੇਂ ਲਈ ਲਾਭ ਦੇਂਦੀ ਹੈ। ਗਰਭ ਸਮੇਂ ਤੇ ਉਸ ਤੋਂ ਬਾਅਦ ਵਾਲੀਆਂ ਪ੍ਰੇਸ਼ਾਨੀਆਂ ਵੀ ਆਸਾਨੀ ਨਾਲ ਦੂਰ ਹੋ ਜਾਂਦੀਆਂ ਹਨ। ਪ੍ਰਸੂਤ ਤੋਂ ਬਾਅਦ ਯੋਨੀ ਨੂੰ ਸਹੀ ਆਕਾਰ ਵਿਚ ਆਉਣ ਵਿਚ ਵੀ ਸਮਾਂ ਨਹੀਂ ਲਗਦਾ।

ਤੁਹਾਡੀ ਯੋਨੀ ਤੇ ਗੁਦਾ ਦੇ ਆਸਪਾਸ ਦੀਆਂ ਮਾਸ-ਪੇਸ਼ੀਆਂ ਨੂੰ ਇਸ ਤਰ੍ਹਾਂ ਸਿਕੋੜੋ ਜਿਵੇਂ ਤੁਸੀਂ ਪਿਸ਼ਾਬ ਦਾ ਪ੍ਰਵਾਹ ਰੋਕ ਰਹੀ ਹੋ। 10 ਸਕਿੰਟ ਤਕ ਰੁਕੋ, ਫਿਰ ਇਨ੍ਹਾਂ ਨੂੰ ਢਿਲਾ ਛੱਡ ਦਿਉ। ਕੀਗਲ ਕਰਦੇ ਸਮੇਂ ਤੁਹਾਡਾ ਪੂਰਾ ਧਿਆਨ ਇਸੀ ਹਿੱਸੇ ਦੀਆਂ ਮਾਸ-ਪੇਸ਼ੀਆਂ ਤੇ ਹੋਣਾ ਚਾਹੀਦਾ ਹੈ। ਜੇਕਰ ਪੇਟ ਜੰਘਾਂ ਤੇ ਨਿਤੰਬਾਂ ਦੀਆਂ ਮਾਸ-ਪੇਸ਼ੀਆਂ ਸਿੰਘੁੜਦੀਆਂ ਹਨ ਤਾਂ ਇਸ ਦਾ ਭਾਵ ਹੈ ਕਿ ਤੁਸੀਂ ਪੂਰੀ ਤਰ੍ਹਾਂ ਕੇਂਦ੍ਰਿਤ ਨਹੀਂ ਹੋ ਰਹੀ। ਤੁਸੀਂ ਦੁਕਾਨ ਵਿਚ ਖ਼ਰੀਦਦਾਰੀ ਕਰਦੇ ਸਮੇਂ ਜਾਂ ਕਿਸੇ ਲਾਈਨ ਵਿਚ ਇੰਤਜ਼ਾਰ ਕਰਦੇ ਸਮੇਂ ਵੀ ਇਹੀ ਕਸਰਤ ਕਰ ਸਕਦੀ ਹੋ। ਇਸ ਨਾਲ ਪੇਲਵਿਕ ਫਲੋਰ ਦੀਆਂ ਮਾਸ-ਪੇਸ਼ੀਆਂ ਮਜ਼ਬੂਤ ਹੋਣਗੀਆਂ। ਇਸ ਨੂੰ ਸੈਕਸ ਦੌਰਾਨ ਵੀ ਕਰੋ। ਇਕ ਨਵਾਂ ਹੀ ਆਨੰਦ ਆਏਗਾ।

ਸੰਭਲਿਆ ਹੋਵੇਗਾ, ਮੈਲੇ ਕਪੜਿਆਂ ਨਾਲ ਟੋਕਰੀ ਭਰ ਜਾਏਗੀ, ਸੈਕਸੀ ਦਿਖਣ ਦਾ ਭਾਵ ਇਹ ਹੋਵੇ ਗਾ ਕਿ ਪਹਿਲਾਂ ਤੁਹਾਨੂੰ ਤੇਲ ਵਾਲੇ ਵਾਲ ਧੌਣੇ ਹੋਣਗੇ। ਇੰਨੇ ਉੱਚੇ ਪੱਧਰ ਬਣਾਉਗੀ ਤਾਂ ਉਨ੍ਹਾਂ ਤੱਕ ਪਹੁੰਚਣਾ ਮੁਸ਼ਕਿਲ ਹੀ ਨਹੀਂ ਨਾ-ਮੁਮਕਿਨ ਹੋ ਜਾਏਗਾ।

ਹਰ ਸਫ਼ਲ ਮਾਂ ਦੇ ਪਿਛੇ ਇਕ ਪਿਤਾ ਹੁੰਦੇ ਹਨ। ਉਹ ਘਰ ਦੇ ਕੰਮ ਵਿਚ ਹੱਥ ਵਟਾਉਂਦੇ ਹਨ। ਰਾਤ ਨੂੰ ਸ਼ਿਸ਼ੂ ਦੇ ਨਾਲ ਜਾਗਦੇ ਹਨ ਜੇਕਰ ਉਹ ਰੁਝੇ ਹੋਣ ਤਾਂ ਤੁਸੀਂ ਪਰਿਵਾਰ ਦੇ ਕਿਸੀ ਹੋਰ ਮੈਂਬਰ ਜਾਂ ਸਹੇਲੀ ਦੀ ਮਦਦ ਲੈ ਸਕਦੀ ਹੋ।

## ਗੁਲੂਕੋਜ਼ ਸਕ੍ਰੀਨਿੰਗ ਟੈਸਟ

**"ਡਾਕਟਰ ਨੇ ਕਿਹਾ ਹੈ ਕਿ ਮੈਨੂੰ ਗੈਸਟੇਸ਼ਨਲ ਡਾਇਬੀਟੀਜ ਦੀ ਜਾਂਚ ਦੇ ਲਈ ਗੁਲੂਕੋਜ਼ ਸਕ੍ਰੀਨਿੰਗ ਟੈਸਟ ਕਰਵਾਉਣਾ ਹੋਵੇਗਾ। ਮੈਨੂੰ ਇਸ ਦੀ ਜ਼ਰੂਰਤ ਕਿਉਂ ਹੈ ਅਤੇ ਇਸ ਟੈਸਟ ਵਿਚ ਕੀ ਹੋਵੇਗਾ?"**

ਇਸ ਤੋਂ ਘਬਰਾਓ ਨਾ। ਜ਼ਿਆਦਾਤਰ ਡਾਕਟਰ 24 ਤੋਂ 28 ਹਫ਼ਤਿਆਂ ਵਿਚ ਮੋਟੀ ਗਰਭਵਤੀ ਔਰਤਾਂ ਜਾਂ ਸ਼ੂਗਰ ਦਾ ਪਰਿਵਾਰਕ ਇਤਿਹਾਸ ਰੱਖਣ ਵਾਲੀਆਂ ਔਰਤਾਂ ਨੂੰ ਇਸ ਟੈਸਟ ਦੀ ਸਲਾਹ ਦੇਂਦੇ ਹਨ।

ਜੇਕਰ ਤੁਸੀਂ ਮਿੱਠੇ ਦੀ ਸ਼ੌਕੀਨ ਹੋ, ਉਦੋਂ ਤਾਂ ਇਹ ਤੁਹਾਡੇ ਲਈ ਹੋਰ ਵੀ ਆਸਾਨ ਹੋਵੇਗਾ। ਤੁਹਾਨੂੰ ਮਿੱਠਾ ਗੁਲੂਕੋਜ਼ ਡ੍ਰਿੰਕ ਪੀਣਾ ਹੋਵੇਗਾ, ਜਿਸ ਦਾ ਸਵਾਦ ਆਰੇਂਜ ਸੋਡੇ ਵਰਗਾ ਹੁੰਦਾ ਹੈ। ਇਸ ਨੂੰ ਪੀਣ ਨਾਲ ਕੋਈ ਨੁਕਸਾਨ ਨਹੀਂ ਹੋਵੇਗਾ ਜੇਕਰ ਤੁਸੀਂ ਮਿੱਠੇ ਦੀ ਸ਼ੌਕੀਨ ਨਹੀਂ ਹੋ ਤਾਂ ਹਲਕੀ ਉਬਕਾਈ ਆ ਸਕਦੀ ਹੈ। ਜੇਕਰ ਤੁਸੀਂ ਟੈਸਟ ਦੇ ਹਿਸਾਬ ਨਾਲ ਉਚਿਤ ਮਾਤਰਾ ਵਿਚ ਇੰਸੁਲਿਨ ਨਹੀਂ ਬਣਾ ਰਹੀ ਹੋ ਤਾਂ ਤੁਹਾਨੂੰ 'ਗੁਲੂਕੋਜ਼ ਟਾੱਲਰੇਂਸ ਟੈਸਟ' ਕਰਵਾਉਣਾ ਪਵੇਗਾ। ਇਸ ਵਿਚ ਗੈਸਟੈਸ਼ਨਲ ਸ਼ੂਗਰ ਦੀ ਜਾਂਚ ਹੁੰਦੀ ਹੈ।

ਇਹ ਅਕਸਰ 4 ਤੋਂ 7 ਪ੍ਰਤੀਸ਼ਤ ਗਰਭਵਤੀ ਔਰਤਾਂ ਦਾ ਹੁੰਦਾ ਹੈ ਅਤੇ ਕਈ ਤਰ੍ਹਾਂ ਦੀਆਂ ਮੁਸ਼ਕਲਾਂ ਪੈਦਾ ਹੋ ਜਾਂਦੀਆਂ ਹਨ। ਉੱਝ ਆਹਾਰ, ਕਸਰਤ ਤੇ ਜੀਵਨਸ਼ੈਲੀ ਤੋਂ ਕਾਫ਼ੀ ਹੱਦ ਤਕ ਬਚਾਅ ਹੋ ਸਕਦਾ ਹੈ। ਜ਼ਰੂਰਤ ਪੈਣ ਤੇ ਦਿੱਤੀ ਜਾ ਸਕਦੀ ਹੈ।

## ਘੱਟ ਭਾਰ ਵਾਲਾ ਸ਼ਿਸ਼ੂ

**"ਮੈਂ ਘੱਟ ਭਾਰ ਵਾਲੇ ਸ਼ਿਸ਼ੂ ਦੇ ਜਨਮ ਬਾਰੇ ਕਈ ਜਗ੍ਹਾ ਪੜ੍ਹ ਚੁਕੀ ਹਾਂ। ਕੀ ਮੈਂ ਇਸ ਤੋਂ ਬੱਚਣ ਦੇ ਲਈ ਕੁਝ ਕਰ ਸਕਦੀ ਹਾਂ?"**

ਘੱਟ ਭਾਰ ਵਾਲੇ ਬੱਚਿਆਂ ਦੇ ਜਨਮ ਵਾਲੇ ਕੁਝ ਮਾਮਲਿਆਂ ਤੋਂ ਬਚਿਆ ਜਾ ਸਕਦਾ ਹੈ। ਉਂਝ ਤਾਂ ਜੇਕਰ ਤੁਸੀਂ ਇਹ ਕਿਤਾਬ ਪੜ੍ਹ ਰਹੀ ਹੋ ਤਾਂ

### ਸਮੇਂ ਤੋਂ ਪਹਿਲਾਂ ਪ੍ਰਸੂਤੀ ਦੇ ਸੰਕੇਤ

ਵੈਸੇ ਤਾਂ ਸ਼ਿਸ਼ੂ ਦੇ ਪਹਿਲਾਂ ਜਨਮ ਲੈਣ ਦੇ ਆਸਾਰ ਘਟ ਹੀ ਹਨ ਪ੍ਰੰਤੂ ਹਰ ਮਾਂ ਬਣਨ ਵਾਲੀ ਔਰਤ ਨੂੰ ਸਮੇਂ ਤੋਂ ਪਹਿਲਾਂ ਪ੍ਰਸੂਤੀ ਦੇ ਸੰਕੇਤ ਪਤਾ ਹੋਣੇ ਚਾਹੀਦੇ ਹਨ। ਪਹਿਲਾਂ ਪਤਾ ਲਗਣ ਨਾਲ ਕਈ ਤਰ੍ਹਾਂ ਦੀਆਂ ਉਲਝਣਾਂ ਤੋਂ ਬਚਿਆ ਜਾ ਸਕਦਾ ਹੈ। ਠੀਕ ਹੈ ਕਿ ਤੁਹਾਨੂੰ ਇਸ ਦੀ ਜ਼ਰੂਰਤ ਨਹੀਂ ਹੋਵੇਗੀ ਪ੍ਰੰਤੂ ਤੁਹਾਨੂੰ ਇਸ ਬਾਰੇ ਪਤਾ ਹੋਣਾ ਚਾਹੀਦਾ ਹੈ। ਜੇਕਰ 37 ਹਫ਼ਤੇ ਤੋਂ ਪਹਿਲਾਂ ਹੇਠ-ਲਿਖਿਆਂ ਵਿਚੋਂ ਕੁਝ ਲੱਛਣ ਉਭਰਣ ਤਾਂ ਡਾਕਟਰ ਨੂੰ ਫ਼ੋਨ ਕਰੋ।

1. ਡਾਇਰੀਆ, ਉਲਟੀ ਜਾਂ ਅਪਾਚਣ ਤੋਂ ਬਿਨਾਂ ਲਗਾਤਾਰ ਪੇਟ ਵਿਚ ਦਰਦ।
2. ਹਰ ਦਸ ਮਿੰਟ ਬਾਅਦ ਦਰਦਨਾਕ ਸੁੰਘੜਨ। "ਬ੍ਰੈਕਸਨ ਹਿਕਸ ਕੰਟ੍ਰੈਕਸ਼ਨ" ਦੇ ਨਾਲ ਉਨ੍ਹਾਂ ਨੂੰ ਨਾ ਜੋੜੋ।
3. ਪਿੱਠ ਦੇ ਹੇਠਲੇ ਹਿੱਸੇ ਵਿਚ ਲਗਾਤਾਰ ਦਰਦ ਮਹਿਸੂਸ ਹੋਣਾ।
4. ਯੋਨੀ ਰਿਸਾਵ ਵਿਚ ਬਦਲਾਅ, ਜੇਕਰ ਇਹ ਗੁਲਾਬੀ ਜਾਂ ਭੂਰੇ ਖ਼ੂਨ ਦੇ ਨਾਲ ਹੋਵੇ
5. ਪੇਲਵਿਕ ਏਰੀਏ ਵਿਚ ਦਰਦ ਜਾਂ ਦਬਾਅ
6. ਯੋਨੀ ਤੋਂ ਲਗਾਤਾਰ ਰਿਸਾਵ

ਯਾਦ ਰੱਖੋ ਕਿ ਇਨ੍ਹਾਂ ਵਿਚੋਂ ਕੁਝ ਵੀ ਲੱਛਣ ਉਭਰ ਸਕਦੇ ਹਨ, ਸਾਰੇ ਨਹੀਂ। ਐਸਾ ਕੋਈ ਲੱਛਣ ਸਾਹਮਣੇ ਆਉਂਦੇ ਹੀ ਡਾਕਟਰ ਨੂੰ ਦਿਖਾਉਣ ਵਿਚ ਦੇਰ ਨਾ ਕਰੋ। ਸੁਰੱਖਿਆ ਨੂੰ ਹਮੇਸ਼ਾਂ ਧਿਆਨ ਵਿਚ ਰਖਣਾ ਚਾਹੀਦਾ ਹੈ। ਇਹ ਗਰਭ ਸਮੇਂ ਦਾ ਪਹਿਲਾ ਨਿਯਮ ਹੈ।

ਤੁਸੀਂ ਪਹਿਲਾਂ ਤੋਂ ਹੀ ਘੱਟ ਕਰ ਰਹੀ ਹੋ। ਆਮ ਤੌਰ ਤੇ ਸ਼ਰਾਬ, ਤਮਾਕੂ ਜਾਂ ਡਰੱਗਜ਼ ਲੈਣ ਵਾਲੀਆਂ ਔਰਤਾਂ ਵਿਚ ਬੱਚਿਆਂ ਦਾ ਭਾਰ ਜਨਮ ਤੋਂ ਹੀ ਘੱਟ ਹੁੰਦਾ ਹੈ। ਭਾਵਨਾਤਮਕ ਤਨਾਅ, ਕੁਪੋਸ਼ਣ, ਪ੍ਰਸੂਤ ਤੋਂ ਪਹਿਲਾਂ ਦੇਖਭਾਲ ਵਿਚ ਕਮੀ ਵਰਗੇ ਕਾਰਕਾਂ ਦਾ ਉਪਾਅ ਕੀਤਾ ਜਾ ਸਕਦਾ ਹੈ। ਇਸ ਤੋਂ ਇਲਾਵਾ ਜੇਕਰ ਮਾਂ ਲੰਮੇ ਸਮੇਂ ਤੋਂ ਬੀਮਾਰ ਹੋਵੇ ਤਾਂ ਡਾਕਟਰ ਦੀ ਸਲਾਹ ਨਾਲ ਵੀ ਗੱਲ ਬਣ ਸਕਦੀ ਹੈ। ਕਈ ਵਾਰ 'ਸਮੇਂ ਤੋਂ ਪਹਿਲਾਂ ਪ੍ਰਸੂਤੀ' ਨੂੰ ਵੀ ਰੋਕਿਆ ਜਾ ਸਕਦਾ ਹੈ।

ਕਈ ਬੱਚੇ ਬਿਨਾਂ ਕਿਸੇ ਕਾਰਨ ਦੇ ਜਨਮ ਤੋਂ ਹੀ ਛੋਟੇ ਹੁੰਦੇ ਹਨ, ਜਿਸਦਾ ਕੋਈ ਉਪਾਅ ਨਹੀਂ ਹੈ।

ਜੇਕਰ ਮਾਂ ਦਾ ਭਾਰ ਵੀ ਜਨਮ ਦੇ ਸਮੇਂ ਘੱਟ ਰਿਹਾ ਹੋਵੇ, ਜਿਵੇਂ ਪਲੇਸੇਂਟਾ ਵਿਚ ਕਮੀ ਜਾਂ 'ਜਨੇਟਿਕ ਡਿਸਆਰਡਰ'। ਨੌਂ ਮਹੀਨੇ ਤੋਂ ਘੱਟ ਦੇ ਗਰਭ ਸਮਾਂ ਵੀ ਇਕ ਕਾਰਨ ਹੋ ਸਕਦੀ ਹੈ। ਪ੍ਰੰਤੂ ਐਸੇ ਮਾਮਲਿਆਂ ਵਿਚ ਵੀ ਚੰਗੇ ਭੋਜਨ ਤੇ ਪ੍ਰਸੂਤੀ ਤੋਂ ਪਹਿਲਾਂ ਦੇਖਭਾਲ ਨਾਲ ਬੱਚੇ ਦਾ ਭਾਰ ਵਧਾਇਆ ਜਾ ਸਕਦਾ ਹੈ। ਜੇਕਰ ਸ਼ਿਸ਼ੂ ਛੋਟਾ ਵੀ ਹੋਵੇ ਤਾਂ ਮੈਡੀਕਲ ਕੇਯਰ ਉਸ ਨੂੰ ਬਚਾਉਣ ਤੇ ਸਿਹਤਮੰਦ ਹੋ ਕੇ ਫਲਣ-ਫੁਲਣ ਵਿਚ ਮਦਦ ਕਰਦੀ ਹੈ।

ਜੇਕਰ ਤੁਸੀਂ ਇਸ ਸਬੰਧੀ ਖ਼ਾਸ ਤੌਰ ਤੇ ਚਿੰਤਾਤੁਰ ਹੋ ਤਾਂ ਆਪਣੇ ਡਾਕਟਰ ਨਾਲ ਸੰਪਰਕ ਕਰੋ। ਉਹ ਅਲਟ੍ਰਾਸਾਊਂਡ ਦੇਖ ਕੇ ਦਸ ਦੇਣਗੇ ਕਿ ਭਰੂਣ ਸਹੀ ਗਤਿ ਨਾਲ ਵੱਧ ਰਿਹਾ ਹੈ ਜਾਂ ਨਹੀਂ। ਜੇਕਰ ਉਸ ਦਾ ਵਿਕਾਸ ਪੂਰਾ ਨਹੀਂ ਹੋ ਰਿਹਾ ਤਾਂ ਉਸ ਦੇ ਲਈ ਸੰਭਾਵੀ ਕਦਮ ਉਠਾਏ ਜਾਣਗੇ।

## ਪ੍ਰਸੂਤੀ ਸਮੇਂ ਦਰਦ ਘਟਾਉਣਾ

ਤੁਹਾਨੂੰ ਇਸ ਦਾ ਸਾਹਮਣਾ ਕਰਨਾ ਹੀ ਹੋਵੇਗਾ। ਉਹ ਤਕਰੀਬਨ 15 ਘੰਟੇ ਜੋ 'ਪ੍ਰਸੂਤੀ' ਕਹਾਉਂਦੇ ਕਿ ਤੁਹਾਨੂੰ ਪਾਰਕ ਵਿਚ ਸੈਰ ਕਰਨ ਵਰਗੇ ਨਹੀਂ ਹਨ। ਪ੍ਰਸੂਤੀ ਅਤੇ ਡਿਲੀਵਰੀ ਆਪਣੇ-ਆਪ ਵਿਚ ਸਖ਼ਤ ਮਿਹਨਤ ਦਾ ਕੰਮ ਹੈ। ਬੱਚੇ ਦੇ ਜਨਮ ਸਮੇਂ ਤੁਹਾਡੇ ਗਰਭਾਸ਼ਯ ਵਿਚ ਵਾਰ-ਵਾਰ ਸੁੰਘੜਨ ਹੁੰਦਾ ਹੈ ਤਾਂ ਜੋ ਤੁਹਾਡੇ ਸਰਵਿਕਸ (ਗਰਭਾਸ਼ਯ ਦੇ ਮੂੰਹ) ਤੇ ਯੋਨੀ ਰਸਤੇ ਤੋਂ ਬੱਚਾ ਬਾਹਰ ਆ ਸਕੇ। ਜੀ ਹਾਂ, ਇਹ ਉਹੀ ਵੈਜਾਇਨਾ ਹੈ ਜਿਸ ਨੂੰ ਤੁਸੀਂ ਇਕ ਟੈਂਪੂਨ ਦੇ ਲਈ ਵੀ ਛੋਟਾ ਸਮਝਦੀ ਸੀ। ਇਕ ਗੱਲ ਹੋਰ ਵੀ ਹੈ ਕਿ ਇਸ ਦਰਦ ਦਾ ਇਕ ਸਾਕਾਰਾਤਮਕ ਪਹਿਲੂ ਹੁੰਦਾ ਹੈ। ਇਹ ਤੁਹਾਡੇ ਬੱਚੇ ਨੂੰ ਤੁਹਾਡੀਆਂ ਬਾਹਾਂ ਵਿਚ ਪਹੁੰਚਾਉਂਦਾ ਹੈ।

ਜੇਕਰ ਤੁਹਾਡਾ ਓਪਰੇਸ਼ਨ ਨਹੀਂ ਹੋ ਰਿਹਾ ਅਤੇ ਤੁਸੀਂ ਲੇਬਰ ਪੇਨ ਝੇਲਣਾ ਹੈ ਤਾਂ ਇਸ ਨੂੰ ਘਟਾਉਣ ਦੀਆਂ ਵੀ ਕਈ ਤਕਨੀਕਾਂ ਹੋ ਸਕਦੀਆਂ ਹਨ। ਤੁਸੀਂ ਮੈਡੀਸਨ ਜਾਂ ਨਾੱਨਮੈਡੀਸਨਲ, ਕਿਸ ਵੀ ਤਰੀਕੇ ਨਾਲ ਦਰਦ ਘਟਾਉਣ ਦਾ ਉਪਾਅ ਲੱਭ ਸਕਦੀ ਹੋ ਜਾਂ ਫਿਰ ਇਨ੍ਹਾਂ ਦੋਨਾਂ ਦਾ ਮੇਲ ਵੀ ਚੁਣਿਆ ਜਾ ਸਕਦਾ ਹੈ। ਤੁਸੀਂ ਬਿਨਾਂ ਕਿਸੀ ਦਵਾਈ ਦੇ ਪ੍ਰਸੂਤੀ ਕਰਵਾ ਸਕਦੀ ਹੋ ਜਾਂ ਫਿਰ ਐਕਯੂਪੰਚਰ, ਐਕਯਪ੍ਰੈਸ਼ਰ ਜਾਂ ਸੰਮੋਹਨ ਵਰਗੇ ਵਿਕਲਪਕ ਚਿਕਿਤਸਾ ਵੀ ਚੁਣ ਸਕਦੀ ਹੋ ਜਾਂ ਤੁਸੀਂ ਕਿਸੀ ਦਰਦ ਨਿਵਾਰਕ ਦਵਾਈ ਦੀ ਮਦਦ ਨਾਲ ਬੱਚੇ ਨੂੰ ਜਨਮ ਦੇ ਸਕਦੀ ਹੋ। ਇਸ ਤਰਾਂ ਤੁਹਾਨੂੰ ਕੋਈ ਦਰਦ ਮਹਿਸੂਸ ਨਹੀਂ ਹੋਵੇਗਾ ਅਤੇ ਤੁਸੀਂ ਪੂਰੀ ਪ੍ਰਕ੍ਰਿਆ ਵਿਚ ਜਾਗਦੀ ਰਹੋਗੀ।

ਤੁਸੀਂ ਕਿਹੜਾ ਵਿਕਲਪ ਅਪਣਾਉਣਾ ਚਾਹੋਗੀ? ਤੁਹਾਨੂੰ ਇਨ੍ਹਾਂ ਦੀ ਜਾਣਕਾਰੀ ਲੈਣੀ ਹੋਵੇਗੀ। ਇਸ ਸਬੰਧੀ ਆਪਣੇ ਡਾਕਟਰ ਦੀ ਸਲਾਹ ਲਉ। 'ਪ੍ਰਸੂਤੀ' ਦੀ ਪ੍ਰਕ੍ਰਿਆ ਤੋਂ ਲੰਘੀਆਂ ਸਹੇਲੀਆਂ ਤੋਂ ਪੁੱਛੋ। ਫਿਰ ਇਸ ਤੋਂ ਬਾਅਦ ਸੋਚੋ ਕਿ ਤੁਹਾਡੇ ਲਈ ਸਹੀ ਵਿਕਲਪ ਕੀ ਹੋ ਸਕਦਾ ਹੈ। ਕੀ ਤੁਸੀਂ ਇਕ ਹੀ ਤਕਨੀਕ ਅਪਣਾਉਣਾ ਚਾਹੋਗੀ ਜਾਂ ਫਿਰ ਕਈ ਤਕਨੀਕਾਂ ਦਾ ਮੇਲ ਸੂਟ ਕਰੇਗਾ। ਇਸ ਤੋਂ ਇਲਾਵਾ ਸਰੀਰ ਦੀ ਲੋਚ ਬਣਾਈ ਰੱਖਣਾ ਵੀ ਨਾ ਭੁਲੋ। ਇਸ ਦੀ ਤਾਂ ਉਥੇ ਸਭ ਤੋਂ ਵੱਧ ਲੋੜ ਹੋਵੇਗੀ। ਜੇਕਰ ਡਾਕਟਰ ਵੱਲੋਂ ਤੁਹਾਨੂੰ ਨਾਰਮਲ ਪ੍ਰਸੂਤੀ ਦੇ ਸੰਕੇਤ ਮਿਲੇ ਹਨ ਤਾਂ ਤੁਸੀਂ ਆਪਣੀ ਮਰਜ਼ੀ ਨਾਲ ਕੋਈ ਵੀ ਵਿਕਲਪ ਚੁਣ ਸਕਦੀ ਹੋ।

## ਦਵਾਈ ਤੇ ਦਰਦ

ਜੇਕਰ ਦਰਦ ਨਿਵਾਰਕ ਦਵਾਈ ਦੀ ਗੱਲ ਕਰੀਏ ਤਾਂ ਪ੍ਰਸੂਤੀ ਦੇ ਦੌਰਾਨ ਅਜਿਹੀ ਕੋਈ ਦਵਾਈ ਲਈ ਜਾ ਸਕਦੀ ਹੈ। ਇਸ ਵਿਚ ਐਨਸਥੇਟਿਕ (ਦਰਦ ਮਹਿਸੂਸ ਨਹੀਂ ਹੋਗੇ ਤੇ ਨੀਂਦ ਆ ਜਾਏਗੀ। ਐਨਾਲਜੈਸਿਕ (ਦਰਦ ਨਿਵਾਰਕ), ਅਟ੍ਰੈਕਜਿਸ (ਟੈਕਵਿਲਾਈਜਰਜ਼) ਸ਼ਾਮਲ ਹੁੰਦੇ ਹਨ। ਤੁਸੀਂ ਖ਼ੁਦ ਚੁਣ ਸਕਦੀ ਹੋ ਕਿ ਇਸ ਵਿਚੋਂ ਕਿਹੜਾ ਤਰੀਕਾ ਤੁਹਾਡੇ ਲਈ ਆਰਾਮਦੇਹ ਰਹੇਗਾ। ਜੇਕਰ ਤੁਹਾਡੀ ਕੋਈ ਮੈਡੀਕਲ ਹਿਸਟਰੀ ਜਾਂ ਵਰਤਮਾਨ ਅਵਸਥਾ ਥੋੜ੍ਹੀ ਵੱਖ ਹੈ ਤਾਂ ਤੁਹਾਡੀ ਚੋਣ ਸੀਮਿਤ ਹੋ ਸਕਦੀ ਹੈ।

ਤੁਹਾਨੂੰ ਇਹ ਵੀ ਦੇਖਣਾ ਹੋਵੇਗਾ ਕਿ ਕੋਈ ਦਵਾਈ ਦਰਦ ਨੂੰ ਕਿਸ ਹੱਦ ਤਕ ਘਟਾਏਗੀ ਜਾਂ ਤੁਹਾਡੇ ਤੇ ਉਸ ਦਾ ਕੀ ਅਸਰ ਹੋਵੇਗਾ ਕਿਉਂਕਿ ਵੱਖ-ਵੱਖ ਦਵਾਈਆਂ, ਲੋਕਾਂ ਤੇ ਵੱਖ ਵੱਖ ਅਸਰ ਪਾਉਂਦੀਆਂ ਹਨ। ਇਹ ਵੀ ਹੋ ਸਕਦਾ ਹੈ ਕਿ ਜੋ ਦਵਾਈ ਤੁਸੀਂ ਚੁਣੀ ਹੋਵੇ, ਉਹ ਉਸ ਸਮੇਂ ਨਾ ਮਿਲ ਸਕੇ ਅਤੇ ਤੁਹਾਨੂੰ ਕੋਈ ਦੂਜੀ ਦਵਾਈ ਦੇ ਦਿੱਤੀ ਜਾਵੇ। ਹਾਲਾਂਕਿ ਦਰਦ ਦੀਆਂ ਦਵਾਈਆਂ ਉਸੀ ਰੂਪ ਵਿਚ ਦਿੱਤੀਆਂ ਜਾਂਦੀਆਂ ਹਨ ਜਿਵੇਂ ਤੁਸੀਂ ਤੇ ਤੁਹਾਡੇ ਡਾਕਟਰ ਚਾਹੁੰਦੇ ਹਨ।

ਇਥੇ ਲੇਬਰ ਤੇ ਦਰਦ ਦੇ ਲਈ ਖ਼ਾਸ ਦਵਾਈਆਂ ਸਬੰਧੀ ਦੱਸਿਆ ਜਾ ਰਿਹਾ ਹੈ।

**ਏਪੀਡਿਯੂਲਰਲ :**-ਦੋ-ਤਿਹਾਈ ਗਰਭਵਤੀ ਔਰਤਾਂ ਹਸਪਤਾਲਾਂ ਵਿਚ ਦਰਦ ਘਟਾਉਣ ਲਈ ਇਸੇ ਦਵਾਈ ਦਾ ਪ੍ਰਯੋਗ ਕਰਦੀਆਂ ਹਨ। ਇਸ ਦੀ ਲੋਕ-ਪ੍ਰਿਯਤਾ ਦਾ ਇਕ ਕਾਰਣ ਇਹ ਵੀ ਹੈ ਕਿ ਇਸ ਦੀ ਜ਼ਿਆਦਾ ਮਾਤਰਾ ਦੀ ਜ਼ਰੂਰਤ ਨਹੀਂ ਪੈਂਦੀ। ਸਰੀਰ ਦੇ ਹੇਠਲੇ ਹਿੱਸੇ ਵਿਚ ਲੋਕਲ ਪੇਨ ਰਿਲੀਫ਼ ਦਿੱਤਾ ਜਾਂਦਾ ਹੈ। ਇਸ ਤਰ੍ਹਾਂ ਤੁਸੀਂ ਪੂਰੀ ਤਰ੍ਹਾਂ ਜਾਗਦੀ ਰਹਿੰਦੀ ਹੋ ਅਤੇ ਬੱਚਾ ਜਨਮ ਤੋਂ ਬਾਅਦ ਉਸ ਦਾ ਸਵਾਗਤ ਕਰਨ ਨੂੰ ਤਿਆਰ ਰਹਿੰਦੀ ਹੋ। ਇਸ ਨੂੰ ਦੂਜੀਆਂ ਦਵਾਈਆਂ ਦੇ ਮੁਕਾਬਲੇ ਬੱਚੇ ਦੇ ਲਈ ਵੀ ਸੁਰੱਖਿਅਤ ਮੰਨਿਆ ਜਾਂਦਾ ਹੈ ਕਿਉਂਕਿ ਇਸ ਦਾ ਇੰਜੈਕਸ਼ਨ ਰੀੜ੍ਹ ਦੀ ਹੱਡੀ ਵਿਚ ਲਗਦਾ ਹੈ। ਇਹ ਦਵਾਈ ਦੂਜੀਆਂ ਦਵਾਈਆਂ ਦੀ ਤਰ੍ਹਾਂ ਤੁਹਾਡੇ ਖ਼ੂਨ ਦੌਰੇ ਵਿਚ ਨਹੀਂ ਮਿਲਦੀ। ਇਹ ਤੁਹਾਨੂੰ ਉਸੀ ਸਮੇ 'ਦਿੱਤੀ ਜਾ ਸਕਦੀ ਹੈ ਜਦੋਂ ਤੁਸੀਂ ਚਾਹੋ। ਅਧਿਐਨ ਤੋਂ ਪਤਾ ਚਲਿਆ ਹੈ ਕਿ ਇਸ ਨਾਲ ਓਪਰੇਸ਼ਨ ਵਿਚ ਖ਼ਤਰਾ ਵੀ ਨਹੀਂ ਵੱਧਦਾ ਅਤੇ ਲੇਬਰ ਦੀ ਪ੍ਰਕ੍ਰਿਆ ਹੌਲੀ ਪੈ ਵੀ ਜਾਏ ਤਾਂ ਡਾਕਟਰ ਤੁਹਾਨੂੰ ਪੀਟੋਸਿਨ ਹਾਰਮੋਨ ਦੇ ਸਕਦੇ ਹਨ ਤਾਂ ਜੋ ਪ੍ਰਸੂਤੀ ਆਪਣੀ ਰਫ਼ਤਾਰ ਵਿਚ ਆ ਜਾਏ।

ਏਪੀਡਿਯੂਲਰਲ ਦੌਰਾਨ ਤੁਸੀਂ ਕੀ ਉਮੀਦ ਕਰ ਸਕਦੀ ਹੋ :-

- ਏਪੀਡਿਯੂਲਰਲ ਦੇਣ ਤੋਂ ਪਹਿਲਾਂ, ਆਈਵੀ ਚਾਲੂ ਕੀਤੀ ਜਾਂਦੀ ਹੈ ਤਾਂ ਜੋ ਤੁਹਾਡਾ ਬਲੱਡਪ੍ਰੈਸ਼ਰ ਘੱਟ ਨਾ ਹੋ ਜਾਏ।
- ਕੁਝ ਹਸਪਤਾਲਾਂ ਵਿਚ, ਬਲੈਡਰ ਵਿਚ ਕੈਥੇਟਰ ਪਾ ਦਿੱਤਾ ਜਾਂਦਾ ਹੈ ਤਾਂਜੋ ਉਸ ਪ੍ਰਕ੍ਰਿਆ ਦੌਰਾਨ ਪਿਸ਼ਾਬ ਕੀਤਾ ਜਾ ਸਕੇ। ਦਵਾਈ ਦੇ ਕਾਰਣ ਪਿਸ਼ਾਬ ਰੁਕ ਸਕਦਾ ਹੈ। ਕਈ ਹਸਪਤਾਲਾਂ ਵਿਚ ਜ਼ਰੂਰਤ ਪੈਣ ਤੇ ਕੈਥੇਟਰ ਦਾ ਪ੍ਰਯੋਗ ਹੁੰਦਾ ਹੈ।
- ਤੁਹਾਡੀ ਪਿੱਠ ਵਿਚਲੇ ਤੇ ਹੇਠਲੇ ਹਿੱਸੇ ਤੇ ਐਂਟਿਸੈਪਟਿਕ ਲੋਸ਼ਨ ਲਗਾਇਆ ਜਾਂਦਾ ਹੈ ਅਤੇ ਪਿੱਠ ਦੇ ਉਸ ਹਿੱਸੇ ਨੂੰ ਲੋਕ ਐਂਸਥੀਸੀਆ ਨਾਲ ਸੁੰਨ ਕਰ ਦੇਂਦੇ ਹਨ। ਸੁੰਨ ਹਿੱਸੇ ਵਿਚੋਂ ਇਕ ਵੱਡੀ ਸੂਈ ਰੀੜ੍ਹ ਦੀ ਹੱਡੀ ਦੇ ਏਪੀਡਿਯੂਲਰਲ ਵਾਲੀ ਜਗ੍ਹਾ ਵਿਚ ਪਾਈ ਜਾਂਦੀ ਹੈ। ਇੰਝ ਉਦੋਂ ਕੀਤਾ ਜਾਂਦਾ ਹੈ ਜਦੋਂ ਤੁਸੀਂ ਇਕ ਹੋਰ ਕਰਵਟ ਲੈ ਕੇ ਲੇਟਦੀ ਹੋ ਜਾਂ ਕਿਸੇ ਦੀ ਮਦਦ ਨਾਲ ਮੇਜ ਤੇ ਝੁਕੀ ਹੁੰਦੀ ਹੋ। ਕਈਆਂ ਨੂੰ ਸੂਈ ਚੁਭਣ ਦਾ ਦਰਦ ਮਹਿਸੂਸ ਹੁੰਦਾ ਹੈ ਜੇਕਰ ਤੁਸੀਂ ਕਿਸਮਤ ਵਾਲੀ ਹੋ ਤਾਂ ਜ਼ਿਆਦਾਤਰ ਔਰਤਾਂ ਦੀ ਤਰ੍ਹਾਂ ਤੁਹਾਨੂੰ ਕੁਝ ਵੀ ਮਹਿਸੂਸ ਨਹੀਂ ਹੋਵੇਗਾ। ਪ੍ਰਸੂਤੀ ਦੇ ਦਰਦ ਦੇ ਮੁਕਾਬਲੇ ਤਾਂ ਸੂਈ ਦਾ ਦਰਦ ਕੁਝ ਵੀ ਨਹੀਂ ਹੈ।
- ਸੂਈ ਕੱਢ ਕੇ ਉਥੇ ਇਕ ਪਤਲੀ ਕੈਥੇਟਰ ਟਿਊਬ ਪਾ ਦਿੱਤੀ ਜਾਂਦੀ ਹੈ ਇਹ ਟਿਊਬ ਪਿੱਠ ਤੇ ਟੇਪ ਨਾਲ ਚਿਪਕਾ ਦਿੱਤੀ ਜਾਂਦੀ ਹੈ ਤਾਂ ਜੋ ਤੁਸੀਂ ਹਿੱਲ-ਜੁਲ ਨਾ ਸਕੋ। ਪਹਿਲੀ ਖ਼ੁਰਾਕ ਦੇਣ ਤੋਂ 3-5 ਮਿੰਟ ਦੇ ਅੰਦਰ ਹੀ ਗਰਭਾਸ਼ਯ ਦੇ ਸਨਾਯੂ ਸੁੰਨ ਹੋਣ ਲਗਦੇ ਹਨ। 10 ਮਿੰਟ ਬਾਅਦ ਪੂਰਾ ਆਰਾਮ ਆ ਜਾਂਦਾ ਹੈ। ਦਵਾਈ ਨਾਲ ਸਰੀਰ ਦਾ ਪੂਰਾ ਹੇਠਲਾ ਹਿੱਸਾ ਸੁੰਨ ਹੋ ਜਾਂਦਾ ਹੈ ਅਤੇ ਤੁਸੀਂ ਕਾਂਟ੍ਰੈਕਸ਼ਨ (ਸੁੰਘੜਨ) ਮਹਿਸੂ ਨਹੀਂ ਕਰ ਸਕਦੀ।
- ਤੁਹਾਡਾ ਬਲੱਡ ਪ੍ਰੈਸ਼ਰ ਲਗਾਤਾਰ ਪਰਖਿਆ ਜਾਂਦਾ ਹੈ।
- ਕਈ ਵਾਰ ਏਪੀਡਿਯੂਲਰਲ ਦੇ ਕਾਰਣ ਭਰੂਣ ਦੇ ਦਿਲ ਦੀ ਧੜਕਣ ਹੌਲੀ ਪੈ ਜਾਂਦੀ ਹੈ। ਇਸ ਦੇ ਲਈ ਭਰੂਣ ਤੇ ਵੀ ਲਗਾਤਾਰ ਨਜ਼ਰ ਰਖੀ ਜਾਂਦੀ ਪ੍ਰੰਤੂ ਡਾਕਟਰ ਨੂੰ ਤੁਹਾਡੇ ਦੋਨਾਂ ਤੇ ਸੰਘੜਨ ਤੇ ਨਜ਼ਰ ਰੱਖਣ ਵਿਚ ਆਸਾਨੀ ਹੁੰਦੀ ਹੈ।

ਕਈ ਦੀ ਗੱਲ ਇਹ ਹੈ ਕਿ ਇਸ ਪ੍ਰਕ੍ਰਿਆ ਦੇ ਸਾਈਡ ਇਫੈਕਟ ਕਾਫ਼ੀ ਘੱਟ ਹੁੰਦੇ ਹਨ। ਹਾਲਾਂਕਿ ਕਈ ਔਰਤਾਂ ਨੂੰ ਸਰੀਰ ਦਾ ਇਕ ਹਿੱਸਾ ਹੀ ਸੁੰਨ

ਮਹਿਸੂਸ ਹੁੰਦਾ ਹੈ ਜੇਕਰ ਬੈਕ ਲੇਬਰ ਦਾ ਮਾਮਲਾ ਹੋਵੇ ਤਾਂ ਇਹ ਪੂਰੀ ਤਰ੍ਹਾਂ ਨਾਲ ਦਰਦ ਤੇ ਕਾਬੂ ਨਹੀਂ ਕਰ ਸਕਦੇ।

**ਸਪਾਇਨਲ ਏਪੀਡਿਯੂਲਰਲ** :-ਇਹ ਵੀ ਪ੍ਰਚਲਤ ਏਪੀਡਿਯੂਲਰਲ ਦੀ ਤਰ੍ਹਾਂ ਹੀ ਦਰਦ ਨਿਵਾਰਕ ਦਾ ਕੰਮ ਕਰਦਾ ਹੈ ਪ੍ਰੰਤੂ ਇਸ ਵਿਚ ਦਵਾਈ ਦੀ ਥੋੜ੍ਹੀ ਖ਼ੁਰਾਕ ਲਈ ਜਾਂਦੀ ਹੈ। ਹਰ ਜਗ੍ਹਾ ਇਹ ਸੁਵਿਧਾ ਵੀ ਨਹੀਂ ਮਿਲਦੀ, ਤੁਸੀਂ ਪਹਿਲਾਂ ਇਸ ਸਬੰਧੀ ਪਤਾ ਕਰ ਲਉ। ਐਂਸਥੀਸੀਆ ਦੇ ਡਾਕਟਰ ਤੁਹਾਨੂੰ ਸਪਾਇਨਲ ਦ੍ਰਵ ਵਿਚ ਇਸ ਦੀ ਥੋੜ੍ਹੀ ਖ਼ੁਰਾਕ ਦੇਕੇ ਦਰਦ ਤੋਂ ਛੁਟਕਾਰਾ ਦਿਵਾ ਸਕਦੇ ਹਨ, ਪ੍ਰੰਤੂ ਤੁਹਾਡੀਆਂ ਲੱਤਾਂ ਤੇ ਮਾਸ-ਪੇਸ਼ੀਆਂ ਸੁੰਨ ਨਹੀਂ ਹੁੰਦੀਆਂ। ਇਸ ਲਈ ਤੁਸੀਂ ਉਨ੍ਹਾਂ ਦਾ ਪ੍ਰਯੋਗ ਕਰ ਸਕਦੀ ਹੋ। ਜੇਕਰ ਤੁਹਾਨੂੰ ਦਰਦ ਵਿਚ ਆਰਾਮ ਨਾ ਆਵੇ ਤਾਂ ਕੈਥੀਟਰ ਦੀ ਮਦਦ ਨਾਲ ਹੋਰ ਦਵਾਈ ਦਿੱਤੀ ਜਾ ਸਕਦੀ ਹੈ। ਹਾਲਾਂਕਿ ਲੱਤਾਂ ਸੁੰਨ ਤਾਂ ਨਹੀਂ ਹੁੰਦੀਆਂ ਪਰ ਤੁਸੀਂ ਕਾਫ਼ੀ ਕਮਜ਼ੋਰੀ ਮਹਿਸੂਸ ਕਰਦੀ ਹੋ। ਇਸ ਲਈ ਉਸ ਸਮੇਂ ਤੁਸੀਂ ਚਲਣਾ ਨਹੀਂ ਚਾਹੋਗੀ।

**ਸਪਾਇਨਲ ਬਲਾੱਕ ਜਾਂ ਸੈਡਲ ਬਲਾੱਕ** :- ਇਨ੍ਹਾਂ ਦਿਨਾਂ ਵਿਚ, ਇਨ੍ਹਾਂ ਦੋਨੋਂ ਬਲਾੱਕਾਂ ਦਾ ਪ੍ਰਯੋਗ ਨਾ ਦੇ ਬਰਾਬਰ ਹੁੰਦਾ ਹੈ ਜੇਕਰ ਤੁਸੀਂ ਏਪੀਡਿਯੂਲਰਲ ਨਹੀਂ ਲਿਆ ਤਾਂ ਡਿਲੀਵਰੀ ਦੇ ਲਈ ਦਰਦ ਨਿਵਾਰਕ ਚਾਹੁੰਦੀ ਹੋ ਤਾਂ ਪ੍ਰਸੂਤੀ ਦੌਰਾਨ ਸਪਾਇਨਲ ਬਲਾੱਕ ਦੇ ਸਕਦੇ ਹਨ। ਇਸ ਵਿਚ ਵੀ ਸਪਾਇਨਲ ਕਾੱਰਡ ਦੇ ਦ੍ਰਵ ਵਿਚ ਇੰਜੈਕਸ਼ਨ ਦਿੱਤਾ ਜਾਂਦਾ ਹੈ। ਇਸ ਦੇ ਕਾਰਣ ਵੀ ਬਲੱਡ ਪ੍ਰੈਸ਼ਰ ਘੱਟ ਹੋ ਸਕਦਾ ਹੈ।

**ਪੁਡੇਂਡਲ ਬਲਾੱਕ**:-ਇਸ ਨੂੰ ਵੈਜਾਇਨਲ ਡਿਲਿਵਰੀ ਦੌਰਾਨ ਪ੍ਰਯੋਗ ਕੀਤਾ ਜਾਂਦਾ ਹੈ। ਸੂਈ ਰਾਹੀਂ ਦਵਾਈ ਦਿੱਤੀ ਜਾਂਦੀ ਹੈ ਜਿਸ ਨਾਲ ਉਹ ਹਿੱਸਾ ਸੁੰਨ ਪੈ ਜਾਂਦਾ ਹੈ। ਜੇਕਰ ਫੋਰਸੈਪ ਜਾਂ ਵੈਕਿਊਮ ਐਕਟ੍ਰੈਕਸ਼ਨ ਕਰਨਾ ਹੋਵੇ ਤਾਂ ਇਹ ਤਰੀਕਾ ਕਾਰਗਰ ਹੈ। ਇਸ ਦਾ ਅਸਰ ਏਪੀਸਿਓਟੋਮੀ ਤਕ ਹੁੰਦਾ ਹੈ।

**ਜਨਰਲ ਐਂਸਥੀਸੀਆ** :- ਅੱਜ ਕਲ੍ਹ ਆਮ ਡਿਲੀਵਰੀ ਵਿਚ ਇਸ ਦਾ ਪ੍ਰਯੋਗ ਕਾਫ਼ੀ ਘੱਟ ਹੁੰਦਾ ਹੈ। ਕੇਵਲ ਐਮਰਜੈਂਸੀ ਸਰਵਿਕਲ ਜਨਮ ਦੇ ਮਾਮਲੇ ਵਿਚ ਹੀ ਇਸ ਨੂੰ ਦਿੱਤਾ ਜਾਂਦਾ ਹੈ। ਇਸ ਨਾਲ

## ਦਰਦ ਤੋਂ ਬਿਨਾਂ....

ਕੀ ਧੱਕਾ ਲਾਉਣ ਲਈ ਦਰਦ ਦੀ ਜ਼ਰੂਰਤ ਹੈ, ਨਹੀਂ ਜ਼ਿਆਦਾਤਰ ਔਰਤਾਂ ਨੇ ਮੰਨਿਆ ਹੈ ਕਿ ਏਪੀਡਯੂਰਲ ਤੋਂ ਬਾਅਦ ਵੀ ਉਨ੍ਹਾਂ ਨੂੰ ਬੱਚੇ ਨੂੰ ਬਾਹਰ ਧੱਕਾ ਲਾਉਣ ਵਿਚ ਔਖ ਨਹੀਂ ਆਉਂਦੀ। ਨਰਸ ਉਨ੍ਹਾਂ ਨੂੰ ਸਕੁਚਣ ਦਾ ਸਮਾਂ ਦੱਸ ਦਿੰਦੀ ਹੈ ਅਤੇ ਉਹ ਜ਼ੋਰ ਲਗਾਉਂਦੀਆਂ ਹਨ। ਜੇਕਰ ਦਰਦ ਤੋਂ ਬਗੈਰ ਗੱਲ ਨਾ ਬਣ ਰਹੀ ਹੋਵੇ ਤਾਂ ਏਪੀਡਯੂਰਲ ਰੋਕ ਦਿੱਤਾ ਜਾਂਦਾ ਹੈ। ਫੇਰ ਡਲੀਵਰੀ ਤੋਂ ਬਾਅਦ ਦੁਬਾਰਾ ਦਵਾਈ ਦੇ ਕੇ ਉਸ ਹਿੱਸੇ ਨੂੰ ਸੁੰਨ ਕਰ ਸਕਦੇ ਹਨ।

ਨੀਂਦ ਆ ਜਾਂਦੀ ਹੈ ਅਤੇ ਤੁਸੀਂ ਡਿਲੀਵਰੀ ਦੇ ਦੌਰਾਨ ਬੇਹੋਸ਼ ਰਹਿੰਦੀ ਹੋ। ਹੋਸ਼ ਵਿਚ ਆਉਣ ਤੋਂ ਬਾਅਦ ਜੀ ਮਿਚਲਾਉਣ, ਉਲਟੀ ਜਾਂ ਖਾਂਸੀ ਦੀ ਸ਼ਿਕਾਇਤ ਹੋ ਸਕਦੀ ਹੈ।

ਇਸ ਨਾਲ ਮਾਂ ਦੇ ਨਾਲ-ਨਾਲ ਬੱਚੇ ਤੇ ਵੀ ਅਸਰ ਪੈਂਦਾ ਹੈ। ਉਂਞ ਕੋਸ਼ਿਸ਼ ਇਹੀ ਕੀਤੀ ਜਾਂਦੀ ਹੈ ਕਿ ਬੱਚੇ ਤਕ ਜ਼ਿਆਦਾ ਅਸਰ ਹੋਣ ਤੋਂ ਪਹਿਲਾਂ ਉਸ ਨੂੰ ਬਾਹਰ ਕੱਢ ਲਿਆ ਜਾਵੇ। ਡਾਕਟਰ ਤੁਹਾਨੂੰ ਆੱਕਸੀਜਨ ਵੀ ਦੇ ਸਕਦੇ ਹਨ ਤਾਂ ਜੋ ਸ਼ਿਸ਼ੂ ਨੂੰ ਪੂਰੀ ਆੱਕਸੀਜਨ ਮਿਲੇ ਤੇ ਉਸ ਤੇ ਦਵਾਈ ਦਾ ਜ਼ਿਆਦਾ ਅਸਰ ਨਾ ਹੋਵੇ।

**ਡੈਮੇਰੋਲ** :-ਇਹ ਦਰਦ ਨਿਵਾਰਕ ਕਾਫ਼ੀ ਪ੍ਰਯੋਗ ਹੁੰਦਾ ਹੈ। ਇਸ ਨਾਲ ਦਰਦ ਘਟਦਾ ਹੈ ਤੇ ਮਾਂ ਨੂੰ ਕਾਂਟ੍ਰੈਕਸ਼ਨ ਝੇਲਣ ਵਿਚ ਆਸਾਨੀ ਹੁੰਦੀ ਹੈ। ਇਸ ਨੂੰ 2-4 ਘੰਟੇ ਵਿਚ ਦੁਹਰਾ ਸਕਦੇ ਹਨ। ਇਸ ਦੇ ਕੁਝ ਸਾਈਡ ਇਫੈਕਟ ਵੀ ਹੋ ਸਕਦੇ ਹਨ; ਜਿਵੇਂ- ਉਲਟੀ, ਜੀ ਮਿਚਲਾਣਾ ਜਾਂ ਬਲੱਡ-ਪ੍ਰੈਸ਼ਰ ਵਿਚ ਕਮੀ। ਨਵਜਾਤ ਤੇ ਇਸ ਦਾ ਅਸਰ ਇਸ ਗੱਲ ਤੇ ਨਿਰਭਰ ਕਰਦਾ ਹੈ ਕਿ ਤੁਸੀਂ ਡਿਲੀਵਰੀ ਦੇ ਕਿੰਨੇ ਕੋਲ ਆ ਕੇ ਦਵਾਈ ਦਿੱਤੀ ਹੈ। ਜੇਕਰ ਇਸ ਨੂੰ ਡਿਲੀਵਰੀ ਦੇ ਨਾਲ ਹੀ ਦਿੱਤਾ ਗਿਆ ਹੈ ਤਾਂ ਬੱਚਾ ਸੋ ਸਕਦਾ ਹੈ, ਸਾਂਹ ਲੈਣ ਵਿਚ ਤਕਲੀਫ਼ ਹੋਵੇਗੀ ਅਤੇ ਉਸ ਨੂੰ ਆੱਕਸੀਜਨ ਦੇਣੀ ਪੈ ਸਕਦੀ ਹੈ। ਇਹ ਪ੍ਰਭਾਵ ਅਸਥਾਈ ਹੁੰਦੇ ਹਨ, ਜਿਨ੍ਹਾਂ ਦਾ ਇਲਾਜ ਹੋ ਸਕਦਾ ਹੈ।

ਇਸ ਨੂੰ ਆਮ ਤੌਰ ਤੇ ਡਿਲੀਵਰੀ ਤੋਂ ਦੋ-ਤਿੰਨ ਘੰਟੇ ਪਹਿਲਾਂ ਹੀ ਦੇਣ ਦੀ ਕੋਸ਼ਿਸ਼ ਕੀਤੀ ਜਾਂਦੀ ਹੈ।

**ਟੈਕਵਲਾਈਜਰਜ਼** :-ਇਨ੍ਹਾਂ ਨਾਲ ਮਾਂ ਪੂਰੀ ਤਰ੍ਹਾਂ ਸ਼ਾਂਤ ਹੋ ਕੇ ਬੱਚੇ ਨੂੰ ਜਨਮ ਦੇਣ ਦੀ ਪ੍ਰਕ੍ਰਿਆ ਵਿਚ ਸਹਿਯੋਗ ਦੇ ਸਕਦੀ ਹੈ। ਇਨ੍ਹਾਂ ਨਾਲ ਦਰਦ ਨਿਵਾਰਕਾਂ ਦੀ ਤਾਕਤ ਵੀ ਵੱਧ ਜਾਂਦੀ ਹੈ। ਜੇਕਰ ਮਾਂ ਦੀ ਵਿਅਗ੍ਰਤਾ ਦੇ ਕਾਰਣ ਪ੍ਰਸੂਤੀ ਵਿਚ ਦਿੱਕਤ ਆ ਰਹੀ ਹੋਵੇ ਤਾਂ ਇਨ੍ਹਾਂ ਨੂੰ ਦਿੱਤਾ ਜਾਂਦਾ ਹੈ। ਕੁਝ ਔਰਤਾਂ ਹਲਕੇ ਉਨੀਂਦਰੇਪਨ ਦਾ ਸਵਾਗਤ ਕਰਦੀਆਂ ਹਨ ਤੇ ਕਈਆਂ ਨੂੰ ਲਗਦਾ ਹੈ ਕਿ ਉਹ ਇਨ੍ਹਾਂ ਪਲਾਂ ਨੂੰ ਗੁਆ ਰਹੀਆਂ ਹਨ, ਜੋ ਉਨ੍ਹਾਂ ਦੀ ਜ਼ਿੰਦਗੀ ਦੇ ਸਭ ਤੋਂ ਯਾਦਗਾਰ ਪਲ ਹਨ। ਖ਼ੁਰਾਕ ਨਾਲ ਕਾਫ਼ੀ ਫਰਕ ਪੈਂਦਾ ਹੈ। ਜ਼ਿਆਦਾ ਖ਼ੁਰਾਕ ਥੋੜ੍ਹੀ ਨੁਕਸਾਨ ਵੀ ਕਰ ਸਕਦੀ ਹੈ। ਹਾਲਾਂਕਿ ਇਨ੍ਹਾਂ ਨਾਲ ਬੱਚੇ ਨੂੰ ਕੋਈ ਖ਼ਤਰਾ ਨਹੀਂ ਹੁੰਦਾ ਪ੍ਰੰਤੂ ਡਾਕਟਰ ਬਹੁਤ ਜ਼ਰੂਰਤ ਪੈਣ ਤੇ ਹੀ ਇਨ੍ਹਾਂ ਦਾ ਪ੍ਰਯੋਗ ਕਰਦੇ ਹਨ। ਉਂਝ ਤੁਹਾਨੂੰ ਆਪਣੀ ਉਤੇਜਨਾ ਸ਼ਾਂਤ ਕਰਨ ਦੇ ਲਈ ਦਵਾਈਆਂ ਲੈਣ ਦੀ ਬਜਾਏ ਰਿਲੈਕਸ਼ੇਸ਼ਨ ਤਕਨੀਕਾਂ ਸਿਖਣੀਆਂ ਚਾਹੀਦੀਆਂ ਹਨ।

## ਦਰਦ ਤੇ ਬਦਲਵੀਂ ਚਿਕਿਤਸਾ

ਇਨ੍ਹਾਂ ਵੀ ਔਰਤ ਪ੍ਰਸੂਤੀ ਦੇ ਦੌਰਾਨ ਦਵਾਈਆਂ ਨਹੀਂ ਲੈਣਾ ਚਾਹੁੰਦੀ ਪ੍ਰੰਤੂ ਉਸ ਅਵਸਥਾ ਨੂੰ ਆਰਾਮਦਾਇਕ ਤਾਂ ਬਣਾਉਣਾ ਚਾਹੁੰਦੀ ਹੈ। ਇਸ ਦੇ ਲਈ ਬਦਲਵੇਂ ਚਿਕਿਤਸਾ ਉਪਾਆਂ ਦੀ ਮਦਦ ਲੈ ਸਕਦੇ ਹਨ। ਅੱਜ ਕਲ੍ਹ ਕਈ ਪਰੰਪਰਕਿ ਡਾਕਟਰ ਵੀ ਇਨ੍ਹਾਂ ਤਕਨੀਕਾਂ ਦੀ ਮਦਦ ਲੈਣ ਲਗੇ ਹਨ। ਚਾਹੇ ਤੁਸੀਂ ਏਪੀਡਿਯੂਰਲ ਹੀ ਕਿਉਂ ਨਾ ਲੈਣਾ ਹੋਵੇ, ਪ੍ਰਸੂਤੀ ਤੋਂ ਪਹਿਲਾਂ ਹੀ ਇਨ੍ਹਾਂ ਤਕਨੀਕਾਂ ਦਾ ਅਭਿਆਸ ਸ਼ੁਰੂ ਕਰ ਦਿਉ ਤੇ ਕਿਸੀ ਲਾਇਸੰਸਸ਼ੁਦਾ ਮਾਹਰ ਤੋਂ ਹੀ ਸਿਖਲਾਈ ਲਉ, ਉਸ ਨੂੰ ਗਰਭ ਸਮੇਂ ਤੇ ਡਿਲੀਵਰੀ ਦਾ ਅਨੁਭਵ ਹੋਣਾ ਚਾਹੀਦਾ ਹੈ।

**ਐਕਯੂਪੰਚਰ ਤੇ ਐਕਿਪ੍ਰੈਸ਼ਰ** :-ਵਿਗਿਆਨਕ ਅਧਿਐਨਾਂ ਨੇ ਮੰਨਿਆ ਹੈ ਕਿ ਚੀਨੀ ਹਜ਼ਾਰਾਂ ਸਾਲਾਂ ਤੋਂ ਐਕਿਯੂਪੰਚਰ ਤੇ ਐਕਿਯੂਪ੍ਰੈਸ਼ਰ ਦੀ ਦਰਦ ਨਿਵਾਰਕ ਤਕਨੀਕ ਜਾਣਦੇ ਸਨ। ਐਕਿਯੂਪੰਚਰ ਦੀ ਮਦਦ ਨਾਲ ਸਰੀਰ ਦੇ ਕੁਝ ਖ਼ਾਸ ਬਿੰਦੂਆਂ ਵਿਚ ਸੂਈ ਚੁਭੋ ਕੇ ਪ੍ਰਸੂਤੀ ਦਰਦ ਘਟਾਇਆ ਜਾ ਸਕਦਾ ਹੈ। ਐਕਿਯੂਪ੍ਰੈਸ਼ਰ ਵਿਚ ਸਿਰਫ਼ ਉਂਗਲੀਆਂ ਨਾਲ ਬਿੰਦੂਆਂ ਤੇ ਦਬਾਅ ਦਿੱਤਾ ਜਾਂਦਾ ਹੈ। ਜੇਕਰ ਤੁਸੀਂ ਪ੍ਰਸੂਤੀ ਦੇ ਸਮੇਂ ਇਨ੍ਹਾਂ ਵਿਚੋਂ ਕਿਸੇ ਇਕ ਵਿਸ਼ੇਸ਼ਤਾ ਨੂੰ ਨਾਲ ਰੱਖਣਾ ਚਾਹੁੰਦੀ ਹੋ ਤਾਂ ਆਪਣੇ ਡਾਕਟਰ ਨੂੰ ਪਹਿਲਾਂ ਹੀ ਦਸ ਦਿਉ।

**ਰਿਪਲੈਕਸੋਲਾੱਜੀ** :-ਉਹ ਮੰਨਦੇ ਹਨ ਕਿ ਜ਼ਖ਼ਮ ਦੇ ਕੁਝ ਬਿੰਦੂਆਂ ਤੇ ਮਾਲਿਸ਼ ਕਰਨ ਨਾਲ ਪ੍ਰਸੂਤੀ ਦਾ ਦਰਦ ਘਟਾਇਆ ਜਾ ਸਕਦਾ ਹੈ। ਇਸ ਨਾਲ ਪ੍ਰਸੂਤੀ ਕਾਲ ਦੀ ਅਵਧੀ ਵੀ ਘਟਦੀ ਹੈ। ਕੁਝ ਬਿੰਦੂ ਤਾਂ ਇੰਨੇ ਸ਼ਕਤੀਸ਼ਾਲੀ ਹਨ ਕਿ ਤੁਹਾਨੂੰ ਪ੍ਰਸੂਤੀ ਵਿਚ ਜਾਣ ਤੋਂ ਪਹਿਲਾਂ, ਉਨ੍ਹਾਂ ਨੂੰ ਨਹੀਂ ਦਬਾਉਣਾ ਚਾਹੀਦਾ ਜਾਂ ਉਤੇਜਿਤ ਨਹੀਂ ਕਰਨਾ ਚਾਹੀਦਾ।

**ਫ਼ਿਜ਼ੀਕਲ ਥੈਰੇਪੀ** :- ਮਾਲਿਸ਼ ਤੇ ਗਰਮ-ਠੰਡੇ ਸੇਕ ਨਾਲ ਵੀ ਪ੍ਰਸੂਤੀ ਦਾ ਦਰਦ ਘਟਾਇਆ ਜਾ ਸਕਦਾ ਹੈ। ਕਿਸੀ ਅਨੁਭਵੀ ਹੱਥਾਂ ਨਾਲ ਮਾਲਿਸ਼ ਹੋਣ ਤੇ ਦਰਦ ਘੱਟਣ ਵਿਚ ਮਦਦ ਮਿਲਦੀ ਹੈ।

**ਹਾਈਡ੍ਰੋਥੈਰੇਪੀ**:-ਲੇਬਰ ਦੇ ਦੌਰਾਨ ਗੁਨਗੁਨਾ ਪਾਣੀ ਬਹੁਤ ਆਰਾਮ ਦੇਂਦਾ ਹੈ। ਲੇਬਰ ਦੇ ਦੌਰਾਨ ਪਾਣੀ ਨਾਲ ਭਰੇ ਟੱਬ ਵਿਚ ਲਿਟਾ ਕੇ, ਪ੍ਰਸੂਤੀ ਦਾ ਦਰਦ ਘੱਟ ਸਕਦਾ ਹੈ। ਕਈ ਹਸਪਤਾਲਾਂ ਵਿਚ ਇਹ ਸੁਵਿਧਾ ਵੀ ਦਿੱਤੀ ਜਾਣ ਲਗੀ ਹੈ।

**ਹਿਪਨੋਥਰਪਿੰਗ** :-ਹਾਲਾਂਕਿ ਸੰਮੋਹਨ ਨਾ ਤਾਂ ਦਰਦ ਘਟਾਏਗਾ ਅਤੇ ਨਾ ਹੀ ਸਰੀਰ ਦੇ ਕਿਸੇ ਹਿੱਸੇ ਨੂੰ ਸੁੰਨ ਕਰੇਗਾ ਬਸ ਤੁਸੀਂ ਗਹਿਰਾਈ ਤੋਂ ਰਿਲੈਕਸ ਹੋ ਜਾਓਗੀ। ਇਹ ਸਾਰਿਆਂ ਤੇ ਅਸਰ ਨਹੀਂ ਕਰਦਾ। ਤੁਹਾਨੂੰ ਗਰਭ ਸਮੇਂ ਦੇ ਦੌਰਾਨ ਹੀ ਕਿਸੇ ਅਨੁਭਵੀ ਮਾਹਰ ਦੀ ਮਦਦ ਨਾਲ ਇਸ ਦਾ ਅਭਿਆਸ ਵੀ ਕਰਨਾ ਹੋਵੇਗਾ। ਤਾਂ ਉਸੀ ਉਸ ਸਮੇਂ ਦੇ ਦਰਦ ਤੇ ਤਕਲੀਫ਼ਾਂ ਤੋਂ ਵੀ ਛੁਟਕਾਰਾ ਪਾ ਸਕਦੀ ਹੋ। ਇਸ ਦਾ ਇਕ ਫ਼ਾਇਦਾ ਇਹ ਹੈ ਕਿ ਤੁਸੀਂ ਬੱਚੇ ਦੇ ਜਨਮ ਦੀ ਸਾਰੀ ਪ੍ਰਕ੍ਰਿਆ ਆਪ ਦੇਖ ਸਕੋਗੀ। ਸ਼ਿਸ਼ੂ ਤੇ ਵੀ ਕੋਈ ਸਰੀਰਕ ਪ੍ਰਭਾਵ ਨਹੀਂ ਹੋਵੇਗਾ।

**ਡਿਸਟ੍ਰੈਕਸ਼ਨ** :- ਤੁਸੀਂ ਡਿਸਟ੍ਰੈਕਸ਼ਨ ਭਾਵ ਧਿਆਨ ਹਟਾਉਣ ਵਾਲੀਆਂ ਤਕਨੀਕਾਂ ਵੀ ਇਸਤੇਮਾਲ ਕਰ ਸਕਦੀ ਹੋ ਜਿਵੇਂ ਟੀ.ਪੀ. ਦੇਖਣਾ, ਸੰਗੀਤ ਸੁਣਨਾ, ਧਿਆਨ ਕਰਨਾ ਆਦਿ। ਇਸ ਨਾਲ ਤੁਹਾਡਾ ਧਿਆਨ ਦਰਦ ਤੋਂ ਥੋੜ੍ਹਾ ਹੱਟ ਜਾਏਗਾ। ਤੁਸੀਂ ਕਿਸੀ ਪਿਆਰੀ ਤਸਵੀਰ ਜਾਂ ਸੀਨਰੀ ਤੇ ਵੀ ਧਿਆਨ ਕੇਂਦ੍ਰਿਤ ਕਰ ਸਕਦੀ ਹੋ। ਇਸ ਤੋਂ ਇਲਾਵਾ ਮਾਨਸਿਕ ਚਿਤ੍ਰਣ ਦੀ ਕਸਰਤ ਕਰੋ। ਕਲਪਨਾ ਕਰੋ ਕਿ ਬੱਚਾ ਗਰਭਾਸ਼ਯ ਤੋਂ ਬਾਹਰ ਆ ਰਿਹਾ ਹੈ ਅਤੇ ਤੁਸੀਂ ਉਸ ਨੂੰ ਬਾਹਾਂ ਵਿਚ ਲੈ ਰਹੀ ਹੋ। ਇਸ ਤਰ੍ਹਾਂ ਤੁਸੀਂ ਕਾਫ਼ੀ ਆਰਾਮਦਾਇਕ ਮਹਿਸੂਸ ਕਰੋਗੀ।

**ਟ੍ਰਾਂਸਕਯੂਟੇਨਿਯਸ ਇਲੈਕਟ੍ਰੀਕਲ ਨਰਵਸ ਸਿਟਮਿਯੂਲੇਸ਼ਨ** :- ਇਸ ਵਿਧੀ ਵਿਚ ਇਕਨੈਕਟ੍ਰੋਡ ਹਲਕੇ ਵੋਲਟੇਜ ਦੇ ਪਲਸ ਨਾਲ ਗਰਭਾਸ਼ਯ ਤੇ ਸਰਵਿਕਸ ਦੇ ਤਨਾਂਯੂ ਉਤੇਜਿਤ ਕਰ ਦੇਂਦੇ ਹਨ ਜਿਸ ਨਾਲ ਦਰਦ ਘਟ ਜਾਂਦਾ ਹੈ। ਹਾਲਾਂਕਿ ਇਸ ਸਬੰਧੀ ਕੋਈ ਪੱਕੇ ਸਬੂਤ ਨਹੀਂ ਮਿਲੇ ਹਨ।

## ਫ਼ੈਸਲਾ ਕਰਨਾ

ਇਸ ਲਈ ਤੁਸੀਂ ਪ੍ਰਸੂਤੀ ਦੇ ਸਮੇਂ ਦਰਦ ਘਟਾਉਣ ਦੀਆਂ ਸਾਰੀਆਂ ਤਕਨੀਕਾਂ ਸਿਖ ਲਈਆਂ ਹਨ ਇਸ ਲਈ ਤੁਸੀਂ ਫ਼ੈਸਲਾ ਕਰਨਾ ਹੈ ਪ੍ਰੰਤੂ ਕੋਈ ਵੀ ਫ਼ੈਸਲਾ ਲੈਣ ਤੋਂ ਪਹਿਲਾਂ :-

- ਡਾਕਟਰ ਨੂੰ ਖੁਲ੍ਹ ਕੇ ਗੱਲ ਕਰੋ ਉਹ ਫ਼ੈਸਲਾ ਲੈਣ ਵਿਚ ਮਦਦ ਕਰਨਗੇ। ਦਵਾਈਆਂ ਤੇ ਵਿਧੀਆਂ ਦੇ ਸਾਰੀ ਫ਼ਾਇਦੇ ਨੁਕਸਾਨ ਪਹਿਲਾਂ ਤੋਂ ਜਾਣ ਲਉ।
- ਵਿਕਲਪ ਖੁਲ੍ਹੇ ਰੱਖੋ ਕਿਉਂਕਿ ਤੁਸੀਂ ਨਹੀਂ ਜਾਣਦੀ ਕਿ ਡਿਲੀਵਰੀ ਦੇ ਸਮੇਂ ਹਾਲਾਤ ਵਿਚ ਕੀ ਬਦਲਾਅ ਆ ਸਕਦੇ ਹਨ। ਜੇਕਰ ਤੁਸੀਂ ਦਵਾਈ ਨਾ ਲੈਣ ਦੀ ਸੋਚੀ ਹੈ ਤਾਂ ਹੋ ਸਕਦਾ ਹੈ ਕਿ ਉਸ ਤੋਂ ਬਿਨਾਂ ਹੀ ਕੰਮ ਚਲ ਜਾਏ ਇਸ ਲਈ ਕਈ ਤਰ੍ਹਾਂ ਦੀਆਂ ਤਕਨੀਕਾਂ ਦਾ ਅਭਿਆਸ ਤੇ ਜਾਣਕਾਰੀ ਰਖੋ।

ਚਾਹੇ ਪ੍ਰਸੂਤੀ ਦਾ ਦਰਦ ਤੁਹਾਡੇ ਤਰੀਕ ਨਾਲ ਘਟੇ ਜਾਂ ਫਿਰ ਡਾਕਟਰ ਦੇ ਤਰੀਕੇ ਨਾਲ, ਅੰਤ ਵਿਚ ਬਸ ਨਤੀਜਾ ਸਾਕਾਰਾਤਮਕ ਆਉਣਾ ਚਾਹੀਦਾ ਹੈ। ਭਾਵ ਨੰਨ੍ਹਾ ਜਿਹਾ ਗੋਲ-ਮਟੋਲ ਬੱਚਾ ਬਾਹਾਂ ਵਿਚ ਆਉਣਾ ਚਾਹੀਦਾ ਹੈ। ਇਹੀ ਤਾਂ ਸਭ ਤੋਂ ਵੱਡੀ ਗੱਲ ਹੈ।

# ਅੱਠਵਾਂ ਮਹੀਨਾ

## ਲਗਭਗ 32 ਤੋਂ 35 ਹ.ਫ਼ਤੇ

**ਅੱਠਵੇਂ ਮਹੀਨੇ ਵਿਚ ਵੀ ਤੁਸੀਂ ਦਿਨ-ਬ-ਦਿਨ ਆਪਣੇ ਆਪ ਨੂੰ ਉਸ ਆਉਣ ਵਾਲੇ ਪਲ ਦੇ ਲਈ ਤਿਆਰ ਕਰ ਰਹੀ ਹੋਵੋਗੀ। ਤੁਸੀਂ ਬੱਚੇ ਦੇ ਜਨਮ ਨੂੰ ਲੈ ਕੇ ਕਾਫ਼ੀ ਉਤਸਾਹਿਤ ਹੋਵੋਗੀ। ਉਂਝ ਜੇਕਰ ਇਹ ਤੁਹਾਡਾ ਪਹਿਲਾ ਗਰਭ ਸਮਾਂ ਹੈ ਤਾਂ ਤੁਹਾਨੂੰ ਦੋਨਾਂ ਨੂੰ ਇਹੀ ਲਗ ਰਿਹਾ ਹੋਵੇਗਾ ਕਿ ਬਸ ਬੱਚਾ ਆਉਣ ਵਾਲਾ ਹੈ। ਜੇਕਰ ਤੁਹਾਨੂੰ ਇਸ ਤੋਂ ਘਬਰਾਹਟ ਹੋ ਰਹੀ ਹੈ ਤਾਂ ਆਪਣੇ ਮਾਤਾ-ਪਿਤਾ, ਸਹੇਲੀਆਂ ਤੇ ਦੋਸਤਾਂ ਨਾਲ ਗੱਲ ਕਰੋ, ਉਨ੍ਹਾਂ ਨੇ ਵੀ ਪਹਿਲੇ ਗਰਭ ਸਮੇਂ ਦੇ ਦੌਰਾਨ ਅਜਿਹਾ ਮਾਨਸਿਕ ਦਬਾਅ ਮਹਿਸੂਸ ਕੀਤਾ ਹੋਵੇਗਾ।**

## ਇਸ ਮਹੀਨੇ ਤੁਹਾਡੇ ਬੱਚੇ ਦਾ ਵਿਕਾਸ

**32ਵਾਂ ਹ.ਫ਼ਤਾ :-** ਇਸ ਮਹੀਨੇ ਤੁਹਾਡੇ ਬੱਚੇ ਦਾ ਵਜ਼ਨ ਤਕਰੀਬਨ 4 ਪੌਂਡ ਅਤੇ ਲੰਬਾਈ 19'' ਹੋਵੇ ਗੀ। ਇਨ੍ਹਾਂ ਦਿਨਾਂ ਵਿਚ ਸਿਰ.ਫ਼ ਵਿਕਾਸ ਹੀ ਨਹੀਂ ਹੋ ਰਿਹਾ। ਜਿਸ ਤਰ੍ਹਾਂ ਤੁਸੀਂ ਆਉਣ ਵਾਲੇ ਕਲ ਦੀ ਤਿਆਰੀ ਵਿਚ ਹੋ। ਉਸ ਤਰ੍ਹਾਂ ਬੱਚਾ ਵੀ ਉਨ੍ਹਾਂ ਪਲਾਂ ਦੀ ਤਿਆਰੀ ਕਰ ਰਿਹਾ ਹੈ। ਇਨ੍ਹਾਂ ਕੁਝ ਪਿਛਲੇ ਹ.ਫ਼ਤਿਆਂ ਵਿਚ ਉਸ ਨੂੰ ਚੂਸਣ, ਸਾਂਹ ਲੈਣ, ਲੰਘਾਉਣ ਤੇ ਲੱਤਾਂ ਚਲਾਉਣ ਦਾ ਅਭਿਆਸ ਕਰਨਾ ਹੈ ਤਾਂ ਜੋ ਕੁੱਖ ਤੋਂ ਬਾਹਰ ਆਉਣ ਤੇ ਦੁਨੀਆ ਵਿਚ ਜੀ ਸਕੇ। ਹੁਣ ਉਸ ਨੂੰ ਆਪਣਾ ਅੰਗੂਠਾ ਚੂਸਣਾ ਵੀ ਆ ਗਿਆ ਹੈ। ਹੁਣ ਤੁਹਾਡੇ ਬੱਚੇ ਦੀ ਚਮੜੀ ਪਾਰਦਰਸ਼ੀ ਨਹੀਂ ਰਹੀ। ਇਹ ਤੁਹਾਡੇ ਤਰ੍ਹਾਂ ਹੋ ਗਈ ਹੈ ਕਿਉਂਕਿ ਉਸ ਦੇ ਹੇਠਾਂ ਵਸਾ ਜਮ੍ਹਾਂ ਹੋ ਗਈ ਹੈ।

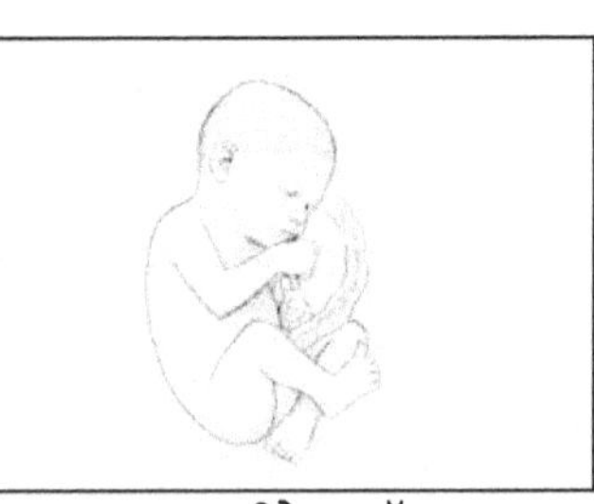

ਤੁਹਾਡਾ 8 ਮਹੀਨੇ ਦਾ ਬੱਚਾ

**33ਵਾਂ ਹ.ਫ਼ਤਾ :-** ਬੱਚਾ ਵੀ ਤੁਹਾਡੀ ਤਰ੍ਹਾਂ ਤੇਜ਼ੀ ਨਾਲ ਭਾਰ ਵਧਾ ਰਿਹਾ ਹੈ। ਉਸ ਹਿਸਾਬ ਨਾਲ ਉਸ ਦਾ ਭਾਰ ਤਕਰੀਬਨ 4 1/2 ਪੌਂਡ ਹੋਵੇਗਾ। ਇਸ ਹ.ਫ਼ਤੇ ਵਿਚ ਲੰਬਾਈ ਪੂਰੇ 1'' ਵੱਧ ਸਕਦੀ ਹੈ ਅਤੇ ਭਾਰ ਦਿਨ ਬ ਦਿਨ ਵਧੇਗਾ। ਹੁਣ ਪੇਟ ਵਿਚ ਐਮਿਨਯਾਟਿਕ ਦ੍ਰਵ ਦੇ ਲਈ ਜਗ੍ਹਾ ਨਹੀਂ ਰਹੀ। ਤਾਂ ਹੀ ਤਾਂ ਬੱਚੇ ਦੀਆਂ ਲੱਤਾਂ ਤੋਂ ਤਕਲੀ.ਫ਼ ਹੁੰਦੀ ਹੈ। ਹੁਣ ਦ੍ਰਵ ਤੁਹਾਡੇ ਦੋਨਾਂ ਦੇ ਵਿਚ ਕੁਸ਼ਨ ਦਾ ਕੰਮ ਨਹੀਂ ਕਰਦਾ। ਤੁਹਾਡੇ ਤੋਂ ਉਸ ਕੋਲ ਐਂਟੀਬਾਡੀਜ ਵੀ ਜਾ ਰਹੀਆਂ ਹਨ ਤਾਂ ਜੋ ਉਸ ਦਾ ਅਮਿਊਨ ਸਿਸਟਮ ਬਣ ਸਕੇ। ਜਦੋਂ ਉਹ ਬਾਹਰ ਆਏਗਾ ਤਾਂ ਇਹ ਐਂਟੀਬਾਡੀਜ ਉਸ ਦੇ ਨਾਲ ਹੋਣਗੇ ਅਤੇ ਉਹ ਕਈ ਤਰ੍ਹਾਂ ਦੇ ਕੀਟਾਣੂਆਂ ਤੋਂ ਬਚ ਜਾਏਗਾ।

**34ਵਾਂ ਹ.ਫ਼ਤਾ:-** ਇਸ

ਸਮੇਂ ਬੱਚੇ ਦੀ ਲੰਬਾਈ ਕਰੀਬ 20'' ਅਤੇ ਭਾਰ 5 ਪੌਂਡ ਹੋਵੇਗਾ। ਜੇਕਰ ਉਹ ਪੁਰਸ਼ ਹੈ ਤਾਂ ਇਸੇ ਹਫ਼ਤੇ ਉਸ ਦੇ ਗੁਪਤ ਅੰਗ ਤਿਆਰ ਹੋਣਗੇ। ਹੁਣ ਸਾਰੇ ਬੱਚਿਆਂ ਦੇ ਨੋਂਹ ਉਸ ਦੀਆਂ ਉਂਗਲੀਆਂ ਦੇ ਪੋਰਾਂ ਤਕ ਆ ਗਏ ਹਨ। ਆਪਣੇ ਸਮਾਨ ਦੀ ਸੂਚੀ ਵਿਚ ਨੇਲਕਟਰ ਲਿਖਣਾ ਨਾ ਭੁਲਣਾ।

**35ਵਾਂ ਹਫ਼ਤਾ :-** ਬੱਚਾ ਜੇਕਰ ਖੜਾ ਹੋ ਸਕਦਾ ਤਾਂ ਉਸ ਦੀ ਲੰਬਾਈ ਇਸ ਸਮੇਂ 20'' ਹੁੰਦੀ ਅਤੇ ਭਾਰ ਕਰੀਬ 5 1/2 ਪੌਂਡ ਦੇ ਕਰੀਬ! ਡਿਲੀਵਰੀ ਤਕ ਉਸ ਦਾ ਭਾਰ ਤੇ ਦਿਮਾਗ ਦੀਆਂ ਕੋਸ਼ਕਾਵਾਂ ਵੱਧਣਗੇ। ਉਸ ਦੇ ਦਿਮਾਗ ਦਾ ਵਿਕਾਸ ਤੇਜੀ ਨਾਲ ਹੋ ਰਿਹਾ ਹੈ। ਛੇਤੀ ਹੀ ਉਹ ਤੁਹਾਡੇ ਬੱਚੇ ਦਾਨੀ ਵਿਚ ਸਿਰ ਹੇਠ੍ਹਾਂ ਤੇ ਧੜ ਉਪਰ ਵਾਲੀ ਅਵਸਥਾ ਵਿਚ ਆਉਣ ਵਾਲਾ ਹੈ। ਡਿਲੀਵਰੀ ਦੇ ਦੌਰਾਨ ਪਹਿਲਾਂ ਬੱਚੇ ਦਾ ਸਿਰ ਬਾਹਰ ਆਉਣਾ ਹੀ ਠੀਕ ਰਹਿੰਦਾ ਹੈ। ਬੱਚੇ ਦਾ ਸਿਰ ਚਾਹੇ ਵੱਡਾ ਹੋਵੇ ਪਰ ਹਾਲੇ ਵੀ ਉਹ ਕਾਫ਼ੀ ਨਰਮ ਹੈ -

## ਤੁਸੀਂ ਕੀ ਮਹਿਸੂਸ ਕਰ ਰਹੀ ਹੋਵੋਗੀ?

ਹਮੇਸ਼ਾਂ ਦੀ ਤਰ੍ਹਾਂ ਯਾਦ ਰਖੋ ਕਿ ਹਰ ਔਰਤ ਤੇ ਗਰਭ ਸਮਾਂ ਆਪਣੇ ਆਪ ਵਿਚ ਅਨੋਖਾ ਹੁੰਦਾ ਹੈ। ਹੋ ਸਕਦਾ ਹੈ ਕਿ ਤੁਸੀਂ ਇਕੋ ਸਮੇਂ ਸਾਰੇ ਲੱਛਣ ਮਹਿਸੂਸ ਕਰੋ ਜਾਂ ਫਿਰ ਵੱਖ-ਵੱਖ ਸਮੇਂ ਤੇ ਲੱਛਣ ਉਭਰਣ। ਕੁਝ ਲੱਛਣ ਪੁਰਾਣੇ ਹੋਣਗੇ ਅਤੇ ਕੁਝ ਇਸ ਮਹੀਨੇ ਨਵੇਂ ਸ਼ਾਮਲ ਹੋਣਗੇ। ਕੁਝ ਤੇ ਤਾਂ ਤੁਸੀਂ ਧਿਆਨ ਹੀ ਨਹੀਂ ਦਿਉਗੀ ਕਿਉਂਕਿ ਤੁਸੀਂ ਉਨ੍ਹਾਂ ਦੀ ਆਦੀ ਹੋ ਚੁਕੀ ਹੋਵੋਗੀ। ਇਸ ਮਹੀਨੇ ਤੁਸੀਂ ਕੀ ਮਹਿਸੂਸ ਕਰ ਸਕਦੀ ਹੋ।

### ਸਰੀਰਕ

- ਭਰੂਣ ਦੀਆਂ ਗਤੀਵਿਧੀਆਂ ਵਿਚ ਤੇਜੀ ਤੇ ਮਜਬੂਤੀ
- ਭਰੂਣ ਦੀ ਦ੍ਰਿੜ੍ਹ ਤੇ ਨਿਯਮਿਤ ਗਤੀਵਿਧੀਆਂ
- ਯੋਨੀ ਰਿਸਾਵ ਵਿਚ ਵਾਧਾ
- ਕਬਜ ਜ਼ਿਆਦਾ ਹੋਣਾ
- ਛਾਤੀ ਵਿਚ ਜਲਣ, ਅਪਾਚਣ, ਅਫਾਰਾ
- ਸਿਰ ਵਿਚ ਦਰਦ, ਬੇਹੋਸ਼ੀ, ਸਿਰ ਚਕਰਾਉਣਾ

### ਇਕ ਨਜ਼ਰ

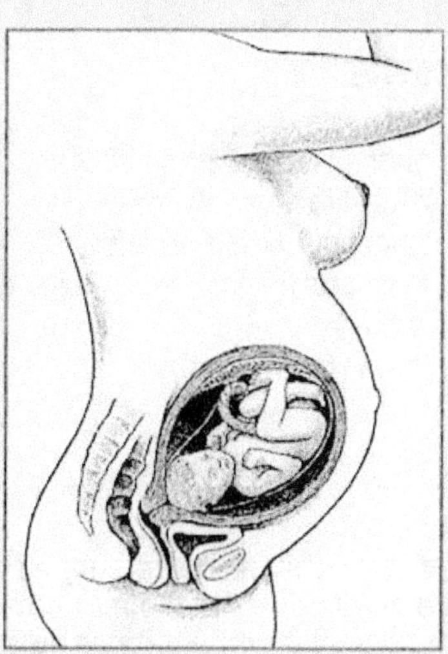

ਪਿਯੂਬਿਕ ਬੋਨ ਤੋਂ ਗਰਭਾਸ਼ਯ ਦੀ ਉਚਾਈ ਸੈ.ਮੀ. ਵਿਚ ਮਾਪੀ ਜਾਏ ਤਾਂ ਗਰਭ ਸਮੇਂ ਦੇ ਹਫ਼ਤੇ ਤੋਂ ਉਸ ਦਾ ਸੰਬੰਧ ਬਣਦਾ ਹੈ। ਤਾਂ 34 ਹਫ਼ਤੇ ਵਿਚ, ਪਿਯੂਬਿਕ ਬੋਨ ਤੋਂ ਗਰਭਾਸ਼ਯ ਦੀ ਉਚਾਈ ਕਰੀਬ 34 ਸੈ.ਮੀ. ਹੋਵੇਗੀ।

- ਨੱਕ ਬੰਦ ਹੋਣਾ, ਨੱਕ ਤੋਂ ਖ਼ੂਨ ਆਉਣਾ ਜਾਂ ਕੰਨ ਵਿਚ ਗੰਦਗੀ ਜਮਾਂ ਹੋਣਾ
- ਸੰਵੇਦਨਸ਼ੀਲ ਮਸੂੜੇ
- ਲੱਤਾਂ ਵਿਚ ਕਸਾਅ
- ਪਿੱਠ ਵਿਚ ਦਰਦ
- ਚੂਲਿਆਂ ਤੇ ਦਬਅ ਜਾਂ ਦਰਦ
- ਗੋਡਿਆਂ ਤੇ ਪੈਰਾਂ ਜਾਂ ਹੱਥ ਜਾਂ ਚਿਹਰੇ ਤੇ ਹਲਕੀ ਸੋਜਸ
- ਲੱਤਾਂ ਦੇ ਵੈਰੀਕੋਜ਼ ਵੇਨਜ਼
- ਹੇਮੋਰਾਇਡਜ਼
- ਨਾਭੀ ਦਾ ਉਭਾਰ
- ਸਟ੍ਰੈਚ ਮਾਰਕਸ
- ਸਾਂਹ ਲੈਣ ਵਿਚ ਤਕਲੀਫ਼
- ਸੌਣ ਵਿਚ ਤਕਲੀਫ਼
- ਸੁੰਘੜਨ ਦਾ ਭਰਮ (ਬ੍ਰੇਕਸਟਨ ਹਿਕਸ)

- ਛਾਤੀ ਦਾ ਫੈਲਾਅ
- ਨਿਪਲ ਵਿਚੋਂ ਕੋਲੈਸਟ੍ਰਮ ਦਾ ਰਿਸਾਵ

### ਭਾਵਨਾਤਮਕ

- ਗਰਭ ਸਮਾਂ ਖ਼ਤਮ ਹੋਣ ਦੀ ਉਤਸੁਕਤਾ
- ਲੇਬਰ ਤੇ ਡਿਲੀਵਰੀ ਦੀ ਚਿੰਤਾ
- ਦਿਮਾਗ਼ ਗੁੰਮਿਆ-ਗੁੰਮਿਆ ਰਹਿਣਾ।
- ਜੇਕਰ ਪਹਿਲੀ ਵਾਰ ਹੈ ਤਾਂ ਮਾਂ ਬਣਨ ਦੀ ਉਤਸੁਕਤਾ
- ਇਕ ਅਜੀਬ ਜਿਹੀ ਉਤੇਜਨਾ

## ਇਸ ਮਹੀਨੇ ਦਾ ਚੈੱਕਅਪ

32ਵੀਂ ਹ਼ਫਤੇ ਤੋਂ ਬਾਅਦ ਡਾਕਟਰ ਤੁਹਾਨੂੰ ਹਰ ਦੋ ਹ਼ਫਤੇ ਬਾਅਦ ਆਉਣ ਲਈ ਕਹਿ ਸਕਦੇ ਹਨ ਤਾਂ ਜੋ ਤੁਹਾਡੇ ਤੇ ਬੱਚੇ ਦੇ ਵਿਾਸ ਤੇ ਪੂਰੀ ਨਜ਼ਰ ਰਖੀ ਜਾ ਸਕੇ। ਇਸ ਮਹੀਨੇ ਦੇ ਚੈਕਅਪ ਵਿਚ ਤੁਸੀਂ ਹੇਠ-ਲਿਖੀ ਚਾਹ ਰੱਖ ਸਕਦੀ ਹੋ। ਉਂਝ ਇਹ ਕਾਫ਼ੀ ਦੱਤ ਤਕ ਡਾਕਟਰ ਦੀ ਜਾਂਚ ਸ਼ੈਲੀ ਤੇ ਤੁਹਾਡੀ ਅਵਸਥਾ ਤੇ ਵੀ ਨਿਰਭਰ ਕਰਦਾ ਹੈ।

- ਭਾਰਤ ਤੇ ਬਲੱਡਪ੍ਰੈਸ਼ਰ
- ਸ਼ੂਗਰ ਤੇ ਪ੍ਰੋਟੀਨ ਦੇ ਲਈ ਪਿਸ਼ਾਬ ਦੀ ਜਾਂਚ
- ਭਰੂਦ ਦੇ ਦਿਲ ਦੀ ਧੜਕਣ
- ਬੱਚੇ ਦਾਨੀ ਦੀ ਉਚਾਈ
- ਬਾਹਰ ਤੋਂ ਭਰੂਣ ਦਾ ਆਕਾਰ ਤੇ ਸਥਿਤੀ
- ਹੱਥਾਂ-ਪੈਰਾਂ ਦੀ ਸੋਜਸ
- ਗਰੁੱਪ ਬੀ ਸਟ੍ਰੇਪ ਟੈਸਟ
- ਕੁਝ ਨਵੇਂ ਤੇ ਅਨਜਾਨੇ ਲੱਛਣ
- ਤੁਹਾਡੇ ਕੁਝ ਪ੍ਰਸ਼ਨ ਤੇ ਉਤਸੁਕਤਾਵਾਂ

## ਤੁਸੀਂ ਕੀ ਸੋਚ ਰਹੀ ਹੋਵੇਗੀ?

## ਬ੍ਰੈਕਸਟਨ ਹਿਕਸ ਕਾਂਟ੍ਰੈਕਸ਼ਨ

**"ਕਦੀ-ਕਦੀ ਮੇਰੀ ਬੱਚੇ ਦਾਨੀ ਉਪਰ ਵੱਲ ਹੋ ਕੇ ਸਖ਼ਤ ਹੋ ਜਾਂਦਾ ਹੈ ਇਹ ਕੀ ਹੈ?"**

ਇਹ ਅਭਿਆਸ ਹੈ ਡਿਲੀਵਰੀ ਹੋਣ ਵਾਲੀ ਹੈ ਇਸ ਲਈ ਆਪਣੇ ਆਪ ਨੂੰ ਉਸ ਸਮੇਂ ਦੇ ਲਈ ਵਾਰਮਅਪ ਕਰ ਰਿਹਾ ਹੈ। ਇਸ ਨੂੰ 'ਬ੍ਰੈਕਸਟਨ ਹਿਕਸ ਕਾਂਟ੍ਰੈਕਸ਼ਨ' ਕਹਿੰਦੇ ਹਨ। ਇਹ ਉਂਝ ਤਾਂ 20ਵੇਂ ਹ਼ਫਤੇ ਤੋਂ ਬਾਅਦ ਸ਼ੁਰੂ ਹੋ ਜਾਂਦੇ ਹਨ ਪ੍ਰੰਤੂ ਆਖ਼ਰੀ ਮਹੀਨਿਆਂ ਵਿਚ ਜ਼ਿਆਦਾ ਬਿਹਤਰ ਪਤਾ ਚਲਦੇ ਹਨ। ਜੇਕਰ ਗਰਭ ਸਮੇਂ ਤੋਂ ਪਹਿਲਾਂ ਹੋ ਚੁਕੀ ਹੈ ਤਾਂ ਇਹ ਹੋਰ ਵੀ ਡੂੰਘੇ ਹੁੰਦੇ ਹਨ। ਬੱਚੇ ਦਾਨੀ ਉਪਰੋਂ ਥੋੜੀ ਸਿੰਗੁੜਦੀ ਹੈ ਅਤੇ ਫਿਰ ਹੇਠਾਂ ਤੱਕ ਇਸ ਦਾ ਅਹਿਸਾਸ ਜਾਂਦਾ ਹੈ। ਇਹ ਸਥਿਤੀ 15-30 ਸਕਿੰਟ ਤਕ ਰਹਿੰਦੀ ਹੈ। ਕਦੀ-ਕਦੀ ਇਹ ਦੋ ਮਿੰਟ ਜਾਂ ਉਸ ਤੋਂ ਵੀ ਵੱਧ ਹੋ ਸਕਦੇ ਹਨ।

ਜੇਕਰ ਉਸ ਸਮੇਂ ਤੁਸੀਂ ਆਪਣੇ ਪੇਟ ਤੇ ਧਿਆਨ ਦਿਓ ਤਾਂ ਤੁਹਾਨੂੰ ਪਤਾ ਚਲ ਸਕਦਾ ਹੈ ਕਿ ਤੁਸੀਂ ਕਿੰਝ ਮਹਿਸੂਸ ਕਰ ਰਹੀ ਹੋ। ਇਸ ਨੂੰ ਦੇਖੋ ਪ੍ਰੰਤੂ ਗੰਭੀਰਤਾ ਵਿਚ ਨਾ ਲਉ।

ਜਦੋਂ ਗਰਭ ਸਮਾਂ ਖ਼ਤਮ ਹੋਣ ਵਾਲਾ ਹੋਵੇ ਤਾਂ ਕਈ ਵਾਰ ਇਨ੍ਹਾਂ ਨੂੰ ਪਹਿਚਾਨਣਾ ਥੋੜ੍ਹਾ ਮੁਸ਼ਕਿਲ ਹੋ ਸਕਦਾ ਹੈ। ਇੰਝ ਲਗਦਾ ਹੈ ਕਿ ਸੱਚਾ ਦਰਦ ਸ਼ੁਰੂ ਹੋ ਗਿਆ। ਹਾਲਾਂਕਿ ਇਸ ਨਾਲ ਬੱਚੇ ਦੀ ਡਿਲੀਵਰੀ ਤਾਂ ਨਹੀਂ ਹੋ ਸਕਦੀ ਪ੍ਰੰਤੂ ਸਰਵਿਕਸ ਦੀ ਪ੍ਰਕ੍ਰਿਆ ਸ਼ੁਰੂ ਹੋਣ ਵਿਚ ਆਸਾਨ ਹੋ ਜਾਂਦੀ ਹੈ।

ਐਸੇ ਸਮੇਂ ਆਪਣੀ ਸਥਿਤੀ ਬਦਲੋ। ਜੇਕਰ ਖੜ੍ਹੀ ਹੋ ਤਾਂ ਲੇਟ ਜਾਓ। ਜੇਕਰ ਬੈਠੀ ਹੋ ਤਾਂ ਟਹਿਲਣਾ ਸ਼ੁਰੂ ਕਰ ਦਿਉ। ਉਚਿਤ ਮਾਤਰਾ ਵਿਚ ਤਰਲ ਪਦਾਰਥ ਲਉ। ਡਿਹਾਈਡ੍ਰੇਸ਼ਨ ਨਾਲ ਵੀ ਸੁੰਗੜਨ ਸ਼ੁਰੂ ਹੋ ਸਕਦਾ ਹੈ। ਤੁਸੀਂ ਇਸ ਦੌਰਾਨ ਆਪਣੀ ਲੇਬਰ ਆਸਣ ਤੇ ਬੱਚੇ ਦੇ ਜਨਮ ਦੀਆਂ ਤਕਨੀਕਾਂ ਦਾ ਅਭਿਆਸ ਕਰ ਸਕਦੀ ਹੋ। ਇਸ ਤਰ੍ਹਾਂ ਬਾਅਦ ਵਿਚ ਆਸਾਨੀ ਹੋ ਜਾਵੇਗੀ।

ਜੇਕਰ ਸੁੰਗੜਨ ਰੁਣ ਵਿਚ ਨਾ ਆਏ ਤੇ ਪਹਿਲਾਂ ਤੋਂ ਵੀ ਤੇਜ ਹੋਵੇ ਤਾਂ ਡਾਕਟਰ ਨੂੰ ਸੂਚਿਤ ਕਰੋ। ਜੇਕਰ ਇਕ ਘੰਟੇ ਵਿਚ ਚਾਰ ਵਾਰ ਤੋਂ ਜ਼ਿਆਦਾ ਇੰਝ ਹੋਵੇ ਤਾਂ ਡਾਕਟਰ ਨੂੰ ਦੱਸਣਾ ਚਾਹੀਦਾ ਹੈ। ਉਨ੍ਹਾਂ ਨੂੰ ਸਾਰੀ ਸਥਿਤੀ ਸਪੱਸ਼ਟ ਰੂਪ ਵਿਚ ਸਮਝਾ ਦੇਣੀ ਚਾਹੀਦੀ ਹੈ।

## ਪਸਲੀਆਂ ਵਿਚ ਲੱਤਾਂ ਮਾਰਨਾ

**"ਇੰਝ ਲਗਦਾ ਹੈ ਕਿ ਬੱਚੇ ਦੀ ਲੱਤ ਮੇਰੀਆਂ ਪਸਲੀਆਂ ਵਿਚ ਫਸੀ ਹੈ, ਇਸ ਨਾਲ ਕਾਫ਼ੀ ਦਰਦ ਹੁੰਦਾ ਹੈ।"**

– ਆਖ਼ਰੀ ਮਹੀਨੇ ਵਿਚ ਇੰਝ ਅਕਸਰ ਹੋ ਜਾਂਦਾ ਹੈ। ਜੇਕਰ ਤੁਸੀਂ ਆਪਣੀ ਸਥਿਤੀ ਬਦਲੋਗੀ ਤਾਂ

ਬੱਚਾ ਵੀ ਆਪਣੀ ਸਥਿਤੀ ਬਦਲ ਲਵੇਗਾ। ਫਿਰ ਤੁਸੀਂ ਇਕ ਆਸਣ ਕਰੋ: ਸਿਰ ਦੇ ਉਪਰ ਇਕ ਬਾਂਹਰ ਲੈ ਜਾਂਦੇ ਹੋਏ ਸਾਂਹ ਲਉ, ਜਦੋਂ ਹੱਥ ਹੇਠਾਂ ਕਰੋ ਤਾਂ ਸਾਂਹ ਛੱਡੋ; ਦੋਵੇਂ ਬਾਹਾਂ ਦੇ ਨਾਲ ਇੰਝ ਕੁਝ ਵਾਰ ਦੁਹਰਾਓ। ਜੇਕਰ ਕੋਈ ਤਰੀਕਾ ਕੰਮ ਨ ਆਵੇ ਤਾਂ ਇਹ ਜਾਂਚ ਲਉ ਕਿ ਕਈ ਵਾਰ ਜੋੜਾਂ ਦੇ ਢਿੱਲੇ ਪਨ ਦੇ ਕਾਰਨ ਨਾਲ ਵੀ ਇੰਝ ਹੁੰਦਾ ਹੈ, ਜੋ ਕਿ ਗਰਭ ਸਮੇਂ ਹਾਰਮੋਨ ਦੀ ਦੇਣ ਹੈ। 'ਏਸੀਟੇਮਿਨੋਫੇਨ' ਨਾਲ ਦਰਦ ਵਿਚ ਆਰਾਮ ਤਾਂ ਆਏਗਾ ਪ੍ਰੰਤੂ ਇਸ ਦੌਰਾਨ ਭਾਰੀ ਸਮਾਨ ਉਠਾਉਣ ਤੋਂ ਬਚੋ ਨਹੀਂ ਤਾਂ ਹਾਲਤ ਹੋਰ ਵੀ ਖ਼ਰਾਬ ਹੋ ਸਕਦੀ ਹੈ।

## ਸਾਂਹ ਲੈਣ ਵਿਚ ਤਕਲੀਫ਼

**"ਕਦੀ-ਕਦੀ ਮੈਨੂੰ ਸਾਂਹ ਲੈਣ ਵਿਚ ਤਕਲੀਫ਼ ਹੁੰਦੀ ਹੈ ਹਾਲਾਂਕਿ ਉਸ ਸਮੇਂ ਮੇਰੀ ਊਰਜਾ ਵੀ ਭਰਪੂਰ ਹੁੰਦੀ ਹੈ। ਇੰਝ ਕਿਉਂ ਹੋ ਰਿਹਾ ਹੈ? ਕੀ ਸ਼ਿਸ਼ੂ ਨੂੰ ਪੂਰੀ ਆੱਕਸੀਜਨ ਨਹੀਂ ਮਿਲ ਰਹੀ ਹੈ?"**

ਇਨ੍ਹਾਂ ਦਿਨਾਂ ਵਿਚ ਸਾਂਹ ਫੁਲਣਾ ਇਕ ਆਮ ਗੱਲ ਹੈ। ਤੁਹਾਡੇ ਬੱਚੇ ਦਾਨੀ ਨੂੰ ਵਧਦੇ ਬੱਚੇ ਦੇ ਲਈ ਆਪਣਾ ਆਕਾਰ ਫੈਲਾਉਣਾ ਪੈ ਰਿਹਾ ਹੈ ਜਿਸ ਦੇ ਕਾਰਣ ਸਾਰੇ ਅੰਗਾਂ ਤੇ ਦਬਾਅ ਪੈ ਰਿਹਾ ਹੈ। ਤੁਹਾਡੇ ਫੇਫੜੇ ਸਾਂਹ ਲੈਂਦੇ ਸਮੇਂ ਪੂਰੀ ਤਰ੍ਹਾਂ ਨਾਲ ਫੁਲ ਨਹੀਂ ਰਹੇ। ਇਨ੍ਹਾਂ ਦਿਨਾਂ ਵਿਚ ਪੌੜੀਆਂ ਚੜ੍ਹਕੇ ਵੀ ਇੰਝ ਲਗਦਾ ਹੈ ਕਿ ਤੁਸੀਂ ਮੈਰਾਥਨ ਵਿਚ ਜਿੱਤ ਕੇ ਆਈ ਹੋ। ਉਂਝ ਤੁਹਾਡੇ ਸ਼ਿਸ਼ੂ ਨੂੰ ਕੋਈ ਪ੍ਰੇਸ਼ਾਨੀ ਨਹੀਂ ਹੋ ਰਹੀ ਹੋਵੇਗੀ। ਉਸ ਦੇ ਕੋਲ ਭਰਪੂਰ ਮਾਤਰਾ ਵਿਚ ਆੱਕਸੀਜਨ ਹੈ।

ਡਿਲੀਵਰੀ ਵਿਚ ਦੋ-ਤਿੰਨ ਹਫ਼ਤੇ ਪਹਿਲਾਂ ਤੱਕ ਇਸ ਸਥਿਤੀ ਵਿਚ ਆਰਾਮ ਆ ਜਾਏਗਾ। ਉਦੋਂ ਤੱਕ ਤੁਸੀਂ ਝੁਕਣ ਦੀ ਬਜਾਏ ਸਿੱਧੀ ਬੈਠੋ ਜਾਂ ਦੋ-ਤਿੰਨ ਸਰ੍ਹਾਣਿਆਂ ਦਾ ਸਹਾਰਾ ਲਗਾਓ।

ਕਈ ਵਾਰ ਇਹ ਆਇਰਨ ਦੀ ਘਾਟ ਦਾ ਵੀ ਸੰਕੇਤ ਹੁੰਦਾ ਹੈ। ਇਸ ਲਈ ਡਾਕਟਰ ਤੋਂ ਇਸ ਸਬੰਧੀ ਪੁੱਛੋ। ਜੇਕਰ ਸਾਂਹ ਲੈਣ ਵਿਚ ਲਗਾਤਾਰ ਤਕਲੀਫ਼ ਹੋਵੇ ਤਾਂ ਆਪਣੇ ਡਾਕਟਰ ਦੀ ਰਾਏ ਲਉ। ਹੋਠਾਂ ਜਾਂ ਉਂਗਲੀਆਂ ਦਾ ਨੀਲਾਪਨ, ਛਾਤੀ ਵਿਚ ਦਰਦ ਜਾਂ ਨਬਜ਼ ਤੇਜ ਹੋਣ ਦੇ ਸੰਕੇਤ ਨੂੰ ਅਣਦੇਖਾ ਨਾ ਕਰੋ।

### ਬੱਚਿਆਂ ਦੇ ਮਾਹਰ ਦੀ ਚੋਣ

ਤੁਹਾਨੂੰ ਬਹੁਤ ਸੋਚ-ਸਮਝ ਕੇ ਬੱਚੇ ਦੇ ਲਈ ਮਾਹਰ ਡਾਕਟਰ ਚੁਣਨਾ ਹੋਵੇਗਾ। ਜੇਕਰ ਅੱਧੀ ਰਾਤ ਨੂੰ ਵੀ ਜ਼ਰੂਰਤ ਪੈ ਜਾਏ ਤਾਂ ਤੁਸੀਂ ਉਸ ਤੋਂ ਬੇਝਿਜਕ ਸੰਪਰਕ ਕਰ ਸਕੋ। ਆਪਣੇ ਡਾਕਟਰ, ਦੋਸਤਾਂ, ਸਹਿਕਰਮੀ, ਹਸਪਤਾਲ ਜਾਂ ਬਰਥ ਸੈਂਟਰ ਸਬੰਧੀ ਰਾਏ ਲਉ। ਜੇਕਰ ਤੁਸੀਂ ਕੋਈ ਬੀਮਾ ਕਰਵਾ ਰਖਿਆ ਹੈ ਤਾਂ ਤੁਹਾਨੂੰ ਉਨ੍ਹਾਂ ਦੀ ਸੂਚੀ ਵਿਚੋਂ ਵੀ ਇਹ ਚੋਣ ਕਰਨੀ ਪੈ ਸਕਦੀ ਹੈ।

ਦੋ-ਤਿੰਨ ਚੋਣਾਂ ਕਰਨ ਤੋਂ ਬਾਅਦ ਮੁਲਾਕਾਤ ਦਾ ਸਮਾਂ ਲਉ। ਖ਼ਾਸ-ਖ਼ਾਸ ਮੁੱਦਿਆਂ ਤੇ ਗੱਲ ਕਰੋ। ਕੀ ਹਰ ਮੁਲਾਕਾਤ ਵਿਚ ਡਾਕਟਰ ਮਿਲਣਗੇ ਜਾਂ ਫਿਰ ਖ਼ਾਸ ਮੌਕਿਆਂ ਤੇ ਹੀ ਮੁਲਾਕਾਤ ਹੋਵੇਗੀ? ਇਹ ਵੀ ਪਤਾ ਕਰੋ ਕਿ ਉਹ ਡਾਟਕਰ ਅਤੇ ਹਸਪਤਾਲ ਤਸਦੀਕਸ਼ੁਦਾ ਹੈ ਜਾਂ ਨਹੀਂ? ਕੀ ਉਹ ਨਵਜਾਤ ਦੀ ਦੇਖ-ਭਾਲ ਦੇ ਲਈ ਹਸਪਤਾਲ ਆ ਸਕਣਗੇ?

## ਬਲੈਡਰ ਤੇ ਨਿਯੰਤਰਣ ਗੁਆਉਣਾ

**"ਮੈਂ ਕਲ ਰਾਤ ਇਕ ਹਾਸਰੱਸ ਫ਼ਿਲਮ ਦੇਖ ਰਹੀ ਸੀ। ਵਾਰ-ਵਾਰ ਹੱਸਣ ਨਾਲ ਮੇਰੇ ਬਲੈਡਰ ਵਿਚੋਂ ਲਗਾਤਾਰ ਪਿਸਾਬ ਦਾ ਰਿਸਾਵ ਹੁੰਦਾ ਰਿਹਾ। ਇਹ ਕੀ ਹੈ ?"**

- ਵਾਰ-ਵਾਰ ਭੱਜ ਕੇ ਬਾਥਰੂਮ ਜਾਣਾ ਹੀ ਕਾਫ਼ੀ ਨਹੀਂ ਸੀ ਕਿ ਤੀਜੀ ਤਿਮਾਹੀ ਵਿਚ ਇਕ ਹੋਰ ਪ੍ਰੇਸ਼ਾਨੀ ਖੜ੍ਹੀ ਕਰ ਦਿੱਤੀ ਹੈ। ਜਦੋਂ ਵੀ ਤੁਸੀਂ ਖੰਘੋਗੀ, ਛਿਕੋਗੀ ਜਾਂ ਭਾਰੀ ਸਮਾਨ ਉਠਾਓਗੀ ਤਾਂ ਪਿਸ਼ਾਬ ਯੋਨੀ ਤੋਂ ਪਿਸਾਬ ਰਿਸੇਗਾ। ਬੱਚੇ ਦਾਨੀ ਦੇ ਵੱਧਦੇ ਆਕਾਰ ਦੇ ਕਾਰਣ ਪਿਸ਼ਾਬ ਯੋਨੀ ਤੇ ਦਬਾਅ ਵੱਧ ਰਿਹਾ ਹੈ। ਕਈ ਔਰਤਾਂ ਨੂੰ ਵਾਰ-ਵਾਰ ਪਿਸ਼ਾਬ ਦੀ ਇੱਛਾ ਹੁੰਦੀ ਹੈ। ਸਾਡੇ ਹੇਠ-ਲਿਖੇ ਉਪਾਅ ਤੁਹਾਡੇ ਕੰਮ ਆ ਸਕਦੇ ਹਨ -
- ਜਦੋਂ ਵੀ ਪਿਸ਼ਾਬ ਲਈ ਬਾਥਰੂਮ ਜਾਓ ਤਾਂ ਆਰਾਮ ਨਾਲ ਪੂਰੀ ਪਿਸ਼ਾਬ ਯੋਨੀ ਖ਼ਾਲੀ ਕਰੋ।
- ਕੀਗਲ ਆਸਣ ਕਰਦੀ ਰਹੋਗੀ ਤਾਂ ਹੁਣੇ ਆਰਾਮ ਆਏਗਾ ਅਤੇ ਤੁਸੀਂ ਆਉਣ ਵਾਲੇ

ਸਮੇਂ ਵਿਚ ਵੀ ਆਪਣਾ ਫਿਗਰ ਫਿਰ ਤੋਂ ਹਾਸਲ ਕਰ ਲਉਗੀ।

- ਖੰਘਦੇ, ਛਿੱਕਦੇ ਜਾਂ ਹਸਦੇ ਸਮੇਂ ਕੀਗਲ ਕਰੋ ਜਾਂ ਲੱਤਾਂ ਮੋੜ ਲਉ।
- ਪੈਂਟੀ ਵਿਚ ਲਾਈਨਰ ਦਾ ਪ੍ਰਯੋਗ ਕਰੋ।
- ਜੇਕਰ ਸਹੀ ਸਮੇਂ ਬਾਥਰੂਮ ਦੇ ਲਈ ਨ ਜਾਓ ਤਾਂ ਉਸ ਨਾਲ ਵੀ ਬਲੈਡਰ ਤੇ ਦਬਾਅ ਪੈਂਦਾ ਹੈ। ਕਬਜਅ ਨਾਲ ਵੀ ਪੇਲਵਿਕ ਦੀਆਂ ਮਾਸ-ਪੇਸ਼ੀਆਂ ਘੱਟ ਹੋ ਜਾਂਦੀਆਂ ਹਨ। ਇਸ ਤੋਂ ਬਚੋ।
- ਜੇਕਰ ਵਾਰ-ਵਾਰ ਪਿਸ਼ਾਬ ਦੀ ਇੱਛਾ ਹੋਵੇ ਤਾਂ ਬਲੈਡਰ ਨੂੰ ਨਿਯੰਤ੍ਰਿਤ ਕਰਨਾ ਸਿਖੋ। ਘੰਟੇ ਦੀ ਥਾਂ ਹਰ ਅੱਧੇ ਘੰਟੇ ਬਾਅਦ ਬਾਥਰੂਮ ਜਾਓ। ਹੌਲੀ-ਹੌਲੀ ਇਸ ਸਮੇਂ ਸੀਮਾ ਨੂੰ ਵਧਾਉ ਤਾਂ ਜੋ ਤੁਹਾਨੂੰ ਹੜਬੜਾਹਟ ਵਿਚ ਭੱਜ ਕੇ ਨਾ ਜਾਣਾ ਪਵੇ।
- ਚਾਹੇ ਜੋ ਵੀ ਹੋਵੇ, ਦਿਨ ਵਿਚ ਹੱਠ ਗਿਲਾਸ ਪਾਣੀ ਪੀਣਾ ਨਾ ਭੁਲੋ। ਜੇਕਰ ਪਾਣੀ ਦੀ ਮਾਤਰਾ ਘਟਾਈ ਤਾਂ ਯੋਨੀ ਰਸਤੇ ਵਿਚ ਰੁਕਾਵਟ ਹੋ ਸਕਦੀ ਹੈ।

ਇਹ ਵੀ ਪਤਾ ਕਰ ਲਉ ਉਸ ਸਮੇਂ ਸਿਰਫ਼ ਪਿਸ਼ਾਬ ਦਾ ਹੀ ਰਿਸਾਵ ਹੋ ਰਿਹਾ ਹੈ, ਏਮਿਨਿਯੋਟਿਕ ਦ੍ਰਵ ਦਾ ਨਹੀਂ, ਇਸ ਦੇ ਲਈ ਉਸ ਨੂੰ ਸੁੰਘੋ। ਜੇਕਰ ਇਹ ਬੂ ਪਿਸ਼ਾਬ ਵਰਗੀ ਨਹੀਂ ਹੈ ਤਾਂ ਡਾਕਟਰ ਤੋਂ ਪੁੱਛੋ।

## ਤੁਸੀਂ ਕਿਵੇਂ ਕੈਰੀ ਕਰ ਰਹੀ ਹੋ?

**''ਹਰ ਕੋਈ ਕਹਿੰਦਾ ਹੈ ਕਿ ਮੇਰਾ ਗਰਭ ਅੱਠ ਮਹੀਨੇ ਤੋਂ ਘੱਟ ਦਾ ਦਿਖਦਾ ਹੈ। ਮੇਰੀ ਦਾਈ ਦਾ ਕਹਿਣਾ ਹੈ ਕਿ ਸਭ ਠੀਕ ਹੈ ਪ੍ਰੰਤੂ ਮੇਰੇ ਬੱਚੇ ਦਾ**

### ਅੱਠਵੇਂ ਮਹੀਨੇ ਵਿਚ ਗਰਭ ਧਾਰਣ

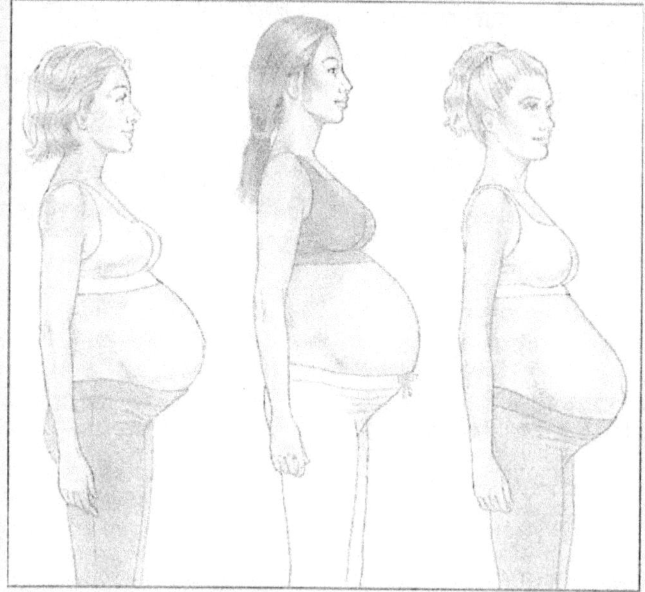

ਔਰਤਾਂ ਅੱਠਵੇਂ ਮਹੀਨੇ ਵਿਚ ਇਨ੍ਹਾਂ ਤਿੰਨ ਵੱਖ ਤਰੀਕਿਆਂ ਨਾਲ ਗਰਭ ਧਾਰਣ ਕਰ ਸਕਦੀਆਂ ਹਨ। ਇਹ ਸਭ ਤੁਹਾਡੇ ਆਪਣੇ ਆਕਾਰ ਤੇ ਸਥਿਤੀ, ਭਾਰਤ ਤੇ ਬੱਚੇ ਦੀ ਸਥਿਤੀ ਤੇ ਭਾਰਤ ਤੇ ਨਿਰਭਰ ਕਰਦਾ ਹੈ। ਤੁਸੀਂ ਥੋੜ੍ਹਾ ਉਚਾ, ਨੀਵਾਂ, ਚੌੜਾ ਜਾਂ ਫਿਰ ਦਿੱਖਣ ਵਿਚ ਬਹੁਤ ਛੋਟਾ ਗਰਭ ਧਾਰਣ ਕਰ ਸਕਦੀ ਹੋ।

**ਵਿਕਾਸ ਅਧੂਰਾ ਤਾਂ ਨਹੀਂ?"**

ਕਿਸੀ ਮਾਂ ਦਾ ਪੇਟ ਦੇਖਕੇ ਬੱਚੇ ਦਾ ਪਤਾ ਨਹੀਂ ਲਗਾ ਸਕਦੇ। ਤੁਸੀਂ ਗਰਭ ਨੂੰ ਕਿਵੇਂ ਧਾਰਣ ਕਰ ਰਹੀ ਹੋ, ਇਹ ਜ਼ਿਆਦਾ ਅਸਰ ਰਖਦਾ ਹੈ -

- **ਤੁਹਾਡਾ ਆਪਣਾ ਸਰੀਰ**, ਆਕਾਰ ਤੇ ਹੱਡੀਆਂ ਦਾ ਢਾਂਚਾ ਪੇਟ ਦੇ ਆਕਾਰ ਕਈ ਤਰ੍ਹਾਂ ਦੇ ਹੋ ਸਕਦੇ ਹਨ। ਇਕ ਘੱਟ ਕਦ ਵਾਲੀ ਔਰਤ ਦਾ ਉਭਾਰ, ਲੰਬੀ ਔਰਤ ਦੇ ਮੁਕਾਬਲੇ ਥੋੜ੍ਹਾ ਛੋਟਾ ਹੋ ਸਕਦਾ ਹੈ। ਉਥੇ ਦੂਜੇ ਪਾਸੇ ਜ਼ਿਆਦਾ ਮੋਟੀ ਔਰਤ ਦਾ ਉਭਾਰ ਦਿਖਾਈ ਹੀ ਨਹੀਂ ਦੇ 'ਦਾ ਕਿਉਂਕਿ ਉਸ ਪੇਟ ਵਿਚ ਪਹਿਲਾਂ ਤੋਂ ਹੀ ਬੱਚੇ ਦੇ ਲਈ ਕਾਫ਼ੀ ਜਗ੍ਹਾ ਹੁੰਦੀ ਹੈ।
- **ਤੁਹਾਡੀਆਂ ਮਾਸ-ਪੇਸ਼ੀਆਂ ਦੀ ਟੋਨ**-ਜੇਕਰ ਮਾਸ-ਪੇਸ਼ੀਆਂ ਸਖ਼ਤ ਹੋਣਗੀਆਂ ਤਾਂ ਢਿੱਲੀਆਂ ਮਾਸ-ਪੇਸ਼ੀਆਂ ਵਾਲੀ ਮਾਂ ਦੀ ਤੁਲਨਾ ਤੁਹਾਡਾ ਉਭਾਰ ਜ਼ਿਆਦਾ ਨਹੀਂ ਦਿਖੇਗਾ।
- **ਬੱਚੇ ਦੀ ਸਥਿਤੀ**-ਤੁਹਾਡਾ ਬੱਚਾ ਅੰਦਰ ਕਿਸ ਸਥਿਤੀ ਵਿਚ ਹੈ, ਇਸ ਨਾਲ ਵੀ ਤੈਅ ਹੋਣਾ ਕਿ ਬਾਹਰ ਤੋਂ ਉਭਾਰ ਕਿਵੇਂ ਦਿਖਦਾ ਹੈ।
- **ਤੁਹਾਡਾ ਭਾਰ**- ਮਾਂ ਦਾ ਭਾਰ ਵੱਧਣ ਦਾ ਭਾਵ ਇਹ ਨਹੀਂ ਕਿ ਅੰਦਰ ਬੱਚੇ ਦਾ ਭਾਰ ਵੀ ਵਧਿਆ ਹੈ।

ਤੁਹਾਡੀ ਨਨਾਣ, ਭਰਜਾਈ ਜਾਂ ਸਹਿਕਰਮੀ ਦੀ ਥਾਂ ਡਾਕਟਰ ਹੀ ਬਿਹਤਰ ਦਸ ਸਕਦੇ ਹਨ ਕਿ ਬੱਚੇ ਦਾ ਵਿਕਾਸ ਕਿਵੇਂ ਹੋ ਰਿਹਾ ਹੈ ਕਿਉਂਕਿ ਉਹ ਲਗਾਤਾਰ ਤੁਹਾਡੀ ਬੱਚੇਦਾਨੀ ਦੇ ਵਿਕਾਸ ਤੇ ਨਜ਼ਰ ਰਖ ਰਹੇ ਹਨ। ਸਿਰਫ਼ ਪੇਟ ਦੇਖਕੇ ਹੀ ਬੱਚੇ ਦੇ ਵਿਕਾਸ ਦਾ ਪਤਾ ਨਹੀਂ ਚਲਦਾ। ਇਸ ਦੇ ਲਈ ਅਲਟ੍ਰਾਸਾਊਂਡ ਆਦਿ, ਦੂਜੀ ਮੈਡੀਕਲ ਜਾਂਚ ਦੀ ਵੀ ਜ਼ਰੂਰਤ ਹੁੰਦੀ ਹੈ। ਸਿੱਧੇ ਸ਼ਬਦਾਂ ਵਿਚ, ਅੰਦਰ ਜੋ ਚਲ ਰਿਹਾ ਹੈ, ਉਸ ਦਾ ਬਾਹਰ ਤੋਂ ਅੰਦਾਜ਼ਾ ਨਹੀਂ ਲਗਾਇਆ ਜਾ ਸਕਦਾ।

**"ਹਰ ਕੋਈ ਕਹਿੰਦਾ ਹੈ ਕਿ ਮੇਰਾ ਬੇਟਾ ਹੋਵੇਗਾ ਕਿਉਂ ਮੇਰੀਆਂ ਛਾਤੀਆਂ ਦਾ ਉਭਾਰ ਨਹੀਂ ਹੈ, ਸਿਰਫ਼ ਪੇਟ ਹੀ ਉਭਰਿਆ ਹੋਇਆ ਏ। ਕੀ ਇਸ ਵਿਚ ਕੋਈ ਸਚਾਈ ਹੈ?"**

ਇਹ ਤਾਂ ਦਾਈਆਂ ਦੇ ਆਪਣੇ ਅਨੁਮਾਨ ਹਨ ਜੋ ਕਿ 50 ਪ੍ਰਤੀਸ਼ਤ ਸੱਚ ਨਿਕਲਦੇ ਹਨ। ਇੰਝ ਹੋ ਵੀ ਸਕਦਾ ਹੈ, ਨਹੀਂ ਵੀ ਹੋ ਸਕਦਾ ਹੈ। ਤੁਸੀਂ ਐਸੇ ਅੰਦਾਜ਼ੇ ਲਗਾ ਸਕਦੇ ਹੋ ਪ੍ਰੰਤੂ ਇਸ ਦੇ ਕਾਰਣ ਬੱਚੇ ਦੇ ਕਮਰੇ ਦਾ ਰੰਗ ਜਾਂ ਕਪੜਿਆਂ ਦੀ ਚੋਣ ਨਾ ਹੀ ਕਰੋ ਤਾਂ ਵਧੀਆ ਹੋਵੇਗਾ।

## ਤੁਹਾਡਾ ਆਕਾਰ ਤੇ ਡਿਲੀਵਰੀ

**"ਮੇਰਾ ਕਦ 5 ਫੁਟ ਹੈ। ਕੀ ਮੈਨੂੰ ਡਿਲੀਵਰੀ ਸਮੇ 'ਕੋਈ ਦਿੱਕਤ ਹੋ ਸਕਦੀ ਹੈ?"**

ਜਦੋਂ ਬੱਚੇ ਨੂੰ ਜਨਮ ਦੇਣ ਦੀ ਗੱਲ ਆਉਂਦੀ ਹੈ ਤਾਂ ਉਸ ਸਮੇਂ ਤੁਹਾਡਾ ਬਾਹਰੀ ਨਹੀਂ ਅੰਦਰਲਾ ਆਕਾਰ ਜ਼ਿਆਦਾ ਅਸਰ ਰਖਦਾ ਹੈ। ਪੇਲਿਬਸ ਤੇ ਬੱਚੇ ਦੇ ਸਿਰ ਦਾ ਆਕਾਰ ਤੈਅ ਕਰੇਗਾ ਕਿ ਡਿਲੀਵਰੀ ਆਰਾਮ ਨਾ ਹੋ ਸਕੇਗੀ ਜਾਂ ਨਹੀਂ। ਇਸ ਦਾ ਤੁਹਾਡੇ ਕਦ ਤੋਂ ਕੋਈ ਲੈਣਾ ਦੇਣਾ ਨਹੀਂ ਹੈ। ਘੱਟ ਕਦ ਦਾ ਭਾਵ ਇਹ ਨਹੀਂ ਕਿ ਤੁਹਾਡਾ ਪੈਲਵਿਕ ਏਰੀਆ ਵੀ ਛੋਟਾ ਹੋਵੇਗਾ। ਉਹ ਲੰਬੇ ਕਦ ਵਾਲੀ ਔਰਤ ਤੋਂ ਵੀ ਵੱਡਾ ਹੋ ਸਕਦਾ ਹੈ।

ਤੁਸੀਂ ਇਸ ਆਕਾਰ ਦਾ ਪਤਾ ਕਿਵੇਂ ਕਰੋਗੀ ਕਿਉਂ ਇਹ ਲੈਵਲ ਦੇ ਨਾਲ ਤਾਂ ਨਹੀਂ ਆਉਂਦੇ (ਛੋਟਾ, ਮਧਿਅਮ, ਥੋੜ੍ਹਾ ਵੱਡਾ)? ਡਾਕਟਰ ਆਪਣੇ ਪਹਿਲੇ ਚੈਕਅਪ ਵਿਚ ਇਸ ਦੇ ਆਕਾਰ ਦਾ ਥੋੜ੍ਹਾ ਅੰਦਾਜ਼ਾ ਲਗਾ ਸਕਦੇ ਹਨ। ਜੇਕਰ ਉਨ੍ਹਾਂ ਨੂੰ ਸ਼ੱਕ ਹੋਵੇ ਕਿ ਬੱਚੇਦਾ ਸਿਰ ਨਿਕਲਣ ਵਿਚ ਦਿੱਕਤ ਹੋ ਸਕਦੀ ਹੈ ਤਾਂ ਉਹ ਅਲਟ੍ਰਾਸਾਊਂਡ ਦੀ ਮਦਦ ਲੈਂਦੇ ਹਨ।

ਆਮ ਤੌਰ ਤੇ ਕੁਦਰਤ ਇੰਝ ਨਹੀਂ ਕਰਦੀ ਕਿ ਬੱਚੇ ਦਾ ਸਿਰ ਵੱਡਾ ਹੋਵੇ ਅਤੇ ਮਾਂ ਦਾ ਸਰੀਰ ਉਸ ਦੇ ਲਈ ਛੋਟਾ ਹੋਵੇ। ਬੱਚੇ ਬੜੇ ਆਰਾਮ ਨਾਲ ਇਸ ਦੁਨੀਆਂ ਵਿਚ ਪੈਰ ਰਖਦੇ ਹਨ ਅਤੇ ਮੈਨੂੰ ਪੂਰੀ ਉਮੀਦ ਹੈ ਕਿ ਤੁਹਾਡੇ ਨਾਲ ਵੀ ਇੰਝ ਹੀ ਹੋਵੇਗਾ।

## ਤੁਹਾਡਾ ਭਾਰ ਤੇ ਬੱਚੇ ਦਾ ਆਕਾਰ

**"ਮੇਰਾ ਭਾਰ ਕਾਫ਼ੀ ਵੱਧ ਗਿਆ ਹੈ। ਮੈਨੂੰ ਲਗਦਾ ਹੈ ਕਿ ਬੱਚਾ ਵੀ ਵੱਡਾ ਹੋ ਗਿਆ ਹੋਵੇਗਾ ਅਤੇ ਡਿਲੀਵਰੀ ਵਿਚ ਦਿੱਕਤ ਆਏਗੀ।"**

ਤੁਹਾਡਾ ਭਾਰ ਵੱਧ ਗਿਆ ਹੈ ਇਸ ਦਾ ਭਾਵ

ਇਹ ਨਹੀਂ ਕਿ ਬੱਚੇ ਦਾ ਭਾਰ ਵੀ ਵੱਧ ਗਿਆ ਹੋਵੇਗਾ। ਤੁਹਾਡੇ ਬੱਚੇ ਦਾ ਭਾਰ ਕਈ ਦੂਜੇ ਕਾਰਕਾਂ ਤੇ ਵੀ ਨਿਰਭਰ ਕਰਦਾ ਹੈ- ਜੇਨੇਟਿਕ, ਜਨਮ ਦੇ ਸਮੇਂ ਤੁਹਾਡਾ ਆਪਣਾ ਵਜ਼ਨ, ਗਰਭ-ਕਾਲ ਤੋਂ ਪਹਿਲਾਂ ਤੁਹਾਡਾ ਭਾਰ, ਤੁਸੀਂ ਕੈਸਾ ਭੋਜਨ ਲੈਂਦੀ ਰਹੀ ਹੋ। ਇਸ ਹਿਸਾਬ ਨਾਲ 35-40 ਪੌਂਡ ਭਾਰ ਵੱਧਣ ਨਾਲ 6-7 ਪੌਂਡ ਦਾ ਬੱਚਾ ਹੋ ਸਕਦਾ ਹੈ ਅਤੇ 25 ਪੌਂਡ ਭਾਰ ਵਧਣ ਨਾਲ 8 ਪੌਂਡ ਦਾ ਬੱਚਾ ਹੋ ਸਕਦਾ ਹੈ। ਔਸਤਨ ਭਾਰ ਜਿਨਾਂ ਲਗਾਤਾਰ ਵੱਧ ਹੈ, ਬੱਚਾ ਉਨਾਂ ਹੀ ਵੱਡਾ ਹੁੰਦਾ ਹੈ।

ਡਾਕਟਰ ਤੁਹਾਡੇ ਪੇਟ ਤੇ ਬੱਚੇਦਾਨੀ ਦੀ ਉਚਾਈ ਨਾਪਕੇ ਬੱਚੇ ਦੇ ਆਕਾਰ ਦਾ ਅੰਦਾਜ਼ਾ ਦੇ ਸਕਦੇ ਹਨ। ਹਾਲਾਂਕਿ ਇਸ ਵਿਚ ਇਕ-ਅੱਧ ਪੌਂਡ ਉਪਰ-ਨੀਚੇ ਹੋ ਸਕਦਾ ਹੈ। ਅਲਟ੍ਰਾਸਾਊਂਡ ਤੋਂ ਵੀ ਅੰਦਾਜ਼ਾ ਹੋ ਸਕਦਾ ਹੈ ਪ੍ਰੰਤੂ ਇਸ ਨੂੰ ਬਿਲਕੁਲ ਸਹੀ ਨਾ ਮੰਨੋ।

ਜੇਕਰ ਬੱਚਾ ਵੱਡਾ ਵੀ ਹੈ ਤਾਂ ਉਸ ਦਾ ਮੁਸ਼ਕਿਲ ਡਿਲੀਵਰੀ ਤੋਂ ਕੁਝ ਲੈਣਾ-ਦੇਣਾ ਨਹੀਂ ਹੈ। ਹਾਲਾਂਕਿ 6-7 ਪੌਂਡ ਦਾ ਬੱਚਾ 9-10 ਪੌਂਡ ਵਾਲੇ ਬੱਚੇ ਦੀ ਤੁਲਨਾ ਵਿਚ ਤੇਜ਼ੀ ਨਾਲ ਬਾਹਰ ਆਉਂਦਾ ਹੈ। ਜ਼ਿਆਦਾਤਰ ਔਰਤਾਂ ਜ਼ਿਆਦਾ ਭਾਰ ਵਾਲੇ ਬੱਚੇ ਨੂੰ ਵੀ ਬਿਨਾਂ ਕਿਸੇ ਦਿੱਕਤ ਤੋਂ ਆਸਾਨੀ ਨਾਲ ਜਨਮ ਦੇਂਦੀਆਂ ਹਨ। ਇਥੇ ਸਿਰਫ਼ ਦੇਖਣਾ ਇਹੀ ਹੁੰਦਾ ਹੈ ਕਿ ਤੁਹਾਡੀ ਪੈਲਵਿਸ ਦੇ ਮੁਕਾਬਲੇ ਬੱਚੇ ਦਾ ਸਿਰ ਕਿੰਨਾ ਵੱਡਾ ਹੈ।

## ਬੱਚੇ ਦੀ ਸਥਿਤੀ

**''ਮੈਂ ਕਿਵੇਂ ਪਤਾ ਲਗਾਵਾਂ ਕਿ ਮੇਰੇ ਬੱਚੇ ਦਾ ਮੂੰਹ ਕਿਸ ਪਾਸੇ ਹੈ? ਮੈਂ ਤੈਅ ਕਰਨਾ ਚਾਹੁੰਦੀ ਹਾਂ ਕਿ ਉਹ ਡਿਲੀਵਰੀ ਦੇ ਲਈ ਸਹੀ ਰਸਤੇ ਤੇ ਹੈ?''**

ਹਾਲਾਂਕਿ ਬਾਹਰ ਤੋਂ ਬੱਚੇ ਦੇ ਹੱਥ-ਪੈਰ, ਕੁਹਣੀਆਂ ਤੇ ਗੋਡਿਆਂ ਦਾ ਅੰਦਾਜ਼ਾ ਲਗਾਉਣਾ ਕਾਫ਼ੀ ਰੋਚਕ ਹੋ ਸਕਦਾ ਹੈ ਪ੍ਰੰਤੂ ਇਹ ਬੱਚੇ ਦੀ ਸਹੀ ਸਥਿਤੀ ਦਾ ਪਤਾ ਲਗਾਉਣ ਦਾ ਤਰੀਕਾ ਨਹੀਂ ਹੈ। ਡਾਕਟਰ ਤੁਹਾਨੂੰ ਬੱਚੇ ਦੇ ਅੰਗਾਂ ਦੀ ਸਹੀ ਸਥਿਤੀ ਦਾ ਅੰਦਾਜ਼ਾ ਦੇ ਸਕਦੇ ਹਨ।

ਬੱਚੇ ਦੇ ਦਿਲ ਦੀ ਧੜਕਣ ਤੋਂ ਵੀ ਉਸ ਦੀ ਸਥਿਤੀ ਦਾ ਅੰਦਾਜ਼ਾ ਲਗਾ ਸਕਦੇ ਹਾਂ। ਜੇਕਰ ਉਸ ਦਾ ਸਿਰ ਪਹਿਲਾਂ ਹੈ ਤਾਂ ਦਿਲ ਦੀ ਧੜਕਣ ਪੇਟ ਦੇ ਹੇਠ ਅੱਧੇ ਹਿੱਸੇ ਵਿਚ ਸੁਣਾਈ ਦੇਵੇਗੀ। ਜੇਕਰ ਬੱਚੇ ਦੀ ਪਿੱਠ ਤੁਹਾਡੇ ਅੱਗੇ ਵੱਲ ਹੈ ਤਾਂ ਇਹ ਤੇਜ ਸੁਣਾਈ ਦੇਵੇਗਾ। ਜੇਕਰ ਕੋਈ ਸ਼ੰਕਾ ਹੋਵੇ ਤਾਂ ਅਲਟ੍ਰਾਸਾਊਂਡ ਨਾਲ ਕਾਫ਼ੀ ਕੁਝ ਪਤਾ ਲਗਾ ਸਕਦੇ ਹੋ।

ਉਂਝ ਤੁਸੀਂ ਦਿਲ ਬਹਿਲਾਉਣ ਦੇ ਲਈ ਇਹ ਸਾਧਨ ਵੀ ਅਜਮਾ ਸਕਦੀ ਹੋ -

- ਬੱਚੇ ਦੀ ਪਿੱਠ ਦਾ ਹਿੱਸਾ ਸਿੱਧਾ ਹੁੰਦਾ ਹੈ ਅਤੇ ਇਸ ਦੇ ਨੰਨ੍ਹੇ ਹੱਥ-ਪੈਰ ਹੁੰਦੇ ਹਨ।
- ਅੱਠਵੇਂ ਮਹੀਨੇ ਉਸ ਦਾ ਸਿਰ ਤੁਹਾਡੇ ਪੇਲਵਿਸ ਦੇ ਕੋਲ ਹੁੰਦਾ ਹੈ।
- ਉਸ ਦੇ ਪੁਠੇ ਸਿਰ ਤੋਂ ਜ਼ਿਆਦਾ ਨਰਮ ਹੁੰਦੇ ਹਨ।

## ਬ੍ਰੀਚ ਬੇਬੀ

**''ਪਿਛਲੀ ਮੁਲਾਕਾਤ ਵਿਚ ਡਾਕਟਰ ਨੇ ਮੈਨੂੰ ਦੱਸਿਆ ਕਿ ਬੱਚੇ ਦਾ ਸਿਰ ਮੇਰੀਆਂ ਪਸਲੀਆਂ ਦੇ ਕੋਲ ਹੈ। ਇਸ ਦਾ ਮਤਲਬ ਉਹ ਬ੍ਰੀਚ ਹੈ?''**

ਹੋ ਸਕਦਾ ਹੈ ਕਿ ਬੱਚਾ ਕੁਝ ਜਿਮਨੇਸਟਿਕ ਕਰ ਰਿਹਾ ਹੋਵੇ। ਦਰਅਸਲ, ਜ਼ਿਆਦਾ ਬੱਚੇ 32 ਤੋਂ 38 ਹਫ਼ਤਿਆਂ ਵਿਚ ਸਹੀ ਜਗ੍ਹਾ ਤੇ ਆ ਜਾਂਦੇ ਹਨ। ਕੁਝ ਬੱਚੇ ਹੀ ਜਨਮ ਤੋਂ ਕੁਝ ਦਿਨ ਪਹਿਲਾਂ ਤਕ ਸਹੀ ਤਰੀਕੇ ਨਾਲ ਸਥਿਰ ਨਹੀਂ ਹੁੰਦੇ। ਉਸ ਦਾ ਹੇਠਲਾ ਹਿੱਸਾ ਹੇਠਾਂ ਵੱਲ ਹੈ। ਇਸ ਦਾ ਮਤਲਬ ਇਹ ਨਹੀਂ ਕਿ ਉਹ ਜਨਮ ਦੇ ਸਮੇਂ ਵੀ ਬ੍ਰੀਚ ਹੋਵੇਗਾ।

ਜੇਕਰ ਉਸ ਨੇ ਡਿਲੀਵਰੀ ਤੋਂ ਪਹਿਲਾਂ ਵੀ ਬ੍ਰੀਚ ਸਥਿਤੀ ਰਖੀ ਤਾਂ ਡਾਕਟਰ ਤੁਹਾਡੇ ਤੋਂ ਪੁੱਛ ਕੇ ਇਸ ਦਾ ਕੋਈ ਨਾ ਕੋਈ ਉਪਾਅ ਕਰ ਸਕਦੇ ਹਨ। ਇਸ ਲਈ ਘਬਰਾਉਣ ਵਾਲੀ ਕੋਈ ਗੱਲ ਨਹੀਂ ਹੈ।

### ਬ੍ਰੀਚ ਬੇਬੀ ਨੂੰ ਪਲਟਣਾ

ਕੁਝ ਡਾਕਟਰ ਬ੍ਰੀਚ ਬੇਬੀ ਨੂੰ ਪਲਟਣ ਦੇ ਲਈ ਆਸਣ ਕਰਨ ਦੀ ਸਲਾਹ ਦੇਂਦੇ ਹਨ। ਆਪਣਾ ਸਿਰ ਨੀਚੇ ਕਰਕੇ ਹੱਥਾਂ ਤੇ ਗੋਡਿਆਂ ਦੇ ਭਾਰ ਬੈਠੋ ਤੇ ਅੱਗੇ-ਪਿਛੇ ਘੁੰਮੋ। ਪੈਲਵਿਕ ਟਿਲਟ ਵਿਚ ਪ੍ਰੰਤੂ ਇਨ੍ਹਾਂ ਆਸਣਾਂ ਨੂੰ ਕਰਨ ਤੋਂ ਪਹਿਲਾਂ ਡਾਕਟਰ ਦੀ ਸਲਾਹ ਲੈਣਾ ਨਾ ਭੁਲੋ।

## ਚਿਹਰਾ ਕਿੱਥੇ ਹੈ

ਬੱਚੇ ਦੀ ਪੁਜੀਸ਼ਨ ਦੀ ਗੱਲ ਕਰੀਏ ਤਾਂ ਜੇਕਰ ਬੱਚੇ ਦਾ ਸਿਰ ਹੇਠਾਂ, ਮੂੰਹ ਤੁਹਾਡੇ ਪਿਛੇ ਤੇ ਚਿਬੁਕ ਛਾਤੀ ਨਾਲ ਲਗੀ ਹੈ ਤਾਂ ਤੁਸੀਂ ਕਿਸਮਤ ਵਾਲੀ ਹੋ। ਇਹ ਆੱਕੀਪੁਟ ਏ ਟੀਰਿਯਰ ਪੁਜੀਸ਼ਨ ਜਨਮ ਦੇ ਲਈ ਸਹੀ ਮੰਨੀ ਜਾਂਦੀ ਹੈ ਕਿਉਂਕਿ ਪ੍ਰਸੂਤੀ ਸਮੇਂ ਉਸ ਦਾ ਸਿਰ ਆਸਾਨੀ ਨਾਲ ਪਹਿਲਾਂ ਬਾਹਰ ਆ ਜਾਂਦਾ ਹੈ। ਜੇਕਰ ਬੱਚੇ ਦਾ ਮੂੰਹ ਤੁਹਾਡੇ ਪੇਟ ਵੱਲ ਹੈ (ਆੱਕੀਪੁਟ ਪੋਸਟੀਰਿਯਰ) ਤਾਂ ਜਾਂ ਨੁਕਸਾਨ-ਦਾਇਕ ਹੈ। ਉਸ ਦੀ ਖੋਪੜੀ ਤੁਹਾਡੀ ਰੀੜ ਦੀ ਹੱਡੀ ਤੇ ਦਬਾਅ ਪਾ ਸਕਦੀ ਹੈ ਤੇ ਉਸ ਨੂੰ ਬਾਹਰ ਆਉਣ ਵਿਚ ਵੀ ਦੇਰ ਲਗੇਗੀ।

ਡਿਲੀਵਰੀ ਦੇ ਦਿਨ ਕੋਲ ਆਉਣ ਤੇ ਡਾਕਟਰ ਉਸ ਦੀ ਸਥਿਤੀ ਜਾਣਨ ਦੀ ਕੋਸ਼ਿਸ਼ ਕਰਨਗੇ ਜੇਕਰ ਉਸ ਦੀ ਸਥਿਤੀ ਪੋਸਟੀਰਿਯਰ ਹੈ ਤਾਂ ਚਿੰਤਾ ਨਾ ਕਰੋ। ਕਈ ਬੱਚੇ ਪ੍ਰਸੂਤੀ ਦੇ ਸਮੇਂ ਸਹੀ ਸਥਿਤੀ ਵਿਚ ਆ ਜਾਂਦੇ ਹਨ। ਕਈ ਜਗ੍ਹਾ ਡਾਕਟਰ ਆਸਣਾਂ ਨਾਲ ਵੀ ਸਥਿਤੀ ਵਿਚ ਬਦਲਾਅ ਲਿਆਉਣ ਦੀ ਕੋਸ਼ਿਸ਼ ਕਰਦੇ ਹਨ।

## ਬੱਚਾ ਕਿਵੇਂ ਲੇਟਿਆ ਹੈ?

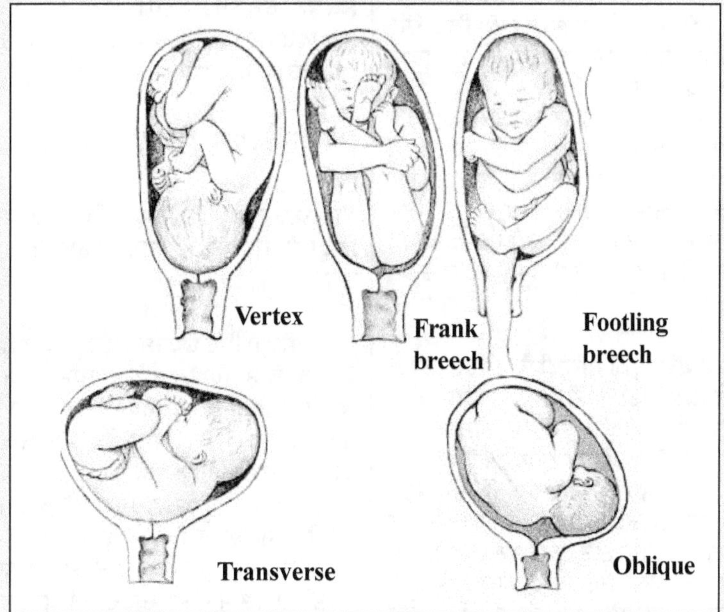


ਜਦੋਂ ਡਿਲੀਵਰੀ ਦੀ ਗੱਲ ਆਉਂਦੀ ਹੈ ਤਾਂ ਬੱਚੇ ਦੀ ਲੋਕੇਸ਼ਨ ਬੜੀ ਮਾਇਨੇ ਰਖਦੀ ਹੈ। ਜ਼ਿਆਦਾਤਰ ਬੱਚੇ ਸਿਰ ਹੇਠਾਂ, ਭਾਵ ਵਰਟੀਕਸ ਸਥਿਤੀ ਵਿਚ ਹੁੰਦੇ ਹਨ। ਬ੍ਰੀਚ ਬੱਚੇ ਕਈ ਲੋਕੇਸ਼ਨਾਂ ਵਿਚ ਹੋ ਸਕਦੇ ਹਨ। ਜਿਵੇਂ- ਫਰੇਂਕ ਬ੍ਰੀਚ ਵਿਚ ਉਸ ਦੇ ਪੁਠੇ ਹੇਠਾਂ ਵੱਲ ਅਤੇ ਦੋਨੋਂ ਲੱਤਾ ਉਪਰ ਵੱਲ, ਜਿਨ੍ਹਾਂ ਨੂੰ ਹੱਥਾਂ ਨੇ ਜਕੜਿਆ ਹੁੰਦਾ ਹੈ। ਫੁਟਲਿੰਗ ਬ੍ਰੀਚ ਵਿਚ ਬੱਚੇ ਦੀ ਇਕ ਜਾਂ ਫਿਰ ਦੋਨੋਂ ਲੱਤਾਂ ਹੇਠਾਂ ਵੱਲ ਹੁੰਦੀਆਂ ਹਨ। ਟ੍ਰਾਂਸਵਰਸ ਸਥਿਤੀ ਵਿਚ ਬੱਚੇ ਦੀ ਪਿੱਠ ਬੱਚੇਦਾਨੀ ਦੇ ਮੂੰਹ ਵੱਲ ਹੁੰਦੀ ਹੈ। ਔਬਲਿਕ ਸਥਿਤੀ ਵਿਚ ਬੱਚੇ ਦਾ ਸਿਰ ਮਾਂ ਦੇ ਪੁੱਠਿਆਂ ਵੱਲ ਹੁੰਦਾ ਹੈ।

**"ਬ੍ਰੀਚ ਬੇਬੀ ਨੂੰ ਪਲਟਣ ਦੇ ਲਈ ਕੀ ਕਰ ਸਕਦੇ ਹਾਂ?"**

ਬੱਚੇ ਦੀ ਸਥਿਤੀ ਨੂੰ ਪਲਟਣ ਦੇ ਲਈ ਕਈ ਉਪਾਅ ਕੀਤੇ ਜਾ ਸਕਦੇ ਹਨ। ਡਾਕਟਰ ਤੁਹਾਨੂੰ ਕੁਝ ਆਸਾਨ ਜਿਹੇ ਆਸਣ ਵੀ ਦਸ ਸਕਦੇ ਹਨ ਜਿਵੇਂਕਿ ਕਿਤਾਬ ਵਿਚ ਵੀ ਦਸੇ ਗਏ ਹਨ। ਉਂਞ ਐਕਯੂਪੰਚਰ ਅਤੇ ਜੜ੍ਹੀ-ਬੂਟੀ ਦੀ ਮਦਦ ਵੀ ਲਈ ਜਾ ਸਕਦੀ ਹੈ।

ਜੇਕਰ ਬੱਚਾ ਤਦ ਵੀ ਨਾ ਮੰਨੇ ਤਾਂ ਡਾਕਟਰ ਉਸ ਦੀ ਸਥਿਤੀ ਨੂੰ ਹੱਥਾਂ ਨਾਲਠੀਕ ਬਿਠਾਉਣ ਦਾ ਫ਼ੈਸਲਾ ਲੈ ਸਕਦੇ ਹਨ। ਜਿਸ ਨੂੰ ਐਕਸਟਰਨਲ ਸਿਫੈਲਿਕ ਵਰਜਿਲ ਈਸੀਵੀ ਕਹਿੰਦੇ ਹਨ। ਇਹ ਈਸੀਵੀ ਅਕਸਰ 37 ਜਾਂ 38ਵੇਂ ਹਫ਼ਤੇ ਵਿਚ ਕੀਤੀ ਜਾਂਦੀ ਹੈ ਜਦੋਂ ਬੱਚਾ ਥੋੜ੍ਹਾ ਆਰਾਮਦਾਇਕ ਸਥਿਤੀ ਵਿਚ ਹੁੰਦਾ ਹੈ। ਕਈ ਡਾਕਟਰ ਐਪੀਡਿਊਰਲ ਤੋਂ ਬਾਅਦ ਇਸ ਨੂੰ ਕਰਨਾ ਪਸੰਦ ਕਰਦੇ ਹਨ। ਉਹ ਹੌਲੀ-ਹੌਲੀ ਬੱਚੇ ਨੂੰ ਹੱਥ ਨਾਲ ਹੇਠਾਂ ਵੱਲ ਲਿਆਉਣ ਦੀ ਕੋਸ਼ਿਸ਼ ਕਰਦੇ ਹਨ। ਹਰ ਚੀਜ਼ ਤੇ ਲਗਾਤਾਰ ਨਜ਼ਰ ਰਖੀ ਜਾਂਦੀ ਹੈ।

ਈਸੀਵੀ ਦੇ 2/3 ਮਾਮਲੇ ਬਿਲਕੁਲ ਸਫ਼ਲ ਰਹਿੰਦੇ ਹਨ। ਜੋ ਔਰਤਾਂ ਪਹਿਲਾਂ ਗਰਭਵਤੀ ਰਹੀਆਂ ਹੋਣ, ਉਨ੍ਹਾਂ ਦੇ ਲਈ ਇਹ ਸਫ਼ਲਤਾ ਦਰ ਹੋਰ ਵੀ ਜ਼ਿਆਦਾ ਹੁੰਦੀ ਹੈ। ਕੁਝ ਬੱਚੇ ਤਾਂ ਇਸ ਗੱਲ ਦੇ ਲਈ ਤਿਆਰ ਹੀ ਨਹੀਂ ਹੁੰਦੇ ਅਤੇ ਕੁਝ ਕਲਾਬਾਜੀ ਖਾਕੇ ਦੁਬਾਰਾ ਬ੍ਰੀਚ ਸਥਿਤੀ ਵਿਚ ਆ ਜਾਂਦੇ ਹਨ।

**"ਜੇਕਰ ਬੱਚਾ ਬ੍ਰੀਚ ਸਥਿਤੀ ਵਿਚ ਰਿਹਾ ਤਾਂ ਲੇਬਰ ਤੇ ਡਿਲੀਵਰੀ ਤੇ ਕੀ ਅਸਰ ਹੋਵੇਗਾ। ਕੀ ਮੈਂ ਯੋਨੀ ਰਸਤੇ ਰਾਹੀਂ ਬੱਚੇ ਨੂੰ ਜਨਮ ਦੇ ਸਕਾਂਗੀ?"**

ਤੁਸੀਂ ਯੋਨੀ ਰਸਤੇ ਨਾਲ ਬੱਚੇ (ਵੈਜਾਇਨਲ ਬਰਥ) ਨੂੰ ਜਨਮ ਦੇ ਸਕੋਗੀ ਜਾਂ ਨਹੀਂ, ਇਹ ਕਾਫ਼ੀ ਕਾਰਣਾਂ ਤੇ ਨਿਰਭਰ ਕਰਦਾ ਹੈ ਜਿਸ ਵਿਚ ਤੁਹਾਡੇ ਡਾਕਟਰ ਦੀ ਨੀਤੀ ਤੇ ਤੁਹਾਡੀ ਹਾਲਤ ਵੀ ਸ਼ਾਮਲ ਹੈ। ਕਈ ਡਾਕਟਰ ਬ੍ਰੀਚ ਬੱਚੇ ਦੀ ਸਥਿਤੀ ਵਿਚ ਸੀ ਸੈਕਸ਼ਨ ਕਰਨਾ ਪਸੰਦ ਕਰਦੇ ਹਨ ਕਿਉਂਕਿ ਅਨੇਕ ਅਧਿਐਨਾਂ ਤੋਂ ਪਤਾ ਚਲਿਆ ਹੈ ਕਿ ਇੰਝ ਕਰਨਾ ਕਾਫ਼ੀ ਹੱਦ ਤਕ ਸੁਰੱਖਿਅਤ ਰਹਿੰਦਾ ਹੈ। ਜੇਕਰ ਫਰੈਂਕ ਬ੍ਰੀਚ ਸਥਿਤੀ ਹੈ ਤਾਂ ਪੈਲਿਪਬਰਨ ਵਿਚ ਕਾਫ਼ੀ ਜਗ੍ਹਾ ਹੁੰਦੀ ਹੈ ਫਿਰ ਸੀ-ਸੈਕਸ਼ਨ ਤੋਂ ਬਿਨਾਂ ਵੀ ਕੰਮ ਚਲ ਸਕਦਾ ਹੈ। ਸਭ ਤੋਂ ਵੱਡੀ ਗੱਲ ਤਾਂ ਇਹੀ ਹੈ ਕਿ ਆਖ਼ਰੀ ਘੜੀਆਂ ਵਿਚ ਬੱਚਾ ਕਿਸ ਸਥਿਤੀ ਵਿਚ ਹੋਵੇਗਾ, ਡਾਕਟਰ ਉਸੀ ਹਿਸਾਬ ਨਾ ਫ਼ੈਸਲਾ ਲੈਣਗੇ। ਤੁਸੀਂ ਡਾਕਟਰ ਤੋਂ ਪੁੱਛਕੇ ਸਾਰੇ ਸੰਭਾਵੀ ਵਿਕਲਪਾਂ ਤੇ ਵਿਚਾਰ ਕਰ ਲਉ ਤਾਂ ਜੋ ਤੁਹਾਨੂੰ ਉਸ ਸਮੇਂ ਘਬਰਾਹਟ ਜਾਂ ਡਰ ਮਹਿਸੂਸ ਨਾ ਹੋਵੇ।

**"ਡਾਕਟਰ ਦਾ ਕਹਿਣਾ ਹੈ ਕਿ ਬੱਚਾ ਔਬਲਿਕ ਸਥਿਤੀ ਵਿਚ ਹੈ। ਇਹ ਕੀ ਹੈ ਤੇ ਡਿਲੀਵਰੀ ਤੇ ਇਸ ਦਾ ਕੀ ਅਸਰ ਹੋਵੇਗਾ?"**

ਇਸ ਸਥਿਤੀ ਦਾ ਭਾਵ ਹੈ ਕਿ ਬੱਚੇ ਨੇ ਥੋੜ੍ਹੀ ਅਟਪਟੀ ਸਥਿਤੀ ਬਣਾ ਲਈ ਹੈ। ਉਸਦਾ ਸਿਰ ਹੇਠਾਂ ਵੱਲ ਅਤੇ ਸਰਵਿਕਸ ਵਿਚ ਜਾਣ ਦੀ ਬਜਾਏ ਉਸ ਦੇ ਪੁੱਠੇ ਵੱਲ ਹੈ। ਡਾਕਟਰ ਦੇ ਹੱਥਾਂ ਦੀ ਮਦਦ ਨਾਲ ਉਸ ਦੀ ਸਥਿਤੀ ਵਿਚ ਸੁਧਾਰ ਲਿਆਉਣਾ ਹੋਵੇਗਾ। ਜੇਕਰ ਇੰਝ ਨਹੀਂ ਹੁੰਦਾ ਤਾਂ ਫਿਰ ਸੀ-ਸੈਕਸ਼ਨ ਕਰਨਾ ਹੋਵੇਗਾ। ਕਈ ਵਾਰ ਬੱਚਾ 'ਟ੍ਰਾਂਸਵਰਸ' ਸਥਿਤੀ ਵਿਚ ਵੀ ਆ ਜਾਂਦਾ ਹੈ, ਉਦੋਂ ਸਹੀ ਤਰੀਕਾ ਅਪਣਾਇਆ ਜਾਂਦਾ ਹੈ।

## ਸਿਜੇਰੀਅਨ ਡਿਲੀਵਰੀ

**"ਡਾਕਟਰ ਨੇ ਮੈਨੂੰ ਸਿਜੇਰੀਅਨ ਡਿਲੀਵਰੀ ਬਾਰੇ ਕਿਹਾ ਹੈ, ਜਿਸ ਤੋਂ ਮੈਂ ਬਹੁਤ ਨਿਰਾਸ਼ ਹੋ ਗਈ ਹਾਂ?"**

ਮੰਨਿਆ ਇਹ ਓਪਰੇਸ਼ਨ ਵੱਡਾ ਹੈ ਪ੍ਰੰਤੂ ਫਿਰ ਵੀ ਇਸ ਨੂੰ ਸੁਰੱਖਿਅਤ ਮੰਨਿਆ ਜਾਂਦਾ ਹੈ ਆਮ ਤੌਰ ਤੇ ਵੀ ਇਹੀ ਤਰੀਕਾ ਅਪਣਾਇਆ ਜਾਂਦਾ ਹੈ। 30 ਪ੍ਰਤੀਸ਼ਤ ਔਰਤਾਂ ਇਸੇਤਰੀਕੇ ਨਾਲ ਆਪਣੇ ਬੱਚੇ ਨੂੰ ਜਨਮ ਦੇ ਰਹੀਆਂ ਹਨ।

ਮੰਨਿਆ ਇਹ ਖ਼ਬਰ ਤੁਹਾਡਾ ਦਿਲ ਤੋੜਨ ਵਾਲੀ ਹੋ ਸਕਦੀ ਹੈ ਕਿਉਂਕਿ ਤੁਸੀਂ ਇੰਝ ਨਹੀਂ ਚਾਹੁੰਦੇ ਸੀ। ਤੁਸੀਂ ਉਸ ਨੂੰ ਕੁਦਰਤੀ ਤਰੀਕੇ ਨਾਲ ਧਰਤੀ ਤੇ ਲਿਆਉਣਾ ਚਾਹੁੰਦੇ ਸੀ ਪ੍ਰੰਤੂ ਹੁਣ ਓਪਰੇਸ਼ਨ ਨਾਲਜੁੜੇ ਸਾਰੇ ਮੁੱਦਿਆਂ ਤੇ ਧਿਆਨ ਦੇਣਾ ਹੋਵੇਗਾ।

ਹਾਲਾਂਕਿ ਹੁਣ ਹਸਪਤਾਲਾਂ ਵਿਚ ਇਸ ਪ੍ਰਕ੍ਰਿਆ ਨੂੰ ਵੀ ਕਾਫ਼ੀ ਸੁਵਿਧਾਜਨਕ ਬਣਾ ਦਿੱਤਾ ਗਿਆ ਹੈ। ਜ਼ਰਾ ਸੋਚੋ ਕਿ ਇਹ ਬੱਚੇ ਦੇ ਲਈ ਵੀ ਕਿੰਨਾ ਆਰਾਮਦੇਹ ਹੁੰਦਾ ਹੈ। ਜਦੋਂ ਮੈਡੀਕਲ ਟਰਮ

ਦੀ ਗੱਲ ਕਰਦੇ ਹਾਂ ਤਾਂ ਉਹੀ ਡਿਲੀਵਰੀ ਵਧੀਆ ਹੁੰਦੀ ਹੈ, ਜੋ ਬੱਚੇ ਦੇ ਲਈ ਸੁਰੱਖਿਅਤ ਹੋਵੇ, ਇਸ ਸਮੇਂ ਬੱਚੇ ਦੇ ਲਈ ਇਸ ਤੋਂ ਵੱਧ ਸੁਰੱਖਿਅਤ ਕੁਝ ਨਹੀਂ ਹੋ ਸਕਦਾ ਜਿਸ ਡਿਲੀਵਰੀ ਤੋਂ ਬਾਅਦ ਸਿਹਤਮੰਦ ਬੱਚਾ ਤੁਹਾਡੀਆਂ ਬਾਹਾਂ ਵਿਚ ਹੋਵੇਗਾ, ਉਸ ਨੂੰ ਚੰਗਾ ਹੀ ਤਾਂ ਮੰਨਿਆ ਜਾਵੇਗਾ।

**''ਇੰਝ ਕਿਉਂ ਲਗਦਾ ਹੈ ਕਿ ਮੇਰੀਆਂ ਸਾਰੀਆਂ ਜਾਣਕਾਰ ਗਰਭਵਤੀ ਔਰਤਾਂ ਇਨ੍ਹਾਂ ਦਿਨਾਂ ਵਿਚ ਸੀ-ਸੈਕਸ਼ਨ ਨਾਲ ਹੀ ਬੱਚੇ ਨੂੰ ਜਨਮ ਦੇ ਰਹੀਆਂ ਹਨ?''**

ਪਿਛਲੇ ਕੁਝ ਸਾਲਾਂ ਵਿਚ ਸੀ-ਸੈਕਸ਼ਨ ਕਾਫ਼ੀ ਹੋਣ ਲਗੇ ਹਨ, ਜਿਸ ਦੇ ਹੇਠ-ਲਿਖੇ ਕਾਰਣ ਹੋ ਸਕਦੇ ਹਨ :

**ਸੁਰੱਖਿਆ**:- ਇਹ ਮਾਂ ਤੇ ਬੱਚੇ ਦੇ ਲਈ ਸੁਰੱਖਿਅਤ ਹੈ ਕਿਉਂਕਿ ਅੱਜ ਕਲ੍ਹ ਉਨਤ ਤਕਨੀਕਾਂ ਦਾ ਪ੍ਰਯੋਗ ਹੁੰਦਾ ਹੈ।

**ਵੱਡੇ ਬੱਚੇ** :- ਅਕਸਰ ਬੱਚੇ ਦਾ ਆਕਾਰ ਵੱਡਾ ਹੋਣ ਤੇ ਉਸ ਨੂੰ ਯੋਨੀ ਰਸਤੇ ਤੋਂ ਬਾਹਰ ਨਹੀਂ ਕਢਿਆ ਜਾ ਸਕਦਾ। ਇਸ ਲਈ ਇਹ ਓਪਰੇਸ਼ਨ ਕਰਨਾ ਪੈਂਦਾ ਹੈ।

**ਵੱਡੀ ਮਾਂ** :- ਜੀ ਹਾਂ ਮੋਟਾਪੇ ਕਾਰਣ ਵੀ ਸੀ-ਸੈਕਸ਼ਨ ਕਰਨਾ ਪੈਂਦਾ ਹੈ। ਜੇਕਰ ਮਾਂ ਮੋਟੀ ਹੈ ਤਾਂ ਉਸ ਦਾ ਗਰਭ-ਕਾਲ ਲੰਬਾ ਹੋਵੇਗਾ ਅਤੇ ਓਪਰੇਸ਼ਨ ਦੀ ਤੇਜ ਤੇ ਹੀ ਪੂਰਾ ਹੋਵੇਗਾ।

**ਵੱਡੀ ਉਮਰ ਦੀਆਂ ਮਾਵਾਂ** :- ਤੀਹ ਸਾਲ ਦੀ ਉਮਰ ਤੋਂ ਵੱਧ ਵਾਲੀ ਮਾਵਾਂ ਨੂੰ ਵੀ ਸੀ-ਸੈਕਸ਼ਨ ਕਰਵਾਉਣਾ ਪੈ ਸਕਦਾ ਹੈ ਜਾਂ ਫਿਰ ਉਹ ਕਿਸੀ ਲੰਬੀ ਬੀਮਾਰੀ ਤੋਂ ਪੀੜ੍ਹਿਤ ਹੋਣ।

**ਦੁਬਾਰਾ ਸੀ-ਸੈਕਸ਼ਨ ਹੋਣਾ**:- ਕੁਝ ਮਾਮਲਿਆਂ ਵਿਚ ਡਾਕਟਰ ਇਕ ਸੀ-ਸੈਕਸ਼ਨ ਤੋਂ ਬਾਅਦ ਦੂਜੀ ਵਾਰ ਯੋਨੀ ਰਸਤੇ ਤੋਂ ਜਨਮ ਦੇਣ ਨੂੰ ਕਹਿੰਦੇ ਹਨ। ਜੇਕਰ ਉਸ ਨਾਲ ਗੱਲ ਨਾ ਬਣੇ ਤਾਂ ਉਹ ਦੂਜੇ ਓਪਰੇਸ਼ਨ ਦੀ ਇਜਾਜ਼ਤ ਦੇਂਦੇ ਹਨ।

**ਘਟ ਤੋਂ ਘਟ ਯੰਤਰਾਂ ਨਾਲ ਡਿਲੀਵਰੀ**:- ਅੱਜ ਕਲ੍ਹ ਬਹੁਤ ਥੋੜ੍ਹੇ ਬੱਚੇ ਫੋਰਸੇਪ ਜਾਂ ਫਿਰ ਦੂਜੇ ਯੰਤਰਾਂ ਦੀ ਮਦਦ ਨਾਲ ਜਨਮ ਲੈਂਦੇ ਹਨ। ਇਸ ਦਾ ਭਾਵ ਹੈ ਕਿ ਡਾਕਟਰ ਇੰਝ ਕਰਨ ਦੀ ਬਜਾਏ ਓਪਰੇਸ਼ਨ ਕਰਨਾ ਜ਼ਿਆਦਾ ਸੁਰੱਖਿਅਤ ਮੰਨਦੇ ਹਨ।

**ਮਾਵਾਂ ਦੀ ਗਿਣਤੀ**:- ਅੱਜ ਕਲ੍ਹ ਮਾਵਾਂ ਵੀ ਇੰਝ ਕਰਨਾ ਚਾਹੁੰਦੀਆਂ ਹਨ ਕਿਉਂਕਿ ਇਹ ਸੁਰੱਖਿਅਤ ਤੇ ਦਰਦ ਰਹਿਤ ਤਰੀਕਾ ਹੈ।

**ਸੰਤੁਸ਼ਟੀ** :- ਹਸਪਤਾਲਾਂ ਵਿਚ ਇਸ ਪ੍ਰਕ੍ਰਿਆ ਨੂੰ ਪਹਿਲਾਂ ਤੋਂ ਕਾਫ਼ੀ ਸੰਤੁਸ਼ਟੀਜਨਕ ਬਣਾ ਦਿੱਤਾ ਗਿਆ ਹੈ। ਇਸ ਪ੍ਰਕ੍ਰਿਆ ਵਿਚ ਗਰਭ ਦੀ ਤੁਨਾ ਵਿਚ ਸਮਾਂ ਵੀ ਕਾਫ਼ੀ ਘੱਟ ਲਗਦਾ ਹੈ।

**''ਕੀ ਪਹਿਲਾਂ ਹੀ ਪਤਾ ਚਲ ਜਾਂਦਾ ਹੈ ਕਿ ਸਿਜੇਰੀਅਨ ਹੋਵੇਗਾ ਇਹ ਐਨ ਮੌਕੇ ਤੇ ਦਸਿਆ ਜਾਂਦਾ ਹੈ। ਇਸ ਦੇ ਕੀ ਕਾਰਣ ਹੋ ਸਕਦੇ ਹਨ?''**

### ਜਾਣਕਾਰੀ ਰੱਖੋ

ਜਾਣਕਾਰੀ ਜਿੰਨੀ ਜ਼ਿਆਦਾ ਹੋਵੇਗੀ, ਜਨਮ ਦੇਣ ਦਾ ਅਨੁਭਵ ਉਨਾ ਹੀ ਵਧੀਆ ਹੋਵੇਗਾ ਜਣੇਪਾ ਸ਼ੁਰੂ ਹੋਣ ਤੋਂ ਪਹਿਲਾਂ ਡਾਕਟਰ ਕੋਲੋਂ ਨਿਯਮਿਤ ਗੱਲਾਂ ਜਾਣ ਲਓ

- ਜੇਕਰ ਜਣੇਪਾ ਸ਼ੁਰੂ ਨਾ ਹੋਵੇ ਤਾਂ ਸੀ-ਸੈਕਸ਼ਨ ਤੋਂ ਪਹਿਲਾਂ ਕੁਝ ਦੂਜੇ ਉਪਾਅ ਅਪਣਾ ਸਕਦੇ ਹੋ?
- ਕਿਸ ਤਰ੍ਹਾਂ ਦਾ ਚੀਰਾ ਦਿੱਤਾ ਜਾਵੇਗਾ?
- ਜੇਕਰ ਬੇਬੀ ਬ੍ਰੀਚ ਹੈ ਤਾਂ ਕੀ ਕੀਤਾ ਜਾਵੇਗਾ?
- ਕੀ ਤੁਸੀਂ ਕੋਚ ਨੂੰ ਨਾਲ ਰੱਖ ਸਕਦੇ ਹੋ?
- ਕੀ ਤੁਹਾਡੀ ਸਾਥਣ, ਬੱਚੇ ਨੂੰ ਜਨਮ ਤੋਂ ਤੁਰੰਤ ਬਾਅਦ ਉਸਨੂੰ ਗੋਦੀ ਵਿਚ ਲੈ ਸਕੇਗੀ?
- ਤੁਹਾਨੂੰ ਠੀਕ ਹੋਣ ਵਿਚ ਕਿੰਨਾ ਸਮਾਂ ਲੱਗੇਗਾ।
- ਤੁਹਾਨੂੰ ਕਿਸ ਹੱਦ ਤੱਕ ਤਕਲੀਫ ਜਾ ਪਰੇਸ਼ਾਨੀ ਸਹਿਣੀ ਪੈ ਸਕਦੀ ਹੈ।
- ਇਸੇ ਤਰ੍ਹਾਂ ਸੀ-ਸੈਕਸ਼ਨ ਦੇ ਬਾਰੇ ਵੀ ਪੂਰੀ ਜਾਣਕਾਰੀ ਲਓ।

ਕਈ ਔਰਤਾਂ ਨੂੰ ਪਹਿਲਾਂ ਤੋਂ ਇਸ ਗੱਲ ਦਾ ਪਤਾ ਨਹੀਂ ਹੁੰਦਾ ਜਦੋਂਕਿ ਕੁਝ ਪਹਿਲਾਂ ਤੋਂ ਹੀ ਇਸ ਲਈ ਤਿਆਰ ਹੁੰਦੀਆਂ ਹਨ। ਇਸ ਦੇ ਲਈ ਸਾਰੇ ਡਾਕਟਰ ਵੱਖ-ਵੱਖ ਪ੍ਰੋਟੋਕਾੱਲ ਪ੍ਰਯੋਗ ਕਰਦੇ ਹਨ।

- ਜਦੋਂ ਮਾਂ ਪ੍ਰਸੂਤ ਕਰਨ ਦੀ ਸਥਿਤੀ ਵਿਚ ਨਾ ਹੋਵੇ ਤਾਂ ਓਪਰੇਸ਼ਨ ਕਰਨਾ ਪੈਂਦਾ ਹੈ।
- ਜੇਕਰ ਬੱਚੇ ਦਾ ਸਿਰ ਮਾਂ ਦੇ ਪੈਲਵਿਸ ਤੋਂ ਕਾਫ਼ੀ ਵੱਡਾ ਲਗੇ।
- ਜਦੋਂ ਪੇਟ ਵਿਚ ਦੋ ਜਾਂ ਤਿੰਨ ਬੱਚੇ ਹੋਣ।
- ਬ੍ਰੀਚ ਜਾਂ ਫਿਰ ਕੋਈ ਦੂਜੀ ਸਥਿਤੀ ਵਿਚ ਬੱਚਾ ਹੋਵੇ।
- ਕੋਈ ਬੀਮਾਰੀ ਜਿਸ ਦੇ ਕਾਰਣ ਮਾਂ ਪ੍ਰਸੂਤ ਦਾ ਖ਼ਤਰਾ ਨਾ ਉਠਾ ਸਕੇ।
- ਮਾਂ ਦਾ ਮੋਟਾਪਾ
- ਕੋਈ ਯੋਨ ਨਾਲ ਸਬੰਧਤ ਇਨਫੈਕਸ਼ਨ
- ਜਦੋਂ ਪਲੇਸੈਂਟਾ ਬੱਚੇਦਾਨੀ ਦੀਆਂ ਦੀਵਾਰਾਂ ਤੋਂ ਜਲਦੀ ਵੱਖ ਹੋ ਜਾਏ ਇਹ ਪਲੇਸੈਂਟਾ ਸਰਵਾਈਕਲ ਦੇ ਮੂੰਹ ਨੂੰ ਪੂਰੀ ਤਰ੍ਹਾਂ ਬੰਦ ਕਰੇ।

**ਕਦੀ-ਕਦੀ ਲੇਬਰ ਸ਼ੁਰੂ ਹੋਣ ਤੱਕ ਸੀ-ਸੈਕਸ਼ਨ ਦਾ ਫ਼ੈਸਲਾ ਨਹੀਂ ਹੁੰਦਾ :-**

- ਜੇਕਰ ਪ੍ਰਸੂਤ ਕਾਲ ਬਹੁਤ ਲੰਬਾ ਹੋ ਜਾਏ ਅਤੇ ਬੱਚਾ ਬਾਹਰ ਨਾ ਨਿਕਲ ਸਕੇ ਅਤੇ ਡਾਕਟਰ ਦੇ ਸਾਰ ਉਪਾਅ ਵਿਅਰਥ ਹੋ ਜਾਣ।
- ਨਲੀ ਦਾ ਖਿਸਕਣਾ
- ਬੱਚੇਦਾਨੀ ਦਾ ਫੱਟਣਾ

ਜੇਕਰ ਤੁਹਾਨੂੰ ਪਹਿਲਾਂ ਹੀ ਇਸ ਦਾ ਪਤਾ ਹੋ ਜਾਵੇ ਜਾਂ ਡਾਕਟਰ ਇਸ ਨੂੰ ਆਪਣੇ ਵੱਲੋਂ ਪੱਕਾ ਕਰ ਦੇਣ ਤਾਂ ਇਸ ਨਾਲ ਜੁੜੀ ਹਰ ਜਾਣਕਾਰੀ ਲਉ।

## ਇਲੈਕਟਿਵ ਸਿਜੇਰੀਅਨ

**''ਕਈ ਔਰਤਾਂ ਸੀ-ਸੈਕਸ਼ਨ ਚੁਣਦੀਆਂ ਹਨ। ਕੀ ਮੈਨੂੰ ਵੀ ਇੰਝ ਕਰਨਾ ਚਾਹੀਦਾ ਹੈ?''**

ਇਨ੍ਹਾਂ ਦਿਨਾਂ ਵਿਚ ਇਹ ਕਾਫ਼ੀ ਪ੍ਰਚਲਤ ਹੈ ਪ੍ਰੰਤੂ ਇਹ ਜ਼ਰੂਰੀ ਨਹੀਂ ਕਿ ਇਸੀ ਕਾਰਣ ਤੁਸੀਂ ਇਸ ਨੂੰ ਚੁਣੋ। ਇਸ ਨੂੰ ਗੰਭੀਰਤਾ ਨਾਲ ਲਉ ਤੇ ਡਾਕਟਰ ਦੇ ਨਾਲ ਸਾਰੇ ਮੁੱਦਿਆਂ ਤੇ ਗੱਲ ਕਰਨ ਤੋਂ ਬਾਅਦ ਹੀ ਫ਼ੈਸਲਾ ਲਉ।

ਤੁਹਾਡੇ ਕੋਲ ਆਪਣੇ ਜੋ ਵੀ ਕਾਰਣ ਹੋਣ ਓਪਰੇਸ਼ਨ ਦਾ ਫ਼ੈਸਲਾ ਉਦੋਂ ਕਰੋ ਜੇਕਰ -

**ਯੋਨੀ ਰਸਤੇ ਤੇ ਬੱਚਾ ਜਨਮ ਦੇ ਸਮੇਂ ਹੋਣ ਵਾਲਾ ਦਰਦ:-** ਦਰਦ ਤੋਂ ਬੱਚਣ ਦੇ ਲਈ ਓਪਰੇਸ਼ਨ ਦੀ ਚੋਣ ਕਰਨਾ ਕੋਈ ਅਕਲਮੰਦੀ ਨਹੀਂ ਹੈ। ਦਰਦ ਤੋਂ ਬਚਾਅ ਦੇ ਲਈ ਹੋਰ ਵੀ ਕੋਈ ਉਪਾਅ ਅਪਣਾਇਆ ਜਾ ਸਕਦਾ ਹੈ।

**ਵਿਜਾਇਨਾ ਬਰਥ ਤੋਂ ਬਾਅਦ ਦੇ ਪ੍ਰਭਾਵਾਂ ਦਾ ਡਰ:-** ਤੁਹਾਨੂੰ ਯੋਨੀ ਰਸਤੇ ਦੀਆਂ ਮਾਸ-ਪੇਸ਼ੀਆਂ ਦੇ ਢਿੱਲਾ ਪੈਣ ਦਾ ਡਰ ਹੈ ਤਾਂ ਕੀਗਲ ਆਸਣ ਨਾਲ ਇਸ ਖ਼ਤਰੇ ਨੂੰ ਕਾਫ਼ੀ ਹੱਦ ਤਕ ਟਾਲ ਸਕਦੇ ਹੋ। ਓਪਰੇਸ਼ਨ ਤੋਂ ਬਾਅਦ ਵੀ ਤਾਂ ਸਾਈਡਅਫੈਕਟ ਹੁੰਦੇ ਹਨ।

**ਇੱਛਾ ਅਨੁਸਾਰ ਬੱਚੇ ਦਾ ਜਨਮ:-** ਤੁਹਾਨੂੰ ਓਪਰੇਸ਼ਨ ਤੋਂ ਬਾਅਦ ਲੰਬੇ ਸਮੇਂ ਤੱਕ ਹਸਪਤਾਲ ਰਹਿਣਾ ਹੋਵੇਗਾ। ਤੁਹਾਡੇ ਤੇ ਬੱਚੇ ਨੂੰ ਸਰਜਰੀ ਤੋਂ ਕੋਈ ਖ਼ਤਰਾ ਵੀ ਹੋ ਸਕਦਾ ਹੈ।

**ਦੂਜੇ ਬੱਚੇ ਦਾ ਜਨਮ:-** ਜੇਕਰ ਤੁਸੀਂ ਪਹਿਲਾਂ ਹੀ ਇਹ ਮੌਕਾ ਉਠਾ ਲਉਗੀ ਤਾਂ ਦੂਜੇ ਬੱਚੇ ਦੇ ਜਨਮ ਸਮੇਂ ਤੁਸੀਂ ਵਿਜਾਇਨਾ ਬਰਥ ਦੀ ਚੋਣ ਨਹੀਂ ਕਰ ਸਕੋਗੀ। ਉਦੋਂ ਵੀ ਤੁਹਾਨੂੰ ਇਹੀ ਰਾਹ ਅਪਣਾਉਣਾ ਹੋਵੇਗਾ।

ਡਿਲੀਵਰੀ ਦਾ ਸਹੀ ਸਮਾਂ ਉਹੀ ਹੁੰਦਾ ਹੈ ਜਦੋਂ ਬੱਚਾ ਆਉਣ ਦੇ ਲਈ ਪੂਰੀ ਤਰ੍ਹਾਂ ਤਿਆਰ ਹੋਵੇ ਜੇ ਤੁਸੀਂ ਪਹਿਲਾਂ ਹੀ ਓਪਰੇਸ਼ਨ ਕਰਵਾਇਆ ਤਾਂ ਇਹ ਉਸ ਦੇ ਆਉਣ ਦਾ ਗਲਤ ਸਮਾਂ ਹੋ ਸਕਦਾ ਹੈ।

ਜੇਕਰ ਹੁਣ ਵੀ ਤੁਸੀਂ ਇੰਝ ਕਰਵਾਉਣਾ ਚਾਹੋ ਤਾਂ ਡਾਕਟਰ ਦੀ ਰਾਏ ਲੈ ਲਉ ਕਿ ਇਹ ਤੁਹਾਡੇ ਤੇ ਬੱਚੇ ਲਈ ਠੀਕ ਰਹੇਗਾ ਜਾਂ ਨਹੀਂ।

## ਵਾਰ-ਵਾਰ ਸਿਜੇਰੀਅਨ

**''ਮੇਰੇ ਦੋ ਸੀ-ਸੈਕਸ਼ਨ ਹੋ ਚੁਕੇ ਹਨ। ਮੈਂ ਘਟ ਤੋਂ ਘਟ ਦੋ ਹੋਰ ਬੱਚੇ ਚਾਹੁੰਦੀ ਹਾਂ। ਅਸੀਂ ਕਿੰਨੇ ਸੀ-ਸੈਕਸ਼ਨ ਕਰਵਾ ਸਕਦੇ ਹਾਂ?''**

ਉਂਝ ਤਾਂ ਇਸ ਗੱਲ ਤੇ ਕੋਈ ਪਾਬੰਦੀ ਨਹੀਂ

ਹੈ। ਕੋਈ ਵੀ ਔਰਤ ਕਿੰਨ ਵਾਰ ਸੀ-ਸੈਕਸ਼ਨ ਕਰਵਾ ਸਕਦੀ ਹੈ। ਇਹ ਇਸ ਗੱਲ ਤੇ ਨਿਰਭਰ ਕਰਦਾ ਹੈ ਕਿ ਪਿਛਲੇ ਸੀ-ਸੈਕਸ਼ਨ ਵਿਚ ਕਿਵੇਂ ਚੀਰਾ ਲਗਿਆ ਸੀ ਕਿੰਨਾ ਵੱਡਾ ਜ਼ਖ਼ਮ ਬਣਿਆ ਸੀ। ਇਸ ਸਬੰਧੀ ਪਹਿਲਾਂ ਡਾਕਟਰ ਦੀ ਰਾਏ ਲੈ ਲਉ।

ਚੀਰਾ ਕਿਛੇ ਤੇ ਕਿਵੇਂ ਲਗਿਆ। ਕਿੰਨੇ ਸਮੇਂ ਵਿਚ ਠੀਕ ਹੋਇਆ। ਇਨ੍ਹਾਂ ਗੱਲਾਂ ਦੇ ਆਧਾਰ ਤੇ ਸੀ-ਸੈਕਸ਼ਨ ਖ਼ਤਰਨਾਕ ਵੀ ਹੋ ਸਕਦਾ ਹੈ। ਤੁਹਾਨੂੰ ਇਸ ਗਰਭ-ਕਾਲ ਦੌਰਾਨ ਥੋੜ੍ਹੀ ਸਾਵਧਾਨੀ ਵਰਤਣੀ ਹੋਵੇਗੀ ਤਾਂ ਜੋ ਸਭ ਕੁਝ ਠੀਕ-ਠਾਕ ਹੋ ਸਕੇ।

## ਸਿਜੇਰੀਅਨ ਤੋਂ ਬਾਅਦ ਵਿਜਾਇਨਲ ਬਰਥ

**"ਪਿਛਲੀ ਵਾਰ ਮੇਰਾ ਸਿਜੇਰੀਅਨ ਹੋਇਆ ਸੀ। ਕੀ ਇਸ ਵਾਰ ਮੈਨੂੰ ਵਿਜਾਇਨਲ ਬਰਥ ਦੀ ਕੋਸ਼ਿਸ਼ ਕਰਨੀ ਚਾਹੀਦੀ ਹੈ?"**

ਪਹਿਲਾਂ-2 ਡਾਕਟਰ ਤੇ ਦਵਾਈਆਂ ਇਸ ਦੀ ਸਲਾਹ ਦੇਂਦੇ ਸਨ ਪ੍ਰੰਤੂ ਅਧਿਅਨਾਂ ਤੋਂ ਪਤਾ ਲਗਾ ਹੈ ਕਿ ਚੀਰੇ ਵਾਲੀ ਜਗ੍ਹਾ ਤੋਂ ਨੁਕਸਾਨ ਹੋ ਸਕਦਾ ਹੈ। ਇਸ ਲਈ ਦੂਜੀ ਵਾਰ ਵੀ ਸੀ-ਸੈਕਸ਼ਨ ਕਰਨਾ ਹੀ ਸੁਰੱਖਿਅਤ ਹੈ। ਉਂਝ 60 ਪ੍ਰਤੀਸ਼ਤ ਔਰਤਾਂ ਸੀ-ਸੈਕਸ਼ਨ ਤੋਂ ਬਾਅਦ ਵੀ ਵਿਜਾਇਨਲ ਬਰਥ ਕਰਦੀਆਂ ਹਨ ਜੇਕਰ ਸਾਵਧਾਨੀ ਵਰਤੀ ਜਾਏ ਤਾਂ ਦੋ ਸੀ-ਸੈਕਟਸ਼ਨ ਤੋਂ ਬਾਅਦ ਵੀ ਇੰਝ ਸੰਭ ਹੋ ਸਕਦਾ ਹੈ। ਅਧਿਐਨ ਤੋਂ ਸਾਹਮਣੇ ਆਉਣ ਵਾਲਾ ਡਰ ਸਿਰ 10 ਪ੍ਰਤੀਸ਼ਤ ਕੇਸਾਂ ਵਿਚ ਹੀ ਹੁੰਦਾ ਹੈ।

ਜੇਕਰ ਤੁਸੀਂ ਇਸ ਦਾ ਫ਼ੈਸਲਾ ਕਰ ਹੀ ਲਿਆ ਹੈ ਤਾਂ ਐਸਾ ਡਾਕਟਰ ਚੁਣੋ ਜੋ ਇਸ ਮਾਮਲੇ ਵਿਚ ਤੁਹਾਡੀ ਹੌਸਲਾਅਫ਼ਜਾਈ ਕਰੇ। ਜੇਕਰ ਪੂਰੀ ਕੋਸ਼ਿਸ਼ ਤੋਂ ਬਾਅਦ ਇਹ ਸੰਭਵ ਨਾ ਹੋ ਸਕੇ ਤਾਂ ਉਦਾਸ ਨਾ ਹੋਵੋ। ਬਸ ਇੰਨਾ ਯਾਦ ਰਖੋ ਕਿ ਤੁਹਾਡੇ ਲਈ ਉਹੀ ਬਿਹਤਰ ਹੈ ਜੋ ਤੁਹਾਡੇ ਬੱਚੇ ਲਈ ਬਿਹਤਰ ਹੈ।

## ਗਰੁੱਪ ਬੀ ਸਟ੍ਰੈਪ

**"ਮੇਰੇ ਡਾਕਟਰ ਨੇ ਗਰੁੱਪ ਬੀ ਸਟ੍ਰੈਪ ਇਨਫੈਕਸ਼ਨ ਦੀ ਜਾਂਚ ਦੇ ਲਈ ਕਿਹਾ ਹੈ। ਇਹ ਕੀ ਹੁੰਦਾ ਹੈ?"**

ਇਸ ਦਾ ਮਤਲਬ ਹੈ ਕਿ ਤੁਹਾਡੇ ਡਾਕਟਰ ਸੁਰਖਿਆ ਦਾ ਪੂਰਾ ਇੰਤਜ਼ਾਮ ਕਰ ਲੈਣਾ ਚਾਹੁੰਦੇ ਹਨ। ਉਹ ਚਾਹੁੰਦੇ ਹਨ ਕਿ ਬੱਚੇ ਨੂੰ ਪੈਦਾ ਹੁੰਦੇ ਹੀ ਗਲੇ ਦਾ ਇਨਫੈਕਸ਼ਨ ਨਾ ਹੋ ਜਾਏ।

ਜੀਵੀਐਸ ਇਕ ਬੈਕਟੀਰੀਆ ਹੁੰਦਾ ਹੈ ਜੋ ਇਕ ਸਿਹਤਮੰਦ ਔਰਤ ਦੀ ਯੋਨੀ ਵਿਚ ਹੋ ਸਕਦਾ ਹੈ। 10-35 ਪ੍ਰਤੀਸ਼ਤ ਔਰਤਾਂ ਇਸ ਇਨਫੈਕਸ਼ਨ ਤੋਂ ਪੀੜ੍ਹਿਤ ਹੁੰਦੀਆਂ ਹਨ। ਬੱਚੇ ਨੂੰ ਇਸ ਨਾਲ ਗਲੇ ਦਾ ਗੰਭੀਰ ਰੋਗ ਹੋ ਸਕਦਾ ਹੈ।

ਮੰਨਿਆ ਕਿ ਤੁਹਾਨੂੰ ਇਸਦੇ ਕੋਈ ਲੱਛਣ ਨਹੀਂ ਪਤਾ ਚੱਲਣਗੇ ਪ੍ਰੰਤੂ ਇੰਨਾ ਤਾਂ ਪਤਾ ਚਲ ਹੀ ਜਾਏਗਾ ਕਿ ਤੁਹਾਨੂੰ ਇਹ ਇਨਫੈਕਸ਼ਨ ਹੈ ਜਾਂ ਨਹੀਂ। ਡਾਕਟਰ ਤੁਹਾਨੂੰ ਕੁਝ ਦਵਾਈਆਂ ਦੇਣਗੇ, ਜਿਸ ਨਾਲ ਇਨਫੈਕਸ਼ਨ ਖ਼ਤਮ ਹੋ ਜਾਏਗਾ ਅਤੇ ਬੱਚਾ ਸੁਰੱਖਿਅਤ ਰੂਪ ਨਾਲ ਜਨਮ ਲੈ ਸਕੇਗਾ।

35-37 ਹਫ਼ਤੇ ਵਿਚਕਾਰ ਅਕਸਰ ਇਹ ਜਾਂਚ ਕੀਤੀ ਜਾਂਦੀ ਹੈ। ਜੇਕਰ ਤੁਹਾਡੇ ਡਾਕਟਰ ਨਹੀਂ ਕਰ ਰਹੇ ਤਾਂ ਤੁਸੀਂ ਕਹਿ ਕੇ ਵੀ ਕਰਵਾ ਸਕਦੇ ਹੋ। ਇਸ ਨੂੰ 'ਪੈਪ ਸਟੀਯਰ ਟੈਸਟ' ਦੀ ਤਰ੍ਹਾਂ ਕੀਤਾ ਜਾਂਦਾ ਹੈ। ਜੇਕਰ ਜਾਂਚ ਪਾਜ਼ਟਿਵ ਹੋਵੇ ਤਾਂ ਐਂਟੀਬਾਇਟਿਕਸ ਦੇ ਇੰਜੈਕਸ਼ਨ ਦਿੱਤੇ ਜਾਂਦੇ ਹਨ। ਪਿਸ਼ਾਬ ਦੀ ਜਾਂਚ ਤੋਂ ਵੀ ਇਸ ਦਾ ਪਤਾ ਲਗਾਇਆ ਜਾ ਸਕਦਾ ਹੈ। ਜੇਕਰ ਤੁਸੀਂ ਚਾਹੋ ਤਾਂ ਇਸ ਦੇ ਨਹੀ ਦਵਾਈ ਵੀ ਲੈ ਸਕਦੀ ਹੋ।

ਜੇਕਰ ਪ੍ਰਸੂਤੀ ਤੋਂ ਕੁਝ ਸਮਾਂ ਪਹਿਲਾਂ ਵੀ ਜਾਂਚ ਕਰਾਉਣ ਤੇ ਪਾਜ਼ਟਿਵ ਆਏ ਤਾਂ ਇਲਾਜ ਨਾਲ ਖ਼ਤਰਾ ਟਾਲਿਆ ਜਾ ਸਕਦਾ ਹੈ। ਜੇਕਰ ਤੁਹਾਡੇ ਪਹਿਲੇ ਬੱਚੇ ਨੂੰ ਵੀ ਇਹ ਇਨਫੈਕਸ਼ਨ ਹੋਇਆ ਸੀ ਉਦੋਂ ਤਾਂ ਡਾਕਟਰ ਬਿਨਾਂ ਕਿਸੇ ਜਾਂਚ ਦੇ ਹੀ ਤੁਹਾਨੂੰ ਇਸ ਦੀ ਦਵਾਈ ਦੇ ਦੇਣਗੇ ਤਾਂ ਜੋ ਕਿਸੀ ਤਰ੍ਹਾਂ ਖ਼ਤਰਾ ਨਾ ਰਹੇ।

### ਜਮ ਕੇ ਖਾਓ

ਇਨ੍ਹਾਂ ਦਿਨਾਂ ਵਿਚ ਤੁਹਾਨੂੰ ਲਗ ਰਿਹਾ ਹੋਵੇਗਾ ਕਿ ਤੁਸੀਂ ਇਕ ਗਾਂ ਦੀ ਤਰ੍ਹਾਂ ਸਾਰਾ ਦਿਨ ਜੁਗਾਲੀ ਕਰਦੇ ਰਹਿੰਦੇ ਹੋ। ਦਰਅਸਲ ਇਹ ਤੁਹਾਡੇ ਤੇ ਬੱਚੇ ਦੇ ਪੌਸ਼ਣ ਦੇ ਲਈ ਬਹੁਤ ਜ਼ਰੂਰੀ ਹੈ। ਦਿਨ ਵਿਚ ਘਟ ਤੋਂ ਘੱਟ ਛੇ ਵਾਰ ਖਾਣ ਦਾ ਨਿਯਮ ਬਣਾਈ ਰਖੋ ਤੇ ਜਮ ਕੇ ਖਾਓ।

## ਇਸ਼ਨਾਨ ਕਰਨਾ

**"ਕੀ ਗਰਭ-ਕਾਲ ਦੇ ਅੰਤਲੇ ਦਿਨਾਂ ਵਿਚ ਵੀ ਇਸ਼ਨਾਨ ਕਰਨਾ ਠੀਕ ਰਹੇਗਾ?"**

ਜੀ ਹਾਂ, ਗੁਣਗੁਣੇ ਪਾਣੀ ਨਾਲ ਇਸ਼ਨਾਨ ਕਰਨ ਨਾਲ ਸਰੀਰ ਨੂੰ ਰਾਹਤ ਮਿਲੇਗੀ। ਜੇਕਰ ਤੁਹਾਨੂੰ ਲਗਦਾ ਹੈ ਕਿ ਨਹਾਣ ਦਾ ਪਾਣੀ ਤੁਹਾਡੀ ਯੋਨੀ ਦੇ ਅੰਦਰ ਚਲਾ ਜਾਏਗਾ ਤਾਂ ਇੰਝ ਹੁੰਦਾ ਨਹੀਂ ਹੈ। ਜੇਕਰ ਇਸ ਨੂੰ ਜ਼ਬਰਦਸਤੀ ਪਾਇਆ ਜਾਏ ਤਾਂ ਹੀ ਇਹ ਅੰਦਰ ਜਾਂਦਾ ਹੈ। ਜੇਕਰ ਕਿਸੀ ਵੀ ਤਰ੍ਹਾਂ ਥੋੜ੍ਹਾ ਪਾਣੀ ਅੰਦਰ ਚਲਾ ਵੀ ਗਿਆ ਤਾਂ ਸਰਵਾਈਕਲ ਮਿਊਕਸ ਬੱਚੇਦਾਨੀ ਦੇ ਮੂੰਹ ਨੂੰ ਬੰਦ ਕਰ ਦੇਵੇਗਾ ਤਾਂ ਜੋ ਕੋਈ ਵੀ ਇਨਫੈਕਟਿਵ ਤੱਤ ਅੰਦਰ ਨਾ ਜਾ ਸਕੇ।

ਇਥੋਂ ਤਕ ਕਿ ਤੁਸੀਂ ਲੇਬਰ ਦੇ ਦੌਰਾਨ ਵੀ ਨਹਾ ਸਕਦੀ ਹੋ। ਹਾਈਡ੍ਰੋਥੈਰੇਪੀ ਨਾਲ ਲੇਬਰ ਦੇ ਦਰਦ ਵਿਚ ਕਾਫ਼ੀ ਆਰਾਮ ਮਿਲਦਾ ਹੈ। ਤੁਸੀਂ ਬੱਚੇ ਨੂੰ ਟੱਬ ਵਿਚ ਜਨਮ ਦੇਣ ਦਾ ਰਾਹ ਵੀ ਚੁਣ ਸਕਦੀ ਹੋ।

ਬਸ ਤੁਹਾਡੇ ਟੱਬ ਵਿਚ ਮੈਟ ਵਿਛਿਆ ਹੋਣਾ ਚਾਹੀਦਾ ਹੈ ਤਾਂ ਜੋ ਤੁਹਾਡਾ ਪੈਰ ਨਾ ਫਿਸਲੇ। ਹਮੇਸ਼ਾਂ ਦੀ ਤਰ੍ਹਾਂ ਬਬਲ ਬਾਥ ਤੋਂ ਵੀ ਦੂਰ ਹੀ ਰਹੋ।

## ਗੱਡੀ ਚਲਾਉਣਾ

**"ਮੈਂ ਵਹੀਕਲ ਦੇ ਪਿੱਛੇ ਫਿਟ ਨਹੀਂ ਆਉਂਦੀ। ਕੀ ਮੈਂ ਹੁਣ ਵੀ ਗੱਡੀ ਚਲਾ ਸਕਦੀ ਹਾਂ?"**

ਤੁਸੀਂ ਜਦੋਂ ਤੱਕ ਸੀਟ ਵਿਚ ਫਿਟ ਆਓ, ਗੱਡੀ ਚਲਾ ਸਕਦੀ ਹੋ। ਸੀਟ ਪਿੱਛੇ ਕਰੋ ਤੇ ਵਹੀਕਲ ਉਪਰ ਵੱਲ ਝੁਕਾਓ ਤਾਂ ਜੋ ਤੁਹਾਨੂੰ ਬੈਠਣ ਲਈ ਉਚਿਤ ਜਗ੍ਹਾ ਮਿਲੇ।

ਕਾਰ ਵਿਚ ਇਕ ਘੰਟੇ ਤੋਂ ਵੱਧ ਲਗਾਤਾਰ ਨਾ ਬੈਠੋ, ਚਾਹੇ ਤੁਸੀਂ ਪਿੱਛੇ ਹੀ ਕਿਉਂ ਨਾ ਬੈਠੀ ਹੋਵੋ। ਜੇ ਕਰ ਲੰਬੀ ਦੂਰੀ ਦਾ ਸਫ਼ਰ ਕਰਦੀ ਹੋ ਤਾਂ ਚਾਹੇ ਗੱਡੀ ਚਲਾਊ ਜਾਂ ਨਾ ਚਲਾਉ, ਇਹ ਤੁਹਾਨੂੰ ਥਕਾ ਸਕਦਾ ਹੈ। ਜੇਕਰ ਜਾਣਾ ਬਹੁਤ ਜ਼ਰੂਰੀ ਹੋਵੇ ਤਾਂ ਗੱਡੀ ਤੋਂ ਹਰ ਘੰਟੇ ਉਤਰ ਕੇ ਥੋੜ੍ਹਾ ਪੈਦਲ ਚਲੋ। ਗਰਦਨ ਅਤੇ ਪਿੱਠ ਦੀ ਅਕੜਨ ਦੂਰ ਕਰਨ ਦੇ ਲਈ ਥੋੜ੍ਹੀ ਕਸਰਤ ਕਰੋ।

ਲੇਬਰ ਦੇ ਦੌਰਾਨ ਖ਼ੁਦ ਗੱਡੀ ਚਲਾ ਕੇ ਹਸਪਤਾਲ ਨਾ ਜਾਓ। ਜੇਕਰ ਜੋਰ ਦਰਦ ਹੋਇਆ ਤਾਂ ਸੜਕ ਤੇ ਖ਼ਤਰਨਾਕ ਹੋ ਸਕਦਾ ਹੈ। ਚਾਹੇ ਤੁਸੀਂ ਪਿੱਛੇ ਬੈਠ ਕੇ ਹੀ ਕਿਉਂ ਨਾ ਜਾ ਰਹੀ ਹੋਵੋ। ਸੀਟ ਬੈਲਟ ਬੰਨ੍ਹਣਾ ਨਾ ਭੁਲੋ।

## ਸਫ਼ਰ ਕਰਨਾ

**"ਇਸ ਮਹੀਨੇ ਮੈਨੂੰ ਇਕ ਜ਼ਰੂਰੀ ਬਿਜਨਸ ਟ੍ਰਿਪ ਤੇ ਜਾਣਾ ਹੈ। ਕੀ ਇਨ੍ਹਾਂ ਦਿਨਾਂ ਵਿਚ ਸਫ਼ਰ ਕਰਨਾ ਸੁਰੱਖਿਅਤ ਰਹੇਗਾ ਜਾਂ ਮੈਂ ਆਪਣਾ ਦੌਰਾ ਕੈਂਸਲ ਕਰ ਦਿਆਂ?"**

ਦੌਰੇ ਦੀ ਤਿਆਰ ਤੋਂ ਪਹਿਲਾਂ ਆਪਣੇ ਡਾਕਟਰ ਨੂੰ ਮਿਲ ਲਉ। ਸਾਰੇ ਡਾਕਟਰ ਇਸ ਸਬੰਧੀ ਵੱਖ-2 ਰਾਏ ਰਖਦੇ ਹਨ। ਉਹ ਤੁਹਾਡੀ ਅਵਸਥਾ ਅਤੇ ਬਾਕੀ ਕਾਰਨਾਂ ਤੇ ਵੀ ਨਿਰਭਰ ਕਰਦਾ ਹੈ ਕਿ ਜਾਣ ਦੀ ਇਜਾਜ਼ਤ ਮਿਲੇਗੀ ਜਾਂ ਨਹੀਂ। ਜੇਕਰ ਗਰਭ-ਕਾਲ ਜਟਿਲ ਨਹੀਂ ਤਾਂ ਤੁਹਾਨੂੰ ਜਾਣ ਦੀ ਇਜਾਜ਼ਤ ਮਿਲ ਸਕਦੀ ਹੈ। ਜੇਕਰ ਤੁਹਾਡੇ ਨਾਲ ਸਮੇਂ ਤੋਂ ਪਹਿਲਾਂ ਪ੍ਰਸੂਤ ਹੋਣ ਦਾ ਖ਼ਤਰਾ ਹੈ ਤਾਂ ਤੁਹਾਨੂੰ ਇਹ ਇਜਾਜ਼ਤ ਨਹੀਂ ਮਿਲੇਗੀ। ਇਸ ਸਮੇਂ ਸਫ਼ਰ ਨਾਲ ਤੁਹਾਡੀ ਗਰਦਨ ਤੇ ਪਿੱਠ ਵਿਚ ਦਰਦ ਵੱਧ ਸਕਦਾ ਹੈ। ਸਰੀਰਕ ਜਾਂ ਭਾਵਨਾਤਮਕ ਤਨਾਅ ਵਿਚ ਵਾਧਾ ਹੋ ਸਕਦਾ ਹੈ। ਇਸ ਲਈ ਸਭ ਤੋਂ ਪਹਿਲਾਂ ਇਹ ਦੇਖੋ ਕਿ ਤੁਸੀਂ ਕਿਵੇਂ ਮਹਿਸੂਸ ਕਰ ਰਹੀ ਹੋ। ਇਸ ਦੌਰੇ ਨੂੰ ਗਰਭ-ਕਾਲ ਤਕ ਟਾਲਿਆ ਜਾ ਸਕਦਾ ਹੈ ਜਾਂ ਨਹੀਂ। ਜਾਂ ਇਸ ਕਾਰਣ ਤੁਹਾਡੇ ਤੇ ਕਿੰਨਾ ਦਬਾਅ ਪਏਗਾ। ਜੇਕਰ ਹਵਾਈ ਸਫ਼ਰ ਕਰੋ ਤਾਂ ਉਸ ਦੇ ਸਾਰੇ ਨਿਰਦੇਸ਼ਾਂ ਦਾ ਪਾਲਣ ਕਰੋ। ਕਈ ਏਅਰਲਾਈਨ ਤਾਂ ਨੌਵੇਂ ਮਹੀਨੇ ਦੀ ਗਰਭਵਤੀ ਨੂੰ ਡਾਕਟਰ ਦੀ ਆਗਿਆ ਤੋਂ ਬਿਨਾਂ ਸਫ਼ਰ ਹੀ ਨਹੀਂ ਕਰਨ ਦਿੰਦੇ।

ਜੇਕਰ ਡਾਕਟਰ ਹਾਮੀ ਭਰ ਦੇਵੇ ਤਾਂ ਵੀ ਤੁਹਾਨੂੰ ਬਹੁਤ ਸਾਰੀਆਂ ਗੱਲਾਂ ਤੇ ਧਿਆਨ ਦੇਣਾ ਹੋਵੇਗਾ। ਆਪਣੇ ਆਰਾਮ ਤੇ ਪੂਰਾ ਧਿਆਨ ਦਿਉ। ਜੇ ਲੰਬੀ ਦੂਰੀ ਦਾ ਸਫ਼ਰ ਕਰ ਰਹੀ ਹੋ ਤਾਂ ਸਾਥੀ ਨੂੰ ਨਾਲ ਲੈ ਜਾਓ ਤਾਂ ਜੋ ਕਿਸੀ ਵੀ ਸਮੇਂ ਉਹ ਕੰਮ ਆ ਸਕੇ।

## ਗਰਭ-ਕਾਲ ਦਾ ਆਖ਼ਰੀ ਮਹੀਨਾ ਤੇ ਸੈਕਸ

**"ਮੈਂ ਆਖ਼ਰੀ ਮਹੀਨੇ ਤੇ ਸੈਕਸ ਸਬੰਧੀ ਕਈ ਵੱਖ-ਵੱਖ ਗਲਾਂ ਸੁਣੀਆਂ ਹਨ। ਇਸ ਲਈ ਮੈਂ ਉਲਝਣ**

**ਵਿਚ ਹਾਂ। ਕਿਤੇ ਇਸ ਨਾਲ ਪ੍ਰਸੂਤ ਤਾਂ ਜਲਦੀ ਨਹੀਂ ਹੋਵੇਗਾ?"**

ਇੰਝ ਨਹੀਂ ਕਿ ਇਸ ਵਿਸ਼ੇ ਵਿਚ ਖੋਜ ਹੀ ਨਹੀਂ ਹੋਈ ਦਰਅਸਲ ਇਹ ਕਾਫ਼ੀ ਹੱਦ ਤਕ ਤੁਹਾਡੇ ਦੋਨਾਂ ਤੇ ਨਿਰਭਰ ਕਰਦਾ ਹੈ। ਤੁਹਾਨੂੰ ਤੇ ਤੁਹਾਡੇ ਸਾਥੀ ਨੂੰ ਮਿਲ ਕੇ ਤੈਅ ਕਰਨਾ ਹੈ ਕਿ ਤੁਸੀਂ ਦੋਨੋਂ ਇਸ ਨੂੰ ਜਾਰੀ ਰਖਣਾ ਚਾਹੋਗੇ ਜਾਂ ਨਹੀਂ। ਸੰਯੋਗ ਜਾਂ ਕਾਮੁਕ ਸੁਖ ਤੋਂ ਲੇਬਰ ਦਾ ਕੋਈ ਲੈਣਾ-ਦੇਣਾ ਨਹੀਂ ਹੈ। ਜੇਕਰ ਅੰਦਰੋਂ ਪ੍ਰਸੂਤ ਦੀ ਪੂਰੀ ਤਿਆਰੀ ਹੋ ਚੁੱਕੀ ਹੋਵੇ ਤਾਂ ਇਸ ਨਾਲ ਥੋੜ੍ਹਾ-ਬਹੁਤ ਫਰਕ ਪੈ ਸਕਦਾ ਹੈ। ਉਂਝ ਡਾਕਟਰ ਤੇ ਦਵਾਈਆਂ ਆਪਣੇ ਸਹੀ ਮਰੀਜਾਂ ਨੂੰ ਆਖ਼ਰ ਤੱਕ ਸੈਕਸ ਦੀ ਇਜਾਜ਼ਤ ਦੰਦੇ ਹਨ ਅਤੇ ਕਈ ਜੋੜੇ ਬਿਨਾਂ ਕਿਸੀ ਪ੍ਰੇਸ਼ਾਨੀ ਤੋਂ ਇੰਝ ਕਰਦੇ ਵੀ ਹਨ।

ਡਾਕਟਰ ਤੋਂ ਪਤਾ ਕਰੋ ਕਿ ਤੁਹਾਡੀ ਹਾਲਤ ਦੇ ਹਿਸਾਬ ਨਾਲ ਇਹ ਤੁਹਾਡੇ ਲਈ ਸੁਰੱਖਿਅਤ ਹੈ ਜਾਂ ਨਹੀਂ। ਜੇਕਰ ਹਰੀ ਝੰਡੀ ਮਿਲ ਜਾਏ ਤਾਂ ਜੀ ਭਰ ਕੇ, ਕੁਝ ਵੀ ਕਰੋ ਪ੍ਰੰਤੂ ਜੇ ਲਾਲ ਝੰਡੀ ਮਿਲੇ ਤਾਂ ਤੁਹਾਨੂੰ ਇਕ ਦੂਜੇ ਦੇ ਨਜ਼ਦੀਕ ਆਉਣ ਦੇ ਕੁਝ ਹੋਰ ਉਪਾਅ ਕਰਨੇ ਹੋਣਗੇ। ਇਕ ਰੋਮਾਂਟਿਕ ਕੈਂਡਲ ਲਾਈਟ ਡਿਨਰ ਜਾਂ ਫਿਰ ਲੰਬੀ ਚਹਿਲਕਦਮੀ, ਕਿਵੇਂ ਰਹੇਗੀ। ਇਕ-ਦੂਜੇ ਦੇ ਨਾਲ ਨਹਾਉਣ ਦਾ ਮਜ਼ਾ ਲਉ। ਗਪਸ਼ਪ ਲਗਾਓ। ਮਾਲਿਸ਼ ਕਰੋ। ਕੁਝ ਵੀ ਕਰੋ ਪਰ ਡਾਕਟਰ ਦੀ ਚਿਤਾਵਨੀ ਨੂੰ ਅਣਦੇਖਾ ਨਾ ਕਰੋ। ਇਸ ਤੋਂ ਬਾਅਦ ਤਾਂ ਐਸੇ ਮੌਕੇ ਵੀ ਤਾਂ ਹੀ ਮਿਲਣਗੇ ਜਦੋਂ ਬੱਚਾ ਪੂਰੀ ਰਾਤ ਸੋਏਗਾ।

## ਤੁਸੀਂ ਦੋਨੋਂ

**ਬੱਚਾ ਅਜੇ ਪੈਦਾ ਵੀ ਨਹੀਂ ਹੋਇਆ। ਮੇਰੇ ਤੇ ਪਤੀ ਦੇ ਰਿਸ਼ਤਿਆਂ ਵਿਚ ਹੁਣ ਤੋਂ ਬਦਲਾਅ ਆਉਣ ਲਗਾ ਹੈ। ਅਸੀਂ ਦੋਨੋਂ ਆਪਣੇ-ਆਪ ਵਿਚ ਰੁਝੇ ਹੋਣ ਦੀ ਥਾਂ ਬੱਚੇ ਤੇ ਉਸ ਦੇ ਜਨਮ ਸਬੰਧੀ ਹੀ ਸੋਚਦੇ ਰਹਿੰਦੇ ਹਾਂ?"**

ਨੰਨ੍ਹੇ ਬੱਚਾ ਤੁਹਾਡੇ ਜੀਵਨ ਵਿਚ ਢੇਰਾਂ ਚੀਜ਼ਾਂ ਲਿਆਂਦੇ ਹਨ -ਖ਼ੁਸ਼ੀ, ਉਤੇਜਨਾ, ਉਤਸਾਹ ਅਤੇ ਢੇਰ ਸਾਰੇ ਗੰਦੇ ਡਾਇਪਰ ਪ੍ਰੰਤੂ ਆਪਣੇ ਛੋਟੇ ਜਿਹੇ ਅਕਾਰ ਦੇ ਬਾਵਜੂਦ ਉਨ੍ਹਾਂ ਨੂੰ ਵੱਡਾ ਬਦਲਾਅ ਲਿਆਉਣ ਵਿਚ ਦੇਰੀ ਨਹੀਂ ਲਗਦੀ।

ਤੁਹਾਨੂੰ ਦੋਨਾਂ ਨੂੰ ਆਪਣੇ ਰਿਸ਼ਤੇ ਵਿਚ ਵੀ ਇਹੀ ਬਦਲਾਅ ਨਜ਼ਰ ਆ ਰਿਹਾ ਹੋਵੇਗਾ। ਜਦੋਂ ਤੁਸੀਂ ਦੋ ਤੋਂ ਤਿੰਨ ਹੋਵੋਗੇ ਤਾਂ ਸਚਮੁੱਚ ਤੁਹਾਡੇ ਦੋਨਾਂ ਦੀਆਂ ਜ਼ਰੂਰਤਾਂ ਵਿਚ ਥੋੜ੍ਹਾ ਅੰਤਰ ਆ ਜਾਏਗਾ ਪ੍ਰੰਤੂ ਇਸ ਜਦੋ-ਜਹਿਦ ਨੂੰ ਸਾਰੇ ਦੋੜੇ, ਗਰਭ-ਕਾਲ ਵਿਚ ਆਉਣ ਵਾਲਾ ਕੁਦਰਤੀ ਬਦਲਾਅ ਸਮਝ ਕੇ ਅਪਨਾ ਲੈਂਦੇ ਹਨ ਕਿਉਂਕਿ ਬੱਚੇ ਦੇ ਆਉਣ ਤੋਂ ਪਹਿਲਾਂ ਹੀ ਇਹ ਬਦਲਾਅ ਤੁਹਾਡੀ ਬਿਹਤਰੀ ਦੇ ਲਈ ਹੋ ਰਿਹਾ ਹੈ। ਜੋ ਜੋੜੇ ਪਹਿਲਾਂ ਹੀ ਜਾਣ ਲੈਂਦੇ ਹਨ ਕਿ ਹੁਣ ਜ਼ਿੰਦਗੀ ਨੂੰ ਰੂਮਾਨੀ ਬਣਾਉਣ ਦੇ ਤਰੀਕਿਆਂ ਵਿਚ ਬਦਲਾਅ ਆਏਗਾ ਤੇ ਬੱਚੇ ਦੇ ਆਉਣ ਤੋਂ ਬਾਅਦ ਦੀਆਂ ਚੁਣੌਤੀਆਂ ਦਾ ਸਾਮ੍ਹਣਾ ਚੰਗੇ ਤਰੀਕੇ ਨਾਲ ਕਰ ਸਕਦੇ ਹਨ।

ਇਸ ਲਈ ਪਹਿਲਾਂ ਤੋਂ ਹੀ ਸੋਚੋ ਤੇ ਇਸ ਬਦਲਾਅ ਦੇ ਲਈ ਤਿਆਰ ਹੋ ਜਾਓ। ਹੁਣ ਤੁਹਾਨੂੰ ਆਪਣੀ ਥੋੜ੍ਹੀ ਜਿਹੀ ਭਾਵਨਾਤਮਕ ਊਰਜਾ ਉਸ ਨੰਨ੍ਹੇ-ਮੁੰਨੇ ਦੇ ਲਈ ਵੀ ਬਚਾਣੀ ਹੈ, ਜੋ ਘਰ ਵਿਚ ਢੇਰਾਂ ਖ਼ੁਸ਼ੀਆਂ ਲਿਆਣ ਵਾਲਾ ਹੈ। ਹੁਣ ਤੁਹਾਨੂੰ ਬੱਚੇ ਦੇ ਨਾਲ ਨਾਲ ਆਪਣੇ ਵਿਆਹ ਦੀ ਦੇਖ-ਰੇਖ ਕਰਨਾ ਵੀ ਸਿੱਖਣਾ ਹੈ। ਆਪਣੇ ਬੱਚੇ ਦੇ ਲਈ ਤਿਆਰੀ ਕਰਦੇ ਸਮੇਂ, ਜੀਵਨ ਦੇ ਰੋਮਾਂਸ ਨੂੰ ਅਣਦੇਖਾ ਨਾ ਕਰੋ। ਘੱਟ ਤੋਂ ਘੱਟ ਹਫ਼ਤੇ ਵਿਚ ਕੁਝ ਪਲ ਐਸੇ ਹੋਣ, ਜਿਸ ਵਿਚ ਬੱਚੇ ਦੀ ਕੋਈ ਗੱਲ ਨਹੀਂ ਕੀਤੀ ਜਾਏਗੀ। ਇਕ ਦੂਜੇ ਨਾਲ ਫ਼ਿਲਮ ਦੇਖੋ। ਨੰਨ੍ਹੇ ਦੇ ਲਈ ਕੁਝ ਖ਼ਰੀਦਦੇ ਸਮੇਂ ਆਪਣੇ ਸਾਥੀ ਦੇ ਲਈ ਖ਼ਰੀਦਦਾਰੀ ਕਰਨਾ ਨਾ ਭੁਲੋ। ਉਨ੍ਹਾਂ ਦੇ ਲਈ ਕਿਸੀ ਖੇਡ ਜਾਂ ਸ਼ੋ ਦੇ ਟਿਕਟ ਖ਼ਰੀਦੋ। ਡਿਨਰ ਦੇ ਸਮੇਂ ਉਨ੍ਹਾਂ ਤੋਂ ਹਾਲ-ਚਾਲ ਪੁੱਛੋ, ਪਿਛਲੇ ਦਿਨਾਂ ਦੀ ਖ਼ੁਸ਼ਨੁਮਾ ਯਾਦਾਂ ਦੋਹਰਾਓ। ਆਪਣੇ ਦੂਜੇ ਹਨੀਮੂਨ ਦੀ ਯੋਜਨਾ ਬਣਾਓ। ਸੈਕਸ ਚਾਹੇ ਨਾ ਵੀ ਹੋਵੇ, ਪ੍ਰੰਤੂ ਛੋਹ ਸੁੱਖ ਦੇ ਹੀ ਸਕਦੇ ਹਨ।

ਇਸ ਤਰ੍ਹਾਂ ਬਹੁਤ ਜਲਦੀ ਤੁਹਾਨੂੰ ਦੋ ਦੀ ਥਾਂ ਤਿੰਨ ਦੇ ਪਰਿਵਾਰ ਦਾ ਰਸਤ ਤੇ ਅਨੰਦ ਲੈਣਾ ਆ ਜਾਵੇਗਾ।

# ਦੁੱਧ ਚੁੰਘਾਉਣਾ

ਤੁਸੀਂ ਪਿਛਲੇ 30 ਹਫ਼ਤਿਆਂ ਤੋਂ ਦੇ ਰਹੀ ਹੋ ਕਿ ਕਿਸ ਤਰ੍ਹਾਂ ਤੁਹਾਡੀਆਂ ਛਾਤੀਆਂ ਦਾ ਅਕਾਰ ਵਧਦਾ ਜਾ ਰਿਹਾ ਹੈ। ਦਰਅਸਲ ਇਨ੍ਹਾਂ ਦੇ ਆਕਾਰ ਦਾ ਬਦਲਾਅ ਐਵੇਂ ਹੀ ਨਹੀਂ ਹੋਇਆ ਹੈ। ਇਹ ਇਕ ਬਹੁਤ ਵੱਡੀ ਜ਼ਿੰਮੇਵਾਰੀ ਨਿਭਾਉਣ ਦੇ ਲਈ ਆਪਣੇ ਆਪ ਨੂੰ

ਤਿਆਰ ਕਰ ਰਹੇ ਸਨ। ਕੁਦਰਤ ਨੇ ਇਨ੍ਹਾਂ ਨੂੰ ਬੱਚੇ ਨੂੰ ਦੁੱਧ ਪਿਲਾਣ ਦਾ ਕੰਮ ਸੌਂਪਿਆ ਹੈ ਅਤੇ ਉਹ ਇਹੀ ਕੰਮ ਕਰਨ ਨੂੰ ਤਿਆਰ ਹਨ।

ਇਹ ਤਾਂ ਤੈਅ ਹੈ ਕਿ ਦੁੱਧ ਚੁੰਘਾਉਣ ਦੇ ਲਈ ਛਾਤੀ ਤਿਆਰ ਹੈ ਪ੍ਰੰਤੂ ਅਜੇ ਤੁਹਾਨੂੰ ਇਨ੍ਹਾਂ ਬਾਰੇ ਕਾਫ਼ੀ ਕੁਝ ਜਾਣਨਾ ਹੈ। ਚਾਹੇ ਤੁਸੀਂ ਬੱਚੇ ਨੂੰ ਦੁੱਧ ਚੁੰਘਾਉਣ ਤੋਂ ਇਲਾਵਾ ਦੂਜੇ ਰਸਤੇ ਵੀ ਅਜਮਾਉਣਾ ਚਾਹੋ ਪ੍ਰੰਤੂ ਫਿਰ ਵੀ ਤੁਹਾਨੂੰ ਦੁੱਧ ਚੁੰਘਾਉਣ ਨਾਲ ਹੋਣ ਵਾਲੇ ਫ਼ਾਇਦੇ ਪਤਾ ਹੋਣੇ ਹੀ ਚਾਹੀਦੇ ਹਨ।

## ਦੁੱਧ ਚੁੰਘਾਉਣਾ ਹੀ ਸਰਵੋਤਮ ਕਿਉਂ?

ਜਿਸ ਤਰ੍ਹਾਂ ਬਕਰੀ ਦਾ ਦੁੱਧ ਉਸ ਦੇ ਬੱਚੇ ਦੇ ਲਈ ਅੰਮ੍ਰਿਤ ਹੈ, ਗਾਂ ਦਾ ਦੁੱਧ ਵੱਛੇ ਦੇ ਲਈ ਅੰਮ੍ਰਿਤ ਹੈ, ਉਸੇਤਰ੍ਹਾਂ ਦੁੱਧ ਚੁੰਘਾਉਣਾ ਬੱਚੇ ਦਾ ਸਰਵੋਤਮ ਆਹਾਰ ਹੈ। ਇਥੇ ਇਸ ਦੇ ਕੁਝ ਕਾਰਣ ਦਿੱਤੇ ਗਏ ਹਨ :-

**ਇਹ ਪੌਸਟਿਕ ਹੈ:-** ਇਹ ਇਸ ਤਰ੍ਹਾਂ ਨਾਲ ਬਣਾਇਆ ਗਿਆ ਹੈ ਕਿ ਇਕ ਨਵਜਾਤ ਦੇ ਪੌਸ਼ਣ ਸਬੰਧੀ ਜ਼ਰੂਰਤਾਂ ਪੂਰੀਆਂ ਕਰ ਸਕੇ। ਇਸ ਵਿਚ ਘੱਟ ਤੋਂ ਘੱਟ 100 ਪਦਾਰਥ ਐਸੇ ਹਨ ਜੋ ਗਾਂ ਦੇ ਦੁੱਧ ਵਿਚ ਨਹੀਂ ਪਾਏ ਜਾਂਦੇ। ਇਸ ਦੁੱਧ ਦਾ ਪ੍ਰੋਟੀਨ 'ਲੈਕਟਲਵਿਯੂਮੀਨ' ਹੁੰਦਾ ਹੈ, ਜਿਸ ਨੂੰ ਪਚਾਣਾ ਆਸਾਨ ਹੈ ਅਤੇ ਇਹ ਜ਼ਿਆਦਾ ਪੌਸਟਿਕ ਵੀ ਹੈ। ਹਾਲਾਂਕਿ ਇਸ ਵਿਚ ਗਾਂ ਦੇ ਦੁੱਧ ਜਿੰਨੀ ਹੀ ਤਾਜ਼ਗੀ ਹੁੰਦੀ ਹੈ ਪ੍ਰੰਤੂ ਮਾਂ ਦੇ ਦੁੱਧ ਦੀ ਤਾਜ਼ਗੀ ਬੱਚੇ ਦੇ ਲਈ ਜ਼ਿਆਦਾ ਬਿਹਤਰ ਹੈ।

**ਇਹ ਸੁਰੱਖਿਅਤ ਹੈ:-** ਤੁਸੀਂ ਪੂਰੀ ਤਰ੍ਹਾਂ ਨਿਸਚਿੰਤ ਹੋ ਕੇ ਬੱਚੇ ਨੂੰ ਆਪਣਾ ਦੁੱਧ ਪਿਲਾ ਸਕਦੀ ਹੋ। ਇਹ ਪੂਰੀ ਤਰ੍ਹਾਂ ਨਾਲ ਤਿਆਰ ਤੇ ਕੀਟਾਣੂ ਰਹਿਤ ਹੁੰਦਾ ਹੈ। ਇਹ ਖ਼ਰਾਬ ਜਾਂ ਬਾਸੀ ਨਹੀਂ ਹੁੰਦਾ।

**ਪੇਟ ਦੇ ਲਈ ਵਧੀਆ:-** ਦੁੱਧ ਚੁੰਘਣ ਵਾਲੇ ਬੱਚਿਆਂ ਨੂੰ ਕਬਜ ਦੀ ਸ਼ਿਕਾਇਤ ਨਹੀਂ ਹੁੰਦੀ। ਉਹ ਬੜੀ ਆਸਾਨੀ ਨਾਲ ਮਾਂ ਦਾ ਦੁੱਧ ਪਚਾ ਲੈਂਦੇ ਹਨ। ਪਾਚਣ ਸਬੰਧੀ ਗੜਬੜੀ ਤੋਂ ਇਲਾਵਾ ਬੱਚਿਆਂ ਨੂੰ ਡਾਇਰੀਆ ਵੀ ਨਹੀਂ ਹੁੰਦਾ। ਜਦੋਂ ਤਕ ਉਸ ਨੂੰ ਠੋਸ ਆਹਾਰ ਨ ਦਿੱਤਾ ਜਾਵੇ, ਇਸ ਦੀ ਪੋਟੀ ਵਿਚੋਂ ਬਦਬੂ ਵੀ ਨਹੀਂ ਆਉਂਦੀ। ਐਸੇ ਬੱਚਿਆਂ ਨੂੰ ਡਾਇਪਰ ਰੈਸ਼ ਵੀ ਵੱਧ ਨਹੀਂ ਹੁੰਦੇ।

**ਚਰਬੀ ਨੂੰ ਪਤਲਾ ਕਰਦਾ ਹੈ:-** ਇਸ ਤਰ੍ਹਾਂ ਬੱਚੇ ਦਾ ਭਾਰ ਜ਼ਿਆਦਾ ਨਹੀਂ ਵੱਧਦਾ ਅਤੇ ਜੇਕਰ ਉਸ ਨੂੰ ਛੇ ਮਹੀਨੇ ਮਾਂ ਦਾ ਦੁੱਧ ਮਿਲ ਜਾਏ ਤਾਂ ਆਉਣ ਵਾਲੇ ਜੀਵਨ ਵਿਚ ਵੀ ਮੋਟਾਪੇ ਦੀ ਸੰਭਾਵਨਾ ਘੱਟ ਜਾਂਦੀ ਹੈ। ਜਵਾਨੀ ਵਿਚ ਕਲੈਸਟ੍ਰੋਲ ਦੇ ਘਟੇ ਹੋਏ ਪੱਧਰ ਨਾਲ ਵੀ ਇਸ ਨੂੰ ਜੋੜ ਸਕਦੇ ਹਾਂ।

**ਬ੍ਰੇਨ ਬੂਸਟਰ:-** ਦੁੱਧ ਚੁੰਘਾਉਣ ਨਾਲ ਬੱਚੇ ਦੀ ਬੌਧਿਕ ਸਮਰਥਾ ਦਾ ਵਿਕਾਸ ਹੁੰਦਾ ਹੈ। ਇਸ ਨੂੰ ਤੁਸੀਂ ਦਿਮਾਗ ਬਣਾਉਣ ਵਾਲੇ ਫੈਟੀ ਐਸਿਡ ਡੀਐਚਏ ਤੋਂ ਇਲਾਵਾ ਮਾਂ ਤੇ ਬੱਚੇ ਦੀ ਨੇੜਤਾ ਨਾਲ ਵੀ ਜੋੜ ਸਕਦੇ ਹੋ। ਦੁੱਧ ਚੁੰਘਾਉਣ ਸਮੇਂ ਮਾਂ ਤੇ ਬੱਚੇ ਦੀ ਨੇੜਤਾ ਨਾਲ ਬੌਧਿਕ ਪੱਧਰ ਵਿਕਸਿਤ ਹੁੰਦਾ ਹੈ।

**ਐਲਰਜ਼ੀ ਤੋਂ ਬਚਾਅ:-** ਜੇਕਰ ਬੱਚੇ ਨੂੰ ਮਾਂ ਦੇ ਦੁੱਧ ਤੋਂ ਮਿਲਣ ਵਾਲੇ ਕਿਸੀ ਆਹਾਰ ਵਿਸ਼ੇ ਦੇ ਕਾਰਣ ਐਲਰਜ਼ੀ ਨਾ ਹੋਵੇ ਤਾਂ ਕੋਈ ਵੀ ਬੱਚਾ ਆਪਣੀ ਮਾਂ ਦੇ ਦੁੱਧ ਤੋਂ ਐਲਰਜਿਕ ਨਹੀਂ ਹੁੰਦਾ। ਗਾਂ ਦੇ ਦੁੱਧ ਵਿਚ ਮਿਲਣ ਵਾਲੇ ਬੀਟ੍ਰਾਲੈਕਟੋ-ਗਲੋਬਯੂਲਿਨ ਦੇ ਕਾਰਣ ਗੰਭੀਰ ਜਾਂ ਹਲਕੀ ਐਲਰਜ਼ੀ ਦੇ ਲੱਛਣ ਉਭਰ ਸਕਦੇ ਹਨ। ਅਧਿਅਨਾਂ ਤੋਂ ਪਤਾ ਚਲਦਾ ਹੈ ਕਿ ਫਾਰਮੂਲਾ ਦੁੱਧ ਪੀਣ ਵਾਲੇ ਬੱਚਿਆਂ ਦੇ ਮੁਕਾਬਲੇ ਦੁੱਧ ਚੁੰਘਣ ਵਾਲੇ ਬੱਚਿਆਂ ਨੂੰ ਦਮੇ ਦੀ ਸ਼ਿਕਾਇਤ ਘੱਟ ਹੁੰਦੀ ਹੈ।

**ਇਨਫੈਕਸ਼ਨ ਤੋਂ ਬਚਾਅ:-** ਐਸੇ ਬੱਚੇ ਡਾਇਰੀਆ ਅਤੇ ਕਈ ਤਰ੍ਹਾਂ ਦੇ ਇਨਫੈਕਸ਼ਨਾਂ ਤੋਂ ਬਚੇ ਰਹਿੰਦੇ ਹਨ। ਜਿਨ੍ਹਾਂ ਵਿਚ ਯੂਟੀਆਈ ਤੇ ਕੰਨ ਦੇ ਇਨਫੈਕਸ਼ਨ ਸ਼ਾਮਲ ਹਨ। ਅਧਿਅਨਾਂ ਤੋਂ ਪਤਾ ਲਗਾ ਹੈ ਕਿ ਦੁੱਧ ਚੁੰਘਣ ਵਾਲੇ ਬੱਚਿਆਂ ਵਿਚ ਬੈਕਟੀਰੀਅਲ ਮੈਨਿਨਜਾਇਟਿਸ, ਐਸ.ਆਈ.ਓ. ਐਸ. ਸ਼ੂਗਰ ਤੇ ਬੱਚਿਆਂ ਵਿਚ ਹੋਣ ਵਾਲੇ ਕੈਂਸਰ ਦਾ ਖ਼ਤਰਾ ਕਾਫ਼ੀ ਹੱਦ ਤਕ ਘੱਟ ਜਾਂਦਾ ਹੈ। ਦੁੱਧ ਚੁੰਘਣ ਨਾਲ ਉਨ੍ਹਾਂ ਨੂੰ ਕਲੋਸਟ੍ਰੱਸ ਮਿਲਦਾ ਹੈ, ਜੋ ਕਈ ਰੋਗਾਂ ਤੋਂ ਬਚਾਅ ਕਰਦਾ ਹੈ।

**ਮਸੂੜਿਆਂ ਤੇ ਦੰਦਾਂ ਦੀ ਮਜਬੂਤੀ:-** ਬੋਤਲ ਦੀ ਥਾਂ ਛਾਤੀ ਤੋਂ ਦੁੱਧ ਪੀਂਦੇ ਸਮੇਂ ਬੱਚੇ ਨੂੰ ਚੂਸਣ ਦੇ ਲਈ ਜ਼ਿਆਦਾ ਮਿਹਨਤ ਕਰਨੀ ਪੈਂਦੀ ਹੈ ਜਿਸ ਨਾਲ ਮਸੂੜਿਆਂ, ਦੰਦਾਂ ਤੇ ਤਾਲੂ ਦਾ ਪੂਰਾ ਵਿਕਾਸ ਹੁੰਦਾ ਹੈ। ਤਾਜ਼ਾ ਅਧਿਅਨਾਂ ਤੋਂ ਇਹ ਵੀ ਪਤਾ ਲਗਾ

ਹੈ ਕਿ ਦੁੱਧ ਚੁੰਘਣ ਵਾਲੇ ਬੱਚਿਆਂ ਵਿਚ ਅੱਗੇ ਚਲ ਕੇ ਦੰਦਾਂ ਦੀਆਂ ਸਮੱਸਿਆਵਾਂ ਵੀ ਘੱਟ ਤੋਂ ਘੱਟ ਹੁੰਦੀਆਂ ਹਨ।

**ਸਵਾਦਇੰਦ੍ਰੀਆਂ ਦਾ ਵਿਕਾਸ**:- ਤੁਸੀਂ ਜੋ ਵੀ ਖਾਓਗੀ, ਦੁੱਧ ਵਿਚ ਉਸ ਦਾ ਸਵਾਦ ਆਏਗਾ, ਇਸ ਨਾਲ ਬੱਚੇ ਦੀਆਂ ਸਵਾਦਇੰਦ੍ਰੀਆਂ ਵਿਕਸਿਤ ਹੋਣਗੀਆਂ। ਇਸ ਤਰ੍ਹਾਂ ਉਸ ਨੂੰ ਬੋਤਲ ਤੋਂ ਦੁੱਧ ਪੀਣ ਵਾਲੇ ਬੱਚਿਆਂ ਦੇ ਮੁਕਾਬਲੇ ਨਵੇਂ ਸਵਾਦਾਂ ਦਾ ਜਲਦੀ ਪਤਾ ਚਲ ਜਾਏਗਾ। ਖੋਜਕਰਤਾਵਾਂ ਦਾ ਮੰਨਣਾ ਹੈ ਕਿ ਐਸੇ ਬੱਚੇ ਥੋੜ੍ਹੇ ਵੱਡੇ ਹੋਣ ਤੇ ਨਵੇਂ ਸਵਾਦਾਂ ਨੂੰ ਲਲਕ ਨਾਲ ਅਪਣਾਉਂਦੇ ਹਨ ਤੇ ਖਾਣ-ਪੀਣ ਦੇ ਲਈ ਤੰਗ ਨਹੀਂ ਕਰਦੇ।

ਦੁੱਧ ਚੁੰਘਾਉਣ ਨਾਲ ਮਾਂ ਨੂੰ ਵੀ ਕਾਫ਼ੀ ਸੁਵਿਧਾ ਹੁੰਦੀ ਹੈ :-

**ਸੁਵਿਧਾ**:- ਦੁੱਧ ਚੁੰਘਾਉਣ ਦੇ ਲਈ ਪਹਿਲਾਂ ਤੋਂ ਕੋਈ ਯੋਜਨਾ ਬਣਾਉਣ ਦੀ ਜਰੂਰਤ ਨਹੀਂ ਹੈ। ਨਾ ਹੀ ਕੋਈ ਸਮਾਨ ਚਾਹੀਦਾ ਹੈ। ਤੁਸੀਂ ਪਾਰਕ ਵਿਚ, ਉਡਾਨ ਵਿਚ ਜਾਂ ਘਰ ਵਿਚ ਅੱਧੀ ਰਾਤ ਨੂੰ ਦੁੱਧ ਚੁੰਘਾ ਸਕਦੀ ਹੋ। ਕਿਤੇ ਵੀਜਾਣ ਤੋਂ ਪਹਿਲਾਂ ਬੱਚੇ ਦੀਆਂ ਬੋਤਲਾਂ, ਨਿੱਪਲ, ਫਾਰਮੂਲਾ ਤੇ ਬਿਬ ਨਾਲ ਰੱਖਣ ਦੀ ਜ਼ਰੂਰਤ ਨਹੀਂ ਹੈ। ਤੁਸੀਂ ਉਸ ਦਾ ਮਿਲਕ ਬੈਂਕ ਨਾਲ ਲੈ ਕੇ ਚਲਦੀ ਹੋ। ਤੁਹਾਨੂੰ ਅੱਧੀ ਰਾਤ ਨੂੰ ਰਸੋਈ ਵਿਚ ਜਾਕੇ ਦੁੱਧ ਨਹੀਂ ਬਣਾਉਣਾ ਪੈਂਦਾ, ਤੁਸੀਂ ਬੱਚੇ ਨੂੰ ਬਿਸਤਰ ਵਿਚ ਹੀ ਦੁੱਧ ਪਿਲਾਕੇ ਮਿਠੀ ਨੀਂਦ ਸੁਲਾ ਸਕਦੀ ਹੋ। ਜੇਕਰ ਤੁਸੀਂ ਤੇ ਬੱਚਾ ਨਾਲ ਨਾ ਹੋਵੇ। ਤੁਸੀਂ ਦਫ਼ਤਰ ਹੋ। ਤਾਂ ਦੁੱਧ ਪਹਿਲਾਂ ਹੀ ਕੱਢਕੇ ਫ੍ਰੀਜ਼ਰ ਵਿਚ ਰੱਖ ਸਕਦੇ ਹੋ। ਸਭ ਤੋਂ ਵੱਡੀ ਗੱਲ ਤਾਂ ਇਹ ਹੈ ਕਿ ਇਸ ਤੇ ਕੋਈ ਖ਼ਰਚ ਵੀ ਨਹੀਂ ਆਉਂਦਾ।

**ਸੁਧਾਰ ਦੀ ਗਤੀ** :- ਜਦੋਂ ਬੱਚਾ ਦੁੱਧ ਚੁੰਘਦਾ ਹੈ ਤਾਂਆੱਕਸੀਆਸਿਨ ਨਾਮਕ ਹਾਰਮੋਨ ਦਾ ਰਿਸਾਵ ਹੁੰਦਾਹੈ; ਜਿਸ ਨਾਲ ਬੱਚੇਦਾਨੀ ਨੂੰ ਆਪਣੇ ਆਕਾਰ ਵਿਚ ਵਾਪਸ ਆਉਣ ਵਿਚ ਘੱਟ ਸਮਾਂ ਲਗਦਾ ਹੈ। ਗਰਭ-ਕਾਲ ਤੋਂ ਬਾਅਦ ਹੋਣ ਵਾਲਾ ਖ਼ੂਨ ਦਾ ਰਿਸਾਵ ਵੀ ਘੱਟਦਾ ਹੈ। ਬੱਚੇ ਨੂੰ ਦੁੱਧ ਚੁੰਘਾਉਣ ਨਾਲ ਤੁਹਾਨੂੰ ਵੀ ਬੈਠਕੇ ਆਰਾਮ ਕਰਨ ਦਾ ਸਮਾਂ ਮਿਲਦਾ ਹੈ। ਗਰਭ-ਕਾਲ ਤੋਂ ਬਾਅਦ ਇਹ ਆਰਾਮ ਵੀ ਤੁਹਾਡੇ ਲਈ ਜ਼ਰੂਰੀ ਹੁੰਦਾ ਹੈ।

**ਗਰਭ-ਕਾਲ ਤੋਂ ਪਹਿਲਾਂ ਦਾ ਆਕਾਰ**:- ਤੁਸੀਂ ਦੁੱਧ ਵਧਾਉਣ ਦੇ ਲਈ ਆਹਾਰ ਵਿਚ ਕੈਲਰੀ ਨਾਲ ਜੋ ਵੀ ਮਾਤਰਾ ਵਧਾਓਗੀ; ਉਹ ਬੱਚੇ ਦੇ ਕੰਮ ਆਏਗੀ। ਤੁਹਾਨੂੰ ਆਪਣਾ ਪਹਿਲਾਂ ਵਰਗਾ ਫਿਗਰ ਵਾਪਸ ਲੈਣ ਵਿਚ ਦੇਰ ਨਹੀਂ ਲਗੇਗੀ। ਇਸ ਤਰ੍ਹਾਂ ਬਹੁਤ ਜਲਦੀ ਤੁਸੀਂ ਫਿਰ ਤੋਂ ਆਪਣੀ ਪਹਿਲੀ ਕਮਰ ਦੇਖ ਸਕੋਗੀ।

**ਮਾਸਕ ਧਰਮ ਵਿਚ ਦੇਰੀ**:- ਤੁਹਾਨੂੰ ਮਾਸਕ ਧਰਮ ਦੇਰ ਨਾਲ ਸ਼ੁਰੂ ਹੋਵੇਗਾ। ਇਸ ਨਾਲ ਕਿਸ ਨੂੰ ਕੀ ਸ਼ਿਕਾਇਤ ਹੋ ਸਕਦੀ ਹੈ। ਜੇਕਰ ਤੁਸੀਂ ਬੱਚਿਆਂ ਵਿਚ ਅੰਤਰ ਰਖਣਾ ਚਾਹੁੰਦੀ ਹੋ ਤਾਂ ਪਰਿਵਾਰ ਨਿਯੋਜਨ ਦੇ ਲਈ ਕੋਈ ਹੋਰ ਉਪਾਅ ਵੀ ਅਪਣਾਓ। ਕੁਝ ਮਾਵਾਂ ਕੇਵਲ ਦੁੱਧ ਚੁੰਘਾਉਣ ਕਾਰਨ ਹੀ ਗਰਭ ਧਾਰਣ ਕਰਨ ਤੋਂ ਬਚੀ ਰਹਿੰਦੀਆਂ ਹਨ। ਪ੍ਰੰਤੂ ਚਾਰ ਮਹੀਨੇ ਦੇ ਅੰਦਰ ਮਾਸਕ ਚਕਰ ਸ਼ੁਰੂ ਹੋ ਸਕਦਾ ਹੈ ਅਤੇ ਉਹ ਪਹਿਲੇ ਪੀਰੀਅਡ ਤੋਂ ਪਹਿਲਾਂ ਹੀ ਗਰਭਵਤੀ ਹੋ ਸਕਦੀਆਂ ਹਨ।

**ਹੱਡੀਆਂ ਦੀ ਮਜਬੂਤੀ**:- ਦੁੱਧ ਚੁੰਘਾਉਣ ਨਾਲ ਤੁਹਾਡੀਆਂ ਹੱਡੀਆਂ ਦੇ ਖਣਿਜੀਕਰਣ ਵਿਚ ਸੁਧਾਰ ਹੁੰਦਾ ਹੈ। ਮੈਨੋਪਾਜ਼ ਤੋਂ ਬਾਅਦ ਟਿਪ ਫ੍ਰੈਕਚਰ ਦਾ ਖ਼ਤਰਾ ਕਾਫ਼ੀ ਘੱਟ ਜਾਂਦਾ ਹੈ। ਜੇਕਰ ਤੁਸੀਂ ਦੁੱਧ ਬਣਾਉਣ ਦੇ ਲਈ ਤੇ ਆਪਣੀਆਂ ਜ਼ਰੂਰਤਾਂ ਦੀ ਪੂਰਤੀ ਦੇ ਲਈ ਭਰਪੂਰ ਕੈਲਸ਼ੀਅਮ ਲਉਗੀ ਤਾਂ ਠੀਕ ਰਹੇਗਾ।

**ਸਿਹਤ ਨੂੰ ਲਾਭ**:- ਬੱਚੇ ਨੂੰ ਦੁੱਧ ਚੁੰਘਾਉਣ ਨਾਲ ਕਈ ਤਰ੍ਹਾਂ ਦੇ ਕੈਂਸਰਾਂ ਦਾ ਖ਼ਤਰਾ ਘੱਟ ਜਾਂਦਾ ਹੈ। ਐਸੀਆਂ ਔਰਤਾਂ ਵਿਚ ਓਵਰੀ ਤੇ ਬ੍ਰੈਸ਼ਟ ਕੈਂਸਰ ਦੀ ਸੰਭਾਵਨਾ ਘੱਟ ਜਾਂਦੀ ਹੈ। ਉਹ ਟਾਈ-*II* ਸ਼ੂਗਰ ਤੋਂ ਵੀ ਗ੍ਰਸਤ ਨਹੀਂ ਹੁੰਦੀਆਂ

**ਸਭ ਤੋਂ ਵੱਡਾ ਬੋਨਸ**:- ਦੁੱਧ ਚੁੰਘਾਉਣ ਦੇਕਾਰਨ ਤੁਸੀਂ ਤੇ ਬੱਚਾ ਦਿਨ ਵਿਚ ਘੱਟ ਤੋਂ ਘੱਟ 6 ਜਾਂ 8 ਵਾਰ ਇਕ-ਦੂਜੇ ਦੇ ਕੋਲ ਆਉਂਦੇ ਹੋ। ਇਸ ਨੇੜਤਾ ਨਾਲ ਮਾਂ-ਬੱਚੇ ਵਿਚਕਾਰ ਭਾਵਨਾਤਮਕ ਲਗਾਓ ਪੈਦਾ ਹੁੰਦਾ ਹੈ ਤੇ ਬੱਚੇ ਦੇ ਬੌਧਿਕ ਪੱਧਰ ਦਾ ਵਿਕਾਸ ਹੁੰਦਾ ਹੈ।

ਜੇਕਰ ਤੁਸੀਂ ਜੁੜਵਾਂ ਬੱਚਿਆਂ ਨੂੰ ਜਨਮ ਦਿੱਤਾ ਹੈ ਤਾਂ ਤੁਹਾਡੇ ਲਈ ਇਹ ਸਾਰੇ ਲਾਭ ਦੁਗਣੇ ਹੋ ਜਾਣਗੇ।

## ਦੁੱਧ ਚੁੰਘਾਉਣ ਦੀ ਤਿਆਰੀ

ਕੁਦਰਤ ਨੇ ਸਾਰੀ ਤਿਆਰੀ ਕਰ ਦਿੱਤੀ ਹੈ ਇਸ ਲਈ ਤੁਹਾਨੂੰ ਜ਼ਿਆਦਾ ਮਿਹਨਤ ਨਹੀਂ ਕਰਨੀ ਹੈ। ਗਰਭ ਕਾਲ ਵਿਚ ਆਖ਼ਰੀ ਦਿਨਾਂ ਵਿਚ ਨਿੱਪਲਾਂ ਦੀ ਸਾਫ਼-ਸਫ਼ਾਈ ਦਾ ਧਿਆਨ ਦਿਉ। ਜੇਕਰ ਉਹ ਖ਼ੁਸ਼ਕ ਹਨ ਤਾਂ ਲੇਨੋਲਿਨ ਬੇਸਡ ਕ੍ਰੀਮ ਲਗਾਓ। ਸਮੇਂ ਤੋਂ ਪਹਿਲਾਂ ਛੋਟੇ ਨਿੱਪਲਾਂ ਨੂੰ ਹੱਣ ਨਾਲ ਖਿੱਚਣ ਜਾਂ ਦਬਾਉਣ ਦੀ ਕੋਸ਼ਿਸ਼ ਨਾ ਕਰੋ। ਇਸ ਨਾਲ ਸੋਜਸ ਜਾਂ ਇਨਫੈਕਸ਼ਨ ਦਾ ਖ਼ਤਰਾ ਹੋ ਸਕਦਾ ਹੈ। ਜੇਕਰ ਤੁਹਾਡੇ ਨਿੱਪਲ ਅੰਦਰ ਵੱਲ ਧੱਸੇ ਹਨ ਤਾਂ ਬੱਚੇ ਨੂੰ ਦੁੱਧ ਪਿਲਾਉਣ ਵਿਚ ਮੁਸ਼ਕਿਲ ਹੋ ਸਕਦੀ ਹੈ। ਇਸ ਸਬੰਧੀ ਪਹਿਲਾਂ ਹੀ ਡਾਕਟਰ ਦੀ ਰਾਏ ਲੈ ਕੇ ਸੰਭਾਵਤ ਉਪਾਅ ਕਰ ਲਉ।

## ਛਾਤੀਆਂ-ਸੈਕਸੂਅਲ ਜਾਂ ਵਿਵਹਾਰਿਕ?

ਜਾਂ ਫਿਰ ਦੋਨੋਂ ਹੋ ਸਕਦੇ ਹਨ? ਤੁਹਾਨੂੰ ਇਨ੍ਹਾਂ ਵਿਚੋਂ ਕੋਨੋਂ ਰੋਲ ਨਿਭਾਉਣੇ ਹਨ(ਪ੍ਰੇਮਿਕਾ ਤੇ ਮਾਂ) ਇਹ ਦੋਨੋਂ ਹੀ ਆਪਣੀ-ਆਪਣੀ ਜਗ੍ਹਾ ਖ਼ਾਸ ਹਨ। ਕਈ ਵਾਰ ਦੁੱਧ ਚੁੰਘਾਉਣਾ ਵੀ ਤੁਹਾਡੇ ਸਾਥੀ ਨੂੰ ਸੈਂਸ਼ੇਸ਼ਨਲ ਲਗ ਸਕਦਾ ਹੈ। ਇਸ ਲਈ ਦੁੱਧ ਚੁੰਘਾਉਣ ਦਾ ਫ਼ੈਸਲਾ ਕਰਦੇ ਸਮੇਂ ਇਸ ਨੂੰ ਧਿਆਨ ਵਿਚ ਰਖੋ।

## ਬੋਤਲ ਦੀ ਚੋਣ ਕਿਉਂ

ਹੋ ਸਕਦਾ ਹੈ ਕਿ ਤੁਸੀਂ ਦੁੱਧ ਚੁੰਘਾਉਣ ਦਾ ਫ਼ੈਸਲਾ ਕੀਤਾ ਹੋਵੇ ਜਾਂ ਫਿਰ ਸਿਰ ਦੁੱਧ ਨਾ ਚੁੰਘਾ ਸਕਦੀ ਹੋਵੋ। ਇਸ ਸਥਿਤੀ ਵਿਚ ਬੋਤਲ ਦੀ ਚੋਣ ਕਰਨ ਤੋਂ ਨਾ ਘਬਰਾਓ; ਇਸ ਦੇ ਵੀ ਆਪਣੇ ਫਾਇਦੇ ਹਨ:

**ਜ਼ਿੰਮੇਵਾਰੀ ਦਾ ਬਟਵਾਰਾ**:- ਇਸ ਤਰ੍ਹਾਂ ਪਾਪਾ ਨੂੰ ਵੀ ਬੋਤਲ ਬਣਾਉਣ ਦੀ ਜ਼ਿੰਮੇਵਾਰੀ ਦਿਤੀ ਜਾ ਸਕਦੀ ਹੈ। ਹਾਲਾਂਕਿ ਦੁੱਧ ਚੁੰਘਣ ਵਾਲੇ ਬੱਚਿਆਂ ਦੇ ਪਿਤਾ ਵੀ ਉਨ੍ਹਾਂ ਨੂੰ ਨਹਾ-ਧੁਆ ਸਕਦੇ ਹਨ ਤੇ ਦੂਜੇ ਕੰਮਾਂ ਵਿਚ ਮਦਦ ਕਰ ਸਕਦੇ ਹਨ।

**ਜ਼ਿਆਦਾ ਸੁਤੰਤਰਤਾ** :- ਬੋਤਲ ਨਾਲ ਦੁੱਧ ਪੀਣ ਵਾਲੇ ਬੱਚਿਆਂ ਦੀਆਂ ਮਾਵਾਂ ਜ਼ਿਆਦਾ ਆਜ਼ਾਦ ਹੁੰਦੀਆਂ ਹਨ। ਉਹ ਘਰ ਤੋਂ ਬਾਹਰ ਜਾ ਕੇ ਆਸਾਨੀ ਨਾਲ ਕੰਮ ਕਰਦੀਆਂ ਹਨ। ਉਨ੍ਹਾਂ ਨੂੰ ਦੁੱਧ ਕੱਢਣ ਜਾਂ ਸੰਭਾਲਣ ਦੀ ਚਿੰਤਾ ਨਹੀਂ ਰਹਿੰਦੀ। ਉਹ ਬੱਚੇ ਨੂੰ ਛੱਡ ਕੇ ਕਿਤੇ ਵੀ ਜਾ ਸਕਦੀਆਂ ਹਨ। ਕਿਤੇ ਵੀ ਰਾਤ ਨੂੰ ਰੁਕ ਸਕਦੀਆਂ ਹਨ। ਹਾਲਾਂਕਿ ਇਹੀ ਰਾਹ ਦੁੱਧ ਚੁੰਘਾਉਣ ਵਾਲੀ ਮਾਂ ਦੇ ਕੋਲ ਵੀ ਹੈ।

**ਰੋਮਾਂਸ ਦਾ ਸਮਾਂ**:- ਬੋਤਲ ਨਾਲ ਦੁੱਧ ਪੀਣ ਵਾਲਾ ਬੱਚਾ ਤੁਹਾਡੇ ਰੋਮਾਂ ਵਿਚ ਰੁਕਾਵਟ ਨਹੀਂ ਦੇਂਦਾ। ਉਂਝ ਦੁੱਧ ਚੁੰਘਣਾ ਵੀ ਇਸ ਦੇ ਲਈ ਠੀਕ ਨਹੀਂ ਰਹਿੰਦਾ ਹੈ। ਲੈਕਟੇਸ਼ਨ ਹਾਰਮੋਨ ਤੁਹਾਡੀ ਯੋਨੀ ਨੂੰ ਥੋੜ੍ਹਾ ਰੁਖਾ ਬਣਾ ਸਕਦੇ ਹਨ। ਥਣਾਂ ਵਿਚੋਂ ਨਿਕਲਣ ਵਾਲਾ ਘੁੱਧ ਉਲਝਣ ਪੈਦਾ ਕਰਦਾ ਹੈ। ਬੋਤਲ ਨਾਲ

### ਬ੍ਰੈਸਟ ਸਰਜਰੀ ਤੋਂ ਬਾਅਦ ਦੁੱਧ ਚੁੰਘਾਉਣਾ

ਕਈ ਮਾਵਾਂ ਇਸ ਤੋਂ ਬਾਅਦ ਵੀ ਬੱਚੇ ਨੂੰ ਦੁੱਧ ਪਿਲਾਂਦੀਆਂ ਹਨ ਤਾਂ ਕਈਆਂ ਨੂੰ ਪੂਰਾ ਦੁੱਧ ਹੀ ਨਹੀਂ ਉਤਰਦਾ। ਆਪਣੇ ਸਰਜਨ ਤੋਂ ਪਤਾ ਕਰੋ ਕਿ ਕੀ ਤੁਸੀਂ ਸਰਜਰੀ ਤੋਂ ਬਾਅਦ ਦੁੱਧ ਚੁੰਘਾ ਸਕੋਗੀ ਜਾਂ ਉਸ ਦੇ ਨਾਲ ਬੋਤਲ ਦਾ ਦੁੱਧ ਵੀ ਦੇਣਾ ਹੋਵੇਗਾ? ਜੇਕਰ ਤੁਸੀਂ ਇਸ ਨੂੰ ਲਿਆਉਣ ਲਗੋ ਤਾਂ ਇਹ ਧਿਆਨ ਰੱਖੋ ਕਿ ਕਿੰਨਾ ਦੁੱਧ ਬਣ ਰਿਹਾ ਹੈ। ਬੱਚੇ ਤਕ ਦੁੱਧ ਨਾਲ ਕਿੰਨਾਂ ਪੌਸ਼ਣ ਤੇ ਮਾਤਰਾ ਪਹੁੰਚ ਰਹੀ ਹੈ। ਉਸ ਦੇ ਗਿੱਲੇ ਡਾਇਪਰ ਤੋਂ ਅੰਦਾਜ਼ਾ ਲਗਾ ਸਕਦੀ ਹੋ। ਜੇਕਰ ਦੁੱਧ ਪੂਰਾ ਨਾ ਹੋਵੇ ਤਾਂ ਬੱਚੇ ਨੂੰ ਬੋਤਲ ਦਾ ਦੁੱਧ ਵੀ ਦੇਣਾ ਪੈ ਸਕਦਾ ਹੈ। ਯਾਦ ਰਖੋ ਕਿ ਮਾਂ ਦੇ ਦੁੱਧ ਦੀ ਥੋੜ੍ਹੀ ਜਿਹੀ ਵੀ ਮਾਤਰਾ ਬੱਚੇ ਨੂੰ ਫ਼ਾਇਦਾ ਪਹੁੰਚਾਉਂਦੀ ਹੈ।
ਇਹ ਸਭ ਕਾਫ਼ੀ ਹੱਦ ਤੱਕ ਬ੍ਰੈਸਟ ਦੀ ਸਰਜਰੀ ਤੇ ਉਸ ਦੇ ਤਰੀਕੇ ਤੇ ਨਿਰਭਰ ਕਰਦਾਹੈ। ਤੁਹਾਨੂੰ ਬੱਚੇ ਦੇ ਵਿਕਾਸ ਤੇ ਵੀ ਪੂਰੀ ਨਜ਼ਰ ਰਖਣੀ ਹੋਵੇਗੀ ਤਾਂ ਜੋ ਤੁਹਾਨੂੰ ਪਤਾ ਲਗ ਸਕੇ ਕਿ ਉਸ ਨੂੰ ਪੂਰਾ ਦੁੱਧ ਮਿਲ ਰਿਹਾ ਹੈ ਜਾਂ ਨਹੀਂ।

ਦੁੱਧ ਪੀਣ ਵਾਲੇ ਬੱਚਿਆਂ ਦੀਆਂ ਮਾਵਾਂ ਰੋਮਾਂਸ ਦੇ ਲਈ ਪੂਰਾ ਸਮਾਂ ਕੱਢ ਸਕਦੀਆਂ ਹਨ।

**ਆਹਾਰ ਦੀ ਆਜ਼ਾਦੀ:-** ਇਸ ਤਰ੍ਹਾਂ ਤੁਸੀਂ ਆਪਣੀ ਮਨ-ਮਰਜੀ ਨਾਲ ਕੁਝ ਵੀ ਖਾ ਸਕਦੀ ਹੋ। ਦੁੱਧ ਚੁੰਘਾਉਣ ਵਾਲੀਆਂ ਮਾਵਾਂ ਨੂੰ ਬਾਦੀ ਤੇ ਮਿਰਚ ਮਸਾਲੇ ਵਾਲੇ ਭੋਜਨ ਤੋਂ ਥੋੜ੍ਹਾ ਪਰਹੇਜ ਰੱਖਣਾ ਪੈਂਦਾ ਹੈ। ਤੁਸੀਂ ਆਸਾਨੀ ਨਾਲ ਵਾਈਨ ਜਾਂ ਕਾੱਕਟੇਲ ਪੀ ਸਕਦੀ ਹੋ। ਤੁਹਾਨੂੰ ਬੱਚੇ ਦੀ ਪੌਸਟਿਕਤਾ ਸਬੰਧੀ ਜ਼ਰੂਰਤਾਂ ਪੂਰੀਆਂ ਕਰਨ ਦੇ ਲਈ ਚਿੰਤਾਤੁਰ ਨਹੀਂ ਹੋਣਾ ਪਵੇਗਾ।

**ਜਨਤਾ ਵਿਚ ਪ੍ਰਦਰਸ਼ਨ ਨਹੀਂ:-** ਜੇਕਰ ਤੁਸੀਂ ਲੋਕਾਂ ਦੇ ਵਿਚ ਬੱਚੇ ਨੂੰ ਦੁੱਧ ਨਹੀਂ ਚੁੰਘਾ ਸਕਦੀ ਤਾਂ ਬੋਤਲ ਦਾ ਰਸਤਾ ਹੀ ਠੀਕ ਰਹੇਗਾ। ਉਂਝ ਦੁੱਧ ਚੁੰਘਾਉਣ ਵਾਲੀਆਂ ਔਰਤਾਂ ਕੁਝ ਹੀ ਸਮੇਂ ਵਿਚ ਸਭ ਦੇ ਵਿਚ ਵੀ ਬੱਚੇ ਨੂੰ ਚੋਰੀ-ਚੋਰੀ ਦੁੱਧ ਚੁੰਘਾਉਣਾ ਸਿਖ ਲੈਂਦੀਆਂ ਹਨ।

**ਤਨਾਅ ਵਿਚ ਕਮੀ:-** ਕਈ ਔਰਤਾਂ ਨੂੰ ਦੁੱਧ ਚੁੰਘਾਉਣ ਦੇ ਨਾਂ ਤੇ ਹੀ ਘਬਰਾਹਟ ਜਾਂ ਤਨਾਅ ਹੋਣ ਲਗਦਾ ਹੈ। ਤੁਸੀਂ ਇਕ ਵਾਰ ਕੋਸ਼ਿਸ਼ ਤਾਂ ਕਰੋ, ਕੁਝ ਹੀ ਦਿਨ ਵਿਚ ਚੰਗੀ ਤਰ੍ਹਾਂ ਸਿਖ ਜਾਓਗੀ। ਇਸ ਨਾਲ ਤੁਹਾਡਾ ਤਨਾਅ ਵੀ ਕਾਫ਼ੀ ਹੱਦ ਤੱਕ ਘੱਟੇਗਾ।

**ਦੁੱਧ ਚੁੰਘਾਉਣ ਦੀ ਚੋਣ ਕਿਉਂ :-** ਜ਼ਿਆਦਾਤਰ ਔਰਤਾਂ ਦੇ ਲਈ ਇਹ ਚੋਣ ਬਿਲਕੁਲ ਸਪਸ਼ਟ ਹੈ। ਉਹ ਗਰਭਵਤੀ ਹੋਣ ਤੋਂ ਪਹਿਲਾਂ ਹੀ ਤੈਅ ਕਰ ਲੈਂਦੀਆਂ ਹਨ ਕਿ ਉਹ ਬੱਚੇ ਨੂੰ ਦੁੱਧ ਚੁੰਘਾਏਗੀ। ਕਈ ਔਰਤਾਂ ਦੁੱਧ ਚੁੰਘਾਉਣ ਦੇ ਫ਼ਾਇਦੇ ਜਾਣਨ ਤੋਂ ਬਾਅਦ ਇਸ ਨੂੰ ਅਪਨਾ ਲੈਂਦੀਆਂ ਹਨ। ਕੁਝ ਔਰਤਾਂ ਇੰਨੀ ਆਸਾਨੀ ਨਾਲ ਕੋਈ ਫ਼ੈਸਲਾ ਨਹੀਂ ਲੈਂਦੀਆਂ। ਕੁਝ ਤਾਂ ਮਨ ਹੀ ਮਨ ਮੰਨ ਲੈਂਦੀਆਂ ਹਨ ਕਿ ਦੁੱਧ ਚੁੰਘਾਉਣਾ ਉਸ ਦੇ ਵੱਸ ਵਿਚ ਨਹੀਂ ਹੈ। ਬਿਹਤਰ ਹੋਵੇਗਾ ਕਿ ਚਾਹੇ ਥੋੜ੍ਹੇ ਸਮੇਂ ਦੇ ਲਈ ਹੀ ਸਹੀ, ਤੁਸੀਂ ਬੱਚੇ ਨੂੰ ਦੁੱਧ ਚੁੰਘਣ ਦਾ ਲਾਭ ਦਿਉ।

ਹੋ ਸਕਦਾ ਹੈ ਕਿ ਪਹਿਲੇ ਕੁਝ ਹਫ਼ਤੇ ਇਹ ਸਭ ਕਾਫ਼ੀ ਉਲਝਣ ਭਰਿਆ ਲਗੇ। ਪਹਿਲੇ ਮਹੀਨੇ ਜਾਂ 6 ਹਫ਼ਤੇ ਵਿਚ ਹੀ ਮਾਂ ਨੂੰ ਅੰਦਾਜ਼ਾ ਹੋ ਜਾਂਦਾ ਹੈ ਕਿ ਉਹ ਦੁੱਧ ਚੁੰਘਾਉਣਾ ਜਾਰੀ ਰੱਖੇਗੀ ਜਾਂ ਨਹੀਂ।

**ਬੋਤਲ ਤੇ ਦੁੱਧ ਚੁੰਘਾਉਣਾ-ਨਾਲ ਨਾਲ:-** ਉਂਝ ਬਿਹਤਰ ਹੋਵੇਗਾ ਕਿ ਤੁਸੀਂ ਆਪਣੀ ਜੀਵਨਸ਼ੈਲੀ ਦੇ ਹਿਸਾਬ ਨਾਲ ਹੀ ਇਹ ਫ਼ੈਸਲਾ ਕਰੋ। ਉਸ ਨੂੰ ਦੁੱਧ ਚੁੰਘਾਉਣ ਦੇ ਨਾਲ ਨਾਲ ਫਾਰਮੂਲਾ ਵੀ ਦਿਉ। ਦੁੱਧ ਚੁੰਘਾਉਣ ਲਈ ਅਭਿਆਸ ਕਰਾਉਣਾ ਹੋਵੇਗਾ ਨਹੀਂ ਤਾਂ ਬੱਚੇ ਨੂੰ ਬੋਤਲ ਦੀ ਆਦਤ ਪੈ ਗਈ ਤਾਂ ਉਹ ਦੁੱਧ ਕਿਤੇ ਨਹੀਂ ਚੁੰਘਣਾ ਚਾਹੇਗਾ ਕਿਉਂਕਿ ਥਣ ਦਾ ਨਿੱਪਲ ਚੂਸਣ ਵਿਚ ਉਸ ਨੂੰ ਜ਼ਿਆਦਾ ਮਿਹਨਤ ਕਰਨੀ ਪੈਂਦੀ ਹੈ।

## ਜਦੋਂ ਤੁਸੀਂ ਦੁੱਧ ਨਹੀਂ ਚੁੰਘਾ ਸਕਦੀ ਜਾਂ ਤੁਹਾਨੂੰ ਨਹੀਂ ਚੁੰਘਾਉਣਾ ਚਾਹੀਦਾ

ਬਦਕਿਸਮਤੀ ਨਾਲ, ਹਰ ਨਵੀਂ ਮਾਂ ਨੂੰ ਦੁੱਧ ਚੁੰਘਾਉਣ ਦਾ ਮੌਕਾ ਨਹੀਂ ਮਿਲਦਾ। ਕਈ ਮਾਵਾਂ ਚਾਹ ਕੇ ਵੀ ਬੱਚੇ ਨੂੰ ਦੁੱਧ ਨਹੀਂ ਚੁੰਘਾ ਸਕਦੀਆਂ। ਮਾਂ ਤੇ ਬੱਚੇ ਦੀ ਸਿਹਤ, ਭਾਵਨਾਤਮਕ ਜਾਂ ਸਰੀਰਕ ਕਾਰਨਾਂ ਦੇ ਕਾਰਣ ਕਈ ਵਾਰ ਉਸੀ ਸਮੇਂ ਦੁੱਧ ਉਤਰਨਾ ਸ਼ੁਰੂ ਨਹੀਂ ਹੁੰਦਾ। ਇਸ ਵਿਚ ਹੇਠ-ਲਿਖੇ ਕਾਰਣ ਹੋ ਸਕਦੇ ਹਨ:-

- ਕੋਈ ਗੰਭੀਰ ਰੋਗ, ਜਿਸ ਵਿਚ ਮਾਂ ਬੱਚੇ ਨੂੰ ਦੁੱਧ ਨਾ ਚੁੰਘਾ ਸਕੇ।
- ਕੋਈ ਗੰਭੀਰ ਇਨਫੈਕਸ਼ਨ ਜਿਵੇਂ ਟੀ.ਬੀ., ਇੰਝ ਕਈ ਵਾਰੀ ਬੱਚੇ ਨੂੰ ਥਣ ਵਿਚੋਂ ਦੁੱਧ ਕੱਢ ਕੇ ਵੀ ਦੇ ਸਕਦੇ ਹੋ।
- ਐਂਟੀ ਥਾਇਰਡ, ਐਂਟੀਹਾਈਪਰਟੈਸਿਵ ਡਰੱਗ ਜਾਂ ਐਂਟੀਕੈਂਸਰ ਦਵਾਈਆਂ ਦਾ ਸੇਵਨ।
- ਜੇਕਰ ਤੁਸੀਂ ਕੋਈ ਦਵਾਈ ਲੰਬੇ ਸਮੇਂ ਤੋਂ ਲੈਂਦੀ ਆ ਰਹੀ ਹੋ ਤਾਂ ਡਾਕਟਰ ਤੋਂ ਪੁੱਛੋ ਕਿ ਕੀ ਦੁੱਧ ਚੁੰਘਾਉਣ ਦੌਰਾਨ ਉਸ ਨੂੰ ਲੈਣਾ ਸੁਰੱਖਿਅਤ

### ਪਾਪਾ ਤੇ ਦੁੱਧ ਚੁੰਘਾਉਣਾ

ਖੋਜਕਰਤਾ ਕਹਿੰਦੇ ਹਨ ਕਿ ਜੇਕਰ ਪਾਪਾ ਸਹਿਯੋਗ ਦੇਣ ਤਾਂ 96 ਪ੍ਰਤੀਸ਼ਤ ਮਾਵਾਂ ਦੁੱਧ ਚੁੰਘਾਉਣ ਲਈ ਰਾਜੀ ਹੁੰਦੀਆਂ ਹਨ ਨਹੀਂ ਤਾਂ ਇਹ ਅੰਕੜੇ 26 ਪ੍ਰਤੀਸ਼ਤ ਤੇ ਆ ਜਾਂਦਾ ਹੈ। ਪਾਪਾ ਬੜੀ ਆਸਾਨੀ ਨਾਲ ਦੁੱਧ ਚੁੰਘਾਉਣ ਵਾਲੀ ਮਾਂ ਦੀ ਮਦਦ ਕਰ ਸਕਦੇ ਹਨ ਜਿਸ ਨਾਲ ਆਪਸ ਵਿਚ ਪਿਆਰ ਵਧੇਗਾ। ਤਾਂ ਪਾਪਾ ਇਸ ਟੀਮ ਵਿਚ ਸ਼ਾਮਲ ਹੋਣ ਲਈ ਤਿਆਰ ਹੋ ਜਾਓ।

## ਸਿਗਰਟਨੋਸ਼ੀ ਤੇ ਦੁੱਧ ਚੁੰਘਾਉਣਾ

ਨਿਕੋਟੀਨ ਤੁਹਾਡੇ ਦੁੱਧ ਵਿਚ ਮਿਲ ਜਾਂਦੀ ਹੈ ਇਸ ਲਈ ਜੇਕਰ ਤੁਸੀਂ ਬੱਚੇ ਨੂੰ ਦੁੱਧ ਚੁੰਘਾਉਣਾ ਚਾਹੁੰਦੀ ਹੋ ਤਾਂ ਤੁਹਾਨੂੰ ਸਿਗਰਟ ਪੀਣਾ ਛੱਡਣਾ ਹੋਵੇਗਾ। ਇਹ ਤੁਹਾਡੇ ਤੇ ਬੱਚੇ ਦੋਨਾਂ ਦੇ ਹਿਤ ਵਿਚ ਹੋਵੇਗਾ। ਜੇਕਰ ਤੁਸੀਂ ਸਿਗਰਟਨੋਸ਼ੀ ਨਹੀਂ ਛੱਡ ਸਕਦੀ ਤਾਂ ਬੱਚੇ ਨੂੰ ਦੁੱਧ ਚੁੰਘਾਉਣ ਦੀ ਥਾਂ ਦੂਜਾ ਰਸਤਾ ਖੋਜੋ ਤਾਂ ਜੋ ਉਸ ਨੂੰ ਸੈਕੰਡ ਹੈਂਡ ਸਮੋਕ ਦੇ ਖ਼ਤਰੇ ਤੋਂ ਬਚਾਇਆ ਜਾ ਸਕੇ। ਇਸ ਤਰ੍ਹਾਂ ਬੱਚੇ ਵਿਚ ਵੀ ਅੱਗੇ ਆਉਣ ਵਾਲੇ ਸਮੇਂ ਦੇ ਲਈ ਸਿਗਰਟਨੋਸ਼ੀ ਦੀ ਆਦਤ ਨੂੰ ਰੋਕਿਆ ਜਾ ਸਕਦਾ ਹੈ।

- ਸਿਗਰਟਾਂ ਦੀ ਗਿਣਤੀ ਘਟਾ ਦਿਉ।
- ਘੱਟ ਨਿਕੋਟੀਨਯੁਕਤ ਬ੍ਰਾਂਡ ਲਉ।
- ਸਿਗਰਟ ਪੀਣ ਦੇ ਘੱਟ ਤੋਂ ਘੱਟ 95 ਮਿੰਟ ਬਾਅਦ ਦੁੱਧ ਚੁੰਘਾਓ ਤਾਂ ਜੋ ਤੁਹਾਡੇ ਦੁੱਧ ਵਿਚ ਨਿਕੋਟੀਨ ਦੀ ਮਾਤਰਾ ਨਾ ਰਹੇ।
- ਬੱਚੇ ਦੀ ਹਾਜ਼ਰੀ ਵਿਚ ਜਾਂ ਉਸ ਦੇ ਆਸਪਾਸ ਰਹਿਣ ਤੇ ਕਦੀ ਸਿਗਰਟਨੋਸ਼ੀ ਨਾ ਕਰੋ। ਇਸ ਨਾਲ ਉਸ ਨੂੰ ਸਾਹ ਦੀ ਤਕਲੀਫ਼ ਹੋਣ ਦਾ ਖ਼ਤਰਾ ਵੱਧ ਸਕਦਾ ਹੈ।

ਰਹੇਗਾ? ਜੇਕਰ ਨਹੀਂ ਤਾਂ ਉਸ ਦੀ ਜਗ੍ਹਾ ਕਿਹੜੀ ਦਬਾਈ ਲਈ ਜਾਵੇ।

- ਕਾਰਜਖੇਤਰ ਵਿਚ ਕਿਸੇ ਜ਼ਹਿਰੀਲੇ ਰਸਾਇਣ ਵਿਚ ਕੰਮ ਕਰਨਾ
- ਜ਼ਰੂਰਤ ਤੋਂ ਜ਼ਿਆਦਾ ਸ਼ਰਾਬ ਪੀਣਾ।
- ਕਿਸੀ ਵੀ ਤਰ੍ਹਾਂ ਦੇ ਡਰੱਗਜ਼ ਲੈਣਾ।
- ਐਚ.ਆਈ.ਵੀ. ਜਾਂ ਏਡਜ਼ ਵਰਗਾ ਕੋਈ ਵੀ ਇਨਫੈਕਸ਼ਨ।
- ਕਈ ਵਾਰ ਨਵਜਾਤ ਬੱਚੇ ਵੀ ਮਾਂ ਦਾ ਦੁੱਧ ਪੀਣ ਵਿਚ ਅਸਮਰੱਥ ਹੁੰਦੇ ਹਨ।
- ਸਮੇਂ ਤੋਂ ਪਹਿਲਾਂ ਜੰਮੇ ਬੱਚਿਆਂ ਨੂੰ ਥਣ ਚੁਸਣ ਵਿਚ ਪ੍ਰੇਸ਼ਾਨੀ ਹੁੰਦੀ ਹੈ। ਕਈ ਵਾਰ ਬੱਚੇ ਨੂੰ ਗੰਭੀਰ ਸੁਰੱਖਿਆ ਯੂਨਿਟ ਵਿਚ ਰਖਿਆ ਜਾਂਦਾ ਹੈ। ਇੰਝ ਨਰਸ ਦੀ ਮਦਦ ਨਾਲ ਛਾਤੀ ਦਾ ਦੁੱਧ ਕੱਢ ਕੇ ਉਸ ਨੂੰ ਦੇ ਸਕਦੇ ਹਨ।
- ਲੈਕਟੋਜ਼ ਇਨਟਾੱਲਰੇਂਸ: ਜਦੋਂ ਮਨੁੱਖ ਤੇ ਗਾਂ ਦਾ ਦੁੱਧ ਹਜਮ ਨਹੀਂ ਹੁੰਦਾ। ਜੇਕਰ ਉਨ੍ਹਾਂ ਨੂੰ ਇਸ ਦੇ ਨਾਲ ਕੋਈ ਦੂਜਾ ਫਾਰਮੂਲਾ ਵੀ ਦਿਵਾ ਦਿੱਤਾ ਜਾਵੇ ਤਾਂ ਐਸੇ ਬੱਚੇ ਮਾਂ ਦਾ ਦੁੱਧ ਲੈ ਸਕਦੇ ਹਨ।
- ਮੂੰਹ ਦੀ ਕੁਝ ਬਿਮਾਰੀਆਂ ਜਿਸ ਵਿਚ ਬੱਚਾ ਥਣ ਨੂੰ ਚੂਸ ਨਹੀਂ ਸਕਦਾ। ਉਨ੍ਹਾਂ ਨੂੰ ਵੀ ਥਣ ਤੋਂ ਦੁੱਧ ਕੱਢ ਕੇ ਪਿਲਾ ਸਕਦੇ ਹਨ।
- ਕਈ ਵਾਰ ਲੱਖ ਕੋਸ਼ਿਸ਼ਾਂ ਕਰਨ ਤੇ ਵੀ ਦੁੱਧ ਪੂਰਾ ਨਹੀਂ ਬਣਦਾ ਅਤੇ ਬੱਚਾ ਭੁਖਾ ਰਹਿ ਜਾਂਦਾ ਹੈ।

ਜੇਕਰ ਤੁਸੀਂ ਕੋਸ਼ਿਸ਼ ਦੇ ਬਾਵਜੂਦ ਬੱਚੇ ਨੂੰ ਦੁੱਧ ਨਹੀਂ ਚੁੰਘਾ ਸਕਦੀ ਤਾਂ ਆਪਣੇ ਮਨ ਵਿਚ ਹੀਣ-ਭਾਵਨਾ ਜਾਂ ਅਪਰਾਧ-ਬੋਧ ਨਾ ਲਿਆਉ। ਤੁਸੀਂ ਆਪਣੇ ਬੱਚੇ ਨੂੰ ਜੀ ਭਰ ਕੇ ਦੁਲਾਰ ਤੇ ਸੇਵਾ ਤ੍ਹਾਂ ਦੇ ਹੀ ਸਕਦੀ ਹੋ।

■ ■ ■

# ਨੌਵਾਂ ਮਹੀਨਾ

## ਲਗਭਗ 36 ਤੋਂ 40 ਮਹੀਨੇ

**ਆਖ਼ਰ, ਉਹ ਮਹੀਨਾ ਆ ਹੀ ਗਿਆ, ਜਿਸ ਦਾ ਤੁਸੀਂ ਇਕ ਲੰਬੇ ਸਮੇਂ ਤੋਂ ਇਤਜ਼ਾਰ ਕਰ ਰਹੀ ਸੀ। ਐਸੇ ਵਿਚ ਥੋੜ੍ਹੀ ਚਿੰਤਾ ਹੋਣਾ ਤਾਂ ਸੁਭਾਵਕ ਹੀ ਹੈ। ਹੋ ਸਕਦਾ ਹੈ ਕਿ ਤੁਸੀਂ ਬੱਚੇ ਦੇ ਸਵਾਗਤ ਲਈ ਪੂਰੀ ਤਰ੍ਹਾਂ ਤਿਆਰ ਹੋ ਜਾਂ ਫਿਰ ਨਾ ਵੀ ਹੋ। ਹੋ ਸਕਦਾ ਹੈ ਕਿ ਕਈ ਤਰ੍ਹਾਂ ਦੀਆਂ ਗਤੀਵਿਧੀਆਂ (ਡਾਕਟਰ ਨਾਲ ਮੁਲਾਕਾਤ, ਦੁਕਾਨ ਤੋਂ ਖ਼ਰੀਦਦਾਰੀ, ਪ੍ਰੋਜੈਕਟ, ਬੱਚੇ ਦੇ ਕਮਰੇ ਦੇ ਰੰਗ ਦੀ ਚੋਣ) ਦੇ ਬਾਵਜੂਦ ਤੁਹਾਨੂੰ ਇਹ ਮਹੀਨਾ ਸਭ ਤੋਂ ਲੰਬਾ ਲਗੇ। ਜੇਕਰ ਤੁਸੀਂ ਸਹੀ ਸਮੇਂ ਤੇ ਪ੍ਰਸੂਤ ਨਹੀਂ ਕਰਦੀ ਤਾਂ ਸ਼ਾਇਦ ਦਸਵਾਂ ਮਹੀਨਾ ਜ਼ਿਆਦਾ ਲੰਬਾ ਲਗ ਸਕਦਾ ਹੈ।**

## ਇਸ ਮਹੀਨੇ ਤੁਹਾਡੇ ਬੱਚੇ ਦਾ ਵਿਕਾਸ

**36ਵਾਂ ਹਫ਼ਤਾ :-** ਇਸ ਸਮੇਂ ਤੁਹਾਡੇ ਬੱਚੇ ਦਾ ਭਾਰ ਕਰੀਬ 6 ਪੌਂਡ ਅਤੇ ਲੰਬਾਈ ਕਰੀਬ 20'' ਹੋਵੇਗੀ, ਬੱਚਾ ਤੁਹਾਡੀਆਂ ਬਾਹਾਂ ਵਿਚ ਝੂਲਣ ਦੇ ਲਈ ਲਗਭਗ ਤਿਆਰ ਹੈ। ਇਸ ਸਮੇਂ ਬੱਚੇ ਦੇ ਤੰਤਰ ਬਾਹਰੀ ਜੀਵਨ ਦੇ ਲਈ ਤਿਆਰ ਹਨ। ਹਾਲਾਂਕਿ ਪਾਚਨ ਤੰਤਰ ਦਾ ਕੰਮ ਅਜੇ ਸ਼ੁਰੂ ਨਹੀਂ ਹੋਇਆ। ਅਜੇ ਉਸ ਦੇ ਕੋਲ ਨਾਲ ਨਾਲ ਆਪਣਾ ਪੌਸ਼ਣ ਪਹੁੰਚ ਰਿਹਾ ਹੈ। ਇਸ ਦੇਲਈ ਪਾਚਨ ਦੀ ਜ਼ਰੂਰਤ ਨਹੀਂ ਹੈ। ਜਿਉਂ ਹੀ ਬੱਚਾ ਦੁੱਧ ਚੁੰਘੇਗਾ ਜਾਂ ਬੋਤਲ ਨਾਲ ਦੁੱਧ ਪੀਏਗਾ, ਉਸ ਦਾ ਪਾਚਨ ਤੰਤਰ ਕੰਮ ਕਰਨ ਲਗੇਗਾ ਅਤੇ ਡਾਇਪਰ ਗੰਦੇ ਹੋਣੇ ਸ਼ੁਰੂ ਹੋ ਜਾਣਗੇ।

ਤੁਹਾਡਾ 9 ਮਹੀਨੇ ਦਾ ਬੱਚਾ

**37ਵਾਂ ਹਫ਼ਤਾ :-** ਇਕ ਮਜ਼ੇਦਾਰ ਖ਼ਬਰ! ਜੇਕਰ ਉਹ ਅੱਜ ਜਨਮ ਲੈ ਲਵੇ ਤਾਂ ਉਸ ਨੂੰ ਫੁਲਟਰਮ ਮੰਨਿਆ ਜਾਵੇਗਾ। ਇਸ ਦਾ ਭਾਵ ਇਹ ਨਹੀਂ ਕਿ ਉਸ ਦਾ ਵਿਕਾਸ ਪੂਰੀ ਤਰ੍ਹਾਂ ਹੋ ਚੁੱਕਾ ਹੈ। ਇਸ ਹਫ਼ਤੇ ਵਿਚ ਉਸ ਦਾ ਅੱਧਾ ਪੌਂਡ ਭਾਰ ਵੀ ਵੱਧ ਸਕਦਾ ਹੈ, ਇਸਸਮੇਂ ਔਸਤ ਭਰੂਣ ਦਾ ਭਾਰ ਕਰੀਬ 6 1/2 ਪੌਂਡ ਹੁੰਦਾ ਹੈ(ਹਾਲਾਂਕਿ ਭਰੂਣ ਦਾ ਭਾਰ ਵੱਖ-2 ਹੋ ਸਕਦਾ ਹੈ)। ਤੁਹਾਡੇ ਬੱਚੇ ਦੀਆਂ ਸੁੰਦਰ ਗਲਾਂ, ਕੁਹਣੀਆਂ, ਮੋਢੇ ਤੇ ਕਲਾਈਆਂ ਵਿਚ ਚਮੜੀ ਜਮ੍ਹਾ ਹੋ ਰਹੀ ਹੈ।

**38ਵਾਂ ਹਫ਼ਤਾ :-** ਬੱਚੇ ਦਾ ਭਾਰ 7 ਪੌਂਡ ਤੇ ਲੰਬਾਈ ਕਰੀਬ 20'' ਹੋਵੇਗੀ। ਉਹ ਹੁਣ ਆਉਣ ਵਾਲੇ ਸਮੇਂ ਦੇ ਲਈ ਕਾਫ਼ੀ ਹਦ ਤਕ ਤਿਆਰ ਹੈ। ਉਸ ਨੂੰ ਥੋੜ੍ਹੇ ਬਹੁਤ ਕੰਮ ਨਿਪਟਾਣੇ ਹਨ। ਆਪਣੇ ਫੇਫੜਿਆਂ ਨੂੰ ਤਿਆਰ ਕਰਨਾ ਹੈ ਅਤੇ ਫਿਰ ਉਹ ਤੁਹਾਡੀਆਂ ਬਾਹਾਂ ਵਿਚ ਹੋਵੇਗਾ।

**39ਵਾਂ ਹਫ਼ਤਾ :-** ਇਸ ਸਮੇਂ ਡਿਲੀਵਰੀ ਤਕ ਵਿਕਾਸ ਥੋੜ੍ਹਾ ਰੁਕ ਜਾਂਦਾ ਹੈ। ਔਸਤਨ ਭਾਰ 7-8 ਪੌਂਡ ਤੇ ਲੰਬਾਈ 19-20'' ਦੇ ਵਿਚ ਹੋਵੇਗੀ। ਉਂਝ ਉਸ ਦੇ ਦਿਮਾਗ ਦਾ ਤੇਜੀ ਨਾਲ ਵਿਕਾਸ ਹੋ ਰਿਹਾ ਹੈ। ਗੁਲਾਬੀ ਚਮੜੀ ਹਲਕੀ ਸਫ਼ੇਦ ਹੋ ਰਹੀ ਹੈ ਪ੍ਰੰਤੂ ਉਸ ਦੀ ਅਸਲੀ ਚਮੜੀ ਦਾ ਰੰਗ ਤਾਂ ਪਿਗਮੇਟੇਸ਼ਨ ਤੋਂ ਬਾਅਦ ਹੀ ਸਾਮ੍ਹਣੇ ਆਏਗਾ। ਹੁਣ ਉਸ ਦਾ ਸਿਰ ਤੁਹਾਡੇ ਪੈਲਵਿਸ ਤਕ ਆ ਗਿਆ ਹੋਵੇਗਾ। ਇਸ ਦਾ ਭਾਵ ਹੈ ਕਿ ਤੁਹਾਨੂੰ ਸਾਂਹ ਲੈਣ ਵਿਚ ਤਾਂ ਆਸਾਨੀ ਹੋ ਜਾਏਗੀ ਪ੍ਰੰਤੂ ਚੱਲਣ ਵਿਚ ਦਿੱਕਤ ਹੋਵੇਗੀ।

**40ਵਾਂ ਹਫ਼ਤਾ :-** ਵਧਾਈ ਹੋਵੇ। ਗਰਭਕਾਲ ਦਾ ਅੰਤ ਹੋਣ ਦਾ ਸਮਾਂ ਆ ਗਿਆ ਹੈ। ਇਸ ਸਮੇਂ ਬੱਚੇ ਦਾ ਭਾਰ 6-9 ਪੌਂਡ ਦੇ ਵਿਚ ਅਤੇ ਲੰਬਾਈ 19-22'' ਦੇ ਕਰੀਬ ਹੋ ਸਕਦੀ ਹੈ। ਹਾਲਾਂਕਿ ਭਾਰ ਤੇ ਲੰਬਾਈ ਘੱਟ-ਵੱਧ ਹੋ ਸਕਦੀ ਹੈ। ਹਾਲਾਂਕਿ ਬੱਚਾ ਤੁਹਾਨੂੰ ਪਹਿਲੀ ਵਾਰ ਦੇਖੇਗਾ ਪ੍ਰੰਤੂ ਉਹ ਤੁਹਾਡੀ ਆਵਾਜ਼ ਪਹਿਚਾਨਦਾ ਹੈ। ਹੁਣ ਦੇਖਣਾ ਇਹ ਹੈ ਕਿ ਉਹ ਤੁਹਾਡੀ ਡਿਊ ਡੇਟ ਤੋਂ ਥੋੜ੍ਹਾ ਪਹਿਲਾਂ ਜਨਮ ਲਵੇਗਾ ਜਾਂ ਫਿਰ ਬਾਅਦ ਵਿਚ -

**41ਵਾਂ ਹਫ਼ਤਾ :-** ਲਗਦਾ ਹੈ ਕਿ ਉਸਨੂੰ ਚੈਕਆਊਟ ਕਰਨ ਵਿਚ ਸਮਾਂ ਲਗ ਰਿਹਾ ਹੈ। 5 ਪ੍ਰਤੀਸ਼ਤ ਤੋਂ ਵੀ ਘੱਟ ਬੱਚੇ ਦਿੱਤੀ ਗਈ ਮਿਤੀ ਤਕ ਪੈਦਾ ਹੁੰਦੇ ਹਨ। 80 ਪ੍ਰਤੀਸ਼ਤ ਬੱਚੇ ਆਪਣੇ ਬੱਚੇਦਾਨੀ ਹੋਟਲ ਨੂੰ ਇੰਨੀ ਆਸਾਨੀ ਨਾਲ ਛੱਡਣਾ ਪਸੰਦ ਨਹੀਂ ਕਰਦੇ। ਯਾਦ ਰਖੋ ਕਿ ਕਈ ਵਾਰ ਡੇਟ ਓਵਰ ਡਿਊ ਨਹੀਂ ਹੁੰਦੀ। ਤੁਹਾਡੀ ਕੱਢੀ ਗਈ ਮਿਤੀ ਵੀ ਗ਼ਲਤ ਹੋ ਸਕਦੀ ਹੈ। ਜਨਮ ਦੀ ਮਿਤੀ ਦੇ ਕਈ ਦਿਨ ਬਾਅਦ ਹੋਣ ਹੋਣ ਵਾਲੇ ਬੱਚੇ ਝੁਰੀਦਾਰ, ਖ਼ੁਸ਼ਕ ਚਮੜੀ ਵਾਲੇ ਹੁੰਦੇ ਹਨ ਕਿਉਂਕਿ ਡਿਲੀਵਰੀ ਡੇਟ ਤੋਂ ਪਹਿਲਾਂ ਉਨ੍ਹਾਂ ਦੀ ਸੁਰਖਿਆ ਦਾ ਆਵਰਣ ਖ਼ਤਮ ਹੋ ਚੁੱਕਾ ਹੁੰਦਾ ਹੈ। ਹਾਲਾਂਕਿ ਇਹ ਲੱਛਣ ਅਸਥਾਈ ਹੁੰਦੇ ਹਨ। ਉਨ੍ਹਾਂ ਦੇ ਨੂੰਹ ਕਾਫ਼ੀ ਵੱਡੇ ਹੁੰਦੇ ਹਨ, ਅੱਖਾਂ ਪੂਰੀ ਤਰ੍ਹਾਂ ਖੁਲ੍ਹੀਆਂ ਹੁੰਦੀਆਂ ਹਨ। ਡਾਕਟਰ ਅਜਿਹੇ ਬੱਚਿਆਂ ਤੇ ਲਗਾਤਾਰ ਨਜ਼ਰ ਬਣਾਈ ਰਖਦੇ ਹਨ।

## ਤੁਸੀਂ ਕੀ ਮਹਿਸੂਸ ਕਰ ਰਹੀ ਹੋਵੇਗੀ।

ਹੋ ਸਕਦਾ ਹੈ ਕਿ ਤੁਸੀਂ ਸਾਰੇ ਲੱਛਣ ਇਕੋ ਸਮੇਂ ਮਹਿਸੂਸ ਕਰ ਰਹੀ ਹੋਵੋ ਜਾਂ ਫਿਰ ਕੁਝ ਹੀ ਲੱਛਣ ਸਾਮ੍ਹਣੇ ਆਉਣ। ਕੁਝ ਲੱਛਣ ਪਿਛਲੇ ਮਹੀਨੇ ਤੋਂ ਚਲੇ ਆ ਰਹੇ ਹੋਣਗੇ ਤਾਂ ਕੁਝ ਨਵੇਂ ਹੋਣਗੇ। ਕੁਝ ਇੰਨੇ ਪੁਰਾਣੇ ਹੋਗਏਹੋਣਗੇ ਕਿ ਤੁਸੀਂ ਉਨ੍ਹਾਂ ਤੇ ਧਿਆਨ ਵੀ ਨਹੀਂ ਦਿਉਗੀ ਜਾਂ ਫਿਰ ਪ੍ਰਸੂਤ ਤੋਂ ਪਹਿਲਾਂ ਦੇ ਕੁਝ ਸੰਕੇਤ ਸਾਮ੍ਹਣੇ ਆ ਰਹੇ ਹੋਣਗੇ।

### एक नजर

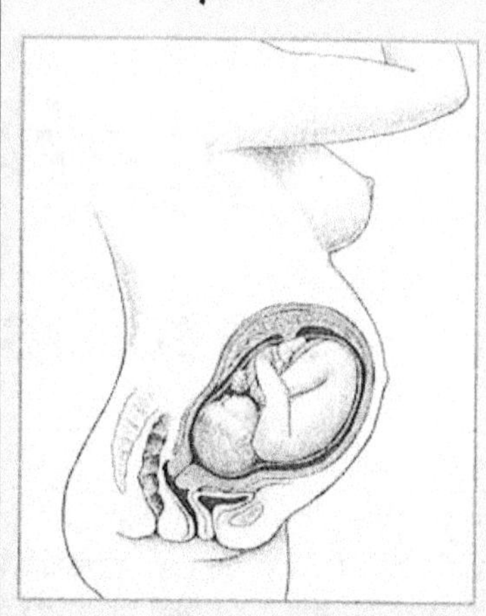

**ਹੁਣ ਤੁਹਾਡੀ ਬੱਚੇਦਾਨੀ ਠੀਕ ਪਸਲੀਆਂ ਦੇ ਹੇਠਾਂ ਹੈ ਅਤੇ ਉਸ ਦੇ ਮਾਪ ਵਿਚ ਵੀ ਖ਼ਾਸ ਬਦਲਾਅ ਨਹੀਂ ਆ ਰਿਹਾ। ਪਿਊਬਿਕ ਬੋਨ ਤੋਂ ਬੱਚੇਦਾਨੀ ਦੀ ਲੰਬਾਈ ਕਰੀਬ 30 ਤੋਂ 40 ਸੈ.ਮੀ. ਹੈ। ਤੁਹਾਡਾ ਭਾਰ ਕਾਫ਼ੀ ਘੱਟ ਵੱਧ ਰਿਹਾ ਹੈ। ਤੁਹਾਡੇ ਪੇਟ ਦਾ ਫੈਲਾਅ ਵੱਧਦਾ ਜਾ ਰਿਹਾ ਹੈ ਕਿਉਂਕਿ ਬੱਚਾ ਇਸ ਧਰਤੀ ਤੇ ਕਦਮ ਰੱਖਣ ਦੀ ਤਿਆਰੀ ਕਰ ਰਿਹਾ ਹੈ।**

## ਸਰੀਰਕ

**''ਭਰੂਣ ਦੀ ਗਤੀਵਿਧੀ ਵਿਚ ਥੋੜ੍ਹਾ ਬਦਲਾਅ ਬੱਚੇ ਦੀ ਹਲਚਲ ਵਿਚ ਕਮੀ ਕਿਉਂਕਿ ਉਸ ਨੂੰ ਉਛਲਣ-ਕੁਦਣ ਦੀ ਘੱਟ ਜਗ੍ਹਾ ਮਿਲਦੀ ਹੈ''**

- ਯੋਨੀ ਰਿਸਾਬ ਪਹਿਲਾਂ ਤੋਂ ਗਾੜ੍ਹਾ ਹੋ ਜਾਂਦਾ ਹੈ ਅਤੇ ਜ਼ਿਆਦਾ ਮਿਊਕਸ ਬਣਨ ਲਗਦਾ ਹੈ ਜੋ ਸੰਭੋਗ ਤੋਂ ਬਾਅਦ ਜਾਂ ਪੈਲਵਿਕ ਜਾਂਚ ਤੋਂ

ਬਾਅਦ ਹਲਕਾ ਗੁਲਾਬੀ ਜਾਂ ਲਾਲ ਹੋ ਸਕਦਾ ਹੈ।

- ਕਬਜ
- ਛਾਤੀ ਵਿਚ ਜਲਨ, ਅਪਾਚਣ, ਅਫਾਰਾ
- ਕਦੀ-ਕਦੀ ਸਿਰ ਚਕਰਾਉਣਾ, ਬੇਹੋਸ਼ੀ ਛਾਣਾ
- ਨੱਕ ਬੰਦ ਹੋਣਾ ਤੇ ਨੱਕ ਤੋਂ ਖ਼ੂਨ ਆਉਣਾ, ਕੰਨ ਵਿਚ ਗੰਦਗੀ ਜਮ੍ਹਾਂ ਹੋਣਾ
- ਸੰਵੇਦਨਸ਼ੀਲ ਮਸੂੜੇ
- ਰਾਮ ਨੂੰ ਲੱਤਾਂ ਵਿਚ ਖਿਚਾਅ
- ਪਿੱਠ ਵਿਚ ਦਰਦ ਤੇ ਭਾਰੀਪਨ
- ਪੁੱਠਿਆਂ ਤੇ ਪੈਲਵਿਕ ਵਿਚ ਬੇਚੈਨ ਤੇ ਦਰਦ
- ਪੇਟ ਵਿਚ ਦਰਦ, ਨਾਭੀ ਦਾ ਉਭਾਰ
- ਸਟ੍ਰੈਚ ਮਾਰਕਸ
- ਲੱਤਾਂ ਵਿਚ ਵੈਰੀਕੋਜ਼ ਵੇਨਜ਼
- ਹੇਮਰਾੱਯਡਜ਼
- ਬੇਬੀ ਡ੍ਰਾਪਿੰਗ ਤੋਂ ਬਾਅਦ ਸਾਂਹ ਲੈਣ ਵਿਚ ਆਸਾਨੀ
- ਪਿਸ਼ਾਬਦਾਨੀ ਤੇ ਵੱਧਦੇ ਦਬਾਅ ਦੇ ਕਾਰਣ ਵਾਰ-ਵਾਰ ਪਿਸ਼ਾਬ ਆਉਣਾ
- 'ਬ੍ਰੇਕਸਟਨ ਹਿਕਸ ਕਾਂਟ੍ਰੈਕਸ਼ਨ' (ਕੁਝ ਦਰਦਨਾਕ ਵੀ ਹੋ ਸਕਦੇ ਹਨ)
- ਸਰੀਰ ਵਿਚ ਢਿੱਲਾਪਨ
- ਨਿੱਪਲ ਤੋਂ ਕੋਲੱਸਟ੍ਰਮ ਦਾ ਰਿਸਾਅ
- ਜ਼ਿਆਦਾ ਥਕਾਨ ਜਾਂ ਜ਼ਿਆਦਾ ਊਰਜਾ (ਬੇਸਟਿੰਗ ਸਿੰਡ੍ਰੋਮ), ਜਾਂ ਫਿਰ ਦੋਨੋਂ
- ਭੁੱਖ ਖੁਲਣਾ ਜਾਂ ਭੁੱਖ ਵਿਚ ਕਮੀ।

## ਭਾਵਨਾਤਮਕ

- ਜ਼ਿਆਦਾ ਉਤੇਜਨਾ, ਜ਼ਿਆਦਾ ਤਨਾਅ ਦਿਮਾਗ ਦਾ ਖਾਲੀਪਨ
- ਇਥੋਂ ਤਕ ਪਹੁੰਚਣ ਦੀ ਤਸੱਲੀ
- ਸੰਵੇਦਨਸ਼ੀਲਤਾ ਅਤੇ ਬੇਚੈਨੀ
- ਅਧੀਰਜ ਤੇ ਚਿੜਚਿੜਾਪਨ
- ਬੱਚੇ ਸਬੰਧੀ ਕਲਪਨਾਵਾਂ ਤੇ ਸੁਪਨੇ ਦੇਖਣਾ

## ਇਸ ਮਹੀਨੇ ਦਾ ਚੈਕਅਪ

ਤੁਸੀਂ ਡਾਕਟਰ ਦੇ ਕੋਲ ਜ਼ਰੂਰਤ ਤੋਂ ਜ਼ਿਆਦਾ ਸਮਾਂ ਬਿਤਾਉਗੀ। ਆਪਣੇ ਕੂਲ ਕੁਝ ਐਸੀਆਂ ਕਿਤਾਬਾਂ ਰੱਖ ਲਉ ਜਿਨ੍ਹਾਂ ਨੂੰ ਵੇਟਿੰਗ ਰੂਮ ਵਿਚ ਪੜ੍ਹਿਆ ਜਾ ਸਕਦਾ ਹੈ। ਇਨ੍ਹਾਂ ਦਿਨਾਂ ਵਿਚ ਡਾਕਟਰ ਬੱਚੇ ਦੀ ਜਾਂਚ ਕਰਕੇ ਦੱਸਣਗੇ ਕਿ ਤੁਸੀਂ ਡਿਲੀਵਰੀ ਤੋਂ ਕਿੰਨੀ ਦੂਰ ਹੋ। ਇਸ ਮਹੀਨੇ ਦੇ ਚੈਕਅਪ ਸਬੰਧੀ ਦੱਸਿਆ ਗਿਆਹੈ। ਹਾਲਾਂਕਿ ਇਹ ਕਾਫ਼ੀ ਹੱਦ ਤਕ ਤੁਹਾਡੀ ਅਵਸਥਾ ਤੇ ਡਾਕਟਰ ਦੀ ਜਾਂਚ ਸ਼ੈਲੀ ਤੇ ਵੀ ਨਿਰਭਰ ਕਰਦਾ ਹੈ।

- ਤੁਹਾਡਾ ਭਾਰ ਵੱਧਣਾ ਬੰਦ ਹੋ ਜਾਂਦਾ ਹੈ ਜਾਂ ਹੌਲੀ ਹੁੰਦਾ ਹੈ।
- ਤੁਹਾਡਾ ਬਲੱਡਪ੍ਰੈਸ਼ਰ ਥੋੜ੍ਹਾ ਵੱਧ ਸਕਦਾ ਹੈ।
- ਤੁਹਾਡਾ ਪਿਸ਼ਾਬ(ਸ਼ੂਗਰ ਤੇ ਪ੍ਰੋਟੀਨ ਦੀ ਜਾਂਚ ਲਈ)
- ਹੱਥ-ਪੈਰ ਵਿਚ ਸੋਜਸ ਦੀ ਜਾਂਚ
- ਤੁਹਾਡਾ ਸਰਵਿਕਸ(ਅੰਦਰੂਨੀ ਜਾਂਚ ਇਹ ਦੇਖਣ ਦੇ ਲਈ ਕਿ ਸਰਵਿਕਸ(ਬੱਚੇਦਾਨੀ ਦਾ ਮੂੰਹ) ਖੁਲ੍ਹਣਾ ਸ਼ੁਰੂ ਹੋਇਆ ਜਾਂ ਨਹੀਂ)
- ਬੱਚੇਦਾਨੀ ਦੀ ਉਚਾਈ
- ਭਰੂਣ ਦੇ ਦਿਲ ਦੀ ਧੜਕਣ
- ਭਰੂਣ ਦਾ ਆਕਾਰ(ਤੁਸੀਂ ਥੋੜ੍ਹਾ ਬਹੁਤ ਅੰਦਾਜ਼ਾ ਲਾ ਸਕਦੀ ਹੋ)
- ਕੁਝ ਪ੍ਰਸ਼ਨ ਤੇ ਸ਼ੰਕਾਵਾਂ ਜਿਨ੍ਹਾਂ ਦਾ ਨਿਵਾਰਣ ਤੁਸੀਂ ਚਾਹੋ

ਡਾਕਟਰ ਤੁਹਾਨੂੰ ਪ੍ਰਸੂਤ ਤੇ ਡਿਲੀਵਰੀ ਨਾਲ ਜੁੜੇ ਕੁਝ ਨਿਰਦੇਸ਼ ਵੀ ਦੇ ਸਕਦੇ ਹਨ। ਜੇਕਰ ਉਹ ਨਾ ਦੇਣ ਤਾਂ ਤੁਸੀਂ ਉਨ੍ਹਾਂ ਤੋਂ ਇਸ ਸਬੰਧੀ ਪੁੱਛ ਸਕਦੀ ਹੋ।

# ਤੁਸੀਂ ਕੀ ਸੋਚ ਰਹੀ ਹੋਵੋਗੀ

## ਵਾਰ-ਵਾਰ ਪਿਸ਼ਾਬ ਆਉਣਾ

**"ਪਿਛਲੇ ਕੁਝ ਹਫ਼ਤਿਆਂ ਤੋਂ ਮੈਨੂੰ ਪਿਸ਼ਾਬ ਦੇ ਲਈ ਜਾਣਾ ਪੈਂਦਾ ਹੈ। ਕੀ ਇਸ ਤਰ੍ਹਾਂ ਵਾਰ-ਵਾਰ ਪਿਸ਼ਾਬ ਦੇ ਲਈ ਜਾਣਾ ਠੀਕ ਹੈ?"**

ਪਹਿਲੀ ਤਿਮਾਹੀ ਦੀ ਸਮੱਸਿਆ ਫਿਰ ਤੋਂ ਵਾਸ ਆਈ ਹੈ। ਬੱਚੇਦਾਨੀ ਫਿਰ ਤੋਂ ਪਿਸ਼ਾਬਦਾਨੀ ਤੇ ਦਬਾਅ ਪਾ ਰਿਹਾ ਹੈ ਪ੍ਰੰਤੂ ਇਸ ਵਾਰ ਉਸ ਦਾ ਭਾਰਤ ਪਹਿਲਾਂ ਤੋਂ ਕਿਤੇ ਜ਼ਿਆਦਾ ਹੈ। ਜੇਕਰ ਇਸ ਪਿਸ਼ਾਬ ਦੇ ਨਾਲ ਕਿਸੇ ਤਰ੍ਹਾਂ ਦਾ ਇਨਫੈਕਸ਼ਨ ਨਹੀਂ ਹੁੰਦਾ ਤਾਂ ਅਸੀਂ ਇਸ ਨੂੰ ਠੀਕ ਮੰਨ ਸਕਦੇ ਹਾਂ। ਇਸ ਤੋਂ ਬੱਚਣ ਦੇ ਲਈ ਤਰਲ ਪਦਾਰਥਾਂ ਦੀ ਮਾਤਰਾ ਨਾ

ਘਟਾਉ ਕਿਉਂਕਿ ਇਸ ਸਮੇਂ ਸਰੀਰ ਨੂੰ ਉਨ੍ਹਾਂ ਦੀ ਕਾਫ਼ੀ ਲੋੜ ਹੈ। ਜਦੋਂ ਵੀ ਪਿਸ਼ਾਬ ਦੀ ਇੱਛਾ ਹੋਵੇ ਤਾਂ ਬੇਝਿਜਕ ਜਾਓ।

## ਥਣਾਂ ਵਿਚ ਰਿਸਾਵ

**"ਮੇਰੀ ਇਕ ਸਹੇਲੀ ਕਹਿ ਰਹੀ ਸੀ ਕਿ ਉਸ ਦੇ ਥਣਾਂ ਤੋਂ ਨੌਂਵੇਂ ਮਹੀਨੇ ਵਿਚ ਦੁੱਧ ਦਾ ਰਿਸਾਅ ਹੋਣ ਲਗਿਆ ਸੀ। ਮੇਰੇ ਨਾਲ ਇੰਝ ਨਹੀਂ ਹੋ ਰਿਹਾ। ਕੀ ਮੇਰੇ ਸਰੀਰ ਵਿਚ ਦੁੱਧ ਨਹੀਂ ਬਣ ਰਿਹਾ?"**

ਦੁੱਧ ਉਦੋਂ ਤੱਕ ਨਹੀਂ ਬਣਦਾ ਜਦੋਂ ਤਕ ਕਿ ਇਸ ਨੂੰ ਪੀਣ ਵਾਲਾ ਬੱਚਾ ਨਾ ਆ ਜਾਏ। ਕਈ ਵਾਰ ਤਾਂ ਡਿਲੀਵਰੀ ਤੋਂ 3-4 ਦਿਨ ਬਾਅਦ ਤਕ ਵੀ ਨਹੀਂ ਬਣਦਾ। ਤੁਹਾਡੀ ਸਹੇਲੀ ਕੋਲੱਸਟ੍ਰਮ ਬਾਰੇ ਕਹਿ ਰਹੀ ਹੋਵੇਗੀ। ਇਹ ਹਲਕੇ ਪੀਲੇ ਰੰਗ ਦਾ ਤਰਲ ਪਦਾਰਥ ਹੁੰਦਾ ਹੈ ਜੋ ਥਣਾਂ ਵਿਚੋਂ ਦੁੱਧ ਉਤਰਣ ਤੋਂ ਪਹਿਲਾਂ ਬਣਦਾ ਹੈ। ਇਸ ਵਿਚ ਢੇਰ ਐਂਟੀਬਾਡੀਜ਼ ਹੁੰਦੇ ਹਨ। ਇਸ ਤੋਂ ਇਲਾਵਾ ਜ਼ਿਆਦਾ ਪ੍ਰੋਟੀਨ, ਘੱਟ ਚਰਬੀ ਤੇ ਮਿਲਕ ਸ਼ੂਗਰ ਪਾਏ ਜਾਂਦੇ ਹਨ। ਫਿਰ ਇਸ ਤੋਂ ਬਾਅਦ ਦੁੱਧ ਆਉਂਦਾ ਹੈ।

ਕੋਲੱਸਟ੍ਰਮ ਦਾ ਰਿਸਾਅ ਨਹੀਂ ਹੋ ਰਿਹਾ ਤਾਂ ਵੀ ਇਹ ਤੁਹਾਡੇ ਸਰੀਰ ਵਿਚ ਬਣ ਰਿਹਾ ਹੈ। ਆਪਣੇ ਨਿੱਪਲ ਵਿਚ ਹਲਕਾ ਜਿਹਾ ਦਬਾਓ, ਤੁਹਾਨੂੰ ਇਸ ਦੀਆਂ ਕੁਝ ਬੂੰਦਾਂ ਦਿੱਖਣਗੀਆਂ। ਜੇਕਰ ਜੋਰ ਨਾਲ ਕਬਾਉਗੀ ਤਾਂ ਨਿੱਪਲ ਵਿਚ ਜ਼ਖ਼ਮ ਵੀ ਹੋ ਸਕਦਾ ਹੈ। ਜੇਕਰ ਬੂੰਦਾ ਨਹੀਂ ਵੀ ਦਿਖਦੀਆਂ ਤਾਂ ਘਬਰਾਓ ਨਾ, ਬੱਚਾ ਆਉਂਦੇ ਹੀ ਆਪਣੇ ਆਹਾਰ ਦਾ ਇੰਤਜ਼ਾਮ ਕਰ ਲਵੇਗਾ। ਰਿਸਾਅ ਨਾ ਹੋਣ ਦਾ ਭਾਵ ਇਹ ਨਹੀਂ ਕਿ ਤੁਸੀਂ ਉਸ ਨੂੰ ਉਚਿਤ ਮਾਤਰਾ ਵਿਚ ਦੁੱਧ ਨਹੀਂ ਪਿਲਾ ਸਕੋਗੀ।

ਜੇਕਰ ਕੋਲੱਸਟ੍ਰਮ ਦਾ ਜ਼ਿਆਦਾ ਰਿਸਾਅ ਹੋਵੇ ਤਾਂ ਤੁਹਾਨੂੰ ਆਪਣੀ ਬ੍ਰਾਅ ਦੇ ਅੰਦਰ ਨਰਸਿੰਗ ਪੈਡ ਲਗਾਉਣੇ ਹੋਣਗੇ ਤਾਂ ਜੋ ਕਪੜੇ ਖ਼ਰਾਬ ਨਾ ਹੋਣ। ਉਂਝ ਹੁਣ ਤੁਹਾਨੂੰ ਹਲਕੇ ਗਿੱਲੇ ਗਾਊਨ, ਟੀ-ਸ਼ਰਟ, ਬ੍ਰਾਅ ਤੇ ਨਾਈਟ ਗਾਊਨ ਦੀ ਆਦਤ ਪਾ ਲੈਣੀ ਚਾਹੀਦੀ ਹੈ।

## ਹਲਕਾ ਧੱਬਾ ਲਗਣਾ

**"ਅੱਜ ਸਵੇਰੇ ਸੈਕਸ ਤੋਂ ਬਾਅਦ ਮੈਨੂੰ ਹਲਕਾ ਧੱਬਾ ਦਿਖਾਈ ਦਿੱਤਾ ਕੀ ਲੇਬਰ ਸ਼ੁਰੂ ਹੋਣ ਵਾਲਾ ਹੈ?"**

ਜੇਕਰ ਅੰਦਰੂਨੀ ਜਾਂਚ ਜਾਂ ਸੰਭੋਗ ਤੋਂ ਬਾਅਦ ਹਲਕਾ ਲਾਲਜਾਂ ਭੂਰਾ ਧੱਬਾ ਦਿਖੇ ਤਾਂ ਇਸ ਦਾ ਭਾਵ ਪ੍ਰਸੂਤ ਦੀ ਸ਼ੁਰੂਆਤ ਨਹੀਂ ਹੁੰਦੀ। ਜੇਕਰ ਗੁਲਾਬੀ ਜਾਂ ਭੂਰੇ ਮਿਊਕਸ ਦੇ ਨਾਲ ਸੁੰਘੜਨ ਵੀ ਸ਼ੁਰੂ ਹੋ ਜਾਏ ਤਾਂ ਇਹ ਲੇਬਰ ਦੀ ਸ਼ੁਰੂਆਤ ਹੋ ਸਕਦੀ ਹੈ ਫਿਰ ਚਾਹੇ ਤੁਸੀਂ ਸੰਭੋਗ ਕੀਤਾ ਹੋਵੇ ਜਾਂ ਨਹੀਂ।

ਜੇਕਰ ਸੰਭੋਗ ਤੋਂ ਬਾਅਦ ਇਕਦਮ ਤੋਂ ਲਾਲ ਰੰਗ ਦਾ ਤੇਜ ਖ਼ੂਨ ਰਿਸਾਅ ਹੋਣ ਲਗੇ ਤਾਂ ਡਾਕਟਰ ਨੂੰ ਜ਼ਰੂਰ ਦਿਖਾਓ।

## ਪਾਣੀ ਦੀ ਥੈਲੀ ਫਟਣਾ

**"ਮੈਨੂੰ ਇਸ ਗੱਲ ਦਾ ਬਹੁਤ ਡਰ ਹੈ ਕਿ ਪਾਣੀ ਦੀ ਥੈਲੀ ਲੋਕਾਂ ਦੇ ਵਿਚ ਫਟ ਜਾਏਗੀ।"**

ਜ਼ਿਆਦਤਰ ਔਰਤਾਂ ਗਰਭਕਾਲ ਦੇ ਆਖ਼ਰੀ ਦਿਨਾਂ ਵਿਚ ਇਸ ਗੱਲ ਤੋਂ ਡਰਦੀਆਂ ਹਨ ਕਿ ਕਿਤੇ ਲੋਕਾਂ ਦੇ ਸਾਮ੍ਹਣੇ ਅਮਿਓਟਿਕ ਦ੍ਰਵ ਦੀ ਥੈਲੀ ਨਾ ਫਟ ਜਾਏ। 85 ਪ੍ਰਤੀਸ਼ਤ ਔਰਤਾਂ ਦੇ ਨਾਲ ਤਾਂ ਇੰਝ ਲੇਬਰ ਰੂਮ ਵਿਚ ਪਹੁੰਚਣ ਤੋਂ ਬਾਅਦ ਹੀ ਹੁੰਦਾ ਹੈ। ਕਰੀਬ 15 ਪ੍ਰਤੀਸ਼ਤ ਔਰਤਾਂ ਹੀ ਐਸੀਆਂ ਹਨ ਜਿਨ੍ਹਾਂ ਦੀ ਇਹ ਥੈਲੀ ਪਹਿਲਾਂ ਹੀ ਫਟ ਜਾਂਦੀ ਹੈ ਪ੍ਰੰਤੂ ਇੰਝ ਖੁਲ੍ਹੇਆਮ ਤਾਂ ਨਹੀਂ ਹੁੰਦਾ। ਇਹ ਤਾਂ ਹੀ ਹੋ ਸਕਦਾ ਹੈ ਜਦੋਂ ਤੁਸੀਂ ਲੇਟੀ ਹੋਵੋ। ਘੱਟ ਤੋਂ ਘੱਟ ਤੁਸੀਂ ਖੁਲ੍ਹੇਆਮ ਸੜਕ ਤੇ ਲੇਟਣ ਤਾਂ ਨਹੀਂ ਜਾ ਰਹੀ ਨਾ। ਜੇਕਰ ਥੇਲੀ ਫਟਦੀ ਵੀ ਹੈ ਤਾਂ ਸਭ ਕੁਝ ਇਕ ਹੀ ਬਹਾਅ ਵਿਚ ਨਹੀਂ ਹੁੰਦਾ। ਜਦੋਂ ਤੁਸੀਂ ਖੜ੍ਹੀ ਜਾਂ ਬੈਠੀ ਹੁੰਦੀ ਹੋ ਤਾਂ ਬੱਚੇ ਦਾ ਸਿਰ ਬੋਤਲ ਦੇ ਕਾਰਕ ਦਾ ਕੰਮ ਕਰਦੇ ਹੋਏ ਐਮਿਨਓਟਿਕ ਦ੍ਰਵ ਨੂੰ ਬੱਚੇਦਾਨੀ ਦੇ ਅੰਦਰ ਹੀ ਰਖਦਾ ਹੈ।

ਜੇਕਰ ਕਦੀ ਇੰਝ ਹੋ ਵੀ ਜਾਏ ਤਾਂ ਨਿਸ਼ਚੰਤ ਰਹੋ, ਤੁਹਾਨੂੰ ਕੋਈ ਵੀ ਨਹੀਂ ਘੂਰੇਗਾ। ਉਹ ਤੁਹਾਡੀ ਇਸ ਹਾਲਤ ਨੂੰ ਅਣਦੇਖਾ ਕਰਦੇ ਹੋਏ ਮਦਦ ਕਰਨ ਦੀ ਕੋਸ਼ਿਸ਼ ਕਰਨਗੇ। ਹਰ ਕੋਈ ਜਾਣਦਾ ਹੈ ਕਿ ਤੁਸੀਂ ਗਰਭਵਤੀ ਹੋ। ਇਸ ਦਾ ਫ਼ਾਇਦਾ ਇਹ ਵੀ ਹੈ ਕਿ ਤੁਸੀਂ ਲੇਬਰ ਦੇ ਕਾਫ਼ੀ ਨੇੜੇ ਪਹੁੰਚ ਜਾਓਗੀ ਭਾਵ 24 ਘੰਟੇ ਦੇ ਅੰਦਰ ਬੱਚੇ ਦਾ ਜਨਮ ਹੋ ਜਾਏਗਾ। ਜੇਕਰ ਪ੍ਰਸੂਤੀ ਸ਼ੁਰੂ ਨਹੀਂ ਹੁੰਦਾ ਤਾਂ ਡਾਕਟਰ ਇਸ ਨੂੰ ਤੁਹਾਡੇ ਲਈ ਸ਼ੁਰੂ ਕਰਨਗੇ।

ਉਂਝ ਜੇਕਰ ਚਾਹੋ ਤਾਂ ਆਖ਼ਰੀ ਦਿਨਾਂ ਵਿਚ ਹਲਕਾ ਪੈਡ ਲਗਾਉ ਤਾਂ ਜੋ ਤੁਸੀਂ ਖ਼ੁਦ ਨੂੰ ਸੁਰੱਖਿਅਤ ਮਹਿਸੂਸ ਕਰੋ। ਆਪਣੇ ਘਰ ਵਿਚ ਵੀ ਚਾਦਰ ਦੇ ਹੇਠਾਂ ਭਾਰੀ ਤੌਲੀਆ ਜਾਂ ਮੋਮਜਾਮਾ ਵਿਛਾ ਲਉ ਕਿਉਂਕਿ ਅੱਧੀ ਰਾਤ ਨੂੰ ਵੀ ਤੁਹਾਡੇ ਨਾਲ ਇੰਝ ਹੋ ਸਕਦਾ ਹੈ।

## ਬੱਚੇ ਦੀ ਡ੍ਰਾੱਪਿੰਗ

**"38 ਹਫ਼ਤੇ ਬੀਤਣ ਤੋਂ ਬਾਅਦ ਵੀ ਬੱਚੇ ਦੀ ਡ੍ਰਾੱਪਿੰਗ ਨਹੀਂ ਹੋਈ ਤਾਂ ਕੀ ਮੇਰਾ ਪ੍ਰਸੂਤ ਦੇਰ ਨਾਲ ਹੋਣ ਵਾਲਾ ਹੈ?"**

ਜੇਕਰ ਬੱਚਾ ਅਜੀ ਬਾਹਰ ਆਉਣ ਦੇ ਰਸਤੇ ਤਕ ਨਹੀਂ ਪਹੁੰਚਿਆ ਤਾਂ ਇਸ ਦਾ ਭਾਵ ਹੈ ਕਿ ਇਸ ਪ੍ਰਕ੍ਰਿਆ ਵਿਚ ਸਮਾਂ ਲਗ ਸਕਦਾ ਹੈ। ਇਹ ਤਾਂ ਹੁੰਦਾ ਹੈ ਜਦੋਂ ਬੱਚਾ ਖਿਸਕ ਕੇ ਮਾਂ ਦੇ ਪੈਲਵਿਕ ਏਰੀਆ ਵਿਚ ਆ ਜਾਂਦਾ ਹੈ। ਪਹਿਲੇ ਗਰਭਕਾਲ ਵਿਚ ਡ੍ਰਾੱਪਿੰਗ ਡਿਲੀਵਰੀ ਤੋਂ ਦੋ-ਚਾਰ ਹਫ਼ਤੇ ਪਹਿਲਾਂ ਹੁੰਦੀ ਹੈ। ਦੂਜੇ-ਤੀਜੇ ਗਰਭਕਾਲ ਵਾਲੀਆਂ ਔਰਤਾਂ ਨੂੰ ਲੇਬਰ ਤਕ ਨਹੀਂ ਹੁੰਦੀ। ਹਾਲਾਂਕਿ ਅਪਵਾਦ ਤਾਂ ਹਰ ਜਗ੍ਹਾ ਹੁੰਦੇ ਹਨ। ਤੁਹਾਡੀ ਡ੍ਰਾੱਪਿੰਗ ਪਹਿਲਾਂ ਵੀ ਹੋ ਸਕਦੀ ਹੈ ਅਤੇ ਬਾਅਦ ਵਿਚ ਵੀ। ਤੁਹਾਡੇ ਬੱਚੇ ਦਾ ਸਿਰ ਹੇਠਾਂ ਆਕੇ ਫਿਰ ਤੋਂ ਉਪਰ ਜਾ ਸਕਦਾ ਹੈ।

ਉਂਝ ਇਸ ਫਰਕ ਨੂੰ ਤੁਸੀਂ ਖ਼ੁਦ ਵੀ ਮਹਿਸੂਸ ਕਰ ਸਕਦੀ ਹੋ। ਜਿਉਂ-ਜਿਉਂ ਡਾਇਫ੍ਰਾਗਮ ਤੋਂ ਬੱਚੇ ਦਾਨੀ ਦਾ ਦਬਾਅ ਘਟੇਗਾ। ਤੁਹਾਡੇ ਸਾਂਹ ਲੈਣ ਵਿਚ ਆਸਾਨੀ ਹੁੰਦੀ ਜਾਏਗੀ। ਤੁਸੀਂ ਪਹਿਲਾਂ ਤੋਂ ਕਿਤੇ ਆਸਾਨੀ ਨਾਲ ਖਾਣਾ ਖਾ ਸਕੋਗੀ। ਛਾਤੀ ਵਿਚ ਜਲਨ ਤੇ ਅਪਾਚਣ ਵੀ ਨਹੀਂ ਹੋਵੇਗਾ। ਹਾਲਾਂਕਿ ਕਈ ਹੋਰ ਪ੍ਰੇਸ਼ਾਨੀਆਂ ਨਾਲ ਜੁੜ ਜਾਣਗੀਆਂ। ਤੁਹਾਨੂੰ ਵਾਰ-ਵਾਰ ਪਿਸ਼ਾਬ ਜਾਣਾ ਹੋਵੇਗਾ, ਜੋੜਾਂ ਦੀ ਤਕਲੀਫ਼ ਵੱਧ ਜਾਏਗੀ। ਆਪਣਾ ਸੰਤੁਲਨ ਡਾਵਾਂਡੋਲ ਜਿਹਾ ਲਗੇਗਾ।

> **ਸ਼ਿਸ਼ੁ ਕਾ ਰੋਨਾ...**
>
> ਜਨਮ ਤੋਂ ਪਹਿਲਾਂ ਸਭ ਤੋਂ ਪਹਿਲਾਂ ਬੱਚੇ ਦੇ ਰੋਣ ਦੀ ਅਵਾਜ਼ ਸੁਣਾਈ ਦਿੰਦੀ ਹੈ ਪਰ ਤੁਹਾਨੂੰ ਵਿਸ਼ਵਾਸ ਨਹੀਂ ਹੋਵੇਗਾ ਕਿ ਗਰਭ ਵਿਚ ਵੀ ਰੋਂਦੇ ਹਨ। ਅਧਿਐਨ ਤੋਂ ਪਤਾ ਲੱਗਾ ਹੈ ਕਿ ਤੇਜ ਅਵਾਜ਼ ਹੋਣ ਤੇ ਗਰਬ ਵਿਚ ਬੱਚੇ ਦੇ ਚਿਹਰੇ ਤੇ ਰੋਣ ਦੇ ਭਾਵ ਉੱਭਰ ਆਉਂਦੇ ਹਨ। ਉਹ ਪਹਿਲਾਂ ਤੋਂ ਹੀ ਰੋਣ ਦੀ ਤਿਆਰੀ ਕਰ ਕੇ ਆਉਂਦੇ ਹਨ ਤਾਂ ਕਿ ਤੁਹਾਨੂੰ ਤੰਗ ਕਰ ਸਕਣ।

ਕਈ ਵਾਰ ਤਾਂ ਇਹ ਹੋਣ ਤੇ ਵੀ ਤੁਹਾਨੂੰ ਫਰਕ ਪਤਾ ਨਹੀਂ ਚਲਦਾ ਕਿਉਂਕਿ ਕੁਝ ਲੱਛਣ ਤਾਂ ਪਹਿਲਾਂ ਤੋਂ ਹੀ ਨਾਲ ਹੁੰਦੇ ਹਨ। ਤੁਸੀਂ ਉਨ੍ਹਾਂ ਨੂੰ ਗਹਿਰਾਈ ਨਾ ਮਹਿਸੂਸ ਨਹੀਂ ਕਰ ਸਕਦੀ।

ਡਾਕਟਰ ਬੱਚੇ ਦੇ ਸਿਰ ਦੀ ਸਥਿਤੀ ਜਾਂਚਣ ਦੇ ਲਈ ਅੰਦਰੂਨੀ ਜਾਂਚ ਕਰਨਗੇ ਤੇ ਪੇਟ ਨੂੰ ਦਬਾਅ ਕੇ ਉਸ ਦੀ ਸਥਿਤੀ ਜਾਂਚਣਗੇ।

ਬੱਚਾ ਆਪਣੀ ਗਤੀ ਦੇ ਹਿਸਾਬ ਨਾਲ ਕਿਸੀ ਵੀ ਅਵਸਥਾ ਵਿਚ ਹੋ ਸਕਦਾ ਹੈ। ਹੋ ਸਕਦਾ ਹੈ ਕਿ ਉਸ ਨੇ ਹੇਠਾਂ ਆਉਣਾ ਸ਼ੁਰੂ ਕਰ ਦਿੱਤਾ ਹੋਵੇ। ਇਹ ਵੀ ਹੋ ਸਕਦਾ ਹੈ ਕਿ ਉਸ ਦੇ ਬਿਲਕੁਲ ਹੇਠਾਂ ਆਣ ਤੋਂ ਬਾਅਦ ਪ੍ਰਸੂਤ ਹੋਵੇ, ਐਸੀ ਅਵਸਥਾ ਵਿਚ ਤੁਹਾਨੂੰ ਥੋੜ੍ਹੀ ਘੱਟ ਮਿਹਨਤ ਕਰਨੀ ਪੈ ਸਕਦੀ ਹੈ।

## ਬੱਚੇ ਦੀ ਹਲਚਲ ਵਿਚ ਬਦਲਾਅ

**"ਮੇਰਾ ਬੱਚਾ ਬਹੁਤ ਤੇਜ਼ ਲੱਤਾਂ ਚਲਾਂਦਾ ਸੀ ਅਤੇ ਮੈਂ ਹੁਣ ਵੀ ਉਸਦੀ ਹਲਚਲ ਮਹਿਸੂਸ ਕਰ ਸਕਦੀ ਹਾਂ ਪ੍ਰੰਤੂ ਉਹ ਪਹਿਲਾਂ ਜਿਨਾਂ ਤੇਜ਼ ਨਹੀਂ ਰਿਹਾ।"**

ਪੰਜਵੇਂ ਮਹੀਨੇ ਵਿਚ ਉਸ ਦੇ ਕੋਲ ਕਲਾ-ਬਾਜੀਆਂ ਖਾਣ ਤੇ ਲੱਤਾਂ ਚਲਾਉਣ ਦੇ ਲਈ ਕਾਫ਼ੀ ਜਗ੍ਹਾ ਸੀ। ਹੁਣ ਹਾਲਾਤ ਥੋੜ੍ਹੇ ਬਦਲ ਗਏ ਹਨ। ਉਸ ਦੇ ਕੋਲ ਜ਼ਿਆਦਾ ਜਗ੍ਹਾ ਨਹੀਂ ਹੈ। ਇਕ ਵਾਰ ਉਸ ਦਾ ਸਿਰ ਪੈਲਵਿਸ ਵੱਲ ਚਲ ਗਿਆ ਤਾਂ ਉਸ ਦੀ ਹਲਚਲ ਹੋਰ ਵੀ ਘੱਟ ਜਾਏਗੀ। ਇਸ ਸਮੇਂ ਹਲਚਲ ਦੇ ਘੱਟਣ-ਵੱਧਣ ਨਾਲ ਕੋਈ ਖ਼ਾਸ ਫਰਕ ਨਹੀਂ ਪੈਂਦਾ ਪ੍ਰੰਤੂ ਜੇਕਰ ਤੁਹਾਨੂੰ ਅਚਾਨਕ ਲਗੇ ਕਿ ਕੋਈ ਝਟਕਾ ਲੱਗਣ ਤੋਂ ਬਾਅਦ ਹਲਚਲ ਬਿਲਕੁਲ ਬੰਦ ਹੋ ਗਈ ਤਾਂ ਝਟਪਟ ਡਾਕਟਰ ਨੂੰ ਦਿਖਾਓ।

**"ਅੱਜ ਮੈਨੂੰ ਬੱਚੇ ਦੀ ਹਲਚਲ ਬਿਲਕੁਲ ਪਤਾ ਨਹੀਂ ਲਗੀ, ਇਸ ਦਾ ਕੀ ਮਤਲਬ ਹੈ?"**

ਅਸੀਂ ਤੁਹਾਨੂੰ 'ਬੇਬੀ ਕਿਟ ਕਾਊਂਟ' ਦਾ ਫਾਰਮੂਲਾ ਦਸਿਆ ਸੀ। ਉਸ ਦੇ ਹਿਸਾਬ ਨਾਲ ਬੱਚੇ

### ਭਾਰ ਘੱਟਣਾ

ਗਰਭਕਾਲ ਦੇ ਆਖ਼ਰੀ ਦਿਨਾਂ ਵਿਚ ਮਾਂ ਦਾ ਭਾਰ ਵੱਧਣਾ ਵੀ ਬੰਦ ਹੋ ਜਾਂਦਾ ਹੈ। ਇੰਝ ਕਿਉਂ ਹੁੰਦਾ ਹੈ। ਦਰਅਸਲ ਇਹ ਆਮ ਜਿਹੀ ਗੱਲ ਹੈ। ਇਸ ਦਾ ਭਾਵ ਹੈ ਕਿ ਸਰੀਰ ਪ੍ਰਸੂਤ ਦੇ ਲਈ ਤਿਆਰ ਹੈ। ਤੁਹਾਡੇ ਸਰੀਰ ਦਾ ਐਮਿਨਓਟਿਕ ਦ੍ਰਵ ਘੱਟ ਲਗਾ ਹੈ ਪਸੀਨਾ ਤੇ ਦਸਤ ਵੀ ਭਾਰ ਘਟਾ ਰਹੇ ਹਨ। ਜੇਕਰ ਇਹ ਤੁਹਾਨੂੰ ਚੰਗਾ ਲਗ ਰਿਹਾ ਹੈ ਤਾਂ ਡਿਲੀਵਰੀ ਵਾਲੇ ਦਿਨ ਦਾ ਇੰਤਜ਼ਾਰ ਕਰੋ, ਉਸ ਦਿਨ ਅਚਾਨਕ ਇੰਨਾ ਭਾਰ ਘੱਟੇਗਾ, ਜਿੰਨਾਂ ਪੂਰੀ ਜ਼ਿੰਦਗੀ ਵਿਚ ਕਦੀ ਨਹੀਂ ਘੱਟ ਸਕੇਗਾ।

ਦੀ ਹਲਚਲ ਦਾ ਅੰਦਾਜ਼ਾ ਰਖੋ। ਜੇਕਰ ਉਹ ਉਸ ਹਿਸਾਬ ਨਾਲ ਹਲਚਲ ਨਹੀਂ ਕਰਦਾ ਤਾਂ ਆਪਣੇ ਡਾਕਟਰ ਨੂੰ ਦਿਖਾਉ। ਡਾਕਟਰ ਇਸ ਕਮੀ ਦਾ ਕਾਰਣ ਜਾਣ ਲੈਣਗੇ ਤਾਂ ਠੀਕ ਰਹੇਗਾ ਹਾਲਾਂਕਿ ਘੱਟ ਹਲ ਚਲ ਕਰਨਵਾਲੇ ਸੁਸਤ ਬੱਚੇ ਵੀ ਸਿਹਤਮੰਦ ਰੂਪ ਨਾਲ ਜਨਮ ਲੈਂਦੇ ਹਨ।

ਉਂਝ ਕਈ ਵਾਰ ਇਸ ਹਾਲਤ ਵਿਚ ਪੂਰੀ ਤਰ੍ਹਾਂ ਨਾਲ ਹਲਚਲ ਬੰਦ ਹੋਣ ਦੀ ਕੋਈ ਗੰਭੀਰ ਵਜ੍ਹਾ ਵੀ ਹੋ ਸਕਦੀ ਹੈ। ਇਸ ਕਾਰਣ ਨੂੰ ਵੀ ਅਣਦੇਖਾ ਨਾ ਕਰਦੇ ਹੋਏ ਡਾਕਟਰ ਦੀ ਰਾਏ ਲੈ ਲਉ।

### ਤਿਆਰ ਹੋ ਜਾਓ

ਚਾਇਲਡ ਬਰਥ ਦੇ ਲਈ ਤਿਆਰੀ ਤੋਂ ਵੱਧ ਕੁਝ ਵੀ ਮਾਇਨੇ ਨਹੀਂ ਰਖਦਾ। ਇਸ ਸਬੰਧੀ ਕਿਤਾਬ ਜਾਂ ਡੀ.ਵੀ.ਡੀ. ਆਦਿ ਕਿਸੀ ਵੀ ਸ੍ਰੋਤ ਤੋਂ ਜਾਣਕਾਰੀ ਮਿਲੇ, ਉਸ ਨੂੰ ਜ਼ਰੂਰ ਪੜ੍ਹੋ-ਸੁਣੋ। ਉਸ ਸਮੇਂ ਤੁਸੀ ਦਰਦ ਤੋਂ ਆਪਣਾ ਧਿਆਨ ਹਟਾਉਣ ਦੇ ਲਈ ਕੀ ਕਰਨਾ ਚਾਹੋਗੀ? ਜੇਕਰ ਡਾਕਟਰ ਇਜਾਜ਼ਤ ਦੇਣ ਤਾਂ ਤੁਸੀਂ ਸੰਗੀਤ ਸੁਣੋ, ਟੀ.ਵੀ. ਦੇਖੋ, ਸਾਥੀ ਨਾਲ ਪੋਕਰ ਖੇਡੋ, ਆਪਣੇ ਲੈਪਟਾਪ ਤੇ ਕੰਮ ਕਰੋ ਜਾਂ ਫ਼ੋਨ ਤੇ ਗੱਪਾਂ ਲਗਾਓ।

ਇਹ ਵੀ ਹੋ ਸਕਦਾ ਹੈ ਕਿ ਤੁਹਾਨੂੰ ਇਨ੍ਹਾਂ ਚੀਜ਼ਾਂ ਨੂੰ ਪ੍ਰਯੋਗ ਕਰਨ ਦਾ ਮੌਕਾ ਹੀ ਨਾ ਮਿਲੇ ਪ੍ਰੰਤੂ ਫਿਰ ਵੀ ਆਪਣਾ ਜ਼ਰੂਰੀ ਸਮਾਨ ਨਾਲ ਲੈ ਜਾਣਾ ਨਾ ਭੁਲੋ

**"ਮੈਂ ਸੁਣਿਆ ਹੈ ਕਿ ਡਿਲੀਵਰੀ ਨੇੜੇ ਆਉਣ ਤੇ ਬੱਚੇ ਦੀ ਹਲਚਲ ਘਟਦੀ ਹੈ ਪ੍ਰੰਤੂ ਮੇਰਾ ਬੱਚਾ ਤਾਂ ਅਜੇ ਵੀ ਉਨਾਂ ਹੀ ਤੇਜ ਹੈ?"**

ਹਰ ਬੱਚਾ ਆਪਣੇ-ਆਪ ਵਿਚ ਵੱਖ ਹੁੰਦਾ ਹੈ। ਉਸ ਦੀ ਤੀਬਰਤਾ ਦਾ ਪੱਧਰ ਵੱਖ ਹੁੰਦਾ ਹੈ। ਕੁਝ ਬੱਚੇ ਸੁਸਤ ਹੁੰਦੇ ਹਨ ਤਾਂ ਕੁਝ ਆਪਣੀ ਪੂਰੀ ਚੁਸਤੀ-ਫੁਰਤੀ ਬਣਾਈ ਰਖਦੇ ਹਨ। ਉਂਝ ਡਿਲੀਵਰੀ ਦੇ ਆਖ਼ਰੀ ਦਿਨਾਂ ਵਿਚ ਉਸ ਦੇ ਕੋਲ ਜਗ੍ਹਾ ਦੀ ਕਮੀ ਹੋਣ ਦੇ ਕਾਰਣ ਹਲਚਲ ਥੋੜ੍ਹੀ ਘੱਟ ਜਾਂਦੀ ਹੈ ਪ੍ਰੰਤੂ ਜੇਕਰ ਤੁਸੀਂ ਉਸ ਦੀ ਹਲਚਲ ਦਾ ਪੂਰਾ ਅੰਦਾਜ਼ਾ ਰਖਦੀ ਹੋ ਤਾਂ ਤੁਹਾਨੂੰ ਘਬਰਾਉਣ ਦੀ ਕੋਈ ਲੋੜ ਨਹੀਂ ਹੈ।

## ਨੈਸਟਿੰਗ ਇੰਸਟਿੰਕਟ

**"ਨੈਸਟਿੰਗ ਇੰਸਟਿੰਕਟ ਬਣੀ ਬਣਾਈ ਗੱਲ ਹੈ ਜਾਂ ਸੱਚ ਹੈ?"**

ਪੰਛੀਆਂ ਦੀ ਤਰ੍ਹਾਂ ਮਨੁੱਖ ਵਿਚ ਵੀ ਇਹ ਭਾਵਨਾ ਮਿਲਦੀ ਹੈ। ਜਿਸ ਤਰ੍ਹਾਂ ਪੰਛੀ ਅੰਡੇ ਦੇਣ ਤੋਂ ਪਹਿਲਾਂ ਆਲ੍ਹਣਾ ਬਣਾਉਂਦੇ ਹਨ। ਉਸੇ ਤਰ੍ਹਾਂ ਇਨਸਾਨ ਦੇ ਮਨ ਵਿਚ ਵੀ ਇਹ ਪ੍ਰਵਿਰਤੀ ਆ ਜਾਂਦੀ ਹੈ। ਡਿਲੀਵਰੀ ਤੋਂ ਕੁਝ ਸਮਾਂ ਪਹਿਲਾਂ ਮਾਂਵਾਂ ਘਰ ਦਾ ਹਰ ਕੋਨਾ ਝਾੜ-ਪੂੰਝ ਕੇ ਚਮਕਾ ਦੇਣਾ ਚਾਹੁੰਦੀ ਹੈ। ਹਰ ਚੀਜ਼ ਠੀਕ-ਟਿਕਾਣੇ ਤੇ ਰਖ ਦੇਣਾ ਚਾਹੁੰਦੀ ਹੈ। ਕੁਝ ਤਾਂ ਘਰ ਵਿਚ 6 ਮਹੀਨੇ ਦਾ ਰਾਸ਼ਨ ਭਰਨ ਦੇ ਲਈ ਬੇਚੈਨ ਹੋ ਜਾਂਦੀਆਂ ਹਨ। ਕੁਝ ਨਰਸਰੀ ਦਾ ਕੋਨਾ-ਕੋਨਾ ਸਾਫ਼ ਕਰਦੀਆਂ ਹਨ। ਰਸੋਈ ਘਰ ਨੂੰ ਨਵੇਂ ਸਿਰੇ ਤੋਂ ਸਜਾਂਦੀਆਂ ਹਨ। ਘੰਟਿਆਂ ਤੱਕ ਬੱਚੇ ਦਾ ਸਮਾਨ ਨਿਹਾਰਦੀਆਂ ਹਨ।

ਕਈ ਵਾਰ ਏਡ੍ਰੇਨਲਿਨ ਦੇ ਪੱਧਰ ਦੇ ਕਾਰਣ ਵੀ ਇੰਝ ਹੁੰਦਾ ਹੈ। ਯਾਦ ਰੱਖੋ ਕਿ ਇੰਝ ਸਭ ਦੇ ਨਾਲ ਨਹੀਂ ਹੁੰਦਾ। ਕੁਝ ਔਰਤਾਂ ਬੜੇ ਮਜੇ ਨਾਲ ਟੀ.ਵੀ. ਦੇ ਅੱਗੇ ਬੈਠਕੇ ਖਾਂਦੇ-ਪੀਂਦੇ ਆਪਣਾ ਸਾਰਾ ਸਮਾਂ ਬਿਤਾਉਂਦੀਆਂ ਹਨ। ਉਨ੍ਹਾਂ ਨੂੰ ਕੋਈ ਇੱਛਾ ਨਹੀਂ ਹੁੰਦੀ।

## ਪ੍ਰਸੂਤੀ ਸ਼ੁਰੂ ਦੇ ਲਈ-ਖ਼ੁਦ ਕੀ ਕਰੀਏ

ਪ੍ਰਸੂਤੀ ਦੀ ਅਨੁਮਾਨਿਤ ਮਿਤੀ ਨਿਕਲਣ ਦੇ ਬਾਵਜੂਦ ਤੁਸੀਂ ਗਰਭਵਤੀ ਹੋ। ਕੁਦਰਤ ਪਤਾ ਨਹੀਂ ਹੋਰ ਕਿੰਨਾ ਸਮਾਂ ਲਵੇਗੀ? ਕੀ ਤੁਹਾਨੂੰ ਇਹ ਮਾਮਲਾ ਆਪਣੇ ਹੱਥ ਵਿਚ ਲੈ ਕੇ ਪ੍ਰਸੂਤੀ ਸ਼ੁਰੂ ਕਰਨ ਦੀ ਕੋਈ ਤਕਨੀਕ ਅਪਣਾਉਣੀ ਚਾਹੀਦੀ ਹੈ? ਕੀ ਇਹ ਤਕਲੀਫ਼ਾਂ ਕਾਰਗਰ ਹੁੰਦੀਆਂ ਹਨ।ਕੀ ਦਾਈਆਂ ਦੇ ਨੁਸਖ਼ੇ ਕੰਮ ਆਉਂਦੇ ਹਨ? ਦਰਅਸਲ ਇਸ ਸਬੰਧੀ ਕਹਿਣਾ ਮੁਸ਼ਕਿਲ ਹੈ ਕਿਉਂਕਿ ਕਈ ਵਾਰ ਐਸੇ ਤਰੀਕੇ ਅਪਣਾਉਂਦੇ ਸਮੇਂ ਅਚਾਨਕ ਪ੍ਰਸੂਤ ਆਪਣੇ ਆਪ ਵੀ ਸ਼ੁਰੂ ਹੋ ਜਾਂਦਾ ਹੈ। ਫਿਰ ਵੀ ਤੁਸੀਂ ਹੇਠ-ਲਿਖੇ ਨੁਸਖ਼ੇ ਅਜਮਾਉਣਾ ਚਾਹੁੰਦੀ ਹੋ ਤਾਂ ਤੁਹਾਡੀ ਮਰਜੀ :-

**ਚਹਲਕਦਮੀ :**- ਟਹਲਣ ਨਾਲ ਗੁਰੂਤਾਕ੍ਰਸ਼ਣ ਦੇ ਕਾਰਣ ਬੱਚੇ ਨੂੰ ਹੇਠਾਂ ਵੱਲ ਆਉਣ ਵਿਚ ਆਸਾਨੀ ਹੁੰਦੀ ਹੈ। ਇਸ ਨਾਲ ਪ੍ਰਸਵ ਸ਼ੁਰੂ ਨਹੀਂ ਹੁੰਦਾ ਪ੍ਰੰਤੂ ਪ੍ਰਸੂਤੀ ਦੇ ਲਈ ਸਰੀਰ ਨੂੰ ਤਿਆਰ ਹੋਣ ਵਿਚ ਮਦਦ ਮਿਲਦੀ ਹੈ।

**ਸੈਕਸ :**- ਮੰਨਿਆ ਕਿ ਤੁਸੀਂ ਇਸ ਸਮੇਂ ਇਕ ਛੋਟੇ ਦਰਿਆਈ ਘੋੜੇ ਤੋਂ ਘੱਟ ਨਹੀਂ ਲਗਦੀ ਪ੍ਰੰਤੂ ਸੈਕਸ ਦਾ ਮਜਾ ਲੈਣ ਵਿਚ ਕੀ ਹਰਜ ਹੈ। ਇਸ ਦੇ ਨਾਲ ਹੀ ਦੂਜਾ ਕੰਮ ਵੀ ਬਣ ਸਕਦਾ ਹੈ। ਖੋਜ ਤੋਂ ਪਤਾ ਲਗਾ ਹੈ ਕਿ ਵੀਰਜ ਦੇ ਕਾਰਣ ਸ਼ਕਰਾਣੂ ਉਤੇਜਿਤ ਹੁੰਦੇ ਹਨ। ਕੁਝ ਖੋਜ ਕਹਿੰਦੇ ਹਨ ਕਿ ਆਖ਼ਰ ਤੱਕ ਸੈਕਸ ਕਰਨ ਵਾਲੀਆਂ ਔਰਤਾਂ ਦੇ ਬੱਚੇ ਉਨ੍ਹਾਂ ਔਰਤਾਂ ਦੇ ਮੁਕਾਬਲੇ ਦੇਰ ਨਾਲ ਪੈਦਾ ਹੁੰਦੇ ਹਨ ਜੋ ਸੈਕਸ ਨਹੀਂ ਕਰਦੀਆਂ ਅਸੀਂ ਤਾਂ ਇਹੀ ਕਹਾਂਗੇ ਕਿ ਤੁਹਾਨੂੰ ਜੋ ਚੰਗਾ ਲਗੇ ਉਹੀ ਕਰੋ। ਇਸ ਤੋਂ ਇਲਾਵਾ ਸਦੀਆਂ ਤੋਂ ਕੁਝ ਘਰੇਲੂ ਨੁਸਖ਼ੇ ਚਲਦੇ ਆਏ ਹਨ। ਇਨ੍ਹਾਂ ਨੂੰ ਅਜਮਾਉਣ ਤੋਂ ਪਹਿਲਾਂ ਡਾਕਟਰ ਦੀ ਰਾਏ ਜ਼ਰੂਰ ਲਉ। ਉਹ ਹਨ:-

**ਨਿੱਪਲ ਉਤੇਜਨਾ :**- ਨਿੱਪਲ ਉਤੇਜਿਤ ਕਰਨ ਨਾਲ ਤੁਹਾਡੇ ਸਰੀਰ ਵਿਚ ਕੁਦਰਤੀ ਆੱਕਸੀਟੋਸਿਨ ਬਣਦਾ ਹੈ ਅਤੇ ਪ੍ਰਸੂਤ-ਦਰਦਾਂ ਸ਼ੁਰੂ ਹੁੰਦੀ ਹੈ। ਕਹਿੰਦੇ ਹਨ ਕਿ ਇਹ ਕੰਮ ਦਿਨ ਵਿਚ ਕਈ ਘੰਟੇ ਤੱਕ ਕਰਨਾ ਹੋਵੇਗਾ। ਉਂਝ ਅਸੀਂ ਦਸ ਦੇਈਏ ਕਿ ਇਸ ਨਾਲ ਤੇਜ ਤੇ ਲੰਬੀ ਪ੍ਰਸੂਤ-ਦਰਦ ਹੋ ਸਕਦੀ ਹੈ। ਇਹ ਤਰੀਕਾ ਅਜਮਾਉਣ ਤੋਂ ਪਹਿਲਾਂ ਘੱਟ ਤੋਂ ਘੱਟ ਚਾਰ ਵਾਰ ਸੋਚ ਲਉ।

**ਕੈਸਟਰ ਆਇਲ:**- ਕੈਸਟਰ ਆਇਲ ਕਾੱਕਟੇਲ ਨਾਲ ਪ੍ਰਸੂਤ ਸ਼ੁਰੂ ਕਰਨਾ ਚਾਹੁੰਦੀ ਹੋ। ਇਸ ਨਾਲ ਸ਼ੌਚ ਦੇਲਈ ਵਾਰ-ਵਾਰ ਜਾਣਾ ਹੋਵੇਗਾ ਅਤੇ ਬੱਚੇਦਾਨੀ ਵਿਚ ਸੁੰਘੜਨ ਸ਼ੁਰੂ ਹੋ ਜਾਏਗਾ। ਇਸ ਨੂੰ ਲੈਣ ਨਾਲ ਤੁਹਾਨੂੰ ਡਾਇਰੀਆ, ਪੇਟ ਵਿਚ ਦਰਦ ਜਾਂ ਉਲਟੀ ਹੋ ਸਕਦੀ ਹੈ ਇਸ ਲਈ ਇਹ ਕੰਮ ਕਰਨ ਤੋਂ ਪਹਿਲਾਂ ਥੋੜ੍ਹਾ ਸੋਚ ਲਉ।

**ਆਯੁਰਵੈਦਿਕ ਚਾਹ ਅਤੇ ਇਲਾਜ:**- ਰਸਭਰੀ ਦੀਆਂ ਪੱਤੀਆਂ ਦੀ ਚਾਹ ਆਦਿ ਕਈਤਰ੍ਹਾਂ ਦੇ ਇਲਾਜ ਦਾਦੀ ਮਾਂ ਦਸਦੀ ਹੈ ਪ੍ਰੰਤੂ ਉਨ੍ਹਾਂ ਦੀ ਸੁਰੱਖਿਆ ਦੇ ਲਿਹਾਜ ਨਾਲ ਕੋਈ ਖੋਜ ਨਹੀਂ ਹੋਈ ਹੈ। ਇਸ ਲਈ ਡਾਕਟਰ ਤੋਂ ਪੁੱਛੇ ਬਿਨਾਂ ਕੋਈ ਕਦਮ ਨਾ ਉਠਾਓ।

ਇਹ ਯਾਦ ਰਖੋ ਕਿ ਇਕ-ਅੱਧ ਹਫ਼ਤੇ ਵਿਚ ਤੁਸੀਂ ਖ਼ੁਦ ਡਾਕਟਰ ਦੀ ਮਦਦ ਨਾਲ ਉਸ ਪ੍ਰਕ੍ਰਿਆ ਤਕ ਪਹੁੰਚ ਜਾਓਗੀ ਜਿਸ ਦਾ ਤੁਹਾਨੂੰ ਬੇਸਬਰੀ ਨਾਲ ਇੰਤਜ਼ਾਰ ਹੈ।

ਜੇਕਰ ਤੁਹਾਨੂੰ ਵੀ ਇੰਝ ਲਗ ਰਿਹਾ ਹੈ ਤਾਂ ਕ੍ਰਿਪਾ ਬੱਚੇ ਦੀ ਨਰਸਰੀ ਨੂੰ ਆਪਣੇ-ਆਪ ਨੂੰ ਭੇਟ ਨਾ ਕਰੋ। ਤੁਸੀਂ ਪੌੜੀਆਂ ਤੋਂ ਗਿਰ ਸਕਦੀ ਹੋ। ਆਪਣੇ-ਆਪ ਨੂੰ ਘਰ ਦੇ ਕੰਮ ਨਾਲ ਪੂਰੀ ਤਰ੍ਹਾਂ ਨਾ ਥਕਾਓ। ਤੁਹਾਨੂੰ ਅਜੇ ਬਹੁਤ ਸਾਰੀ ਊਰਜਾ ਬਚਾ ਕੇ ਰੱਖਣੀ ਹੈ ਆਪਣੀ ਹੱਦ ਕਦੇ ਨਾ ਭੁਲੋ। ਤੁਸੀਂ ਇਕ ਇਨਸਾਨ ਹੋ ਅਤੇ ਤੁਸੀਂ ਇਕੱਲੇ ਹੀ ਸਾਰੇ ਕੰਮ ਨਹੀਂ ਕਰ ਸਕਦੀ।

## ਨੌ ਮਹੀਨੇ ਪੂਰੇ ਹੋਣ ਉਪਰੰਤ ਪੈਦਾ ਹੋਣ ਵਾਲੇ ਬੱਚੇ (ਓਵਰਡਿਯੂ ਬੱਚਾ)

**''ਪ੍ਰਸੂਤ ਦੇ ਲਈ ਇਕ ਹਫ਼ਤਾ ਉਪਰ ਹੋ ਗਿਆ**

**ਹੈ। ਕੀ ਮੇਰਾ ਪ੍ਰਸੂਤ ਆਪਣੇ ਆਪ ਸ਼ੁਰੂ ਹੋ ਜਾਏਗਾ?''**

ਤੁਸੀਂ ਬੜੀ ਉਤਸੁਕਤਾ ਨਾਲ ਪ੍ਰਸੂਤ ਦੀ ਅਨੁਮਾਨਤ ਮਿਤੀ ਦਾ ਇੰਤਜ਼ਾਰ ਕਰ ਹੀ ਸੀ। ਉਹ ਬੀਤਣ ਤੋਂ ਬਾਅਦ ਵੀ ਪ੍ਰਸੂਤ-ਦਰਦ ਸ਼ੁਰੂ ਨਹੀਂ ਹੋਈ। ਆਸ਼ਾ ਨਿਰਾਸ਼ਾ ਵਿਚ ਬਦਲ ਗਈ। ਖੋਜ ਤੋਂ ਪਤਾ ਲਗਾ ਹੈ ਕਿ 70 ਪ੍ਰਤੀਸ਼ਤ ਕੇਸਾਂ ਵਿਚ ਤੁਸੀਂ ਜਿਸ ਨੂੰ ਓਵਰਡਿਯੂ ਕਹਿੰਦੇ ਹੋ, ਐਸਾ ਨਹੀਂ ਹੁੰਦਾ ਕਿਉਂਕਿ ਅਕਸਰ ਪ੍ਰਸੂਤ ਦੀ ਅਨੁਮਾਨਤ ਮਿਤੀ ਕੱਢਣ ਵਿਚ ਗਲਤੀ ਹੋ ਜਾਂਦੀ ਹੈ। ਜੇਕਰ ਤੁਹਾਡਾ ਸਚਮੁੱਚ ਓਪਰਡਿਯੂ ਦਾ ਕੇਸ ਹੈ ਤਾਂ ਡਾਕਟਰ ਇੰਨਾ ਲੰਬਾ ਇੰਤਜ਼ਾਰ ਨਹੀਂ ਕਰਦੇ। 41ਵੇਂ ਹਫ਼ਤੇ ਵਿਚ ਹੀ ਪ੍ਰਸੂਤ ਸ਼ੁਰੂ ਕਰਾਉਣ ਦੀ ਪ੍ਰਕ੍ਰਿਆ ਸ਼ੁਰੂ ਕਰ ਦਿੱਤੀ ਜਾਂਦੀ ਹੈ ਕਿਉਂਕਿ ਖੋਜ ਤੋਂ ਪਤਾ ਲਗਾ ਹੈ ਕਿ ਇਸ ਦੇ ਐਮਨੀਓਟਿਕ ਦ੍ਰਵ ਦਾ ਪੱਧਰ ਪਹਿਲਾਂ ਘੱਟਣ ਲਗਦਾ ਹੈ ਅਤੇ ਬੱਚੇ ਦੇ ਲਈ ਬੱਚੇਦਾਨੀ ਦਾ ਘਰ ਅਣਉਪਯੋਗੀ ਹੋਣ ਲਗਦਾ ਹੈ।

**''ਮੈਂ ਸੁਣਿਆ ਹੈ ਕਿ ਓਵਰਡਿਯੂ ਬੱਚੇ ਅੰਦਰ ਸਹੀ ਤਰ੍ਹਾਂ ਨਾਲ ਰਹਿ ਨਹੀਂ ਸਕਦੇ, ਮੈਂ ਹੁਣੇ-ਹੁਣੇ 40 ਹਫ਼ਤੇ ਪੂਰੇ ਕੀਤੇ ਹਨ। ਕੀ ਮੇਰੇ ਬੱਚੇ ਦੀ ਡਿਲੀਵਰੀ ਹੋ ਜਾਣੀ ਚਾਹੀਦੀ ਹੈ?''**

40 ਹਫ਼ਤੇ ਬੀਤਣ ਦਾ ਭਾਵ ਇਹ ਵੀ ਨਹੀਂ ਕਿ ਬੱਚਾ ਬੱਚੇਦਾਨੀ ਵਿਚੋਂ ਬਾਹਰ ਨਿਕਲਣ ਲਈ ਤੜਫਨਾ ਸ਼ੁਰੂ ਕਰ ਦੇਵੇਗਾ।

ਜੇਕਰ ਗਰਭਕਾਲ ਸਚਮੁੱਚ 42 ਹਫ਼ਤੇ ਦਾ ਹੋ ਜਾਏ ਤਾਂ ਉਹ ਘਰ ਉਸ ਦੇਲਈ ਅਣਉਪਯੋਗੀ ਹੋਣ ਲਗਦਾ ਹੈ। ਪਲੇਸੈਂਟਾ ਨਾਲ ਉਚਿਤ ਪੌਸ਼ਣ ਤੇ ਆੱਕਸੀਜਨ ਨਹੀਂ ਮਿਲ ਸਕਦੇ। ਐਮਨੀਓਟਿਕ ਦ੍ਰਵ ਦੀ ਮਾਤਰਾ ਘੱਟਣ ਲਗਦੀ ਹੈ।

ਅਜਿਹੇ ਬੱਚੇ 'ਪੋਸਟਮੈਚਿਓਰ' ਕਹਿੰਲਾਂਦੇ ਹਨ। ਉਨ੍ਹਾਂ ਦੀ ਚਮੜੀ ਰੁਖੀ, ਉਤਰੀ ਹੋਈ, ਢਿੱਲੀ ਅਤੇ ਝੁਰੜੀਆਂ ਵਾਲੀ ਹੁੰਦੀ ਹੈ ਕਿਉਂਕਿ ਚਮੜੀ ਦੀ ਸੁਰੱਖਿਆਤਮਕ ਪਰਤ ਉਤਰ ਚੁਕੀ ਹੁੰਦੀ ਹੈ। ਉਸ ਦੇ ਨੁੰਹ ਤੇ ਵਾਲ ਵੀ ਦੂਜੇ ਨਵੇਂ ਜੰਮਿਆਂ ਦੇ ਮੁਕਾਬਲੇ ਜ਼ਿਆਦਾ ਚੌਕੰਨੇ ਹੁੰਦੇ ਹਨ। ਤੇ ਅੱਖਾਂ ਪੂਰੀ ਤਰ੍ਹਾਂ ਖੁਲ੍ਹੀਆਂ ਹੁੰਦੀਆਂ ਹਨ। ਇਨ੍ਹਾਂ ਨੂੰ ਓਪਰੇਸ਼ਨ ਨਾਲ ਬਾਹਰ ਕੱਢਣਾ ਪੈਂਦਾ ਹੈ। ਇਨ੍ਹਾਂ ਦੇ ਸਿਰ ਦਾ ਘੇਰਾ ਵੀ ਥੋੜ੍ਹਾ ਵੱਡਾ ਹੁੰਦਾ ਹੈ। ਇਨ੍ਹਾਂ ਨੂੰ ਜਨਮ ਹੋਣ ਦੇ ਕੁਝ ਸਮੇਂ ਬਾਅਦ ਤਕ ਨਰਸਰੀ ਵਿਚ ਰੱਖਣਾ ਪੈਂਦਾ ਹੈ। ਹਾਲਾਂਕਿ ਇਹ ਪੂਰੀ ਤਰ੍ਹਾਂ ਸਿਹਤਮੰਦ ਹੁੰਦੇ ਹਨ।

ਡਾਕਟਰ ਗਰਭਕਾਲ ਦਾ 41ਵਾਂ ਹਫ਼ਤਾ ਲਗਦੇ ਹੀ ਪ੍ਰਸੂਤ ਸ਼ੁਰੂ ਕਰਨਾ ਚਾਹੁੰਦੇ ਹਨ ਜਦੋਂਕਿ ਕੁਝ ਡਾਕਟਰ ਥੋੜ੍ਹਾ ਇੰਤਜ਼ਾਰ ਕਰਨਾ ਪਸੰਦ ਕਰਦੇ ਹਨ। ਉਹ ਬੱਚੇ ਦੀ ਪੂਰੀ ਪਰਖ ਕਰਦੇ ਰਹਿੰਦੇ ਹਨ।

## ਥੋੜ੍ਹੀ ਜਿਹੀ ਮਾਲਿਸ਼

ਬੱਚੇ ਦੇ ਆਉਣ ਦਾ ਇੰਤਜ਼ਾਰ ਹੈ ਤਾਂ ਕੁਝ ਨਾ ਕਰੋ ਆਪਣੇ ਪੈਰਿਨਿਯਮ ਦੀ ਮਾਲਿਸ਼ ਕਰੋ। ਇਸ ਨਾਲ ਤੁਹਾਡੀ ਯੋਨੀ ਤੇ ਗੁੱਦਾ ਦੇ ਵਿਚਲਾ ਰਸਤਾ ਬੱਚੇ ਦੇ ਆਉਣ ਲਈ ਥੋੜ੍ਹਾ ਤਿਆਰ ਹੋ ਜਾਏ ਗਾ। ਕੁਝ ਮਾਹਰ ਮੰਨਦੇ ਹਨ ਕਿ ਇਸ ਤਰ੍ਹਾਂ ਤੁਸੀਂ ਏਪੀਸਿਓਟਾੱਮੀ ਤੋਂ ਬੱਚ ਸਕਦੀ ਹੋ। ਤੁਹਾਡੇ ਹੱਥ ਸਾਫ਼ ਤੇ ਨੁੰਹ ਕਟੇ ਹੋਣ। ਹੱਥ ਤੇ ਹਲਕੀ ਕੇ-ਵਾਈ ਜੈਲੀ ਲਗਾਕੇ ਯੋਨੀ ਵਿਚ ਪਾਓ। ਗੁਦਾ ਦੇ ਵੱਲ ਦਬਾਅ ਦੇਂਦੇ ਹੋਏ ਮਾਲਿਸ਼ ਕਰੋ। ਗਰਭਕਾਲ ਦੇ ਆਖ਼ਰੀ ਹਫ਼ਤਿਆਂ ਵਿਚ ਹਰ ਰੋਜ ਪੰਜ-ਸੱਤ ਮਿੰਟ ਤਕ ਇੰਝ ਕਰੋ। ਜੇਕਰ ਤੁਸੀਂ ਆਪ ਇੰਝ ਨਹੀਂ ਵੀ ਕਰਨਾ ਚਾਹੁੰਦੀ ਤਾਂ ਘਬਰਾਉਣ ਦੀ ਕੋਈ ਗੱਲ ਨਹੀਂ। ਸਮਾਂ ਆਉਣ ਤੇ ਸਰੀਰ ਖ਼ੁਦ ਨੂੰ ਇਸ ਦੇ ਲਈ ਤਿਆਰ ਕਰ ਲਵੇਗਾ। ਜੇਕਰ ਤੁਸੀਂ ਪਹਿਲਾਂ ਵੀ ਮਾਂ ਬਣ ਚੁਕੀ ਹੋ ਤਾਂ ਫਿਰ ਇਸ ਦੀ ਬਿਲਕੁਲ ਜ਼ਰੂਰਤ ਨਹੀਂ ਹੈ।

ਜੇਕਰ ਮਾਲਿਸ਼ ਕਰਨਾ ਚਾਹੁੰਦੀ ਹੋ ਤਾਂ ਥੋੜ੍ਹਾ ਹਲਕੇ ਹੱਥ ਨਾਲ ਆਰਾਮ ਨਾਲ ਕਰੋ। ਤੁਸੀਂ ਵੀ ਨਹੀਂ ਚਾਹੋਗੀ ਕਿ ਪ੍ਰਸੂਤ ਤੋਂ ਪਹਿਲਾਂ ਹੀ ਚਮੜੀ ਤੇ ਕੋਈ ਖਰੋਂਚ ਆ ਜਾਏ ਜਾਂ ਫਿਰ ਸੋਜਸ ਹੋ ਜਾਏ ਇਸ ਲਈ ਥੋੜ੍ਹਾ ਸੰਭਲ ਕੇ ਚੱਲਣ ਵਿਚ ਹੀ ਭਲਾਈ ਹੈ।

ਉਂਝ ਉਮੀਦ ਤਾਂ ਇਹੀ ਹੈ ਕਿ ਤੁਹਾਡਾ ਬੱਚਾ ਬਿਨਾਂ ਕਿਸੇ ਉਲਝਣ ਤੋਂ ਆਪਣੇ ਬੱਚੇਦਾਨੀ ਹੋਟਲ ਤੋਂ ਚੈਕਆਊਟ ਕਰਨ ਨੂੰ ਰਾਜੀ ਹੋ ਜਾਏਗਾ।

## ਜਨਮ ਦੇ ਸਮੇਂ ਦੂਸਰਿਆਂ ਨੂੰ ਬੁਲਾਉਣਾ :-

**''ਮੈਂ ਬੱਚੇ ਦੇ ਜਨਮ ਨੂੰ ਲੈ ਕੇ ਕਾਫ਼ੀ ਉਤਸਾਹਿਤ ਹਾਂ ਅਤੇ ਇਸ ਖ਼ੁਸ਼ੀ ਨੂੰ ਆਪਣੀਆਂ ਭੈਣਾ ਤੇ ਸਹੇਲੀਆਂ ਦੇ ਨਾਲ ਵੰਡਣਾ ਚਾਹੁੰਦੀ ਹਾਂ। ਕੀ ਉਨ੍ਹਾਂ ਸਾਰਿਆਂ ਨੂੰ ਮੇਰੇ ਤੇ ਮੇਰੇ ਪਤੀ ਦੇ ਨਾਲ ਬਰਥ ਰੂਮ ਵਿਚ ਬੁਲਾਉਣਾ ਠੀਕ ਰਹੇਗਾ।**

ਤੁਸੀਂ ਆਪਣੇ ਇਸ ਅਨੁਭਵ ਨੂੰ ਦੂਜਿਆਂ ਦੇ ਨਾਲ ਵੰਡਣਾ ਚਾਹੁੰਦੀ ਹੋ, ਆਪਣਿਆਂ ਦਾ ਸਾਥ ਦੇਖਣਾ ਚਾਹੁੰਦੀ ਹੋ ਤਾਂ ਇਸ ਵਿਚ ਕੋਈ ਬੁਰਾਈ ਨਹੀਂ।

ਦਰਅਸਲ ਏਪੀਡਿਯੂਰਲ ਦੇ ਪ੍ਰਯੋਗ ਨਾਲ ਪ੍ਰਸੂਤ ਦਾ ਦਰਦ ਘੱਟ ਜਾਂਦਾ ਹੈ ਇਸ ਲਈ ਜ਼ਿਆਦਾਤਰ ਔਰਤਾਂ ਨੂੰ ਇਸ ਤੋਂ ਬਾਅਦ ਦਰਦ ਮਹਿਸੂਸ ਨਹੀਂ ਹੁੰਦਾ ਅਤੇ ਉਹ ਇਸ ਸਮੇਂ ਨੂੰ ਖ਼ੁਸ਼ੀ-ਖ਼ੁਸ਼ੀ ਬਿਤਾਉਣਾ ਚਾਹੁੰਦੀਆਂ ਹਨ। ਕਈ ਜਗ੍ਹਾ ਤੇ ਐਸੇ ਮਹਿਮਾਨਾਂ ਨੂੰ ਬਿਠਾਉਣ ਦਾ ਪੂਰਾ ਇੰਤਜ਼ਾਮ ਹੁੰਦਾ ਹੈ। ਕੁਝ ਇਕ ਜਗ੍ਹਾ ਤਾਂ ਪਤੀ ਨੂੰ ਓਪਰੇਸ਼ਨ ਦੇ ਕਮਰੇ ਤਕ ਵੀ ਜਾਣ ਦੀ ਇਜਾਜ਼ਤ ਹੁੰਦੀ ਹੈ।

ਕਈ ਡਾਕਟਰ ਕਹਿੰਦੇ ਹਨ ਕਿ ਆਪਣਿਆਂ ਦਾ ਸਹਾਰਾ ਤੇ ਸਾਥ ਮਿਲਣ ਨਾਲ ਗਰਭਵਤੀ ਮਾਂ ਦੀ ਹਿੰਮਤ ਬਣੀ ਰਹਿੰਦੀ ਹੈ। ਉਂਝ ਤੁਹਾਨੂੰ ਐਸੇ ਮਹਿਮਾਨਾਂ ਨੂੰ ਬੁਲਾਉਣ ਤੋਂ ਪਹਿਲਾਂ ਕੁਝ ਗੱਲਾਂ ਤੇ ਧਿਆਨ ਦੇਣਾ ਚਾਹੀਦਾ ਹੈ। ਕੀ ਤੁਹਾਡੇ ਡਾਕਟਰ ਤੇ ਹਸਪਤਾਲ ਦਾ ਮਾਹੌਲ ਇਸ ਗੱਲ ਦੀ ਇਜਾਜ਼ਤ ਦੇਂਦੇ ਹਨ? ਕੀ ਤੁਸੀਂ ਚਾਹੋਗੇ ਕਿ ਤੁਹਾਡੀ ਇਸ ਬਦਹਾਲ ਅਵਸਥਾ ਵਿਚ ਕੋਈ ਜੁੜੀਆਂ ਅੱਖਾਂ ਤੁਹਾਡੇ ਤੇ ਟਿਕੀਆਂ ਹੋਣ? ਕਿਤੇ ਉਨ੍ਹਾਂ ਅਸਹਿਜਤਾ ਤੁਹਾਨੂੰ ਵੀ ਪ੍ਰੇਸ਼ਾਨ ਤਾਂ ਨਹੀਂ ਕਰ ਦੇਵੇਗੀ। ਕਿਤੇ ਤੁਸੀਂ ਉਨ੍ਹਾਂ ਦੀ ਗਪਸ਼ਪ ਤੋਂ ਘਬਰਾ ਕੇ ਸ਼ਾਂਤੀ ਦੀ ਇੱਛਾ ਤਾਂ ਨਹੀਂ ਕਰਨ ਲਗੋਗੀ? ਕਿਤੇ ਤੁਸੀਂ ਆਪਣਾ ਧਿਆਨ ਬੱਚੇ ਦੇ ਜਨਮ ਤੇ ਲਗਾਉਣ ਦੀ ਥਾਂ ਉਨ੍ਹਾਂ ਦੇ ਚਾਹ-ਪਾਣੀ ਵਿਚ ਤਾਂ ਰੁਝ ਨਹੀਂ ਜਾਓਗੀ?

ਜੇਕਰ ਤੁਸੀਂ ਕਿਸੀ ਦਾ ਸਾਥ ਚਾਹੁੰਦੀ ਵੀ ਹੋ ਤਾਂ ਉਨ੍ਹਾਂ ਲੋਕਾਂ ਨੂੰ ਦਸ ਦਿਉ ਕਿ ਸੀ-ਸੈਕਸ਼ਨ ਹੋਣ ਤੇ ਸਾਰਿਆਂ ਨੂੰ ਬਾਹਰ ਬੈਠਕੇ ਹੀ ਇੰਤਜ਼ਾਰ ਕਰਨਾ ਹੋਵੇਗਾ। ਜੇਕਰ ਤੁਸੀਂ ਕਿਸੇ ਨੂੰ ਬੁਲਾਉਣਾ ਨਹੀਂ ਚਾਹੁੰਦੀ ਤਾਂ ਆਪਣੇ ਪਤੀ ਦੇ ਨਾਲ ਜਾਓ ਅਤੇ ਬੱਚੇ ਨੂੰ ਘਰ ਲਿਆਉਣ ਤੋਂ ਬਾਅਦ ਸਭ ਨੂੰ ਮਿਲਵਾਓ।

### ਖਾਣਾ?

ਪ੍ਰਸੂਤ ਦੌਰਾਨ ਕੀ ਖਾਈਏ? ਪੁਰਾਣੀਆਂ ਦਾਈਆਂ ਕਹਿੰਦੀਆਂ ਹਨ ਕਿ ਕੁਝ ਤਿੱਖਾ ਲਉ ਤਾਂ ਜੋ ਪੇਟ ਸਾਫ਼ ਹੋ ਜਾਏ ਉਂਝ ਕੁਝ ਟਮਾਟਰ ਜਾਂ ਅਨਾਨਾਸ ਖਾਣ ਦੀ ਸਲਾਹ ਵੀ ਦੇਂਦੀਆਂ ਹਨ।

ਤੁਸੀਂ ਜੋ ਕੁਝ ਵੀ ਖਾਓ, ਉਹ ਤੁਹਾਡੇ ਅਤੇ ਬੱਚੇ ਦੇ ਮਾਫ਼ਕ ਹੋਣਾ ਚਾਹੀਦਾ ਹੈ, ਬਾਕੀ ਬੇਕਾਰ ਦੀਆਂ ਗੱਲਾਂ ਵਿਚ ਕੀ ਰੱਖਿਆ ਹੈ?

## ਇਕ ਹੋਰ ਲੰਬਾ ਪ੍ਰਸੂਤ?

**''ਪਹਿਲੀ ਵਾਰ ਮੇਰਾ ਪ੍ਰਸੂਤ 30 ਘੰਟੇ ਦਾ ਸੀ ਅਤੇ ਤਿੰਨ ਘੰਟੇ ਤਕ ਧੱਕਣ ਤੋਂ ਬਾਅਦ ਇਹ ਖ਼ਤਮ ਹੋਇਆ। ਹਾਲਾਂਕਿ ਸਭ ਠੀਕ ਰਿਹਾ ਪ੍ਰੰਤੂ ਮੈਂ ਦੁਬਾਰਾ ਇਸ ਪ੍ਰਕ੍ਰਿਆ ਤੋਂ ਗੁਜ਼ਰਨ ਤੋਂ ਡਰ ਰਹੀ ਹਾਂ?''**

ਐਸੀ ਵੱਡੀ ਚੁਣੌਤੀ ਦਾ ਸਾਮ੍ਹਣਾ ਕਰਨ ਤੋਂ ਬਾਅਦ ਕੋਈ ਬਹਾਦਰ ਹੀ ਇਸ ਨੂੰ ਦੁਬਾਰਾ ਅਪਨਾ ਸਕਦਾ ਹੈ। ਹਾਲਾਂਕਿ ਉਮੀਦ ਹੈ ਕਿ ਦੂਜੀ ਵਾਰ ਪ੍ਰਸੂਤ ਤੇ ਡਿਲੀਵਰੀ ਸਬੰਧੀ ਕੁਝ ਵੀ ਪੱਕਾ ਨਹੀਂ ਕਰ ਸਕਦੇ। ਇਹ ਸਭ ਬੱਚੇ ਦੀ ਸਥਿਤੀ ਅਤੇ ਬਹੁਤ ਸਾਰੀਆਂ ਦੂਜੀਆਂ ਗੱਲਾਂ ਤੇ ਨਿਰਭਰ ਕਰਦਾ ਹੈ।

ਉਂਝ ਕਹਿੰਦੇ ਹਨ ਕਿ ਦੂਜੀ ਡਿਲੀਵਰੀ ਵਿਚ ਪਹਿਲਾਂ ਦੇ ਮੁਕਾਬਲੇ ਘੱਟ ਸਮਾਂ ਲਗਦਾ ਹੈ। ਅੰਦਰ ਦੀਆਂ ਮਾਸ-ਪੇਸ਼ੀਆਂ ਢਿੱਲੀਆਂ ਪੈਣ ਕਾਰਣ ਪ੍ਰਕ੍ਰਿਆ ਪਹਿਲਾਂ ਤੋਂ ਆਸਾਨ ਹੋ ਜਾਂਦੀਆਂ ਹਨ। ਕਈਵਾਰ ਤਾਂ ਘੰਟਿਆਂ ਬਦੀ ਧੱਕਣ ਦੀ ਥਾਂ ਮਿੰਟਾਂ ਵਿਚ ਹੀ ਬੱਚੇ ਬਾਹਰ ਆ ਜਾਂਦੇ ਹਨ।

## ਮਾਤਾ

**''ਹੁਣ ਜਦੋਂਕਿ ਬੱਚਾ ਆਉਣ ਵਾਲਾ ਹੈ ਤਾਂ ਮੈਨੂੰ ਉਸ ਦੀ ਦੇਖ-ਭਾਲ ਸਬੰਧੀ ਚਿੰਤਾ ਹੋਣ ਲਗੀ ਹੈ।**

## ਥੋੜ੍ਹੀ ਜਿਹੀ ਜਾਣਕਾਰੀ

ਤੁਸੀਂ ਪ੍ਰਸੂਤ-ਦਰਦ ਸ਼ੁਰੂ ਹੋਣ ਦੇ ਕਿੰਨੇ ਸਮੇਂ ਬਾਅਦ ਡਾਕਟਰ ਨੂੰ ਬੁਲਾਉਣਾ ਚਾਹੋਗੀ? ਕੀ ਥੈਲੀ ਫੱਟਣ ਦਾ ਇੰਤਜ਼ਾਰ ਕਰੋਗੀ? ਜਾਂ ਫਿਰ ਹਲਕਾ ਜਿਹਾ ਦਰਦ ਉਠਦੇ ਹੀ ਹਸਪਤਾਲ ਫ਼ੋਨ ਕਰ ਦਿਉਗੀ? ਇਨ੍ਹਾਂ ਸਾਰੀਆਂ ਗੱਲਾਂ ਸਬੰਧੀ ਡਾਕਟਰ ਤੋਂ ਪਹਿਲਾਂ ਹੀ ਰਾਏ ਲੈ ਲਉ ਤੇ ਉਨ੍ਹਾਂ ਦੇ ਨਿਰਦੇਸ਼ ਕਿਤੇ ਲਿਖ ਲਉ। ਤੁਹਾਨੂੰ ਇਹ ਵੀ ਪਤਾ ਹੋਣਾ ਚਾਹੀਦਾ ਹੈ ਕਿ ਹਸਪਤਾਲ ਪਹੁੰਚਣ ਲਈ ਕਿੰਨਾ ਸਮਾਂ ਲਗੇਗਾ ਅਤੇ ਤੁਸੀਂ ਕਿਸ ਰਸਤੇ ਤੋਂ ਜਾਣਾ ਚਾਹੋਗੀ। ਘਰ ਵਿਚ ਬੱਚਿਆਂ, ਬਜ਼ੁਰਗਾਂ ਅਤੇ ਪਾਲਤੂ ਜਾਨਵਰਾਂ ਦਾ ਵੀ ਇੰਤਜ਼ਾਮ ਕਰ ਦਿਉ ਤਾਂ ਜੋ ਐਨ ਮੌਕੇ ਤੇ ਹੜਬੜਾਹਟ ਨਾ ਹੋਵੇ।

ਆਪਣੇ ਸਮਾਨ ਦੇ ਵਿਚ ਇਕ ਕਾਪੀ ਤੇ ਸਭ ਲਿਖ ਕੇ ਰੱਖੋ ਜਾਂ ਫਿਰ ਇਨ੍ਹਾਂ ਨਿਰਦੇਸ਼ਾਂ ਨੂੰ ਫਰਿਜ ਤੇ ਚਿਪਕਾ ਦਿਉ।

**ਮੈਂ ਅੱਜ ਤੋਂ ਪਹਿਲਾਂ ਕਦੀ ਕਿਸੇ ਨਵਜਾਤ ਨੂੰ ਗੋਦ ਵਿਚ ਨਹੀਂ ਲਿਆ।"**

ਜ਼ਿਆਦਾਤਰ ਔਰਤਾਂ ਜਨਮ ਤੋਂ ਹੀ ਮਾਂ ਨਹੀਂ ਹੁੰਦੀਆਂ। ਰੋਂਦੇ ਬੱਚੇ ਨੂੰ ਚੁਪ ਕਰਾਉਣਾ, ਡਾਇਪਰ ਬਦਲਣਾ ਜਾਂ ਫਿਰ ਨਹਾਉਣਾ; ਇਹ ਸਭ ਕੰਮ ਤਾਂ ਕੁਦਰਤੀ ਆ ਜਾਂਦੇ ਹਨ। ਮਾਤ-ਧਰਮ ਵੀ ਇਕ

## ਹਸਪਤਾਲ ਜਾਂ ਬਰਥਿੰਗ ਸੈਂਟਰ ਕੀ ਲੈ ਜਾਈਏ

ਉੱਝ ਤਾਂ ਤੁਸੀਂ ਕਦੀ ਵੀ ਖ਼ਾਲੀ ਹੱਥ ਹਸਪਤਾਲ ਜਾ ਸਕਦੀ ਹੋ ਪ੍ਰੰਤੂ ਇਹ ਚੰਗੀ ਗੱਲ ਨਹੀਂ ਹੈ। ਆਪਣਾ ਸਮਾਨ ਨਾਲ ਲੈ ਜਾਣ ਨਾਲ ਆਸਾਨੀ ਰਹੇਗੀ।। ਹਾਲਾਂਕਿ ਸਮਾਨ ਇੰਨਾ ਜ਼ਿਆਦਾ ਵੀ ਨਾ ਹੋਵੇ ਕਿ ਪੂਰਾ ਸੂਟਕੇਸ ਭਰ ਜਾਏ। ਸਿਰਫ਼ ਉਹੀ ਚੀਜ਼ਾਂ ਲਉ ਜੋ ਤੁਹਾਡੇ ਕੰਮ ਆ ਸਕਦੀਆਂ ਹਨ। ਜਿਵੇਂ :-

### ਲੇਬਰ ਜਾਂ ਬਰਥਿੰਗ ਰੂਮ ਦੇ ਲਈ

- ਇਕ ਪੈਨ ਤੇ ਪੈਡ ਤਾਂ ਜੋ ਤੁਸੀਂ ਡਾਕਟਰ ਦੇ ਨਿਰਦੇਸ਼, ਦੇਖ-ਭਾਲ ਕਰਨ ਵਾਲੇ ਸਟਾਫ਼ ਦੇ ਨਾਮ ਆਦਿ ਨੋਟ ਕਰ ਸਕੋ।
- ਦਰਦ ਦਾ ਧਿਆਨ ਰੱਖਣ ਲਈ ਇਕ ਹੱਥ ਘੜੀ। ਉਂਝ ਕੋਸ਼ਿਸ਼ ਕਰੋ ਕਿ ਤੁਹਾਡਾ ਸਾਥੀ ਇਨ੍ਹਾਂ ਦਿਨਾਂ ਵਿਚ ਘੜੀ ਬੰਨ੍ਹੇ।
- ਤੁਹਾਡੀ ਮਨਪਸੰਦ ਆਡੀਓ-ਵੀਡੀਓ ਸੀਡੀ ਦੇ ਨਾਲ ਐਮ.ਪੀ. ਥ੍ਰੀ ਪਲੇਅਰ ਤੇ ਟੇਪ-ਰਿਕਾਰਡਰ ਆਦਿ।
- ਜੇਕਰ ਹਸਪਤਾਲ ਵਾਲੇ ਇਜਾਜ਼ਤ ਦੇਣ ਤਾਂ ਕੈਮਰਾ ਤੇ ਵੀਡੀਓ ਕੈਮਰਾ, ਫਾਲਤੂ ਬੈਟਰੀ ਲੈ ਜਾਣਾ ਨਾ ਭੁਲੋ।
- ਤੁਹਾਡੇ ਮਨਪਸੰਦ ਤੇਲ, ਲੋਸ਼ਨ, ਇਹ ਮਾਲਿਸ਼ ਦੇ ਕੰਮ ਆਉਣਗੇ।
- ਪਿੱਠ ਦਰਦ ਤੋਂ ਰਾਹਤ ਲਈ ਮਸਾਜਰ ਜਾਂ ਟੈਨਿਸ ਬਾੱਲ, ਬਾੱਲ ਕਾਊਂਟਰ ਪ੍ਰੇਸ਼ਰ ਦੇ ਕੰਮ ਆਏਗੀ।
- ਤੁਹਾਡੀ ਪਸੰਦ ਦਾ ਸਿਰਹਾਣਾ
- ਬਿਨਾਂ ਚੀਨੀ ਦੀ ਲਾੱਲੀਪਾੱਪ ਜਾਂ ਕੈਂਡੀ
- ਟੁਥਬ੍ਰਸ਼, ਟੁਥਪੇਸਟ, ਮਾਊਥ ਵਾਸ਼ ਆਦਿ
- ਭਾਰੀ ਜੁਰਾਬਾਂ
- ਆਰਾਮਦਾਇਕ ਚੱਪਲਾਂ, ਤਾਂ ਜੋ ਟਹਿਲਦੇ ਸਮੇਂ ਦਿੱਕਤ ਨਾ ਹੋਵੇ।
- ਲੰਬੇ ਵਾਲ ਸਮੇਟਣ ਦੇ ਲਈ ਕਲਿਪ ਤੇ ਹੈਂਡਬ੍ਰਸ਼
- ਤੁਹਾਡੇ ਸਾਥੀ ਦੇ ਲਈ ਥੋੜ੍ਹਾ ਖਾਣ-ਪੀਣ
- ਸੈਲ ਫ਼ੋਨ ਤੇ ਚਾਰਜਰ

### ਪ੍ਰਸੂਤ ਤੋਂ ਬਾਅਦ ਲਈ

- ਰਾਤ ਨੂੰ ਪਾਉਣ ਦੇ ਲਈ ਗਾਊਨ ਜਾਂ ਖੁਲ੍ਹੇ ਕਪੜੇ। ਦੁੱਧ ਚੁੰਘਾਉਣਾ ਹੋਵੇ ਤਾਂ ਛਾਤੀ ਤੋਂ ਬਟਨਾਂ ਵਾਲੀ ਕਮੀਜ ਤੇ ਨਰਸਿੰਗ ਬ੍ਰਾਅ
- ਕੁਝ ਕਿਤਾਬਾਂ(ਬੱਚਿਆਂ ਦੇ ਨਾਮ ਵਾਲੀਆਂ ਵੀ)
- ਥੋੜ੍ਹੇ ਸਨੈਕਸ ਤਾਂ ਜੋ ਹਸਪਤਾਲ ਵਿਚ ਭੁੱਖ ਲੱਗਣ ਤੇ ਉਨ੍ਹਾਂ ਦੇ ਖਾਣੇ ਦੇ ਸਮੇਂ ਦਾ ਇੰਤਜ਼ਾਰ ਨਾ ਕਰਨਾ ਪਏ।
- ਘਰ ਤੇ ਪਰਿਵਾਰ ਵਾਲਿਆਂ ਦੇ ਫ਼ੋਨ ਨੰਬਰ
- ਘਰ ਜਾਂਦੇ ਸਮੇਂ ਪਾਉਣ ਵਾਲੇ ਕਪੜੇ, ਉਦੋਂ ਤਕ ਵੀ ਤੁਹਾਡਾ ਸਰੀਰ ਪੰਜ ਮਹੀਨੇ ਦੀ ਗਰਭਵਤੀ ਵਰਗਾ ਹੋਵੇਗਾ।
- ਘਰ ਜਾਂਦੇ ਸਮੇਂ ਬੱਚੇ ਪਹਿਨਾਏ ਜਾਣ ਵਾਲੇ ਕਪੜੇ। ਟੀ.ਸ਼ਰਟ, ਬੂਟ, ਕੰਬਲ,ਡਾਇਪਰ ।
- ਛੋਟੀ ਕਾਰ ਸੀਟ। ਹਸਪਤਾਲ ਵਾਲੇ ਬੱਚੇਨੂੰ ਕਾਰ ਸੀਟ ਦੇ ਬਿਨਾਂ ਜਾਣ ਨਹੀਂ ਦੇਣਗੇ।

ਕਲਾ ਹੈ, ਜਿਸ ਦੇ ਲਈ ਥੋੜ੍ਹਾ ਅਭਿਆਸ ਤੇ ਧੀਰਜ ਚਾਹੀਦਾ ਹੈ।

ਹੁਣ ਉਹ ਸਮਾਂ ਨਹੀਂ ਰਿਹਾ ਜਦੋਂ ਔਰਤਾਂ ਦੂਜਿਆਂ ਦੇ ਬੱਚੇ ਖਿਡਾਉਂਦੀਆਂ ਸਨ ਜਾਂ ਪਰਿਵਾਰ ਵਿਚ ਕਿਸੀ ਦੇ ਨਵਜਾਤ ਨੂੰ ਘੰਟਿਆਂ ਤੱਕ ਸੰਭਾਲਦੀ ਸੀ। ਅੱਜ ਕਲ ਤਾਂ ਕਈ ਗਰਭਵਤੀ ਮਾਵਾਂ ਨੇ ਇਸ ਤੋਂ ਪਹਿਲਾਂ ਕਿਸੀ ਨਵਜਾਤ ਬੱਚੇ ਨੂੰ ਗੋਦ ਵਿਚ ਵੀ ਨਹੀਂ ਲਿਆ ਹੁੰਦਾ। ਉਹ ਬੱਚੇ ਦੇ ਆਉਣ ਤੋਂ ਬਾਅਦ ਹੀ ਆਪਣੀ ਟ੍ਰੇਨਿੰਗ ਲੈਂਦੀਆਂ ਹਨ। ਤੁਸੀਂ ਪੇਰੇਂਟਿੰਗ ਦੀਆਂ ਕਿਤਾਬਾਂ, ਵੈੱਬਸਾਈਟ ਜਾਂ ਬੇਬੀ-ਕੇਯਰ ਕਲਾਸ ਤੋਂ ਕਾਫ਼ੀ ਕੁਝ ਸਿਖ ਸਕਦੀ ਹੋ। ਪਹਿਲਾਂ ਇਕ-ਦੋ ਹਫ਼ਤੇ ਵਿਚ ਥੋੜ੍ਹੀ ਪ੍ਰੇਸ਼ਾਨੀ ਹੋਵੇਗੀ ਪ੍ਰੰਤੂ ਹੌਲੀ-ਹੌਲੀ ਬੱਚੇ ਦੀਆਂ ਜ਼ਰੂਰਤਾਂ ਹੀ ਤੁਹਾਨੂੰ ਬਹੁਤ ਕੁਝ ਸਿਖਾ ਦੇਣਗੀਆਂ।

ਡਰ ਘੱਟਣ ਲਗੇਗਾ, ਤੁਸੀਂ ਪੂਰੀ ਰਾਤ ਉਸ ਦੇ ਨਾਲ ਜਾਗ ਸਕੋਗੀ ਅਤੇ ਇਕ ਜ਼ਿੰਮੇਵਾਰੀ ਦਾ ਅਹਿਸਾਸ ਆ ਜਾਏਗਾ। ਤੁਸੀਂ ਬੜੇ ਆਰਾਮ ਨਾਲ ਉਸ ਨੂੰ ਗੋਦ ਵਿਚ ਬਿਠਾ ਕੇ ਕੰਪਿਊਟਰ ਤੇ ਕੰਮ ਕਰੋਗੀ ਜਾਂ ਫਿਰ ਉਸ ਨੂੰ ਇਕ ਪਾਸੇ ਦਬਾ ਕੇ ਵੈਕਿਊਮ ਕਲੀਨਰ ਨਾਲ ਘਰ ਸਾਫ਼ ਕਰੋਗੀ। ਤੁਸੀਂ ਆਪਣੇ-ਆਪ ਖ਼ੁਦ ਨੂੰ ਮੰਮੀ ਮੰਨਣ ਲਗੋਗੀ ਅਤੇ ਉਸ ਦੇ ਲਈ ਕਵਿਤਾਵਾਂ ਤੇ ਲੋਰੀਆਂ ਗਾਉਣ ਲਗੋਗੀ ਪ੍ਰੰਤੂ ਦਿੱਕਤ ਇਹੀ ਹੈ ਕਿ ਇਹ ਸਭ ਅਜੇ ਮਹਿਸੂਸ ਨਹੀਂ ਕੀਤਾ ਜਾ ਸਕਦਾ। ਉਂਝ ਅਜੇ ਤੁਸੀਂ ਪੁਰਾਣੀਆਂ ਮੰਮੀਆਂ ਨੂੰ ਮਿਲੋ। ਤਾਜ਼ਾ-ਤਾਜ਼ਾ ਮਾਤਾ-ਪਿਤਾ ਬਣੇ ਲੋਕਾਂ ਨੂੰ ਮਿਲੋ। ਤੁਸੀਂ ਸਭ ਕੁਝ ਸਿਖ ਜਾਓਗੀ।

### ਸਭ ਕੁਝ ਭਰਪੂਰ ਹੋਵੇ

ਇਨ੍ਹਾਂ ਦਿਨਾਂ ਵਿਚ ਜੰਮ ਕੇ ਖ਼ਰੀਦਦਾਰੀ ਕਰੋ। ਰਸੋਈ, ਬਾਥਰੂਮ ਤੇ ਘਰ ਦੇ ਕਿਸੀ ਵੀ ਕੋਨੇ ਵਿਚ ਸਮਾਨ ਦੀ ਕਮੀ ਨਾ ਰਹੇ। ਤੁਹਾਨੂੰ ਹੁਣ ਤੋਂ ਕਾਰ ਸੀਟ ਅਤੇ ਡਾਇਪਰ ਲੈ ਲੈਣੇ ਚਾਹੀਦੇ ਹਨ ਕਿਉਂਕਿ ਡਿਲੀਵਰੀ ਤੋਂ ਬਾਅਦ ਸਰੀਰ ਵਿਚ ਇੰਨੀ ਤਾਕਤ ਨਹੀਂ ਹੋਵੇਗੀ ਅਤੇ ਤੁਸੀਂ ਬੱਚੇ ਨੂੰ ਛੱਡ ਕੇ ਬਾਜ਼ਾਰ ਵੀ ਨਹੀਂ ਜਾ ਸਕੋਗੀ।

ਫਰਿਜ ਵਿਚ ਖਾਣ-ਪੀਣ ਦਾ ਸੁਕਾ ਤੇ ਪੈਕੇਟ ਬੰਦ ਸਮਾਨ ਭਰ ਦਿਉ। ਪ੍ਰਯੋਗ ਤੋਂ ਬਾਅਦ ਗੇਰੇ ਜਾਣ ਵਾਲੇ ਭਾਂਡੇ, ਤੌਲੀਏ ਤੇ ਰੁਮਾਲ ਲੈ ਆਓ। ਸ਼ਾਇਦ ਤੁਸੀਂ ਕੁਝ ਦਿਨ ਤਕ ਜੂਠੇ ਭਾਂਡੇ ਮਾਂਜਣ ਦੇ ਹਾਲ ਵਿਚ ਨਹੀਂ ਹੋਵੋਗੀ।

ਕੁਝ ਅਜਿਹੇ ਭੋਜਨ ਪਕਾ ਕੇ ਫਰਿਜਰ ਵਿਚ ਲਗਾ ਦਿਉ ਜਿਨ੍ਹਾਂ ਨੂੰ ਕਦੀ ਵੀ ਮਾਈਕ੍ਰੋਵੇਵ ਵਿਚ ਗਰਮ ਕਰਕੇ ਖਾਧਾ ਜਾ ਸਕੇ।

### ਕਾਰਡ ਬਲੱਡ ਬੈਂਕ

ਜੇਕਰ ਇਹ ਪ੍ਰਕ੍ਰਿਆ ਅਜੇ ਪ੍ਰਯੋਗਸ਼ੀਲ ਸਥਿਤੀ ਵਿਚ ਹੈ ਪ੍ਰੰਤੂ ਕਈ ਮਾਤਾ-ਪਿਤਾ ਆਪਣੇ ਨਵਜਾਤ ਦੀ ਗਰਭ ਨਲੀ ਦਾ ਖ਼ੂਨ ਕਾਰਡ ਬਲੱਡ ਬੈਂਕ ਵਿਚ ਰਖਵਾਉਣ ਲਗੇ ਹਨ ਤਾਂ ਜੋ ਆਉਣ ਵਾਲੇ ਸਮੇਂ ਵਿਚ ਕਿਸੀ ਵੀ ਗੰਭੀਰ ਬੀਮਾਰੀ ਦਾ ਆਸਾਨੀ ਨਾਲ ਇਲਾਜ਼ ਹੋ ਸਕੇ।

ਕਾਰਡ ਬਲੱਡ ਲੈਣ ਦਾ ਤਰੀਕਾ ਬਿਲਕੁਲ ਦਰਦ ਰਹਿਤ ਹੈ। ਜਦੋਂ ਬੱਚੇ ਦੀ ਨਲੀ ਕਟੀ ਜਾਂਦੀ ਹੈ ਤਾਂ ਉਸ ਤੋਂ ਬਾਅਦ ਇਹ ਖ਼ੂਨ ਲਿਆ ਜਾਂਦਾ ਹੈ। ਇਹ ਮਾਂ ਤੇ ਬੱਚੇ ਦੇ ਲਈ ਪੂਰੀ ਤਰ੍ਹਾਂ ਸੁਰੱਖਿਅਤ ਹੈ ਪ੍ਰੰਤੂ ਇਸ ਦੇ ਰੱਖ-ਰਖਾਅ ਦੀ ਪ੍ਰਕ੍ਰਿਆ ਖ਼ਰਚੀਲੀ ਹੈ। ਘੱਟ ਖ਼ਤਰੇ ਵਾਲੇ ਪਰਿਵਾਰਾਂ ਦੇ ਲਈ ਇਸ ਦੇ ਲਾਭ ਪੂਰੀ ਤਰ੍ਹਾਂ ਨਾਲ ਸਪੱਸ਼ਟ ਨਹੀਂ ਹਨ।

ਇਸ ਲਈ ਇਹ ਪ੍ਰਕ੍ਰਿਆ ਅਜੇ ਵੱਡੇ ਪੱਧਰ ਤੇ ਲੋਕਪ੍ਰਿਯ ਨਹੀਂ ਹੋ ਸਕੀ। ਜੇਕਰ ਬਲੱਡ ਹੋਵੇ ਤਾਂ ਲਯੂਕਮੀਆ, ਲਿਕਫੋਮਾ, ਨਯੋਬਲਸਾਸਟੋਮਾ, ਸਿਕਲ-ਸੈਲ ਅਨੀਮੀਆ, ਸਬਲਾਸਟਿਕ ਅਨਮੀਆ ਤੇ ਥੈਲਾਸੀਮੀਆ ਵਰਗੇ ਰੋਗਾਂ ਦੇ ਨਿਵਾਰਨ ਵਿਚ ਸਹਾਇਤਾ ਮਿਲਦੀ ਹੈ। ਜੇਕਰ ਤੁਹਾਡੇ ਇਥੇ ਵੀ ਕਾਰਡ ਬਲੱਡ ਬੈਂਕ ਦੀ ਸੁਵਿਧਾ ਉਪਲੱਬਧ ਹੈ ਅਤੇ ਤੁਸੀਂ ਇਸ ਦੇ ਇੱਛੁਕ ਹੋ ਤਾਂ ਇਸ ਨੂੰ ਅਪਣਾਉਣ ਵਿਚ ਕੋਈ ਹਰਜ ਨਹੀਂ ਹੈ।

## ਪ੍ਰੀ ਲੇਬਰ, ਫਾਲਸ ਲੇਬਰ, ਰਿਯਲ ਲੇਬਰ

ਟੀ.ਵੀ. ਤੇ ਤਾਂ ਸਭ ਕੁਝ ਚੰਗਾ ਲਗਦਾ ਹੈ। ਅੱਧੀ ਰਾਤ ਨੂੰ 3 ਵਜੇ ਇਕ ਔਰਤ ਉਠ ਕੇ ਪੇਟ ਤੇ ਹੱਥ ਰਖਦੀ ਹੈ ਅਤੇ ਤੇਜ ਆਵਾਜ਼ ਵਿਚ ਪਤੀ ਨੂੰ ਉਠਾਉਂਦੀ ਹੈ:- ''ਹਨੀ, ਵਕਤ ਆ ਗਿਆ ਹੈ''

ਪ੍ਰੰਤੂ ਹੈਰਾਨੀ ਤਾਂ ਇਸ ਗੱਲ ਦੀ ਹੁੰਦੀ ਹੈ ਕਿ ਉਸ ਨੂੰ ਸਹੀ ਵਕਤ ਦਾ ਪਤਾ ਕਿਵੇਂ ਚਲਿਆ? ਉਸ ਨੇ ਇੰਨੇ ਭਰੋਸੇ ਨਾਲ ਪ੍ਰਸੂਤ ਸਬੰਧੀ ਕਿਵੇਂ ਦਸ

ਦਿੱਤਾ? ਜਦੋਂ ਕਿ ਇਹ ਪਹਿਲੀ ਵਾਰ ਗਰਭਵਤੀ ਹੋਈ ਹੈ? ਉਹ ਬੜੇ ਆਰਾਮ ਨਾਲ ਹਸਪਤਾਲ ਜਾਣ ਦੀ ਤਿਆਰੀ ਕਰਦੀ ਹੈ ਅਤੇ ਡਿਲੀਵਰੀ ਦੇ ਲਈ ਪਹੁੰਚ ਜਾਂਦੀ ਹੈ। ਬੇਸ਼ੱਕ, ਇਹ ਸਭ ਪਹਿਲਾਂ ਤੋਂ ਸਕ੍ਰਿਪਟ ਵਿਚ ਲਿਖਿਆ ਹੁੰਦਾ ਹੈ।

ਜੇਕਰ ਸਾਡੀ ਗੱਲ ਕੀਤੀ ਜਾਏ ਤਾਂ ਸਾਡੇ ਕੋਲ ਕੋਈ ਸਕ੍ਰਿਪਟ ਨਹੀਂ ਹੁੰਦੀ। ਅਸੀਂ ਰਾਤ ਨੂੰ 3 ਵਜੇ ਵੀ ਉਠਦੇ ਹਾਂ ਤਾਂ ਸਾਨੂੰ ਕੁਝ ਪਤਾ ਨਹੀਂ ਹੁੰਦਾ ਕਿ ਉਹ ਸਚਮੁੱਚ ਪ੍ਰਸੂਤ ਦਾ ਦਰਦ ਹੈ ਜਾਂ ਬ੍ਰੇਕਸਟਨ ਹਿਕਸ? ਕੀ ਮੈਨੂੰ ਉਸ ਸਮੇਂ ਉਠਕੇ ਲਾਈਟ ਜਲਾਉਣੀ ਚਾਹੀਦੀ ਹੈ ਅਤੇ ਸਹੀ ਸਮੇਂ ਦਾ ਇੰਤਜ਼ਾਰ ਕਰਨਾ ਚਾਹੀਦਾ ਹੈ? ਕੀ ਮੈਨੂੰ ਆਪਣੇ ਸਾਥੀ ਨੂੰ ਜਗਾਉਣਾ ਚਾਹੀਦਾ ਹੈ? ਕੀ ਮੈਨੂੰ ਡਾਕਟਰ ਨੂੰ ਅੱਧੀ ਰਾਤ ਜਗਾਕੇ ਇਹ ਸੁਣਨਾ ਹੋਵੇਗਾ ਕਿ ਮੈਨੂੰ ਝੂਠੇ ਦਰਦ ਉਠੇ ਸਨ? ਕੀ ਮੈਂ ਉਨ੍ਹਾਂ ਗਰਭਵਤੀ ਔਰਤਾਂ ਵਿਚੋਂ ਹਾਂ, ਜੋ ਝੂਠੇ ਦਰਦਾਂ ਵਿਚ ਹੀ ਚਿੱਖਣ ਲਗਦੀਆਂ ਹਨ ਅਤੇ ਫਿਰ ਕੋਈ ਉਨ੍ਹਾਂ ਤੇ ਧਿਆਨ ਨਹੀਂ ਦੇਂਦਾ। ਜਾਂ ਫਿਰ ਚਾਇਲਡ ਵਰਥ ਕਲਾਸ ਵਿਚ ਮੈਂ ਹੀ ਇਕ ਅਜਿਹੀ ਔਰਤ ਹਾਂ ਜਿਸ ਨੂੰ ਲੇਬਰ ਦੀ ਪਹਿਚਾਣ ਨਹੀਂ ਹੈ? ਕੀ ਮੈਂ ਦੇਰ ਨਾਲ ਹਸਪਤਾਲ ਜਾਵਾਂਗੀ ਅਤੇ ਰਸਤੇ ਵਿਚ ਹੀ ਬੱਚੇ ਦਾ ਜਨਮ ਹੋ ਜਾਏਗਾ? ਐਸੇ ਸਵਾਲ ਤਾਂ ਕਾਂਟ੍ਰੈਕਸ਼ਨ ਤੋਂ ਤੇਜ ਰਫ਼ਤਾਰ ਨਾਲ ਦਿਮਾਗ ਵਿਚ ਚੱਕਰ ਕੱਟਣ ਲਗਦੇ ਹਨ।

ਸਚਾਈ ਤਾਂ ਇਹ ਹੈ ਕਿ ਹਰ ਗਰਭਵਤੀ ਔਰਤ ਨੂੰ ਐਸੇ ਡਰ ਦਾ ਸਾਮ੍ਹਣਾ ਕਰਨਾ ਪੈਂਦਾ ਹੈ ਪ੍ਰੰਤੂ ਤੁਹਾਨੂੰ ਇਸ ਸਬੰਧੀ ਜ਼ਿਆਦਾ ਪ੍ਰੇਸ਼ਾਨ ਹੋਣਦੀ ਜ਼ਰੂਰਤ ਨਹੀਂ ਹੈ। ਅਸੀਂ ਤੁਹਾਨੂੰ ਹਰ ਤਰ੍ਹਾਂ ਦੇ ਲੇਬਰ ਨਾਲ ਜੁੜੇ ਸੰਕੇਤਾਂ ਤੇ ਲੱਛਣਾਂ ਦੀ ਜਾਣਕਾਰੀ ਦੇ ਰਹੇ ਹਾਂ।

## ਸਮੇਂ ਤੋਂ ਪਹਿਲਾਂ ਪ੍ਰਸੂਤ ਲੱਛਣ

ਲੇਬਰ ਤੋਂ ਪਹਿਲੇ ਸਮੇਂ ਤੋਂ ਪਹਿਲਾਂ ਪ੍ਰਸੂਤ ਦੇ ਲੱਛਣ ਉਭਰਦੇ ਹਨ ਜਿਸ ਦਾ ਭਾਵ ਹੈ ਕਿ ਪ੍ਰਮੁੱਖ ਘਟਨਾ ਸ਼ੁਰੂ ਹੋਣ ਵਾਲੀ ਹੈ। ਸਮੇਂ ਤੋਂ ਪਹਿਲਾਂ ਪ੍ਰਸੂਤ ਦੇ ਸਰੀਰਕ ਬਦਲਾਅ ਲੇਬਰ ਤੋਂ ਇਕ ਮਹੀਨਾ ਪਹਿਲਾਂ ਵੀ ਉਭਰ ਸਕਦੇ ਹਨ ਜਾਂ ਫਿਰ ਇਕ ਘੰਟਾ ਪਹਿਲਾਂ ਵੀ... ਡਾਕਟਰ ਉਸ ਸਮੇਂ ਜਾਂਚ ਕਰਕੇ ਦਸ ਸਕਦੇ ਹਨ ਕਿ ਬੱਚੇਦਾਨੀ ਦਾ ਮੂੰਹ ਫੈਲ ਰਿਹਾ ਹੈ ਜਾਂ ਨਹੀਂ। ਇਸ ਤੋਂ ਇਲਾਵਾ ਹੋਰ ਵੀ ਕਈ ਲੱਛਣ ਹਨ ਜਿਨ੍ਹਾਂ ਤੇ ਤੁਸੀਂ ਆਪ ਧਿਆਨ ਦੇ ਸਕਦੀ ਹੋ।

**ਡ੍ਰੋਪਿੰਗ**:- ਪਹਿਲੀ ਵਾਰ ਮਾਂ ਬਣਨ ਵਾਲੀਆਂ ਔਰਤਾਂ ਵਿਚ ਲੇਬਰ ਸ਼ੁਰੂ ਦੇ 2-4 ਹਫ਼ਤੇ ਪਹਿਲਾਂ ਭਰੂਣ ਪੈਲਵਿਸ ਵੱਲ ਜਾਂਦੇ ਹਨ। ਦੂਜੇ ਪ੍ਰਸੂਤ ਵਿਚ ਇਹ ਕੰਮ ਤਾਂ ਹੀ ਹੁੰਦਾ ਹੈ ਜਦੋਂ ਪ੍ਰਸੂਤ ਬਿਲਕੁਲ ਸ਼ੁਰੂ ਹੋਣ ਵਾਲਾ ਹੁੰਦਾ ਹੈ।

**ਪੈਲਵਿਸ ਤੇ ਗੁਦਾ ਰਾਹ ਤੇ ਦਬਾਅ**:- ਮਾਸਕ ਧਰਮ ਦੇ ਦਰਦ ਦੀ ਤਰ੍ਹਾਂ ਹਲਕਾ ਦਰਦ ਮਹਿਸੂਸ ਹੁੰਦਾ ਹੈ। ਇਸਤੋਂ ਇਲਾਵਾ ਪਿੱਠ ਦੇ ਹੇਠਲੇ ਹਿੱਸੇ ਵਿਚ ਦਰਦ ਵੀ ਹੁੰਦਾ ਹੈ।

**ਭਾਰਤ ਘਟਣਾ ਜਾਂ ਬਿਲਕੁਲ ਨ ਵੱਧਣਾ**:-ਨੌਵੇਂ ਮਹੀਨੇ ਵਿਚ ਪ੍ਰਸੂਤ ਕੋਲ ਆਉਣ ਤੇ ਭਾਰ ਹੌਲੀ-ਹੌਲੀ ਵੱਧਦਾ ਹੈ। ਤੁਸੀਂ 2-3 ਪੌਂਡ ਭਾਰ ਘਟਾ ਵੀ ਸਕਦੀ ਹੋ।

**ਊਰਜਾ ਪੱਧਰ ਵਿਚ ਬਦਲਾਅ**:- ਕੁਝ ਔਰਤਾਂ ਨੂੰ ਬਹੁਤ ਜ਼ਿਆਦਾ ਥਕਾਨ ਮਹਿਸੂਸ ਹੋਣ ਲਗਦੀ ਹੈ ਤੇ ਕੁਝ ਕਹਿੰਦੀਆਂ ਹਨ ਕਿ ਉਨ੍ਹਾਂ ਦੀ ਊਰਜਾ ਪਹਿਲਾਂ ਤੋਂ ਕਾਫ਼ੀ ਵੱਧ ਗਈਹੈ। 'ਨੈਸਟਿੰਗ ਇੰਸਟਿੰਕਟ' ਦੇ ਚਲਦੇ ਉਹ ਬੱਚੇ ਨੂੰ ਘਰ ਲਿਆਉਣ ਤੋਂ ਪਹਿਲਾਂ ਸੱਜ-ਸੰਵਰ ਲੈਣਾ ਚਾਹੁੰਦੀ ਹੈ। ਘਰ ਦੇ ਹਰ ਕੋਨੇ ਨੂੰ ਤਰਤੀਬ ਦੇਣਾ ਚਾਹੁੰਦੀ ਹੈ।

**ਯੋਨੀ ਰਿਸਾਵ ਵਿਚ ਬਦਲਾਅ**:- ਜੇਕਰ ਤੁਸੀਂ ਧਿਆਨ ਦਿਉਗੀ ਤਾਂ ਪਤਾ ਲਗੇਗਾ ਕਿ ਰਿਸਾਵ ਪਹਿਲਾਂ ਤੋਂ ਵੱਧ ਜਾਂਦਾ ਹੈ ਤੇ ਗਾੜ੍ਹਾ ਹੋ ਜਾਂਦਾ ਹੈ।

**ਮਯੂਕਸ ਪਲੱਗ ਦਾ ਹਟਣਾ**:- ਸਰਵਿਕਸ ਪਤਾ ਹੋਕੇ ਖੁਲ੍ਹਣ ਲਗਦਾ ਹੈ ਤਾਂ ਬੱਚੇਦਾਨੀ ਤੇ ਸੀਲ ਦੀ ਤਰ੍ਹਾਂ ਲਗਿਆ ਪਲੱਗ ਉਥੋਂ ਹੱਟ ਜਾਂਦਾ ਹੈ। ਅਸਲੀ ਪ੍ਰਸੂਤ ਤੋਂ ਇਕ ਦੋ ਹਫ਼ਤੇ ਪਹਿਲਾਂ ਤੁਹਾਨੂੰ ਯੋਨੀ ਤੇ ਮਯੂਕਸ ਦੇ ਛੋਟੇ ਕਤਰੇ ਨਿਕਲਦੇ ਦਿਖਾਈ ਦੇਣਗੇ।

**ਗੁਲਾਬੀ ਜਾਂ ਲਾਲ ਧੱਬੇ**:- ਸਰਵਿਸ ਦਾ ਫੈਲਾਅ ਹੋਣ ਦੇ ਕਾਰਣ ਹਲਕਾ ਲਾਲ ਜਾਂ ਗੁਲਾਬੀ ਮਯੂਕਸ ਨਿਕਲਣ ਲਗਦਾ ਹੈ। ਇਹ ਪ੍ਰਸੂਤ ਤੋਂ 24 ਘੰਟੇ ਪਹਿਲਾਂ ਸ਼ੁਰੂ ਹੁੰਦਾ ਹੈ ਪ੍ਰੰਤੂ ਕਈ ਦਿਨ ਪਹਿਲਾਂ ਵੀ ਹੋ ਸਕਦਾ ਹੈ।

**ਬ੍ਰੇਕਸਟਨ ਹਿਕਸ ਕਾਂਟ੍ਰੈਕਸ਼ਨ**:- ਇਹ ਪਹਿਲਾਂ ਤੋਂ ਜ਼ਿਆਦਾ ਤਾਕਤਵਰ ਅਤੇ ਦਰਦਨਾਕ ਹੋ ਜਾਂਦੇ ਹਨ।

**ਡਾਇਰੀਆ**- ਕਈ ਔਰਤਾਂ ਨੂੰ ਪ੍ਰਸੂਤ ਤੋਂ ਠੀਕ ਪਹਿਲਾਂ ਪਤਲੇ ਦਸਤ ਆਉਣ ਲਗਦੇ ਹਨ।

## ਫਾਲਸ ਲੇਬਰ ਦੇ ਲੱਛਣ

ਲੇਬਰ ਹੈ ਜਾਂ ਨਹੀਂ? ਜੇਕਰ ਇਹ ਸਭ ਨਾ ਹੋਵੇ ਤਾਂ ਰਿਯਲ ਲੇਬਰ ਸ਼ੁਰੂ ਨਹੀਂ ਹੁੰਦਾ; ਜਿਵੇਂ -

- ਖਿਚਾਅ ਨਿਯਮਿਤ ਨਹੀਂ ਹੁੰਦਾ ਅਤੇ ਇਸ ਦੀ ਗਿਣਤੀ ਵੀ ਨਹੀਂ ਵੱਧਦੀ।

  ਅਸਲੀ ਖਿਚਾਅ ਹੌਲੀ-ਹੌਲੀ ਤੇਜ, ਲੰਬੇ ਤੇ ਜ਼ਿਆਦਾ ਦਰਦ ਭਰੇ ਹੁੰਦੇ ਜਾਂਦੇ ਹਨ।
- ਜੇਕਰ ਤੁਸੀਂ ਸਥਿਤੀ ਬਦਲ ਲਉ ਜਾਂ ਚੱਕਰ ਲਗਾਓ ਤਾਂ ਕਾਂਟ੍ਰੈਕਸ਼ਨ ਰੁਕ ਜਾਂਦੇ ਹਨ। ਉਂਝ ਕਈ ਵਾਰ ਸਮੇਂ ਤੋਂ ਪਹਿਲਾਂ ਵਾਲੇ ਅਸਲੀ ਪ੍ਰਸੂਤ ਵਿਚ ਵੀ ਇੰਝ ਹੁੰਦਾ ਹੈ।
- ਭੂਰੇ ਰੰਗ ਦਾ ਰਿਸਾਵ, ਜੋ ਕਿ ਅੰਦਰੂਨੀ ਜਾਂਚ ਜਾਂ ਸੰਭੋਗ ਦੇ ਕਾਰਣ ਹੋ ਸਕਦਾ ਹੈ।
- ਖਿਚਾਅ ਦੇ ਨਾਲ ਭਰੂਣ ਦੀ ਗਤੀਵਿਧੀ ਹੋਰ ਵੀ ਗਹਿਰੀ ਹੋ ਜਾਂਦੀ ਹੈ।

ਯਾਦ ਰਖੋ ਕਿ ਝੂਠੇ ਲੇਬਰ ਨਾਲ ਵੀ ਕੋਈ ਨੁਕਸਾਨ ਨਹੀਂ ਹੁੰਦਾ। ਜੇਕਰ ਤੁਸੀਂ ਸਮਾਨ ਦੇ ਨਾਲ ਹਸਪਤਾਲ ਪਹੁੰਚ ਵੀ ਗਈ ਤਾਂ ਇਹੀ ਮੰਨ ਲਉ ਕਿ ਤੁਸੀਂ ਆਉਣ ਵਾਲੀ ਘਟਨਾ ਦੀ ਤਿਆਰੀ ਤੇ ਅਭਿਆਸ ਕਰ ਰਹੀ ਹੋ ਤਾਂ ਜੋ ਸਮਾਂ ਆਉਣ ਤੇ ਤੁਹਾਨੂੰ ਕੋਈ ਦਿੱਕਤ ਨਾ ਹੋਵੇ।

## ਰਿਯਲ ਲੇਬਰ (ਅਸਲੀ ਪ੍ਰਸੂਤ) ਦੇ ਲੱਛਣ

ਕੋਈ ਨਹੀਂ ਜਾਣਦਾ ਕਿ ਅਸਲੀ ਪ੍ਰਸੂਤ ਕਿਵੇਂ ਸ਼ੁਰੂ ਹੁੰਦਾ ਹੈ? ਪ੍ਰੰਤੂ ਇਸ ਵਿਚ ਕਈ ਤਰ੍ਹਾਂ ਦੇ ਕਾਰਕਾਂ ਨੂੰ ਸ਼ਾਮਲ ਕਰ ਸਕਦੇਹੋ। ਬੱਚੇ ਦੇ ਦਿਮਾਗ ਤੋਂ ਮਾਂ ਨੂੰ ਸੰਕੇਸ਼ ਮਿਲਦਾ ਹੈ ਕਿ ਮਾਂ ਮੈਨੂੰ ਇਥੋਂ ਬਾਹਰ ਕੱਢੋ। ਇਹ ਸੰਦੇਸ਼ ਮਿਲਦੇ ਹੀ ਮਾਂ ਦੇ ਸਰੀਰ ਵਿਚ ਹਾਰਮੋਨਲ ਪ੍ਰਤਿਕ੍ਰਿਆ ਹੋਣ ਲਗਦੀ ਹੈ। ਜਿਸ ਦੇ ਕਾਰਣ ਖਿਚਾਅ ਸ਼ੁਰੂ ਕਰਨ ਵਾਲੇ ਪ੍ਰੋਸਟਾਗਲੈਂਡਿੰਸ ਤੇ ਆੱਕਸੀਟੋਸਿਨ ਦਾ ਰਿਸਾਅ ਹੋਣ ਲਗਦਾ ਹੈ।

ਪ੍ਰੀਲੇਬਰ ਦੇ ਖਿਚਾਅ, ਅਸਲੀ ਲੇਬਰ ਵਿਚ ਬਦਲਦੇ ਹਨ, ਜੇਕਰ -

- ਖਿਚਾਅ ਘੱਟ ਹੋਣ ਦੀ ਥਾਂ ਵੱਧ ਜਾਣ ਤੇ ਸਥਿਤੀ ਬਦਲਣ ਨਾਲ ਵੀ ਕੋਈ ਫਰਕ ਨਾ ਪਵੇ।
- ਖਿਚਾਅ ਪਹਿਲਾਂ ਤੋਂ ਜ਼ਿਆਦਾ ਲਗਾਤਾਰ ਤੇ ਦਰਦਨਾਕ ਹੋ ਜਾਂਦੇ ਹਨ ਤੇ ਨਿਯਮਿਤ ਹੋਣ ਲਗਦੇ ਹਨ। ਹਾਲਾਂਕਿ ਹਰ ਖਿਚਾਅ ਲੰਬਾ ਤੇ ਦਰਦਨਾਕ (30-70 ਸਕਿੰਟ) ਨਹੀਂ ਹੁੰਦਾ ਪ੍ਰੰਤੂ ਉਸ ਦੀ ਗਹਿਰਾਈ ਵੱਧਣ ਲਗਦੀ ਹੈ।
- ਪਹਿਲਾਂ-2 ਖਿਚਾਅ ਮਾਸਕ ਧਰਮ ਦੇ ਦਰਦ ਜਾਂ ਗੈਸ ਦੀ ਉਥਲ-ਪੁਥਲ ਵਰਗੇ ਹੁੰਦੇ ਹਨ। ਜਾਂ ਫਿਰ ਪੇਟ ਦੇ ਹੇਠਲੇ ਹਿੱਸੇ ਤੇ ਦਬਾਅ ਪੈਂਦਾ ਹੈ। ਪੇਟ ਜਾਂ ਪਿੱਠ ਦੇ ਹੇਠਲੇ ਹਿੱਸੇ ਤੋਂ ਹੁੰਦਾ ਹੋਇਆ ਦਰਦ, ਪੱਟਾਂ ਤਕ ਫੈਲ ਜਾਂਦਾ ਹੈ। ਪ੍ਰੰਤੂ ਕਈ ਵਾਰ ਝੂਠੇ ਲੇਬਰ ਵਿਚ ਵੀ ਇੰਝ ਹੋ ਸਕਦਾ ਹੈ।
- ਗੁਲਾਬੀ ਜਾਂ ਹਲਕਾ ਲਾਲ ਖ਼ੂਨ ਰਿਸਾਅ ਹੋ ਸਕਦਾ ਹੈ।

15 ਪ੍ਰਤੀਸ਼ਤ ਲੇਬਰ ਵਿਚ ਪਾਣੀ ਥੈਲੀ ਲੇਬਰ ਸ਼ੁਰੂ ਹੋਣ ਤੋਂ ਪਹਿਲਾਂ ਝਟਕੇ ਨਾਲ ਫਟਦੀ ਹੈ। ਕਈ ਔਰਤਾਂ ਵਿਚ ਇਹ ਲੇਬਰ ਦੇ ਨਾਲ-ਨਾਲ ਫਟਦੀ ਹੈ ਜਾਂ ਫਿਰ ਡਾਕਟਰ ਦੁਆਰਾ ਬਨਾਉਟੀ ਤਰੀਕੇ ਨਾਲ ਫਾੜਿਆ ਜਾਂਦਾ ਹੈ।

## ਡਾਕਟਰ ਨੂੰ ਕਦੋਂ ਬਲਾਈਏ

ਉਂਝ ਤਾਂ ਡਾਕਟਰ ਨੇ ਤੁਹਾਨੂੰ ਇਸ ਸਬੰਧੀ ਦੱਸ ਹੀ ਦਿੱਤਾ ਹੋਵੇਗਾ। ਜਦੋਂ ਖਿਚਾਅ 5-7 ਮਿੰਟ ਦੇ ਅੰਤਰਾਲ ਤੇ ਹੋਣ ਲਗੇ। ਉਂਝ ਇਸ ਤਰ੍ਹਾਂ ਦੇ ਅੰਤਰਾਲ ਦਾ ਇੰਤਜ਼ਾਰ ਵੀ ਨਾ ਕਰੋ, ਕੋਈ ਜ਼ਰੂਰੀ ਨਹੀਂ ਕਿ ਇੰਝ ਹੀ ਹੋਵੇਗਾ। ਜੇਕਰ ਖਿਚਾਅ ਹੋ ਰਿਹਾ ਹੈ ਅਤੇ ਤੁਹਾਨੂੰ ਅਸਲੀ ਪ੍ਰਸੂਤ ਦਾ ਯਕੀਨ ਨਹੀਂ ਹੋ ਰਿਹਾ ਤਾਂ ਡਾਕਟਰ ਨੂੰ ਫ਼ੋਨ ਕਰਨ ਵਿਚ ਕੋਈ ਹਰਜ ਨਹੀਂ ਹੈ। ਉਨ੍ਹਾਂ ਨੂੰ ਅੱਧੀ ਰਾਤ ਉਠਾਉਣ ਤੋਂ ਨਾ ਝਿਜਕੋ, ਚਾਹੇ ਤੁਹਾਡੇ ਪ੍ਰਸੂਤ ਦੇ ਸੰਕੇਤ ਝੂਠੇ ਹੀ ਕਿਉਂ ਨਾ ਹੋਣ। ਤੁਸੀਂ ਇੰਝ ਕਰਨ ਵਾਲੀ ਪਹਿਲੀ ਜਾਂ ਆਖ਼ਰੀ ਗਰਭਵਤੀ ਔਰਤ ਨਹੀਂ ਹੋ। ਚਾਹੇ ਉਹ ਤੁਹਾਨੂੰ ਝੂਠ ਹੀ ਲਗ ਰਹੇ ਹੋਣ ਫਿਰ ਵੀ ਸਾਵਧਾਨੀ ਵਰਣ ਵਿਚ ਕੀ ਹਰਜ ਹੈ।

ਜੇਕਰ ਤੁਹਾਡੀ ਡਿਯੂ ਡੇਟ ਕਈ ਹਫ਼ਤੇ ਦੂਰ ਹੋਵੇ ਅਤੇ ਫਿਰ ਵੀ ਅਚਾਨਕ ਖਿਚਾਅ ਸ਼ੁਰੂ ਹੋ ਜਾਏ ਜਾਂ ਪਾਣੀ ਦੀ ਥੈਲੀ ਫਟ ਜਾਏ ਤਾਂ ਡਾਕਟਰ ਨੂੰ ਬੁਲਾਉਣ ਵਿਚ ਦੇਰ ਨਾ ਕਰੋ। ਜੇਕਰ ਲਾਲ ਰੰਗ ਦਾ ਖ਼ੂਨ ਬਹਾਅ ਹੋਵੇ ਜਾਂ ਲਾਲ ਤੁਹਾਡੇ ਸਰਵਿਕਸ ਜਾਂ ਯੋਨੀ ਵਿਚ ਮਹਿਸੂਸ ਹੋਵੇ ਤਾਂ ਝੱਟ ਹੀ ਡਾਕਟਰ ਨੂੰ ਬੁਲਾਓ।

### ਤਿਆਰ ਹੋ ਤੁਸੀਂ?

ਬੱਚੇ ਦੇ ਸਵਾਗਤ ਲਈ ਤੁਸੀਂ ਤਿਆਰ ਹੋ ਜਾਂ ਨਹੀਂ? ਇਸ ਦੇ ਲਈ ਸਾਡਾ ਅਗਲਾ ਅਧਿਆਏ ਪੜ੍ਹੋ।

# ਲੇਬਰ ਅਤੇ ਡਿਲੀਵਰੀ

ਕੀ ਤੁਸੀਂ ਇਨ੍ਹਾਂ ਦਿਨਾਂ ਵਿਚ ਗਿਣਤੀ ਵਿਚ ਰੁਝੀ ਹੋ? ਕੀ ਫਿਰ ਤੁਂ ਤੁਸੀਂ ਪੈਰ ਦੇਣ ਨੂੰ ਬੇਤਾਬ ਹੋ? ਆਪਣੇ ਪੇਟ ਦੇ ਭਾਰ ਜਾਂ ਫਿਰ ਚੈਨ ਨਾਲ ਚੋਣਾ ਚਾਹੁੰਦੀ ਹੋ। ਚਿੰਤਾ ਨਾ ਕਰੋ, ਗਰਭਕਾਲ ਖ਼ਤਮ ਹੋਣ ਨੂੰ ਹੈ। ਉਹ ਪਲ ਆਉਣ ਹੀ ਵਾਲਾ ਹੈ ਜਦੋਂ ਬੱਚਾ ਤੁਹਾਡੇ ਪੇਟ ਦੀ ਬਜਾਏ ਬਾਹਾਂ ਵਿਚ ਹੋਵੇਗਾ। ਤੁਸੀਂ ਸ਼ਾਇਦ ਉਸ ਪ੍ਰਕ੍ਰਿਆ ਸਬੰਧੀ ਵੀ ਸੋਚ ਰਹੀ ਹੋਵੋਗੀ ਜੋ ਬੱਚੇ ਨੂੰ ਤੁਹਾਡੇ ਤੱਕ ਲਿਆਏਗੀ। ਪ੍ਰਸੂਤ ਦਰਦ ਕਦੋਂ ਹੋਵੇਗੀ, ਤੁਸੀਂ ਇਹੀ ਸੋਚ ਕੇ ਪ੍ਰੇਸ਼ਾਨ ਹੋ? ਦੂਜੀ ਖ਼ਾਸ ਗੱਲ ਕਿ ਉਹ ਖ਼ਤਮ ਕਦੋਂ ਹੋਵੇਗੀ? ਕੀ ਮੈਂ ਦਰਦ ਸਹਿ ਸਕਾਂਗੀ? ਕੀ ਮੈਨੂੰ ਏਪੀਡਿਯੂਰਲ ਦੀ ਜ਼ਰੂਰਤ ਹੋਵੇਗੀ?

ਭਰੂਣ ਦੀ ਦੇਖ-ਰੇਖ? ਏਪੀਸਿਓਟਾੱਮੀ? ਕੀ ਮੈਂ ਅਕੜੂੰ ਮੁਦਰਾ ਵਿਚ ਪ੍ਰਸੂਤ ਕਰ ਸਕਦੀ ਹਾਂ? ਕਿਤੇ ਹਸਪਤਾਲ ਪਹੁੰਚਣ ਤੋਂ ਪਹਿਲਾਂ ਦੇਰ ਤਾਂ ਨਹੀਂ ਹੋ ਜਾਵੇਗੀ?

ਅਜਿਹੇ ਸਵਾਲਾਂ, ਜਵਾਬਾਂ, ਸਾਥੀ, ਨਰਸਾਂ, ਦਾਈ ਤੇ ਡਾਕਟਰਾਂ ਨਾਲ ਘਿਰੇ ਹੋਣ ਦੇ ਨਾਲ-ਨਾਲ ਤੁਸੀਂ ਉਸ ਪ੍ਰਕ੍ਰਿਆ ਨੂੰ ਪੂਰਾ ਕਰ ਲਉਗੀ। ਬਸ, ਇਥੇ ਯਾਦ ਰਖੋ ਕਿ ਪ੍ਰਕ੍ਰਿਆ ਚਾਹੇ ਜੋ ਵੀ ਹੋਵੇ, ਇਹ ਬੱਚੇ ਨੂੰ ਤੁਹਾਡੇ ਤਕ ਲਿਆਉਣ ਵਿਚ ਸਹਾਇਕ ਹੋਵੇਗੀ।

## ਤੁਸੀਂ ਕੀ ਸੋਚ ਰਹੀ ਹੋਵੇਗੀ?

### ਮਯੂਕਸ ਪਲੱਗ

**"ਮੈਨੂੰ ਲਗਦਾ ਹੈ ਕਿ ਮੇਰਾ ਮਯੂਕਸ ਪਲੱਗ ਨਿਕਲ ਗਿਆ ਹੈ? ਕੀ ਮੈਨੂੰ ਡਾਕਟਰ ਨੂੰ ਫ਼ੋਨ ਕਰਨਾ ਚਾਹੀਦਾ ਹੈ?"**

ਕਈ ਵਾਰ ਸਰਵਿਕਸ ਦੇ ਫੈਲਾਅ ਦੇ ਸਮੇਂ ਉਹ ਜਿਲੇਟਿਨ-ਜਿਹਾ ਫੁਲਿਆ ਹੋਇਆ ਮਯੂਕਸ ਪਲੱਗ ਨਿਕਲ ਜਾਂਦਾ ਹੈ। ਕਈ ਔਰਤਾਂ ਨੂੰ ਟਾੱਯਲੇਟ ਵਿਚ ਇਸ ਦਾ ਪਤਾ ਚਲ ਜਾਂਦਾ ਹੈ ਅਤੇ ਕੁਝ ਇਸ ਸਬੰਧੀ ਧਿਆਨ ਨਹੀਂ ਦੇਂਦੀਆਂ। ਹਾਲਾਂਕਿ ਇਸ ਦੇ ਨਿਕਲਣ ਦਾ ਭਾਵ ਹੈ ਕਿ ਤੁਹਾਡਾ ਸਰੀਰ ਆਉਣ ਵਾਲੇ ਸਮੇਂ ਦੇ ਲਈ ਤਿਆਰ ਹੋ ਰਿਹਾ ਹੈ, ਪ੍ਰੰਤੂ ਇਹ ਇਸ ਗੱਲ ਦਾ ਸੰਕੇਤ ਨਹੀਂ ਕਿ ਉਹ ਦਿਨ ਆ ਹੀ ਪਹੁੰਚਿਆ ਹੈ। ਇਸ ਬਿੰਦੂ ਤੇ ਪ੍ਰਸੂਤ ਦਾ ਸਮਾਂ; ਇਕ ਦਿਨ, ਦੋ ਦਿਨ ਜਾਂ ਫਿਰ ਕਈ ਹਫ਼ਤੇ ਦੂਰ ਹੋ ਸਕਦਾ ਹੈ, ਜਿਸ ਦੇ ਨਾਲ ਤੁਹਾਡਾ ਸਰਵਿਕਸ ਹੌਲੀ-ਹੌਲੀ ਖੁਲ੍ਹਦਾ ਜਾਏਗਾ। ਇਸ ਲਈਡਾਕਟਰ ਨੂੰ ਬੁਲਾਉਣ ਜਾਂ ਘਬਰਾਉਣ ਦੀ ਕੋਈ ਜ਼ਰੂਰਤ ਨਹੀਂ ਹੈ।

### ਖ਼ੂਨ ਬਹਾਓ

**"ਮੈਨੂੰ ਹਲਦੇ ਗੁਲਾਬੀ ਮਯੂਕਸ ਦਾ ਰਿਸਾਅ ਹੋ ਰਿਹਾ ਹੈ। ਕੀ ਪ੍ਰਸੂਤ ਦਾ ਸਮਾਂ ਆ ਗਿਆ ਹੈ?"**

ਇਸ ਨੂੰ ਅਸੀਂ ਪ੍ਰਸੂਤ ਤੋਂ ਪਹਿਲਾਂ ਦੀ ਤਿਆਰੀ ਕਹਿ ਸਕਦੇ ਹਾਂ। ਖ਼ੂਨ ਦੇ ਨਾਲ ਹਲਕੇ ਗੁਲਾਬੀ ਜਾਂ ਭੂਰੇ ਰੰਗ ਦੇ ਰਿਸਾਅ ਦਾ ਭਾਵ ਹੈ ਕਿ ਸਰਵਿਕਸ ਦੀ ਖ਼ੂਨ ਨਲੀਆਂ ਫੁਟ ਰਹੀਆਂ ਹਨ ਕਿਉਂਕਿ ਉਸ ਦਾ ਫੈਆਲ ਹੋ ਰਿਹਾ ਹੈ। ਫਿਲੀਵਰੀ ਦੀ ਪ੍ਰਕ੍ਰਿਆ ਸ਼ੁਰੂ ਹੋ ਗਈ ਹੈ। ਉਮੀਦ ਹੈ ਕਿ ਬੱਚਾ ਇਕ-ਦੋ ਦਿਨ ਵਿਚ ਤੁਹਾਡੇ ਕੋਲ ਹੋਵੇਗਾ। ਹਾਲਾਂਕਿ ਪ੍ਰਸੂਤ

ਦਾ ਸਮਾਂ ਪੂਰੀ ਤਰ੍ਹਾਂ ਨਾਲ ਅਨਿਸਚਿਤ ਹੁੰਦਾ ਹੈ। ਇਸ ਲਈ ਅਸੀਂ ਪ੍ਰਸੂਤ ਦਾ ਦਰਦ ਸ਼ੁਰੂ ਹੋਣ ਤੋਂ ਪਹਿਲਾਂ ਕੁਝ ਨਹੀਂ ਕਹਿ ਸਕਦੇ।

ਜੇਕਰ ਇਹ ਰਿਸਾਅ ਅਚਾਨਕ ਗਾੜ੍ਹੇ ਲਾਲ ਰੰਗ ਦਾ ਹੋ ਜਾਏ ਤਾਂ ਡਾਕਟਰ ਨੂੰ ਮਿਲਣ ਵਿਚ ਦੇਰ ਨਾ ਕਰੋ।

## ਪਾਣੀ ਦੀ ਥੈਲੀ ਫਟਣਾ

**''ਅੱਧੀ ਰਾਤ ਨੂੰ ਗਿਲੇ ਬਿਸਤਰ ਤੇ ਮੇਰੀ ਅੱਖ ਖੁਲ੍ਹ ਗਈ। ਮੈਂ ਬਿਸਤਰ ਤੇ ਪਿਸ਼ਾਬ ਤਿਆਗ ਕੀਤਾ ਹੋਵੇਗਾ ਜਾਂ ਪਾਣੀ ਦੀ ਥੈਲੀ ਫਟੀ ਹੈ।''**

ਚਾਦਰ ਸੁੰਘ ਕੇ ਥੋੜ੍ਹਾ-ਬਹੁਤ ਅੰਦਾਜ਼ਾ ਲਗਾ ਸਕਦੀ ਹੋ। ਜੇਕਰ ਇਹ ਗੰਧ ਤੇਜ ਅਮੋਨੀਆ (ਪਿਸ਼ਾਬ) ਵਰਗੀ ਨਹੀਂ ਹੈ ਤਾਂ ਇਹ ਐਮਨਿਓਟਿਕ ਦ੍ਰਵ ਹੋ ਸਕਦਾ ਹੈ। ਹੋ ਸਕਦਾ ਹੈ ਕਿ ਤੁਹਾਡੇ ਬੱਚੇ ਦਾ ਸੁਰੱਖਿਆ ਕਵੱਚ ਬਣੀ ਪਾਣੀ ਦੀ ਥੈਲੀ ਫਟੀ ਹੋਵੇ। ਤੁਹਾਨੂੰ ਇਕ ਹਲਕੇ ਜਿਹੇ ਪਿਲੇ ਰੰਗ ਦਾ ਰਿਸਾਅ ਲਗਾਤਾਰ ਹੁੰਦਾ ਰਹੇਗਾ ਜੋ ਕਿ ਡਿਲੀਵਰੀ ਤੋਂ ਬਾਅਦ ਹੀ ਬੰਦ ਹੋਵੇਗਾ।

ਤੁਸੀਂ ਕੀਗਲ ਆਸਣ ਕਰੋ। ਜੇਕਰ ਇਹ ਬਹਾਓ ਰੁਕ ਜਾਂਦਾ ਹੈ ਤਾਂ ਇਹ ਪਿਸ਼ਾਬ ਹੈ, ਜੇਕਰ ਨਹੀਂ ਰੁਕਦਾ ਤਾਂ ਐਮਨਿਓਟਿਕ ਦ੍ਰਵ ਹੀ ਹੈ।

ਲੇਟਦੇ ਸਮੇਂ ਇਸ ਦਾ ਰਿਸਾਅ ਜ਼ਿਆਦਾ ਹੁੰਦਾ ਹੈ ਕਿਉਂਕਿ ਖੜ੍ਹੇ ਹੋਣ ਤੇ ਤਾਂ ਬੱਚੇਦਾ ਸਿਰ ਅੱਗੇ ਆਉਣ ਨਾਲ ਬਹਾਓ ਰੁਕ ਜਾਂਦਾ ਹੈ। ਤੁਹਾਡੇ ਡਾਕਟਰ ਨੇ ਇਸ ਸਬੰਧੀ ਪਹਿਲਾਂ ਹੀ ਨਿਰਦੇਸ਼ ਦੇ ਦਿੱਤੇ ਹੋਣਗੇ ਪ੍ਰੰਤੂ ਜੇਕਰ ਕੋਈ ਸ਼ੱਕ ਹੋਵੇ ਤਾਂ ਉਨ੍ਹਾਂ ਨੂੰ ਫ਼ੋਨ ਕਰ ਲਉ।

**''ਪਾਣੀ ਦੀ ਥੈਲੀ ਫੱਟਣ ਦੇ ਬਾਵਜੂਦ ਪ੍ਰਸੂਤ ਦਰਦ ਸ਼ੁਰੂ ਨਹੀਂ ਹੋਈ। ਪ੍ਰਸੂਤ ਕਦੋਂ ਤਕ ਸ਼ੁਰੂ ਹੋਵੇਗਾ ਅਤੇ ਇਸ ਦੌਰਾਨ ਮੈਨੂੰ ਕੀ ਕਰਨਾ ਚਾਹੀਦਾ ਹੈ?''**

ਪ੍ਰਸੂਤ ਹੋਣ ਹੀ ਵਾਲਾ ਹੈ। ਕਈ ਔਰਤਾਂ ਨੂੰ ਥੈਲੀ ਫੱਟਣ ਦੇ 12 ਘੰਟੇ ਦੇ ਅੰਦਰ ਪ੍ਰਸੂਤ ਦਰਦ ਹੋਣ ਲਗਦੀ ਹੈ ਤੇ ਕਈਆਂ ਨੂੰ 24 ਘੰਟੇ ਤੱਕ ਲਗ ਜਾਂਦੇ ਹਨ।

10 ਵਿਚੋਂ 1 ਕੇਸ ਵਿਚ ਇਹ ਸਮਾਂ ਹੋਰ ਵੀ ਜ਼ਿਆਦਾ ਹੋ ਜਾਂਦਾ ਹੈ। ਇਹ ਸਮਾਂ ਜਿੰਨਾਂ ਵਧੇਗਾ ਖ਼ਤਰਾ ਉਨ੍ਹਾਂ ਹੀ ਵਧੇਗਾ। ਇਸ ਇਨਫੈਕਸ਼ਨ ਤੋਂ ਬਚਾਅ ਦੇ ਲਈ ਡਾਕਟਰ 24 ਘੰਟੇ ਦੇ ਅੰਦਰ ਹੀ ਪ੍ਰਸੂਤ ਸ਼ੁਰੂ ਕਰ ਦੇਂਦੇ ਹਨ। ਕੁਝ ਤਾਂ ਸਿਰਫ਼ 6 ਘੰਟੇ ਦਾ ਹੀ ਇੰਤਜ਼ਾਰ ਕਰਦੇ ਹਨ।

ਕਈ ਔਰਤਾਂ ਵੀ ਇਸ ਸਥਿਤੀ ਤੋਂ ਬਾਅਦ ਜ਼ਿਆਦਾ ਲੰਬੇ ਸਮੇਂ ਤਕ ਰੁਕਣਾ ਪਸੰਦ ਨਹੀਂ ਕਰਦੀਆਂ।

ਸਭ ਤੋਂ ਪਹਿਲਾਂ ਤਾਂ ਆਪਣੇ ਕੋਲ ਪੈਡ ਜਾਂ ਤੌਲੀਆ ਰਖ ਕੇ ਡਾਕਟਰ ਨੂੰ ਫ਼ੋਨ ਕਰੋ। ਯੋਨੀ ਨੂੰ ਸਾਫ਼-ਸੁਥਰਾ ਰਖੋ ਤਾਂ ਜੋ ਇਨਫੈਕਸ਼ਨ ਦੀ ਸੰਭਾਵਨਾ ਨਾ ਰਹੇ। ਬਚਾਓ ਰੋਕਣ ਦੇ ਲਈ ਟੈਪੂਨ ਦੀ ਬਜਾਏ ਪੈਡ ਲਉ। ਸੈਕਸ ਨਾ ਕਰੋ। ਉਂਝ ਤਾਂ ਇਸ ਸਮੇਂ ਤੁਸੀਂ ਵੀ ਨਹੀਂ ਚਾਹੋਗੀ। ਆਪਣੇ-ਆਪ ਅੰਦਰੂਨੀ ਜਾਂਚ ਨਾ ਕਰੋ ਅਤੇ ਟਾੱਯਲੇਟ ਜਾਣ ਤੇ ਅੱਗੇ ਤੋਂ ਪਿੱਛੇ ਵੱਲ ਪੂੰਝੋ।

ਕਈ ਵਾਰ ਇੰਝ ਵੀ ਹੁੰਦਾ ਹੈ ਕਿ ਅਜੇ ਬੱਚੇ ਦਾ ਸਿਰ ਪੈਲਵਿਸ ਏਰੀਆ ਵਿਚ ਨਹੀਂ ਆਇਆ ਹੁੰਦਾ ਅਤੇ ਦ੍ਰਵ ਦੇ ਨਾਲ ਨਲੀ ਦੀ ਯੋਨੀ ਤੱਕ ਆ ਜਾਂਦਾ ਹੈ। ਇਵੇਂ ਕੁਝ ਮਹਿਸੂਸ ਹੁੰਦੇ ਹੀ ਡਾਕਟਰ ਨੂੰ ਸੂਚਿਤ ਕਰੋ।

## ਗਹਿਰਾ ਐਮਨਿਓਟਿਕ ਦ੍ਰਵ

**''ਮੇਰੀ ਝਿੱਲੀ ਫਟ ਗਈ ਹੈ ਅਤੇ ਦ੍ਰਵ ਸਾਫ਼ ਨਹੀਂ ਹੈ। ਇਹ ਹਲਕੇ-ਭੂਰੇ ਰੰਗ ਦਾ ਹੈ। ਇਸ ਦਾ ਕੀ ਮਤਲਬ ਹੈ?''**

ਹੋ ਸਕਦਾ ਹੈ ਕਿ ਐਮਨਿਓਟਿਕ ਦ੍ਰਵ ਦੇ ਨਾਲ ਹਲਕਾ ਹਰਾ-ਭੂਰਾ ਮੀਕੋਨਿਯਮ ਵੀ ਆ ਰਿਹਾ ਹੈ। ਦਰਅਸਲ ਉਹ ਬੱਚੇ ਦਾ ਪਹਿਲਾ ਮੱਲ ਹੈ ਜੋ ਕਿ ਅਕਸਰ ਜਨਮ ਤੋਂ ਬਾਅਦ ਹੁੰਦਾ ਹੈ। ਪ੍ਰੰਤੂ ਕਦੀ-ਕਦੀ ਜਦੋਂ ਭਰੂਣ ਕੋਖ ਵਿਚ ਕਾਫ਼ੀ ਤਨਾਅ ਵਿਚ ਹੁੰਦਾ ਹੈ ਜਾਂ ਫਿਰ ਸਮਾਂ ਜ਼ਿਆਦਾ ਹੋ ਜਾਂਦਾ ਹੈ ਤਾਂ ਜਨਮ ਤੋਂ ਪਹਿਲਾਂ ਹੀ ਬੱਚਾ ਮੱਲ ਕਰ ਦੇਂਦਾ ਹੈ।

ਇਸ ਦੀ ਸੂਚਨਾ ਆਪਣੇ ਡਾਕਟਰ ਨੂੰ ਜ਼ਰੂਰ ਦਿਉ। ਇਸ ਦਾ ਮਤਲਬ ਹੈ ਕਿ ਬੱਚਾ ਕਾਫ਼ੀ ਦਬਾਅ ਵਿਚ ਹੈ। ਉਹ ਜਲਦੀ ਤੋਂ ਜਲਦੀ ਪ੍ਰਸੂਤ ਸ਼ੁਰੂ ਕਰਨਗੇ

ਅਤੇ ਬੱਚੇ ਤੇ ਲਗਾਤਾਰ ਨਿਗਰਾਨੀ ਰੱਖਣਗੇ।

## ਪ੍ਰਸੂਤ ਦੇ ਦੌਰਾਨ ਐਮਨਿਓਟਿਕ ਦ੍ਰਵ ਵਿਚ ਕਮੀ

**"ਮੇਰੇ ਡਾਕਟਰ ਨੇ ਕਿਹਾ ਹੈ ਕਿ ਐਮਨਿਓਟਿਕ ਦ੍ਰਵ ਕਾਫ਼ੀ ਘੱਟ ਹੈ, ਜਿਸ ਨੂੰ ਪੂਰਾ ਕਰਨਾ ਪਵੇਗਾ। ਕੀ ਇਸ ਵਿਚ ਘਬਰਾਉਣ ਦੀ ਕੋਈ ਗੱਲ ਹੈ?"**

ਉਂਝ ਤਾਂ ਕੁਦਰਤ ਇਸ ਦ੍ਰਵ ਦੀ ਕਮੀ ਨਹੀਂ ਹੋਣ ਦੇਂਦੀ। ਜੇਕਰ ਕਮੀ ਹੋ ਜਾਏ ਤਾਂ ਮੈਡੀਕਲ ਸਾਇੰਸ ਦੀ ਮਦਦ ਲਈ ਜਾ ਸਕਦੀ ਹੈ। ਬੱਚੇਦਾਨੀ ਵਿਚ ਸਰਵਿਕਸ ਨਾਲ ਇਕ ਕੈਥੇਰੇਟਰ ਅੰਦਰ ਪਾਇਆ ਜਾਂਦਾ ਹੈ, ਜਿਸ ਨਾਲ ਐਮਨਿਓਟਿਕ ਸੈਕ ਵਿਚ ਸੇਲਾਈਨ ਸੋਲਿਯੂਸ਼ਨ ਪਾਂਦੇ ਹਨ। ਇਹ ਪ੍ਰਕ੍ਰਿਆ ਐਮਨਿਓਇੰਫਯੂਜਨ ਕਹਿੰਲਾਂਦੀ ਹੈ। ਇਸ ਤੋਂ ਬਾਅਦ ਓਪਰੇਸ਼ਨ ਦੀ ਸੰਭਾਲ ਕਾਫ਼ੀ ਹੱਦ ਤੱਕ ਘੱਟ ਜਾਂਦੀ ਹੈ।

## ਖਿਚਾਅ ਵਿਚ ਅਨਿਯਮਤਤਾ

**"ਚਾਇਲਡ ਬਰਥ ਕਲਾਸ ਵਿਚ ਸਾਨੂੰ ਸਿਖਾਇਆ ਗਿਆ ਸੀ ਕਿ ਜਦੋਂ ਪ੍ਰਸੂਤ ਦਰਦਾਂ ਨਿਯਮਿਤ ਹੋ ਜਾਣ ਤੇ ਹਰ ਪੰਜ ਮਿੰਟ ਬਾਅਦ ਖਿਚਾਅ ਹੋਣ ਲਗੇ, ਤਾਂ ਹੀ ਹਸਪਤਾਲ ਜਾਣਾ ਚਾਹੀਦਾ ਹੈ। ਮੇਰੇ ਤਾਂ ਪੰਜ ਮਿੰਟ ਤੋਂ ਵੀ ਘੱਟ ਸਮੇਂ ਤੇ ਹਨ ਪ੍ਰੰਤੂ ਅਜੇ ਵੀ ਨਿਯਮਿਤ ਨਹੀਂ ਹਨ, ਮੈਂ ਕੀ ਕਰਾਂ?"**

ਜਿਸ ਤਰ੍ਹਾਂ ਦੋ ਔਰਤਾਂ ਦਾ ਗਰਭਕਾਲ ਇਕ ਜਿਹਾ ਨਹੀਂ ਹੁੰਦਾ, ਉਸੇ ਤਰ੍ਹਾਂ ਉਨ੍ਹਾਂ ਦੇ ਪ੍ਰਸੂਤ ਵੀ ਇਕ ਜਿਹੇ ਨਹੀਂ ਹੁੰਦੇ। ਅਕਸਰ ਕਿਤਾਬਾਂ, ਚਾਇਲਡ ਬਰਥ ਕਲਾਸਾਂ ਵਿਚ ਜਾਂ ਫਿਰ ਡਾਕਟਰ ਵੱਲੋਂ ਜੋ ਦੱਸਿਆ ਜਾਂਦਾ ਹੈ, ਜ਼ਰੂਰੀ ਨਹੀਂ ਕਿ ਸਭ ਦੇ ਨਾਲ ਉਂਝ ਹੀ ਹੋਵੇ। ਹਾਲਾਂਕਿ ਇਹ ਵੀ ਸੱਚ ਹੈ ਕਿ ਖਿਚਾਅ ਨਿਯਮਿਤ ਹੋਣੇ ਚਾਹੀਦੇ ਹਨ।

ਜੇਕਰ ਤੁਹਾਨੂੰ 20-60 ਸਕਿੰਟ ਦੇ ਤੇਜ ਖਿਚਾਅ ਹੋ ਰਹੇ ਹਨ ਤੇ 5-7 ਮਿੰਟ ਦੇ ਫ਼ਰਕ ਤੇ ਹਨ ਪਰ ਨਿਯਮਿਤ ਨਹੀਂ ਹਨ ਤਾਂ ਇੰਤਜ਼ਾਰ ਕੀਤੇ ਬਿਨਾਂ ਹਸਪਤਾਲ ਜਾਂ ਬਰਥ ਸੈਂਟਰ ਜਾਓ, ਫਿਰ ਚਾਹੇ ਤੁਸੀ਼ ਚਾਹੇ ਕੁਝ ਵੀ ਪੜ੍ਹਿਆ ਜਾਂ ਸੁਣਿਆ ਕਿਉਂ ਨਾ ਹੋਵੇ। ਹੋ ਸਕਦਾ ਹੈ ਕਿ ਉਥੇ ਪਹੁੰਚਣ ਤਕ ਉਹ ਨਿਯਮਿਤ ਹੋ ਜਾਣ ਅਤੇ ਤੁਸੀਂ ਪ੍ਰਸੂਤ ਦੀ ਸਥਿਤੀ ਫੇਸ ਵਿਚ ਪਹੁੰਚ ਜਾਓ।

## ਪ੍ਰਸੂਤ ਦੇ ਦੌਰਾਨ ਡਾਕਟਰ ਨੂੰ ਬੁਲਾਉਣਾ

**"ਮੇਰੇ ਖਿਚਾਅ ਹਰ 3-4 ਮਿੰਟ ਬਾਦ ਹੋ ਰਹੇ ਹਨ। ਮੈਨੂੰ ਡਾਕਟਰ ਨੂੰ ਦੱਸਣਾ ਬੇਵਕੂਫ਼ੀ ਲਗ ਰਹੀ ਹੈ ਕਿਉਂਕਿ ਉਨ੍ਹਾਂ ਨੇ ਕਿਹਾ ਸੀ ਕਿ ਸਾਨੂੰ ਲੇਬਰ ਦੇ ਕਈ ਸ਼ੁਰੂਆਤੀ ਘੰਟੇ ਘਰ ਵਿਚ ਹੀ ਬਿਤਾਉਣੇ ਚਾਹੀਦੇ ਹਨ?"**

ਇਸ ਵਿਚ ਕੋਈ ਹਰਜ ਨਹੀਂ ਹੈ। ਇਹ ਸਚ ਹੈ ਕਿ ਪਹਿਲੀ ਵਾਰ ਮਾਂ ਬਣਨ ਵਾਲੀਆਂ ਔਰਤਾਂ ਆਪਣੀ ਲੇਬਰ ਦੇ ਸ਼ੁਰੂਆਤੀ ਘੰਟਿਆਂ ਵਿਚ ਬੜੇ ਆਰਾਮ ਨਾਲ ਹਸਪਤਾਲ ਜਾਣ ਦੀ ਤਿਆਰੀ ਕਰ ਸਕਦੀਆਂ ਹਨ ਅਤੇ ਬੱਚੇ ਦਾ ਸਮਾਨ ਇਕੱਠਾ ਕਰ ਸਕਦੀਆਂ ਹਨ। ਪ੍ਰੰਤੂ ਇੰਝ ਲਗਦਾ ਹੈ ਕਿ ਤੁਹਾਡਾ ਲੇਬਰ ਉਸ ਢਾਂਚੇ ਨਾਲ ਮਿਲਦਾ-ਜੁਲਦਾ ਨਹੀਂ ਹੈ। ਜੇਕਰ ਤੁਹਾਨੂੰ ਹਰ 5 ਮਿੰਟ ਵਿਚ 45 ਸਕਿੰਟ ਤਕ ਦੇ ਤੇਜ ਖਿਚਾਹ ਹੋ ਰਹੇ ਹਨ ਤਾਂ ਤੁਹਾਡੀ ਪ੍ਰਸੂਤ ਦਰਦ ਦਾ ਆਖ਼ਰੀ ਦੌਰ ਤੇਜੀ ਨਾਲ ਸ਼ੁਰੂ ਹੋ ਸਕਦਾ ਹੈ। ਇਹਵੀ ਹੋ ਸਕਦਾ ਹੈ ਕਿ ਪ੍ਰਸੂਤ ਦਾ ਪਹਿਲਾ ਪੜਾਅ ਦਰਦ ਰਹਿਤ ਹੋਵੇ ਅਤੇ ਇਸੇਦੌਰਾਨ ਸਰਵਿਕਸ ਦਾ ਮੂੰਹ ਖੁਲ੍ਹ ਜਾਏ। ਇਸਦਾ ਭਾਵ ਹੋਵੇਗਾ ਕਿ ਤੁਹਾਨੂੰ ਅਚਾਨਕ ਹਸਪਤਾਲ ਜਾਂ ਬਰਥ ਸੈਂਟਰ ਭੱਜਣਾ ਪੈ ਸਕਦਾ ਹੈ।

ਇਸ ਲਈ ਡਾਕਟਰ ਨੂੰ ਫ਼ੋਨ ਕਰਨ ਵਿਚ ਦੇਰ ਨਾ ਕਰੋ। ਉਨ੍ਹਾਂ ਨੂੰ ਖਿਚਾਅ ਦਾ ਸਮਾਂ, ਫ਼ਰਕ ਆਦਿ ਸਾਫ਼-2 ਦਸੋ। ਹਾਲਾਂਕਿ ਡਾਕਟਰ ਫ਼ੋਨ ਤੇ ਤੁਹਾਡੀ ਆਰਾਮ ਨਾਲ ਗੰਭੀਰਤਾ ਦਾ ਅੰਦਾਜ਼ਾ ਲਗਾਉਣ ਦੀ ਕੋਸ਼ਿਸ਼ ਕਰ ਸਕਦੇਹਨ। ਇਸ ਲਈ ਦਰਦ ਦਬਾ ਕੇ, ਬਹਾਦਰ ਬਣਨ ਦੀ ਕੋਸ਼ਿਸ਼ ਨਾ ਕਰੋ। ਤਕਲੀਫ਼ ਜਾਂ ਚੀਜ਼ਾਂ ਨੂੰ ਆਪਣੇ-ਆਪ ਉਨ੍ਹਾਂ ਤਕ ਪਹੁੰਚਣ ਦਿਉ।

ਜੇਕਰ ਡਾਕਟਰ ਨਾ ਮੰਨੇ ਤਾਂ ਉਨ੍ਹਾਂ ਤੋਂ ਪੁਛੋ ਕਿ ਕੀ ਤੁਸੀਂ ਉਨ੍ਹਾਂ ਦੇ ਦਫ਼ਤਰ ਵਿਚ ਜਾਂਚ ਕਰਾਉਣ ਆ ਸਕਦੀ ਹੋ। ਆਪਣਾ ਬੈਗ ਨਾਲ ਲੈਜਾਓ। ਜੇਕਰ ਅਜੇ ਕਾਫ਼ੀ ਦੇਰ ਹੋਵੇ ਤਾਂ ਘਰ ਆਉਣ ਵਿਚ ਸ਼ਰਮ ਮਹਿਸੂਸ ਨਾ ਕਰੋ।

## ਸਹੀ ਸਮੇਂ ਤੇ ਹਸਪਤਾਲ ਨਾ ਪਹੁੰਚ ਸਕਣਾ

**"ਮੈਨੂੰ ਡਰ ਹੈ ਕਿ ਮੈਂ ਸਹੀ ਸਮੇਂ ਤੇ ਹਸਪਤਾਲ ਨਹੀਂ ਪਹੁੰਚ ਸਕਾਂਗੀ?"**

ਖ਼ੁਸ਼ਕਿਸਮਤੀ ਨਾਲ ਤੁਸੀਂ ਟੀ.ਵੀ. ਵਿਚ ਐਸੀ ਜੋ ਵੀ ਡਿਲੀਵਰੀ ਦੇਖਦੀ ਹੋ, ਉਹ ਸਭ ਕੁਝ ਹੁੰਦਾ ਹੈ। ਆਮ ਤੌਰ ਤੇ ਪਹਿਲੀ ਵਾਰ ਮਾਂ ਬਣਨ ਵਾਲੀਆਂ ਔਰਤਾਂ ਦੇ ਨਾਲ ਪ੍ਰਸੂਤ ਦੀ ਸੂਚਨਾ ਬਹੁਤ ਪਹਿਲਾਂ ਪਹੁੰਚ ਜਾਂਦੀ ਹੈ ਬਹੁਤ ਘੱਟ ਮੌਕੇ ਐਸੇ ਆਉਂਦੇ ਹਨ ਜਦੋਂ ਅਚਾਨਕ ਹੀ ਹੇਠਾਂ ਵੱਲ ਦਬਾਅ ਪੈਂਦਾ ਹੈ ਅਤੇ ਉਸ ਨੂੰ ਲਗਦਾ ਹੈ ਕਿ ਪਿਸ਼ਾਬ ਦੀ ਇੱਛਾ ਹੋ ਰਹੀ ਹੈ। ਉਂਝ ਬਿਹਤਰ ਹੋਵੇਗਾ ਕਿ ਤੁਸੀਂ ਅਤੇ ਤੁਹਾਡਾ ਕੋਚ ਦੋਨੋਂ ਹੀ ਐਮਰਜੈਂਸੀ ਡਿਲੀਵਰੀ ਸਬੰਧੀ ਜਾਣਕਾਰੀ ਲਉ ਤਾਂ ਜੋ ਕਦੀ ਐਸੇ ਹਾਲਾਤ ਬਣ ਵੀ ਜਾਣ ਤਾਂ ਮਾਮਲਾ ਸੰਭਾਲਣ ਵਿਚ ਪਰੇਸ਼ਾਨੀ ਨਾ ਹੋਵੇ।

### ਜੇਕਰ ਤੁਸੀਂ ਇਕੱਲੀ ਹੋ ਤਾਂ ਆਪਾਤਕਾਲੀਨ ਡਿਲੀਵਰੀ

ਉਂਝ ਤਾਂ ਐਸੀ ਨੌਬਤ ਨਹੀਂ ਆਏਗੀ ਪ੍ਰੰਤੂ ਫਿਰ ਵੀ ਤੁਹਾਨੂੰ ਜਾਣਕਾਰੀ ਹੋਣੀ ਚਾਹੀਦੀ ਹੈ:

- ਸ਼ਾਂਤ ਰਹਿਣ ਦੀ ਕੋਸ਼ਿਸ਼ ਕਰੋ।
- ਲੋਕਲ ਆਪਾਤਕਾਲ ਨੰਬਰ ਮਿਲਾ ਕੇ ਹਸਪਤਾਲ ਗੱਲ ਕਰੋ।
- ਕਿਸੇ ਪੜੋਸੀ ਦੀ ਮਦਦ ਮੰਗੋਗੇ।
- ਧੱਕਣ ਦਾ ਮਨ ਹੋਣ ਤੇ ਵੀ ਜ਼ੋਰ ਨਾ ਲਗਾਓ।
- ਆਪਣੇ ਬਿਸਤਰ ਤੇ ਸਾਫ਼ ਤੌਲੀਆ ਜਾਂ ਚਾਦਰ ਵਿਛਾ ਲਉ ਤੇ ਦਰਵਾਜ਼ਾ ਖੋਲ੍ਹ ਦਿਉ ਤਾਂਜੋ ਆਸਾਨੀ ਨਾਲ ਮਦਦ ਮਿਲ ਸਕੇ।
- ਜੇਕਰ ਬੱਚਾ ਬਾਹਰ ਆਉਣ ਨੂੰ ਤਿਆਰ ਹੋ ਜਾਏ ਤਾਂ ਜਦੋਂ ਵੀ ਦਰਦ ਉਠੇ ਤਾਂ ਉਸ ਦੇ ਨਾਲ ਜ਼ੋਰ ਲਗਾਓ।
- ਬੱਚੇ ਦਾ ਸਿਰ ਦਿੱਖਣ ਲਗੇ ਤਾਂ ਜ਼ੋਰ ਲਗਾਉਣ ਦੀ ਬਜਾਏ ਪੈਰੀਨਿਯਮ ਤੇ ਹਲਕਾ ਦਬਾਅ ਦਿਉ। ਸਿਰ ਨੂੰ ਇਕਦਮ ਖਿੱਚਣ ਦੀ ਥਾਂ ਹੌਲੀ-ਹੌਲੀ ਬਾਹਰ ਕੱਢੋ।
- ਜੇਕਰ ਉਸ ਦੇ ਗਲੇ ਵਿਚ ਨਲੀ ਫਸੀ ਦਿਖੇ ਤਾਂ ਉਸ ਨੂੰ ਆਰਾਮ ਨਾਲ ਕੱਖ ਦਿਉ।
- ਸਿਰ ਕੱਢਣ ਤੋਂ ਬਾਅਦ ਇਕ ਮੋਢਾ ਕੱਢੋ। ਸਿਰ ਨੂੰ ਥੋੜ੍ਹਾ ਉਠਾਓ ਤੇ ਹਲਕਾ ਜ਼ੋਰ ਲਗਾਓ ਤਾਂ ਜੋ ਦੂਜਾ ਮੋਢਾ ਕੱਢੋ।
- ਬਾਕੀ ਬੱਚਾ ਆਸਾਨੀ ਨਾਲ ਬਾਹਰ ਜਾਏਗਾ।
- ਨਲੀ ਛੇੜੇ ਬਿਨਾਂ ਬੱਚੇ ਨੂੰ ਪੇਟ ਤੇ ਲਿਟਾ ਦਿਉ। ਉਸ ਨੂੰ ਕਿਸੀ ਸਾਫ਼ ਕੰਬਲ ਜਾਂ ਤੌਲੀਏ ਵਿਚ ਲਪੇਟ ਦਿਉ। ਉਸ ਦਾ ਮੂੰਹ ਤੇ ਨੱਕ ਕਪੜੇ ਨਾਲ ਸਾਫ਼ ਕਰੋ। ਸਿਰ ਪੈਰਾਂ ਤੋਂ ਹੇਠਾਂ ਰੱਖੋ। ਜੇਕਰ ਸਾਂਹ ਚਾਲੂ ਨਾ ਹੋਵੇ ਤਾਂ ਉਂਗਲੀਆਂ ਨਾਲ ਮੂੰਹ ਸਾਫ਼ ਕਰੋ ਤੇ ਮੂੰਹ ਅਤੇ ਨੱਕ ਵਿਚ ਦੋ-ਤਿੰਨ ਵਾਰ ਹਵਾ ਭਰੋ।
- ਪਲੇਸੈਂਟਾ ਖ਼ੁਦ ਕੱਢੋ। ਜੇਕਰ ਬਾਹਰ ਆ ਜਾਏ ਤਾਂ ਕਿਸੀ ਤੌਲੀਏ ਵਿਚ ਪਲਟ ਕੇ ਬੱਚੇ ਦੇ ਪੱਧਰ ਤੋਂ ਥੋੜ੍ਹਾ ਉਚਾ ਰਖੋ। ਤੁਹਾਨੂੰ ਇਸ ਨੂੰ ਹਟਾਉਣ ਦੀ ਜ਼ਰੂਰਤ ਨਹੀਂ ਹੈ।
- ਮਦਦ ਆਉਣ ਤੱਕ ਖ਼ੁਦ ਨੂੰ ਤੇ ਬੱਚੇ ਨੂੰ ਗਰਮ ਰੱਖਣ ਦੀ ਕੋਸ਼ਿਸ਼ ਕਰੋ।

## ਪ੍ਰਸੂਤ ਦਾ ਸਮਾਂ ਘੱਟ ਹੋਣਾ

**"ਮੈਂ ਹਮੇਸ਼ਾਂ ਐਸੀਆਂ ਔਰਤਾਂ ਸਬੰਧੀ ਸੁਣਦੀ ਹਾਂ ਜਿਨ੍ਹਾਂ ਦਾ ਪ੍ਰਸੂਤ ਕਾਲ ਕਾਫ਼ੀ ਥੋੜ੍ਹਾ ਹੁੰਦਾ ਹੈ। ਇਹ ਕਿੰਨਾ ਆਮ ਹੈ?"**

ਉਂਝ ਉਹ ਇੰਨੇ ਛੋਟੇ ਵੀ ਨਹੀਂ ਹੁੰਦੇ, ਜਿੰਨਾਂ ਤੁਸੀਂ ਸੋਚ ਲਿਆ ਹੈ, ਦਰਅਸਲ ਕਈ ਵਾਰ ਗਰਭਗਤੀ ਮਾਂ ਨੂੰ ਕਈ ਘੰਟੇ, ਦਿਨਾਂ ਜਾਂ ਫਿਰ ਹਫ਼ਤਿਆਂ ਤੱਕ ਦਰਦ ਰਹਿਤ ਖਿਚਾਅ ਹੁੰਦੇ ਰਹਿੰਦੇ ਹਨ ਅਤੇ ਬੱਚੇਦਾਨੀ ਯੋਨੀ ਦਾ ਮੂੰਹ ਹੌਲੀ-2 ਖੁੱਲ੍ਹਦਾ ਰਹਿੰਦਾ ਹੈ। ਜਦੋਂ ਉਸ ਨੂੰ ਇਸ ਦਾ ਅਹਿਸਾਸ ਹੁੰਦਾ ਹੈ ਉਦੋਂ ਤੱਕ ਪ੍ਰਸੂਤ ਆਪਣੇ ਆਖ਼ਰੀ ਪੜਾਅ ਤੇ ਆ ਜਾਂਦਾ ਹੈ।

ਕਈ ਵਾਰ ਔਸਤਨ ਜਿਸ ਸਰਵਿਕਸ ਨੂੰ ਖੁੱਲ੍ਹਣ ਵਿਚ ਘੰਟੇ ਲਗਦੇ ਹਨ ਉਹ ਕੁਝ ਹੀ ਮਿੰਟਾਂ ਵਿਚ ਖੁੱਲ੍ਹ ਜਾਂਦਾ ਹੈ ਤੇ ਇਸ ਤਰ੍ਹਾਂ ਪ੍ਰਸੂਤਵਿਚ ਕੋਈ

ਖ਼ਾਸ ਸਮਾਂ ਨਹੀਂ ਲਗਦਾ ਅਤੇ ਬੱਚੇ ਨੂੰ ਵੀ ਕੋਈ ਨੁਕਸਾਨ ਨਹੀਂ ਹੁੰਦਾ।

ਜੇਕਰ ਤੁਹਾਨੂੰ ਬੜੇ ਤੇਜ ਖਿਚਾਅ ਸ਼ੁਰੂ ਹੋ ਜਾਣ ਤਾਂ ਹਸਪਤਾਲ ਜਾਂ ਬਰਥ ਸੈਂਟਰ ਜਾਣ ਵਿਚ ਦੇਰ ਨਾ ਕਰੋ। ਦਵਾਈ ਨਾਲ ਉਸ ਦਾ ਅਸਰ ਘਟਾ ਸਕਦੇ ਹਨ ਤਾਂ ਜੋ ਤੁਹਾਡੇ ਤੇ ਜ਼ਿਆਦਾ ਦਬਾਅ ਨਾ ਪਵੇ।

# ਬੈਕ ਲੇਬਰ

**"ਖਿਚਾਅ ਸ਼ੁਰੂ ਹੋਣ ਤੋਂ ਬਾਅਦ ਮੇਰੀ ਪਿੱਠੀ ਦੇ ਹੇਠਲੇ ਹਿੱਸੇ ਵਿਚ ਇੰਨਾਂ ਦਰਦ ਹੋ ਰਿਹਾ ਹੈ ਕਿ ਮੈਂ ਬਰਦਾਸ਼ਤ ਨਹੀਂ ਕਰ ਸਕਦੀ।"**

ਸ਼ਾਇਦ ਤੁਹਾਨੂੰ 'ਬੈਕ ਲੇਬਰ' ਦੀ ਸਮੱਸਿਆ ਹੈ। ਤਕਨੀਕੀ ਰੂਪ ਨਾਲ, ਇੰਝ ਤਾਂ ਹੁੰਦਾ ਹੈ ਜਦੋਂ ਭਰੂਣ ਪੋਸਟੀਰਿਯਰ ਪੁਜੀਸ਼ਨ ਵਿਚ ਹੁੰਦਾ ਹੈ। ਉਸ ਦਾ ਚਿਹਰਾ ਉਪਰ ਹੁੰਦਾ ਹੈ ਅਤੇ ਇਸ ਦੇ ਸਿਰ ਦਾ ਪਿਛਲੀ ਹਿੱਸਾ ਪੈਲਵਿਸ ਦੇ ਪਿਛੇ ਦਬਾਅ ਪਾਂਦਾ ਹੈ। ਜਦੋਂ ਤਕ ਬੱਚਾ ਸਹੀ ਸਥਿਤੀ ਵਿਚ ਨਾ ਆ ਜਾਏ ਉਦੋਂ ਤਕ ਲਗਾਤਾਰ ਦੇਜ ਦਰਦ ਰਹਿੰਦਾ ਹੈ।

ਜਦੋਂ ਇਸ ਤਰ੍ਹਾਂ ਦਾ ਦਰਦ ਮਹਿਸੂਸ ਹੋਵੇ ਤਾਂ ਕਾਰਣ ਦੀ ਥਾਂ ਉਸ ਦੇ ਰੋਕਥਾਮ ਤੇ ਧਿਆਨ ਦੇਣਾ ਜ਼ਿਆਦਾ ਜ਼ਰੂਰੀ ਹੁੰਦਾ ਹੈ। ਜੇਕਰ ਦਰਦ ਬਹੁਤ ਜ਼ਿਆਦਾ ਹੋਵੇ ਤਾਂ ਏਪੀਡਿਯੂਰਲ ਦੀ ਹਾਮੀ ਭਰੋ। ਹੋ ਸਕਦਾ ਹੈ ਕਿ ਤੁਹਾਨੂੰ ਆਮ ਖ਼ੁਰਾਕ ਨਾਲੂ ਿਆਦਾ ਖ਼ੁਰਾਕ ਦੇਣੀ ਪਵੇ। ਕਈ ਵਾਰ ਨਾਰਕੋਟਿਕਸ ਤੋਂ ਵੀ ਦਰਦ ਵਿਚ ਆਰਾਮ ਆ ਜਾਂਦਾ ਹੈ। ਉਂਝ ਜੇ ਕਰ ਤੁਸੀਂ ਦਵਾਈ ਨਹੀਂ ਲੈਣਾ ਚਾਹੁੰਦੀ ਤਾਂ ਕੁਝ ਹਲਕੇ-ਫੁਲਕੇ ਨੁਸਖ਼ੇ ਅਜਮਾਅ ਸਕਦੀ ਹੋ।

**ਦਬਾਅ ਘਟਾਉਣਾ**:- ਆਪਣੀ ਸਥਿਤੀ ਬਦਲਣ ਦੀ ਕੋਸ਼ਿਸ਼ ਕਰੋ। ਪੈਦਲ ਚਲੋ, ਹਾਲਾਂਕਿ ਤੇਜ ਖਿਚਾਅ ਦੇ ਵਿਚ ਇੰਝ ਕਰਨਾ ਸੰਭਵ ਨਹੀਂ ਹੋਵੇ ਗਾ। ਅਕੜੂੰ ਬੈਠੋ ਜਾਂ ਚੌਪਾਓਂ ਦੀ ਤਰ੍ਹਾਂ ਝੁਕੋ, ਸਰੀਰ ਦੀ ਕੋਈ ਵੀ ਆਰਾਮਦਾਇਕ ਸਥਿਤੀ ਬਣਾਓ। ਜੇ ਕਰ ਲੇਟਣ ਤੋਂ ਇਲਾਵਾ ਕੋਈ ਉਪਾਅ ਨਾ ਹੋਵੇਤਾਂ ਪਿੱਠ ਨੂੰ ਸਹੀ ਸਥਿਤੀ ਵਿਚ ਰਖਦੇ ਹੋਏ ਲੇਟੋ।

**ਠੰਡਾ ਜਾਂ ਗਰਮ** :- ਠੰਡਾ ਜਾਂ ਗਰਮ ਜਿਸ ਵੀ ਸੇਕ ਨਾਲ ਥੋੜ੍ਹਾ ਆਰਾਮ ਆਏ। ਉਹੀ ਲੈਣ ਦੀ ਕੋਸ਼ਿਸ਼ ਕਰੋ ਜਾਂ ਫਿਰ ਗਰਮ-ਠੰਡਾ ਸੇਕ ਦੋਨੋਂ ਹੀ ਲਉ।

**ਉਲਟਾ ਦਬਾਅ ਜਾਂ ਮਾਲਸ਼**:- ਨਰਸ ਜਾਂ ਕਿਸੀ ਸਾਥੀ ਦੀ ਮਦਦ ਨਾਲ ਉਨ੍ਹਾਂ ਹਿੱਸਿਆਂ ਵਿਚ ਦਬਾਅ ਦਿਉ ਜਿਨ੍ਹਾਂ ਨੂੰ ਦਬਾਉਣ ਨਾਲ ਆਰਾਮ ਆਵੇ। ਇਸ ਦੇ ਲਈ ਦੋਨੋਂ ਹੱਥ ਟੈਨਿਸ ਬਾੱਲ, ਬੈਕ ਮਸਾਜਰ ਦੇ ਦਬਾਅ ਦੀ ਮਦਦ ਲੈ ਸਕਦੇਹੋ। ਮਾਲਸ਼ ਨਾਲ ਵੀ ਹਲਕਾ ਦਬਾਅ ਦੇ ਸਕਦੇ ਹੋ। ਵਾਰੀ ਵਾਰੀ ਨਾਲ ਕ੍ਰੀਮ, ਤੇਲ ਜਾਂ ਪਾਊਡਰ ਨਾਲ ਮਾਲਸ਼ ਕੀਤੀ ਜਾ ਸਕਦੀ ਹੈ।

**ਰਿਫਲਕਸੋਲਾਜੀ**:- ਬੈਕ ਲੇਬਰ ਦੇ ਲਈ ਇਸ ਥੈਰੇਪੀ ਵਿਚ ਪੈਰ ਦੇ ਬਾੱਲ ਦੇ ਵਿਚੋ-ਵਿਚ ਉਂਗਲੀਆਂ ਨਾਲ ਤੇਜ ਦਬਾਅ ਦਿੱਤਾ ਜਾਂਦਾ ਹੈ।

**ਦੂਜੇ ਬਦਲਵੇਂ ਉਪਾਅ** :- ਹਾਈਡ੍ਰੋਥੈਰੇਪੀ ਨਾਲ ਦਰਦ ਥੋੜ੍ਹਾ ਘੱਟ ਸਕਦਾ ਹੈ। ਜੇਕਰ ਧਿਆਨ, ਆਤਮਸੰਮੋਹਨ ਜਾਂ ਮਾਨਵਿਸਕ ਚਿੱਤਰਣ ਦਾ ਅਭਿਆਸ ਹੈ ਤਾਂ ਉਨ੍ਹਾਂ ਨੂੰ ਵੀ ਅਜਮਾਓ। ਐਕਯੂਪੰਚਰ ਵੀ ਕਰਵਾ ਸਕਦੀ ਹੋ ਪ੍ਰੰਤੂ ਇਸ ਦੇ ਲਈ ਪਹਿਲਾਂ ਤੋਂ ਐਕਯੂਪੰਚਰ ਮਾਹਰ ਤੋਂ ਸਮਾਂ ਲੈਣਾ ਹੋਵੇਗਾ।

# ਪ੍ਰਸੂਤ ਸ਼ੁਰੂ ਕਰਾਉਣਾ

**"ਮੇਰੇ ਡਾਕਟਰ ਪ੍ਰਸੂਤ ਕਰਨਾ ਚਾਹੁੰਦੇ ਹਨ ਜਦੋਂ ਕਿ ਅਜੇ ਪ੍ਰਸੂਤ ਦੀ ਮਿਤੀ ਨਿਕਲੀ ਨਹੀਂ ਹੈ। ਮੈਂ ਤਾਂ ਇਹੀ ਸੋਚਦੀ ਸੀ ਕਿ ਪ੍ਰਸੂਤ ਦੀ ਮਿਤੀ ਨਿਕਲਣ ਤੋਂ ਬਾਅਦ ਹੀ ਪ੍ਰਸੂਤ ਸ਼ੁਰੂ ਕਰਾਉਣ ਦੀ ਜ਼ਰੂਰਤ ਹੁੰਦੀ ਹੈ।"**

ਕਦੀ-ਕਦੀ ਕੁਦਰਤ ਦੀ ਵੀ ਕਿਸੇ ਗਰਭਵਤੀ ਔਰਤ ਨੂੰ ਮਾਂ ਬਣਾਉਣ ਦੇ ਲਈ ਮਦਦ ਦੀ ਜ਼ਰੂਰਤ ਹੁੰਦੀ ਹੈ। ਤਕਰੀਬਨ 20 ਪ੍ਰਤੀਸ਼ਤ ਮਾਮਲਿਆਂ ਵਿਚ ਇੰਝ ਹੁੰਦਾ ਹੈ। ਇਹ ਤਾਂ ਵੀ ਜ਼ਰੂਰੀ ਹੋ ਜਾਂਦਾ ਹੈ ਜਦੋਂ ਪ੍ਰਸੂਤ ਦੀ ਮਿਤੀ ਨਿਕਲ ਜਾਏ। ਹੇਠ-ਲਿਖੇ ਕੇਸਾਂ ਵਿਚ ਡਾਕਟਰ ਨੂੰ ਲਗ ਸਕਦਾ ਹੈ ਕਿ ਸਾਨੂੰ ਕੁਦਰਤ ਦੀ ਮਦਦ ਕਰਨੀ ਹੋਵੇਗੀ -

- ਤੁਹਾਡੀ ਝਿੱਲੀ ਫੱਟਣ ਤੋਂ 24 ਘੰਟੇ ਬਾਅਦ ਵੀ ਪ੍ਰਸੂਤ ਦਰਦ ਸ਼ੁਰੂ ਨਾ ਹੋਈ ਹੋਵੇ। ਕਈ ਡਾਕਟਰ 24 ਘੰਟੇ ਤਕ ਇੰਤਜ਼ਾਰ ਨਹੀਂ ਕਰਦੇ।
- ਟੈਸਟਾਂ ਤੋਂ ਪਤਾ ਚਲੇ ਕਿ ਬੱਚੇਦਾਨੀ ਤੁਹਾਡੇ

ਬੱਚੇ ਦੇ ਲਈ ਇਕ ਸਿਹਤਮੰਦ ਘਰ ਨਹੀਂ ਰਿਹਾ, ਐਮਨਿਓਟਿਕ ਦ੍ਰਵ ਦਾ ਪੱਧਰ ਘੱਟ ਗਿਆ ਹੈ ਜਾਂ ਫਿਰ ਐਸਾ ਹੀ ਕੋਈ ਕਾਰਣ।

- ਖੋਜ ਤੋਂ ਪਤਾ ਲਗਿਆ ਹੈ ਕਿ ਬੱਚਾ ਆਮ ਪ੍ਰਸੂਤ ਦੇ ਲਈ ਕਮਜ਼ੋਰ ਹੈ।
- ਤੁਹਾਨੂੰ ਪ੍ਰੀਕਲੈਂਪਸਿਆ, ਗੈਟੇਸ਼ਨਲ ਸ਼ੂਗਰ ਜਾਂ ਫਿਰ ਕੋਈ ਹੋਰ ਲੰਬੀ ਬੀਮਾਰੀ ਹੈ ਜਿਸ ਵਿਚ ਗਰਭਕਾਲ ਬਣਾਈ ਰੱਖਣ ਵਿਚ ਖ਼ਤਰ ਹੋ ਸਕਦਾ ਹੈ।
- ਇਹ ਡਰ ਹੋਵੇ ਕਿ ਤੁਸੀਂ ਪ੍ਰਸੂਤ ਸ਼ੁਰੂ ਕਰਨ ਤੋਂ ਬਾਦ ਸਹੀ ਸਮੇਂ ਤੇ ਹਸਪਤਾਲ ਨਹੀਂ ਪਹੁੰਚ ਸਕੋਗੀ ਜਾਂ ਫਿਰ ਤੁਹਾਡਾ ਘੱਟ ਸਮੇਂ ਦੇ ਪ੍ਰਸੂਤ ਦਾ ਰਿਕਾਰਡ ਰਿਹਾ ਹੋਵੇ।
- ਤੁਸੀਂ ਚਾਹੋ ਤਾਂ ਡਾਕਟਰ ਨਾਲ ਇਸ ਸਬੰਧੀ ਖੁਲਾਸਾ ਮੰਗ ਸਕਦੀ ਹੋ। ਉਂਝ ਤੁਹਾਨੂੰ ਇਸ ਪ੍ਰਕ੍ਰਿਆ ਦੀ ਵੀ ਜਾਣਕਾਰੀ ਹੋਣੀ ਚਾਹੀਦੀ ਹੈ?

## ਪ੍ਰਸੂਤ ਸ਼ੁਰੂ (ਲੇਬਰ ਇੰਡਕਸ਼ਨ) ਕਿਵੇਂ ਹੁੰਦਾ ਹੈ

'ਲੇਬਰ ਇੰਡਕਸ਼ਨ' ਇਕ ਅਜਿਹੀ ਪ੍ਰਕ੍ਰਿਆ ਹੈ ਜਿਸ ਵਿਚ ਲੰਬਾ ਸਮਾਂ ਵੀ ਲਗ ਸਕਦਾ ਹੈ।

ਇਸ ਪ੍ਰਕ੍ਰਿਆ ਵਿਚ ਆਮ ਤੌਰ ਤੇ ਕਈ ਪੜਾਅ ਹੁੰਦੇ ਹਨ, ਇਹ ਜ਼ਰੂਰੀ ਨਹੀਂ ਕਿ ਤੁਹਾਨੂੰ ਉਨ੍ਹਾਂ ਸਾਰੇ ਪੜਾਵਾਂ ਤੋਂ ਗੁਜਰਨਾ ਪਵੇ।

- ਸਭ ਤੋਂ ਪਹਿਲਾਂ, ਤੁਹਾਡੀ ਬੱਚੇਦਾਨੀ ਦੇ ਮੂੰਹ ਨੂੰ ਨਰਮ ਕਰਨਾ ਹੋਵੇਗਾ। ਜੇਕਰ ਇਹ ਪਹਿਲਾਂ ਤੋਂ ਤਿਆਰ ਹੈ ਤਾਂ ਮਨ ਲਉ ਕਿ ਪਹਿਲਾ ਕੰਮ ਪੂਰਾ ਹੋ ਗਿਆ ਜੇਕਰ ਉਸ ਦਾ ਫੈਲਾਅ ਸ਼ੁਰੂ ਨਹੀਂ ਹੋਇਆ ਤਾਂ ਡਾਕਟਰ ਤੁਹਾਨੂੰ ਵੈਸਾਇਲ ਜੈਲਦੇ ਰੂਪ ਪ੍ਰੋਸਟਾਗਲੈਨਡਿਨ ਈ ਜੈਲ ਦੇ ਸਕਦੇ ਹਨ, ਇਸ ਦੀ ਇਕ ਗੋਲੀ ਵੀ ਆਉਂਦੀ ਹੈ। ਇਸ ਦਰਦ ਰਹਿਤ ਪ੍ਰਕ੍ਰਿਆ ਵਿਚ ਯੋਨੀ ਵਿਚ ਸਰਿੰਜ ਪਾਕੇ ਸਰਵਿਕਸ ਦੇ ਕੋਲ ਜੈਲ ਪਹੁੰਚਾਉਂਦੇ ਹਨ। ਕੁਝ ਇਕ ਘੰਟਿਆਂ ਵਿਚ ਜੈਲ ਆਪਣਾ ਕੰਮ ਸ਼ੁਰੂ ਕਰ ਦਿੰਦਾ ਹੈ,ਡਾਕਟਰ ਜਾਂਚ ਕਰਦੇ ਹਨ ਕਿ ਜੈਲ ਦਾ ਅਸਰ ਸ਼ੁਰੂ ਹੋਇਆ ਜਾਂ ਨਹੀਂ। ਜੇਕਰ ਨਾ ਹੋਇਆ ਹੋਵੇਤਾਂ ਜੈਲ ਦੀ ਦੂਜੀ ਖ਼ੁਰਾਕ ਦੇਣੀ ਪੈਂਦੀ ਹੈ। ਜੇਕਰ ਬਚੇਦਾਨੀ ਦਾ ਮੂੰਹ ਤਿਆਰ ਹੈ ਅਤੇ ਖਿਚਾਅ ਸ਼ੁਰੂ ਨਹੀਂ ਹੋਇਆ ਤਾਂ ਇੰਡਕਸ਼ਨ ਦੀ ਪ੍ਰਕ੍ਰਿਆ ਜਾ ਰਹਿੰਦੀ ਹੈ। ਕਈ ਡਾਕਟਰ ਬੱਚੇਦਾਨੀ ਦਾ ਮੂੰਹ ਤਿਆਰ ਕਰਨ ਦੇ ਲਈ ਮੈਕੇਨਿਕਲ ਏਜੇਂਟ ਪ੍ਰਯੋਗ ਕਰਦੇ ਹਨ। ਜਿਵੇਂ- ਇਕ ਗੁਬਾਰੇ ਦੇ ਨਾਲ ਕੈਥੇਟਰ, ਡਾਇਲੇਟਰ ਜਾਂ ਬੋਟੇਨਿਕਲ ਆਦਿ।
- ਜੇਕਰ ਐਮਿਨਓਟਿਕ ਥੈਲੀ ਅਜੇ ਨਾਲ ਹੈ ਤਾਂ ਉਹ ਬਨਾਉਟੀ ਤਰੀਕੇ ਨਾਲ ਇਸ ਨੂੰ ਵੱਲ ਕਰਨ ਦੀ ਕੋਸ਼ਿਸ਼ ਕਰਦੇ ਹਨ। ਹਾਲਾਂਕਿ ਇਸ ਪ੍ਰਕ੍ਰਿਆ ਵਿਚ ਕਦੀ ਵੀ ਪਾਣੀ ਦੀ ਥੈਲੀ ਫਟ ਵੀ ਜਾਂਦੀ ਹੈ।
- ਜੇਕਰ ਅਜੇ ਵੀ ਨਿਯਮਿਤ ਪ੍ਰਸੂਤ ਦਰਦ ਸ਼ੁਰੂ ਨਾ ਹੋਵੇ ਤਾਂ 'ਇੰਟ੍ਰਾਵੀਨਸ ਪਿਟੋਸਿਨ' ਦੇਣਾ ਪੈਂਦਾ ਹੈ। ਇਹ ਹਾਰਮੋਨ ਬੱਚੇਦਾਨੀ ਵਿਚ ਸਰੀਰ ਵਿਚ ਵੀ ਬਣਦਾ ਹੈ ਅਤੇ ਕਾਫ਼ੀ ਖ਼ਾਸ ਭੂਮਿਕਾ ਨਿਭਾਉਂਦਾ ਹੈ। ਇਸ ਤੋਂ ਇਲਾਵਾ 'ਮੀਸੋਪ੍ਰੋਸਟਾਲ' ਨਾਮਕ ਦਵਾਈ ਵੀ ਦਿੱਤੀ ਜਾ ਸਕਦੀ ਹੈ। ਕੁਝ ਅਧਿਐਨਾਂ ਤੋਂ ਪਤਾ ਲਗਾ ਹੈ ਕਿ ਇਸ ਨੂੰ ਦੇਣ ਨਾਲ ਆਕਸੀਜਨ ਦੀ ਜ਼ਰੂਰਤ ਨੂੰ ਥੋੜ੍ਹਾ ਘਟਾ ਦੇਂਦੀ ਹੈ ਤੇ ਪ੍ਰਸੂਤ ਦੀ ਅਵਧੀ ਨੂੰ ਵੀ ਘਟ ਕਰਦੀ ਹੈ।
- ਪ੍ਰਸੂਤ ਦੇ ਦੌਰਾਨ ਤੁਹਾਡੇ ਬੱਚੇ ਤੇ ਲਗਾਤਾਰ ਨਜ਼ਰ ਰਖੀ ਜਾਂਦੀ ਹੈ। ਤੁਹਾਡੇ ਤੇ ਵੀ ਧਿਆਨ ਦਿੱਤਾ ਜਾਏਗਾ ਕਿ ਕਿਤੇ ਦਬਾਈ ਦੇ ਕਾਰਣ ਜ਼ਿਆਦਾ ਤੇਜ ਅਤੇ ਸਖ਼ਤ ਖਿਚਾਅ ਤਾਂ ਨਹੀਂ ਹੋ ਰਿਹਾ। ਇੰਝ ਹੋਣ ਤੇ ਦਵਾਈ ਦੀ ਮਾਤਰਾ ਘਟਾ ਦੇਂਦੇ ਹਨ ਜਾਂ ਪੂਰੀ ਪ੍ਰਕ੍ਰਿਆ ਨੂੰ ਹੀ ਰੋਕ ਦੇਂਦੇ ਹਨ। ਪ੍ਰਸੂਤ ਸ਼ੁਰੂ ਹੋਣ ਤੋਂ ਬਾਅਦ ਦਵਾਈ ਰੋਕ ਦੇਂਦੇ ਹਨ ਤਾਂ ਜੋ ਅਗੇ ਦੀ ਪ੍ਰਕ੍ਰਿਆ ਕੁਦਰਤੀ ਚਲ ਸਕੇ।
- ਜੇਕਰ 8-12 ਘੰਟੇ ਤੋਂ ਬਾਅਦ ਵੀ ਪ੍ਰਸੂਤ ਸ਼ੁਰੂ ਨਾ ਹੋਵੇ ਤਾਂ ਡਾਕਟਰ ਪ੍ਰਕ੍ਰਿਆ ਨੂੰ ਰੋਕ ਸਕਦੇ ਹਨਜਾਂ ਫਿਰ ਓਪਰੇਸ਼ਨ ਦੀ ਸਲਾਹ ਦੇ ਸਕਦੇ ਹਨ।

## ਪ੍ਰਸੂਤ ਦੇ ਦੌਰਾਨ ਖਾਣ-ਪੀਣ

ਕੀ ਪ੍ਰਸੂਤ ਦੇ ਦੌਰਾਨ ਖਾਣਾ-ਪੀਣਾ ਠੀਕ ਰਹਿੰਦਾ ਹੈ?

- ਇਹ ਇਸ ਗੱਲ ਤੇ ਨਿਰਭਰ ਕਰੇਗਾ ਕਿ ਤੁਸੀਂ ਇਸ ਸਬੰਧੀ ਕਿਸ ਤੋਂ ਪੁੱਛ ਰਹੇ ਹੋ ਕੁਝ ਡਾਕਟਰ ਇਸ ਨੂੰ ਸਹੀ ਮੰਨਦੇ ਹਨ ਜਦੋਂਕਿ ਕੁਝ ਡਾਕਟਰਾਂ ਦਾ ਮੰਨਣਾ ਹੈ ਕਿ ਇੰਝ ਕਰਨ

ਤੇ ਜਨਰਲ ਐਨਸਥੀਸੀਆ ਦੇਣ ਦੀ ਨੌਬਤ ਆ ਸਕਦੀ ਹੈ। ਕੁਝ ਡਾਕਟਰ ਮੰਨਦੇ ਹਨ ਕਿ ਕੰਮ ਖ਼ਤਰੇ ਵਾਲੇ ਗਰਭਕਾਲ ਵਿਚ ਔਰਤ ਹਲਕਾ ਖਾਣ-ਪੀਣ ਲੈ ਸਕਦੀ ਹੈ ਤਾਂ ਜੋ ਉਸ ਦੀ ਊਰਜਾ ਦਾ ਪੱਧਰ ਬਣਿਆ ਰਹੇ ਅਤੇ ਸਰੀਰ ਨੂੰ ਤਾਕਤ ਮਿਲਦੀ ਰਹੇ। ਖੋਜ ਤੋਂ ਪਤਾ ਲਗਾ ਹੈ ਕਿ ਪ੍ਰਸੂਤ ਦਰਦ ਦੌਰਾਨ ਖਾਣ-ਪੀਣ ਵਾਲੀਆਂ ਔਰਤਾਂ ਦੇ ਪ੍ਰਸੂਤ ਦੀ ਅਵਧੀ 90 ਮਿੰਟ ਤਕ ਘਟ ਜਾਂਦੀ ਹੈ ਅਤੇ ਦਰਦ ਨਿਵਾਰਕ ਦਵਾਈਆਂ ਦੀ ਜ਼ਿਆਦਾ ਖ਼ੁਰਾਕ ਨਹੀਂ ਦੇਣੀ ਪੈਂਦੀ। ਤੁਸੀਂ ਆਪਣੇ ਡਾਕਟਰ ਤੋਂ ਪੁੱਛ ਕਿ ਉਹ ਇਸ ਬਾਰੇ ਕੀ ਕਰ ਸਕਦੇ ਹਨ।

- ਉਂਝ ਡਾਕਟਰ ਦੇ ਹਾਮੀ ਭਰਨ ਦੇ ਬਾਵਜੂਦ ਹੋ ਸਕਦਾ ਹੈ ਕਿ ਉਸ ਸਮੇਂ ਤੁਹਾਨੂੰ ਭੁੱਖ ਹੀ ਨ ਲਗੇ। ਉਂਝ ਤੁਸੀਂ ਪਾੱਪਸਿਕਲ, ਜੈਲ-ਓ ਐਪਲਸਾੱਸ, ਪਕੇ ਫਲ, ਸਾਦਾ ਪਾਸਤਾ ਜਾਂ ਜੈਮ ਵਾਲਾ ਟੋਸਟ ਖਾਕੇ ਆਪਣੀ ਅਲਰਜੀ ਬਰਕਰਾਰ ਰਖ ਸਕਦੀ ਹੋ। ਉਸ ਸਮੇਂ ਤੁਹਾਨੂੰ ਉਲਟੀ ਵੀ ਆ ਸਕਦੀ ਹੈ। ਕਈ ਔਰਤਾਂ ਨੂੰ ਤਾਂ ਬਿਨਾਂ ਕੁਝ ਖਾਦੇ ਵੀ ਉਲਟੀ ਆ ਜਾਂਦੀ ਹੈ।

ਤੁਹਾਨੂੰ ਹਸਪਤਾਲ ਜਾਂਦੇ ਸਮੇਂ ਸਾਥੀ ਤੇ ਵੀ ਧਿਆਨ ਦੇਣਾ ਹੋਵੇਗਾ ਕਿ ਉਹ ਵੀ ਥੋੜ੍ਹੀ ਜਿਹੀ ਪੇਟ-ਪੂਜਾ ਕਰ ਲਵੇ।

## ਐਮਰਜੈਂਸੀ ਡਿਲੀਵਰੀ-ਸਾਥੀ ਜਾਂ ਕੋਚ ਦੇ ਲਈ ਟਿਪਸ

**ਘਰ ਜਾਂ ਦਫ਼ਤਰ ਵਿਚ**

- ਸ਼ਾਂਤ ਰਹਿਣ ਦੀ ਕੋਸ਼ਿਸ਼ ਕਰੋ ਤੇ ਮਾਂ ਨੂੰ ਤਸੱਲੀ ਦਿਉ। ਚਾਹੇ ਤੁਸੀਂ ਡਿਲੀਵਰੀ ਸਬੰਧੀ ਜ਼ਿਆਦਾ ਨਹੀਂ ਜਾਣਦੇ ਪ੍ਰੰਤੂ ਬੱਚਾ ਤੇ ਉਸ ਦੀ ਮਾਂ ਹੀ ਕਾਫ਼ੀ ਕੰਮ ਕਰ ਲੈਣਗੇ।
- ਹਸਪਤਾਲ ਫ਼ੋਨ ਕਰਕੇ ਡਾਕਟਰ ਬੁਲਾਓ।
- ਜੇਕਰ ਸਮਾਂ ਹੈ ਤਾਂ ਆਪਣੇ ਹੱਥ ਤੇ ਮਾਂ ਦੇ ਯੋਨੀ ਪ੍ਰਵੇਸ਼ ਨੂੰ ਕਿਸੇ ਐਂਟੀਬਾਇਓਟਿਕ ਸਾਬਣ ਨਾਲ ਧੋਵੋ।
- ਜੇਕਰ ਸਮਾਂ ਹੈ ਤਾਂ ਮਾਂ ਨੂੰ ਬਿਸਤਰੇ ਤੇ ਇਸ ਤਰ੍ਹਾਂ ਨਿਆਓ ਕਿ ਉਹ ਪੁੱਠਿਆਂ ਨੂੰ ਹੇਠੋਂ ਫੜ ਕੇ ਆ ਸਕੇ। ਪੈਰਾਂ ਨੂੰ ਸਹਾਰਾ ਦੇਣ ਦੇ ਲਈ ਕੁਰਸੀਆਂ ਲਗਾ ਦਿਉ। ਕੁਝ ਕੁਸ਼ਨ ਤੇ ਸਰ੍ਹਾਣੇ ਪਿੱਠ ਦੇ ਪਿੱਛੇ ਲਗਾ ਦਿਉ ਤਾਂ ਜੋ ਉਹ ਡਿਲੀਵਰੀ ਲਈ ਆਪ ਅਕੜੂੰ ਮੁਦਰਾ ਵਿਚ ਆ ਜਾਏ। ਜੇਕਰ ਬੱਚੇ ਦਾ ਸਿਰ ਦਿਖਣਾ ਸ਼ੁਰੂ ਨਹੀਂ ਹੋਇਆ ਅਤੇ ਤੁਸੀਂ ਮਦਦ ਦਾ ਇੰਤਜ਼ਾਰ ਕਰਨਾ ਚਾਹੁੰਦੇ ਹੋ ਤਾਂ ਮਾਂ ਨੂੰ ਸਿੱਧਾ ਨਿਆ ਦਿਉ, ਡਿਲੀਵਰੀ ਦੀ ਪ੍ਰਕ੍ਰਿਆ ਹੌਲੀ ਹੋ ਜਾਏਗੀ।
- ਆਪਣੇ ਕੋਲ ਤੌਲੀਆ, ਅਖ਼ਬਾਰ, ਸਾਫ਼ ਕਪੜੇ ਆਦਿ ਰਖ ਲਉ। ਯੋਨੀ ਦੇ ਹੇਠਾਂ ਕੋਈ ਬਰਤਨ ਜਾਂ ਡਿਸ਼ਪੈਨ ਰਖੋ ਤਾਂ ਜੋ ਉਸ ਵਿਚ ਐਮਨਿਓਟਿਕ ਦ੍ਰਵ ਰਖਿਆ ਜਾ ਸਕੇ।
- ਜੇਕਰ ਬਿਸਤਰੇ ਜਾਂ ਮੇਜ ਤੇ ਲੈ ਜਾਣ ਦਾ ਸਮਾਂ ਨਾ ਹੋਵੇ ਤਾਂ ਮਾਂ ਦੇ ਹੇਠਾਂ ਅਖ਼ਬਾਰ ਵਿਛਾ ਕੇ, ਡਿਲੀਵਰੀ ਦੀ ਜਗ੍ਹਾ ਨੂੰ ਸਾਫ਼ ਰੱਖਣ ਦੀ ਕੋਸ਼ਿਸ਼ ਕਰੋ।

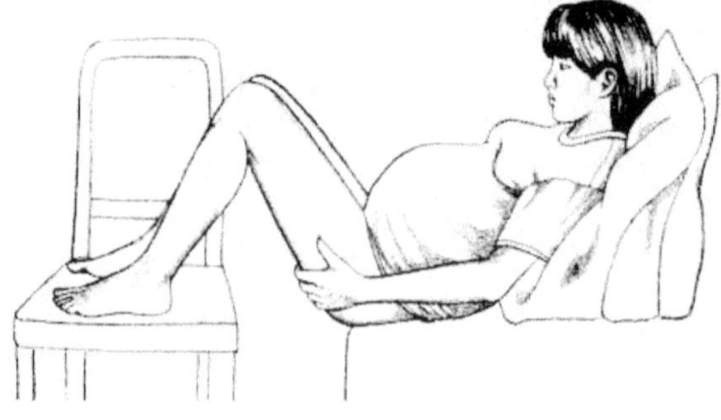

- ਬੱਚੇ ਦਾ ਸਿਰ ਦਿੱਖਣ ਲਗੇ ਤਾਂ ਮਾਂ ਨੂੰ ਕਹੋ ਕਿ ਉਹ ਧਕਾ ਨਾ ਲਗਾਏ। ਉਸ ਦੇ ਪੈਰੀਨਿਯਮ ਤੇ ਹਲਕਾ ਦਬਾਅ ਦਿਉ। ਸਿਰ ਨੂੰ ਹੌਲੀ-ਹੌਲੀ ਨਿਕਲਣ ਦਿਉ। ਉਸ ਨੂੰ ਜ਼ੋਰ ਲਗਾ ਕੇ ਨਾ ਖਿਚੋ। ਜੇਕਰ ਨਲੀ ਦਿਖਾਈ ਦੇਵੇਤਾਂ ਉਸ ਨੂੰ ਬੱਚੇ ਦੀ ਗਰਦਨ ਨਾਲ ਕੱਢ ਦਿਉ।
- ਸਿਰ ਨੂੰ ਦੋਨੋਂ ਹੱਥਾਂ ਵਿਚ ਪਕੜ ਕੇ ਹੇਠਾਂ ਵੱਲ ਲਿਆਉ ਤੇ ਮਾਂ ਨੂੰ ਕਹੋ ਕਿ ਉਹ ਧੱਕੇ ਤਾਂ ਜੋ ਮੋਢੇ ਬਾਹਰ ਆ ਸਕਣ। ਵਾਰੀ-ਵਾਰੀ ਦੋਨੋਂ ਮੋਢੇ ਬਾਹਰ ਆ ਜਾਣ ਤਾਂ ਬਾਕੀ ਸਰੀਰ ਨਿਕਲਣ ਵਿਚਦੇਰ ਨਹੀਂ ਲਗਦੀ।
- ਬੱਚੇ ਨੂੰ ਮਾਂ ਦੇ ਪੇਟ ਤੇ ਲਿਟਾ ਦਿਉ। ਉਸ ਨੂੰ ਕਿਸੇ ਸਾਫ਼ ਕਪੜੇ ਜਾਂ ਤੌਲੀਏ ਵਿਚ ਪਲੇਟ ਦਿਉ।
- ਸਾਫ਼ ਕਪੜੇ ਨਾਲ ਮੂੰਹ ਜਾਂ ਨੱਕ ਪੂੰਝੋ ਤੇ ਸਿਰ ਨੂੰ ਪੈਰਾਂ ਤੋਂ ਹੇਠਾਂ ਰੱਖੋ। ਮੂੰਹ ਵਿਚ ਉਂਗਲੀਆਂ ਡਾ ਕੇ ਸਾਫ਼ ਕਰੋ ਤੇ ਥੋੜ੍ਹੀ ਸਾਂਹ ਫੂਕੋ ਤਾਂ ਜੋ ਉਸ ਦੀ ਸਾਂਹ ਚਾਲੂ ਹੋ ਜਾਵੇ।
- ਪਲੇਸੇਂਟਾ ਨੂੰ ਖਿੱਚਣ ਦੀ ਥਾਂ ਆਪਣੇ-ਆਪ ਉਭਰਣ ਦਿਉ। ਤੁਹਾਨੂੰ ਨਲੀ ਕੱਟਣ ਦੀ ਵੀ ਜ਼ਰੂਰਤ ਨਹੀਂ ਹੈ।
- ਮਾਂ ਤੇ ਬੱਚੇ ਨੂੰ ਗਰਮੈਸ਼ ਵਿਚ ਰਖੋ।

**ਹਸਪਤਾਲ ਲੈ ਜਾਣ ਸਮੇਂ**

- ਜੇਕਰ ਕਾਰ ਵਿਚ ਲੈ ਜਾਂਦੇ ਸਮੇਂ ਡਿਲੀਵਰੀ ਸ਼ੁਰੂ ਹੋ ਜਾਏ ਤਾਂ ਕਾਰ ਨੂੰ ਕਿਸੀ ਸੁਰੱਖਿਅਤ ਜਗ੍ਹਾ ਲੈ ਜਾਓ। ਆਪਣਾ ਫ਼ੋਨ ਕੋਲ ਰਖੋ। ਕਾਰ ਦੀ ਸਿਗਨਲ ਬੱਤੀ ਜਗਾ ਦਿਉ। ਜੇ ਕਰ ਟੈਕਸੀ ਵਿਚ ਹੋ ਤਾਂ ਡਰਾਈਵਰ ਨੂੰ ਹਸਪਤਾਲ ਫ਼ੋਨ ਕਰਨ ਲਈ ਕਹੋ।

ਜੇਕਰ ਹੋ ਸਕੇ ਤਾਂ ਕਾਰ ਵਿਚ ਕੰਬਲ ਜਾਂ ਕੈਕੇਟ ਵਿਛਾ ਕੇ ਉਸ ਨੂੰ ਪਿਛਲੀ ਸੀਟ ਤੇ ਲਿਟਾ ਦਿਉ। ਜੇਕਰ ਮਦਦ ਨਾ ਆਏ ਤਾਂ ਬੱਚੇ ਦੀ ਡਿਲੀਵਰੀ ਕਰੋ ਤੇ ਫਿਰ ਉਨ੍ਹਾਂ ਨੂੰ ਹਸਪਤਾਲ ਲੈ ਜਾਓ।

## ਰੂਟੀਨ ਆਈ.ਵੀ.

**''ਕੀ ਇਹ ਸਚ ਹੈ ਕਿ ਪ੍ਰਸੂਤ ਦੇ ਦੌਰਾਨ ਹਸਪਤਾਲ ਵਿਚਜਾਂਦੇ ਹੀ ਮੈਨੂੰ ਆਈ.ਵੀ. ਲਗਾ ਦੇਣਗੇ?''**

ਤੁਸੀਂ ਜਿਸ ਹਸਪਤਾਲ ਵਿਚ ਪ੍ਰਸੂਤ ਦੇ ਲਈ ਜਾ ਰਹੀ ਹੋ, ਇਹ ਉਸ ਦੀ ਨੀਤੀ ਤੇ ਨਿਰਭਰ ਕਰਦਾ ਹੈ। ਕਈ ਹਸਪਤਾਲਾਂ ਵਿਚ ਤਾਂ ਜਾਂਦੇ ਹੀ ਤੁਹਾਡੇ ਹੱਥ ਦੀ ਨਸ ਵਿਚ ਇਕ ਪਤਲਾ ਕੈਥੇਟਰ ਲਗਾ ਦੇਂਦੇ ਹਨ। ਤਾਂ ਜੋ ਕੋਈ ਵੀ ਦਵਾਈ ਦੇਣ ਵਿਚ ਆਸਾਨੀ ਹੋਵੇ। ਇਸ ਤਰ੍ਹਾਂ ਡੀ.ਡਾਈਡ੍ਰੇਸ਼ਨ ਤੋਂ ਵੀ ਬਚਾਅ ਹੁੰਦਾ ਹੈ ਅਤੇ ਐਮਰਜੈਂਸੀ ਦੇ ਸਮੇਂ ਦਵਾਈ ਦੇਣ ਵਿਚ ਆਸਾਨੀ ਹੋ ਜਾਂਦੀ ਹੈ। ਕਈਜਗ੍ਹਾ ਜ਼ਰੂਰਤ ਪੈਣ ਤੇ ਹੀ ਆਈ.ਵੀ. ਦੇਂਦੇਹਨ। ਤੁਸੀਂ ਆਪਣੇ ਡਾਕਟਰ ਤੋਂ ਇਸ ਬਾਰੇ ਪੁੱਛੋ ਅਤੇ ਜੇਕਰ ਤੁਸੀਂ ਇੰਝ ਨਹੀਂ ਚਾਹੁੰਦੀ ਤਾਂ ਡਾਕਟਰ ਨੂੰ ਪਹਿਲਾਂ ਹੀ ਦੱਸ ਦਿਉ।

ਜੇਕਰ ਏਪੀਡਿਯੂਰਲ ਲੈਣਾ ਹੈ ਤਾਂ ਇਹ ਕਰਨਾ ਹੀ ਪਏਗਾ। ਏਪੀਡਿਯੂਰਲ ਦੌਰਾਨ ਤੇ ਉਸ ਤੋਂ ਬਾਦ ਵੀ ਆਈ.ਵੀ. ਤੋਂ ਫਲਿਯੂਡ ਦਿੱਤਾ ਜਾਂਦਾ ਹੈ।

ਉਂਝ ਅਸੀਂ ਤੁਹਾਨੂੰ ਦਸ ਦੇਣ ਕਿ ਇਹ ਇੰਨਾ ਤਕਲੀਫ਼ਦੇਹ ਨਹੀਂ ਹੁੰਦਾ। ਪਹਿਲਾਂ-2 ਹਲਕੀ ਸੂਈ ਚੁਭਣ ਦੀ ਤਕਲੀਫ਼ ਹੋਵੇਗੀ ਉਸ ਤੋਂ ਬਾਦ ਤੁਹਾਡਾ ਧਿਆਨ ਵੀ ਇਸ ਪਾਸੇ ਨਹੀਂ ਜਾਵੇਗਾ। ਤੁਸੀਂ ਇਸ ਨੂੰ ਆਪਣੇ ਨਾਲ ਲੈ ਕੇ ਬਾਥਰੂਮ ਜਾ ਸਕਦੀ ਹੋ ਜਾਂ ਬਰਾਮਦੇ ਵਿਚ ਟਹਿਲ ਸਕਦੀ ਹੋ। ਜੇਕਰ ਤੁਸੀਂ ਇਸ ਨੂੰ ਬਿਲਕੁਲ ਨਾ ਚਾਹੋ ਤਾਂ ਡਾਕਟਰ ਤੋਂ 'ਹੀਪਾਰਿਨ ਲਾੱਕ' ਸਬੰਧੀ ਪੁੱਛੋ। ਇਸ ਵਿਚ ਨਸ ਵਿਚ ਇਕ ਛੋਟੀ ਪਤਲੀ ਕੈਥੇਟਰ ਲਗਾ ਕੇ ਦਵਾਈ ਪਾ ਦੇਂਦੇ ਹਨ ਤਾਂ ਜੋ ਖ਼ੂਨ ਨਾ ਜੰਮੇ, ਫਿਰ ਇਸ ਨੂੰ ਬੰਦ ਕਰ ਦੇਂਦੇ ਹਨ ਤਾਂ ਜੋ ਐਮਰਜੈਂਸੀ ਵਿਚ ਨਸ ਖੁਲ੍ਹੀ ਮਿਲ ਜਾਏ ਅਤੇ ਝੱਟਪਟ ਇੰਜੈਕਸ਼ਨ ਜਾਂ ਦਵਾਈ ਦਿੱਤੀ ਜਾ ਸਕੇ।। ਇਸ ਤਰ੍ਹਾਂ ਤੁਹਾਨੂੰ ਐਵੇਂ ਹੀਆਈ.ਵੀ. ਦੇ ਚੱਕਰ ਵਿਚ ਨਹੀਂ ਫਸਣਾ ਪਵੇਗਾ।

## ਬੱਚੇ ਤੇ ਨਿਗਰਾਨੀ

**''ਕੀ ਪ੍ਰਸੂਤ ਦੌਰਾਨ ਬੱਚੇ ਦੀਆਂ ਗਤੀਵਿਧੀਆਂ ਤੇ ਲਗਾਤਾਰ ਨਜ਼ਰ ਰਖੀ ਜਾਵੇਗੀ? ਇਸ ਦਾ ਕੀ ਫ਼ਾਇਦਾ ਹੈ?''**

ਜਿਸ ਬੱਚੇ ਨੇ ਬੜੇ ਆਰਾਮ ਨਾਲ ਮਾਂ ਦੀ ਕੋਖ

ਵਿਚ ਨੌਂ ਮਹੀਨੇ ਬਿਤਾਏ ਹੋਣ, ਉਸ ਲਈ ਜਨਮ ਦੀ ਯਾਤਰਾ ਤੈਅ ਕਰਕੇ ਬਾਹਰ ਆਉਣਾ ਆਸਾਨ ਨਹੀਂ ਹੁੰਦਾ। ਕੁਝ ਬੱਚੇ ਤਾਂ ਬੜੇ ਆਰਾਮ ਨਾਲ ਇਹ ਸਫ਼ਰ ਤੈਅ ਕਰ ਲੈਂਦੇ ਹਨ ਪ੍ਰੰਤੂ ਕੁਝ ਬੱਚਿਆਂ ਦੀ ਹਿੰਮਤ ਟੁਟ ਜਾਂਦੀ ਹੈ। ਕਈ ਲੱਛਣਾਂ ਤੋਂ ਪਤਾ ਚਲਦਾ ਹੈ ਕਿ ਉਹ ਥਕਾਵਟ ਮਹਿਸੂਸ ਕਰ ਰਹੇ ਹਨ। ਉਨ੍ਹਾਂ ਦੇ ਦਿਲ ਦੀ ਧੜਕਣ ਘੱਟ ਹੋ ਜਾਂਦੀ ਹੈ।

ਡਾਕਟਰ ਲਗਾਤਾਰ ਬੱਚੇ ਦੀ ਹਲਚਲ ਤੇ ਨਜ਼ਰ ਰਖਦੇ ਹਨ ਤਾਂ ਜੋ ਉਨ੍ਹਾਂ ਨੂੰ ਬੱਚੇ ਦੀ ਸਹੀ ਸਥਿਤੀ ਪਤਾ ਚਲ ਸਕੇ। ਜੇਕਰ ਤੁਹਾਡੇ ਮਾਮਲੇ ਵਿਚ ਵੀ ਡਾਕਟਰ ਨੂੰ ਸਹੀ ਲਗਦਾ ਹੈ ਤਾਂ ਉਹ ਬੱਚੇ ਤੇ ਪੂਰੇ ਪ੍ਰਸੂਤ ਦੌਰਾਨ ਫੈਟਲ ਮਾਨੀਟਰਿੰਗ ਨਾਲ ਨਜ਼ਰ ਰੱਖਣਗੇ।

ਫੈਟਲ ਮਾਨੀਟਰਿੰਗ ਤਿੰਨ ਤਰ੍ਹਾਂ ਦੀ ਹੁੰਦੀ ਹੈ।

**ਬਾਹਰੀ ਜਾਂਚ :-** ਇਸ ਵਿਚ ਪੇਟ ਤੇ ਦੋ ਤਰ੍ਹਾਂ ਦੇ ਯੰਤਰ ਲਗਾਏ ਜਾਂਦੇ ਹਨ। ਇਕ ਅਲਟ੍ਰਾਸਾਊਂਡ ਟ੍ਰਾਂਸਡਿਯੂਸਰ (ਦਿਲ ਦੀ ਧੜਕਣ ਤੇ ਨਜ਼ਰ ਰਖਦਾ ਹੈ),ਦੂਜਾ ਦਬਾਅ-ਸੰਵੇਦਨਸ਼ੀਲ ਯੰਤਰ, ਉਹ ਖਿਚਾਹ ਦੀ ਡੂੰਘਾਈ ਤੇ ਸਮਾਂ ਨਾਪਦਾ ਹੈ। ਇਹ ਦੋਨੋਂ ਮਾਨੀਟਰ ਨਾਲ ਜੁੜੇ ਰਹਿੰਦੇ ਹਨ ਤੇ ਕਾਗਜ ਤੇ ਇਸ ਦੀ ਰਿਪੋਟ ਨਿਕਲਦੀ ਰਹਿੰਦੀ ਹੈ। ਤੁਸੀਂ ਇਸ ਦੌਰਾਨ ਬਿਸਤਰ ਜਾਂ ਕੁਰਸੀ ਤੇ ਹਿਲ-ਜੁਲ ਸਕਦੀ ਹੋ ਪ੍ਰੰਤੂ ਤੁਹਾਨੂੰ ਜ਼ਿਆਦਾ ਆਜ਼ਾਦੀ ਨਹੀਂ ਹੁੰਦੀ।

ਲੇਬਰ ਦੀ ਦੂਜੀ ਸਥਿਤੀ ਵਿਚ ਜਦੋਂ ਖਿਚਾਅ ਇੰਨੇ ਤੇਜ ਹੋ ਜਾਂਦੇ ਹਨ ਕਿ ਸ਼ੁਰੂਆਤ ਜਾਂ ਸਮਾਪਤੀ ਦਾ ਪਤਾ ਹੀ ਨਹੀਂ ਚਲਦਾ ਤਾਂ ਉਸ ਸਮੇਂ ਮਾਨੀਟਰ ਦੀ ਮਦਦ ਨਾ ਲਈ ਜਾਂਦੀ ਹੈ। ਜੇਕਰ ਇਸ ਦੌਰਾਨ ਮਾਨੀਟਰ ਦੀ ਮਦਦ ਨਾ ਲਈ ਜਾਵੇ ਤਾਂ ਡਾਪਲਰ ਨਾਲ ਬੱਚੇ ਦੇ ਦਿਲ ਦੀ ਧੜਕਣ ਜਾਂਚੀ ਜਾਂਦੀ ਹੈ।

## ਅੰਦਰੂਨੀ ਜਾਂਚ

ਜਦੋਂ ਜ਼ਿਆਦਾ ਸਟੀਕ ਦੀ ਜ਼ਰੂਰਤ ਪੈਂਦੀ ਹੈ ਤਾਂ ਇਸ ਦਾ ਪ੍ਰਯੋਗ ਕੀਤਾ ਜਾਂਦਾ ਹੈ। ਇਸ ਵਿਚ ਯੋਨੀ ਰਸਤੇ ਤੋਂ ਬੱਚੇ ਦੀ ਖੋਪੜੀ ਤੇ ਛੋਟਾ ਜਿਹਾ ਇਲੈਕਟ੍ਰੀਡ ਲਗਾ ਦੇਂਦੇ ਹਨ। ਫਿਰ ਤੁਹਾਡੀ ਬੱਚੇਦਾਨੀ ਵਿਚ ਇਕ ਕੈਥੇਟਰ ਪਾਇਆ ਜਾਂਦਾ ਹੈ ਜਾਂ ਪੇਟ ਤੇ ਯੰਤਰ ਲਗਾ ਕੇ ਖਿਚਾਅ ਦੀ ਡੂੰਘਾਈ ਤੇ ਸਮਾਂ ਨਾਪਿਆ ਜਾਂਦਾ ਹੈ।

ਇੰਝ ਤਾਂ ਕੀਤਾ ਜਾਂਦਾ ਹੈ ਜਦੋਂ ਬਹੁਤ ਜ਼ਰੂਰੀ ਹੋਵੇ ਕਿਉਂਕਿ ਇਸ ਨਾਲ ਇਨਫੈਕਸ਼ਨ ਹੋਣ ਦਾ ਡਰ ਰਹਿੰਦਾ ਹੈ। ਬੱਚੇ ਦੇ ਸਿਰ ਤੇ ਹਲਕੀਆਂ ਖਰੋਂਚਾਂ ਆ ਸਕਦੀਆਂ ਹਨ ਜੋ ਕੁਝ ਦਿਨ ਵਿਚ ਠੀਕ ਹੋ ਜਾਂਦੀਆਂ ਹਨ। ਇਸ ਸਮੇਂ ਤੁਹਾਡੀ ਗਤੀਵਿਧੀ ਕਾਫ਼ੀ ਘਟ ਹੋ ਜਾਏਗੀ।

## ਟੈਲੀਮੈਟ੍ਰੀ ਜਾਂਚ

ਇਹ ਜਾਂਚ ਕੁਝ ਖ਼ਾਸ ਹਸਪਤਾਲਾਂ ਵਿਚ ਹੀ ਉਪਲਬੱਧ ਹੁੰਦੀ ਹੈ। ਇਸ ਦੌਰਾਨ ਤੁਹਾਡੀ ਜਾਂਚ ਤੇ ਇਕ ਟ੍ਰਾਂਸਮੀਟਰ ਲਗਾਇਆ ਜਾਂਦਾ ਹੈ ਤਾਂ ਜੋ ਬੱਚੇ ਦੇ ਦਿਲ ਦੀ ਧੜਕਣ ਪਤਾ ਚਲਦੀ ਰਹੇ। ਇਸ ਦੌਰਾਨ ਤੁਸੀਂ ਘੁੰਮ ਵੀ ਸਕਦੀ ਹੋ ਅਤੇ ਜਾਂਚ ਵੀ ਜਾਰੀ ਰਹਿੰਦੀ ਹੈ।

ਐਸੀ ਜਾਂਚ ਦੌਰਾਨ ਕਈ ਵਾਰ ਝੂਠੇ ਸੰਕੇਤ ਵੀ ਮਿਲ ਜਾਂਦੇ ਹਨ। ਬੱਚਾ ਘੁੰਮ ਗਿਆ ਤਾਂ ਇਲੈਕਟ੍ਰੋਡ ਹਿਲ ਜਾਏਗਾ ਅਤੇ ਮਾਨੀਟਰ ਤੇ ਸਹੀ ਰਿਕਾਰਡ ਨਹੀਂ ਆਏਗਾ। ਡਾਕਟਰ ਇਨ੍ਹਾਂ ਸਾਰੀਆਂ ਗੱਲਾਂ ਤੇ ਧਿਆਨ ਦੇਣ ਤੋਂ ਬਾਅਦ ਹੀ ਤੈਅ ਕਰਦੇ ਹਨ ਕਿ ਬੱਚਾ ਖ਼ਤਰੇ ਵਿਚ ਜਾਂ ਨਹੀਂ। ਜੇਕਰ ਲਗਾਤਾਰ ਬੱਚੇ ਦੇ ਥੱਕਣ ਦੇ ਸੰਕੇਤ ਆਉਂਦੇ ਰਹਿਣ ਤਾਂ ਓਪਰੇਸ਼ਨ ਦੀ ਤਿਆਰੀ ਕੀਤੀ ਜਾਂਦੀ ਹੈ।

## ਝਿੱਲੀ ਫੁਟਣਾ

**"ਮੈਨੂੰ ਡਰ ਹੈ ਕਿ ਮੇਰੀ ਪਾਣੀ ਦੀ ਥੈਲੀ ਆਪਣੇ ਆਪ ਨਹੀਂ ਫਟੇਗੀ। ਡਾਕਟਰ ਨੂੰ ਉਸ ਨੂੰ ਫੋੜਨਾ ਪਵੇਗਾ। ਕੀ ਇਸ ਨਾਲ ਮੈਨੂੰ ਦਰਦ ਹੋਵੇਗਾ?"**

ਨਹੀਂ, ਕਈ ਵਾਰ ਤਾਂ ਉਸਨੂੰ ਬਣਾਉਟੀ ਰੂਪ ਨਾਲ ਫੋੜਨ ਤੇ ਕਈ ਔਰਤਾਂ ਨੂੰ ਪਤਾ ਤਕ ਨਹੀਂ ਲਗਦਾ। ਉਹ ਪ੍ਰਸੂਤ-ਦਰਦ ਵਿਚ ਇੰਨੀਆਂ ਗੁਪ ਹੁੰਦੀਆਂ ਹਨ ਕਿ ਇਸ ਛੋਟੀ ਜਿਹੀ ਗੱਲ ਤੇ ਉਨ੍ਹਾਂ ਦਾ ਧਿਆਨ ਤਕ ਨਹੀਂ ਜਾਂਦਾ। ਬਸ ਤੁਹਾਨੂੰ ਇਕ ਦਮ ਪਾਣੀ ਵਹਿਣ ਦਾ ਅਹਿਸਾਸ ਹੋਵੇਗਾ। ਕਈ ਵਾਰ ਬੱਚੇ ਦੀ ਅੰਦਰੂਨੀ ਜਾਂਚ ਦੇ ਲਈ ਵੀ ਬਣਾਉਟੀ ਤਰੀਕੇ ਨਾਲ ਝਿੱਲੀ ਫੋੜਨੀ ਪੈਂਦੀ ਹੈ।

ਉਂਝ ਖੋਜਾਂ ਤੋਂ ਪਤਾ ਲਗਾ ਹੈ ਕਿ ਇਸ ਨਾਲ

ਪ੍ਰਸੂਤ ਕਾਲ ਛੋਟਾ ਨਹੀਂ ਹੁੰਦਾ ਪ੍ਰੰਤੂ ਕਈ ਡਾਕਟਰ ਅੱਜ ਵੀ ਪ੍ਰਸੂਤ ਨੂੰ ਤੇਜ਼ੀ ਦੇਣ ਦੇ ਲਈ ਇੰਝ ਕਹਿੰਦੇ ਹਨ। ਜੇਕਰ ਕੋਈ ਵਾਜ਼ਬ ਕਾਰਨ ਨਾ ਹੋਵੇ ਤਾਂ ਡਾਕਟਰ ਉਸ ਨੂੰ ਕੁਦਰਤੀ ਰੂਪ ਨਾਲ ਆਪਣਾ ਕੰਮ ਕਰਨ ਦਾ ਮੌਕਾ ਦੇ ਸਕਦੇ ਹਨ।

ਕਈ ਵਾਰ ਬੱਚਾ ਇਸ ਥੈਲੀ ਦੇਨਾਲ ਬਾਹਰ ਆਉਂਦਾ ਹੈ। ਇਸ ਨੂੰ ਜਨਮ ਤੋਂ ਬਾਦ ਹੀ ਫੋੜਿਆ ਜਾਂਦਾ ਹੈ। ਇਹ ਵੀ ਠੀਕ ਰਹਿੰਦਾ ਹੈ।

## ਏਵਿਸਿਓਟਾਮੀ

**''ਮੈਂ ਸੁਣਿਆ ਹੈ ਕਿ ਅੱਜ ਕਲ੍ਹ ਏਪਿਸਿਓਟਾਮੀ ਦਾ ਚਲਣ ਨਹੀਂ ਰਿਹਾ(ਕੀ ਇਹ ਸਚ ਹੈ)।''**

ਤੁਸੀਂ ਸਹੀ ਸੁਣਿਆ ਹੈ। ਅੱਜ ਕਲ੍ਹ ਯੋਨੀ ਤੇ ਗੁਦਾ ਰਸਤੇ ਵਿਚਲੇ ਹਿੱਸੇ ਨੂੰ ਫੈਲਾਉਣ ਦੇ ਲਈ ਚੀਰਾ ਨਹੀਂ ਦਿੱਤਾ ਜਾਂਦਾ। ਅੱਜ ਕਲ੍ਹ ਬਿਨਾਂ ਕਾਰਣ ਚੀਰਾ ਲਗਾਉਣ ਤੋਂ ਬਚਿਆ ਜਾਂਦਾ ਹੈ।

ਹਮੇਸ਼ਾਂ ਤੋਂ ਇੰਝ ਨਹੀਂ ਸੀ। ਚੀਰਾ ਲਗਾਉਣ ਤੋਂ ਬਾਅਦ ਹੀ ਬੱਚੇ ਬਾਹਰ ਆਉਂਦੇ ਸਨ ਪ੍ਰੰਤੂ ਖੋਜ ਤੋਂ ਪਤਾ ਲਗਾ ਹੈ ਕਿ ਔਸਤਨ ਪ੍ਰਸੂਤਾਂ ਵਿਚ ਇਸ ਤੋਂ ਬਿਨਾਂ ਵੀ ਕੰਮ ਚਲ ਜਾਂਦਾ ਹੈ। ਮਾਂ ਖ਼ੂਨ ਬਹਾਅ ਤੇ ਇਨਫੈਕਸ਼ਨ ਦੇ ਡਰ ਤੋਂ ਬਚ ਜਾਂਦੀ ਹੈ।

ਕਈ ਵਾਰ ਇਹ ਚੀਰੇ ਇੰਨੇ ਵੱਡੇ ਹੋ ਜਾਂਦੇ ਸਨ ਕਿ ਇਨ੍ਹਾਂ ਨਾਲ ਖ਼ਤਰਾ ਪੈਦਾ ਹੋ ਜਾਂਦਾ ਸੀ। ਹਾਲਾਂਕਿ ਹੁਣ ਵੀ ਜੇਕਰ ਬੱਚਾ ਵੱਡਾ ਹੋਵੇ, ਫੋਰਸੈਪ ਜਾਂ ਵੈਕਯੂਮ ਡਿਲੀਵਰੀ ਕਰਨੀ ਹੋਵੇ ਤਾਂ ਫਿਰ ਐਮਰਜੈਂਸੀ ਹੋਵੇ, ਤਾਂ ਚੀਰਾ ਲਗਾਣਾ ਪੈ ਸਕਦਾ ਹੈ।

ਚੀਰੇ ਤੋਂ ਪਹਿਲਾਂ ਤੁਹਾਨੂੰ ਲੋਕਲ ਦਰਦ ਨਿਵਾਰਕ ਇੰਜੈਕਸ਼ਨ ਦਿੱਤਾ ਜਾਵੇਗਾ। ਹੇਠਲਾ ਹਿੱਸਾ ਸੁੰਨ ਹੋਣ ਦੇ ਕਾਰਨ ਤੁਹਾਨੂੰ ਕੋਈ ਦਰਦ ਮਹਿਸੂਸ ਨਹੀਂ ਹੋਵੇਗਾ। ਬੱਚੇ ਤੇ ਪਲੇਸੈਂਟਾ ਦੀ ਡਿਲੀਵਰੀ ਤੋਂ ਬਾਅਦ ਡਾਕਟਰ ਇਸ ਚੀਰੇ ਤੇ ਟਾਂਕਾ ਲਗਾ ਦੇਣਗੇ।

ਕਈ ਦਾਈਆਂ ਇਸ ਤੋਂ ਬਚਾਅ ਦੇ ਲਈ ਪੇਰੀਨਿਯਮ ਮਾਲਸ਼ ਦੀ ਸਲਾਹ ਦੇਂਦੀਆਂ ਹਨ। ਉਨ੍ਹਾਂ ਦਾ ਮੰਨਣਾ ਹੈ ਕਿ ਪਹਿਲੀ ਵਾਰ ਮਾਂ ਬਣਨ ਵਾਲੀਆਂ ਔਰਤਾਂ ਨੂੰ ਪ੍ਰਸੂਤ ਤੋਂ ਕੁਝ ਹਫ਼ਤੇ ਪਹਿਲਾਂ ਤੋਂ ਇਸ ਹਿੱਸੇ ਦੀ ਮਾਲਸ਼ ਕਰਨੀ ਚਾਹੀਦੀ ਹੈ।

ਉਂਝ ਡਿਲੀਵਰੀ ਦੌਰਾਨ ਡਾਕਟਰ ਤੁਹਾਡੇ ਪੇਰੀਨਿਯਮ ਤੇ ਹਲਕਾ ਦਬਾਅ ਦੇ ਕੇ ਸਹਾਰਾ ਦੇਂਦੇ ਹਨ ਤਾਂ ਜੋ ਬੱਚੇਦਾ ਸਿਰ ਅਚਾਨਕ ਬਾਹਰ ਆਉਣ ਤੇ ਗੈਰਜ਼ਰੂਰੀ ਚੀਰਾ ਨਾ ਪੈ ਜਾਏ।

ਤੁਸੀਂ ਡਾਕਟਰ ਤੋਂ ਇਸ ਸਬੰਧੀ ਰਾਏ ਲੈ ਸਕਦੀ ਹੋ ਯਾਦ ਰਖੋ ਕਿ ਪਹਿਲਾਂ ਤੋਂ ਸਭ ਤੈਅ ਨਹੀਂ ਹੁੰਦਾ। ਕਈ ਫ਼ੈਸਲੇ ਡਿਲੀਵਰੀ ਕਮਰੇ ਵਿਚ ਜਾਣ ਤੋਂ ਬਾਦ ਹੀ ਲਏ ਜਾਂਦੇ ਹਨ।

## ਫੋਰਸੈਪ

**''ਕੀ ਮੈਨੂੰ ਡਿਲੀਵਰੀ ਦੌਰਾਨ ਫੋਰਸੈਪ ਦੀ ਜ਼ਰੂਰਤ ਪਵੇਗੀ?''**

ਉਂਝ ਅੱਜ ਕਲ੍ਹ ਫੋਰਸੈਪ ਦੀ ਮਦਦ ਨਾਲ ਬੱਚੇ ਨੂੰ ਕੱਢਣ ਦੀ ਬਜਾਏ ਵੈਕਯੂਮ ਦੀ ਸਹਾਇਤਾ ਲਈ ਜਾਂਦੀ ਹੈ। ਤੁਸੀਂ ਨਿਸ਼ਚਿੰਤ ਰਹੋ ਕਿ ਫੋਰਸੈਪ ਵੀ ਵੈਕਯੂਮ ਜਾਂ ਓਪਰੇਸ਼ਨ ਦੀ ਤਰ੍ਹਾਂ ਸੁਰੱਖਿਅਤ ਹੈ।

ਜਦੋਂ ਮਾਂ ਜ਼ੋਰ ਲਗਾ ਕੇ ਇੰਨੀ ਥੱਕ ਜਾਏ ਕਿ ਬੱਚਾ ਬਾਹਰ ਨਾ ਆ ਰਿਹਾ ਹੋਵੇ ਤਾਂ ਬੱਚੇਨੂੰ ਪ੍ਰੇਸ਼ਾਨੀ ਤੋਂ ਬਚਾਉਣ ਦੇ ਲਈ ਫੋਰਸੈਪ ਦੀ ਮਦਦ ਲਈ ਜਾ ਸਕਦੀ ਹੈ।

ਤੁਹਾਡੀ ਬੱਚੇਦਾਨੀ ਦਾ ਮੂੰਹ ਪੂਰੀ ਤਰ੍ਹਾਂ ਖੁਲ੍ਹਾ ਹੋਣਾ ਚਾਹੀਦਾ ਹੈ। ਪਿਸ਼ਾਬ ਥੈਲੀ ਖ਼ਾਲੀ ਹੋਵੇ ਅਤੇ ਪਾਣੀ ਦੀ ਥੈਲੀ ਫਟੀਹੋਵੇ। ਫਿਰ ਤੁਹਾਨੂੰ ਲੋਕਲ ਐਨਥੀਸੀਆ ਨਾਲ ਸੁੰਨ ਕੀਤਾ ਜਾਵੇਗਾ। ਹੋ ਸਕਦਾ ਹੈ ਕਿ ਯੋਨੀ ਰਾਹ ਵਿਚ ਚੀਰਾ ਵੀ ਦੇਣਾ ਪਵੇ। ਕਈਵਾਰ ਇਸ ਕਾਰਨ ਬੱਚੇ ਦੇ ਸਿਰ ਤੇ ਖਰੋਂਚ ਜਾਂ ਸੋਜਸ ਆ ਜਾਂਦੀ ਹੈ ਜੋ ਕੁਝ ਦਿਨ ਵਿਚ ਠੀਕ ਹੋ ਜਾਂਦੀ ਹੈ।

ਜੇਕਰ ਫੋਰਸੈਪ ਦੀ ਕੋਸ਼ਿਸ਼ ਵੀ ਅਸਫ਼ਲ ਰਹਿੰਦੀ ਹੈ ਤਾਂ ਓਪਰੇਸ਼ਨ ਕਰਨਾ ਪੈ ਸਕਦਾ ਹੈ।

## ਵੈਕਯੂਮ ਦਾ ਦਬਾਅ

**''ਮੇਰੀ ਸਹੇਲੀ ਨੂੰ ਬੱਚੇ ਦੀ ਡਿਲੀਵਰੀ ਦੇ ਲਈ ਵੈਕਯੂਮ ਐਕਸਟ੍ਰੈਕਟਰ ਦੀ ਮਦਦ ਲੈਣੀ ਪਈ। ਕੀ ਇਹ ਵੀ ਫੋਰਸੈਪ ਦੀ ਤਰ੍ਹਾਂ ਹੁੰਦਾ ਹੈ?''**

ਇਸ ਵਿਚ ਬੱਚੇ ਦੇ ਸਿਰ ਤੇ ਪਲਾਸਟਿਕ ਦੀ ਇਕ ਕੈਪ ਲਗਾਂਦੇ ਹਨ ਤੇ ਹੌਲੀ ਜਿਹੇ ਉਸ ਨੂੰ ਬਾਹਰ ਵੱਲ ਖਿਚਿਆ ਜਾਂਦਾ ਹੈ। ਇਸ ਖਿਚਾਅ

**ਵੈਕਯੂਮ ਐਕਸਟ੍ਰੈਕਟਰ**

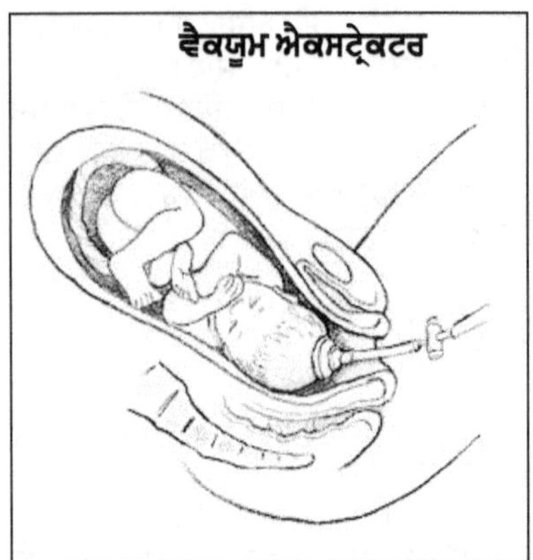

ਨਾਲ ਬੱਚੇ ਬਾਹਰ ਆਉਣ ਵਿਚ ਮਦਦ ਮਿਲਦੀ ਹੈ। ਕਈ ਵਾਰ ਤਾਂ ਇਹ ਫੋਰਸੈਪ ਅਤੇਓਪਰੇਸ਼ਨ ਤੋਂ ਵੀ ਬਚਾ ਲੈਂਦਾ ਹੈ।

ਖਿਚਾਅ ਦੌਰਾਨ ਯੋਨੀ ਰਾਹ ਤੇ ਚੀਰਾ ਨਹੀਂ ਲਗਾਉਣਾ ਪੈਂਦਾ। ਇੰਞ ਜਨਮ ਲੈਣ ਵਾਲੇ ਕੁਝ ਬੱਚਿਆਂ ਦੇ ਸਿਰ ਤੇ ਹਲਕੀ ਸੋਜਸ ਆ ਜਾਂਦੀ ਹੈ ਜੋ ਕੁਝ ਦਿਨ ਦੇ ਇਲਾਜ਼ ਨਾਲ ਠੀਕ ਹੋ ਜਾਂਦੀ ਹੈ।

ਜੇਕਰ ਵੈਕਯੂਮ ਨਾਲ ਵੀ ਗੱਲ ਨਾ ਬਣੇ ਤਾਂ ਡਿਲੀਵਰੀ ਦੇ ਲਈ ਓਪਰੇਸ਼ਨ ਦੀ ਮਦਦ ਲੈਣੀ ਪੈਂਦੀ ਹੈ।

ਕਈਵਾਰ ਡਾਕਟਰ ਦਰਦ ਦੇ ਦੌਰਾਨ ਆਰਾਮ ਦੀ ਸਲਾਹ ਵੀ ਦੇਂਦੇ ਹਨ ਤਾਂ ਜੋ ਤੁਸੀਂ ਪੂਰੀ ਤਾਕਤ ਤੇ ਊਰਜਾ ਲੈ ਕੇ ਫਿਰ ਤੋਂ ਜ਼ੋਰ ਲਗਾ ਸਕੋ। ਤੁਸੀਂ ਆਪਣੀ ਸਥਿਤੀ ਬਦਲ ਕੇ ਵੀ ਕੋਸ਼ਿਸ਼ ਕਰ ਸਕਦੀ ਹੋ। ਕਈਵਾਰ ਗੁਰੂਤਾਕ੍ਸ਼ਣ ਦੀ ਮਦਦ ਨਾਲ ਵੀ ਗੱਲ ਬਣ ਜਾਂਦੀ ਹੈ।

ਪ੍ਰਸੂਤ ਦਰਦ ਸ਼ੁਰੂ ਹੋਣ ਤੋਂ ਪਹਿਲਾਂ ਡਾਕਟਰ ਤੋਂ ਪਤਾ ਕਰ ਲਉ ਕਿ ਕੈਸੀ ਸਥਿਤੀ ਵਿਚ ਕਿਵੇਂ ਫ਼ੈਸਲਾ ਲੈਣਾ ਪੈ ਸਕਦਾ ਹੈ।

## ਪ੍ਰਸੂਤ ਸਥਿਤੀਆਂ

**''ਮੈਂ ਜਾਣਦੀ ਹਾਂ ਕਿ ਪ੍ਰਸੂਤ ਦੌਰਾਨ ਪਿੱਠ ਦੇ ਭਾਰ ਸਿੱਧਾ ਨਹੀਂ ਲੇਟ ਸਕਦੇ ਪ੍ਰੰਤੂ ਕਿਹੜੀ ਸਥਿਤੀ ਠੀਕ ਰਹਿੰਦੀ ਹੈ?''**

ਤੁਹਾਨੂੰ ਪ੍ਰਸੂਤ ਦੇਦੌਰਾਨ ਪਿੱਠ ਦੇਭਾਰ ਲੇਟਣ ਦੀ ਜ਼ਰੂਰਤ ਨਹੀਂ ਹੈ ਕਿਉਂਕਿ ਇਹ ਤਰੀਕਾ ਜ਼ਿਆਦਾ ਕਾਰਗਰ ਵੀ ਨਹੀਂ ਹੁੰਦਾ, ਇਸ ਤਰ੍ਹਾਂ ਕਈ ਖ਼ੂਨ ਨਾਲੀਆਂ ਦੱਬਣ ਦਾ ਡਰ ਹੁੰਦਾ ਹੈ ਅਤੇ ਗੁਰੂਤਾਕ੍ਸ਼ਣ ਦੀ ਮਦਦ ਵੀ ਨਹੀਂ ਮਿਲਦੀ। ਤੁਸੀਂ ਕਿਸੇ ਵੀ ਸਥਿਤੀ ਵਿਚ ਪ੍ਰਸੂਤ ਕਰ ਸਕਦੀ ਹੋ ਤੇ ਉਸ ਨੂੰ ਆਪਣੀ ਇੱਛਾਨੁਸਾਰ ਬਦਲ ਵੀ ਸਕਦੀ ਹੋ। ਇਸ ਤਰ੍ਹਾਂ ਸਥਿਤੀ ਬਦਲਣ ਨਾਲ ਪ੍ਰਸੂਤ ਵਿਚ ਤੇਜ਼ੀ ਹੁੰਦੀ ਹੈ ਅਤੇ ਬਿਹਤਰ ਨਤੀਜੇ ਸਾਮ੍ਹਣੇ ਆਉਂਦੇ ਹਨ।

ਤੁਸੀਂ ਹੇਠ-ਲਿਖਿਆਂ ਵਿਚੋਂ ਕੋਈ ਵੀ ਆਰਾਮ ਦਾਇਕ ਸਥਿਤੀ ਚੁਣ ਸਕਦੀ ਹੋ :-

**ਖੜੇ ਹੋ ਕੇ ਚੱਲਣ ਸਮੇਂ :-** ਟਹਿਲਣ ਨਾਲ ਦਰਦ ਘਟੇਗਾ ਅਤੇ ਗੁਰੂਤਾਕ੍ਸ਼ਣ ਦੀ ਮਦਦ ਵੀ ਮਿਲੇ ਗੀ। ਬੱਚੇ ਨੂੰ ਹੇਠਾਂ ਤਕ ਆਉਣ ਵਿਚ ਮਦਦ ਮਿਲੇ ਗੀ। ਹਾਲਾਂਕਿ ਜਦੋਂ ਪ੍ਰਸੂਤ ਦਰਦ ਤੇਜ਼ ਹੋਣ ਦੇ ਕਾਰਣ ਚਲਣਾ ਮੁਸ਼ਕਿਲ ਹੋ ਜਾਏ ਤਾਂ ਤੁਸੀਂ ਲੇਟ ਵੀ ਸਕਦੀ ਹੋ।

**ਰਾੱਕਿੰਗ:-** ਹਾਲਾਂਕਿ ਬੱਚਾ ਅਜੇ ਧਰਤੀ ਤੇ ਨਹੀਂ ਆਇਆ ਪ੍ਰੰਤੂ ਉਸ ਨੂੰ ਝੂਲਣ ਵਿਚ ਆਨੰਦ ਜ਼ਰੂਰ ਆਏਗਾ। ਖਿਚਾਅ ਸ਼ੁਰੂ ਹੋਣ ਤੋਂ ਬਾਦ ਰਾਕਿੰਗ ਕੁਰਸਤੀ ਵਿਚ ਬੈਠ ਕੇ ਅੱਗੇ-ਪਿੱਛੇ ਝੂਲੋ। ਇਸ ਨਾਲ ਯੋਨੀ ਰਾਹ ਖੁਲ੍ਹੇਗਾ ਤੇ ਬੱਚਾ ਹੇਠਾਂ ਵੱਲ ਆਵੇ ਗਾ। ਇਸ ਪ੍ਰਕ੍ਰਿਆ ਵਿਚ ਗੁਰੂਤਾਕ੍ਸ਼ਣ ਦੀ ਮਦਦ ਵੀ ਮਿਲੇਗੀ।

**ਅਕੜੂੰ ਸਥਿਤੀ :-** ਜਦੋਂ ਬੱਚੇ ਦੇ ਜਨਮ ਦਾ ਸਮਾਂ ਕੋਲ ਆ ਜਾਏ ਤਾਂ ਅਕੜੂੰ ਸਥਿਤੀ ਫਾਇਦੇਮੰਦ ਹੋ ਸਕਦੀ ਹੈ। ਇਸ ਤਰ੍ਹਾਂ ਪੈਲਵਿਸ ਖੁਲ੍ਹ ਜਾਂਦਾ ਹੈ ਅਤੇ ਬੱਚੇ ਨੂੰ ਹੇਠਾਂ ਤੱਕ ਆਉਣ ਦੇ ਲਈ ਖੁਲ੍ਹੀ ਜਗ੍ਹਾ ਮਿਲਦੀ ਹੈ। ਤੁਸੀਂ ਅਕੜੂੰ ਸਥਿਤੀ ਵਿਚ ਬੈਠਣ ਦੇ ਲਈ ਸਾਥੀ ਦੀ ਮਦਦ ਲੈ ਸਕਦੀ ਹੋ ਜਾਂ ਉਥੇ ਲਗੇ ਡੰਡੇ ਨੂੰ ਪਕੜ ਸਕਦੀ ਹੈ। ਇਸ ਤਰ੍ਹਾਂ ਤੁਹਾਡੀਆਂ ਲੱਤਾਂ ਨੂੰ ਵੀ ਜ਼ਿਆਦਾ ਥਕਾਵਟ ਨਹੀਂ ਹੋਵੇਗੀ।

**ਬਰਥਿੰਗ ਬਾਲ :-** ਐਸੀ ਵੱਡੀ ਬਰਥ ਬਾੱਲ ਤੇ ਬੈਠਣ ਜਾਂ ਝੁਕਣ ਨਾਲ ਪੈਲਵਿਸ ਖੁਲ੍ਹਦੀ ਹੈ ਅਤੇ ਤੁਸੀਂ ਲੰਬੇ ਸਮੇਂ ਤਕ ਅਕੜੂੰ ਸਥਿਤੀ ਬਣਾ ਸਕਦੀ ਹੋ।

**ਬੈਠਣ ਦੀ ਸਥਿਤੀ:-** ਤੁਸੀਂ ਬਿਸਤਰ ਤੇ, ਸਾਥੀ ਦੀਆਂ ਬਾਹਾਂ ਜਾਂ ਬਰਥ ਬਾਲ ਦਾ ਸਹਾਰਾ ਲੈ ਕੇ ਬੈਠ ਸਕਦੀ ਹੋ। ਇਸ ਨਾਲ ਗੁਰੂਤਾਕ੍ਸ਼ਣ ਦੀ ਮਦਦ ਮਿਲੇਗੀ, ਖਿਚਾਅ ਦਾ ਦਰਦ ਘਟੇਗਾ। ਜੇਕਰ

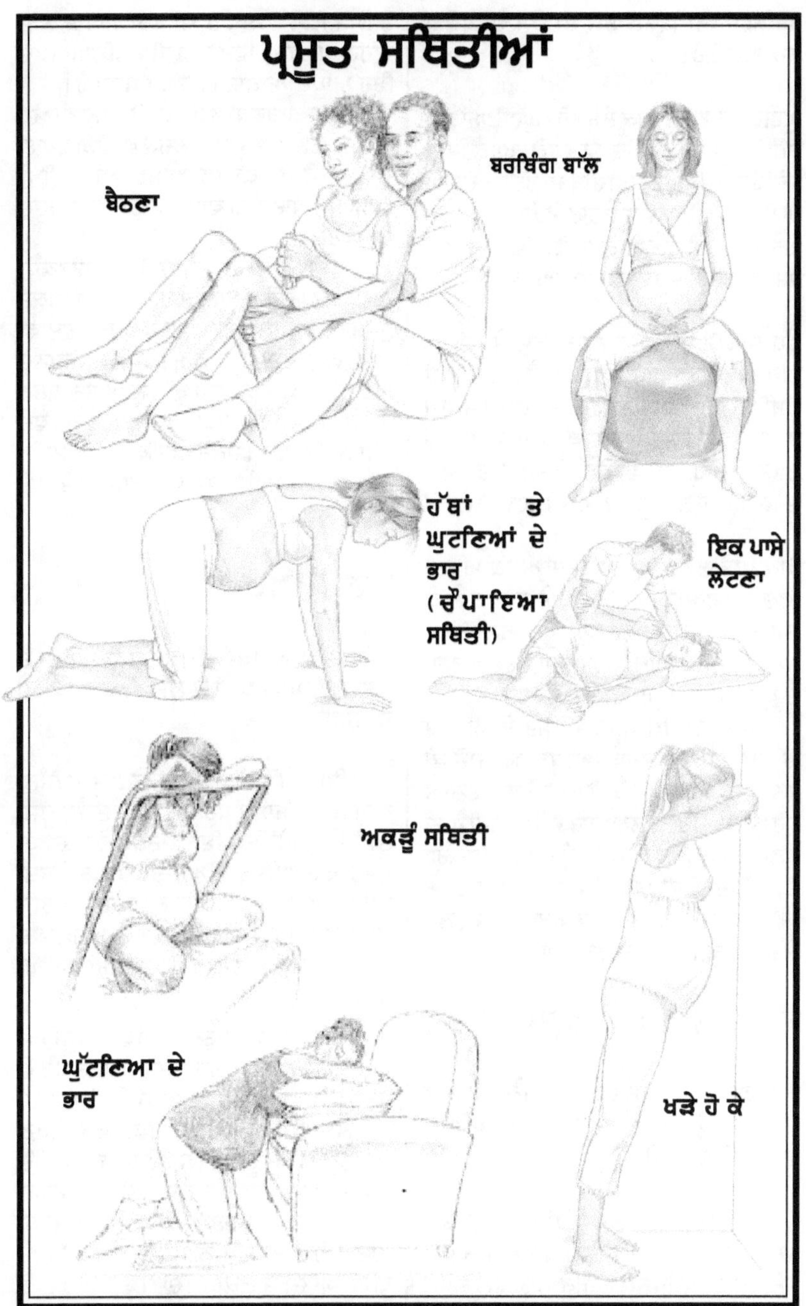
ਪ੍ਰਸੂਤ ਸਥਿਤੀਆਂ
ਬੈਠਣਾ
ਬਰਥਿੰਗ ਬਾੱਲ
ਹੱਥਾਂ ਤੇ ਘੁਟਣਿਆਂ ਦੇ ਭਾਰ (ਚੌਪਾਇਆ ਸਥਿਤੀ)
ਇਕ ਪਾਸੇ ਲੇਟਣਾ
ਅਕੜੂੰ ਸਥਿਤੀ
ਘੁੱਟਣਿਆ ਦੇ ਭਾਰ
ਖੜੇ ਹੋ ਕੇ

ਬਰਥਿੰਗ ਕੁਰਸੀ ਮਿਲ ਸਕੇ ਤਾਂ ਉਸ ਦਾ ਪ੍ਰਯੋਗ ਕਰ ਸਕਦੀ ਹੋ।

**ਘੁਟਣਿਆਂ ਭਾਰ** :- ਬੈਕ ਲੇਬਰ ਹੈ? ਘੁੱਟਣਿਆਂ ਭਾਰ ਕੁਰਸੀ ਜਾਂ ਸਾਥੀ ਦੀ ਗੋਦ ਵਿਚ ਝੁਕੋ, ਖ਼ਾਸ ਤੌਰ ਤੇ ਜਦੋਂ ਬੱਚੇ ਦਾ ਸਿਰ ਤੁਹਾਡੀ ਰੀੜ੍ਹ ਦੀ ਹੱਡੀ ਤੇ ਦਬਾਅ ਪਾ ਰਿਹਾ ਹੈ। ਇਸ ਨਾਲ ਤੁਹਾਡੇ ਤੇ ਦਬਾਅ ਘਟੇਗਾ ਅਤੇ ਬੱਚਾ ਅੱਗੇ ਵੱਲ ਆਏਗਾ। ਇਸ ਵਿਚ ਜਨਮ ਦੇ ਸਮੇਂ ਹੋਣ ਵਾਲਾ ਦਰਦ ਵੀ ਕਾਫ਼ੀ ਘਟਦਾ ਹੈ।

**ਹੱਥ ਤੇ ਘੁੱਟਣੇ** :- ਬੈਕ ਲੇਬਰ ਵਿਚ ਚੌਪਾਇਆ ਸਥਿਤੀ ਵੀ ਕਾਰਗਰ ਹੋ ਸਕਦੀ ਹੈ। ਇਸ ਤਰ੍ਹਾਂ ਤੁਸੀਂ ਆਰਾਤ ਨਾਲ ਪੈਲਵਿਕ ਟਿਲਟ ਕਰ ਸਕਦੀ ਹੋ ਨਾਲ ਹੀ ਪਿੱਠ ਦੀ ਮਾਲਸ਼ ਵੀ ਕੀਤੀ ਜਾ ਸਕਦੀ ਹੈ।ਪ੍ਰਸੂਤ ਚਾਹੇ ਕੈਸਾ ਵੀ ਹੋਵੇ, ਇਸ ਸਥਿਤੀ ਵਿਚ ਦਰਦ ਘਟੇਗਾ ਤੇ ਗੁਰੂਤਾਕ੍ਰਸ਼ਣ ਦੀ ਮਦਦ ਮਿਲੇਗੀ।

**ਇਕ ਪਾਸੇ ਲੇਟਣਾ** :- ਬੈਠ ਕੇ ਜਾਂ ਅਕੜੂੰ ਸਥਿਤੀ ਵਿਚ ਥੱਕ ਗਈਹੋ? ਤਾਂ ਇਕ ਪਾਸੇ ਕਰਵਟ ਲੈ ਕੇ ਲੇਟ ਜਾਓ। ਇਸ ਨਾਲ ਖ਼ਾਸ ਖ਼ੂਨ ਨਲੀਆਂ ਤੇ ਦਬਾਅ ਨਹੀਂ ਪਵੇਗਾ। ਖਿਚਾਅ ਦਾ ਦਰਦ ਘਟੇਗਾ ਤੇ ਪ੍ਰਸੂਤ ਦੀ ਪ੍ਰਕ੍ਰਿਆ ਵੀ ਤੇਜ ਹੋਵੇਗੀ।

ਯਾਦ ਰਖੋ ਕਿ ਪ੍ਰਸੂਤ ਦੀ ਸਭ ਤੋਂ ਬਿਹਤਰ ਸਥਿਤੀ ਉਹੀ ਹੈ ਜੋ ਤੁਹਾਡੇ ਅਨੁਕੂਲ ਹੋਵੇ। ਜਦੋਂ ਵੀ ਮਨ ਚਾਹੇ, ਆਪਣੀ ਸਥਿਤੀ ਵਿਚ ਥੋੜ੍ਹਾ ਬਦਲਾਅ ਕਰੋ। ਜੇਕਰ ਤੁਹਾਡੀ ਲਗਾਤਾਰ ਜਾਂਚ ਹੋ ਰਹੀ ਹੈ ਤਾਂ ਚਲਣਾ ਮੁਮਕਿਨ ਨਹੀਂ ਹੋਵੇਗਾ ਪ੍ਰੰਤੂ ਤੁਸੀਂ ਇਕ ਜਗ੍ਹਾ ਤੇ ਕਈ ਤਰ੍ਹਾਂ ਦੀ ਸਥਿਤੀ ਬਦਲ ਸਕਦੀ ਹੋ। ਏਪੀਡਿਯੂਰਲ ਦੌਰਾਨ ਵੀ ਬੈਠ ਕੇ, ਕਰਵਟ ਲੈ ਕੇ, ਲੇਟ ਕੇ ਜਾਂ ਰਾਕਿੰਗ ਸਥਿਤੀ ਬਣਾਈ ਜਾ ਸਕਦੀ ਹੈ।

## ਬੱਚੇ ਦਾ ਜਨਮ ਤੇ ਸਟ੍ਰੈਚ ਮਾਰਕਸ

**"ਮੈਂ ਡਿਲੀਵਰੀ ਦੌਰਾਨ ਹੋਣ ਵਾਲੇ ਸਟ੍ਰੈਚ ਮਾਰਕਸ ਦੇ ਕਾਰਣ ਪ੍ਰੇਸ਼ਾਨ ਹਾਂ, ਕੀ ਮੇਰੀ ਯੋਨੀ ਪਹਿਲਾਂ ਵਰਗੀ ਹੋ ਜਾਵੇਗੀ?"**

ਪ੍ਰਾਕ੍ਰਿਤੀ ਹਮੇਸ਼ਾਂ ਮਾਂ ਸਬੰਧੀ ਸੋਚਦੀ ਹੈ, ਉਸ ਦਾ ਧਿਆਨ ਰਖਦੀ ਹੈ। ਯੋਨੀ ਬੱਚੇ ਦੇ ਜਨਮ ਦੇ ਸਮੇਂ ਬੜੇ ਹੈਰਾਨੀਜਨਕ ਤਰੀਕੇ ਨਾਲ ਫੈਲ ਜਾਂਦੀ ਹੈ ਜਿਸ ਵਿਚੋਂ 7-8 ਪੌਂਡ ਦਾ ਬੱਚਾ ਆਰਾਮ ਨਾਲ ਬਾਹਰ ਆ ਸਕੇ। ਫਿਰ ਕੁਝ ਹੀ ਹਫ਼ਤਿਆਂ ਵਿਚ ਇਹ ਆਪਣੇ ਆਕਾਰ ਵਿਚ ਆ ਜਾਂਦਾ ਹੈ।

ਉਂਝ ਗਰਭਕਾਲ ਵਿਚ ਪੈਰੀਨਿਯਮ ਦੀ ਮਾਲਸ਼ ਕਰਨ ਨਾਲ ਉਸਦੀ ਲਚਕ ਵੀ ਥੋੜ੍ਹੀ ਵਧਾਈ ਜਾ ਸਕਦੀ ਹੈ। ਕੀਗਲ ਆਸਣ ਵੀ ਯੋਨੀ ਨੂੰ ਆਪਣੇ ਆਕਾਰ ਵਿਚ ਵਾਪਸ ਆਉਣ ਵਿਚ ਮਦਦ ਕਰਦੇ ਹਨ।

ਕਈ ਔਰਤਾਂ ਦਾ ਮੰਨਣਾ ਹੈ ਕਿ ਗਰਭਕਾਲ ਤੋਂ ਬਾਅਦ ਯੋਨੀ ਦਾ ਹਲਕਾ ਫੈਲਾ ਉਨ੍ਹਾਂ ਦੇ ਸੈਕਸ ਨੂੰ ਅਨੰਦਦਾਇਕ ਬਣਾ ਦੇਂਦਾ ਹੈ ਅਤੇ ਦਰਦ ਵੀ ਕਾਫ਼ੀ ਘਟ ਜਾਂਦਾ ਹੈ। ਕੁਝ ਔਰਤਾਂ ਵਿਚ ਯੋਨਾਨੰਦ ਘਟ ਜਾਂਦਾ ਹੈ। ਜੇਕਰ ਉਹ ਕੀਗਲ ਆਸਣ ਕਰਨ ਤਾਂ ਯੋਨੀ ਨੂੰ ਸਹੀ ਆਕਾਰ ਵਿਚ ਆਉਣ ਵਿਚ ਸਮਾਂ ਨਹੀਂ ਲਗਦਾ। ਜੇਕਰ ਡਿਲੀਵਰੀ ਦੇ ਛੇ ਮਹੀਨੇ ਬਾਦ ਵੀ ਇਹ ਸਹੀ ਨਾ ਲਗੇ ਤਾਂ ਡਾਕਟਰ ਤੋਂ ਰਾਏ ਲਓ।

## ਖ਼ੂਨ ਦਿੱਖਣ ਤੇ

**"ਮੈਨੂੰ ਤਾਂ ਖ਼ੂਨ ਦੇਖਦੇ ਹੀ ਸਿਰ ਚਕਰਾ ਜਾਂਦਾ ਹੈ ਪਤਾ ਨਹੀਂ ਮੈਂ ਆਪਣੀ ਡਿਲੀਵਰੀ ਦੇਖ ਸਕਾਂਗੀ ਜਾਂ ਨਹੀਂ?"**

ਇਸ ਸਮੇਂ ਉਨਾਂ ਹੀ ਖ਼ੂਨ ਨਿਕਲਦਾ ਹੈ ਜਿੰਨਾਂ ਆਮ ਤੌਰ ਤੇ ਮਾਸਕ ਧਰਮ ਦੇ ਸਮੇਂ ਹੁੰਦਾ ਹੈ। ਦੂਜਾ ਤੁਸੀਂ ਉਸ ਸਮੇਂ ਇਕ ਇਕ ਦਰਸ਼ਕ ਹੋਣ ਦੀ ਥਾਂ ਪ੍ਰਸੂਤ ਵਿਚ ਰੁਝੀ ਹੋਵੋਗੀ ਅਤੇ ਤੁਹਾਡੀ ਪੂਰੀ ਊਰਜਾ ਬੱਚੇ ਨੂੰ ਬਾਹਰ ਧੱਕਣ ਵਿਚ ਲਗ ਰਹੀ ਹੋਵੇਗੀ। ਤੁਸੀਂ ਇਸ ਸਬੰਧੀ ਉਨ੍ਹਾਂ ਔਰਤਾਂ ਨਾਲ ਗੱਲਕਰ ਸਕਦੀ ਹੋ ਜੋ ਨੇੜ ਭਵਿੱਖ ਵਿਚ ਹੀ ਮਾਂ ਬਣੀਆਂ ਹਨ।

ਜੇਕਰ ਤਾਂ ਵੀ ਘਬਰਾਹਟ ਹੋਵੇ ਤਾਂ ਉਸ ਸਮੇਂ ਸਾਮ੍ਹਣੇ ਲਗੇ ਸ਼ੀਸ਼ੇ ਵਿਚ ਨਾ ਦੇਖੋ ਜਾਂ ਫਿਰ ਪੇਟ ਦੇ ਹੇਠਾਂ ਵਾਲੇ ਹਿੱਸੇ ਤੇ ਧਿਆਨ ਦਿਉ ਜਿਥੋਂ ਬੱਚਾ ਨਿਕਲਦਾ ਦਿਖੇਗਾ। ਆਪਣੀ ਡਿਲੀਵਰੀ ਦੇਖਣ ਤੋਂ ਪਹਿਲਾਂ ਕਿਸੇ ਦੂਜੇ ਦੀ ਡਿਲੀਵਰੀ ਦੀ ਵੀਡੀਓ ਟੇਪ ਦੇਖੋ। ਤਾਂ ਤੁਹਾਨੂੰ ਡਰ ਤੋਂ ਜ਼ਿਆਦਾ ਹੈਰਾਨੀ ਹੋਵੇਗੀ। ਜੇਕਰ ਤੁਹਾਡਾ ਸਾਥੀ ਵੀ ਇਸ ਸਬੰਧੀ ਚਿੰਤਤ ਹੋਵੇ ਤਾਂ ਉਸ ਨੂੰ ਪ੍ਰਸੂਤ ਨਾਲਜੁੜੇ ਸਾਰੇ ਪਹਿਲੂਆਂ ਦੀ ਜਾਣਕਾਰੀ ਦਿਉ।

## ਬੱਚੇ ਦਾ ਜਨਮ

ਬੱਚੇ ਨੂੰ ਜਨਮ ਦੇਣਾ ਇਕ ਬਹੁਤ ਵੱਡੀ ਚੁਣੌਤੀ ਹੈ। ਇਹ ਕਾਫ਼ੀ ਭਾਵਨਾਤਮਕ ਅਤੇ ਸਰੀਰਕ ਉਲਝਣ ਵੀ ਹੁੰਦੀ ਹੈ। ਇਹ ਇਕ ਐਸਾ ਅਨੁਭਵ ਹੈ ਜਿਸ ਨੂੰ ਝੇਲਣ ਤੋਂ ਬਾਅਦ ਤੁਹਾਡੇ ਹੱਥ ਵਿਚ ਖ਼ੁਸ਼ੀਆਂ ਹੀ ਖ਼ੁਸ਼ੀਆਂ ਹੋਣ ਗੀਆਂ। ਖ਼ੁਸ਼ਕਿਸਮਤੀ ਨਾਲ ਇਸ ਪ੍ਰਕ੍ਰਿਆ ਵਿਚ ਤੁਸੀਂ ਇਕੱਲੀ ਹੋਵੇਗੀ।

### ਬੱਚੇ ਦੇ ਜਨਮ ਦੀਆਂ ਅਵਸਥਾਵਾਂ ਤੇ ਪੜਾਅ

ਇਸ ਦੀਆਂ ਤਿੰਨ ਅਵਸਥਾਵਾਂ ਹੁੰਦੀਆਂ ਹਨ- ਲੇਬਰ, ਬੱਚੇ ਦੀ ਡਿਲੀਵਰੀ, ਪਲੇਸੇਂਟਾ ਦੀ ਡਿਲੀਵਰੀ। ਜੇਕਰ ਓਪਰੇਸ਼ਨ ਨਾ ਹੋਵੇ ਤਾਂ ਸਾਨੂੰ ਤਿੰਨੋਂ ਸਥਿਤੀਆਂ ਤੋਂ ਗੁਜਰਨਾ ਪੈਂਦਾ ਹੈ। ਲੇਬਰ ਦੇ ਤਿੰਨ ਪੜਾਅ ਹੁੰਦੇ ਹਨ। ਇਨ੍ਹਾਂ ਦੇ ਦੌਰਾਨ ਉਠਣ ਵਾਲੇ ਦਰਦ ਤੇ ਲਛਣ ਵੀ ਵੱਖ-2 ਹੁੰਦੇ ਹਨ। ਅੰਦਰੂਨੀ ਜਾਂਚ ਤੋਂ ਪ੍ਰਗਤੀ ਦਾ ਅੰਦਾਜ਼ਾ ਲਗਾਇਆ ਜਾਂਦਾ ਹੈ।

**ਪਹਿਲੀ ਸਥਿਤੀ:- ਲੇਬਰ-(ਅਰਲੀ ਲੇਬਰ)** ਇਸ ਵਿਚ ਬੱਚੇਦਾਨੀ ਦਾ ਮੂੰਹ ਫੈਲਦਾ ਹੈ। ਖਿਚਾਅ 30-45 ਸਕਿੰਟ ਦੇ ਤੇ 20 ਮਿੰਟ ਜਾਂ ਇਸ ਤੋਂ ਘਟ ਫਾਸਲੇ ਤੇ ਹੁੰਦੇ ਹਨ।

**ਪ੍ਰਭਾਵੀ ਲੇਬਰ :-** ਬੱਚੇਦਾਨੀ ਦਾ ਮੂੰਹ 7 ਸੈ.ਮੀ., ਖਿਚਾਅ 40-60 ਸਕਿੰਟ, 3-4 ਮਿੰਟ ਦਾ ਫਾਸਲਾ।

**ਟ੍ਰਾਂਜ਼ਿਸ਼ਨਲ ਲੇਬਰ :-** ਬੱਚੇਦਾਨੀ ਦਾ ਮੂੰਹ ਪੂਰੀ ਤਰ੍ਹਾਂ ਖੁਲ੍ਹ ਜਾਂਦਾ ਹੈ। ਖਿਚਾਅ 60-90 ਸਕਿੰਟ, 2-3 ਮਿੰਟ ਦੇ ਫਾਸਲੇ ਤੇ।

**ਦੂਜਾ ਪੜਾਅ :-** ਬੱਚੇ ਦੀ ਡਿਲੀਵਰੀ।

**ਤੀਜਾ ਪੜਾਅ :-** ਪਲੇਸੇਂਟਾ ਦੀ ਡਿਲੀਵਰੀ।

ਤੁਹਾਨੂੰ ਆਪਣੇ ਕੋਚ ਤੇ ਡਾਕਟਰ ਦੀ ਮਦਦ ਤਾਂ ਮਿਲੇਗੀ ਪ੍ਰੰਤੂ ਖ਼ੁਦ ਵੀ ਸਾਰੀ ਜਾਣਕਾਰੀ ਰੱਖਣਾ ਬਹੁਤ ਜ਼ਰੂਰੀ ਹੁੰਦਾ ਹੈ।

ਪੂਰੇ ਨੌ ਮਹੀਨੇ ਤੱਕ ਬੱਚੇਦਾਨੀ ਦੇ ਦੌਰਾਨ ਤੁਸੀਂ ਕਾਫ਼ੀ ਕੁਝ ਸਿਖ ਗਈ ਹੋ ਪ੍ਰੰਤੂ ਪ੍ਰਸੂਤ ਦਰਦ ਤੇ ਡਿਲੀਵਰੀ ਦੌਰਾਨ ਕੀ ਹੋਵੇਗਾ।

ਉਂਝ ਇਸ ਦਾ ਅੰਦਾਜ਼ਾ ਲਗਾਉਣਾ ਕਾਫ਼ੀ ਮੁਸ਼ਕਲ ਹੈ। ਹਰ ਗਰਭਕਾਲ ਦੀ ਤਰ੍ਹਾਂ ਪ੍ਰਸੂਤ ਦਰਦ ਤੇ ਪ੍ਰਸੂਤ ਵੀ ਵੱਲ ਹੁੰਦੇ ਹਨ ਪ੍ਰੰਤੂ ਇਸ ਸਬੰਧੀ ਥੋੜ੍ਹੀ ਜਿਹੀ ਜਾਣਕਾਰੀ ਵੀ ਤੁਹਾਡੇ ਡਰ ਤੇਘਬਰਾਹਟ ਤੇਕਾਬੂ ਪਾ ਸਕਦੀ ਹੈ ਹਾਲਾਂਕਿ ਇਹ ਸਭ ਕੁਝ ਕਾਫ਼ੀ ਸਹੀ ਹੋਵੇਗਾ ਅਤੇ ਨੰਨ੍ਹਾ ਜਿਹਾ ਬੱਚਾ ਤੁਹਾਡੀਆਂ ਬਾਹਾਂ ਵਿਚ ਆ ਜਾਵੇਗਾ।

## ਲੇਬਰ- ਪਹਿਲੀ ਅਵਸਥਾ

### ਪਹਿਲਾ ਪੜਾਅ: ਲੇਬਰ ਜਲਦੀ ਹੋਣਾ

ਇਹ ਪੜਾਅ ਕਾਫ਼ੀ ਲੰਬਾ ਹੁੰਦਾ ਹੈ ਤੇ ਜ਼ਿਆਦਾ ਡੂੰਘਾ ਨਹੀਂ ਹੁੰਦਾ। ਇਹ ਕਈ ਘੰਟਿਆਂ, ਦਿਨਾਂ ਜਾਂ ਹਫ਼ਤਿਆਂ ਦਾ ਹੋ ਸਕਦਾ ਹੈ। ਦੋ ਤੋਂ ਛੇ ਘੰਟਿਆਂ ਵਿਚ ਖਿਚਾਅ ਤੋਂ ਬਿਨਾਂ ਬੱਚੇਦਾਨੀ ਦਾ ਮੂੰਹ ਪਤਲਾ ਹੋਕੇ 3 ਸੈ.ਮੀ. ਤਕ ਖੁਲ੍ਹ ਜਾਂਦਾ ਹੈ।

ਇਸ ਪੜਾਅ ਦੇ ਖਿਚਾਅ ਜਾਂ ਪ੍ਰਸੂਤ ਦਰਦ 20-45 ਸਕਿੰਟ ਤਕ ਹੁੰਦੀ ਹੈ। ਇਹ ਹੋਰ ਘਟ ਵੀ ਹੋ ਸਕਦੀ ਹੈ। ਉਹ ਹਲਕੇ, ਤੇਜ, ਨਿਯਮਿਤ ਜਾਂ ਅਨਿਯਮਿਤ ਹੋ ਸਕਦੇ ਹਨ। ਉਹ ਹੌਲੀ-ਹੌਲੀ ਕੋਲ ਵੀ ਆ ਸਕਦੇ ਹਨ।

ਅਲਰੀ ਲੇਬਰ ਵਿਚ ਹੇਠ-ਲਿਖੇ ਲੱਛਣ ਹੋ ਸਕਦੇ ਹਨ :

- ਪਿੱਠ ਦਰਦ(ਲਗਾਤਾਰ ਜਾਂ ਫਿਰ ਖਿਚਾਅ ਦੇ ਨਾਲ)

- ਮਾਸਕ ਧਰਮ ਦੀ ਤਰ੍ਹਾਂ ਦਰਦ
- ਪੇਟ ਦੇ ਹੇਠਲੇ ਹਿੱਸੇ ਵਿਚ ਦਬਾਅ
- ਅਪਾਚਣ
- ਡਾਇਰੀਆ
- ਪੇਟ ਦੇ ਹੇਠਲੇ ਹਿੱਸੇ ਵਿਚ ਗਰਮਾਹਟ ਦਾ ਅਹਿਸਾਸ
- ਖ਼ੂਨ ਦੇ ਨਾਲ ਮਿਊਕਸ ਦਾ ਰਿਸਾਅ
- ਐਮਨਿਓਟਿਕ ਝਿੱਲੀ ਦਾ ਪਹਿਲਾ, ਜਿਵੇਂ ਫਟਦੀ ਹੈ ਉਹ ਪ੍ਰਕ੍ਰਿਤਕ ਪ੍ਰਸੂਤ ਦੌਰਾਨ ਭਾਵਨਾਤਮਕ ਰੂਪ ਨਾਲ ਤੁਹਾਡੀ ਅਨਿਯਮਤਤਾ, ਡਰ ਜਾਂ ਉਤੇਜਨਾ ਮਹਿਸੂਸ ਕਰ ਸਕਦੀ ਹੋ ਜਦੋਂਕਿ ਕੁਝ ਔਰਤਾਂ ਕਾਫ਼ੀ ਸ਼ਾਂਤ ਹੋ ਜਾਂਦੀਆਂ ਹਨ।

**ਤੁਸੀਂ ਕੀ ਕਰ ਸਕਦੀ ਹੋ**:- ਇਸ ਸਮੇਂ ਉਤੇਜਿਤ ਹੋਣ ਜਾਂ ਘਬਰਾਉਣ ਦੀ ਥਾਂ ਸ਼ਾਂਤ ਹੋ ਜਾਓ।

- ਰਾਤ ਦਾ ਸਮਾਂ ਹੈ ਤਾਂ ਪ੍ਰਸੂਤ ਦਰਦ ਤੇਜ ਹੋਣ ਤੋਂ ਪਹਿਲਾਂ ਥੋੜ੍ਹੀ ਨੀਂਦ ਲੈਣ ਦੀ ਕੋਸ਼ਿਸ਼ ਕਰੋ। ਜੇਕਰ ਨੀਂਦ ਨਾ ਆਏ ਤਾਂ ਧਿਆਨ ਵੰਡਾਉਣ ਦੇ ਲਈ ਕੋਈ ਕੰਮ ਕਰੋ। ਫਰਿਜ ਵਿਚ ਕੁਝ ਪਕਾ ਕੇ ਰਖ ਦਿਉ। ਬੱਚੇ ਦੇ ਕਪੜੇ ਤਹਿ ਲਗਾਕੇ ਸਮੇਟੋ। ਜੇਕਰ ਦਿਨ ਦਾ ਸਮਾਂ ਹੈ ਤਾਂ ਰੋਜ਼ਾਨਾ ਦੇ ਕੰਮ ਕਰੋ ਪ੍ਰੰਤੂ ਸੈਲ ਫ਼ੋਨ ਤੋਂ ਬਿਨਾਂ ਘਰ ਤੋਂ ਜ਼ਿਆਦਾ ਦੂਰ ਨਾ ਜਾਓ ਥੋੜ੍ਹਾ ਟਹਿਲੋ, ਟੀ.ਵੀ. ਦੇਖੋ, ਦੋਸਤਾਂ ਜਾਂ ਪਰਿਵਾਰ ਨੂੰ ਈ-ਮੇਲ ਕਰੋ ਜਾਂ ਹਸਪਾਲ ਲੈ ਜਾਣ ਵਾਲਾ ਸਮਾਨ ਤਿਆਰ ਕਰ ਲਉ।
- ਜੇਕਰ ਸਾਥੀ ਕੋਲ ਨਹੀਂ ਹੈ, ਤਾਂ ਉਸ ਨੂੰ ਸੂਚਨਾ ਦੇ ਦਿਉ। ਜੇਕਰ ਤੁਸੀਂ ਆਪਣੀ ਮਦਦ ਦੇ ਲਈ ਕਿਸੇ ਰਿਸ਼ਤੇਦਾਰ ਨੂੰ ਬੁਲਾਉਣਾ ਚਾਹੁੰਦੀ ਹੋ ਤਾਂ ਉਨ੍ਹਾਂ ਵੀ ਸੂਚਨਾ ਦੇ ਦਿਉ।
- ਜੇਕਰ ਭੁੱਖ ਲਗੀ ਹੋਵੇ ਤਾਂ ਹਲਕਾ-ਫੁਲਕਾ ਨਾਸ਼ਤਾ ਕਰ ਲਉ ਤਾਂ ਜੋ ਊਰਜਾ ਦਾ ਪੱਧਰ ਬਣਿਆ ਰਹੇ। ਉਂਝ ਜ਼ਿਆਦਾ ਭਾਰੀ ਖਾਣਾ ਨਾ ਖਾਓ। ਉਸ ਨੂੰ ਪਚਾਉਣਾ ਔਖਾ ਹੋ ਜਾਵੇ ਗਾ। ਪਾਣੀ ਦੀ ਭਰਪੂਰ ਮਾਤਰਾਲਉ ਤੇ ਸੰਤਰੇ ਦਾ ਜੂਸ, ਲੈਮਨੇਡ ਨਾ ਪੀਓ।
- ਆਪਣੇ-ਆਪ ਨੂੰ ਆਰਾਮ ਦਿਉ। ਗੁਨਗੁਨੇ ਪਾਣੀ ਨਾਲ ਨਹਾਓ। ਪਿੱਠ ਨੂੰ ਹੀਟਿੰਗ ਪੈਡ ਨਾਲ ਸੇਕੋ। ਕੋਈ ਵੀ ਦਬਾਈ ਮਰਜੀ ਨਾ ਨਾ ਲਉ।
- ਆਪਣੇ ਖਿਚਾਅ ਦੇ ਸਮੇਂ ਤੇ ਥੋੜ੍ਹਾ ਧਿਆਨ ਦਿਉ ਪ੍ਰੰਤੂ ਹੱਥ ਵਿਚ ਘੜੀ ਲੈ ਕੇ ਬੈਠਣ ਦੀ ਲੋੜ ਨਹੀਂ ਹੈ।
- ਸਥਿਰ ਤਕਨੀਕਾਂ ਪ੍ਰਯੋਗ ਕਰੋ ਪ੍ਰੰਤੂ ਹੁਣੇ ਤੋਂ ਸਾਹ ਆਸਣ ਨਾ ਕਰੋ, ਨਹੀਂ ਤਾਂ ਤੁਸੀਂ ਹੁਣੇ ਤੋਂ ਉਕਤਾ ਜਾਓਗੀ।

**ਸਾਥੀ ਦੇ ਲਈ** :- ਜੇਕਰ ਤੁਸੀਂ ਉਥੇ ਪਹੁੰਚ ਗਏ ਹੋ ਤਾਂ ਸੰਭਾਵੀ ਮਾਂ ਨੂੰ ਆਰਾਮ ਦੇਣ ਲਈ ਹੇਠ-ਲਿਖੇ ਉਪਾਅ ਅਪਨਾਓ :

- ਖਿਚਾਅ ਦੇ ਸਮੇਂ ਦਾ ਰਿਕਾਰਡ ਰਖੋ। ਜਦੋਂ ਉਹ ਦਸ ਮਿੰਟ ਤੋਂ ਵੀ ਘਟ ਸਮੇਂ ਤੇ ਹੋਣ ਲਗਣ ਤਾਂਉਨ੍ਹਾਂ ਤੇ ਵੱਧ ਧਿਆਨ ਦਿਉ।
- ਸ਼ਾਂਤੀ ਬਣਾਈ ਰਖੋ। ਆਪਣੇ ਸਾਥੀ ਨੂੰ ਆਰਾਮ ਪਹੁੰਚਾਓ। ਕਿਤੇ ਐਸਾ ਨਾ ਹੋਵੇ ਕਿ ਤੁਹਾਡੀ ਉਤੇਜਨਾ ਦਾ ਅਸਰ ਉਸ ਤਕ ਵੀ ਪਹੁੰਚ ਜਾਏ। ਹਲਕੀ ਮਾਲਸ਼ ਦਿਉ ਤੇ ਮਾਹੌਲ ਖ਼ੁਸ਼ - ਗਵਾਰ ਬਣਾਈ ਰਖੋ।
- ਉਸ ਨੂੰ ਥੋੜ੍ਹਾ ਸਹਾਰਾ ਤੇ ਤਸੱਲੀ ਦਿਉ। ਇਸ ਸਮੇਂ ਇਸ ਦੀ ਸਭ ਤੋਂ ਵੱਧ ਜ਼ਰੂਰਤ ਹੈ।
- ਸਮਾਂ ਬਿਤਾਉਣ ਦੇ ਲਈ ਹਲਕੀ-ਫੁਲਕੀ ਗਪਸ਼ਪ ਲਗਾਓ।
- ਧਿਆਨਵੰਡਾਉਣ ਦੀ ਕੋਸ਼ਿਸ਼ ਕਰੋ। ਵੀਡੀਓ ਗੇਮ ਖੇਡੋ, ਟੀ.ਵੀ. ਦੇਖੋ, ਥੋੜ੍ਹਾ ਟਹਿਲੋ ਜਾਂ ਫਿਰ ਰਸੋਈ ਵਿਚ ਕੁਝ ਪਕਾਓ।
- ਤੁਸੀਂ ਖ਼ੁਦ ਵੀ ਕੁਝ ਖਾ-ਪੀ ਲਉ ਤਾਂ ਜੋ ਤੁਹਾਡੀ ਤਾਕਤ ਤੇ ਊਰਜਾ ਦਾ ਪੱਧਰ ਬਣਿਆ ਰਹੇ। ਇਸ ਤਰ੍ਹਾਂ ਹਸਪਤਾਲ ਵਿਚ ਵੀ ਤੁਹਾਨੂੰ ਜਾਂਦੇ ਹੀ ਕੰਟੀਨ ਨਹੀਂ ਲੱਭਣੀ ਪਵੇਗੀ। ਬਸ ਕੁਝ ਐਸਾ ਨਾ ਖਾਓ ਜਿਸ ਨਾਲ ਤੁਹਾਡੇ ਸਾਹਾਂ ਵਿਚ ਤੇਜ ਬਦਬੂ ਆਏ।

## ਡਾਕਟਰ ਬੁਲਾਓ....

ਜੇਕਰ ਦਿਨ ਵਿਚ ਝਿੱਲੀ ਫਟ ਜਾਏ ਅਤੇ ਪ੍ਰਸੂਤ ਸ਼ੁਰੂ ਹੋ ਜਾਏ ਤਾਂ ਡਾਕਟਰ ਨੂੰ ਫ਼ੋਨ ਕਰ ਦੇਣਾ ਚਾਹੀਦਾ ਹੈ। ਜੇਕਰ ਲਾਲ ਜਾਂ ਹਰਾ ਰਿਸਾਅ ਹੋਣ ਲਗੇ ਜਾਂ ਬੱਚੇ ਦੀ ਹਲਚਲ ਬੰਦ ਹੁੰਦੀ ਦੇਖੋ ਤਾਂ ਡਾਕਟਰ ਨੂੰ ਬੁਲਾਓ।

ਚਾਹੇ ਐਸਾ ਕੁਝ ਨਾ ਵੀ ਹੋਵੇ, ਫਿਰ ਵੀ ਉਨ੍ਹਾਂ ਨੂੰ ਫ਼ੋਨ ਕਰਕੇ ਦੱਸਣ ਵਿਚ ਕੋਈ ਹਰਜ ਨਹੀਂ ਹੈ।

## ਪ੍ਰਸੂਤ ਦਰਦ ਦੇ ਕਿਆਸ

ਇਸ ਵਿਚ ਕੋਈ ਸ਼ੱਕ ਨਹੀਂ ਕਿ ਪ੍ਰਸੂਤ ਦੇ ਸਮੇਂ ਦਰਦ ਵੀ ਹੁੰਦਾ ਹੀ ਹੈ ਪ੍ਰੰਤੂ ਇਸ ਦਰਦ ਦੀ ਸੀਮਾ ਨੂੰ ਕਈ ਕਾਰਣਾਂ ਨਾਲ ਘਟਾਇਆ ਜਾਂ ਵਧਾਇਆ ਜਾ ਸਕਦਾ ਹੈ। ਇਹ ਕਾਫ਼ੀ ਹੱਦ ਤਕ ਤੁਹਾਡੇ ਨਿਯੰਤਰਣ ਵਿਚ ਹੈ, ਬਸ ਤੁਹਾਨੂੰ ਥੋੜ੍ਹੀ ਜਿਹੀ ਯੋਜਨਾ ਬਣ ਕੇ ਚਲਣਾ ਹੋਵੇਗਾ।

| **ਦਰਦ ਦਾ ਅਹਿਸਾਸ ਵੱਧ ਸਕਦਾ ਹੈ।** | **ਦਰਦ ਦਾ ਅਹਿਸਾਸ ਘੱਟ ਸਕਦਾ ਹੈ।** |
|---|---|
| ਇਕੱਲੇ ਰਹਿਣ ਨਾਲ | ਆਪਣੇ ਕਿਸੀ ਪਿਆਰ, ਭਰੋਸੇਮੰਦ ਸਾਥੀ ਜਾਂ ਅਨੁਭਵੀ ਮੈਡੀਕਲ ਮਾਹਰ ਦੇ ਨਾਲ ਰਹਿਣ ਨਾਲ |
| ਥਕਾਵਟ | ਥਕਾਵਟ ਤੋਂ ਦੂਰ ਰਹੋ। ਨੌਵੇਂ ਮਹੀਨੇ ਵਿਚ ਜਿਨਾਂ ਹੋ ਸਕੇ, ਸਰੀਰ ਨੂੰ ਆਰਾਮ ਦਿਉ। |
| ਭੁੱਖ ਤੇ ਪਿਆਸ | ਪ੍ਰਸੂਤ ਦੇ ਆਰੰਭ ਵਿਚ ਕੁਝ ਹਲਕਾ-ਫੁਲਕਾ ਖਾ-ਪੀ ਲਉ। ਜੇਕਰ ਇਜਾਜ਼ਤ ਮਿਲੇ ਤਾਂ ਉਸ ਦੌਰਾਨ ਵੀ ਕੁਝ ਨਾ ਕੁਝ ਖਾਓ। |
| ਦਰਦ ਸਬੰਧੀ ਸੋਚਣਾ | ਆਪਣਾ ਧਿਆਨ ਦੂਜੇ ਪਾਸੇ ਲਗਾਉ। ਖਿਚਾਅ ਦੇ ਨਮੂਨੇ ਤੇ ਧਿਆਨ ਨਾ ਦਿਉ। ਇਹ ਨਾ ਸੋਚਕੇ ਕਿ ਉਸ ਨਾਲ ਬਹੁਤ ਦਰਦ ਹੋਵੇਗਾ। ਯਾਦ ਰਖੋ ਕਿ ਇਹ ਦਰਦ ਬਹੁਤ ਜਲਦੀ ਖ਼ਤਮ ਹੋਣ ਵਾਲਾ ਹੈ। |
| ਤਨਾਅ ਅਤੇ ਉਤੇਜਨਾ-ਖਿਚਾਅ ਦੇ ਦੌਰਾਨ ਤਨਾਅ-ਗ੍ਰਸਤ ਹੋਣਾ ਅਣਜਾਣਾ ਡਰ | ਰਿਲੈਕਸ ਹੋਣ ਤੇ ਧਿਆਨ ਤਕਨੀਕਾਂ ਅਪਣਾਓ। ਆਪਣੀ ਸਾਹ ਤੇ ਧਿਆਨ ਨਾ ਦਿਉ। ਇਹ ਨਾ ਸੋਚੋ ਕਿ ਉਸ ਨਾਲ ਬਹੁਤ ਦਰਦ ਹੋਵੇਗਾ। ਯਾਦ ਰਖੋ ਕਿ ਇਹ ਦਰਦ ਬਹੁਤ ਜਲਦੀ ਖ਼ਤਮ ਹੋਣ ਵਾਲਾ ਹੈ। |
| ਆਤਮ ਦਇਆ | ਮਨ ਹੀ ਮਨ ਸੋਚੋਂ ਕਿ ਤੁਸੀਂ ਭਗਵਾਨ ਤੋਂ ਕਿੰਨਾ ਖ਼ੂਬਸੂਰਤ ਤੋਹਫ਼ਾ ਲੈਣ ਵਾਲੀ ਹੋ। |
| ਨਿਯੰਤਰਣ ਤੋਂ ਬਾਹਰ ਤੇ ਬੇਸਹਾਰਾ ਤੁਹਾਡਾ ਮਹਿਸੂਸ ਕਰਨਾ | ਬੱਚੇ ਦੇ ਜਨਮ ਦੀ ਤਿਆਰੀ ਪਹਿਲਾਂ ਤੋਂ ਕਰ ਲਉ ਤਾਂ ਜੋ ਆਤਮ-ਵਿਸ਼ਵਾਸ ਤੇ ਆਤਮ ਨਿਯੰਤਰਣ ਬਣਿਆ ਰਹੇ। |

## ਦੂਜਾ ਪੜਾਅ : ਪ੍ਰਭਾਵੀ ਪ੍ਰਸੂਤ-ਦਰਦ (ਲੇਬਰ)

ਇਹ ਪ੍ਰਭਾਵੀ ਪੜਾਅ ਪਹਿਲਾਂ ਦੇ ਮੁਕਾਬਲੇ ਛੋਟਾ ਹੁੰਦਾ ਹੈ। ਜੋ ਕਿ ਦੋ ਤੋਂ ਸਾਢੇ ਤਿੰਨ ਘੰਟੇ ਦਾ ਹੋ ਸਕਦਾ ਹੈ। ਪ੍ਰਸੂਤ-ਦਰਦ ਪਹਿਲਾਂ ਤੋਂ ਕਿਤੇ ਤੇਜ ਹੋ ਜਾਂਦੀ ਹੈ। 40-60 ਸਕਿੰਟ ਦਾ ਇਕ ਖਿਚਾਅ ਹੋ ਸਕਦਾ ਹੈ। ਉਸ ਨੂੰ 4 ਮਿੰਟ ਤੋਂ ਬਾਦ ਖਿਚਾਅ ਹੋ ਸਕਦਾ ਹੈ ਹਾਲਾਂਕਿ ਜ਼ਰੂਰੀ ਨਹੀਂ ਕਿ ਇਹ ਨਿਯਮਿਤ ਹੀ ਹੋਵੇ। ਕਈਵਾਰ ਤਾਂ ਖਿਚਾਅ ਦੌਰਾਨ ਆਰਾਮ ਕਰਨ ਜਾਂ ਸਾਹ ਲੈਣ ਦਾ ਮੌਕਾ ਵੀ ਨਹੀਂ ਮਿਲਦਾ।

ਹੁਣ ਤਕ ਤੁਸੀਂ ਹਸਪਤਾਲ ਜਾਂ ਬਰਥ ਸੈਂਟਰ ਵਿਚ ਹੋਵੋਗੀ ਤੇ ਦਰਦ ਸਹਿ ਰਹੀ ਹੋਵੋਗੀ। ਜੇਕਰ ਏਪੀਡਿਯੂਰਲ ਪ੍ਰਯੋਗ ਹੋਵੇਗਾ ਤਾਂ ਦਰਦ ਨਹੀਂ ਹੋਵੇਗਾ।

- ਖਿਚਾਅ ਦੇਨਾਲ ਦਰਦ ਅਤੇ ਤਕਲੀਫ਼ ਵਧੇਗੀ।
- ਪਿਠ ਦੇ ਦਰਦ ਵਿਚ ਤੇਜੀ ਆਏਗੀ
- ਲੱਤਾਂ ਵਿਚ ਤਕਲੀਫ਼ ਤੇ ਭਾਰੀਪਨ ਹੋਵੇਗਾ।
- ਥਕਾਵਟ।
- ਖ਼ੂਨ ਬਹਾਅ ਵਧੇਗਾ।
- ਜੇਕਰ ਥੈਲੀ ਨਹੀਂ ਫਟੀ ਤਾਂ ਫਟੇਗੀ ਜਾਂ ਉਸ ਨੂੰ ਬਣਾਵਟੀ ਢੰਗ ਨਾਲ ਫਾੜਿਆ ਜਾਵੇਗਾ।

ਤੁਸੀਂ ਕਾਫ਼ੀ ਬੇਚੈਨ ਹੋਵੋਗੀ ਅਤੇ ਪ੍ਰਸੂਤ ਦਰਦ ਵਿਚ ਡੁਬ ਜਾਓਗੀ। ਤੁਹਾਡਾ ਆਤਮ-ਵਿਸ਼ਵਾਸ ਡੋਲਣ ਲਗੇਗਾ। ਤੁਸੀਂ ਪ੍ਰਭਾਵੀ ਰੂਪ ਨਾਲ ਕੀਤੇ ਜਾਣ ਵਾਲੇ ਕੰਮ ਦੇ ਲਈ ਆਪਣੇ ਆਪ ਨੂੰ ਤਿਆਰ ਕਰੋਗੀ।

ਪ੍ਰਭਾਵੀ ਪ੍ਰਸੂਤ-ਦਰਦ ਦੌਰਾਨ ਨਰਸ ਜਾਂ ਡਾਕਟਰ ਵਿਚ-ਵਿਚ ਚੱਕਰ ਲਗਾਣ ਦੇ ਨਾਲ-2 ਤੁਹਾਨੂੰ ਇਕੱਲਾ ਛੱਡ ਦੇਣਗੇ। ਉਸ ਸਮੇਂ ਕੋਈ ਸਾਥੀ ਜਾਂ ਰਿਸ਼ਤੇਦਾਰ ਹੀ ਕੋਲ ਹੋਵੇਗਾ। ਉਹ ਤੁਹਾਡੀ ਹੇਠ-ਲਿਖੇ ਅਨੁਸਾਰ ਜਾਂਚ ਕਰਦੇ ਰਹਿਣਗੇ -

- ਬਲੱਡਪ੍ਰੈਸ਼ਰ ਲੈਣਗੇ।
- ਡਾਪਲਰ ਜਾਂ ਫੈਟਲ ਮਾਨੀਟਰ ਨਾਲ ਬੱਚੇ ਦੀ ਜਾਂਚ ।
- ਖਿਚਾਅ ਦੀ ਤਾਕਤ ਤੇ ਸਮੇਂ ਦੀ ਜਾਂਚ।
- ਖ਼ੂਨ ਬਹਾਓ ਦੀ ਮਾਤਰਾ ਤੇ ਗੁਣਵੱਤਾ।
- ਏਪੀਡਿਯੂਰਲ ਲੈਣਾ ਹੈ ਤਾਂ ਆਈ.ਵੀ. ਲਗਾਉਣਗੇ।
- ਜੇਕਰ ਪ੍ਰਸੂਤ-ਦਰਦ ਕਾਫ਼ੀ ਘੱਟ ਹੈ ਤਾਂ ਉਸ ਨੂੰ ਦਵਾਈ ਦੇ ਕੇ ਤੇਜ ਕੀਤਾ ਜਾਵੇਗਾ।
- ਬੱਚੇਦਾਨੀ ਦੇ ਮੂੰਹ ਦੀ ਜਾਂਚ ਦੇ ਲਈ ਸਮੇਂ-2 ਤੇ ਅੰਦਰੂਨੀ ਜਾਂਚ ਹੋਵੇਗੀ।
- ਜੇਕਰ ਤੁਸੀਂ ਚਾਹੋਗੀ ਤਾਂ ਕੋਈ ਦਰਦ ਨਿਵਾਰਕ ਦਿੱਤਾ ਜਾਏਗਾ।
- ਜੇਕਰ ਤੁਸੀਂ ਕੋਈ ਸਵਾਲ ਪੁੱਛਣਾ ਚਾਹੋ ਤਾਂ ਉਹ ਉਸਦਾ ਉੱਤਰ ਵੀ ਦੇਣਗੇ। ਇਸ ਸਮੇਂ ਕੁਝ ਵੀ ਪੁੱਛਣ ਤੋਂ ਨਾ ਹਿਚਕੋ।

### ਹਸਪਤਾਲ ਜਾਂ ਬਰਥ ਸੈਂਟਰ ਜਾਣਾ

ਤੁਹਾਨੂੰ ਇਸ ਦੌਰਾਨ ਆਪਣੇ ਸਾਥੀ ਜਾਂ ਕੋਚ ਨੂੰ ਬੁਲਾ ਲੈਣਾ ਚਾਹੀਦਾ ਹੈ। ਜੇਕਰ ਤੁਸੀਂ ਪਹਿਲਾਂ ਤੋਂ ਹੀ ਸਾਰੀ ਯੋਜਨਾ ਬਣਾ ਲਈ ਹੋਵੇਗੀ ਤਾਂ ਕੋਈ ਮੁਸ਼ਕਲ ਪੇਸ਼ ਨਹੀਂ ਆਏਗੀ। ਟੈਕਸੀ ਜਾਂ ਗੱਡੀ ਵਿਚ ਬੈਠ ਕੇ ਆਪਣੀ ਸੀਟ ਬੈਲਟ ਬੰਨ੍ਹ ਲਉ ਤੇ ਸਰਦੀ ਤੋਂ ਬਚਾਅ ਦੇ ਲਈ ਕੰਬਲ ਕਰ ਲਉ।

- ਹਸਪਤਾਲ ਪਹੁੰਚਦੇ ਹੀ ਰਜਿਸਟ੍ਰੇਸ਼ਨ ਹੋਵੇ ਗਾ। ਇਹ ਓਪਚਾਰਕ ਕਾਰਵਾਈ ਤੁਹਾਡਾ ਸਾਥੀ ਪੂਰੀ ਕਰ ਲਵੇਗਾ। ਉਂਝ ਤੁਹਾਨੂੰ ਲੋਕਾਂ ਨੂੰ ਕਈ ਤਰ੍ਹਾਂ ਦੇ ਫਾਰਮ ਵੀ ਭਰਨੇ ਪੈ ਸਕਦੇ ਹਨ।
- ਨਰਸ ਤੁਹਾਨੂੰ ਤੁਹਾਡੀ ਸਥਿਤੀ ਦੇ ਹਿਸਾਬ ਨਾਲ ਲੇਬਰ ਜਾਂ ਡਿਲੀਵਰੀ ਰੂਮ ਵਿਚ ਲੈ ਜਾਣਗੇ। ਉਥੇ ਤੁਹਾਡੀ ਬੱਚੇਦਾਨੀ ਦਾ ਮੂੰਹ ਅਤੇ ਬੱਚੇ ਦੇ ਦਿਲ ਦੀ ਧੜਕਣ ਦੀ ਪਰਖ ਹੋਵੇਗੀ। ਕਈ ਜਗ੍ਹਾ ਨਾਲ ਜਾਣ ਵਾਲਿਆਂ ਨੂੰ ਅੰਦਰ ਨਹੀਂ ਆਣ ਦਿੱਤਾ ਜਾਂਦਾ। ਉਹ ਲੋਕ ਕਮਰੇ ਦੇ ਬਾਹਰ ਖੜਦੇ ਹਨ। ਤੁਸੀਂ ਪਤਾ ਕਰ ਲਉ ਕਿ ਤੁਹਾਡੇ ਪਤੀ ਵੀ ਅੰਦਰ ਆ ਸਕਣਗੇ ਜਾਂ ਨਹੀਂ। ਉਮੀਦ ਹੈ ਤੁਸੀਂ ਪਹਿਲਾਂ ਹੀ ਇਨ੍ਹਾਂ ਸਾਰੀਆਂ ਗੱਲਾਂ ਦਾ ਪਤਾ ਲਗਾ ਲਿਆ ਹੋਵੇਗਾ। ਜੇਕਰ ਤੁਸੀਂ ਘਰ ਤੋਂ ਖਾਣ ਨੂੰ ਕੁਝ ਨਹੀਂ ਲਿਆਈ ਤਾਂ ਫ਼ੋਨ ਕਰਕੇ ਮੰਗਾ ਲਉ। ਹੋ ਸਕਦਾ ਹੈ ਕਿ ਤੁਹਾਨੂੰ ਆਪਣੇ ਕਪੜਿਆਂ ਦੇ ਉਪਰ ਇਕ ਸਾਫ਼ ਗਾਊਨ ਪਾਉਣ ਨੂੰ ਦਿੱਤਾ ਜਾਏ।
- ਨਰਸ ਤੁਹਾਡੇ ਨਾਲ ਜ਼ਰੂਰੀ ਸਵਾਲ ਜਵਾਬ

ਕਰੇਗੀ। ਜਿਵੇਂ-ਦਰਦ ਕਦੋਂ ਸ਼ੁਰੂ ਹੋਇਆ, ਖਿਚਾਅ ਦਾ ਸਮਾਂ ਕੀ ਹੈ। ਤੁਸੀਂ ਕਿੰਨੀ ਦੇਰ ਪਹਿਲਾਂ ਕੁਝ ਖਾਧਾ ਸੀ।

- ਉਹ ਤੁਹਾਡੇ ਦਿਲ ਦੀ ਧੜਕਣ, ਨਬਜ਼, ਤਾਪਮਾਨ ਆਦਿ ਦੇਖੇਗੀ। ਤੁਹਾਡੇ ਤੋਂ ਪਿਸ਼ਾਬ ਦਾ ਨਮੂਨਾ ਵੀ ਲਿਆ ਜਾ ਸਕਦਾ ਹੈ। ਐਮਨਿਓਟਿਕ ਦ੍ਰਵ ਦੀ ਜਾਂਚ ਕਰਨ ਤੋਂ ਬਾਅਦ ਬੱਚੇ ਦੀ ਵੀ ਚੰਗੀ ਤਰ੍ਹਾਂ ਜਾਂਚ ਕਰੇਗੀ।
- ਹਸਪਤਾਲ ਦੀ ਨੀਤੀ ਦੇ ਹਿਸਾਬ ਨਾਲ ਤੁਹਾਨੂੰ ਆਈ.ਵੀ. ਵੀ ਲਗਾ ਸਕਦੇ ਹਨ।

ਸਮੇਂ-2 ਤੇ ਤੁਹਾਡੀ ਅੰਦਰੂਨੀ ਜਾਂਚ ਤੋਂ ਪ੍ਰਗਟੀ ਦਾ ਅੰਦਾਜ਼ਾ ਲਗਾਇਆ ਜਾਵੇਗਾ।

ਝਿੱਲੀ ਨੂੰ ਬਣਾਵਟੀ ਰੂਪ ਨਾਲ ਫੋੜਿਆ ਜਾ ਸਕਦਾ ਹੈ। ਇਸ ਪ੍ਰਕ੍ਰਿਆ ਵਿਚ ਕੋਈ ਦਰਦ ਨਹੀਂ ਹੁੰਦਾ ਬਸ ਤੁਹਾਨੂੰ ਗਰਮ ਪਾਣੀ ਦੇ ਬਹਾਓ ਦਾ ਅਹਿਸਾਸ ਹੋਵੇਗਾ।

ਇਸ ਸਮੇਂ ਤੁਸੀਂ ਡਾਕਟਰ ਤੋਂ ਆਪਣੀ ਜਗਿਆਸਾ ਸ਼ਾਂਤ ਕਰ ਸਕਦੀ ਹੋ। ਤੁਹਾਡਾ ਸਾਥੀ ਵੀ ਤੁਹਾਡੇ ਵੱਲੋਂ ਸਵਾਲ-ਜਵਾਬ ਕਰ ਸਕਦਾ ਹੈ ਤਾਂ ਜੋ ਤੁਹਾਨੂੰ ਜ਼ਿਆਦਾ ਤੋਂ ਜ਼ਿਆਦਾ ਤਸੱਲੀ ਹੋ ਸਕੇ।

## ਜਦੋਂ ਮਾਮਲਾ ਹੌਲੀ ਹੋ ਜਾਏ....

ਉਂਝ ਤਾਂ ਤੁਸੀਂ ਇਹ ਚਾਹੋਗੀ ਕਿ ਸਭ ਕੁਝ ਫਟਾਫਟ ਨਿਬੜ ਜਾਏ ਪ੍ਰੰਤੂ ਕਈ ਵਾਰ ਪ੍ਰਸੂਤ ਦੀ ਪ੍ਰਕ੍ਰਿਆ ਹੌਲੀ ਹੋ ਜਾਂਦੀ ਹੈ। ਬੱਚੇਦਾਨੀ ਦਾ ਮੂੰਹ ਪੂਰਾ ਨਹੀਂ ਖੁਲ੍ਹਦਾ, ਬੱਚਾ ਬਾਹਰ ਆਉਣ ਲਈ ਤਿਆਰ ਨਹੀਂ ਹੁੰਦਾ ਜਾਂ ਤੁਸੀਂ ਸਹੀ ਤਰੀਕੇ ਨਾਲ ਜ਼ੋਰ ਨਹੀਂ ਲਗਾਉਂਦੀ। ਕਈ ਵਾਰ ਏਪੀਡਿਯੂਰਲ ਤੋਂ ਬਾਦ ਵੀ ਖਿਚਾਅ ਹਲਕੇ ਹੋ ਜਾਂਦੇ ਹਨ। ਉਂਝ ਇਸ ਵਿਚ ਚਿੰਤਾ ਵਾਲੀ ਕੋਈ ਗੱਲ ਨਹੀਂ ਹੈ।

- ਅਰਲੀ ਲੇਬਰ ਵਿਚ ਡਾਕਟਰ ਤੁਹਾਨੂੰ ਚੱਕਰ ਲਗਾਉਣ ਦੀ ਸਲਾਹ ਦੇ ਸਕਦੇ ਹਨ ਜਾਂ ਸਥਿਰਤਾ ਤਕਨੀਕਾਂ ਅਜਮਾਉਣ ਨੂੰ ਕਹਿ ਸਕਦੇ ਹਨ। ਉਹ ਇਸ ਸਮੇਂ ਪਤਾ ਲਗਾਉਂਦੇ ਹਨ ਕਿ ਉਹ ਫਾਲਸ ਲੇਬਰ ਦੇ ਲੱਛਣ ਤਾਂ ਨਹੀਂ ਸਨ।
- ਬੱਚੇਦਾਨੀ ਦਾ ਮੂੰਹ ਨਾ ਖੁਲ੍ਹਿਆ ਹੋਵੇ ਤਾਂ ਉਸ ਨੂੰ ਕੁਝ ਦਵਾਈਆਂ ਦੇ ਇੰਜੈਕਸ਼ਨ ਦੇ ਕੇ ਖੋਲ੍ਹਿਆ ਜਾ ਸਕਦਾ ਹੈ।
- ਲੇਬਰ ਦੇ ਪ੍ਰਭਾਵੀ ਪੜਾਅ ਵਿਚ ਬੱਚੇਦਾਨੀ ਦਾ ਮੂੰਹ ਪੂਰੀ ਤਰ੍ਹਾਂ ਨਾ ਖੁਲ੍ਹੇ ਜਾਂ ਬੱਚਾ ਹੇਠਾਂ ਵੱਲ ਨਾ ਆਏ ਜਾਂ ਖਿਚਾਅ ਘੱਟ ਹੋ ਜਾਏ ਤਾਂ ਦਵਾਈ ਦੀ ਖ਼ੁਰਾਕ ਵਧਾਉਣੀ ਪੈ ਸਕਦੀ ਹੈ।
- ਜੇਕਰ ਦੋ ਘੰਟੇ ਤਕ ਜ਼ੋਰ ਲਗਾਉਣ ਤੋਂ ਬਾਦ ਵੀ ਡਿਲੀਵਰੀ ਨਾ ਹੋਵੇ ਤਾਂ ਡਾਕਟਰ ਨੂੰ ਕੋਈ ਦੂਜਾ ਫ਼ੈਸਲਾ ਲੈਣਾ ਪੈ ਸਕਦਾ ਹੈ। ਉਹ ਓਪਰੇਸ਼ਨ, ਵੈਕਯੂਮ ਜਾਂ ਫੋਰਸੈਪ ਦੀ ਮਦਦ ਲੈ ਸਕਦੇ ਹਨ।

ਆਪਣੀ ਪਿਸ਼ਾਬ ਥੈਲੀ ਖ਼ਾਲੀ ਰਖੋ ਕਿਉਂਕਿ ਇਹ ਪ੍ਰਸੂਤ ਦੀ ਗਤੀ ਵਿਚ ਰੁਕਾਵਟ ਦੇਂਦਾ ਹੈ। ਤੁਹਾਡਾ ਪੇਟ ਵੀ ਸਾਫ਼ ਹੋਣਾ ਚਾਹੀਦਾ ਹੈ। ਡਿਲੀਵਰੀ ਦੇ ਲਈ ਆਪਣੀ ਸਥਿਤੀ ਬਦਲਦੀ ਰਹੋ। ਧੱਕਣ ਸਮੇਂ ਸਹੀ ਤਰੀਕੇ ਨਾਲ ਜ਼ੋਰ ਲਗਾਓ।

ਜੇਕਰ ਪ੍ਰਭਾਵੀ ਪ੍ਰਸੂਤ ਦੇ 20-24 ਘੰਟੇ ਤਕ ਵੀ ਡਿਲੀਵਰੀ ਨਾ ਹੋ ਸਕੇ ਤਾਂ ਡਾਕਟਰ ਓਪਰੇਸ਼ਨ ਦੀ ਸਲਾਹ ਦੇਂਦੇਹਨ। ਜੇਕਰ ਮਾਂ ਤੇ ਬੱਚੇ ਦੀ ਸਥਿਤੀ ਠੀਕ ਹੋਵੇ ਤਾਂ ਕੁਝ ਡਾਕਟਰ ਥੋੜ੍ਹਾ ਹੋਰ ਇੰਤਜ਼ਾਰ ਕਰਨਾ ਪਸੰਦ ਕਰਦੇ ਹਨ।

## ਕੀ ਤੁਸੀਂ ਕਰ ਸਕਦੀ ਹੋ? -

ਇਹ ਸਭ ਤੁਹਾਡੇ ਆਰਾਮ ਦੇ ਲਈ ਹੈ। ਇਸ ਲਈ:

- ਜੋ ਵੀ ਮਨ ਚਾਹੇ, ਉਹੀ ਕਰੋ, ਪਿੱਠ ਤੇ ਮਾਲਸ਼ ਕਰਵਾਓ। ਮੂੰਹ ਪੂੰਝਣ ਦੇ ਲਈ ਗਿੱਲਾ ਕਪੜਾ ਮੰਗੋ। ਤੁਹਾਡੀ ਮਦਦ ਕਰਨ ਵਾਲੇ ਤਿਆਰ ਹਨ ਪਰ ਬੋਲਣਾ ਤਾਂ ਤੁਸੀਂ ਹੀ ਹੈ।
- ਜੇਕਰ ਤੁਸੀਂ ਪਹਿਲਾਂ ਤੋਂ ਸੋਚ ਰਖਿਆ ਹੈ ਤਾਂ ਸਾਹ ਨਾਲ ਜੁੜੇ ਆਸਣ ਸ਼ੁਰੂ ਕਰੋ। ਆਪਣੀ ਨਰਸ ਤੋਂ ਇਸ ਬਾਰੇ ਸੁਝਾਅ ਮੰਗੋ। ਯਾਦ ਰੱਖੋ ਕਿ ਇਸ ਸਮੇਂ ਤੁਸੀਂ ਉਹੀ ਕਰਨਾ ਹੈ ਜਿਸ

## ਹਾਈਪਰਵੇਂਟੀਲੇਟ ਨਾ ਹੋਵੋ

ਕਈ ਔਰਤਾਂ ਜ਼ਰੂਰਤ ਤੋਂ ਜ਼ਿਆਦਾ ਸਾਹ ਲੈ ਲੈਂਦੀਆਂ ਹਨ ਜਿਸ ਨਾਲ ਖ਼ੂਨ ਵਿਚ ਕਾਰਬਨ ਡਾਈ ਆਕਸਾਈਡ ਦਾ ਪੱਧਰ ਘੱਟਦਾ ਹੈ। ਸਿਰ ਚਕਰਾਉਂਦਾ ਹੈ। ਹੱਥ-ਪੈਰ ਸੁੰਨ ਪੈਂਦੇ ਹਨ ਤਾਂ ਆਪਣੇ ਡਾਕਟਰ ਜਾਂ ਨਰਸ ਨੂੰ ਦਸੋ। ਉਹ ਤੁਹਾਨੂੰ ਇਕ ਪੇਪਰ ਬੈਗ ਵਿਚ ਸਾਹ ਲੈਣ ਨੂੰ ਕਹਿਣਗੇ। ਥੋੜ੍ਹਾ ਸਾਹ ਉਸ ਦੇ ਅੰਦਰ ਲੈਣ ਤੋਂ ਬਾਅਦ ਤੁਹਾਨੂੰ ਚੰਗਾ ਮਹਿਸੂਸ ਹੋਵੇਗਾ।

ਨਾਲ ਸਰੀਰ ਨੂੰ ਜ਼ਿਆਦਾ ਤੋਂ ਜ਼ਿਆਦਾ ਆਰਾਮ ਮਿਲੇ। ਜੇਕਰ ਆਸਣ ਨਾਲ ਆਰਾਮ ਨਾ ਆ ਰਿਹਾ ਹੋਵੇ ਤਾਂ ਉਸ ਨੂੰ ਕਰਨਾ ਜ਼ਰੂਰੀ ਨਹੀਂ ਹੈ।

- ਜੇਕਰ ਕੋਈ ਦਰਦ ਨਿਵਾਰਕ ਦਵਾਈ ਚਾਹੁੰਦੀ ਹੋ ਤਾਂ ਉਸ ਸਬੰਧੀ ਕਹਿਣ ਦਾ ਸਹੀ ਸਮਾਂ ਇਹੀ ਹੈ। ਤੁਹਾਨੂੰ ਜ਼ਰੂਰਤ ਮਹਿਸੂਸ ਹੋਣ ਤੇ ਕਦੀ ਵੀ ਏਪੀਡਿਯੂਰਲ ਦਿਤਾ ਜਾ ਸਕਦਾ ਹੈ।
- ਜੇਕਰ ਤੁਸੀਂ ਕਿਸੇ ਦਰਦ ਨਿਵਾਰਕ ਤੋਂ ਬਿਨਾਂ ਪ੍ਰਸੂਤ-ਦਰਦ ਸਹਿ ਰਹੀ ਹੋ ਤਾਂ ਹਰ ਦਰਦ ਤੋਂ ਬਾਦ ਥੋੜ੍ਹਾ ਆਰਾਮ ਕਰੋ ਕਿਉਂਕਿ ਜਦੋਂ ਉਹ ਪਹਿਲਾਂ ਤੋਂ ਤੇਜ ਅਤੇ ਜਲਦੀ ਹੋਣ ਲਗਣਗੇ ਤਾਂ ਆਰਾਮ ਦਾ ਸਮਾਂ ਹੀ ਨਹੀਂ ਮਿਲੇਗਾ। ਸਥਿਰਤਾ ਦੀਆਂ ਤਕਨੀਕਾਂ ਪ੍ਰਯੋਗ ਕਰੋ ਤਾਂ ਜੋ ਤੁਹਾਡੀ ਊਰਜਾ ਪੱਧਰ ਬਣਿਆ ਰਹੇ।
- ਆਪਣੇ ਡਾਕਟਰ ਤੋਂ ਪੁੱਛ ਕੇ ਕੁਝ ਵੀ ਹਲਕਾ-ਫੁਲਕਾ ਖਾਂਦੀ-ਪੀਂਦੀ ਰਹੋ। ਜੇਕਰ ਡਾਕਟਰ ਹਾਮੀ ਨਹੀਂ ਭਰਦੀ ਤਾਂ ਮੂੰਹ ਗਿੱਲਾ ਕਰਨ ਦੇ ਲਈ ਆਈਸ ਚਿਪਸ ਚੂਸੋ।
- ਜੇਕਰ ਏਪੀਡਿਯੂਰਲ ਨਹੀਂ ਹੈ ਅਤੇ ਚਲ ਸਕਦੀ ਹੋ ਤਾਂ ਟਹਿਲੋ ਜਾਂ ਫਿਰ ਘਟ ਤੋਂ ਘਟ ਸਥਿਤੀ ਜ਼ਰੂਰ ਬਦਲੋ।

ਪਿਸ਼ਾਬ ਦੇ ਲਈ ਬਾਥਰੂਮ ਜਾਂਦੀ ਰਹੋ। ਪੈਲਵਿਕ ਤੇ ਪੈਣ ਵਾਲੇ ਦਬਾਅ ਦੇ ਕਾਰਣ ਤੁਹਾਨੂੰ ਇਸ ਦਾ ਪਤਾ ਨਹੀਂ ਚਲ ਸਕੇਗਾ ਪ੍ਰੰਤੂ ਪਿਸ਼ਾਬਦਾਨੀ ਭਰੀ ਹੋਣ ਨਾਲ ਦਿੱਕਤ ਆ ਸਕਦੀ ਹੈ। ਜੇਕਰ ਏਪੀਡਿਯੂਰਲ ਲਗਿਆ ਹੋਵੇ ਤਾਂ ਵਾਰ-ਵਾਰ ਉੱਠਣ ਦੀ ਜ਼ਰੂਰਤ ਨਹੀਂ ਪੈਂਦੀ ਕਿਉਂਕਿ ਉਹ ਪਿਸ਼ਾਬਦਾਨੀ ਨੂੰ ਖ਼ਾਲੀ ਕਰਨ ਦੇ ਲਈ ਕੈਥੇਟਰ ਲਗਾ ਦੇਂਦੇ ਹਨ।

## ਸਾਥੀ ਜਾਂ ਕੋਚ : ਕੀ ਕਰ ਸਕਦੇ ਹਨ?

- ਤੁਹਾਨੂੰ ਸਾਰੀਆਂ ਪਹਿਲਕਦਮੀਆਂ ਪਤਾ ਹੋਣੀਆਂ ਚਾਹੀਦੀਆਂ ਹਨ। ਜੇਕਰ ਮਾਂ ਨੂੰ ਦਵਾਈ ਦੀ ਜ਼ਰੂਰਤ ਹੈ ਤਾਂ ਦਵਾਈ ਦਿਵਾਓ। ਜੇਕਰ ਉਹ ਦਵਾਈ ਨਹੀਂ ਚਾਹੁੰਦੀ ਤਾਂ ਉਸਨੂੰ ਉਵੇਂ ਹੀ ਆਪਣਾ ਕੰਮ ਕਰਨ ਦਿਉ।
- ਉਹ ਜੋ ਵੀ ਚਾਹੇ, ਉਸ ਨੂੰ ਮਿਲਣਾ ਚਾਹੀਦਾ ਹੈ। ਉਸ ਦੀ ਇੱਛਾ ਮਿੰਟ-ਮਿੰਟ ਬਦਲ ਸਕਦੀ ਹੈ। ਇਕ ਪਲ ਵਿਚ ਉਹ ਟੀ.ਵੀ. ਦੇਖਣਾ ਚਾਹੇਗੀ ਅਤੇ ਦੂਜੇ ਹੀ ਪਲ ਉਸ ਨੂੰ ਬੰਦ ਕਰਨਾ ਚਾਹੇਗੀ। ਜੇਕਰ ਇਸ ਸਮੇਂ ਉਹ ਤੁਹਾਡੇ ਤੇ ਧਿਆਨ ਨਾ ਦੇਵੇ ਜਾਂ ਤੁਹਾਡੀ ਤਾਰੀਫ਼ ਨਾ ਕਰੇ ਤਾਂ ਇਸ ਨੂੰ ਨਿੱਜੀ ਤੌਰ ਤੇ ਨਾ ਲਉ। ਉਹ ਅਗਲੇ ਦਿਨਸਭ ਠੀਕ ਹੋ ਜਾਣ ਤੇ ਹੀ ਤੁਹਾਡੇ ਵੱਲ ਧਿਆਨ ਦੇ ਸਕੇਗੀ।
- ਆਪਣੇ ਤੇ ਉਸ ਦੇ ਮੂਡ ਦਾ ਧਿਆਨ ਰਖੋ। ਕਮਰੇਵਿਚ ਹਲਕੀ ਰੌਸ਼ਨੀ ਰਖੋ।
- ਜੇਕਰ ਉਹ ਚਾਹੇ ਤਾਂ ਹਲਕਾ ਸੰਗੀਤ ਵੀ ਵਜਾ ਸਕਦੇ ਹੋ। ਖਿਚਾਵਾਂ ਦੇ ਦੌਰਾਨ ਸਾਹ ਤੇ ਸਥਿਰਤਾ ਤਕਨੀਕਾਂ ਜਾਰੀ ਰਖੋ। ਜੇਕਰ ਉਹ ਇੰਝ ਨਾ ਕਰਨਾ ਚਾਹੇ ਤਾਂ ਉਸ ਨੂੰ ਮਜ਼ਬੂਰ ਨਾ ਕਰੋ। ਉਸ ਦਾ ਧਿਆਨ ਵੰਡਣ ਦੇ ਲਈ ਗੱਲਬਾਤ ਕਰੋ ਜਾਂ ਵੀਡੀਓ ਗੇਮ ਖੇਡੋ। ਧਿਆਨ ਉਨਾਂ ਹੀ ਵੰਡਾਓ ਜਿਨਾਂ ਉਹ ਚਾਹੇ।
- ਉਸ ਨੂੰ ਤਸੱਲੀ ਦਿਉ। ਉਸ ਦੀ ਹਿੰਮਤ ਬੰਨ੍ਹੋ। ਕਿਸੀ ਵੀ ਤਰ੍ਹਾਂ ਦੀ ਆਲੋਚਨਾ ਨਾ ਕਰੋ। ਉਸ ਨੂੰ ਯਾਦ ਵੀ ਦਿਵਾਓ ਕਿ ਹਰ ਦਰਦ ਤੋਂ ਬਾਦ ਉਹ ਆਪਣੇ ਬੱਚੇ ਦੇ ਕੋਲ ਆ ਰਹੀ ਹੈ। ਜੇ ਕਰ ਉਹ ਜ਼ਿਆਦਾ ਦੁਖੀ ਦਿਖਾਈ ਦੇਵੇ ਤਾਂ ਉਸ ਦੇ ਲਈ ਪਿਆਰ ਦਿਖਾਓ।
- ਖਿਚਾਅ ਦਾ ਪੂਰਾ ਰਿਕਾਰਡ ਰਖੋ। ਨਰਸ ਤੋਂ ਇਸ ਸਬੰਧੀ ਮਦਦ ਲੈ ਸਕਦੇਹੋ। ਮਾਨੀਟਰ ਤੇ ਦੇਖ ਕੇ ਤੁਸੀਂ ਉਸ ਨੂੰ ਦਸ ਸਕਦੇਹੋ ਕਿ ਦਰਦ ਉਠਣ ਵਾਲਾ ਹੈ। ਜੇਕਰ ਉਥੇ ਮਾਨੀਟਰ ਨਹੀਂ ਤਾਂ ਨਰਸ ਤੋਂ ਸਿਖੋ ਕਿ ਕਿਸ ਤਰ੍ਹਾਂ ਪੇਟ ਤੇ ਹੱਥ ਰਖ ਕੇ ਦਰਦ ਉਠਣ ਦਾ ਪਤਾ ਲਗਾ ਸਕਦੇ ਹਾਂ।
- ਉਸ ਦੀ ਪਿਠ ਜਾਂ ਪੇਟ ਦੀ ਮਾਲਸ਼ ਕਰੋ, ਤਾਂ ਜੋ ਉਸ ਨੂੰ ਕੁਝ ਆਰਾਮ ਮਿਲ ਸਕੇ। ਉਸ ਤੋਂ ਪੁੱਛੋ ਕਿ ਉਸ ਨੂੰ ਕਿਸ ਤਰ੍ਹਾਂ ਦੀ ਮਾਲਸ਼ ਨਾਲ ਆਰਾ ਆ ਰਿਹਾ ਹੈ। ਜੇਕਰ ਉਸ ਨੂੰ ਮਾਲਸ਼

ਨਾਲ ਆਰਾਮ ਨਾ ਆਏ ਤਾਂ ਸਿਰਫ਼ ਗੱਲਾਂ ਰਾਹੀਂ ਤਸੱਲੀ ਦਿਉ। ਯਾਦ ਰਖੋ ਕਿ ਇਕ ਮਿੰਟ ਪਹਿਲਾਂ ਉਹ ਚੰਗਾ ਲਗ ਰਿਹਾ ਸੀ ਦੂਜੇ ਪਲ ਉਸ ਤੋਂ ਹੀ ਝੁੰਝਲਾਹਟ ਹੋ ਸਕਦੀ ਹੈ ਜਾਂ ਫਿਰ ਇਸ ਤੋਂ ਉਲਟਾ ਹੋ ਸਕਦਾ ਹੈ।

- ਹਰ ਇਕ ਘੰਟੇ ਬਾਦ ਉਸ ਨੂੰ ਬਾਥਰੂਮ ਜਾਣਾ ਯਾਦ ਦਿਵਾਓ। ਪਿਸ਼ਾਬਦਾਨੀ ਭਰੀ ਹੋਣ ਤੇ ਪ੍ਰਸੂਤ ਵਿਚ ਦਿੱਕਤ ਹੋ ਸਕਦੀ ਹੈ।
- ਜੇਕਰ ਸੰਭਵ ਹੋਵੇ ਤਾਂ ਟਹਿਲਣ ਜਾਂ ਸਥਿਤੀ ਬਦਲਣ ਵਿਚ ਉਸ ਦੀ ਮਦਦ ਕਰੋ।
- ਜੇਕਰ ਉਸ ਨੂੰ ਕੁਝ ਖਾਣ-ਪੀਣ ਦੀ ਇਜਾਜ਼ਤ ਹੈ ਤਾਂ ਕੁਝ ਹਲਕਾ-ਫੁਲਕਾ ਖਾਣ ਲਈ ਦਿਉ ਜਾਂ ਫਿਰ ਚੂਸਣ ਦੇ ਲਈ ਆਈਸ-ਚਿਪਸ ਦਿਉ।
- ਗਿਲੇ ਕਪੜੇ ਨਾਲ ਉਸ ਦਾ ਚਿਹਰਾ ਤੇ ਸਰੀਰ ਪੂੰਝਦੇ ਰਹੋ।
- ਜੇਕਰ ਪੈਰ ਠੰਡੇ ਹੋ ਰਹੇ ਹੋਣ ਤਾਂ ਜੁਰਾਬਾਂ ਪੁਆ ਦਿਉ।
- ਉਹ ਕਾਫ਼ੀ ਤਕਲੀਫ਼ ਵਿਚ ਹੈ ਇਸ ਲਈ ਜ਼ਿਆਦਾ ਉਚਾ ਨਹੀਂ ਬੋਲ ਸਕੇਗੀ। ਉਸ ਦੀ ਹਰ ਗੱਲ ਸੁਣਨ ਤੇ ਉਸ ਦਾ ਜਵਾਬ ਦੇਣ ਦੀ ਕੋਸ਼ਿਸ਼ ਕਰੋ। ਡਾਕਟਰ ਤੋਂ ਹਰ ਦਵਾਈ ਤੇ ਪ੍ਰਕ੍ਰਿਆ ਸਬੰਧੀ ਪੁਛਤਾਛ ਕਰੋ ਤਾਂ ਜੋ ਤੁਹਾਨੂੰ ਉਸ ਨੂੰ ਦੇਣ ਲਈ ਜਾਣਕਾਰੀ ਹੋਵੇ। ਜੇਕਰ ਉਸ ਸਬੰਧੀ ਕੋਈ ਗੱਲ ਕਰਨੀ ਹੋਵੇ ਤਾਂ ਕਮਰੇ ਤੋਂ ਬਾਹਰ ਜਾ ਕੇ ਕਰੋ ਤਾਂ ਜੋ ਉਸ ਨੂੰ ਦਿੱਕਤ ਨਾ ਹੋਵੇ।

## ਤੀਜਾ ਪੜਾਅ : ਤਬਦੀਲਯੋਗ ਪ੍ਰਸੂਤ

ਇਹ ਪ੍ਰਸੂਤ ਦਾ ਸਭ ਤੋਂ ਮੁਸ਼ਕਲ ਪ੍ਰੰਤੂ ਛੋਟਾ ਪੜਾਅ ਹੁੰਦਾ ਹੈ। ਅਚਾਨਕ ਦਰਦ ਦੀ ਤੀਬਰਤਾ ਵੱਧ ਜਾਂਦੀ ਹੈ। ਉਹ 60-90 ਸਕਿੰਟ ਲੰਬੇ ਹੋ ਜਾਂਦੇ ਹਨ ਅਤੇ 2-3 ਮਿੰਟ ਵਿਚ ਉਠਣ ਲਗਦੇ ਹਨ। ਜੋ ਔਰਤਾਂ ਪਹਿਲਾਂ ਮਾਂ ਬਣ ਚੁਕੀਆਂ ਹੁੰਦੀਆਂ ਹਨ ਉਨ੍ਹਾਂ ਨੂੰ ਦਰਦ ਦੀਆਂ ਕਈ ਲਹਿਰਾਂ ਦਾ ਇਕੋ ਵਾਰ ਸਾਹਮਣਾ ਕਰਨਾ ਪੈ ਸਕਦਾ ਹੈ। ਤੁਹਾਨੂੰ ਲਗਣ ਲਗਦਾ ਹੈ ਕਿ ਦਰਦ ਦੀਆਂ ਲਹਿਰਾਂ ਕਦੀ ਖ਼ਤਮ ਨਹੀਂ ਹੋਣਗੀਆਂ ਅਤੇ ਤੁਹਾਨੂੰ ਆਰਾਮ ਕਰਨ ਦਾ ਮੌਕਾ ਨਹੀਂ ਮਿਲ ਸਕੇਗਾ। 7-10 ਸੈ.ਮੀ. ਦੇ ਫੈਲਾਅ ਵਿਚ ਔਸਤਨ 15 ਮਿੰਟ ਤੋਂ 1 ਘੰਟੇ ਦਾ ਸਮਾਂ ਲਗ ਸਕਦਾ ਹੈ। ਹਾਲਾਂਕਿ ਕੁਝ ਮਾਮਲਿਆਂ ਵਿਚ ਤਿੰਨ ਘੰਟੇ ਤਕ ਲਗ ਜਾਂਦੇ ਹਨ।

ਜੇਕਰ ਤੁਸੀ਼ ਕੋਈ ਦਰਦ ਨਿਵਾਰਕ ਨਹੀਂ ਲੈ ਰਖਿਆ ਤਾਂ ਇਸ ਪੜਾਅ ਵਿਚ ਤੁਸੀਂ ਹੇਠ-ਲਿਖੇ ਲੱਛਣ ਮਹਿਸੂਸ ਕਰ ਸਕਦੀ ਹੋ :

- ਖਿਚਾਅ ਨਾਲ ਬਹੁਤ ਤੇਜ ਦਰਦ।
- ਪਿੱਠ ਦੇ ਪਿਛਲੇ ਹਿੱਸੇ ਤੇ ਪੈਰੀਨਿਯਮ ਵਿਚ ਤੇਜ ਦਰਦ।
- ਗੁਦਾ ਤੇ ਦਬਜਅ (ਇਹ ਪਿਸ਼ਾਬ ਵਾਲੇ ਦਬਾਅ ਤੋਂ ਥੋੜ੍ਹਾ ਵੱਖ ਹੋਵੇਗਾ।
- ਖ਼ੂਨ ਬਚਾਓ ਵਿਚ ਵਾਧਾ।
- ਬਹੁਤ ਗਰਮੀ ਜਾਂ ਫਿਰ ਸਰਦੀ ਮਹਿਸੂਸ ਹੋਣਾ।
- ਲੱਤਾਂ ਦਾ ਦਰਦ ਜੋ ਕਿ ਬਰਦਾਸ਼ਤ ਤੋਂ ਬਾਹਰ ਹੋਵੇਗਾ।
- ਖਿਚਾਅ ਦੌਰਾਨ ਹਲਕੀ ਨੀਂਦ ਜਿਹੀ ਆਣਾ।
- ਗਲੇ ਜਾਂ ਛਾਤੀ ਵਿਚ ਅਜੀਬ ਜਿਹੀ ਜਕੜਨ।
- ਥਕਾਵਟ

ਭਾਵਨਾਤਮਕ ਰੂਪ ਨਾਲ ਤੁਹਾਨੂੰ ਲਗੇਗਾ ਕਿ ਸਬਰ ਦੀ ਹੱਦ ਪਾਰ ਹੋ ਗਈ ਹੈ। ਅਜੇ ਧੱਕਣ ਦਾ ਸਮਾਂ ਨਹੀਂ ਆਇਆ। ਇਸ ਲਈ ਤੁਹਾਡੇ ਮਨ ਵਿਚ ਥੋੜ੍ਹੀ ਨਿਰਾਸ਼ਾ, ਬੇਚੈਨੀ ਜਾਂ ਚਿੜਚਿੜਾਹਟ ਪੈਦਾ ਹੋਵੇਗੀ। ਤੁਸੀਂ ਇਨ੍ਹਾਂ ਸਭ ਤੋਂ ਉਲਟ ਬੱਚੇ ਦੇ ਹੋਰ ਕੋਲ ਆਉਣ ਦੀ ਖ਼ੁਸ਼ੀ ਵਿਚ ਉਤਸਾਹਿਤ ਵੀ ਹੋ ਸਕਦੀ ਹੋ।

## ਤੁਸੀਂ ਕੀ ਕਰ ਸਕਦੀ ਹੋ?

ਇਸ ਪੜਾਅ ਤੋਂ ਬਾਦ ਬੱਚੇਦਾਨੀ ਦਾ ਮੂੰਹ ਪੂਰੀ ਤਰ੍ਹਾਂ ਖੁਲ੍ਹ ਜਾਏਗਾ ਅਤੇ ਤੁਹਾਨੂੰ ਬੱਚੇ ਨੂੰ ਬਾਹਰ ਕੱਢਣ ਦੇ ਲਈ ਜ਼ੋਰ ਲਗਾਉਣਾ ਹੋਵੇਗਾ। ਅੱਗੇ ਆਣ ਵਾਲੇ ਸਮੇਂ ਦੀ ਚਿੰਤਾ ਕਰਨ ਦੀ ਥਾਂ ਇਹ ਦੇਖੋ ਕਿ ਤੁਸੀਂ ਕਿੰਨਾਂ ਲੰਬਾ ਸਫ਼ਰ ਤੈਅ ਕਰਕੇ ਇਥੇ ਤੱਕ ਪਹੁੰਚੀ ਹੋ।

ਜੇਕਰ ਮਦਦ ਮਿਲਦੀ ਹੋਵੇ ਤਾਂ ਖ਼ਾਸ ਤਕਨੀਕਾਂ ਜਾਰੀ ਰਖੋ। ਜਦੋਂ ਤਕ ਅਗਵਾਈ ਨਾ ਮਿਲੇ, ਜ਼ੋਰ ਨਾ ਲਗਾਓ। ਇਸ ਨਾਲ ਉਸ ਹਿੱਸੇ ਵਿਚ ਸੋਜਸ ਆ ਸਕਦੀ ਹੈ ਅਤੇ ਡਿਲੀਵਰੀ ਵਿਚ ਸਮਾਂ ਲਗ ਸਕਦਾ ਹੈ।

ਜੇਕਰ ਸਾਥੀ ਦੇ ਹੱਥ ਲਗਾਣ ਨਾਲ ਤੁਹਾਨੂੰ ਬੇਚੈਨੀ ਹੋ ਰਹੀ ਹੈ ਤਾਂ ਉਸ ਨੂੰ ਦੱਸਣ ਵਿਚ ਨਾ ਹਿਚਕੋ।

- ਹਲਕੀ ਲੈਅਯੁਕਤ ਸਾਹ ਦੇ ਨਾਲ ਖਿਚਾਵਾਂ ਦੇ ਵਿਚ ਆਰਾਮ ਕਰਨ ਦੀ ਕੋਸ਼ਿਸ਼ ਕਰੋ।
- ਆਪਣਾ ਧਿਆਨ ਬੱਚੇ ਤੇ ਲਗਾਓ, ਜਲਦੀ ਹੀ ਉਹ ਤੁਹਾਡੀਆਂ ਬਾਹਾਂ ਵਿਚ ਹੋਵੇਗਾ।

ਜਦੋਂ ਬੱਚੇਦਾਨੀ ਦਾ ਮੂੰਹ ਪੂਰੀ ਤਰ੍ਹਾਂ ਖੁਲ੍ਹ ਜਾਏ ਗਾ ਤਾਂ ਉਸ ਤੋਂ ਬਾਦ ਤੁਹਾਨੂੰ ਡਿਲੀਵਰੀ ਰੂਮ ਵਿਚ ਲੈ ਜਾਇਆ ਜਾਏਗਾ। ਜੇਕਰ ਤੁਸੀਂ ਬਰਥਿੰਗ ਬੈਡ ਤੇ ਹੋ ਤਾਂ ਉਸ ਦੇ ਪੈਰ ਹਟਾ ਕੇ, ਉਸ ਨੂੰ ਡਿਲੀਵਰੀ ਦੇ ਲਈ ਤਿਆਰ ਕਰ ਦਿੱਤਾ ਜਾਵੇਗਾ।

## ਸਾਥੀ ਜਾਂ ਕੋਚ : ਤੁਸੀਂ ਕੀ ਕਰ ਸਕਦੇ ਹੋ?

ਜੇਕਰ ਉਹ ਏਪੀਡਿਯੂਰਲ ਤੇ ਹੈ ਤਾਂ ਉਸ ਤੋਂ ਪੁੱਛੋ ਕਿ ਦੂਜੀ ਖ਼ੁਰਾਕ ਚਾਹੀਦੀ ਹੈ ਜਾਂ ਨਹੀਂ। ਇੰਜੈਕਸ਼ਨ ਕਾਫ਼ੀ ਤਕਲੀਫ਼ਦੇਹ ਹੁੰਦਾ ਹੈ। ਜੇਕਰ ਦਵਾਈ ਦੀ ਖ਼ੁਰਾਕ ਪੂਰੀ ਨਾ ਮਿਲੀ ਤਾਂ ਦਰਦ ਹੋ ਸਕਦਾ ਹੈ। ਜੇ ਕਰ ਦਵਾਈ ਦੇ ਬਿਨਾਂ ਪ੍ਰਕ੍ਰਿਆ ਚਲ ਰਹੀ ਹੋਵੇ ਤਾਂ ਸ਼ਾਇਦ ਉਸ ਨੂੰ ਇਸ ਸਮੇਂ ਸਭ ਤੋਂ ਜ਼ਿਆਦਾ ਤੁਹਾਡੀ ਜ਼ਰੂਰਤ ਹੈ।

- ਉਸ ਦੇ ਕੋਲ ਬਣੇ ਰਹੋ ਤੇ ਉਸ ਤੇ ਹਾਵੀ ਨਾ ਹੋਵੋ। ਜੇਕਰ ਉਹ ਨਾ ਚਾਹੇ ਤਾਂ ਉਸ ਨੂੰ ਲਾ ਛੂਹੋ। ਪਿੱਠ ਤੇ ਹਲਕੇ ਦਬਾਅ ਨਾਲ ਆਰਾਮ ਮਿਲ ਸਕਦਾ ਹੈ ਪ੍ਰੰਤੂ ਜੇਕਰ ਉਹ ਇਹ ਵੀ ਨਾ ਚਾਹੇ ਤਾਂ ਕੁਝ ਨਾ ਕਰੋ।
- ਇਸ ਸਮੇਂ ਲੰਬੀ-ਚੌੜੀ ਗੱਲਬਾਤ ਨਾ ਕਰੋ। ਉਸ ਨੂੰ ਛੋਟੇ ਤੇ ਸਾਫ਼ ਨਿਰਦੇਸ਼ ਦਿਉ। ਇਹ ਚੁਟਕਦਲੇ ਸੁਣਾਉਣ ਦਾ ਸਮਾਂ ਨਹੀਂ।
- ਜੇਕਰ ਉਹ ਚਾਹੇ ਤਾਂ ਉਸ ਨੂੰ ਹੌਸਲਾ ਦਿਉ। ਇਸ ਸਮੇਂ ਸ਼ਬਦਾਂ ਦੀ ਥਾਂ ਹਲਕੀ ਜਿਹੀ ਛੂਹ ਜਾਂ ਅੱਖਾਂ ਵਿਚ ਅੱਖਾਂ ਪਾ ਕੇ ਬਹੁਤ ਕੁਝ ਕਿਹਾ ਜਾ ਸਕਦਾ ਹੈ।
- ਜੇਕਰ ਖਿਚਾਅ ਦੇ ਵਿਚ ਸਾਹ ਤਕਨੀਕ ਨਾਲ ਆਰਾਮ ਮਿਲਦਾ ਹੋਵੇ ਤਾਂ ਉਸ ਦੀ ਮਦਦ ਕਰਨ ਦੀ ਕੋਸ਼ਿਸ਼ ਕਰੋ।
- ਉਸ ਦਾ ਪੇਟ ਛੂਹਕੇਖਿਚਾਅ ਦਾ ਪਤਾ ਦਿਉ। ਉਸ ਨੂੰ ਖਿਚਾਅ ਦੇ ਵਿਚ ਹਲਕੀ ਲੈਅ ਯੂਕਤ ਸਾਹ ਬਣਾਈ ਰੱਖਣਾ ਯਾਦ ਕਰਾਓ।
- ਜੇਕਰ ਖਿਚਾਅ ਬਹੁਤ ਜਲਦੀ ਹੋਣ ਲਗੇ ਅਤੇ ਉਸ ਨੂੰ ਧੱਕਣ ਦੀ ਇੱਛਾ ਹੋਵੇ ਤਾਂ ਡਾਕਟਰ ਨੂੰ ਦਸੋ, ਹੋ ਸਕਦਾ ਹੈ ਕਿ ਬੱਚੇ ਦਾਨੀ ਦਾ ਮੂੰਹ ਪੂਰੀ ਤਰ੍ਹਾਂ ਖੁਲ੍ਹ ਗਿਆ ਹੋਵੇ।
- ਉਸ ਨੂੰ ਪਾਣੀ ਦਾ ਘੁਟ ਜਾਂ ਆਈਸ ਚਿਪਸ ਦੇਂਦੇ ਰਹੋ। ਉਸ ਦਾ ਮੂੰਹ ਗਿਲੇ ਕਪੜੇ ਨਾਲ ਪੂੰਝੋ। ਜੇਕਰ ਸਰਦੀ ਮਹਿਸੂਸ ਹੋਵੇ ਤਾਂ ਕੰਬਲ ਦਿਉ ਜਾਂ ਪੈਰਾਂ ਵਿਚ ਜੁਰਾਬਾਂ ਪਾ ਦਿਉ।
- ਦੋਨੋਂ ਆਪਣਾ ਧਿਆਨ ਉਸ ਆਣ ਵਾਲੇ ਪਲ ਤੇ ਲਗਾਓ ਜਦੋਂ ਖ਼ੁਸ਼ੀਆਂ ਨਾਲ ਭਰੀ ਪੋਟਲੀ ਤੁਹਾਡੀਆਂ ਬਾਹਾਂ ਵਿਚ ਹੋਵੇਗੀ।

# ਦੂਜੀ ਅਵਸਥਾ : ਧੱਕਣਾ ਤੇ ਡਿਲੀਵਰੀ

ਇਸ ਪੜਾਅ ਤਕ ਤਾਂ ਬੱਚੇ ਦੇ ਜਨਮ ਵਿਚ ਤੁਹਾਡੀ ਕੋਈ ਪ੍ਰਭਾਵੀ ਭੂਮਿਕਾ ਨਹੀਂ ਸੀ। ਤੁਹਾਡੀ ਬੱਚੇਦਾਨੀ ਦੇਮੂੰਹ ਨੇ ਕਾਫ਼ੀ ਹੱਦ ਤਕ ਕੰਮ ਆਸਾਨ ਬਣਾ ਦਿੱਤਾ ਹੈ ਪ੍ਰੰਤੂ ਹੁਣ ਤੁਹਾਨੂੰ ਬੱਚੇ ਨੂੰ ਬਾਹਰ ਲਿਆਉਣ ਵਿਚ ਮਦਦ ਕਰਨੀ ਹੈ। ਇਸ ਪ੍ਰਕ੍ਰਿਆ ਵਿਚ ਤਕਰੀਬਨ ਅੱਧੇ ਤੋਂ ਇਕ ਘੰਟੇ ਦਾ ਸਮਾਂ ਲਗਦਾ ਹੈ। ਪ੍ਰੰਤੂ ਕਈ ਵਾਰ ਇਹ 10 ਮਿੰਟ ਜਾਂ ਫਿਰ 2-3 ਘੰਟੇ ਵਿਚ ਪੂਰੀ ਹੁੰਦੀ ਹੈ।

ਇਸ ਦੌਰ ਦੇਖਿਚਾਅ, ਪਹਿਲੇ ਪੜਾਅ ਦੀ ਥਾਂ ਜ਼ਿਆਦਾ ਨਿਯਮਿਤ ਹੁੰਦੇ ਹਨ। ਉਹ 60-90 ਸਕਿੰਟ ਦੇ ਤਾਂਹੁੰਦੇ ਹਨ ਪ੍ਰੰਤੂ ਕਦੀ-ਕਦੀ ਦਰਦ ਵੱਧ ਜਾਂਦਾ ਹੈ ਅਤੇ ਕਦੀ-ਕਦੀ ਘੱਟ ਜਾਂਦਾ ਹੈ। ਹਾਲਾਂਕਿ ਤੁਹਾਨੂੰ ਅਜੇ ਵੀ ਇਹ ਪਤਾ ਲਗਾਉਣ ਵਿਚ ਮੁਸ਼ਕਲ ਹੋਵੇ ਗੀ ਕਿ ਦਰਦ ਕਦੋਂ ਉਠ ਰਿਹਾ ਹੈ। ਇਸ ਸਮੇਂ ਤੁਸੀਂ ਹੇਠ-ਲਿਖੇ ਲੱਛਣ ਮਹਿਸੂਸ ਕਰ ਸਕਦੀ ਹੋ:

- ਖਿਚਾਅ ਦੇ ਨਾਲ ਦਰਦ, ਪ੍ਰੰਤੂ ਥੋੜ੍ਹਾ ਘੱਟ।
- ਧੱਕਣ ਦੀ ਤੀਬਰ ਇੱਛਾ (ਏਪੀਡਿਯੂਰਲ ਦੇ ਨਾਲ ਨਹੀਂ)
- ਊਰਜਾ ਦੀ ਤੇਜ ਇੱਛਾ ਜਾਂ ਥਕਾਵਟ।
- ਖਿਚਾਅ ਦੀ ਤੇਜ ਲਹਿਰ ਦੇ ਨਾਲ ਉਠਣਾ ਤੇ ਪਤਾ ਲਗਣਾ।
- ਖ਼ੂਨ ਬਹਾਅ ਵਿਚ ਵਾਧਾ।

- ਬੱਚੇਦਾ ਸਿਰ ਉਭਰਣ ਦੇ ਕਾਰਣ ਯੋਨੀ ਵਿਚ ਹਲਕੀ ਜਲਨ, ਖਿਚਾਅ ਜਾਂ ਬੇਚੈਨੀ (ਇਸ ਨੂੰ 'ਰਿੰਗ ਆਫ਼ ਫਾਇਰ' ਵੀ ਕਹਿੰਦੇ ਹਨ)।
- ਹਲਕੀ ਫਿਸਲਣ ਤੇ ਨਮੀ ਦਾ ਅਹਿਸਾਸ।

ਭਾਵਨਾਤਮਕ ਰੂਪ ਨਾਲ ਤੁਹਾਨੂੰ ਸੰਤੁਸ਼ਟੀ ਮਿਲੇਗੀ ਕਿ ਤੁਸੀਂ ਧੱਕਣਾ ਸ਼ੁਰੂ ਕਰ ਦਿੱਤਾ ਹੈ। ਜੇਕਰ ਧੱਕਣ ਤੇ ਜ਼ੋਰ ਲਗਾਉਣ ਵਿਚ ਇਕ ਘੰਟੇ ਤੋਂ ਜ਼ਿਆਦਾ ਸਮਾਂ ਲਗ ਗਿਆ ਹੈ ਤਾਂ ਤੁਸੀਂ ਥਕਾਵਟ ਤੇ ਰੁੱਖਾ ਵੀ ਮਹਿਸੂਸ ਕਰ ਸਕਦੀ ਹੋ। ਇਸ ਸਮੇਂ ਤੁਹਾਡੇ ਮਨ ਵਿਚ ਬਸ ਇਕ ਹੀ ਗੱਲ ਹੋਵੇਗੀ, ਇਹ ਸਾਰੀ ਪ੍ਰਕ੍ਰਿਆ ਕਦੋਂ ਖ਼ਤਮ ਹੋਵੇਗੀ।

## ਤੁਸੀਂ ਕੀ ਕਰ ਸਕਦੀ ਹੋ? :-

ਇਸ ਸਮੇਂ ਬੱਚੇ ਨੇ ਬਾਹਰ ਆਉਣਾ ਹੈ ਇਸ ਲਈ ਤੁਸੀਂ ਤੇ ਡਾਕਟਰ ਨੇ ਆਰਾਮ ਦੇ ਹਿਸਾਬ ਨਾਲ ਜੋ ਵੀ ਸਥਿਤੀ ਚੁਣੀ ਹੋਵੇ, ਉਸੇ ਵਿਚ ਪੂਰਾ ਜ਼ੋਰ ਲਗਾਓ। ਅੱਧੀ ਬੈਠੋ ਜਾਂ ਅਕੜੂੰ ਸਥਿਤੀ ਕਾਰਗਰ ਹੋ ਸਕਦੀ ਹੈ ਕਿਉਂਕਿ ਇਸ ਵਿਚ ਗੁਰੂਤਾ ਅਕ੍ਰਸ਼ਣਦੀ ਮਦਦ ਮਿਲੇਗੀ ਅਤੇ ਬੱਚਾ ਹੇਠਾਂ ਵੱਲ ਆਏਗਾ ਇਸ ਸਥਿਤੀ ਵਿਚ ਆਪਣਾ ਚੁੰਬਕ ਛਾਤੀ ਨਾਲ ਲਗਾ ਲਉ ਤਾਂ ਜੋ ਤੁਸੀਂ ਪੂਰੀ ਤਰ੍ਹਾਂ ਨਾਲ ਜ਼ੋਰ ਲਗਾ ਸਕੋ। ਜੇਕਰ ਜ਼ੋਰ ਨਾ ਲਗ ਸਕੇ ਤਾਂ ਆਪਣੀ ਸਥਿਤੀ ਬਦਲਣ ਦੀ ਕੋਸ਼ਿਸ਼ ਕਰੋ। ਅਕੜੂੰ ਸਥਿਤੀ ਵਿਚ ਆ ਜਾਓ ਜਾਂ ਹੱਥਾਂ-ਪੈਰਾਂ ਦੇ ਭਾਰ ਬੈਠ ਜਾਓ।

ਜਦੋਂ ਜ਼ੋਰ ਲਗਾਉਣ ਦੀ ਵਾਰੀ ਆਏ ਤਾਂ ਬਾਕੀ ਸਭ ਭੁੱਲ ਜਾਓ। ਤੁਸੀਂ ਧੱਕਣ ਵਿਚ ਜਿੰਨੀ ਊਰਜਾ ਲਗਾਓਗੀ ਬੱਚਾ ਉਨੀ ਜਲਦੀ ਬਾਹਰ ਆ ਸਕੇਗਾ। ਜੇਕਰ ਗ਼ਲਤ ਤਰੀਕੇ ਨਾਲ ਧੱਕੋਗੀ ਤਾਂ ਸਿਰਫ਼ ਊਰਜਾ ਵਿਅਰਥ ਜਾਏਗੀ ਅਤੇ ਥਕਾਵਟ ਤੋਂ ਇਲਾਵਾ ਕੁਝ ਹੱਥ ਨਹੀਂ ਆਏਗਾ।

- ਆਪਣੇ ਸਰੀਰ ਤੇ ਪੱਟਾਂ ਨੂੰ ਢਿੱਲਾ ਛੱਡ ਕੇ ਇੰਝ ਜ਼ੋਰ ਲਗਾਓ ਜਿਵੇਂ ਪਿਸ਼ਾਬ ਦੇ ਲਈ ਬੈਠੀ ਹੋ। ਆਪਣਾ ਪੂਰਾ ਧਿਆਨ ਸਰੀਰ ਦੇ ਉਪਰਲੇ ਅੰਗਾਂ ਤੇ ਲਗਾਉਣ ਦੀ ਥਾਂ ਯੋਨੀ ਤੇ ਗੁੱਦਾ ਤੇ ਲਗਾਓ। ਚਿਹਰੇ ਤੇ ਵੀ ਦਬਾਅ ਨਾ ਦਿਉ ਹਲਕੇ ਨੀਲੇ ਨਿਸ਼ਾਨ ਉਭਰ ਸਕਦੇ ਹਨ। ਇਸ ਤਰ੍ਹਾਂ ਬੱਚਾ ਵੀ ਬਾਹਰ ਨਹੀਂ ਆ ਸਕੇਗਾ।
- ਇਸ ਤਰ੍ਹਾਂ ਜ਼ੋਰ ਲਗਾਉਣ ਨਾਲ ਮੱਲ ਵੀ ਬਾਹਰ ਆ ਸਕਦਾ ਹੈ। ਉਸ ਸਬੰਧੀ ਸੋਚ ਕੇ ਸ਼ਰਮਿੰਦਾ ਨਾ ਹੋਵੋ। ਡਿਲੀਵਰੀ ਦੇ ਦੌਰਾਨ ਮੱਲ ਜਾਂ ਪਿਸ਼ਾਬ ਦਾ ਨਿਕਲਣਾ ਵੱਡੀ ਗੱਲ ਨਹੀਂ ਹੈ। ਕਮਰੇ ਵਿਚ ਕੋਈ ਵੀ ਇਸ ਬਾਰੇ ਪ੍ਰਵਾਹ ਨਹੀਂ ਕਰੇਗਾ ਅਤੇ ਨਾ ਹੀ ਤੁਹਾਨੂੰ ਕਰਨੀ ਚਾਹੀਦੀ ਹੈ। ਪੈਡ ਨਾਲ ਸਭ ਕੁਝ ਝਟਪਟ ਸਾਫ਼ ਹੋ ਜਾਏਗਾ।
- ਜਦੋਂ ਦਰਦ ਉੱਠਣ ਵਾਲਾ ਹੈ ਤਾਂ ਕੁਝ ਗਹਿਰੀ ਸਾਹ ਲੈ ਕੇ ਆਪਣੇ-ਆਪ ਨੂੰ ਧੱਕਣ ਦੇ ਲਈ ਤਿਆਰ ਕਰੋ। ਫਿਰ ਦਰਦ ਉਠੇ ਤਾਂ ਗਹਿਰੀ ਸਾਹ ਦੇ ਨਾਲ ਪੂਰਾ ਜ਼ੋਰ ਲਗਾਓ। ਜੇਕਰ ਤੁਸੀਂ ਨਰਸ ਜਾਂ ਸਾਥੀ ਦੀ ਮਦਦ ਚਾਹੁੰਦੀ ਹੋ ਤਾਂ ਉਨ੍ਹਾਂ ਨੂੰ ਦਸੋ। ਧੱਕਣ ਦੀ ਪ੍ਰਕ੍ਰਿਆ ਕਿੰਨੀ ਲੰਬੀ ਹੋਣੀ ਚਾਹੀਦੀ ਹੈ ਇਸਦਾ ਕੋਈ ਜਾਦੂਈ ਫਾਰਮੂਲਾ ਨਹੀਂ ਹੁੰਦਾ। ਤੁਸੀਂ ਹਰ ਦਰਦ ਦੇ ਨਾਲ ਧੱਕਣਾ ਹੈ। ਜਦੋਂ ਵੀ ਧੱਕਣ ਦੀ ਇੱਛਾ ਹੋਵੇ ਪੂਰਾ ਜ਼ੋਰ ਲਗਾਓ। ਬੱਚੇ ਨੂੰ ਬਾਹਰ ਆਉਣ ਵਿਚ ਦੇਰ ਨਹੀਂ ਲਗੇਗੀ। ਕਈ ਵਾਰ ਕੁਦਰਤੀ ਧੱਕਣ ਦੀ ਇੱਛਾ ਪੈਦਾ ਨਹੀਂ ਹੁੰਦੀ ਉਦੋਂ ਡਾਕਟਰ ਜਾਂ ਨਰਸ ਤੁਹਾਡੀ ਇਕਾਗਰਤਾ ਬਣਾਉਣ ਵਿਚ ਮਦਦ ਕਰ ਸਕਦੇ ਹਨ।
- ਜੇਕਰ ਬੱਚੇ ਦਾ ਸਿਰ ਦਿੱਖਣ ਤੋਂ ਬਾਅਦ ਗਾਇਬ ਹੋ ਜਾਏ ਤਾਂ ਨਿਰਾਸ਼ ਨਾ ਹੋਵੋ ਇੰਝ ਕਈ ਵਾਰ ਹੋ ਜਾਂਦਾ ਹੈ। ਤੁਸੀਂ ਤਾਂ ਇੰਨਾ ਹੀ ਯਾਦ ਰਖੋ ਕਿ ਤੁਸੀਂ ਸਹੀ ਦਿਸ਼ਾ ਵਿਚ ਜਾ ਰਹੀ ਹੋ।
- ਖਿਚਾਅ ਦੇ ਵਿਚ ਆਰਾਮ ਕਰੋ। ਜੇਕਰ ਤੁਸੀਂ ਧੱਕਣ ਨਾਲ ਥੱਕ ਗਈ ਹੋ ਤਾਂ ਡਾਕਟਰ ਨੂੰ ਦਸੋ। ਉਹ ਕੁਝ ਦਰਦਾਂ ਦੇ ਦੌਰਾਨ ਨਾ ਧੱਕਣ ਦੀ ਸਲਾਹ ਦੇਣਗੇ ਤਾਂ ਜੋ ਤੁਸੀਂ ਆਪਣੀ ਤਾਕਤ ਹਾਸਲ ਕਰ ਲਉ।
- ਜਦੋਂ ਧੱਕਣਾ ਰੋਕਣ ਨੂੰ ਕਿਹਾ ਜਾਏ ਤਾਂ ਰੁਕ ਜਾਓ। ਇੱਛਾ ਹੋਣ ਤੇ ਮੂੰਹ ਤੋਂ ਫੂਕੋ।
- ਸਾਮ੍ਹਣੇ ਵਾਲੇ ਸ਼ੀਸ਼ੇ ਤੇ ਨਜ਼ਰ ਰਖੋ। ਬੱਚੇ ਦਾ ਉਭਰਦਾ ਸਿਰ ਤੁਹਾਨੂੰ ਧੱਕਣ ਦੇ ਲਈ ਉਤਸਾਹਿਤ ਕਰਦਾ ਰਹੇਗਾ। ਜੇਕਰ ਤੁਸੀਂ ਇਸ ਪ੍ਰਕ੍ਰਿਆ ਦੀ ਵੀਡੀਓ ਟੇਪ ਨਹੀਂ ਕਰ ਰਹੀ ਹੋ ਤਾਂ ਇਸ ਦਾ ਰਿਪਲੇ ਦੁਬਾਰਾ ਦੇਖਣ ਦਾ ਮੌਕਾ ਨਹੀਂ ਮਿਲੇਗਾ।

# ਇਕ ਬੱਚੇ ਦਾ ਜਨਮ

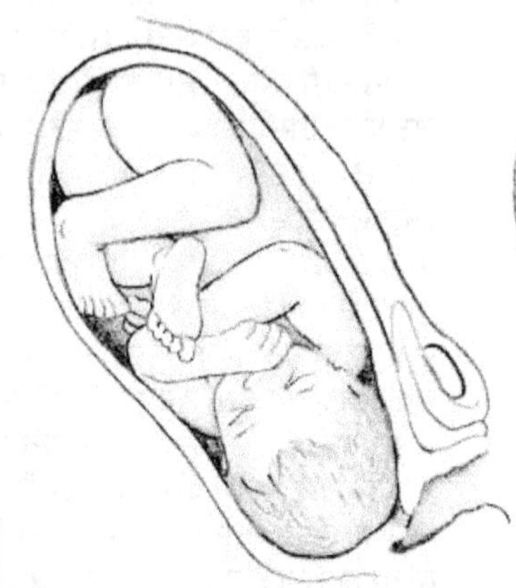

1. ਬੱਚੇਦਾਨੀ ਦਾ ਮੂੰਹ ਥੋੜ੍ਹਾ ਖੁਲ੍ਹਿਆ ਹੈ ਪ੍ਰੰਤੂ ਅਜੇ ਪੂਰੀ ਤਰ੍ਹਾਂ ਨਹੀਂ ਖੁਲ੍ਹ ਸਕਿਆ ਹੈ।

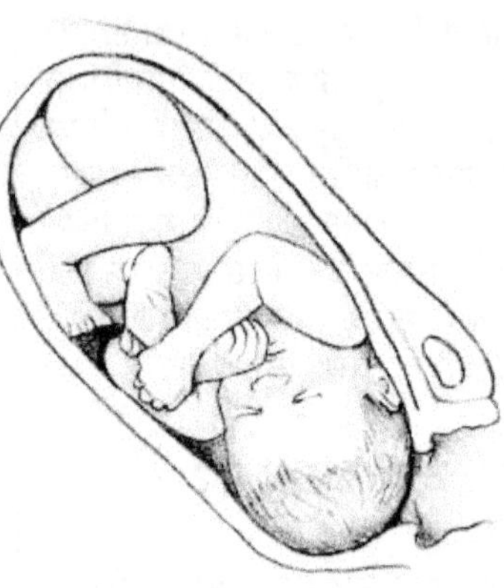

2. ਕਈ ਵਾਰ ਮਾਂ ਦੇ ਪੈਲਿਵਸ ਖੇਤਰ ਵਿਚ ਆਪਣਾ ਸਿਰ ਕੱਢਣ ਦੇ ਲਈ ਬੱਚਾ ਪ੍ਰਸੂਤ ਦੇ ਦੌਰਾਨ ਹਲਕਾ ਘੁੰਮ ਸਕਦਾ ਹੈ। ਇਥੇ ਤੁਸੀਂ ਇੰਝ ਦੇਖ ਸਕਦੇ ਹੋ।

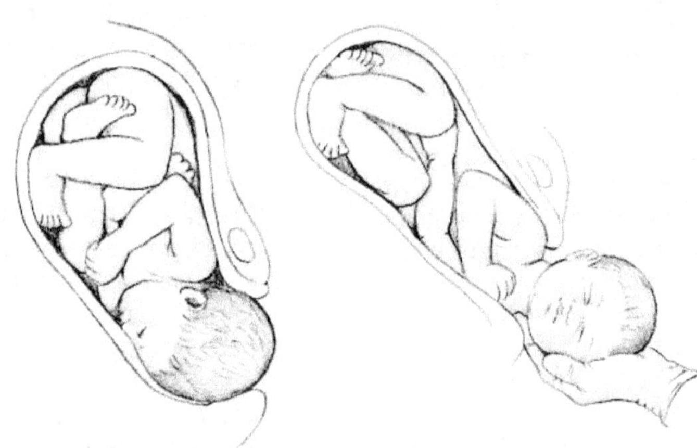

3. ਬੱਚੇਦਾਨੀ ਦਾ ਮੂੰਹ ਪੂਰੀ ਤਰ੍ਹਾਂ ਖੁਲ੍ਹ ਗਿਆ ਹੈ ਅਤੇ ਸਿਰ ਯੋਨੀ ਰਸਤੇ ਨੂੰ ਧੱਕ ਰਿਹਾ ਹੈ।

4. ਬੱਚੇਦਾ ਸਿਰ ਬਾਹਰ ਨਿਕਲਣ ਤੋਂ ਬਾਅਦ ਬਾਕੀ ਡਿਲੀਵਰੀ ਕਾਫ਼ੀ ਜਲਦੀ ਅਤੇ ਆਸਾਨੀ ਨਾਲ ਹੋ ਜਾਂਦੀ ਹੈ।

ਜਦੋਂ ਤੁਸੀਂ ਧੱਕਣ ਦੀ ਪ੍ਰਕ੍ਰਿਆ ਵਿਚ ਹੋਵੋਗੀ ਤਾਂ ਡਾਕਟਰ ਤੁਹਾਨੂੰ ਸਹਾਰਾ ਦੇਣਗੇ। ਬੱਚੇ ਦੇ ਦਿਲ ਦੀ ਧੜਕਣ ਤੇ ਧਿਆਨ ਰੱਖਣਗੇ। ਉਹ ਆਪਣੀ ਸਰਜਰੀ ਦਾ ਸਮਾਨ ਤਿਆਰ ਕਰਨਗੇ। ਐਂਟੀਸੈਪਟਿਕ ਦਵਾਈ ਲਗਾਉਣਗੇ। ਜੇਕਰ ਜ਼ਰੂਰਤ ਪਈ ਤਾਂ ਹਲਕਾ ਚੀਰਾ ਲਗਾ ਸਕਦੇ ਹਨ। ਵੈਕਯੂਮ ਜਾਂ ਫੋਰਸੈਪ ਦਾ ਪ੍ਰਯੋਗ ਵੀ ਕਰ ਸਕਦੇ ਹਨ।

ਬੱਚੇ ਦਾ ਸਿਰ ਦਿੱਖਣ ਲਗੇ ਤਾਂ ਉਹ ਬੱਚੇ ਦੇ ਨੱਕ ਤੇ ਮੂੰਹ ਤੋਂ ਫਾਲਤੂ ਮਿਯੂਕਸ ਕੱਢ ਦੇਣਗੇ ਤੇ ਉਸ ਨੂੰ ਬਾਹਰ ਕੱਢਣ ਦੀ ਕੋਸ਼ਿਸ਼ ਕਰਨਗੇ। ਸਿਰ ਕੱਢਣ ਵਿਚ ਹੀ ਸਮਾਂ ਲਗਦਾ ਹੈ। ਇਸ ਤੋਂ ਬਾਦ ਤਾਂ ਹਲਕਾ ਜਿਹਾ ਹੀ ਧੱਕਾ ਕਾਫ਼ੀ ਹੁੰਦਾ ਹੈ। ਇਸ ਤੋਂ ਬਾਦ ਤਾਂ ਨਲੀ ਕੱਟ ਕੇ ਬੱਚੇ ਨੂੰ ਤੁਹਾਨੂੰ ਦੇ ਦਿੱਤਾ ਜਾਏਗਾ ਜਾਂ ਪੇਟ ਤੇ ਲਿਟਾ ਦੇਣਗੇ। ਇਸ ਸਮੇਂ ਤੁਸੀਂ ਬੱਚੇ ਨੂੰ ਹੱਥਾਂ ਨਾਲ ਛੂਹ ਸਕਦੀ ਹੋ। ਖੋਜ ਤੋਂ ਪਤਾ ਲਗਾ ਹੈ ਕਿ ਪੈਦਾ ਹੁੰਦੇ ਹੀ ਜਿਨ੍ਹਾਂ ਬੱਚਿਆਂ ਨੂੰ ਆਪਣੀ ਮਾਂ ਦੀ ਚਮੜੀ ਦਾ ਸਪਰਸ਼ ਮਿਲਦਾ ਹੈ ਉਹ ਬਾਅਦ ਵਿਚ ਗਹਿਰੀ ਨੀਂਦ ਲੈਂਦੇਹਨ ਤੇ ਸ਼ਾਂਤ ਰਹਿੰਦੇ ਹਨ।

ਇਸ ਤੋਂ ਬਾਦ ਡਾਕਟਰ ਬੱਚੇ ਦੀ ਸਥਿਤੀ ਤੇ ਧਿਆਨ ਦੇਣਗੇ ਤੇ 'ਅਪਗਾਰ ਸਕੇਲ' ਤੇ ਇਕ ਮਿੰਟ ਅਤੇ ਪੰਜ ਮਿੰਟ ਦੇ ਹਿਸਾਬ ਨਾਲ ਜਾਂਚ ਕਰਨਗੇ। ਉਸ ਦੀ ਪਿੱਠ ਹਲਕੇ ਜਿਹੇ ਥਪਥਪਾਉਣਗੇ ਤੁਹਾਡੀ ਕਲਾਈ ਤੇ ਬੱਚੇ ਦੇ ਮੌਢੇ ਤੇ ਪਹਿਚਾਣ ਦੇ ਲਈ ਇਕ ਬੈਂਡ ਪੁਆ ਦਿੱਤਾ ਜਾਏਗਾ। ਨਵਜਾਤ ਦੀਆਂ ਅੱਖਾਂ ਨੂੰ ਇਨਫੈਕਸ਼ਨ ਤੋਂ ਬਚਾਉਣ ਦੇ ਲਈ ਦਵਾਈ ਪਾਈ ਜਾਏਗੀ। ਉਂਝ ਤੁਸੀਂ ਚਾਹੋ ਤਾਂ ਪਹਿਲਾਂ ਬੱਚੇ ਨੂੰ ਬਾਹਾਂ ਵਿਚ ਲੈਣ ਦੇ ਲਈ ਕਹਿ ਸਕਦੀ ਹੋ। ਉਸ ਦੇ ਵਜ਼ਨ ਦੀ ਜਾਂਚ ਹੋਵੇਗੀ ਅਤੇ ਫਿਰ ਉਸ ਨੂੰ ਤੌਲੀਏ ਵਿਚ ਪਲੇਟ ਦਿੱਤਾ ਜਾਏਗਾ। ਹਸਪਤਾਲਾਂ ਵਿਚ ਵੱਖ-2 ਤਰ੍ਹਾਂ ਨਾਲ ਇਹ ਕੰਮ ਹੁੰਦੇ ਹਨ।

ਫਿਰ ਬੱਚੇ ਨੂੰ ਦੁੱਧ ਪਿਲਾਉਣ ਦੇ ਲਈ ਤੁਹਾਨੂੰ ਸੌਂਪ ਦਿੱਤਾ ਜਾਂਦਾ ਹੈ। ਕਈ ਵਾਰ ਬੱਚੇਦੀ ਪੂਰੀ ਜਾਂਚ ਦੇ ਲਈ ਤੇ ਕੁਝ ਟੈਸਟ ਕਰਨ ਦੇ ਲਈ ਨਰਸਰੀ ਵਿਚ ਵੀ ਲੈ ਜਾਣਾ ਪੈਂਦਾ ਹੈ। ਇਸ ਤੋਂ ਬਾਦ ਬੱਚੇ ਨੂੰ ਤੁਹਾਡੇ ਕਮਰੇ ਦੇ ਝੂਲੇ ਵਿਚ ਪਹੁੰਚਾ ਦੇਂਦੇ ਹਨ।

**ਸਾਥੀ ਦੇ ਲਈ : ਤੁਸੀਂ ਕੀ ਕਰ ਸਕਦੇ ਹੋ?**

- ਧੱਕਣ ਸਮੇਂ ਸਾਰੀ ਊਰਾ ਉਸੇ ਪਾਸੇ ਲਗਾਣੀ ਪੈਂਦੀ ਹੈ। ਇਸ ਲਈ ਤੁਸੀਂ ਮਾਂ ਦੀ ਮਦਦ ਕਰੋ। ਆਪਣਾ ਪਿਆਰ ਤੇ ਵਿਸ਼ਵਾਸ ਦਿਉ। ਜੇਕਰ ਉਹ ਤੁਹਾਡੀ ਵੱਲ ਧਿਆਨ ਨਾ ਦੇ ਸਕੇ ਤਾਂ ਬੁਰਾ ਨਾ ਮੰਨੋ।
- ਮੂੰਹ ਦੀ ਨਮੀ ਬਣਾਈ ਰੱਖਣ ਦੇ ਲਈ ਆਈਸ ਚਿਪਸ ਦੇਂਦੇ ਰਹੋ।
- ਉਸ ਦੀ ਪਿੱਠ ਨੂੰ ਸਹਾਰਾ ਦਿਉ। ਮੂੰਹ ਨੂੰ ਗਿੱਲੇ ਕਪੜੇ ਨਾਲ ਪੂੰਝੋ ਜੇਕਰ ਉਹ ਆਪਣੀ ਸਥਿਤੀ ਤੋਂ ਹੱਟ ਜਾਏ ਤਾਂ ਉਸ ਦੀ ਵਾਪਸ ਸਥਿਤੀ ਬਣਾਉਣ ਵਿਚ ਮਦਦ ਕਰੋ।
- ਉਸ ਨੂੰ ਨਾਲ-2 ਸ਼ੀਸ਼ੇ ਵੱਲ ਦੇਖਣਾ ਯਾਦ ਕਰਾਓ। ਜੇਕਰ ਸ਼ੀਸ਼ਾ ਨਾ ਹੋਵੇ ਤਾਂ ਉਸ ਨੂੰ ਸਭ ਕੁਝ ਜ਼ੁਬਾਨੀ ਦਸਦੇ ਜਾਓ।

## ਬੱਚੇ ਤੇ ਪਹਿਲੀ ਨਜ਼ਰ

ਨੌਂ ਮਹੀਨੇ ਤਕ ਪੇਟ ਵਿਚਰਹਿਣ ਤੋਂ ਬਾਦ ਸਾਫ਼-ਸੁਥਰੇ, ਗੋਲ-ਮਟੋਲ ਬੱਚੇ ਬਾਹਰ ਨਹੀਂ ਆਉਂਦੇ। ਉਨ੍ਹਾਂ ਨੂੰ ਵੀ ਬਾਹਰ ਆਉਣ ਵਿਚ ਮਿਹਨਤ ਕਰਨੀ ਪੈਂਦੀ ਹੈ। ਨਤੀਜੇ ਦੇ ਤੌਰ ਤੇ ਰੂਪ-ਰੰਗ ਤੇ ਇਸ ਦਾ ਅਸਰ ਪੈਂਦਾ ਹੈ। ਹਾਲਾਂਕਿ ਸਾਰੇ ਲੱਛਣ ਅਸਥਾਈ ਹੁੰਦੇ ਹਨ। ਹਸਪਤਾਲ ਤੋਂ ਘਰ ਆਉਣ ਤੱਕ ਬੱਚਾ ਆਪਣੇ ਸੁੰਦਰ ਮਨਮੋਹਕ ਰੂਪ ਵਿਚ ਆ ਜਾਂਦਾ ਹੈ।

**ਟੇਢਾ-ਮੇਢਾ ਸਿਰ:-** ਕਈ ਵਾਰ ਬੱਚੇ ਦੇ ਸਿਰ ਦਾ ਘੇਰਾ ਉਸ ਦੀ ਛਾਤੀ ਤੋਂ ਵੀ ਵੱਡਾ ਹੁੰਦਾ ਹੈ। ਕਈ ਵਾਰ ਜਨਮ ਦੀ ਪ੍ਰਕ੍ਰਿਆ ਵਿਚ ਵੀ ਸਿਰ ਦਾ ਆਕਾਰ ਟੇਢਾ-ਮੇਢਾ ਹੋ ਜਾਂਦਾ ਹੈ। ਜੇ ਕਰ ਸਿਰ ਬਾਹਰ ਨਿਕਲਣ ਸਮੇਂ ਗਲਤ ਤਰੀਕੇ ਨਾਲ ਦਬਾਇਆ ਜਾਏ ਤਾਂ ਉਸ ਤੇ ਗੂਮੜ ਉਪਰ ਆਉਂਦਾ ਹੈ। ਇਹ ਦੋ-ਤਿੰਨ ਹਫ਼ਤੇ ਵਿਚ ਠੀਕ ਹੋ ਜਾਂਦਾ ਹੈ ਅਤੇ ਬੱਚੇ ਦਾ ਸਿਰ ਸਹੀ ਆਕਾਰ ਵਿਚ ਆਉਣ ਲਗਦਾ ਹੈ।

**ਨਵੇਂ ਜੰਮੇ ਬੱਚੇ ਦੇ ਵਾਲ:-** ਕੁਝ ਨਵਜਾਤ ਗੰਜੇ ਹੁੰਦੇ ਹਨ ਤੇ ਕੁਝ ਦੇ ਸਿਰ ਤੇ ਘਣੇ ਵਾਲ ਹੁੰਦੇ ਹਨ। ਵੈਸ ਇਹ ਸਾਰੇ ਵਾਲ ਹੌਲੀ-ਹੌਲੀ ਝੜ ਜਾਂਦੇ ਹਨ ਅਤੇ ਨਵੇਂ ਰੰਗ ਤੇ ਬਣਾਵਟ ਦੇ

ਵਾਲ ਉਗਦੇ ਹਨ।

**ਸਰੀਰ ਤੇ ਮੋਮੀ ਪਰਤ**:- ਮੋਮੀ ਪਰਤ ਉਸ ਦੇ ਸਿਰ ਨੂੰ ਐਮਨਿਓਟਿਕ ਦ੍ਰਵ ਦੇ ਅਸਰ ਨਾਲ ਬਣਾਉਂਦੀ ਹੈ। ਕਈ ਵਾਰ ਪ੍ਰੀਮਿਚਿਓਰ ਬੱਚਿਆਂ ਵਿਚ ਇਹ ਪਰਤ ਦਿਖਾਈ ਦੇਂਦੀ ਹੈ। ਪੋਸਟਮੈਚਿਓਰ ਬੱਚਿਆਂ ਵਿਚ ਇਹ ਬਿਲਕੁਲ ਨਹੀਂ ਹੁੰਦੀ।

**ਜਨਨ ਲਾੜੀਆਂ ਦੀ ਸੋਜਸ**:- ਨਵਜਾਤ ਲੜਕਾ ਜਾਂ ਲੜਕੀ ਦੋਨਾਂ ਦੀਆਂ ਜਨਨ ਨਾੜੀਆਂ ਵਿਚ ਸੋਜਸ ਹੋ ਸਕਦੀ ਹੈ। ਛਾਤੀ ਵਿਚ ਵੀ ਸੋਜਸ ਹੋ ਸਕਦੀ ਹੈ। ਕਈ ਵਾਰ ਉਨ੍ਹਾਂ ਤੋਂ ਹਲਕਾ ਜਿਹਾ ਦ੍ਰਵ ਵੀ ਨਿਕਲਦਾ ਹੈ। ਲੜਕੀਆਂ ਵਿਚ ਮਾਂ ਦੇ ਹਾਰਮੋਨ ਦੇ ਕਾਰਣ ਯੋਨੀ ਤੋਂ ਹਲਕਾ ਰਿਸਾਅ ਹੋ ਸਕਦਾ ਹੈ। ਇਹ ਸਾਰੇ ਅਸਰ 7-10 ਦਿਨ ਵਿਚ ਖ਼ਤਮ ਹੋ ਜਾਂਦੇ ਹਨ।

**ਅੱਖਾਂ ਦੀ ਸੋਜਸ** :- ਕਈ ਵਾਰ ਨਵਜਾਤਾਂ ਦੀਆਂ ਅੱਖਾਂ ਦੇ ਪੋਟਿਆਂ ਵਿਚ ਵੀ ਸੋਜਸ ਹੁੰਦੀ ਹੈ। ਇਹ ਵੀ ਕੁਝ ਦਿਨ ਵਿਚ ਠੀਕ ਹੋ ਜਾਂਦੀ ਹੈ।

**ਚਮੜੀ** :- ਬੱਚਾ ਹਲਕੀ ਸਫ਼ੇਦ, ਗੁਲਾਬੀ ਜਾਂ ਸਲੇਟੀ ਜਿਹੀ ਚਮੜੀ ਦੇ ਨਾਲ ਪੈਦਾ ਹੁੰਦੇ ਹਨ। ਜਨਮ ਤੋਂ ਕੁਝ ਘੰਟਿਆਂ ਤਕ ਪਿਗਮੈਂਟੇਸ਼ਨ ਸ਼ੁਰੂ ਨਹੀਂ ਹੋਇਆ ਹੁੰਦਾ। ਚਿਹਰੇ ਤੇ ਅਸਥਾਈ ਦਾਗ-ਧੱਬੇ ਵੀ ਦਿਖ ਸਕਦੇ ਹਨ। ਉਨ੍ਹਾਂ ਦੀ ਚਮੜੀ ਹਵਾ ਦੇ ਸੰਪਰਕ ਵਿਚ ਆਉਣ ਦੇ ਕਾਰਣ ਰੁਖੀ ਤੇ ਸ਼ੁਲਕ ਵੀ ਹੋ ਸਕਦੀ ਹੈ।

**ਲੈਂਗੋ**:- ਕਈ ਵਾਰ ਨਵਜਾਤ ਦੇ ਮੋਢਿਆਂ, ਪਿੱਠ ਤੇ ਮੱਥੇ ਤੇ ਕਾਫ਼ੀ ਵਾਲ ਹੁੰਦੇ ਹਨ ਜੋ ਜਨਮ ਦੇ ਸਮੇਂ ਤੋਂ ਪਹਿਲਾਂ ਜਾਂ ਬਾਦ ਵਿਚ ਜਨਮ ਲੈਣ ਵਾਲੇ ਬੱਸ਼ਚਆਂ ਵਿਚ ਵੀ ਦੇਖੇ ਜਾਂਦੇ ਹਨ। ਇਹ ਵਾਲ ਕੁਝ ਹੀ ਸਮੇਂ ਵਿਚ ਆਪਣੇ ਆਪ ਝੜ ਜਾਂਦੇ ਹਨ।

**ਬਰਥ ਮਾਰਕ**:- ਬੱਚਿਆਂ ਦੇ ਸਰੀਰ ਤੇ ਜਨਮ ਤੋਂ ਕੁਝ ਨਿਸ਼ਾਨ ਹੋ ਸਕਦੇ ਹਨ। ਜਿਨ੍ਹਾਂ ਨੂੰ ਬਰਥ ਮਾਰਕ ਕਹਿੰਦੇ ਹਨ। ਚਮੜੀ ਤੇ ਹਲਕਾ ਜਾਂ ਗਹਿਰਾ ਚੱਕਤਾ ਹੋ ਸਕਦਾ ਹੈ। ਕਈ ਵਾਰ ਛੋਟੇ ਜਿਹੇ ਮੱਸੇ ਜਿੰਨਾਂ ਉਭਾਰ ਵੀਹੁੰਦਾ ਹੈ। ਕਈਵਾਰ ਤਾਂ ਇਹ ਮੱਸੇ ਖ਼ੁਦ ਹੀ ਝੜ ਜਾਂਦੇ ਹਨ। ਸਰੀਰ ਤੇ ਵੱਖ-2 ਰੰਗ ਦੇ ਚਕੱਤੇ ਬਾਦ ਵਿਚ ਹਲਕੇ ਪੈ ਜਾਂਦੇ ਹਨ ਪਰ ਪੂਰੀ ਤਰ੍ਹਾਂ ਨਹੀਂ ਮਿਟਦੇ।

## ਤੀਜੀ ਅਵਸਥਾ-ਪਲੇਸੈਂਟਾ ਦੀ ਡਿਲੀਵਰੀ

ਬੁਰਾ ਸਮਾਂ ਬੀਤ ਗਿਆ ਅਤੇ ਚੰਗਾ ਆਣ ਲਈ ਤਿਆਰ ਹੈ। ਬੱਚਾ ਜਨਮ ਦੇ ਇਸ ਆਖ਼ਰੀ ਪੜਾਅ ਵਿਚ ਕੋਖ ਤੋਂ ਪਲੇਸੈਂਟਾ ਬਾਹਰ ਆਏਗਾ। ਹਲਕੇ ਖਿਚਾਅ ਜਾਰੀ ਰਹਿਣਗੇ ਪ੍ਰੰਤੂ ਤੁਸੀਂ ਨਵਜਾਤ ਵਿਚ ਮਗਨ ਹੋਵੋਗੀ। ਇਸ ਲਈ ਉਨ੍ਹਾਂ ਦਾ ਅਹਿਸਾਸ ਨਹੀਂ ਹੋਏਗਾ। ਬੱਚੇਦਾਨੀ ਸੁੰਘੜਨ ਨਾਲ ਪਲੇਸੈਂਟਾ ਯੋਨੀ ਤਕ ਆ ਜਾਏਗਾ ਤਾਂ ਜੋ ਉਸ ਨੂੰ ਬਾਹਰ ਕੱਢਿਆ ਜਾ ਸਕੇ।

ਡਾਕਟਰ ਤੁਹਾਨੂੰ ਸਹੀ ਸਮੇਂ ਤੇ ਧੱਕਣ ਦੇ ਲਈ ਕਹਿਣਗੇ ਤੇ ਪਲੇਸੈਂਟਾ ਨੂੰ ਬਾਹਰ ਕੱਢਣ ਵਿਚ ਮਦਦ ਕਰਨਗੇ। ਤੁਹਾਨੂੰ ਇੰਜੈਕਸ਼ਨ ਦੀ ਮਦਦ ਨਾਲ ਆਕਸੀਟੌਸਿਨ ਦਿੱਤਾ ਜਾ ਸਕਦਾ ਹੈ ਤਾਂ ਜੋ ਸੁੰਘੜਨ ਤੇਜ ਹੋਵੇ ਅਤੇ ਪਲੇਸੈਂਟਾ ਬਾਹਰ ਆ ਸਕੇ। ਇਸ ਨਾਲ ਬੱਚੇਦਾਨੀਜਲਦੀ ਹੀ ਆਪਣੇ ਆਕਾਰ ਵਿਚ ਆ ਜਾਏਗੀ ਅਤੇ ਖ਼ੂਨ ਬਹਾਓ ਘੱਟ ਤੋਂ ਘੱਟ ਹੋਵੇਗਾ। ਜੇਕਰ ਪਲੇਸੈਂਟਾ ਨਾਲ ਜੁੜਿਆ ਨਾ ਹੋਇਆ ਤਾਂ ਡਾਕਟਰ ਤੁਹਾਡੀ ਬੱਚੇਦਾਨੀ ਵਿਚ ਉਸ ਦੇ ਟੁਕੜੇ ਦੇਖਣਗੇ।

ਪ੍ਰਸੂਤ ਖ਼ਤਮ ਹੋਣ ਤੋਂ ਬਾਅਦ ਤੁਸੀਂ ਕਾਫ਼ੀ ਥਕਾਵਟ ਮਹਿਸੂਸ ਕਰੋਗੀ ਜਾਂ ਫਿਰ ਊਰਜਾ ਨਾਲ ਭਰਪੂਰ ਹੋ ਜਾਓਗੀ। ਕੁਝ ਔਰਤਾਂ ਨੂੰ ਇਸ ਸਮੇਂ ਸਰਦੀ ਲਗਦੀ ਹੈ ਤੇ ਕੁਝ ਭੁੱਖ ਮਹਿਸੂਸ ਕਰਦੀਆਂ ਹਨ।

ਇਸ ਸਮੇਂ ਮਾਸਕ ਧਰਮ ਦੀ ਤਰ੍ਹਾਂ ਖ਼ੂਨ ਵਹਿਣ ਵੀ ਹੁੰਦਾ ਹੈ। ਬੱਚੇ ਦੇ ਜਨਮ ਤੋਂ ਬਾਅਦ ਤੁਸੀਂ ਭਾਵਨਾਤਮਕ ਰੂਪ ਨਾਲ ਕਿਵੇਂ ਮਹਿਸੂਸ ਕਰੋਗੀ? ਹਰ ਔਰਤ ਵੱਖ ਤਰ੍ਹਾਂ ਨਾਲ ਪ੍ਰਤਿਕ੍ਰਿਆ ਦੇਂਦੀ ਹੈ। ਤੁਸੀਂ ਆਪਣੇ ਬੱਚੇ ਤੇ ਸਾਥੀ ਦੇ ਲਈ ਪਿਆਰ ਮਹਿਸੂਸ ਕਰ ਸਕਦੀ ਹੋ। ਲੰਬੇ ਪ੍ਰਸੂਤ ਤੋਂ ਬਾਦ ਨਿਢਾਲ ਪੈ ਸਕਦੀ ਹੋ ਜਾਂ ਫਿਰ ਬੱਚੇ ਨੂੰ ਛੂਹਕੇ ਥੋੜ੍ਹੀ ਹੈਰਾਨੀ ਮਹਿਸੂਸ ਕਰ ਸਕਦੀ ਹੋ ਜਾਂ ਫਿਰ ਨੰਨ੍ਹੇ ਮਹਿਮਾਨ ਨੂੰ ਦੇਖ ਕੇ ਥੋੜ੍ਹਾ ਬੇਚੈਨ ਹੋ ਸਕਦੀ ਹੋ, ਉਸਨੇ ਵੀ ਤੁਹਾਨੂੰ ਮਿਲਣ ਦੀਆਂ ਤਕਲੀਫ਼ਾਂ ਝੇ

ਲੀਆਂ ਹਨ। ਤੁਹਾਡੀ ਪ੍ਰਤਿਕ੍ਰਿਆ ਚਾਹੇ ਹੋ ਵੀ ਹੋਵੇ ਤੁਸੀਂ ਬੱਚੇ ਨੂੰ ਗਹਿਰਾਈ ਨਾਲ ਪਿਆਰ ਕਰੋਗੀ। ਹਾਲਾਂਕਿ ਇਹ ਸਭ ਗੱਲਾਂ ਥੋੜ੍ਹਾ ਸਮਾਂ ਲੈਣਗੀਆਂ।

**ਤੁਸੀਂ ਕੀ ਕਰ ਸਕਦੀ ਹੋ?**

- ਤੁਸੀਂ ਬੱਚੇ ਨੂੰ ਜੀ ਭਰ ਕੇ ਪਿਆਰ ਕਰੋ। ਬੱਚਾ ਆਪਣੀ ਮਾਂ ਦੀ ਆਵਾਜ਼ ਪਹਿਚਾਨਦਾ ਹੈ। ਇਸਲਈ ਉਸ ਨਾਲ ਗੱਲਾਂ ਕਰੋ। ਉਸਦੇ ਕੰਨ ਵਿਚ ਹੌਲੀ ਜਿਹੇ ਕੁਝ ਗੁਨਗੁਣਾਓ ਤਾਂ ਜੋ ਉਹ ਇਸ ਦੁਨੀਆ ਵਿਚ ਥੋੜ੍ਹਾ ਆਪਣਾਪਨ ਮਹਿਸੂਸ ਕਰ ਸਕੇ। ਜੇਕਰ ਬੱਚੇ ਨੂੰ ਨਰਸਰੀ ਵਿਚ ਰਖਿਆ ਗਿਆ ਤਾਂ ਥੋੜ੍ਹਾ ਇੰਤਜ਼ਾਰ ਕਰੋ।
- ਆਪਣੇ ਸਾਥੀ ਦੇ ਨਾਲ ਵੀ ਕੁਝ ਵਕਤ ਬਿਤਾਓ।
- ਪਲੇਸੈਂਟਾ ਨੂੰ ਬਾਹਰ ਕੱਢਣ ਵਿਚ ਮਦਦ ਕਰੋ। ਕਈ ਵਾਰ ਤਾਂ ਧੱਕਣ ਦੀ ਵੀ ਜ਼ਰੂਰਤ ਨਹੀਂ ਪੈਂਦੀ। ਡਾਕਟਰ ਦਸ ਦੇਣਗੇ ਕਿ ਤੁਹਾਨੂੰ ਕੀ ਕਰਨਾ ਚਾਹੀਦਾ ਹੈ।
- ਚੀਰਾ ਲਗਿਆ ਹੋਵੇ ਤਾਂ ਉਸ ਦਾ ਇਲਾਜ਼ ਹੋਣ ਤਕ ਚੁਪਚਾਪ ਲੇਟੋ।
- ਆਪਣੀ ਉਪਲਬਧੀ ਤੇ ਮਾਣ ਮਹਿਸੂਸ ਕਰੋ।
- ਤੁਸੀਂ ਆਪਣੇ ਪੇਰੀਨਿਯਮ ਦੀ ਸੋਜਸ ਉਤਾਰਨ ਦੇ ਲਈ ਆਈਸ ਪੈਕ ਮੰਗਾਓ। ਨਰਸ ਤੁਹਾਨੂੰ ਪੈਡ ਲਗਾਉਣ ਵਿਚਮਦਦ ਕਰੇਗੀ ਕਿਉਂਕਿ ਇਸ ਸਮੇਂ ਤੁਹਾਨੂੰ ਖ਼ੂਨ ਬਹਾਓ ਹੋਵੇਗਾ। ਇਸ ਤੋਂ ਬਾਦ ਤੁਹਾਨੂੰ ਸਾਫ਼-ਸੁਥਰਾ ਕਰਕੇ ਆਪਣੇ ਕਮਰੇਵਿਚ ਭੇ ਜ ਦਿੱਤਾ ਜਾਵੇਗਾ।

**ਸਾਥੀ ਦੇ ਲਈ : ਤੁਸੀਂ ਕੀ ਕਰ ਸਕਦੇ ਹੋ?**

- ਤੁਹਾਡੇ ਕੋਲ ਪਤਨੀ ਤੇ ਬੱਚੇ ਦੇ ਨਾਲ ਬਿਤਾਉਣ ਦੇ ਲਈਕਾਫ਼ੀ ਸਮਾਂ ਹੋਵੇਗਾ। ਨਰਸ ਤੇਡਾਕਟਰ ਬਾਕੀ ਬਚਿਆ ਕੰਮ ਸੰਭਾਲ ਲੈਣਗੇ।
- ਆਪਣੇ ਨੰਨ੍ਹੇ ਮਹਿਮਾਨ ਅਤੇ ਉਸ ਦੀ ਮਾਂ ਦੇ ਲਈ ਪਿਆਰ ਭਰੇ ਦੋ ਸ਼ਬਦ ਕਹੋ ਤੇ ਵਧਾਈ ਦਿਉ।
- ਬੱਚੇ ਨਾਲ ਥੋੜ੍ਹੀ ਜਿਹੀ ਗੱਲਬਾਤ ਹੋ ਜਾਏ ਤਾਂ ਕਿਵੇਂ ਰਹੇਗਾ, ਉਹ ਤੁਹਾਡੀ ਵੀ ਵਾਕ ਪਹਿਚਾਨਦਾ ਹੈ। ਉਸ ਨੂੰ ਇਸ ਅਣਜਾਣੇ ਮਾਹੌਲ ਵਿਚ ਆਪਣਾਪਨ ਮਿਲੇਗਾ।
- ਹਾਂ, ਮਾਂ ਨੂੰ ਵੀ ਥੋੜ੍ਹਾ ਜਿਹਾ ਦੁਲਾਰ ਦੇਣਾ ਨਾ ਭੁੱਲੋ।
- ਉਸ ਦੇ ਲਈ ਜੂਸ ਮੰਗਵਾਓ। ਜੇਕਰ ਤੁਸੀਂ ਸ਼ੈਂਪੇਨ ਨਾਲ ਲਿਆਏ ਹੋ ਤਾਂ ਜਸ਼ਨ ਮਨਾਉਣ ਵਿਚ ਕੀ ਹਰਜ ਹੈ।
- ਜੇਕਰ ਕੈਮਰਾ ਜਾਂ ਵੀਡੀਓ ਕੋਲ ਹੈ ਤਾਂ ਨੰਨ੍ਹੇ ਟਨਖਟ ਦੀਆਂ ਤਸਵੀਰਾਂ ਲੈਣਾ ਸ਼ੁਰੂ ਕਰ ਦਿਉ।

# ਸਿਜੇਰੀਅਨ ਡਿਲੀਵਰੀ

ਤੁਸੀਂ ਸਿਜੇਰੀਅਨ ਡਿਲੀਵਰੀ ਵਿਚ ਆਮ ਡਿਲੀਵਰੀ ਦੀਤਰ੍ਹਾਂ ਪ੍ਰਭਾਵੀ ਰੂਪ ਨਾਲ ਹਿੱਸਾ ਨਹੀਂ ਲੈ ਸਕੋਗੀ ਪ੍ਰੰਤੂ ਇਸ ਦੇ ਵੀ ਆਪਣੇ ਕੁਝ ਫਾਇਦੇ ਹਨ। ਧੱਕਣ ਤੇ ਜ਼ੋਰ ਲਗਾਉਣ ਦੀ ਥਾਂ ਤੁਸੀਂ ਸਿਰਫ਼ ਆਰਾਮ ਨਾਲ ਲੇਟੀ ਰਹੋਗੀ। ਬਸ ਤੁਹਾਨੂੰ ਇਸ ਸਬੰਧੀ ਜਾਣਨਾ ਜ਼ਰੂਰੀ ਹੈ। ਜਾਣਕਾਰੀ ਜਿੰਨੀ ਜ਼ਿਆਦਾ ਹੋਵੇਗੀ, ਇਹ ਉਨਾਂ ਹੀ ਆਰਾਮਦੇਹ ਹੋ ਜਾਏਗਾ। ਤੁਹਾਨੂੰ ਪਹਿਲਾਂ ਤੋਂ ਹੀ ਇਸ ਸਬੰਧੀ ਜਾਣ ਲੈਣਾ ਚਾਹੀਦਾ ਹੈ ਕਿਉਂਕਿ ਕਈਵਾਰ ਅਚਾਨਕ ਹੀ ਇਹ ਫ਼ੈਸਲਾ ਲੈਣਾ ਪੈਂਦਾ ਹੈ।

ਪ੍ਰੰਤੂ ਐਨਸਥੀਸੀਆ ਤੇ ਹਸਪਤਾਲਾਂ ਦੀ ਬਦਲਦੀਆਂ ਨੀਤੀਆਂ ਦੇ ਕਾਰਣ ਜ਼ਿਆਦਾਤਰ ਔਰਤਾਂ ਆਪਣਾ ਸਿਜੇਰੀਅਨ ਦੇਖ ਸਕਦੀਆਂ ਹਨ। ਉਸਸਮੇਂ ਉਹ ਕਾਫ਼ੀ ਹਦ ਤਕ ਸ਼ਾਂਤ ਵੀ ਹੁੰਦੀਆਂ ਹਨ। ਸਿਜੇਰੀਅਨ ਜਨਮ ਵਿਚ ਹੇਠ-ਲਿਖੇ ਪੜਾਅ ਹੋ ਸਕਦੇ ਹਨ :

- ਤੁਹਾਨੂੰ ਐਨਸਥੀਸੀਆ ਦਿੱਤਾ ਜਾਏਗਾ ਜਾਂ ਫਿਰ ਸਰੀਰ ਦੇ ਹੇਠਲੇ ਹਿੱਸੇ ਵਿਚ ਏਪੀਡਿਯੂਰਲ ਦੇਣਗੇ। ਜੇਕਰ ਐਮਰਜੈਂਸੀ ਵਿਚ ਬੱਚਾ ਦਾ ਜਨਮ ਹੋਣਾ ਹੈ ਤਾਂ ਜਨਰਲ ਐਨਸਥੀਸੀਆ ਦਿੱਤਾ ਜਾ ਸਕਦਾ ਹੈ।
- ਪੇਟ ਦੇ ਹੇਠਲੇ ਹਿੱਸੇ ਨੂੰ ਐਂਟੀਸੈਪਟਿਕ ਸੋਲਿਊਸ਼ਨ ਨਾਲ ਧੋਤਾ ਜਾਏਗਾ। ਡਾਕਟਰ ਕੈਥੇਟਰ ਨਾਲ ਤੁਹਾਡਾ ਬਲੈਡਰ ਵੀ ਖ਼ਾਲੀ ਕਰ ਸਕਦੇਹਨ।
- ਸਟਾਈਲ ਡ੍ਰੈਪ ਨੂੰ ਪੇਟ ਦੇ ਆਸਪਾਸ ਲਗਾਉਣਗੇ ਤੇ ਇਕ ਸਕ੍ਰੀਨ ਇਸ ਤਰ੍ਹਾਂ

ਲਗਾਉਣਗੇ ਕਿ ਤੁਸੀਂ ਪੇਟ ਤੇ ਲਗਿਆ ਚੀਰਾ ਨਾ ਦੇਖ ਸਕੋ।

- ਉਸ ਸਮੇਂ ਸਾਥੀ ਜਾਂ ਕੋਚ ਤੁਹਾਨੂੰ ਸਹਾਰਾ ਦੇ ਸਕਦਾ ਹੈ ਜਾਂ ਉਸ ਨੂੰ ਸਰਜਰੀ ਦੇਖਣ ਦਾ ਮੌਕਾ ਵੀ ਮਿਲ ਸਕਦਾ ਹੈ।
- ਜੇਕਰ ਇਹ ਐਮਰਜੈਂਸੀ ਓਪਰੇਸ਼ਨ ਹੈ ਤਾਂ ਘਬਰਾਓ ਨਾ, ਸਭ ਠੀਕ ਹੋ ਜਾਏਗਾ; ਹਸਪਤਾਲਾਂ ਵਿਚ ਤਾਂ ਇਹ ਰੋਜ਼ ਦੀ ਗੱਲ ਹੈ।
- ਐਨਸਥੀਸਿਆ ਦਾ ਅਸਰ ਹੋਣ ਤੋਂ ਬਾਦ ਤੁਹਾਡਾ ਪੇਟ ਚੀਰਿਆ ਜਾਏਗਾ। ਤੁਹਾਨੂੰ ਇਕ ਜਿਪ ਜਿਹੀ ਖੁਲ੍ਹਣ ਦਾ ਅਹਿਸਾਸ ਹੋਵੇਗਾ ਪਰ ਦਰਦ ਨਹੀਂ ਹੋਵੇਗਾ।
- ਫਿਰ ਬੱਚੇਦਾਨੀ ਵਿਚ ਦੂਜਾ ਚੀਰਾ ਲਗੇਗਾ। ਐਮਨਿਓਟਿਕ ਥੈਲੀ ਖੋਲ੍ਹੀ ਜਾਏਗੀ। ਤੁਹਾਨੂੰ ਉਸਦੀ ਆਵਾਜ਼ ਸੁਣਾਈ ਦੇ ਸਕਦੀ ਹੈ।
- ਫਿਰ ਬੱਚੇ ਨੂੰ ਬਾਹਰ ਕੱਢਿਆ ਜਾਏਗਾ ਅਤੇ ਸਹਾਇਕ ਨਾਲ-ਨਾਲ ਬੱਚੇਦਾਨੀ ਨੂੰ ਦਬਾਏਗਾ। ਏਪੀਡਿਯੂਰਲ ਦੇ ਨਾਲ ਹਲਕਾ ਦਬਾਅ ਜਾਂ ਖਿਚਾਅ ਮਹਿਸੂਸ ਹੋ ਸਕਦਾ ਹੈ। ਆਪਣੇ ਬੱਚੇ ਦਾ ਆਗਮਨ ਦੇਖਣਾ ਚਾਹੁੰਦੀ ਹੋ ਤਾਂ ਡਾਕਟਰ ਨੂੰ ਸਕ੍ਰੀਨ ਥੋੜ੍ਹਾ ਹੇਠਾਂ ਕਰਨ ਲਈ ਕਹੋ। ਇਸ ਤਰ੍ਹਾਂ ਤੁਹਾਨੂੰ ਸਿਰਫ਼ ਬੱਚਾ ਦਿੱਖੇਗਾ ਪ੍ਰੰਤੂ ਬਾਕੀ ਅੰਗ ਨਹੀਂ ਦਿਖਣਗੇ।
- ਬੱਚੇ ਦੀ ਨੱਕ ਅਤੇ ਮੂੰਹ ਤੋਂ ਮਿਯੂਕਸ ਕੱਢਿਆ ਜਾਏਗਾ ਅਤੇ ਨਲੀ ਕੱਟਦੇ ਹੀ ਤੁਸੀਂ ਉਸ ਨੂੰ ਦੇਖ ਸਕੋਗੀ।
- ਜਿਸ ਤਰ੍ਹਾਂ ਯੋਨੀ ਤੋਂ ਜਨਮ ਲੈਣ ਵਾਲੇ ਬੱਚੇ ਦੀ ਦੇਖਭਾਲ ਹੁੰਦੀਹੈ, ਉਵੇਂ ਹੀ ਦੇਖਭਾਲ ਇਸ ਬੱਚੇ ਦੀ ਵੀ ਹੋਵੇਗੀ। ਡਾਕਟਰ ਪਲੇਸੈਂਟਾ ਕੱਢ ਦੇਣਗੇ।
- ਬੱਚੇ ਦੀ ਰੂਟੀਨ ਜਾਂਚ ਤੋਂ ਬਾਦ ਤੁਹਾਡੇ ਪ੍ਰਜਨਨ ਅੰਗਾਂ ਦੀ ਜਾਂਚ ਹੋਵੇਗੀ। ਬੱਚੇਦਾਨੀ ਨੂੰ ਘੁਲਣ ਵਾਲੇ ਟਾਂਕਿਆਂ ਨਾਲ ਸੀਉ ਦੇਣਗੇ ਅਤੇ ਪੇਟ ਤੇ ਕੱਟਣ ਵਾਲੇ ਟਾਂਕੇ ਲੱਗਣਗੇ।
- ਬੱਚੇਦਾਨੀ ਨੂੰ ਸੁੰਘੜਨ ਤੇ ਖ਼ੂਨ ਬਹਾਓ ਰੋਕਣ ਦੇ ਲਈ ਆਕਸੀਟੋਸਿਨ ਦਾ ਇੰਜੈਕਸ਼ਨ ਦਿੱਤਾ ਜਾ ਸਕਦਾ ਹੈ। ਕਈ ਤਰ੍ਹਾਂ ਦੇ ਐਂਟੀਬਾਇਓਟਿਕਸ ਦਿੱਤੇ ਜਾਣ ਗੇ ਤਾਂ ਜੋ ਇਨਫੈਕਸ਼ਨ ਦਾ ਖ਼ਤਰਾ ਨਾ ਰਹੇ।

ਹੋ ਸਕਦਾ ਹੈ ਕਿ ਡਿਲੀਵਰੀ ਰੂਮ ਵਿਚ ਹੀ ਬੱਚੇ ਨੂੰ ਦੁਲਾਰਣ ਦਾ ਮੌਕਾ ਮਿਲ ਜਾਏਗਾ ਪ੍ਰੰਤੂ ਕਈ ਜਗ੍ਹਾ ਸਿਜੇਰੀਅਨ ਤੋਂ ਬਾਦ ਬੱਚੇ ਨੂੰ ਸਿੱਧਾ ਨਰਸਰੀ ਵਿਚ ਲੈ ਜਾ ਕੇ ਜਾਂਚ ਕਰਦੇਹਨ। ਇਸ ਲਈ ਨਿਰਾਸ਼ ਨਾ ਹੋਵੋ। ਤੁਹਾਨੂੰ ਬਾਦ ਵਿਚ ਬੱਚੇ ਨੂੰ ਪਿਆਰ ਕਰਨ ਦਾ ਢੇਰ ਸਾਰਾ ਮੌਕਾ ਮਿਲੇਗਾ।

ਵਧਾਈ ਹੋਵੇ। ਤੁਸੀਂ ਇਸ ਨੂੰ ਕਰ ਦਿਖਾਇਆ।

ਹੁਣ ਆਪਣੇ ਬੱਚੇ ਦੇ ਨਾਲ ਜੀਵਨ ਦਾ ਪੂਰਾ ਅਨੰਦ ਲਉ।

**ਸ਼ੁੱਭਕਾਮਨਾਵਾਂ ਸਹਿਤ**
**ਹੈਡ੍ਰਦੀ**

■ ■ ■

**ਭਾਗ-3**

# ਜੁੜਵਾਂ, ਤਿੰਨ ਜਾਂ ਹੋਰ ਬੱਚੇ

(ਜਦੋਂ ਤੁਸੀਂ ਇਕ ਤੋਂ ਵੱਧ ਬੱਚਿਆਂ ਦੀ ਮਾਂ ਬਣਨ ਵਾਲੀ ਹੋਵੋ)

# ਇਕ ਤੋਂ ਵੱਧ ਬੱਚੇ

**ਕੀ ਤੁਸੀਂ ਇਕ ਤੋਂ ਵੱਧ ਬੱਚਿਆਂ ਦਾ ਗਰਭ ਧਾਰਣ ਕੀਤਾ ਹੈ? ਤੁਹਾਨੂੰ ਇਹ ਖ਼ਬਰ ਸੁਣਦੇ ਹੀ ਦੁੱਖ, ਖ਼ੁਸ਼ੀ ਤੇ ਹੈਰਾਨੀ ਦਾ ਇਕੋ ਸਮੇਂ ਸਾਮ੍ਹਣਾ ਕਰਨਾ ਪਿਆ ਹੋਵੇਗਾ। ਇਨ੍ਹਾਂ ਸਾਰੇ ਭਾਵਾਂ ਵਿਚ ਹੀ ਕੁਝ ਸਵਾਲਾਂ ਨੇ ਵੀ ਸਿਰ ਉਠਾਇਆ ਹੋਵੇਗਾ- ਕੀ ਮੇਰੇ ਬੱਚੇ ਸਿਹਤਮੰਦ ਹੋਣਗੇ? ਕੀ ਮੈਂ ਸਿਹਤਮੰਦ ਰਹਾਂਗੀ? ਕੀ ਮੈਨੂੰ ਆਪਣਾ ਡਾਕਟਰ ਬਦਲ ਕੇ ਕਿਸੀ ਮਾਹਰ ਦੇ ਕੋਲ ਜਾਣਾ ਹੋਵੇਗਾ? ਮੈਨੂੰ ਕਿੰਨਾ ਭੋਜਨਾ ਕਰਨਾ ਹੋਵੇਗਾ ਜਾਂ ਕਿੰਨਾ ਵਜ਼ਨ ਵਧਾਉਣਾ ਹੋਵੇਗਾ? ਕੀ ਮੇਰੇ ਪੇਟ ਵਿਚ ਦੋ ਬੱਚਿਆਂ ਜਿੰਨੀ ਜਗ੍ਹਾ ਹੋਵੇਗੀ? ਕੀ ਮੈਂ ਪੂਰੇ ਨੌਂ ਮਹੀਨੇ ਤਕ ਆਪਣਾ ਗਰਭ ਰਖ ਸਕਾਂਗੀ? ਕੀ ਮੈਨੂੰ ਸਾਰਾ ਸਮਾਂ ਬਿਸਤਰ ਤੇ ਕੱਟਣਾ ਹੋਵੇਗਾ? ਕੀ ਦੋ ਬੱਚਿਆਂ ਨੂੰ ਜਨਮ ਦੇਣਾ ਮੁਸ਼ਕਿਲ ਹੋਵੇਗਾ?**

## ਮਲਟੀਪਲ ਪ੍ਰੇਗਨੈਂਸੀ

ਇਨ੍ਹਾਂ ਦਿਨਾਂ ਵਿਚ ਮਲਟੀਪਲ ਪ੍ਰੇਗਨੈਂਸੀ ਕਾਫ਼ੀ ਵੱਧਦੀ ਜਾ ਰਹੀ ਹੈ ਕਿਉਂਕਿ 35 ਸਾਲ ਤੋਂ ਵੱਧ ਉਮਰ ਦੀਆਂ ਔਰਤਾਂ ਮਾਂ ਬਣ ਰਹੀਆਂ ਹਨ। ਉਹ ਹਜਰਮੋਨ ਵਿਚ ਬਦਲਾਅ ਦੇ ਕਾਰਣ ਜ਼ਿਆਦਾਤਰ ਜੁੜਵਾਂ ਨੂੰ ਜਨਮ ਦੇਂਦੀਆਂ ਹਨ। ਇਸ ਤੋਂ ਇਲਾਵਾ ਫਰਟੀਲਿਟੀ ਦੇ ਇਲਾਜ਼ ਤੇ ਮੋਟਾਪੇ ਨੂੰ ਵੀ ਇਸ ਦਾ ਇਕ ਕਾਰਣ ਦੱਸਿਆ ਜਾਂਦਾ ਹੈ।

## ਤੁਸੀਂ ਕੀ ਸੋਚ ਰਹੀ ਹੋਵੋਗੀ?

### ਇਕ ਮਲਟੀਪਲ ਗਰਭਕਾਲ ਦਾ ਪਤਾ ਲਗਣਾ

**"ਮੈਨੂੰ ਹੁਣੇ ਹੀ ਪਤਾ ਲਗਾ ਹੈ ਕਿ ਮੈਂ ਗਰਭਵਤੀ ਹਾਂ ਅਤੇ ਲਗਦਾ ਹੈ ਕਿ ਮੈਂ ਜੁੜਵਾਂ ਬੱਚਿਆਂ ਦੀ ਮਾਂ ਬਣਾਂਗੀ। ਇਸ ਦਾ ਪੱਕਾ ਪਤਾ ਕਿਵੇਂ ਲਗੇ?"**

ਉਹ ਦਿਨ ਚਲੇ ਗਏ ਜਦੋਂ ਡਿਲੀਵਰੀ ਕਮਰੇ ਵਿਚ ਅਚਾਨਕ ਜੁੜਵਾਂ ਬੱਚੇ ਦੇਖ ਕੇ ਮਾਂ-ਬਾਪ ਹੈਰਾਨ ਹੋ ਜਾਂਦੇ ਸਨ ਹੁਣ ਤਾਂ ਮਾਂ-ਬਾਪ ਨੂੰ ਕਾਫ਼ੀ ਪਹਿਲਾਂ ਹੀ ਇਹ ਖ਼ੁਸ਼ਖ਼ਬਰੀ ਮਿਲ ਜਾਂਦੀ ਹੈ।

**ਅਲਟ੍ਰਾਸਾਊਂਡ :-** ਅਲਟ੍ਰਾਸਾਊਂਡ ਦੀ ਤਸਵੀਰ ਵਿਚ ਸਬੂਤ ਤੁਹਾਡੇ ਸਾਮ੍ਹਣੇ ਹੋਵੇਗਾ। ਜੇਕਰ ਤੁਸੀਂ ਪੱਕਾ ਸਬੂਤ ਚਾਹੁੰਦੀ ਹੋ ਤਾਂ ਅਲਟ੍ਰਾਸਾਊਂਡ ਤੋਂ ਬਿਹਤਰ ਸਬੂਤ ਹੋ ਹੀ ਨਹੀਂ ਸਕਦਾ। ਪਹਿਲੀ ਤਿਮਾਹੀ ਵਿਚ ਇਸ ਨੂੰ 6-8 ਹਫ਼ਤੇ ਵਿਚ ਇਕ

ਅਲਟ੍ਰਾਸਾਊਂਡ ਹੁੰਦਾ ਹੈ ਜਿਸਵਿਚ ਤੁਹਾਡੇ ਮਲਟੀਪਲ ਦਾ ਪਤਾ ਚਲ ਸਕਦਾ ਹੈ। ਪ੍ਰੰਤੂ ਜੇਕਰ ਤੁਸੀਂ ਇਸ ਕੇਸ ਵਿਚ ਹੋਰ ਵੀ ਪੱਕਾ ਹੋਣਾ ਚਾਹੁੰਦੀ ਹੋ ਤਾਂ 12 ਹਫ਼ਤੇ ਤਕ ਇੰਤਜ਼ਾਰ ਕਰੋ। ਪਹਿਲੇ ਅਲਟ੍ਰਾਸਾਊਂਡ ਵਿਚ ਦੋਨੋਂ ਬੱਚੇ ਇਕੋ ਸਮੇਂ ਦਿਖਾਈ ਨਹੀਂ ਦੇਂਦੇ।

**ਡਾੱਪਲਟ** :- ਕਰੀਬ ਨੌਵੇਂ ਮਹੀਨੇ ਤੋਂ ਬਾਅਦ ਡਾਕਟਰ ਡਾੱਪਲਰ ਨਾਲ ਬੱਚੇ ਦੇ ਦਿਲ ਦੀ ਧੜਕਣ ਪਰਖਦੇ ਹਨ। ਹਾਲਾਂਕਿ ਇਕ ਹੀ ਡਾੱਪਲਰ ਨਾਲ ਦੋ ਬੱਚਿਆਂ ਦੇ ਦਿਲ ਦੀ ਧੜਕਣ ਪਰਖਣਾ ਥੋੜ੍ਹਾ ਮੁਸ਼ਕਿਲ ਹੈ। ਪ੍ਰੰਤੂ ਜੇਕਰ ਡਾਕਟਰ ਮਾਹਰ ਹੋਵੇ ਤਾਂ ਉਹ ਇੰਝ ਕਰ ਸਕੇਗੀ ਅਤੇ ਫਿਰ ਅਲਟ੍ਰਾਸਾਊਂਡ ਨਾਲ ਖ਼ਬਰ ਪੱਕੀ ਹੋ ਜਾਏਗੀ।

**ਹਾਰਮੋਨ ਦਾ ਪੱਧਰ** :- ਗਰਭ ਧਾਰਣ ਦੇ 10 ਦਿਨ ਬਾਦ ਤੁਹਾਡੇ ਪਿਸ਼ਾਬ ਵਿਚ ਪ੍ਰੇਗਨੈਂਸੀ ਹਾਰਮੋਨ ਐਚਸੀਜੀ ਆ ਜਾਂਦਾ ਹੈ ਜੋ ਕਿ ਪਹਿਲੀ ਤਿਮਾਹੀ ਵਿਚ ਕਾਫ਼ੀ ਤੇਜੀ ਨਾਲ ਵੱਧਦਾ ਹੈ। ਕਈਵਾਰ ਇਸ ਦੇ ਵੱਧਦੇ ਪੱਧਰ ਤੋਂ ਵੀ ਇਕ ਤੋਂ ਵੱਧ ਬੱਚੇ ਹੋਣ ਦਾ ਅੰਦਾਜ਼ਾ ਲਗਾਇਆ ਜਾ ਸਕਦਾ ਹੈ। ਪ੍ਰੰਤੂ ਕਈ ਵਾਰ ਜੁੜਵਾਂ ਹੋਣ ਤੇ ਵੀ ਹਾਰਮੋਨ ਦਾ ਪੱਧਰ ਆਮ ਹੁੰਦਾ ਹੈ। ਇਸਲਈ ਤੁਸੀਂ ਪੱਕਾ ਸੰਕੇਤ ਨਹੀਂ ਮੰਨ ਸਕਦੇ।

**ਜਾਂਚ ਦੇ ਨਤੀਜੇ** :- ਦੂਜੀ ਤਿਮਾਹੀ ਵਿਚ ਟ੍ਰਿਪਲ ਜਾਂ ਕਵੈਡ ਸਕ੍ਰੀਨ ਜਾਂਚ ਤੋਂ ਚੰਗੀ ਤਰ੍ਹਾਂ ਪਤਾ ਲਗ ਜਾਂਦਾ ਹੈ ਕਿ ਤੁਹਾਡੇ ਪੇਟ ਵਿਚ ਇਕ ਤੋਂ ਵੱਧ ਬੱਚੇ ਹਨ।

**ਤੁਹਾਡੀ ਮਾਪ**:- ਬੱਚੇ ਜਿੰਨੇ ਵੱਧ ਹੋਣਗੇ, ਬੱਚੇਦਾਨੀ ਦਾ ਆਕਾਰ ਉਨਾ ਹੀ ਵੱਧ ਹੋਵੇਗਾ। ਹਰ ਵਾਰ ਡਾਕਟਰ ਤੁਹਾਡੀ ਬੱਚੇਦਾਨੀ ਦਾ ਆਕਾਰ ਉਨਾ ਹੀ ਵੱਧ ਮਾਪ ਹੋਣ ਤੇ ਵੀ ਮਲੀਟੀਪਲ ਪ੍ਰੇਗਨੈਂਸੀ ਦਾ ਅੰਦਾਜ਼ਾ ਲਗਾਇਆ ਜਾ ਸਕਦਾ ਹੈ। ਹਾਲਾਂਕਿ ਹਰ ਵਾਰ ਇੰਝ ਨਹੀਂ ਹੁੰਦਾ।

ਉਂਝ ਕਈ ਗੱਲਾਂ ਤੋਂ ਜਦੋਂ ਤੁਸੀਂ ਅੰਦਾਜ਼ਾ

## फ्रेटरनल या आइडेंटिकल

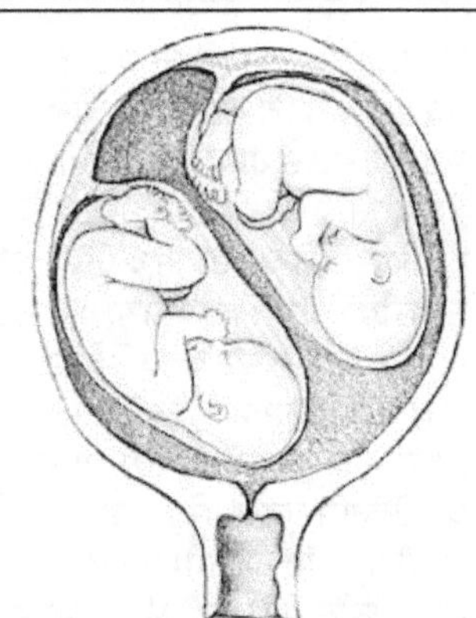

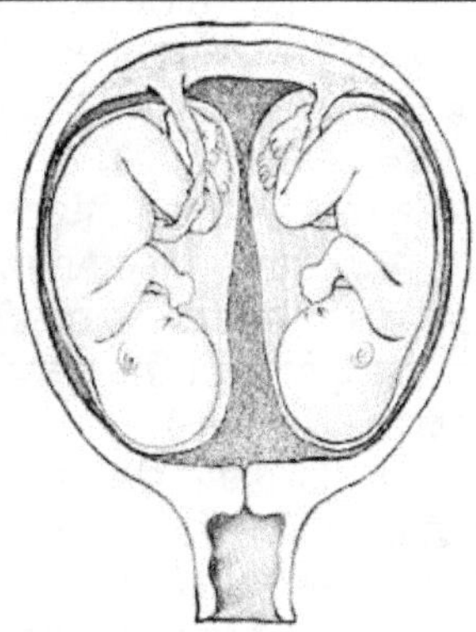

**ਫ੍ਰੇਟਰਨਲ ਜੁੜਵਾਂਵਿਚ ਦੋ ਅੱਡੇ ਇਕੋ ਸਮੇਂ ਫਰਟੀਲਾਈਜ਼ ਹੁੰਦੇ ਹਨ। ਆਈਡੇਂਟੀਕਲ ਜੁੜਵਾਂ ਵਿਚ ਇਕ ਹੀ ਅੰਡਾ ਫਰਟੀਲਾਈਜ਼ ਹੋ ਕੇ ਦੋ ਭਰੂਣਾਂ ਵਿਚ ਵੰਡਿਆ ਜਾਂਦਾ ਹੈ। ਇਨ੍ਹਾਂ ਦੇ ਪਲੇਸੇਂਟਾ ਇਕ ਤੋਂ ਵੀ ਹੋ ਸਕਦੇ ਹਨ ਅਤੇ ਵੱਖ-ਵੱਖ ਵੀ।**

**ਆਮ ਤੌਰ ਤੇ ਫ੍ਰੇਟਰਨਲ ਜੁੜਵਾਂ ਬੱਚੇ ਹੀ ਵੱਧ ਹੁੰਦੇ ਹਨ। ਜੇਕਰ ਤੁਹਾਡੇ ਪਰਿਵਾਰ ਵਿਚ ਜੁੜਵਾਂ ਬੱਚਿਆਂ ਦੀ ਪਰੰਪਰਾ ਰਹੀ ਹੈ ਤਾਂ ਹੋ ਸਕਦਾਹੈ ਕਿ ਤੁਸੀਂ ਵੀ ਜੁੜਵਾਂ ਬੱਚਿਆਂ ਨੂੰ ਜਨਮ ਦਿਉ।**

ਲਗਾ ਲਊਗੀ ਤਾਂ ਅਲਟ੍ਰਾਸਾਊਂਡ ਤੋਂ ਇਸ ਦੀ ਪੁਸ਼ਟੀ ਹੋ ਜਾਵੇਗੀ।

## ਡਾਕਟਰ ਦੀ ਚੋਣ

**"ਮੈਨੂੰ ਹਾਲ ਵਿਚ ਹੀ ਪਤਾ ਲਗਾ ਕਿ ਮੈਂ ਜੁੜਵਾਂ ਬੱਚਿਆਂ ਨੂੰ ਜਨਮ ਦੇਵਾਂਗੀ। ਕੀ ਮੈਨੂੰ ਆਪਣੀ ਨਿਯਮਿਤ ਗਾਇਨੀ ਮਾਹਰ ਦੇ ਕੋਲ ਜਾਣਾ ਚਾਹੀਦਾ ਹੈ ਜਾਂ ਫਿਰ ਕਿਸੇ ਦੂਜੇ ਮਾਹਰ ਕੋਲ?"**

ਜੇਕਰ ਤੁਸੀਂ ਆਪਣੇ ਡਾਕਟਰ ਤੋਂ ਖ਼ੁਸ਼ ਹੋ ਤਾਂ ਉਸ ਨੂੰ ਜੁੜਵਾਂ ਬੱਚਿਆਂ ਦੇ ਕਾਰਣ ਬਦਲਣ ਦੀ ਨਾ ਸੋਚੋ। ਤੁਸੀਂ ਨਿਯਮਿਤ ਤੌਰ ਤੇ ਆਪਣੇ ਚੈਕਅਪ ਦੇ ਲਈ ਜਾਂਦੀ ਰਹੋ।

ਕੀ ਤੁਸੀਂ ਇਸ ਤੋਂ ਇਲਾਵਾ ਥੋੜ੍ਹੀ ਵੱਧ ਦੇਖ-ਭਾਲ ਵੀ ਚਾਹੁੰਦੀ ਹੋ? ਕਈ ਵਾਰ ਡਾਕਟਰ ਵੀ ਐਸੇ ਮਰੀਜਾਂ ਨੂੰ ਮਾਹਰ ਦੇ ਕੋਲ ਸਲਾਹ-ਮਸ਼ਵਰੇ ਦੇ ਲਈ ਭੇਜਦੇਹਨ। ਜੇਕਰ ਤੁਸੀਂ ਵੀ ਇਨ੍ਹਾਂ ਦੋਨਾਂ ਦਾ ਮੇਲ ਕਰ ਸਕੋ ਤਾਂ ਬਿਹਤਰ ਹੋਵੇਗਾ ਕਿਉਂਕਿ ਜੁੜਵਾਂ ਨੂੰ ਜਨਮ ਦੇਣ ਵਾਲੀ ਮਾਂ ਦੀਆਂ ਕੁਝ ਖ਼ਾਸ ਜ਼ਰੂਰਤਾਂ ਹੁੰਦੀਆਂ ਹਨ। ਉਨ੍ਹਾਂ ਲਈ 'ਪ੍ਰੀਨੇਟੋਲਜਿਸਟ' ਦੀ ਸਲਾਹ ਕਾਫ਼ੀ ਕਾਰਗਰ ਹੋ ਸਕਦੀ ਹੈ। ਜੇਕਰ ਤੁਹਾਡਾ ਗਰਭਕਾਲ ਖ਼ਤਰੇ ਦੇ ਨਿਸ਼ਾਨ ਵਾਲੀ ਹੈ, ਉਦੋਂ ਤਾਂ ਇਹ ਸਲਾਹ ਹੋਰ ਵੀ ਜ਼ਰੂਰੀ ਹੋ ਜਾਂਦੀ ਹੈ।

ਐਸੇ ਮਾਹਰ ਨੂੰ ਚੁਣਦੇ ਸਮੇਂ ਉਨ੍ਹਾਂ ਦੇ ਹਸਪਤਾਲ ਤੇ ਵੀ ਧਿਆਨ ਦਿਉ। ਤੁਹਾਨੂੰ ਐਸਾ ਹਸਪਤਾਲ ਚੁਣਨਾ ਹੋਵੇਗਾ ਜਿਥੇ ਪ੍ਰੀਮੈਚਿਓਰ ਬੱਚਿਆਂ ਦੇ ਲਈ ਵਿਸ਼ੇਸ਼ ਦੇਖਭਾਲ ਦਾ ਪ੍ਰਬੰਧ ਹੋਵੇ ਕਿਉਂਕਿ ਜੁੜਵਾਂ ਦੇ ਕੇਸ ਵਿਚ ਅਕਸਰ ਇੰਞ ਹੁੰਦਾ ਹੈ।

ਡਾਕਟਰ ਨਾਲ ਇਸ ਸਬੰਧੀ ਉਨ੍ਹਾਂ ਦੀਆਂ ਨੀਤੀਆਂ ਤੇ ਵੀ ਚਰਚਾ ਕਰੋ। ਕੀ 37-38 ਹਫ਼ਤੇ ਵਿਚ ਡਿਲੀਵਰੀ ਕਰ ਦਿੱਤੀਜਾਏਗੀ ਜਾਂ ਫਿਰ ਸਭ ਕੁਝ ਠੀਕ ਰਹਿਣ ਤੇ ਇੰਤਜ਼ਾਰ ਕਰ ਸਕਦੇ ਹਨ? ਕੀ ਯੋਨੀ ਰਸਤੇ ਤੋਂ ਡਿਲੀਵਰੀ ਹੋਵੇਗੀ ਜਾਂ ਐਸੇ ਮਾਮਲਿਆਂ ਵਿਚ ਓਪਰੇਸ਼ਨ ਹੀ ਕਰਨਾ ਪੈਂਦਾ ਹੈ? ਕੀ ਲੇਬਰ ਜਾਂ ਡਿਲੀਵਰੀ ਰੂਮ ਵਿਚ ਬੱਚਿਆਂ ਨੂੰ ਜਨਮ ਦੇ ਸਕਾਂਗੀ ਜਾਂ ਸੁਰੱਖਿਆ ਦੇ ਲਿਹਾਜ਼ ਨਾਲ ਪਹਿਲਾਂ ਹੀ ਓਪਰੇਸ਼ਨ ਥੀਏਟਰ ਵਿਚ ਲੈ ਜਾਣਗੇ?

ਡਾਕਟਰ ਦੀ ਚੋਣ ਸਬੰਧੀ ਇਸ ਪੁਸਤਕ ਵਿਚ ਵਧੇਰੇ ਜਾਣਕਾਰੀ ਵੀ ਦਿੱਤੀ ਦਿੱਤੀ ਗਈ ਹੈ।

## ਗਰਭਕਾਲ ਦੇ ਲੱਛਣ

**"ਮੈਂ ਸੁਣਿਆ ਹੈ ਕਿ ਜੁੜਵਾਂ ਬੱਚਿਆਂ ਦਾ ਗਰਭ ਹੋਣ ਤੇ ਲੱਛਣ ਆਮ ਦੇ ਮੁਕਾਬਲੇ ਦੁਗਣੇ ਬੁਰੇ ਹੋ ਜਾਂਦੇ ਹਨ। ਕੀ ਇਹ ਸੱਚ ਹੈ?"**

ਕਈ ਵਾਰ ਜੁੜਵਾਂ ਬੱਚਿਆਂ ਦੇਕਾਰਣ ਗਰਭਕਾਲ ਵਿਚ ਕਾਫ਼ੀ ਮੁਸ਼ਕਿਲਾਂ ਹੁੰਦੀਆਂ ਹਨ ਪ੍ਰੰਤੂ ਹਮੇਸ਼ਾਂ ਇੰਞ ਨਹੀਂ ਹੁੰਦਾ।

ਸਿੰਗਲ ਪ੍ਰੇਗਨੈਂਸੀ ਦੀ ਤਰ੍ਹਾਂ ਮਲਟੀਪਲ ਵੀ ਆਪਣੇ-ਆਪ ਵਿਚ ਵੱਖ ਹੁੰਦੀ ਹੈ। ਹੋ ਸਕਦਾ ਹੈ ਕਿ ਇਕ ਬੱਚੇ ਵਾਲੀ ਮਾਂ ਸਾਰੇ ਗਰਭਕਾਲ ਵਿਚ ਉਲਟੀਆਂ ਤੋਂ ਪ੍ਰੇਸ਼ਾਨ ਰਹੇ ਅਤੇ ਮਲਟੀਪਲ ਵਾਲੀ ਮਾਂ ਦਾ ਜੀ ਇਕ ਵਾਰ ਵੀ ਨਾ ਮਿਚਲਾਏ। ਇੰਞ ਵੀ ਬਾਕੀ ਲੱਛਣਾਂ ਦੇ ਨਾਲ ਵੀ ਹੁੰਦਾ ਹੈ।

ਹਾਲਾਂਕਿ ਤੁਹਾਨੂੰ ਇਹ ਨਹੀਂ ਸਮਝਣਾ ਚਾਹੀਦਾ ਕਿ ਲੱਤਾਂ ਦੇ ਦਰਦ, ਉਲਟੀਆਂ, ਵੈਰੀਕੋਜ਼, ਵੇਨਜ਼ ਆਦਿ ਦੁਗਣੇ ਹੋ ਜਾਣਗੇ। ਤੁਸੀਂ ਇਨ੍ਹਾਂ ਨੂੰ ਗਿਣ ਨਹੀਂ ਸਕਦੀ। ਔਸਤਨ ਪ੍ਰੇਗਨੈਂਸੀ ਵਿਚ ਇਹ ਲੱਛਣ ਥੋੜ੍ਹੇ ਜ਼ਿਆਦਾ ਹੋ ਸਕਦੇ ਹਨ।

- ਐਸੇ ਕੇਸਾਂ ਵਿਚ ਮਾਰਨਿੰਗ ਸਿਕਨੈਸ, ਉਲਟੀ ਤੇ ਜੀ ਮਿਚਲਾਣਾ ਵਰਗੇ ਲੱਛਣ ਵੱਧ ਹੋ ਸਕਦੇ ਹਨ ਜੋ ਕਿ ਜਲਦੀ ਸ਼ੁਰੂ ਹੁੰਦੇ ਹਨ ਤੇ ਦੇਰ ਤਕ ਚਲਦੇ ਹਨ। ਇੰਞ ਹਾਰਮੋਨ ਦੇ ਵੱਧੇ ਹੋਏ ਪੱਧਰ ਦੇ ਕਾਰਨ ਨਾਲ ਹੋਵੇਗਾ।
- ਪੇਟ ਵਿਚ ਜਿੰਨੇ ਬੱਚੇ ਹੋਣਗੇ ਅਪਾਚਣ ਦੀਆਂ ਤਕਲੀਫ਼ਾਂ(ਛਾਤੀ ਵਿਚ ਵਜ਼ਨ, ਅਪਾਚਣ ਤੇ ਅਫ਼ਾਰਾ ਆਦਿ) ਉਨਾ ਵੱਧ ਹੋਵੇਗਾ।
- 'ਥਕਾਵਟ'। ਇਸ ਸਬੰਧੀ ਕੀ ਕਹੀਏ। ਤੁਸੀਂ ਜਿੰਨਾਂ ਭਾਰ ਉਠਾਓਗੀ ਥਕਾਵਟ ਉਨੀ ਹੀ ਵੱਧ ਹੋਵੇਗੀ। ਤੁਹਾਡੀ ਊਰਜਾ ਦਾ ਪਤਨ ਹੋਣ ਤੇ ਵੀ ਥਕਾਵਟ ਹੋਵੇਗੀ। ਪੇਟ ਵੱਡਾ ਹੋਣ ਦੇ ਕਾਰਣ ਨੀਂਦ ਪੂਰੀ ਨਹੀਂ ਲੈ ਸਕੋਗੀ ਤਾਂ ਵੀ ਥਕਾਵਟ ਹੋਵੇਗੀ।
- ਇਸ ਤੋਂ ਇਲਾਵਾ ਬਾਕੀ ਸਾਰੀਆਂ ਸਰੀਰਕ ਤਕਲੀਫ਼ਾਂ-ਹਰ ਗਰਭਕਾਲ ਆਪਣੇ ਨਾਲ ਦੁੱਖ ਅਤੇ ਤਕਲੀਫ਼ਾਂ ਲਿਆਂਦੀ ਹੈ। ਹੋ ਸਕਦਾਹੈ ਕਿ ਜੁੜਵਾਂ ਗਰਭਕਾਲ ਵਿਚ ਉਸ ਤੋਂ ਕੁਝ ਵੱਧ ਹੋਵੇ। ਜਿੰਨੇ ਵੱਧ ਬੱਚੇ ਗਰਭ ਵਿਚ ਹੋਣਗੇ; ਪੇਟ ਵਿਚ ਜਲਨ, ਲੱਤਾਂ ਵਿਚ

ਦਰਦ, ਲੱਤਾਂ ਦੀ ਸੋਜਸ ਵੇਰੀਕੋਜ਼ ਤੇ ਸਾਹ ਲੈਣ ਦੀ ਤਕਲੀਫ਼ ਉਨੀ ਹੀ ਵੱਧ ਜਾਏਗੀ। ਬੁਰਾ ਨਾ ਮੰਨੋ, ਤਕਲੀਫ਼ ਤਾਂ ਥੋੜ੍ਹੀ ਵੱਧ ਹੋਵੇਗੀ ਪ੍ਰੰਤੂ ਤੁਹਾਨੂੰ ਇਨਾਮ ਵੀ ਤਾਂ ਦੁਗਣਾ ਮਿਲੇਗਾ।

## ਮਲਟੀਪਲ ਪ੍ਰੇਗਨੈਂਸੀ ਅਤੇ ਖਾਣ-ਪੀਣ

**''ਮੈਂ ਆਪਣੇ ਤਿੰਨ ਬੱਚਿਆਂ ਦੇ ਲਈ ਹੁਣੇ ਤੋਂ ਵਧੀਆ ਖਾਣ-ਪੀਣ ਦਾ ਫ਼ੈਸਲਾ ਲੈ ਲਿਆ ਹੈ ਪ੍ਰੰਤੂ ਕੀ ਮੈਨੂੰ ਤਿੰਨਗੁਣਾ ਖਾਣਾ ਲੈਣਾ ਪਵੇਗਾ?''**

ਤਿੰਨ ਬੱਚਿਆਂ ਦੇ ਗਰਭ ਦਾਭਾਵ ਹੈ ਕਿ ਮਾਂ ਹਮੇਸ਼ਾਂ ਕੁਝ ਖਾਂਦੀ-ਪੀਂਦੀ ਰਹੇ। ਹਾਲਾਂਕਿ ਤੁਹਾਨੂੰ ਆਪਣਾ ਖਾਣਾ ਦੁਗਣਾ ਕਰਨਾ ਹੀ ਕਾਫ਼ੀ ਹੋਵੇਗਾ। ਆਣ ਵਾਲੇ ਦਿਨਾਂ ਵਿਚ ਤੁਹਾਨੂੰ ਪ੍ਰਤੀ ਬੱਚੇ ਦੇ ਹਿਸਾਬ ਨਾਲ 150-300 ਕੈਲਰੀ ਲੈਣੀ ਹੋਵੇਗੀ। ਜੁੜਵਾਂ ਦੇ ਕੇਸ ਵਿਚ 300-600 ਕੈਲਰੀ ਅਤੇ ਤਿੰਨ ਦੇ ਕੇਸ ਵਿਚ 450-900 ਵਧੇਰੇ ਕੈਲਰੀ ਲੈਣੀ ਪੈ ਸਕਦੀਹੈ। ਆਪਣੇ ਖਾਣ ਵਿਚ ਸਭ ਕੁਝ ਫ਼ਾਲਤੂ ਸ਼ਾਮਲ ਕਰਨ ਤੋਂ ਪਹਿਲਾਂ ਮਾਤਰਾ ਦੇ ਨਾਲ-ਨਾਲ ਗੁਣਵੱਤਾ ਤੇ ਧਿਆਨ ਦਿਉ। ਚੰਗੇ ਪੌਸ਼ਣ ਦਾ ਮਲਟੀਪਲ ਪ੍ਰੇਗਨੈਂਸੀ ਨਾਲ ਡੂੰਘਾ ਨਾਤਾ ਹੈ। ਤੁਸੀਂ ਇਸ ਕਿਤਾਬ ਵਿਚ ਪ੍ਰੇਗਨੈਂਸੀ ਡਾਈਟ ਦੀ ਜਾਣਕਾਰੀ ਲੈ ਸਕਦੀ ਹੋ।

**ਛੋਟੇ ਹਿੱਸਿਆਂ ਵਿਚ:-** ਪੇਟ ਜਿੰਨਾ ਵੱਡਾ ਹੋਵੇ, ਇਕ ਵਾਰ ਖਾਣ ਦੀ ਮਾਤਰਾ ਉਨੀ ਹੀ ਘੱਟ ਲਉ। ਦਿਨ ਵਿਚ 5-6 ਵਾਰ ਹਲਕਾ ਖਾਣਾ ਖਾਣ ਨਾਲ ਪੇਟ ਤੇ ਭਾਰ ਨਹੀਂ ਵਧੇਗਾ ਅਤੇ ਤਿੰਨਾਂ ਦੇ ਲਈ ਪੌਸ਼ਣ ਵੀ ਭਰਪੂਰ ਮਿਲਦਾ ਰਹੇਗਾ।

**ਕੈਲਰੀ ਦੀ ਗਿਣਤੀ:-** ਐਸਾ ਖਾਣਾ ਚੁਣੋਂ ਜਿਸ ਨਾਲ ਕੈਲਰੀ ਦੀ ਭਰਪੂਰ ਮਾਤਰਾ ਮਿਲੇ। ਖੋਜ ਤੋਂ ਪਤਾ ਲਗਾ ਹੈ ਕਿ ਪੌਸਟਿਕ ਕੈਲਰੀ ਲੈਣ ਨਾਲ ਤੁਸੀਂ ਵੀ ਸਮੇਂ ਤੇ ਸਿਹਤਮੰਦ ਬੱਚਿਆਂ ਨੂੰ ਜਨਮ ਦੇ ਸਕਦੀ ਹੋ। ਜੰਕ ਫੂਡ ਨਾਲ ਪੇਟ ਭਰੋਗੀ ਤਾਂ ਪੌਸਟਿਕ ਭੋਜਨ ਦੇ ਲਈ ਜਗ੍ਹਾ ਨਹੀਂ ਬਚੇਗੀ।

**ਜ਼ਿਆਦਾ ਪੌਸ਼ਣ ਲਉ:-** ਆਪਣੇ ਭੋਜਨ ਵਿਚ ਪੌਸਟਿਕਤਾ ਦੀ ਫਾਲਤੂ ਮਾਤਰਾ ਸ਼ਾਮਲ ਕਰੋ। ਜਿਵੇ ਪ੍ਰੋਟੀਨ, ਕੈਲਸ਼ੀਅਮ ਤੇ ਆਇਰਨ ਦੀ ਇਕ-2 ਫਾਲਤੂ ਸਰਵਿੰਗ ਲੈਣੀ ਸ਼ੁਰੂ ਕਰ ਦਿਉ।ਡਾਕਟਰ ਤੋਂ ਇਸ ਬਾਰੇ ਰਾਏ ਵੀ ਲੈ ਲਉ।

**ਆਇਰਨ ਦੀ ਪੂਰਤੀ:-** ਆਇਰਨ ਦੀ ਮਦਦ ਨਾਲ ਸਰੀਰ ਵਿਚ ਲਾਲ ਖ਼ੂਨ ਕੋਸ਼ਕਾਵਾਂ ਬਣਦੀਆਂ ਹਨ। ਇਸ ਤਰ੍ਹਾਂ ਤੁਸੀਂ ਅਨੀਮਿਆ ਤੋਂ ਬਚੀ ਰਹੋਗੀ। ਲਾਲ ਮੀਟ, ਸੁਕੇ ਮੇਵੇ, ਕੱਦੂ ਦੇ ਬੀਜ ਤੇ ਪਾਲਕ, ਆਇਰਨ ਦੇ ਚੰਗੇ ਸ੍ਰੋਤ ਹਨ। ਬਾਕੀ ਕਮੀ ਆਇਰਨ ਦੀ ਗੋਲੀ ਨਾਲ ਪੂਰੀ ਹੋ ਜਾਏਗੀ। ਇਸ ਨੂੰ ਆਪਣੇ ਡਾਕਟਰ ਦੀ ਸਲਾਹ ਨਾਲ ਲਉ।

**ਢੇਰ ਸਾਰਾ ਪਾਣੀ ਪੀਓ:-** ਮਲਟੀਪਲ ਪ੍ਰੇਗਨੈਂਸੀ ਵਿਚ ਡੀ-ਹਾਈਡ੍ਰੇਸ਼ਨ ਦੀ ਸਮੱਸਿਆ ਵੀ ਹੋ ਸਕਦੀ ਹੈ। ਇਸਲਈ ਦਿਨ ਵਿਚ ਘੱਟ ਤੋਂ ਘੱਟ 8-9 ਗਿਲਾਸ ਪਾਣੀ ਵੀਓ।

## ਭਾਰ ਵੱਧਣਾ

**''ਜੁੜਵਾਂ ਬੱਚਿਆਂ ਦੇ ਲਈ ਮੇਰਾ ਵਜ਼ਨ ਵੱਧ ਹੋਣਾ ਚਾਹੀਦਾ ਹੈ ਪ੍ਰੰਤੂ ਕਿੰਨਾ ਵੱਧ?''**

ਭਾਰ ਵਧਾਉਣ ਲਈ ਤਿਆਰ ਹੋ ਜਾਓ ਡਾਕਟਰਾਂ ਦੇ ਅਨੁਸਾਰ ਜੁੜਵਾਂ ਦੀ ਮਾਂ ਦਾ ਭਾਰ 35-45 ਪੌਂਡ ਤੇ ਤਿੰਨ ਬੱਚਿਆਂ ਦੀ ਮਾਂ ਦਾ ਭਾਰ 50 ਪੌਂਡ ਤਕ ਵਧਣਾ ਚਾਹੀਦਾ ਹੈ। ਹਾਲਾਂਕਿ ਜੇ ਕਰ ਤੁਹਾਡਾ ਭਾਰ ਪਹਿਲਾਂ ਤੋਂ ਘੱਟ ਵੱਧ ਹੈ ਤਾਂ ਇਸ ਵਿਚ ਥੋੜ੍ਹਾ ਫੇਰ-ਬਦਲ ਹੋ ਸਕਦਾ ਹੈ। ਉਂਝ ਭਾਰ ਵਧਾਉਣਾ ਹਮੇਸ਼ਾਂ ਇੰਨਾ ਆਸਾਨ ਵੀ ਨਹੀਂ ਹੁੰਦਾ। ਗਰਭਕਾਲ ਵਿਚ ਭਾਰ ਵਧਾਉਣ ਸਮੇਂ ਕਈ ਤਰ੍ਹਾਂ ਦੀਆਂ ਚੁਣੌਤੀਆਂ ਦਾ ਸਾਮ੍ਹਣਾ ਕਰਨਾ ਪੈ ਸਕਦਾ ਹੈ।

ਪਹਿਲੀ ਤਿਮਾਹੀ ਦੀ ਮਾਰਨਿੰਗ ਸਿਕਨੈਸ ਸਭ ਤੋਂ ਪਹਿਲਾਂ ਅੱਗੇ ਆਏਗੀ ਤੁਸੀਂ ਚਾਹ ਕੇ ਵੀ ਕੁਝ ਖਾ-ਪੀ ਨਹੀਂ ਸਕੋਗੀ। ਉਸ ਸਮੇਂ ਇਕ ਹਫ਼ਤੇ ਵਿਚ ਇਕ ਪੌਂਡ ਭਾਰ ਵਧਾਉਣ ਦਾ ਟੀਚਾ ਰਖੋ, ਜੇਕਰ ਨਾ ਵਧਾ ਸਕੇ ਤਾਂ ਨਿਰਾਸ਼ ਨਾ ਹੋਵੋ। ਬਸ ਆਪਣੀ ਵਿਟਾਮਿਨ ਦੀ ਦਵਾਈ ਲੈਂਦੀ ਰਹੋ ਤੇ ਖ਼ੂਬ ਪਾਣੀ ਪੀਓ।

ਦੂਜੀ ਤਿਮਾਹੀ ਥੋੜ੍ਹੀ ਆਰਾਮਦੇਹ ਹੋ ਜਾਏਗੀ ਉਦੋਂ ਤੁਸੀਂ ਬੱਚਿਆਂ ਨੂੰ ਕਾਫ਼ੀ ਮਾਤਰਾ ਵਿਚ ਪੌਸਟਿਕ

ਤੱਤ ਦੇ ਕੇ ਆਪਣਾ ਭਾਰ ਵਧਾ ਸਕਦੀ ਹੋ। ਜੇਕਰ ਪਹਿਲੀ ਤਿਮਾਹੀ ਵਿਚ ਬਿਲਕੁਲ ਭਾਰ ਨਹੀਂ ਵੱਧਦਾ ਜਾਂ ਫਿਰ ਭਾਰ ਘੱਟ ਜਾਂਦੀ ਹੈ ਤਾਂ ਤੁਹਾਨੂੰ ਜੁੜਵਾਂ ਦੇ ਲਈ ਹਰ ਹਫ਼ਤੇ 1 1/2-2 ਪੌਂਡ ਅਤੇ ਤਿੰਨ ਬੱਚਿਆਂ ਦੇ ਲਈ 2-2 1/2 ਪੌਂਡ ਭਾਰਤ ਵਧਾਉਣ ਦੀ ਸਲਾਹ ਦਿੱਤੀ ਜਾ ਸਕਦੀ ਹੈ। ਤੁਹਾਨੂੰ ਪ੍ਰੋਟੀਨ, ਕੈਲਸ਼ੀਅਮ ਤੇ ਸਾਬਤ ਅਨਾਜ ਦੀ ਫਾਲਤੂ ਸਰਵਿੰਗ ਲੈ ਕੇ ਆਪਣਾ ਭਾਰਤ ਤੇਜੀ ਨਾਲ ਵਧਾਉਣਾ ਹੋਵੇ ਗਾ। ਜੇਕਰ ਅਪਾਚਣ ਤੇ ਛਾਤੀ ਵਿਚ ਜਲਨ ਨਾਲ ਪ੍ਰੇਸ਼ਾਨ ਹੋਵੋ ਤਾਂ ਆਪਣੇ ਖਾਣ ਨੂੰ 6 ਹਿੱਸਿਆਂ ਵਿਚ ਵੰਡ ਲਉ।

ਤੀਜੀ ਤਿਮਾਹੀ ਵਿਚ ਸਤਵੇਂ ਮਹੀਨੇ ਤਕ 1 1/2-2 ਪੌਂਡ ਭਾਰਤ ਵਧਾਉਣ ਦਾ ਟੀਚਾ ਰਖੋ। 32 ਹਫ਼ਤੇ ਤਕ ਤੁਹਾਡਾ ਹਰ ਬੱਚਾ 4 ਪੌਂਡ ਤਕ ਹੋ ਜਾਏਗਾ ਅਤੇ ਪੇਟ ਵਿਚ ਜ਼ਿਆਦਾ ਖਾਣ ਦੀ ਜਗ੍ਹਾ ਨਹੀਂ ਬਚੇਗੀ। ਫਿਰ ਵੀ ਤੁਸੀਂ ਕਾਫ਼ੀ ਕੁਝ ਖਾ ਸਕਦੀ ਹੋ। ਸੰਤੁਲਿਤ ਪੌਸਟਿਕ ਆਹਾਰ ਵਿਚ ਮਾਤਰਾ ਦੀ ਬਜਾਏ ਗੁਣਵੱਤਾ ਤੇ ਧਿਆਨ ਦਿਉ। ਤੁਹਾਨੂੰ ਭੁਲਣਾ ਨਹੀਂ ਚਾਹੀਦਾ ਕਿ ਮਲਟੀਪਲ ਪ੍ਰੇਗਨੈਂਸੀ 40ਵੇਂ ਹਫ਼ਤੇ ਤਕ ਨਹੀਂ ਹੁੰਦੀ।

## ਮਲਟੀਪਲ ਪ੍ਰੇਗਨੈਂਸੀ ਵਿਚ ਭਾਰ

| ਗਰਭਕਾਲ ਦਾ ਪੱਧਰ | ਪਹਿਲੀ ਤਿਮਾਹੀ ਭਾਰ | ਦੂਜੀ ਤਿਮਾਹੀ ਭਾਰ | ਤੀਜੀ ਤਿਮਾਹੀ ਭਾਰ | ਕੁੱਲ ਭਾਰ |
|---|---|---|---|---|
| ਜੁੜਵਾਂ ਦੇ ਨਾਲ ਘੱਟ ਭਾਰ | 4-6 ਪੌਂਡ | 19-23 ਪੌਂਡ | 17-21 ਪੌਂਡ | 40-50 ਪੌਂਡ |
| ਜੁੜਵਾਂ ਦੇ ਨਾਲ ਆਮ ਤੋਂ ਵੱਧ ਭਾਰ | 3-4 ਪੌਂਡ | 19-22 ਪੌਂਡ | 13-19 ਪੌਂਡ | 34-34 ਪੌਂਡ |
| ਤਿੰਨ ਬੱਚੇ | 4-5 ਪੌਂਡ | 30+ ਪੌਂਡ | 11-15 ਪੌਂਡ | 45+ ਪੌਂਡ |

### ਮਲਟੀਪਲ ਟਾਈਮ ਲਾਈਨ

ਤੁਹਾਨੂੰ 40 ਹਫ਼ਤੇ ਤਕ ਗਿਣਤੀ ਨਹੀਂ ਕਰਨੀ ਹੋਵੇ ਗੀ। ਜੁੜਵਾਂ ਪ੍ਰੇਗਨੈਂਸੀ 37ਵੇਂ ਹਫ਼ਤੇ ਤਕ ਹੀ ਹੁੰਦੀ ਹੈ। ਭਾਵ 3 ਹਫ਼ਤੇ ਪਹਿਲਾਂ। ਮਲਟੀਪਲ ਪ੍ਰੇਗਨੈਂਸੀ ਵੀ ਆਖ਼ਰ ਤੱਕ ਮਾਤਾ-ਪਿਤਾ ਨੂੰ ਹੈਰਾਨੀ ਵਿਚ ਰਖਦੀ ਹੈ ਭਾਵ ਕੁਝ ਵੀ ਨਿਸ਼ਚਿਤ ਨਹੀਂ ਹੁੰਦਾ। ਉਹ 39 ਹਫ਼ਤੇ ਤਕ ਵੀ ਟਿਕ ਸਕਦੀ ਹੈ ਜਾਂ ਫਿਰ 37ਵੇਂ ਹਫ਼ਤੇ ਤੋਂ ਪਹਿਲਾਂ ਹੀ ਬੱਚੇ ਦਾ ਜਨਮ ਹੋ ਸਕਦਾ ਹੈ। ਜੇਕਰ 37ਵੇਂ ਹਫ਼ਤੇ ਤਕ ਸਭ ਠੀਕ ਰਹੇ ਤਾਂ ਡਾਕਟਰ 38ਵੇਂ ਹਫ਼ਤੇ ਵਿਚ ਪ੍ਰਸੂਤ ਸ਼ੁਰੂ ਕਰਵਾ ਸਕਦੇ ਹਨ। ਇਸ ਸਬੰਧੀ ਡਾਕਟਰ ਤੋਂ ਪਹਿਲਾਂ ਹੀ ਪਤਾ ਕਰ ਲਉ ਕਿ ਉਹ ਮਲਟੀਪਲ ਪ੍ਰੇਗਨੈਂਸੀ ਦੇ ਆਖ਼ਰੀ ਸਮੇਂ ਵਿਚ ਕੀ ਨੀਤੀ ਅਪਨਾਉਣਾ ਚਾਹੁਣਗੇ।

## ਕਸਰਤ

**"ਮੈਂ ਇਕ ਖਿਡਾਰੀ ਹਾਂ ਪ੍ਰੰਤੂ ਕੀ ਮੈਂ ਜੁੜਵਾਂ ਬੱਚਿਆਂ ਦੇ ਗਰਭ ਨਾਲ ਅਭਿਆਸ ਜਾਰੀ ਰੱਖ ਸਕਦੀ ਹਾਂ?"**

ਉਂਝ ਤਾਂ ਕਸਰਤ ਨਾਲ ਗਰਭਕਾਲ ਵਿਚ ਫਾਇਦਾ ਹੀ ਹੁੰਦਾ ਹੈ ਪ੍ਰੰਤੂ ਜੇਕਰ ਤੁਸੀਂ ਜੁੜਵਾਂ ਬੱਚਿਆਂ ਦੀ ਮਾਂ ਬਣਨ ਵਾਲੀ ਹੋ ਤਾਂ ਥੋੜ੍ਹੀ ਸਾਵਧਾਨੀ ਰਖਣੀ ਹੋਵੇਗੀ। ਡਾਕਟਰ ਤੁਹਾਨੂੰ ਦੌੜਨ ਦੀ ਥਾਂ ਕਿਸੀ ਦੂਜੇ ਆਸਣ ਦੀ ਸਲਾਹ ਦੇ ਸਕਦੇ ਹਨ। ਇੰਝ ਕੋਈ ਵੀ ਵਰਕ ਆਊਟ ਨਾ ਕਰੋ ਜਿਸ ਨਾਲ ਸਰਵਿਕਸ ਤੇ ਦਬਾਅ ਪਵੇ ਜਾਂ ਸਰੀਰ ਦਾ ਤਾਪਮਾਨ ਵੱਧ ਜਾਏ। ਇਸ ਨਾਲ ਪ੍ਰੀ-ਟਰਮ ਲੇਬਰ ਦੀ ਸੰਭਾਵਨਾ ਵੱਧ ਜਾਂਦੀ ਹੈ।

ਤੁਸੀਂ ਤੈਰਾਕੀ, ਵਾਟਰ ਐਰੋਬਿਕਸ, ਸਟ੍ਰੈਚਿੰਗ, ਯੋਗ ਜਾਂ ਸਾਈਕਲਿੰਗ ਚੁਣ ਸਕਦੀ ਹੋ। ਇਸ ਦੇ ਨਾਲ ਹੀ ਕੀਗਲ ਕਰਨਾ ਨਾ ਭੁੱਲੋ। ਇਹ ਤੁਹਾਡੇ ਪੈਲਵਿਕ ਫਲੋਰ ਨੂੰ ਮਜ਼ਬੂਤੀ ਦੇਂਦਾ ਹੈ।

ਕਿਸੀ ਵੀ ਵਰਕ-ਆਊਟ ਦੌਰਾਨ ਥਕਾਵਟ ਹੋਵੇ ਤਾਂ ਉਥੇ ਹੀ ਰੁਕ ਜਾਓ। ਥੋੜ੍ਹਾ ਪਾਣੀ ਪੀ ਕੇ ਆਰਾਮ ਕਰੋ। ਜੇਕਰ ਤਬੀਅਤ ਨਾ ਸੰਭਲੇ ਤਾਂ ਡਾਕਟਰ ਨੂੰ ਫ਼ੋਨ ਕਰੋ।

## ਮਿਲੇ-ਜੁਲੇ ਭਾਵ

**"ਹਰ ਕਿਸੀ ਨੂੰ ਲਗਦਾਹੈ ਕਿ ਜੁੜਵਾਂ ਬੱਚਿਆਂ ਨੂੰ ਆਪਣਾ ਮਜ਼ਾ ਹੈ ਪ੍ਰੰਤੂ ਅਸੀਂ ਦੋਨੋਂ ਕਾਫ਼ੀ ਨਿਰਾਸ਼ ਅਤੇ ਡਰੇ ਹੋਏ ਹਾਂ। ਸਾਡੇ ਨਾਲ ਇੰਝ ਕਿਉਂ ਹੋ ਰਿਹਾ ਹੈ?"**

ਕੁਝ ਵੀ ਨਹੀਂ। ਆਮ ਤੌਰ ਤੇ ਬੱਚੇ ਦੇ ਜਨਮ ਤੋਂ ਪਹਿਲਾਂ ਸੁਪਨਿਆਂ ਵਿਚ ਦੋ ਛੋਟੀਆਂ ਕੁਰਸੀਆਂ, ਝੂਲੇ ਜਾਂ ਬਿਸਤਰੇ ਨਹੀਂ ਦਿਖਦੇ। ਤੁਸੀਂ ਇਕ ਬੱਚੇ ਦੇ ਲਈ ਖ਼ੁਦ ਨੂੰ ਸਰੀਰਕ, ਮਾਨਸਿਕ ਰੂਪ ਨਾਲ ਤਿਆਰ ਕਰਦੀ ਹੋ ਅਤੇ ਤੁਹਾਨੂੰ ਅਚਾਨਕ ਪਤਾ ਲਗਦਾ ਹੈ ਕਿ ਦੋ ਬੱਚੇ ਆਣ ਵਾਲੇ ਹਨ। ਨਿਰਾਸ਼ਾ ਤਾਂ ਹੋਣੀ ਹੀ ਹੈ। ਅਚਾਨਕ ਤੁਹਾਡੇ ਉਪਰ ਦੋਹਰੀ ਜ਼ਿੰਮੇਵਾਰੀਆਂ ਪੈ ਜਾਂਦੀਆਂ ਹਨ।

ਉਂਝ ਕੁਝ ਮਾਤਾ-ਪਿਤਾ ਐਸੀ ਖ਼ਬਰ ਸੁਣ ਕੇ ਜਲਦੀ ਸੰਭਲ ਜਾਂਦੇ ਹਨ ਤੇ ਦਿਲ ਤੋਂ ਇਸ ਦਾ ਸਵਾਗਤ ਕਰਦੇ ਹਨ। ਤੁਹਾਨੂੰ ਇਹ ਸੁਣ ਕੇ ਝਟਕਾ ਜਿਹਾ ਲਗਿਆ ਕਿਉਂਕਿ ਅਸੀਂ ਕਦੀ ਵੀ ਕਲਪਨਾ ਵਿਚ ਦੋ ਬੱਚਿਆਂ ਨੂੰ ਖਿਲਾਂਦੇ, ਸੁਆਉਂਦੇ ਜਾਂ ਝੁਲਾਉਂਦੇ ਨਹੀਂ ਦੇਖਦੇ। ਜਦੋਂ ਅਚਾਨਕ ਪਤਾ ਲਗਦਾ ਹੈ ਕਿ ਇਕ ਨਹੀਂ ਦੋ ਜਾਂ ਤਿੰਨ ਬੱਚੇ ਆਣ ਵਾਲੇ ਹਨ ਤਾਂ ਨਿਰਾਸ਼ਾ ਹੋਣਾ ਸੁਭਾਵਕ ਹੀ ਹੈ। ਆਣ ਵਾਲੇ ਬੱਚੇ ਦੀਆਂ ਜ਼ਿੰਮੇਵਾਰੀਆਂ ਵੱਧ ਦਾ ਡਰ ਵੀ ਕਾਫ਼ੀ ਹੁੰਦਾ ਹੈ।

ਤੁਹਾਨੂੰ ਇਸ ਬਾਰੇ ਸੋਚ ਕੇ ਸ਼ਰਮਿੰਦਾ ਨਹੀਂ ਹੋਣਾ ਚਾਹੀਦਾ ਅਤੇ ਨਾ ਹੀ ਘਬਰਾਉਣਾ ਚਾਹੀਦਾ ਹੈ। ਡਿਲੀਵਰੀ ਤੋਂ ਪਹਿਲਾਂ ਵਾਲੇ ਕੁਝ ਮਹੀਨਿਆਂ ਵਿਚ ਆਪਣੀ ਸੋਚ ਨੂੰ ਆਣ ਵਾਲੇ ਦੋ ਬੱਚਿਆਂ ਤੇ ਕੇਂਦ੍ਰਿਤ ਕਰੋ। ਪਤੀ-ਪਤਨੀ ਆਪਸ ਵਿਚ ਖੁਲ੍ਹ ਕੇ ਈਮਾਨਦਾਰੀ ਨਾਲ ਗੱਲਬਾਤ ਕਰੋ। ਜੋ ਕੋਈ ਇਸ ਬਾਰੇ ਜਾਣਕਾਰੀ ਰਖਦਾ ਹੈ ਜਾਂ ਜਿਸ ਦੇ ਜੁੜਵਾਂ ਬੱਚੇ ਹੋਣ, ਉਸ ਨਾਲ ਇਸ ਬਾਰੇ ਗੱਲ ਕਰੋ। ਇਸ ਤਰ੍ਹਾਂ ਤੁਹਾਨੂੰ ਪਤਾ ਚਲੇਗਾ ਕਿ ਤੁਸੀਂ ਪਹਿਲੇ ਮਾਂ-ਬਾਪ ਨਹੀਂ ਹੋ ਜਿਨ੍ਹਾਂ ਦੇ ਇਕ ਤੋਂ ਵੱਧ ਬੱਚੇ ਜਨਮ ਲੈਣਗੇ। ਇਸ ਤਰ੍ਹਾਂ ਤੁਹਾਡੇ ਮਨ ਵਿਚ ਆਪਣੇ ਗਰਭਕਾਲ ਦੇ ਲਈ ਉਮੰਗ ਪੈਦਾ ਹੋਵੇਗੀ ਅਤੇ ਤੁਹਾਨੂੰ ਅਹਿਸਾਸ ਹੋਵੇਗਾ ਕਿ ਜੁੜਵਾਂ ਬੱਚੇ ਆਣ ਤੇ ਜ਼ਿੰਮੇਵਾਰੀਆਂ ਦੇ ਨਾਲ-2 ਖੁਸ਼ੀਆਂ ਵੀ ਦੁਗਣੀਆਂ ਹੋਣਗੀਆਂ।

## ਅਸੰਵੇਦਨਸ਼ੀਲ ਵਾਕ

**"ਮੈਂ ਆਪਣੀ ਸਹੇਲੀ ਨੂੰ ਜੁੜਵਾਂ ਬੱਚਿਆਂ ਬਾਰੇ ਦਸਿਆ ਤਾਂ ਉਹ ਕਾਫ਼ੀ ਅਸੰਵੇਦਨਸ਼ੀਲ ਤਰੀਕੇ ਨਾਲ ਪੇਸ਼ ਆਈ। ਉਸਨੇ ਇੰਝ ਕਿਉਂ ਕੀਤਾ?"**

ਹੋ ਸਕਦਾ ਹੈ ਕਿ ਜੁੜਵਾਂ ਬੱਚਿਆਂ ਦੇ ਗਰਭਕਾਲ ਵਿਚ ਤੁਹਾਡੇ ਨਾਲ ਪਹਿਲੀ ਵਾਰ ਇਹ ਘਟਨਾ ਹੋਈ ਹੋਵੇ। ਪ੍ਰੰਤੂ ਇਸ ਨੂੰ ਆਖ਼ਰੀ ਨਾ ਸਮਝੋ। ਸਾਰੇ ਸਹਿਕਰਮੀ, ਦੋਸਤ, ਪਰਿਵਾਰਕ ਮੈਂਬਰ ਵੱਖ-2 ਤਰੀਕੇ ਨਾਲ ਇਸ ਸਬੰਧੀ ਆਪਣੀ ਰਾਏ ਦੇਂਦੇ ਰਹਿਣਗੇ। ਵੱਖ-2 ਤਰ੍ਹਾਂ ਦੇ ਤਾਅਨੇ ਦੇਣਗੇ।

ਦਰਅਸਲ ਉਹ ਜਾਣਦੇ ਹੀ ਨਹੀਂ ਕਿ ਐਸੀ ਖ਼ਬਰ ਮਿਲਣ ਤੇ ਉਨ੍ਹਾਂ ਦੀ ਕੀ ਪ੍ਰਕ੍ਰਿਆ ਹੋਣੀ ਚਾਹੀਦੀ ਹੈ। ਉਂਝ ਤਾਂ ਵਧਾਈ ਹੋਵੇ। ਕਹਿਣਾ ਕਾਫ਼ੀ ਹੈ ਪ੍ਰੰਤੂ ਉਨ੍ਹਾਂ ਨੂੰ ਲਗਦਾ ਹੈ ਕਿ ਇਸ ਖ਼ਾਸ ਖ਼ਬਰ ਤੇ ਕੋਈ ਖ਼ਾਸ ਗੱਲ ਕਹਿਣੀ ਚਾਹੀਦੀ ਹੈ। ਉਨ੍ਹਾਂ ਨੂੰ ਸਹੀ ਪ੍ਰਕ੍ਰਿਆ ਦਾ ਪਤਾ ਨਹੀਂ ਹੁੰਦਾ ਇਸ ਲਈ ਉਹ ਗਲਤ ਜਵਾਬ ਦੇ ਬੈਠਦੇ ਹਨ। ਹਾਲਾਂਕਿ ਉਨ੍ਹਾਂ ਦੀ ਨਿਯਤ ਵਿਚ ਕੋਈ ਬੁਰਾਈ ਨਹੀਂ ਹੁੰਦੀ।

ਐਸੀ ਰੁਖੀ ਪ੍ਰਕ੍ਰਿਆ ਤੋਂ ਬੱਚਣ ਦਾ ਉਪਾਅ ਇਹ ਹੈ ਕਿ ਤੁਸੀਂ ਇਸ ਨੂੰ ਨਿੱਜੀ ਰੂਪ ਵਿਚ ਤੇ ਗੰਭੀਰਤਾ ਨਾਲ ਨਾ ਲਉ। ਯਾਦ ਰਖੋ ਕਿ ਸਾਮ੍ਹਣੇ ਵਾਲਾ ਤੁਹਾਡਾ ਸ਼ੁਭਚਿੰਤਕ ਹੈ। ਉਹ ਤੁਹਾਡਾ ਬੁਰਾ ਕਦੀ ਨਹੀਂ ਚਾਹੇਗਾ।

**"ਲੋਕ ਮੇਰੇ ਤੋਂ ਅਕਸਰ ਐਸੇ ਸਵਾਲ ਪੁੱਛਦੇ ਰਹਿਦੇ ਹਨ ਕਿ ਮੇਰੇ ਪਰਿਵਾਰ ਵਿਚ ਜੁੜਵਾਂ ਹੀ ਪੈਦਾ ਹੁੰਦੇ ਹਨ ਜਾਂ ਮੈਂ ਕੋਈ ਇਲਾਜ਼ ਕਰਾਇਆ ਸੀ। ਮੈਂ ਇਹ ਕਹਿਣ ਵਿਚ ਕੋਈ ਸ਼ਰਮ ਨਹੀਂ ਕਿ ਮੈਂ ਦਵਾਈਆਂ ਰਾਹੀਂ ਗਰਭ ਧਾਰਣ ਕੀਤਾ ਹੈ ਪ੍ਰੰਤੂ ਮੈਂ ਇਸ ਜਾਣਕਾਰੀ ਨੂੰ ਅਜਨਬੀਆਂ ਦੇ ਨਾਲ ਨਹੀਂ ਵੰਡਣਾ ਚਾਹੁੰਦੀ।"**

## ਮਲਟੀਪਲ ਕਨੈਕਸ਼ਨ

ਤੁਸੀਂ ਮਲਟੀਪਲ ਕਨੈਕਸ਼ਨ ਨਾਲ ਜੁੜ ਸਕਦੀ ਹੋ ਭਾਵ ਐਸੀਆਂ ਔਰਤਾਂ ਨੂੰ ਮਿਲੋ ਜਿਨ੍ਹਾਂ ਨੇ ਜੁੜਵੇਂ ਬੱਚਿਆਂ ਨੂੰ ਜਨਮ ਦਿੱਤਾ ਹੋਵੇ। ਇਸ ਤਰ੍ਹਾਂ ਤੁਸੀਂ ਆਪਣੇ ਡਰ, ਸ਼ੰਕਾ ਤੇ ਜਗਿਆਸਾਵਾਂ ਨੂੰ ਸ਼ਾਂਤ ਕਰ ਸਕਦੀ ਹੋ। ਜਦੋਂ ਵੀ ਡਾਕਟਰ ਨੂੰ ਮਿਲੋ, ਇਸ ਸਬੰਧੀ ਸਵਾਲ ਪੁੱਛੋ ਤਾਂ ਜੋ ਤੁਹਾਡੇ ਮਨ ਵਿਚ ਕੋਈ ਸ਼ੱਕ ਨਾ ਰਹੇ।

ਮਲਟੀਪਲ ਪ੍ਰੇਗਨੈਂਸੀ ਨਾਲ ਜੁੜੀਆਂ ਕਿਤਾਬਾਂ ਜਾਂ ਆਨਲਾਈਨ ਜਾਣਕਾਰੀ ਵੀ ਤੁਹਾਡੇ ਕੰਮ ਆ ਸਕਦੀ ਹੈ।

ਗਰਭਵਤੀ ਔਰਤ ਸਭ ਦੇ ਆਕ੍ਰਸ਼ਣ ਦਾ ਕੇਂਦਰ ਹੁੰਦੀ ਹੈ। ਜੇਕਰ ਤੁਸੀਂ ਜੁੜਵਾਂ ਨੂੰ ਜਨਮ ਦੇਣ ਵਾਲੀ ਹੋ ਤਾਂ ਇਹ ਖ਼ਬਰ ਹੋਰ ਵੀ ਖ਼ਾਸ ਹੋ ਜਾਂਦੀ ਹੈ ਅਤੇ ਤੁਸੀਂ ਸਭ ਦੇ ਲਈ ਸੰਦੇਹ ਦਾ ਵਿਸ਼ਾ ਹੋ ਜਾਂਦੀ ਹੋ। ਅਨਜਾਣ ਲੋਕ ਵੀ ਤੁਹਾਡੇ ਨਿੱਜੀ ਜੀਵਨ ਵਿਚ ਝਾਕ ਕਰਨ ਲਗਦੇ ਹਨ। ਦਰਅਸਲ ਉਹ ਸਿਰਫ਼ ਆਪਣਾ ਸੰਦੇਹ ਮਿਟਾਉਣ ਦੇ ਲਈ ਅਜਿਹੇ ਸਵਾਲ ਪੁੱਛਦੇ ਹਨ। ਉਨ੍ਹਾਂ ਨੂੰ ਇਸ ਬਾਰੇ ਗੱਲਬਾਤ ਕਰਨ ਦਾ ਆਮ ਸ਼ਿਸ਼ਟਾਚਾਰ ਪਤਾ ਨਹੀਂ ਹੁੰਦਾ। ਜੇ ਕਰ ਇੰਝ ਕੋਈ ਮਿਲ ਜਾਏ ਤਾਂ ਉਸ ਨੂੰ ਆਪਣੇ ਕੇਸ ਵਿਚ ਛੋਟੀ ਤੋਂ ਛੋਟੀ ਗੱਲ ਦੱਸਣਾ ਸ਼ੁਰੂ ਕਰੋ। ਪਹਿਲਾਂ ਅਸੀਂ ਉਹ ਦਵਾਈ ਲਈ, ਫਿਰ ਅਸੀਂ ਉਸ ਕਲੀਨਿਕ ਵਿਚ ਗਏ, ਫਿਰ ਉਸ ਡਾਕਟਰ ਨੂੰ ਮਿਲੇ। ਇਸ ਤਰ੍ਹਾਂ ਉਹ ਜਲਦੀ ਹੀ ਉਕਤਾ ਜਾਏਗਾ ਅਤੇ ਉਥੋਂ ਭੱਜਣ ਦੀ ਕੋਸ਼ਿਸ਼ ਕਰੇਗਾ। ਜਾਂ ਫਿਰ ਤੁਸੀਂ ਹੇਠ-ਲਿਖੇ ਜਵਾਬ ਦੇ ਸਕਦੀ ਹੋ :-

■ ਹਾਂ, ਹੁਣ ਤਾਂ ਪਰਿਵਾਰ ਵਿਚ ਜੁੜਵਾਂ ਹੋਣਗੇ। ਇਸ ਤਰ੍ਹਾਂ ਉਨ੍ਹਾਂ ਨੂੰ ਜਵਾਬ ਵੀ ਮਿਲ ਜਾਏਗਾ ਅਤੇ ਉਹ ਆਪਣਾ ਅੰਦਾਜ਼ਾ ਲਗਾਂਦੇ ਰਹਿਣਗੇ।

■ ਅਸੀਂ ਇਕ ਰਾਤ ਵਿਚ ਦੋ ਵਾਰ ਸੈਕਸ ਕੀਤਾ ਸੀ ਚਾਹੇ ਇੰਝ ਤੁਸੀਂ ਸਿਰਫ਼ ਹਨੀਮੂਨ ਦੇ ਸਮੇਂ ਕੀਤਾ ਹੋਵੇ ਪ੍ਰੰਤੂ ਇਸ ਨਾਲ ਉਨ੍ਹਾਂ ਦੀ ਜੁਬਾਨ ਤੇ ਤਾਲਾ ਲਗ ਜਾਏਗਾ।

■ ਮੈਨੂੰ ਬੜੇ ਪਿਆਰ ਨਾਲ ਉਨ੍ਹਾਂ ਨੂੰ ਆਪਣੇ ਗਰਭ ਵਿਚ ਧਾਰਣ ਕੀਤਾ ਹੈ।

■ ਤੁਸੀਂ ਕਿਉਂ ਪੁੱਛਣਾ ਚਾਹੁੰਦੇ ਹੋ? ਹੋ ਸਕਦਾ ਹੈ ਕਿ ਉਨ੍ਹਾਂ ਦੇ ਕੋਲ ਇਹ ਸਭ ਪੁੱਛਣ ਦਾ ਕੋਈ ਵਾਜਬ ਕਾਰਨ ਹੋਵੇ। ਜੇਕਰ ਨਾ ਹੋਵੇ ਤਾਂ ਇਸ ਤੋਂ ਬਾਦ ਉਨ੍ਹਾਂ ਦੀ ਕਿਸੀ ਗੱਲ ਦਾ ਜਵਾਬ ਨਾ ਦਿਉ।

ਜੇਕਰ ਕੋਈ ਵੀ ਜਵਾਬ ਜਾਂ ਪ੍ਰਤਿਕ੍ਰਿਆ ਦੇਣ ਦੇ ਮੂਡ ਵਿਚ ਨਾ ਹੋਵੋ ਤਾਂ ਸਿਰਫ਼ ਇੰਨਾ ਕਹਿ ਕੇ ਟਾਲ ਦਿਉ ਕਿ 'ਇਹ ਤਾਂ ਅੰਦਰ ਦੀ ਗੱਲ ਹੈ, ਸਾਡਾ ਨਿੱਜੀ ਮਾਮਲਾ ਹੈ''।

## ਸੁਰੱਖਿਆ ਦਾ ਸਵਾਲ

**''ਅਸੀਂ ਬੜੀ ਮੁਸ਼ਕਿਲ ਨਾਲ ਇਸ ਸਚਾਈ ਨੂੰ ਕਬੂਲਿਆ ਹੈ ਕਿ ਮੈਂ ਜੁੜਵਾਂ ਬੱਚੇ ਪੈਦਾ ਕਰਨ ਜਾ ਰਹੀ ਹਾਂ। ਕੀ ਇਸ ਨਾਲ ਉਨ੍ਹਾਂ ਦੇ ਜਾਂ ਮੇਰੇ ਲਈ ਕੋਈ ਖ਼ਤਰਾ ਵੱਧ ਸਕਦਾ ਹੈ?''**

ਵਾਧੂ ਬੱਚੇ ਥੋੜ੍ਹੇ ਜਿਹੇ ਵਾਧੂ ਖ਼ਤਰੇ ਨਾਲ ਹੀ ਆਉਂਦੇ ਹਨ ਪ੍ਰੰਤੂ ਇੰਨਾ ਵੀ ਨਹੀਂ ਜਿੰਨਾ ਤੁਸੀਂ ਸੋਚ ਰਹੀ ਹੋ। ਉਂਝ ਐਸੇ ਗਰਭਕਾਲ ਨੂੰ 'ਹਾਈ-ਰਿਸਕ ਪ੍ਰੇਗਨੈਂਸੀ' ਦਾ ਨਾਮ ਦਿੱਤਾ ਜਾਂਦਾ ਹੈ। ਜੇਕਰ ਤੁਹਾਨੂੰ ਇਸ ਨਾਲ ਜੁੜੇ ਖ਼ਤਰਿਆਂ ਤੇ ਉਲਝਣਾਂ ਦੀ ਪਹਿਲਾਂ ਜਾਣਕਾਰੀ ਹੋਵੇਗੀ ਤਾਂ ਤੁਸੀਂ ਪਹਿਲਾਂ ਤੋਂ ਹਰ ਖ਼ਤਰੇ ਦਾ ਸਾਮ੍ਹਣਾ ਕਰਨ ਦੇ ਲਈ ਤਿਆਰ ਹੋਵੋਗੀ। ਇਸ ਲਈ ਇਹ ਸਭ ਸੁਰੱਖਿਅਤ ਹੀ ਹੈ, ਬਸ ਤੁਹਾਨੂੰ ਸਾਰੀ ਜਾਣਕਾਰੀ ਹੋਣੀ ਚਾਹੀਦੀ ਹੈ।

## ਬੱਚੇ ਨਾਲ ਜੁੜੇ ਖ਼ਤਰੇ

**ਸਮੇਂ ਤੋਂ ਪਹਿਲਾਂ ਡਿਲੀਵਰੀ:-** ਜੁੜਵਾਂ ਬੱਚੇ ਸਮੇਂ ਤੋਂ ਥੋੜ੍ਹਾ ਪਹਿਲਾਂ ਹੀ ਪੈਦਾ ਹੋਣਾ ਪਸੰਦ ਕਰਦੇ ਹਨ। ਸਾਰੇ ਇਕੋ ਵਾਰ ਜਨਮ ਲੈਣ ਵਾਲੇ ਤਿੰਨ ਬੱਚੇ ਤਾਂ ਹਮੇਸ਼ਾਂ ਹੀ ਪ੍ਰੀਮਿਚਿਓਰ ਹੁੰਦੇ ਹਨ। ਆਮ ਡਿਲੀਵਰੀ 39ਵੇਂ ਹਫ਼ਤੇ ਵਿਚ ਹੁੰਦੀ ਹੈ ਤੇ ਜੁੜਵਾਂ ਦੀ ਡਿਲੀਵਰੀ 35-36 ਹਫ਼ਤੇ ਵਿਚ ਹੋ ਜਾਂਦੀ ਹੈ। ਤਿੰਨ ਬੱਚੇ ਤਾਂ 32ਵੇਂ ਹਫ਼ਤੇ ਵਿਚ ਹੀ ਪੈਦਾ ਹੋ ਜਾਂਦੇ ਹਨ। ਬੱਚੇ ਵੱਡੇ ਹੁੰਦੇ ਹਨ ਤਾਂ ਬੱਚੇਦਾਨੀ ਵਿਚ ਉਨ੍ਹਾਂ ਦੇ ਲਈ ਜਗ੍ਹਾ ਤੰਗ ਹੋਣ ਲਗਦੀ ਹੈ। ਤੁਹਾਨੂੰ ਪ੍ਰੀਮਿਚਿਓਰ ਡਿਲੀਵਰੀ ਦੇ ਲੱਛਣ ਪਤਾ ਹੋਣੇ ਚਾਹੀਦੇ ਹਨ। ਇਨ੍ਹਾਂ ਦਾ ਅਹਿਸਾਸ ਹੁੰਦੇ ਹੀ ਡਾਕਟਰ ਨੂੰ ਫ਼ੋਨ ਕਰਨ ਵਿਚ ਨਾ ਹਿਚਕੋ।

**ਜਨਮ ਤੋਂ ਹੀ ਭਾਰ ਵਿਚ ਕਮੀ:-** ਮਲਟੀਪਲ

ਪ੍ਰੇਗਨੈਂਸੀ ਨਾਲ ਪੈਦਾ ਹੋਣ ਵਾਲੇ ਬੱਚੇ 5 1/2 ਪੌਂਡ ਤੋਂ ਘੱਟ ਹੀ ਹੁੰਦੇ ਹਨ ਪ੍ਰੰਤੂ ਮੈਡੀਕਲ ਦੇਖਭਾਲ ਕਾਰਣ ਉਨ੍ਹਾਂ ਦੀ ਸਿਹਤ ਠੀਕ ਰਹਿੰਦੀ ਹੈ। ਜੇਕਰ ਬੱਚੇ 5 ਪੌਂਡ ਤੋਂ ਵੀ ਘੱਟ ਭਾਰ ਦਾ ਹੈ ਤਾਂ ਉਸ ਦੀ ਸਿਹਤ ਦੇ ਨਾਲ ਕਈਤਰ੍ਹਾਂ ਦੀਆਂ ਪ੍ਰੇਸ਼ਾਨੀਆਂ ਖੜੀਆਂ ਹੋ ਸਕਦੀਆਂ ਹਨ। ਉਸ ਦੇ ਲਈ ਖ਼ਤਰਾ ਕਾਫ਼ੀ ਵੱਧ ਜਾਂਦਾ ਹੈ। ਤੁਸੀਂ ਗਰਭਕਾਲ ਵਿਚ ਆਪਣੀ ਖ਼ੁਰਾਕ ਤੇ ਧਿਆਨ ਦਿਉ ਤਾਂ ਜੋ ਜ਼ਿਆਦਾ ਭਾਰ ਵਾਲੇ ਬੱਚੇ ਪੈਦਾ ਹੋ ਸਕਣ।

**ਟ੍ਰਿਵਨ ਟੂ ਟ੍ਰਿਵਨ ਟ੍ਰਾਂਸਫਿਯੂਜ਼ਨ ਸਿੰਡ੍ਰੋਮ :-** ਆਇਡੈਂਟੀਕਲ ਟ੍ਰਿਵਨ ਪ੍ਰੇਗਨੈਂਸੀ ਵਿਚ ਬੱਚਿਆਂ ਨੂੰ ਪਲੇਸੈਂਟਾ ਇਕ ਹੀ ਹੁੰਦਾ ਹੈ। ਇਸ ਭਾਰ ਨਾਲ ਇਕ ਬੱਚੇ ਦੇ ਸਰੀਰ ਵਿਚ ਖ਼ੂਨ ਦਾ ਪ੍ਰਵਾਹ ਕਾਫ਼ੀ ਵੱਧ ਅਤੇਦੂਜੇ ਬੱਚੇ ਵਿਚ ਕਾਫ਼ੀ ਘੱਟ ਹੋ ਸਕਦਾਹੈ। ਇਹ ਸਥਿਤੀ ਬੱਚਿਆਂ ਦੇ ਲਈ ਘਾਤਕ ਹੁੰਦੀ ਹੈ। ਜੇਕਰ ਤੁਹਾਡੇ ਨਾਲ ਵੀ ਇੰਝ ਹੋਇਆ ਤਾਂ ਕਾਡਟਰ 'ਐਮਨਿਓਸੈਂਟਿਸਸ' ਦੀ ਮਦਦ ਨਾਲ ਫਾਲਤੂ ਦ੍ਰਵ ਕੱਢ ਦੇਣਗੇ ਜਿਸਨਾਲ ਪਲੇਸੈਂਟਾ ਦੇ ਖ਼ੂਨ ਪ੍ਰਵਾਹ ਵਿਚ ਸੁਧਾਰ ਹੋਵੇਗਾ ਤੇ ਪ੍ਰੀਟਰਮ ਲੇਬਰ ਦੀ ਸੰਭਾਵਨਾ ਕੱਟ ਜਾਏਗੀ। ਡਾਕਟਰ ਲੇਜ਼ਰ ਸਰਜਰੀ ਦਾ ਵੀ ਪ੍ਰਯੋਗ ਕਰ ਸਕਦੇ ਹਨ। ਮਲਟੀਪਲ ਪ੍ਰੇਗਨੈਂਸੀ ਦੇ ਕਾਰਣ ਮਾਂ ਦੀ ਸਿਹਤ ਤੇ ਹੇਠ-ਲਿਖੇ ਅਸਰ ਹੋ ਸਕਦੇ ਹਨ :-

**ਪ੍ਰੀਕਲੇਂਪਸਿਆ:-** ਜਿੰਨੇ ਬੱਚੇ ਹੋਣਗੇ, ਉਨੇ ਹੀ ਪਲੇਸੈਂਟਾ ਹੋਣਗੇ। ਜਿਸ ਨਾਲ ਕਈ ਵਾਰ ਹਾਈ ਬਲੱਡਪ੍ਰੈਸ਼ਰ ਜਾਂ ਪ੍ਰੀਕਲੇਂਪਸਿਆ ਦੀ ਸ਼ਿਕਾਇਤ ਹੋ ਸਕਦੀ ਹੈ। ਉਂਝ ਇਸ ਦਾ ਪਹਿਲਾਂ ਪਤਾ ਚਲ ਜਾਏ ਤਾਂ ਮੈਡੀਕਲ ਦੇਖਭਾਲ ਨਾਲ ਇਸ ਤੇ ਕਾਬੂ ਪਾਇਆ ਜਾ ਸਕਦਾ ਹੈ।

**ਗੈਸਟੇਸ਼ਨਲ ਸ਼ੂਗਰ :-** ਤੁਹਾਨੂੰ ਗੈਸਟੇਸ਼ਨਲ ਸ਼ੂਗਰ ਦਾ ਖ਼ਤਰਾ, ਦੂਜੀਆਂ ਮਾਵਾਂ ਦੀ ਤੁਲਨਾ ਵਿਚ ਵੱਧ ਹੋ ਸਕਦਾ ਹੈ ਕਿਉਂਕਿ ਹਾਰਮੋਨ ਦੇ ਵੱਧ ਪੱਥਰ ਦੇ ਕਾਰਣ ਇੰਸੁਲੀਨ ਦੇ ਉਤਪਾਦਨ ਵਿਚ ਕਮੀ ਆਉਂਦੀ ਹੈ। ਆਹਾਰ ਨਾਲ ਆਰਾਮ ਆ ਸਕਦਾ ਹੈ ਪ੍ਰੰਤੂ ਕਈ ਵਾਰ ਵਾਧੂ ਇੰਸੂਲਿਨ ਵੀ ਲੈਣੀ ਪੈਂਦੀ ਹੈ।

**ਪਲੇਸੈਂਟਲ ਦਿੱਕਤਾਂ :-** ਅਜਿਹੀਆਂ ਔਰਤਾਂ ਨੂੰ ਪਲੇਸੈਂਟਾ ਪ੍ਰੀਵਿਆ (ਪਲੇਸੈਂਟਾ ਹੇਠਾਂ ਹੋਣਾ) ਜਾਂ ਪਲੇਸੈਂਟਲ ਏਵਰਪਸ਼ਨ (ਪਲੇਸੈਂਟਾ ਦੇ ਸਮੇਂ ਤੋਂ ਪਹਿਲਾਂ ਵੱਖ ਹੋਣਾ) ਦੀ ਸ਼ਿਕਾਇਤ ਹੋ ਸਕਦੀ ਹੈ। ਸਾਵਧਾਨੀ ਪੂਰਵਕ ਕੀਤੀ ਗਈ ਦੇਖਭਾਲ ਨਾਲ 'ਪਲੇਸੈਂਟਲ, ਪ੍ਰੀਵਿਆ' ਤੋਂ ਬਚਾਅ ਹੋ ਸਕਦਾਹੈ। ਏਵਰਪਸ਼ਨ ਦਾ ਤਾਂ ਪਹਿਲਾਂ ਪਤਾ ਹੀ ਨਹੀਂ ਚਲ ਸਕਦਾ ਪ੍ਰੰਤੂ ਆਣ ਵਾਲੀਆਂ ਉਲਝਣਾਂ ਤੇ ਕਾਬੂ ਪਾਇਆ ਜਾ ਸਕਦਾ ਹੈ।

## ਬੈੱਡ ਰੈਸਟ

**"ਕੀ ਜੁੜਵਾਂ ਬਚਿਆਂ ਦੇ ਗਰਭਕਾਲ ਕਾਰਣ ਮੈਨੂੰ ਸਾਰਾ ਸਮਾਂ ਬਿਸਤਰ ਤੇ ਬਿਤਾਣਾ ਹੋਵੇਗਾ?"**

ਬਿਸਤਰ ਤੇ ਆਰਾਮ ਕਰਨਾ ਹੈ ਜਾਂ ਨਹੀਂ? ਕਈ ਜੁੜਵਾਂ ਬੱਚਿਆਂ ਦੀ ਸੰਭਾਵੀ ਮਾਵਾਂ ਇਹੀ

### ਮਲਟੀਪਲ ਫ਼ਾਇਦੇ

ਮਲਟੀਪਲ ਪ੍ਰੇਗਨੈਂਸੀ ਨੂੰ ਸੁਰਖਿਅਤ ਬਣਾਉਣ ਦੇ ਲਈ ਮੈਡੀਕਲ ਸਾਇੰਸ ਨੂੰ ਧੰਨਵਾਦ! ਤੁਹਾਨੂੰ ਗਰਭਕਾਲ ਦੇ ਆਰੰਭ ਵਿਚ ਇਸ ਦਾ ਪਤਾ ਲਗ ਜਾਂਦਾ ਹੈ ਇਸ ਲਈ ਪ੍ਰਸੂਤ ਤੋਂ ਪਹਿਲਾਂ ਦੇਖਭਾਲ ਵੀ ਕਰ ਸਕਦੀ ਹੋ। ਆਣ ਵਾਲੇ ਬੱਚਿਆਂ ਦੇ ਲਈ ਤਿਆਰੀ ਦਾ ਪੂਰਾ ਸਮਾਂ ਮਿਲ ਜਾਂਦਾ ਹੈ। ਤੁਸੀਂ ਡਾਕਟਰ ਦੇ ਕੋਲ ਕਈ ਵਾਰ ਜਾ ਕੇ ਆਪਣੀਆਂ ਜਗਿਆਸਾਵਾਂ ਸ਼ਾਂਤ ਕਰ ਸਕਦੀ ਹੋ। ਬੱਚਿਆਂ ਦੀ ਜਾਂਚ ਕਰਵਾ ਕੇ ਨਿਸ਼ਚਿਤ ਹੋ ਸਕਦੀ ਹੋ। ਤੁਹਾਡੇ ਕਈ ਅਲਟ੍ਰਾਸਾਊਂਡ ਵੀ ਹੋਣਗੇ ਤਾਂ ਜੋ ਬੱਚਿਆਂ ਦੀ ਸਹੀ ਸਥਿਤੀ ਦਾ ਅੰਦਾਜ਼ਾ ਹੁੰਦਾ ਰਹੇ। ਤੁਹਾਨੂੰ ਆਪਣੇ ਪੂਰੇ ਗਰਭਕਾਲ ਵਿਚ ਤਸੱਲੀ ਮਿਲਦੀ ਰਹੇਗੀ ਕਿ ਨੰਨ੍ਹੇ ਮਹਿਮਾਨ ਪੂਰੀ ਤਰ੍ਹਾਂ ਸੁਰੱਖਿਅਤ ਹਨ।

ਤੁਸੀਂ ਆਪਣੀ ਸਿਹਤ ਵੱਲ ਪੂਰਾ ਧਿਆਨ ਦੇ ਸਕੋਗੀ ਜਿਸ ਨਾਲ ਪ੍ਰੇਗਨੈਂਸੀ ਨਾਲ ਜੁੜੀਆਂ ਕਈ ਉਲਝਣਾਂ (ਅਨੀਮੀਆ, ਹਾਈਪਰਟੈਂਸ਼ਨ, ਪਲੇਸੈਂਟਾ ਏਵਰਪਸ਼ਨ ਆਦਿ) ਸਮੱਸਿਆ ਨੂੰ ਸਿਰ ਉਠਾਣ ਤੋਂ ਪਹਿਲਾਂ ਹੀ ਕੁਚਲ ਦਿੱਤਾ ਜਾਵੇਗਾ।

ਸਵਾਲ ਪੁੱਛਦੀ ਹੋ ਅਤੇ ਡਾਕਟਰ ਆਸਾਨੀ ਨਾਲ ਜਵਾਬ ਨਹੀਂ ਦੇਂਦੇ। ਡਾਕਟਰ ਹੁਣ ਵੀ ਇਹ ਮੰਨਦੇ ਹਨ ਕਿ ਬੈਡ ਰੈਸਟ ਨਾਲ ਕਈ ਤਰ੍ਹਾਂ ਦੀਆਂ ਉਲਝਣਾਂ ਘੱਟ ਜਾਂਦੀਆਂ ਹਨ। ਇਸ ਲਈ ਉਹ ਪੂਰੇ ਆਰਾਮ ਦੀ ਸਲਾਹ ਦੇਂਦੇ ਹਨ। ਬੱਚੇ ਜਿੰਨੇ ਵੱਧ ਹੋਣਗੇ, ਸਲਾਹ ਉਨੀ ਹੀ ਮਜ਼ਬੂਤ ਹੋਵੇਗੀ ਕਿਉਂਕਿ ਜਿੰਨੇ ਬੱਚੇ, ਉਨੇ ਖ਼ਤਰੇ।

ਆਪਣੇ ਡਾਕਟਰ ਤੋਂ ਇਸ ਬਾਰੇ ਪੂਰੀ ਰਾਏ ਲਉ ਕਿਉਂਕਿ ਮਲਟੀਪਲ ਪ੍ਰੇਗਨੈਂਸੀ ਦਾ ਹਰ ਕੇਸ ਆਪਣੇ-ਆਪ ਵਿਚ ਵੱਖ ਹੁੰਦਾ ਹੈ।

ਜੇਕਰ ਆਰਾਮ ਦੀ ਸਲਾਹ ਦਿੱਤੀ ਜਾਏ ਤਾਂ ਨਿਰਦੇਸ਼ਾਂ ਦਾ ਸਾਵਧਾਨੀ ਨਾਲ ਪਾਲਣ ਕਰੋ। ਜੇ ਕਰ ਬੈੱਡ ਰੈਸਟ ਦੀ ਸਲਾਹ ਨਾ ਵੀ ਦਿੱਤੀ ਜਾਏ ਤਾਂ ਤੁਹਾਨੂੰ ਕੰਮ ਦੇ ਘੰਟੇ ਘਟਾ ਕੇ, ਪੈਰ ਉੱਚੇ ਰੱਖ ਕੇ ਆਰਾਮ ਕਰਨ ਨੂੰ ਕਿਹਾ ਜਾਏਗਾ, ਇਸ ਲਈ ਵੀ ਤਿਆਰ ਰਹੋ।

## ਪੈਨਿਸ਼ਿੰਗ ਟ੍ਰਿਵਨ ਸਿੰਡ੍ਰੋਮ ਕੀ ਹੁੰਦਾ ਹੈ?

ਅਲਟ੍ਰਾਸਾਊਂਡ ਵਿਚ ਮਲਟੀਪਲ ਪ੍ਰੇਗਨੈਂਸੀ ਦਾ ਪਹਿਲਾਂ ਪਤਾ ਲਗ ਜਾਣ ਦੇ ਕਈ ਫਾਇਦੇ ਹੁੰਦੇ ਹਨ ਕਿਉਂਕਿ ਉਨੀ ਜਲਦੀ ਤੁਸੀਂ ਤੇ ਤੁਹਾਡਾ ਡਾਕਟਰ ਮਿਲ ਕੇ ਬੱਚਿਆਂ ਦੀ ਦੇਖਭਾਲ ਸ਼ੁਰੂ ਕਰ ਸਕਦੇ ਹਨ ਪਰ ਕਈ ਵਾਰ ਇਸ ਦਾ ਨੁਕਸਾਨ ਵੀ ਹੁੰਦਾ ਹੈ। 20-30 ਪ੍ਰਤੀਸ਼ਤ ਮਲਟੀਪਲ ਪ੍ਰੇਗਨੈਂਸੀ ਵਿਚ ਇੰਝ ਹੁੰਦਾ ਹੈ। ਪਹਿਲੀ ਤਿਮਾਹੀ ਵਿਚ ਇਕ ਬੱਚਾ ਖ਼ਤਮ ਹੋ ਸਕਦਾ ਹੈ।(ਮਾਂ ਦੇ ਇਹ ਜਾਣਨ ਤੋਂ ਪਹਿਲਾਂ ਹੀ ਉਸ ਦੇ ਗਰਭ ਵਿਚ ਜੁੜਵਾਂ ਪਲ ਰਹੇ ਹਨ)। ਪਿਛਲੇ ਕੁਝ ਸਾਲਾਂ ਵਿਚ ਇਹ ਪ੍ਰਵਿਰਤੀ ਕਾਫ਼ੀ ਵਧੀ ਹੈ। 30 ਸਾਲ ਤੋਂ ਵੱਧ ਉਮਰ ਦੀਆਂ ਔਰਤਾਂ ਦੇਨਾਲ ਇੰਝ ਹੁੰਦਾ ਹੈ।

ਇਸ ਦੇ ਕੋਈ ਖ਼ਾਸ ਲੱਛਣ ਵੀ ਨਹੀਂ ਉਭਰਦੇ। ਮਾਂ ਨੂੰ ਮਿਸਕੈਰੇਜ ਦੀ ਤਰ੍ਹਾਂ ਹਲਕਾ ਖ਼ੂਨ ਬਹਾਓ ਹੁੰਦਾ ਹੈ ਜਾਂ ਪੈਲਵਿਕ ਖੇਤਰ ਵਿਚ ਤਕਲੀਫ਼ ਹੁੰਦੀ ਹੈ। ਹਾਰਮੋਨ ਦਾ ਪੱਧਰ ਘੱਟਣ ਨਾਲ ਵੀ ਪਤਾ ਚਲ ਜਾਂਦਾ ਹੈ ਕਿ ਭਰੂਣ ਖ਼ਤਮ ਹੋ ਗਿਆ ਹੈ।

ਪਹਿਲੀ ਤਿਮਾਹੀ ਵਿਚ ਇੰਝ ਹੋਣ ਤੇ ਗਰਭਕਾਲ ਆਮ ਹੋ ਜਾਂਦਾ ਹੈ ਅਤੇ ਮਾਂ ਇਕ ਸਿਹਤਮੰਦ ਬੱਚੇ ਨੂੰ ਜਨਮ ਦੇਂਦੀ ਹੈ। ਜੇਕਰਇੰਝ ਦੂਜੀ ਤੀਜੀ ਤਿਮਾਹੀ ਵਿਚ ਹੋਵੇਤਾਂ ਇਹ ਜਿੰਦਾ ਬੱਚੇ ਦੇ ਵਿਕਾਸ ਲਈ ਖ਼ਤਰਾ ਹੋ ਸਕਦਾ ਹੈ ਜਾਂ ਪ੍ਰੀਟਰਮ ਲੇਬਰ ਦੀ ਨੌਬਤ ਆ ਸਕਦੀ ਹੈ। ਇਨਫੈਕਸ਼ਨ ਜਾਂ ਖ਼ੂਨ ਵਹਿਣਾ ਵੀ ਹੋ ਸਕਦਾਹੈ। ਇਸ ਤੋਂ ਬਾਦ ਬਚੇ ਹੋਏ ਬੱਚੇ ਤੇ ਪੂਰੀ ਮੈਡੀਕਲ ਨਿਗਰਾਨੀ ਕੀਤੀ ਜਾਂਦੀ ਹੈ ਤਾਂ ਜੋ ਕਿਸੀ ਵੀ ਤਰ੍ਹਾਂ ਦੀ ਉਲਝਣ ਸਾਹਮਣੇ ਨਾ ਆਏ।

## ਮਲਟੀਪਲ ਬੱਚਿਆਂ ਦਾ ਜਨਮ

ਤੁਸੀਂ ਵੀ ਬੜੀ ਬੇਸਬਰੀ ਨਾਲ ਉਸ ਦਿਨ ਦੇ ਇੰਤਜ਼ਾਰ ਵਿਚ ਹੋ ਜਦੋਂ ਆਮ ਜੁੜਵਾਂ ਜਾਂ ਤਿੰਨ ਬੱਚਿਆਂ ਨੂੰ ਜਨਮ ਦਿਉਗੀ। ਉਂਝ ਤਾਂ ਹਰ ਬੱਚੇ ਦਾ ਜਨਮ ਆਪਣੇ-ਆਪ ਵਿਚ ਇਕ ਘਟਨਾ ਹੁੰਦਾ ਹੈ ਪ੍ਰੰਤੂ ਤੁਹਾਡੀ ਕਹਾਣੀ ਇਸ ਤੋਂ ਥੋੜ੍ਹੀ ਵੱਖ ਹੋਵੇਗੀ ਕਿਉਂਕਿ ਤੁਹਾਡੇ ਸਾਮ੍ਹਣੇ ਕਈ ਤਰ੍ਹਾਂ ਦੀਆਂ ਉਲਝਣਾਂ ਜਾਂ ਪ੍ਰੇਸ਼ਾਨੀਆਂ ਆ ਸਕਦੀਆਂ ਹਨ। ਤੁਹਾਡੇ ਬੱਚੇ ਜਿਸ ਵੀ ਤਰੀਕੇ ਨਾਲ ਤੁਹਾਡੇ ਤਕ ਪਹੁੰਚਣ, ਉਹੀ ਉਨ੍ਹਾਂ ਦੇ ਲਈ ਸਭ ਤੋਂ ਸੁਰੱਖਿਅਤ ਤੇ ਸਿਹਤਮੰਦ ਤਰੀਕਾ ਮੰਨਿਆ ਜਾ ਸਕਦਾ ਹੈ।

## ਜੁੜਵਾਂ ਜਾਂ ਉਸ ਤੋਂ ਵੱਧ ਬੱਚਿਆਂ ਦੀ ਲੇਬਰ

ਇਹ ਆਮ ਬੱਚਿਆਂ ਦੇ ਲੇਬਰ ਤੋਂ ਵੱਖ ਕਿਵੇਂ ਹੋ ਸਕਦਾ ਹੈ :

ਇਹ ਮੁਕਾਬਲਤਨ ਛੋਟਾ ਹੋਵੇਗਾ। ਕੀ ਤੁਹਾਨੂੰ ਜੁੜਵਾਂ ਬੱਚਿਆਂ ਦੇ ਲਈ ਦੁਗਣਾ ਦਰਦ ਸਹਿਣਾ ਹੋਵੇਗਾ? ਨਹੀਂ! ਮਲਟੀਪਲ ਪ੍ਰੇਗਨੈਂਸੀ ਵਿਚ ਪ੍ਰਸੂਤ ਦਾ ਪਹਿਲਾ ਪੜਾਅ ਛੋਟਾ ਹੁੰਦਾ ਹੈ। ਤੁਹਾਨੂੰ ਧੱਕਣ ਵਾਲੇ ਬਿੰਦੂ ਤਕ ਪਹੁੰਚਣ ਵਿਚ ਕਾਫ਼ੀ ਘੱਟ ਸਮਾਂ ਲਗਦਾ ਹੈ। ਯੋਨੀ ਰਸਤੇ ਤੋਂ ਪ੍ਰਸੂਤ ਕਰਾਉਂਦੇ ਸਮੇਂ ਆਖ਼ਰੀ ਪੜਾਅ ਜਲਦੀ ਆ ਜਾਂਦਾ ਹੈ।

- ਇਹ ਲੰਬਾ ਵੀ ਹੋ ਸਕਦਾ ਹੈ ਕਿਉਂਕਿ ਮਲਟੀਪਲ ਪ੍ਰੇਗਨੈਂਸੀ ਵਿਚ ਬੱਚੇਦਾਨੀ ਜ਼ਰੂਰਤ ਤੋਂ ਵੱਧ ਖਿਚਾਅ ਵਾਲੀ ਹੋਣ ਨਾਲ ਸੁੰਘੜਨ ਘੱਟ ਹੁੰਦਾ ਹੈ ਅਤੇ ਬੱਚੇ ਦਾਨੀ ਦਾ ਮੂੰਹ ਖੁਲ੍ਹਣ ਵਿਚ ਵੱਧ ਸਮਾਂ ਲਗਦਾ ਹੈ।
- ਤੁਹਾਡੀ ਵੱਧ ਮੈਡੀਕਲ ਦੇਖਰੇਖ ਕੀਤੀ ਜਾਂਦੀ ਹੈ। ਕਿਉਂਕਿ ਖ਼ਤਰਿਆਂ ਦੀ ਸੰਭਾਵਨਾ ਵੱਧ ਹੁੰਦੀ ਹੈ। ਪ੍ਰਸੂਤ ਦੌਰਾਨ ਦੋ ਮਾਨੀਟਰ ਜੁੜੇ ਰਹਿੰਦੇ ਹਨ। ਤਾਂ ਜੋ ਬੱਚਿਆਂ ਦੀ ਸੁੰਘੜਨ ਤੇ ਪ੍ਰਤੀਕ੍ਰਿਆ ਦਾ ਪਤਾ ਲਗਾਇਆ ਜਾ ਸਕੇ। ਉਨ੍ਹਾਂ ਦੇ ਦਿਲ ਦੀ ਧੜਕਣ

ਵੀ ਵਿਚ-ਵਿਚ ਮਾਪੀ ਜਾਂਦੀ ਹੈ।

ਪ੍ਰਸੂਤ ਦਾ ਸਮਾਂ ਕੋਲ ਆਉਣ ਤੇ ਪਹਿਲਾਂ ਬਾਹਰ ਆਣ ਵਾਲੇ ਬੱਚੇ ਦੀ ਅੰਦਰੂਨੀ ਅਤੇ ਦੂਜੇ ਬੱਚੇ ਦੀ ਬਾਹਰੀ ਜਾਂਚ ਹੁੰਦੀ ਹੈ। ਤੁਹਾਨੂੰ ਪਹਿਲਾਂ ਤੋਂ ਇਨ੍ਹਾਂ ਪ੍ਰਤੀਕ੍ਰਿਆਵਾਂ ਦੇ ਲਈ ਤਿਆਰ ਰਹਿਣਾ ਹੋਵੇਗਾ।

- ਤੁਹਾਡੀ ਡਿਲੀਵਰੀ ਓਪਰੇਸ਼ਨ-ਰੂਪ ਵਿਚ ਹੋਵੇਗੀ। ਜੇਕਰ ਸੀ-ਸੈਕਸ਼ਨ ਦੀ ਜ਼ਰੂਰਤ ਪੈ ਜਾਏ ਤਾਂ ਪ੍ਰੇਸ਼ਾਨੀ ਨਾ ਹੋਵੇ। ਹੋ ਸਕਦਾ ਹੈ ਕਿ ਪਹਿਲੇ ਕੁਝ ਘੰਟੇ ਆਲੀਸ਼ਾਨ ਕਮਰੇ ਵਿਚ ਬੀਤਣ, ਬਾਦ ਵਿਚ ਤੁਹਾਨੂੰ ਉਥੇ ਲੈ ਜਾਇਆ ਜਾਵੇਗਾ।

## ਪੁਜੀਸ਼ਨ/ਪੁਜੀਸ਼ਨਾਂ

ਮਲਟੀਪਲ ਪ੍ਰੇਗਨੈਂਸੀ ਵਿਚ ਬੱਚਿਆਂ ਦੀ ਪੁਜੀਸ਼ਨ ਕਾਫ਼ੀ ਅਹਿਮੀਅਤ ਰਖਦੀ ਹੈ। ਜੇਕਰ ਉਨ੍ਹਾਂ ਦੇ ਸਿਰ ਹੇਠਾਂ ਵੱਲ ਹਨ ਤਾਂ ਉਹ ਬੜੀ ਆਸਾਨੀ ਨਾਲ ਜਨਮ ਲੈ ਸਕਦੇ ਹਨ। ਹਾਲਾਂਕਿ ਇਸ ਵਿਚ ਵੀ ਸੀ-ਸੈਕਸ਼ਨ ਕਰਨਾ ਪੈ ਸਕਦਾ ਹੈ। ਬੱਚੇ **ਵਟੇਰਕਸ ਬ੍ਰੀਚ ਪੁਜੀਸ਼ਨ** ਵਿਚ ਵੀ ਹੋ ਸਕਦੇ ਹਨ। ਇਸ ਪੁਜੀਸ਼ਨ ਵਿਚ ਪਹਿਲਾ ਬੱਚਾਂ ਤਾਂ ਵਟੇਰਕਸ ਪੁਜੀਸ਼ਨ ਵਿਚ ਹੁੰਦਾ ਹੈ ਪ੍ਰੰਤੂ ਦੂਜੇ ਬੱਚੇ ਨੂੰ ਬ੍ਰੀਚ ਤੋਂ ਵਟੇਰਕਸ ਪੁਜੀਸ਼ਨ ਵਿਚ ਲਿਆਉਣਾ ਪੈਂਦਾਹੈ। ਜੇਕਰ ਉਹ ਹੱਥਾਂ ਨਾਲ ਸਹੀ ਸਥਿਤੀ ਵਿਚ ਨਾ ਆ ਸਕੇ ਤਾਂ ਉਸਦੇ ਲਈ ਬ੍ਰੀਚ ਐਕਸਟ੍ਰੈਕਸ਼ਨ ਕਰਨਾ ਪੈ ਸਕਦਾ ਹੈ।

**ਬ੍ਰੀਚ/ਵਟੇਕਸ ਜਾਂ ਬ੍ਰੀਚ/ਬ੍ਰੀਚ** :- ਜੇਕਰ ਦੋਨੋਂ ਬੱਚੇ ਬ੍ਰੀਚ ਹੀ ਹੋਣ ਤਾਂ ਡਕਟਰ ਸੀ-ਸੈਕਸ਼ਨ ਦੀ ਸਲਾਹ ਦੇਣਗੇ ਕਿਉਂਕਿ ਐਸੀ ਸਥਿਤੀ ਵਿਚ ਹੱਥਾਂ ਨਾਲ ਬੱਚੇ ਦੀ ਪੁਜੀਸ਼ਨ ਬਦਲਣਾ ਖ਼ਤਰਨਾਕ ਹੋ ਸਕਦਾ ਹੈ।

**ਪਹਿਲਾ ਬੱਚਾ, ਓਬਲੀਕ** :- ਜੇਕਰ ਪਹਿਲੇ ਬੱਚੇ ਦਾ ਸਿਰ ਹੇਠਾਂ ਹੈ ਪ੍ਰੰਤੂ ਬੱਚੇਦਾਨੀ ਵੱਲ ਨਾ ਹੋ ਕੇ ਛਾਤੀ ਵੱਲ ਹੋਵੇ ਤਾਂ ਉਹ ਓਬਲੀਕ ਕਹਿਲਾਂਦਾ ਹੈ। ਜੇਕਰ ਇਕ ਬੱਚਾ ਹੋਵੇ ਤਾਂ ਉਸ ਨੂੰ ਹੱਥ ਨਾਲ ਸਿੱਧਾ ਕਰਨ ਦੀ ਕੋਸ਼ਿਸ਼ ਕਰ ਸਕਦੇ ਹਨ। ਪ੍ਰੰਤੂ ਜੁੜਵਾਂ ਵਿਚ ਇੰਝ ਕਰਨਾ ਖ਼ਤਰਨਾਕ ਹੋਵੇਗਾ। ਕਈਵਾਰ ਪ੍ਰਸੂਤ ਦਰਦ ਵਿਚ ਹੀ ਬੱਚਾ ਸਹੀ ਪੁਜੀਸ਼ਨ ਵਿਚ ਆ ਜਾਂਦਾ ਹੈ ਜਾਂ ਫਿਰ ਡਾਕਟਰ ਸੀ-ਸੈਕਸ਼ਨ ਦੀ ਸਲਾਹ ਦੇਂਦੇ ਹਨ ਤਾਂ ਜੋ ਕਿਸੀ ਤਰ੍ਹਾਂ ਦਾ ਕੋਈ ਖ਼ਤਰਾ ਨਾ ਰਹੇ।

**ਟ੍ਰਾਂਸਵਰਸ/ਟ੍ਰਾਸਵਰਸ**:- ਐਸੀ ਸਥਿਤੀ ਵਿਚ ਦੋਨੋਂ ਬੱਚੇ ਬੱਚੇਦਾਨੀ ਵਿਚ ਟ੍ਰਾਂਸਵਰਸ ਪੁਜੀਸ਼ਨ ਵਿਚ ਹੁੰਦੇ ਹਨ ਜਿਨ੍ਹਾਂ ਦੇ ਲਈ ਸੀ-ਸੈਕਸ਼ਨ ਤੋਂ ਬਿਨਾਂ ਕੋਈ ਉਪਾਅ ਨਹੀਂ ਹੁੰਦਾ।

**ਜੁੜਵਾਂ ਬੱਚਿਆਂ ਦੀ ਡਿਲੀਵਰੀ**:- ਤੁਸੀਂ ਹੇਠ-ਲਿਖਿਆਂ ਦੀ ਉਮੀਦ ਕਰ ਸਕਦੀ ਹੋ:

**ਯੋਨੀ ਰਸਤੇ ਤੋਂ ਡਿਲੀਵਰੀ**:- ਅੱਧੇ ਤੋਂ ਵੱਧ ਜੁੜਵਾਂ ਬੱਚੇ ਪਰੰਪਰਾਗਤ ਤਰੀਕੇ ਨਾਲ ਹੀ ਜਨਮ ਲੈਂਦੇ ਹਨ। ਪ੍ਰੰਤੂ ਉਨ੍ਹਾਂ ਦਾ ਅਨੁਭਵ ਇਕੱਲੇ ਬੱਚੇ ਦੇ ਜਨਮ ਵਰਗਾ ਨਹੀਂ ਹੁੰਦਾ। ਪਹਿਲੇ ਬੱਚੇ ਦੇ ਜਨਮ ਵਿਚ ਤਿੰਨ ਮਿੰਟ ਤੋਂ ਲੈਕੇ ਤਿੰਨ ਘੰਟੇ ਤਕ ਦਾ ਸਮਾਂ ਲਗ ਸਕਦਾ ਹੈ। ਇਹ ਕਾਫ਼ੀ ਹੱਦ ਤਕ ਦੂਜੇ ਬੱਚੇ ਦੀ ਪੁਜੀਸ਼ਨ ਤੇ ਵੀ ਨਿਰਭਰ ਕਰਦਾ ਹੈ। ਡਾਕਟਰ ਕਈ ਵਾਰ ਵੈਕਯੂਮ ਦੀ ਮਦਦ ਨਾਲ ਵੀ ਡਿਲੀਵਰੀ ਦੀ ਗਤੀ ਵਧਾਉਣ ਦੀ ਕੋਸ਼ਿਸ਼ ਕਰਦੇ ਹਨ। ਤਾਂ ਹੀ ਡਾਕਟਰ ਐਸੀਆਂ ਮਾਵਾਂ ਦੇ ਲਈ ਏਪੀਡਿਯੂਰਲ ਦੀ ਸਲਾਹ ਦੇਂਦੇਹਨ। ਬੱਚੇਦਾਨੀ ਦੇ ਅੰਦਰੋਂ ਬੱਚੇ ਨੂੰ ਬਾਹਰ ਲਿਆਣਾ ਹੈ ਤਾਂ ਦਰਦ ਨਿਵਾਰਕ ਦਵਾਈ ਤੋਂ ਬਿਨਾਂ ਕਿਵੇਂ ਚਲੇਗਾ?

## ਜੁੜਵਾਂ ਦੇ ਜਨਮ ਦਾ ਸਮਾਂ

ਤੁਹਾਡੇ ਮਲਟੀਪਲ ਦੇ ਜਨਮ ਵਿਚ ਕਿੰਨਾ ਅੰਤਰ ਹੋਵੇਗਾ? ਯੋਨੀ ਮਾਰਗ ਤੋਂ ਜਨਮ ਦੇ ਸਮੇਂ ਉਨ੍ਹਾਂ ਦੇ ਜਨਮ ਕਾਲ ਵਿਚ 10 ਤੋਂ 30 ਮਿੰਟ ਦਾ ਫਰਕ ਹੋ ਸਕਦਾ ਹੈ ਜਦੋਂ ਕਿ ਸੀ-ਸੈਕਸ਼ਨ ਵਿਚ ਇਹ ਫਰਕ ਕੁਝ ਸੈਕਿੰਡ ਜਾਂ ਮਿੰਟਾਂ ਦਾ ਹੁੰਦਾ ਹੈ।

**ਮਿਲੀ-ਜੁਲੀ ਡਿਲੀਵਰੀ**:- ਇੰਝ ਕਦੇ-ਕਦੇ ਹੁੰਦਾ ਹੈ ਕਿ ਇਕ ਬੱਚੇ ਦਾ ਯੋਨੀ ਰਸਤੇ ਤੋਂ ਜਨਮ ਹੋਣ ਤੋਂ ਬਾਦ ਦੂਜੇ ਦੇਲਈ ਓਪਰੇਸ਼ਨ ਕਰਨਾ ਪਵੇ। ਇੰਝ ਐਮਰਜੈਂਸੀ ਵਿਚ ਹੀ ਹੁੰਦਾ ਹੈ ਜਦੋਂ ਦੂਜਾ ਬੱਚਾ ਖ਼ਤਰੇ ਵਿਚ ਹੋਵੇ, ਜਿਵੇਂ 'ਪਲੇਸੈਂਟਲ ਏਰਪਸ਼ਨ ਜਾਂ

ਕੋਈ ਪ੍ਰੋਲੈਪਸ' (ਫੈਟਲ ਮਾਨੀਟਰ ਤੇ ਡਾਕਟਰ ਨੂੰ ਇਹ ਸਭ ਦਿਖ ਜਾਏਗਾ। ਇਹ ਸਭ ਮਾਂ ਦੇ ਲਈ ਮਜਾਕ ਨਹੀਂ ਹੁੰਦਾ। ਯੋਨੀ ਰਸਤੇ ਤੋਂ ਡਿਲੀਵਰੀ ਤੋਂ ਬਾਦ ਓਪਰੇਸ਼ਨ ਦਾ ਝੰਝਟ ਪ੍ਰੰਤੂ ਜਦੋਂ ਬੱਚੇ ਦੀ ਸੁਰੱਖਿਆ ਦਾ ਸਵਾਲ ਹੋਵੇ ਤਾਂ ਹੋਰਕੁਝ ਦਿਖਾਈ ਨਹੀਂ ਦੇਂਦਾ।

**ਸੀ-ਸੈਕਸ਼ਨ:-** ਸੀ-ਸੈਕਸ਼ਨ ਦੀ ਮਿਤੀ ਡਾਕਟਰ ਨਾਲ ਮਿਲ ਕੇ ਪਹਿਲਾਂ ਹੀ ਤੈਅ ਹੋ ਜਾਂਦੀ ਹੈ। ਕਈ ਤਰ੍ਹਾਂ ਦੀਆਂ ਪ੍ਰੇਸ਼ਾਨੀਆਂ ਐਸੀਆਂ ਹਨ ਜਿਨ੍ਹਾਂ ਦੇ ਕਾਰਣ ਮਲਟੀਪਲ ਪ੍ਰੇਗਨੈਂਸੀ ਵਿਚ ਸੀ-ਸੈਕਸ਼ਨ ਕਰਨਾ ਹੀ ਸੁਰਖਿਅਤ ਰਹਿੰਦਾ ਹੈ। ਐਸੀ ਸਥਿਤੀ ਵਿਚ ਤੁਹਾਡਾ ਸਾਥੀ ਜਾਂ ਕੋਚ ਮਦਦ ਦੇ ਲਈ ਓਪਰੇਸ਼ਨ ਕਮਰੇ ਵਿਚ ਆ ਸਕਦਾ ਹੈ। ਐਸੀ ਸਥਿਤੀ ਵਿਚ ਬੱਚਿਆਂ ਦੇਜਨਮ ਦੇ ਸਮੇਂ ਸਕਿੰਟ ਵਿਚਕੁਝ ਮਿੰਟਾਂ ਦਾ ਅੰਤਰ ਹੋ ਸਕਦਾ ਹੈ।

**ਅਣਉਯੋਜਿਤ ਸੀ-ਸੈਕਸ਼ਨ:-** ਬੱਚੇ ਇਸ ਤਰੀਕੇ ਨਾਲ ਵੀ ਦੁਨੀਆ ਵਿਚ ਕਦਮ ਰਖ ਸਕਦੇ ਹਨ। ਐਸੀ ਸਥਿਛੀ ਵਿਚ ਤੁਸੀਂ ਜਾਂਚ ਕਰਾਉਣ ਜਾਂਦੀ ਹੋ ਅਤੇ ਪਤਾ ਚਲਦਾਹੈ ਕਿ ਬੱਚਾ ਤਾਂ ਉਸੀ ਦਿਨ ਪ੍ਰਸੂਤ ਦੇ ਲਈ ਤਿਆਰ ਹੈ। ਐਸਾ ਅਨੁਮਾਨਤ ਮਿਤੀ ਤੋਂ ਕਾਫ਼ੀ ਪਹਿਲਾਂ ਵੀ ਹੋ ਸਕਦਾ ਹੈ। ਇਸਲਈ ਆਪਣਾ ਸਾਰਾ ਸਮਾਨ ਤਿਆਰ ਰਖੋ। ਜੇਕਰ ਬੱਚਿਆਂ ਦੇ ਵਿਕਾਸ ਵਿਚ ਰੁਕਾਵਟ ਆਏ, ਤੁਸੀਂ ਹਾਈ ਬਲੱਡ ਪ੍ਰੈਸ਼ਰ ਦੀ ਸ਼ਿਕਾਰ ਹੋਜਾਓ ਜਾਂ ਫਿਰ ਪ੍ਰਸੂਤ ਦਰਦ ਲੰਬੀ ਖਿੱਚਣ ਦੇ ਬਾਵਜੂਦ ਕੋਈ ਪ੍ਰਗਤੀ ਨਾ ਹੋਵੇ ਤਾਂ ਐਸੇ ਹਾਲਾਤ ਪੈਦਾ ਹੋ ਜਾਂਦੇਹਨ। 10 ਪੌਂਡ ਤੋਂ ਜ਼ਿਆਦਾ ਭਾਰ ਵਾਲੇ ਬੱਚਿਆਂ ਦੇਲਈ ਸਿਜੇਰੀਅਨ ਡਿਲੀਵਰੀ ਦਾ ਹੀ ਰਸਤਾ ਬਚਦਾ ਹੈ।

## ਦੋ ਬੱਚਿਆਂ ਨੂੰ ਦੁੱਧ ਪਿਲਾਉਣਾ

ਤੁਸੀਂ ਤਾਂ ਜਾਣਦੀ ਹੀ ਹੋ ਕਿ ਤੁਹਾਡੇ ਬੱਚਿਆਂ ਦੇ ਲਈ ਦੁੱਧ ਪਿਲਾਉਣਾ ਕਿੰਨਾ ਜ਼ਰੂਰੀ ਹੈ ਪ੍ਰੰਤੂ ਕੀ ਤੁਸੀਂ ਜਾਣਦੀ ਹੋ ਕਿ ਦੁੱਧ ਪਿਲਾਣ ਵਾਲੀਆਂ ਮਾਵਾਂ ਬਹੁਤ ਜਲਦੀ ਆਪਣੀ ਗਵਾਚੀ ਫਿਗਰ ਪਾ ਲੈਂਦੀਆਂ ਹਨ। ਉਨ੍ਹਾਂ ਦੇ ਖ਼ੂਨ ਬਹਾਓ ਵਿਚ ਵੀ ਕਮੀ ਆਉਂਦੀ ਹੈ। ਦੋ ਬੱਚਿਆਂ ਨੂੰ ਦੁੱਧ ਪਿਲਾਉਗੀ ਤਾਂ ਤੁਹਾਡੇ ਸਰੀਰ ਤੋਂ ਫਟਾਫਟ ਚਰਬੀ ਘਟੇਗੀ।ਜੇਕਰ ਉਹ ਨਵੇਂ ਜੰਮੇ ਬੱਚੇ ਆਈ.ਸੀ.ਯੂ. ਵਿਚ ਹੋਣ ਤਾਂ ਤੁਸੀਂ ਘਬਰਾਓ ਨਾ, ਉਨ੍ਹਾਂ ਦੇ ਲਈ ਆਪਣਾ ਅੰਮ੍ਰਿਤ ਵਰਗਾ ਦੁੱਧ ਕੱਢ ਕੇ ਰਖੋ ਤੇ ਪਿਲਾਓ ਤਾਂ ਜੋ ਛਾਤੀਆਂ ਵਿਚ ਦੁੱਧ ਬਣਨ ਦੀ ਪ੍ਰਕ੍ਰਿਆ ਵਿਚ ਰੁਕਾਵਟ ਨਾ ਆਏ।

**ਤਿੰਨ ਬੱਚਿਆਂ ਦੀ ਡਿਲੀਵਰੀ:-** ਇਸ ਹਾਈ-ਰਿਸਕ ਡਿਲੀਵਰੀ ਵਿਚ ਸਿਰ ਸੀ-ਸੈਕਸ਼ਨ ਦੀ ਹੀ ਮਦਦ ਲਈ ਜਾਂਦੀ ਹੈ। ਕੁਝ ਡਾਕਟਰਾਂ ਦਾ ਮੰਨਣਾ ਹੈ ਕਿ ਅਜਿਹੇ ਬੱਚੇ ਜੇਕਰ ਸਹੀ ਸਥਿਤੀ ਵਿਚ ਹੋਣ ਤਾਂ ਯੋਨੀ ਰਸਤੇ ਰਾਹੀਂ ਡਿਲੀਵਰੀ ਸੰਭਵ ਹੈ। ਇਥੇ ਵੀ ਐਸਾ ਬਹੁਤ ਘੱਟ ਹੁੰਦਾ ਹੈ ਕਿ ਦੋ ਬੱਚੇ ਯੋਨੀ ਰਸਤੇ ਤੋਂ ਜਨਮ ਲੈਣ ਅਤੇ ਤੀਜੇ ਦੇਲਈ ਓਪਰੇਸ਼ਨ ਕਰਨਾ ਪਵੇ। ਉਂਝ ਤਰੀਕਾ ਚਾਹੇ ਜੋ ਵੀ ਹੋਵੇ, ਜੇਕਰ ਤੁਸੀਂ ਚਾਰੋਂ ਡਿਲੀਵਰੀ ਰੂਮ ਤੋਂ ਸੁਰੱਖਿਅਤ ਬਾਹਰ ਆਉਂਦੇ ਹੋ ਤਾਂ ਉਹੀ ਸਭ ਤੋਂ ਸ.ਫਲ ਮੰਨਿਆ ਜਾਏਗਾ।

## ਮਲਟੀਪਲ ਡਿਲੀਵਰੀ ਤੋਂ ਬਾਅਦ ਆਰਾਮ

ਤੁਹਾਡੀ ਮਲਟੀਪਲ ਡਿਲੀਵਰੀ ਵਿਚ ਵੀ ਸਿੰਗਲ ਡਿਲੀਵਰੀ ਦੀਤਰ੍ਹਾਂ ਹੀ ਆਰਾਮ ਆਏਗਾ। ਇਸ ਪ੍ਰਸੂਤ ਤੋਂ ਬਾਅਦ ਹੇਠ-ਲਿਖੇ ਅੰਤਰ ਹੋ ਸਕਦੇ ਹਨ :-

- ਪੇਟ ਨੂੰ ਆਪਣੇ ਆਕਾਰ ਵਿਚ ਵਾਪਸ ਆਉਣ ਵਿਚ ਥੋੜ੍ਹਾ ਸਮਾਂ ਲਗੇਗਾ।
- ਤੁਹਾਡੇ ਯੋਨੀ ਰਸਤੇ ਤੋਂ ਵੱਧ ਸਮੇਂ ਤਕ ਖ਼ੂਨ ਵੱਗ ਸਕਦਾ ਹੈ।
- ਫਿਗਰ ਵਾਪਸ ਪਾਉਣ ਵਿਚ ਜ਼ਿਆਦਾ ਸਮਾਂ ਲਗੇਗਾ ਕਿਉਂਕਿ ਗਰਭ ਦੇ ਆਖ਼ਰੀ ਮਹੀਨਿਆਂ ਵਿਚ ਤੁਹਾਡੇ ਸਰੀਰ ਦਾ ਵਿਕਾਸ ਹੌਲੀ ਗਿਆ ਸੀ।
- ਤੁਹਾਡੇ ਸਰੀਰ ਵਿਚ ਦਰਦ ਹੁੰਦੇ ਰਹਿਣਗੇ। ਤੁਹਾਡਾ ਭਾਰ ਵੀ ਕਾਫ਼ੀ ਵਧਿਆ ਹੋਵੇਗਾ ਅਤੇ ਉਸ ਨੂੰ ਘੱਟਣ ਵਿਚ ਸਮਾਂ ਲਗੇਗਾ।

ਭਾਗ-4

# ਬੱਚੇ ਦੇ ਜਨਮ ਤੋਂ ਬਾਅਦ

# ਪ੍ਰਸੂਤ ਤੋਂ ਬਾਅਦ

# ਪਹਿਲਾ ਹ.ਫਤਾ

ਵਧਾਈ ਹੋਵੇ! ਤੁਸੀਂ ਚਾਲ੍ਹੀ ਹ.ਫਤਿਆਂ ਤੋਂ ਜਿਸ ਪਲ ਦੇ ਇੰਤਜ਼ਾਰ ਵਿਚ ਸੀ ਉਹ ਆ ਪਹੁੰਚਿਆ ਹੈ। ਗਰਭਕਾਲ ਦੇ ਲੰਬੇ ਦੌਰ ਤੇ ਪ੍ਰਸੂਤ ਦਰਦ ਨੂੰ ਵੀ ਤੁਸੀਂ ਕਾ.ਫੀ ਪਿੱਛੇ ਛੱਡ ਆਈ ਹੋ। ਹੁਣ ਤੁਸੀਂ ਅਧਿਕਾਰਤ ਤੌਰ ਤੇ ਮਾਂ ਹੋ ਅਤੇ ਖ਼ੁਸ਼ੀਆਂ ਦੀ ਨੰਨ੍ਹੀ ਜਿਹੀ ਪੋਟਲੀ, ਪੇਟ ਤੋਂ ਨਿਕਲ ਕੇ ਬਾਹਾਂ ਵਿਚ ਆ ਪਹੁੰਚੀ ਹੈ। ਪ੍ਰੰਤੂ ਇਹ ਦੌਰ ਬੱਚੇ ਤੋਂ ਇਲਾਵਾ ਹੋਰ ਬਹੁਤ ਕੁਝ ਆਪਣੇ ਨਾਲ ਲਿਆਂਦਾ ਹੈ। ਕਈ ਨਵੇਂ ਤਰ੍ਹਾਂ ਦੇ ਲੱਛਣ (ਪ੍ਰੈਗਨੈਂਸੀ ਦੀ ਵਿਦਾਈ ਨਾਲ ਜੁੜੇ ਦਰਦ, ਤਕਲੀ.ਫਾਂ ਆਦਿ) ਕਈ ਨਵੇਂ ਤਰ੍ਹਾਂ ਦੇ ਸਵਾਲ (ਪਸੀਨਾ ਇੰਨਾ ਕਿਉਂ ਆ ਰਿਹਾ ਹੈ? ਡਿਲੀਵਰੀ ਤੋਂ ਬਾਦ ਦੀ ਸੁੰਘੜਨ ਕਿਉਂ ਹੋ ਰਿਹਾ ਹੈ। ਕੀ ਮੈਂਦੁਬਾਰਾ ਕਦੀ ਬੈਠ ਸਕਾਂਗੀ? ਹੁਣ ਵੀ ਮੈਨੂੰ 6 ਮਹੀਨੇ ਦਾ ਗਰਭ ਵਰਗਾ ਕਿਉਂ ਦਿਖਦਾ ਹੈ? ਇਹ ਛਾਤੀਆਂ ਕਿਸ ਦੀਆਂ ਹਨ? ਉਮੀਦ ਹੈ ਕਿ ਤੁਹਾਡੇ ਕੋਲ ਪਹਿਲਾਂ ਤੋਂ ਇਨ੍ਹਾਂ ਵਿਚੋਂ ਕਈ ਸਵਾਲਾਂ ਦੇ ਜਵਾਬ ਹੋਣਕੇ ਕਿਉਂਕਿ ਇਕ ਵਾਰ ਮਾਂ ਬਣਨ ਤੋਂ ਬਾਦ ਪੜ੍ਹਣ ਦੀ ਫੁਰਸਤ ਕਿਸ ਨੂੰ ਹੁੰਦੀ ਹੈ?

## ਤੁਸੀਂ ਕੀ ਮਹਿਸੂਸ ਕਰ ਰਹੀ ਹੋਵੋਗੀ?

ਡਿਲੀਵਰੀ ਦੀ ਕਿਸਮ ਅਨੁਸਾਰ ਹੀ ਪ੍ਰਸੂਤ ਤੋਂ ਬਾਅਦ ਪਹਿਲੇ ਹ.ਫਤੇ ਦੀ ਸਥਿਤੀ ਨਿਰਭਰ ਕਰਦੀ ਹੈ। ਇਸ ਤੋਂ ਇਲਾਵਾ ਕੁਝ ਵਿਅਕਤੀਗਤ ਲੱਛਣ ਵੀ ਹੋ ਸਕਦੇ ਹਨ।

**ਸਰੀਰਕ ਲੱਛਣ :-**

ਯੋਨੀ ਤੋਂ ਖ਼ੂਨ ਵੱਞਣਾ (ਮਾਸਕ ਧਰਮ ਦੀ ਤਰ੍ਹਾਂ) ਪੇਟ ਦੇ ਹੇਠਲੇ ਹਿੱਸੇ ਵਿਚ ਦਰਦ (ਬੱਚੇਦਾਨੀ ਖਿਚਾਅ ਦੇ ਕਾਰਣ)

- ਥਕਾਵਟ
- ਟਾਂਕਿਆਂ ਵਾਲੀ ਜਗ੍ਹਾ ਖਿਚਾਅ, ਦਰਦ ਤੇ ਬੇਚੈਨੀ
- ਸੀ-ਸੈਕਸ਼ਨ ਤੋਂ ਬਾਦ ਪੈਰੀਨਿਯਲ ਬੇਚੈਨੀ
- ਚੀਰ ਦੇ ਆਸਪਾਸ ਦਰਦ ਜਾਂ ਸੁੰਨਾਪਨ
- ਉਠਦੇ-ਬੈਠਦੇ ਸਮੇਂ ਦਰਦ ਤੇ ਚੁੱਭਣ
- ਇਦ-ਦੋ ਦਿਨ ਪਿਸ਼ਾਬ, ਲੈਟਰੀਨ ਵਿਚ ਔਖਿਅਆਈ
- ਕਬਜ, ਪਹਿਲੇ ਕੁਝ ਦਿਨ ਲੈਟਰੀਨ ਵਿਚ ਔਖਿਆਈ
- ਪੂਰੇ ਸਰੀਰ ਵਿਚ ਦਰਦ
- ਲਾਲ ਅੱਖਾਂ, ਅੱਖਾਂ ਦੇ ਆਸਪਾਸ ਕਾਲੇ ਧੱਬੇ
- ਰਾਤ ਨੂੰ ਬਹੁਤ ਪਸੀਨਾ ਆਉਣਾ
- ਦੁੱਧੀਆਂ ਵਿਚ ਕਾ.ਫੀ ਤਕਲੀ.ਫ ਤੇ ਖ਼ੂਨ ਖੋਲ੍ਹਣਾ
- ਦੁੱਧ ਪਿਲਾਉਣ ਸਮੇਂ ਨਿੱਪਲਾਂ ਵਿਚ ਦਰਦ ਜਾਂ ਦਰਾਰਾਂ

**ਭਾਵਨਾਤਮਕ ਲੱਛਣ**

- ਦੋਨਾਂ ਵਿਚਕਾਰ ਮੂਡ ਵਿਚ ਉਤਾਰ-ਚੜ੍ਹਾਅ
- ਬੱਚੇ ਦੀ ਦੇਖਰੇਖ ਦੇ ਲਈ ਤਨਾਅ
- ਦੁੱਧ ਪਿਲਾਨਾ ਸ਼ੁਰੂ ਕਰਨ ਵਿਚ ਔਖਿਆਈ ਹੋਣ ਤੇ ਗੁੱਸਾ
- ਸਰੀਰਕ, ਭਾਵਨਾਤਮਕ ਚੁਣੌਤੀਆਂ ਵਿਚ ਰੁਕਵਾਟ
- ਬੱਚੇ ਦੇਨਾਲ ਨਵਾਂ ਜੀਵਨ ਸ਼ੁਰੂ ਕਰਨ ਦੀ ਉਤਸੁਕਤਾ

# ਤੁਸੀਂ ਕੀ ਸੋਚ ਰਹੀ ਹੋਵੋਗੀ?

**"ਮੈਂ ਡਿਲੀਵਰੀ ਦੇ ਸਮੇਂ ਥੋੜ੍ਹੇ ਖ਼ੂਨ ਬਹਾਅ ਬਾਰੇ ਸੋਚਿਆ ਸੀ ਪ੍ਰੰਤੂ ਜਦੋਂ ਮੈਂ ਪਹਿਲੀ ਵਾਰ ਬਿਸਤਰ ਤੋਂ ਉਠੀ ਤਾਂ ਉਦੋਂ ਵੀ ਖ਼ੂਨ ਵਹਿਣ ਹੋ ਰਿਹਾ ਸੀ, ਮੈਂ ਘਬਰਾ ਜਿਹੀ ਗਈ।"**

ਆਪਣੇ ਕੋਲ ਪੈਡ ਰੱਖੋ ਅਤੇ ਨਿਸ਼ਚਿੰਤ ਹੋ ਜਾਓ। ਬੱਚੇਦਾਨੀ ਤੋਂ ਨਿਕਲਣ ਵਾਲਾ ਖ਼ੂਨ, ਮਿਊਕਸ ਤੇ ਉਤੱਕ 'ਲੋਕੀਆ' ਕਹਿਲਾਂਦੇ ਹਨ। ਇਹ ਮਾਸਕ ਧਰਮ ਤੋਂ ਵੱਧ ਮਾਤਰਾ ਵਿਚ ਨਿਕਲਦੇ ਹਨ। ਸ਼ੁਰੂ-ਸ਼ੁਰੂ ਵਿਚ ਲੇਟਕੇ ਉਠਣ ਤੇ ਤੇਜ ਬਹਾਓ ਪਤਾ ਚਲਦਾ ਹੈ। ਇਹ ਰਿਸਾਅ ਪਹਿਲਾਂ ਕੁਝ ਦਿਨਾਂ ਵਿਚ ਗਾੜ੍ਹੇ ਲਾਲ ਰੰਗ ਦਾ ਹੁੰਦਾ ਹੈ ਫਿਰ ਹੌਲੀ-ਹੌਲੀ ਗੁਲਾਬੀ, ਭੂਰਾ, ਫਿਰ ਸਫ਼ੇਦ ਹੋ ਜਾਂਦਾ ਹੈ। ਬਚਾਓ ਰੋਕਣ ਲਈ ਟੈਂਪੂਨ ਦੀ ਥਾਂ ਪੈਡ ਪ੍ਰਯੋਗ ਕਰਨੇ ਪੈ ਸਕਦੇ ਹਨ। ਕੁਝ ਔਰਤਾਂ ਵਿਚ ਤਿੰਨ ਮਹੀਨੇ ਤਕ ਹਲਕਾ ਰਿਸਾਅ ਹੁੰਦਾ ਰਹਿੰਦਾ ਹੈ। ਹਰਕਿਸੀ ਦਾ ਬਚਾਓ ਵੱਖ-ਵੱਖ ਹੁੰਦਾ ਹੈ।

ਦੁੱਧ ਲਿਆਉਣ ਜਾਂ ਆੱਕਸੀਟੌਸਿਨ ਕਾਰਣ ਇਹ ਰਿਸਾਅ ਘਟਦਾ ਹੈ। ਡਿਲੀਵਰੀ ਤੋਂ ਬਾਦ ਹੋਣ ਵਾਲੀ ਸੁੰਘੜਨ, ਬੱਚੇਦਾਨੀ ਨੂੰ ਸਹੀ ਆਕਾਰ ਵਿਚ ਲਿਆਉਣ ਵਿਚ ਸਹਾਇਕ ਹੁੰਦੀ ਹੈ। ਜੇਕਰ ਹਸਪਤਾਲ ਵਿਚ ਹੀ ਤੁਹਾਨੂੰ ਲਗੇ ਕਿ ਖ਼ੂਨ ਬਹਾਓ ਜ਼ਿਆਦਾ ਹੋ ਰਿਹਾ ਹੈ ਤਾਂ ਨਰਸ ਨੂੰ ਦਸੋ। ਜੇਕਰ ਘਰ ਵਿਚ ਆਮ ਨਾਲੋਂ ਵੱਧ ਖ਼ੂਨ ਬਹਾਓ ਹੋਵੇ ਤਾਂ ਡਾਕਟਰ ਨੂੰ ਦੱਸਣ ਵਿਚ ਦੇਰ ਨਾ ਕਰੋ ਜਾਂ ਐਮਰਜੈਂਸੀ ਮਦਦ ਲਈ ਜਾਓ।

# ਦਰਦਾਂ ਤੋਂ ਬਾਅਦ

**"ਜਦੋਂ ਮੈਂ ਦੁੱਧ ਪਿਲਾਉਂਦੀ ਹਾਂ ਤਾਂ ਪੇਟ ਦੇ ਹੇਠਲੇ ਹਿੱਸੇ ਵਿਚ ਖਿਚਾਅ ਦੇ ਨਾਲ ਦਰਦ ਕਿਉਂ ਮਹਿਸੂਸ ਹੁੰਦਾ ਹੈ?"**

ਬਦਕਿਸਮਤੀ ਨਾਲ ਉਹ ਦਰਦ ਭਰੇ ਸੁੰਘੜਨ, ਪ੍ਰਸੂਤ ਤੋਂ ਬਾਦ ਵੀ ਖ਼ਤਮ ਨਹੀਂ ਹੁੰਦੇ। ਬੱਚੇਦਾਨੀ ਨੂੰ 2 1/3 ਪੌਂਡ ਤੋਂ ਸੁੰਘੜ ਕੇ ਕੁਝ ਔਂਸ ਵਿਚ ਆਣਾ ਹੈ। ਪ੍ਰਕ੍ਰਿਆ ਵਿਚ ਦਰਦ ਤਾਂ ਹੋਵੇਗਾ ਹੀ। ਬੱਚੇ ਦੇ ਜਨਮ ਤੋਂ ਬਾਦ ਸਰੀਰ ਹੌਲੀ-ਹੌਲੀ ਆਪਣੇ ਪੁਰਾਣੇ ਆਕਾਰ ਵਿਚ ਆਉਂਦਾ ਹੈ। ਤੁਸੀਂ ਬੱਚੇਦਾਨੀ ਦੇ ਸੁੰਘੜਨ ਦਾ ਅੰਦਾਜ਼ਾ ਆਪ ਲਗਾ ਸਕਦੀ ਹੋ।

ਇਸ ਦਰਦ ਵਿਚ ਤਕਲੀਫ਼ ਤਾਂ ਹੁੰਦੀ ਹੈ ਪ੍ਰੰਤੂ ਇਹ ਫਾਇਦੇਮੰਦ ਵੀ ਹੈ। ਇਨ੍ਹਾਂ ਨਾਲ ਬੱਚੇਦਾਨੀ ਤਾਂ ਸੁੰਘੜਦੀ ਹੀ ਹੈ, ਖ਼ੂਨ ਬਹਾਓ ਵੀ ਘਟਦਾ ਹੈ। ਦੁੱਧ ਪਿਲਾਉਣ ਸਮੇਂ ਇਹ ਦਰਦ ਵੱਧ ਸਕਦਾ ਹੈ ਕਿਉਂਕਿ ਉਸ ਸਮੇਂ ਖਿਚਾਅ ਵਧਾਉਣ ਵਾਲੇ ਆੱਕਸੀਟੋਸਿਨ ਦਾ ਰਿਸਾਅ ਹੁੰਦਾ ਹੈ।

ਚਾਰ ਤੋਂ ਸੱਤ ਦਿਨ ਵਿਚ ਦਰਦ ਆਪਣੇ ਆਪ ਘਟ ਹੋ ਜਾਂਦੇ ਹਨ। ਉਦੋਂ ਤਕ ਟਾਇਲੀਨੋਲ ਤੋਂ ਆਰਾਮ ਆ ਸਕਦਾ ਹੈ। ਜੇਕਰ ਦਰਦ ਦਾ ਆਰਾਮ ਨਾ ਆਏ ਤਾਂ ਡਾਕਟਰ ਤੋਂ ਪੁੱਛੋ, ਕੋਈ ਇਨਫੈਕਸ਼ਨ ਵੀ ਹੋ ਸਕਦਾ ਹੈ।

# ਪੈਰੀਨਿਯਲ ਦਾ ਦਰਦ

**"ਮੇਰੀ ਏਪੀਸਿਓਟਮੀ ਨਹੀਂ ਹੋਈ ਅਤੇ ਕੋਈ ਚੀਰਾ ਵੀ ਨਹੀਂ ਆਇਆ। ਫਿਰ ਹੇਠਲੇ ਹਿੱਸੇ ਵਿਚ ਇੰਨਾਂ ਦਰਦ ਕਿਉਂ ਹੈ?"**

ਤੁਸੀਂ 7 ਪੌਂਡ ਦੇ ਬੱਚੇ ਦੇ ਆਗਮਨ ਨੂੰ ਨਜ਼ਰਅੰਦਾ ਕਰ ਰਹੀ ਹੋ। ਚਾਹੇ ਕੋਈ ਚੀਰਾਫਾੜ ਨਹੀਂ ਹੋਈ। ਪ੍ਰੰਤੂ ਉਸ ਹਿੱਸੇ ਵਿਚ ਖਰੋਚਾਂ, ਤਕਲੀਫ਼ ਜਾਂ ਸੋਜਸ ਤਾਂ ਹੋ ਹੀ ਸਕਦੀ ਹੈ। ਖੰਘਦੇ ਜਾਂ ਛਿੱਕਣ ਸਮੇਂ ਇਹ ਦਰਦ ਵੱਧ ਜਾਂਦਾ ਹੈ ਤੇ ਕਈ ਦਿਨ ਤਕ ਤਾਂ ਉਠਣ-ਬੈਠਣ ਵਿਚ ਵੀ ਤਕਲੀਫ਼ ਹੁੰਦੀ ਹੈ। ਤੁਸੀਂ ਅਗਲੇ ਹਿੱਸੇ ਵਿਚ ਦਿੱਤੇ ਗਏ ਟਿਪਸ ਇਥੇ ਵੀ ਅਜਮਾ ਸਕਦੀ ਹੋ। ਇਹ ਵੀ ਹੋ ਸਕਦਾ ਹੈ ਕਿ ਬੱਚੇ ਨੂੰ ਧੱਕਣ ਦੀ ਪ੍ਰਅਕ੍ਰਿਆ ਵਿਚ ਇਸ ਹਿੱਸੇ ਵਿਚ ਹੀਮਰਾਇਡਸ ਜਾਂ ਫਿਸ਼ਰ ਹੋ ਗਏ ਹੋਣ ਜੋ ਕਿ ਕਾਫ਼ੀ ਦਰਦਨਾਕ ਹੋ ਸਕਦੇ ਹਨ।

**"ਡਿਲੀਵਰੀ ਦੌਰਾਨ ਮੈਨੂੰ ਟਾਂਕੇ ਆਏ ਹਨ। ਕਿਤੇ ਉਨ੍ਹਾਂ ਵਿਚ ਇਨਫੈਕਸ਼ਨ ਤਾਂ ਨਹੀਂ ਹੋ ਜਾਏਗਾ?"**

ਯੋਨੀ ਰਿਸਾਅ ਨਾਲ ਡਿਲੀਵਰੀ ਹੋਣ ਤੇ ਜਾਂ ਲੰਬੀ ਪ੍ਰਸੂਤ ਦਰਦ ਦੇ ਕਾਰਣ ਪੈਰੀਨਿਯਲ ਹਿੱਸੇ ਵਿਚ ਦਰਦ ਤਾਂ ਹੁੰਦਾ ਹੀ ਹੈ ਪ੍ਰੰਤੂ ਕੋਈ ਟਾਂਕੇ ਆਣ ਤਾਂ ਸਥਿਤੀ ਹੋਰ ਵੀ ਵਿਗੜ ਜਾਂਦੀ ਹੈ। ਕਿਸੇ ਵੀ ਤਾਜ਼ੇ ਜ਼ਖ਼ਮ ਦੀ ਤਰ੍ਹਾਂ ਇਸ ਨੂੰ ਭਰਨ ਵਿਚ 7-10 ਦਿਨ ਦਾ ਸਮਾਂ ਲਗਦਾ ਹੈ। ਇਸ ਸਮੇਂ ਦੌਰਾਨ ਹੋਣ ਵਾਲੇ ਦਰਦ ਦਾ ਇਹ ਭਾਵ ਨਹੀਂ ਹੁੰਦਾ ਕਿ ਤੁਹਾਨੂੰ ਇਨਫੈਕਸ਼ਨ ਹੈ।

ਉਂਞ ਵੀ ਉਸ ਹਿੱਸੇ ਦੀ ਇੰਨੀ ਦੇਖਰੇਖ ਹੁੰਦੀ ਹੈ ਕਿ ਇਨਫੈਕਸ਼ਨ ਦਾ ਸਵਾਲ ਹੀ ਨਹੀਂ ਪੈਦਾ ਹੁੰਦਾ। ਨਰਸ ਦਿਨ ਵਿਚ ਇਕ ਵਾਰ ਸੋਜਸ ਜਾਂ ਲਾਲ ਦੀ ਪਰਖ ਕਰਦੀ ਹੈ। ਉਹ ਤੁਹਾਨੂੰ ਇਨਫੈਕਸ਼ਨ ਤੋਂ ਬੱਚਣ ਦੇ ਨਿਰਦੇਸ਼ ਵੀ ਦੇਂਦੀ ਹੈ। ਉਹੀ ਨਿਰਦੇਸ਼ ਸਭ ਲਈ ਲਾਗੂ ਹੁੰਦੇਹਨ। ਫਿਰ ਚਾਹੇ ਉਸ ਹਿੱਸੇ ਵਿਚ ਟਾਂਕੇ ਨਾ ਵੀ ਹੋਣ।

- ਹਰ 4-6 ਘੰਟਿਆਂ ਵਿਚ ਤਾਜ਼ਾ ਪੈਡ ਲਗਾਓ।
- ਡਾਕਟਰ ਦੇ ਕਹਿਣ ਤੇ ਉਸ ਹਿੱਸੇ ਤੇ ਐਂਟੀਵਾਇਓਟਿਕ ਸਲਿਊਸ਼ਨ ਮਿਲਿਆ ਗਰਮ ਪਾਣੀ ਪਾ ਕੇ ਸੇਕ ਕਰੋ। ਸੁਕਾਉਂਦੇ ਸਮੇਂ ਪੈਡ ਨੂੰ ਅਗੇ ਤੇ ਪਿੱਛੇ ਵੱਲ ਲੈ ਜਾਓ। ਇਸ ਨੂੰ ਰਗੜਨ ਦੀ ਥਾਂ ਆਰਾਮ ਨਾਲ ਕਰੋ।
- ਉਸ ਹਿੱਸੇ ਨੂੰ ਹੱਥਾਂ ਨਾਲ ਨਾ ਛੂਹੋ।
- ਜੇਕਰ ਟਾਂਕਿਆਂ ਦੇ ਕਾਰਣ ਜ਼ਿਆਦਾ ਦਰਦ ਹੋਵੇ ਤਾਂ:

**ਬਰਫ਼ ਲਗਾਓ**:- ਸੋਜਸ ਘਟਾਉਣ ਤੇ ਰਾਹ ਪਾਉਣ ਦੇ ਲਈ ਉਸ ਹਿੱਸੇ ਵਿਚ ਬਰਫ਼ ਮਲੋ। ਸਰਜੀਕਲ ਦਸਤਾਨੇ ਵਿਚ ਬਰਫ਼ ਭਰੋ ਜਾਂ ਮੈਕਸੀਪੈਡ ਵਿਚ ਬਰਫ਼ ਪਾਕੇ ਪੈਕ ਬਣਾ ਲਉ। ਦਿਨ ਵਿਚ ਹਰ ਦੋ ਘੰਟੇ ਬਾਦ ਸੇਕ ਕਰੋ।

**ਗਰਮਾਹਟ ਦਿਉ**:- ਸਿਜ਼ ਬਾਥ ਲਉ। ਅੱਧੇ ਸਨਾਨ ਵਿਚ ਦੁੱਧੀਆਂ ਨੂੰ ਗਰਮ ਪਾਣੀ ਦੇ ਟੱਬ ਵਿਚ ਡੁਬੋ ਕੇ ਬੈਠਦੇ ਹਨ। ਬਾਕੀ ਸਰੀਰ ਪਾਣੀ ਤੋਂ ਬਾਹਰ ਹੁੰਦਾ ਹੈ। ਹਰ ਰੋਜ 20 ਮਿੰਟ ਦੇ ਗਰਮ ਸੇਕ ਨਾਲ ਵੀ ਕਾਫ਼ੀ ਫਾਇਦਾ ਹੋਵੇਗਾ।

**ਸੁੰਨ ਕਰੋ**:- ਸਪ੍ਰੇ ਕ੍ਰੀਮ ਜਾਂ ਟਿਯੂਬ ਦੇ ਰੂਪ ਵਿਚ ਕੋਈ ਦਰਦ ਨਿਵਾਰਕ ਦਵਾਈ ਲਗਾ ਕੇਉਸ ਹਿੱਸੇ ਨੂੰ ਸੁੰਨ ਰਖੋ। ਇਸ ਸਬੰਧੀ ਆਪਣੇ ਡਾਕਟਰ ਦੀ ਮਦਦ ਲਉ।

**ਭਾਰ ਹਟਾਓ**:-ਹੇਠਾਂ ਵਾਲੇ ਹਿੱਸੇ ਤੇ ਸਰੀਰ ਦਾ ਘਟ ਤੋਂ ਭਾਰ ਪਾਓ। ਸਿੱਧੇ ਲੇਟਣ ਦੀ ਥਾਂ ਕਰਵਟ ਲੈ ਕੇ ਲੇਟੋ। ਬੈਠਦੇ ਸਮੇਂ ਹੇਠਾਂ ਕੋਈ ਸਰਾਹਣਾ ਰਖ ਲਉ। ਬਾਜ਼ਾਰ ਵਿਚ ਐਸੇ ਟਿਯੂਬ ਉਪਲਬੱਧ ਹਨ ਜਿਨ੍ਹਾਂ ਤੇ ਬੈਠਣ ਨਾਲ ਪੈਰੀਨਿਯਲ ਤੇ ਦਬਾਅ ਨਹੀਂ ਪਵੇਗਾ।

**ਢਿੱਲਾ ਛੱਡੋ** :-ਤੰਗ ਛੋਟੇ ਕਪੜੇ ਨਾ ਪਾਓ। ਉਨ੍ਹਾਂ ਦੀ ਰਗੜ ਨਾਲ ਵੀ ਤਕਲੀਫ਼ ਵੱਧ ਸਕਦੀ ਹੈ। ਇਸ ਨਾਲ ਆਰਾਮ ਆਣ ਵਿਚ ਵੀ ਜ਼ਿਆਦਾ ਸਮਾਂ ਲਗ ਜਾਏਗਾ।

**ਕਸਰਤ ਕਰੋ**:- ਚਾਹੇ ਉਸ ਹਿੱਸੇ ਵਿਚ ਸੁੰਨਪਨ ਦੇ ਕਾਰਣ ਕੀਗਲ ਆਸਣ ਕਰਨ ਨਾਲ ਪਤਾ ਨਾ ਚਲੇ ਪ੍ਰੰਤੂ ਇਸ ਨਾਲ ਫ਼ਾਇਦਾ ਜ਼ਰੂਰ ਹੁੰਦਾ ਹੈ। ਉਸ ਹਿੱਸੇ ਦੇ ਖ਼ੂਨ ਪ੍ਰਾਹ ਵਿਚ ਸੁਧਾਰ ਹੁੰਦਾ ਹੈ ਤੇ ਮਸਲ ਟੋਨ ਵੀ ਸੁਧਰਦੀ ਹੈ।

ਜੇਕਰ ਹੇਠਲੇ ਹਿੱਸੇ ਵਿਚ ਕਾਫ਼ੀ ਸੋਜਸ, ਦਰਦ ਜਾਂ ਲਾਲੀ ਹੋਵੇ ਜਾਂ ਕੋਈ ਬਦਬੂ ਆਏ ਤਾਂ ਇਨਫੈਕਸ਼ਨ ਦੀ ਸੰਭਾਵਨਾ ਹੋ ਸਕਦੀ ਹੈ। ਤਾਂ ਡਾਕਟਰ ਨੂੰ ਦੱਸਣ ਵਿਚ ਦੇਰ ਨਾ ਕਰੋ।

## ਡਿਲੀਵਰੀ ਦੀਆਂ ਸੱਟਾਂ

**"ਇੰਞ ਲਗਦਾ ਹੈ ਕਿ ਮੈਂ ਕਿਸੀ ਬਰਥਿੰਗ ਰੂਮ ਤੋਂ ਨਹੀਂ ਬਾਕਸਿੰਗ ਰਿੰਗ ਤੋਂ ਵਾਪਸ ਆਈ ਹਾਂ। ਇੰਞ ਕਿਉਂ ਲਗ ਰਿਹਾ ਹੈ?"**

ਇੰਞ ਲਗ ਰਿਹਾ ਹੈ ਤੇ ਮਹਿਸੂਸ ਹੋ ਰਿਹਾ ਹੈ ਕਿ ਤੁਹਾਨੂੰ ਮਾਰ ਪਈ ਹੈ। ਪ੍ਰਸੂਤ ਤੋਂ ਬਾਦ ਇੰਞ ਹੋਣਾ ਸੁਭਾਵਿਕ ਹੈ। ਕਿਉਂ ਤੁਸੀਂ ਰਿੰਗ ਵਿਚ ਲੜਦੇ ਮੁੱਕੇਬਾਜਾਂ ਨਾਲ ਕਿਤੇ ਜ਼ਿਆਦਾ ਮਿਹਨਤ ਕੀਤੀ ਹੈ ਤਾਂ ਹੀ ਬੱਚਾ ਧਰਤੀ ਤੇ ਆਇਆ ਹੈ। ਤੁਸੀਂ ਉਨ੍ਹਾਂ ਤੇਜ਼ ਖਿਚਾਵਾਂ ਤੇ ਗੰਭੀਰ ਧੱਕਣ ਨੂੰ ਇਸ ਸਰੀਰ ਤੇ ਝੇਲਿਆ ਹੈ। ਹੋ ਸਕਦਾ ਹੈ ਕਿ ਅੱਖਾਂ ਦੇ ਹੇਠਲਾਂ ਕਾਲੇ ਧੱਬੇ ਆ ਗਏਹੋਣ। ਕਿਤੇ ਬਾਹਰ ਜਾਓ ਤਾਂ ਧੁਪ ਦੀ ਐਨਕ ਪਾਓ ਤੇ ਦਿਨ ਵਿਚ ਕਈ ਵਾਰ ਠੰਡਾ ਸੇਕ ਦਿਉ। ਛਾਤੀ ਵਿਚ ਦਰਦ ਜਾਂ ਸਾਹ ਲੈਣ ਵਿਚ ਵੀ ਮੁਸ਼ਕਲ ਹੋ ਸਕਦੀ ਹੈ। ਗਰਮ ਪਾਣੀ

ਜਾਂ ਹੀਟਿੰਗ ਪੈਡ ਨਾਲ ਆਰਾਮ ਆਸਕਦਾਹੈ। ਟੇਲ ਬੋਨ ਦੇਆਸਪਾਲ ਦਰਦ ਹੋਵੇ ਤਾਂ ਗਰਮਾਹਟ ਜਾਂ ਮਾਲਸ਼ ਨਾਲ ਆਰਾਮ ਆਏਗਾ।

## ਸ਼ੌਚ(ਪਿਸ਼ਾਬ) ਵਿਚ ਔਖਿਆਈ

### ਡਿਲੀਵਰੀ ਦੇ ਕਈ ਘੰਟਿਆਂ ਬਾਦ ਵੀ ਮੈਂ ਪਿਸ਼ਾਬ ਨਹੀਂ ਕਰ ਸਕਦੀ।''

- ਪ੍ਰਸੂਤ ਤੋਂ ਪਹਿਲਾਂ 24 ਘੰਟਿਆਂ ਵਿਚ, ਕਈ ਔਰਤਾਂ ਨੂੰ ਪਿਸ਼ਾਬ ਵਿਚ ਮੁਸ਼ਕਲ ਹੁੰਦੀ ਹੈ। ਕਈ ਔਰਤਾਂ ਪਿਸ਼ਾਬ ਕਰਨਾ ਚਾਹੁੰਦੀਆਂ ਹਨ ਪ੍ਰੰਤੂ ਇਸ ਦੇ ਬਾਵਜੂਦ ਕਰ ਨਹੀਂ ਸਕਦੀਆਂ। ਪਿਸ਼ਾਬ ਦੇ ਨਾਲ ਕਾਫ਼ੀ ਜਲਨ ਅਤੇ ਦਰਦ ਹੁੰਦਾ ਹੈ। ਇੰਝ ਕਈ ਕਾਰਣਾਂ ਕਰਕੇ ਹੁੰਦਾ ਹੈ-
- ਪਲੈਡਰ ਦੀ ਰੋਕ ਕੇ ਰੱਖਣ ਦੀ ਸਮਰੱਥਾ ਵੱਧ ਜਾਂਦੀ ਹੈ। ਇਸ ਲਈ ਤੁਹਾਨੂੰ ਵਾਰ-ਵਾਰ ਪਿਸ਼ਾਬ ਦੀ ਇੱਛਾ ਹੀ ਨਹੀਂ ਹੁੰਦੀ।
- ਪਲੈਡਰ ਜਾਂ ਪਿਸ਼ਾਬਦਾਨੀ ਡਿਲੀਵਰੀ ਦੌਰਾਨ ਜ਼ਖ਼ਮੀ ਹੋ ਜਾਂਦੀ ਹੈ ਅਤੇ ਭਰੀ ਹੋਣ ਤੇ ਵੀ ਖ਼ਾਲੀ ਹੋਣ ਦਾ ਸੰਕੇਤ ਨਹੀਂ ਦੇ ਸਕਦੀ।
- ਏਪੀਡਿਯੂਰਲ ਕਾਰਣ ਵੀ ਪਿਸ਼ਾਬਦਾਨੀ ਦੀ ਸੰਵੇਦਨਸ਼ੀਲਤਾ ਘਟ ਜਾਂਦੀ ਹੈ।
- ਪੈਰੀਨਿਯਲ ਦਾ ਦਰਦ ਜਾਂ ਸੋਜਸ ਵੀ ਪਿਸ਼ਾਬ ਵਿਚ ਕਠਿਨਾਈ ਪੈਦਾ ਕਰਦੇ ਹਨ।
- ਚੀਰੇ ਜਾਂ ਟਾਂਕਿਆਂ ਕਾਰਣ ਪਿਸ਼ਾਬ ਕਰਦੇ ਸਮੇਂ ਜਲਨ ਜਾਂ ਦਰਦ ਮਹਿਸੂਸ ਹੁੰਦੇ ਹਨ। ਕਈ ਵਾਰ ਪਿਸ਼ਾਬ ਦੀ ਪੁਜੀਸ਼ਨ ਬਦਲਣ ਨਾਲ ਵੀ ਜਲਨ ਘੱਟ ਸਕਦੀ ਹੈ ਜਾਂ ਫਿਰ ਪਿਸ਼ਾਬ ਕਰਦੇ ਸਮੇਂ ਗਰਮ ਪਾਣੀ ਦੀ ਬੁਛਾਰ ਪਾਉਣ ਨਾਲ ਵੀ ਆਰਾਮ ਆਉਂਦਾ ਹੈ।
- ਜੇਕਰ ਤੁਸੀਂ ਲੰਬੇ ਪ੍ਰਸੂਤ ਦੌਰਾਨ ਕੋਈ ਤਰਲ ਪਦਾਰਥ ਨਹੀਂ ਲਿਆ ਤਾਂ ਡੀਹਾਈਡ੍ਰੇਸ਼ਨ ਕਾਰਣ ਵੀ ਇੰਝ ਹੋ ਸਕਦਾ ਹੈ।
- ਕਈ ਵਾਰ ਦਰਦ ਦਾ ਡਰ, ਪ੍ਰਾਈਵੇਸੀ ਦੀ ਕਮੀ, ਬੇਚੈਨੀ, ਬੈਡਪੈਨ ਜਾਂ ਬਾਥਰੂਮ ਵਿਚ ਕਿਸੇ ਦੇ ਨਾਲ ਜਾਣ ਜਿਵੇਂ ਮਨੋਵਿਗਿਆਨਕ ਕਾਰਣ ਵੀ ਉੱਤਰਦਾਈ ਹੁੰਦੇ ਹੋ।

ਜੇਕਰ ਤੁਸੀਂ ਡਿਲੀਵਰੀ ਦੇ 6-8 ਘੰਟੇ ਦੌਰਾਨ ਪਿਸ਼ਾਬ ਨਹੀਂ ਕਰਦੀ ਤਾਂ ਇਨਫੈਕਸ਼ਨ ਹੋ ਸਕਦਾ ਹੈ।। ਨਰਸ ਤੁਹਾਨੂੰ ਇਹ ਵੀ ਕਹਿ ਸਕਦੀ ਹੈ ਕਿ ਤੁਸੀਂ ਪਹਿਲਾ ਪਿਸ਼ਾਬ ਬੈਡਪੈਨ ਜਾਂ ਕਿਸੇ ਬਰਤਨ ਵਿਚ ਕਰੋ ਤਾਂ ਜੋ ਉਹ ਉਸ ਦੀ ਮਾਤਰਾ ਨਾਪ ਕੇ ਪਿਸ਼ਾਬਦਾਨੀ ਦੀ ਸਥਿਤੀ ਦਾ ਅੰਦਾਜ਼ਾ ਲਗਾ ਸਕੇ। ਇਸ ਦੇ ਲਈ ਤੁਸੀਂ ਹੇਠ-ਲਿਖੇ ਉਪਾਅ ਅਜਮਾਓ :

- ਜ਼ਿਆਦਾ ਮਾਤਰਾ ਵਿਚ ਤਰਲ ਪਦਾਰਥ ਲਉ।
- ਬਿਸਤਰ ਤੋਂ ਉਠ ਕੇ ਥੋੜ੍ਹਾ ਟਹਿਲੋ ਤਾਂ ਜੋ ਮੱਲ ਤੇ ਪਿਸ਼ਾਬ ਦੀ ਪ੍ਰਕ੍ਰਿਆ ਸੁਚਾਰੂ ਹੋ ਸਕੇ।
- ਜੇਕਰ ਬਾਥਰੂਮ ਵਿਚ ਨਰਸ ਦੇ ਜਾਣ ਨਾਲ ਅਜੀਬ ਲਗੇ ਤਾਂ ਉਸ ਨੂੰ ਬਾਹਰ ਇੰਤਜ਼ਾਰ ਕਰਨ ਲਈ ਕਹੋ। ਉਹ ਤੁਹਾਨੂੰ ਪੈਰੀਨਿਯਲ ਦੀ ਸਾਫ਼-ਸਫ਼ਾਈ ਸਬੰਧੀ ਦਸ ਸਕਦੀ ਹੈ।
- ਜੇਕਰ ਕਮਜ਼ੋਰੀ ਕਾਰਣ ਬੈਡਪੈਨ ਲੈਣਾ ਪਏਤਾਂ ਉਸਹਿੱਸੇ ਵਿਚ ਗਰਮ ਪਾਣੀ ਦੀ ਧਾਰ ਪਾਉ ਤਾਂ ਜੋ ਪਿਸ਼ਾਬ ਦੀ ਇੱਛਾ ਹੋਵੇ। ਪੈਨ ਤੇ ਲੇਟਣ ਦੀ ਥਾਂ ਬੈਠਣ ਦੀ ਕੋਸ਼ਿਸ਼ ਕਰੋ। ਜੇਕਰ ਕਮਰੇ ਵਿਚ ਇਕੱਲੀ ਹੋਵੇਗੀ ਤਾਂ ਬਿਹਤਰ ਹੋਵੇਗਾ।
- ਆਪਣੇ ਹੇਠਲੇ ਹਿੱਸ ਨੂੰ ਗਰਮ ਜਾਂ ਠੰਡਾ ਸੇਕ ਦਿਉ।
- ਪਿਸ਼ਾਬ ਕਰਨ ਸਮੇਂ ਪਾਣੀ ਚਲਾ ਦਿਉ ਇਸ ਨਾਲ ਵੀ ਪਿਸ਼ਾਬ ਵਿਚ ਆਸਾਨੀ ਹੋਵੇਗੀ।

ਜੇਕਰ ਸਭ ਉਪਾਅ ਫੇਲ ਹੋ ਜਾਣ ਡਾਕਟਰ ਨੂੰ ਟਿਯੂਬ ਨਾਲ ਪਿਸ਼ਾਬਦਾਨੀ ਖ਼ਾਲੀ ਕਰਨੀ ਪਏਗੀ। ਇਸ ਤੋਂ ਬਚਣਾ ਚਾਹੁੰਦੀ ਹੋ ਤਾਂ ਸਾਡੇ ਉਪਾਅ ਹੀ ਅਜਮਾ ਲਉ।

ਜੇਕਰ ਕੁਝ ਦਿਨ ਬਾਦ ਵੀ ਪਿਸ਼ਾਬ ਕਰਨ ਵਿਚ ਔਖਿਆਈ ਹੋਵੇ ਤਾਂ ਸ਼ਾਇਦ ਤੁਹਾਨੂੰ ਇਨਫੈਕਸ਼ਨ ਵੀ ਹੋ ਸਕਦਾ ਹੈ।

### ''ਮੇਰਾ ਪਿਸ਼ਾਬ ਤੇ ਨਿਯੰਤਰਣ ਨਹੀਂ ਰਿਹਾ। ਇਹ ਆਪਣੇ ਆਪ ਰਿੱਸਣ ਲਗਦਾ ਹੈ।''

ਬੱਚੇ ਦੇ ਜਨਮ ਸਮੇਂ ਹੋਣ ਵਾਲਾ ਸਰੀਰਕ ਤਨਾਅ, ਸਰੀਰ ਦੀਆਂ ਕਈ ਵਿਵਸਥਾਵਾਂ ਅਨਿਯਮਿਤ ਕਰ ਦੇਂਦਾ ਹੈ। ਜਾਂ ਤਾਂ ਪਿਸ਼ਾਬ ਹੁੰਦਾ ਹੀ ਨਹੀਂ ਜਾਂ ਫਿਰ ਆਪਣੇ-ਆਪ ਹੋਣ ਲਗਦਾ ਹੈ। ਪੈਰੀਨਿਯਲ ਦੀ ਮਸਲ ਟੋਨ ਘੱਟਣ ਕਾਰਣ ਇੰਝ ਹੁੰਦਾ ਹੈ। ਪ੍ਰਸੂਤ ਤੋਂ ਬਾਦ ਕੀਗਲ ਆਸਣ ਕਾਫ਼ੀ ਆਰਾਮਦਾਇਕ ਹੋ ਸਕਦੇ ਹਨ। ਜੇਕਰ ਫਿਰ ਵੀ ਇਹ ਪ੍ਰੇਸ਼ਾਨੀ ਘੱਟ ਨਾ ਹੋਵੇ ਤਾਂ ਡਾਕਟਰ ਦੀ ਮਦਦ ਲਉ।

## ਪ੍ਰਸੂਤ ਤੋਂ ਬਾਅਦ ਡਾਕਟਰ ਨੂੰ ਕਦੋਂ ਬੁਲਾਈਏ

ਕੁਝ ਔਰਤਾਂ ਤਾਂ ਪ੍ਰਸੂਤ ਤੋਂ ਬਾਦ ਖ਼ੁਦ ਨੂੰ ਸਰੀਰਕ ਤੇ ਮਾਨਸਿਕ ਰੂਪ ਨਾਲ ਕਾਫ਼ੀ ਫਿਟ ਸਮਝਦੀਆਂ ਹਨ ਅਤੇ ਜਲਦੀ ਹੀ ਸੰਭਲ ਜਾਂਦੀਆਂ ਹਨ।ਪ੍ਰੰਤੂ ਕੁਝ ਦੇ ਲਈ ਮੁਸ਼ਕਲਾਂ ਦਾ ਵੀ ਅੰਤ ਨਹੀਂ ਹੁੰਦਾ। ਇੰਝ ਡਾਕਟਰ ਨੂੰ ਕਦੋਂ ਬੁਲਾਉਣ ਜਾਂ ਫ਼ੋਨ ਕਰਨ-

ਕੁਝ ਹੀ ਘੰਟਿਆਂ ਵਿਚ ਦੋ-ਦੋ ਪੈਡ ਬਦਲਣੇ ਪੈਣ ਭਾਵ ਖ਼ੂਨ ਬਹਾਓ ਜ਼ਿਆਦਾ ਹੋਵੇ ਤਾਂ ਨਰਸ ਤੋਂ ਫ਼ੋਨ ਤੇ ਪੁੱਛੋ ਕਿ ਹਸਪਤਾਲ ਜਾਣ ਦੀ ਜ਼ਰੂਰਤ ਹੈ ਜਾਂ ਨਹੀਂ ਜੇਕਰ ਗੱਲ ਨਾ ਬਣੇ ਤਾਂ ਬਰਫ਼ ਦਾ ਸੇਕ ਵੀ ਕਰ ਸਕਦੀ ਹੋ।

■ ਪ੍ਰਸੂਤ ਦੇ ਪਹਿਲੇ ਹਫ਼ਤੇ ਗਾੜ੍ਹੇ ਲਾਲ ਰੰਗ ਦਾ ਰਿਸਾਅ ਹੋਵੇ ਤਾਂ ਡਾਕਟਰ ਨੂੰ ਦੱਸੋ। ਮਾਸਕ ਧਰਮ ਵਰਗਾ ਹਲਕਾ ਖ਼ੂਨ ਵਗੇ ਤਾਂ ਕਈ ਹਫ਼ਤੇ ਤਕ ਜਾਰੀ ਰਹੇਗਾ। ਦੁੱਧ ਪਿਲਾਉਣ ਦੌਰਾਨ ਇਸਦਾ ਪ੍ਰਵਾਹ ਵੱਧ ਸਕਦਾ ਹੈ।

■ ਗੰਦੀ ਬਦਬੂ ਨਾਲ ਭਰਿਆ ਖ਼ੂਨ ਰਿਸਾਅ। ਇਸ ਦੀ ਸਮੈਲ ਆਮ ਮਾਸਕ ਧਰਮ ਵਰਗੀ ਹੋਣੀ ਚਾਹੀਦੀ ਹੈ।

■ ਖ਼ੂਨ ਰਿਸਾਅ ਵਿਚ ਖ਼ੂਨ ਦੇ ਵੱਡੇ ਧੱਬੇ ਆਉਣਾ। ਕਦੀ-ਕਦੀ ਇਕ-ਅੱਧ ਧੱਕਾ ਆਉਣਾ ਤਾਂ ਆਮ ਗੱਲ ਹੈ।

■ ਪਹਿਲੇ ਕੁਝ ਦਿਨਾਂ ਵਿਚ ਬਿਲਕੁਲ ਖ਼ੂਨ ਰਿਸਾਅ ਨਾ ਹੋਣਾ।

■ ਬਿਨਾਂ ਸੋਜਸ ਦੇ ਦਰਦ, ਬੇਚੈਨੀ ਡਿਲੀਵਰੀ ਤੋਂ ਕੁਝ ਸਮੇਂ ਬਾਦ ਪੇਟ ਦੇ ਹੇਠਲੇ ਹਿੱਸੇ ਵਿਚ ਅਕੜਾ।

■ ਪਹਿਲੇ ਕੁਝ ਦਿਨਾਂ ਬਾਅਦ ਪੈਰੀਨਿਯਲ ਹਿੱਸੇ ਵਿਚ ਲਗਾਤਾਰ ਦਰਦ।

■ 24 ਘੰਟੇ ਬਾਦ ਪੂਰਾ ਦਿਨ $100^{o}$ ਫਾਰਨਹੀਟ ਤੋਂ ਵੱਧ ਬੁਖ਼ਾਰ।

■ ਸਿਰ ਚਕਰਾਉਣਾ।

■ ਜੀ ਮਿਚਲਾਉਣਾ ਤੇ ਉਲਟੀ।

■ ਯੋਨੀ ਇਨਫੈਕਸ਼ਨ ਦੇ ਲੱਛਣ ਅਤੇ ਦਰਦ।

■ ਚੀਰੇ ਦੇ ਆਸ-ਪਾਸ ਹਲਕੀ ਸੋਜਸ, ਲਾਲੀ।

■ 24 ਘੰਟੇ ਬਾਦ ਪਿਸ਼ਾਬ ਵਿਚ ਮੁਸ਼ਕਲ, ਦਰਦ, ਬਦਬੂਦਾਰ ਪਿਸ਼ਾਬ। ਡਾਕਟਰ ਤਕ ਜਾਣ ਤੋਂ ਪਹਿਲਾਂ ਢੇਰ ਸਾਰਾ ਪਾਣੀ ਪੀਓ।

■ ਛਾਤੀ ਵਿਚ ਤੇਜ ਦਰਦ, ਦਿਲ ਦੀ ਤੇਜ ਧੜਕਣ, ਪੈਰ ਪਸਾਰਣ ਵਿਚ ਦਰਦ। ਡਾਕਟਰ ਤਕ ਜਾਣ ਤੋਂ ਪਹਿਲਾਂ ਪੈਰ ਉੱਚੇ ਕਰਕੇ ਰੱਖੋ।

■ ਜੇਕਰ ਸੁਭਾਅ ਤੇ ਕਾਬੂ ਨਾ ਪਾ ਸਕੋ। ਬੱਚੇ ਪ੍ਰਤੀ ਗੁੱਸਾ, ਹਿੰਸਾ ਦੇ ਭਾਵ। ਉਂਝ ਇਸ ਵਿਸ਼ੇ ਵਿਚ ਪੂਰੀ ਜਾਣਕਾਰੀ ਦਿਤੀ ਜਾ ਚੁਕੀ ਹੈ।

## ਸ਼ੌਚ ਵਿਚ ਔਖਿਆਈ

**"ਡਿਲੀਵਰੀ ਤੋਂ ਦੋ ਦਿਨ ਬਾਦ ਵੀ ਮੈਂ ਲੈਟਰੀਨ ਨਹੀਂ ਕਰ ਸਕਦੀ, ਜਾਣ ਦੀ ਇੱਛਾ ਹੋਣ ਦੇ ਬਾਵਜੂਦ ਇੰਝ ਲਗਦਾ ਹੈ ਕਿ ਕਿਤੇ ਟਾਂਕੇ ਨ ਖੁਲ੍ਹ ਜਾਣ।"**

ਹਰ ਮਾਂ ਨੂੰ ਪ੍ਰਸੂਤ ਤੋਂ ਬਾਦ ਇਸ ਹਾਲਾਤ ਨਾਲ ਦੋ-ਚਾਰ ਹੋਣਾ ਹੀ ਪੈਂਦਾ ਹੈ। ਜਦੋਂ ਤਕ ਤੁਸੀਂ ਇਸ ਤੋਂ ਨਿਕਲ ਨਹੀਂ ਜਾਓਗੀ। ਬੇਚੈਨੀ ਅਤੇ ਡਰ ਬਣਿਆ ਰਹੇਗਾ।

ਕਈ ਵਾਰ ਇਸਦੇਲਈ ਕਈ ਮਨੋਵਿਗਿਆਨਕ ਕਾਰਣ ਵੀ ਉੱਤਰਦਾਈ ਹੁੰਦੇਹਨ। ਕਈ ਵਾਰ ਬੱਚੇ ਦੇ ਜਨਮ ਸਮੇਂ ਪੇਟ ਦੀਆਂ ਮਾਸ-ਪੇਸ਼ੀਆਂ ਤੇ ਜ਼ਿਆਦਾ ਖਿਚਾਅ ਪੈਣ ਨਾਲ ਉਨ੍ਹਾਂ ਦੀ ਕਾਰਜ-ਸ਼ੀਲਤਾ ਘਟ ਜਾਂਦੀ ਹੈ।। ਕਈ ਵਾਰ ਪ੍ਰਸੂਤ ਤੋਂ ਪਹਿਲਾਂ ਤੇ ਬਾਦ ਵਿਚ ਵੀ ਸ਼ੌਚ ਹੋ ਚੁੱਕਾ ਹੁੰਦਾ ਹੈ। ਇਸ ਤੋਂ ਬਾਦ ਤੁਸੀਂ ਕੁਝ ਠੋਸ ਖਾਧਾ ਨਹੀਂ ਹੁੰਦਾ ਇਸਲਈ ਪੇਟ ਸਾਫ਼ ਹੁੰਦਾ ਹੈ। ਉਂਝ ਸਭ ਤੋਂ ਵੱਧ ਡਰ ਤਾਂ ਇਹੀ ਹੁੰਦਾ ਹੈ ਕਿ ਮੱਲ ਦੇ ਲਈ ਜ਼ੋਰ ਲੱਗਣ ਨਾਲ ਦਰਦ ਹੋਵੇਗਾ ਜਾਂ ਟਾਂਕੇ ਖੁਲ੍ਹ ਜਾਣਗੇ । ਇੰਝ ਲਗਦਾ ਹੈ ਕਿ ਹੀਮਰਾਇਡਜ਼ ਦੀ ਹਾਲਤ ਹੋਰ ਵਿਗੜ ਜਾਏਗੀ। ਹਸਪਤਾਲ ਵਿਚ ਗੁਪਤਤਾ ਦੀ ਵੀ ਘਾਟ ਹੁੰਦੀ ਹੈ।

ਹਾਲਾਂਕਿ ਤੁਸੀਂ ਆਸਾਨੀ ਨਾਲ ਇਸ ਹਾਲਾਤ ਦਾ ਸਾਮ੍ਹਣਾ ਕਰ ਸਕਦੀ ਹੋ, ਸਾਡੇ ਦਿੱਤੇ ਗਏ ਉਪਾਅ ਅਜਮਾ ਕੇ ਦੇਖੋ।

**ਚਿੰਤਾ ਨਾ ਕਰੋ:-** ਇਸ ਬਾਰੇ ਚਿੰਤਾ ਕਰਨ ਨਾਲ ਕੋਈ ਫਾਇਦਾ ਨਹੀਂ ਹੋਵੇਗਾ। ਟਾਂਕੇ ਖੁਲ੍ਹਣ ਦੀ ਚਿੰਤਾ ਨਾ ਕਰੋ। ਜੇਕਰ ਕੁਝ ਦਿਨ ਤੱਕ ਸ਼ੌਚ ਨਾ ਹੋ ਸਕੇ

ਤਾਂ ਵੀ ਘਬਰਾਓ ਨਹੀਂ।

**ਰੇਸ਼ੇਦਾਰ ਪਦਾਰਥ**:- ਹਸਪਤਾਲ ਜਾਂ ਬਰਥ ਸੈਂਟਰ ਵਿਚ ਹੋ ਤਾਂ ਆਪਣੇ ਆਹਾਰ ਵਿਚ ਫਲ, ਸਬਜੀਆਂ ਤੇ ਸਾਬਤ ਅਨਾਜ ਨਾਲ ਬਣੇ ਖਾਦ-ਪਦਾਰਥ ਲਉ। ਸੇਬ, ਨਾਸ਼ਪਾਤੀ, ਸੁਖਕੇ ਮੇਵੇ ਆਦਿ ਲੈਣ ਨਾਲ ਰੇਸ਼ੇ ਦੀ ਪੂਰਤੀ ਹੋਵੇਗੀ। ਐਸਾ ਖਾਣਾ ਨਾ ਖਾਓ ਜਿਸਨਾਲ ਕਬਜ ਹੋਵੇ। ਬੈਡ ਦੇ ਕਿਨਾਰੇ ਪਿਆ ਚਾਕਲੇਟ ਦਾ ਡੱਬਾ ਚੰਗਾ ਤਾਂ ਹੈ ਪਰ ਉਸ ਨੂੰ ਖਾਣ ਨਾਲ ਕਬਜ ਹੋ ਸਕਦੀ ਹੈ।

**ਤਰਲ ਪਦਾਰਥਾਂ ਦੀ ਮਾਤਰਾ**:- ਭਾਰਤੀ ਮਾਤਰਾ ਵਿਚ ਤਰਲ ਪਦਾਰਥ ਲਉ ਤਾਂ ਜੋ ਕਬਜ ਨਾ ਹੋ ਸਕੇ। ਉਂਝ ਤਾਂ ਪਾਣੀ ਨਾਲ ਗੱਲ ਬਣ ਜਾਵੇਗੀ ਪ੍ਰੰਤੂ ਸੇਬ ਦਾ ਜੂਸ ਵੀ ਵਧੀਆ ਹੋ ਸਕਦਾ ਹੈ। ਗਰਮ ਪਾਣੀ ਵਿਚ ਨਿੰਬੂ ਨਿਚੋੜ ਕੇ ਵੀ ਪੀ ਸਕਦੀ ਹੋ।

**ਚਬਾ ਕੇ ਖਾਓ**:-ਚਬਾ ਕੇ ਖਾਣ ਨਾਲ ਖਾਣਾ ਜਲਦੀ ਹਜਮ ਹੋਵੇਗਾ ਅਤੇ ਪਾਚਨ ਕ੍ਰਿਆ ਸਹੀ ਤਰੀਕੇ ਨਾਲ ਕੰਮ ਕਰਨ ਲਗੇਗੀ।

**ਚਹਿਲਕਦਮੀ ਕਰੋ**:- ਮੰਨਿਆ ਤੁਸੀਂ ਡਿਲੀਵਰੀ ਤੋਂ ਬਾਦ ਦੌੜਣ ਦੀ ਹਾਲਤ ਵਿਚ ਨਹੀਂ ਹੋ ਪ੍ਰੰਤੂ ਹਲਕੀ ਚਹਿਲਕਦਮੀ ਤਾਂ ਕਰ ਹੀ ਸਕਦੀ ਹੋ। ਬਿਸਤਰੇ ਤੇ ਬੈਠੇ-ਬੈਠੇ ਕੀਗਲ ਆਸਣ ਕਰੋ, ਇਸਨਾਲ ਗੁੱਦਾ ਰਾਹ ਨੂੰ ਵੀ ਫਾਇਦਾ ਹੋਵੇਗਾ। ਘਰ ਵਿਚ ਬੱਚੇ ਦੇ ਨਾਲ ਟਹਿਲੋ।

**ਤਨਾਅ ਨਾ ਰੱਖੋ**:-ਤਨਾਅ ਨਾ ਰੱਖੋ, ਇਸ ਨਾਲ ਟਾਂਕੇ ਤਾਂ ਨਹੀਂ ਖੁਲ੍ਹਣਗੇ ਪਰ ਹੀਮਾਰਾਇਡਜ਼ ਦੀ ਹਾਲਤ ਹੋਰ ਵੀ ਵਿਗੜ ਸਕਦੀ ਹੈ। ਅੱਧ-ਸਨਾਨ ਕਰੋ। ਦਵਾਈ ਲਗਾਓ। ਗਰਮ ਜਾਂ ਠੰਡਾ ਸੇਕ ਸਕੋ।

**ਮੱਲ ਪਤਲਾ ਕਰਨ ਦੀ ਦਵਾਈ**:- ਹਸਪਤਾਲ ਮੱਲ ਪਤਲਾ ਕਰਨ ਦੀ ਦਵਾਈ ਵੀ ਮਿਲਦੀ ਹੈ ਤਾਂ ਜੋ ਸ਼ੌਚ ਕਰਨ ਵਿਚ ਔਖਿਆਈ ਨਾ ਹੋਵੇ।

ਹਾਲਾਂਕਿ ਪਹਿਲੀ ਵਾਰ ਸ਼ੌਚ ਵਿਚ ਥੋੜ੍ਹਾ ਦਰਦ ਹੋ ਸਕਦਾ ਹੈ ਪ੍ਰੰਤੂ ਡਰੋ ਨਾ। ਮੱਲ ਨਰਮ ਹੋ ਜਾਏਗਾ ਤਾਂ ਤੁਹਾਡੀ ਤਕਲੀਫ਼ ਘੱਟ ਜਾਏਗੀ ਅਤੇ ਸਭ ਕੁਝ ਪਹਿਲਾਂ ਦੀ ਤਰ੍ਹਾਂ ਠੀਕ ਹੋ ਜਾਏਗਾ।

## ਜ਼ਰੂਰਤ ਤੋਂ ਵੱਧ ਪਸੀਨਾ ਆਉਣਾ

**"ਮੈਂ ਰਾਤ ਨੂੰ ਅਚਾਨਕ ਪਸੀਨੇ-ਪਸੀਨੇ ਹੋਕੇ ਉਠ ਜਾਂਦੀ ਹਾਂ। ਕੀ ਸਭ ਠੀਕ ਹੈ?"**

ਇਹ ਉਲਝਣ ਭਰਿਆ ਹੋਣ ਦੇ ਬਾਵਜੂਦ ਆਮ ਹੈ। ਨਵੀਂਆਂ ਮਾਵਾਂ ਨੂੰ ਕਈ ਕਾਰਣਾਂ ਕਰਕੇ ਕਾਫ਼ੀ ਪਸੀਨਾ ਆਉਂਦਾ ਹੈ। ਤੁਹਾਡੇ ਹਾਰਮੋਨ ਦਾ ਪੱਧਰ ਘੱਟਣ ਲਗਦਾ ਹੈ ਕਿਉਂਕਿ ਹੁਣ ਤੁਸੀਂ ਗਰਭਵਤੀ ਨਹੀਂ ਹੋ। ਵਾਰ-ਵਾਰ ਸ਼ੌਚ ਨਾਲ ਵੀ ਸਰੀਰ ਵਿਚੋਂ ਫ਼ਾਲਤੂ ਦ੍ਰਵ ਨਿਕਲਦੇ ਹਨ। ਪਸੀਨਾ ਬਹੁਤ ਵੱਧ ਆਉਂਦਾ ਹੈ ਜੋ ਕਿ ਅਸੁਵਿਧਾਜਨਕ ਲਗ ਸਕਦਾ ਹੈ। ਤੁਸੀਂ ਆਪਣੇ ਸਿਰਹਾਣੇ ਉਪਰ ਤੌਲੀਆ ਵਿਛਾ ਕੇ ਲੇਟੋ ਤਾਂ ਜੋ ਉਹ ਰਾਤ ਨੂੰ ਗਿੱਲਾ ਨਾ ਹੋਵੇ ਅਤੇ ਤੁਹਾਨੂੰ ਚੰਗੀ ਨੀਂਦ ਆਏ।

ਪਸੀਨੇ ਦਾ ਇਸ ਪੂਰਤੀ ਦੇ ਲਈ ਭਾਰੀ ਮਾਤਰਾ ਵਿਚ ਤਰਲ ਪਦਾਰਥ ਲਉ। ਚਾਹੇ ਤੁਸੀਂ ਦੁੱਧ ਪਿਲਾ ਰਹੀ ਹੋ ਜਾਂ ਨਹੀਂ।

## ਬੁਖ਼ਾਰ

**"ਮੈਂ ਹਾਲੇ ਹਸਪਤਾਲ ਤੋਂ ਆਈ ਹਾਂ ਅਤੇ ਮੈਨੂੰ 101° ਬੁਖ਼ਾਰ ਹੈ। ਕੀ ਮੈਨੂੰ ਡਾਕਟਰ ਨੂੰ ਫ਼ੋਨ ਕਰਨਾ ਚਾਹੀਦਾ ਹੈ?"**

ਜੇਕਰ ਡਿਲੀਵਰੀ ਤੋਂ ਬਾਦ ਤੁਹਾਡੀ ਤਬੀਅਤ ਠੀਕ ਨਾ ਹੋਵੇ ਤਾਂ ਡਾਕਟਰ ਨੂੰ ਦੱਸਣ ਵਿਚ ਹੀ ਭਲਾਈ ਹੈ। ਇਹ ਬੁਖ਼ਾਰ ਕਈ ਵਾਰੀ ਪ੍ਰਸੂਤ ਤੋਂ ਬਾਦ ਹੋਣ ਵਾਲੇ ਇਨਫੈਕਸ਼ਨ ਦੇ ਕਾਰਣ ਹੋ ਸਕਦਾ ਹੈ ਜਾਂ ਫਿਰ ਇਸ ਦੇ ਕੋਈ ਦੂਜੇ ਕਾਰਣ ਨਾਲ ਵੀ ਬੁਖ਼ਾਰ ਹੋ ਸਕਦਾ ਹੈ। ਉਂਝ ਤਾਂ ਦੁੱਧ ਪਿਲਆਉਣ ਦੇ ਅਰੰਭਕ ਦਿਨਾਂ ਵਿਚ ਵੀ ਸਰੀਰ ਦਾ ਤਾਪਮਾਨ ਹਲਕਾ ਜਿਹਾ ਵੱਧ ਜਾਂਦਾ ਹੈ ਪ੍ਰੰਤੂ ਪ੍ਰਸੂਤ ਤੋਂ ਪਹਿਲੇ ਤਿੰਨ ਹਫ਼ਤੇ ਵਿਚ ਬੁਖ਼ਾਰ ਇਕ ਦਿਨ ਤੋਂ ਵੱਧ ਰਹੇ ਤਾਂ ਡਾਕਟਰ ਨੂੰ ਦਿਖਾਓ। ਤੇਜ ਬੁਖ਼ਾਰ ਦੇ ਨਾਲ ਸਰਦੀ ਜਾਂ ਉਲਟੀਆਂ ਹੋਣ ਤਾਂ ਤੁਰੰਤ ਇਲਾਜ਼ ਦੀ ਜ਼ਰੂਰਤ ਹੋਵੇਗੀ।

## ਦੁੱਧੀਆਂ ਦਾ ਫੈਲਾਅ

**"ਮੇਰੇ ਦੁੱਧੀਆਂ ਵਿਚ ਦੁੱਧ ਉੱਤਰ ਆਇਆ ਹੈ। ਮੇਰੀਆਂ ਛਾਤੀਆਂ ਆਮ ਤੋਂ ਤਿੰਨ ਗੁਣਾਂ ਫੈਲ ਗਈਆਂ ਹਨ। ਇਹ ਕਾਫ਼ੀ ਸਖ਼ਤ ਹੋ ਗਈਆਂ**

**ਹਨ। ਛੂਹਣ ਨਾਲ ਇੰਨਾਂ ਦਰਦ ਹੁੰਦਾ ਹੈ ਕਿ ਮੈਂ ਬ੍ਰਾਅ ਤਕ ਨਹੀਂ ਪਾ ਰਹੀ। ਜਦੋਂ ਤਕ ਬੱਚਾ ਦੁੱਧ ਪੀਏਗਾ, ਇੰਝ ਹੀ ਚਲਦਾ ਰਹੇਗਾ?"**

ਤੁਹਾਡੇ ਨਾ ਸੋਚਣ ਦੇ ਬਾਵਜੂਦ ਦੁੱਧੀਆਂ ਦਾ ਆਕਾਰ ਵੱਧ ਗਿਆ। ਉਹ ਸੁਜ ਗਈਆਂ ਅਤੇ ਛੂਹਣ ਨਾਲ ਵੀ ਦਰਦ ਹੋ ਰਿਹਾ ਹੈ। ਜੇਕਰ ਸੋਜਸ ਦੇ ਕਾਰਣ ਨਿੱਪਲ ਵੀ ਅੰਦਰ ਵੱਲ ਧੱਸ ਗਏ ਹੋਣ ਤਾਂ ਤੁਹਾਨੂੰ ਦੁੱਧ ਪਿਲਾਉਣ ਸਮੇਂ ਦਰਦ ਹੋਵੇਗਾ ਅਤੇ ਬੱਚੇ ਨੂੰ ਵੀ ਦੁੱਧ ਪਿਲਾਣ ਵਿਚ ਤਕਲੀਫ਼ ਹੋਵੇਗੀ।

ਹਾਲਾਂਕਿ ਖ਼ੁਸ਼ਖ਼ਬਰੀ ਇਹ ਹੈ ਕਿ ਇੰਝ ਲੰਬੇ ਸਮੇਂ ਤੱਕ ਨਹੀਂ ਚਲੇਗਾ। ਦੁੱਧ ਦੀ ਪੂਰਤੀ ਤੇ ਮੰਗ ਦਾ ਸੰਤੁਲਨ ਬਣਦੇ ਹੀ ਇਹ ਪ੍ਰੇਸ਼ਾਨੀਆਂ ਖ਼ਤਮ ਹੋ ਜਾਣਗੀਆਂ।

**"ਮੈਂ ਦੁੱਧ ਪਿਲਾਣਾ ਨਹੀਂ ਚਾਹੁੰਦੀ ਪਰ ਮੈਂ ਸੁਣਿਆ ਹੈ ਕਿ ਦੁੱਧ ਸੁੱਕਣ ਵਿਚ ਕਾਫ਼ੀ ਤਕਲੀਫ਼ ਹੋਵੇਗੀ?"**

ਪ੍ਰਸੂਤ ਦੇ ਦੋ-ਤਿੰਨ ਦਿਨ ਦੇ ਅੰਦਰ ਹੀ ਦੁੱਧੀਆਂ ਵਿਚ ਦੁੱਧ ਉੱਤਰ ਆਉਂਦਾ ਹੈ। ਦੁੱਧੀਆਂ ਵਿਚ ਦੁੱਧ ਤਾਂ ਹੀ ਬਣਦਾ ਹੈ ਜਦੋਂ ਤੁਹਾਨੂੰ ਉਸਦੀ ਜ਼ਰੂਰਤ ਹੁੰਦੀ ਹੈ। ਜੇਕਰ ਦੁੱਧ ਪ੍ਰਯੋਗ ਨਹੀਂ ਹੋਵੇਗਾ ਤਾਂ ਉਹ ਬਣਨਾ ਬੰਦ ਹੋ ਜਾਏਗਾ। ਹਾਲਾਂਕਿ ਕਈ ਦਿਨਾਂ ਜਾਂ ਹਫ਼ਤਿਆਂ ਤੱਕ ਦੁੱਧ ਦਾ ਰਿਸਾਅ ਹੋ ਸਕਦਾ ਹੈ ਪ੍ਰੰਤੂ ਦੁੱਧੀ ਕੁਝ ਹੀ ਦਿਨਾਂ ਵਿਚ ਠੀਕ ਹੋ ਜਾਵੇਗਾ। ਇਸ ਸਮੇਂ ਤੁਸੀਂ ਆਈਸਪੈਕ ਜਾਂ ਸਹਾਰਾ ਦੇਣ ਵਾਲੀ ਬ੍ਰਾ ਪ੍ਰਯੋਗ ਕਰ ਸਕਦੀ ਹੋ। ਨਿੱਪਲ ਨਾ ਮਲੋ, ਦੁੱਧ ਨਾ ਕੱਢੋ ਜਾਂ ਗਰਮ ਪਾਣੀ ਨਾਲ ਇਸ਼ਨਾਨ ਨਾ ਕਰੋ। ਇਸ ਨਾਲ ਦੁੱਧ ਬਣੇਗਾ ਅਤੇ ਤਕਲੀਫ਼ਦੇਹ ਪ੍ਰਕ੍ਰਿਆ ਜਾਰੀ ਰਹੇਗੀ।

## ਦੁੱਧ ਕਿਥੇ ਗਿਆ?

**"ਡਿਲੀਵਰੀ ਦੇ ਦੋ ਦਿਨ ਬਾਦ ਵੀ ਮੇਰੇ ਦੁੱਧੀਆਂ ਵਿਚ ਕੋਲੋਸਟ੍ਰਮ ਤਕ ਨਹੀਂ ਬਣਿਆ। ਕੀ ਮੇਰਾ ਬੱਚਾ ਭੁੱਖਾ ਰਹੇਗਾ?"**

ਨਹੀਂ, ਬੱਚਾ ਭੁੱਖਾ ਨਹੀਂ ਰਹੇਗਾ। ਉਸ ਨੂੰ ਅਜੇ ਭੁੱਖ ਵੀ ਨਹੀਂ ਲਗੀ ਹੈ। ਬੱਚਾ ਜਨਮ ਤੋਂ ਹੀ ਭੁੱਖੇ ਨਹੀਂ ਹੁੰਦੇ। ਪ੍ਰਸੂਤ ਦੇ ਤੀਜੇ-ਚੌਥੇ ਦਿਨ ਤਕ ਜਦੋਂ ਉਸ ਨੂੰ ਭੁੱਖ ਲਗੇਗੀ ਉਦੋਂ ਤਕ ਤੁਹਾਡੀਆਂ ਦੁੱਧੀਆਂ ਵਿਚ ਉਸ ਦੇ ਲਈ ਕਾਫ਼ੀ ਦੁੱਧ ਹੋਵੇਗਾ।

ਅਜੇ ਵੀ ਤੁਹਾਡੀਆਂ ਦੁੱਧੀਆਂ ਖ਼ਾਲੀ ਨਹੀਂ ਹਨ। ਉਨ੍ਹਾਂ ਵਿਚ ਬੱਚੇ ਦੇ ਪੌਸ਼ਣ ਦੇ ਲਈ ਲੋੜੀਂਦਾ ਕੋਲੋਸਟ੍ਰਮ ਦੇ ਅੰਸ਼ ਜ਼ਰੂਰ ਹੋਣਗੇ। ਇਸ ਸਮੇਂ ਬੱਚੇ ਨੂੰ ਇਕ ਚਮਚ ਵੀ ਮਿਲ ਜਾਏ ਤਾਂ ਕਾਫ਼ੀ ਹੈ ਪ੍ਰੰਤੂ ਜਦੋਂ ਤਕ ਦੁੱਧੀਆਂ ਪੂਰੀ ਤਰ੍ਹਾਂ ਭਰ ਨਾ ਜਾਣ ਹੱਥਾਂ ਨਾਲ ਦਬਾਕੇ ਦੁੱਧ ਨਹੀਂ ਕੱਢ ਸਕਦੇ। ਇਕ ਦਿਨ ਦਾ ਬੱਚਾ ਖ਼ੁਦ ਦੁੱਧੀਆਂ ਚੂਸ ਕੇ ਹੀ ਆਪਣਾ ਪੇਟ ਭਰ ਲਵੇਗਾ।

## ਆਪਸੀ ਪਿਆਰ

**"ਮੈਨੂੰ ਉਮੀਦ ਸੀ ਕਿ ਬੱਚੇ ਨੂੰ ਦੇਖਦੇ ਹੀ ਮੇਰੇ ਮਨ ਵਿਚ ਉਸ ਦੇ ਲਈ ਪਿਆਰ ਉਮੜ ਆਏਗਾ ਪ੍ਰੰਤੂ ਅਜੇਵੀ ਮੇਰੇ ਮਨ ਵਿਚ ਐਸੀਆਂ ਭਾਵਨਾਵਾਂ ਪੈਦਾ ਨਹੀਂ ਹੋ ਰਹੀਆਂ। ਇੰਝ ਕਿਉਂ ਹੋ ਰਿਹਾ ਹੈ?"**

ਡਿਲੀਵਰੀ ਤੋਂ ਤੁਰੰਤ ਬਾਦ ਜਦੋਂ ਤੁਹਾਡੇਹੱਥਾਂ ਵਿਚ ਕਪੜਿਆਂ ਦੀ ਪੋਟਲੀ ਆਉਂਦੀ ਹੈ ਤਾਂ ਉਸ ਵਿਚ ਲਿਪਟੇ ਸਲੋਨੇ ਬੱਚੇ ਦਾ ਮੁਖੜਾ ਤੁਹਾਡਾ ਮਨ ਮੋਹ ਲੈਂਦਾ ਹੈ। ਉਹ ਤੁਹਾਡੇ ਵੱਲ ਦੇਖਦਾ ਹੈ ਤਾਂ ਤੁਸੀਂ ਉਸ ਦੇ ਮੂੰਹ ਤੇ ਚੁੰਮਣਾਂ ਦੀ ਝੜੀ ਲਗਾ ਦੇਂਦੀ ਹੋ ਅਤੇ ਉਸੇ ਪਲ ਮਾਂ ਅਤੇ ਬੱਚੇ ਦਾ ਆਪਸੀ ਪਿਆਰ ਹੋਰ ਵੀ ਗਹਿਰਾ ਹੋ ਜਾਂਦਾ ਹੈ।

ਹਰ ਗਰਭਵਤੀ ਮਾਂ ਇੰਝ ਹੀ ਸੁਪਨਾ ਦੇਖਦੇ ਹੈ ਪ੍ਰੰਤੂ ਹਕੀਕਤ ਵਿਚ ਇੰਝ ਨਹੀਂ ਹੁੰਦਾ। ਪ੍ਰਸੂਤ ਦੀ ਲੰਬੀ ਥਕਾਨ ਤੋਂ ਬਾਦ ਲਾਲ, ਝੁਰਰੀਦਾਰ ਚਿਹਰੇ ਵਾਲਾ ਜਾਂ ਫਿਰ ਸੁਜੇ ਚਿਹਰੇ ਵਾਲਾ ਬੱਚਾ ਤੁਹਾਡੀਆਂ ਬਾਹਾਂ ਵਿਚ ਦਿੱਤਾ ਜਾਂਦਾ ਹੈ। ਤੁਹਾਨੂੰ ਉਸ ਦੇ ਚਿਹਰੇ ਵਿਚ ਆਪਣੀ ਕੋਈ ਪਹਿਚਾਣ ਦਿਖਾਈ ਨਹੀਂ ਦੇ 'ਦੀ ਨਾ ਹੀ ਉਸ ਦਾ ਚਿਹਰਾ, ਇਸ਼ਤਿਹਾਰਾਂ ਵਿਚ ਦਿਖਾਏ ਗਏ ਗੋਲ-ਮਟੋਲ ਬੱਚਿਆਂ ਵਰਗਾ ਹੁੰਦਾ ਹੈ। ਤੁਹਾਡੀਆਂ ਲੱਖ ਕੋਸ਼ਿਸ਼ਾਂ ਤੋਂ ਬਾਦ ਉਹ ਦੁੱਧ ਨਹੀਂ ਵੀ ਸਕਦਾ ਅਤੇ ਅਜੀਬ ਤਰ੍ਹਾਂ ਰੋਂਦਾ ਰਹਿੰਦਾ ਹੈ। ਤੁਹਾਨੂੰ ਇਹੀ ਲੱਗਣ ਲਗਦਾ ਹੈ ਕਿ ਕੀ ਸਾਡੇ ਵਿਚ ਪਿਆਰ ਦਾ ਕੋਈ ਵਿਕਲਪ ਨਹੀਂ ਹੈ।

ਦਰਅਸਲ ਹਰ ਮਾਂ ਤੇ ਬੱਚੇ ਵਿਚ ਇਸ ਰਿਸ਼ਤੇ ਨੂੰ ਪੈਦਾ ਹੋਣ ਵਿਚ ਵੱਖ-ਵੱਖ ਸਮਾਂ ਲਗਦਾ ਹੈ। ਕੁਝ ਮਾਵਾਂ ਨੂੰ ਪ੍ਰਸੂਤ ਵਿਚ ਕੋਈ ਦਿੱਕਤ ਨਹੀਂ

## ਘਰ ਵਾਪਸੀ

ਤੁਹਾਨੂੰ ਤੇ ਬੱਚੇ ਨੂੰ ਡਿਲੀਵਰੀ ਤੋਂ ਬਾਦ ਹਸਪਤਾਲ ਵਿਚ ਜਦੋਂ ਤਕ ਰੁਕਣਾ ਹੈ। ਇਹ ਤੁਹਾਡੀ ਸਥਿਤੀ ਤੇ ਨਿਰਭਰ ਕਰਦਾ ਹੈ। ਜੇਕਰ ਤੁਸੀਂ ਤੇ ਬੱਚਾ ਫਿਟ ਹੋ ਤਾਂ ਡਾਕਟਰ ਤੋਂ ਪੁੱਛ ਕੇ ਜਲਦੀ ਛੁੱਟੀ ਲੈ ਸਕਦੇ ਹੋ। ਇਸ ਸਥਿਤੀ ਵਿਚ ਪਹਿਲਾਂ ਹੀ ਤੈਅ ਕਰ ਲਉ ਕਿ ਤੁਸੀਂ ਆਪਣੇ ਬੱਚੇ ਦੇ ਨਾਲ ਅਗਲੀ ਜਾਂਚ ਦੇ ਲਈ ਕਿਸ ਦਿਨ ਤੇ ਕਿਸ ਸਮੇਂ ਆਓਗੀ। ਡਾਕਟਰ ਤੋਂ ਪਤਾ ਕਰ ਲਉ ਕਿ ਆਉਣ ਵਾਲੇ ਦਿਨਾਂ ਵਿਚ ਤੁਹਾਨੂੰ ਕਿਸ ਤਰ੍ਹਾਂ ਦੀ ਪ੍ਰੇਸ਼ਾਨੀ ਹੋ ਸਕਦੀ ਹੈ। ਡਾਕਟਰ ਅਗਲੀ ਜਾਂਚ ਤੋਂ ਪਹਿਲਾਂ ਹੀ ਇਹ ਜਾਣਨਾ ਚਾਹੇਗੀ ਕਿ ਕਿਤੇ ਬੱਚੇ ਨੂੰ ਪੀਲੀਆ ਤਾਂ ਨਹੀਂ ਜਾਂ ਉਸ ਨੂੰ ਉਚਿਤ ਮਾਤਰਾ ਵਿਚ ਦੁੱਧ ਮਿਲ ਰਿਹਾ ਹੈ ਜਾਂ ਨਹੀਂ।

ਜੇਕਰ ਤੁਸੀਂ 48-96 ਘੰਟੇ ਤਕ ਹਸਪਤਾਲ ਵਿਚ ਰੁਕਦੀ ਹੋ ਤਾਂ ਪੂਰਾ ਆਰਾਮ ਲੈਣ ਦੀ ਕੋਸ਼ਿਸ਼ ਕਰੋ ਘਰ ਵਾਪਸ ਆਉਣ ਤੇ ਤੁਹਾਨੂੰ ਢੇਰ ਸਾਰੀ ਊਰਜਾ ਦੀ ਜ਼ਰੂਰਤ ਹੋਵੇਗੀ।

ਆਉਂਦੀ ਉਹ ਪੂਰੇ ਜੋਸ਼ ਅਤੇ ਉਮੰਗ ਨਾਲ ਬੱਚੇਦਾ ਸਵਾਗਤ ਕਰਦੀਆਂ ਹਨ ਅਤੇ ਦੂਜੇ ਪਾਸੇ ਪ੍ਰਤਿਕ੍ਰਿਆ ਵੀ ਮਿਲਦੀ ਹੈ ਜਦੋਂਕਿ ਕਈ ਕੇਸਾਂ ਵਿਚ ਮਾਂ ਪ੍ਰਸੂਤ ਤੋਂ ਬਾਦ ਇੰਨੀ ਨਿਢਾਲ ਹੋ ਜਾਂਦੀ ਹੈ ਕਿ ਬੱਚੇ ਨੂੰ ਗੋਦ ਵਿਚ ਲੈਣ ਦੀ ਹਿੰਮਤ ਤਕ ਨਹੀਂ ਬਚਦੀ।

ਤੁਹਾਨੂੰ ਵੀ ਆਪਣੇ ਆਪ ਨੂੰ ਥੋੜ੍ਹਾ ਸਮਾਂ ਦੇਣਾ ਹੋਵੇਗਾ। ਆਪਣੇ ਬੱਚੇਦੀਆਂ ਸਾਰੀਆਂ ਜ਼ਰੂਰਤਾਂ ਪੂਰੀਆਂ ਕਰੋ। ਉਸ ਨੂੰ ਬਾਹਾਂ ਵਿਚ ਲੈ ਕੇ ਦੁਲਾਰੋ। ਉਸ ਦੇ ਲਈ ਕੁਝ ਗਾਓ, ਉਸ ਨਾਲ ਗੱਲਾਂ ਕਰੋ, ਉਸ ਦੇ ਨੰਨ੍ਹੇ ਹੱਥ-ਪੈਰਾਂ ਦੀ ਮਾਲਸ਼ ਕਰੋ। ਹੌਲੀ-2 ਤੁਹਾਨੂੰ ਉਸ ਦੇ ਸਰੀਰ ਤੋਂ ਆਉਂਦੀ ਬਦਬੂ ਵੀ ਚੰਗੀ ਲਗਣ ਲਗੇਗੀ। ਜਲਦੀ ਹੀ ਤੁਸੀਂ ਖ਼ੁਦ ਨੂੰ ਇਕ ਸਨੇਹੀ ਤੇ ਪੂਰਨ ਮਾਂ ਦੇ ਰੂਪ ਵਿਚ ਦੇਖ ਸਕੋਗੀ।

**"ਮੇਰਾ ਬੱਚਾ ਪ੍ਰੀਮੇਚਿਉਰ ਸੀ ਇਸ ਲਈ ਉਸ ਨੂੰ ਆਈ.ਸੀ.ਯੂ. ਵਿਚ ਲੈ ਜਾਣ ਪਿਆ। ਡਾਕਟਰ ਨੇ ਕਿਹਾ ਕਿ ਉਸ ਨੂੰ ਉਥੇ ਦੋ ਹਫ਼ਤੇ ਤਕ ਰਖਿਆ ਜਾਵੇਗਾ। ਕੀ ਉਸ ਨਾਲ ਪਿਆਰ ਦਾ ਰਿਸ਼ਤਾ ਬਣਾਉਣ ਵਿਚ ਦੇਰ ਨਹੀਂ ਹੋ ਜਾਵੇਗੀ?"**

ਹਾਲਾਂਕਿ ਜਨਮ ਤੋਂ ਇਕਦਮ ਬਾਦ ਬੱਚੇ ਨੂੰ ਦੁਲਾਰਨ ਦਾ ਸੁੱਖ ਹੀਕੁਝ ਹੋਰ ਹੁੰਦਾ ਹੈ ਪ੍ਰੰਤੂ ਇਸ ਪ੍ਰੀਕ੍ਰਿਆ ਨੂੰ ਤੁਸੀਂ ਉਸ ਦੀ ਸਿਹਤ ਸੰਭਲਣ ਤੋਂ ਬਾਦ ਵੀ ਪੂਰਾ ਕਰ ਸਕਦੀ ਹੋ। ਇਸਨਾਲ ਬੱਚੇ ਤੇ ਮਾਤਾ-ਪਿਤਾ ਵਿਚ ਇਕ ਲੰਬੇ ਸਮੇਂ ਦਾ ਸੰਬੰਧ ਪਲਦਾ ਹੈ।

ਤੁਸੀਂ ਬੱਚੇ ਨੂੰ ਆਈ.ਸੀ.ਯੂ. ਵਿਚ ਰੱਖਣ ਦੇ ਦੌਰਾਨ ਵੀ ਛੂਹ ਸਕਦੀ ਹੋ, ਉਸ ਨਾਲ ਗੱਲ ਕਰ ਸਕਦੀ ਹੋ। ਹਸਪਤਾਲਾਂ ਵਿਚ ਮਾਤਾ-ਪਿਤਾ ਨੂੰ ਇੰਝ ਕਰਨ ਦੀ ਛੋਟ ਦਿੱਤੀ ਜਾਂਦੀ ਹੈ। ਉਥੇ ਮੌਜੂਦ ਨਰਸ ਤੋਂ ਪੁੱਛੋ ਕਿ ਤੁਸੀਂ ਆਪਣੇ ਬੱਚੇ ਦੇਨਾਲ ਜ਼ਿਆਦਾਤਰ ਸਮਾਂ ਕਿਵੇਂ ਬਿਤਾ ਸਕਦੀ ਹੋ। ਯਾਦ ਰੱਖੋ ਕਿ ਜਦੋਂ ਤੁਸੀਂ ਬੱਚੇ ਦੇ ਨਾਲ ਘਰ ਵਿਚ ਰਹਿਣਾ ਸ਼ੁਰੂ ਕਰੋਗੀ ਤਾਂ ਤੁਹਾਡੇ ਵਿਚ ਇਕ ਗਹਿਰਾ ਪਿਆਰ ਵਿਕਸਿਤ ਹੋਵੇਗਾ।

## ਕਮਰੇ ਵਿਚ ਬੱਚਾ

**"ਗਰਭਕਾਲ ਦੌਰਾਨ ਤਾਂ ਸੋਚਕੇ ਚੰਗਾ ਲਗਦਾ ਸੀ ਕਿ ਪ੍ਰਸੂਤ ਤੋਂ ਬਾਦ ਬੱਚਾ ਮੇਰੇ ਕਮਰੇ ਵਿਚ ਰਹੇਗਾ ਪ੍ਰੰਤੂ ਮੈਂ ਨਹੀਂ ਜਾਣਦੀ ਸੀ ਕਿ ਉਸ ਸਮੇਂ ਮੇਰੀ ਥਕਾਵਟ ਨਾਲ ਕੀ ਹਾਲਤ ਹੋਵੇਗੀ। ਹੁਣ ਮੈਂ ਬੱਚੇ ਨੂੰ ਦੂਜੀ ਜਗ੍ਹਾ ਲੈ ਜਾਣ ਨੂੰ ਕਹਿ ਰਹੀ ਹਾਂ। ਮੈਂ ਕਿੰਨੀ ਬੁਰੀ ਮਾਂ ਹਾਂ।"**

ਤੁਸੀਂ ਸਚਮੁੱਚ ਇਕ ਚੰਗੀ ਮਾਂ ਹੋ ਅਤੇ ਮਾਂ ਹੋਣ ਦੀ ਚੁਣੌਤੀ ਨੂੰ ਪੂਰਾ ਕਰਕੇ ਹਟੀ ਹੋ। ਹੁਣ ਤੁਸੀਂ ਦੂਜੀ ਚੁਣੌਤੀ ਲੈਣ ਜਾ ਰਹੀ ਹੋ। ਇਸ ਦੌਰਾਨ ਥੋੜ੍ਹਾ ਆਰਾਮ ਤੁਹਾਡੇ ਲਈ ਸਹੀ ਅਤੇ ਜ਼ਰੂਰੀ ਵੀ ਹੈ। ਡਿਲੀਵਰੀ ਦੀ ਥਕਾਵਟ ਕਾਰਣ ਤੁਸੀਂ ਬੱਚੇ ਦੀ ਦੇਖ ਰੇਖ ਨਹੀਂ ਕਰ ਸਕਦੀ। ਪ੍ਰਸੂਤ ਤੇ ਡਿਲੀਵਰੀ ਤੋਂ ਬਾਦ ਤੁਹਾਡਾ ਸਰੀਰ ਨਿਢਾਲ ਹੈ, ਤੁਸੀਂ ਕਈ ਘੰਟਿਆਂ ਤੋਂ ਸੋ ਨਹੀਂ ਸਕੀ। ਦਵਾਈਆਂ ਦਾ ਨਸ਼ਾ ਸਿਰ ਚੜ੍ਹ ਰਿਹਾ ਹੈ। ਇੰਝ ਜੇਕਰ ਤੁਸੀਂ ਕੁਝ ਸਮਾਂ ਨੀਂਦ ਪੂਰੀ ਕਰਨਾ ਚਾਹੁੰਦੀ ਹੋ ਤਾਂ ਕੋਈ ਹਰਜ ਨਹੀਂ ਹੈ।

ਆਪਣੇ ਬੱਚੇ ਨਾਲ ਬੀਤੇ ਘੰਟੇ ਨਹੀਂ ਸਮੇਂ ਦੀ ਗੁਣਵੱਤਾ ਤੇ ਧਿਆਨ ਦਿਉ।; ਘਰ ਜਾ ਕੇ ਤਾਂ ਉਸ

ਨੇ ਸਾਰਾ ਦਿਨ ਤੁਹਾਡੇ ਕੋਲ ਹੀ ਰਹਿਣਾ ਹੈ। ਅਜੇ ਪੂਰਾ ਆਰਾਮ ਲੈ ਲਉ ਕਿਉਂ ਅੱਗੇ ਇਹ ਮੌਕਾ ਨਹੀਂ ਮਿਲਣ ਵਾਲਾ।

# ਸਿਜੇਰੀਅਨ ਡਿਲੀਵਰੀ

### "ਸੀ-ਸੈਕਸ਼ਨ ਤੋਂ ਬਾਦ ਮੈਨੂੰ ਕਦੋਂ ਤੱਕ ਆਰਾਮ ਆ ਜਾਵੇਗਾ?"

ਕਿਸੀ ਵੀ ਪੇਟ ਦੇ ਓਪਰੇਸ਼ਨ ਤੋਂਬਾਦ ਠੀਕ ਹੋਣ ਵਿਚ ਜਿੰਨਾ ਸਮਾਂ ਲਗਦਾ ਹੈ। ਤੁਹਾਨੂੰ ਵੀ ਉਨਾਂ ਹੀ ਸਮਾਂ ਲਗਣ ਵਾਲਾ ਹੈ। ਬਸ ਫਰਕ ਇੰਨਾ ਹੈ ਕਿ ਤੁਹਾਡਾ ਗਾੱਲ ਬਲੈਡਰ ਜਾਂ ਅਪੈਂਡਿਕਸ ਨਹੀਂ ਨਿਕਲੇਗਾ, ਤੁਹਾਡੇ ਕੋਲ ਇਕ ਨੰਨ੍ਹਾਂ-ਜਿਹਾ ਬੱਚਾ ਆ ਜਾਵੇਗਾ। ਸਰਜਰੀ ਤੋਂ ਆਰਾਮ ਦੇ ਨਾਲ-2 ਤੁਹਾਨੂੰ ਬੱਚੇ ਦੇ ਜਨਮ ਨਾਲ ਹੋਣ ਵਾਲੀਆਂ ਤਕਲੀਫ਼ਾਂ ਤੋਂ ਵੀ ਰਾਹਤ ਮਿਲ ਜਾਵੇਗੀ। ਥਕਾਵਟ, ਹਾਰਮੋਨਲ ਬਦਲਾਅ, ਪਸੀਨਾ ਆਦਿ ਐਸੇ ਹੀ ਕੁਝ ਲੱਛਣ ਹਨ।

ਓਪਰੇਸ਼ ਨਾਲ ਹੇਠ-ਲਿਖੇ ਲੱਛਣ ਜੁੜੇ ਹੋਣਗੇ-

**ਚੀਰੇ ਦੇ ਆਸਪਾਸ ਦਰਦ**:- ਐਨਥੀਸੀਆ ਦਾ ਅਸਰ ਘੱਟ ਹੁੰਦੇ ਹੀ ਤੁਹਾਡੇ ਜ਼ਖ਼ਮ ਜਾਂ ਚੀਰੇ ਵਿਚ ਦਰਦ ਹੋਵੇਗਾ। ਇਹ ਦਰਦ ਕਈ ਕਾਰਕਾਂ ਤੇ ਨਿਰਭਰ ਕਰਦੇ ਹਨ ਕਿ ਚੀਰਾ ਕਿਸ ਸਥਿਤੀ ਵਿਚ ਲਗਿਆ ਹੈ ਜਾਂ ਇਸ ਤੋਂ ਪਹਿਲਾਂ ਵੀ ਸੀ-ਸੈਕਸ਼ਨ ਹੋ ਚੁੱਕਾ ਹੈ। ਤੁਹਾਨੂੰ ਦਰਦ ਨਿਵਾਰਦ ਦਵਾਈ ਦਿਤੀ ਜਾਵੇਗੀ ਜਿਸ ਨਾਲ ਨੀਂਦ ਆ ਜਾਵੇ। ਉਂਝ ਤੁਸੀਂ ਦੁੱਧ ਪਿਲਾਓਗੀ ਤਾਂ ਘਬਰਾਓ ਨਾ,ਇਹ ਕਾੱਲਸਟ੍ਰਮ ਤੇ ਅਸਰ ਨਹੀਂ ਕਰੇਗੀ। ਬਾਦ ਵਿਚ ਤੁਹਾਨੂੰ ਇੰਨੇ ਭਾਰੀ ਦਰਦ ਨਿਵਾਰਕਾਂ ਦੀ ਜ਼ਰੂਰਤ ਨਹੀਂ ਰਹੇਗੀ। ਜੇਕਰ ਦਰਦ ਕਈ ਦਿਨ ਤਕ ਰਹੇ ਤਾਂ ਤੁਸੀਂ ਕਦੀ-2 ਦਰਦ ਨਿਵਾਰਕ ਦਵਾਈ ਲੈ ਸਕਦੀ ਹੋ। ਪਹਿਲੇ ਕੁਝ ਹ਼ਫ਼ਤੇ ਭਾਰੀ ਸਮਾਨ ਨਾ ਉਠਾਓ।

**ਜੀ ਮਿਚਲਾਉਣਾ, ਉਲਟੀ ਜਾਂ ਉਲਟੀ ਤੋਂ ਬਿਨਾਂ**:- ਹੋ ਸਕਦਾ ਹੈ ਕਿ ਤੁਹਾਡੇ ਨਾਲ ਇੰਝ ਨਾ ਹੋਵੇ ਪ੍ਰੰਤੂ ਹੋਇਆ ਤਾਂ ਤੁਹਾਨੂੰ ਹਲਕੀ ਦਵਾਈ ਦਿਤੀ ਜਾਵੇਗੀ।

**ਥਕਾਵਟ**:- ਤੁਹਾਡਾ ਕਾਫ਼ੀ ਖ਼ੂਨ ਨਿਕਲ ਜਾਣ ਕਾਰਣ ਕਾ.ਫ਼ੀ ਕਮਜ਼ੋਰੀ ਮਹਿਸੂਸ ਕਰੋਗੀ। ਜੇਕਰ ਓਪਰੇਸ਼ਨ ਤੋਂ ਕੁਝ ਘੰਟੇ ਪਹਿਲਾਂ ਪ੍ਰਸੂਤ-ਦਰਦਾਂ ਵੀ ਸਹੀਆਂ ਹਨ ਤਾਂ ਥਕਾਵਟ ਹੋਰ ਵੀ ਵਧ ਹੋਵੇਗੀ। ਜੇ ਕਰ ਸੀ-ਸੈਕਸ਼ਨ ਪਹਿਲਾਂ ਤੋਂ ਤੈਅ ਨਹੀਂ ਸੀ ਤਾਂ ਤੁਸੀਂ ਭਾਵਨਾਤਮਕ ਤੌਰ ਤੇ ਵੀ ਨਿਰਾਸ਼ ਹੋ ਸਕਦੀ ਹੋ।

**ਅਵਸਥਾ ਦੀ ਨਿਰੰਤਰ ਜਾਂਚ**:- ਇਕ ਨਰਸ ਨਿਯਮਿਤ ਤੌਰਤੇ ਤੁਹਾਡਾ ਤਾਪਮਾਨ, ਨਬਜ਼ ਤੇ ਬਲੱਡਪ੍ਰੈਸ਼ਰ ਆਦਿ ਚੈੱਕ ਕਰੇਗੀ। ਤੁਹਾਡੇ ਪਿਸ਼ਾਬ ਤੇ ਖ਼ੂਨ ਰਿਸਾਅ ਦੀ ਵੀ ਜਾਂਚ ਹੋਵੇਗੀ।

ਕਮਰੇ ਵਿਚ ਆਉਣ ਤੋਂ ਬਾਦ ਤੁਸੀਂ ਹੇਠ-ਲਿਖੀ ਆਸ ਰਖ ਸਕਦੀ ਹੋ।

**ਜ਼ਿਆਦਾ ਜਾਂਚ**:- ਨਰਸ ਲਗਾਤਾਰ ਤੁਹਾਡੀ ਸਥਿਤੀ ਜਾਂਚਦੀ ਰਹੇਗੀ।

**ਪਿਸ਼ਾਬ ਦੇ ਲਈ ਟਿਊਬ ਕੱਢਣਾ**:- ਪਿਸ਼ਾਬ ਦੇ ਲਈ ਪਾਈ ਗਈ ਨਲੀ ਕਢੀ ਜਾਵੇਗੀ। ਤੁਹਾਨੂੰ ਪਹਿਲੀ ਵਾਰ ਪਿਸ਼ਾਬ ਵਿਚ ਮੁਸ਼ਕਲ ਹੋਵੇਗੀ। ਇਸ ਦੇ ਲਈ ਸਾਡੇ ਟਿਪਸ ਅਜਮਾਓ। ਜੇਕਰ ਉਹ ਉਪਾਅ ਕੰਮ ਨਾ ਆਣ ਤਾਂ ਪਿਸ਼ਾਬ ਨਲੀ ਦੁਬਾਰਾ ਪਾਈ ਜਾ ਸਕਦੀ ਹੈ।

**ਸਰਜਰੀ ਦੇ 8-24 ਘੰਟੇ ਬਾਦ**:-ਸਰਜਰੀ ਦੇ 8-24 ਘੰਟੇ ਦੌਰਾਨ ਤੁਹਾਨੂੰ ਹੌਲੀ-ਹੌਲੀ ਪਹਿਲਾਂ ਉਠ ਕੇ ਬੈਠਣਾ ਹੈ। ਫਿਰ ਜਮੀਨ ਤੇ ਖੜੇ ਹੋਣ ਨੂੰ ਕਿਹਾ ਜਾਵੇਗਾ। ਜੇਕਰ ਸਿਰ ਨਾ ਚਕਰਾਏ ਤਾਂ ਤੁਸੀਂ ਖੜ੍ਹੀ ਹੋ ਸਕਦੀ ਹੋ। ਫਿਰ ਤੁਹਾਨੂੰ ਕੁਝ ਕਦਮ ਚਲਣ ਲਈ ਕਿਹਾ ਜਾਵੇਗਾ। ਜਲਦੀ ਹੀ ਤੁਸੀਂ ਸਹਾਰੇ ਦੇ ਨਾਲ ਉੱਠਣ-ਬੈਠਣ ਲਾਇਕ ਹੋ ਜਾਓਗੀ।

**ਆਮ ਆਹਾਰ ਵੱਲ**:- ਕਈ ਜਗ੍ਹਾ ਸੀ-ਸੈਕਸ਼ਨ ਦੇ 24 ਘੰਟੇ ਬਾਦ ਵੀ ਆਈਵੀ ਤੇ ਰਖਿਆ ਜਾਂਦਾ ਹੈ ਅਤੇ ਪਹਿਲੇ ਦੋ ਇਕ ਦਿਨ ਤਰਲ ਪਦਾਰਥ ਦਿੱਤੇ ਜਾਂਦੇ ਹਨ। ਫਿਰ ਹੌਲੀ-2 ਠੋਸ ਆਹਾਰ ਦੇਂਦੇ ਹਨ। ਸਾਰੇ ਹਸਪਤਾਲਾਂ ਤੇ ਡਾਕਟਰਾਂ ਦੀ ਨੀਤੀ ਇਸ ਸਬੰਧੀ ਵੱਖ-2 ਹੋ ਸਕਦੀ ਹੈ। ਤੁਹਾਡੀ ਅਵਸਥਾ ਤੇ ਵੀ ਨਿਰਭਰ ਕਰਦਾ ਹੈ ਕਿ ਖਾਣ-ਪੀਣ ਦੇਣਾ ਕਦੋਂ ਸ਼ੁਰੂ ਕੀਤਾ ਜਾਵੇਗਾ। ਤਰਲ ਪਦਾਰਥਾਂ ਤੋਂ ਬਾਦ ਤੁਹਾਨੂੰ ਅਜਿਹੇ ਕਈ ਠੋਸ ਪਦਾਰਥ ਦਿੱਤੇ ਜਾ ਸਕਦੇ ਹਨ, ਜੋ ਆਸਾਨੀ ਨਾਲ ਹਜ਼ਮ ਹੋ ਸਕਣ।ਠੋਸ ਆਹਾਰ ਸ਼ੁਰੂ ਹੋਣ ਤੋਂ ਬਾਦ ਵੀ ਤਰਲ ਪਦਾਰਥਾਂ ਦੀ ਮਾਤਰਾ ਨਾ ਘਟਾਓ, ਇਹ ਵੀ ਤੁਹਾਡੇ ਲਈ ਜ਼ਰੂਰੀ ਹਨ।

**ਮੋਂਢੇ ਵਿਚ ਦਰਦ**:- ਕਈ ਵਾਰ ਤੁਹਾਡੇ ਮੋਢਿਆਂ ਵਿਚ ਤੇਜ ਦਰਦ ਹੋ ਸਕਦਾ ਹੈ। ਦਵਾਈ ਲੈਣ ਨਾਲ ਇਸ ਤੋਂ ਆਰਾਮ ਮਿਲੇਗਾ।

**ਕਬਜ਼**:- ਐਨਥੀਸੀਆ ਤੇ ਸਰਜਰੀ ਕਾਰਣ ਤੁਹਾਡੀ ਸ਼ੌਚ ਪ੍ਰਕ੍ਰਿਆ ਹੌਲੀ ਪੈ ਜਾਵੇਗੀ। ਇਸ ਵਿਚ ਕਈ ਦਿਨ ਵੀ ਲਗ ਸਕਦੇ ਹਨ। ਕਬਜ਼ ਦੇ ਕਾਰਣ ਗੈਸ ਦਾ ਦਰਦ ਵੀ ਹੋ ਸਕਦਾ ਹੈ। ਇਸ ਦੇ ਲਈ ਤੁਹਾਨੂੰ ਕੋਈ ਦਵਾਈ ਦਿੱਤੀ ਜਾ ਸਕਦੀ ਹੈ ਤਾਂ ਜੋ ਆਸਾਨੀ ਨਾਲ ਸ਼ੌਚ ਹੋ ਜਾਏ।

**ਪੇਟ ਦੀ ਤਕਲੀਫ਼**:- ਪਾਚਨ ਤੰਤਰ ਕੰਮ ਕਰਨਾ ਸ਼ੁਰੂ ਕਰੇਗਾ ਤਾਂ ਪੇਟ ਵਿਚ ਜਮ੍ਹਾਂ ਗੈਸ ਆਪਣਾ ਅਸਰ ਦਿਖਾ ਸਕਦੀ ਹੈ। ਹੱਸਣ, ਖੰਘਣ ਜਾਂ ਛਿੱਕਣ ਨਾਲ ਹਾਲਤ ਹੋਰ ਵੀ ਵਿਗੜ ਸਕਦੀ ਹੈ। ਨਰਸ ਜਾਂ ਡਾਕਟਰ ਆਰਾਮ ਦੇ ਉਪਾਅ ਸੁਝਾ ਸਕਦੇ ਹਨ। ਚੀਰਾ ਦਬਕੇ ਗਹਿਰੀ ਸਾਂਹ ਲੈਣ ਜਾਂ ਫਿਰ ਚਹਿਲ-ਕਦਮੀ ਕਰਨ ਨਾਲ ਥੋੜ੍ਹਾ ਆਰਾਮ ਮਿਲ ਸਕਦਾ ਹੈ।

**ਬੱਚੇ ਦੇ ਨਾਲ ਸਮਾਂ ਬਿਤਾਓ**:- ਜੇਕਰ ਤੁਹਾਡੀ ਹਾਲਤ ਥੋੜ੍ਹੀ ਸੰਭਲ ਗਈ ਤਾਂ ਬੱਚੇ ਨੂੰ ਦੁੱਧ ਪਿਲਾਣ ਤੋਂ ਇਲਾਵਾ ਥੋੜ੍ਹਾ ਸਮਾਂ ਬਿਤਾਓ। ਉਸ ਨੂੰ ਦੁਲਾ ਦਿਉ। ਆਪਣੇ ਕਮਰੇ ਵਿਚ ਕਿਸੇ ਦੀ ਮਦਦ ਲਈ ਰੱਖੋ ਤਾਂ ਜੋ ਤੁਹਾਡਾ ਪੂਰਾ ਧਿਆਨ ਬੱਚੇ ਵੱਲ ਕੇਂਦ੍ਰਿਤ ਹੋ ਸਕੇ।

**ਟਾਂਕੇ ਖੁਲ੍ਹਣਾ**:- ਜੇਕਰ ਟਾਂਕੇ ਖ਼ੁਦ ਘੁੱਲਣ ਵਾਲੇ ਨਹੀਂ ਹਨ ਤਾਂ ਡਿਲੀਵਰੀ ਦੇ ਚਾਰ-ਪੰਜ ਦਿਨ ਬਾਦ ਟਾਂਕੇ ਖੋਲ੍ਹੇ ਜਾਣਗੇ। ਇਸ ਵਿਚ ਦਰਦ ਨਹੀਂ ਹੁੰਦਾ, ਹਲਕੀ ਬੇਚੈਨੀ ਹੋ ਸਕਦੀ ਹੈ। ਟਾਂਕੇ ਖੁਲ੍ਹਣ ਤੋਂ ਬਾਦ ਚੀਰੇ ਨੂੰ ਧਿਆਨ ਨਾਲ ਦੇਖੋ ਅਤੇ ਡਾਕਟਰ ਤੋਂ ਪੁਛੋ ਕਿ ਉਹ ਕਦੋਂ ਤੱਕ ਠੀਕ ਹੋ ਜਾਏਗਾ। ਉਸਦੀ ਕਿਵੇਂ ਦੇਖ-ਰੇਖ ਕਰਨੀ ਹੈ ਜਾਂ ਉਸ ਵਿਚ ਕੀ-ਕੀ ਬਦਲਾਅ ਆ ਸਕਦੇ ਹਨ।

ਉਂਝ ਤੁਸੀਂ ਪ੍ਰਸੂਤ ਦੇ ਤਿੰਨ-ਚਾਰ ਦਿਨ ਬਾਦ ਘਰ ਜਾ ਸਕਦੀ ਹੋ ਪ੍ਰੰਤੂ ਘਰ ਜਾ ਕੇ ਵੀ ਤੁਹਾਨੂੰ ਤੇ ਬੱਚੇ ਨੂੰ ਦੇਖਭਾਲ ਦੀ ਜ਼ਰੂਰਤ ਹੋਵੇਗੀ। ਸ਼ੁਰੂ ਦੇ ਕੁਝ ਹਫ਼ਤਿਆਂ ਵਿਚ ਕਿਸੀ ਨੂੰ ਆਪਣੇ ਕੋਲ ਦੇਖਭਾਲ ਲਈ ਰੱਖੋ।

# ਬੱਚੇ ਦੇ ਨਾਲ ਘਰ ਵਾਪਸੀ

**''ਹਸਪਤਾਲ ਵਿਚ ਤਾਂ ਨਰਸ ਮੇਰੇ ਬੱਚੇ ਦੇ ਡਾਇਪਰ ਬਦਲਦੀ ਸੀ, ਮੈਨੂੰ ਦਸਦੀ ਸੀ ਕਿ ਬੱਚੇ ਦੇ ਦੁੱਧ ਪੀਣ ਦਾ ਸਮਾਂ ਹੋ ਗਿਆ ਹੈ। ਹੁਣ ਮੈਂ ਕਾਫ਼ੀ ਪ੍ਰੇਸ਼ਾਨ ਹਾਂ।''**

ਇਹ ਸੱਚ ਹੈ ਕਿ ਬੱਚਾ ਆਪਣੇ ਨਾਲ ਕੋਈ ਨਿਰਦੇਸ਼ ਲਿਖਕੇ ਨਹੀਂ ਲਿਆਉਂਦੇ ਪ੍ਰੰਤੂ ਜਦੋਂ ਤੁਸੀਂ ਹਸਪਤਾਲ ਤੋਂ ਆਉਂਦੀ ਹੋ ਤਾਂ ਤੁਹਾਨੂੰ ਬੱਚੇ ਨੂੰ ਨਹਾਉਣ, ਧੁਆਉਣ ਤੇ ਖਿਲਾਉਣ ਨਾਲ ਜੁੜੇ ਨਿਰਦੇਸ਼ ਦਿੱਤੇ ਜਾਂਦੇ ਹਨ।ਹੋ ਸਕਦਾ ਹੈ ਕਿ ਪਹਿਲੀ ਵਾਰ ਡਾਇਪਰ ਬਦਲਦੇ ਸਮੇਂ ਤੁਹਾਡੇ ਤੋਂ ਥੋੜ੍ਹੀ ਗੜਬੜ੍ਹ ਹੋਜਾਵੇ ਪ੍ਰੰਤੂ ਇਸ ਸਬੰਧੀ ਕਿਤਾਬਾਂ ਤੋਂ ਤੇ ਆਨ-ਲਾਈਨ ਜਾਣਕਾਰੀ ਮਿਲ ਜਾਂਦੀ ਹੈ। ਬੱਚਾ-ਮਾਹਰ ਵੀ ਕਾਫ਼ੀ ਕੁਝ ਸਮਝਾ ਦੇਂਦੇ ਹਨ। ਆਪਣੇ ਪ੍ਰਸ਼ਨਾਂ ਦੇ ਉੱਤਰ ਲਿਖ ਲਉ ਤਾਂ ਜੋ ਤੁਹਾਨੂੰ ਕੁਝ ਵੀ ਨਾ ਭੁੱਲੇ।

ਹਾਲਾਂਕਿ ਇਕ ਸਮਝਦਾਰ ਮਾਤਾ-ਪਿਤਾ ਬਣਨ ਵਿਚ ਸਮਾਂ ਲਗਦਾ ਹੈ। ਇਸ ਦੇ ਲਈ ਤੁਹਾਨੂੰ ਹੌਸਲੇ ਅਤੇ ਅਭਿਆਸ ਦੀ ਜ਼ਰੂਰਤ ਹੋਵੇਗੀ। ਬੱਚਾ ਇਸ ਪ੍ਰਕ੍ਰਿਆ ਵਿਚ ਤੁਹਾਨੂੰ ਮਾਫ਼ ਕਰ ਦੇਵੇਗਾ ਜੇ ਕਰ ਤੁਸੀਂ ਉਸ ਦਾ ਡਾਇਪਰ ਉਲਟਾ ਲਗਾ ਦਿਉ ਜਾਂ ਨਹਾਉਂਦੇ ਸਮੇਂ ਕੰਨ ਸਾਫ਼ ਕਰਨਾ ਭੁੱਲ ਜਾਓ ਤਾਂ ਉਹ ਬੁਰਾ ਨਹੀਂ ਮੰਨਦੇ। ਉਹ ਆਪਣੀ ਫੀਡਬੈਕ ਦੇਣ ਵਿਚ ਵੀ ਨਹੀਂ ਸ਼ਰਮਾਂਦੇ। ਭੁੱਖ ਲੱਖਣ ਤੇ ਚੀਕ-2 ਕੇ ਰੋਂਦੇ ਹਨ। ਨਹਾਉਣ ਦਾ ਪਾਣੀ ਜ਼ਿਆਦਾ ਠੰਡਾ ਜਾਂ ਗਰਮ ਹੋਵੇ ਤਾਂ ਚਿਲਾਉਣ ਲਗਦੇ ਹਨ। ਬੱਚੇ ਦੇ ਕੋਲ ਦੂਜੀ ਮਾਂ ਨਹੀਂ ਹੁੰਦੀ ਜਿਸ ਨਾਲ ਉਹ ਤੁਹਾਡੀ ਤੁਲਣਾ ਕਰ ਸਕਣ।

ਤੁਸੀਂ ਉਸਦੇ ਲਈਦੁਨੀਆਂ ਦੀ ਸਭ ਤੋਂ ਵਧੀਆ ਮਾਂ ਹੋ ਅਤੇ ਰਹੋਗੀ।

ਤੁਸੀਂ ਆਪਣੀ ਥਕਾਵਟ ਮਿਟਾਉਣ ਲਈ ਆਰਾਮ ਕਰੋ ਤੇ ਊਰਜਾ ਦਾ ਪੱਧਰ ਬਣਾਈ ਰੱਖਣ ਲਈ ਜੰਮ ਕੇ ਖਾਓ। ਹੌਲੀ-2 ਬੇਬੀ ਕਯਰ ਸਹਿਜ ਤੇ ਸਰਲ ਹੁੰਦੀ ਜਾਵੇਗੀ। ਉਦੋਂ ਬੜੀ ਆਸਾਨੀ ਨਾਲ ਬੱਚੇ ਨੂੰ ਗੋਦ ਵਿਚ ਉਠਾਕੇ ਘਰ ਦੇ ਕਪੜੇ ਵੀ ਧੋ ਸਕੋਗੀ ਅਤੇ ਵੈਕਯੂਮ ਕਲੀਨਰ ਵੀ ਚਲਾ ਸਕੋਗੀ। ਫਿਰ ਤੁਹਾਨੂੰ ਇਕ ਹੀ ਸਮੇਂ ਕਈ ਕੰਮ ਕਰਨ ਦਾ ਹੁਨਰ ਵੀ ਆ ਜਾਵੇਗਾ।

# ਦੁੱਧ ਪਿਲਾਉਣ ਦੀ ਆਰੰਭ

ਬੱਚੇ ਨੂੰ ਦੁੱਧ ਪਿਲਾਉਣਾ ਇਕ ਸੁਭਾਵਕ ਜਿਹੀ ਪ੍ਰਕ੍ਰਿਆ ਹੈ ਪ੍ਰੰਤੂ ਫਿਰ ਵੀ ਮਾਂਵਾਂ ਇਸ ਨੂੰ ਸਹੀ ਤਰੀਕੇ ਨਾਲ ਨਹੀਂ ਕਰਦੀਆਂ। ਦੁੱਧੀਆਂ ਵਿਚ ਦੁੱਧ ਵੀ ਆਪਣੇ-ਆਪ ਉਤਰ ਆਉਂਦਾ ਹੈ ਪ੍ਰੰਤੂ ਤੁਹਾਨੂੰ ਇਹ ਹੁਨਰ ਸਿਖਣਾ ਹੈ ਕਿ ਦੁੱਧੀਆਂ ਦਾ ਨਿੱਪਲ ਬੱਚੇ ਦੇ ਮੂੰਹ ਵਿਚ ਕਿਵੇਂ ਦਿੱਤਾ ਜਾਵੇ।

ਇਸ ਹੁਨਰ ਨੂੰ ਸਿਖਣਾ ਹੀ ਪੈਂਦਾ ਹੈ। ਕਈ ਵਾਰ ਕੁਝ ਸਰੀਰਕ ਤਕਲੀਫ਼ਾਂ ਕਾਰਣ ਇਹ ਪ੍ਰਕ੍ਰਿਆ ਪੂਰੀ ਨਹੀਂ ਹੁੰਦੀ ਕਿਉਂਕਿ ਦੋਨੋਂ ਪਾਸਿਓਂ ਤਜ਼ਰਬੇ ਦੀ ਘਾਟ ਹੁੰਦੀ ਹੈ। ਮਾਂ ਨੂੰ ਦੁੱਧ ਪਿਲਾਉਣਾ ਨਹੀਂ ਆਉਂਦਾ ਅਤੇ ਬੱਚੇ ਨੂੰ ਦੁੱਧ ਪੀਣਾ ਨਹੀਂ ਆਉਂਦਾ।

ਜੇਕਰ ਤੁਹਾਨੂੰ ਪਹਿਲਾਂ ਹੀ ਇਸ ਸਬੰਧੀ ਥੋੜ੍ਹੀ ਜਾਣਕਾਰੀ ਹੋਵੇਗੀ ਤਾਂ ਇਹ ਮਾਮਲਾ ਕਾਫ਼ੀ ਹੱਦ ਤਕ ਸੰਭਲ ਜਾਵੇਗਾ। ਇਸ ਦੇ ਲਈ ਕਿਤਾਬਾਂ ਤੇ ਕਲਾਸਾਂ ਜਾਂ ਆੱਨਲਾਈਨ ਜਾਣਕਾਰੀ ਲਓ।

- ਬਰਥਿੰਗ ਰੂਮ ਵਿਚ ਹੀ ਇਸ ਦੀ ਸ਼ੁਰੂਆਤ ਕਰੋ। ਜੇਕਰ ਬੱਚਾ ਤੇ ਤੁਹਾਨੂੰ ਪਹਿਲਾਂ ਹੀ ਦੁੱਧ ਪਿਲਾਣ ਦਾ ਮੌਕਾ ਨਾ ਮਿਲੇ ਤਾਂ ਉਦਾਸ ਨਾ ਹੋਵੋ। ਇਸਦਾ ਭਾਵ ਇਹ ਨਹੀਂ ਕਿ ਤੁਸੀਂ ਇਸ ਦੀ ਸ਼ੁਰੂਆਤ ਨਹੀਂ ਕਰ ਸਕੋਗੀ। ਤੁਹਾਨੂੰ ਦੋਨਾਂ ਨੂੰ ਹੀ ਇਸ ਬਾਰੇ ਵਿਚ ਕਾਫ਼ੀ ਕੁਝ ਸਿਖਣਾ ਹੈ।
- ਬੱਚੇ ਨੂੰ ਭੁੱਖ ਲਗਣ ਤੇ ਖ਼ੁਦ ਨੂੰ ਤਿਆਰ ਰਖੋ। ਕਿਤੇ ਇੰਝ ਨਾ ਹੋਵੇ ਕਿ ਉਹ ਭੁੱਖ ਨਾਲ ਰੋਏ ਅਤੇ ਤੁਹਾਡੀਆਂ ਅੱਖਾਂ ਨੀਂਦ ਨਾਲ ਭਰੀਆਂ ਹੋਣ।
- ਜਿੰਨਾ ਹੋ ਸਕੇ, ਦੂਜਿਆਂ ਦੀ ਮਦਦ ਲਓ। ਲੈਕਟੇਸ਼ਨ ਮਾਹਰ ਵੀ ਇਸ ਸਬੰਧੀ ਮਦਦ ਦੇ ਸਕਦੇ ਹਨ। ਜੇਕਰ ਇਹ ਸੁਵਿਧਾ ਨਾ ਹੋਵੇ ਤਾਂ ਅਨੁਭਵੀ ਨਰਸ ਜਾਂ ਡਾਕਟਰ ਤੋਂ ਮਦਦ ਲਓ। ਉਹ ਤੁਹਾਨੂੰ ਕੀਮਤੀ ਸੁਝਾਅ ਦੇ ਸਕਦੇ ਹਨ।

## ਦੁੱਧ ਪਿਲਾਣਾ ਤੇ ਆਈ.ਸੀ.ਯੂ. ਵਿਚ ਬੱਚਾ

ਜੇਕਰ ਨਵਜਾਤ ਬੱਚੇ ਨੂੰ ਕਿਸੇਕਾਰਣ ਆਈ. ਸੀ.ਯੂ. (ਇਨਸੈਂਟਿਵ ਕੇਯਰ ਯੂਨਿਟ) ਵਿਚ ਰਖਿਆ ਗਿਆ ਹੈ ਤਾਂ ਦੁੱਧ ਨਾ ਪਿਲਾ ਸਕੋ ਤਾਂ ਪੰਪ ਦੀ ਮਦਦ ਨਾਲ ਦੁੱਧ ਕੱਢ ਕੇ ਬੋਤਲ ਵਿਚ ਦਿਉ। ਪੰਪ ਨਾਲ ਦੁੱਧ ਕੱਢਣ ਨਾਲ ਦੁੱਧ ਦੀ ਅਪੂਰਤੀ ਵੀ ਬਣੀ ਰਹੇਗੀ।

- ਸ਼ੁੱਭਚਿੰਤਕਾਂ ਦੀ ਭੀੜ ਤੋਂ ਬਚੋ। ਮੁਲਾਕਾਤੀ ਤੁਹਾਡੇ ਅਤੇ ਬੱਚੇ ਦੀ ਇਸ ਪ੍ਰਕ੍ਰਿਆ ਵਿਚ ਰੁਕਾਵਟ ਬਣ ਸਕਦੇ ਹਨ। ਤੁਹਾਨੂੰ ਇਕ ਆਰਾਮਦਾਇਕ ਮਹੌਲ ਬਣਾਉਣਾ ਹੈ। ਪੂਰੀ ਇਕਾਗਰਤਾ ਦੇ ਨਾਲ ਬੱਚੇ ਨੂੰ ਦੁੱਧ ਪਿਲਾਣਾ ਹੈ ਤਾਂ ਜੋ ਦੋਨੋਂ ਪਾਸਿਓਂ ਭਰਪੂਰ ਸੰਤੁਸ਼ਟੀ ਮਿਲ ਸਕੇ।
- ਜੇਕਰ ਬੱਚੇ ਦੀ ਸ਼ੁਰੂਆਤ ਹੌਲੀ ਹੋਵੇ ਤਾਂ ਉਦਾਸ ਨਾ ਹੋਵੋ। ਹੋ ਸਕਦਾ ਹੈ ਕਿ ਉਸ ਨੂੰ ਡਿਲੀਵਰੀ ਦੀ ਥਕਾਵਟ ਹੋਵੇ। ਨਵੇਂ ਬੱਚੇ ਨੂੰ ਨੀਂਦ ਵੀ ਬਹੁਤ ਆਉਂਦੀ ਹੈ। ਉਨ੍ਹਾਂ ਕੋਲ ਪਹਿਲਾਂ ਤੋਂ ਕੁਝ ਦਿਨ ਦੀ ਖ਼ੁਰਾਕ ਹੁੰਦੀ ਹੈ ਇਸ ਲਈਖ਼ੁਲ੍ਹ ਕੇਭੁੱਖ ਲੱਖ ਲੱਗਣ ਤੇ ਉਨ੍ਹਾਂ ਕੋਲ ਉਚਿਤ ਮਾਤਾਰਾ ਵਿਚ ਦੁੱਧ ਪੀਣ ਦੀ ਤਾਕਤ ਵੀ ਆ ਜਾਵੇਗੀ।
- ਬੱਚੇ ਨੂੰ ਬੋਤਲ ਦੇ ਦੁੱਧ ਤੋਂ ਬਚਾਓ। ਕਿਤੇ ਇੰਝ ਨਾ ਹੋਵੇ ਕਿ ਉਹ ਦੁੱਧ ਪਿਲਾਉਣ ਤੋਂ ਪਹਿਲਾਂ ਫਾਰਮੂਲਾ ਦੁੱਧ ਨਾਲ ਹੀ ਆਪਣਾ ਪੇਟ ਭਰ ਲੈਣ। ਬੋਤਲ ਦੇ ਦੁੱਧ ਨਾਲ ਉਸ ਦੀ ਭੁੱਖ ਵੀ ਸ਼ਾਂਤ ਨਹੀ ਹੋਵੇਗੀ ਅਤੇ ਉਸ ਨੂੰ ਜ਼ਰੂਰੀ ਕੋਲੋਸਟ੍ਰਮ ਵੀ ਨਹੀਂ ਮਿਲ ਸਕੇਗਾ। ਜੇਕਰ ਸਪਲੀਮੈਂਟਰੀ ਖ਼ੁਰਾਕ ਦੇ ਵੀ ਰਹੀ ਹੋ ਤਾਂ ਉਸ ਨੂੰ ਦੁੱਧ ਪਿਲਾਣ ਦੇ ਆਸਪਾਸ ਨਾ ਦਿਓ। ਉਸ ਨੂੰ ਬੋਤਲ ਦਾ ਚਸਕਾ ਪੈ ਗਿਆ ਤਾਂ

ਕੁਸ਼ਕਲ ਹੋਵੇਗੀ ਕਿਉਂ ਉਸ ਵਿਚ ਦੁੱਧ ਪੀਣ ਵਿਚ ਘੱਟ ਮਿਹਨਤ ਲਗਦੀ ਹੈ। ਹੋ ਸਕਦਾ ਹੈ ਕਿ ਦੁੱਧ ਪੀਣ ਵਿਚ ਉਸ ਦੀ ਰੁਚੀ ਹੀ ਖ਼ਤਮ ਹੋ ਜਾਏ।

- ਦਿਨ ਵਿਚ ਘੱਟੋ ਘੱਟ 8-12 ਵਾਰ ਦੁੱਧ ਪਿਲਾਓ। ਦੁੱਧ ਵੀ ਪੂਰਾ ਬਣੇਗਾ। ਬੱਚਾ ਵੀ ਖ਼ੁਸ਼ ਰਹੇਗਾ। ਜੇਕਰ ਚਾਰ ਘੰਟੇ ਬਾਦ ਦੁੱਧ ਪਿਲਆਓਗੀ ਤਾਂ ਦੁੱਧ ਵੀ ਨਹੀਂ ਬਣ ਸਕੇਗਾ ਅਤੇ ਦੁੱਧੀਆਂ ਵਿਚ ਖ਼ੂਨਪ੍ਰਵਾਹ ਹੋ ਜਾਵੇਗਾ। ਬੱਚੇ ਨੂੰ ਸਹੀ ਪੁਜੀ ਵਿਚ ਦੁੱਧ ਪਿਲਾਓ ਜੋ ਕਿ ਨਿੱਪਲਾਂ ਵਿਚ ਸੋਜਸ ਜਾਂ ਦਰਦ ਬਣ ਜਾਏ। ਜੇਕਰ ਪੁਜੀਸ਼ਨ ਸਹੀ ਹੋਵੇ ਤਾਂ ਤੁਸੀਂ ਕਿੰਨੀ ਵੀ ਦੇਰ ਆਰਾਮ ਨਾਲ ਦੁੱਧ ਪਿਲਆ ਸਕਦੀ ਹੋ।
- ਬੱਚੇ ਨੂੰ ਦੋਨੋਂ ਦੁੱਧੀਆਂ ਤੋਂ ਦੁੱਧ ਪਿਲਾਓ। ਇਕ ਦੁੱਧੀ ਖ਼ਾਲੀ ਹੋਣ ਤੋਂ ਬਾਦ ਦੂਜਾ ਦੁੱਧੀ ਮੂੰਹ ਵਿਚ ਲਗਾਓ। ਇਸ ਤਰ੍ਹਾਂ ਉਸ ਦੀ ਭੁੱਖ ਵੀ ਸ਼ਾਂਤ ਹੋਵੇ ਗੀ ਅਤੇ ਪੂਰੀ ਖ਼ੁਰਾਕ ਵੀ ਮਿਲੇਗੀ। ਉਸ ਨੂੰ ਇਕ ਹੀ ਦੁੱਧੀ ਤੋਂ ਪੂਰਾ ਦੁੱਧ ਪੀਣ ਦਿਉ। ਜੇਕਰ ਉਹ ਚਾਹੇ ਤਾਂ ਉਸ ਨੂੰ ਦੂਜੀ ਦੁੱਧੀ ਪੀਣ ਦਿਉ ਪ੍ਰੰਤੂ ਜਬਰਦਸਤੀ ਨਾ ਕਰੋ। ਯਾਦ ਰੱਖੋ ਕਿ ਤੁਸੀਂ ਅਗਲੀ ਵਾਰ ਭਰੀ ਹੋਈ ਦੁੱਧੀ ਤੋਂ ਦੁੱਧ ਪਿਲਾਣਾ ਹੈ। ਇਹੀ ਕ੍ਰਮ ਬਣਾਈ ਰੱਖੋ।

## ਦੁੱਧ ਕਿਵੇਂ ਪਿਲਾਈਏ

- ਕੋਈ ਸ਼ਾਂਤ ਜਿਹੀ ਜਗ੍ਹਾ ਚੁਣੋ। ਸ਼ਾਂਤ ਜਗ੍ਹਾਂ ਤੇ ਤੁਹਾਨੂੰ ਵੀ ਆਰਾਮ ਮਿਲੇਗਾ ਅਤੇ ਬੱਚਾ ਵੀ ਆਰਾਮ ਨਾਲ ਆਪਣਾ ਪੇਟ ਭਰੇਗਾ।
- ਆਪਣੇ ਕੋਲ ਕੋਈ ਪੀਣ ਵਾਲਾ ਪਦਾਰਥ ਰੱਖੋ। ਇਹ ਤੇਜ ਗਰਮ ਨਾ ਹੋਵੇ ਨਹੀਂ ਤਾਂ ਬੱਚੇ ਤੇ ਛਲਕ ਸਕਦਾ ਹੈ। ਜੇਕਰ ਤੁਹਾਨੂੰ ਖਾਣਾ ਖਾਏ ਕਾਫ਼ੀ ਦੇਰ ਹੋ ਗਈ ਹੋਵੇ ਤਾਂ ਕੋਈ ਪੌਸ਼ਟਿਕ ਸਨੈਕਸ ਵੀ ਨਾਲ-ਨਾਲ ਖਾਓ।
- ਆਪਣੇ ਕੋਲ ਕੋਈ ਕਿਤਾਬ ਰੱਖ ਲਉ ਪ੍ਰੰਤੂ ਦੁੱਧ ਪਿਲਾਣ ਦੌਰਾਨ ਕਿਤਾਬ ਪੜ੍ਹਦੇ ਸਮੇਂ, ਵਿਚ-2 ਬੱਚੇ ਤੇ ਵੀ ਨਜ਼ਰ ਰੱਖੋ। ਸ਼ੁਰੂ ਦੇ ਦਿਨਾਂ ਵਿਚ ਟੀ.ਵੀ. ਚਲਾਣ ਨਾਲ ਕਾਫ਼ੀ ਰੁਕਾਵਟ ਹੋ ਸਕਦੀ ਹੈ। ਫ਼ੋਨ ਵੀ ਨਾ ਲਉ। ਉਸ ਨੂੰ ਵਾਇਸ ਮੋਡ ਤੇ ਰੱਖ ਦਿਉ ਜਾਂ ਕਿਸੇ ਦੂਜੇ ਨੂੰ ਫ਼ੋਨ ਉਠਾਣ ਦਿਉ।
- ਬੱਚੇ ਨੂੰ ਆਰਾਮਦਾਇਕ ਤਰੀਕੇ ਨਾਲ ਉਠਾਣ ਲਈਗੋਦ ਵਿਚ ਸਰਾਹਣਾ ਰਖ ਲਉ। ਬਿਨਾਂ ਸਹਾਰੇ ਨਾ ਉਠਾਣ ਨਾਲ ਬਾਹਾਂ ਵਿਚ ਅਕੜਨ ਜਾਂ ਦਰਦ ਹੋ ਸਕਦਾ ਹੈ। ਜੇਕਰ ਹੋ ਸਕੇ ਤਾਂ ਲੱਤਾਂ ਵੀ ਉਚੀਆਂ ਰਖੋ।
- ਬੱਚੇ ਦਾ ਮੂੰਹ ਆਪਣੇ ਨਿੱਪਲ ਵੱਲ ਕਰਕੇ ਲਿਟਾਓ। ਉਸ ਦਾ ਪੂਰੀ ਸਰੀਰ ਤੁਹਾਡੇ ਵੱਲ ਹੋਣਾ ਚਾਹੀਦਾ ਹੈ। ਸਹੀ ਸਥਿਤੀ ਹੋਣ ਨਾਲ ਤੁਸੀਂ ਵੀ ਦੁੱਧ ਪਿਲਾਣ ਨਾਲ ਜੁੜੀਆਂ ਕਈ ਤਕਲੀਫ਼ਾਂ ਤੋਂ ਬੱਚ ਜਾਓਗੀ।
- ਪਹਿਲੇ ਕੁਝ ਹਫ਼ਤਿਆਂ ਵਿਚ ਦੁੱਧ ਪਿਲਾਣ ਦੀਆਂ ਕੋ ਪੁਜੀਸ਼ਨਾਂ ਸਹੀ ਦਸੀਆਂ ਜਾਂਦੀਆਂ ਹਨ। ਪਹਿਲੀ ਹੈ 'ਕ੍ਰਾਸਓਵਰ ਹੋਲਡ'-ਇਕ ਹੱਥ ਨਾਲ ਬੱਚੇ ਦੇ ਸਿਰ ਨੂੰ ਸਹਾਰਾ ਦਿਉ ਤੇ ਦੂਜੇ ਹੱਥ ਨਾਲ ਉਸਦਾ ਪੂਰਾ ਸਰੀਰ ਸੰਭਾਲੋ। ਫਿਰ ਉਸੀ ਹੱਥ ਨਾਲ ਆਪਣਾ ਨਿੱਪਲ ਉਸ ਦੇ ਮੂੰਹ ਵਿਚ ਪਾਓ। ਦੁੱਧੀ ਨੂੰ ਹਲਕੇ ਜਿਹੇ ਦਬਾਓ ਤਾਂ ਜੋ ਉਸ ਦੇ ਭਾਰ ਨਾਲ ਬੱਚੇ ਦਾ ਨੱਕ ਨਾ ਦਬੇ । ਹੁਣ ਤੁਸੀਂ ਦੁੱਧ ਪਿਲਆਣ ਲਈ ਤਿਆਰ ਹੋ।

■ਦੂਜੀ ਸਥਿਤੀ 'ਫੁਟਬਾਲ ਹੋਲਡ' ਕਹਾਉਂਦੀ ਹੈ। ਇਸ ਨੂੰ 'ਕਲਚ ਹੋਲਡ' ਵੀ ਕਹਿੰਦੇ ਹਨ। ਸੀ-ਸੈਕਸ਼ਨ ਤੋਂ ਬਾਦ ਇਹ ਕਾਫ਼ੀ ਫਾਇਦੇ ਮੰਦ ਹੁੰਦੀ ਹੈ ਕਿਉਂਕਿ ਇਸ ਨਾਲ ਪੇਟ ਤੇ ਫਾਲਤੂ ਦਬਾਅ ਨਹੀਂ ਪੈਂਦਾ। ਜੇਕਰ ਤੁਹਾਡੀਆਂ ਛਾਤੀਆਂ ਵੱਡੀਆਂ ਹਨ ਜਾਂ ਬੱਚਾ ਪ੍ਰੀਮੈਚਿਯੂਰ ਹੈ ਜਾਂ ਤੁਸੀਂ ਜੁੜਵਾਂ ਨੂੰ ਦੁੱਧ ਪਿਲਾ ਰਹੀ ਹੋ ਤਾਂ ਬੱਚੇ ਨੂੰ ਅੱਧਲੇਟੀ ਸਥਿਤੀ ਵਿਚ ਲਿਟਾਓ। ਉਸ ਦੇ ਹੱਥ ਪੈਰ ਤੁਹਾਡੀ ਬਾਂਹ ਦੇ ਹੇਠਾਂ ਹੋਣ। ਇਕ ਹੱਥ ਨਾਲ ਉਸ ਦੇ ਸਿਰ ਨੂੰ ਸਹਾਰਾ ਦਿਉ ਤੇ ਦੂਜੇ ਨਾਲ ਦੁੱਧੀ ਸੰਭਾਲੋ। ਜਦੋਂ ਤੁਹਾਨੂੰ ਚੰਗੀ ਤਰ੍ਹਾਂ ਦੁੱਧ ਪਿਲਾਣਾ ਆ ਜਾਏਗਾ ਤਾਂ ਤੁਸੀਂ ਚਿਤਰ ਵਿਚ ਦਿੱਤੀ ਗਈ ਸਥਿਤੀ ਅਨੁਸਾਰ 'ਕ੍ਰੇਡਲ ਹੋਲਡ' ਵੀ ਅਪਨਾ ਸਕਦੀ ਹੋ।

■ਨਿੱਪਲ ਨੂੰ ਬੱਚੇ ਦੇ ਨੱਕ ਦੇ ਕੋਲੋਂ ਹੇਠਲੇ ਹੋਂਠ ਤਕ ਲੈ ਜਾਓ ਤਾਂ ਜੋ ਉਹ ਚੌੜਾ ਮੂੰਹ ਖੋਲ੍ਹ ਸਕੇ। ਇਸ ਤਰ੍ਹਾਂ ਦੁੱਧ ਪਿਲਾਣ ਦੌਰਾਨ ਉਸ ਦਾ ਹੇਠਲਾ ਹੋਂਠ ਨਹੀਂ ਦਬੇਗਾ। ਜੇਕਰ ਉਹ ਆਪਣਾ ਸਿਰ ਘੁਮਾ ਲਵੇ ਤਾਂ ਉਸ ਨੂੰ ਪਿਆਰ ਨਾਲ ਵਾਪਸ ਲਿਆਓ।

■ਜਦੋਂ ਬੱਚਾ ਮੂੰਹ ਖੋਲ੍ਹ ਲਵੇ ਤਾਂ ਦੁੱਧੀ ਨੂੰ ਅੱਗੇ ਵੱਲ ਲਿਆਣ ਦੀ ਥਾਂ ਉਸ ਦੇ ਮੂੰਹ ਨੂੰ ਦੁੱਧੀ ਦੇ ਕੋਲ ਲਿਆਓ। ਜਦੋਂ ਮਾਂ ਦੁੱਧੀ ਨੂੰ ਜਬਰੀ ਬੱਚੇ ਦੇ ਮੂੰਹ ਵਿਚ ਦੇਂਦੀ ਹੈ ਤਾਂ ਕਈ ਤਰ੍ਹਾਂ ਦੀਆਂ ਪ੍ਰੇਸ਼ਾਨੀਆਂ ਹੋ ਸਕਦੀਆਂ ਹਨ। ਆਪਣੀ ਪਿਠ ਸਿੱਧੀ ਰਖਦੇ ਹੋਏ, ਬੱਚੇ ਨੂੰ ਦੁੱਧੀ ਦੇ ਕੋਲ ਲਿਆਓ।

■ਬੱਚੇ ਨੂੰ ਨਿੱਪਲ ਆਪਣੇ ਮੂੰਹ ਵਿਚ ਲੈਣ ਨਾਲ ਦੁੱਧ ਨਹੀਂ ਨਿਕਲੇਗਾ। ਉਸ ਦੇ ਆਸਪਾਸ ਦਾ ਕੁਝ ਹਿੱਸਾ ਵੀ ਬੱਚੇ ਦੇ ਮੂੰਹ ਵਿਚ ਜਾਣਾ ਚਾਹੀਦਾ ਹੈ ਕਿਉਂਕਿ ਉਹੀ ਦੁੱਧ ਗ੍ਰੰਥੀਆਂ ਹਨ ਜਿਨ੍ਹਾਂ ਨੂੰ ਦਬਾਣ ਨਾਲ ਦੁੱਧ ਨਿਕਲਦਾ ਹੈ। ਕਈ ਬੱਚੇ ਤਾਂ ਭੁੱਖ ਹੋਣ ਤੇ ਦੁੱਧੀ ਦਾ ਕੋਈ ਵੀ ਹਿੱਸਾ ਚੂਸਣ ਲਗਦੇ ਹਨ, ਚਾਹੇ ਦੁੱਧ ਨਾ ਨਿਕਲੇ। ਇਸ ਨਾਲ ਦੁੱਧੀ ਨੂੰ ਚੋਟ ਲਗ ਸਕਦੀ ਹੈ।

■ਜੇਕਰ ਦੁੱਧੀ ਨਾਲ ਬੱਚੇ ਦਾ ਨੱਕ ਦਬੇ ਤਾਂ ਦੁੱਧੀ ਨੂੰ ਉਂਗਲੀ ਨਾਲ ਦਬਾਓ। ਬੱਚੇ ਨੂੰ ਥੋੜ੍ਹਾ ਉਚਾ ਉਠਾ ਕੇ ਸਾਂਹ ਲੈਣ ਦਿਉ ਪ੍ਰੰਤੂ ਇਸ ਪ੍ਰਕ੍ਰਿਆ ਵਿਚ ਐਰਿਓਨਾ ਨਾਲ ਉਸ ਦੀ ਪਕੜ ਢਿੱਲੀ ਨਾ ਪੈਣ ਦਿਉ।

■ਜੇਕਰ ਬੱਚੇ ਦਾ ਮੂੰਹ ਫੁਲ ਰਿਹਾ ਹੈ ਤਾਂ ਪਤਾ ਚਲ ਜਾਏਗਾ ਕਿ ਉਸ ਦੇ ਮੂੰਹ ਵਿਚ ਦੁੱਧ ਦੀ ਪੂਰੀ ਧਾਰ ਜਾ ਰਹੀ ਹੈ।

■ਜੇਕਰ ਉਹ ਦੁੱਧ ਪੀਣਾ ਬੰਦ ਕਰਨ ਤੋਂ ਬਾਦ ਵੀ ਦੁੱਧੀ ਨਾ ਛੱਡੇ ਤਾਂ ਅਚਾਨਕ ਖਿੱਚਣ ਨਾਲ ਨਿੱਪਲ ਵਿਚ ਦਰਦ ਹੋ ਸਕਦਾ ਹੈ। ਬੱਚੇ ਦੇ ਮੂੰਹ ਦੇ ਇਕ ਕੋਨੇ ਵਿਚ ਉਂਗਲੀ ਪਾ ਕੇ ਥੋੜ੍ਹੀ ਹਵਾ ਨਿਕਲਣ ਦਿਉ। ਫਿਰ ਹੌਲੀ ਜਿਹੇ ਨਿੱਪਲ ਬਾਹਰ ਕੱਢੋ।

■ਬੱਚੇ ਨੂੰ ਖ਼ਾਲੀ ਪੇਟ ਜ਼ਿਆਦਾ ਦੇਰ ਤਕ ਸੌਣ ਨਾ ਦਿਉ। ਜੇਕਰ ਉਹ ਪਿਛਲੇ ਚਾਰ ਘੰਟੇ ਤੋਂ ਸੌਂ ਰਿਹਾ ਹੈ ਤਾਂ ਹੁਣ ਉਸ ਨੂੰ ਦੁੱਧ ਪਿਲਾਣ ਦੇ ਲਈ ਜਗਾਉਣਾ ਹੋਵੇਗਾ। ਉਸ ਦੇ ਭਾਰੀ ਕਪੜੇ ਹਟਾ ਦਿਉ ਤਾਂ ਜੋ ਨੀਂਦ ਖੁਲ੍ਹ ਜਾਏ।

ਉਸ ਨੂੰ ਗੋਦ ਵਿਚ ਉਠਾਕੇ ਹੌਲੀ ਜਿਹੇ ਪਿੱਠ ਮਲੋ। ਹੱਥਾਂਪੈਰਾਂ ਦੀ ਮਾਲਸ਼ ਕਰੋ ਜਾਂ ਮੱਥੇ ਤੇ ਇਕ-ਦੋ ਬੂੰਦ ਪਾਣੀ ਪਾਓ।

ਜਿਉਂ ਹੀ ਉਹ ਜਾਗ ਜਾਏ। ਦੁੱਧ ਪਿਲਾਣ ਦੀ ਸਥਿਤੀ ਵਿਚ ਆ ਜਾਓ ਜਾਂ ਸੌਂਦੇ ਹੋਏ ਬੱਚੇ ਨੂੰ ਆਪਣੀ ਨੰਗੀ ਛਾਤੀ ਤੇ ਲਿਟਾਓ। ਤੁਹਾਡੀ ਛਾਤੀ ਦੀ ਖ਼ੁਸ਼ਬੂ ਹੀ ਉਸ ਨੂੰ ਉਠਾਣ ਲਈ ਬਹੁਤ ਹੈ।

■ਚੀਕਣ-ਚਿਲਾਉਣ ਵਾਲੇ ਬੱਚੇ ਨੂੰ ਦੁੱਧ ਨਾ ਦਿਉ। ਭੁੱਖੇ ਬੱਚੇ ਦਾ ਰੋਣਾਂ ਬੰਦ ਕਰਨ ਦੇ ਲਈਉਸ ਨੂੰ ਥੋੜ੍ਹਾ ਹਿਲਾਓ-ਡੁਲਾਓ ਜਾਂ ਮੂੰਹ ਵਿਚ ਉਂਗਲੀ ਪਾ ਕੇ ਬਹਿਲਾ ਦਿਉ। ਜਦੋਂ ਤੱਕ ਨਿੱਪਲ ਉਸਦੇ ਮੂੰਹ ਵਿਚ ਜਾਏਗਾ। ਉਹ ਕਾਫ਼ੀ ਹੱਦ ਤਕ ਸ਼ਾਂਤ ਹੋ ਚੁੱਕਾ ਹੋਵੇਗਾ।

## ਰਿਕਾਰਡ ਰੱਖੋ

ਤੁਹਾਨੂੰ ਹਰ ਵਾਰ ਭਰੇ ਦੁੱਧੀ ਵਿਚੋਂ ਦੁੱਧ ਪਿਲਾਣਾ ਹੈ। ਇਸ ਦੇ ਲਈ ਆਪਣੇ ਹੱਥ ਵਿਚ ਇਕ ਕੜਾ ਪਾਓ। ਜਦੋਂ ਇਕ ਦੁੱਧੀ ਵਿਚੋਂ ਦੁੱਧ ਪਿਲਾਅ ਲਉ ਤਾਂ ਕੜੇ ਨੂੰ ਦੂਜੇ ਹੱਥ ਵਿਚ ਪਾ ਲਉ। ਅਗਲੀ ਵਾਰ ਤੁਹਾਨੂੰ ਕੜੇ ਵਾਲੇ ਹੱਥ ਵਾਲੇ ਦੁੱਧੀ ਤੋਂ ਦੁੱਧ ਪਿਲਾਣਾ ਹੋਵੇਗਾ।

- ਸ਼ਾਂਤ ਰਹੋ, ਦੁੱਧ ਪਿਲਾਉਣ ਸਮੇਂ ਆਪ ਹੀ ਬੇਚੈਨ ਨਾ ਹੋਵੋ। ਦੁੱਧ ਪਿਲਾਉਣ ਤੋਂ ਪਹਿਲਾਂ ਆਸਪਾਸ ਦਾ ਮਾਹੌਲ ਸ਼ਾਂਤ ਕਰੋ। ਥੋੜ੍ਹੀ ਡੂੰਘੇ ਸਾਂਹ ਲਉ, ਸੰਗੀਤ ਸੁਣੋ। ਤਨਾਅ ਨਾਲ ਦੁੱਧ ਬਣਨ ਦੀ ਪ੍ਰਕ੍ਰਿਆ ਵਿਚ ਰੁਕਾਵਟ ਆ ਸਕਦੀ ਹੈ। ਜੇਕਰ ਬੱਚਾ ਵੀ ਤਨਾਅ ਵਿਚ ਆ ਗਿਆ ਤਾਂ ਪੇਟ ਭਰ ਕੇ ਦੁੱਧ ਨਹੀਂ ਪੀ ਸਕੇਗਾ।
- ਦੁੱਧ ਸਹੀ ਤਰੀਕੇ ਨਾਲ ਪਿਲਾਣਾ ਸ਼ੁਰੂ ਹੋ ਜਾਏ ਤਾਂ ਬੱਚੇ ਦੇ ਦੁੱਧ ਦਾ ਰਿਕਾਰਡ ਰਖੋ। ਉਸ ਦੇ ਸੁਕੇ ਤੇ ਪੀਲੇ ਡਾਇਪਰ ਕਿੰਨੇ ਰਹਿਣ। ਉਸ ਨੇ ਦਿਨ ਵਿਚ ਕਿੰਨੀ ਵਾਰ, ਕਿੰਨੀ ਦੇਰ ਤਕ ਦੁੱਧ ਪੀਤਾ। ਡਾਕਟਰ ਇਹ ਰਿਕਾਰਡ ਦੇਖ ਕੇ ਹੀ ਅੰਦਾਜ਼ਾ ਲਗਾ ਲੈਣਗੇ ਕਿ ਉਸ ਨੂੰ ਉਚਿਤ ਮਾਤਰਾ ਵਿਚ ਖ਼ੁਰਾਕ ਮਿਲ ਰਹੀ ਹੈ ਜਾਂ ਨਹੀਂ।
ਉਸ ਦੇ ਭਾਰ ਤੋਂ ਵੀ ਤੁਹਾਨੂੰ ਪਤਾ ਚਲ ਜਾਏਗਾ ਕਿ ਉਸ ਨੂੰ ਪੂਰਾ ਦੁੱਧ ਮਿਲ ਰਿਹਾ ਹੈ ਜਾਂ ਨਹੀਂ। ਦਿਨ ਵਿਚ ਘੱਟ ਘੱਟ 6 ਡਾਇਪਰ ਪਿਸ਼ਾਬ ਵਾਲੇ ਅਤੇ ਘੱਟੋ ਘੱਟ ਤਿੰਨ ਮੱਲ ਵਾਲੇ ਹੋਣੇ ਚਾਹੀਦੇ ਹਨ।

## ਦੁੱਧੀਆਂ ਦਾ ਖ਼ੂਨ ਸੰਚਾਲਨ

ਕੋਲੋਸਟ੍ਰਮ ਤਕ ਤਾਂ ਸਭ ਠੀ ਰਹਿੰਦਾ ਹੈ ਪ੍ਰੰਤੂ ਇਸ ਤੋਂ ਬਾਦ ਜਦੋਂ ਦੁੱਧੀਆਂ ਵਿਚ ਦੁੱਧ ਉਤਰਦਾ ਹੈ ਤਾਂ ਉਹ ਬਹੁਤ ਵੱਡੀਆਂ ਅਤੇ ਸਖ਼ਤ ਹੋ ਜਾਂਦੀਆਂ ਹਨ। ਜਿਨ੍ਹਾਂ ਨੂੰ ਛੂਹਣ ਨਾਲ ਵੀ ਦਰਦ ਹੁੰਦਾ ਹੈ। ਇਹ ਸਥਿਤੀ 24 ਤੋਂ 48 ਘੰਟੇ ਵਿਚ ਠੀਕ ਹੋ ਜਾਂਦੀ ਹੈ। ਅਜਿਹੀਆਂ ਦੁੱਧੀਆਂ ਤੋਂ ਦੁੱਧ ਪਿਲਾਉਣਾ, ਮਾਂ ਤੇ ਬੱਚੇ ਦੋਨੋਂ ਦੇ ਲਈ ਥੋੜ੍ਹਾ ਤਕਲੀਫ਼ਦੇਹ ਹੋ ਸਕਦਾ ਹੈ। ਇਸ ਦੌਰਾਨ ਹੋਣ ਵਾਲੀਆਂ ਤਕਲੀਫ਼ਾਂ ਤੋਂ ਬਚਾਅ ਦੇ ਲਈ ਹੇਠ-ਲਿਖੇ ਉਪਾਅ ਅਜਮਾਓ -

- ਦੁੱਧ ਪਿਲਾਣ ਤੋਂ ਪਹਿਲਾਂ ਦੁੱਧੀਆਂ ਨੂੰ ਹਲਕਾ ਸੇਕੋ। ਗੁਣਗੁਣੇ ਪਾਣੀ ਵਿਚ ਡੁਬੇ ਕਪੜਿਆਂ ਨੂੰ ਦੁੱਧੀਆਂ ਤੇ ਰੱਖੋ, ਉਹ ਨਰਮ ਹੋ ਜਾਣਗੀਆਂ।
- ਜਿਸ ਦੁੱਧੀ ਤੋਂ ਬੱਚਾ ਦੁੱਧ ਪੀ ਰਿਹਾ ਹੋਵੇ, ਉਸ ਦੀ ਹਲਕੇ ਹੱਥ ਨਾਲ ਮਾਲਸ਼ ਕਰੋ।
- ਦੁੱਧ ਪਿਲਾਣ ਤੋਂ ਬਾਦ ਆਈਸ ਸੇਕ ਲਗਾਓ। ਦੁੱਧੀਆਂ ਤੇ ਠੰਡੀ ਪੱਤਾਗੋਭੀ ਦੇ ਪੱਤੇ ਲਗਾਉਣ ਨਾਲ ਵੀ ਰਾਹਤ ਮਿਲੇਗੀ।
- ਵਧੀਆ ਨਰਸਿੰਗ ਬ੍ਰਾ ਪਾਓ। ਇਹ ਜ਼ਿਆਦਾ ਤੰਗ ਨਾ ਹੋਵੇ। ਐਸੇ ਕਪੜੇ ਨਾ ਪਾਓ ਜਿਸ ਵਿਚ ਦੁੱਧੀਆਂ ਦਾ ਦਮ ਘੁੱਟ ਜਾਏ।
- ਦਰਦ ਕਾਰਣ ਦੁੱਧ ਪਿਲਾਣ ਤੋਂ ਨਾ ਟਲੋ। ਬੱਚਾ ਜਿਨਾਂ ਘੱਟ ਦੁੱਧ ਪੀਏਗਾ, ਤਕਲੀਫ਼ ਉਨੀ ਵਧੇਗੀ।
- ਹਰ ਦੁੱਧੀ ਤੋਂ ਆਪਣੇ ਦੋਨੋਂ ਹੱਥਾਂ ਨਾਲ ਦਬਾ ਕੇ ਥੋੜ੍ਹਾ ਦੁੱਧ ਕੱਢੋ। ਇਸ ਤਰ੍ਹਾਂ ਨਿੱਪਲ ਵੀ ਨਰਮ ਹੋਣਗੇ ਅਤੇ ਬੱਚਾ ਦੁੱਧੀ ਤੇ ਆਪਣੀ ਪਕੜ ਬਣਾ ਸਕੇਗਾ।
- ਨਰਸਿੰਗ ਸਥਿਤੀ ਬਦਲਦੇ ਰਹੋ ਤੇ ਇਕ ਦੁੱਧੀ ਖ਼ਾਲੀ ਹੋਣ ਤੇ ਹੀ ਦੂਜੀ ਦੁੱਧੀ ਬੱਚੇ ਦੇ ਮੂੰਹ ਵਿਚ ਦਿਉ।
- ਤੇਜ ਦਰਦ ਤੋਂ ਰਾਹਤ ਪਾਉਣ ਲਈ ਟਾਈਲੀਨੋਲ ਜਾਂ ਫਿਰ ਕੋਈ ਦੂਜੀ ਹਲਕੀ ਦਰਦ ਨਿਵਾਰਕ ਦਵਾਈ ਲਉ।

## ਥੋੜ੍ਹਾ ਹੌਸਲਾ ਰੱਖੋ

ਜੀ ਹਾਂ, ਦੁੱਧ ਪਿਲਾਣ ਨਾਲ ਜੁੜੀਆਂ ਆਰੰਭਕ ਤਕਲੀਫ਼ਾਂ ਲੰਬੇ ਸਮੇਂ ਤਕ ਨਹੀਂ ਰਹਿੰਦੀਆਂ। ਮਾਂ ਦਾ ਦੁੱਧ ਬਚੇ ਦਾ ਜਨਮਸਿੱਧ ਅਧਿਕਾਰ ਹੈ ਅਤੇ ਉਹ ਬੜੀ ਆਸਾਨੀ ਨਾਲ ਆਪਣਾ ਅਧਿਕਾਰ ਲੈ ਲੈਂਦਾ ਹੈ। ਉਦੋਂ ਤਕ ਤੁਸੀਂ ਕੁਝ ਅਜਿਹੀਆਂ ਕੋਸ਼ਿਸ਼ਾਂ ਕਰਨੀਆਂ ਹਨ ਜਿਨ੍ਹਾਂ ਨਾਲ ਦੁੱਧ ਦੇ ਉਤਪਾਦਨ ਵਿਚ ਰੁਕਾਵਟ ਨਾ ਆਏ।

## ਦੁੱਧ ਪਿਲਾਣ ਨਾਲ ਜੁੜੀ ਖ਼ੁਰਾਕ

ਦੁੱਧ ਪਿਲਾਣ ਨਾਲ ਪ੍ਰਤੀਦਿਨ 500 ਕੈਲਰੀ ਲਗਦੀ ਹੈ ਇਸ ਲਈ ਤੁਹਾਡੀ ਖ਼ੁਰਾਕ ਵਿਚ ਵਾਧੂ 500 ਕੈਲਰੀ ਹੋਣੀ ਚਾਹੀਦੀ ਹੈ।

ਖ਼ੁਰਾਕ ਵਿਚ ਮਾਤਰਾ ਦੀ ਥਾਂ ਗੁਣਵੱਤਾ ਤੇ ਧਿਆਨ ਦਿਉ। ਹਾਲਾਂਕਿ ਤੁਸੀਂ ਪਿਛਲੇ ਨੌ ਮਹੀਨਿਆਂ ਵਿਚ ਪੌਸ਼ਟਿਕ ਖਾਣ-ਪੀਣ ਦੇ ਕਈ ਤਰੀਕੇ ਸਿਖ ਚੁਕੀ ਹੋ ਜਾਂ ਉਨ੍ਹਾਂ ਨੂੰ ਅਪਣਾ ਵੀ ਰਹੀ ਹੋ ਪ੍ਰੰਤੂ ਇਥੇ ਥੋੜ੍ਹਾ ਹੋਰ ਧਿਆਨ ਦੇਣਾ ਜ਼ਰੂਰੀ ਹੈ। ਦੁੱਧ ਪਿਲਾਣ ਨਾਲ ਜੁੜੀ ਖ਼ੁਰਾਕ ਦੇ ਨਿਯਮਾਂ ਦਾ ਪਾਲਣ ਕਰੋ।

## ਦੁੱਧ ਦਾ ਰਿਸਾਅ

ਦੁੱਧ ਪਿਲਾਣ ਤੋਂ ਪਹਿਲਾਂ ਕੁਝ ਹਫ਼ਤਿਆਂ ਵਿਚ ਦੁੱਧੀਆਂ ਤੋਂ ਕਦੇ ਵੀ ਦੁੱਧ ਦਾ ਰਿਸਾਅ ਹੋ ਸਕਦਾ ਹੈ। ਇਹ ਤੁਹਾਡੀ ਦੁੱਧੀ ਤੋਂ ਫੁਹਾਰ ਬਣਕੇ ਵੀ ਨਿਕਲ ਸਕਦਾ ਹੈ। ਇਹ ਕਦੀ ਵੀ ਬਿਨਾਂ ਕਿਸੇ ਚਿਤਾਵਨੀ ਤੋਂ ਹੋ ਸਕਦਾ ਹੈ। ਅਚਾਨਕ ਹੀ ਗਿੱਲੇਪਨ ਦਾ ਅਹਿਸਾਸ ਹੁੰਦਾ ਹੈ ਅਤੇ ਪੈਡ ਜਾਂ ਸਵੈਟਰ ਉਠਾਣ ਤੋਂ ਪਹਿਲਾਂ ਹੀ ਤੁਹਾਡੇ ਕਪੜਿਆਂ ਤੇ ਗਿੱਲਾਪਨ ਦਿੱਖਣ ਲਗਦਾ ਹੈ। ਇਸ ਹਾਲਤ ਤੋਂ ਝਿਜਕਣ ਜਾਂ ਸ਼ਰਮਿੰਦਾ ਹੋਣ ਦੀ ਥਾਂ ਇਸ ਦਾ ਇੰਤਜ਼ਾਮ ਕਰ ਲਉ ਕਿਉਂਕਿ ਇਹ ਇਕ ਆਮ ਪ੍ਰਕ੍ਰਿਆ ਹੈ। ਕਈ ਵਾਰ ਸੌਂਦੇ ਸਮੇਂ ਗਰਮ ਪਾਣੀ ਨਾਲ ਨਹਾਉਂਦੇ ਸਮੇਂ ਜਾਂ ਬੱਚੇ ਦੇ ਰੋਣ ਤੇ ਵੀ ਦੁੱਧ ਨਿਕਲਣ ਲਗਦਾ ਹੈ। ਜੇਕਰ ਬੱਚਾ ਨਿਯਮਿਤ ਸਮੇਂ ਤੇ ਦੁੱਧ ਪੀਣ ਲਗਾ ਹੈ ਤਾਂ ਨਿਯਮਿਤ ਸਮੇਂ ਦੇ ਫ਼ਰਕ ਨਾਲ ਦੁੱਧ ਰਿੱਸ ਸਕਦਾ ਹੈ। ਜੇਕਰ ਉਹ ਇਕ ਦੁੱਧੀ ਤੋਂ ਦੁੱਧ ਪੀ ਰਿਹਾ ਹੈ ਤਾਂ ਦੂਜੀ ਦੁੱਧੀ ਤੋਂ ਦੁੱਧ ਆ ਸਕਦਾ ਹੈ। ਉਂਝ ਹਮੇਸ਼ਾਂ ਨਹੀਂ, ਕਦੀ-2 ਹੀ ਹੁੰਦਾ ਹੈ। ਪਹਿਲੀ ਵਾਰ ਮਾਂ ਬਣਨ ਵਾਲੀਆਂ ਔਰਤਾਂ ਦੇ ਨਾਲ ਇੰਝ ਜ਼ਿਆਦਾ ਹੁੰਦਾ ਹੈ। ਦੁੱਧ ਪਿਲਾਣ ਸਮੇਂ ਰੁਝੇ ਹੋਣ ਤੋਂ ਬਾਦ ਇਸ ਰਿਸਾਅ ਵਿਚ ਕਾਫ਼ੀ ਕਮੀ ਆ ਜਾਂਦੀ ਹੈ। ਤੁਸੀਂ ਇਸ ਦੇ ਲਈ ਹੇਠ-ਲਿਖੇ ਉਪਾਅ ਅਜਮਾ ਸਕਦੀ ਹੋ -

- ਆਪਣੇ ਕੋਲ ਨਰਸਿੰਗ ਪੈਡ ਰਖੋ ਤਾਂ ਜੋ ਦੁੱਧ ਪਿਲਾਣ ਤੋਂ ਬਾਦ ਤੁਸੀਂ ਉਨ੍ਹਾਂ ਦਾ ਪ੍ਰਯੋਗ ਕਰ ਸਕੋ। ਯਾਦ ਰੱਖੋ ਕਿ ਇੰਨ੍ਹਾਂ ਨੂੰ ਵੀ ਡਾਇਪਰ ਦੀ ਤਰ੍ਹਾਂ ਗਿੱਲਾ ਹੋਣ ਤੇ ਬਦਲਣਾ ਪਵੇਗਾ। ਐਸੇ ਪੈਡ ਨਾ ਲਉ ਜੋ ਪਲਾਸਟਿਕ ਜਾਂ ਵਾਟਰਪ੍ਰੂਫ਼ ਲਾਇਨਰ ਵਾਲੇ ਹੋਣ। ਉਨ੍ਹਾਂ ਦੀ ਨਮੀ ਦੇ ਕਾਰਣ ਨਿੱਪਲਾਂ ਵਿਚ ਤਕਲੀਫ਼ ਹੋ ਸਕਦੀ ਹੈ। ਕਈ ਔਰਤਾਂ ਪ੍ਰਯੋਗ ਤੋਂ ਬਾਦ ਸੁੱਟਣ ਵਾਲੇ ਪੈਡ ਲਗਾਉਂਦੀਆਂ ਹਨ ਤਾਂ ਕਈ ਸੂਤੀ ਕਪਾ ਲਗਾਉਂਦੀਆਂ ਹਨ ਜੋ ਧੋ ਕੇ ਦੁਬਾਰਾ ਕੰਮ ਆ ਜਾਂਦਾ ਹੈ।
- ਆਪਣੇ ਬਿਸਤਰੇ ਦਾ ਧਿਆਨ ਰੱਖੋ। ਜੇਕਰ ਸੌਂਦੇ ਸਮੇਂ ਜ਼ਿਆਦਾ ਦੁੱਧ ਰਿਸਦਾ ਹੈ ਤਾਂ ਆਪਣੀ ਚਾਦਰ ਹਰ ਰੋਜ਼ ਬਦਲੋ।
- ਰਿਸਾਅ ਤੋਂ ਬੱਚਣ ਲਈ ਦੁੱਧ ਨਾ ਕੱਢੋ। ਇਸ ਤਰ੍ਹਾਂ ਤਾਂ ਪੰਪਿੰਗ ਕਰਨ ਨਾਲ ਜ਼ਿਆਦਾ ਦੁੱਧ ਬਣੇ ਗਾ ਅਤੇ ਰਿੱਸੇਗਾ।

ਜ਼ਰੂਰਤ ਤੋਂ ਜ਼ਿਆਦਾ ਵਹਾਉ ਨੂੰ ਰੋਕਣ ਦੀ ਕੋਸ਼ਿਸ਼ ਕਰੋ। ਪਹਿਲੇ ਕੁਝ ਹਫ਼ਤੇ ਵਿਚ ਇੰਝ ਕਰਨ ਤੇ ਦੁੱਧ ਦੀਆਂ ਗੱਠਾਂ ਬਣ ਸਕਦੀਆਂ ਹਨ। ਇਸ ਲਈ ਜਦੋਂ ਦੁੱਧ ਪਿਲਾਣ ਦਾ ਕ੍ਰਮ ਨਿਯਮਿਤ ਹੋ ਜਾਏ ਤਾਂ ਬਹਾਓ

## ਕੀ ਖਾਈਏ

**ਪ੍ਰੋਟੀਨ : 3 ਸਰਵਿੰਗ**

ਕੈਲਸ਼ੀਅਮ 5 ਸਰਵਿੰਗ, ਆਇਰਨ ਭਰਪੂਰ ਭੋਜਨ: 1 ਜਾਂ ਇਸ ਤੋਂ ਵੱਧ ਸਰਵਿੰਗ, ਵਿਟਾਮਿਨ ਸੀ : 2 ਸਰਵਿੰਗ, ਹਰੀ ਪੱਤੇਦਾਰ ਤੇ ਪੀਲੀ ਸਬਜੀਆਂ ਤੇ ਫ਼ਲ : 3-4 ਸਰਵਿੰਗ। ਜੇ ਫ਼ਲ ਤੇ ਸਬਜੀਆਂ : 1-ਵੱਧ ਸਰਵਿੰਗ। ਸਾਬਤ ਅਨਾਜ ਤੇ ਕੰਪਲੈਕਸ ਕਾਰਬ : 3 ਤੋਂ ਵੱਧ ਉੱਚ ਚਰਬੀ ਭਰਪੂਰ ਖ਼ੁਰਾਕ: 8 ਗਿਲਾਸ ਤੋਂ ਜ਼ਿਆਦਾ ਪਾਣੀ ਤੇ ਜੂਸ ਆਦਿ। ਬੱਚੇ ਦੇ ਸਭ ਗੁਣ ਦਿਮਾਗ਼ ਦੇ ਵਿਕਾਸ ਲਈ ਡੀਐਮ ਭਰਪੂਰ ਖ਼ੁਰਾਕ, ਪ੍ਰਸੂਤ ਤੋਂ ਪਹਿਲਾਂ ਵਿਟਾਮਿਨ ਪ੍ਰਤੀਦਿਨ ਬੱਚੇ ਦੇ ਵੱਡੇ ਹੋਣ ਦੇ ਨਾਲ-2 ਕੈਲਰੀ ਦੀ ਮਾਤਰਾ ਵਧਾਉਣੀ ਹੋਵੇ ਗੀ। ਜੇਕਰ ਉਸ ਨੂੰ ਫਾਰਮੂਲਾ ਦਿਉਗੀ ਤਾਂ ਤੁਹਾਨੂੰ ਕੈਲਰੀ ਦੀ ਮਾਤਰਾ ਘਟਾਉਣੀ ਹੋਵੇਗੀ।

**ਕੀ ਨਾ ਖਾਈਏ:**- ਦੁੱਧ ਪਿਲਾਣ ਦੌਰਾਨ ਸ਼ਰਾਬ ਦਾ ਪ੍ਰਯੋਗ ਨਾ ਕਰੋ। ਹਾਂ ਬੱਚੇ ਨੂੰ ਦੁੱਧ ਪਿਲਾਣ ਤੋਂ ਬਾਦ ਤੁਸੀਂ ਇਕ ਗਿਲਾਸ ਲੈ ਸਕਦੀ ਹੈ। ਤਾਂ ਜੋ ਅਗਲੇ ਕੁਝ ਘੰਟਿਆਂ ਵਿਚ ਉਸ ਦਾ ਅਸਰ ਘੱਟ ਜਾਏ। ਥੋੜ੍ਹੀ-ਬਹੁਤ ਕਾਫ਼ੀ ਦੁਬਾਰਾ ਸ਼ੁਰੂ ਕਰ ਸਕਦੀ ਹੋ। ਇਸ ਤੋਂ ਇਲਾਵਾ ਗੈਸ ਬਣਾਉਣ ਵਾਲਾ ਭਾਰੀ ਭੋਜਨ ਨਾ ਲਉ। ਜੇਕਰ ਤੁਹਾਡੇ ਪਰਿਵਾਰ ਵਿਚ ਕਿਸੇ ਨੂੰ ਜਾਂ ਤੁਹਾਨੂੰ ਅਲਰਜ਼ੀ ਹੈ ਤਾਂ ਅਜਿਹਾ ਭੋਜਨ ਨਾ ਕਰੋ। ਜਿਸ ਨਾਲ ਅਲਰਜ਼ੀ ਹੋ ਸਕਦੀ ਹੈ। ਕੋਈ ਵੀ ਜੜ੍ਹੀ-ਬੂਟੀ ਭਰਪੂਰ ਖਾਦ ਪਦਾਰਥ ਲੈਣ ਤੋਂ ਪਹਿਲਾਂ ਉਸ ਤੇ ਲਿਖਿਆ ਲੇਬਲ ਪੜ੍ਹ ਲਉ।

**ਤੁਹਾਡਾ ਭੋਜਨ ਤੇ ਬੱਚਾ:**- ਬੱਚੇ ਨੂੰ ਮਾਂ ਦੇ ਦੁੱਧ ਤੋਂ ਹੀ ਕਈ ਤਰ੍ਹਾਂ ਦੇ ਸਵਾਦ ਮਿਲ ਜਾਂਦੇ ਹਨ। ਜੇਕਰ ਤੁਸੀਂ ਕਈ ਤਰ੍ਹਾਂ ਦੇ ਭੋਜਨ ਕਰੋਗੀ ਤਾਂ ਵੱਡਾ ਹੋਣ ਤੇ ਬੱਚਾ ਵੀ ਖਾਣ-ਪੀਣ ਵਿਚ ਜ਼ਿਆਦਾ ਜ਼ਿੱਦ ਨਹੀਂ ਕਰੇਗਾ। ਇਸ ਤੋਂ ਇਲਾਵਾ ਅਜਿਹੇ ਖਾਦ-ਪਦਾਰਥ ਨਾ ਖਾਓ ਜਿਸ ਨਾਲ ਉਸ ਨੂੰ ਤਕਲੀਫ਼ ਹੁੰਦੀ ਹੋਵੇ, ਇਹ ਬੱਚੇ ਦੇ ਲਈ ਨੁਕਸਾਨਦੇਹ ਹੋ ਸਕਦੇ ਹਨ।

ਰੋਕਣ ਦੇ ਲਈ ਤੁਸੀਂ ਦੁੱਧੀਆਂ ਵੱਲ ਬਾਜੂਏ ਬੰਨ੍ਹ ਸਕਦੀ ਹੋ ਜਾਂ ਇਕੱਲੇ ਨਿੱਪਲ ਦਬਾ ਸਕਦੀ ਹੋ।

## ਨਿੱਪਲਾਂ ਵਿਚ ਜ਼ਖ਼ਮ

ਨਾਜ਼ੁਕ ਨਿੱਪਲਾਂ ਦੇ ਕਾਰਣ ਦੁੱਧ ਪਿਲਾਉਣਾ ਕਈ ਵਾਰ ਤਕਲੀਫ਼ਦੇਹ ਹੋ ਜਾਂਦਾ ਹੈ। ਉਂਝ ਜ਼ਿਆਦਾਤਰ ਔਰਤਾਂ ਦੇ ਨਿੱਪਲ ਦੁੱਧ ਪਿਲਾਣ ਦੇ ਲਾਇਕ ਹੋ ਜਾਂਦੇ ਹਨ ਤੇ ਉਨ੍ਹਾਂ ਨੂੰ ਕੋਈ ਮੁਸ਼ਕਲ ਨਹੀਂ ਹੁੰਦੀ। ਕਈ ਮਾਵਾਂ ਜੋ ਦੁੱਧ ਪਿਲਾਣ ਸਮੇਂ ਬੱਚੇ ਨੂੰ ਸਹੀ ਢੰਗ ਨਾਲ ਨਹੀਂ ਉਠਾਉਂਦੀਆਂ ਜਾਂ ਜਿਨ੍ਹਾਂ ਦੇ ਬੱਚੇ ਬਹੁਤ ਜ਼ੋਰ ਨਾਲ ਚੂਸਦੇ ਹਨ, ਉਨ੍ਹਾਂ ਨੂੰ ਨਿੱਪਲਾਂ ਵਿਚ ਦਰਦ ਤੇ ਜ਼ਖ਼ਮ ਦੀ ਸਮੱਸਿਆ ਦਾ ਸਾਹਮਣਾ ਕਰਨਾ ਪੈਂਦਾ ਹੈ। ਇਸ ਦੇ ਲਈ ਹੇਠ-ਲਿਖੇ ਉਪਾਅ ਅਜਮਾਏ ਜਾ ਸਕਦੇ ਹਨ :

- ਬੱਚੇ ਨੂੰ ਸਹੀ ਢੰਗ ਨਾਲ ਉਠਾਓ। ਬੱਚੇ ਦਾ ਮੂੰਹ ਦੁੱਧੀ ਵੱਲ ਹੋਵੇ। ਆਪਣੇ ਦੁੱਧ ਪਿਲਾਣ ਦੀ ਸਥਿਤੀ ਬਦਲਦੀ ਰਹੋ ਤਾਂ ਜੋ ਨਿੱਪਲ ਦੇ ਆਸਪਾਸ ਦੇ ਹਿੱਸੇ ਤੇ ਇਕੋ ਜਿਹਾ ਦਬਾਅ ਪਵੇ।
- ਆਪਣੇ ਨਿੱਪਲਾਂ ਨੂੰ ਥੋੜ੍ਹੀ ਸਾਹ ਲੈਣ ਦਿਉ। ਘਰ ਵਿਚ ਦਰਦ ਭਰੇ ਨਿੱਪਲਾਂ ਨੂੰ ਥੋੜ੍ਹੀ ਦੇਰ ਕਪੜਾ ਹਟਾ ਕੇ ਛੱਡ ਦਿਉ। ਉਨ੍ਹਾਂ ਤੇ ਐਸਾ ਕਪੜਾ ਨਾ ਪਾਓ, ਜਿਸ ਨਾਲ ਚੁਭਨ ਜਾਂ ਤਕਲੀਫ਼ ਹੋਵੇ।
- ਉਨ੍ਹਾਂ ਨੂੰ ਸੁੱਕਾ ਰੱਖੋ। ਨਰਸਿੰਗ ਪੈਡ ਗਿੱਲਾ ਹੁੰਦੇ ਹੀ ਬਦਲੋ। ਨਰਸਿੰਗ ਪੈਡ ਵਿਚ ਪਲਾਸਟਿਕ ਦਾ ਲਾਇਨਰ ਨਾ ਹੋਵੇ। ਇਸ ਨਾਲ ਨਮੀ ਵੱਧ ਜਾਂਦੀ ਹੈ। ਜੇਕਰ ਤੁਸੀਂ ਉਮਸ ਵਾਲੇ ਮਾਹੌਲ ਵਿਚ ਰਹਿੰਦੀ ਹੋ ਤਾਂ ਦੁੱਧ ਪਿਲਾਣ ਤੋਂ ਬਾਦ ਦੁੱਧੀਆਂ ਨੂੰ ਕੁਝ ਮਿੰਟ ਤੱਕ ਪਲੇਅ ਡਾਇਪਰ ਦੇ ਅੱਗੇ ਰੱਖੋ। ਇਸ ਨਾਲ ਕਾਫ਼ੀ ਆਰਾਮ ਮਿਲੇਗਾ। ਹਾਲਾਂਕਿ ਇਹ ਕਹਿਣਾ ਮੁਸ਼ਕਲ ਹੈ ਕਿ ਇਸ ਦੌਰਾਨ ਕੋਈ ਆ ਗਿਆ ਤਾਂ ਕੀ ਦ੍ਰਿਸ਼ ਹੋਵੇਗਾ।
- ਦੁੱਧ ਨਾਲ ਹੀ ਇਲਾਜ਼ ਕਰੋ। ਦੁੱਧੀਆਂ ਦਾ ਦੁੱਧ ਹੀ ਉਨ੍ਹਾਂ ਦੇ ਜ਼ਖ਼ਮ ਭਰ ਸਕਦਾ ਹੈ। ਦੁੱਧ ਪਿਲਾਣ ਤੋਂ ਬਾਦ ਦੁੱਧੀਆਂ ਤੇ ਲਗਿਆ ਦੁੱਧ ਨਾ ਪੂੰਝੋ ਜਾਂ ਦੁੱਧ ਪਿਲਾਣ ਤੋਂ ਬਾਦ ਕੁਝ ਬੂੰਦ ਦੁੱਧ ਕੱਢ ਕੇ ਨਿੱਪਲਾਂ ਤੇ ਮਲ ਦਿਉ। ਬ੍ਰਾਹ ਪਾਉਣ ਤੋਂ ਪਹਿਲਾਂ ਨਿੱਪਲ ਸੁੱਕਣ ਦਿਉ।
- ਇਨ੍ਹਾਂ ਨੂੰ ਮੱਲੋ। ਨਿੱਪਲਾਂ ਦੀਆਂ ਪਸੀਨਾ ਤੇ ਤੇਲ ਗ੍ਰੰਥੀਆਂ ਨਾਲ ਕੁਦਰਤੀ ਸੁਰੱਖਿਆ ਹੁੰਦੀ ਹੈ। ਉਹ ਹਿਨ੍ਹਾਂ ਨੂੰ ਤੇਲੀ ਬਣਾਈ ਰਖਦੇ ਹਨ। ਪ੍ਰੰਤੂ ਨਿੱਪਲਾਂ ਵਿਚ ਦਰਾਰ ਆਉਣ ਤੇ ਬਾਜ਼ਾਰ ਵਿਚ ਉਪਲੱਬਣ 'ਲੇਨੋਲਿਨ' ਦੀ ਮਦਦ ਲਈ ਜਾ ਸਕਦੀ ਹੈ। ਦੁੱਧ ਪਿਲਾਣ ਤੋਂ ਬਾਦ 'ਲੇਨਸਿਨੋਹ' ਦਵਾਈ ਲਗਾਓ ਪ੍ਰੰਤੂ ਪੈਂਸ਼ਲਿਯਮ ਜੈਲੀ ਦੇ ਪਦਾਰਥਾਂ ਤੇ ਵੈਸਲੀਨ ਦਾ ਪ੍ਰਯੋਗ ਨਾ ਕਰੋ। ਨਿੱਪਲਾਂ ਨੂੰ ਸਾਬਣ, ਅਲਕੋਹਲ ਜਾਂ ਵਾਇਨ ਨਾਲ ਧੋਣ ਦੀ ਥਾਂ ਪਾਣੀ ਦਾ ਪ੍ਰਯੋਗ ਕਰੋ। ਬੱਚੇ ਕੀਟਾਣੂਆਂ ਤੋਂ ਪੂਰੀ ਤਰ੍ਹਾ ਸੁਰੱਖਿਅਤ ਹਨ ਅਤੇ ਤੁਹਾਡਾ ਦੁੱਧ ਉਸ ਦੇ ਲਈ ਅੰਮ੍ਰਿਤ ਬਰਾਬਰ ਹੈ।
- ਤੁਸੀਂ ਠੰਡੇ ਪਾਣੀ ਵਿਚ ਡੁਬੇ ਟੀ ਬੈਗ ਪ੍ਰਯੋਗ ਕਰੋ। ਇਨ੍ਹਾਂ ਨੂੰ ਨਿੱਪਲਾਂ ਤੇ ਰੱਖੋ। ਚਾਹ ਦੇ ਤੱਤ ਜ਼ਖ਼ਮ ਨੂੰ ਰਾਹਤ ਦੇਣਗੇ ਤੇ ਜ਼ਖ਼ਮ ਭਰਨਗੇ।
- ਦੋਨੋਂ ਦੁੱਧੀਆਂ ਤੇ ਬਰਾਬਰ ਧਿਆਨ ਦਿਉ। ਨਿੱਪਲਾਂ ਨੂੰ ਮਜ਼ਬੂਤ ਬਣਾਉਣ ਦਾ ਇਕ ਹੀ ਤਰੀਕਾ ਹੈ ਕਿ ਉਨ੍ਹਾਂ ਦਾ ਪ੍ਰਯੋਗ ਕੀਤਾ ਜਾਵੇ। ਦੋਨੋਂ ਦੁੱਧੀਆਂ ਨੂੰ ਇਕਸਾਰ ਦੁੱਧ ਬਣਾਉਣ ਦੇ ਲਈ ਜ਼ਰੂਰੀ ਹੈ ਕਿ ਦੋਨਾਂ ਨੂੰ ਇਕੋ ਜਿਹਾ ਸਮਾਂ ਦਿੱਤਾ ਜਾਵੇ। ਜੇ ਕਰ ਇਕ ਨਿੱਪਲ ਵਿਚ ਜ਼ਿਆਦਾ ਤਕਲੀਫ਼ ਹੈ ਤਾਂ ਇਸ ਦਾ ਪ੍ਰਯੋਗ ਘੱਟ ਕਰੋ। ਥੋੜ੍ਹਾ ਆਰਾਮ ਆਉਂਦੇ ਹੀ ਦੋਨੋਂ ਪਾਸਿਓਂ ਦੁੱਧ ਪਿਲਾਓ ਕਿਉਂਕਿ ਇਕ ਹੀ ਪਾਸਿਓਂ ਦੁੱਧ ਪਿਲਾਣ ਨਾਲ ਦੁੱਧ ਬਣਨ ਵਿਚ ਕਮੀ ਆ ਸਕਦੀ ਹੈ।
- ਨਿਤੰਬਾਂ ਤੇ ਬਰਾਬਰ ਧਿਆਨ ਦਿਉ। ਨਿੱਪਦੁੱਧ ਪਿਲਾਣ ਤੋਂ ਪਹਿਲਾਂ ਥੋੜ੍ਹਾ ਸ਼ਾਂਤ ਹੋ ਜਾਓ ਤਾਂ ਬੱਚੇ ਨੂੰ ਦੁੱਧ ਪੀਣ ਲਈ ਜ਼ੋਰ ਨਾਲ ਨਿੱਪਲ ਨਹੀਂ ਚੂਸਣਾ ਪਵੇਗਾ ਅਤੇ ਤੁਹਾਨੂੰ ਦਰਦ ਨਹੀਂ ਹੋਵੇਗਾ।
- ਜ਼ਿਖ਼ਮਾਂ ਨੂੰ ਰਾਹਤ ਦੇਣ ਲਈ ਦੁੱਧ ਪਿਲਾਣ ਤੋਂ ਪਹਿਲਾਂ 'ਟਾਇਲੀਨੋਲ' ਲਉ।
- ਨਿੱਪਲਾਂ ਵਿਚ ਪਈਆਂ ਦਰਾਰਾਂ ਤੇ ਨਜ਼ਰ ਰੱਖੋ। ਇਨ੍ਹਾਂ ਦੇ ਕਾਰਣ ਇਨਫੈਕਸ਼ਨ ਵੀ ਹੋ ਸਕਦਾ ਹੈ। ਜੇਕਰ ਦਰਾਰ ਨਾਲ ਕਿਸੀ ਦੁੱਧ ਦੀ ਗੱਠ ਵਿਚ ਕੀਟਾਣੂ ਚਲਾ ਜਾਏ ਤਾਂ ਇੰਝ ਹੋ ਸਕਦਾ ਹੈ।

## ਜਦੋਂ ਦੁੱਧ ਪਿਲਾਣ ਵਿਚ ਆਏ ਉਲਝਣ

ਇਕ ਵਾਰ ਦੁੱਧ ਪਿਲਾਣ ਦਾ ਕ੍ਰਮ ਨਿਯਮਿਤ ਹੋ ਜਾਏ ਤਾਂ ਕੋਈ ਦਿੱਕਤ ਨਹੀਂ ਆਉਂਦੀ ਪ੍ਰੰਤੂ ਕਦੀ-2 ਛੋਟੀਮੋਟੀ ਉਲਝਣ ਹੋ ਸਕਦੀ ਹੈ।

**ਦੁੱਧ ਦੀ ਗੱਠ ਬਣਨਾ**:- ਕਈ ਵਾਰ ਦੁੱਧ ਦੀ ਗੱਠ ਬਣ ਜਾਂਦੀ ਹੈ ਅਤੇ ਦੁੱਧ ਚੜ੍ਹ ਜਾਂਦਾ ਹੈ। ਇਸ ਨਾਲ ਦੁੱਧੀ ਤੇ ਛੋਟਾ ਲਾਲ ਗੁਮੜ੍ਹ ਦਿਖਦਾ ਹੈ।

ਸਹੀ ਇਲਾਜ਼ ਨਾ ਹੋਣ ਤੇ ਇਨਫੈਕਸ਼ਨ ਵੀ ਹੋ ਸਕਦਾ ਹੈ। ਬਿਹਤਰ ਇਨਾਜ਼ ਤਾਂ ਇਹੀ ਹੈ ਕਿ ਬੱਚੇ ਨੂੰ ਉਸੇ ਦੁੱਧੀ ਤੋਂ ਦੁੱਧ ਪਿਲਾਓ ਤਾਂ ਜੋ ਉਹ ਪੂਰੀ ਤਰ੍ਹਾਂ ਖ਼ਾਲੀ ਹੋ ਜਾਏ। ਜੇਕਰ ਬੱਚਾ ਇਹ ਕੰਮ ਪੂਰਾ ਨਾ ਕਰ ਸਕੇ ਤਾਂ ਆਪਣੇ ਹੱਥਾਂ ਜਾਂ ਬ੍ਰੈਸਟ ਪੰਪ ਦੀ ਮਦਦ ਨਾਲ ਇੰਝ ਕਰੋ।

ਤੁਹਾਡੀ ਬ੍ਰਾ ਇੰਨੀ ਤੰਗ ਨਾ ਹੋਵੇ ਕਿ ਉਹ ਉਨ੍ਹਾਂ ਗੱਠਾਂ ਤੇ ਜ਼ਿਆਦਾ ਦਬਾਅ ਪਾਏ। ਨਰਸਿੰਗ ਦੀ ਸਥਿਤੀ ਵੀ ਬਦਲਦੀ ਰਹੋ। ਗਰਮ ਸੇਕ, ਜਾਂ ਮਾਲਸ਼ ਨਾਲ ਵੀ ਆਰਾਮ ਆ ਸਕਦਾ ਹੈ। ਜੇਕਰ ਬੱਚੇ ਨੂੰ ਦੁੱਧ ਪਿਲਾਣ ਸਮੇਂ ਸਹੀ ਸਥਿਤੀ ਵਿਚ ਲਿਟਾਇਆ ਜਾਵੇ ਤਾਂ ਉਸ ਦੇ ਚਿਬੁਕ ਨਾਲ ਵੀ ਚੰਗੀ ਮਾਲਸ਼ ਹੋ ਸਕਦੀ ਹੈ। ਬੱਚਾ ਜਿੰਨਾ ਜ਼ਿਆਦਾ ਦੁੱਧ ਪੀਏਗਾ, ਗੱਠ ਉਨੀ ਆਸਾਨੀ ਨਾਲ ਖ਼ਤਮ ਹੋ ਜਾਵੇਗੀ।

**ਛਾਤੀ ਦਾ ਇਨਫੈਕਸ਼ਨ:-** ਕਈ ਵਾਰ ਇਕ ਜਾਂ ਫਿਰ ਦੋਨੋਂ ਦੁੱਧੀਆਂ ਵਿਚ ਇਨਫੈਕਸ਼ਨ ਵੀ ਹੋ ਜਾਂਦਾ ਹੈ। ਇਹ ਦੁੱਧ ਪਿਲਾਣ ਦੇ ਸਮੇਂ ਕਦੀ ਵੀ ਹੋ ਸਕਦਾ ਹੈ। ਕਈ ਵਾਰ ਨਿੱਪਲ ਦੀਆਂ ਦਰਾਰਾਂ ਤੋਂ ਕੀਟਾਣੂ ਦੁੱਧੀਆਂ ਵਿਚ ਚਲੇ ਜਾਂਦੇ ਹਨ। ਤਨਾਅਗ੍ਰਸਤ ਮਾਵਾਂ ਇਸ ਦਾ ਜਲਦੀ ਸ਼ਿਕਾਰ ਹੁੰਦੀਆਂ ਹਨ।

ਇਸ ਦੇ ਲੱਛਣਾਂ ਵਿਚ ਪ੍ਰਮੁੱਖ ਹਨ- ਤੇਜ਼ ਦਰਦ, ਸਖ਼ਤੀ, ਲਾਲੀ, ਗਰਮਾਹਟ, ਦੁੱਧੀਆਂ ਦੀ ਸੋਜਸ, ਹਲਕੀ ਸਰਦੀ ਲਗਣਾ, 101 ਜਾਂ $102^o$ ਤਕ ਬੁਖ਼ਾਰ ਹੋਣਾ। ਐਸੇ ਲੱਛਣ ਸਾਮ੍ਹਣੇ ਆਉਂਦੇ ਹੀ ਡਾਕਟਰ ਦੇ ਕੋਲ ਜਾਣ ਵਿਚ ਦੇਰ ਨਾ ਕਰੋ। ਇਸ ਸਮੇਂ ਤੁਹਾਨੂੰ ਆਰਾਮ, ਐਂਟੀਬਾਯੋਟਿਕਸ, ਦਰਦ ਨਿਵਾਰਕ ਦਵਾਈਆਂ, ਤਰਲ ਪਦਾਰਥਾਂ ਦੀ ਵੱਧ ਮਾਤਰਾ ਤੇ ਨਮ ਗਰਮ ਸੇਕ ਦੀ ਜ਼ਰੂਰਤ ਹੋਵੇਗੀ। ਦਵਾਈਆਂ ਲੈਣਾ ਸ਼ੁਰੂ ਕਰਨ ਦੇ 2-3 ਦਿਨ ਵਿਚ ਹੀ ਕਾਫ਼ੀ ਆਰਾਮ ਆ ਜਾਏਗਾ। ਜੇਕਰ ਉਦੋਂ ਤੱਕ ਆਰਾਮ ਨਾ ਆਏ ਤਾਂ ਡਾਕਟਰ ਨੂੰ ਦੱਸ ਕੇ ਕੋਈ ਹੋਰ ਐਂਟੀਬਾਯੋਟਿਕ ਦਵਾਈ ਲਉ।

ਇਲਾਜ਼ ਦੇ ਦੌਰਾਨ ਵੀ ਬੱਚੇ ਨੂੰ ਦੁੱਧ ਪਿਲਾਂਦੀ ਰਹੋ।

ਬੱਚੇ ਦੇ ਕੀਟਾਣੂਆਂ ਨਾਲ ਹੀ ਇਨਫੈਕਸ਼ਨ ਹੋਇਆ ਹੈ ਇਸ ਲਈ ਉਨ੍ਹਾਂ ਤੋਂ ਹੁਣ ਕੋਈ ਹਾਨੀ ਨਹੀਂ ਹੋਵੇਗੀ। ਐਂਟੀਬਾਯੋਟਿਕ ਦਵਾਈਆਂ ਵੀ ਸੁਰੱਖਿਅਤ ਹੁੰਦੀਆਂ ਹਨ। ਦੁੱਧੀਆਂ ਤੋਂ ਦੁੱਧ ਖ਼ਾਲੀ ਹੁੰਦਾ ਰਹੇਗਾ ਤਾਂ ਉਸ ਦੀਆਂ ਗੱਠਾਂ ਵੀ ਨਹੀਂ ਬਣਨਗੀਆਂ। ਜੇਕਰ ਦੁੱਧ ਪਿਲਾਣ ਵਿਚ ਕਾਫ਼ੀ ਦਰਦ ਹੋਵੇ ਤਾਂ ਗਰਮ ਪਾਣੀ ਦੇ ਟਬ ਵਿਚ ਲੇਟਕੇ ਪੰਪ ਨਾਲ ਦੁੱਧ ਕੱਢੋ। ਇਸ ਨਾਲ ਦਰਦ ਘੱਟ ਜਾਏਗਾ। ਉਸ ਸਮੇਂ ਇਲੈਕਟ੍ਰਿਕ ਪੰਪ ਦਾ ਪ੍ਰਯੋਗ ਨਾ ਕਰੋ।

ਜੇਕਰ ਇਲਾਜ਼ ਵਿਚ ਦੇਰੀ ਹੋਵੇ ਜਾਂ ਉਸ ਨੂੰ ਰੋਕ ਦਿੱਤਾ ਜਾਵੇ ਤਾਂ ਲੱਛਣ ਕਾਫ਼ੀ ਵਿਗੜ ਸਕਦੇ ਹਨ।

## ਸਿਜੇਰੀਅਨ ਤੋਂ ਬਾਦ ਦੁੱਧ ਪਿਲਾਣਾ

ਸਿਜੇਰੀਅਨ ਦੇ ਕਿੰਨੇ ਸਮੇਂ ਬਾਦ ਤੁਸੀਂ ਬੱਚੇ ਨੂੰ ਦੁੱਧ ਪਿਲਾ ਸਕੋਗੀ ਇਹ ਕਾਫ਼ੀ ਹੱਦ ਤਕ ਤੁਹਾਡੀ ਤੇ ਬੱਚੇ ਦੀ ਸਥਿਤੀ ਤੇ ਨਿਰਭਰ ਕਰਦਾ ਹੈ। ਜੇਕਰ ਤੁਸੀਂ ਦੋਨੋਂ ਠੀਕ ਹੋ ਤਾਂ ਰਿਕਵਰੀ ਰੂਮ ਵਿਚ ਹੀ ਦੁੱਧ ਪਿਲਾਣਾ ਸ਼ੁਰੂ ਕੀਤਾ ਜਾ ਸਕਦਾ ਹੈ। ਜੇਕਰ ਤੁਹਾਨੂੰ ਐਨਥੀਸੀਆ ਦਿੱਤਾ ਗਿਆ ਹੈ ਜਾਂ ਬੱਚੇ ਨੂੰ ਨਰਸਰੀ ਵਿਚ ਰੱਖਿਆ ਗਿਆ ਹੈ ਤਾਂ ਤੁਹਾਨੂੰ ਇੰਤਜ਼ਾਰ ਕਰਨਾ ਪੈ ਸਕਦਾ ਹੈ। ਜੇਕਰ 12 ਘੰਟੇ ਬਾਦ ਵੀ ਦੁੱਧ ਪਿਲਾਣਾ ਸ਼ੁਰੂ ਨਾ ਹੋ ਸਕੇ ਤਾਂ ਤੁਸੀਂ ਪੰਪ ਦੀ ਮਦਦ ਨਾਲ ਕੋਲੈਸਟ੍ਰਮ ਕੱਢ ਸਕਦੀ ਹੋ ਤਾਂ ਜੋ ਉਸ ਨੂੰ ਬੱਚੇ ਨੂੰ ਪਿਲਾਇਆ ਜਾ ਸਕੇ।

ਪਹਿਲਾਂ-2 ਦੁੱਧ ਪਿਲਾਣ ਵਿਚ ਥੋੜ੍ਹੀ ਤਕਲੀਫ਼ ਹੋ ਸਕਦੀ ਹੈ। ਤੁਸੀਂ ਕੋਸ਼ਿਸ਼ ਕਰੋ ਕਿ ਚੀਰੇ ਤੇ ਘੱਟੋ ਘੱਟ ਦਬਾਅ ਪਵੇ। ਬੱਚੇ ਦੇ ਹੇਠਾਂ ਸਰ੍ਹਾਣਾ ਲਗਾਓ, ਕਰਵਟ ਦੇ ਭਾਰ ਲੇਟੋ ਜਾਂ ਫਿਰ ਉਸ ਨੂੰ ਫੁਟਬਾਲ ਦੀ ਤਰ੍ਹਾਂ ਉਠਾਓ। ਦੁੱਧ ਪਿਲਾਣ ਤੋਂ ਕੁਝ ਦਿਨ ਵਿਚ ਸਾਰੀਆਂ ਦਿੱਕਤਾਂ ਘੱਟ ਜਾਣਗੀਆਂ।

## ਜੁੜਵਾਂ ਜਾਂ ਇਸ ਤੋਂ ਵੱਧ ਬੱਚਿਆਂ ਨੂੰ ਦੁੱਧ ਪਿਲਾਣਾ

ਦੋ ਬੱਚਿਆਂ ਨੂੰ ਦੁੱਧ ਪਿਲਾਣਾ ਆਪਣੇ-ਆਪ ਵਿਚ ਕਾਫ਼ੀ ਚੁਣੌਤੀ ਭਰਪੂਰ ਲਗਦਾ ਹੈ। ਹਾਲਾਂਕਿ ਇਕ ਵਾਰ ਤੁਹਾਨੂੰ ਇਸ ਦੀ ਆਦਤ ਪੈ ਜਾਏ ਤਾਂ ਤੁਸੀਂ ਦੋ-ਤਿੰਨ ਬੱਚਿਆਂ ਨੂੰ ਵੀ ਦੁੱਧ ਆਸਾਨੀ ਨਾਲ ਪਿਲਾ ਸਕਦੀ ਹੋ।

ਇਸ ਦੇ ਲਈ ਤੁਹਾਨੂੰ ਹੇਠ-ਲਿਖੀਆਂ ਗੱਲਾਂ ਤੇ ਧਿਆਨ ਦੇਣਾ ਚਾਹੀਦਾ ਹੈ -

**ਵਧੀਆ ਹੋਵੇ ਖਾਣ-ਪੀਣ:-** ਡੇਰੀ ਖਾਦ ਪਦਾਰਥਾਂ ਦੀ ਭਰਪੂਰ ਮਾਤਰਾ ਲਉ। ਬੱਚੇ ਦੇ ਵੱਡਾ ਹੋਣ ਦੇ

ਨਾਲ ਨਾਲ ਤੁਹਾਨੂੰ ਆਪਣੀ ਕੈਲਰੀ ਦੀ ਮਾਤਰਾ ਵੀ ਵਧਾਣੀ ਚਾਹੀਦੀ ਹੈ। ਜੇਕਰ ਤੁਸੀਂ ਉਸ ਨੂੰ ਨਾਲ-2 ਫਾਰਮੂਲਾ ਦੁੱਧ ਵੀ ਦੇ ਰਹੀ ਹੋ ਤਾਂ ਉਸੇ ਹਿਸਾਬ ਨਾਲ ਕੈਲਰੀ ਦੀ ਮਾਤਰਾ ਘੱਟੇਗੀ। ਆਪਣੇ ਭੋਜਨ ਵਿਚ ਪ੍ਰੋਟੀਨ ਤੇ ਕੈਲਸ਼ੀਅਮ ਦੀ ਮਾਤਰਾ ਵੀ ਵਧਾਓ।

**ਪੰਪ ਕਰੋ**:- ਜੇਕਰ ਬੱਚਾ ਨਰਸਰੀ ਵਿਚ ਹੈ ਅਤੇ ਦੁੱਧੀਆਂ ਵਿਚ ਦੁੱਧ ਦੀ ਮਾਤਰਾ ਵਧਾਉਣੀ ਚਾਹੁੰਦੀ ਹੋ ਤਾਂ ਇਲੈਕਟ੍ਰਿਕ ਪੰਪ ਦਾ ਪ੍ਰਯੋਗ ਕਰੋ। ਤਾਂ ਤੁਸੀਂ ਥੋੜ੍ਹਾ ਚੈਨ ਨਾਲ ਸੌਂ ਸਕੋਗੀ ਅਤੇ ਕੋਈ ਦੂਜਾ ਬੱਚਿਆਂ ਨੂੰ ਬੋਤਲ ਨਾਲ ਉਹ ਦੁੱਧ ਪਿਲਾ ਦੇਵੇਗਾ। ਜੇਕਰ ਪੰਪ ਨਾਲ ਪੂਰੀ ਗੱਲ ਨਾ ਬਣੇ ਤਾਂ ਉਦਾਸ ਨਾ ਹੋਵੋ। ਕੋਈ ਵੀ ਪੰਪ ਬੱਚੇ ਦੀ ਜਗ੍ਹਾ ਨਹੀਂ ਲੈ ਸਕਦਾ। ਹਾਲਾਂਕਿ ਕਦੀ-2 ਪੰਪ ਦਾ ਪ੍ਰਯੋਗ ਫਾਇਦੇਮੰਦ ਹੋ ਸਕਦਾ ਹੈ।

**ਦੋ ਬੱਚਿਆਂ ਨੂੰ ਇਕੋ ਸਮੇਂ ਦੁੱਧ ਪਿਲਾਣਾ**:- ਕੀ ਤੁਸੀਂ ਦੋਨੋਂ ਬੱਚਿਆਂ ਨੂੰ ਇਕੋ ਸਮੇਂ ਦੁੱਧ ਪਿਲਾਣ ਲਈ ਤਿਆਰ ਹੋ? ਨਰਸਿੰਗ ਸਰ੍ਹਾਣੇ ਦੀ ਮਦਦ ਨਾਲ ਇਹ ਕੰਮ ਆਸਾਨੀ ਨਾਲ ਹੋ ਸਕਦਾ ਹੈ। ਦਿਨ ਰਾਤ ਵਾਰੀ ਵਾਰੀ ਬੱਚਿਆਂ ਨੂੰ ਦੁੱਧ ਪਿਲਾਣ ਦੇ ਚੱਕਰ ਵਿਚ ਨਾ ਪਵੋ। ਤੁਸੀਂ ਥੱਕ ਜਾਓਗੀ। ਜੇ ਕਰ ਤੁਸੀਂ ਦੋਨੋਂ ਨੂੰ ਇਕੋ ਸਮੇਂ ਦੁੱਧ ਨਾ ਪਿਲਾ ਸਕੋ ਤਾਂ ਦੂਜੇ ਬੱਚੇ ਨੂੰ ਬੋਤਲ ਨਾਲ ਦੁੱਧ ਦਿਓ। ਜਦੋਂ ਉਸ ਨੂੰ ਦੁੱਧ ਪਿਲਾਓ ਤਾਂ ਪਹਿਲੇ ਬੱਚੇ ਨੂੰ ਬੋਤਲ ਨਾਲ ਦੁੱਧ ਦਿਓ। ਜੇਕਰ ਤੁਹਾਡਾ ਬੱਚਾ ਚੁਸਤ ਹੈ ਤਾਂ ਉਹ 10-15 ਮਿੰਟ ਵਿਚ ਆਪਣਾ ਪੇਟ ਭਰ ਲਵੇਗਾ ਅਤੇ ਇਹ ਤੁਹਾਡੇ ਲਈ ਕਿਸੇ ਵਰਦਾਨ ਤੋਂ ਘੱਟ ਨਹੀਂ ਹੋਵੇਗਾ।

ਕੀ ਤਿੰਨ ਬੱਚਿਆਂ ਨੂੰ ਦੁੱਧ ਪਿਲਾਣਾ ਹੈ? ਬੱਚਿਆਂ ਨੂੰ ਦੁੱਧ ਪਿਲਾਣ ਸਮੇਂ ਵਾਰੀ-ਵਾਰੀ ਦੁੱਧੀਆਂ ਬਦਲਣਾ ਨਾ ਭੁੱਲੋ।

**ਘਰ ਦੇ ਕੰਮ ਵਿਚ ਮਦਦ ਲਉ**:- ਬੱਚਿਆਂ ਦੇ ਨਾਲ ਘਰ ਦੇ ਕੰਮ ਵਿਚ ਕਿਸੇ ਦੀ ਮਦਦ ਲਉ ਤਾਂ ਜੋ ਤੁਹਾਡੀ ਊਰਜਾ ਬਣੀ ਰਹੇ ਅਤੇ ਪੂਰਾ ਦੁੱਧ ਬਣ।

**ਡਿਨਰ ਵਿਚ ਵਿਵਿਧਤਾ**:- ਤੁਹਾਡੇ ਦੋਨਾਂ ਬੱਚਿਆਂ ਦੀ ਭੁੱਖ ਤੇ ਸਵਾਦ ਵਿਚ ਫ਼ਰਕ ਹੈ। ਇਸ ਲਈ ਤੁਹਾਨੂੰ ਦੋਨਾਂ ਦੀ ਪੂਰਤੀ ਕਰਨੀ ਹੈ। ਆਪਣੇ ਡਿਨਰ ਵਿਚ ਵਿਵਿਧਤਾ ਲਿਆਓ ਤੇ ਉਨ੍ਹਾਂ ਦੇ ਦੁੱਧ ਦਾ ਰਿਕਾਰਡ ਰੱਖੋ ਤਾਂ ਜੋ ਪਤਾ ਲਗ ਸਕੇ ਕਿ ਉਹ ਪੇਟ ਭਰ ਦੁੱਧ ਪੀ ਰਹੇ ਹਨ ਜਾਂ ਨਹੀਂ।

**ਦੋਨੋਂ ਦੁੱਧੀਆਂ ਨਾਲ ਦੁੱਧ ਪਿਲਾਓ**:- ਦੋਨੋਂ ਦੁੱਧੀਆਂ ਨਾਲ ਵਾਰੀ-ਵਾਰੀ ਦੁੱਧ ਪਿਲਾਓ ਤਾਂ ਜੋ ਉਨ੍ਹਾਂ ਵਿਚ ਬਰਾਬਰ ਦੁੱਧ ਉਤਰਦਾ ਰਹੇ।

## ਮਲਟੀਪਲ ਨਰਸਿੰਗ

ਕੁਝ ਮਾਵਾਂ ਜੁੜਵਾਂ ਵਿਚੋਂ ਇਕ ਹੀ ਬੱਚੇ ਨੂੰ ਇਕ ਵਾਰ ਵਿਚ ਦੁੱਧ ਪਿਲਾਣਾ ਪਸੰਦ ਕਰਦੀਆਂ ਹਨ। ਕਈ ਦੋਨਾਂ ਨੂੰ ਇਕੋ ਸਮੇਂ ਦੁੱਧ ਪਿਲਾਂਦੀਆਂ ਹਨ ਤਾਂ ਜੋ ਉਨ੍ਹਾਂ ਨੂੰ ਸਾਰਾ ਦਿਨ ਇਹੀ ਕੰਮ ਨਾ ਕਰਨਾ ਪਵੇ। 1. ਤੁਸੀਂ ਇਕ ਸਥਿਤੀ ਵਿਚ ਦੋਨੋਂ ਨੂੰ 'ਫੁਟਬਾਲ ਹੋਲਡ' ਦੀ ਤਰ੍ਹਾਂ ਪਕੜ ਸਕਦੀ ਹੋ। 2. ਦੂਜੀ ਸਥਿਤੀ ਵਿਚ ਕ੍ਰੇਡਲ ਹੋਲਡ ਤੇ ਫੁਟਬਾਲ ਹੋਲਡ ਨੂੰ ਮਿਲਾਇਆ ਜਾਂਦਾ ਹੈ। ਸਹਾਰੇ ਦੇ ਲਈ ਸਰ੍ਹਾਣਾ ਲਗਾਓ ਤੇ ਆਪਣੀ ਸੁਵਿਧਾ ਦੇ ਹਿਸਾਬ ਨਾਲ ਸਥਿਤੀ ਚੁਣੋ।

## ਥੋੜ੍ਹਾ ਸਮਾਂ ਲਗੇਗਾ

ਅਜੇ ਤੁਸੀਂ ਕਾਫ਼ੀ ਰੁਝੇ ਹੋ। ਮਨ ਤੇ ਸਰੀਰ ਦੋਨਾਂ ਦੀ ਹਾਲਤ ਨਾਜ਼ੁਕ ਹੈ। ਤੁਹਾਨੂੰ ਇਹ ਨਹੀਂ ਪਤਾ ਕਿ ਬੱਚੇ ਨੂੰ ਚੁੱਪ ਕਿਵੇਂ ਕਰਾਓ। ਤੁਹਾਨੂੰ ਉਸ ਦੇਰੋਣ ਦੇ ਵੱਖ-ਵੱਖ ਭਾਵ ਪਤਾ ਨਹੀਂ ਚਲਦੇ। ਤੁਹਾਨੂੰ ਉਸ ਨੂੰ ਨਹਾਉਣਾ ਨਹੀਂ ਆਉਂਦਾ। ਡਾਇਪਰ ਬਦਲਣ ਸਮੇਂ ਉਹ ਪੈਰ ਨਾਲ ਗੰਦਗੀ ਫੈਲਾ ਦੇਂਦਾ ਹੈ। ਦਰਅਸਲ ਹਾਲੇ ਤੁਹਾਡੀ ਸਹੀ ਅਰਥਾਂ ਵਿਚ 'ਮਾਂ' ਬਣਨ ਵਿਚ ਸਮਾਂ ਲਗੇਗਾ। ਹਾਲਾਂਕਿ ਇਹ ਪ੍ਰਕ੍ਰਿਆ ਥੋੜ੍ਹੀ ਔਖੀ ਹੈ ਪ੍ਰੰਤੂ ਕੁਝ ਹੀ ਸਮੇਂ ਵਿਚ ਤੁਸੀਂ ਸਭ ਸਿਖ ਜਾਓਗੀ।

ਮੰਮਾ ! ਆਪਣੇ-ਆਪ ਨੂੰ ਥੋੜ੍ਹਾ ਸਮਾਂ ਦਿਉ।

# ਪ੍ਰਸੂਤ ਤੋਂ ਬਾਅਦ

# ਪਹਿਲੇ ਛੇ ਹਫ਼ਤੇ

**ਹੁਣ ਤੱਕ ਤਾਂ ਤੁਹਾਨੂੰ ਬੱਚੇ ਦੀ ਦੇਖਭਾਲ ਕਰਨਾ ਕਾਫ਼ੀ ਚੰਗੇ ਤਰੀਕੇ ਨਾਲਆ ਗਿਆ ਹੋਵੇਗਾ। ਨਾਲ ਹੀ ਤੁਸੀਂ ਆਪਣੇ ਵੱਡੇ ਬੱਚਿਆਂ ਦੀਆਂ ਮੰਗਾਂ ਵੀ ਪੂਰੀਆਂ ਕਰ ਰਹੀ ਹੋਵੋਗੀ ਹਾਲਾਂਕਿ ਦਿਨ-ਰਾਤ ਤੁਹਾਡਾ ਪੂਰਾ ਧਿਆਨ ਉਸ ਨੰਨ੍ਹੇ ਬੱਚੇ ਵੱਲ ਹੋਵੇਗਾ। ਬੱਚੇ ਆਪਣੀ ਦੇਖਰੇਖ ਨਹੀਂ ਕਰ ਸਕਦੇ ਪ੍ਰੰਤੂ ਉਹ ਇਹ ਨਹੀਂ ਕਹਿੰਦੇ ਕਿ ਤੁਸੀਂ ਆਪਣਾ ਧਿਆਨ ਰਖਣਾ ਛੱਡ ਦਿਉ। ਮਾਂ ਨੂੰ ਵੀ ਦੇਖਭਾਲ ਚਾਹੀਦਾ ਹੈ। ਹਾਲਾਂਕਿ ਅਜੇ ਤੁਹਾਡੇ ਸਾਰੇ ਸਵਾਲ ਬੱਚੇ ਨਾਲ ਜੁੜੇ ਹਨ ਪ੍ਰੰਤੂ ਤੁਹਾਨੂੰ ਆਪਣਾ ਵੀ ਧਿਆਨ ਰਖਣਾ ਹੈ। ਤੁਹਾਨੂੰ ਆਪਣੇ-ਆਪ ਨਾਲ ਜੁੜੇ ਸਵਾਲਾਂ ਦੀ ਜਗਿਆਸਾ ਸ਼ਾਂਤ ਕਰਨੀ ਚਾਹੀਦੀ ਹੈ।**

## ਤੁਸੀਂ ਕੀ ਮਹਿਸੂਸ ਕਰ ਰਹੀ ਹੋਵੋਗੀ?

ਇਹ 'ਰਿਕਵਰੀ ਪੀਰੀਅਡ' ਕਹਿਲਾਂਦਾ ਹੈ। ਅਸਾਨ ਪ੍ਰਸੂਤ ਤੇ ਡਿਲੀਵਰੀ ਦੇ ਬਾਵਜੂਦ ਸਰੀਰ ਦੀਆਂ ਮਾਸ-ਪੇਸ਼ੀਆਂ ਵਿਚ ਕਾਫ਼ੀ ਖਿਚਾਅ ਆਇਆ ਹੈ ਅਤੇ ਉਨ੍ਹਾਂ ਨੂੰ ਸੰਭਲਣ ਵਿਚ ਥੋੜ੍ਹਾ ਸਮਾਂ ਲਗੇਗਾ। ਹਰ ਨਵੀਂ ਮਾਂ ਵੀ ਸੰਭਾਵੀ ਮਾਂ ਦੀ ਤਰ੍ਹਾਂ ਆਪਣੇ-ਆਪ ਵਿਚ ਵੱਖ ਹੁੰਦੀ ਹੈ। ਹਰ ਮਾਂ ਦੀ ਰਿਕਵਰੀ ਵਿਚ ਵੱਖ-ਵੱਖ ਸਮਾਂ ਲਗਦਾ ਹੈ। ਇਹ ਇਸ ਗੱਲ ਤੇ ਵੀ ਨਿਰਭਰ ਕਰਦਾ ਹੈ ਕਿ ਤੁਸੀਂ ਕਿੰਨਾ ਆਰਾਮ ਕਰ ਰਹੀ ਹੋ ਜਾਂ ਤੁਹਾਨੂੰ ਕਿੰਨੀ ਮਦਦ ਮਿਲ ਰਹੀ ਹੈ। ਤੁਸੀਂ ਹੇਠ-ਲਿਖੇ ਲੱਛਣ ਮਹਿਸੂਸ ਕਰ ਰਹੀ ਹੋਵੋਗੀ:

**ਸਰੀਰਕ**

- ਯੋਨੀ ਤੋਂ ਹਲਕਾ ਸਫ਼ੇਦ ਰਿਸਾਅ ਹੋ ਰਿਹਾ ਹੋਵੇਗਾ।
- ਥਕਾਵਟ।
- ਹਲਕਾ ਦਰਦ, ਬੇਚੈਨੀ ਜਾਂ ਟਾਂਕੇ ਵਾਲੀ ਜਗ੍ਹਾ ਤੇ ਚੁਭਣ।
- ਚੀਰੇ ਵਾਲੀ ਜਗ੍ਹਾ ਤੇ ਦਰਦ ਘਟੇਗਾ।
- ਕਬਜ ਤੇ ਹੀਮਰਾਇਡਸ ਦਾ ਆਰਾਮ ਆਏਗਾ।
- ਵਜਨ ਵਿਚ ਹੌਲੀ-ਹੌਲੀ ਕਮੀ।
- ਸੋਜਸ ਵਿਚ ਹੌਲੀ-ਹੌਲੀ ਕਮੀ।
- ਦੁੱਧੀਆਂ ਤੇ ਨਿੱਪਲਾਂ ਵਿਚ ਤਕਲੀਫ਼।
- ਪੇਟ ਦੀ ਕਮਜ਼ੋਰ ਮਾਸ-ਪੇਸ਼ੀਆਂ ਤੇ ਬੱਚੇ ਦੇ ਗੋਦ ਵਿਚ ਆਉਣ ਪਿੱਠ ਵਿਚ ਦਰਦ।
- ਜੋੜਾਂ ਦਾ ਦਰਦ
- ਬਾਹਾਂ ਤੇ ਗਲੇ ਵਿਚ ਦਰਦ

**ਭਾਵਨਾਤਮਕ ਲੱਛਣ**

- ਮੂਡ ਵਿਚ ਉਤਾਰ-ਚੜ੍ਹਾਅ

■ ਜ਼ਿੰਮੇਵਾਰੀ ਦਾ ਵਧਦਾ ਬੋਝ।
■ ਸੈਕਸ ਪ੍ਰਤੀ ਉਦਾਸੀਨਤਾ

## ਪ੍ਰਸੂਤ ਤੋਂ ਬਾਅਦ ਦੀ ਜਾਂਚ

ਡਾਕਟਰ ਪ੍ਰਸੂਤ ਦੇ 4-6 ਹਫ਼ਤਿਆਂ ਵਿਚ ਜਾਂਚ ਦੇ ਲਈ ਬੁਲਾ ਸਕਦੇ ਹਨ। ਜੇਕਰ ਸੀ-ਸੈਕਸ਼ਨ ਹੋਇਆ ਹੋਵੇਗਾ ਤਾਂ ਤਿੰਨ ਹਫ਼ਤੇ ਬਾਦ ਚੀਰੇ ਦੀ ਜਾਂਚ ਦੇ ਲਈ ਬੁਲਾ ਸਕਦੇ ਹਨ। ਇਸ ਜਾਂਚ ਵਿਚ ਉਹ ਆਪਣੀ ਸ਼ੈਲੀ ਦੇ ਹਿਸਾਬ ਨਾਲ ਜਾਂਚ ਕਰਨਗੇ। ਤੁਸੀਂ ਆਪਣੇ ਪ੍ਰਸ਼ਨ ਲਿਖਕੇ ਜਾਓ ਤੇ ਉਥੋਂ ਉਨ੍ਹਾਂ ਦੇ ਉੱਤਰ ਲਿਖ ਕੇ ਲਿਆਓ। ਉਹ ਹੇਠ-ਲਿਖਿਆਂ ਦੀ ਜਾਂਚ ਕਰ ਸਕਦੇ ਹਨ -

■ ਬਲੱਡਪ੍ਰੈਸ਼ਰ
■ ਵਜਨ ਜੋ ਕਿ 17-20 ਪੌਂਡ ਘਟ ਸਕਦਾ ਹੈ।
■ ਬੱਚੇਦਾਨੀ ਦਾ ਘਟਦਾ ਆਕਾਰ ਤੇ ਸਥਿਤੀ।
■ ਬੱਚੇਦਾਨੀ ਦੇ ਮੂੰਹ ਦੀ ਜਾਂਚ।
■ ਯੋਨੀ ਦੀ ਪਰਖ।
■ ਸੀ-ਸੈਕਸ਼ਨ ਦੇ ਚੀਰੇ ਜਾਂ ਐਪੀਸਿਓਟਾਮੀ ਦੀ ਜਾਂਚ।
■ਤੁਹਾਡੀਆਂ ਛਾਤੀਆਂ।
■ ਹੀਮੇਰਾਇਡਸ ਵੈਰੀਕੋਜ਼ ਵੇਨਜ਼ ਆਦਿ।
■ ਤੁਹਾਡੇ ਸਵਾਲ ਤੇ ਜਿਗਿਆਸਾਵਾਂ।

ਇਸ ਮੁਲਾਕਾਤ ਵਿਚ ਤੁਸੀਂ ਡਾਕਟਰ ਤੋਂ ਪਰਿਵਾਰ ਨਿਯੋਜਨ ਉਪਾਅ ਦੀ ਜਾਣਕਾਰੀ ਵੀ ਲੈ ਸਕਦੀ ਹੋ। ਜੇਕਰ ਤੁਸੀਂ ਡਾਇਫ੍ਰਾਗਮ ਲਗਵਾਉਣਾ ਚਾਹੁੰਦੀ ਹੋ ਅਤੇ ਬੱਚੇਦਾਨੀ ਦਾ ਮੂੰਹ ਠੀਕ ਨਹੀਂ ਹੋਇਆ ਤਾਂ ਕੁਝ ਸਮੇਂ ਤਕ ਕੰਡੋਮ ਪ੍ਰਯੋਗ ਕਰੋ। ਜੇਕਰ ਤੁਸੀਂ ਚਾਹੋ ਤਾਂ ਬਰਥ ਕੰਟ੍ਰੋਲ ਦੇਲਈ ਕੋਈ ਗੋਲੀਆਂ ਵੀ ਲਿਖਵਾ ਸਕਦੀ ਹੋ।

## ਤੁਸੀਂ ਕੀ ਸੋਚ ਰਹੀ ਹੋਵੋਗੀ?

### ਥਕਾਵਟ

**"ਮੈਂ ਜਾਣਦੀ ਸੀ ਕਿ ਪ੍ਰਸੂਤ ਤੋਂ ਬਾਅਦ ਥਕਾਵਟ ਹੁੰਦੀ ਹੈ ਪ੍ਰੰਤੂ ਪਿਛਲੇ ਚਾਰ ਹਫ਼ਤਿਆਂ ਤੋਂ ਪੂਰੀ ਨੀਂਦ ਤਕ ਨਹੀਂ ਲੈ ਰਹੀ। ਇਹ ਕੋਈ ਮਜ਼ਾਕ ਨਹੀਂ ਹੈ?"**

ਨਹੀਂ, ਤੁਹਾਡੀ ਹਾਲਤ ਵਿਚ ਕੋਈ ਵੀ ਹੱਸ ਨਹੀਂ ਰਿਹਾ। ਸਾਰੇ ਜਾਣਦੇ ਹਨਕਿ ਨਵੇਂ-ਨਵੇਂ ਮਾਤਾ-ਪਿਤਾ ਨੂੰ ਕਿੰਨੇ ਮੁਸ਼ਕਲ ਹਾਲਾਤਾਂ ਤੋਂ ਲੰਘਣਾ ਪੈਂਦਾ ਹੈ। ਬੱਚੇ ਨੂੰ ਨਹਾਉਣਾ-ਧੁਆਣਾ, ਖੁਆਉਣਾ, ਸੁਆਉਣਾ, ਬਹਿਲਾਣਾ ਆਦਿ ਕਈ ਕੰਮ ਤੁਹਾਡੇ ਜ਼ਿੰਮੇ ਹਨ। ਪਰਿਵਾਰ ਦੇ ਬਾਕੀ ਮੈਂਬਰ ਵੀ ਤੁਹਾਡੇ ਹੱਥ ਦਾ ਖਾਣਾ ਚਾਹੁੰਦੇ ਹਨ। ਤੁਹਾਨੂੰ ਫਿਰ ਤੋਂ ਖ਼ਰੀਦਦਾਰੀ ਦੇ ਲਈ ਜਾਣਾ ਹੈ। ਇਨ੍ਹਾਂ ਸਾਰੇ ਕੰਮਾਂ ਦੇ ਨਾਲ ਰਾਮ ਨੂੰ ਸਿਰਫ਼ ਤਿੰਨ ਘੰਟੇ ਦੀ ਨੀਂਦ ਲੈ ਰਹੀ ਹੋ। ਥਕਾਵਟ ਤਾਂ ਆਪਣੇ-ਆਪ ਹੀ ਜ਼ਬਰਦਸਤ ਹੋਵੇਗੀ, ਨਾ।

ਕੀ ਇਸ ਥਕਾਵਟ ਦਾ ਕੋਈ ਉਪਾਅ ਹੈ? ਨਹੀਂ, ਜਦੋਂ ਤਕ ਬੱਚਾ ਰਾਤ ਨੂੰ ਸੌਣ ਦਾ ਕ੍ਰਮ ਨਹੀਂ ਬਣਾਉਂਦਾ, ਤੁਹਾਨੂੰ ਉਸ ਦੇ ਨਾਲ ਜਾਗਣਾ ਹੀ ਹੋਵੇਗਾ। ਜੇਕਰ ਉਹ ਦਿਨ ਵਿਚਕੁਝ ਸਮੇਂ ਤੱਕ ਸੌਣ ਦਾ ਕ੍ਰਮ ਬਣਾ ਲਵੇ ਤਾਂ ਤੁਸੀਂ ਵੀ ਸੌਂ ਜਾਓਗੀ।

**ਥੋੜ੍ਹੀ ਮਦਦ ਲਓ:-** ਆਪਣੀ ਮਦਦ ਦੇ ਲਈ ਆਯਾ ਜਾਂ ਨੌਕਰਾਣੀ ਰੱਖੋ। ਕਿਸੇ ਦੋਸਤ, ਮਾਂ ਜਾਂ ਸੱਸ ਮਾਂ ਨੂੰ ਕੁਲ ਬੁਲਾ ਲਓ। ਜਦੋਂ ਉਹ ਬੱਚੇ ਨੂੰ ਟਹਿਲਣ ਲੈ ਜਾਣ ਤਾਂ ਤੁਸੀਂ ਇਕ ਝਪਕੀ ਲੈ ਲਓ। ਉਹ ਤੁਹਾਡੇ ਬੱਚੇਦਾ ਜ਼ਰੂਰੀ ਸਮਾਨ ਵੀ ਬਾਜ਼ਾਰ ਤੋਂ ਖ਼ਰੀਦ ਕੇ ਲਿਆ ਸਕਦੇ ਹਨ।

**ਕੰਮ ਵੰਡੋ:-** ਆਪਣੇ ਸਾਥੀ ਦੇਨਾਲ ਕੰਮ ਵੰਡ ਲਓ। ਖਾਣਾ, ਬਰਤਨ, ਕਪੜੇ, ਸਫ਼ਾਈ ਕੰਮਾਂ ਦਾ ਤਾਂ ਅੰਤ ਨਹੀਂ ਹੈ। ਮਿਲ ਕੇ ਕੰਮ ਵੰਡ ਲਓ ਤੇ ਆਪਣੇ ਹਿੱਸੇ ਵਿਚ ਅਜਿਹੇ ਕੰਮ ਰੱਖੋ, ਜਿਨ੍ਹਾਂ ਵਿਚ ਜ਼ਿਆਦਾ ਥਕਾਵਟ ਨਾ ਹੋਵੇ।

**ਥੋੜ੍ਹਾ ਧਿਆਨ ਹਟਾਓ:-** ਇਹ ਠੀਕ ਹੈ ਤੁਹਾਨੂੰ ਘਰ ਵਿਚ ਗੰਦਗੀ ਪਸੰਦ ਨਹੀਂ, ਬਿਸਤਰ ਤੇ ਬ੍ਰੈਡ ਜਾਂ ਬਿਸਕੁਟ ਦਾ ਚੂਰਾ ਗਿਰਨ ਨਾਲ ਤੁਹਾਨੂੰ ਗੁੱਸਾ ਆਉਂਦਾ ਹੈ। ਆਪਣੀ ਗੁਆਚੀ ਊਰਜਾ ਵਾਪਸ ਆਉਣ ਤੱਕ ਇਨ੍ਹਾਂ ਗੱਲਾਂ ਨੂੰ ਨਜ਼ਰਅੰਦਾਜ ਕਰੋ। ਬੇਬੀ ਦੀ ਵਧਾਈ ਦੇ ਥੈਂਕਯੂ ਨੋਟਨਹੀਂ ਭੇਜ ਸਕਦੀ ਤਾਂ ਉਸ ਦੀ ਤਸਵੀਰ ਦੇ ਨਾਲ ਸਭ ਨੂੰ ਈਮੇਲ ਕਰ ਦਿਓ। ਆਪਣਾ ਸਮਾਂ ਤੇ ਊਰਜਾ ਬਚਾਓ।

**ਮਾਲ ਦੀ ਡਿਲੀਵਰੀ:-** ਹੁਣ ਤੁਹਾਡੀ ਡਿਲੀਵਰੀ ਤਾਂ ਹੋ ਚੁੱਕੀ ਹੈ। ਹੁਣ ਐਸੇ ਸਟੋਰ ਲੱਭੋ ਜੋ ਤੁਹਾਡੇ

ਸਮਾਨ ਦੀ ਫ੍ਰੀ ਹੋਮ ਡਿਲੀਵਰੀ ਕਰ ਸਕਣ। ਜੇਕਰ ਕੁਝ ਪੈਸੇ ਵੀ ਦੇਣੇ ਪੈਣ ਤਾਂ ਕੋਈ ਹਰਜ ਨਹੀਂ ਹੈ। ਜ਼ਰੂਰੀ ਸਮਾਨ ਇਕੋ ਵਾਰ ਮੰਗਾ ਲਉ ਤਾਂ ਜੋ ਛੋਟੀਆਂ ਛੋਟੀਆਂ ਜ਼ਰੂਰਤਾਂ ਦੇ ਲਈ ਬਜ਼ਾਰ ਦਾ ਮੂੰਹ ਨਾ ਦੇਖਣਾ ਪਵੇ।

**ਬੱਚੇ ਦੇ ਨਾਲ ਸੋਵੋ:-** ਹਾਲਾਂਕਿ ਬੱਚੇ ਦੇ ਸੋਣ ਤੋਂ ਬਾਦ ਤੁਹਾਨੂੰ 300 ਕੰਮ ਨਿਪਟਾਣੇ ਹਨ ਪ੍ਰੰਤੂ ਨੀਂਦ ਲੈਣ ਦਾ ਇਸ ਤੋਂ ਵਧੀਆ ਸਮਾਂ ਨਹੀਂ ਹੋ ਸਕਦਾ। 15 ਮਿੰਟ ਵੀ ਲੇਟ ਲਉਗੀ ਤਾਂ ਸਰੀਰ ਨੂੰ ਆਰਾਮ ਆ ਜਾਏਗਾ।

**ਬੱਚੇ ਦੇਨਾਲ-ਨਾਲ ਖ਼ੁਦ ਵੀ ਖਾਓ:-** ਬੱਚੇ ਨੂੰ ਦੁੱਧ ਪਿਲਾਂਦੇ ਸਮੇਂ ਖ਼ੁਦ ਵੀ ਖਾਣਾ-ਪੀਣਾ ਨਾ ਭੁਲੋ। ਪ੍ਰੋਟੀਨ ਤੇ ਕੰਪਲੈਕਸ ਕਾਰਬ ਭਰਪੂਰ ਸਨੈਕਸ ਲਉ। ਕੋਈ ਤਾਜ਼ਾ ਫਲ, ਦਹੀ ਦਾ ਕਟੋਰਾ, ਚਾੱਕਲੇਟ ਜਾਂ ਸਿਹਤਮੰਦ ਸਨੈਕਸ ਵੀ ਊਰਜਾ ਦੇ ਪੱਧਰ ਨੂੰ ਭਰਪੂਰ ਕਰ ਦੇਵੇਗਾ। ਆਪਣੇ ਘਰ ਵਿਚ ਖਾਣ-ਪੀਣ ਦਾ ਸਮਾਨ ਰੱਖੋ ਤਾਂ ਜੋਆਸਾਨੀ ਨਾਲ ਕਦੀ ਵੀ ਕੁਝ ਵੀ ਖਾ ਸਕੋ। ਐਸਾ ਆਹਾਰ ਨਾਲ ਲਉ ਜੋ ਇਕਦਮ ਊਰਜਾ ਨੂੰ ਵਧਾ ਦੇਂਦੇ ਹਨ ਅਤੇ ਫਿਰ ਥੋੜ੍ਹੀ ਹੀ ਦੇਰ ਵਿਚ ਫਿਰ ਥਕਾਵਟ ਹਾਵੀ ਹੋ ਜਾਂਦੀ ਹੈ। ਤਰਲ ਪਦਾਰਥਾਂ ਦੀ ਭਰਪੂਰ ਮਾਤਰਾ ਲਉ ਤੇ ਯਾਦ ਰੱਖੋ ਕਿ ਤੁਸੀਂ ਦੋ ਲੋਕਾਂ ਦੇ ਲਈ ਖਾਣਾ ਹੈ।

ਜੇਕਰ ਕਾਫ਼ੀ ਕਮਜ਼ੋਰੀ ਜਾਂ ਥਕਾਵਟ ਲਗਦੀ ਰਹੇ ਤਾਂ ਡਾਕਟਰ ਨੂੰ ਦਿਖਾਉਣਾ ਨਾ ਭੁਲੋ। ਤਨਾਅ ਤੇ ਬੇਚੈਨੀ ਤੋਂ ਬੱਚੋ। ਬਹੁਤ ਜਲਦੀ ਤੁਹਾਡਾ ਰੋਜ਼ਮਰਾ ਦਾ ਚਲਨ ਆਮ ਹੋ ਜਾਏਗਾ।

## ਵਾਲ ਝੜਨਾ

**''ਮੇਰੇ ਵਾਲ ਅਚਾਨਕ ਝੜਣ ਲਗੇ ਹਨ। ਕੀ ਮੈਂ ਗੰਜੀ ਹੋ ਰਹੀ ਹਾਂ?''**

ਤੁਸੀਂ ਗੰਜੀ ਨਹੀਂ ਹੋ ਰਹੀ। ਆਪਣੀ ਆਮ ਅਵਸਥਾ ਵਿਚ ਵਾਪਸ ਆ ਰਹੀ ਹੋ। ਉਂਝ ਔਸਤਨ ਪ੍ਰਤਿਦਿਨ 100 ਵਾਲ ਝੜਦੇ ਹਨ। ਉਨ੍ਹਾਂ ਨੂੰ ਕਈ ਦਿਨ ਤੱਕ ਝੜਣ ਦਾ ਮੌਕਾ ਨਹੀਂ ਮਿਲਿਆ ਇਸ ਲਈ ਉਹ ਇਕੋ ਸਮੇਂ ਝੜ ਰਹੇ ਹਨ। ਗਰਭਕਾਲ ਦੇ ਹਾਰਮੋਨਲ ਬਦਲਾਅ ਕਾਰਣ ਵੀ ਇੰਝ ਹੋ ਰਿਹਾ ਹੈ। ਉਸ ਸਮੇਂ ਤੁਹਾਡੇ ਵਾਲ ਕਾਫ਼ੀ ਘਣੇ ਤੇ ਮਜ਼ਬੂਤ ਹੋ ਗਏ ਹੋਣਗੇ। ਹੁਣ ਉਹ ਆਪਣੀ ਆਮ ਸਥਿਤੀ ਵਿਚ ਆ ਰਹੇ ਹਨ।

ਆਪਣੇ ਵਾਲਾਂ ਨੂੰ ਸਿਹਤਮੰਦ ਰੱਖਣ ਦੇ ਲਈ ਵਿਟਾਮਿਨ ਦੀ ਖ਼ੁਰਾਕ ਲਉ, ਵਧੀਆ ਖਾਣ-ਪੀਣ ਰੱਖੋਅਤੇ ਵਾਲਾਂ ਦੇ ਪੌਸ਼ਣ ਦਾ ਧਿਆਨ ਰੱਖੋ। ਘੱਟੋ ਘੱਟ ਸ਼ੈਂਪੂ ਕਰੋ। ਕੰਡੀਸ਼ਨਰ ਦਾ ਪ੍ਰਯੋਗ ਕਰੋ ਤਾਂ ਜੋ ਉਲਝੇ ਵਾਲ ਘੱਟ ਤੋਂ ਘੱਟ ਟੁੱਟਣ, ਖ਼ੁਲ੍ਹੇ ਦੰਦਿਆਂ ਵਾਲੀ ਕੰਘੀ ਪ੍ਰਯੋਗ ਕਰੋ। ਵਾਲਾਂ ਦੇ ਨਾਲ ਕੋਈ ਪ੍ਰਯੋਗ ਨਾ ਕਰੋ। ਜੇਕਰ ਫਿਰ ਵੀ ਵਾਲ ਝੜਨੇ ਬੰਦ ਨਾ ਹੋਣ ਤਾਂ ਆਪਣੇ ਡਾਕਟਰ ਦੀ ਰਾਏ ਲਉ।

## ਪਿਸ਼ਾਬ ਤੇ ਨਿਯੰਤਰਣ

**''ਮੈਂ ਸੋਚਿਆ ਸੀ ਕਿ ਬੱਚੇ ਦੇ ਜਨਮ ਤੋਂ ਬਾਦ ਮੈਂ ਪਿਸ਼ਾਬ ਤੇ ਚੰਗੀ ਤਰ੍ਹਾਂ ਨਿਯੰਤਰਣ ਰੱਖ ਸਕਾਂਗੀ ਪ੍ਰੰਤੂ ਹੁਣ ਪ੍ਰਸੂਤ ਦੇ ਦੋ ਮਹੀਨੇ ਬੀਤਣ ਤੋਂ ਬਾਦ ਵੀ ਹੱਸਦੇ ਜਾਂ ਖੰਘਦੇ ਸਮੇਂ ਪਿਸ਼ਾਬ ਦਾ ਰਿਸਾਅ ਹੋਣ ਲਗਦਾ ਹੈ। ਕੀ ਹਮੇਸ਼ਾਂ ਇੰਝ ਹੀ ਹੋਵੇਗਾ?''**

ਜੀ ਹਾਂ, ਡਿਲੀਵਰੀ ਦੇ ਕੁਝ ਮਹੀਨੇ ਬਾਦ ਤਕ ਇੰਝ ਹੋਣਾ ਬਿਲਕੁਲ ਆਮ ਹੈ। ਹੱਸਦੇ, ਖੰਘਦੇ, ਛਿੱਕਣ ਸਮੇਂ ਜਾਂ ਕੋਈ ਭਾਰੀ ਕੰਮ ਕਰਦੇ ਸਮੇਂ ਪਿਸ਼ਾਬ ਦਾਨੀ ਤੇ ਦਬਾਅ ਪੈਂਦਾ ਹੈ ਅਤੇ ਪਿਸ਼ਾਬ ਰਿੱਸਣ ਲਗਦਾ ਹੈ। ਪ੍ਰਸੂਤ ਤੇ ਡਿਲੀਵਰੀ ਦੌਰਾਨ ਪਿਸ਼ਾਬ ਦਾਨੀ ਤੇ ਪੈਲਵਿਕ ਦੇ ਆਸਪਾਸ ਦੀਆਂ ਮਾਸ-ਪੇਸ਼ੀਆਂ ਕਮਜ਼ੋਰ ਹੋ ਜਾਂਦੀਆਂ ਹਨ ਅਤੇ ਤੁਸੀਂ ਪਿਸ਼ਾਬ ਦਾ ਬਹਾਓ ਨਹੀਂ ਰੋਕ ਸਕਦੀ। ਬੱਚੇਦਾਨੀ ਸੁੰਘੜਦੀ ਹੈ ਤਾਂ ਪਿਸ਼ਾਬਦਾਨੀ ਤੇ ਇਸ ਦਾ ਵੀ ਦਬਾਅ ਪੈਂਦਾ ਹੈ। ਹਾਰਮੋਨਲ ਬਦਲਾਅ ਵੀ ਇਸਦੇ ਜ਼ਿੰਮੇਵਾਰ ਹੁੰਦੇ ਹਨ।

ਇਸ ਪ੍ਰਕ੍ਰਿਆ ਨੂੰ ਖ਼ਤਮ ਹੋਣ ਵਿਚ 3-6 ਮਹੀਨੇ ਦਾ ਸਮਾਂ ਲਗ ਸਕਦਾ ਹੈ। ਉਦੋਂ ਤਕ ਤੁਸੀਂ ਪੈਡ ਲਗਾਓ। ਹਾਂ, ਟ੍ਰੈਪੂਨ ਲਗਾਉਣ ਨਾਲ ਕੋਈ ਫ਼ਾਇਦਾ ਨਹੀਂ ਹੋਵੇਗਾ। ਇਸ ਤੋਂ ਇਲਾਵਾ ਹੇਠ-ਲਿਖੇ ਉਪਾਅ ਵੀ ਅਜਮਾ ਸਕਦੀ ਹੋ।

**ਕੀਗਲ ਆਸਣ:-** ਕੀਗਲ ਤੇ ਪੈਲਵਿਕ ਏਰੀਏ ਨਾਲ ਜੁੜੀਆਂ ਕਸਰਤਾਂ ਜਾਰੀ ਰੱਖੋ। ਇਹ ਤੁਹਾਡੇ ਕਾਫ਼ੀ ਸਹਾਇਕ ਹੋ ਸਕਦੀਆਂ ਹਨ।

**ਭਾਰ ਘਟਾਓ**:- ਗਰਭਕਾਲ ਦੇ ਸਮੇਂ ਵਧਿਆ ਹੋਇਆ ਭਾਰ ਘਟਾਉਣਾ ਹੋਵੇਗਾ ਕਿਉਂਉਸੀ ਫਾਲਤੂ ਭਾਰਤ ਦੇ ਕਾਰਣ ਹੁਣ ਵੀ ਪਿਸ਼ਾਬ ਤੇ ਦਬਾਅ ਪੈ ਰਿਹਾ ਹੈ।

**ਪਿਸ਼ਾਬਦਾਨੀ ਨੂੰ ਸਿਖਿਅਤ ਕਰੋ**:- ਹਰ ਅੱਧੇ ਘੰਟੇ ਬਾਦ ਇੱਛਾ ਨਾ ਹੋਣ ਤੇ ਵੀ ਪਿਸ਼ਾਬ ਦੇ ਲਈ ਜਾਓ। ਇਸੇ ਤਰ੍ਹਾਂ ਹੌਲੀ-ਹੌਲੀ ਵਿਚਲੇ ਸਮੇਂ ਦਾ ਫ਼ਰਕ ਵਧਾਓ।

**ਕਬਜ ਤੋਂ ਬਚੋ**:- ਕਬਜ ਦੇ ਕਾਰਣ ਵੀ ਪਿਸ਼ਾਬਦਾਨੀ ਤੇ ਦਬਾਅ ਪੈਂਦਾ ਹੈ। ਨਿਯਮਿਤ ਸਮੇਂ ਤੇ ਸ਼ੌਚ ਕਰੋ।

**ਤਰਲ ਪਦਾਰਥ ਲਉ**:-ਦਿਨ ਵਿਚ ਘੱਟੋ ਘੱਟ ਅੱਠ ਗਿਲਾਸ ਪਾਣੀ ਪੀਓ। ਇਹ ਨਾ ਸੋਚੋ ਕਿ ਘੱਟ ਪਾਣੀ ਪੀਓਗੀ ਤਾਂ ਪਿਸ਼ਾਬ ਦਾ ਰਿਸਾਅ ਘੱਟ ਹੋਵੇਗਾ ਸਗੋਂ ਡੀ-ਹਾਈਡ੍ਰੇਸ਼ਨ ਨਾਲ ਪਿਸ਼ਾਬ ਦਾ ਇਨਫੈਕਸ਼ਨ ਹੋ ਸਕਦਾ ਹੈ। ਇਨਫੈਕਟਿਡ ਪਿਸ਼ਾਬ ਨਾਲ ਜ਼ਿਆਦਾ ਰਿਸਾਅ ਹੋਵੇਗਾ ਅਤੇ ਰਿਸਦੀ ਪਿਸ਼ਾਬਦਾਨੀ ਵਿਚ ਆਸਾਨੀ ਨਾਲ ਇਨਫੈਕਸ਼ਨ ਹੋਵੇਗਾ।

## ਗੈਸ ਪਾਸ ਹੋਣਾ

**"ਅੱਜ ਕਲ੍ਹ ਮੈਂ ਕਾਫ਼ੀ ਗੈਸ ਪਾਸ ਕਰ ਰਹੀ ਹਾਂ ਜਿਸ ਨਾਲ ਮੈਨੂੰ ਲੋਕਾਂ ਵਿਚ ਕਾਫ਼ੀ ਸ਼ਰਮਿੰਦਾ ਹੋਣਾ ਪੈਂਦਾ ਹੈ। ਇੰਝ ਕਿਉਂ ਹੋ ਰਿਹਾ ਹੈ?"**

ਨਵੀਂ ਮਾਂ ਬਣਨ ਤੋਂ ਬਾਦ ਸਰੀਰ ਆਪਣੇ ਆਪ ਸਾਫ਼ ਕਰਨ ਦੀ ਪ੍ਰਕ੍ਰਿਆ ਵਿਚ ਜੁਟਿਆ ਹੈ। ਪ੍ਰਸੂਤ ਤੋਂ ਬਾਦ ਮਾਂਵਾਂ ਇਸੇ ਤਰ੍ਹਾਂ ਗੈਸ ਪਾਸ ਕਰਦੀਆਂ ਹਨ। ਇਸ ਵਿਚ ਸ਼ਰਮਿੰਦਾ ਹੋਣ ਵਾਲੀ ਕੋਈ ਗੱਲ ਨਹੀਂ ਹੈ। ਤੁਹਾਡੇ ਪੈਲਵਿਕ ਖੇਤਰ ਦੀਆਂ ਕੁਝ ਮਾਸ-ਪੇਸ਼ੀਆਂ ਖਿੱਚ ਗਈਆਂ ਹਨ ਤੇ ਕਈ ਨਸ਼ਟ ਹੋ ਗਈਆਂ ਹਨ ਜਿਸ ਵਿਚ ਤੁਸੀਂ ਗੈਸ ਪਾਸ ਹੋਣ ਦੀ ਪ੍ਰਕ੍ਰਿਆ ਤੇ ਕਾਬੂ ਨਹੀਂ ਪਾ ਰਹੀ।

ਕੁਝ ਹ਼ਫ਼ਤੇ ਵਿਚ ਜਦੋਂ ਮਾਸ-ਪੇਸ਼ੀਆਂ ਆਪਣੀ ਪਹਿਲੀ ਸਥਿਤੀ ਵਿਚ ਆਉਣਗੀਆਂ ਤਾਂ ਤੁਹਾਨੂੰ ਆਪਣੇ-ਆਪ ਆਰਾਮ ਆ ਜਾਏਗਾ।

ਉਦੋਂ ਤੱਕ ਆਰਾਮ ਨਾਲ ਖਾਣਾ ਖਾਓ। ਜਿੰਨੀ ਹਵਾ ਅੰਦਰ ਲੈ ਜਾਓਗੀ ਉਹ ਗੈਸ ਬਣ ਕੇ ਨਿਕਲੇਗੀ। ਕੀਗਲ ਆਸਣ ਵੀ ਕਰਦੀ ਰਹੋ, ਇਸ ਨਾਲ ਵੀ ਤੁਹਾਡਾ ਫ਼ਾਇਦਾ ਹੋਵੇਗਾ।

> **ਡਾਕਟਰ ਦੀ ਮਦਦ ਲਉ**
>
> ਤੁਸੀਂ ਆਪਣੇ ਵੱਲੋਂ ਪੂਰੀ ਕੋਸ਼ਿਸ਼ ਕਰ ਲਈ ਪ੍ਰੰਤੂ ਹੁਣ ਵੀ ਪਿਸ਼ਾਬ ਦਾ ਰਿਸਾਅ ਬੰਦ ਨਹੀਂ ਹੋ ਰਿਹਾ। ਕੋਈ ਗੱਲ ਨਹੀਂ, ਆਪਣੇ ਡਾਕਟਰ ਨਾਲ ਗੱਲਕਰੋ। ਉਹ ਕੋਈ ਇਲਾਜ਼ ਦੱਸਣਗੇ ਤਾਂ ਜੋ ਜ਼ਰੂਰਤ ਪਈ ਤਾਂ ਸਰਜਰੀ ਵੀ ਕਰਨਗੇ । ਬਸ, ਤੁਸੀਂ ਹਿੰਮਤ ਨਾ ਹਾਰ।

## ਪ੍ਰਸੂਤ ਤੋਂ ਬਾਦ ਪਿੱਠ ਵਿਚ ਦਰਦ

**"ਮੈਂ ਸੋਚਿਆ ਸੀ ਕਿ ਡਿਲੀਵਰੀ ਤੋਂ ਬਾਦ ਮੇਰੀ ਪਿੱਠ ਦੇ ਦਰਦ ਵਿਚ ਆਰਾਮ ਆ ਜਾਏਗਾ ਪ੍ਰੰਤੂ ਇੰਝ ਨਹੀਂ ਹੋਇਆ, ਕਿਉਂ?"**

ਤੁਹਾਡਾ ਪੁਰਾਣਾ ਸਾਥੀ ਪਿੱਠ ਦਾ ਦਰਦ ਵਾਪਸ ਆਇਆ ਹੈ। ਕਹਿ ਸਕਦੇ ਹੋ ਕਿ ਹਾਰਮੋਨਾਂ ਦੇ ਕਾਰਣ ਢਿੱਲੇ ਪੈ ਗਏ ਲਿਗਾਮੈਂਟ ਅਜੇ ਤਕ ਢਿੱਲੇ ਹਨ। ਉਨ੍ਹਾਂ ਨੂੰ ਆਪਣੀ ਤਾਕਤ ਹਾਸ ਕਰਨ ਵਿਚ ਕਈ ਦਿਨ ਜਾਂ ਹ਼ਫ਼ਤੇ ਲਗ ਸਕਦੇ ਹਨ। ਪੇਟ ਦੀਆਂ ਕਮਜ਼ੋਰ ਮਾਸ-ਪੇਸ਼ੀਆਂ ਵੀ ਤੁਹਾਡੀ ਪਿੱਠ ਦਾ ਆਪਣਾ ਅਸਰ ਦਿਖਾ ਰਹੀ ਹੈ। ਬੱਚੇ ਨੂੰ ਚੁੱਕਣ, ਝੂਲਣ ਜਾਂ ਸੁਆਉਣ ਦੇ ਕਾਰਣ ਵੀ ਪਿੱਠ ਵਿਚ ਦਰਦ ਰਹਿਣ ਲਗਦਾ ਹੈ। ਬੱਚੇ ਦਾ ਆਕਾਰ ਵੱਧ ਰਿਹਾ ਹੈ ਅਤੇ ਨਾਲ ਹੀ ਪਿੱਠ ਤੇ ਦਬਾਅ ਅਤੇ ਤਨਾਹ ਵੀ ਵਧਦਾ ਜਾ ਰਿਹਾ ਹੈ।

ਸਮੇਂ ਦੇ ਨਾਲ ਨਾਲ ਤੁਹਾਡੀ ਪਿੱਠ ਦੇ ਦਰਦ ਵਿਚ ਕਾਫ਼ੀ ਆਰਾਮ ਆ ਜਾਏਗਾ।

- ਪੇਟ ਨਾਲ ਜੁੜੇ ਆਸਣ ਅਤੇ ਪੈਲਵਿਕ ਟਿਲਟ ਕਰੋ ਤਾਂ ਜੋ ਪਿੱਠ ਨੂੰ ਸਹਾਰਾ ਦੇਣ ਵਾਲੀਆਂ ਮਾਸ-ਪੇਸ਼ੀਆਂ ਮਜ਼ਬੂਤ ਹੋ ਸਕਣ।
- ਸਮਾਨ ਉਠਾਉਂਦੇ ਜਾਂ ਝੁਕਦੇ ਸਮੇਂ ਪਿੱਠ ਦਾ ਧਿਆਨ ਰੱਖੋ।
- ਸਾਰਾ ਦਿਨ ਬਿਸਤਰੇ ਤੇ ਨਾ ਪਈ ਰਹੋ। ਆਪਣੀ ਪਿੱਠ ਨੂੰ ਸਰ੍ਹਾਣੇ ਦਾ ਸਹਾਰਾ ਦੇ ਕੇ ਟਿਕਾਓ।
- ਜਦੋਂ ਵੀ ਮੌਕਾ ਮਿਲੇ, ਪੈਰਾਂ ਨੂੰ ਥੋੜ੍ਹਾ ਆਰਾਮ

ਦਿਉ। ਜਦੋਂ ਖੜਾ ਹੋਣਾ ਹੋਵੇ ਤਾਂ ਪੈਰ ਛੋਟੇ ਸਟੂਲ ਤੇ ਟਿਕਾ ਲਉ।

■ਆਪਣੇ ਪੋਸ਼ਚਰ ਤੇ ਧਿਆਨ ਦਿਉ। ਮੋਢੇ ਅਕੜੇ ਰਹਿਣਗੇ ਤਾਂ ਪਿੱਠ ਨਹੀਂ ਦੁਖੇਗੀ। ਬੱਚਾ ਵੱਡਾ ਹੋ ਜਾਏ ਤਾਂ ਉਸ ਨੂੰ ਉਠਾਂਦੇ ਸਮੇਂ ਇਕ ਹੀ ਪੁੱਠੇ ਤੇ ਸਾਰਾ ਭਾਰਤ ਨਾ ਪਾਓ। ਇਸ ਨਾਲ ਵੀ ਪਿੱਠ ਵਿਚ ਦਰਦ ਹੋਵੇਗਾ।

■ਅਕਸਰ ਮਾਵਾਂ ਬੱਚੇ ਨੂੰ ਇਕ ਹੱਥ ਨਾਲ ਉਠਾਈ ਰੱਖਦੀਆਂ ਹਨ ਅਤੇ ਦੂਜੇ ਹੱਥ ਨਾਲ ਕੰਮ ਕਰਦੀਆਂ ਹਨ। ਤੁਹਾਨੂੰ ਵਿਚ-ਵਿਚ ਹੱਥ ਬਦਲਣਾ ਚਾਹੀਦਾ ਹੈ।

■ਜੇਕਰ ਸਮਾਂ ਅਤੇ ਮੌਕਾ ਮਿਲੇ ਤਾਂ ਪਿੱਠ ਦੀਆਂ ਮਾਸ-ਪੇਸ਼ੀਆਂ ਦੀ ਮਾਲਸ਼ ਕਰੋ ਆਪਣੇ ਸਾਥੀ ਦੀ ਮਦਦ ਲਉ।

■ ਬੱਚੇ ਨੂੰ ਦੁੱਧ ਪਿਲਾਂਦੇ ਸਮੇਂ ਪਿੱਠ ਨੂੰ ਸੇਕ ਲਉ।

ਜਦੋਂ ਬੱਚਾ ਥੋੜ੍ਹਾ ਸੰਭਵਲ ਜਾਏਗਾ ਤਾਂ ਤੁਹਾਡੇ ਸਰੀਰ ਦੀ ਗੁਆਚੀ ਤਾਕਤ ਵੀ ਆ ਜਾਏਗੀ। ਉਦੋਂ ਡਾਇਪਰ ਦਾ ਬੈਗ ਖ਼ਾਲੀ ਕਰ ਦਿਉ ਅਤੇ ਉਸ ਨੂੰ ਤਾਂ ਹੀ ਭਰੋ, ਜਦੋਂ ਬਹੁਤ ਜ਼ਰੂਰੀ ਹੋਵੇ।

## ਬੱਚੇ ਦੇ ਜਨਮ ਤੋਂ ਬਾਅਦ

**''ਮੈਂ ਸੋਚਿਆ ਸੀ ਕਿ ਮੈਂ ਬੱਚੇ ਦੇ ਜਨਮ ਨਾਲ ਕਾਫ਼ੀ ਰੁਮਾਂਚਿਕ ਹੋ ਜਾਵਾਂਗੀ ਪ੍ਰੰਤੂ ਹੁਣ ਮੈਂ ਕਾਫ਼ੀ ਨਿਰਾਸ਼ ਮਹਿਸੂਸ ਕਰ ਰਹੀ ਹਾਂ, ਇੰਝ ਕਿਉਂ ਹੋ ਰਿਹਾ ਹੈ?''**

ਇਹੀ ਸਮਾਂ ਸਭ ਤੋਂ ਵਧੀਆ ਹੁੰਦਾ ਹੈ ਅਤੇ ਇਹੀ ਸਭ ਤੋਂ ਬੁਰਾ ਵੀ...। 60-80 ਪ੍ਰਤੀਸ਼ਤ ਮਾਵਾਂ ਬੱਚੇ ਦੇ ਜਨਮ ਤੋਂ ਬਾਦ ਇੰਝ ਹੀ ਮਹਿਸੂਸ ਕਰਦੀਆਂ ਹਨ। ਡਿਲੀਵਰੀ ਦੇ ਪੰਜ ਦਿਨ ਦੇ ਅੰਦਰ ਉਹ ਕਾਫ਼ੀ ਨਿਰਾਸ਼ ਮਹਿਸੂਸ ਕਰਨ ਲਗਦੀਆਂ ਹਨ। ਉਨ੍ਹਾਂ ਤੇ ਇਕ ਅਜੀਬ ਜਿਹੀ ਉਦਾਸੀਨਤਾ ਛਾ ਜਾਂਦੀ ਹੈ, ਰੋਣ ਨੂੰ ਜੀਅ ਕਰਦਾ ਹੈ। ਕਾਫ਼ੀ ਬੇਚੈਨੀ ਅਤੇ ਚਿੜਚਿੜਾਪਨ ਮਹਿਸੂਸ ਹੁੰਦਾ ਹੈ।

ਦਰਅਸਲ ਇਹ ਸਭ ਇਸ ਲਈ ਹੁੰਦਾ ਹੈ ਕਿਉਂਕਿ ਇਸ ਸਮੇ ਹਾਰਮੋਨਾਂ ਦਾ ਪੱਧਰ ਬਦਲਦਾ ਹੈ। ਗਰਭਕਾਲ ਤੋਂ ਬਾਦ ਥਕਾ ਦੇਣ ਵਾਲਾ ਪ੍ਰਸੂਤ ਅਤੇ ਡਿਲੀਵਰੀ, ਫਿਰ ਘਰ ਆ ਕੇ ਬੱਚੇ ਦੀ ਚਿੰਤਾ, ਦੁੱਧ ਪਿਲਾਣ ਦੀਆਂ ਸਮੱਸਿਆਵਾਂ, ਤੁਹਾਡੇ ਚਿਹਰੇ ਦੀ ਵਿਗੜਦੀ ਹਾਲਤ, ਘਰ ਦੀ ਅਸਤ-ਵਿਵਸਥਾ, ਇਹ ਸਾਰੀਆਂ ਗੱਲਾਂ ਤੁਹਾਨੂੰ ਪ੍ਰੇਸ਼ਾਨ ਕਰ ਰਹੀਆਂ ਹਨ। ਕੁਝ ਹੀ ਹਫ਼ਤਿਆਂ ਵਿਚ ਜਦੋਂ ਤੁਸੀਂ ਨਵੇਂ ਮਾਹੌਲ ਵਿਚ ਘੁਲ-ਮਿਲ ਜਾਓਗੀ ਤਾਂ ਸਭ ਠੀਕ ਹੋ ਜਾਵੇਗਾ। ਉਦੋਂ ਤਕ ਹੇਠ-ਲਿਖੇ ਉਪਾਅ ਅਜਮਾ ਸਕਦੀ ਹੋ।

**ਆਪਣੀਆਂ ਉਮੀਦਾਂ ਘਟਾਓ:-** ਅਜੇ ਤੁਹਾਡੇ ਵਿਚ ਇੰਨੀ ਤਾਕਤ ਨਹੀਂ ਕਿ ਇਕ ਸੰਪੂਰਣ ਮਾਂ ਦੀ ਤਰ੍ਹਾਂ ਬੱਚੇ ਅਤੇ ਘਰ ਦੀ ਜ਼ਿੰਮੇਵਾਰੀ ਸੰਭਾਲ ਸਕੋ। ਅਜੇ ਥੋੜ੍ਹੇ ਆਰਾਮ ਅਤੇ ਕਿਸੇ ਦੀ ਮਦਦ ਦੀ ਜ਼ਰੂਰਤ ਹੈ ਉਦੋਂ ਤਕ ਆਪਣੀਆਂ ਉਮੀਦਾਂ ਘਟਾਓ। ਕੇਵਲ ਉਨਾਂ ਹੀ ਕੰਮ ਹੱਥ ਵਿਚ ਲਉ ਜਿਸ ਨੂੰ ਅਸਾਨੀ ਨਾਲ ਕਰ ਸਕੋ।

**ਇਕੱਲੀ ਨਾ ਰਹੋ:-** ਘਰ ਵਿਚ ਮੈਲੇ ਕਪੜੇ, ਜੂਠੇ ਭਾਂਡੇ ਦਾ ਢੇਰ, ਰੋਂਦਾ ਹੋਇਆ ਬੱਚਾ ਅਤੇ ਰਾਤਾਂ ਦਾ ਉਣੀਂਦਰਾ। ਇਸ ਹਾਲਾਤ ਵਿਚ ਮਦਦ ਤੋਂ ਬਿਨਾਂ ਕਿਵੇਂ ਗੱਲ ਬਣੇਗੀ। ਆਪਣੇ ਸਾਥੀ, ਮਾਂ, ਸੱਸ, ਆਯਾ, ਭੈਣ ਜਾਂ ਕਿਸੇ ਸਹੇਲੀ ਦੀ ਮਦਦ ਲਉ।

**ਸੁੰਦਰ ਦਿਖੋ:-** ਇਹ ਸੁਣਨ ਵਿਚ ਅਜੀਬ ਲਗਦਾ ਹੈ, ਪਰ ਸੱਚ ਹੈ। ਥੋੜ੍ਹਾ ਸਮਾਂ ਆਪਣੇ ਉਪਰ ਲਗਾਓ ਤਾਂ ਜੋ ਮਨ ਨੂੰ ਚੰਗਾ ਲਗੇ। ਨਹਾ-ਧੋ ਕੇ ਸਾਫ਼ ਕਪੜੇ ਪਾਓ। ਆਪਣੇ ਵਾਲ ਸੈਟ ਕਰੋ। ਕੰਸੀਲਰ ਨਾਲ ਦਾਗ-ਧੱਬੇ ਛਿਪਾ ਕੇ ਥੋੜ੍ਹਾ ਮੇਕਅਪ ਕਰੋ।

**ਘਰ ਤੋਂ ਨਿਕਲੋ:-** ਘਰ ਤੋਂ ਬਾਹਰ ਨਿਕਲੋ। ਘੁੰਮਣ-ਫਿਰਨ ਨਾਲ ਮਨ ਦੀ ਦਸ਼ਾ ਬਦਲੇਗੀ। ਤੁਹਾਡੀਆਂ ਅੱਖਾਂ ਦੇ ਅੱਗੋਂ ਕੰਮ ਦਾ ਢੇਰ ਹੱਟ ਜਾਏਗਾ। ਹਫ਼ਤੇ ਵਿਚ ਘੱਟੋ ਘੱਟ ਇਕ ਵਾਰ ਇੰਝ ਕਰੋ। ਕਿਸੇ ਦੋਸਤ ਦੇ ਜਾਓ। ਬੱਚੇ ਨੂੰ ਪਾਰਕ ਵਿਚ ਘੁਮਾ ਲਿਆਓ। ਕਿਸੀ ਮਾੱਲ ਦਾ ਚੱਕਰ ਲਗਾ ਲਉ।

**ਆਪਣੇ-ਆਪ ਨੂੰ ਦਾਅਵਤ ਦਿਉ:-** ਕੋਈ ਫ਼ਿਲਮ ਦੇਖ ਆਓ। ਆਪਣੇ ਸਾਥੀ ਨਾਲ ਰਾਤ ਦਾ ਖਾਣਾ ਬਾਹਰ ਆਓ। ਦੇਰ ਤੱਕ ਨਹਾਓ। ਕਦੀ-2 ਆਪਣੇ-ਆਪ ਨੂੰ ਵੀ ਪਹਿਲ ਦਿਉ। ਇਹ ਵੀ ਜ਼ਰੂਰੀ ਹੈ।

**ਕਸਰਤ ਕਰੋ:-** ਕਸਰਤ ਤੁਹਾਡੇ ਤਨ-ਮਨ ਨੂੰ ਚੁਸਤ ਦਰੁਸਤ ਰਖੇਗੀ। ਕੋਈ ਡੀ.ਵੀ.ਡੀ. ਦੇਖ ਕੇ ਕਸਰਤ ਕਰੋ ਜਾਂ ਕਲਾਸ ਵਿਚ ਜਾਓ। ਜੇਕਰ ਕੁਝ ਨਹੀਂ ਕਰ ਸਕਦੀ ਤਾਂ ਟਹਿਲਣ ਤਾਂ ਜਾ ਹੀ ਸਕੀ ਹੋ।

**ਖਾਣ-ਪੀਣ ਦਾ ਰੱਖੋ ਧਿਆਨ:-** ਤੁਹਾਨੂੰ ਹਮੇਸ਼ਾਂ ਆਪਣੀ ਊਰਜਾ ਦਾ ਪੱਧਰ ਬਣਾਈ ਰੱਖਣਾ ਹੈ। ਬੱਚੇ ਦਾ ਪੇਟ ਭਰਨ ਦੇ ਨਾਲ-2 ਆਪਣੇ ਖਾਣ-ਪੀਣ ਦਾ ਵੀ ਧਿਆਨ ਰਖੋ। ਸਰੀਰਕ ਤੇ ਭਾਵਨਾਤਮਕ ਪੱਧਰ ਤੇ ਸੰਤੁਸ਼ਟੀ ਦੇ ਲਈ ਜ਼ਰੂਰੀ ਹੈ ਕਿ ਤੁਸੀਂ ਪੌਸ਼ਟਿਕ ਖਾਣ-ਪੀਣ ਜਾਰੀ ਰੱਖੋ। ਤੁਹਾਡੇ ਆਸਪਾਸ ਅਜਿਹੇ ਹੀ ਸਨੈਕਸ ਹੋਣ, ਜਿਨ੍ਹਾਂ ਨੂੰ ਖਾਣ ਨਾਲ ਤੁਹਾਨੂੰ ਊਰਜਾ ਮਿਲ ਸਕੇ।

**ਹੱਸਣਾ-ਰੋਣਾ:-** ਜੇਕਰ ਰੋਣ ਨੂੰ ਜੀਅ ਚਾਹੇ ਤਾਂ ਖੁਲ੍ਹ ਕੇ ਰੋ ਲਉ ਫਿਰ ਉਨ੍ਹਾਂ ਗੱਲਾਂ ਤੇ ਖੁਲ੍ਹਕੇ ਹੱਸੋ ਜਿਨ੍ਹਾਂ ਤੇ ਤੁਹਾਡਾ ਵੱਸ਼ ਨਹੀਂ ਸੀ। ਬਾਜ਼ਾਰ ਵਿਚ ਅਚਾਨਕ ਬੱਚੇ ਨੇ ਪੌਟੀ ਕਰ ਦਿੱਤੀ। ਤੁਹਾਡੀਆਂ ਦੁੱਧੀਆਂ ਤੋਂ ਅਚਾਨਕ ਦੁੱਧ ਨਿਕਲਣ ਲਗਾ ਆਦਿ-ਆਦਿ। ਹੱਸੀ ਇਕ ਬਹੁਤ ਵਧੀਆ ਦਵਾਈ ਹੈ ਜੋ ਗੰਭੀਰ ਜ਼ਖ਼ਮ ਵੀ ਭਰ ਦੇਂਦੀ ਹੈ।

ਆਪਣੇ-ਆਪ ਨੂੰ ਹਮੇਸ਼ਾਂ ਯਾਦ ਕਰਾਓ ਕਿ ਕੁਝ ਹੀ ਦਿਨ ਵਿਚ ਸਭ ਕੁਝ ਠੀਕ ਹੋਣ ਵਾਲਾ ਹੈ। ਤੁਹਾਡੇ ਜੀਵਨ ਵਿਚ ਖ਼ੁਸ਼ੀਆਂ ਦੇ ਪਲ ਆ ਜਾਣਗੇ।

ਜੇਕਰ ਬੇਚੈਨੀ ਬਹੁਤ ਗੰਭੀਰ ਹੋ ਜਾਏ ਤਾਂ ਡਾਕਟਰ ਦੀ ਮਦਦ ਲੈਣ ਵਿਚ ਸੰਕੋਚ ਨਾ ਕਰੋ।

**''ਜਦੋਂ ਤੋਂ ਮੇਰੀ ਡਿਲੀਵਰੀ ਹੋਈ ਹੈ ਮੈਂ ਕਾਫ਼ੀ ਸੰਤੁਸ਼ਟ ਅਤੇ ਵਧੀਆ ਮਹਿਸੂਸ ਕਰ ਰਹੀ ਹਾਂ। ਕਿਤੇ ਇਹ ਸਭ ਕਿਸੇ ਨਿਰਾਸ਼ਾ ਵਿਚ ਖ਼ਤਮ ਹੋਣ ਵਾਲਾ ਤਾਂ ਨਹੀਂ ਹੈ?''**

ਮੰਨਿਆ 'ਬੇਬੀ ਬਲਿਯੂ' ਵੀ ਕੱਮਨ ਹੈ ਪ੍ਰੰਤੂ ਹਰ ਮਾਂ ਦੇ ਨਾਲ ਇੰਝ ਨਹੀਂ ਹੁੰਦਾ। ਤੁਸੀਂ ਸ਼ੁਰੂ ਤੋਂ ਹੀ ਸਾਰੀ ਸਥਿਤੀ ਨੂੰ ਸੰਭਾਲ ਲਿਆ ਹੈ, ਇਹ ਬਹੁਤ ਚੰਗੀ ਗੱਲ ਹੈ। ਇਸ ਦੇ ਨਾਲ ਹੀ ਤੁਹਾਨੂੰ ਆਪਣੇ ਸਾਥੀ ਵੱਲ ਵੀ ਧਿਆਨ ਦੇਣਾ ਚਾਹੀਦਾ ਹੈ। ਕਈ ਵਾਰ ਨਵੇਂ-2 ਪਾਪਾ ਵੀ ਬੇਚੈਨੀ ਨਾਲ ਘਿਰ ਜਾਂਦੇ ਹਨ ਤੇ ਆਪਣੀਆਂ ਭਾਵਨਾਵਾਂ ਛੁਪਾਉਣ ਦੀ ਕੋਸ਼ਿਸ਼ ਕਰਦੇ ਹਨ।

## ਪ੍ਰਸੂਤ ਤੋਂ ਬਾਅਦ ਡਿਪ੍ਰੈਸ਼ਨ

**''ਮੇਰਾ ਬੱਚਾ ਇਕ ਮਹੀਨੇ ਦਾ ਹੋ ਗਿਆ ਹੈ ਅਤੇ ਮੈਂ ਹੁਣ ਤੱਕ ਡਿਪ੍ਰੈਸ਼ਨ ਦੀ ਸਥਿਤੀ ਵਿਚ ਹਾਂ। ਕੀ ਮੈਨੂੰ ਸੰਭਲ ਨਹੀਂ ਜਾਣਾ ਚਾਹੀਦਾ ਸੀ?''**

ਪ੍ਰਸੂਤ ਤੋਂ ਬਾਅਦ ਡਿਪ੍ਰੈਸ਼ਨ(ਤਨਾਅ) ਅਤੇ ਬੇਬੀ ਬਲਿਯੂ' ਇਨ੍ਹਾਂ ਦੋਨਾਂ ਸਥਿਤੀਆਂ ਵਿਚ ਥੋੜ੍ਹਾ ਫ਼ਰਕ ਹੁੰਦਾ ਹੈ। ਜੇਕਰ ਕੋਈ ਔਰਤ ਪਹਿਲਾਂ ਕਦੇ ਡਿਪ੍ਰੈਸ਼ਨ ਦਾ ਸ਼ਿਕਾਰ ਰਹੀ ਹੋਵੇ, ਉਸ ਨੂੰ ਜਟਿਲ ਗਰਭਕਾਲ ਤੇ ਡਿਲੀਵਰੀ ਦਾ ਸਾਹਮਣਾ ਕਰਨਾ ਪਿਆ ਹੋਵੇ ਤਾਂ ਉਸ ਦੇ ਲਈ ਤਨਾਅਗ੍ਰਸਤ ਹੋਣਾ ਕਾਫ਼ੀ ਸਰਲ ਹੋ ਜਾਂਦਾ ਹੈ।

ਤਨਾਅ ਜਾਂ ਡਿਪ੍ਰੈਸ਼ਨ ਦੇ ਲੱਛਣਾਂ ਵਿਚ ਰੋਣ ਨੂੰ ਜੀਅ ਕਰਦਾ ਹੈ। ਨੀਂਦ ਤੇ ਖਾਣ-ਪੀਣ ਨਾਲ ਜੁੜੀਆਂ ਸਮੱਸਿਆਵਾਂ ਸ਼ੁਰੂ ਹੋ ਜਾਂਦੀਆਂ ਹਨ। ਉਦਾਸੀ ਤੇ ਨਿਰਾਸ਼ਤਾ ਛਾਈ ਰਹਿੰਦੀ ਹੈ। ਇੰਝ ਲਗਦਾ ਹੈ ਕਿ ਤੁਸੀਂ ਆਪਣੀ ਤੇ ਬੱਚੇ ਦੀ ਦੇਖਰੇਖ ਨਹੀਂ ਕਰ ਸਕੋਗੀ, ਤੁਸੀਂ ਸਮਾਜ ਤੋਂ ਕੱਟ ਜਾਂਦੀ ਹੈ। ਚਿੰਤਾ ਤੇ ਤਨਾਅ ਘੇਰੀ ਰਖਦੇ ਹਨ। ਬੱਚੇ ਦੇ ਲਈ ਪਿਆਰ ਨਹੀਂ ਉਮੜ੍ਹਦਾ। ਇਕੱਲਾਪਨ ਮਹਿਸੂਸ ਹੁੰਦਾ ਹੈ ਅਤੇ ਯਾਦਾਸ਼ਤ ਘੱਟਣ ਲਗਦੀ ਹੈ।

ਤੁਸੀਂ ਬੇਬੀ ਬਲਿਯੂ ਵਾਲੇ ਟਿਪਸ ਅਜਮਾਓ। ਪ੍ਰੰਤੂ ਫਿਰ ਵੀ ਆਰਾਮ ਨ ਆਏਤਾਂ ਡਾਕਟਰ ਦੇ ਕੋਲਜਾਣ ਵਿਚ ਦੇਰ ਨਾ ਕਰੋ। ਉਹ ਤੁਹਾਡਾ ਥਾਇਰਾਈਡ ਟੈਸਟ ਕਰ ਸਕਦੇ ਹਨ। ਕਈ ਵਾਰੀ ਥਾਇਰਾਈਡ ਹਾਰਮੋਨ ਦੇ ਪੱਧਰ ਵਿਚ ਅਨਿਯਮਿਤਤ ਦੇ ਕਾਰਣ ਵੀ ਭਾਵਨਾਤਮਕ ਅਸਥਿਰਤਾ ਹੋ ਜਾਂਦੀ ਹੈ। ਜੇਕਰ ਇਹ ਜਾਂਚ ਸਹੀ ਹੋਵੇ ਤਾਂ ਇਸ ਤੋਂ ਬਾਦ ਡਿਪ੍ਰੈਸ਼ਨ ਦੇ ਇਲਾਜ ਲਈ ਥੈਰੇਪਿਸਟ ਕੋਲ ਭੇਜਿਆ ਜਾਂਦਾ ਹੈ, ਉਹ ਐਂਟੀਡਿਪ੍ਰੈਸ਼ਨ ਦਵਾਈਆਂ ਦੇਂਦੇ ਹਨ ਜੋ ਦੁੱਧ ਪਿਲਾਣ ਦੇ ਦੌਰਾਨ ਵੀ ਸੁਰੱਖਿਅਤ ਮੰਨੀਆਂ ਜਾਂਦੀਆਂ ਹਨ। ਜੇਕਰ ਲੱਛਣ ਬਹੁਤ ਗੰਭੀਰ ਹੋਣ ਤਾਂ 'ਬ੍ਰਾਇਟ ਲਾਇਟ ਥੈਰੇਪੀ' ਦਿੱਤੀ ਜਾਂਦੀ ਹੈ। ਤੁਹਾਨੂੰ ਅੱਖਾਂ ਖੋਲ੍ਹ ਕੇ ਇਕ ਐਸੇ ਬਾੱਕਸ ਦੇ ਸਾਹਮਣੇ ਬਿਠਾ ਦਿੱਤਾ ਜਾਂਦਾ ਹੈ ਜਿਸ ਵਿਚੋਂ ਦਿਨ ਦੀ ਰੋਸ਼ਨੀ ਨਿਕਲਦੀ ਹੈ। ਇਸ ਨਾਲ ਤੁਹਾਡੇ ਸਰੀਰ ਵਿਚ ਇਕ ਸਾਕਾਰਾਤਮਕ ਬਾਇਓਕੈਮੀਕਲ ਬਦਲਾਅ ਆਉਂਦਾ ਹੈ ਤੇ ਦਿਮਾਗ ਸ਼ਾਂਤ ਹੁੰਦਾ ਹੈ। ਥੈਰੇਪਿਸਟ ਅਵਸਥਾ ਦੇ ਹਿਸਾਬ ਨਾਲ ਕਈ ਮਿਲੇ-ਜੁਲੇ ਇਲਾਜ ਸੋਚ ਸਕਦੇ ਹਨ।

ਤਨਾਅ ਦੇ ਕਾਰਣ ਤੁਹਾਨੂੰ ਬੱਚੇ ਦੇ ਨਾਲ ਅਪਨਾਪਨ ਮਹਿਸੂਸ ਕਰਨ ਜਾਂ ਉਸ ਨੂੰ ਪਿਆਰ ਦੇਣ ਵਿਚ ਦਿੱਕਤ ਆ ਸਕਦੀ ਹੈ। ਤੁਹਾਡੇ ਦੂਜੇ ਪਰਿਵਾਰਿਕ ਸੰਬੰਧਾਂ ਤੇ ਵੀ ਇਸ ਦਾ ਗਹਿਰਾ ਅਸਰ ਪੈਂਦਾ ਹੈ। ਸਿਹਤ ਵੀ ਠੀਕ ਨਹੀਂ ਰਹਿੰਦੀ। ਕਈ ਔਰਤਾਂ ਨੂੰ ਡਰ ਦੇ ਦੌਰੇ ਪੈਣ ਲਗਦੇ ਹਨ। ਗਰਮ-ਠੰਡੇ ਪਸੀਨੇ ਆਉਣ ਲਗਦੇ ਹਨ, ਛਾਤੀ ਵਿਚ ਦਰਦ ਰਹਿਣ ਲਗਦਾ ਹੈ, ਸਿਰ ਚਕਰਾਉਂਦਾ ਹੈ ਅਤੇ ਘਬਰਾਹਟ ਹੋਣ ਲਗਦੀ ਹੈ। ਇਨ੍ਹਾਂ ਲੱਛਣਾਂ

ਦਾ ਤੁਰੰਤ ਇਲਾਜ ਨਾ ਹੋਣ ਕਾਰਨ ਕੇਸ ਵਿਗੜ ਸਕਦਾ ਹੈ।

ਤਨਾਅ ਤੋਂ ਗ੍ਰਸਤ 30 ਪ੍ਰਤੀਸ਼ਤ ਔਰਤਾਂ ਵਿਚ ਪੋਸਟ-ਮਾਰਟਮ ਆਫ਼ ਆੱਬਸੇਸਿਵ ਕੰਪਲਿਲਸਵ ਡਿਆੱਡਾਰ (ਪੀ.ਪੀ.ਓ.ਸਬੀ.ਡੀ..) ਦੇ ਲੱਛਣ ਵੀ ਦਿਖਾਈ ਦੇਂਦੇ ਹਨ। ਐਸੀਆਂ ਔਰਤਾਂ ਹਰ ਪੰਦਰ੍ਹਾਂ ਮਿੰਟ ਬਾਦ ਇਹ ਦੇਖਦੀਆਂ ਹਨ ਕਿ ਬੱਚੇ ਦੀ ਸਾਂਹ ਚਲ ਰਹੀ ਹੈ ਜਾਂ ਨਹੀਂ, ਬੁਰੀ ਤਰ੍ਹਾਂ ਨਾਲ ਘਰ ਦੀ ਸਾਫ਼-ਸਫ਼ਾਈ ਤੇ ਉਤਰ ਆਉਂਦੀਆਂ ਹਨ ਜਾਂ ਉਨ੍ਹਾਂ ਦੇ ਮਨ ਵਿਚ ਬੱਚੇ ਨੂੰ ਨੁਕਸਾਨ ਪਹੁੰਚਾਣ ਦੇ ਵਿਚਾਰ ਆਉਣ ਲਗਦੇ ਹਨ। ਉਹ ਆਪਣੇ ਬੱਚਿਆਂ ਦੇ ਪ੍ਰਤੀ ਲਾਪਰਵਾਹੀ ਵਰਤਣ ਲਗਦੀਆਂ ਹਨ। ਇੰਝ ਕੋਈ ਵੀ ਲੱਛਣ ਜਾਂ ਵਿਚਾਰ ਸਾਮ੍ਹਣੇ ਆਉਂਦੇ ਹੀ ਡਾਕਟਰ ਨੂੰ ਦਿਖਾਉਣ ਵਿਚ ਦੇਰ ਨਾ ਕਰੋ।

ਪੋਸਟ-ਮਾਰਟਮ ਸਾਈਕੋਸਿਸ ਵਿਚ ਸ਼ੱਕੇ ਦੀ ਸਥਿਤੀ ਵੱਧਣ ਲਗਦੀ ਹੈ। ਆਤਮਹੱਤਿਆ ਜਾਂ ਹਿੰਸਾ ਦਾ ਵਿਚਾਰ ਮਨ ਵਿਚ ਆਉਣ ਲਗਦਾ ਹੈ। ਅਜੀਬ-2 ਗੱਲਾਂ ਦਿੱਖਣ ਤੇ ਸੁਣਨ ਲਗਦੇ ਹਨ। ਸਾਈਕੋਸਿਸ ਦੇ ਲੱਛਣ ਦਿਖਦੇ ਹੀ ਐਮਰਜੈਂਸੀ ਰੂਮ ਵਿਚ ਜਾਣ ਵਿਚ ਦੇਰ ਨਾ ਕਰੋ। ਆਪਣੀਆਂ ਭਾਵਨਾਵਾਂ ਨੂੰ ਆਮ ਨਾ ਸਮਝੋ, ਉਨ੍ਹਾਂ ਨੂੰ ਗੰਭੀਰਤਾ ਨਾਲ ਲਉ। ਸਹਾਇਤਾ ਆਉਣ ਤਕ ਆਪਣੀਆਂ ਖ਼ਤਰਨਾਕ ਭਾਵਨਾਵਾਂ ਤੇ ਕਾਬੂ ਰੱਖੋ। ਪੜੋਸੀ, ਸਹੇਲੀ ਜਾਂ ਕਿਸੇ ਰਿਸ਼ਤੇਦਾਰ ਦੇ ਕੋਲ ਬੱਚੇ ਨੂੰ ਸੁਰੱਖਿਅਤ ਰਖਵਾ ਦਿਉ।

## ਥਾਇਰਾਇਡਿਟਿਸ

ਕਈ ਨਵੀਆਂ ਮਾਵਾਂ ਕਾਫ਼ੀ ਥੱਕ ਜਾਂਦੀਆਂ ਹਨ, ਉਨ੍ਹਾਂ ਦਾ ਭਾਰ ਘੱਟਣ ਲਗਦਾ ਹੈ ਜਾਂ ਤਨਾਅ ਨਾਲ ਵਾਲ ਝੜਨ ਲਗਦੇ ਹਨ। ਪ੍ਰਸੂਤ ਤੋਂ ਬਾਦ ਥਾਇਰਾਇਡਿਟਿਸ ਹੋਣਾ ਆਮ ਗੱਲ ਹੈ। ਕਈ ਵਾਰ ਲੱਛਣਾਂ ਦੀ ਪਹਿਚਾਣ ਨਾ ਹੋ ਸਕਣ ਕਾਰਣ ਇਸ ਦਾ ਇਲਾਜ਼ ਨਹੀਂ ਹੁੰਦਾ।

ਇਸ ਦੇ ਲੱਛਣ ਡਿਲੀਵਰੀ ਦੇ ਇਕ ਤੋਂ ਤਿੰਨ ਮਹੀਨੇ ਵਿਚ ਕਦੀ ਵੀ ਸ਼ੁਰੂ ਹੋ ਸਕਦੇ ਹਨ। ਇਸ ਦੌਰਾਨ ਖ਼ੂਨ ਪ੍ਰਵਾਹ ਵਿਚ ਕਾਫ਼ੀ ਵੱਧ ਮਾਤਰਾ ਵਿਚ ਥਾਇਰਾਇਟ ਹਾਰਮੋਨ ਘੁਲ ਜਾਂਦਾ ਹੈ। ਔਰਤ ਥਕਾਵਟ, ਬੇਚੈਨੀ ਤੇ ਘਬਰਾਹਟ ਮਹਿਸੂਸ ਕਰਦੀ ਹੈ। ਰਾਤ ਨੂੰ ਨੀਂਦ ਨਹੀਂ ਆਉਂਦੀ ਤੇ ਕਾਫ਼ੀ ਪਸੀਨਾ ਆਉਂਦਾ ਹੈ। ਇਸ ਤੋਂ ਬਾਦ ਹਾਇਪੋਥਾਇਰਾਇਡਜ਼ਮ ਦੀ ਸਥਿਤੀ ਆਉਂਦੀ ਹੈ। ਥਕਾਵਟ ਦੇ ਨਾਲ-2 ਤਨਾਅ, ਮਾਸਪੇਸ਼ੀਆਂ ਵਿਚ ਦਰਦ, ਵਾਲ ਝੜਨਾ, ਚਮੜੀ ਦਾ ਸੁਕਾਪਨ ਤੇ ਯਾਦਾਸ਼ਤ ਵਿਚ ਕਮੀ ਵਰਗੇ ਲੱਛਣ ਸਾਮ੍ਹਣੇ ਆਉਂਦੇ ਹਨ।

ਜੇਕਰ ਤੁਸੀਂ ਵੀ ਅਜਿਹੇ ਲੱਛਣਾਂ ਤੋਂ ਗੁਜਰ ਰਹੀ ਹੋ ਤਾਂ ਡਾਕਟਰ ਦੇ ਕੋਲ ਜਾਣ ਵਿਚ ਦੇਰ ਨਾ ਕਰੋ। ਕੁਝ ਔਰਤਾਂ ਨੂੰ ਤਾਂ ਡਿਲੀਵਰੀ ਦੇ ਸਾਲ ਦੇ ਅੰਦਰ ਹੀ ਆਰਾਮ ਆ ਜਾਂਦਾ ਹੈ। ਪ੍ਰੰਤੂ ਕੁਝ ਔਰਤਾਂ ਨੂੰ ਹਮੇਸ਼ਾਂ ਥਾਇਰਾਇਡ ਦੀ ਦਵਾਈ ਲੈਣੀ ਪੈਂਦੀ ਹੈ ਤੇ ਟੈਸਟ ਕਰਾਉਣਾ ਪੈਂਦਾ ਹੈ। ਕਈ ਵਾਰ ਠੀਕ ਹੋਣ ਦੇ ਬਾਵਜੂਦ ਅਗਲੇ ਗਰਭ ਸਮੇਂ ਵਿਚ ਇਹੀ ਪ੍ਰੇਸ਼ਾਨੀ ਫਿਰ ਤੋਂ ਆ ਜਾਂਦੀ ਹੈ। ਜਿਨ੍ਹਾਂ ਔਰਤਾਂ ਨੂੰ ਪਹਿਲਾਂ ਇਹ ਰੋਗ ਹੋ ਚੁੱਕਾ ਹੋਵੇ ਉਨ੍ਹਾਂ ਨੂੰ ਇਸ ਸਬੰਧੀ ਆਪਣੇ ਡਾਕਟਰ ਨੂੰ ਪਹਿਲਾਂ ਹੀ ਦੱਸ ਦੇਣਾ ਚਾਹੀਦਾ ਹੈ ਕਿਉਂਕਿ ਇਸ ਦੇ ਕਾਰਣ ਗਰਭ ਧਾਰਣ ਤੇ ਗਰਭਕਾਲ ਦੇ ਦੌਰਾਨ ਵੀ ਕਠਿਨਾਈਆਂ ਆ ਸਕਦੀਆਂ ਹਨ।

## ਪ੍ਰਸੂਤ ਤੋਂ ਬਾਅਦ ਭਾਰ ਘੱਟਣਾ

**"ਮੈਨੂੰ ਪਤਾ ਸੀ ਕਿ ਮੈਂ ਡਿਲੀਵਰੀ ਤੋਂ ਇਕਦਮ ਬਾਦ ਤਾਂ ਬਿਕਨੀ ਨਹੀਂ ਪਾ ਸਕਾਂਗੀ ਪ੍ਰੰਤੂ ਡਿਲੀਵਰੀ ਦੇ ਦੋ ਹਫ਼ਤੇ ਬਾਦ ਵੀ ਮੈਂ ਛੇ ਮਹੀਨੇ ਦੀ ਗਰਭਵਤੀ ਲਗ ਰਹੀ ਹਾਂ, ਕਿਉਂ?"**

ਹਾਲਾਂਕਿ ਬੱਚੇ ਦੇ ਜਨਮ ਸਮੇਂ ਰਾਤੋ ਰਾਤ ਕਰੀਬ 12 ਪੌਂਡ ਭਾਰ ਘੱਟ ਜਾਂਦਾ ਹੈ ਪਰ ਔਰਤਾਂ ਨੂੰ ਇਹ ਵੀ ਘੱਟ ਹੀ ਲਗਦਾ ਹੈ। ਦਰਅਸਲ ਡਿਲੀਵਰੀ ਕਮਰੇ ਤੋਂ ਨਿਕਲਣ ਤੋਂ ਬਾਅਦ ਵੀ ਤੁਹਾਡੀ ਬੱਚੇਦਾਨੀ ਦਾ ਆਕਾਰਾ ਕਾਫ਼ੀ ਫੈਲਿਆ ਹੁੰਦਾ ਹੈ। ਜੋ ਕਿ ਆਉਣ ਵਾਲੇ ਛੇ ਹਫ਼ਤਿਆਂ ਵਿਚ ਹੌਲੀ-2 ਘੱਟਦਾ ਹੈ। ਪੇਟ ਵਿਚ ਭਰੇ ਤਰਲ ਪਦਾਰਥਾਂ ਕਾਰਣ ਵੀ ਮੋਟਾਪਾ ਦਿਖਾਈ ਦੇਂਦਾ ਹੈ। ਤੁਹਾਡੇ ਪੇਟ ਤੇ ਚਮੜੀ ਦੀਆਂ ਮਾਸਪੇਸ਼ੀਆਂ ਵੀ ਖਿੱਚ ਜਾਂਦੀਆਂ ਹਨ ਜੋ ਕਿ ਹੋਲੀ-2 ਸਹੀ ਸਥਿਤੀ ਵਿਚ ਆ ਜਾਂਦੀਆਂ ਹਨ।

ਇਸ ਸਮੇਂ ਡਾਈਟਿੰਗ ਸਬੰਧੀ ਨਾ ਸੋਚੋ। ਇਨ੍ਹਾਂ ਪਹਿਲੇ ਛੇ ਹਫ਼ਤਿਆਂ ਵਿਚ ਤੁਸੀਂ ਦੁੱਧ ਵੀ ਪਿਲਾ

ਰਹੀ ਹੋ। ਤੁਹਾਨੂੰ ਉਚਿਤ ਮਾਤਰਾ ਵਿਚ ਪੋਸ਼ਣ ਚਾਹੀਦਾ ਹੈ ਤਾਂ ਜੋ ਊਰਜਾ ਦਾ ਪੱਧਰ ਬਣਿਆ ਰਹੇ ਤੇ ਕਿਸੇ ਤਰ੍ਹਾਂ ਦਾ ਇਨਫੈਕਸ਼ਨ ਨਾ ਹੋਵੇ। ਉਚਿਤ ਆਹਾਰ ਲਉ ਤਾਂ ਜੋ ਤੁਹਾਡਾ ਭਾਰ ਹੋਲੀ-2 ਘੱਟ ਸਕੇ। ਕੈਲਰੀ ਦੀ ਘੱਟ ਮਾਤਰਾ ਲੈਣ ਨਾਲ ਦੁੱਧ ਦੀ ਮਾਤਰਾ ਘੱਟ ਬਣੇਗੀ ਅਤੇ ਜਲਦੀ ਚਰਬੀ ਘੱਟਾਣ ਦੇ ਚੱਕਰ ਵਿਚ ਜ਼ਹਿਰੀਲੇ ਤੱਤ ਤੁਹਾਡੇ ਦੁੱਧ ਵਿਚ ਮਿਲ ਸਕਦੇ ਹਨ। ਜੇਕਰ ਤੁਸੀਂ ਦੁੱਧ ਨਹੀਂ ਪਿਲਾ ਰਹੀ ਹੋ ਤਾਂ ਛੇ ਹਫ਼ਤਿਆਂ ਬਾਦ ਪਹਿਲਾਂ ਸੰਤੁਲਿਤ ਤਰੀਕੇ ਨਾਲ ਭਾਰ ਘਟਾਉਣ ਦੀ ਡਾਈਟ ਲੈ ਸਕਦੀ ਹੋ।

ਕਈ ਵਾਰ ਦੁੱਧ ਪਿਲਾਉਣ ਨਾਲ ਵੀ ਭਾਰ ਘੱਟਣ ਲਗਦਾ ਹੈ। ਜੇਕਰ ਤੁਹਾਡੇ ਨਾਲ ਇੰਝ ਨਾ ਹੋਵੇ ਤਾਂ ਨਿਰਾਸ਼ ਨਾ ਹੋਵੋ। ਤੁਸੀਂ ਗਰਭਕਾਲ ਵਿਚ ਕਿੰਨਾ ਭਾਰ ਵਧਾਇਆ ਸੀ ਉਸੀ ਹਿਸਾਬ ਨਾਲ ਇਸ ਸਮੇਂ ਤੁਹਾਡਾ ਭਾਰਤ ਘਟੇਗਾ। ਜੇਕਰ ਤੁਸੀਂ 25-35 ਪੌਂਡ ਭਾਰਤ ਵਧਾਇਆ ਤਾਂ ਉਹ ਡਿਲੀਵਰੀ ਦੇ ਕੁਝ ਹੀ ਮਹੀਨੇ ਵਿਚ ਛੰਟ ਜਾਏਗਾ। 35 ਪੌਂਡ ਤੋਂ ਜ਼ਿਆਦਾ ਭਾਰਤ ਵਧਾਇਆ ਸੀ ਤਾਂ ਉਸ ਨੂੰ ਘਟਾਉਣ ਦੇ ਲਈ ਥੋੜ੍ਹੀ ਮਿਹਨਤ ਕਰਨੀ ਪਵੇਗੀ। ਇਸ ਵਿਚ 10 ਮਹੀਨੇ ਤੋਂ 2 ਸਾਲ ਦਾ ਸਮਾਂ ਵੀ ਲਗ ਸਕਦਾ ਹੈ। ਆਪਣੇ-ਆਪ ਨੂੰ ਥੋੜ੍ਹਾ ਸਮਾਂ ਦਿਉ। ਯਾਦ ਰੱਖੋ ਕਿ ਤੁਹਾਨੂੰ ਭਾਰਤ ਵਧਾਉਣ ਵਿਚ ਨੌ ਮਹੀਨੇ ਲਗੇ ਸਨ, ਇਸ ਨੂੰ ਘੱਟਣ ਵਿਚ ਕੁਝ ਤਾਂ ਸਮਾਂ ਲਗੇਗਾ ਹੀ ਨਾ।

## ਸੀ-ਸੈਕਸ਼ਨ ਤੋਂ ਲੰਬੇ ਸਮੇਂ ਲਈ ਆਰਾਮ

### ''ਸੀ-ਸੈਕਸ਼ਨ ਹੋਏ ਇਕ ਹਫ਼ਤਾ ਬੀਤ ਗਿਆ। ਮੈਂ ਕੀ ਉਮੀਦ ਰੱਖ ਸਕਦੀ ਹਾਂ?''

ਮੰਨਿਆ ਤੁਹਾਨੂੰ ਸੀ-ਸੈਕਸ਼ਨ ਤੋਂ ਬਾਦ ਇਕ ਹਫ਼ਤਾ ਹੋ ਚੁੱਕਾਹੈ ਪ੍ਰੰਤੂ ਪੂਰਾ ਆਰਾਮ ਆਉਣ ਵਿਚ ਥੋੜ੍ਹਾ ਸਮਾਂ ਲਗ ਸਕਦਾ ਹੈ। ਯਾਦ ਰੱਖੋ ਕਿ ਡਾਕਟਰ ਦੀਆਂ ਹਦਾਇਤਾਂ ਮੰਨਣ ਤੇ ਆਰਾਮ ਕਰਨ ਨਾਲ, ਤਬੀਅਤ ਜਲਦੀ ਸੰਭਲ ਜਾਏਗੀ। ਉਦੋਂ ਤੱਕ ਤੁਸੀਂ ਹੇਠ-ਲਿਖੇ ਦੀ ਉਮੀਦ ਰੱਖ ਸਕਦੀ ਹੋ।

**ਥੋੜ੍ਹਾ ਜਾਂ ਬਿਲਕੁਲ ਦਰਦ ਨਾ ਹੋਣਾ:-** ਉਂਝ ਤਾਂ ਹੁਣ ਤਕ ਦਰਦ ਵਿਚ ਆਰਾਮ ਆ ਗਿਆ ਹੋਵੇਗਾ। ਜੇਕਰ ਆਰਾਮ ਨਹੀਂ ਆਇਆ ਤਾਂ 'ਟਾਇਲੀਨੋਲ' ਵਰਗੀਆਂ ਦਵਾਈਆਂ ਦੀ ਮਦਦ ਲਉ।

**ਪ੍ਰਗਤੀਯੋਗ ਸੁਧਾਰ:-** ਕੁਝ ਹਫ਼ਤੇ ਜ਼ਖ਼ਮਾਂ ਵਿਚ ਦਰਦ ਤੇ ਸੰਵੇਦਨਸ਼ੀਲਤਾ ਬਣੀ ਰਹੇਗੀ। ਇਨ੍ਹਾਂ ਵਿਚ ਹੋਲੀ-2 ਆਰਾਮ ਆਏਗਾ। ਹਲਕੀ ਡ੍ਰੈਸਿੰਗ ਤੇ ਖੁਲ੍ਹੇ ਕਪੜਿਆਂ ਨਾਲ ਬੇਚੈਨੀ ਤੇ ਦਰਦ ਘਟੇਗਾ। ਇਸ ਪ੍ਰਕ੍ਰਿਆ ਵਿਚ ਚੀਰੇ ਦੇ ਆਸਪਾਸ ਹਲਕਾ ਖਿਚਾਅ, ਦਰਦ ਜਾਂ ਖ਼ਾਰਸ਼ ਹੋਣਾ ਆਮ ਹੈ। ਡਾਕਟਰ ਤੋਂ ਪੁੱਛ ਕੇ ਕੋਈ ਮਲ੍ਹਮ ਲਗਾ ਸਕਦੀ ਹੋ। ਜ਼ਖ਼ਮ ਦੇ ਟਾਂਕਿਆਂ ਦੀ ਗੱਠਾਂ ਖੁਲ੍ਹ ਜਾਣਗੀਆਂ ਇਹ ਖ਼ਤਮ ਹੋਣ ਤੋਂ ਪਹਿਲਾਂ ਸੁੱਕ ਕੇ ਹਲਕਾ ਗੁਲਾਬੀ ਹੋ ਜਾਏਗਾ।

ਜੇਕਰ ਦਰਦ ਰਹੇ, ਆਸਪਾਸ ਸੋਜਸ ਜਾਂ ਲਾਲੀ ਹੋਵੇ, ਜ਼ਖ਼ਮ ਤੋਂ ਪੀਕ ਰਿਸੇਤਾਂ ਇਸਦਾ ਭਾਵ ਹੈ ਕਿ ਉਸ ਵਿਚ ਇਨਫੈਕਸ਼ਨ ਹੋ ਗਿਆ ਹੈ। ਉਂਝ ਥੋੜ੍ਹਾ ਤਰਲ ਪਦਾਰਥ ਤਾਂ ਰਿਸਦਾ ਹੀ ਹੈ, ਪਰ ਉਸ ਨੂੰ ਵੀ ਡਾਕਟਰ ਨੂੰ ਦਿਖਾ ਦਿਉ।

**ਸੈਕਸ ਲਈ ਚਾਰ ਹਫ਼ਤੇ ਤਕ ਇੰਤਜ਼ਾਰ:-** ਜਦੋਂ ਤੱਕ ਤੁਹਾਡੇ ਚੀਰੇ ਦਾ ਜ਼ਖ਼ਮ ਭਰ ਨਹੀਂ ਜਾਂਦਾ। ਤੁਹਾਨੂੰ ਸੈਕਸ ਦੇ ਲਈ ਇੰਤਜ਼ਾਰ ਕਰਨਾ ਹੋਵੇਗਾ।

**ਕਸਰਤ:-** ਦਰਦ ਘਟਦੇ ਹੀ ਤੁਸੀਂ ਕਸਰਤ ਸ਼ੁਰੂ ਕਰ ਸਕਦੀ ਹੋ। ਇਸ ਸਮੇਂ ਵੀ ਕੀਗਲ ਨਾਲ ਤੁਹਾਡੇ ਪੈਲਵਿਕ ਖੇਤਰ ਦੀਆਂ ਮਾਸਪੇਸ਼ੀਆਂ ਨੂੰ ਆਰਾਮ ਮਿਲੇਗਾ। ਪੇਟ ਦੀਆਂ ਮਾਸਪੇਸ਼ੀਆਂ ਨੂੰ ਆਰਾਮ ਦੇਣ ਵਾਲੇ ਆਸਣ ਤੇ ਧਿਆਨ ਦਿਉ। ਆਪਣਾ ਟੀਚਾ ਤੈਅ ਕਰ ਲਉ ਤੇ ਉਸੀ ਹਿਸਾਬ ਨਾਲ ਅੱਗੇ ਵੱਧੋ। ਤੁਹਾਨੂੰ ਆਪਣੀ ਪਹਿਲਾਂ ਵਾਰੀ ਫਿਗਰ ਲੈਣ ਲਈ ਕਈ ਹਫ਼ਤੇ ਤਕ ਲਗ ਸਕਦੇ ਹਨ।

## ਸੈਕਸ

### ''ਅਸੀਂ ਸੈਕਸ ਦੁਬਾਰਾ ਕਦੋ ਸ਼ੁਰੂ ਕਰ ਸਕਦੇ ਹਾਂ?''

ਉਂਝ ਤਾਂ ਜੋੜੀਆਂ ਨੂੰ ਇਹੀ ਸਲਾਹ ਦਿੱਤੀ ਜਾਂਦੀ ਹੈ ਕਿ ਜਦੋਂ ਔਰਤ ਮਾਨਸਿਕ ਰੂਪ ਨਾਲ ਇਸ ਦੇ ਲਈ ਤਿਆਰ ਹੋ ਜਾਏ ਤਾਂ ਉਹ ਸੈਕਸ ਕਰ ਸਕਦੇ ਹਨ ਪ੍ਰੰਤੂ ਉਸ ਦਾ ਸਰੀਰਕ ਰੂਪ ਤੋਂ ਫਿਟ ਹੋਣਾ ਵੀ ਜ਼ਰੂਰੀ ਹੈ। ਤਕਰੀਬਨ ਚਾਰ ਹਫ਼ਤੇ ਬਾਦ

ਇਸ ਦੇ ਲਈ ਹਰੀ ਝੰਡੀ ਦਿੱਤੀ ਜਾ ਸਕਦੀ ਹੈ। ਕਈ ਡਾਕਟਰ ਛੇ ਹਫ਼ਤੇ ਵਾਲਾ ਨਿਯਮ ਹੀ ਅਪਣਾਉਂਦੇ ਹਨ। ਕਿਉਂਕਿ ਕਈ ਵਾਰ ਆਰਾਮ ਆਉਣ ਵਿਚ ਦੇਰ ਲਗ ਜਾਂਦੀ ਹੈ ਜਾਂ ਫਿਰ ਇਨਫੈਕਸ਼ਨ ਹੋ ਸਕਦਾ ਹੈ। ਤੁਹਾਨੂੰ ਡਾਕਟਰ ਤੋਂ ਇਸ ਸਬੰਧੀ ਰਾਇ ਲੈਣ ਤੋਂ ਬਾਦ ਹੀ ਕੰਮ ਵਧਾਉਣਾ ਚਾਹੀਦਾ ਹੈ। ਬੱਚੇ ਦੀ ਦੇਖਭਾਲ ਵਿਚ ਸਮਾਂ ਕਿਵੇਂ ਬੀਤ ਜਾਏਗਾ ਤੁਹਾਨੂੰ ਪਤਾ ਹੀ ਨਹੀਂ ਚਲੇਗਾ। ਉਦੋਂ ਤਕ ਇਕ-ਦੂਜੇ ਨੂੰ ਆਪਸੀ ਪ੍ਰੇਮ ਤੇ ਛੂਹ ਕੇ ਸੁੱਖ ਦਿਉ, ਸੰਭੋਖ ਨਾ ਕਰੋ।

**''ਮੇਰੀ ਦਾਈ ਨੇ ਕਿਹਾ ਕਿ ਮੈਂ ਸੈਕਸ ਕਰ ਸਕਦੀ ਹਾਂ ਪ੍ਰੰਤੂ ਮੈਨੂੰ ਲਗਦਾ ਹੈ ਕਿ ਇਸ ਨਾਲ ਮੈਨੂੰ ਤਕਲੀਫ਼ ਹੋਵੇਗੀ। ਦੂਜਾ, ਮੇਰਾ ਮਨ ਵੀ ਨਹੀਂ ਮੰਨ ਰਿਹਾ।''**

ਸੈਕਸ ਅਜੇ ਟੂ ਡੂ ਲਿਸਟ ਵਿਚ ਨਹੀਂ ਆ ਰਿਹਾ ਤਾਂ ਕੋਈ ਗੱਲ ਨਹੀਂ। ਇਸ ਸਮੇਂ ਤੁਸੀਂ ਕਈ ਕਾਰਣਾਂ ਕਰਕੇ ਰੁਝੇ ਹੋ। ਜੇਕਰ ਤੁਸੀਂ ਯੋਨੀ ਰਸਤੇ ਤੋਂ ਬੱਚੇ ਨੂੰ ਜਨਮ ਦਿੱਤਾ ਹੈ ਤਾਂ ਉਹ ਇਸ ਸਮੇਂ ਅੰਦਰ ਵੱਲ ਖਿਚੀ ਹੋਈ ਹੈ, ਉਸ ਵਿਚ ਕੋਈ ਜ਼ਖ਼ਮ ਜਾਂ ਚੀਰਾ ਵੀ ਹੋ ਸਕਦਾ ਹੈ। ਅਜੇ ਤਾਂ ਤੁਹਾਨੂੰ ਬੈਠਣ ਨਾਲ ਵੀ ਦਰਦ ਹੁੰਦਾ ਹੈ। ਸਰੀਰ ਵਿਚ ਕੁਦਰਤਨ ਚਿਕਨਾਈ ਨਹੀਂ ਆਈ। ਐਸਟ੍ਰੋਜਨ ਦਾ ਪੱਧਰ ਘੱਟਣ ਨਾਲ ਯੋਨੀ ਦੇ ਦ੍ਰਵ ਵੀ ਪਤਲੇ ਹੋ ਗਏ ਹਨ।

''ਇਸ ਸਮੇਂ ਤੁਹਾਡਾ ਪੂਰਾ ਧਿਆਨ ਬੱਚੇ ਦੀ ਭੁੱਖ ਅਤੇ ਡਾਇਪਰ ਤੇ ਟਿਕਿਆ ਹੈ। ਤੁਹਾਡੇ ਬਿਸਤਰੇ ਦੀ ਚਾਦਰ ਮੈਲੀ ਹੈ। ਪੈਰ ਦੇ ਕੋਲ ਗੰਦੀ ਬਦਬੂ ਵਾਲੇ ਕਪੜਿਆਂ ਦਾ ਢੇਰ ਹੈ। ਇਸ ਸਮੇਂ ਸੈਕਸ ਦਾ ਮੂਡ ਬਣ ਵੀ ਕਿਵੇਂ ਸਕਦਾ ਹੈ?

ਹੋਲੀ-ਹੋਲੀ ਜਦੋਂ ਜ਼ਿੰਦਗੀ ਆਪਣੇ ਰਾਹ ਤੇ ਆ ਜਾਏਗੀ ਤਾਂ ਤੁਸੀਂ ਖ਼ੁਦ ਨੂੰ ਸਰੀਰਕ ਤੇ ਮਾਨਸਿਕ ਤੌਰ ਤੇ ਸੈਕਸ ਦੇ ਲਈ ਰਾਜੀ ਕਰ ਸਕੋਗੀ। ਇਸ ਲਈ ਉਦੋਂ ਤਕ ਆਪਣੇ ਆਪ ਨੂੰ ਤਿਆਰ ਕਰਨ ਦੇ ਲਈ ਸਾਡੇ ਟਿਪਸ ਅਜਮਾਓ।

**ਚਿਕਨਾਹਟ:-** ਕੇ-ਬਾਈ ਜੈਲੀ ਪ੍ਰਯੋਗ ਕਰੋ। ਕੋਈ ਹੋਰ ਲੁਬਰੀਕੇਂਟ ਪ੍ਰਯੋਗ ਕਰਨ ਨਾਲ ਵੀ ਦਰਦ ਘੱਟੇਗਾ।

**ਥੋੜ੍ਹੀ ਜਿਹੀ ਵਾਈਨ:-** ਇਕ ਗਿਲਾਸ ਵਾਈਨ ਵੀ ਤੁਹਾਨੂੰ ਇਸ ਦੇ ਲਈ ਤਿਆਰ ਕਰ ਸਕਦੀ ਹੈ। ਬੱਚੇ ਨੂੰ ਦੁੱਧ ਪਿਲਾਣ ਤੋਂ ਬਾਦ ਹੀ ਵਾਈਨ ਲਉ ਜਾਂ ਮਾਲਸ਼ ਕਰਵਾਉ।

**ਵਾਰਮ-ਅਪ:-** ਤੁਹਾਨੂੰ ਇਸ ਸਮੇਂ ਕਾਫ਼ੀ ਫੋਰ-ਪਲੇ ਦੀ ਜ਼ਰੂਰਤ ਪਵੇਗੀ। ਸਾਥੀ ਨੂੰ ਆਪਣੀ ਇਸ ਜ਼ਰੂਰਤ ਸਬੰਧੀ ਦਸੋ। ਹਾਲਾਂਕਿ ਐਸਾ ਸਮਾਂ ਚੁਣੋ, ਜਦੋਂ ਬੱਚਾ ਗਹਿਰੀ ਨੀਂਦ ਵਿਚ ਹੋਵੇ। ਕਿਤੇ ਐਸਾ ਨਾ ਹੋਵੇ ਕਿ ਮੇਨ ਈਵੇਂਟ ਤੋਂ ਪਹਿਲਾਂ ਹੀ ਉਸ ਦੀ ਅੱਖ ਖੁਲ੍ਹ ਜਾਏ।

**ਖੁਲ੍ਹ ਕੇ ਦਸੋ:-** ਆਪਣੇ ਸਾਥੀ ਨੂੰ ਦੱਸੋ ਕਿ ਤੁਹਾਨੂੰ ਕੀ ਚੰਗਾ ਲਗਦਾ ਹੈ ਜਾਂ ਕਿਸ ਹਿੱਸੇ ਨੂੰ ਛੂਹਣ ਨਾਲ ਦਰਦ ਹੁੰਦਾ ਹੈ। ਇਸ ਤਰ੍ਹਾਂ ਤੁਸੀਂ ਪੂਰੀ ਤਰ੍ਹਾਂ ਆਨੰਦ ਪਾਉਗੀ ਤੇ ਉਸ ਨੂੰ ਦੇ ਸਕੋਗੀ।

**ਸਹੀ ਪੁਜੀਸ਼ਨ:-** ਪ੍ਰਯੋਗ ਰਾਹੀਂ ਐਸੀ ਪੁਜੀਸ਼ਨ ਚੁਣੋ ਜਿਸ ਵਿਚ ਤੁਹਾਡੇ ਨਾਜ਼ੁਕ ਅੰਗਾਂ ਤੇ ਘੱਟ ਤੋਂ ਘੱਟ ਦਬਾਅ ਪਵੇ। ਉਪਰ ਜਾਂ ਸਾਈਡ ਵਾਲੀ ਪੁਜੀਸ਼ਨ ਬਿਹਤਰ ਹੋ ਸਕਦੀ ਹੈ। ਆਪਣੀ ਗਤੀ ਨੂੰ ਹੋਲੀ ਹੀ ਰਖੋ।

**ਕੀਗਲ:-** ਜੀ ਹਾਂ, ਤੁਸੀਂ ਸੁਣ-ਸੁਣ ਕੇ ਬੋਰ ਹੋ ਗਈ ਹੋਂ ਪ੍ਰੰਤੂ ਕੀਗਲ ਆਸਣ ਇਥੇ ਵੀ ਕਾਫ਼ੀ ਕੰਮ ਆ ਸਕਦੇ ਹਨ। ਇਨ੍ਹਾਂ ਨੂੰ ਸੰਬੰਧ ਬਣਾਉਂਦੇ ਸਮੇਂ ਵੀ ਕਰੋ। ਇਸ ਨਾਲ ਦੋਨਾਂ ਨੂੰ ਹੀ ਆਨੰਦ ਮਿਲੇਗਾ।

**ਬਦਲਵੇਂ ਸਾਧਨ:-** ਜੇਕਰ ਤੁਹਾਨੂੰ ਇੰਟਰਕੋਰਸ ਦੀ ਇਜਾਜਤ ਨਹੀਂ ਮਿਲੀ ਤਾਂ ਹਸਤਮੈਥੁਨ ਜਾਂ ਮੁੱਖ ਮੈਥੁਨ ਦੀ ਮਦਦ ਲਉ ਜਾਂ ਇਸ ਦਾ ਵੀ ਮਨ ਨਾ ਹੋਵੇ ਤਾਂ ਇਕ-ਦੂਜੇ ਦੇ ਨਾਲ ਬਿਸਤਰ ਵਿਚ ਲੇਟ ਕੇ ਪਿਆਰ ਨਾਲ ਗੱਲਬਾਤ ਕਰੋ।

ਜੇਕਰ ਸੈਕਸ ਕਰਨ ਨਾਲ ਇਕ-ਦੋ ਵਾਰ ਤਕਲੀਫ਼ ਹੋਵੇ ਤਾਂ ਇਸ ਤੋਂ ਨਿਰਾਸ਼ ਹੋ ਕੇ ਛੱਡੋ ਨਾ। ਇੰਝ ਹਮੇਸ਼ਾਂ ਨਹੀਂ ਰਹੇਗਾ ਅਤੇ ਤੁਸੀਂ ਬਹੁਤ ਜਲਦੀ ਫਿਰ ਤੋਂ ਉਹੀ ਆਨੰਦ ਲੈ ਸਕੋਗੀ।

## ਦੁਬਾਰਾ ਗਰਭਵਤੀ ਹੋਣਾ

**''ਮੈਂ ਦੁੱਧ ਪਿਲਆਉਣ ਨੂੰ ਗਰਭ ਨਿਰੋਧਕ**

**ਸਮਝਦੀ ਸੀ ਪ੍ਰੰਤੂ ਹੁਣ ਪਤਾ ਚਲਿਆ ਕਿ ਇਸ ਦੌਰਾਨ ਵੀ, ਮਾਸਕ ਧਰਮ ਹੋਣ ਤੋਂ ਪਹਿਲਾਂ ਹੀ, ਗਰਭ ਠਹਿਰ ਸਕਦਾ ਹੈ।"**

ਜੇਕਰ ਤੁਸੀਂ ਹਾਲੇ ਇੰਨੀ ਜਲਦੀ ਗਰਭਵਤੀ ਨਹੀਂ ਹੋਣਾ ਚਾਹੁੰਦੀ ਤਾਂ ਦੁੱਧ ਪਿਲਾਣ ਵਰਗੇ ਗਰਭ ਨਿਰੋਧਕ ਤੇ ਵਿਸ਼ਵਾਸ ਨਾ ਕਰੋ। ਇਹ ਸੱਚੇ ਹੈ ਕਿ ਦੁੱਧ ਪਿਲਾਣ ਵਾਲੀਆਂ ਔਰਤਾਂ ਦਾ ਮਾਸਕ ਧਰਮ, ਦੂਜੀਆਂ ਔਰਤਾਂ ਦੀ ਤੁਲਨਾ ਵਿਚ ਦੇਰ ਨਾਲ ਸ਼ੁਰੂ ਹੁੰਦਾ ਹੈ। ਦੁੱਧ ਨਾ ਪਿਲਾਣ ਵਾਲੀਆਂ ਮਾਵਾਂ ਦਾ ਮਾਸਕ ਧਰਮ 6-12 ਹਫ਼ਤਿਆਂ ਵਿਚ ਅਤੇ ਦੂਜੀਆਂ ਔਰਤਾਂ ਦਾ 4-6 ਮਹੀਨੇ ਵਿਚ ਸ਼ੁਰੂ ਹੁੰਦੇ ਹਨ। ਹਾਲਾਂਕਿ ਇਸ ਗੱਲ ਦਾ ਅੰਦਾਜਾ ਲਗਣਾ ਮੁਸ਼ਕਲ ਹੁੰਦਾ ਹੈ ਕਿ ਪਹਿਲਾ ਮਾਸਕ ਧਰਮ ਕਦੋਂ ਸ਼ੁਰੂ ਹੋਵੇ ਗਾ। ਦੁੱਧ ਪਿਲਾਣ ਦੀ ਅਵਧੀ ਤੇ ਬਾਰੰਬਾਰਤਾ ਨਾਲ ਵੀ ਇਸ ਤੇ ਅਸਰ ਪੈਂਦਾ ਹੈ।

ਤੁਹਾਨੂੰ ਇਸ ਸਬੰਧੀ ਜ਼ਿਆਦਾ ਉਲਝਾਅ ਨਾ ਰਖਦੇ ਹੋਏ ਸਹੀ ਗਰਭ ਨਿਰੋਧਕ ਦਾ ਪ੍ਰਯੋਗ ਕਰਨਾ ਚਾਹੀਦਾ ਹੈ ਤਾਂ ਜੋ ਸ਼ੱਕ ਦੀ ਕੋਈ ਗੁੰਜਾਇਸ਼ ਨ ਰਹੇ।

## ਆਪਣੀ ਸ਼ੇਪ ਜਾਂ ਸਹੀ ਆਕਾਰ ਵਿਚ ਵਾਪਸੀ

ਡਿਲੀਵਰੀ ਤੋਂ ਬਾਦ ਵੀ ਛੇ ਮਹੀਨੇ ਦੀ ਗਰਭਵਤੀ ਦਿਖਣਾ ਕਿੰਨਾ ਅਜੀਬ ਲਗਦਾ ਹੈ। ਫਿਲੀਵਰੀਖ ਤੋਂ ਬਾਦ ਪਾਉਣ ਦੇ ਲਈ ਜੋ ਜੀਨਜ਼ ਘਰ ਲਿਆਈ ਸੀ ਉਸ ਨੂੰ ਇਉਂ ਹੀ ਵਾਪਸ ਲੈ ਜਾਣਾ ਪੈਂਦਾ ਹੈ ਕਿਉਂਕਿ ਤੁਹਾਡੀ ਕਮਰ ਅਜੇ ਤਕ ਉਂਝ ਹੀ ਮੋਟੀ ਹੈ। ਨਵੀਂ ਮਾਂ, ਸੰਭਾਵੀ ਤਾਂ ਕਦੋਂ ਤਕ ਲਗਦੀ ਰਹੇਗੀ?

ਇਹ ਉੱਤਰ ਚਾਰ ਕਾਰਕਾਂ ਤੇ ਨਿਰਭਰ ਕਰਦਾ ਹੈ: ਗਰਭਕਾਲ ਵਿਚ ਕਿੰਨਾ ਭਾਰ ਵਧਿਆ ਸੀ, ਕੈਲਰੀ ਦੀ ਮਾਤਰਾ ਤੇ ਕਿੰਨਾ ਕਾਬੂ ਹੈ, ਕਿੰਨੀ ਕਸਰਤ ਕਰਦੀ ਹੋ ਜਾਂ ਤੁਹਾਡਾ ਮੇਟਾਬਾੱਲਿਕ ਕਿੰਨਾ ਹੈ?

ਕਸਰਤ ਦੀ ਕੀ ਜ਼ਰੂਰਤ ਹੈ? ਦਰਅਸਲ ਬੱਚੇ ਦੇ ਕੰਮ ਨਾਲ ਜੁੜੀ ਭੱਜਦੌੜ ਤੇ ਥਕਾਵਟ ਨੂੰ ਕਸਰਤ ਮੰਨਣ ਦੀ ਗਲਤੀ ਨਾ ਕਰੋ। ਇਸ ਨਾਲ ਤੁਹਾਡੇ ਪੈਰੀਨਿਯਲ ਜਾਂ ਪੇਟ ਦੀਆਂ ਮਾਸਪੇਸ਼ੀਆਂ ਆਪਣੇ ਸਹੀ ਆਕਾਰ ਵਿਚ ਨਹੀਂ ਆਉਂਦੀਆਂ। ਤੁਹਾਨੂੰ

### ਪਹਿਲੇ ਛੇ ਹਫ਼ਤੇ ਦੇ ਲਈ ਕੁਝ ਨਿਯਮ

- ਆਰਾਮਦਾਇਕ ਕਪੜੇ ਤੇ ਬ੍ਰਾ ਪਾਓ।
- ਕਸਰਤ ਸ਼ੈਸ਼ਨ ਨੂੰ ਦੋ-ਤਿੰਨ ਹਿੱਸਿਆਂ ਵਿਚ ਵੰਡੋ। ਇਕ ਹੀ ਵਾਰ ਵਿਚ ਵੱਧ ਆਸਣ ਕਰਨ ਨਾਲ ਨੁਕਸਾਨ ਹੋ ਸਕਦਾ ਹੈ।
- ਹਲਕੇ ਆਸਣ ਤੋਂ ਸ਼ੈਸ਼ਨ ਸ਼ੁਰੂ ਕਰੋ।
- ਹੋਲੀ-ਹੋਲੀ ਕਸਰਤ ਕਰੋ ਤੇ ਵਿਚ-ਵਿਚ ਆਰਾਮ ਕਰੋ।
- ਪਹਿਲੇ 6 ਹਫ਼ਤੇ ਵਿਚ ਕਿਸੀ ਵੀ ਤਰ੍ਹਾਂ ਦੇ ਝਟਕੇ, ਸਦਮੇ ਜਾਂ ਤੇਜ ਗਤੀ ਤੋਂ ਬਚੋ। ਸਿਟ-ਅਪ ਜਾਂ ਡਬਲ ਲੈਗ ਲਿਫਟ ਵਾਲੇ ਆਸਣ ਨਾ ਕਰੋ।
- ਆਪਣੇ ਦਿਲ ਦੀ ਧੜਕਣ ਪਹਿਚਾਣੋ।
- ਕਸਰਤ ਤੋਂ ਬਾਦ ਉਚਿਤ ਮਾਤਰਾ ਵਿਚ ਦ੍ਰਵ ਲਉ।
- ਜ਼ਰੂਰਤ ਤੋਂ ਵੱਧ ਕਸਰਤ ਨਾ ਕਰੋ। ਥਕਾਵਟ ਮਹਿਸੂਸ ਹੁੰਦੇ ਹੀ ਰੁਕ ਜਾਓ ਨਹੀਂ ਤਾਂ ਤੁਸੀਂ ਅਗਲੇ ਦਿਨ ਕਸਰਤ ਕਰਨ ਦੀ ਹਾਲਤ ਵਿਚ ਨਹੀਂ ਹੋਵੋਗੀ।
- ਆਪਣਾ ਪੂਰਾ ਧਿਆਨ ਰੱਖੋ। ਬੱਚੇ ਨੂੰ ਵੀ ਇਹ ਚੰਗਾ ਲਗੇਗਾ।

### ਪਹਿਲੇ ਛੇ ਹਫ਼ਤਿਆਂ ਵਿਚ ਵਰਕਆਊਟ

- ਸਹਾਰਾ ਦੇਣ ਵਾਲੀ ਬ੍ਰਾ ਤੇ ਆਰਾਮਦਾਇਕ ਕਪੜੇ ਪਾਓ।
- ਕਸਰਤ ਦੇ ਸੈਸ਼ਨ ਨੂੰ ਦਿਨ ਵਿਚ ਦੋ-ਤਿੰਨ ਵਾਰ ਵਿਚ ਵੰਡੋ।
- ਹਲਕੇ ਆਸਣ ਤੋਂ ਸ਼ੁਰੂਆਤ ਕਰੋ।
- ਹੋਲੀ ਹੋਲੀ ਕਸਰਤ ਕਰੋ। ਸਰੀਰ ਨੂੰ ਝਟਕਾ ਨਾ ਲਗਣ ਦਿਉ। ਤੁਹਾਡੇ ਲਿਗਾਮੈਂਟ ਢਿਲੇ ਹਨ। ਇਸ ਲਈ ਕਸਰਤ ਸੋਚ ਕੇ ਹੀ ਕਰੋ।
- ਤਰਲਕ ਪਦਾਰਥਾਂ ਦੀ ਭਰਪੂਰ ਮਾਤਰਾ ਲਉ ਤਾਂ ਜੋ ਪਾਣੀ ਦੀ ਕਮੀ ਨਾ ਹੋ ਜਾਏ।
- ਜ਼ਰੂਰਤ ਤੋਂ ਵੱਧ ਕਸਰਤ ਦੇ ਚੱਕਰ ਵਿਚ ਨਾ ਪਉ। ਥਕਾਵਟ ਤੋਂ ਪਹਿਲਾਂ ਹੀ ਰੁਕ ਜਾਓ।
- ਬੱਚੇ ਦੇ ਨਾਲ-2 ਤੁਹਾਡੀ ਦੇਖਭਾਲ ਵੀ ਜ਼ਰੂਰੀ ਹੈ। ਇਸ ਤੱਥ ਨੂੰ ਕਦੀ ਨਾ ਭੁੱਲੋ।

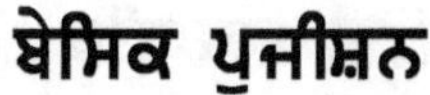

## ਬੇਸਿਕ ਪੁਜੀਸ਼ਨ

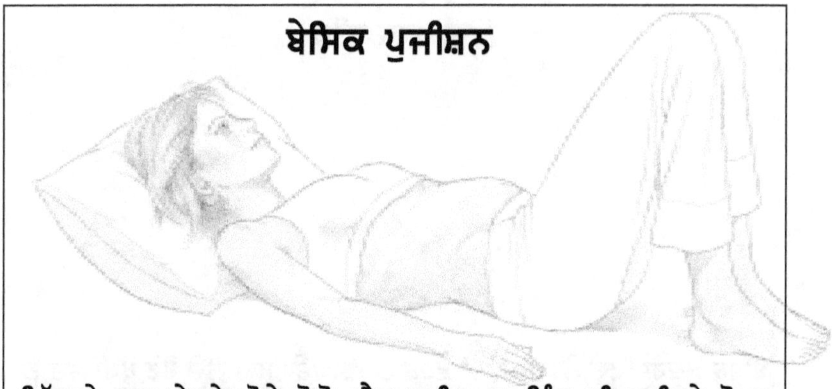

**ਪਿੱਠ ਦੇ ਭਾਰ ਲੇਟਕੇ ਗੋਡੇ ਮੋੜੋ, ਪੈਰ ਕਰੀਬ 12 ਇੰਚ ਦੀ ਦੂਰੀ ਤੇ ਹੋਣ। ਤਲੀਆਂ ਫ਼ਰਸ਼ ਤੇ ਟਿਕੀਆਂ ਰਹਿਣ। ਸਿਰ ਤੇ ਮੋਢਿਆਂ ਨੂੰ ਕੁਸ਼ਨ ਨਾਲ ਸਹਾਰਾ ਦਿਉ ਤੇ ਬਾਹਾਂ ਦੋਨੋਂ ਪਾਸੇ ਰਹਿਣ।**

## ਪੈਲਵਿਕ ਟਿਲਟ

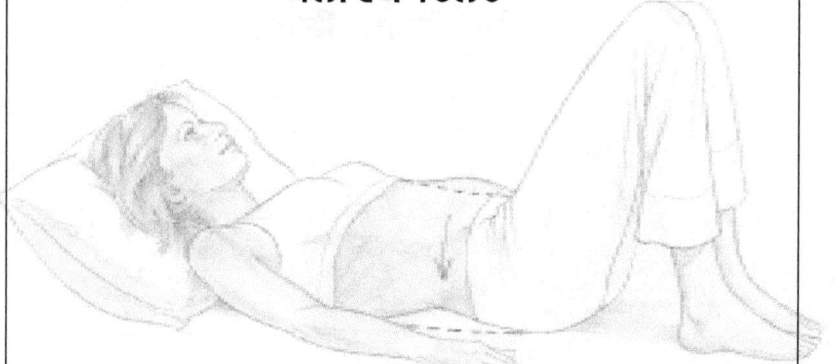

**ਪਿੱਠ ਦੇ ਭਾਰ ਬੇਸਿਕ ਮੁਦਰਾ ਵਿਚ ਲੇਟੋ। ਸਾਂਹ ਲਉ। ਸਾਂਹ ਛੱਡਦੇ ਹੋਏ ਪਿੱਠ ਨੂੰ ਫ਼ਰਸ਼ ਵੱਲ ਧੱਕੋ। ਫਿਰ ਆਰਾਮ ਨਾਲ ਇਸ ਨੂੰ 3-4 ਵਾਰ ਦੁਹਰਾਉਂਦੇ ਹੋਏ 12 ਅਤੇ ਫਿਰ 24 ਵਾਰ ਕਰੋ।**

ਗਰਭਕਾਲ ਤੋਂ ਬਾਦ ਕੀਤੇ ਜਾਣ ਵਾਲੇ ਸਹੀ ਤਰ੍ਹਾਂ ਦੇ ਆਸਣ ਕਰਨੇ ਹੋਣਗੇ। ਇਸ ਨਾਲ ਪ੍ਰਸੂਤ ਤੇ ਡਿਲੀਵਰੀ ਦੀ ਥਕਾਵਟ ਘਟੇਗੀ ਅਤੇ ਤੁਸੀਂ ਆਪਣੇ ਪਹਿਲੇ ਆਕਾਰ ਵਿਚ ਵਾਪਸ ਆ ਸਕੋਗੀ। ਕੀਗਲ ਆਸਣ ਨਾਲ ਪਿਸ਼ਾਬਦਾਨੀ ਤੇ ਨਿਯੰਤਰ ਵਧੇਗਾ ਅਤੇ ਸੈਕਸ ਨਾਲ ਜੁੜੀਆਂ ਸਮੱਸਿਆਵਾਂ ਦੂਰ ਹੋਣਗੀਆਂ। ਤੁਹਾਡੀ ਕੰਮ ਕਰਨ ਦੀ ਸਮਰੱਥਾ ਵਧੇਗੀ ਅਤੇ ਮੂਡ ਵੀ ਵਧੀਆ ਰਹੇਗਾ। ਤੁਸੀਂ ਆਪਣੇ ਤਨਾਅ ਦਾ ਵਧੀਆ ਤਰੀਕੇ ਨਾਲ ਸਾਮ੍ਹਣਾ ਕਰ ਸਕੋਗੀ। ਜੇਕਰ ਤੁਹਾਡੀ ਡਿਲੀਵਰੀ ਯੋਨੀ ਰਸਤੇ ਤੋਂ ਹੋਈ ਹੈ ਅਤੇ ਜਟਿਲ ਨਹੀਂ ਸੀ ਤਾਂ ਤੁਸੀਂ ਡਿਲੀਵਰੀ ਤੋਂ ਕੁਝ ਸਮੇਂ ਬਾਦ ਹੀ ਕਸਰਤ ਸ਼ੁਰੂ ਕਰ ਸਕਦੀ ਹੋ। ਪਹਿਲਾਂ ਡਾਕਟਰ ਤੋਂ ਵੀ ਪੁੱਧ ਲਉ।

## ਲੈਗ ਸਲਾਈਡ

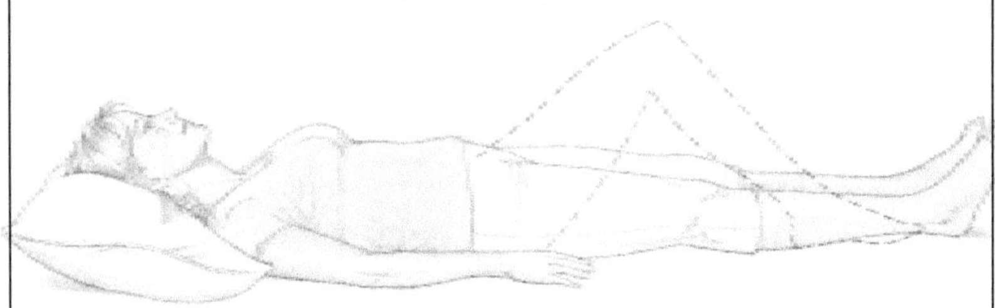

ਬੇਸਿਕ ਮੁਦਰਾ ਵਿਚ ਲੇਟ ਕੇ ਲੱਤਾਂ ਫ਼ਰਸ਼ ਤੇ ਵਿਛਾਓ। ਸਾਂਹ ਲੈਂਦੇ ਹੋਏ ਖੱਬੀ ਲੱਤ ਨੂੰ ਉਪਰ ਵੱਲ ਤੋੜੋ। ਕਮਰ ਨੂੰ ਫ਼ਰਸ਼ ਨਾਲ ਜੋੜੀ ਰੱਖੋ। ਲੱਤ ਹੇਠਾਂ ਲੈ ਜਾਂਦੇ ਹੋਏ ਸਾਂਹ ਛੱਡੋ ਫਿਰ ਸੱਜੇ ਪੈਰ ਨਾਲ ਦੁਹਰਾਓ। ਇਸ ਮੁਦਰਾ ਨੂੰ ਕਈ ਵਾਰ ਦੁਹਰਾਓ। ਕਈ ਹਫ਼ਤੇ ਬਾਤ ਤੁਸੀਂ ਇਸੇ ਆਸਣ ਵਿਚ ਥੋੜ੍ਹਾ ਬਦਲਾਅ ਵੀ ਲਿਆ ਸਕਦੀ ਹੋ।

## ਹੈਡ/ਸ਼ੋਲਡਰ ਲਿਫਟ

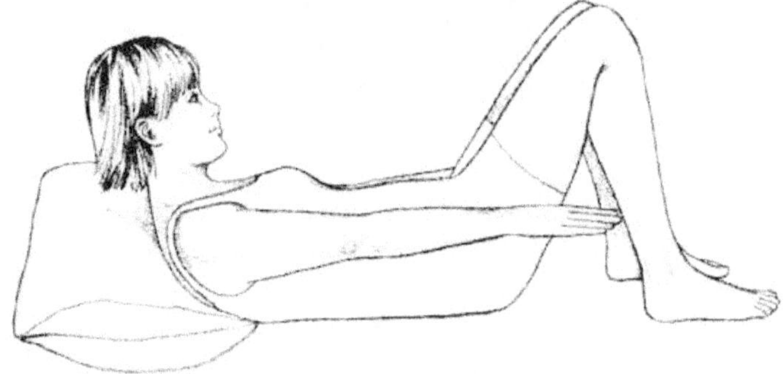

ਬੇਸਿਕ ਮੁਦਰਾ ਵਿਚ ਲੇਟੋ। ਗਹਿਲੀ ਸਾਂਹ ਲੈਂਦੇ ਹੋਏ ਸਿਰ ਉਠਾ ਕੇ ਬਾਂਹ ਫੈਲਾਓ ਤੇ ਸਾਂਹ ਛੱਡੋ। ਸਿਰ ਹੇਠਾਂ ਕਰਦੇ ਹੋਏ ਸਾਂਹ ਲਉ। ਹਰ ਰੋਜ ਵੱਧ ਸਿਰ ਉਠਾਣ ਦੀ ਕੋਸ਼ਿਸ਼ ਕਰੋ। ਪਹਿਲੇ ਛੇ ਹਫ਼ਤੇ ਵਿਚ ਆਪਣੀ ਗਤੀ ਹੋਲੀ ਰੱਖੋ। ਇਸ ਨੂੰ ਕਰਨ ਤੋਂ ਪਹਿਲਾਂ 'ਪੇਟ ਦੇ ਸੇਪਰੇਸ਼ਨ' ਵਾਲੇ ਬਿੰਦ ਤੇ ਧਿਆਨ ਦਿਉ।

ਇਕ ਹੀ ਝਟਕੇ ਵਿਚ ਜਾਂ ਤੇਜੀ ਨਾਲ ਆਸਣ ਨਾ ਕਰੋ। ਇਹ ਆਸਣ ਹੌਲੀ-2 ਕਰਨਾ ਹੋਵੇਗਾ ਕਿਉਂਕਿ ਸਰੀਰ ਅਜੇ ਕਾਫ਼ੀ ਕਮਜ਼ੋਰ ਹੈ। ਕੁਝ ਕਸਰਤ ਕਰੋ, ਬੱਚੇ ਦੇ ਨਾਲ ਚਹਿਲਕਦਮੀ ਕਰੋ ਤੇ ਹੇਠ-ਲਿਖਿਆਂ ਦਾ ਪਾਲਣ ਕਰੋ:

## ਪਹਿਲਾ ਪੜਾਅ : ਡਿਲੀਵਰੀ ਤੋਂ ਚੌਵੀ ਘੰਟੇ ਬਾਦ

**ਕੀਗਲ:-** ਡਿਲੀਵਰੀ ਤੋਂ ਬਾਦ ਤੁਸੀਂ ਆਸਾਨੀ ਨਾਲ ਕੀਗਲ ਆਸਣ ਸ਼ੁਰੂ ਕਰ ਸਕਦੀ ਹੋ ਹਾਲਾਂਕਿ

### ਖੁਸ਼ਖਬਰੀ

ਕਸਰਤ ਨਾਲ ਤੁਹਾਡੇ ਨਿੱਪਲਾਂ ਤੇ ਜਿਹੜਾ ਪਸੀਨਾ ਆਉਂਦਾ ਹੈ। ਉਸ ਨਾਲ ਬੱਚੇ ਨੂੰ ਦੁੱਧ ਵਿਚੋਂ ਇਕ ਨਵਾਂ ਸੁਆਦ ਮਿਲ ਸਕਦਾ ਹੈ ਇਸ ਲਈ ਡਾਕਟਰ ਦੀ ਸਲਾਹ ਲੈਣ ਤੋਂ ਬਾਅਦ ਕਸਰਤ ਕਰੋ ਪਰ ਛਾਤੀ ਨੂੰ ਸਹਾਰਾ ਦੇਣ ਵਾਲੀ ਬ੍ਰਾ ਪਾਉਣਾ ਨਾ ਭੁੱਲੋ।

ਦਵਾਈ ਦੇ ਅਸਰ ਨਾਲ ਤੁਸੀਂ ਉਨ੍ਹਾਂ ਨੂੰ ਮਹਿਸੂਸ ਨਹੀਂ ਕਰ ਸਕੋਗੀ। ਪ੍ਰੰਤੂ ਤੁਹਾਨੂੰ ਇਸ ਦਾ ਫ਼ਾਇਦਾ ਜ਼ਰੂਰ ਮਿਲੇਗਾ। ਬੱਚੇ ਨੂੰ ਦੁੱਧ ਪਿਲਾਂਦੇ ਸਮੇਂ ਇਸ ਦਾ ਦਾ ਅਭਿਆਸ ਕਰੋ। ਦਿਨ ਵਿਚ ਚਾਰ ਤੋਂ ਛੇ ਵਾਰ, 25-25 ਵਾਰ ਕਰੋ। ਇਸ ਨਾਲ ਤੁਹਾਡੇ ਪੈਲਵਿਕ ਦੀ ਸਿਹਤ ਵੀ ਠੀਕ ਰਹੇਗੀ ਅਤੇ ਸੈਕਸ ਦਾ ਭਰਪੂਰ ਅਨੰਦ ਵੀ ਮਿਲੇਗਾ।

**ਗਹਿਲੀ ਸਾਂਹ:-** ਬੇਸਿਕ ਪੁਜੀਸ਼ਨ ਵਿਚ ਲੇਟ ਕੇ ਆਪਣੇ ਪੇਟ ਤੇ ਹੱਥ ਰੱਖੋ ਤਾਂ ਜੋ ਤੁਸੀਂ ਨੱਕ ਨਾਲ ਸਾਂਹ ਲੈਂਦੇ ਸਮੇਂ ਇਸ ਨੂੰ ਉਠਦਾ ਹੋਇਆ ਮਹਿਸੂਸ ਕਰ ਸਕੋ। ਦੋ-ਤਿੰਨ ਗਹਿਰੇ ਸਾਂਹ ਨਾਲ ਇਸ ਨੂੰ ਸ਼ੁਰੂ ਕਰੋ ਤੇ ਹੋਲੀ-ਹੋਲੀ ਵਧਾਓ। ਜੇਕਰ ਜ਼ਿਆਦਾ ਕਰ ਲਉਗੀ ਤਾਂ ਸਿਰ ਚਕਰਾਉਣ ਜਾਂ ਘਬਰਾਹਟ ਦੇ ਲੱਛਣ ਉਭਰ ਸਕਦੇ ਹਨ।

## ਦੂਜਾ ਪੜਾਅ : ਡਿਲੀਵਰੀ ਤੋਂ ਤਿੰਨ ਦਿਨ ਬਾਦ

ਜੇਕਰ ਸਿਹਤ ਇਜ਼ਾਜਤ ਦੇਵੇ ਤਾਂ ਤੁਸੀਂ ਆਸਾਨੀ ਨਾਲ ਹੈਡ/ਸ਼ੋਲਡਰ ਲਿਫਟ, ਲੈਗ ਸਲਾਈਡ ਜਾਂ ਪੈਲਵਿਕ ਟਿਲਟ ਕਰ ਸਕਦੀ ਹੋ।

ਇਨ੍ਹਾਂ ਨੂੰ ਪਹਿਲਾਂ ਬਿਸਤਰ ਵਿਚ ਕਰੋ। ਫਿਰ ਕੁਸ਼ਨ ਵਾਲੇ ਫ਼ਰਸ਼ ਤੇ ਕਰੋ। ਇਹ ਕੁਲ ਮਿਲਾ ਕੇ ਤੁਹਾਡੀ

### ਗੈਪ ਭਰਨ ਦਿਓ

ਤੁਹਾਨੂੰ ਆਪਣੀ ਧੁੰਨੀ ਕੋਲ ਪੇਟ ਵਿਚ ਇਕ ਹਲਕੀ ਜਿਹੀ ਖਾਲੀ ਜਗ੍ਹਾ ਦਿਸ ਸਕਦੀ ਹੈ ਜਿਸਨੂੰ ਮੈਡੀਕਲ ਭਾਸ਼ਾ ਵਿਚ ਡਾਸਸਟੇਸਿਸ ਕਹਿੰਦੇ ਹਨ। ਅਜਿਹਾ ਹੋਣ ਤੇ ਪੇਟ ਨਾਲ ਜੁੜੀ ਕੋਈ ਕਸਰਤ ਨਾ ਕਰੋ। ਇਸਨੂੰ ਭਰਨ ਵਿਚ ਇਕ ਦੋ ਮਹੀਨੇ ਦਾ ਸਮਾਂ ਲੱਗ ਸਕਦਾ ਹੈ। ਤੁਸੀਂ ਬੇਸਿਕ ਮੁਦਰਾ ਵਿਚ ਲੇਟ ਜਾਓ ਅਤੇ ਸਿਰ ਉੱਚਾ ਚੁੱਕੋ ਅਤੇ ਹੱਥਾਂ ਨਾਲ ਧੁੰਨੀ ਦੇ ਆਲੇ-ਦੁਆਲੇ ਦਬਾਓ। ਉਥੇ ਤੁਹਾਨੂੰ ਇਕ ਡੂੰਘ ਜਿਹਾ ਬਣਿਆ ਦਿਖਾਈ ਦੇਵੇਗਾ। ਇਸਨੂੰ ਭਰਨ ਲਈ ਤੁਸੀਂ ਕਿਸੇ ਅਨੁਭਵੀ ਵਿਅਕਤੀ ਤੋਂ ਪੁੱਛ ਕੇ ਕਸਰਤ ਵੀ ਕਰ ਸਕਦੇ ਹੋ।

ਸੰਭਾਵੀ ਸਿਹਤ ਦੇ ਲਈ ਵੀ ਫ਼ਾਇਦੇਮੰਦ ਹੈ। ਜੇਕਰ ਕਸਰਤ ਦੇ ਲਈ ਮੈਟ ਲੈ ਲਉਗੀ ਤਾਂ ਹੁਣੇ ਤੁਹਾਡੇ ਕੰਮ ਆਏਗੀ ਬਾਦ ਵਿਚ ਤੁਹਾਡਾ ਲਾਡਲਾ ਉਸ ਤੇ ਕਲਾਬਾਜੀਆਂ ਖਾ ਸਕਦਾ ਹੈ।

## ਤੀਜਾ ਪੜਾਅ : ਪ੍ਰਸੂਤ ਦੀ ਜਾਂਚ ਤੋਂ ਬਾਦ

ਡਾਕਟਰ ਤੋਂ ਜਾਂਚ ਦੇ ਬਾਦ ਤੁਸੀਂ ਆਪਣਾ ਵਰਕਆਊਟ ਪ੍ਰੋਗਰਾਮ ਤੈਅ ਕਰ ਸਕਦੀ ਹੋ। ਜਿਸ ਵਿਚ ਦੌੜ, ਟਹਿਲਣਾ, ਸਾਈਕਲ ਚਲਾਉਣਾ, ਤੈਰਾਕੀ, ਪਾਣੀ ਵਿਚ ਕਸਰਤ, ਐਰੋਬਿਕਸ, ਯੋਗ, ਭਾਰ ਉਠਾਉਣਾ ਜਾਂ ਫਿਰ ਐਸੇ ਹੀ ਕੁਝ ਆਸਣਾਂ ਨੂੰ ਸ਼ਾਮਲ ਕਰ ਸਕਦੇ ਹੋ। ਕਿਸੀ ਕਲਾਸ ਵਿਚ ਵੀ ਜਾ ਸਕਦੀ ਹੋ ਪਰ ਜ਼ਿਆਦਾ ਤੇਜੀ ਨਾ ਤਚਾਓ। ਆਪਣੇ ਸਰੀਰ ਨੂੰ ਮਾਰਗਦਰਸ਼ਕ ਮੰਨ ਕੇ,ਉਸ ਦੇ ਹਿਸਾਬ ਨਾਲ ਚਲੋ।

## ਭਾਗ-5

# ਪਿਤਾ ਦੇ ਲਈ

# ਪਿਤਾ ਵੀ ਗਰਭ ਧਾਰਣ ਕਰਦੇ ਹਨ...

**ਹਾਲਾਂਕਿ ਮੈਡੀਕਲ ਸਾਇੰਸ ਅਤੇ ਹਾੱਲੀਵੁਡ ਦੀਆਂ ਖ਼ਿਲਮਾਂ ਦਾ ਮੰਨਣਾ ਹੈ ਕਿ ਆਉਣ ਵਾਲੇ ਸਮੇਂ ਵਿਚ ਕੇਵਲ ਔਰਤਾਂ ਹੀਗਰਭਵਤੀ ਨਹੀਂ ਪਿਤਾ ਵੀ ਗਰਭ ਧਾਰਣ ਕਰ ਸਕਣਗੇ। ਪਿਤਾ ਹੋਣ ਦੇ ਨਾਤੇ ਤੁਸੀ ਵੀ ਬੱਚਾ ਨਿਰਮਾਣ ਦੀ ਇਸ ਟੀਮ ਦਾ ਇਕ ਅਭਿੰਨ ਅੰਗ ਹੋ। ਆਉਣ ਵਾਲੇ ਮਹੀਨਿਆਂ ਵਿਚ ਤੁਸੀਂ ਵੀ ਇਸ ਪੂਰੇ ਰੁਮਾਂਚ ਨੂੰ ਜਿਤਿਆ ਹੈ ਅਤੇ ਉਸ ਦੇ ਦੌਰਾਨ ਤੇ ਉਸ ਤੋਂ ਬਾਦ ਉਨੀ ਹੀ ਤਸੱਲੀ ਦੀ ਜ਼ਰੂਰਤ ਹੈ, ਜਿੰਨੀ ਕਿ ਤੁਹਾਡੇ ਸਾਥੀ ਨੂੰ...**

**ਇਹ ਅਧਿਆਏ ਖ਼ਾਸ ਤੌਰ ਤੇ ਪਿਤਾ ਨੂੰ ਸਮਰਪਿਤ ਹੈ ਜਿਨ੍ਹਾਂ ਨੂੰ ਗਰਭਕਾਲ ਦੀ ਇਸ ਪ੍ਰਕ੍ਰਿਆ ਵਿਚ ਨਜ਼ਰਅੰਦਾਜ ਕਰ ਦਿਤਾ ਜਾਂਦਾ ਹੈ। ਬਿਹਤਰ ਹੋਵੇਗਾ ਕਿ ਤੁਸੀਂ ਇਸ ਅਧਿਆਏ ਤੋਂ ਇਲਾਵਾ ਪੂਰੀ ਪੁਸਤਕ ਧਿਆਨ ਨਾਲ ਪੜ੍ਹੋ ਤਾਂ ਜੋ ਤੁਹਾਨੂੰ ਪਤਾ ਲਗ ਸਕੇ ਕਿ ਤੁਹਾਡੀ ਪਤਨੀ/ਸਾਥੀ ਕਿੰਨਾਂ ਮਾਨਸਿਕ/ਸਰੀਰਕ ਜਾਂ ਭਾਵਨਾਤਮਕ ਹਾਲਾਤਾਂ ਤੋਂ ਗੁਜ਼ਰ ਰਹੀ ਹੈ। ਇਸ ਤਰ੍ਹਾਂ ਤੁਸੀਂ ਖ਼ੁਦ ਨੂੰ ਵੀ ਆਪਣੀਆਂ ਜ਼ਿੰਮੇਵਾਰੀਆਂ ਉਠਾਣ ਦੇ ਲਈ ਵਧੀਆ ਤਰੀਕੇ ਨਾਲ ਤਿਆਰ ਕਰ ਸਕੋਗੇ।**

## ਤੁਸੀਂ ਕੀ ਸੋਚ ਰਹੇ ਹੋਵੋਗੇ?

### ਉਸ ਦੇ ਲੱਛਣਾਂ ਨਾਲ ਨਿਪਟਣਾ

**''ਮੇਰੀ ਪਤਨੀ ਵਿਚ ਉਹ ਸਭ ਲੱਛਣ ਹਨ, ਜੋ ਇਸ ਪੁਸਤਕ ਵਿਚ ਦਿੱਤੇ ਗਏ ਹਨ। ਜੀ ਮਚਲਾਣਾ, ਕੁਝ ਪਸੰਦ ਨਾ ਆਣਾ, ਵਾਰ-2 ਪਿਸ਼ਾਬ ਆਦਿ! ਮੈਨੂੰ ਸਮਝ ਨਹੀਂ ਆ ਰਿਹਾ ਕਿ ਮੈਂ ਉਸ ਦੇ ਲਈ ਕੀ ਕਰ ਸਕਦਾ ਹਾਂ?''**

ਇਸ ਸਮੇਂ ਤੁਹਾਡੀ ਪਤਨੀ ਗਰਭਕਾਲ ਦੇ ਹਾਰਮੋਨਾਂ ਦੀ ਜਕੜ ਵਿਚ ਹੈ ਅਤੇ ਉਸ ਹਿਸਾਬ ਨਾਲ ਉਸ ਦੇ ਸਰੀਰ ਵਿਚ ਬਦਲਾਅ ਆ ਰਹੇ ਹਨ। ਇਸ ਸਬੰਧੀ ਨਾ ਤਾਂ ਉਹ ਕੁਝ ਕਰ ਸਕਦੀ ਹੈ ਅਤੇ ਨਾ ਹੀ ਉਸ ਦੀ ਕੋਈ ਮਦਦ ਕਰ ਸਕਦੇ ਹਨ। ਉਂਝ ਤੁਸੀਂ ਥੋੜ੍ਹੀ-ਬਹੁਤ ਮਦਦ ਦੇ ਲਈ ਅੱਗੇ ਆ

### ਥੋੜ੍ਹੀ ਜਿਹੀ ਤਿਆਰੀ

ਹਾਲੇ ਬੱਚੇ ਨੂੰ ਲਿਆਉਣ ਬਾਰੇ ਸੋਚਿਆ ਨਹੀਂ ਹੈ ਉਸ ਤੋਂ ਪਹਿਲਾਂ ਹੀ ਤੁਹਾਨੂੰ ਆਪਣੇ ਅਤੇ ਸਾਥੀ ਤੇ ਪੂਰਾ ਧਿਆਨ ਦੇ ਦੇਣਾ ਚਾਹੀਦਾ ਹੈ। ਸਾਡੇ ਪਹਿਲੇ ਅਧਿਆਇ ਵਿਚ ਇਸ ਬਾਰੇ ਵਿਚ ਦੱਸਿਆ ਗਿਆ ਹੈ। ਇਸਦੀ ਜਾਣਕਾਰੀ ਲਓ ਅਤੇ ਇਨ੍ਹਾਂ ਨਿਯਮਾਂ ਦੇ ਹਿਸਾਬ ਨਾਲ ਚੱਲੋ।

ਸਕਦੇ ਹੋ। ਉਸ ਨੂੰ ਥੋੜ੍ਹਾ ਵਧੀਆ ਮਹਿਸੂਸ ਕਰਨ ਵਿਚ ਮਦਦ ਕਰ ਸਕਦੇ ਹੋ।

**ਮਾਰਨਿੰਗ ਸਿਕਨੈਸ:-** ਮਾਰਨਿੰਗ ਸਿਕਨੈਸ ਇਕ ਐਸਾ ਲੱਛਣ ਹੈ, ਜੋ ਆਪਣੇ ਆਪ ਦੇ ਹਿਸਾਬ ਨਾਲ ਸਹੀ ਨਹੀਂ ਹੈ। ਇਹ ਸਿਰਫ਼ ਸਵੇਰ ਦੇ ਸਮੇਂ ਨਹੀਂ ਹੁੰਦਾ। ਤੁਹਾਡੀ ਪਤਨੀ ਨੂੰ ਪੂਰੇ ਦਿਨ ਵਿਚ ਕਦੀ ਵੀ ਬਾਥਰੂਮ ਵੱਲ ਭੱਜਣਾ ਪੈ ਸਕਦਾ ਹੈ।ਉਸ ਨੂੰ ਥੋੜ੍ਹਾ ਵਧੀਆ ਮਹਿਸੂਸ ਕਰਨ ਵਿਚ ਮਦਦ ਕਰੋ। ਉਸ ਆਫਟਰ ਸ਼ੇਵ ਨੂੰ ਨ ਲਗਾਓ ਜਿਸ ਦੀ ਗੰਧ ਨਾਲ ਉਸ ਨੂੰ ਉਭਕਾਈ ਆਏ। ਉਸ ਨੂੰ ਪੰਪ ਤੇ ਗੈਸ ਭਰਾਉਣ ਨਾ ਭੇਜੋ। ਉਸ ਨੂੰ ਪੁਛ ਕੇ ਐਸਾ ਖਾਣਾ ਲਿਆ ਕੇ ਦਿਉ ਜਿਸ ਨੂੰ ਖਾਣ ਨਾਲ ਉਸ ਨੂੰ ਉਲਟੀ ਨਾ ਆਏਜਾਂ ਉਸਦਾ ਜੀ ਨਾ ਮਚਲਾਏ। ਉਸ ਨੂੰ ਦਿਨ ਵਿਚ ਕਈ ਵਾਰ ਥੋੜ੍ਹਾ-2 ਖਾਣ ਨੂੰ ਕਹੋ। ਉਸ ਦੇ ਨਾਲ ਇਸ ਸਬੰਧੀ ਮਜਾਕ ਨਾ ਕਰੋ।

**ਪਸੰਦ-ਨਾਪਸੰਦ:-** ਉਸ ਨੂੰ ਇਸ ਸਮੇਂ ਕੁਝ ਐਸਾ ਭੋਜਨ ਪਸੰਦ ਆਣ ਲਗ ਸਕਦਾ ਹੈ ਜਿਸ ਨੂੰ ਉਹ ਕਦੀ ਨਹੀਂ ਖਾਂਦੀ ਸੀ ਜਾਂ ਉਸ ਨੂੰ ਆਪਣੇ ਮਨਪਸੰਦ ਭੋਜਨ ਤੋਂ ਨਫ਼ਰਤ ਹੋ ਸਕਦੀ ਹੈ। ਆਪਣੀ ਪਸੰਦ ਨਾਪਸੰਦ ਭੁਲਾਕੇ ਉਸ ਦੇ ਹਿਸਾਬ ਨਾਲ ਚੱਲਣ ਦੀ ਕੋਸ਼ਿਸ਼ ਕਰੋ। ਰਾਤ ਨੂੰ ਉਸ ਦੇ ਲਈ ਆਈਸਕਰੀਮ ਲਿਆਉਣ ਦੇ ਲਈ ਪੈਦਲ ਵੀ ਜਾਣਾ ਪਵੇ ਤਾਂ ਇਸ ਵਿਚ ਕੋਈ ਹਰਜ ਨਹੀਂ ਹੈ।

**ਥਕਾਵਟ:-** ਜੇਕਰ ਤੁਹਾਨੂੰ ਲਗਦਾ ਹੈ ਕਿ ਦਿਨ ਦੇ ਅੰਤ ਵਿਚ ਤੁਸੀਂ ਥੱਕ ਜਾਂਦੇ ਹੋ ਤਾਂ ਜ਼ਰਾ ਆਪਣੇ ਸਾਥੀ ਬਾਰੇ ਸੋਚੋ। ਉਹ ਇਸ ਸਮੇਂ ਬੱਚਾ ਨਿਰਮਾਣ ਦੀ ਪ੍ਰਕ੍ਰਿਆ ਵਿਚ ਹੈ। ਉਸ ਨੂੰ ਕਿੰਨੀ ਥਕਾਵਟ ਹੋ ਜਾਂਦੀ ਹੋਵੇਗੀ। ਉਸ ਨੂੰ ਘਰ ਵਿਚ ਮਿਹਨਤ ਵਾਲੇ ਕੰਮਾਂ ਤੋਂ ਦੂਰ ਰੱਖੋ। ਟਾੱਯਲੇਟ ਕਲੀਨਰ ਦੀ ਗੰਧ ਨਾਲ ਉਸ ਦਾ ਸਿਰ ਚਕਰਾ ਸਕਦਾ ਹੈ। ਐਸੀ ਸਫ਼ਾਈ ਤੁਸੀਂ ਖ਼ੁਦ ਹੀ ਕਰ ਲਉ। ਉਸ ਸਮੇਂ ਉਹ ਤੁਹਾਨੂੰ ਸੋਫ਼ੇ ਤੇ ਬੈਠ ਕੇ ਦੇਖ ਸਕਦੀ ਹੈ ਹਾਲਾਂਕਿ ਸਾਲਾਂ ਤੋਂ ਉਹ ਤੁਹਾਡੀ ਪਿਆਰੀ ਰਹੀ ਹੈ।

**ਨੀਂਦ ਦੀ ਪ੍ਰੇਸ਼ਾਨੀ:-** ਇਸ ਸਮੇਂ ਉਹ ਇਕ ਬੱਚਾ ਬਣਾ ਰਹੀ ਹੈ ਪ੍ਰੰਤੂ ਉਸ ਦੇ ਕੋਲ ਬੱਚੇ ਵਰਗੀ ਗਹਿਰੀ ਨੀਂਦ ਨਹੀਂ ਹੈ। ਜੇਕਰ ਰਾਤ ਨੂੰ ਉਸ ਨੂੰ ਨੀਂਦ ਨਾ ਆਏ ਤਾਂ ਕੋਲ ਲੇਟ ਕੇ ਖਰਾਟੇ ਲੈਣ ਦੀ ਥਾਂ ਉਸ ਦੇ ਨਾਲ ਜਾਗੋ। ਉਸ ਦੀ ਪਿੱਠ ਮਲੋ। ਇਕ ਕਪੀ ਗਰਮ ਦੁੱਧ ਜਾਂ ਕੁਝ ਖਾਣ ਨੂੰ ਦਿਉ। ਉਸ ਨਾਲ ਗੱਲਾਂ ਕਰੋ। ਉਸ ਨੂੰ ਦੁਲਾਰੋ। ਇਸ ਤਰ੍ਹਾਂ ਤੁਸੀਂ ਦੋਨੋਂ ਆਰਾਮ ਨਾਲ ਸੌਂ ਸਕੋਗੇ। ਇਹ ਨਾ ਸੋਚੋ ਕਿ ਇਸਤਰ੍ਹਾਂ ਉਹ ਸੈਕਸ ਦੇ ਲਈ ਮੂਡ ਵਿਚ ਆ ਜਾਏਗੀ। ਇਨ੍ਹਾਂ ਦਿਨਾਂ ਵਿਚ ਉਸਦਾ ਮਨ ਇਸ ਤੋਂ ਬੇਮੁਖ ਵੀ ਹੋ ਸਕਦਾ ਹੈ।

**ਪਿਸ਼ਾਬ :-** ਪਹਿਲੀ ਤਿਮਾਹੀ ਵਿਚ ਵਾਰ-ਵਾਰ ਪਿਸ਼ਾਬ ਦੀ ਸਮੱਸਿਆ ਕਾਫ਼ੀ ਜ਼ਿਆਦਾ ਹੋ ਸਕਦੀ ਹੈ। ਉਸ ਦੇ ਲਈ ਬਾਥਰੂਮ ਹਮੇਸ਼ਾਂ ਖ਼ਾਲੀ ਰੱਖੋ। ਰਾਤ ਨੂੰ ਬਾਥਰੂਮ ਦੇ ਰਸਤੇ ਵਿਚ ਸਮਾਨ ਨਾ ਪਿਆ ਰਹਿਣ ਦਿਉ। ਉਥੇ ਇਕ ਲਾਈਟ ਜਲਦੀ ਰਹੇ ਤਾਂ ਜੋ ਰਾਤ ਨੂੰ ਉਸ ਦਾ ਪੈਰ ਨਾ ਉਲਝੇ। ਜੇਕਰ ਉਹ ਮੂਵੀ ਦੇ ਦੌਰਾਨ ਤਿੰਨ ਵਾਰ ਜਾਂ ਤੁਹਾਡੇ ਮਾਤਾ-ਪਿਤਾ ਦੇ ਕੋਲ ਜਾਂਦੇ ਸਮੇਂ ਰਸਤੇ ਵਿਚ ਛੇ ਵਾਰ ਸ਼ੌਚ ਦੇ ਲਈਰੁਕੇ ਤਾਂ ਬੁਰਾ ਨਾ ਮੰਨੋ, ਉਸ ਨੂੰ ਸਮਝਣ ਦੀ ਕੋਸ਼ਿਸ਼ ਕਰੋ।

## ਪਿਆਰ ਦੇ ਲੱਛਣ

### "ਮੇਰੀ ਪਤਨੀ ਗਰਭ ਤੋਂ ਹੈ। ਮੈਨੂੰ ਮਾਰਨਿੰਗ ਸਿਕਨੈਸ ਕਿਉਂ ਮਹਿਸੂਸ ਹੋ ਰਹੀ ਹੈ?"

ਤੁਸੀਂ ਵੀ ਗਰਭ ਤੋਂ ਮਹਿਸੂਸ ਕਰ ਰਹੇ ਹੋ? ਅਕਸਰ ਇੰਝ ਹੁੰਦਾ ਹੈ, ਪਤੀ ਵੀ ਖ਼ੁਦ ਨੂੰ ਆਪਣੀ ਪਤਨੀ ਦੀ ਤਰ੍ਹਾਂ ਮਹਿਸੂਸ ਕਰਨ ਲਗਦੇ ਹਨ। ਇਹ 'ਸਿੰਪੇਥੈਟਿਕ ਪ੍ਰੈਗਨੈਂਸੀ' ਕਹਿਲਾਂਦੀ ਹੈ। ਉਨ੍ਹਾਂ ਨੂੰ ਵੀ ਉਬਕਾਈ ਆਣ ਲਗਦੀ ਹੈ, ਉਲਟੀਆਂ ਆਉਂਦੀਆਂ ਹਨ। ਖਾਣ ਦੀ ਪਸੰਦ-ਨਾਪੰਸਦ ਵੱਧ ਜਾਂਦੀ ਹੈ। ਥਕਾਵਟ ਹੋਣ ਲਗਦੀ ਹੈ ਅਤੇ ਮੂਡ ਵਿਚ ਉਤਾਰ-ਚੜ੍ਹਾਅ ਆਉਂਦਾ ਹੈ।

ਇਨ੍ਹਾਂ ਦਿਨਾਂ ਵਿਚ ਤੁਸੀਂ ਉਸ ਦੇ ਦੁੱਖ ਤੋਂ ਦੁੱਖੀ ਹੋ ਤੁਹਾਨੂੰ ਵਾਰ-2 ਇਹੀ ਲਗਦਾ ਹੈ ਕਿ ਕਾਸ਼! ਤੁਸੀਂ ਉਸ ਦੀ ਤਕਲੀਫ਼ ਘਟਾ ਸਕਦੇ। ਦਰਅਸਲ

**ਸਾਡੇ ਇਸ ਅਧਿਆਏ ਵਿਚ**

ਸਾਡੇ ਇਸ ਅਧਿਆਏ ਵਿਚ ਗਰਭਵਤੀ ਔਰਤ ਦੇ ਪਤੀ ਨੂੰ ਸੰਬੋਧਿਤ ਕੀਤਾ ਹੈ ਪ੍ਰੰਤੂ ਤੁਸੀਂ ਉਸ ਦੇ ਨਾਲ ਦੋਸਤ ਵੀ ਹੋ ਸਕਦੇ ਹੋ। ਤੁਸੀਂ ਉਹੀ ਸਵਾਲ ਪੜ੍ਹੋ ਜੋ ਉਸ ਦੀ ਸਥਿਤੀ ਦੇ ਅਨੁਕੂਲ ਹੋਣ।

ਤੁਹਾਡੀ ਪਤਨੀ ਦੇ ਗਰਭਕਾਲ ਹਾਰਮੋਨ ਤੋਂ ਇਲਾਵਾ ਤੁਹਾਡੇ ਵਿਚ ਵੀ ਐਸੇ ਹੀ ਕੁਝ ਹਾਰਮੋਨ ਸਿਰ ਉਠਾ ਰਹੇ ਹਨ। ਹਾਲਾਂਕਿ ਇੰਝ ਤਾਂ ਨਹੀਂ ਹੋਵੇਗਾ ਕਿ ਤੁਹਾਡੇ ਪੇਟ ਨਿਕਲ ਆਏਗਾ, ਛਾਤੀਆਂ ਵੱਡੀਆਂ ਹੋਣਗੀਆਂ ਜਾਂ ਫਿਰ ਤੁਸੀਂ ਵੀ ਰਾਤ ਨੂੰ ਫਰਿਜ ਖੋਲ੍ਹਕੇ ਖਾਣ ਦੇ ਲਈ ਕੁਝ ਲੱਭੋਗੇ ਤਰ ਤੁਸੀਂ ਮਾਤ-ਧਰਮ ਦੇ ਇਸ ਪੱਖ ਨੂੰ ਮਹਿਸੂਸ ਜ਼ਰੂਰ ਕਰ ਸਕਦੇ ਹੋ। ਇਸ ਪਿਆਰ ਦੇ ਬਦਲੇ ਵਿਚ ਆਪਣੀ ਪਤਨੀ ਦੇ ਲਈ ਘਰ ਸਾਫ਼ ਕਰੋ, ਖਾਣਾ ਪਕਾਓ। ਉਸ ਨਾਲ ਗੱਲਬਾਤ ਕਰੋ ਤਾਂ ਜੋ ਤੁਸੀਂ ਦੋਨੋਂ ਇਸ ਦੌਰ ਤੋਂ ਆਸਾਨੀ ਨਾਲ ਗੁਜ਼ਰ ਸਕੋ।

ਡਿਲੀਵਰੀ ਤੋਂ ਬਾਦ ਇਹ ਲੱਛਣ ਮਿਟ ਜਾਣਗੇ । ਪ੍ਰੰਤੂ ਪ੍ਰਸੂਤ ਤੋਂ ਬਾਦ ਪੈਦਾ ਹੋਣ ਵਾਲੇ ਕੁਝ ਲੱਛਣ ਸਾਮ੍ਹਣੇ ਆਉਣਗੇ। ਜੇਕਰ ਤੁਹਾਨੂੰ ਐਸੇ ਲੱਛਣ ਮਹਿਸੂਸ ਨਾ ਹੋਣ ਤਾਂ ਨਿਰਾਸ਼ ਨਾ ਹੋਵੋ, ਹੋ ਸਕਦਾ ਹੈ ਕਿ ਤੁਸੀਂ ਕਿਸੀ ਦੂਜੇ ਤਰੀਕੇ ਨਾਲ ਆਪਣੀਆਂ ਭਾਵਨਾਵਾਂ ਪ੍ਰਗਟ ਕਰ ਰਹੇ ਹੋ ਹਰ ਸੰਭਾਵੀ ਮਾਂ ਦੀ ਤਰ੍ਹਾਂ ਸੰਭਾਵੀ ਪਿਤਾ ਵੀ ਵੱਖ ਹੁੰਦਾ ਹੈ।

## ਇਕੱਲੇਪਨ ਦਾ ਅਹਿਸਾਸ

**"ਮੈਨੂੰ ਲਗਦਾ ਹੈ ਕਿ ਇਸ ਗਰਭਕਾਲ ਤੋਂ ਮੇਰਾ ਕੋਈ ਲੈਣਾ-ਦੇਣਾ ਨਹੀਂ ਹੈ। ਮੈਂ ਕਾਫ਼ੀ ਇਕੱਲਾ ਪੈ ਗਿਆ ਹਾਂ।"**

ਜ਼ਿਆਦਾਤਰ ਪਿਤਾ ਨੂੰ ਇੰਝ ਲੱਗਣ ਲਗਦਾ ਹੈ ਕਿ ਪਤਨੀ ਦੇ ਗਰਭਕਾਲ ਤੋਂ ਬਾਦ ਉਹ ਅਲੱਗ-ਥਲੱਗ ਪੈ ਗਏ ਹਨ ਕਿਉਂਕਿ ਉਸ ਸਮੇਂ ਉਨ੍ਹਾਂ ਦੀ ਪਤਨੀ ਸਭ ਦੇ ਧਿਆਨ ਦਾ ਕੇਂਦਰ ਬਿੰਦੂ ਹੁੰਦੀ ਹੈ। ਉਸ ਦਾ ਆਪਣੇ ਬੱਚੇ ਦੇਨਾਲ ਸਰੀਰਕ ਸੰਬੰਧ ਹੁੰਦਾ ਹੈ। ਤੁਸੀਂ ਜਾਣਦੇ ਹੋ ਕਿ ਤੁਸੀਂ ਵੀ ਪਿਤਾ ਬਣੋਗੇ ਤੁਸੀਂ ਕਿਸੇ ਤਰੀਕੇ ਨਾਲ ਦਿਖਾ ਨਹੀਂ ਸਕਦੇ।

ਚਿੰਤਾ ਨਾ ਕਰੋ। ਇਹ ਸਭ ਤੁਹਾਡੇ ਸਰੀਰ ਵਿਚ ਨਹੀਂ ਵਾਪਰ ਰਿਹਾ ਇਸ ਦਾ ਭਾਵ ਇਹ ਨਹੀਂ ਕਿ ਤੁਸੀਂ ਇਸ ਨੂੰ ਵੰਡ ਨਹੀਂ ਸਕਦੇ। ਤੁਸੀਂ ਆਪਣੀ ਪਤਨੀ ਦੇ ਨਾਲ ਆਪਣੀਆਂ ਭਾਵਨਾਵਾਂ ਵੰਡੋ। ਕਿਤੇ ਇੰਝ ਨਾ ਹੋਵੇ ਕਿ ਤੁਹਾਡੇ ਰੁਖੇਪਨ ਦਾ ਗਲਤ ਮਤਲਬ ਕੱਢਿਆ ਜਾਵੇ। ਪਤਨੀ ਨੂੰ ਇੰਝ ਨਾ ਲਗੇ ਕਿ ਤੁਹਾਨੂੰ ਉਨ੍ਹਾਂ ਦੇ ਗਰਭਕਾਲ ਵਿਚ ਕੋਈ ਰੁਚੀ ਨਹੀਂ ਹੈ।

ਇਸ ਦੇ ਲਈ ਤੁਹਾਨੂੰ ਕੀ ਕਰਨਾ ਹੋਵੇਗਾ?

- ਡਾਕਟਰ ਦੇ ਕੋਲ ਜਾਂਦੇ ਸਮੇਂ ਉਸ ਦੇ ਨਾਲ ਜਾਓ। ਉਸ ਨੂੰ ਪੂਰਾ ਸਹਾਰਾ ਦਿਉ। ਡਾਕਟਰ ਦੀ ਹਦਾਇਤਾਂ ਧਿਆਨ ਨਾਲ ਸੁਣੋ ਕਿਉਂਕਿ ਤੁਸੀਂ ਹੀ ਪੂਰੇ ਨੌਂ ਮਹੀਨੇ ਤਕ ਆਪਣੀ ਪਤਨੀ ਤੇ ਨੰਨ੍ਹੇ ਮਹਿਮਾਨ ਦੀ ਦੇਖਰੇਖ ਕਰਨੀ ਹੈ। ਇਸ ਤਰ੍ਹਾਂ ਤੁਹਾਨੂੰ ਆਪਣੀ ਪਤਨੀ ਦੇ ਸਰੀਰ ਵਿਚ ਹੋਣ ਵਾਲੇ ਬਦਲਾਵਾਂ ਦੀ ਵੀ ਜਾਣਕਾਰੀ ਮਿਲੇਗੀ।
- ਤੁਸੀਂ ਵੀ ਅਲਟ੍ਰਾਸਾਊਂਡ ਵਿਚ ਆਪਣੇ ਬੱਚੇ ਦੇ ਦਿਲ ਦੀ ਧੜਕਣ ਸੁਣ ਸਕੋਗੇ।

  ਤੁਸੀਂ ਵੀ ਗਰਭਕਾਲ ਨਾਲ ਜੁੜੇ ਨਾਲ ਜੁੜੇ ਨਿਯਮਾਂ ਦਾ ਪਾਲਣ ਕਰੋ। ਤੁਹਾਨੂੰ ਪੇਟ ਤੇ ਸਰ੍ਹਾਣਾ ਬੰਨ੍ਹਣ ਜਾਂ ਮੈਂ ਗਰਭਵਤੀ ਹਾਂ' ਲਿਖੀ ਟੀ-ਸ਼ਰਟ ਪਾਉਣ ਦੀ ਲੋੜ ਨਹੀਂ ਹੈ। ਇਨ੍ਹਾਂ ਦਿਨਾਂ ਵਿਚ ਸ਼ਰਾਬ ਤੇ ਸਿਗਰੇਟ ਪੀਣਾ ਛੱਡ ਦਿਉ। ਆਪਣੀ ਪਤਨੀ ਦੇ ਨਾਲ ਪੌਸ਼ਕ ਆਹਾਰ ਲੈਣ ਵਿਚ ਹਿੰਮਤ ਦਿਉ।
- ਗਰਭਕਾਲ, ਬੱਚੇ ਦੇ ਜਨਮ ਤੇ ਦੇਖਭਾਲ ਨਾਲ ਜੁੜੀ ਜਾਣਕਾਰੀ ਲਉ ਕਿਉਂ ਇਥੇ ਤੁਹਾਡੀਆਂ ਵੱਡੀਆਂ-2 ਡਿਗਰੀਆਂ ਵੀ ਕਿਸੇ ਕੰਮ ਨਹੀਂ ਆਉਣ ਵਾਲੀਆਂ। ਆਪਣੇ ਦੋਸਤਾਂ ਤੇ ਸਹਿ-ਕਰਮੀਆਂ ਨਾਲ ਇਸ ਸਬੰਧੀ ਗੱਲ ਕਰੋ ਤਾਂ ਜੋ ਤੁਹਾਡੀ ਜਗਿਆਸਾ ਦਾ ਸਮਾਧਾਨ ਹੋ ਸਕੇ।
- ਆਪਣੇ ਬੱਚੇ ਨਾਲ ਸੰਪਰਕ ਬਣਾਓ। ਤੁਸੀਂ ਵੀ ਪਤਨੀ ਦੇ ਗਰਭਕਾਲ ਵਿਚ ਪਲ ਰਹੇ ਨੰਨ੍ਹੇ ਮਹਿਮਾਨ ਨਾਲ ਦੋਸਤੀ ਕਰ ਸਕਦੇ ਹੋ।

  ਉਸ ਨਾਲ ਗੱਲਬਾਤ ਕਰੋ, ਉਸ ਨੂੰ ਆਪਣੀ ਆਵਾਜ਼ ਵਿਚ ਗਾਣੇ ਸੁਣਾਓ ਤਾਂ ਜੋ ਡਿਲੀਵਰੀ ਤੋਂ ਫੌਰਨ ਬਾਦ ਉਹ ਆਵਾਜ਼ ਨਾਲ ਆਪਣੇ ਪਾਪਾ ਨੂੰ ਪਹਿਚਾਣ ਲਵੇ।
- ਆਪਣੇ ਸਾਥੀ ਦੇ ਨਾਲ ਮਿਲ ਕੇ ਕੋਈ ਛੋਟਾ ਝੂਲਾ,ਪਾਲਣਾ ਜਾਂ ਪਲੰਗ ਤਿਆਰ ਕਰੋ। ਉਸ ਦੇ ਨਾਮ ਦੇ ਲਈ ਕਿਤਾਬਾਂ ਲਿਆਓ। ਉਸ ਦੇ ਆਉਣ ਦੀਆਂ ਤਿਆਰੀਆਂ ਵਿਚ ਜੁੱਟ ਜਾਓ।

## ਸੈਕਸ

**"ਮੇਰੀ ਪਤਨੀ ਗਰਭਵਤੀ ਹੋਣ ਤੋਂ ਬਾਦ ਤੋਂ ਸੈਕਸ਼ ਵਿਚ ਕਾਫ਼ੀ ਰੁਚੀ ਲੈਣ ਲਗੀ ਹੈ। ਕੀ ਇਹ ਸਹੀ ਹੈ? ਮੈਂ ਸ਼ਿਕਾਇਤ ਨਹੀਂ ਕਰ ਰਿਹਾ ਕੀ ਇੰਝ ਕਰਨਾ ਸੁਰੱਖਿਅਤ ਰਹੇਗਾ?"**

ਦਰਅਸਲ ਹਾਰਮੋਨਾਂ ਦੇ ਕਾਰਣ ਤੁਹਾਡੀ ਪਤਨੀ ਦੇ ਸਰੀਰ ਦੇ ਅੰਗ ਸੁਜ ਗਏ ਹਨ ਤੇ ਉਨ੍ਹਾਂ ਵਿਚ

## ਸੈਕਸ ਸਬੰਧੀ

ਮੰਨਿਆ ਤੁਸੀਂ ਇਸ ਨੂੰ ਪਹਿਲਾਂ ਕਰ ਚੁੱਕੇ ਹੋ ਪ੍ਰੰਤੂ ਹੁਣ ਤੁਹਾਡੀ ਇਸ ਨੂੰ ਪ੍ਰੈਗਨੈਂਸੀ ਸਟਾਈਲ ਵਿਚ ਕਰਨਾ ਹੋਵੇਗਾ। ਕਾਫ਼ੀ ਕੁਝ ਬਦਲ ਰਿਹਾ ਹੈ। ਉਸੀ ਹਿਸਾਬ ਨਾਲ ਆਪਣਾ ਸਟਾਈਲ ਬਦਲੋ।

■ਦੂਜੇ ਪਾਸੇ ਮੂਡ ਬਣਨ ਦਾ ਇੰਤਜ਼ਾਰ ਕਰੋ। ਗਰਭਵਤੀ ਔਰਤ ਦਾ ਮੂਡ ਬਣਦੇ ਵਿਗੜਦੇ ਦੇਰ ਨਹੀਂ ਲਗਦੀ।

■ਵਾਰਮਅਪ ਕਰਨਾ ਜ਼ਰੂਰੀ ਹੈ। ਤੁਹਾਨੂੰ ਫੋਰਪਲੇਅ ਨਾਲ ਆਪਣੇ ਸਾਥੀ ਨੂੰ ਸੈਕਸ ਦੇ ਲਈ ਤਿਆਰ ਕਰਨਾ ਹੋਵੇਗਾ।

■ਉਸ ਦੀਆਂ ਹਦਾਇਤਾਂ ਤੇ ਧਿਆਨ ਦਿਉ। ਉਸ ਦੇ ਸਰੀਰ ਵਿਚ ਕਿਸੇ ਵੀ ਜਗ੍ਹਾ ਤਕਲੀਫ਼ ਜਾਂ ਦਰਦ ਹੋ ਸਕਦਾ ਹੈ। ਉਸ ਤੋਂ ਪੁੱਛ ਕੇ ਹੀ ਅੱਗੇ ਵੱਧੋ।

■ਐਸੀ ਪੁਜੀਸ਼ਨ ਚੁਣ ਜੋ ਉਸ ਦੇ ਲਈ ਆਰਾਮ ਦਾਇਕ ਹੋਵੇ ਜਿਸ ਵਿਚ ਉਸ ਦੇ ਪੇਟ ਤੇ ਘੱਟ ਤੋਂ ਘੱਟ ਦਬਾਅ ਪਵੇ। ਤੁਸੀਂ ਦੋਨੋਂ ਉਲਟੀ ਦਿਸ਼ਾ ਵਿਚ ਵੀ ਲੇਟ ਸਕਦੇ ਹੋ ਤਾਂ ਜੋ ਪੇਟ ਦਾ ਉਭਾਰ ਵਿਚ ਨਾ ਆਵੇ।

■ਹੋ ਸਕਦਾ ਹੈ ਕਿ ਤੁਹਾਨੂੰ ਸੰਭੋਗ ਦਾ ਮੌਕਾ ਨਾ ਮਿਲੇ ਤਾਂ ਆਨੰਦ ਲੈਣ ਦੇ ਕੁਝ ਬਦਲਵੇਂ ਉਪਾਅ ਲੱਭੋ: ਜਿਵੇਂ-ਹਸਤਮੈਥੁਨ, ਮੁਖਮੈਥੁਨ ਜਾਂ ਫਿਰ ਦੋ-ਤਰਫਾ ਮਾਲਸ਼ ਆਦਿ।

ਖ਼ੂਨ ਪ੍ਰਵਾਹ ਵੱਧ ਗਿਆ ਹੈ। ਇਸਲਈ ਉਹ ਕਾਮੁਕਤਾ ਮਹਿਸੂਸ ਕਰਦੀ ਹੈ। ਇੰਝ ਵੀ ਹੋ ਸਕਦਾ ਸੀ ਕਿ ਉਸ ਦੀ ਸੈਕਸ ਵਿਚ ਬਿਲਕੁਲ ਰੁਚੀ ਨਾ ਰਹਿੰਦੀ। ਜੇਕਰ ਡਾਕਟਰ ਨੇ ਹਰੀ ਝੰਡੀ ਦਿੱਤੀ ਹੋਵੇ ਤਾਂ ਇਸਿ ਵਚ ਕੋਈ ਹਰਜ ਨਹੀਂ ਹੈ। ਜਦੋਂ ਵੀ ਉਸ ਦਾ ਮੂਡ ਹੋਵੇ ਤਾਂ ਤੁਸੀਂ ਵੀ ਤਿਆਰ ਹੋ ਜਾਓ। ਹਾਂ, ਇਸਸਮੇਂ ਪੁਰਾਣੇ ਢੰਗ ਨਾਲ ਚੱਲਣ ਦੀ ਥਾਂ ਉਸ ਦੀ ਪਸੰਦ ਨਾ ਪਸੰਦ ਦਾ ਖ਼ਾਸ ਧਿਆਨ ਰੱਖੋ। ਇਨ੍ਹਾਂ ਮਹੀਨਿਆਂ ਵਿਚ ਉਸ ਦੀ ਕਾਮੁਕਤਾ ਵਿਚ ਕਈ ਤਰ੍ਹਾਂ ਦੇ ਬਦਲਾਅ ਆਉਣਗੇ ਅਤੇ ਤੁਹਾਨੂੰ ਉਸ ਦੇ ਮੂਡ ਦੇ ਹਿਸਾਬ ਨਾਲ ਚੱਲਣਾ ਹੋਵੇਗਾ।

**"ਮੇਰੀ ਪਤਨੀ ਕਾਫ਼ੀ ਸੈਕਸੀ ਸੀ ਪ੍ਰੰਤੂ ਗਰਭਕਾਲ ਦਾ ਸਮਾਚਾਰ ਮਿਲਣ ਤੋਂ ਬਾਦ ਤੋਂ ਤਾਂ ਉਸ ਨੇ ਸੈਕਸ ਵਿਚ ਰੁਚੀ ਲੈਣਾ ਹੀ ਛੱਡ ਦਿੱਤਾ ਹੈ?"**

ਇਨ੍ਹਾਂ ਦਿਨਾਂ ਵਿਚ ਆਮ ਰੂਪ ਵਿਚ ਸੈਕਸ ਸੰਬੰਧ ਜੀਉਣ ਵਾਲੇ ਪਤੀ-ਪਤਨੀ ਦੇ ਸੰਬੰਧਾਂ ਵਿਚ ਵੀ ਬਦਲਾਅ ਆ ਜਾਂਦਾ ਹੈ। ਕਿਉਂਕਿ ਕਈ ਸਰੀਰਕ ਤੇ ਮਾਨਸਿਕ ਕਾਰਣ, ਸੈਕਸ ਦੀ ਇੱਛਾ, ਆਨੰਦ ਤੇ ਪ੍ਰਦਰਸ਼ਨ ਨੂੰ ਪ੍ਰਭਾਵਿਤ ਕਰਦੇ ਹਨ। ਹੋ ਸਕਦਾ ਹੈ ਕਿ ਪਤਨੀ ਦਾ ਭਰਿਆ-2 ਬਦਿਲਾ ਰੂਪ ਤੁਹਾਡਾ ਮੂਡ ਬਣਾ ਦੇਂਦਾ ਹੋਵੇ ਤਾਂ ਤੁਹਾਨੂੰ ਆਪਣੇ ਬੱਚੇ ਦੀ ਹੋਣ ਵਾਲੀ ਮਾਂ ਤੇ ਜ਼ਿਆਦਾ ਲਾੜ ਆਣ ਲਗੇ ਪ੍ਰੰਤੂ ਜਿਸ ਤਰ੍ਹਾਂ ਤੁਹਾਡੀ ਇਹ ਇੱਛਾ ਸੁਭਾਵਕ ਹੈ।

ਉਸੇ ਤਰ੍ਹਾਂ ਤੁਹਾਡੇ ਸਾਥੀ ਦੀ ਸੈਕਸ ਵਿਚ ਰੁਚੀ ਘੱਟਣਾ ਵੀ ਸੁਭਾਵਕ ਹੈ। ਇਨ੍ਹਾਂ ਦਿਨਾਂ ਵਿਚ ਪੇਟ ਤੇ ਲੱਤਾਂ ਵਿਚ ਦਰਦ ਹੋ ਸਕਦਾ ਹੈ। ਉਸ ਦੀ ਊਰਜਾ ਦਾ ਪੱਧਰ ਘੱਟ ਹੋਇਆ ਹੋ ਸਕਦਾ ਹੈ ਜਾਂ ਉਸ ਨੂੰ ਆਪਣੇ ਪੇਟ ਦੇ ਉਭਾਰ ਤੋਂ ਖਿੜ੍ਹ ਹੋ ਸਕਦੀ ਹੈ ਜਾਂ ਉਹ ਮਾਂ/ਪ੍ਰੇਮਿਕਾ ਦੇ ਰੋਲ ਵਿਚ ਸੰਤੁਲਨ ਨਹੀਂ ਬਣਾ ਸਕਦੀ ਹੋਵੇ।

ਜੇਕਰ ਉਹ ਮੂਡ ਵਿਚ ਨਾ ਹੋਵੇ ਤਾਂ ਇਸ ਨੂੰ ਵਿਅਕਤੀਗਤ ਰੂਪ ਵਿਚ ਨਾ ਲਉ। ਉਸ ਦਾ ਮੂਡ ਬਣਨ ਦਾ ਇੰਤਜ਼ਾਰ ਕਰੋ। ਉਸ ਦੀ 'ਨਾ' ਨੂੰ ਸੁਣਨ ਤੋਂ ਬਾਦ ਵੀ ਮੁਸਕਰਾਓ ਤੇ ਉਸ ਨੂੰ ਅਹਿਸਾਸ ਦਿਵਾਓ ਕਿ ਤੁਸੀਂ ਹੁਣ ਵੀ ਉਸ ਨੂੰ ਪਹਿਲਾਂ ਵਾਂਗ ਹੀ ਚਾਹੁੰਦੇ ਹੋ। ਯਾਦ ਰੱਖੋ ਕਿ ਇਸ ਸਮੇਂ ਉਸ ਦਾ ਦਿਮਾਗ ਕਾਫ਼ੀ ਉਲਝਿਆ ਹੋਇਆ ਹੈ ਉਹ ਤੁਹਾਡੀ ਸੈਕਸ ਇੱਛਾ ਨੂੰ ਵੱਧ ਅਹਿਮੀਅਤ ਨਹੀਂ ਦੇ ਸਕੇਗੀ।

ਹੋ ਸਕਦਾ ਹੈ ਕਿ ਦੂਜੀ ਤਿਮਾਹੀ ਵਿਚ ਉਸ ਦੀ ਇੱਛਾ ਸੁਭਾਵਕ ਰੂਪ ਵਿਚ ਵਾਪਸ ਆਏ ਪ੍ਰੰਤੂ ਆਣ ਵਾਲੇ ਮਹੀਨਿਆਂ ਵਿਚ ਕਿਸੇ ਵੀ ਤਰ੍ਹਾਂ ਦੇ ਬਦਲਾਅ ਆ ਸਕਦੇ ਹਨ। ਤੁਹਾਨੂੰ ਸਰੀਰਕ ਸੰਬੰਧ ਬਣਾਏ ਬਿਨਾਂ ਵੀ ਇਕ-ਦੂਜੇ ਦੇ ਵਿਚ ਪਿਆਰ ਦਾ ਰਿਸ਼ਤਾ ਬਣਾਈ ਰਖਣਾ ਹੈ। ਉਸ ਨੂੰ ਅਹਿਸਾਸ ਦਿਵਾਉਣਾ ਹੈ ਕਿ ਤੁਹਾਡੇ ਦੋਨਾਂ ਦਾ ਰਿਸ਼ਤਾ ਕੇਵਲ ਤਨ ਦਾ ਹੀ ਨਹੀਂ, ਮਨ ਦਾ ਵੀ ਹੈ।

ਰੋਮਾਂਸ ਤੇ ਆਪਸੀ ਗੱਲਬਾਤ ਅਤੇ ਅਲਿੰਗਨ ਨੂੰ ਨਾ ਭੁੱਲੋ। ਉਸ ਨੂੰ ਇਸ ਸਮੇਂ ਇਨ੍ਹਾਂ ਦੀ ਹੀ ਸਭ ਤੋਂ ਵੱਧ ਲੋੜ ਹੈ। ਉਸ ਨੂੰ ਇਹ ਕਹਿਣਾ ਨਾ ਭੁੱਲੋ ਕਿ ਗਰਭਵਤੀ ਹੋਣ ਦੇ ਬਾਵਜੂਦ ਉਹ ਕਿੰਨੀ ਸੈਕਸੀ ਅਤੇ ਸੁੰਦਰ ਦਿਖਦੀ ਹੈ। ਇਹ ਸੁਣਕੇ ਉਸ ਨੂੰ ਚੰਗਾ ਲਗੇਗਾ।

**"ਇਨਾਂ ਦਿਨਾਂ ਵਿਚ ਮੇਰੀ ਸੈਕਸ ਵਿਚ ਇੰਨੀ ਰੁਚੀ ਨਹੀਂ ਰਹੀ। ਕੀ ਇਹ ਆਮ ਹੈ?"**

ਸੰਭਾਵੀ ਮਾਵਾਂ ਦੀ ਤਰ੍ਹਾਂ ਸੰਭਾਲੀ ਪਿਤਾ ਨੂੰ ਵੀ ਸੈਕਸ ਦੇ ਮਾਮਲੇ ਵਿਚ ਮੂਡ ਦੇ ਉਤਾਰ-ਚੜਾਅ ਦਾ ਸਾਮ੍ਹਣਾ ਕਰਨਾ ਪੈਂਦਾ ਹੈ। ਤੁਹਾਡੀ ਸੈਕਸ ਵਿਚ ਰੁਚੀ ਕਿਉਂ ਨਹੀਂ ਰਹੀ, ਇਸ ਦੇ ਵੀ ਕਈ ਕਾਰਣ ਹੋ ਸਕਦੇ ਹਨ। ਹੋ ਸਕਦਾ ਹੈ ਕਿ ਤੁਹਾਡੇ ਦੋਨਾਂ ਨੇ ਗਰਭ ਧਾਰਣ ਨੂੰ ਇੰਨੀ ਗੰਭੀਰਤਾ ਨਾਲ ਲਿਆ ਹੋਵੇ ਕਿ ਹੁਣ ਇਹ ਸਖ਼ਤ ਮਿਹਨਤ ਲੱਗਣ ਲਗਿਆ ਹੈ। ਹੋ ਸਕਦਾ ਹੈ ਕਿ ਤੁਹਾਡਾ ਪੂਰਾ ਧਿਆਨ ਆਣ ਵਾਲੇ ਬੱਚੇ ਤੇ ਕੇਂਦ੍ਰਿਤ ਹੋ ਗਿਆ ਹੋਵੇ ਜਾਂ ਫਿਰ ਤੁਸੀਂ ਆਪਣੇ ਸਾਥੀ ਦੇ ਬਦਲਦੇ ਆਕਾਰ ਦੇ ਨਾਲ ਤਾਲਮੇਲ ਨਾ ਰੱਖ ਸਕਦੇ ਹੋਵੋ। ਇਹ ਡਰ ਵੀ ਹੋ ਸਕਦਾ ਹੈ ਕਿ ਕਿਤੇ ਤੁਸੀਂ ਸੈਕਸ ਦੌਰਾਨ ਆਪਣੇ ਸਾਥੀ ਤੇ ਬੱਚੇ ਨੂੰ ਚੋਟ ਨਾ ਪਹੁੰਚਾ ਦਿਉ। ਜਾਂ ਤੁਹਾਨੂੰ ਲਗ ਸਕਦਾ ਹੈ ਕਿ ਤੁਸੀਂ ਕਿਸੇ ਮਾਂ ਬਣਨ ਵਾਲੀ ਔਰਤ ਨਾਲ ਸੰਬੰਧ ਕਿਵੇਂ ਬਣਾ ਸਕਦੇ ਹੋ। ਕਈਵਾਰ ਸੰਭਾਵੀ ਪਿਤਾ ਵਿਚ ਆਉਣ ਵਾਲੇ ਹਾਰਮੋਨਲ ਕਾਰਣ ਵੀ ਇਸ ਦਾ ਕਾਰਣ ਹੁੰਦੇ ਹਨ।

ਕਈ ਵਾਰ ਆਪਣੀ ਗੱਲਬਾਤ ਦੀ ਘਾਟ ਨਾਲ ਵੀ ਗਲਤਫਹਿਮੀ ਪੈਦਾ ਹੁੰਦੀ ਹੈ। ਤੁਹਾਨੂੰ ਲਗਦਾ ਹੈ ਕਿ ਉਹ ਇਸ ਵਿਚ ਦਿਲਚਸਪੀ ਨਹੀਂ ਲੈ ਰਹੀ ਇਸ ਲਈ ਤੁਸੀਂ ਉਂਝ ਹੀ ਸੈਕਸ ਦੀ ਇੱਛਾ ਖ਼ਤਮ ਕਰ ਦੇਂਦੇ ਹੋ ਤੇ ਉਸ ਨੂੰ ਲਗਦਾ ਹੈ ਕਿ ਤੁਸੀਂ ਸੈਕਸ ਵਿਚ ਦਿਲਚਸਪੀ ਨਹੀਂ ਲੈ ਰਹੇ ਇਸ ਲਈ ਉਹ ਆਪਣਾ ਕਦਮ ਪਿੱਛੇ ਕਰ ਲੈਂਦੀ ਹੈ।

ਆਪਣੇ ਸੰਬੰਧਾਂ ਵਿਚ ਸੈਕਸ ਦੀ ਮਾਤਰਾ ਦੀ ਥਾਂ ਗੁਣਵੱਤਾ ਤੇ ਧਿਆਨ ਦਿਉ। ਚਾਹੇ ਥੋੜ੍ਹਾ ਹੋਵੇ ਪ੍ਰੰਤੂ ਇਹ ਅਨੁਮਾਨ ਆਪਣੇ ਆਪ ਵਿਚ ਭਰਪੂਰ ਹੋਣਾ ਚਾਹੀਦਾ ਹੈ। ਤੁਸੀਂ ਅਚਾਨਕ ਦਿੱਤੇ ਗਏ ਅਲਿੰਗਨ ਚੁੰਮਨ ਜਾਂ ਭਾਵਨਾਵਾਂ ਪ੍ਰਗਟ ਕਰਨ ਦੇ ਨਵੇਂ ਤਰੀਕਿਆਂ ਨਾਲ ਵੀ ਸੈਕਸ ਦਾ ਮੂਡ ਬਣਾ ਸਕਦੇ ਹੋ। ਗਰਭਕਾਲ ਦੇ ਸਰੀਰਕ ਤੇ ਭਾਵਨਾਤਮਕ ਬਦਲਾਵਾਂ ਨਾਲ ਸਮਝੌਤਾ ਕਰਨ ਤੋਂ ਬਾਅਦ ਅਚਾਨ ਤੁਹਾਡੇ ਦੋਨਾਂ ਦਾ ਮੂਡ ਬਣ ਜਾਏ ਤਾਂ ਇਸ ਵਿਚ ਹੈਰਾਨੀ ਵਾਲੀ ਕੋਈ ਗੱਲ ਨਹੀਂ ਹੋਵੇਗੀ।

ਇਹ ਵੀ ਹੋ ਸਕਦਾ ਹੈ ਕਿ ਪੂਰੇ ਨੌਂ ਮਹੀਨੇ ਜਾਂ ਫਿਰ ਉਸ ਤੋਂ ਅੱਗੇ ਤਕ ਵੀ ਤੁਸੀਂ ਸੈਕਸ ਵਿਚ ਬਿਲਕੁਲ ਦਿਲਚਸਪੀ ਨਾ ਲੈ ਸਕੋ ਬੱਚਾ ਆਉਣ ਦੇ ਕੁਝ ਮਹੀਨੇ ਤਕ ਤਾਂ ਉਂਝ ਹੀ ਜੋੜੇ ਇਸ ਪਾਸੇ ਉਦਾਸੀਨ ਹੋ ਜਾਂਦੇ ਹਨ। ਇਹ ਸਭ ਬਿਲਕੁਲ ਠੀਕ ਹੈ ਅਤੇ ਅਸਥਾਈ ਹੈ। ਉਦੋਂ ਤਕ ਇਹ ਧਿਆਨ ਦਿਉ ਕਿ ਬੱਚੇ ਦੀ ਦੇਖਭਾਲ, ਤੁਹਾਡੇ ਸੰਬੰਧਾਂ ਦੇ ਵਿਚ ਨਾ ਆਵੇ। ਰੁਮਾਂਸ ਨੂੰ ਆਪਣੇ ਵਿਚ ਜੀਵਿਤ ਰੱਖੋ। ਤੁਸੀਂ ਉਸ ਦੇ ਲਈ ਕੈਂਡਲ ਲਾਈਟ ਡਿਨਰ ਤਿਆਰ ਕਰ ਸਕਦੇ ਹੋ। ਉਸ ਨੂੰ ਸੈਕਸੀ ਨਾਇਟੀ ਜਾਂ ਫੁੱਲਾਂ ਦਾ ਤੋਹਫ਼ਾ ਦੇ ਸਕਦੇ ਹੋ। ਚਾਨਣੀ ਰਾਤ ਵਿਚ ਟਹਿਲਣ ਜਾ ਸਕਦੇ ਹੋ ਜਾਂ ਬਿਸਤਰੇ ਵਿਚ ਬੈਠ ਕੇ ਗਰਮ ਕੋਕੋ ਦਾ ਮਜ਼ਾ ਲੈ ਸਕਦੇ ਹੋ। ਆਪਣੇ ਡਰ ਤੇ ਭਾਵਨਾਵਾਂ ਉਸ ਦੇ ਨਾਲ ਵੰਡੋ ਤੇ ਉਸ ਨੂੰ ਵੀ ਇੰਝ ਕਰਨ ਲਈ ਪ੍ਰੇਰਿਤ ਕਰੋ। ਅਲਿੰਗਨ ਤੇ ਚੁੰਮਣਾਂ ਦੀ ਬੁਛਾਰ ਰੁਕਣ ਨਾ ਦਿਵ੍ਹ।

ਆਪਣੀ ਪਤਨੀ ਨੂੰ ਅਹਿਸਾਸ ਦੇਵੋ ਕਿ ਉਸ ਦੀ ਸਰੀਰਕ ਜਾਂ ਭਾਵਨਾਤਮਕ ਅਵਸਥਾ ਦੇ ਕਾਰਣ, ਤੁਹਾਡੀ ਸੈਕਸ ਵਿਚ ਦਿਲਚਸਪੀ ਨਹੀਂ ਘਟੀ। ਆਪਣੀ ਗਰਭਕਾਲ ਦਿੱਖ ਦੇ ਕਾਰਣ ਉਹ ਪਹਿਲਾਂ ਹੀ ਕਾਫ਼ੀ ਪ੍ਰੇਸ਼ਾਨ ਹੋਵੇਗੀ। ਉਸ ਨੂੰ ਆਪਣੇ ਛੂਹ ਤੇ ਸ਼ਬਦਾਂ ਨਾਲ ਜਤਾਓ ਕਿ ਉਹ ਤੁਹਾਨੂੰ ਪਹਿਲਾਂ ਤੋਂ ਵੀ ਕਿਤੇ ਵੱਧ ਆਕਰਸ਼ਕ ਤੇ ਖ਼ੂਬਸੂਰਤ ਲਗਦੀ ਹੈ।

**"ਹਾਲਾਂਕਿ ਡਾਕਟਰ ਨੇ ਕਹਿ ਦਿੱਤਾ ਹੈ ਕਿ ਗਰਭਕਾਲ ਦੌਰਾਨ ਸੈਕਸ ਕਰਨਾ ਸੁਰੱਖਿਅਤ ਰਹੇਗਾ ਪ੍ਰੰਤੂ ਮੈਨੂੰ ਡਰ ਹੈ ਕਿ ਇੰਝ ਕਰਨ ਨਾਲ ਮੇਰੀ ਪਤਨੀ ਤੇ ਬੱਚੇ ਨੂੰ ਸੱਟ ਨਾ ਪਹੁੰਚੇ।"**

ਕਈ ਸੰਭਾਵੀ ਪਿਤਾ ਨੂੰ ਅਕਸਰ ਇਸੇ ਡਰ ਦਾ ਸਾਹਮਣਾ ਕਰਨਾ ਪੈਂਦਾ ਹੈ। ਇਸ ਵਿਚ ਹੈਰਾਨੀ ਦੀ ਕੋਈ ਗੱਲ ਨਹੀਂ ਹੈ। ਆਪਣੀ ਪਤਨੀ ਤੇ ਬੱਚੇ ਦੀ ਸੁਰੱਖਿਆ ਨੂੰ ਪਹਿਲ ਦੇਣਾ ਸੁਭਾਵਿਕ ਹੀ ਹੈ।

ਪ੍ਰੰਤੂ ਇਥੇ ਡਰਨ ਦੀ ਥਾਂ ਡਾਕਟਰ ਦੀ ਗੱਲ ਤੇ ਧਿਆਨ ਦਿਉ। ਜੇਕਰ ਉਨ੍ਹਾਂ ਤੁਹਾਨੂੰ ਡਿਲੀਵਰੀ ਤਕ ਸੈਕਸ ਕਰਨ ਦੀ ਹਰੀ ਝੰਡੀ ਦੇ ਦਿੱਤੀ ਹੈ ਤਾਂ ਡਰ ਕੀ। ਬੱਚਾ ਆਪਣੀ ਬੱਚੇਦਾਨੀ ਵਾਲੇ ਘਰ ਵਿਚ ਪੂਰੀ ਤਰ੍ਹਾਂ ਸੁਰੱਖਿਅਤ ਤੇ ਸੀਲਬੰਦ ਹੈ ਅਤੇ ਤੁਹਾਡੇ ਪਹੁੰਚ ਤੋਂ ਕਾਫ਼ੀ ਦੂਰ ਹੈ ਉਹ ਤੁਹਾਡੀਆਂ ਗਤੀ-ਵਿਧੀਆਂ ਤੋਂ ਪੂਰੀ ਤਰ੍ਹਾਂ ਅਣਜਾਨ ਹੈ ਅਤੇ ਨਾ ਹੀ ਉਸ ਨੂੰ ਇਸ ਪ੍ਰਕ੍ਰਿਆ ਨਾਲ ਕੋਈ ਸੱਟ ਲਗ ਸਕਦੀ ਹੈ। ਤੁਹਾਡੀ ਪਤਨੀ ਨੂੰ ਜਿਸਮਾਨੀ ਸੁੱਖ ਤੋਂ ਬਾਦ ਜੋ ਹਲਕਾ ਖਿਚਾਅ ਹੋਵੇ ਉਹ ਇੰਨਾ ਤੇਜ ਨਹੀਂ ਹੋਵੇਗਾ ਕਿ ਕਿਸੀ ਆਮ ਗਰਭਕਾਲ ਵਿਚ ਸਮੇਂ ਤੋਂ ਪਹਿਲਾਂ ਪ੍ਰਸੂਤ ਹੋ ਜਾਏ। ਹਾਲਾਂਕਿ ਖੋਜ ਤੋਂ ਪਤਾ ਲਗਾ ਹੈ ਕਿ ਇਸ ਵਾਲੇ ਗਰਭਕਾਲ ਵਿਚ ਜੋ ਔਰਤਾਂ ਸੈਕਸ ਵਿਚ ਲਗੀਆਂ ਰਹਿੰਦੀਆਂ ਹਨ, ਉਨ੍ਹਾਂ ਦਾ ਪ੍ਰਸੂਤ ਸਮੇਂ ਤੋਂ ਪਹਿਲਾਂ ਨਹੀਂ ਹੋਵੇਗਾ। ਇਸ ਤਰ੍ਹਾਂ

ਤੁਹਾਡੀ ਪਤਨੀ ਨੂੰ ਕੋਈ ਸੱਟ ਨਹੀਂ ਲਗ ਸਕੇਗੀ। ਸਗੋਂ ਉਸ ਦੀਆਂ ਸਰੀਰਕ ਤੇ ਭਾਵਨਾਤਮਕ ਲੋੜਾਂ ਪੂਰੀਆਂ ਹੋਣਗੀਆਂ। ਉਸ ਨੂੰ ਤੁਹਾਡੇ ਤੋਂ ਆਪਣੇਪਨ ਦਾ ਅਹਿਸਾਸ ਹੋਵੇਗਾ, ਇਸ ਸਮੇਂ ਉਸ ਨੂੰ ਇਸ ਦੀ ਸਭ ਤੋਂ ਵੱਧ ਜ਼ਰੂਰਤ ਹੈ। ਹਾਲਾਂਕਿ ਤੁਹਾਨੂੰ ਇਸ ਪ੍ਰਕ੍ਰਿਆ ਵਿਚ ਥੋੜ੍ਹੀ ਸਾਵਧਾਨੀ ਵਰਤਣੀ ਹੋਵੇਗੀ, ਇਸ ਤੋਂ ਇਲਾਵਾ ਹੋਰ ਕੋਈ ਡਰ ਦੀ ਗੱਲ ਨਹੀਂ ਹੈ।

ਜੇਕਰ ਹੁਣ ਵੀ ਇਸ ਵਿਸ਼ੇ ਤੇ ਚਿੰਤਾਤੁਰ ਹੋ ਤਾਂ ਆਪਣੀ ਪਤਨੀ ਨੂੰ ਪੂਰੀ ਇਮਾਨਦਾਰੀ ਨਾਲ ਖੁਲ੍ਹਕੇ ਆਪਣੀਆਂ ਭਾਵਨਾਵਾਂ ਦਸ ਦਿਉ।

## ਇਹ ਤੁਹਾਡੇ ਹਾਰਮੋਨ ਹਨ

ਖੋਜ ਤੋਂ ਪਤਾ ਗਲਾ ਹੈ ਕਿ ਸੰਭਾਵੀ ਪਿਤਾ ਦੇ ਸਰੀਰ ਵਿਚ ਵੀ ਫੀਮੇਲ ਸੈਕਸ ਹਾਰਮੋਨ ਬਣਨ ਲਗਦਾ ਹੈ। ਉਨ੍ਹਾਂ ਵਿਚ ਵੀ ਗਰਭਕਾਲ ਦੇ ਉਹੀ ਲੱਛਣ ਆਣ ਲਗਦੇ ਹਨ ਜੋ ਔਰਤਾਂ ਵਿਚ ਪਾਏ ਜਾਂਦੇ ਹਨ। ਉਨ੍ਹਾਂ ਵਿਚ ਇਕ ਤਰ੍ਹਾਂ ਦੀ ਕੋਮਲਤਾ ਆ ਜਾਂਦੀ ਹੈ।

ਡਿਲੀਵਰੀ ਦੇ 3-6 ਮਹੀਨੇ ਬਾਦ ਇਹ ਹਾਰਮੋਨਜ਼ ਆਪਣੀ ਆਮ ਸਥਿਤੀ ਵਿਚ ਆ ਜਾਂਦੇ ਹਨ। ਫਿਰ ਤੋਂ ਸੈਕਸ ਜੀਵਨ ਉਸੀ ਤਰ੍ਹਾਂ ਆਮ ਰੂਪ ਵਿਚ ਚੱਲਣ ਲਗਦਾ ਹੈ ਅਤੇ ਸੈਕਸ ਵਿਚ ਦਿਲਚਸਪੀ ਵੱਧ ਜਾਂਦੀ ਹੈ।

## ਗਰਭਕਾਲ ਨਾਲ ਜੁੜੇ ਸੁਪਨੇ

**''ਮੈਨੂੰ ਕਾਫ਼ੀ ਅਜੀਬ ਸੁਪਨੇ ਆ ਰਹੇ ਹਨ। ਮੈਂ ਸਮਝ ਨਹੀਂ ਸਕਦਾ ਕਿ ਮੈਂ ਕੀ ਕਰਾਂ''?**

ਇਨ੍ਹਾਂ ਦਿਨਾਂ ਵਿਚ ਤੁਹਾਡੇ ਸੁਪਨਿਆਂ ਦੀ ਦੁਨੀਆਂ, ਹਕੀਕਤ ਤੋਂ ਕਿਤੇ ਵੱਧ ਰੋਚਕ ਹੋ ਗਈ ਹੈ। ਸੰਭਾਵੀ ਮਾਂ ਦੀ ਤਰ੍ਹਾਂ ਪਿਤਾ ਦੇ ਲਈ ਵੀ ਗਰਭਕਾਲ ਗਹਿਰੀਆਂ ਭਾਵਨਾਵਾਂ ਦਾ ਸਮਾਂ ਹੈ ਜਿਸ ਵਿਚ ਚੰਗੀ, ਬੁਰੀ ਤੇ ਖ਼ੁਸ਼ਨੁਮਾ ਭਾਵਨਾਵਾਂ, ਰੋਲਰ ਕੋਸਟਰ ਦੀ ਤਰ੍ਹਾਂ ਦਿਮਾਗ ਵਿਚ ਚੱਕਰ ਕੱਟਦੀਆਂ ਰਹਿੰਦੀਆਂ ਹਨ। ਇਨ੍ਹਾਂ ਵਿਚੋਂ ਕਈ ਭਾਵਨਾਵਾਂ ਸਾਡੇ ਅਚੇਤਨ ਮਨ ਵਿਚ ਵਸੀਆਂ ਹੁੰਦੀਆਂ ਹਨ ਅਤੇ ਮੌਕਾ ਮਿਲਦੇ ਹੀ ਸੁਪਨਿਆਂ ਵਿਚ ਖੁਲ੍ਹਕੇ ਸਾਹਮਣੇ ਆ ਜਾਂਦੀਆਂ ਹਨ। ਹੋ ਸਕਦਾ ਹੈ ਕਿ ਤੁਹਾਨੂੰ ਸੈਕਸ ਨਾਲ ਜੁੜੇ ਸੁਪਨੇ ਆਉਂਦੇ ਹੋਣ। ਤੁਹਾਨੂੰ ਇਹ ਚਿੰਤਾ ਸਤਾਂਦੀ ਹੋਵੇ ਕਿ ਇਸ ਬੱਚੇ ਦੇ ਆਣ ਨਾਲ ਤੁਹਾਡੇ ਸੈਕਸ ਜੀਵਨ ਤੇ ਕੀ ਪ੍ਰਭਾਵ ਪੈਣ ਵਾਲਾ ਹੈ। ਇਹ ਸਭ ਡਰ ਆਮ ਹੋਣ ਦੇ ਨਾਲ ਨਾਲ ਗੰਭੀਰ ਵੀ ਹਨ।

ਹੋ ਸਕਦਾ ਹੈ ਕਿ ਅੱਗੇ ਆਣ ਵਾਲੇ ਸੁਪਨਿਆਂ ਵਿਚ ਤੁਹਾਨੂੰ ਪੂਰਾ ਪਰਿਵਾਰ ਦਿੱਖਣ ਲਗੇ। ਹੋ ਸਕਦਾ ਹੈ ਕਿ ਤੁਸੀਂ ਮਾਤਾ-ਪਿਤਾ ਜਾਂ ਦਾਦਾ-ਦਾਦੀ ਨਾਲ ਜੁੜੇ ਸੁਪਨੇ ਦੇਖੋਂ, ਅਚੇਤਨ ਅਤੀਤ ਨੂੰ ਸੰਭਾਵੀ ਪੀੜ੍ਹੀ ਨਾਲ ਜੋੜਕੇ ਦੇਖਣਾ ਚਾਹ ਰਿਹਾ ਹੋਵੇ। ਹੋ ਸਕਦਾ ਹੈ ਕਿ ਤੁਸੀਂ ਖ਼ੁਦ ਨੂੰ ਸੁਪਨੇ ਵਿਚ ਬੱਚੇ ਦੇ ਰੂਪ ਵਿਚ ਦੇਖੋਂ। ਇਸ ਦਾ ਭਾਵ ਹੈ ਕਿ ਤੁਸੀਂ ਬੇਫਿਕਰ ਭਵਿੱਖ ਨੂੰ ਯਾਦ ਕਰ ਰਹੇ ਹੋ ਅਤੇ ਆਣ ਵਾਲੀਆਂ ਜ਼ਿੰਮੇਵਾਰੀਆਂ ਤੋਂ ਮੂੰਹ ਮੋੜ ਰਹੇ ਹੋਵੋਂ। ਤੁਸੀਂ ਖ਼ੁਦ ਨੂੰ ਵੀ ਗਰਭ ਧਾਰਣ ਕੀਤੇ ਦੇਖ ਸਕਦੇ ਹੋ। ਇੰਝ ਸਾਥੀ ਨਾਲ ਪਿਆਰ, ਈਰਖਾ ਦੇ ਕਾਰਨ ਹੋਵੇਗਾ ਕਿਉਂਕਿ ਉਹੀ ਸਭ ਦੇ ਆਕ੍ਰਸ਼ਣ ਦਾ ਕੇਂਦਰ ਬਿੰਦੂ ਹੈ ਜਾਂ ਤੁਸੀਂ ਅਣਜੰਮੇ ਬੱਚੇ ਨਾਲ ਆਪਣਾ ਨਾਤਾ ਜੋੜਣਾ ਚਾਹ ਰਹੇ ਹੋਵੋ ਇਹ ਵੀ ਹੋ ਸਕਦਾ ਹੈ ਕਿ ਤੁਸੀਂ ਸੁਪਨੇ ਵਿਚ ਦੇਖੋ ਕਿ ਤੁਸੀਂ ਬੱਚੇ ਦੀ ਕਾਰ ਸੀਟ ਦੀ ਬੈਲਟ ਬੰਨ੍ਹਣਾ ਭੁੱਲ ਗਏ। ਇਸ ਨਾਲ ਤੁਹਾਡੇ ਮਨ ਵਿਚ ਛੁਪੀ ਅਸੁਰੱਖਿਆ ਦਾ ਪਤਾ ਚਲਦਾ ਹੈ। ਸੁਪਨੇ ਵਿਚ ਬੱਚੇ ਨੂੰ ਸੰਭਾਲਦੇ ਦੇਖ ਤੁਸੀਂ ਖ਼ੁਦ ਨੂੰ ਨਵੀਂ ਭੂਮਿਕਾ ਦੇ ਲਈ ਤਿਆਰ ਕਰਨਾ ਚਾਹ ਰਹੇ ਹੋਵੋ। ਇਕੱਲੇਪਨ ਤੇ ਉਦਾਸੀ ਨਾਲ ਜੁੜੇ ਸੁਪਨੇ ਆਣਾ ਵੀ ਆਮ ਹੈ।

ਇਸ ਤੋਂ ਇਲਾਵਾ ਤੁਸੀਂ ਕੋਈ ਬੱਚਾ ਪਾਣ, ਉਸ ਦੇ ਨਾਲ ਪਾਰਕ ਵਿਚ ਟਹਿਲਣ ਦਾ ਸੁਪਨਾ ਵੀ ਦੇਖ ਸਕਦੇ ਹੋ। ਇਸ ਨਾਲ ਤੁਹਾਡੇ ਮਨ ਦੀ ਉਤੇਜਨਾ ਪਤਾ ਲਗਦੀ ਹੈ। ਇਕ ਗੱਲ ਤਾਂ ਤੈਅ ਹੈ ਕਿ ਤੁਸੀਂ ਇਕੱਲੇ ਹੀ ਐਸੇ ਸੁਪਨੇ ਨਹੀਂ ਦੇਖ ਰਹੇ। ਇਕ ਦੂਜੇ ਦੇ ਨਾਲ ਸੁਪਨੇ ਵੰਡਣ ਨਾਲ ਦੋਨਾਂ ਦਾ ਆਪਸੀ ਪਿਆਰ ਵੱਧੇਗਾ ਤੇ ਤੁਸੀਂ ਉਨ੍ਹਾਂ ਨੂੰ ਵਧੇਰੇ ਗੰਭੀਰਤਾ ਨਾਲ ਨਹੀਂ ਲਉਗੇ।

## ਮੂਡ ਦਾ ਉਤਾਰ-ਚੜ੍ਹਾਅ

**''ਮੈਂ ਗਰਭਕਾਲ ਵਿਚ ਮੂਡ ਦੇ ਉਤਾਰ-ਚੜ੍ਹਾ ਸਬੰਧੀ ਪੜ੍ਹਿਆ ਸੀ ਪ੍ਰੰਤੂ ਮੈਂ ਇਸ ਦੇ ਲਈ ਤਿਆਰ ਨਹੀਂ ਸੀ। ਇਕ ਦਿਨ ਉਸਦਾ ਮੂਡ ਚੰਗਾ ਹੁੰਦਾ ਹੈ ਅਤੇ ਦੂਜੇ ਦਿਨ ਵਿਗੜ ਜਾਂਦਾ ਹੈ। ਮੈਨੂੰ ਤਾਂ ਕੁਝ ਸਮਝ ਨਹੀਂ ਆ ਰਿਹਾ।''**

ਗਰਭਕਾਲ ਹਾਰਮੋਨ ਦੀ ਅਨੋਖੀ ਦੁਨੀਆਂ ਵਿਚ ਤੁਹਾਡਾ ਸਵਾਗਤ ਹੈ। ਉਹ ਤੁਹਾਡੇ ਸਾਥੀ ਦੇ ਗਰਭ ਵਿਚ ਪਲ ਰਹੇ ਨੰਨ੍ਹੇ ਬੱਚੇ ਨੂੰ ਬਣਾਉਣ ਵਿਚ ਜੀ-ਜਾਨ ਨਾਲ ਜੁੜੇ ਹਨ। ਉਨ੍ਹਾਂ ਨੇ ਤੁਹਾਡੇ ਸਾਥੀ ਦੇ ਤਨ-ਮਨ ਤੇ ਆਪਣਾ ਕਾਬੂ ਕਰ ਦਿੱਤਾ ਹੈ। ਉਹ ਕਦੀ ਵੀ ਰੋ ਸਕਦੀ ਹੈ, ਉਤੇਜਿਤ ਹੋ ਸਕਦੀ ਹੈ ਬਹੁਤ ਖ਼ੁਸ਼ ਹੋ ਸਕਦੀ ਹੈ ਜਾਂ ਉਦਾਸੀ ਦੇ ਸਾਗਰ ਵਿਚ ਡੁੱਬ ਸਕਦੀ ਹੈ। ਦੂਜੀ ਤਿਮਾਹੀ ਵਿਚ ਇਹ ਹਾਰਮੋਨਜ਼ ਸੈੱਟ ਹੋ ਜਾਣਗੇ ਤਾਂ ਵੀ ਤੁਹਾਨੂੰ ਉਸ ਦੇ ਭਾਵਨਾਤਮਕ ਉਤਾਰ-ਚੜਾਅ ਦਾ ਸਾਮ੍ਹਣਾ ਕਰਨਾ ਹੋਵੇਗਾ। ਇੰਝ ਹੋਣ ਵਾਲੇ ਪਾਪਾ ਕੀ ਕਰਨਗੇ :-

**ਹੌਸਲਾ ਰੱਖਣ**:- ਗਰਭਕਾਲ ਨੌਂ ਮਹੀਨੇ ਵਿਚ ਹੀ ਖ਼ਤਮ ਹੋ ਜਾਏਗਾ। ਇਸ ਦੇ ਬੀਤਦੇ ਹੀ ਖ਼ੁਸ਼ੀਆਂ ਨਾਲ ਭਰੀ ਪੋਟਲੀ ਤੁਹਾਡੇ ਹੱਥਾਂ ਵਿਚ ਹੋਵੇਗੀ ਉਦੋਂ ਤੱਕ ਆਪਣਾ ਨਜ਼ਰੀਆ ਆਸ਼ਾਵਾਦੀ ਰੱਖੋ ਤੇ ਹੌਸਲਾ ਬਣਾਈ ਰੱਖੋ।

**ਨਿੱਜੀ ਰੂਪ ਵਿਚ ਨਾ ਲਉ**:- ਉਸ ਦੇ ਚੀਕਣ-ਚਿਲਾਉਣ ਨੂੰ ਨਿੱਜੀ ਤੌਰ ਤੇ ਨਾ ਲਉ। ਇਹ ਸਭ ਉਸ ਦੇ ਵੀ ਵੱਸ ਤੋਂ ਬਾਹਰ ਹੈ। ਇਹ ਸਭ ਹਾਰਮੋਨ ਦੇ ਕਾਰਣ ਹੋ ਰਿਹਾ ਹੈ। ਉਸ ਨੂੰ ਇਹ ਸਭ ਪਤਾ ਤਾਂ ਚਲਦਾ ਹੈ ਪਰ ਉਹ ਕੁਝ ਨਹੀਂ ਕਰ ਸਕਦੀ। ਉਹ ਇਸ ਵਰਤਾਓ ਤੋਂ ਖ਼ੁਸ਼ ਨਹੀਂ ਹੈ ਪ੍ਰੰਤੂ ਬੇਬੱਸ ਹੈ।

**ਮਦਦ ਕਰੋ**:- ਜੀ ਹਾਂ, ਉਸ ਨੂੰ ਤੁਹਾਡੀ ਮਦਦ ਚਾਹੀਦੀ ਹੈ। ਜਦੋਂ ਵੀ ਉਸ ਦਾ ਮੂਡ ਉਖੜੇ ਤਾਂ ਉਸ ਨੂੰ ਕੁਝ ਖਾਣ ਦੇ ਲਈ ਦਿਉ। ਕਸਰਤ ਨਾਲ ਵੀ ਲਾਭ ਹੋ ਸਕਦਾ ਹੈ। ਉਸ ਡਰ ਤੇ ਅਸੁਰੱਖਿਆ ਸਬੰਧੀ ਗੱਲ ਕਰੋ। ਰਾਤ ਨੂੰ ਦੋਨੋਂ ਖਾਣ ਤੋਂ ਬਾਦ ਘੁੰਮਣ ਲਈ ਨਿਕਲੋ।

**ਘਰ ਦੇ ਕੰਮ**:- ਲਾਂਡਰੀ, ਬਰਤਨ ਆਦਿ ਘਰ ਦੇ ਕਿੰਨੇ ਹੀ ਕੰਮ ਹੁੰਦੇ ਹਨ ਜੋ ਤੁਸੀਂ ਕਰ ਸਕਦੇ ਹੋ। ਉਹ ਤੁਹਾਡੇ ਇਸ ਵਰਤਾਓ ਦੀ ਤਾਰੀਫ਼ ਕਰੇਗੀ ਅਤੇ ਤੁਹਾਨੂੰ ਉਸ ਦਾ ਖ਼ੁਸ਼ੀ ਵਾਲਾ ਮੂਡ ਦੇਖਕੇ ਚੰਗਾ ਲਗੇਗਾ।

## ਪ੍ਰੈਗਨੈਂਸੀ ਵਿਚ ਤੁਹਾਡਾ ਮੂਡ

**''ਜਦੋਂ ਤੋਂ ਉਸ ਦੀ ਪ੍ਰੈਗਨੈਂਸੀ ਦਾ ਪਤਾ ਲੱਗਾ ਹੈ। ਮੇਰਾ ਸੁਭਾਅ ਕਾਫ਼ੀ ਅਜੀਬ ਜਿਹਾ ਹੋ ਗਿਆ ਹੈ। ਮੈਨੂੰ ਨਹੀਂ ਪਤਾ ਸੀ। ਕਿ ਇਨ੍ਹਾਂ ਦਿਨਾਂ ਵਿਚ ਪਿਤਾ ਵੀ ਡਿਪ੍ਰੈਸ਼ਨ ਵਿਚ ਆ ਜਾਂਦੇ ਹਨ।''**

ਪਿਤਾ ਨੂੰ ਵੀ ਪ੍ਰੈਗਨੈਂਸੀ ਦੇ ਡਿਪ੍ਰੈਸ਼ਨ ਦਾ ਸਾਮ੍ਹਣਾ ਕਰਨਾ ਪੈਂਦਾ ਹੈ। ਹਾਲਾਂਕਿ ਤੁਸੀਂ ਪੂਰੀ ਤਰ੍ਹਾਂ ਨਾਲ ਆਪਣੇ ਹਾਰਮੋਨਜ਼ ਨੂੰ ਇਸ ਦੇ ਲਈ ਦੋਸ਼ੀ ਨਹੀਂ ਠਹਿਰਾ ਸਕਦੇ ਪ੍ਰੰਤੂ ਫਿਰ ਵੀ ਮੂਡ ਵਿਚ ਉਤਾਰ-ਚੜਾਅ ਤਾਂ ਆਉਂਦਾ ਹੀ ਹੈ। ਡਰ, ਘਬਰਾਹਟ ਤੇ ਬੇਚੈਨ ਤੁਹਾਡਾ ਵੀ ਪਿੱਛਾ ਨਹੀਂ ਛੱਡਦੇ।

ਆਪਣੀਆਂ ਭਾਵਨਾਵਾਂ ਪ੍ਰਗਟ ਕਰੋ। ਹਰ ਰੋਜ਼ ਆਪਸੀ ਗੱਲਬਾਤ ਦੇ ਲਈ ਸਮਾਂ ਕੱਢੋ। ਕਿਸੀ ਨਵੇਂ ਨਵੇਂ ਪਿਤਾ ਬਣੇ ਦੋਸਤ ਨਾਲ ਗੱਲ ਕਰੋ ਜਾਂ ਇਸ ਵਿਸ਼ੇ ਵਿਚ ਕਿਤਾਬਾਂ ਤੇ ਆੱਨਲਾਈਨ ਜਾਣਕਾਰੀ ਰਾਹੀਂ ਮਦਦ ਲਉ।

- ਥੋੜ੍ਹਾ ਜਿਹਾ ਵਰਕਆਊਟ ਕਾਫ਼ੀ ਲਾਭਦਾਇਕ ਹੋ ਸਕਦਾ ਹੈ। ਤੁਹਾਡੇ ਸਰੀਰ ਵਿਚ ਬਣਨ ਵਾਲੇ ਐਂਡੋਰਫਿਨ ਨਾਲ ਮੂਡ ਕਾਫ਼ੀ ਵਧੀਆ ਹੋ ਜਾਏਗਾ।
- ਬੱਚਾ ਆਣ ਵਾਲਾ ਹੈ। ਕਿਉਂ ਨਾ ਉਸ ਦੇ ਆਣ ਦੀਆਂ ਤਿਆਰੀਆਂ ਵਿਚ ਥੋੜ੍ਹਾ ਸਮਾਂ ਲਗਾਇਆ ਜਾਵੇ।
- ਸ਼ਰਾਬ ਤੋਂ ਬੱਚੋ। ਸ਼ਰਾਬ ਦੇ ਕਾਰਣ ਹੀ ਤੁਹਾਡੀ ਹਰ ਸਵੇਰ ਖਿਲੀ-2 ਤੇ ਤਾਜ਼ਾ ਨਹੀਂ ਹੁੰਦੀ। ਸ਼ਰਾਬ ਤੋਂ ਇਲਾਵਾ ਦੂਜੇ ਨਸ਼ਿਆਂ ਤੋਂ ਵੀ ਬੱਚੋ।
- ਜੇਕਰ ਇਨ੍ਹਾਂ ਸੁਝਾਵਾਂ ਨੂੰ ਅਪਨਾਉਣ ਤੋਂ ਬਾਦ ਵੀ ਡਿਪ੍ਰੈਸ਼ਨ ਨਾ ਜਾਏ। ਉਹ ਤੁਹਾਡੇ ਆਪਸੀ ਸੰਬੰਧਾਂ ਤੇ ਅਸਰ ਪਾਉਣ ਲਗੇ ਤਾਂ ਕਾਰੋਬਾਰੀ ਮਦਦ ਲੈਣ ਵਿਚ ਨਾ ਹਿਚਕਿਚਾਓ।

## ਪ੍ਰਸੂਤ ਤੇ ਡਿਲੀਵਰੀ ਦੀ ਚਿੰਤਾ

**''ਮੈਂ ਬੱਚੇ ਦੇ ਜਨਮ ਨੂੰ ਲੈ ਕੇ ਕਾਫ਼ੀ ਉਤਸਾਹਿਤ ਹਾਂ ਪ੍ਰੰਤੂ ਇਸ ਕਾਰਣ ਕਾਫ਼ੀ ਤਨਾਅ ਵੀ ਹੈ।''**

ਬਹੁਤ ਘੱਟ ਪਿਤਾ ਐਸੇ ਹੁੰਦੇ ਹਨ ਜਿਨ੍ਹਾਂ ਉਤੇ ਇਸ ਸਬੰਧੀ ਤਨਾਅ ਨਾ ਹੁੰਦਾ ਹੋਵੇ। ਇਥੋਂ ਤਕ ਕਿ ਸੈਂਕੜੇ ਡਿਲੀਵਰੀ ਕਰਵਾਉਣ ਵਾਲੇ ਡਾਕਟਰ ਵੀ ਆਪਣੇ ਬੱਚੇ ਦੇ ਜਨਮ ਦੇ ਸਮੇਂ ਘਬਰਾ ਜਾਂਦੇ ਹਨ।

ਪ੍ਰੰਤੂ ਉਹ ਸਭ ਆਪਣੀ ਘਬਰਾਹਟ ਤੇ ਕਾਬੂ ਪਾ ਕੇ ਆਪਣੇ ਸਾਥੀ ਨੂੰ ਪੂਰੀ ਤਰ੍ਹਾਂ ਨਾਲ ਸੰਭਾਲਣ ਦੇ ਲਈ ਤਿਆਰ ਵੀ ਹੋ ਜਾਂਦੇ ਹਨ। ਜੇਕਰ ਤੁਸੀਂ

ਚਾਇਲਡ ਬਰਥ ਕਲਾਸਾਂ ਵਿਚ ਜਾਓ ਤਾਂ ਆਪਣੇ ਡਰ ਤੇ ਘਬਰਾਹਟ ਤੇ ਕਾਫ਼ੀ ਹੱਦ ਤਕ ਕਾਬੂ ਪਾ ਸਕਦੇ ਹੋ।

ਤੁਹਾਨੂੰ ਇਸ ਵਿਸ਼ੇ ਦਾ ਮਾਹਰ ਬਣਨਾ ਹੋਵੇਗਾ ਕਿਉਂਕਿ ਜਾਣਕਾਰੀ ਨਾਲ ਅੱਧਾ ਡਰ ਨਿਕਲ ਜਾਂਦਾ ਹੈ। ਇੰਟਰਨੈਟ ਜਾਂ ਕਿਤਾਬਾਂ ਤੋਂ ਇਸ ਸਬੰਧੀ ਜਾਣਕਾਰੀ ਲਓ। ਲੇਬਰ ਤੇ ਡਿਲੀਵਰੀ ਦੀ ਡੀਵੀਡੀ ਦੇਖੋ। ਹਸਪਤਾਲ ਜਾਂ ਬਰਥ ਸੈਂਟਰ ਵਿਚ ਸਮੇਂ ਤੋਂ ਪਹਿਲਾਂ ਪਹੁੰਚੋ। ਤਾਂ ਜੋ ਉਥੋਂ ਦੇ ਮਾਹੌਲ ਤੋਂ ਜਾਣੂੰ ਹੋ ਸਕੋ।, ਆਪਣੇ ਉਪਰ ਇੰਨਾ ਦਬਾਅ ਮਹਿਸੂਸ ਨਾ ਕਰੋ। ਉਥੇ ਤੁਹਾਡੇ ਤੋਂ ਇਲਾਵਾ ਡਾਕਟਰ ਨਰਸ ਤੇ ਦਾਈ ਆਦਿ ਵੀ ਹੋਣਗੇ। ਜੇਕਰ ਤੁਸੀਂ ਕੁਝ ਭੁੱਲ ਵੀ ਗਏ ਤਾਂ ਉਹ ਸਭ ਸੰਭਾਲ ਲੈਣਗੇ। ਤੁਹਾਡੀ ਪਤਨੀ ਵੀ ਉਸ ਸਮੇਂ ਇਸ ਹਾਲਤ ਵਿਚ ਨਹੀਂ ਹੋਵੇਗੀ ਕਿ ਤੁਹਾਡੀ ਕਿਸੀ ਗੱਲ ਦਾ ਬੁਰਾ ਮੰਨੇ ਜਾਂ ਨਰਾਜ਼ਗੀ ਦਿਖਾਏ। ਤੁਹਾਡਾ ਉਥੇ ਹੋਣਾ ਤੇ ਤੁਹਾਡੀ ਛੂਹ ਹੀ ਉਸ ਦੇ ਲਈ ਕਾਫ਼ੀ ਹੋਵੇਗੀ।

ਹੁਣ ਵੀ ਪ੍ਰਦਰਸ਼ਨ ਦੇ ਲਈ ਚਿੰਤਾਤੁਰ ਹੋ। ਆਪਣੇ ਕਿਸੀ ਪਰਿਵਾਰਕ ਮੈਂਬਰ ਨੂੰ ਲੈ ਜਾਓ।

**"ਖ਼ੂਨ ਦੇਖਦੇ ਹੀ ਮੇਰੀ ਹਾਲਤ ਖ਼ਰਾਬ ਹੋ ਜਾਂਦੀ ਹੈ। ਡਿਲੀਵਰੀ ਸਮੇਂ ਕੀ ਹੋਵੇਗਾ?"**

ਜ਼ਿਆਦਾਤਰ ਸੰਭਾਵੀ ਪਿਤਾ ਡਿਲੀਵਰੀ ਦੇ ਸਮੇਂ ਦਿੱਖਣ ਵਾਲੇ ਖ਼ੂਨ ਸਬੰਧੀ ਸੋਚਕੇ ਘਬਰਾ ਜਾਂਦੇ ਹਨ। ਜਦੋਂ ਕਿ ਉਮੀਦ ਇਹੀ ਹੈ ਕਿ ਇਸ ਵੱਲ ਤਾਂ ਤੁਹਾਡਾ ਧਿਆਨ ਤਕ ਨਹੀਂ ਜਾਏਗਾ। ਬੱਚੇ ਨੂੰ ਦੇਖਣ ਦੀ ਉਤਸੁਕਤਾ ਇੰਨੀ ਹਾਵੀ ਹੋਵੇਗੀ ਕਿ ਕੁਝ ਹੋਰ ਦਿਖਾਈ ਹੀ ਨਹੀਂ ਦੇਵੇਗਾ।

ਜੇਕਰ ਖ਼ੂਨ ਦੇਖਦੇ ਹੀ ਘਬਰਾਹਟ ਹੋਵੇ ਤਾਂ ਆਪਣੇ ਸਾਥੀ ਦੇ ਚਿਹਰੇ ਤੇ ਧਿਆਨ ਦਿਉ। ਸਭ ਠੀਕ ਹੋ ਜਾਏਗਾ।

**"ਮੇਰੀ ਪਤਨੀ ਦੀ ਡਿਲੀਵਰੀ ਸੀ-ਸੈਕਸ਼ਨ ਨਾਲ ਹੋਣ ਵਾਲੀ ਹੈ। ਇਸ ਸਮੇਂ ਮੈਨੂੰ ਪਹਿਲਾਂ ਕੀ ਕੀ ਜਾਣਨਾ ਹੋਵੇਗਾ?"**

ਸੀ-ਸੈਕਸ਼ਨ ਸਬੰਧੀ ਜਿੰਨਾ ਜਾਣੋਗੇ, ਤੁਹਾਡੇ ਲਈ ਉਨਾਂ ਹੀ ਵਧੀਆ ਹੋਵੇਗਾ। ਤੁਹਾਡੀ ਪ੍ਰਤਿਕ੍ਰਿਆ ਦਾ ਸਾਥੀ ਤੇ ਗੰਭੀਰ ਅਸਰ ਹੋਵੇਗਾ। ਜੇਕਰ ਤੁਸੀਂ ਹੀ ਡਰ ਕੇ ਘਬਰਾ ਗਏ ਤਾਂ ਉਸ ਨੂੰ ਸਹਾਰਾ ਕੌਣ ਦੇਵੇਗਾ। ਇਸ ਸਬੰਧੀ ਜਾਣਕਾਰੀ ਲੈਣਾ ਹੀ ਤਨਾਅ ਘਟਾਉਣ ਦਾ ਸਭ ਤੋਂ ਵਧੀਆ ਤਰੀਕਾ ਹੋ ਸਕਦਾ ਹੈ। ਦੋਨੋਂ ਮਿਲ ਕੇ ਚਾਇਲਡ ਬਰਥ ਕਲਾਸ ਵਿਚ ਜਾਓ ਤੇ ਡਾਕਟਰ ਨਾਲ ਗੱਲਬਾਤ ਕਰੋ।

ਸੀ-ਸੈਕਸ਼ਨ ਪੂਰੀ ਤਰ੍ਹਾਂ ਸੁਰੱਖਿਅਤ ਹੁੰਦਾ ਹੈ। ਹਸਪਤਾਲਾਂ ਵਿਚ ਇਸ ਨੂੰ ਹੋਰ ਵੀ ਸਹਿਜ ਬਣਾਉਣ ਦੀ ਕੋਸ਼ਿਸ਼ ਕੀਤੀ ਜਾ ਰਹੀ ਹੈ ਤਾਂ ਜੋ ਤੁਸੀਂ ਓਪਰੇਸ਼ਨ ਦੇ ਨਾਮ ਤੋਂ ਹੀ ਥਰ-ਥਰ ਕੰਬਣ ਨਾ ਲਗੋ।

## ਜੀਵਨ ਦੇ ਬਦਲਾਵਾਂ ਪ੍ਰਤੀ ਚਿੰਤਾ

**"ਅਲਟ੍ਰਾਸਾਊਂਡ ਦੇਖਣ ਤੋਂ ਬਾਦ ਮੈਂ ਬੇਟੇ ਦੇ ਜਨਮ ਨੂੰ ਲੈ ਕੇ ਕਾਫ਼ੀ ਉਤਸਾਹਿਤ ਹਾਂ ਪ੍ਰੰਤੂ ਮੈਨੂੰ ਇਸ ਗੱਲ ਦੀ ਚਿੰਤਾ ਵੀ ਹੈ ਕਿ ਉਸ ਦੇ ਆਣ ਤੋਂ ਬਾਦ ਸਾਡੇ ਜੀਵਨ ਵਿਚ ਕਿੰਨਾ ਗਹਿਰਾ ਬਦਲਾਅ ਆ ਜਾਵੇਗਾ।"**

ਇਸ ਵਿਚ ਕੋਈ ਸ਼ੱਕ ਨਹੀਂ ਕਿ ਛੋਟੇ ਬੱਚੇ ਆਪਣੇ ਨਾਲ ਵੱਡੇ-ਵੱਡੇ ਬਦਲਾਅ ਲਿਆਂਦੇ ਹਨ। ਸਾਰੇ ਸੰਭਾਵੀ ਪਿਤਾ ਇਸ ਵਿਸ਼ੇ ਵਿਚ ਚਿੰਤਾਤੁਰ ਹੁੰਦੇ ਹਨ। ਜਦੋਂ ਉਹ ਗਰਭਕਾਲ ਦੀ ਪ੍ਰਕ੍ਰਿਆ ਵਿਚ ਭਾਵਨਾਤਮਕ ਰੂਪ ਨਾਲ ਜੁੜ ਜਾਂਦੇ ਹਨ ਤਾਂ ਉਨ੍ਹਾਂ ਦੇ ਮਨ ਵਿਚ ਇਹ ਡਰ ਨਹੀਂ ਰਹਿੰਦਾ। ਉਹ ਇਨ੍ਹਾਂ ਬਦਲਾਵਾਂ ਨੂੰ ਅਪਣਾਉਣ ਲਗਦੇ ਹਨ। ਤੁਸੀਂ ਵੀ ਹੋਲੀ-2 ਇਸ ਜ਼ਿੰਦਗੀ ਦੀਆਂ ਹਕੀਕਤਾਂ ਨੂੰ ਜਾਣਨ ਲਗੋਗੇ। ਸਾਨੂੰ ਲਗਦਾ ਹੈ ਕਿ ਤੁਸੀਂ ਹੇਠ-ਲਿਖੇ ਵਿਸ਼ੇ ਤੇ ਚਿੰਤਾਤੁਰ ਹੋਵੋਗੇ :-

**ਕੀ ਮੈਂ ਇਕ ਚੰਗਾ ਪਿਤਾ ਸਾਬਤ ਹੋਵਾਂਗਾ?:-** ਤੁਹਾਨੂੰ ਇਸ ਡਰ ਤੋਂ ਉਭਰ ਕੇ ਆਪਣੇ ਆਪ ਨੂੰ ਯਕੀਨ ਦਿਵਾਉਣਾ ਹੈ ਕਿ ਤੁਹਾਡੇ ਤੋਂ ਇਲਾਵਾ ਬੱਚੇ ਦੇ ਲਈ ਕੋਈ ਵਧੀਆ ਪਿਤਾ ਹੋ ਹੀ ਨਹੀਂ ਸਕਦਾ।

**ਕੀ ਸੰਬੰਧਾਂ ਵਿਚ ਬਦਲਾਅ ਆਵੇਗਾ?ਯ-** ਹਰ ਨਵੇਂ ਮਾਤਾ-ਪਿਤਾ ਦੇ ਸੰਬੰਧਾਂ ਵਿਚ ਥੋੜ੍ਹਾ ਬਦਲਾਅ ਤਾਂ ਆਉਂਦਾ ਹੀ ਹੈ। ਸਭ ਨੂੰ ਪ੍ਰਸੂਤ ਤੋਂ ਬਾਦ ਹੋਣ ਵਾਲੀਆਂ ਉਲਝਣਾਂ ਤੇ ਜ਼ਿੰਮੇਵਾਰੀਆਂ ਨਾਲ ਜੂਝਣਾ

## ਨਾਲ ਰਹੋ

ਪਿਤਾ ਦੇ ਰੂਪ ਵਿਚ ਨਵੇਂ ਜੀਵਨ ਦਾ ਆਰੰਭ ਕਰਨ ਜਾ ਰਹੇ ਹੋ ਤਾਂ ਬੱਚੇਦੇ ਨਾਲ ਵਧੇਰੇ ਸਮਾਂ ਬਿਤਾਉਣ ਦੀ ਕੋਸ਼ਿਸ਼ ਕਰੋ। ਹੋ ਸਕੇ ਤਾਂ ਦਫ਼ਤਰ ਤੋਂ ਛੁੱਟੀ ਲੈ ਲਉ। ਜੇਕਰ ਇੰਝ ਨਾ ਹੋ ਸਕੇ ਤਾਂ ਘਰ ਵਿਚ ਦਫ਼ਤਰ ਦਾ ਕੰਮ ਨਾ ਲਿਆਓ। ਓਵਰਟਾਈਮ ਨਾ ਕਰੋ। ਘਰ ਦਾ ਸਮਾਂ ਸਿਰਫ਼ ਪਤਨੀ ਤੇ ਨਵੇਂ ਬੱਚੇ ਦੇ ਲਈ ਹੀ ਹੋਵੇ। ਤੁਹਾਡਾ ਨਿਜੀ ਕੰਮ ਕਿੰਨਾ ਵੀ ਮੁਸ਼ਕਲ ਕਿਉਂ ਨਾ ਹੋਵੇ ਨਵੇਂ ਬੱਚੇ ਦੀ ਦੇਖਭਾਲ ਦੀ ਜ਼ਿੰਮੇਵਾਰੀ ਉਸ ਤੋਂ ਵੀ ਵੱਡਾ ਹੁੰਦਾ ਹੈ। ਘਰ ਦੇ ਕੰਮ ਵਿਚ ਹੱਥ ਵਟਾਓ।

ਬੱਚੇ ਦੇ ਨਾਲ ਨਾਲ ਆਪਣੀ ਪਤਨੀ ਤੇ ਵੀ ਧਿਆਨ ਦਿਉ। ਉਸ ਨੂੰ ਅਹਿਸਾਸ ਦਿਵਾਓ ਕਿ ਦਫ਼ਤਰ ਜਾਣ ਤੇ ਵੀ ਤੁਸੀਂ ਉਸ ਨੂੰ ਯਾਦ ਕਰਦੇ ਹੋ। ਦਫ਼ਤਰੋਂ ਘਰ ਫ਼ੋਨ ਕਰੋ। ਦਵਾਈ ਲੈਣਾ ਯਾਦ ਦਿਵਾਓ। ਉਸ ਨੂੰ ਫੁਲ ਦੇ ਕੇ ਜਾਂ ਕਿਸੀ ਮਨਪਸੰਦ ਰੈਸਟੋਰੈਂਟ ਵਿਚ ਲੈ ਜਾ ਕੇ ਸਰਪ੍ਰਾਈਜ਼ ਦਿਉ।

ਪੈਂਦਾ ਹੈ। ਬੱਚੇ ਦੇ ਘਰ ਵਿਚ ਕਦਮ ਰਖਦੇ ਹੀ ਰੁਮਾਂਸ ਇਕ ਕਿਨਾਰੇ ਹੋ ਜਾਂਦਾ ਹੈ ਅਤੇ ਤੁਸੀਂ ਉਸ ਦੀਆਂ ਜ਼ਰੂਰਤਾਂ ਦਾ ਸਮਾਨ ਇਕੱਠਾ ਕਰਨ ਲਗ ਜਾਂਦੇ ਹੋ। ਉਨ੍ਹਾਂ ਦਿਨਾਂ ਵਿਚ ਬੱਚੇ ਦੇ ਖਾਣ-ਪੀਣ, ਨੀਂਦ ਤੇ ਸ਼ੌਚ ਤੋਂ ਇਲਾਵਾ ਕੁਝ ਹੋਰ ਨਹੀਂ ਸੁਝਦਾ ਪ੍ਰੰਤੂ ਜਦੋਂ ਤੁਸੀਂ ਦੋਨੋਂ ਇਸ ਰੂਟੀਨ ਵਿਚ ਰੱਚ ਜਾਓਗੇ ਤਾਂ ਆਪਣੇ ਲਈ ਸਮਾਂ ਕੱਢਣਾ ਆ ਜਾਏਗਾ। ਜਦੋਂ ਉਸ ਨੂੰ ਦੂਜੇ ਬੱਚੇ ਖਿਡਾਉਣ ਜਾਂ ਉਹ ਰਾਤ ਨੂੰ ਸੋ ਜਾਏ ਤਾਂ ਆਪਣੇ ਲਈ ਸਮਾਂ ਕੱਢੋ। ਇਸ ਤਰ੍ਹਾਂ ਤੁਹਾਡਾ ਸੰਬੰਧ ਪਹਿਲਾਂ ਤੋਂ ਵੀ ਕਿਤੇ ਵਧ ਜਾਏਗਾ।

**ਬੱਚੇ ਦੀ ਦੇਖਭਾਲ ਦਾ ਜਿੰਮਾ:-** ਬੱਚੇ ਦੀ ਦੇਖਭਾਲ ਦੇਲਈ ਮਾਤਾ-ਪਿਤਾ ਦੋਨਾਂ ਨੂੰ ਹੀ ਅੱਗੇ ਆਣਾ ਪੈਂਦਾ ਹੈ। ਬੱਚੇ ਦਾ ਪਹਿਲਾ ਡਾਇਪਰ ਬਦਲਦੇ ਸਮੇਂ ਇਸ ਬਾਰੇ ਬਹਿਸ ਕਰਨ ਦੀ ਥਾਂ ਹੁਣੇ ਤੋਂ ਇਹ ਜ਼ਿੰਮੇਵਾਰੀ ਵੰਡਣਾ ਸ਼ੁਰੂ ਕਰ ਦਿਉ। ਇਸ ਗੱਲਬਾਤ ਨਾਲ ਤੁਹਾਡੇ ਦੋਨਾਂ ਦਾ ਮਨ ਹਲਕਾ ਹੋਵੇਗਾ ਅਤੇ ਤੁਹਾਨੂੰ ਵਿਵਹਾਰਕ ਰੂਪ ਨਾਲ ਸਮਝ ਆਏਗਾ ਕਿ ਬੱਚੇ ਦੇ ਲਈ ਕਿਹੜੇ-2 ਕੰਮ ਕਰਨੇ ਪੈਣਗੇ।

**ਕੰਮ ਕਿਵੇਂ ਪ੍ਰਭਾਵਿ ਹੋਵੇਗਾ?:-** ਇਹ ਤੁਹਾਡੇ ਕੰਮ ਦੇਰੂਟੀਨ ਤੇ ਨਿਰਭਰ ਕਰਦਾ ਹੈ ਜੇਕਰ ਤੁਸੀਂ ਲੰਬੇ ਘੰਟਿਆਂ ਤਕ ਕੰਮ ਕਰਦੇਹੋ ਤਾਂ ਪਿਤਾ ਦੀ ਜ਼ਿੰਮੇਵਾਰੀ ਨਿਭਾਉਣ ਦੇ ਲਈ ਬੱਚੇ ਦੀ ਦੇਖਭਾਲ ਨੂੰ ਪਹਿਲ ਦੇਣੀ ਹੋਵੇਗੀ। ਘਰ ਦੇ ਕੰਮਕਾਜ ਵਿਚ ਹੱਥ ਵੰਡਾਉਣਾ ਸਿਖੋ। ਦਫ਼ਤਰ ਦੇ ਕੰਮ ਨੂੰ ਘਰ ਲਿਆਉਣ ਦਾ ਲਾਲਚ ਨਾ ਕਰੋ। ਬੱਚੇ ਦੇ ਜਨਮ ਤੋਂ ਪਹਿਲਾਂ ਜਾਂ ਕੁਝ ਦਿਨ ਬਾਦ ਤਕ ਕਿਸੀ ਯਾਤਰਾ ਤੇ ਨਾ ਜਾਓ। ਜੇਕਰਹੋ ਸਕੇ ਤਾਂ ਬੱਚੇ ਦੇ ਜਨਮ ਤੋਂ ਬਾਦ ਕੁਝ ਦਿਨ ਤਕ ਛੁੱਟੀ ਲਉ।

**ਜੀਵਨਸ਼ੈਲੀ ਵਿਚ ਬਦਲਾਅ ਲਿਆਣਾ ਹੋਵੇਗਾ?** ਮੰਨਿਆ ਤੁਹਾਨੂੰ ਆਪਣੀ ਸਮਾਜਿਕ ਗਤੀਵਿਧੀਆਂ ਨੂੰ ਪੂਰੀ ਤਰ੍ਹਾਂ ਦਰਕਿਨਾਰ ਨਹੀਂ ਕਰਨਾ ਹੋਵੇਗਾ ਪ੍ਰੰਤੂ ਥੋੜ੍ਹੇ-ਬਹੁਤ ਸਮਝੌਤੇ ਤਾਂ ਕਰਨੇ ਪੈ ਸਕਦੇ ਹਨ। ਇਕ ਨਵਾਂ ਬੱਚਾ ਸਭ ਦੇ ਆਕ੍ਰਸ਼ਣ ਦਾ ਕੇਂਦਰ ਹੁੰਦਾ ਹੈ। ਹੋ ਸਕਦਾ ਹੈ ਕਿ ਤੁਹਾਨੂੰ ਅਸਥਾਈ ਤੌਰ ਤੇ ਆਪਣੀ ਪੁਰਾਣੀ ਜੀਵਨਸ਼ੈਲੀ ਤੋਂ ਵਿਦਾ ਲੈਣੀ ਪਵੇ। ਕੈਂਡਲ ਲਾਈਟ ਡਿਨਰ ਜਾਂ ਫਿਰ ਮਨਪਸੰਦ ਖੇਡ ਦੀ ਥਾਂ ਤੁਹਾਨੂੰ ਬੱਚੇ ਦੀਆਂ ਛੋਟੀਆਂ-2 ਜ਼ਰੂਰਤਾਂ ਵਿਚ ਰੁਝੇ ਰਹਿਣਾ ਹੋਵੇਗਾ। ਦੋਸਤਾਂ ਦਾ ਦਾਇਰਾ ਵੀ ਬਦਲ ਸਕਦਾ ਹੈ ਕਿਉਂਕਿ ਤੁਸੀਂ ਨੰਨ੍ਹੇ ਬੱਚਿਆਂ ਦੇ ਮਾਤਾ-ਪਿਤਾ ਨਾਲ ਜ਼ਿਆਦਾ ਦੋਸਤੀ ਰੱਖਣਾ ਚਾਹੋਗੇ। ਜ਼ਿਮੇਵਾਰੀਆਂ ਤੈਅ ਹੋਣ ਤੋਂ ਬਾਦ ਤੁਸੀਂ ਫਿਰ ਤੋਂ ਪੁਰਾਣੀ ਜੀਵਨਸ਼ੈਲੀ ਵਿਚ ਵਾਪਸ ਆ ਸਕਦੇ ਹੋ।

**ਕਕੀ ਮੈਂ ਵੱਡੇ ਪਰਿਵਾਰ ਨੂੰ ਸੰਭਾਲ ਸਕਾਂਗਾ?:-** ਬੱਚੇ ਦੇ ਵਧਦੇ ਖ਼ਰਚਿਆਂ ਸਬੰਧੀ ਸੋਚਕੇ ਕਈ ਸੰਭਾਵੀ ਪਿਤਾ ਦੀ ਰਾਤਾਂ ਦੀ ਨੀਂਦ ਉਡ ਜਾਂਦੀ ਹੈ। ਪ੍ਰੰਤੂ ਤੁਸੀਂ ਕਈ ਤਰ੍ਹਾਂ ਦੇ ਇਨ੍ਹਾਂ ਖ਼ਰਚਿਆਂ ਵਿਚ ਕਟੌਤੀ ਕਰ ਸਕਦੇ ਹੋ। ਜੇਕਰ ਮਾਂ ਬੱਚੇ ਨੂੰ ਦੁੱਧ ਪਿਲਾਏ ਤਾਂ ਬੋਤਲ ਤੇ ਡੱਬੇ ਦੇ ਦੁੱਧ ਦਾ ਖ਼ਰਚ ਘਟੇ ਗਾ। ਆਪਣੇ ਦੋਸਤਾਂ ਤੇ ਰਿਸ਼ਤੇਦਾਰਾਂ ਨੂੰ ਬੱਚੇ ਦੇ ਕੰਮ ਦਾ ਸਮਾਨ ਲਿਆਉਣ ਲਈ ਕਹੋ। ਉਸ ਦੇ ਮਮੇਰੇ-ਚਚੇਰੇ ਭਰਾਭੈਣਾਂ ਦੇ ਸਮਾਨ ਤੇ ਕਪੜਿਆਂ ਨਾਲ ਕੰਮ ਚਲਾਓ। ਵਾਧੂ ਕੰਮ ਕਰਕੇ ਚਾਰ ਪੈਸੇ ਬਚਾਉਣ ਦੇ ਚੱਕਰ ਵਿਚ ਨਾ ਪਵੋ ਤੇ ਬੱਚੇ ਦੇ ਨਾਲ ਪਿਆਰ ਭਰਿਆ ਸਮਾਂ ਬਿਤਾਓ। ਇਹ ਨੁਕਸਾਨ ਕੋਈ ਜ਼ਿਆਦਾ ਨਹੀਂ ਹੋਵੇਗਾ।

ਸਭ ਤੋਂ ਖ਼ਾਸ ਗੱਲ ਤਾਂ ਇਹ ਹੈ ਕਿ ਤੁਸੀਂ ਉਸ

ਸਬੰਧੀ ਸੋਚਣਾ ਸ਼ੁਰੂ ਕਰ ਦਿਉ ਕਿ ਤੁਹਾਡੇ ਜੀਵਨ ਵਿਚ ਕੋਈ ਖ਼ਾਸ ਆਣ ਵਾਲਾ ਹੈ। ਉਹ ਤੁਹਾਡੇ ਜੀਵਨ ਨੂੰ ਬਿਹਤਰੀ ਦੇ ਲਈ ਬਦਲ ਦੇਵੇਗਾ।

## ਪਿਤਾ ਦੇ ਮਨ ਦਾ ਡਰ

**"ਮੈਂ ਇਕ ਚੰਗਾ ਪਿਤਾ ਬਣਨਾ ਚਾਹੁੰਦਾ ਹਾਂ ਪ੍ਰੰਤੂ ਸੋਚਕੇ ਹੀ ਡਰ ਜਾਂਦਾ ਹਾਂ। ਮੈਂ ਕਦੀ ਕਿਸੇ ਨਵੇਂ ਜੰਮੇ ਬੱਚੇ ਦੀ ਦੇਖਭਾਲ ਨਹੀਂ ਕੀਤੀ।"**

ਕੋਈ ਵੀ ਜਨਮ ਤੋਂ ਮਾਤਾ-ਪਿਤਾ ਨਹੀਂ ਹੁੰਦਾ। ਜਦੋਂ ਬੱਚਾ ਆਏਗਾ ਤਾਂ ਕੁਦਰਤੀ ਤੁਹਾਡੇ ਮਨ ਵਿਚ ਪਿਤਾ ਧਰਮ ਦੀ ਭਾਵਨਾ ਪੈਦਾ ਹੋਵੇਗੀ। ਤੁਹਾਨੂੰ ਵੀ ਪਹਿਲੀ ਰਾਤ ਉਸ ਦੇ ਨਾਲ ਜਾਗਣਾ, ਉਸ ਨੂੰ ਨਹਾਉਣਾ ਜਾਂ ਡਾਇਪਰ ਬਦਲਣਾ ਚੁਣੌਤੀ ਲਗ ਸਕਦਾ ਹੈ ਪ੍ਰੰਤੂ ਹੋਲੀ-2 ਤੁਸੀਂ ਇਨ੍ਹਾਂ ਸਾਰੇ ਕੰਮਾਂ ਵਿਚ ਨਿਪੁੰਨ ਹੋ ਜਾਓਗੇ। ਥੋੜ੍ਹੀ ਜਿਹੀਆਂ ਰਾਤਾਂ ਦੀ ਨੀਂਦ, ਮਿਹਨਤ ਅਤੇ ਲਗਨ ਨਾਲ ਤੁਸੀਂ ਇਕ ਚੰਗੇ ਪਿਤਾ ਸਾਬਤ ਹੋਵੋਗੇ। ਹਾਲਾਂਕਿ ਇਸ ਕੰਮ ਦੀ ਪੂਰੀ ਟ੍ਰੇਨਿੰਗ ਪਹਿਲਾਂ ਤੋਂ ਨਹੀਂ ਲਈ ਜਾ ਸਕਦੀ। ਤੁਸੀਂ ਆਪਣੀਆਂ ਭੁੱਲਾਂ ਤੋਂ ਹੀ ਸਬਕ ਲਉਗੇ। ਜੇਕਰ ਪਹਿਲਾਂ ਤੋਂ ਥੋੜ੍ਹੀ ਬਹੁਤ ਜਾਣਕਾਰੀ ਤੇ ਤਿਆਰੀ ਹੋਵੇਗੀ ਤਾਂ ਕਾਫ਼ੀ ਹੱਦ ਤੱਕ ਸਭ ਕੁਝ ਆਸਾਨ ਹੋਵੇਗਾ।

ਆਪਣੇ ਕਿਸੀ ਜਾਣਕਾਰ ਪਿਤਾ ਨੂੰ ਮਿਲੋ। ਉਸ ਦੇ ਅਨੁਭਵ ਜਾਣੋ। ਉਸ ਦੇ ਬੱਚੇ ਨੂੰ ਖਿਡਾਓ ਤਾਂ ਜੋ ਤੁਹਾਡੇ ਮਨ ਦਾ ਡਰ ਜਾਂਦਾ ਰਹੇ।

## ਦੁੱਧ ਪਿਲਾਉਣਾ

**"ਮੇਰੀ ਪਤਨੀ ਬੱਚੇ ਨੂੰ ਦੁੱਧ ਪਿਲਾਣ ਸਬੰਧੀ ਸੋਚ ਰਹੀ ਹੈ ਹਾਲਾਂਕਿ ਇਹ ਚੰਗੀ ਗੱਲ ਹੈ ਪ੍ਰੰਤੂ ਮੈਂ ਉਸ ਤੋਂ ਥੋੜ੍ਹਾ ਪ੍ਰੇਸ਼ਾਨ ਹਾਂ।"**

ਮੰਨਿਆ ਕਿ ਅੱਜ ਤਕ ਪਤਨੀ ਦੀਆਂ ਦੁੱਧੀਆਂ ਤੁਹਾਡੇ ਲਈ ਕਾਮੁਕ ਸਨ, ਪ੍ਰੰਤੂ ਉਹ ਇਕ ਕੁਦਰਤੀ ਪ੍ਰਕ੍ਰਿਆ ਸ਼ੁਰੂ ਹੋਣ ਵਾਲੀ ਹੈ। ਦੁੱਧੀਆਂ ਸਿਰਫ਼ ਸੁੰਦਰਤਾ ਤੇ ਸੈਕਸ ਦੇ ਲਈ ਨਹੀਂ ਹੁੰਦੇ। ਉਨ੍ਹਾਂ ਨੂੰ ਬੱਚੇ ਲਈ ਦੁੱਧ ਪਿਲਾਣ ਦਾ ਮਾਧਿਅਮ ਦਸਿਆ ਗਿਆ ਹੈ। ਮਾਂ ਦਾ ਦੁੱਧ ਬੱਚੇ ਦੇ ਲਈ ਅੰਮ੍ਰਿਤ ਹੁੰਦਾ ਹੈ। ਇਸ ਨਾਲ ਬੱਚੇ ਦੀ ਸਿਹਤ ਵੀ ਠੀਕ ਰਹਿੰਦੀ ਹੈ। ਉਸ ਦੇ ਦਿਮਾਗ ਦਾ ਤੇਜੀ ਨਾਲ ਵਿਕਾਸ ਹੁੰਦਾ ਹੈ। ਮਾਂ ਨੂੰ ਵੀ ਪ੍ਰਸੂਤ ਤੋਂ ਬਾਦ ਆਪਣੀ ਫਿਗਰ ਵਿਚ ਆਉਣ ਵਿਚ ਜ਼ਿਆਦਾ ਸਮਾਂ ਨਹੀਂ ਲਗਦਾ। ਬਾਦ ਵਿਚ ਛਾਤੀ ਕੈਂਸਰ ਦਾ ਖ਼ਤਰਾ ਵੀ ਕਾਫ਼ੀ ਹੱਦ ਤਕ ਟਲ ਜਾਂਦਾ ਹੈ।

ਬੇਸ਼ਕ ਦੁੱਧ ਪਿਲਾਣ ਨਾਲ ਤੁਹਾਡੇ ਬੱਚੇ ਤੇ ਤੁਹਾਡੀ ਪਤਨੀ ਦੇ ਜੀਵਨ ਵਿਚ ਨਾਟਕੀ ਤਬਦੀਲੀ ਆਉਣ ਵਾਲੀ ਹੈ। ਇਥੇ ਇਸ ਵਿਸ਼ੇ ਵਿਚ ਤੁਹਾਡੀ ਸਹਿਮਤੀ ਉਸ ਦੇ ਲਈ ਬਹੁਤ ਅਰਥ ਰਖਦੀ ਹੈ। ਖੋਜ ਤੋਂ ਪਤਾ ਲਗਾ ਹੈ ਕਿ ਜੋ ਮਾਵਾਂ ਆਪਣੇ ਪਤੀ ਦੀ ਸਹਿਮਤੀ ਨਾਲ ਬੱਚਿਆਂ ਨੂੰ ਦੁੱਧ ਪਿਲਾਂਦੀਆਂ ਹਨ ਉਨ੍ਹਾਂ ਦੇ ਲਈ ਇਹ ਪ੍ਰਕ੍ਰਿਆ ਕਾਫ਼ੀ ਸਹਿਜ ਅਤੇ ਸਰਲ ਹੁੰਦੀ ਹੈ। ਇਸ ਸਬੰਧੀ ਤੁਸੀਂ ਵੀ ਜਾਣਕਾਰੀ ਲਉ। ਹਾਲਾਂਕਿ ਇਹ ਇਕ ਕੁਦਰਤੀ ਪ੍ਰਕ੍ਰਿਆ ਹੈ ਪ੍ਰੰਤੂ ਇਸ ਨੂੰ ਸਿਖਣ ਵਿਚ ਬੱਚੇ ਤੇ ਉਸ ਦੀ ਮਾਂ ਦੀ ਸਹਾਇਤਾ ਕਰੋ। ਕੁਝ ਸਮੇਂ ਤਕ ਤੁਸੀਂ ਲੋਕਾਂ ਨੂੰ ਇਸ ਵਿਚ ਥੋੜ੍ਹੀ ਉਲਝਣ ਹੋਵੇਗੀ ਪ੍ਰੰਤੂ ਇਹ ਪ੍ਰਕ੍ਰਿਤਕ ਆਮ ਅਤੇ ਇਕ ਖ਼ਾਸ ਕੰਮ ਦਿੱਖਣ ਲਗੇਗਾ।

**"ਮੇਰੀ ਪਤਨੀ ਪੁੱਤਰ ਨੂੰ ਦੁੱਧ ਪਿਲਾਂਦੀ ਹੈ। ਉਸ ਦੇ ਅਤੇ ਬੱਚੇ ਦੇ ਵਿਚ ਜੋ ਨੇੜਤਾ ਹੈ। ਮੈਂ ਉਸ ਨੂੰ ਨਹੀਂ ਵੰਡ ਸਕਦਾ ਅਤੇ ਇਕੱਲਾਪਨ ਮਹਿਸੂਸ ਹੁੰਦਾ ਹੈ।"**

ਤੁਸੀਂ ਗਰਭ ਧਾਰਣ ਨਹੀਂ ਕਰ ਸਕਦੇ, ਬੱਚੇ ਨੂੰ ਜਨਮ ਨਹੀਂ ਦੇ ਸਕਦੇ, ਉਸ ਨੂੰ ਦੁੱਧ ਨਹੀਂ ਪਿਲਾ ਸਕਦੇ ਪ੍ਰੰਤੂ ਇਸ ਦੇ ਬਾਵਜੂਦ ਤੁਸੀਂ ਉਸ ਦੇ ਪਿਤਾ ਹੋ। ਤੁਸੀਂ ਉਸ ਦੀ ਹਰ ਛੋਟੀ ਵੱਡੀ ਖ਼ੁਸ਼ੀ-ਗਮੀ ਵਿਚ ਸ਼ਾਮਲ ਹੋ ਸਕਦੇ ਹੋ। ਤੁਸੀਂ ਆਪਣੀ ਪਤਨੀ ਦੇ ਗਰਭਕਾਲ, ਪ੍ਰਸੂਤ ਤੇ ਡਿਲੀਵਰੀ ਦੇ ਨਾਲ ਜੁੜ ਕੇ ਉਸਦਾ ਦਰਦ ਹਲਕਾ ਕਰ ਸਕਦੇ ਹੋ। ਤੁਹਾਡੀ ਕੁਸ਼ਲ ਭੂਮਿਕਾ ਹੀ ਕਾਫ਼ੀ ਹੈ।

**ਜਦੋਂ ਬੱਚਾ ਦੁੱਧ ਪੀਏ:-** ਜਦੋਂ ਬੱਚਾ ਦੁੱਧ ਪੀਏ ਤਾਂ ਤੁਸੀਂ ਕੋਈ ਮਦਦ ਨਹੀਂ ਕਰ ਸਕਦੇ ਪ੍ਰੰਤੂ ਕਦੀ-2 ਬੋਤਲ ਦਾ ਦੁੱਧ ਬਣਾਉਣਾ ਪਵੇ ਤਾਂ ਮਦਦ ਦੇ ਲਈ ਅੱਗੇ ਆਓ। ਇਸ ਤਰ੍ਹਾਂ ਮਾਂ ਨੂੰ ਥੋੜ੍ਹਾ ਆਰਾਮ ਮਿਲੇ ਗਾ ਅਤੇ ਤੁਹਾਨੂੰ ਬੱਚੇ ਦੀ ਨੇੜਤਾ ਪਾਉਣ ਦਾ

ਮੌਕਾ! ਉਸ ਨੂੰ ਬੋਤਲ ਨਾਲ ਦੁੱਧ ਪਿਲਾਂਦੇ ਸਮੇਂ ਆਪਣੀ ਸ਼ਰਟ ਦੇ ਬਟਨ ਖੋਲ੍ਹ ਦਿਉ ਤਾਂ ਜੋ ਬੱਚੇ ਨੂੰ ਤੁਹਾਡੇ ਸਰੀਰ ਦੀ ਖ਼ੁਸ਼ਬੂ ਅਤੇ ਛੂਹ ਮਿਲ ਸਕੇ। ਦੁੱਧ ਪਿਲਾਂਦੇ ਸਮੇਂ ਬੋਤਲ ਸਾਵਧਾਨੀ ਨਾਲ ਪਕੜੋ ਤੇ ਆਪਣਾ ਪੂਰਾ ਧਿਆਨ ਉਸੀ ਤੇ ਲਗਾਓ।

**ਬੱਚੇ ਤੋਂ ਪਹਿਲਾਂ ਨਾ ਸੋਵੋ:-** ਮੰਨਿਆ ਤੁਸੀਂ ਦੁੱਧ ਨਹੀਂ ਪਿਲਾ ਸਕਦੇ ਪ੍ਰੰਤੂ ਰਾਤ ਨੂੰ ਉਸ ਦੇ ਦੁੱਧ ਪੀਣ ਸਮੇਂ ਉਸਦੇ ਨਾਲ ਜਾਗ ਤਾਂ ਸਕਦੇ ਹੋ ਰਾਤ ਨੂੰ ਉਸਦਾ ਡਾਇਪਰ ਬਦਲੋ। ਦੁੱਧ ਪਿਲਾਣ ਦੇ ਲਈ ਮਾਂ ਦੀ ਗੋਦ ਵਿਚ ਲਿਟਾਓ। ਜਦੋਂ ਉਹ ਸੋ ਜਾਏ ਤਾਂ ਉਸ ਨੂੰ ਉਸ ਦੇ ਝੂਲੇ ਵਿਚ ਲਿਟਾਓ।

**ਬਾਕੀ ਕੰਮਾਂ ਵਿਚ ਮਦਦ:-** ਤੁਸੀਂ ਬੱਚੇ ਨੂੰ ਨਹਾਉਣ, ਧੁਆਉਣ, ਸੁਆਉਣ ਤੇ ਖਿਡਾਉਣ ਦੇ ਕੰਮ ਵਿਚ ਮਦਦ ਕਰ ਸਕਦੇ ਹੋ।

## ਰਿਸ਼ਤਾ

**"ਮੈਂ ਆਪਣੀ ਬੇਟੀ ਦੇ ਲਈ ਕਾਫ਼ੀ ਉਤਸਾਹਿਤ ਹਾਂ। ਮੈਨੂੰ ਲਗਦਾ ਹੈ ਕਿ ਮੈਂ ਉਸ ਤੇ ਜ਼ਰੂਰਤ ਤੋਂ ਵੱਧ ਧਿਆਨ ਦੇ ਰਿਹਾ ਹਾਂ।"**

ਜ਼ਿੰਦਗੀ ਵਿਚ ਪਿਆਰ ਤੇ ਸਨੇਹ ਦੀ ਅਤਿ ਨਹੀਂ ਹੁੰਦੀ। ਤੁਸੀਂ ਬੱਚੇ ਦੇ ਨਾਲ ਜਿੰਨਾ ਸਮਾਂ ਬਿਤਾਓਗੇ ਤੁਹਾਡਾ ਰਿਸ਼ਤਾ ਉਨਾਂ ਹੀ ਡੂੰਘਾ ਅਤੇ ਮਜ਼ਬੂਤ ਹੁੰਦਾ ਜਾਏਗਾ। ਖੋਜ ਤੋਂ ਪਤਾ ਲਗਾ ਹੈ ਕਿ ਪਿਤਾ ਦਾ ਬੇਟੀ ਤੇ ਉਂਝ ਵੀ ਜ਼ਿਆਦਾ ਸਨੇਹ ਹੁੰਦਾ ਹੈ। ਪਿਤਾ ਜੀ ਮਾਤਾ ਧਰਮ ਭਾਵ ਰਖਦੇ ਹਨ। ਇਸ ਰਿਸ਼ਤੇ ਨੂੰ ਨਿਭਾਉਣ ਦੇ ਨਾਲ-2 ਆਪਣੀ ਪਤਨੀ ਤੇ ਧਿਆਨ ਦੇਣਾ ਨਾ ਭੁੱਲੋ। ਉਸ ਨੂੰ ਵੀ ਸਮੇਂ-2 ਤੇ ਅਹਿਸਾਸ ਕਰਾਓ ਕਿ ਤੁਸੀਂ ਉਸ ਨੂੰ ਕਿੰਨਾ ਚਾਹੁੰਦੇ ਹੋ। ਉਸ ਤੇ ਵੀ ਪੂਰਾ ਧਿਆਨ ਦਿਉ।

**ਭਾਵਨਾਤਮਕ ਤਬਦੀਲੀ**

ਮੰਨਿਆ ਕਿ ਜੀਵਨ ਵਿਚ ਕਾਫ਼ੀ ਵੱਡੀ ਤਬਦੀਲੀ ਆਈ ਹੈ। ਇਕ ਨੰਨ੍ਹੇ ਜਿਹੇ ਬੱਚੇ ਨੇ ਤੁਹਾਡੇ ਦੋਨਾਂ ਦੇ ਜੀਵਨ ਦਾ ਪੂਰਾ ਰੂਟੀਨ ਬਦਲ ਦਿੱਤਾ ਹੈ ਅਤੇ ਭਾਵਨਾਤਮਕ ਰੂਪ ਨਾਲ ਕਾਫ਼ੀ ਕਮਜ਼ੋਰ ਮਹਿਸੂਸ ਕਰ ਰਹੇ ਹੋ। ਇਸ ਸਮੇਂ ਹਿੰਮਤ ਹਾਰਨ ਨਾਲ ਕੰਮ ਨਹੀਂ ਚਲੇਗਾ। ਇਹ ਤਬਦੀਲੀ ਤਾਂ ਇਕ ਨ ਇਕ ਦਿਨ ਆਉਣੀ ਹੀ ਸੀ। ਨਿਰਾਸ਼ਾ ਤੋਂ ਉਪਰ ਉਠੋ। ਬੱਚੇ ਦੇ ਨਾਲ ਸਮਾਂ ਬਿਤਾਓ, ਹੱਸੋ, ਗੁਣਗੁਣਾਓ। ਹਰ ਔਖੇ ਦੌਰ ਦੀ ਤਰ੍ਹਾਂ ਇਹ ਸਮਾਂ ਵੀ ਨਿਕਲ ਜਾਏਗਾ ਅਤੇ ਤੁਸੀਂ ਹਰ ਹਾਲ ਵਿਚ ਸਮਝੌਤਾ ਕਰਨਾ ਸਿੱਖ ਜਾਓਗੇ।

**"ਬੱਚਾ ਜਨਮ ਦੇ ਚਾਰ ਦਿਨ ਬਾਦ ਮੈਨੂੰ ਉਸ ਨਾਲ ਥੋੜ੍ਹਾ ਜਿਹਾ ਪਿਆਰ ਮਹਿਸੂਸ ਹੋਇਆ ਪ੍ਰੰਤੂ ਹੁਣ ਤਕ ਸੱਚਾ ਲਗਾਓ ਨਹੀਂ ਬਣ ਸਕਿਆ।"**

ਹਾਲਾਂਕਿ ਪਹਿਲੀ ਗਲਵਕੜੀ ਤੋਂ ਹੀ ਤੁਹਾਡੇ ਦੋਨਾਂ ਦਾ ਰਿਸ਼ਤਾ ਬਣ ਗਿਆ ਸੀ। ਇਹ ਇਕ ਸ਼ੁਰੂਆਤ ਸੀ। ਜਿਵੇਂ-2 ਸਮਾਂ ਬੀਤੇਗਾ ਤੁਹਾਡੇ ਪਿਆਰ ਦਾ ਨਾਤਾ ਹੋਰ ਵੀ ਡੂੰਘਾ ਅਤੇ ਤੁਹਾਡਾ ਸੰਬੰਧ ਮਜ਼ਬੂਤ ਹੁੰਦਾ ਜਾਏਗਾ। ਜਦੋਂ ਵੀ ਤੁਸੀਂ ਉਸ ਨੂੰ ਗੋਦ ਵਿਚ ਲਉਗੇ, ਡਾਇਪਰ ਬਦਲੋਗੇ, ਨਹਾਓਗੇ, ਹੱਥਾਂ ਵਿਚ ਲੈ ਕੇ ਸੁਆਓਗੇ ਜਾਂ ਆਪਣੇ ਹੱਥਾਂ ਨਾਲ ਕੁਝ ਖੁਆਓਗੇ। ਇਹ ਸੰਬੰਧ ਤੇ ਆਪਣਾਪਨ ਵਧਦਾ ਹੀ ਜਾਏਗਾ। ਉਸ ਨੂੰ ਗੋਦ ਵਿਚ ਝੁਲਾਂਦੇ ਸਮੇਂ ਆਪਣੀ ਚਮੜੀ ਦਾ ਸੰਪਰਕ ਹੋਣ ਦਿਉ। ਹਾਲਾਂਕਿ ਇਹ ਸੰਪਰਕ ਸ਼ੁਰੂ ਵਿਚ ਇਕਤਰਫ਼ਾ ਹੋਵੇਗਾ। ਕੇਵਲ ਤੁਸੀਂ ਹੀ ਗੱਲਾਂ ਕਰੋਗੇ ਤੇ ਮੁਸਕਰਾਓਗੇ ਪ੍ਰੰਤੂ ਹੋਲੀ-2 ਉਹ ਵੀ ਤੁਹਾਨੂੰ ਪ੍ਰਤਿਕ੍ਰਿਆ ਦੇਵੇਗਾ।

ਜਦੋਂ ਤੁਹਾਡੀ ਪਤਨੀ ਉਸ ਦੇ ਸਾਰੇ ਕੰਮ ਕਰ ਰਹੀ ਹੋਵੇ ਤਾਂ ਤੁਸੀਂ ਖ਼ੁਦ ਕੰਮ ਦਾ ਹਿੱਸਾ ਬਣਨ ਦੇ ਲਈ ਅੱਗੇ ਆਓ। ਪਤਨੀ ਨੂੰ ਘਰ ਤੋਂ ਬਾਹਰ ਜਾਣਾ ਹੋਵੇ ਤਾਂ ਤੁਸੀਂ ਬੱਚੇ ਦੇ ਨਾਲ ਸਮਾਂ ਬਿਤਾਓ। ਜੇਕਰ ਤੁਸੀਂ ਬਾਹਰ ਜਾ ਰਹੇ ਹੋ ਤਾਂ ਉਸ ਨੂੰ ਬੜੇ ਮਜ਼ੇ ਨਾਲ ਸਟ੍ਰੌਲਰ ਜਾਂ ਕਾਰ ਸੀਟ ਵਿਚ ਬਿਠਾਓ। ਡਾਇਪਰ ਬੈਗ ਬਣਾਓ ਤੇ ਨਾਲ ਲੈ ਜਾਓ।

## ਡਿਲੀਵਰੀ ਤੋਂ ਬਾਦ

**"ਮੇਰੇ ਬੱਚੇ ਦੀ ਡਿਲੀਵਰੀ ਕਾਫ਼ੀ ਤਕਲੀਫ਼ਦੇਹ ਰਹੀ। ਲਗਦਾ ਹੈ ਕਿ ਇਸੇ ਕਾਰਣ ਮੇਰੀ ਸੈਕਸ ਵਿਚ ਦਿਲਚਸਪੀ ਨਹੀਂ ਰਹੀ।"**

ਇਨਸਾਨ ਦੀ ਸੈਕਸ ਵਿਚ ਦਿਲਚਸਪਤੀ ਇਕ

## ਪ੍ਰਸੂਤ ਤੋਂ ਬਾਅਦ ਸੈਕਸ

ਮੰਨਿਆ ਤੁਹਾਡੀ ਪਤਨੀ ਨੂੰ ਸੈਕਸ ਦੇ ਲਈ ਡਾਕਟਰ ਨੇ ਇਜ਼ਾਜਤ ਦੇ ਦਿੱਤੀ ਹੈ ਪ੍ਰੰਤੂ ਹੁਣ ਵੀਉਸ ਦਾ ਸਰੀਰ ਪੂਰੀ ਤਰ੍ਹਾਂ ਨਹੀਂ ਸੰਭਲਿਆ। ਜਦੋਂ ਤਕ ਉਹ ਨਾ ਚਾਹੇ ਤੁਸੀਂ ਉਸ ਨੂੰ ਮਜ਼ਬੂਰ ਨਾ ਕਰੋ। ਉਸ ਦੇ ਹਾਮੀ ਭਰਨ ਤੋਂ ਬਾਦ ਵੀ ਸਭ ਕੁਝ ਕਾਫ਼ੀ ਸੰਭਾਲ ਕੇ ਕਰਨਾ ਹੋਵੇਗਾ। ਨੌ ਮਹੀਨੇ ਦੇ ਦੌਰਾਨ ਉਸ ਦੇ ਸਰੀਰ ਵਿਚ ਕਾਫ਼ੀ ਤਬਦੀਲੀ ਆਈ ਹੈ। ਇਸ ਲਈ ਇਥੇ ਉਸ ਨੂੰ ਥੋੜ੍ਹੀ ਪ੍ਰੇਸ਼ਾਨੀ ਹੋ ਸਕਦੀ ਹੈ। ਜੇਕਰ ਤੁਸੀਂ ਉਸਦੀ ਪ੍ਰੇਸ਼ਾਨੀ ਸਮਝ ਕੇ ਕਦਮ ਅੱਗੇ ਵਧਾਓਗੇ ਤਾਂ ਇਹ ਇਕ ਸਲਾਹੁਣਯੋਗ ਕਦਮ ਹੋਵੇਗਾ।

ਨਾਜ਼ੁਕ ਮਸਲਾ ਹੈ। ਹੋ ਸਕਦਾ ਹੈ ਕਿ ਉਸ ਸਮੇਂ ਬੱਚੇ ਦੀ ਡਿਲੀਵਰੀ ਦੇਖਣ ਤੋਂ ਬਾਦ ਤੁਹਾਡਾ ਮਨ ਸੈਕਸ ਤੋਂ ਬੇਮੁੱਖ ਹੋ ਗਿਆ ਹੋਵੇ। ਤੁਹਾਨੂੰ ਥਕਾਵਟ ਹੋ ਗਈ ਹੋਵੇ, ਬੱਚੇ ਦੀ ਨੀਂਦ ਟੁੱਟਣ ਦਾ ਡਰ ਹੋਵੇ, ਆਪਣੀ ਪਤਨੀ ਦੇ ਸਰੀਰ ਨੂੰ ਸੱਟ ਪਹੁੰਚਾਣ ਦਾ ਡਰ ਹੋਵੇ, ਜਾਂ ਫਿਰ ਆਪਣੀ ਜ਼ਿੰਦਗੀ ਦੇ ਇਸ ਬਦਲਦੇ ਦੌਰ ਵਿਚ, ਊਰਜਾ ਨੂੰ ਬੱਚੇ ਨਾਲਜੁੜੇ ਕੰਮਾਂ ਤੇ ਹੀ ਕੇਂਦ੍ਰਿਤ ਕਰਨਾ ਚਾਹੁੰਦੇ ਹੋਵੋ। ਕੁਦਰਤੀ ਤੁਹਾਡੇ ਮਨ ਵਿਚ ਸੈਕਸ ਦੀ ਇੱਛਾ ਘਟੀ ਹੋਈ ਹੈ ਤਾਂ ਜੋ ਤੁਸੀਂ ਆਪਣੀ ਪਹਿਲ ਤੇ ਧਿਆਨ ਦੇ ਸਕੋ।

ਦੂਜੇ ਸ਼ਬਦਾਂ ਵਿਚ ਤੁਹਾਡੀ ਇੱਛਾ ਇਸ ਲਈ ਵੀ ਮਰ ਗਈ ਹੈ ਕਿਉਂਕਿ ਤੁਹਾਡੀ ਪਤਨੀ ਵੀ ਮਾਨਸਿਕ ਤੇ ਸਰੀਰਕ ਤੌਰ ਤੇ ਇੰਝ ਨਹੀਂ ਚਾਹੁੰਦੀ। ਤੁਸੀਂ ਦੋਨੋਂ ਇਸ ਲਈ ਕਦੋਂ ਤਕ ਰਾਜੀ ਹੋਵੋਗੇ, ਇਸ ਸਬੰਧੀ ਕੋਈ ਵੀ ਅੰਦਾਜ਼ਾ ਲਗਾਉਣਾ ਮੁਸ਼ਕਲ ਹੈ। ਹਾਲਾਤ ਤੇ ਕਾਫ਼ੀ ਹੱਦ ਤਕ ਨਿਰਭਰ ਕਰਦਾ ਹੈ। ਕੁਝ ਹਫ਼ਤਿਆਂ ਵਿਚ ਹੋਲੀ-2 ਸਭ ਠੀਕ ਹੋਣ ਲਗਦਾ ਹੈ। ਯੋਨੀ ਨੂੰ ਸੈਕਸ ਤੋਂ ਇਲਾਵਾ ਦੂਜਾ ਖ਼ਾਸ ਕੰਮ ਵੀ ਨਿਪਟਾਉਣਾ ਹੈ ਅਤੇ ਆਪਣੇ ਉਸ ਕੰਮ ਤੋਂ ਬਾਅਦ ਉਸ ਨੂੰ ਸੈਕਸ ਦੇ ਲਈ ਤਿਆਰ ਹੋਣ ਵਿਚ ਥੋੜ੍ਹਾ ਸਮਾਂ ਲਗਦਾ ਹੈ।

ਇਸ ਦੌਰਾਨ ਤੁਸੀਂ ਆਪਣੀ ਪਤਨੀ ਨਾਲ ਭਾਵਨਾਤਮਕ ਨੇੜਾ ਬਣਾਈ ਰੱਖਣ ਦੀ ਪੂਰੀ ਕੋਸ਼ਿਸ਼ ਕਰੋ। ਜੇਕਰ ਉਹ ਸੈਕਸ ਵਿਚ ਦਿਲਚਸਪੀ ਨਹੀਂ ਲੈ ਰਹੀ ਤਾਂ ਵੀ ਤੁਸੀਂ ਉਸ ਨੂੰ ਇੰਨਾ ਤਾਂ ਜਤਾ ਹੀ ਸਕਦੇ ਹੋ ਕਿ ਉਹ ਕਿੰਨੀ ਸੁੰਦਰ ਅਤੇ ਸੈਕਸੀ ਦਿਖਦੀ ਹੈ। ਬੱਚਾ ਸੌਂ ਜਾਏ ਤਾਂ ਕੁਝ ਖ਼ੁਸ਼ਬੂਦਾਰ ਮੋਮਬੱਤੀਆਂ ਜਗਾਓ ਤਾਂ ਜੋ ਡਾਇਪਰ ਦੀ ਗੰਦੀ ਬਦਬੂ ਹੱਟ ਜਾਏ।

ਹਲਕਾ ਸੰਗੀਤ ਚਲਾਓ। ਇਕ ਦੂਜੇ ਦੇ ਨਾਲ ਥੋੜ੍ਹਾ ਰੂਮਾਨੀ ਹੋਣ ਵਿਚ ਕੋਈ ਹਰਜ ਨਹੀਂ ਹੈ।

**''ਮੇਰੀ ਪਤਨੀ ਇਨ੍ਹਾਂ ਦਿਨਾਂ ਵਿਚ ਦੁੱਧ ਪਿਲਾ ਰਹੀ ਹੈ ਅਤੇ ਹੁਣ ਮੈਨੂੰ ਉਸ ਦੀਆਂ ਦੁੱਧੀਆਂ ਇੰਨੀਆਂ ਸੈਕਸੀ ਨਹੀਂ ਲਗਦੀਆਂ।''**

ਇਨ੍ਹਾਂ ਦਿਨਾਂ ਵਿਚ ਦੁੱਧੀਆਂ ਆਪਣੇ ਵਿਵਹਾਰਕ ਰੂਪ ਵਿਚ ਹਨ। ਦੁੱਧੀਆਂ ਬੱਚੇ ਨੂੰ ਦੁੱਧ ਪਿਲਾਣ ਦਾ ਕੰਮ ਕਰ ਰਹੀਆਂ ਹਨ। ਕਈ ਜੋੜਿਆਂ ਨੂੰ ਐਸੀਆਂ ਦੁੱਧੀਆਂ ਨੂੰ ਸੈਕਸੀ ਮੰਨਣ ਵਿਚ ਪ੍ਰੇਸ਼ਾਨੀ ਹੁੰਦੀਹੈ। ਉਨ੍ਹਾਂ ਨੂੰ ਲਗਦਾ ਹੈ ਕਿ ਉਹ ਆਪਣੇ ਆਨੰਦ ਦੇ ਲਈ ਬੱਚੇ ਦੇ ਭੋਜਨ ਦੇ ਸ੍ਰੋਤ ਦੇ ਨਾਲ ਖੇਡਣਾ ਨਹੀਂ ਚਾਹੀਦਾ।

ਹਾਲਾਂਕਿ ਇਹ ਸਾਰੀ ਸੋਚ ਆਮ ਹੈ। ਜੇਕਰ ਤੁਹਾਨੂੰ ਉਹ ਹਿੱਸਾ ਕਾਮੁਕ ਨਹੀਂ ਲਗ ਰਿਹਾ ਤਾਂ ਇਸ ਸਬੰਧੀ ਆਪਣੀ ਪਤਨੀ ਨਾਲ ਸਾਫ਼ ਸ਼ਬਦਾਂ ਵਿਚ ਗੱਲ ਕਰੋ। ਉਦੋਂ ਤੱਕ ਸਰੀਰ ਦੇ ਦੂਜੇ ਅੰਗਾਂ ਤੇ ਧਿਆਨ ਦਿਉ। ਇਸੇ ਕਾਰਣ ਬੱਚੇ ਤੇ ਆਪਣਾ ਗੁੱਸਾ ਨਾ ਕੱਢੋ। ਤੁਹਾਨੂੰ ਕੁਝ ਸਮਾਂ ਇੰਤਜ਼ਾਰ ਕਰਨਾ ਹੋਵੇਗਾ ਪ੍ਰੰਤੂ ਗੋਲ ਮਟੋਲ ਬੱਚਾ ਵੀ ਤਾਂ ਤੁਹਾਡਾ ਹੀ ਕਹਿਲਾਏਗਾ।

## ਮੂਡ ਤੇ ਰੱਖੋ ਨਜ਼ਰ

ਜੇਕਰ ਨਵੀਂ ਮਾਂ ਬੱਚੇ ਦੇ ਕੰਮ ਦੇ ਬੋਝ ਨਾਲ ਇੰਨਾ ਦਬ ਜਾਏ ਕਿ ਉਸ ਨੂੰ ਆਪਣੇ ਖਾਣ-ਪੀਣ ਜਾਂ ਸੌਣ ਦਾ ਹੋਸ਼ ਨਾ ਰਹੇ ਤਾਂ ਉਸ ਦੀ ਮਦਦ ਕਰੋ। ਉਸ ਦੇ ਮੂਡ ਨੂੰ ਵਿਗੜਨ ਨਾ ਦਿਉ। ਜੇਕਰ ਉਹ ਡਿਪ੍ਰੈਸ਼ਨ ਵਿਚ ਹੈ ਤਾਂ ਉਸ ਦਾ ਧਿਆਨ ਰੱਖੋ। ਉਸ ਦੇ ਨਾ ਕਹਿਣ ਦੇ ਬਾਵਜੂਦ ਉਸ ਨੂੰ ਡਾਕਟਰ ਦੇ ਕੋਲ ਲੈ ਜਾਓ। ਹੋ ਸਕਦਾ ਹੈ ਕਿ ਇਲਾਜ਼ ਨਾਲ ਉਸ ਨੂੰ ਆਰਾਮ ਮਿਲੇ। ਉਦੋਂ ਉਹ ਮਨ ਹੀ ਮਨ ਤੁਹਾਡਾ ਅਹਿਸਾਨ ਮੰਨੇਗੀ।

## ਨਾਨੀ-ਨਾਨੀ ਦਾ ਮੁੱਦਾ

**"ਮੈਂ ਅਤੇ ਮੇਰੀ ਪਤਨੀ ਇਸ ਸਬੰਧੀ ਬਹਿਸ ਕਰਦੇ ਰਹਿੰਦੇ ਹਾਂ ਕਿ ਸਾਨੂੰ ਆਪਣੇ ਬੱਚੇ ਦੇ ਜਨਮ ਤੋਂ ਬਾਦ ਉਸ ਦੇ ਮਾਤਾ-ਪਿਤਾ ਨੂੰ ਦੇਖਭਾਲ ਕੇ ਲਈ ਬੁਲਾਉਣਾ ਚਾਹੀਦਾ ਹੈ ਜਾਂ ਨਹੀਂ।"**

ਉਨ੍ਹਾਂ ਦਿਨਾਂ ਵਿਚ ਜੇਕਰ ਤੁਹਾਨੂੰ ਕਿਸੇ ਅਨੁਭਵੀ ਬਜ਼ੁਰਗ ਦਾ ਸਹਾਰਾ ਮਿਲ ਜਾਏਗਾ ਤਾਂ ਬਹੁਤ ਵਧੀਆ ਹੋਵੇਗਾ। ਤੁਸੀਂ ਕਈ ਤਰ੍ਹਾਂ ਦੀਆਂ ਪ੍ਰੇਸ਼ਾਨੀਆਂ ਤੋਂ ਬੱਚ ਜਾਓਗੇ। ਉਹ ਲੋਕ ਘਰ ਦੇ ਕੰਮਕਾਜ ਵਿਚ ਵੀ ਮਦਦ ਕਰਨਗੇ ਅਤੇ ਬਹੁਤ ਸਾਰੀਆਂ ਐਸੀਆਂ ਗੱਲਾਂ ਵੀ ਦੱਸਣਗੇ ਜਿਨ੍ਹਾਂ ਸਬੰਧੀ ਤੁਸੀਂ ਹੁਣ ਤਕ ਨਹੀਂ ਜਾਣਦੇ ਸੀ। ਹਾਲਾਂਕਿ ਇਸ ਤਰ੍ਹਾਂ ਥੋੜ੍ਹਾ ਨੁਕਸਾਨ ਵੀ ਹੋਵੇਗਾ। ਤੁਸੀਂ ਆਪਣੇ ਤਰੀਕੇ ਨਾਲ ਬੱਚੇ ਦਾ ਪਾਲਣ ਨਹੀਂ ਕਰ ਸਕਦੇ। ਤੁਹਾਨੂੰ ਉਨ੍ਹਾਂ ਦੇ ਕਹੇ ਅਨੁਸਾਰ ਹੀ ਚਲਣਾ ਹੋਵੇਗਾ। ਤੁਹਾਨੂੰ ਨਾ ਤਾਂ ਗਲਤੀਆਂ ਕਰਨ ਦਾ ਮੌਕਾ ਮਿਲੇਗਾ ਅਤੇ ਨਾ ਹੀ ਉਨ੍ਹਾਂ ਤੋਂ ਉਭਰਨ ਦਾ। ਘਰ ਵਿਚ ਜ਼ਿਆਦਾ ਲੋਕਾਂ ਦਾ ਕੰਮ ਹੋਣ ਨਾਲ ਥਕਾਵਟ ਵਧੇਗੀ, ਤੁਹਾਡੀ ਗੁਪਤਤਾ ਘਟੇਗੀ ਅਤੇ ਨਵੇਂ ਬੱਚੇ ਦੀ ਮਾਂ ਤੇ ਕੰਮ ਦਾ ਵਾਧੂ ਬੋਝ ਆ ਜਾਏਗਾ। ਜੇਕਰ ਉਹ ਦੂਰ ਰਹਿੰਦੇ ਹਨ ਤਾਂ ਉਨ੍ਹਾਂ ਨੂੰ ਬੱਚੇ ਦੇ ਜਨਮ ਦੇ ਕੁਝ ਸਮੇਂ ਬਾਦ ਬੁਲਾਓ ਤਾਂ ਜੋ ਬੱਚੇ ਅਤੇ ਮਾਂ ਦੋਨੋਂ ਥੋੜ੍ਹਾ ਸੰਭਲ ਜਾਣ। ਇਸ ਤਰ੍ਹਾਂ ਤੁਸੀਂ ਉਨ੍ਹਾਂ ਆਪਣਾ ਸਮਾਂ ਵੀ ਦੇ ਸਕੋ ਗੇ।

ਜੇਕਰ ਉਹ ਸਥਾਨਕ ਹਨ ਤਾਂ ਉਨ੍ਹਾਂ ਨੂੰ ਕਹੋ ਕਿ ਉਹ ਦਿਨ ਵਿਚਕੁਝ ਘੰਟਿਆਂ ਦੇ ਲਈ ਆਇਆ ਕਰਨ। ਇਸ ਦੌਰਾਨ ਉਹ ਬੱਚੇ ਨੂੰ ਸੰਭਾਲ ਲੈਣਗੇ ਅਤੇ ਤੁਸੀਂ ਇਕ ਦੂਜੇ ਨਾਲ ਕੁਝ ਸਮਾਂ ਬਿਤਾ ਸਕੋਗੇ, ਕੋਈ ਫ਼ਿਲਮ ਦੇਖਣ ਵੀ ਜਾ ਸਕਦੇ ਹੋ।

ਉਂਝ ਦਾਦਾ-ਦਾਦੀ, ਨਾਨਾ-ਨਾਨੀ ਨੂੰ ਨਾਲ ਰੱਖਣ ਜਾਂ ਨਾ ਰੱਖਣ ਦਾ ਫ਼ੈਸਲਾ ਤੁਸੀਂ ਦੋਨੋਂ ਹੀ ਕਰ ਸਕਦੇ ਹੋ ਕਿਉਂਕਿ ਇਹ ਕਾਫ਼ੀ ਹੱਦ ਤਕ ਤੁਹਾਡੇ ਪਰਿਵਾਰ ਦੀਆਂ ਜ਼ਰੂਰਤਾਂ, ਲੋੜਾਂ ਤੇ ਹਾਲਾਤ ਤੇ ਵੀ ਨਿਰਭਰ ਕਰਦਾ ਹੈ। ਤੁਹਾਡੀ ਆਪਣੇ ਮਾਤਾ-ਪਿਤਾ ਦੇ ਨਾਲ ਮਿੱਠੇ ਸੰਬੰਧਾਂ ਦੀ ਪਹਿਲੀ ਕਾਫ਼ੀ ਅਸਰ ਰਖਦੀ ਹੈ।

■ ■ ■

ਭਾਗ-6

# ਗਰਭਕਾਲ ਤੇ ਤੁਹਾਡੀ ਸਿਹਤ

ਅਧਿਆਏ 20

# ਜੇਕਰ ਤੁਸੀਂ ਬੀਮਾਰ ਪੈ ਜਾਓ

ਹੋ ਸਕਦਾ ਹੈ ਕਿ ਤੁਹਾਨੂੰ ਗਰਭਕਾਲ ਨਾਲ ਜੁੜੇ ਤਕਲੀਫ਼ਦੇਹ ਲੱਛਣਾਂ: ਅਪਾਚਣ, ਉਲਟੀ, ਲੱਤਾਂ ਵਿਚ ਜਕੜਨ ਤੇ ਥਕਾਵਟ ਆਦਿ ਦਾ ਸਾਮ੍ਹਣਾ ਕਰਨਾ ਪਵੇ। ਤੁਸੀਂ ਖਾਂਸ ਤੋਂ ਪੀੜ੍ਹਿਤ ਰਹੋ ਕਿਉਂਕਿ ਇਨ੍ਹਾਂ ਦਿਨਾਂ ਵਿਚ ਜ਼ੁਕਾਮ ਅਤੇ ਇਨਫੈਕਸ਼ਨ ਵੀ ਤੁਹਾਡੇ ਪਿੱਛੇ ਪੈ ਸਕਦੇ ਹਨ। ਤੁਹਾਡਾ ਰੋਗ ਪ੍ਰਤਿਰੋਧਕ ਤੰਤਰ ਥੋੜ੍ਹਾ ਕੰਮਜ਼ੋਰ ਪੈ ਜਾਂਦਾ ਹੈ। ਦੂਜੀ ਗੱਲ ਇਹ ਵੀ ਹੈ ਕਿ ਦੋ ਬੱਚਿਆਂ ਦੇ ਨਾਲ ਬੀਮਾਰ ਪੈਣ ਤੇ ਤਕਲੀਫ਼ ਥੋੜ੍ਹੀ ਜ਼ਿਆਦਾ ਮਹਿਸੂਸ ਹੋ ਸਕਦੀ ਹੈ। ਤੁਸੀਂ ਅਜੇ ਤਕ ਆਪਣੀਆਂ ਬੀਮਾਰੀਆਂ ਦੇ ਜੋ ਇਲਾਜ ਕਰਦੀ ਆਈ ਸੀ, ਉਨ੍ਹਾਂ ਨੂੰ ਅਲਮਾਰੀਆਂ ਵਿਚ ਬੰਦ ਰੱਖਣਾ ਹੋਵੇਗਾ।

ਹਾਲਾਂਕਿ ਇਨ੍ਹਾਂ ਛੋਟੀਆਂ-ਮੋਟੀਆਂ ਤਕਲੀਫ਼ਾਂ ਨਾਲ ਤੁਹਾਡੇ ਗਰਭਕਾਲ ਤੇ ਕੋਈ ਅਸਰ ਨਹੀਂ ਪਵੇਗਾ ਪ੍ਰੰਤੂ ਫਿਰ ਵੀ ਇਲਾਜ ਤੋਂ ਪਰਹੇਜ ਬਿਹਤਰ ਹੁੰਦਾ ਹੈ। ਜਦੋਂ ਪਰਹੇਜ ਨਾਲ ਗੱਲ ਨਾ ਬਣੇ, ਤੁਹਾਨੂੰ ਜ਼ੁਕਾਮ ਜਾਂ ਫਿਰ ਕੋਈ ਦੂਜਾ ਇਨਫੈਕਸ਼ਨ ਹੋ ਜਾਏ ਤਾਂ ਤੁਰੰਤ ਇਲਾਜ ਤੇ ਡਾਕਟਰ ਦੀ ਦੇਖਭਾਲ ਨਾਲ ਆਰਾਮ ਆ ਸਕਦਾ ਹੈਂ।

## ਤੁਸੀਂ ਕੀ ਸੋਚ ਰਹੀ ਹੋਵੇਗੀ?

### ਜ਼ੁਕਾਮ-ਖਾਂਸੀ

**"ਮੈਂ ਛਿੱਕ ਤੇ ਖੰਘ ਰਹੀ ਹਾਂ। ਮੇਰਾ ਸਿਰ ਦਰਦ ਨਾਲ ਫਟ ਰਿਹਾ ਹੈ। ਕੀ ਇਸ ਗੰਦੇ ਜ਼ੁਕਾਮ ਦਾ ਅਸਰ ਮੇਰੇ ਬੱਚੇ ਤੇ ਵੀ ਹੋ ਸਕਦਾ ਹੈ?"**

ਗਰਭਕਾਲ ਵਿਚ ਤਾਂ ਰੋਗ ਪ੍ਰਤਿਰੋਧਕ ਸਮਰੱਥਾ ਦੱਬਣ ਦੇ ਕਾਰਨ, ਆਮ ਤੌਰ ਤੇ ਜ਼ੁਕਾਮ ਹੋ ਜਾਂਦਾ ਹੈ। ਖ਼ੁਸ਼ੀ ਦੀ ਗੱਲ ਇਹ ਹੈ ਕਿ ਸਿਰਫ਼ ਤੁਹਾਡੇ ਤੇ ਹੀ ਉਸ ਦਾ ਅਸਰ ਹੋਵੇਗਾ। ਬੱਚੇ ਦਾ ਕੁਝ ਨਹੀਂ ਵਿਗੜੇਗਾ। ਪ੍ਰੰਤੂ ਤੁਹਾਨੂੰ ਉਨ੍ਹਾਂ ਦਵਾਈਆਂ ਸਬੰਧੀ ਸਾਵਧਾਨੀ ਵਰਤਣੀ ਹੋਵੇਗੀ ਜੋ ਤੁਸੀਂ ਜ਼ੁਕਾਮ ਦੇ ਲਈ ਲੈਣ ਵਾਲੀ ਹੋ ਕਿਉਂਕਿ ਉਨ੍ਹਾਂ ਦਾ ਅਸਰ ਬੱਚੇ ਤੇ ਹੋ ਸਕਦਾ ਹੈ। ਕੋਈ ਵੀ ਦਵਾਈ ਖਾਣ ਤੋਂ ਪਹਿਲਾਂ ਡਾਕਟਰ ਨੂੰ ਫ਼ੋਨ ਕਰਕੇ ਪੁੱਛ ਲਉ ਕਿ ਗਰਭਕਾਲ ਵਿਚ ਕਿਹੜੀ ਦਵਾਈ ਲੈਣਾ ਠੀਕ ਰਹੇਗਾ। ਉਹ ਤੁਹਾਨੂੰ ਕੁਝ ਵਿਕਲਪ ਦੇ ਦੇਣਗੇ ਜਿਨ੍ਹਾਂ ਵਿਚੋਂ ਤੁਸੀਂ ਕੋਈ ਵੀ ਚੁਣ ਸਕਦੀ ਹੋ। ਜੇ ਕਰ ਆਪਣੇ ਡਾਕਟਰ ਤੋਂ ਬਿਨਾਂ ਪੁੱਛੇ, ਮਨਮਰਜੀ ਨਾਲ ਦਵਾਈ ਦੀ ਇਕ-ਅੱਧ ਖ਼ੁਰਾਕ ਲੈ ਲਈ ਹੈ ਤਾਂ ਘਬਰਾਉਣ ਵਾਲੀ ਕੋਈ ਗੱਲ ਨਹੀਂ ਹੈ ਪ੍ਰੰਤੂ ਡਾਕਟਰ ਨੂੰ ਦਸ ਕੇ ਤਸੱਲੀ ਜ਼ਰੂਰ ਕਰ ਲਉ।

ਜੇਕਰ ਅਜੇ ਤੇਜ ਜ਼ੁਕਾਮ ਨਹੀਂ ਹੋਇਆ ਤਾਂ ਇਸ ਦੀ ਹਾਲਤ ਨੂੰ ਵਿਗੜਨ ਤੋਂ ਪਹਿਲਾਂ ਹੀ ਸੰਭਾਲ ਲਉ ਨਹੀਂ ਤਾਂ ਇਹ ਕਾਫ਼ੀ ਬੁਰੇ ਇਨਫੈਕਸ਼ਨ

ਵਿਚ ਬਦਲਸਕਦਾ ਹੈ ਜਾਂ ਤੁਹਾਨੂੰ ਬੰਦ ਤੇ ਵਗਦੀ ਨੱਕ ਦੇ ਨਾਲ ਬਿਸਤਰ ਤੇ ਲੇਟਣਾ ਪੈ ਸਕਦਾ ਹੈ।

- ਜੇਕਰ ਜ਼ਰੂਰਤ ਮਹਿਸੂਸ ਹੋਵੇ ਤਾਂ ਆਰਾਮ ਕਰੋ। ਜੇਕਰ ਆਰਾਮ ਕਰੋਗੀ ਤਾਂ ਜ਼ੁਕਾਮ ਜਲਦੀ ਠੀਕ ਨਹੀਂ ਹੋਵੇਗਾ ਪਰ ਸਰੀਰ ਨੂੰ ਆਰਾਮ ਮਿਲ ਜਾਏਗਾ। ਤੁਹਾਨੂੰ ਬੁਖ਼ਾਰ ਜਾਂ ਖਾਂਸੀ ਵੀ ਨਹੀਂ ਹੋਵੇਗੀ। ਇਸ ਤੋਂ ਇਲਾਵਾ ਥੋੜ੍ਹੀ ਕਸਰਤ ਨਾਲ ਵੀ ਲਾਭ ਹੋ ਸਕਦਾ ਹੈ।
- ਜ਼ੁਕਾਮ ਦੇ ਕਾਰਣ ਖ਼ੁਦ ਤੇ ਬੱਚੇ ਨੂੰ ਭੁੱਖਾ ਨਾ ਰੱਖੋ। ਭੁੱਖ ਨਾ ਲੱਗਣ ਤੇ ਵੀ ਪੌਸ਼ਟਿਕ ਭੋਜਨ ਲਉ। ਥੋੜ੍ਹਾ ਮਨਪਸੰਦ ਭੋਜਨ ਖਾਣ ਵਿਚ ਵੀ ਕੋਈ ਹਰਜ ਨਹੀਂ ਹੈ। ਵਿਟਾਮਿਨ ਸੀ ਭਰਪੂਰ ਫਲ ਜਾਂ ਜੂਸ ਲੈਣ ਦੀ ਕੋਸ਼ਿਸ਼ ਕਰੋ ਪ੍ਰੰਤੂ ਵਿਟਾਮਿਨ ਸੀ ਦੀ ਵਾਧੂ ਖ਼ੁਰਾਕ ਨਾ ਲਉ। ਜਿੰਕ ਤੇ ਐਕਨੀਸ਼ੀਆ ਦੇ ਮਾਮਲੇ ਵਿਚ ਵੀ ਇਹੀ ਧਿਆਨ ਰੱਖੋ।
- ਤਰਲ ਪਦਾਰਥਾਂ ਦੀ ਮਾਤਰਾ ਵਿਚ ਕਮੀ ਨਾ ਆਣ ਦਿਉ। ਬੁਖ਼ਾਰ, ਛੀਕਾਂ ਜਾਂ ਜ਼ੁਕਾਮ ਦੇ ਕਾਰਣ ਤੁਹਾਡੇ ਸਰੀਰ ਵਿਚ ਤਰਲ ਪਦਾਰਥਾਂ ਦੀ ਮਾਤਰਾ ਘਟ ਸਕਦੀ ਹੈ। ਹਲਕੇ ਗੁਨਗੁਨੇ ਤਰਲ ਪਦਾਰਥਾਂ ਨਾਲ ਆਰਾਮ ਆਏਗਾ। ਗਰਮ ਸੂਪ ਪੀਓ। ਪਾਣੀ ਤੇ ਠੰਡੇ ਜੂਸ ਲੈ ਸਕਦੀ ਹੋ, ਇਹ ਤੁਹਾਡੇ ਸਵਾਦ ਤੇ ਨਿਰਭਰ ਕਰਦਾ ਹੈ।
- ਸੌਂਦੇ ਸਮੇਂ ਆਪਣੇ ਸਿਰ ਨੂੰ ਸਰ੍ਹਾਣੇ ਨਾਲ ਉੱਚਾ ਕਰ ਲਉ। ਇਸ ਤਰ੍ਹਾਂ ਨੱਕ ਬੰਦ ਹੋਣ ਤੇ ਵੀ ਆਸਾਨੀ ਨਾਲ ਸਾਂਹ ਆਏਗਾ। 'ਨੇਸਲ ਸਟ੍ਰਿਪ' ਵੀ ਬੰਦ ਨੱਕ ਖੋਲ੍ਹਣ ਵਿਚ ਮਦਦ ਕਰ ਸਕਦੀ ਹੈ। ਉਹ ਬਾਜ਼ਾਰ ਵਿਚ ਉਪਲੱਬਧ ਹਨ ਅਤੇ ਉਨ੍ਹਾਂ ਵਿਚ ਕੋਈ ਦਵਾਈ ਨਹੀਂ ਹੁੰਦੀ।
- ਆਪਣੀ ਨੱਕ ਵਿਚ ਸੇਲਾਈਨ ਨੋਜ਼ ਡ੍ਰਾਪ ਪਾਕੇ ਉਸ ਨੂੰ ਨਮ ਬਣਾਈ ਰੱਖੋ ਇਹਵੀ ਪੂਰੀ ਤਰ੍ਹਾਂ ਸੁਰੱਖਿਅਤ ਹੈ।
- ਜੇਕਰ ਗਲੇ ਵਿਚ ਦਰਦ ਜਾਂ ਖ਼ਾਰਸ਼ ਹੋਵੇ, ਖਾਂਸੀ ਹੋਵੇ ਤਾਂ ਹਲਕੇ ਗੁਨਗੁਨੇ ਪਾਣੀ ਦੇ ਗਰਾਰੇ ਕਰੋ।
- ਜੇਕਰ ਬੁਖ਼ਾਰ ਹੋਵੇ ਤਾਂ ਉਸ ਨੂੰ ਜਲਦੀ ਹੀ ਉਤਾਰਨ ਦੀ ਕੋਸ਼ਿਸ਼ ਕਰੋ।
- ਡਾਕਟਰ ਦੀ ਦਸੀ ਦਵਾਈ ਜ਼ਰੂਰ ਲਉ। ਇਹ ਨਾ ਮੰਨ ਲਉ ਕਿ ਗਰਭਕਾਲ ਵਿਚ ਸਾਰੀਆਂ ਦਵਾਈਆਂ ਲੈਣਾ ਹਾਨੀਕਾਰਕ ਹਨ। ਬੀਮਾਰੀ ਦਾ ਇਲਾਜ ਹੋਣਾ ਵੀ ਜ਼ਰੂਰੀ ਹੈ।
- ਜੇਕਰ ਜ਼ੁਕਾਮ ਦੇ ਕਾਰਣ ਖਾਣ ਜਾਂ ਸੌਣ ਵਿਚ ਦਿੱਕਤ ਹੋਵੇ ਤਾਂ ਜਾਂ ਖਾਂਸੀ ਦੇ ਨਾਲ ਹਰੀ-ਪੀਲਾ ਕਫ਼ ਆਏ, ਛਾਤੀ ਵਿਚ ਦਰਦ ਹੋਵੇ, ਨੱਕ ਵਿਚ ਤਕਲੀਫ਼ ਹੋਵੇ, ਇਕ ਹਫ਼ਤੇ ਤਕ ਇਹੀ ਲੱਛਣ ਬਣੇ ਰਹਿਣ ਤਾਂ ਡਾਕਟਰ ਨੂੰ ਮਿਲੋ ਹੋ ਸਕਦਾ ਹੈ ਕਿ ਜ਼ੁਕਾਮ ਇਨਫੈਕਸ਼ਨ ਵਿਚ ਬਦਲ ਗਿਆ ਹੋਵੇ, ਇਸ ਤਰ੍ਹਾਂ ਤੁਹਾਡੀ ਤੇ ਬੱਚੇ ਦੀ ਸੁਰੱਖਿਆ ਦੇ ਲਈ ਦਵਾਈ ਲੈਣਾ ਜ਼ਰੂਰੀ ਹੋਵੇਗਾ।

## ਸਾਈਨਸਾਯਟਿਸ

**"ਮੈਨੂੰ ਇਕ ਹਫ਼ਤੇ ਤੋਂ ਜ਼ੁਕਾਮ ਹੈ। ਮੇਰਾ ਮੱਥਾ ਅਤੇ ਗੱਲ ਕਾਫ਼ੀ ਦੁੱਖ ਰਹੇ ਹਨ। ਮੈਨੂੰ ਕੀ ਕਰਨਾ ਚਾਹੀਦਾ ਹੈ?"**

ਲਗਦਾ ਹੈ ਕਿ ਤੁਹਾਡਾ ਜ਼ੁਕਾਮ ਸਾਈਨਸਾਯਟਿਸ ਵਿਚ ਬਦਲ ਗਿਆ ਹੈ। ਇਸ ਦੇ ਲੱਛਣ ਇਹੀ ਹਨ ਕਿ ਮੱਥਾ, ਗਲਾ ਤੇ ਜਬਾੜ੍ਹਾ ਵੀ ਦੁੱਖਣ ਲਗਦੇ ਹਨ ਤੇ ਨੱਕ ਤੋਂ ਕਾਫ਼ੀ ਗੰਦਾ ਹਰਾ-ਪੀਲਾ ਮਯੂਕਸ ਨਿਕਲਦਾ ਹੈ। ਗਰਭਕਾਲ ਵਿਚ ਅਕਸਰ ਇੰਝ ਹੋ ਜਾਂਦਾ ਹੈ ਕਿਉਂਕਿ ਤੁਹਾਡੇ ਹਾਰਮੋਨ ਮਯੂਕਸ ਮੈਂਬ੍ਰੇਨ ਵਿਚ ਵੀ ਸੋਜਸ ਪੈਦਾ ਕਰ ਦੇਂਦੇ ਹਨ ਜਿਸ ਨਾਲ ਨੱਕ ਬੰਦ ਹੁੰਦੀ ਹੈ ਅਤੇ ਕੀਟਾਣੂਆਂ ਨੂੰ ਡੇਰਾ ਪਾਉਣ ਦਾ ਮੌਕਾ ਮਿਲ ਜਾਂਦਾ ਹੈ। ਇਯੂਮਨ ਕੋਸ਼ਕਾਵਾਂ ਇਨ੍ਹਾਂ ਦੇ ਡੇਰੇ ਤਕ ਆਸਾਨੀ ਨਾਲ ਨਹੀਂ ਪਹੁੰਚ ਸਕਦੀਆਂ ਅਤੇ ਸਾਈਨਸ ਦੀ ਬੀਮਾਰੀ ਲੰਬੀ ਚਲੀ ਜਾਂਦੀ ਹੈ। ਸੁਰੱਖਿਅਤ ਐਂਟੀਬਾਯੋਟਿਕ ਦਵਾਈਆਂ ਦੀ ਮਦਦ ਨਾਲ ਇਸ ਤੇ ਕਾਬੂ ਪਾ ਸਕਦੇ ਹੋ।

### ਸਰਦੀ ਜਾਂ ਫਲੂ

ਤੁਹਾਨੂੰ ਇਨ੍ਹਾਂ ਦੋਨਾਂ ਦਾ ਫ਼ਰਕ ਪਤਾ ਹੋਣਾ ਚਾਹੀਦਾ ਹੈ। ਸਰਦੀ ਲੱਗਣ ਤੇ ਗਲੇ ਵਿਚ ਦਰਦ ਤੇ ਖਾਰਸ਼ ਹੁੰਦੀ ਹੈ, ਨੱਕ ਵਗਦੀ ਹੈ ਤੇ ਛੀਕਾਂ ਆਣ ਲਗਦੀਆਂ ਹਨ। ਸਰੀਰ ਵਿਚ ਹਲਕੀ ਇਮਾਰਤ ਤੇ ਦਰਦ ਵੀ ਹੋ ਜਾਂਦਾ ਹੈ।

ਫਲੂ ਵਿਚ 104 ਤਕ ਬੁਖ਼ਾਰ ਹੋ ਸਕਦਾ ਹੈ। ਮਾਸਪੇਸ਼ੀਆਂ ਵਿਚ ਸੋਜਸ ਆ ਜਾਂਦੀ ਹੈ। ਥਕਾਵਟ ਤੇ ਕਮਜ਼ੋਰੀ ਮਹਿਸੂਸ ਹੁੰਦੀ ਹੈ। ਕਈ ਵਾਰ ਉਲਟੀ ਵੀ ਆ ਸਕਦੀ ਹੈ। ਛੀਕਾਂ ਤੇ ਖਾਂ ਵੀਹੇ ਜਾਂਦੀ ਹੈ। ਤੁਸੀਂ ਦਵਾਇ. ਲੈ ਕੇ ਆਸਾਨੀ ਨਾਲ ਠੀਕ ਹੋ ਸਕਦੀ ਹੋ।

## ਫਲੂ ਦਾ ਮੌਸਮ

**"ਜੇਕਰ ਮੈਨੂੰ ਫਲੂ ਦੀ ਬੀਮਾਰੀ ਹੋ ਗਈ ਤਾਂ? ਕੀ ਇਹ ਗਰਭਕਾਲ ਵਿਚ ਸੁਰੱਖਿਅਤ ਹੈ?"**

ਤੁਹਾਨੂੰ ਇਸ ਮੌਸਮ ਵਿਚ ਬਚਾਅ ਦੇ ਲਈ ਫਲੂ ਸ਼ਾਟ ਲੈ ਲੈਣਾ ਚਾਹੀਦਾ ਹੈ। ਗਰਭਕਾਲ ਵਿਚ ਤਾਂ ਇਹ ਹੋਰ ਵੀ ਜ਼ਰੂਰੀ ਹੈ। ਇਸ ਸਬੰਧੀ ਆਪਣੇ ਡਾਕਟਰ ਦੀ ਰਾਏ ਲਉ। ਫਲੂ ਫੈਲਣ ਤੋਂ ਪਹਿਲਾਂ ਹੀ ਉਸ ਦੇ ਰੋਕਥਾਮ ਦੀ ਦਵਾਈ ਲੈਣੀ ਚਾਹੀਦੀ ਹੈ। ਹਾਲਾਂਕਿ ਇਹ ਪੂਰੀ ਤਰ੍ਹਾਂ ਪ੍ਰਭਾਵੀ ਨਹੀਂ ਹੁੰਦੀ ਪ੍ਰੰਤੂ ਇਹ ਫਲੂ ਵਾਇਰਸ ਤੋਂ ਬਚਾਅ ਕਰਦੀ ਹੈ। ਇਸ ਤਰ੍ਹਾਂ ਤੁਸੀਂ ਫਲੂ ਦੇ ਖ਼ਤਰੇ ਤੋਂ ਬਚ ਸਕਦੀ ਹੋ। ਚਾਹੇ ਇਨਫੈਕਸ਼ਨ ਨਾ ਵੀ ਰੋਕ ਸਕੇ, ਇਸ ਨਾਲ ਲੱਛਣਾਂ ਦੀ ਗੰਭੀਰਤਾ ਵਿਚ ਕਮੀ ਆ ਜਾਂਦੀ ਹੈ।

ਤੁਹਾਨੂੰ 'ਨੈਜ਼ਲ ਸਪ੍ਰੇ ਵੈਕਸਿਨ' ਦੀ ਥਾਂ ਸੂਈ ਦੇ ਰਾਹੀਂ ਦਵਾਈ ਲੈਣੀ ਚਾਹੀਦੀ ਹੈ। ਜੇਕਰ ਫਲੂ ਦਾ ਸ਼ੱਕ ਹੋਵੇ ਤਾਂ ਇਲਾਜ ਕਰਵਾਉਣ ਵਿਚ ਦੇਰ ਨਾ ਕਰੋ ਨਹੀਂ ਤਾਂ ਇਹ ਨਿਮੋਨੀਆ ਵਿਚ ਬਦਲ ਸਕਦਾ ਹੈ। ਇਸ ਦੌਰਾਨ ਭਰਪੂਰ ਪਾਣੀ ਵੀਓ ਤੇ ਆਰਾਮ ਕਰੋ ਤਾਂ ਜੋ ਡੀਹਾਈਡ੍ਰੇਸ਼ਨ ਨਾ ਹੋ ਸਕੇ।

## ਬੁਖ਼ਾਰ

**"ਮੈਨੂੰ ਹਲਕਾ ਬੁਖ਼ਾਰ ਹੈ। ਇਸ ਸਮੇਂ ਮੈਨੂੰ ਕੀ ਕਰਨਾ ਚਾਹੀਦਾ ਹੈ?"**

ਗਰਭਕਾਲ ਦੇ ਦੌਰਾਨ ਸਰੀਰ ਦੀ ਹਲਕੀ ਹਰਕਤ ਨੂੰ ਵਧੇਰੇ ਗੰਭੀਰਤਾ ਨਾਲ ਨਾ ਲਉ ਪ੍ਰੰਤੂ ਇਸ ਨੂੰ ਅਣਦੇਖਿਆ ਵੀ ਨਾ ਕਰੋ ਭਾਵ ਤੁਹਾਨੂੰ ਬੁਖ਼ਾਰ ਉਤਾਰਣ ਦੇ ਲਈ ਫਟਾਫਟ ਕੁਝ ਕਰਨਾ ਹੋਵੇਗਾ। ਤਾਪਮਾਨ ਤੇ ਨਜ਼ਰ ਰੱਖੋ।

**100.4**$^{o}F$ ਤੋਂ ਵੱਧ ਤਾਪਮਾਨ ਹੋਣ ਤੇ, ਉਸੀ ਸਮੇਂ ਆਪਣੇ ਡਾਕਟਰ ਨੂੰ ਫ਼ੋਨ ਕਰੋ। ਇਸ ਦੌਰਾਨ ਬੁਖ਼ਾਰ ਉਤਾਰਣ ਦੇ ਲਈ ਟਾਯਲੀਨਾੱਲ ਲਉ ਤੇ ਆਪਣੇ-ਆਪ ਕੋਈ ਦੂਜੀ ਦਵਾਈ ਨਾ ਖਾਓ। ਇਸ਼ਨਾਨ, ਠੰਡੇ ਪੀਣ ਵਾਲੇ ਪਦਾਰਥ ਤੇ ਹਲਕੇ ਕਪੜਿਆਂ ਨਾਲ ਤਾਪਮਾਨ ਘੱਟ ਹੋ ਸਕਦਾ ਹੈ। ਗਰਭਕਾਲ ਵਿਚ ਡਾਕਟਰ ਦੀ ਰਾਏ ਤੋਂ ਬਿਨਾਂ ਐਸਪ੍ਰਿਨ ਜਾਂ ਇਬੂਫੇਨ ਕਦੀ ਨਾ ਲਉ।

ਜੇਕਰ ਇਸ ਤੋਂ ਪਹਿਲਾਂ ਵੀ ਤੇਜ ਬੁਖ਼ਾਰ ਹੋ ਚੁੱਕਾ ਹੈ ਤਾਂ ਇਸ ਸਬੰਧੀ ਵੀ ਡਾਕਟਰ ਨੂੰ ਦੱਸੋ।

## ਬੁਖ਼ਾਰ

**"ਮੇਰੇ ਤਿੰਨ ਸਾਲ ਦੇ ਬੱਚੇ ਨੂੰ 'ਸਟੈਪ ਥ੍ਰੋਟ' ਹੋ ਗਿਆ ਹੈ। ਕੀ ਇਸਨਾਲ ਮੈਨੂੰ ਤੇ ਜੰਮਣ ਵਾਲੇ ਬੱਚੇ ਨੂੰ ਵੀ ਇਨਫੈਕਸ਼ਨ ਹੋ ਸਕਦਾ ਹੈ?"**

ਬੱਚਿਆਂ ਨੂੰ ਆਪਣੇ ਕੀਟਾਣੂ ਦੂਜਿਆਂ ਤੱਕ ਫੈਲਾਣ ਵਿਚ ਦੇਰ ਨਹੀਂਲਗਦੀ। ਗਰਭਕਾਲ ਵਿਚ ਤਾਂ ਤੁਸੀਂ ਹੋਰ ਵੀ ਜਲਦੀ ਐਸੇ ਇਨਫੈਕਸ਼ਨ ਦੀ ਲਪੇਟ ਵਿਚ ਆ ਸਕਦੀ ਹੋ।

ਬੱਚੇਦਾ ਜੂਠਾ ਪਾਣੀ ਨਾ ਪੀਓ ਜਾਂ ਉਸ ਦਾ ਬਚਿਆ ਜੂਠਾ ਖਾਣਾ ਨਾ ਖਾਓ। ਆਪਣੇ ਹੱਥ ਵਾਰ-2 ਧੋਵੋ। ਵਧੀਆ ਪੌਸ਼ਟਿਕ ਖਾਣਾ ਤੇ ਆਰਾਮ ਨਾਲ ਆਪਣੀ ਰੋਗ ਪ੍ਰਤਿਰੋਧਕ ਸਮਰੱਥਾ ਬਣਾਈ ਰੱਖੋ।

ਜੇਕਰ ਤੁਹਾਨੂੰ ਇਨਫੈਕਸ਼ਨ ਦਾ ਡਰ ਲਗੇ ਤਾਂ ਥ੍ਰੋਟ ਕਲਚਰ ਦੇ ਲਈ ਡਾਕਟਰ ਦੇ ਕੋਲ ਜਾਓ। ਜੇ ਕਰ ਸਹੀ ਤਰ੍ਹਾਂ ਦੀ ਐਂਟੀਬਾਯੋਟਿਕ ਲਈ ਤਾਂ ਬੱਚੇ ਨੂੰ ਇਨਫੈਕਸ਼ਨ ਦਾ ਡਰ ਨਹੀਂ ਰਹੇਗਾ। ਘਰ ਵਿਚ ਬੱਚੇ ਜਾਂ ਕਿਸੇ ਦੂਜੇ ਪਰਿਵਾਰਕ ਮੈਂਬਰ ਨੂੰ ਦਿੱਤੀ ਗਈ ਦਵਾਈ ਨਾ ਲਉ।

## ਪਿਸ਼ਾਬ ਰਸਤੇ ਦਾ ਇਨਫੈਕਸ਼ਨ (ਯੂ.ਟੀ.ਆਈ.)

**"ਮੈਨੂੰ ਡਰ ਹੈ ਕਿ ਮੈਨੂੰ ਪਿਸ਼ਾਬ ਰਸਤੇ ਦਾ ਇਨਫੈਕਸ਼ਨ ਹੋ ਗਿਆ ਹੈ।"**

ਤੁਹਾਡੇ ਬਲੈਡਰ ਨੂੰ ਗਰਭਕਾਲ ਦੇ ਵਧਦੇ ਭਾਰ ਦਾ ਦਬਾਅ ਸਹਿਣਾ ਪੈ ਰਿਹਾ ਹੈ। ਇਨ੍ਹਾਂ ਦਿਨਾਂ ਵਿਚ ਇਨਫੈਕਸ਼ਨ ਫੈਲਾਣ ਵਾਲੇ ਕੀਟਾਣੂਆਂ (ਬੈਕਟੀਰੀਆ) ਨੂੰ ਅੱਗੇ ਆਣ ਦਾ ਕਾਫ਼ੀ ਮੌਕਾ ਮਿਲ ਜਾਂਦਾ ਹੈ। ਇਸ ਲਈ (ਯੂ.ਟੀ.ਆਈ.) ਹੁੰਦੇ ਦੇਰ ਨਹੀਂ ਲਗਦੀ। ਗਰਭਕਾਲ ਦੇਹਾਰਮੋਨ ਵੀ ਇਸ ਵਿਚ ਆਪਣੀ ਖ਼ਾਸ ਭੂਮਿਕਾ ਅਦਾ ਕਰਦੇ ਹਨ। ਕਈ ਔਰਤਾਂ ਵਿਚ ਤਾਂ ਇਸ ਦੇ ਲੱਛਣ ਆਮ

ਤੋਂ ਗੰਭੀਰ ਹੋ ਸਕਦੇ ਹਨ; ਜਿਵੇਂ ਵਾਰ-2 ਪਿਸ਼ਾਬ ਦੀ ਇੱਛਾ ਹੋਣਾ, ਪਿਸ਼ਾਬ ਦਾ ਰਿਸਾਅ, ਪਿਸ਼ਾਬ ਕਰਦੇ ਸਮੇਂ ਜਲਨ, ਦਰਦ, ਪੇਟ ਦੇ ਹੇਠਲੇ ਹਿੱਸੇ ਵਿਚ ਤੇਜ ਦਰਦ ਜਾਂ ਦਬਾਅ। ਪਿਸ਼ਾਬ ਵਿਚੋਂ ਗੰਦੀ ਬਦਬੂ ਵੀ ਆ ਸਕਦੀ ਹੈ।

ਪਿਸ਼ਾਬ ਦੀ ਜਾਂਚ ਤੋਂ ਆਸਾਨੀ ਨਾਲ ਇਸ ਇਨਫੈਕਸ਼ਨ ਦਾ ਪਤਾ ਲਗਾ ਸਕਦੇ ਹੋ। ਲਾਲ ਖ਼ੂਨ ਕੋਸ਼ਕਾਵਾਂ ਤੋਂ ਖ਼ੂਨ ਰਿਸਣ ਤੇ ਸਫ਼ੇਦ ਖ਼ੂਨ ਕੋਸ਼ਕਾਵਾਂ ਤੋਂ ਇਨਫੈਕਸ਼ਨ ਦਾ ਪਤਾ ਚਲਦਾ ਹੈ। ਐਂਟੀਬਾਯੋਟਿਕਸ ਦਾ ਪੂਰਾ ਕੋਰਸ ਕਰਕੇ ਇਸ ਰੋਗ ਤੋਂ ਬਚਿਆ ਜਾ ਸਕਦਾ ਹੈ। ਉਂਝ ਪਹਿਲਾਂ ਤਾਂ ਤੁਹਾਨੂੰ ਇਸ ਤੋਂ ਬਚਾਅ ਦੀ ਹੀ ਕੋਸ਼ਿਸ਼ ਕਰਨੀ ਚਾਹੀਦੀ ਹੈ। ਇਸਦੇ ਲਈ ਤੁਸੀਂ ਗਰਭਕਾਲ ਦੇ ਦੌਰਾਨ ਕਈ ਕਦਮ ਉਠਾ ਸਕਦੀ ਹੋ -

- ਅਵੱਧ ਮਾਤਰਾ ਵਿਚ ਤਰਲ ਪਦਾਰਥ ਤੇ ਪਾਣੀ ਲਉ ਤਾਂ ਜੋ ਬੈਕਟੀਰੀਆ ਪਿਸ਼ਾਬ-ਰਸਤੇ ਤੋਂ ਬਾਹਰ ਆ ਸਕਣ। ਇਸ ਦੌਰਾਨ ਚਾਹ, ਕਾਫ਼ੀ ਤੇ ਸ਼ਰਾਬ ਦੇ ਸੇਵਨ ਤੋਂ ਬਚੋ।
- ਯੋਨੀ ਰਾਹ ਚੰਗੀ ਤਰ੍ਹਾਂ ਸਾਫ਼ ਕਰੋ ਤੇ ਸੈਕਸ ਤੋਂ ਪਹਿਲਾਂ ਅਤੇ ਬਾਦ ਵਿਚ ਪਿਸ਼ਾਬ ਦਾਨੀ ਚੰਗੀ ਤਰ੍ਹਾਂ ਖ਼ਾਲੀ ਕਰੋ।
- ਜਦੋਂ ਵੀ ਪਿਸ਼ਾਸ ਦੇ ਲਈ ਜਾਓ, ਬਲੈਡਰ ਪੂਰੀ ਤਰ੍ਹਾਂ ਖ਼ਾਲੀ ਕਰੋ। ਪਿਸ਼ਾਬ ਤੋਂ ਬਾਦ ਰੁਕੋ, ਫਿਰ ਦੁਬਾਰਾ ਕੋਸ਼ਿਸ਼ ਕਰੋ। ਪਿਸ਼ਾਬ ਦਾ ਇੱਛਾ ਹੋਣ ਤੇ ਉਸ ਨੂੰ ਰੋਕੋ ਨਾ, ਇਸ ਤਰ੍ਹਾਂ ਇਨਫੈਕਸ਼ਨ ਦੀ ਸੰਭਾਵਨਾ ਕਾਫ਼ੀ ਵਧ ਜਾਂਦੀ ਹੈ।
- ਆਪਣੇ ਪੈਰੀਨਿਯਲ ਏਰੀਆ ਨੂੰ ਹਵਾ ਲਗਣ ਦਿਉ। ਸੂਤੀ ਅਧਵਸਤਰ ਪਾਓ। ਜੇਕਰਸੰਭਵ ਹੋਵੇ ਤਾਂ ਰਾਤ ਨੂੰ ਸੋਂਦੇ ਸਮੇਂ ਪਜਾਮੇ ਦੇ ਨਾਲ ਅਧਵਸਤਰ ਨਾ ਪਾਓ।
- ਯੋਨੀ ਰਸਤੇ ਤੇ ਇਸ ਦੇ ਆਸਪਾਸ ਦੇ ਖੇਤਰ ਨੂੰ ਸਾਫ਼-ਸੁਥਰਾ ਤੇ ਸੁਕਾ ਰਖੋ। ਸ਼ੌਚ ਤੋਂ ਬਾਦ ਅੱਗੇ ਤੋਂ ਪਿਛੇ ਪੱਲ ਪੂੰਝੋ ਤਾਂ ਜੋ ਬੈਕਟੀਰੀਆ ਯੋਨੀ ਰਾਹ ਵਿਚ ਨਾ ਜਾ ਸਕਣ। ਬਬਲ ਬਾਥ ਤੇ ਪਰਫਿਊਮ ਯੁਕਤ ਪਾਊਡਰ, ਸ਼ਾਵਰ ਜੈਲ, ਸੋਪ, ਸਪ੍ਰੇ, ਡਿਟ੍ਰਜੈਂਟ ਤੇ ਟਾਯਲੇਟ ਪੇਪਰ ਦਾ ਪ੍ਰਯੋਗ ਨਾ ਕਰੋ। ਜੇਕਰ ਫੁੱਲ ਕਲੋਰੀਯੁਕਤ ਨਾ ਹੋਣ ਤਾਂ ਉਸਦਾ ਪ੍ਰਯੋਗ ਨਾ ਕਰੋ।
- ਪੌਸ਼ਟਿਕ ਆਹਾਰ ਲਉ, ਭਰਪੂਰ ਆਰਾਮ ਕਰੋ। ਕਸਰਤ ਕਰੋ ਤੇ ਜ਼ਿਆਦਾ ਤਨਾਅ ਨਾ ਰੱਖੋ।
- ਕੁਝ ਡਾਕਟਰ ਇਸ ਦੌਰਾਨ ਦਹੀ ਖਾਣ ਦੀ ਸਲਾਹ ਦੇਂਦੇ ਹਨ ਤਾਂ ਜੋ ਐਂਟੀਬਾਯੋਟਿਕ ਲੈਣ ਦੇ ਨਾਲ-2 ਲਾਭਦਾਇਕ ਬੈਕਟੀਰੀਆ ਦਾ ਸੰਤੁਲਨ ਵੀ ਬਣਿਆ ਰਹੇ। ਤੁਸੀਂ ਇਸ ਤੋਂ ਇਲਾਵਾ ਡਾਕਟਰ ਤੋਂ ਪੁੱਛਕੇ ਹੋਰ ਪ੍ਰੋਬਾਯੋਟਿਕਸ ਵੀ ਲੈ ਸਕਦੀ ਹੋ।

ਪਿਸ਼ਾਬਦਾਨੀ ਰਾਹ ਦੇ ਹੇਠਲੇ ਹਿੱਸੇ ਦਾ ਇਨਫੈਕਸ਼ਨ ਕਾਫ਼ੀ ਗੰਭੀਰ ਹੁੰਦਾ ਹੈ ਪ੍ਰੰਤੂ ਜੇਕਰ ਇਲਾਜ ਨਾ ਹੋਵੇਅਤੇ ਇਹ ਕਿਡਨੀ ਤਕ ਪਹੁੰਚ ਜਾਏ ਤਾਂ ਇਸ ਦੇ ਕਾਰਣ ਪ੍ਰੀਮੈਚਿਓਰ ਪ੍ਰਸੂਤ, ਜਨਮ ਤੋਂ ਘਟ ਭਾਰ ਵਾਲਾ ਬੱਚਾ ਤੇ ਦੂਜੀਆਂ ਮੁਸ਼ਕਲਾਂ ਜਨਮ ਲੈ ਸਕਦੀਆਂ ਹਨ। ਇਸ ਦੇ ਲੱਛਣ ਤਾਂ ਉਹੀ ਹੁੰਦੇ ਹਨ ਪ੍ਰੰਤੂ ਬੁਖ਼ਾਰ 103°ਤੋਂ ਵੱਧ ਹੋ ਜਾਂਦਾ ਹੈ। ਸਰਦੀ ਲਗਦੀ ਹੈ, ਪਿਸ਼ਾਬ ਦੇ ਨਾਲ ਖ਼ੂਨ ਆਣ ਲਗਦਾ ਹੈ। ਪਿੱਠ ਵਿਚ ਦਰਦ, ਉਲਟੀ ਜਾਂ ਚੱਕਰ ਆਣ ਦੀ ਸ਼ਿਕਾਇਤ ਵੀ ਹੋ ਸਕਦੀ ਹੈ। ਐਸੇ ਲੱਛਣ ਸਾਮ੍ਹਣੇ ਆਉਂਦੇ ਹੀ ਡਾਕਟਰ ਨੂੰ ਦਿਖਾਣ ਵਿਚ ਦੇਰ ਨਾ ਕਰੋ।

## ਯੀਸਟ ਇਨਫੈਕਸ਼ਨ

**"ਮੈਨੂੰ ਲਗਦਾ ਹੈ ਕਿ ਮੈਨੂੰ ਯੀਸਟ ਇਨਫੈਕਸ਼ਨ ਹੈ। ਕੀ ਮੈਨੂੰ ਆਪਣੀ ਮਰਜੀ ਨਾਲ ਕੋਈ ਦਵਾਈ ਲੈਣੀ ਚਾਹੀਦੀ ਹੈ ਜਾਂ ਡਾਕਟਰ ਨੂੰ ਦਿਖਾਵਾਂ?"**

ਗਰਭਕਾਲ ਦੌਰਾਨ ਆਪਣੇ-ਆਪ ਕੋਈ ਵੀ ਇਲਾਜ ਕਰਨ ਜਾਂ ਦਵਾਈ ਲੈਣ ਦੀ ਕੋਸ਼ਿਸ਼ ਨਾ ਕਰੋ, ਫਿਰ ਚਾਹੇ ਉਹ ਯੀਸਟ ਇਨਫੈਕਸ਼ਨ ਦੇ ਲਈ ਹੀ ਕਿਉਂ ਨਾ ਹੋਵੇ ਚਾਹੇ ਇਹ ਤੁਹਾਨੂੰ ਸੈਂਕੜੇ ਵਾਰ ਹੋ ਚੁੱਕਾ ਹੋਵੇ। ਤੁਹਾਨੂੰ ਇਸ ਦੇ ਸਾਰੇ ਲੱਛਣ(ਪੀਲਾ, ਹਰਾ ਤੇ ਗਾੜ੍ਹਾ ਚੀਜ਼ ਯੁਕਤ ਰਿਸਾਅ ਤੇ ਬਦਬੂ ਲਾਲੀ, ਜਲਨ, ਸੋਜਸ ਤੇ ਖ਼ਾਰਸ਼ ਆਦਿ) ਪਤਾ ਹੋਣ ਜਾਂ ਤੁਸੀਂ ਕਈਵਾਰ ਦਵਾਈ ਲੈ ਕੇ ਇਸਦਾ ਇਲਾਜ ਕਰਚੁੱਕੀ ਹੋ ਪ੍ਰੰਤੂ ਇਸ ਵਾਰ ਇਸ ਨੂੰ ਡਾਕਟਰ ਨੂੰ ਦਿਖਾਓ।

ਤੁਹਾਡਾ ਇਲਾਜ ਕਿਵੇਂ ਹੋਵੇਗਾ, ਇਹ ਡਾਕਟਰ ਇਨਫੈਕਸ਼ਨ ਦੇਖਣ ਤੋਂ ਬਾਦ ਤੈਅ ਕਰਨਗੇ ਜੇਕਰ ਇਹ ਆਮ ਯੀਸਟ ਇਨਫੈਕਸ਼ਨ ਹੋਇਆ ਤਾਂ ਡਾਕਟਰ ਯੋਨੀ ਦੇ ਲਈ ਜੈਲ, ਮਲਹਮ ਜਾਂ ਕ੍ਰੀਮ ਲਿਖ ਦੇਣਗੇ। ਗਰਭਕਾਲ ਵਿਚ ਐਂਟੀ ਯੀਸਟ ਸਨੈਂਟ 'ਫਲਸੂਕੋਨਾਜ਼ੋਲ' ਦੀ ਦਵਾਈ ਵੀ ਦੇ ਸਕਦੇ ਹਨ ਪ੍ਰੰਤੂ ਇਸ ਦੀ ਖ਼ੁਰਾਕ ਹਲਕੀ ਤੇ ਦੋ ਦਿਨ ਤੋਂ ਵੱਧ ਦੀ ਨਹੀਂ ਹੁੰਦੀ।

ਬਦਕਿਸਮਤੀ ਨਾਲ ਇਹ ਇਲਾਜ ਅਸਥਾਈ ਹੁੰਦਾ ਹੈ। ਇਨਫੈਕਸ਼ਨ ਦੁਬਾਰਾ ਆਉਂਦਾ ਹੈ ਤੇ

ਡਿਲੀਵਰੀ ਤਕ ਬਣਿਆ ਰਹਿੰਦਾ ਹੈ ਤੇ ਇਸ ਤੋਂ ਬਾਦ ਦੁਬਾਰਾ ਇਲਾਜ ਕਰਵਾਉਣਾ ਪੈ ਸਕਦਾ ਹੈ।

ਆਪਣੇ ਸਰੀਰ ਦੇ ਗੁਪਤਅੰਕਾਂ ਦੀ ਸਾਫ਼-ਸਫ਼ਾਈ ਤੇ ਪੂਰਾ ਧਿਆਨ ਦਿਉ। ਤੰਗ ਅਧਵਸਤਰ ਨਾ ਪਾਓ। ਇਸ ਹਿੱਸੇ ਨੂੰ ਥੋੜ੍ਹਾ ਹਵਾ ਲੱਗਣ ਦਿਉ। ਦਹੀ ਤੁਹਾਡੇ ਲਈ ਫਾਇਦੇਮੰਦ ਹੋ ਸਕਦਾ ਹੈ। ਤੁਸੀਂ ਡਾਕਟਰ ਤੋਂ ਪੁੱਛਕੇ ਕੋਈ ਅਸਰ ਕਾਰਕ ਪ੍ਰੋਬਾਯੋਟਿਕ ਵੀ ਲੈ ਸਕਦੀ ਹੋ। ਕਈ ਪੁਰਾਣੇ ਮਰੀਜ ਮੰਨਦੇ ਹਨ ਕਿ ਚੀਨੀ, ਬੇਕਡ ਖਾਦ ਪਦਾਰਥ ਤੇ ਮੈਦਾ ਆਦਿ ਨਾ ਲੈਣ ਨਾਲ ਵੀ ਉਨ੍ਹਾਂ ਨੂੰ ਆਰਾਮ ਆਉਂਦਾ ਹੈ। ਡੂਸ਼ ਨਾ ਕਰੋ ਕਿਉਂਕਿ ਇਸ ਨਾਲ ਯੋਨੀ ਵਿਚ ਬੈਕਟੀਰੀਆ ਦਾ ਆਮ ਪ੍ਰਭਾਵ ਵਿਗੜ ਜਾਂਦਾ ਹੈ।

## ਪੇਟ ਦੀ ਗੜਬੜੀ

**"ਮੇਰਾ ਪੇਟ ਕਾਫੀ ਗੜਬੜ ਹੈ। ਕਿਤੇ ਇਸ ਨਾਲ ਬੱਚੇ ਨੂੰ ਨੁਕਸਾਨ ਤਾਂ ਨਹੀਂ ਹੋਵੇਗਾ?"**

ਪੇਟ ਵਿਚ ਗੜਬੜੀ ਦੇ ਲੱਛਣ ਮਾਰਨਿੰਗ ਸਿਕਨੈਸ ਨਾਲ ਇੰਨੇ ਮਿਲਦੇ ਹਨ ਕਿ ਕਈ ਵਾਰ ਇਨ੍ਹਾਂ ਨੂੰ ਪਹਿਚਾਨਣਾ ਮੁਸ਼ਕਲ ਹੋ ਜਾਂਦਾ ਹੈ। ਹਾਲਾਂਕਿ ਇਸ ਨਾਲ ਬੱਚੇ ਨੂੰ ਕੋਈ ਨੁਕਸਾਨ ਨਹੀਂ ਹੁੰਦਾ ਪਰ ਇਯ ਦਾ ਭਾਵ ਇਹ ਨਹੀਂ ਕਿ ਤੁਸੀਂ ਆਪਣਾ ਇਲਾਜ ਹੀ ਨਾ ਕਰਵਾਓ। ਚਾਹੇ ਤੁਹਾਡੇ ਪੇਟ ਵਿਚ ਹਾਰਮੋਨ ਵਾਯਰਸ ਜਾਂ ਫਿਰ ਅੰਡੇ ਦੀ ਸਲਾਹ ਦੇ ਕਾਰਣ ਤਕਲੀਫ਼ ਹੋਵੇ, ਇਲਾਜ ਤਾਂ ਇਕ ਹੀ ਹੋਵੇਗਾ। ਸਰੀਰ ਨੂੰ ਆਰਾਮ ਦਿਉ। ਤਰਲ ਪਦਾਰਥਾਂ ਦੀ ਮਾਤਰਾ ਵਧਾ ਦਿਉ ਜੇਕਰ ਉਲਟੀ-ਦਸਤ ਵੱਧ ਹਨ ਤਾਂ ਵੱਧ ਧਿਆਨ ਦੇਣਾ ਹੋਵੇਗਾ।

ਜੇਕਰ ਪਿਸ਼ਾਬ ਨਹੀਂ ਕਰ ਸਕਦੀ ਜਾਂ ਉਹ ਗਾੜ੍ਹੇ ਰੰਗ ਦਾ ਹੈ ਤਾਂ ਤੁਸੀਂ ਡੀਹਾਈਡ੍ਰੇਸ਼ਨ ਦਾ ਸ਼ਿਕਾਰ ਹੋ ਸਕਦੀ ਹੋ। ਹੋਲੀ-2 ਘੁੱਟ-2 ਕਰਕੇ ਪਾਣੀ ਪੀਓ, ਜੂਸ ਨੂੰ ਪਤਲਾ ਕਰਕੇ ਪੀਓ ਜਾਂ ਗੁਨਗੁਨੇ ਪਾਣੀ ਵਿਚ ਨਿੰਬੂ ਪਾਕੇ ਲਉ। ਜੇਕਰ ਪਾਣੀ ਪੀ ਨਾ ਸਕੋ ਤਾਂ ਆਈਸਚਿਪਸ ਜਾਂ ਪਾੱਪਰਿਕਸ਼ਣ ਚੂਸੋ। ਠੋਸ ਆਹਾਰ ਲੈਂਦੇ ਸਮੇਂ ਉਨਾਂ ਹੀ ਖਾਓ ਜਿਨਾ ਹੋ ਸਕੇ। ਪੇਟ ਦੀ ਤਕਲੀਫ਼ ਵਿਚ ਅਦਰਕ ਦੀ ਚਾਹ ਜਾਂ ਕਿਸੀ ਦੂਜੇਰੂਪ ਵਿਚ ਅਦਰਕ ਲੈਣ ਨਾਲ ਆਰਾਮ ਆਏਗਾ। ਜਦੋਂ ਉਲਟੀ ਆਣ ਦੀ ਘਟੋ ਘੱਟ ਸੰਭਾਵਨਾ ਹੋਵੇ ਤਾਂ ਆਪਣੀ ਵਿਟਾਮਿਨ ਦੀ ਖ਼ੁਰਾਕ ਲਉ। ਜੇਕਰ ਕੁਝ ਦਿਨ ਨਾ ਵੀ ਲੈ ਸਕੇ ਤਾਂ ਕੋਈ ਹਰਜ ਨਹੀਂ।

ਜੇਕਰ ਆਰਾਮ ਨਾ ਆਏਤਾਂ ਡਾਕਟਰ ਨੂੰ ਦਿਖਾਓ ਕਿਉਂਕਿ ਸਰੀਰ ਵਿਚ ਪਾਣੀ ਦੀ ਘਾਟ ਹੋਣ ਨਾਲ ਪ੍ਰੇਸ਼ਾਨੀ ਵੱਧ ਸਕਦੀ ਹੈ। ਐਂਟੀਐਸਿਡ ਦਵਾਈਆਂ ਕੰਮ ਆ ਸਕਦੀਆਂ ਹਨ, ਪਰ ਪੁੱਛੇ ਬਿਨਾਂ ਨਾ ਖਾਓ।

ਇਹ ਵੀ ਯਾਦ ਰਖੋ ਕਿ ਪੇਟ ਦੀ ਤਕਲੀਫ਼ ਲੰਬੇ ਸਮੇਂ ਤਕ ਨਹੀਂ ਟਿਕੇਗੀ। ਸਹੀ ਦਵਾਈ ਲੈਣ ਨਾਲ ਤੁਹਾਨੂੰ ਜਲਦੀ ਹੀ ਆਰਾਮ ਆ ਜਾਏਗਾ।

## ਲਿਸਟੀਰਿਯੋਸਿਸ

**"ਮੇਰੀ ਇਕ ਸਹੇਲੀ ਨੂੰ ਗਰਭਕਾਲ ਦੌਰਾਨ ਕੁਝ ਖ਼ਾਸ ਤਰ੍ਹਾਂ ਦੇ ਡੇਅਰੀ ਪਦਾਰਥਾਂ ਤੋਂ ਦੂਰ ਰਹਿਣ ਲਈ ਕਿਹਾ ਗਿਆ ਹੈ ਕਿਉਂਕਿ ਉਹ ਬੀਮਾਰ ਕਰ ਸਕਦੇ ਹਨ, ਕੀ ਇਹ ਸੱਚ ਹੈ?"**

ਪਾਸ਼ਚਰਾਇਜ਼ ਨਾ ਕੀਤਾ ਗਿਆ ਦੁੱਧ ਤੇ ਉਸ ਤੋਂ ਬਣਿਆ ਪਨੀਰ, ਗਰਭਕਾਲ ਦੌਰਾਨ ਤੁਹਾਨੂੰ ਬੀਮਾਰ ਕਰ ਸਕਦਾ ਹੈ। ਅੱਧ ਪਕਿਆ ਖਾਣਾ, ਮਾਸ ਤੇ ਹਾੱਟ ਡਾੱਗ ਆਦਿ ਵਿਚ 'ਲਿਸਟੀਰੀਆ' ਪਾਇਆ ਜਾਂਦਾ ਹੈ। ਘੱਟ ਰੋਗ ਪ੍ਰਤਿਰੋਧ ਸਮਰੱਥਾ ਵਾਲੀਆਂ ਨੌਜਵਾਨ ਤੇ ਗਰਭਵਤੀ ਔਰਤਾਂ ਲਿਸਟੀਕਿਯੋਸਿਸ ਦੀਆਂ ਸ਼ਿਕਾਰ ਜਲਦੀ ਹੋ ਜਾਂਦੀਆਂ ਹਨ। ਇਸ ਦੇ ਕੀਟਾਣੂ ਖ਼ੂਨ ਪ੍ਰਵਾਹ ਵਿਚ ਘੁੱਲ ਕੇ ਬੱਚੇ ਤਕ ਪਹੁੰਚਣ ਵਿਚ ਦੇਰ ਨਹੀਂ ਲਗਾਂਦੇ । ਇਸ ਨੂੰ ਪਹਿਚਾਨਣਾ ਔਖਾ ਹੁੰਦਾ ਹੈ। ਇਨਫੈਕਟਿਡ ਭੋਜਨ ਦੇ 12-30 ਘੰਟਿਆਂ ਦੌਰਾਨ ਕਦੀ ਵੀ ਇਸ ਦੇ ਲੱਛਣ ਉਭਰ ਸਕਦੇ ਹਨ। (ਪੇਟ ਦਰਦ, ਬੁਖ਼ਾਰ, ਜਕੜਨ, ਮਾਸਪੇਸ਼ੀਆਂ ਵਿਚ ਦਰਦ, ਜੀਅ ਮਚਲਾਉਣਾ ਤੇ ਡਾਇਰੀਆ) ਕਈ ਵਾਰ ਇਨ੍ਹਾਂ ਲੱਛਣਾਂ ਨੂੰ ਸਹੀ ਤਰੀਕੇ ਨਾਲ ਸਮਝਣ ਵਿਚ ਵੀ ਦੇਰ ਹੋ ਜਾਂਦੀ ਹੈ। ਐਂਟੀਬਾਯੋਟਿਕ ਦੀ ਮਦਦ ਨਾਲ ਇਸ ਦਾ ਇਲਾਜ ਹੋ ਸਕਦਾ ਹੈ। ਬਿਹਤਰ ਹੋਵੇਗਾ ਕਿ ਤੁਸੀਂ ਇਸ ਤਰ੍ਹਾਂ ਦੇ ਖਾਣੇ ਤੋਂ ਦੂਰ ਰਹੋ ਤਾਂ ਜੋ ਇਨਫੈਕਸ਼ਨ ਹੀ ਨਾ ਹੋਵੇ। ਇਲਾਜ ਤੋਂ ਪਰਹੇਜ ਵਧੀਆ ਹੁੰਦਾ ਹੈ। ਹਾਲਾਂਕਿ ਇਸ ਤੋਂ ਪਹਿਲਾਂ ਤੁਸੀਂ ਇਸ ਤਰ੍ਹਾਂ ਦਾ ਭੋਜਨ ਲੈ ਚੁਕੀ ਹੋ ਤਾਂ ਹੁਣ ਉਸ ਸਬੰਧੀ ਸੋਚਕੇ ਚਿੰਤਾ ਨਾ ਕਰੋ।

## ਟਾਕਸੋਪਲਾਜ਼ਮੋਸਿਸ

**"ਹਾਲਾਂਕਿ ਬਿੱਲੀ ਦੇ ਸਾਰੇ ਕੰਮ ਮੇਰੇ ਪਤੀ ਹੀ**

**ਕਰਦੇ ਹਨ ਪ੍ਰੰਤੂ ਮੈਂ ਬਿੱਲੀ ਦੇ ਨਾਲ ਰਹਿੰਦੀ ਹਾਂ ਇਸ ਲਈ ਟਾਮਸੋਪਲਾਜਮੋਸਿਸ ਬਾਰੇ ਸੋਚਦੇ ਹੀ ਮੈਨੂੰ ਘਬਰਾਹਟ ਹੋਣ ਲਗਦੀ ਹੈ। ਜੇਕਰ ਮੈਂ ਇਹ ਰੋਗ ਹੋ ਗਿਆ ਤਾਂ ਮੈਨੂੰ ਇਸ ਦਾ ਪਤਾ ਕਿਵੇਂ ਚਲੇਗਾ?''**

ਉਮੀਦ ਹੈ ਕਿ ਤੁਹਾਨੂੰ ਇਹ ਬੀਮਾਰੀ ਨਹੀਂ ਹੋਵੇਗੀ। ਜੇਕਰ ਤੁਸੀਂ ਲੰਬੇ ਸਮੇਂ ਤੋਂ ਬਿੱਲੀ ਦੇ ਨਾਲ ਰਹਿ ਰਹੀ ਹੋ, ਤਾਂ ਹੋ ਸਕਦਾ ਹੈ ਕਿ ਤੁਹਾਨੂੰ ਪਹਿਲਾਂ ਤੋਂ ਹੀ ਇਨਫੈਕਸ਼ਨ ਹੋ ਚੁੱਕਾ ਹੋਵੇ ਅਤੇ ਤੁਹਾਡੇ ਸਰੀਰ ਵਿਚ ਉਸਦੀ ਐਂਟੀਬਾਡੀਜ਼ ਆ ਚੁੱਕੀਆਂ ਹੋਣ।

ਜੇਕਰ ਤੁਹਾਨੂੰ ਇਸ ਦੇ ਲੱਛਣ ਮਹਿਸੂਸ ਹੋਣ ਤਾਂ ਜਾਂਚ ਕਰਾ ਲਉ। ਘਰ ਵਿਚ ਇਸ ਦੀ ਜਾਂਚ ਨਾ ਕਰੋ, ਉਸ ਨੂੰ ਸਹੀ ਨਹੀਂ ਮੰਨਿਆ ਜਾ ਸਕਦਾ। ਜੇ ਕਰ ਜਾਂਚ ਵਿਚ ਇਹ ਰੋਗ ਪਤਾ ਚਲੇ ਤਾਂ ਤੁਹਾਨੂੰ ਐਂਟੀਬਾਯੋਟਿਕ ਦਿਤੇ ਜਾਣਗੇ ਤਾਂ ਜੋ ਰੋਗ ਬੱਚੇ ਤੱਕ ਨਾ ਪਹੁੰਚੇ।

ਜੇਕਰ ਇਨਫੈਕਸ਼ਨ ਹੋਵੇ ਤਾਂ ਗਰਭਕਾਲ ਦੇ ਸ਼ੁਰੂ ਵਿਚ ਇਸ ਦੀ ਰੋਕਥਾਮ ਹੋ ਜਾਂਦੀ ਹੈ। ਐਸੇ ਮਾਮਲੇ ਬਹੁਤ ਘੱਟ ਹੋ ਸਕਦੇ ਹਨ ਕਿ ਇਹ ਰੋਗ ਬੱਚੇ ਤਕ ਪਹੁੰਚੇ। ਅੱਜਕਲ੍ਹ ਅਲਟ੍ਰਾਸਾਊਂਡ ਰਾਹੀਂ ਭਰੂਣ ਦੀ ਜਾਂਚ ਤੋਂ ਵੀ ਪਤਾ ਲਗ ਜਾਂਦਾ ਹੈ ਕਿ ਉਸ ਤਕ ਇਨਫੈਕਸ਼ਨ ਪਹੁੰਚਿਆ ਹੈ ਜਾ ਨਹੀਂ।

ਉਂਝ ਤਾਂ ਇਸਦਾ ਸਭ ਤੋਂ ਵੱਡਾ ਇਲਾਜ ਬਚਾਅ ਹੀ ਹੈ।

## (ਸਾਇਟੋਮਿਗੇਲੋਵਾਯਰਸ (ਸੀ. ਐਮ.ਵੀ.)

**''ਮੇਰਾ ਬੱਚਾ ਸਕੂਲ ਤੋਂ ਇਕ ਨੋਟ ਲਿਆਇਆ ਹੈ ਕਿ ਸਕੂਲ ਵਿਚ ਸਾਈਟੋਮਿਗੇਲੋਵਾਯਰਸ ਫੈਲਿਆ ਹੈ। ਕੀ ਇਹ ਮੇਰੀ ਗਰਭਦਾਨੀ ਦੇ ਬੱਚੇ ਨੂੰ ਵੀ ਹੋ ਸਕਦਾ ਹੈ।''**

ਤੁਹਾਡੇ ਬੇਟੇ ਤੋਂ ਬੱਚੇ ਤਕ (ਸੀ.ਐਮ.ਵੀ.) ਦੇ ਵਾਯਰਸ ਨਹੀਂ ਪਹੁੰਚ ਸਕਦੇ। ਤੁਹਾਨੂੰ ਤਾਂ ਬਚਪਨ ਵਿਚ ਹੀਇਹ ਹੋ ਚੁਕਿਆ ਹੋਵੇਗਾ, ਹਾਲਾਂਕਿ ਇਹ ਫਿਰ ਤੋਂ ਪ੍ਰਭਾਵਿਤ ਹੋ ਸਕਦਾ ਹਹੈ। ਚਾਹੇ ਤੁਸੀਂ ਵੀ ਗਰਭਕਾਲ ਵਿਚ ਸੀ.ਐਮ.ਵੀ. ਦੀ ਚਪੇਟ ਵਿਚ ਆ ਜਾਓ, ਫਿਰ ਵੀ ਬੱਚੇ ਦੇ ਲਈ ਕੋਈ ਖ਼ਾਸ ਖ਼ਤਰਾ ਨਹੀਂ ਹੈ। ਜੇਕਰ ਇਹ ਤੁਹਾਨੂੰ ਦੂਜੀ ਵਾਰ ਹੋ ਰਿਹਾ ਹੈ ਤਾਂ ਖ਼ਤਰਾ ਹੋਰ ਵੀ ਘੱਟ ਜਾਂਦਾ ਹੈ।

ਉਂਝ ਤਾਂ ਤੁਹਾਨੂੰ ਬਚਾਅ ਹੀ ਰੱਖਣਾ ਚਾਹੀਦਾ ਹੈ। ਆਪਣੇ ਬੱਚੇ ਦਾ ਬਚਿਆ ਹੋਇਆ ਖਾਣਾ ਨਾ ਖਾਓ। ਉਸ ਦਾ ਮੱਲ ਸਾਫ਼ ਕਰਨ ਤੋਂ ਬਾਅਦ ਆਪਣੇ ਹੱਥ ਚੰਗੀ ਤਰ੍ਹਾਂ ਧੋਵੋ ਤੇ ਸਾਫ਼-ਸਫ਼ਾਈ ਦੇ ਨਿਯਮਾਂ ਦਾ ਪਾਲਣ ਕਰੋ।

ਇਸ ਰੋਗ ਦੇ ਲੱਛਣਾਂ ਵਿਚ ਬੁਖ਼ਾਰ, ਥਕਾਵਟ, ਗਲੇ ਵਿਚ ਦਰਦ ਤੇ ਗ੍ਰੰਥੀਆਂ ਦੀ ਸੋਜਸ ਨੂੰ ਸ਼ਾਮਲ ਕਰ ਸਕਦੇ ਹੋ। ਐਸੇ ਲੱਛਣ ਸਾਹਮਣੇ ਆਉਂਦੇ ਹੀ ਡਾਕਟਰ ਨੂੰ ਦਿਖਾਓ। ਤੁਹਾਨੂੰ ਥੋੜ੍ਹੇ ਇਲਾਜ ਦੀ ਜ਼ਰੂਰਤ ਹੋਵੇਗੀ।

## ਫਿਫਥ ਡਿਜ਼ੀਜ

**''ਮੈਂ ਸੁਧਿਆ ਹੈ ਕਿ ਫਿਫਥ ਡਿਜ਼ੀਜ ਨਾਲ ਵੀ ਗਰਭਕਾਲ ਵਿਚ ਪ੍ਰੇਸ਼ਾਨੀ ਹੋ ਸਕਦੀ ਹੈ।''**

ਇਹ ਛੇ ਰੋਗਾਂ ਦੇ ਸਮੂਹ ਵਿਚੋਂ ਪੰਚਵੇਂ ਰੋਗ ਦਾ ਨਾਮ ਹੈ ਜਿਸ ਦੇ ਕਾਰਣ ਬੱਚਿਆਂ ਨੂੰ ਬੁਖ਼ਾਰ ਹੁੰਦਾ ਹੈ। ਚਿਕਨਪਾੱਕਸ ਤੇ ਮੀਜ਼ਲਸ ਇਸ ਦੀਆਂ ਭੈਣਾਂ ਹਨ ਅਤੇ ਕਈ ਵਾਰ ਤਾਂ ਇਸ ਦੇ ਲੱਛਣ ਪਤਾ ਤਕ ਨਹੀਂ ਚਲਦੇ। ਕੇਵਲ 15-30 ਪ੍ਰਤੀਸ਼ਤ ਕੇਸਾਂ ਵਿਚ ਹੀ ਬੁਖ਼ਾਰ ਦਾ ਪਤਾ ਲਗਦਾ ਹੈ। ਇਸ ਲਈ ਲੱਛਣਾਂ ਤੋਂ ਪਹਿਲਾਂ ਰੂਬੇਲਾ ਦੇ ਲੱਛਣ ਹੀ ਮੰਨ ਲਿਆ ਜਾਂਦਾ ਹੈ।

ਹਾਲਾਂਕਿ ਸਾਰੇ ਬੱਚਿਆਂ ਨੂੰ ਬਚਪਨ ਵਿਚ ਹੀ ਇਹ ਰੋਗ ਹੋ ਚੁੱਕਾ ਹੁੰਦਾ ਹੈ। ਇਸ ਲਈ ਵੱਡੀ ਉਮਰ ਵਿਚ ਇਸ ਦੇ ਇਨਫੈਕਸ਼ਨ ਦੀਸੰਭਾਵਨਾ ਨਾ ਦੇ ਬਰਾਬਰ ਹੈ। ਜੇਕਰ ਤੁਸੀਂ ਇਸ ਦੀ ਸ਼ਿਕਾਰ ਹੁੰਦੀ ਹੋ ਅਤੇ ਭਰੂਣ ਤਕ ਇਨਫੈਕਸ਼ਨ ਪਹੁੰਚਦਾ ਹੈ ਤਾਂ ਉਸ ਨੂੰ ਐਨੀਮੀਆ ਹੋ ਸਕਦਾ ਹੈ। ਡਾਕਟਰ ਅਲਟ੍ਰਾਸਾਊਂਡ ਦੀ ਮਦਦ ਨਾਲ ਸਾਰੀ ਜਾਣਕਾਰੀ ਲੈਂਦੇ ਰਹਿੰਦੇ ਹਨ। ਜੇਕਰ ਗਰਭਕਾਲ ਦੇ ਸ਼ੁਰੂਆਤੀ ਦੌਰ ਵਿਚ ਇਹ ਇਨਫੈਕਸ਼ਨ ਹੋਵੇ ਤਾਂ ਗਰਭ ਗਿਰਣ ਦਾ ਖ਼ਤਰਾ ਵੱਧ ਜਾਂਦਾ ਹੈ।

ਹਾਲਾਂਕਿ ਇਸ ਇਨਫੈਕਸ਼ਨ ਦੇ ਹੋਣ ਦੀ ਸੰਭਾਵਨਾ ਨਾ ਦੇ ਬਰਾਬਰ ਹੁੰਦੀ ਹੈ ਪ੍ਰੰਤੂ ਗਰਭਕਾਲ ਵਿਚ ਹਰ ਤਰ੍ਹਾਂ ਦਾ ਬਚਾਅ ਹੀ ਸਭ ਤੋਂ ਵੱਡਾ ਗੁਰਮੰਤਰ ਹੈ।

## ਮੀਜ਼ਲਸ

**"ਮੈਨੂੰ ਯਾਦ ਨਹੀਂ ਕਿ ਮੈਂ ਬਚਪਨ ਵਿਚ ਮੀਜਲਸ ਦਾ ਟੀਕਾ ਲਗਵਾਇਆ ਸੀ ਜਾਂ ਨਹੀਂ। ਕੀ ਮੈਨੂੰ ਹੁਣ ਟੀਕਾ ਲਗਵਾਉਣਾ ਚਾਹੀਦਾ ਹੈ?"**

ਨਹੀਂ, ਆਮ ਤੌਰ ਤੇ ਗਰਭਕਾਲ ਵਿਚ ਇਸ ਦਾ ਟੀਕਾ ਨਹੀਂ ਲਗਾਇਆ ਜਾਂਦਾ। ਜ਼ਿਆਦਾਤਰ ਔਰਤਾਂ ਨੂੰ ਬਚਪਨ ਵਿਚ ਮੀਜ਼ਲਸ ਹੋ ਚੁੱਕਾ ਹੁੰਦਾ ਹੈ ਜਾਂ ਉਸ ਦਾ ਟੀਕਾ ਲਗਿਆ ਹੁੰਦਾ ਹੈ। ਜੇਕਰ ਤੁਹਾਡੀ ਮੈਡੀਕਲ ਹਿਸਟਰੀ ਤੋਂ ਕੁਝ ਪਤਾ ਨਹੀਂ ਲਗਦਾ ਜਾਂ ਤੁਹਾਡੇ ਮਾਤਾ-ਪਿਤਾ ਨੂੰ ਇਸ ਬਾਰੇ ਕੁਝ ਯਾਦ ਨਹੀਂ। ਡਾਕਟਰ ਜਾਂਚ ਕਰ ਸਕਦੇ ਹਨ ਕਿ ਤੁਸੀਂ ਇਸ ਦੇ ਲਈ ਅਮਿਯੂਨ ਹੋ ਜਾਂ ਨਹੀਂ।

ਜੇਕਰ ਮੰਨ ਲਉ ਕਿ ਤੁਹਾਨੂੰ ਇਹ ਇਨਫੈਕਸ਼ਨ ਹੋ ਵੀ ਜਾਂਦਾ ਹੈ ਤਾਂ ਡਾਕਟਰ ਲੱਛਣ ਦਿਖਾਈ ਦੇਂਦੇ ਹੀ ਇਸ ਨੂੰ ਸੰਭਾਲ ਲੈਣਗੇ। ਇਸ ਨਾਲ ਪ੍ਰੀਮਿਚਿਊਰ ਲੇਬਰ ਜਾਂ ਗਰਭ ਗਿਰਣ ਦਾ ਡਰ ਤਾਂ ਵਧਦਾ ਹੈ ਪ੍ਰੰਤੂ ਜਨਮਜਾਤ ਬੀਮਾਰੀ ਦਾ ਡਰ ਨਹੀਂ ਹੁੰਦਾ। ਜੇ ਕਰ ਪ੍ਰਸੂਤ ਦੇ ਨੇੜੇ ਤੇੜੇ ਮੀਜ਼ਲਸ ਹੋਵੇ ਤਾਂ ਬੱਚੇ ਨੂੰ ਇਨਫੈਕਸ਼ਨ ਹੋਣ ਦਾ ਡਰ ਹੈ। ਗਾਮਾ ਗਲੋਬਯੂਲਿਨ ਦੀ ਮਦਦ ਨਾਲ ਇਨਫੈਕਸ਼ਨ ਨੂੰ ਕਾਫ਼ੀ ਹੱਦ ਤਕ ਘਟਾ ਸਕਦੇ ਹਨ। ਉਂਞ ਇਸ ਦੇ ਹੋਣ ਦੀ ਸੰਭਾਵਨਾ ਨਾ ਦੇ ਬਰਾਬਰ ਹੈ।

## ਮਮਜ

**"ਮੇਰੀ ਇਕ ਸਹਿਕਰਮੀ ਨੂੰ ਮਮਜ ਹੈ। ਕੀ ਮੈਨੂੰ ਬਚਾਅ ਦੇ ਲਈ ਇਸ ਦਾ ਟੀਕਾ ਲਗਵਾਉਣਾ ਚਾਹੀਦਾ ਹੈ?"**

ਇੰਞ ਹੋਣਾ ਅਸੰਭਵ ਹੈ। ਪੂਰੀ ਉਮੀਦ ਹੈ ਕਿ ਤੁਹਾਨੂੰ ਵੀ ਐਮ.ਐਮ.ਆਰ. ਦਾ ਟੀਕਾ ਲਗਿਆ ਹੋਵੇਗਾ। ਇਸ ਬਾਰੇ ਆਪਣੇ ਮਾਤਾ-ਪਿਤਾ ਜਾਂ ਪਰਿਵਾਰ ਦੇ ਡਾਕਟਰ ਤੋਂ ਪੁੱਛ ਕੇ ਨਿਸ਼ਚਿੰਤ ਹੋ ਸਕਦੀ ਹੋ।

ਜੇਕਰ ਇਹ ਹੋਵੇਅਤੇ ਤੁਹਾਨੂੰ ਟੀਕਾ ਨ ਲਗਿਆ ਹੋਵੇ ਤਾਂ ਇਸ ਨੂੰ ਹੁਣ ਲਗਵਾ ਸਕਦੇ ਹੋ। ਇਸ ਨਾਲ ਭਰੂਣ ਨੂੰ ਕੋਈ ਨੁਕਸਾਨ ਨਹੀਂ ਹੋਵੇਗਾ। ਹਾਂ ਇਸ ਨਾਲ ਸਮੇਂ ਤੋਂ ਪਹਿਲਾਂ ਪ੍ਰਸੂਤ ਜਾਂ ਗਰਭ ਗਿਰਣ ਦਾ ਡਰ ਹੋ ਸਕਦਾ ਹੈ। ਇਸ ਲਈ ਪਹਿਲਾ ਲੱਛਣ ਹੈ - ਬੁਖ਼ਾਰ, ਭੁੱਖ ਵਿਚ ਕਮੀ, ਕੰਨ ਵਿਚ ਦਰਦ, ਚਬਾਉਣ ਤੇ ਮੂੰ ਵਿਚ ਦਰਦ ਆਦਿ। ਡਾਕਟਰ ਨੂੰ ਇਸ ਬਾਰੇ ਤੁਰੰਤ ਸੂਚਿਤ ਕਰੋ ਤਾਂ ਜੋ ਕਿਸੀ ਤਰ੍ਹਾਂ ਦੀ ਕੋਈ ਪ੍ਰੇਸ਼ਾਨੀ ਨਾ ਹੋਵੇ। ਸੁਰੱਖਿਆ ਦੇ ਲਿਹਾਜ ਨਾਲ, ਗਰਭਕਾਲ ਤੋਂ ਪਹਿਲਾਂ ਹੀ ਐਮ.ਐਮ.ਆਰ. ਦਾ ਟੀਕਾ ਲਗਵਾਉ।

## ਸਿਹਤਮੰਦ ਰਹੋ

ਗਰਭਕਾਲ ਵਿਚ ਤਾਂ ਬਚਾਅ ਹੀ ਸਭ ਤੋਂ ਵੱਡਾ ਮੂਲਮੰਤਰ ਮੰਨਿਆ ਜਾਂਦਾ ਹੈ। ਸਭ ਤੋਂ ਪਹਿਲਾਂ ਤਾਂ ਤੁਸੀਂ ਪੌਸ਼ਟਿਕ ਆਹਾਰ ਲਉ ਤਾਂ ਜੋ ਤੁਹਾਡੀ ਰੋਗ ਪ੍ਰਤਿਰੋਧਕ ਸਮਰੱਥਾ ਬਣੀ ਰਹੇ। ਪੂਰੀ ਨੀਂਦ ਤੇ ਕਸਰਤ ਤੇ ਧਿਆਨ ਦਿਉ ਅਤੇ ਤਨਾਅ ਤੋਂ ਦੂਰ ਰਹੋ। ਬੀਮਾਰ ਲੋਕਾਂ ਤੋਂ ਦੂਰ ਰਹੋ ਕਿਉਂਕਿ ਤੁਸੀਂ ਆਸਾਨੀ ਨਾਲ ਇਨਫੈਕਸ਼ਨ ਦੀ ਲਪੇਟ ਵਿਚ ਆ ਸਕਦੀ ਹੋ। ਘਰ ਤੋਂ ਬਾਹਰ ਮੂੰਹ ਤੇ ਨੱਕ ਢੱਕ ਲਉ। ਜਿਸ ਦੀ ਨੱਕ ਵਗ ਰਹੀ ਹੋਵੇ ਉਸ ਨਾਲ ਹੱਥ ਨਾ ਮਿਲਾਓ। ਹੱਥਾਂ ਨਾਲ ਹੀ ਇਨਫੈਕਸ਼ਨ ਫੈਲਦਾ ਹੈ। ਇਸ ਲਈ ਦਿਨ ਵਿਚ ਕਈ ਵਾਰ ਗੁਨਗੁਨੇ ਪਾਣੀ ਨਾਲ ਹੱਥ ਧੋਣਾ ਨਾ ਭੁਲੋ। ਖਾਣ ਤੋਂ ਪਹਿਲਾਂ ਤਾਂ ਹੱਥ ਧੋਣਾ ਹੋਰ ਵੀ ਜ਼ਰੂਰੀ ਹੁੰਦਾ ਹੈ। ਘਰ ਵਿਚ ਬੀਮਾਰ ਬੱਚੇ ਜਾਂ ਪਤੀ ਦਾ ਜੂਠਾ ਨਾ ਖਾਓ। ਉਨ੍ਹਾਂ ਨੂੰ ਚੁੰਮਣ ਵੀ ਨਾ ਦਿਉ। ਉਨ੍ਹਾਂ ਦੇ ਮੈਲੇ ਕਪੜੇ ਧੋਣ ਤੋਂ ਬਾਦ ਆਪਣੇ ਹੱਥ ਜ਼ਰੂਰ ਧੋਵੋ। ਉਨ੍ਹਾਂ ਨੂੰ ਖੰਘਣ, ਛਿੱਕਣ ਸਮੇਂ ਮੂੰਹ ਤੇ ਹੱਥ ਰੱਖਣ ਦੀ ਥਾਂ ਕੂਹਣੀ ਰੱਖਣ ਲਈ ਕਹੋ ਕਿਉਂਕਿ ਹੱਥਾਂ ਨਾਲ ਇਨਫੈਕਸ਼ਨ ਜਲਦੀ ਫੈਲਦਾ ਹੈ। ਜਿਥੇ-ਕਿਥੇ ਹੱਥ ਨਾ ਲਗਾਓ। (ਫ਼ੋਨ, ਬੋਰਡ, ਰਿਮੋਟ) ਉਥੇ ਸਪ੍ਰੇ ਕਰੋ।

ਜੇਕਰ ਤੁਹਾਡੇ ਵੱਡੇ ਬੱਚੇ ਨੂੰ ਕਿਸੀ ਵੀ ਇਨਫੈਕਸ਼ਨ ਦੇ ਲੱਛਣ ਦਿਖਾਈ ਦੇਣ ਤਾਂ ਡਾਕਟਰ ਨੂੰ ਦਿਖਾਉਣ ਵਿਚ ਦੇਰ ਨਾ ਕਰੋ। ਆਪਣੇ ਪਾਲਤੂ ਜਾਨਵਰਾਂ ਨੂੰ ਸਾਫ਼ ਰੱਖੋ ਤੇ ਸਮੇਂ ਤੇ ਟੀਕੇ ਲਗਵਾਓ। ਜੇਕਰ ਤੁਹਾਡੇ ਘਰ ਵਿਚ ਬਿੱਲੀ ਹੈ ਤਾਂ ਟਾੱਕਸੋਪਲਾਜਮੋਸਿਸ ਤੋਂ ਆਪਣਾ ਬਚਾਅ ਕਰੋ।

ਜੇਕਰ ਲਾਈਮ ਡਿਜੀਜ਼ ਦਾ ਖ਼ਤਰਾ ਹੋਵੇ ਤਾਂ ਆਪਣਾ ਤੁਰੰਤ ਬਚਾਅ ਕਰੋ।

ਟੁਥਬ੍ਰਸ਼ ਵਰਗੀ ਚੀਜ਼ ਨਾ ਵੰਡੋ ਤੇ ਕੁਰਲਾ ਕਰਨ ਦੇ ਲਈ ਡਿਸਪੋਜ਼ੇਬਲ ਕੱਪ ਪ੍ਰਯੋਗ ਕਰੋ।

ਖਾਣਾ ਸਾਫ਼ ਤੇ ਪੌਸ਼ਟਿਕ ਹੋਣਾ ਚਾਹੀਦਾ ਹੈ। ਬਜ਼ਾਰ ਤੋਂ ਖੁਲ੍ਹਾ ਵਿੱਕਣ ਵਾਲਾ ਭੋਜਨ ਨਾ ਕਰੋ।

## ਰੂਬੇਲਾ

**"ਦੇਸ ਤੋਂ ਬਾਹਰ ਦੇ ਦੌਰੇ ਵਿਚਰੂਬੇਲਾ ਹੋਸਕਦਾ ਹੈ, ਕੀ ਮੈਨੂੰ ਇਸ ਸਬੰਧੀ ਚਿੰਤਾ ਕਰਨੀ ਚਾਹੀਦੀ ਹੈ?"**

ਮੈਨੂੰ ਲਗਦਾ ਹੈ ਕਿ ਤੁਹਾਨੂੰ ਇਸ ਸਬੰਧੀ ਜ਼ਿਆਦਾ ਚਿੰਤਾ ਕਰਨ ਦੀ ਲੋੜ ਨਹੀਂ ਹੈ। ਜੇਕਰ ਤੁਹਾਨੂੰ ਇਸ ਦੇ ਟੀਕੇ ਸਬੰਧੀ ਜਾਣਕਾਰੀ ਨਹੀਂ ਹੈ ਤਾਂ ਇਕ ਪਰਖ ਤੋਂ ਪਤਾ ਲਗਾ ਲਉ। ਰੂਬੇਲਾ ਐਂਟੀਬਾਡੀ ਹੀਟਰ ਨਾਲ ਸਰੀਰ ਵਿਚ ਐਂਟੀਬਾਡੀਜ਼ ਦੇ ਪੱਧਰ ਦੀ ਪਰਖ ਕੀਤੀ ਜਾਂਦੀ ਹੈ। ਡਾਕਟਰ ਤੋਂ ਪਹਿਲੀ ਮੁਲਾਕਾਤ ਸਮੇਂ ਇਹ ਪਰਖ ਕਰਵਾ ਲਉ। ਜੇਕਰ ਹੁਣ ਤਕ ਤੁਸੀਂ ਇਹ ਪਰਖ ਨਹੀਂ ਕਰਵਾਈ ਤਾਂ ਇਸ ਨੂੰ ਹੁਣ ਕਰਵਾ ਲਉ।

ਜੇਕਰ ਤੁਹਾਨੂੰ ਗਰਭਕਾਲ ਵਿਚ ਇਸ ਦਾ ਇਨਫੈਕਸ਼ਨ ਹੋਇਆ ਵੀ ਤਾਂ ਬੱਚੇ ਤੇ ਇਸ ਦਾ ਅਸਰ ਇਸ ਗੱਲ ਤੇ ਨਿਰਭਰ ਕਰੇਗਾ ਕਿ ਤੁਹਾਨੂੰ ਕਿਸ ਸਮੇਂ ਇਹ ਇਨਫੈਕਸ਼ਨ ਹੋਇਆ। ਪਹਿਲੇ ਮਹੀਨੇ ਵਿਚ ਬੱਚੇ ਵਿਚ ਜਨਮ ਸਮੇਂ ਸਮੱਸਿਆ ਹੋਣ ਦਾ ਡਰ ਵੱਧ ਹੈ। ਤੀਜੇ ਮਹੀਨੇ ਤੋਂ ਬਾਦ ਖ਼ਤਰਾ ਥੋੜ੍ਹਾ ਘੱਟ ਜਾਂਦਾ ਹੈ।

ਜੇਕਰ ਤੁਸੀਂ ਗਰਭ ਧਾਰਣ ਤੋਂ ਪਹਿਲਾਂ ਇਸਦਾ ਟੀਕਾ ਲਗਵਾਉਂਦੀ ਹੋ ਤਾਂ ਤੁਹਾਨੂੰ ਇਕ ਮਹੀਨੇ ਤਕ ਗਰਭ ਧਾਰਣ ਨਾ ਕਰਨ ਦੀ ਸਲਾਹ ਦਿੱਤੀ ਜਾਂਦੀ ਹੈ। ਜੇਕਰ ਇਸ ਦੌਰਾਨ ਤੁਸੀਂ ਗਰਭਵਤੀ ਹੋ ਵੀ ਜਾਓ ਤਾਂ ਘਬਰਾਉਣ ਦੀ ਕੋਈ ਗੱਲ ਨਹੀਂ ਹੈ। ਇਸ ਵਿਚ ਕੋਈ ਡਰ ਨਹੀਂ ਹੈ।

## ਚਿਕਨ ਪਾੱਕਸ

**"ਮੇਰੇ ਪਹਿਲੇ ਬੱਚੇ ਨੂੰ ਬਾਹਰ ਦੂਜੇ ਬੱਚਿਆਂ ਤੋਂ ਚਿਕਨ ਪਾੱਕਸ ਹੋ ਗਿਆ। ਕੀ ਇਸ ਨਾਲ ਮੇਰੇ ਗਰਭ ਵਿਚ ਬੱਚੇ ਨੂੰ ਖ਼ਤਰਾ ਹੋ ਸਕਦਾ ਹੈ?"**

ਬੱਚੇ ਨੂੰ ਕੇਵਲ ਆਪਣੀ ਮਾਂ ਤੋਂ ਹੀ ਇਨਫੈਕਸ਼ਨ ਪਹੁੰਚ ਸਕਦਾ ਹੈ। ਉਮੀਦ ਹੈ ਕਿ ਤੁਹਾਨੂੰ ਬਚਪਨ ਵਿਚ ਇਹ ਇਨਫੈਕਸ਼ਨ ਹੋ ਚੁੱਕਾ ਹੋਵੇਗਾ ਅਤੇ ਉਸਦਾ ਟੀਕਾ ਵੀ ਲਗਿਆ ਹੋਵੇਗਾ। ਆਪਣੇ ਡਾਕਟਰ ਜਾਂ ਮਾਤਾ-ਪਿਤਾ ਤੋਂ ਇਸ ਸਬੰਧੀ ਪਤਾ ਕਰੋ।

ਜੇਕਰ ਤੁਹਾਨੂੰ ਕਿਸੀ ਤੋਂ ਇਨਫੈਕਸ਼ਨ ਹੋ ਵੀ ਜਾਏ ਤਾਂ 96 ਘੰਟੇ ਦੇ ਅੰਦਰ ਟੀਕਾ ਲਗ ਜਾਣਾ ਚਾਹੀਦਾ ਹੈ। ਇਸਤਰ੍ਹਾਂ ਤੁਸੀਂ ਕਈ ਤਰ੍ਹਾਂ ਦੀਆਂ ਮੁਸ਼ਕਲਾਂ ਤੋਂ ਬਚ ਜਾਓਗੀ। ਜੇਕਰ ਤੁਹਾਡੇ ਲੱਛਣ ਵੱਧ ਗੰਭੀਰ ਹੋਏ ਤਾਂ ਬਚਾਅ ਦੇ ਲਈ ਐਂਟੀਵਾਇਰਸ ਦਵਾਈ ਦੇ ਸਕਦੇਹਨ।

ਜੇਕਰ ਗਰਓਕਾਲ ਦੇ ਆਰੰਭਕ ਦੌਰ ਵਿਚ ਇਹ ਇਨਫੈਕਸ਼ਨ ਹੋਇਆ ਤਾਂ ਬੱਚੇ ਵਿਚ ਜਨਮ ਤੋਂ ਮੁਸ਼ਕਲਾਂ ਹੋ ਸਕਦੀਆਂ ਹਨ। ਬਾਦ ਵਿਚ ਹੋਣ ਤੇ ਐਸਾ ਕੋਈ ਖ਼ਤਰਾ ਨਹੀਂ ਹੈ। ਜੇਕਰ ਡਿਲੀਵਰੀ ਦੇ ਆਸਪਾਲ ਇਨਫੈਕਸ਼ਨ ਹੋਵੇ ਤਾਂ ਬੱਚੇ ਨੂੰ ਇਨਫੈਕਸ਼ਨ ਹੋਸਕਦਾ ਹੈ। ਜਿਸ ਦੇ ਲਈ ਡਾਕਟਰ ਪਹਿਲਾਂ ਹੀ ਐਂਟੀਬਾੱਡੀਜ਼ ਦੇ ਦੇਣਗੇ।

ਜੇਕਰ ਹਰਪਸ ਜਾਸਟਰ ਹੋਜਾਏ ਤਾਂ ਇਸ ਤੋਂ ਵੱਧ ਡਰ ਨਹੀਂ ਰਹੇਗਾ ਕਿਉਂਕਿ ਤੁਹਾਨੂੰ ਪਹਿਲਾਂ ਹੀ ਐਂਟੀਬਾੱਡੀਜ਼ ਦਿੱਤੀ ਜਾ ਚੁਕੀ ਹੋਵੇਗੀ।

ਜੇਕਰ ਤੁਹਾਨੂੰ ਇਸਦਾ ਟੀਕਾ ਨਹੀਂ ਲਗਿਆ ਤਾਂ ਡਿਲੀਵਰੀ ਦੇ ਫੌਰਨ ਬਾਦ ਟੀਕਾ ਲਗਵਾਓ ਤਾਂ ਜੋ ਆਉਣ ਵਾਲੇ ਗਰਭਕਾਲ ਸੁਰੱਖਿਅਤ ਹੋਣ। ਟੀਕਾ ਲਗਾਉਣ ਦੇ ਇਕ ਮਹੀਨੇ ਬਾਦ ਤਕ ਗਰਭ ਧਾਰਣ ਨਾ ਕਰੋ।

## ਲਾਈਮ ਡਿਜ਼ੀਜ

**"ਮੇਰੇ ਇਲਾਕੇ ਵਿਚ ਲਾਈਮ ਡਿਜ਼ੀਜ ਦਾ ਕਾਫ਼ੀ ਖ਼ਤਰਾ ਹੈ। ਕੀ ਇਹ ਗਰਭਕਾਲ ਵਿਚ ਨੁਕਸਾਨ ਪਹੁੰਚਾ ਸਕਦੀ ਹੈ?"**

ਆਮ ਤੌਰ ਤੇ ਜੰਗਲਾਂ ਦੇਆਸਪਾਸ ਵਾਲੇ ਇਲਾਕੇ ਵਿਚ ਹਿਰਣ ਜਾਂ ਚੂਹਿਆਂ ਤੇ ਦੂਜੇ ਜਾਨਵਰਾਂ ਦੇ ਨਾਲ ਰਹਿਣ ਵਾਲੇ ਲੋਕਾਂ ਵਿਚ ਇਹ ਰੋਗ ਪਾਇਆ ਜਾਂਦਾ ਹੈ। ਪ੍ਰੰਤੂ ਤੁਸੀਂ ਸ਼ਹਿਰ ਵਿਚ ਰਹਿਣ ਤੇਵੀ ਇਸਦਾ ਸ਼ਿਕਾਰ ਹੋ ਸਕਦੀ ਹੋ ਕਿਉਂਕਿ ਤੁਹਾਡੇ ਘਰ ਵਿਚ ਕਿਸਾਨ ਦੇ ਖੇਤ ਦੀ ਸਬਜੀ ਆਉਂਦੀ ਹੈ।

ਬਚਾਅ ਹੀ ਸਭ ਤੋਂ ਵੱਡਾ ਮੰਤਰ ਹੈ। ਪਿਆਸ ਵਾਲੇ ਮੈਦਾਨ ਵਿਚ ਜਾਣ ਤੋਂ ਪਹਿਲਾਂ ਲੰਬੀ ਪੈਂਟ, ਜੁੱਤੇ ਤੇ ਜੁਰਾਬਾਂ ਪਾਓ। ਇਹ ਦੇਖ ਲਉ ਕਿ ਤੁਹਾਡੇ ਪੈਰਾਂ ਵਿਚ ਕੋਈ ਜੋਂਕ ਜਾਂ ਟਿਕ ਨਾ ਚਿਪਕੇ। ਜੇਕਰ ਇਹ ਤੁਹਾਨੂੰ ਕੱਟ ਲਵੇ ਤਾਂ ਥਕਾਵਟ, ਸਿਰ ਦਰਦ, ਗਰਦਨ ਵਿਚ ਜਕੜਨ ਤੇ ਬੁਖ਼ਾਰ ਵਰਗੇ ਲੱਛਣ ਉਭਰ ਸਕਦੇ ਹਨ। ਉਸੀ ਸਮੇਂ ਡਾਕਟਰ ਨੂੰ ਦਿਖਾਓ। ਸਥਿਤੀ ਵਿਗੜਨ ਤੇ ਲੱਛਣ ਗੰਭੀਰ ਹੋ ਸਕਦੇ ਹਨ।

ਜੇਕਰ ਸਹੀ ਸਮੇਂ ਤੇ ਲਾਈਮ ਇਨਫੈਕਸ਼ਨ ਦੀ ਦਵਾਈ ਲੈ ਲਉਗੀ ਤਾਂ ਬੱਚੇ ਨੂੰ ਕੋਈ ਖ਼ਤਰਾ ਨਹੀਂ ਰਹੇਗਾ।

## ਹੈਪੇਟਾਈਟਿਸ ਏ

''ਬੱਚੇਦਾਨੀ ਵਿਚ ਇਕ ਬੱਚੇ ਨੂੰ ਹੈਪੇਟਾਈਟਿਸ ਹੋ ਗਿਆ। ਮੈਂ ਉਥੇ ਕੰਮ ਕਰਦੀ ਹਾਂ। ਕੀ ਮੇਰੇ ਗਰਭ ਵਿਚ ਬੱਚੇ ਨੂੰ ਕੋਈ ਨੁਕਸਾਨ ਹੋ ਸਕਦਾ ਹੈ?''

ਇਸ ਦੇ ਲੱਛਣ ਪਹਿਲਾਂ ਦਿਖਾਈ ਨਹੀਂ ਦੇਂਦੇ ਤੇ ਇਹ ਅਕਸਰ ਭਰੂਣ ਤਕ ਨਹੀਂ ਪਹੁੰਚਦਾ। ਜੇਕਰ ਤੁਹਾਨੂੰ ਇਹ ਇਨਫੈਕਸ਼ਨ ਹੋਇਆ ਵੀ ਤਾਂ ਗਰਭਕਾਲ ਵਿਚ ਕੋਈ ਖ਼ਤਰਾ ਨਹੀਂ ਹੈ ਪਰ ਤੁਸੀਂ ਬਚਾਅ ਹੀ ਰੱਖੋ। ਤੁਸੀਂ ਉਨ੍ਹਾਂ ਬੱਚਿਆਂ ਦੀ ਦੇਖਭਾਲ ਦੇ ਸਮੇਂ ਵਾਰ-2 ਹੱਥ ਧੋਵੋ ਤੇ ਕੁਝ ਖਾਣ ਤੋਂ ਪਹਿਲਾਂ ਵੀ ਹੱਥ ਧੋਵੋ। ਤੁਸੀਂ ਇਸ ਦੇ ਟੀਕੇ ਬਾਰੇ ਵੀ ਡਾਕਟਰ ਤੋਂ ਪੁੱਛ ਸਕਦੀ ਹੋ।

## ਹੈਪੇਟਾਈਟਿਸ ਬੀ

**''ਮੈਨੂੰ ਹੈਪੇਟਾਈਟਿਸ ਬੀ ਹੈ ਅਤੇ ਮੈਂ ਗਰਭਵਤੀ ਵੀ ਹਾਂ। ਕੀ ਇਸ ਨਾਲ ਮੇਰੇ ਬੱਚੇ ਨੂੰ ਕੋਈ ਨੁਕਸਾਨ ਹੋ ਸਕਦਾ ਹੈ?''**

ਇਸ ਦਾ ਇਨਫੈਕਸ਼ਨ ਡਿਲੀਵਰੀ ਦੇ ਸਮੇਂ ਬੱਚੇ ਤਕ ਜਾਂਦਾ ਹੈ। ਉਸ ਤੋਂ ਪਹਿਲਾਂ ਹੀ ਡਾਕਟਰ ਬਚਾਅ ਦਾ ਕਦਮ ਉਠਾ ਲੈਣਗੇ। ਤੁਹਾਡੇ ਨਵੇਂ ਜੰਮੇ ਬੱਚੇ ਨੂੰ ਜਨਮ ਦੇ 12 ਘੰਟੇ ਦੇ ਅੰਦਰ ਹੀ ਦਵਾਈ ਮਿਲ ਜਾਏਗੀ ਤਾਂ ਜੋ ਉਸ ਨੂੰ ਇਹ ਇਨਫੈਕਸ਼ਨ ਨਾ ਹੋਵੇ। ਉਸ ਨੂੰ ਜਦੋਂ ਸਾਰੇ ਟੀਕੇ ਲਗ ਜਾਣਗੇ ਉਹ 12-15 ਮਹੀਨੇ ਦੇ ਬਾਦ ਇਕ ਪਰਖ ਹੋਵੇਗੀ ਤਾਂ ਜੋ ਪਤਾ ਲਗ ਜਾਏ ਕਿ ਇਲਾਜ ਪੂਰਾ ਹੋਇਆ ਹੈ ਜਾਂ ਨਹੀਂ।

## ਹੈਪੇਟਾਈਟਿਸ ਸੀ

**''ਕੀ ਮੈਨੂੰ ਗਰਭਕਾਲ ਵਿਚ 'ਹੈਪੇਟਾਈਟਿਸ ਸੀ' ਦੀ ਚਿੰਤਾ ਕਰਨੀ ਚਾਹੀਦੀ ਹੈ?''**

ਇਹ ਡਿਲੀਵਰੀ ਦੇ ਦੌਰਾਨ ਮਾਂ ਤੋਂ ਬੱਚੇ ਤਕ ਪਹੁੰਚ ਸਕਦਾ ਹੈ। ਹਾਲਾਂਕਿ ਤੁਹਾਨੂੰ ਇਸ ਦੇ ਇਨਫੈਕਸ਼ਨ ਦੀ ਸੰਭਾਵਨਾ ਕਾਫ਼ੀ ਘੱਟ ਹੈ। ਇਸ ਇਨਫੈਕਸ਼ਨ ਦਾ ਇਲਾਜ ਗਰਭਕਾਲ ਤੋਂ ਬਾਦ ਹੀ ਹੋ ਸਕਦਾ ਹੈ।

## ਬੈਲਜ਼ ਪਾਲਸੀ

**''ਸਵੇਰੇ ਉਠੀ ਤਾਂ ਕੰਨ ਦੇ ਪਿਛੇ ਦਰਦ ਸੀ ਅਤੇ ਜੀਭ ਤੇ ਸੁੰਨਾਪਨ ਮਹਿਸੂਸ ਹੋਇਆ। ਮੈਨੂੰ ਚਿਹਰਾ ਦੇਖਿਆ ਤਾਂ ਪੂਰਾ ਇਕ ਹਿੱਸਾ ਲਟਕਿਆ ਹੋਇਆ ਲਗ ਰਿਹਾ ਸੀ। ਇਹ ਕੀ ਹੈ?''**

ਇਸ ਸਥਿਤੀ ਵਿਚ ਚਿਹਰੇ ਦੀਆਂ ਮਾਸਪੇਸ਼ੀਆਂ ਨੂੰ ਨੁਕਸਾਨ ਹੋਣ ਵਿਚ ਇਕ ਪਾਸੇ ਲਕਵਾ ਮਾਰ ਜਾਂਦਾ ਹੈ। ਗਰਭਕਾਲ ਦੀ ਤੀਜੀ ਤਿਮਾਹੀ ਜਾਂ ਪ੍ਰਸੂਤ ਦੇ ਸਮੇਂ ਇਸ ਦੇ ਹੋਣ ਦੀ ਸੰਭਾਵਨਾ ਵੱਧ ਹੁੰਦੀ ਹੈ। ਇਹ ਅਚਾਨਕ ਹੁੰਦਾ ਹੈ ਅਤੇ ਸਵੇਰੇ ਸੋ ਕੇ ਉਠਣ ਤੇ ਇਹ ਦਿਖਾਈ ਦੇਂਦਾ ਹੈ।

ਇਸ ਅਸਥਾਈ ਰੋਗ ਦਾ ਕਾਰਣ ਨਹੀਂ ਪਤਾ। ਮੰਨਿਆ ਜਾਂਦਾ ਹੈ ਕਿ ਐਸਾ ਬੈਕਟੀਰੀਆ ਦੇ ਇਨਫਕੇਸ਼ਨ ਦੇਕਾਰਣ ਹੁੰਦਾ ਹੈ। ਕਈ ਵਾਰ ਲਕਵੇ ਦੇ ਨਾਲ-2 ਕੰਨ ਦੇ ਪਿਛੇ ਦਰਦ, ਸਿਰ ਦਰਦ, ਮੂੰਹ ਸੁਕਣਾ ਜਾਂ ਬੋਲਣ ਵਿਚ ਮੁਸ਼ਕਲ ਵਰਗੇ ਲੱਛਣ ਵੀ ਸਾਹਮਣੇ ਆਉਂਦੇਹਨ।

ਇਹ ਜ਼ਿਆਦਾ ਗੰਭੀਰ ਨਹੀਂ ਹੁੰਦਾ। 6 ਮਹੀਨੇ ਵਿਚ ਇਲਾਜ ਨਾਲ ਸਭ ਠੀਕ ਹੋ ਜਾਂਦਾ ਹੈ। ਇਸ ਨਾਲ ਬੱਚੇ ਨੂੰ ਕੋਈ ਖ਼ਤਰਾ ਨਹੀਂ ਹੁੰਦਾ। ਹਾਲਾਂਕਿ ਤੁਹਾਨੂੰ ਇਸ ਸਬੰਧੀ ਡਾਕਟਰ ਨੂੰ ਜ਼ਰੂਰ ਦੱਸ ਦੇਣਾ ਚਾਹੀਦਾ ਹੈ।

# ਗਰਭਕਾਲ ਤੇ ਦਵਾਈਆਂ

ਕੋਈ ਵੀ ਦਵਾਈ ਉਠਾ ਲਉ, ਉਸ ਤੇ ਚਿਤਾਵਨੀ ਹੁੰਦੀ ਹੈ ਕਿ ਗਰਭਵਤੀ ਔਰਤ ਡਾਕਟਰ ਦੀ ਰਾਏ ਤੋਂ ਬਿਨਾਂ ਦਵਾਈ ਨਾ ਲਵੇ। ਜੇਕਰ ਤੁਸੀਂ ਵੀ ਕਦੀ-2 ਕੈਮਿਸਟ ਤੋਂ ਦਵਾਈ ਲੈ ਕੇ ਖਾਂਦੀ ਹੋ ਤਾਂ ਪਤਾ ਕਿਵੇ 'ਲਗਾਓਗੀ ਕਿ ਦਵਾਈ ਸੁਰੱਖਿਅਤ ਹੈ ਜਾਂ ਨਹੀਂ?

ਮੰਨਿਆ ਕਿ ਕੋਈ ਵੀ ਦਵਾਈ ਆਪਣੇ-ਆਪ ਨਾ ਖਾਣਾ ਹੀ 100 ਪ੍ਰਤੀਸ਼ਤ ਸੁਰੱਖਿਅਤ ਹੈ ਪ੍ਰੰਤੂ ਕੁਝ ਦਵਾਈਆਂ ਹੀ ਗਰਭਕਾਲ ਵਿਚ ਹਾਨੀਕਾਰ

ਹੁੰਦੀਆਂ ਹਨ। ਕਈ ਦਵਾਈਆਂ ਐਸੀਆਂ ਹਨਟ ਜਿਨ੍ਹਾਂ ਨਾਲ ਤੁਹਾਨੂੰ ਤੇ ਬੱਚੇ ਨੂੰ ਕੋਈ ਨੁਕਸਾਨ ਹੋਣ ਦੀ ਸੰਭਾਵਨਾ ਨਹੀਂ ਹੈ। ਦਰਅਸਲ ਕਈ ਵਾਰ ਹਾਲਾਤ ਐਸੇ ਬਣਦੇ ਹਨ ਕਿ ਗਰਭਕਾਲ ਵਿਚ ਦਵਾਈ ਲੈਣਾ ਜ਼ਰੂਰੀ ਹੋ ਜਾਂਦਾ ਹੈ।

ਕੋਈ ਵੀ ਦਵਾਈ ਲੈਣ ਤੋਂ ਪਹਿਲਾਂ ਉਸ ਦੇ ਫਾਇਦੇ ਦੇ ਨਾਲ-2 ਨੁਕਸਾਨ ਦਾ ਵੀ ਅੰਦਾਜ਼ਾ ਲਗਾ ਲਉ। ਡਾਕਟਰ ਨੂੰ ਆਪਣੇ ਹਰ ਫ਼ੈਸਲੇ ਵਿਚ ਸ਼ਾਮਲ ਕਰਸਕੋ ਤਾਂ ਬਿਹਤਰ ਹੋਵੇਗਾ। ਕਈ ਵਾਰ ਦਵਾਈਆਂ ਨੂੰ ਸੁਰੱਖਿਆ ਦੇ ਲਿਹਾਜ ਨਾਲ ਏ.ਬੀ.ਸੀ.ਡੀ.ਈ. ਦੇ ਦਰਜੇ ਵਿਚ ਵੰਡ ਦਿੱਤਾ ਜਾਂਦਾ ਹੈ। ਉਂਝ ਤੁਸੀਂ ਇਸ ਚੱਕਰ ਵਿਚ ਨਾ ਲਉ, ਬਸ ਇੰਨਾ ਧਿਆਨ ਰੱਖੋ ਕਿ ਆਪਣੇ ਡਾਕਟਰ ਜਾਂ ਦਾਈ ਤੋਂ ਪੁੱਛੇ ਬਿਨਾਂ ਕੋਈ ਵੀ ਐਲੋਪੈਥੀ, ਹੋਮਿਓਪੈਥੀ ਤੇ ਆਯੁਰਵੈਦਿਕ ਦਵਾਈ ਨਾ ਲਉ।

## ਆਮ ਦਵਾਈਆਂ

ਬਹੁਤੀਆਂ ਦਵਾਈਆਂ ਐਸੀਆਂ ਹਨ ਜੋ ਗਰਭਕਾਲ ਵਿਚ ਪੂਰੀ ਤਰ੍ਹਾਂ ਸੁਰੱਖਿਅਤ ਹਨ। ਤੇ ਚੁਟਕੀ ਵਿਚ ਵਗਦੀ ਨੱਕ ਤੇ ਸਿਰਦਰਦ ਤੋਂ ਆਰਾਮ ਦੁਆ ਸਕਦੀਆਂ ਹਨ। ਕੁਝ ਦਵਾਈਆਂ ਐਸੀਆਂ ਹਨ ਜੋ ਪਹਿਲੀ ਤਿਮਾਹੀ ਵਿਚ ਨੁਕਸਾਨਦਾਇਕ ਹੋ ਸਕਦੀਆਂ ਹਨ। ਕੁਝ ਦਵਾਈਆਂ ਪੂਰੇ ਗਰਭਕਾਲ ਵਿਚ ਬਿਲਕੁਲ ਮਨਾਂ ਹੁੰਦੀਆਂ ਹਨ।

**ਟਾਇਲੀਨੋਲ**:- ਏਸੀਟੈਮਿਨੋਫੇਨ ਨੂੰ ਗਰਭਕਾਲ ਵਿਚ ਥੋੜ੍ਹਾ ਸੁਰੱਖਿਅਤ ਮੰਨਿਆ ਜਾਂਦਾ ਹੈ ਪ੍ਰੰਤੂ ਤੁਸੀਂ ਪਹਿਲੀ ਵਾਰ ਇਸ ਦੀ ਖ਼ੁਰਾਕ ਲੈਂਦੇ ਸਮੇਂ ਡਾਕਟਰ ਦੀ ਰਾਏ ਲਉ।

**ਐਸਪ੍ਰਿਨ**:- ਤੁਹਾਨੂੰ ਤੀਜੀ ਤਿਮਾਹੀ ਵਿਚ ਇਹ ਦਵਾਈ ਨਾ ਖਾਣ ਦੀ ਸਲਾਹ ਦਿੱਤੀ ਜਾਂਦੀ ਹੈ ਕਿਉਂਕਿ ਇਸ ਨਾਲ ਨਵੇਂ ਜੰਮੇ ਬੱਚੇ ਨੂੰ ਮੁਸ਼ਕਲ ਹੋ ਸਕਦੀ ਹੈ। ਡਿਲੀਵਰੀ ਦੌਰਾਨ ਵੱਧ ਖ਼ੂਨ ਵੱਗ ਸਕਦਾ ਹੈ। ਖੋਜ ਤੋਂ ਪਤਾ ਲਗਾ ਹੈ ਕਿ ਐਸਪ੍ਰਿਨ ਦੀ ਥੋੜ੍ਹੀ ਮਾਤਰਾ ਨਾਲ ਪ੍ਰੀਕਲੈਂਪਸਿਆ ਵਿਚ ਫ਼ਾਇਦਾ ਹੋ ਸਕਦਾ ਹੈ ਪ੍ਰੰਤੂ ਇਸ ਸਬੰਧੀ ਡਾਕਟਰ ਹੀ ਦੱਸਣਗੇ ਕਿ ਤੁਹਾਨੂੰ ਲੈਣੀ ਚਾਹੀਦੀ ਹੈ ਜਾਂ ਨਹੀਂ। ਜੇਕਰ ਇਸ ਨੂੰ ਖ਼ੂਨ ਪਤਲਾ ਕਰਨ ਵਾਲੀ ਦਵਾਈ ਦੇਨਾਲ ਦਿੱਤਾ ਜਾਏ ਤਾਂ ਗਰਭ ਗਿਰਨ ਦਾ ਖ਼ਤਰਾ ਵੀ ਟਲ ਸਕਦਾ ਹੈ, ਬਸ ਆਪਣੀ ਸਥਿਤੀ ਦੇ ਹਿਸਾਬ ਨਾਲ ਤੇ ਡਾਕਟਰ ਦੀ ਰਾਏ ਨਾਲ ਚਲੋ।

### ਹਰਬਲ ਦੇਖਭਾਲ

ਮੰਨਿਆ ਕਿ ਗਰਭਕਾਲ ਵਿਚ ਆਰਾਮ ਦਿਵਾਉਣ ਦਾ ਵਿਸ਼ਵਾਸ ਦੇਣ ਵਾਲੀ ਹਰ ਚੀਜ਼ ਚੰਗੀ ਲਗਦੀ ਹੈ। ਪ੍ਰੰਤੂ ਹਰ ਕੁਦਰਤੀ ਦਵਾਈ ਨੂੰ ਸੁਰੱਖਿਤ ਨਹੀਂ ਮੰਨ ਸਕਦੇ। ਜਦੋਂ ਵੀ ਹਰਬਲ ਦਵਾਈ ਲਉ ਤਾਂ ਵਧੇਰੇ ਸਾਵਧਾਨੀ ਵਰਤੋ। ਉਸ ਨੂੰ ਤਾਂ ਹੀ ਲਉ ਜਦੋਂ ਡਾਕਟਰ ਨੇ ਲੈਣ ਦੀ ਸਲਾਹ ਦਿੱਤੀ ਹੋਵੇ।

ਜੇਕਰ ਤੁਹਾਨੂੰ ਕੁਦਰਤੀ ਇਲਾਜ ਇੰਨੇ ਹੀ ਪਸੰਦ ਹਨ ਤਾਂ ਦਵਾਈਆਂ ਦੀ ਥਾਂ ਬਦਲਵੇਂ ਡਾਕਟਰੀ ਪ੍ਰਕ੍ਰਿਤੀਆਂ ਤੇ ਧਿਆਨ ਦਿਉ। ਉਨ੍ਹਾਂ ਨਾਲ ਕੋਈ ਨੁਕਸਾਨ ਹੋਣ ਦਾ ਡਰ ਨਹੀਂ ਹੈ।

**ਐਡਵਿਲ ਜਾਂ ਮੋਟ੍ਰਿਨ**:- ਪਹਿਲੀ ਤੇ ਤੀਜੀ ਤਿਮਾਹੀ ਵਿਚ ਇਬੂਫੇਨ ਦਾ ਪ੍ਰਯੋਗ ਸੋਚ-ਸਮਝ ਕੇ ਕਰੋ। ਇਸ ਨਾਲ ਵੀ ਐਸਪ੍ਰਿਨ ਦੀ ਤਰ੍ਹਾਂ ਨਕਾਰਾਤਮਕ ਪ੍ਰਭਾਵ ਹੋ ਸਕਦੇ ਹਨ। ਡਾਕਟਰ ਦੀ ਜਾਣਕਾਰੀ ਤੋਂ ਬਿਨਾਂ ਇਸ ਦਾ ਪ੍ਰਯੋਗ ਨਾ ਕਰੋ।

**ਏਲੀਵ**:- ਇਸ ਨੂੰ ਤੁਸੀਂ ਗਰਭਕਾਲ ਵਿਚਬਿਲਕੁਲ ਪ੍ਰਯੋਗ ਨਹੀਂ ਕਰ ਸਕਦੀ।

**ਨੈਜ਼ਲ ਸਪ੍ਰੇ**:- ਬੰਦ ਨੱਕ ਤੋਂ ਛੁਟਕਾਰਾ ਪਾਉਣ ਦੇ ਲਈ ਨੈਜ਼ਲ ਸਪ੍ਰੇ ਦਾ ਪ੍ਰਯੋਗ ਕਰ ਸਕਦੀ ਹੋ। ਡਾਕਟਰ ਤੋਂ ਪੁੱਛ ਕੇ ਸਹੀ ਬ੍ਰਾਂਡ ਦਾ ਨਾਮ ਨੋਟ ਕਰ ਲਉ। ਇਸ ਤੋਂ ਇਲਾਵਾ ਨੈਜ਼ਲ ਸਟ੍ਰਿਪ ਵੀ ਠੀਕ ਰਹਿੰਦੀ ਹੈ।

**ਐਂਟੀਐਸਿਡ**:- ਛਾਤੀ ਵਿਚ ਜਲਨ ਹੋਣ ਤੇ ਕੋਈ ਐਂਟੀਐਸਿਡ ਲੈ ਸਕਦੀਹੋ, ਪ੍ਰੰਤੂ ਉਸਦੀ ਖ਼ੁਰਾਕ ਡਾਕਟਰ ਤੋਂ ਪੁੱਛ ਲਉ।

**ਗੈਸ ਏਡਜ਼**:- ਕਦੀ-2 ਗੈਸ ਭਜਾਉਣ ਦੇ ਲਈ ਦਵਾਈ ਲੈ ਸਕਦੀ ਹੋ।

**ਐਂਟੀਹਿਸਟੇਮਾਈਨ**:- ਕੁਝ ਐਂਟੀਹਿਸਟੇਮਾਈਨ ਐਸੇ ਹਨ ਜਿਨ੍ਹਾਂ ਨੂੰ ਗਰਭਕਾਲ ਵਿਚ ਸੁਰੱਖਿਅਤ ਮੰਨਿਆ ਜਾਂਦਾ ਹੈ। ਬੈਨੇਡ੍ਰਿਲ ਨੂੰ ਸੁਰੱਖਿਅਤ ਮੰਨਿਆ ਜਾ ਸਕਦਾ

ਹੈ। ਕਈ ਡਾਕਟਰ ਕਲੋਰ-ਟ੍ਰਿਮਸੇਨ ਲੈਣ ਦੀ ਵੀ ਸਲਾਹ ਦੇਂਦੇ ਹਨ।

**ਨੀਂਦ ਦੀ ਦਵਾਈ:**- ਗਰਭਕਾਲ ਵਿਚ ਯੂਨੀਸੋਮ, ਟਾਇਲੀਨੋਲ, ਸੋਮੀਨੈਕਸ ਤੇ ਨਾਇਲੀਟੋਲ ਵਰਗੀਆਂ ਦਵਾਈਆਂ ਨੂੰ ਸੁਰੱਖਿਅਤ ਮੰਨਿਆ ਜਾਂਦਾ ਹੈ। ਡਾਕਟਰ ਇਨ੍ਹਾਂ ਨੂੰ ਕਦੀ-2 ਲੈਣ ਦੀ ਸਲਾਹ ਦੇਂਦੇ ਹਨ।

**ਡੀਕਾਂਜੈਸਟੈਂਟ:**- ਜੇਕਰ ਪ੍ਰਯੋਗ ਕਰਨੀ ਹੀ ਪਵੇ ਤਾਂ ਸੀਮਤ ਮਾਤਰਾ ਵਿਚ ਸੂਡਾਫੈਡ ਪ੍ਰਯੋਗ ਕਰੋ। ਕਦੀ-2 ਲੈਣ ਦੀ ਸਲਾਹ ਦੇਂਦੇ ਹਨ।

**ਐਂਟੀਡਾਇਰਿਯਲ:**- ਇਸ ਵਿਚ ਸਾਰੀਆਂ ਦਵਾਈਆਂ ਗਰਭਕਾਲ ਦੇ ਲਈ ਸੁਰੱਖਿਅਤ ਨਹੀਂ ਮੰਨੀਆਂ ਜਾਂਦੀਆਂ। ਇਸ ਲਈ ਡਾਕਟਰ ਤੋਂ ਪੁਛੇ ਬਿਨਾਂ ਕੋਈ ਦਵਾਈ ਨਾ ਲਉ।

**ਐਂਟੀਬਾਯੋਟਿਕਸ:**- ਜੇਕਰ ਡਾਕਟਰ ਨੇ ਬੈਕਟੀਰੀਆ ਇਨਫੈਕਸ਼ਨ ਦੇ ਕਾਰਣ ਐਂਟੀਬਾਯੋਟਿਕਸ ਦਿੱਤੇ ਹਨ ਤਾਂ ਉਹ ਪੈਂਸਲੀਨ ਜਾਂ ਐਂਟੀਥ੍ਰੋਮਾਈਸਿਨ ਪਰਿਵਾਰ ਦੀ ਦਵਾਈ ਦੇ ਸਕਦੇ ਹਨ। ਤੁਸੀਂ ਉਸੀ ਡਾਕਟਰ ਤੋਂ ਐਂਟੀਬਾਯੋਟਿਕ ਲਉ ਜਿਸ ਨੂੰ ਤੁਹਾਡੇ ਗਰਭਕਾਲ ਦਾ ਪਤਾ ਹੋਵੇ।

**ਐਂਟੀਡਿਪ੍ਰੈਸੈਂਟ:**- ਜੇਕਰ ਡਿਪ੍ਰੈਸ਼ਨ ਦਾ ਸਹੀ ਤਰੀਕੇ ਨਾਲ ਇਲਾਜ ਨਾ ਹੋ ਸਕੇ ਤਾਂ ਬੱਚੇ ਤੇ ਬੁਰਾ ਅਸਰ ਹੋ ਸਕਦਾ ਹੈ। ਇਹ ਦਵਾਈਆਂ ਬੱਚੇ ਦੇਵਾਧੇ ਦੇ ਹਿਸਾਬ ਨਾਲ ਸਮੇਂ-2 ਤੇ ਬਦਲਦੀਆਂ ਹਨ।

**ਐਂਟੀਨਾਜ਼ਿਆ:**- ਕੁਝ ਦਵਾਈਆਂ ਦੇ ਮੇਲ ਨਾਲ ਮਾਰਨਿੰਗ ਸਿਕਨੈਸ ਤਾਂ ਘਟਦੀ ਹੈ ਪ੍ਰੰਤੂ ਉਨ੍ਹਾਂ ਦੇ ਕਾਰਣ ਦਿਨ ਵਿਚ ਉਨੀਂਦ੍ਰਾਪਨ ਛਾਉਂਦਾ ਹੈ। ਇਸ ਲਈ ਸੋਚ-ਸਮਝ ਕੇ ਹੀ ਪ੍ਰਯੋਗ ਕਰੋ।

**ਟਾੱਪਿਕਲ ਐਂਟੀਬਾਯੋਟਿਕਸ:**- ਵੈਕਟੀਰੇਸਿਨ ਜਾਂ ਨਿਯੋਸਪੋਰਿਨ ਵਰਗੇ ਟਾੱਪਿਕਲ ਐਂਟੀਬਾਯੋਟਿਕਸ ਸੀਮਤ ਮਾਤਰਾ ਵਿਚ ਲੈ ਸਕਦੇ ਹੋ।

**ਟਾੱਪਿਕਲ ਸਟੀਰਾੱਯਡਜ਼:**- ਟਾੱਪਿਕਲ ਹਾਈਡ੍ਰੋ-ਕਾਰਟੀਜ਼ੋਨ ਦੀ ਸੀਮਤ ਮਾਤਰਾ ਲੈ ਸਕਦੇ ਹੋ।

# ਗਰਭਕਾਲ ਦੌਰਾਨ ਦਵਾਈ ਦਾ ਪ੍ਰਯੋਗ

ਜੇਕਰ ਡਾਕਟਰ ਗਰਭਕਾਲ ਵਿਚ ਕੋਈ ਦਵਾਈ ਲੈਣ ਦੀ ਸਲਾਹ ਦੇਣ ਤਾਂ ਲਾਭ ਵਧਾਉਣ ਤੇ ਖ਼ਤਰੇ ਘਟਾਉਣ ਦੇ ਲਈ ਹੇਠ-ਲਿਖੇ ਕਦਮ ਚੁਕੋ:-

- ਡਾਕਟਰ ਤੋਂ ਪੁਛੋ ਕਿ ਤੁਸੀਂ ਘਟ ਸਮੇਂ ਦੇ ਲਈ ਥੋੜ੍ਹੀ ਖ਼ੁਰਾਕ ਨਾਲ ਕੰਮ ਚਲਾ ਸਕਦੇ ਹੋ।
- ਦਵਾਈ ਤਾਂ ਲਉ ਜਦੋਂ ਉਹ ਵੱਧ ਤੋਂ ਵੱਧ ਫਾਇਦਾ ਕਰੇ, ਜਿਵੇਂ ਸਰਦੀ ਦੀ ਦਵਾਈਰਾਤ ਨੂੰ ਸੌਂਦੇ ਸਮੇਂ ਲਉ।
- ਨਿਰਦੇਸ਼ਾਂ ਦਾ ਪਾਲਣ ਕਰੋ। ਪੜ੍ਹ ਲਉ ਕਿ ਉਸ ਨੂੰ ਪਾਣੀ ਨਾਲ ਲੈਣਾ ਜਾਂ ਦੁੱਧ ਨਾਲ। ਉਸ ਦੇ ਸਾਈਡਇਫੈਕਟ ਵੀ ਪਤਾ ਕਰੋ। ਜੇਕਰ ਉਸ ਤੇ ਗਰਭਕਾਲ ਵਿਚ ਨਾ ਲੈਣ ਦੀ ਚਿਤਾਵਨੀ ਲਿਖੀ ਹੋਵੇ ਤਾਂ ਘਬਰਾਓ ਨਾ। ਜ਼ਿਆਦਾਤਰ ਦਵਾਈਆਂ ਤੇ ਇੰਝ ਲਿਖਿਆ ਹੁੰਦਾ ਹੈ। ਪਰ ਉਹ ਸੁਰੱਖਿਅਤ ਹੁੰਦੀਆਂ ਹਨ। ਡਾਕਟਰ ਵੀ ਬਿਨਾਂ ਸੋਚੇ-ਸਮਝੇ ਤਾਂ ਦਵਾਈ ਨਹੀਂ ਦੇਣਗੇ ਨਾ।
- ਦਰ ਵਿਚ ਅਲਰਜੀ ਵਧਾਉਣ ਵਾਲੇ ਪਦਾਰਥ ਹਟਾਓ ਅਤੇ ਦਵਾਈ ਲਉ ਤਾਂ ਜੋ ਉਨ੍ਹਾਂ ਦਾ ਅਸਰ ਵੱਧ ਹੋਵੇ। ਹਰਬਲ ਦਵਾਈਆਂ ਸੁਰੱਖਿਅਤ ਹਨਟ ਪਰ ਡਾਕਟਰ ਦੀ ਰਾਏ ਲੈਣਾ ਜ਼ਰੂਰੀ ਹੈ।
- ਦਵਾਈ ਨਿਗਲਣ ਤੋਂ ਪਹਿਲਾਂ ਇਕ ਘੁੱਟ ਪਾਣੀ ਪੀਓ ਤਾਂ ਜੋ ਉਹ ਗਲੇ ਤੋਂ ਹੇਠਾਂ ਜਾ ਸਕੇ ਫਿਰ ਪੂਰਾ ਗਿਲਾਸ ਪਾਣੀ ਪੀਓ ਤਾਂ ਜੋ ਉਹ ਸਰੀਰ ਵਿਚ ਜਾ ਕੇ ਘੁੱਲ ਜਾਏ।
- ਆਪਣੀਆਂ ਦਵਾਈਆਂ ਕਿਸੀ ਇਕ ਹੀ ਦੁਕਾਨ ਤੋਂ ਲਉ। ਦਵਾਈ ਦਾ ਨਾਮ ਤੇ ਖ਼ੁਰਾਕ ਪਰਖ ਕੇ ਹੀ ਦਵਾਈ ਖਾਓ। ਐਕਸਪਾਯਰੀ ਡੇਟ ਪੜ੍ਹ ਲਉ ਤੇ ਦਵਾਈ ਲੈਣ ਤੋਂ ਪਹਿਲਾਂ ਖ਼ੁਦ ਹੀ ਨਾਮ ਪੜ੍ਹੋ। ਕਈ ਵਾਰੀ ਕੈਮਿਸਟ ਵੀ ਗ਼ਲਤੀ ਨਾਲ ਦੂਜੀ ਦਵਾਈ ਦੇ ਸਕਦੇ ਹਨ।

ਜਦੋਂ ਕੋਈ ਦਵਾਈ ਗਰਭਕਾਲ ਵਿਚ ਪੂਰੀ ਤਰ੍ਹਾਂ ਸੁਰੱਖਿਅਤ ਹੋਵੇ ਤਾਂ ਉਸ ਨੂੰ ਲੈਣ ਵਿਚ ਨਾ ਹਿਚਕਚਾਓ। ਉਸ ਨਾਲ ਬੱਚੇ ਨੂੰ ਕੋਈ ਨੁਕਸਾਨ ਨਹੀਂ ਹੋਵੇਗਾ ਅਤੇ ਤੁਹਾਡਾ ਇਲਾਜ ਹੋ ਜਾਏਗਾ।

■ ■ ■

# ਜੇਕਰ ਤੁਸੀਂ ਕਿਸੀ ਪੁਰਾਣੇ ਰੋਗ ਨਾਲ ਪੀੜ੍ਹਤ ਹੋ

**ਲੰਬੇਂ ਸਮੇਂ ਦਾ ਰੋਗ (ਕ੍ਰਾਨਿਕ ਸਥਿਤੀ) ਵਿਚ ਰਹਿਣ ਵਾਲੇ ਦੀ ਜ਼ਿੰਦਗੀ ਕਾਫ਼ੀ ਮੁਸ਼ਕਲ ਹੋ ਜਾਂਦੀ ਹੈ। ਉਸ ਨੂੰ ਵਿਸ਼ੇਸ਼ ਆਹਾਰ, ਦਵਾਈ ਤੇ ਪਰਖ ਦੇ ਸਹਾਰੇ ਜੀਉਣਾ ਪੈਂਦਾ ਹੈ। ਜੇਕਰ ਇਸ ਦੇ ਨਾਲ ਹੀ ਗਰਭਕਾਲ ਹੋਵੇ ਤਾਂ ਆਹਾਰ, ਦਵਾਈ ਤੇ ਪਰਖ; ਇਨ੍ਹਾਂ ਤਿੰਨਾਂ ਵਿਚ ਫੇਰ-ਬਦਲ ਕਰਨਾ ਪੈਂਦਾ ਹੈ। ਸ਼ੁਕਰ ਹੈ ਕਿ ਥੋੜ੍ਹੀ ਜਿਹੀ ਸਾਵਧਾਨੀ ਤੇ ਦੇਖਭਾਲ ਨਾਲ ਐਸੇ ਗਰਭਕਾਲ ਨੂੰ ਵੀ ਪੂਰੀ ਤਰ੍ਹਾਂ ਸੁਰੱਖਿਅਤ ਬਣਾਇਆ ਜਾ ਸਕਦਾ ਹੈ। ਗਰਭਕਾਲ ਦਾ ਰੋਗ ਤੇ ਰੋਗ ਦਾ ਗਰਭਕਾਲ ਤੇ ਕੀ ਅਸਰ ਪਵੇਗਾ, ਇਹ ਕਾਫ਼ੀ ਕਾਰਣਾਂ ਤੇ ਨਿਰਭਰ ਕਰਦਾ ਹੈ। ਇਸ ਅਭਿਆਸ ਵਿਚ ਐਸੇ ਹੀ ਕੁਝ ਕਾਰਕਾਂ ਤੇ ਚਰਚਾ ਕੀਤੀ ਗਈ ਹੈ। ਇਸ ਗਾਈਡ ਤੋਂ ਲਾਭ ਉਠਾਓ ਪ੍ਰੰਤੂ ਕੋਈ ਵੀ ਫ਼ੈਸਲਾ ਲੈਣ ਤੋਂ ਪਹਿਲਾਂ ਆਪਣੇ ਡਾਕਟਰ ਦੀ ਰਾਏ ਲੈ ਲਊ ਕਿਉਂਕਿ ਉਹ ਤੁਹਾਡੀ ਵਿਅਕਤੀ-ਗਤ ਜ਼ਰੂਰਤ ਦੇ ਹਿਸਾਬ ਨਾਲ ਹੀ ਸਲਾਹ ਜਾਂ ਦਵਾਈ ਦੇਣਗੇ।**

## ਤੁਸੀਂ ਕੀ ਸੋਚ ਰਹੀ ਹੋਵੋਗੀ?

### ਦਮਾ

**"ਮੈਨੂੰ ਬਚਪਨ ਤੋਂ ਹੀ ਦਮਾ ਹੈ। ਦਮੇ ਦੇ ਦੌਰੇ ਦੇ ਲਈ ਵੀ ਲਈ ਜਾਣ ਵਾਲੀ ਦਵਾਈ ਗਰਭਕਾਲ ਵਿਚ ਸੁਰੱਖਿਅਤ ਰਹੇਗੀ?"**

ਅਸੀਂ ਸਮਝ ਸਕਦੇ ਹਾਂ ਕਿ ਤੁਹਾਨੂੰ ਇਸ ਸਥਿਤੀ ਵਿਚ ਆਪਣੀ ਥੋੜ੍ਹੀ ਵੱਧ ਦੇਖਭਾਲ ਕਰਨੀ ਹੋਵੇਗੀ। ਇਹ ਸੱਚ ਹੈ ਕਿ ਦਮੇ ਦੇ ਕਾਰਣ ਗਰਭਕਾਲ ਖ਼ਤਰੇ ਵਾਲੀ ਮੰਨੀ ਜਾਂਦੀ ਹੈ ਪ੍ਰੰਤੂ ਇਸ ਖ਼ਤਰੇ ਦੇ ਡਰ ਨੂੰ ਪੂਰੀ ਤਰ੍ਹਾਂ ਖ਼ਤਮ ਕੀਤਾ ਜਾ ਸਕਦਾ ਹੈ। ਜੇਕਰ ਤੁਸੀਂ ਕਿਸੇ ਅਨੁਭਵੀ ਮਾਹਰ, ਔਰਤ ਰੋਗ ਮਾਹਰ ਤੇ ਦੂਸਰੇ ਡਾਕਟਰਾਂ ਦੀ ਟੀਮ ਦੀ ਦੇਖਰੇਖ ਵਿਚ ਹੋ ਤਾਂ ਗਰਭਕਾਲ ਵੀ ਸਹੀ ਰਹੇਗਾ ਅਤੇ ਤੁਸੀਂ ਇਕ ਸਿਹਤਮੰਦ ਬੱਚੇ ਨੂੰ ਜਨਮ ਦੇ ਸਕੋਗੀ।

ਜੇਕਰ ਦਮਾ ਪੂਰੀ ਤਰ੍ਹਾਂ ਨਿਯੰਤਰਣ ਵਿਚ ਹੋਵੇ ਤਾਂ ਗਰਭਕਾਲ ਤੇ ਕਾਫ਼ੀ ਮਾਮੂਲੀ ਜਿਹਾ ਅਸਰ ਹੁੰਦਾ ਹੈ। ਇਸ ਦਾ ਅਸਰ ਹਰ ਸੰਭਾਵੀ ਮਾਂ ਤੇ ਵੱਖ ਤਰੀਕੇ ਨਾਲ ਹੋ ਸਕਦਾ ਹੈ। ਇਕ ਤਿਹਾਈ ਕੇਸਾਂ ਵਿਚ, ਦਮੇ ਦੀ ਸਥਿਤੀ ਵਿਚ ਸੁਧਾਰ ਹੁੰਦਾ ਹੈ। ਕੁਝ ਮਾਮਲੇ ਜਿਉਂ ਦੇ ਤਿਉਂ ਰਹਿੰਦੇ ਹਨ ਅਤੇ ਕੁਝ ਕੇਸਾਂ ਵਿਚ ਸਥਿਤੀ ਗੰਭੀਰ ਹੋ ਸਕਦੀ ਹੈ। ਤੁਸੀਂ ਦੇਖੋਗੀ ਕਿ ਦਮਾ ਗਰਭਕਾਲ ਵਿਚ ਵੀ ਉਂਝ ਹੀ ਹੈ, ਜਿਵੇਂ ਕਿ ਪਹਿਲਾਂ ਸੀ।

ਉਂਝ ਵਧੀਆ ਹੋਵੇਗਾ ਕਿ ਗਰਭ ਧਾਰਣ ਤੋਂ ਪਹਿਲਾਂ ਹੀ ਤੁਸੀਂ ਆਪਣੇ ਦਮੇ ਤੇ ਕਾਬੂ ਪਾ ਲਊ। ਇਹ ਤੁਹਾਡੇ ਤੇ ਆਉਣ ਵਾਲੇ ਬੱਚੇ ਦੇ ਲਈ ਵਧੀਆ

ਨੀਤੀ ਹੈ। ਜੇਕਰ ਤੁਸੀਂ ਹੇਠ-ਲਿਖੇ ਕਦਮ ਨਹੀਂ ਚੁੱਕੋਗੇ ਤਾਂ ਪਹਿਲਾਂ ਇਨ੍ਹਾਂ ਦਾ ਪਾਲਣ ਕਰੋ:-

- ਵਾਤਾਵਰਣ ਵਿਚ ਦਮਾ ਜਾਂ ਅਲਰਜੀ ਫੈਲਾਣ ਵਾਲੇ ਕਾਰਕ ਪਹਿਚਾਣੋ। ਤੁਸੀਂ ਤਾਂ ਪਹਿਲਾਂ ਹੀ ਜਾਣਦੀ ਹੋ ਕਿ ਤੁਹਾਨੂੰ ਕਿਸ ਚੀਜ਼ ਤੋਂ ਵੱਧ ਪ੍ਰੇਸ਼ਾਨੀ ਹੁੰਦੀ ਹੈ। ਉਸ ਚੀਜ਼ ਤੋਂ ਦੂਰ ਰਹੋ ਤਾਂ ਜੋ ਤੁਸੀਂ ਗਰਭਕਾਲ ਵਿਚ ਖੁਲ੍ਹਕੇ ਸਾਂਹ ਲੈ ਸਕੋ। ਉਂਝ ਤਾਂ ਪਰਾਗਕਣ, ਜਾਨਵਰਾਂ ਦੇ ਵਾਲ, ਧੂੜ, ਆਦਿ ਹੀ ਉੱਤਰਦਾਈ ਹੁੰਦੇ ਹਨ। ਤੰਬਾਕੂ ਦੇ ਧੂੰਏ, ਸੈਂਟ ਜਾਂ ਘਰ ਸਾਫ਼ ਕਰਨ ਵਾਲੇ ਡਿਟਰਜੇਂਟ ਆਦਿ ਨਾਲ ਵੀ ਸਥਿਤੀ ਵਿਗੜਦੀ ਹੈ। ਤੁਹਾਨੂੰ ਤੇ ਤੁਹਾਡੇ ਸਾਥੀ, ਦੋਨਾਂ ਨੂੰ ਸਿਗਰਟ ਛੱਡ ਦੇਣਾ ਚਾਹੀਦਾ ਹੈ। ਜੇਕਰ ਤੁਹਾਨੂੰ ਅਲਰਜੀ ਦੀ ਦਵਾਈ ਦਿੱਤੀ ਗਈ ਹੈ ਤਾਂ ਤੁਸੀਂ ਇਸ ਨੂੰ ਕਰਭਕਾਲ ਵਿਚ ਵੀ ਜਾਰੀ ਰੱਖ ਸਕੋਗੀ।
- ਕਸਰਤ ਕਰਦੇਸਮੇਂ ਧਿਆਨ ਰੱਖੋ। ਵਰਕਆਊਟ ਤੋਂ ਪਹਿਲਾਂ ਦਵਾਈ ਲਉ ਤਾਂ ਜੋ ਦਮੇ ਦਾ ਦੌਰਾ ਨਾ ਪਵੇ। ਇਸ ਸਬੰਧੀ ਡਾਕਟਰ ਦੀ ਰਾਏ ਵੀ ਲਉ।
- ਸਰਦੀ, ਜੁਕਮਾਨ, ਫਲੂ ਤੇ ਸਾਂਹ ਨਾਲ ਜੁੜੀਆਂ ਤਕਲੀਫ਼ਾਂ ਤੋਂ ਬਚੋ। ਸਿਹਤਮੰਦ ਰਹੋ। ਤੁਹਾਨੂੰ ਡਾਕਟਰ ਦੀ ਰਾਏ ਨਾਲ ਫਲੂ ਦੀ ਦਵਾਈ ਵੀ ਲੈ ਲੈਣੀ ਚਾਹੀਦੀ ਹੈ। ਜੇਕਰ ਤੁਸੀਂ ਸਾਈਨ-ਸਾਯਟਿਸ ਜਾਂ ਰਿਫਲਕਸ ਦੀ ਸਮੱਸਿਆ ਹੈ ਤਾਂ ਡਾਕਟਰ ਤੋਂ ਪੁੱਛਕੇ ਇਲਾਜ ਕਰਵਾਓ ਨਹੀਂ ਤਾਂ ਦਮਾ ਦੇ ਇਲਾਜ ਵਿਚ ਦਿੱਕਤ ਆ ਸਕਦੀ ਹੈ।
- ਡਾਕਟਰ ਦੇ ਨਿਰਦੇਸ਼ਾਂ ਦਾ ਪਾਲਣ ਕਰੋ ਤਾਂ ਜੋ ਤੁਹਾਨੂੰ ਤੇ ਬੱਚੇ ਨੂੰ ਉਚਿਤ ਮਾਤਰਾ ਵਿਚ ਆਕਸੀਜਨ ਮਿਲਦੀ ਰਹੇ। ਤੁਸੀਂ ਪੀਕ-ਫਲੋ ਮੀਟਰ ਨਾਲ ਵੀ ਆਪਣੀ ਪਰਚ ਕਰ ਸਕਦੀ ਹੋ।
- ਆਪਣੀ ਦਵਾਈਆਂ ਤੇ ਫਿਰ ਤੋਂ ਇਕ ਨਜ਼ਰ ਪਾਓ। ਗਰਭਕਾਲ ਵਿਚ ਉਹ ਹੀ ਦਵਾਈਆਂ ਲਉ, ਜਿਨ੍ਹਾਂ ਦੀ ਇਜਾਜ਼ਤ ਡਾਕਟਰ ਨੇ ਦਿੱਤੀ ਹੋਵੇ। ਜੇਕਰ ਲੱਛਣ ਹਲਕੇ ਹੋਣ ਤਾਂ ਦਵਾਈ ਦੀ ਜ਼ਰੂਰਤ ਨਹੀਂ ਪ੍ਰੰਤੂ ਆਮ ਤੋਂ ਗੰਭੀਰ ਲੱਛਣ ਹੋਣ ਤੇ ਐਸੀ ਦਵਾਈ ਦਿੱਤੀ ਜਾ ਸਕਦੀ ਹੈ ਜੋ ਗਰਭਕਾਲ ਵਿਚ ਸੁਰੱਖਿਅਤ ਹੋਵੇ। ਉਂਝ ਤਾਂ ਨੱਕ ਦੇ ਰਾਹੀਂ ਲਈ ਜਾਣ ਵਾਲੀ ਦਵਾਈ ਠੀਕ ਰਹਿੰਦੀ ਹੈ। ਦਵਾਈ ਲੈਣ ਵਿਚ ਕੋਤਾਹੀ ਨ ਵਰਤੋ ਕਿਉਂਕਿ ਹੁਣ ਤੁਹਾਨੂੰ ਦੋ ਲੋਕਾਂ ਦੇ ਲਈ ਸਾਂਹ ਲੈਣੀ ਹੈ।

ਦਮੇ ਦਾ ਦੌਰਾ ਪਵੇ ਤਾਂ ਇਲਾਜ ਵਿਚ ਦੇਰ ਨਾ ਕਰੋ ਨਹੀਂ ਤਾਂ ਬੱਚੇ ਨੂੰ ਆਕਸੀਜਨ ਦੀ ਕਮੀ ਹੋ ਸਕਦੀ ਹੈ। ਇਸ ਦੇ ਕਾਰਣ ਹਲਕੀ ਖਿੱਚ ਵੀ ਹੋ ਸਕਦੀ ਹੈ ਪ੍ਰੰਤੂ ਦੌਰਾ ਖ਼ਤਮ ਹੋਣ ਤੇ ਉਹ ਰੁਕ ਜਾਂਦੀ ਹੈ।

ਗਰਭਕਾਲ ਦੇ ਆਖ਼ਰੀ ਦਿਨਾਂ ਵਿਚ ਇਹ ਗੱਲ ਥੋੜ੍ਹੀ ਉਲਝਣ ਵਾਲੀ ਹੋ ਸਕਦੀ ਹੈ ਪ੍ਰੰਤੂ ਇਹ ਇੰਨੀ ਖ਼ਤਰਨਾਕ ਨਹੀਂ ਹੋਵੇਗੀ। ਬਸ ਤੁਸੀਂ ਇੰਨਾ ਧਿਆਨ ਦਿਉ ਕਿ ਇਸ ਦੌਰਾਨ ਦਮੇ ਦੇ ਦੌਰੇ ਨੂੰ ਲੰਬਾ ਨਾ ਖਿੱਚਣ ਦਿਉ।

ਦਮੇ ਦਾ ਪ੍ਰਸੂਤ ਤੇ ਡਿਲੀਵਰੀ ਤੇ ਕੀ ਅਸਰ ਹੋਵੇ ਗਾ? ਤੁਸੀਂ ਬਿਨਾਂ ਕਿਸੇ ਦਵਾਈ ਦੇ ਕੰਮ ਚਲਾ ਸਕਦੀ ਹੋ। ਐਡੀਡਿਯੂਰਲ ਵਿਚ ਵੀ ਕੋਈ ਦਿੱਕਤ ਨਹੀਂ ਆਏਗੀ ਪ੍ਰੰਤੂ ਡੇਮੀਰੋਲ ਵਰਗੇ ਨਾਰਕੋਟਿਕ ਦਰਦ ਨਿਵਾਰਕਾਂ ਨਾਲ ਦਮੇ ਦਾ ਦੌਰਾ ਉਭਰ ਸਕਦਾ ਹੈ। ਜੇਕਰ ਉਸ ਦੌਰਾਨ ਦਵਾਈ ਨਾਲ ਗੱਲ ਨਾ ਬਣੇ ਤਾਂ ਡਾਕਟਰ ਤੁਹਾਨੂੰ ਆਈਵੀ ਸਟੀਰਾਯਡ ਦੇ ਸਕਦੇ ਹਨ। ਆਕਸੀਜਿਨੇਸ਼ਨ ਦੀ ਵੀ ਪਰਖ ਹੋਵੇ ਗੀ। ਜੇਕਰ ਇਹ ਘਟ ਆਈ ਤਾਂ ਇਸ ਦੀ ਦਵਾਈ ਵੀ ਦਿੱਤੀ ਜਾਏਗੀ। ਐਸੀਆਂ ਮਾਵਾਂ ਦੇ ਬੱਚਿਆਂ ਦੀ ਜਨਮ ਤੋਂ ਬਾਦ ਕਾਫ਼ੀ ਤੇਜ ਸਾਂਹ ਚਲਦੀ ਹੈ ਪ੍ਰੰਤੂ ਇਹ ਪ੍ਰੇਸ਼ਾਨੀ ਅਸਥਾਈ ਹੁੰਦੀ ਹੈ। ਡਿਲੀਵਰੀ ਦੇ ਤਿੰਨ ਮਹੀਨੇ ਬਾਦ ਦਮੇ ਦੇ ਉਹੀ ਲੱਛਣ ਉਭਰ ਆਣਗੇ ਜੋ ਕਿ ਗਰਭਕਾਲ ਤੋਂ ਪਹਿਲਾਂ ਹੋਣੇ ਸਨ।

## ਕੈਂਸਰ

ਗਰਭਕਾਲ ਵਿਚ ਕੈਂਸਰ ਹੋਣਾ ਸਹੀ ਨਹੀਂ ਹੈ ਪ੍ਰੰਤੂ ਇਹ ਹੋ ਵੀ ਸਕਦਾ ਹੈ। ਉਸ ਸਮੇਂ ਇਲਾਜ ਦਾ ਸਹੀ ਸੰਤੁਲਨ ਬਣਾਉਣਾ ਬਹੁਤ ਜ਼ਰੂਰੀ ਹੋ ਜਾਂਦਾ ਹੈ। ਗਰਭਕਾਲ, ਕੈਂਸਰ ਦੀ ਕਿਸਮ, ਉਸ ਦੀ ਸਥਿਤੀ, ਤੁਹਾਡੀ ਪ੍ਰਤਿਰੋਧ ਸਮਰੱਥਾ ਆਦਿ ਕਈ ਕਾਰਕਾਂ ਤੇਉਸਦਾ ਇਲਾਜ ਨਿਰਭਰ ਕਰਦਾ ਹੈ। ਪਹਿਲੀ ਤਿਮਾਹੀ ਵਿਚ ਕੈਂਸਰ ਦੇ ਇਲਾਜ ਨਾਲ ਭਰੂਣ ਨੂੰ ਖ਼ਤਰਾ ਹੋ ਸਕਦਾ ਹੈ। ਇਸ ਲਈ ਡਾਕਟਰ ਦੂਜੀ ਤਿਮਾਹੀ ਤਕ ਇੰਤਜਾਰ ਕਰਦੇ ਹਨ। ਜੇਕਰ ਕੈਂਸਰ ਦਾ ਬਾਦ ਵਿਚ ਪਤਾ ਚਲੇ ਤਾਂ ਡਾਕਟਰ ਡਿਲੀਵਰੀ ਤੋਂ ਬਾਦ ਇਲਾਜ ਕਰਦੇ ਹਨ ਤਾਂ ਜੋ ਬੱਚੇ ਦਾ ਜਨਮ ਹੋ ਜਾਏ।

## ਸਿਸਟਿਕ ਫਾਇਬ੍ਰੋਸਿਸ

**"ਮੈਨੂੰ ਸਿਸਟਿਕ ਫਾਇਬ੍ਰੋਸਿਸ ਹੈ। ਇਸ ਨਾਲ ਗਰਭਕਾਲ ਕਿੰਨਾ ਮੁਸ਼ਕਲ ਹੋ ਸਕਦਾ ਹੈ?"**

ਤੁਸੀਂ ਤਾਂ ਪਹਿਲਾਂ ਹੀ ਜਾਣਦੀ ਹੋ ਕਿ ਸੀ ਐਫ ਦੇ ਨਾਲ ਜੀਉਣਾ ਕਿੰਨਾ ਚੁਣੌਤੀ ਭਰਿਆ ਹੋ ਸਕਦਾ ਹੈ। ਹਾਲਾਂਕਿ ਗਰਭਕਾਲ ਵਿਚ ਇਹ ਚੁਣੌਤੀ ਹੋਰ ਵੀ ਵੱਧ ਜਾਂਦੀ ਹੈ ਪ੍ਰੰਤੂ ਤੁਸੀਂ ਤੇ ਤੁਹਾਡਾ ਡਾਕਟਰ ਮਿਲਕੇ ਗਰਭਕਾਲ ਨੂੰ ਠੀਕ ਤੇ ਸੁਰੱਖਿਅਤ ਬਣਾ ਸਕਦੇ ਹਨ।

ਸਭ ਤੋਂ ਪਹਿਲਾਂ ਤਾਂ ਤੁਹਾਨੂੰ ਭਾਰ ਵਧਾਉਣਾ ਹੈ। ਇਸ ਦੇ ਲਈ ਕਿਸੀ ਆਹਾਰ ਮਾਹਰ ਦੀ ਰਾਏ ਲਉ। ਤੁਹਾਨੂੰ ਆਪਣੀ ਤੇ ਬੱਚੇ ਦੇ ਵਿਕਾਸ ਦੀ ਪਰਖ ਦੇ ਲਈ ਡਾਕਟਰ ਕੋਲ ਕਈ ਵਾਰ ਜਾਣਾ ਹੋਵੇਗਾ। ਤੁਹਾਡੀਆਂ ਗਤੀਵਿਧੀਆਂ ਸੀਮਤ ਹੋ ਸਕਦੀਆਂ ਹਨ ਕਿਉਂਕਿ ਇਥੇ ਸਮੇਂ ਤੋਂ ਪਹਿਲਾਂ ਪ੍ਰਸੂਤ ਦਾ ਖ਼ਤਰਾ ਰਹਿੰਦਾ ਹੈ। ਖ਼ਤਰਾ ਘਟਾਉਣ ਦੇ ਲਈ ਵਧੇਰ ਸਾਵਧਾਨੀ ਵਰਤੀ ਜਾਂਦੀ ਹੈ ਤਾਂ ਜੋ ਬੱਚੇ ਦਾ ਪ੍ਰਸੂਤ ਸਮਾਂ ਤੇ ਹੋਵੇ। ਸਮੇਂ ਤੋਂ ਪਹਿਲਾਂ ਹਸਪਤਾਲ ਲੈ ਜਾਣ ਦੀ ਜ਼ਰੂਰਤ ਵੀ ਪੈ ਸਕਦੀ ਹੈ।

ਜੈਨੇਟਿਕ ਕਾਊਂਸਲਿੰਗ ਤੋਂ ਪਤਾ ਚਲ ਸਕਦਾ ਹੈ ਕਿ ਹੋਣ ਵਾਲਾ ਬੱਚਾ ਸੀ ਐਫ ਤੋਂ ਪੀੜ੍ਹਿਤ ਹੈ ਜਾਂ ਨਹੀਂ। ਜੇਕਰ ਤੁਹਾਡੇ ਸਾਥੀ ਨੂੰ ਇਹ ਬੀਮਾਰੀ ਨਹੀਂ ਤਾਂ ਬੱਚੇ ਨੂੰ ਸ਼ਾਇਦ ਨਾ ਹੋਵੇ ਪ੍ਰੰਤੂ ਜੇਕਰ ਉਸ ਨੂੰ ਇਹ ਪ੍ਰੇਸ਼ਾਨੀ ਹੈ ਤਾਂ ਖ਼ਤਰਾ ਥੋੜ੍ਹਾ ਵੱਧ ਸਕਦਾ ਹੈ।

ਡਾਕਟਰ ਇਸ ਦੌਰਾਨ ਇਸ ਗੱਲ ਦਾ ਪੂਰਾ ਧਿਆਨ ਰੱਖਣਗੇ ਕਿ ਤੁਹਾਨੂੰ ਪਲਮੋਨਰੀ ਇਨਫੈਕਸ਼ਨ ਨਾ ਹੋਵੇ। ਕੁਝ ਔਰਤਾਂ ਨੂੰ ਗਰਭਕਾਲ ਵਿਚ ਫੇਫੜਿਆਂ ਦਾ ਇਨਫੈਕਸ਼ਨ ਵੱਧ ਜਾਂਦਾ ਹੈ। ਹਾਲਾਂਕਿ ਇਸ ਦਾ ਕੋਈ ਸਥਾਈ ਨਕਾਰਾਤਮਕ ਪ੍ਰਭਾਵ ਨਹੀਂ ਹੁੰਦਾ।

ਜੇਕਰ ਡਾਕਟਰ ਦੀ ਪੂਰੀ ਦੇਖਰੇਖ ਵਿਚ ਗਰਭਕਾਲ ਬੀਤੇ ਤਾਂ ਬੱਚਾ ਹੀ ਗੋਦ ਵਿਚ ਆਉਂਦਾ ਹੈ ਅਤੇ ਕਿਸੀ ਤਰ੍ਹਾਂ ਦੀ ਕੋਈ ਸਮੱਸਿਆ ਨਹੀਂ ਹੁੰਦੀ।

## ਤਨਾਅ (ਡਿਪ੍ਰੇਸ਼ਨ)

**"ਮੈਨੂੰ ਪਿਛਲੇ ਕੁਝ ਸਾਲ ਤੋਂ ਕ੍ਰਾਨਿਕ ਡਿਪ੍ਰੇਸ਼ਨ (ਲੰਬੇ ਸਮੇਂ ਤੱਕ ਰਹਿਣ ਵਾਲਾ ਤਨਾਅ) ਹੈ। ਉਦੋਂ ਤੋਂ ਮੈਨੂੰ ਹਲਕੀ ਐਂਟੀਡਿਪ੍ਰੇਸ਼ਨ ਦਵਾਈਆਂ ਦਿੱਤੀਆਂ ਜਾ ਰਹੀਆਂ ਹਨ। ਕੀ ਗਰਭਵਤੀ ਹੋਣ ਤੇ, ਉਹ ਦਵਾਈਆਂ ਲਈਆਂ ਜਾ ਸਕਦੀਆਂ ਹਨ?"**

ਕਈ ਔਰਤਾਂ ਗਰਭਕਾਲ ਦੌਰਾਨ ਡਿਪ੍ਰੇਸ਼ਨ ਦਾ ਸਾਹਮਣਾ ਕਰਦੀਆਂ ਹਨ। ਸਹੀ ਇਲਾਜ ਨਾਲ ਉਨ੍ਹਾਂ ਦਾ ਗਰਭਕਾਲ ਠੀਕ ਹੋ ਸਕਦਾ ਹੈ। ਦਵਾਈਆਂ ਦੇ ਮਾਮਲੇ ਵਿਚ ਥੋੜ੍ਹੇ ਸੰਤੁਲਨ ਤੋਂ ਕੰਮ ਲੈਣਾ ਹੋਵੇਗਾ। ਤੁਹਾਨੂੰ ਆਪਣੇ ਡਾਕਟਰ ਤੇ ਮਨੋਵਿਗਿਆਨਕ ਤੋਂ ਪੁੱਛ ਕੇ ਤੈਅ ਕਰਨਾ ਹੋਵੇਗਾ ਕਿ ਕਿਸ ਤਰ੍ਹਾਂ ਦੀਆਂ ਦਵਾਈਆਂ ਲਈਆਂ ਜਾਣ।

ਬੱਚੇ ਦੀ ਸਰੀਰਕ ਤੇ ਤੁਹਾਡੀ ਭਾਵਨਾਤਮਕ ਸਥਿਤੀ, ਦੋਨਾਂ ਦਾ ਹੀ ਧਿਆਨ ਰੱਖਣਾ ਜ਼ਰੂਰੀ ਹੈ। ਗਰਭਕਾਲ ਹਾਰਮੋਨ ਆਰੰਭ ਵਿਚ ਤੁਹਾਡੀ ਭਾਵਨਾਤਮਕ ਸਥਿਤੀ ਨੂੰ ਪ੍ਰਭਾਵਿਤ ਕਰ ਸਕਦੇ ਹਨ ਜਿਨ੍ਹਾਂ ਔਰਤਾਂ ਦੇ ਮੂਡ ਵਿਚ ਕਦੀ ਉਤਾਰ-ਚੜ੍ਹਾਅ ਨਾ ਆਇਆ ਹੋਵੇ, ਉਹ ਵੀ ਇਨ੍ਹਾਂ ਹਾਰਮੋਨਾਂ ਦੇ ਕਾਰਣ ਤਨਾਅ ਦੀ ਸ਼ਿਕਾਰ ਹੋ ਜਾਂਦੀਆਂ ਹਨ। ਜੋ ਪਹਿਲਾਂ ਤੋਂ ਤਨਾਅਗ੍ਰਸਤ ਹੋਣ, ਉਨ੍ਹਾਂ ਦੇ ਲਈਸਥਿਤੀ ਹੋਰ ਵੀ ਨਾਜ਼ੁਕ ਹੋ ਸਕਦੀ ਹੈ। ਜੇਕਰ ਉਹ ਦਵਾਈਆਂ ਲੈਣਾ ਵੀ ਬੰਦ ਕਰ ਦੇਣ ਤਾਂ ਉਨ੍ਹਾਂ ਦੀ ਹਾਲਤ ਦਾ ਅੰਦਾਜਾ ਤੁਸੀਂ ਖ਼ੁਦ ਲਗਾ ਸਕਦੇ ਹੋ।

ਇਹ ਤਨਾਅ ਬੱਚੇ ਦੀ ਸਿਹਤ ਤੇ ਵੀ ਬੁਰਾ ਅਸਰ ਪਾ ਸਕਦਾ ਹੈ। ਤਨਾਅਗ੍ਰਸਤ ਮਾਂ ਨਾ ਤਾਂ ਢੰਗ ਨਾਲ ਖਾਂਦੀ-ਪੀਂਦੀ ਹੈ ਅਤੇ ਨਾ ਹੀ ਬੱਚੇ ਦੀ ਸਿਹਤ ਤੇ ਧਿਆਨ ਦੇ ਸਕਦੀ ਹੈ। ਉਹ ਸ਼ਰਾਬ ਤੇ ਸਿਗਰਟ ਦੇ ਸ਼ਿਕੰਜੇ ਵਿਚ ਵੀ ਹੁੰਦੀ ਹੈ। ਜ਼ਿਆਦਾ ਤਨਾਅ ਤੇ ਦਬਾਅ ਦੇਕਾਰਣ ਕਈ ਵਾਰ ਬੱਚੇ ਦਾ ਜਨਮ ਸਮੇਂ ਤੋਂ ਪਹਿਲਾਂ ਹੋ ਜਾਂਦਾ ਹੈ। ਜਨਮ ਤੋਂ ਹੀ ਭਾਰ ਵਿਚ ਕਮੀ ਹੁੰਦੀ ਹੈ ਤੇ ਜਨਮ ਤੋਂ ਬਾਦ ਵੀ ਕਈ ਤਰ੍ਹਾਂ ਦੀਆਂ ਸਮੱਸਿਆਵਾਂ ਪੈਦਾ ਹੋ ਸਕਦੀਆਂ ਹਨ। ਜੇ ਕਰ ਡਿਪ੍ਰੇਸ਼ਨ ਦਾ ਸਹੀ ਤਰੀਕੇ ਨਾਲ ਇਲਾਜ ਹੋ ਜਾਏ ਤਾਂ ਮਾਂ ਆਪਣਾ ਤੇ ਬੱਚੇ ਦਾ ਪੂਰਾ ਧਿਆਨ ਰਖ ਸਕਦੀ ਹੈ।

ਆਪਣੀਆਂ ਦਵਾਈਆਂ ਛੱਡਣ ਤੋਂ ਪਹਿਲਾਂ ਦੋ ਵਾਰ ਸੋਚੋ। ਆਪਣੇ ਡਾਕਟਰ ਤੋਂ ਪੁੱਛ ਕੇ ਤੈਅ ਕਰੋ ਕਿ ਕਿਹੜੀ ਐਂਟੀ ਡਿਪ੍ਰੈਸੈਂਟ ਦਵਾਈ, ਇਸ ਸਮੇਂ ਤੁਹਾਡੇ ਲਈ ਠੀਕ ਰਹੇਗੀ। ਡਾਕਟਰ ਤੁਹਾਨੂੰ ਬਿਲਕੁਲ ਸਹੀ ਜਾਣਕਾਰੀ ਦੇਣਗੇ ਕਿਉਂਕਿ ਉਹ ਦਿਨ-ਰਾਤ ਇਸੇ ਤਰ੍ਹਾਂ ਦੇ ਮਾਮਲੇ ਸੁਲਝਾਂਦੇ ਹਨ। ਜੇਕਰ ਕਿਸੇ ਦਵਾਈ ਦਾ ਥੋੜ੍ਹਾ-ਬਹੁਤ ਅਸਰ ਹੋਵੇ ਵੀ ਤਾਂ ਉਸ ਨੂੰ ਨਜ਼ਰਅੰਦਾਜ ਕੀਤਾ ਜਾ ਸਕਦਾ ਹੈ ਕਿਉਂਕਿ ਤਨਾਅ ਦਾ ਇਲਾਜ ਨਾ ਹੋਣ ਤੇ ਲੰਬੇ ਸਮੇਂ ਦੇ ਨਤੀਜੇ ਸਾਹਮਣੇ ਆ ਸਕਦੇ ਹਨ।

ਕਈ ਵਾਰ ਦਵਾਈ ਦੇ ਨਾਲ-ਨਾਲ ਮਨੋਵਿਗਿਆਨ ਵੀ ਸਹਾਇਕ ਹੁੰਦਾ ਹੈ। ਬਦਲਵੇਂ ਇਲਾਜ ਉਪਾਅ ਵੀ ਕਾਰਗਰ ਹਨ। ਕਸਰਤ, ਧਿਆਨ ਤੇ ਪੌਸ਼ਟਿਕ ਆਹਾਰ ਵੀ ਆਪਣਾ ਮਹੱਤਵ ਰਖਦੇ ਹਨ। ਇਸ ਲਈ ਇਨ੍ਹਾਂ ਨੂੰ ਨਜ਼ਰਅੰਦਾਜ ਨਾ

ਕਰੋ।

## ਸ਼ੂਗਰ

### "ਮੈਂ ਸ਼ੂਗਰ ਤੋਂ ਪੀੜ੍ਹਤ ਹਾਂ। ਕੀ ਬੱਚੇ ਤੇ ਇਸ ਦਾ ਅਸਰ ਹੋ ਸਕਦਾ ਹੈ?"

ਇਨ੍ਹਾਂ ਦਿਨਾਂ ਵਿਚ ਗਰਭਵਤੀ ਸ਼ੂਗਰ ਪੀੜ੍ਹਤ ਔਰਤਾਂ ਦੇ ਲਈ ਬਹੁਤ ਸਾਰੀਆਂ ਖ਼ੁਸ਼ਖ਼ਬਰੀਆਂ ਹਨ। ਮੈਡੀਕਲ ਤੇ ਖ਼ੁਦ ਦੀ ਵਧੀਆ ਦੇਖਭਾਲ ਨਾਲ ਤੁਸੀਂ ਵੀ ਸਿਹਤਮੰਦ ਬੱਚੇ ਦੀ ਮਾਂ ਬਣ ਸਕਦੀ ਹੋ।

ਖੋਜ ਤੋਂ ਪਤਾ ਲਗਾ ਹੈ ਕਿ ਸ਼ੂਗਰ ਟਾਈਪ-1 ਹੋਵੇ ਜਾਂ ਟਾਈਪ-2, ਗਰਭ ਧਾਰਣ ਤੋਂ ਪਹਿਲਾਂ ਆਮ ਖ਼ੂਨ ਗੁਲੂਕੋਜ ਦੇ ਪੱਧਰ ਤੇ ਆ ਜਾਂਦਾ ਹੈ ਤੇ ਪੂਰੇ ਨੌਂ ਮਹੀਨੇ ਤਕ ਠੀਕ ਹੀ ਰਹਿੰਦਾ ਹੈ।

ਚਾਹੇ ਤੁਹਾਨੂੰ ਪਹਿਲਾਂ ਤੋਂ ਸ਼ੂਗਰ ਹੋਵੇ ਜਾਂ ਤੁਸੀਂ ਗਰਭਕਾਲ ਦੌਰਾਨ ਗੈਸਟੇਸ਼ਨਲ ਡਾਯਬਿਟੀਜ ਤੋਂ ਪੀੜ੍ਹਤ ਹੋ ਗਈ ਹੋ, ਹੇਠ-ਲਿਖੀ ਮਦਦ ਨਾਲ ਸੁਰੱਖਿਅਤ ਡਿਲੀਵਰੀ ਤੇ ਸਿਹਤਮੰਦ ਬੱਚਾ ਮਿਲੇਗਾ।

**ਸਹੀ ਡਾਕਟਰ ਦੀ ਚੋਣ**:- ਤੁਹਾਡੇ ਪ੍ਰਸੂਤੀ ਮਾਹਰ ਨੂੰ ਸ਼ੂਗਰ ਦੇ ਵਿਸ਼ੇ ਵਿਚ ਜਾਣਕਾਰੀ ਹੋਣ ਦੇ ਨਾਲ-2 ਤੁਹਾਡੀ ਸ਼ੂਗਰ ਦਾ ਇਲਾਜ ਕਰ ਰਹੇ ਡਾਕਟਰ ਦੇ ਨਾਲ ਵੀ ਤਾਲਮੇਲ ਬੈਠਣਾ ਹੋਵੇਗਾ। ਤੁਹਾਨੂੰ ਦੂਜੀਆਂ ਮਾਵਾਂ ਦੇ ਮੁਕਾਬਲੇ ਡਾਕਟਰਾਂ ਦੇ ਵੱਧ ਚੱਕਰ ਲਗਾਉਣੇ ਹੋਣਗੇ।

**ਚੰਗੀ ਆਹਾਰ ਯੋਜਨਾ**:- ਤੁਹਾਨੂੰ ਕਿਸੀ ਡਾਕਟਰ ਤੇ ਖ਼ੁਰਾਕ ਮਾਹਰ ਦੀ ਮਦਦ ਨਾਲ ਆਪਣੀ ਖ਼ੁਰਾਕ ਦੇ ਲਈ ਪੂਰੀ ਯੋਜਨਾ ਬਣਾਉਣੀ ਹੋਵੇਗੀ ਤਾਂ ਜੋ ਬੱਚੇ ਤੇ ਤੁਹਾਡੇ ਲਈ ਪੌਸ਼ਟਿਕ ਤੱਤਾਂ ਦੀ ਕਮੀ ਨਾ ਹੋਵੇ। ਇਸ ਵਿਚ ਕੰਪਲੈਕਸ ਕਾਰਬੋਹਾਈਡ੍ਰੇਟ ਦੀ ਮਾਤਰਾ ਵੱਧ, ਪ੍ਰੋਟੀਨ ਦੀ ਮਾਤਰਾ ਸੀਮਤ ਅਤੇ ਮਾਸ ਤੇ ਕਲੋਸਟ੍ਰੋਲ ਦੀ ਮਾਤਰਾ ਘੱਟ ਹੋਵੇਗੀ। ਰੇਸ਼ੇ ਵਾਲੇ ਭੋਜਨ ਦੀ ਉਚਿਤ ਮਾਤਰਾ ਵੀ ਬਹੁਤ ਜ਼ਰੂਰੀ ਹੈ।

ਉਂਝ ਕਾਰਬੋਹਾਈਡ੍ਰੇਟ ਦੀ ਅਨਿਯਮਿਤਤਾ ਨੂੰ ਇੰਸੂਲਿਨ ਦੀ ਮਦਦ ਨਾਲ ਪੂਰਾ ਕਰ ਸਕਦੇ ਹਨ। ਦੇਖਣਾ ਇਹ ਹੈ ਕਿ ਤੁਹਾਡਾ ਸਰੀਰ ਕੁਝ ਨਿਸ਼ਚਿਤ ਕਾਰਬੋਹਾਈਡ੍ਰੇਟ ਵਾਲੇ ਪਦਾਰਥਾਂ ਲਈ ਕਿਹੋ ਜਿਹੀ ਪ੍ਰਕ੍ਰਿਆ ਦੇਂਦਾ ਹੈ। ਜ਼ਿਆਦਾਤਰ ਮਰੀਜ ਫ਼ਲਾਂ ਦੀ ਥਾਂ ਸਬਜੀਆਂ, ਫਲਦਾਰ ਪਦਾਰਥਾਂ ਤੇ ਸਾਬਤ ਅਨਾਜ ਤੋਂ ਹੀ ਇਸ ਦੀ ਭਰਪੂਰ ਮਾਤਰਾ ਲੈ ਲੈਂਦੇ ਹਨ। ਬਲੱਡ ਸ਼ੂਗਰ ਦਾ ਸਹੀ ਪੱਧਰ ਬਣਾਈ ਰੱਖਣ ਦੇ ਲਈ ਸਵੇਰੇ ਸਮੇਂ ਕਾਰਬੋਹਾਈਡ੍ਰੇਟ ਦੀ ਉਚਿਤ ਮਾਤਰਾ ਲਓ। ਸਨੈਕਸ ਵਿਚ ਵੀ ਕੰਪਲੈਕਸ ਕਾਰਬ ਤੇ ਪ੍ਰੋਟੀਨ ਦੀ ਭਰਪੂਰ ਮਾਤਰਾ ਹੋਣੀ ਚਾਹੀਦੀ ਹੈ। ਖਾਣਾ ਨਾ ਖਾਣ ਨਾਲ ਬਲੱਡ ਸ਼ੂਗਰ ਦਾ ਪੱਧਰ ਘੱਟ ਸਕਦਾ ਹੈ। ਦਿਨ ਵਿਚ ਹਰ ਕੁਝ ਘੰਟੇ ਬਾਦ ਕੁਝ ਨਾ ਕੁਝ ਖਾਓ। ਨਿਯਮਿਤ ਰੂਪ ਨਾਲ ਸਿਹਤਮੰਦ ਤੇ ਪੌਸ਼ਟਿਕ ਸਨੈਕਸ ਖਾਣ ਨਾਲ ਤੁਸੀਂ ਕਈ ਪ੍ਰੇਸ਼ਾਨੀਆਂ ਤੋਂ ਬਚੀ ਰਹੋਗੀ।

**ਭਾਰਤ ਵਧਾਉਣਾ**:- ਗਰਭ ਧਾਰਣ ਤੋਂ ਪਹਿਲਾਂ ਹੀ ਆਪਣਾ ਆਦਰਸ਼ ਭਾਰ ਹਾਸਲ ਕਰੋ। ਜੇਕਰ ਤੁਹਾਡਾ ਭਾਰਤ ਜ਼ਿਆਦਾ ਹੈ ਤਾਂ ਉਸ ਨੂੰ ਘਟਾਉਣ ਦੀ ਯੋਜਨਾ ਰੱਖੋ। ਡਾਕਟਰ ਦੇ ਕਹੇ ਅਨੁਸਾਰ ਹੋਲੀ-2 ਭਾਰ ਵਧਾਓ। ਡਾਕਟਰ ਅਲਟ੍ਰਾਸਾਊਂਡ ਦੀ ਮਦਦ ਨਾਲ ਬੱਚੇ ਦਾ ਵਾਧਾ ਪਰਖਦੇ ਰਹਿਣਗੇ।

**ਕਸਰਤ**:- ਜੇਕਰਤੁਸੀਂ ਟਾਈਪ-2 ਸ਼ੂਗਰ ਨਾਲ ਪੀੜ੍ਹਤ ਹੋ ਤਾਂ ਕਸਰਤ ਨੂੰ ਸੀਮਤ ਮਾਤਰਾ ਵਿਚ ਰਖਣਾ ਹੋਵੇਗਾ। ਇਸ ਨਾਲ ਤੁਹਾਨੂੰ ਵਧੇਰੇ ਊਰਜਾ ਮਿਲੇਗੀ। ਬਲੱਡ ਪ੍ਰੈਸ਼ਰ ਦਾ ਪੱਧਰ ਬਣਿਆ ਰਹੇਗਾ ਤੇ ਡਿਲੀਵਰੀ ਤੋਂ ਬਾਦ ਆਪਣੀ ਫਿਗਰ ਲੈਣ ਵਿਚ ਵੱਧ ਸਮਾਂ ਨਹੀਂ ਲਗੇਗਾ। ਇਸ ਨੂੰ ਆਪਣੇ ਮੈਡੀਕਲ ਪਲਾਨ ਦੇ ਨਾਲ ਮੇਲ ਕਰਕੇ ਹੀ ਅੱਗੇ ਵਧਾਓ। ਜੇ ਕਰ ਤੁਹਾਡੇ ਗਰਭਕਾਲ ਵਿਚ ਕੋਈ ਮੁਸ਼ਕਲ ਨਹੀਂ ਹੈ ਤਾਂ ਤੁਸੀਂ ਹਲਕੀ ਚਹਿਲਕਦਮੀ ਤੇ ਤੈਰਾਕੀ ਨੂੰ ਵਰਕਆਊਟ ਵਿਚ ਸ਼ਾਮਲ ਕਰ ਸਕਦੀ ਹੋ। ਜੇਕਰ ਬੱਚੇ ਦੇ ਵਾਧੇ ਨਾਲ ਜੁੜੀ ਕੋਈ ਸਮੱਸਿਆ ਦਿਖੀ ਤਾਂ ਸ਼ਾਇਦ ਤੁਹਾਨੂੰ ਜ਼ਿਆਦਾ ਕਸਰਤ ਕਰਨ ਦੀ ਇਜਾਜਤ ਨਹੀਂ ਦਿੱਤੀ ਜਾਵੇਗੀ।

ਉਂਝ ਵਰਕਆਊਟ ਤੋਂ ਪਹਿਲਾਂ ਕੁਝ ਸਾਵਧਾਨੀਆਂ ਰੱਖਣਾ ਨਾ ਭੁਲੋ। ਵਰਕਆਊਟ ਤੋਂ ਪਹਿਲਾਂ ਕੁਝ ਖਾਓ। ਥਕਾਵਟ ਦੀ ਹੱਦ ਤਕ ਕਸਰਤ ਨਾ ਕਰੋ। ਗਰਮ ਵਾਤਾਵਰਣ ਵਿਚ ਕਸਰਤ ਨਾ ਕਰੋ। ਜੇਕਰ ਇੰਸੂਲਿਨ ਲੈਂਦੀ ਹੋ ਤਾਂ ਇਸ ਨੂੰ ਸਰੀਰ ਦੇ ਉਨ੍ਹਾਂ ਅੰਗਾਂ ਵਿਚ ਨਾ ਲਓ, ਜਿਥੋਂ ਵਰਕਆਊਟ ਕਰਦੀ ਹੋ, ਜਿਵੇਂ ਚਹਿਲਕਦਮੀ ਤੇ ਲੱਤਾਂ। ਕਸਰਤ ਤੋਂ ਪਹਿਲਾਂ ਇੰਸੂਲਿਨ ਦੀ ਮਾਤਰਾ ਵੀ ਨਾ ਘਟਾਓ।

**ਆਰਾਮ**:- ਤੀਜੀ ਤਿਮਾਹੀ ਵਿਚ ਉਚਿਤ ਆਰਾਮ

ਬਹੁਤ ਮਹੱਤਵਪੂਰਣ ਹੈ। ਜ਼ਿਆਦਾ ਥਕਾਵਟ ਤੋਂ ਬਚੋ ਤੇ ਦੁਪਹਿਰ ਨੂੰ ਥੋੜ੍ਹਾ ਪੈਰ ਉਚਾ ਕਰਕੇ ਲੇਟੋ ਜਾਂ ਝਪਕੀ ਲਉ। ਜੇਕਰ ਨੌਕਰੀ ਵਿਚ ਜ਼ਿਆਦਾ ਬੋਝ ਹੋਵੇ ਤਾਂ ਤੁਹਾਨੂੰ ਪਹਿਲਾਂ ਹੀ ਛੁੱਟੀ ਲੈਣ ਦੀ ਸਲਾਹ ਦਿੱਤੀ ਜਾ ਸਕਦੀ ਹੈ।

**ਦਵਾਈਆਂ:-** ਜੇਕਰ ਆਹਾਰ ਤੇ ਕਸਰਤ ਨਾਲ ਗੱਲ ਨਾ ਬਣੇ ਤਾਂ ਤੁਹਾਨੂੰ ਇੰਸੂਲਿਨ ਲੈਣੀ ਹੋਵੇਗੀ। ਜੇਕਰ ਇੰਸੂਲਿਨ ਦੇ ਇੰਜੈਕਸ਼ਨ ਤੇ ਪਾਇਆ ਜਾ ਸਕਦਾ ਹੈ। ਇੰਸੂਲਿਨ ਦੀ ਖ਼ੁਰਾਕ ਸਮੇਂ-2 ਤੇ ਬਦਲਣੀ ਪੈ ਸਕਦੀ ਹੈ। ਤੁਹਾਡਾ ਤੇ ਬੱਚੇਦਾ ਭਾਰਤ ਵੱਧਣ ਦੇ ਨਾਲ-2 ਖ਼ੁਰਾਕ ਨਵੇਂ ਸਿਰਿਓਂ ਤਿਆਰ ਕੀਤੀ ਜਾਵੇਗੀ। ਖੋਜ ਤੋਂ ਪਤਾ ਲਗਾ ਹੈ ਕਿ 'ਗਲਾਇਬੁਰਾਇਡ' ਦਵਾਈ ਲੈਣ ਨਾਲ ਵੀ ਘੱਟ ਗੰਭੀਰ ਕੇਸਾਂ ਵਿਚ ਇੰਸੂਲਿਨ ਦੀ ਖਪਤ ਘਟਾਈ ਜਾ ਸਕਦੀ ਹੈ। ਇੰਸੂਲਿਨ ਲੈਂਦੇ ਸਮੇਂ ਬਾਕੀ ਦਵਾਈਆਂ ਤੇ ਵੀ ਧਿਆਨ ਦਿਉ ਕਿਉਂਕਿ ਉਹ ਵੀ ਇੰਸੂਲਿਨ ਦੇ ਪੱਧਰ ਨੂੰ ਪ੍ਰਭਾਵਿਤ ਕਰ ਸਕਦੀਆਂ ਹਨ। ਆਪਣੇ ਡਾਕਟਰ ਦੀ ਰਾਏ ਨਾਲ ਕੇਵਲ ਸੁਰੱਖਿਅਤ ਦਵਾਈ ਹੀ ਲਉ।

**ਬਲੱਡ ਪ੍ਰੈਸ਼ਰ:-** ਤੁਹਾਨੂੰ ਦਿਨ ਵਿਚ 4-10 ਵਾਰ ਬਲੱਡ ਸ਼ੂਗਰ ਦੇ ਪੱਧਰ ਦੀ ਪਰਖ ਕਰਨੀ ਪੈ ਸਕਦੀ ਹੈ। ਜੇਕਰ ਤੁਹਾਨੂੰ ਟਾਈਪ-1 ਸ਼ੂਗਰ ਹੈ ਤਾਂ ਗਲਾਈਕੋਸਿਲੇਟਿਡ ਹੀਮੋਗਲੋਬਿਨ ਦੇ ਲਈ ਵੀ ਤੁਹਾਡੇ ਖ਼ੂਨ ਦੀ ਪਰਖ ਕੀਤੀ ਜਾ ਸਕਦੀ ਹੈ। ਇਸ ਦਾ ਉੱਚਾ ਪੱਧਰ ਹੋਣ ਦਾ ਭਾਵ ਹੈ ਕਿ ਸ਼ੂਗਰ ਦਾ ਪੱਧਰ ਪੂਰੀ ਤਰ੍ਹਾਂ ਨਿਯੰਤਰਿਤ ਨਹੀ ਹੈ। ਬਲੱਡ ਗੁਲੂਕੋਜ ਦਾ ਸਹੀ ਪੱਧਰ ਬਣਾਈ ਰੱਖਣ ਦੇ ਲਈ ਤੁਹਾਨੂੰ ਨਿਯਮਿਤ ਸਮੇਂ ਤੇ ਖਾਣਾ-ਵੀਣਾ ਹੋਵੇਗਾ, ਆਹਾਰ ਤੇ ਕਸਰਤ ਤੇਧਿਆਨ ਦੇਣਾ ਹੋਵੇਗਾ ਤੇ ਜ਼ਰੂਰਤ ਪੈਣ ਤੇ ਦਵਾਈ ਵੀ ਲੈਣੀ ਹੋਵੇਗੀ। ਜੇਕਰ ਤੁਸੀਂ ਗਰਭਕਾਲ ਤੋਂ ਪਹਿਲਾਂ ਵੀ ਇੰਸੂਲਿਨ ਲੈ ਰਹੀ ਸੀ ਤਾਂ ਤੁਸੀਂ ਹਾਈਪੋਗਲਾਇਸੀਮਿਆ ਦੀ ਸ਼ਿਕਾਰਹੋ ਸਕਦੀ ਹੋ। ਇਸ ਲਈ ਪਹਿਲੀ ਤਿਮਾਹੀ ਵਿਚ ਪਰਖ ਤੇ ਪੂਰਾ ਧਿਆਨ ਦਿਉ। ਘਰੋਂ ਨਿਕਲਦੇ ਸਮੇਂ ਖਾਣ-ਪੀਣ ਦਾ ਸਮਾਨ ਜ਼ਰੂਰ ਰੱਖੋ।

**ਪਿਸ਼ਾਬ ਦੀ ਪਰਖ:-** ਤੁਹਾਡੇ ਸਰੀਰ ਵਿਚ ਕੀਟੋਨ ਬਣ ਸਕਦੇ ਹਨ ਇਸ ਲਈ ਇਸ ਦੌਰਾਨ ਪਿਸ਼ਾਬ ਦੀ ਪਰਖ ਵੀ ਹੋਣੀ ਚਾਹੀਦੀ ਹੈ।

**ਸਾਵਧਾਨੀਪੂਰਵਕ ਪਰਖ:-** ਟੈਸਟਾਂ ਸਬੰਧੀ ਸੋਚਕੇ ਪ੍ਰੇਸ਼ਾਨ ਨਾ ਹੋਵੋ। ਤੁਹਾਨੂੰ ਗਰਭਕਾਲ ਤੋਂ ਕਈ ਹਫ਼ਤੇ ਪਹਿਲਾਂ ਹੀ ਹਸਪਤਾਲ ਵਿਚ ਵੀ ਭਰਤੀ ਹੋਣਾ ਪੈ ਸਕਦਾਹੈ। ਇਸ ਦਾ ਭਾਵ ਇਹ ਨਹੀਂ ਕਿ ਕੁਝ ਗਲਤ ਹੈ। ਬਸ ਡਾਕਟਰ ਤੁਹਾਡੀ ਪੂਰੀ ਸੁਰੱਖਿਆ ਚਾਹੁੰਦੇ ਹਨ। ਟੈਸਟਾਂ ਦੀ ਪਰਖ ਤੋਂ ਤੁਹਾਡੀ ਤੇ ਬੱਚੇ ਦੀ ਤਾਜ਼ਾ ਜਾਣਕਾਰੀ ਮਿਲਦੀ ਰਹੇਗੀ ਤਾਂ ਜੋ ਡਾਕਟਰ ਜ਼ਰੂਰਤ ਪੈਣ ਤੇ ਕੋਈ ਹੋਰ ਕਦਮ ਉਠਾ ਸਕਣ।

ਤੁਹਾਨੂੰ ਅੱਖਾਂ ਦੀ ਵੀ ਨਿਯਮਿਤ ਰੂਪ ਨਾਲ ਪਰਖ ਕਰਵਾਉਣੀ ਹੋਵੇਗੀ। ਕਈ ਵਾਰ ਗਰਭਕਾਲ ਵਿਚ ਰੇਟੀਨਾ ਤੇ ਕਿਡਨੀ ਦੀਆਂ ਸਮੱਸਿਆਵਾਂ ਕਾਫ਼ੀ ਵੱਧ ਜਾਂਦੀ ਹੈ। ਜੇਕਰ ਬੱਚੇਦਾਨੀ ਵਿਚ ਬੱਚੇ ਦਾ ਆਕਾਰ ਵੱਧ ਜਾਏ ਤਾਂ ਯੋਨੀ ਰਸਤੇ ਤੋਂ ਡਿਲੀਵਰੀ ਦੇ ਇਲਾਵਾ ਬਦਲਵੇਂ ਪ੍ਰਬੰਧ ਵੀ ਸੋਚਿਆ ਜਾਂਦਾ ਹੈ। 10ਵੇਂ ਤੇ 22ਵੇਂ ਹਫ਼ਤੇ ਅਲਟ੍ਰਾਸਾਊਂਡ ਦੀ ਮਦਦ ਨਾਲ ਭਰੂਣ ਦੀ ਬਾਰੀਕੀ ਨਾਲ ਪਰਖ ਕੀਤੀ ਜਾਂਦੀ ਹੈ ਤਾਂ ਜੋ ਸਭ ਕੁਝ ਪਤਾ ਚਲਦਾ ਰਹੇ।

21ਵੇਂ ਹਫ਼ਤੇ ਤੋਂ ਬਾਦ ਤੁਹਾਨੂੰ ਦਿਨ ਵਿਚ ਤਿੰਨ ਵਾਰ ਬੱਚੇ ਦੀ ਹਲਚਲ ਪਰਖਣ ਲਈ ਕਿਹਾ ਜਾ ਸਕਦਾ ਹੈ। ਸ਼ੂਗਰ ਤੋਂ ਪੀੜ੍ਹਿਤ ਔਰਤਾਂ ਨੂੰ ਪ੍ਰੀਕਲੈਂਪਸਿਆ ਦਾ ਡਰ ਵੀ ਰਹਿੰਦਾ ਹੈ। ਇਸ ਲਈ ਡਾਕਟਰ ਇਸ ਸਬੰਧੀ ਵੀ ਪੂਰੀ ਤਰ੍ਹਾਂ ਸੰਤੁਸ਼ਟ ਹੋਣਾ ਚਾਹੁਣਗੇ।

**ਇਲੈਕਟਿਵ ਅਰਲੀ ਡਿਲੀਵਰੀ:-** ਗੈਸਟੇਸ਼ਨਲ ਸ਼ੂਗਰ ਜਾਂ ਘੱਟ ਗੰਭੀਰ ਲੱਛਣਾਂ ਵਾਲੀ ਗਰਭਵਤੀ ਔਰਤਾਂ ਸਹੀ ਸਮੇਂ ਪ੍ਰਸੂਤ ਕਰਦੀਆਂ ਹਨ ਪ੍ਰੰਤੂ ਜਦੋਂ ਪਲੇਸੈਂਟਾ ਜਲਦੀ ਟੁੱਟਣ ਲਗਦਾ ਹੈ ਜਾਂ ਮਾਂ ਦੀ ਖ਼ੂਨ ਸ਼ਰਕਰਾ ਦਾ ਪੱਧਰ ਠੀਕ ਨਹੀਂ ਰਹਿੰਦਾ ਤਾਂ ਬੱਚਾ ਸਮੇਂ ਤੋਂ ਇਕ-ਦੋ ਹਫ਼ਤੇ ਪਹਿਲਾਂ ਪੈਦਾ ਹੋ ਸਕਦਾ ਹੈ। ਡਾਕਟਰ ਹੀ ਜਾਂਚ ਤੋਂ ਬਾਦ ਦੱਸ ਸਕਦੇ ਹਨ ਕਿ ਸੀ-ਸੈਕਸ਼ਨ ਕਰਨਾ ਹੋਵੇਗਾ ਜਾਂ ਡਿਲੀਵਰੀ ਆਮ ਹੋਣ ਦਾ ਇੰਤਜ਼ਾਰ ਕੀਤਾ ਜਾ ਸਕਦਾ ਹੈ।

ਜੇਕਰ ਬੱਚੇ ਨੂੰ ਜਨਮ ਤੋਂ ਤੁਰੰਤ ਬਾਅਦ ਆਈ. ਸੀ. ਯੂ. ਵਿਚ ਰਖਿਆ ਜਾਏ ਤਾਂ ਘਬਰਾਓ ਨਾ। ਐਸੇ ਸਾਰੇ ਬੱਚਿਆਂ ਨੂੰ ਇਸੇ ਤਰ੍ਹਾਂ ਰਖਿਆ ਜਾਂਦਾ ਹੈ। ਉਥੇ ਉਨ੍ਹਾਂ ਦੇ ਫੇਫੜਿਆਂ ਤੇ ਸ਼ੂਗਰ ਨਾਲ ਜੁੜੇ ਲੱਛਣਾਂ ਦੀ ਜਾਂਚ ਹੁੰਦੀ ਹੈ। ਤੁਸੀਂ ਬੱਚੇ ਨੂੰ ਦੁੱਧ ਪਿਲਾਉਣਾ ਹੋਵੇ ਤਾਂ ਉਸ ਦਾ ਵੀ ਪ੍ਰਬੰਧ ਹੋ ਜਾਂਦਾ ਹੈ।

# ਐਪੀਲੈਪਸੀ

**"ਮੈਨੂੰ ਐਪੀਲੈਪਸੀ ਹੈ ਪ੍ਰੰਤੂ ਮੈਂ ਮਾਂ ਬਣਨਾ ਚਾਹੁੰਦੀ ਹਾਂ। ਕੀ ਮੇਰਾ ਗਰਭਕਾਲ ਸੁਰੱਖਿਅਤ ਹੋ ਸਕਦਾ ਹੈ?"**

ਸਹੀ ਦੇਖਭਾਲ ਦੇ ਨਾਲ ਤੁਸੀਂ ਵੀ ਇਕ ਸਿਹਤਮੰਦ ਬੱਚੇਦੀ ਮਾਂ ਬਣ ਸਕਦੀ ਹੋ। ਗਰਭ ਧਾਰਣ ਤੋਂ ਪਹਿਲਾਂ ਆਪਣੇ ਡਾਕਟਰ ਤੇ ਨਿਊਰੀ ਸਰਜਨ ਨੂੰ ਮਿਲੋ ਤੇ ਉਨ੍ਹਾਂ ਦੀ ਦੇਖਰੇਖ ਵਿਚ ਰਹੋ। ਉਹ ਤੁਹਾਨੂੰ ਦਵਾਈ ਤੇ ਲੋੜੀਂਦੀ ਸਾਵਧਾਨੀ ਸਬੰਧੀ ਦੱਸਣਗੇ। ਜ਼ਿਆਦਾਤਰ ਔਰਤਾਂ ਨੇ ਦੇਖਿਆ ਹੈ ਕਿ ਐਪੀਲੈਪਸੀ, ਗਰਭਕਾਲ ਵਿਚ ਜ਼ਿਆਦਾ ਨਹੀਂ ਉਭਰਦੀ। ਰੋਗ ਵਿਚ ਕੋਈ ਖ਼ਾਸ ਬਦਲਾਅ ਵੀ ਨਹੀਂ ਆਉਂਦਾ। ਕੇਵਲ ਉਨਾਂ ਦੇਖਣ ਵਿਚ ਆਇਆ ਹੈਕਿ ਐਸੀਆਂ ਮਾਵਾਂ ਨੂੰ ਉਲਟੀ ਆਉਣ ਤੇ ਸਿਰ ਚਕਰਾਉਣ ਦੀ ਸ਼ਿਕਾਇਤ ਜ਼ਿਆਦਾ ਹੁੰਦੀ ਹੈ ਜਿਸ ਦੇ ਕੋਈ ਖ਼ਾਸ ਗੰਭੀਰ ਨਤੀਜੇ ਸਾਹਮਦੇ ਨਹੀਂ ਆਉਂਦੇ।

ਗਰਭ ਧਾਰਣ ਤੋਂ ਪਹਿਲਾਂ ਹੀਡਾਕਟਰ ਤੋਂ ਇਸ ਦੀਆਂ ਦਵਾਈਆਂ ਸਬੰਧੀ ਚਰਚਾ ਕਰੋ। ਆਪਣੇ ਰੋਗ ਨੂੰ ਕਾਬੂ ਵਿਚ ਰੱਖਣ ਤੋਂ ਬਾਦ ਹੀ ਕਦਮ ਅੱਗੇ ਵਧਾਓ। ਡਾਕਟਰ ਤੁਹਾਨੂੰ ਇਕ ਜਾਂ ਫਿਰ ਕਈ ਦਵਾਈਆਂ ਦਾ ਮੇਲ ਦੇ ਸਕਦੇ ਹਨ ਤਾਂ ਜੋ ਗਰਭਕਾਲ ਸੁਰੱਖਿਅਤ ਰਹੇ ਤੇ ਰੋਗ ਤੇ ਵੀ ਨਿਯੰਤਰਣ ਬਣਿਆਰਹੇ। ਬੱਚੇ ਨੂੰ ਖ਼ਤਰਾ ਹੋਣ ਦੇ ਡਰ ਤੋਂ ਦਵਾਈ ਲੈਣਾ ਬੰਦ ਨਾ ਕਰੋ। ਇਸ ਨਾਲ ਨੁਕਸਾਨ ਹੋ ਸਕਦਾ ਹੈ।

ਇਸ ਦੌਰਾਨ ਅਲਟ੍ਰਾਸਾਊਂਡ ਰਾਹੀਂ ਬਾਰੀਕ ਪਰਖ ਤੇ ਗਰਭਕਾਲ ਤੋਂ ਪਹਿਲਾਂ ਸਕ੍ਰੀਨਿੰਗ ਦੇ ਨਿਰਦੇਸ਼ ਦਿੱਤੇਜਾ ਸਕਦੇ ਹਨ। ਜੇਕਰ ਤੁਸੀਂ ਵੈਲਪ੍ਰੋਹਕ ਐਸਿਡ ਲੈ ਰਹੀ ਹੋ ਤਾਂ ਡਾਕਟਰ 'ਨਯੂਰਲ ਟਿਯੂਬ ਡਿਫੈਕਟ' ਦੀ ਵੀ ਪਰਖ ਕਰਨਾ ਚਾਹੁਣਗੇ।

ਤੁਹਾਨੂੰ ਬਹੁਤ ਸਾਰੀ ਨੀਂਦ ਤੇ ਪੌਸ਼ਟਿਕ ਆਹਾਰ ਤੇ ਜ਼ੋਰ ਦੇਣਾ ਚਾਹੀਦਾਹੈ। ਤਰਲ ਪਦਾਰਥਾਂ ਦੀ ਭਰਪੂਰ ਮਾਤਰਾ ਤੇ ਵਿਟਾਮਿਨ ਡੀਦੀ ਖ਼ੁਰਾਕ ਲਓ। ਗਰਭਕਾਲ ਦੇ ਆਖ਼ਰੀ ਚਾਰ ਹਫ਼ਤਿਆਂ ਵਿਚ ਵਿਟਾਮਿਨ ਕੇ ਦੀ ਖ਼ੁਰਾਕ ਦਿੱਤੀ ਜਾ ਸਕਦੀ ਹੈ। ਪ੍ਰਸੂਤ ਤੇ ਡਿਲੀਵਰੀ ਵਿਚ ਵੀ ਇਸ ਕਾਰਣ ਕੋਈ ਖ਼ਾਸ ਹਿੰਮਤ ਨਹੀਂ ਆਉਂਦੀ ਅਤੇ ਤੁਸੀਂ ਆਪਣੇ ਬੱਚੇ ਨੂੰ ਦੁੱਧ ਵੀ ਪਿਲਾਅ ਸਕਦੀ ਹੋ। ਦਵਾਈਆਂ ਦਾ ਦੁੱਧ ਵਿਚ ਬਹੁਤ ਹਲਕਾ ਅਸਰ ਹੀ ਆਉਂਦਾ ਹੈ।

# ਫਾਯਬਰੋਮਾਇਲਗਿਆ

**"ਮੈਨੂੰ ਕੁਝ ਸਾਲ ਪਹਿਲਾਂ ਫਾਯਬਰੋਮਾਇਲਗਿਆ ਹੋਇਆ ਸੀ। ਇਸ ਦਾ ਮੇਰੇ ਗਰਭਕਾਲ ਤੇ ਕੀ ਅਸਰ ਹੋਵੇਗਾ?"**

ਜੇਕਰ ਤੁਹਾਨੂੰ ਆਪਣੀ ਕਿਸੇ ਸਥਿਤੀ ਦਾ ਪਹਿਲਾਂ ਤੋਂ ਪਤਾ ਹੋਵੇ ਤਾਂ ਇਸ ਨਾਲ ਕਾਫ਼ੀ ਫ਼ਾਇਦਾ ਹੋ ਜਾਂਦਾ ਹੈ। ਇਸ ਦੇ ਲੱਛਣਾਂ ਵਿਚਦਰਦ, ਜਲਨ, ਮਾਸਪੇਸ਼ੀਆਂ ਤੇ ਉੱਤਕਾਂ ਵਿਚ ਦਰਦ ਆਦਿ ਪ੍ਰਮੁੱਖ ਹਨ। ਗਰਭਕਾਲ ਵਿਚ ਥਕਾਵਟ ਦੇਕਾਰਣ ਇਹ ਆਸਾਨੀ ਨਾਲ ਪਹਿਚਾਣ ਵਿਚ ਨਹੀਂ ਆਉਂਦੇ। ਇਸ ਨਾਲ ਪੈਦਾ ਤਨਾਅ ਨੂੰ ਵੀ ਗਰਭਕਾਲ ਦਾ ਹੀ ਇਕ ਲੱਛਣ ਮੰਨ ਲਿਆ ਜਾਂਦਾ ਹੈ। ਤੁਹਾਡੇ ਬੱਚੇ ਤੇ ਇਸ ਰੋਗ ਦਾ ਕੋਈ ਅਸਰ ਨਹੀਂ ਹੋਵੇਗਾ ਹਾਲਾਂਕਿ ਗਰਭਕਾਲ ਤੁਹਾਡੇ ਲਈ ਥੋੜ੍ਹੀ ਮੁਸ਼ਕਲ ਹੋ ਸਕਦਾ ਹੈ। ਤੁਹਾਡੇ ਸਰੀਰ ਵਿਚ ਜ਼ਿਆਦਾ ਥਕਾਵਟ ਤੇ ਦਰਦ ਰਹਿੰਦਾ ਹੈ। ਇਸ ਤੋਂ ਬਚਾਅ ਦੇ ਲਈ ਤਨਾਅ ਘਟਾਉਣ ਦੀ ਕੋਸ਼ਿਸ਼ ਕਰੋ। ਯੋਗ ਧਿਆਨ ਤੇ ਕਸਰਤ ਰਾਹੀਂ ਸਰੀਰ ਨੂੰ ਰਾਹਤ ਦਿਓ। ਭਾਰ ਨੂੰ ਲੋੜ ਤੋਂ ਵੱਧ ਵੱਧਣ ਨਾ ਦਿਓ। ਡਾਕਟਰ ਤੋਂ ਪੁੱਛ ਕੇ ਐਸੀ ਸਥਿਤੀ ਵਿਚ ਲਈਆਂ ਜਾਣ ਵਾਲੀਆਂ ਦਵਾਈਆਂ ਲਓ ਜੋ ਕਿ ਗਰਭਕਾਲ ਵਿਚ ਪੂਰੀ ਤਰ੍ਹਾਂ ਸੁਰੱਖਿਅਤ ਹੋਣ।

## ਕ੍ਰਾਨਿੰਗ ਫਟੀਗ ਸਿੰਡ੍ਰੋਮ

ਇਸ ਦਾ ਗਰਭਕਾਲ ਤੇ ਸਿਹਤਮੰਦ ਬੱਚੇ ਨਾਲ ਕੋਈ ਲੈਣਾ-ਦੇਣਾ ਨਹੀਂ ਹੁੰਦਾ। ਇਹ ਪਤਾ ਨਹੀਂ ਚਲ ਸਕਿਆ ਕਿ ਇਸ ਸਿੰਡ੍ਰੋਮ ਨਾਲ ਗਰਭ-ਕਾਲ ਤੇ ਕੈਸਾ ਅਸਰ ਹੁੰਦਾ ਹੈ। ਕਈ ਔਰਤਾਂ ਦੇ ਲੱਛਣ ਪਹਿਲਾਂ ਵਰਗੇ ਰਹਿੰਦੇ ਹਨ ਤੇ ਕਈਆਂ ਦੇ ਕਾਫ਼ੀ ਵਿਗੜ ਜਾਂਦੇ ਹਨ। ਜੇਕਰ ਤੁਸੀਂ ਵੀ ਇਸ ਸਿੰਡ੍ਰੋਮ ਤੋਂ ਪੀੜ੍ਹਿਤ ਹੋ ਤਾਂ ਆਪਣੇ ਡਾਕਟਰ ਨੂੰ ਗਰਭਕਾਲ ਦੀ ਸੂਚਨਾ ਦਿਓ ਤਾਂ ਜੋ ਉਹ ਪਹਿਲਾਂ ਤੋਂ ਚਲੀ ਆ ਰਹੀ ਦਵਾਈ ਵਿਚ ਬਦਲਾਅ ਲਿਆ ਸਕਣ ਤੇ ਤੁਹਾਨੂੰ ਇਸ ਦੌਰਾਨ ਕੁਝ ਹੋਰ ਸਲਾਹ ਵੀ ਦੇ ਸਕਦੇ ਹਨ ਤਾਂ ਜੋ ਤੁਹਾਨੂੰ ਬੱਚੇ ਦੇ ਪ੍ਰਸੂਤ ਜਾਂ ਦੇਖਭਾਲ ਵਿਚ ਕੋਈ ਪ੍ਰੇਸ਼ਾਨੀ ਨਾ ਹੋਵੇ।

## ਦਵਾਈਆਂ ਨਾਲ ਲਾਭ

ਜੇਕਰ ਤੁਸੀਂ ਲੰਬੀ ਬੀਮਾਰੀ ਦੀ ਰੋਕਥਾਮ ਦੇ ਲਈ ਦਵਾਈਆਂ ਲੈਂਦੀ ਹੋ ਤਾਂ ਥੋੜ੍ਹਾ ਧਿਆਨ ਦਿਉ। ਉਨ੍ਹਾਂ ਨੂੰ ਰਾਤ ਨੂੰ ਸੌਂਦੇ ਸਮੇਂ ਲਉ ਤਾਂ ਜੋ ਉਹ ਤੁਹਾਡੇ ਸਿਸਟਮ ਨੂੰ ਪੂਰਾ ਆਰਾਮ ਦੇ ਸਕਣ। ਸਵੇਰੇ ਉਲਟੀ ਆਉਣ ਕਾਰਣ ਸਾਰੀ ਦਵਾਈ ਬਾਹਰ ਨਿਕਲ ਸਕਦੀ ਹੈ। ਕਈ ਵਾਰ ਗਰਭਕਾਲ ਵਿਚ ਦਵਾਈ ਦੀ ਖ਼ੁਰਾਕ ਬਦਲਣੀ ਪੈ ਸਕਦੀ ਹੈ। ਇਸ ਸਬੰਧੀ ਸਮੇਂ-2 ਤੇ ਡਾਕਟਰ ਦੀ ਰਾਏ ਲਉ। ਇਸ ਸਬੰਧੀ ਕੋਈ ਵੀ ਸ਼ੱਕ ਹੋਣ ਤੇ ਪਹਿਲਾਂ ਡਾਕਟਰ ਤੋਂ ਪੁੱਛ ਲਉ।

## ਹਾਈਪਰਟੈਂਸ਼ਨ

**"ਮੈਨੂੰ ਕਈ ਸਾਲਾਂ ਤੋਂ ਹਾਈਪਰਟੈਂਸ਼ਨ ਹੈ। ਮੇਰਾ ਉੱਚ ਬਲੱਡ ਪ੍ਰੈਸ਼ਰ ਗਰਭਕਾਲ ਨੂੰ ਕਿਵੇਂ ਪ੍ਰਭਾਵਿਤ ਕਰ ਸਕਦਾ ਹੈ?"**

ਜਿੰਨੀ ਵੀ ਵੱਧ ਉਮਰ ਦੀਆਂ ਔਰਤਾਂ ਗਰਭ ਧਾਰਣ ਕਰ ਰਹੀਆਂ ਹਨ, ਉਨ੍ਹਾਂ ਵਿਚ ਉੱਚ ਬਲੱਡ ਪ੍ਰੈਸ਼ਰ ਦੀ ਇਹ ਸਮੱਸਿਆ ਦੇਖੀ ਜਾ ਰਹੀ ਹੈ। ਇਹ ਸਥਿਤੀ ਉਮਰ ਵੱਧਣ ਦੇ ਨਾਲ-2 ਵਧਦੀ ਜਾਂਦੀ ਹੈ।

ਤੁਹਾਡੀ ਪ੍ਰੈਗਨੈਂਸੀ ਨੂੰ ਹਾਈ ਰਿਸਕ ਮੰਨਿਆ ਜਾਵੇਗਾ। ਭਾਵ ਤੁਹਾਨੂੰ ਡਾਕਟਰ ਦੇ ਕੋਲ ਜ਼ਿਆਦਾ ਚੱਕਰ ਲਗਾਉਣੇ ਹੋਣਗੇ। ਨਿਯੰਤ੍ਰਿਤ ਬਲੱਡਪ੍ਰੈਸ਼ਰ, ਵਧੀਆ ਮੈਡੀਕਲ ਦੇਖਭਾਲ ਤ ਤੁਹਾਡੀ ਦੇਖਰੇਖ ਨਾਲ ਗਰਭਕਾਲ ਪੂਰੀ ਤਰ੍ਹਾਂ ਸੁਰੱਖਿਅਤ ਹੋਵੇਗਾ ਤੇ ਤੁਸੀਂ ਸਿਹਤਮੰਦ ਬੱਚੇ ਨੂੰ ਜਨਮ ਦੇ ਸਕੋਗੀ। ਤੁਹਾਨੂੰ ਹੇਠ-ਲਿਖੇ ਸੁਝਾਵਾਂ ਦਾ ਪਾਲਣ ਕਰਨਾ ਚਾਹੀਦਾ ਹੈ -

**ਸਹੀ ਮੈਡੀਕਲ ਟੀਮ:-** ਤੁਹਾਡੇ ਡਾਕਟਰ ਨੂੰ ਹਾਈਪਰਟੈਂਸ਼ਨ ਸਬੰਧੀ ਚੰਗੀ ਤਰ੍ਹਾਂ ਜਾਣਕਾਰੀ ਹੋਣੀ ਚਾਹੀਦੀ ਹੈ। ਤੁਸੀਂ ਆਪਣੇ ਪ੍ਰਸੂਤ ਮਾਹਰ ਨਾਲ ਇਸ ਡਾਕਟਰ ਨੂੰ ਮਿਲਾ ਦਿਉ।

**ਮੈਡੀਕਲ ਦੇਖਰੇਖ:-** ਤੁਹਾਨੂੰ ਡਾਕਟਰ ਦੇ ਕੋਲ ਜ਼ਿਆਦਾ ਚੱਕਰ ਲਗਾਣੇ ਹੋਣਗੇ ਤੇ ਕਈ ਤਰ੍ਹਾਂ ਦੀ ਜਾਂਚ-ਪੜਤਾਲ ਵੀ ਕੀਤੀ ਜਾਵੇਗੀ। ਪ੍ਰੈਗਨੈਂਸੀ ਵਿਚ ਕਈ ਮੁਸ਼ਕਲਾਂ ਤੋਂ ਇਲਾਵਾ ਪ੍ਰੀਕਲੈਂਪਸਿਆ ਵੀ ਹੋ ਸਕਦਾ ਹੈ। ਇਸ ਲਈ ਡਾਕਟਰ ਪੂਰੇ 40 ਹਫ਼ਤੇ ਤਕ ਤੁਹਾਡੀ ਸਿਹਤ ਦਾ ਖ਼ਾਸ ਧਿਆਨ ਰੱਖਣਗੇ।

**ਰਿਲੈਕਸੇਸ਼ਨ:-** ਹਾਈਪਰਟੈਂਸ਼ਨ ਦੇ ਮਹੀਨਿਆਂ ਲਈ ਰਿਲੈਕਸੇਸ਼ਨ ਤਕਨੀਕਾਂ ਬਹੁਤ ਮਹੱਤਵ ਰਖਦੀਆਂ ਹਨ। ਖੋਜ ਤੋਂ ਪਤਾ ਲਗਾ ਹੈ ਕਿ ਇਨ੍ਹਾਂ ਤਕਨੀਕਾਂ ਰਾਹੀਂ ਬਲੱਡਪ੍ਰੈਸ਼ਰ ਘਟਾਇਆ ਜਾ ਸਕਦਾ ਹੈ।

**ਦੂਜੇ ਬਦਲਵੇਂ ਇਲਾਜ:-** ਆਪਣੇ ਡਾਕਟਰ ਦੀ ਰਾਏ ਨਾਲ ਬਾਯੋਫੀਡਬੈਕ, ਐਕਯੂਪੰਚਰ ਜਾਂ ਮਾਲਸ਼ ਵਰਗੇ ਬਦਲਵੇਂ ਇਲਾਜਾਂ ਦੀ ਵੀ ਮਦਦ ਲਉ।

**ਆਰਾਮ :-** ਮਾਨਸਿਕ ਜਾਂ ਸਰੀਰਕ ਤਨਾਅ ਉੱਚ ਬਲੱਡਪ੍ਰੈਸ਼ਰ ਦਾ ਕਾਰਣ ਬਣ ਸਕਦਾ ਹੈ ਇਸ ਲਈ ਕਿਸੇ ਕੰਮ ਦੀ ਕਾਹਲੀ ਨਾ ਕਰੋ। ਦਿਨ ਵਿਚ ਪੈਰ ਉੱਚੇ ਰੱਖਕੇ ਆਰਾਮ ਕਰੋ। ਜੇਕਰ ਨੌਕਰੀ ਵਿਚ ਕਾਫ਼ੀ ਕੰਮ ਕਰਨਾ ਪੈਂਦਾਹੈ ਤਾਂ ਕੁਝ ਦਿਨ ਦੀ ਛੁੱਟੀ ਲਉ ਕਿਉਂਕਿ ਤੁਹਾਡੇ ਲਈ ਆਰਾਮ ਬਹੁਤ ਜ਼ਰੂਰੀ ਹੈ। ਜੇਕਰ ਘਰ ਵਿਚ ਦੂਜੇ ਬੱਚੇ ਵੀ ਹਨ ਤਾਂ ਕੰਮਕਾਜ ਵਿਚ ਕਿਸੇ ਦੀ ਮਦਦ ਲਉ।

**ਬਲੱਡਪ੍ਰੈਸ਼ਰ ਦੀ ਦੇਖਰੇਖ:-** ਤੁਹਾਨੂੰ ਘਰ ਵਿਚ ਆਪਣੇ ਬਲੱਡਪ੍ਰੈਸ਼ਰ ਦਾ ਰਿਕਾਰਡ ਰੱਖਣਾ ਪੈ ਸਕਦਾ ਹੈ। ਪੂਰੀ ਤਰ੍ਹਾਂ ਰਿਲੈਕਸ ਹੋਣ ਤੇ ਹੀ ਬਲੱਡਪ੍ਰੈਸ਼ਰ ਨਾਪੋ।

**ਚੰਗਾ ਆਹਾਰ:-** ਪ੍ਰੈਗਨੈਂਸੀ ਦੌਰਾਨ ਚੰਗਾ ਪੌਸ਼ਟਿਕ ਆਹਾਰ ਲਉ ਤੇ ਆਪਣੇ ਡਾਕਟਰ ਦੀ ਰਾਏ ਨਾਲ ਉਸ ਵਿਚ ਬਦਲਾਅ ਲਿਆਓ। ਫਲ ਤੇ ਸਬਜੀਆਂ ਦੀ ਮਾਤਰਾ ਵਧਾਉਂਦੇ ਹੋਏ, ਘੱਟ ਮਾਸ ਵਾਲੇ ਖਾਦ ਪਦਾਰਥ ਲਉ। ਸਾਬਤ ਅਨਾਜ ਲੈਣ ਨਾਲ ਤੁਹਾਡੇ ਬਲੱਡਪ੍ਰੈਸ਼ਰ ਦੀ ਵੱਧ ਮਾਤਰਾ ਘੱਟ ਸਕਦੀ ਹੈ।

**ਤਰਲ ਪਦਾਰਥ:-** ਦਿਨ ਵਿਚ ਘੱਟ ਤੋਂ ਘੱਟ ਅੱਠ ਗਿਲਾਸ ਪਾਣੀ ਜ਼ਰੂਰ ਪੀਓ ਤਾਂ ਜੋ ਪੈਰਾਂ ਤੇ ਅੱਡੀਆਂ ਦੀ ਸੋਜਸ ਘੱਟ ਸਕੇ।

**ਸਹੀ ਦਵਾਈ:-** ਪ੍ਰੈਗਨੈਂਸੀ ਵਿਚ ਤੁਹਾਡੀ ਦਵਾਈ ਬਦਲੀ ਜਾਏਗੀ ਜਾਂ ਨਹੀਂ, ਇਹ ਡਾਕਟਰ ਦੀ ਰਾਏ ਦੇ ਹਿਸਾਬ ਨਾਲ ਹੀ ਹੋਵੇਗਾ ਕਿਉਂਕਿ ਕੁਝ ਦਵਾਈਆਂ ਗਰਭਕਾਲ ਵਿਚ ਸੁਰੱਖਿਅਤ ਨਹੀਂ ਮੰਨੀਆਂ ਜਾਂਦੀਆਂ।

## ਇਰੀਟੇਬਲ ਬਾਊਲ ਸਿੰਡ੍ਰੋਮ

**"ਮੈਨੂੰ 'ਇਰੀਟੇਬਲ ਬਾਊਲ ਸਿੰਡ੍ਰੋਮ' ਹੈ ਕੀ ਗਰਭਕਾਲ ਵਿਚ ਇਸ ਦੇ ਲੱਛਣ ਜ਼ਿਆਦਾ ਨਹੀਂ ਵਿਗੜ ਜਾਣਗੇ?"**

ਇਹ ਵੱਖ-2 ਔਰਤਾਂ ਤੇ ਵੱਖ-2 ਤਰੀਕੇ ਨਾਲ ਆਪਣਾ ਅਸਰ ਦਿਖਾਦੀਆਂ ਹਨ। ਕਹਿ ਨਹੀਂ ਸਕਦੇ ਕਿ ਤੁਹਾਡੇ ਤੇ ਇਸ ਦਾ ਕੈਸਾ ਅਸਰ ਹੋਵੇਗਾ। ਕੁਝ ਔਰਤਾਂ ਵਿਚ ਕੋਈ ਲੱਛਣ ਨਹੀਂ ਉਭਰਦੇ ਅਤੇ ਕੁਝ ਔਰਤਾਂ ਦੇ ਲੱਛਣ ਪਹਿਲਾਂ ਤੋਂ ਕਾਫ਼ੀ ਵਿਗੜ ਜਾਂਦੇ ਹਨ।

ਦਰਅਸਲ ਗਰਭਕਾਲ ਵਿਚ ਕੁਝ ਲੱਛਣ ਤਾਂ ਪਹਿਲਾਂ ਹੋ ਸਕਦੇ ਹਨ। ਕਬਜ ਹੋ ਸਕਦੀ ਹੈ ਜਾਂ ਫਿਰ ਪਤਲੇ ਦਸਤ ਆਉਂਦੇ ਹਨ। ਗੈਸ ਦੇ ਕਾਰਣ ਹਾਲਾਤ ਹੋਰ ਵੀ ਵਿਗੜ ਜਾਂਦੇ ਹਨ। ਗਰਭਕਾਲ ਦੇ ਹਾਰਮੋਨ ਇੰਨੇ ਅਸਰਕਾਰਕ ਹੁੰਦੇਹਨ ਕਿ 'ਇਰੀਟੇਬਲ ਬਾਊਲ ਸਿੰਡ੍ਰੋਮ' ਦਾ ਪਤਾ ਤਕ ਨਹੀਂ ਚਲਦਾ। ਡਾਇਰੀਆ ਪੀੜ੍ਹਤ ਔਰਤਾਂ ਨੂੰ ਅਚਾਨਕ ਕਬਜ ਹੋ ਸਕਦੀ ਹੈ ਅਤੇ ਕਬਜ ਪੀੜ੍ਹਤ ਔਰਤ ਨੂੰ ਸ਼ੌਚ ਵਿਚ ਕਾਫ਼ੀ ਆਸਾਨੀ ਹੋ ਸਕਦੀ ਹੈ।

ਇਨ੍ਹਾਂ ਦਿਨਾਂ ਵਿਚ ਇਕ ਵਾਰ ਵਿਚ ਸਭ ਖਾਣ ਦੀ ਥਾਂ ਥੋੜ੍ਹੀ ਮਾਤਰਾ ਵਿਚ ਖਾਓ, ਰੇਸ਼ਾਯੁਕਤ ਆਹਾਰ ਲਉ, ਉਚਿਤ ਮਾਤਰਾ ਵਿਚ ਤਰਲ ਪਦਾਰਥ ਲਉ, ਮਸਾਲੇਦਾਰ ਭੋਜਨ ਤੋਂ ਬਚੋ, ਜ਼ਿਆਦਾ ਤਨਾਅ ਨਾ ਰੱਖੋ। ਆਪਣੇ ਆਹਾਰ ਵਿਚ ਥੋੜ੍ਹੇ ਪ੍ਰੋਬਾਯੋਟਿਕਸ ਸ਼ਾਮਲ ਕਰ ਲਉ।

ਇਸ ਸਿੰਡ੍ਰੋਮ ਦੇ ਕਾਰਣ ਪ੍ਰੀਮਚਿਯੋਰ ਡਿਲੀਵਰੀ ਦਾ ਖ਼ਤਰਾ ਹੋ ਸਕਦਾ ਹੈ। ਇਸ ਹਾਲਤ ਵਿਚ ਸੀ-ਸੈਕਸ਼ਨ ਦੀ ਨੌਬਤ ਵੀ ਆ ਸਕਦੀ ਹੈ।

## ਲੂਪਸ

**"ਕਿਤੇ ਲੂਪਸ ਦੇ ਕਾਰਣ ਮੇਰਾ ਗਰਭਕਾਲ ਪ੍ਰਭਾਵਿਤ ਤਾਂ ਨਹੀਂ ਹੋਵੇਗਾ?"**

ਗਰਭਕਾਲ ਵਿਚ ਕਈ ਔਰਤਾਂ ਦੇ ਲਈ ਇਸ ਦੇ ਲੱਛਣ ਕਾਫ਼ੀ ਬੁਰੇ ਹੁੰਦੇ ਹਨ ਅਤੇ ਕਈਆਂ ਨੂੰ ਪਤਾ ਤਕ ਨਹੀਂ ਚਲਦਾ। ਜ਼ਰੂਰੀ ਨਹੀਂ ਕਿ ਇਕ ਗਰਭਕਾਲ ਤੇ ਪੈਣ ਵਾਲੇ ਪ੍ਰਭਾਵ ਵੀ ਅਸਪੱਸ਼ਟ ਹਨ। ਬਿਹਤਰ ਹੋਵੇਗਾ ਕਿ ਰੋਗ ਸ਼ਾਂਤ ਹੋਣ ਤੇ ਹੀ ਗਰਭ ਧਾਰਣ ਕਰੋ ਪ੍ਰੰਤੂ ਜੇਕਰ ਤੁਸੀਂ ਗਰਭਵਤੀ ਹੋ ਚੁਕੀ ਹੋ ਤਾਂ ਡਾਕਟਰ ਦੇ ਕੋਲ ਜਾਂਚ, ਟੈਸਟ ਤੇ ਦਵਾਈਆਂ ਰਾਹੀਂ ਸਥਿਤੀ ਨੂੰ ਗੰਭੀਰ ਬਣਨ ਤੋਂ ਰੋਕਿਆ ਜਾ ਸਕਦਾ ਹੈ। ਆਪਣੇ ਲੂਪਸ ਦਾ ਇਲਾਜ ਕਰਨ ਵਾਲੇ ਡਾਕਟਰ ਨੂੰ ਪ੍ਰਸੂਤ ਮਾਹਰ ਨਾਲ ਮਿਲਾ ਦਿਉ ਤਾਂ ਜੋ ਉਹ ਮਿਲਕੇ ਤੁਹਾਡੇ ਬਾਰੇ ਸਹੀ ਫ਼ੈਸਲਾ ਲੈ ਸਕਣ।

## ਮਲਟੀਪਲ ਸਕਲੀਰੋਸਿਸ

**"ਮੈਨੂੰ ਕਈਸਾਲ ਪਹਿਲਾਂ ਮਲਟੀਪਲ ਸਕਲੀ-ਰੋਸਿਸ ਹੋਇਆ ਸੀ। ਮੈਨੂੰ ਦੋ-ਚਾਰ ਵਾਰ ਹਲਕਾ ਐਮ.ਐਸ. ਦਿੱਤਾ ਗਿਆ ਸੀ। ਕੀ ਉਸ ਕਾਰਣ ਮੇਰਾ ਗਰਭਕਾਲ ਪ੍ਰਭਾਵਿਤ ਹੋ ਸਕਦਾ ਹੈ?"**

ਤੁਹਾਡੇ ਦੋਨਾਂ ਦੇ ਲਈ ਚੰਗੀ ਖ਼ਬਰ ਹੈ। ਇਸ ਖ਼ਬਰ ਨਾਲ ਤੁਹਾਡੇ ਗਰਭਕਾਲ ਨੂੰ ਕੋਈ ਨੁਕਸਾਨ ਨਹੀਂ ਹੋਣ ਵਾਲਾ। ਪ੍ਰਸੂਤ ਤੋਂ ਪਹਿਲਾਂ ਚੰਗੀ ਦੇਖਭਾਲ ਨਯੂਰੋਲਾਜਿਸਟ ਦੀ ਸਲਾਹ ਤੇ ਦੇਖਰੇਖ ਨਾਲ ਵਧੀਆ ਨਤੀਜੇ ਹੀ ਸਾਹਮਣੇ ਆਣਗੇ। ਇਸ ਦਾ ਲੇਬਰ ਤੇ ਡਿਲੀਵਰੀ ਤੇ ਵੀ ਕੋਈ ਅਸਰ ਨਹੀਂ ਹੁੰਦਾ। ਇਸ ਦੌਰਾਨ ਤੁਸੀਂ ਐਪੀਡਯੂਰਲ ਤੇ ਦਰਦ ਨਿਵਾਰਕ ਦਵਾਈ ਦਾ ਪ੍ਰਯੋਗ ਵੀ ਕਰ ਸਕਦੀ ਹੋ।

ਉਂਝ ਜ਼ਿਆਦਾਤਰ ਔਰਤਾਂ ਲੱਛਣ ਤੋਂ ਅਣਛੂਹੀ ਹੀ ਰਹਿੰਦੀਆਂ ਹਨ। ਪ੍ਰੰਤੂ ਕੁਝ ਔਰਤਾਂ ਦਾ ਭਾਰ ਵੱਧ ਸਕਦਾ ਹੈ ਜਿਸ ਨਾਲ ਚੱਲਣ ਵਿਚ ਤਕਲੀਫ਼ ਹੋ ਸਕਦੀ ਹੈ। ਇਸ ਲਈ ਲੱਛਣ ਉਭਰਣ ਜਾਂ ਨਾ ਉਭਰਣ, ਇਲਾਜ ਤੇਂ ਪਰਹੇਜ ਕਿਤੇ ਚੰਗਾ ਹੁੰਦਾ ਹੈ।

ਤਨਾਅ ਤੋਂ ਬਚੋ ਤੇ ਭਰਪੂਰ ਆਰਾਮ ਲਉ। ਆਪਣੇ ਸਰੀਰ ਦਾ ਤਾਪਮਾਨ ਨਾ ਵੱਧਣ ਦਿਉ ਤੇ ਪਿਸ਼ਾਬ ਨਲੀ ਦੇ ਇਨਫੈਕਸ਼ਨ ਤੋਂ ਬਚੋ।

ਗਰਭਕਾਲ ਦੇ ਕਾਰਣ ਐਮ.ਐਸ. ਦੇ ਇਲਾਜ ਤੇ ਅਸਰ ਪੈ ਸਕਦਾ ਹੈ। ਤੁਹਾਨੂੰ ਡਾਕਟਰ ਨਾਲ ਮਿਲਕੇ ਗਰਭਕਾਲ ਵਿਚ ਸੁਰੱਖਿਅਤ ਮੰਨੀ ਜਾਣ ਵਾਲੀਆਂ ਦਵਾਈਆਂ ਪ੍ਰਯੋਗ ਕਰਨੀਆਂ ਹੋਣਗੀਆਂ।

ਜੇਕਰ ਡਿਲੀਵਰੀ ਤੋਂ ਬਾਦ ਦੁੱਧ ਪਿਲਾਣ ਦੀ ਇਜਾਜ਼ਤ ਨਾ ਮਿਲੇ ਤਾਂ ਉਦਾਸ ਨਾ ਹੋਵੋ, ਫਾਰਮੂਲਾ ਦੁੱਧ ਵੀ ਬੱਚੇ ਦੇ ਲਈ ਬੁਰਾ ਨਹੀਂ ਹੁੰਦਾ। ਤੁਹਾਨੂੰ ਇਕਦਮ ਕੰਮ ਦਾ ਬੋਝ ਸਿਰ ਤੇ ਨਹੀਂ ਲੈਣਾ ਚਾਹੀਦਾ ਨਹੀਂ ਤਾਂ ਇਸ ਨਾਲ ਤਨਾਅ ਵੱਧ ਜਾਏਗਾ। ਇਸ ਰੋਗ ਦਾ ਮਾਂਤੋਂ ਬੱਚੇ ਨੂੰ ਹੋਣ ਦਾ ਖ਼ਤਰਾ ਨਾ ਦੇ

ਬਰਾਬਰ ਹੀ ਹੁੰਦਾ ਹੈ। ਇਸ ਲਈ ਇਸ ਬਾਰੇ ਤਨਾਅ ਨਾ ਰੱਖੋ।

## ਫਿਨਾਇਲਕੀਟੋਨਿਯੂਰੀਆ

**"ਮੈਨੂੰ ਜਨਮ ਤੋਂ ਹੀ ਪੀ.ਕੇ.ਯੂ. ਰੋਗ ਸੀ। ਡਾਕਟਰ ਨੇ ਮੈਨੂੰ ਜਵਾਨੀ ਵਿਚ ਲੀ-ਫਿਨਾਇਲਾਲੇਨਾਈਨ ਡਾਇਟ ਤੇ ਰਖਿਆ ਸੀ ਅਤੇ ਮੈਂ ਠੀਕ ਹੋ ਗਈ। ਹੁਣ ਉਹ ਗਰਭਵਤੀ ਹੁਣ ਤੇ ਮੈਨੂੰ ਉਹੀ ਡਾਇਟ ਲੈਣ ਲਈ ਕਹਿ ਰਹੇ ਹਨ। ਕੀ ਇਹ ਜ਼ਰੂਰੀ ਹੈ?"**

ਇਸ ਵਿਚ ਦਵਾਈਆਂ ਦੇ ਨਾਲ ਫਲ, ਸਬਜੀ ਤੇ ਬ੍ਰੇਡ ਆਦਿ ਆਹਾਰ ਦੀ ਸੀਮਤ ਮਾਤਰਾ ਹੁੰਦੀ ਹੈ ਅਤੇ ਹਾਈ-ਪ੍ਰੋਟੀਨ ਭਰਪੂਰ ਆਹਾਰ ਨਹੀਂ ਲਿਆ ਜਾਂਦਾ। ਇਸ ਨੂੰ ਖਾਣਾ ਸਚਮੁੱਚ ਆਸਾਨ ਨਹੀਂ ਹੈ ਪ੍ਰੰਤੂ ਗਰਭਕਾਲ ਵਿਚ ਤੁਹਾਡੇ ਲਈ ਇਹ ਬਹੁਤ ਜ਼ਰੂਰੀ ਹੈ। ਜੇਕਰ ਤੁਸੀਂ ਇਸ ਡਾਇਟ ਦਾ ਪਾਲਣ ਨਾ ਕੀਤਾ ਤਾਂ ਬੱਚੇ ਨੂੰ ਕਈ ਤਰ੍ਹਾਂ ਦੀਆਂ ਮੈਡੀਕਲ ਦਿੱਕਤਾਂ ਹੋ ਸਕਦੀਆਂ ਹਨ। ਤੁਹਾਨੂੰ ਗਰਭ ਧਾਰਣ ਤੋਂ ਤਿੰਨ ਮਹੀਨੇ ਪਹਿਲਾਂ ਹੀ ਇਹ ਡਾਇਟ ਲੈਣੀ ਸ਼ੁਰੂ ਕਰ ਦੇਣੀ ਚਾਹੀਦੀ ਸੀ ਤਾਂ ਰੋਗ ਕਾਬੂ ਵਿਚ ਰਹੇ।

ਹਾਲਾਂਕਿ ਕਈ ਸਾਲ ਬਾਦ ਡਾਇਟ ਤੇ ਆਉਣਾ ਥੋੜ੍ਹਾ ਮੁਸ਼ਕਲ ਹੋਵੇਗਾ ਪ੍ਰੰਤੂ ਬੱਚੇ ਦੀ ਸਿਹਤ ਦੇ ਲਈ ਇੰਝ ਕਰਨਾ ਜ਼ਰੂਰੀ ਹੈ। ਇਸ ਸਬੰਧੀ ਆਹਾਰ ਮਾਹਰ ਤੋਂ ਰਾਏ ਲੈ ਲਓ ਤਾਂ ਚੰਗਾ ਹੋਵੇਗਾ।

## ਸਰੀਰਕ ਅਪੰਗਤਾ

**"ਮੈਂ ਸਪਾਇਨਲ ਕੋਰਡ ਦੀ ਸੱਟ ਕਾਰਣ ਵੀਲ੍ਹ ਚੇਅਰ ਤੇ ਹਾਂ। ਮੈਂ ਤੇ ਮੇਰਾ ਪਤੀ ਕਾਫ਼ੀ ਸਮੇਂ ਤੋਂ ਇਕ ਬੱਚਾ ਚਾਹੁੰਦੇ ਸੀ। ਹੁਣ ਮੈਂ ਗਰਭ ਵਿਚ ਹਾਂ, ਹੁਣ ਕੀ ਹੋਵੇਗਾ?"**

ਸਭ ਤੋਂ ਪਹਿਲਾਂ ਤਾਂ ਤੁਹਾਨੂੰ ਆਪਣੀ ਸਥਿਤੀ ਦੇ ਹਿਸਾਬ ਨਾਲ ਕਿਸੀ ਸਹੀ ਡਾਕਟਰ ਦੀ ਚੋਣ ਕਰਨੀ ਹੋਵੇਗੀ। ਉਨ੍ਹਾਂ ਨੂੰ ਤੁਹਾਡੇ ਵਰਗੇ ਮਰੀਜਾਂ ਦਾ ਮਾਹਰ ਹੋਣਾ ਚਾਹੀਦਾ ਹੈ। ਅੱਜਕਲ ਕਈ ਹਸਪਤਾਲਾਂ ਵਿਚ ਇਸ ਪਾਸੇ ਖ਼ਾਸ ਧਿਆਨ ਦਿੱਤਾ ਜਾਂਦਾ ਹੈ।

ਤੁਹਾਡੀ ਸਰੀਰਕ ਅਪੰਗਤਾ ਦੇ ਹਿਸਰ ਨਾਲ ਹੀ ਤੈਅ ਹੋਵੇਗਾ ਕਿ ਤੁਹਾਡੇ ਗਰਭਕਾਲ ਨੂੰ ਸਿਹਤਮੰਦ ਤੇ ਸੁਖਦ ਬਣਾਉਣ ਦੇ ਲਈ ਕੀ ਕੀਤਾ ਜਾਵੇ।

ਆਪਣੇ ਸਰੀਰ ਦਾ ਭਾਰ ਕਾਬੂ ਰੱਖੋ। ਅਜਿਹੇ ਆਹਾਰ ਲਓ ਜਿਨ੍ਹਾਂ ਨਾਲ ਗਰਭਕਾਲ ਦੀਆਂ ਮੁਸ਼ਕਲਾਂ ਘਟਾਈਆਂ ਜਾ ਸਕਣ। ਕਸਰਤ ਨਾਲ ਸਰੀਰ ਦੀ ਮਜਬੂਤੀ ਵਧਾਉਣ ਦੀ ਕੋਸ਼ਿਸ਼ ਕਰੋ। ਉਂਝ ਤੁਹਾਡੇ ਲਈ ਵਾਟਰ ਥੈਰੇਪੀ ਸਹੀ ਰਹੇਗੀ।

ਹਾਲਾਂਕਿ ਦੂਜੀਆਂ ਔਰਤਾਂ ਦੀ ਤੁਲਨਾ ਵਿਚ ਗਰਭਕਾਲ ਤੁਹਾਡੇ ਲਈ ਥੋੜ੍ਹਾ ਤਕਲੀਫ਼ਦੇਹ ਹੋ ਸਕਦਾ ਹੈ ਪ੍ਰੰਤੂ ਬੱਚੇ ਦੇ ਲਈ ਐਸਾ ਨਹੀਂ ਹੈ। ਅਜਿਹੇ ਕੋਈ ਸਬੂਤ ਵੀ ਨਹੀਂ ਮਿਲੇ ਕਿ ਸਪਾਇਨਲ ਕੋਰਡ ਜਾਂ ਫਿਰ ਕਿਸੇ ਹੋਰ ਕਾਰਣ ਅਪੰਗ ਮਾਂ ਦੇ ਅਪੰਗ ਬੱਚੇ ਨੇ ਜਨਮ ਲਿਆ ਹੋਵੇ। ਹਾਲਾਂਕਿ ਤੁਹਾਡੀ ਕਿਡਨੀ ਇਨਫੈਕਸ਼ਨ, ਬਲੈਡਰ ਨਾਲ ਜੁੜੀਆਂ ਪ੍ਰੇਸ਼ਾਨੀਆਂ, ਪਸੀਨਾ ਆਉਣਾ ਤੇ ਅਨੀਮਿਆ ਦੀ ਸ਼ਿਕਾਇਤ ਹੋ ਸਕਦੀ ਹੈ। ਆਪਣੀ ਸੱਟ ਦੇ ਕਾਰਣ ਤੁਹਾਡਾ ਪ੍ਰਸੂਤ ਦਰਦ ਤੋਂ ਬਿਨਾਂ ਹੋਵੇਗਾ ਇਸ ਲਈ ਤੁਹਾਨੂੰ ਦੂਜੇ ਲੱਛਣ ਦੇਖਕੇ ਪਹਿਚਾਣ ਕਰਨੀ ਹੋਵੇਗੀ। ਤੁਹਾਡੇ ਤੋਂ ਆਪਣੀ ਬੱਚੇਦਾਨੀ ਨੂੰ ਸਮੇਂ-2 ਤੇ ਮਹਿਸੂਸ ਕਰਨ ਲਈ ਕਿਹਾ ਜਾਏਗਾ ਤਾਂ ਜੋ ਤੁਹਾਨੂੰ ਪ੍ਰਸੂਤ ਦਰਦ ਸ਼ੁਰੂ ਹੋਣ ਦਾ ਪਤਾ ਚਲ ਸਕੇ।

ਹਸਪਤਾਲ ਵਿਚ ਵੀ ਤੁਹਾਡੀ ਇਸ ਸਥਿਤੀ ਦਾ ਪਤਾ ਹੋਣਾ ਚਾਹੀਦਾ ਹੈ ਤਾਂ ਜੋ ਡਿਲੀਵਰੀ ਦੇ ਸਮੇਂ ਤੁਹਾਡੀਆਂ ਜ਼ਰੂਰਤਾਂ ਦੇ ਹਿਸਾਬ ਨਾਲ ਪ੍ਰਸੂਤ ਕਰਵਾਇਆ ਜਾ ਸਕੇ।

ਬੱਚੇ ਦੇ ਜਨਮ ਤੋਂ ਪਹਿਲਾਂ ਕੁਝ ਹਫ਼ਤੇ ਤਾਂ ਉਂਝ ਹੀ ਚੁਣੌਤੀ ਨਾਲ ਭਰੇ ਹੁੰਦੇ ਹਨ ਪਰ ਤੁਹਾਡੇ ਦੋਨਾਂ ਦੇ ਲਈ ਥੋੜ੍ਹੀ ਵੱਧ ਮੁਸ਼ਕਲ ਹੋ ਸਕਦੀ ਹੈ। ਆਪਣੇ ਘਰ ਵਿਚ ਉਸੀ ਹਿਸਾਬ ਨਾਲ ਤਿਆਰੀ ਕਰ ਲਓ। ਕਿਸੀ ਨੂੰ ਮਦਦ ਦੇ ਲਈ ਬੁਲਾ ਲਓ। ਘਰ ਵਿਚ ਸਮਾਨ ਨੂੰ ਇਸ ਤਰ੍ਹਾਂ ਰੱਖੋ ਕਿ ਤੁਹਾਨੂੰ ਬੱਚੇ ਦੀ ਦੇਖਭਾਲ ਵਿਚ ਕੋਈ ਦਿੱਕਤ ਨਾ ਆਏ।

## ਰਯੂਮੇਟਾਇਡ ਆਰਥਰਾਯਟਿਸ

**"ਮੈਂ ਰਯੂਮੇਟਾਇਡ ਆਰਥਰਾਯਟਿਸ ਹੈ। ਇਸ ਨਾਲ ਮੇਰਾ ਗਰਭਕਾਲ ਕਿਵੇਂ ਪ੍ਰਭਾਵਿਤ ਹੋਵੇਗਾ?"**

ਤੁਹਾਡੀ ਸਥਿਤੀ ਦਾ ਗਰਭਕਾਲ ਤੇ ਕੋਈ ਅਸਰ ਨਹੀਂ ਹੋਵੇਗਾ ਪ੍ਰੰਤੂ ਗਰਭਕਾਲ ਤੁਹਾਡੀ ਸਥਿਤੀ ਨੂੰ ਬੇਸ਼ਕ ਪ੍ਰਭਾਵਿਤ ਕਰ ਸਕਦਾ ਹੈ। ਇਨ੍ਹਾਂ ਦਿਨਾਂ ਵਿਚ ਤੁਹਾਡੇ ਜੋੜਾਂ ਦਾ ਦਰਦ ਤੇ ਸੋਜਸ ਘੱਟ ਸਕਦੇ ਹਨ

ਹਾਲਾਂਕਿ ਪ੍ਰਸੂਤ ਤੋਂ ਬਾਦ ਇਹ ਪ੍ਰੇਸ਼ਾਨੀ ਥੋੜ੍ਹੀ ਵੱਧ ਸਕਦੀ ਹੈ।

ਤੁਹਾਡੇ ਗਰਭਕਾਲ ਦੇ ਦਿਨਾਂ ਵਿਚ ਕਾਫ਼ੀ ਬਦਲਾਅ ਆ ਸਕਦਾ ਹੈ। ਤੁਹਾਨੂੰ ਆਪਣੇ ਗਰਭਕਾਲ ਦੇ ਦਿਨਾਂ ਵਿਚ ਪੁਰਾਣੀਆਂ ਦਵਾਈਆਂ ਛੱਡਕੇ ਦੂਜੀਆਂ ਸੁਰੱਖਿਅਤ ਦਵਾਈਆਂ ਲੈਣੀਆਂ ਪੈਣਗੀਆਂ।

ਲੇਬਰ ਦੇ ਦੌਰਾਨ ਐਸੀ ਸਥਿਤੀ ਚੁਣੋ ਜਿਸ ਨਾਲ ਜੋੜਾਂ ਤੇ ਜ਼ਿਆਦਾ ਦਬਾਅ ਨਾ ਪਵੇ। ਤੁਹਾਡੇ ਡਾਕਟਰ ਇਸ ਬਾਰੇ ਵਧੀਆ ਰਾਏ ਦੇ ਸਕਦੇ ਹਨ।

## ਸਕਾੱਲਿਯੋਸਿਸ

**"ਮੈਨੂੰ ਜਵਾਨੀ ਵਿਚ ਸਕਾੱਲਿਯੋਸਿਸ ਹੋਇਆ ਸੀ। ਮੇਰੀ ਰੀੜ ਦੀ ਹੱਡੀ ਦੇ ਮੋੜ ਦਾ ਗਰਭਕਾਲ ਤੇ ਕੀ ਅਸਰ ਪੈ ਸਕਦਾ ਹੈ?"**

ਆਮ ਤੌਰ ਤੇ ਤੁਹਾਡੇ ਵਰਗੀਆਂ ਔਰਤਾਂ ਸਿਹਤਮੰਦ ਬੱਚਿਆਂ ਨੂੰ ਜਨਮ ਦੇਂਦੀਆਂ ਹਨ। ਖੋਜ ਤੋਂ ਪਤਾ ਲਗਾ ਹੈ ਕਿ ਸਕਾੱਲਿਯੋਸਿਸ ਨਾਲ ਕੋਈ ਪ੍ਰੇਸ਼ਾਨੀ ਨਹੀਂ ਹੁੰਦੀ।

ਜਿਨ੍ਹਾਂ ਔਰਤਾਂ ਦੇ ਸਕਾੱਲਿਯੋਸਿਸ ਵਿਚ ਪੁੱਠੇ ਪੈਲਿਵਸ ਤੇ ਮੋਢੇ ਵੀ ਸ਼ਾਮਲ ਹੁੰਦੇ ਹਨ, ਉਨ੍ਹਾਂ ਨੂੰ ਸਾਂਹ ਲੈਣ ਵਿਚ ਦਿੱਕਤ ਜਾਂ ਗਰਭਕਾਲ ਦੇ ਆਖ਼ਰ ਵਿਚ ਭਾਰ ਉਠਾਉਣ ਦੀ ਤਕਲੀਫ਼ ਝੇਲਣੀ ਪੈ ਸਕਦੀ ਹੈ। ਜੇਕਰ ਉਨ੍ਹਾਂ ਦਿਨਾਂ ਵਿਚ ਪਿੱਠ ਦਾ ਦਰਦ ਕਾਫ਼ੀ ਵੱਧ ਜਾਏ ਤਾਂ ਆਪਣੇ ਪੈਰ ਉਚੇ ਰੱਖੋ, ਗੁਨਗੁਨੇ ਪਾਣੀ ਨਾਲ ਨਹਾਓ, ਪਿੱਠ ਦੀ ਹਲਕੀ ਮਾਲਸ਼ ਕਰਵਾਓ। ਤੁਸੀਂ ਕਿਸੇ ਫਿਜਿਯੋਥੈਰੇਪਿਸਟ ਦੀ ਮਦਦ ਲੈ ਸਕਦੀ ਹੋ ਪ੍ਰੰਤੂ ਉਸ ਨੂੰ ਆਪਣੇ ਗਰਭਕਾਲ ਦੀ ਸੂਚਨਾ ਜ਼ਰੂਰ ਦਿਉ। ਜੇਕਰ ਤੁਸੀਂ ਲੇਬਰ ਦੌਰਾਨ ਐਪੀਡਿਯੂਰਲ ਲੈਣਾ ਚਾਹੋ ਤਾਂ ਇਸ ਵਿਸ਼ੇ ਦੇ ਮਾਹਰ ਦੀ ਰਾਏ ਲਉ। ਅਨੁਭਵੀ ਮਾਹਰ ਇਸ ਕੰਮ ਨੂੰ ਜ਼ਿਆਦਾ ਵਧੀਆ ਤਰੀਕੇ ਨਾਲ ਕਰ ਸਕਣਗੇ।

## ਸਿਕਲ ਸੈਲ ਅਨੀਮਿਆ

**"ਮੈਨੂੰ ਸਿਕਲ ਸੈਲ ਅਨੀਮਿਆ ਹੈ ਅਤੇ ਮੈਨੂੰ ਹੁਣੇ ਆਪਣੇ ਗਰਭਕਾਲ ਦਾ ਪਤਾ ਚਲਿਆ। ਕੀ ਮੇਰਾ ਬੱਚਾ ਠੀਕ ਰਹੇਗਾ?"**

ਹੁਣ ਇਹ ਖ਼ਬਰ ਇੰਨੀ ਡਰਾਉਣੀ ਨਹੀਂ ਰਹੀ। ਮੁਸ਼ਕਲ ਰੋਗ ਹੋਣ ਦੇ ਬਾਵਜੂਦ ਤੁਸੀਂ ਸਿਹਤਮੰਦ ਬੱਚੇ ਦੀ ਮਾਂ ਬਣ ਸਕਦੀ ਹੋ। ਉਂਝ ਤੁਹਾਡੇ ਗਰਭਕਾਲ ਨੂੰ ਹਾਈ ਰਿਸਕ ਵਾਲਾ ਮੰਨਿਆ ਜਾਵੇਗਾ ਕਿਉਂਕਿ ਇਸ ਦੇ ਕਾਰਣ ਮਿਸਕੈਰਿਜ, ਪ੍ਰੀਟਰਮ ਲੇਬਰ, ਪ੍ਰੀਕਲੈਂਪਸਿਆ ਜਾਂ ਬੱਚੇ ਦਾ ਵਾਧਾ ਰੁਕਣ ਦਾ ਖ਼ਤਰਾ ਹੋ ਸਕਦਾ ਹੈ।

ਤੁਹਾਨੂੰ ਡਾਕਟਰ ਦੇ ਕੋਲ ਕਈ ਵਾਰ ਜਾਂਚ ਦੇ ਲਈ ਜਾਣਾ ਪਵੇਗਾ। ਤੁਹਾਡੇ ਡਾਕਟਰ ਨੂੰ ਵੀ ਸਿਕਲ ਸੈਲ ਸਬੰਧੀ ਪਤਾ ਹੋਣਾ ਚਾਹੀਦਾ ਹੈ ਤਾਂ ਜੋ ਉਸੀ ਹਿਸਾਬ ਨਾਲ ਤੁਹਾਡੀ ਦੇਖਰੇਖ ਕੀਤੀ ਜਾ ਸਕੇ। ਤੁਸੀਂ ਵੀ ਦੂਜੀਆਂ ਮਾਵਾਂ ਦੀ ਤਰ੍ਹਾਂ ਯੋਨੀ ਰਸਤੇ ਤੋਂ ਬੱਚੇ ਨੂੰ ਜਨਮ ਦਿਉਗੀ। ਪ੍ਰਸੂਤ ਤੋਂ ਬਾਦ ਇਨਫੈਕਸ਼ਨ ਤੋਂ ਬਚਾਅ ਦੇ ਲਈ ਤੁਹਾਨੂੰ ਐਂਟੀਬਾਯੋਟਿਕਸ ਦਿੱਤੇ ਜਾ ਸਕਦੇ ਹਨ।

ਜੇਕਰ ਤੁਸੀਂ ਤੇ ਤੁਹਾਡਾ ਪਤੀ ਦੋਨੋਂ ਹੀ ਇਸ ਰੋਗ ਤੋਂ ਪੀੜ੍ਹਿਤ ਹੋ ਤਾਂ ਬੱਚੇ ਵਿਚ ਇਹ ਰੋਗ ਹੋਣ ਦੀ ਸੰਭਾਵਨਾ ਵੱਧ ਜਾਂਦੀ ਹੈ। ਉਦੋਂ ਤੁਹਾਨੂੰ ਕਿਸੇ ਜੈਨੇਟਿਕ ਸਲਾਹਕਾਰ ਨਾਲ ਮਿਲਕੇ ਐਮਨਿਯੋਸੈਂਟੇਸਿਸ ਕਰਾਉਣਾ ਪੈ ਸਕਦਾ ਹੈ।

## ਥਾੱਇਰਾੱਇਡ

**"ਜਵਾਨੀ ਵਿਚ ਮੈਂ ਹਾਈਪੋਥਾੱਇਰਾਇਡ ਨਾਲ ਅਤੇ ਹੁਣ ਵੀ ਥਾੱਇਰਾਇਡ ਦੀ ਦਵਾਈ ਲੈਂਦੀ ਹਾਂ। ਗਰਭਕਾਲ ਵਿਚ ਇਸ ਨੂੰ ਲੈਣਾ ਠੀਕ ਰਹੇਗਾ?"**

ਇਹ ਨਾ ਸਿਰਫ਼ ਸੁਰੱਖਿਅਤ ਬਲਕਿ ਤੁਹਾਡੀ ਤੇ ਬੱਚੇ ਦੀ ਸਿਹਤ ਦੇ ਲਈ ਵੀ ਜ਼ਰੂਰੀ ਹੈ। ਜੇਕਰ ਹਾਈਪੋਥਾੱਇਰਾੱਇਡ ਦਾ ਇਲਾਜ ਨਾ ਹੋਇਆ ਤਾਂ ਮਿਸਕੈਰਿਜ ਦੀ ਸੰਭਾਵਨਾ ਵੱਧ ਜਾਂਦੀ ਹੈ। ਬੱਚੇ ਦੇ ਦਿਮਾਗੀ ਵਿਕਾਸ ਦੇ ਲਈ ਵੀ ਥਾੱਇਰਾੱਇਡ ਹਾਰਮੋਨ ਜ਼ਰੂਰੀ ਹਨ। ਪਹਿਲੀ ਤਿਮਾਹੀ ਵਿਚ ਬੱਚੇ ਨੂੰ ਇਹ ਹਾਰਮੋਨ ਨਾ ਮਿਲੇ ਤਾਂ ਉਸ ਨੂੰ ਜਨਮ ਤੋਂ ਨਯੂਰੋ ਸਮੱਸਿਆਵਾਂ ਹੋ ਸਕਦੀਆਂ ਹਨ। ਪਹਿਲੀ ਤਿਮਾਹੀ ਤੋਂ ਬਾਦ ਉਸ ਦੇਸਰੀਰ ਵਿਚ ਖ਼ੁਦ ਇਹ ਹਾਰਮੋਨ ਬਣਨ ਲਗਦੇ ਹਨ। ਥਾੱਇਰਾੱਇਡ ਦਾ ਪੱਧਰ ਘੱਟ ਹੋਣ ਨਾਲ ਤਨਾਅ ਦੀ ਸੰਭਾਵਨਾ ਵੀ ਵੱਧ ਜਾਂਦੀ ਹੈ।। ਇਸ ਲਈ ਆਪਣਾ ਇਲਾਜ ਲਗਾਤਾਰ ਜਾਰੀ ਰੱਖੋ।

ਸਰੀਰ ਦੇ ਥਾੱਇਰਾੱਇਡ ਹਾਰਮੋਨ ਨੂੰ ਜ਼ਰੂਰਤ ਦੇ ਹਿਸਾਬ ਨਾਲ ਖ਼ੁਰਾਕ ਨੂੰ ਘਟਣਾ-ਵਧਾਣਾ ਪੈ ਸਕਦਾ

ਹੈ। ਡਾਕਟਰ ਸਮੇਂ-2 ਤੇ ਜਾਂਚ ਤੋਂ ਬਾਦ ਹੀ ਖ਼ੁਰਾਕ ਤੈਅ ਕਰਨਗੇ। ਆਪਣੇ ਥਾੱਇਰਾੱਇਡ ਦੇ ਘੱਟਣ ਜਾਂ ਵੱਧਣ ਦੇ ਸੰਕੇਤ ਪਹਿਚਾਣੋ ਤੇ ਡਾਕਟਰ ਨੂੰ ਸੂਚਿਤ ਕਰੋ। ਹਾਲਾਂਕਿ ਇਨ੍ਹਾਂ ਲੱਛਣਾਂ ਨੂੰ ਗਰਭਕਾਲ ਦੇ ਲੱਛਣਾਂ ਤੋਂ ਥੋੜ੍ਹਾ ਵੱਲ ਕਰਨਾ ਮੁਸ਼ਕਲ ਹੋ ਜਾਂਦਾ ਹੈ।

ਤੁਹਾਨੂੰ ਆਇਓਡੀਨ ਦੀ ਪੂਰਤੀ ਦੇ ਲਈ ਆਇਓਡੀਨ ਭਰਪੂਰ ਨਮਕ ਤੇ ਸੀ-ਫੂਡ ਦਾ ਸੇਵਨ ਕਰਨਾ ਚਾਹੀਦਾ ਹੈ।

**"ਮੈਨੂੰ ਗਰੇਵਸ ਰੋਗ ਹੈ। ਕੀ ਇਸ ਨਾਲ ਮੇਰਾ ਗਰਭਕਾਲ ਪ੍ਰਭਾਵਿਤ ਹੋਵੇਗਾ?"**

ਇਸ ਰੋਗ ਵਿਚ ਥਾੱਇਰਾੱਇਡ ਗ੍ਰੰਥੀ ਤੋਂ ਵੱਧ ਮਾਤਰਾ ਵਿਚ ਥਾੱਇਰਾੱਇਡ ਹਾਰਮੋਨ ਬਣਨ ਲਗਦਾ ਹੈ। ਕੁਝ ਕੇਸ ਗਰਭਕਾਲ ਦੇ ਦੌਰਾਨ ਥੋੜ੍ਹਾ ਸੰਭਵ ਜਾਂਦੇ ਹਨ। ਹਾਲਾਂਕਿ ਸਹੀ ਤਰੀਕੇ ਨਾਲ ਇਲਾਜ ਨਾ ਹੋਣ ਤੇ ਮਿਸਕੈਰਿਜ ਜਾਂ ਪ੍ਰੀਟਰਮ ਬਰਥ ਦੀ ਸੰਭਾਵਨਾ ਵੱਧ ਜਾਂਦੀ ਹੈ। ਇਸ ਲਈ ਸਹੀ ਇਲਾਜ ਹੋਣਾ ਜ਼ਰੂਰੀ ਹੈ।

ਸਹੀ ਇਲਾਜ ਹੋਣ ਤੇ ਬੇਸ਼ੱਕ ਤੁਸੀਂ ਇਕ ਸਿਹਤ-ਮੰਦ ਬੱਚੇ ਦੀ ਮਾਂ ਬਣ ਸਕਦੀ ਹੋ। ਇਸ ਦੌਰਾਨ ਤੁਹਾਨੂੰ ਐਂਟੀ ਥਾੱਇਰਾੱਇਡ ਦਵਾਈ ਦਿੱਤੀ ਜਾਂਦੀ ਹੈ। ਜੇਕਰ ਕਿਸੇ ਦਵਾਈ ਨਾਲ ਗੱਲ ਨਾ ਬਣੇ ਤਾਂ ਇਸ ਗ੍ਰੰਥੀ ਨੂੰ ਕੱਢਣ ਦੇ ਲਈ ਸਰਜਰੀ ਕਰਨੀ ਪੈ ਸਕਦੀ ਹੈ ਜਿਸ ਨੂੰ ਦੂਜੀ ਤਿਮਾਹੀ ਵਿਚ ਕੀਤਾ ਜਾਣਾ ਚਾਹੀਦਾ ਹੈ ਤਾਂ ਜੋ ਪਹਿਲੀ ਤਿਮਾਹੀ ਵਿਚ ਮਿਸਕੈਰਿਜ ਦਾ ਡਰ ਨਾ ਰਹੇ। ਗਰਭਕਾਲ ਵਿਚ ਰੇਡਿਓਐਕਟਿਵ ਆਇਓਡੀਨ ਦਾ ਪ੍ਰਯੋਗ ਤੁਹਾਡੇ ਹਿਤ ਵਿਚ ਨਹੀਂ ਹੋਵੇਗਾ। ਜੇਕਰ ਤੁਸੀਂ ਗਰਭਵਤੀ ਹੋਣ ਤੋਂ ਪਹਿਲਾਂ ਰੇਡਿਓਐਕਟਿਵ ਆਇਓਡੀਨ ਇਲਾਜ ਲੈ ਚੁੱਕੀ ਹੋ ਤਾਂ ਥਾੱਇਰਾੱਇਡ ਰਿਪਲੇਸਮੇਂਟ ਥੈਰੇਪੀ ਜਾਰੀ ਰੱਖਣਾ ਹੀ ਠੀਕ ਰਹੇਗਾ। ਇਹ ਨਾ ਕੇਵਲ ਸੁਰੱਖਿਅਤ ਹੈ ਸਗੋਂ ਬੱਚੇ ਦੇ ਵਿਕਾਸ ਲਈ ਵੀ ਜ਼ਰੂਰੀ ਹੈ।

# ਸਹਾਰਾ ਲਓ

ਹਾਲਾਂਕਿ ਹਰ ਗਰਭਵਤੀ ਮਾਂ ਨੂੰ ਕਿਸੇ ਨਾ ਕਿਸੇ ਦਾ ਸਹਾਰਾ ਚਾਹੀਦਾਹੈ ਪ੍ਰੰਤੂ ਪੁਰਾਣੇ ਤੇ ਲੰਬੇ ਰੋਗ ਤੋਂ ਪੀੜ੍ਹਿਤ ਗਰਭਵਤੀ ਨੂੰ ਇਸ ਦੀ ਵੱਧ ਲੋੜ ਪੈਂਦੀ ਹੈ। ਹਾਲਾਂਕਿ ਤੁਸੀਂ ਆਪਣੇ ਰੋਗ ਸਬੰਧੀ ਸਭ ਜਾਣਦੀ ਹੋ ਪ੍ਰੰਤੂ ਗਰਭਕਾਲ ਵਿਚ ਉਸ ਦੇ ਸਾਰੇ ਨਿਯਮ ਕਾਨੂੰਨ ਤੇ ਦਵਾਈਆਂ ਬਦਲ ਜਾਂਦੀਆਂ ਹਨ। ਤੁਹਾਨੂੰ ਹੇਠ-ਲਿਖਿਆਂ ਦੀ ਲੋੜ ਪੈ ਸਕਦੀ ਹੈ :-

**ਮੈਡੀਕਲ ਸਪੋਰਟ**:- ਤੁਹਾਨੂੰ ਗਰਭ ਧਾਰਣ ਤੋਂ ਪਹਿਲਾਂ ਹੀ ਡਾਕਟਰ ਦੇ ਕੋਲ ਜਾ ਕੇ ਰਾਏ ਲੈਣੀ ਹੋਵੇਗੀ ਤਾਂ ਜੋ ਆਪਣੇ ਰੋਗ ਨੂੰ ਕਾਬੂ ਵਿਚ ਕਰ ਸਕੋ। ਇਸ ਤੋਂ ਇਲਾਵਾ ਤੁਹਾਨੂੰ ਆਪਣੇ ਪ੍ਰਸੂਤ ਮਾਹਰ ਦੇ ਨਾਲ-2 ਦੂਜੇ ਡਾਕਟਰਾਂ ਨੂੰ ਵੀ ਟੀਮ ਵਿਚ ਸ਼ਾਮਲ ਕਰਨਾ ਪੈ ਸਕਦਾ ਹੈ ਉਹ ਸਭ ਮਿਲ ਕੇ ਤੁਹਾਡਾ ਤੇ ਬੱਚੇ ਦਾ ਧਿਆਨ ਰੱਖਣਗੇ। ਸਾਰੇ ਡਾਕਟਰਾਂ ਨੂੰ ਇਕ-ਦੂਜੇ ਰਾਹੀਂ ਕੀਤੇ ਗਏ ਟੈਸਟ ਤੇ ਰਿਪੋਟ ਦਾ ਪਤਾ ਹੋਵੇ ਜੇਕਰ ਕੋਈ ਡਾਕਟਰ ਨਵੀਂ ਦਵਾਈ ਦੇਵੇ ਤਾਂ ਉਸ ਨੂੰ ਖਾਣ ਤੋਂ ਪਹਿਲਾਂ ਆਪਣੇ ਦੂਜੇ ਡਾਕਟਰਾਂ ਦੀ ਵੀ ਰਾਏ ਲੈ ਲਓ।

**ਇਮੋਸ਼ਨਲ ਸਪੋਰਟ**:- ਤੁਹਾਨੂੰ ਇਸ ਸਮੇਂ ਢੇਰੀ ਸਾਰੀ ਇਮੋਸ਼ਨਲ ਸਪੋਰਟ ਦੀ ਜ਼ਰੂਰਤ ਹੋਵੇਗੀ। ਜਦੋਂ ਤੁਸੀਂ ਬਹੁਤ ਸਾਰੀਆਂ ਦਵਾਈਆਂ, ਟੈਸਟ ਤੇ ਡਾਇਟ ਪਲਾਨ ਤੋਂ ਘਬਰਾ ਜਾਓ ਤਾਂ ਤੁਹਾਨੂੰ ਰੋਣ ਦੇ ਲਈ ਮੋਢਾ ਚਾਹੀਦਾ ਹੈ। ਤੁਸੀਂ ਆਪਣੇ ਸਾਥੀ ਪਤੀ ਤੋਂ ਇਸ ਸਬੰਧੀ ਮਦਦ ਲੈ ਸਕਦੀ ਹੋ। ਆਪਣੇ ਦੋਸਤਾਂ, ਰਿਸ਼ਤੇ ਦਾਰਾਂ ਦੀ ਮਦਦ ਲਓ। ਜੇਕਰ ਕਿਸੀ ਐਸੀ ਮਾਂ ਨੂੰ ਮਿਲ ਸਕੋ ਜੋ ਤੁਹਾਡੀ ਤਰ੍ਹਾਂ ਇਸੀ ਰੋਗ ਤੋਂ ਪੀੜ੍ਹਿਤ ਰਹੀ ਹੋਵੇ ਤਾਂ ਤੁਹਾਡੀਆਂ ਕਾਫ਼ੀ ਜਿਗਿਆਸਾਂ ਸ਼ਾਂਤ ਹੋ ਜਾਣਗੀਆਂ। ਉਹ ਤੁਹਾਨੂੰ ਕਈ ਐਸੇ ਸੁਝਾਅ ਦੇ ਸਕਦੀ ਹੈ, ਜੋ ਸਚਮੁੱਚ ਕੰਮ ਆਉਣਗੇ।

**ਫਿਜ਼ਿਕਲ ਸਪੋਰਟ**:- ਤੁਹਾਨੂੰ ਬਹੁਤ ਸਾਰੀ ਫਿਜ਼ਿਕਲ ਸਪੋਰਟ ਵੀ ਚਾਹੀਦੀ ਹੈ ਭਾਵ ਕੋਈ ਤੁਹਾਡੇ ਲਈ ਖ਼ਰੀਦਦਾਰੀ ਕਰੇ, ਘਰ ਵਿਚ ਖਾਣਾ ਪਕਾ ਦੇਵੇ, ਮੈਲੇ ਕਪੜਿਆਂ ਦਾ ਢੇਰ ਧੋ ਦੇਵੇ। ਐਸੀ ਮਦਦ ਲੈਣ ਵਿਚ ਸੰਕੋਚ ਨਾ ਕਰੋ ਜੇਕਰ ਕੋਈ ਨੌਕਰਾਨੀ ਰੱਖ ਸਕੋ ਤਾਂ ਹੋਰ ਵੀ ਵਧੀਆ ਹੋਵੇਗਾ।

■ ■ ■

## ਭਾਗ-7

# ਗੁੰਝਲਦਾਰ ਗਰਭਕਾਲ

# ਗੁੰਝਲਦਾਰ ਗਰਭਕਾਲ ਦਾ ਪ੍ਰਬੰਧਨ

**ਜੇਕਰ ਤੁਹਾਡੇ ਗਰਭਕਾਲ ਨੂੰ ਗੁੰਝਲਦਾਰ ਜਾਂ ਉਲਝਿਆ ਹੋਇਆ ਮੰਨਿਆ ਗਿਆ ਹੈ ਤਾਂ ਉਸ ਦੇ ਸਾਰੇ ਲੱਛਣ ਤੇ ਸੰਕੇਤ ਤੁਹਾਨੂੰ ਇਸ ਅਧਿਆਏ ਵਿਚ ਮਿਲ ਜਾਣਗੇ। ਜੇ ਕਰ ਤੁਹਾਡਾ ਗਰਭਕਾਲ ਆਮ ਹੈ ਤਾਂ ਤੁਹਾਨੂੰ ਇਹ ਅਧਿਆਏ ਪੜ੍ਹਣ ਦੀ ਕੋਈ ਲੋੜ ਨਹੀਂ ਹੈ ਕਿਉਂਕਿ ਇਸ ਜਾਣਕਾਰੀ ਨਾਲ ਤੁਹਾਨੂੰ ਕੋਈ ਲਾਭ ਹੋਵੇ ਜਾਂ ਨਾ ਹੋਵੇ ਤਨਾਅ ਹੋ ਜਾਏਗਾ। ਇਸ ਨੂੰ ਨਾ ਪੜ੍ਹੋ ਤੇ ਬੇਕਾਰ ਦੀ ਚਿੰਤਾ ਤੋਂ ਬਚੋ।**

## ਗਰਭਕਾਲ ਗੁੰਝਲਾਂ

ਆਮ ਤੌਰ ਤੇ ਕਿਸੀ ਆਮ ਗਰਭਕਾਲ ਵਿਚ ਐਸੀਆਂ ਗੁੰਝਲਾਂ ਨਹੀਂ ਆਉਂਦੀਆਂ। ਤੁਹਾਨੂੰ ਇਸ ਨੂੰ ਤਾਂ ਹੀ ਪੜ੍ਹਨਾ ਚਾਹੀਦਾ ਹੈ ਜਦੋਂ ਡਾਕਟਰ ਵੱਲੋਂ ਇਸ ਦਾ ਕੋਈ ਸੰਕੇਤ ਦਿੱਤਾ ਗਿਆ ਹੋਵੇ ਜਾਂ ਤੁਹਾਨੂੰ ਐਸੇ ਕੋਈ ਲੱਛਣ ਦਿੱਖਣ। ਇਸ ਅਧਿਆਏ ਨੂੰ ਪੜ੍ਹਨ ਤੋਂ ਬਾਦ ਉਸ ਵਿਸ਼ੇ ਦੀ ਜਾਣਕਾਰੀ ਤਾਂ ਲਉ ਪ੍ਰੰਤੂ ਉਚਿਤ ਸਲਾਹ ਦੇ ਲਈ ਕਿਸੀ ਮਾਹਰ ਨਾਲ ਸੰਪਰਕ ਕਰੋ।

### ਅਰਲੀ ਮਿਸਕੈਰਿਜ

**ਇਹ ਕੀ ਹੋਇਆ?** ਬੱਚੇਦਾਨੀ ਦਾ ਅਣਾਯੋਜਿਤ ਅੰਤ ਭਾਵ ਗਰਭਪਾਤ ਹੋ ਜਾਣਾ ਮਿਸਕੈਰਿਜ ਕਹਿਲਾਂਦਾ ਹੈ। ਪਹਿਲੀ ਤਿਮਾਹੀ ਵਿਚ ਇਸ ਨੂੰ ਮਿਸ ਕੈਰਿਜ ਕਹਿੰਦੇ ਹਨ। 80 ਪ੍ਰਤੀਸ਼ਤ ਮਿਸਕੈਰਿਜ ਪਹਿਲੀ ਤਿਮਾਹੀ ਵਿਚ ਹੀ ਹੁੰਦੇ ਹਨ। ਪਹਿਲੀ ਤਿਮਾਹੀ ਦੇ ਅੰਤ ਵਿਚ 20ਵੇਂ ਹਫ਼ਤੇ ਵਿਚ ਹੋਣ ਵਾਲਾ ਮਿਸ ਕੈਰਿਜ, ਲੇਟ ਮਿਸਕੈਰਿਜ ਕਹਾਉਂਦਾ ਹੈ।

ਅਰਲੀ ਮਿਸਕੈਰਿਜ, ਭਰੂਣ ਵਿਚ ਕ੍ਰੋਮੋਸੋਮਲ ਜਾਂ ਜੈਨੇਟਿਕ ਖ਼ਾਮੀ ਦੇ ਕਾਰਣ ਹੁੰਦਾ ਹੈ ਪ੍ਰੰਤੂ ਇਹ ਹਾਰਮੋਨਲ ਤੇ ਦੂਜੇਕਾਰਣਾਂ ਨਾਲ ਵੀ ਹੋ ਸਕਦਾ ਹੈ। ਜ਼ਿਆਦਾਤਰ ਇਸਦਾ ਕਾਰਣ ਪਤਾ ਨਹੀਂ ਚਲਦਾ।

**ਇਹ ਕਿੰਨਾ ਆਮ ਹੈ?** ਅਰਲੀ ਪ੍ਰੈਗਨੈਂਸੀ ਦੀ ਇਕ ਆਮ ਗੁੰਝਲਤਾ ਹੈ। ਖੋਜਕਰਤਾਵਾਂ ਨੇ ਅਨੁਮਾਨ ਲਗਾਇਆ ਹੈ ਕਿ 40 ਪ੍ਰਤੀਸ਼ਤ ਗਰਭ ਧਾਰਣ ਮਿਸਕੈਰਿਜ ਵਿਚ ਬਦਲ ਜਾਂਦੇਹਨ। ਇਨ੍ਹਾਂ ਵਿਚੋਂ ਅੱਧੇ ਤਾਂ ਇੰਨੀ ਜਲਦੀ ਹੋਜਾਂਦੇ ਹਨ ਕਿ ਗਰਭਕਾਲ ਹੋਣ ਦਾ ਸ਼ੱਕ ਤਕ ਨਹੀਂ ਹੁੰਦਾ। ਮਿਸਕੈਰਿਜ ਕਿਸੀ ਵੀ ਔਰਤ ਦੇ ਨਾਲ ਹੋ ਸਕਦਾ ਹੈ ਚਾਹੇ ਉਹ ਹਾਈ ਕਿਸਮ ਦੀ ਸ਼੍ਰੇਣੀ ਵਿਚ ਆਉਂਦੀ ਹੋਵੇ ਜਾਂ ਨਹੀਂ। ਹਾਲਾਂਕਿ ਕੁਝ ਕਾਰਣਾਂ ਨਾਲ ਮਿਸਕੈਰਿਜ ਦਾ ਖ਼ਤਰਾ ਵੱਧ ਸਕਦਾ ਹੈ। ਪਹਿਲਾ ਕਾਰਣ; ਵੱਧ ਉਮਰ ਦਾ ਹੋਣਾ। ਦੂਜਾ ਹੈ- ਵਿਟਾਮਿਨ ਦੀ ਘਾਟ। ਭਾਰ ਘੱਟ ਜਾਂ ਵੱਧ ਹੋਣਾ, ਸਿਗਰਨੋਸ਼ੀ, ਹਾਰਮੋਨਲ ਅਸੰਤੁਲਨ,

ਐਮ.ਟੀ.ਡੀ. ਤੇ ਕ੍ਰਾਨਿਕ ਸਥਿਤੀ।

**ਸੰਕੇਤ ਤੇ ਲੱਛਣ ਕੀ ਹਨ:** ਮਿਸਕੈਰਿਜ ਦੇ ਸੰਕੇਤ ਤੇ ਲੱਛਣਾਂ ਵਿਚ ਹੇਠ-ਲਿਖਿਆਂ ਨੂੰ ਸ਼ਾਮਲ ਕਰ ਸਕਦੇ ਹੋ -

- ਜਕੜਨ ਜਾਂ ਦਰਦ, ਪੇਟ ਦੇ ਹੇਠਲੇ ਹਿੱਸੇ ਜਾਂ ਪਿੱਠ ਵਿਚ ਤੇਜ ਦਰਦ ਵੀ ਹੋ ਸਕਦਾ ਹੈ।
- ਪੀਰਿਅਡ ਦੀ ਤਰ੍ਹਾਂ ਯੋਨੀ ਤੋਂ ਵਾਧੂ ਖ਼ੂਨ ਰਿਸਾਅ
- ਤਿੰਨ ਦਿਨ ਤੋਂ ਵੱਧ ਹਲਕਾ ਧੱਬਾ ਲਗਣਾ।
- ਗਰਭਕਾਲ ਦੇ ਲੱਛਣ ਖ਼ਤਮ ਹੋਣਾ।

**ਤੁਸੀਂ ਤੇ ਡਾਕਟਰ ਕੀ ਕਰ ਸਕਦੇਹੋ?**:- ਹਰ ਖ਼ੂਨ ਰਿਸਾਅ ਦਾ ਭਾਵ ਇਹ ਨਹੀਂ ਕਿ ਤੁਹਾਡਾ ਮਿਸਕੈਰਿਜ ਹੋਇਆ ਹੈ।। ਕਈ ਦੂਜੀਆਂ ਸਥਿਤੀਆਂ ਵਿਚ ਵੀ ਐਸਾ ਹੋ ਸਕਦਾ ਹੈ। ਕੋਈ ਖ਼ੂਨ ਰਿਸਾਅ ਦੇਖਦੇ ਹੀ ਡਾਕਟਰ ਨੂੰ ਮਿਲੋ। ਉਹ ਅਲਟ੍ਰਾਸਾਊਂਡ ਤੋਂ ਇਸ ਦਾ ਪਤਾ ਲਗਾਉਣਗੇ। ਜੇਕਰ ਗਰਭਕਾਲ ਹੋਵੇਗਾ ਤਾਂ ਤੁਹਾਨੂੰ ਅਸਥਾਈ ਬੈਡ ਰੈਸਟ ਦੀ ਸਲਾਹ ਦਿੱਤੀ ਜਾਵੇਗੀ। ਜੇਕਰ ਗਰਭਕਾਲ ਸ਼ੁਰੂ ਹੈ ਤਾਂ ਹਾਰਮੋਨ ਦੇ ਪੱਧਰ ਤੇ ਨਜ਼ਰ ਰਖੀ ਜਾਵੇਗੀ ਤੇ ਖ਼ੂਨ ਰਿਸਾਅ ਆਪਣੇ-ਆਪ ਰੁਕ ਜਾਵੇਗਾ।
ਜੇਕਰ ਡਾਕਟਰ ਨੂੰ ਲਗੇ ਕਿ ਬੱਚੇਦਾਨੀ ਦਾ ਮੂੰਹ ਖੁਲ੍ਹਾ ਹੈ ਜਾਂ ਭਰੂਣ ਦੇ ਦਿਨ ਦੀ ਧੜਕਣ ਨਹੀਂ ਸੁਣਾਈ ਦੇ ਰਹੀ ਤਾਂ ਇਸ ਨੂੰ ਮਿਸਕੈਰਿਜ ਮੰਨਿਆ ਜਾਵੇਗਾ ਅਤੇ ਬਦਕਿਸਮਤੀ ਨਾਲ ਇਸ ਦੇ ਬਚਾਅ ਦਾ ਕੋਈ ਉਪਾਅ ਨਹੀਂ ਹੋਵੇਗਾ।

## ਮਿਸਕੈਰਿਜ ਦੀਆਂ ਕਿਸਮਾਂ

ਹਾਲਾਂਕਿ ਤੁਹਾਡੇ ਨਾਲ ਇੰਝ ਹੋ ਚੁੱਕਾਹੈ ਤਾਂ ਯਕੀਨਨ ਤੁਹਾਨੂੰ ਇਨ੍ਹਾਂ ਨਾਵਾਂ ਨਾਲ ਕੋਈ ਫ਼ਰਕ ਨਹੀਂ ਪੈਂਦਾ ਕਿਉਂਕਿ ਤੁਸੀਂ ਤਾਂ ਬੱਚਾ ਗੁਆ ਹੀ ਦਿੱਤਾ ਹੈ ਪਰ ਤੁਹਾਨੂੰ ਇਸ ਦੀ ਜਾਣਕਾਰੀ ਹੋਣੀ ਚਾਹੀਦੀ ਹੈ।

**ਕੈਮਿਕਲ ਪ੍ਰੈਗਨੈਂਸੀ**:-ਜਦੋਂ ਅੰਡਾ ਫਰਟੀਲਾਈਜ਼ਡ ਹੋਣ ਦੇ ਬਾਵਜੂਦ ਬੱਚੇਦਾਨੀ ਵਿਚ ਇੰਪਲਾਂਟ ਨਹੀਂ ਹੁੰਦਾ ਤਾਂ ਇੰਝ ਹੁੰਦਾ ਹੈ। ਔਰਤ ਦਾ ਮਾਸਕ ਧਰਮ ਨਾ ਹੋਵੇ ਅਤੇ ਉਸ ਦਾ ਟੈਸਟ ਵੀ ਪਾਜ਼ਿਟਿਵ ਆ ਜਾਏਗਾ ਕਿਉਂਕਿ ਪ੍ਰੈਗਨੈਂਸੀ ਹਾਰਮੋਨ ਵੀ ਪਾਇਆ ਜਾਏਗਾ। ਪ੍ਰੰਤੂ ਅਲਟ੍ਰਾਸਾਊਂਡ ਤੋਂ ਪਤਾ ਚਲੇਗਾ ਕਿ ਕੋਈ ਪਲੇਸੈਂਟਾ ਮੌਜੂਦ ਨਹੀਂ ਹੈ।

**ਬਲਾਇਟੇਡ ਓਵਮ**:- ਇਸ ਸਥਿਤੀ ਵਿਚ ਫਰਟੀ-ਲਾਈਜ਼ਡ ਐੱਗ ਯੁਟਰੇਸਵਾੱਲ ਨਾਲ ਜੁੜ ਜਾਂਦਾ ਹੈ ਪਰ ਭਰੂਣ ਨਹੀਂ ਬਣਦਾ। ਇਸ ਤਰ੍ਹਾਂ ਖ਼ਾਲੀ ਗੈਸਟੇਸ਼ਨਲ ਸੈਕ ਰਹਿ ਜਾਂਦਾ ਹੈ।

**ਮਿਸ ਮਿਸਕੈਰਿਜ**:- ਭਰੂਣ ਮਰਨ ਤੋਂ ਬਾਦ ਵੀ ਬੱਚੇਦਾਨੀ ਵਿਚ ਬਣਿਆ ਰਹਿੰਦਾ ਹੈ। ਇਸ ਵਿਚ ਭੂਰਾ ਰਿਸਾਅ ਹੋਣ ਲਗਦਾਹੈ ਅਤੇ ਅਲਟ੍ਰਾਸਾਊਂਡ ਤੋਂ ਹੀ ਅਸਲੀ ਸਥਿਤੀ ਪਤਾ ਚਲਦੀ ਹੈ।

**ਇਨਕੰਪਲੀਟ ਮਿਸਕੈਰਿਜ**:- ਜਦੋਂ ਪਲੇਸੈਂਟਾ ਦੇ ਕੁਝ ਉੱਤਕ ਬੱਚੇਦਾਨੀ ਵਿਚ ਰਹਿੰਦੇ ਹਨ ਅਤੇ ਕੁਝ ਯੋਨੀ ਦੇ ਖ਼ੂਨ ਰਿਸਾਅ ਦੇ ਨਾਲ ਬਾਹਰ ਆ ਜਾਂਦੇ ਹਨ। ਇਸ ਵਿਚ ਜਕੜਨ ਦੇ ਨਾਲ ਖ਼ੂਨ ਰਿਸਾਅ ਹੁੰਦਾ ਰਹਿੰਦਾ ਹੈ। ਅਲਟ੍ਰਾਸਾਊਂਡ ਵਿਚ ਪ੍ਰੈਗਨੈਂਸੀ ਦੇ ਅੰਸ਼ ਦੇਖੇ ਜਾ ਸਕਦੇਹਨ।

**ਥ੍ਰੈਟਨਡ ਮਿਸਕੈਰਿਜ**:- ਜਦੋਂ ਯੋਨੀ ਵਿਚੋਂ ਖ਼ੂਨ ਰਿਸਾਅ ਦੇ ਬਾਵਜੂਦ ਸਰਵਿਕਸ ਬੰਦ ਰਹਿੰਦਾ ਹੈ ਤੇ ਭਰੂਣ ਦੇ ਦਿਨ ਦੀ ਧੜਕਣ ਪਤਾ ਚਲਦੀ ਹੈ। ਐਸੇ ਕੇਸਾਂ ਵਿਚ ਆਮ ਤੌਰ ਤੇ ਗਰਭਕਾਲ ਬਾਦ ਵਿਚ ਆਮ ਹੋ ਜਾਂਦਾ ਹੈ।

## ਤੁਸੀ ਜਾਣਨਾ ਚਾਹੋਗੀ

ਆਮ ਗਰਭਕਾਲ ਵਿਚ ਕਸਰਤ, ਸੈਕਸ, ਭਾਰੀ ਸਮਾਨ ਉਠਾਉਣਾ, ਭਾਵਨਾਤਮਕ ਤਨਾਅ, ਗਿਰਨ ਦੇਡਰ ਜਾਂ ਪੇਟ ਤੇ ਦਬਾਅ ਪੈਣ ਨਾਲ ਮਿਸਕੈਰਿਜ ਨਹੀਂ ਹੁੰਦਾ। ਮਾਰਨਿਸ ਸਿਕਨੈਸ ਨਾਲ ਵੀ ਨਹੀਂ ਹੁੰਦਾ ਜੇਕਰ ਇਕ ਵਾਰ ਮਿਸਕੈਰਿਜ ਹੋ ਵੀ ਜਾਏ ਤਾਂ ਅੱਗੇ ਆਣ ਵਾਲਾ ਗਰਭਕਾਲ ਆਮ ਹੁੰਦਾ ਹੈ।

## ਤੁਸੀਂ ਸਿਖਣਾ ਚਾਹੋਗੀ?

ਕਈ ਵਾਰ ਸਿਹਤਮੰਦ ਗਰਭਕਾਲ ਵਿਚ ਵੀ ਅਲਟ੍ਰਾਸਾਊਂਡ ਨਾਲ ਬੱਚੇ ਦੇ ਦਿਨ ਦੀ ਧੜਕਣ ਪਤਾ ਚੱਲਣ ਵਿਚ ਸਮਾਂ ਹੁੰਦਾ ਹੈ। ਜੇਕਰ ਸਰਵਿਕਸ ਬੰਦ ਹੈ, ਹਲਕਾ ਧੱਬਾ ਲਗ ਰਿਹਾ ਹੈ ਤਾਂ ਮੋਨੋਗ੍ਰਾਮ ਤੋਂ ਸਾਫ਼ ਤਸਵੀਰ ਸਾਮ੍ਹਣੇ ਆ ਜਾਏਗੀ। ਤੁਹਾਡੇ ਐਚ ਜੀ ਸੀ ਪੱਧਰ ਦਾ ਵੀ ਧਿਆਨ ਰਖਿਆ ਜਾਵੇਗਾ।

## ਜੇਕਰ ਪਹਿਲਾਂ ਤੁਹਾਡਾ ਮਿਸਕੈਰਿਜ ਹੋ ਚੁੱਕਾ ਹੈ

ਹਾਲਾਂਕਿ ਅਰਲੀ ਮਿਸਕੈਰਿਜ ਵਿਚ ਭਰੂਣ ਆਮ ਜੀਵਨ ਬਿਤਾਉਣ ਯੋਗ ਨਹੀਂ ਹੁੰਦਾ ਪ੍ਰੰਤੂ ਮਾਂ-ਬਾਪ ਦੇ ਲਈ ਇਹ ਕਿਸੀ ਸਦਮੇ ਤੋਂ ਘੱਟ ਨਹੀਂ ਹੈ। ਇਹ ਇਕ ਕੁਦਰਤੀ ਪ੍ਰਕ੍ਰਿਆ ਹੈ ਜਿਸ ਵਿਚ ਜੀਵਿਤ ਨਾ ਰਹਿਣ ਯੋਗ ਭਰੂਣ ਖ਼ੁਦ ਨਸ਼ਟ ਹੋ ਜਾਂਦਾ ਹੈ।

ਹਾਲਾਂਕਿ ਇਸ ਨਾਲ ਦੁਖ ਤਾਂ ਹੁੰਦਾ ਹੈ ਪਰ ਇਸ ਵਿਚ ਤੁਹਾਡੀ ਕੋਈ ਗਲਤੀ ਨਹੀਂ ਹੁੰਦੀ। ਆਪਣੇ ਦੁੱਖ ਤੇ ਮਨ ਦੇ ਭਾਰ ਨੂੰ ਕਿਸੀ ਦੀ ਮਦਦ ਨਾਲ ਹਲਕਾ ਕਰੋ ਤੇ ਸਾਡਾ ਅਧਿਆਏ 23 ਵਿਖ ਲਿਖੇ ਉਪਾਆਂ ਤੇ ਅਮਲ ਕਰੋ।

ਕਈ ਔਰਤਾਂ ਦਾ ਦੁਬਾਰਾ ਜਲਦੀ ਤੋਂ ਜਲਦੀ ਗਰਭ-ਵਤੀ ਹੋਣਾ ਵੀ ਬਿਹਤਰ ਸਮਝ ਆਉਂਦਾ ਹੈ ਪਰ ਪਹਿਲਾਂ ਡਾਕਟਰ ਤੋਂ ਹਰੀ ਝੰਡੀ ਲੈਣੀ ਚਾਹੀਦੀ ਹੈ। ਉਂਝ ਐਸਾ ਅਕਸਰ ਇਕ ਵਾਰ ਹੀ ਹੁੰਦਾ ਹੈ। ਮਿਸਕੈਰਿਜ ਦਾ ਕਾਰਣ ਕੋਈ ਵੀ ਹੋਵੇ, ਡਾਕਟਰ ਗਰਭ ਧਾਰਣ ਦੇ ਲਈ ਦੋ-ਤਿੰਨ ਮਹੀਨੇ ਰੁਕਣ ਦੀ ਸਲਾਹ ਦੇਂਦੇ ਹਨ। ਕਈ ਕਹਿੰਦੇ ਹਨ ਕਿ ਸਰੀਰ ਨੂੰ ਆਪਣੀ ਲੋੜ ਦੇ ਹਿਸਾਬ ਨਾਲ ਚੱਲਣ ਦਿਉ। ਜੇਕਰ ਤੁਹਾਨੂੰ ਰੁਕਣ ਲਈ ਕਿਹਾ ਜਾਏ ਤਾਂ ਉਚਿਤ ਗਰਭਨਿਰੋਧਕ ਪ੍ਰਯੋਗ ਕਰੋ। ਆਪਣੇ ਸਰੀਰ ਦੀ ਗੁਆਚੀ ਤਾਕਤ ਹਾਸਲ ਕਰੋ।

ਉਮੀਦ ਤਾਂ ਇਹੀ ਹੈ ਕਿ ਤੁਸੀਂ ਅਗਲੀ ਵਾਰ ਇਕ ਬੱਚੇ ਦੀ ਮਾਂ ਬਣ ਸਕੋਗੀ। ਦਰਅਸਲ ਮਿਸਕੈਰਿਜ ਇਸ ਗੱਲ ਦਾ ਵੀ ਵਿਸ਼ਵਾਸ ਹੁੰਦਾ ਹੈ ਕਿ ਤੁਹਾਡੇ ਵਿਚ ਗਰਭ ਧਾਰਣ ਕਰਨ ਦੀ ਸਮਰੱਥਾ ਹੈ।

ਮਿਸਕੈਰਿਜ ਤੋਂ ਬਾਦ ਔਰਤਾਂ ਆਪਣਾ ਆਮ ਗਰਭਕਾਲ ਜਿਉਂਦੀਆਂ ਹਨ ਤੇ ਬੱਚੇ ਨੂੰ ਜਨਮ ਦੇਂਦੀਆਂ ਹਨ।

ਜੇਕਰ ਜਕੜਨ ਦੇਕਾਰਣ ਕਾਫ਼ੀ ਦਰਦ ਹੋਵੇ ਤਾਂ ਡਾਕਟਰ ਕੋਈ ਦਰਦ ਨਿਵਾਰਕ ਦਵਾਈ ਦੇ ਸਕਦੇ ਹਨ। ਆਪਣੀ ਸਥਿਤੀ ਦੱਸਣ ਵਿਚ ਸੰਕੋਚੋ ਨਾ।

**ਕੀ ਇਸ ਤੋਂ ਬਚਾਅ ਹੋ ਸਕਦਾ ਹੈ?** ਇਹ ਭਰੂਣ ਦੀ ਖ਼ਾਮੀ ਦੇ ਕਾਰਣ ਹੁੰਦਾ ਹੈ। ਇਸ ਲਈ ਇਸ ਦਾ ਬਚਾਅ ਨਹੀਂ ਹੋ ਸਕਦਾ ਹਾਲਾਂਕਿ ਖ਼ਤਰਾ ਘਟਾਉਣ ਦੇ ਲਈ ਹੇਠ-ਲਿਖੇ ਕਦਮ ਉਠਾਏ ਜਾ ਸਕੇ ਹਨ -

- ਗਰਭ ਧਾਰਣ ਤੋਂ ਪਹਿਲਾਂ ਕ੍ਰਾਨਿਕ ਸਥਿਤੀ ਤੇ ਕਾਬੂ ਪਾਓ।
- ਫ਼ੌਲਿਕ ਐਸਿਡ ਤੇ ਵਿਟਾਮਿਨ ਬੀ ਦੀ ਦਵਾਈ ਲਉ। ਖੋਜ ਤੋਂ ਪਤਾ ਲਗਾ ਹੈ ਕਿ ਕਈ ਔਰਤਾਂ ਨੂੰ ਇਸੇ ਕਾਰਣ ਗਰਭਕਾਲ ਵਿਚ ਦਿੱਕਤਾਂ ਆਉਂਦੀਆਂ ਹਨ। ਸਹੀ ਦਵਾਈ ਲੈਂਦੇ ਹੀ ਉਨ੍ਹਾਂ ਦਾ ਗਰਭਕਾਲ ਆਮ ਹੋ ਜਾਂਦਾ ਹੈ।
- ਗਰਭ ਧਾਰਣ ਤੋਂ ਪਹਿਲਾਂ ਆਪਣੇ ਭਾਰ ਨੂੰ ਸਹੀ ਰੂਪ ਵਿਚ ਲਿਆਉਣ ਦੀ ਚਾਹ ਕਰੋ। ਜ਼ਰੂਰਤ ਤੋਂ ਵੱਧ ਜਾਂ ਘੱਟ ਭਾਰ ਨਾਲ ਗਰਭਕਾਲ ਨੂੰ ਖ਼ਤਰਾ ਹੋ ਸਕਦਾ ਹੈ।
- ਸ਼ਰਾਬ ਤੇ ਸਿਗਰਟਨੋਸ਼ੀ ਤਿਆਗ ਦਿਉ।
- ਦਵਾਈ ਲੈਂਦੇ ਸਮੇਂ ਧਿਆਨ ਦਿਉ। ਕੇਵਲ ਉਹੀ ਦਵਾਈ ਲਉ, ਜਿਸ ਨੂੰ ਗਰਭਕਾਲ ਦੇ ਲਈ ਸੁਰੱਖਿਅਤ ਮੰਨਿਆ ਜਾ ਸਕੇ।
- ਇਨਫੈਕਸ਼ਨ ਤੋਂ ਬਚਾਅ ਦਾ ਉਪਾਅ ਕਰੋ।

ਜੇਕਰ ਦੋ ਤੋਂ ਵੱਧ ਮਿਸਕੈਰਿਜ ਹੋ ਚੁੱਕੇ ਹੋਣ ਤਾਂ ਪਹਿਲਾਂ ਉਨ੍ਹਾਂ ਦਾ ਕਾਰਣ ਪਤਾ ਲਗਾਉਣ ਦੀ ਕੋਸ਼ਿਸ਼ ਕਰੋ ਤਾਂ ਜੋ ਆਉਣ ਵਾਲੇ ਸਮੇਂ ਬਚਾਅ ਹੋ ਸਕੇ।

## ਮਿਸਕੈਰਿਜ ਦਾ ਪ੍ਰਬੰਧਨ

ਕਈ ਵਾਰ ਪਹਿਲੀ ਤਿਮਾਹੀ ਵਿਚ ਜਦੋਂ ਮਿਸ-ਕੈਰਿਜ ਪੂਰੀ ਤਰ੍ਹਾਂ ਨਹੀਂ ਹੁੰਦਾ ਤਾਂ ਪ੍ਰੈਗਨੈਂਸੀ ਦੇ ਅੰਸ਼ ਵਿਚੋਂ ਹੀ ਰਹਿ ਜਾਂਦੇ ਹਨ। ਬੱਚੇ ਦੇ ਦਿਲ ਦੀ ਧੜਕਣ ਪਤਾ ਨਹੀਂ ਚਲਦੀ ਅਤੇ ਖ਼ੂਨ ਰਿਸਾਅ ਵੀ ਨਹੀਂ ਹੁੰਦਾ। ਇਸ ਸਮੇਂ ਤੁਹਾਨੂੰ ਆਪਣੀ ਬੱਚੇਦਾਨੀ ਖ਼ਾਲੀ ਕਰਾਉਣੀ ਹੋਵੇਗੀ। ਇਸ ਦੇ ਕਈ ਤਰੀਕੇ ਹੋ ਸਕਦੇ ਹਨ।

**ਐਕਸਪੈਕਟੈਂਟ ਮੈਨੇਜਮੈਂਟ**:- ਤੁਸੀਂ ਗਰਭਕਾਲ ਵਿਚ ਕੁਦਰਤੀ ਤਰੀਕੇ ਨਾਲ ਖ਼ਤਮ ਹੋਣ ਦਾ ਇੰਤਜਾਰ ਕਰ ਸਕਦੀ ਹੋ। ਇਸ ਵਿਚ ਕੁਝ ਦਿਨ ਤੋਂ ਲੈ ਕੇ 3-4 ਹਫ਼ਤੇ ਦਾ ਸਮਾਂ ਲਗ ਸਕਦਾ ਹੈ।

**ਦਵਾਈਆਂ**:- ਦਵਾਈਆਂ ਦੇ ਰਾਹੀਂ ਭਰੂਣ ਦੇ ਉੱਤਰ ਤੇ ਪਲੇਸੈਂਟਾ ਨੂੰ ਕੱਢਣ ਦੀ ਕੋਸ਼ਿਸ਼ ਕੀਤੀ ਜਾਂਦੀ ਹੈ। ਖ਼ੂਨ ਰਿਸਾਅ ਸ਼ੁਰੂ ਹੋਣ ਵਿਚ ਕੁਝ ਦਿਨ ਲਗ ਸਕਦੇ ਹਨ। ਇਸ ਦਵਾਈ ਦੇ ਕਾਰਣ ਉਲਟੀ, ਜੀ ਮਚਲਾਉਣਾ, ਜਕੜਨ ਜਾਂ ਡਾਇਰੀਆ ਹੋ ਸਕਦਾ ਹੈ।

**ਸਰਜਰੀ**:- ਡੀ ਐਂਡ ਸੀ ਪ੍ਰਕ੍ਰਿਆ ਡਾਕਟਰ ਆਰਾਮ ਨਾਲ ਬੱਚੇਦਾਨੀ ਦਾ ਮੂੰਹ ਖੋਲ੍ਹਦੇ ਹਨ। ਪ੍ਰੈਗਨੈਂਸੀ ਦੇ ਅੰਸ਼ ਬਾਹਰ ਕੱਢ ਦੇਂਦੇ ਹਨ। ਇਸ ਤੋਂ ਬਾਦ ਇਕ ਹਫ਼ਤੇ ਤਕ ਖ਼ੂਨ ਰਿਸਾਅ ਹੁੰਦਾ ਹੈ। ਇਸ ਵਿਚ ਇਨਫੈਕਸ਼ਨ ਦਾ ਥੋੜ੍ਹਾ ਡਰ ਰਹਿੰਦਾ ਹੈ।

ਤੁਸੀਂ ਕਿਵੇਂ ਤੈਅ ਕਰੋਗੀ ਕਿ ਤੁਹਾਨੂੰ ਕੀ ਕਰਵਾਉਣਾ ਚਾਹੀਦਾ ਹੈ। ਇਹ ਹੇਠ-ਲਿਖੀਆਂ ਗੱਲਾਂ ਤੇ ਨਿਰਭਰ ਕਰਦਾ ਹੈ।

- ਮਿਸਕੈਰਿਜ ਕਿੰਨੇ ਸਮੇਂ ਬਾਦ ਹੋਇਆ। ਜੇਕਰ ਹੁਣ ਵੀ ਖ਼ੂਨ ਰਿਸਾਅ ਤੇ ਜਕੜਨ ਜਾਰੀ ਹੈ ਤਾਂ ਇਸ ਦਾ ਭਾਵ ਹੈ ਕਿ ਇਹ ਹਾਲੇ ਚਲ ਰਿਹਾ ਹੈ। ਇਸ ਸਮੇਂ ਡੀ ਐਂਡ ਸੀ ਕਰਵਾ ਸਕਦੇ ਹੋ ਜਾਂ ਦਵਾਈਆਂ ਲੈ ਸਕਦੇ ਹੋ।
- ਗਰਭਕਾਲ ਨੂੰ ਕਿੰਨਾ ਸਮਾਂ ਹੋਇਆ। ਜੇਕਰ ਭਰੂਣ ਦੇ ਉੱਤਕ ਜ਼ਿਆਦਾ ਹਨ ਤਾਂ ਡੀ ਐਂਡ ਸੀ ਕਰਵਾਉਣਾ ਜ਼ਰੂਰੀ ਹੋ ਜਾਏਗਾ ਤਾਂ ਜੋ ਅੰਦਰ ਦੀ ਪੂਰੀ ਸਫ਼ਾਈ ਹੋ ਸਕੇ।
- ਤੁਹਾਡੀ ਸਰੀਰਕ ਤੇ ਭਾਵਨਾਤਮਕ ਸਥਿਤੀ ਕੈਸੀ ਹੈ। ਉਸੇ ਕਾਰਣ ਇਹ ਫ਼ੈਸਲਾ ਲਿਆ ਜਾਵੇਗਾ।
- ਖ਼ਤਰੇ ਤੇ ਲਾਭ। ਡੀ ਐਂਡ ਸੀ ਤੋਂ ਇਨਫੈਕਸ਼ਨ ਹੋ ਸਕਦਾਹੈ। ਜੇਕਰ ਕੁਦਰਤੀ ਤਰੀਕੇ ਦੇ ਲਈ ਇੰਤਜ਼ਾਰ ਕੀਤੀ ਤਾਂ ਕਈ ਵਾਰ ਬੱਚੇਦਾਨੀ ਪੂਰੀ ਤਰ੍ਹਾਂ ਖ਼ਾਲੀ ਨਹੀਂ ਹੁੰਦੀ। ਇਸ ਸਮੇਂ ਡੀ ਐਂਡ ਸੀ ਕਰਵਾਉਣੀ ਪੈ ਸਕਦੀ ਹੈ।
- ਡੀ ਐਂਡ ਸੀ ਦੌਰਾਨ ਇਹ ਵੀ ਪਤਾ ਲਗ ਜਾਂਦਾ ਹੈ ਕਿ ਮਿਸਕੈਰਿਜ ਦਾ ਕੀ ਕਾਰਣ ਸੀ।
- ਤਰੀਕਾ ਚਾਹੇ ਜੋ ਵੀ ਹੋਵੇ, ਭਰੂਣ ਦੇ ਜਾਣ ਦੇ ਬਾਦ ਦੁਖ ਤਾਂ ਅਕਸਰ ਹੁੰਦਾ ਹੈ।

## ਲੇਟ ਮਿਸਕੈਰਿਜ

**ਇਹ ਕੀ ਹੈ?** ਪਹਿਲੀ ਤਿਮਾਹੀ ਤੇ 20ਵੇਂ ਹਫ਼ਤੇ ਦੇ ਅੰਤ ਵਿਚ ਹੋਣ ਵਾਲਾ ਮਿਸਕੈਰਿਜ ਲੇਟ ਮਿਸਕੈਰਿਜ ਕਹਿਲਾਂਦਾ ਹੈ। 20ਵੇਂ ਹਫ਼ਤੇ ਤੋਂ ਬਾਦ ਇਸ ਨੂੰ 'ਸਟਿਲਬਰਥ' ਕਹਿੰਦੇ ਹਨ। ਇਸ ਮਿਸਕੈਰਿਜ ਦਾ ਸੰਬੰਧ ਮਾਂ ਦੀ ਸਿਹਤ, ਸਰਵਿਕਸ ਜਾਂ ਬੱਚੇਦਾਨੀ ਦੀ ਸਥਿਤੀ, ਕੁਝ ਖ਼ਾਸ ਦਵਾਈਆਂ ਤੇ ਜਹਿਰੀਲੇ ਤੱਤਾਂ ਅਤੇ ਪਲੇਸੈਂਟਾ ਦੀ ਸਮੱਸਿਆ ਨਾਲ ਹੁੰਦਾਹੈ।

**ਇਹ ਕਿੰਨਾ ਆਮ ਹੈ?** 1000 ਵਿਚੋਂ 1 ਗਰਭਕਾਲ ਵਿਚ ਇੰਝ ਹੁੰਦਾ ਹੈ।

**ਸੰਕੇਤ ਤੇ ਲੱਛਣ ਕੀ ਹਨ?** ਪਹਿਲੀ ਤਿਮਾਹੀ ਦੇ ਬਾਦ ਕਈ ਦਿਨ ਤਕ ਹੋਣ ਵਾਲਾ ਗੁਲਾਬੀ ਜਾਂ ਭੂਰਾ ਰਿਸਾਅ ਇਸ ਦਾ ਸੰਕੇਤ ਹੋ ਸਕਦਾ ਹੈ। ਜੇਕਰ ਭਾਰੀ ਖ਼ੂਨ ਰਿਸਾਅ ਦੇ ਨਾਲ ਜਕੜਨ ਹੋਵੇ, ਫਿਰ ਤਾਂ ਲੱਛਣ ਬਿਲਕੁਲ ਸਾਫ਼ ਹੈ। ਹਾਲਾਂਕਿ ਪਲੇਸੈਂਟਾ ਪ੍ਰੀਵਿਆ, ਪਲੇਸੈਂਟਾ ਐਬਰਪਸ਼ਨ, ਪ੍ਰੀਮਚਿਓਰ ਲੇਬਰ ਜਾਂ ਯੂਟੇਰਾਇਨ ਲਾਇਨਿੰਗ ਵਿਚ ਟਿਯਰ ਦੇ ਕਾਰਣ ਵੀ ਖ਼ੂਨ ਰਿਸਾਅ ਹੋ ਸਕਦਾਹੈ।

**ਤੁਸੀਂ ਤੇ ਡਾਕਟਰ ਕੀ ਕਰ ਸਕਦੇ ਹੋ?** ਐਸਾ ਕੋਈ ਰਿਸਾਅ ਦੇਖਦੇ ਹੀ ਡਾਕਟਰ ਨੂੰ ਮਿਲੋ। ਉਹ ਖ਼ੂਨ ਰਿਸਾਅ ਦਾ ਪਤਾ ਲਗਾਉਣ ਦੇ ਲਈ ਅਲਟ੍ਰਾਸਾਊਂਡ

ਕਰਨਗੇ ਤੇ ਬੱਚੇਦਾਨੀ ਦੇ ਮੂੰਹ ਦੀ ਜਾਂਚ ਕਰਨਗੇ ਤੇ ਬੈੱਡ ਰੈਸਟ ਦੀ ਸਲਾਹ ਦੇਣਗੇ। ਰਿਸਾਅ ਰੁਕ ਗਿਆ ਤਾਂ ਇਸ ਦਾ ਭਾਵ ਹੈ ਕਿ ਇਹ ਮਿਸਕੈਰਿਜ ਨਹੀਂ ਸੀ ਕਈ ਵਾਰ ਅੰਦਰੂਨੀ ਜਾਂਚ ਜਾਂ ਸੰਭੋਗ ਦੇਕਾਰਣ ਵੀ ਇੰਝ ਹੋ ਜਾਂਦਾ ਹੈ। ਇਸ ਦਾ ਭਾਵ ਹੈ ਕਿ ਤੁਸੀਂ ਆਮ ਗਤੀਵਿਧੀ ਚਾਲੂ ਰਖ ਸਕਦੀ ਹੋ। ਜੇਕਰ ਕੋਈ ਦਰਦ ਜਾਂ ਰਿਸਾਅ ਦੇ ਬਿਨਾਂ ਬੱਚੇਦਾਨੀ ਦਾ ਮੂੰਹ ਖੁਲ੍ਹ ਰਿਹਾ ਹੈ ਤਾਂ ਉਸ ਨੂੰ 'ਇਨਕੰਪੀਟੈਂਟ ਸਰਵਿਕਸ' ਦਾ ਕੇਸ ਮੰਨਿਆ ਜਾਏਗਾ। ਇਸ ਸਮੇਂ ਉਸ ਨੂੰ ਸਟਿਚ ਕਰਕੇ ਲੇਟ ਮਿਸਕੈਰਿਜ ਨੂੰ ਰੋਕ ਸਕਦੇ ਹਨ। ਜੇਕਰ ਤੇਜ ਜਕੜਨ ਦੇ ਨਾਲ ਵਾਧੂ ਖ਼ੂਨ ਰਿਸਾਅ ਹੋਵੇਤਾਂ ਇਹ ਲੇਟ ਮਿਸਕੈਰਿਜ ਦਾ ਹੀ ਲੱਛਣ ਹੈ। ਡਾਕਟਰ ਕੁਝ ਨਹੀਂ ਕਰ ਸਕਣਗੇ। ਬਸ ਤੁਹਾਡੀ ਡੀ ਐਂਡ ਸੀ ਕੀਤੀ ਜਾਵੇਗੀ ਤਾਂ ਜੋ ਗਰਭਕਾਲ ਦਾ ਕੋਈ ਅੰਸ਼ ਅੰਦਰ ਨਾ ਰਹਿ ਜਾਏ।

**ਕੀ ਇਸ ਨੂੰ ਰੋਕਿਆ ਜਾ ਸਕਦਾਹੈ?** ਜੇਕਰ ਇਹ ਸ਼ੁਰੂ ਹੋ ਚੁੱਕਾਹੈ ਤਾਂ ਇਸ ਨੂੰ ਰੋਕਣਾ ਨਾਮੁਮਕਿਨ ਹੈ। ਜੇਕਰ ਪਹਿਲਾਂ ਵੀ ਇੰਝ ਹੋ ਚੁੱਕਾਹੈ ਤਾਂ ਬਚਾਅ ਦੇ ਉਪਾਅ ਲੱਭ ਸਕਦੇਹਨ। ਜੇਕਰ ਇਹ ਇਨਕੰਪੀਟੈਂਟ ਦੇ ਕਾਰਣ ਸੀ ਤਾਂ ਉਸ ਨੂੰ ਰੋਕਣ ਦਾ ਉਪਾਅ ਕੀਤਾ ਜਾਵੇਗਾ। ਜੇ ਕਰ ਇਹ ਹਾਈਪਰਟੈਂਸ਼ਨ, ਸ਼ੂਗਰ ਜਾਂ ਥਾੱਇਰਾੱਇਡ ਵਰਗੀ ਕ੍ਰਾਨਿਕ ਸਥਿਤੀ (ਪੁਰਾਣੇ ਰੋਗ ਤੋਂ ਗ੍ਰਸਤ) ਦੇ ਕਾਰਣ ਸੀ ਤਾਂ ਉਸ ਨੂੰ ਗਰਭ ਧਾਰਣ ਤੋਂ ਪਹਿਲਾਂ ਰੋਕਣ ਦੀ ਕੋਸ਼ਿਸ਼ ਕੀਤੀ ਜਾਵੇਗੀ। ਗੰਭੀਰ ਇਨਫੈਕਸ਼ਨ ਦਾ ਵੀ ਇਲਾਜ ਹੋ ਸਕਦਾ ਹੈ। ਸਰਜਰੀ ਨਾਲ ਬੱਚੇਦਾਨੀ ਦੇ ਵਿਗੜੇ ਆਕਾਰ ਨੂੰ ਵੀ ਸੁਧਾਰ ਸਕਦੇ ਹਨ। ਐਂਟੀਬਾਡੀਜ਼ ਹੋਣ ਤੇ ਐਸਪ੍ਰਿਨ ਜਾਂ ਹੀਪੇਰਿਨ ਦੀ ਹਲਕੀ ਖ਼ੁਰਾਕ ਦੇ ਸਕਦੇ ਹਨ।

## ਮਿਸਕੈਰਿਜ ਦਾ ਦੁਹਰਾਓ

ਹਾਲਾਂਕਿ ਇਕ ਵਾਰ ਮਿਸਕੈਰਿਜ ਦਾ ਭਾਵ ਇਹ ਨਹੀਂ ਕਿ ਦੁਬਾਰਾ ਵੀ ਤੁਹਾਡੇ ਨਾਲ ਇਹੀ ਹੋਵੇ ਗਾ ਪ੍ਰੰਤੂ ਇੰਝ ਕਈ ਵਾਰ ਹੋ ਚੁੱਕਾ ਹੋਵੇ ਤਾਂ ਉਸ ਦੇ ਕਾਰਕ ਪਤਾ ਲਗਾਉਣ ਦੀ ਕੋਸ਼ਿਸ਼ ਕਰੋ। ਮੈਡੀਕਲ ਜਾਂਚ-ਪੜਤਾਲ ਹੋਣਾ ਜ਼ਰੂਰੀ ਹੈ। ਹੁਣ ਐਸੇ ਕੁਝ ਟੈਸਟ ਵੀ ਹੁੰਦੇ ਹਨ ਜਿਸ ਨਾਲ ਮਿਸਕੈਰਿਜ ਦੇ ਕਾਰਨਾਂ ਦਾ ਪਤਾ ਲਗਾਇਆ ਜਾ ਸਕਦਾ ਹੈ। ਦੋਨਾਂ ਸਾਥੀਆਂ ਦੀ ਜਾਂਚ ਵੀ ਕੀਤੀ ਜਾ ਸਕਦੀ ਹੈ। ਅਲਟ੍ਰਾਸਾਊਂਡ, ਐਮ ਆਰ ਆਈ ਜਾਂ ਸੀ.ਟੀ. ਸਕੈਨ ਦੀ ਮਦਦ ਨਾਲ ਕਈ ਤਰ੍ਹਾਂ ਦੀਆਂ ਗੁੰਝਲਾਂ ਦਾ ਪੱਤਾ ਚਲ ਜਾਂਦਾ ਹੈ।

ਕਾਰਣ ਜਾਣਨ ਤੋਂ ਬਾਦ ਡਾਕਟਰ ਤੋਂ ਇਲਾਜ ਦੇ ਵਿਕਲਪ ਪੁੱਛੋ। ਕਈ ਵਾਰ ਸਰਜਰੀ, ਥਾੱਇਰਾੱਇਡ ਦੀ ਦਵਾਈ ਜਾਂ ਵਿਟਾਮਿਨ ਦੀ ਦਵਾਈ ਨਾਲ ਕਮੀ ਪੂਰੀ ਹੋ ਜਾਂਦੀ ਹੈ। ਹਾਰਮੋਨ ਟ੍ਰੀਟਮੈਂਟ ਨਾਲ ਵੀ ਮਦਦ ਮਿਲਦੀ ਹੈ। ਚਾਹੇ ਤੁਹਾਨੂੰ ਲਗਾਤਾਰ ਮਿਸਕੈਰਿਜ ਕਿਉਂ ਨਾ ਹੋਵੇ, ਫਿਰ ਵੀ ਤੁਸੀਂ ਇਕ ਸਿਹਤਮੰਦ ਬੱਚੇ ਦੀ ਮਾਂ ਬਣਨ ਦੀ ਪੂਰੀ ਸਮਰੱਥਾ ਰਖਦੀ ਹੋ। ਤੁਹਾਨੂੰ ਆਪਣੇ ਡਰ ਤੋਂ ਉਪਰ ਉਠ ਕੇ ਮਿਸਕੈਰਿਜ ਦੇ ਕਾਰਣਾਂ ਦਾ ਇਲਾਜ ਕਰਾਉਣਾ ਹੋਵੇਗਾ। ਇਸ ਸਮੇਂ ਆਪਣੇ ਪਰਿਵਾਰ ਵਾਲਿਆਂ ਦੀ ਮਦਦ ਲਉ। ਸਾਥੀ ਤੋਂ ਭਾਵਨਾਤਮਕ ਮਦਦ ਮੰਗੋ। ਆਪਣੇ ਪਤੀ ਨਾਲ ਮਨ ਦੀਆਂ ਭਾਵਨਾਵਾਂ ਵੰਡੋ ਕਿਉਂਕਿ ਇਸ ਪ੍ਰਕ੍ਰਿਆ ਵਿਚ ਤੁਸੀਂ ਦੋਨੋਂ ਬਰਾਬਰ ਦੇ ਹਿੱਸੇਦਾਰ ਹੋ।

# ਇਕਟੋਪਿਕ ਪ੍ਰੈਗਨੈਂਸੀ

**ਇਹ ਕੀ ਹੈ?** ਇਸ ਨੂੰ ਟਿਊਵਲ ਪ੍ਰੈਗਨੈਂਸੀ ਵੀ ਕਹਿੰਦੇ ਹਨ। ਇਸ ਵਿਚ ਭਰੂਣ ਬੱਚੇਦਾਨੀ ਵਿਚ ਰਹਿਣ ਦੀ ਥਾਂ ਫੈਲੋਪਿਯਨ ਟਿਊਬ ਵਿਚ ਰਹਿਣ ਲਗਦਾ ਹੈ ਜਾਂ ਸਰਵਿਕਸ, ਓਵਰੀ ਜਾਂ ਪੇਟ ਵਿਚ ਵੀ ਰਹਿ ਸਕਦਾ ਹੈ। ਬਦਕਿਸਮਤੀ ਨਾਲ ਇਸ ਨੂੰ ਆਮ ਬਣਾਉਣ ਦਾ ਕੋਈ ਤਰੀਕਾ ਨਹੀਂ ਹੈ। ਪਹਿਲੇ ਪੰਜ ਹਫ਼ਤੇ ਵਿਚ ਹੀ ਅਲਟ੍ਰਾਸਾਊਂਡ ਨਾਲ ਇਸ ਦਾ ਪਤਾ ਲਗਾ ਸਕਦੇ ਹਨ। ਪ੍ਰੰਤੂ ਪਹਿਲਾਂ ਪਤਾ ਨਾ ਚੱਲਣ ਤੇ ਫਰਟੀਲਾਈਜ਼ਡ ਐਂਡਾ ਫੈਲੋਪਿਯਨ ਟਿਯੂਬ ਵਿਚ ਹੀ ਰਹਿੰਦਾ ਹੈ ਤੇ ਬੱਚੇਦਾਨੀ ਨੂੰ ਨਸ਼ਟ ਕਰ ਦੇਂਦਾ ਹੈ। ਜੇਕਰ ਇਸਦਾ ਇਲਾਜ ਨਾ ਹੋਵੇ ਤਾਂ ਅੰਦਰੂਨੀ ਖ਼ੂਨ ਰਿਸਾਅ ਤੇ ਸਦਮਾ ਕਾਫ਼ੀ ਜਾਨਲੇਵਾ ਹੋ ਸਕਦਾ ਹੈ। ਹਾਲਾਂਕਿ ਸਰਜਰੀ ਦਵਾਈ ਨਾਲ ਤੁਰੰਤ ਆਰਾਮ ਆ ਜਾਂਦਾ ਹੈ ਤੇ ਔਰਤ ਦੁਬਾਰਾ ਮਾਂ ਬਣਨ ਦੀ ਸਥਿਤੀ ਵਿਚ ਵੀ ਰਹਿੰਦੀ ਹੈ।

**ਇਹ ਕਿੰਨਾ ਆਮ ਹੈ?** ਕਰੀਬ 2 ਪ੍ਰਤੀਸ਼ਤ ਗਰਭਕਾਲ ਐਸੇ ਹੁੰਦੇ ਹਨ। ਇਨ੍ਹਾਂ ਕੇਸਾਂ ਵਿਚ ਐਸੀਆਂ ਔਰਤਾਂ ਨੂੰ ਸ਼ਾਮਲ ਕਰ ਸਕਦੇ ਹੋ, ਜਿਨ੍ਹਾਂ

ਨੂੰ ਐਂਡੋਮੈਟ੍ਰਓਸਿਸ, ਪੈਲਵਿਕ ਇੰਕਲਾਮੇਟ੍ਰੀ ਰੋਗ ਜਾਂ ਟਿਊਬਲ ਸਰਜਰੀ ਦਾ ਖ਼ਤਰਾ ਹੋਵੇ। 'ਜੋ ਔਰਤਾਂ ਆਈ ਯੂ ਡੀ ਲਗੇ ਹੋਣ ਦੇ ਬਾਵਜੂਦ ਗਰਭਵਤੀ ਹੋ ਜਾਂਦੀਆਂ ਹਨ, ਐਸਟੀਡੀ ਰੋਗ ਤੋਂ ਗ੍ਰਸਤ ਹੁੰਦੀਆਂ ਹਨ ਜਾਂ ਸਿਗਰਟਨੋਸ਼ੀ ਕਰਦੀਆਂ ਹਨ। ਹਾਲਾਂਕਿ ਅੱਜਕਲ੍ਹ ਲੱਗਣ ਵਾਲੇ ਆਈਯੂਡੀ ਵਿਚ ਐਸਾ ਕੋਈ ਖ਼ਤਰਾ ਨਹੀਂ ਹੁੰਦਾ।

## ਇਕਟੋਪਿਕ ਪ੍ਰੈਗਨੈਂਸੀ

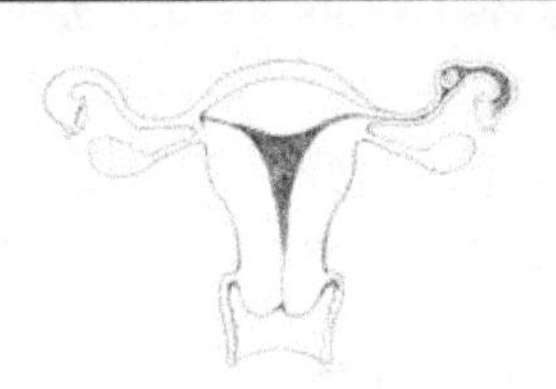

**ਇਸ ਪ੍ਰੈਗਨੈਂਸੀ ਵਿਚ ਫਰਟੀਲਾਈਜ਼ਡ ਐੱਗ ਬੱਚੇਦਾਨੀ ਦੀ ਥਾਂ ਕਿਤੇ ਹੋਰ ਇੰਪਲਾਂਟ ਹੋ ਜਾਂਦਾ ਹੈ। ਇਥੇ ਐਧਗ ਫੈਲੋਪਿਯਨ ਟਿਯੂਪ ਵਿਚ ਇੰਪਲਾਂਟ ਹੋਇਆ ਹੈ।**

**ਸਕੇਤ ਤੇ ਲੱਛਣ ਕੀ ਹਨ?** ਇਸ ਦੇ ਸੰਕੇਤ ਤੇ ਲੱਛਣ ਹੇਠ-ਲਿਖੇ ਹਨ।

■ਪੇਟ ਦੇ ਹੇਠਲੇ ਹਿੱਸੇ ਵਿਚ ਤੇਜ਼ ਦਰਦ ਤੇ ਜਕੜਨ, ਖੰਘਣ ਜਾਂ ਛਿੱਕਣ ਨਾਲ ਦਰਦ ਵੱਧ ਸਕਦਾ ਹੈ।
■ਆਮ ਤੋਂ ਵੱਧ ਖ਼ੂਨ ਵਹਿਣਾ।
■ ਜੇਕਰ ਇਹ ਪਤਾ ਨਾ ਲਗ ਸਕੇ ਅਤੇ ਫੈਲੋਪਿਯਨ ਟਿਯੂਬ ਫਟ ਜਾਏ ਤਾਂ -
■ਜੀਅ ਚਕਰਾਣਾ ਤੇ ਉਲਟੀ।
■ਕਮਜ਼ੋਰੀ
■ਨੀਂਦ ਆਉਣਾ ਜਾਂ ਬੇਹੋਸ਼ੀ।
■ਪੇਟ ਦੇ ਹੇਠਲੇ ਹਿੱਸੇ ਵਿਚ ਤੇਜ ਦਰਦ।
■ਗੁੱਦਾ ਤੇ ਦਬਾਅ।
■ਮੋਢਿਆਂ ਵਿਚ ਦਰਦ।
■ਯੋਨੀ ਤੋਂ ਵਾਧੂ ਖ਼ੂਨ ਰੀਸਣਾ।

**ਤੁਸੀਂ ਤੇ ਤੁਹਾਡੇ ਡਾਕਟਰ ਕੀ ਕਰ ਸਕਦੇਹੋ?** ਗਰਭਕਾਲ ਦੇ ਸ਼ੁਰੂ ਵਿਚ ਹਲਕੀ ਜਕੜਨ ਜਾਂ ਰਿਸਾਅ ਤੋਂਕੋਈ ਖ਼ਤਰਾ ਨਹੀਂ ਹੈ ਪ੍ਰੰਤੂ ਤੁਸੀਂ ਡਾਕਟਰ ਨੂੰ ਜ਼ਰੂਰ ਦੱਸੋ। ਜੇਕਰ ਇਕਟੋਪਿਕ ਪ੍ਰੈਗਨੈਂਸੀ ਦਾ ਕੋਈ ਲੱਛਣ ਦਿਖੇ ਤਾਂ ਡਾਕਟਰ ਨੂੰ ਦੱਸਣ ਵਿਚਦੇਰ ਨਾ ਕਰੋ। ਜੇਕਰ ਇਹ ਸ਼ੁਰੂ ਹੋ ਚੁੱਕਾ ਹੋਵੇ ਤਾਂ ਰੋਕਣ ਦਾ ਕੋਈ ਤਰੀਕਾ ਨਹੀਂ ਹੈ। ਤੁਸੀਂ ਦਵਾਈ ਲੈਣੀ ਹੋਵੇਗ ਜਾਂ ਸਰਜਰੀ ਕਰਵਾਉਣੀ ਪੈ ਸਕਦੀ ਹੈ। ਕਈ ਵਾਰ ਐਸੇ ਕੇਸ ਵੀ ਸਾਮ੍ਹਣੇ ਆਉਂਦੇ ਹਨ ਜਦੋਂ ਸਰਜਰੀ ਦੀ ਜ਼ਰੂਰਤ ਨਹੀਂ ਰਹਿੰਦੀ। ਟਿਯੂਬ ਵਿਚ ਗਰਭ ਦਾ ਕੋਈ ਕੱਤਰਾ ਨਾ ਰਹਿ ਜਾਏ ਇਸ ਲਈ ਐਚਸੀਜੀ ਦਾ ਪੱਧਰ ਪਰਖਣ ਦੇ ਲਈ ਇਕ ਟੈਸਟ ਹੁੰਦਾ ਹੈ। ਇਸ ਤੋਂ ਪਤਾ ਚਲਦਾ ਹੈ ਕਿ ਟਿਯੂਬਲ ਪ੍ਰੈਗਨੈਂਸੀ ਖ਼ਤਮ ਹੋ ਗਈ ਹੈ ਜਾਂ ਨਹੀਂ।

**ਤੁਸੀਂ ਜਾਣਨਾ ਚਾਹੋਗੀ...**

ਪੇਟ ਦੇ ਹੇਠਲੇ ਹਿੱਸੇ ਵਿਚ ਹਲਕੀ ਜਕੜਨ ਇੰਪਲੀਟੇਸ਼ਨ ਦੇ ਕਾਰਣ ਹੁੰਦੀ ਹੈ। ਲਿਗਾਮੈਂਟ ਦੇ ਖਿਚਾਅ ਦਾ ਭਾਵ ਇਹ ਨਹੀਂ ਕਿ ਤੁਹਾਨੂੰ ਇਕਟੋਪਿਕ ਪ੍ਰੈਗਨੈਂਸੀ ਹੈ।

## ਸਭ ਕੋਰਿਓਨਿਕ ਬਲੀਡ

**ਇਹ ਕੀ ਹੈ?** ਇਸ ਨੂੰ ' ਕੋਰਿਓਨਿਕ ਟੀਮਾਟੋਮੋ' ਵੀ ਕਹਿੰਦੇ ਹਨ। ਇਸ ਵਿਚ ਯੂਟੇਰਾਇਨ ਲਾਯਨਿੰਗ ਤੇ ਕੋਰਿਯਨ ਦੇ ਵਿਚ ਜਾਂ ਪਲੇਸੈਂਟਾ ਦੇ ਹੇਠਾਂ ਖ਼ੂਨ ਜੰਮ ਜਾਂਦਾ ਹੈ।

ਹਾਲਾਂਕਿ ਐਸੇ ਕੇਸ ਵਿਚ ਵੀ ਜ਼ਿਆਦਾਤਰ ਔਰਤਾਂ ਸਿਹਤਮੰਦ ਬੱਚਿਆਂ ਨੂੰ ਜਨਮ ਦੇਂਦੀਆਂ ਹਨ ਪ੍ਰੰਤੂ ਪਲੇਸੈਂਟਾ ਦੇ ਹੇਠਾਂ ਖ਼ੂਨ ਦੇਕਾਰਣ ਕਈ ਤਰ੍ਹਾਂ ਦੀਆਂ ਸਮੱਸਿਆਵਾਂ ਹੋ ਸਕਦੀਆਂ ਹਨ।

**ਇਹ ਕਿੰਨਾ ਆਮ ਹੈ?** ਕਰੀਬ 1 ਪ੍ਰਤੀਸ਼ਤ ਕੇਸਾਂ ਵਿਚ ਇੰਝ ਹੁੰਦਾ ਹੈ। ਪਹਿਲੀ ਤਿਮਾਹੀ ਵਿਚ ਹੋਣ ਵਾਲੇ ਖ਼ੂਨ ਰਿਸਾਅ ਵਿਚ 20 ਪ੍ਰਤੀਸ਼ਤ ਕੇਸ ਇਸ ਦੇ ਹੁੰਦੇ ਹਨ।

**ਇਸ ਦੇ ਸੰਕੇਤ ਤੇ ਲੱਛਣ ਕੀ ਹਨ?** ਪਹਿਲੀ ਤਿਮਾਹੀ ਵਿਚ ਖ਼ੂਨ ਰਿਸਣਾ ਇਸ ਦਾ ਲੱਛਣ ਹੋ ਸਕਦਾ ਹੈ ਪ੍ਰੰਤੂ ਕਈ ਵਾਰ ਬਿਨਾ ਕਿਸੇ ਲੱਛਣ ਤੋਂ ਵੀ ਰੂਟੀਨ ਅਲਟ੍ਰਾਸਾਉਂਡ ਤੋਂ ਹੀ ਪਤਾ ਚਲਦਾ ਹੈ।

**ਤੁਸੀਂ ਜਾਣਨਾ ਚਾਹੋਗੇ**

ਸਭ ਕੋਰਿਓਨਿਕ ਖ਼ੂਨ ਰਿਸਣ ਨਾਲ ਬੱਚੇ ਨੂੰ ਹਾਨੀ ਨਹੀਂ ਹੁੰਦੀ। ਟੀਮਾਟੋਮੋ ਦਾ ਸੁਧਾਰ ਆਪਣੇ ਆਪ ਹੀ ਹੋ ਜਾਂਦਾ ਹੈ।

**ਤੁਸੀਂ ਤੇ ਤੁਹਾਡਾ ਡਾਕਟਰ ਕੀ ਕਰ ਸਕਦੇ ਹੋ?** ਜੇਕਰ ਐਸਾ ਖ਼ੂਨ ਰਿਸਾਅ ਹੋਵੇ ਤਾਂ ਡਾਕਟਰ ਨੂੰ ਦੱਸੋ। ਉਹ ਜਾਂਚਣਗੇ ਕਿ ਕਿਸ ਕਾਰਣ ਅਤੇ ਕਿਸ ਜਗ੍ਹਾ ਤੇ ਖ਼ੂਨ ਰਿਸਾਅ ਹੋ ਰਿਹਾ ਹੈ।

## ਹਾਇਪਰਮੇਸਿਸ ਗ੍ਰੇਵੀਡੇਰਮ

**ਇਹ ਕੀ ਹੈ?** ਇਹ ਮਾਰਨਿੰਗ ਸਿਕਨੈਸ ਨਾਲ ਮਿਲਦਾ ਜੁਲਦਾ ਹੈ ਪ੍ਰੰਤੂ ਇਸ ਵਿਚ ਸਥਿਤੀ ਕਿਤੇ ਵੱਧ ਗੰਭੀਰ ਹੁੰਦੀ ਹੈ। ਇਹ 12-16 ਹਫ਼ਤੇ ਦੇ ਵਿਚ ਹੁੰਦਾ ਹੈ। ਹਾਲਾਂਕਿ ਇਹ ਪੂਰੇ ਗਰਭਕਾਲ ਵਿਚ ਵੀ ਜਾਰੀ ਰਹਿ ਸਕਦਾ ਹੈ।

ਇਸ ਦੇ ਕਾਰਣ ਭਾਰ ਘਟਦਾ ਹੈ- ਕੁਪੋਸ਼ਣ ਹੁੰਦਾ ਹੈ ਤੇ ਡੀਹਾਈਡ੍ਰੇਸ਼ਨ ਹੋ ਸਕਦਾ ਹੈ। ਇਸ ਵਿਚ ਹਸਪਤਾਲ ਲੈ ਜਾਕੇ ਆਈ ਵੀ ਫਲਿਯੂਡ ਤੇ ਐਂਟੀਟਾਜ਼ਿਮਾ ਦਵਾਈ ਦੇਣੀ ਪੈਂਦੀ ਹੈ ਕਿਉਂਕਿ ਉਲਟੀ ਤੇ ਜੀਅ ਮਚਲਾਉਣਾ ਕਾਫ਼ੀ ਗੰਭੀਰ ਹੁੰਦਾ ਹੈ। ਇਸ ਇਲਾਜ ਤੋਂ ਬਾਦ ਹੀ ਤੁਹਾਡਾ ਬੱਚਾ ਸੁਰੱਖਿਅਤ ਹੋ ਸਕਦਾ ਹੈ।

**ਇਹ ਕਿੰਨਾ ਆਮ ਹੈ:** 200 ਕੇਸਾਂ ਵਿਚੋਂ ਕਿਸੀ ਇਕ ਕੇਸ ਵਿਚ ਐਸਾ ਹੁੰਦਾ ਹੈ। ਪਹਿਲੀ ਵਾਰ ਮਾਂ ਬਣਨ ਵਾਲੀਆਂ ਔਰਤਾਂ ਵਿਚ ਇਹ ਤਕਲੀਫ਼ ਕਾਫ਼ੀ ਪਾਈ ਜਾਂਦੀ ਹੈ। ਇਸ ਤੋਂ ਇਲਾਵਾ ਛੋਟੀ ਉਮਰ ਦੀ ਮੋਟੀ, ਮਲਟੀਪਲ, ਗਰਭਕਾਲ ਵਾਲੀਆਂ ਔਰਤਾਂ ਜਾਂ ਫਿਰ ਉਨ੍ਹਾਂ ਔਰਤਾਂ ਵਿਚ ਵਧੇਰੇ ਹੁੰਦਾ ਹੈ ਜਿਨ੍ਹਾਂ ਨੂੰ ਪਿਛਲੇ ਗਰਭਕਾਲ ਵਿਚ ਵੀ ਇੰਝ ਹੋ ਚੁੱਕਾ ਹੋਵੇ। ਭਾਵਨਾਤਮਕ ਤਨਾਅ ਨਾਲ ਇਸ ਦਾ ਖ਼ਤਰਾ ਹੋਰ ਵੀ ਵੱਧ ਸਕਦਾ ਹੈ। ਐਂਡੋਕ੍ਰਾਈਨ ਅਸੰਤੁਲਨ ਤੇ ਵਿਟਾਮਿਨ ਬੀ ਦੀ ਘਾਟ ਵੀ ਇਸ ਦਾ ਕਾਰਣ ਹੈ।

**ਇਸ ਵਿਚ ਸੰਕੇਤ ਤੇ ਲੱਛਣ ਕੀ ਹਨ?**
- ਬਹੁਤ ਵੱਧ ਜੀਅ ਮਚਲਾਉਣਾ ਤੇ ਉਲਟੀ ਹੋਣਾ।
- ਕੋਈ ਵੀ ਠੋਸ ਖਾਦ ਪਦਾਰਥ ਹਜਮ ਨਾ ਹੋਣਾ।
- ਡੀਹਾਈਡ੍ਰੇਸ਼ਨ ਦੇ ਲੱਛਣ।
- 5 ਪ੍ਰਤੀਸ਼ਤ ਭਾਰ ਵਿਚ ਕਮੀ।
- ਉਲਟੀ ਵਿਚ ਖ਼ੂਨ ਆਉਣਾ।

**ਤੁਸੀਂ ਤੇ ਡਾਕਟਰ ਕੀ ਕਰ ਸਕਦੇ ਹੋ?** ਜੇਕਰ ਲੱਛਣ ਵੱਧ ਨਾ ਹੋਣ ਤਾਂ ਮਾਰਨਿੰਗ ਸਿਕਨੈਸ ਦੇ ਇਲਾਜ ਦੀ ਤਰ੍ਹਾਂ ਘਰੇਲੂ ਉਪਾਅ ਅਪਨਾਏ ਜਾਂਦੇ ਹਨ। ਅਦਰਕ, ਐਕਯੂਪੰਚਰ ਤੇ ਐਕਯੂਪ੍ਰੈਸ਼ਰ ਨਾਲ ਗੱਲ ਨਾ ਬਣੇ ਤਾਂ ਡਾਕਟਰ ਤੋਂ ਦਵਾਈ ਲਉ। ਜੇ ਕਰ ਫਿਰ ਵੀ ਆਰਾਮ ਨਾ ਆਏ ਅਤੇ ਭਾਰ ਤੇਜੀ ਨਾਲ ਘਟੇ ਤਾਂ ਹਸਪਤਾਲ ਜਾਣ ਦੀ ਨੌਬਤ ਆ ਸਕਦੀ ਹੈ। ਉਸੇ ਤਰ੍ਹਾਂ ਤੁਹਾਨੂੰ ਐਂਟੀਨਾਜ਼ਿਮਾ ਦਵਾਈ ਦਿੱਤੀ ਜਾਏਗੀ। ਫਿਰ ਤੁਹਾਨੂੰ ਆਪਣੇ ਖਾਣ-ਪੀਣ ਤੇ ਧਿਆਨ ਦੇਣਾ ਹੋਵੇਗਾ। ਮਿਰਚ-ਮਸਾਲੇਦਾਰ ਭਾਰੀ ਭੋਜਨ ਤੋਂ ਦੂਰ ਰਹਿਣਾ ਹੋਵੇਗਾ। ਉਚਿਤ ਮਾਤਰਾ ਵਿਚ ਤਰਲ ਪਦਾਰਥ ਲਉ। ਖਾਣੇ ਨੂੰ ਕਈ ਹਿੱਸਿਆਂ ਵਿਚ ਵੰਡ ਲਉ। ਕੁਝ ਸਮੇਂ ਬਾਦ ਥੋੜ੍ਹਾ-2 ਖਾਓ।

### ਤੁਸੀਂ ਜਾਣਨਾ ਚਾਹੋਗੀ

ਹਾਇਪਰਮੇਸਿਸ ਦੇ ਕਾਰਣ ਬੱਚੇ ਤੇ ਕੋਈ ਅਸਰ ਨਹੀਂ ਹੁੰਦਾ ਅਤੇ ਨਾ ਹੀ ਉਨ੍ਹਾਂ ਦੀ ਸਿਹਤ ਤੇ ਕੋਈ ਬੁਰਾ ਅਸਰ ਪੈਂਦਾ ਹੈ।

## ਗੈਸਟੇਸ਼ਨਲ ਡਾਯਬਿਟੀਜ

**ਇਹ ਕੀ ਹੈ?** ਐਸੀ ਸ਼ੂਗਰ ਗਰਭਕਾਲ ਵਿਚ ਹੀ ਹੁੰਦੀ ਹੈ ਜਦੋਂ ਸਰੀਰ ਵਿਚ ਉਚਿਤ ਮਾਤਰਾ ਵਿਚ ਇੰਸੂਲਿਨ ਨਹੀਂ ਬਣਦਾ। ਇਹ ਗਰਭਕਾਲ ਦੇ 24-38 ਹਫ਼ਤੇ ਦੌਰਾਨ ਸ਼ੁਰੂ ਹੁੰਦਾ ਹੈ। ਤਾਂ ਹੀ ਇਸ ਦੌਰਾਨ ਗੁਲੂਕੋਜ਼ ਸਕ੍ਰੀਨਿੰਗ ਟੈਸਟ ਕੀਤਾ ਜਾਂਦਾ ਹੈ। ਇਹ ਡਿਲੀਵਰੀ ਤੋਂ ਬਾਦ ਵੀ ਜਾਰੀ ਰਹਿੰਦਾ ਹੈ।

ਜੇਕਰ ਸ਼ੂਗਰ ਦੀ ਕੋਈ ਵੀ ਕਿਸਮ ਗਰਭ ਧਾਰਣ ਤੋਂ ਪਹਿਲਾਂ ਹੁੰਦੀ ਹੈ ਤਾਂ ਇਸ ਨੂੰ ਕਾਬੂ ਕਰਨ ਤੇ ਮਾਂ ਜਾਂ ਭਰੂਣ ਨੂੰ ਕੋਈ ਹਾਨੀ ਨਹੀਂ ਹੁੰਦੀ ਪ੍ਰੰਤੂ ਜੇਕਰ ਮਾਂ ਦੇ ਖ਼ੂਨ ਵਿਚ ਲੋੜ ਤੋਂ ਵੱਧ ਸ਼ਰਕਰਾ ਘੁਲ ਜਾਏ ਤਾਂ ਇਹ ਪਲੇਸੈਂਟਾ ਤਕ ਪਹੁੰਚ ਕੇ, ਮਾਂ ਤੇ ਬੱਚੇ ਦੋਨਾਂ ਦੇ ਲਈ ਘਾਤਕ ਹੋ ਸਕਦਾ ਹੈ। ਉਹ ਬੱਚੇ ਵੀ ਕਾਫ਼ੀ ਵੱਡੇ ਹੁੰਦੇ ਹਨ ਜਿਨ੍ਹਾਂ ਦੇ ਕਾਰਣ ਗਰਭਕਾਲ ਮੁਸ਼ਕਲ ਹੋ ਜਾਂਦਾ ਹੈ। ਉਦੋਂ ਪ੍ਰੀਕਲੈਂਪਸਿਆ ਹੋਣ ਦਾ ਵੀ ਡਰ ਰਹਿੰਦਾ ਹੈ। ਸ਼ੂਗਰ ਦਾ ਇਲਾਜ ਨਾ ਹੋਵੇ ਤਾਂ ਬੱਚੇ ਨੂੰ ਜਨਮ ਤੋਂ ਬਾਦ ਪੀਲਿਆ, ਸਾਂਹ ਲੈਣ ਵਿਚ ਤਕਲੀਫ਼ ਜਾਂ ਬਲੱਡ ਸ਼ੂਗਰ ਦੇ ਘੱਟੇ ਹੋਏ ਪੱਧਰ ਦੀ ਸਮੱਸਿਆ ਹੋ ਸਕਦੀ ਹੈ। ਹੋ ਸਕਦਾ ਹੈ ਕਿ ਉਹ ਅੱਗੇ ਚਲ ਕੇ ਮੋਟਾਪੇ ਤੇ ਟਾਈਪ-2 ਸ਼ੂਗਰ ਦਾ ਵੀ ਸ਼ਿਕਾਰ ਹੋ ਜਾਏ।

**ਇਹ ਕਿੰਨਾ ਆਮ ਹੈ:** 4-7 ਪ੍ਰਤਿਸ਼ਤ ਗਰਭਵਤੀ ਔਰਤਾਂ ਵਿਚ ਇਹ ਹੋ ਸਕਦਾ ਹੈ। ਮੋਟਾਪੇ ਦੇ ਕਾਰਣ ਇਹ ਰੋਗ ਵੀ ਵਧਦਾ ਜਾ ਰਿਹਾ ਹੈ। ਜੇਕਰ ਪਰਿਵਾਰ ਵਿਚ ਪਹਿਲਾਂ ਤੋਂ ਸ਼ੂਗਰ ਦੀ ਹਿਸਟ੍ਰੀ ਹੋਵੇ, ਮਾਂ ਦੀ ਉਮਰ ਵੱਧ ਹੋਵੇ ਤਾਂ ਜੀ.ਡੀ. ਦਾ ਖ਼ਤਰਾ ਹੋਰ ਵੀ ਵੱਧ ਜਾਂਦਾ ਹੈ।

**ਇਸ ਦੇ ਸੰਕੇਤ ਤੇ ਲੱਛਣ ਕੀ ਹਨ?** ਹਾਲਾਂਕਿ ਇਸ ਦੇ ਲੱਛਣ ਅਸਪੱਸ਼ਟ ਹੀ ਹੁੰਦੇ ਹਨ।

- ਅਚਾਨਕ ਪਿਆਸ ਲੱਗਣੀ।
- ਵਾਰ-ਵਾਰ ਪਿਸ਼ਾਬ ਆਉਣਾ।
- ਥਕਾਵਟ(ਗਰਭਕਾਲ ਦੀ ਥਕਾਵਟ ਤੋਂ ਵੱਖ)
- ਪਿਸ਼ਾਬ ਵਿਚ ਸ਼ੂਗਰ(ਜਾਂਚ ਤੋਂ ਪਤਾ ਲਗੇਗਾ।)

**ਤੁਸੀਂ ਤੇ ਡਾਕਟਰ ਕੀ ਕਰ ਸਕਦੇ ਹੋ?**
28ਵੇਂ ਹ.ਫ਼ਤੇ ਵਿਚ ਤੁਹਾਡੀ ਗੁਲੂਕੋਜ਼ ਸਕ੍ਰੀਨਿੰਗ ਜਾਂਚ ਕੀਤੀ ਜਾਂਦੀ ਹੈ। ਜੇਕਰ ਵਧੇਰੇ ਜ਼ਰੂਰੀ ਲਗੇ ਤਾਂ ਤਿੰਨ ਘੰਟੇ ਦੀ ਗੁਲੂਕੋਜ਼ ਟਾੱਲਰੈਂਸ ਜਾਂਚ ਵੀ ਕਰ ਸਕਦੇ ਹਨ। ਜੇਕਰ ਇਸ ਜਾਂਚ ਤੋਂ ਜੀ.ਡੀ. ਦਾ ਪਤਾ ਲਗੇ ਤਾਂ ਡਾਕਟਰ ਤੁਹਾਨੂੰ ਵਿਸ਼ੇਸ਼ ਡਾਇਟ ਤੇ ਕਸਰਤ ਦੀ ਸਲਾਹ ਦੇਣਗੇ। ਤੁਹਾਨੂੰ ਘਰ ਹੀ ਗੁਲੂਕੋਜ਼ ਮੀਟਰ ਨਾਲ ਆਪਣੇ ਗੁਲੂਕੋਜ਼ ਦਾ ਪੱਧਰ ਪਰਖਣਾ ਹੋਵੇਗਾ।

ਜੇਕਰ ਡਾਇਟ ਤੇ ਕਸਰਤ ਨਾਲ ਬਲੱਡ ਸ਼ੂਗਰ ਦਾ ਪੱਧਰ ਕਾਬੂ ਨਾ ਹੋਵੇ ਤਾਂ ਤੁਹਾਨੂੰ ਇੰਸੂਲਿਨ ਦੇਣਾ ਪੈ ਸਕਦਾ ਹੈ। ਇਸ ਦੇ ਇੰਜੈਕਸ਼ਨ ਤੋਂ ਇਲਾਵਾ ਗਲੋਬਿਯੂਰਾਇਡ ਦਵਾਈ ਦੇ ਤੌਰ ਤੇ ਦੇ ਸਕਦੇ ਹਨ।

ਹਾਲਾਂਕਿ ਸਹੀ ਤਰੀਕੇ ਨਾਲ ਬਲੱਡ ਸ਼ੂਗਰ ਦਾ ਪੱਧਰ ਕਾਬੂ ਹੋ ਜਾਏ ਤਾਂ ਗਰਭਕਾਲ ਦੀਆਂ ਮੁਸ਼ਕਲਾਂ ਖ਼ਤਮ ਕੀਤੀਆਂ ਜਾ ਸਕਦੀਆਂ ਹਨ। ਤੁਹਾਨੂੰ ਚੰਗੇ ਇਲਾਜ, ਦੇਖਭਾਲ ਦੀ ਜ਼ਰੂਰਤ ਹੋਵੇਗੀ।

### ਤੁਸੀਂ ਜਾਣਨਾ ਚਾਹੋਗੀ

ਜੇਕਰ ਗੈਸਟੇਸ਼ਨਲ ਸ਼ੂਗਰ ਕਾਬੂ ਰਹੇ ਤਾਂ ਚਿੰਤਾ ਦੀ ਕੋਈ ਗੱਲਨਹੀਂ ਹੈ। ਤੁਹਾਡਾ ਗਰਭਕਾਲ ਆਮ ਰਹੇਗਾ ਤੇ ਬੱਚੇ ਨੂੰ ਵੀ ਕੋਈ ਨੁਕਸਾਨ ਨਹੀਂ ਹੋਵੇਗਾ।

**ਕੀ ਇਸ ਤੋਂ ਬਚਾਅ ਹੋ ਸਕਦਾ ਹੈ?** ਗਰਭਕਾਲ ਤੋਂ ਪਹਿਲਾਂ ਤੇ ਇਸ ਦੌਰਾਨ ਆਪਣੇ ਭਾਰ ਤੇ ਨਜ਼ਰ ਰੱਖੋ। ਵਧੀਆ ਖਾਣ-ਪੀਣ ਤੇ ਧਿਆਨ ਦਿਉ। ਪੋਸ਼ਕ ਆਹਾਰ ਦੇ ਨਾਲ-2 ਕਸਰਤ ਨੂੰ ਵੀ ਨਾ ਭੁਲੋ। ਫੌਲਿਕ ਸੀਮਾ ਦੀ ਪੂਰੀ ਮਾਤਰਾ ਲਉ। ਇਸ ਤਰ੍ਹਾਂ ਜਨਮ ਲੈਣ ਵਾਲੇ ਬੱਚੇ ਨੂੰ ਵੀ ਅੱਗੇ ਚਲਕੇ ਸ਼ੂਗਰ ਦਾ ਖ਼ਤਰਾ ਨਹੀਂ ਰਹੇਗਾ।

ਯਾਦ ਰੱਖੋ ਕਿ ਗਰਭਕਾਲ ਵਿਚ ਜੀ.ਡੀ. ਹੋਣ ਤੇ ਗਰਭਕਾਲ ਤੋਂ ਬਾਦ ਟਾਈਪ-2 ਸ਼ੂਗਰ ਦਾ ਡਰ ਵੱਧ ਜਾਂਦਾ ਹੈ। ਆਪਣਾ ਆਦਰਸ਼ ਆਹਾਰ ਲਉ, ਭਾਰ ਤੇ ਨਜ਼ਰ ਰੱਖੋ ਤੇ ਬੱਚੇ ਦੇ ਜਨਮ ਤੋਂ ਬਾਦ ਵੀ ਕਸਰਤ ਕਰਦੀ ਰਹੋ ਤਾਂ ਜੋ ਖ਼ਤਰੇ ਨੂੰ ਟਾਲਿਆ ਜਾ ਸਕੇ।

## ਪ੍ਰੀਕਲੈਂਪਸਿਆ

**ਇਹ ਕੀ ਹੈ?** ਇਹ ਅਕਸਰ ਗਰਭਕਾਲ ਵਿਚ 20ਵੇਂ ਹ.ਫ਼ਤੇ ਤੋਂ ਬਾਦ ਹੁੰਦਾ ਹੈ। ਇਸ ਵਿਚ ਬਲੱਡ ਪ੍ਰੈਸ਼ਰ ਕਾਫ਼ੀ ਉਚਾ ਹੋ ਜਾਂਦਾ ਹੈ। ਜ਼ਰੂਰਤ ਤੋਂ ਵੱਧ ਸੋਜਸ ਹੋ ਜਾਂਦੀ ਹੈ ਤੇ ਯੂਰੀਨ ਵਿਚ ਪ੍ਰੋਟੀਨ ਆਉਣ ਲਗਦਾ ਹੈ।

### ਤੁਸੀਂ ਜਾਣਨਾ ਚਾਹੋਗੀ

ਸਹੀ ਦੇਖਭਾਲ ਨਾਲ ਪ੍ਰੀਕਲੈਂਪਸਿਆ ਦਾ ਇਲਾਜ ਹੋ ਸਕਦਾ ਹੈ। ਗਰਭਵਤੀ ਦਾ ਬਲੱਡ ਪ੍ਰੈਸ਼ਰ ਵੀ ਆਮ ਪੱਧਰ ਦਾ ਬਣਿਆ ਰਹਿਦਾ ਹੈ।

ਜੇਕਰ ਇਲਾਜ ਨਾ ਹੋਵੇ ਤਾਂ ਸਥਿਤੀ ਹੋਰ ਵੀ ਗੰਭੀਰ ਹੋ ਸਕਦੀ ਹੈ। ਇਸ ਦੇ ਕਾਰਣ ਗਰਭਕਾਲ ਦੀਆਂ ਹੋਰ ਮੁਸ਼ਕਲਾਂ ਵੀ ਸਾਮ੍ਹਣੇ ਆ ਸਕਦੀਆਂ ਹਨ।

**ਇਹ ਕਿੰਨਾ ਆਮ ਹੈ:** ਤਕਰੀਬਨ 8 ਪ੍ਰਤੀਸ਼ਤ ਔਰਤਾਂ ਇਸ ਤੋਂ ਗ੍ਰਸਤ ਹੁੰਦੀਆਂ ਹਨ। 40 ਸਾਲ ਤੋਂ ਉਪਰ ਦੀਆਂ ਔਰਤਾਂ, ਮਲਟੀਪਲ ਬੱਚਿਆਂ ਦੀ ਮਾਂ ਤੇ ਸ਼ੂਗਰ ਜਾਂ ਬਲੱਡਪ੍ਰੈਸ਼ਰ ਦੇ ਰੋਗ ਤੋਂ ਗ੍ਰਸਤ ਔਰਤ ਨੂੰ ਪ੍ਰੀਕਲੈਂਪਸਿਆ ਦਾ ਖ਼ਤਰਾ ਵਧੇਰੇ ਹੁੰਦਾ ਹੈ। ਜੇਕਰ ਤੁਹਾਨੂੰ ਪਹਿਲਾਂ ਵੀ ਗਰਭਕਾਲ ਵਿਚ ਇੰਞ ਹੋ ਚੁੱਕਾ ਹੋਵੇ ਤਾਂ ਇਸ ਗਰਭਕਾਲ ਵਿਚ ਹੋਣ ਦੀ ਸੰਭਾਵਨਾ ਵੀ ਵੱਧ ਜਾਂਦੀ ਹੈ।

**ਇਸ ਦੇ ਸੰਕੇਤ ਤੇ ਲੱਛਣ ਕੀ ਹਨ?** ਇਸ ਵਿਚ ਹੇਠ-ਲਿਖੇ ਲੱਛਣ ਸ਼ਾਮਲ ਹੋ ਸਕਦੇ ਹਨ -

■ ਹੱਥਾਂ ਤੇ ਪੈਰਾਂ ਤੇ ਬਹੁਤ ਜ਼ਿਆਦਾ ਸੋਜਸ।
■ ਗੋਡਿਆਂ ਦੀ ਸੋਜਸ ਜੋ 12 ਘੰਟੇ ਆਰਾਮ ਤੋਂ ਬਾਦ ਵੀ ਨਾ ਜਾਏ।
■ ਅਚਾਨਕ ਭਾਰ ਵਧਣਾ।
■ ਸਿਰ ਦਰਦ, ਜੋ ਦਰਦ ਨਿਵਾਰਕ ਦਵਾਈ ਨਾਲ ਠੀਕ ਨਾ ਹੋਵੇ।
■ ਪੇਟ ਦੇ ਉਪਰਲੇ ਹਿੱਸੇ ਵਿਚ ਦਰਦ।
■ ਨਜ਼ਰ ਦਾ ਧੁੰਧਲਾਪਨ।
■ ਬਲੱਡ ਪ੍ਰੈਸ਼ਰ ਵਧਣਾ।
■ ਪਿਸ਼ਾਬ ਵਿਚ ਪ੍ਰੋਟੀਨ।
■ ਦਿਲ ਦੀ ਧੜਕਣ ਤੇਜ ਹੋਣਾ।
■ ਪਿਸ਼ਾਬ ਵਿਚ ਬਦਬੂ।
■ ਕਿਡਨੀ ਦੇ ਕਾਰਜ ਵਿਚ ਅਨਿਯਮਿਤਤਾ।
■ ਰਿਲੈਕਸ ਰਿਐਕਸ਼ਨ ਵਿਚ ਵਾਧਾ।

**ਤੁਸੀਂ ਤੇ ਤੁਹਾਡਾ ਡਾਕਟਰ ਕੀ ਕਰ ਸਕਦੇ ਹੋ?** ਆਰੰਭਕ ਦੌਰ ਵਿਚ ਵਧੀਆ ਮੈਡੀਕਲ ਦੇਖ ਭਾਲ ਜ਼ਰੂਰੀ ਹੈ। ਜੇਕਰ ਪਹਿਲਾਂ ਤੋਂ ਇਸ ਰੋਗ ਦੀ ਹਿਸਟ੍ਰੀ ਰਹੀ ਹੈ ਤਾਂ ਤੁਹਾਨੂੰ ਹੋਰ ਵੀ ਸਾਵਧਾਨ ਰਹਿਣਾ ਹੋਵੇਗਾ।

ਤੁਹਾਨੂੰ ਬੈੱਡ ਰੈਸਟ ਲੈਣਾ ਹੋਵੇਗਾ ਤੇ ਘਰ ਵਿਚ ਬਲੱਡਪ੍ਰੈਸ਼ਰ ਦੀ ਪਰਖ ਕਰਨੀ ਹੋਵੇਗੀ। ਜੇਕਰ ਹਾਲਤ ਜ਼ਿਆਦਾ ਖ਼ਰਾਬ ਹੋਵੇ ਤਾਂ ਪਤਾ ਲਗਣ ਤੋਂ ਤਿੰਨ ਦਿਨ ਦੇ ਅੰਦਰ ਡਿਲੀਵਰੀ ਕਰਨੀ ਪੈਂਦੀ ਹੈ। ਹਾਲਾਂਕਿ ਕੁਝ ਸਮੇਂ ਦੇ ਲਈ ਦਵਾਈ ਤਾਂ ਦਿੱਤੀ ਜਾ ਸਕਦੀ ਹੈ ਪ੍ਰੰਤੂ ਇਸ ਦਾ ਆਖ਼ਰੀ ਇਲਾਜ ਡਿਲੀਵਰੀ ਹੀ ਹੈ। ਬੱਚੇ ਦੇ ਸਰੀਰਕ ਰੂਪ ਵਿਚ ਮੁਕੰਮਲ ਹੁੰਦੇ ਹੀ ਡਿਲੀਵਰੀ ਦੀ ਸਲਾਹ ਦਿੱਤੀ ਜਾਂਦੀ ਹੈ। ਡਿਲੀਵਰੀ ਤੋਂ ਬਾਦ 97 ਪ੍ਰਤੀਸ਼ਤ ਔਰਤਾਂ ਦਾ ਬਲੱਡਪ੍ਰੈਸ਼ਰ ਆਮ ਹੋ ਜਾਂਦਾ ਹੈ।

### ਪ੍ਰੀਕਲੈਂਪਸਿਆ ਦੇ ਕਾਰਣ

■ ਕੋਈ ਜੈਨੇਟਿਕ ਸੰਬੰਧ, ਅਨੁਵੰਸ਼ਿਕ ਕਾਰਣਾਂ ਨਾਲ ਵੀ ਪ੍ਰੀਕਲੈਂਪਸਿਆ ਹੋ ਸਕਦਾ ਹੈ।
■ ਖ਼ੂਨ ਨਾਲੀ ਵਿਚ ਖ਼ਰਾਬੀ! ਇਸ ਕਾਰਣ ਵੀ ਕੁਝ ਔਰਤਾਂ ਨੂੰ ਪ੍ਰੀਕਲੈਂਪਸਿਆ ਹੋ ਜਾਂਦਾ ਹੈ।
■ ਜੇਕਰ ਗਰਭਵਤੀ ਔਰਤ ਨੂੰ ਮਸੂੜਿਆਂ ਦੇ ਰੋਗ ਹੋਣ ਤਾਂ ਉਸ ਦੇ ਇਨਫੈਕਸ਼ਨ ਕਾਰਣ ਵੀ ਪ੍ਰੀਕਲੈਂਪਸਿਆ ਹੋ ਸਕਦਾ ਹੈ। ਹਾਲਾਂਕਿ ਇਸ ਨੂੰ ਪੱਕੇ ਸਬੂਤ ਦੇ ਤੌਰ ਤੇ ਨਹੀਂ ਕਹਿ ਸਕਦੇ।
■ ਕਈ ਵਾਰ ਮਾਂ ਦਾ ਸਰੀਰ ਬੱਚੇ ਤੇ ਪਲੇਸੈਂਟਾ ਦੇ ਲਈ ਐਲਰਜਿਕ ਹੋ ਜਾਂਦਾ ਹੈ। ਇਸ ਕਾਰਣ ਮਾਂ ਦੇ ਸਰੀਰ ਵਿਚ ਪ੍ਰਤਿਕ੍ਰਿਆ ਹੁੰਦੀ ਹੈ। ਇਸ ਦੀਆਂ ਖ਼ੂਨ ਨਾਲੀਆਂ ਨੂੰ ਨੁਕਸਾਨ ਪਹੁੰਚਦਾ ਹੈ।

ਕਈ ਵਿਗਿਆਨਕ ਤੇ ਖੋਜਕਰਤਾ ਪਿਸ਼ਾਬ ਤੇ ਖ਼ੂਨ ਦੀ ਜਾਂਚ ਦੇ ਐਸੇ ਪ੍ਰਯੋਗ ਕਰ ਰਹੇ ਹਨ ਜਿਨ੍ਹਾਂ ਤੋਂ ਪਹਿਲਾਂ ਹੀ ਰੋਗ ਦਾ ਅੰਦਾਜਾ ਹੋ ਸਕੇ। ਇਸ ਤਰ੍ਹਾਂ ਪ੍ਰੀਕਲੈਂਪਸਿਆ ਦੇ ਇਲਾਜ ਵਿਚ ਹੋਰ ਵੀ ਆਸਾਨੀ ਹੋਵੇਗੀ।

**ਕੀ ਇਸ ਤੋਂ ਬਚਾਅ ਹੋ ਸਕਦਾ ਹੈ?** ਖੋਜ ਤੋਂ ਪਤਾ ਲਗਾ ਹੈ ਕਿ ਇਸ ਕੇਸ ਵਿਚ ਐਂਟੀਕਲਾੱਟਿੰਗ ਦਵਾਈਆਂ ਨਾਲ ਫਰਕ ਪੈ ਸਕਦਾ ਹੈ। ਇਸ ਤੋਂ ਇਲਾਵਾ ਭਰਪੂਰ ਮਾਤਰਾ ਵਿਚ ਖ਼ੁਰਾਕ ਲਈ ਜਾਵੇ ਜਿਸ ਵਿਚ ਐਂਟੀਆੱਕਸੀਡੈਂਟ, ਮੈਗਨੀਸ਼ਿਅਮ, ਵਿਟਾਮਿਨ ਤੇ ਖਣਿਜ ਆਦਿ ਸ਼ਾਮਲ ਹੋਣ। ਦੰਦਾਂ ਨਾਲ ਜੁੜੀ ਦੇਖਭਾਲ ਵੀ ਇਸ ਵਿਚ ਸ਼ਾਮਲ ਹੈ।

## ਹੇਲੱਪ ਸਿੰਡ੍ਰੋਮ

**ਇਹ ਕੀ ਹੈ?** ਇਹ ਸਥਿਤੀ ਵਿਅਕਤੀਗਤ ਰੂਪ ਨਾਲ ਜਾਂ ਪ੍ਰੀਕਲੈਂਪਸਿਆ ਦੇ ਨਾਲ ਮਿਲ ਕੇ, ਆਖ਼ਰੀ ਤਿਮਾਹੀ ਵਿਚ ਪੈਦਾ ਹੋ ਸਕਦੀ ਹੈ। ਇਸ ਵਿਚ ਲਾਲ ਖ਼ੂਨ ਕਣਾਂ ਦੀ ਮਾਤਰਾ ਘਟਦੀ ਹੈ ਅਤੇ ਲੀਵਰ ਦੇ ਐਂਜਾਇਮ ਵੱਧ ਜਾਂਦੇ ਹਨ। ਖ਼ੂਨ ਵਿਚ ਥੱਕੇ ਨਹੀਂ ਬਣਦੇ ਅਤੇ ਲੀਵਰ ਦੀ ਕਾਰਜਕੁਸ਼ਲਤਾ ਤੇ ਵੀ ਬੁਰਾ ਪ੍ਰਭਾਵ ਪੈਂਦਾ ਹੈ।

ਇਸ ਸਿੰਡ੍ਰੋਮ ਨਾਲ ਮਾਂ ਤੇ ਬੱਚੇ, ਦੋਨਾਂ ਦੀ ਜਾਨ ਨੂੰ ਖ਼ਤਰਾ ਹੋ ਸਕਦਾ ਹੈ। ਜੇਕਰ ਸਹੀ ਸਮੇਂ ਤੇ ਇਲਾਜ ਨਾ ਹੋਵੇ ਤਾਂ ਗੰਭੀਰ ਮੁਸ਼ਕਲਾਂ ਪੈਦਾ ਹੋ ਸਕਦੀਆਂ ਹਨ। ਲੀਵਰ ਵੀ ਨਸ਼ਟ ਹੋ ਸਕਦਾ ਹੈ।

**ਇਹ ਕਿੰਨਾ ਆਮ ਹੈ?** ਇਹ ਪ੍ਰੀਕਲੈਂਪਸਿਆ ਦੇ ਨਾਲ 10 ਵਿਚੋਂ 1 ਕੇਸ ਤੇ ਆਮ ਗਰਭਕਾਲ ਦੇ 500 ਕੇਸਾਂ ਵਿਚੋਂ 1 ਕੇਸ ਵਿਚ ਹੁੰਦਾ ਹੈ।

**ਇਸ ਦੇ ਸੰਕੇਤ ਤੇ ਲੱਛਣ ਕੀ ਹਨ?** ਤੀਜੀ ਤਿਮਾਹੀ

ਵਿਚ ਇਸ ਦੇ ਹੇਠ-ਲਿਖੇ ਲੱਛਣ ਹੋ ਸਕਦੇ ਹਨ -

- ਜੀਅ ਮਚਲਾਉਣਾ।
- ਉਲਟੀ ਆਉਣਾ।
- ਸਿਰ ਦਰਦ।
- ਪੇਟ ਵਿਚ ਉਪਰਲੇ ਖੱਬੇ ਹਿੱਸੇ ਵਿਚ ਦਰਦ।
- ਵਾਯਰਲ ਵਰਗੇ ਇਨਫੈਕਸ਼ਨ ਦੇ ਲੱਛਣ।

ਖ਼ੂਨ ਦੀ ਪਰਖ ਵਿਚ ਖ਼ੂਨ ਕਣਾਂ ਦੀ ਕਮੀ ਦਾ ਪਤਾ ਚਲਦਾ ਹੈ। ਇਸ ਸਥਿਤੀ ਵਿਚ ਲੀਵਰ ਤੇਜੀ ਨਾਲ ਨਸ਼ਟ ਹੁੰਦਾ ਹੈ। ਇਸਲਈ ਇਲਾਜ ਵਿਚ ਦੇਰੀ ਨਹੀਂ ਕਰਨੀ ਚਾਹੀਦੀ।

**ਤੁਸੀਂ ਤੇ ਡਾਕਟਰ ਕੀ ਕਰ ਸਕਦੇ ਹਨ?** ਸਭ ਤੋਂ ਸਹੀ ਇਲਾਜ ਹੈ, ਬੱਚੇ ਦੀ ਡਿਲੀਵਰੀ। ਲੱਛਣਾਂ ਦਾ ਅੰਦਾਜਾ ਹੁੰਦੇ ਹੀ ਡਾਕਟਰ ਨੂੰ ਮਿਲੋ। ਤੁਹਾਨੂੰ ਇਲਾਜ ਵਿਚ ਸਟੀਰਾੱਇਡ ਤੇ ਮੈਗਨੀਸ਼ਿਯਮ ਸਲਫੇਟ ਦਿੱਤਾ ਜਾਏਗਾ।

**ਕੀ ਇਸ ਤੋਂ ਬਚਾਅ ਹੋ ਸਕਦਾ ਹੈ?** ਜੇਕਰ ਪਹਿਲਾਂ ਵੀ ਇਹ ਹੋ ਚੁੱਕਾ ਹੋਵੇ ਤਾਂ ਮੇਡੀਕਲ ਦੇਖਰੇਖ ਬਹੁਤ ਜ਼ਰੂਰੀ ਹੋ ਜਾਂਦੀ ਹੈ। ਬਦਸਕਿਮਤੀ ਨਾਲ ਇਸ ਸਥਿਤੀ ਤੋਂ ਬਚਾਅ ਦਾ ਕੋਈ ਉਪਾਅ ਨਹੀਂ ਹੈ।

## ਇੰਟ੍ਰਾਯੂਟੇਰਾਇਨ ਗ੍ਰੋਥ ਰਿਸਟ੍ਰਿਕਸ਼ਨ

**ਇਹ ਕੀ ਹੈ?** ਆਈ.ਯੂ.ਜੀ.ਆਰ. ਉਸ ਬੱਚੇ ਦੇ ਲਈ ਕਹਿੰਦੇਹਨ, ਜੋ ਆਮ ਬੱਚਿਆਂ ਦੀ ਤੁਲਨਾ ਵਿਚ ਛੋਟਾ ਹੁੰਦਾ ਹੈ। ਜੇਕਰ ਬੱਚੇ ਦਾ ਭਾਰ ਉਸ ਦੇ ਬੱਚੇਦਾਨੀ ਦੇ 10 ਪ੍ਰਤੀਸ਼ਤ ਤੋਂ ਵੀ ਘੱਟ ਹੋਵੇ ਤਾਂ ਆਈ.ਯੂ.ਜੀ.ਆਰ. ਦਾ ਪਤਾ ਚਲਦਾ ਹੈ। ਜੇਕਰ ਬੱਚੇ ਨੂੰ ਉਚਿਤ ਖ਼ੁਰਾਕ ਨਾ ਮਿਲ ਰਹੀ ਹੋਵੇ ਤਾਂ ਐਸੀ ਸਥਿਤੀ ਬਣ ਸਕਦੀ ਹੈ।

**ਇਹ ਕਿੰਨਾ ਆਮ ਹੈ।** ਇਹ ਤਕਰੀਬਨ 60 ਪ੍ਰਤੀਸ਼ਤ ਗਰਭਕਾਲ ਵਿਚ ਹੁੰਦਾ ਹੈ। ਇਹ ਪਹਿਲੀ, ਪੰਜਵੀਂ ਤੇ ਉਸ ਤੋਂ ਬਾਦ ਦੇ ਗਰਭਕਾਲ, 17 ਤੋਂ ਘੱਟ ਤੇ 25 ਤੋਂ ਵੱਧ ਉਮਰ ਦੀਆਂ ਔਰਤਾਂ ਜਾਂ ਪਹਿਲਾਂ ਘੱਟ ਭਾਰ ਵਾਲੇ ਬੱਚੇ ਨੂੰ ਜਨਮ ਦੇ ਚੁੱਕੀਆਂ ਔਰਤਾਂ ਜਾਂ ਪਲੇਸੈਂਟਾ ਤੇ ਯੂਟੇਰਾਇਨ ਦੀਆਂ ਅਸਮਾਨਤਾਵਾਂ ਵਾਲੀਆਂ ਔਰਤਾਂ ਵਿਚ ਹੁੰਦਾ ਹੈ। ਜੇਕਰ ਔਰਤ ਦਾ ਭਾਰ ਵੀ ਜਨਮ ਦੇ ਸਮੇਂ ਘੱਟ ਰਿਹਾ ਹੋਵੇ ਤਾਂ ਇਸ ਨਾਲ ਉਸ ਤੋਂ ਘੱਟ ਭਾਰ ਵਾਲੇ ਬੱਚੇ ਦੇ ਜਨਮ ਦਾ ਖ਼ਤਰਾ ਵੱਧ ਜਾਂਦਾ ਹੈ। ਜੇਕਰ ਬੱਚੇ ਦੇ ਪਿਤਾ ਦਾ ਭਾਰ ਵੀ ਜਨਮ ਦੇ ਸਮੇਂ ਘੱਟ ਸੀ ਤਾਂ ਖ਼ਤਰਾ ਹੋਰ ਵੀ ਵੱਧ ਹੋ ਜਾਂਦਾ ਹੈ।

### ਤੁਸੀਂ ਕੀ ਜਾਣਨਾ ਚਾਹੋਗੀ

ਇਕ ਵਾਰ ਘੱਟ ਭਾਰ ਵਾਲੇ ਬੱਚੇ ਨੂੰ ਜਨਮ ਦੇਣ ਵਾਲੀ ਮਾਂ ਦੇ ਲਈ ਅਗਲੀ ਵਾਰ ਦਾ ਵੀ ਖ਼ਤਰਾ ਵੱਧ ਜਾਂਦਾ ਹੈ। ਹਾਲਾਂਕਿ ਪਹਿਲਾਂ ਤੋਂ ਭਾਰ ਦਾ ਕੁਝ ਫਰਕ ਹੁੰਦਾ ਹੈ ਪਰ ਤੁਹਾਨੂੰ ਇਸ ਸਬੰਧੀ ਕਾਫ਼ੀ ਧਿਆਨ ਦੇਣਾ ਚਾਹੀਦਾ ਹੈ।

**ਇਸ ਦੇ ਸੰਕੇਤ ਤੇ ਲੱਛਣ ਕੀ ਹਨ?** ਭਰੂਣ ਦੀ ਲੰਬਾਈ-ਉਚਾਈ ਨਾਪਦੇ ਸਮੇਂ ਡਾਕਟਰ ਨੂੰ ਪਤਾ ਚਲਦਾ ਹੈ ਕਿ ਬੱਚਾ ਆਪਣੀ ਬੱਚੇਦਾਨੀ ਦੀ ਤੁਲਨਾ ਵਿਚ ਛੋਟਾ ਲਗ ਰਿਹਾ ਹੈ। ਅਲਟ੍ਰਾਸਾਊਂਟ ਵਿਚ ਵੀ ਘੱਟ ਵਾਧੇ ਵਾਲੇ ਬੱਚੇ ਦਾ ਪਤਾ ਲਗ ਸਕਦਾ ਹੈ।

**ਤੁਸੀਂ ਤੇ ਡਾਕਟਰ ਕੀ ਕਰ ਸਕਦੇ ਹੋ?** ਜਨਮ ਦੇ ਭਾਰਤ ਤੋਂ ਹੀ ਬੱਚੇ ਦੀ ਸਿਹਤ ਦਾ ਪਤਾ ਚਲਦਾ ਹੈ। ਜੇਕਰ ਬੱਚੇ ਦਾ ਭਾਰ ਘੱਟ ਹੋਵੇਗਾ ਤਾਂ ਉਸ ਨੂੰ ਕਈ ਤਰ੍ਹਾਂ ਦੇ ਇਨਫੈਕਸ਼ਨ ਹੋ ਸਕਦੇ ਹਨ ਤਾਂ ਹੀ ਇਸ ਸਮੱਸਿਆ ਦਾ ਪਹਿਲਾਂ ਤੋਂ ਪਤਾ ਚਲਣਾ ਜ਼ਰੂਰੀ ਹੈ ਤਾਂ ਜੋ ਬੱਚੇ ਦੀ ਸਿਹਤ ਦਾ ਖ਼ਾਸ ਧਿਆਨ ਰਖਿਆ ਜਾ ਸਕੇ। ਜੇਕਰ ਹਰ ਤਰ੍ਹਾਂ ਦੀ ਕੋਸ਼ਿਸ਼ ਤੇ ਦਵਾਈ ਦੇ ਬਾਵਜੂਦ ਬੱਚੇ ਦਾ ਵਿਕਾਸ ਨਾ ਹੋਵੇ ਤਾਂ ਉਸ ਦੇ ਥੋੜ੍ਹਾ ਮੁਕੰਮਲ ਹੁੰਦੇ ਹੀ ਡਿਲੀਵਰੀ ਕਰ ਦਿੱਤੀ ਜਾਂਦੀ ਹੈ ਤਾਂ ਜੋ ਉਸ ਨੂੰ ਵਧੀਆ ਦੇਖਭਾਲ ਦਿੱਤੀ ਜਾ ਸਕੇ।

**ਕੀ ਇਸ ਤੋਂ ਬਚਾਅ ਹੋ ਸਕਦਾ ਹੈ?** ਸਹੀ ਮਾਤਰਾ ਵਿਚ ਖ਼ੁਰਾਕ ਦਿਉ ਤੇ ਗ਼ਲਤ ਆਦਤਾਂ ਨੂੰ ਤਿਆਗ ਦਿਉ ਜਿਵੇਂ ਸਿਗਰਟ, ਸ਼ਰਾਬ ਤੇ ਨਸ਼ੀਲੇ ਪਦਾਰਥਾਂ ਦਾ ਸੇਵਨ ਤੇ ਹੋਰ ਬਲੱਡਪ੍ਰੈਸ਼ਰ ਆਦਿ। ਇਸ ਤਰ੍ਹਾਂ ਪਰਹੇਜ ਤੇ ਇਲਾਜ ਦੇ ਬਾਵਜੂਦ ਘੱਟ ਭਾਰ ਵਾਲਾ ਬੱਚਾ ਪੈਦਾ ਹੋਵੇ ਤਾਂ ਨਿਯੋਨੇਟਲ ਦੇਖਭਾਲ ਨਾਲ ਉਸ ਦੀ ਹਾਲਤ ਸੁਧਾਰੀ ਜਾ ਸਕਦੀ ਹੈ।

## ਤੁਸੀਂ ਕੀ ਜਾਣਨਾ ਚਾਹੋਗੀ।

ਜਨਮ ਦੇ ਸਮੇਂ ਘੱਟ ਭਾਰ ਵਾਲੇ 90 ਬੱਚੇ ਇਕ-ਦੋ ਸਾਲ ਵਿਚ ਹੀ ਆਮ ਬੱਚਿਆਂ ਜਿੰਨਾ ਭਾਰ ਬਣਾ ਲੈਂਦੇ ਹਨ।

# ਪਲੇਸੈਂਟਾ ਪ੍ਰੀਵਿਆ

**ਇਹ ਕੀ ਹੈ?** ਇਸ ਸਥਿਤੀ ਵਿਚ ਪਲੇਸੈਂਟਾ ਸਰਵਿਕਸ ਨੂੰ ਥੋੜ੍ਹਾ ਜਾਂ ਫਿਰ ਪੂਰੀ ਤਰ੍ਹਾਂ ਨਾਲ ਢੱਕ ਲੈਂਦਾ ਹੈ। ਅਰਲੀ ਪ੍ਰੈਗਨੈਂਸੀ ਵਿਚ ਪਲੇਸੈਂਟਾ ਹੇਠਾਂ ਹੀ ਹੁੰਦਾ ਹੈ। ਪ੍ਰੰਤੂ ਜਿਉਂ-2 ਗਰਭਕਾਲ ਦੇ ਨਾਲ-2 ਬੱਚੇਦਾਨੀ ਦਾ ਆਕਾਰ ਵਧਦਾਹੈ ਤਾਂ ਪਲੇਸੈਂਟਾ ਸਰਵਿਕਸ ਦੇ ਅੱਗੋਂ ਹੱਟ ਜਾਂਦਾ ਹੈ। ਜੇਕਰ ਇਹ ਉਥੋਂ ਨਾ ਹਟੇ ਜਾਂ ਸਰਵਿਕਸ ਨੂੰ ਥੋੜ੍ਹਾ ਢੱਕ ਲਵੇ ਤਾਂ ਇਹ 'ਪਾਰਸ਼ਿਅਲ ਪ੍ਰੀਵਿਆ' ਕਹਿਲਾਂਦਾ ਹੈ। ਜੇ ਕਰ ਇਹ ਸਰਵਿਕਸ ਨੂੰ ਪੂਰੀ ਤਰ੍ਹਾਂ ਢਕ ਲਵੇ ਤਾਂ ਇਸ ਨੂੰ ਟੋਟਲ ਪ੍ਰੀਵਿਆ ਕਹਿੰਦੇ ਹਨ। ਇਨ੍ਹਾਂ ਦੋਨਾਂ ਕਾਰਣ ਬੱਚੇਦਾ ਜਨਮ ਯੋਨੀ ਰਸਤੇ ਤੋਂ ਨਹੀਂ ਹੋ ਸਕਦਾ। ਇਸ ਨਾਲ ਗਰਭਕਾਲ ਦੇ ਅੰਤ ਵਿਚ ਜਾਂ ਡਿਲੀਵਰੀ ਸਮੇਂ ਖ਼ੂਨ ਦਾ ਰਿਸਾਅ ਵੀ ਹੋ ਸਕਦਾ ਹੈ। ਪਲੇਸੈਂਟਾ ਸਰਵਿਕਸ ਦੇ ਜਿੰਨਾ ਕੋਲ ਹੋਵੇਗਾ ਖ਼ੂਨ ਰਿਸਾਅ ਦੀ ਸੰਭਾਵਨਾ ਉਨੀ ਵਧ ਹੋਵੇਗੀ।

**ਇਹ ਕਿੰਨਾ ਆਮ ਹੈ?** ਹਰ 200 ਗਰਭਕਾਲਾਂ ਵਿਚੋਂ 1 ਕੇਸ ਅਜਿਹਾ ਹੁੰਦਾ ਹੈ। ਇਹ 20 ਤੋਂ ਘੱਟ ਤੇ 30 ਤੋਂ ਵੱਧ ਉਮਰ ਦੀ ਔਰਤ ਵਿਚ ਹੁੰਦਾ ਹੈ ਜਾਂ ਫਿਰ ਉਸ ਔਰਤ ਦਾ ਡੀ ਐਂਡ ਸੀ ਜਾਂ ਸੀ ਸੈਕਸ਼ਨ ਹੋਇਆ ਹੋਵੇ। ਸਿਗਰਟਨੋਸ਼ੀ ਤੇ ਜੁੜਵਾਂ ਬੱਚਿਆਂ ਦੇ ਜਨਮ ਤੋਂ ਵੀ ਇਹ ਖ਼ਤਰਾ ਵੱਧ ਜਾਂਦਾ ਹੈ।

**ਇਸ ਦੇ ਸੰਕੇਤ ਤੇ ਲੱਛਣ ਕੀ ਹਨ?** ਇਹ ਆਮ ਤੌਰ ਤੇ ਲੱਛਣਾਂ ਤੋਂ ਨਹੀਂ ਪਹਿਚਾਨਿਆ ਜਾਂਦਾ। ਦੂਜੀ ਤਿਮਾਹੀ ਦੇ ਅਲਟ੍ਰਾਸਾਊਂਡ ਵਿਚ ਇਸ ਦਾ ਪਤਾ ਲਗਦਾ ਹੈ। ਕਈ ਵਾਰ ਤੀਜੀ ਤਿਮਾਹੀ ਵਿਚ ਖ਼ੂਨ ਰਿਸਾਅ ਤੋਂ ਵੀ ਸਥਿਤੀ ਪਤਾ ਲਗ ਜਾਂਦੀ ਹੈ। ਖ਼ੂਨ ਦਾ ਰਿਸਾਅ ਇਸ ਦਾ ਇਕੋ ਇਕ ਲੱਛਣ ਹੈ ਜਿਸ ਦੇ ਨਾਲ ਕੋਈ ਦਰਦ ਨਹੀਂ ਹੁੰਦਾ।

### ਪ੍ਰਲੇਸੈਂਟਾ ਪ੍ਰੀਵਿਆ

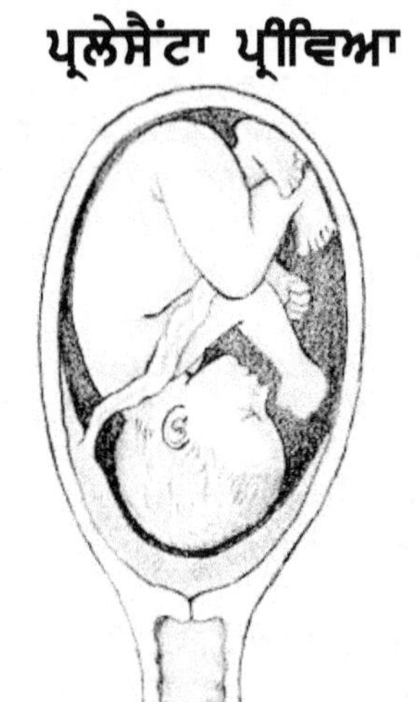

**ਇਥੇ ਪਲੇਸੈਂਟਾ ਨੇ ਬੱਚੇਦਾਨੀ ਦੇ ਮੂੰਹ ਨੂੰ ਪੂਰੀ ਤਰ੍ਹਾਂ ਢੱਕ ਰਖਿਆ ਹੈ। ਇਸ ਲਈ ਯੋਨੀ ਰਸਤੇ ਤੋਂ ਡਿਲੀਵਰੀ ਹੋਣਾ ਸੰਭਵ ਨਹੀਂ ਹੈ।**

**ਤੁਸੀਂ ਤੇ ਤੁਹਾਡਾ ਡਾਕਟਰ ਕੀ ਕਰ ਸਕਦੇ ਹਨ?** ਤੁਹਾਨੂੰ ਕੁਝ ਕਰਨ ਦੀ ਜ਼ਰੂਰਤ ਨਹੀਂ ਹੈ। ਤੀਜੀ ਤਿਮਾਹੀ ਦੇ ਆਖ਼ਰ ਤਕ ਪਲੇਸੈਂਟਾ ਪ੍ਰੀਵਿਆ ਦੇ ਕਈ ਕੇਸ ਆਪਣੇ-ਆਪ ਸੁਲਝ ਜਾਂਦੇ ਹਲ। ਜੇਕਰ ਪ੍ਰੀਵਿਆ ਦੇ ਨਾਲ ਖ਼ੂਨ ਰਿਸਾਅ ਨਾ ਹੋਵੇ ਤਾਂ ਕਈ ਵਾਰ ਕਿਸੇ ਇਲਾਜ ਦੀ ਵੀ ਲੋੜ ਨਹੀਂ ਹੁੰਦੀ। ਜੇ ਕਰ ਖ਼ੂਨ ਰਿਸਾਅ ਹੋਵੇਗਾ ਤਾਂ ਬੈਡ ਰੈਸਟ ਦੀ ਸਲਾਹ ਦਿੱਤੀ ਜਾਵੇਗੀ। ਸੈਕਸ ਦੀ ਮਨਾਹੀ ਹੋਵੇਗੀ ਤੇ ਤੁਹਾਡੀ ਜ਼ਿਆਦਾ ਵਧੀਆ ਦੇਖਭਾਲ ਕੀਤੀਜਾਵੇਗੀ। ਜੇਕਰ ਸਮੇਂ ਤੋਂ ਪਹਿਲਾਂ ਪ੍ਰਸੂਤ ਦਾ ਖ਼ਤਰਾ ਲਗਿਆ ਤਾਂ ਤੁਹਾਡੇ ਬੱਚੇ ਦੇ ਫੇਫੜੇ ਤਿਆਰ ਕਰਨ ਦੇ ਲਈ ਸਟੀਰਾੱਯਡ ਦੇ ਇੰਜੈਕਸ਼ਨ ਦੇਣੇ ਹੋਣਗੇ। ਚਾਹੇ ਤੁਹਾਨੂੰ ਕੋਈ ਹੋਰ ਤਕਲੀਫ਼ ਨਾ ਹੋਵੇ, ਪ੍ਰੰਤੂ ਬੱਚੇਦੀ ਡਿਲੀਵਰੀ ਸੀ-ਸੈਕਸ਼ਨ ਨਾਲ ਕੀਤੀ ਜਾਵੇਗੀ।

## ਪਲੇਸੈਂਟਲ ਐਬਜ਼ਾਰਪਸ਼ਨ:-

**ਇਹ ਕੀ ਹੈ?** ਜਦੋਂ ਪਲੇਸੈਂਟਾ ਡਿਲੀਵਰੀ ਵਿਚ ਪਹਿਲੇ ਗਰਭਕਾਲ ਦੌਰਾਨ ਹੀ ਯੂਟੇਰਾਇਨ ਵਾੱਲ ਤੋਂ ਵੱਖ ਹੋ ਜਾਂਦਾਹੈ ਤਾਂ ਇਸ ਨੂੰ ਪਲੇਸੈਂਟਲ ਐਬਜ਼ਾਰਪਸ਼ਨ ਕਹਿੰਦੇਹਨ। ਜੇਕਰ ਇਹ ਵੱਧ ਮਾਤਰਾ ਵਿਚ ਨਹੀਂ ਹੈ ਤਾਂ ਥੋੜ੍ਹੇ ਜਿਹੇ ਇਲਾਜ ਤੇ ਸਾਵਧਾਨੀ ਨਾਲ ਮਾਂ ਤੇ ਬੱਚੇ ਨੂੰ ਜ਼ਿਆਦਾ ਖ਼ਤਰਾ ਨਹੀਂ ਰਹਿੰਦਾ। ਜੇਕਰ ਇਹ ਗੰਭੀਰ ਹੋਵੇ ਤਾਂ ਬੱਚੇ ਨੂੰ ਥੋੜ੍ਹਾ ਖ਼ਤਰਾ ਰਹਿੰਦਾ ਹੈ। ਇਸ ਦਾ ਭਾਵ ਹੈ ਕਿ ਪਲੇਸੈਂਟਾ ਵੱਖ ਹੋਣ ਤੋਂ ਬਾਦ ਬੱਚੇ ਨੂੰ ਆੱਕਸੀਜਨ ਤੇ ਖ਼ੁਰਾਕ ਨਹੀਂ ਮਿਲੇਗੀ।

**ਇਹ ਕਿੰਨਾ ਆਮ ਹੈ?** ਇੰਞ 1 ਪ੍ਰਤਿਸ਼ਤ ਤੋਂ ਵੀ ਘੱਟ ਗਰਭਕਾਲ ਵਿਚ ਹੁੰਦਾ ਹੈ। ਇਹ ਅਕਸਰ ਤੀਜੀ ਤਿਮਾਹੀ ਦੇ ਆਸਪਾਸਹੁੰਦਾ ਹੈ। ਇਹ ਕਿਸੀ ਦੇ ਨਾਲ ਵੀ ਹੋ ਸਕਦਾ ਹੈ ਪ੍ਰੰਤੂ ਜਿਨ੍ਹਾਂ ਔਰਤਾਂ ਦੇ ਜੁੜਵਾਂ ਹੋਣ ਵਾਲੇ ਹੋਣ, ਇੰਞ ਪਹਿਲਾਂ ਵੀ ਹੋਚੁੱਕਾ ਹੈ। ਸਿਗਰਟਨੋਸ਼ੀ ਜਾਂ ਨਸ਼ੀਲੇ ਪਦਾਰਥਾਂ ਦਾ ਸੇਵਨ ਕਰਦੀਆਂ ਹੋਣ ਜਾਂ ਗੈਸਟੇਸ਼ਨਲ ਸ਼ੂਗਰ ਦੇ ਮਰੀਜ ਹੋਣ। ਇਸ ਤੋਂ ਇਲਾਵਾ ਪ੍ਰੀਕਲੇ ਪਸਿਆ ਜਾਂ ਬਲੱਡ ਪ੍ਰੈਸ਼ਰ ਦੇ ਕਾਰਣ ਵੀ ਇੰਞ ਹੋ ਸਕਦਾਹੈ।

**ਇਸ ਦੇ ਸੰਕੇਤ ਤੇ ਲੱਛਣ ਕੀ ਹਨ?** ਇਹ ਹੇਠ-ਲਿਖੇ ਹਨ :

- ਵੱਧ ਜਾਂ ਘੱਟ ਖ਼ੂਨ ਦਾ ਰਿਸਾਅ।
- ਪੇਟ ਦੇ ਹੇਠਲੇ ਹਿੱਸੇ ਵਿਚ ਜਕੜਨ ਜਾਂ ਦਰਦ।
- ਪਿਠ ਜਾਂ ਪੇਟ ਵਿਚ ਦਰਦ।

**ਤੁਸੀਂ ਤੇ ਡਾਕਟਰ ਕੀ ਕਰ ਸਕਦੇ ਹੋ:** ਗਰਭਕਾਲ ਦੇ ਵਿਚਕਾਰ ਇੰਞ ਕੋਈ ਵੀ ਖ਼ੂਨ ਰਿਸਾਅ ਜਾਂ ਪੇਟ ਵਿਚ ਜਕੜਨ ਹੁੰਦੇ ਹੀ ਡਾਕਟਰ ਨੂੰ ਸੂਚਨਾ ਦਿਉ। ਮਰੀਜ ਦੀ ਮੈਡੀਕਲ ਹਿਸਟ੍ਰੀ, ਉਸਦੀ ਹਾਲਤ, ਖਿਚਾਅ ਤੇ ਬੱਚੇ ਦੀ ਪ੍ਰਕ੍ਰਿਆ ਦੇਖਣ ਤੋਂ ਬਾਦ ਹੀ ਕੋਈ ਫ਼ੈਸਲਾ ਲਿਆ ਜਾਂਦਾ ਹੈ। ਅਲਟ੍ਰਾਸਾਊਂਡ ਤੋਂ ਮਦਦ ਮਿਲ ਸਕਦੀ ਹੈ, ਕੇਵਲ 25 ਪ੍ਰਤੀਸ਼ਤ ਐਬਜ਼ਾਰਪਸ਼ਨ ਹੀ ਇਸ ਦੀ ਪਕੜ ਵਿਚ ਆਉਂਦੇ ਹਨ। ਜੇਕਰ ਪਤਾ ਚਲ ਜਾਏ ਕਿ ਪਲੇਸੈਂਟਾ ਪੂਰੀ ਤਰ੍ਹਾਂ ਨਾਲ ਵੱਲ ਨਹੀਂ ਹੋਇਆ ਤਾਂ ਤੁਹਾਨੂੰ ਸਿਰਫ਼ ਆਰਾਮ ਦੀ ਸਲਾਹ ਦਿੱਤੀ ਜਾਏਗੀ। ਜੇਕਰ ਖ਼ੂਨ ਰਿਸਾਅ ਜਾਰੀ ਰਹੇ ਤਾਂ ਆਈ ਵੀ ਫਲਿਯੂਡ ਦੇਣਾ ਪੈ ਸਕਦਾ ਹੈ। ਜੇਕਰ ਡਿਲੀਵਰੀ ਜਲਦੀ ਕਰਨੀ ਹੋਵੇ ਤਾਂ ਸਟੀਰਾੱਯਡ ਦੇ ਇੰਜੈਕਸ਼ਨ ਦਿੱਤੇ ਜਾਣਗੇ ਤਾਂ ਜੋ ਬੱਚੇ ਦੇ ਫੇਫੜੇ ਮਜਬੂਤ ਹੋ ਸਕਣ। ਜੇਕਰ ਐਬਜ਼ਾਰਪਸ਼ਨ ਜਾਰੀ ਰਹੇ ਤਾਂ ਫਿਰ ਸੀ-ਸੈਕਸ਼ਨ ਦਾ ਉਪਾਅ ਹੀ ਬਚਦਾ ਹੈ।

## ਕੋਰਿਓਐਮਨਿਓਨਿਟਿਸ

**ਇਹ ਕੀ ਹੈ?** ਇਹ ਐਮਨਿਓਟਿਕ ਮੈਮਬ੍ਰੇਨ ਤੇ ਦ੍ਰਵ ਦਾ ਇਨਫੈਕਸ਼ਨ ਹੈ ਜੋ ਕਿ ਬੱਚੇ ਦੀ ਸੁਰੱਖਿਆ ਕਰਦਾ ਹੈ। ਇਹ ਬੈਕਟੀਰੀਆ ਦੇ ਕਾਰਣ ਹੁੰਦਾ ਹੈ।
ਇਸ ਨੂੰ ਹੀ ਪ੍ਰੀਮੈਚਿਓਰ ਡਿਲੀਵਰੀ ਤੇ ਮੈਮਬ੍ਰੇਨ ਕਰਨ ਦੇ ਕਾਰਣ ਮੰਨਿਆ ਜਾਂਦਾ ਹੈ।

**ਇਹ ਕਿੰਨਾ ਆਮ ਹੈ?** ਇਹ 1-2 ਪ੍ਰਤੀਸ਼ਤ ਗਰਭਕਾਲ ਵਿਚ ਹੁੰਦਾ ਹੈ। ਮੈਮਬ੍ਰੇਨ ਜਲਦੀ ਫੱਟਣ ਤੋਂ ਬਾਦ ਇਸ ਇਨਫੈਕਸ਼ਨ ਦਾ ਖ਼ਤਰਾ ਵੱਧ ਜਾਂਦਾ ਹੈ ਕਿਉਂਕਿ ਯੋਨੀ ਤੋਂ ਬੈਕਟੀਰੀਆ ਉਥੇ ਪ੍ਰਵੇਸ਼ ਕਰ ਸਕਦੇ ਹਨ। ਜਿਨ੍ਹਾਂ ਔਰਤਾਂ ਨੂੰ ਪਹਿਲੇ ਗਰਭਕਾਲ ਵਿਚ ਇਹ ਇਨਫੈਕਸ਼ਨ ਹੋ ਚੁੱਕਾ ਹੋਵੇ, ਉਨ੍ਹਾਂ ਨੂੰ ਦੂਜੇ ਗਰਭਕਾਲ ਵਿਚ ਵੀ ਇੰਞ ਹੋਣ ਦੀ ਸੰਭਾਵਨਾ ਵੱਧ ਜਾਂਦੀ ਹੈ।

**ਇਸ ਦੇ ਸਕੇਤ ਤੇ ਲੱਛਣ ਕੀ ਹਨ?** ਇਨਫੈਕਸ਼ਨ ਦੀ ਮੌਜੂਦਗੀ ਦੀ ਜਾਂਚ ਦੇ ਲਈ ਕੋਈ ਸਾਦਾ ਟੈਸਟ ਨਹੀਂਕੀਤਾ ਜਾਂਦਾ। ਇਸ ਦੇ ਲੱਛਣ ਹੇਠ-ਲਿਖੇ ਹੋ ਸਕਦੇ ਹਨ:-

- ਬੁਖ਼ਾਰ।
- ਬੱਚੇਦਾਨੀ ਵਿਚ ਦਰਦ।
- ਬੱਚੇ ਤੇ ਤੁਹਾਡੀ ਦਿਲ ਦੀ ਧੜਕਣ ਵਧਣਾ।

> **ਤੁਸੀਂ ਜਾਣਨਾ ਚਾਹੋਗੀ**
>
> ਜੇਕਰ ਸਹੀ ਸਮੇਂ ਤੇ ਕੋਰਿਓਐਮਨਿਓਨਿਟਿਸ ਨੂੰ ਪਹਿਚਾਣ ਕੇ ਇਲਾਜ ਕੀਤਾ ਜਾਵੇਤਾਂ ਮਾਂ ਤੇ ਬੱਚੇ ਦੋਨਾਂ ਦੇ ਲਈ ਖ਼ਤਰਾ ਘੱਟ ਜਾਂਦਾ ਹੈ।

- ਮੈਮਬ੍ਰੇਨ ਫੱਟਣ ਤੇ, ਐਮਨਿਓਟਿਕ ਦ੍ਰਵ ਦਾ ਰਿਸਾਅ।
- ਮੈਮਬ੍ਰੇਨ ਨ ਫੱਟਣ ਤੇ, ਬੂਦਬੂਦਾਰ ਯੋਨੀ ਰਿਸਾਅ।
- ਸਫ਼ੇਦ ਖ਼ੂਨ ਕਣਾਂ ਦੀ ਗਿਣਤੀ ਵੱਧਣਾ।

**ਤੁਸੀਂ ਤੇ ਡਾਕਟਰ ਕੀ ਕਰ ਸਕਦੇ ਹਨ?** ਕਿਸੀ ਵੀ ਤਰ੍ਹਾਂ ਦੇ ਬਦਬੂਦਾਰ ਰਿਸਾਅ ਦਾ ਪਤਾ ਲਗਦੇ

ਹੀ ਡਾਕਟਰ ਨੂੰ ਦੱਸੋ ਤਾਂ ਜੋ ਇਨਫੈਕਸ਼ਨ ਰੋਕਣ ਦੇ ਲਈ ਐਂਟੀਬਾਯੋਟਿਕਸ ਦਿੱਤੇ ਜਾ ਸਕਦਣ। ਜਲਦੀ ਡਿਲੀਵਰੀ ਕੀਤੀ ਜਾਵੇਗੀ ਤੇ ਉਸ ਤੋਂ ਬਾਦ ਵੀ ਬੱਚੇ ਤੇ ਤੁਹਾਨੂੰ ਐਂਟੀਬਾਯੋਟਿਕਸ ਦਿੱਤੇ ਜਾਣਗੇ ਤਾਂ ਜੋ ਤੁਹਾਨੂੰ ਤੇ ਬੱਚੇ ਨੂੰ ਦੁਬਾਰਾ ਇਨਫੈਕਸ਼ਨ ਨਾ ਹੋਵੇ।

## ਓਲਿਗੋਹਾਈਡ੍ਰਮਨਿਓਸ

**ਇਹ ਕੀ ਹੈ?** ਇਸ ਸਥਿਤੀ ਵਿਚ ਬੱਚੇ ਦੇ ਆਸਪਾਸ ਐਮਨਿਓਟਿਕ ਦ੍ਰਵ ਦੀ ਕਮੀ ਹੋ ਜਾਂਦੀ ਹੈ। ਇਹ ਤੀਜੀ ਤਿਮਾਹੀ ਦੇਅੰਤ ਵਿਚ ਹੁੰਦਾ ਹੈ। ਹਾਲਾਂਕਿ ਇੰਝ ਪਹਿਲਾਂ ਵੀ ਹੋ ਸਕਦਾ ਹੈ। ਉਂਝ ਤਾਂ ਐਸੀਆਂ ਔਰਤਾਂ ਦੇ ਗਰਭਕਾਲ ਆਮ ਹੁੰਦੇਹਨ ਬਸ ਗਰਭ ਨਲੀ ਦੇ ਕਾਰਣ ਥੋੜ੍ਹੀ ਪ੍ਰੇਸ਼ਾਨੀ ਹੋ ਸਕਦੀ ਹੈ। ਕਈ ਵਾਰ ਇਸ ਦੇ ਕਾਰਣ ਇਹ ਵੀ ਪਤਾ ਚਲਦਾ ਹੈ ਕਿ ਬੱਚੇ ਦੇ ਵਾਧੇ ਵਿਚ ਕੋਈ ਘਾਟ ਹੈ।

**ਇਹ ਕਿੰਨਾ ਆਮ ਹੈ?** ਲਗਭਗ 4-8 ਪ੍ਰਤਿਸ਼ਤ ਗਰਭਵਤੀ ਔਰਤਾਂ ਵਿਚ ਇਹ ਰੋਗ ਪਾਇਆ ਜਾਂਦਾ ਹੈ। ਜੇਕਰ ਪ੍ਰਸੂਤ ਦੀ ਅਨੁਮਾਨਤ ਮਿਤੀ ਨਿਕਲ ਜਾਏ ਤਾਂ ਐਸੇ ਕੇਸਾਂ ਦੀ ਗਿਣਤੀ 12 ਪ੍ਰਤੀਸ਼ਤ ਹੋ ਜਾਂਦੀ ਹੈ।

**ਇਸ ਦੇ ਸੰਕੇਤ ਤੇ ਲੱਛਣ ਕੀ ਹਨ?** ਮਾਤਾ ਵਿਚ ਕੋਈ ਲੱਛਣ ਨਹੀਂ ਦਿੱਖਦੇ ਪ੍ਰੰਤੂ ਗਰਭਕਾਲ ਦਾ ਆਕਾਰ ਆਮ ਤੋਂ ਛੋਟਾ ਹੁੰਦਾਹੈ। ਐਮਨਿਓਟਿਕ ਦ੍ਰਵ ਦੀ ਮਾਤਰਾ ਵੀ ਘੱਟ ਹੁੰਦੀ ਹੈ। ਕੁਝ ਕੇਸਾਂ ਵਿਚ ਬੱਚੇ ਦੀ ਹਲਚਲ ਵੀ ਥੋੜ੍ਹੀ ਘੱਟ ਸਕਦੀ ਹੈ।

**ਤੁਸੀਂ ਤੇ ਡਾਕਟਰ ਕੀ ਕਰ ਸਕਦੇ ਹਨ?** ਢੇਰ ਸਾਰਾ ਆਰਾਮ ਕਰੋ ਤੇ ਖ਼ੂਬ ਪਾਣੀ ਪੀਓ। ਐਮਨਿਓਟਿਕ ਦ੍ਰਵ ਦੀ ਮਾਤਰਾ ਦਾ ਧਿਆਨ ਰਖਿਆ ਜਾਵੇਗਾ। ਜੇਕਰ ਕੇਸ ਨਾ ਸੰਭਲੇ ਤਾਂ ਡਾਕਟਰ ਜਲਦੀ ਡਿਲੀਵਰੀ ਦੀ ਸਲਾਹ ਵੀ ਦੇ ਸਕਦੇ ਹਨ।

## ਹਾਈਡ੍ਰਮਨਿਓਸ

**ਇਹ ਕੀ ਹੈ?** ਬੱਚੇ ਦੇ ਆਸਪਾਸ ਐਮਨਿਓਟਿਕ ਦ੍ਰਵ ਦੀ ਮਾਤਰਾ ਜ਼ਰੂਰਤ ਤੋਂ ਵੱਧ ਹੋ ਜਾਂਦੀ ਹੈ। ਹਾਲਾਂਕਿ ਬਿਨਾਂ ਕਿਸੀ ਇਲਾਜ ਦੇ ਇਸ ਦਾ ਸੰਤੁਲਨ ਕਾਇਮ ਹੋ ਜਾਂਦਾ ਹੈ।

ਜੇਕਰ ਜਮਾਅ ਵਧ ਹੋਵੇ ਤਾਂ ਇਹ ਬੱਚੇ ਵਿਚ ਸਨਾਯੂ ਤੰਤਰ, ਗੈਸਟੇਸ਼ਨਲ ਖ਼ਰਾਬੀ ਜਾਂ ਨਿਕਣ ਦੀ ਸਮਰੱਥਾ ਵਿਚ ਕਮੀ ਦਾ ਸੂਚਕ ਹੋ ਸਕਦਾ ਹੈ। ਇਸ ਤੋਂ ਮੈਮਬ੍ਰੇਨ ਜਲਦੀ ਫੱਟਣ, ਪ੍ਰਟਰਮ ਲੇਬਰ, ਪਲੇਸੈਂਟਲ ਐਬਜ਼ਾਰਪਸ਼ਨ, ਬ੍ਰੀਚ ਜਾਂ ਗਰਭ ਨਲੀ ਦੇ ਪ੍ਰੋਲੈਪਸ ਹੋਣ ਦਾ ਖ਼ਤਰਾ ਵੱਧ ਜਾਂਦਾ ਹੈ।

**ਇਹ ਕਿੰਨਾ ਆਮ ਹੈ?** ਇਹ 4 ਪ੍ਰਤੀਸ਼ਤ ਔਰਤਾਂ ਵਿਚ ਹੁੰਦਾ ਹੈ। ਜੇਕਰ ਬੱਚੇ ਜੁੜਵਾਂ ਹੋਣ ਜਾਂ ਮਾਂ ਦੀ ਸ਼ੂਗਰ ਦਾ ਇਲਾਜ ਨਾ ਹੋਵੇ ਤਾਂ ਇੰਝ ਹੋ ਸਕਦਾ ਹੈ।

**ਇਸ ਦੇ ਸੰਕੇਤ ਤੇ ਲੱਛਣ ਕੀ ਹਨ?** ਇਸ ਦੇ ਕੁਝ ਖ਼ਾਸ ਲੱਛਣ ਨਹੀਂ ਹੁੰਦੇ -

- ਬੱਚੇ ਦੀ ਹਲਚਲ ਦਾ ਵਾਧੂ ਪਤਾ ਨਹੀਂ ਚਲਦਾ।
- ਬੱਚੇਦਾਨੀ ਦਾ ਆਕਾਰ ਕਾਫ਼ੀ ਵੱਧ ਜਾਂਦਾ ਹੈ।
- ਪੇਟ ਦੇ ਹੇਠਲੇ ਹਿੱਸੇ ਵਿਚ ਤਕਲੀਫ਼।
- ਅਪਾਚਣ।
- ਲੱਤਾਂ ਵਿਚ ਸੋਜਸ।
- ਸਾਂਹ ਲੈਣ ਵਿਚ ਤਕਲੀਫ਼।
- ਬੱਚੇਦਾਨੀ ਦਾ ਖਿਚਾਅ।

ਡਾਕਟਰ ਵੱਲੋਂ ਅੰਦਰੂਨੀ ਜਾਂਚ ਜਾਂ ਅਲਟ੍ਰਾਸਾਊਂਡ ਦੌਰਾਨ ਇਸ ਦਾ ਪਤਾ ਲਗਦਾ ਹੈ।

**ਤੁਸੀਂ ਤੇਡਾਕਟਰ ਕੀ ਕਰ ਸਕਦੇ ਹਨ?**
ਜਦੋਂ ਤਕ ਦ੍ਰਵ ਦਾ ਜਮਾਅ ਵੱਧ ਰਹੇਗਾ। ਤੁਹਾਨੂੰ ਲਗਾਤਾਰ ਡਾਕਟਰ ਦੇ ਕੋਲ ਜਾਂਚ ਦੇ ਲਈ ਜਾਣਾ ਹੋਵੇਗਾ। ਜੇਕਰ ਜਮਾਓ ਗੰਭੀਰ ਹੋਇਆ ਤਾਂ ਤੁਹਾਨੂੰ ਐਮਨਿਓਸੈਂਟੇਸਿਸ ਕਰਵਾਉਣਾ ਪੈ ਸਕਦਾ ਹੈ। ਜੇਕਰ ਲੇਬਰ ਤੋਂ ਪਹਿਲਾਂ ਹੀ ਪਾਣੀ ਦੀ ਥੈਲੀ ਫਟ ਜਾਏ ਤਾਂ ਡਾਕਟਰ ਨੂੰ ਬੁਲਾਉਣ ਵਿਚ ਦੇਰ ਨਾ ਕਰੋ।

## ਪ੍ਰੀਟਰਮ ਪ੍ਰੀਮੇਚਿਓਰ ਰਪਚਰ ਆਫ਼ ਮੈਮਬ੍ਰੇਨ

ਜੇਕਰ 37 ਹਫ਼ਤੇ ਤੋਂ ਪਹਿਲਾਂ ਪਾਣੀ ਦੀ ਥੈਲੀ ਫਟ ਜਾਏ ਤਾਂ ਇਸ ਨੂੰ ਪੀ ਵੀ ਆਰ ਓ ਐਮ ਕਹਿੰਦੇ

ਹਨ। ਇਸ ਦੇ ਕਾਰਣ ਬੱਚੇ ਦਾ ਜਨਮ ਸਮੇਂ ਤੋਂ ਪਹਿਲਾਂ ਹੋ ਸਕਦਾ ਹੈ ਜਾਂ ਉਸ ਨੂੰ ਕਿਸੇ ਤਰ੍ਹਾਂ ਦਾ ਇਨਫੈਕਸ਼ਨ ਹੋ ਸਕਦਾ ਹੈ।

**ਇਹ ਕਿੰਨਾ ਆਮ ਹੈ?** ਇਹ 3 ਪ੍ਰਤੀਸ਼ਤ ਤੋਂ ਵੀ ਘੱਟ ਕੇਸਾਂ ਵਿਚ ਹੁੰਦਾ ਹੈ। ਸਿਗਰਟਨੋਸ਼ੀ ਕਰਨ ਵਾਲੀਆਂ ਐਸ.ਟੀ.ਡੀ. ਰੋਗਾਂ ਤੋਂ ਗ੍ਰਸਤ, ਯੋਨੀ ਤੋਂ ਖ਼ੂਨ ਰਿਸਾਅ ਹੋਣ ਦੇ ਰੋਗ ਜਾਂ ਪਲੇਸੈਂਟਲ ਐਬਜ਼ਰਪਸ਼ਨ ਵਾਲੀਆਂ ਔਰਤਾਂ ਨੂੰ ਇਸ ਦਾ ਖ਼ਤਰਾ ਵਧੇਰੇ ਹੁੰਦਾ ਹੈ। ਜੇਕਰ ਜੁੜਵਾਂ ਬੱਚੇ ਹੋਣ ਜਾਂ ਬੈਕਟੀਰੀਅਲ ਵੈਜਿਨਿਓਸਿਸ ਹੋਵੇ ਤਾਂ ਖ਼ਤਰਾ ਹੋਰ ਵੀ ਵੱਧ ਜਾਂਦਾ ਹੈ।

**ਤੁਸੀਂ ਜਾਣਨਾ ਚਾਹੋਗੀ**

ਜੇਕਰ ਪ੍ਰੀਮਿਚਿਓਰ ਬੱਚੇ ਨੂੰ ਆਈਸੀਯੂ ਵਿਚ ਭਰਤੀ ਕੀਤਾ ਜਾਵੇ ਤਾਂ ਤੁਸੀਂ ਕੁਝ ਹੀ ਦਿਨਾਂ ਵਿਚ ਸਿਹਤਮੰਦ ਬੱਚੇ ਦੇ ਨਾਲ ਘਰ-ਵਾਪਸੀ ਕਰ ਸਕਦੀ ਹੋ। ਮੈਡੀਕਲ ਤਕਨੀਕਾਂ ਨੂੰ ਧੰਨਵਾਦ।

**ਤੁਸੀਂ ਜਾਣਨਾ ਚਾਹੋਗੀ**

ਪੀ.ਪੀ.ਆਰ.ਓ.ਐਮ. ਨੂੰ ਸਹੀ ਸਮੇਂ ਤੇ ਪਹਿਚਾਨਣ ਤੇ ਇਲਾਜ ਕਰਨ ਨਾਲ ਮਾਂ ਤੇ ਬੱਚਾ ਸਿਹਤਮੰਦ ਰਹਿੰਦੇ ਹਨ। ਬੱਚੇ ਦਾ ਸਮੇਂ ਤੋਂ ਪਹਿਲਾਂ ਜਨਮ ਹੋਣ ਤੇ ਵੀ ਉਸ ਨੂੰ ਆਈ.ਸੀ.ਯੂ ਵਿਚ ਰਖ ਕੇ ਸੁਰੱਖਿਆ ਦਿੱਤੀ ਜਾ ਸਕਦੀ ਹੈ।

**ਇਸ ਦੇ ਸੰਕੇਤ ਤੇ ਲੱਛਣ ਕੀ ਹਨ?** ਯੋਨੀ ਤੋਂ ਦ੍ਰਵ ਦਾ ਰਿਸਾਵ ਹੁੰਦਾ ਹੈ। ਪਿਸ਼ਾਬ ਤੇ ਐਮਨਿਓਟਿਕ ਦ੍ਰਵ ਵਿਚ ਫਰਕ ਜਾਣਨ ਦੇ ਲਈ ਉਸ ਨੂੰ ਸੁੰਘ ਕੇ ਦੇਖੋ। ਪਿਸ਼ਾਬ ਦੀ ਬਦਬੂ ਅਮੋਨੀਆ ਵਰਗੀ ਹੋਵੇ ਗੀ। ਜੇਕਰ ਦ੍ਰਵ ਇਨਫੈਕਟਿਡ ਨਾ ਹੋਵੇ ਤਾਂ ਉਸ ਦੀ ਗੰਧ ਬੁਰੀ ਨਹੀਂ ਹੋਵੇਗੀ। ਜੇਕਰ ਤੁਹਾਨੂੰ ਇਸ ਸਬੰਧੀ ਕੋਈ ਵੀ ਸ਼ੱਕ ਹੋਵੇ ਤਾਂ ਡਾਕਟਰ ਨੂੰ ਦੱਸਣ ਵਿਚ ਦੇਰ ਨਾ ਕਰੋ।

**ਤੁਸੀਂ ਤੇ ਡਾਕਟਰ ਕੀ ਕਰ ਸਕਦੇ ਹੋ?** ਜੇਕਰ 34 ਹਫ਼ਤੇ ਤੋਂ ਬਾਦ ਮੈਮਬ੍ਰੇਨ ਫਟੀ ਹੈ ਤਾਂ ਬੱਚੇ ਦੀ ਡਿਲੀਵਰੀ ਕਰ ਦਿੱਤੀ ਜਾਵੇਗੀ। ਜੇਕਰ ਅਜੇ ਡਿਲੀਵਰੀ ਸੰਭਵ ਨਹੀਂ ਹੈ ਤਾਂ ਤੁਹਾਨੂੰ ਹਸਪਤਾਲ ਵਿਚ ਰਖਿਆ ਜਾਵੇਗਾ ਤੇ ਇਨਫੈਕਸ਼ਨ ਤੋਂ ਬਚਾਉਣ ਦੇ ਲਈ ਐਂਟੀਬਾਓਟਿਕਸ ਦਿੱਤੇ ਜਾਣਗੇ। ਬੱਚੇ ਦੇ ਫੇਫੜੇ ਮਜਬੂਤ ਕਰਨ ਦੇ ਲਈ ਸਟੀਰਾੱਇਡ ਦਿੱਤੇ ਜਾਣਗੇ। ਜੇਕਰ ਬੱਚਾ ਡਿਲੀਵਰੀ ਦੇ ਲਈ ਕਾਫ਼ੀ ਛੋਟਾ ਹੈ ਤਾਂ ਇਸ ਪ੍ਰਕ੍ਰਿਆ ਨੂੰ ਰੋਕਣ ਲਈ ਦਵਾਈਆਂ ਦਿੱਤੀਆਂ ਜਾਣਗੀਆਂ।

ਇੰਝ ਬਹੁਤ ਘੱਟ ਹੁੰਦਾ ਹੈ ਕਿ ਮੈਮਬ੍ਰੇਨ ਆਪਣੇ-ਆਪ ਠੀਕ ਹੋ ਜਾਏ ਤੇ ਦ੍ਰਵ ਦਾ ਰਿਸਾਅ ਬੰਦ ਹੋ ਜਾਏ। ਜੇਕਰ ਇੰਝ ਹੋਵੇ ਤਾਂ ਤੁਹਾਨੂੰ ਘਰ ਜਾਣ ਦੀ ਇਜਾਜਤ ਮਿਲ ਜਾਏਗੀ। ਬਸ ਥੋੜ੍ਹਾ ਸਾਵਧਾਨ ਰਹਿਣ ਲਈ ਕਿਹਾ ਜਾਵੇਗਾ।

**ਕੀ ਇਸ ਤੋਂ ਬਚਾਅ ਹੋ ਸਕਦਾ ਹੈ?** ਜੇਕਰ ਤੁਸੀਂ ਪੀ.ਪੀ.ਆਰ.ਓ.ਐਮ. ਤੋਂ ਆਪਣਾ ਬਚਾਅ ਚਾਹੁੰਦੀ ਹੋ ਤਾਂ ਯੋਨੀ ਇਨਫੈਕਸ਼ਨ ਤੋਂ ਬਚੋ ਕਿਉਂਕਿ ਉਸੇ ਕਾਰਣ ਇਹ ਹੁੰਦਾ ਹੈ।

**ਪ੍ਰੀਟਰਮ ਜਾਂ ਪ੍ਰੀਮਿਚਿਓਰ ਲੇਬਰ** ਐਸਾ ਪ੍ਰਸੂਤ ਜੋ 20ਵੇਂ ਹਫ਼ਤੇ ਤੋਂ ਬਾਦ ਪ੍ਰੰਤੂ 37ਵੇਂ ਹਫ਼ਤੇ ਤੋਂ ਪਹਿਲਾਂ ਸ਼ੁਰੂ ਹੋਵੇ, ਪ੍ਰੀਟਰਮ ਲੇਬਰ ਕਹਾਉਂਦਾ ਹੈ।

**ਇਹ ਕਿੰਨਾ ਆਮ ਹੈ?** ਇਹ ਇਕ ਆਮ ਸਮੱਸਿਆ ਹੈ। ਸਿਗਰਟਨੋਸ਼ੀ, ਸ਼ਰਾਬ ਤੇ ਨਸ਼ੀਲੇ ਪਦਾਰਥਾਂ ਦੇ ਸੇਵਨ, ਘੱਟ ਭਾਰ, ਵੱਧ ਭਾਰ, ਅਣਉਚਿਤ ਖ਼ੁਰਾਕ, ਮਸੂੜਿਆਂ ਦੇ ਇਨਫੈਕਸ਼ਨ, ਐਮ.ਟੀ.ਡੀ., ਲੈਕਟੀਰਿਯਲ, ਪਿਸ਼ਾਬ ਦਾਨੀ ਰਸਤੇ ਤੇ ਐਮਨਿਓਟਿਕ ਦ੍ਰਵ ਦੇ ਇਨਫੈਕਸ਼ਨ, ਸਰਵਿਕਸ, ਯੂਟੇਰਾਇਨ ਦੀ ਗੜਬੜੀ, ਮਾਂ ਦੀ ਪ੍ਰੀਵਿਆ ਦੇ ਕਾਰਣ ਇਸਦਾ ਖ਼ਤਰਾ ਵੱਧ ਜਾਂਦਾ ਹੈ। 17 ਤੋਂ ਘੱਟ ਤੇ 35 ਤੋਂ ਵੱਧ ਉਮਰ ਦੀਆਂ ਔਰਤਾਂ, ਮਲਟੀਪਲ ਬੱਚਿਆਂ ਦੀਆਂ ਮਾਵਾਂ ਤੇ ਪ੍ਰੀਮਿਚਿਓਰ ਡਿਲੀਵਰੀ ਦਾ ਇਤਿਹਾਸ ਰੱਖਣ ਵਾਲੀਆਂ ਔਰਤਾਂ ਵਿਚ ਵੀ ਇਸ ਦਾ ਖ਼ਤਰਾ ਵੱਧ ਜਾਂਦਾ ਹੈ।

**ਇਸ ਦੇ ਸੰਕੇਤ ਤੇ ਲੱਛ ਕੀ ਹਨ?** ਇਸ ਵਿਚ ਹੇਠ ਲਿਖੇ ਲੱਛਣ ਸ਼ਾਮਲ ਹੋ ਸਕਦੇ ਹਨ -

- ਮਾਸਕ ਧਰਮ ਦੀ ਤਰ੍ਹਾਂ ਜਕੜਨ।
- ਨਿਯਮਤ ਖਿਚਾਅ, ਜੋ ਸਥਿਤੀ ਬਦਲਣ ਤੇ ਤੇਜ ਹੋਵੇ।
- ਪਿੱਠ ਤੇ ਦਬਾਅ।
- ਪੈਲਵਿਕ ਤੇ ਦਬਾਅ।
- ਯੋਨੀ ਤੋਂ ਖ਼ੂਨ ਦਾ ਰਿਸਾਅ

- ਮੈਮਬ੍ਰੇਨ ਫੱਟਣਾ।
- ਸਰਵਿਕਸ ਦਾ ਖੁਲ੍ਹਣਾ(ਅਲਟ੍ਰਾਸਾਊਂਡ ਤੋਂ ਪਤਾ ਲਗੇਗਾ।)

**ਤੁਸੀਂ ਤੇ ਡਾਕਟਰ ਕੀ ਕਰ ਸਕਦੇ ਹਨ?** ਬੱਚਾ ਕਿੰਨੇ ਦਿਨ ਕੁੱਖ ਵਿਚ ਰਹਿੰਦਾ ਹੈ ਉਸ ਦੀ ਸਿਹਤ ਤੇ ਸੁਰੱਖਿਆ ਦੇ ਲਿਹਾਜ ਨਾਲ ਚੰਗਾ ਹੀ ਹੁੰਦਾ ਹੈ। ਇਸਲਈ ਪ੍ਰਸੂਤ ਨੂੰ ਰੋਕਣਾ ਹੀ ਪਹਿਲਾ ਉਦੇਸ਼ ਹੋਣਾ ਚਾਹੀਦਾ ਹੈ। ਜੇਕਰ ਖਿਚਾਅ ਵੀ ਹੋ ਰਿਹਾ ਹੋਵੇ ਤਾਂ ਡਾਕਟਰ ਸਥਿਤੀ ਦੇ ਹਿਸਾਬ ਨਾਲ ਅੰਦਾਜਾ ਲਗਾਉਣਗੇ ਕਿ ਤੁਸੀਂ ਘਰ ਹੀ ਆਰਾਮ ਕਰਨਾ ਹੈ ਜਾਂ ਹਸਪਤਾਲ ਵਿਚ ਰਹਿ ਕੇ ਦਵਾਈ ਤੇ ਇੰਜੈਕਸ਼ਨ ਲੈਣੇ ਹਨ। ਤੁਹਾਡੀ ਸਥਿਤੀ ਦੇ ਹਿਸਾਬ ਨਾਲ ਦਵਾਈ ਤੇ ਇੰਜੈਕਸ਼ਨ ਦਿੱਤੇ ਜਾਣਗੇ। ਜੇਕਰ ਡਾਕਟਰ ਨੂੰ ਇੰਝ ਲਗੇ ਕਿ ਡਿਲੀਵਰੀ ਰੋਕਣ ਨਾਲ ਤੁਹਾਨੂੰ ਜਾਂ ਬੱਚੇ ਨੂੰ ਕਿਸੇ ਵੀ ਤਰ੍ਹਾਂ ਦਾ ਖ਼ਤਰਾ ਹੋ ਸਕਦਾ ਹੈ ਤਾਂ ਉਹ ਉਸ ਨੂੰ ਰੋਕਣ ਦਾ ਕੋਈ ਉਪਾਅ ਨਹੀਂ ਕਰਨਗੇ।

**ਕੀ ਇਸ ਤੋਂ ਬਚਾਅ ਹੋ ਸਕਦਾ ਹੈ?** ਸਾਰੇ ਪ੍ਰੀਟਰਮ ਬਰਥ ਰੋਕੇ ਨਹੀਂ ਜਾ ਸਕਦੇ ਕਿਉਂਕਿ ਉਨ੍ਹਾਂ ਦੇਕਾਰਣਾਂ ਤੇ ਸਾਡਾ ਵੱਸ ਨਹੀਂ ਚਲਦਾ। ਹਾਲਾਂਕਿ ਪ੍ਰਸੂਤ ਤੋਂ ਪਹਿਲਾਂ ਚੰਗੀ ਦੇਖਭਾਲ, ਵਧੀਆ ਖਾਣ-ਵੀਣ, ਦੰਦਾਂ ਦੀ ਚੰਗੀ ਦੇਖਭਾਲ, ਕੋਕੇਨ ਤੇ ਸ਼ਰਾਬ ਵਰਗੇ ਨਸ਼ੀਲੇ ਪਦਾਰਥਾਂ ਦਾ ਤਿਆਗ, ਜਾਂਚ ਤੇ ਇਨਫੈਕਸ਼ਨ ਤੋਂ ਬਚਾਅ ਦੇ ਉਪਾਅ ਅਪਨਾ ਕੇ ਡਾਕਟਰ ਦੇ ਸਾਰੇ ਨਿਰਦੇਸ਼ਾਂ ਦਾ ਪਾਲਣ ਕਰਕੇ, ਕਾਫ਼ੀ ਹੱਦ ਤਕ ਪ੍ਰੀਟਰਮ ਬਰਥ ਨੂੰ ਰੋਕ ਸਕਦੇ ਹਨ। ਜਿਨ੍ਹਾਂ ਔਰਤਾਂ ਨੂੰ ਪਹਿਲਾਂ ਤੋਂ ਵੀ ਇਹ ਸਮੱਸਿਆ ਰਹੀ ਹੋਵੇ, ਉਸ ਦੇ ਲਈ ਵੀ ਕੋਈ ਨਾ ਕੋਈ ਉਪਾਅ ਕੀਤਾ ਜਾ ਸਕਦਾ ਹੈ।

### ਪ੍ਰੀਟਰਮ ਲੇਬਰ ਦਾ ਪਤਾ ਲਗਾਉਣਾ

ਅੱਜਕਲ੍ਹ ਕਈ ਕਿਸਮ ਦੇ ਟੈਸਟਾਂ ਦੀ ਮਦਦ ਨਾਲ ਪ੍ਰੀਟਰਮ ਲੇਬਰ ਦਾ ਅਨੁਮਾਨ ਲਗਾਇਆ ਜਾ ਸਕਦਾ ਹੈ। ਬੱਚੇਦਾਨੀ ਜਾਂ ਯੋਨੀ ਦਾ ਰਿਸਾਅ ਐਫ.ਐਫ.ਐਨ ਦੀ ਮਦਦ ਨਾਲ ਇਸ ਦਾ ਪਤਾ ਚਲਦਾ ਹੈ। ਜੇਕਰ ਟੈਸਟ ਵਿਚ ਪਾੱਜ਼ਟਿਵ ਨਤੀਜਾ ਆਏ ਤਾਂ ਪ੍ਰੀਟਰਮ ਲੇਬਰ ਨੂੰ ਰੋਕਣ ਦੇ ਕਦਮ ਉਠਾਣੇ ਚਾਹੀਦੇ ਹਨ। ਇਹ ਟੈਸਟ ਉਨ੍ਹਾਂ ਔਰਤਾਂ ਵਿਚ ਕੀਤਾ ਜਾਂਦਾ ਹੈ ਜਿਨ੍ਹਾਂ ਨੂੰ ਵੱਧ ਖ਼ਤਰ ਹੋਵੇ।

ਇਸ ਤੋਂ ਇਲਾਵਾ ਸਰਵਿਕਸ ਦੀ ਲੰਬਾਈ ਨਾਪਣ ਦਾ ਸਕ੍ਰੀਨਿੰਗ ਟੈਸਟ ਵੀ ਹੁੰਦਾ ਹੈ ਇਸ ਵਿਚ ਅਲਟ੍ਰਾਸਾਊਂਡ ਦੀ ਮਦਦ ਨਾਲ ਸਰਵਿਕਸ ਦੀ ਲੰਬਾਈ ਨਾਪੀ ਜਾਂਦੀ ਹੈ। ਜੇਕਰ ਉਹ ਛੋਟੀ ਹੋਵੇ ਜਾਂ ਖੁਲ੍ਹ ਰਹੀ ਹੋਵੇ ਤਾਂ ਉਸ ਨੂੰ ਰੋਕਣ ਦੇ ਉਪਾਅ ਕੀਤੇ ਜਾ ਸਕਦੇ ਹਨ।

## ਸਿੰਡਿਸਿਸ ਪਯੂਵਿਸ ਡਿਸਫੰਕਸ਼ਨ

**ਇਹ ਕੀ ਹੈ?** ਐਸ.ਪੀ.ਡੀ. ਦਾ ਭਾਵ ਹੈ ਕਿ ਤੁਹਾਡੀ ਪੈਲਵਿਕ ਬਾੱਨ ਦੇ ਲਿਗਾਮੈਂਟ ਵਿਚ ਕਾਫ਼ੀ ਹੱਦ ਤਕ ਖਿਚਾਅ ਜਿਹਾ ਆ ਜਾਂਦਾ ਹੈ ਜਿਸ ਕਾਰਣ ਉਨ੍ਹਾਂ ਵਿਚ ਦਰਦ ਰਹਿਣ ਲਗਦਾ ਹੈ।

**ਇਹ ਕਿੰਨਾ ਆਮ ਹੈ?** ਇੰਝ 300 ਤੋਂ 1 ਕੇਸ ਵਿਚ ਹੁੰਦਾ ਹੈ। ਹਾਲਾਂਕਿ ਮਾਹਰ ਮੰਨਦੇ ਹਨ ਕਿ 2 ਪ੍ਰਤੀਸ਼ਤ ਤੋਂ ਵੱਧ ਗਰਭਵਤੀ ਔਰਤਾਂ ਦੇ ਨਾਲ ਇੰਝ ਹੁੰਦਾ ਹੈ ਪ੍ਰੰਤੂ ਉਹ ਇਸ ਨੂੰ ਪਹਿਚਾਣ ਨਹੀਂ ਸਕਦੀਆਂ।

**ਇਸ ਦੇ ਸੰਕੇਤ ਤੇ ਲੱਛਣ ਕੀ ਹਨ?** ਪੈਲਵਿਕ ਖੇਤਰ ਵਿਚ ਤੇਜ ਦਰਦ ਹੁੰਦਾ ਹੈ ਤੇ ਚੱਲਣ ਵਿਚ ਪ੍ਰੇਸ਼ਾਨੀ ਹੁੰਦੀ ਹੈ। ਕਈ ਵਾਰ ਇਹ ਦਰਦ ਉਪਰਲੇ ਪੱਟਾਂ ਤੇ ਪੈਰੀਨਿਯਮ ਤਕ ਵੀ ਆ ਜਾਂਦਾ ਹੈ। ਜੇਕਰ ਪੈਦਲ ਚਲੋ, ਭਾਰਤ ਉਠਾਓ ਜਾਂ ਫਿਰ ਕੋਈ ਵੀ ਕੰਮ ਕਰਨ ਸਮੇਂ ਇਕ ਪੈਰ ਉੱਚਾ ਉਠਾਓ ਤਾਂ ਇਹ ਦਰਦ ਹੋਰ ਵੀ ਤੇਜ ਹੋ ਜਾਂਦਾ ਹੈ। ਕਈ ਕੇਸਾਂ ਵਿਚ ਐਸੀ ਹਾਲਤ ਵੀ ਹੋ ਜਾਂਦੀ ਹੈ ਜਿਸ ਵਿਚ ਪੈਲਿਵਸ, ਯੋਨੀ ਦੁਆਰ ਤੇ ਪੁੱਠਿਆਂ ਵਿਚ ਗੰਭੀਰ ਦਰਦ ਹੋਣ ਲਗਦਾ ਹੈ।

**ਤੁਸੀਂ ਤੇ ਡਾਕਟਰ ਕੀ ਕਰ ਸਕਦੇ ਹੋ?** ਕੋਈ ਵੀ ਭਾਰ ਨਾ ਉਠਾਓ ਤੇ ਜ਼ਿਆਦਾ ਚਲ ਕੇ ਸਥਿਤੀ ਨੂੰ ਵਿਗੜਨ ਨਾ ਦਿਉ। ਪੈਲਵਿਕ ਨੂੰ ਸਹਾਰਾ ਦੇਣ ਦੇ ਲਈ ਬੈਲਟ ਲਗਾਓ ਤੇ ਆਰਾਮ ਕਰੋ। ਕੀਗਲ 9 ਤੇ ਪੈਲਵਿਕ ਟਿਲਟ ਨਾਲ ਮਾਸਪੇਸ਼ੀਆਂ ਨੂੰ ਮਜਬੂਤੀ ਮਿਲੇਗੀ। ਦਰਦ ਗੰਭੀਰ ਹੋਵੇ ਤਾਂ ਡਾਕਟਰ ਤੋਂ ਪੁੱਛ ਕੇ ਦਰਦ ਨਿਵਾਰਕ ਦਵਾਈ ਲਉ ਜਾਂ ਬਦਲਵੇਂ ਇਲਾਜ ਅਪਨਾਓ।

ਕਈ ਵਾਰ ਉਸ ਕਾਰਣ ਯੋਨੀ ਰਸਤੇ ਤੋਂ ਡਿਲੀਵਰੀ ਹੋਣਾ ਮੁਸ਼ਕਲ ਹੋ ਜਾਂਦਾ ਹੈ। ਇਸ ਲਈ

ਡਾਕਟਰ ਸੀ-ਸੈਕਸ਼ਨ ਦੀ ਸਲਾਹ ਦੇ ਸਕਦੇ ਹਨ। ਜੇ ਕਰ ਡਿਲੀਵਰੀ ਤੋਂ ਬਾਦ ਵੀ ਲਿਮੈਂਟ ਆਮ ਸਥਿਤੀ ਵਿਚ ਨਾ ਆਏ ਤਾਂ ਡਾਕਟਰ ਤੋਂ ਦਵਾਈ ਲੈਣੀ ਪਵੇਗੀ।

## ਕਾਰਡ ਨਾੱਟ੍ਸ ਤੇ ਟੈਂਗਲਜ਼

**ਇਹ ਕੀ ਹੈ?** ਕਈ ਵਾਰ ਗਰਭ ਨਲੀ ਵਿਚ ਗੱਠ ਪੈ ਜਾਂਦੀ ਹੈ ਜਾਂ ਉਹ ਬੱਚੇ ਦੇ ਆਸਪਾਸ ਲਿਪਟ ਜਾਂਦੀ ਹੈ। ਕੁਝ ਗੱਲਾਂ ਡਿਲੀਵਰੀ ਦੇ ਦੌਰਾਨ ਜਾਂ ਫਿਰ ਗਰਭਕਾਲ ਵਿਚ ਬੱਚੇ ਦੇਹਿੱਲਣ ਨਾਲ ਪੈਂਦੀਆਂ ਹਨ। ਜੇਕਰ ਇਹ ਗੱਠ ਢਿੱਲੀ ਹੈ ਤਾਂ ਕੋਈ ਦਿੱਕਤ ਨਹੀਂ ਹੁੰਦੀ ਪ੍ਰੰਤੂ ਇਸ ਦੇ ਕੱਸਣ ਤੇ ਬੱਚੇ ਨੂੰ ਖ਼ੂਨ ਸੰਚਾਰ ਤੇ ਆੱਕਸੀਜਨ ਮਿਲਣ ਵਿਚ ਰੁਕਾਵਟ ਆਉਂਦੀ ਹੈ। ਇੰਝ ਬਹੁਤ ਘੱਟ ਹੁੰਦਾ ਹੈ ਪ੍ਰੰਤੂ ਤਾਂ ਹੀ ਹੁੰਦਾ ਹੈ ਜਦੋਂ ਬੱਚਾ ਬਰਥ ਕੈਨਾਲ ਤੋਂ ਹੇਠਾਂ ਆ ਰਿਹਾ ਹੋਵੇ।

**ਇਹ ਕਿੰਨਾ ਆਮ ਹੈ?** ਹਰ 100 ਤੋਂ 1 ਕੇਸ ਵਿਚ ਇੰਝ ਹੁੰਦਾ ਹੈ ਪ੍ਰੰਤੂ ਗੱਠ ਢਿੱਲੀ ਹੁੰਦੀ ਹੈ। ਕੋਈ 2000 ਵਿਚੋਂ 1 ਕੇਸ ਐਸਾ ਹੁੰਦਾ ਹੈ ਜਦੋਂ ਗੱਠ ਕੱਸਣ ਦੇ ਕਾਰਨ ਪ੍ਰੇਸ਼ਾਨੀ ਖੜੀ ਹੋ ਜਾਂਦੀ ਹੈ। ਇਸ ਤੋਂ ਬੱਚੇ ਨੂੰ ਕੋਈ ਖ਼ਤਰਾ ਨਹੀਂ ਹੁੰਦਾ। ਜੋ ਬੱਚੇ ਆਪਣੀ ਗੈਸਟੇਸ਼ਨਲ ਉਮਰ ਤੋਂ ਵੱਧ ਹੁੰਦੇ ਹਨ ਜਾਂ ਜਿਨ੍ਹਾਂ ਦੀ ਗਰਭ ਨਾਲੀ ਵੱਡੀ ਹੁੰਦੀ ਹੈ ਉਨ੍ਹਾਂ ਦੇ ਲਈ ਇਸ ਦਾ ਖ਼ਤਰਾ ਵੱਧ ਹੁੰਦਾ ਹੈ। ਖੋਜਕਰਤਾਵਾਂ ਨੇ ਪਤਾ ਲਗਾਇਆ ਹੈ ਕਿ ਉਚਿਤ ਪੋਸ਼ਕ ਦੀ ਘਾਟ, ਨਸ਼ੀਲੇ ਪਦਾਰਥਾਂ, ਜੁੜਵਾਂ ਬੱਚੇ ਹੋਣ ਆਦਿ ਨਾਲ ਇਹ ਖ਼ਤਰਾ ਕਾਫ਼ੀ ਵੱਧ ਜਾਂਦਾ ਹੈ।

**ਇਸ ਦੇ ਸੰਕੇਤ ਤੇ ਲੱਛਣ ਕੀ ਹਨ?** 37ਵੇਂ ਹਫ਼ਤੇ ਤੋਂ ਬਾਦ ਬੱਚੇ ਦੀ ਹਲਚਲ ਘੱਟਣਾ ਹੀ ਇਸ ਦਾ ਸਭ ਤੋਂ ਵੱਡਾ ਲੱਛਣ ਹੈ। ਜੇਕਰ ਇੰਝ ਪ੍ਰਸੂਤ ਦੌਰਾਨ ਹੋਵੇ ਗਾ ਤਾਂ ਬੱਚੇ ਦੇ ਮਾੱਨੀਟਰ ਤੇ ਅਣਯੰਤਰਿਕ ਦਿਲ ਦੀ ਧੜਕਣ ਦਾ ਪਤਾ ਚੱਲਣ ਲਗੇ ਜਾਏਗਾ।

**ਤੁਸੀਂ ਤੇ ਡਾਕਟਰ ਕੀ ਕਰ ਸਕਦੇ ਹੋ?** ਜੇਕਰ ਤੁਸੀਂ ਬੱਚੇ ਦੀਆਂ ਗਤੀਵਿਧੀਆਂ ਤੇ ਨਜ਼ਰ ਰੱਖੋ ਤਾਂ ਵਧੀਆ ਹੋਵੇਗਾ। ਜੇਕਰ ਡਿਲੀਵਰੀ ਦੇ ਦੌਰਾਨ ਐਸੀ ਗੱਠ ਪੈ ਜਾਏ ਤਾਂ ਡਾਕਟਰ ਬੱਚੇ ਦੀ ਸੁਰੱਖਿਅਤ ਡਿਲੀਵਰੀ ਦੇ ਲਈ ਕੋਈ ਨਾ ਕੋਈ ਕਦਮ ਉਠਾਉਣਗੇ। ਕਈ ਵਾਰ ਸੀ-ਸੈਕਸ਼ਨ ਹੀ ਸਭ ਤੋਂ ਵਧੀਆ ਉਪਾਅ ਹੁੰਦਾ ਹੈ।

## ਟੂ-ਵੈਸਲ ਕਾੱਰਡ

**ਇਹ ਕੀ ਹੈ?** ਇਕ ਆਮ ਗਰਭ ਨਾਲੀ ਵਿਚ ਤਿੰਨ ਖ਼ੂਨ ਨਾਲੀਆਂ ਹੁੰਦੀਆਂ ਹਨ। ਪਹਿਲੀ ਜੋ ਬੱਚੇ ਤਕ ਆੱਕਸੀਜਨ ਤੇ ਖ਼ੁਰਾਕ ਪਹੁੰਚਾਉਂਦੀ ਹੈ ਅਤੇ ਬਾਕੀ ਦੋ ਫਾਲਤੂ ਚੀਜ਼ਾਂ ਨੂੰ ਮਾਂ ਦੇ ਮਾਂ ਦੇ ਖ਼ੂਨ ਸੰਚਾਰ ਤੇ ਪਲੇਸੈਂਟਾ ਤਕ ਪਹੁੰਚਾਉਂਦੀਆਂ ਹਨ। ਕੁਝ ਕੇਸਾਂ ਵਿਚ ਇਕ ਵੇਨ ਅਤੇ ਇਕ ਆਰਟ੍ਰੀ ਹੀ ਹੁੰਦੀ ਹੈ।

**ਇਹ ਕਿੰਨਾ ਆਮ ਹੈ?** 1 ਪ੍ਰਤੀਸ਼ਤ ਸਿੰਗਲ ਤੇ 5 ਪ੍ਰਤੀਸ਼ਤ ਮਲਟੀਪਲ ਪ੍ਰੈਗਨੈਂਸੀ ਦੇ ਕੇਸਾਂ ਵਿਚ ਇੰਝ ਹੁੰਦਾ ਹੈ। ਜੇਕਰ ਮਾਂ ਦੀ ਉਮਰ 40 ਸਾਲ ਤੋਂ ਵੱਧ ਹੋਵੇ ਜਾਂ ਉਸ ਨੂੰ ਸ਼ੂਗਰ ਹੋਵੇ ਤਾਂ ਖ਼ਤਰਾ ਹੋਰ ਵੀ ਵਧ ਜਾਂਦਾ ਹੈ।

**ਇਸ ਦੇ ਸੰਕੇਤ ਤੇ ਲੱਛਣ ਕੀ ਹਨ?** ਇਸ ਦੇ ਕੋਈ ਸੰਕੇਤ ਜਾਂ ਲੱਛਣ ਨਹੀਂ ਹੁੰਦੇ। ਕੇਵਲ ਅਲਟ੍ਰਾਸਾਊਂਡ ਟੈਸਟ ਤੋਂ ਹੀ ਇਸ ਦਾ ਪਤਾ ਚਲਦਾ ਹੈ।

**ਤੁਸੀਂ ਤੇ ਡਾਕਟਰ ਕੀ ਕਰ ਸਕਦੇ ਹੋ?** ਇੰਝ ਹੋਣ ਤੇ ਵੀ ਗਰਭਕਾਲ ਆਮ ਰਹਿੰਦਾ ਹੈ ਅਤੇ ਬੱਚੇ ਨੂੰ ਕੁਝ ਨਹੀਂ ਹੁੰਦਾ। ਇਸ ਲਈ ਚਿੰਤਾ ਨਾ ਕਰੋ। ਕੇ ਵਲ ਤੁਹਾਡੇ ਗਰਭਕਾਲ ਤੇ ਬੱਚੇ ਦੇ ਵਾਧੇ ਤੇ ਥੋੜ੍ਹਾ ਵਧੇਰੇ ਧਿਆਨ ਦਿੱਤਾ ਜਾਂਦਾ ਹੈ।

## ਅਸਮਾਨ ਪ੍ਰੈਗਨੈਂਸੀ ਗੁੰਝਲਾਂ

ਐਸੀਆਂ ਅਸਮਾਨਤਾਵਾਂ ਅਕਸਰ ਦੁਰਲੱਭ ਹੁੰਦੀਆਂ ਹਨ। ਔਸਤਨ ਗਰਭਵਤੀ ਔਰਤਾਂ ਨੂੰ ਇਨ੍ਹਾਂ ਦਾ ਸਾਮ੍ਹਣਾ ਨਹੀਂ ਕਰਨਾ ਪੈਂਦਾ। ਜੇਕਰ ਤੁਹਾਨੂੰ ਹੇਠ-ਲਿਖਿਆਂ ਵਿਚੋਂ ਕਿਸੇ ਵੀ ਸਥਿਤੀ ਜਾਂ ਰੋਗ ਦਾ ਸਾਮ੍ਹਣਾ ਕਰਨਾ ਪਵੇ, ਤਾਂ ਇਸ ਸਬੰਧੀ ਪੜ੍ਹੋ ਤੇ ਧਿਆਨ ਰੱਖੋ ਕਿ ਡਾਕਟਰ ਆਪਣੇ ਹਿਸਾਬ ਨਾਲ ਉਸ ਰੋਗ ਦਾ ਇਲਾਜ ਕਰ ਸਕਦੇ ਹਨ। ਉਸ ਦਾ ਸਾਡੇ ਨਾਲ ਕੋਈ ਲੈਣਾ-ਦੇਣਾ ਨਹੀਂ ਹੋਵੇਗਾ।

## ਮੋਲਰ ਗਰਭਕਾਲ

**ਇਹ ਕੀ ਹੈ?** ਇਸ ਸਥਿਤੀ ਵਿਚ ਪਲੇਸੈਂਟਾ ਇਕ ਸਿਸਟ ਦੀ ਤਰ੍ਹਾਂ ਅਸਮਾਨ ਰੂਪ ਨਾਲ ਵੱਧ ਹੈ। ਕਈ ਵਾਰ ਭਰੂਣ ਦੇ ਉੱਤਕ ਹੁੰਦੇ ਹਨ ਅਤੇ ਕਈ ਵਾਰ ਨਹੀਂ ਹੁੰਦੇ।

ਇੰਝ ਤਾਂ ਹੁੰਦਾ ਹੈ ਜਦੋਂ ਪਿਤਾ ਦੇ ਦੋ ਸੈਟ ਕ੍ਰੋਮੋਜ਼ੋਮ ਦਾ ਮੇਲ ਮਾਂ ਦੇ ਇਕ ਸੈਂਟ ਕ੍ਰੋਮੋਜ਼ੋਮ ਨਾਲ ਹੁੰਦਾ ਹੈ ਜਾਂ ਮਾਂ ਦੇ ਕ੍ਰੋਮੋਜ਼ੋਮ ਨਾਲ ਬਿਲਕੁਲ ਨਹੀਂ ਹੁੰਦਾ। ਗਰਭ ਧਾਰਣ ਤੋਂ ਕੁਝ ਹਫ਼ਤੇ ਬਾਦ ਹੀ ਇਸ ਦਾ ਪਤਾ ਚਲ ਜਾਂਦਾ ਹੈ। ਸਾਰੀਆਂ ਮੋਲਰ ਪ੍ਰੈਗਨੈਂਸੀਆਂ ਦਾ ਅੰਤ ਮਿਸਕੈਰਿਜ ਦੇ ਰੂਪ ਵਿਚ ਹੁੰਦਾ ਹੈ।

**ਇਹ ਕਿੰਨਾ ਆਮ ਹੈ?** ਇੰਝ 1000 ਵਿਚੋਂ ਕਿਸੇ ਇਕ ਕੇਸ ਵਿਚ ਹੁੰਦਾ ਹੈ। ਇਸ ਲਈ ਇਹ ਦੁਰਲੱਭ ਹੈ। 15 ਤੋਂ ਘੱਟ ਤੇ 45 ਤੋਂ ਵੱਧ ਉਮਰ ਦੀਆਂ ਔਰਤਾਂ ਜਾਂ ਜਿਨ੍ਹਾਂ ਨੂੰ ਮਲਟੀਪਲ ਮਿਸਕੈਰਿਜ ਹੋ ਚੁੱਕਾ ਹੋਵੇ, ਉਨ੍ਹਾਂ ਦੇ ਲਈ ਮੋਲਰ ਪ੍ਰੈਗਨੈਂਸੀ ਦਾ ਖ਼ਤਰਾ ਵਧੇਰੇ ਹੁੰਦਾ ਹੈ।

> **ਤੁਸੀਂ ਕੀ ਜਾਣਨਾ ਚਾਹੋਗੀ**
>
> ਇਕ ਵਾਰ ਮੋਲਰ ਪ੍ਰੈਗਨੈਂਸੀ ਦਾ ਭਾਵ ਇਹ ਨਹੀਂ ਕਿ ਦੂਜੀ ਵਾਰ ਵੀ ਇੰਝ ਹੀ ਹੋਵੇਗਾ। ਕੇਵਲ 1-2 ਪ੍ਰਤੀਸ਼ਤ ਕੇਸਾਂ ਵਿਚ ਹੀ ਇੰਝ ਦੋਹਰਾਅ ਹੁੰਦਾ ਹੈ।

**ਇਸ ਦੇ ਸੰਕੇਤ ਤੇ ਲੱਛਣ ਕੀ ਹਨ?** ਇਸ ਦੇ ਲੱਛਣ ਹੇਠ-ਲਿਖੇ ਹਨ -

- ਲਗਾਤਾਰ ਭੂਰਾ ਰਿਸਾਅ।
- ਗੰਭੀਰ ਜੀਅ ਮਚਲਾਉਣਾ ਤੇ ਉਲਟੀ।
- ਜਕੜਨ ਦੇ ਕਾਰਣ ਤਕਲੀਫ਼।
- ਹਾਈ ਬਲੱਡਪ੍ਰੈਸ਼ਰ।
- ਬੱਚੇਦਾਨੀ ਦਾ ਵੱਧ ਵੱਡਾ ਆਕਾਰ।
- ਬੱਚੇਦਾਨੀ ਦਾ ਢਿੱਲਾਪਨ।
- ਭਰੂਣ ਉੱਤਕਾਂ ਦੀ ਕਮੀ।
- ਮਾਂ ਦੇ ਸਰੀਰ ਵਿਚ ਥਾਇਰਾਇਡ ਹਾਮੋਨ ਦੀ ਵਧੇਰੇ ਮਾਤਰਾ।

**ਤੁਸੀਂ ਤੇ ਡਾਕਟਰ ਕੀ ਕਰ ਸਕਦੇ ਹੋ?** ਇੰਝ ਕੋਈ ਵੀ ਲੱਛਣ ਦਿੱਖਣ ਤੇ ਡਾਕਟਰ ਨੂੰ ਦੱਸੋ। ਕਈ ਵਾਰ ਇਨ੍ਹਾਂ ਲੱਛਣਾਂ ਨੂੰ ਆਮ ਗਰਭਕਾਲ ਤੋਂ ਵੱਖ ਕਰਕੇ ਦੇਖਣਾ ਥੋੜ੍ਹਾ ਮੁਸ਼ਕਲ ਹੁੰਦਾ ਹੈ। ਪ੍ਰੰਤੂ ਤੁਸੀਂ ਆਪਣੀ ਸਹਿਜ ਬੁੱਧੀ ਤੇ ਵਿਸ਼ਵਾਸ ਰੱਖੋ। ਜੇਕਰ ਕੁਝ ਗਲਤ ਲਗੇ ਤਾਂ ਤਸੱਲੀ ਲਈ ਡਾਕਟਰ ਦੀ ਸਲਾਹ ਲੈ ਲਉ।

ਜੇਕਰ ਅਲਟ੍ਰਾਸਾਉਂਡ ਤੋਂ ਮੋਲਰ ਪ੍ਰੈਗਨੈਂਸੀ ਦਾ ਪਤਾ ਲਗੇ ਤਾਂ ਡੀ ਐਂਡ ਸੀ ਦੀ ਮਦਦ ਲਈ ਜਾਵੇਗੀ ਤੇ ਤੁਹਾਨੂੰ 1 ਸਾਲ ਤਕ ਗਰਭ ਧਾਰਣ ਨਾ ਕਰਨ ਦੀ ਸਲਾਹ ਦਿੱਤੀ ਜਾਵੇਗੀ।

## ਕੋਰਿਓਕਾਰਸਿਨੋਮਾ

**ਇਹ ਕੀ ਹੈ?** ਇਹ ਗਰਭਕਾਲ ਦਾ ਕੈਂਸਰ ਹੈ ਜੋ ਪਲੇਸੈਂਟਾ ਦੀਆਂ ਕੋਸ਼ਕਾਵਾਂ ਵਿਚ ਹੋ ਜਾਂਦਾ ਹੈ। ਇੰਝ ਮੋਲਰ ਪ੍ਰੈਗਨੈਂਸੀ, ਮਿਸਕੈਰਿਜ ਜਾਂ ਐਬਜ਼ਾਰਪਸ਼ਨ ਤੋਂ ਬਾਦ ਹੋ ਸਕਦਾ ਹੈ। ਉਦੋਂ ਭਰੂਣ ਤੋਂ ਬਿਨਾਂ ਪਲੇਸੈਂਟਾ ਦੇ ਕੁਝ ਉੱਤਕ ਵਿਕਸਿਤ ਹੋਣ ਲਗੇ ਹਨ। ਕੇਵਲ 15 ਪ੍ਰਤੀਸ਼ਤ ਕੇਸਾਂ ਵਿਚ ਹੀ ਆਮ ਗਰਭਕਾਲ ਤੋਂ ਬਾਦ ਇੰਝ ਹੁੰਦਾ ਹੈ।

> **ਤੁਸੀਂ ਕੀ ਜਾਣਨਾ ਚਾਹੋਗੀ**
>
> ਕੋਰਿਓਕਾਰਸਿਨੋਮਾ ਦੀ ਸਹੀ ਸਮੇਂ ਤੇ ਪਹਿਚਾਣ ਤੇ ਇਲਾਜ ਨਾਲ ਇਹ ਪ੍ਰਭਾਵਿਤ ਨਹੀਂ ਹੁੰਦੀ। ਹਾਲਾਂਕਿ ਇਲਾਜ ਦੇ ਇਕ ਸਾਲ ਬਾਦ ਹੀ ਗਰਭ ਧਾਰਣ ਦੀ ਸਲਾਹ ਦਿੱਤੀ ਜਾਂਦੀ ਹੈ।

**ਇਹ ਕਿੰਨਾ ਆਮ ਹੈ?** ਇਹ ਬਹੁਤ ਦੁਰਲੱਭ ਹੈ। ਕੇਵਲ 4000 ਪ੍ਰੈਗਨੈਂਸੀ ਵਿਚੋਂ ਕੋਈ ਐਸਾ ਕੇਸ ਹੁੰਦਾ ਹੈ।

**ਇਸ ਦੇ ਸੰਕਤ ਤੇ ਲੱਛਣ ਕੀ ਹਨ?** ਇਸ ਦੇ ਲੱਛਣ ਹੇਠ-ਲਿਖੇ ਹਨ -

- ਮਿਸਕੈਰਿਜ ਜਾਂ ਮੋਲਰ ਪ੍ਰੈਗਨੈਂਸੀ ਤੋਂ ਬਾਦ ਅੰਦਰੂਨੀ ਖ਼ੂਨ ਦਾ ਰਿਸਾਅ।
- ਪ੍ਰੈਗਨੈਂਸੀ ਖ਼ਤਰ ਹੋਣ ਤੇ ਵੀ ਐਚਸੀਜੀ ਦਾ ਪੱਧਰ ਨਾ ਘੱਟੇ।

■ ਯੋਨੀ, ਬੱਚੇਦਾਨੀ ਜਾਂ ਫੇਫੜਿਆਂ ਵਿਚ ਟਿਊਮਰ।

**ਤੁਸੀਂ ਤੇ ਡਾਕਟਰ ਕੀ ਕਰ ਸਕਦੇ ਹੋ?** ਐਸਾ ਕੋਈ ਲੱਛਣ ਦਿੱਖਦੇ ਹੀ ਡਾਕਟਰ ਨੂੰ ਦੱਸੋ ਪ੍ਰੰਤੂ ਯਾਦ ਰੱਖੋ ਕਿ ਇਸ ਰੋਗ ਨੂੰ ਕੀਮੋਥੈਰੇਪੀ ਤੇ ਰੇਡਿਏਸ਼ਨ ਨਾਲ ਚੰਗੀ ਤਰ੍ਹਾਂ ਸੰਭਾਲਿਆ ਜਾ ਸਕਦਾ ਹੈ ਤੇ ਆਰਾਮ ਵੀ ਆ ਜਾਂਦਾ ਹੈ।

## ਇਕਲੈਂਪਸਿਆ

**ਇਹ ਕੀ ਹੈ?** ਪ੍ਰੀਕਲੈਂਪਸਿਆ ਵਿਚ ਬਦਲ ਜਾਂਦਾ ਹੈ। ਮਾਂ ਨੂੰ ਕਿਸ ਸਥਿਤੀ ਵਿਚ ਇਹ ਬੀਮਾਰੀ ਹੋਈ ਹੈ, ਉਸੀ ਹਿਸਾਬ ਨਾਲ ਤੈਅ ਹੁੰਦਾ ਹੈ ਕਿ ਤੁਰੰਤ ਡਿਲੀਵਰੀ ਕੀਤੀ ਜਾਵੇ ਜਾਂਨਹੀਂ। ਇਸ ਤੋਂ ਮਾਂ ਦੀ ਜਾਨ ਨੂੰ ਵੀ ਖ਼ਤਰਾ ਹੋ ਸਕਦਾ ਹੈ। ਸਹੀ ਮੈਡੀਕਲ ਦੇਖਭਾਲ ਤੋਂ ਇਸ ਸਥਿਤੀ ਵਿਚ ਵੀ ਸਿਹਤਮੰਦ ਪ੍ਰੈਗਨੈਂਸੀ ਤੇ ਡਿਲੀਵਰੀ ਹੋ ਸਕਦੀ ਹੈ।

**ਇਹ ਕਿੰਨਾ ਆਮ ਹੈ?** 2000 ਤੋਂ 3000 ਕੇਸਾਂ ਵਿਚੋਂ ਕੋਈ ਇਕ ਕੇਸ ਹੀ ਐਸਾ ਹੁੰਦਾ ਹੈ। ਖ਼ਾਸਤੌਰ ਤੇ ਐਸੀ ਔਰਤ ਨੂੰ ਜਿਸ ਨੂੰ ਪ੍ਰਸੂਤ ਤੋਂ ਪਹਿਲਾਂ ਕੋਈ ਮੈਡੀਕਲ ਦੇਖਭਾਲ ਨਾ ਮਿਲੇ।

### ਤੁਸੀਂ ਕੀ ਜਾਣਨਾ ਚਾਹੋਗੀ

ਜੇਕਰ ਪ੍ਰਸੂਤ ਤੋਂ ਪਹਿਲਾਂ ਸਹੀ ਦੇਖਭਾਲ ਮਿਲੇ ਤਾਂ ਪ੍ਰੀਕਲੈਂਪਸਿਆ ਜਾਂ ਇਕਲੈਂਪਸਿਆ ਦੀ ਨੌਬਤ ਹੀ ਨਹੀਂ ਆਉਂਦੀ।

**ਇਸ ਦੇ ਸੰਕੇਤ ਤੇ ਲੱਛਣ ਕੀ ਹਨ?** ਡਿਲੀਵਰੀ ਦੇ ਆਸਪਾਸ ਜਾਂ ਡਿਲੀਵਰੀ ਦੇ 24 ਘੰਟੇ ਬਾਦ ਦੌਰਾ ਪੈਣਾ ਇਸ ਦਾ ਸਭ ਤੋਂ ਵੱਡਾ ਲੱਛਣ ਹੋ ਸਕਦਾ ਹੈ।

**ਤੁਸੀਂ ਤੇ ਡਾਕਟਰ ਕੀ ਕਰ ਸਕਦੇ ਹੋ?** ਜੇਕਰ ਤੁਹਾਨੂੰ ਪਹਿਲਾਂ ਤੋਂ ਪ੍ਰੀਕਲੈਂਪਸਿਆ ਹੈ ਤਾਂ ਡਾਕਟਰ ਰੋਕਥਾਮ ਦੇਲਈ ਦਵਾਈ ਤੇ ਆੱਕਸੀਜਨ ਦੇਣਗੇ। ਪ੍ਰਸੂਤ ਸ਼ੁਰੂ ਕਰਨਗੇ ਜਾਂ ਸੀ-ਸੈਕਸ਼ਨ ਕਰਨਗੇ। ਜੇ ਕਰ ਹਾਲਤ ਸੰਭਲ ਜਾਏਤਾਂ ਆਮ ਡਿਲੀਵਰੀ ਵੀ ਕੀਤੀ ਜਾ ਸਕਦੀ ਹੈ।

**ਕੀ ਇਸ ਤੋਂ ਬਚਾਅ ਹੋ ਸਕਦਾ ਹੈ?** ਸਹੀ ਦੇਖਭਾਲ ਤੇ ਨਿਯਮਿਤ ਟੈਸਟ ਨਾਲ ਤੁਸੀਂ ਪ੍ਰੀਕਲੈਂਪਸਿਆ ਦੇ ਖ਼ਤਰੇ ਤੋਂ ਬਚ ਸਕਦੀ ਹੋ। ਜੇਕਰ ਇਸ ਰੋਗ ਦਾ ਪਤਾ ਚਲ ਜਾਏ ਤਾਂ ਬਚਾਅ ਦੇ ਸਾਰੇ ਉਪਾਅ ਅਪਨਾਓ ਤਾਂਜੋ ਇਕਲੈਂਪਸਿਆ ਦਾ ਡਰ ਨਾ ਰਹੇ।

## ਕੋਲਿਸਟੇਸਿਸ

**ਇਹ ਕੀ ਹੈ?** ਇਸ ਤਰ੍ਹਾਂ ਦੇ ਗਰਭਕਾਲ ਵਿਚ ਲੀਵਰ ਵਿਚ ਅਮਾਸ਼ਯ ਰਸ ਬਣਨ ਲਗਦੇ ਹਨ ਅਤੇ ਖ਼ੂਨ ਸੰਚਾਰ ਵਿਚ ਘੁਲ ਜਾਂਦੇ ਹਨ। ਜਦੋਂ ਇਹ ਆਖ਼ਰੀ ਤਿਮਾਹੀ ਵਿਚ ਹੁੰਦਾਹੈ ਉਦੋਂ ਹਾਰਮੋਨ ਆਪਣੀ ਸਿਖ਼ਰ ਤੇ ਹੁੰਦੇ ਹਨ। ਇਹ ਡਿਲੀਵਰੀ ਤੋਂ ਬਾਦ ਠੀਕ ਹੋ ਜਾਂਦਾ ਹੈ।

ਇਸ ਨਾਲ ਭਰੂਣ ਦੀ ਥਕਾਵਟ, ਪ੍ਰੀਟਰਮ ਜਾਂ ਸਿਟਲ ਬਰਥ ਦਾ ਖ਼ਤਰਾ ਵੱਧ ਜਾਂਦਾ ਹੈ। ਇਸ ਲਈ ਸਹੀ ਸਮੇਂ ਤੇ ਇਲਾਜ ਹੋਣਾ ਜ਼ਰੂਰੀ ਹੈ।

**ਇਹ ਕਿੰਨਾ ਆਮ ਹੈ?** ਇਹ 1000 ਵਿਚੋਂ 1-2 ਕੇਸਾਂ ਵਿਚ ਹੁੰਦਾਹੈ। ਮਲਟੀਪਲ ਪ੍ਰੈਗਨੈਂਸੀ, ਲੀਵਰ ਦੇ ਮਰੀਜ ਜਾਂ ਪਰਿਵਾਰ ਵਿਚ ਐਸੀ ਹਿਸਟਰੀ ਰੱਖਣ ਵਾਲੀ ਔਰਤ ਦੇ ਨਾਲ ਇਸ ਦਾ ਖ਼ਤਰਾ ਵਧੇਰੇ ਹੁੰਦਾ ਹੈ।

**ਇਸ ਦੇ ਸੰਕੇਤ ਤੇ ਲੱਛਣ ਕੀ ਹਨ?** ਗਰਭਕਾਲ ਦੇ ਆਖ਼ਰੀ ਦਿਨਾਂ ਵਿਚ ਹੱਥਾਂ ਪੈਰਾਂ ਤੇ ਖ਼ਾਰਸ਼ ਮਹਿਸੂਸ ਹੁੰਦੀ ਹੈ।

**ਤੁਸੀਂ ਤੇ ਡਾਕਟਰ ਕੀ ਕਰ ਸਕਦੇ ਹੋ?** ਕੁਝ ਦਵਾਈਆਂ ਜਾਂ ਲੋਸ਼ਨ ਦੀ ਮਦਦ ਨਾਲ ਇਨ੍ਹਾਂ ਲੱਛਣਾਂ ਤੇ ਪ੍ਰਭਾਵਾਂ ਨੂੰ ਘਟਾਇਆ ਜਾ ਸਕਦਾਹੈ। ਕਈ ਵਾਰ ਇਨ੍ਹਾਂ ਅਮਾਸ਼ਯ ਰਸਾਂ ਦੇ ਲਈ ਵੀ ਦਵਾਈ ਦੇਣੀ ਪੈਂਦੀ ਹੈ। ਜੇਕਰ ਇਸ ਦੇ ਕਾਰਣ ਮਾਂ ਜਾਂ ਬੱਚੇ ਨੂੰ ਕੋਈ ਖ਼ਤਰਾ ਹੋਵੇ ਤਾਂ ਡਿਲੀਵਰੀ ਜਲਦੀ ਕਰਨੀ ਪੈ ਸਕਦੀ ਹੈ।

## ਡੀਪ ਵੀਨੱਸ ਥ੍ਰਾਂਬੋਸਿਸ

**ਇਹ ਕੀ ਹੈ?** ਡੀ.ਵੀ.ਟੀ. ਵਿਚ ਡੀਪ ਵੇਨ ਵਿਚ ਖ਼ੂਨ ਦਾ ਥੱਕਾ ਜੰਮ ਜਾਂਦਾ ਹੈ। ਇੰਝ ਪੱਟਾਂ ਦੇ ਆਸਪਾਸ ਹੁੰਦਾ ਹੈ। ਇੰਝ ਡਿਲੀਵਰੀ ਦੇ ਨੇੜੇ ਤੇੜੇ ਤੇ ਪ੍ਰਸੂਤ ਤੋਂ ਬਾਦ ਹੁੰਦਾ ਹੈ। ਇੰਝ ਇਸ ਲਈ ਹੁੰਦਾ ਹੈ ਕਿਉਂਕਿ ਕੁਦਰਤ ਨੂੰ ਡਰ ਹੈ ਕਿ ਬੱਚੇ ਦੇ ਜਨਮ ਦੇ ਸਮੇਂ ਕਾਫ਼ੀ ਖ਼ੂਨ ਵਹਿਣ ਹੋਵੇਗਾ ਇਸ ਲਈ ਉਹ ਇਨ੍ਹਾਂ ਅੰਗਾਂ ਵਿਚ ਖ਼ੂਨ ਦਾ ਜਮਾਅ ਕਰ ਦੇਂਦੀ ਹੈ। ਇਸ ਤਰ੍ਹਾਂ ਸਰੀਰ ਦੇ ਹੇਠਲੇ ਹਿੱਸੇ ਦਾ ਖ਼ੂਨ ਦਿਲ ਤਕ ਨਹੀਂ ਪਹੁੰਚ ਸਕਦਾ। ਬੱਚੇਦਾਨੀ ਦੇ ਵੱਡੇ ਆਕਾਰ ਦੇ ਕਾਰਣ ਵੀ ਇੰਝ ਹੋਣਾ ਸੰਭਵ ਨਹੀਂ ਹੁੰਦਾ। ਜੇਕਰ ਡੀ.ਵੀ.ਟੀ. ਦਾ ਇਲਾਜ ਨਾ ਹੋਵੇ ਤਾਂ ਫੇਫੜਿਆਂ ਵਿਚ ਜੰਮਿਆ ਹੋਣ ਤੇ, ਜਾਨ ਨੂੰ ਵੀ ਖ਼ਤਰਾ ਹੋ ਸਕਦਾ ਹੈ।

**ਇਹ ਕਿੰਨਾ ਆਮ ਹੈ?** ਇੰਝ 1000 ਤੋਂ 2000 ਕੇਸਾਂ ਵਿਚ ਹੀ ਹੁੰਦਾ ਹੈ। ਇੰਝ ਪ੍ਰਸੂਤ ਤੋਂ ਬਾਦ ਵੀ ਹੋ ਸਕਦਾ ਹੈ। ਜੇਕਰ ਉਮਰ ਵੱਧ ਹੋਵੇ, ਸਿਗਰਟਨੋਸ਼ੀ ਕਰਦੀ ਹੋਵੇ, ਪਰਿਵਾਰ ਵਿਚ ਕਿਸੇ ਦੀ ਐਸੀ ਹਿਸਟਰੀ ਹੋਵੇ, ਹਾਈਪਰਟੈਂਸ਼ਨ, ਸ਼ੂਗਰ ਆਦਿ ਹੋਵੇ ਤਾਂ ਇਸ ਦਾ ਖ਼ਤਰਾ ਹੋਰ ਵੀ ਵੱਧ ਸਕਦਾ ਹੈ।

**ਇਸ ਦੇ ਸੰਕੇਤ ਤੇ ਲੱਛਣ ਕੀ ਹਨ?** ਇਸ ਦੇ ਸੰਕੇਤ ਤੇ ਲੱਛਣ ਹੇਠ-ਲਿਖੇ ਹਨ:-

- ਲੱਛ ਵਿਚ ਭਾਰੀਪਨ ਤੇ ਦਰਦ ਦਾ ਅਹਿਸਾਸ।
- ਪਿੰਡਲੀ ਜਾਂ ਪੱਟਾਂ ਵਿਚ ਭਾਰੀਪਨ।
- ਹਲਕੀ ਤੇ ਗੰਭੀਰ ਸੋਜਸ।
- ਪੈਰਾਂ ਵਿਚ ਜਕੜਨ।
- ਜੇਕਰ ਖ਼ੂਨ ਦਾ ਥੱਕਾ ਫੇਫੜਿਆਂ ਤਕ ਆ ਜਾਏ ਤਾਂ।
- ਛਾਤੀ ਵਿਚ ਦਰਦ।
- ਸਾਂਹ ਲੈਣ ਵਿਚ ਤਕਲੀਫ਼।
- ਕਫ਼ ਦੇ ਨਾਲ ਖਾਂਸੀ ਤੇ ਕਖ਼ ਵਿਚ ਖ਼ੂਨ।
- ਦਿਲ ਦੀ ਧੜਕਣ ਤੇ ਸਾਹ ਗਤੀ ਤੇਜ ਹੋਣਾ।
- ਹੋਂਠ ਤੇ ਉਂਗਲੀਆਂ ਦੀਆਂ ਪੋਰਾਂ ਦਾ ਨੀਲਾ ਪੈਣਾ।
- ਬੁਖ਼ਾਰ

**ਤੁਸੀਂ ਤੇ ਡਾਕਟਰ ਦੀ ਕਰ ਸਕਦੇ ਹੋ?** ਜੇਕਰ ਤੁਹਾਨੂੰ ਪਹਿਲਾਂ ਵੀ ਇਹ ਰੋਗ ਹੋ ਚੁੱਕਾ ਹੈ ਤਾਂ ਡਾਕਟਰ ਨੂੰ ਇਸ ਦੀ ਸੂਚਨਾ ਦਿਉ। ਜੇਕਰ ਇਕ ਲੱਤ ਵਿਚ ਸੋਜਸ ਜਾਂ ਦਰਦ ਮਹਿਸੂਸ ਹੋਵੇ ਤਾਂ ਡਾਕਟਰ ਨੂੰ ਦੱਸਣ ਵਿਚ ਦੇਰ ਨਾ ਕਰੋ।

ਅਲਟ੍ਰਾਸਾਊਂਡ ਜਾਂ ਐਮਆਰਆਈ ਨਾਲ ਖ਼ੂਨ ਦੇ ਥੱਕੇ ਦਾ ਪਤਾ ਚਲ ਸਕਦਾ ਹੈ। ਜੇਕਰ ਐਸਾ ਹੈ ਤਾਂ ਤੁਹਾਨੂੰ ਖ਼ੂਨ ਪਤਲਾ ਕਰਨ ਦੀ ਦਵਾਈ ਦਿੱਤੀ ਜਾ ਸਕਦੀ ਹੈ। ਜੇਕਰ ਪ੍ਰਸੂਤ ਦਾ ਸਮਾਂ ਕੋਲ ਹੋਵੇ ਤਾਂ ਇਹ ਦਵਾਈ ਰੋਕ ਦਿੱਤੀ ਜਾਂਦੀ ਹੈ। ਇਕ ਮਾੱਨੀਟਰ ਤੋਂ ਲਗਾਤਾਰ ਇਸ ਦੀ ਜਾਂਚ ਕੀਤੀ ਜਾਂਦੀ ਹੈ।

ਜੇਕਰ ਇਹ ਥੱਕਾ ਫੇਫੜਿਆਂ ਤਕ ਪਹੁੰਚ ਜਾਏ ਤਾਂ ਜਲਦੀ ਤੋਂ ਜਲਦੀ ਇਲਾਜ ਕਰਾਣਾ ਪੈ ਸਕਦਾ ਹੈ।

**ਕੀ ਇਸ ਤੋਂ ਬਚਾਅ ਹੋ ਸਕਦਾ ਹੈ?** ਉਚਿਤ ਕਸਰਤ ਕਰੋ ਤੇ ਸਰੀਰ ਦੀ ਗਤੀ ਬਣਾਈ ਰੱਖੋ ਤਾਂ ਜੋ ਖ਼ੂਨ ਦੇ ਥੱਕੇ ਨਾ ਬਣਨ। ਜੇਕਰਇਸ ਦਾ ਖ਼ਤਰਾ ਵੱਧ ਹੋਵੇ ਤਾਂ ਲੱਤਾਂ ਵਿਚ ਸਪੋਰਟ ਹੋਜ਼ ਪਾਓ।

## ਪਲੇਸੈਂਟਾ ਐਕ੍ਰੀਟਾ

**ਇਹ ਕੀ ਹੈ?** ਜਦੋਂ ਪਲੇਸੈਂਟਾ ਅਸਮਾਨ ਰੂਪ ਨਾਲ ਯੂਟੇਰਾਇਨ ਵਾੱਲ ਨਾਲ ਜੁੜਿਆ ਹੋਵੇ ਤਾਂ ਇਹ ਪਲੇਸੈਂਟਾ ਐਕ੍ਰੀਟਾ ਕਹਿਲਾਂਦਾ ਹੈ। ਇਸ ਦੇ ਕਾਰਣ ਪਲੇਸੈਂਟਾ ਦੀ ਡਿਲੀਵਰੀ ਸਮੇਂ ਖ਼ੂਨ ਦਾ ਬਹਾਓ ਹੋ ਸਕਦਾ ਹੈ।

**ਇਹ ਕਿੰਨਾ ਆਮ ਹੈ?** 2500 ਕੇਸਾਂ ਵਿਚੋਂ ਕਿਸੀ ਇਕ ਕੇਸ ਵਿਚ ਇੰਝ ਹੁੰਦਾ ਹੈ। ਪਲੇਸੈਂਟਾ ਐਕ੍ਰੀਟਾ ਵਿਚ ਪਲੇਸੈਂਟਾ ਯੂਟੇਰਾਇਨ ਦੀ ਦੀਵਾਰ ਵਿਚ ਕਾਫ਼ੀ ਗਹਿਰਾਈ ਤਕ ਚਲਾ ਜਾਂਦਾ ਹੈ। ਪ੍ਰੰਤੂ ਉਸ ਦੀਆਂ ਮਾਸਪੇਸ਼ੀਆਂ ਨੂੰ ਨਹੀਂ ਛੇਦਦਾ। ਪਲੇਸੈਂਟਾ ਐਕ੍ਰੀਟਾ ਵਿਚ ਇਹ ਮਾਸਪੇਸ਼ੀਆਂ ਨੂੰ ਵੀ ਛੇਦ ਦੇਂਦਾ ਹੈ। ਪਲੇਸੈਂਟਾ ਪ੍ਰੀਵਿਆ ਵਿਚ ਇਹ ਨਾ ਸਿਰਫ ਯੂਟੇਰਾਇਨ ਦੀਵਾਰ ਨੂੰ ਛੇਦਦਾ ਹੈ ਸਗੋਂ ਦੀਵਾਰ ਦੇ ਦੂਜੇ ਹਿੱਸਿਆਂ ਵਿਚ ਛੇਦ ਕਰਦੇ ਹੋਏ, ਸਰੀਰ ਦੇ ਦੂਜੇ ਅੰਗਾਂ ਨਾਲ ਵੀ ਜੁੜ ਜਾਂਦਾ ਹੈ।

ਜੇਕਰ ਤੁਹਾਨੂੰ ਪਹਿਲਾਂ ਸੀ-ਸੈਕਸ਼ਨ ਹੋਇਆ ਹੋਵੇ ਤਾਂ ਪਲੇਸੈਂਟਾ ਪ੍ਰੀਵਿਆ ਹੋਇਆ ਹੋਵੇ ਤਾਂ ਇਸ ਦਾ ਖ਼ਤਰਾ ਵੱਧ ਜਾਂਦਾ ਹੈ।

**ਇਸ ਦੇ ਸੰਕੇਤ ਤੇ ਲੱਛਣ ਕੀ ਹਨ?** ਇਸ ਦੇ ਕੋਈ ਲੱਛਣ ਨਹੀਂ ਹੁੰਦੇ। ਇਹ ਸਥਿਤੀ ਡਾੱਪਲਰ ਅਲਟ੍ਰਾਸਾਊਂਡ ਜਾਂ ਡਿਲੀਵਰੀ ਤੋਂ ਪਤਾ ਚਲਦਾ ਹੈ।

**ਤੁਸੀਂ ਤੇ ਡਾਕਟਰ ਕੀ ਕਰ ਸਕਦੇ ਹੋ?** ਬਦਕਿਸਮਤੀ ਨਾਲ ਤੁਸੀਂ ਇਸ ਕੇਸ ਵਿਚ ਕੁਝ ਨਹੀਂ ਕਰ ਸਕਦੀ। ਡਿਲੀਵਰੀ ਤੋਂ ਬਾਦ ਪਲੇਸੈਂਟਾ ਨੂੰ ਸਰਜਰੀ ਨਾਲ ਕੱਢ ਦੇਣਾ ਚਾਹੀਦਾ ਹੈ ਤਾਂ ਜੋ ਖ਼ੂਨ ਰਿਸਾਅ ਰੋਕਿਆ ਜਾ ਸਕੇ। ਕਈ ਕੇਸਾਂ ਵਿਚ ਜਦੋਂ ਖ਼ੂਨ ਰਿਸਾਅ ਕਿਸੀ ਵੀਤਰ੍ਹਾਂ ਨਹੀਂ ਰੁਕਦਾ ਤਾਂ ਪੂਰੀ ਬੱਚੇਦਾਨੀ ਕੱਢਣੀ ਪੈ ਸਕਦੀ ਹੈ।

## ਵਾਸਾ ਪ੍ਰੀਵਿਆ

**ਇਹ ਕੀ ਹੈ?** ਇਸ ਸਥਿਤੀ ਵਿਚ ਬੱਚੇ ਨੂੰ ਮਾਂ ਨਾਲ ਜੋੜਨ ਵਾਲੀਆਂ ਕੁਝ ਖ਼ੂਨ ਨਾੜਾਂ ਗਰਭਨਾਲੀ ਤੋਂ ਬਾਹਰ ਆ ਕੇ ਸਰਵਿਕਸ ਦੇ ਕੋਲ ਟਿਕ ਜਾਂਦੀ ਹੈ। ਜਦੋਂ ਪ੍ਰਸੂਤ ਦੇ ਦੌਰਾਨ ਖਿਚਾਅ ਨਾਲ ਬੱਚੇਦਾਨੀ ਦਾ ਮੂੰਹ ਖੁਲ੍ਹਦਾ ਹੈ ਤਾਂ ਨਾੜੀਆਂ ਫੁਟ ਜਾਂਦੀਆਂ ਹਨ ਜਿਸ ਨਾਲ ਬੱਚੇ ਨੂੰ ਨੁਕਸਾਨ ਹੋ ਸਕਦਾ ਹੈ। ਜੇਕਰ ਡਿਲੀਵਰੀ ਤੋਂ ਪਹਿਲਾਂ ਇਸ ਸਥਿਤੀ ਦਾ ਪਤਾ ਚਲਜਾਏ ਤਾਂ 100 ਪ੍ਰਤੀਸ਼ਤ ਬੱਚੇਦਾ ਸੀ-ਸੈਕਸ਼ਨ ਨਾਲ ਜਨਮ ਹੋ ਸਕਦਾ ਹੈ।

**ਇਹ ਕਿੰਨਾ ਆਮ ਹੈ?** ਕਿਤੇ 5200 ਕੇਸਾਂ ਵਿਚੋਂ ਕੋਈ ਇਕ ਕੇਸ ਐਸਾ ਹੁੰਦਾ ਹੈ। ਜਿਨ੍ਹਾਂ ਔਰਤਾਂ ਨੂੰ ਪਲੇਸੈਂਟਾ ਪ੍ਰੀਵਿਆ ਹੋਵੇ, ਯੁਟੇਰਾਇਨ ਸਰਜਰੀ ਹੋਈ ਹੋਵੇ ਜਾਂ ਮਲਟੀਪਲ ਪ੍ਰੈਗਨੈਂਸੀ ਰਹੀ ਹੋਵੇ, ਉਨ੍ਹਾਂ ਦੇ ਲਈ ਇਸ ਦਾ ਖ਼ਤਰਾ ਜ਼ਿਆਦਾ ਹੁੰਦਾ ਹੈ।

**ਇਸ ਦੇ ਸੰਕੇਤ ਤੇ ਲੱਛਣ ਕੀ ਹਨ?** ਇਸ ਦੇ ਕੋਈ ਲੱਛਣ ਨਹੀਂ ਹੁੰਦੇ ਹਾਲਾਂਕਿ ਦੂਜੀ/ਤੀਜੀ ਤਿਮਾਹੀ ਵਿਚ ਖ਼ੂਨ ਰਿਸਾਅ ਹੋ ਸਕਦਾਹੈ।

**ਤੁਸੀਂ ਤੇ ਡਾਕਟਰ ਕੀ ਕਰ ਸਕਦੇ ਹੋ?** ਕਲਰ ਡਾੱਪਲਰ ਅਲਟ੍ਰਾਸਾਊਂਡ ਦੀ ਮਦਦ ਨਾਲ ਇਸ ਬੀਮਾਰੀ ਦਾ ਪਤਾ ਚਲ ਸਕਦਾ ਹੈ। ਅਜਿਹੀ ਔਰਤ ਦਾ 37ਵੇਂ ਹਫ਼ਤੇ ਤੋਂ ਪਹਿਲਾਂ ਹੀ ਸੀ-ਸੈਕਸ਼ਨ ਕਰ ਦਿੱਤਾ ਜਾਂਦਾ ਹੈ ਤਾਂ ਜੋ ਪ੍ਰਸੂਤ-ਦਰਦ ਸ਼ੁਰੂ ਹੀ ਨਾ ਹੋਣ। ਖੋਜਕਰਤਾ ਖੋਜ ਕਰ ਰਹੇ ਹਨ ਕਿ ਲੇਜ਼ਰ ਥੈਰੇਪੀ ਦੀ ਮਦਦ ਨਾਲ ਵਾਸਾ ਪ੍ਰੀਵਿਆ ਦਾ ਇਲਾਜ ਹੋ ਸਕਦਾ ਹੈ ਜਾਂ ਨਹੀਂ।

# ਬੱਚੇ ਦਾ ਜਨਮ ਤੇ ਇਸ ਤੋਂ ਬਾਦ ਹੋਣ ਵਾਲੀਆਂ ਗੁੰਝਲਾਂ

ਇਨ੍ਹਾਂ ਵਿਚੋਂ ਕਈ ਸਮੱਸਿਆਵਾਂ ਪ੍ਰਸੂਤ ਜਾਂ ਡਿਲੀਵਰੀ ਤੋਂ ਪਹਿਲਾਂ ਸਾਮ੍ਹਣੇ ਨਹੀਂ ਆਉਂਦੀਆਂ। ਇਸ ਲਈ ਤੁਸੀਂ ਵੀ ਉਨ੍ਹਾਂ ਨੂੰ ਪਹਿਲਾਂ ਤੋਂ ਪੜ੍ਹਕੇ ਚਿੰਤਾ ਨਾ ਕਰੋ। ਇਹ ਪ੍ਰੇਸ਼ਾਨੀਆਂ ਬੱਚੇ ਦੇ ਜਨਤ ਤੋਂ ਬਾਦ ਹੁੰਦੀਆਂ ਹਨ। ਇਥੇ ਇਨ੍ਹਾਂ ਨੂੰ ਇਸ ਲਈ ਦਿੱਤਾ ਗਿਆ ਹੈ ਤਾਂ ਜੋ ਤੁਹਾਨੂੰ ਇਨ੍ਹਾਂ ਵਿਚੋਂ ਕੋਈ ਦਿੱਕਤ ਹੋਵੇ ਤਾਂ ਤੁਹਾਨੂੰ ਉਸ ਦੇ ਬਾਰੇ ਪੂਰੀ ਜਾਣਕਾਰੀ ਹੋਵੇ।

## ਫੈਟਲ ਡਿਸਟ੍ਰੈਸ

**ਇਹ ਕੀ ਹੈ?** ਜਦੋਂ ਬੱਚੇਦਾਨੀ ਵਿਚ ਬੱਚੇ ਦੇ ਕੋਲ ਆੱਕਸੀਜਨ ਦੀ ਪਹੁੰਚ ਨਹੀਂ ਹੁੰਦੀ ਤਾਂ ਇਸ ਨੂੰ ਫੈਟਲ ਡਿਸਟ੍ਰੈਸ ਕਹਿੰਦੇ ਹਨ। ਇੰਝ ਨਾ ਕਾਬੂ ਸ਼ੂਗਰ, ਪ੍ਰੀਕਲੈਂਪਸਿਆ, ਐਮਨਿਓਟਿਕ ਦ੍ਰਵ ਦੀ ਘਟ ਜਾਂ ਵੱਧ ਮਾਤਰਾ, ਗਰਭ ਨਾਲੀ ਦੇ ਘੱਟਣ ਜਾਂ ਵੱਧਣ ਜਾਂ ਮਾਂ ਵੱਲੋਂ ਖ਼ੂਨ ਨਾੜੀਆਂ ਤੇ ਦਬਾਅ ਪੈਣ ਦੀ ਸਥਿਤੀ ਵਿਚ ਇੰਝ ਹੋ ਸਕਦਾ ਹੈ। ਇਸ ਨਾਲ ਬੱਚੇ ਨੂੰ ਆੱਕਸੀਜਨ ਦੀ ਘੱਟ ਮਾਤਰਾ ਮਿਲਣ ਲਗਦੀ ਹੈ।

ਆੱਕਸੀਜਨ ਦੀ ਘਟੀ ਮਾਤਰਾ ਜਾਂ ਬੱਚੇ ਦੇ ਦਿਲ ਦੀ ਧੜਕਣ ਨਾਲ ਤੁਰੰਤ ਸੀ-ਸੈਕਸ਼ਨ ਕਰਨਾ ਪੈਂਦਾ ਹੈ ਨਹੀਂ ਤਾਂ ਉਸ ਦੇ ਲਈ ਖ਼ਤਰਾ ਬਣ ਸਕਦਾ ਹੈ।

**ਇਹ ਕਿੰਨਾ ਆਮ ਹੈ?** ਹਰ 100 ਵਿਚੋਂ 1 ਕੇਸ ਇੰਝ ਹੋ ਸਕਦਾ ਹੈ।

**ਇਸ ਦੇ ਸੰਕੇਤ ਤੇ ਲੱਛਣ ਕੀ ਹਨ?** ਜੇਕਰ ਬੱਚੇ ਨੂੰ ਪੂਰੀ ਤਰ੍ਹਾਂ ਆੱਕਸੀਜਨ ਨਹੀਂ ਮਿਲੇਗੀ ਤਾਂ ਉਸ ਦੇ ਦਿਲ ਦੀ ਧੜਕਣ ਘਟ ਜਾਏਗੀ, ਉਸ ਦੀ ਹਲਚਲ ਵਿਚ ਕਮੀ ਆਏਵੀ ਅਤੇ ਉਹ ਡਿਲੀਵਰੀ ਦੇ ਸਮੇਂ ਬੱਚੇਦਾਨੀ ਵਿਚ ਹੀ ਮਲ(ਮੈਕੋਨਿਯਮ) ਕਰ ਦੇਵੇਗਾ।

**ਤੁਸੀਂ ਤੇ ਡਾਕਟਰ ਕੀ ਕਰ ਸਕਦੇ ਹੋ?** ਜੇਕਰ ਬੱਚੇ ਦੀ ਹਲਚਲ ਵਿਚ ਕਮੀ ਮਹਿਸੂਸ ਹੋਵੇ ਤਾਂ ਆਪਣੇ

ਡਾਕਟਰ ਨੂੰ ਦੱਸੋ। ਹਸਪਤਾਲ ਵਿਚ ਫੈਟਲ ਮਾੱਨੀਟਰ ਦੀਮਦਦ ਨਾਲ ਜਾਂਚ ਹੋਵੇਗੀ। ਜੇਕਰ ਇਸ ਦੇ ਲੱਛਣ ਹੋਏਤਾਂ ਤੁਹਾਨੂੰ ਆੱਕਸੀਜਨ ਦਿੱਤੀ ਜਾਵੇਗੀ ਤੇ ਆਈ. ਬੀ. ਲਗਾਇਆ ਜਾਵੇਗਾ ਤਾਂ ਜੋ ਬੱਚੇ ਦੇ ਦਿਲ ਦੀ ਧੜਕਣ ਆਮ ਹੋ ਸਕੇ। ਖੱਬੇ ਪਾਸੇ ਲੇਟਣ ਨਾਲ ਵੀ ਖ਼ੂਨ ਨਾੜੀਆਂ ਤੇ ਦਬਾਅ ਘਟੇਗਾ। ਜੇਕਰ ਇਹ ਤਕਨੀਕਾਂ ਕੰਮ ਨ ਆਉਣ ਤਾਂ ਡਿਲੀਵਰੀ ਕਰਨ ਹੋਵੇਗੀ।

## ਕਾੱਰਡ ਪ੍ਰੋਲੈਪਸ

**ਇਹ ਕੀ ਹੈ?** ਕਾੱਰਡ ਪ੍ਰੋਲੈਪਸ ਉਦੋਂ ਹੁੰਦਾ ਹੈ ਜਦੋਂ ਗਰਭ ਨਾਲੀ ਸਰਵਿਕਸ ਤੋਂ ਫਿਸਲਕੇ, ਬਰਥ ਕੈਨਾਲ ਵਿਚ ਆ ਜਾਂਦੀ ਹੈ। ਐਸੀ ਸਥਿਤੀ ਵਿਚ ਡਿਲੀਵਰੀ ਦੌਰਾਨ ਬੱਚੇ ਨੂੰ ਆੱਕਸੀਜਨ ਦੀ ਘਾਟ ਹੋ ਸਕਦੀ ਹੈ।

**ਇਹ ਕਿੰਨਾ ਆਮ ਹੈ?** 300 ਵਿਚੋਂ ਕਿਸੇ ਇਕ ਕੇਸ ਵਿਚ ਇੰਝ ਹੁੰਦਾ ਹੈ। ਕੁਝ ਗਰਭਕਾਲ ਗੁੰਝਲਾਂ ਤੋਂ ਪ੍ਰੋਲੈਪਸ ਦਾ ਖ਼ਤਰਾ ਵੱਧ ਜਾਂਦਾ ਹੈ ਜਿਨ੍ਹਾਂ ਵਿਚ ਹਾਈਡ੍ਰਮਜਿਮੋਸ, ਬ੍ਰੀਚ ਜਾਂ ਪ੍ਰੀਮਿਚਿਓਰ ਡਿਲੀਵਰੀ ਨੂੰ ਸ਼ਾਮਲ ਕਰ ਸਕਦੇ ਹਨ। ਇਹ ਦੂਜੇ ਜੁੜਵਾਂ ਦੀ ਡਿਲੀਵਰੀ ਦੇ ਸਮੇਂ ਵੀ ਹੋ ਸਕਦਾਹੈ। ਜੇਕਰ ਬੱਚੇਦਾ ਸਿਰ ਬਰਥ ਕੈਨਾਲ ਵਿਚ ਸੈੱਟ ਹੋਣ ਤੋਂ ਪਹਿਲਾਂ ਹੀ ਪਾਣੀ ਦੀ ਥੈਲੀ ਫਟ ਜਾਏ, ਤਾਂ ਵੀ ਖ਼ਤਰ ਵੱਧ ਜਾਂਦਾ ਹੈ।

**ਇਸ ਦੇ ਸੰਕੇਤ ਤੇ ਲੱਛਣ ਕੀ ਹਨ?** ਜੇਕਰ ਇਹ ਨਲੀ ਯੋਨੀ ਤੱਕ ਆ ਜਾਏ ਤਾਂ ਤੁਸੀਂ ਇਸ ਨੂੰ ਦੇਖ ਸਕਦੀ ਹੋ ਜਾਂ ਛੂਹ ਸਕਦੀ ਹੋ। ਜੇਕਰ ਇਹ ਬੱਚੇ ਦੇ ਸਿਰ ਦੇ ਹੇਠਾਂ ਦਬੇਗੀ ਤਾਂ ਫੈਟਲ ਮਾੱਨੀਟਰ ਤੇ ਫੈਟਲ ਡਿਸਟ੍ਰੈਸ ਦੇ ਲੱਛਣ ਦਿੱਖਣਗੇ।

**ਤੁਸੀਂ ਤੇ ਡਾਕਟਰ ਕੀ ਕਰ ਸਕਦੇ ਹੋ?** ਇਸ ਸਬੰਧੀ ਪਹਿਲਾਂ ਤੋਂ ਜਾਣਨ ਦਾ ਕੋਈ ਉਪਾਅ ਨਹੀਂ ਹੈ। ਫੈਟਲ ਮਾੱਨੀਟਰ ਤੋਂ ਬਿਨਾਂ ਤਾਂ ਇਸ ਬਾਰੇ ਪਤਾ ਨਹੀਂ ਚਲ ਸਕਦਾ। ਜੇਕਰ ਤੁਹਾਨੂੰ ਘਰ ਵਿਚ ਇੰਝ ਅਹਿਸਾਸ ਹੋਵੇਤਾਂ ਆਪਣੇ ਹੱਥਾਂ ਤੇ ਗੋਡਿਆਂ ਦੇ ਭਾਰ ਬੈਠੋ ਤਾਂ ਜੋ ਪੈਲਵਿਕ ਜਗ੍ਹਾ ਤੇ ਵੱਧ ਦਬਾਅ ਨਾ ਪਵੇ। ਜੇਕਰ ਉਹ ਯੋਨੀ ਰਸਤੇ ਤੋਂ ਦਿਖੇ ਤਾਂ ਉਸ ਨੂੰ ਸਾਫ਼ ਤੋਲੀਏ ਨਾਲ ਸੰਭਾਲੋ। ਆਪਣੇ ਸਰੀਰ ਦਾ ਹੇਠਲਾ ਹਿੱਸਾ ਉੱਚਾ ਕਰਕੇ ਲੇਟੋ। ਡਾਕਟਰ ਤੁਹਾਨੂੰ ਤੁਹਾਡੀ ਸਥਿਤੀ ਦੇ ਹਿਸਾਬ ਨਾਲ ਕਿਸੀ ਦੂਜੇ ਤਰੀਕੇ ਨਾਲ ਲੇਟਣ ਨੂੰ ਕਹਿ ਸਕਦੇ ਹਨ। ਇਸ ਤੋਂ ਬਾਦ ਜਲਦੀ ਸੀਸੇਕਸ਼ਨ ਕਰਨਾ ਹੋਵੇਗਾ।

## ਸ਼ੋਲਡਰ ਡਿਸਟੋਕਿਆ

**ਇਹ ਕੀ ਹੈ?** ਇਸ ਸਥਿਤੀ ਵਿਚ ਲੇਬਰ ਜਾਂ ਡਿਲੀਵਰੀ ਦੇ ਦੌਰਾਨ ਬੱਚੇ ਦੇ ਦੋਨੋਂ ਮੋਢੇ ਮਾਂ ਦੀ ਪੈਲਵਿਕ ਬੋਨ ਵਿਚ ਫੱਸ ਜਾਂਦੇਹਨ ਤੇ ਬੱਚਾ ਬਰਥ ਕੈਨਾਲ ਵਿਚ ਹੇਠਾਂ ਵੱਲ ਆਉਣ ਲਗਦਾ ਹੈ।

**ਇਹ ਕਿੰਨਾ ਆਮ ਹੈ?** ਇੰਝ ਅਕਸਰ ਵੱਧ ਭਾਰ ਵਾਲੇ ਬੱਚਿਆਂ ਵਿਚ ਹੁੰਦਾਹੈ। ਕਾਬੂ ਨਾ ਹੋਣ ਵਾਲੇ ਗੈਸਟ੍ਰੇਸ਼ਨਲ ਸ਼ੂਗਰ ਤੋਂ ਪੀੜ੍ਹਤ ਮਾਵਾਂ ਨੂੰ ਇਸ ਸਥਿਤੀ ਦਾ ਸਾਮ੍ਹਣਾ ਕਰਨਾ ਪੈ ਸਕਦਾਹੈ। ਜੇਕਰ ਤੁਹਾਡੀ ਡਿਲੀਵਰੀ ਦਿੱਤੇ ਗਏ ਸਮੇਂ ਤੋਂ ਬਾਦ ਵੀ ਨਾ ਹੋਵੇ ਜਾਂ ਤੁਹਾਡੇ ਨਾਲ ਪਹਿਲਾਂ ਵੀ ਇੰਝ ਹੋਇਆ ਹੋਵੇ ਤਾਂ ਦੁਬਾਰਾ ਹੋਣ ਦਾ ਖ਼ਤਰਾ ਵੱਧ ਜਾਂਦਾ ਹੈ। ਹਾਲਾਂਕਿ ਇਨ੍ਹਾਂ ਕਾਰਣਾਂ ਦੇ ਨਾ ਹੋਣ ਤੇ ਵੀ ਪ੍ਰਸੂਤ ਦੇ ਦੌਰਾਨ ਸ਼ੋਲਡਰ ਡਿਸਟੋਕਿਆ ਹੋ ਸਕਦਾ ਹੈ।

**ਇਸ ਦੇ ਸੰਕੇਤ ਤੇ ਲੱਛਣ ਕੀ ਹਨ?** ਇਹ ਸਥਿਤੀ ਅਚਾਨਕ ਹੀ ਪ੍ਰਸੂਤ ਦੌਰਾਨ ਪੈਦਾ ਹੁੰਦੀ ਹੈ।

**ਤੁਸੀਂ ਤੇ ਡਾਕਟਰ ਕੀ ਕਰ ਸਕਦੇ ਹਨ?** ਮਾਂ ਦੇ ਪੇਟ ਤੇ ਦਬਾਅ ਦੇ ਕੇ ਜਾਂ ਉਸ ਦੀ ਸਥਿਤੀ ਬਦਲ ਕੇ ਕਈ ਤਕਨੀਕਾਂ ਅਪਣਾਈਆਂ ਜਾਂਦੀਆਂ ਹਨ ਤਾਂ ਜੋ ਬੱਚੇ ਦੀ ਸੁਰੱਖਿਅਤ ਡਿਲੀਵਰੀ ਹੋ ਸਕੇ।

**ਕੀ ਇਸ ਤੋਂ ਬਚਾਅ ਹੋ ਸਕਦਾ ਹੈ?** ਆਪਣੇ ਭਾਰ ਤੇ ਧਿਆਨ ਰੱਖੋ। ਬੱਚੇ ਦਾ ਭਾਰ ਵੀ ਲੋੜ ਤੋਂ ਵੱਧ ਨਾ ਵੱਧਣ ਦਿਉ। ਸ਼ੂਗਰ ਨੂੰ ਕਾਬੂ ਰੱਖੋ। ਪ੍ਰਸੂਤ ਦੌਰਾਨ ਐਸੀ ਪੁਜੀਸ਼ਨ ਬਣਾਓ ਤਾਂ ਜੋ ਸ਼ੋਲਡਰ ਡਿਸਟੋਕਿਆ ਦੀ ਨੌਬਤ ਹੀ ਨਾ ਆਏ।

## ਸੀਰਿਯਸ ਪੇਰੀਨਿਯਲ ਟੀਯਰਜ਼

**ਇਹ ਕੀ ਹੈ?** ਜਦੋਂ ਡਿਲੀਵਰੀ ਦੌਰਾਨ ਬੱਚੇ ਦਾ ਵੱਡਾ ਸਿਰ ਬਾਹਰ ਆਉਂਦਾਹੈ ਤਾਂ ਯੋਨੀ ਤੇ ਗੁੱਦਾ ਰਸਤੇ ਵਿਚਕਾਰ ਵਾਲੇ ਹਿੱਸੇ ਤੇ ਦਬਾਅ ਦੇ ਕਾਰਣ ਕੱਟ ਆ ਸਕਦੇ ਹਨ।

ਫਸਟ ਡਿਗਰੀ ਟੀਯਰਜ਼ ਵਿਚ ਸਿਰਫ ਚਮੜੀ ਫਟਦੀ ਹੈ। ਸੈਕੰਡ ਡਿਗਰੀ ਈਯਰਜ਼ ਵਿਚ ਚਮੜੀ

ਦੇ ਨਾਲ ਯੋਨੀ ਦੀਆਂ ਮਾਸਪੇਸ਼ੀਆਂ ਵੀ ਫਟਦੀਆਂ ਹਨ ਪ੍ਰੰਤੂ ਗੰਭੀਰ ਟੀਯਰਜ਼ ਵਿਚ ਯੋਨੀ ਦੀ ਚਮੜੀ, ਉੱਤਮ ਤੇ ਪੈਰੀਨਿਯਲ ਦੀਆਂ ਮਾਸਪੇਸ਼ੀਆਂ ਵੀ ਫਟਦੀਆਂ ਹਨ। ਇਨ੍ਹਾਂ ਨਾਲ ਪ੍ਰਸੂਤ ਤੋਂ ਬਾਦ ਕਾਫ਼ੀ ਤਕਲੀਫ਼ ਹੁੰਦੀ ਹੈ। ਅਤੇ ਪੈਲਵਿਕ ਜਗ੍ਹਾ ਨਾਲ ਜੁੜੀਆਂ ਕਈ ਸਮੱਸਿਆਵਾਂ ਵੀ ਹੋ ਜਾਂਦੀਆਂ ਹਨ। ਬੱਚੇਦਾਨੀ ਦੇ ਮੂੰਹ ਤੇ ਵੀ ਕੱਟ ਆ ਸਕਦੇ ਹਨ।

**ਇਹ ਕਿੰਨਾ ਆਮ ਹੈ?** ਯੋਨੀ ਰਸਤੇ ਤੋਂ ਹੋਣ ਵਾਲੀ ਡਿਲੀਵਰੀ ਵਿਚ ਇਸ ਦਾ ਥੋੜ੍ਹਾ ਬਹੁਤ ਖ਼ਤਰਾ ਤਾਂ ਹੁੰਦਾ ਹੀ ਹੈ। ਹਾਲਾਂਕਿ ਗੰਭੀਰ ਕਿਸਮ ਦੇ ਕੱਟ ਵੱਧ ਔਰਤਾਂ ਨੂੰ ਨਹੀਂ ਲਗਦੇ।

**ਇਸ ਦੇ ਸੰਕੇਤ ਤੇ ਲੱਛਣ ਕੀ ਹਨ?** ਖ਼ੂਨ ਰਿਸਾਅ ਹੁੰਦਾ ਹੈ। ਜ਼ਖ਼ਮ ਭਰਨ ਤੇ ਹਲਕੀ ਖ਼ਾਰਸ਼ ਤੇ ਦਰਦ ਰਹਿੰਦਾ ਹੈ।

**ਤੁਸੀਂ ਤੇ ਡਾਕਟਰ ਕੀ ਕਰ ਸਕਦੇ ਹੋ?** ਐਸੇ ਕੱਟ ਵਿਚ ਟਾਂਕੇ ਲਗਾ ਦਿੱਤੇ ਜਾਂਦੇ ਹਨ। ਇਸ ਦੇਲਈ ਪਹਿਲਾਂ ਲੋਕਲ ਐਨਥੀਸਿਆ ਦੇਂਦੇ ਹਨ।

ਜੇਕਰ ਚੀਰਾ ਲਗਿਆ ਹੈ ਤਾਂ ਅੱਧ-ਇਸ਼ਨਾਨ, ਆਈਸ ਪੈਕ, ਐਂਟੀਸੈਪਟਿਕ ਸਪ੍ਰੇ, ਦਵਾਈ ਤੇ ਜ਼ਖ਼ਮ ਨੂੰ ਖੁਲ੍ਹੀ ਹਵਾ ਵਿਚ ਰੱਣ ਨਾਲ ਜਲਦੀ ਆਰਾਮ ਆ ਜਾਏਗਾ।

**ਕੀ ਇਸ ਤੋਂ ਬਚਾਅ ਹੋ ਸਕਦਾ ਹੈ?** ਪ੍ਰਸੂਤ ਤੋਂ ਪਹਿਲਾਂ ਕੀਗਲ ਕਸਰਤ ਤੇ ਪੈਰੀਨਿਯਲ ਦੀ ਮਾਲਸ਼ ਨਾਲ ਉਸ ਹਿੱਸੇ ਨੂੰ ਵਧੇਰੇ ਵਧੀਆ ਸਟ੍ਰੇਚ ਕਰ ਸਕਦੇ ਹੋ। ਪ੍ਰਸੂਤ ਦੌਰਾਨ ਗਰਮ ਸੇਕ ਤੇ ਮਾਲਸ਼ ਵੀ ਠੀਕ ਰਹਿਣਗੇ।

## ਯੂਟੇਰਾਇਨ ਰਪਚਰ

ਯੂਟੇਰਾਇਨ ਦੀ ਦੀਵਾਰ ਵਿਚ ਜੇਕਰ ਪਹਿਲਾਂ ਕਿਸੀ ਸਰਜਰੀ, ਸੀ-ਸੈਕਸ਼ਨ ਫਾਯਬ੍ਰਾਯਡ ਰਿਮੂਵਲ ਦੇ ਕਾਰਣ ਕਮਜ਼ੋਰ ਬਿੰਦੂ ਹੋਣ ਲੇਬਰ ਅਤੇ ਡਿਲੀਵਰੀ ਦੌਰਾਨ ਉਸ ਹਿੱਸੇ ਵਿਚ ਚੀਰਾ ਆ ਸਕਦਾ ਹੈ। ਇਸ ਨਾਲ ਪੇਟ ਤੋਂ ਬਹੁਤ ਖ਼ੂਨ ਵੱਗਣ ਲਗਦਾ ਹੈ ਅਤੇ ਉਸ ਹਿੱਸੇ ਵੱਲ ਜਾਣ ਲਗਦਾਹੈ ਜਿਥੋਂ ਪਲੇਸੈਂਟਾ ਪੇ ਟ ਵਿਚ ਪ੍ਰਵੇਸ਼ ਕਰਦਾ ਹੈ।

**ਇਹ ਕਿੰਨਾ ਆਮ ਹੈ?** ਜੇਕਰ ਕਿਸੀ ਔਰਤ ਨੂੰ ਪਹਿਲਾਂ ਸੀ-ਸੈਕਸ਼ਨ ਜਾਂ ਯੂਟੇਰਾਇਨ ਰਪਚਰ ਨਾ ਹੋਇਆ ਹੋਵੇ ਤਾਂ ਉਸ ਨੂੰ ਐਸੀ ਦਿੱਕਤ ਨਹੀਂ ਹੁੰਦੀ ਜੋ ਔਰਤਾਂ ਸੀ-ਸੈਕਸ਼ਨ ਤੋਂ ਬਾਦ ਯੋਨੀ ਰਸਤੇ ਤੋਂ ਡਿਲੀਵਰੀ ਕਰਵਾਉਂਦੀਆਂ ਹਨ ਜਾਂ ਜਿਨ੍ਹਾਂ ਵਿਚ ਭਰੂਣ ਦੀ ਸਥਿਤੀ ਜਾਂ ਉਸ ਤਰ੍ਹਾਂ ਪਲੇਸੈਂਟਾ ਦੀ ਮੁਸ਼ਕਲ ਹੁੰਦੀ ਹੈ, ਉਸ ਦੇ ਲਈ ਖ਼ਤਰਾ ਵੱਧ ਜਾਂਦਾ ਹੈ। ਜਿਨ੍ਹਾਂ ਔਰਤਾਂ ਦੇ ਛੇ ਤੋਂ ਵੱਧ ਬੱਚੇ ਹੋਣ ਜਾਂ ਉਹ ਮਲਟੀਪਲ ਪ੍ਰੈਗਨੈਂਸੀ ਵਿਚ ਹੋਣ, ਉਨ੍ਹਾਂ ਦੇ ਲਈ ਵੀ ਖ਼ਤਰਾ ਹੁੰਦਾ ਹੈ।

**ਇਸ ਦੇ ਸੰਕੇਤ ਤੇ ਲੱਛਣ ਕੀ ਹਨ?** ਪੇਟ ਵਿਚ ਤੇਜ ਦਰਦ ਹੁੰਦਾ ਹੈ। ਫ਼ੈਟਲ ਮਾੱਨੀਟਰ ਤੇ ਬੱਚੇ ਦੀ ਘੱਟਦੀ ਦਿਲ ਧੜਕਨ ਦਿੱਖਣ ਲਗਦੀ ਹੈ। ਮਾਂ ਦਾ ਬਲੱਡਪ੍ਰੈਸ਼ਰ ਤੇ ਦਿਲ ਦੀ ਧੜਕਣ ਘੱਟ ਜਾਂਦੇ ਹਨ, ਸਾਂਹ ਲੈਣ ਵਿਚ ਤਕਲੀਫ਼ ਹੁੰਦੀ ਹੈ ਅਤੇ ਬੇਹੋਸ਼ੀ ਹੋਣ ਲਗਦੀ ਹੈ।

**ਤੁਸੀਂ ਤੇ ਡਾਕਟਰ ਕੀ ਕਰ ਸਕਦੇ ਹੋ?** ਜੇਕਰ ਤੁਸੀਂ ਪਹਿਲਾਂ ਵੀ ਸੀ-ਸੈਕਸ਼ਨ ਜਾਂ ਸਰਜਰੀ ਕਰਵਾ ਚੁਕੀ ਹੋ, ਜਿਸ ਦੌਰਾਨ ਯੂਟੇਰਾਇਨ ਵਾੱਲ ਪੂਰੀ ਤਰ੍ਹਾਂ ਕੱਟੀ ਗਈ ਸੀ ਤਾਂ ਲੇਬਰ ਦੇ ਸਹੀ ਤਰੀਕੇ ਦੀ ਚੋਣ ਕਰਨੀ ਹੋਵੇਗੀ। ਜੇਕਰ ਇੰਞ ਭਿਆਨਕ ਹੋ ਜਾਏ ਤਾਂ ਸੀ-ਸੈਕਸ਼ਨ ਤੋਂ ਬਾਦ ਬੱਚੇਦਾਨੀ ਦੀ ਮੁਰੰਮਤ ਦੀ ਲੋੜ ਹੁੰਦੀ ਹੈ ਤੇ ਤੁਹਾਨੂੰ ਇਨਫੈਕਸ਼ਨ ਤੋਂ ਬਚਾਉਣ ਦੇ ਲਈ ਐਂਟੀਬਾਇਓਟਿਕਸ ਦਿੱਤੇ ਜਾਣਗੇ।

**ਕੀ ਇਸ ਤੋਂ ਬਚਾਅ ਹੋ ਸਕਦਾ ਹੈ?** ਜਿਨ੍ਹਾਂ ਔਰਤਾਂ ਨੂੰ ਇਸ ਦਾ ਖ਼ਤਰਾ ਹੋਵੇ, ਉਨ੍ਹਾਂ ਦੇ ਲਈ ਫੈਟਲ ਮਾੱਨੀਟਰਿੰਗ ਜ਼ਰੂਰੀ ਹੋ ਜਾਂਦੀ ਹੈ ਤਾਂ ਜੋ ਕਿਸੇ ਵੀ ਮੁਸ਼ਕਲ ਦਾ ਪਤਾ ਲਗ ਸਕੇ। ਜੇਕਰ ਉਹ ਪਹਿਲੇ ਸੀ-ਸੈਕਸ਼ਨ ਤੋਂ ਬਾਦ ਯੋਨੀ ਰਸਤੇ ਤੋਂ ਡਿਲੀਵਰੀ ਕਰਵਾਉਣ ਜਾ ਰਹੀ ਹੈ ਤਾਂ ਉਸ ਦਾ ਪ੍ਰਸੂਤ ਸ਼ੁਰੂਆਤ ਦਵਾਈਆਂ ਨਾਲ ਨਹੀਂ ਕਰਵਾਉਣਾ ਚਾਹੀਦਾ।

## ਯੂਟੇਰਾਇਨ ਇਨਵਰਜ਼ਨ

**ਇਹ ਕੀ ਹੈ?** ਇੰਞ ਤਾਂ ਹੁੰਦਾ ਹੈ ਜਦੋਂ ਯੂਟੇਰਾਇਨ ਵਾੱਲ ਟੁਟ ਜਾਂਦੀ ਹੈ ਅਤੇ ਅੰਦਰ ਵਾਲਾ ਹਿੱਸਾ ਬਾਹਰ ਵੱਲ ਆ ਜਾਂਦਾ ਹੈ। ਕਈ ਵਾਰ ਇਹ ਸਰਵਿਕਸ ਤੇ ਯੋਨੀ ਤੋਂ ਵੀ ਬਾਹਰ ਨੂੰ ਉਭਰ ਆਉਂਦਾ ਹੈ। ਹਾਲਾਂਕਿ ਇਸ ਦੇ ਸਾਰੇ ਕਾਰਣਾਂ ਦਾ ਪਤਾ ਨਹੀਂ ਲਗ ਸਕਿਆ ਪ੍ਰੰਤੂ ਇਸ ਦਾ ਇਲਾਜ ਨਾ ਹੋਣ ਤੇ ਹਮਰੈਜ ਅਤੇ ਸਦਮਾ ਲਗ ਸਕਦਾ ਹੈ। ਹਾਲਾਂਕਿ ਇੰਞ ਵੀ ਸੰਭਵ

ਨਹੀਂ ਕਿ ਕੋਈ ਇਸ ਨੂੰ ਦੇਖਣ ਦੇ ਬਾਵਜੂਦ ਅਣਦੇਖਾ ਕਰ ਦੇਵੇਗਾ ਤੇ ਇਲਾਜ ਨਹੀਂ ਕਰਵਾਏਗਾ।

**ਇਹ ਕਿੰਨਾ ਆਮ ਹੈ?** ਇੰਝ 2000 ਵਿਚੋਂ ਕਿਸੇ 1 ਕੇਸ ਵਿਚ ਹੁੰਦਾ ਹੈ। ਜੇਕਰ ਪਿਛਲੀ ਡਿਲੀਵਰੀ ਵਿਚ ਇੰਝ ਹੋ ਚੁੱਕਾ ਹੋਵੇ, ਜਾਂ ਪ੍ਰਸੂਤ ਦਾ ਸਮਾਂ ਲੰਬਾ ਖਿੱਚ ਜਾਏ, ਪ੍ਰੀਟਰਮ ਲੇਬਰ ਰੋਕਣ ਦੀਆਂ ਦਵਾਈਆਂ ਦਿੱਤੀਆਂ ਜਾਣਗੀਆਂ ਜਾਂ ਪਹਿਲਾਂ ਕਈ ਯੋਨੀ ਰਸਤੇ ਤੋਂ ਡਿਲੀਵਰੀ ਹੋ ਚੁੱਕੀਆਂ ਹੋਣ ਤਾਂ ਇਸ ਦਾ ਖ਼ਤਰਾ ਵੱਧ ਜਾਂਦਾ ਹੈ। ਜੇਕਰ ਬੱਚੇਦਾਨ ਜ਼ਰੂਰਤ ਤੋਂ ਵੱਧ ਢਿੱਲੀ ਹੋਵੇ ਤਾਂ ਇਹ ਵੀ ਬਾਹਰ ਨੂੰ ਆ ਸਕਦੀ ਹੈ ਜਾਂ ਬੱਚਾ ਜਨਮ ਦੇ ਤੀਜੇ ਪੜਾਅ ਵਿਚ ਕਾੱਰਡ ਨੂੰ ਵੱਧ ਜ਼ੋਰ ਨਾਲ ਖਿੱਚਿਆ ਜਾਏ।

**ਇਸ ਦੇ ਸੰਕੇਤ ਤੇ ਲੱਛਣ ਕੀ ਹਨ?**

- ਪੇਟ ਵਿਚ ਦਰਦ।
- ਤੇਜ ਖ਼ੂਨ ਦਾ ਬਹਾਓ।
- ਮਾਂ ਨੂੰ ਸਦਮੇ ਦੇ ਸੰਕੇਤ।
- ਕਈ ਵਾਰ ਬੱਚੇਦਾਨੀ ਵੀ ਯੋਨੀ ਤੋਂ ਦਿੱਖਣ ਲਗਦੀ ਹੈ।

**ਤੁਸੀਂ ਤੇ ਡਾਕਟਰ ਕੀ ਕਰ ਸਕਦੇ ਹੋ?** ਖ਼ਤਰੇ ਦੇ ਕਾਰਣ ਪਹਿਚਾਨਣ ਤੋਂ ਬਾਦ ਡਾਕਟਰ ਨੂੰ ਉਸ ਦੀ ਸੂਚਨਾ ਦਿਉ। ਜੇਕਰ ਤੁਹਾਡੇ ਨਾਲ ਇੰਝ ਹੋਇਆ ਤਾਂ ਡਾਕਟਰ ਉਸਹਿੱਸੇ ਨੂੰ ਹੱਥਾਂ ਨਾਲ ਸਹੀ ਜਗ੍ਹਾ ਬਿਠਾਉਣ ਦੀ ਕੋਸ਼ਿਸ਼ ਕਰੇਗਾ ਅਤੇ ਮਾਸਪੇਸ਼ੀਆਂ ਦੇ ਖਿਚਾਅ ਦੇ ਲਈ ਦਵਾਈ ਦੇਵੇਗਾ। ਜੇਕਰ ਇਹ ਤਰੀਕਾ ਕੰਮ ਨਾ ਕਰੇ ਤਾਂ ਸਰਜਰੀ ਕਰਨੀ ਪੈ ਸਕਦੀ ਹੈ। ਤੁਹਾਨੂੰ ਖ਼ੂਨ ਦੀ ਕਮੀ ਦੇ ਲਈ ਖ਼ੂਨ ਚੜ੍ਹਾਉਣਾ ਪੈ ਸਕਦਾ ਹੈ। ਇਨਫੈਕਸ਼ਨ ਰੋਕਣ ਦੇ ਲਈ ਐਂਟੀਬਾਇਓਟਿਕਸ ਦਿੱਤੇ ਜਾਣਗੇ।

**ਕੀ ਇਸ ਤੋਂ ਬਚਾਅ ਹੋ ਸਕਦਾ ਹੈ?** ਜੇਕਰ ਤੁਹਾਨੂੰ ਪਹਿਲਾਂ ਵੀ ਇੰਝ ਹੋ ਚੁੱਕਾ ਹੈ ਤਾਂ ਡਾਕਟਰ ਨੂੰ ਜ਼ਰੂਰ ਦੱਸੋ ਕਿਉਂਕਿ ਤੁਹਾਡੇ ਲਈ ਇਸ ਦਾ ਵੱਧ ਖ਼ਤਰਾ ਹੋ ਸਕਦਾ ਹੈ।

## ਪ੍ਰਸੂਤ ਤੋਂ ਬਾਅਦ ਬਹੁਤ ਵੱਧ ਖ਼ੂਨ ਰਿਸਾਅ

**ਇਹ ਕੀ ਹੈ?** ਡਿਲੀਵਰੀ ਤੋਂ ਬਾਦ ਹੋਣ ਵਾਲਾ ਖ਼ੂਨ ਬਹਾਓ ਤਾਂ ਆਮ ਹੈ। ਪ੍ਰੰਤੂ ਕਈ ਵਾਰ ਬੱਚੇਦਾਨੀ ਜਨਮ ਤੋਂ ਬਾਦ ਇੰਨੀ ਨਹੀਂ ਸੁੰਘੜਦੀ ਜਿੰਨੀ ਉਹ ਨੂੰ ਸੁੰਘੜਨੀ ਚਾਹੀਦੀ ਹੈ। ਇਸ ਨਾਲ ਉਸ ਜਗ੍ਹਾ ਤੋਂ ਬਹੁਤ ਵੱਧ ਖ਼ੂਨ ਵਹਿਣ ਹੋਣ ਲਗਦਾ ਹੈ ਜਿਥੋਂ ਪਲੇਸੈਂਟਾ ਜੁੜਿਆ ਸੀ। ਜੇਕਰ ਬੱਚੇਦਾਨੀ ਵਿਚ ਪਲੇਸੈਂਟਾ ਦਾ ਅੰਸ਼ ਰਹਿ ਜਾਏ ਤਾਂ ਵੀ ਇੰਝ ਹੋ ਸਕਦਾ ਹੈ। ਇਸ ਦੇ ਕਾਰਣ ਡਿਲੀਵਰੀ ਦੇ ਫੌਰਨ ਬਾਦ ਇਨਫੈਕਸ਼ਨ ਵੀ ਹੋ ਸਕਦਾ ਹੈ।

**ਇਹ ਕਿੰਨਾ ਆਮ ਹੈ?** ਇਹ 2-4 ਪ੍ਰਤੀਸ਼ਤ ਗਰਭਕਾਲ ਕੇਸਾਂ ਵਿਚ ਹੁੰਦਾ ਹੈ। ਜੇਕਰ ਲੰਬੇ ਪ੍ਰਸੂਤ ਕਾਲ ਤੋਂ ਬਾਦ, ਬੱਚੇਦਾਨੀ ਜਗ੍ਹਾ ਤੇਨਾ ਆਏ ਮਲਟੀਪਲ ਪ੍ਰੈਗਨੈਂਸੀ ਦੇ ਕਾਰਣ ਢਿੱਲਾ ਪੈ ਗਈ ਹੋਵੇ ਬੱਚਾ ਵੱਡਾ ਹੋਵੇ ਤਾਂ ਐਮਨਿਓਟਿਕ ਦ੍ਰਵ ਦੀ ਬਹੁਤਾਤ ਹੋਵੇ, ਪਲੇਸੈਂਟਾ ਦਾ ਆਕਾਰ ਅਸਮਾਨ ਹੋਵੇ, ਕੋਈ ਫਾਯਬ੍ਰਾਯਡ ਹੋਵੇ ਜਾਂ ਡਿਲੀਵਰੀ ਦੇ ਸਮੇਂ ਮਾਂ ਕਾਫ਼ੀ ਕਮਜ਼ੋਰ ਹੋਵੇ ਤਾਂ ਪੋਸਟਮਾਰਟਮ ਹੈਮਰੇਜ ਦਾ ਖ਼ਤਰਾ ਹੋ ਸਕਦਾ ਹੈ।

**ਇਸ ਦੇ ਸੰਕੇਤ ਤੇ ਲੱਛਣ ਕੀ ਹਨ?** ਇਸ ਦੇ ਹੇਠ ਲਿਖੇ ਸੰਕੇਤ ਹੋ ਸਕਦੇ ਹਨ :-

- ਲਗਾਤਾਰ ਕਈ ਘੰਟੇ ਤਕ ਭਾਰੀ ਖ਼ੂਨ ਬਹਾਓ।
- ਕੁਝ ਦਿਨ ਬਾਦ ਵੀ ਲਾਲ ਖ਼ੂਨ ਵਗਦਾ ਰਹੇ।
- ਵੱਡੇ-2 ਥੱਕੇ ਨਿਕਲਣ।
- ਪੇਟ ਦੇ ਹੇਠਲੇ ਹਿੱਸੇ ਵਿਚ ਸੋਜਸ ਜਾਂ ਦਰਦ ਰਹੇ।

ਖ਼ੂਨ ਦੀ ਘਾਟ ਕਾਰਣ ਬੇਹੋਸ਼ੀ ਸਿਰ ਚਕਰਾਣਾ ਜਾਂ ਸਾਂਹ ਲੈਣ ਵਿਚ ਤਕਲੀਫ਼ ਵਰਗੀ ਸਮੱਸਿਆ ਪੈਦਾ ਹੋ ਸਕਦੀ ਹੈ।

**ਤੁਸੀਂ ਤੇ ਡਾਕਟਰ ਕੀ ਕਰ ਸਕਦੇ ਹੋ?** ਜਦੋਂ ਪਲੇਸੈਂਟਾ ਦੀ ਡਿਲੀਵਰੀ ਹੋ ਜਾਏਗੀ ਤਾਂ ਡਾਕਟਰ ਜਾਂਚ ਤੋਂ ਪਤਾ ਲਗਾਉਣਗੇ ਕਿ ਉਸਦਾ ਕੋਈ ਅੰਸ਼ ਅੰਦਰ ਤਾਂ ਨਹੀਂ ਰਹਿ ਗਿਆ। ਉਹ ਤੁਹਾਨੂੰ ਪਿਟੋਸਿਨ ਦੇਣਗੇ ਜਾਂ ਬੱਚੇਦਾਨੀ ਦੀ ਮਾਲਸ਼ ਕਰਨਗੇ ਤਾਂਜੋ ਉਹ ਸੁੰਘੜ ਜਾਏ ਤੇ ਖ਼ੂਨ ਰਿਸਾਅ ਵੱਧ ਨਾ ਹੋਵੇ। ਦੁੱਧ ਪਿਲਾਣ ਨਾਲ ਵੀ ਬੱਚੇਦਾਨੀ ਸੁੰਘੜੇਗੀ।

ਜੇਕਰ ਪ੍ਰਸੂਤ ਤੋਂ ਬਾਦ ਪਹਿਲੇ ਹਫ਼ਤੇ ਭਾਰੀ ਖ਼ੂਨ

## ਵਾਰ-ਵਾਰ ਘੱਟ ਭਾਰ ਵਾਲੇ ਬੱਚੇ ਦਾ ਜਨਮ

ਇਕ ਮਾਂ ਜੋ ਪਹਿਲਾਂ ਘੱਟ ਭਾਰ ਵਾਲੇ ਬੱਚੇ ਨੂੰ ਜਨਮ ਦੇ ਚੁਕੀ ਹੈ। ਇਹ ਜ਼ਰੂਰੀ ਨਹੀਂ ਕਿ ਉਸ ਦਾ ਦੂਜਾ ਬੱਚਾ ਵੀ ਘੱਟ ਭਾਰ ਵਾਲਾ ਹੀ ਹੋਵੇ ਗਾ। ਖੋਜ ਤੋਂ ਪਤਾ ਲਗਾ ਹੈ ਕਿ ਬਾਦ ਵਾਲੇ ਬੱਚੇ ਪਹਿਲੇ ਬੱਚੇ ਦੀ ਤੁਲਨਾ ਵਿਚ ਥੋੜ੍ਹੇ ਭਾਰੀ ਹੀ ਹੁੰਦੇਹਨ। ਪਹਿਲਾ ਬੱਚਾ ਕਮਜ਼ੋਰ ਕਿਉਂ ਸੀ, ਇਸ ਗੱਲ ਤੇ ਵੀ ਕਾਫ਼ੀ ਕੁਝ ਨਿਰਭਰ ਕਰਦਾਹੈ। ਜੇਕਰ ਉਹ ਕਾਰਣ ਪਤਾ ਲਗ ਜਾਏ ਤਾਂ ਜਲਦੀ ਹੀ ਸਮੱਸਿਆ ਦਾ ਸਮਾਧਾਨ ਹੋ ਸਕਦਾਹੈ। ਅਜਿਹੀ ਮਾਂ ਨੂੰ ਦੂਜੇ ਬੱਚੇ ਨੂੰ ਜਨਮ ਦੇਣ ਤੋਂ ਪਹਿਲਾਂ ਸੰਭਾਵੀ ਖ਼ਤਰੇ ਨਾਲ ਜੁੜੇ ਸਾਰੇ ਕਾਰਣਾਂ ਤੇ ਵਿਚਾਰ ਕਰ ਲੈਣਾ ਚਾਹੀਦਾ ਹੈ।

ਰਿਸਾਅ ਬੰਦ ਨਾ ਹੋਵੇ ਤਾਂ ਡਾਕਟਰ ਨੂੰ ਦੱਸੋ। ਇਸ ਸਮੇਂ ਤੁਹਾਨੂੰ ਖ਼ੂਨ ਵੀ ਚੜ੍ਹਾਉਣਾ ਪੈ ਸਕਦਾ ਹੈ।

**ਕੀ ਇਸ ਤੋਂ ਬਚਾਅ ਹੋ ਸਕਦਾ ਹੈ?** ਆਖ਼ਰੀਤਿਮਾਹੀ ਵਿਚ ਜਾਂ ਪ੍ਰਸੂਤ ਤੋਂ ਬਾਦ ਐਸੀ ਕੋਈ ਦਵਾਈ ਨਾ ਲਉ ਜਿਸ ਨਾਲ ਖ਼ੂਨ ਜੰਮਣ ਵਿਚ ਰੁਕਾਵਟ ਆਏ। ਇਸ ਤਰ੍ਹਾਂ ਅਸਮਾਨ ਖ਼ੂਨ ਰਿਸਾਅ ਦੀ ਸੰਭਾਵਨਾ ਘੱਟ ਸਕਦੀਹੈ।

## ਬੱਚੇ ਦੇ ਜਨਮ ਤੋਂ ਬਾਦ ਇਨਫੈਕਸ਼ਨ

**ਇਹ ਕੀ ਹੈ?** ਕਈ ਵਾਰ ਔਰਤਾਂ ਨੂੰ ਬੱਚੇ ਦੇ ਜਨਮ ਤੋਂ ਬਾਦ ਇਨਫੈਕਸ਼ਨ ਵੀ ਹੋ ਜਾਂਦਾ ਹੈ ਕਿਉਂਕਿ ਤੁਹਾਡੇ ਸਰੀਰ ਦੇ ਅੰਦਰੂਨੀ ਅੰਗ ਪੂਰੀ ਤਰ੍ਹਾਂ ਬੰਦ ਨਹੀਂ ਹੋਏ ਹੁੰਦੇ। ਕਿਸੇ ਵਿਚ ਟਾਂਕੇ ਨਰਮ ਵੀ ਹੋ ਸਕਦੇ ਹਨ। ਕੈਥੀਟਰ ਦੇ ਕਾਰਣ ਬਲੈਡਰ ਜਾਂ ਕਿਡਨੀ ਵਿਚ ਇਨਫੈਕਸ਼ਨ ਹੋ ਸਕਦਾ ਹੈ। ਬੱਚੇਦਾਨੀ ਵਿਚ ਰਹੇ ਪਲੇਸੈਂਟਾ ਦੇ ਅੰਸ਼ ਨਾਲ ਵੀ ਇਨਫੈਕਸ਼ਨ ਹੋ ਸਕਦਾਹੈ ਪ੍ਰੰਤੂ ਇਨ੍ਹਾਂ ਵਿਚ ਐਂਡੋਮੇਟ੍ਰੀਟਿਸ(ਯੂਟੇਸ਼ਰਸ ਦੀ ਲਾਇਨਿੰਗ) ਦਾ ਇਨਫੈਕਸ਼ਨ ਸਭ ਤੋਂ ਵਧ ਆਮ ਹੈ।

ਜੇਕਰ ਇਨ੍ਹਾਂ ਇਨਫੈਕਸ਼ਨਾਂ ਦਾ ਇਲਾਜ ਨਾ ਹੋ ਸਕੇ ਤਾਂ ਇਹ ਖ਼ਤਰਨਾਕ ਹੋ ਸਕਦੇ ਹਨ ਕਿਉਂਕਿ ਇਹ ਕੰਮ ਕਰਨ ਦੀ ਸਾਰੀ ਊਰਜਾ ਸੋਖ ਲੈਂਦੇਹਨ ਤੇ ਤੁਹਾਨੂੰ ਕਮਜ਼ੋਰੀ ਘੇਰ ਲੈਂਦੀ ਹੈ। ਤੁਸੀਂ ਪ੍ਰਸੂਤ ਤੋਂ ਬਾਦ ਅਸਾਨੀ ਨਾਲ ਸੰਭਲ ਨਹੀਂ ਸਕਦੀ ਤੇ ਬੱਚੇ ਵੱਲ ਪੂਰਾ ਧਿਆਨ ਨਹੀਂ ਦੇ ਸਕਦੀ।

**ਇਹ ਕਿੰਨਾ ਆਮ ਹੈ?** ਕਰੀਬ 8 ਪ੍ਰਤੀਸ਼ਤ ਬੱਚੇ ਦਾਨੀਆਂ ਵਿਚ ਇਨਫੈਕਸ਼ਨ ਹੁੰਦਾ ਹੈ। ਸੀ-ਸੈਕਸ਼ਨ ਜਾਂ ਮੈਮਬ੍ਰੇਨ ਦਾ ਰਪਚਰ ਹੋਇਆ ਹੋਵੇ ਤਾਂ ਇਨਫੈਕਸ਼ਨ ਦਾ ਖ਼ਤਰ ਵੱਧ ਜਾਂਦਾ ਹੈ।

**ਇਸ ਦੇ ਸੰਕੇਤ ਤੇ ਲੱਛਣ ਕੀ ਹਨ?** ਹੇਠ-ਲਿਖੇ ਹਨ :

- ਬੁਖ਼ਾਰ।
- ਇਨਫੈਕਟਿਡ ਹਿੱਸੇ ਵਿਚ ਦਰਦ।
- ਬਦਬੂਦਾਰ ਰਿਸਾਅ।
- ਸਰਦੀ ਲਗਣਾ।

**ਤੁਸੀਂ ਤੇ ਡਾਕਟਰ ਕੀ ਕਰ ਸਕਦੇ ਹਨ?** ਜੇਕਰ 100 ਤੋਂ ਵੱਧ ਬੁਖ਼ਾਰ ਹੈ ਤਾਂ ਡਾਕਟਰ ਨੂੰ ਬੁਲਾਉਣ ਵਿਚ ਦੇਰ ਨਾ ਕਰੋ। ਐਂਟੀਬਾਇਓਟਿਕ ਦਵਾਈਆਂ ਲੈਣ ਦੇ ਨਾਲ-2 ਭਰਪੂਰ ਆਰਾਮ ਕਰੋ। ਤਰਲ ਪਦਾਰਥਾਂ ਦੀ ਮਾਤਰਾ ਵਧਾ ਦਿਉ। ਦੁੱਧ ਪਿਲਾ ਰਹੀ ਹੋ ਤਾਂ ਡਾਕਟਰ ਨੂੰ ਦਸ ਦਿਉ ਤਾਂ ਜੋ ਉਹ ਤੁਹਾਡੇ ਲਈ ਦਵਾਈ ਚੁਣਦੇ ਸਮੇਂ ਸਾਵਧਾਨੀ ਰੱਖਣ।

**ਕੀ ਇਸ ਤੋਂ ਬਹਾਅ ਹੋ ਸਕਦਾ ਹੈ?** ਥੋੜ੍ਹਾ ਸਾਫ਼-ਸਫ਼ਾਈ ਦਾ ਧਿਆਨ ਰੱਖੋ। ਜ਼ਖ਼ਮਾਂ ਤੇ ਦਵਾਈ ਲਗਾਓ। ਖ਼ੂਨ ਰਿਸਾਅ ਵਿਚ ਟੈਂਪੂਨ ਦੀ ਥਾਂ ਪੈਡ ਲਗਾਓ। ਇਸ ਤਰ੍ਹਾਂ ਤੁਸੀਂ ਨਿਸ਼ਚਿਤ ਹੀ ਇਨਫੈਕਸ਼ਨ ਤੋਂ ਆਪਣਾ ਬਚਾਅ ਕਰ ਸਕਦੀ ਹੋ।

## ਜੇਕਰ ਤੁਹਾਨੂੰ ਬੈਡਰੈਸਟ ਦੀ ਸਲਾਹ ਦਿੱਤੀ ਗਈ ਹੈ।

ਬਿਸਤਰ ਤੇ ਮੈਗਜ਼ਿਨ ਦੇ ਢੇਰ ਤੇ ਟੀ.ਵੀ. ਦਾ ਰਿਮੋਟ ਹੱਥ ਵਿਚ ਰੱਖਕੇ ਲੇਟਣ ਦੀ ਕਲਪਨਾ ਕਿੰਨੀ ਚੰਗੀ ਲਗਦੀ ਹੈ, ਪ੍ਰੰਤੂ ਇੰਝ ਉਦੋਂ ਤਕ ਹੀ ਹੁੰਦਾ ਹੈ ਜਦੋਂ ਤਕ ਇਹ ਬੈਡਰੈਸਟ ਨਿਰਦੇਸ਼ ਦੇ ਰੂਪ ਵਿਚ ਨਾ ਹੋਣ। ਬਿਸਤਰ ਤੇ ਪੈਂਦੇ ਹੀ ਤੁਹਾਨੂੰ ਪਤਾ ਲਗ ਜਾਂਦਾ ਹੈ ਕਿ ਇਹ ਕੋਈ ਮਜਾਕ ਨਹੀਂ ਹੈ। ਤੁਸੀਂ ਸਿੱਧੇ ਭੱਜ

ਕੇ ਕੋਈ ਕੰਮ ਨਹੀਂ ਕਰ ਸਕਦੀ ਅਤੇ ਸਾਰਾ ਦਿਨ ਤੁਹਾਡੇ ਬਿਸਤਰੇ ਦੇ ਕੋਲ ਮਨ ਬਹਿਲਾਣ ਦੇ ਲਈ ਵੀ ਕੋਈ ਨਹੀਂ ਹੁੰਦਾ। ਇਸ ਸਮੇਂ ਤੁਸੀਂ ਇਹ ਵੀ ਭੁਲ ਜਾਂਦੀ ਹੋ ਕਿ ਸਿਹਤਮੰਦ ਗਰਭਕਾਲ ਤੇ ਬੱਚੇ ਦੇ ਲਈ ਹੀ ਡਾਕਟਰ ਨੇ ਤੁਹਾਨੂੰ ਇਹ ਸਲਾਹ ਦਿੱਤੀ ਹੈ।

ਜ਼ਿਆਦਾਤਰ ਡਾਕਟਰਾਂ ਦਾਇਹੀ ਮੰਨਣਾ ਹੈ ਕਿ ਬੈਡਰੈਸਟ ਲੈਣ ਨਾਲ ਕਈ ਮੁਸ਼ਕਲ ਗਰਭਕਾਲ ਦੀਆਂ ਦਿੱਕਤਾਂ ਵੀ ਘਟ ਜਾਂਦੀਆਂ ਹਨ। ਇਸ ਤਰ੍ਹਾਂ ਸਰਵਿਕਸ ਤੇ ਜ਼ਿਆਦਾ ਦਬਾਅ ਨਹੀਂ ਪੈਂਦਾ, ਦਿਲ ਤੇ ਦਬਾਅ ਪੈਣ ਨਾਲ ਕਿਡਨੀ ਦੇ ਲਈ ਖ਼ੂਨ ਸੰਚਾਰ ਵੱਧਦਾ ਹੈ ਜਿਸ ਨਾਲ ਫਾਲਤੂ ਤਰਲ ਪਦਾਰਥ ਕੱਢਣ ਵਿਚ ਆਸਾਨੀ ਰਹਿੰਦੀ ਹੈ, ਬੱਚੇ ਨੂੰ ਉਚਿਤ ਆੱਕਸੀਜਨ ਤੇ ਖ਼ੁਰਾਕ ਮਿਲਦੀ ਹੈ, ਤੁਹਾਡੇ ਖ਼ੂਨ ਸੰਚਾਰ ਵਿਚ ਤਨਾਅ ਦੇ ਹਾਰਮੋਨ ਘੱਟਦੇ ਹਨ, ਜਿਨ੍ਹਾਂ ਦੇਕਾਰਣ ਖਿਚਾਅ ਹੋ ਸਕਦਾ ਹੈ।

ਜੋ ਮਾਵਾਂ 35 ਤੋਂ ਉਪਰ ਹੋਣ, ਮਿਸਕੈਰਿਜ ਦੀ ਹਿਸਟ੍ਰੀ ਰਹੀ ਹੋਵੇ, ਮਲਟੀਪਲ ਪ੍ਰੈਗਨੈਂਸੀ ਹੋਵੇ, ਜਿਸ ਵਿਚ ਮੁਸ਼ਕਲ ਹੋਵੇਜਾਂ ਫਿਰ ਕੋਈ ਪੁਰਾਣਾ ਰੋਗ ਹੋਵੇ, ਉਨ੍ਹਾਂ ਨੂੰ ਬੈਡਰੈਸਟ ਲੈਣ ਦੀ ਸਲਾਹ ਦਿੱਤੀ ਜਾਂਦੀ ਹੈ।

ਇਸ ਨਾਲ ਪ੍ਰੀਟਰਮ ਲੇਬਰ ਦੀ ਸੰਭਾਵਨਾ ਘੱਟਣ ਦੇ ਨਾਲ-2 ਬਾਕੀ ਖ਼ਤਰੇ ਵੀ ਘੱਟ ਜਾਂਦੇ ਹਨ। ਇਸ ਦੇ ਆਪਣੇ ਨੁਕਸਾਨ ਵੀ ਹਨ। ਲੰਬੇ ਸਮੇਂ ਤਕ ਬੈਡਰੈਸਟ ਲੈਣ ਵਾਲੀਆਂ ਔਰਤਾਂ ਨੂੰ ਪੁੱਠਿਆਂ ਤੇ ਮਾਸਪੇਸ਼ੀਆਂ ਦਾ ਦਰਦ ਸਹਿਣਾ ਪੈਦਾ ਹੈ। ਚਮੜੀ ਵਿਚ ਜਲਣ, ਸਿਰ ਦਰਦ ਜਾਂ ਤਨਾਅ ਵੀ ਹੋ ਸਕਦਾਹੈ। ਹਿੱਲਣ-ਜੁਲਣ ਦੀ ਕਮੀ ਕਾਰਣ ਛਾਤੀ ਵਿਚ ਜਲਣ, ਕਬਜ, ਲੱਤਾਂ ਵਿਚਸੋਜਸ ਜਾਂ ਪਿੱਠ ਵਿਚ ਦਰਦ ਦੀ ਸ਼ਿਕਾਇਤ ਹੋ ਸਕਦੀ ਹੈ। ਭੁੱਖ ਵੀ ਖੁਲ੍ਹਕੇ ਨਹੀਂ ਲਗਦੀ ਜੋ ਕਿ ਬੱਚੇ ਦੀ ਸਿਹਤ ਦੇ ਲਈ ਠੀਕ ਨਹੀਂ ਹੈ।

ਤੁਸੀਂ ਇਨ੍ਹਾਂ ਟਿਪਸ ਦੀ ਮਦਦ ਨਾਲ ਆਪਣੀ ਕਾਫ਼ੀ ਪ੍ਰੇਸ਼ਾਨੀਆਂ ਘਟਾ ਸਕਦੇ ਹੋ :

■ ਬਿਸਤਰੇ ਤੇ ਥੋੜ੍ਹਾ ਹਿਲੋ-ਜੁਲੋ। ਕਰਵਟ ਲੈ ਕੇ ਲੇਟੋ। ਆਪਣੇ ਸਰੀਰ ਦਾ ਸਹੀ ਸੰਤੁਲਨ ਬਣਾਈ ਰੱਖਣ ਦੇ ਲਈ ਸਰ੍ਹਾਣੇ ਲਗਾ ਲਉ। ਹਰ ਥੋੜ੍ਹੀ ਦੇਰ ਬਾਦ ਕਰਵਟ ਬਦਲੋ।

■ ਡਾਕਟਰ ਤੋਂ ਪੁੱਛਕੇ ਬਾਂਹ ਹਿਲਾਣ ਦੀ ਕਸਰਤ ਕਰੋ। ਬੈਠੇ-2 ਸਰੀਰ ਦੇ ਜਿਨ੍ਹਾਂ ਅੰਗਾਂ ਨੂੰ ਹਿਲਾ ਸਕੋ ਉਨ੍ਹਾਂ ਨੂੰ ਹਿਲਾਓ।

■ ਡਾਕਟਰ ਤੋਂ ਪੁੱਛੋ ਕਿ ਕੀ ਤੁਸੀਂ ਸਟ੍ਰੈਚਿੰਗ ਕਸਰਤ ਕਰ ਸਕਦੀ ਹੋ। ਬਿਸਤਰ ਤੇ ਲੇਟੇ-ਬੈਠੇ ਲੱਤਾਂ ਨੂੰ ਹੋਲੀ ਜਿਹੇ ਅਕੜਾਓ ਤੇ ਪੈਰਾਂ ਨੂੰ ਘੁੰਮਾਓ ਤਾਂ ਜੋ ਲੱਤਾਂ ਵਿਚ ਖ਼ੂਨ ਨਾ ਜੰਮੇ ਤੇ ਮਾਸਪੇਸ਼ੀਆਂ ਵੀ ਮਜਬੂਤ ਬਣੀਆਂ ਰਹਿਣ।

■ ਧਿਆਨ ਦਿਉ ਕਿ ਤੁਸੀਂ ਕੀ ਤੇ ਕਿੰਨਾ ਖਾ ਰਹੀ ਹੋ। ਜੇਕਰ ਤੁਸੀਂ ਪੌਸ਼ਟਿਕ ਆਹਾਰ ਲੈਣ ਦੀ ਥਾਂ ਸਨੈਕਸ ਨਾਲ ਕੰਮ ਚਲਾ ਰਹੀ ਹੋ ਤਾਂ ਬੱਚੇ ਦੇ ਭਾਰ ਤੇ ਇਸ ਦਾ ਅਸਰ ਹੋ ਸਕਦਾ ਹੈ। ਇਸ ਤੋਂ ਇਲਾਵਾ ਜ਼ਰੂਰਤ ਤੋਂ ਵੱਧ ਭਾਰ ਵੀ ਪ੍ਰੇਸ਼ਾਨੀ ਦਾ ਕਾਰਣ ਹੋ ਸਕਦਾ ਹੈ। ਇਸ ਲਈ ਹਮੇਸ਼ਾਂ ਕੁਝ ਨਾ ਕੁਝ ਖਾਣ ਦੀ ਆਦਤ ਨਾ ਪਾਓ।

■ ਤੁਸੀਂ ਤਰਲ ਪਦਾਰਥਾਂ ਦੀ ਭਰਪੂਰ ਮਾਤਰਾ ਲੈਣੀ ਹੈ ਤਾਂ ਜੋ ਅਪਾਚਣ, ਕਬਜ ਤੇ ਛਾਤੀ ਵਿਚ ਜਲਣ ਵਰਗੀਆਂ ਪ੍ਰੇਸ਼ਾਨੀਆਂ ਤੋਂ ਬਚ ਸਕੋ। ਤੁਹਾਡੇ ਬਿਸਤਰ ਦੇ ਕੋਲ ਪਾਣੀ ਤੇ ਪੀਣ ਵਾਲੇ ਪਦਾਰਥਾਂ ਦੀ ਵੱਧ ਮਾਤਰਾ ਹੋਣੀ ਚਾਹੀਦੀ ਹੈ।

■ ਜ਼ਿਆਦਾ ਲੇਟਣ ਨਾਲ ਛਾਤੀ ਵਿਚ ਵੱਧ ਜਲਣ ਹੋ ਸਕਦੀ ਹੈ। ਜੇਕਰ ਹੋ ਸਕੇ ਤਾਂ ਕੁਝ ਖਾਂਦੇ ਸਮੇਂ ਥੋੜ੍ਹਾ ਬੈਠ ਜਾਓ।

■ ਡਿਲੀਵਰੀ ਤੋਂ ਬਾਦ ਲੰਭਲਣ ਵਿਚ ਥੋੜ੍ਹਾ ਸਮਾਂ ਲਗੇਗਾ ਇਸ ਲਈ ਵੱਧ ਉਮੀਦਾਂ ਨਾ ਰੱਖੋ। ਤੁਹਾਡੀਆਂ ਮਾਸਪੇਸ਼ੀਆਂ ਦੀ ਗੁਆਚੀ ਮਜ਼ਬੂਤੀ ਹੋਲੀ-2 ਹੀ ਵਾਪਸ ਆਏਗੀ। ਆਪਣੇ-ਆਪ ਨੂੰ ਸੰਭਲਣ ਦਾ ਮੌਕਾ ਦਿਉ।ਹਲਿਕਦਮੀ, ਪ੍ਰਸੂਤ ਤੋਂ ਬਾਦ ਯੋਗ ਤੇ ਤੈਰਾਕੀ ਤੋਂ ਮਦਦ ਮਿਲ ਸਕਦੀ ਹੈ।

■ ਤੁਹਾਡੇ ਕੋਲ ਫ਼ੋਨ ਪਿਆ ਰਹੇ ਤਾਂ ਜੋ ਹੋਰ ਦੋਸਤਾਂ ਤੇ ਰਿਸ਼ਤੇਦਾਰਾਂ ਨਾਲ ਗੱਲਬਾਤ ਕਰਕੇ ਮਨ ਬਹਿਲਾ ਸਕੋ। ਜੇਕਰ ਲੈਪਟਾੱਪ ਰਖ ਲਉਗੀ ਤਾਂ ਈਮੇਲ ਦੀ ਵੀ ਸੁਵਿਧਾ ਹੋ ਜਾਏਗੀ। ਇਸ ਤਰ੍ਹਾਂ ਬਿਸਤਰੇ ਤੇ ਬੈਠੇ-2 ਤੁਹਾਡਾ ਸੰਪਰਕ ਸਭ ਨਾਲ ਰਹੇਗਾ।

■ ਸਵੇਰੇ ਪਤੀ ਦੇ ਜਾਣ ਤੋਂ ਪਹਿਲਾਂ ਹੀ ਸਾਰਾ ਸਮਾਨ ਬਿਸਤਰ ਦੇ ਕੋਲ ਰਖਵਾ ਲਉ। ਤੁਹਾਡੇ ਛੋਟੇ ਫਰਿਜ ਵਿਚ ਪਾਣੀ, ਫਲ, ਦਹੀ, ਪਨੀਰ ਤੇ ਸੈਂਡਵਿਚ ਹਮੇਸ਼ਾਂ ਪਏ ਰਹਿਣ। ਫ਼ੋਨ, ਮੈਗਜ਼ਿਨ, ਕਿਤਾਬਾਂ ਤੇ ਟੀ.ਵੀ. ਦਾ ਰਿਮੋਟ ਵੀ ਕੋਲ ਹੋਣਾ ਚਾਹੀਦ ਾਹੈ।

■ ਪੂਰੇ ਦਿਨ ਦੀ ਰੂਟੀਨ ਬਣਾ ਲਉ। ਤਾਂ ਜੋ ਤੁਹਾਨੂੰ ਬੋਰੀਅਤ ਮਹਿਸੂਸ ਨਾ ਹੋਵੇ ਅਤੇ ਤੁਸੀਂ ਵਧੀਆ ਮਹਿਸੂਸ ਕਰ ਸਕੋ।

■ਜੇਕਰ ਤੁਹਾਨੂੰ ਘਰ ਵਿਚ ਰਹਿ ਕੇ ਹੀ ਥੋੜ੍ਹਾ-ਬਹੁਤ ਕੰਮ ਕਰਨ ਦੀ ਇਜਾਜਤ ਮਿਲੀ ਹੋਈ ਹੈ ਤਾਂ ਆਪਣੇ ਬਾੱਸ ਨੂੰ ਆਪਣੀਆਂ ਹੱਦਾਂ ਦਸ ਦਿਉ ਤਾਂ ਜੋ ਤੁਹਾਡੇ ਤੇ ਕੰਮ ਦਾ ਲੋੜ ਤੋਂ ਵੱਧ ਬੋਝ ਨਾ ਪਵੇ।

■ ਜੇਕਰ ਤੁਸੀਂ ਚਾਹੋ ਤਾਂ ਬੜੇ ਮਜੇ ਨਾਲ ਬੱਚੇ ਦੇ ਲਈ ਆੱਨਲਾਈਨ ਖ਼ਰੀਦਦਾਰੀ ਕਰ ਸਕਦੀਹੋ। ਉਸ ਦੇ ਕਪੜੇ, ਝੂਲਾ, ਪਲੰਘ ਤੇ ਬੇਬੀ ਸਿਟਰ ਦਾ

## ਬੈਡਰੈਸਟ ਦੀਆਂ ਕਿਸਮਾਂ

ਜਦੋਂ ਡਾਕਟਰ ਤੁਹਾਡੀਆਂ ਗਤੀਵਿਧੀਆਂ ਸੀਮਤ ਕਰਨਾ ਚਾਹੁਣ ਤਾਂ ਇਸ ਨੂੰ ਬੈਡਰੈਸਟ ਕਹਿੰਦੇ ਹਨ ਤੇ ਤੁਹਾਨੂੰ ਦੱਸਦੇ ਹਨ ਕਿ ਤੁਸੀਂ ਕੀ ਕਰ ਸਕਦੀ ਹੋ ਅਤੇ ਕੀ ਨਹੀਂ ਕਰ ਸਕਦੀ। ਆਓ, ਤੁਹਾਨੂੰ ਇਨ੍ਹਾਂ ਸਬੰਧੀ ਦਸੀਏ।

**ਸ਼ਡਿਯੂਲ ਰੈਸਟਿੰਗ:-** ਕੁਝ ਮਾਵਾਂ ਨੂੰ ਹਰ ਰੋਜ਼ ਵੱਖ-2 ਸਮੇਂ ਤਕ ਆਰਾਮ ਕਰਨ ਦੀ ਸਲਾਹ ਦਿੱਤੀ ਜਾਂਦੀ ਹੈ ਤਾਂ ਜੋ ਅੱਗੇ ਆਣ ਵਾਲੇ ਖ਼ਤਰੇ ਨੂੰ ਟਾਲਿਆ ਜਾ ਸਕੇ। ਕਈ ਡਾਕਟਰ ਕੰਮਕਾਜ ਘਟਾਉਣ, ਪੌੜੀਆਂ ਨਾ ਚੜ੍ਹਣ-ਉਤਰਣ ਜਾਂ ਲੰਬੇ ਸਮੇਂ ਤਕ ਖੜੇ ਨਾ ਰਹਿਣ ਲਈ ਕਹਿੰਦੇ ਹਨ।

**ਮੋਡੀਫ਼ਾਇਡ ਬੈਡਰੈਸਟ:-** ਤੁਹਾਨੂੰ ਘਰ ਦਾ ਕੰਮਕਾਜ, ਗੱਡੀ ਚਲਾਨਾ ਜਾਂ ਦਫ਼ਤਰ ਜਾਣਾ ਮਨਾ ਹੁੰਦਾ ਹੈ। ਤੁਸੀਂ ਥੋੜ੍ਹਾ-ਬਹੁਤ ਹਲਕਾ ਕੰਮ ਕਰ ਸਕਦੀ ਹੋ। ਬਿਸਤਰ ਤੋਂ ਸੋਫ਼ੇ ਤਕ ਜਾ ਸਕਦੀ ਹੋ ਜਾਂ ਆਪਣੇ ਲਈ ਸੈਂਡਵਿਚ ਬਣਾ ਸਕਦੀ ਹੋ। ਪ੍ਰੰਤੂ ਤੁਹਾਨੂੰ ਪੌੜੀਆਂ ਚੜ੍ਹਣ-ਉਤਰਣ ਦੀ ਇਜਾਜਤ ਨਹੀਂ ਮਿਲੇਗੀ।

**ਸਟ੍ਰਿਕਟ ਬੈਡਰੈਸਟ:-** ਤੁਹਾਨੂੰ ਸਖ਼ਤੀ ਨਾਲ ਆਰਾਮ ਕਰਨ ਦੀ ਸਲਾਹ ਦਿੱਤੀ ਗਈ ਹੈ ਭਾਵ ਨਹਾਉਣ-ਧੋਣ ਤੋਂ ਇਲਾਵਾ ਤੁਸੀਂ ਬਿਸਤਰ ਤੇ ਰਹੋਗੀ। ਤੁਹਾਨੂੰ ਆਪਣਾ ਸਾਰਾ ਜ਼ਰੂਰੀ ਸਮਾਨ ਬਿਸਤਰੇ ਦੇ ਕੋਲ ਹੱਥ ਦੀ ਪਹੁੰਚ ਵਿਚ ਰੱਖਣਾ ਹੋਵੇਗਾ ਤਾਂ ਜੋ ਕਿਸੀ ਦੀ ਮਦਦ ਨਾ ਮਿਲਣ ਤੇ ਤੁਹਾਨੂੰ ਵਾਰ-2 ਉਠਣਾ ਨਾ ਪਵੇ।

**ਹਸਪਤਾਲ ਵਿਚ ਬੈਡਰੈਸਟ:-** ਜੇਕਰ ਤੁਹਾਨੂੰ ਲਗਾਤਾਰ ਪਨੀਰ ਦੇ ਨਾਲ ਆਈ.ਵੀ. ਦੀ ਵੀ ਜ਼ਰੂਰਤ ਹੈ ਤਾਂ ਤੁਹਾਨੂੰ ਹਸਪਤਾਲ ਵਿਚ ਆਰਾਮ ਕਰਨਾ ਹੋਵੇਗਾ। ਤੁਹਾਡੇ ਪੈਰ ਸਿਰ ਤੋਂ ਥੋੜ੍ਹੇ ਉੱਚੇ ਕਰ ਦਿੱਤੇ ਜਾਣਗੇ ਤਾਂ ਜੋ ਬੱਚਾ ਥੋੜ੍ਹਾ ਸਮੇਂ ਤਕ ਕੁੱਖ ਵਿਚ ਟਿਕੇ ਤੇ ਆਪਣਾ ਵਿਕਾਸ ਪੂਰਾ ਲਵੇ।

ਇੰਤਜ਼ਾਮ ਵੀ ਤਾਂ ਤੁਹਾਨੂੰ ਹੀ ਕਰਨਾ ਹੈ।

ਆੱਨਲਾਈਨ ਡਿਨਰ ਆਰਡਰ ਕਰੋ ਤਾਂ ਜੋ ਸ਼ਾਮ ਨੂੰ ਪਤੀ ਦੇ ਘਰ ਆਉਣ ਤੇ ਉਨ੍ਹਾਂ ਨੂੰ ਸਰਪ੍ਰਾਈਜ਼ ਦਿਤਾ ਜਾ ਸਕੇ।

ਮੇਲ ਸਰਵਿਸ ਤੋਂ ਡੀ.ਵੀ.ਡੀ. ਮੰਗਾਓ। ਉਹ ਸਭ ਫ਼ਿਲਮਾਂ ਦੇਖੋ ਜਿਨ੍ਹਾਂ ਨੂੰ ਤੁਸੀਂ ਸਮੇਂ ਦੀ ਘਾਟ ਕਾਰਣ ਅੱਜ ਤਕ ਨਹੀਂ ਦੇਖ ਸਕੀ। ਇਸ ਤੋਂ ਬਾਦ ਤਾਂ ਤੁਹਾਨੂੰ ਇੰਝ ਸਮਾਂ ਤੇ ਮੌਕਾ ਨਹੀਂ ਮਿਲੇਗਾ।

ਮੌਜ-ਮਸਤੀ ਕਿਉਂ ਨਾ ਹੋ ਜਾਏ। ਦੋਸਤਾਂ ਨੂੰ ਬੁਲਾ ਕੇ ਪਿਜ਼ਾ ਪਾਰਟੀ ਕਰੋ। ਸਫ਼ਾਈ ਵੀ ਉਨ੍ਹਾਂ ਨੂੰ ਹੀ ਕਰਨੀ ਪਵੇਗੀ।

ਆਪਣੇ ਨੰਨ੍ਹੇ-ਮੁੰਨੇ ਦੇ ਲਈ ਕੁਝ ਸਵੈਟਰ ਤੇ ਜੁਰਾਬਾਂ ਬੁਣੋ। ਟਾਈਮ ਵੀ ਕੋਲ ਹੋਏਗਾ ਅਤੇ ਤੁਹਾਨੂੰ ਖ਼ੁਸ਼ੀ ਵੀ ਮਿਲੇਗੀ।

ਸਾਰੇ ਫ਼ੋਟੋ ਐਲਬੰਮ ਵਿਚ ਸਹੀ ਕਰੋ ਆਪਣੀ ਫ਼ੋਨ ਬੁਕ ਨੂੰ ਕੰਪਿਊਟਰ ਵਿਚ ਪਾਓ। ਬੱਚੇ ਦੇ ਵਧਾਈ ਥੈਂਕਸ ਨੋਟ ਆਦਿ, ਸਾਰੇ ਕੰਮ ਕੰਪਿਊਟਰ ਤੇ ਕਰੋ।

ਆਪਣੇ ਮਨ ਨੂੰ ਪੂਰੀ ਖ਼ੁਸ਼ੀ ਦਿਉ। ਵਾਲ ਸੰਵਾਰੋ ਮੇਕਅੱਪ ਕਰੋ। ਬਿਊਟੀ-ਪਾਰਲਰ ਤੋਂ ਕਿਸੇ ਨੂੰ ਘਰ ਬੁਲਾਕੇ ਬਿਊਟੀ ਕੇਯਰ ਕਰਵਾਓ। ਇਹ ਨਾ ਸੋਚੋ ਕਿ ਮੈਨੂੰ ਕੌਣ ਦੇਖਣ ਵਾਲਾ ਹੈ। ਤੁਸੀਂ ਚੰਗੀ ਦਿਖੋਗੀ ਤਾਂ ਤੁਹਾਡੇ ਮਨ ਨੂੰ ਵੀ ਖ਼ੁਸ਼ੀ ਮਿਲੇਗੀ।

ਆਪਣੇ ਬਿਸਤਰ ਦੀ ਚਾਦਰ ਬਦਲੋ ਤੇ ਆਸਪਾਸ ਦੀ ਹਰ ਚੀਜ਼ ਨੂੰ ਸਾਫ਼ ਤੇ ਠੀਕ ਰੱਖਣ ਲਈ ਕਹੋ।

ਆਪਣੇ ਵਿਚਾਰਾਂ ਤੇ ਸੋਚ ਨੂੰ ਡਾਇਰੀ ਵਿਚ ਲਿਖੋ। ਇਹ ਡਾਇਰੀ ਮਨ ਨੂੰ ਸ਼ਾਂਤ ਕਰੇਗੀ ਤੇ ਤੁਹਾਡਾ ਸਮਾਂ ਵੀ ਪਾਸ ਹੋਵੇਗਾ।

ਜਦੋਂ ਵੀ ਮਨ ਉਦਾਸ ਹੋਵੇ ਤਾਂ ਬੱਚੇ ਦੇ ਅਲਟ੍ਰਾ ਸਾਊਂਡ ਦੀਆਂ ਤਸਵੀਰਾਂ ਦੇਖੋ ਅਤੇ ਆਪਣੇ-ਆਪ ਨੂੰ ਯਾਦ ਦਿਖਾਓ ਕਿ ਉਸ ਨੂੰ ਇਸ ਦੁਨੀਆਂ ਵਿਚ ਲਿਆਣ ਦੇਲਈ ਹੀ ਤੁਸੀਂ ਆਰਾਮ ਕਰ ਰਹੀ ਹੋ।

# ਗਰਭਕਾਲ ਵਿਚ ਹੋਈ ਹਾਨੀ ਦਾ ਸਾਮ੍ਹਣਾ ਕਰਨਾ

**ਗਰਭਕਾਲ ਨੂੰ ਇਕ ਐਸਾ ਖ਼ੁਸ਼ਗਵਾਰ ਸਫ਼ਰ ਮੰਨਿਆ ਜਾਂਦਾ ਹੈ, ਜਿਸ ਵਿਚ ਰਹੱਸ, ਰੋਮਾਂਸ, ਉਤੇਜਨਾ, ਉਮੰਗ, ਬੱਚੇ ਨਾਲ ਜੁੜੇ ਸੁਪਨੇ, ਡਰ ਤੇ ਘਬਰਾਹਟ ਆਦਿ ਵੀ ਸ਼ਾਮਲ ਹੁੰਦੇ ਹਨ। ਹਾਲਾਂਕਿ ਇੰਝ ਹਮੇਸ਼ਾਂ ਸੰਭਵ ਨਹੀਂ ਹੁੰਦਾ। ਜੇਕਰ ਤੁਹਾਨੂੰ ਗਰਭਕਾਲ ਵਿਚ ਕੋਈ ਸੱਟ ਪਹੁੰਚੀ ਹੈ ਜਾਂ ਤੁਸੀਂ ਆਪਣਾ ਨੰਨ੍ਹਾ ਬੱਚਾ ਗੁਆ ਦਿੱਤਾ ਹੈ ਤਾਂ ਤੁਸੀਂ ਚੰਗੀ ਤਰ੍ਹਾਂ ਜਾਣਦੀ ਹੋ ਕਿ ਇਹ ਦੁੱਖ ਸ਼ਬਦਾਂ ਦੀ ਸੀਮਾ ਤੋਂ ਕਿਤੇ ਪਰੇ ਹੈ। ਇਹ ਅਧਿਆਏ ਤੁਹਾਨੂੰ ਹੀ ਸਮਰਪਿਤ ਹੈ ਤਾਂ ਜੋ ਤੁਸੀਂ ਇੰਨੇ ਵੱਡੇ ਦੁੱਖ ਤੋਂ ਉਪਰ ਉਠਣ ਦੀ ਹਿੰਮਤ ਜੁਟਾ ਸਕੋ।**

## ਮਿਸਕੈਰਿਜ

ਹਾਲਾਂਕਿ ਇਹ ਗਰਭਕਾਲ ਦੀ ਸ਼ੁਰੂਆਤ ਵਿਚ ਹੀ ਹੋ ਜਾਂਦਾ ਹੈ। ਇਸ ਦਾ ਭਾਵ ਇਹ ਇਹ ਨਹੀਂ ਕਿ ਇਸ ਦਾ ਕੋਈ ਦੁੱਖ ਨਹੀਂ ਹੁੰਦਾ। ਤੁਸੀ਼ ਕਿੰਨੀ ਜਲਦੀ ਆਪਣਾ ਬੱਚਾ ਕਿਉਂ ਨਾ ਗੁਆਇਆ ਹੋਵੇ, ਇਸ ਤੋਂ ਹੋਣ ਵਾਲਾ ਦੁੱਖ ਸੱਚਾ ਹੁੰਦਾ ਹੈ। ਚਾਹੇ ਤੁਸੀਂ ਅਲਟ੍ਰਾਸਾਊਂਡ ਵਿਚ ਵੀ ਬੱਚੇ ਨੂੰ ਨਾਦੇਖਿਆ ਹੋਵੇ, ਪਰ ਉਸ ਨਾਲ ਇਕ ਨਾਤਾ ਤਾਂਜੁੜਦਾ ਹੀ ਹੈ ਨਾ। ਗਰਭਕਾਲ ਦੀ ਖ਼ਬਰ ਸੁਣਦੇ ਹੀ ਤੁਸੀਂ ਬੱਚੇ ਦੇ ਸੁਪਨੇ ਦੇਖਣ ਲਗਦੀ ਹੋ ਅਤੇ ਖ਼ੁਦ ਨੂੰ ਮਾਂ ਮੰਨਣ ਲਗਦੀ ਹੋ ਅਤੇ ਫਿਰ ਮਹੀਨਿਆਂ ਦੀ ਉਤੇਜਨਾ ਤੇ ਉਮੰਗ ਪਲ-ਭਰ ਵਿਚ ਖ਼ਤਮ ਹੋ ਜਾਂਦੀ ਹੈ। ਤੁਸੀਂ ਉਦਾਸੀ ਤੇ ਨਿਰਾਸ਼ਾ ਵਿਚ ਡੁਬ ਜਾਂਦੀ ਹੋ। ਤੁਹਾਨੂੰ ਗੁੱਸਾ ਆਉਂਦਾ ਹੈ ਕਿ ਮੇਰੇ ਨਾਲ ਹੀ ਇੰਝ ਕਿਉਂ ਹੋਇਆ। ਤੁਸੀਂ ਉਨ੍ਹਾਂ ਦੋਸਤਾਂ ਤੇਪਰਿਵਾਰ ਮੈਂਬਰ ਤੋਂ ਖ਼ੁਦ ਨੂੰ ਵੱਖ ਸਮਝਦੀ ਹੋ ਜਿਸ ਦੇ ਬੱਚੇ ਦਾ ਜਨਮ ਹੋਇਆ ਹੋਵੇ। ਸ਼ੁਰੂਆਤ ਵਿਚ ਤਾਂ ਕੁਝ ਵੀ ਖਾਣਾ-ਵੀਣਾ ਤੇ ਸੋਣਾ ਤਕ ਰਹਿ ਸਕਦਾ ਹੈ। ਤੁਸੀਂ ਬਹੁਤ ਰੋ ਸਕਦੀ ਹੋ ਅਤੇ ਹੋ ਸਕਦਾ ਹੈ ਕਿ ਤੁਸੀਂ ਇਕ ਹੰਝੂ ਵੀ ਨਾ ਬਹਾਓ। ਇਹ ਸਭ ਕੁਦਰਤੀ ਪ੍ਰਕ੍ਰਿਆਵਾਂ ਹਨ ਅਤੇ ਬਿਲਕੁਲ ਆਮ ਹਨ।

ਦਰਅਸਲ ਕੁਝ ਜੋੜਿਆਂ ਦੇ ਲਈ ਸ਼ੁਰੂਆਤ ਵਿਚ ਹੋਈ ਇਹ ਹਾਨੀ ਝੇਲਣਾਵੀਕਾਫ਼ੀ ਭਾਰੀ ਹੁੰਦਾ ਹੈ। ਕਿਉਂ? ਕਈ ਲੋਕ ਤੀਜੇ ਮਹੀਨੇ ਤਕ ਇਹ ਖ਼ਬਰ ਕਿਸੇ ਨੂੰ ਦੱਸਦੇ ਨਹੀਂ, ਇੰਝ ਉਨ੍ਹਾਂ ਨੂੰ ਸਹਾਰਾ ਦੇਣ ਵਾਲਾ ਵੀ ਕੋਈ ਨਹੀਂ ਹੁੰਦਾ। ਇਥੋਂ ਤਕ ਕਿ ਲੋਕਾਂ ਦੇ ਦੱਸਣ ਦੇਬਾਵਜੂਦ ਉਨ੍ਹਾਂ ਨੂੰ ਇੰਨਾ ਤਰਸ ਤੇ ਸਹਾਰਾ ਨਹੀਂ ਮਿਲਦਾ, ਜਿਨਾ ਕਿ ਗਰਭਕਾਲ ਬੀਤਣ ਤੋਂ ਬਾਦ ਮਿਲਦਾਹੈ।ਉਹ ਕਹਿ ਸਕਦੇਹਨ। ਕੋਈ ਕੋਈ ਗੱਲ ਨਹੀਂ, ਅਜੇ ਤਾਂ ਸ਼ੁਰੂਆਤ ਹੀ ਸੀ। ਤੁਹਾਡੇ ਕੋਲ ਬੱਚੇਦੀਕੋਈ ਯਾਦ ਤਸਵੀਰ ਨਹੀਂ ਹੁੰਦੀ। ਉਸ ਦੇ ਆਖ਼ਰੀ ਸੰਸਕਾਰ ਦੀਕੋਈ ਪ੍ਰਕ੍ਰਿਆ ਨਹੀਂ ਹੁੰਦੀ ਤਾਂ ਜੋ ਮਾਂ-ਬਾਪ ਦਾਦੁੱਖ ਕੁਝ ਘੱਟ ਸਕੇ।

## ਇਕ ਵਿਅਕਤੀਗਤ ਪ੍ਰੀਕ੍ਰਿਆ

ਇਸ ਹਾਲਤ ਵਿਚ ਕੋਈ ਭਾਵਨਾਤਮਕ ਫਾਰਮੂਲਾ ਕੰਮ ਨਹੀਂ ਆਉਂਦਾ। ਸਾਰੇ ਵਿਅਕਤੀ ਨਿੱਜੀ ਰੂਪ ਨਾਲ ਇਸ ਦਾ ਸਾਮ੍ਹਣਾ ਕਰਨਾ ਚਾਹੁੰਦੇ ਹੋ। ਹੋ ਸਕਦਾ ਹੈ ਕਿ ਤੁਹਾਨੂੰ ਇਸ ਦੁੱਖ ਤੋਂ ਉਭਰਨ ਵਿਚ ਜ਼ਿਆਦਾ ਸਮਾਂ ਲਗੇ ਜਾਂ ਇਹ ਵੀ ਹੋ ਸਕਦਾ ਹੈ ਕਿ ਤੁਸੀਂ ਜਲਦੀ ਹੀ ਇਸ ਸਦਮੇ ਤੋਂ ਉਭਰ ਜਾਓ। ਹੋ ਸਕਦਾ ਹੈ ਕਿ ਤੁਸੀਂ ਜਲਦੀ ਹੀ ਦੁਬਾਰਾ ਕੋਸ਼ਿਸ਼ ਕਰਨ ਲਈ ਉਤਸੁਕ ਹੋਵੋ। ਯਾਦ ਰੱਖੋ, ਇਥੇ ਉਹੀ ਪ੍ਰਤੀਕ੍ਰਿਆ ਆਮ ਹੈ ਜੋ ਤੁਹਾਨੂੰ ਆਮ ਲਗੇ। ਆਪਣੇ-ਆਪ ਨੂੰ ਸੰਭਾਲਣ ਦੇ ਲਈ ਤੁਸੀਂ ਜੋ ਵੀ ਕਰਨਾ ਬਿਹਤਰ ਸਮਝੋ, ਉਹੀ ਕਰੋ।

ਯਾਦ ਰੱਖੋ ਕਿ ਇਸ ਮਿਸਕੈਰਿਜ ਦੇ ਕਾਰਣ ਤੁਹਾਨੂੰ ਆਪਣੀ ਮਰਜੀ ਨਾਲ ਦੁੱਖ ਮਨਾਉਣ ਜਾਂ ਨਾ ਮਨਾਉਣ ਦੀ ਪੂਰੀ ਛੋਟ ਹੈ। ਤੁਸੀਂ ਕਿਸੀ ਵੀ ਤਰ੍ਹਾਂ ਆਪਣੇ ਮਨ ਦਾ ਭਾਰ ਹਲਕਾ ਕਰ ਸਕਦੀ ਹੋ।

ਸ਼ਾਇਦ ਤੁਸੀਂ ਦੋਨੋਂ ਕਿਸੀ ਨੇੜਲੇ ਪਰਿਵਾਰਕ ਮੈਂਬਰ ਦੀ ਮਦਦ ਲੈਣਾ ਚਾਹੋ। ਜੇਕਰ ਤੁਸੀਂ ਕਿਸੇ ਨਾਲ ਆਪਣੀਆਂ ਭਾਵਨਾਵਾਂ ਵੰਡਣਾ ਚਾਹੋ ਤਾਂ ਤੁਹਾਨੂੰ ਪਤਾ ਲਗੇਗਾ ਕਿ ਜ਼ਿਆਦਾਤਰ ਔਰਤਾਂ ਨੂੰ ਆਪਣੇ ਪ੍ਰਜਨਨ ਸਾਲਾਂ ਵਿਚ ਐਸੇ ਮਿਸਕੈਰਿਜ ਦਾ ਸਾਮ੍ਹਣਾ ਕਰਨਾ ਪੈਂਦਾ ਹੈ ਪ੍ਰੰਤੂ ਤੁਹਾਨੂੰ ਉਨ੍ਹਾਂ ਸਬੰਧੀ ਪਤਾ ਨਹੀਂ ਸੀ। ਜੇਕਰ ਤੁਸੀਂ ਕਿਸੇ ਨਾਲ ਆਪਣਾ ਦੁੱਖ ਨਹੀਂ ਵੰਡਣਾ ਚਾਹੁੰਦੇ ਤਾਂ ਇਸ ਨੂੰ ਆਪਣੇ ਤੱਕ ਰੱਖੋ।

ਯਾਦ ਰੱਖੋ ਕਿ ਤੁਸੀਂ ਉਸ ਦਿਨ ਦੇ ਸ਼ੋਕ ਨੂੰ ਹਮੇਸ਼ਾਂ ਯਾਦ ਰਖ ਸਕਦੇਹੋ। ਜਾਂ ਉਸ ਦਿਨ ਨੂੰ ਹਰ ਸਾਲ ਯਾਦ ਰੱਖ ਸਕਦੇਹੋ। ਉਸ ਦਿਨ ਕੋਈ ਨਵੇਂ ਪੌਦੇ ਲਗਾਓ, ਇਕ ਸ਼ਾਂਤ ਪਿਕਨਿਕ ਕਰੋ, ਆਪਣੇ ਸਾਥੀ ਦੇ ਨਾਲ ਕਿਤੇ ਬਾਹਰ ਖਾਣੇ ਤੇ ਜਾਓ।

ਤੁਹਾਨੂੰ ਆਪਣੇ ਗਮ ਨੂੰ ਮਨਾਉਣ ਦਾ ਪੂਰਾ ਹਕ ਹੈ, ਤਾਂ ਹੀ ਤੁਸੀਂ ਹੋਲੀ-2 ਇਸ ਦੇ ਅਸਰ ਤੋਂ ਨਿਕਲ ਸਕੋਗੇ। ਜੇਕਰਆਪਣੇ ਇਸ ਸ਼ੋਕ ਤੋਂ ਨਿਕਲਣ ਦੀ ਕੋਸ਼ਿਸ਼ ਨਹੀਂ ਕੀਤੀ ਤਾਂ ਤੁਸੀਂ ਠੀਕ ਤਰ੍ਹਾਂ ਖਾ-ਪੀ ਨਹੀਂ ਸਕੋਗੇ, ਰਾਤਾਂ ਦੀ ਨੀਂਦ ਨਹੀਂ ਆਏਗੀ, ਪਰਿਵਾਰ ਤੋਂ ਕੱਟ ਜਾਓਗੇ ਤਾਂ ਹਾਲਾਤ ਵਿਗੜਨ ਤੇ ਵਿਵਹਾਰਕ ਸਲਾਹ ਵੀ ਲੈਣੀ ਪੈ ਸਕਦੀ ਹੈ।

ਆਪਣੇ ਆਪ ਨੂੰ ਯਕੀਨ ਦਿਵਾਓ ਕਿ ਤੁਸੀਂ ਦੁਬਾਰਾ ਗਰਭਵਤੀ ਹੋ ਕੇ ਮਾਂ ਬਣਨ ਦੀ ਸਮਰੱਥਾ ਰਖਦੀ ਹੋ।

### ਦੋਹਰੇ ਮਿਸਕੈਰਿਜ ਦਾ ਸਾਮ੍ਹਣਾ

ਹਾਲਾਂਕਿ ਇਸ ਨਾਲ ਦੁੱਖ ਤਾਂ ਕਾਫ਼ੀ ਵੱਧ ਜਾਂਦਾ ਹੈ। ਤੁਸੀਂ ਨਿਰਾਸ਼, ਨਿਰਉਤਸਾਹਿਤ ਤੇ ਚਿੜਚਿੜੀ ਹੋ ਜਾਂਦੀ ਹੋ। ਤੁਹਾਡੇ ਮਨ ਤੇ ਸਰੀਰ ਨੂੰ ਸਦਮੇ ਤੋਂ ਉਭਰਨ ਵਿਚ ਕਾਫ਼ੀ ਸਮਾਂ ਲਗ ਸਕਦਾ ਹੈ। ਕਈ ਸਰੀਰਕ ਲੱਛਣ ਵੀ ਉਭਰ ਸਕਦੇ ਹਨ। ਦੂਜਿਆਂ ਨਾਲ ਆਪਣੇ ਮਨ ਦਾ ਦੁੱਖ ਵੰਡੋ। ਖ਼ੁਦ ਨੂੰ ਸਮਝਾਓ ਕਿ ਇਸ ਵਿਚ ਤੁਹਾਡੀ ਕੋਈ ਗ਼ਲਤੀ ਨਹੀਂ ਹੈ। ਡਾਕਟਰ ਦੀ ਸਲਾਹ ਲਉ। ਆਪਣੇ ਪਤੀ ਦੀ ਮਦਦ ਨਾਲ ਮਨ ਦਾ ਦੁੱਖ ਹਲਕਾ ਕਰੋ। ਇਨ੍ਹਾਂ ਭਾਵਨਾਵਾਂ ਨੂੰ ਮਨ ਤੋਂ ਕੱਢਕੇ ਸੋਚੋ ਕਿ ਤੁਸੀਂ ਹਰ ਹਾਲਤ ਵਿਚ ਇਕ ਬੱਚੇ ਦੀ ਮਾਂ ਬਣਨਾ ਹੀ ਹੈ।

## ਬੱਚੇਦਾਨੀ ਵਿਚ ਹੀ ਮੌਤ

ਜਦੋਂ ਤੁਹਾਨੂੰ ਸੈਂਕੜੇ ਘੰਟਿਆਂ ਤਕ ਬੱਚੇ ਦੀ ਕੋਈ ਹਲਚਲ ਸੁਣਾਈ ਨਹੀਂ ਦੇਂਦੀ ਤਾਂ ਮਨ ਡਰ ਜਾਂਦਾ ਹੈ। ਉਸ ਤੋਂ ਵੀ ਬੁਰਾ ਤਾਂ ਹੁੰਦਾ ਹੈ। ਜਦੋਂ ਤੁਹਾਨੂੰ ਪਤਾ ਚਲਦਾ ਹੈ ਕਿ ਤੁਹਾਡਾ ਅਣਜੰਮਿਆ ਬੱਚਾ ਨਹੀਂ ਰਿਹਾ।

ਬੱਚੇ ਦੀ ਧੜਕਣ ਸੁਣ ਨਹੀਂ ਰੀ, ਉਹ ਬੱਚੇ ਦਾਨੀ ਵਿਚ ਹੀ ਮਰ ਗਿਆ, ਇਹ ਸੁਣ ਕੇ ਦਿਲ ਨੂੰ ਗਹਿਰੀ ਸੱਟ ਲਗਦੀਹੈ ਅਤੇ ਤੁਸੀਂ ਅਚਾਨਕ ਇਸ ਗੱਲ ਦਾ ਯਕੀਨ ਨਹੀਂ ਕਰਦੀ। ਤੁਹਾਡੀ ਸਥਿਤੀ ਦੇ ਹਿਸਾਬ ਨਾਲ ਹੀ ਡਾਕਟਰ ਤੈਅ ਕਰਦੇ ਹਨ ਕਿ ਅੱਗੇ ਕੀ ਕੀਤਾ ਜਾਣਾ ਚਾਹੀਦਾ ਹੈ। ਤੁਹਾਡਾ ਸ਼ੋਗ ਵੀ ਉਸ ਮਾਤਾ-ਪਿਤਾ ਤੋਂ ਘੱਟ ਨਹੀਂ ਹੈ, ਜਿਨ੍ਹਾਂ ਦਾ ਬੱਚਾ ਜਨਮ ਦੇ ਦੌਰਾਨ ਜਾਂ ਜਨਮ ਦੇ ਫੌਰਨ ਬਾਦ ਹੀ ਨਹੀਂ ਰਹਿੰਦਾ।

## ਜਨਮ ਦੇ ਦੌਰਾਨ ਜਾਂ ਉਸ ਤੋਂ ਬਾਦ ਬੱਚੇ ਦੀ ਮੌਤ

ਕਈ ਵਾਰ ਡਿਲੀਵਰੀ ਤੋਂ ਤੁਰੰਤ ਬਾਦ ਬੱਚਾ ਨਹੀਂ ਰਹਿੰਦਾ। ਮਹੀਨਿਆਂ ਬੱਚੇ ਦਾ ਇੰਤਜ਼ਾਰ ਕਰਨ ਤੋਂ

ਬਾਦ ਤੁਸੀਂ ਖ਼ਾਲੀ ਹੱਥ ਘਰ ਆਉਂਦੀ ਹੋ। ਇਹ ਇਕ ਐਸਾ ਦੁੱਖ ਹੈ, ਜਿਸਦੀ ਭਰਪਾਈ ਕੋਈ ਨਹੀਂ ਕਰ ਸਕਦਾ। ਤੁਹਾਨੂੰ ਇਸ ਸਦਮੇ ਤੋਂ ਉਭਰਨ ਦੇ ਲਈ ਖ਼ੁਦ ਹੀ ਹਿੰਮਤ ਕਰਨੀ ਹੋਵੇਗੀ।

■ਬੱਚੇ ਨੂੰ ਗੋਦ ਵਿਚ ਲਉ, ਉਸ ਨੂੰ ਕੋਈ ਨਾਮ ਦਿਉ ਆਪਣੇ ਦੁੱਖ ਨੂੰ ਸਵੀਕਾਰੋ। ਤੁਸੀਂ ਕਿਸੇ ਬੇ ਨਾਮ ਜੀਵ ਦੇ ਲਈ ਦੁੱਖ ਕਿਵੇਂ ਮਨਾ ਸਕਦੇ ਹੋ। ਇਸ ਲਈ ਬੱਚੇ ਨੂੰ ਉਹੀ ਕੋਈ ਨਾਮ ਦਿਉ। ਚਾਹੇ ਡਾਕਟਰ ਦੀ ਰਾਏ ਵਿਚ ਉਸ ਨੂੰ ਦੇਖਣਾ ਠੀਕ ਨਾ ਹੋਵੇ ਕਿਉਂ ਹੋ ਸਕਦਾ ਹੈ ਕਿ ਉਹ ਬੱਚਾ ਤੁਹਾਡੀ ਕਲਪਨਾ ਵਰਗਾ ਨਾ ਹੋਵੇ ਪ੍ਰੰਤੂ ਉਸ ਦੀ ਮੌਤ ਸਵੀਕਾਰਨਾ ਕਿਤੇ ਆਸਾਨ ਹੋ ਜਾਏਗਾ। ਤੁਹਾਨੂੰ ਉਸ ਦੇ ਅੰਤਮ ਸੰਸਕਾਰ ਕਰਨ ਦਾ ਤੇ ਉਸ ਨੂੰ ਅਲਵਿਦਾ ਕਹਿਣ ਦਾ ਮੌਕਾ ਮਿਲ ਜਾਏਗਾ। ਜੇਕਰ ਤੁਸੀਂ ਉਸ ਨੂੰ ਕਿਤੇ ਦਫ਼ਨਾਉਂਦੀ ਹੋ ਤਾਂ ਤੁਸੀਂ ਆਉਣ ਵਾਲੇ ਸਮੇਂ ਵਿਚ ਉਥੇ ਫੁੱਲ ਚੜ੍ਹਾਉਣ ਵੀ ਜਾ ਸਕਦੀ ਹੋ।

■ ਉਸਦੀ ਕੋਈ ਯਾਦਗਾਰ, ਪੈਰ ਦੀ ਛਾਪ ਵਰਗੀ ਕੋਈ ਚੀਜ਼ ਆਪਣੇ ਕੋਲ ਰੱਖੋ। ਉਸ ਦੀ ਖ਼ੂਬਸੂਰਤੀ ਨੂੰ ਮਨ ਵਿਚ ਵਸਾਓ, ਜਿਵੇਂ ਪਿਆਰੇ ਵਾਲ, ਪਤਲੀਆਂ ਉਂਗਲੀਆਂ ਜਾਂ ਗੁਲਾਬੀ ਗੱਲ ਆਦਿ।

## ਪ੍ਰਸੂਤ ਤੋਂ ਬਾਅਦ ਤਨਾਅ ਤੇ ਮੌਤ

ਪ੍ਰਸੂਤ ਤੋਂ ਬਾਦ ਤਨਾਅ ਤੇ ਉਤੇਜਨਾ ਨਾਲ ਦੁੱਖ ਹੋਰ ਵੀ ਗਹਿਰਾ ਹੋ ਜਾਂਦਾ ਹੈ। ਹਾਲਾਂਕਿ ਇਸ ਨੂੰ ਬੱਚੇ ਕਾਰਣ ਹੋਣ ਵਾਲੇ ਤਨਾਹ ਤੋਂ ਵੱਖ ਕਰਕੇ ਪਹਿਚਾਨਣਾ ਥੋੜ੍ਹਾ ਮੋਸ਼ਕਲ ਹੈ ਪ੍ਰੰਤੂ ਇਲਾਜ ਤਾਂ ਦੋਨਾਂ ਵਿਚ ਹੀ ਚਾਹੀਦਾ ਹੈ। ਜ਼ਰੂਰਤ ਪੈਣ ਤੇ ਵਿਵਹਾਰਿਕ ਮਦਦ ਲੈਣ ਵਿਚ ਸੰਕੋਚ ਨਾ ਕਰੋ। ਆਪਣੇ ਡਾਕਟਰ ਦੀ ਸਲਾਹ ਨਾਲ ਕਿਸੇ ਮਨੋਵਿਗਿਆਨਕ ਨੂੰ ਮਿਲੋ। ਥੈਰੇਪੀ ਤੇ ਦਵਾਈ ਦੀ ਮਦਦ ਨਾਲ ਆਰਾਮ ਆਵੇਗਾ।

## ਬੱਚੇ ਦੀ ਮੌਤ ਤੋਂ ਬਾਦ ਦੁੱਧ ਸੁੱਕਣਾ

ਜੇਕਰ ਬੱਚਾ ਨਹੀਂ ਰਿਹਾ ਤਾਂ ਵੀ ਤੁਹਾਡੇ ਪਾਸ ਉਸ ਦੀ ਇਕ ਯਾਦਗਾਰ ਬਚੀ ਹੈ। ਤੁਹਾਡੀਆਂ ਦੁੱਧੀਆਂ ਵਿਚ ਉਸ ਦੇ ਲਈ ਦੁੱਧ ਭਰਿਆ ਹੋਇਆ ਹੈ। ਜੇਕਰ ਬੱਚਾ ਨਹੀਂ ਰਿਹਾ ਤਾਂ ਦੁੱਧਦੀਆਂ ਵਿਚ ਉਤਰ ਆਏ ਦੁੱਧ ਨੂੰ ਸੰਭਾਲਣਾ ਮਾਨਸਿਕ ਤੇ ਸਰੀਰਕ ਦੋਨਾਂ ਲਈ ਕਾਫ਼ੀ ਤਕਲੀਫ਼ਦੇਹ ਹੋ ਸਕਦਾ ਹੈ। ਜੇਕਰ ਤੁਹਾਨੂੰ ਦੁੱਧ ਪਿਲਾਣ ਦਾ ਮੌਕਾ ਹੀ ਨਹੀਂ ਮਿਲਿਆ ਤਾਂ ਦੁੱਧੀਆਂ ਵਿਚ ਖ਼ੂਨ ਵਹਿਣ ਹੋ ਜਾਏਗਾ। ਇਸ ਸਮੇਂ ਗਰਮ ਪਾਣੀ ਨਾਲ ਨਾ ਨਹਾਓ, ਨਿੱਪਲਾਂ ਨੂੰ ਨ ਰਗੜੋ ਜਾਂ ਦੁੱਧੀਆਂ ਤੋਂ ਦੁੱਧ ਨਾ ਕੱਢੋ ਨਹੀਂ ਤਾਂ ਹੋਰ ਦੁੱਧ ਬਣੇਗਾ।

ਜੇਕਰ ਕੁਝ ਦਿਨ ਦੁੱਧ ਪਿਲਾਣ ਤੋਂ ਬਾਦ ਬੱਚੇ ਦੀ ਮੌਤ ਹੋਈ ਹੋਵੇ, ਆਪਣੀ ਨਰਸ ਜਾਂ ਡਾਕਟਰ ਦੀ ਸਲਾਹ ਲਉ। ਤੁਹਾਨੂੰ ਹੱਥ ਜਾਂ ਪੰਪ ਨਾਲ ਦੁੱਧ ਕੱਢਣ ਦੀ ਸਲਾਹ ਦਿੱਤੀ ਜਾਵੇਗੀ ਤਾਂ ਜੋ ਦੁੱਧੀਆਂ ਵਿਚ ਦੁੱਧ ਦੀ ਕਿੰਨੀ ਮਾਤਰਾ ਬਣਦੀ ਹੈ, ਇਹ ਉਨਾਂ ਹੀ ਹੋਰ ਬਣ ਜਾਏਗਾ। ਤੁਹਾਡੀਆਂ ਦੁੱਧੀਆਂ ਵਿਚ ਕਿੰਨਾ ਦੁੱਧ ਬਣਦਾ ਹੈ, ਇਹ ਬੱਚੇ ਵੱਲੋਂ ਦੁੱਧ ਪੀਣ ਤੇ ਨਿਰਭਰ ਕਰਦਾ ਹੈ। ਦੁੱਧ ਪਿਲਾਣਾ ਛਡਾਉਣ ਜਾਂ ਪੰਪ ਪ੍ਰਯੋਗ ਕਰਨਾ ਬੰਦ ਕਰਨ ਤੋਂ ਬਾਦ ਵੀ ਕਈ ਹਫ਼ਤੇ, ਮਹੀਨਿਆਂ ਤਕ ਦੁੱਧੀਆਂ ਤੋਂ ਦੁੱਧ ਦੀਆਂ ਬੂੰਦਾ ਨਿਕਲ ਸਕਦੀਆਂ ਹਨ।

ਜੇਕਰ ਤੁਹਾਡੇ ਕੋਲ ਉਚਿਤ ਮਾਤਰਾ ਵਿਚ ਦੁੱਧ ਹੋਵੇ ਤਾਂ ਤੁਸੀਂ ਇਸ ਨੂੰ ਮਿਲਕ ਬੈਂਕ ਨੂੰ ਦਾਨ ਵੀ ਦੇ ਸਕਦੀ ਹੋ। ਇਸ ਨਾਲ ਤੁਹਾਡੇ ਮਨ ਨੂੰ ਵੀ ਸ਼ਾਂਤੀ ਮਿਲੇਗੀ।

■ ਡਾਕਟਰ ਤੋਂ ਬੱਚੇ ਦੀ ਰਿਪੋਟ ਲਉ ਤਾਂ ਜੋ ਤੁਹਾਨੂੰ ਹਕੀਕਤ ਕਬੂਲਣ ਦੀ ਹਿੰਮਤ ਆ ਸਕੇ। ਤੁਹਾਨੂੰ ਡਿਲੀਵਰੀ ਰੂਮ ਵਿਚ ਹੀ ਕਾਫ਼ੀ ਕੁਝ ਦੱਸਿਆ ਗਿਆ ਹੋਵੇਗਾ ਪ੍ਰੰਤੂ ਦਵਾਈਆਂ, ਹਾਰਮੋਨ ਤੇ ਸਥਿਤੀ ਤੇ ਸਦਮੇ ਦੇ ਕਾਰਣ ਤੁਸੀਂ ਸਭ ਕੁਝ ਆਸਾਨੀ ਨਾਲ ਸਮਝ ਨਹੀਂ ਸਕੀ ਹੋਵੋਗੀ।

■ਦੋਸਤਾਂ ਤੇ ਰਿਸ਼ਤੇਦਾਰਾਂ ਨੂੰ ਕਹੋ ਕਿ ਆਪਣੇ ਘਰ ਬੱਚੇ ਦੇ ਸਵਾਗਤ ਦੀਆਂ ਜੋ ਤਿਆਰੀਆਂ ਕੀਤੀਆਂ ਸਨ ਉਨ੍ਹਾਂ ਨੂੰ ਉਵੇਂ ਹੀ ਰਹਿਣ ਦਿਉ ਨਹੀਂ ਤਾਂ ਘਰ ਆਉਣ ਤੇ ਇਸ ਅਸਲੀਅਤ ਨੂੰ ਕਬੂਲ ਕਰਨ ਵਿਚ

ਹੋਰ ਵੀ ਪ੍ਰੇਸ਼ਾਨ ਹੋਵੇਗੀ।

■ ਯਾਦ ਰੱਖੋ ਕਿ ਦੁੱਖ ਭੁਲਾਣ ਦੀ ਇਸ ਪ੍ਰਕ੍ਰਿਆ ਵਿਚ ਤੁਹਾਨੂੰ ਇਕੱਲੇਪਨ, ਗੁੱਸਾ, ਕ੍ਰੋਧ ਤੇ ਤਨਾਅ ਦੀ ਸਥਿਤੀ ਤੋਂ ਗੁਜਰਨਾ ਪੈ ਸਕਦਾ ਹੈ। ਹਰ ਕੋਈ ਵੱਖ ਤਰ੍ਹਾਂ ਨਾਲ ਪ੍ਰਤੀਕ੍ਰਿਆ ਦੇਂਦਾ ਹੈ। ਹੋ ਸਕਦਾ ਹੈ ਕਿ ਤੁਸੀ਼ ਕੁਝ ਹੋਰ ਮਹਿਸੂਸ ਕਰ ਰਹੀ ਹੋਵੋ।

■ ਇਹ ਦੌਰ ਕਾਫ਼ੀ ਔਖਾ ਹੋਵੇਗਾ। ਤੁਹਾਡੀ ਨੀਂਦ ਤੇ ਖਾਣਾ-ਵੀਣਾ ਛੁਟ ਜਾਵੇਗਾ। ਦੁਖ ਤੇ ਤਨਾਅ ਵਿਚ ਘਿਰ ਜਾਓਗੀ। ਬੱਚਿਆਂ ਤੇ ਪਤੀ ਤੇ ਚਿਖੋਗੀ। ਤੁਹਾਨੂੰ ਅੱਧੀ ਰਾਤ ਨੂੰ ਆਪਣੇ ਉਸ ਬੱਚੇ ਦਾ ਰੋਣਾ ਸੁਣਾਈ ਦੇਵੇਗਾ। ਆਪਣੇ ਹਮਦਰਦਾਂ ਨਾਲ ਘਿਰੇ ਹੋਣ ਦੇ ਬਾਵਜੂਦ ਖ਼ੁਦ ਨੂੰ ਇਕੱਲਾ ਪਾਓਗੀ। ਤੁਹਾਨੂੰ ਲਗੇਗਾ ਕਿ ਤੁਸੀਂ ਖ਼ੁਦ ਇਕ ਬੱਚਾ ਬਣ ਜਾਓ ਜਿਸ ਨੂੰ ਕੋਈ ਦੁਲਾਰੇ, ਸਵਾਰੇ ਤੇ ਮੌਢੇ ਨਾਲ ਲਗਾਏ। ਇਹ ਸਭ ਆਮ ਹੈ।

■ ਰੋਵੋ- ਜਿੰਨਾ ਜੀ ਚਾਹੇ ਦਿਲ ਖੋਲ੍ਹਕੇ ਰੋਵੋ।

■ ਯਾਦ ਰੱਖੋ ਕਿ ਪਿਤਾ ਵੀ ਦੁੱਖੀ ਹੁੰਦੇਹਨ। ਮੰਨਿਆ ਕਿ ਬੱਚੇ ਨੂੰ ਉਸ ਨੇ ਭਾਵੇਂ ਨੌਂ ਮਹੀਨੇ ਤਕ ਪੇਟ ਵਿਚ ਨਹੀਂ ਰਖਿਆ ਪ੍ਰੰਤੂ ਫਿਰ ਵੀ ਉਸਦਾ ਦੁੱਖ ਕਿਸੇ ਹਿਸਾਬ ਤੋਂ ਤੁਹਾਡੇ ਤੋਂ ਘੱਟ ਨਹੀਂ ਹੈ। ਉਸ ਨੂੰ ਆਪਣੇ ਭਾਵਾਂ ਨੂੰ ਛਿਪਾ ਕੇ ਤੁਹਾਡੇ ਕੋਲ ਮਜਬੂਤ ਬਣ ਕੇ ਆਣਾ ਪੈ ਰਿਹਾ ਹੈ। ਤੁਸੀਂ ਦੋਨੋਂ ਮਿਲ ਕੇ ਇਸ ਸਬੰਧੀ ਗੱਲਕਰੋ ਤਾਂ ਜੋ ਮਨ ਹਲਕਾ ਹੋ ਜਾਏ। ਇਕ-ਦੂਜੇ ਦਾ ਸੱਚਾ ਸਹਾਰਾ ਹੀ ਇਸ ਸਮੇਂ ਕੰਮ ਆਏਗਾ।

■ ਇਕ-ਦੂਜੇ ਦਾ ਧਿਆਨ ਰੱਖੋ। ਆਪਣੇ ਗਮ ਵਿਚ ਇੰਨੇ ਮਗਨ ਨਾ ਹੋਵੋ ਕਿ ਦੂਜੇ ਦੀ ਸੁਧ ਹੀ ਨਾ ਰਹੇ । ਇਸ ਹਾਲਾਤ ਵਿਚ ਕਈ ਵਾਰ ਰਿਸ਼ਤਿਆਂ ਵਿਚ ਵੀ ਦਰਾਰ ਆ ਜਾਂਦੀ ਹੈ। ਮੰਨਿਆ ਕਿ ਕਦੀ-ਕਦੀ ਤੁਸੀਂ ਇਕੱਲਾ ਰਹਿਣਾ ਚਾਹੋਗੀ ਪ੍ਰੰਤੂ ਸਾਥੀ ਦਾ ਦੁੱਖ ਵੰਡਣਾ ਵੀ ਜ਼ਰੂਰੀ ਹੈ।

■ ਦੁਨੀਆ ਦਾ ਇਕੱਲੇ ਸਾਮ੍ਹਣਾ ਨਾ ਕਰੋ। ਜੇਕਰ ਤੁਸੀਂ ਪਹਿਲੀ ਵਾਰ ਮਿਲਣ ਵਾਲਿਆਂ ਦੇ ਸਵਾਲ ਤੋਂ ਕਤਰਾ ਰਹੀ ਹੋ ਤਾਂ ਜਵਾਬ ਦੇਣ ਦੇਲਈ ਕਿਸੇ ਸਹੇਲੀ ਨੂੰ ਨਾਲ ਲਉ। ਉਹ ਤਕਰੀਬਨ ਹਰ ਜਗ੍ਹਾ ਇਸ ਖ਼ਬਰ ਨੂੰ ਪਹੁੰਚਾ ਦੇਵੇਗੀ ਅਤੇ ਤੁਹਾਨੂੰ ਇਸਸਬੰਧੀ ਖੁਲਾਸਾ ਨਹੀਂ ਕਰਨਾ ਪਵੇਗਾ।

■ ਕਈ ਵਾਰ ਇਸ ਮੌਕੇ ਤੇ ਦੋਸਤਾਂ ਤੇ ਰਿਸ਼ਤੇਦਾਰਾਂ ਨੂੰ ਅਫ਼ਸੋਸ ਜਤਾਉਣਾ ਨਹੀਂ ਆਉਂਦਾ। ਉਨ੍ਹਾਂ ਨੂੰ ਸਮਝ ਹੀ ਨਹੀਂ ਆਉਂਦਾ ਕਿ ਉਹ ਕੀ ਕਹਿਣ। ਉਹ ਕੁਝ ਐਸੀਆਂ ਗੱਲਾਂ ਕਹਿ ਸਕਦੇ ਹਨ ਜੋ ਦਿਲ ਨੂੰ ਵਧੇਰੇ ਸੱਟ ਦੇਂਦੀਆਂ ਹਨ, ਜਿਵੇਂ ਮੈਨੂੰ ਪਤਾ ਹੈ ਕਿ ਤੂੰ ਕੀ ਮਹਿਸੂਸ ਕਰ ਰਹੀ ਹੋ। ਚੰਗਾ ਹੋਇਆ ਕਿ ਮੋਹ ਪੈਣ ਤੋਂ ਪਹਿਲਾਂ ਹੀਬੱਚਾ ਚਲਾ ਗਿਆ। ਹਾਲਾਂਕਿ ਉਨ੍ਹਾਂ ਦੇ ਕਹਿਣ ਦਾ ਭਾਵ ਇਹੀ ਹੈ ਕਿ ਤੁਹਾਨੂੰ ਹਮਦਰਦੀ ਦਿੱਤੀ ਜਾਵੇ ਪ੍ਰੰਤੂ ਉਹ ਆਪਣੇ ਆਪ ਨੂੰ ਸਹੀ ਤਰੀਕੇ ਨਾਲ ਪ੍ਰਗਟ ਨਹੀਂ ਕਰ ਸਕੇ ਅਤੇ ਤੁਹਾਡਾ ਦਿਲ ਦੁਖਾ ਦੇਂਦੇਹਨ।

■ ਆਪਣੇ ਖ਼ਾਸ ਰਿਸ਼ਤੇਦਾਰਾਂ ਜਾਂ ਮਾਂ-ਬਾਪ ਦਾ ਸਹਾਰਾ ਲਉ। ਉਹ ਤੁਹਾਡੇ ਦੁੱਖ ਨੂੰ ਸਮਝਣਗੇ ਅਤੇ ਤੁਹਾਨੂੰ ਸੰਭਾਲਣ ਵਿਚ ਮਦਦ ਕਰਨਗੇ।

■ਆਪਣਾ ਧਿਆਨ ਰੱਖੋ। ਭਾਵਨਾਤਮਕ ਸਥਿਤੀ ਤੁਹਾਡੀ ਸਰੀਰਕ ਸਥਿਤੀ ਨੂੰ ਨੁਕਸਾਨ ਪਹੁੰਚਾ ਸਕਦੀ ਹੈ। ਸਹੀ ਸਮੇਂ ਤੇ ਖਾਓ-ਪੀਓ ਤੇ ਸੋਵੋ। ਕਸਰਤ ਵੀ ਕਾਫ਼ੀ ਅਸਰਦਾਇਕ ਰਹੇਗੀ। ਖਾਣ ਦੀ ਇੱਛਾ ਨਾ ਹੋਣ ਤੇ ਵੀ ਥਾਲੀ ਲਗਾ ਕੇ ਬੈਠੋ। ਗੁਨਗੁਨੇ ਪਾਣੀ ਨਾਲ ਨਹਾਓ। ਰਾਤ ਨੂੰ ਖਾਣ ਤੋਂ ਬਾਦ ਟਹਿਲੋ। ਆਪਣੇ ਗਮ ਨੂੰ ਕੁਝ ਦੇਰ ਦੇ ਲਈ ਭੁਲਾ ਕੇ ਕੋਈ ਫ਼ਿਲਮ ਦੇਖੋ ਜਾਂ ਕਿਸੇ ਦੋਸਤ ਦੇ ਘਰ ਹੋ ਆਓ। ਜ਼ਿੰਦਗੀ ਤਾਂ ਰੁਕਦੀ ਨਹੀਂ ਅਤੇ ਤੁਹਾਨੂੰ ਉਸਦੇ ਨਾਲ ਜੀਉਣਾ ਹੈ।

■ ਯਾਦ ਰੱਖੋ ਕਿ ਬੱਚੇ ਦੀ ਮੌਤ ਦਾ ਗ਼ਮ ਮਨਾਉਣ ਦੇ ਲਈ ਤੁਸੀ਼ ਆਪਣੇ ਹਿਸਾਬ ਨਾਲ ਚਲੋ। ਚਾਹੋਤਾਂ ਪਤੀ-ਪਤਨੀ ਇਸ ਦੁੱਖ ਨੂੰ ਵੰਡੋ ਜਾਂ ਫਿਰ ਦੋਸਤਾਂ, ਰਿਸ਼ਤੇਦਾਰੀ ਜਾਂ ਬਰਾਦਰੀ ਨੂੰ ਨਾਲ ਲਉ।

■ ਆਪਣੇ ਬੱਚੇ ਦੀ ਯਾਦ ਵਿਚ ਕੋਈ ਭਲਾਈ ਦਾ ਕੰਮ ਕਰੋ। ਚਾਇਲਡ ਕੇਯਰ ਸੈਂਟਰ ਦੇ ਲਈ ਕਿਤਾਬਾਂ ਖ਼ਰੀਦੋ। ਅਨਾਥ ਆਸ਼ਰਮ ਵਿਚ ਚੰਦਾ ਦਿਉ। ਆਪਣੇ ਘਰ ਜਾਂ ਪਾਰਕ ਵਿਚ ਕੋਈ ਨਵਾਂ ਬੂਟਾ ਲਾਓ।

■ ਧਰਮ ਤੇ ਅਧਿਆਤਮ ਨਾਲ ਵੀ ਤੁਹਾਡੇ ਮਨ ਨੂੰ ਸ਼ਾਂਤੀ ਮਿਲੇਗੀ।

■ ਗਮ ਦੇ ਘੇਰੇ ਤੋਂ ਨਿਕਲਣ ਤੋਂ ਬਾਦ ਹੀ ਦੁਬਾਰਾ ਗਰਭਵਤੀ ਹੋਣ ਸਬੰਧੀ ਸੋਚੋ ਤਾਂ ਜੋ ਸੰਭਾਵੀ ਬੱਚੇ ਦੀ ਦੇਖਰੇਖ ਵਿਚ ਘਾਟ ਨਾ ਹੋਵੇ।

■ ਮੰਨਿਆ ਕਿ ਇਹ ਦੁੱਖ ਭੁਲਣ ਵਾਲਾ ਨਹੀਂ ਹੈ ਪ੍ਰੰਤੂ ਇਸ ਘਟਨਾ ਦੇ 6-9 ਮਹੀਨੇ ਦੇ ਅੰਦਰ ਵੀ ਤੁਹਾਡਾ ਦੁੱਖ ਘੱਟ ਨਾ ਹੋਵੇ, ਕੇਂਦ੍ਰਿਤ ਹੋਣ ਵਿਚ ਮੁਸ਼ਕਲ ਹੋਵੇ, ਜੀਵਨ ਦੇ ਲਈ ਰਸ ਨਾ ਰਹੇ ਤਾਂ ਤੁਹਾਨੂੰ ਵਿਵਹਾਰਕ ਲੈਣੀ ਚਾਹੀਦੀ ਹੈ।

■ ਅਪਰਾਧਬੋਧ ਦੀ ਭਾਵਨਾ ਨਾ ਪਾਲੋ। ਇਸ ਦੇ ਕਾਰਣ ਤੁਹਾਨੂੰ ਦੁੱਖ ਦੇ ਘੇਰੇ ਤੋਂ ਨਿਕਲਣ ਵਿਚ ਪ੍ਰੇਸ਼ਾਨ ਹੋ ਸਕਦੀ ਹੈ। ਜੇਕਰ ਤੁਹਾਨੂੰ ਲਗਦਾ ਹੈ ਕਿ ਤੁਹਾਡੀ ਦੇਖਰੇਖ ਵਿਚ ਕਮੀ ਨਾਲ ਬੱਚਾ ਨਹੀਂ ਰਿਹਾ

ਤਾਂ ਵਿਵਹਾਰਿਕ ਮਦਦ ਲਉ ਤਾਂ ਜੋ ਤੁਹਾਨੂੰ ਅਹਿਸਾਸ ਹੋ ਸਕੇ ਕਿ ਇਥੇ ਤੁਹਾਡੀ ਕੋਈ ਗ਼ਲਤੀ ਨਹੀਂ ਸੀ। ਤੁਸੀਂ ਮਨ ਹਲਕਾ ਕਰਨ ਦੇ ਲਈ ਅਣਜੰਮੇ ਬੱਚੇ ਦੇ ਨਾਮ ਚਿਠੀ ਵੀ ਲਿਖ ਸਕਦੀ ਹੋ ਜਿਸ ਵਿਚ ਤੁਹਾਡਾ ਸਾਰਾ ਦੁੱਖ, ਆਤਮ ਸੰਦੇਹ ਤੇ ਅਪਰਾਧਬੋਧ ਆ ਜਾਏ।

## ਜੁੜਵਾਂ ਵਿਚੋਂ ਇਕ ਬੱਚੇ ਦੀ ਮੌਤ

ਜਿਨ੍ਹਾਂ ਮਾਤਾ-ਪਿਤਾ ਦੇ ਜੁੜਵਾਂ ਜਾਂ ਤਿੰਨ ਬੱਚਿਆਂ ਵਿਚੋਂ ਇਕ ਦੀ ਮੌਤ ਹੋ ਜਾਂਦੀ ਹੈ ਤਾਂ ਉਨ੍ਹਾਂ ਨੂੰ ਅਫ਼ਸੋਸ ਤੇ ਖ਼ੁਸ਼ੀ ਦਾ ਜਸ਼ਨ ਇਕੋ ਸਮੇਂ ਮਨਾਣੇ ਪੈਂਦੇ ਹਨ।

■ ਇਕ ਬੱਚੇ ਦੇ ਜਿਉਂਦਾ ਰਹਿਣ ਤੇ ਦੂਜੇ ਦੀ ਮੌਤ ਦਾ ਅਫ਼ਸੋਸ ਘੱਟ ਨਹੀਂ ਹੁੰਦਾ। ਤੁਹਾਡਾ ਦਿਲ ਚੂਰ-2 ਹੋ ਜਾਂਦਾ ਹੈ। ਤੁਹਾਨੂੰ ਉਸ ਬੱਚੇ ਦੀ ਮੌਤ ਦਾ ਗ਼ਮ ਮਨਾਉਣ ਦਾ ਪੂਰਾ-2 ਹੱਕ ਹੈ। ਤੁਹਾਨੂੰ ਆਪਣੇ ਬੱਚੇ ਦੀ ਮੌਤ ਨੂੰ ਇਕ ਹਕੀਕਤ ਮੰਨਣਾ ਹੋਵੇਗਾ, ਤਾਂ ਹੀ ਤੁਸੀਂ ਉਸ ਗ਼ਮ ਤੋਂ ਉਭਰ ਸਕੋਗੇ।

■ ਆਪਣੇ ਜੀਉਂਦੇ ਬੱਚੇ ਦੇ ਲਈ ਮਨ ਵਿਚ ਉਮੜਦੇ ਪਿਆਰ ਨੂੰ ਨਾ ਦਬਾਓ। ਉਸ ਦੇ ਭਰਾ-ਭੈਣ ਦੀ ਮੌਤ ਦਾ ਭਾਵ ਇਹ ਨਹੀਂ ਕਿ ਉਸ ਨੂੰ ਤੁਹਾਡੇ ਪਿਆਰ ਤੋਂ ਵਾਂਝਾ ਹੋਣਾ ਪਵੇਗਾ। ਉਸ ਦੀ ਚੰਗੀ ਸਿਹਤ ਦੇ ਲਈ ਵੀ ਜ਼ਰੂਰੀ ਹੈ ਕਿ ਤੁਸੀਂ ਉਸ ਨੂੰ ਦਿਲ ਨਾਲ ਅਪਣਾਓ।

■ ਖ਼ੁਸ਼ਖ਼ਬਰੀ ਗ਼ਮ ਦੇ ਨਾਲ ਆਈ ਹੈ, ਇਸ ਦਾ ਭਾਵ ਇਹ ਨਹੀਂ ਕਿ ਤੁਸੀਂ ਉਸਦਾ ਜਸ਼ਨ ਨਾ ਮਨਾਓ। ਜੇਕਰ ਤੁਹਾਨੂੰ ਐਸੀ ਮੁਸ਼ਕਲ ਲਗੇ ਤਾਂ ਪਹਿਲਾਂ ਆਪਣੇ ਮਰੇ ਬੱਚੇ ਦਾ ਅਫ਼ਸੋਸ ਮਨਾਓ ਫਿਰ ਦੂਜੇ ਬੱਚੇ ਦੀ ਦਾਅਵਤ ਦਿਉ।

■ ਹੋ ਸਕਦਾ ਹੈ ਕਿ ਤੁਸੀਂ ਖ਼ੁਦ ਨੂੰ ਇਸ ਦੇ ਲਈ ਦੋਸ਼ੀ ਮੰਨਣ ਲਗੋ ਕਿ ਤੁਹਾਨੂੰ ਹੀ ਵਧ ਬੱਚੇ ਸੰਭਾਲਣ ਦੀ ਫਿਕਰ ਹੋ ਰਹੀ ਸੀ ਜਾਂ ਤੁਸੀਂ ਲੜਕੀ ਚਾਹੁੰਦੀ ਹੀ ਨਹੀਂ ਸੀ। ਯਾਦ ਰੱਖੋ ਕਿ ਤੁਹਾਡੀ ਇੱਛਾ ਜਾਂ ਕਲਪਨਾ ਦਾ ਉਸ ਮੌਤ ਨਾਲ ਕੋਈ ਲੈਣਾ-ਦੇਣਾ ਨਹੀਂ ਹੈ।

■ ਮੰਨ ਸਕਦੇਹੋ ਕਿ ਤੁਸੀਂ ਮਹੀਨਿਆਂ ਤੋਂ ਜੁੜਵਾਂ ਦੇ ਆਉਣ ਦੀ ਤਿਆਰੀ ਕਰ ਰਹੇ ਸੀ ਪ੍ਰੰਤੂ ਇਕ ਹੀ ਬੱਚੇ ਨੂੰ ਘਰ ਲੈ ਜਾ ਸਕੋਗੇ। ਇਸ ਸਮੇਂ ਉਦਾਸੀ ਸੁਭਾਵਿਕ ਹੈ ਪ੍ਰੰਤੂ ਇਸ ਨੂੰ ਆਪਣੇ ਉਪਰ ਹਾਵੀ ਨਾ ਹੋਣ ਦਿਉ।

■ ਜੁੜਵਾਂ ਵਿਚੋਂ ਇਕ ਬੱਚੇ ਦੀ ਮੌਤ ਦੀ ਖ਼ਬਰ ਖ਼ੁਦ ਨਾ ਦੇਣਾ ਚਾਹੋ ਤਾਂ ਆਪਣੀ ਕਿਸੇ ਸਹੇਲੀ ਨੂੰ ਨਾਲ ਲਉ। ਕੁਝ ਸਮੇਂ ਤਕ ਘਰ ਤੋਂ ਨਿਕਲਣ ਤੇ ਉਸ ਨੂੰ ਨਾਲ ਰੱਖੋ ਤਾਂ ਜੋ ਤੁਹਾਨੂੰ ਲੋਕਾਂ ਦੇ ਸਵਾਲਾਂ ਦਾ ਜਵਾਬ ਨਾ ਦੇਣਾ ਪਵੇ।

■ ਲੋਕ ਤੁਹਾਡੇ ਨਾਲ ਹਮਦਰਦੀ ਜਤਾਉਣ ਤੇ ਜਿਊਂਦੇ ਬੱਚੇ ਨੂੰ ਅਸ਼ੀਰਵਾਦ ਦੇਣ ਦੇ ਚੱਕਰ ਵਿਚ ਕੁਝ ਐਸੀਆਂ ਗੱਲਾਂ ਕਹਿ ਸਕਦੇ ਹਨ ਜਿਨ੍ਹਾਂ ਨਾਲ ਤੁਹਾਡੇ ਦਿਲ ਨੂੰ ਸੱਟ ਲਗੇਗੀ। ਇਸ ਸਮੇਂ ਆਪਣੇ ਸਭ ਤੋਂ ਨੇੜਲੇ ਨਾਲ ਆਪਣੀਆਂ ਭਾਵਨਾਵਾਂ ਵੰਡੋ। ਉਨ੍ਹਾਂ ਨੂੰ ਦੱਸੋ ਕਿ ਜਿਊਂਦੇ ਬੱਚੇ ਦੇ ਲਈ ਖ਼ੁਸ਼ੀ ਹੋਣ ਦੇ ਨਾਲ-2 ਤੁਸੀਂ ਉਸ ਮਰੇ ਬੱਚੇ ਦੇ ਲਈ ਵੀ ਦੁਖੀ ਹੋ।

■ ਤਨਾਅ ਨੂੰ ਖ਼ੁਦ ਤੇਹਾਵੀ ਨਾ ਹੋਣ ਦਿਉ। ਇਸ ਤਰ੍ਹਾਂ ਤੁਹਾਡੀ ਤੇ ਬੱਚੇ ਦੀ ਦੇਖਰੇਖ ਵਿਚ ਘਾਟ ਆ ਸਕਦੀ ਹੈ। ਆਪਣੇ ਬੱਚੇ ਦੀ ਮਾਨਸਿਕ ਤੇ ਸਰੀਰਕ ਜ਼ਰੂਰਤਾਂ ਦੀ ਪੂਰਤੀ ਦੇਲਈ ਹਿੰਮਤ ਜੁਟਾਓ।

### ਦੁੱਖ ਦੀ ਸਥਿਤੀ

ਕਈ ਵਾਰ ਡਾਕਟਰ ਕਹਿ ਸਕਦੇ ਹਨ ਕਿ ਮਲਟੀਵਲ ਪ੍ਰੈਗਨੈਂਸੀ ਵਿਚ ਕਿਸੇ ਇਕ ਬੱਚੇ ਨੂੰ ਖ਼ਤਮ ਕਰਨਾ ਜ਼ਰੂਰੀ ਹੈ ਕਿਉਂਕਿ ਉਹ ਜਿਊਂਦਾ ਨਹੀਂ ਰਹਿ ਸਕੇਗਾ ਜਾਂ ਉਸਦੇ ਕਾਰਣ ਦੂਜੇ ਬੱਚੇ ਦੀ ਵੀ ਮੌਤ ਹੋ ਸਕਦੀ ਹੈ। ਇਸ ਸਮੇ ਂ ਆਪਣੇ ਮਨ ਤੇਅਪਰਾਧਬੋਧ ਨਾ ਲਉ। ਡਾਕਟਰ ਦੀ ਸਲਾਹ ਲਉ। ਉਹ ਜਿਵੇਂ ਕਹਿਣ, ਉਵੇਂ ਕਰਨ ਵਿਚ ਹੀ ਤੁਹਾਡੀ ਭਲਾਈ ਹੈ। ਜੋ ਵੀ ਫ਼ੈਸਲਾ ਲਉ, ਸ਼ਾਂਤ ਤੇ ਠੰਡੇ ਦਿਮਾਗ ਨਾਲ ਲਉ।

ਆਪਣੇ ਦੋਸਤਾਂ ਤੇ ਸਾਥੀਆਂ ਦੀ ਮਦਦ ਲਉ। ਜੇਕਰ ਰੋਣਾ ਚਾਹੋ ਤਾਂ ਰੋ ਲਉ ਪਰ ਇਹ ਨਾ ਸੋਚੋ ਕਿ ਆਪਣੇ ਇਕ ਬੱਚੇ ਨੂੰ ਪਾਣ ਦੇ ਲਈ ਦੂਜੇ ਨੂੰ ਬਲੀਦਾਨ ਕੀਤਾ ਹੈ। ਧਰਮ ਤੇ ਅਧਿਆਤਮ ਦਾ ਸਹਾਰਾ ਲਉ। ਜੇਕਰ ਚਾਹੋ ਤਾਂ ਦੂਜਿਆਂ ਨੂੰ ਦੱਸੋ, ਜੇਕਰ ਨਾ ਚਾਹੋ ਤਾਂ ਆਪਣੇ ਤੱਕ ਹੀ ਸੀਮਤ ਰੱਖੋ।

## ਦੁਬਾਰਾ ਕੋਸ਼ਿਸ਼ ਕਰਨਾ

ਐਸੇ ਸਦਮੇ ਤੋਂ ਬਾਦ ਦੁਬਾਰਾ ਗਰਭਵਤੀ ਹੋਣ ਦਾ

## ਕਿਉਂ ?

ਇਸ ਸਵਾਲ ਦਾ ਹਮੇਸ਼ਾਂ ਕੋਈ ਜਵਾਬ ਨਹੀਂ ਹੁੰਦਾ ਪ੍ਰੰਤੂ ਤੁਹਾਨੂੰ ਨਵੇਂ ਜੰਮੇ ਬੱਚੇ ਦੀ ਮੌਤ ਦਾ ਅਸਲੀ ਕਾਰਣ ਪਤਾ ਲਗਾਉਣਾ ਹੀ ਹੋਵੇਗਾ। ਬੱਚੇ ਦੀ ਪੂਰੀ ਜਾਂਚ ਤੇ ਗਰਭਕਾਲ ਹਿਸਟ੍ਰੀ ਤੋਂ ਹੀ ਪਤਾ ਲਗਾਇਆ ਜਾ ਸਕਦਾ ਹੈ ਕਿ ਇੰਝ ਕਿਉਂ ਹੋਇਆ। ਜੇਕਰ ਬੱਚਾ ਭਰੂਣ ਵਿਚ ਹੀ ਮਰ ਜਾਏਜਾਂ ਸਟਿਲਬਰਥ ਹੋਵੇ ਤਾਂ ਕਿਸੇ ਚੰਗੇ ਪੈਥੋਲਾੱਜਿਸਟ ਮਾਹਰ ਵੱਲੋਂ ਪਲੇਸੈਂਟਾ ਦੀ ਜਾਂਚ ਹੋਣੀ ਚਾਹੀਦੀ ਹੈ। ਇਸ ਤਰ੍ਹਾਂ ਤੁਸੀਂ ਆਪਣੇ ਸੰਭਾਵੀ ਗਰਭਕਾਲ ਨੂੰ ਸੁਰੱਖਿਅਤ ਬਣਾ ਸਕੋਗੀ।

ਫ਼ੈਸਲਾ ਕਰਨਾ ਆਸਾਨ ਨਹੀਂ ਹੁੰਦਾ। ਇਹ ਵਿਅਕਤੀਗਤ ਫ਼ੈਸਲਾ ਕਾਫ਼ੀ ਤਕਲੀਫ਼ਦੇਹ ਵੀ ਹੋਸਕਦਾ ਹੈ।

■ ਇਸ ਪ੍ਰਕ੍ਰਿਆ ਦੇ ਲਈ ਤਿਆਰ ਹੋਣ ਤੇ ਖ਼ੁਦ ਨੂੰ ਵਧਾਈ ਦਿਉ ਕਿਉਂਕਿ ਐਸਾ ਫ਼ੈਸਲਾ ਲੈਣ ਦੇ ਲਈ ਕਾਫ਼ੀ ਹਿੰਮਤ ਚਾਹੀਦੀ ਹੈ।

■ ਸਹੀ ਸਮਾਂ ਉਹੀ ਹੈ ਜੋ ਤੁਹਾਨੂੰ ਸਹੀ ਲਗੇ। ਤੁਹਾਨੂੰ ਭਾਵਨਾਤਮਕ ਰੂਪ ਨਾਲ ਤਿਆਰ ਹੋਣ ਵਿਚ ਥੋੜ੍ਹਾ ਜਾਂ ਫਿਰ ਵੱਧ ਸਮਾਂ ਲਗ ਸਕਦਾ ਹੈ। ਆਪਣੇ ਦਿਲ ਦੀ ਸੁਣੋ। ਕਿਸੇ ਦੇ ਕਹਿਣ ਵਿਚ ਨਾ ਆਓ ਤੇ ਪੂਰੀ ਤਰ੍ਹਾਂ ਤਿਆਰ ਹੋਣ ਤੇ ਹੀ ਗਰਭ ਧਾਰਣ ਕਰੋ।

■ ਆਪਣੇ ਡਾਕਟਰ ਤੋਂ ਪੁੱਛੋ ਕਿ ਕੀ ਤੁਸੀਂ ਸਰੀਰ ਤੌਰ ਤੇ ਮਾਂ ਬਣਨ ਦੇ ਲਈ ਸਿਹਤਮੰਦ ਹੋ। ਜੇਕਰ ਤੁਸੀਂ ਤਿਆਰ ਨਹੀਂ ਹੋ ਤਾਂ ਗਰਭ ਧਾਰਣ ਦੇਲਈ ਸਰੀਰਕ ਤੌਰ ਤੇ ਫਿਟ ਹੋਵੋ।

■ ਹੋ ਸਕਦਾ ਹੈ ਕਿ ਇਹ ਗਰਭਕਾਲ ਪਹਿਲਾਂ ਤੋਂ ਕਿਤੇ ਵੱਧ ਚਿੰਤਾ ਤੇ ਤਨਾਅ ਲਿਆਏ ਕਿਉਂਕਿ ਤੁਹਾਨੂੰ ਪਤਾ ਹੈ ਕਿ ਹਰ ਗਰਭਕਾਲ ਦਾ ਅੰਤ ਖ਼ੁਸ਼ੀ ਭਰਿਆ ਨਹੀਂ ਹੁੰਦਾ। ਤੁਹਾਡੇ ਮਨ ਵਿਚ ਅਣਹੋਣੀ ਦਾ ਡਰ ਸਮਾਇਆ ਹੈ। ਤੁਸੀਂ ਨਵੇਂ ਬੱਚੇ ਨੂੰ ਖ਼ੁਲ੍ਹ ਕ ਅਪਣਾਉਣ ਤੋਂ ਵੀ ਡਰੋਗੀ। ਤੁਹਾਨੂੰ ਸਰੀਰ ਦੇ ਹਰ ਛੋਟੇ-ਵੱਡੇ ਬਦਲਾਅ ਤੋਂ ਚਿੰਤਾ ਹੋਵੇਗੀ ਜੋ ਕਿ ਸੁਭਾਵਿਕ ਵੀ ਹੈ। ਬਸ ਇੰਨਾ ਧਿਆਨ ਰਹੇ ਕਿ ਇਨ੍ਹਾਂ ਭਾਵਨਾਵਾਂ ਦੇ ਕਾਰਣ ਬੱਚੇ ਦੀ ਖ਼ੁਰਾਕ ਵਿਚ ਕਮੀ ਨਾ ਆਏ। ਪਿਛਲੀ ਘਟਨਾ ਵੱਲ ਮੁੜ ਕੇ ਦੇਖਣ ਦੀ ਬਜਾਏ ਆਉਣ ਵਾਲੇ ਬੱਚੇ ਤੇ ਧਿਆਨ ਕੇਂਦ੍ਰਿਤ ਕਰੋ ਤੇ ਯਾਦ ਰੱਖੋ ਕਿ ਗਰਭਕਾਲ ਵਿਚ ਇਕ ਬੱਚੇ ਦੀ ਮੌਤ ਦੇ ਬਾਵਜੂਦ ਜ਼ਿਆਦਾਤਰ ਮਾਵਾਂ ਸਿਹਤਮੰਦ ਬੱਚਿਆਂ ਨੂੰ ਜਨਮ ਦੇਂਦੀਆਂ ਹਨ ਤੇ ਉਨ੍ਹਾਂ ਦਾ ਗਰਭਕਾਲ ਪੂਰੀ ਤਰ੍ਹਾਂ ਆਮ ਹੁੰਦਾ ਹੈ।

■ ■ ■

ਭਾਗ - 4

# ਤੁਹਾਡਾ ਅਗਲਾ ਬੱਚਾ

# ਅਗਲੇ ਬੱਚੇ ਦੀ ਤਿਆਰੀ

ਕਿੰਨਾ ਚੰਗਾ ਹੁੰਦਾ ਜੇਕਰ ਅਸੀਂ ਆਪਣੀ ਮਰਜੀ ਨਾਲ ਪੂਰੀ ਜ਼ਿੰਦਗੀ ਨੂੰ ਪਲਾਨ ਕਰ ਸਕਦੇ। ਅਕਸਰ ਸਾਡੀ ਬਣੀ-ਬਣਾਈ ਯੋਜਨਾ ਦੇ ਪੁਲ ਮਿੰਟਾਂ ਵਿਚ ਟੁੱਟ ਕੇ ਬਿਖਰ ਜਾਂਦੇ ਹਨ ਅਤੇ ਅਸੀਂ ਉਨ੍ਹਾਂ ਤੇ ਜਰਾ ਵੀ ਕਾਬੂ ਨਹੀਂ ਕਰ ਸਕਦੇ।

ਕਿੰਨਾ ਚੰਗਾ ਹੁੰਦਾ ਕਿ ਅਸੀਂ ਪੂਰੀ ਯੋਜਨਾ ਨਾਲ ਗਰਭ ਧਾਰਣ ਕਰਦੇ ਅਤੇ ਬੱਚੇ ਨੂੰ ਜਨਮ ਦੇਂਦੇ। ਇਸ ਤਰ੍ਹਾਂ ਸਾਨੂੰ ਜੀਵਨਸ਼ੈਲੀ ਵਿਚ ਜ਼ਰੂਰੀ ਸੁਧਾਰ ਲਿਆਉਣ ਵਿਚ ਵੀ ਪੂਰਾ ਮੌਕਾ ਮਿਲ ਜਾਂਦਾ ਪ੍ਰੰਤੂ ਐਸੀ ਸੁਵਿਧਾ ਕਿੰਨੀਆਂ ਔਰਤਾਂ ਨੂੰ ਮਿਲਦੀ ਹੈ। ਮਾਸਕ ਧਰਮ ਦੀ ਗੜਬੜ ਤੇ ਬਰਥ ਕੰਟਰੋਲ ਦੇ ਉਪਾਅ ਆਦਿ ਕਾਰਣਾਂ ਨਾਲ ਇੰਞ ਕਰਨਾ ਸੰਭਵ ਨਹੀਂ ਹੋ ਸਕਦਾ। ਇਸ ਪੁਸਤਕ ਵਿਚ ਵੀ ਗਰਭ ਧਾਰਣ ਤੋਂ ਪਹਿਲਾਂ ਦੀ ਤਿਆਰੀ ਤੇ ਜ਼ੋਰ ਦਿੱਤਾ ਗਿਆ ਹੈ ਹਾਲਾਂਕਿ ਸਾਰੀਆਂ ਔਰਤਾਂ ਸ਼ੁਰੂਆਤ ਤੋਂ ਹੀ ਇੰਨਾ ਧਿਆਨ ਨਾ ਰੱਖ ਸਕਣ ਦੇ ਬਾਵਜੂਦ ਸਿਹਤਮੰਦ ਬੱਚਿਆਂ ਨੂੰ ਜਨਮ ਦੇਂਦੀਆਂ ਹਨ।

ਉਂਞ ਹੁਣ ਤਾਂ ਪਰਿਵਾਰ ਨਿਯੋਜਨ ਦੀਆਂ ਤਕਨੀਕਾਂ ਕਾਫ਼ੀ ਕਾਰਗਰ ਹੁੰਦੀਆਂ ਜਾ ਰਹੀਆਂ ਹਨ। ਇਸ ਲਈ ਤੁਸੀਂ ਬੜੇ ਆਰਾਮ ਨਾਲ ਆਪਣੀ ਪ੍ਰੈਗਨੈਂਸੀ ਦੀ ਪੂਰੀ ਯੋਜਨਾ ਬਣਾ ਸਕਦੀ ਹੋ। ਜਿਉਂ ਹੀ ਇਸ ਬਾਰੇ ਸੁਚੇਤ ਹੋਵੋ, ਉਸੀ ਦਿਨ ਤੋਂ ਆਪਣੇ ਸਰੀਰ ਤੇ ਧਿਆਨ ਦੇਣਾ ਸ਼ੁਰੂ ਕਰ ਦਿਉ। ਇਸ ਸਮੇਂ ਕੀਤੀ ਗਈ ਦੇਖਭਾਲ ਨਾ ਕੇਵਲ ਤੁਹਾਡੀ ਸੰਤਾਨ, ਸਗੋਂ ਉਸ ਦੀ ਸੰਤਾਨ ਦੇ ਲਈ ਵੀ ਲਾਭਦਾਇਕ ਹੋਵੇਗੀ।

ਸੰਭਾਵੀ ਮਾਂ-ਬਾਪ ਕਈ ਤਰ੍ਹਾਂ ਦੇ ਪ੍ਰਜਨਨ ਸਮਰੱਥਾ ਵਧਾ ਸਕਦੇ ਹਨ ਤਾਂ ਜੋ ਸੰਭਾਵੀ ਬੱਚਾ ਪੂਰੀ ਤਰ੍ਹਾਂ ਸਿਹਤਮੰਦ ਹੋਵੇ। ਜੇਕਰ ਤੁਸੀਂ ਪਹਿਲਾਂ ਤੋਂ ਹੀ ਗਰਭਵਤੀ ਹੋ ਚੁਕੀ ਹੋ ਤਾਂ ਵੀ ਘਰਬਾਓ ਨਾ, ਬਸ ਇਹ ਅਧਿਆਏ ਛੱਡ ਕੇ ਪਹਿਲੇ ਅਧਿਆਏ ਤੋਂ ਪੜ੍ਹਨਾ ਸ਼ੁਰੂ ਕਰ ਦਿਉ।

## ਗਰਭਧਾਰਣ ਕਰਨ ਤੋਂ ਪਹਿਲਾਂ ਮਾਂ ਕੀ ਕਰੇ?

**ਸੰਪੂਰਣ ਸਰੀਰਕ ਜਾਂਚ:-** ਆਪਣੇ ਪਰਿਵਾਰਕ ਡਾਕਟਰ ਨੂੰ ਮਿਲੋ। ਪੂਰੀ ਜਾਂਚ ਤੋਂ ਪਤਾ ਚਲ ਜਾਏਗਾ ਕਿ ਪਹਿਲਾਂ ਤੋਂ ਹੀ ਕਿਸੇ ਇਲਾਜ ਦੀ ਜ਼ਰੂਰਤ ਤਾਂ ਨਹੀਂ ਹੈ।

**ਦੰਦਾਂ ਦੇ ਡਾਕਟਰ ਨੂੰ ਮਿਲੋ:-** ਜੀ ਹਾਂ ਡੈਂਟਿਸਟ ਨੂੰ ਮਿਲ ਕੇ ਦੰਦਾਂ ਦੀ ਚੰਗੀ ਤਰ੍ਹਾਂ ਜਾਂਚ ਕਰਵਾਓ। ਐਕਸਰੇ, ਫਿਲਿੰਗ, ਦੰਦ ਦੀ ਸਰਜਰੀ ਆਦਿ, ਜੋ ਵੀ ਕਰਵਾਉਣਾ ਹੋਵੇ ਇਸੀ ਸਮੇਂ ਕਰਵਾ ਲਉ ਕਿਉਂਕਿ ਗਰਭਕਾਲ ਦੌਰਾਨ ਇਹ ਸਭ ਨਹੀਂ ਹੋ ਸਕੇਗਾ। ਤੁਹਾਡੇ ਮਸੂੜੇ ਵੀ ਸਿਹਤਮੰਦ ਹੋਣੇ ਚਾਹੀਦੇ ਹਨ। ਖੋਜ ਤੋਂ ਪਤਾ ਲਗਾ ਹੈ ਕਿ ਮਸੂੜਿਆਂ ਦੀ ਬੀਮਾਰੀ ਤੋਂ ਪ੍ਰੀਟਰਮ ਬਰਥ ਦਾ ਖ਼ਤਰਾ ਵੱਧ ਜਾਂਦਾ ਹੈ। ਘਰ ਵਿਚ ਹੀ ਦੰਦਾਂ ਤੇ ਮਸੂੜਿਆਂ ਦੀ ਪੂਰੀ ਦੇਖਭਾਲ ਸ਼ੁਰੂ ਕਰ ਦਿਉ।

**ਡਾਕਟਰ ਨੂੰ ਮਿਲ ਕੇ ਗਰਭਧਾਰਣ ਤੋਂ ਪਹਿਲਾਂ ਜਾਂਚ ਕਰਵਾਓ:-** ਇਸ ਸਮੇਂ ਹੜਬੜਾਹਟ ਨਹੀਂ ਹੈ ਇਸ ਲਈ ਅਸਾਨੀ ਨਾਲ ਡਾਕਟਰ ਚੁਣਿਆ ਜਾ ਸਕਦਾਹੈ। ਆਪਣੇ ਆਸਪਾਸ ਖੋਜੋ ਕਿ ਕਿਹੜਾ ਡਾਕਟਰ ਤੁਹਾਡੇ ਲਈ ਵਧੀਆ ਹੋ ਸਕਦਾ ਹੈ। ਫਿਰ ਉਨ੍ਹਾਂ ਤੋਂ ਮੁਲਾਕਾਤ ਦਾ ਸਮਾਂ ਲਉ ਚਾਹੇ ਤੁਸੀਂ ਕਿਸੇ ਦਾਈ ਤੋਂ ਹੀ ਪ੍ਰਸੂਤ ਕਿਉਂ ਨਾ ਕਰਵਾਉਣਾ ਚਾਹੋ ਪਰ ਇਸ ਸਮੇਂ ਡਾਕਟਰ ਤੋਂ ਜਾਂਚ ਕਰਾ ਲੈਣਾ ਜ਼ਰੂਰੀ ਹੈ। ਜੇਕਰ ਤੁਸੀਂ ਜਾਂਚ ਤੋਂ ਬਾਦ ਹਾਈ-ਸਟਿਕ ਗਰੁੱਪ ਵਿਚ ਨਹੀਂ ਆਉਂਦੀ ਤਾਂ ਆਪਣੀ ਮਰਜੀ ਨਾਲ ਡਾਕਟਰ, ਦਾਈ ਤੇ ਪ੍ਰਸੂਤ ਦਾ ਤਰੀਕਾ ਚੁਣ ਸਕਦੀ ਹੋ। ਜੇਕਰ ਤੁਸੀਂ ਹਾਈ-ਸਟਿਕ ਗਰੁੱਪ ਵਿਚ ਹੋ ਤਾਂ

ਮਾਂ-ਬੱਚੇ ਦੀ ਸਿਹਤ ਨੂੰ ਧਿਆਨ ਵਿਚ ਰਖਦੇ ਹੋਏ ਕਿਸੇ ਮਾਹਰ ਦੀਆਂ ਸੇਵਾਵਾਂ ਲੈਣਾ ਵਧੀਆਂ ਹੋਵੇਗਾ।

**ਆਪਣੀ ਪ੍ਰੈਗਨੈਂਸੀ ਹਿਸਟ੍ਰੀ ਤੇ ਨਜ਼ਰ ਪਾਓ**:-ਕਿਤੇ ਤੁਹਾਨੂੰ ਪਹਿਲੇ ਗਰਭਪਾਤ ਜਾਂ ਸਮੇਂ ਤੋਂ ਪਹਿਲਾਂ ਪ੍ਰਸੂਤ ਵਰਗੀ ਸ਼ਿਕਾਇਤ ਤਾਂ ਨਹੀਂ ਰਹੀ? ਜਾਂ ਫਿਰ ਗਰਭਕਾਲ ਵਿਚ ਕੋਈ ਦੂਜੀ ਮੁਸ਼ਕਲ ਤਾਂ ਨਹੀਂ ਆਈ ਸੀ। ਡਾਕਟਰ ਤੋਂ ਪੁੱਛੋ ਕਿ ਇਸ ਵਿਸ਼ੇ ਵਿਚ ਕੀ-2 ਸਾਵਧਾਨੀ ਵਰਤੀ ਜਾ ਸਕਦੀ ਹੈ।

**ਆਪਣੀ ਮਾਂ ਦੀ ਪ੍ਰੈਗਨੈਂਸੀ ਹਿਸਟ੍ਰੀ ਤੇ ਨਜ਼ਰ ਪਾਓ**: ਪਤਾ ਲਗਾਓ ਕਿ ਤੁਸੀਂ ਵੀ ਡੈਸ਼ ਬੇਬੀ ਤਾਂ ਨਹੀਂ। 1971 ਤਕ ਗਰਭਪਾਤ ਰੋਕਣ ਦੇ ਲਈ ਡਾਈਥਾਈ ਇਜ਼ਟਿਲਸੇਜਿਸਟ੍ਰਲ ਨਾਮਕ ਜੋ ਦਵਾਈ ਦਿੱਤੀ ਜਾਂਦੀ ਸੀ ਉਹ ਪ੍ਰਜਨਨ ਅੰਗਾਂ ਨੂੰ ਨੁਕਸਾਨ ਪਹੁੰਚਾ ਸਕਦੀ ਸੀ। ਜੇਕਰ ਤੁਹਾਡੀ ਮਾਂ ਨੇ ਉਹ ਦਵਾਈ ਲਈ ਸੀ ਤਾਂ ਤੁਹਾਨੂੰ ਵੀ ਯੋਨੀ ਅਤੇ ਬੱਚੇਦਾਨੀ ਮੂੰਹ ਦੀ ਕੋਲੋਪੋਸ਼ਕੋਪੀ ਕਰਾ ਲੈਣੀ ਚਾਹੀਦੀ ਹੈ।

**ਟੈਸਟ ਕਰਵਾਓ**:- ਗਰਭਧਾਰਣ ਤੋਂ ਪਹਿਲਾਂ ਹੇਠ-ਲਿਖੇ ਟੈਸਟ ਕਰਾਉਣ ਦੀ ਸਲਾਹ ਦਿੱਤੀ ਜਾ ਸਕਦੀ ਹੈ:

- ਈਮੋਗਲੋਬਿਨ ਜਾਂ ਹੀਮੈਟੋਕ੍ਰਿਟ(ਅਨੀਮੀਆ ਦੀ ਜਾਂਚ)
- ਆਰ ਫੈਕਟਰ, ਜੇਕਰ ਤੁਸੀਂ ਨੈਗੇਟਿਵ ਹੋ ਤਾਂ ਪਤੀ ਦੀ ਜਾਂਚ ਹੋਵੇਗੀ। ਜੇਕਰ ਉਹ ਵੀ ਨੈਗੇਟਿਵ ਹੋਏ ਤਾਂ ਫਿਰ ਜ਼ਿਆਦਾ ਸੋਚਣ ਦੀ ਕੋਈ ਗੱਲ ਹੀ ਨਹੀਂ।
- ਰੂਬੇਲਾ ਟਿਟਰ।
- ਬੈਰੀਮੇਲਾ ਟਿਟਰ।
- ਸ਼ੂਗਰ ਦੀ ਜਾਂਚ ਦੇ ਲਈ ਪਿਸ਼ਾਬ।
- ਟਿਯੂਬਰਕਲੋ ਸਥਿਤੀ।
- ਹੈਪੇਟਾਇਟਿਸ ਬੀ- ਜੇਕਰ ਤੁਸੀਂ ਹਾਈ ਸਟਿਕ ਸਮੂਹ ਵਿਚ ਆਉਂਦੀ ਹੋ।
- ਸਾਇਟੋਮਿਗੇਲੋਵਾਇਰਸ-ਇੰਟਟੀਬਾੱਜ਼ (ਜੇਕਰ ਇਹ ਸਮਝਾਇਆ ਹੋਵੇ ਤਾਂ ਇਲਾਜ ਦੇ ਛੇ ਮਹੀਨੇ ਬਾਦ ਹੀ ਗਰਭਧਾਰਣ ਕਰੋ।)
- ਟਾੱਮਨੋਪਲਾਜ਼ਮੋਸਿਸ ਟਿਟਰ(ਜੇਕਰ ਤੁਹਾਡੀ ਬਿੱਲੀ ਕੱਚਾ ਮਾਂਸ ਖਾਂਦੀ ਹੈ ਜਾਂ ਤੁਸੀਂ ਦਸਤਾਨਿਆਂ ਤੋਂ ਬਿਨਾਂ ਬਾਗਵਾਨੀ ਕਰਦੀ ਹੋ ਅਤੇ ਪਾੱਸ਼ਚਰਾਇਜ਼ ਫ੍ਰੀ ਦੁੱਧ ਲੈਂਦੀ ਹੋ, ਇਸ ਪੁਸਤਕ ਵਿਚ ਪਹਿਲਾਂ ਦਸੇ ਸੁਝਾਵਾਂ ਤੇ ਅਮਲ ਕਰੋ।
- ਥਾਇਰਾਇਡ(ਇਸ ਤੋਂ ਗਰਭਕਾਲ ਤੇ ਔਲਾਦ ਦੀ ਮਾਨਸਿਕ ਸਮਰੱਥਾ ਪ੍ਰਭਾਵਿਤ ਹੋ ਸਕਦੀ ਹੈ। ਗਰਭਧਾਰਣ ਤੋਂ ਪਹਿਲਾਂ ਇਸ ਦੀ ਜਾਂਚ ਜ਼ਰੂਰ ਕਰਾਓ। ਜੇਕਰ ਪਰਿਵਾਰ ਵਿਚ ਕਿਸੇ ਨੂੰ ਪਹਿਲਾਂ ਇਹ ਰੋਗ ਹੋ ਚੁੱਕਾ ਹੈ ਤਾਂ ਇਹ ਹੋਰ ਵੀ ਜ਼ਰੂਰੀ ਹੋ ਜਾਂਦਾ ਹੈ।
- ਐਸ.ਟੀ.ਡੀ.(ਯੌਨੀ ਰੋਗ) ਸਾਰੀਆਂ ਗਰਭਵਤੀ ਔਰਤਾਂ ਨੂੰ ਐਸ.ਟੀ.ਡੀ. ਜਾਂਚ ਕਰਾਉਣੀ ਚਾਹੀਦੀ ਹੈ ਜਿਨ੍ਹਾਂ ਵਿਚ ਸਿਫਲਿਸ, ਗੋਨਾਸਿਆ, ਕਲਾਮੀਡਿਆ, ਹਮਰਜੀਜ, ਧਿਯੂਮਨ ਪੈਪੀਲੋਮਾ ਵਾਇਰਸ, ਵੈਕਟੀਰਿਯਲ ਬੈਜੀਨੇਸਿਸ, ਗਾਰਡਨਰੇਲਾ ਵੈਜਨੀਟਿਸ ਤੇ ਐਚ.ਆਈ.ਵੀ. ਸ਼ਾਮਲ ਹਨ। ਚਾਹੇ ਤੁਸੀਂ ਆਪਣੇ ਲਈ ਇੰਝ ਸੋਚ ਵੀ ਨਹੀਂ ਸਕਦੀ, ਫਿਰ ਵੀ ਜਾਂਚ ਕਰਾਉਣਾ ਵਧੀਆ ਹੋਵੇਗਾ।

**ਇਲਾਜ ਕਰਾਓ**:- ਜੇਕਰ ਟੈਸਟ ਵਿਚ ਕਿਸੇ ਰੋਗ ਦਾ ਪਤਾ ਚਲੇ ਤਾਂ ਇਲਾਜ ਕਰਾਉਣ ਵਿਚ ਦੇਰ ਨਾ ਕਰੋ। ਕਿਸੀ ਵੀ ਤਰ੍ਹਾਂ ਦੀ ਸਰਜਰੀ ਜਾਂ ਮੈਡੀਕਲ ਇਲਾਜ ਤੋਂ ਨਾ ਝਿਜਕੋ। ਹੁਣ ਤੁਹਾਨੂੰ ਜਨਨਅੰਗਾਂ ਨਾਲ ਜੁੜੀ ਛੋਟੀ ਜਿਹੀ ਤਕਲੀਫ਼ ਦਾ ਵੀ ਇਲਾਜ ਕਰਾ ਲੈਣਾ ਚਾਹੀਦਾ ਹੈ, ਜਿਵੇਂ -

- ਯੂਟਰਾਇਨ ਪੋਲਿਪਸ, ਫਾਯਬ੍ਰਾਇਸ, ਮਿਸਟ, ਟਿਯੂਮਰ
- ਐਂਡੋਮੈਟ੍ਰਿਓਸਿਸ।
- ਪੈਲਵਿਕ ਨਾਲ ਜੁੜੇ ਰੋਗ।
- ਪਿਸ਼ਾਬਦਾਨੀ ਇਨਫੈਕਸ਼ਨ।
- ਯੌਨ ਨਾਲ ਸਬੰਧਤ ਰੋਗ।

ਜੇਕਰ ਕਿਸੇ ਵੀ ਕੇਸ ਵਿਚ ਸਰਜਰੀ ਕਰਾਉਣੀ ਪਵੇ ਤਾਂ ਉਸ ਦੇ ਛੇ ਮਹੀਨੇ ਬਾਦ ਹੀ ਗਰਭਧਾਰਣ ਕਰੋ।

**ਟੀਕਾਕਰਣ ਪੂਰਾ ਕਰਾਓ**:- ਜੇਕਰ ਤੁਸੀਂ ਪਿਛਲੇ ਦਸ ਸਾਲਾਂ ਵਿਚ ਟੈਟਨੈਸ-ਡਿਪਥੀਰਿਆ ਬੂਸਟਰ ਨਹੀਂ ਲਿਆ ਤਾਂ ਜ਼ਰੂਰ ਲਉ। ਐਮ.ਐਮ.ਆਰ. ਵੈਕਸਿਨ ਲਉ ਤਾਂ ਗਰਭਧਾਰਣ ਤੋਂ ਪਹਿਲੇ ਤਿੰਨ ਮਹੀਨੇ ਤਕ ਇੰਤ੍ਰਾਰ ਕਰ ਲਉ। ਹੈਡਟਾਇਟਿਸ ਬੀ ਸਬੰਧੀ ਵੀ ਸੁਚੇਤ ਰਹੋ ਤੇ ਸਹੀ ਸਮੇਂ ਤੇ ਇਲਾਜ ਕਰਾਓ।

## ਕ੍ਰਾਨਿਕ ਰੋਗਾਂ ਤੇ ਕਾਬੂ ਪਾਓ

ਜੇਕਰ ਤੁਸੀਂ ਦਮਾ, ਸ਼ੂਗਰ,ਮਿਰਗੀ, ਦਿਲ ਰੋਗ ਆਦਿ ਕਿਸੇ ਵੀ ਲੰਬੇ ਰੋਗ ਤੋਂ ਪੀੜ੍ਹਤ ਹੋ ਤਾਂ ਗਰਭ ਧਾਰਣ ਤੋਂ ਪਹਿਲਾਂ ਡਾਕਟਰ ਤੋਂ ਪੁੱਛ ਕੇ ਆਪਣੇ

ਇਨ੍ਹਾਂ ਰੋਗਾਂ ਤੇ ਕਾਬੂ ਪਾਓ ਤੇਆਪਣਾ ਪੂਰਾ ਧਿਆਨ ਰੱਖਣ ਦੀ ਕੋਸ਼ਿਸ਼ ਕਰੋ। ਜੇਕਰ ਅਲਰਜੀ ਦੀ ਕੋਈ ਦਵਾਈ ਲੈਣ ਦੀਜ਼ਰੂਰਤ ਹੋਵੇ ਤਾਂ ਉਸ ਨੂੰ ਵੀ ਹੁਣੇ ਲੈ ਲਉ। ਡਿਪ੍ਰੈਸ਼ਨ ਵੀ ਤੁਹਾਡੇ ਰਾਹ ਵਿਚ ਰੁਕਾਵਟ ਬਣ ਸਕਦਾ ਹੈ। ਇਸ ਲਈ ਆਪਣੀ ਵੱਡੀ ਯੋਜਨਾ ਸ਼ੁਰੂ ਕਰਨ ਤੋਂ ਪਹਿਲਾਂ ਇਸ ਤੇ ਕਾਬੂ ਪਾ ਲਉ।

**ਜੈਨੇਟਿਕ ਸਕ੍ਰੀਨਿੰਗ:-** ਜੇਕਰ ਤੁਸੀਂ ਜਾਂ ਤੁਹਾਡੇ ਪਤੀ ਨੂੰ ਕੋਈ ਜੈਨੇਟਿਕ ਡਿਸਮਾਰਡਰ(ਸਕਿੱਲ ਤੈਲ, ਪੈਲਾਸੀਮਿਆ, ਹੀਮੋਫੀਲਿਆ, ਸਿਸਟਮ ਫਾਇਬ੍ਰੋਸਿਸ, ਪ੍ਰਸਕਚੁਲਰ ਡਿਸਟ੍ਰੋਫੀ ਜਾਂ ਐਕਸ ਸਿੰਡ੍ਰੋਮ ਆਦਿ) ਹੈ ਜਾਂ ਡਾਊਨ ਸਿੰਡ੍ਰੋਮ ਵਰਗੀ ਕੋਈ ਦੂਜੀ ਜਨਮ ਤੋਂ ਬੀਮਾਰੀ ਹੈ, ਤੁਹਾਡੇ ਦੋਨਾਂ ਦੇ ਵੰਸ਼ ਵਿਚ ਪਹਿਲਾਂ ਐਸਾ ਕੋਈ ਰੋਗ ਹੋਇਆ ਹੈ ਤਾਂ ਜੈਨੇਟਿਕ ਮਾਹਰ ਨੂੰ ਮਿਲੋ। ਜੇਕਰ ਤੁਸੀਂ ਕਾਕੇਸ਼ਿਯਨ ਹੋ ਤਾਂ ਸਿਸਟਕ ਫਾਇਬ੍ਰੋਸਿਸ, ਸਹੂਦੀ-ਯੂਰੋਪਿਲਨ ਹੋ ਤਾਂ ਟੇ-ਸ਼ੇਕ, ਜੇ ਕਰ ਫ੍ਰੈਂਚ-ਕੈਨੇਡਿਯਨ ਜਾਂ ਆਇਰਿਸ਼-ਅਮਰੀਕਨ ਹੋ ਤਾਂ ਸਿਕਲ-ਸੈਲ, ਜੇਕਰ ਗ੍ਰੀਕ-ਇਟੈਲਿਯਨ ਜਾਂ ਦੱਖਣ-ਪੂਰਬੀ ਏਟਿਚਾਈ ਜਾਂ ਫਿਲੀਪੀਨ ਮੂਲ ਤੋਂ ਹੋ ਤਾਂ ਥੈਲਾਸੀਮਿਆ ਦੀ ਜਾਂਚ ਕਰਾਓ। ਜੇਕਰ ਪਿਛਲੇ ਗਰਭਕਾਲ ਤੋਂ ਵੀ ਐਸੀ ਕੋਈ ਜੈਨੇਟਿਕ ਪ੍ਰੇਸ਼ਾਨੀ ਹੋ ਚੁੱਕੀ ਹੈ ਤਾਂ ਰਾਏ ਜ਼ਰੂਰ ਲਉ।

**ਬਰਥ ਕੰਟ੍ਰੋਲ ਦਾ ਉਪਾਅ:-** ਜੇਕਰ ਕਿਸੀ ਜਨਮ ਕੰਟ੍ਰੋਲ ਉਪਾਅ ਤੋਂਆਣ ਵਾਲੇ ਗਰਭਕਾਲ ਪ੍ਰਭਾਵਤ ਹੁੰਦੀ ਹੋ ਤਾਂ ਉਸ ਨੂੰ ਬਦਲ ਦਿਉ। ਜੇਕਰ ਗਰਭ ਨਿਰੋਧਕ ਗੋਲੀਆਂ ਲੈਂਦੀ ਹੋ ਤਾਂ ਯੋਜਨਾ ਬਣਾਉਣ ਤੋਂ ਕਾਫ਼ੀ ਸਮਾਂ ਪਹਿਲਾਂ ਇਨ੍ਹਾਂ ਨੂੰ ਛੱਡ ਦਿਉ। ਕੋਸ਼ਿਸ਼ ਕਰੋ ਕਿ ਗਰਭਧਾਰਣ ਤੋਂ ਪਹਿਲੇ ਦੋ ਮਾਸਕ ਧਰਮ ਨਿਯਮਿਤ ਤੌਰ ਤੇ ਆ ਜਾਣ। ਜੇਕਰ ਮਾਸਕ ਧਰਮ ਨਿਯਮਿਤ ਹੋਣ ਵਿਚ ਸਮਾਂ ਲਗੇ ਤਾਂ ਹਿੰਮਤ ਨਾ ਹਾਰੋ। ਜੇਕਰ ਆਈਯੂਡੀ ਪ੍ਰਯੋਗ ਕਰਦੀ ਹੋ ਤਾਂ ਇਸ ਨੂੰ ਨਿਕਲਪਾ ਦਿਉ। ਕਿਸੇ ਵੀ ਤਰ੍ਹਾਂ ਦੀ ਗਰਭ ਨਿਰੋਧਕ ਦਵਾਈ ਦਾ ਪ੍ਰਯੋਗ ਬੰਦ ਕਰ ਦਿਉ। ਜੇ ਕਰ ਚਾਹੋ ਤਾਂ ਰਚਰਮੀਸਾਇਡ ਰਹਿਤ ਕੰਡੋਮ ਪ੍ਰਯੋਗ ਕਰ ਸਕਦੀ ਹੋ।

**ਆਹਾਰ ਵਿਚ ਸੁਧਾਰ:-** ਸਭ ਤੋਂ ਪਹਿਲੀ ਅਤੇ ਖ਼ਾਸ ਗੱਲ ਇਹ ਹੈ ਕਿ ਭੋਜਨ ਵਿਚ ਫੌਲਿਕ ਐਸਿਡ ਦੀ ਮਾਤਰਾ ਵਧਾਓ। ਖੋਜ ਤੋਂ ਪਤਾ ਲਗਾ ਹੈ ਕਿ ਗਰਭ ਧਾਰਣ ਤੋਂ ਪਹਿਲਾਂ ਤੇ ਗਰਭਕਾਲ ਦੇ ਆਰੰਭਕ ਪੜਾਅ ਵਿਚ ਇਸ ਦੀ ਉਚਿਤ ਮਾਤਰਾ ਲੈਣ ਨਾਲ ਨਿਯੂਟਲ ਟਿਯੂਬ ਦੋਸ਼ ਕਾਫ਼ੀ ਘੱਟ ਜਾਂਦੇ ਹਨ। ਇਹ ਸਾਬਤ ਅਨਾਜ ਤੇ ਹਰੀ ਪੱਤੇਦਾਰ ਸਬਜ਼ੀਆਂ ਵਿਚ ਭਰਪੂਰ ਮਾਤਰਾ ਵਿਚ ਪਾਇਆ ਜਾਂਦਾ ਹੈ। ਇਸ ਦੇ ਨਾਲ-2 ਇਸ ਦੀ ਦਵਾਈ ਵੀ ਲਈ ਜਾ ਸਕਦੀ ਹੈ।

ਜ਼ੰਕ ਫੂਡ ਅਤੇ ਰਿਫਾਇੰਡ ਸ਼ੂਗਰ ਦੀ ਮਾਤਰਾ ਘਟਾ ਦਿਉ। ਸਾਬਤ ਅਨਾਜ, ਫਲ, ਸਬਜ਼ੀਆਂ ਤੇ ਘੱਟ ਚਰਬੀ ਭਰਪੂਰ ਡੇਰੀ ਪਦਾਰਥ ਲਉ। ਸੈਚੁਰੇਟਿਡ ਚਰਬੀ ਦੀ ਮਾਤਰਾ ਘਟਾ ਦਿਉ। ਇਸ ਦੇ ਕਾਰਣ ਗਰਭਕਾਲ ਵਿਚ ਜੀ ਮਿਚਲਾਉਣ ਤੇ ਉਲਟੀ ਦੀ ਸਮੱਸਿਆ ਵੱਧ ਸਕਦੀ ਹੈ। ਗਰਭਧਾਰਣ ਤੋਂ ਪਹਿਲਾਂ ਹਰ ਰੋਜ਼ ਦੋ ਪ੍ਰੋਟੀਨ ਅਤੇ ਤਿੰਨ ਕੈਲਸ਼ੀਅਮ ਸਰਵਿੰਗ ਜ਼ਰੂਰ ਲਉ।

ਜੇਕਰ ਤੁਹਾਡੀ ਖਾਣ-ਪੀਣ ਦੀਆਂ ਆਦਤਾਂ ਸਹੀ ਨਹੀਂ ਤਾਂ ਫਿਰ ਕਿਸੇ ਦੂਜੇ ਤਰ੍ਹਾਂ ਦੇ ਈਟਿੰਗ ਡਿਸਆਰਡਰ ਤੋਂ ਪੀੜ੍ਹਿਤ ਹੋ ਤਾਂ ਆਪਣੇ ਡਾਕਟਰ ਦੀ ਰਾਏ ਤੋਂ ਵਿਸ਼ੇਸ਼ ਖ਼ੁਰਾਕ ਲਉ।

**ਆਦਰਸ਼ ਭਾਰ:-** ਜ਼ਰੂਰਤ ਤੋਂ ਵੱਧ ਜਾਂ ਘੱਟ ਭਾਰ ਗਰਭਧਾਰਣ ਵਿਚ ਸਮੱਸਿਆ ਬਣ ਸਕਦਾ ਹੈ। ਜੇਕਰ ਲੋੜ ਮਹਿਸੂਸ ਹੋਵੇ ਤਾਂ ਕੈਲੋਰੀ ਦੀ ਮਾਤਰਾ ਘਟਾਓ। ਚਾਹੇ ਗਰਭਧਾਰਣ ਪ੍ਰੀਕ੍ਰਿਆ ਨੂੰ ਦੋ ਮਹੀਨੇ ਅੱਗੇ ਲੈ ਜਾਣਾ ਪਵੇ। ਕੁਚੱਜੀ ਖ਼ੁਰਾਕ ਦੇ ਕਾਰਣ ਵੀ ਗਰਭ ਧਾਰਣ ਕਰਨਾ ਮੁਸ਼ਕਲ ਹੋ ਜਾਂਦਾ ਹੈ। ਜੇਕਰ ਤੁਸੀਂ ਕ੍ਰੈਸ਼ ਡਾਇਟ ਤੇ ਸੀ ਤਾਂ ਆਮ ਰੂਪ ਨਾਲ ਖਾਂਦੇਹੋਏ ਸਰੀਰ ਨੂੰ ਆਪਣੇ ਆਕਾਰ ਵਿਚ ਆਣ ਦਿਉ,ਫਿਰ ਗਰਭ ਧਾਰਣ ਕਰੋ।

**ਵਿਟਾਮਿਨ ਤੇ ਮਿਨਰਲਐਪਲੀਮੈਂਟ ਲਉ:-** ਆਹਾਰ ਵਿਚ ਬਦਲਾਅ ਦੇ ਨਾਲ-2 ਵਿਟਾਮਿਨ ਤੇ ਮਿਨਰਲ ਭਰਪੂਰ ਐਪਲੀਮੈਂਟ ਵੀ ਜ਼ਰੂਰ ਲਉ। ਖੋਜ ਤੋਂ ਪਤਾ ਲਗਾ ਹੈ ਕਿ ਗਰਭਧਾਰਣ ਤੋਂ ਪਹਿਲਾਂ ਹੀ ਵਿਟਾਮਿਨ ਤੇ ਮਿਨਰਲ ਦਾ ਐਪਲੀਮੈਂਟ ਲੈਣ ਵਾਲੀਆਂ ਔਰਤਾਂ ਵਿਚ ਉਲਟੀ, ਜੀ ਮਿਚਲਾਣਾ ਜਾਂ ਮਾਰਨਿੰਗ ਸਿਕਨੈਸ ਵਰਗੀਆਂ ਸ਼ਿਕਾਇਤਾਂ ਘੱਟ ਹੁੰਦੀਆਂ ਹਨ। ਜਿੰਕ ਲੈਣ ਨਾਲ ਵੀ ਲਾਭ ਹੁੰਦਾ ਹੈ। ਇਸ ਤੋਂ ਇਲਾਵਾ ਦੂਜੇ ਖ਼ੁਰਾਕੀ ਸਪਲੀਮੈਂਟ ਨਾ ਲਉ ਕਿਉਂਕਿ ਇਨ੍ਹਾਂ ਦੀ ਵੱਧ ਮਾਤਰਾ ਵੀ ਘਾਤਕ ਹੋ ਸਕਦੀ ਹੈ।

**ਸੇਣ ਬਣਾਓ ਪਰ, ਆਰਾਮ ਨਾ:-** ਜੇਕਰ ਕਸਰਤ ਨੂੰ ਰੋਜ਼ਮਰਾ ਵਿਚ ਸ਼ਾਮਲ ਕਰੋਗੀ ਤਾਂ ਸਰੀਰ ਸਿਹਤਮੰਦ ਰਹੇਗਾ ਤੇ ਆਉਣਵਾਲੇ ਸਮੇਂ ਦੇ ਲਈ ਖ਼ੁਦ ਨੂੰ ਤਿਆਰ ਵੀ ਕਰ ਸਕੋਗੀ। ਫਾਲਤੂ ਭਾਰ ਵੀ

ਘੱਟ ਜਾਏਗਾ ਪ੍ਰੰਤੂ ਜ਼ਿਆਦਾ ਮਿਹਨਤ ਵਾਲੀ ਕਸਰਤ ਨਾ ਕਰੋ। ਕਈ ਵਾਰ ਸਰੀਰ ਦਾ ਤਾਪਮਾਨ ਵੱਧ ਹੋਣ ਤੇ ਵੀ ਗਰਭਧਾਰਣ ਵਿਚ ਔਖਿਆਈ ਹੁੰਦੀ ਹੈ। ਅੱਤ ਤਾਂ ਕਿਸੀ ਵੀ ਚੀਜ ਦੀ ਬੁਰੀ ਹੁੰਦੀ ਹੈ। ਇਸ ਲਈ ਕਸਰਤ ਕਰੋ, ਪਰ ਆਰਾਮ ਨਾਲ।

**ਡਰੱਗਜ਼ ਤੋਂ ਬਚੋ**:- ਕੋਕੇਨ, ਕ੍ਰੇਕ, ਮਰਿਜੁਆਨਾ, ਹੀਰੋਇਨ ਆਦਿ ਡਰੱਗਜ਼ ਗਰਭਕਾਲ ਵਿਚ ਖ਼ਤਰਨਾਕ ਹੋ ਸਕਦੇ ਹਨ। ਗਰਭ ਧਾਰਣ ਕਰਨ ਵਿਚ ਮੁਸ਼ਕਲ ਹੁੰਦੀ ਹੈ। ਜੇਕਰ ਗਰਭਕਾਲ ਸ਼ੁਰੂ ਹੋ ਵੀ ਜਾਏ ਤਾਂ ਵੀ ਭਰੂਣ ਨੂੰ ਨੁਕਸਾਨ ਪਹੁੰਚਦਾ ਹੈ। ਮਿਸਕੈਰਿਜ, ਸਮੇਂ ਤੋਂ ਪਹਿਲਾਂ ਬੱਚੇ ਦਾ ਜਨਮ ਆਦਿ ਦਾ ਖ਼ਤਰਾ ਬਣਿਆ ਰਹਿੰਦਾ ਹੈ। ਚਾਹੇ ਤੁਸੀਂ ਕਦੀ-ਕਦੀ ਹੀ ਕਿਉਂ ਨਾ ਲੈਂਦੀ ਹੋਵੋ, ਇਨ੍ਹਾਂ ਨੂੰ ਲੈਣਾ ਬੰਦ ਕਰੋ। ਜੇਕਰ ਮੁਸ਼ਕਲ ਲਗੇ ਤਾਂ ਵਿਵਹਾਰਿਕ ਮਦਦ ਲਉ।

**ਫਾਲਤੂ ਦਵਾਈ ਤੋਂ ਬੱਚੋ**:- ਗਰਭਧਾਰਣ ਦੀ ਯੋਜਨਾ ਬਣਾਉਣ ਤੋਂ ਬਾਦ ਕੋਈ ਵੀ ਦਵਾਈ ਆਪਣੇ ਡਾਕਟਰ ਤੋਂ ਪੁੱਛੇ ਬਿਨਾਂ ਨਾ ਖਾਓ। ਯੋਨੀ ਵਿਚ ਕਿਸੇ ਵੀ ਤਰ੍ਹਾਂ ਦੀ ਰੱਖਣ ਵਾਲੀ ਦਵਾਈ ਵੀ ਡਾਕਟਰ ਤੋਂ ਪੁੱਛ ਕੇ ਹੀ ਪ੍ਰਯੋਗ ਕਰੋ।

**ਦਵਾਈਆਂ ਨੂੰ ਪਰਖੋ**:- ਤੁਸੀਂ ਆਪਣੀ ਕਿਸੇ ਬੀਮਾਰੀ ਦੇ ਲਈ ਜੋ ਦਵਾਈ ਸਾਲਾਂ ਤੋਂ ਖਾਂਦੀ ਆ ਰਹੀ ਹੋ। ਪਤਾ ਕਰੋ ਕਿ ਕਿਤੇ ਗਰਭਕਾਲ ਵਿਚ ਉਹ ਘਾਤਕ ਤਾਂ ਨਹੀਂ ਹੋਵੇਗੀ। ਘੱਟੋ-ਘੱਟ ਛੇ ਮਹੀਨੇ ਪਹਿਲਾਂ ਅਜਿਹੀ ਕਿਸੀ ਵੀ ਦਵਾਈ ਦਾ ਸੇਵਨ ਬੰਦ ਕਰ ਦਿਉ। ਬੱਚਾ ਹੋਣ ਤੋਂ ਬਾਦ ਵੀ ਧਿਆਨ ਰੱਖੋ ਕਿਉਂਕਿ ਦੁੱਧ ਪਿਲਾਣ ਨਾਲ ਵੀ ਦਵਾਈ ਦਾ ਆਸਰ ਉਸ ਤਕ ਪਹੁੰਚ ਸਕਦਾ ਹੈ। ਕਈ ਵਾਰ ਖ਼ੁਰਾਕ ਘਟਾਣ ਨਾਲ ਗੱਲ ਬਣ ਜਾਂਦੀ ਹੈ।

ਕੁਝ ਦਵਾਈਆਂ ਤਾਂ ਕਾਫ਼ੀ ਖ਼ਤਰਨਾਕ ਸਾਬਤ ਹੋ ਸਕਦੀਆਂ ਹਨ। ਇਸ ਲਈ ਸਮੇਂ-2 ਤੇ ਡਾਕਟਰ ਦੀ ਰਾਏ ਲੈਂਦੀ ਰਹੋ।

**ਹਰਬਲ ਜਾਂ ਬਦਲਵੀਆਂ ਦਵਾਈਆਂ**:- ਇਹ ਜ਼ਰੂਰੀ ਨਹੀਂ ਕਿ ਸਾਰੇ ਹਰਬਲ ਦਵਾਈਆਂ ਸੁਰੱਖਿਅਤ ਹੀ ਹੋਣਗੀਆਂ। ਕੁਝ ਦਵਾਈਆਂ ਗਰਭਧਾਰਣ ਵਿਚ ਰੁਕਾਵਟ ਪੈਦਾ ਕਰ ਸਕਦੀ ਹੈ। ਐਸੀ ਕੋਈ ਵੀ ਹਰਬਲ ਜਾਂ ਬਦਲ ਕਿਸੇ ਵੀ ਰੂਪ ਵਿਚ ਹਾਨੀਕਾਰਕ ਹੋ ਸਕਦੀਹੈ। ਇਸ ਲਈ ਲੋੜੀਂਦੀ ਸਾਵਧਾਨੀ ਰੱਖੋ।

**ਕੈਫ਼ੀਨ ਦੀ ਮਾਤਰਾ ਘਟਾਓ**:- ਚਾਹ, ਕਾਫ਼ੀ ਆਦਿ ਦੀ ਮਾਤਰਾ ਹੁਣੇ ਘਟਾਣੀ ਸ਼ੁਰੂ ਕਰ ਦਿਉ ਤਾਂ ਜੋ ਅੱਗੇ ਚੱਲ ਕੇ ਦਿੱਕਤ ਨਾ ਹੋਵੇ। ਕੁਝ ਖੋਜਾਂ ਤੋਂ ਪਤਾ ਲਗਾ ਹੈ ਕਿ ਕਾਫ਼ੀ ਦੀ ਵੱਧ ਮਾਤਰਾ ਵੀ ਤੁਹਾਨੂੰ ਨੁਕਸਾਨ ਪਹੁੰਚਾ ਸਕਦੀ ਹੈ। ਭਾਵ ਗਰਭ ਧਾਰਣ ਕਰਨ ਵਿਚ ਪ੍ਰੇਸ਼ਾਨੀ ਹੋ ਸਕਦੀ ਹੈ। ਉਂਝ ਵੀ ਇਸ ਦੀ ਵੱਧ ਮਾਤਰਾ ਕਈ ਹੋਰ ਤਰੀਕਿਆਂ ਨਾਲ ਵੀ ਸਰੀਰ ਨੂੰ ਹਾਨੀ ਪਹੁੰਚਾਉਂਦੀ ਹੈ।

**ਸ਼ਰਾਬ ਦਾ ਸੇਵਨ ਨਾ ਕਰੋ**:- ਗਰਭਧਾਰਣ ਦੀ ਯੋਜਨਾ ਬਣਾਉਣ ਤੋਂ ਬਾਦ ਹਰਰੋਜ਼ ਸ਼ਰਾਬ ਦਾ ਸੇਵਨ ਕਰਨਾ ਨੁਕਸਾਨਦੇਹ ਹੋਵੇਗਾ। ਮਾਸਕ ਧਰਮ ਦਾ ਚਕਰ ਵੀ ਗੜਬੜਾ ਸਕਦਾਹੈ। ਇਸ ਲਈ ਇਸ ਦਾ ਸੇਵਨ ਬਿਲਕੁਲ ਨਾ ਕਰੋ।

**ਸਿਗਰਟਨੋਸ਼ੀ ਨਾ ਕਰੋ**:- ਤੰਬਾਕੂ ਨਾਲ ਬੱਚੇ ਨੂੰ ਵੀ ਕੈਂਸਰ ਦਾ ਖ਼ਤਰਾ ਹੋ ਸਕਦਾ ਹੈ, ਤੁਹਾਨੂੰ ਗਰਭਧਾਰਣ ਕਰਨ ਵਿਚ ਪ੍ਰੇਸ਼ਾਨੀ ਹੋ ਸਕਦੀ ਹੈ। ਆਪਣੇ ਬੱਚੇ ਨੂੰ ਧੂੰਆ ਰਹਿਤ ਵਾਤਾਵਰਣ ਦਿਉ।

**ਰੇਡੀਏਸ਼ਨ ਦੇ ਵੱਧ ਸੰਪਰਕ ਵਿਚ ਨਾ ਆਓ**:- ਜੇਕਰ ਐਕਸਰੇ ਕਰਾਉਣਾ ਜ਼ਰੂਰੀ ਹੋਵੇ ਤਾਂ ਪ੍ਰਜਨਨ ਅੰਗ ਢੱਕ ਕੇ ਹੀ ਕਰਵਾਓ। ਯਾਦ ਰੱਖੋ ਕਿ ਗਰਭ ਧਾਰਣ ਦੀ ਯੋਜਨਾ ਬਣਾਉਣ ਤੋਂ ਬਾਦ ਤੁਸੀਂ ਕਦੀ ਵੀ ਗਰਭਵਤੀ ਹੋ ਸਕਦੀ ਹੋ। ਇਸ ਲਈ ਪਹਿਲਾਂ ਤੋਂ ਹੀ ਸਾਵਧਾਨੀ ਵਰਤੋ। ਆਪਣੇ ਡਾਕਟਰ ਨੂੰ ਇਸ ਸਬੰਧੀ ਸੂਚਨਾ ਦੇ ਦਿਉ ਤਾਂ ਜੋ ਉਹਵੀ ਇਸ ਵੱਲੋਂ ਸਾਵਧਾਨੀ ਰੱਖਣ। ਗਰਭਧਾਰਣ ਤੋਂ ਬਾਦ ਰੇਡੀਏਸ਼ਨ ਤਾਂ ਹੀ ਕਰਵਾਓ ਜਦੋਂ ਬਹੁਤ ਜ਼ਿਆਦਾ ਲੋੜ ਹੋਵੇ।

**ਖ਼ਤਰਨਾਕ ਰਸਾਇਣਾਂ ਤੋਂ ਬਚੋ**:- ਕੁਝ ਰਸਾਇਣ ਗਰਭਧਾਰਣ ਤੇ ਭਰੂਣ ਦੇ ਵਿਕਾਸ ਵਿਚ ਰੁਕਾਵਟ ਬਣ ਸਕਦੇ ਹਨ। ਤੁਸੀਂ ਕੰਮ ਦੇ ਦੌਰਾਨ ਇਸ ਗੱਲ ਦਾ ਖ਼ਾਸ ਧਿਆਨ ਰੱਖੋ। ਮੈਡੀਸਨ, ਆਰਟ, ਫ਼ੋਟੋਗ੍ਰਾਫ਼ੀ ਫ੍ਰੇਮਿੰਗ ਤੇ ਲੈਂਡਸਕੇਪਿੰਗ; ਹੇਅਰ ਡ੍ਰੈਸਿੰਗ ਤੇ ਕਾੱਸਮੇਟੋਲਾੱਜੀ, ਡਾਇਕਲਿਨਿੰਗ ਤੇ ਕਾਰਖ਼ਾਨੇ ਆਦਿ ਵਿਚ ਵਿਸ਼ੇਸ਼ ਤੌਰ ਤੇ ਸਾਵਧਾਨੀ ਰੱਖੋ। ਜੇਕਰ ਹੋ ਸਕੇ ਤਾਂ ਕੁਝ ਸਮੇਂ ਦੇ ਲਈ ਐਸੀ ਜਗ੍ਹਾ ਤੋਂ ਹੱਟ ਜਾਓ। ਆਪਣੀ ਬਦਲੀ ਕਰਵਾ ਲਉ।

ਕਈ ਵਾਰ ਲੈਡ ਦੀ ਵੱਧ ਮਾਤਰਾ ਵੀ ਨੁਕਸਾਨ ਕਰਦੀ ਹੈ। ਇਹ ਤੁਹਾਡੇ ਕੰਮ ਤੋਂ ਇਲਾਵਾ ਘਰ ਜਾਂ

ਪਾਣੀ ਵਿਚ ਵੀ ਹੋ ਸਕਦੀ ਹੈ। ਘਰੇਲੂ ਜ਼ਹਿਰੀਲੇ ਪਦਾਰਥਾਂ ਦੇ ਵੀ ਨੇੜਲੇ ਸੰਪਰਕ ਵਿਚ ਨਾ ਆਓ। ਜੇਕਰ ਤੁਹਾਡੇ ਖ਼ੂਨ ਦਾ ਪੱਧਰ ਵੱਧ ਹੈ ਤਾਂ ਮਾਹਰ ਦੀ ਰਾਏ ਲੈ ਕੇ ਉਸ ਦਾ ਇਲਾਜ ਕਰਵਾਓ ਤਾਂ ਜੋ ਸਰੀਰ ਵਿਚ ਲੈਡ ਦੀ ਮਾਤਰਾ ਘੱਟ ਸਕੇ।

**ਵਿੱਤੀ ਮਜ਼ਬੂਰੀ:-** ਬੱਚੇ ਦੇ ਆਉਣ ਤੋਂ ਪਹਿਲਾਂ ਹੀ ਆਪਣਾ ਵਿੱਤੀ ਬਜਟ ਵੀ ਬਣਾ ਲਉ ਕਿਉਂਕਿ ਆਉਣ ਵਾਲੇ ਸਮੇਂ ਵਿਚ ਤੁਹਾਨੂੰ ਕਾਫ਼ੀ ਧਨ ਚਾਹੀਦਾ ਹੈ। ਆਪਣੀ ਹੈਲਥ ਇੰਸ਼ੋਰੈਂਸ ਕਰਵਾਓ ਤਾਂ ਜੋ ਪ੍ਰਸੂਤ ਦਾ ਖ਼ਰਚ ਨਿਕਲ ਸਕੇ। ਪਤਾ ਕਰ ਲਉ ਕਿ ਦਫ਼ਤਰ ਤੋਂ ਮੈਟਰਨਿਟੀ ਲੀਵ ਮਿਲੇਗੀ ਜਾਂ ਨਹੀਂ। ਇਸ ਤਰ੍ਹਾਂ ਤੁਸੀਂ ਬਾਦ ਵਿਚ ਕਈ ਤਰ੍ਹਾਂ ਦੀਆਂ ਪ੍ਰੇਸ਼ਾਨੀਆਂ ਤੋਂ ਬਚ ਜਾਓਗੀ।

**ਧਿਆਣ ਦੇਣਾ ਸ਼ੁਰੂ ਕਰੋ:-** ਇਕ ਵਾਰ ਸਾਰੀ ਲੋੜੀਂਦੀ ਸਾਵਧਾਨੀ ਰੱਖਣ ਤੋਂ ਬਾਦ ਆਪਣੀ ਯੋਜਨਾ ਤੇ ਧਿਆਨ ਦੇਣਾ ਸ਼ੁਰੂ ਕਰੋ। ਜੇਕਰ ਤੁਸੀਂ ਚੱਕਰ ਦੇ ਸਭ ਤੋਂ ਫਟਾਰਹਲ ਪੀਰਿਯਦ ਵਿਚ ਸਰੀਰਕ ਸੰਬੰਧ ਬਣਾਂਦੀ ਹੋ ਤਾਂ ਜਲਦੀ ਤੋਂ ਜਲਦੀ ਗਰਭ ਧਾਰਣ ਦੀ ਸੰਭਾਵਨਾ ਵੱਧ ਜਾਂਦੀ ਹੈ। ਕਿਸੀ ਡਾਇਰੀ ਵਿਚ ਹਰੇਕ ਮਾਸਕ ਚੱਕਰ ਦਾ ਪਹਿਲਾ ਦਿਨ ਨੋਟ ਕਰੋ। ਇਹ ਵੀ ਪਤਾ ਲਗਾਓ ਕਿ ਤੁਸੀਂ ਓਵਯੂਲੇਟ ਕਦੋਂ ਹੋਈ ਸੀ। ਅਕਸਰ ਚੱਕਰ ਦੇ ਵਿਚਕਾਰ ਓਵਯੂਲੇਸ਼ਨ ਹੁੰਦਾ ਹੈ। ਪ੍ਰੰਤੂ ਅਨਿਯਮਿਤ ਚੱਕਰ ਵਾਲੀਆਂ ਔਰਤਾਂ ਦੇ ਲਈ ਮਾਸਕ ਧਰਮ ਤੋਂ ਪਹਿਲਾਂ ਦਸਵੇਂ ਅਤੇ ਬਾਦ ਵਿਚ ਸਤਾਰਵੇਂ ਦਿਨ ਵਿਚ ਗਰਭਧਾਰਨ ਦੀ ਸੰਭਾਵਨਾ ਵੱਧ ਜਾਂਦੀ ਹੈ। ਕੁਝ ਔਰਤਾਂ ਨੂੰ ਓਵਯੂਲੇਸ਼ਨ ਦਾ ਸਾਫ਼ ਤੌਰ ਤੇ ਪਤਾ ਚਲਦਾ ਹੈ ਤਾਂ ਕਈ ਇਸ ਨੂੰ ਨਹੀਂ ਪਹਿਚਾਣ ਸਕਦੀਆਂ। ਇਸ ਦੌਰਾਨ ਤੁਹਾਡੀ ਯੋਨੀ ਦਾ ਰਿਸਾਵ, ਅੰਡੇ ਦੀ ਸਫ਼ੇਦੀ ਦੀ ਤਰ੍ਹਾਂ ਅਤੇ ਲੇਸਲਾ ਹੁੰਦਾ ਹੈ ਜਿਸ ਨੂੰ ਖਿਚਿਆ ਜਾ ਸਕਦਾ ਹੈ। ਨਾਲ ਹੀ ਪੇਟ ਦੇ ਹੇਠਲੇ ਹਿੱਸੇ ਜਾਂ ਪਿਠ ਦੇ ਇਕ ਪਾਸੇ ਹਲਕਾ ਦਰਦ ਵੀ ਮਹਿਸੂਸ ਹੁੰਦਾ ਹੈ। ਜੇਕਰ ਨੋਟ ਕਰੋ ਤਾਂ ਬੈਸਲ ਤਾਪਮਾਨ ਵਿਚ ਫਰਕ ਤੋਂ ਵੀ ਪਤਾ ਲਗ ਸਕਦੀ ਹੈ। ਇਸ ਦੇ ਲਈ ਤੁਹਾਨੂੰ ਵੀ.ਵੀ.ਟੀ. ਥਰਮਾਮੀਟਰ ਲੈਣਾ ਹੋਵੇਗਾ। ਸਵੇਰੇ ਬਿਸਤਰ ਤੋਂ ਉਠਣ ਤੋਂ ਪਹਿਲਾਂ ਆਪਣਾ ਤਾਪਮਾਨ ਜਾਂਚ ਲਉ। ਓਵਯੂਲੇਸ਼ਨ ਚੱਕਰ ਸ਼ੁਰੂ ਹੋਣ ਤੋਂ ਪਹਿਲਾਂ ਇਹ ਤਾਪਮਾਨ ਨਿਯੂਤਮ ਹੁੰਦਾ ਹੈ ਅਤੇ ਫਿਰ ਤੇਜੀ ਨਾਲ ਵੱਧਦਾ ਹੈ। ਜੇਕਰ ਤੁਸੀਂ ਇਹ ਸਭ ਪਤਾ ਨਹੀਂ ਲਗਾ ਸਕਦੀ, ਤੁਹਾਡੇ ਚੱਕਰ ਅਨਿਯਮਿਤ ਹਨ ਜਾਂ ਤੁਸੀਂ ਕੋਈ ਅਸਾਨ ਤਰੀਕਾ ਅਪਣਾਉਣਾ ਚਾਹੁੰਦੀ ਹੋ ਤਾਂ ਇਸ ਦੇ ਲਈ ਬਾਜ਼ਾਰ ਤੋਂ ਹੋਮ ਓਵਯੂਨੇਸ਼ਨ ਪ੍ਰੀਡਿਕਟਰ ਕਿਟ ਵੀ ਮਿਲਦੀ ਹੈ। ਇਸ ਦੀ ਮਦਦ ਨਾਲ ਤੁਸੀਂ ਆਪਣੀ ਯੋਜਨਾ ਨੂੰ ਸਫ਼ਲ ਬਣਾ ਸਕਦੀ ਹੋ। ਇਸ ਤਰ੍ਹਾਂ ਡਿਲੀਵਰੀ ਦੀ ਸਹੀ ਤਾਰੀਖ਼ ਜਾਣਨ ਵਿਚ ਵੀ ਆਸਾਨੀ ਹੋਵੇਗੀ।

**ਆਰਾਮ ਕਰੋ:-** ਜੀ ਹਾਂ, ਇਹ ਸ਼ਾਇਦ ਸਭ ਤੋਂ ਅਹਿਮ ਗੱਲ ਹੈ। ਤਨਾਅ ਨਾਲ ਤਾਂ ਗੱਲ ਹੋਰ ਵਿਗੜਦੀ ਹੀ ਹੈ। ਰਿਲੈਕਸ਼ੇਸ਼ਨ ਤਕਨੀਕ ਸਿੱਖੋ, ਧਿਆਨ ਲਗਾਓ ਤੇ ਤਨਾਅ ਤੋਂ ਬੱਚੋ।

**ਪੂਰਾ ਸਮਾਂ ਦਿਉ:-** ਕਿਸੇ ਵੀ ਸਿਹਤਮੰਦ ਗਰਭਕਾਲ ਨੂੰ ਸ਼ੁਰੂ ਹੋਣ ਵਿਚ ਆਮ ਤੌਰ ਤੇ 6 ਮਹੀਨੇ ਲਗ ਸਕਦੇ ਹਨ। ਜੇਕਰ ਜਲਦੀ ਗੱਲ ਨਾ ਬਣੇ ਤਾਂ ਤਨਾਅਗ੍ਰਸਤ ਨਾ ਹੋਵੋ, ਡਾਕਟਰ ਦੇ ਕੋਲ ਜਾਣ ਤੋਂ ਪਹਿਲਾਂ ਆਪਣੇ-ਆਪ ਨੂੰ ਪੂਰਾ ਸਮਾਂ ਦਿਉ। ਜੇਕਰ ਤੁਸੀਂ 35 ਸਾਲ ਤੋਂ ਉਪਰ ਦੀ ਹੋ ਤਾਂ ਘੱਟੋ ਘੱਟ 6 ਮਹੀਨੇ ਕੋਸ਼ਿਸ਼ ਕਰਨ ਤੋਂ ਬਾਦ ਹੀ ਡਾਕਟਰ ਦੀ ਰਾਏ ਲੈਣ ਜਾਓ।

## ਗਰਭਧਾਰਣ ਕਰਵਾਉਣ ਤੋਂ ਪਹਿਲਾਂ ਡੈਡ ਕੀ ਕਰਨ:-

**ਡਾਕਟਰ ਨੂੰ ਮਿਲੋ:-** ਆਪਣੀ ਸਰੀਰਕ ਜਾਂਚ ਕਰਵਾ ਕੇ ਤੈਅ ਕਰ ਲਉ ਕਿ ਤੁਸੀਂ ਐਸਟੀਕਲ ਸਿਸਟ, ਟਿਯੂਮਰ ਜਾਂ ਡਿਪ੍ਰੇਸ਼ਨ ਵਰਗੇ ਕਿਸੀ ਰੋਗ ਤੋਂ ਪੀੜ੍ਹਤ ਨਹੀਂ ਹੋ ਜਾਂ ਤੁਹਾਨੂੰ ਐਸਾ ਕੋਈ ਰੋਗ ਨਹੀਂ ਹੈ ਜੋ ਤੁਹਾਡੇ ਨਾਲ ਸਿਹਤਮੰਦ ਗਰਭਾਲ ਵਿਚ ਰੁਕਾਵਟ ਪੈਦਾ ਕਰ ਸਕੇ।

ਕਿਸੀ ਵੀ ਤਰ੍ਹਾਂ ਦੀ ਦਵਾਈ ਲੈਣ ਤੋਂ ਪਹਿਲਾਂ ਪਤਾ ਕਰ ਲਉ ਕਿ ਉਸ ਦਾ ਅਸਰ ਤੁਹਾਡੀ ਯੌਨ ਸਮਰੱਥਾ ਤੇ ਤਾਂ ਨਹੀਂ ਪਵੇਗਾ। ਕਈ ਵਾਰ ਉਸ ਦੇ ਕਾਰਣ ਸਪਰਮ ਦੀ ਗਿਣਤੀ ਘੱਟ ਵੀ ਜਾਂਦੀ ਹੈ। ਉਮੀਦ ਹੈ ਕਿ ਤੁਸੀਂ ਇੰਝ ਤਾਂ ਨਹੀਂ ਚਾਹੋਗੀ।

**ਜੈਨੇਟਿਕ ਸਕ੍ਰੀਨਿੰਗ ਕਰਵਾਓ ਜੇਕਰ ਲੋੜ ਹੋਵੇ ਤਾਂ :-** ਜੇਕਰ ਪਰਿਵਾਰ ਵਿਚ ਪਹਿਲਾਂ ਇੰਝ ਹੋ ਚੁੱਕਾ ਹੈ ਤਾਂ ਗਰਭਧਾਰਣ ਤੋਂ ਪਹਿਲਾਂ ਜੈਨੇਟਿਕ ਸਕ੍ਰੀਨਿੰਗ ਜ਼ਰੂਰ ਕਰਵਾ ਲਉ।

**ਬਰਥ ਕੰਟ੍ਰੋਲ ਦੇ ਤਰੀਕੇ ਛੱਡ ਦਿਉ**:- ਜੇਕਰ ਤੁਹਾਡੀ ਪਤਨੀ ਬਰਥ ਕੰਟ੍ਰੋਲ ਦਾ ਕੋਈ ਤਰੀਕਾ ਅਪਣਾ ਰਹੀ ਹੈ ਜਾਂ ਕੋਈ ਗੋਲੀਆਂ ਲੈ ਰਹੀ ਹੈ ਤਾਂ ਉਹ ਸਭ ਬੰਦ ਕਰ ਦਿਉ। ਘੱਟੋ ਘੱਟ ਦੋ ਮਾਸਕ ਚੱਕਰ ਖ਼ੁਲ੍ਹ ਕੇ ਹੋਣ ਦਿਉ। ਜੇਕਰ ਚਾਹੋ ਤਾਂ ਉਸ ਦੌਰਾਨ ਸਪਰਮੀਸਾਇਡ ਦੇ ਬਿਨਾਂ ਕੰਡੋਮ ਪ੍ਰਯੋਗ ਕਰੋ।

**ਖ਼ੁਰਾਕ ਵਿਚ ਸੁਧਾਰ**:- ਖ਼ੁਰਾਕ ਜਿੰਨੀ ਵਧੀਆ ਹੋਵੇਗੀ, ਗਰਭਧਾਰਣ ਦੇ ਲਈ ਸਪਰਮ ਵੀ ਉਨੇ ਹੀ ਸਿਹਤਮੰਦ ਹੋਣਗੇ। ਗਰਭਧਾਰਣ ਤੋਂ ਪਹਿਲਾਂ ਮਾਂ-ਬਾਪ ਦੋਨਾਂ ਨੂੰ ਹੀ ਪੌਸ਼ਟਿਕ ਖ਼ੁਬਰਾਕ ਲੈਣੀ ਚਾਹੀਦੀ ਹੈ। ਕੋਸ਼ਿਸ਼ ਕਰੋ ਕਿ ਤੁਹਾਡੀ ਖ਼ੁਰਾਕ ਵਿਚ ਵਿਟਾਮਿਨ ਸੀ, ਈ., ਜ਼ਿੰਕ, ਕੈਲਸ਼ੀਅਮ ਤੇ ਵਿਟਾਮਿਨ ਡੀ ਦੀ ਭਰਪੂਰ ਮਾਤਰਾ ਹੋਵੇ। ਗਰਭਧਾਰਣ ਕਰਵਾਉਣ ਤੋਂ ਪਹਿਲਾਂ ਵਿਟਾਮਿਨ-ਮਿਨਰਲ ਦਾ ਸਪਲੀਮੈਂਟ ਲਉ। ਇਨ੍ਹਾਂ ਵਿਚ ਥੋੜ੍ਹਾ ਫੌਲਿਕ ਸੀਸਾ ਵੀ ਹੋਵੇਗਾ ਤਾਂ ਤੁਹਾਡੇ ਕੰਮ ਆਏ ਗੀ। ਜੇਕਰ ਤੁਸੀਂ ਸ਼ੂਗਰ ਦੇ ਮਰੀਜ ਹੋ ਤਾਂ ਬਲੱਡ ਸ਼ੂਗਰ ਕਾਬੂ ਕਰ ਲਉ।

**ਜੀਵਨਸ਼ੈਲੀ ਵਿਚ ਸੁਧਾਰ**:- ਖੋਜ ਤੋਂ ਪਤਾ ਲਗਾ ਹੈ ਕਿ ਜੇਕਰ ਗਰਭਧਾਰਣ ਕਰਵਾਉਣ ਤੋਂ ਪਹਿਲਾਂ ਪੁਰਸ਼ ਸਾਥੀ ਕਿਸੀ ਵੀ ਤਰ੍ਹਾਂ ਦੇ ਡਰੱਗ ਲੈਂਦਾ ਹੈ ਤਾਂ ਇਸ ਨਾਲ ਉਸ ਦੀ ਯੌਨ ਸਮਰੱਥਾ ਪ੍ਰਭਾਵਿਤ ਹੁੰਦੀ ਹੈ। ਡਰੱਗਜ਼ ਤੇ ਸ਼ਰਾਬ ਨਾਲ ਨਾ ਕੇਵਲ ਸਪਰਮ ਦੀ ਸੰਰਚਨਾ ਤੇ ਗੁਣਵੱਤਾ ਪ੍ਰਭਾਵਿਤ ਹੁੰਦੀ ਹੈ ਸਗੋਂ ਟੈਸਟੋਸਹਿਰਾਨ ਦਾ ਪੱਧਰ ਵੀ ਘੱਟ ਜਾਂਦਾ ਹੈ। ਬੱਚੇ ਵਿਚ ਜਨਮ ਤੋਂ ਦੋਸ਼ ਵੀ ਆ ਸਕਦੇ ਹਨ। ਬੱਚੇਦਾ ਭਾਰ ਘੱਟ ਸਕਦਾ ਹੈ। ਜੇਕਰ ਤੁਸੀਂ ਡਰੱਗਜ਼ ਤੇ ਸ਼ਰਾਬ ਛੱਡ ਸਕੋ ਤਾਂ ਤੁਹਾਡੀ ਪਤਨੀ ਦੇ ਲਈ ਵੀ ਇੰਝ ਕਰਨਾ ਆਸਾਨ ਹੋ ਸਕਦਾ ਹੈ।

**ਸਿਗਰਟਨੋਸ਼ੀ ਨਾ ਕਰੋ**:- ਸਿਗਰਟਨੋਸ਼ੀ ਕਰਨ ਨਾਲ ਸਪਰਮ ਦੀ ਗਿਣਤੀ ਘਟਦੀ ਹੈ ਅਤੇ ਗਰਭ ਧਾਰਣ ਕਰਵਾਉਣ ਵਿਚ ਦਿੱਕਤ ਹੋ ਸਕਦੀ ਹੈ। ਇਹ ਧੂੰਆ ਤੁਹਾਡੇ ਆਉਣ ਵਾਲੇ ਬੱਚੇ ਤੇ ਪਤਨੀ ਦੇ ਲਈ ਖ਼ਤਰਨਾਕ ਹੈ। ਇਸ ਲਈ ਇਸ ਤੋਂ ਬਚਾਵ ਕਰਨਾ ਜ਼ਰੂਰੀ ਹੈ।

**ਇਨ੍ਹਾਂ ਤੋਂ ਬਚੋ**:- ਜੀ ਹਾਂ, ਪੇਂਟ, ਵਾਰਨਿਸ਼, ਮੇਟਲ ਡੀਗ੍ਰਿਸਰ ਤੇ ਪੈਸਟੀਸਾਇਡ ਆਦਿ ਵਿਚ ਐਸੇ ਹਾਨੀਕਾਰਕ ਰਸਾਇਣ ਪਾਏ ਜਾਂਦੇ ਹਨ ਜਿਨ੍ਹਾਂ ਕਾਰਣ ਤੁਹਾਨੂੰ ਗਰਭ ਧਾਰਣ ਕਰਵਾਉਣ ਵਿਚ ਦਿੱਕਤ ਹੋ ਸਕਦੀ ਹੈ। ਇਸ ਤੋਂ ਬੱਚੋ ਜਾਂ ਜਿਥੋਂ ਤਕ ਸੰਭਵ ਹੋਵੇ, ਇਨ੍ਹਾਂ ਦੇ ਨੇੜਲੇ ਸੰਪਰਕ ਵਿਚ ਨਾ ਆਓ।

**ਉਨ੍ਹਾਂ ਨੂੰ ਰੱਖੋ ਸ਼ੀਤਲ**:- ਜੀ ਹਾਂ, ਅਸੀਂ ਤੁਹਾਡੇ ਵਰਿਸ਼ਣਾਂ(ਟੈਸਟੀਕਲ) ਦੀ ਗੱਲ ਕਰ ਰਹੇ ਹਾਂ। ਜੇ ਕਰ ਇਨ੍ਹਾਂ ਨੂੰ ਜ਼ਰੂਰਤ ਤੋਂ ਵੱਧ ਗਰਮਾਹਟ ਮਿਲੇ ਤਾਂ ਵੀ ਸਪਰਮ ਦੀ ਗਿਣਤੀ ਘੱਟ ਸਕਦੀ ਹੈ। ਇਨ੍ਹਾਂ ਨੂੰ ਬਾਕੀ ਸਰੀਰ ਦੇ ਤਾਪਮਾਨ ਤੋਂ ਥੋੜ੍ਹਾ ਠੰਡਾ ਰੱਖਣਾ ਹੀ ਵਧੀਆ ਹੁੰਦਾ ਹੈ। ਹਾੱਟ ਟਬ, ਆੱਟ ਬਾਥ, ਸੋਨਾ ਬਾਥ, ਟਾਇਟ ਕਪੜੇ ਤੇ ਅੰਦਰਲੇ ਕਪੜਿਆਂ ਦਾ ਵਧੇਰੇ ਪ੍ਰਯੋਗ ਨਾ ਕਰੋ। ਸਿੰਥੈਟਿਕ ਪੈਂਟ ਤੇ ਅੰਡਰ ਵਿਯਰ ਵੀ ਗਰਮੀ ਦੇ ਦਿਨਾਂ ਵਿਚ ਵਧੇਰੇ ਗਰਮ ਹੁੰਦੇ ਹਨ।

**ਉਨ੍ਹਾਂ ਨੂੰ ਰੱਖੋ ਸੁਰੱਖਿਅਤ**:- ਜੇਕਰ ਤੁਸੀਂ ਫੁਟਬਾੱਲ, ਸਾੱਕਟ ਬਾਸਕੇਟ ਬਾੱਲ ਜਾਂ ਘੋੜਸਵਾਰੀ ਵਰਗੇ ਖੇਡ ਖੇਡਦੇ ਹੋ ਤਾਂ ਸਰੀਰ ਦੇ ਇਨ੍ਹਾਂ ਨਾਜ਼ੁਕ ਅੰਗਾਂ ਦੀ ਸੁਰੱਖਿਆ ਦਾ ਪੂਰਾ ਧਿਆਨ ਰੱਖੋ। ਜ਼ਰੂਰਤ ਤੋਂ ਵੱਧ ਸਾਇਕਲਿੰਗ ਵੀ ਨੁਕਸਾਨ ਪਹੁੰਚਾ ਸਕਦੀ ਹੈ ਕਿਉਂ ਕਿ ਉਸ ਵਿਚ ਲਗਾਤਾਰ ਹੇਠਲੇ ਅੰਗਾਂ ਤੇ ਦਬਾਅ ਪੈਂਦਾ ਹੈ। ਜੇਕਰ ਉਹ ਹਿੱਸਾ ਸਾਇਕਲ ਚਲਾਂਦੇ ਸਮੇ ' ਥੋੜ੍ਹਾ ਸੁੰਨ ਜਿਹਾ ਲਗੇ ਤਾਂ ਗਰਭਧਾਰਣ ਦੇ ਦਿਨਾਂ ਵਿਚ ਉਸਦਾ ਪ੍ਰਯੋਗ ਨਾ ਕਰਨਾ ਹੀ ਵਧੀਆ ਹੋਵੇ ਗਾ। ਪ੍ਰੇਸ਼ਾਨੀ ਵੱਧ ਤੇ ਡਾਕਟਰ ਦੇ ਕੋਲਜਾਣ ਤੋਂ ਨਾ ਘਬਰਾਓ।

**ਸ਼ਾਂਤ ਰਹੋ**:- ਇਹ ਤੁਹਾਡੇ ਦੋਨਾਂ ਦੇ ਲਈ ਬਹੁਤ ਅਹਿਮ ਹੈ। ਤਨਾਅ ਤੋਂ ਨਾ ਕੇਵਲ ਕੰਮ ਸਮਰੱਥਾ ਘੱਟੇਗੀ ਸਗੋਂ ਸਪਰਮ ਦੀ ਗਿਣਤੀ ਵਿਚ ਵੀ ਕਮੀ ਆਏਗੀ। ਇਸ ਸਬੰਧੀ ਜ਼ਿਆਦਾ ਨਾ ਸੋਚੋ, ਸਭ ਕੁਝ ਪ੍ਰਾਕ੍ਰਿਤਕ ਤੌਰ ਤੇ ਸਹਿਜ ਹੋ ਜਾਏਗਾ।

**ਇਸ ਤੋਂ ਬਾਦ.....?**

ਇਕ ਨਹੀਂ ਸ਼ੁਰੂਆਤ ਦਾ ਸਮਾਂ ਹੈ। ਗਰਭਧਾਰਣ ਤੋਂ ਪਹਿਲਾਂ ਦੀ ਤਿਆਰੀ ਹੋਣ ਤੋਂ ਬਾਦ ਗਰਭਧਾਰਣ ਵਾਲੇ ਅਧਿਆਏ ਤੋਂ ਪੜ੍ਹਨਾ ਸ਼ੁਰੂ ਕਰ ਦਿਉ ਅਤੇ ਇਸ ਦਾ ਪੂਰਾ ਆਨੰਦ ਲਉ।

# ਅੰਤਿਕਾ

## ਗਰਭਕਾਲ ਦੌਰਾਨ ਹੋਣ ਵਾਲੇ ਆਮ ਟੈਸਟ

ਡਾਕਟਰ ਤੁਹਾਡੀ ਸਥਿਤੀ ਦੇ ਹਿਸਾਬ ਨਾਲ ਕੁਝ ਟੈਸਟ ਘਟਾ-ਵਧਾ ਸਕਦੇ ਹਨ। ਇਹ ਕਾਫ਼ੀ ਹੱਦ ਤਕ ਤੁਹਾਡੀ ਮੈਡੀਕਲ ਹਿਸਟ੍ਰੀ ਅਤੇ ਉਨ੍ਹਾਂ ਦੇ ਵਿਵਹਾਰਿਕ ਮਤ ਤੇ ਵੀ ਨਿਰਭਰ ਕਰਦਾ ਹੈ। ਵਧੇ ਰੇਜਾਣਕਾਰੀ ਲਈ ਇਹ ਸੂਚੀ ਦੇਖੋ।

| ਟੈਸਟ ਤੇ ਕਦੋਂ ਕੀਤੇ ਜਾਣਗੇ | ਪ੍ਰਕ੍ਰਿਆ | ਕਾਰਣ |
|---|---|---|
| ਬਲਡ ਟਾਈਪ। ਪਹਿਲੀ ਵਾਰ | ਬਾਂਹ ਤੋਂ ਖ਼ੂਨ ਕੱਢ ਕੇ ਜਾਂਚ ਹੋਵੇਗੀ। | ਆਰ.ਐਚ. ਟਾਈਪ ਜਾਂ ਕੇਲ ਫੈਕਟਰ ਦੀਜਾਂਚ ਹੋਵੇਗੀ। |
| ਹੇਮੇਟੋਕ੍ਰਿਟ ਜਾਂ ਹੀਮੋਗਲੋਬਿਨ ਪਹਿਲੀ ਵਾਰ ਫਿਰ 20 ਹਫ਼ਤੇ ਬਾਦ। | ਬਾਂਹ ਤੋਂ ਖ਼ੂਨ ਕੱਢ ਕੇ ਜਾਂਚ ਹੋਵੇਗੀ। | ਇਸ ਨਾਲ ਆਇਰਨ ਦੀ ਘਾਟ, ਖ਼ੂਨ ਦੀ ਕਮੀ ਜਾਂ ਆਇਰਨ ਸਪਲੀਮੈਂਟ ਦੀ ਜਾਣਕੀ ਹੋਵੇਗੀ। |
| ਰੂਬੇਲਾ ਟਿਟਰ, ਪਹਿਲੀ ਮੁਲਾਕਾਤ | ਬਾਂਹ ਤੋਂ ਖ਼ੂਨ ਕੱਢ ਕੇ ਜਾਂਚ ਹੋਵੇਗੀ। | ਰੂਬੇਲਾ (ਜਰਮਨ ਮੀਜਲਜ਼) ਦੇ ਲਈ ਰੋਗ ਪ੍ਰਤਿਰੋਧਕ ਸਮਰੱਥਾ ਦੀ ਜਾਂਚ। |
| ਸਿਫਲਿਸ ਟੈਸਟ। ਪਹਿਲੀ ਮੁਲਾਕਾਤ | ਬਾਂਹ ਤੋਂ ਖ਼ੂਨ ਕੱਢ ਕੇ ਜਾਂਚ ਹੋਵੇਗੀ। | ਸਿਫਲਿਸ ਇਨਫੈਕਸ਼ਨ ਹੋਇਆ ਤਾਂ ਤੁਰੰਤ ਇਲਾਜ ਨਾਲ ਭਰੂਣ ਨੂੰ ਹਾਨੀ ਤੋਂ ਬਚਾ ਸਕਦੇਹੋ। |
| ਐਚ. ਆਈ. ਵੀ. ਜਾਂਚ। ਪਹਿਲੀ ਮੁਲਾਕਾਤ | ਬਾਂਹ ਤੋਂ ਖ਼ੂਨ ਕੱਢ ਕੇ ਜਾਂਚ ਹੋਵੇਗੀ। | ਪਤਾ ਲੱਗਣ ਨਾਲ ਮਾਂ ਦੇ ਇਲਾਜ ਵਿਚ ਆਸਾਨੀ ਹੋਵੇਗੀ ਤੇ ਬੱਚੇ ਤਕ ਇਨਫੈਕਸ਼ਨ ਨਹੀਂ ਜਾਏਗਾ। |
| ਹੈਪੇਟਾਇਟਿਸ ਦੀ ਸਕ੍ਰੀਨ। ਪਹਿਲੀ ਮੁਲਾਕਾਤ | ਬਾਂਹ ਤੋਂ ਖ਼ੂਨ ਕੱਢ ਕੇ ਜਾਂਚ ਹੋਵੇਗੀ। | ਜੇਕਰ ਹੈਪੇਟਾਇਟਿਸ ਬੀ ਦਾ ਇਨਫੈਕਸ਼ਨ ਹੋਵੇ ਤਾਂ ਪਹਿਲਾਂ ਹੀ ਮਾਂ ਦੀ ਜਾਂਚ ਨਾਲ ਭਰੂਣ ਦਾ ਇਲਾਜ ਹੋ ਸਕਦਾ ਹੈ। |
| ਪੈਪ ਸਮੀਯਰ। ਪਹਿਲੀ ਮੁਲਾਕਾਤ | ਸਰਵਾਇਕਲ ਤੋਂ ਰਿਸਾਅ ਲੈ ਕੇ ਕੋਸ਼ਕਾਵਾਂ ਦੀ ਜਾਂਚ ਹੋਵੇਗੀ। | ਸਰਵਾਇਕਲ ਕੈਂਸਲ ਜਾਂ ਕਿਸੀ ਦੂਜੀ ਅਨਿਯਮਿਤਤਾ ਦੀ ਜਾਂਚ ਦੇ ਲਈ। |

| ਟੈਸਟ ਤੇ ਕਦੋਂ ਕੀਤੇ ਜਾਣਗੇ | ਪ੍ਰਕ੍ਰਿਆ | ਕਾਰਣ |
|---|---|---|
| ਗੋਨੋਰਿਆ ਕਲਚਰ ਤੇ ਜੈਨੀਟਲ ਹਰਪੀਜ਼। ਪਹਿਲੀ ਮੁਲਾਕਾਤ। | ਯੋਨੀ ਰਿਸਾਅ ਦਾ ਲੈਬ ਵਿਚ ਕਲਚਰ ਹੋਵੇਗਾ। | ਇਨਫੈਕਸ਼ਨ ਹੋਇਆ ਤਾਂ ਇਲਾਜ ਕੀਤਾ ਜਾਵੇਗਾ। |
| ਕਲਾਮੀਡੀਆ ਟੈਸਟ। ਪਹਿਲੀ ਮੁਲਾਕਾਤ | ਸਰਵਿਕਸ, ਯੂਰੇਧਰਾ ਜਾਂ ਰੈਕਟਮ ਦੇ ਆਸਪਾਸ ਦੇ ਹਿੱਸੇ ਦੀ ਜਾਂਚ ਹੋਵੇਗੀ। | ਜੇਕਰ ਇਨਫੈਕਸ਼ਨ ਹੋਇਆ ਤਾਂ ਜਾਂਚ ਕੀਤੀ ਜਾਏਗੀ। |
| ਪਿਸ਼ਾਬ ਵਿਚ ਬੈਕਟੀਰੀਆ। ਪਹਿਲੀ ਮੁਲਾਕਾਤ | ਪਿਸ਼ਾਬ ਦੀ ਜਾਂਚ ਇਸਦਾ ਇਲਾਜ ਕੀਤਾ ਜਾਵੇਗਾ | ਇਹ ਇਨਫੈਕਸ਼ਨ ਦੀ ਨਿਸ਼ਾਨੀ ਹੈ |
| ਡਰੱਗ ਸਕ੍ਰੀਨ। ਪਹਿਲੀ | ਪਿਸ਼ਾਬ ਦੇ ਨਮੂਨੇ ਦੀ ਜਾਂਚ। | ਗਰਭਕਾਲ ਵਿਚ ਨਸ਼ੀਲੀਆਂ ਦਵਾਈਆਂ ਦਾ ਸੇਵਨ ਖ਼ਤਰਨਾਕ ਹੈ। ਪਤਾ ਚੱਲਣ ਤੇ ਇਲਾਜ ਹੋਣਾ ਜ਼ਰੂਰੀ ਹੈ। |
| ਬਲੱਡਪ੍ਰੈਸ਼ਰ। ਹਰ ਮੁਕਾਕਾਤ ਸਮੇਂ। | ਇਸ ਨੂੰ ਬਲੱਡ ਪ੍ਰੈਸ਼ਰ ਮਾਪਕ ਯੰਤਰ ਜਾਂ ਕਿਸੀ ਵੀ ਇਲੈਕਟ੍ਰਾਨਿਕ ਯੰਤਰ ਨਾਲ ਨਾਪਿਆ ਜਾਂਦਾ ਹੈ। | ਹਾਈਪਰਟੈਂਸ਼ਨ ਜਾਂ ਪ੍ਰੀਕਲੈਪਸਿਆ ਦਾ ਪਤਾ ਚਲਦਾ ਹੈ। |
| ਪਿਸ਼ਾਬ ਵਿਚ ਗੁਲੂਕੋਜ਼। ਹਰ ਮੁਲਾਕਾਤ ਤੇ। | ਪਿਸ਼ਾਬ ਦੀ ਜਾਂਚ ਇਕ ਡਿਪ ਸਟਿਕ ਨਾਲ ਹੁੰਦੀ ਹੈ। | ਵੱਧ ਮਾਤਰਾ ਗੈਸਟੇਸ਼ਨਲ ਡਾਇਬਿਟਿਜ਼ ਦਾ ਸੰਕੇਤ ਦੇਂਦੀ ਹੈ। |
| ਪਿਸ਼ਾਬ ਵਿਚ ਪ੍ਰੋਟੀਨ। | ਪਿਸ਼ਾਬ ਦੀ ਜਾਂਚ ਇਕ ਡਿਪ ਸਟਿਕ ਨਾਲ ਹੁੰਦੀ ਹੈ। | ਵੱਧ ਮਾਤਰਾ ਪਿਸ਼ਾਬਦਾਨੀ ਇਨਫੈਕਸ਼ਨ ਜਾਂ ਪ੍ਰੀਕਲੈਂਪਸਿਅਰ ਦਾ ਸੰਕੇਤ ਦੇਂਦੀ ਹੈ। |
| ਡ੍ਰਿਪਲ ਸਕ੍ਰੀਨ। 15-18 ਹਫ਼ਤੇ ਵਿਚ ਗੁਲੂਕੋਜ਼ ਟਾੱਲਰੈਂਸ ਟੈਸਟ। 28ਵੇਂ ਹਫ਼ਤੇ ਵਿਚ। | ਬਾਂਹ ਤੋਂ ਖ਼ੂਨ ਕੱਢ ਕੇ ਜਾਂਚ ਹੋਵੇਗੀ। ਇਕ ਗੁਲੂਕੋਜ਼ ਡ੍ਰਿਕ ਪਿਲਾਣ ਤੋਂ ਬਾਦ ਬਾਂਹ ਤੋਂ ਖ਼ੂਨ ਕੱਢ ਕੇ ਜਾਂਚ। | ਭਰੂਣ ਦੀ ਸਕ੍ਰੀਨਿੰਗ ਤੋਂ ਦੋਸ਼ਾਂ ਦਾ ਪਤਾ ਲਗੇਗਾ। ਗੈਸਸ਼ੇਸ਼ਨਲ ਸ਼ੂਗਰ ਦੀ ਜਾਂਚ। |
| ਗਰੁੱਪ ਦੀ ਸਟੈਪ ਟੈਸਟ। 37ਵੇਂ ਹਫ਼ਤੇ ਦੇ ਆਸਪਾਸ। | ਯੋਨੀ ਤੇ ਕਾਲ ਬਾਟ ਦੇ ਆਸਪਾਸ ਅਤੇ ਪਿਸ਼ਾਬ ਦਾ ਜਾਂਚ। | ਪ੍ਰਸੂਤ ਦੇ ਦੌਰਾਨ ਇਲਾਜ ਹੋ ਸਕਦਾ ਹੈ ਤਾਂ ਜੋ ਨਵੇਂ ਜੰਮੇ ਬੱਚੇ ਦੀ ਸੁਰੱਖਿਆ ਹੋ ਸਕੇ। |

# ਗਰਭਕਾਲ ਦੌਰਾਨ ਬਦਲਵੇਂ ਉਪਾਅ

| ਲੱਛਣ | ਪ੍ਰਕ੍ਰਿਆ | ਕਾਰਣ |
|---|---|---|
| ਪਿੱਠ ਵਿਚ ਦਰਦ। | ਗਰਮਾਹਟ<br>ਬਚਾਆਤਮਕ ਉਪਾਅ | ਹਲਕੇ ਗੁਨਗੁਨੇ ਪਾਣੀ ਵਿਚ ਨਹਾਓ। ਇਕ ਤੌਲੀਏ ਵਿਚ ਹੀਟਿੰਗ ਪੈਡ ਲਪੇਟ ਕੇ 15 ਮਿੰਟ ਰੱਖੋ। ਐਸਾ ਦਿਨ ਵਿਚ 3-4 ਵਾਰ ਕਰੋ। ਕਸਰਤ, ਉਚਿਤ ਸਰੀਰਕ ਪੋਸਚਰ। |
| ਸੱਟ ਲੱਵਣ ਤੇ ਗੂਮੜ੍ਹ ਉਭਰਨਾ | ਆਈਸ ਪੈਕ<br>ਠੰਡਾ ਸੇਕ | ਬਾਜ਼ਾਰ ਵਿਚ ਮਿਲਣ ਵਾਲਾ ਆਈਸ ਪੈਕ ਲਉ ਜਾਂ ਸਬਜ਼ੀਆਂ ਦੇ ਬੰਦ ਪੈਕੇਟ ਨੂੰ ਪੂਰੀ ਤਰ੍ਹਾਂ ਠੰਡਾ ਕਰ ਲਉ। ਅੱਧਾ ਘੰਟਾ ਰੱਖੋ। ਜੇਕਰ ਆਰਾਮ ਨਾ ਆਏ ਤਾਂ ਫਿਰ ਤੋਂ ਅੱਧੇ ਘੰਟੇ ਦੇ ਲਈ ਰੱਖੋ। ਠੰਡੇ ਬਰਫੀਲੇ ਪਾਣੀ ਵਿਚ ਇਕ ਨਰਮ ਕਪੜਾ ਗਿੱਲਾ ਕਰੋ। ਇਸ ਨੂੰ ਨਿਚੋੜ ਕੇ ਸੱਟ ਵਾਲੀ ਥਾਂ ਤੇ ਰੱਖੋ। ਠੰਡਕ ਨਿਕਲਣ ਤੇ ਫਿਰ ਤੋਂ ਪਾਣੀ ਵਿਚ ਗਿੱਲਾ ਕਰੋ। |
| ਬਾਂਹ, ਕਲਾਈ ਜਾਂ ਪੈਰਾਂ ਤੇ ਗੂਮੜ। | ਠੰਡੇ ਪਾਣੀ ਵਿਚ ਇਕ ਨਰਮ ਕਪੜਾ ਗਿੱਲਾ ਕਰੋ। | ਖੁਲ੍ਹੇ ਪਾਣੀ ਵਿਚ ਬਰ.ਫ਼ ਮਿਲਾ ਕੇ ਠੰਡਾ ਕਰ ਲਉ। ਤੇ ਉਸ ਵਿਚ ਹੱਥ-ਪੈਰ ਰੱਖੋ। ਜੇਕਰ ਚਾਹੋ ਤਾਂ ਅੱਧਾ ਘੰਟਾ ਰੱਖ ਲਉ। |
| ਜਲਨ | ਠੰਡਾ ਸੇਕ | ਠੰਡਾ ਸੇਂਕ |
| ਠੰਡ ਲੱਗਣਾ।<br>ਜੁਕਾਮ | ਸੇਲਾਈਨ ਨੋਜ਼ ਡ੍ਰਾਪਸ | ਬਾਜ਼ਾਰ ਤੋਂ ਇਹ ਦਵਾਈ ਲਉ ਜਾਂ 1/4 ਛੋਟੇ ਚਮਚ ਨਮਕ ਵਿਚ 1 ਔਂਸ ਪਾਣੀ ਮਿਲਾ ਕੇ, ਦੋਨੋਂ ਨਾਖੁਨਾਂ ਵਿਚ ਕੁਝ ਬੂੰਦਾਂ ਪਾਓ। 5-10 ਮਿੰਟ ਇੰਤਜ਼ਾਰ ਕਰਕੇ ਨੱਕ ਛਿੜਕੋ। |
| | ਵਿਕਸ ਵੈਪੋਰਬ<br>ਵਾਧੂ ਦ੍ਰਵਾਂ ਦੀ ਮਾਤਰਾ। | ਦਿਤੇ ਗਏ ਨਿਰਦੇਸ਼ ਅਨੁਸਾਰ ਪ੍ਰਯੋਗ ਕਰੋ। ਹਰ ਘੰਟੇ ਵਿਚ 8 ਔਂਸ ਦ੍ਰਵ ਦੀ ਮਾਤਰਾ ਲਉ ਜਿਵੇਂ ਜੂਸ, ਪਾਣੀ ਤੇ ਚਿਕਨ ਸੂਪ ਆਦਿ। ਦੁੱਧ ਦੀ ਮਾਤਰਾ ਕੁਝ ਦਿਨ ਘਟਾ ਦਿਉ। |
| | ਇਨਹੇਲੇਸ਼ਨ। | ਭਾਫ ਦੀ ਕੇਤਲੀ, ਸਟੀਮ, ਵੈਪੋਰਾਈਜ਼ਰ ਆਦਿ ਲਉ ਤੇ ਸਿਰ ਦੇ ਉਪਰ ਕਪੜਾ ਤਾਣ ਕੇ ਭਾਫ ਲਉ। ਦਿਨ ਵਿਚ 3-4 ਵਾਰ 15-15 ਮਿੰਟ ਤਕ ਭਾ.ਫ਼ ਲਉ। ਜੇਕਰ ਜ਼ਿਆਦਾ ਗਰਮਾਹਟ ਲਗੇ ਤਾਂ ਹੋਰ ਭਾ.ਫ਼ਨਾ ਲਉ। |

| ਲੱਛਣ | ਪ੍ਰਕ੍ਰਿਆ | ਕਾਰਣ |
|---|---|---|
| | ਨੇਜ਼ਲ ਸਟ੍ਰਿਪ | ਦਿੱਤੇ ਗਏ ਨਿਰਦੇਸ਼ ਅਨੁਸਾਰ |
| ਖਾਂਸੀ (ਜ਼ੁਕਾਮ ਜਾਂ ਲੂ ਤੋਂ | ਇਨਹੇਲੇਸ਼ਨ<br>ਦ੍ਰਵ ਦੀ ਵਾਧੂ ਮਾਤਰਾ | ਜ਼ੁਕਾਮ (ਦੇਖੋ)<br>ਜ਼ੁਕਾਮ (ਦੇਖੋ) |
| ਡਾਇਰੀਆ | ਵਾਧੂ ਮਾਤਰਾ। | ਪ੍ਰਤੀ ਘੰਟਾ 8 ਔਂਸ ਪਾਣੀ ਲਉ। ਜੂਸ ਜਾਂ ਕਲੀਅਰ ਸੂਪ ਵੀ ਲੈ ਸਕਦੀ ਹੋ। |
| **(ਬੁਖ਼ਾਰ)**<br>$100^0$ ਤੋਂ ਵੱਧ ਹੋਣ ਤੇ ਡਾਕਟਰ ਬੁਲਾਓ। $102^0$ ਤੋਂ ਵੱਧ ਹੋਣ ਤੇ ਤੁਰੰਤ ਡਾਕਟਰ ਬੁਲਾਓ। ਕੋਈ ਦਵਾਈ ਲੈ ਕੇ ਬੁਖ਼ਾਰ ਹਲਕਾ ਕਰਨ ਦੀ ਕੋਸ਼ਿਸ਼ ਨਾ ਕਰੋ। | ਠੰਡੇ ਪਾਣੀ ਇਸ਼ਨਾਨ<br>ਸਟ੍ਰਿਜ਼ ਬਾਥ | ਗੁਨਗੁਨੇ ਪਾਣੀ ਨਾਲ ਭਰੇ ਟੱਬ ਵਿਚ ਬੈਠੋ। ਇਸ ਆਈਸ ਕਿਯੂਬ ਪਾ ਕੇ ਠੰਡਾ ਕਰਦੀ ਰਹੋ।<br>ਕੰਬਣੀ ਹੋਣ ਤੇ ਨਹਾਉਣਾ ਬੰਦ ਕਰ ਦਿਉ। ਕਟੋਰੇ ਵਿਚ ਪਾਣੀ, ਆਈਸ ਕਿਯੂਬ ਤੇ ਫਮੂਨ ਸਵਿੰਗ ਹਲਕੋਹਲ ਮਿਲਾ ਕੇ ਤੋਲੀਆ ਗਿੱਲਾ ਕਰੋ ਤੇ ਸਰੀਰ ਪੂੰਝੋ। |
| ਹੀਮਰਾੱਥਡਸ | ਸਟਿਲ ਬਾੱਥ | ਹਲਕੇ ਗੁਨਗੁਨੇ ਪਾਣੀ ਦੇ ਟੱਬ ਵਿਚ ਦਿਨ ਵਿਚ 2-3 ਵਾਰ ਬੈਠੋ। |
| ਪੇਟ ਜਾਂ ਚਮੜੀ ਤੇ ਖ਼ਾਰਸ਼। | ਬਚਾਆਤਮਕ ਉਪਾਅ। | ਖ਼ੁਸ਼ਕ ਸਾਬਨ ਨਾ ਲਉ ਤੇ ਵਧੇਰੇ ਦੇਰ ਤਕ ਗਰਮ ਪਾਣੀ ਵਿਚ ਨਾ ਨਹਾਓ। ਗਿੱਲੇ ਸਰੀਰ ਤੇ ਮੋਆਇਸ਼ਚਰ ਲਗਾਓ। |
| ਅੱਖਾਂ ਵਿਚ ਖ਼ਾਰਸ਼ ਆਉਣਾ। | ਗਰਮ ਸੇਕ। | ਹਲਕੇ ਗੁਨਗੁਨੇ ਪਾਣੀ ਵਿਚ ਤੋਲੀਆ ਗਿੱਲਾ ਕਰਕੇ ਸੇਕ ਕਰੋ। |
| ਮਾਸਪੇਸ਼ੀਆਂ ਦੀ ਸੋਜਸ।<br>ਸੱਟ | ਆਈਸ ਪੈਕ, ਠੰਡਾ ਸੇਕ।<br>ਠੰਡੇ ਪਾਣੀ ਵਿਚ ਗਿੱਲਾ ਕਰਕੇ( 24 ਤੋਂ 48 ਘੰਟੇ) | ਗੁਮੜ (ਦੇਖੋ) |
| ਮਾਸਪੇਸ਼ੀਆਂ ਦੀ ਸੋਜਸ।<br>ਸੱਟ | 48 ਘੰਟੇ ਬਾਦ ਗਰਮ ਪਾਣੀ ਵਿਚ ਭਿਜੋ, ਗਰਮ ਪਾਣੀ ਨਾਲ ਇਸ਼ਨਾਨ, ਹੀਟਿੰਗ ਪੈਡ। | ਗਰਮ ਪਾਣੀ ਵਿਚ ਤੋਲੀਆ ਭਿਗੋ ਕੇ ਲਪੇਟੋ। ਇਸ ਨੂੰ ਪਲਾਸਟਿਕ ਬੈਗ ਨਾਲ ਢੱਕ ਕੇ ਉਪਰੋਂ ਹੀਟਿੰਗ ਪੈਡ ਲਗਾਓ। ਦਿਨ ਵਿਚ ਦੋ ਵਾਰ 1-1 ਘੰਟਾ ਰੱਖੋ। |

| ਲੱਛਣ | ਪ੍ਰਕ੍ਰਿਆ | ਕਾਰਣ |
|---|---|---|
| ਨੱਕ ਬੰਦ ਹੋਣਾ। | | ਜੁਕਾਮ (ਦੇਖੋ) |
| ਸਾਇਨਸਿਟਿਸ | ਵਾਰ-2 ਗਰਮ ਤੇ ਠੰਡਾ ਸੇਕ। | ਗਰਮ ਪਾਣੀ ਵਿਚ ਕਪੜਾ ਭਿਗੋ ਕੇ ਨਿਚੋੜੋ। ਦਰਦ ਘੱਟਣ ਤਕ ਰੱਖੋ। ਫਿਰ ਠੰਡਾ ਸੇਕ ਕਰੋ। ਵਾਰੀ-2 ਸਿਰ ਗਰਮ-ਠੰਡਾ ਸੇਕ ਦਿਉ। |
| ਗਲੇ ਵਿਚ ਦਰਦ। ਖ਼ਰਾਸ਼। | ਗਰਾਰੇ। | ਗੁਨਗੁਨੇ ਪਾਣੀ ਵਿਚ ਹਲਕਾ ਨਮਕ ਮਿਲਾ ਕੇ 5 ਮਿੰਟ ਤਕ ਗਰਾਰੇ ਕਰੋ। ਜ਼ਰੂਰਤ ਪੈਣ ਤੇ ਹਰ ਦੋ ਘੰਟੇ ਬਾਦ ਕਰੋ। |

# ਗਰਭਕਾਲ ਵਿਚ ਕੈਲਰੀ ਅਤੇ ਚਰਬੀ ਦੀ ਜ਼ਰੂਰਤ

ਕਿਸੀ ਵਿਅਕਤੀ ਦੇ ਭਾਰ, ਕਾਰਜ ਪੱਧਰ ਤੇ ਮੈਟਾਬਾਲਿਜ਼ਮ ਅਨੁਸਾਰ ਹੀ ਉਸ ਦੇ ਲਈ ਚਰਬੀ ਤੇ ਕੈਲਰੀ ਨਿਸ਼ਚਿਤ ਹੁੰਦੀ ਹੈ।

ਹਾਲਾਂਕਿ ਹੇਠ-ਲਿਖੀ ਸੂਚੀ ਤੋਂ ਤੁਸੀਂ ਇਸ ਵਿਸ਼ੇ ਵਿਚ ਮੋਟਾ ਅੰਦਾਜ਼ਾ ਲਗਾ ਸਕਦੀ ਹੋ।

| ਤੁਹਾਡਾ ਆਦਰਸ਼ ਭਾਰ ਪਾਊਂਡ | ਗਤੀਵਿਧੀ ਦਾ ਪੱਧਰ | ਹਰ ਰੋਜ਼ ਕੈਲਰੀ ਦੀ ਜ਼ਰੂਰਤ | ਵੱਧ ਤੋਂ ਵੱਧ ਚਰਬੀ ਦੀ ਜ਼ਰੂਰਤ | ਵੱਧ ਤੋਂ ਵੱਧ ਪਹਿਲਾਂ ਚਰਬੀ ਦੀ ਜ਼ਰੂਰਤ |
|---|---|---|---|---|
| 100 | 1 | 1500 | 50 | 2 1/2 |
| 100 | 2 | 1800 | 60 | 3 1/2 |
| 100 | 3 | 2500 | 83 | 5 |
| 125 | 1 | 1800 | 60 | 3 1/2 |
| 125 | 2 | 2175 | 72 | 4 |
| 125 | 3 | 3050 | 101 | 6 |
| 150 | 1 | 2100 | 70 | 4 |
| 150 | 2 | 2550 | 85 | 5 |
| 150 | 3 | 3600 | 120 | 7 1/2 |

ਆਪਣੀ ਗਤੀਵਿਧੀ ਦਾ ਪੱਧਰ ਇਸ ਤਰ੍ਹਾਂ ਕੱਢੋ - 1. ਆਰਾਮਦਾਇਕ 2. ਮਧਿਅਮ ਪ੍ਰਵਿਰਤੀ 3. ਪੂਰਣ ਪ੍ਰਵਿਰਤੀ (ਬਹੁਤ ਘੱਟ ਔਰਤਾਂ ਤੀਜੀ ਸ਼੍ਰੇਣੀ ਵਿਚ ਆਉਂਦੀਆਂ ਹਨ।)

# ਕੀ ਕਰੀਏ ਜਦੋਂ ਮਾਂ ਬਣੀਏ

## ਗਰਭਕਾਲ ਦੇ ਦ੍ਰਿਸ਼ਟੀਕੌਣ ਤੋਂ

ਮੇਰੇ ਸਵਾਲ

ਮੇਰੇ ਅਨੁਭਵ

ਮੇਰੇ ਯਾਦਗਾਰ ਪੱਲ

## ਮੇਰੇ ਸਵਾਲ

## ਮੇਰੇ ਅਨੁਭਵ

## ਮੇਰੇ ਯਾਦਗਾਰ ਪੱਲ

# ਹਰ ਹਫ਼ਤੇ ਤੁਹਾਡਾ ਭਾਰ

| | |
|---|---|
| ਹਫ਼ਤਾ 1: | ਹਫ਼ਤਾ 24: |
| ਹਫ਼ਤਾ 2: | ਹਫ਼ਤਾ 25: |
| ਹਫ਼ਤਾ 3: | ਹਫ਼ਤਾ 26: |
| ਹਫ਼ਤਾ 4: | ਹਫ਼ਤਾ 27: |
| ਹਫ਼ਤਾ 5: | ਹਫ਼ਤਾ 28: |
| ਹਫ਼ਤਾ 6: | ਹਫ਼ਤਾ 29: |
| ਹਫ਼ਤਾ 7: | ਹਫ਼ਤਾ 30: |
| ਹਫ਼ਤਾ 8: | ਹਫ਼ਤਾ 31: |
| ਹਫ਼ਤਾ 9: | ਹਫ਼ਤਾ 32: |
| ਹਫ਼ਤਾ 10: | ਹਫ਼ਤਾ 33: |
| ਹਫ਼ਤਾ 11: | ਹਫ਼ਤਾ 34: |
| ਹਫ਼ਤਾ 12: | ਹਫ਼ਤਾ 35: |
| ਹਫ਼ਤਾ 13: | ਹਫ਼ਤਾ 36: |
| ਹਫ਼ਤਾ 14: | ਹਫ਼ਤਾ 37: |
| ਹਫ਼ਤਾ 15: | ਹਫ਼ਤਾ 38: |
| ਹਫ਼ਤਾ 16: | ਹਫ਼ਤਾ 39: |
| ਹਫ਼ਤਾ 17: | ਹਫ਼ਤਾ 40: |
| ਹਫ਼ਤਾ 18: | ਹਫ਼ਤਾ 41: |
| ਹਫ਼ਤਾ 19: | ਹਫ਼ਤਾ 42: |
| ਹਫ਼ਤਾ 20: | ਹਫ਼ਤਾ 43: |
| ਹਫ਼ਤਾ 21: | ਹਫ਼ਤਾ 44: |
| ਹਫ਼ਤਾ 22: | ਹਫ਼ਤਾ 45: |
| ਹਫ਼ਤਾ 23: | ਹਫ਼ਤਾ 46: |

# ਪਹਿਲਾ ਮਹੀਨਾ

# ਪਹਿਲਾ ਮਹੀਨਾ

# ਦੂਜਾ ਮਹੀਨਾ

# ਦੂਜਾ ਮਹੀਨਾ

# ਤੀਜਾ ਮਹੀਨਾ

# ਤੀਜਾ ਮਹੀਨਾ

# ਚੌਥਾ ਮਹੀਨਾ

# ਚੌਥਾ ਮਹੀਨਾ

# ਪੰਜਵਾਂ ਮਹੀਨਾ

# ਪੰਜਵਾਂ ਮਹੀਨਾ

# ਛੇਵਾਂ ਮਹੀਨਾ

# ਛੇਵਾਂ ਮਹੀਨਾ

# ਸੱਤਵਾਂ ਮਹੀਨਾ

# ਸੱਤਵਾਂ ਮਹੀਨਾ

# ਅੱਠਵਾਂ ਮਹੀਨਾ

# ਅੱਠਵਾਂ ਮਹੀਨਾ

# ਨੌਵਾਂ ਮਹੀਨਾ

# ਨੌਵਾਂ ਮਹੀਨਾ

# ਪ੍ਰਸੂਤ ਦਰਦ ਤੇ ਜਨਮ

# ਪ੍ਰਸ਼ਨ-ਉੱਤਰ

www.ingramcontent.com/pod-product-compliance
Lightning Source LLC
Chambersburg PA
CBHW070543030726
47505CB00001B/140

* 9 7 8 8 1 2 8 8 3 8 1 3 2 *